இந்துத்துவப் பாசிசம்:
வேர்களும் விழுதுகளும்

இந்துத்துவப் பாசிசம்:

வேர்களும் விழுதுகளும்

மு. செந்திலதிபன்

எதிர்
வெளியீடு

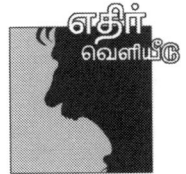

இந்துத்துவப் பாசிசம்: வேர்களும் விழுதுகளும்
மு. செந்திலதிபன்

முதல் பதிப்பு: ஜூலை 2023
எதிர் வெளியீடு,
96, நியூ ஸ்கீம் ரோடு, பொள்ளாச்சி - 642 002
தொலைபேசி: 04259 226012, 99425 11302

விலை: ரூ. 1250

Hindutuva Fascism: Verkalum Viluthukalum
M. Senthilathipan
Copyright © M. Senthilathipan
First Edition: July 2023

Published by
Ethir Veliyeedu, 96, New Scheme Road, Pollachi - 2
email: ethirveliyedu@gmail.com
www.ethirveliyeedu.com

ISBN: 978-81-959664-9-3
Cover Design: Santhosh Narayanan
Printed at Jothy Enterprises, Chennai.

All rights reserved. No part of this book may be reprinted or reproduced or utilised in any form or by any electronic, mechanical or other means, now known or hereafter invented, including photocopying and recording, or in any information storage or retrieval system, without permission in writing from the publisher.

பொருளடக்கம்

சனாதன சக்திகளைச் சாய்க்கும் போர் ஆயுதம் – வைகோ 09

அணிந்துரை – ஆசிரியர் கி. வீரமணி 13

1. படேல் சிலை: இந்துராஷ்டிர கனவு சின்னம் 19
2. நேருவுக்கு அவமதிப்பு 23
3. சாவர்க்கர் யார்? 27
4. இந்துத்துவம் அல்லது இந்து என்பவர் யார்? 34
5. புனித பூமியா? 38
6. ஆர்.எஸ்.எஸ். நச்சு விதை விருட்சம் ஆன கதை 41
7. நாசிசம் + பாசிசம் = ஆர்.எஸ்.எஸ்.: மகாத்மா காந்தி கணிப்பு 49
8. கோல்வால்கர் மூட்டிய மதவெறி ‘தீ’ 57
9. சிவாஜி கண்ட இந்து ராஜ்யம் 64
10. கோல்வால்கரின் சிந்தனைக் கொத்து (கொழுப்பு) 74
11. மகாத்மா காந்திக்குக் குறி! 82
12. மதவெறிக்கு எதிரான மகாத்மா காந்தியின் குரல் 89
13. நாட்டுப் பிரிவினை: காந்திஜி கண்ணீர் 95
14. காந்திக்கு நாள் குறித்த ஆர்.எஸ்.எஸ். 103
15. காந்தியைக் கொல்ல பத்துமுறை முயற்சி 110
16. பிர்லா மாளிகையில் குண்டு வெடிப்பு: காந்திஜி உயிர் தப்பினார் 116
17. சதிக்கும்பல் தலைமையிடம் பூனா, பம்பாய் 125
18. காந்திஜி கொலை சதிக்கும்பல் 130
19. காந்திஜி கொலைச் சதி விசாரணை: காவல்துறையின் மெத்தனம் 139
20. 1948, ஜனவரி 30: காந்திஜிக்கு நாள் குறித்த நாதுராம் கோட்சே 149
21. கொல்லப்பட்டார் மகாத்மா காந்திஜி 158
22. காந்திஜி: வரலாற்றுச் சகாப்தம் 167
23. காந்தியார் கொலை: தந்தை பெரியார் வெளியிட்ட உண்மைகள் 176
24. உலக உத்தமர் காந்தியார்: அறிஞர் அண்ணா அஞ்சலி உரை 187
25. காந்தியைக் கொன்றது யார்? நேரு – படேல் மோதல் 196
26. காந்தி கொலை வழக்கு: அப்ரூவர் ஆனான் பாட்கே 204
27. காந்தியைக் கொன்றது ஏன்? கோட்சே வாக்குமூலம் 212

28.	கோட்சேவுக்கு மரண தண்டனை: சாவர்க்கர் விடுதலை	217
29.	காந்தி கொலை: அபுல்கலாம் ஆசாத் வெளியிட்ட உண்மைகள்	226
30.	ஆர்.எஸ்.எஸ். அரசியல் வடிவம் ஜனசங்கம்	235
31.	ஆர்.எஸ்.எஸ். - சங்பரிவார்	241
32.	விஸ்வ ஹிந்து பரிஷத் எனும் தொண்டர் (குண்டர்) படை	248
33.	விஸ்வ ஹிந்து பரிஷத் உருவாக்கும் ஹிந்துத்துவா எழுச்சி மாயை!	256
34.	சங்பரிவாரும் காஷ்மீரமும்	263
35.	காவிகளின் கண்ணை உறுத்திய காஷ்மீர்	272
36.	அரசியலில் ஆர்.எஸ்.எஸ்.	281
37.	பாஜக அரசியல் அடித்தளம் ஆர்.எஸ்.எஸ்.	289
38.	ஆர்.எஸ்.எஸ். - பாஜக: நாணயத்தின் இரு பக்கங்கள்	298
39.	வகுப்புக் கலவரங்களின் மூலவேர் ஆர்.எஸ்.எஸ்.	305
40.	மதக்கலவரங்களில் உயிர்ப்பலிகள்	313
41.	அஸ்ஸாம் 'நெல்லி' படுகொலைகள்	318
42.	பாபர் மசூதியா? இராமர் ஜென்ம பூமியா?	326
43.	இராமர் ஜென்ம பூமி: கற்பிதங்கள்	335
44.	அத்வானியின் இரத யாத்திரை	343
45.	கரசேவைக்குத் தயாரான வி.எச்.பி.	352
46.	1992, டிசம்பர் 6	361
47.	பாபர் மசூதி இடிப்பு: மதச்சார்பின்மைக்கு அறைகூவல்	370
48.	குஜராத் இனப்படுகொலை	379
49.	குஜராத் கொலைக்களம்: இரத்தச் சாட்சியங்கள்	387
50.	குஜராத் கொலையாளிகள் வாக்குமூலம் – 1	396
51.	குஜராத் கொலையாளிகள் வாக்குமூலம் – 2	407
52.	குஜராத் படுகொலைகள்: ஹர்ஷ் மந்தர் ஐ.ஏ.எஸ். சாட்சியம்	419
53.	ஆர்.எஸ்.எஸ். –இன் அடுத்த இலக்கு 'கிறிஸ்தவர்கள்'	427
54.	ஒடிசாவில் இந்துத்துவ வன்முறைகள்	434
55.	ஆஸ்திரேலிய பாதிரியார் எரிப்பு	441
56.	அகதிகளாக்கப்பட்ட 'கிறிஸ்தவர்கள்'	449
57.	மாவோயிஸ்டுகளின் அறிக்கை	457
58.	மத மாற்றங்கள் பற்றிய உண்மைகள்	465
59.	அம்பேத்கருக்கு காவி வண்ணம் பூசும் ஆர்.எஸ்.எஸ்.	473
60.	ஒடுக்கப்பட்டோர் உரிமை: ஆர்.எஸ்.எஸ். உண்மை முகம்	479

61.	கோமாதா அரசியல்!	485
62.	காமராஜரைக் கொலை செய்ய முயற்சி	491
63.	காமராஜர் கொலை முயற்சி: பெரியார் கண்டனம்	500
64.	புனிதப் பசுவின் புனை கதை	508
65.	பௌத்தத்தை அழித்த பார்ப்பனீயம்	516
66.	இந்தியா ஒரே தேசமா?	524
67.	ஆர்.எஸ்.எஸ். –இன் கோட்பாடு: ஒற்றை ஆட்சி	529
68.	ஆர்.எஸ்.எஸ். – சமஸ்கிருதம்	535
69.	வந்தேறிகளின் சமஸ்கிருதம்	541
70.	மோடி அரசின் சமஸ்கிருதமயமாக்கல்	547
71.	சமஸ்கிருத – வேதக்கல்வி வாரியம்	555
72.	இந்தி 'இந்தியா' உருவான வரலாறு	564
73.	மோடி அரசின் இந்தித் திணிப்பு	572
74.	இந்தி ஏகாதிபத்தியம்	582
75.	சமூக நீதிக்கு எதிரான சங் பரிவார்கள்	591
76.	மண்டல் குழு பரிந்துரைகள்	599
77.	மண்டல் எதிர்ப்பு வன்முறைகள்	605
78.	மனு – மண்டல் – மந்திர்	611
79.	பாசிசத்தின் வலைப்பின்னல்	617
80.	இந்துத்துவ பயங்கரவாதிகள் நடத்திய குண்டுவெடிப்புகள்	628
81.	காவி பயங்கரவாதம்	636
82.	இராணுவத்தில் ஆர்.எஸ்.எஸ். ஊடுருவல்	642
83.	காவல்துறைத் தலைவர் ஹேமந்த் கர்கரே கொலை	649
84.	அசீமானந்தா யார்?	656
85.	பழங்குடி கிறிஸ்தவர் மீது தாக்குதல்	664
86.	அசீமானந்தாவின் வாக்குமூலம்	672
87.	சுனில் ஜோஷி கொலை	679
88.	காவி பயங்கரவாதிகள் விடுதலை	687
89.	கரும்பச்சையுடன் கலந்த காவிகள்	695
90.	அரசு நிர்வாகத்தில் புகுந்த ஆர்.எஸ்.எஸ்.	702
91.	ஆர்.எஸ்.எஸ். பிடியில் அதிகார வர்க்கம்	711
92.	வரலாற்றுத் திரிபுகள்	715
93.	12 ஆயிரம் ஆண்டுகளுக்கு முந்தைய இந்தியா!	723

94.	ஆர்.எஸ்.எஸ். –இன் வரலாற்றுக் கண்ணோட்டம்	730
95.	மூன்று இந்தியர்கள்	735
96.	கீழடி அகழாய்வு: அஞ்சும் சனாதனக் கூட்டம்	742
97.	கீழடி தமிழினத்தின் முதல் காலடி	749
98.	அறிவியலும் ஆர்.எஸ்.எஸ். இயக்கமும்	756
99.	மறைக்கப்படும் மாப்ளா கிளர்ச்சி	763
100.	காந்தியத்தை அழிக்கத் துடிக்கும் சனாதனக் கூட்டம்	770
101.	நேரு மரபை அழிக்கச் சதி	780
102.	துண்டாடப்பட்ட 'நேரு'வின் காஷ்மீர்	788
103.	வரலாற்றில் திணிக்கப்படும் இந்துத்துவத் தலைவர்கள்	798
104.	கீதா பிரஸ் கட்டி எழுப்பிய இந்துத்துவக் கோட்டை	807
105.	இந்துத்துவமும் தீண்டாமையும்	816
106.	இந்து குரல்	824
107.	இந்துத்துவ அரசியலும் பெயர் மாற்றமும்	831
108.	இந்துத்துவ ரத்தவெறிக்குப் பலியான அறிவு ஜீவிகள்	839
109.	இந்துத்துவ தோட்டாவுக்குப் பலியான கௌரி லங்கேஷ்	847
110.	சனாதன் சன்ஸ்தா என்னும் கொலைப் பாசறை	854
111.	'இந்துத்துவ எதிர்ப்பாளர்களைக் கொல்வோம்': சனாதன் சன்ஸ்தா	862
112.	கொதித்து எழுந்த இலக்கிய உலகம்	871
113.	சகிப்பின்மைக்கு சவுக்கடி	879
114.	பேராசிரியர் சாய்பாபா கைது	887
115.	சிறைக் கொடுமைகள்	895
116.	மோடிக்கு பகிரங்க கடிதம்	904
117.	பீமா கொரேகான் வழக்கு	911
118.	மனித உரிமைப் போராளிகள் கைது	918
119.	புனையப்பட்ட பொய் வழக்கு	924
120.	பேராசிரியர் ஆனந்த் தெல்தும்டே திறந்த மடல்	929
121.	பாசிசம் பலிகொண்ட அருட்தந்தை ஸ்டேன் சுவாமி	939
122.	இந்துத்துவ பாசிஸ்டுகளின் வேட்டை தொடர்கிறது	948
123.	தீஸ்தா செதல்வாத் கைது	957
124.	தேசத்துரோக வழக்குகள்	965
125.	கும்பல் கொலைகள்	973
	கருவிநூற் பட்டியல்	982

சனாதன சக்திகளைச்
சாய்க்கும் போர் ஆயுதம்

வாய்மையும் வலிமையும் மிக்க திராவிட இயக்கப் போர்க்கலனாய் மிளிரும் எனது ஆருயிர் இளவல் செந்திலதிபன், மறுமலர்ச்சி திராவிட முன்னேற்றக் கழகத்தின் பொருளாளர். உணர்ச்சிப் பிழம்பாக உரையாற்றும் இவரது பேச்சில் இடியின் ஓசை கேட்கும்; மின்னல் தெறிக்கும்; தடையில்லா அருவி தாவிப் பாயும். எதிராளியைத் திணற அடிக்கும் அவர் எடுத்து வைக்கும் வாதங்களும், புள்ளி விவரங்களும் ஒன்றன்பின் ஒன்றாய் அணிவகுக்கும். இந்த வியத்தகு ஆற்றல் அவரது எழுத்திலும் மிளிரும் பாங்கு போற்றுவதற்கு உரியது.

திராவிட இயக்கத்தின் மூலதனமான அடிப்படைக் கோட்பாடுகளில் ஆழ்ந்த புலமையும், தேர்ந்த தெளிவும் மிக்கவரான செந்திலதிபன் தீட்டும் கட்டுரைகள், திராவிட இயக்கத்துக்குக் காலக் கல்வெட்டுக்கள்.

இந்தியாவை ஆக்டோபஸ் கரங்களால் சூழ்ந்துள்ள 'காவி' சித்தாந்தம் எப்படி விதையாக விழுந்து இன்று விருட்சமாக அச்சுறுத்திக் கொண்டு இருக்கிறது என்பதை நாட்டுக்குச் சொல்ல, மறுமலர்ச்சி திராவிட முன்னேற்றக் கழகத்தின் அதிகாரபூர்வ வார ஏடான 'சங்கொலி'யில் 16.11.2018 இதழிலிருந்து 'படேல் சிலை; இந்து ராஷ்டிர கனவுச் சின்னம்' என்னும் கட்டுரைத் தொடரை தம்பி செந்திலதிபன் எழுதத் தொடங்கினார். கடந்த நான்கு ஆண்டுகளாக அவரது தொடர் கட்டுரை சங்கொலியில் வெளிவருகிறது. 150 வாரங்களுக்கும் மேலாக இந்துத்துவ சனாதன சங் பரிவாரின் வரலாற்றை அதன் தொடக்கக் காலத்திலிருந்து, 1920-களிலிருந்து செந்திலதிபன் தொகுத்து அளித்துள்ளார்.

இந்து மகா சபை, ஆர்.எஸ்.எஸ்., இந்துத்துவ அமைப்புகளின் சங்கிலித் தொடரான கிளைகள், ஆர்.எஸ்.எஸ். உருவாக்கி உள்ள கட்டமைப்பு, பாரதிய ஜனசங்கத்தின் தோற்றம், பாஜக உருவான விதம், இந்துமத வாதத்திற்கு வித்திட்ட ஆர்.எஸ்.எஸ்., சங் பரிவார் அமைப்புகளின் பின்னணியில் இந்தியா சந்தித்த வன்முறை மதக் கலவரங்கள் பற்றியெல்லாம் மிக விரிவாக அலசி ஆராய்ந்து செந்திலதிபன் தனது கட்டுரைத் தொடரில் எழுதி வந்தார்.

செந்திலதிபன் சங்கொலிக் கட்டுரைகள் பொள்ளாச்சி 'எதிர் வெளியீடு' மூலம் சுமார் ஆயிரம் பக்கங்கள் கொண்ட 'இந்துத்துவப் பாசிசம்:

வேர்களும் விழுதுகளும்' என்ற நூலாக வெளிவருவது இன்றைய காலக்கட்டத்திற்கு தேவையான ஒன்று.

ஏனெனில் 2014இல் நரேந்திர மோடி தலைமையில் ஆட்சிப்பீடம் ஏறிய பாஜக, கடந்த எட்டு ஆண்டுகளாக இந்தியாவின் பன்முகத் தன்மையைச் சீர்குலைக்கவும், பல்வேறு தேசிய இனங்களின் மொழி, இன, பண்பாட்டு உரிமைகளைப் பறித்து சிதைக்கவும் முனைப்புடன் மூர்க்கத்தனமாக செயல்பட்டு வருகிறது.

ஒரே நாடு; ஒரே மொழி; ஒரே மதம்; ஒரே பண்பாடு என்று இந்தியாவை ஒரு குடையின்கீழ் கொண்டு வந்து 'இந்து ராஷ்டிரா'வை உருவாக்குவதற்கு ஆட்சி அதிகாரத்தைப் பாஜக பயன்படுத்தி வருகிறது. அதற்கு பின்னணியில் அல்ல, முன்னணியில் இருந்தே ஆர்.எஸ்.எஸ்., சங் பரிவார் அமைப்புகள் மோடி அரசின் ஆட்சி லகானைக் கைப்பிடிக்குள் வைத்து இயக்கிக் கொண்டிருக்கின்றன.

இந்நிலையில்தான் செந்திலதிபன் எழுதி உள்ள இந்நூல், இந்துத்துவப் பாசிசம் வேரோடிய வரலாற்றைத் தெளிவாகப் படம் பிடித்துக் காட்டுகிறது.

இந்திய விடுதலை இயக்கத்தின் பிதாமகன் மகாத்மா காந்தியாரை சனாதனக் கும்பல் எப்படி குறிவைத்து தீர்த்துக் கட்டியது என்பதை செந்திலதிபன் நிகழ்வுகளை நிரல்படுத்தி தெளிவுபட இந்நூலில் விளக்கியுள்ளதைப் படிக்கும்போது நமக்கு அதிர்ச்சியையும் வேதனையையும் தருகிறது. இந்துத்துவ சனாதனிகளின் சதித் திட்டத்திற்கு உடந்தையாக இருந்த சாவர்க்கர் பற்றி நாம் அறியாத பல தகவல்களை அள்ளி வழங்கி இருக்கிறார்.

மகாத்மா காந்தியின் கொலைச் சதியில் சாவர்க்கர் எப்படி துணையாக இருந்தார் என்பதற்கு ஆதாரங்களையும் ஆவணங்களையும் இந்நூலில் செந்திலதிபன் துருவி ஆராய்ந்து எடுத்துக்காட்டி உள்ளார்.

மகாத்மா காந்தி கொலையில் குற்றவாளிகளான நாதுராம் விநாயக் கோட்சே, நாராயண் ஆப்தே இருவரும் தூக்கிலிடப்பட்டனர். இவர்கள் இருவரும் சாவர்க்கருடன் நெருக்கமாக இருந்ததை வரலாற்று ஆவணங்களுடன் சுட்டிக்காட்டி உள்ளார்.

மகாத்மா காந்தி கொலை வழக்கிலிருந்து சாவர்க்கர் விடுதலை செய்யப்பட்டதாலேயே அவருக்கு இந்தக் கொலையில் தொடர்பு இல்லை என்று உறுதியாக எவராலும் கூற முடியாது என்பதை அழுத்தம் திருத்தமாகப் பதிவு செய்துள்ள செந்திலதிபன், காந்தியார் கொல்லப்பட்டு 20 ஆண்டுகள் கழித்து உச்ச நீதிமன்ற முன்னாள் நீதிபதி ஜீவன்லால் கபூர் தலைமையில் அமைக்கப்பட்ட ஒரு விசாரணை

ஆணையம் காந்திஜி கொலைப் பற்றிய சதிகள் குறித்து வெளியிட்ட அறிக்கையை ஆதாரமாகக் கட்டுகிறார்.

1966, பிப்ரவரி 26இல் சாவர்க்கர் இயற்கை எய்தி விட்டார். நீதிபதி ஜீவன்லால் கபூர் விசாரணை ஆணையம் காந்திஜி கொலைச் சதி பின்னணி பற்றி விசாரணை நடத்தி தனது அறிக்கையை 1969 செப்டம்பர் 30ஆம் நாள் அளித்தது.

கபூர் விசாரணை ஆணையத்தின் அறிக்கை, சாவர்க்கருக்கு காந்திஜி கொலையாளிகளுடன் இருந்த தொடர்பை வெட்டவெளிச்சம் ஆக்கியது.

சாவர்க்கரின் மெய்க்காப்பாளர் ஏ.ஆர். காசர் மற்றும் அவரது தனிச் செயலாளர் ஜி.வி. டாம்லே இருவரும் கோட்சே, ஆப்தே இருவரும் சாவர்க்கருடன் கொண்டிருந்த நெருக்கமான தொடர்புகளை கபூர் விசாரணை ஆணையத்திடம் அளித்த நேரடி சாட்சியத்தில் பகிரங்கமாகக் கூறி உள்ளனர்.

நீதிபதி ஜீவன்லால் கபூர் தனது விசாரணை அறிக்கையின் முடிவாக 'எல்லாத் தகவல்களையும் ஒன்று சேர்த்துப் பார்த்தால் மற்ற எல்லா ஊகங்களும் அடிபட்டுப் போகும். சாவர்க்கரும் அவரது குழுவும்தான் காந்தியைக் கொலை செய்ய சதி தீட்டியவர்கள் என்பது தெளிவாகும்' என்று உறுதிபட கூறி இருக்கிறார்.

ஆனால், இந்த விசாரணை ஆணையத்தின் அறிக்கை வெளிவந்தபோது சாவர்க்கர் உயிரோடு இல்லை. அவரை இந்துத்துவ சனாதனக் கும்பல் புனிதர் ஆக்கியது மட்டுமல்ல; நாடாளுமன்றத்திலும் சாவர்க்கர் படத்தைத் திறந்து வைத்துள்ளது.

ஆர்.எஸ்.எஸ்., சங் பரிவாரக் கூட்டமும், பாஜகவும் சாவர்க்கரை 'தேசபக்த திலகமாக'த் தூக்கிப் பிடித்துக் கொண்டு இருக்கும் வேளையில் செந்திலதிபன் எழுதி உள்ள இந்நூல் சாவர்க்கரின் முகத்திரையைக் கிழித்து எறிகிறது.

பாபர் மசூதி இடிப்பு, காஷ்மீர் மாநிலம் துண்டாடப்பட்ட நிலைமை, அத்வானியின் ர(த்)த யாத்திரை, மண்டல் கமிஷன் அறிக்கைக்கு எதிராக 'கமண்டலம்' ஏந்திய காவிக் கும்பல் நடத்திய திட்டமிட்ட கலவரங்கள், சமூகநீதிக்குத் தோண்டப்பட்டு வரும் சவக்குழி, சிறுபான்மை இஸ்லாமியர்-கிறிஸ்தவர்கள் மற்றும் தலித் மக்கள் மீது சங் பரிவார் நடத்தி வரும் கொடூரத் தாக்குதல்கள், இந்துத்துவ சித்தாந்த எதிர்ப்பாளர்கள் படுகொலைகள், சிறையில் அடைக்கப்பட்டுக் கிடக்கும் சிந்தனையாளர்கள், மனித உரிமைச் செயல்பாட்டாளர்கள் போன்றவற்றை செந்திலதிபன் தனது எழுச்சியூட்டும் எழுத்து நடையால் நம் கண் முன்னே சித்திரமாக வரைந்து காட்டி இருக்கிறார்.

'இந்துத்துவப் பாசிசம்: வேர்களும் விழுதுகளும்' என்ற நூல், இந்துத்துவ சனாதனக் கூட்டத்தின் ஆட்டத்தை வீழ்த்த ஒவ்வொருவரும் ஏந்த வேண்டிய போர் ஆயுதம் ஆகும். இந்தியாவில் இந்து ராஷ்டிரத்துக்கு எதிராகக் களத்தில் நிற்கும் ஜனநாயகக் காவலர்கள் கையில் வாளாகவும் கேடயமாகவும் விளங்கும் நூலைப் படைத்த செந்திலதிபன் இன்னும் இதுபோன்ற ஆய்வு நூல்களைப் படைத்து, தமிழ்கூறும் நல்லுலகத்திற்கு அளிக்க விழைகிறேன்; பாராட்டுகளை - வாழ்த்துகளைத் தெரிவிக்கிறேன்.

06-06-2023

பாசமுள்ள,
வைகோ, எம்.பி
பொதுச் செயலாளர்
மறுமலர்ச்சி திராவிட முன்னேற்றக் கழகம்

அணிந்துரை

மு. செந்திலதிபன் மறுமலர்ச்சி திராவிட முன்னேற்றக் கழகத்தின் முன்னணித் தலைவர்களில் ஒருவர்.

ஆற்றல்மிகு பேச்சாளர், எழுத்தாளர்.

இந்திய வரலாற்றில் இந்துத்துவ சனாதன சங்பரிவார் அமைப்புகளின் தோற்றம், வளர்ச்சி, எழுச்சி, காந்தியார் படுகொலை ஆகியன பற்றி 'சங்கொலி'யில் அவர் எழுதிய தொடர் கட்டுரைகள், 'இந்துத்துவப் பாசிசம்: வேர்களும் விழுதுகளும்' எனும் புத்தகமாக வெளிவந்திருக்கிறது.

தேசிய இனங்களின் தனித்துவமான மொழி, இன, பண்பாட்டு அடையாளங்களைச் சிதைத்து, ஒற்றை இந்து கலாச்சாரத்தை உருவாக்கத் துடிக்கும் மதவாத சக்திகளை வீழ்த்தும் அறிவாயுதம் இப் புத்தகம்.

மதச்சார்பற்ற அணி வெல்லவும், ஜனநாயகம் தழைக்கவும், சமூக நீதி நிலைக்கவும் இந்நூல் பெரிதும் உதவும்.

984 பக்கங்களைக் கொண்ட இப் புத்தகம் மிகச் சிறந்த ஆவணம்; உண்மைகளை உலகிற்கு உணர்த்தும் பெட்டகம்.

நாட்டின் பன்முகத்தன்மைக்கும் மதச்சார்பின்மைக்கும், ஜனநாயகத்திற்கும் ஆபத்து சூழ்ந்திருக்கும் இவ் வேளையில், இப்புத்தகம் வெளிவந்திருப்பது உரிய காலத்தில் கிடைத்த கொடை என்று கொண்டாடலாம்.

உணர்ச்சி ததும்பும் எழுத்துகள்; அதே சமயம் எளிய நடை; தேவையான புள்ளி விவரம்; வரலாற்றைச் சுவையாக விவரிக்கும் பாங்கு; செய்திகளின் ஊடே 'நறுக்' என்று குட்டும் எள்ளல்- இவை இந்நூலின் தனித் தன்மை! ஏராளமான தகவல்களைத் தன்னகத்தே கொண்ட செந்திலதிபன் புத்தகம், சம்பவங்களை விவரிக்கும் போது கொள்கையை விதைக்கிறது; மதவாத சக்திகளுக்கு எதிராகப் போராடும் உணர்வைத் தூண்டுகிறது.

குஜராத்தில் அமைக்கப்பட்டிருக்கும் வல்லபபாய் பட்டேலின் பிரமாண்டமான சிலை பற்றிய செய்தியுடன் நூலினைத் தொடங்கும்

செந்திலதிபன், அதற்கான காரணத்தை புத்தகம் முழுவதும் அடுக்கிக் கொண்டே செல்கிறார்.

இப்புத்தகம் ஆர்.எஸ்.எஸ். பற்றி முழுமையாகப் புரிந்து கொள்ள பெரிதும் உதவுகிறது. ஆர்.எஸ்.எஸ். தோற்றம், சாவர்க்கரின் கோழைத்தனம், அவருடைய இரட்டை வேடம், அவர்தம் மதவெறிச் சிந்தனைகளைத் தெளிவாக எடுத்துரைக்கிறது.

ஆர்.எஸ்.எஸ்.காரர்கள் சிவாஜியைக் கொண்டாட, அதே காலகட்டத்தில் அண்ணா, சிவாஜி கண்ட இந்து ராஜ்யத்தை மக்கள் மனதில் விதைத்து, 'ஆரியம் விதைக்காது விளையும் கழனி' என்பதைப் பதிய வைத்ததை செந்திலதிபன் ஒப்பிட்டு எழுதியிருப்பது வாசகர்கள் இது 'பெரியார் மண்' என்பதை உணர்ந்து கொள்ளப் பெரிதும் உதவும்.

ஆர்.எஸ்.எஸ். கூட்டத்திற்கு தேச பக்தி என்றால் அது இந்துத்துவா பக்திதான் என்பதை வரலாற்றுப் பக்கங்களிலிருந்து தொகுத்து உரைக்கும் செந்திலதிபன், 'இந்து - இந்தி - இந்தியா' என்னும் அடையாளத்தை ஆரிய சமாஜம் கட்டி எழுப்பியிருந்தாலும், ஆர். எஸ்.எஸ். வளர்ச்சி பெறுவதற்கு இஸ்லாமியர்கள், கிறிஸ்துவர்கள் மீதான வெறுப்புணர்ச்சி பிரதானமாயிருந்ததை பட்டியலிட்டுக் காட்டியிருக்கிறார்.

இந்தியா பல்வேறு தேசிய இனங்களின் தொகுப்பு; பல பண்பாடுகள், பல்வேறு பழக்க வழக்கங்களைக் கொண்ட மக்கள் வாழும் நாடு என்பதை ஏற்றுக் கொள்ளாத ஆர்.எஸ்.எஸ்., பூகோள ரீதியான தேசியம் என்கிற இயல்பான கோட்பாட்டை நிராகரித்து, கலாச்சார தேசியம் என்பதை உருவாக்க வேண்டும் என்பதற்குப் பாடுபடுவதையும், இந்தியைத் திணிப்பதையும் சமஸ்கிருதத்தை உயர்த்திப் பிடிப்பதையும் தெளிவுபடுத்துகிறது இந்நூல்.

ஹெட்கேவர், அடுத்த ஆயுட்காலத் தலைவராக கோல்வால்கரை நியமிக்கிறார். கோல்வால்கரின் தத்துவங்கள் ஜெர்மனிய ஹிட்லரின் பாசிசக் கோட்பாடுகளுடன் ஒரே நேர்கோட்டில் பயணம் செய்வதை செந்திலதிபன் இந்நூலில் நிறுவியிருப்பது சிறப்பு.

வர்ணாசிரம கலாச்சாரமே இந்துக் கலாச்சாரம் என்று உரைக்கும் கோல்வால்கர், இங்கு வாழும் இஸ்லாமியர்களையும் கிறிஸ்துவர்களையும் ஆக்கிரமிப்பாளர்கள் என்றும், ஊடுருவல்காரர்கள் என்றும், வெளியிலிருந்து வந்தவர்கள் என்றும் வசை பாடும் கோல்வால்கர் எழுதிய புத்தகத்தின் பெயர் 'சிந்தனைக் கொத்து' (ஞான கங்கை). அது 'சிந்தனைக் கொழுப்பு' என்று சாடி இருப்பது பொருத்தமானது.

அய்.நா.வின் அங்கீகாரத்தையெல்லாம் பொருட்படுத்தாமல் ஈரானிலிருந்து பர்மா வரை திபெத்திலிருந்து இலங்கை வரை அகண்ட பாரத கனவை கோல்வால்கர் வெளிப்படுத்தியதையும், ஆதாரம் கேட்டால் மகாபாரதக் கதையை எடுத்து விடுவதையும் இந்நூல் நயமாகச் சுட்டுகிறது.

சங்பரிவாரக் கும்பல் இந்தியா என்ற சொல்லைப் பயன்படுத்தாமல் பாரதம் என்ற சொல்லைப் பயன்படுத்துவதன் நோக்கத்தையும் நூலாசிரியர் தெளிவுபடுத்தியிருக்கிறார்.

ஆர்.எஸ்.எஸ். ஊழியர்களின் திறமை, கட்டுப்பாடு, துணிச்சல், உழைப்பு பற்றி ஒருவர் காந்தியிடம் பாராட்டிச் சொன்னபோது ‘ஹிட்லருடைய நாஜிகளும் முசோலியின் பாசிஸ்டுகளும் அப்படிப்பட்ட திறமைசாலிகள்தான் என்பதை மறக்க வேண்டாம்’ என்று அறிவுறுத்தியவர் காந்தியார்.

காந்தி, இந்துத்துவத்திற்கு எதிராகக் கொண்டிருந்த கருத்துகளையும், மதவெறிக்கு எதிராக எடுத்த நிலைப்பாட்டினையும் விளக்கும் இந்நூல் மதச்சார்பற்ற அரசே காந்தியின் கனவு என்பதையும் எடுத்துரைக்கிறது.

காந்தியைக் கொலை செய்திட இந்துத்துவ மதவெறிக் கும்பல் சுமார் பத்து முறை முயற்சித்ததையும்,

1948 ஜனவரி 20 அன்று காந்தியைக் கொலை செய்ய நடந்த முயற்சியையும், ஜனவரி 30 அன்று காந்தி படுகொலை செய்யப்பட்ட நிகழ்ச்சியையும் மணி வாரியாக மணி மணியாகப் பதிவு செய்திருக்கிறார்.

காந்தி மறைந்த போது பெரியார் வெளியிட்ட இரங்கல் அறிக்கை,

பெரியார் நிகழ்த்திய வானொலி உரை,

07.02.1948 ‘குடிஅரசு’ இதழில், ‘காந்தியார் முடிவு’ என்ற தலைப்பில் தந்தை பெரியார் எழுதிய தலையங்கம்,

காந்தியாருக்கு நினைவுச் சின்னம் அமைப்பது குறித்து 14.02.1948 அன்று, காங்கிரஸ் செயற்குழுவுக்கும், ஜவஹர்லால் நேரு, ராஜகோபாலாச்சாரியார், வல்லபபாய் பட்டேல், டாக்டர் ராஜேந்திர பிரசாத், ஜெயப்பிரகாஷ் நாராயணன் முதலியவர்களுக்கும் பெரியார் எழுதிய மடல்,

அண்ணா ஆற்றிய அஞ்சலி உரை ஆகியனவும் இந்நூலில் பதிவு செய்யப்பட்டிருப்பது, இளைஞர்கள் வரலாற்றை உணர்ந்து கொள்ளப் பெரிதும் உதவும்.

காந்தி கொலை தொடர்பாக நடைபெற்ற நேரு - பட்டேல் கடிதப் போக்குவரத்து, நேருவின் தெளிவான பார்வை ஆர்.எஸ்.எஸ்., இந்து மகாசபைக்கு ஆதரவாகச் செயல்பட்ட பட்டேலின் நடத்தை முதலியனவற்றை விவரித்த பின், குஜராத்தில் பட்டேல் சிலை திறக்கப்பட்டதை நினைவூட்டுவது செந்திலதிபனின் எழுத்தாற்றலுக்கு, கருத்துகளை மனதில் பதியச் செய்யும் கலையில் தேர்ந்தவர் என்பதற்குச் சான்றாகும்.

பிரிட்டிஷ் அரசிடம், பலமுறை மன்னிப்புக் கடிதம் எழுதிக் கொடுத்து விடுதலை பெற்ற 'வீர' சாவர்க்கர், காந்தியாரைச் சுட்டுக் கொன்ற வழக்கில் சிக்குகிறார். பிறழ் சாட்சி, காணாமல் போன சில ஆவணங்கள் மூலம் விடுதலையாகிறார். காந்தியார் கொலை வழக்கில் சாவர்க்கர் தொடர்பை உறுதி செய்யும் திகம்பர பாத்கே வாக்குமூலத்தை இணைத்திருப்பதுடன், காந்தி கொலைக்கு சாவர்க்கர் [illegible]த்துக் கூறிய தகவலும் இந்நூலின் மூலம் அறிய முடிகிறது.

நீதிமன்றத்தில் கோட்சே வாசித்த 92 பக்க வாக்குமூலத்தின் முக்கிய பகுதி, 'மானிட வர்க்கத்தின் நலனுக்காகவே இந்தக் கொலையைச் செய்தேன். இந்தச் செயல் முற்றிலும் இந்து தர்மம், பகவத் கீதையை அடிப்படையாகக் கொண்டதுதான்' என்பதைச் சுட்டிக் காட்டும் தோழர் செந்திலதிபன், இத்தகைய அரசியல் சித்தாந்த அறிக்கையைத் தயாரிக்கும் அளவுக்கு கோட்சே அறிவு கொண்டவன் அல்ல என்ற வரலாற்று உண்மையையும் வாசகர்களுக்கு அறிவிக்கிறார்.

காந்தி கொலை வழக்கு நடைபெற்ற போது குற்றவாளிகளுடன் நீதிமன்றத்தில் அமர வைக்கப்பட்ட சாவர்க்கர், வழக்கு விசாரணை முழுவதும் தன்னுடைய பார்வையை கோட்சே பக்கம் திருப்பவே இல்லை என்பதையும், வழக்கில் தீர்ப்பு வாசிக்கப்பட்டவுடன் தண்டிக்கப்பட்ட குற்றவாளிகள் அனைவரும் சாவர்க்கர் காலடியில் விழுந்து வணங்கியதையும்,

காந்தி கொலையில் சாவர்க்கருக்கு உள்ள தொடர்பை உறுதிப்படுத்தும் நீதிபதி ஜீவன்லால் கபூர் விசாரணை ஆணையம் வெளியிட்ட அறிக்கையையும், காந்தி கொலையில் பட்டேலின் பொறுப்பற்ற தன்மை குறித்து, டாக்டர் ராஜேந்திர பிரசாத், மவுலானா அபுல் கலாம் ஆசாட், ஜெயப்பிரகாஷ் நாராயணன் கூறிய கருத்துகளையும்,

காந்தி கொலைக்குப் பின் ஆர்.எஸ்.எஸ். தடை செய்யப்படுகிறது. தடையை நீக்குமாறு கோல்வால்கர் வேண்டுகோள் வைக்கிறார். 'தடையை நீக்க முடியாது; ஆர்.எஸ்.எஸ். தேச விரோத அமைப்பு' என்றார் நேரு; தடையை நீக்கினார் பட்டேல் என்ற வரலாற்றையும் இந்நூலில் ஒரு சேர வாசித்து உண்மையை உணரலாம்.

அரசியலில் மத வெறியைப் பரப்ப பாரதிய ஜனசங்கம் தொடங்கப்பட்டதையும், அதன் சேயாக பாரதிய ஜனதா கட்சி திகழ்வதையும், பாரதிய ஜனதா கட்சியின் இதயமாகவும் மூளையாகவும் ஆர்.எஸ்.எஸ். திகழ்வதையும், ஆர்.எஸ்.எஸ். அமைப்பின் பன்முகங்களாக இருக்கின்ற பட்டியலையும், அவற்றின் செயல்பாடுகளையும், சங் பரிவாரங்கள் நடத்தும் ஏடுகளையும், தொலைக்காட்சிகளையும், புத்தகத்தில் எடுத்துரைப்பதை முற்போக்கு சக்திகள் கவனத்தில் கொள்ள வேண்டிய ஒன்றாகும்.

இஸ்லாமிய வெறுப்பு தூண்டப்படுவதையும், மக்களின் உணர்வுகளைத் தட்டி எழுப்ப ரத யாத்திரைகள் நடத்துவதையும், ஒவ்வொருவரும் ஏதாவது ஒரு வகையில் உதவ வேண்டும் எனும் தந்திரத்துடன் ஒரு செங்கல், ஒரு ரூபாய் அல்லது ஒரு பாட்டில் புனித நீர் என்று பக்தி பணமாக மாற்றப்படுவதையும் வெளிச்சம் போட்டுக் காட்டுகிறார் செந்திலதிபன்.

ஜனதா கட்சியின் தோற்றம், வெற்றி,

ஜன சங்கத்தைச் சேர்ந்தவர்கள் 98 பேர் நாடாளுமன்ற உறுப்பினராகத் தேர்வு செய்யப்பட்டமை,

பிறகு பாரதிய ஜனதா கட்சி தோற்றுவிக்கப்பட்ட வரலாறு,

மண்டல் குழுப் பரிந்துரைகள் நடைமுறைக்கு வந்தது, வி.பி.சிங் ஆட்சியைக் கவிழ்த்தது,

எல்.கே. அத்வானியின் ரத யாத்திரை,

பாபர் மசூதி இடிப்பு,

பாரதிய ஜனதா கட்சி ஆட்சியைப் பிடித்த வரலாறு,

காஷ்மீர் மாநிலத்திற்கு வழங்கப்பட்டு வந்த சிறப்பு உரிமைச் சட்டமான 370 மற்றும் 35 ஏ சட்டப் பிரிவு இரண்டும் நீக்கப்பட்டமை-

என்று அரை நூற்றாண்டு வரலாற்றைக் கண்முன்னே கொண்டு வந்து நிறுத்துகிறது இந்நூல்.

இந்தியாவில் வகுப்புக் கலவரங்களுக்கும், மதக் கலவரங்களுக்கும் அடிப்படையாக இருப்பது ஆர்.எஸ்.எஸ்., இந்துத்துவா, சங்பரிவாரங்கள் என்பதை பல விசாரணை ஆணையங்களின் முடிவுகளை ஆதாரமாக எடுத்துத் தருகிறார்.

2002ஆம் ஆண்டு நடைபெற்ற குஜராத் படுகொலைகள், கிறிஸ்துவர்களுக்கு எதிராக சங் பரிவார் நடத்திய தாக்குதல்கள்,

அம்பேத்கரை இந்துத்துவ ஆதரவாளராகச் சித்தரிக்க முயலும் சங்பரிவாரின் பிரச்சாரம்,

காமராஜரை டெல்லியில் கொலை செய்ய நடைபெற்ற முயற்சி,

தந்தை பெரியாரின் கண்டனம்,

மாட்டிறைச்சி உண்ட பார்ப்பனர்கள்,

'பசு வழிபாடு' நிலைக்கு மாற காரணம், பவுத்தம்

என்பதையெல்லாம் செந்திலதிபன் இந்நூலில் விவரித்திருக்கிறார்.

சமூக நீதி வரலாற்றை,

இந்திய அரசியலமைப்புச் சட்டத்தின் முதல் திருத்தத்தை,

சமூக நீதிக்கு எதிரான சதித்திட்டமாகிய உயர் ஜாதி ஏழைகளுக்கு(?) இட ஒதுக்கீட்டை விளக்குகிறது இந்நூல்.

ஆர்.எஸ்.எஸ். அமைப்பு பற்றியும், அது நடத்திய வன்முறைகளையும், வரலாற்றைத் திரித்து எழுதுவதையும்,

கீழடி அகழாய்வு தமிழர்களின் நவநாகரிக சமூக அமைப்பை வெளிப்படுத்துவதால் இருட்டடிப்பு செய்வதையும், மூடநம்பிக்கைகளைக் கேள்விக்கு உட்படுத்தும் பகுத்தறிவாளர்கள் சங்பரிவாரங்களினால் படுகொலை செய்யப்படுவதையும் இந்நூல் விரிவாக எடுத்துரைக்கிறது.

நூலாசிரியர் செந்திலதிபன் கொள்கை மறவர். திராவிட இயக்கச் சிந்தனைகளை நெஞ்சில் பதித்தவர். புத்தக வாசிப்பை நேசிப்பவர். கடும் உழைப்பை நல்கி இந்நூலை உருவாக்கியிருக்கிறார். இது வெறும் எழுத்துகள் அடங்கிய நூல் அல்ல; நாட்டுக்கு ஆற்றியுள்ள அருந்தொண்டு! நூல்களின் ஆதிக்கத்தையும் வஞ்சகத்தையும் அறுத்தெறியும் 'நூல்' இது! மதவெறி வீழ்ந்து மனித நேயம் செழிக்க, சனாதனம் அழிந்து சமத்துவம் தழைக்க இப்புத்தகம் எங்கும் பரவட்டும்! பாராட்டுகள்- வாழ்த்துகள்!

தங்கள் அன்புள்ள,

03-03-2023 **கி.வீரமணி**

தலைவர்,

திராவிடர் கழகம்.

1

படேல் சிலை: இந்துராஷ்டிர கனவு சின்னம்

அக்டோபர் 31, 2018, சர்தார் வல்லபபாய் படேலின் 143-ஆவது பிறந்தநாளன்று, பிரதமர் நரேந்திர மோடி, குஜராத்தில் படேலின் சிலையைத் திறந்து வைத்தார். உலகிலேயே மிக உயரமான சிலை, அதாவது 597 அடி; 182 மீட்டர் உயரம். சுமார் 2,989 கோடி ரூபாய் செலவில் இந்த சிலை அமைக்கப்பட்டு இருக்கிறது. மற்ற கட்டுமானங்களையும் கணக்கிட்டால் 3000 கோடி ரூபாய்.

குஜராத் மாநிலத்தில் உள்ள நர்மதை ஆற்றின் சர்தார் சரோவர் அணையிலிருந்து 3.5 கி.மீ. தொலைவில் உள்ள ஆற்றுத் தீவு சாதுபேட் என்ற இடத்தில் படேல் சிலை நிறுவப்பட்டுள்ளது.

அமெரிக்காவில் நியூயார்க் நகரில் உள்ள புகழ் பெற்ற சுதந்திர தேவி சிலையின் உயரம் 93 மீட்டர்; சீனாவில் உள்ள புத்தர் சிலையின் உயரம் 153 மீட்டர். அமெரிக்காவையும், சீனாவையும் பொருளாதாரத்தில், தொழில் துறையில், மனித ஆற்றல் மேம்பாட்டில் பின்னுக்குத் தள்ள முடியாத இந்தியா, 182 மீட்டர் உயரமுடைய படேல் சிலையை அமைத்ததின் மூலம் அமெரிக்கா, சீனாவையே விஞ்சி விட்டது.

டிசம்பர் 19, 2015இல் படேல் சிலை அமைப்புப் பணிகள் தொடங்கப் பெற்று 34 மாதங்களில் சிலை நிறுவப்பட்டிருக்கிறது. உயரமான சிலைகளை அமைக்கப் பின்பற்றப்படும் விதிகளிலிருந்து மாறுபட்ட வடிவமைப்பு; அடித்தளம் குறுகியும் மேலே செல்லச் செல்ல விரிந்தும் உள்ளது. படேல் நடப்பது போன்று சிலை வடிவமைக்கப்பட்டுள்ளது. இரு கால்களுக்கு இடையில் 6.4 மீட்டர் இடைவெளி உள்ளது. மணிக்கு 180 கி.மீ. வேகத்தில் காற்று வீசும் நர்மதை ஆற்றுத் தீவான சாது பேட்டில், காற்றின் வேகத்துக்கு ஈடு கொடுக்கும் வகையில் சிலை அமைக்கப் பட்டிருப்பதாகவும் இன்னும் பற்பல சிறப்புகள் உள்ளன என்றும் பட்டியல் போட்டு ஏடுகள் 'சிலாகித்து' எழுதி இருக்கின்றன. உலகில் உயரமான சிலை படேலுக்கு அமைக்கப்பட்டுள்ளது என்று 'ஊடகங்கள்' வெளிச்சம் போட்டுக் காட்டியுள்ளன.

சர்தார் வல்லபபாய் படேல் சிலைக்கு 'ஒற்றுமைக்கான சிலை' (*Statue of Unity*) என்ற 'நாமகரணம்' (?) சூட்டியிருக்கிறார் பிரதமர் மோடி.

விடுதலை பெற்ற இந்தியாவில், பண்டித ஜவஹர்லால் நேருவின் அமைச்சரவையில் இரண்டாவது நிலையில் உள்துறை அமைச்சர் பொறுப்பிலும், இந்தியாவின் முதல் துணைப் பிரதமர் பொறுப்பிலும் இருந்தவர் படேல். 1947 முதல் 1950 வரை பதவி வகித்த வல்லபபாய் படேல் 'தலைவர்' என்ற அடைமொழியைக் குறிக்கும் வகையில் 'சர்தார்' எனவும், 'இரும்பு மனிதர்' என்றும் அழைக்கப்பட்டார் என்று வரலாற்றுப் பாடநூல்களின் மூலம் அறியப்படுகிறார்.

குஜராத் மாநிலத்தில் பிறந்தவர் என்பதால் படேலுக்கு புகழ் சூட்டச் சிலை எழுப்புகிறோம் என்று அப்போதைய குஜராத் முதலமைச்சராக பொறுப்பு வகித்த நரேந்திர மோடி, நர்மதை ஆற்றின் சர்தார் சரோவர் அணைக்கு அருகில் படேல் சிலைக்கு 2014ஆம் ஆண்டு அடிக்கல் நாட்டினார்.

படேல் சிலை ஏன்?

படேல் சிலையைத் திறந்து வைத்து உரையாற்றிய பிரதமர் மோடி,

"உலகின் உயரமான இந்தச் சிலை, இந்தியாவைப் பல ஆண்டுகளாக உடைக்க சிலர் மேற்கொண்ட சதித் திட்டத்தை முறியடித்த சர்தார் படேலின் துணிச்சலை வருங்காலச் சந்ததியினருக்கும் இந்த உலகத்திற்கும் நினைவுபடுத்தும்; ஒற்றுமைக்கு ஆதாரமாக இது விளங்குகிறது. இந்த உணர்வுடன் 'ஒரே இந்தியா, உயர்வான இந்தியா'வை உருவாக்க வேண்டும் என்ற கனவுடன் நாம் வீறுநடை போட வேண்டும்.

இன்றைய ஒன்றுபட்ட இந்தியாவுக்கு சர்தார் படேல்தான் முக்கிய காரணம்; அன்று இந்திய ஒற்றுமைக்காக படேல் பாடுபடாமல் இருந்திருந்தால், 'ஜூனகத்' வனப் பகுதியில் உள்ள சிங்கங்களைப் பார்க்கவும், குஜராத்தில் உள்ள சோமநாதர் ஆலயத்தில் வழிபடவும், ஹைதராபாத்தில் உள்ள சார்மினாரைப் பார்க்கவும் 'விசா' தேவைப்பட்டிருக்கும்.

தத்துவ ஞானி கவுடில்யரின் அரசியல் தந்திரமும் போரில் சிறந்து விளங்கிய சிவாஜியின் வீரமும் சர்தார் படேலிடம் ஒருங்கே அமையப் பெற்றிருந்தது. படேல் காட்டிய பாதையில் நாடு பயணிக்கிறது. பூகோள ரீதியாக அவர் நாட்டை ஒருங்கிணைத்தார்; ஜி.எஸ்.டி மூலம் பொருளாதார ரீதியாக நாம் நாட்டை இணைத்துள்ளோம்," என்று படேலுக்குப் புகழாரம் சூட்டியுள்ளார்.

நாட்டின் விடுதலைக்குப் பின்னர் யூனியன் ஜாக் கொடி இறக்கப்பட்டு மூவர்ணக் கொடி பட்டொளி வீசிப் பறக்கத் தொடங்கியபோது, இந்தியாவுடன் இணைய மறுத்து மன்னராட்சியின் கீழ் 'தனி

ஆவர்த்தனம்' வாசித்துக் கொண்டிருந்த ஐநூறு சமஸ்தானங்களை இந்தியாவுடன் இணைத்த 'சமர்த்தர்' சர்தார் வல்லபபாய் படேல் என்பதும், அதற்கு அவர் 'சாம, தான, பேத, தண்ட' முறைகளைக் கையாண்டவர் என்பதும் நாட்டுக்குத் தெரியாத கமுக்கச் செய்தி (இரகசியம்) ஒன்றும் இல்லை.

படேல் சிலையைத் திறந்து வைத்து ஆற்றிய உரையில் பிரதமர் மேலும் குறிப்பிடும்போது, "தேசத் தலைவர்களுக்கு நினைவிடம் அமைக்கும் நடவடிக்கைக்கு சிலர் அரசியல் சாயம் பூசுவது ஆச்சரியமாக உள்ளது, சர்தார் படேல் போன்ற தலைவர்களைப் பாராட்டுவதால் எங்களைச் சிலர் குறை கூறுகின்றனர். மிகப் பெரிய குற்றம் செய்ததைப் போல எங்களை உணர வைக்கிறார்கள். தேசியத் தலைவர்களை நினைவு கூர்வது குற்றமா என நீங்கள் சொல்லுங்கள்," என்று தனது வழக்கமான பாணியில் பொதுமக்களை நோக்கி வினாவை வீசியிருக்கிறார்.

மகாத்மா காந்தி - நேரு

சர்தார் படேலுக்கு மூவாயிரம் கோடி ரூபாயில் சிலை எழுப்பியுள்ள நரேந்திர மோடியும், பாஜகவும் அதே அளவுக்கு மகாத்மா காந்தியடிகளையும், மறைந்த ஜவஹர்லால் நேருவையும் மதிக்கத் தயாரா? படேலுக்குப் 'பல்லக்குத் தூக்கும்' நரேந்திர மோடியின் நோக்கத்துக்குப் பின்னணியில் நீண்ட நெடிய வரலாறு புதையுண்டு கிடக்கிறது.

'இந்தியா' என்றால் இமயம் முதல் குமரி வரை பரந்து விரிந்து கிடக்கும் இந்த நாட்டில் காந்தியும் நேருவும்தான் மக்கள் உள்ளங்களில் குடி இருக்கிறார்கள். நாட்டு விடுதலைப் போராட்டத்தில் ஆங்கிலேயப் பேரரசை வீழ்த்திட இந்திய தேசிய இராணுவத்தைக் கட்டி எழுப்பிப் போரிட்ட வங்கத்துச் சிங்கம் நேதாஜி மக்கள் இதயங்களில் அழியா ஓவியமாகப் பதிந்து விட்டார். ஆனால், சர்தார் வல்லபபாய் படேல் பாட நூல்களில் வாழ்கிறார். குஜராத் அவரது தாயக மண் என்பதால் அங்கே மக்கள் வணங்குகிறார்கள். இதுதான் மறுக்க முடியாத உண்மை.

வல்லபபாய் படேல், ஐநூறு சமஸ்தானங்களை இந்திய நாட்டின் 'வரைபடத்துடன்' இணைத்தார் என்பதை எவரும் மறுக்கவில்லை. ஆனால், அவர் மட்டுமே அதற்குக் காரண கர்த்தாவாகத் திகழ்ந்தார் என்று கூறுவது மிகைப்படுத்தப்பட்ட 'வரலாறு' ஆகும். பண்டித நேருவின் அமைச்சரவையில் படேல் உள்துறை அமைச்சர் பதவியில் இருந்தபோது, அமைச்சரவையின் முடிவைச் செயற்படுத்த வேண்டிய கடமை அவருக்கு இருந்தது. நேருவின் அரசு, சுதேசி சமஸ்தானங்கள்

இந்தியாவுடன் இணைய வேண்டும் என்று முயற்சி செய்தபோது, உள்துறை அமைச்சர் என்ற பொறுப்பைச் சுமந்திருந்த சர்தார் படேல் அதனை நிறைவேற்றினார்.

'படேலை' இந்திய ஒற்றுமையின் சின்னமாக்கும் முயற்சியில் இறங்கி உள்ள பாரதிய ஜனதா கட்சி, தேசப்பிதா காந்தி அடிகளைச் சிறுமைப்படுத்தவும், பண்டித ஜவஹர்லால் நேருவின் வரலாற்றுப் புகழை அழித்து விடவும் திட்டங்களைச் செயற்படுத்த முனைந்திருக்கிறது.

மகாத்மா காந்தியும் - பண்டித ஜவஹர்லால் நேருவும் இமயம் நிகர்த்த கீர்த்தி பெற்றவர்கள். அவர்கள் புகழைத் துடைத்தெறிய 'இந்துத்துவாக்' கும்பல் துடிப்பது அடி முட்டாள்தனம்; பகல் கனவு.

ஆனால், மகாத்மா காந்தி அவதரித்த குஜராத் பூமியில், வல்லபபாய் படேலுக்கு அவரது தாயகம் என்பதால் உலகிலேயே உயரமான சிலை வைத்துக் கொண்டாடுவதன் நோக்கம் என்ன? காந்தி குஜராத்தை 'படேல்' குஜராத்தாக மாற்றி விட்டார்களாம்; குஜராத் என்றவுடன் படேல் நினைவுதான் வரவேண்டும்; இதுதான் பாரதிய ஜனதா கட்சியின் படேல் பாசத்தின் 'உண்மை'ப் பின்னணி ஆகும்.

காந்தியடிகளைச் சுட்டுக் கொன்ற கோட்சேவுக்குச் சிலை வைக்க வேண்டும் என்று பாரதிய ஜனதா கட்சி எம்.பி., சாக்சி மகராஜ் நாடாளுமன்றத்தில் பேசிய போது மவுனப் புன்னகை உதிர்த்தவர் தான் பிரதமர் மோடி.

2

நேருவுக்கு அவமதிப்பு

நாட்டு விடுதலைக்குப் பின்னர் இந்தியாவின் வேகமான வளர்ச்சிக்கு அடித்தளமாக அமையும் வகையில் 'திட்டக்குழு'வை உருவாக்கினார் பிரதமர் ஜவஹர்லால் நேரு. திட்டக்குழு இருக்கிற வரை நேருவின் புகழ் நீடிக்கும் என்று நினைத்த மோடி, பிரதமர் பதவி ஏற்றவுடன் திட்டக் குழுவைக் கலைத்து விட்டு 'நிதி ஆயோக்' என்ற 'ஒற்றை அதிகார' அமைப்பை உருவாக்கினார்.

ஆசியாவின் ஜோதி, மனிதருள் மாணிக்கம் என்று புகழப்பெற்ற 'ஜவஹர்லால் நேரு' வசித்த 'தீன்மூர்த்தி பவன்' நேரு அருங்காட்சியகமாக இப்போது திகழ்கிறது. இதனை அனைத்துப் பிரதமர்களுக்கான நினைவு இல்லமாக மாற்ற நரேந்திர மோடி அரசு திட்டமிட்டு வருகிறது.

டில்லியில் ஒரு வெள்ளை மாளிகை

டில்லியின் முக்கிய சாலைகளுள் ஒன்றான தீன்மூர்த்தி மார்க்கும், நாடாளுமன்ற உறுப்பினர்கள் குடியிருப்புகள் நிறைந்த தெற்கு அவென்யூ சாலையும் சந்திக்கும் அடர்ந்த பசுமையுடன் கூடிய பரந்த புல்வெளியின் பின்னணியில் பிரமாண்டமாக எழுந்திருக்கிறது அந்த 'வெள்ளை மாளிகை.' ஜவஹர்லால் நேரு வாழ்ந்த 'தீன்மூர்த்தி பவன்' என்ற இல்லம்தான் அது. நேரு பிரதமராக இருந்தபோது வாழ்ந்த இல்லம் அவரது மறைவுக்குப் பின்னர் நேரு நினைவு அருங்காட்சியகமாகவும், நூலகமாகவும் செயல்பட்டு வருகிறது.

நாட்டின் முதல் பிரதமராகப் பதவி ஏற்றது முதல் (1947) அவர் மறைந்த மே 24, 1964 வரை 17 ஆண்டுகள் பண்டித ஜவஹர்லால் நேரு, 'தீன்மூர்த்தி பவன்' இல்லத்தில் வசித்தார். உலகத் தலைவர்களின் காலடிச் சுவடுகள் பதிந்த மாளிகை அது.

நவீன இந்தியாவைக் கட்டி எழுப்ப தன் கனவுகளை நனவாக்கிட திட்டங்கள் தீட்டுவதற்கு நேரு கண்ணுறங்காமல் வேள்வியில் வீற்றிருந்த வெள்ளை மாளிகை அது.

நேரு அருங்காட்சியகத்தைப் பார்வையிட உள்நாட்டிலும் வெளிநாட்டிலும் இருந்து ஏராளமானோர் வந்து செல்கின்றனர். விடுதலை வேள்வியில் தன்னை மெழுகாக உருக்கிக் கொண்ட

தலைவர்கள், நாட்டின் வளர்ச்சியில் பண்டித நேருவின் பங்களிப்பு ஆகியவற்றை அறிந்து கொள்ளும் பல தகவல்கள் அடங்கிய பெட்டகமாக அந்த அருங்காட்சியகம் விளங்குகிறது.

அகிம்சை, அமைதியைப் போதித்த புத்த பெருமானை மிகவும் நேசித்தவர் நேரு. தன் அலுவலக அறை, வாசிப்பு அறை, படுக்கை அறை ஆகிய இடங்களில் எல்லாம் பல்வேறு வடிவிலான புத்தரின் சிலைகளை வைத்து அழகு பார்த்துள்ளார். அறைகளில் ஆங்காங்கே வைக்கப்பட்டு இருக்கும் பல்வேறு வகையான புத்தர் சிலைகள் பார்வையாளர்களின் மனதைக் கவர்கின்றன.

புத்தக வாசிப்பில் மிகவும் விருப்பம் கொண்டவர் நேரு. இதற்கு சாட்சியாக அவரது நூலக அறை காணப்படுகிறது. பல்வேறு நாட்டு அறிஞர்களின் நூல்கள், பல்துறை நூல்கள், நூலக அறை கண்ணாடி அலமாரியில் வைத்து பாதுகாக்கப்படுகின்றன. இப்புத்தகச் சாலை நேருவின் நுண்மாண் நுழைபுலத்திற்கு எடுத்துக்காட்டாகத் திகழ்கிறது.

இந்தியாவின் முதல் பிரதமராக நேரு பதவி ஏற்ற நிகழ்ச்சியின் புகைப்படங்கள், கலை, இலக்கியம், நாட்டுக்கான நலத் திட்டங்கள், தேர்தல் பிரச்சார நிகழ்ச்சி ஆகியவை தொடர்பான புகைப்படங்கள் முதல் மாடியின் தாழ்வாரத்தில் அமைந்துள்ளன.

நூலகம்

தீன்மூர்த்தி பவன் அருகே உள்ள கட்டடத்தில் பிரம்மாண்டமான நூலகம் இயங்குகிறது. விடுதலைப் போராட்டக் காலம் தொடர்பான பல அரிய பல புகைப்படங்கள், செய்தித்தாள்கள், நவீன இந்தியா தொடர்பான தகவல்கள் இந்த நூலகத்தில் பாதுகாக்கப்படுகின்றன. ஐந்து இலட்சம் புத்தகங்கள் இந்த நூலகத்தில் உள்ளன. மேலும் அருங்காட்சியத்தின் ஒருபுறம் நேரு கோளரங்கம் உள்ளது.

நேரு அருங்காட்சியகத்தில் தேசப்பிதா மகாத்மா காந்தி குறித்த முக்கிய குறிப்புகள், புகைப்படங்கள், ஹோம் ரூல் இயக்கத்தைத் தோற்றுவித்த லோக்மானிய திலகர், அன்னிபெசன்ட் அம்மையார் ஆகியோரது திருவுருவப் படங்கள், உடன்கட்டை ஏறும் வழக்கத்தை ஒழிக்கப் பாடுபட்ட ராஜாராம் மோகன்ராய் படங்கள் சரித்திரக் குறியீடுகளாக இருக்கின்றன. இராணி இலட்சுமிபாய் குதிரையில் போர் புரிந்த காட்சி, பெண்மையின் வீரம் பேசுகிறது. சுவாமி தயானந்த சரஸ்வதி, சமூக சீர்திருத்தவாதிகளான கேசப் சந்திரசென், தேவேந்திரநாத் தாகூர், பண்டித ராமாபாய், பாராம் ராம்சிங், சையது அகமது கான், மகாதேவ் கோவிந்த ரானடே, ஜோதிராவ், கோந்தராவ்

பூலே என விடுதலைப் போராட்டக் காலத்தைக் கண்முன் நிறுத்தும் பல தலைவர்களின் படங்கள் அறைகளை அலங்கரிக்கின்றன.

இந்திய தேசிய காங்கிரசைத் தோற்றுவித்த சென்னை மாகாணத்தின் முக்கிய தலைவர்களான ஜி. சுப்பிரமணிய ஐயர், சி. விஜயராகவாச்சாரியார், எஸ்.ஆர். முதலியார், காங்கிரஸ் தலைவர் டபிள்யூ.சி. பானர்ஜி உள்ளிட்டோரின் புகைப்படங்களும், மும்பையில் நடைபெற்ற முதல் இந்திய தேசிய காங்கிரஸ் கூட்டத்தில் பங்கேற்றவர்களின் புகைப்படங்களும் காட்சிப்படுத்தப்பட்டுள்ளன.

விடுதலைப் போராட்டத்தில் பங்கேற்ற இஸ்லாமியத் தலைவர்களான மவுலானா முகமது அலி, ஹக்கீம் அஜ்மல்கான், டாக்டர் எம்.ஏ. அன்சாரி, எம்.ஏ.ஜின்னா, அமீர் அலி, சையது அலி ஆகிய தலைவர்களின் திருவுருப்படங்களும் இடம் பெற்றுள்ளன.

நேரு அருங்காட்சியகம் மற்றும் நூலகத்தை நிர்வகிக்க நேரு நினைவு அருங்காட்சியகம் மற்றும் நூலக அறக்கட்டளை ஒன்று மத்திய அரசால் உருவாக்கப்பட்டது.

தீன்மூர்த்தி பவனைச் சீர்குலைக்கத் திட்டம்

நேரு அருங்காட்சியகம் அமைந்துள்ள தீன்மூர்த்தி பவனின் தனித்தன்மையைச் சீர்குலைக்க ஆட்சியாளர்கள் முயற்சிப்பதாகக் கூறி நேரு அருங்காட்சியக இயக்குநர் மகேஷ் ரங்கராஜன் கடந்த 2015இல் தனது பதவியைத் துறந்து வெளியேறினார்.

2016, ஜூலை மாதம் சக்தி சின்கா என்பவர் நேரு அருங்காட்சியக இயக்குநராக மத்திய அரசால் நியமிக்கப்பட்டார்.

சக்தி சின்கா, ஓய்வு பெற்ற ஐ.ஏ.எஸ். அதிகாரி. ஆர்.எஸ்.எஸ். சிந்தனையாளர்கள் மன்றமான 'இந்தியா பவுன்டேஷன்' என்னும் அமைப்பில் உறுப்பினராக இருந்தார். ஆர்.எஸ்.எஸ். பின்னணி கொண்ட ஒருவர் தீன்மூர்த்தி பவன் நேரு அருங்காட்சியக இயக்குநராக நியமிக்கப்பட்டபோதே கடும் எதிர்ப்பு எழுந்தது. நிர்வாகக் குழு உறுப்பினர் பிரதாப் பாலு மேத்தா, சக்தி சின்கா நியமனத்தை எதிர்த்து தனது பொறுப்பிலிருந்து விலகினார். இன்னொரு நிர்வாகக்குழு உறுப்பினர் சிறந்த பொருளாதார நிபுணரும், ஐ.நா. மன்றத்தில் செயலாளராகவும் பணியாற்றியவருமான நிதின் தேசாய், சின்கா நியமனத்தை ஏற்காமல் வெளியேறினார். இதேபோன்று மற்றொரு உறுப்பினர் பி.பி. சிங் அவர்களும் விலகினார்.

2018, ஜூலை 26இல் நேரு அருங்காட்சியகம் மற்றும் நூலகத்தின் நிர்வாகக்குழுக் கூட்டம் நடந்தபோது, நிர்வாக இயக்குநர்

சக்தி சின்கா, "தீன்மூர்த்தி பவன் 200 கோடி ரூபாய் செலவில் மேம்படுத்தப்பட்டு, அனைத்துப் பிரதமர்களுக்கான நினைவு இல்லமாக மாற்றப்படும்," என்று கூறினார்.

2016இல் நரேந்திர மோடி நேரு நினைவு அருங்காட்சியகம் அனைத்துப் பிரதமர்களுக்கான நினைவு இல்லமாக மாற்றப்படும் என்ற 'கருத்துரு'வை வெளியிட்டார். அதனைச் செயற்படுத்திட ஆர்.எஸ்.எஸ். பின்னணியில் வளர்ந்த சக்தி சின்காவை இயக்குநராக மோடி நியமனம் செய்தார். இதனை எதிர்த்து நேரு அருங்காட்சியக நிர்வாகக்குழு உறுப்பினர்கள் சிலர் பதவி விலகிய பின்னர் தற்போது பாஜக மற்றும் ஆர்.எஸ்.எஸ்., சங் பரிவார் கூட்டத்தின் 'செல்லப்பிள்ளை' ஊடகவியலாளர் அர்னாப் கோஸ்வாமி, வெளியுறவுத்துறை முன்னாள் செயலாளர் ஜெய்சங்கர் ஆகியோரைப் பிரதமர் மோடி, நேரு அருங்காட்சியகத்தின் நிர்வாகக்குழு உறுப்பினர்களாக நியமித்து உள்ளார்.

தீன்மூர்த்தி பவன் நேரு நினைவு இல்லமாகவே நீடிக்க வேண்டும்; இதனை மாற்றக் கூடாது என்று முன்னாள் பிரதமர் டாக்டர் மன்மோகன் சிங், மோடிக்குக் கடிதம் எழுதி உள்ளார். ஆனால், 'தீன்மூர்த்தி பவன்' நேரு அருங்காட்சியகத்தை அனைத்துப் பிரதமர்களுக்கான அருங்காட்சி வளாகமாக மாற்றும் முயற்சியில் தீவிரமாக உள்ளது மோடி அரசு.

ஒரு பக்கம் சர்தார் வல்லபபாய் படேலுக்கு உலகிலேயே உயரமான சிலை; மறுபக்கம் பண்டித ஜவஹர்லால் நேரு நினைவு இல்லத்தைச் சீர்குலைக்க முயற்சி. (தற்போது தீன்மூர்த்தி பவன் 'பிரதமர்கள் அருங்காட்சியகம் மற்றும் நூலக சங்கம்' என்று மாற்றப்பட்டுவிட்டது.)

இந்துத்துவாக் கும்பலின் 'படேல்' பஜனையின் பின்னணி என்ன?

3

சாவர்க்கர் யார்?

ஆர்.எஸ்.எஸ். - சங் பரிவார் - சனாதன பிற்போக்குக் கூட்டத்துக்கு படேல் 'பாயாசமாக' இனிப்பதும், பண்டித நேரு 'பாகற்காயாக'க் கசப்பதும் ஏன் என்பதை விரிவாக ஆராய, மகாத்மா காந்தி அடிகள் கொலை வழக்கை உற்று கவனிக்க வேண்டும்.

காந்தி 'சனாதன தர்மத்திற்கு' ஒன்றும் அவ்வளவு எதிரி அல்ல; அவரும் ராம ராஜ்யம் அமைக்க வேண்டும் என்று சொன்னவர் தான். ஆனால், காந்தியின் ராம ராஜ்யத்திற்கும், இந்துத்துவா கூட்டத்தின் 'ராம ராஜ்யக் கனவு'க்கும் இட்டு நிரப்ப முடியாத இடைவெளி இருக்கிறது. இது தான் காந்தி மீது இந்துமகா சபையும், ஆர்.எஸ்.எஸ். - சங் பரிவார் - சனாதனக் கும்பலும் வன்மத்தைக் கக்கியதற்கு அடிப்படைக் காரணம்.

இந்துக்களும் - முஸ்லிம்களும் - கிறித்துவர்களும் - இதர சிறுபான்மை மக்களும் தாம் கனவு கண்ட ராமராஜ்யத்தில் ஒன்று பட்டு வாழ வேண்டும் என்று காந்தி நினைத்தார்.

ஆனால், 'இந்துக்கள்' மட்டுமே இந்து ராஷ்ட்ராவில் குடிமக்கள்; மற்ற அனைத்து மதத்தவர்களும் இந்து வம்சத்திற்குக் கட்டுப்பட்டு, வாய் பொத்தி, அடிமைத் திருக்கூட்டமாக வாழ வேண்டும் என்பதுதான் சனாதனக் கும்பல் காண விரும்பிய 'இந்து ராஜ்யம்'. இதற்குத் தடையாக காந்தி இருப்பார் என்பதால்தான் வெள்ளையர்களின் யூனியன் ஜாக் கொடி இறக்கப்பட்டு, நாடு விடுதலை பெற்ற ஆறே மாதங்களில் அவரது உயிரைக் குடித்தது 'இந்தக் காவிக் கூட்டம்'.

பிரிவினைக்கு யார் காரணம்?

இந்தியப் பிரிவினைக்குக் காந்தி தான் மூல காரணம் என்று இன்று வரையில் இந்துத்துவாக் கூட்டம் 'புளுகி' வருகிறது. ஆனால், வரலாற்று ஏடுகளில் பதிந்து போன உண்மைகளைத் திரையிட்டு மறைக்க முடியாது.

இந்துத்துவா - சங் பரிவார் - சனாதனக் கும்பல் தலையில் தூக்கி வைத்துக் கொண்டாடும் வினாயக் தாமோதர் சாவர்க்கர் ஒரு கொலை வழக்கு மற்றும் துப்பாக்கி விநியோக வழக்கில் ஆங்கிலேய

அரசால் கைது செய்யப்பட்டு 'அந்தமான்' சிறையில் அடைக்கப் பட்டு இருந்தார்.

இதை ஏதோ சாவர்க்கர் விடுதலைப் போராட்டத்தில் "தீவிரமாக"(?) களம் இறங்கியதால் வெள்ளையர்களால் கைது செய்யப்பட்டு காராக்கிருகத்திற்கு அனுப்பப்பட்டார் என்று இன்றளவும் 'கதை' அளக்கிறது காவிக் கூட்டம்.

அந்தமான் சிறைச்சாலையில் இருந்து விடுதலை பெற்று சுதந்திரக் காற்றைச் சுவாசிக்க, ஆங்கிலேயர்களின் பாதம் பணிவதாக மன்னிப்புக் கடிதம் எழுதிக் கொடுத்த, 'கலப்படமற்ற' கோழையை, வெள்ளையர்களின் காலில் விழுந்து மண்டியிட்ட 'மகானுபாவரை' 'வீர சாவர்க்கர்' என்று வெட்கமில்லாமல் இந்தக் கும்பல் போற்றி வணங்கி வருவது, வரலாற்றுக் கறை படிந்த அத்தியாயம்.

இந்தியாவின் பிரிவினைக்கு அடித்தளமாக அமைந்தது சாவர்க்கரின் 'சித்தாந்தம்'. அது உருவாக்கிய இரத்தக் களரிதான் இலட்சோப லட்சம் பேர் பலி ஆவதற்கும், இரத்த ஆற்றில் நீச்சலடித்து இலட்சக்கணக்கானோர் அகதிகளாக இந்தியாவில் இருந்தும் பாகிஸ்தானில் இருந்தும் இடம் பெயர்ந்து செல்ல வேண்டிய வரலாற்றுச் சோகம் ஏற்பட்டதற்கும் காரணமாக அமைந்தது என்பதுதான் உண்மை வரலாறு.

1940 மார்ச் 26ஆம் நாள் முஸ்லிம் லீக் லாகூரில் நடத்திய மாநாட்டில் பாகிஸ்தான் என்ற தனி நாட்டை உருவாக்கும் தீர்மானத்தை நிறைவேற்றியது. ஆனால், 1920-களிலேயே அந்தமான் சிறையிலிருந்த சாவர்க்கர் இந்தியா என்பது இரு தேசங்கள் என்பதைக் கட்டமைத்து விட்டார்.

வி.டி. சாவர்க்கர் யார்?

வினாயக் தாமோதர் சாவர்க்கர் பற்றி புரிந்து கொண்டால் தான் அவர் 'மனக்கோட்டை' கட்டிய 'இந்து ராஷ்ட்டிரம்' குறித்து விளங்கிக் கொள்ள முடியும்.

சாவர்க்கர் மராட்டிய மாநிலம் நாசிக் அருகில் உள்ள 'பாகுர்' எனும் சிற்றூரில் சித்பவன் பிராமணர் குடும்பத்தில் 1883ஆம் ஆண்டு மே 28ஆம் நாள் பிறந்தார்.

1893இல் அஜம்கரிலும், 1894-95இல் பம்பாய் மற்றும் புனேயிலும் மதக் கலவரங்கள் நடந்தபோது சாவர்க்கருக்கு 12 வயது. கலவரங்களுக்குப் பின் ஒருநாள் பாகுர் கிராமத்தில் தன்னுடைய பள்ளி நண்பர்களை அழைத்துக் கொண்டு போய் அங்குள்ள மசூதி மீது கல் வீசி தாக்குதல் நடத்துகிறார் பள்ளிப் பருவத்து சாவர்க்கர்.

தமது இளம் வயதில் நடந்த இந்த நிகழ்வைப் பின்னாளில் சாவர்க்கர் குறிப்பிடும்போது, "எங்களது மனம் போதுமென்று திருப்தி அடைகிற வரை மசூதியை நாசம் செய்தோம். அதன் மீது எங்களது வீரக் கொடியை ஏற்றினோம். சிவாஜியின் யுத்த தந்திரத்தையே நாங்கள் முழுமையாகப் பின்பற்றினோம். எங்கள் வேலையை முடித்த பின் அந்த இடத்தை விட்டு ஓடிப் போனோம்," என்று பெருமிதம் கொள்கிறார்.

விளையும் பயிர் முளையிலேயே தெரிந்து விட்டது. இவரது 'அடிப்பொடிகள்' 1992, டிசம்பர் 6ஆம் நாள் அயோத்தியில் பாபர் மசூதியை இடித்துத் தரைமட்ட மாக்கி விட்டு, சாவர்க்கர் கூறியதைப் போலத்தான் பெருமிதப்பட்டுக் கொண்டார்கள் என்பதும் வரலாற்று ஒற்றுமை.

சட்டம் பயில இலண்டன் சென்ற சாவர்க்கர் அங்கு இந்திய இளைஞர்கள் நாட்டு விடுதலைக்காக ஒன்று சேர்ந்து உருவாக்கிய 'அபினவ் பாரத்' என்ற அமைப்பில் சேருகிறார். அதன் கிளைகள் இந்தியாவிலும் தொடங்கப் பட்டன. ஆங்கிலேயர்களின் ஆட்சிக்கு எதிராகப் பயங்கரவாதச் செயல்களில் அது ஈடுபட்டது.

1909ஆம் ஆண்டு ஜூலை 1ஆம் தேதி இலண்டனில் சர் வில்லியம் கர்சன் வைல் என்ற ஆங்கிலேய அதிகாரி சுட்டுக் கொல்லப்பட்டார். அவரைச் சுட்டுக் கொன்ற இந்திய இளைஞன் மதன்லால் திங்க்ரா. மராட்டியத்தில் நாசிக் மாவட்ட ஆட்சியர் எம்.டி. ஜாக்சன், ஆனந்த் கான் ஹெரே என்ற இளைஞரால் சுட்டுக் கொல்லப்பட்டார்.

மதன்லால் திங்க்ரா, ஆனந்த் கான் ஹெரே இருவருமே சாவர்க்கரின் சீடர்கள். இரண்டு கொலைகளையும் திட்டமிட்டவர் அவர் தான். கொலையாளிகளுக்குத் துப்பாக்கி வாங்கிக் கொடுத்ததும் சாவர்க்கர்தான். ஆனால் நீதிமன்றத்தில் அவர் எதையும் ஒப்புக் கொள்ளவில்லை.

அந்தமான் சிறையில் ...

1920-களில் இந்து மகா சபையின் முன்னணித் தலைவர்களில் ஒருவராகத் திகழ்ந்த எம்.ஆர். ஜெயகர், இந்த இரு கொலை வழக்குகளில் சாவர்க்கர் உள்ளிட்ட குற்றவாளிகள் நடந்து கொண்ட விதம் குறித்து தனது நினைவுக் குறிப்புகளில் கீழ்க்கண்டவாறு பதிவு செய்திருக்கிறார்.

"இவ்விரண்டு வழக்குகளிலும் குற்றவாளிகள் கடைப்பிடித்த அணுகுமுறை குறித்து பார் கவுன்சிலில் கடும் அதிருப்தி நிலவியது. நானும் கடும் அதிருப்தி அடைந்திருந்தேன். திலகர் மற்றும்

பாரன்ஜ்பெ ஆகியோரின் வழக்குகளின்போது இந்திய விடுதலைப் போராட்டத்தின் கவுரவமும் நேர்மையும் மிகவும் உயர்ந்திருந்தது. ஆனால், பிந்தைய இரு வழக்குகளில் குற்றவாளிகள் கடைப்பிடித்த அணுகுமுறையால் அளவிட முடியாத அளவு அது தாழ்ந்து போனது.”

எம்.ஆர். ஜெயகர் இவ்வாறு அதிருப்தி அடைந்ததற்குக் காரணம், சாவர்க்கர் உண்மையிலேயே விடுதலைப் போராட்ட உணர்வு கொண்டவராக இருந்திருந்தால், ‘பிரிட்டிஷ் ஆதிக்கத்தின் பிரதி நிதிகளைக் கொன்றோம்’ என்று பகிரங்கமாக ஒப்புக் கொண்டிருக்க வேண்டும். ஆனால், ஒரேயடியாக மறுத்து விட்டார். இந்த இடத்தில்தான் பாஞ்சாலத்துப் புரட்சி வீரர்களான பகத்சிங், ராஜகுரு, சுகதேவ் உயர்ந்து நிற்கிறார்கள். “பிரிட்டிஷ் ஏகாதிபத்தியத்துக்கு எதிராகக் குண்டு வீசினோம்; லாலா லஜபதிராயை அடித்துக் கொன்ற ஆங்கில காவல் அதிகாரி சாண்டர்சை சுட்டுக் கொன்றோம்,” என்று பகிரங்கமாக ஒப்புக் கொண்டு தூக்குக்கயிற்றை முத்தமிட்டனர். அதனால்தான் இன்றும் கோடிக்கணக்கான மக்களின் இதயங்களில் அவர்கள் வாழ்கிறார்கள்.

ஆனால் சாவர்க்கர்?

முதல் கொலையில் போதுமான ஆதாரங்கள் இல்லாமையால் அவர் தப்பி விட்டார். ஆனால், இரண்டாவது கொலையில் நாசிக் சதி வழக்கில் குற்றவாளி என்று கைது செய்யப்பட்டார்.

வழக்கு விசாரணைக்காக இலண்டனில் இருந்து இந்தியாவுக்குக் கப்பலில் கொண்டுவரப் பட்டபோது மார்செல்ஸில் சாவர்க்கர் தப்பி விட்டார்; பின்னர் பிரெஞ்சு மண்ணில் கைது செய்யப்பட்டார். இப்படி தப்பி ஓடியதைத்தான் சங் பரிவார் கும்பல் வீர தீர கதையாகத் திரித்து சாவர்க்கருக்கு ‘வீரர்’ பட்டம் கொடுத்தது.

ஆனால், சாவர்க்கர் கைது செய்யப்பட்டு வழக்கு விசாரணை முடிவில் ஆயுள் தண்டனை விதிக்கப்பட்டு 1911 ஜூலை 4ஆம் தேதி அந்தமான் செல்லுலார் சிறைச்சாலையில் அடைக்கப்பட்டார்.

விடுதலை கேட்டு மன்றாடிய சாவர்க்கர்

அந்தமான் சிறையில் அடைக்கப்பட்டிருந்த சாவர்க்கர் ஆங்கிலேய அரசுக்குத் தனது விடுதலைக்காக மனு போட்ட வரலாறு தனிக் கதை. அவரது முதல் மனு ஆவணங்களில் இல்லை. ஆனால், 1913 நவம்பர் 14 அன்று சாவர்க்கர் மன்னிப்பு கேட்டு எழுதிய மடல் ‘வீர’ சாவர்க்கரின் (?) ‘தேச பக்தி’யை அம்பலப்படுத்தியது.

கவர்னர் ஜெனரலின் நிர்வாகக் கவுன்சில் உறுப்பினர் ரெஜினால்ட் கிராடெக்கிற்கு அனுப்பிய கடிதத்தில் அவரை "யுவர் ஹானர்" என்று விளித்து எழுதி உள்ளார் சாவர்க்கர்.

அந்த நீண்ட கடிதத்தின் கடைசிப் பகுதி சாவர்க்கரின் 'தியாகி' முகமூடியைக் கிழிப்பதாக இருப்பதைக் காணலாம்.

"மேன்மை தங்கிய தாங்கள் நான் 1911இல் அனுப்பிய கருணை மனுவைப் படித்துப் பார்க்கும்படி நான் நினைவூட்டலாமா? அதை இந்திய அரசாங்கத்திற்கு அனுப்பி வைக்க அனுமதிக்குமாறு கேட்டுக் கொள்ளலாமா? இந்திய அரசியலில் சமீபத்தில் ஏற்பட்டுள்ள மாற்றமும், இந்திய அரசாங்கத்தின் அளவற்ற சமாதானப்படுத்தும் கொள்கையும் (?) மீண்டும் ஒருமுறை அரசியல் சட்டப் பாதையைத் திறந்து விட்டுள்ளது.

1906-07 களில் நிலவிய உணர்ச்சிமயமான நம்பிக்கையற்ற நிலைமை அமைதி மற்றும் முன்னேற்றத்திற்கான பாதையில் இருந்து விலகுமாறு எங்களைத் தந்திரமாக ஏமாற்றி விட்டது. இப்போது இந்தியாவின் நலனையும் மனிதகுல நலனையும் தன் இதயத்தில் கொண்டுள்ள மனிதன் எவனும் கண்மூடித்தனமாக அந்த முட்பாதையில் கால் வைக்க மாட்டான்.

ஆகவே, பல வகைகளில் நற் செயல்கள் செய்து வரும் அரசாங்கம் என்னை விடுவித்தால் போதும்.

அரசியல் சட்ட ரீதியான முன்னேற்றத்திற்காகத் தீவிரமாக வாதாடு பவனாகவும், அந்த முன்னேற்றத்திற்கு முழு முதல் நிபந்தனையான ஆங்கிலேய அரசாங்கத்திற்கு விசுவாசமானவனாகவும் இருப்பேன்.

நாங்கள் சிறையில் இருக்கும் வரை, இந்தியாவிலுள்ள மாட்சிமை தங்கிய பேரரசரின் நூற்றுக்கணக்கான, ஆயிரக்கணக்கான விசுவாசமான அடிமைகளின் வீடுகளில் உண்மையான மகிழ்ச்சியும் இன்பமும் இருக்க முடியாது.

ஏனெனில் நீரை விட இரத்தம் அடர்த்தியானது. ஆனால், நாங்கள் விடுவிக்கப்பட்டால் மக்கள் தன்னுணர்வாக மகிழ்ந்து கூவுவார்கள். எப்படி தண்டிப்பது, பழி தீர்ப்பது என்பதை விடவும் அதிகமாக எப்படி மன்னிப்பது, திருத்துவது என்பதை அறிந்துள்ள அரசாங்கத்திற்கு (?) நன்றி தெரிவிப்பார்கள்.

மேலும், அரசியல் சட்டப் பாதைக்கு நான் வருவது, ஒரு காலத்தில் என்னைத் தங்கள் வழிகாட்டியாகக் கொண்டிருந்த இந்தியாவிலும் வெளிநாட்டிலும் உள்ள தவறாக வழிநடத்தப்பட்ட பல இளைஞர்களை மீண்டும் இந்தப் பாதைக்குக் கொண்டு வரும்.

என்னுடைய இந்த மாற்றம் நோக்கமில்லாதது என்பதாலும், என்னுடைய எதிர்கால நடத்தையும் அவ்வாறே இருக்கும் என்பதாலும் அரசாங்கம் விரும்பும் எந்தப் பொறுப்பிலும் நான் செயல்படத் தயாராக இருக்கிறேன்.

அதோடு ஒப்பிடும்போது என்னைச் சிறையில் வைத்திருப்பதால் ஒன்றும் கிடைக்காது. பேரரசு (அல்லது பெரும்பலம் பொருந்தியவர்கள்) மட்டுமே இரக்கம் காட்ட முடியும். எனவே ஊதாரியான மகன் தாயுள்ளம் கொண்ட அரசாங்கத்தின் வாசலுக்கு வராமல் வேறெங்கு போக முடியும்? மேன்மைதங்கிய தாங்கள் அன்புடன் தங்கள் எண்ணத்தில் இக் கருத்துகளை ஏற்றுக் கொள்வீர்கள் என்று நம்புகிறேன்."

சாவர்க்கரின் இந்த மன்னிப்பு மடல் கூறும் செய்தி என்ன?

ஆங்கில ஏகாதிபத்தியத்திற்கு இவர் அடிமையானது மட்டுமில்லாமல் மக்களையும் அடிமைகளாக்கி விட்டார். அதுவும் இவரைப் போலவே விசுவாசமான அடிமைகள்.

சாவர்க்கர் வழிகாட்டுதலின்படி கொலை செய்த திங்க்ராவும், கான்ஹெரேயும் தூக்கிலிடப்பட்டனர். ஆனால், அவர்களும் அவர்களைப் போன்றவர்களும் தன்னால் தவறாக வழிநடத்தப்பட்டு விட்டார்கள் என்கிறார் சாவர்க்கர்!

அதையும் விட, ஆங்கிலேய அதிகாரிகளைக் கொன்றது தவறுதான் என்று வாக்குமூலம் அளிக்கிறார். இவரைத்தான் சங் பரிவார் கும்பல், "விடுதலைப் போராட்ட வீரர் - புரட்சிக்காரர்" என்று கொண்டாடுகிறது.

ஆனால், இந்தக் கொலைகளுக்கு நான்தான் சூத்திரதாரி என்றும், அதற்கான முழுப் பெருமையும் தமக்கே என்று ரகசியமாகக் கூறிக்கொண்ட சாவர்க்கர்தான் ஆங்கிலேய அரசிடம் தனது விடுதலைக்காக மன்றாடினார்.

பிரிட்டிஷ் அரசுக்கு சாவர்க்கர் மன்னிப்பு கோரி போட்ட மனுக்கள் மொத்தம் நான்கு. 1911, 1913, 1918 மற்றும் 1925 ஆகிய ஆண்டுகளில் அவை போடப்பட்டன. மூன்றாவது மனுவுக்குப் பிறகு 1921இல் அந்தமானிலிருந்து மராட்டிய மாநிலம் இரத்னகிரி சிறைக்கு அவர் கொண்டு வரப்பட்டு பின்னர் அங்கிருந்து புனேவில் உள்ள எரவாடா சிறைக்கு மாற்றப்பட்டார்.

11 ஆண்டுகால சிறைத் தண்டனைக்குப் பின்னர் 1924, ஜனவரி 6ஆம் தேதி சாவர்க்கர் கீழ்க்கண்ட நிபந்தனைகளுடன் விடுதலை செய்யப்பட்டார்.

ஆங்கிலேய அரசின் நிபந்தனைகளாவன :

1) இரத்னகிரி மாவட்ட எல்லைக்குள்ளேயே சாவர்க்கர் வசிக்க வேண்டும். அரசாங்கத்தின் முன் அனுமதியின்றியோ அல்லது அவசரமெனில் மாவட்டக் கலெக்டர் நீதிபதியின் அனுமதி இன்றியோ மாவட்ட எல்லையை விட்டு வெளியே செல்லக் கூடாது.

2) ஐந்தாண்டுக் காலத்திற்கு அரசாங்கத்தின் ஒப்புதலின்றி எவ்விதமான அரசியல் நடவடிக்கைகளிலும் பகிரங்கமாகவோ ரகசியமாகவோ ஈடுபடக் கூடாது. குறிப்பிட்ட கால வரம்பு முடிந்த பின் இந்திய அரசாங்கம் விரும்பினால் அந்தத் தடைகளை நீடித்துக் கொள்ளும்.

இன்னும் ஒரு படி மேலே சென்று, பிரிட்டிஷ் அரசாங்கம், "அவரது வழக்கு விசாரணை நியாயமானது என்று எழுதிக் கொடுக்க வேண்டும்" என்று இன்னொரு நிபந்தனையையும் விதித்தது.

சாவர்க்கர் அதையும் எழுதிக் கொடுத்தார்.

"எனது வழக்கு விசாரணை நேர்மையாக நடந்தது என்றும், எனக்கு வழங்கப்பட்ட தண்டனை நியாயமானது என்றும் இதன்மூலம் ஒப்புக் கொள்கிறேன். கடந்த நாட்களில் நான் மேற்கொண்ட வன்முறை வழிகளை மனப்பூர்வமாக வெறுக்கிறேன்.

எனது சக்திக்கேற்ற அளவு சட்டத்தையும், ஆங்கிலேயே அரசியல் சட்டத்தையும் உயர்த்திப் பிடிப்பது என்னுடைய கடமை என்று எனக்கு நானே உணர்கிறேன். எதிர்காலத்தில் என்னை அனுமதித்தால் மாண்டேகு சேம்ஸ் போர்ட் சீர்திருத்தத்தை வெற்றி பெறச் செய்ய விரும்புகிறேன்."

ஆங்கில ஏகாதிபத்திய அரசிடம் நெடுஞ்சாண்கிடையாக விழுந்து கிடந்த சாவர்க்கர்தான் 'இந்துத்துவா' கோட்பாட்டின் பிதாமகனாகவும், இந்தியாவில் இரு நாடுகள் (தேசங்கள்) உள்ள தாகவும் கூறி பிரிவினைக்கு முதல் அச்சாரம் போட்டவர். அதன் விளைவாகத்தான் இந்தியா பின்னாளில் இரத்தக் கோடுகளால் எல்லை வரையறுக்கப்பட்ட வரலாற்றுச் சோகம் விளைந்தது.

4

இந்துத்துவம் அல்லது இந்து என்பவர் யார்?

அந்தமான் சிறைச்சாலையில் சாவர்க்கர் அடைக்கப்படுவதற்கான சூழல் ஏன் உருவானது? மற்றும் தனது விடுதலைக்காக பிரிட்டீஷ் அரசிடம் அவர் ‘மன்னிப்புக் கோரும்’ மடல் எழுதியது உள்ளிட்ட விவரங்கள் போன அத்தியாயத்தில் பார்த்தோம்.

இலண்டனில், இந்திய அமைச்சக அரசியல் ஆலோசகர் கர்னல் சர் வில்லியம் கர்சன் வைலி, 1909 ஜூலை 1ஆம் நாள் மதன்லால் திங்க்ரா எனும் இளைஞனால் சுட்டுக் கொல்லப்பட்டார். அவரது உயிரைக் காப்பாற்ற முயன்ற டாக்டர் காவாஸ் லால் காகாவும் குண்டடிப்பட்டு உயிர்ப் பலி ஆனார். இலண்டனில் உள்ள இம்பீரியல் இன்ஸ்டிடியூட் அரங்கத்தில் இந்தியத் தேசியக் கழகத்தின் ஆண்டு விழாக் கொண்டாட்டத்தின் முடிவில் இக்கொலைகள் நடந்தன.

இதுகுறித்து சாவர்க்கரின் வரலாற்றை எழுதிய ‘தனஞ்செய் கீர்’ தனது ‘வீர் சாவர்க்கர்’ (*Veer Savarkar, 1950*) நூலில் விரிவாகக் குறிப்பிட்டுள்ளார்.

தன் வாழ்க்கை வரலாற்றை எழுதிய தனஞ்செய் கீரிடம் 1909இல் சர் கர்சன் வைலியைக் கொலை செய்ய ஓர் இந்திய இளைஞனுக்கு (மதன்லால் திங்க்ரா) தாம் உத்தரவிட்டதைப் பெருமையாகக் கூறி, ‘வைலி’ கொலைக்கான முழுப் பொறுப்பையும் ஏற்பதாகத் தெரிவித்திருந்தார்.

மதன்லால் திங்க்ராவிடம் நிக்கல் துப்பாக்கியை அளிக்கும்போது, ‘இந்த முறை நீ தவறவிட்டால் என் முகத்தில் விழிக்காதே,’ என முகத்திலடிப்பதைப் போன்று சாவர்க்கர் கூறி உள்ளார். ஏனெனில் இதற்கு முன்பு இந்தியாவின் வைஸ்ராய் கர்சன் பிரபு படுகொலைத் திட்டம் தோல்வி அடைந்ததைத்தான் சாவர்க்கர் சுட்டிக் காட்டுகிறார்.

மதன்லால் திங்க்ரா, இயந்திரம் போல் செயல்பட்டு கண்மூடித் தனமாக அவரது ஆணைக்குக் கீழ்ப்படிந்துள்ளான். தனது வாழ்க்கையை இந்திய விடுதலைக்குத் தியாகம் செய்வதாக திங்க்ரா நம்பினான். வழக்கு விசாரணையின் போதெல்லாம் சாவர்க்கர்

அவனிடம், 'உனது பெயர் சரித்திரத்தில் பொறிக்கப்படும்; உன் உயிர்த் தியாகம் பல நூற்றாண்டுகளுக்குப் பேசப்படும்' என்று மதன்லாலுக்கு உற்சாகமூட்டி உள்ளார். சர் கர்சன் வைலி கொலைச் சதியில், சாவர்க்கருக்குத் தொடர்பு இருக்கும் என்று இலண்டன் காவல்துறை வலுவாகச் சந்தேகித்தது. ஆனால், உரிய சான்றுகள் கிடைக்கவில்லை.

ஜாக்சன் கொலை – சாவர்க்கர் கைது

கர்சன் வைலி கொலை செய்யப்பட்ட அதே ஆண்டில் 1909 டிசம்பர் 29இல் மராட்டியத்தில், நாசிக் மாவட்ட ஆட்சியரும், மாவட்ட நீதிபதியுமான ஏ.எம்.டி. ஜாக்சன், ஒரு திரையரங்கில் சுட்டுக் கொல்லப்பட்டார். கொலையாளி ஆனந்த் கான்கெரே எனும் இளைஞன் - சாவர்க்கரால் தயாரிக்கப்பட்டவன்.

ஜாக்சன், ஒரு திரையரங்கில் புகழ் பெற்ற மராத்தி நாடகமான 'சாரதா' மேடை அரங்கேற்றத்தை ரசித்துக் கொண்டிருந்த நேரத்தில், அவரை நேருக்கு நேராக சுட்டுக் கொன்றான் ஆனந்த் கான்கெரே.

ஜாக்சனைக் கொலை செய்த ஆனந்த் கான்கெரேயுடன் சதியில் ஈடுபட்ட மற்றவர்களும் கைது செய்யப்பட்டனர். அவர்களிடம் சாவர்க்கர் இலண்டனிலிருந்து எழுதிய கடிதங்கள் இருந்தன. மேலும், கான்கெரே பயன்படுத்திய தானியங்கித் துப்பாக்கியும் சாவர்க்கரிடமிருந்து வந்துள்ளது தெரிந்தது. அதன் பின்னர்தான் பம்பாய் மாகாண அரசு, நாடு கடத்தப்படுவதற்கான தீங்கு இழைப்போர் சட்டம் 1831-இன்கீழ் சாவர்க்கரைக் கைது செய்ய நீதி ஆணை பிறப்பித்தது.

சர் கர்சன் வைலி கொலையில் சான்றுகள் இன்மையால் இலண்டன் காவல்துறை சாவர்க்கரைக் கைது செய்ய முடியாமல் திணறியது. ஆனால், ஜாக்சன் கொலைச் சதியில் சாவர்க்கருக்குத் தொடர்பு இருப்பதற்கான ஆதாரங்கள் கிடைத்ததும் விழித்துக் கொண்டது.

1910, மார்ச் 13ஆம் நாள் இலண்டன், விக்டோரியா நிலையத்தில் சாவர்க்கர் கைது செய்யப்பட்டார். இந்தியாவுக்கு அவரை நாடு கடத்துவதற்காக எஸ்.எஸ். மோரியா என்ற கப்பலில் அழைத்துச் சென்றபோது 1910 ஜூலை 8 அன்று மார்செல்ஸ் துறைமுகத்தில் கப்பலின் ஜன்னல் வழியாக தப்பி ஓடினார். பின்னர் பிரான்சில் பிடிபட்டார்.

1910 ஜூலை 22இல் சாவர்க்கர் பம்பாய் கொண்டு வரப்பட்டு, நீதிபதி சர் என்.ஜி. சந்தவர்க்கர் மற்றும் நீதிபதி சர் ஜான் ஹீட்டன் ஆகியோர் அடங்கிய சிறப்புத் தீர்ப்பாயம் முன்பு விசாரணைக்காக

நிறுத்தப்பட்டார். சாவர்க்கர் மீது மூன்று வழக்குகள் பதிவு செய்யப்பட்டன. அவரது சார்பில் வழக்கறிஞர் ஜோசப் பாத்டிஸ்டா தலைமையிலான குழு வாதாடியது. 1910 செப்டம்பர் 25 முதல் அந்தத் தீர்ப்பாயம் விசாரணையைத் தொடர்ந்து நடத்தியது.

69 நாட்கள் நடைபெற்ற வழக்கு விசாரணையின் முடிவில் 1910 டிசம்பர் 24இல் முதல் வழக்கில் தீர்ப்பளிக்கப்பட்டது. அதில் சாவர்க்கரை ஆயுள் காலத்திற்கு நாடு கடத்தவும், அவரது சொத்துக் களைப் பறிமுதல் செய்யவும் ஆணை பிறப்பிக்கப் பட்டது.

ஜாக்சன் கொலையில் உடந்தையாக இருந்ததற்கான இரண்டாவது வழக்கில் 1911 ஜனவரி கடைசியில் அளிக்கப்பட்ட தீர்ப்பில் ஆயுள் காலத்திற்கு - ஐம்பது ஆண்டுகள் அந்தமானுக்கு நாடு கடத்தப்பட வேண்டும் என்று தீர்ப்பு அளிக்கப்பட்டது. இரண்டு தண்டனைகளையும் ஏக காலத்தில் அனுபவிக்க உத்திரவிடக் கோரிய சாவர்க்கரின் வேண்டுகோளை நீதிமன்றம் நிராகரித்து விட்டது.

இதன் பின்னர்தான் அந்தமான் தலைநகர் போர்ட் பிளேயருக்கு 1911 ஜூலை 4இல் சாவர்க்கர் கொண்டு செல்லப்பட்டு சிறையில் பூட்டப்பட்டார். சிறையில் இருந்து அவர் எழுதிய மன்னிப்புக் கடிதங்களை முன்பே பார்த்தோம்.

‘இந்துத்துவா கோட்பாடு’ உருவாகிறது!

1921இல் அந்தமான் சிறையில் இருந்து மராட்டிய மாநிலம் இரத்னகிரி சிறைக்குக் கொண்டு வரப்பட்ட சாவர்க்கர் பின்னர் புனேவில் உள்ள எரவாடா சிறைக்கு மாற்றப்பட்டார்.

அந்தமான் சிறையில் இருந்த போதே, இஸ்லாம் மதத்தைத் தழுவப் போவதாகக் கூறிய ஒரு கைதியைத் தடுத்து நிறுத்தியவர் சாவர்க்கர். இந்துக்கள் மதம் மாறக் கூடாது என்றும், இஸ்லாமியர்களை இந்துக்களாக மாற்ற வேண்டும் என்றும் ‘சுத்தி’ இயக்கத்தைச் சிறைக்கு உள்ளேயே நடத்திய சாவர்க்கரின் சிந்தனையைப் புரிந்து கொள்ளலாம்.

அதன் நீட்சியாக, இரத்னகிரி சிறைக்கு மாற்றப்பட்ட பின்பு சாவர்க்கர் எழுதிய ‘இந்துத்துவம் அல்லது இந்து என்பவன் யார்?’ என்ற நூல்தான் இந்திய வரலாற்றில் மதவாத சக்திகளின் பயணத்திற்குப் பாதை அமைத்தது.

சிறையிலிருந்து சாவர்க்கர் எழுதிய நூல் ‘மராட்டியன்’ எனும் புனைப் பெயரில் வெளியிடப்பட்டது.

'இந்துத்துவா' கோட்பாட்டை வரையறுத்த சாவர்க்கரின் நூலில் கூறப்பட்டுள்ள கருத்துகளைப் பார்க்கும்போது எவ்வளவு பெரிய விஷ விதையை அவர் தூவிச் சென்றிருக்கிறார் என்பதை உணர முடியும்.

"இந்துஸ்தானத்தில் இந்துக்கள் என்பவர்களே ஒரு தேசமாக (Nation) இருக்கிறார்கள்; மற்றவர்கள் எல்லாம் சிறுபான்மையினர்தான்; ஒரே மண்ணில் வாழ்வதாலேயே அவர்கள் அதே தேசத்தவர் ஆகி விட மாட்டார்கள்."

"முகம்மதியர்கள் அல்லது கிறிஸ்தவர்கள் இந்துத்துவாவின் அனைத்து முக்கியமான குணாம்சங்களையும் கொண்டு இருக்கிறார்கள். ஆனால், இந்தியாவை அவர்கள் தங்களின் புனித பூமியாகக் கருதுவதில்லை. அவர்களது புனித பூமி அரேபியா, பாலஸ்தீனம் என்று தொலை தூரத்தில் உள்ளது. அவர்களது புராணங்கள், கடவுளர்கள், கருத்துகள், நாயகர்கள் இந்த மண்ணின் புதல்வர்கள் அல்ல. அதன் விளைவாக அவர்களது பெயர்களும் கண்ணோட்டமும் அந்நிய மூலத்தைக் கொண்டு உள்ளது. அவர்களது நேசம் பிளவுபட்டுக் கிடக்கிறது."

இவ்வாறு இந்துத்துவா நூலில் குறிப்பிட்டிருந்த சாவர்க்கர், இந்து தேசியத்தின் வித்துக்களை எவ்வாறு ஊன்றினார் என்பதை வரலாற்று ஆய்வாளரும் எழுத்தாளருமான எஸ்.வி. ராஜதுரை, தனது 'இந்து - இந்தி - இந்தியா' எனும் நூலில் விரிவாகச் சுட்டிக் காட்டுகிறார்.

வடமேற்கு இந்தியாவிலிருந்து ஆரியர்கள் மெல்ல மெல்ல இந்தியாவின் பிற பகுதிகளுக்குப் பரவினர் என்றும், அவர்களோடு சேர்ந்து அவர்களது பண்பாடும் பரவியது என்றும் சாவர்க்கர் கூறினார். ஆரியர் அல்லாத பிற மக்கள் இந்தியாவில் இருந்ததை ஒப்புக் கொண்ட அவர், அவர்களுக்கும் ஆரியர்களுக்கும் இடையே இரத்தக் கலப்பும் பண்பாட்டுக் கலப்பும் ஏற்பட்டு இந்து தேசம் உருவானது என்றார்.

இந்து பூர்வீகத்துடன் தொடர்புடையவர்கள் அனைவருடனும் தனக்கு அந்த உறவு உள்ளது என்று கருதுபவனும், வடக்கே சிந்து நதி முதல் தெற்கே இந்து மகா சமுத்திரம் வரை உள்ள பகுதியை இந்தியா என்று ஒப்புக் கொள்பவனும்தான் இந்து என்றும் அவர் வரையறுத்தார்.

5
புனித பூமியா?

இந்தியாவை ஒரு தெய்வீக அல்லது புனித பூமி என்று கருதுபவனே இந்து ஆவான் என்றும், இந்த இந்துக்கள் யாவரும் ஒரே மரபு இனம் (Race) என்றும், இந்த இனத்தின் பொதுப் பண்பாட்டின் வெளிப்பாடுதான் 'சமஸ்கிருத மொழி' என்றும் கூறினார்.

சாவர்க்கர் இந்துத்துவம் என்பதையும் இந்து என்ற சொல்லால் குறிக்கப்படும் சமய நெறியைப் பின்பற்றுபவர்களையும் ஒன்றாகச் சேர்த்துக் குழப்பவில்லை என்றும், சாவர்க்கர் கூறிய இந்துத்துவத்தில் இந்திய மண்ணில் தோன்றிய அனைத்துச் சமயச் சிந்தனைகளும் - பௌத்தம், சமணம், சீக்கியம் ஆகியனவும் அடங்கும் - என்றும் சிலர் வாதிடுகின்றனர்.

மேலும் 'இந்து' என்ற சொல்லுக்கு சாவர்க்கர் கொண்டிருந்த பொருள் பொதுவான சமய, பண்பாட்டு மரபைக் கொண்டிருக்கும் மக்கள் என்பதுதான் என்றும் சிலர் விளக்கம் சொல்கின்றனர். இந்தப் பண்பாட்டை உருவாக்கியவர்கள் என்று வேதகால முனிவர்கள், மகாவீரர், புத்தர், குருநானக், பசவண்ணா, சக்ரதாரர், நாகசேனக், திருவள்ளுவர், ராம்மோகன் ராய், தயானந்த சரஸ்வதி, இராமர், கிருஷ்ணர், மத்வர், சைதன்யர், குரு கோவிந்த்சிங் என பலதரப்பட்ட மாந்தரை சாவர்க்கர் குறிப்பிடுகிறார்.

இந்துயிசம் அல்லது இந்து மதம் என்பது மதத்தை அல்லது பேத தர்மம், சனாதன தர்மம் என்பதைக் குறிக்கும். ஆனால், இந்துத்துவம் என்பது இந்திய மண்ணில் தோன்றிய அனைத்து இறையியல் தத்துவக் கோட்பாடுகளைப் பின்பற்றுகிறவர்கள்தான் இந்துக்கள் என்று சாவர்க்கர் வரையறுக்கிறார்.

புனித பூமி எது?

சாவர்க்கரும் அவரது ஆதரவாளர்களும் பௌத்தம், சமணம், சீக்கியம் ஆகியவற்றை இந்து மதத்தின் உட்கூறுகளாகவே கருதினர். அவற்றின் முக்கியத்துவத்தை மறுத்தனர்.

தொடக்கக் கால பௌத்தத்தை சாவர்க்கர் இழிவாகக் கருதினார். அகிம்சையைப் போதித்ததன் மூலம் முஸ்லிம், பிரிட்டீஷ் படை யெடுப்பாளர்களிடமிருந்து இந்துஸ்தானத்தின் மக்களைக் காப்பாற்றத்

தவறி விட்டது பௌத்தம் என்று அவர் கூறினார். அகிம்சையை போதித்த புத்தரையே மதிக்காத சாவர்க்கர், காந்தியாரின் அகிம்சைப் போராட்டத்தை எப்படி ஏற்பார்? பின்னாளில் மகாத்மா காந்தி கொலைச் சதிக்கு உருவான கரு இங்கிருந்துதான் தொடங்கியது என்றும் கூறலாம்.

சாவர்க்கர் கூறிய இந்துத்துவம், ஒரு குறிப்பிட்ட மத அடையாளத்தைக் குறிப்பதல்ல; மாறாக இந்துக்களின் (அதாவது இந்துஸ்தான மக்களின்) சமூக - பண்பாட்டு அடையாளத்தைத் தான் குறிக்கிறது என்று அவரது ஆதரவாளர்கள் இப்போதும் கூறி வருகின்றனர்.

ஆனால், சமூக - பண்பாட்டு அடையாளம் என்பது, சம்பந்தப்பட்ட ஒரு சமூகத்தின் தன்னுணர்வின் பகுதியாகவோ அல்லது அச்சமூகம் தானாகவே முன்வந்து ஏற்றுக் கொண்ட அடையாளமாகவோ இல்லாவிட்டால் அதற்கு எந்தப் பொருளும் இருக்க முடியாது. அது ஓர் உண்மையான அடையாளமாக இருக்க முடியாது; மாறாக ஒரு போலியான, பொய்யான, திணிக்கப்பட்ட அடையாளமாகவே அது இருக்க முடியும்.

சாவர்க்கர் வரையறுத்த இந்துத்துவம் பௌத்தர்கள், சமணர்கள், சீக்கியர்கள், தலித்துகள், திராவிடர்கள், நாகர்கள் முதலியோரின் தன்னுணர்வின் ஓர் அம்சமல்ல; அவர்கள் தாமாக முன்வந்து ஏற்றுக் கொண்ட அடையாளமும் அல்ல; மாறாக அது ஒரு செயற்கையான அவர்கள் மீது திணிக்கப்பட்ட அடையாளமே ஆகும்.

மேலும், இந்திய மண்ணில் தோன்றாதவையும் பிற நாடுகளில் தோன்றிப் பல நூற்றாண்டுகளுக்கு முன்பே இந்தியத் துணைக் கண்டத்திற்கு வந்து பல இலட்சக் கணக்கான மக்களைத் தழுவிக் கொண்டதுமான கிறிஸ்துவம், இஸ்லாம் ஆகியவற்றிற்கு அவரது 'இந்துத்துவத்தில்' இடம் இல்லை.

முஸ்லிம்களையும், கிறிஸ்தவர்களையும் பற்றி சாவர்க்கர் பின்வருமாறு கூறுகிறார் :

"அவர்களுக்கும் கூட இந்துஸ்தான் தந்தையர் நாடுதான் என்றாலும் அது அவர்களுக்குப் புனித பூமியல்ல; அவர்களது புனித பூமியோ மிகத் தொலைவில் உள்ளது - அரேபியாவில், பாலஸ்தீனத்தில்."

"இந்து பெற்றோருக்குப் பிறக்காத ஓர் ஆணோ அல்லது பெண்ணோ உண்மையிலேயே நமது பூமியைத் தனது நாடாக ஏற்றுக் கொண்டு, ஒரு இந்துவை மணந்து கொண்டு, நமது பூமியைத் தனது உண்மையான தந்தையர் நாடு என்று நேசித்து, நமது பண்பாட்டை ஏற்றுக் கொண்டு அதன் மூலம் நமது பூமியைப் புனித பூமி எனப்

போற்றி வணங்கினால் அந்த ஆணோ, பெண்ணோ இந்துவாக இருக்கலாம். இந்துத்துவத்தைச் சேர்ந்தவராகக் கருதப்படலாம்."

பார்ப்பனியச் சாதி அமைப்புக்கு எதிராகப் போர்க் கொடி உயர்த்திய பௌத்தம், சீக்கியம் ஆகியவற்றையும், பார்ப்பனியத்தை ஏற்றுக் கொள்ளும் இந்து மதத்தையும் ஒன்றாக இணைப்பது என்பது அப்பட்டமான பார்ப்பனியம்தான். ஏனெனில் எல்லா வகையான பண்பாட்டு - சமய மரபுகளும் நிலவுவதை அனுமதித்து விட்டு, அதே சமயம் அவை எல்லாவற்றையும் தனது ஆதிக்கக் குடையின் கீழ் கொண்டு வந்து விடுவதுதான் பார்ப்பனியத்தின் திறமை. எல்லோரும் அவரவருக்கு விதிக்கப்பட்டுள்ள இடத்தில் இருந்து கொள்ளலாம். நான் (பார்ப்பனன்) மட்டுமே ஆதிக்க நிலையில் இருப்பேன் என்பதுதான் பார்ப்பனியம்.

இரண்டாவதாக, சாவர்க்கரின் இந்துத்துவம் ஒரு (சமயப்) பண்பாட்டின் அடிப்படையிலேயே இந்தியாவில் உள்ள அனைத்து மக்களையும் ஒரே தேசிய இனமாக வரையறுக்கிறது.

தேசிய இனங்களை உருவாக்குவதில் முக்கிய காரணிகளாக இருப் பவை அந்தந்த இன மக்களின் மொழி, குறிப்பிட்ட பண்பாடு, குறிப்பிட்ட பொருளியல் வாழ்வு, அக்குறிப்பிட்ட மக்கள் மரபாக வாழ்ந்து வரும் நிலப்பரப்பு போன்றவற்றை சாவர்க்கரின் இந்துத்துவா தத்துவம் மறுக்கின்றது.

இந்தியா என்ற நிலப் பகுதியில் வாழும் மக்களிடையே உள்ள மொழி வேறுபாடுகள், அவர்கள் அனைவருக்குமேயான ஒரு தாய்மொழியாக சமஸ்கிருதம் இருப்பதன் காரணமாக - அதைத் தமது தாய்மொழியாக அவர்கள் ஏற்றுக் கொண்டிருப்பதன் காரணமாக மங்கி விடுகின்றன என்கிறார் சாவர்க்கர்.

'இந்துத்துவம்' என்ற உணர்வு இந்திய மக்களிடையே ஓங்கி உயர்வதற்கான ஒளி மிகுந்த வாய்ப்புக்கள் இருக்கின்றன.

சாவர்க்கரின் இந்த 'இந்துத்துவ'க் கோட்பாட்டின் வேரிலிருந்துதான் ஆர்.எஸ்.எஸ். கிளைத்து எழுந்து, இன்று பாரதிய ஜனதா கட்சி 'இந்துத்துவா' எனும் 'கொடு வாளை' ஏந்தி நிற்கின்ற நிலைமையும் வரலாற்றில் உருவாகி விட்டது.

6

ஆர்.எஸ்.எஸ். நச்சு விதை விருட்சம் ஆன கதை

1923இல் சாவர்க்கர் போட்ட 'இந்துத்துவா' விதைதான் இன்று விஷ விருட்சமாக வளர்ந்து படர்ந்து இருக்கின்றது. ரத்னகிரியில் சாவர்க்கர் இருந்தபோது அவரை ஆரம்ப காலங்களிலேயே சென்று சந்தித்தவர்களில் ஆர்.எஸ்.எஸ் நிறுவனர் டாக்டர் கேசவ பலிராம் ஹெட்கேவரும் ஒருவர் என்று 'சாவர்க்கர்' வரலாற்றை எழுதிய 'தனஞ்செய் கீர்' குறிப்பிடுகிறார். 1925இல் ரத்னகிரிக்கு வெளியே இருந்த 'சிரகான்' என்ற ஊரில்தான் அந்தச் சந்திப்பு நடந்தது. சாவர்க்கரின் கைப்பிரதியாக இருந்த 'இந்துத்துவா' அப்பொழுதுதான் நூல் வடிவம் பெற்றது.

ஆர்.எஸ்.எஸ். அமைப்பைத் தொடங்குவதற்கு முன்பே ஹெட்கேவரும், சாவர்க்கரும் மிக நீண்ட விவாதங்களில் ஈடுபட்டனர். அதன் விளைவாக, அமைப்பு, எதிர்காலம் பற்றி எல்லாம் தீர்மானித்தனர்.

ஆர்.எஸ்.எஸ். தோற்றம்

மராட்டிய மாநிலம் நாக்பூரில் உள்ள ஹெட்கேவரின் வீட்டில் இயங்கி வந்த இந்து மகாசபையில் முக்கிய தலைவர்கள் கூடினர்.

டாக்டர் பி.எஸ். மூஞ்சே, டாக்டர் எல்.வி. பராஞ்ஜிபே, டாக்டர் பி.பி. தால்கார், பாபுராவ் சாவர்க்கர் (வி.டி. சாவர்க்கரின் தம்பி) ஆகிய நால்வரும் டாக்டர் கேசவ பலிராம் ஹெட்கேவர் இல்லத்தில் ஆலோசனை நடத்தினர். அதன் பின்னர்தான் 1925, செப்டம்பர் 25, 'விஜயதசமி' நாளில் 'ராஷ்டிரிய சுயம் சேவக் சங்' ஆர்.எஸ்.எஸ். உருவாக்கம் பெறுகிறது.

மேற்கண்ட ஐவருமே மராட்டிய சித்பவன் பார்ப்பனர்கள் என்பது குறிப்பிடத்தக்கது.

ஆர்.எஸ்.எஸ். தோன்றியதற்கான காரணம் என்ன? இதற்கு ஹெட்கேவரே விடை தருகிறார்.

"காந்தியின் ஒத்துழையாமை இயக்கத்தின் காரணமாக நாட்டில், (தேசியத்திற்கான) உற்சாகம் குறைந்து வருகிறது. அந்த இயக்கம் தோற்றுவித்த தீமைகள் சமுதாயத்தில் அச்சமூட்டும் வகையில் தலைதூக்கியுள்ளது தேசியப் போராட்ட அலை தணிந்து

வந்த போது ஒருவருக்கு ஒருவரிடையே உள்ள குரோதங்களும், பொறாமைகளும் வெளிப்படத் தொடங்கின. எங்கு பார்த்தாலும் தனிப்பட்டவர்களிடையே மோதல்கள் பல்வேறு சமூகங்களுக்கு இடையில் மோதல்கள் பார்ப்பனருக்கும் பார்ப்பனரல்லாதாருக்கும் இடையிலான முரண்பாடு அப்பட்டமாகவே தெரியத் தொடங்கியது. எந்த ஒரு அமைப்பிலும் ஒருமைப்பாடோ ஒற்றுமையோ இருக்கவில்லை. ஒத்துழையாமை இயக்கத்தின் பாலைப் பருகி வளர்ந்த எவன பாம்புகள் (அதாவது முஸ்லிம்கள்) நஞ்சைக் கக்கிப் படமெடுத்தபடி தேசத்தில் கலவரங்களைத் தூண்டிக் கொண்டிருந்தன"

அதாவது முஸ்லிம்களிடமிருந்து மட்டுமல்லாது, பார்ப்பனர் அல்லாதவர்களிடம் இருந்தும் இந்து (பார்ப்பன) தேசத்தைக் காப்பாற்றுவதுதான் ஆர்.எஸ்.எஸ். அமைப்பின் நோக்கம் என்று ஹெட்கேவர் வெளிப்படையாகவே கூறிவிட்டார்.

இந்த இடத்தில் ஒன்றை நாம் கவனிக்க வேண்டும். 1925இல் ஆர். எஸ்.எஸ். தொடங்கப் பட்டபோது, இந்தியாவில் எந்தப் பகுதியிலும் பார்ப்பனர் - பார்ப்பனரல்லாதார் பிரச்சனை எழவில்லை. சென்னை மாகாணத்தில் தலைநகர் சென்னையில் 1916, நவம்பர் 20இல் தென்னிந்திய நல உரிமைச் சங்கம் உருவாக்கப்பட்டது. பார்ப்பனரல்லாதார் உரிமைகள் பறிக்கப்பட்டு இருப்பதை நோக்கமாகக் கொண்டு போர்க்கொடி தூக்கியது திராவிட இயக்கம். அதே 1925இல்தான் தந்தை பெரியார் காங்கிரஸ் கட்சியில் இருந்து வெளியேறினார். பார்ப்பனரல்லாதாரின் வகுப்புவாரி உரிமை, சமூக நீதி முழக்கத்தை பெரியார் எழுப்பினார்.

எனவே நீதிக்கட்சியும், தந்தை பெரியாரும் பார்ப்பனர் ஆதிக்கத்தை எதிர்த்து முழங்கிய காலகட்டத்தில் ஆர்.எஸ்.எஸ். அமைப்பை உருவாக்கிய ஹெட்கேவர், எடுத்த எடுப்பிலேயே இந்து தேசத்தின் எதிரிகளாக முஸ்லிம்களையும், பார்ப்பனரல்லாதாரையும் சுட்டிக் காட்டுகிறார். இதிலிருந்து ஒன்று தெளிவாகிறது. ஆர்.எஸ்.எஸ். அமைப்பிற்கு அது முளைவிட்ட பொழுதில் இருந்தே திராவிட இயக்கத்தின் மீது வெறுப்பு இருந்ததை ஹெட்கேவர் கூற்று மெய்ப்பிக்கிறது.

திராவிட இயக்கத்துக்கு வேறு எவரைக் காட்டிலும் 'இந்துத்துவ' மதவெறிக் கூட்டத்தை வீழ்த்தும் வரலாற்றுக் கடமை அதிகம் இருக்கிறது என்பது இதன் மூலம் விளங்குகிறது.

சி. பி. பிஷிகார் எழுதிய 'கேஷவ் சங்க் நிர்மதா (1979)' என்ற நூலில் ஆர்.எஸ்.எஸ். தோற்றம் மற்றும் ஹெட்கேவரின் நோக்கம் குறித்து,

ஆர்.எஸ்.எஸ். வெளியிட்ட அதிகாரப்பூர்வ வெளியீட்டிலிருந்தே மேற்கோள் காட்டி இருக்கிறார்.

மதவெறி இயக்கம் கருக்கொண்டது

ஆர்.எஸ்.எஸ். அதிகாரப்பூர்வ வெளியீடு கூறுவது என்ன?

"நாட்டில் மாற்றம் ஏற்பட்டுக் கொண்டிருந்தது. 1921 இயக்கம் முடிந்தபிறகு நடைபெற்றவை டாக்டர் ஜிக்கு (ஹெட்கேவர்) அதிர்ச்சியைக் கொடுத்தன. இந்திய முஸ்லிம்கள் தாங்கள் முதலில் முஸ்லிம்கள்; இரண்டாவதாகத்தான் இந்தியர்கள் என்பதை நிரூபித்தார்கள்.

துருக்கியில் கிலாஃபத் முடிவுக்கு வந்த பொழுது அவர்கள் தேசிய சுதந்திரத்துக்கான கூட்டு இயக்கத்தில் இருந்து விலகிக் கொண்டார்கள். முஸ்லிம் மதவெறி நாடு முழுவதும் நிலவியது. 'பாரத மாதா வாழ்க' என்ற முழக்கத்துக்கு பதிலாக 'அல்லாஹீ அக்பர்' என்ற முழக்கம் எங்கும் ஒலித்தது.

உடனே பன்னு, கோஹாட், முல்டான், நாக்பூர், கான்பூர் மற்றும் பல இடங்களில் கலகங்கள் நடைபெற்றன. 'இவை இந்து - முஸ்லிம் கலகங்கள் அல்ல' என்று அவர் கூறுவார். 'இவை முஸ்லிம் கலகங்கள் ஏனென்றால் ஒவ்வொரு கலகத்திலும் அவர்கள்தான் அவற்றை ஆரம்பிக்கிறார்கள், முன்னேறிவந்து தாக்குகிறார்கள்' இக்கலகங்கள் மாப்ளா அட்டூழியத்தில், அங்கே நடைபெற்ற தீயூட்டல், கொள்ளை, கொலை, கற்பழிப்பு மற்றும் கட்டாய மத மாற்றத்தில் முடிவடைந்தன. நாடு திகைத்து நின்றது.

இது கிலாஃபத்தா அல்லது அகிலாஃபத்தா? (எல்லோருக்கும் அழிவா?) என்று டாக்டர் ஜி கேட்டார்.

பாரதத்தில் 'இந்துக்கள்தான் தேசம், இந்துத்துவாதான் ராஷ்டிரியத்துவா' என்பது தெளிவாயிற்று. தேசிய அரசியல் வானில் தோன்றிய அபாய எழுத்துக்களைப் பார்க்கவில்லை என்ற மாதிரி சிலர் பாசாங்கு செய்தனர்.

ஆனால், எதார்த்தவாதியான டாக்டர் ஹெட்கேவர் அசட்டுத் தனமாகக் கனவுகாண மறுத்தார். உண்மை வெளிவந்தது. இந்துக்கள் மட்டுமே இந்துஸ்தானை விடுவிக்கிறார்கள். அவர்கள் மட்டுமே இந்துக் கலாச்சாரத்தைப் பாதுகாப்பார்கள். இந்து சக்தியே நாட்டைக் காப்பாற்றும். உண்மைகளின் தாக்கத்தில் இருந்து தப்ப இயலாது. இந்து இளைஞர்களை நற்பண்புகள் மற்றும் தாய்நாட்டின் மீது முழுப்பற்றுதலை அடிப்படையாகக் கொண்டு அமைப்பு ரீதியாகத் திரட்ட வேண்டும். வேறு வழி கிடையாது.

அந்த மாபெரும் ஆன்மாவின் வேதனை ராஷ்டிரிய சுயம் சேவக் சங்கத்தை அமைப்பதில் வெளிப்பட்டது. அவர் ஐந்து நண்பர்களுடன் ஆர்.எஸ்.எஸ். -ன் அன்றாட செயல்திட்டத்தை ஆரம்பித்தார். அந்தப் பொன்னாள் 1925ஆம் ஆண்டின் விஜயதசமி நன்னாள்."

மேற்கூறப்பட்ட ஆர்.எஸ்.எஸ். வெளியீடு பல உண்மைகளை நமக்கு உணர்த்துகிறது.

ஒத்துழையாமை இயக்கப் பேரெழுச்சி நவீன இந்திய தேசியத்தின் வரலாற்றில் 'பிரிட்டீஷ் - எதிர்ப்பு' என்ற ஒற்றைப் புள்ளியில் இந்துக்களும் - முஸ்லிம்களும் இணைந்து ஒற்றுமையின் சிகரமாக அது இருந்தது. ஆனால் அந்தப் பேரெழுச்சியை ஹெட்கேவர் விரும்பவில்லை.

'இஸ்லாமியப் பாம்புகள்' இந்துக்களுடன் ஒன்று சேர்ந்து அந்நிய ஆட்சியை எதிர்த்துப் போராடுகின்றதாகக் கூறி, ஹெட்கேவர் அதனை மிகவும் ஆபத்து என்று கூறுகிறார். இந்து - முஸ்லிம் ஒற்றுமை ஆபத்து என்பதுதான் ஆர்.எஸ்.எஸ். நிறுவனரின் சித்தாந்தம்.

ஏனெனில் அவர்களது இலட்சியம் ஒன்றுபட்ட, சுதந்திர இந்தியா அல்ல. இந்து நாடே அவர்கள் இலட்சியம். இந்துக்கள் மட்டுமே 'பாரதத்தில் தேசமாக' இருக்க முடியும். இது கண்டிப்பான எதார்த்தமாம்.

இராமன் பெயரால் 'சூல்' கொண்ட வெறுப்பு

1925ஆம் ஆண்டில், ஆர்.எஸ்.எஸ். தொடங்கப்பட்ட போதே அந்த அமைப்பின் 'கலாச்சாரத் திட்டத்தில்' இராமர் முக்கியமான இடத்தை வகிக்கிறார்.

இராமாயணம் நன்மைக்கும் தீமைக்கும் நடைபெற்ற இதிகாசப்போர்; அப்போரில் இராமன் இராவணனை முறியடித்ததாகச் சொல்லப்படும் விஜயதசமி நாளை ஹெட்கேவர் தேர்ந்தெடுத்து ஆர்.எஸ்.எஸ். இயக்கத்திற்கு அடிக்கல் நாட்டியது திட்டமிட்ட செயலே.

இந்துஸ்தானத்தைக் காக்க 'பார்ப்பன' பாரத தேசத்தைக் காக்க ஒரு இந்து அமைப்பாக நிறுவப்பட்டு, பின்னர் 1926, இராமநவமி நாளில், (இராமர் அன்று பிறந்ததாகக் கூறப்படுகிறது?) ஆர்.எஸ்.எஸ். என்னும் பெயர் சூட்டப்பட்டது. காவிக்கொடியும் அன்றுதான் முடிவு செய்யப்பட்டது. அது நிறத்திலும், வடிவத்திலும் இராமருடைய கொடி என்று விளக்கப்பட்டது.

ஆகவே ஆர்.எஸ்.எஸ். தொடங்கப்பட்ட பொழுதிலிருந்தே தன் சித்தாந்தத்தையும், தனி ரகமான 'கலாச்சாரத்தையும்' சுட்டிக்

காட்டுவதற்கு இராமனைப் பற்றிய பழங்கதைகளை 'வரலாறாக' திரித்தது. இந்தியாவை இந்து நாடாக மாற்ற வேண்டும். அதற்கு இராமரை வைத்து சண்டையைத் தூண்ட வேண்டும்' என்று ஆர். எஸ்.எஸ். கருக்கொண்ட போதே அதன் அடிப்படைக் கோட்பாடு ஆகிவிட்டது.

1925 விஜயதசமி நாளன்று நடைபெற்ற கூட்டம் நாக்பூரில் அன்று இருந்த இந்து மகாசபை, இந்து சுயம் சேவக் சமிதி மற்றும் இந்து சம்ரக்ஷன சமிதி போன்ற இந்து அமைப்புகளின் பலவீனங்களை ஆராய்ந்தது. படித்த, உயர்சாதி இந்துக்கள் சண்டை ஏற்படுகின்றபொழுது கீழ்சாதியினரை நம்பி இருக்க வேண்டிய நிலை முகாமையான சிக்கலாகும் என்று அக் கூட்டத்தில் விவாதிக்கப்பட்டது மிகவும் முக்கியமானதாகும்.

படித்த இந்து இனிமேல் அவர்களை நம்பி இருக்கக்கூடாது. அவர்கள் சண்டைப் பயிற்சிகளைப் பயில வேண்டும் என்று அக்கூட்டம் முடிவு செய்தது.

பார்ப்பனர் - பார்ப்பனரல்லாதார் மோதல் தீவிரமடைந்து கொண்டிருந்த சூழ்நிலையில் இனிமேல் கீழ்சாதியினரை நம்ப முடியாது என்னும் முடிவு அர்த்தம் நிறைந்ததாகும்.

தொடக்கம் முதல் இன்று வரை ஆர்.எஸ்.எஸ்.-இல் மத்திய வர்க்க பார்ப்பனர்கள் அல்லது பனியாக்கள் மிகவும் அதிக எண்ணிக்கையில் ஈடுபட்டார்கள். மற்ற சமூகக் குழுக்களுக்கு எதிரான பய உணர்ச்சியின் அடிப்படையில் அவர்கள் ஒன்று திரண்டார்கள். அவர்கள் வெளிப்படையாக முஸ்லிம்களைக் கண்டு அஞ்சினார்கள். ரகசியமான கீழ்சாதி இந்துக்களுக்கு பயந்தார்கள் என்பதுதான் உண்மை.

பிஞ்சுகளின் உள்ளத்தில் நஞ்சு விதை

ஹெட்கேவரும் அவர் சகாக்களும் இருபது வயதுக்கு உட்பட்ட சிறுவர்கள் மேல் கவனம் செலுத்த விரும்பினார்கள். இருபது வயதுக்கு மேல் வயதானவர்கள் வேறு கருத்துகளால் மாசுபட்டவர்கள் அல்லது குடும்பப் பிரச்சனைகளில் மூழ்கிப் போனவர்கள்; ஆகவே அவர்களை நம்ப முடியாது என்று கருதினார்கள்.

இந்து புரட்சிகர (?) கருத்துக்களை இளம் வாலிபர்கள் உள்ளத்தில் விதைக்க வேண்டும். அப்போதுதான் அது வளர்ந்து அவர்கள் நோக்கம் நிறைவேற பயன்தரும் என்று திட்டமிட்டார்கள்.

சிறுவர்களுக்கு உடற்பயிற்சியுடன் இந்து மரபுகளின் மேன்மையைப் பற்றியும் கற்பிக்கப்படும். இந்தப் பயிற்சித் திட்டத்தை நிறைவேற்றும்

பொறுப்பை ஹெட்கேவர் ஏற்றுக் கொண்டார். அவர் 12-15 வயதுக்குட்பட்ட பள்ளிச் சிறுவர்களைத் தேர்ந்தெடுத்தார். அவர்களுடைய விசுவாசம், கீழ்ப்படிதல் ஆகியவற்றைப் பரிசோதித்துத் தேர்ந்தெடுத்தார். அதில் அவர் தனது விசுவாசமுள்ள ஒரு குழுவையும் உருவாக்கிக் கொண்டிருந்தார்.

தனி நபர்களுக்கு அல்லது கோட்பாடுகளுக்கு இரட்டை விசுவாசம் இல்லாத போர்க்குணமிக்க குழுவை அவர் தயாரித்தார். அவர்கள் இளமைப் பருவத்தின் ஆரம்பத்திலேயே சேர்க்கப்பட்டு விட்டதால் கேள்வி கேட்காமல் கீழ்ப்படியக் கூடியவர்களாக இருந்தார்கள். அத்துடன் அந்த வயதில் ஏற்படுகின்ற தோழமை, வாழ்க்கை முழுதும் நீடிக்கும். ஒரே கருத்துகளுடன் ஒன்றாக வளர்ந்த நினைவுகளைப் பகிர்ந்து கொள்ளக்கூடிய குழுவை உருவாக்கும். அக்குழு மிகவும் பலமான உணர்ச்சி மற்றும் அரசியல் பிணைப்புகளால் இணைக்கப்பட்டு வலுவான ஒற்றுமையைக் கொண்டிருக்கும் என்று ஹெட்கேவர் நம்பினார்.

இந்தியா முழுவதும் இன்று அனைத்து மாநிலங்களிலும் உள்ள பாரதிய ஜனதா கட்சியின் முன்னணித் தலைவர்கள், மாநில முதல்வர்கள் அனைவருமே, ஆர்.எஸ்.எஸ்.-ன் அப்பட்டமான வார்ப்புக்கள். எனவே தான் அவர்கள் சித்தாந்தம், கோட்பாடுகளில் துளி அளவு கூட 'கீறல்'களைப் பார்க்க முடியாது. ஹெக்டேவர் 93 ஆண்டுகளுக்கு முன்பு வைத்திருந்த நம்பிக்கை வீண்போகவில்லை என்பதை நாம் காண முடிகிறது.

உடற்பயிற்சி எனும் 'ஷாகா'

நாக்பூரில் காலியாகக் கிடந்த ஒரு இடத்தை (தற்போது ஆர்.எஸ். எஸ். -ன் தலைமையகம் ஹெட்கேவர் பவன் இயங்கும் இடம்) ஹெட்கேவர் தலைமையில் சிறுவர்கள் தூய்மைப்படுத்தினார்கள். அது விளையாட்டு மைதானமாகவும் உடற்பயிற்சிக் களமாகவும் மாற்றப்பட்டது.

அங்கே 1926ஆம் ஆண்டின் தொடக்கத்தில் 'ஷாகா பயிற்சி' என்ற பெயரால் உடற்பயிற்சி ஆரம்பமாயிற்று. அந்த அமைப்புக்கு அப்போது பெயர், கொடி, சம்பிரதாய சடங்குகள், நிதி, நிர்வாகிகள் இல்லை. அது முற்றிலும் 'நாக்பூர்' அமைப்பாக மட்டுமே இருந்தது. ஹெட்கேவர் நேரடிக் கண்காணிப்பில் உடற்பயிற்சிகள் நடைபெற்றன.

கடந்த காலத்தில் முஸ்லிம்களை எதிர்த்து வீரமுடன் போராடினார்கள் என்று வீர சிவாஜி, மகாராணா பிரதாப் சிங் போன்ற இந்து மன்னர்களைப் பற்றிய சரிதக் கதைகள் சிறுவர்களின் உள்ளத்தில்

தைக்கும் விதத்தில் ஹெட்கேவர் எடுத்து உரைத்தார். அடிப்படையில் ஆர்.எஸ்.எஸ். -இல் சேர்க்கப்பட்ட இளம் வாலிபர்கள் தலைவருக்காக எதையும் செய்ய சித்தமானவர்களாக வார்ப்பிக்கப்பட்டனர்.

குழந்தைப் பருவத்தில் இருந்த அமைப்புக்கு 1926 இராமநவமி நாளில் ராஷ்டிரிய சுயம் சேவக் சங் என்று பெயர் சூட்டப்பட்டது. ஹெட்கேவரும் அவருடன் அந்த அமைப்பை நிறுவிய சகாக்களும் இதைப்பற்றி நீண்ட விவாதங்களை நடத்தினார்கள். முற்றிலும் இந்துக்களைக் கொண்ட அந்த அமைப்பின் பெயரில் ராஷ்டிரிய (தேசிய) என்னும் சொல் இடம் பெற வேண்டும் என்று ஹெட்கேவர் வலியுறுத்தினார்.

ஏனெனில் 'இந்து' சமூகத்தை ராஷ்டிரியத்துடன் பிணைப்பதற்கு அவர் விரும்பினார். இராமர் கொடி என்று சொல்லப்பட்டு சிவாஜியினால் பயன்படுத்தப்பட்ட கொடி தேர்ந்தெடுக்கப்பட்டது.

கிளைக் கூட்டத்தின் (ஷாகா) முடிவில் பாடுவதற்கு இந்தியும் மராத்தியும் கலந்த பிரார்த்தனைப் பாடல் தேர்ந்தெடுக்கப்பட்டது.

இதோ அந்த வழிபாட்டு பாடலின் வரிகள்.

> "நான் பிறந்த தாய் நாடே! உன்னை வணங்குகிறேன்;
> என்னை வளர்த்த ஆரிய நாடே! உன்னை வணங்குகிறேன்;
> நான் உழைக்கும் புண்ணிய நாடே! உன்னை வணங்குகிறேன்;
> இப்படி போகும் அந்த 'பிரார்த்தனை'ப் பாடலின் முடிவில்
> "ராஷ்டிர குரு சமர்த் இராமதாஸ்கி ஜே!
> பாரத மாதா கி ஜே!"

என்று முழங்கப்படும்.

ஆர்.எஸ்.எஸ். கூட்டச் சடங்குகளில் சிவாஜி, அவருடைய கொடி மற்றும் அவருடைய குரு இராமதாசுக்குத் தரப்பட்ட முக்கியத்துவம் அதற்கு அழுத்தமான மராட்டிய வண்ணத்தைப் பூசியது. இதனால் மறுபடியும் பேஷ்வா ஆட்சியை அதாவது பார்ப்பனர்களின் ஆட்சியை ஏற்படுத்துவது அதன் நோக்கம் என்பது புலனாகிறது.

ஆர்.எஸ்.எஸ். 1927 ஏப்ரல் - ஜூன் மாதங்களுக்கு இடையில் 20 சுயம் சேவக்குகளுக்கு (தொண்டர்கள்) ஒரு பயிற்சி முகாம் நடத்தியது. நீண்ட கம்பு, வாள், ஈட்டி மற்றும் குத்து வாளை உபயோகிப்பதற்குப் பயிற்சி அளிக்கப்பட்டது.

இந்துக்கள் போர்க்குணத்தை, பலத்தை வளர்த்துக் கொள்வது அவசியம்; அதற்கு ஆர்.எஸ்.எஸ். இன்றியமையாதது என்பது வலியுறுத்தப்பட்டது.

1927ஆம் ஆண்டில் ஆர்.எஸ்.எஸ். -இன் முதல் பயிற்சி முகாம் (ஷாகா) நடந்தது மட்டுமின்றி அதே ஆண்டில்தான் செப்டம்பரில் நாக்பூரில் வகுப்புக் கலவரம் ஏற்பட்டது.

ஆர்.எஸ்.எஸ். -இன் முதல் கலவர விதை நாக்பூரில் தூவப்பட்டது. அதன் பின்னர் ஆர்.எஸ்.எஸ். நாக்பூருக்கு வெளியிலும் வளர்ச்சி பெறத் தொடங்கியது. இதைத் தானே ஹெட்கேவர் எதிர்பார்த்தார்.

7
நாசிசம் + பாசிசம் = ஆர்.எஸ்.எஸ்.: மகாத்மா காந்தி கணிப்பு

1927, செப்டம்பர் 4ஆம் தேதி நாக்பூரில் ஆர்.எஸ்.எஸ். முதன் முதலில் நடத்திய கலவரம், அந்த அமைப்புக்கு புதிய அத்தியாயத்தை தொடங்கி வைத்தது. சிறுபான்மை இஸ்லாமியர்களுக்கு எதிராக திட்டமிட்டுத் தாக்குதல் நடத்திய ஆர்.எஸ்.எஸ்., தனது வெளியீடு ஒன்றில் "ஒவ்வொரு சந்தின் வாசலிலும் முஸ்லிம்கள் பலமாகத் தாக்கப்பட்டார்கள். முஸ்லிம்களின் வெறித் தாக்குதலை எதிர்த்து இந்துக்களின் 'தற்காப்பு' வெற்றி பெற்றது" என்று நாக்பூர் கலகத்தை சிலாகித்து குறிப்பிடப்பட்டு இருந்தது.

ஆர். எஸ். எஸ் அதன் குழந்தைப் பருவத்தில் இருந்தே இஸ்லாமியர், கிறித்தவர்களுக்கு எதிரான கருத்தியல் திணிக்கப்பட்டு வளர்த்தெடுக்கப்பட்டது. கலவர விதைகள் தூவப்பட்டு அவைகள்தான் பின்னாளில் பெரும் விருட்சங்களாக வளர்ந்தன. ஆர்.எஸ்.எஸ். தனது கலவரங்களினால் இந்துக்கள் ஒற்றுமை என்று நச்சுப் பரப்புரை செய்து, வளர்ச்சி பெறத் தொடங்கியது.

நாடு விடுதலை அடைந்த பிறகு வகுப்பு வாதக் கலகங்களில் ஆர். எஸ்.எஸ். ஈடுபட்டு இருப்பதாகக் குற்றச்சாட்டுக்கள் எழுகின்ற போது அவை 'போலி - மதச்சார்பின்மைவாதிகளின்' பொய்ப் பிரச்சாரம் என்று ஆர்.எஸ்.எஸ். எப்போதும் கூறுகிறது. ஆனால் முஸ்லிம் எதிர்ப்பு, கிறிஸ்துவ எதிர்ப்புக் கலவரங்களில் ஆர்.எஸ். எஸ். -இன் பங்குதான் முகாமையானது என்பதை, அவர்களால் மறைக்க முடியாது.

நாக்பூர் வன்முறையை பிரச்சாரம் செய்த ஆர்.எஸ்.எஸ். முஸ்லிம் கலகக் கும்பலை, நூறு ஹெட்கேவர் பையன்கள் வெற்றிகரமாக விரட்டினார்கள் என்று பெருமை பொங்கக் கூறியது. இதனால் மராட்டிய மாநிலத்தில் ஆர்.எஸ்.எஸ். செல்வாக்கும் பெற தொடங்கியது.

1928இல் சுயம் சேவக்குகள் உறுதிமொழி எடுத்துக் கொள்ளும் ஒரு சடங்கும் 'புரட்சிகர - பயங்கரவாத' மரபுகளை நினைவூட்டும் முறையாகச் சேர்க்கப்பட்டது.

இராமர் குறியீடு

ஆர்.எஸ்.எஸ். இலட்சியத்துக்கும் இந்து தேசத்துக்கும் என் உயிரை அர்ப்பணிப்பேன் என்று சுயம் சேவக்குகள் உறுதி எடுக்க வேண்டும். அவ்வாறு உறுதி எடுக்கும் முதல் 'சடங்கு' நிகழ்ச்சி 1928, மார்ச் 31ஆம் தேதி நடைபெற்றது.

அப்பொழுது அந்தச் சடங்கில் பேசிய ஹெட்கேவர் மீண்டும் இராமர் குறியீட்டைப் பயன்படுத்தினார். அவர் துளசிதாசர் இராமாயணத்தில் வருகின்ற பிரபலமான பகுதியை மேற்கோள் காட்டினார். "வாழ்க்கையே தியாகம் செய்யப்படலாம்; ஆனால் வாக்குறுதியை ஏமாற்றக் கூடாது" என்பதுதான் அது.

ஹெட்கேவர், மத்தியச் சட்டப் பேரவைத் தலைவர் வித்தல்பாய் படேல் மற்றும் அவரைப் போன்ற முக்கிய பிரமுகர்களை ஆர்.எஸ்.எஸ். முகாம்களைப் பார்வையிட அழைத்தார். தன் இளைஞர்களின் கட்டுப்பாட்டையும், திறமைகளையும் காட்டி அவர்களிடம் பாராட்டைப் பெற விரும்பினார்.

இதனிடையே மராட்டியத்துக்கு அப்பால் ஆர்.எஸ்.எஸ். இயக்கத்தை விரிவு படுத்துவதற்கு ஆரம்ப நடவடிக்கைகள் மேற்கொள்ளப்பட்டன. காசி இந்து பல்கலைக் கழகத்தில் ஆர்.எஸ்.எஸ். கிளையைத் தொடங்க மூன்று சுயம் சேவக்குகள் மாணவர்களாக அனுப்பப்பட்டார்கள். வசதி உள்ளவர்கள் நிதி கொடுத்து உதவினர். பண்டித மதன் மோகன் மாளவியா, நிறைய உதவிகள் செய்தார்.

பல்கலைக் கழகத்தில் ஆர்.எஸ்.எஸ். கிளையின் அலுவலகம் இயங்குவதற்கு அவர் ஒரு இடத்தைக் கொடுத்தார். காசி இந்து பல்கலைக் கழகத்தை நிறுவியவர் மாளவியா என்பது குறிப்பிடத்தக்கது.

1929 நவம்பர் 9-10 தேதிகளில் நாக்பூரில் கூடிய ஆர்.எஸ்.எஸ். அமைப்புக் கூட்டத்தில், விதிமுறைகள் வகுக்கப்பட்டன. 'ஒரு தலைவனைப் பின்பற்ற வேண்டும்' என்னும் கோட்பாடு உருவாக்கப்பட்டது. அப்பாஜி ஜோஷி முன்மொழிய ஹெட்கேவர் சர்சங் சாலக்காக, அதாவது வாழ்நாள் முழுவதற்கும் தலைமை இயக்குனராகத் தேர்வு செய்யப்பட்டார்.

ஆர்.எஸ்.எஸ். என்பது தொடக்கக் காலம் முதலே உள் ஜனநாயகத்தைத் தவிர்த்தது; முற்றிலும் மத்தியப்படுத்தப்பட்ட அதிகார முறையைத் தேர்ந்தெடுத்தது.

பிற்காலத்தில் ஹெட்கேவர் விருப்பத்துக்கு ஏற்ப விரிவுபடுத்திக் கொள்ள வழி செய்தது. ஒரு தலைவனைப் பின்பற்றுதல் என்னும் கொள்கை பழமையான இந்து கூட்டுக் குடும்ப முறையைப் போன்றது.

ஆகவே இந்து வாழ்க்கை முறைக்குப் புத்துயிர் ஊட்டுவதற்குத் தன்னை அர்ப்பணித்துக் கொண்டுள்ள நிறுவனத்திற்கு அது மிகவும் பொருத்தமானது என்று வி.வி. கேல்கர் என்பவர் ஒரு கூட்டத்தில் விளக்கினார்.

விடுதலைப் போருக்கு வெளியே ஆர்.எஸ்.எஸ்.

ஆங்கிலேய ஆட்சியை எதிர்த்துப் போராட்டங்கள் சூடுபிடிக்கத் தொடங்கிய காலகட்டத்தில் உருவான ஆர்.எஸ்.எஸ்., விடுதலைப் போராட்டங்களுக்கு வெளியே தான் நின்றது. பிரிட்டீஷ் ஆட்சியை எதிர்த்துப் போராடுகின்ற எண்ணம் அதற்குச் சிறிதும் கிடையாது.

1929, பண்டித நேரு காங்கிரஸ் தலைவராக பொறுப்பேற்ற பின்னர் அதே ஆண்டு டிசம்பரில் லாகூரில் நடைபெற்ற காங்கிரஸ் மாநாடு, 'முழு விடுதலையே தேசிய இலட்சியம்' என்று பிரகடனம் செய்தது. அந்த மாநாட்டில் ஜவஹர்லால் நேரு ஆற்றிய தலைமைப் பேருரை, "இந்தியாவின் விடுதலைப் போராட்டத்தை ஏகாதிபத்தியத்துக்கு பின்னணியில் விளக்கியதன் மூலம் புதிய புரட்சிகர வேகத்தை அளித்தது.

மூன்று மாதங்களுக்குப் பின்னர், 1930இல் மகாத்மா காந்தி தண்டி உப்புச் சத்தியாகிரக யாத்திரையைத் தொடங்கினார். சட்ட மறுப்பு இயக்கமும் பிறந்தது. ஆர்.எஸ்.எஸ். அப்போதும் மௌனத்தையே கடைப்பிடித்தது.

1930, ஜனவரி 26ஆம் நாளை விடுதலை நாளாகக் கொண்டாட வேண்டும் என்று காங்கிரஸ் அறைகூவல் விடுத்தது. ஆர்.எஸ். எஸ். சர்சங்சாலக் என்ற முறையில் ஹெட்கேவர் ஒரு சுற்றறிக்கை அனுப்பினார். அதுகுறித்து ஹெட்கேவர் வெளியிட்ட ஒரு அறிவிப்பு, ஆர்.எஸ்.எஸ். கூட்டத்தின் அடிநாதமான கோட்பாட்டைப் பறைசாற்றும் வகையில் இருந்தது.

"இந்திய தேசிய காங்கிரஸ், விடுதலை என்னும் நமது இலட்சியத்தை ஏற்றுக் கொண்டுவிட்டது. ஆகவே ஆர்.எஸ்.எஸ். ஷாகாக்கள் 'தேசியக் கொடியை' அதாவது காவிக்கொடியை 'வழிபாடு' செய்வதன் மூலம் விடுதலை நாளைக் கொண்டாட வேண்டும்" என்று துணிச்சலுடன் அறிக்கை வெளியிட்டார்.

மூவர்ணக் கொடியை ஆர்.எஸ்.எஸ். ஏற்றவில்லை. 1930, ஜனவரி 26இல் அவர்கள் 'காவிக்கொடி' ஏற்றி அந்த ஒரு நாள் மட்டுமே கொண்டாடினார்கள். ஆனால் அதன் பின்னர் விடுதலை இயக்கம் ஆண்டு தோறும் ஜனவரி 26ஆம் நாளை விடுதலை நாளாக கொண்டாடியபோது, ஆர்.எஸ்.எஸ். கொண்டாடவில்லை.

ஹெட்கேவர் 'காங்கிரஸ்' இயக்கத்தில் இருந்தவர்தான். தனிப்பட்ட முறையில் சத்தியாக்கிரக இயக்கத்தில் கலந்து கொண்டு, குறைந்த காலம் சிறைவாசம் செய்திருக்கிறார். ஆனால் 1930-31ஆம் ஆண்டுகளில் வீறுகொண்டு எழுந்த சட்டமறுப்பு இயக்கத்தில் ஆர்.எஸ்.எஸ். பங்கு பெற்றதாக வரலாற்றில் எந்த இடத்திலும் இல்லை.

ஆர்.எஸ்.எஸ். - இல் கரைந்த காங்கிரசார்

1931-34ஆம் ஆண்டுகளில் இருந்து ஆர்.எஸ்.எஸ். தனது கட்டமைப்பை விரிவுபடுத்தும் பணியில் இறங்கியது. தன் உறுப்பினர்கள் சிலர் ஆர்.எஸ்.எஸ்.-ஐ நோக்கிச் செல்வதைப் பற்றி காங்கிரசு கட்சி கவலை கொண்டது. காங்கிரஸ் தலைவர்கள் சிலர் இந்துமகா சபையிலும் தொடர்பில் இருந்தார்கள். சில நேரங்களில் இந்துமகாசபை நிகழ்ச்சிகளிலும் பங்கேற்றார்கள் என்பதும் குறிப்பிடத்தக்கது.

பண்டித மதன் மோகன் மாளவியா, பி.எஸ்.மூஞ்சே, சியாம பிரசாத் முகர்ஜி போன்றவர்களைக் குறிப்பிடலாம். ஹெட்கேவருடன் சேர்ந்து ஆர்.எஸ்.எஸ்.-ஐ நிறுவியவர்களுள் டாக்டர் பி.எஸ். மூஞ்சேவும் ஒருவர்.

தனிநபர் சத்தியாக்கிரகத்தில் ஈடுபட்டு சிறை சென்ற ஹெட்கேவரை பெரிய 'தேச பக்தித் திலகமாக' இன்றைக்கும் ஆர்.எஸ்.எஸ். விளம்பரம் செய்கிறது. தேச விடுதலைப் போராட்டத்தில் எங்கள் தலைவருக்கும் பங்கு இருக்கிறது என்று கூசாமல் பொய் மூட்டையை அவிழ்த்து விடுகின்றனர்.

மராட்டிய மாநிலத்தின் முதல் ஆர்.எஸ்.எஸ் தலைவர் 'ஜி.எம். ஹட்டல்' ஆர்.எஸ்.எஸ். -சும் - நேதாஜியும் என்ற தலைப்பில் 17.11. 1979, 'இல்லஸ்டிரேட்டட் விக்லி'யில் ஒரு கட்டுரை எழுதி இருந்தார். அதில்,

> "ஹெட்கேவர் காந்தியடிகளின் இயக்கத்தில் இருந்தார் என்பதும், சிறைக்குச் சென்றார் என்பதும் உண்மைதான். ஆனால் அதை வைத்துக் கொண்டு மக்கள் கிளர்ச்சியை விரும்பினார் என்று சொல்லிவிட முடியாது; காந்தியார் திட்டத்தை ஆதரித்தார் என்றும் சொல்லிவிட முடியாது.
>
> மற்ற தேச பக்தரைப் போலவே தனக்கும் மக்கள் இயக்கத்தில் நம்பிக்கை உண்டு என்றுக் காட்டிக் கொள்வதற்கும், தானும் சிறைக்குப் போக அஞ்ச மாட்டேன் என்று விளம்பரப்படுத்திக் கொள்வதற்குமே அப்போது அவர் காந்தியாரின் சத்தியாக்கிரகத்தில் பங்கேற்றார்."

இதிலிருந்து ஹெட்கேவர் தேச விடுதலைப் போரில் சிறை சென்றார் என்று ஆர்.எஸ்.எஸ். கூறி வருவதின் உண்மை புலப்படுகிறது.

ஹெட்கேவர், ஒத்துழையாமை இயக்கத்தில் கலந்து கொண்டு சிறைக்கு சென்றுவிட்டு 1922இல் சிறையிலிருந்து வெளியே வந்த பின்னர் காந்தியடிகளை கடுமையாகத் தாக்கிப் பிரச்சாரத்தில் ஈடுபட்டார். முஸ்லிம்களுக்கு ஆதரவாகப் போகிறார் காந்தி என்ற வகுப்புவாத பிரச்சாரம் அவரால் முடுக்கி விடப்படுகிறது.

இந்து மகா சபையில் சேர்ந்து பணியாற்றிக் கொண்டிருந்த ஹெட்கேவர்தான், 1925இல் ஆர்.எஸ்.எஸ். அமைப்பைத் தொடங்கினார். 1933இல் காங்கிரஸ் தலைவர் ஜம்னாலால் பஜாஜ் தேசியப் பிரச்சனைகளில் ஆர்.எஸ்.எஸ்.-இன் நிலையைப் பற்றி விளக்கம் தருமாறு ஹெட்கேவரைக் கேட்டுக் கொண்டார். ஹெட்கேவர் பஜாஜை நேரில் சந்தித்து விளக்கம் அளித்தாலும், காங்கிரஸ் உறுப்பினர்கள் ஆர்.எஸ்.எஸ்., இந்து மகா சபை மற்றும் முஸ்லிம் லீகில் சேரக் கூடாது என்னும் தீர்மானத்தை 1934, ஜூனில் காங்கிரஸ் நிறைவேற்றியது.

ஆர்.எஸ்.எஸ். பற்றி மகாத்மா காந்தி

1934 டிசம்பரில் வார்தாவில் ஆர்.எஸ்.எஸ். முகாம் நடந்தபோது, ஹெட்கேவர், காந்தியை சந்தித்து முகாமுக்கு வருகை தருமாறு அழைத்தார். அப்போது காந்தி மிகவும் பாராட்டினார் என்று ஆர்.எஸ்.எஸ். கதை அளந்தது. காந்தி - ஹெட்கேவர் சந்திப்பு சம தகுதி உள்ள இரண்டு தலைவர்களுக்கு இடையிலான சந்திப்பு என்று ஆர்.எஸ்.எஸ். பிரச்சாரம் செய்தது.

ஆனால் ஆர்.எஸ்.எஸ். பற்றி காந்தி அடிகள் கொண்டிருந்த நிலைப்பாடு என்ன என்பது பற்றி, மகாத்மா காந்தியின் செயலாளர் பியாரிலால் எழுதியுள்ள, "மகாத்மா காந்தி; கடைசிக்கட்டம்;" என்ற புத்தகம் விளக்குகிறது.

1946இல் நடைபெற்ற கலகங்களின் போது காந்தியின் குழுவைச் சேர்ந்த ஒருவர், பஞ்சாப் அகதிகள் தங்கிச் செல்கின்ற முக்கிய முகாமாகிய வாகாவில் ஆர். எஸ். எஸ் ஊழியர்கள் காட்டிய திறமை, கட்டுப்பாடு, துணிச்சல் மற்றும் கடின உழைப்பைப் பாராட்டினார்.

அதற்கு மகாத்மா காந்தி, "ஹிட்லருடைய நாஜிகளும் முசோலினியின் பாசிஸ்டுகளும் அப்படிப்பட்ட திறமைசாலிகள்தான் என்பதை மறக்க வேண்டாம்" என்று பதில் அளித்தார்.

ஆர்.எஸ்.எஸ். சர்வாதிகாரக் கண்ணோட்டம் கொண்ட வகுப்புவாத அமைப்பு என்று காந்தி வர்ணித்தார்.

"தேசிய சுதந்திரத்துக்குப் பாதை உடற்பயிற்சிக் கழகங்களின் பயிற்சிக் கூடங்கள் வழியாகச் செல்லவில்லை. இந்து - முஸ்லிம் சண்டைகளின் போது தற்காப்புக்குப் பயிற்சி அளிக்கின்றன என்றால் அவை தோல்வி அடைவது உறுதி. முஸ்லிம்களும் இதே முயற்சியில் ஈடுபட முடியும். இரகசியமாக அல்லது பகிரங்கமாக நடைபெறும் இத் தயாரிப்புகளால் சந்தேகமும் எரிச்சலும் ஏற்படும். அவை குறைதீர்க்கும் மருந்துகள் அல்ல" என்று மகாத்மா காந்தி திட்டவட்டமாகக் கூறியதை, பியாரிலால் தனது நூலில் பதிவு செய்திருக்கிறார்.

ஆர்.எஸ்.எஸ். பயிற்சி முகாமைப் பார்வையிட்ட காந்தியடிகள், ஆர்.எஸ்.எஸ். காரர்களிடம் நேரடியாக ஒரு கேள்வியை எழுப்பினார்.

"இதற்கெல்லாம் உங்களுக்குப் பணம் எங்கிருந்து கிடைக்கிறது?" என்பதுதான் காந்தியார் கேட்டக் கேள்வி.

'குரு தட்சணா' மூலம்தான் தங்களுக்குப் பணம் வருகிறது என்று எப்போதும் சொல்கிற வழக்கமான பதிலைத்தான் அப்போதும் சொன்னார்கள். இதுபற்றி டி.ஆர்.கோயால் தமது 'ஆர்.எஸ்.எஸ்.' என்ற நூலில் கீழ்க்கண்டவாறு எழுதுகிறார்.

> "அப்பொழுது ஆர்.எஸ்.எஸ்.காரர்களுக்கு நிதி வருவது பற்றி மேல் மட்டங்களிலே பலத்த சந்தேகம் இருந்தது; காங்கிரஸ் கட்சியின் தலைமையிலே விடுதலைப் போராட்டம் நடப்பதை எதிர்த்தவர்களில் பலர் லட்சாதிபதிகள் அவர்கள் எல்லாம் ஆர்.எஸ்.எஸ். அமைப்புக்கு உதவினார்கள் என்ற குற்றச்சாட்டை ஒதுக்கிவிட முடியாது."

ஆர்.எஸ்.எஸ். பற்றி மகாத்மா காந்தி மிக சரியாகவே கணித்து இருந்தார். இதனை உணர்ந்து கொண்டதால்தான் ஆர்.எஸ்.எஸ். மக்கள் செல்வாக்கு மிக்க மாபெரும் தலைவர் 'மகாத்மா காந்தி'யை குறி (?) வைத்தது என்பதற்கு ஏராளமான வரலாற்று ஆதாரங்கள் இருக்கின்றன.

இந்து மகா சபை - ஆர்.எஸ்.எஸ்.

1930 களில் இந்து மகா சபையுடன் ஆர்.எஸ்.எஸ். உறவுகள் நிலையற்று இருந்தன. ஆனால் சில ஆண்டுகளில் இரண்டும் பலன் அளிக்கின்ற முறையில் மாறின.

இந்து மகாசபையின் இளைஞர் அணியாக, 'தாருன் இந்து சபா' பாபுராவ் சாவர்க்கரால் உருவாக்கப்பட்டது. இதை 1931இல் ஆர்.எஸ்.எஸ். உடன் இணைத்தார்.

இந்து மகா சபைக்கும் பயிற்சி பெற்ற ஊழியர்கள் இல்லாததால் இளைஞர் அரங்கத்தில் தன் அரசியல் விரிவாக்கமாக ஆர்.எஸ்.எஸ்.-ஐக் கருத ஆரம்பித்தது. 1932இல் தில்லியில் நடைபெற்ற இந்து மகா சபை; கூட்டத்தில் ஆர்.எஸ்.எஸ். நடவடிக்கைகளைப் பாராட்டி நாடு முழுவதற்கும் அதைப் பரப்புவது அவசியம் என்று வலியுறுத்தும் தீர்மானம் நிறைவேற்றப்பட்டது.

அதே ஆண்டில் இந்து மகா சபைத் தலைவரான பாய் பர்மானந்த், இந்து யுவ பரிசத்தின் கராச்சி மாநாட்டில் கலந்து கொள்ள ஹெட்கேவருக்கு சிறப்பு அழைப்புக் கொடுத்தார். அதன் மூலம் அவர் சிந்து மற்றும் பஞ்சாபின் இளைஞர் குழுக்களுடன் தொடர்புகளை ஏற்படுத்திக் கொள்ள முடிந்தது.

பாபுராவ் சாவர்க்கர் காசியிலும் தில்லியிலும் மகாசபையின் தீவிர ஊழியர்களுடன் ஆர்.எஸ்.எஸ்.-க்குத் தொடர்புகளை ஏற்படுத்தினார்.

மேற்கு மராட்டியத்தின் உயர்சாதி இந்துக்கள் மத்தியில் சாவர்க்கர் குடும்பத்தினருக்கு மதிப்பு இருந்ததால் அந்தப் பகுதிகளில் ஆர்.எஸ்.எஸ். பெரிய அளவில் வளர்ச்சி பெற முடிந்தது. ஆர்.எஸ்.எஸ்.-இன், "இரண்டாவது தலைமையகம்" என்று கருதும் அளவுக்கு 'புனே' வளர்ச்சி அடைந்தது.

1935இல் நாக்பூரில் உள்ள முதன்மையான முகாமுடன் சேர்த்து புனேயில் கூடுதலாக ஒரு பயிற்சி முகாம் அமைக்கப்பட்டது.

சிறையில் இருந்து விடுதலையான வி.டி. சாவர்க்கர் ஆர்.எஸ்.எஸ். ஷாகாக்களை 1937இல் பார்வையிட்டு சொற்பொழிவாற்றியது அதன் கௌரவத்தை உயர்த்தியது.

இந்து மகாசபையின் முக்கிய தலைவர் டாக்டர் சியாம பிரசாத் முகர்ஜி லாகூரில் நடைபெற்ற ஆர்.எஸ்.எஸ். கூட்டத்தில் பேசும்போது, "இந்தியாவின் இருண்ட வானில் மின்னலாகப் பளிச்சிடுகின்ற ஒரே அமைப்பு ஆர்.எஸ்.எஸ்." என்று பாராட்டினார்.

இந்தி மொழியின் தாயகமான வட இந்தியாவுக்குள் ஆர்.எஸ். எஸ். நுழைய இந்து மகாசபை உதவியது. ஆர்.எஸ்.எஸ். சங் பரிவாரங்களுக்கு இன்று வட இந்தியா முக்கிய தளமாக இருப்பதற்கு தொடக்கத்தில் இந்து மகாசபை பாதை அமைத்துக் கொடுத்ததுதான் காரணம்.

எனினும் ஆர்.எஸ்.எஸ். - இந்து மகா சபை உறவுகளில் நெருக்கடியை ஏற்படுத்திய பிரச்சினைகளும் உண்டு. ஹெட்கேவருக்குப் பிறகு கோல்வால்கர் 'சர்சங்சாலக்' பொறுப்பிற்கு வந்தபோது பகிரங்க முறிவு ஏற்படவும் அப்பிரச்சினைகள் காரணமாக இருந்தன.

பிற்காலத்தில் மகாத்மா காந்தியைச் சுட்டுக் கொன்ற நாதுராம் விநாயக் கோட்சே, இந்து மகாசபையின் தயாரிப்புதான்; 1930இல் ஆர்.எஸ்.எஸ். -இல் சேர்ந்து முக்கிய பேச்சாளராக, அமைப்பாளராக வலம் வந்தான். 1932இல் மேற்கு மராட்டியத்தில் ஹெட்கேவரும், பாபுராவ் சாவர்க்கரும் சுற்றுப்பயணம் செய்தபொழுது அவர்களுடன் சென்றான். ஆனால் இரண்டு ஆண்டுகளுக்குப் பிறகு கோட்சே, ஆர்.எஸ்.எஸ்.-லிருந்து விலகி இந்து மகாசபையில் சேர்ந்தான். அதற்கு கோட்சே கூறிய காரணம். "ஹெட்கேவர் ஆர்.எஸ்.எஸ். - ஐ அரசியல் அமைப்பாக மாற்ற மறுக்கிறார்" என்பதே. இது பற்றிய வரலாற்று நிகழ்வுகளை இத்தொடரில் விரிவாகப் பார்ப்போம்.

8

கோல்வால்கர் மூட்டிய மதவெறி 'தீ'

1937-40ஆம் ஆண்டுகளுக்கு இடையில் ஆர்.எஸ்.எஸ். வளர்ச்சி குறிப்பிடத்தக்க அளவுக்கு வேகமாக இருந்தது. அதே காலத்தில்தான் வட இந்தியாவில் இந்து-முஸ்லிம் மோதல்கள் திட்டமிட்டு உருவாக்கப்பட்டன. ஆர்.எஸ்.எஸ்., அமைப்பாளர்கள் பஞ்சாப், டில்லி, ஐக்கிய மாகாணம் மற்றும் பீகாருக்கு அனுப்பப்பட்டார்கள். 1939இல் ஹெட்கேவர், ஆர்.எஸ்.எஸ்., இந்தியா முழுவதும் வளர்ச்சி பெற வேண்டும் என திட்டங்கள் தீட்டினார். சுயம்சேவக்குகள் தென்னிந்தியாவுக்கு அனுப்பப்பட்டனர். குறிப்பாக கர்நாடகம், தமிழ்நாட்டில் ஆர்.எஸ்.எஸ். அமைப்பை ஊன்றுவதற்கு முயற்சி எடுத்தனர்.

1938இல் ஆர்.எஸ்.எஸ்.-க்கு 400 மையங்களும், 40 ஆயிரம் உறுப்பினர்களும் இருந்தனர் என்றும், 1940-க்குள் இந்த எண்ணிக்கை ஒரு இலட்சமாக அதிகரித்தது என்றும் ஆர்.எஸ்.எஸ்., பிரதிநிதி ஒருவர் பதிவு செய்து இருக்கிறார். ஆனால், ஆர்.எஸ்.எஸ்., நகரங்களில்தான் அதிக கவனம் செலுத்தியது. நகரங்களிலும் கல்லூரி மாணவர்கள், கீழ்நிலை மத்திய வர்க்கத்தினர், கடைக்காரர்கள் மற்றும் எழுத்தர்களிடமிருந்து தொண்டர்களைத் திரட்டியது முக்கியமான ஒன்றாகும்.

ஹெட்கேவர் மறைவு

வட இந்தியாவின் பெரும் பகுதியில் ஏற்கனவே ஆர்ய சமாஜம், ஆர்.எஸ்.எஸ். பாணியில் இந்து கலாச்சார அமைப்பாக இயங்கி ஒரு தளத்தை உருவாக்கி இருந்தது. 'இந்து-இந்தி-இந்தியா' என்னும் அடையாளத்தை ஆர்ய சமாஜம் கட்டி எழுப்பி இருந்தது. இதையும் கடந்து ஆர்.எஸ்.எஸ்., வட இந்தியாவில் கால் பதித்து வளர்ச்சி பெறுவதற்கு அதன் சிறுபான்மை இஸ்லாமிய, கிறிஸ்தவர்கள் மீதான வெறுப்பு உணர்வு கைகொடுத்தது.

ஆர்ய சமாஜத்தைச் சேர்ந்தவர்களே ஆர்.எஸ்.எஸ்., அமைப்பைப் பலப்படுத்துகிறோம் என்று முன்வந்தனர். ஆனால், ஆர்ய சமாஜத்திற்கும் ஆர்.எஸ்.எஸ்.-க்கும் ஒரு வேறுபாடு இருந்தது. ஆர்.எஸ்.எஸ்., ஏற்படுத்தியிருந்த உருவவழிபாட்டு முறைகள் மதச் சடங்குகளை 'ஆர்ய சமாஜிகள்' ஏற்கவில்லை. ஏனெனில் சிலை

வழிபாட்டை 'அனாதிமா' என்று கூறி அவர்கள் வெறுத்தனர். ஆனால், ஹெட்கேவர் அனுமன் சிலை வழிபாடு செய்பவர்; எங்கு போனாலும் 'அனுமனை'க் கொண்டு செல்வார். இதை ஆர்ய சமாஜிகள் வெறுத்தனர். இதனால் ஆர்.எஸ்.எஸ்., மீதும் ஆர்ய சமாஜிகளுக்கு எரிச்சல் ஏற்பட்டது. இதன் காரணமாக ஆர்ய சமாஜிகளை சரிகட்ட வேண்டிய அவசியம் ஆர்.எஸ்.எஸ். -க்கு ஏற்பட்டது. வடநாட்டுப் பார்ப்பனரின் ஆதரவைப் பெற்ற ஆர்ய சமாஜத்தின் பார்வை பட வேண்டும் என்பதற்காக அது வரையில் 'மராத்தி' மொழியில் பாடப் பெற்ற பிரார்த்தனைப் பாடல்களைச் 'சமஸ்கிருத' மொழியில் இசைக்கத் தொடங்கினர். மேலும், அனுமன் சிலை வழிபாட்டையும், மதச் சடங்குகளையும் கைவிட்டனர்.

1940இல் நாக்பூரில் நடைபெற்ற ஆர்.எஸ்.எஸ்., அதிகாரிகள் பயிற்சி முகாமில் கலந்து கொண்ட ஹெட்கேவர் "என் கண் முன்னே சிறு அளவில் இந்து ராஷ்டிரத்தைப் பார்க்கிறேன்," என்று பெருமிதம் பொங்க பேசினார். இதுவே அவர் பங்கேற்ற கடைசி நிகழ்ச்சி ஆனது. 1940, ஜூன் மாதம் ஹெட்கேவர் உடல் நலன் குன்றியது. மரணப் படுக்கையில் விழுந்த ஹெட்கேவர் தாம் இறுதிக் கட்டத்தில் இருப்பதை உணர்ந்து கொண்டார். ஒரு துண்டுச் சீட்டை எடுத்து அதில் கீழ்வருமாறு எழுதினார்:

"Before giving this body finally in the hands of doctor, I want to tell you that there after you look the organisation and shoulder the whole responsibility."

"இறுதியாக இந்த உடலை டாக்டர்களிடம் அறுவை சிகிச்சைக்காக ஒப்படைக்கும் முன்பு, நான் இதைத் தெரிவித்துக் கொள்ள விரும்புகிறேன். இனிமேல் நீ தான் இந்த அமைப்பைக் கவனித்துக் கொள்ள வேண்டும்; முழுப் பொறுப்பையும் நீ ஏற்றுக் கொள்ள வேண்டும்" என்று எழுதி ஒருவரிடம் கொடுத்து, பொறுப்பை ஒப்படைத்தார். ஹெட்கேவர் மறைவுக்குப் பின்னர் ஆர்.எஸ்.எஸ்., தலைமைப் பொறுப்பை ஏற்றவர் மாதவராவ் கோல்வால்கர்.

மரணத்தின் வாசலில் நின்ற ஹெட்கேவர் ஒரு துண்டுச் சீட்டின் மூலம் ஆர்.எஸ்.எஸ். -இன் அடுத்த 'ஆயுட்காலத் தலை வரைத் தேர்வு செய்தது அந்த அமைப்பினருக்கே வியப்பைத் தந்தது. ஏனெனில் ஆர்.எஸ்.எஸ். தலைவர் பொறுப்பில் ஹெட்கேவர் இருக்கும்போதே அப்பாஜி ஜோஷி, கேஷவ் ஆப்தே, பாபுராவ் சாவர்க்கர், நாராயண் சாவர்க்கர், காசிநாத் பாண்டே, வி.வி. கேல்கர் போன்ற முன்னோடித் தலைவர்கள் அவருடன் பணியாற்றினர். ஆனால், ஹெட்கேவர் கோல்வால்கரைத்தான் 'தேர்வு' (?) செய்தார்!

அதற்கு மிக அடிப்படையான காரணம் ஒன்று உண்டு. கோல்வால்கர் மராட்டியத்தின் சித்பவன் பார்ப்பனர். 1940ஆம் ஆண்டு முதல் 1973இல் மறையும் வரை கோல்வால்கர் ஆர்.எஸ்.எஸ்., 'சர்சங்சலாக்' பொறுப்பில் இருந்து வழி நடத்தினார்.

நாசிசக் கோட்பாட்டின் ரசிகர் கோல்வால்கர்

கோல்வால்கர் 'சர்சங்சலாக்' பொறுப்புக்கு வருவதற்கு இரண்டு ஆண்டுகளுக்கு முன்பு, 1938ஆம் ஆண்டில் 'நாம் அல்லது நமது தேசியத்தை வரையறுத்தல்' (We or Our Nationhood defined) என்ற நூலை எழுதி வெளியிட்டார். ஆர்.எஸ்.எஸ்., ஊழியர்களிடம் கோல்வால்கரைக் கொண்டு போய் சேர்த்தது இந்த நூல்தான்.

பிற்காலத்தில் 'சிந்தனைக் கொத்து' என்னும் தலைப்பில் கோல்வால்கரின் சொற்பொழிவுகள் மற்றும் கட்டுரைகள் தொகுக்கப்பட்டு நூல்களாக வெளிவந்தன. இந்து கலாச்சாரத் தேசியம் என்ற பெயரால் இஸ்லாமிய வெறுப்பைக் கக்கிய கோல்வால்கர், ஆர்.எஸ்.எஸ்., கொள்கைகளுக்கு விஞ்ஞானப் பூர்வமான தத்துவ முலாம் பூசினார். அதற்கு முன்பு ஆர்.எஸ்.எஸ்., அமைப்புக்குக் கொள்கை, கோட்பாடுகளைத் தத்துவார்த்தமாக எடுத்துச் சொல்லும் நூல் எதுவும் இல்லை.

கோல்வால்கரின் தத்துவங்களுக்கு அடித்தளமாக இருந்ததும், வி. தா. சாவர்க்கர் எழுதிய 'இந்துத்துவா' எனும் நூல்தான். இதை அவரே 1963ஆம் ஆண்டு மே மாதம் பம்பாயில் நடந்த சாவர்க்கரின் 80-ஆவது பிறந்தநாள் விழாவில் ஒப்புக் கொண்டார். சாவர்க்கரின் பிறந்தநாள் 'இராணுவ வார விழா'வாகக் கொண்டாடப்பட்டபோது, 1963, மே 15ஆம் தேதி ஆர்.எஸ்.எஸ்., ஊழியர்களிடையே கோல்வால்கர் உரை ஆற்றினார்.

இந்து தேசியத்துக்கான விஞ்ஞானப்பூர்வ கருத்தியலை தாம் சாவர்க்கரின் 'இந்துத்துவா' நூலிலிருந்துதான் எடுத்துக் கொண்டதாகக் குறிப்பிட்டார். 'தன்னைப் பொறுத்தவரை அதுதான் தனக்குப் பாடப் புத்தகம்; அதுவும் விஞ்ஞானப் பாடப் புத்தகம்' என்று பூரித்துப் போனார். 'We or Our Nationhood defined' என்ற நூலில் தாம் சொன்ன கருத்துக்கள் வீரசாவர்க்கர் ஏற்கனவே எழுதியவைதான் என்றும் குறிப்பிட்டார். இதிலிருந்து ஆர்.எஸ்.எஸ்., அமைப்பிற்குத் தத்துவார்த்த அடித்தளத்தை அமைத்துக் கொடுத்தது சாவர்க்கர்தான் என்பதும், ஆர்.எஸ்.எஸ்., கோட்பாட்டின் பிதாமகனே அவர்தான் என்பதும் வெள்ளிடை மலையாகத் தெரிகிறது.

அதுமட்டுமின்றி பாபுராவ் சாவர்க்கர் (சாவர்க்கரின் சகோதரர்) மராட்டிய மொழியில் எழுதிய நூல் 'இராஷ்டிர மிமான்சா'

(Rashtra Mimansa). இதிலிருந்தும் இந்துத்துவா கோட்பாடுகளை எடுத்து, அக்கருத்துக்களை விரிவுபடுத்தி 'பிரதேச தேசியத்திலிருந்து' வேறுபட்ட 'கலாச்சார தேசியம்' என்னும் முழு அளவிலான கருதுகோளை கோல்வால்கர் உருவாக்குகிறார்.

சாவர்க்கருடைய 'பித்ரு பூமி' (தந்தையர் மண்?) என்னும் கருத்தமைப்பு பிரதேச தேசியத்துடன் ஒருவகை இணைப்பைக் கொண்டிருந்தது. ஆனால், பின்னர் இந்துக்களுக்கு மட்டுமே பித்ரு பூமியும் புண்ணிய பூமியும் ஒன்று என வாதிட்டதின் மூலம் அவர் இந்து 'உணர்ச்சிகள்' அல்லது 'கலாச்சாரத்தை' முதன்மைப்படுத்தினார். கோல்வால்கர், சாவர்க்கரின் கருத்தை முழு அளவில் வளர்த்தெடுத்து சர்வாதிகாரத் தன்மையுடன் முன்வைத்தார்.

'நாம் அல்லது நமது தேசியத்தை வரையறுத்தல்' நூலில் 'கலாச்சாரம் தேசியம்' என்றால் என்ன என்பதை அடால்ஃப் ஹிட்லர் பாணியில் விளக்குகிறார். "இன்று எல்லோரும் ஜெர்மனியின் தேசிய கர்வத்தைப் பற்றிப் பேசுகிறார்கள். தன் தேசிய இனம் மற்றும் கலாச்சாரத்தின் தூய்மையைத் தக்க வைத்துக்கொள்ள ஜெர்மனி செமித்திக் இனங்களை, யூதர்களை அழித்தது உலகத்துக்கு அதிர்ச்சியைக் கொடுத்தது. அங்கே மிக உயர்ந்த அளவில் தேசிய கர்வம் காணப்படுகிறது.

அடிப்படையில் வேறுபாடுகளைக் கொண்ட இனங்களும் கலாச்சாரங்களும் ஒற்றுமை உள்ள ஒரே அமைப்பாக ஒருங்கிணைவது அநேகமாக முடியாது என்பதை ஜெர்மனி எடுத்துக்காட்டி இருக்கிறது. இந்துஸ்தானில் இருக்கும் நமக்கு கற்கவும், லாபம் அடையவும் அது ஒரு நல்ல பாடம்!"

ஹிட்லரின் நாசிசத்திலிருந்து தான் கற்றுக் கொண்டவற்றை கோல்வால்கர் பின்வருமாறு விளக்குகிறார்:

> "கூர்மதி உள்ள பழமையான நாடுகளின் அனுபவத்திலிருந்து ஒரு படிப்பினையை நாம் கற்க வேண்டும். இந்துஸ்தானில் வசிக்கும் இந்து அல்லாதவர்கள் இந்து கலாச்சாரத்தையும் மொழியையும் ஏற்றுக் கொள்ள வேண்டும்; இந்து மதத்தை மதிப்பதற்கும் போற்றுவதற்கும் கற்க வேண்டும். இந்து இனத்தைப் பெருமைப்படுத்துவதைத் தவிர வேறு எத்தகைய கருத்துக்கும் இடம் அளிக்கக் கூடாது.
>
> அதாவது இந்த நாட்டையும் அதன் யுகாந்திர மரபுகளையும் வெறுப்புடன் பார்ப்பதை, நன்றியில்லாத முறையில் நடந்து கொள்வதைக் கைவிட வேண்டும். அத்துடன் பற்றுதல் மற்றும்

பக்தி செலுத்துதல் என்னும் ஆக்கப்பூர்வமான அணுகுமுறையை வளர்த்துக் கொள்ள வேண்டும்.

ஒரே வார்த்தையில் சொல்வதென்றால் அவர்கள் அந்நியர்களாக இருக்கக் கூடாது; அல்லது இந்து இனத்துக்கு முற்றிலும் கீழ்ப் படிந்தவர்களாக, எதையும் விரும்பாமல், சலுகைகளைக் கோராமல் அவர்கள் இந்த நாட்டில் வசிக்கலாம். சிறப்பான முறையில் தங்களை நடத்த வேண்டும் என்று அவர்கள் எதிர்பார்க்கக் கூடாது; குடிமக்களின் உரிமைகள் கூட அவர்களுக்குக் கிடையாது."

இவை கோல்வால்கரின் சிந்தனைக் கொத்து; அல்ல; அல்ல; சிந்தனைக் கொழுப்பு. இஸ்லாமியர்களும், கிறிஸ்தவர்களும் இந்துக்களுக்குக் கீழ்ப்படிந்து அடிமைகளாக இருக்கலாமே தவிர அவர்களுக்கு வேறு எந்த உரிமையும் 'இந்து நாட்டில்' (?) கிடையாது. குடிமக்களாகக் கூட அவர்களுக்கு அங்கீகாரம் இல்லை.

ஆர்.எஸ்.எஸ்., சங் பரிவாரங்களின் இரத்த நாளங்களில் கோல்வால்கரின் 'சிந்தனைக் கொழுப்பு' படிந்துள்ளதால்தான் இன்றளவும் அந்தக் கூட்டம் சிறுபான்மையினரை வேட்டையாடுகிறது. இந்திய அரசியலமைப்புச் சட்டத்தில் அங்கீகரிக்கப்பட்டுள்ள கூட்டு தேசியம் என்னும் கருத்தை ஆர்.எஸ்.எஸ்., முற்றாக எதிர்ப்பதற்கான காரணம் என்ன என்பதை இதன் மூலம் தெளிவாக உணர முடிகிறது.

'வேற்றுமையில் ஒற்றுமை' என்பது இந்து மதத்தின் மிகவும் உயர்ந்த பண்பு. ஆனால் இஸ்லாம், கிறிஸ்துவம் அல்லது கம்யூனிசத்தில் அந்தப் பண்பு இல்லை என்று கோல்வால்கர் கூறியது முரண்பாடாகத் தோன்றினாலும் இருபதாம் நூற்றாண்டு இந்துத்துவாவின் மொத்த வரலாற்றுக்கும் இது அடித்தளமாக இருக்கிறது. நெகிழ்ச்சியான பல இனத் தன்மை விளம்பரப்படுத்தப்படுகிறது. ஆனால், அதற்குக் கீழ் கறாரான ஓரினத் தன்மை இருக்கிறது என்பதே உண்மை.

கோல்வால்கர் 'இந்தியா'வை எந்தக் கண்ணோட்டத்திற்குள் பார்க்கிறார்? அதற்கு அவரது நூல் விடையளிக்கிறது.

"வடக்கு இமயமலையிலிருந்து ஆரம்பமாகி வடக்கு, தெற்கு, கிழக்கு, மேற்கு ஆகிய திசைகளில் கிளைவிட்டு அந்தக் கிளைகளுக்கு உள்ளிருக்கும் பிரதேசங்களும் எல்லாத் தீவுகள் உள்பட தெற்குக் கடல் வரையுள்ள பிரதேசமும் இயற்கையில் அமைந்த ஒரே மாபெரும் நாடாகும்.

நன்கு பரிணமித்த நம் சமூகம், இந்த பூமியின் குழந்தையாகப் பல்லாயிரம் ஆண்டுகளாக இங்கே வாழ்ந்திருக்கிறது. குறிப்பாக, நவீன காலத்தில் இந்தச் சமூகம் 'இந்து சமூகம்' என்று அழைக்கப்படுகிறது.

இதுவும் வரலாற்று உண்மையே. ஏனென்றால் இந்துக்களின் மூதாதையர்கள் தான் நியமங்களையும் மரபுகளையும் நிறுவினார்கள்... கடமைகளையும் உரிமைகளையும் கற்பித்தார்கள்... தாய்நாட்டின் புனிதத்துக்கும் ஒருமைப்பாட்டுக்கும் தமது இரத்தத்தைச் சிந்தினார்கள்.

இந்துக்கள் மட்டுமே இவை எல்லாவற்றையும் செய்தார்கள் என்பதை நமது பல்லாயிர ஆண்டுகால வரலாறு முனைப்பாக நிரூபிக்கிறது. இந்து மட்டுமே இந்த பூமியின் குழந்தையாக இங்கே வசித்து வருகிறான் என்பது இதன் அர்த்தம். இவ்வாறு இந்தியாவை 'இந்து'யாவாகப் பிரகடனம் செய்யும் கோல்வால்கர் இந்திய முஸ்லிம்கள், கிறிஸ்தவர்கள் பற்றி என்ன கூறுகிறார் தெரியுமா?

"அவர்கள் இந்த நாட்டில் பிறந்தவர்கள் என்பதில் சந்தேகம் இல்லை. ஆனால், தாங்கள் சாப்பிட்ட உப்புக்கு அவர்கள் உண்மையாக இருக்கிறார்களா? இல்லை. அவர்கள் மத நம்பிக்கை மாறியவுடன் அவர்களுக்கு நாட்டின் மீது அன்பும் விசுவாசமும் உணர்ச்சியும் போய்விட்டது. நாட்டின் மதம் என்று சொல்லப்படுவதற்கு விசுவாசமாக இருப்பதே தேச பக்தியை நிரூபிக்கும் ஒரே சோதனை ஆகும்.

குறிப்பாக எல்லா முஸ்லிம்களும் துரோகிகள் ஆவர்; இந்த நாட்டின் எதிரிகளோடு தம்மை இனங்காணும் வளர்ச்சியை அவர்கள் வளர்த்துக் கொண்டிருக்கிறார்கள்; அந்நிய நாடுகளைப் புனித பூமிகளாகக் கருதுகிறார்கள். ஷேக்குகள், சையதுகள் என்னும் பெயர் சூட்டிக் கொள்கிறார்கள். வெற்றி கொள்வதற்கும் இராஜ்ஜியங்கள் அமைப்பதற்கும் இங்கே வந்திருப்பதாக இன்னும் நினைக்கிறார்கள். ஆகவே மதமாற்றம் மட்டுமல்ல, தேசிய அடையாளமும் மாறி விட்டது. தாய்நாட்டைக் கைவிட்டு எதிரி முகாமில் சேர்ந்து கொள்வது தேசத் துரோகம் இல்லாமல் வேறு என்ன?"

கோல்வால்கருடைய கருத்துக்கள், தொடர்ச்சியான இந்துத்துவா சித்தாந்த மரபின் ஒரு பகுதி என்பதில் ஐயமில்லை. ஆர்.எஸ்.எஸ்., ஏடு 'ஆர்கனைசர்' வெளியிடும் கட்டுரைகள் மதவெறியைக் கக்கும் 'தீக் கங்குகளாக இருப்பதற்கு கோல்வால்கரின் விஞ்ஞான சித்தாந்தம் என்று அவர்கள் பெருமைப்படும் இந்துத்துவா கருத்தியல்தான் அடிநாதமாக இருக்கிறது.

உருது மொழி இந்தியாவில் தோன்றிய மொழி; ஆனால், அவர்கள் இதனை அந்நிய மொழி; அடிமைத்தனத்தின் சின்னம் என்று கண்டனம் செய்கின்றனர்.

“உருதுவின் பெயரில் இன்னொரு பாகிஸ்தான் ஏற்பட வேண்டாம்” என்று ‘ஆர்கனைசர்’ கட்டுரை ஒன்று எச்சரிக்கை செய்கிறது.

சமஸ்கிருதம் அல்லது இந்தியை ஏற்காமல் ஆங்கிலத்தை விரும்புவதாகக் கூறி இந்திய கிறிஸ்தவர்கள் கண்டனம் செய்யப் படுகிறார்கள். சமணம் மற்றும் பௌத்த சமயங்கள் இந்தியாவில் தோன்றியவை என்பதை மறைத்து விட்டு அவை கண்டனம் செய்யப்படுகின்றன.

“நம் கலாச்சாரம் புகழ் பெற்று விளங்க வேண்டும் என்பது இந்துவின் விருப்பம். ஒரு முஸ்லிமை ஜனாதிபதியாக்கி மற்றொரு முஸ்லிமை உச்ச நீதிமன்றத்தின் தலைமை நீதிபதி ஆக்கிய பிறகு முஸ்லிம்களுக்கு நீ வேலை தரவில்லை என்று சொல்வதைக் கேட்கும் பொழுது இந்து வீண்பழிக்கு உள்ளாகின்றான்...

பிரிட்டன் கிறிஸ்தவ நாடு; பாகிஸ்தான் முஸ்லிம் நாடு என்பதைப் போல இந்தியா இந்து நாடு” என்ற உண்மையை முஸ்லிம்கள் ஒப்புக் கொள்ள வேண்டும்.” இவ்வாறு ‘ஆர்கனைசர்’ எழுதுவதற்கு கோல்வால்கரின் சிந்தனைக் கொத்து (கொழுப்பு...!) வழிவகுத்துக் கொடுத்து உள்ளது.

கோல்வால்கர் தன் வாதத்தின் தர்க்கத்தை விரிவுபடுத்தி மற்றொரு இலக்கையும் குறி வைத்தார். சோசலிஸ்டு அல்லது கம்யூனிஸ்டு கருத்துக்கள் வெளிநாட்டில் இருந்து இறக்குமதி ஆனவை என்று விமர்சனம் செய்கிறார்.

ஆனால், ‘நாம் அல்லது நமது தேசியத்தை வரையறுத்தல்’ நூலினை கோல்வால்கர் வெளியிட்டபோது நாட்டை ஆட்சி செய்து கொண்டிருந்த அந்நியர்களான ஆங்கிலேயர்கள் பற்றி மவுனம் சாதிக்கிறார்; அதுமட்டுமில்லாமல் பிரிட்டீஷ் எதிர்ப்பு தேசியத்தையும் அவர் குறை கூறுகிறார்.

ஆதி முதல் அந்தம் வரையில் ஆர்.எஸ்.எஸ்., கூட்டத்திற்கு தேசபக்தி என்றால் ‘அது’ இந்துத்துவா பக்திதான் என்பதை வரலாறு நெடுக காணலாம். இவர்களின் ‘நாட்டுப் பற்று’ இலட்சணத்தைத்தான் வரலாற்று ஏடுகள் அத்தியாயம் அத்தியாயமாகக் குறித்து வைத்து இருக்கின்றனவே!

9
சிவாஜி கண்ட இந்து ராஜ்யம்

மராட்டியத்தில் சித்பவன் பார்ப்பனர்களால் ஆர்.எஸ்.எஸ். அமைப்புக்குக் கால்கோள் விழா நடத்தப்பட்ட அதே கால கட்டத்தில்தான் சென்னை மாகாணத்தில், தமிழ்நாட்டில் சுயமரியாதை இயக்கம் முகிழ்த்தது. ஆரிய கலாச்சாரத்தைத் தூக்கிப் பிடிக்கவும், சனாதன தர்மத்தை நிலை நாட்டவும் இந்து ராஷ்டிரா அமைக்கவும் 1925, செப்டம்பரில் இராஷ்டிரிய சுயம் சேவக் சங்கம் உருவானது.

வட ஆரியப் பண்பாட்டுத் திணிப்பு - வருணாசிரம ஆதிக்க எதிர்ப்பு, பார்ப்பனிய எதிர்ப்பு போன்ற கோட்பாடுகளுடன் தந்தை பெரியார் சுயமரியாதை இயக்கத்தை 1926இல் தோற்றுவிக்கிறார்.

அதாவது சனாதனக் கோட்பாட்டிற்கு எதிரான சமத்துவக் கோட்பாடு - ஆரிய சிந்தனைக்கு எதிரான திராவிட சிந்தனை - பிறப்பிலே ஏற்றத்தாழ்வு கற்பிக்கும் மனு தர்ம கருதுகோளுக்கு எதிரான - மனித சமூக சமத்துவக் கருதுகோள் ஆர்.எஸ்.எஸ். சித்தாந்தத்திற்கு எதிரான - திராவிட சித்தாந்தம் சமகாலத்திலே தந்தை பெரியார் அவர்களால் தமிழ்நாட்டில் வித்து ஊன்றப்பட்ட காரணத்தினால்தான், இன்றளவும் ஆர்.எஸ்.எஸ். இங்கு வேர் பிடிக்க முடியவில்லை.

இது திராவிட மண் என்று கூறுவது மிகை அல்ல; எத்தனையோ வடிவம் கொண்டு - 'ஆர்ய வர்த்தத்திலிருந்து அடிப்பொடிகள்' இங்கு பாசறை அமைக்க முயன்றபோதும் தோற்றுப் போனார்கள் என்பதுதான் வரலாறு.

ஹெட்கேவர், ஆர்.எஸ்.எஸ்-ஐ மராட்டியத்திற்கு வெளியிலே வளர்ப்பதற்குத் திட்டமிட்ட காலத்தில் தமிழகத்திலும் அதற்கான முயற்சிகள் மேற்கொள்ளப்பட்டன. அந்தக் காலக் கட்டத்தில் தமிழகத்தில் நடந்தது என்ன என்பதை 'ஆர்.எஸ்.எஸ். ஓர் அபாயம்' எனும் நூல் (ஆசிரியர் விடுதலை க. இராசேந்திரன்) படம்பிடித்துக் காட்டுகிறது.

"அந்தக் காலக்கட்டத்தில்தான், ஆர்.எஸ்.எஸ். காரர்களும், இந்து மகா சபைக்காரர்களும் தமிழ்நாட்டுக்கு அனுப்பி வைக்கப்படுகிறார்கள்;

தமிழ்நாட்டிலே காலூன்ற முயற்சிகள் செய்யலாம் என்று பார்க்கிறார்கள்.

அப்பொழுது தமிழகத்தின் சூழ்நிலை என்ன? தந்தை பெரியாரின் பார்ப்பனரல்லாதார் இயக்கம் மக்களின் பேராதரவோடு வளர்ந்து கொண்டிருந்தது. சர். ஏ.டி. பன்னீர்செல்வம் அவர்கள் மறைந்த நேரம் அது.

வீரசாவர்க்கர் என்ற இந்து மகாசபைப் பார்ப்பனர் சேலத்துக்கு வருகிறார். சேலத்திலே இந்து மகாசபை மாநாடு ஒன்று நடத்தப்படுகிறது. நடந்த தேதி 23.03.1940. தமிழகத்திலே இந்தக் கூட்டம் நடத்திய முதல் கால்கோள் விழா அதுதான்.

அந்தப் பார்ப்பனர்கள் மகாநாட்டுக்கு, அன்றைக்கு இருந்த ஆதரவு என்ன?

பெரியாரின் 26.03.1940 'விடுதலை' நாளேட்டில் இந்த மாநாடு பற்றிக் கீழ்க்கண்ட செய்தி வெளியிடப்பட்டிருக்கிறது.

'சேலம் இந்துமத மாநாட்டுக்கு ஆட்கள் சேர்த்த விந்தை!'

'இரண்டு நாட்களுக்கு முன் இங்கு நடைபெற்ற மேற்படி மாநாட்டுக்கு விசிட்டர்கள் வராமையால் 4 அணாவாக இருந்த பிரவேசக் கட்டணத்தை மறுநாள் 2 அணாவாக மாற்றி, அதனைத் தண்டோரா மூலம் தெரிவித்தும் மேற்படி மாநாட்டுக்கு ஆட்கள் வரவில்லை.'

இதுதான் அன்றைக்கு தமிழகம் இந்தக் கூட்டத்துக்குத் தந்த 'வரவேற்பு'.

1940 மார்ச்சு 26ஆம் தேதி சென்னையில் நிகழ்ந்த சிவாஜி விழாவில் கலந்து கொண்டு வீரசாவர்க்கர் பேசுகிறார்.

அதைத் தொடர்ந்து 'விடுதலை'யில் ஒரு தலையங்கம்! 'சிவாஜி அல்லது சிதைந்த சித்திரம்' என்பது தலைப்பு.

ஆர்.எஸ்.எஸ். காரர்கள் சிவாஜியை மானசீகத் தலைவராக ஏற்றுக் கொண்டு, சிவாஜியின் வரலாற்றையே திரும்பத் திரும்ப எடுத்துச் சொல்லி, சிவாஜி போதையில் அமுக்கி வைத்திருப்பதன் பின்னணி என்ன?

மராட்டிய மன்னன் சிவாஜியை, இவர்கள் தங்களின் எண்ணப் பிரதிபலிப்பாக ஏற்றுக் கொண்டது ஏன்?

இந்து மதப் போதையிலே சிக்கிச் சீரழிந்த சிவாஜியின் சோக வரலாறு இந்தக் கூட்டத்துக்கு மகிழ்ச்சிச் செய்தி!

முஸ்லிம்களோடு படை எடுத்து மோதி, இந்து சாம்ராஜ்யத்தை நிறுவியவன் சிவாஜி. அவன் நிறுவிய இந்து சாம்ராஜ்யத்தில் அவனுக்கு உரிமை இல்லை! காரணம் அவன் ஒரு பார்ப்பனனாகப் பிறக்கவில்லை.

'இந்து ராஜ்யம்' என்பதன் இலக்கணம் எப்படி இருக்க வேண்டும் என்பதற்கு அவர்கள் எடுத்துக்காட்டும் உதாரண புருஷர்தான் சிவாஜி!

அறிஞர் அண்ணா அவர்கள் 'சிவாஜி கண்ட இந்து சாம்ராஜ்யத்தை' நாடகமாக தமிழகத்து மக்கள் மன்றங்களில் அரங்கேற்றிக் காட்டினார்.

அந்த சிவாஜியின் சீரழிந்த சித்திரத்தை அன்றைய 'விடுதலை' (30.03.1940) தலையங்கத்தின் மூலமாகவே வாசகர்களுக்கு விளக்கியது.

அந்தத் தலையங்கம் இது :

பார்ப்பனர்கள் வீழ்த்திய மராட்டிய சிவாஜி

"சிவாஜி ஆரியரிடம் சிக்கிச் சிதைந்த சேதியை நாம் தருகிறோம். யாரோ வெள்ளையரோ, நம்மவரோ எழுதிய சரிதத்திலிருந்து அல்ல. சரிதத்தில் ஆராய்ச்சி, அதிலும் மொகலாய சரிதத்தில் ஆராய்ச்சி மிக்கவரும் ஈடு இணையற்றவர் எனப் போற்றப்பட்டவரும், கல்கத்தா பல்கலைக்கழக வைஸ் சான்ஸ்லருமான பேராசிரியர் ஜதுநாத் சர்க்கார் தீட்டிய புத்தகத்தில் உள்ளவை. திகைத்துச் சந்தேகப்படும் தேசியத் தோழர்கள் படித்துப் பார்த்துவிட்ட பிறகு முடிவுக்கு வரலாம்.

"சிவாஜி வீரர்தான்! போர் பல கண்டவர்தான்; எதிரியின் மண்டைகள் சிதற, மலைகள் அதிரப் போரிட்டவர்தான்; ஆயினும் என்ன! அவர் பூசுரர் அல்ல! சூத்திரர்! எனவே, அவருக்கு ஆரியர் மதிப்பு தர மறுத்தனர்.

"இந்து மதக் கோட்பாட்டின்படி சத்திரியரே மன்னராக வர முடியும். 'சூத்திர' சிவாஜி சத்திரியராகப்பட்டால்தான் இந்தியாவிலுள்ள பார்ப்பனர்கள் முடிசூட்டு விழாவுக்கு விஜயம் செய்து ஆசி கூறுவர்! சிவாஜியின் பாட்டனார் சாதாரண உழவர்," என்று ஜதுநாத் சர்க்கார் கூறுகிறார்.

எதிரியை வென்றால் போதாது; ஆரியரின் தயவைப் பெற்றால்தான் முடிசூட்டிக் கொள்ள முடியும் என்பதை சிவாஜி உணர்ந்தார். எனவே அவர் ஒரு ஏற்பாடு செய்தார். என்ன ஏற்பாடு?

ஜதுநாத் கூறுகிறார்: “அக்காலத்தில் ஒரு ஆரிய பண்டிதர் இருந்தார். சமஸ்கிருத பாண்டியத்யம் சம்பூர்ணமாகப் பெற்றவர். வியாசரோ என வியந்து பலரும் கூறும் விற்பன்னர். காசிநகர் வாழும் காகபட்டர் என்பார். அவரை சிவாஜி அணுகி, தம்மைச் சத்திரியர் என்று கூறி பிறர் அதனை அங்கீகரிக்கும்படி செய்ய வேண்டும் எனக் கேட்டுக் கொண்டார்.

காகபட்டர் கருணையோடு இதற்கு ஒப்பினார். “நீ ராமச்சந்திரன் தோன்றிய சூரிய குலத்து வழிவந்த சத்திரியர் சிவாஜி,” எனக் கருணையோடு காகபட்டர் கூறினார். ஏன் காகபட்டருக்கு சிவாஜி மீது இவ்வளவு கருணை பிறந்தது? சிவாஜி முடிசூட்டிக் கொள்ள அனுமதி கிடைக்கும் விதத்தில் ஏன் அவரைச் சத்திரியர் ஆக்கினார் என்று யோசித்துத் தோழர்கள் கஷ்டப்பட வேண்டாம். காகபட்டரின் கருணைக்குக் காரணம் சிவாஜி தந்த ஏழாயிரம் நாணயங்களே!

அத்துடன் முடியவில்லை ஆரியர் சூழ்ச்சி! பண்டிதர்கள் பலர் பனை ஓலைச் சுவடிகளைப் புரட்டிப் புரட்டி முடிசூட்டு விழா எங்ஙனம் நடக்க வேண்டும் என ஆராய்ந்தனர். இந்தியா பூராவிலும் பிராமணர்களுக்கு அழைப்பு அனுப்பப் பட்டது. ராஜகிரியில் பதினொராயிரம் (!) பிராமணக் குடும்பங்கள் வந்து சேர்ந்தன. நான்கு மாதம் அறுசுவை விருந்து உண்டன.

சிவாஜியைப் பிராமணர்களுக்குத் தானம் அளிக்கக் கட்டளை இட்டனர்.

1674ஆம் ஆண்டு மே மாதம், சிவாஜி சத்திரியராகப் பிறக்காத தோஷத்துக்காக பாப நிவர்த்தி செய்து கொள்ள ‘பூஜை புனஸ்காராதிகள்’ நடந்தேறிய பின்னர், ‘ஏழாயிரம்’ பெற்ற காகபட்டர் சிவாஜியின் மார்பில் ‘பூணூல்’ அணிவித்தார்; ‘காயத்ரி’ கற்றுக் கொடுக்கப்பட்டது. சத்திரியருக்கென (மனு) விதிக்கப்பட்டிருக்கும் காரியங்கள் நடந்தன.

எப்பொழுது தன்னைச் சத்திரியர் ஆக்கி விட்டனரோ, அப்பொழுதே தனக்குச் சத்திரிய உரிமை வந்து விட்டது என்றும், எனவே தன்னையும் பிராமணர்களுடன் சேர்த்து வேத மந்திரங்களைத் தம் முன்னால் கூறித் தமக்கு விளக்குமாறு கேட்டார் சிவாஜி.

இதுகேட்ட பார்ப்பனர் பதைத்தனர். இரு பிறப்பாளர் பிராமணர் தவிர வேறு இல்லை என்றனர்.

காகபட்டராலும் சிவாஜியை அடக்க முடியவில்லை. ‘மகாமகோபாத்தியாய ஹரபிரசாத் சாஸ்திரி’ என்னும் பேராசை

பிடித்த பார்ப்பனர் வேத மந்திரங்களை, முடிசூட்டு விழாவின்போது சிவாஜியின் செவியில் விழாதபடி மெல்லிய குரலில் கூறினார்," என்று கூறி உள்ளார்.

முடிசூட்டு விழா முடிந்தது; ஆனால் ஆரியர் தமது பிடியை விடவில்லை. மறுதினம் தெரிந்தோ தெரியாமலோ அதுவரை மன்னர் செய்த பாவங்களைப போக்கிக் கொள்ள வேண்டும் எனப் பணித்தனர்.

பாவம் போக சிவாஜி செய்தது என்ன?

அவரது எடைக்கு எடை தங்கம், வெள்ளி முதலிய உலோகங்கள், பட்டு, பட்டாடை, உண்டி, நாட்டுச் சாராயம் (!) ஆகியவை தனித்தனியாக நிறுக்கப்பட்டு அவை 'பார்ப்பனர்களுக்கு'த் தானம் செய்யப்பட்டன.

'பாவம்' பிறகுதான் போயிற்று.

பாரங்னஸ் என்பவரின் ஆராய்ச்சியின்படி சிவாஜியின் எடை 140 பவுண்டு. இந்த எடைக்கு எடை விலை உயர்ந்த பொருள்கள் தானம் தரப்பட்டன. இஃதன்றி இலட்சம் நாணயம் வாரிக் கொடுக்கப்பட்டது.

ஆசை அடங்கவில்லை ஆரியருக்கு. சிவாஜி தமது போரில் பசு, குழந்தை, பார்ப்பனர் முதலியோரைக் கொலை செய்யாது விட்டிருப்பாரா?

அந்தப் பாவம் போக வேண்டுமே... என்ன செய்வது? என்று இரு பார்ப்பனர் கேட்க, சிவாஜி அவ்விதம் தம்மால் வதைபட்ட குடும்பத்தினருக்குப் பொருள் தருவதாகச் சொல்ல அவர்களுக்குப் பொருள் தந்தால் பாவம் போகுமோ? எடு அதற்கு வேறு தட்சணை என்று கேட்டு வாங்கினர்.

ஆரியரைச் சரிபடுத்த, அனுமதி பெற, ஆசி பெற சிவாஜி மராட்டிய நாணயத்தில் 1 கோடியே 47 இலட்சம் செலவிட்டார்.

இதன் பலன் என்ன? 'பாவம்' துடைக்கப் பட்டதோ இல்லையோ நாமறியோம். ஜதுநாத் சர்க்கார் கூறுகிறார் 'பொக்கிஷம்' துடைக்கப்பட்டு விட்டது என்று.

எனவே, முடிசூடிய மன்னர், அரசு நடத்தப் பணம் தேடி மீண்டும் படை எடுப்புக்களிலேயே காலத்தைக் கழிக்கலானார்.

இதன் பலனாகவே சிவாஜியின் ராஜ்யத்தில் சிதைவு ஏற்படத் தொடங்கிற்று; ஊராள ஊர் பெற்றும், உயர்குலத்தார் ஆசி

பெற, உள்ள பொருளைக் கொட்டிக் கொடுத்துவிட்டு, மீண்டும் உழைப்பிலேயே உழன்று வந்தார் சிவாஜி.

மன்னரின் பிடி யாரிடம் இருந்தது? வீரன் வீழ்ச்சி யாரால் வந்தது? பார்ப்பன ஆதிக்கம் எவ்வளவு பலமாக இருந்தது? அஞ்சா நெஞ்சத்தை ஆரியர் எப்படி அடக்கினர் என்பதை எண்ணிப் பாருங்கள்."

பெரியாரின் 'விடுதலை'யில் ஆசிரியர் பொறுப்பில் இருந்த காலத்தில் பேரறிஞர் அண்ணா அவர்கள் எழுதிய தலையங்கம் இதுவாக இருக்க வேண்டும். ஏனெனில் அதன் பின்னர்தான் 'சந்திரமோகன் அல்லது சிவாஜி கண்ட இந்து ராஜ்யம்' எனும் நாடகத்தை அறிஞர் அண்ணா எழுதி அரங்கேற்றினார்.

சிவாஜி கண்ட இந்து ராஜ்யம்

பேரறிஞர் அண்ணா அவர்கள் சிவாஜி கண்ட இந்து ராஜ்யம் நாடகத்தை எழுதி 1945இல் மேடை ஏற்றிய காலக்கட்டத்தில் மராட்டியத்திலும், வட இந்தியாவிலும் ஆர்.எஸ்.எஸ். 'சிவாஜி'யைத் தூக்கிப் பிடித்துக் கொண்டிருந்தது.

மராட்டிய சிவாஜியின் வரலாற்று உண்மை நிகழ்வுகளைத்தான் அண்ணா நாடகம் ஆக்கினார். அந்நாடகத்தில் வரும் காட்சி களும், கதாபாத்திரங்களின் சொல்லாடல்களும் இன்றைக்கும் பொருந்துகின்றன. ஒரு சில காட்சிகளில் அண்ணாவின் உரையாடல்கள் குறித்துக் காண்போம்.

மராட்டிய மாமன்னர் சிவாஜியை (சிவாஜி என்னும் சூத்திரரை) 'சத்திரியராக' மாற்றிய பார்ப்பனர் காசி காகபட்டர், தனது சீடர் ரங்கு பட்டரோடு பேசும் காட்சி, இந்நாடகத்தில் 14-ஆவது காட்சியாக பேரறிஞர் அண்ணா அவர்கள் அமைத்திருந்தார்.

காகபட்டர் : ரங்கு! இந்த உபசாரமெல்லாம் வேண்டாம். நெடுநாட்களாக 'நோக்கு' விசாரம் இருக்கு என்பது தெரியும் 'நேக்கு'.

ரங்கு பட்டர் : என் மனசை அறிஞ்சிண்டிருக்கேள். மகான் அல்லவோ தாங்கள். விசாரம் இருப்பது உண்மைதான். ஆனால்...

காகபட்டர் : ஆனால்... என்ன?

ரங்கு பட்டர் : அந்த விசாரம் என் பொருட்டு அல்ல. கலச சாஸ்திர சம்பன்னராகிய தங்கள் பொருட்டுத்தான் விசாரப்படுகிறேன்.

காகபட்டர் : என் பொருட்டு என்னடாப்பா விசாரம்?

ரங்கு பட்டர் : ஏன் இராது குரு! சாமான்யாளெல்லாம் எவ்வளவோ சம்பத்துக்களூடன் வாழறா... அரண்மனைகளிலே வாசம் செய்துண்டு; நந்தவனங்களிலே அப்சரஸ் போன்ற ஸ்திரீ ரத்னங்களோடு உலாவிண்டு... ஆனந்தமா காலம் கழிக்கிறா...

காகபட்டர் : ஆமாம்... அதனால் என்ன? அதற்குத்தான் ராஜபோகம் என்று பெயர்.

ரங்கு பட்டர் : பெயர் எதுவானாலும் இருக்கட்டும் ஸ்வாமி. அவ்விதமான ஆனந்தம் கிஞ்சித்தேனும் என் போன்றவாளுக்குத் தேவை இல்லை. நான் சாமத்துக்கும் யஜுருக்கும் வித்யாசம் தெரியாத மண்டு. ஆனால் நாலு வேதத்தையும் நாற்பத்தெட்டு வித பாஷ்யத்தோடு உபதேசிக்கக் கூடிய தங்களைப் போன்ற தன்யாளுக்கு இந்த ராஜபோகத்திலே ஆயிரத்திலே ஒரு பங்கு இருக்கப்படாதோ? இல்லையே என்பதுதான் நேக்குள்ள விசாரம்.

காகபட்டர் : டே, ரங்கு... உன் குரு பக்தி இருக்கே, அது கேட்க நேக்கு பரம்மானந்தமா இருக்கு. இருக்கட்டும்; ராஜபோகம் இருக்கே, அது என்ன பிரமாதம்?

ரங்கு பட்டர் : என்ன ஸ்வாமி இது? சாமான்யாளுக்குச் சொல்றதையே நேக்கும் சொல்றேளே! நானுங் கூடத்தான் தங்கள் உபதேசத்தின்படி லோகம் மாயை; ஆனந்தம் என்பது அநித்யம்; போக போதிகள் வீண் சொப்பனம்; இந்திரியச் சேட்டைகள் ஆகாது... என்றெல்லாம் பாமராளுக்குக் கூறுகிறேன். அதே விஷயத்தை நேக்கும் சொல்றேளே! மாயா வாதம் மனத் திருப்தி தருமா?

காகபட்டர் : நான் மாயைப் பற்றிச் சொல்லவில்லை. ராஜபோகம் நிலையானதுதான்; சந்தோஷமானதுதான். ஆனா ப்ரமாதமில்லை. ஏன் அப்படிச் செல்றேன் என்கிறியோ? அந்த ராஜபோகத்திற்கு லவேசமும் குறைந்தது அல்ல நமக்கு இருப்பது...

ரங்கு பட்டர் : இந்தப் பர்ணசாலையை அரண்மனையாகவும், இந்தச் சீடர்களைச் சேடிகளாகவும் நினைத்துக் கொள்ள வேண்டும் என்கிறீராக்கும்.

காகபட்டர் : இல்லை; ஒரு ராஜாவுக்கு ஒரு ராஜ்யம். நமக்கோ எல்லா ராஜ்யங்களும் சொந்தம். அரசனுக்கு ஒரு அரண்மனை. அததனை அரண்மனைகளிலும் நாம் கம்பீரமாகச் செல்லலாம். ஒரு ராஜா மற்றொரு ராஜாவிடத்திலே அன்பு காட்டுவான் மேலுக்கு. உள்ளே பகை புகையும்; சமயம் வாய்த்தபோது சத்ரு ஆவான். நமக்கோ எல்லா ராஜாக்களும் நமஸ்காரம் செய்வா...

ஒரு ராஜாவும் நம்மைச் சத்ருவா கருதமாட்டான். ஒரு ராஜாவுக்கு ராஜபோகம் இருப்பது போலவே ரண யோகமும் உண்டு. அதாவது சண்டை வந்துவிடும்; ஆபத்து வரும். நமக்கோ ராஜாதி ராஜாக்கள் ரணகளத்திலே மண்டை பிளக்க சண்டைப் போட்டுக் கொண்டாலும் கவலை இல்லை. யுத்தம் நமக்குக் கிடையாது; யுத்த சமயத்திலே வெட்டு, குத்து - யார் யாருக்கோ இருக்கும். நம்மை அண்டாது.

எவன் ஜெயித்தாலும் தோற்றாலும் நமக்குக் கவலை கிடையாது. சண்டைக்குக் கிளம்பும் போது ராஜன் நம்முடைய ஆசீர்வாதம் பெற்றுக் கொண்டுதான் போவான். அவன் யுத்தக்களத்திலே மாண்டு போகிறான் என்று வைத்துக் கொள். ஜெயித்த ராஜா முதலில் நம்மை நமஸ்கரித்து, நம்முடைய ஆசீர்வாதம் பெற்ற பிறகுதான் மகுடம் புனைவான். பைத்தியக்காரா! ராஜபோகம் ஆனந்தத்துக்கு மட்டுமல்லடா; ஆபத்துக்கும் அது இருப்பிடம்.

(புலித்தோலைக் காட்டி)

இதோ பார், இது என்ன?

ரங்கு பட்டர் : என்ன ஸ்வாமி இது! என்னை முட்டாள் என்று எண்ணிக் கொண்டாலும் பரவாயில்லை. கேவலம் குருடன் என்று தீர்மானித்து விட்டீர் போலிருக்கிறதே! இது என்னவென்று கேட்கிறீரே! இது புலித்தோல். இது கூடவா தெரியாது?

காகபட்டர் : இது தெரிகிறதே தவிர இது உபதேசம் செய்கிற பாடம் தெரியவில்லையே நோக்கு!

ரங்கு பட்டர் : என்ன! புலித்தோல் உபதேசம் செய்கிறதா?

காகபட்டர் : ஏன் செய்யவில்லை? அரச போகத்துக்கும், ஆரிய யோகத்துக்கும் உள்ள தாரதம்யத்தைத்தானே புலித்தோல் உபதேசம் செய்கிறது.

ரங்கு பட்டர் : என்ன ஸ்வாமி இது! வேடிக்கை பேசுகிறீர்.

காகபட்டர் : ரங்கு... வேடிக்கை இல்லை. புலித்தோலைப் பார். இது நமக்கு ஆசனம். சொர்ண சிங்கானத்தில் மீதிருந்து செங்கோல் செலுத்துகிற மகாராஜனும் கூட இந்தப் புலித்தோல் ஆசனத்தில் அமரும் நமக்கு மரியாதை காட்டுவான். இது கேவலம் மிருகத்தின் தோல். ஆனால் மன்னாதி மன்னரும் இதன் முன் மண்டியிடுகிறார்கள் இல்லையா?

ரங்கு பட்டர் : ஆமாம் குருவே!

காகபட்டர் : இப்போது யோசித்துப் பார்! தங்க சிம்மாசனத்தில் அமர்ந்தாலும் நமது திருப்பாதத்தை வணங்கும் ராஜனுடைய போகம் பெரிதா? தோலின் மீது அமர்ந்து அரசர்களுடைய முடியைக் காலிலே காணும் நம்முடைய யோகம் பெரிதா?

ரங்கு பட்டர் : உண்மைதான் குருவே!

காகபட்டர் : அதுமட்டுமல்ல; அரசர்களை அஞ்சலி செய்யச் சொல்லும் இந்த அற்புதமான ஆசனம் இருக்கிறதே, இது ஒரு காலத்தில் ஆரண்யத்திலே உலவிக் கொண்டிருந்தது. அந்த சமயத்திலே நாம் அதன் அருகே கூட செல்ல முடியாது. முடியுமோ?

ரங்கு பட்டர் : எலியைக் கண்டாலே சில சமயம் மிரள்கிறோமே! புலியிடம் பயமில்லாமல் இருக்குமா ஸ்வாமி?

காகபட்டர் : அப்படிப்பட்ட புலியின் தோல் மீது நாம் உட்கார்ந்திருக்கிறோம். பூபதிகள் நமக்குப் பூஜை செய்கிறார்கள். முட்டாளே! இது உண்மையான யோகமா? ராஜபோகம் உண்மையா?

ரங்கு பட்டர் : விஷயம் பிரமாதமாய் இருக்கிறதே ஸ்வாமி!

காகபட்டர் : இன்னமும் கேள்! இவ்வளவு திவ்யமான ஆசனத்தை, நாம் அனாயாசமாகப் பெற்றோம், இல்லையா? காட்டிலே புலி உலாவிற்று. அதை வேட்டையாடியது நாமல்ல... புலியின் பற்களால் கடியுண்டவர்கள், நகங்களால் கீறப்பட்டவர்கள், ஏன், புலிக்கே இரையானவர்கள் வேறு வேறு!

கடைசியில் புலியை எவனோ கொன்றான், எவ்வளவோ தேடலுக்குப் பிறகு. யார் அவன்? தெரியாது.

புலியைக் கொன்ற வீரனை மக்கள் மறந்து விடுவர். ஆனால், அந்தப் புலித்தோல் நமக்குத் தானமாகத் தரப்பட்டதும் அதன் மீது அமரும் நமக்கு மக்களும் மன்னரும் மரியாதை செய்கின்றனர் பார்த்தாயா? நமக்கு இருக்கும் யோகம் எப்படிப்பட்டது என்பதை... ராஜபோகம் ரமணீயமானது தான். ஆனால் அது படம் எடுத்தாடும் நாகம் போன்றது! எந்தச் சமயத்தில் விஷப்பல் பதியுமோ என்ற பயத்தோடுதான் எந்த அரசனும் இருக்க வேண்டும்.

நமக்கு இருக்கும் யோகம் அப்படியல்ல. துன்பமில்லாத இன்பம். மாசு இல்லாத மாணிக்கம். முள்ளில்லாத ரோஜா. இந்த மகத்தான வித்தியாசத்தைத் தெரிந்து கொள்.

ராஜாவாக இருப்பதை விட ரிஷியாக இருப்பதே மேல்... அரச வாழ்வை விட ஆஸ்ரம வாழ்வு அனந்தகோடி தடவை மேல்...

அசடே! ஆரியனாகப் பிறந்தும் அரச போகத்திலே ஆசை வைக்கிறாயே!

ஆரியம் விதைக்காது விளையும் கழனி...

வெட்டாது ஊற்றெடுக்கும் தடாகம்...

ரங்கு பட்டர் : உணர்ந்து கொண்டேன். உண்மையிலேயே நான் ராஜபோகம் சிலாக்கியமானது என்றுதான் எண்ணிக் கொண்டிருந்தேன். தாங்கள் செய்த உபதேசத்தால் தெளிவு பெற்றேன். அரசபோகம், ஆரிய யோகத்துக்கு ஈடாகாது.

பேரறிஞர் அண்ணா அவர்கள் சித்திரம் போல் வரைந்து காட்டிய 'சிவாஜி கண்ட இந்து ராஜ்யம்' நாடகத்தின் இந்த உரையாடல் இந்தியாவைப் பார்ப்பனியப் பீடமாக மாற்ற முயற்சிக்கும் ஆர்.எஸ். எஸ். சனாதனக் கூட்டத்தின் இன்றைய நிலைமையை அப்படியே படம்பிடித்துக் காட்டுகிறது.

விதைக்காது விளையும் கழனி 'ஆரியத்திடம்' பேரரசன் வீர சிவாஜி மண்டியிட்டுக் கிடந்ததால்தான் ஆர்.எஸ்.எஸ். கூட்டம் சிவாஜியை சிலாகிக்கிறது.

10

கோல்வால்கரின் சிந்தனைக் கொத்து (கொழுப்பு)

ஆர்.எஸ்.எஸ்., அமைப்பின் வழி காட்டியாக விளங்குகின்ற நூல் குருஜி கோல்வால்கரின் 'சிந்தனைக் கொத்து' (*Bunch of Thoughts*). இன்றைய தேதி வரையில் இதனை அட்சரம் பிசகாமல் பின்பற்றி வருகிறது ஆர்.எஸ்.எஸ். ஏனெனில், அதுதான் அவர்களின் "வேதப் புத்தகம்."

ஆர்.எஸ்.எஸ். -இன் தத்துவப் போதகர் என்று கருதப்படும் குருஜி கோல்வால்கரின் 'சிந்தனைக் கொத்து' முழுவதும் இந்து மதவெறியூட்டும் கருத்துக்களால் நிரம்பியது; இஸ்லாமிய, கிறிஸ்தவர்கள் மீது மத வெறுப்பைக் கக்கும் கருத்துக்கள் அடங்கியது.

ஆர்.எஸ்.எஸ். - இந்து சனாதனக் கூட்டத்தின் இதயச் சுவர்களில் கோல்வால்கரின் 'சிந்தனைக் கொத்து' பற்றிப் படர்ந்து இருப்பதால்தான் மதவெறியும் வன்முறைச் சிந்தனையும் ஆர்.எஸ். எஸ். காரர்களுக்கு அணையாமல் கனன்று கொண்டே இருக்கிறது.

குருஜி கோல்வால்கரின் 'சிந்தனைக் கொத்து' - *Bunch of Thoughts* அல்ல; இவை 'சிந்தனை வெறுப்பு' - '*Bunch of hates* 'என்றுதான் கூற வேண்டும். கோல்வால்கரின் நஞ்சு கலந்த சிந்தனைகள் 'ஞான கங்கை' என்ற தமிழ் மொழிபெயர்ப்பு நூலாகவும் வந்திருக்கின்றது. அதிலிருந்து சிலவற்றைக் கண்டிப்பாக நாம் அறிந்து கொள்ள வேண்டும்.

ஐநூறு பக்கங்களுக்கு மேல் உள்ள இந்த நூலின் ஆரம்பமே 'ஒவ்வொருவரும் மகிழ்வோடு இருக்கட்டும்; அனைத்துத் துன்பங்களிலிருந்தும் ஒவ்வொருவரும் விடுபடட்டும்' என்கிற சமஸ்கிருத சுலோகத்துடன் தொடங்குகிறது. நூல் தொடங்கும்போது தத்துவ மொழிகள் தெறிக்கின்றன. ஆனால், நூறு பக்கங்களைத் தாண்டியதுமே 'நமது தாய்நாடு' என்பது எது என்று வரையறுக்கிறார் கோல்வால்கர்.

"அகண்ட பாரதம்"

"திபேத் அதாவது திரிவிஸ்தப் - தற்போது நமது தலைவர்களால் 'சீனத்தின் ஒரு மாகாணம்' என்று அழைக்கப்படுகிறது. இது கடவுளர்களின் பூமியாகும். எம்பெருமானாகிய பரமேஸ்வரனின்

கைலாசம். ஆப்கானிஸ்தானம் நமது புராதன உபகானிஸ்தான் - மகாபாரதத்தின் சல்லியன் இங்கிருந்து வந்தவன். கவுரவர்களின் தாயான காந்தாரி பிறந்த பூமிதான் காந்தாரம் - தற்போதைய காபூல் மற்றும் காந்தகார்.

ஈரான் கூட ஆதியில் ஆரிய பூமியே. அதனுடைய முந்தைய ராஜா சேஷா ஷா பெலாவி இஸ்லாத்தை விட ஆரிய சித்தாந்தங்களால் அதிகம் வழிநடத்தப்பட்டவர். பார்சிகளின் புனித நூலான ஷென்ட் அவெந்தா பெரும்பாலும் அதர்வண வேதமே.

கிழக்கே வந்தால் பர்மா என்பது நமது பழைய பிரம்மதேசம். மகாபாரதம் குறிப்பிடுகிற ஐராவதம் இக்காலத்தில் ஐராவதம் பள்ளத்தாக்கு. அதே இதிகாசம் அஸ்ஸாமை பிரக்யோதிஸ்தா என்று குறிப்பிடுகிறது. காரணம் சூரியன் முதலில் அங்குதான் உதிக்கிறான். தெற்கே இலங்கையானது நெருங்கிய தொடர்புகளைக் கொண்டது. பிரதான பூமியிலிருந்து (பாரதம்) அதை எப்போதும் தனித்துப் பார்த்தது இல்லை.”

மேற்கண்ட எல்லை வரையறுப்பின் மூலம் தமது எதிர்கால இலட்சியம் ஈரானிலிருந்து பர்மா வரை - திபெத்திலிருந்து இலங்கை வரை அகண்ட பாரதக் கனவை கோல்வால்கர் வெளிப்படுத்தினார். அவர் மேலும் கூறுகிறார்:

“நமது இந்த முழுத் தாய்நாடும் இலட்சியப் புருஷனான ஸ்ரீராமனின் பரிபூரணத்தில் காணப்பட்டது. இந்த முழுமையான ஒருங்கிணைந்த நமது தாய்நாடு வணக்கத்திற்கு உரியதாக இப்படி பல வழிகளில் உருவாக்கப்பட்டது. இதை உடைப்பது என்பது நம்மால் சகிக்க முடியாதது ஆகும். இந்த முழு பூமியும் நமக்குத் தபோ பூமி.”

ஆர்.எஸ்.எஸ். அமைப்பு வெளியிட்ட ‘பாரதத் தாய்’ படத்தில் உச்சியில் கிழக்கேயும் மேற்கேயும் தடுப்பே இல்லாது விரிந்த சடை போல பரந்து கிடக்கும். கீழே இலங்கையைத் தனி நாடாகக் காட்டாமல், இந்தியாவுடன் இணைந்தே தொங்கும். இந்தப் படம்தான் ஆர்.எஸ்.எஸ். கூட்டங்களில் பின்னணிச் சித்திரமாக மேடையை அலங்கரிக்கும்.

கோல்வால்கர் வரைந்த அகண்ட இந்து ராஷ்டிரத்தின் வரைபடம் தான் அது. தனித் தனி சுதந்திர நாடுகளாக பாகிஸ்தான், ஆப்கானிஸ்தான், பர்மா மற்றும் இலங்கை போன்றவை ஐ.நா. மன்றத்தால் அங்கீகரிக்கப்பட்டு இருந்தாலும் அவையெல்லாம் ஆர். எஸ்.எஸ். -க்கு ‘அகண்ட இந்து நாடு’கள்தான்.

ஆதாரம் கேட்டால் மகாபாரதக் கதையை எடுத்து விடுவார்கள்.

"கலாச்சார தேசியம்"

குருஜி கோல்வால்கர் பூகோள ரீதியான அரசியல் (Territorial Nationalism) என்கிற இயல்பான கோட்பாட்டை நிராகரித்து விட்டு 'கலாச்சார தேசியம்' (Cultural Nationalism) என்கிற கோட்பாட்டை முன் வைக்கிறார்.

"இன்றைக்கு நமது அரசியல் தலைவர்கள் எல்லாம் அடிக்கடி தேசிய ஒற்றுமை என்றெல்லாம் பேசுகிறார்கள். எந்த ஒரு பொதுவான உணர்வு - பொதுவான தன்மை மூலம் அவர்கள் ஒன்றுபடுவார்களா? வலுவான புகழ்மிக்க ஒற்றுமையான தேசிய வாழ்க்கையை உருவாக்கும் வற்றாத ஊற்றுக்கள் யாவை?

காலம் காலமாக உள்ள நம்முடைய புனித பூமியான 'மாத்ரு பூமி' மீது அணையாத பக்தி உணர்வை முதலில் ஏற்படுத்த வேண்டும். இரண்டாவதாக நாம் எல்லோரும் இந்த ஒரே தாய்நாட்டின் குழந்தைகள் என்ற சக உணர்வு, சகோதர உணர்வு நம் எல்லோரது மத்தியிலும் ஏற்பட வேண்டும்.

பொதுவான கலாச்சாரம், பாரம்பரியம், வரலாறு, பழக்க வழக்கங்கள், பொதுவான சிந்தனை, விருப்பங்கள் இவற்றால் பின்னப்பட்டிருக்கும் பொதுவான கருத்தோட்டம் - இந்த மூன்று கோட்பாடுகளையும் உள்ளடக்கிய ஒரே வார்த்தை இந்து தேசியம். இதுவே நமது தேசியக் கட்டிடத்தின் அடித்தளம் ஆகும்."

இஸ்லாமியர்கள், கிறிஸ்தவர்கள் உள்ளிட்ட சிறுபான்மையினர் யார்? கோல்வால்கரின் கற்பிதம் என்ன தெரியுமா?

"சில புத்திசாலிகள் இன்று நம்மிடம் கூறுகிறார்கள். யாரும் பிறக்கும்போதே இந்துவாகவோ, முஸ்லிமாகவோ, கிறிஸ்தவராகவோ பிறப்பது இல்லை. சாதாரண மனித உயிர்களாகவே பிறக்கிறார்கள் என்று.

இது வேண்டுமானால் மற்றவர்களுக்கு உண்மையாகப் பொருந்தும். ஆனால், இந்துவுக்குப் பொருந்தாது! இந்து அவனது தாயின் கர்ப்பப் பையில் இருக்கும் போதே முதல் அடையாளத்தைப் பெறுகிறான். இறுதி அடையாளம் அவன் மரணத்திற்குப் பின் அவன் உடல் தீயுடன் கலந்திருக்கும் போது நிகழ்கிறது.

இந்துக்களுக்கு 16 சடங்குகள் உள்ளன; அவையே அவனை இந்துவாக்குகிறது. இன்னும் சொல்லப்போனால், நாம் தாயின் கருப்பையில் தரிக்கும் முன்பே இந்துவாக இருந்திருக்கிறோம். எனவே, நாம் பிறக்கும்போதே இந்துவாகப் பிறக்கிறோம். மற்றவர்கள் இந்தப் பூமியில் பிறக்கும்போது பெயர் அற்றவர்களாக இருக்கிறார்கள்.

பிறந்த பின்புதான் அவர்கள் சுன்னத் மூலமாகவோ, ஞானஸ்நானம் பெறுவதன் மூலமாகவோ அவர்கள் முஸ்லிம்களாகவோ அல்லது கிறிஸ்தவர்களாகவோ ஆகிறார்கள்."

இந்த நாட்டில் வாழ்கிற மக்கள் அனைவருக்கும் இது சொந்த நாடு. ஆனால், இதன் அடித்தளத்தையே இடித்துத் தகர்த்து பூகோள ரீதியிலான கோட்பாட்டை நிராகரித்து 'இந்து தேசியத்தைக் கட்டி எழுப்ப குருஜி கோல்வால்கரின் 'சிந்தனைக் கொத்து' வழிகாட்டுகிறது.

"இங்கு ஏற்கனவே எல்லா வகையிலும் நிறைவான பழமை மிக்க இந்து தேசம் உள்ளது. இங்கே பல்வேறு இனத்தவர்கள் (யூதர்கள், பார்சிகள்) விருந்தாளிகளாக அல்லது ஆக்ரமிப்பாளர்களாக (இஸ்லாமியர், கிறிஸ்தவர்) வாழ்ந்து வருகிறார்கள்.

இவர்கள் எல்லோரும் ஒரே தாயின் குழந்தைகள் என்று எப்படி கூறிக் கொள்ள முடியும் என்ற வினாவை அவர்கள் இதுவரை ஏற்றுக் கொள்ளவில்லை. ஒரு பொதுவான எதிரியின்கீழ் எல்லோரும் பொதுவான ஒரே நிலத்தில் தங்கியிருப்பதால் அவர்கள் ஒரே தாய்நாட்டின் புதல்வர்கள் ஆகி விட முடியுமா?

பிரதேச தேசியம் என்றும், பொது எதிரி என்றும் இவற்றின் மூலமாக தேசம் என்ற கருத்தும் உருவாக்கப்பட்டுள்ளது. நம்மிடையே 'இந்து தேசத்தவர்' என்ற உணர்வை ஏற்படுத்தாமல், 'சுதந்திரப் போராட்டம்' என்பது வெறும் பிரிட்டீஷ் எதிர்ப்பு இயக்கமாகி விட்டது.

பிரிட்டீஷாரை எதிர்ப்பது என்பது தேச பக்தியாகவும், தேசிய உணர்வாகவும் கருதப்படுகிறது. இப்படிப்பட்ட பிற்போக்குத் தனமான (!) கருத்து சுதந்திரப் போராட்டத்தின் போக்கிலும், அதன் தலைவர்கள் மீதும், பொது மக்கள் மீதும் பாதகமான விளைவுகளை ஏற்படுத்தியது."

இங்குள்ள கோடிக்கணக்கான முஸ்லிம்களும், இலட்சக்கணக்கான கிறிஸ்தவர்களும் ஆக்கிரமிப்பாளர்கள்; ஊடுருவல்காரர்கள்; வெளியிலிருந்து வந்தவர்கள். எதேச்சையாக இங்கு வாழ வேண்டியவர்கள் ஆனார்கள். அவர்கள் மண்ணின் மைந்தர்கள் அல்லர். இதுதான் ஆர்.எஸ்.எஸ். -இன் அடிப்படைச் சித்தாந்தம். இந்த நச்சு விதைகளை விதைத்தது குருஜி கோல்வால்கரின் 'சிந்தனைக் கொத்து' தான்.

"பாரதிய" என்றால் "ஹிந்து"

'பாரதிய' என்ற சொல்லுக்கும் விளக்கம் தருகிறார் கோல்வால்கர். "இன்றைக்கும் 'பாரதிய' என்ற வார்த்தைக்குத் தவறான விளக்கம் தரப்

பட்டுள்ளது. 'இந்தியன்' என்ற வார்த்தையின் மொழிபெயர்ப்பாக - மாற்று வார்த்தையாக இது கருதப்படுகிறது.

'இந்தியன்' என்ற வார்த்தை முஸ்லிம், கிறிஸ்தவர், பார்சி மற்றும் இந்த பூமியில் வசிக்கும் எல்லா இதர வகுப்பினரையும் உள்ளடக்கிய வார்த்தையாகும். எனவே, 'பாரதிய' என்ற வார்த்தை மூலம் நாம் ஒரு குறிப்பிட்ட வகுப்பினரைச் சுட்டிக்காட்ட முயன்றாலும் பிறரால் அது தவறாகப் புரிந்து கொள்ளப்படுகிறது.

'பாரதிய' என்ற வார்த்தைக்கு முழுக்க முழுக்க சரியான பொருள் தரும் வார்த்தை 'ஹிந்து' என்பதே ஆகும்."

கோல்வால்கரின் இந்தப் பொருளில்தான் 'பாரதிய ஜனசங்கமும்' பின்னாளில் பாரதிய ஜனதா கட்சியும் உருவாக்கப்பட்டன. கோல் வால்கரின் மொழியில் குறிப்பிட்டால், இவை 'இந்து ஜனசங்கம் - இந்து ஜனதா கட்சி' என்பதுதான் உண்மையான பெயர்கள் ஆகும்.

பாரதிய ஜனதா கட்சி - இந்து ஜனதா கட்சியாக இருப்பதற்கு இதுதான் அடிப்படை உண்மை ஆகும்.

முடிவாக கோல்வால்கர் ஒரு தீர்க்கமான அறிவிப்பைப் பிரகடனம் செய்கிறார்.

"சிறப்பு மிக்க இந்து நாட்டு மக்களின் தேவையை எல்லாம் நிறைவேற்றும்போது நாடு எல்லா வளமும் நிறைந்த நாடாக உருவாகும்; எனவே, இந்த நமது தேசத்தில் - பாரதத்தில் தேச வாழ்க்கை என்பது இந்து மக்களை மட்டுமே குறிக்கும்.

இன்னும் சுருக்கமாக - தெளிவாகச் சொல்வது எனில் இந்த நாடு இந்துக்களின் நாடு."

இந்துக்களின் நாடாக மாற்றுவதற்கு என்ன செய்ய வேண்டும்?

அதற்கும் கோல்வால்கர் பாதையைக் காட்டுகிறார்.

"நாம் மீண்டும் ஒரு தேசமாக எழ வேண்டுமானால் நாம் ஆரம்பத்தில் செய்த தவறுகளைத் திருத்திக் கொள்ள வேண்டும். அது என்ன தவறு?

விஷப் பற்களாக நம்முள் ஏற்றப்பட்டுள்ள 'தேசிய உணர்வு' என்பது முற்றிலும் பொய்யானது. அழிவை ஏற்படுத்தக் கூடியது. ஏமாற்றும் பேர்வழிகள் செய்யும் பிரச்சாரத்தை நம்பி இனிமேலும் நாம் தவறான கருத்தைச் சரியென்று கருதி தடம்புரண்டு விடக்கூடாது. நாம் இத்தனைக் காலம் வரை போதுமான அளவு முட்டாள்கள் ஆக்கப்பட்டு விட்டோம். அவர்கள் இந்துக்கள் என்றால்

எப்படிப்பட்டவர்கள் என்பதைப் பற்றி வலியுறுத்திச் சொன்ன விஷயங்களை எல்லாம் நாம் கேட்டுக் கொண்டிருக்கிறோம். 'இந்து தர்மம்' என்பது மனிதாபிமானம், சகோதரத்துவம் நிறைந்த தத்துவம், எல்லா விதமான நற்குணங்களும் கொண்டது என்றெல்லாம் அவர்கள் கூறுகிறார்கள். 'இந்து தேசியம்' பேசி நம்மை நாமே குறுக்கிக் கொள்ளக் கூடாது என்று கூறுகிறார்கள்.

அத்துடன் இந்து தேசியம் என்பது வகுப்பு வாதம், மூடத்தனம், பிற்போக்குத்தனம் என்கிறார்கள். இவற்றையெல்லாம் நம்பி நாம் ஏமாந்துவிடக் கூடாது.

நம்முடைய தேசியம் என்பது பழமை வாய்ந்தது. இந்து என்பது 'பாரத தேசிய சமூகம்' என்று உணரப்பட வேண்டும். எனவேதான் நம்முடைய புனித ஆசானின் கூற்றுப்படி 'ராஷ்ட்ரீய' என்ற வார்த்தையை நமது இயக்கப் பெயருடன் சேர்த்து இருக்கிறோம். (ராஷ்ட்ரீய சுயம்சேவக் சங் - RSS)"

இந்து கலாச்சாரம் என்பது...

புராதன இந்து கலாச்சாரம் - அதாவது பார்ப்பனிய கலாச்சாரம் - என்பது என்ன?

அதற்கும் கோல்வால்கர் விளக்கம் தருகிறார்.

"நமது சமுதாயத்தின் தனித்துவமான மற்றொரு பிரதானமான குணாம்சம் வர்ண - வியாவஸ்த. ஆனால் இன்று அது 'சாதியம்' என்று முத்திரை குத்தப்பட்டு வெறுக்கப்படுகிறது."

இப்படி மிகவும் வருத்தப்படும் கோல்வால்கர், வேதத்திலுள்ள அந்த புருஷ சூக்த பகுதியை மிகவும் பெருமையுடன் சுட்டிக் காட்டுகிறார்.

"பிராமணன் அவனுடைய தலை; ராஜா அவனது கை கால்; வைஸ்யன் அவனது தொடைகள்; சூத்திரன் அவனது கால்கள்.

இந்த நால்வருண அமைப்புள்ள மக்களே - இந்து மக்களே - நமது கடவுள்."

ஆக இந்து கலாச்சாரம் என்றால் அது வர்ணாஸ்ரம கலாச்சாரமே. இதை ஓர் எடுத்துக்காட்டு மூலமாகவும் விளக்குகிறார் கோல்வால்கர்.

தெற்கே ஒரு ஆங்கிலேய அதிகாரி இருந்தாராம். அவர் தனது ஆர்டர்லியை (பணியாள்) அழைத்துக் கொண்டு போய்க் கொண்டிருந்தாராம். அந்த ஆர்டர்லி பார்ப்பனராம்; அப்போது எதிரே அந்த அதிகாரியின் கீழ் பணியாற்றும் துணை அதிகாரி வந்தாராம். வந்தவர் மேலதிகாரியின் கையைப் பிடித்துக் குலுக்கினாராம்.

ஆனால், ஆர்டர்லியைப் பார்த்ததும் தனது தலைப்பாகையை எடுத்து விட்டு அவரது காலைத் தொட்டுக் கும்பிட்டாராம். ஆங்கிலேய அதிகாரிக்கு ஒரே வியப்பாம்! 'ஏனப்பா இப்படி?' என்று அவர் கேட்டதற்கு "நீர் மேலதிகாரியாக இருந்தாலும் ஒரு மிலேச்சன்; அவரோ பியூனாக இருந்தாலும் பல நூற்றாண்டு காலமாக மிகவும் மதிக்கப்பட்ட வகுப்பைச் சேர்ந்தவர்; அவருக்குத் தலைவணங்குவது எனது கடமை," என்றாராம்.

இதைக் குறிப்பிட்டு பூரித்துப் போகிறார் குருஜி கோல்வால்கர். இந்தப் பார்ப்பன கலாச்சாரத்தைத்தான், இந்து கலாச்சாரம் என்கிறார் கோல்வால்கர். இதை இந்துக்களின் பிற பிரிவுகள் ஏற்றுக் கொள்வதுபோல முஸ்லிம்களும், கிறிஸ்தவர்களும் ஏற்றுக் கொள்ள வேண்டும் என்கிறார்.

இந்து நால்வருண சாதி பாகுபாடு - ஒடுக்குமுறையை ஏற்காமல் மதம் மாறிப் போனவர்களையும் அழைக்கிறார்.

"அவர்கள் திரும்பி வரட்டும்; உடை, பழக்க வழக்கங்கள், திருமணச் சடங்குகள், இறுதிச் சடங்குகள் மற்றும் அவை போன்ற விஷயங்களை அவர்கள் தங்களது இந்து மூதாதையரின் வாழ்க்கை முறையைப் பின்பற்றட்டும். அவர்களுக்காக நமது வீடுகளை, புகலிடங்களை, கோவில்களை, புராதனமான கலாச்சாரத்தை, பாரம்பரியத்தைத் திறந்து விடுகிறோம்."

இஸ்லாமியர்கள் மீதான வெறுப்பு விதைகளைத் தூவும் கோல்வால்கர் நேரடியாகவே அவர்கள் மீது நஞ்சைக் கக்குகிறார்.

"நாம் எதை நம்புகிறோமோ அதை முஸ்லிம்கள் முழுவதும் எதிர்ப்பார்கள் என்ற கருத்து ஆழ வேரூன்றப்பட்டு இருக்கிறது.

நாம் ஒரு ஆலயத்தில் பூஜை செய்கிறோம் எனில், அதை முஸ்லிம்கள் அவமதிப்பார்கள்; நாம் பஜனை செய்து கொண்டு தேரோட்டம் நடத்தினால் அது அவர்களுக்கு எரிச்சலை ஏற்படுத்தும்; நாம் பசுவை வணங்கினால், அதை அவர்கள் கொன்று சாப்பிடுவார்கள்; நாம் பெண்களைப் புனிதத் தாயின் வடிவமாகப் பூஜித்தோம் என்றால் அவர்கள் பெண்களைச் சீண்டிப் பார்ப்பார்கள். அவர்கள் பூனையும் எலியும் போல நம்முடைய வாழ்க்கையில் எல்லா அம்சங்களையும், - மதம், கலாச்சாரம், சமூக ரீதியிலான எல்லாவற்றையும் எதிர்ப்பார்கள். இந்து எதிர்ப்பு உணர்வு அவர்கள் இரத்தத்தில் கலந்து விட்டது."

இப்படி ஒரு கொடூரமான சித்தாந்தம் கோல்வால்கரின் சிந்தையில் உதித்து அதை ஆர்.எஸ்.எஸ். கட்டளையாக ஏற்றுக் கொண்டதால்தான்

முஸ்லிம்களை இந்துக்கள் வெறுக்க வேண்டும் என்று இந்துத்துவா சனாதனக் கூட்டம் வலியுறுத்திக் கொண்டு இருக்கிறது.

இந்துக்களின் பழக்க வழக்கங்களை முஸ்லிம்கள் எதிர்க்கிறார்களா? அவர்கள் தங்களது பழக்க வழக்கங்களைப் பின்பற்றுகிறார்கள்; எவ்வளவு பெரிய பொய் மூட்டையை 'கோல்வால்கர்' அவிழ்த்து விடுகிறார்?

நால்வருணக் கோட்பாட்டை, மனு 'அதர்ம' நீதியை முஸ்லிம்களும், கிறிஸ்தவர்களும் பின்பற்றவில்லையே என்ற 'பித்தம்' ஆர்.எஸ்.எஸ். அமைப்புக்குத் தலைக்கு ஏறியதால்தான் இந்த மண்ணின் மைந்தர்களான அவர்களை அந்நியர்கள் என்று அடையாளப்படுத்துகிறது.

குருஜி கோல்வால்கரின் சிந்தனைக் கொத்து அல்ல இவை; சிந்தனைக் கொழுப்பு. இந்தக் கொழுப்பு பல்வேறுபட்ட தேசிய இனங்கள் வாழும் இந்நாட்டிற்குத் தீங்கு விளைவிக்கக் கூடியது ஆகும்.

11
மகாத்மா காந்திக்குக் குறி!

ஆர்.எஸ்.எஸ். குருஜி கோல்வால்கரின் சிந்தனை - ஊற்றுகள் அனைத்தையும் ஊன்றிக் கவனித்தால், ஹிட்லர், முசோலினி போன்ற 'பாசிஸ்டுகள்' பேசிய மொழியை அறிய முடியும். கோல்வால்கரின் தத்துவங்கள் ஜெர்மானிய ஹிட்லரின் பாசிசக் கோட்பாடுகளுடன் ஒரே நேர்க்கோட்டில் பயணிப்பது நன்கு புரியும்.

'பாசிசம்' என்றால் என்ன? 1935இல் புகழ்பெற்ற கம்யூனிஸ்டு தலைவர் ஜார்ஜ் டிமிட்ரோவ், பாசிசம் தலைதூக்கியபோதே அது எப்படிப்பட்டது என்பதை வரையறுத்துக் கூறி இருக்கிறார்.

"குறுகிய தேசிய வெறி; தேசிய இனப் பெருமை வாதம்; தங்களது வரலாற்றுப் பாரம்பரியம் உலகிலேயே நிகரற்றது; தங்களது கலாச்சாரம் பிற கலாச்சாரங்களை விட உயர்வானது; தாங்கள்தான் உலகை ஆளப் பிறந்தவர்கள் எனக் கொள்ளும் மேலாண்மை வாதம்; தங்களுக்கு வரலாற்றில் இழைக்கப்பட்ட அநீதிகளைக் களைந்து அதற்குக் காரணமானவர்களைப் பழிதீர்க்க ஒரு போராளி இயக்கம் அமைப்பது;

தங்களது இனவாதத்திற்கு ஒரு பயங்கரமான எதிரியை இனம் காட்டி சித்தரிப்பது; இனம் காட்டப்பட்ட எதிரியின் மீது பொய்யையும், புரட்டையும் புனைந்து வெறுப்புணர்வைப் பரப்புவது; அவர்கள் மீது வெறுப்பையும், அவர்களுக்கு எதிரான வெறியையும் கிளப்பி விடுவது; அவர்களை அடக்கி ஒடுக்க வன்முறையே பயன் தரும் வழி என்றும், இதைத் துணிச்சலுடன் செயற்படுத்தும் தொண்டர் படை அமைப்பது; வன்முறை மற்றும் கலகம் செய்யும் பயிற்சி அளிப்பது;

கேள்வி கேட்காமல் தலைமையின் கட்டளைக்குக் கட்டுப்பட்டு நிற்கும் ஸ்தாபனக் கட்டுப்பாடு; எல்லாவற்றையும் விட ஒரு பயங்கரவாத ஆட்சியின் ஆக்கிரமிப்பு மற்றும் இராணுவமய மோதல் சூழலை உருவாக்கி போருக்கான தயார்நிலை மூலம் தங்களது தேசிய இனம் உலக அரங்கில் ஆதிக்கம் பெற முயற்சிப்பது."

இவையே 'பாசிசத்தின்' தத்துவ அடிப்படைகள் ஆகும்.

ஜெர்மானிய இனவாதமும் ஆரிய இனவாதமும்

பாசிசத்தின் அத்தனைக் கூறுகளையும், இந்துத்துவா-ஆர்.எஸ்.எஸ். - சனாதனக் கூட்டம் - பாரதிய ஜனதா கட்சி - இவற்றின் நடவடிக்கைகளையும் ஒப்புநோக்கினால், ஹிட்லர் பேசிய ஜெர்மானிய இனவாதமும், ஆரிய 'இந்துத்துவா' இனவாதமும் வேறு வேறு அல்ல என்பது புலப்படும்.

ஆர்.எஸ்.எஸ். -ஐ தொடங்கிய ஹெட்கேவரின் குருநாதர் பி.எஸ். மூஞ்சே; இந்துத்துவா இயக்கத்தின் பிதாமகர்களில் இவரும் ஒருவர். இவருடைய 'நாட்குறிப்பு' ஒன்று நேரு காட்சியகத்தின் நூலகத்தில் ஆவணமாக உள்ளது. அதில் 1931இல் ரோம் நகருக்குச் சென்று இத்தாலி சர்வாதிகாரி முசோலினியைச் சந்தித்தது பற்றி 13 பக்கங்கள் குறிப்பு எழுதி வைத்துள்ளார்.

அங்கிருந்த இராணுவக் கல்லூரி, மத்திய இராணுவ உடற்பயிற்சிப் பள்ளி மற்றும் பாசிஸ்ட் கட்சியின் முக்கிய நிர்வாக அலுவலகங்கள் ஆகியவற்றைப் பார்வையிட்டு குறிப்பு எடுத்திருக்கிறார். 6 வயதிலிருந்து 18 வயது வரை சிறுவர்கள் பயிற்சி, இளைஞர்கள் கூட்டம் நடத்தி உடற்பயிற்சி மற்றும் சில இராணுவ ரீதியான பயிற்சி, அணிவகுப்பு இவை எல்லாவற்றையும் தெரிந்து அதே பாணியில்தான் ஹெட்கேவருடன் இணைந்து ஆர்.எஸ்.எஸ். அமைப்பைத் தொடங்கிய போது அதே பாசிச அமைப்பு முறையைக் கடைப்பிடிக்க வழி வகுத்தார்.

"இந்து இந்தியாவின் ஒற்றுமைக்கும், இந்துக்களின் இராணுவ மறுமலர்ச்சிக்கும் பாசிசம் தெளிவான வழிமுறை கோட்பாடுகளைக் காட்டுகிறது. ஹெட்கேவர் தலைமையில் உள்ள ஆர்.எஸ்.எஸ். இது போன்ற நிறுவனம் ஆகும். ஹெட்கேவரின் அமைப்பை விரிவுபடுத்தவும், மற்ற மாநிலங்களுக்குப் பரப்பவும் எனது எஞ்சியுள்ள வாழ்நாட்களைக் கழிப்பேன்," என்று எழுதினார் பி.எஸ். மூஞ்சே.

"நான் நேரில் கண்டவை என்னை மிகவும் கவர்ந்தன. ஜெர்மனியின் இளைஞர் அமைப்பு மற்றும் இத்தாலியின் பலிலா பாசிஸ்ட் கட்சி அமைப்பு இவற்றை முன்னுதாரணமாக நாமும் பின்பற்ற வேண்டும்," என்று ஆர்.எஸ்.எஸ். -ஐ வழிநடத்தினார் பி.எஸ். மூஞ்சே.

1934 ஜனவரி 31ஆம் தேதி 'பாசிசமும் முசோலினியும்' என்ற தலைப்பில் ஒரு கருத்தரங்கத்திற்கு ஏற்பாடு செய்து, அதற்கு ஹெட்கேவர் தலைமை வகித்தார். இந்நிகழ்ச்சியில் பி.எஸ். மூஞ்சே ஆற்றிய உரையில் ஆர்.எஸ்.எஸ். தேர்ந்தெடுக்க வேண்டிய பாதை(?)யைத் தெளிவாக்கினார்.

"இந்துதர்ம சாஸ்திரத்தின் அடிப்படையில் இந்து மதத்தை இந்தியா முழுவதும் ஒரே பிரமாணமானதாகக் கட்டுவதற்கு நான் ஒரு திட்டத்தைத் தயாரித்துள்ளேன். ஆனால், நமது சொந்த ராஜ்யத்தில் முன்னாளைய சிவாஜி போன்றோ, அல்லது இன்றைய இத்தாலியின் முசோலினி, ஜெர்மனியின் ஹிட்லர் போன்றோ ஒரு சர்வாதிகாரி இல்லாமல் இந்த இலட்சியத்தைச் செயல்படுத்த இயலாது."

(1934இல் இந்துத்துவ சனாதன அமைப்பின் முன்னோடி பி. எஸ். மூஞ்சே கனவு கண்டதைச் செயற்படுத்தவே சுமார் 80 ஆண்டுகளுக்குப் பின்னர் 2014இல் கிடைத்த வாய்ப்பைப் பயன்படுத்திக் கொள்ள 'நரேந்திர மோடி'யை இவர்கள் தயாரித்து இருக்கின்றனர் போலும்.)

ஆர்.எஸ்.எஸ். இந்துத்துவ அமைப்புகளின் செயல்பாடுகள் குறித்து பிரிட்டீஷ் ஆட்சியின் உளவுத்துறை அரசுக்கு அனுப்பிய அறிக்கையில், "வருங்கால இந்தியாவில், இத்தாலிக்கு எப்படி பாசிஸ்டுகளோ, ஜெர்மனிக்கு எப்படி நாஜிகளோ அதுபோன்று ஆர்.எஸ்.எஸ். இருக்க வேண்டும் என்பதே 'சங்கின் குறிக்கோள் என்றால் மிகையாகாது," என்று சுட்டிக் காட்டியது.

இந்தியாவை இராணுவமயமாக்கு; இராணுவத்தை இந்து மயமாக்கு!

பான்ஸ்லே இராணுவப் பள்ளி ஒன்றையும், இந்து இராணுவக் கல்விக் கழகம் ஒன்றையும் அமைக்க 1934-35இல் மூஞ்சே திட்டம் தயாரித்தார். இதனுடைய குறிக்கோள்

"எதிரி மக்கள்திரளை அதிகபட்சம் கொலை செய்யவும் காயமடைய வைக்கவும் செய்து வெற்றி காணும் திறன் கொள்ள நமது இளைஞர் களுக்குப் பயிற்சி அளிப்பது" என்று மூஞ்சே தனது திட்டத்தின் முன்னுரையில் குறிப்பிட்டுள்ளார். மேலும் இத்தாலியிலும், ஜெர்மனியிலும் இளைஞர் பிரிவுகளுக்கு அளிக்கப்பட்ட இராணுவப் பயிற்சி, மக்கள் மத்தியில் உள்ள எதிரிகள் மீது வன்முறைத் தாக்குதல் பயிற்சி பற்றி எல்லாம் மேற்கோள் காட்டி உத்வேகமூட்டுகிறார்.

ஆர்.எஸ்.எஸ். -இன் இன்னொரு முன்னோடியும் சித்பவன் பார்ப்பனருமான 'மாதர் காசிநாத் பாம்லே' என்பவர் 1939இல் 'முசோலினியின் பாசிச சித்தாந்தம்' என்ற நூலை எழுதி வெளியிட்டார். 'இரும்புக் காவல் படை' என்ற ஒரு படை அணியையும் உருவாக்கினார்.

இந்துத்துவ சனாதனிகளுக்குப் பாசிசத்தை எதிர்ப்பவர்கள் எல்லாம் எதிரிகள் ஆவர். பண்டித ஜவஹர்லால் நேரு பாசிசத்தைக்

கடுமையாக எதிர்த்து வந்த நேரத்தில் சாவர்க்கர், நேருவைக் கடுமையாகத் தாக்கிப் பேசி வந்தார்.

“ஜெர்மனிக்கு எது தேவைப்படும் என்பதை நேருவை விட ஹிட்லர் நன்றாக அறிந்தவர். இத்தாலியும் ஜெர்மனியும் பாசிஸ்ட் மற்றும் நாஜி, மந்திரக்கோல் தொட்டவுடனேயே முன்னெப்போதையும் விட சக்தி வாய்ந்த நாடுகளாக வளர்ந்துள்ளன. இந்த அரசியல் சித்தாந்தம்தான் அவர்களின் உடல் வலிமைக்குத் தேவையான டானிக்,” என்று *1939*-லேயே சாவர்க்கர் நேரு மீது பாய்ந்தார்.

ஹிட்லரின் ‘யூத’ அழிப்புக் கொள்கையையும் சாவர்க்கர் பகிரங்கமாகவே ஆதரித்தார்.

“தேசிய இனம் என்பது பொதுவான பூகோளப் பிரதேசத்தில் வாழ்வதைப் பொருத்தது அல்ல; சிந்தனைப் போக்கு, மதம், மொழி, கலாச்சாரம் இவற்றின் ஒற்றுமையைப் பொருத்தது ஆகும். இக்காரணத்தினால் ஜெர்மனியில் வாழும் ஜெர்மானியர்களையும் யூதர்களையும் ஒரே தேசிய இனம் என்று கருத முடியுமா?”

“ஜெர்மனியில் ஜெர்மானியர்களின் இயக்கம் ஒரு தேசிய இயக்கம் ஆகும்; ஆனால், யூதர்களின் இயக்கம் ஒரு வகுப்புவாத இயக்கம்தான்.”

“ஒரு நாட்டில் வாழும் பெரும்பான்மையினரால் ஒரு தேசிய இனம் உருவாக்கப்படுகிறது. யூதர்கள் சிறுபான்மையினர் என்பதால் ஜெர்மனியிலிருந்து அடித்து விரட்டப்படுகின்றனர்.”

“ஜெர்மனியின் யூதர்களைப் போன்றே இந்தியாவின் முஸ்லிம்கள் ஒட்டுமொத்தமாகத் தங்களது அண்டை வீட்டில் வாழும் இந்துக்களை விட வெளிநாடுகளின் முஸ்லிம்களுடன் தங்களது நலன்களையும் அடையாளத்தையும் இணைத்துக் கொள்ள விரும்புகின்றனர்.”

“ஆரியக் கலாச்சாரத்தைப் புதுப்பிக்கும் ஜெர்மனியின் மகத்தான நோக்கம் ஸ்வஸ்திகாவை மகத்துவப்படுத்துவது, வேதகால கலாச்சாரக் கல்வி பரிபாலனத்திற்கு உதவி, இந்தோ-ஜெர்மன் பாரம்பரியத்தை ஆர்வத்துடன் உயர்த்திப் பிடிப்பது - இவை எல்லாம் மகிழ்ச்சி பொங்கும் நம்பிக்கையுடன் மத உணர்வு கொண்ட விவேகமான இந்துக்கள் வரவேற்கின்றனர். ஜவஹர்லால் நேரு தலைமை தாங்கும் சில சோசலிஸ்டுகள் மட்டும்தான் ஜெர்மனியின் இன்றைய அரசுக்கு எதிராகக் கோபக் குமிழிகளைக் கிளப்பி விடுகின்றனர்.”

மேற்கண்ட சாவர்க்கரின் கூற்றுகள் அனைத்தும் பாசிசத் தன்மையை மேன்மையாகக் கருதி, ‘இந்துத்துவா நிறுவனங்கள்’ பின்பற்ற வேண்டியவை என்பதை அழுத்தமாக எடுத்துக்காட்டுகின்றன.

ஆர்.எஸ்.எஸ். பற்றி வங்கத்துக் கவிஞர் இவீந்திரநாத் தாகூர் மிகச் சரியாகவே கணித்தார்.

"பாசிசம் பிராமணியத்தின் மறு பதிப்பு; நாஜியின் எஸ்.எஸ். படை, ராஷ்டிரிய சுயம்சேவக் சங்கின் (ஆர்.எஸ்.எஸ்.) பிரதிபலிப்பு."

ஹிட்லரின் 'மெய்ன் காம்ப்' நூலைக் கொண்டாடும் ஆர்.எஸ். எஸ். அமைப்பினர், அதனைப் பல மொழிகளில் மொழிபெயர்த்து அவர்களே பரப்பி வருகின்றனர்.

ஆர்.எஸ்.எஸ். -ம் பாசிசமும் இரட்டைக் குழந்தைகள் போன்றவை. இரண்டிற்கும் மனச் சான்றும் இல்லை; அறநெறியும் இல்லை. இரண்டும் இனவாதம், சாதியவாதம், சமுதாயப் பாகுபாடு கொண்டவை.

ஹிட்லரின் யூத இன அழிப்பின் பாதையைப் பின்பற்றித்தான் 1992இல் மும்பைப் படுகொலையும், 2002இல் குஜராத் படுகொலையும் நடத்தப்பட்டன என்பதை நுட்பமாக ஆராய்ந்தால் உண்மையை அறிய முடியும்.

'இந்தியாவை இராணுவ மயமாக்கு; இராணுவத்தை இந்து மயமாக்கு' என்று ஓங்கி குரல் எழுப்பிய பி.எஸ். மூஞ்சே, வி.டி. சாவர்க்கர் போன்றோர் காட்டிய வழியில் பயணித்த ஆர்.எஸ்.எஸ்., இந்தியாவின் விடுதலைப் போராட்டத்தில் சிறு துரும்பைக் கூட கிள்ளிப் போடவில்லை என்பதே உண்மை.

விடுதலைப் போராட்டத்தில் ஆர்.எஸ்.எஸ்.?

1940-களில் கொந்தளித்து எழுந்த பிரிட்டீஷ் எதிர்ப்பு இயக்கங்களிலிருந்து ஆர்.எஸ்.எஸ். முற்றிலும் ஒதுங்கி இருந்தது. 1940-41ஆம் ஆண்டுகளில் நடைபெற்ற தனிநபர் சட்ட மறுப்பு இயக்கம், 1942ஆம் ஆண்டில் வெள்ளையனே வெளியேறு இயக்கம், இந்தியச் சுதந்திரச் சேனை (ஆசாத் ஹிந்த் ஃபவுஜ்), இந்திய தேசிய இராணுவ வீரர்கள் விசாரிக்கப்பட்டதை எதிர்த்து நாட்டில் ஏற்பட்ட பேரெழுச்சி, பம்பாய் கடற்படைக் கலகம் ஆகியவை பிரிட்டீஷ் எதிர்ப்பு இயக்கங்களாக மாறியபோது, ஆர்.எஸ்.எஸ். இவற்றில் எதிலும் பங்கேற்கவில்லை.

ஆனால், ஆர்.எஸ்.எஸ். இந்து மதவெறியை மூலதனமாகக் கொண்டதால் 1940-களில் வேகமான வளர்ச்சியைப் பெற்றது.

பாகிஸ்தான் கோரிக்கை வளர்ந்த போது, இந்துக்களைப் பாதுகாக்கக் கூடிய இயக்கம் ஆர்.எஸ்.எஸ். தான் என்று பரப்பியது.

இந்திய விடுதலைப் போராட்டத்தை மக்கள் இயக்கமாக மாற்றிய மகாத்மா காந்தியாடிகள் மற்றும் பண்டித ஜவஹர்லால் நேரு இருவரையும் ஆர்.எஸ்.எஸ். திட்டமிட்டு 'இந்துத்துவா எதிரிகள்' என்று கட்டமைத்தது.

ஏனெனில் *1934*இல் காங்கிரஸ் இயக்கத்தில் 'ஆர்.எஸ்.எஸ். அமைப்பைச் சேர்ந்தோருக்கு இடம் இல்லை; அனுமதிக்கக் கூடாது' என்று தீர்மானம் நிறைவேற்றியதற்கு காந்தியும் நேருவும் காரணம் என்பதால் அவர்களைக் குறி வைத்தது ஆர்.எஸ்.எஸ்.

பண்டித ஜவஹர்லால் நேரு இந்து வகுப்புவாதத்தைக் கடுமையாக எதிர்த்தவர். வகுப்புவாதிகளின் நடவடிக்கைகளைக் கண்டு நேரு மிகவும் வேதனையடைந்து *29.10.1933*இல் முகமது ஆலம் என்பவருக்கு எழுதிய கடிதத்தில்,

"இந்து மகாசபை ஆனாலும் சரி, அந்தக் கொள்கை உடைய மற்ற அமைப்புகளானாலும் சரி. அவர்களின் நடவடிக்கைகள் எனக்கு ஆத்திரத்தைத் தருகிறது. அவர்கள் சுயநலமும் தீவிரமான குறுகிய புத்தியும் கொண்டவர்கள். தேசியம் என்ற பெயரில் இதை மறைக்கப் பார்க்கும் கூட்டம். இந்து முதலாளிகளும், மன்னர்களும் மேல்தட்டு கருத்துருவாதிகளும் கொண்ட ஒரு வகுப்புவாதிகளின் கூட்டம் அது," என்று தனது இந்துத்துவா எதிர்ப்பைப் பதிவு செய்தவர் நேரு.

*12.11.1933*இல் பனாரஸ் இந்துப் பல்கலைக் கழகத்தில் பண்டித நேரு ஆற்றிய உரையில்,

> "இந்து மகாசபையானாலும், அதோடு சார்ந்த மற்ற அமைப்பு களானாலும் எனக்கு நீண்ட நாட்களாக அவர்களைப் பற்றி ஒரு கருத்து உண்டு. அவர்கள் ஒரு பிற்போக்குவாதக் கூட்டம்; இந்தியாவில் உள்ள இந்துக்களுக்காக இவர்கள் உரிமை கொண்டாடுவதாகக் கூறி வருகிறார்கள். இவ்வாறு உரிமை கொண்டாட ஏது உரிமை? தேசியம் என்ற போர்வையில், தங்களின் வகுப்புவெறியை மறைத்துக் கொள்ளப் பார்க்கும் இவர்கள் இந்து நிலக்கிழார்களையும், இந்து மன்னர்களையும் பாதுகாக்க வந்திருப்பவர்கள். அவர்கள் அறிவித்திருக்கிற கொள்கைபடி அவர்கள் பிரிட்டீஷ் அரசாங்கத்தின் ஆதரவாளர்கள்; அதற்கு சில அற்ப ஆதாயங்கள் அவர்களுக்குக் கிடைக்கக் கூடும். ஆனால், இது தேசியப் போராட்டத்திற்கு செய்யப்படும் துரோகம். இந்து மதத்தில் இருப்பவர்களின் மனித உணர்வுகளை நசுக்கும் முயற்சி."
>
> "இந்து மகாசபையின் தற்போதைய கொள்கையைவிட, இழிவுபடுத்தக் கூடிய தேசிய விரோதமான, முன்னேற்றத்திற்குத் தடையான ஊறுவிளைவிக்கக் கூடிய கொள்கை வேறு எதுவும்

இருக்க முடியாது. அப்படி ஏதாவது ஒன்று இருக்கும் என்று கற்பனை கூட செய்ய முடியாது.”

“எனவே, நாட்டில் உள்ள இந்துக்களும், இந்துக்கள் அல்லாதவர்களும் ஒன்றுசேர்ந்து இவர்களைக் கடுமையாக எதிர்க்க வேண்டும். சுதந்திரத்தின் விரோதிகளாக இவர்களைக் கருத வேண்டும்.”

இவ்வாறு இந்துத்துவ சக்திகள் பற்றி எச்சரிக்கை செய்த பண்டித நேரு, அலகாபாத்திலிருந்து வெளிவந்து கொண்டிருந்த ‘லீடர்’ என்னும் ஏட்டிற்கு 23.11.1933இல் அளித்த பேட்டியிலும் ஆர்.எஸ்.எஸ். - இந்து மகாசபை இவற்றின் தேசபக்தியைக் குறித்து விளக்கினார்.

“இந்து மகாசபை மற்றும் அதன் தொடர்புடைய அமைப்புக்களில் இருக்கும் முன்னணி வகுப்பு வெறியர்கள் எல்லாம் பிரிட்டீஷ் ஏகாதிபத்தியத்திற்கு ஒத்துழைப்பு தருகிறார்கள். அதற்குத் தங்களுக்குச் சில சலுகைகள் கிடைக்கும் என்று எதிர்பார்க்கிறார்கள்.

இந்தப் போக்கு தேச விரோதமானது; பிற்போக்கானது; குறுகிய மனப்பான்மையில் பார்த்தால்கூட முட்டாள்தனமானது; குறுகிய கண்ணோட்டம் உடையது,”

என்று மிகக் கடுமையாகக் கூறினார் நேரு.

பண்டித ஜவஹர்லால் நேருவை ஆர்.எஸ்.எஸ். இந்துத்துவா கூட்டம் இன்று வரையில் விமர்சனம் செய்வதற்கு அவர்கள் மீது நேரு கொண்டிருந்த உறுதியான எதிர்ப்பு நிலைதான் காரணம்.

பண்டித ஜவஹர்லால் நேரு மீது கடும் கோபம் கொண்டிருந்த ஆர்.எஸ்.எஸ். சனாதன சங் பரிவார் கும்பல், மகாத்மா காந்தி அடிகளுக்குக் குறி வைத்தது.

ஆர்.எஸ்.எஸ். அமைப்பை நாஜிக்களுடன் - பாசிச சக்திகளுடன் ஒப்பிட்ட காந்தி அடிகள் மீது வன்மம் கொண்டிருந்த இந்துத்துவ சக்திகள், இறுதியில் காந்தி அடிகளைக் ‘காவு வாங்கும்’ கொலைவெறிக்குச் செயல் திட்டத்தை வகுத்தன.

மகாத்மா காந்தியைச் சுட்டுக் கொன்ற இந்துத்துவ சனாதனக் கும்பலின் கொலைவெறி எழுபது ஆண்டுகள் கடந்தும் இன்னமும் தணியவில்லை.

எனவேதான், காவி பயங்கரவாதிகளின் குறி காந்தி முதல் கௌரி லங்கேஷ் வரை தொடருகிறது.

12
மதவெறிக்கு எதிரான மகாத்மா காந்தியின் குரல்

1893ஆம் ஆண்டு ஒரு வழக்கிற்காக தென்னாப்பிரிக்கா சென்ற வழக்குரைஞர் மோகன்தாஸ் கரம் சந்த் காந்தி, தென்னாப்பிரிக்காவில் 22 ஆண்டுகள் வெள்ளை நிறவெறியை எதிர்த்துப் போராடிய அனுபவத்துடன் 1915ஆம் ஆண்டு தாயகம் திரும்பினார். தென்னாப்பிரிக்க நாட்டில் நிறவெறி கொடுமைகளுக்கு எதிராக காந்தி நடத்திய சத்யாக்கிரகம்தான் சாதாரண மோகன் தாஸ் கரம்சந்த் காந்தியை 'மகாத்மா காந்தி' ஆக்கியது. மகாத்மா காந்தி இந்திய அரசியலில் நுழையும்போது 'இந்து - இந்திய தேசியவாதம்' இங்கு ஏற்கனவே வேரூன்றி இருந்தது. இந்து மகா சபா, ஆர்.எஸ்.எஸ். அமைப்புகள் 'இந்து' தேசிய வெறியைப் பரப்பி வலுவாக வளரத் தொடங்கி இருந்தன.

இந்திய தேசியக் காங்கிரஸ் கட்சியில் இருந்தவாறே இந்து மத தீவிரவாதியாக விளங்கிய பாலகங்காதர திலகரை எதிர்த்து நின்ற கோபாலகிருஷ்ண கோகலே, காந்தியின் நெஞ்சைக் கவர்ந்த தலைவராக விளங்கினார். கோகலேவைத் தன் முன்னோடியாக கொண்டு காங்கிரஸ் இயக்கத்திற்குள் தனது அரசியல் பயணத்தை காந்தி தொடங்கினார்.

இந்துத்துவ மதவெறிக் கும்பல் மகாத்மா காந்தி மீது வன்மத்தைக் கக்கியதற்கு காந்தியின் சமூக, அரசியல் கோட்பாடுகள் ஒரு காரணமாக இருந்தது; அதைவிட காந்தியின், மதங்களுக்கு இடையிலான நல்லுணர்வு, மதவெறி எதிர்ப்பு, விடுதலை ஆன இந்தியா எப்படி மதச்சார்பற்ற நாடாக பரிணமிக்க வேண்டும் என்றெல்லாம் காந்தி வெளியிட்ட திட்டவட்டமான வரையறைகள், இந்துத்துவ - சனாதன சக்திகளுக்கு கோபம் ஊட்டின.

'இந்து - இந்தி - இந்தியா' நூலில் எஸ்.வி. ராஜதுரை, பிக்கு பாரேக் எழுதிய நூலில் இருந்து மேற்கோள் காட்டி மகாத்மா காந்திக்கும் - இந்துத்துவ சனாதன சக்திகளுக்கும் இடையிலான வேறுபாடுகளைத் தெளிவுபடுத்தி உள்ளார்.

காந்தியும் – இந்துத்துவவாதிகளும்

"சக மனிதருக்குத் தொண்டு செய்வதை இந்துப் பண்பாடு பெருமைக்கு உரியதாகக் கருதியதில்லை; காந்தியோ பிறருக்குச் சேவை செய்தல் என்பதை இந்து மதத்தின் சாரமாகக் கருதினார்.

நீதி, சமத்துவம் ஆகியவற்றிற்கான போராட்டத்தை அது அலட்சியப்படுத்தியது; காந்தியோ, நவீன அரசியலால் வாழ்வு நெறிப்படுத்தப்படும் இந்த யுகத்தில், மோட்சத்துக்கான ஒரே பாதை இந்தப் போராட்டம்தான் என்று வலியுறுத்தினார்.

தீண்டாமை என்ற தீயப் பழக்கத்தை இந்துக்கள் பல நூற்றாண்டுகளாகக் கடைப்பிடித்து வந்தனர். காந்தியோ அதன் மீது போர் தொடுத்து அதன் தார்மீக அடிப்படைகளை உலுக்கினார்.

காலங்காலமாகப் பெண்கள் இந்தியாவில் கீழான நிலையிலேயே இருந்து வந்தனர். காந்தி ஏராளமான பெண்களைப் பொது வாழ்வுக்கு கொண்டு வந்தார். லெனின், மாவோ ஆகியோராலும் கூடச் செய்ய முடியாத காரியம் இது.

மேலும், ஆண்களுக்கும், பெண்களுக்கும் இடையே சமத்துவத்தை உருவாக்கினார். ஆண், பெண் என்ற வேறுபாடுகளைக் கடந்த ஒரு மானுடராக வாழ்வதை ஒரு இலட்சியமாக முன் வைத்து அவ்வாறு வாழ்ந்து காட்டவும் முயற்சித்தார்.

இந்திய சமுதாயத்தின் உயர் குழாம், உழவரை என்றுமே ஒரு பொருட்டாக மதித்தது இல்லை; காந்தியோ உழவரை இந்திய அரசியலில் மையத்திற்குக் கொண்டு வந்து அவர்களுடைய அரசியல் பண்பாடு முக்கியத்துவத்தை உலகறியச் செய்தார்.

இந்துப் பண்பாடு, வறுமை, மானுடத் துயரம் ஆகியவற்றைப் பற்றிக் கவலைப்பட்டதே இல்லை; காந்தியோ ஒவ்வொரு கண்ணில் இருந்தும் வழியும் கண்ணீர்த் துளியைத் துடைத்து எறிவதை அற அளவுகோலாக ஆக்கினார்.

இந்துச் சமுதாயம் மூளை உழைப்பையும், ஆன்மீகச் செயல் பாடுகளையும் மட்டுமே போற்றியது. உடலுழைப்பை இழிவாகக் கருதியது; காந்தியோ உடலுழைப்பைத் தவிர்ப்பவனைத் திருடன் என்றும், ஒட்டுண்ணி என்றும் கருதினார்.

காந்தி செய்த இந்தச் சீர்திருத்தங்களில் சில நீடித்து நிற்கவில்லை; வேறு சில நிறைவேற்றப்பட்ட போதிலும், அவற்றுக்காகக் கையாளப்பட்ட முறைகள் நாளா வட்டத்தில் எதிர் விளைவுகளை உருவாக்குவனவாகவே இருந்தன.

ஆனால், எது எப்படியிருப்பினும், மேற்கூறியப் பிரச்சனைகளை அவர் தேசியப் பிரச்சனைகளாக எழுப்பி, அவற்றின் முக்கியத்துவத்தைத் தனது நாட்டு மக்கள் உணரும்படி செய்தார்."

(- Bhiku Parekh, Colonialism, Tradition and Reform: An Analysis of Gandhi's Political Discourse)

காந்தி மேற்கொண்ட சீர்திருத்த முயற்சிகள், இந்து மதத்தை அவர் மறுவரையறை செய்த விதம், முஸ்லிம் மக்களிடம் அவர் பல சமயங்களில் பாராட்டிய நட்புறவு, பிற மதங்களில் இருந்து அவர் எடுத்துக் கொண்ட கருத்துகள் முதலியன உயர் சாதி சனாதன இந்துக்கள், பார்ப்பனப் புரோகிதர்கள், இந்து தீவிரவாதிகள் ஆகியோரின் எதிர்ப்புகளையும் சந்திக்க வேண்டியிருந்தன. அவரை ஒழித்துக் கட்டுவதற்கான முயற்சியை 1930களில் தொடங்கிய இச்சக்திகள் 1948இல் வெற்றி பெற்றன (இந்து - இந்தி - இந்தியா, பக்கம் 68).

மதவெறி எதிர்ப்பில் மகாத்மா காந்தியின் குரல்

மகாத்மா காந்தி ஒரு ஆழமான மதப்பற்றாளர் என்ற போதிலும் கூட அவர் அடிப்படையாகவும், முழுமையாகவும், மதச்சார்பற்ற வராகவும் இருந்தார் என்பதுதான் உண்மை.

புதுதில்லியில் உள்ள ஜவகர்லால் நேரு பல்கலைக் கழகத்தின் ஓய்வு பெற்ற பேராசிரியர் பிபன் சந்திரா, அதே பல்கலைக் கழகத்தில் 2003, ஆகஸ்ட் 27 அன்று, மகாத்மா காந்தியின் மதச்சார்பற்ற கோட்பாடுகள் குறித்து நிகழ்த்திய உரை, 'சோஷியல் சயின்டிஸ்ட்' (ஜனவரி - பிப்ரவரி 2004) வெளியிட்டுள்ளது. அதில் பல்வேறு காலகட்டங்களில் காந்தியடிகள், மதவெறி எதிர்ப்புக் குரலை அழுத்தமாக எழுப்பி இருப்பதை, பிபன் சந்திரா சுட்டிக்காட்டி இருக் கிறார். (மகாத்மா - மதச்சார்பின்மை - மதவெறி, பாரதி புத்தகாலயம் வெளியீடு - நூல்)

மேற்கண்ட நூலில் இருந்து... பிபன் சந்திரா உரை...

இந்து மதத்திலும் அதன் தத்துவங்களிலும் ஆழமான வேர்ப் பிடிப்பு கொண்டவரான காந்தி, இந்தியாவின் சாமான்ய மக்களைச் சென்றடைவதற்கு 'இராமராஜ்யம்' என்றச் சொல் லாடலைப் பயன்படுத்தி வந்தார். அந்தச் சொல்லாடலை அவர் பயன்படுத்தியதில் மதவாத உள்ளடக்கமோ அல்லது இந்து என்ற உள்ளடக்கமோ இருந்தது இல்லை.

'ராமராஜ்யம்' என்று பேசுவதன் மூலம் காந்தி இந்துமத ஆட்சியைக் கொண்டுவர முயல்கிறார். இந்துக்களின் ஆதிக்கம் உள்ள அரசை

நிறுவத் திட்டமிடுகிறார் என்று கூறி, முஸ்லிம் மதவாதிகள் முஸ்லிம் மக்களிடையே தேசிய இயக்கம் குறித்த அச்சத்தையும், ஐயத்தையும் ஏற்படுத்த 1920 ஆண்டுகளின் இறுதிக் கட்டத்தில் முயன்றார்கள்;

அப்போது காந்திஜி, “ராமராஜ்யம் என்ற சொல்லை நான் பயன் படுத்துவதைத் தவறாகப் புரிந்து கொள்ள வேண்டாம் என்று எனது முஸல்மான் நண்பர்களை எச்சரிக்கிறேன். ராமராஜ்யம் என்று சொல்லும்போது நான் இந்து ஆட்சி என்ற பொருளில் கூறவில்லை. ராமராஜ்யம் என ஒரு புனிதமான அரசு, கடவுளின் அரசு என்ற பொருளிலேயே நான் கூறுகிறேன்.

என்னைப் பொறுத்தவரையில் ராமனும் ரஹீமும் ஒன்றுதான்; ஒரே கடவுள்தான்; வாய்மை மற்றும் நியாயம் என்ற கடவுளைத் தவிர வேறு எந்தக் கடவுளையும் நான் அங்கீகரிக்கவில்லை” என்று பதிலளித்தார்.

இதைப் போன்று மேலும் பலமுறை தெளிவுபடுத்திய காந்தி, 1946 ஆகஸ்டில், “ராமராஜ்யம் என்ற சொல்லின் பொருளை நான் பலமுறை விளக்கிவிட்ட பிறகும் அது ஏன் புண்படுத்துவதாக இருக்க வேண்டும்? அது ஒரு வசதியான, எளிதில் புரிந்து கொள்ளத்தக்க சொல்லாடல்; அந்தச் சொல்லின் பொருளை வேறு எந்தச் சொல்லாலும் லட்சக்கணக்கானோருக்கு இந்த அளவுக்கு முழுமையாக உணர்த்த முடியாது.

எல்லைப்புற மாகாணங்களுக்குச் செல்லும்போது அல்லது முஸ்லிம் மக்கள் அதிகமாக இருக்கக் கூடிய கூட்டத்தில், உரையாற்றுகிறபோது நான், “குதாயீராஜ் (இறைவனின் ஆட்சி) என்று சொல்வதன் மூலம் அந்தப் பொருளை உணர்த்துகிறேன்.

கிறிஸ்துவ மக்கள் உள்ள கூட்டத்தில் மண்ணில் ‘கர்த்தரின் ராஜ்யம்’ என்பதாக விளக்குவேன்” என்று எழுதினார்.

“வேறுவிதமாகக் குறிப்பிடுவது என்பது, என்னைப் பொறுத்த வரையில், தன்னைத்தானே அடக்கிக் கொள்கிற செயலாகும்; போலித்தனமானது ஆகும்” என்றும் அவர் கூறினார்.

1929இல் அவர், ராமராஜ்யம் என்பது ‘உண்மையான ஜனநாயகம்’ என்று எழுதினார். ராமராஜ்யம் பற்றிய எனது கனவு அரசனுக்கும் ஆண்டிக்கும் சம உரிமைகளை உறுதிப்படுத்துகிறது என்று 1934இல் காந்தி அடிகள் எழுதினார்.

ராமராஜ்யம் என்றால் என்ன? என்ற குறிப்பான கேள்வி எழுப்பப்பட்ட போது, மகாத்மா காந்தி அதற்கு விளக்கமாக பதிலளித்தார்.

"மத ரீதியாக அதற்கு மண்ணில் இறைவனின் ஆட்சி என்று பொருள் கொள்ளலாம்; அரசியல் ரீதியாகப் பொருள் கொள்ளும்போது அது பொருளுடைமை, இல்லாமை, நிறம், இனம், குலம், பாலினம் ஆகிய அடிப்படையிலான ஏற்றத் தாழ்வுகள் ஒழிந்து போன நிறைவான ஜனநாயகம் என்றாகிறது. அதில் நிலமும் அரசும் மக்களுக்கே சொந்த மானதாக இருக்கும்; நீதி என்பது காலந்தவறாததாக, முறையானதாக, செலவு குறைவானதாக இருக்கும். ஆகவே, வழிபாட்டுச் சுதந்திரம், பேச்சுச் சுதந்திரம் பத்திரிகைச் சுதந்திரம் ஆகியவை இருக்கும்.

இவையனைத்தும் சுயமாக விதித்துக் கொண்ட அறக் கட்டுப்பாடுமிக்க சட்டத்தின் ஆட்சி காரணமாக அமைந்திருக்கும். அத்தகைய ஒரு அரசு வாய்மை மற்றும் வன்முறையின்மையை அடிப்படையாகக் கொண்டிருக்க வேண்டும்; வளமான, மகிழ்ச்சிகரமான தன்னிறைவு கொண்ட கிராமங்களையும் கிராமப்புற சமூகங்களையும் கொண்டிருக்க வேண்டும்" என்று தமது நிலைப்பாட்டைத் தெளிவுபடுத்தினார்.

மதச்சார்பற்ற அரசே காந்தியின் கனவு

மதவெறியைக் காந்தியடிகள் சமரசமின்றி எதிர்த்தார்; எதிர்த்துப் போராடினார் என்பதுதான் மறுக்க முடியாத உண்மை. மேலும், மத வெறியை, அது இந்து மத வெறியோ, முஸ்லிம் மதவெறியோ, சீக்கிய மதவெறியோ அதன் அனைத்து வகைகளையும் அவர் எதிர்த்து நின்றார்.

1931இல் கராச்சியில் நடந்த காங்கிரஸ் மாநாட்டில் காந்திஜியால் திருத்தி எழுதப்பட்டு, அவரால் முன்மொழியப்பட்ட அடிப்படை உரிமைகள் பற்றிய தீர்மானத்தில், "அனைத்து மதங்கள் தொடர்பாகவும் (சுதந்திர இந்திய) அரசு நடுநிலையைக் கடைப்பிடிக்கும்" என்ற பிரகடனம் இருந்தது. மேலும் ஒவ்வொரு குடிமகனும் மனச்சான்றுச் சுதந்திரத்தை அனுபவிக்கிற, சுதந்திரமாகத் தனது மதத்தைப் போதிக்கிற, பின்பற்றுகிற உரிமை உள்ள நாடாக சுதந்திர இந்தியா திகழும்; சாதி, குலம், பாலினம் எதுவானாலும் சட்டத்தின் முன் எல்லாக் குடிமக்களும் சமமானவர்களாக இருப்பார்கள்" என்று கராச்சி காங்கிரஸ் தீர்மானம் உறுதி அளித்தது.

1934இல் காந்திஜி, "மதம் பல கிளைகளைக் கொண்ட ஒரு மரமாகும். கிளைகள் என்ற முறையில் பல மதங்கள் இருப்பதாக நீங்கள் சொல்லக் கூடும்; மரமாக இருக்கும் மதம் ஒன்றுதான்" என்றும், "என்னைப் பொறுத்தவரையில் பல்வேறு மதங்களாக உள்ளவை ஒரே தோட்டத்தின் அழகிய பூக்கள்தான் அல்லது ஒரே கம்பீரமான மரத்தின் கிளைகள்தான்" என்று எழுதினார்.

சமூக உரிமைகளில் மகாத்மா காந்தி மிகவும் உறுதிப்பாடு கொண்டு இருந்தார். 1922 - ஜனவரியில் இது குறித்து கருத்து கூறிய அவர், "நமது இலக்கை நோக்கி நாம் மேலும் முன்னேறிச் செல்வதற்கு முன்பாக, பேச்சுச் சுதந்திரம், கூட்டம் கூடும் சுதந்திரம் ஆகிய உரிமைகளை முதலில் நாம் உறுதிப்படுத்தியாக வேண்டும். நம் வாழ்க்கையோடு இணைந்த இந்த அடிப்படை உரிமைகளை நாம் பாதுகாத்திட வேண்டும்" என்று குறிப்பிட்டார்.

பின்னர் அவர் இந்த உரிமைகளுக்கு என்ன பொருள் என்று விளக்கமளித்தார். "பேச்சுச் சுதந்திரம் என்பதற்கு பொருள் என்னவெனில், ஒரு பேச்சு காயப்படுத்துமானால் கூட அதற்குத் தடை இருக்கக் கூடாது; பத்திரிகைச் சுதந்திரம் உண்மையாகவே மதிக்கப்படுகிறது என எப்போது சொல்ல முடியும் என்றால், பத்திரிகைகள் கடுமையான சொற்களால் விமர்சிக்க முடிகிற போதும் தகவல்களைத் தவறாகக் கூட வெளியிட முடிகிறபோதும்தான்;

கூட்டம் கூடுகின்ற சுதந்திரம் எப்போது உண்மையாகவே மதிக்கப் படுவதாக எடுத்துக் கொள்ள முடியும் என்றால், அவ்வாறு கூடுகிற மக்கள் புரட்சித் திட்டங்களைக் கூட விவாதிக்க முடியும் என்கிறபோதுதான்."

13

நாட்டுப் பிரிவினை: காந்திஜி கண்ணீர்

"சுயராஜ்யம், விடுதலை, பஞ்சு நதிகளின் பூமி ஆகியவற்றுக்கானப் போராட்டம் என்பதற்கு, எல்லாவற்றிற்கும் முதலாவதாக இந்த மூன்று சுதந்திரங்களுக்காகப் போராடுவது (பேச்சுச் சுதந்திரம், எழுத்துச் சுதந்திரம், கூட்டம் கூடும் சுதந்திரம்) என்றே அர்த்தமாகும்" என்று எழுதினார்.

1922இல் இவ்வாறு பேச்சுச் சுதந்திரம், எழுத்துச் சுதந்திரம் ஆகியவற்றுக்காக குரல் கொடுத்த காந்திஜி, 1936இல் இந்து மத வெறியர்களின் நடவடிக்கைகளால் கடும் சினம் கொண்டார்.

மதப்பகைமையைப் பரப்பக் கூடியவர்களின் பேச்சுச் சுதந்திரத்திற்கும் கட்டுப்பாடு விதிக்கப்பட வேண்டும் என்றார். 1936இல் நடந்த அகில பாரதீய சாஹித்ய பரிசத் (அகில இந்திய கல்விக் கழகம்) கூட்டத்தில் உரை நிகழ்த்திய காந்திஜி, "எனக்கு மட்டும் அதிகாரம் இருக்குமானால், வகுப்புவாதத்தையும், மதவெறியையும், வெறுப்புணர்வையும் வளர்க்கக் கூடிய எல்லா எழுத்துகளையும் தீண்டத்தகாதவையாக நான் அறிவிப்பேன்" என்று கூறினார்.

1942, ஆகஸ்டு 9இல் காந்திஜி, திட்டவட்டமாக அறிவித்தார். "சுதந்திர இந்தியா ஒரு இந்து அரசாக இராது; அது இந்திய அரசாகவே இருக்கும்; எந்தவொரு பெரும்பான்மை மதப்பிரிவு அல்லது சமூகப்பிரிவையும் அது அடிப்படையாகக் கொண்டிராது; மாறாக மதச்சார்பு ஏதுமின்றி அனைத்து மக்களின் பிரதிநிதிகளை அடிப்படையாகக் கொண்டு இருக்கும்.

மதம் ஒரு சொந்தப் பிரச்சனை, அதற்கு அரசியலில் இடம் இல்லை" என்று கூறிய காந்தியடிகள், 1946, செப்டம்பரில் தன்னைச் சந்தித்த ஒரு தூதுக்குழுவிடம், "நான் ஒரு சர்வாதிகாரியாக இருந்தால், மதமும் அரசியலும் தனித் தனியாகவே இருக்கும்; என் மதத்தின் மேல் உறுதியாகக் கூறுகிறேன். அதற்காக என் உயிரையும் தருவேன். ஆனால் அது என் சொந்த விவகாரம். அதில் அரசுக்கு எந்தவொரு வேலையும் இல்லை" என்று தெளிவுபடுத்தினார்.

"மத்திய அரசிலும், மாநில அரசுகளிலும் இந்து, முஸ்லிம் அல்லது வேறு எந்த மத அடையாளங்களும் இல்லை; இருக்கவும் கூடாது;

எல்லோரும் இந்தியர்கள். மதம் என்பது சொந்த விவகாரம்" என்று 1946, அக்டோபரில் எழுதிய காந்திஜி, 1947, ஆகஸ்டு 15இல் நாடு விடுதலை பெற்ற பின்னர், "மதம் ஒரு சொந்த விஷயமாகவே இருந்தது. அதனை சொந்த விவகாரம் என்ற மட்டத்திலேயே கட்டுப்படுத்தி வைப்பதில் நாம் வெற்றி பெறுவோமானால், நமது அரசியல் வாழ்வில் எல்லாம் நல்லபடியாக அமையும்" என்று நம்பிக்கை தெரிவித்தார்.

மேலும், "தேசியத் தன்மைக்கான உரைகல் அல்ல மதம்; மாறாக அது கடவுளுக்கும் மனிதனுக்கும் இடையேயான சொந்த விஷயம்" என்று தீர்க்கமாகக் கூறினார்.

மகாத்மா காந்தி கொலை செய்யப்படுவதற்கு இருபது நாட்களுக்கு முன்பு கூட 1948, ஜனவரி 11இல் நடந்த ஒரு பிரார்த்தனைக் கூட்டத்தில் கூறியதாக டி.ஜி. டெண்டுல்கர் எழுதியுள்ளார். "தேசியவாதிகள் அனைவரும் மதத்தை அரசியலுடன் கலக்கக் கூடாது என விரும்புகிறேன். மதச்சார்பற்ற அனைத்து விஷயங்களிலும் முதலாவதாகவும் முடிவாகவும் அவர்கள் இந்தியர்கள். மதம் என்பது சம்பந்தப்பட்ட தனி நபரின் சொந்த விவகாரம்" என்பதில் காந்தி உறுதியுடன் இறுதி வரை இருந்தார்.

காந்திஜி மீது வகுப்புவாதிகள் காட்டிய வன்மம்

மகாத்மா காந்தியின் திட்டவட்டமான மதவெறி எதிர்ப்பு நிலைப்பாடு, இந்துத்துவ சனாதன சக்திகளுக்கு எரிச்சலைத் தந்தது. இந்து மதத்தின் விரோதியாகவும், இந்து ராஷ்டிரம் அமைக்கும் திட்டத்திற்கும் தடையாகவும் காந்தி இருக்கிறார் என்பதை சனாதனக் கும்பல் வெளிப்படையாகவே வன்மத்தை அவர் மீது கொட்டியது.

1939இல் ஆர்.எஸ்.எஸ். தலைவர் எம்.எஸ். கோல்வால்கர், "துரோகிகள் தேசியத் தலைவர்களாக முடிசூட்டப்படுவதும் தேசபக்தர்கள் இழிவுப்படுத்தப்படுவதும் விசித்திரமானது, மிக மிக விசித்திரமானது" என்று மகாத்மா காந்தியை விமர்சித்தார்.

நாட்டின் விடுதலை நெருங்கிக் கொண்டிருந்த காலக்கட்டத்தில் 1947இல் கோல்வால்கர், "இந்து - முஸ்லிம் ஒற்றுமை இல்லாமல் சுதந்திரம் இல்லை என்று அறிவித்து இருப்பவர்கள். அதன் மூலம் நமது சமுதாயத்திற்கு மிகப்பெரிய துரோகத்தைச் செய்துவிட்டார்கள். மகத்தான, தொன்மைமிக்க மக்களின் ஜீவாத்மாவைக் கொலை செய்கிற கொடும்பாவத்தைச் செய்து விட்டார்கள்" என்று எழுதினார். இங்கு காந்தியைத்தான் கோல்வால்கர் குறிப்பிடுகிறார் என்பது வெளிப்படை.

"இந்த (இந்து - முஸ்லிம்) ஒற்றுமையை ஏற்படுத்துவதற்கான சுலபமான வழி எல்லா இந்துக்களும் முஸ்லிம்களாக மாறுவதுதான்" என்று காந்தி அறிவித்துள்ளதாக திட்டமிட்ட பொய்ப்பிரச்சாரம் செய்தார் கோல்வால்கர்.

1947இல் கோல்வால்கர் ஒரு கூட்டத்தில் நிகழ்த்திய உரையில், "காந்தியும் இதர காங்கிரஸ் தலைவர்களும் "முஸ்லிம்களுடைய நாசச் செயல்களையும், அராஜகங்களையும் இந்துக்கள் கண்டு கொள்ளக் கூடாது என்றும் அடிபணிந்து போய்விட வேண்டும் என்றும் கூட கூறுகிறார்கள். செயல்முறையில் அவனிடம் (இந்துவிடம்) கடந்த காலத்தில் முஸ்லிம்கள் செய்ததையும் இப்போது உனக்கு அவர்கள் செய்து கொண்டிருப்பதையும் மறந்துவிடு; கோவிலில் நீ வழிபடுவதோ, உன் தெய்வங்களைத் தெருக்களில் ஊர்வலமாக எடுத்துச் செல்வதோ, முஸ்லிம்களுக்கு எரிச்சல் ஊட்டுமானால் அதை யெல்லாம் செய்யாதே. உங்கள் மனைவிமார்களையும், மகள்களையும் அவர்கள் தூக்கிச் செல்வார்களானால் செல்லட்டும். அவர்களைத் தடுக்காதே. அது வன்முறைச் செயல் என்று சொல்கிறார்கள்" என விஷமத்தனமாக மதவெறிக்கு தூபம் இட்டார்.

காந்திஜி மீது வி.தா. சாவர்க்கரும் வெறுப்பைக் கக்கினார்; 1944ஆம் ஆண்டில் அவர் எழுதினார், "இந்தியாவிற்குள் பத்தானியர்கள் ஊடுருவவும் இந்தியாவின் பேரரசராக ஆப்கானிஸ்தானின் அமீர் முடி சூடவும் அழைப்பு விடுப்பதற்கு அலி சகோதரர்களுடன் சேர்ந்து காந்தி சதி செய்யவில்லையா? மீண்டும் 1940ஆம் ஆண்டில், நிஜாம் மன்னர் எல்லைப்புற பழங்குடியினர் ஆதரவோடு தில்லியைக் கைப்பற்றி, இந்து மன்னர்களை அடிமைப்படுத்தி, இந்தியாவின் அரசர் ஆனார். அது ஒரு முழுமையான தாயக ஆட்சியாக இருக்கும். நூறு சதவீத சுயராஜ்யமாக இருக்கும் என்று காந்தி எழுதவில்லையா? காந்திக்கு ஒரு பத்தானிய ஆட்சியோ அல்லது நிஜாம் முஸ்லிம் ஆட்சியோதான் நூறு சதவீத சுயராஜ்யமாகத் தெரிகிறது."

இந்து சனாதனக் கூட்டம் விசிறி விட்ட வெறுப்பு 'தீ'தான் ஆத்திர மிக்க மதவெறிச் சூழலைத் திட்டமிட்டு உருவாக்கியது. முடிவில் மகாத்மா காந்தியடிகளைச் சுட்டுக் கொன்று தங்கள் திட்டத்தை நிறைவேற்றிக் கொண்டது;

1947, ஜனவரி 15, விடுதலை நாளை இந்தியாவே கொண்டாடிக் கொண்டிருந்தபோது, பூனாவில், ஐநூறு பேர் கூடி கொடியேற்றிக் கொண்டிருந்தார்கள். அது இந்திய தேசியக் கொடி அல்ல; ஐரோப்பாவை அலைக்கழித்த நாஜிகள் எந்த ஸ்வஸ்திக் சின்னத்தைக் கொண்டிருந்தார்களோ, அந்தச் சின்னத்தைக் கொண்டிருந்த ஆர். எஸ்.எஸ். கொடி;

ஸ்வஸ்திக் சின்னம் ஆரியர்களின் சின்னமாகக் கருதப்பட்டது. அந்த ஆர்.எஸ்.எஸ். கொடியை ஏற்றி அந்தக் கூட்டம் உறுதி எடுத்துக் கொண்டது;

அதில் முன்னிலையில் இருந்தான் 'இந்து ராஷ்டிராதள்' என்ற ரகசிய இயக்கத்தின் உறுப்பினர், 'இந்து ராஷ்டிரா' எனும் ஏட்டை நடத்தியவனான கோட்சே!

மகாத்மா காந்தி மீது இந்துத்துவா சனாதன சக்திகள் கொண்டிருந்த வெறுப்பும் அதனால் அவர் சுட்டுக் கொல்லப்பட்ட வரலாற்று நிகழ்வுகளை நாம் வரிசைப்படுத்தி இத்தொடரில் பார்த்து வருகிறோம். இந்நிலையில் காந்தியடிகள் சுட்டுக் கொல்லப்பட்டு 71 ஆண்டுகள் சென்ற பின்பும், இன்னும் சனாதன வெறியர்களுக்கு காந்தி மீதான வன்மம் தணியவில்லை என்பதை அவரது நினைவு நாளான ஜனவரி 30ஆம் தேதி நாடே கண்டது.

காந்திஜியின் 71ஆவது நினைவு நாளான ஜனவரி 30, 2019 அன்று உத்திரபிரதேச மாநிலம் அலிகர் நகரில் இந்து மகா சபா அலுவலகத்தில் அதன் நிர்வாகிகள் சிலர் கூடினார்கள்.

அலுவலகத்திற்கு வெளியே காந்திஜியின் உருவத்தை அவர் நிற்பது போலவே சித்தரித்து 'கட் அவுட்' செய்து வைத்திருந்தனர். பின்னர் இந்து மகா சபா அமைப்பின் பெண் தலைவர் பூஜா சுகுண் பாண்டே என்பவர் கையில் துப்பாக்கியை ஏந்தி, காந்தி உருவ பொம்மையைச் சுடுகிறார். காந்தி உருவத்திற்குள்ளே 'சிவப்பு திரவம்' வைக்கப்பட்டு இந்த பெண்மணி துப்பாக்கியால் சுடுகிற போது காந்தி உடலில் இருந்து ரத்தம் வழிந்தோடுவதைப் போல ஏற்பாடு செய்திருந்தனர்.

காந்தி உருவ பொம்மையை சுட்டு விட்டு, இரத்தம் வழிந்தோடு வதைக் கண்டு பூரித்துப்போய், பின்னர் தெருவிலே பெட்ரோல் ஊற்றி காந்தியை (பொம்மையை) எரித்தார்கள். பூஜா சுகுண் பாண்டே என்ற அந்தப் பெண்ணுடன் நின்றிருந்த இந்து மகா சபா அமைப்பின் 13 உறுப்பினர்களும் காந்தி ஒழிக! என்று முழக்கம் எழுப்பியது மட்டுமின்றி, 'மகாத்மா நாதுராம் விநாயக கோட்சே வாழ்க' என்று உரக்க முழங்கினார்கள்.

மேற்கண்ட நிகழ்வை காணொலிக் காட்சியாக சமூக வலைத்தளங்களில் வெளியிட்டு 'அக்கூட்டம்' மகிழ்ந்தது. பின்னர் இனிப்புகளை வழங்கி கொண்டாடியுள்ளனர்.

1948, ஜனவரி 30இல் மகாத்மா காந்தியைச் சுட்டுக் கொன்றக் கும்பல் அப்போதும் இனிப்பு வழங்கிக் கொண்டாடியது. 71 ஆண்டுகள்

ஆனாலும் இன்றும் சனாதனக் கூட்டம் அதே 'வெறியுடன்' அலைவதை மேற்கண்ட நிகழ்ச்சி உணர்த்துகிறது.

நாட்டுப் பிரிவினைக்குக் காரணம் காந்திஜியா?

நாட்டுப் பிரிவினைக்கு காந்திஜியை சுட்டிக்காட்டி இப்போதும் இந்து மதவெறியர்கள் பரப்புரை செய்யும் போக்கு தொடருகிறது. ஆனால் வரலாறு என்ன கூறுகிறது? பிரிவினைச் சிந்தனையை முதலில் விதைத்தவர்கள் இந்துத்துவ சனாதனக் கூட்டமே;

இந்துக்கள் என்பவர்களுக்கு தனி தேசம்; அதில் இஸ்லாமியர்களுக்கு இடம் இல்லை என்று முதலில் சொன்னது சாவர்க்கர். அதற்கு ஆதாரமே அவர் எழுதிய (1923இல்) 'இந்துத்துவா' நூல்.

இதன் பின்னர்தான் 1940களில் பாகிஸ்தான் கோரிக்கையை முஸ்லிம் லீக் எழுப்பியது. இந்துத்துவ சக்திகள் 'இந்துஸ்தான்' என்று முஸ்லிம்களை வெளியே தள்ளி முழக்கமிட்ட நிலையில் தான் இஸ்லாமிய தீவிர சிந்தனையாளர்கள் பாகிஸ்தான் என்று முழங்கத் தொடங்கினார்கள். இதை ஆங்கிலேயர்கள் தந்திரமாகப் பயன்படுத்திக் கொண்டனர்.

இந்தியாவின் கடைசி வைஸ்ராய் மௌண்ட்பேட்டன் ஒன்றுபட்ட வலுவான இந்தியா என்றும் தங்களுக்கு இடையூறு எனக் கணக்குப்போட்டு, இரண்டு துண்டாக்கிக் கொடுத்துவிட்டுப் போனார் என்பதுதான் மறைக்க முடியாத வரலாறு ஆகும்.

இந்தியாவில் இருந்து பிரிட்டன் வெளியேற விரும்புவதாக அதன் பிரதமர் அட்லி 1947 பிப்ரவரியில் அறிவித்தபோது அதில் இரண்டு திட்டங்கள் கூறப்பட்டன.

ஒன்று 1948 ஜூன் மாதத்திற்குள் அதிகார மாற்றம் நடத்தப்படும்; இரண்டாவது மிகவும் ஆபத்தானது.

"மேன்மை தங்கிய மகாராஜாவின் அரசு பிரிட்டிஷ் இந்தியாவில் உள்ள மத்திய அரசின் அதிகாரங்களை யாரிடம் ஒப்படைப்பது என்பது பற்றி ஆராய வேண்டி உள்ளது. பிரிட்டிஷ் இந்தியா முழுமைக்குமான ஒருவிதமான மத்திய அரசிடம் அனைத்து அதிகாரத்தையும் ஒப்படைப்பதா? அல்லது சில பகுதிகளில் தற்போதுள்ள மாகாண அரசுகளிடம் ஒப்படைப்பதா? அல்லது மிகவும் நியாயப்பூர்வமாக மற்றும் இந்திய மக்களின் நலன்களுக்கு ஏற்ற வகையில் வேறு ஏதேனும் முறையில் ஒப்படைப்பதா? என்பது பற்றி ஆராய வேண்டி உள்ளது" என்று பிரிட்டன் பிரதமர் அட்லி அறிவிப்பு வெளியிட்டார்.

அப்படியானால் அட்லியின் திட்டம் என்ன?

இந்தியாவை கூறு போட பிரிட்டீஷ் ஏகாதிபத்தியம் திட்டம் வகுத்துவிட்டது. ஏற்கனவே முகமது அலி ஜின்னா எழுப்பி வரும் 'பாகிஸ்தான்' குரல் வலுவடைந்து வரும் நிலையில், பிரிட்டிஷ் அரசு அதற்கு ஆயத்தம் ஆகிவிட்டது.

காங்கிரஸ் தலைவர்கள் ஏதாவது ஒரு முடிவுக்கு வர வேண்டிய நிலைமைக்குத் தள்ளப்பட்டார்கள். ஒன்றுபட்ட இந்தியாவா? முஸ்லிம் லீக் எடுத்து வைக்கும் வாதங்களால் அது சாத்தியமே இல்லை என்ற சூழல் உருவாகிவிட்டது; பின்னர் மாற்று வழி?

அன்றைய ஒன்றுபட்ட பஞ்சாப் மற்றும் வங்காள மாகாணங்களில் முஸ்லிம்கள் பெரும்பான்மையினராக இருந்த காரணத்தால் அந்த இரு மாகாணங்கள் முழுமையாகத் தனி நாடாகப் போய்விடக் கூடிய சூழல் நிலவியது. பிரிவினையே கூடாது என்று கூறி வந்த காங்கிரஸ் தலைவர்கள் பலரும் இப்போது அந்த இரு மாகாணங்களில் முஸ்லிம்கள் வசிக்கும் பகுதிகளை மட்டும் தனி நாடாக அங்கீகரிக்கத் தயராகி விட்டனர்.

இதில் முனைப்போடு இருந்தவர் சர்தார் வல்லபபாய் படேல்; பஞ்சாபை முஸ்லிம் பஞ்சாப், இந்து பஞ்சாப் என்றும் பிரித்து, முஸ்லிம் தனி நாட்டை அங்கீகரித்துவிடலாம் என்ற முடிவுக்கு அவர் வந்துவிட்டார்.

மௌண்ட்பேட்டன் கருத்து

பி.வி. டாமேங்கர் என்பவர் எழுதிய 'சர்தார் படேல்' என்ற வாழ்க்கை வரலாறு நூலுக்கு மௌண்ட் பேட்டன் பிரபு அணிந்துரை வழங்கியிருக்கிறார்.

அதில் பிரிவினைக் கருக்கொண்ட சூழல் எத்தகையது என்பதை மௌண்ட்பேட்டன் விளக்கி உள்ளார்.

"முஸ்லிம்களின் கோரிக்கையை ஏற்பதைத் தவிர வேறு வழியில்லை என்கிற முடிவுக்கு வந்த காங்கிரஸ் தலைவர்களில் அனேகமாக முதலில் வந்தவர் படேல். முஸ்லிம் அல்லாத பகுதிகளில் இருந்து முஸ்லிம் பகுதிகளைப் பிரித்து அவற்றின் விருப்பத்திற்கு விட்டுவிடலாம் என்பதை படேல் பரிசீலித்தார். இதில் தொடர்புடைய முக்கியமான மாகாணங்கள் பஞ்சாபும், வங்காளமும்தான்.

இந்த ஆலோசனையை அவர் தனது நெருங்கிய நண்பர்களிடம் விவாதித்துக் கொண்டு 1947, மார்ச் 8ஆம் தேதி நடைபெற்ற காங்கிரஸ் கட்சி செயற்குழுக் கூட்டத்தில் முன் வைத்தார்.

அத்தீர்மானத்தை படேல்தான் வடிவமைத்தார்; காங்கிரஸ் செயற் குழுவில் அது ஒருமனதாக நிறைவேறியது.

பண்டித ஜவகர்லால் நேருவும், அபுல்கலாம் ஆசாத்தும் இத்தீர்மானத்தை ஆதரித்தனர்.

அந்த நேரத்தில் பீகாரில் இருந்த காந்தியடிகள் பத்திரிகைகள் மூலம் இதையறிந்து அதிர்ச்சி அடைந்தார். தீர்மானம் படேல் கொண்டு வந்தது என்பதை அறிந்த காந்திஜி, கோபமாக அவருக்கு எழுதினார். உங்களுடைய பஞ்சாப் தீர்மானம் பற்றி எனக்கு விளக்க முயலுங்கள். அதை என்னால் புரிந்து கொள்ள முடியவில்லை."

மௌண்ட்பேட்டன் வரைந்துள்ள அணிந்துரை மூலம் சர்தார் படேல் தான், இந்திய பிரிவினைக்கு தலையாட்டிய முதல் காங்கிரஸ் தலைவர் என்பது தெளிவாகிறது.

ஆனால் மகாத்மா காந்தி பிரிவினையைத் தடுப்பதற்காக அறிவிப்பு வெளியிடப்படும் கடைசி மணித்துளி வரையில் முயற்சி செய்தார்.

காந்திஜி, மௌண்ட்பேட்டன் உதவியாளர் லார்டு இஸ்மே என்பவருக்கு 1947 ஏப்ரல் 5இல் எழுதிய கடிதத்தில் கூட "ஒன்றுபட்ட இந்தியாவின் அமைச்சரவையை அமைக்கும் உரிமையை ஜின்னாவுக்கு அளியுங்கள்" என்று கூடக் கூறினார். ஆனால் காங்கிரஸ் தலைவர்கள் எவரும் காந்தியின் கருத்துகளை ஏற்கத் தயாராக இல்லை.

1947, ஏப்ரல் 11இல் மௌண்ட் பேட்டனுக்கு எழுதிய கடிதத்தில் பாட்ஷாகானைத் தவிர வேறு எவரும் - நேரு உட்பட எவரும் தனது கருத்தை ஒப்புக் கொள்ளவில்லை என்று வேதனை பொங்கக் குறிப்பிட்டுள்ளார்.

இந்து மகா சபா தலைவர்கள் வங்காளம் மத அடிப்படையில் பிரிக்கப்படுவதை வரவேற்றார்கள். குறிப்பாக சியாம பிரசாத் முகர்ஜி, வங்காளம் மத அடிப்படையில் பிரிக்கப்படுவதை ஆதரித்தார்.

நாட்டு பிரிவினைப் பற்றிய மௌண்ட் பேட்டனின் திட்டத்திற்கு 1947, ஜூன் 2இல் கூடிய காங்கிரஸ் செயற்குழுக் கூட்டம் ஒப்புதல் வழங்கியபோது, காந்தியடிகள் மிகுந்த வேதனையோடு கூறினார்.

"இந்தக் கருத்து உடையவனாக நான் ஒருவன் மட்டுமே இருக்கிற போதும் மீண்டும் அதையே கூறுகிறேன். இந்தியப் பிரிவினையானது நாட்டின் எதிர்காலத்திற்கு கேட்டையே விளைவிக்கும். இந்தப் பிரிவினைத் திட்டத்தின் தீமையை மட்டுமே பார்க்க முடிகிற என் நெஞ்சம் வேதனையால் துடிக்கிறது" காங்கிரஸ் செயற்குழு ஒப்புதல்

அளித்த பிறகு மறுநாள் 1947 ஜூன் 3இல் நாட்டுப்பிரிவினை பற்றிய உடன்பாடு கையெழுத்து ஆனது.

காங்கிரஸ் சார்பில் ஆச்சர்ய கிருபளானி, பண்டித ஜவகர்லால் நேரு, சர்தார் வல்லபபாய் படேல், ஆகியோரும் முஸ்லிம் லீக் சார்பில் முகமது அலி ஜின்னா, லியாகத் அலிகான், ராப் நிஷ்தார் ஆகியோரும், சீக்கியர்களின் சார்பில் பல்தேவ் சிங்கும், டெல்லியின் வைஸ்ராய் மாளிகையில் லூயி மௌண்ட் பேட்டன் முன்னிலையில் இந்தியா - பாகிஸ்தான் பிரிவினை உடன்பாட்டில் கையொப்ப மிட்டனர்.

அஃதன் பின்னர் 1947, ஜூன் 3, இரவு 7 மணி புதுடெல்லியின் அகில இந்திய வானொலி நிலையம் வரலாற்று முக்கியத்துவம் வாய்ந்த அந்தச் செய்தியை ஒலிபரப்பியது.

'இந்தியா - பாகிஸ்தான்' என்று நாடு இரண்டாகப் பிரிக்கப்படும் என்ற செய்தியை 'வைஸ்ராய்' என்ற பதவியின் தகுதி காரணமாக மௌண்ட்பேட்டன் முதலாவதாகவும் பண்டித ஜவகர்லால் நேரு இரண்டாவதாகவும், இறுதியாக முகமது அலி ஜின்னாவும் மக்களுக்குத் தெரிவித்தனர்.

ஆனால் தேசத் தந்தை மகாத்மா காந்தி இதயம் உடைந்து நொறுங்கியவராக கண்ணீர் உகுத்துக் கொண்டிருந்தார்.

14

காந்திக்கு நாள் குறித்த ஆர்.எஸ்.எஸ்.

இரத்தக் கோடுகளால் 'பிரிட்டீஷ் இந்தியா' 1947இல் துண்டாடப்பட்டது குறித்து, அனிதா இந்தர் சிங் எழுதி, நேஷனல் புக் டிரஸ்ட் வெளியிட்ட 'இந்திய தேசப் பிரிவினை' *(The Partition of India)* நூலில் நாட்டுப் பிரிவினை பற்றி விரிவாக அலசப்பட்டுள்ளது.

"இந்தியா பிரிக்கப்பட்டது உலக வரலாற்றில் மிகவும் அமளியான நிகழ்ச்சிகளில் ஒன்று; அதைப் பற்றிய சர்ச்சை முடிவற்றது. 18ஆம் நூற்றாண்டு தொடங்கி ஐரோப்பா, ஆசியா, ஆப்பிரிக்கா மற்றும் மத்திய கிழக்கு நாடுகளில் நடத்தப்பட்ட தேசப் பிரிவினைகள் பலவற்றில் இதுவும் ஒன்று.

மற்ற பல தேசப் பிரிவினைகளில் நிகழ்ந்தது போலவே இதிலும் பல்வேறு சமயப் பிரிவுகளிடையே வன்முறை நடந்தது; தூண்டி விடப்பட்டது. வேறெந்த தேசப் பிரிவினையையும் விட இதில் அதிக உயிர்ச் சேதம் ஏற்பட்டது.

இந்திய தேசப் பிரிவினையில் கொல்லப்பட்டோர், புலம் பெயர்ந்தோர், உடமைகளை இழந்தோர் ஆகியோரின் எண்ணிக்கை தெரியவில்லை. உயிரிழந்தோர் இரண்டு இலட்சம் பேர் என்பது முதல் 30 இலட்சம் பேர் என்பது வரை எனப் பல்வேறு மதிப்பீடுகள் நிலவுகின்றன.

1946-லிருந்து 1951 வரை இந்துக்களும் சீக்கியர்களுமாக சுமார் 90 இலட்சம் பேர் பாகிஸ்தானிலிருந்து இந்தியாவுக்கும், சுமார் 60 இலட்சம் முஸ்லிம்கள் இந்தியாவிலிருந்து பாகிஸ்தானுக்கும் புலம் பெயர்ந்தார்கள்.

பிரிட்டிஷ் ஏகாதிபத்தியம் நடத்திய தேசப் பிரிவினைகள் நான்கில் இந்தியத் தேசப் பிரிவினையும் ஒன்று.

மாறுபட்ட சமுதாயத்தினர் ஒன்றாக வாழ முடியாது என்று காரணம் கூறி பிரிட்டீஷ்காரர்கள், அயர்லாந்து, பாலஸ்தீனம் மற்றும் சைப்ரஸ் ஆகியவற்றையும் பிரித்தார்கள். பிரிட்டீஷ்காரர்கள் நடத்திய பிரிவினைகளுக்கு சமய மற்றும் இன வேறுபாடுகள் மட்டும் காரணம் அல்ல. நான்கு பிரிவினைகளின் பேச்சுவார்த்தைகளின் போதும்,

இங்கிலாந்தின் தந்திரங்களையும் உத்திகளையும் தீர்மானிப்பதில் அவர்களது இராணுவ நோக்கங்களும் பங்கு வகித்தன.”

நாட்டுப் பிரிவினையின் கோரம் பற்றி ‘இந்திய தேசப் பிரிவினை’ நூலில் இருந்து பல இலட்சக்கணக்கானோர் படுகொலை செய்யப்பட்டதும், பல இலட்சக்கணக்கானோர் புலம் பெயர்ந்து சென்றதும் துயர அத்தியாயங்களாகக் காண முடிகிறது.

இந்து - முஸ்லிம் ஒற்றுமை காந்தியின் கனவு

இந்தியப் பிரிவினையை தாங்கிக் கொள்ள முடியாமல் காந்திஜி இதயம் நொறுங்கிப் போனார். என்ன நடக்கக் கூடாது என்பதற்காக இந்துக்களும் முஸ்லிம்களும் ஒன்றுபட்டு வாழ வேண்டும் என்று காந்தியடிகள் இடையறாது தொண்டாற்றினாரோ, அந்தக் கொடூரங்கள் நாட்டில் நடக்கத் தொடங்கின.

பிரிவினையைத் தொடர்ந்து வரலாறு காணாத வன்முறை பஞ்சாப், வங்காள மாகாணங்களில் வெடித்தது. இலட்சக்கணக்கான மக்கள் இரு தரப்பிலும் கொல்லப்பட்டனர். வீடு வாசல்களையும், சொத்துக்களையும் இழந்து பல இலட்சக்கணக்கானோர் இந்தியாவிலிருந்து பாகிஸ்தானுக்கும், பாகிஸ்தானிலிருந்து இந்தியாவுக்கும் துரத்தப்பட்டு ஏதிலிகளாக அலைந்தனர். பாகிஸ்தானிலிருந்து இந்தியாவுக்கு வந்த தொடர் வண்டிகளில் பல்லாயிரக்கணக்கான மக்கள் வெட்டிக் கொல்லப்பட்டு அவர்களது உடல்கள் அடுக்கி அனுப்பி வைக்கப்பட்டன. எல்லையில் தலைவிரித்தாடிய பச்சைப் படுகொலைகளைத் தடுக்கவே முடியாதவாறு நேரு தலைமையிலான இடைக்கால அரசு தடுமாறியது.

பிரிவினையை ஆதரித்த சர்தார் வல்லபபாய் படேலை விட்டு விட்டு ஆர்.எஸ்.எஸ்., சனாதன சங் பரிவார் கூட்டம் காந்திஜி மீது வெறுப்பை உமிழக் காரணம், அவர் தான் இந்து-முஸ்லிம் ஒற்றுமையை வேண்டினார்; அதற்காகப் பாடுபட்டார்.

இரத்த ஆறு ஓடிக் கொண்டிருந்தபோது, பச்சைப் படுகொலைகள் கட்டுப்பாடுகள் இல்லாமல் சர்வ சாதாரணமாக நிகழ்ந்த போது, மகாத்மா காந்தி, வங்காளத்தில் ‘நவகாளி’யில் யாத்திரை மேற்கொண்டார். இந்துக்களையும், முஸ்லிம்களையும் அமைதிப்படுத்தி படுகொலைகளைத் தடுப்பதற்கு தனது சக்தியை ஒன்று திரட்டினார். காந்திஜியின் ஆன்ம பலம், இந்துக்கள்-முஸ்லிம்கள் ஒற்றுமையை நிலைநாட்டப் பயன்பட்டது.

நேரு - படேல்

1946இல் இடைக்கால அரசுக்குத் தலைமை தாங்குகிற பொறுப்பு நேருவுக்குப் போய்ச் சேர்ந்ததிலிருந்தே படேலுக்கும் நேருவுக்கும் பனிப்போர் தொடங்கி விட்டது.

காந்திஜியைப் பழமைவாதி என்பார்கள். ஆனால், அவரோ பழமைவாதியாகிய படேலை பிரதமர் பொறுப்புக்குப் பரிந்துரைக்கவில்லை. நவீன சிந்தனைகளையுடைய நேருவையே காந்திஜி ஆதரித்தார்.

இதனால்தான் இந்துத்துவா கூட்டம் காந்தி மீது பாய்ந்தது. நேருவை எதிர்ப்பதற்காக இந்து மகா சபையினரின் ஆதரவை படேல் மறைமுகமாக நாடிக் கொண்டிருந்தார்.

நாடு விடுதலை பெற்று நான்கு மாதங்களாகி விட்டது. குழப்பங்கள் தீர்ந்தபாடில்லை. அவை குறித்து காந்திஜி வெளியிட்ட கருத்துக்கள், தீர்வுகளுக்காக முன்வைத்த ஆலோசனைகள் ஆகியவற்றை காங்கிரஸ் தலைவர்களும், ஆட்சியாளர்களும் பொருட்படுத்தத் தவறி விட்டனர்.

இந்தியப் பிரிவினையின்போது இந்தியாவில் இருந்த ரொக்கக் கையிருப்பு 400 கோடி ரூபாய். அதில் பாகிஸ்தானுக்கு 75 கோடி கொடுப்பதாக ஒப்பந்தம் கையெழுத்தாகி, முதல் தவணையாக 20 கோடி ரூபாய் கொடுக்கப்பட்டது. மீதித் தொகை 55 கோடி ரூபாய் கொடுக்கப்பட வேண்டும்.

இடையில் ஏற்பட்ட காஷ்மீர் பிரச்சினையால் இந்தியா-பாகிஸ்தான் போர் ஏற்பட்டு விட்டது.

இப்போது "மீதி கொடுக்க வேண்டிய 55 கோடியைக் கொடுத்தால் பாகிஸ்தான் அந்தப் பணத்தில் ஆயுதம் வாங்கி இந்தியாவைத் தாக்குவதற்குப் பயன்படுத்தும். எனவே, காஷ்மீர் பிரச்சினை தீரும் வரை அந்தப் பணத்தைக் கொடுக்க முடியாது" என்றது இந்தியா.

இந்திய உள்துறை அமைச்சர் வல்லபபாய் படேல் 1948, ஜனவரி 12 அன்று காரசாரமாக பேட்டி அளித்தார்.

"நிதிப் பிரச்சினையை இதர முக்கிய பிரச்சினைகளிலிருந்து தனித்துப் பார்க்க முடியாது" என்று திட்டவட்டமாகக் கூறி இருந்தார். இதற்குப் பிரதமர் நேருவும் மறுப்பு சொல்லவில்லை.

ஆனால், புதிதாகப் பிறந்த பாகிஸ்தானின் பொருளாதார நிலை மிகவும் நெருக்கடி மிக்கதாக இருந்தது. இப்போது அதன் கையிருப்பு 2 கோடி ரூபாய் மட்டுமே. அரசு அலுவலர்களுக்கு ஊதியம்

கொடுக்க பணம் இல்லை. அரசு வழங்கிய காசோலைகள் வங்கியில் பணம் இல்லாமல் திரும்பின.

மனம் உடைந்தார் காந்தி

இந்தியாவின் முடிவு மோசடியானது; சர்வதேச ஒப்பந்தங்களை மீறுவது என்று காந்திஜி கருத்து தெரிவித்தார். ஒப்புக் கொண்டவாறு பாகிஸ்தானுக்குச் சேர வேண்டிய தொகையை வழங்க இந்தியத் தலைவர்கள் நேருவும் படேலும் முயற்சி எடுக்காமல் வாளா இருந்ததால் காந்திஜி மனம் வெதும்பினார்.

பாகிஸ்தானிலிருந்து அலை அலையாக அகதிகள் வந்து குவிந்ததால் டெல்லி திணறியது. முகாம்களில் தங்கியிருந்த அகதிகள் டெல்லியின் குளிரைத் தாங்க முடியாமல் மசூதிகளையும், முஸ்லிம்களின் வீட்டையும் ஆக்கிரமித்துக் குடியேறினார்கள்.

"பாகிஸ்தானில் உள்ள அத்தனை இந்துக்களும், சீக்கியர்களும் கொல்லப்பட்டாலும், இந்தியாவில் உள்ள முஸ்லிம்களின் சிறு குழந்தையின் உயிருக்குக் கூட சேதம் வரக் கூடாது; அனைத்து இந்தியர்களும் விலங்கு நிலையிலிருந்து மனிதர்களாக மாற வேண்டும்; அப்படிச் செய்யவில்லை என்றால் நான் இந்த உலகில் வாழ்ந்து பயனில்லை," என்றார் மகாத்மா காந்தி. ஆனால், அவரின் இதய தாகத்தைத் தணிப்பதற்குத்தான் நாட்டு மக்கள் தயாராக இல்லை. மதவெறி வன்முறை வெறியாட்டம் இங்கும் நிற்கவில்லை.

டெல்லிக்குத் தெற்கே மெஹ்ரோலி என்ற இடத்தில் உள்ள மசூதி குவ்வத்-உல்-இஸ்லாம் (புகழ்பெற்ற குதுப்மினார் உள்ள இடம்) இந்தியாவில் உள்ள மசூதிகளிலேயே பழமையானது. மசூதியைக் கட்டியவர் டெல்லியின் முதலாவது முஸ்லிம் சுல்தானும், அடிமை வம்ச அரசருமான குத்-புத்-தீன். அவரது நினைவு நாளில் ஆயிரக்கணக்கான முஸ்லிம்கள் அங்கே கூடி தொழுகை நடத்துவது வழக்கம்.

இப்போது அந்த மசூதி இந்துக்கள், சீக்கியர்கள் கட்டுப்பாட்டில் இருந்தது. யாராவது முஸ்லிம்கள் வந்தால் சீக்கியர்களின் கிர்பான்களும் (கை வாள்) இந்துக்களின் அரிவாள்களும் அவர்களை வரவேற்றன.

அங்கு வரும் முஸ்லிம்களுக்கு எந்த ஆபத்தும் நேரக் கூடாது என்று மீண்டும் மீண்டும் அறிக்கை வெளியிட்டார் காந்திஜி. ஆனால் எந்தப் பயனும் இல்லை.

பாகிஸ்தானுக்குச் செல்லாமல் இந்தியாவில் தங்கிவிட்ட முஸ்லிம்களால் இந்துக்களின் தாக்குதல்களைச் சமாளிக்க

முடியவில்லை. ஒவ்வொரு நாளும் உயிர்ப் போராட்டம்; காந்திஜியைச் சந்தித்த அவர்களது பிரதிநிதிகள், "இந்தியாவிலேயே நாங்கள் தங்கி மரணத்தை எதிர்கொள்ளுவோமே தவிர, பாகிஸ்தான் செல்ல மாட்டோம்; ஏனெனில் இந்த மண் எங்கள் சொந்த மண்," என்று அவர்கள் (முஸ்லிம்கள்) கூறியதை அறிந்து காந்திஜி கண்ணீர் விட்டார்.

காந்திஜியின் கண்ணீர் வேண்டுகோள் இரத்தவெறியைத் தணிக்கவில்லை; படுகொலைகள், மரண ஓலங்கள் நிற்கவில்லை. இதுபோன்ற தருணங்களில்தான் காந்திஜி தன்னை வருத்திக் கொண்டு உண்ணா நிலைப் போராட்டத்தைத் தொடங்குவது வழக்கம்.

காந்திஜி தொடங்கிய உண்ணாவிரதம்

1946, ஜனவரி 13 காலை 11.55 மணிக்கு மகாத்மா காந்தி திட்டமிட்டவாறு தனது உண்ணாவிரத அறப்போராட்டத்தைத் தொடங்கினார்.

காந்திஜியின் கோரிக்கைகள் என்ன?

1. முஸ்லிம்களைப் பொருளாதாரப் புறக்கணிப்பு செய்தல், ஒதுக்கி வைத்தல் கூடாது.

2. பாகிஸ்தானுக்குச் செல்லும் அல்லது பாகிஸ்தானிலிருந்து வரும் முஸ்லிம்களுக்கு எவ்வித இடையூறும் இருக்கக் கூடாது.

3. உயிருக்கு அஞ்சி அகதிகளாக பாகிஸ்தான் சென்ற முஸ்லிம்கள் இந்தியா திரும்பினால் அவர்களது உடமைகள் திரும்ப ஒப்படைக்கப்பட்டு, உதவ வேண்டும்.

4. டில்லி கரோல்பாக், சப்ஜிமண்டி, பாஹர்கன் போன்ற முஸ்லிம்கள் நிறைந்த பகுதிகளில் இந்துக்களால் எவ்வித இடையூறும் ஏற்படக் கூடாது.

5. முஸ்லிம்கள் அதிகம் வாழும் பகுதிகளில் இந்துக்கள் அல்லது சீக்கியர்கள் வாழ்வதற்கான அனுமதியை முஸ்லிம்களிடையே விட்டுவிட வேண்டும்.

6. இந்து அகதிகளால் ஆக்கிரமிக்கப்பட்ட முஸ்லிம்களின் வீடுகளும், மசூதிகளும் திரும்ப முஸ்லிம்களிடம் ஒப்படைக்க வேண்டும்.

7. மெஹ்ரோலி பகுதியில் உள்ள குவ்வத்-உல்-இஸ்லாம் மசூதியில் வழக்கம் போல் ஆண்டுத் திருவிழா நடக்க வேண்டும். எப்போதும் போல் இந்துக்களும், சீக்கியர்களும் அதில் கலந்து கொள்ள வேண்டும்.

காந்தியடிகளின் இறுதிக் கோரிக்கை பாகிஸ்தானுக்குக் கொடுக்க வேண்டிய 55 கோடி ரூபாயையும் உடனே கொடுக்க வேண்டும்.

மகாத்மா காந்திஜியின் உண்ணா நோன்பு, காங்கிரஸ் கட்சியினருக்கும், ஆட்சியாளர்களுக்கும் பெரும் நெருக்கடியை ஏற்படுத்தியது. அதே நேரத்தில் ஆர்.எஸ்.எஸ்., இந்துத்துவா சனாதன அமைப்புகள் காந்திஜியை வெளிப்படையாக எதிர்க்கும் நிலைக்குத் தயாராகி விட்டன.

ஜின்னா தப்பித்தார்; காந்திஜிக்குக் குறி!

இந்தியாவை அல்லது இந்து ராஷ்டிரத்தை இரண்டாகப் பிரிக்கக் காரணமாக இருந்த முகமது அலி ஜின்னாவைத் தீர்த்துக் கட்ட வேண்டும் என்று இந்து ராஷ்டிர தளம் (சாவர்க்கர் நிறுவிய இரகசிய இயக்கம்) உறுப்பினர்கள் தீட்டிய திட்டங்கள் மூன்று முறை தோல்வியடைந்து விட்டன.

முதல் முறையாக டெல்லியில் ஜின்னா பேசிய கூட்டத்தில் அவர் மீது கையெறி குண்டு வீசினார்கள். இலக்கு திசை மாறி எங்கோ வெடித்தது குண்டு; ஜின்னா தப்பித்து விட்டார்.

இரண்டாவது முறையாக ஜின்னா ஜெனிவா செல்லும் செய்தி அறிந்து ஜெனிவாவுக்கே சென்று அவரைக் கொல்ல நாராயண் ஆப்தே என்ற இளைஞரைத் தயாரித்தது சனாதனக் கூட்டம். ஆனால், உடல்நலன் குன்றியதால் ஜின்னா தனது ஜெனிவா பயணத்தை இரத்து செய்து விட்டார். ஏமாந்து போன சனாதன வெறியர்கள் அடுத்த வாய்ப்புக்காகக் காத்திருந்தனர்.

பாகிஸ்தான் பிரிவினை நாளான 1947 ஆகஸ்ட் 14ஆம் தேதி, காலை கராச்சி நாடாளுமன்றத்தில் பதவி ஏற்ற ஜின்னா, வைஸ்ராய் மௌண்ட்பேட்டனுடன் அரசு மாளிகைக்குக் கருப்புநிற திறந்த ரோல்ஸ் ராய்ஸ் காரில் ஊர்வலமாகச் செல்வதற்கு ஏற்பாடுகள் செய்யப்பட்டு சதிகாரர்களின் திட்டம் வெற்றி பெற்றால் ஜின்னாவுடன் காரில் அமர்ந்து செல்லும் மௌண்ட்பேட்டனின் உயிருக்கும் ஆபத்து. எனவே திட்டத்தில் ஒரு மாறுதல் சொன்னார் ஜின்னா. மௌண்ட்பேட்டன் இல்லாமல், ஜின்னா மட்டும் ஊர்வலத்தில் செல்வது என்ற அத்திட்டத்தை மௌண்ட் பேட்டன் ஏற்கவில்லை. திட்டமிட்டவாறு இருவருமே ஊர்வலத்தில் திறந்த காரில் செல்வது என்று முடிவானது. காவல்துறை எவ்வளவோ முயற்சித்தும், சதிகாரக் கூட்டத்திலிருந்த ஒருவரும் பிடிபடவில்லை.

காவல்துறையினரின் கண்காணிப்பை மீறி திட்டமிட்டபடி ஊர்வலப் பாதையில் ஊடுருவிய இந்து மகா சபை சதிக் கூட்டத்தின் தலைவன்,

முதல் கையெறிக் குண்டை வீச வேண்டிய ஆள். காவல் துறையின் கண்காணிப்பைக் கண்டு பயந்து செயலிழந்து விட்டான். காரணம் புரியாத மற்றவர்களும் குண்டுகளை வீசவில்லை. இதனால் ஜின்னா மீது தாக்குதல் நடத்தும் திட்டம் தோல்வியில் முடிந்தது.

புதிதாக உருவாகி இருந்த பாகிஸ்தான் நாட்டின் தலைமைப் பொறுப்பில் முகமது அலி ஜின்னா அமர்ந்து விட்டார். இனி அங்கு சென்று ஜின்னாவைக் கொல்லும் திட்டத்தை நிறைவேற்ற முடியாது என்று இந்து ராஷ்டிரதளம் உறுப்பினர்கள் பின் வாங்கினர்.

ஆனால், அக்கூட்டத்தினரின் கண்களில் இருந்த கொலைவெறி மட்டும் தணியவில்லை; இப்போது அவர்களது முழுக் கவனமும் மகாத்மா காந்தியின் மீது குவிந்தது.

1947 ஆகஸ்டு 15 அன்று நாடே விடுதலை நாளைக் கொண்டாடிக் கொண்டிருந்த நேரத்தில், பூனாவில், நாஜிக்களின் ஸ்வஸ்திக் சின்னம் பொறிக்கப்பட்ட காவிக் கொடியை ஏற்றிக் கொண்டாடினர் இந்து ராஷ்டிரதளம் உறுப்பினர்கள். இவர்கள் மத்தியில் ஆவேசமாக ஒருவர் பேசினார்.

"இந்தியப் பிரிவினை என்பது கோடிக்கணக்கான இந்தியர்களுக்குப் பயங்கரமான துன்பங்களைத் தந்துள்ள பேரழிவு; இதைச் செய்தது காங்கிரஸ். அதிலும் முக்கியமாக அதன் தலைவர் காந்தி."

இந்தக் குரல்தான் நாதுராம் விநாயக் கோட்சேவின் வெறியை வெளிக்காட்டியது.

1947, நவம்பர் 1 அன்று 'இந்து ராஷ்டிரா' பத்திரிகை பங்குதாரர்கள் கூட்டத்தில் அதன் ஆசிரியரான கோட்சே சொன்னார்:

"தனது பிணத்தின் மீதுதான் இந்தியாவைப் பிளக்க முடியும் என்று காந்தி கூறினார். இந்தியா பிளக்கப்பட்டு விட்டது; காந்தி இன்னும் உயிரோடு இருக்கிறார்."

15
காந்தியைக் கொல்ல பத்துமுறை முயற்சி

திராவிடர் கழகத் தலைவர், ஆசிரியர் கி. வீரமணி அவர்கள் 2004, செப்டம்பர் 28, 29 ஆகிய இரு நாட்களில், சென்னை பெரியார் திடலில், 'சாவர்க்கர் - காந்தியார் - கோட்சே - ஆர்.எஸ்.எஸ்.' எனும் தலைப்பில் சிறப்புச் சொற்பொழிவாற்றினார்.

இந்தச் சொற்பொழிவில் கி. வீரமணி அவர்கள் காந்தியவாதியும், குஜராத் யோக் சமிதி தலைவருமான, சர்வோதய இயக்கத்தைச் சார்ந்த ஸ்ரீ வைத்யா, "காந்திஜியின் கொலைக்குப் பின்னணி" என்று எழுதிய புத்தகத்தை ஆதாரமாகக் கொண்டு மிக முக்கிய செய்தியை பதிவு செய்திருக்கிறார். அந்த நூலில் ஸ்ரீ வைத்யா, மகாத்மா காந்தியைக் கொலை செய்திட இந்துத்துவ மதவெறிக் கும்பல் சுமார் பத்து முறை முயற்சித்தது என்று குறிப்பிட்டிருந்தார். இதில் 6 முறை நடந்த கொலை முயற்சிகளை ஆவணங்கள் மூலம் நிரூபிக்க இயலும்.

1934ஆம் ஆண்டு பூனா நகராட்சி மன்றத்தின் சார்பில் காந்தியடிகளுக்கு வரவேற்பு அளிக்கப்பட்டது. பூனாதான் இந்துத்துவக் கும்பலின் வலிமையான கோட்டை ஆகும். இங்குதான் ஆர்.எஸ்.எஸ். அமைப்புக்கு கால்கோள் விழா நடத்தப்பட்டது. மராட்டிய சித்பவன் பார்ப்பனர்களின் தாயகம் 'பூனா'.

பூனா நகராட்சி வரவேற்பு விழாவுக்கு காந்திஜி சென்றபோது அவர் சென்ற வாகனம் மீது ஒரு கைவெடிகுண்டு வீசப்பட்டது. இதுதான் காந்திஜியின் உயிரைப் பறிக்க மேற்கொள்ளப்பட்ட முதல் முயற்சி, இதை செய்தது இந்து மகா சபையினர். அவர்கள் காந்தியை இழிவுபடுத்த வேண்டும் என்பதற்காக அவரது புகைப்படத்தைத் தங்கள் செருப்புத் தோல்களின் மீது ஒட்டி வைத்திருந்தனர்.

ஆர்.எஸ்.எஸ். தங்கள் தொண்டர்களுக்கு ஆயுதப்பயிற்சி கொடுக்கும்போது, குறி வைத்துத் தாக்குவதற்காகக் காந்தியின் படத்தையே இலக்காக வைத்து, அதனைக் குறி பார்த்து சுட்டுப் பழகுவதை தங்கள் முகாம்களின் தலையாயக் கடமையாக மேற் கொண்டு வந்தனர்.

1944ஆம் ஆண்டு தொடக்கத்திலும், அதே ஆண்டு செப்டம்பரிலும் கொலை முயற்சியில் காந்தியடிகள் தப்பிக்கிறார்.

1946, ஜூன் மாதம் நான்காவது முறையாக காந்தியடிகளைக் கொல்ல மற்றொரு முயற்சி நடந்தது. காந்திஜி தொடர் வண்டி மூலம் பூனாவிற்கு பயணம் செய்த போது நடந்தது. அவர் பயணித்த சிறப்பு தொடர் வண்டி கர்ஜத்-நெருல் தொடர் வண்டி நிலையங்களுக்கு இடையில் நள்ளிரவில் போய்க் கொண்டிருந்தபோது, அதைக் கவிழ்ப்பதற்கு சதித்திட்டம் தீட்டப்பட்டு, தண்டவாளத்தின் மீது மிகப்பெரிய பாறாங் கற்களைப் போட்டு வைத்தனர். ஆனால் தொடர்வண்டி ஓட்டுநரின் கவனத்தால் மிகப்பெரிய விபத்து தவிர்க்கப்பட்டது. காந்திஜியின் உயிர் காப்பாற்றப்பட்டது.

1948, ஜனவரி 20ஆம் தேதி டில்லியில் நடந்த பிரார்த்தனைக் கூட்டத்தில் இந்துத்துவ போதை தலைக்கேறிய மதன் லால் பாவா என்ற இளைஞன் குண்டு வீசி காந்திஜியைக் கொல்ல முயன்றான். காந்தி மீது படாமல் அந்த குண்டு வேறு இடத்தில் போய் விழுந்தது.

இறுதியாக 1948, ஜனவரி 30ஆம் தேதி தங்களின் 15 ஆண்டு தொடர் முயற்சியில் ஆர்.எஸ்.எஸ். சனாதனக் கூட்டம் வெற்றி கண்டது. ஆம்! கடைசியில் மதவெறியன் கோட்சேவின் துப்பாக்கித் தோட்டா காந்திஜியின் உயிரைப் பறித்துவிட்டது.

காந்தியின் உண்ணா நோன்பு பெற்ற வெற்றி

மகாத்மா காந்திஜி கொலைச் சதித்திட்டங்களை விரிவாக பார்ப்பதற்கு முன்பு, அதற்கு முன்னர் நடைபெற்ற சில வரலாற்று நிகழ்வுகளை வரிசைப்படுத்தினால்தான் காந்திஜி கொலைச் சதிப்பின்னணியின் முழுமையான திட்டத்தைப் பற்றி அறிய முடியும்.

1947 டிசம்பர் இறுதியில் அஜ்மீர் நகரத்திலும் அதைச் சுற்றியுள்ள பகுதியிலும் பெரும் மதக் கலவரம் வெடித்திருந்தது.

மதக்கலவரங்களை அடக்க உள்துறை அமைச்சர் சர்தார் வல்லபபாய் படேல் உறுதியான நடவடிக்கை எடுக்கவில்லை என்கிற வருத்தம் பிரதமர் ஜவஹர்லால் நேருவுக்கு இருந்தது.

இது தொடர்பாக இருவருக்குமிடையே நடந்த கடிதப் போக்குவரத்துகள் 'நேரு-படேல்' மோதலுக்குக் காரணமாக ஆர். எஸ்.எஸ். அமைப்பு இருந்தது என்பதை உறுதி செய்கின்றன.

1947, டிசம்பர் 29ஆம் தேதி படேலுக்கு பிரதமர் நேரு எழுதிய கடிதத்தின் இறுதிப் பகுதியில் கீழ்க்கண்டவாறு குறிப்பிட்டு இருந்தார்.

"அஜ்மீரிலிருந்த ஐம்பது ஆயிரம் முஸ்லிம்களில் பத்தாயிரம் பேர் நகரை விட்டு வெளியேறி விட்டார்கள் என்றும், வெளியேற்றம்

தொடர்கிறது என்றும் அறிகிறேன். இந்த எண்ணிக்கை எவ்வளவு தூரம் சரி என்று எனக்குத் தெரியாது. நிலைமை கட்டுக்குள் இருந்தாலும், மேலும் தாக்குதல்கள் தொடுக்கப்படலாம் என்கிற பயம் முஸ்லிம்கள் மத்தியில் இருக்கிறது என்பதை இது சுட்டிக்காட்டுகிறது. இந்த பயம் நியாயமானதா இல்லையா என்று எனக்குத் தெரியாது. ஆனால், அந்தப் பயத்தை நாம் போக்க வேண்டும். அங்கும் இதர பகுதிகளிலும் உள்ள ஆர்.எஸ்.எஸ். தாக்கும் மனோபாவத்தில் உள்ளது. அவர்கள் விடுக்கும் மிரட்டல்கள் பலரையும் பயமுறுத்துகிறது."

நாட்டின் பிரதமர் நேரு, ஆர்.எஸ்.எஸ். பற்றிய தனது கணிப்பை கொடுத்திருக்கிறார். எனினும் உள்துறை அமைச்சர் இதுகுறித்து போதிய கவனம் செலுத்தியதாகக் கூற முடியாது. மதவெறி அபாயம் பற்றிய பிரச்சினையில் இருவருக்குமிடையே வேறுபாடு இருந்தது. கண்ணோட்டமே மாறுபட்டு இருந்தது. இது விஷயமாக காந்திஜியிடம் பஞ்சாயத்திற்குப் போவது என்று முடிவு செய்தார் நேரு.

தனக்கும் படேலுக்கும் உள்ள கருத்து வேறுபாடுகள் குறித்து 1948 ஜனவரி 6 அன்று மகாத்மா காந்திஜிக்கு குறிப்பு ஒன்றை நேரு அனுப்பினார். அந்தக் குறிப்பின் நகலை படேலுக்கும் அனுப்பினார். அதில் நேரு கீழ்க்கண்டவாறு கூறியிருந்தார்.

"எனக்கும் சர்தாருக்குமிடையே மனோ பாவங்களில் வேறுபாடுகள் இருக்கின்றன என்பது மட்டுமில்லாது, பொருளாதாரம் மற்றும் மதவெறி விஷயங்களை எப்படி அணுகுவது என்பதிலும் வேறுபாடு உள்ளது என்பது உண்மையாகும்."

நேருவின் நகல் கடிதத்தைக் கண்ட படேல், காந்திஜிக்கு அவரும் ஜனவரி 12 அன்று ஒரு மடல் வரைந்தார். அதில்,

"மனோபாவங்களிலும் பொருளாதார விஷயங்கள் மற்றும் இந்து-முஸ்லிம் உறவுகளை பாதிக்கும் விஷயங்களிலும் வேறுபாடுகள் உள்ளன என்பதில் மறுப்பு ஏதுமில்லை" நாட்டை சீர்குலைத்து வரும் மதவெறிக் கும்பலின் நடவடிக்கைகள் பற்றி பிரதமருக்கும், துணைப் பிரதமருக்குமிடையே ஆழமான கருத்து வேறுபாடு நிலவியது காந்திஜிக்கு அப்பட்டமாக புரிந்தது.

காந்திஜியின் மனோநிலை பெரிதும் நேருவோடு ஒத்துப் போயிருந்ததே தவிர படேலோடு அல்ல என்பதைக் காந்திஜியின் உண்ணா நோன்பு உணர்த்தியது.

உண்மையில் படேலை வழிக்குக் கொண்டு வருவதே காந்தியின் உண்ணா நோன்பின் முகாமையான காரணம் ஆகும்.

மகாத்மா காந்தி, ஜனவரி 13, 1948 அன்று உண்ணாவிரதம் தொடங்கிய மூன்றாவது நாளில் நாடு முழுவதும் அதன் அதிர்வலைகள் மக்கள் எழுச்சியின் மூலம் வெளிப்பட்டது. பல்லாயிரக்கணக்கான இந்துக்களும், முஸ்லிம் மக்களும் மகாத்மா காந்தியின் உண்ணா நோன்பு இருக்கும் இடத்தில் சாரை சாரையாக திரளத் தொடங்கினர்.

மதவெறியர்கள் ‘காந்தி செத்து ஒழியட்டும்’ என்று ஆங்காங்கே ஊர்வலம் நடத்தி வெறுப்பை உமிழ்ந்த வண்ணம் இருந்தனர்.

பல்லாயிரக்கணக்கான மக்கள் குழுமியிருந்த டில்லி செங்கோட்டையின் முன்பு பண்டித நேரு நா தழுதழுக்க உரையாற்றினார்.

“காந்திஜி உயிர் போகட்டும் என்று சிலர் வெறிக்கூச்சல் எழுப்புகின்றனர். ‘மகாத்மா காந்தியின் மரணம் என்பது இந்திய ஆன்மாவின் மரணம்’ என்பதை அவர்கள் புரிந்து கொள்ளவில்லை. காந்திஜி மரணத்தைத் தடுக்க மதவெறிக்கு மரண ஓலை எழுத வேண்டும்” என்று ஜவஹர்லால் நேரு ஆவேசமாக பேசினார்.

காந்திஜியின் உண்ணாநிலைப் போராட்டம் வெற்றி பெற்றது. ஜனவரி 15 அன்று மாலையில் இந்திய அரசின் சார்பில் ஒரு அறிவிப்பு வெளியிடப்பட்டது.

“துணைக் கண்டத்தில் அமைதியை நிலை நாட்டும் அடையாளமாகவும், தேசத்தின் ஆன்மா படும் உடலியல் துயரத்தை முடிவுக்கு கொண்டு வரவும், உடனடியாக பாகிஸ்தானுக்கு ரூபாய் 55 கோடி கொடுக்கப்படுகிறது.”

எனினும், காந்திஜி தனது உண்ணா நோன்பைத் தொடர்ந்தார். நாட்டில் மதத்தின் பெயரால் கலவரமே கூடாது என்பது அவரது லட்சியம். அனைத்துத் தரப்பினரும் அவ்வாறு தனக்கு கையொப்ப மிட்டு எழுதித் தர வேண்டும் என்று அவர் கூறினார்.

ஜனவரி 17, 1948இல் பிர்லா மாளிகை முன்பு லட்சம் பேர் கூடினர். அந்த மக்கள் திரள் கூட்டத்திலிருந்து ‘காந்திஜி வாழ வேண்டும்’ என்ற முழக்கம் விண்ணதிர எழுந்தது. ஆர்ப்பரித்த மக்களின் முன்பு நேரு ஒலிபெருக்கியில் நெகிழ்ச்சியுடன் சொன்னார். “காந்திஜியைக் காப்பாற்ற எந்தத் தியாகத்தையும் நாம் செய்யலாம்; உண்மையான லட்சியத்திற்கு நம்மை அழைத்துச் செல்லக் கூடியவர் அவர் ஒருவரே” என்று குறிப்பிட்டார்.

காந்திஜிக்கு ஆதரவாக மக்கள் சக்தியை ஒன்று திரட்டும் பணியை பிரதமர் நேரு மிகுந்த ஈடுபாட்டுடன் செய்தார். ஆனால் இதே உணர்வோடு உள்துறை அமைச்சர் படேல் செயல்பட்டார் என்று கூற முடியாது.

காந்திஜியின் உறுதி

நேரு பேசிக் கொண்டிருந்த போது அவரை எதிர்த்து ஒருவன் குரல் கொடுத்து ஏதோ முழக்கமிட்டான். உடனே அவனை இரண்டு காவலர்கள், பிடித்துக் கொண்டு போனாலும் சிறிது நேரத்தில் விட்டுவிட்டனர். அந்த இளைஞனின் பெயர் மதன்லால் பாவா.

இந்த மதன்லால் பாவா என்ற இளைஞர்தான் மகாத்மா காந்திஜி மீது பின்னர் ஜனவரி 20ஆம் தேதி குண்டு வீசியவன் என்பது இங்கு குறிப்பிடத்தக்கது.

ஜனவரி 17ஆம் தேதி மாலை சனாதானக் குழுவின் சார்பில் பலரும் கையெழுத்திட்டிருந்த அறிக்கையைக் காந்தியின் செயலாளர் பியாரிலால், அவரிடம் காண் பித்தபோது, எல்லோரும் கையெழுத்துப் போட்டு விட்டார்களா? என்று காந்திஜி வினவினார்.

சிறிது தடுமாற்றத்துடன் பியாரிலால் கூறினார். "இந்து மகா சபை மற்றும் ஆர்.எஸ்.எஸ். தலைவர்கள் கையெழுத்துப் போடவில்லை."

"அவர்கள் நாளை கையெழுத்துப் போடுவார்கள். அதுபற்றி மற்றவர்கள் உறுதி அளித்து இருக்கிறார்கள். நீங்கள் இப்போது உண்ணா நோன்பை முடித்துக் கொள்ளுங்கள்" என்றார்.

ஆனால் மகாத்மா காந்தி, "முடியாது. அவசரப்படக் கூடாது. அவர்களின் (இந்து மகாசபை, ஆர்.எஸ்.எஸ்.) கல் நெஞ்சம் கரையும் வரை உண்ணாவிரதத்தைக் கைவிட மாட்டேன்" என்று உறுதிபடக் கூறிவிட்டார்.

ஜனவரி 18இல் காங்கிரஸ் கட்சியின் தலைவராக இருந்த டாக்டர் ராஜேந்திர பிரசாத், மற்றவர்களுடன் சேர்ந்து இந்து மகாசபை - ஆர்.எஸ்.எஸ். தலைவர்களையும் அழைத்துக் கொண்டு காந்திஜியிடம் வந்தார்.

மரணத்தோடு போராடிக் கொண்டிருந்த அந்த மாமனிதரின் செவிகளில் "நீங்கள் கேட்டபடி அனைவரும் கையெழுத்திட்டனர்" என்றார்.

அப்போது மெல்லிய குரலில் மகாத்மா காந்தி முணுமுணுத்தார். அவை தீர்க்க தரிசனமான வார்த்தைகள் என்பதைப் பின்னாளில் நாடு கண்டது. இன்றளவும் இந்தியத் துணைக் கண்டத்தின் நிலையை பிரதிபலிப்பவை அவை.

"இந்தியா இந்துக்களுக்கு மட்டுமே சொந்தம். பாகிஸ்தான் முஸ்லிம்களுக்கு மட்டுமே சொந்தம் என நினைப்பது போல முட்டாள்தனம் வேறு இல்லை. இந்தியா மற்றும் பாகிஸ்தான்

முழுமையையும் சீர்திருத்துவது கடினமே. ஆனால் ஒரு விஷயத்தில் நாம் மனதைச் செலுத்தி விட்டால், அது மெய்யாகும் வரை விடக் கூடாது. இதையெல்லாம் கேட்ட பிறகும் எனது உண்ணாவிரதத்தைக் கைவிட வேண்டும் என்று நீங்கள் விரும்பினால் நான் அப்படியே செய்கிறேன். ஆனால் நல்லபடியாக இந்தியா மாறவில்லையெனில் நீங்கள் கூறியதெல்லாம் வெறும் ஏமாற்று வித்தையாகப் போகும். அப்போது சாவைத் தவிர எனக்கு வேறு ஏதும் மிஞ்சி இருக்காது" கடைசியில் காந்திஜி கூறியதுதான் நடந்தது.

உண்ணாவிரதத்தை மகாத்மா முடித்துக் கொண்டார். ஆனால் அவரது மனதின் ஆழத்தில் பதிந்திருந்த ஐயம் சில நாட்களில் கோர வடிவம் பூண்டது. இந்து மகாசபை - ஆர்.எஸ்.எஸ். காரர்கள், மக்கள் எழுச்சியைக் கண்டு அடங்கிப் போய் காந்திஜிக்குப் பக்கத்தில் போய் நின்று கொண்டு விட்டு பாவனை செய்தனர். ஆனால் அந்தக் கூட்டத்தின் இதயம் வஞ்சனையால் நிரம்பி இருந்தது.

மகாத்மா காந்தியின் நாட்கள் எண்ணப்பட்டன. அதற்கான ஒத்திகையை ஜனவரி 20ஆம் தேதி நடத்தினார்கள். அது தோல்வி அடைந்தவுடன் 1948, ஜனவரி 30ஆம் தேதி தங்கள் நீண்ட கால சதித்திட்டத்தை நிறைவேற்றி, மகிழ்ச்சியைக் கொண்டாடினர்.

16
பிர்லா மாளிகையில் குண்டு வெடிப்பு: காந்திஜி உயிர் தப்பினார்

1948, ஜனவரி 13ஆம் தேதி மகாத்மா காந்தி தொடங்கியிருந்த உண்ணாவிரதம், அவரது கோரிக்கைகள் நிறைவேற்றப்படும் என்று இடைக்கால அரசும், அமைதியை நிலைநாட்டுவோம் என்று இந்து - முஸ்லிம் பிரதிநிதிகளும் வாக்குறுதி அளித்ததால் ஐந்தாம் நாள் காந்திஜி உண்ணாநிலை அறப்போரை முடித்துக் கொண்டார்.

ஆனால் இந்து சனாதனக் கூட்டத்தின் கொலு பீடமாக இருந்த மராட்டிய மாநிலம் புனே நகரில் ஆர்.எஸ்.எஸ். கும்பல் காந்தியின் மீது மிகுந்த எரிச்சலைக் கொட்டித் தீர்த்தது. இதற்கெல்லாம் ஒரு முடிவு கட்டுவதற்கு 'காந்திஜி'யை இந்த உலகத்தில் இருந்தே அப்புறப் படுத்துவதுதான் என்று 'கொடிய சபதம்' பூண்டது அக்கூட்டம்.

மகாத்மா காந்திஜியை தீர்த்துக் கட்ட உறுதி எடுத்துக் கொண்ட கும்பலின் இரகசிய உறுப்பினர்கள் ஏழு பேர் டில்லி வந்து சேர்ந்துவிட்டனர்.

நாதுராம் விநாயக் கோட்சே, நாராயண் தாதாத்ரேய ஆப்தே, விஷ்ணுராம் கிருஷ்ண கார்கரே, கோபால் கோட்சே, மதன்லால் காஷ்மீரலால் பாவா ஆகிய ஐவரும் டில்லி கன்னாட் சர்க்கசில் உள்ள மெரீனா விடுதியின் அறை எண் 40இல் கூடினார்கள். அதாவது காந்திஜி பிர்லா மாளிகையில் உண்ணாவிரதத்தை முடித்துக் கொண்ட மறுநாள், ஜனவரி 19, 1948.

அதே மெரீனா விடுதியின் மற்றொரு அறையில் மற்ற இருவர் திகம்பர ராமச்சந்திர பாட்கே, அவரது உதவியாளர் சங்கர் கிஸ்தய்யா தங்கி இருந்தனர்.

ஜனவரி 20, 1948, காந்திஜிக்கு குறிக்கப்பட்ட நாள். அன்று வழக்கம் போல் பிர்லா அரங்கின் தோட்டத்தில் மாலை நேர பிரார்த்தனை ஒன்று கூடலுக்கு காந்திஜி வரும்போது சதித் திட்டத்தை நிறைவேற்றுவது எப்படி என்று விடிய விடிய தீவிரமான சதி ஆலோசனை நடத்தப்பட்டது.

சதித்திட்டம்

டில்லி மெரீனா விடுதி அறையில் கடுமையான தலைவலியுடன் புரண்டு புரண்டு படுத்துக் கொண்டிருந்த நாதுராம் கோட்சே, சதித்திட்டத்திற்கு வடிவம் கொடுத்திருந்தாலும் அதை நிறைவேற்றும் பொறுப்பை நாராயண் ஆப்தே எடுத்துக் கொண்டான். ஆப்தேவின் கட்டளைகளை ஏற்பதாக அவர்கள் உறுதி எடுத்துக் கொண்டனர்.

ஆப்தே மிகவும் நிதானமாக (அளவுக்கு மீறி சோமபானம் அருந்திய நிலையிலும்) திட்டத்தை செயல்படுத்த ஐந்து கட்டளைகளைப் பிறப்பித்தான்.

- காந்தி கொலை செய்யப்படும் வரை எவரும் எந்த இடத்திலும் எந்தச் சூழ்நிலைகளிலும் வெளி ஆட்களுடன் பேச்சுக் கொடுக்கக் கூடாது. அப்படி வெளி ஆட்கள் யாராவது கேள்வி கேட்டு பதில் கூற வேண்டிய நிலைவந்தால் அதற்கு ஆப்தே மட்டுமே பதில் கூறுவான்.

- டெல்லியைச் சுற்றிப் பார்க்க வந்த சாதாரண சுற்றுலாப் பயணிகளைப் போல் அனைவரும் நடந்து கொள்ள வேண்டும்.

- ஒருவருக்கு ஒருவர் தொடர்பு இல்லாதது போல வெவ்வேறு கலாச்சாரங்களைப் பிரதிபலிக்கும் உடைகளை அணிய வேண்டும்.

- அனைவரும் இனி சொந்தப் பெயர் சொல்லி அழைக்கக் கூடாது. மாற்றுப் பெயர் தரப்படும். அந்தப் பெயரைத்தான் பயன்படுத்த வேண்டும். உண்மையானப் பெயரை எக்காரணம் கொண்டும் குறிப்பிடக் கூடாது.

- மறுநாள் ஜனவரி 20 (1948) செவ்வாய்க்கிழமை மாலை 5 மணிக்கு வழிபாட்டுக் கூட்டத்தில் கலந்து கொள்ளும் போது காந்தி கொல்லப்பட வேண்டும். அந்த இடத்தில் யார் யார் எந்த வேலையைச் செய்வது என்பதை நாளை காலை தெரியப் படுத்தப்படும்.

மறுநாள் மாலை நடத்தப் போகும் சதியில் வெடிகுண்டுகளை வெற்றிகரமாக இயக்குவது எப்படி? திரியில் நெருப்பு வைத்த பின் குண்டு வெடிக்க எவ்வளவு நேரமாகும் என்ற விவரங்களை செயல் முறையில் சோதனையிட்டு விளக்கிக் காட்டுமாறு திகம்பர பாட்கேவுக்கு ஆணையிட்டான் ஆப்தே.

அந்த அறையின் குளியல் அறைக்குள் கையெறி குண்டுகளை எடுத்துச் சென்ற பாட்கே, அவற்றினுள் டெட்டனேட்டர்களை இணைத்தான் கம்பி இணைப்புகளைக் கொடுத்து அதன் முனையில் தீ வைத்தான். அறை முழுவதும் கந்தக நெடியும், புகையும் சூழ்ந்து,

அதைப் பார்த்துக் கொண்டிருந்த சதிகாரர்களுக்கு இருமலும் தொண்டை அடைப்பும் ஏற்பட்டது.

அறையில் இருந்து வெளியேறும் புகை தங்களைக் காட்டிக் கொடுத்துவிடக் கூடாது என்று அவர்கள் சிகரெட் புகையை ஊதித் தள்ளினார்கள்.

இவர்களில் கோபால் கோட்சே மட்டும் ஜனவரி 19, திங்கட் கிழமை மாலை நேரத்தில் பிர்லா மாளிகைக்குச் சென்று நோட்டம் பார்த்தான். அதற்கு முதல் நாள் உண்ணாவிரதத்தை முடிந்திருந்த காந்தி அப்போதுதான் தடுமாறியவாறு கைத்தடியை ஊன்றி வழிபாட்டுக் கூட்டத்திற்கு வந்து கொண்டிருந்தார்.

கோபால் கோட்சே இப்போதுதான் காந்திஜியை முதன் முறையாகப் பார்க்கிறான். காந்திஜியின் பாதுகாப்புக்காக நவீன ரக துப்பாக்கிகளுடன் பிர்லா மாளிகையின் வாயிலில் நின்ற பாதுகாவலர்கள், சீருடை அணியாமல் மக்கள் கூட்டத்தோடு கலந்து நிற்கும் ஏராளமான காவல்துறையினர், அத்தனையையும் அவனது கழுகுக் கண்கள் படம் பிடித்துக் கொண்டன.

அவ்வளவு எளிதில் காந்திஜியைச் சுட்டுவிட்டு தப்பிச் சென்றுவிட முடியாது என்பதைப் புரிந்து கொண்ட கோபால் கோட்சே, சதித் திட்டத்தில் எந்த இடத்திலும் ஓட்டை விழாமல் கச்சிதமாக நிறைவேற்ற வேண்டும் என்பதில் எச்சரிக்கை உணர்வுடன் இருக்க வேண்டியது அவசியம் என்பதைப் புரிந்து கொண்டான்.

சதிகாரர்களுடன் தனது அனுபவத்தை கோபால் கோட்சே பகிர்ந்து கொண்டான். ஜனவரி 20, காலையில் பிர்லா மாளிகைக்கு சென்று மீண்டும் நோட்டம் விடுவது என்று சதிக்கும்பல் முடிவு செய்தது.

1948, ஜனவரி 20

ஜனவரி 20, செவ்வாய்க்கிழமை காலையில் நாராயண் ஆப்தே, திகம்பர பாட்கே, சங்கர் கிஸ்தய்யா மூவரும் பிர்லா மாளிகைக்குக் கிளம்பினார்கள். கடுமையான தலைவலியுடன் சோர்ந்து படுத்திருந்த நாதுராம் கோட்சே, அவர்களுடன் செல்லவில்லை.

பிர்லா மாளிகையின் வாசலில் மூவரையும் காவலர்கள் தடுத்து நிறுத்தினார்கள். டெல்லியைச் சுற்றிப் பார்க்க வந்த சுற்றுலாப் பயணிகள் என்றும், மகாத்மா தங்கி இருக்கும் புனித இடத்தை வணங்கிச் செல்ல இருப்பதாகவும் 'ஆப்தே' தெரிவித்தான். புன்னகைத் ததும்ப காவலர்கள் அவர்கள் உள்ளே செல்ல அனுமதித்தனர்.

பிர்லா மாளிகையின் காந்தி தங்கி இருந்த அறை; அதன் பின்புற வாயிலிலிருந்து வழி பாட்டு அரங்கத்திற்கு காந்தி நாள் தோறும் செல்லும் பாதை; வழிபாட்டு அரங்கத்தின் அமைப்பு ஆகியவற்றை மூவரின் கண்களும் ஊடுருவிப் பார்த்தன.

ஒரு முடிவுக்கு வந்தான் ஆப்தே, காந்திஜி வழிபாட்டுக் கூட்டத்தில் கலந்து கொள்ளும்போது சுட்டுக் கொல்வதுதான் எளிது என்று;

தற்செயலாக கழுகுப் பார்வையைத் திருப்பிய ஆப்தே, வழிபாட்டுக் கூடத்தின் பின்புறமுள்ள சுவற்றில் காற்றுக்காகவும், வெளிச்சத்திற்காகவும் ஓட்டைகள் உள்ள சிமெண்ட் ஜாலிகள் வரிசையாக பதிக்கப்பட்டு இருந்ததைக் கண்டு உற்சாகம் அடைந்தான்.

சிமெண்ட் ஜாலிகள் ஓட்டைகள் வழியாகப் பார்த்தபோது மறு பக்கம், பிர்லா மாளிகையின் பணியாளர்களின் குடியிருப்புகள் தென்பட்டன. மரங்கள் அடர்ந்து இருந்ததால் அப்பகுதி முழுவதும் அந்தப் பகல் பொழுதிலும் கூட இருள் சூழ்ந்து கிடந்தது.

ஆப்தே சதித்திட்டத்தைச் சுறுசுறுப்பாக மனதில் வரையத் தொடங்கினான்.

வழிபாட்டுக் கூடத்திற்கு மறுபக்கம் குடியிருப்புப் பகுதி என்பதால் அங்கு செல்வதும் எளிது; காரியம் முடிந்ததும் வெளியேறி தப்பிச் செல்வதும் எளிது; வழிபாட்டுக் கூடத்தில் பொருத்தப் பட்டிருந்த மைக்ரோ போன் - காந்திஜி அமரும் இடம் எது என்பதைத் துல்லியமாகக் காட்டியது. அந்த இடத்திற்கும் சிமெண்ட் ஜாலிக்கும் இடைப்பட்ட தூரம் 10 அடிக்கும் குறைவுதான் என்பதால் துப்பாக்கிக் குறி தப்பாது என்பதை ஆப்தே கணக்குப் போட்டான்.

ஜாலியின் ஓட்டைகள் 5 அங்குல சதுர அளவில் இருந்தன. அதன் வழியே கையை நீட்டி கையெறி குண்டுகளை வீசுவதும் மிக எளிது.

ஒரு சில நிமிடங்களின் தனது எக்ஸ்ரே கண்கள் மூலம் அனைத்தையும் மனதில் படம் பிடித்துக்கொண்ட ஆப்தே, காந்தி அமரும் இடத்திற்கு நேர் எதிரில் இருந்த ஜாலி இடது பக்கக் கடைசியில் இருந்து மூன்றாவதாகப் பதிக்கப்பட்டுள்ளது என்பதையும் கவனமாகக் குறித்துக் கொண்டான்.

கொலைத் திட்டத்தை மிக எளிதாக நிறைவேற்றும் சூழல்கள் இருப்பதைக் கண்டு மன மகிழ்ச்சியுடன் புறப்பட்ட ஆப்தே, வழிபாட்டு அரங்கிற்கு வரும் பொது மக்களை காவலர்கள் சோதனைப் போட்டு உள்ளே அனுப்புவது இல்லை என்பதை அறிந்து இன்னும் உற்சாகம் அடைந்தான்.

ஏனெனில், மகாத்மா காந்தி, தமது வழிபாட்டுக் கூட்டத்திற்கு வரும் பொதுமக்களைச் சோதனைகள் என்ற பெயரால் அலைக்கழிக்கக் கூடாது; மீறி பாதுகாவலர்கள் நடந்து கொண்டால் காலவரை யற்ற உண்ணாவிரதம் இருக்க நேரிடும் என்று காந்திஜி, எச்சரிக்கை விடுத்திருந்தார்.

எனவே உள்துறை அமைச்சர் வல்லபபாய் படேல் காவலர்கள் வழிபாட்டுக்குச் செல்லும் பொதுமக்களைக் கண்காணிக்க வேண்டுமே தவிர, சோதனையிடக் கூடாது என்று கண்டிப்பாக உத்தரவு பிறப்பித்து இருந்தார். இந்த உத்தரவு சதிகாரர்களுக்கு வாய்ப்பாக அமைந்துவிட்டது.

மெரீனா விடுதி அறைக்குத் திரும்பிய பிறகு காந்திஜி கொலைச் சதியை கச்சிதமாக நிறைவேற்ற 'வரைபடத்தை' வரைந்தான் நாராயண் ஆப்தே.

பிர்லா மாளிகையில் வழிபாட்டுக் கூட்டம் நடக்கும் இடத்துக்கு அருகே உள்ள செங்கற் சுவரின் வெளிப்பக்க ஓரத்தில் குறித்த காலத்தில் வெடிக்கும் குண்டை (டைம்பாம்) மதன்லால் பாவா மறைத்து வைக்க வேண்டும் என்று ஆப்தே விளக்கினான். குண்டு வெடிப்பு ஏற்படும்போது மக்களிடம் பீதியும் குழப்பமும் நேரும்; அதனைப் பயன்படுத்திக் கொண்டு கொலைச் சதியை நிறைவேற்ற வேண்டும்.

இதனிடையே அன்று காலையில் சென்று வேவு பார்த்த பணியாளர்கள் அறைக்கு பாட்கேயும் கோபால் கோட்சேயும் செல்ல வேண்டும். யாராவது அவர்களைத் தடுத்து நிறுத்தினால் பிரார்த்தனைக் கூட்டத்தில் பேசிக் கொண்டிருக்கும் காந்திஜியைப் பின் பக்கத்திலிருந்து புகைப்படம் எடுக்கப் போவதாக அவர்கள் விவரித்துச் சொல்ல வேண்டும்.

மதன்லால் டைம்பாமை வெடிக்கச் செய்தவுடனேயே நெருக்கமான இடத்திலிருந்த காந்தி மீது திகம்பர பாட்கே துப்பாக்கியால் சுட வேண்டும். அவனுக்குப் பின்னால் இருக்கும் கோபால் கோட்சே ஜன்னல் துவாரம் வழியாகக் கையெறிக் குண்டுகளை வீச வேண்டும்.

காந்தி, எவ்வகையிலும் தப்பிவிடக் கூடாது என்பதற்காக விஷ்ணு கார்கரே கையெறி குண்டுடன் அவருக்கு முன்னால் மக்களோடு மக்களாக கலந்து காத்திருக்க வேண்டும். மதன்லாலின் குண்டு வெடித்த உடனேயே அவனும் காந்தி மீது குண்டினை வீச வேண்டும்.

நாதுராம் கோட்சேவும் ஆப்தேவும் இந்தச் செயல் திட்டங்களைக் கண்காணிப்பார்கள். காந்திக்கு எதிரே கார்கரே சரியான இடத்தில்

இருக்கிறான் என்பதை நாதுராம் சைகை மூலம் ஆப்தேவுக்கு தெரி விப்பான்; உடனே குண்டினை வெடிக்கச் செய்யுமாறு மதன் லாலுக்கு ஆப்தே சமிக்ஞை செய்வான்.

இந்தக் கொலைத் திட்டத்தில் அப்பாவி மக்களும் பலியாகலாம்; ஆனால் அது தவிர்க்க இயலாதது என்றான் ஆப்தே.

ஆப்தே சதித்திட்டத்தின் 'வரைபடத்தை' விளக்கிக் கொண்டு இருந்தபோது நாதுராம் கோட்சே கடுமையான தலைவலியால் படுக்கையில் கிடந்தவாறே முனகிக் கொண்டிருந்தான்.

கொலைப்பயணம்

கொலைகாரர்கள் தங்களுக்கு இடையே தொடர்பு இருப்பது தெரியாமல் இருப்பதற்கு ஒவ்வொருவரும் விதவிதமான உடைகளை அணிந்தனர்.

எப்போதும் கம்பளியாலான 'சூட்' அணிவதை விரும்பும் ஆப்தே, வேட்டியை உடுத்திக் கொண்டான்.

விஷ்ணு கார்கரே, இமைகளில் மை தீட்டிக் கொண்டு நெற்றியில் சிவப்புத் திலகம் இட்டிருந்தான்.

மதன்லால் பாவா பம்பாயில் வாங்கிய புதிய நீல நிறச் சூட்டினை அணிந்து கொண்டான். அவன் வாழ்க்கையிலேயே முதன் முறையாக இப்பொழுதுதான் கோட் அணிந்து 'டை' கட்டிக் கொண்டு இருந்தான்.

மெரீனா விடுதி 40ஆம் எண் அறையில் நேரம் செல்ல செல்ல பதற்றமும் தொற்றிக் கொண்டது. சதிகாரர்கள் அனைவரும் 'காபி' வரவழைத்து பருகி முடித்தார்கள்.

அதன் பின்னர், பிர்லா மாளிகையை நோக்கி சதிக் கும்பலின் கொலைப்பயணம் தொடங்கியது.

மதன்லால், கார்கரே, நாதுராம் கோட்சே ஆகியோர் முதலில் சென்றனர். 5 நிமிட இடை வெளியில் பிர்லா மாளிகைக்குச் செல்லும் வகையில் தனித்தனி 'டோங்கா' வண்டியில் ஒருவர் பின் ஒருவராகச் சென்றனர்.

பத்து நிமிடங்கள் கழித்து ஒரு வாடகைக் கார் மூலம் அவர்களைப் பின் தொடர ஆப்தேவும் மற்றவர்களும் புறப்பட்டனர்.

கன்னாட் சர்க்கசைச் சுற்றி அலைந்து, கடைசியாக ரீகல் திரை அரங்கத்துக்கு எதிரே நின்றிருந்த பி.பி.எஃப் (PBF) 671 எண்

கொண்ட பச்சை நிற செவ்ரோலெட் காரை அமர்த்திக் கொண்டு புறப்பட்டனர். அப்போது மணி மாலை 4.15.

பிர்லா மாளிகையில்...

உண்ணா நோன்பு காரணமாக உடல் நலிந்து காணப்பட்ட மகாத்மா காந்திஜியை ஒரு நாற்காலியில் அமர வைத்து புல்வெளி வழியாக வழிபாட்டு மேடைக்குத் தூக்கிச் சென்றார்கள். வழிபாட்டுக்கு வந்திருந்த பொது மக்கள் காந்திஜி தங்கள் அருகில் வரும் போது மரியாதையுடன் விழுந்து வணங்கினார்கள். அந்த மக்கள் கூட்டத்தில் இருந்த மதன்லால் பாவா, அவனால் கொல்லத் திட்டமிட்டிருக்கும் 'எதிரி' (?) காந்திஜி தன்னைக் கடந்து சென்றபோது, பயபக்தியுடன் தலை வணங்கினான். அவன் நின்ற இடத்தில்தான் டைம்பாம் அவனால் புதைக்கப்பட்டு இருந்தது.

அதே நேரத்தில், பிர்லா மாளிகையின் பின்பக்கத்தில் உள்ள பொது வழியின் நுழைவாயில் அருகே ஆப்தே பயணம் செய்த பச்சை நிற செவ்ரோலெட் வந்து நின்றது.

ஆப்தே வந்து சேர்ந்தவுடன், டைம்பாம் குறித்த இடத்தில் பொருத்தப்பட்டுவிட்டது என்பதை கார்கரே அவனிடம் தெரிவித்தான்.

காந்திஜியின் தலைக்குப் பின்புறமுள்ள ஊழியர்கள் அறையின் ஜன்னலுக்குச் செல்வதிலும் சிக்கல் எதுவும் இருக்கவில்லை. அதனைப் பயன்படுத்திக் கொள்ள அங்கே குடியிருந்த நபருக்கு கார்கரே பத்து ரூபாய் கொடுத்திருந்தான். பின்னர் திட்டமிட்டவாறு காந்திஜியின் முன்னாள் கூடியிருந்த மக்கள் கூட்டத்தில் கார்கரே போய் நின்று கொண்டான்.

திகம்பர பாட்கேயைக் கைகாட்டி அழைத்த ஆப்தே, கார்கரே பணம் கொடுத்திருந்த நபரைச் சுட்டிக் காட்டி, அவனது அறைக்குள் செல்லுமாறு கூறினான்.

வழிபாட்டுக் கூடத்தில் பக்திப் பாடல்கள் இசைக்கப்பட்டு முடிந்தவுடன், காந்தி பேசத் தொடங்கினார்.

அவரது குரல் மிகவும் பலவீனமாக இருந்ததால் அவர் பேசும் ஒவ்வொரு தொடரையும் கூட்டத்தினருக்கு சுசிலா நய்யார் திருப்பிச் சொல்லிக் கொண்டிருந்தார்.

காந்தி களைப்புற்று இருந்தது அவரது பேச்சில் வெளிப்பட்டது. இனி தாமதிக்கக் கூடாது என்று ஆப்தே, கோபால் கோட்சேவை அழைத்து, திட்டமிட்டபடி அந்த அறைக்குள் செல்லுமாறும், மதன்

லாலின் குண்டு வெடிப்புச் சத்தம் கேட்டவுடன் ஜன்னல் வழியாகக் கையெறிக் குண்டினை வீசி எறியுமாறும் கட்டளையிட்டான்.

அறைக்கு உள்ளே போக தயக்கம் காட்டிய பாட்கேயை அழைத்து, காந்திக்கு முன்னால் கூட்டத்தோடு போய் நின்றுகொண்டு, எவ்வளவு நெருக்கமாக காந்தியின் பக்கத்தில் போக முடியுமோ சென்று, நேரம் வரும் போது அவரது தலையில் சுட்டுவிடு என்று உத்தரவிட்டான்.

கோபால் கோட்சே அந்த ஊழியரின் அறைக்கு நடந்தான். உள்ளே சென்று கதவைச் சாத்தினான். இருள் சூழ்ந்திருந்த அறையில் ஜன்னல் மூலம் வந்த வெளிச்சத்தின் உதவியால் அதை நோக்கி நடந்தான். இங்கிருந்துதான் அவன் காந்தி மீது பின்பக்கத்தில் இருந்து குண்டு வீச வேண்டும் என்பதுதானே திட்டம்;

வழிபாட்டுக் கூட்டத்தில் காந்தி உரையைத் தொடர்ந்தார். "முஸ்லிம்களின் எதிரி; இந்தியாவின் எதிரி" என்று அவர் அறிவித்தார்.

காந்திஜி கூறியதை சுசீலா நய்யார் திருப்பிக் கூறுவதை, பின்பக்க அறையின் ஜன்னலுக்கு அருகில் இருந்த கோபால் கோட்சே கேட்டான்.

அந்த ஜன்னலை நெருங்கும்போது தான் ஆப்தேயின் திட்டத்தில் பயங்கரமான குறைபாடு இருப்பதை கோபால் கோட்சே உணர்ந்தான். அன்று காலையில் சோதனை செய்தபோது, அந்த அறைக்குள் சென்று பார்ப்பது பற்றி ஆப்தே கவலைப்படவில்லை.

எங்கிருந்து கோட்சே, குண்டினை வீச வேண்டுமோ அந்த ஜன்னல், அறையின் தளத்தில் இருந்து எட்டு அடி உயரத்தில் இருந்தது. பணியாளர் குடியிருப்பு இருந்த இடத்தின் முற்றப்பகுதியின் மட்டம் வழிபாட்டு கூட அரங்கத்தின் மேடையுள்ள புல்வெளியை விட உயரத்தில் இருந்தது என்பதை ஆப்தே கவனிக்கத் தவறிவிட்டான்.

கோபால் கோட்சே தனது கையை முழு அளவுக்கு நீட்டிய போதும் அவனின் விரல் நுனி கூட ஜன்னலின் விளிம்பைத் தொட முடியவில்லை. அருகில் கிடந்த கட்டையை இழுத்து, ஜன்னல் பக்கத்தில் போட்டு அதன் மீது ஏறி நிற்க எத்தனித்தான்.

வெளிப்புறத்தில் எல்லாம் தயார் நிலையில் இருந்தது. அமெரிக்காவில் கருப்பு இன மக்கள் கொடுமைப்படுத்தப்படுவது பற்றிப் பேசிக் கொண்டிருந்த காந்திஜி மீது குண்டு வீச, கார்கரே தயாராக இருந்ததை நாதுராம் கோட்சே உற்று நோக்கி உறுதிபடுத்திக் கொண்டான்.

சரியான நேரம் வந்துவிட்டது என்பதை உணர்ந்த நாதுராம் கோட்சே, தாடையில் கையை வைத்துச் சொரிந்தான். ஆப்தே இதனைக் கவனித்தான். இதற்குப் பதில் சமிக்ஞையாக அவன் மதன்லாலுக்குத் தெரியும்படி கையை உயர்த்தினான். மதன்லால் பாவா தயாராக இருந்தான். ஆப்தே சமிக்ஞை கிடைத்ததும், காலடியில் கிடந்த வெடிகுண்டின் திரியில், தான் புகைத்துக் கொண்டிருந்த சிகரெட் முனையை வைத்து அழுத்தினான்.

வழிபாட்டுத் திடலின் அருகே மதன்லாலின் டைம்பாம் வெடித்தது; எங்கும் மக்களின் அலறல்; அனைவரும் அச்சத்தில் ஆழ்ந்தனர். குண்டு வெடித்த இடத்திலிருந்து மேகக் கூட்டம் போல் புகை மண்டலம் எழுந்தது.

'ஓ அம்மா' என்று காந்திஜிக்கு அருகில் இருந்த சுசீலா நய்யார் அலறினார்.

இதனிடையே காந்திக்கு நேர் பின்னால் உள்ள அறையில் அவருக்கு மேலே உள்ள ஜன்னலை அடைவதற்கு கோபால் கோட்சே கட்டில் மீது ஏறிக் கொண்டிருந்தான். கட்டிலின் மரச் சட்டத்தின் மீது காலூன்றிய கோபால், முடிந்த அளவுக்கு மேலே தாவினான். அப்போதும் கூட ஜன்னலின் திறந்த பகுதியை அவனால் காண முடியவில்லை.

அவசர அவசரமாக ஜன்னலில் இருந்து கையெறி குண்டை வீசினான்; வழிபாட்டுத் திடலிலும் கார்கரே எறிகுண்டை வீசினான். மொத்தமாக குண்டுகள் வெடித்து புகை மண்டலம் எழுந்ததால் மக்களின் அலறல் ஒலி பிர்லா மாளிகையில் எதிரொலித்தது.

நலிந்த உடலின் மொத்த சக்தியையும் திரட்டி காந்திஜி மக்கள் கூட்டத்துக்கு வேண்டுகோள் விடுத்தார்.

'கவனியுங்கள்! கவனியுங்கள்! ஒன்றுமில்லை ராணுவத்தினர் ஏதோ சில பயிற்சி செய்கிறார்கள். அமருங்கள். அமைதியாய் இருங்கள். பிரார்த்தனை தொடரும்' என்று காந்தியடிகள் திரும்பத் திரும்பக் கூறிக் கொண்டு இருந்தார்.

சதிக்கும்பலின் ஒட்டுமொத்த திட்டமும் குழப்பத்தில் முடிந்தது. காந்திஜி இந்த முறை தப்பி விட்டார்.

17
சதிக்கும்பல் தலைமையிடம் பூனா, பம்பாய்

1948, ஜனவரி 20, பிர்லா மாளிகையில் மாலை நேர வழிபாட்டுக்கு மகாத்மா காந்தி வருகை தந்து பேச தொடங்கியபோது அவரை தீர்த்துக்கட்ட வேண்டும் என்று 'சதிக்கும்பல்' போட்ட திட்டம் தோல்வியால் முடிந்தது.

ஏனெனில் மதன்லால் பாவா, அந்த பிர்லா மாளிகைத் தோட்டத்தில் வைத்த குண்டு வெடித்தபோது வழிபாட்டுக்கு திரண்டு வந்த மக்களிடையே பீதி ஏற்பட்டது. அந்த குண்டு வெடிப்பில் ஒருவருக்கும் காயம் ஏற்படவில்லை.

மக்கள் அச்சமுற்று அலறி அடித்துக் கொண்டு ஓடும்போது அந்தக் குழப்பத்தைப் பயன்படுத்திக் கொண்டு, காந்தி இருந்த மேடைக்கு அருகில் பதினைந்து அடி தூரத்திற்கு கார்கரே சென்றான். கார்கரே மறைத்து வைத்திருந்த கையெறி குண்டுகளை வெளியே எடுக்கத் தொடங்கினான். அந்தச் சமயத்தில் காந்தியின் தலைக்குப் பின்னால் இருந்த ஜன்னலில் கைத்துப்பாக்கியின் குழல் தெரிகிறதா அல்லது கையெறி குண்டின் கறுப்பு வடிவம் தெரிகிறதா என்பதை உறுதி செய்வதற்காக அந்தப் பக்கம் அவன் நோட்டமிட்டான். அங்கே எதுவும் தென்படாததால், கார்கரே பதற்றமடைந்தான்.

தோட்டத்து ஊழியர் அறைக்குள் நுழைந்து, அங்கிருந்த ஜன்னல் துவாரம் வழியாக குண்டு வீசிவிட்டு கோபால் கோட்சே அங்கிருந்து மின்னல் வேகத்தில் கிளம்பி விட்டான்.

இதனால் கார்கரே செய்வது அறியாமல் திகம்பர பாட்கேவைப் பார்த்தபோது அவன் கூட்டத்திலிருந்து 30 அடி தூரம் விலகி இருந்தான். கார்கரேவின் கண்ணில் படாமல் திகம்பர பாட்கே கூட்டத்தில் நழுவி சென்று விட்டான்.

மதன்லால் சிக்கினான்

பிர்லா மாளிகையின் பின்புறத்தில் செங்கல் சுவருக்குப் பின்னால் விளையாடிக் கொண்டிருந்த மூன்று வயது சிறுவனின் தாயார், மதன்லால் வெடிகுண்டில் நெருப்பை வைத்துவிட்டு அங்கிருந்து நடந்து செல்வதைப் பார்த்துவிட்டார்.

அவனை விமானப்படை அதிகாரி ஒருவரிடம் அந்தப் பெண் சுட்டிக்காட்டினார். ‘அவன்தான்’ ‘அவன்தான்’? அவர் அலறினார்.

தப்பி ஓட எத்தனித்த கோபால் கோட்சே, தோட்டத்தில் நீலச் சீருடையில் இருந்த ஒருவர் உட்பட இரண்டு பேர் மதன்லாலை மைதானத்துக்கு இழுத்துச் செல்வதையும் அவன் பார்த்தான். அவனது சகோதரன் நாதுராம் கோட்சேவையும், ஆப்தேயையும் கூட அந்தக் கூட்டத்தில் அவன் கண்டுபிடித்து அவர்களுடன் இணைந்து கொண்டான்.

மிகுந்த குழப்பத்தில் இருந்த மூவரும், ஆப்தே வாடகைக்கு அமர்த்தி இருந்த பச்சை நிற செவ்ரோலெட் டாக்சியை நோக்கிச் சென்றார்கள். தங்களுடன் வந்த மற்ற சதிகாரர்கள் பற்றி யோசிக்காமல், காருக்குள் வந்த மற்ற சதிகாரர்கள் பற்றி யோசிக்காமல், காருக்குள் ஏறினார். எவ்வளவு முடியுமோ அவ்வளவு வேகமாக டில்லி நகருக்குச் செல்லுமாறு ஓட்டுநரிடம் கூறினார்.

ஒரு சில நொடிகளுக்குப் பிறகு அந்தத் தோட்டத்தின் ஓர் ஓரமாகக் கார் சென்று கொண்டிருந்தபோது அந்த மாளிகையின் முன் பக்கத்தில் அமைந்திருந்த கூடாரத்துக்கு மதன்லாலைக் காவல்துறையினர் கொண்டு செல்வதைக் கார்கரே கண்டான். இதைப் பார்த்தவுடன் அவனும் தப்பி ஓடுவதிலேயே குறியாக இருந்தான்.

வழிபாட்டு மேடையில் இருந்த காந்திஜி ஒரு வழியாக மீண்டும் அமைதியை ஏற்படுத்தினார்.

‘பைத்தியக்காரனான ஒரு பஞ்சாபி அகதி’ (மதன்லாலைத்தான் இப்படி நினைத்தனர்) காந்திக்கு எதிராக இந்த விபரீத செயலில் இறங்கிவிட்டான் என்ற வதந்தி கூட்டத்தில் பரவியது.

இவ்வளவு பெரிய ஆபத்து நெருங்கிய வேளையிலும் மகாத்மா காந்தி மிக அமைதியாக அறிவித்தார். “நான் இப்போது பாகிஸ்தானுக்குப் புறப்படக்கூடும். அரசும் டாக்டர்களும் எனக்கு அனுமதி அளித்து விட்டால் நான் உடனடியாகப் புறப்பட்டு விடுவேன்.” வழிபாட்டுக் கூட்டம் முடிந்ததும் காந்திஜியை மீண்டும் நாற்காலியில் அமர வைத்து பிர்லா மாளிகைக்குள் தூக்கிச் சென்றனர்.

கொலைக் கும்பலின் ஆத்திரம்

டில்லி நகரை நோக்கித் திரும்பிக் கொண்டு இருந்த டாக்சியில் அமர்ந்திருந்த ஆப்தேயையும், கோட்சேயையும் தோல்வியுணர்வு சூழ்ந்து கொண்டு தாக்கியது.

ஆத்திரத்தில் முகம் சிவந்து போன நாதுராம் கோட்சே, தமது சதித்திட்டம் நிறைவேறாமல் போனதைத் தாங்கிக் கொள்ள முடியவில்லை. அதைவிடக் காவல்துறை பிடியில் சிக்கிக் கொண்ட மதன்லால் பாவா, மூலம் பெரும் ஆபத்து நெருங்கிக் கொண்டு இருப்பதாக உணர்ந்தான்.

பம்பாயில் இருந்து கிளம்பும்போது சாவர்க்கர் சதனில் (சாவர்க்கரின் மாளிகை) சாவர்க்கருக்கு அளித்த வாக்குறுதியை நிறைவேற்ற முடியவில்லையே என்ற சிந்தனை அவனை ஆட்டிப் படைத்தது. அடுத்த கட்டமாக பூனாவுக்கு திரும்பி மீண்டும் கொலை முயற்சிக்கான திட்டத்தை வகுக்கலாம் என்று இச்சதிக்கும்பல் தீர்மானித்தது.

பிர்லா மாளிகையில் மகாத்மா காந்தியைப் பார்க்க மக்கள் கூட்டம் ஆயிரக்கணக்கில் திரண்ட வண்ணம் இருந்தது. நாடு முழுவதிலும் இருந்து தந்திகள் வந்து குவிந்தன.

பண்டித நேருவும், சர்தார் படேலும் விரைந்தனர். வைஸ்ராய் லூயி மௌண்ட் பேட்டனின் மனைவி எட்வினாவும் காந்திஜியைப் பார்க்க வந்துவிட்டார்.

தன்னைப் பார்க்க வந்த தலைவர்களிடம் காந்திஜி, “ஒருவேளை யாராவது ஒருவர் என்னை மிக அருகேயிருந்து துப்பாக்கியால் சுட்டு, ராமநாமத்தைத் தொடர்ந்து உச்சரித்துக் கொன்டே அவரது தோட்டாக்களை நான் மகிழ்ச்சியோடு எதிர்கொள்ள நேர்ந்தால் அப்போதுதான் நான் உங்களின் வாழ்த்துகளுக்கு அருகதை உள்ளவன் ஆவேன்” என்று தெரிவித்தார்.

விசாரணை தொடங்கியது

டில்லி காவல்துறையின் துணை இன்ஸ்பெக்டர் ஜெனரல் டி. டபிள்யூ. மெஹ்ரா கவனத்திற்கு காந்தியைக் கொல்ல நடந்த முயற்சி, வழிபாட்டுக் கூட்டத்தில் பிடிபட்ட சதிகாரன் மதன்லால் பற்றி தகவல் அனுப்பப்பட்டது.

புலனாய்வு அதிகாரியாக டில்லி காவல் துறையின் தலைவர் டி.ஜே. சஞ்சீவி நியமிக்கப்பட்டார்.

நாடாளுமன்ற தெரு காவல்நிலையத்தில் உள்ள அறையில் மதன்லாலை ‘தங்கள் பாணியில்’ காவல்துறை விசாரிக்கத் தொடங்கிவிட்டது.

டில்லி காவல்துறையின் விசாரணை முறையில் எடுத்த எடுப்பிலேயே மதன்லால் பாவா, உண்மைகளைக் கக்கிவிட்டான். “தான் மட்டுமே

இச்சதிச் செயலில் இறங்கவில்லை. இதில் ஏழு பேருக்குத் தொடர்பு இருக்கிறது" என்று கூறிய அவன் காந்திஜியைக் கொல்வதற்கான காரணமாக அந்த சதிக்கும்பல் கூறியதாக சிலவற்றைத் தெரிவித்தான்.

"காந்திஜி இந்துக்களால் கைப்பற்றப்பட்ட மசூதிகளை முஸ்லிம்களிடம் திரும்ப ஒப்படைக்க, இந்து அகதிகளை வற்புறுத்தினார். பாகிஸ்தானுக்குரிய ரூபாயைக் கொடுப்பதற்காக உண்ணாவிரதம் இருந்தார். அவரால் முடிந்த அளவுக்கு முஸ்லிம்களை பாதுகாக்க உதவினார்" என்றான்.

பம்பாய் சாவர்க்கர் சதனில் இருந்த புகழ்மிக்கத் தலைவர் ஒருவரை தாமும் சந்தித்தது பற்றி அவன் பெருமைபட்டுக் கொண்டான்.

ஆனால் சதிக்கூட்டத்தில் இருந்தவர்களின் உண்மையான பெயர்களை அவனால் கூற முடியவில்லை. ஏனெனில் மதன்லால் பாவாவுக்கும் அவர்களை முழுமையாக தெரியாது. ஆனால் அதில் இருவர் பூனாவில் செய்தித்தாள் நடத்தி வருகின்றனர் என்பது மட்டும் தெரிந்திருந்தது. காவல்துறை அதிகாரிகளிடம் சொல்லிவிட்டான்.

இந்த தகவல்தான் காவல்துறைக்கு சதிக் கும்பலின் தலைமையிடம் பூனா மற்றும் பம்பாய் என்று உறுதி செய்து கொள்ள உதவியாக இருந்தது.

மதன்லால் பாவா அளித்த தகவல்களைப் பதிவு செய்த டில்லி காவல்துறையினர் டில்லி இந்து மகாசபா அலுவலகம் மற்றும் விடுதி, மெரீனா ஹோட்டல் ஆகிய இடங்களில் தேடுதலைத் தீவிரமாக்கினர். ஆனால் எவரும் சிக்கவில்லை. அதே நேரத்தில் சதிக்கூட்டத்தில் இருந்த திகம்பர பாட்கே, சங்கர் கிஸ்தய்யா இருவரும் டில்லியை விட்டு பல மைல் தூரத்துக்கு அப்பால் பூனாவை நோக்கி பயணம் செய்து கொண்டிருந்தனர்.

கார்கரேயும், கோபால் கோட்சேயும் வேறு பெயர்களைப் பதிவு செய்து கொண்டு பழைய டில்லியில் ஒரு விடுதி அறையில் முடங்கிக் கிடந்தனர்.

நாராயண் ஆப்தேவும், நாதுராம் கோட்சேவும் மெரீனா ஹோட்டலில் இருந்து வெளியேறி மறைந்துவிட்டனர்.

இருப்பினும் அந்த விடுதியின் 40ஆம் எண் அறையில் இருந்த மேசை மீது முக்கிய தகவல் ஒன்றைக் காவல்துறையினர் கண்டறிந்தனர்.

காந்திஜி உண்ணாவிரதத்தை முடித்துக் கொள்வதற்காக டில்லியின் தலைவர்கள் உருவாக்கிய ஒப்பந்தத்தைக் கண்டனம் செய்யும்

அறிக்கை அது. இதில் டில்லி இந்து மகா சபா தலைவர்களில் ஒருவரான அஷீ தோஷ் லஹரி என்பவரின் கையெழுத்து இருந்தது.

ஆப்தே, கோட்சே இருவரையும் எட்டு ஆண்டுகளாக அறிந்தவர் லஹரி. இவர்கள் இருவரும் சாவர்க்கர் ஆதரவு மராத்தி செய்தி ஏடான 'இந்து ராஷ்டிரா'வின் நிர்வாகி மற்றும் ஆசிரியர் என்பதும் அவருக்கு நன்றாகத் தெரியும்.

மதன்லாலிடம் 7 மணி நேரம் நடத்தப்பட்ட விசாரணையின் மூலம் வழக்கு விசாரணையின் முன்னேற்றத்தை அறிந்து கொண்டு, பிர்லா மாளிகைக்கு விரைந்தார், காவல்துறை அதிகாரி டி.ஜே. சஞ்சீவி.

18

காந்திஜி கொலை சதிக்கும்பல்

காந்திஜியின் வழிபாட்டுக் கூட்டம் நடந்த போது, பிர்லா மாளிகையில் 1948 ஜனவரி 20ஆம் தேதி குண்டு வீசி அவரைக் கொல்ல முயன்ற சதிக் கூட்டத்தில் ஒருவனான மதன்லால் பாவா, டெல்லி காவல் துறையின் கடுமையான விசாரணைக்கு உட்படுத்தப்பட்டான்.

டெல்லி காவல்துறையின் 'மூன்றாம் தர' விசாரணைகளின் மூலம் மதன்லால் பாவா தனக்குத் தெரிந்த அனைத்தையும் கக்கி விட்டான்.

பம்பாய் காவல்துறையினரின் புலன் விசாரணைக்கு மதன்லால் பாவாவின் வாக்குமூலம் மிகவும் உதவியாக இருந்தது. மகாத்மா காந்தியைக் கொல்ல சதித்திட்டம் தீட்டிய கொலைக் கும்பலின் முழு விவரங்களும் டெல்லி மற்றும் மராட்டிய காவல்துறைக்குத் தெரிய வந்தது.

நாராயண் தத்தாத்ரேய ஆப்தே

இந்து மத வெறியும், இஸ்லாமிய வெறுப்புணர்வும் நாராயண் ஆப்தே - நாதுராம் விநாயக் கோட்சே இருவரையும் இணைக்கும் புள்ளியாக இருந்தன. 1934-லிருந்து இருவரும் இந்துத்துவ இயக்கத்தில் பயணிக்கும் நண்பர்கள் ஆவர்.

மராட்டிய சித்பவன் பார்ப்பனர் குடும்பத்தில் பிறந்த ஆப்தே (வயது 34), 1939இல் இந்து மகாசபை உறுப்பினரானான். 1941-42இல் பம்பாய் பல்கலைக் கழகத்தில் ஆசிரியருக்கான பட்டப்படிப்பு படித்திருந்தாலும், இந்திய விமானப் படையில் சேர்ந்தான். தனது தம்பியின் மறைவு காரணமாக குடும்பத்தைக் கவனிக்க நான்கே மாதத்தில் ஊர் திரும்பினான்.

அகமது நகர் பள்ளி ஆசிரியர்; பின்னர் அமெரிக்க மிஷன் மேல்நிலைப் பள்ளி கணித ஆசிரியர் என்று பணியாற்றிய ஆப்தே, இராணுவத்தில் பணியாற்றிய அனுபவத்தைக் கொண்டு பூனாவில் துப்பாக்கிக் கழகம் (Riffle Club) ஒன்றை நடத்தினான். அங்குதான் இந்து மதத்தைக் காக்கும் பார்ப்பன இளைஞர்களுக்கு இராணுவப் பயிற்சி மற்றும் துப்பாக்கி சுடும் பயிற்சி அளித்து வந்தான்.

அக்காலத்து மராட்டிய பார்ப்பன இளைஞர்களைப் போல ஆப்தேவும் சாவர்க்கரிடம் ஈடுபாடு கொண்டவனாக, இந்துமதத் தீவிரவாத உணர்வாளனாக ஆனான். ஆனால், அதே நேரம் இளம் வயதிலிருந்தே 'பெண் பித்தனாக' - பெண்ணாசை கொண்டவனாக வளர்ந்தான்.

நாதுராம் விநாயக் கோட்சே

காந்திஜியைத் தீர்த்துக் கட்ட உருவான சதிக் கும்பலுக்கு நாராயண் ஆப்தே தலைமை வகித்தான். நாதுராம் கோட்சே சதித் திட்டத்தை நிறைவேற்றும் பொறுப்பை ஏற்றுக் கொண்டான். மராட்டியத்தில் 'சித்பவன்' பார்ப்பனர் குடும்பத்தில் பிறந்த நாதுராம் கோட்சேவின் தந்தை இந்திய அஞ்சல் துறையில் ஓர் இளநிலை அலுவலராகப் பணியாற்றியவர்.

நாதுராம் 'மெட்ரிகுலேஷன்' படிப்பைத் தாண்ட முடியவில்லை. அவனுக்கு 19 வயதாகும் போது, தந்தை விநாயக் கோட்சே, மேற்கு மராட்டியத்தின் கடற்கரையோரம் இருந்த அழகிய சிற்றூரான இரத்தினகிரிக்குப் பணியிட மாற்றம் செய்யப்பட்டார்.

அந்தமான் சிறையில் மன்னிப்புக் கடிதம் எழுதிக் கொடுத்து விட்டு விடுதலையான சாவர்க்கர் இரத்தினகிரியில்தான் ஆங்கில அரசின் உத்தரவின்பேரில் நிபந்தனையுடன் தங்கி இருந்தார். அப்போதுதான் நாதுராம் கோட்சே இந்துத்துவ கருத்தியல் சிந்தனை கொண்ட இளைஞனாக, சாவர்க்கரின் சீடனாக உருவெடுத்தான்.

ஆங்கில அரசுக்கு எழுதிக் கொடுத்தபடி சாவர்க்கர் பொது மேடைகளில் அரசியல் பேசவோ, அரசின் செயல்பாடுகளில் ஈடுபடவோ அனுமதிக்கப்படாததால், தான் வசித்த இடத்திலிருந்தே இந்து மதவெறி இளைஞர்களைப் பாசறையில் வடித்தெடுத்தார்.

இந்து இளைஞர்களை ஆங்கில அரசுக்கு எதிராக தயாரிக்காமல், காங்கிரஸ் - காந்தி - முஸ்லிம்களுக்கு எதிராக வெறியூட்டி தயார் செய்தார்.

நாதுராம் விநாயக் கோட்சேவின் தீவிரத்தைக் கண்ட சாவர்க்கர், அவனைத் தனது செயலாளராக நியமித்துக் கொண்டார். சாவர்க்கர் தொடர்பால் ஆங்கிலம் எழுதவும் பேசவும் கற்றுக் கொண்டான் நாதுராம் கோட்சே.

பணியிலிருந்து தனது தந்தை ஓய்வு பெற்று விட்டதால், குடும்ப வருமானத்துக்காக தையல் தொழில் கற்றுக் கொண்டு தையல் கடை நடத்தி வந்தான் நாதுராம்.

இந்து சங்காதனா

பிரிட்டிஷ் இந்தியாவின் மையப் பகுதியாக விளங்கிய மராட்டியத்தின் 'விதர்பா' பகுதியில் 'இந்து சங்காதனா' எனும் அமைப்பு உருவாக்கப்பட்டது. ஆர்.எஸ்.எஸ்., இந்து மகா சபை முதலான இயக்கங்களுக்கு முன்னோடியாக உருவானதுதான் 'இந்து சங்காதனா'. இதனைத் தோற்றுவித்த அனைவரும் மராட்டிய சித்பவன் பார்ப்பனர்கள் ஆவர். உயர்சாதி இந்துக்களின் அதிகார மேலாண்மை என்ற வேடத்தில் ஆயுதமேந்திய வலிமை மிக்க ஓர் இந்து அமைப்பைக் கட்டி எழுப்புவதே இவர்கள் நோக்கமாக இருந்தது.

இவர்களுக்கு காந்திஜிதான் முதன்மையான எதிரி. ஏனெனில் காந்தியக் கொள்கைதானே 'இந்தியர்கள் அனைவரையும் ஒன்றிணைப்பது; முஸ்லிம்களுக்குச் சம உரிமை; தீண்டத் தகாதவர்களுக்கு சமத்துவம்' இவையெல்லாம். எனவே, காந்தியை வெறுத்தார்கள். காந்திஜி வழிநடத்திய காங்கிரசை எதிர்த்தனர். காந்திஜியின் 'அகிம்சை' வழியைப் புறந்தள்ளிவிட்டு ஆயுதம் ஏந்துமாறும், இந்து ராஷ்டிரத்தை கட்டமைக்க அதுதான் தேவை என்றும் உயர் சாதி இந்துக்களுக்கு 'வெறி ஊட்டினர்.'

இந்து சங்காதனா அமைப்பின் சிந்தனைகளுக்கு அடிப்படையாகக் களம் அமைத்துத் தந்தவர் இரத்தினகிரியில் தங்கியிருந்த சாவர்க்கர். இரத்தினகிரியில் சாவர்க்கருடன் இருந்த தொடர்பால் நாதுராம் கோட்சே 'சாங்லி'யில் இந்து சங்காதனா அமைப்புக் கிளையில் சேர்ந்து பின்னர் அதன் செயலாளர் ஆனான். அப்போது கோட்சேவின் வயது இருபது ஆகும்.

1937இல் ஆங்கிலேயர்கள் இந்தியாவை ஆளும் பொறுப்பில் ஒரு சில அதிகாரங்களை இந்தியர்களுக்கு வழங்கும் வகையில் 'மிண்டோ-மார்லி' சட்டத்திருத்தம் கொண்டு வந்து பொதுத்தேர்தலை நடத்தினர்.

காங்கிரஸ் கட்சி சில மாகாணங்களில் ஆட்சிக்குத் தலைமை ஏற்று வரையறுக்கப்பட்ட குறைந்த அதிகாரங்களுடன் பொறுப்புக்கு வந்தது. பம்பாய் மாகாணத்தில் பதவி ஏற்ற காங்கிரஸ் அரசு, முதல் நடவடிக்கையாக சாவர்க்கர் மீதான ஆங்கிலேய அரசின் தடைகளை நீக்கியது.

இதனால் முழு விடுதலை பெற்ற மனிதராக சாவர்க்கர் பம்பாய் மாகாணம் முழுவதும் இந்து சங்காதனா கூட்டங்களுக்குச் சென்று 'இந்து' உணர்வைத் தட்டி எழுப்பினார். நாதுராம் கோட்சே, சாவர்க்கரின் 'அடிப் பொடி'யாக அவருடனேயே சுற்றுப்பயணங்

களில் கலந்து கொண்டு, அவருக்குப் பணிவிடை செய்யும் அருமந்தத் தொண்டனாகவே ஆனான். சாவர்க்கரிடம் நாதுராம் பெற்ற பயிற்சி, அவனது இந்து ஆதிக்க மேலாண்மையை உணர்ச்சிப் பிழம்பாக நின்று பரப்புபவனாக அவனை மாற்றியது.

1938இல் நிஜாமும் அவரது 'ரசாக்கர்'களும் ஆண்டு வந்த ஐதராபாத்தை நோக்கி இந்து மகாசபை ஒரு பயணத்தை நடத்தியது. ரசாக்கர்களை எதிர்த்து நடத்தப்பட்ட இந்தப் பயணத்தில் முதல் அணிக்குத் தலைமை ஏற்ற நாதுராம் கோட்சே, கைது செய்யப்பட்டு ஓராண்டு காலம் சிறையில் அடைக்கப்பட்டான்.

சிறையிலிருந்து விடுதலை அடைந்த நாதுராம் கோட்சே பூனாவுக்குத் திரும்பினான். இந்து மகாசபையில் தீவிரமாக செயல்பட்ட நாதுராம் விநாயக் கோட்சே, 1940இல் நாராயண் ஆப்தேவை அகமத் நகரில் சந்தித்தான். இருவரும் 'காந்தி எதிர்ப்பு எனும் வெறுப்புணர்வில்' ஒன்றாகவே செயல்பட்டனர். அகமத் நகரில் இந்து மகாசபை தீவிரத் தொண்டனாக இருந்தவன் நாராயண் ஆப்தே.

1942இல் நாட்டில் "வெள்ளையனே வெளியேறு இயக்கம்" மகாத்மா காந்தி தலைமையில் வீறுகொண்டு எழுந்த நேரத்தில் "முஸ்லிம்களே வெளியேறு" என்ற முழக்கத்துடன் சாவர்க்கர் வழிகாட்டு தலுடன் "இந்து ராஷ்டிரதளம்" எனும் தீவிர இந்துத்துவ அமைப்பு உருவெடுத்தது. இதில் பூனாவைச் சேர்ந்த 150 பேர் மட்டுமே அதுவும் "பார்ப்பனர்களே" உறுப்பினர்கள் ஆனார்கள். இதன் உறுப்பினர்களுக்கு ஆயுதப் பயிற்சி அளிக்கப்பட்டது.

அதுமட்டுமின்றி, காங்கிரஸ் கூட்டங்களில் நுழைந்து கலவரம் விளைவித்துத் தடைப் படுத்துதல், காந்திக்கு எதிரான கருத்துக் களைப் பரப்புரை செய்தல் போன்ற 'காலித்தனங்களும்' கற்றுத் தரப்பட்டன. இவற்றில் நாராயண் ஆப்தேவும், நாதுராம் கோட்சேவும் கைதேர்ந்தவர்கள் ஆனார்கள்.

'இந்து ராஷ்டிரா' ஏடு

1944இல் இந்து மகா சபை, இந்து ராஷ்டிரா கொள்கைகளைப் பரப்ப ஒரு செய்தி ஏடு தொடங்க வேண்டும் என்று ஆப்தேவிடம் நாதுராம் தெரிவித்தான்.

நாராயண் ஆப்தே, நாதுராம் கோட்சே ஆகிய இருவரின் 'ஏக குருவாக' விளங்கிய சாவர்க்கர் ஆசியோடு (?) 'அக்ரானி' எனும் ஏடு தொடங்கப்பட்டது. சாவர்க்கரின் உருவப்படம் தாங்கி வெளிவந்த 'அக்ரானி' ஏட்டின் ஆசிரியராக நாதுராம் கோட்சேவும், ஆப்தே வெளியிடுபவராகவும் பதிவு செய்தனர். சாவர்க்கர் தான்

முதன்முதலில் ரூபாய் 15 ஆயிரம் நன்கொடை கொடுத்து 'அக்ரானி' ஏட்டுக்கு ஆசி கூறினார்.

அதேநேரம், இந்தியாவில் குழப்பமான சூழல் நிலவியது. இந்திய விடுதலைக்கான காலம் விரைந்து கொண்டிருந்தது. ஆனால், புயல் மேகங்களும் அடிவானத்தில் சூழத் தொடங்கின.

முஸ்லிம்களுக்குத் தனித் தாயகம் வேண்டும் என்ற தனது கோரிக்கையை 'முஸ்லிம் லீக்' அழுத்தமாக முன் வைத்தது. ஆனால், காந்திஜியும், தொடக்கத்தில் காங்கிரஸ் கட்சித் தலைவர்களும் இந்தியா கூறு போடப்படுவதைக் கடுமையாக எதிர்த்தனர்.

அப்போதுதான் நாதுராம் கோட்சே, ஆப்தே இருவரும் நடத்திய 'அக்ரானி' ஏடு வெறுப்புணர்வைத் தூண்டுவதாக பம்பாய் மாகாண அரசு கடும் நடவடிக்கைகளை எடுத்தது. பலமுறை அபராதம் விதித்தது. அக்ரானி ஏடு மீது பம்பாய் அரசு கடும் கட்டுப்பாடுகளை விதித்ததால் ஆப்தே, கோட்சே இருவரும் காங்கிரஸ் தலைவர்கள் மீது கடுங்கோபம் கொண்டனர்.

முடிவில் 'அக்ரானி' இதழை நிறுத்துமாறு அரசு ஆணை பிறப்பிக்கப் போகிறது என்பதை அறிந்து 'அக்ரானி' என்ற தங்கள் ஏட்டின் பெயரை "இந்து ராஷ்டிரா" என்று ஆப்தேவும், நாதுராமும் மறுபெயர் சூட்டினர்.

காந்தியைத் தீர்த்துக் கட்ட 1944இல் முயற்சி

காந்திஜியைத் தீர்த்துக் கட்டுவதைத் தங்கள் வாழ்நாள் இலட்சியமாக ஆக்கிக் கொண்ட ஆப்தே - கோட்சே இருவரும், காந்திஜி ஆகாகான் அரண்மனையில் சிறை வைக்கப்பட்டு விடுதலையாகி, பூனா அருகில் இருக்கும் 'பஞ்சகனி' எனும் குளிர் மலையில் தங்கி அங்கு ஓய்வு எடுத்துக் கொண்டிருந்ததை அறிந்து அவர் தங்கி இருந்த இடத்துக்கு 'இந்து ராஷ்டிர தளம்' தொண்டர்களுடன் சென்று காந்திக்கு எதிராக முழக்கமிட்டனர்.

நாராயண் ஆப்தே சிறை பிடிக்கப்பட்டு விசாரணைக்கு உட்படுத்தப்பட்டான். என்.ஒய்.டி. டியூல்கர் எனும் காவல்துறை கண்காணிப்பாளர்தான் விசாரணை நடத்தினார். காந்திஜி கொலைவழக்கைப் பின்னாளில் முழுமையாக நடத்தியவரும் இவர்தான்.

1944ஆம் ஆண்டு சூலை 23ஆம் தேதி 'The times of India' நாளேடு வெளியிட்ட செய்தியில் என்.டி. ஆப்தே எனும் பூனாவைச் சேர்ந்த செய்தியாளர் தலைமையில் இளைஞர்கள் சிலர் காந்திஜிக்கு

எதிரான முழக்கங்களை எழுப்பி, காலித்தனத்தில் ஈடுபட்டனர் என்று குறிப்பிட்டது.

நாதுராம் கோட்சே கத்தியைச் சுழற்றிக் கொண்டு காந்தியை நோக்கிப் பாய்ந்த போது, அங்கிருந்த தொண்டர்களால் பிடிக்கப் பட்டான். இதைப் பார்த்த காந்திஜி, "அந்த இளைஞரை விட்டு விடுங்கள்; அவர் போகட்டும்" என்று கூறினார். மேலும் தன்னை நோக்கி முழக்கம் எழுப்பிய நாராயண் ஆப்தே, நாதுராம் கோட்சே இருவரையும் தம்மோடு வந்து தங்கி கலந்துரையாட காந்திஜி அழைத்தார்.

அதே இருவரும்தான் 3 வருடம், 6 மாதம், 7 நாட்கள் கழித்து 1948ஆம் ஆண்டு ஜனவரி மாதம் 30ஆம் நாள் தமக்கு 'மரண அழைப்பு' விடுக்கப் போகிற பாவிகள் என்பது காந்திஜிக்கு எப்படித் தெரியும்?

திகம்பர ராம்சந்திர பாட்கே

புனேயில் ஒரு புத்தகக் கடை. அது பெயரளவுக்குத்தான். ஆனால், அதன் பின்னால் ஒரு ஆயுத வியாபாரக் கடை. அதில் கத்திகள், கோடரிகள், நாட்டு வெடி குண்டுகள், பட்டாக்கத்திகள், துப்பாக்கிகள் விற்பனை உள்ளிட்ட சட்டவிரோத வியாபாரம் கொடிகட்டிப் பறந்தது. இதன் உரிமையாளர்தான் 'திகம்பர ராம்சந்திர பாட்கே'.

காவி உடை தரித்து, ஜடாமுடியுடன் ருத்ராட்ச மாலை அணிந்து 'சாது' வேடம் புனைந்து கொண்டு 'கள்ளத்தனமாக' ஆயுத வியாபாரியாக வாழ்ந்த திகம்பர பாட்கே, மராட்டியத்தின் கிழக்கு கான்டேஷ் மாவட்டத்தில் உள்ள சாகிஸ்கான் நகரைச் சேர்ந்தவன்.

அவனது தந்தை 'செயின் மெயின்' எனும் பாதுகாப்புக் கவச உடை தயாரிக்கும் தொழில் செய்து வந்தார். புனே நகராட்சியில் ஒரு கடைநிலை ஊழியராகத் தொடக்கத்தில் வேலை செய்து வந்த பாட்கே, தந்தையின் தொழிலான பாதுகாப்புக் கவசம் தயாரிக்கும் தொழிலில் இறங்கினான். பின்னர் அதைக் கள்ளத்தனமாக ஆயுதம் தயாரிக்கும் ஆலையாக விரிவுபடுத்திக் கொண்டான். 1930இல் முதன் முதலாக அரசுக்குச் சொந்தமான வனப் பகுதியில் மரங்களை வெட்டியதற்காகக் கைது செய்யப்பட்டு ஒரு மாதம் சிறைத்தண்டனை பெற்றான். அதன் பிறகு கொலை, கொள்ளை, ஆயுதக் கடத்தல் என்று பல்வேறு குற்றங்களுக்காக 36 முறை கைது செய்யப்பட்டான்.

ஆயுத வியாபாரியான திகம்பர ராம்சந்திர பாட்கே பின்னர் நாதுராம் விநாயக் கோட்சே, நாராயண் ஆப்தே உள்ளிட்ட கொலைக் கும்பலில் ஒருவனாக மாறிப் போனான்.

விஷ்ணுராம் கார்கரே

விஷ்ணுராம் கார்கரே மராட்டியத்தில் இரத்தினகிரியில் உள்ள சித்பவன் பார்ப்பனர் குடும்பத்தில் பிறந்தவன்; இளம் வயதிலேயே பெற்றோரை இழந்தவன்; சிறு வயது முதலே உடலுழைப்புத் தொழிலாளியாக வாழ்க்கை நடத்தியவன்.

பின்னர் உணவு விடுதிகளில் வேலை பார்த்தான். உணவு விடுதிகளை நிர்வகிப்பதில் திறமை உள்ளவனாக இருந்த விஷ்ணுராம் கார்கரே, அகமத் நகரில் நாராயண் ஆப்தே ஆசிரியராகப் பணிபுரிந்தபோது அறிமுகம் ஆனான்.

ஆர்.எஸ்.எஸ். உறுப்பினராக இருந்த கார்கரே மீது ஆப்தே பற்று கொண்டான். இந்தத் தொடர்பு மேலும் வளர்ந்தது. ஆப்தே செய்த பண உதவியால் சிறிய தேநீர் கடை ஒன்றை அகமத் நகரில் கார்கரே தொடங்கினான்.

பின்னர் 'டெக்கான் கெஸ்ட் ஹவுஸ்' என்னும் பெயரில் அது ஒரு பிரபலமான உணவு விடுதியாக வளர்ந்தது. கார்கரே வாழ்வில் செல்வ வளம் குவியத் தொடங்கியது.

ஆப்தேவுடனான தொடர்பால் இந்து மகாசபை, இந்து ராஷ்டிர தளம் போன்ற அமைப்புக்களுடன் ஈடுபாடு கொண்டிருந்த விஷ்ணுராம் கார்கரே, பின்னர் அகமத் நகர் இந்து மகாசபை செயலாளர் ஆனான். 1942இல் அகமத் நகர் நகராட்சி உறுப்பினராகப் போட்டியின்றித் தேர்ந்தெடுக்கப்பட்டான்.

1946இல் நவகாளியில் இந்து-முஸ்லிம் கலவரம் ஏற்பட்டு இந்துக்கள் பலர் மடிந்ததற்கு காந்திஜிதான் காரணம் என்று விஷ்ணுராம் கார்கரே முடிவு கட்டிக் கொண்டான். அதன் விளைவு காந்திஜி கொலைக் கும்பல் கூட்டாளியாக கார்கரேவும் சேர்ந்து கொண்டான்.

மதன்லால் பாவா

மேற்கு பாகிஸ்தானில் மாண்ட் கோமரி மாவட்டம், பாக் பட்டன் என்ற ஊரைச் சேர்ந்தவன் மதன்லால் பாவா. இவனது தந்தை காஷ்மீரிலால் பாவா ஒரு பஞ்சாபி. தாயில்லாமல் வளர்ந்த மதன்லால் பாவா, மெட்ரிகுலேஷன் படிப்பை முடித்து விட்டு, தனது 18-ஆவது வயதில் வேலை தேடி 1945இல் பம்பாய் வந்தான்.

முதலில் காவல்துறையில் உதவி ஆய்வாளராகத் தேர்ச்சி பெற்று பணியாற்றினான். பின்னர் கப்பற்படையில் தந்திப் பிரிவில் சேர்ந்தான். பின்னர் அதையும் விட்டுவிட்டு மேற்கு பாகிஸ்தான் சென்றான்.

இந்திய விடுதலை, பாகிஸ்தான் பிரிவினை, அகதிகள் நாடோடிகளாக அலையும் நிலை - இதுபோன்ற நெருக்கடிகளால் வேறு வழியின்றி தந்தையும் மகனும் இந்தியாவுக்குத் திரும்பினார்கள்.

சட்லெஜ் நதிக்கரையைக் கடந்து 'சுலை மான்கி' என்ற ஊரில் வரும்போது மதன்லால் பாவாவும் அவனது தந்தையும் பாகிஸ்தானிய தீவிரவாதிகளின் தாக்குதலுக்கு உள்ளாயினர். அவர்களிடமிருந்த பொருட்கள் கொள்ளையடிக்கப்பட்டன. அவனது தந்தை உயிருக்கு ஆபத்தான நிலையில் பெரோஸ்பூர் இராணுவ மருத்துவமனையில் சேர்க்கப்பட்டு, சிகிச்சை பலனின்றி இறந்து போனார்.

ஏற்கனவே இந்துமத வெறியர்களின் பிரச்சாரத்தால் ஈர்க்கப்பட்ட மதன்லால் பாவா குடும்பத்தை இழந்து, சொத்துக்களையும் பறிகொடுத்துவிட்டு, வேலையும் இல்லாமல் அலைந்த நிலையில், எல்லாவற்றுக்கும் காரணம் முஸ்லிம்கள் தான் என்று வெறுப்பை நெஞ்சில் சுமந்தான்.

பழிக்குப் பழி என்ற உணர்வோடு குவாலியருக்கு வந்த மதன்லால், அங்கு இந்து மகாசபைத் தலைவராக இருந்த தத்தாத்ரேய பார்ச்சூர் என்ற டாக்டருடன் தொடர்பை ஏற்படுத்திக் கொண்டான். அவரும் சித்பவன் பார்ப்பனர்தான். பார்ச்சூர் அவனது இந்த மதவெறியை இன்னும் அதிகமாக வளர்த்தார்.

குவாலியரிலிருந்து பம்பாய், பின்னர் அகமத் நகர் வந்து சேர்ந்த மதன்லால் பாவா, அங்கிருந்து 30 கி.மீ. தொலைவில் இருந்த விஸாபூர் அகதிகள் முகாமில் அடைக்கலமானான்.

இஸ்லாமிய எதிர்ப்பு, வழிப்பறி, வெடிகுண்டு வீச்சு என்று வன்முறையில் கைதேர்ந்த மதன்லால் பாவா காவல்துறையால் பலமுறை கைது செய்யப்பட்டான்.

ஒருமுறை அகமத் நகரில் காங்கிரஸ் தலைவர் ராக்சா ஏகப்பட்வர்தன் என்பவர் பொதுக்கூட்டம் ஒன்றில் இந்து-முஸ்லிம் ஒற்றுமையைப் பற்றிப் பேசிக் கொண்டிருந்தபோது, ஆத்திரமடைந்த மதன்லால் பாவா மேடையில் ஏறி அவரைக் கத்தியால் குத்த முயற்சித்து முடியாமல் போனதால் தப்பி ஓடினான்.

காவல்துறையில் ஆர்.எஸ்.எஸ்., மனப்பான்மை கொண்டவர்கள் இருந்ததால் தன்னை அவர்கள் தப்ப விட்டதாகப் பெருமைப்பட்டுக் கொண்டான். கடைசியாக மதன்லால் பாவா, அகமத் நகரில் விஷ்ணுராம் கிருஷ்ண கார்கரே நடத்திய டெக்கான் கெஸ்ட் ஹவுஸ் வந்து சேர்ந்தான். இரு இந்துத்துவ மதவெறியர்களும் இணை

பிரியாதவர் ஆயினர். காந்திஜி கொலைச் சதிக் கும்பலில் மதன்லால் பாவாவும் ஒருவன் ஆனான்.

கோபால் கோட்சே

இவன் நாதுராம் விநாயக் கோட்சே-யின் இளைய சகோதரன். மெட்ரிக் தேர்வில் தேர்ச்சி பெற்று மராட்டியத்தின் கிர்கிரி என்ற இடத்தில் உள்ள இராணுவ மோட்டார் வாகன உதிரிபாகங்கள் கிடங்கில் ஸ்டோர் கீப்பராக வேலை செய்து வந்தான்.

இரண்டாம் உலகப் போரின்போது ஈரான், ஈராக் ஆகிய நாடுகளுக்குச் சென்று வந்தான்.

இவனும் சாவர்க்கரின் 'இந்து ராஷ்டிரா' பேச்சில் கவரப்பட்டு அவரது கொள்கைகளை ஏற்றுக் கொண்டு இந்து மகாசபையில் தனது அண்ணன் நாதுராம் கோட்சே போலவே தீவிரமாகச் செயல்பட்டான். எனவேதான், நாராயண் ஆப்தே, காந்திஜி கொலைச் சதித்திட்டத்தை நிறைவேற்ற தயாரித்த உறுப்பினர்கள் பட்டியலில் கோபால் கோட்சேவுக்கும் இடம் கிடைத்தது.

காந்திஜியின் கொலைச் சதியைத் திட்டமிட்டு செயல்படுத்த முன்வந்த நாதுராம் விநாயக் கோட்சே, தத்தாத்ரேய நாராயண் ஆப்தே, விஷ்ணுராம் கார்கரே, மதன்லால் பாவா, கோபால் கோட்சே ஆகிய ஐவரும் 'இந்துத்துவா' கொள்கை அடிப்படையில் தங்கள் வாழ்வை அர்ப்பணித்து ஒன்று சேர்ந்தவர்கள். இவர்கள் தங்களுக்குத் துணையாக ஆயுத வியாபாரி திகம்பர ராம்சந்திர பாட்கே, அவனது பணியாளர் சங்கர் கிஸ்தய்யா ஆகியோரைச் சேர்த்துக் கொண்டனர்.

இந்த விவரங்கள் அனைத்தும் டெல்லி, புனே, பம்பாய் காவல்துறையினருக்கு விசாரணையில் தெரிய வந்தது.

19

காந்திஜி கொலைச் சதி விசாரணை: காவல்துறையின் மெத்தனம்

மகாத்மா காந்தியைக் கொல்ல சதித் திட்டத்தில் இறங்கிய கும்பல் பற்றிய விவரங்கள் பம்பாய் மற்றும் டெல்லி காவல் துறையினருக்கு கிடைத்துவிட்டன. பிர்லா மாளிகையில் பிடிபட்ட மதன்லால் பாவா மூலம் கொலைச் சதி கருக்கொண்டது எங்கே என்பதும் தெளிவாகிவிட்டது.

காவல்துறை விசாரணை மூலம் தெரிந்து கொண்ட தகவல்கள் தேதி வாரியாக கீழே தரப்பட்டு இருக்கின்றன. பிர்லா மாளிகையில் 1948, ஜனவரி 20ஆம் நாள் நடந்த வெடிகுண்டு வீச்சுக்கு முன்னால், ஒருவார காலத்தில் நிகழ்ந்தவை அனைத்தும் 'மதன்லால்' என்னும் துருப்புச் சீட்டைப் பயன்படுத்தி காவல்துறை அறிந்து கொண்டது.

சாவர்க்கர் சந்திப்பு

1948 ஜனவரி 14ஆம் தேதி, பம்பாயின் வடகோடிப் புறநகர் பகுதியான கெலுஸ்கர் சாலையில் இரண்டு அடுக்கு மாளிகை ஒன்று ஆடம்பரமாக காட்சி அளித்தது. கட்டடத்தின் சுற்றுச் சுவரில் பளிங்குக்கல் பலகை ஒன்று பளிச்சென தெரிந்தது. அதில் மராத்தி மொழியில் 'சாவர்க்கர் - சதன்' (அதாவது, சாவர்க்கர் மாளிகை) என்று பொறிக்கப்பட்டிருந்தது.

இந்து மகாசபையின் தலைவரும், அந்தமான் சிறையில் இருந்தபோது ஆங்கிலேய அரசிடம் 'மன்னிப்புக் கடிதம்' எழுதிக்கொடுத்துவிட்டு, சிறையிலிருந்து விடுதலை ஆனவருமான சாவர்க்கரின் ஆடம்பர மாளிகைதான் அது.

பூனாவிலிருந்து இரயில் மூலம் புறப்பட்டு பம்பாய் வந்து சேர்ந்த நாதுராம் விநாயக கோட்சே, நாராயண்ஆப்தே மற்றும் திகம்பர ராம் சந்திர பாட்கே மூவரும் அன்று இரவு 8 மணி அளவில் சாவர்க்கர் சதன் சென்றனர்.

இந்துத்துவா கருத்தியலின் 'பிதாமகன்'(?) சாவர்க்கரைச் சந்திக்க மூவரும் அவரது மாளிகையின் வரவேற்பு அறையில் காத்திருந்தனர்.

அவர்களில் கோட்சே, ஆப்தே இருவருக்கு மட்டும் அழைப்பு வந்தது. முதல் தளத்தில் இருந்த சாவர்க்கரின் தனி அறைக்குச் சென்ற இருவரும் தங்கள் மானசீக குருவான சாவர்க்கரைச் சந்தித்தனர்.

கோட்சே, ஆப்தே இருவரும் சாவர்க்கரைச் சந்திக்கும் முன்பே விஷ்ணுகார்கரே சாவர்க்கரைச் சந்தித்து பேசியிருக்கிறான். அவன்தான் தன்னுடன் மதன்லால் பாவாவை அழைத்து வந்து சாவர்க்கரிடம் அறிமுகம் செய்கிறான்.

'மிகவும் துணிச்சலான ஊழியன்' என்று அந்தப் பஞ்சாபி இளைஞனை சாவர்க்கரிடம் பாராட்டுகிறான் கார்கரே, இதற்கு சாவர்க்கர் மதன்லாலின் முன் கையைத் தொட்டுத் தடவி "நல்ல வேலையைத் தொடர்ந்து செய்" என்று வாழ்த்தினார். மதன்லாலுக்கு ஒன்றும் புரியவில்லை. பின்னர்தான் 'சதி' என்ன என்று அறிந்துகொண்டான்.

சாவர்க்கர் சந்திப்பை முடித்துக்கொண்ட கோட்சே, ஆப்தே, பாட்கே மூவரும் இரவு நேரத் தங்கலுக்காக இடம் தேடினர். பம்பாயில் உள்ள இந்து மகாசபா பொது விடுதிக்கு பாட்கே சென்றான். ஆப்தே, கோட்சே இருவரும் சற்று வசதியான 'சி கீரின்' ஓட்டலுக்குச் சென்றார்கள்.

மறுநாள் அவர்கள் மீண்டும் திகம்பர பாட்கே ஆயுத வியாபாரம் செய்யும் இடத்தில் கூடினார்கள். ஒரு தபேலாவில் மறைத்து வைக்கப்பட்டிருந்த ஆயுதங்களை எடுத்து வைத்து ஆப்தே, கோட்சேவிடம் காட்டினான். பாட்கே கையெறி குண்டுகளை எப்படி இயக்கச் செய்ய வேண்டும் என்று அவர்களிடம் விளக்கினான்.

கடைசியாக தபேலாவிலிருந்து ஒரு சிறு கைத்துப்பாக்கியை எடுத்து வைத்தான் பாட்கே.

வெடி மருந்துகள் பற்றிய ஞானம், கையெறி குண்டுகளைக் கையாளும் விதம் பற்றி பாட்கே கூறியதைக் கேட்ட கோட்சே, ஆப்தே இருவரும் அவன் மீது முழு நம்பிக்கை வைக்கவில்லை எனினும், டெல்லிக்கு அவனையும் அழைத்துச் சென்று பயன்படுத்திக் கொள்ளலாம் என்று நினைத்தனர்.

திகம்பர பாட்கேவை தனியாக அழைத்துச் சென்ற ஆப்தே, "எங்களுடன் டில்லிக்கு வா, காந்தி, நேரு, சுஹ்ரவர்தி ஆகியோரைத் தீர்த்துக்கட்ட சாவர்க்கர் விரும்பினார் என்றும், அந்தப் பணி என்னிடமும், கோட்சேவிடமும் ஒப்படைக்கப்பட்டு இருக்கிறது என்றும், செலவுகளுக்கு எவ்வளவு வேண்டுமானாலும் பணம் கொடுப்போம்" என்றும் கூறினான்.

பணத்தாசை பிடித்த பாட்கே டில்லிக்குச் செல்ல தலையாட்டினான். வெடிகுண்டுகளைக் கையாளத் தெரிந்த ஒருவனை தமது குழுவில்(?) சேர்த்துக்கொண்ட திருப்தி ஆப்தே, கோட்சே முகத்தில் தெரிந்தது.

கொலையாளிகள் டெல்லி பயணம்

சதிக் கும்பல் எப்படி டெல்லி போய்ச் சேர வேண்டும், எங்கு சந்திப்பது? போன்ற விவரங்களை கோட்சே அவர்களுக்குத் தெரிவித்துவிட்டான். டெல்லியில் உள்ள இந்து மகா சபா பவன் விடுதியில் ஜனவரி 19 (1948)ஆம் நாள் சந்திப்பது என்று அவர்கள் முடிவெடுத்தனர்.

திட்டமிட்டவாறு ஜனவரி 15ஆம் நாள் பம்பாய் விக்டோரியா இரயில் நிலையத்தில் இருந்து பிரான்டியர் விரைவு இரயில் மூலம் விஷ்ணு கார்கரே, மதன்லால் பாவா இருவரும் புறப்பட்டு, 17ஆம் நாள் டெல்லி வந்து சேர்ந்தனர்.

திகம்பர பாட்கேவிடம் வாங்கிய கையெறி குண்டுகளும், ஆயுதங்களும் மறைத்து வைப்பதற்கு இந்து மகாசபா பவன் விடுதிதான் சரியான இடம் என்று அவர்கள் கருதினர். ஆனால் அங்கு அறைகள் எதுவும் காலியாக இல்லை. எனவே இருவரும் சாந்தினி சவுக் பகுதியில் உள்ள செரீப் ஓட்டலில் அறை எடுத்துத் தங்கினார்கள்.

விஷ்ணு கார்கரே எச்சரிக்கை உணர்வு உந்தித் தள்ள, தனது பெயரை மறைத்து, M.P. பியாஸ் என்று விடுதியின் பதிவேட்டில் பதிவு செய்தான். ஆனால் மதன்லால் பாவா தன் பெயரையே எழுதினான் (பின்னர் அதுவே அவனுக்கு எதிரான சாட்சியாக ஆனது)

திகம்பர ராம்சந்திர பாட்கே ஜனவரி 17 அன்று இரவு பம்பாயிலிருந்து இரயில் மூலம் 19ஆம் தேதி காலை டெல்லி வந்து சேர்ந்தான். கூடவே அவனது பணியாள் சங்கர் கிஸ்தய்யா என்பவனையும் அழைத்து வந்திருந்தான். வெடிகுண்டுகளைக் கையாள்வதிலும், ஆயுதங்களைத் தயாரிப்பதிலும், அவற்றைக் கடத்துவதிலும் கை தேர்ந்தவன் சங்கர் கிஸ்தய்யா, பாட்கேவுக்கு அவன்தான் பக்கப் பலமாக, தக்கத் துணையாக இருந்தான்.

ஜனவரி 17ஆம் தேதி பூனா இரயில் நிலையத்திலிருந்து டெல்லி செல்லும் பஞ்சாப் மெயில், மூன்றாம் வகுப்புப் பெட்டியில் ஏறினான் கோபால் கோட்சே. அவனிடத்தில்தான் 32 காலிபர் ரக கைத்துப்பாக்கி ஒன்று இருந்தது.

முன்பு பாட்கே கொடுத்த நாட்டுத் துப்பாக்கியை நாதுராம் கோட்சே நம்பவில்லை. அவன் தம்பி கோபால் கோட்சோவிடம் ரூ. 200 கொடுத்து வேறு ஒரு துப்பாக்கியை வாங்கிவர உத்தரவிட்டிருந்தான்.

இதன்படி பூனா இராணுவ அங்காடியில் பணிபுரிந்த ஒருவரிடமிருந்து 32 காலிபர் ரகத் துப்பாக்கியை வாங்கி மறைத்து வைத்துக் கொண்டான்.

பூனா இரயில் நிலையத்தில் தன்னை வழி அனுப்ப வந்திருந்த மனைவியின் கையில் இருந்த நான்கு மாத பெண் கைக் குழந்தைக்கு முத்தம் கொடுத்த பின்னர், மனைவியைப் பார்த்த கோபால் கோட்சேவுக்கு முகம் இறுகிப்போனது. ஏனெனில் இதுவே அவனது கடைசி சந்திப்பாகக்கூட இருக்கலாம். உலகம் போற்றும் உத்தமரை அல்லவா குறி வைக்கப் போகிறான்.

காந்திஜி கொலைச் சதியில் ஈடுபட்ட ஏழு பேர்களில் கோபால் கோட்சே மட்டும்தான் மனைவி, குழந்தை என்று குடும்ப வாழ்க்கை நடத்தி வந்தவன். ஆப்தே மனைவியைப் பிரிந்து வாழ்ந்தான்.

நாதுராம் விநாயக் கோட்சே, நாராயண் ஆப்தே இருவரும் ஜனவரி 17ஆம் நாள் மதியம் 2 மணிக்கு பம்பாயிலிருந்து டெல்லி போகும் டி,சி, 3 ஏர் இந்தியா விமானத்திற்கு ரூபாய் 308 கொடுத்து ஒரு வழிப் பயணச் சீட்டு வாங்கியிருந்தனர்.

விமானத்தில் கோட்சே தனது பெயரை டி.என். கர்மார்க்கர் என்றும், ஆப்தே தனது பெயரை எஸ். மரத்தே என்றும் கவனமாக பதிவு செய்து கொண்டனர்.

டெல்லி செல்வதற்கு முன் நாதுராம் கோட்சே ஒரு முக்கியமான பணி தனக்கு இருப்பதை உணர்ந்தான். மகாத்மா காந்தி கொலை வழக்கில் கைதாகி தண்டனை பெறும் நிலை தனக்கு வந்தால் கவலை இல்லை. அவன் கட்டை பிரமச்சாரி. ஆனால் தனது தம்பி கோபால் கோட்சே திருமணம் ஆனவன். அதுபோலவே ஆப்தேவும் திருமணம் ஆனவன். அவர்களும் தண்டிக்கப்பட்டால் அவர்கள் குடும்பம் தெருவுக்கு வந்துவிடும் என்று நினைத்த நாதுராம் கோட்சே, தனது தம்பி கோபால் கேட்சே, ஆப்தே இருவரையும் அழைத்துக்கொண்டு பூனா ஓரியண்டல் இன்சூரன்சு அலுவலகம் சென்றான்.

கோட்சே எடுத்திருந்த பாலிசிகள் இரண்டிற்கும் வாரிசுதாரர்களை அவன் நியமிக்கவில்லை, அதில் 1166101 எண் உள்ள ரூபாய் 3000க்கான பாலிசிக்கு கோபால் கோட்சே மனைவியையும், 1166102 எண் உள்ள ரூபாய் 2000க்கான பாலிசிக்கு ஆப்தேவின் மனைவியையும் வாரிசுகளாக ஆக்கி கையெழுத்திட்டு தந்தான்.

ஜனவ்ரி 16ஆம் தேதி பூனாவிலிருந்து பம்பாய் சென்ற நாதுராம் கோட்சே, நாராயண் ஆப்தே இருவரும் பிரபல பாம்பே டையிங் ஜவுளி மில்லுக்குச் சென்றனர். அங்கு அவர்களுக்கு இந்து மகா

சபா பெயரில் கணிசமான தொகை நன்கொடையாகக் கிடைத்தது. பின்னர் பூனா திரும்பி, திட்டமிட்டபடி, ஜனவரி 17 அன்று மதியம் 2 மணிக்கு முன்பே பதிவு செய்திருந்த ஏர் இந்தியா விமானத்தில் இருவரும் டெல்லி புறப்பட்டனர்.

முன்னும் பின்னுமாக காந்திஜி கொலைச் சதிக் கும்பல் டெல்லி வந்து சேர்ந்தது.

அதன் பின்னர் அவர்கள் டெல்லி பிர்லா மாளிகை சென்று நோட்டமிட்டது; ஜனவரி 20, 1948 மாலை வழிபாட்டுக் கூட்டத்திற்கு வந்த காந்தியை வெடி குண்டு வீசி கொல்ல முயற்சித்தது; குறி தவறியது; கொலைக் கும்பலில் ஒருவனான மதன்லால் பாவா காவல்துறையினரிடம் பிடிபட்டது; மதன்லால் பாவா காவல்துறை சித்ரவதையால் உண்மைகளைக் கக்கியது, அனைத்தையும் இதற்கு முன் அத்தியாயத்தில் பார்த்தோம்.

மதன்லால் பாவா பிடிபட்டதும், டெல்லி, பூனா, பம்பாய் காவல்துறையினர் கொலையாளிகள் தீட்டிய சதித் திட்டம், சதிக் குழுவில் இடம் பெற்றிருந்தோர், பின்னணியில் உதவி செய்தோர் பற்றிய விபரங்களை எல்லாம் அறிந்து கொண்டனர்.

ஆனால் மீண்டும் பத்து நாட்கள் கழித்து மகாத்மா காந்தி கொலையைத் திட்ட மிட்டவாறு சதிக்கும்பல் நிறைவேற்றியது எப்படி? 1948 ஜனவரி 20 தொடங்கி, ஜனவரி 30இல் காந்தி கொல்லப்படும் வரையில், கொலையாளிகளை வெளியில் எப்படி நடமாட விட்டனர்? புலனாய்வுத்துறை தோல்வி அடைந்துவிட்டதா? அல்லது அதிலும் ஆர்.எஸ்.எஸ். ஆட்கள் நுழைந்து விட்டனரா?

இவை அனைத்தும் விடை காண முடியாத கேள்விகளாக தொடர்ந்து கொண்டிருக்கின்றன.

காந்திஜி படுகொலைக்கான முயற்சிகள், 1948 ஜனவரி 20 அன்று மதன்லால் குண்டு வெடிப்புக்குப்பின் கொலைகாரர்களைக் கைது செய்ய காவல்துறை தவறியது ஆகியவைப் பற்றி விசாரிப்பதற்கு 1960களில் இந்திய உச்சநீதிமன்றத்தின் ஓய்வு பெற்ற நீதிபதி ஜே. எல். கபூர் தலைமையில் ஒரு விசாரணை ஆணையம் அமைக்கப் பட்டது. ஆனால் காந்திஜி கொலை வழக்கை புலனாய்வு செய்த காவல்துறை அதிகாரி சஞ்சீவி உள்ளிட்ட பலர் மரணமடைந்து விட்ட நிலையில், விசாரணை ஆணையப் பணிகள் முழுமை அடையவில்லை. இருப்பினும் பம்பாயிலிருந்து திரும்பிய டில்லி அதிகாரிகள் வழக்கு ஆவணங்களில் முறைகேடாகத் தகவல்களை இணைத்திருந்ததை கபூர் ஆணையம் கண்டுபிடித்தது. விசாரணை அறிக்கை ஆறு தொகுதிகளாக 1969, செப்டம்பர் 30இல் இந்திய

அரசிடம் அளிக்கப்பட்டது. ஆனால் 'அந்த 10 நாட்கள்' மர்மம் இன்னமும் நீடிப்பதுதான் வரலாற்று அவலம்.

கொலைச்சதி விசாரணை

1948 ஜனவரி 20ஆம் தேதி காந்திஜி மீது நடத்தப்பட்ட வெடிகுண்டு தாக்குதல் திட்டம் தோல்வி அடைந்து அவர் உயிர் பிழைத்தார். பிடிபட்ட கொலைச் சதி கும்பலைச் சேர்ந்த மதன்லால் பாவா விடம் டில்லி காவல்துறைத் தலைவர் சஞ்சீவி நடத்திய விசாரணையில் பல தகவல்கள் (முன் அத்தியாயத்தில் குறிப்பிட்டு இருந்தவை) கிடைத்ததும், உடனடியாக பம்பாய் நகருக்கு இரண்டு டில்லி காவல் துறை அதிகாரிகளைக் சஞ்சீவி அனுப்பி வைத்தார்.

பம்பாய் காவல்துறை துணை ஆணையராக 32 வயது இளைஞர் ஜாம்ஷிட் 'ஜிம்மி' நகர்வாலா சுறுசுறுப்பாகப் பணியாற்றினார். அவரிடம்தான் டெல்லி காவல்துறை தகவல்கள் அளிக்கப்பட்டு, விசாரணைக்கு உத்தரவிடப்பட்டு இருந்தது.

ஜனவரி 20ஆம் தேதி பிர்லா மாளிகையில் நடந்த காந்திஜி பிரார்த்தனைக் கூட்டத்தில் குண்டுவீச்சு, காந்தி உயிர் தப்பியது பற்றிய செய்திகள் மறுநாள் பம்பாய் நாளேடுகளில் பெரிய அளவில் வெளிப்பட்டன. இந்தச் செய்திகளைக் கண்ட பம்பாய் ரூயா கல்லூரியின் இந்திப் பேராசிரியர் ஜெகதீஷ் சந்திர ஜெயின் அதிர்ந்து போனார். உடனடியாக சென்று பம்பாய் மாகாண பிரதமர் பி.ஜி. கெர் மற்றும் உள்துறை அமைச்சர் மொரார்ஜி தேசாய் இருவரையும் சந்தித்தார். (பாகிஸ்தான்) பஞ்சாபிலிருந்து வந்த அகதி மதன்லால் பாவா பம்பாய் வந்து சேர்ந்தபோது, அவன் தன்னை நாடி வந்ததாகவும், அவனைக் கண்டு இரக்கம் கொண்டு பல உதவிகளை அவனுக்குச் செய்ததாகவும் ஜெ.சி. ஜெயின் கூறினார்.

காந்தியைக் கொல்ல நடக்கும் சதி பற்றி மதன்லால் தன்னிடம் கூறினான். சாவர்க்கரை அவரது மாளிகையில் சந்தித்ததையும், கொலை சதிக் குழுவில் தாம் இடம் பெற்றுள்ளதை மிக மகிழ்ச்சியுடன் பெருமைப்பட்டுக் கொண்டான் மதன்லால் என்றும், சாவர்க்கர் மதன்லாலைப் பயன்படுத்திக் கொள்ள அவனுக்கு இந்துத்துவா வெறி ஊட்டி உள்ளதை தாம் உணர்ந்ததாகவும், ஜெ.சி. ஜெயின் நேரடியாகவே பம்பாய் மாகாண பிரதமர் பி.ஜி. கெர் மற்றும் உள்துறை அமைச்சர் மொரார்ஜியிடம் தெரிவித்தார்.

இந்த விவரங்களை எல்லாம் பேராசிரியர் ஜே.சி. ஜெயின் தனது நூலில் (*I clould not save Paapu* - என்னால் காந்தியைக் காப்பாற்ற முடியவில்லை) எழுதி இருக்கிறார்.

பம்பாய் மாகாண உள்துறை அமைச்சர் மொரார்ஜி தேசாய், பம்பாய் காவல்துறை துணை ஆணையர் ஜாம்ஷிட் ஜிம்மி நகர்வாலாவை அழைத்து ஜே.சி. ஜெயின் கூறிய தகவல்களுடன் காந்திஜி கொலைச் சதி விசாரணையை அவரிடம் ஒப்படைத்தார்.

மதன்லால் தெரிவித்திருந்த தகவல்கள் மூலம் அவனது கூட்டாளி விஷ்ணு கார்கரே பற்றி காவல்துறை செய்திகளைச் சேகரித்தது. கொலைச் சதியில் தொடர்பு உடையவர்கள் பம்பாய் கெலுஸ்கர் சாலையில் உள்ள 'சாவர்க்கர் சதன்' மாளிகைக்குச் சென்று சாவர்க்கரைச் சந்தித்த தகவல்கள் கிடைத்தன.

உடனடியாக சாவர்க்கரைக் கைது செய்தால் சதித் திட்டத்தின் பின்னணியைப் பற்றி முழுமையாக தெரிந்து கொள்ள முடியும் என்று கருதிய நாகர்வாலா, பம்பாய் மாகாண உள்துறை அமைச்சர் மொரார்ஜி தேசாயிடம் சாவர்க்கரை கைது செய்ய அனுமதி அளிக்குமாறு கோரினார்.

"நீங்கள் என்ன பைத்தியமா? இந்த மாகாணம் முழுவதும் பற்றி கொழுந்துவிட்டு எரிய வேண்டுமா?" என்று காவல்துறை துணை ஆணையர் நகர்வாலாவிடம் கோபம் கொப்பளிக்கச் சீறினார் மொரார்ஜி தேசாய்.

உள்துறை அமைச்சர் மொரார்ஜி தேசாய் சாவர்க்கரை கைது செய்ய அனுமதி அளிக்காமல் போனாலும் நகர்வாலா, சாவர்க்கர் சதனைக் கண்காணிக்க உத்தரவு பிறப்பித்தார்.

வேகமாக நகர்ந்த விசாரணையில், பம்பாய் அகமது நகரைச் சேர்ந்த விஷ்ணு கார்கரேவின் தொழில், ஜனவரி 6ஆம் தேதியிலிருந்து அவன் காணாமல் போனது உட்பட முழு விபரங்களையும் நகர்வாலா சேகரித்தார்.

மகாத்மாவைக் கொல்லும் சதித் திட்டத்தில் கார்கரேவின் கூட்டாளியாக ஆயுத விற்பனையாளன் பூனாவைச் சேர்ந்த பாட்கே இருப்பதும் விசாரணையில் தெரிந்து கொண்டது பம்பாய் காவல்துறை. பாட்கேவின் கடையைப் பூனா காவல்துறை சோதனையிட்டது. அவனும் காணாமல் போயிருந்தான் என்பதையும் பம்பாய் காவல்துறை அறிந்துகொண்டது.

டில்லியிலிருந்து வந்திருந்த இரு காவல்துறை அதிகாரிகளிடம் தான் கண்டறிந்த விசாரணைத் தகவல்களை ஜனவரி 23 அன்று அளித்தார் பம்பாய் காவல்துறை துணை ஆணையர் நகர்வாலா.

டெல்லியிலிருந்து வந்திருந்த காவல்துறை துணைக் கண்காணிப்பாளர் ஜஸ்வந்த்சிங், புலனாய்வுத்துறை ஆய்வாளர் பால்கிஷன் இருவரையும்

சந்தித்த நகர்வாலா, “டெல்லி காவல்துறைத் தலைவர் சஞ்சீவி தொலைபேசி மூலம் கொடுத்த விவரங்களுடன், நாங்களும் அதிக தகவல்களைச் சேகரித்து விட்டோம். குற்றவாளிகள் பற்றிய விவரங்கள் கிடைத்துவிட்டன. அவர்களைக் கைது செய்யவும் தேவையான ஏற்பாடுகளைச் செய்திருக்கிறேன். உங்களது உதவி தேவைப்படும் நிலை எதுவும் இல்லை. நீங்கள் டெல்லி திரும்பலாம்” என்று கூறிவிட்டார். ஜனவரி 23 வெள்ளிக்கிழமை மதியம் 12 மணிக்கு பம்பாயிலிருந்து புறப்படும் விமானம் மூலம் அவர்கள் இருவரும் டெல்லி திரும்பினர்.

டெல்லி திரும்பிய அதிகாரிகள் இருவரும் பம்பாய் பயணம் பற்றிய வழக்கு விவரங்களைச் சமர்ப்பித்தனர். அதில் இந்து ராஷ்டிரா அல்லது அக்ரானி செய்தித்தாள் ஆசிரியரை (நாதுராம் விநாயக் கோட்சே) உடனடியாகக் கைது செய்யுமாறு தாங்கள் அழுத்தம் கொடுத்ததாகவும், பம்பாய் காவல் துறையினர் அதனை அலட்சியப் படுத்திவிட்டனர் என்று குறிப்பிட்டு இருந்தனர்.

ஆனால் அப்படி அவர்கள் எதுவும் கூறவில்லை என்று பம்பாய் காவல் துறையினர் பின்னர் மறுத்தனர். அப்படியானால் டெல்லி காவல்துறை அதிகாரிகள் ஜஸ்வந்த் சிங், பால்கிஷன் இருவரும் பொய்யான தகவல் ஏன் அளித்தனர் என்று கேள்வி எழுகிறது?

மதன்லாலின் வாக்குமூலம் தயார்

இந்தியத் தலைநகரில் நடந்த சதித் திட்டம் பற்றி மதன்லால் பாவா டெல்லி காவல் துறையின் சித்ரவதை தாங்க முடியாமல் கொடுத்த ஒப்புதல் வாக்குமூலம் 54 பக்கம் கொண்டதாக இருந்தது. அதைத் தட்டச்சு செய்து ஜனவரி 24, 1948 இரவு 8. 30 மணிக்கு மதன்லாலிடம் கையெழுத்துப் பெறப்பட்டது.

டில்லி காவல்துறைத் தலைவர் டி.ஜே. சஞ்சீவியின் மேசைக்குப் போனது மதன்லால் அளித்த வாக்குமூலம் அறிக்கை.

இந்துராஷ்டிரா அல்லது அக்ரானி செய்தி ஏட்டை நடத்தி வரும் நாதுராம் கோட்சே, ஆப்தே பற்றி மதன்லால் கொடுத்திருந்த தகவல்களைக் காவல்துறை அதிகாரிகள் ஆய்வு செய்தனர்.

டெல்லியில் உள்ள மத்திய உள்துறை மற்றும் செய்தி ஒலிபரப்புத்துறை ஆவணங்களில் உள்ள பம்பாய் மாகாண செய்தி ஏடுகளின் ஆண்டு அறிக்கை என்ற சிறிய தொகுப்பின் மூலம் ஆய்வு நடத்தப்பட்டது. அதில் கீழ்க்காணும் விவரங்கள் கிடைத்தது.

“இந்து ராஷ்டிரா, மராத்தி நாளேடு, பூனா
ஆசிரியர்: என்.வி. கோட்சே

உரிமையாளர் : என்.டி. ஆப்தே
சாவர்க்கர் ஆதரவு குழுவினரின் செய்தித்தாள்"

அவர்கள் தேடிக் கொண்டிருப்பது 'என்.வி. கோட்சே'யைத்தான் என்பதற்கு முடிவான ஆதாரம் மதன்லால் ஒப்புதல் வாக்குமூலம் அளிக்கத் தொடங்கியபோதே டில்லிக் காவல்துறையின் வசம் வந்து விட்டது.

டில்லி மெரீனா விடுதியின் 40ஆம் எண் அறையில் தங்கி இருந்தவர்கள் ஜனவரி 20ஆம் தேதி அவசர அவசரமாகப் புறப்பட்டுச் சென்றுவிட்டதால் ஒரு கட்டுத் துணி சலவையகத்தில் விடப்பட்டிருந்தது. வீரர்கள் ஆடைகள் போன்ற துணி மூட்டை அந்த விடுதியின் சலவையாளர் மூலம் காவல்துறையிடம் ஒப்படைக்கப்பட்டது.

எல்லாத் துணிகளிலும் ஒரு பொதுவான சலவைக் குறி இருந்தது. அவை முதல் எழுத்துக்களான என்.வி.ஜி. (N.V.G)

இவ்வளவு விவரங்கள் கிடைத்தும் காவல் துறை புலனாய்வுப் பொறுப்பு அதிகாரி டி.ஜே. சஞ்சீவி 'கோட்டை' விட்டுவிட்டார்.

இந்தச் சதித் திட்டத்தில் தொடர்புடையவர்களில் குறைந்தது ஐந்து அல்லது ஆறு பேரின் அடையாளங்களை விரைந்து கண்டு பிடிப்பதற்குத் தேவையான விவரங்களை மதன்லாலின் ஒப்புதல் வாக்குமூலத்திலிருந்து இப்போது அவர் பெற்றிருந்தார்.

இருப்பினும், கோட்சேவின் பெயரைக் கண்டுபிடிக்கும் வகையில் பம்பாய் மாகாண நாளேடுகளின் பட்டியல் பற்றி விவாதிப்பதற்கான அடிப்படை நடவடிக்கைகளைக்கூட டில்லி காவல்துறையிலிருந்தோ அல்லது அவரது அலுவலகத்திலிருந்தோ எவரும் மேற்கொள்ளவில்லை.

மெரீனா விடுதியில் கண்டெடுக்கப்பட்ட அறிக்கையில் இடம்பெற்ற இந்து மகாசபா நிர்வாகியைக்கூட யாரும் விசாரிக்கவில்லை. இவருக்கு ஆப்தே. கோட்சே இருவரையும் 10 ஆண்டுகளாகத் தெரிந்திருக்கும். மதன்லாலின் ஒப்புதல் வாக்குமூலத்தில் உள்ள தகவல்களைக்கூட பம்பாயில் உள்ள நகர்வாலாவுக்கு அவர் அனுப்பி வைக்கவில்லை.

இதைவிட இன்னும் பொறுப்பின்மையாக இருந்தது, இந்துராஷ்டிரா ஏட்டின் ஆசிரியர் பற்றி கேட்டறிவதற்காக பூனா காவல் துறையினருடன் தொலைபேசி மூலம் தொடர்பு கொள்ளவும் அவர் முயற்சி செய்யவில்லை.

டில்லியில் ஜனவரி 25 ஞாயிற்றுக்கிழமை காவல்துறை அதிகாரிகள் கூட்டம் நடந்தது. இதில் பூனா காவல்துறையின் குற்றப் புலனாய்வுப் பிரிவுக்குப் பொறுப்பு வகித்த துணை இன்ஸ்பெக்டர் ஜெனரல் யு. எச். ராணாவும் கலந்து கொண்டார்.

பூனாவிலிருந்த அவரது கோப்புகளில் கோட்சே, ஆப்தே, பாட்கே, விஷ்ணுகார்கரே ஆகியோரைக் கண்டறிவதற்கான தகவல்கள் இருந்தன. குறிப்பாக கார்கரே, ஆப்தே ஆகியோரின் புகைப்படங்கள்கூட இருந்தன.

மகாத்மாவின் பிரார்த்தனைக் கூட்டங்களுக்கு அந்தச் சதிகாரர்கள் மீண்டும் வராமல் தடுக்கும் வகையில் பிர்லா மாளிகைக் காவலர்களுக்கு அந்தப் புகைப்படங்களைக் கொடுத்திருக்க முடியும்.

டில்லி காவல்துறைத் தலைவர் சஞ்சீவி, பூனா டி.ஐ.ஜி. ராணாவைத் தனது அலுவலத்திற்கு அழைத்து மதன்லால் கொடுத்த வாக்குமூலத்தை வரிக்கு வரி படித்துக் காட்டினார்.

காந்தியைக் கொல்வதற்கு முயற்சி செய்தவர்களில் குறைந்தது இருவர் பூனாவில் டி.ஐ.ஜி யு.எச். ராணாவின் கட்டுப்பாட்டுக்கு உள்ளிட்ட பகுதிகளிலிருந்து வந்தவர்கள் என்ற உண்மையை அது விளக்கியது. ஆனால் அவர் இந்துராஷ்டிரா நாளேடு பற்றி தமக்கு எதுவும் தெரியாது என்று கூறியது நம்பும்படியாக இல்லை.

வகுப்புவாத வெறியைத் மூட்டுவதால் 1947 ஜூலை மாதம் இந்துராஷ்டிரா பத்திரிகையை மூடிவிட வேண்டும் என்று மராட்டிய மாநில அரசு உத்தரவிட்டதும், இதன் ஆசிரியர் மற்றும் நிர்வாகி மீதான காவல்துறைக் கண்காணிப்பை ரத்து செய்து நவம்பர் மாதம் உத்தரவு பிறப்பித்தும் டி.ஐ.ஜி. ராணாதான். இதற்கு முந்தைய கோடை காலத்தில் பூனாவில் நடந்த குண்டுவெடிப்புச் சம்பவத்தில் ஆப்தேவின் பெயரும் குறிப்பிடப்பட்டிருந்தது.

இவ்வளவு விபரங்கள் குவிந்து கிடந்தாலும், பூனா டி.ஐ.ஜி. ராணா குற்றவாளிகளைப் 'பிடிப்பதற்குப்' போதிய அளவு வேகம் காட்டவில்லை.

டெல்லி காவல்துறைத் தலைவர் டி. ஜே. சஞ்சீவியும் 1948 ஜனவரி 20 அன்று காந்திஜியைக் கொல்ல முயன்ற பைத்தியக்கார கும்பலுக்கு மீண்டும் தாக்குதல் நடத்தத் துணிவு வராது என்று நம்பிக்கையுடன் இருந்தார்.

ஆனால் காவல்துறையினரின் மெத்தனப் போக்கு பத்தே நாளில் மகாத்மாவின் உயிரைப் பறித்துவிட்டது.

20

1948, ஜனவரி 30:
காந்திஜிக்கு நாள் குறித்த நாதுராம் கோட்சே

பிர்லா மாளிகையில் 1948 ஜனவரி 20 மாலை காந்தியைத் தீர்த்துக்கட்டும் முயற்சி தோல்வி அடைந்ததும், நாதுராம் விநாயக் கோட்சே முகத்தில் கோபம் கொப்பளித்தது. பம்பாயில் சாவர்க்கருக்குக் கொடுத்த வாக்குறுதியை நிறைவேற்ற முடியவில்லையே! பம்பாய் திரும்பி எப்படி குரு முகத்தில் விழிப்பது? என்ற கவலை நாதுராம் கோட்சேவுக்கு வந்து விட்டது.

பிர்லா மாளிகையிலிருந்து தப்பித்து வாடகை காரில் வரும்போதே அடுத்த திட்டத்திற்காக சில முடிவுகளை மனதில் அசை போட்டான். நாராயண் ஆப்தே திட்டம் சரியானது. ஆனால் இதில் பலபேரை ஈடுபடுத்தியதுதான் 'சதி' தோல்வியுற்றது, இனி யாரையும் நம்பிப் பயன் இல்லை. தானே, தன் ஒருவன் மட்டுமே 'காந்தியை'க் கொல்லும் திட்டத்தை நிறைவேற்ற முடியும். அதற்கான ஏற்பாட்டைக் கவனிப்போம் என்று தீர்மானித்தான்.

தனது தம்பி கோபால் கோட்சேவிடம், "காவல்துறையினரிடம் பிடிபட்டுவிட்ட மதன்லாலிடம் காவலர்கள் தகவல்களைக் கறந்துவிடுவார்கள். நம்மையும் தேடத் தொடங்குவார்கள். முதலில் தங்கும் இடத்தை மாற்று. உடனடியாக டெல்லியை விட்டு புறப்படு. பூனா சென்றதும் 20ஆம் தேதி அங்கே இருந்ததைப் போன்ற ஆதாரங்களை உருவாக்கு. இனி இந்தக் குழுவில் உனக்கு வேலை இல்லை" என்று கூறிவிட்டு, வழியிலேயே இறக்கிவிட்டு விட்டான். டெல்லி வாடகைக் கார் ஓட்டுநருக்கு புரியக்கூடாது என்று கவனமாக மராத்தி மொழியில் பேசினான் நாதுராம்.

பின்னர் மெரீனா விடுதிக்கு வந்து சேர்ந்த நாதுராம் கோட்சே, நாராயண் ஆப்தே இருவரும், அறையைச் சீக்கிரம் காலி செய்துவிட்டு வெளியேறுவதில் பரபரப்பாக இருந்தனர்.

கோபால் கோட்சே நேராக இந்துமகா சபா விடுதிக்கு வந்து சேர்ந்தான். அதே நேரம் 'டோங்கா' ஒன்றைப் பிடித்து விஷ்ணு கார்கரேவும் வந்துவிட்டான்.

சதிக்கும்பல் வெளியேறியது

நாதுராம் கோட்சே அறிவுரையின்படி கோபாலும், கார்கரேவும் இந்துமகா சபா விடுதியைவிட்டு வெளியேறி, பழைய டெல்லியில் உள்ள பிரான்டியர் இந்து ஓட்டல் என்ற விடுதிக்குச் சென்றனர். இருவரும் தனித்தனி அறை எடுத்துத் தங்கினார்கள். கார்கரே தன் பெயரை ஜி.எம். சாஸ்திரி என்றும், கோபால் கோட்சே தனது பெயரை ராஜகோபாலன் என்றும் மாற்றி விடுதியில் பதிவு செய்து கொண்டனர்.

மறுநாள் ஜனவரி 21 புதன்கிழமை இரவு பழைய டெல்லியிலிருந்து புறப்படும் பிரான்டியர் மெயிலில் கோபால் கோட்சே மட்டும் பம்பாய் புறப்பட்டான்.

கோபால் கோட்சே சென்றவுடன் கார்கரே அதே விடுதியில் தங்குவதற்கு அச்சப்பட்டு, அறையைக் காலி செய்தான். பழைய டில்லி இரயில் நிலையத்தில் பயணிகள் தங்கும் அறையில் அகதிகளோடு அகதியாக தங்கினான். ஒரு நாள் பொழுதைக் கழித்த பின்னர் மறுநாள் ஜனவரி 23 வெள்ளிக் கிழமை இரயில் மூலம் மதுராவுக்குப் பயணமானான்.

அங்கு மோகன் குஜராத் என்ற விடுதியில் பி.எம். வியாஸ் என்ற பெயரில் தங்கினான். அங்கும் காவல்துறை பிடித்துவிடுமோ? என்ற அச்சம் அவனை உலுக்கியது. பேருந்தைப் பிடித்து ஆக்ரா போனான். அங்கிருந்து மெட்ராஸ் எக்ஸ்பிரஸ் மூலம் இட்டார்சி சென்று அங்கிருந்து இரயில் மூலம் 'தானே' போய்ச் சேர்ந்தான்.

மெரீனா விடுதியை விட்டு அவசர அவசர மாக வெளியேறிய நாதுராம் கோட்சே, ஆப்தே இருவரும் புதுடெல்லி இரயில் நிலையம் வந்து கான்பூர் செல்வதற்கு பயணச்சீட்டுக்களை வாங்கினார்கள்.

இரயில் ஏறப்போகும் நேரத்தில் பிளாட் பாரத்தில் பார்த்த ஒரு காட்சி இருவரையும் திடுக்கிடச் செய்தது.

முகம் மூடப்பட்டிருந்த நிலையில், கண்கள் பார்ப்பதற்கு மட்டும் இரண்டு ஓட்டைகள் போடப்பட்ட முகமூடி போட்ட உருவம். கைகள் பின்புறம் சேர்த்து கட்டப்பட்டு விலங்கு பூட்டப்பட்டிருந்தது. உடலில் இரத்தக் காயங்கள் உள்ளதை அவன் அணிந்திருந்த உடை காட்டிக் கொடுத்தது.

உற்று நோக்கிட்டு நாதுராமும், ஆப்தேவும் அவன் உடுத்தியிருந்த நீல நிற உடை, கோட் இதனைப் பார்த்து, மதன்லால் பாவா என்று முடிவுக்கு வந்தனர்.

கொலைச் சதிக்கும்பல் இரயிலில் தப்பி ஓட வந்திருந்தால், இரயில் நிலையத்தில் அவர்களை அடையாளம் காட்டுவதற்காக மதன்லாலை காவல்துறை அங்கு இழுத்து வந்திருந்தது.

மிகக் க்வனமாக கோட்சேயும், ஆப்தேயும் மதன்லால் கண்களில் தென்படாமல் மக்கள் கூட்டத்தில் கலந்து தனித் தனியே இரயில் ஏறி வேறு வேறு பெட்டிகளில் பயணம் செய்தார்கள்.

திகம்பர பாட்கே மிகப்பெரிய கொலைச் சதியில் சிக்கிவிட்டோமே, பணத்துக்கு ஆசைப்பட்டு முட்டாள் ஆனோமே என்று பீதியுடன் பணியாள் சங்கர் கிஸ்தய்யாவுடன் இந்து மகாசபா விடுதிக்கு வந்தான். உடனடியாக அறையைக் காலி செய்துவிட்டு இரவு 9 மணி அளவில் புது டெல்லி இரயில் நிலையம் சென்றான்.

அதற்குள் காந்திஜி மீது வெடிகுண்டு வீசப்பட்டதும். அவர் அதிசயமாக உயிர் தப்பியதும், வானொலி மூலம் செய்தியாக மக்களிடையே அதிர்ச்சியும் பதற்றமுமே தொற்றிக்கொண்டன. இரயில் நிலைய காவல் துறையினரின் கட்டுப்பாட்டுக்குள் கொண்டுவரப்பட்டு இருந்தது. இதைப் பார்த்து அதிர்ச்சியுற்ற பாட்கே, பழைய டில்லி இரயில் நிலையத்திற்கு விரைந்தான். மூன்றாம் வகுப்பு பணச் சீட்டில் இருவரும் இரவு 10 மணிக்கு புறப்படும் பெஷாவர் எக்ஸ்பிரஸ் இரயில் மூலம் கல்யாண் சென்று அங்கிருந்து பூனாவிற்கு ஜனவரி 24 சனிக் கிழமை மாலை வந்து சேர்ந்தனர்.

காந்திஜி கொலைச் சதிக் கும்பலில் இருந்த ஏழு பேரில் மதன்லால் மட்டும் பிடிபட, மீதமுள்ள அறுவர் டெல்லியிலிருந்து பாதுகாப்பாக தப்பி வெளியேறிவிட்டனர்.

அடுத்தத் திட்டம் அரங்கேறுகிறது

டெல்லியிலிருந்து கான்பூர் வந்த நாதுராம் கோட்சேவும், ஆப்தேவும் இரயில்வே விடுதியில் ஒரு நாள் பொழுதைக் கழித்து விட்டு, அடுத்த நாள் பஞ்சாப் மெயிலில் புறப்பட்டு பம்பாய் வந்தார்கள்.

பம்பாயில் தீவிர இந்து மதவாதிகளின் மறைவிடமாக விளங்கிய ஆர்யபதக் ஆசிரமத்திற்குச் சென்ற அவர்கள் அங்கு போதிய வசதி இல்லை என்பதால், ஒரு இரவுப் பொழுது மட்டும் தங்கிவிட்டு மறுநாள் காலை ‘எல்பின்ஸ்டோன் அனெக்சி’ என்ற நட்சத்திர விடுதி ஒன்றில் என்.வி. நாயக்ராவ் மற்றும் ஒரு நண்பர் என்று பதிவு செய்துவிட்டுத் தங்கினர்.

மறுநாள் பம்பாயில் உள்ள சிவாஜி அச்சகத்தின் உரிமையாளர் ஜி.எம். ஜோஷி வீட்டில் நாதுராம் விநாயக் கோட்சே, நாராயண்

ஆப்தே, கோபால் கோட்சே, விஷ்ணு கார்கரே ஆகிய நால்வரும் சந்தித்தார்கள்.

தம்பி கோபால் கோட்சேவிடம் 200 ரூபாயைக் கொடுத்த நாதுராம், ஒரு நல்ல ரிவால்வார் மட்டும் வாங்கிக் கொடு போதும். இனி நீ இந்த வேலையில் எங்களுடன் வர வேண்டாம் என்று கூறினான்.

அடுத்த நாள் இரவு 9 மணிக்கு பம்பாய், தானே இரயில் நிலையத்தின் பிளாட்பாரத்தின் கடைசி விளக்குக் கம்பத்திலிருந்து விழுந்த மங்கலான ஒளி படாமல் வெறிப்புறத்திலிருந்த இருளில் அவர்கள் நால்வரும் அமர்ந்திருந்தனர்.

மிக அமைதியான அந்தச் சூழலில் நாதுராம் மெல்லிய குரலில் சொன்னான், "நாம் டில்லியில் தோற்றுவிட்டோம். ஏனெனில் அதில் நிறைய பேர் ஈடுபட்டோம். காந்தியைக் கொல்வதற்கு ஒரே ஒரு வழிதான் இருக்கிறது. எவ்வித ஆபத்து நேர்ந்தாலும் ஒருவர் மட்டும்தான் அந்தக் காரியத்தைச் செய்ய வேண்டும்."

சிறிது நேரம் அமைதியாக இருந்துவிட்டு, மீண்டும் தீர்க்கமாக முடிவைக் கூறினான், "நான்தான் அந்தக் காரியத்தைச் செய்யப் போகிறேன். எனக்கு உதவி செய்ய ஆப்தே, கார்கரே இருவரும் வந்தால் போதும்" என்று நாதுராம் விநாயக் கோட்சே உறுதிபட கூறி விட்டான்.

விஷ்ணு கார்கரே ஒப்புக்கொண்டான். மீண்டும் டில்லி செல்வது என்றும், அங்கே ஒவ்வொரு நாளும் நண்பகலில் பழைய டில்லி இரயில் நிலையத்தின் வெளியே உள்ள பொதுகுடிநீர்க் குழாய் அருகே அவன் நிற்க வேண்டும். தலைநகரில் தானும் ஆப்தேவும் வரும் நாளில் ஒன்று சேர்வோம் என்றும் கார்கரேவிடம் கூறினான் நாதுராம்.

இதனிடையே துல்லியமான நம்பகத் தன்மையும், எளிதாக மறைத்து எடுத்துச் செல்லக்கூடிய கைத்துப்பாக்கி ஒன்றைத் தேடிக் கண்டுபிடிக்க வேண்டும் என்று நாதுராமும், ஆப்தேவும் முடிவு செய்தனர்.

காந்திஜியின் கனவு

புது டில்லி, பிர்லா மாளிகையில் மகாத்மா காந்தி வழக்கம் போல நடத்தும் வழிபாட்டுக் கூட்டத்தில் ஜனவரி 25 மாலையில் சிறிய மாற்றம் செய்யப்பட்டது. ஒவ்வொரு நாளும் தயார் நிலையில் ஒரு கைத்துப்பாக்கியை இடுப்பில் செருகிக்கொண்டு காந்திஜியின் அருகில் நடக்க வேண்டும் என்று தீர்மானித்திருந்த டில்லி காவல்துறை அதிகாரி டி.டபிள்யூ.மெஹ்ரா மீண்டும் ஃப்ளூ

காய்ச்சலால் பாதிக்கப்பட்டு படுக்கையில் விழுந்துவிட்டார். அந்தப் பொறுப்பை டில்லியின் இன்னொரு அதிகாரியான ஏ. என். பாட்டியா விடம் ஒப்படைத்தார்.

மறுநாள் ஜனவரி 26, 1948 மகாத்மா காந்தி அந்தக் குளிர்கால வேளையிலும் சுறுசுறுப்பாக இருந்தார். அந்த நாள் காந்திஜிக்கும், மக்களுக்கும் நினைவில் நிற்கும் நாள் ஆகும்.

18 ஆண்டுகளுக்கு முன்பு 1930 ஜனவரி 26 அன்றுதான் காங்கிரஸ் கட்சி பிரகடனத்தை ஏற்று நாடு முழுவதும் இலட்சக்கணக்கான மக்கள் நாட்டின் விடுதலைக்கான உறுதிமொழி ஏற்றார்கள். அதிலிருந்து ஜனவரி 26 என்பதை விடுதலைநாள் என மகிழ்ச்சியுடன் ஆரவாரமாக ஒவ்வொரு ஆண்டும் கொண்டாடப்பட்டு வந்தது. இந்த ஜனவரி 26ஆம் நாளும் விடுதலை உறுதிமொழி நாளை காந்திஜி கொண்டாடினார்.

பிர்லா மாளிகையில் இருந்தபடியே காந்தி, காங்கிரஸ் கட்சிக்கு புதிய அமைப்புச் சட்டம் ஒன்றை நேருவின் வேண்டுகோளை ஏற்று தயாரித்துக் கொண்டிருந்தார். விடுதலை பெற்ற இந்தியாவில் அடுத்து செய்ய வேண்டியது என்ன என்பதையும் காந்திஜி திட்டம் தீட்டிக் கொண்டிருந்தார்.

மகாத்மா காந்திஜியைப் பார்க்க வந்திருந்த இஸ்லாமிய தோழர் ஒருவர் அவரிடம் ஒரு வேண்டுகோளை முன் வைத்தார்.

"காந்திஜி தலைமையில் இந்துக்களும், சீக்கியர்களுமாக பாகிஸ்தானுக்குத் திருப்பிச் செல்லும் 50 மைல் தூர நீண்ட பயணத்தைத்தான் நான் விரும்புவதாக" அந்த இஸ்லாமிய பார்வையாளர் கேட்டுக் கொண்டார்.

மகாத்மா காந்தியின் மனதில் பாகிஸ்தான் செல்லும் சாலையில் வழி நடைப்பயணம் போக வேண்டும். மதவெறிக் கொடூரத்தால் நிலை குலைந்திருந்த மக்களைச் சந்தித்து ஆறுதல் கூற வேண்டும் என்ற துடிப்பும் அவருக்கு இருந்தது.

நடைப்பயிற்சி முடிந்து திரும்பிய காந்திஜி, அவரது டாக்டர் சுசீலா நய்யாரை அழைத்தார். வழக்கமான மருத்துவச் சோதனைக்காக மட்டும் அல்ல, தனது பாகிஸ்தான் பயணத்திற்கான ஏற்பாடு களைக் கவனிக்க அங்கு சென்றுவிட்டு, மூன்று நாளில் திரும்பிவிட வேண்டும். அதன் பின்னர் பாகிஸ்தான் பயணத்தைத் தொடங்குவது என தீர்மானித்தார். டாக்டர் சுசீலா நய்யாருக்கு மட்டுமல்ல, காந்திஜிக்கும் தெரியாது, இது கனவாகவே கரையப்போகிறது என்று.

கண்ணீர் விட்டார் காந்திஜி

1948, ஜனவரி 27, காலைப் பொழுதில் டில்லிக்குத் தெற்கே 7 மைல் தொலைவில் இருக்கும் மெஹ்ரோலில் இஸ்லாமின் பேராற்றல் என்று பொருள்படும் 'குல்வத்-உல்-இஸ்லாம்' மசூதி பரபரப்பு அடைந்தது. ஏனெனில் மகாத்மா காந்திஜி இன்னும் சிறிது பொழுதில் அங்கு வருகை தர இருக்கிறார்.

காந்திஜி உண்ணாவிரதம் மேற்கொண்ட போது வைத்த 7 கோரிக்கைகளுள் ஒன்று, இந்த மசூதி விழா பற்றியது. இந்தியாவில் உள்ள மிகப் பழமையான மசூதிகளில் ஒன்றான இங்கு ஆண்டுக்கொருமுறை மதத் திருவிழாவுக்காக பல்லாயிரக்கணக்கான முஸ்லிம் மக்கள் கூடுகிறார்கள். இந்த மசூதியைக் கட்டியவரும், டில்லியின் முதலாவது முஸ்லிம் சுல்தானுமான- குத்-புத்-தின் (Qutb ud-din) அல்லது குத்ஃபுதின் நினைவு நாளாகும் அது.

இங்கே கூடும் முஸ்லிம் மக்களின் உயிருக்கு எந்தவித ஆபத்தும் இருக்கக் கூடாது என்பது காந்திஜியின் நிபந்தனை.

இரு வாரங்களுக்கு முன்பு மெஹ்ரோலிக்கு வரும் முஸ்லிம்களை சீக்கியர்களும், இந்துக்களும் வெட்டிக் கொல்லும் கோர மதவெறி அங்கு தாண்டவம் ஆடியது. மகாத்மா காந்திஜியின் உண்ணாவிரதப் போராட்டம், இங்கு நிலைமையைச் சீராக்கியது.

இப்பொழுது அலங்கரிக்கப்பட்ட மசூதியின் முன்பு வாசலில் நின்று இந்துக்களும், சீக்கியர்களும், முஸ்லிம் மக்களுக்கு சாமந்திப் பூக்கள் மற்றும் ரோஜாப் பூக்களால் ஆன மாலைகளை அணிவித்து வரவேற்றார்கள். மசூதிக்குள்ளே சில சீக்கியர்கள் சிறு சிறு கடைகளை அமைத்து இருந்தனர். மசூதிக்குள்ளே வரும் முஸ்லிம் யாத்திரிகர்களுக்கு இலவசமாகக் கோப்பைகளில் தேனீர் வழங்கிக் கொண்டிருந்தார்கள்.

ஆயிரக்கணக்கான இந்துக்களும், முஸ்லிம்களும், சீக்கியர்களும் ஒன்று சேர்ந்து நின்று மெஹ்ரோலியில் மகாத்மா காந்தியை வரவேற்றார்கள்.

இரத்த ஆறு பெருக்கெடுத்து ஓடிய தெருக்களில் இரண்டே வாரங்களில் மலர்கள் தூவப்பட்டு, அனைத்து மதத்தினரும் கலந்து நின்று காந்திஜியை வரவேற்றனர்.

மசூதி வாசலில் இந்து - முஸ்லிம் - சீக்கியர்கள் கூடி நின்ற காட்சியைக் கண்ட மகாத்மா காந்திஜியின் கண்களில் ஆனந்தக் கண்ணீர் வழிந்தோடியது.

இதுபோன்ற காட்சியைத்தான் இந்தியா முழுவதும் காண விரும்பியது அந்த இதயம்.

மகாத்மா காந்தியை வரவேற்ற மசூதியின் மவுல்விகள் அதன் மையப் பகுதியிலிருந்து உரையாற்றுமாறு வேண்டினர்.

உணர்ச்சிவயப்பட்ட நிலையில் இருந்த மகாத்மா காந்தி, "இந்துக்களும், சீக்கியர்களும், முஸ்லிம்களும் இப்போது இருப்பது போல் நண்பர்களாகவும், சகோதரர்களாகவும் வாழ இந்தப் புனிதமான இடத்தில் சபதம் ஏற்க வேண்டும் என்று மன்றாடி கேட்டுக்கொள்கிறேன்." "நாம் தனித் தனியாக வாழலாம்; ஆனால் நாம் ஒரே மரத்தின் இலைகள்" என்று சிறிய உரை நிகழ்த்திய காந்திஜி நெஞ்சில் நெகிழ்ச்சி அலைகள் பாய்ந்ததால் அதற்கு மேல் உரையாற்ற முடியாமல் நிறுத்தினார்.

பிர்லா மாளிகைக்குத் திரும்பிய காந்திஜி பிப்ரவரி 2ஆம் தேதி பாகிஸ்தான் பயணம் புறப்படப் போவதாகக் கூறினார்.

ஆனால் இயற்கையின் கருணை வேறு விதமாக இருந்தது. காந்திஜி கொலையாளிகள் மீண்டும் புறப்பட்டுவிட்டனர்.

கொலையாளிகள் மீண்டும் டில்லியில்...

நாதுராம் கோட்சேவிடம் 300 ரூபாய் பெற்றுக்கொண்ட கார்கரே, தானேயில் இருந்து தாதர் சென்று, பின்னர் பம்பாய் சென்ட்ரலில் இருந்து மாலை புறப்படும் பிரான்டியர் மெயில் மூலம் மறுநாள் காலை டெல்லி வந்து சேர்ந்தான்.

கோபால் கோட்சே தேடி வாங்கி வந்த துப்பாக்கிச் செயல்படும் விதம் நம்பிக்கை அளிக்காததால், நாதுராமும், ஆப்தேவும் வேறொரு துப்பாக்கித் தேடி பம்பாயில் அலைந்தனர். திருட்டுப் பொருள்களை வாங்கி விற்கும் தீட்சித் மகாராஜா என்ற வியாபாரியிடம் ஒரு துப்பாக்கி இருந்தது. ஆனால் தீட்சித்துக்கு ஏதோ 'பொறி' தட்டிய தால் அவர்களுக்கு துப்பாக்கி விற்பனை செய்ய முடியாது என்று கூறி விட்டான்.

டில்லி சென்று பார்த்துக்கொள்ளலாம் என்று நாதுராம் கோட்சேவும், நாராயண் ஆப்தேவும் முன்பதிவு செய்திருந்த ஏர் இந்தியா வைகிங் விமானத்தில் ஜனவரி 27 செவ்வாய்க் கிழமை காலை 6.30 மணிக்கு டெல்லி புறப்பட்டனர்.

அடுத்த திட்டத்திற்காக மூன்று பேர் கொண்ட 'சதிக்குழு' மீண்டும் டில்லிப் பட்டினத்தில் முகாம் இட்டது.

ஜனவரி 20ஆம் தேதி காந்திஜி மீது குண்டு வீச்சு தாக்குதல் நடந்து ஒரு வாரம் ஆகியும், டில்லி, பம்பாய் காவல்துறையினர் சதிக்கும்பலைப் பிடிக்க முடியவில்லை.

இந்த இடைவெளிதான் சதிக் கும்பலின் அடுத்த கட்ட கொலைத் திட்டத்தைச் செயல்படுத்த வாய்ப்பு அளித்தது.

1948 ஜனவரி 27 பிற்பகலில் நாதுராம் கோட்சேயின் உத்தரவுக்கு ஏற்ப பழைய டில்லி இரயில் நிலையத்துக்கு முன்னால் உள்ள குடிநீர்க் குழாயைச் சுற்றியுள்ள வட்டமான தோட்டப் பகுதியில் கார்கரே நடந்தபடி இருந்தான். அந்த மைதானத்தில் அகதிகளின் கூட்டம் அலைமோதிக் கொண்டு இருந்தது.

டில்லி வந்து சேர்ந்த நாதுராமும், ஆப்தேவும் கைத் துப்பாக்கித் தேடி அலைந்தனர். ஒன்றும் புலப்படாததால் ஊக்கமிழந்து காணப் பட்டனர். டில்லி அகதிகள் முகாம்களிலும் தேடித் தேடிப் பார்த்தனர். ஏமாற்றமே மிஞ்சியதால், இன்னொரு வாய்ப்பு இருப் பதை உணர்ந்தனர்.

டில்லியிலிருந்து 194 மைல் தொலைவில் உள்ள குவாலியர் சென்று அங்குள்ள ஒரு பழைய தீவிர மதவாதி ஒருவரிடம் துப்பாக்கி வாங்கி வர முடிவு செய்தனர்.

24 மணி நேரத்தில் சந்திக்குமாறு இரயில் நிலையத்தில் நின்றிருந்த கார்கரேவிடம் கூறிவிட்டு, குவாலியர் செல்லும் கடைசி ரயிலைப் பிடித்து இரயில் நிலையத்துக்குள் புகுந்தனர்.

நள்ளிரவில் இருவரும் குவாலியர் போய்ச் சேர்ந்தனர். ஜனவரி 27 அன்று நள்ளிரவு தாண்டிய வேளையில் இருவரும் குவாலியர் ஹோமியோபதி மருத்துவர் தத்தாத்ரேயா பார்ச்சூரை அவரது இல்லத்தில் போய்ச் சந்தித்தனர்.

வந்த வேலையை முடித்துக்கொண்டனர். பம்பாய், டில்லி என அலைந்து திரிந்த அவர்களுக்கு குவாலியரில் ஹோமியோபதி மருத்துவர் அலுவலகத்தில்தான் அவர்களுக்குத் தேவையான கருவி(?) கிடைத்தது.

மங்கலான கறுப்பு நிறம் கொண்ட 606824-பி(P) எண் கொண்ட பெரெட்டா (Peretta) தானியங்கி கைத்துப்பாக்கிக் கிடைத்து விட்டது. அதனுடன் 20 தோட்டாக்களும் இருந்தன. இந்துத்துவ மத தீவிரவாதி தத்தாத்ரேய பார்ச்சூருக்கு முகமலர்ச்சியுடன் நாதுராமும், ஆப்தேவும் நன்றி கூறிவிட்டு, ஜனவரி 28 இரவு 10 மணிக்கு குவாலியரிலிருந்து விரைவு ரயிலில் டில்லி புறப்பட்டனர்.

ஜனவரி 20இல், காந்தி கொலை முயற்சியில் ஈடுபட்ட சதிக்கும்பல் பற்றிய விபரங்கள் அடங்கிய கோப்புகளை டெல்லி காவல்துறையினரிடம் பெற்றுக்கொண்ட பூனா சி.ஐ.டி. பிரிவின் டி.ஐ.ஜி யு.எச். ராணா டெல்லியிலிருந்து ரயிலில் புறப்பட்டு பூனா சென்று சேர்ந்தார்.

இனிமேல்தான் பூனாவில் டி.ஐ.ஜி. யு.எச். ராணா, நாதுராம் கோட்சே, நாராயண் ஆப்தே, கார்கரே உள்ளிட்ட சதிக்கும்பலைத் தேட வேண்டும்.

ஆனால் டில்லியிலிருந்து 800 மைல்களுக்கு அப்பால் பூனா காவல்துறை டி.ஐ.ஜி. தனது பயணத்தை முடித்திருந்த தருணத்தில், நாதுராம் கோட்சே, நாராயண் ஆப்தே இருவரும் துப்பாக்கி வாங்கிக்கொண்டு குவாலியரிலிருந்து டில்லிக்குச் சென்று கொண்டிருந்தனர்.

பழைய டெல்லி திரும்பிய இருவரும் இரயில் நிலையத்தில் காத்திருந்த விஷ்ணு கார்கரேவை அழைத்துக்கொண்டு மறைவான இடத்துக்குச் சென்றனர்.

பழைய துணியில் சுருட்டி காகிதப் பையில் வைத்து எடுத்து வந்திருந்த அந்தக் கருவியை நாதுராம் காட்டினான். கருப்பு நிற கைத் துப்பாக்கி, பளபளப்புடன் அவனது இடுப்புப் பட்டையில் செருகப்பட்டிருப்பதைக் கார்கரே பார்த்தான்.

மகாத்மா காந்தியைத் தீர்த்துக் கட்டத் தேவையான கொலைக் கருவியும் கிடைத்து விட்டதால், ஆர்வம் பொங்கிட மூவரும் தங்கள் இலக்கை நோக்கி முன்னேறிச் சென்றனர்.

பின்னர் பிர்லா மந்திருக்கு பின்பக்கத்தில் உள்ள தோட்டத்தில் கைத்துப்பாக்கி குறி பார்த்து காந்திஜியைக் கொல்வதற்கு ஒத்திகைப் பார்த்தான் கோட்சே, துப்பாக்கியில் இருந்து 'குண்டுகள்' மிகச் சரியாக இலக்கு நோக்கிப் பாய்ந்தது. அதைத் திறமையாக கையாண்டான் கோட்சே.

நாராயண் ஆப்தேவுக்கு மகிழ்ச்சி பிடிபடவில்லை. "நாதுராம்! எல்லாம் மிகச் சரியாக இருக்கிறது. எப்போது உண்மையான 'இலக்கை' குறி பார்க்கப் போகிறோம்" என்று கேட்டான்.

1948 ஜனவரி 30 என்று நாள் குறித்தான் நாதுராம் கோட்சே.

21

கொல்லப்பட்டார் மகாத்மா காந்திஜி

மகாத்மா காந்தியின் உண்ணாவிரதம் டெல்லியில் விசித்திர மாற்றத்தைக் கொண்டு வந்தது. நான்கு மாதங்களுக்கு முன்பு அந்த நகரின் சாலை ஓரங்களில் மனித சடலங்கள் சிதறிக் கிடந்தன. அச்சமும் பீதியும் மக்களைச் சூழ்ந்திருந்தன. இப்போது நிலைமை மாறியுள்ளதால், புது டில்லியில் இருந்து புறப்படுவதற்குத் தற்காலிக மாக ஒரு தேதியைத் தேர்வு செய்தார்.

1948 பிப்ரவரி 3, முதலில் அவர் வார்தாவுக்கு வெளியில் இருக்கும் ஆசிரமத்திற்குச் செல்வார். பத்து நாட்களுக்குப் பின் அவரின் பாதங்கள் பயணத்தைத் தொடங்கும். படுகொலைகள் பல நடந்த பாதையில், மனிதகுல வரலாற்றில் மாபெரும் குடி பெயர்வு என்ற மக்கள் வெள்ளத்தை அன்பு எனும் சக்தியால் திருப்பிவிட முடியும் என்ற நம்பிக்கையோடு காந்திஜி பாகிஸ்தானுக்குப் புனித யாத்திரை மேற்கொள்ள இருந்தார்.

ஆனால் அவரது விருப்பம் பாலைவனப் பகுதியில் தூரத்தே தோன்றும் கானல்நீர் போல அல்லவா காட்சி தருகிறது!

1948 ஜனவரி 29, எப்போதும் போலவே காந்திஜி, நாளின் ஒவ்வொரு நிமிடமும் கவனத்துடன் திட்டமிட்டுப் பயன்படுத்தினார். அவர் ராட்டையில் நூல் நூற்றார். மண் குளியல் செய்து இனிமா பயன் படுத்தினார். வங்க மொழி படித்தார். பல கடிதங்களை எழுதினார். காங்கிரஸ் கட்சிக்குப் புதிய அமைப்புச் சட்ட நகல் தயாரிக்கும் பணியில் ஈடுபட்டார். ஏராளமான பார்வையாளர்களைச் சந்தித்தார்.

இந்திராகாந்தியோடும், அவரது அத்தை மகள் தாரா பண்டிட் உடனும் நகைச்சுவையுடன் பேசி மகிழ்ந்தார்.

அமெரிக்காவிலிருந்து வந்திருந்த மார்க்ரெட் புர்கே ஓயிட்டுக்கு ஒரு படத்தில் கையொப்பமிட்டு அளித்தார். அப்போது அணுகுண்டினை அமெரிக்கா அழிக்க வேண்டும் என்று அவரிடம் சொன்னார். அணு குண்டாலும் அழிக்க முடியாத ஒரே சக்தி அகிம்சைதான் என்று அவர் கூறினார்.

பின்னர் மாலையில் வழக்கமான பிரார்த்தனைக் கூட்டத்தில் கலந்து கொண்டார். அதே நாளில் பழைய டில்லி இரயில் நிலையத்தின்

ஆறாம் எண் ஓய்வு அறையில் நாதுராம் கோட்சே. நாராயண் ஆப்தே, கார்கரே மூவரும் தங்கியிருந்தனர். அடுத்த நாள் ஜனவரி 30 மாலையில் காந்திஜியின் பிரார்த்தனைக் கூட்டத்தில் கலந்து கொண்டு அவரைத் தீர்த்துக் கட்டுவது என்று முடிவு செய்தார்கள். மூவரும் உணவு விடுதியில் ஒன்றாகச் சேர்ந்து அன்று இரவு உணவை முடித்தார்கள்.

அறைக்குத் திரும்பிய பிறகு நாதுராம் கோட்சே, என்னைத் தனியாக இருக்க விடுங்கள் என்றான். ஆப்தேவும், கார்கரேவும் ஒரு திரையரங்கில் திரைப்படம் பார்த்துவிட்டுத் திரும்பினார்கள். அப்போது இரயில்வே ஓய்வு அறையில் நாதுராம் கோட்சே அயர்ந்து தூங்கிக்கொண்டிருந்தான்.

1948, ஜனவரி 30

மோகன்தாஸ் கரம்சந்த் காந்தி, கோடிக்கணக்கான மக்களால் 'மகாத்மா' என்று போற்றப்படுபவரின் "கடைசி நாள்" எப்போதும் போலவே துவங்கியது. வழக்கம் போலவே விடிந்ததும் விடியாதது மான பொழுதில் அதிகாலை பிரார்த்தனை செய்தார். வழிபாடு முடிந்து காந்தியை அவரது அறைக்குக் கைத்தாங்கலாக மனு அழைத்துச் சென்றார். அவர் பாகிஸ்தானுக்கு நடந்து செல்வதாக விருப்பம் தெரிவித்திருக்கிறார். ஆனால் உதவி ஏதும் இல்லாமல் எழுந்து நடந்து செல்லும் ஆற்றல் இன்னும் காந்திஜிக்கு வரவில்லை. எப்போதும் அவர் உட்கார்ந்து எழுதும் மேசை அருகே அமர்ந்தார். காந்திஜி விரும்பும் ஒரு பாடலை மனு பாடினார்.

"களைத்திருந்தாலும் இல்லாவிட்டாலும். ஓ மனிதா ஓய்வெடுக் காதே!" இந்தப் பாடலை காந்திஜி கடைசி முறையாகக் கேட்டுக் கொண்டு இருக்கிறார் என்பதை அவரது பேத்தி மனு அறிய வில்லையே!

நண்பகல் ஓய்வுக்குப் பின் பார்வையாளர்கள் சந்திப்பு - நேர்காணல்கள் முடிந்தன.

உள்துறை அமைச்சர் 'இரும்பு மனிதர்' வல்லபபாய் படேல் காந்திஜியைப் பார்க்க வந்திருந்தார். பிடிவாதக்காரரான படேலுக்கும், சோசலிச சிந்தனையாளரான நேருவுக்கும் கருத்து வேறுபாடுகள் ஏற்பட்டுள்ளதை அறிந்த காந்திஜி கவலை கொண்டார். முரண்பாடுகள் முற்றிய நிலையில், நேருவின் அமைச்சரவையில் இருந்து வெளியேறும் முடிவை அறிவிப்பதற்காகவே படேல் காந்திஜியைச் சந்திக்க வந்திருந்தார். படேல் எழுதிய ராஜினாமா கடிதம் காந்திஜியின் சிறிய எழுது மேஜை மேல் இருந்தது.

காந்திஜி உண்ணாவிரதம் இருந்தபோது, நேரு - படேல் இருவருக்குமிடையே எழுந்த கருத்து வேறுபாடு குறித்து மௌண்ட் பேட்டன் பிரபு காந்தியிடம் கூறி இருந்தார்.

"படேல், நேரு, இருவரும் இந்தியாவுக்குத் தேவை. அவர்கள் ஒருங்கிணைந்து பணியாற்ற பணித்திடுங்கள்" என்றும் மௌண்ட் பேட்டன் காந்திஜியிடம் கூறினார். இதனை மனதில் கொண்டு படேல் தனது ராஜினாமாவை வலியுறுத்தக் கூடாது என்று அவரிடம் உறுதி பெற்றார். நேருவும், படேலும் மீண்டும் அமர்ந்து பேசி பிரச்சினைகளுக்குத் தீர்வு காணலாம் என்று மகாத்மா கூறியதைப் படேல் ஏற்றார்.

பின்னர் மாலை நேர உணவான வெள்ளாட்டுப் பால், காய்கறிச் சாறு, ஆரஞ்சுப் பழங்கள் ஆகியவற்றைப் பேத்தி ஆபா கொண்டு வந்தார். எளிமையான அந்த உணவைச் சாப்பிட்டு முடித்ததும் நூல் நூற்கும் ராட்டையைக் கொண்டுவரச் சொன்னார்.

சர்தார் படேலுடன் உரையாடலைத் தொடர்ந்து கொண்டே ராட்டையில் நூல் நூற்கத் தொடங்கினார்.

அந்தக் கருவிதான் உலகின் இலட்சக்கணக்கான மக்களுக்கு அவருக்குரிய சின்னமாக விளங்கியது, "உழைக்காமல் உண்ணும் உணவு திருடி உண்பதாகும்" என்ற அவரின் கோட்பாட்டை, அவரது கொள்கைகளை வழி நடத்திய அந்தக் கோட்பாட்டை வாழ்க்கையின் கடைசி மணித்துளி வரை உறுதியுடன் கடைப்பிடித்தார்.

கொலையாளிகள் தயார் நிலையில்

பழைய டில்லி இரயில் நிலைய 6ஆம் எண் ஓய்வறையில் இருந்த நாதுராம், ஆப்தே, கார்கரே மாலை 4 மணிக்கு புறப்பட ஆயத்த மானார்கள். அடுத்தடுத்த செயல்களுக்கும் திட்டமிட்டனர்.

முதலில் கோட்சே மட்டும் பிர்லா மாளிகைக்குச் செல்ல வேண்டும். ஆப்தேவும், கார்கரேவும் அவனைப் பின் தொடர்ந்து தனித் தனியே அங்கு செல்ல வேண்டும்.

வழிபாட்டுக்கு கூட்டத்தில் காந்தி அமரும் மேடையிலிருந்து 30 அடி தூரத்திற்குள் சுடுவதற்கு வாய்ப்பான இடத்தில் கோட்சே இருப்பான்.

ஆப்தே, கார்கரே இருவரும் கோட்சே பக்கத்தில் அறிமுகம் இல்லாதவர்கள் போல் நிற்க வேண்டும். எதுவும் பேசக்கூடாது. கோட்சே சுடும் நேரத்தில் அதை யாராவது பார்த்து விட்டுத் தடுக்க முயன்றால், தடுக்க முற்படுபவர்களை இவர்கள் பார்த்துக் கொள்ள வேண்டும். இதுதான் செயல் திட்டம்.

பிர்லா மாளிகை போவதற்கு முன், பிர்லா மந்திருக்குப் போக வேண்டும் என்பது அவர்களின் விருப்பம். துப்பாக்கி வைத்திருக்கும் கோட்சே முதலில் புறப்பட்டான். ஆனால் அவன் பிர்லா மந்திர் போகாமல், அதற்கு அருகே உள்ள சிவாஜியின் சிலை அருகே உலாவிக்கொண்டு இருந்தான். பின்னால் புறப்பட்டு வந்த ஆப்தேவும், கார்கரேயும் பிர்லா மந்திர் சென்றார்கள்.

வழிபாடு முடிந்ததும் எதிரே காத்திருந்த கோட்சேவிடம் நேரமாகிவிட்டது என்பதற்கு அடையாளமாகக் கைக் கடிகாரத்தைக் காட்டினான் ஆப்தே. கோட்சே தனது கடிகாரத்தைப் பார்த்தான். கோட்சே, பின்னர் இருவரையும் கைகூப்பி வணங்கிவிட்டு ஒன்றும் பேசாமல் எதிரே வந்த டோங்கோ ஒன்றைப் பிடித்து பிர்லா மாளிகைக்கு விரைந்தான். சில மணித்துளிகளில் ஆப்தே, கார்கரே இருவருமே அவனைப் பின் தொடர்ந்தார்கள்.

மகாத்மா காந்தி தனது 'கடைசி' பிரார்த்தனைக் கூட்டத்திற்குப் புறப்படும் நேரம் நெருங்கிக் கொண்டிருந்தது. நேரம் தவறாமை என்பது காந்தியின் வாழ்வியலுடன் கலந்தது. உள்துறை அமைச்சரும் தனது சீடருமான வல்லபபாய் படேலுடன் அவர் பேசிக் கொண்டிருந்ததால் நேரம் போனதே தெரியவில்லை. காந்தியின் பார்வைபடும் இடத்தில் நின்ற மனு, தனது கை கடிகாரத்தைச் சுட்டிக் காட்டினார்.

குறிப்பறிந்த காந்தி, அவரது இங்கர்சால் கடிகாரத்தை இடுப்பிலிருந்து எடுத்துப் பார்த்தபோது மாலை 5 மணி 10 நிமிடங்கள் எனக் காட்டியது.

பிரார்த்தனைக் கூட்டத்திற்கு நேரம் ஆகி விட்டது. நான் புறப்படுகிறேன் என்று சர்தார் படேலுக்கு விடைகொடுத்துவிட்டுப் புறப்பட்டார் காந்திஜி.

மகாத்மா கொல்லப்பட்டார்

உண்ணாவிரதமிருந்ததால் உடல் பலத்தை இழந்திருந்த காந்திஜி, மனு, ஆபா ஆகிய இரு பேத்திகளின் தோள்களைப் பிடித்துக் கொண்டு எப்போதும் போல, பிரார்த்தனைக் கூட்டத்திற்கு வேகமாக நடக்கத் தொடங்கினார்.

அதற்கு முன்னதாகவே அவர் எச்சில் துப்புவதற்கான குடுவை, உரையாற்ற தேவையான குறிப்புகள், எழுதுவதற்கான குறிப்பேடு, பேனா ஆகியவற்றை ஒரு பையில் எடுத்துக்கொண்டார் மனு.

காந்திஜி வழிபாட்டுக் கூட்டத்திற்கு அவருடன் வருபவர்களில் இருவர் இன்று வரவில்லை. ஒருவர் காந்திஜியின் செயலாளர்

பியாரிலால் தங்கையும், மருத்துவருமான சுசீலா நய்யார். காந்திஜியின் பாகிஸ்தான் பயண ஏற்பாடுகள் பற்றி கவனிக்க அவரால் அனுப்பப்பட்டு இருந்தார். இன்னொருவர் டெல்லி காவல்துறைத் துணைத் தலைவரும், காந்திஜியின் பாதுகாப்புப் பொறுப்பை ஏற்றிருந்தவருமான டி.டபிள்யூ. மெஹ்ரா.

மெஹ்ரா உடல் நலமின்றி காய்ச்சலில் படுத்த படுக்கையாக ஆகிவிட்டார். எனவே வேறொரு அதிகாரியான ஏ.என். பாட்டியா என்பவரிடம் பொறுப்பை ஒப்படைத்திருந்தார். அவரும் மறுநாள் டெல்லியில் நடக்கவிருந்த தொழிலாளர் வேலை நிறுத்தம் தொடர்பான உயர் அதிகாரிகளின் ஆலோசனைக் கூட்டம் ஒன்றுக்குச் சென்று விட்டார்.

பிர்லா மாளிகையின் தோட்டத்தில் இரு பக்கமும் போகன்வில்லா மலர்கள் பூத்துக் குலுங்கும் நடைபாதையில் வழக்கமாக நடந்து செல்லும் மகாத்மா காந்தி, நேரம் ஆகிவிட்டதால் குறுக்கே புல்வெளி வழியாக வழிபாட்டுக் கூட்டம் நடைபெறும் மைதானம் நோக்கி நடக்கத் தொடங்கினார்.

கொலையாளிகள் நாதுராம் கோட்சே, நாராயண் ஆப்தே, விஷ்ணு கார்கரே மூவரும் வழிபாட்டுக் கூட்டத்தில் மக்களோடு மக்களாக கலந்து கொண்டனர். நாதுராம் கோட்சே, எந்தவித சோதனைக்கும் உட்படுத்தப்படாமல் எளிதாக உள்ளே வந்து விட்டான். மேடைக்கு அருகே செல்லாமல், கூட்டத்தின் வெளிவட்டத்தில் மேடையின் வலதுபுறமாக போய் நின்று கொண்டான். மக்களின் பார்வை காந்தியை நோக்கி இருக்கும்போது பின்னால் நின்றால்தான் எந்தவித இடையூறும் இல்லாமல் குறி பார்த்துச் சுட முடியும் என்பது அவனது கணக்கு. கோட்சேவுக்கு இருபக்கமும் ஆப்தே, கார்கரே நின்று கொண்டிருந்தார்கள்.

மேடைக்கும் கொலையாளிகளுக்குமான தூரம் 30 அடிக்கும் குறைவாகவே இருக்கும் என்பதைக் கணக்கிட்ட ஆப்தே, சரியான இடத்தைத்தான் கோட்சே தேர்ந்தெடுத்து நின்று கொண்டான் என்று மனதிற்குள் சொல்லிக்கொண்டான்.

மக்கள் கூட்டம் காத்திருக்கும் பிரார்த்தனை மைதானத்துக்குச் செல்வதற்கான நான்கு படிக்கட்டுகள் உள்ள இடத்திற்கு வந்து விட்டார் காந்திஜி. மறையும் சூரியன் வழக்கம் போல மங்கிய செங்கிரணங்களை அந்தப் பரிச்சயமான பழுப்பு நிறத் தலை மீது பரப்பிக் கொண்டிருந்தன.

பேத்திகளின் தோளிலிருந்து கைகளை எடுத்த காந்தி, மக்கள் கூட்டத்தை நோக்கி கையசைத்தபடி யாருடைய உதவியுமின்றி

படிக்கட்டுகளில் ஏறினார். மேல் படிகளை அவர் அடைந்த சமயத்தில், தனக்குப் பின்பக்கம் இருந்த மக்கள் கூட்டம் பாபுஜி, பாபுஜி என்று தங்களைப் பார்க்குமாறு ஆர்ப்பரித்தது.

மக்கள் கூட்டம் காந்திஜிக்கு சிறிய பாதை அமைத்தது போல் நின்றிருந்தது. அதன் வழியாக காந்திஜி மேடைக்குச் செல்ல நடந்தார்.

காந்திஜி தங்களை நோக்கி நடந்து வருகிறார். இந்த இடத்தைக் கடந்துதான் மேடை ஏற வேண்டும் என்பதை கோட்சே உணர்ந்தான். நாதுராமின் கைகள் பைகளுக்குள் இருந்தன. ஒரு கையை வெளியே எடுத்தான். அதில் ஒன்றுமில்லை. மற்றொரு கையை தான் பைக்குள் ஒளித்து வைத்திருக்கும் ஆயுதத்தின் மீது வைத்திருந்தான். அந்தச் சிறிய தானியங்கி துப்பாக்கியின் மீது பாதுகாப்பாக இருந்த பிடியை இறுக்கினான்.

மின்னல் வேகத்தில் கோட்சே கணக்குப் போட்டுவிட்டான். ‘இதுதான் காந்தியைக் கொல்வதற்குச் சரியான நேரம். பிரார்த்தனை மேடையில் காந்திஜி அமர்ந்த பின்பு இது போல வாய்ப்பு இருக்குமா என்பது தெரியாது. அங்கிருந்த மக்களை விலக்கி முன் செல்ல இரண்டு அடிகள் மட்டும் எடுத்து வைத்தால் போதும். காரியத்தை எளிதாக முடித்துவிடலாம் என்று நினைத்தான்.’

‘காக்கி உடையணிந்த சற்று பருமனானஒரு இளைஞன் அடியெடுத்து வைப்பதை மனு பார்த்தாள். எடுத்து வைத்த அந்த அடி, விலகி நின்று அவர்களின் குழுவினருக்கு வழிவிடும் மக்கள் கூட்டத்தின் முனைக்கு அவனைக் கொண்டுவரச் செய்தது.’

கார்கரேவின் கண்கள் நாதுராம் மீது இருந்தன. ‘அவன் தனது பையிலிருந்து துப்பாக்கியைக் கையில் எடுத்துவிட்டான். அதனைத் தனது உள்ளங்கைகளுக்குள் மறைத்து வைத்தான்.

காந்திஜி அவர்களிடமிருந்து மூன்றடி தூரத்தில்தான் இருந்தார். நாதுராம் நடைபாதைக்கு முன்னேறிவிட்டான். கைகளுக்குள் துப்பாக்கியை ஒளித்து வைத்திருந்த கோட்சே, மெதுவாக இடுப்பு வரை வணங்கி ‘நமஸ்தே காந்திஜி’ என்று கூறினான்.’

அவன் காந்திஜியின் பாதங்களை முத்தமிட விரும்புகிறான் என மனு நினைத்தார். அவனைத் தள்ளி விலக்குவதற்காக அந்தப் பெண் தன் கையை நீட்டினார். ‘சகோதரரே! பிரார்த்தனைக்குச் செல்வதில் ஏற்கனவே பத்து நிமிடம் தாமதம் ஆகிவிட்டது’ என்றும் அவர் சொன்னார். அப்போது நாதுராமின் இடது கை முரட்டுத்தனமாக மனுவைப் பிடித்துத் தள்ளியது.

கோட்சே வலது கையில் இருந்த கருப்பு நிற பெரேட்டா கைத்துப்பாக்கியை இயக்கினான். மூன்று முறை அதன் குதிரையை இழுத்தான்.

மூன்று குண்டுகள், அந்த மெலிந்த உருவத்தின் உடலைத் துளைத்துவிட்டன.

கோட்சே தள்ளிவிட்டபோது தன் கையில் இருந்த எச்சில் துப்பும் கிண்ணம், நோட்டுப் புத்தகம் கீழே விழுந்ததைக் குனிந்து தேடி எடுக்கும்போது மனு துப்பாக்கிச் சப்தத்தைக் கேட்டார்.

பாபுஜி பிரார்த்தனை மண்டபத்தை நோக்கி கடைசி அடியை எடுத்து வைக்கும் போது, திறந்த மார்பில் துப்பாக்கிக் குண்டுகள் துளைத்துவிட்டதைப் பார்த்து துடித்து விட்டாள் மனு.

காந்திஜி உடுத்தியிருந்த வெள்ளை நிறக் காதி துணியில் சிவப்பு நிறக் கறையைக் கண்டார்.

காந்திஜியின் உதடுகள், "ஹே ராம், ஓ கடவுளே!" என்று உச்சரித்தவாறு உயிரற்ற அவர் உடல் மெதுவாக மனுவின் பின்னால் சாய்ந்தது. கீழே விழுந்த காந்திஜியின் உடலில் உள்ள இங்கர்சால் கடிகாரம் அப்போது ஐந்து மணி கடந்து பதினேழு நிமிடங்கள் ஆகியிருந்ததைக் காட்டியது.

1948 ஜனவரி 30 மாலை 5.17 மணி, காந்திஜி உடல் மட்டுமா கீழே சாய்ந்தது? ஒரு மாபெரும் சரித்திர சகாப்தமே அல்லவா சாய்ந்துவிட்டது?

காந்திஜியைச் சுட்டுக்கொன்ற கோட்சே, தப்பிக்க முயற்சிக்கவில்லை. கற்சிலையாக நின்றுவிட்டான். அவன் அருகில் நின்றிருந்த பிர்லா மாளிகையின் தோட்டக்காரர் ரகுமாலி என்பவர் கோட்சேவின் துப்பாக்கியைத் தட்டிவிட்டு, அவனை ஓட முடியாமல் பிடித்துக் கொண்டார்.

அதிர்ச்சியிலும், ஆத்திரத்திலும் உறைந்து போன மக்கள் கூட்டம், கோட்சேவைச் சூழ்ந்து கொண்டு தர்ம அடிகளைக் கொடுத்தது. காவல்துறை கோட்சேவை மீட்டு இழுத்துச் சென்றது.

இந்தக் குழப்பங்களைப் பயன்படுத்திக் கொண்டு ஆப்தேவும், கார்கரேவும் பிர்லா மாளிகையைவிட்டு தப்பி ஓடிவிட்டனர். டெல்லி இரயில் நிலையத்தில் இருந்த மக்களுடன் அகதிகளோடு அகதிகளாக இரவில் தங்கிவிட்டு, மறுநாள் அலகாபாத் விரைவு ரயிலில் புறப்பட்டுவிட்டனர்.

சுட்டது 'இந்து'தான்

வெள்ளை அதிகாரத்தின் கடைசி கவர்னர் ஜெனரல் லூயி மௌண்ட் பேட்டன், மாலை நேர நிகழ்ச்சி முடிந்து அரசு இல்லம் திரும்பியபோது, காந்தி கொல்லப்பட்டார் என்ற செய்தி வந்திருந்தது. அடுத்த சில மணி நேரத்தில் கோடிக்கணக்கான மக்கள் கேட்கத் தொடங்கும் கேள்வியை மௌண்ட் பேட்டன் கேட்டார், "இதைச் செய்தது யார்?"

கவர்னர் ஜெனரலின் நேர்முக உதவியாளர் 'தெரியாது' என்று பதில் கூறினார். உடனடியாக அரசு இல்லத்திலிருந்து தனது பத்திரிகைத்துறை உதவியாளர் கேம்ப் பெல்-ஜான்சனை அழைத்துக் கொண்டு புறப்பட்டார்.

பிர்லா மாளிகையில் முன்பு பல்லாயிரக்கணக்கில் மக்கள் குவியத் தொடங்கி விட்டனர். மக்கள் கூட்டத்திலிருந்து மிகவும் சிரமப்பட்டு, காந்திஜி உடல் வைக்கப்பட்டு இருந்த கூடத்திற்குச் சென்றார் மௌண்ட் பேட்டன் பிரபு.

அங்கே வெறித்தனமும், ஆவேசமும் நிரம்பிய முகத்தோடு ஒருவர் "இதைச் செய்தது முஸ்லிம்தான்" என்று கூச்சல் இட்டார்.

அமைதி நிரம்பிய அந்தக் கூட்டத்தில், கூச்சலிட்ட நபரை திரும்பிப் பார்த்தார் மௌண்ட் பேட்டன், "முட்டாளே, இதைச் செய்தது ஒரு இந்து என்று உனக்குப் புரியவில்லையா?" என்று உரத்த குரலில் கத்தினார்.

மாளிகைக்கு உள்ளே சென்றவுடன், சில நிமிடங்களில் மௌண்ட் பேட்டன் பத்திரிகைத்துறை உதவியாளர் ஜான்சன் கேட்டார், "இதைச் செய்தது ஒரு இந்து என்பது உங்களுக்குத் தெரிவதற்கான வாய்ப்பு என்ன?"

"எனக்குத் தெரியாது. ஆனால் உண்மையில் இதைச் செய்தது ஒரு முஸ்லிம் என்றால், உலகம் இதுவரைக் கண்டிராத மிகக் கோரமான படுகொலைகள் நடக்கும் இடங்களில் ஒன்றாக இந்தியாவும் ஆகிவிடும்" என்று பதில் கூறினார் மௌண்ட் பேட்டன்.

மௌண்ட் பேட்டனின் மனக் கவலை பல்லாயிரக்கணக்கான மக்களுக்கும் இருந்தது.

அகில இந்திய வானொலியின் இயக்குநருக்கு உடனடியாக ஒரு உத்தரவு பறந்தது.

அகில இந்திய வானொலியில் பின்வருமாறு செய்தி வாசிக்கப்பட்டது.

"மகாத்மா காந்தி இன்று பிற்பகல் மணி ஐந்து இருபதுக்கு புது டில்லியில் படுகொலை செய்யப்பட்டார். அவரைப் படுகொலை செய்தது 'ஒரு இந்து.'"

இந்த அறிவிப்பின் மூலம் மீண்டும் இரத்த ஆறு பெருக்கெடுத்து ஓடுவது தடுக்கப்பட்டது.

இந்துத்துவா சனாதனக் கும்பல் காந்திஜியை சுட்டுக் கொன்றுவிட்ட பிறகும், மதவெறி நெருப்பு பற்றி எரிய வேண்டும் என்று திட்டம் போட்டது.

அதன் ஒரு பகுதியாகவே, காந்தியைச் சுட்டுக் கொன்ற நாதுராம் விநாயக் கோட்சே தன் கையில் 'இஸ்மாயில்' என்று பச்சைக் குத்தி இருந்தான்.

22
காந்திஜி: வரலாற்றுச் சகாப்தம்

பிர்லா மாளிகையில் வைக்கப்பட்டிருந்த காந்திஜியின் உடலை டாக்டர் பி.பி. பார்கவா பரிசோதனை செய்தார். காந்திஜியின் மருத்துவர் சுசீலா நய்யார், மேற்கு பாகிஸ்தானில் இருந்தார். ஜனவரி 30ஆம் நாள் மாலை 5 மணி வரை மகாத்மாவுடன் கலந்துரையாடிய சர்தார் படேல் சோகமே உருவாக காந்தியின் உடலுக்கு அருகில் அமர்ந்திருந்தார்.

ஆபாவும் மனுவும் கண்ணீர் விட்டுக் கதறி அழுது கொண்டேயிருந்தனர். பண்டித ஜவஹர்லால் நேரு வந்தவுடன் காந்திஜி உடல் அருகில் சென்றார். இரத்தம் தோய்ந்திருந்த அவரது ஆடைகளைப் பற்றிக் கொண்டு தன்னைக் கட்டுப்படுத்த முடியாமல் குமுறிக் குமுறி அழுதார். அருகிலிருந்த படேல் நேருவுக்கு ஆறுதல் கூற முயன்றார்.

துக்கம் நிறைந்திருந்த அறைக்குள் மௌண்ட்பேட்டன் மெல்ல நடந்து வந்து நேரு, படேல் ஆகியோரிடம் சென்றார். இருவரின் தோள் மீதும் கைபோட்ட அவர், "நான் காந்திஜியை எவ்வளவு நேசித்தேன் என்பது உங்களுக்குத் தெரியும்; அவரின் மிகச் சிறந்த நண்பர்களும், ஆதரவாளர்களும், உலகிலேயே மிக அதிகமாக நேசித்து மதிப்பு வைத்திருப்பவர்களுமான நீங்கள் இருவரும் கருத்து வேறுபாடுகளுடன் பிளவுபட்டு நிற்பது பற்றி அவர் எவ்வளவு கவலைப்படுகிறார் என்பதை நாங்கள் கடைசியாகப் பேசிக் கொண்டிருந்தபோது என்னிடம் கூறினார். அவர்களை ஒன்று சேர்க்க உங்களால் ஆனதைச் செய்யுங்கள் என்று கூறிய காந்திஜியின் கடைசி விருப்பத்தை நிறைவேற்றுங்கள். உங்களின் துயரத்தில் இருக்குமளவுக்கு அவரின் நினைவுக்கு முக்கியத்துவம் இருக்குமானால் உங்களின் கருத்து வேறுபாடுகளை மறந்து கட்டித் தழுவுங்கள்" என்றார்.

மௌண்ட்பேட்டனின் வார்த்தைகளால் உண்மையிலேயே நெகிழ்ந்து போய் அழுது கொண்டிருந்த அந்த இரண்டு தலைவர்களும் கட்டித் தழுவிக் கொண்டனர்.

தன்னை முதல் கவர்னர் ஜெனரலாகப் பொறுப்பேற்கச் செய்த இந்திய நாட்டுக்கு, அதன் தலைமகனின் இறுதிச் சடங்குகளைச் சிறப்பாக நிறைவேற்ற வேண்டும் என்று மௌண்ட் பேட்டன்

அதற்கான ஏற்பாடுகளில் கவனம் செலுத்துமாறு அரசு நிர்வாகத்தைக் கேட்டுக் கொண்டார்.

நேரு, படேல் இருவரிடமும் மௌண்ட்பேட்டன் கலந்தாலோசனை செய்யும்போது ஒரு யோசனையைக் கூறினார். "காந்தியின் உடலை வாசனைத் திரவியங்களால் பதப்படுத்தி சிறப்பு இரயில் மூலம் இந்திய நாடு முழுவதும் இறுதி யாத்திரை மேற்கொள்ள வேண்டும். அவரால் நேசிக்கப்பட்ட இலட்சக்கணக்கான மக்கள் மகாத்மா காந்தியைக் கடைசியாகத் தரிசிக்க ஒரு வாய்ப்பளிப்பதாக இருக்கும்" என்றார்.

ஆனால், காந்திஜியின் செயலாளரான பியாரேலால் நய்யார் அந்த யோசனையை ஏற்கவில்லை. கறாரான 'இந்து' வழக்கப்படி தாம் மரணமுற்ற 24 மணி நேரத்துக்குள் தமது உடலைத் தகனம் செய்து விட வேண்டும் என்பதைக் காந்திஜி உறுதியுடன் தெளிவுபடுத்தி இருந்தார் என்று அவர் கூறினார்.

இறுதி ஊர்வலம்

'இந்தியா இதுவரை கண்டிராத மக்கள் கூட்டம் நாளை டில்லியில் குவிய இருக்கிறது. இந்த நிலைமையில் இறுதி ஊர்வலத்தை ஒழுங்காகவும் கட்டுப்பாடாகவும் நடத்திச் செல்ல இராணுவத்தைத்தான் ஈடுபடுத்த வேண்டும்' என்று நேரு, படேலிடம் மௌண்ட்பேட்டன் கூறினார்.

காந்திஜியின் இளைய மகன் தேவதாசும் அவரது குடும்பத்தினரும் பிர்லா மாளிகைக்கு விரைந்து வந்து விட்டனர். தேவதாஸ் தன் தந்தையின் கையை மெதுவாக எடுத்து முத்தம் கொடுத்தார். அவர் முகத்தில் கண்ணீர் வழிந்தோடியது. மகாத்மாவின் பிள்ளைகளான ஹரிலால், ராம்தாஸ், தேவதாஸ், மற்றும் மணிலால் ஆகியோருக்கு மட்டுமா காந்தியின் மறைவு தனிப்பட்ட துக்க நிகழ்வு? காந்திஜி உயிரோடு இருந்தபோது எப்படி நாட்டுக்காக அவர் இருந்தாரோ அதைப் போலவே இறப்பிலும் அவர் நாட்டுக்கு உரியவராகி விட்டார்.

மௌண்ட்பேட்டன், நேரு, படேலுடன் ஆலோசித்த பின்னர் அடுத்த நாள் மாலையில் யமுனை ஆற்றங்கரையில் காந்திஜியின் இறுதிச் சடங்குகளை நடத்துவது என முடிவு செய்யப்பட்டது.

இறுதி நிகழ்வுகளுக்கு ஆயுதப்படையினர் பொறுப்பேற்றுக் கொண்டனர். தேவதாஸ் உடனிருந்த குடும்ப உறுப்பினர்களின் துணையோடு காந்தியின் உடலைக் குளிப்பாட்டுவதற்காக எடுத்துச் சென்றார். இரத்தம் தோய்ந்த ஆடைகளை விலக்கிய போது காந்தியின் உடலைத் துளைத்த ஒரு துப்பாக்கிக் குண்டினை அவர்கள்

கண்டெடுத்தனர். அவர் மேலுடம்பின் ஆடை மடிப்பிற்குள் சிக்கியிருந்த செயல் இழந்த ஓர் எரிகுண்டையும் அவர்கள் எடுத்தனர்.

மூன்று குண்டுகள் பாய்ந்த காந்திஜியின் உடலில் சிறிய காயங்களே இருந்தன. அதிக இரத்தம் வெளியேறவில்லை. இரண்டு குண்டுகள் அவர் உடலைத் துளைத்துப் பெரிய அளவில் சதைகளைப் பிய்த்து எறிந்து விட்டன. உடலைக் குளிப்பாட்டியவுடன் மருத்துவர் குண்டுகள் ஏற்படுத்திய காயங்களை மூடினார். பின்னர் காந்திஜியின் உடல் புதிய ஆடைகளால் போர்த்தப்பட்டது.

காந்திஜியின் மரணம் பற்றிய மருத்துவர்களின் அறிக்கை வெளியிடப்பட்டது.

பசு மாட்டுச் சாணம், சேறு, தண்ணீர் ஆகியவை கலந்த கலவை சதுர வடிவமாகத் தரையில் தெளிக்கப்பட்டு அதன் மீது கதர் துணி விரிக்கப்பட்டது. அந்த இடத்தில் மகாத்மாவின் உடல் கிடத்தப்பட்டது. உடல் வெளியே கொண்டு வரப்பட்டபோது அதன் மீது ஒரு சால்வை போர்த்தப்பட்டு கழுத்து வரை இழுத்து விடப்பட்டிருந்தது. ஆனால், காந்திஜியின் மகன் தேவதாஸ், அந்தச் சால்வையை இடுப்பு வரை மடித்து விட்டார் மார்பு தெரியட்டும் என்று.

"பாபுவின் உடலில் பாய்ந்த குண்டுகள் அவர் மார்பில் ஏற்படுத்திய காயங்கள், ஓர் அமைதி வழிப் போராளிக்கு அவர் மார்பில் சூட்டப்பட்ட பதக்கங்களாக விளங்குகின்றன. இந்த உலகம் அவற்றைக் காண வேண்டும்," என்றார் தேவதாஸ்.

மகாத்மாவின் மரணச் செய்தி இமயம் முதல் குமரி வரை நாட்டு மக்களை அதிர்ச்சியில் ஆழ்த்தியது. மக்கள் துயரக் கடலில் மூழ்கினர்.

ஆனால், அதே நேரம் மதவெறி பிடித்த ஒரு கூட்டம் காந்தியின் மரணத்தைக் கொண்டாடி மகிழ்ந்தது. ஆர்.எஸ்.எஸ்., இந்து மகா சபையின் பயிற்சிக் கூடங்கள் விழாக்கோலம் பூண்டிருந்தன. விளக்குகள் ஏற்றப்பட்டிருந்தன. மலர்மாரி பொழிந்து, வெடிகள் வெடித்து கொண்டாட்டங்கள் நடந்தன. ஆர்.எஸ்.எஸ்., இந்து மகா சபையின் பல கிளைகளுக்கு காந்தியின் இறப்புக்கு முன்னதாகவே இச்செய்தி தெரிவிக்கப்பட்டு அவர்கள் அதனைக் கொண்டாட ஆயத்தமாக இருந்தனர். மராட்டிய மாநிலத்தில் 'அல்வார்' என்னும் இடத்தில் காந்திஜி கொல்லப்படுவதற்கு 5 மணி நேரம் முன்பாகவே, அவர் கொலை செய்யப்பட்டு விட்டதாக ஒரு துண்டறிக்கை பலருக்கும் வழங்கப்பட்டது.

தலைநகரில் மக்கள் வெள்ளம்

மகாத்மாவுக்கு இறுதி அஞ்சலி செலுத்துவதற்காக மக்கள் கூட்டம் பல்லாயிரக்கணக்கில் பிர்லா மாளிகைக்கு முன்பாகக் குவியத் தொடங்கியது. கூட்டத்தைக் கட்டுப்படுத்த இயலாமல் காவல்துறையும் இராணுவமும் திணறின. காந்திஜியின் உடலைக் காண முடியாமல் மக்கள் கூட்டம் அலைபாய்ந்தது.

எனவே, மூத்த அதிகாரிகள் காந்திஜியின் புதல்வர் தேவதாசையும், செயலாளர் பியாரிலாலையும் அணுகிப் பொதுமக்கள் சாலையிலிருந்தவாறே காந்திஜி உடலைப் பார்க்கும் வகையில் ஏதுவான இடத்திற்கு உடலை மாற்றி வைக்குமாறு வேண்டினர்.

பிர்லா குடும்பத்துடன் கலந்தாலோசித்து, பிர்லா மாளிகையின் முதல் மாடியின் முற்றத்தில் உடல் வைக்கப்பட்டது. காந்திஜியின் உடலைப் பார்த்த பின்னர்தான் இறுதி அஞ்சலி செலுத்த வந்த மக்கள் கூட்டத்தில் அமைதி திரும்பியது. அன்று இரவு அகில இந்திய வானொலி மூலம் பிரதமர் நேரு, கண்ணீர் மல்க நாட்டு மக்களுக்கு உரையாற்றினார்:

"நம் வாழ்க்கையிலிருந்த ஒளி அகன்று விட்டது. எங்கும் இருள் சூழ்ந்து நிற்கிறது. உங்களுக்கு நான் என்ன சொல்வது? எப்படிச் சொல்வது? என்று எனக்குத் தெரியவில்லை.

நம் அன்புக்குரிய தலைவர், 'பாபு' என்று நம்மால் அன்போடு அழைக்கப்பட்டவர், நாட்டின் தந்தை இன்று நம்மோடு இல்லை. இத்தனை ஆண்டுகளாக நாம் அவரைப் பார்த்தது போல இனி மறுபடியும் அவரை நாம் பார்க்க முடியாது; எங்களுக்கு அறிவுரை தாருங்கள் என்று அவரிடம் நாம் இனி ஓட முடியாது; ஆறுதல் பெற முடியாது. ஒளி அகன்று விட்டது என்று நான் சொன்னேன். நான் மீண்டும் தவறு செய்கிறேன். இந்த நாட்டில் சுடர்விட்டுக் கொண்டிருந்த அந்த ஒளி சாதாரணமானது அல்ல. இத்தனை ஆண்டுக்காலமாக இந்த நாட்டை ஒளிமயமாக்கிக் கொண்டிருந்த அந்தச் சுடர், இன்னும் பல ஆண்டுகளுக்கு இந்த நாட்டுக்கு ஒளி தரும்.

இன்னும் ஆயிரம் ஆண்டுகளுக்குப் பின்னரும் அந்த ஒளிச்சுடர் இந்த நாட்டில் வீசிக் கொண்டிருக்கும்; உலகம் இதைக் காணும்; எண்ணிலடங்கா இதயங்களுக்கு அது ஆறுதல் அளிக்கும். அந்த ஒளி, வாழும் உண்மையை எதிரொலித்தது. அந்த உயர்ந்த மனிதர், உயரிய உண்மைகளோடு நம்மோடு இருந்தார். சரியான வழியினை நமக்கு நினைவூட்டிக் கொண்டிருந்தார். தவறுகளிலிருந்து நம்மை

விலக்கினார். பழம்பெருமை உடைய இந்த நாட்டை விடுதலையை நோக்கி அழைத்துச் சென்றார்."

நாட்டு மக்களுக்கு ஆறுதல் அளிக்க உரை நிகழ்த்திய பண்டித நேரு, தன்னைத்தானே தேற்றிக் கொள்ள முடியாமல் மீண்டும் தேம்பித் தேம்பி அழுதார்.

யமுனை நதிக்கரையில் உடல் தகனம்

நள்ளிரவில் காந்திஜியின் உடல் முதல் மாடியிலிருந்து கீழே கொண்டு வரப்பட்டது. குளிப்பாட்டப்பட்டும், சந்தனக் குழம்பில் புனிதப்படுத்தப்பட்டும் அந்த அறையின் மய்யப்பகுதியில் வைக்கப்பட்டது. மலர்களால் உடல் மூடப்பட்டிருந்தது. அடுத்த நாள், ஜனவரி 31, 1948, காலை 11.30 மணி அளவில் காந்திஜி உடல் வைக்கப்பட்டிருந்த பாடை மூவண்ணத் துணியால் மூடப்பட்டிருந்தது.

மகாத்மாவின் உடல் இராணுவ கவச வண்டியில் ஏற்றப்பட்டது. இறுதி ஊர்வலம் தொடங்குவதற்குச் சற்று முன்பாக காந்திஜியின் மருத்துவர் டாக்டர் சுசீலா நய்யார் வந்து சேர்ந்தார். கடந்த சில ஆண்டுகளாக காந்திஜியின் உடல்நலம் பேணும் பெரும் பொறுப்பினைக் கவனித்து வந்த அவர் கண்ணீர் மல்க காந்தியடிகளுக்கு விடை கொடுத்தார்.

காந்திஜியின் மகன் தேவதாஸ், அவருடைய அண்ணன் ராமதாஸ் உடன் வர, நேருவும், படேலும் மற்ற அமைச்சர்களும் இராணுவ வாகனத்தில் காந்திஜி உடலைச் சுற்றி நிற்க, இறுதி ஊர்வலம் புறப்பட்டது. மற்றவர்கள் நடந்து வர, இலட்சக்கணக்கான மக்கள் திரளில் காந்திஜியின் இறுதிப் பயணம் தொடங்கியது.

இராணுவ வண்டியை முப்படை வீரர்கள் இருநூறு பேர் இழுத்துச் சென்றனர். இந்திய விமானப்படை விமானங்கள் மூன்று வானத்தில் வட்டமடித்தபடியே பறந்து சென்று மலர்களைப் பொழிந்தன.

பிர்லா மாளிகையைக் கடந்து வரும் மக்கள் பொங்கி வழிந்தோடும் ஆறுபோல் காட்சியளித்தனர் என்றால் வழியெங்கும் திரண்டு நின்ற மக்கள் கூட்டம் மக்கள் கடலைப் போலக் காட்சி அளித்தது. பத்து இலட்சம் மக்கள் மகாத்மாவின் இறுதி ஊர்வலத்தில் குவிந்து விட்டனர்.

புதுடில்லிச் சாலைகளின் வழியாகப் பயணித்த இறுதி ஊர்வலம், யமுனை ஆற்றின் கரையிலிருந்த எரியூட்டும் இடத்திற்கு மாலை 4.20 மணிக்கு வந்து சேர்ந்தது.

காலையிலிருந்தே அங்கு மக்கள் குவியத் தொடங்கி விட்டார்கள். அந்தக் கூட்டத்தில் எங்கோ ஓரிடத்திலிருந்த காந்திஜியின் மூத்த மகன் ஹரிலால் - எல்லோராலும் கைவிடப்பட்டு சுற்றித் திரிந்த அவர், தந்தையின் முகத்தைக் கடைசியாகப் பார்க்கத் துடித்தார். காந்திஜியின் உடலருகே செல்ல முயன்ற ஹரிலாலால் முன்னேற முடியவில்லை. மூத்த மகனான ஹரிலால்தான் காந்திக்கு ஈமச்சடங்கு செய்யக் கடமைப்பட்டவர். ஆனால், கந்தல் துணியுடன் அலைந்த அவரை எவரும் அடையாளம் காணவும் முடியவில்லை; காந்திஜியின் உடலை நெருங்கவும் விடவில்லை.

ஹரிலால் தென்னாப்பிரிக்காவில் தன் தந்தைக்கு மிக நெருக்கமாக இருந்தார். அந்த நாட்டில் மக்கள் உரிமைக்காக நடந்த சத்தியாகிரகப் போராட்டத்தின்போது ஹரிலாலை 'இளைய காந்தி' என்று அழைத்தனர். முதன் முதலாக 'உண்ணா நோன்பினை' ஓர் எதிர்ப்பு ஆயுதமாகப் பயன்படுத்தி சிறை அதிகாரிகளை மனித நேயத்தோடு நடத்துமாறு செய்தவர். அதன் பிறகு அவர் தன் தந்தையோடு சண்டை போட்டுக் கொண்டு அவரை விட்டு விலகிச் சென்று விட்டார்.

காந்தியின் மூத்த மகன் ஹரிலால் மேலும் படிக்க வேண்டும் என்று விரும்பினார். ஆனால் காந்தியோ தன்னைப் போல ஹரிலாலும் மக்கள் தொண்டாற்ற வேண்டும் என்று வற்புறுத்தினார். மேலும் ஹரிலால் 'குலோப்' என்ற பெண்ணைத் திருமணம் செய்து கொள்ள விரும்பினார். இருவரும் இளம் பருவத்தினர் என்பதால் இதற்கும் காந்தி இசைவு அளிக்கவில்லை.

ஹரிலால் மேற்கொண்ட வணிக முயற்சிகள் அனைத்தும் தோல்வியடைந்தன. தன் மனைவி நோயால் பீடிக்கப்பட்டு இறந்ததும் தன் குழந்தைகளைத் தன் பெற்றோர் வீட்டுக்கு அனுப்புவதைத் தவிர அவருக்கு வேறு வழியில்லாமல் போய்விட்டது. அதன் பின்னர் துணையேதுமின்றி ஹரிலால் கைவிடப்பட்டவர் ஆனார்.

மகாத்மா காந்திஜியை ஓர் இக்கட்டான சூழ்நிலையில் சிக்க வைக்க விரும்பிய சில முஸ்லிம்கள் ஹரிலாலை அதற்குப் பயன்படுத்திக் கொண்டனர். ஹரிலாலைத் தம் வயப்படுத்திக் கொண்ட அக்கும்பல், அவரைக் குடிப்பழக்கத்திற்கும், வேறு குற்றங்களுக்கும் ஊக்கம் அளித்து பொருளுதவி செய்தது. ஹரிலாலைத் தூண்டிவிட்டு 'மத மாற்றம்' செய்வதற்குத் துணிந்தனர். ஹரிலால் மதம் மாறுவதைப் பெரும் விழாவாக விளம்பரம் செய்து 'அப்துல்லா காந்தி' என்று பெயரையும் மாற்றம் செய்த அந்த விழாவில் காந்தி பங்கேற்க வேண்டும் என்று வெளிப்படையாகவே அழைப்பு விடுத்தனர்.

தன் வாழ்நாள் முழுக்க மதமாற்றத்தைப் பற்றிக் கடுமையான கருத்துக்களை வெளிப்படுத்தி வந்தவர் காந்தியடிகள். தன் மகனின் மதமாற்றத்தைப் பற்றிக் கடுமையாகப் பேசிய காந்திஜி அதனைப் 'பொருந்தாச் சேர்க்கை' என்றும் அது இஸ்லாத்திற்குப் பெருமை சேர்க்காது என்றும் கூறினார்.

காந்திஜியைப் பணியவைக்க முயன்று தோற்றுப் போன மனிதர்கள், ஹரிலாலைக் கைவிட்டனர். குடிப்பழக்கத்தில் மூழ்கிப் போன 'ஹரிலாலின் வாழ்க்கை' தாழ்வு நிலைக்குப் போய் விட்டது.

பொதுமக்களுக்குத் தொல்லை கொடுத்ததாகக் குற்றம்சாட்டி சென்னைக் காவல்துறை ஹரிலாலைக் கைது செய்தது. பின்னர் அவரை யார் என்று அடையாளம் கண்டு உறுதிப்படுத்திய பிறகு காந்திஜிக்குத் தகவல் அளித்தது.

ஆனால், காந்திஜி தன் மூத்த மகனை வெளிப்படையாகவே 'தனக்கும் அவனுக்கும் ஒட்டும் இல்லை; உறவும் இல்லை; ஹரிலால் என் மகனும் இல்லை' என்று அறிவித்து விட்டார்.

ஆனால், தனிமையில் இருக்கும்போது தன் மூத்த மகனை அழிவிலிருந்து காப்பாற்ற முடியாத கையறு நிலைக்குத் தள்ளப்பட்டு விட்டோமே என்று காந்திஜி மனம் வெதும்பி கண்ணீர் வடித்தார். இந்தத் தகவல்களை எல்லாம் மகாத்மா காந்தியின் பேரன் துசார் காந்தி *'Let Us Kill Gandhi'* என்ற நூலில் பதிவு செய்து இருக்கிறார்.

யமுனை நதிக்கரையில் இறுதி ஊர்வலம் நெருங்கும்போது மாலை 4.30 மணி.

600 கிலோ எடையுள்ள சந்தனக் கட்டைகளின் மேல் காந்திஜியின் உடல் வைக்கப்பட்டது. 160 கிலோ நெய், 80 கிலோ நறுமணப் பொருட்கள், 40 கிலோ தேங்காய், 15 கிலோ கற்பூரம் முதலானப் பொருட்கள் பயன்படுத்தப்பட்டு, மிக மிக எளிமையான வாழ்க்கை நடத்திய அந்த மாமனிதரின் ஈமச் சடங்கு நடந்தது.

இறுதியாக மூவண்ணத் துணி அகற்றப் பட்டது. தேவதாஸ், காந்தியின் உடலைக் கடைசி முறையாகத் தூய்மைப்படுத்துவதற்காக கங்கை நீரை அவர் உடல்மேல் தெளித்தார். பின்னர் சந்தனக் கட்டைகளை உடல் மீது வைத்தார். ஈமத் தீ ஏற்றப்பட்டது. தேவதாசின் அண்ணன் ராமதாஸ் ஈமத் தீயை மூட்டினார். எல்லோர்க்கும் மூத்த மகன் ஹரிலால் மக்கள் கூட்டத்தில் தொலைவில் எங்கோ ஓர் இடத்திலிருந்து பார்த்துக் கொண்டிருந்தார். காந்தியின் இரண்டாவது மகன் மணிலால் தென்னாப்பிரிக்காவில் இருந்தமையால் இறுதிச் சடங்கில் கலந்து கொள்ள குறித்த நேரத்தில் வர இயலவில்லை.

நெருப்பு கொழுந்து விட்டு எரிந்தது. 'மகாத்மா காந்தி என்றும் இறவாத நிலையை அடைந்து விட்டார்' எனும் இசையொலி எழுந்தது.

இந்து வழக்கப்படி மகாத்மா காந்தியின் அஸ்தி அவரது தகனம் முடிந்து பன்னிரண்டு நாட்களுக்குப் பின், கடலில் கலக்க ஓடுகிற நதிநீரில் கரைப்பதற்கு மிகவும் புனிதமான இடம் என்றும் கங்கை, யமுனை, சரஸ்வதி ஆறுகள் இங்கேதான் சங்கமம் ஆகின்றன என்றும் இந்து சமய மக்கள் நம்பிக் கொண்டிருந்த அலகாபாத் சங்கமம் தேர்வு செய்யப்பட்டது.

காந்திஜியின் அஸ்தியைக் கொண்டிருந்த செம்புக் கலசம், புதுடில்லியிலிருந்து அலகாபாத் வரை ஓர் இரயிலில் 368 மைல் தூரம் பயணம் செய்தது. அந்த இரயில் வந்த வழி முழுவதும் இலட்சக்கணக்கான மக்கள் மனிதத் தொடர் போல நின்று மகாத்மா காந்திக்கு இறுதி அஞ்சலி செலுத்தினார்கள்.

அலகாபாத் இரயில் நிலையத்திலிருந்து அஸ்திக் கலசம் ஒரு டிரக் வண்டிக்குக் கொண்டு செல்லப்பட்டது. அந்த வண்டி மாபெரும் மக்கள் கூட்டத்தினிடையே ஊர்ந்து நதிக்கரைக்குச் சென்றது. அங்கே கலசத்தைப் பெற்று நதியின் மையப் பகுதிக் கொண்டு செல்ல 'டக்' (வாத்து) என்று பெயரிடப்பட்டிருந்த நிலத்திலும் நீரிலும் பயன்படக்கூடிய இந்திய இராணுவத்தின் வெள்ளை நிற வாகனம் மலர்களால் அலங்கரிக்கப்பட்டு காத்திருந்தது.

பண்டித நேரு, சர்தார் படேல், காந்தியின் புதல்வர்களான தேவதாஸ், ராமதாஸ் மற்றும் மனு, ஆபா போன்றோர் அஸ்திக் கலசம் வைக்கப்பட்டிருந்த வாகனத்தில் அமர்ந்திருந்தனர். ஆற்றின் இரு கரைகளிலும் முப்பது இலட்சம் மக்கள் கூடி நின்றனர்.

'டக்' என்ற அந்த வாகனம் புராண மரபுப் படியான மூன்று நதிகளின் சங்கமம் இடத்துக்கு வந்தவுடன், ராமதாஸ் தனது தந்தையின் அஸ்தி உள்ள கலசத்தில் புனிதப் பசுவின் பாலை ஊற்றி நிரப்பினார். பின்னர் அதனை மெதுவாக கலக்கிக் கொண்டு இருக்கும்போது வாகனத்தில் இருந்தவர்கள் கடைசிப் பாடலைப் பாடினார்கள்.

'புனித ஆத்மாவே, சூரியன், ஆகாயம், நெருப்பு ஆகியவை உனக்கு நன்மை அளிக்கட்டும். அனைத்து நதிகள் மற்றும் கடல்களின் நீர் உனக்கு உதவியாக இருக்கட்டும். உனது நற்செயல்களில் இவை எப்போதும் உனக்கு சேவை செய்யட்டும்.'

பாடல் முடிந்த பிறகு ராமதாஸ் அந்தப் படகின் விளிம்புப் பலகைக்குச் சென்று அஸ்திக் கலசத்தில் இருந்த கலவையைத்

தண்ணீருக்குள் அமிழ்த்தினார். மகாத்மாவின் சாம்பல் ஆற்று நீரின் வேகத்தில் ஓடி வெண்மைப் படலமாகப் படர்ந்து கரைந்தது.

மகாத்மா காந்தியின் உடல் சாம்பல் கரைக்கப்பட்டு விட்டது. ஆனால், அவரின் 'வரலாற்றுச் சகாப்தம்' என்பது இன்னும் ஆயிரம் ஆண்டுகள் ஆனாலும் கரையப் போவதில்லை.

ஆனால், காந்திஜியைச் சாய்த்த வெறி கொண்ட கூட்டம் இன்னமும் 'காந்தியத்துடன்' மோதிக் கொண்டே இருக்கிறது.

மகாத்மா காந்தி ஏன் கொல்லப்பட்டார்? அறிஞர் ஜார்ஜ் பெர்னார்ட்ஷா காந்திஜிக்கு இரங்கல் தெரிவிக்கும்போது கூறியது தான் காரணம்.

"நல்லவராக இருப்பது எவ்வளவு ஆபத்தானது என்பதை காந்திஜியின் மரணம் காட்டுகிறது."

23
காந்தியார் கொலை:
தந்தை பெரியார் வெளியிட்ட உண்மைகள்

மகாத்மா காந்தி, இந்துத்துவ சனாதனக் கும்பலால் திட்டமிட்டு படுகொலை செய்யப்பட்ட வரலாற்று உண்மைகளை இத்தொடரில் நாம் எழுதி வருகிற இந்த நேரத்தில், நாடாளுமன்றத் தேர்தல் பரப்புரைக் களத்தில் காந்திஜியின் படுகொலை பற்றிய பரபரப்பு விவாதம் தமிழகத்தில் எழுந்திருக்கிறது.

அரவக்குறிச்சி சட்டமன்றத் தொகுதி இடைத்தேர்தல் பரப்புரைக்காகச் சென்ற மக்கள் நீதி மய்யம் கட்சியின் தலைவர், திரைக் கலைஞர் கமலஹாசன், பள்ளப் பட்டியில் பேசும்போது, "சுதந்திர இந்தியாவின் முதல் தீவிரவாதி ஒரு இந்து; அவர் நாதுராம் கோட்சே; மகாத்மா காந்தியைச் சுட்டுக் கொன்றவர்" என்று குறிப்பிட்டார். உடனே அதற்கு எதிர்வினையாக இந்துத்துவ சனாதன சக்திகள், கமலஹாசன் மீது விழுந்து பிராண்டுகின்றன.

கமலஹாசன் கூறிய கருத்து மிகச் சரியானது என்று மறுமலர்ச்சி திராவிட முன்னேற்றக் கழகப் பொதுச் செயலாளர் வைகோ அவர்கள் தெரிவித்து இருக்கிறார். நாடு முழுவதும் ஆர்.எஸ்.எஸ்., பாஜக நிர்வாகிகள் கோட்சேவுக்கு ஆதரவாகக் கொடி தூக்கி உள்ளனர்.

காந்தியை கோட்சே சுட்டுக் கொன்று 70 ஆண்டுகள் கடந்த பின்னரும், இன்னமும் காந்திஜி மீதான வன்மமும் வெறுப்பும் குறையவில்லை.

ஆர்.எஸ்.எஸ். தீவிர ஊழியரும், பெண் சாமியாரிணியுமான பிரக்யா சிங் தாகூர், மாலேகான் குண்டுவெடிப்பு வழக்கில் குற்றம் சாட்டப்பட்டவர். அவரை மத்தியப் பிரதேச தலைநகர் போபால் தொகுதியில் நாடாளுமன்ற வேட்பாளராக நிறுத்தியது பாரதிய ஜனதா கட்சி.

அவர், "காந்தியைச் சுட்டுக் கொன்ற கோட்சே ஒரு தேச பக்தர்" என்று கருத்து கூறி உள்ளார். பிரக்யாவின் கருத்தை நாடு முழுவதும் பல தலைவர்கள் கண்டித்து உள்ளனர்.

கோட்சே தேச பக்தர்?

பீகாரில் பாஜக கூட்டணியில் இடம் பெற்றுள்ள ஐக்கிய ஜனதாதளம் தலைவரும், முதல்வருமான நிதிஷ்குமார், பிரக்யா சிங் பேச்சுக்குக் கடும் கண்டனம் தெரிவித்துள்ளார்.

பாட்னா சாகிப் மக்களவைத் தொகுதியில், ராஜ்பவன் அருகே உள்ள அரசுப் பள்ளியில் வாக்களித்த நிதிஷ்குமார், பின்னர் செய்தியாளர்களிடம் பேசும்போது, "கோட்சே பற்றி பிரக்யா சிங் கூறியது மிகுந்த கண்டனத்துக்கு உரியது. காந்தி, இந்த தேசத்தின் தந்தை. கோட்சே பற்றி இவ்வாறு பேசுவதை மக்கள் ஒருபோதும் விரும்பமாட்டார்கள். எனவே, பிரக்யா சிங்கை பாஜக உடனடியாக கட்சியை விட்டு நீக்க வேண்டும். பிரக்யா சிங் பேச்சைச் சகித்துக் கொள்ளவே முடியாது," என்று கண்டித்துள்ளார்.

பிரதமர் நரேந்திர மோடி, பாஜக தலைவர் அமித்ஷா இருவரும் 'பிரக்யா சிங்' பேச்சுக்கு 'மென்மையாக'க் கண்டனம் தெரிவித்து உள்ளனர். இது மக்கள் மன்றத்தில் எழுந்துள்ள கொந்தளிப்பை சரி செய்வதற்குத் தெரிவிக்கப்பட்ட கண்டனம் என்பது வெள்ளிடை மலை.

2014இல் உத்திரபிரதேச மாநிலம், உண்ணாவ் தொகுதியிலிருந்து தேர்ந் தெடுக்கப்பட்ட பாஜக எம்.பி., சாக்ஷி மகராஜ், ஏற்கனவே மூன்று முறை எம்.பி.யாகப் பதவி வகித்தவர். பாஜக ஆட்சிக்கு வந்தவுடன், நாடாளுமன்றத்தில் பேசிய சாக்ஷி மகராஜ், "மகாத்மா காந்தியைக் கொன்ற நாதுராம் கோட்சே ஒரு தேச பக்தர்; அவருக்கு நாடு முழுவதும் சிலை எழுப்ப வேண்டும்" என்று கூறினார். அவரை பாஜக தலைமையோ, பிரதமர் மோடியோ கண்டிக்கவில்லை.

காந்திஜியைக் கொன்றவன் 'ஒரு இந்து' என்று வானொலியில் அறிவிக்க வேண்டிய நிலைமை ஏன் உருவானது? கோட்சே என்ற 'தனி மனிதன்' மட்டுமே காந்தியை சுட்டுக் கொன்றதற்குக் காரணமா? உண்மைகளை வரலாற்றின் வெளிச்சத்தில் நின்று ஆராய வேண்டும்.

காந்தியடிகள் படுகொலைக்குப் பின்னணியில் இருந்த சதி குறித்து திராவிட இயக்கத்தின் பார்வை எப்படி இருந்தது என்பதற்கு தந்தை பெரியார் விடுத்த இரங்கல் செய்தி மற்றும் 'குடிஅரசு' ஏட்டில் வெளிவந்த தலையங்கம், அறிக்கைகள் மூலமாகத் தெரிந்து கொள்ள முடிகிறது. காந்திஜியின் கொலைச் சதிக்குக் காரணமானவர்களை தந்தை பெரியார் சரியாக அடையாளம் காட்டி இருக்கிறார்.

காந்தியார் மறைவு: பெரியார் இரங்கல்!

காந்திஜி சுட்டுக் கொல்லப்பட்ட பின்னர், ஜனவரி 31, 1948 அன்று தந்தை பெரியார் வெளியிட்ட இரங்கல் அறிக்கை :

"காந்தியார் சுட்டுக் கொல்லப்பட்டார் என்கின்ற சேதியானது, எனக்குக் கேட்டதும் சிறிது கூட நம்ப முடியாததாகவே இருந்தது. இது உண்மைதான் என்ற நிலை ஏற்பட்டதும் மனம் பதறி விட்டது. இந்தியாவும் பதறி இருக்கும். மதமும், வைதிகமும்தான் இக்கொலை பாதகத்திற்குத் தூண்டுகோலாய் இருந்திருக்கலாம் என்பது என் கருத்து. இக்கொலைக்குத் திரைமறைவில் பலமான சதி முயற்சி இருந்தே இருக்க வேண்டும்.

அதுவும் காந்தியார் எந்த மக்களுக்காகப் பாடுபட்டாரோ - உயிர் வாழ்ந்து வந்தாரோ அவர்களாலேயேதான் இச்சதிச் செயல் ஏற்பட்டிருக்க வேண்டும். இது மிக மிக வெறுக்கத்தக்க காரியம் ஆகும். இவரது காலி ஸ்தானம் எப்படி பூர்த்தி செய்யப்படும் என்பது ஒரு மாபெரும் பிரச்சினையே ஆகும். இப் பெரியாரின் இப்பரிதாபகரமான முடிவின் காரணமாகவாவது நாட்டில் இனி அரசியல், மத இயல் கருத்து வேற்றுமையும், கலவரங்களும் இல்லாமல் இருக்கும்படி மக்கள் நடந்து கொள்ளுவதே அவரை நாம் மரியாதை செய்வதாகும்."

– குடிஅரசு – அறிக்கை – 31.01.1948

காந்தியார் மறைவு: பெரியார் வானொலி உரை

31. 01. 1948 மாலை 2 மணி அளவில் திருச்சி வானொலி நிலையத்தின் அதிகாரிகள் பெரியார் அவர்களை அவரது இல்லத்தில் சந்தித்து காந்தியார் மறைவு பற்றி வானொலியில் உரையாற்ற வேண்டும் என்று வேண்டினர். தந்தை பெரியார், காந்திஜி மரணம் குறித்து வானொலியில் ஆற்றிய உரையின் ஒரு பகுதி வருமாறு:

"உலக மக்கள் எல்லோராலுமே போற்றப்படும் பெரியார், காந்தியார் முடிவெய்திய சேதியானது எல்லா மக்களுக்குமே துக்கத்தைக் கொடுக்கக் கூடிய சேதியாகும். இவரது முடிவு இந்த நாட்டுக்கு பரிகரிக்க முடியாத நஷ்டம் என்பதோடு, இந்த நெருக்கடியான சந்தர்ப்பத்தில் அவர் மறைய நேரிட்டது எந்த விதத்திலும் சகிக்க முடியாத சம்பவம்.

அவர் உலகத்தில் உயிர் வாழும் பிரபலஸ்தரான மாபெரும் பெரியார்கள் வரிசையில் ஒரு பெரியாராய் இருந்தவர். அவரைப் போல் பொதுத் தொண்டையே தனது வாழ்நாள் தொண்டாகக் கொண்டவர்களையும், தனக்கென எதுவுமே இன்றி ஒரு

இலட்சியத்திற்கே வாழ்ந்து வந்தவர்களையும் காண்பது மிகவும் அரிதான காரியமாகும்.

தென் ஆப்பிரிக்காவில் அவர் பெற்ற வெற்றியே இந்திய மக்களின் மதிப்பையும் பின்பற்றுதலையும் அவருக்கு வலியக் கிடைக்கச் செய்தது.

கால் நூற்றாண்டுக்கு மேலாக ஒரே இலட்சியத்தில் தொடர்ந்து ஈடுபட்டு வருவது என்பதும், அதில் ஏற்படும் எப்படிப்பட்ட கஷ்ட நஷ்டங்களையும், வெற்றி தோல்விகளையும் இலட்சியம் செய்யாமல் மற்றவர்கள் என்ன சொல்வார்கள்? எப்படி நினைப்பார்கள்? என்பதைப் பற்றியும் கவலை இல்லாமல் தொண்டாற்றுவது என்பதும் எல்லோராலும் ஆகும் காரியம் அல்ல. இப்படிப்பட்ட ஒருவருக்கு இந்தக் கோரமான முடிவு ஏற்பட்டது இந்த நாட்டின் மதிப்பைக் கெடுக்கக் கூடியதும், இயற்கைக்கு விரோதமானதுமான வாய்ப்பு என்பதில் சிறிதும் அய்யமில்லை.

அதிலும் காந்தியார் யாருக்காக, எந்த மக்களுக்காக உயிர் வாழ்ந்தாரோ, அல்லும் பகலும் இடையின்றி பாடுபட்டாரோ அவர்களாலேயே இந்த முடிவு ஏற்பட்டது என்றால் இது வெகு வெகு வெறுக்கத்தக்க காரியம். இந்த இழிதரமான காரியத்துக்கு சுட்டவன் ஒருவனே பொறுப்பாளி என்று என்னால் கருத முடியவில்லை."

வானொலி உரையில் தந்தை பெரியார், கோட்சே மட்டுமே காந்தி கொலைக்குப் பொறுப்பாளி என்பதைக் கருத முடியவில்லை என்று கூறியதோடு நிறுத்திக் கொண்டார். ஆனால், குடி அரசு ஏட்டில் எழுதிய தலையங்கத்தில், மிக விரிவாக காந்தியார் கொலை பற்றி பெரியார் எழுதி இருக்கிறார்.

'காந்தியார் முடிவு' என்ற தலைப்பில் 'குடி அரசு' 07. 02. 1948, ஏட்டில் தந்தை பெரியார் எழுதிய தலையங்கம் வருமாறு:

"உலக மக்களுக்குத் தொண்டாற்றுவதற்கு ஆக 125 வயது வரை நான் உயிருடன் வாழ்ந்து வருவேன்" என்று கூறிக் கொண்டே, அதற்கு ஏற்ற வண்ணம் உடலையும் பாதுகாத்துக் கொண்டே, பெரும் பாராட்டுதலையும் பெற்று அதற்கு ஆக உண்மையாய் உழைத்து வந்த மகான் காந்தியார், தனது 79ஆம் ஆண்டில் அகால மரணத்தால் முடிவெய்தி விட்டார்.

இவரது முடிவைப் போல், கேட்டதும் மக்களுக்குத் திடுக்கிடும் தன்மையும், அலறிப் பதறித் துடிதுடித்துத் துக்கப்படும் தன்மையும்

இதுவரை நம் நாட்டிற்கு வேறு எவருடைய முடிவும் தந்ததில்லை என்பதோடு, இப்படிப்பட்ட இவரே இக்கதிக்கு ஆளான பின்பு இனி எவர் எக்கதியானால் தான் என்ன? என்றும் கூறலாம்.

காந்தியார் கொள்கையில் அதிருப்தி கொண்டவர் சிலர் ஏன் பலர் இருக்கலாம் என்றாலும், அப்படிப்பட்டவர்களும் காந்தியாரிடத்தில் மரியாதையும், அன்பும் வைத்தவர்களாகவே இருந்தார்கள்.

கம்யூனிஸ்ட்டுகளும், சமதர்மவாதிகளும், காந்தியார் கொள்கையில் எவ்வளவு குறை கண்டாலும், அவரிடத்தில் மதிப்பும், மரியாதையும் வைத்தவர்களாகவே இருந்து வந்தார்கள். வெள்ளையர்கள் மீதில் இந்தியர்களுக்கு எப்படிப்பட்ட குரோத மனப்பான்மை ஏற்பட்ட காலத்திலும், வெள்ளையர் அரசாங்கம் காந்தியாரை மதிப்பதிலோ, அவரைப் பாதுகாப்பதிலோ சிறிதுகூடத் தவறியதில்லை. அனுபவத்திற்கு ஏற்றதோ ஏற்காததோ என்ற கவலையற்று, காந்தியார் தனது வாழ்நாள் முழுவதும் ஒரு இலட்சியவாதியாகவே இருந்த பெரியாராவார். ஆதலால், அவரிடத்தில் சொந்த விருப்பு வெறுப்புக் கொண்டு யாவரும் அவரை வெறுத்ததில்லை.

திராவிடர் கழகத்தாருக்கும் காந்தியாரிடம், அவர் வருணாச்சிரம தர்மத்தைக் காப்பதில் பிடிவாதமான கவலை கொண்டிருக்கிறாரே என்பது தவிர, மற்றக் காரியங்களில் அவருடன் பிரமாதமான முரண்பட்ட கருத்துக் கொண்டிருக்கவில்லை என்பதோடு அவர்கள், 'காந்தியார் கூடிய சீக்கிரத்தில் இந்த விஷயத்திலும் சரிப்பட்டு விடுவார்கள்' என்றே கருதி, அதை மாத்திரமே முக்கியமாய்க் காந்தியாருக்கு எடுத்துக் கூறிக் குறிப்பிட்டு வந்தார்கள்.

இந்துஸ்தானிலிருந்து திராவிட நாடு தனி நாடாகப் பிரிய வேண்டும் என்பதிலும் காந்தியாருக்குப் பிடிவாதமில்லாமலேயே இருந்து வந்தது என்றாலும், அவரது நண்பர்களான மார்வாடிகள், குஜராத்திகளின் தாட்சணியம் காரணமாக மாத்திரமே, அது விஷயத்தில் தனது அதிருப்தியைக் காட்டி வந்தார். எப்படி இருந்த போதிலும் திராவிடர் கழகத்தாருக்குள் ஒரு சிலருக்குக் காந்தியார் நட்புப் பெறவும், அவரிடம் தங்கள் கொள்கைக்கு ஆதரவு தேடவும் ஆசை துடித்துக் கொண்டிருந்தது. 1948ஆம் ஆண்டு முடிவதற்குள் இது விஷயத்தில் ஒரு குறிப்பிடத் தகுந்த மாறுதல் கூட திராவிடர் கழகத்தில் ஏற்படலாம் போல் நிலைமை இருந்தது.

இப்படிப்பட்ட சமயத்தில் ஒரு பார்ப்பனப் பாதகன், மதவெறி காரணமாகக் கொடுஞ் செயல் செய்து தனது ஜாதிக்கே நீங்காப் பழியையும், மாசையும் உண்டாக்கிக் கொண்டான். காந்தியார் எப்படி இருந்தாலும் ஒரு நாளைக்குச் சாகக்கூடியவர் என்பதில் யாருக்கும் அய்யமில்லை. அவர் இளம் வயது உடையவருமல்ல. 80 வயதுடையவராய், உலகப் பெரியாராய், உத்தமராய் வாழ்ந்து விட்டார். அவர் அடைந்த ராஜ உபசாரம் என்பவை போதுமானதற்கு மேல் என்றே சொல்லலாம். மற்ற எவருக்கும் இதுபோல் சுலபத்தில் கிடைக்கக் கூடிய தல்ல என்றும் சொல்லலாம். அவர் மக்களுக்குச் சொல்ல வேண்டியவைகளை எல்லாம் சொல்லிவிட்டு அதுபோல் நடந்து காட்டவும் செய்தார். அவர் சாகும்போது அவருக்கு நினைவு, உணர்வு இருந்து இருக்குமானால், "கடவுள் என்னை அழைக்கிறார்" என்று கருதித் திருப்தியுடன்தான் உயிர்விட்டிருப்பாரே ஒழிய, சிறிதும் அதிருப்தியாய் உயிர்விட்டிருக்கமாட்டார்.

என்றாலும், நடந்தது என்ன என்று பார்ப்போமேயானால், அவர் குறிப்பாக எந்த ஜாதி மக்களுக்குப் பாதுகாப்பாக இருந்து வந்து, எந்த ஜாதி மக்களை - "பிட்சாந்தேஹி" என்கின்ற உஞ்சவிருத்திக் கூட்டமாக இருந்து வந்தவர்களை - இன்று உயர்வாழ்வில் இருத்தி நாட்டை அவர்களது ஆட்சிக்கும், ஆக்கினைக்கும் உள்ளாக்கிக் கொடுத்தாரோ, அந்த ஜாதியே இன்று அவரை அழித்து விட்டதே என்பதுதான் இதில் ஆத்திரம் கொண்ட பரிதாபத்தோடு சிந்திக்க வேண்டியதாயிற்று.

உண்மையில் பிராமண (பார்ப்பன) ஜாதி என்பதாக ஒரு ஜாதி, அந்த ஜாதியின் நலனுக்கு ஆக, அதுவும் மற்ற ஜாதிகளை இழித்து, அழுத்திக் கசக்கிப் பிழிந்து, தாங்கள் மாத்திரம் நல்வாழ்வு வாழ்ந்தால் போதும் என்கின்ற கருத்துக்கு ஆக மாத்திரம் அல்லாமல், மற்றபடி வேறு எந்தக் காரியத்திற்கும் அந்த ஜாதி உலகத்துக்குத் தேவையே இல்லாத ஜாதியாகும். அப்படிப்பட்ட ஜாதியை அது ஒழியப்போகும் தருணத்தில் காப்பாற்றி அந்த ஜாதியாருக்குப் பொருந்தாத ஏற்றத்தைத் தந்து நிரந்தரமாய் நல்வாழ்வு வாழ வகையளித்தார். அப்படிப்பட்ட அந்த ஜாதிப் பாதகரே, அதற்குப் பிரதி உபகாரமாக இப்படிப்பட்ட பழிபாவத்திற்கு அஞ்சாத மகாபாதகமான காரியம் செய்தார் என்பது இது அவருடைய - அவ்வொருவருடைய செய்கையாக மாத்திரம் ஆகிவிட முடியுமா? ஒரு நாளும் முடியவே முடியாது. இதை 'ஜாதி தர்மம்' என்றுதான் சொல்ல வேண்டும்.

புத்த தர்மம் கெட்டது யாரால்? சமண தர்மம் கெடுக்கப்பட்டுச் சமணர்கள் கழுவேற்றப்பட்டது யாரால்? மற்றும் பாதகமானதும் வஞ்சனையானதுமாகிய பல கொடுஞ்செயல்கள் புராண காலத்திலும், சரித்திர காலத்திலும் நடந்ததாகக் காணப்படுபவை யாரால் நடந்தவை?

இவை போன்றவைகளைக் கூர்ந்து கவனிப்போமேயானால், காந்தியார் போன்ற பெரியார்கள் பார்ப்பனரால் படுகொலை செய்யப்பட்டது என்பது அதிசயமோ, சிறிதும் ஆச்சரியமோ அல்ல என்பதை உணருவோம். இதற்கு ஆக பார்ப்பன ஜாதியை குறைகூறுவது முற்றும் சரியானதாகி விடாது. அவர்கள் தங்கள் சுயநல வாழ்வுக்கு ஆக ஏற்படுத்திக் கொண்டு இருக்கும் மதக் கற்பனைகளே, இப்படிப்பட்ட பார்ப்பனர்களை உற்பத்தி செய்யும் விளைநிலமாக இருந்து வருகிறது. உண்மையிலேயே, மதமாச்சரியம், வகுப்பு மாச்சரியம், இனமாச்சரியம் முதலிய துவேஷங்களுக்குப் பார்ப்பன மதம் தவிர, மற்றபடி இந்த நாட்டில் வேறு காரணம் யாராவது சொல்ல முடியுமா? தனிப்பட்ட எந்தப் பார்ப்பனரை நாம் குற்றம் கூறக் கூடும்? என்று கேட்கிறோம்.

நன்றாக ஆழ்ந்து நிதான புத்தியுடன் கூர்ந்து சிந்திப்போமானால், 'வெள்ளையன் ஆட்சி கூடாது' 'முஸ்லிம் ஆட்சி கூடாது' என்ற உணர்ச்சியை இந்திய மக்களுக்கு ஊட்டவும், அதனால் குரோதம், துவேஷம் ஏற்படவும், அதனால் வெட்டு, குத்து, கொலை, கொள்ளை, நாசம் ஏற்படவும் பார்ப்பன மதம் காரணமல்லாமல், வேறு ஏதாவது கொள்கைகள், திட்டங்கள், ஆட்சி தர்மங்கள் காரணம் என்று யாராலாவது சொல்ல முடியுமா? சொல்லக் கூடுமானால் வெள்ளையன் ஆட்சியும், முஸ்லிம் ஆட்சியும் ஒழிந்தன. இந்துதான் சுயஆட்சி பெற்றது என்று சொல்லப்பட்ட பின்பும், இந்து முஸ்லிம் போராட்டம் என்னும் பேரால் இந்த ஒரு ஆண்டுகாலமாக நடந்துவரும் அட்டூழியமான நடத்தைகள் நடப்பதற்குப் பார்ப்பன மதம் காரணமல்லாமல், வேறு காரணம் என்று யாராலாவது எதையாவது சொல்ல முடியுமா?

திராவிட நாட்டில் இதுபோது நடந்துவரும் திராவிடர்-ஆரியர் நாடு பிரிவினைப் போராட்டங்களுக்கும், பார்ப்பன மதம் காரணம் என்பதல்லாமல் வேறு காரணம் ஏதாவது சொல்ல முடியுமா? இப்படிப்பட்ட ஒரு மததர்மம் காந்தியாரைக் கொன்றதில் அதிசயமென்ன? என்று திரும்பவும் கேட்கிறோம்.

பார்ப்பனிய மதக் கொடுமைக்கு திராவிட நாட்டில் எப்படியோ ஒரு விதத்தில் இதுவரை இப்படிப்பட்ட பாதகங்களுக்கு இடமில்லாமல் பலரால் பல காரியங்கள் செய்யப்பட்டு

வந்திருக்கிறது என்றாலும், பார்ப்பனர்கள் இனி சும்மா இருக்க மாட்டார்கள் என்றே தெரிகிறது.

இந்த நாட்டில் உள்ள ஒவ்வொரு பார்ப்பனரும் தமது பார்ப்பன மதத்தைக் காப்பாற்றத்தான் அரசியலில் கலந்து கொண்டும், பத்திரிகைகள் நடத்திக் கொண்டும், காந்தியார் முன் ஆஷாடபூதி வேஷம் போட்டுக் கொண்டு தக்களி சுற்றுவதும், கதர் கட்டிக் கொள்வதும், கோணல் குல்லாயை போட்டுக் கொள்வதும், தேசியக் கொடி பிடித்துக் கொண்டு காங்கிரஸ் பித்தர்கள் போல் நடிப்பதுமாய் இருந்து வந்தார்களே ஒழிய, நாட்டுப் பற்றால் என்றோ, மக்களுக்கு விடுதலை ஏற்பட வேண்டும் என்ற விடுதலை வேட்கையால் என்றோ, எந்தப் பார்ப்பனரையாவது அவர்களது எந்த நடவடிக்கைகளையாவது சுட்டிக் காட்ட முடியுமா என்று கேட்கிறோம்.

வடநாட்டில் காந்தியாரை வீழ்த்தியதன் பயனாய் பார்ப்பனர்களின் செல்வாக்கு ஒரு அளவுக்கு இந்த நாட்டிலும் இனி குறைந்துதான் தீரும் என்பதோடு, இந்து முஸ்லிம் போராட்டமும் பெரும் அளவுக்கு அடங்கித்தான் தீரும் என்பதை உணர்ந்த தென்னாட்டுப் பார்ப்பனர்கள், இங்கு திராவிட மக்கள் மீது அவ்வஞ்சகத் தன்மையைத் திருப்ப இப்போதே துவங்கி விட்டார்கள் என்றே சொல்லலாம்.

முதலாவதாக தென்னாட்டுப் பார்ப்பனப் பத்திரிகைகள் காந்தியாரை சுட்டவன் பார்ப்பான் என்பதை வேண்டுமென்றே மறைத்து, மக்கள் முஸ்லிம்கள் மீதும், காங்கிரசுக்கு மாறுபட்ட கருத்துக் கொண்டவர்கள் மீதும் பாயும்படியான மாதிரியில் அயோக்கியத்தனமாக மறைத்தும் திருத்தியும் பிரசுரித்தார்கள். அது மாத்திரமா என்று பார்த்தால், திராவிடர் கழகத்தார் மீதும் துவேஷம் ஏற்படும்படி இரட்டை அயோக்கியத்தனமாக, ‘கருப்புச் சட்டைக்காரர்களின் கலாட்டா’ என்ற தலைப்புக் கொடுத்து மக்களை அவர்கள் மீது கிளப்பி விட்டிருக்கிறார்கள். இந்தக் காரியத்தைச் ‘சுதேசமித்திரன்’ பத்திரிகையே முதன் முதலாக தைரியமாய் கையாண்டிருக்கிறது. உண்மையாக, இந்த நாட்டில் பேயாட்ட வெறிகிளப்பும் விஷமப் பத்திரிகை இல்லாமல் இருந்திருக்குமானால், இந்த நாடு எவ்வளவோ முன்னேற்றமடைந்து, இந்த நாட்டு மக்கள் எவ்வளவோ அந்நியோன்ய பாவமடைந்து, ஞானமும், செல்வமும், ஆறாகப் பெருகும் நன்நாடாக ஆகி பல்லாண்டுகள் ஆகியிருக்கும், இன்றைய கலவரங்களிலும், கேடுகளிலும், நாசங்களிலும் 1000இல் 999 பாகமும் இல்லாமல் இருந்திருக்கும்.

இப்பத்திரிகைகள் தங்கள் ஜாதியார் செய்யும் அயோக்கியத் தனங்களை எல்லாம் 'பொதுமக்கள் ஆத்திரம்' என்று போட்டு விட்டு, (கருப்புச் சட்டைக்காரர்கள் செய்தார்களோ இல்லையோ) கருப்புச் சட்டைக்காரர்கள் நடத்தையைக் குறிப்பிடும்போது 'கருப்புச் சட்டைக்காரர்கள் கலாட்டா' என்று போடுவதின் காரணம், அதுவும் இந்தச் சமயத்தில் போடுவதின் காரணம் வேறு என்னவாய் இருக்க முடியும்? இந்த நாட்டுக்கு எப்படிப் பட்ட ஆட்சி ஏற்பட்டாலும் விஷ ஊற்றும் ஒழிக்கப்பட்டால் ஒழிய, மக்களுக்குத் துவேஷம், குரோதம், வஞ்சகம் என்னும் விஷ நோய்கள் நீங்கப் போவதில்லை என்று உறுதியாய்க் கூறுவோம்.

இந்த சமயத்தில் பார்ப்பனர் செய்யும் அயோக்கியத்தனங்கள் ஏராளமாக இருக்கும்போது அவைகளை மறைத்து, சுட்டவன் ஜாதியைக் கூட மறைத்து விட்டு 'கருப்புச் சட்டைக்காரர்கள் கலாட்டா' என்று எழுதுவதானது, சர்க்கார் அடக்கு முறையைப் பார்ப்பனர் பக்கம் திருப்புவதை விட்டுக் கருப்புச் சட்டைக்காரர் பக்கம் திருப்புவதற்கல்லாமல் வேறு எதற்கு ஆக இருக்க முடியும்? இந்தப்படி செய்த மற்ற கூட்டத்தினருக்குப் பெயரைக் கொடுத்து அது பிரசுரித்ததா?

இப்படிப்பட்ட யோக்கியர்கள் உள்ள நாட்டில் எப்படி ஜாதி, வகுப்பு, ஒற்றுமை இருக்க முடியும்? மேலும் மேலும் துவேஷம், பிரிவு, ஏற்படாமல் எப்படி இருக்க முடியும்? மக்களுக்கு வெறி ஏற்பட்டிருக்கும் சமயத்தில் 'கருப்புச் சட்டைக்காரர் கலாட்டா' என்று எழுதினால், அதன் உள்மர்மம் என்னவாய் இருக்க முடியும்?

எனவே, பார்ப்பனிய விஷம மதம் அழிபட்டா லொழிய சாந்தியும், சமாதானமும் இந்த நாட்டுக்கு ஏற்படுவது அருமையிலும் அருமையாகத்தான் இருக்கும். கடவுள் இருப்பதாலேயே, மதம் இருப்பதாலேயே இக்கேடுகள் நிகழ்கின்றன என்று நாம் சொல்ல வரவில்லை. உலகில் மற்ற பாகங்களில் உள்ள அளவுக்கு அவை இங்கும் நன்றாய் இருக்கட்டும். ஆனால், வருணாச்சிரம தர்மப் பிரிவு கொண்ட பார்ப்பன மதம் வேண்டவே வேண்டாம் என்றுதான் சொல்லுகிறோம். அது உள்ள வரை நாட்டில் இன்றுள்ள கேடுகள் எல்லாம் இருந்துதான் தீரும்.

பண்டித நேருவும், இராஜகோபாலாச்சாரியாரும் எவ்வளவு தியாகிகளாகவும், யோக்கியர்களாகவும், புத்திசாலிகளாகவும் இருந்தாலும், அவர்கள் இந்த வர்ண தர்மத்தை வைத்துக் கொண்டு எப்படிப்பட்ட நல்லாட்சியைக் கொண்டு வந்தாலும், அதில் காந்தியாருக்கு ஏற்பட்ட கதிதான் இவர்களுக்கும் - ஏன்

நமக்கும் கூட ஏற்பட்டுத்தான் தீரும். பார்ப்பன மதம் அவ்வளவு விஷத்தன்மை கொண்ட மதமாகும். ஏன் இப்படிச் சொல்லுகிறோ மென்றால், பர்மாவில் சுயராஜ்யம் மக்களுக்கு எவ்வளவோ நன்மைகளைச் செய்துவிட்டது.

எப்படிச் செய்ய முடிந்தது என்றால், அங்கு வருணாச்சிரம ஜாதி முறை இல்லை. பார்ப்பான் இல்லை; இந்துக்கள் நாட்டில் - இந்துஸ்தானில் சுயராஜ்யம் வந்து என்ன செய்தது? காந்தியார் உயிரைப் பலி வாங்கி விட்டது. ஏன் என்றால் இங்கு வருண ஜாதியும் பார்ப்பானும் உண்டு. இனியும் என்ன என்ன செய்யப்போகிறதோ இவை? இன்றைய சுயராஜ்ய ஆட்சி மந்திரிகளில் - ஒருவர் மீது மற்றொரு மந்திரி சந்தேகப்பட்டுக் குற்றப்பத்திரிகை வாசிக்கிறார். அதாவது போதுமான பாதுகாப்பு முயற்சி எடுத்துக் கொள்ளாததாலேயே, உள்நாட்டுக் கலகமும் காந்தியார் கொலை பாதகமும் ஏற்பட்டது என்று பண்டித நேரு பாதுகாப்பு மந்திரி மீது குற்றமேற்படும்படி சொல்லுகிறார்.

நேருவின் நண்பரும் சமதர்மக் கட்சித் தலைவருமான ஜெயப் பிரகாஷ் நாராயணன் அவர்கள் வெட்ட வெளிச்சமாகவே இதை "பாதுகாப்பு மந்திரி (சர்தார் பட்டேல் அவர்கள்) அந்தப் பாதுகாப்பு இலாகாவுக்குத் தகுதி அற்றவர்" என்று சொல்லுகிறார். பொதுமக்களும் இந்தக் கொலைக்குச் சர்தார் மீதும் பழி போட இடமிருக்கிறது என்றே கருதுகிறார்கள். "காந்தியாரும் உயிருடன் இருக்கும் போது எனக்கும் பட்டேலுக்கும் விரோதம் இருப்பதாகக் கருதாதீர்கள்" என்று சொல்லி அவர் மீது மக்களுக்கு உள்ள தப்பபிப்பராயத்தை மாற்ற முயன்று இருக்கிறார். சர்தார் பட்டேல் அவர்களும் "காந்தியார் பட்டினியின் போதே செத்து இருந்தால் நன்மையாக இருந்து இருக்கும்" என்று தனது துக்கச் சேதியில் நுழைத்துச் சொல்லி இருக்கிறார். இதன் காரணமாய் மந்திரிகளுக்குள்ளும் அபிப்பிராய பேதம் வலுத்து மந்திரி சபையில் மாற்றமோ, கோளாறோ ஏற்பட்டாலும் ஏற்படலாம்.

ஆகவே, பண்டித நேரு அவர்களும், ராஜ கோபால ஆச்சாரியார் அவர்களும், அவர்கள் விலகுவதற்கு முன்போ, ஓய்வெடுத்துக் கொள்ளுவதற்கு முன்போ, இல்லையானால், இனி இப்படி நேராமல் இருக்கப் பாதுகாப்பு முறைகள் கையாளுவதற்கு முன்போ "காந்தியார் பலியாக்கப்பட்டதின் காரணமாய் இந்து மக்கள் சமுதாயத்தில் வருணாசிரம தர்மமுறை அதாவது பிராமணன், சத்திரியன், வைசியன், சூத்திரன், பஞ்சமன் என்பதான பிரிவு (பிறவி உரிமை) முறை இனி கிடையாது.

வருண முறையைக் குறிக்கும் சட்டம், சாஸ்திரம், சம்பிரதாயங்களும் இந்தச் சுயராஜ்யத்தில் இனி அனுஷ்டிக்கப்பட மாட்டாது. இவை ஒழியும்படியாக அவசியமான எல்லா ஏற்பாடுகளும் கையாளப்படும்" என்று சுயராஜ்ய சர்க்கார் பேரால் ஏற்பாடு செய்து விடுவார்களேயானால், இந்த நாட்டைப் பிடித்த எந்தவிதமான கேடும், ஒரே அடியாய்த் தீர்ந்துவிடும். இதைச் செய்த உடனே அப்புறம் ஒரு உத்தரவு போட்டு விடலாம்.

அதாவது "பிறவி ஜாதிமுறை எடுபட்டுவிட்டதால் இனி இந்த நாட்டில் பிராமணர் பாதுகாப்புச் சங்கமோ, பிராமணர் சேவா சங்கமோ, வன்னிய சத்திரியர் மகாஜன சங்கமோ, நாடார் கட்சி மகாஜன சங்கமோ, வாணிய வைசியர் சங்கமோ, மருத்துவர் சங்கமோ, அருந்ததியர் சங்கமோ மற்றும், இப்படிப்பட்ட பல பல ஜாதி வகுப்புச் சங்கமோ, உள் வகுப்புச் சங்கமோ எதுவும் இனிச் சட்ட விரோதமாகக் கருதப்படும். அதனதன் தலைவர்களும் பிரமுகர்களும் பந்தோபஸ்தில் வைக்கப்பட்டு அவர்கள் சொத்துகளைப் பறிமுதல் செய்யப்படும்" என்று உத்திரவு போட்டு விடலாம்.

பிறகு நமக்கு என்னதான் வேண்டும். தானாகவே சமதர்மமும், பொது உடைமையும் தனித்தனி நாடு சுதந்திரமும் தாண்டவமாடும்.

இந்தப்படி சர்க்கார் செய்யாமல் வேறு எந்தவித முயற்சி செய்தாலும் அடுத்த பலிக்கு மந்திரிமார் உள்பட நாம் யாவரும் தயாராய் இருக்க வேண்டியதுதான். இந்த நல்ல சமயத்தில் இதைச் செய்யாமல் இந்து மகாசபை ஒழிக்கப்பட்டாலும் சரி, ராஷ்டிரிய சுயம் சேவக் சபை ஒழிக்கப்பட்டாலும் சரி, மாறுதல் ஒன்றும் ஏற்படப் போவதில்லை என்பது நமது கல் போன்ற உறுதியாகும்.

திராவிடர் கழகத்தார் முக்கியமாக இந்த சந்தர்ப்பத்தில் தங்கள் மீது எவ்விதமான குற்றமும் குறையும் எவரும் கூறுவதற்கு இடமில்லாமல் அடக்கமாய், அமைதியாய், உண்மையாய், நிரபராதியாய் நடந்து கொண்டு, தங்கள் அனுதாபத்தைத் தெரிவித்துக் கொள்ள வேண்டுமென்று வேண்டிக் கொள்கிறோம்.

– குடிஅரசு – தலையங்கம் – 07. 02. 1948

24

உலக உத்தமர் காந்தியார்: அறிஞர் அண்ணா அஞ்சலி உரை

மகாத்மா காந்தி சுட்டுக் கொல்லப்படுவதற்கு காரணமானவர்கள் பின்னணி குறித்து குடிஅரசு ஏட்டில் தலையங்கம் தீட்டிய தந்தை பெரியார், காந்தியாருக்கு நினைவுச் சின்னம் அமைப்பது குறித்து காங்கிரஸ் செயற்குழுவுக்கும், பண்டித நேரு, ராஜாஜி, வல்லபபாய் படேல், டாக்டர் ராஜேந்திர பிரசாத், ஜெயப்பிரகாஷ் நாராயணன் ஆகியோருக்கு எழுதிய மடல், 14.02.1948 குடிஅரசு ஏட்டில் பதிவாகி இருக்கிறது.

காந்தியாரின் கருத்துகளோடு மோதியவர் தான் தந்தை பெரியார். ஆனால் அவர் கொல்லப்பட்டபோது, தந்தை பெரியார் காந்திஜியின் சிறப்புகளைப் போற்றினார். அவருக்கு நினைவுச் சின்னம் எழுப்பக் கோரினார்.

1. தந்தை பெரியார் எழுதிய கடிதத்தில், இந்தியாவுக்கு 'இந்துஸ்தான்' என்கிற பெயருக்குப் பதிலாக 'காந்தி தேசம் அல்லது காந்திஸ்தான்' என்று பெயரிடப்படலாம்.

2. இந்து மதம் என்பதற்குப் பதிலாக 'காந்தி மதம் அல்லது சத்ஞானஜன்' என்று பெயர் மாற்றப்படலாம்.

3. காந்தி மதம் கொள்கையாக இந்தியாவில் ஒரே பிரிவு மக்கள்தான் உண்டு. வருணாசிரம தர்ம முறை அனுசரிக்கப்பட மாட்டாது. ஞானமும் (அறிவும்), பட்சமும் (அன்பும்) அடிப்படையாகக் கொண்டது. 'சத்' அதாவது சத்தியமே நித்தியமானது என்பதான சன் மார்க்கங்களைக் கொண்டதாகும் என்பதாக ஏற்படுத்தி, கிருஸ்து ஆண்டு என்பதற்குப் பதிலாக 'காந்தி ஆண்டு' என்று துவக்கலாம்.

இப்படிப்பட்ட காரியங்கள் செய்வதனால் தான் காந்தியார், புத்தர், கிறிஸ்து, முகம்மது முதலிய பெரியார்களுக்கு ஒப்பானவராகவும், இன்றைய நிலைமைக்குத் தோன்றிய ஒரு சீர்திருத்த மகான் ஆகவும் உலகமே கருதும்படியான நிலை ஏற்படும்!

மகாத்மா காந்தி அடிகளை தந்தை பெரியார் எந்த அளவுக்கு நேசித்தார் என்பதற்கு இக்கடிதம் சான்று ஆகும்.

உலக உத்தமர் என்று மகாத்மா காந்திக்கு புகழாரம் சூட்டிய பேரறிஞர் அண்ணா அவர்கள் ஆற்றிய அஞ்சலி உரை, திராவிட நாடு ஏட்டில் வெளிவந்தது.

மகாத்மா காந்தி

1948ஆம் ஆண்டு மகாத்மா காந்தி சுட்டுக் கொல்லப்பட்ட போது ஆற்றிய உரை:

உலக உத்தமர் மறைந்ததால், உள்ளம் நொந்து கிடக்கும் நாம் ஒருவருக்கொருவர் ஆறுதல் மொழி கூறிக்கொள்ளும் நிலையிலே இருக்கிறோம். ஒரு கிழமைக்கு மேலாகி விட்டது. இழி குணத்தான், மாநிலம் போற்றும் மகாத்மாவைக் கொலை செய்து, உலகம் இன்றும் அழுது கொண்டுதான் இருக்கிறது. அவருடைய மாண்புகளைப் பற்றிப் பேசாத நாடில்லை; எழுதாத ஏடில்லை. எங்கும் கலக்கம் - ஏக்கம் - எவருக்கும் தாங்கொணாத் துக்கம் அதை மாற்ற அவரைப் பற்றிப் பேச முனைகிறோம். ஒவ்வொரு பேச்சும் மீண்டும் மீண்டும், கண்ணீரைக் கொண்டு வரவே உதவுகிறது. மூண்ட தீ அணையவில்லை; துக்கம் தரும் நிலை அது. ஆனால் அவர் புகழ் ஒளி பரவுகிறது. அதை எண்ணுவோம், ஆறுதல் பெற முயற்சிப்போம்.

நாம் அரசுரிமை இழந்திருந்தபோது அவர் பிறந்தார். அவர் மறையும்போது நாம் அரசுரிமை பெற்று வாழ்கிறோம்.

அவர் பிறந்தபோது நமது நாடு உலகிலேயே இழிவும் பழியும் தாங்கிய நாடாக இருந்தது. அவர் மறைந்திடுவதற்கு முன்னம் மாஸ்கோ விலிருந்து நியூயார்க் வரையிலே உள்ள சகல நாடுகளிலும், நமக்கு விடுதலையை விளக்கும் விருதுபெற்று தூதுவர்களும் வீற்றிருக்கும் நிலை உண்டாகி விட்டது.

அவர் பிறந்தபோது உலகமன்றத்திலே, நமக்கு இடம் கிடையாது இன்று நாம் இருந்தால், உலக மன்றத்திலே புதியதோர் பலம் என்று பல நாடுகள் எண்ணும் நிலை ஏற்பட்டுவிட்டது.

அவர் பிறந்தபோது அங்குத் தேவைப்படும் எந்தச் சாமானுக்கும், வெளிநாட்டின் தயவை நாடி ஏங்கிக் கிடந்தோம் இன்று வெளி நாடுகள் நமது சரக்குகளைப் பெற நம்முடன் ஒப்பந்தங்கள் செய்து கொள்வதற்குத் தமது ராஜ தந்திரத்தை உபயோகிக்கும் அளவு மாறுதலைக் காண்கிறோம்.

அவர் பிறந்தபோது கோயில்கள் மூடிக் கிடந்தன. தீண்டாதார் என்று தீயோரால் அழைக்கப்பட்டு வந்த தியாகப் பரம்பரையினருக்கு அவர் கண் மூடுமுன் மூடிக் கிடந்த கோயில்கள் எல்லாம் திறந்துவிட்டன.

குடித்துக் கிடப்பது மிகச் சாதாரணம்; சகஜம் என்று யாரும் எண்ணிக் கொண்டிருந்த நாட்கள் அவர் பிறந்த காலம். மதுவிலக்குச் சட்டம் அமுல் நடத்தப்படுவதைக் கண்டான பிறகே அவர் மறைந்தார்.

அவர் பிறந்த காலத்திற்கே, சூரியனே அஸ்தமிக்க அஞ்சும்படியான அளவுள்ளதாக இருந்தது பிரிட்டிஷ் சாம்ராஜ்யம். அந்தச் சாம்ராஜ்யத்தின் ஆதிக்கப் போக்கு அழிந்ததைக் கண்டான பிறகே, அவர் கண்களை மூடினார்.

அவர் பிறந்த நாட்களிலேயே, பிரிட்டனில் இருந்து, கவர்னர்களும், மற்ற அதிகாரிகளும் இங்கு வந்த வண்ணம் இருந்தனர் அடிமை இந்தியாவை ஆள்வதற்கு வெளியே அவர்கள் போகும் காட்சியைப் பார்த்துவிட்ட பிறகே உத்தமர் உயிர் நீத்தார்.

இவ்வளவையும் அவர் மந்திரக்கோல் கொண்டோ, யாக குண்டத்தருகே நின்றோ சாதிக்கவில்லை. மக்களிடையே வாழ்ந்து மக்களின் மகத்தான சக்தியைத் திரட்டிக் காட்டிச் சாதித்தார். புதிய வாழ்வு தந்தார். புதிய அந்தஸ்து தந்தார்.

இவ்வளவு தந்தவர்களுக்கு, அந்தத் துரோகி தந்தது மூன்று குண்டுகள்; சாக்ரடீஸ்க்கு விஷம் தந்ததுபோல.

அவர் சாதித்தவைகள் மகத்தானவை. ஆனால் அவர் சாதிக்க எண்ணியிருந்தவை வேறு பல. அவை மேலும் மகத்தானவை.

நாட்டிலே உள்ள மற்றக் கொடுமைகள் - ஜாதிச் சனியன், வறுமை, அறியாமை ஆகியவற்றை அடியோடு களைந்து எறிந்து விட்டு, உலகினர் கண்டு பின்பற்றத்தக்க முறையிலே, உன்னதமான இலட்சியங் களைக் கொண்ட ஓர் சமுதாயத்தைக் காண விரும்பினார். அதற்காக அரும்பாடுபட்டு வந்தார். அந்த நேரத்தில் ஆத்திரத்தால் அறிவை இழந்தவனால் அவர் கொலை செய்யப் பட்டார்.

அவர் கண்ட அந்த நாள் இந்தியா, வீரர்களைக் கோழையாக்கிவிடக் கூடியது. விவேகிகளை விசாரத்திலாழ்த்தக்கூடியது. முப்பது கோடிக்கு மேற்பட்ட மக்கள் - அவர்களின் முதுகெலும்பு முறிந்தது போல் இருந்தது. அடிமைச் சுமையினால் நம்பிக்கை தகர்ந்து போயிருந்த நேரம்.

முடிதரித்த மன்னர்களெல்லாரும் ஆங்கில ஆட்சியின் பிடியிலே கோட்டை, கொத்தளம் கட்டிக் காத்தவர்களெல்லாரும் நாட்டை இனி மீட்டிட முடியாது, என்றெண்ணி வாட்டமுற்றுக் கிடந்தனர். எப்படியோ ஆட்சி நடக்கட்டும். இதை எதிர்ப்பதோ முடியாத

காரியம். எனவே இதற்குப் பயபக்தி விசுவாசம் காட்டி ஏதேனும் பலன் பெற்றுக் காலந்தள்ளுவோம் என்று பலர் எண்ணிவிட்டனர்.

அவர்களிடம் ஆயுதம் இல்லை - ஆட்சியாளர்களோ ஆயுத பலமுள்ளவர்கள்.

அவர்களிடம் நம்பிக்கை இல்லை. ஆட்சியாளர்களிடமோ நம்பிக்கை ஆணவமாகி விட்ட நிலை.

இந்த நிலையிலே தோன்றினார் விடுதலைப் போர் தொடுக்க யார் அந்தச் சமயத்திலே நாட்டை நோக்கினாலும் நம்பிக்கை துளியும் பிறக்காது. இவர் நம்பிக்கையுடன் பணியாற்றலானார். நாட்டு மக்களிடம் நம்பிக்கை ஊட்டினார். அவர்களின் நம்பிக்கைக்குப் பாத்திரமானார். நானிலத்தின் நன் மதிப்பைப் பரிசாகப் பெற்றார்.

முடியுமா? என்ற சந்தேகத்தை அவர் விரட்டினார். நாடு விடுதலை பெற வேண்டுமா, அல்லவா? என்று தன்னைத் தானே கேட்டுக்கொண்டார். ஆம்! என்றது அவருடைய தூய்மையான உள்ளம் - உள்ளம் உரைத்ததை ஊராருக்கு அறிவித்தார். ஊரார் சந்தேகமும் பயமும் கொண்டனர். "விடுதலை வேண்டும். நாடு மீளவும், கேடு தீரவும், நாம் இனி மனிதராய் வாழவும் கட்டாயமாக விடுதலை வேண்டும். ஆனால் நம்மால் முடியுமா?" என்று கேட்டனர்.

விடுதலை வேண்டும் என்று மனம் கட்டளையிட்டுவிட்ட பிறகு மறு கேள்வி ஏது? அவர் கேட்டார்.

"அவர்கள் பலசாலிகள்" மக்கள் கூறினர்.

"நாம் பலம்பெற வேண்டும்; பெறுவோம்" அவர் உரைத்தார், உறுதியுடன்.

"சிறையிலே தள்ளுவார்களே" - பயத்துடன் கூறினர் மக்கள்.

"தள்ளுவர் - ஆனால் இப்போது உள்ள இடமும் சிறைதான்; அது பெரிய சிறை" அவர் பதில் சொன்னார் நகைச்சுவையுடன்.

"தடியடி, துப்பாக்கிச் சூடு, தூக்குமேடை, அந்தமான் தீவு என்பன போன்ற எத்தனையோ ஆபத்துகள் அடுத்தடுத்து வரும்" உரிமைப் போரிலே உள்ள ஆபத்துகளை அவர் ஒளிக்காமல், குறைக்காமல் கூறினார்.

"இவ்வளவையும் நான் பொருட்படுத்தப் போவதில்லை. மரண பயமின்றி இக்காரியத்திலே ஈடுபடத் தீர்மானித்துவிட்டேன் - ஆயுத பலத்தை நம்பி அல்ல, மன உறுதியை நம்பி - நாம் நமது பிறப்புரிமைக்காகப் போராடுகிறோம். தர்மம் என்ற பலத்தை

நம்பிப் போரைத் தொடுக்கிறேன்" என்றார்; தொடுத்தார். வயலோரத்திலிருந்து வாட்டமுற்ற உழவன் முதற்கொண்டு வசீகர வாழ்விலே, இருந்து வந்த சீமான் வீட்டுச் செல்லப்பிள்ளை வரையிலே, அவர் முகாமில் வந்து குவிந்தனர்.

வேறு நாடுகளிலே விடுதலைப் போர் தொடுத்தவர்கள் இரகசியமாகவோ, பகிரங்கமாகவோ, சொந்தத்திலேயோ வேறு நாட்டின் துணை கொண்டோ, இராணுவத்தைத் திரட்டுவது; போர்ப் பொருளைக் குவிப்பது; மறைந்திருந்து தாக்குவது சதி செய்வது என்ற பல முறைகளைக் கையாண்டனர். தாய் நாட்டின் விடுலைக்காக இவையாவும். எனவே சரியா? தவறா? என்ற கேள்விக்கும் இடம் இல்லை என்றனர்.

உலக வரலாற்றிலேயே முதன் முறையாக இந்தத் திட்டம் வேண்டாம் என்று ஒதுக்கி விட்டுப் புதியதோர் தத்துவத்தைக் கொண்ட திட்டத்தை, ஆயுதமின்றி இரகசியமின்றி, வெளிப்படையாகத் தூய்மையுடன் விடுதலைப் போர் நடத்தலானார்; அதிலே வெற்றி கண்டார்.

அந்த வெற்றி வீரனுக்கு - வெறியன் தந்த பரிசு மூன்று குண்டுகள் - அடிமைகளின் விடுதலையைப் பெற்றத் தந்த ஆபிரகாம் லிங்கன் மீது ஆங்கோர் வெறியன் குண்டு வீசியது போல.

இவ்வளவு பெரிய துணைக் கண்டத்துக்கு விடுதலையை வாங்கித் தந்தவர், நாட்டு மக்களின் ஏழ்மைக் கோலத்தைக் கண்டார் - கருத்திலே அக்காட்சி கலந்தது. அவர், அவர்களில் ஒருவராகவே வாழலானார். "எல்லாம் மாயம்; உலகமே இந்திர ஜாலம்" என்று உபயோகிக்கும் குருமார்கள் தங்கப்பாதக் குறடும், வைரம் இழைத்த குண்டலங்களும் அணிந்துகொண்டிருக்கக் கண்ட மக்கள் முன்பு எவ்வளவு சுகமும், வசதியும் நினைத்தால் பெறுவதற்கு உரிமையும், வாய்ப்பும் பெற்றிருந்தும் ஏழை வாழ்வை நடத்திட உத்தமர் உலவினார். மக்களின் மனம் என்னென்ன எண்ணி இருக்கும்; குண்டலமணிந்த குருமார்களையும், குறுந்தடி பிடித்து உலவிய உத்தமரையும், ஏக காலத்தில் கண்டபோது, 'கண்டறியாதன கண்டோம்' என்று களித்தனர். காதகனுக்குக் கண்ணிலேயும், கருத்திலேயும் கடும் விஷம் - அவன் காணச் சகிக்கவில்லை இந்தக் காட்சியை - கொன்றான் உத்தமரை அருளொழுகும் கண்ணுடையவர் என்று மக்கள் கூறக் கேட்டும் ஏசுவைச் சிலுவையில் அறைந்த அந்த வஞ்சகர் போல.

அவரைக் கொன்றானே கொடியோன், அப்பொழுது அவர் மனதிலே இருந்து வந்த எண்ணங்கள் யாவை, என்பதை எண்ணும்போதுதான்,

நாம் எவ்வளவு பெரிய கஷ்டத்துக்கு ஆளாக்கப்பட்டிருக்கிறோம் என்பது விளங்குகிறது. கல்லும், கட்டிகளும், காகிதக் குப்பையும் ஏற்றிக்கொண்டு சென்ற கலம் கவிழ்ந்ததால் நஷ்டம் என்ன? முத்துப் பவளமும் முழுமதி போன்ற துகிலும் பிறவும் கொண்டு செல்லும் கலம், கடலிலே மூழ்கி விட்டால் நஷ்டமும் மனக்கஷ்டமும் நெஞ்சை வெந்திடச் செய்யுமல்லவா? அதுபோல காந்தியாரைக் கயவன் கொன்ற போது அவருடைய மனதிலே அருமையான திட்டங்கள், நாட்டுக்கு நலன் தரும் புதிய முறைகள், ஊசலாடிக் கொண்டிருந்தன. அதை எண்ணும் போதுதான் எவ்வளவு பெரிய நஷ்டம் இந்தச் சம்பவம் என்பது விளங்குகிறது.

விடுதலை பெற்றுத் தந்ததோடு வேலை முடிந்தது என்று அவர் முடிவு கட்டவில்லை. நாட்டை மீட்க வேண்டும் - நல்லாட்சி அமைக்க வேண்டும் - மக்களை நல்லவர்களாக்க வேண்டும் - வீரம் - திறம் - விவேகம், மூன்றையும் விரும்பினார் - மக்களை நல்லவர்களாக்க வேண்டும் என்பதே அவருடைய இறுதி இலட்சியம். நல்ல மனிதர்களால்தான் நல்லாட்சி நடத்த முடியும். நாட்டுக்கும் விடுதலையும் கொடுத்து மக்கள் நல்லவர்களாகாமல், கொலை பாதகர்கள், கொள்ளைக்காரர்கள், ஆதிக்க வெறியர்கள், ஆள் விழுங்கிகள், ஆஷாடபூதிகள் ஆகியோரின் ஆதிக்கம் அழித்து படாதிருந்தால், விடுதலையால் என்ன பலன்? வேடனிடமிருந்து மீட்டு வந்த புள்ளிமானை, வேங்கையின் முன்பு துள்ளி விளையாட விடுவதா?

அதை எண்ணினால், நாடு விடுதலை பெற்றதும் நல்லாட்சி அமைக்கும் வழி வகை கூறி அந்தப் பொறுப்பை உடன் இருந்தோரிடம் தந்தார். மக்களை நல்லவர்களாக்கும் நற்பணி புரியலானார்.

நல்ல மனிதர்களெல்லோரும் திடீர் திடீரென்று பொல்லாத செயல் புரியக் கிளம்பியது கண்டார். மனம் மிக நொந்தார். மனிதனுக்குள் இருக்கும் மிருகம் வெளிப்படக் கண்டு மிகவும் வேதனைப்பட்டார். இந்தச் சூழ்நிலையை மாற்றியாக வேண்டும் என்று தீர்மானித்துப் பணிபுரியலானார். அந்த அரும்பணி ஆற்றுகையிலேதான் அநியாயமாய்க் கொல்லப்பட்டார்.

நாட்டை மீட்க ஒரு ரணகளச் சூரரையும், நல்லாட்சி அமைக்கப் பல பல கலைவாணரையும், மக்களையும் நல்வழிப் படுத்த அறநெறி கூறுவோரையும் நாடியாக வேண்டும். எந்த நாட்டுக்கும் அனைவரும் ஏக காலத்தில் கிடைக்க மாட்டார்கள். ஒரு தலைமுறையிலே வீரன் தோன்றி நல்லாட்சி அமைப்பார். பிறிதோர் சமயம் பேரறிஞர் தோன்றி மக்களுக்கு நல்வழி காட்டுவார்.

உத்தமர் காந்தியாரின் உள்ளமும், இந்த மூன்று பண்புகளையும் ஏக காலத்தில் ஒன்றுக்கொன்று குறையாத அளவில் கொண்டு இருந்தது. மூன்று தலைமுறைகள் மூன்று தனித்தனித் தலைவர்கள் கொள்ள வேண்டிய குணத்தை அவர் ஒருவர் கொண்டிருந்தார். உலக வரலாற்றிலே இதற்கு வேறு ஈடு கிடையாது.

விடுதலை வாங்கித் தந்தவர்கள் உண்டு

போர்த்திறனால்!

நல்லாட்சி நிறுவியவர்கள் உண்டு

அறிவின் மேம்பாட்டினால்!

மக்களை நல்லவர்களாக்கினவர்கள் உண்டு:

தூய்மையினால்!

மூன்று அரும்பணிகளையும் ஒரு சேரச் செய்த ஒப்பற்ற சிறப்பு உத்தமர் காந்தியார் ஒருவருக்கேதான் உண்டு.

நாடு விடுதலை பெற, அன்னியருடன் போராட வேண்டி இருந்தது. போராட்டங்கள் செய்தார்; வெற்றி பெற்று நாட்டுக்குச் சிறப்பை வாங்கித் தந்தார்.

நல்லாட்சி நிறுவுவதற்காகத் திட்டங்களை நிபுணர்களைக் கொண்டு தீட்ட வேண்டும். அந்தக் காரியத்தை நடத்த அகிலம் அறிந்த பண்டித நேரு இருக்கிறார் என்ற களிப்பும் நம்பிக்கையும் கொண்டார்.

மக்களை நல்லவர்களாக்குவதற்கு அவர்கள் மனதிலே உள்ள மாசுகளைப் போக்க வேண்டும். மக்கள் மனதில் பல காலமாக மூண்டு போய்க் கிடக்கும் மதவெறி, அதன் கிளைகளான பேதபுத்தி, வகுப்புத் துவேஷம், கொடுமை ஆகியவைகளைக் களைந்தாக வேண்டும். மக்கள் மனதிலே குரோதத்தை துவேஷத்தை, சுயநலத்தைத் தூவும் முறையிலே உள்ள போதனைகளை, ஏற்பாடுகளை எண்ணங்களை அகற்றியாக வேண்டும் என்று அவர் எண்ணினார்.

இந்து மதத்திலே ஏறிப்போய் ஊறிப் போயிருந்த கேடுகளைத் தமது பரிசுத்த வாழ்க்கையாலும், தூய்மையான உபதேசத்தாலும், புதிய விளக்க உரைகளாலும் நீக்கும் காரியத்தில் ஈடுபடலானார். அன்பு நெறி தழைக்க வேண்டும் என்றார். அவர் இந்த மதம், அவன் அந்த மதம் என்று குரோதம் கொள்ளாதீர்! என்றார். இது பெரிது; இன்னொன்று தாழ்ந்தது என்று எண்ணாதீர் என்றார். தீண்டாமை போக வேண்டும் என்றார். அமளிக்கிடையே நின்று படுகொலைகள் நடைபெற்ற இடத்திற்கெல்லாம் சென்று கூறி வந்தார்.

மிக மிக எளிய வாழ்க்கையில் இருந்து கொண்டு இன்சொல் பேசி, எந்த முறையையும், ஐதீகத்தையும் ஒரே அடியாக ஒழித்துவிடும் புரட்சித் திட்டமும் கூறாமல், மக்களை நல்லவர்கள் ஆக்கும் அளவுக்குப் பழைய முறைகளிலே உள்ள தூசு தட்டி மாசு போக்கி, பயனுடைய மனித மேம்பாட்டுக்கு உதவக்கூடிய ஏற்பாட்டினைச் செய்ய வேண்டுமென்று பாடுபடலானார். இதற்கு இவரைக் கொலை செய்தான் மாபாவி. எண்ணும்போதே நெஞ்சு பதறுவது மட்டுமல்ல, இவருடைய இன்சொல் முறைக்கே மதவெறி இவரைப் பலி கேட்டது என்றால், நாட்டிலே தலைகீழ் மாற்றம், செங்கோல், ஜபமாலை, இரண்டும் செலுத்தும் ஆதிக்கம் ஆகியவற்றை ஒழிக்க வேண்டுமே இனி. நமது நாட்களில் அப்போதுதான் தன்னாட்சி நல்லாட்சியாக முடியும். அந்தக் காரியம் செய்யும்போது உத்தமர் உயிரைக் குடித்த மத ஆதிக்க வெறி உலவுமானால், எத்தனை கோட்சேக்கள் கிளம்புவாரோ என்பதை எண்ணும்போதே நெஞ்சு திடுக்கிடுகிறது.

மக்களை நல்லவர்களாக்க வேண்டுமானால், அவர்கள் மனத்திலே உள்ள மாசு, மதவெறி, ஜாதி ஆணவம், சுயநலம் ஆதிக்க எண்ணம் ஒழிந்தாக வேண்டும் - என்று பேசி வந்தபோதும் நாட்டை மீட்க வேண்டும் என்று அவர் அன்னியருடன் போரிட்டபோதும் கிளம்பாத பயங்கரச் சதியொன்று கிளம்பியது. கோட்சே உருவில். அதுதான் மத ஆதிக்க வெறி; அதனால் கொலையுண்டார்.

தோட்டத்தை மண்மேடாக்கியவனிடம் இருந்து மீட்டு, அதைப் புன்னகைப் பூந்தோட்டமாக்குவதற்காக அழகிய மலர்ச்செடிகளுக்கான விதைகளைத் தூவ அங்கு சென்றபோது, புதருக்குள்ளிலிருந்து பாம்பொன்று வந்துக் கடித்துக் கொல்வது போல், நாட்டை மீட்டு நல்லாட்சி அமைத்து, மக்களை நல்லவர்கள் ஆக்குவதற்காக கருத்தைப் பரப்பும்போது, கோட்சே கிளம்பினான். இந்தப் பழியைத் துடைத்தாக வேண்டும். பாரெங்கும் பேசுவர், நாட்டை மீட்டுத் தந்த உத்தமனை, உள்நாட்டு மத ஆதிக்க வெறி கொன்றது என்று.

மேட்டினைப் பூந்தோட்டமாக்க விதை கொண்டுவந்த வேளையில், பாம்பொன்றினால் இறந்த தோட்டக்காரனைக் கண்டு புலம்புவதும், பாம்பை அடித்துக்கொல்வதும் மட்டுமல்ல, குடும்பத்தாரின் கடமை இறந்து கிடப்பவரின் கரத்திலே உள்ள விதையை எடுத்துப் பார்த்து விம்மி அழுதான். பிறகு இவைகளைத் தூவி இங்கு பூந்தோட்டம் காண விரும்பினார். அவர் மறைந்தார்; விதையோ இருக்கிறது; பூந்தோட்டம் காண்பேன்; அந்த உருவில் அவரைக் காண்பேன்; அந்த மனத்திலே அவர் பெருமை தெரியக்கண்டு மகிழ்வேன் - அவர் செய்து வந்த பணியை நான் மேற்கொள்வேன்; என்று கூற வேண்டும்.

மறைந்த உத்தமர் மத ஆதிக்க வெறியால் கொல்லப்பட்டார். அந்தக் கொடும்பாம்பை ஒழித்தாக வேண்டும். அவர் அனைவரும் ஒன்று எனும் அன்பு மார்க்க கருத்தைத் தூவி வந்தார். அதை நாம் செய்து முடிப்போம் என்பதே நமது உறுதியாக இருக்க வேண்டும்.

புத்தர் காலத்தில் நடந்தேறியதுபோல, புதிய வழியைக் கொள்வோம் என்ற உறுதி கொண்டு உழைப்பதே நாம் அந்த உத்தமருக்கு எழுப்பக்கூடிய நிலையான ஞாபகச் சின்னம்.

25

காந்தியைக் கொன்றது யார்? நேரு - படேல் மோதல்

இந்திய வரலாற்றில் இந்துத்துவ சனாதன சங் பரிவார் அமைப்புகளின் தோற்றம் - வளர்ச்சி - எழுச்சி - மகாத்மா காந்தி படுகொலை பற்றி 24 வாரங்களாக நாம் தொடர் கட்டுரை தீட்டி வருகிறோம். இந்நிலையில்தான் 17-ஆவது மக்களவைக்குத் தேர்தல் நடந்து முடிந்து 2019, மே 23ஆம் நாள் முடிவுகள் அறிவிக்கப்பட்டன. ஆர்.எஸ்.எஸ். அமைப்பின் அரசியல் இயக்கமான பாரதிய ஜனதா கட்சி 303 இடங்களில் பெரு வெற்றி கண்டு நரேந்திர மோடி தலைமையில் ஆட்சிப்பீடம் ஏறி இருக்கின்றது.

கடந்த 5 ஆண்டு கால மோடி ஆட்சியில் வலுப் பெற்றிருந்த ஆர்.எஸ்.எஸ். சங் பரிவார் கூட்டம், இரண்டாவது முறையும் தனிப் பெரும்பான்மையுடன் ஆட்சி அதிகாரத்திற்கு வந்து உள்ளதால் இன்னும் கூடுதலாகக் கொக்கரிக்கின்றது. இந்து ராஷ்ட்டிரா கனவை மெய்ப்படச் செய்வதற்கு இதுதான் வாய்ப்பு என்று அவர்கள் கருதும் நிலை உருவாகி இருக்கின்றது.

இதன் விளைவு நாட்டின் பன்முகத் தன்மைக்கும், ஜனநாயகத்திற்கும் எதிரானதாகவே இருக்கும். தேசிய இனங்களின் தனித்துவமான மொழி, இன, பண்பாட்டு அடையாளங்கள் சிதைக்கப்பட்டு, ஒற்றை இந்து கலாச்சார நாட்டை அவர்கள் விரும்பியவாறு உருவாக்க வேண்டும் என்று இன்னும் வேகமாகத் துடிப்பார்கள்.

தமிழ்நாட்டைப் பொறுத்தவரையில் மதவாத சக்திகளுக்கு இங்கு இடம் இல்லை என்பதை தமிழக மக்கள் இந்தத் தேர்தல் மூலம் உணர்த்தி விட்டனர். தி.மு.க. தலைமையில் அமைந்த மதச்சார்பற்ற முற்போக்குக் கூட்டணி தமிழ்நாட்டில் தேர்தல் நடந்த 38 தொகுதிகளில் 37 இடங்களில் மாபெரும் வெற்றியைக் குவித்து இருக்கின்றது. ஆனாலும் இந்தியாவின் பெரும்பாலான மாநிலங்களில் 'காவி' படரத் தொடங்கி இருக்கின்றது.

இந்துத்துவ சனாதனக் கூட்டத்தின் உண்மையான வரலாற்றை மீள் ஆய்வு செய்து, மதவாதத்திற்கு எதிரான வலுவான மாற்று அரசியல் அணியைக் கட்டி அமைக்க வேண்டும்; ஜனநாயகத்தைப் பாதுகாக்க

வேண்டும்; அந்த வரலாற்றுக் கடமையை மேற்கொள்ள இன்னும் விரிவாக இந்துத்துவ சக்திகளின் வரலாற்றை நுணுகி ஆராய்ந்து தெளிவோம். அதற்கு இந்தத் தொடர் சிறு வெளிச்சம் பாய்ச்சுவதாக அமையட்டும்...

காந்திஜி கொலையாளிகள் கைது படலம்

1948, ஜனவரி 30ஆம் நாள் அன்று மகாத்மாவைச் சுட்டுக் கொன்ற நாதுராம் விநாயக் கோட்சே அதே இடத்தில் கைது செய்யப்பட்டான். ஏற்கனவே மதன்லால் பாவா காவல் துறையின் பிடியில் இருந்தான். இவர்கள் இருவரையும் காவலில் வைத்து விசாரித்த டெல்லி காவல்துறைக்கு மற்ற கொலைச் சதிக் கும்பல் உறுப்பினர்களின் விவரங்கள் கிடைத்து விட்டன.

பம்பாய், பூனா, அகமது நகர் மற்றும் மராட்டியத்தின் அனைத்துக் காவல் நிலையங்களுக்கும் குற்றவாளிகளைக் கைது செய்யுமாறு ஆணைகள் பறந்தன.

பம்பாய் எல்பின்ஸ்டோன் அனெக்சி விடுதியில் தங்கி இருந்த நாராயண் ஆப்தே காவல்துறை தன்னைத் தேடும் தகவல்கள் ஏடுகளில் வந்ததைக் கண்டு தன் நண்பன் ஜி. எம். ஜோஷியுடன் சென்று மறைவாகத் தங்கினான். பிப்ரவரி 9 அன்று தானேவிலிருந்து பூனா சென்றடைந்த ஆப்தே இரயில் நிலையத்திலேயே அகதிகளோடு அகதியாக மூன்று நாட்களைக் கழித்தான். பிப்ரவரி 11 அன்று மெட்ராஸ் எக்ஸ்பிரஸ் மூலம் தோந்த் நகர் சென்றான். அங்கும் பாதுகாப்பு இல்லை என்பதை உணர்ந்து இரவு மீண்டும் பூனா திரும்பினான். மறுபடியும் தானேவுக்கு ஓடினான். நண்பன் ஜி.எம். ஜோஷியுடன் சில நாட்கள் இருந்தான்.

இப்படி ஓடி ஓடிக் களைத்துப்போன ஆப்தே, விஷ்ணு கார்கரே இருவரும் பிப்ரவரி 13ஆம் நாள் பம்பாய் பைரக்ஸ் அப்பல்லோ விடுதிக்கு வந்து சேர்ந்தனர். மறுநாள் பிப்ரவரி 14 காலை காவல்துறை அவர்கள் தங்கியிருந்த அறையை முற்றுகையிட்டது. ஆப்தே, கார்கரே இருவரையும் கைது செய்தது.

பிப்ரவரி 5 அன்று மராட்டியத்தின் உக்ஸான் என்ற ஊரில் தங்கியிருந்த நாதுராம் கோட்சேவின் தம்பி கோபால் கோட்சே கைது செய்யப்பட்டான்.

இவர்களுக்கு முன்பாகவே பூனாவில் காடுகளில் ஒளிந்திருந்த திகம்பர ராம்சந்திர பாட்கே கைது செய்யப்பட்டு விட்டான். அவனது பணியாளன் சங்கர் கிஸ்தய்யா பம்பாயில் கைது செய்யப்பட்டான்.

குற்றவாளிகள் பிடிபட்ட நிலையில் அவர்களது வாக்குமூலங்கள், கொலையை நேரில் கண்ட சாட்சியங்கள், அதை உறுதிபடுத்தும் துணை சாட்சியங்கள், கொலையில் தொடர்புடைய கடிதங்கள், வாகனங்கள், ஆவணங்கள் அனைத்தையும் கைப்பற்றி, குற்றத்தை நிரூபிக்க தீவிர விசாரணையில் காவல்துறை இறங்கியிருந்தபோது, பிரதமர் நேருவுக்கும், உள்துறை அமைச்சர் சர்தார் வல்லபபாய் படேலுக்கும் காந்தி கொலை குறித்து கருத்து முரண்பாடுகள் ஏற்பட்டன.

நேரு - படேல் கடிதங்கள்

ஜனவரி 20, 1948இல் காந்திஜியின் வழிபாட்டுக் கூட்டத்தில் கையெறிக் குண்டை எறிந்து, காவல்துறையில் பிடிபட்ட மதன்லால் பாவா காந்திஜி கொலைச் சதிக்கும்பல் பற்றிய விவரங்களைக் காவல்துறையின் சித்ரவதை தாங்க முடியாமல் வெளியிட்டு விட்டான். ஆனால், டெல்லி காவல்துறையும், இந்திய அரசின் உள்துறையும் அலட்சியமாக இருந்ததன் விளைவாக மறுபடியும் பத்தே நாட்களில் காந்திஜியை அக்கும்பல் திட்டமிட்டபடியே சுட்டுக் கொன்று விட்டது.

காந்திஜி கொலையைத் தடுக்கத் தவறியதற்கு தார்மீகப் பொறுப்பு ஏற்று, உள்துறை அமைச்சர் வல்லபபாய் படேல் பதவி விலக வேண்டும் என்றும் குரல்கள் எழும்பின.

படேல் தன் மீது புகார்கள் எழத் தொடங்கியதும் 1948 பிப்ரவரி 3இல் பிரதமர் நேருவுக்குக் கடிதம் தீட்டினார். அதில் அவர் கூறியிருப்பதாவது:

"இரண்டு பத்திரிகைச் செய்திகளை இத்துடன் இணைத்து உள்ளேன். ஒன்று இன்றைய ஸ்டேட்ஸ்மேன் பத்திரிகையில் வெளிவந்தது; இரண்டாவது மெட்ராஸ் மெயில் பத்திரிகையில் வெளிவந்துள்ள ஒரு பிரபலமான கம்யூனிஸ்டு தலைவரின் பேச்சு. என்னுடைய ராஜினாமா ஏற்கனவே அனுப்பப்பட்டுள்ளது என்ற விவரம் அவர்களுக்குத் தெரிந்திருக்காது."

'ஸ்டேட்ஸ்மேன்' ஏடு வெளியிட்ட வாசகர் கடிதம் படேல் அனுப்பிய மடலுடன் இணைக்கப்பட்டிருந்தது. "உள்துறை அமைச்சகம் காந்திஜியின் உயிரைக் காக்கத் தவறி விட்டதால் படேல் அமைச்சர் பதவியை விட்டு வெளியேற வேண்டும்," என்று ஒரு வாசகர் எழுதி இருந்ததை 'ஸ்டேட்ஸ்மேன்' ஏடு கட்டம் கட்டி பெரிதாக வெளியிட்டு இருந்தது.

"இந்தியாவில் பாசிச ஆட்சியைக் கொண்டு வருவதற்காக காந்திஜியைக் கொலை செய்ய இந்து மகா சபை, ஆர்.எஸ்.எஸ்., சர்தார் படேல் திட்டமிட்டிருந்தார்கள்," என்று கம்யூனிஸ்டு தலைவர் பி. சுந்தரய்யா ஒரு பொதுக் கூட்டத்தில் பேசிய பேச்சை 'மெட்ராஸ் மெயில்' நாளேடு வெளியிட்டு இருந்ததையும் சுட்டிக்காட்டிய படேல், தனது ராஜினாமாவை ஏற்குமாறு நேருவுக்கு எழுதிய மடலில் குறிப்பிட்டு இருந்தார்.

பிரதமர் நேரு, சர்தார் படேலின் ராஜினாமாவை ஏற்கவில்லை. ஆனால், காந்திஜி கொலைக்குக் காரணமான ஆர்.எஸ்.எஸ்., மீது கடும் நடவடிக்கை எடுக்க வேண்டும் என்பதில் உறுதியாக இருந்தார். பிப்ரவரி 5, 1948இல் படேலுக்கு எழுதிய கடிதத்தில் பிரதமர் நேரு இதனைத் தெளிவுபடுத்தினார்.

"முக்கியமான ஆர்.எஸ்.எஸ். புள்ளிகள் பரத்பூர், அல்வார் போன்ற சமஸ்தானங்களுக்குப் போயிருப்பதாகத் தெரிகிறது. பல்வேறு விதமான சரக்குகளையும் அவர்கள் கையோடு கொண்டுபோய் இருக்கிறார்கள். தங்களின் ரகசிய நடவடிக்கைகளைப் பல்வேறு இடங்களிலும் நடத்திட அங்கிருந்து அவர்கள் ஏற்பாடு செய்யலாம். இந்த சமஸ்தான அரசாங்கங்களும் அந்த அமைப்பைத் தடை செய்யுமாறு அவர்களையும் கேட்பது நல்லது. டில்லியில் ஆர்.எஸ்.எஸ்., கீதை வகுப்புகளைத் துவக்கியிருக்கிறது. அதன் உண்மை நோக்கம் தங்களுக்குள் சந்தித்துப் பேசிக் கொள்வதே," என்று நேரு தனது கடிதத்தில் எழுதி இருந்தார்.

தடை செய்யப்பட்டது ஆர்.எஸ்.எஸ்.

காந்திஜியின் கொலைப் பின்னணியை ஆராய்ந்து ஆர்.எஸ்.எஸ். அமைப்பைத் தடை செய்யும் உத்தரவை 1948, பிப்ரவரி 4ஆம் தேதி பண்டித நேருவின் அரசு பிறப்பித்தது.

அந்தத் தடை உத்தரவில் கீழ்க்கண்டவாறு கூறப்பட்டு இருந்தது.

"விரும்பத்தகாத இன்னும் ஆபத்தான நடவடிக்கைகளை ஆர்.எஸ். எஸ். காரர்கள் மேற்கொண்டு வருகிறார்கள். நாட்டின் பல்வேறு பகுதிகளில் ஆர்.எஸ்.எஸ். காரர்கள் கொள்ளை, வழிப்பறி, கொலை போன்ற வன்முறைகளில் ஈடுபட்டு வருகிறார்கள் என்பது கண்டுபிடிக்கப்பட்டுள்ளது. சட்டவிரோதமான பயங்கர ஆயுதங்களை அவர்கள் சேகரித்து வைத்திருக்கிறார்கள். வெடிமருந்துகளையும் சேகரித்து வைத்து உள்ளனர். ரகசியமான சுற்றறிக்கைகளையும் அனுப்பி வருவது கண்டுபிடிக்கப் பட்டுள்ளது. அந்த சுற்றறிக்கைகளில் வன்முறைகளை நடத்துமாறும், வெடி மருந்து, துப்பாக்கிகளைத் தயார்படுத்திக் கொள்ளுமாறும், அரசாங்கம், காவல் துறை, இராணுவம்

ஆகியவற்றை எதிர்த்துப் போராடுமாறும் தூண்டி வருகிறார்கள். ஆர்.எஸ்.எஸ். அமைப்பின் ரகசிய நடவடிக்கைகளை அரசாங்கம் அவ்வப்போது கண்காணித்துக் கொண்டே வந்திருப்பதால், அதன் மீது தடை உத்தரவு பிறப்பிக்கப்படுகிறது," என்று ஆர்.எஸ்.எஸ். தடைக்கான காரணங்களை அரசு விளக்கியது.

உள்துறை அமைச்சர் என்ற முறையில் ஆர்.எஸ்.எஸ். மீது சில நடவடிக்கைகளை எடுத்த சர்தார் படேல், இந்து மகாசபை பற்றி மென்மையான அணுகுமுறையைக் கையாண்டார்.

காங்கிரஸ் கூட்டம் ஒன்றில் படேல் பேசியதாக வந்த ஒரு பத்திரிகைச் செய்தியை படேலுக்கு, ராஜாஜி பிப்ரவரி 6ஆம் தேதி அனுப்பி வைத்தார்.

அந்தச் செய்தியில் படேல் "இந்து மகா சபையை அடக்கி ஒடுக்க வேண்டும் என்ற கோரிக்கைகளைப் பொறுத்தவரை அது ஜனநாயகக் கோட்பாடுகளுக்கு இயைந்ததாக இருக்காது. நமது நகல் அரசியல் சாசனம் முஸ்லிம்களை ஒரு தனிப் பிரிவாக அங்கீகரித்து இருக்கிறது. எனவே, அரசால் இந்துக்களைப் புறக்கணிக்க முடியாது," என்று பேசியதாகக் கூறப்பட்டிருந்தது.

மீரத் காவல்துறை ஆணையர் எஸ். எஸ். கேரா பிரதமருக்கு அனுப்பிய குறிப்பு ஒன்றைக் கண்ட பிரதமர் நேரு, பிப்ரவரி 28, 1948இல் படேலுக்கு ஒரு மடல் எழுதினார்.

அதில், "கேரா ஒரு நேர்மையான, திறமையான அதிகாரி. அவர் எழுதி இருக்கின்ற குறிப்பு அசாதரணமான குறிப்பு. அதனை உங்கள் பார்வைக்கு அனுப்புகிறேன். இதன் மீது கடும் நடவடிக்கை எடுக்க வேண்டும்," என்று குறிப்பிட்டார்.

மீரத் காவல் ஆணையர் எஸ். எஸ். கேரா அனுப்பிய செய்திக் குறிப்பில் அப்படி என்ன இருந்தது?

"காந்திஜியின் கொலை ஒரு பைத்தியக்கார மனிதனின் தனிப்பட்ட செயல் அல்ல. அப்படி கருதுவது ஒரு ஆபத்தான தவறு ஆகும். இதற்கான முன் தயாரிப்புகள் பலமாக இருந்தன. அதே நாதுராம் கோட்சே மற்றும் ஆப்தே காவல்துறையின் மெத்தனத்தைப் பயன்படுத்திக் கொண்டு ஜனவரி 20இல் நடக்காமல் போன சதித்திட்டத்தை ஜனவரி 30இல் நிறைவேற்றி விட்டார்கள்.

ஜனவரி 17 அல்லது 18இல் கோட்சேவும் ஆப்தேவும் டில்லிக்கு விமானத்தில் வந்தார்கள். 20ஆம் தேதி சதி முயற்சி தோற்றுப் போனவுடன் மீண்டும் பம்பாய் திரும்பினார்கள். அவர்களைப் பற்றிய விவரங்களும், அவர்களது கூட்டாளிகள் பற்றிய விவரங்களும்

காவல்துறையிடம் இருந்தன. கொலைச் சதியில் ஈடுபட்ட ஒருவன் காவல்துறையின் பிடியில் இருந்தான்.

கோட்சேவும், ஆப்தேவும் மீண்டும் டில்லிக்கு விமானம் மூலம் ஜனவரி 28 அல்லது 29ஆம் தேதி வந்தார்கள். சாதாரண ஒரு சோதனையில் கூட அவர்களைக் கண்டுபிடித்திருக்க முடியும். இது மெத்தனப்போக்கு அல்ல; அரசு அதிகாரத்தைப் பராமரிப்பதில் மோசமான விருப்பமின்மை இருந்திருக்கிறது."

மேற்கண்ட நேருவின் கடிதத்திற்கு பிப்ரவரி 21ஆம் தேதி படேல் பதில் எழுதினார். அதில், "காவல் ஆணையர் எஸ். எஸ். கேரா 'தீவிர உணர்ச்சி தந்த அழுத்தத்தில்' இப்படிப்பட்ட குறிப்பை எழுதி இருக்கலாம். அதனைப் பொருட்படுத்தத் தேவையில்லை," என்று சாதாரணமாக முடித்துக் கொண்டார் படேல்.

ஆர்.எஸ்.எஸ். பற்றி நேரு கோபம்

பிரதமர் நேரு மீண்டும் பிப்ரவரி 26ஆம் தேதி படேலுக்கு மிகுந்த மனத்தாங்கலுடன் கடிதம் எழுதினார்.

"சில நாட்களாகவே என் மனதில் ஓடிக் கொண்டிருக்கின்ற சிலவற்றை உங்களிடம் சொல்ல விழைகிறேன். கோட்சேயால் நடத்தப்பட்ட பாபுவின் படுகொலை குறித்த விசாரணை இங்கும், பம்பாய் மற்றும் பிற இடங்களிலும் நடந்து கொண்டு இருந்தாலும், அதன் பின்னால் உள்ள பயங்கர சதித்திட்டத்தைக் கண்டு பிடிப்பதில் உண்மையான முயற்சி இல்லாததாக எனக்குப் புலப்படுகிறது.

பாபுவின் கொலை ஒரு தனிப்பட்ட வேலையல்ல. மாறாக முக்கியமாக ஆர்.எஸ்.எஸ். அமைப்பால் செயல்படுத்தப்பட்ட விரிவான திட்டத்தின் ஒரு பகுதி என்றே மேலும் மேலும் நான் முடிவுக்கு வந்திருக்கிறேன்...

டில்லி காவல்துறைப் பணியில் உள்ள பலர் ஆர்.எஸ்.எஸ். அமைப்பின் அனுதாபிகளாக உள்ளவர்களாக இருப்பது மேலும் ஆபத்தானதாக இருக்கிறது. எனவே, உருப்படியாக ஏதும் செய்யப்படவில்லை என்கிற எண்ணம் பிறந்திருக்கிறது. பலமான நடவடிக்கை என்றால் பெருந்திரளானவர்களைக் கைது செய்வது என்று பொருளல்ல. விபரீத வேலைகளைச் செய்யக் கூடியவர்கள் யாரோ அவர்களைக் குறி வைப்பதாகும்,"

பிரதமர் பண்டித நேரு ஆர்.எஸ்.எஸ். குறித்து இப்படி மனம் நொந்து கடிதம் எழுதி இருப்பதிலிருந்து நிலைமை எந்த அளவுக்கு மோசமாக இருந்திருக்கும் என்பதை ஊகித்துக் கொள்ளலாம்.

ஆனால், சர்தார் படேல் இப்போதும் கூட நிலைமையின் தீவிரத் தன்மையை உணர்ந்திருந்ததாகத் தெரியவில்லை. மாறாக ஆர். எஸ்.எஸ். அமைப்புக்கு நற்சான்றிதழ் தருகின்ற அளவுக்குப் போய்விட்டார்.

பிப்ரவரி 27, 1948இல் பிரதமர் நேருவுக்கு படேல் தீட்டிய மடல், ஆர்.எஸ்.எஸ். பற்றிய அவரின் நிலையைப் படம் பிடித்துக் காட்டுவதாக இருந்தது.

"குற்றவாளிகள் கொடுக்கின்ற வாக்குமூலங்களிலிருந்து இதில் ஆர்.எஸ்.எஸ். சம்பந்தப்படவே இல்லை என்பது தெளிவாகிறது. சாவர்க்கரின் நேரடிக் கட்டுப்பாட்டில் உள்ள இந்து மகா சபையின் ஒரு தீவிரவாதப் பிரிவுதான் சதியைத் தீட்டி நிறைவேற்றி இருக்கிறது.

பலரும் நினைப்பது போல பாபுவின் கொலையின் பின்னால் பெரிய சதி ஏதும் இல்லை; சில காலமாகவே அவரின் எதிரிகளாக இருந்த சிலரே இதில் சம்பந்தப்பட்டிருக்கிறார்கள்.

ஜின்னாவோடு பாபு (காந்திஜி) பேச்சு வார்த்தைக்குப் போனதிலிருந்தே இந்த வெறுப்பு துவங்கி விட்டது. அப்போது கோட்சே உண்ணாவிரதம் இருந்தான். சிலர் பாபுவைத் தடுக்க வார்தாவுக்குச் சென்றார்கள்.

காந்திஜியின் சிந்தனை மற்றும் கொள்கையைப் பிடிக்காத ஆர். எஸ்.எஸ்., மற்றும் இந்து மகா சபையினர் அவரது கொலையை வரவேற்றார்கள் என்பது உண்மைதான். இதற்கு மேல் நம்மிடம் உள்ள சாட்சியங்களை வைத்துப் பார்த்தால், ஆர்.எஸ்.எஸ்., அல்லது இந்து மகா சபைக்காரர்கள் எவரையும் இதில் இழுத்துவிட முடியாது."

உள்துறை அமைச்சர் சர்தார் படேல் ஆர்.எஸ்.எஸ்., அமைப்புக்கும் காந்திஜி கொலைக்கும் சம்பந்தமே இல்லை என்று அடித்துப் பேசுகிறார்! ஆனால் ஆர்.எஸ்.எஸ்., அமைப்பை ஏன் தடை செய்தார்? ஆர்.எஸ்.எஸ். தலைவர் கோல்வால்கர் ஏன் கைது செய்யப்பட்டார்?

மக்கள் ஆர்.எஸ்.எஸ்., இந்து மகா சபை மீது கோபம் அடைந்தனர். வடநாட்டில் இருந்த அவர்களின் அலுவலகங்கள் அடித்து நொறுக்கப்பட்டன. சாவர்க்கரின் மாளிகை முற்றுகையிடப்பட்டது. அறையில் பதுங்கி இருந்த சாவர்க்கர் மீது தாக்குதல் நடத்த ஐநூறு பேர் அவர் மாளிகைக்குள் நுழைந்தனர். இதனால் மக்கள் கொந்தளிப்பை மடை மாற்றம் செய்வதற்கு ஆர்.எஸ்.எஸ். மீது தடை விதித்தார் படேல். இந்து மதவெறிக் கொள்கை மீது உளப்பூர்வமான வெறுப்போ கோபமோ அவருக்கு இருந்தது இல்லை.

காந்திஜி கொலையின் பின்னணியில் பெரிய சதி ஏதும் இல்லை என்று கூறும் படேல், அவரது மடலில் சாவர்க்கரின் நேரடிக் கட்டுப்பாட்டில் இருந்த இந்து மகா சபையின் தீவிரவாத அமைப்புதான் இதற்கு பொறுப்பு என்று எழுதி உள்ளாரே! இது சதி இல்லையா?

இந்து மகா சபையின் சித்தாந்த தலைவரே இதில் தொடர்புடையவராக இருக்கும்போது அரசியல் சதி இல்லை என்று எப்படிக் கூற முடியும்?

ஜின்னாவோடு பேச்சுவார்த்தைக்குப் போனதால் கோட்சே கும்பலுக்கு காந்திஜி மீது வெறுப்பு வந்தது என்று மிகச் சாதாரணமாகக் குறிப்பிடுகிறாரே! அது ஏன்?

இந்தக் கேள்விகள் விசுவரூபம் எடுக்கின்ற போதுதான், சர்தார் படேலுக்கு ஆர்.எஸ்.எஸ்., அமைப்பு செய்து வரும் ஆராதனையும், மோடி குஜராத்தில் படேலுக்கு எழுப்பியுள்ள பிரம்மாண்டமான சிலையும் பல வரலாற்று உண்மைகளைக் காட்டுவதாக இருக்கிறது.

26
காந்தி கொலை வழக்கு:
அப்ரூவர் ஆனான் பாட்கே

மகாத்மா காந்தி கொலை வழக்கு விசாரணை வேகம் எடுக்கத் தொடங்கியதும் இந்து மகாசபை உறுப்பினர்கள் மீதான கண்காணிப்பும் கைதும் அதிகரித்தன. இந்து மகா சபையின் மாபெரும் (?) சித்தாந்தத் தலைவர் சாவர்க்கர் மீது சந்தேகத்தின் நிழல் படியத் தொடங்கியது. உள்துறை அமைச்சர் படேல், காந்திஜி கொலையில் சாவர்க்கருக்குத் தொடர்பு இருப்பதாகக் கருதினார் அல்லவா? அப்போது பண்டித நேரு அமைச்சரவையில் மத்திய அமைச்சராக இருந்த இந்து மகா சபையின் மற்றொரு தலைவரான சியாம பிரசாத் முகர்ஜி, சாவர்க்கர் மீது குற்றம் சாட்டுவதா என்று பொங்கினார்.

1948, மே 4ஆம் தேதி சர்தார் படேலுக்கு சியாம பிரசாத் முகர்ஜி எழுதிய கடிதத்தில் பின்வருமாறு குறிப்பிடுகிறார்:

"மகா சபையோடு தொடர்புடையவர்களின் கைது பற்றி நான் தங்களுக்கு எழுதி இருந்தேன். காந்திஜி கொலையில் சம்பந்தப்பட்டவர்கள் விசாரிக்கப்பட வேண்டியதுதான். இது விஷயத்தில் சாவர்க்கரின் பெயரும் இருப்பதாக நான் அறிகிறேன். அவருக்கு எதிராக என்ன சாட்சியம் இருக்கிறது என்பது எனக்குத் தெரியாது. அவருடைய அரசியல் கோட்பாடுகளுக்காகவே அவர் விசாரிக்கப்பட்டார் என்று பின்னாளில் பேச்சு எழுவது போல எதுவும் நடந்து விடாதவாறு தாங்கள் பார்த்துக் கொள்வீர்கள் என்பதில் எனக்குச் சந்தேகம் ஏதுமில்லை."

வழக்கு விசாரணை தொடங்கிய உடனேயே சாவர்க்கரை இந்த வழக்கில் சேர்த்து விடக் கூடாது என்று சியாம பிரசாத் முகர்ஜி அழுத்தம் கொடுத்திருக்கிறார்.

இதற்குப் பதில் அளித்து படேல் மே 6ஆம் தேதி முகர்ஜிக்கு எழுதிய பதிலில், "சாவர்க்கரை (குற்றவாளிப் பட்டியலில்) சேர்ப்பதைப் பொறுத்தவரை சட்டம் மற்றும் நீதி முறைமை எனும் கோணத்தில் மட்டுமே பார்க்க வேண்டுமேயொழிய அரசியல் காரணங்களை

இதில் இழுக்கக் கூடாது என்று அதிகாரிகளிடம் சொல்லி இருக்கிறேன்," என்று தெரிவித்து இருந்தார்.

ஆனால், பம்பாய் சட்டமன்றத்தில் 1948, ஏப்ரல் 3ஆம் தேதி பம்பாய் மாகாண உள்துறை அமைச்சர் மொரார்ஜி தேசாய் பேசும்போது "சாவர்க்கரின் கடந்தகால சேவைகள் எல்லாவற்றையும் அவருடைய சதிச் செயல் ஒன்றும் இல்லாததாக ஆக்கி விட்டது," என்று மனம் நொந்து குறிப்பிட்டார்.

சிறப்பு நீதிமன்றம் அமைப்பு

இந்தச் சூழலில்தான் 1948, மே 4ஆம் தேதி கான்பூர் மாவட்ட மற்றும் செஷன்ஸ் நீதிபதி ஆத்மசரண், ஐ.சி.எஸ்., தலைமையில் மகாத்மா காந்தி கொலை வழக்கை விசாரிக்க சிறப்பு நீதிமன்றம் அமைக்கப்பட்டது.

டெல்லி செங்கோட்டையில் அமைந்த தனி நீதிமன்றத்தில் காந்தி கொலை வழக்கு விசாரணை நடந்தது. உலகமே உற்று நோக்கும் இந்த வழக்கின் முக்கியத்துவம் காரணமாக விசாரணை திறந்த நீதி மன்றத்தில்தான் நடைபெற்றது.

பத்திரிகையாளர்கள், அரசியல் தலைவர்கள், அரசு அதிகாரிகள், காவல்துறையினர், அயல் நாட்டினர் மற்றும் பொது மக்கள் உள்ளிட்ட அனைவரும் காந்தி கொலை வழக்கு விசாரணையின்போது பார்வையாளர்களாக அனுமதிக்கப்பட்டனர்.

குற்றம் சாட்டப்பட்டவர்களுக்கு அவர்கள் தரப்பு வழக்குரைஞர்களை நியமித்துக் கொள்ளவும், அவர்கள் தரப்பு வாதங்களை நிரூபிப்பதற்குத் தேவையான சட்டப்படியான முழுமையான சலுகைகளும் உரிமைகளும் அளிக்கப்பட்டன.

டெல்லி செங்கோட்டையில் 1948, மே 27ஆம் தேதி நீதிபதி ஆத்மசரண் முன்னிலையில் வழக்கு விசாரணைக்கு வந்தபோது குற்றம் சாட்டப்பட்டவர்கள் மீதான குற்றப்பத்திரிகை வழங்கப்பட்டு, பின்னர் ஜூன் 14, 1948 அன்று வழக்கு ஒத்தி வைக்கப்பட்டது.

அரசுத் தரப்பில் குற்றம் சாட்டப்பட்டவர்கள்:

1. நாதுராம் வினாயக் கோட்சே; வயது 37, ஆசிரியர், இயக்குநர், இந்து ராஷ்டிரா பிரகாசம் லிட்., புனே

2. நாராயண் தத்தாத்ரேய ஆப்தே; வயது 34, நிர்வாக இயக்குநர், இந்து ராஷ்டிரா பிரகாசம் லிட்., புனே

3. விஷ்ணு ராம்கிருஷ்ண கார்கரே; வயது 38, டெக்கான் கெஸ்ட் ஹவுஸ் உரிமையாளர், அகமது நகர்

4. திகம்பர ராம்சந்திர பாட்கே; வயது 37, ஆயுத விற்பனையாளர், புனே

5. கோபால் கோட்சே; வயது 27. (நாதுராம் வினாயக் கேட்சேவின் தம்பி) ஸ்டோர் கீப்பர், இராணுவக் கிடங்கு, புனே

6. மதன்லால் பாவா; வயது 20, அகதிகள் முகாம், புனே

7. சங்கர் கிஸ்தய்யா; வயது 20, பணியாள், புனே

8. தத்தாத்ரேய சதாசிவ பார்ச்சூர்; வயது 47, ஆயுர்வேத மருத்துவர், குவாலியர்

9. வினாயக் தாமோதர் சாவர்க்கர்; வயது 65, பாரிஸ்டர், பார்-அட்-லா, நிலம் மற்றும் சொத்துக்கள் உரிமையாளர், பம்பாய்

இவர்களுடன் கங்காதர் தாந்த்யாதி, கங்காதர் ஜாதவ், சூர்யதியோ சர்மா ஆகிய தலைமறைவுக் குற்றவாளிகள் மற்றும் சில பெயர் தெரியாத குற்றவாளிகள் என்று குற்றப்பத்திரிகையில் குறிப்பிடப்பட்டது.

அப்ரூவர் ஆனான் திகம்பர பாட்கே

குற்றவாளிகள் பட்டியலில் இருந்த திகம்பர ராம்சந்திர பாட்கே, அப்ரூவர் ஆனான் (அல்லது) காவல்துறையால் அப்ரூவர் ஆக்கப்பட்டான். இவன் அளித்த சாட்சியம்தான் காந்தியடிகள் கொலை வழக்கு விசாரணைக்கு ஆதார சுருதியாக இருந்தது என்று கூறலாம்.

திகம்பர பாட்கே கொடுத்த வாக்குமூலம் காந்திஜி கொலைக்குப் பின்னணியில் இருந்த பெரிய மனிதர் ஒருவரை அம்பலப்படுத்தியது. இதில் தொடர்புடைய இந்து சனாதனவாதிகள் யார் என்பதையும் அடையாளம் காட்டியது.

பாட்கே அரசு தரப்புச் சாட்சியமாகக் கொடுத்த வாக்குமூலம் ஒரு ஆவணப் புத்தகமாகவே விசாரணை ஆணையத்தின் மூலம் வெளியிடப்பட்டது.

இனி பாட்கேவின் வாக்குமூலத்தைக் காண்போம் :

“1947ஆம் ஆண்டின் மத்தியிலிருந்தே கேட்ரிட்ஜஸ், குண்டுகள், ரைஃபிள்கள், ஸ்டென் கன்கள், இதரப் பொருட்களை விற்றுக் கொண்டு இருந்தேன். சிறு கத்திகள், கத்திகள், புலி நகங்கள்,

கவசங்கள், பேனா கத்திகள், கோடரிகள் போன்றவற்றையும் விற்றேன். நான் புத்தகங்களும் விற்பனை செய்து வந்தேன்.

எனக்கு இந்து மகா சபா பற்றி 1940ஆம் ஆண்டிலிருந்தே தெரியும். நான் இதனுடைய ஆண்டுக் கூட்டத்தில் ஒவ்வொரு ஆண்டும் கலந்து கொண்டேன். நான் எப்பொழுதெல்லாம் இந்தக் கூட்டங்களில் கலந்து கொள்கிறேனோ அப்பொழுது அங்கு புத்தகங்களும் ஆயுதங்களும் விற்பேன்,"

என்று வாக்குமூலத்தில் கூறிய பாட்கே, சாவர்க்கருடன் ஏற்பட்ட அறிமுகம் பற்றியும் கூறுகிறான்.

பாட்கேவுக்கு சாவர்க்கரின் மெய்க்காப்பாளரான அப்பா காஸரை 1944-லிருந்தே தெரியும். அவருக்கு சிறு கத்திகளை விற்பனை செய்திருக்கிறான்.

1944-45இல் சாவர்க்கருக்கு பாட்கே அறிமுகம் செய்து வைக்கப்பட்டான். நாதுராம் கோட்சேவுடன் 1940-41இல் இருந்தே நல்ல அறிமுகம் ஏற்பட்டு விட்டது. 1947 ஜூன் மாதத்தில் நாராயண் ஆப்தே, விஷ்ணு கார்கரே ஆகியோரின் அறிமுகம் கிடைத்தது. அவர்களுக்கு ஆயுதங்களை விற்பனை செய்து இருக்கிறான். இவனிடம் வாங்கிய ஆயுதங்கள்தான் பம்பாய் இந்து மகா சபா அலுவலகத்திற்குக் கொண்டு செல்லப்பட்டு கிடங்கில் வைக்கப்பட்டு இருந்தன.

சாவர்க்கர் மாளிகையில்...

பாட்கே மேலும் தொடர்கிறான் :

"1948 ஜனவரி 14 அன்று ஆப்தே, கோட்சே இருவருடன் நானும் பம்பாயில் உள்ள சாவர்க்கர் மாளிகையான 'சாவர்க்கர் சதன்' போயிருந்தேன். என்னை அந்த மாளிகையின் வெளியே நிறுத்தி விட்டு அவர்கள் இருவரும் ஒரு பையோடு சாவர்க்கர் சதனுக்குள் நுழைந்தார்கள்.

அந்த காக்கிப் பையில் துணி சுற்றிய இரண்டு குண்டுகள், ஐந்து கையெறி குண்டுகள், ஃபியூஸ் ஒயர்கள், டெட்டனேட்டர்கள் இருந்தது. இவையெல்லாம் நான் தயாரித்துக் கொடுத்தது.

ஐந்து அல்லது பத்து நிமிடங்கள் கழித்து அவர்கள் சாவர்க்கர் சதனை விட்டு வெளியே வந்தனர். திரும்பி வந்தபோது ஆப்தேவின் கையில் அந்தப் பை இருந்தது. அவர்கள் இந்து மகா சபா அலுவலகத்திற்குத் திரும்பினர்.

கார்கரேயையும், மதன்லாலையும் 'அந்தப்' பையுடன் டெல்லிக்குச் செல்லுமாறு ஆப்தே கேட்டுக் கொண்டான்."

"ஆப்தே என்னை டெல்லிக்கு அவர்களுடன் வரத் தயாரா எனக் கேட்டான். டெல்லியில் எனக்கு என்ன வேலை என்று கேட்டேன். ஆப்தே அதற்கு என்னிடம் காந்தி, நேரு, சக்கரவர்த்தி ஆகியோரை முடித்துவிட தாத்யராவ் (சாவர்க்கர்) முடிவெடுத்து விட்டார். அந்த வேலையை எங்களிடம் ஒப்படைத்து இருக்கிறார்," என்றான். அதற்காக நான் அவர்களுடன் டெல்லிக்கு வர வேண்டும் என்றும், போக்குவரத்துச் செலவை அவர்கள் பார்த்துக் கொள்வதாகவும் கூறினான்.

எனக்கும் டெல்லிக்கு வர ஆசைதான்; ஆனால், உடனடியாக வர இயலாது. நான் புனேவுக்குச் சென்று எனது வீட்டு வேலைகள் சிலவற்றை முடித்து விட்டு வர வேண்டும் என்றேன்.

அதற்கு நாதுராம் கோட்சே, புனேவிற்குத் தானும் வர வேண்டும் என்றும், அங்கு அவனுடைய சகோதரன் கோபால் கோட்சேவைச் சந்தித்து துப்பாக்கி (ரிவால்வர்) ஒன்று வாங்கிட வேண்டும் என்றும், கோபால் கோட்சேவை பம்பாய்க்கு அழைத்து வந்து எல்லோருடனும் டெல்லிக்குச் செல்ல இருப்பதாகவும் கூறினான்."

பாட்கே, இவர்களின் பயணங்கள் - நடவடிக்கைகள் எல்லாவற்றையும் மிக விளக்கமாகக் கூறினான். மதன்லால் மற்றும் பிற சதிகாரர்களுடன் தனக்கு நடந்த சந்திப்புகள் குறித்து கூறினான்.

"சாவர்க்கருக்குப் பணம் என்பது எப்பொழுதுமே ஒரு பிரச்சினையாக இருந்தது இல்லை. குலாப்சந்த், ஹிராசந்த் போன்ற ஆலை அதிபர்கள் நிதியுதவி செய்தனர்.

சாவர்க்கர் வசதியுடன் வாழ்ந்தவர். பிற சதிகாரர்களுக்கும் பணம் திரட்டுவது என்பது சிரமமாக இல்லை," என்று அனைத்தையும் கொட்டிவிட்டான் பாட்கே.

1948, ஜனவரி 17 அன்று பம்பாய் திரும்பினான் பாட்கே. அங்கே விக்டோரியா டெர்மினல் ரெயில்வே நிலையத்தில் கோட்சேயையும் ஆப்தேயையும் சந்தித்தான்.

காந்தி கொலைக்கு வாழ்த்து கூறிய சாவர்க்கர்

அதன் பின்னர் பம்பாயில் நடந்ததைச் சொன்னான் பாட்கே.

"விக்டோரியா டெர்மினல் ரெயில்வே நிலையத்தில் கோட்சே, ஆப்தே இருவரையும் சந்தித்துப் பேசி, சில அடிகள் தூரம் நடந்திருப்போம். அப்போது ஆப்தே, டெல்லிக்குப் போவதற்கு முன்பு நாம் கொஞ்சம்

பணம் திரட்டிக் கொள்ள வேண்டும் என்று ஆலோசனை கூறினான். ஆப்தே ஒரு டாக்சி பிடித்து வந்தான். நாங்கள் அனைவரும் அதில் அமர்ந்தோம்.

அங்கிருந்து நேராக பாம்பே டையிங் ஹவுசிற்குச் சென்றோம். சந்த் வீடு லால்பாக் கவர்ன்மெண்ட் கேட் ரோட்டில் இருந்தது. நாங்கள் அங்கே 'சேட் சந்திரதாஸ் மெஹ்கி மதுர்தா'வைச் சந்தித்தோம். அவர்தான் பாம்பே டையிங்கின் உரிமையாளர். நான் அவரை முன்பே அறிந்திருக்கிறேன்.

நான் அவரிடம் ஆப்தேவையும், கோட்சேவையும் அறிமுகப்படுத்தி வைத்தேன். அதற்குப் பிறகு அந்த மூன்று பேர் மத்தியில் உரையாடல் நடந்தது. பின் நாங்கள் மூவரும் 'தாதரில்' இருந்த இந்து மகா சபா அலுவலகத்திற்குச் சென்றோம். சங்கர் கிஸ்தய்யாவை அங்கிருந்து அழைத்துச் செல்லலாம் என்ற எண்ணத்துடன் அங்கு சென்றோம்.

சங்கர் கிஸ்தய்யா காரில் உட்கார்ந்த பிறகு, கோட்சேவிடம் நாம் அனைவரும் தாத்யராவைக் (சாவர்க்கரை) கடைசி முறையாகச் சென்று தரிசித்துவிட்டுச் செல்லலாம் என்று ஆலோசனை கூறினான்.

அதன்படி நாங்கள் அனைவரும் சிவாஜி பார்க்கிலிருந்து 'சாவர்க்கர் சதனுக்குச்' சென்றோம். டாக்சியை சாவர்க்கர் மாளிகைக்குச் செல்லும் சாலைக்கு முன்பாக நிறுத்தி விட்டோம். அந்த இடத்திலிருந்து சாவர்க்கரின் வீடு 40-50 அடி தூரத்தில் இருக்கும். டாக்சியிலிருந்த நாங்கள் அனைவரும் கீழே இறங்கி சாவர்க்கர் வீட்டை நோக்கி நடந்தோம்.

'சாவர்க்கர் சதன்' காம்பவுண்டுக்கு வெளியே சங்கர் கிஸ்தய்யா நிறுத்தி வைத்தோம்.

ஆப்தே, கோட்சே மற்றும் நான் (பாட்கே) மூவரும் வீட்டின் காம்பவுண்டிற்குள் நுழைந்தோம். ஆப்தே என்னை தரைத்தளத்தில் உள்ள அறையில் காத்திருக்குமாறு கூறிவிட்டு, கோட்சேயுடன் மேலே சென்றான். பின் அவர்கள் 5 - 10 நிமிடத்திற்குப் பின்பு கீழே வந்தார்கள். அந்த இருவரும் மாடிப்படியின் கீழே வந்து கொண்டிருந்தபோது அவர்களை தாத்யராவ் (சாவர்க்கர்) பின் தொடர்ந்து வந்தார்.

'வெற்றிகரமாக முடித்துவிட்டு வாருங்கள்' என அவர் சொன்னார்.

பிறகு நாங்கள் நால்வரும் டாக்சியில் ஏறிக் கொண்டு ரூயா கல்லூரியை நோக்கிப் புறப்பட்டோம். டாக்சியிலிருக்கும்போது ஆப்தே, காந்தியின் நூறு ஆண்டுகள் முடிந்து விட்டன என்று தாத்யராவ் (சாவர்க்கர்) முன் அனுமானித்து விட்டதாகக் கூறினான்.

ஆப்தே மேலும் நாம் நமது பணியை வெற்றிகரமாக முடித்து விடுவோம் என்பதில் சந்தேகம் இல்லை என்றும் கூறினான்."

சாவர்க்கர் வாழ்த்தியதைக் கூறிய பாட்கே, பின்னர் ஜனவரி 19, 1948 அன்று டெல்லிக்கு மேற்கொண்ட பயணம் பற்றியும், அடுத்தநாள் ஜனவரி 20 காலை ஆப்தேயுடன் பிர்லா மாளிகைக்குச் சென்று நோட்டம் விட்டு அறிமுகப்படுத்திக் கொண்டதையும், அன்று மாலை நடத்திய குண்டுவெடிப்பு பற்றியும், அதன் பின்பு டெல்லியிலிருந்து தப்பித்து ஜனவரி 22இல் புனேவுக்குச் சென்று வந்ததையும் வாக்குமூலத்தில் விவரித்தான்.

"ஆப்தே மூலமாக நான் தெரிந்து கொண்டது என்னவெனில் தாத்யராவ் (சாவர்க்கர்) தான் இந்தத் திட்டத்தை நிறைவேற்றிட கட்டளைகள் பிறப்பித்தார் என்பதாகும். நான் அதை நிறைவேற்றும்படி கட்டுப்பட்டேன். நான் நாதுராம் கோட்சேயுடனும், ஆப்தேயுடனும் பழகியதிலிருந்து அவர்கள் எதை எதைச் செய்யச் சொன்னார்களோ அத்தனையும் செய்தேன்."

திகம்பர பாட்கேவின் வாக்குமூலத்திலிருந்து மகாத்மா காந்தியின் படுகொலைக்குப் பின்னணியில் எல்லா வகையிலும் இருந்து இயக்கியவர் சாவர்க்கர் என்பதும், கோட்சே, ஆப்தே இருவரும் அச்சதித் திட்டத்தைச் செயல்படுத்தினார்கள் என்பதையும் அரசுத் தரப்பின் சாட்சியமாக ஆத்மசரண் விசாரணை ஆணையத்தின் முன் வைக்கப்பட்டது.

உலகப் புகழ்பெற்ற தலைவர் ஒருவரைக் கொலை செய்யப் போடப்பட்ட சதித் திட்டத்தைச் செயல்படுத்த நிதி பலமும், ஆள் பலமும், அமைப்பு பலமும் இல்லாமல் முடியாது என்பது நிதர்சனம்.

ஒரு தபால்காரர் மகனாகிய நாதுராம் வினாயக் கோட்சேவுக்கு பம்பாய் - தில்லி என்று பறந்து பறந்து செல்ல பணம் வேண்டியிருந்தது. துப்பாக்கி வாங்கவும் இதர ஏற்பாடுகளுக்கும் பணம் தேவைப்பட்டது. அவன் பத்திரிகை நடத்தவே நிதி உதவி செய்தவர் அல்லவா சாவர்க்கர்!

சாவர்க்கருக்கு காந்திஜி கொலைச் சதியில் பங்கு இருக்கிறது என்பதை பாட்கே வாக்குமூலம் உறுதி செய்தது. ஆனால், வழக்கு விசாரணையின்போது சாவர்க்கரின் வழக்கறிஞர் பாட்கேவை குறுக்கு விசாரணையில் துளைத்து எடுத்தார். எப்படியாவது இந்தக் கொலை வழக்கில் சாவர்க்கருக்குத் தொடர்பு இல்லை என்பதை நிலைநிறுத்த சாவர்க்கர் தரப்பு துடியாய்த் துடித்தது.

நாதுராம் வினாயக் கோட்சே, ஆப்தே இருவரும் தங்கள் பங்கிற்கு சாவர்க்கரைக் காட்டிக் கொடுக்கக் கூடாது என்பதில் உறுதியாக இருந்தனர்.

கோட்சே, தாம் அளித்த வாக்குமூலத்தில் காந்தி கொலையில் தனக்கு மட்டுமே பங்கு உண்டு; வேறு எவருக்கும் இதில் துளியும் தொடர்பு இல்லை என்று பொய் மூட்டையை அவிழ்த்து விட்டான்.

நீதிபதி ஆத்மசரண், பாட்கேவின் வாக்குமூலத்தை ஏற்றாரா? கோட்சேவின் ஒப்புதல் வாக்குமூலத்தை ஏற்றாரா? காந்திஜி கொலை வழக்கில் குற்றவாளிக் கூண்டில் நிறுத்தப்பட்டிருந்த சாவர்க்கர் என்ன ஆனார்? வழக்கு விசாரணையின் போக்கு எப்படி இருந்தது?

27
காந்தியைக் கொன்றது ஏன்?
கோட்சே வாக்குமூலம்

நீதிபதி ஆத்மசரண் டெல்லி செங்கோட்டையில் காந்திஜி கொலை வழக்கு விசாரணை தொடங்கினார். திகம்பர ராம்சந்திர பாட்கே இந்த வழக்கில் அப்ரூவர் ஆனான். அவனது வாக்குமூலத்தை நீதிமன்றம் பதிவு செய்து கொண்டது.

முதன்மைக் குற்றவாளியான நாதுராம் விநாயக் கோட்சே, காந்தியைச் சுட்டுக் கொன்றதை நீதிமன்றத்தில் ஒப்புக் கொண்டான். இதில் வேறு எவருக்குமே தொடர்பு இல்லை என்றும், தான் ஒருவன் மட்டுமே காந்தி கொலைக்குப் பொறுப்பு என்றும் ஓங்கிச் சொன்னான்.

சிறப்பு நீதிமன்றத்தில் 1948, நவம்பர் 8ஆம் தேதி நாதுராம் கோட்சே தனது 92 பக்க வாக்குமூலத்தை, ஐந்து மணி நேரம் வாசித்தான். இன்றைக்கும் ஆர்.எஸ்.எஸ். சனாதனக் கூட்டம், கோட்சேவின் வாக்குமூலத்தைத் தங்களின் பெட்டகமாக ஆவணப்படுத்தி, பரப்பி வருகிறது.

இந்துத்துவவாதிகளின் அரசியல் ஆவணம் என்று அவர்கள் கூறிக் கொள்ளும் இந்த வாக்குமூலத்தில் இந்துமத வெறியும், மகாத்மா காந்தி மீது கொண்ட வெறுப்பும் ததும்பி வழிகிறது. இத்தகைய அரசியல் சித்தாந்த அறிக்கையைத் தயாரிக்கும் அளவுக்கு நாதுராம் கோட்சே ஆற்றல் கொண்டவன் அல்ல; இதைத் தயாரித்துத் தந்தது சாவர்க்கரே என்ற கருத்தும் வலுவாக இருக்கிறது. இனி நீதிமன்றத்தில் கோட்சே முன்வைத்த வாக்குமூலத்தைக் காண்போம்:

கோட்சே வாக்குமூலம்

"நாக்பூரைச் சார்ந்த மறைந்த டாக்டர் ஹெட்கேவர் மராத்தி பேசும் பகுதிகளிலும், 1932ஆம் ஆண்டில் ஆர்.எஸ்.எஸ். கிளைகளை உருவாக்கினார். அவரது பேச்சாற்றல் என்னை மிகவும் கவர்ந்தது. அந்தச் சங்கத்தில் ஒரு தொண்டனாகச் சேர்ந்தேன். ஆரம்பக் கட்டத்திலேயே சங்கத்தில் சேர்ந்த தொண்டர்களில் நானும் ஒருவன். அதனுடைய அறிவுசார் துறைகளில் சில ஆண்டுகள் பணியாற்றினேன். இந்துக் களின் முன்னேற்றத்திற்காகப் பாடுபட்டு வந்தபோது அவர்களின் நியாயமான உரிமைகளைப் பாதுகாக்க அரசியல் நடவடிக்கைகளில்

இறங்க வேண்டியது அவசியம் என்று நினைத்தேன். எனவே, சங்கத்தை விடுத்து இந்து மகா சபையில் சேர்ந்தேன். இந்து மகா சபையின் தலைவராக இந்தக் காலக்கட்டத்தில்தான் வீர சாவர்க்கர் தேர்ந்தெடுக்கப்பட்டார். அவரது காந்தமயமான தலைமையாலும், சூறாவளிப் பிரச்சாரத்தாலும் இந்து இயக்கம் மிகுந்த உத்வேகப்பட்டது; செழுமைப்பட்டது.

காந்தி பிரிட்டிஷ்காரர்கள் நாட்டை ஆண்டு வந்தபோது அவர்களை எதிர்த்துப் போராடி பெரும் வெற்றியைத் தேடித் தந்தவர் என்பதை நான் மறுக்கவில்லை; அதற்காக அவரைப் பாராட்டுகிறேன். ஆனால், இந்தியா பிரிக்கப்படுவதற்குக் காரணமாகவும் துணையாகவும் காந்தி தான் இருந்தார்.

அதனால், காந்தி இன்னும் நாட்டில் வாழ்ந்தால் இந்தியாவுக்குத் துன்பமும் இழப்பும் ஏற்படும்; நல்லதோ, கெட்டதோ - அவர் எடுக்கும் முடிவினையே இந்தியா ஏற்க வேண்டும் என்ற பிடிவாதம் அவரிடம் காணப்பட்டது. இந்தியா அவருடைய தலைமையை நாடினால் அது நாட்டை எங்கேயோ கொண்டுபோய் விட்டு விடும்.

அவரே இங்குள்ள எல்லாவற்றையும் இயக்குபவர். ஒரு நீதிபதி என்றும் கூறலாம். அவரது சத்யாக்கிரக அரசியல் பகுத்தறிவு இல்லாதது.

ஜின்னாவின் இரும்புப் பிடி, எஃகு உள்ளத்தின் முன் காந்தியின் ஆத்ம சக்தி, அகிம்சைக் கொள்கை அனைத்தும் தவிடு பொடி ஆகி விட்டன.

ஜின்னாவிடம் தம் கொள்கை ஒருக்காலும் வெற்றி பெறாது என்று தெரிந்திருந்தும் அவர் கொள்கையை மாற்றிக் கொள்ளவே இல்லை. மற்ற மேதைகள் ஜின்னாவுடன் பேசி அவரை முறியடிக்கவும் வழிவிடவில்லை.

நாட்டைப் பிளந்து துண்டு துண்டாக்கியவரைத் 'தெய்வம்' என மற்றவர் மதித்தாலும் என் உள்ளம் ஏனோ அதனை ஏற்க மறுத்தது. பாகிஸ்தான் ஆக்கிரமிப்பிலிருந்தும், அட்டூழியத்திலிருந்தும் இந்தியா விடுதலை அடையும் என்பது உறுதி.

அவர் உயிரோடு இருந்தால் நாம் அவர் கொள்கைகளிலிருந்து மாறுபட்டுச் செயல் பட முடியாது.

நான் இந்த விஷயத்தை நன்கு அலசி ஆராய்ந்த பிறகே அவரைக் கொல்ல முடிவு எடுத்தேன். ஆனால், நான் அதுபற்றி யாரிடமும் பேசவில்லை. பிர்லா மாளிகையில் பிரார்த்தனை மைதானத்தில் 30.01.1948இல் காந்தியைச் சுட என் இரு கைகளுக்கும் வலிமையை

வரவழைத்துக் கொண்டேன். இனி நான் எதையும் சொல்வதற்கு இல்லை.

நாட்டின் நலனிற்காகத் தியாகம் செய்வது பாவம் எனக் கருதினால், நான் பாவம் செய்தவன் ஆவேன். அது கவுரவம் என்றால் அந்தக் கவுரவம் எனக்கு வரட்டும்.

முஸ்லிம்கள் மீது காந்தி அதிகமான மோகத்தை வளர்த்துக் கொண்டார். ஆனால், பாகிஸ்தானிலிருந்து இந்தியாவுக்கு அகதிகளாக வந்த இந்துக்கள் மீது இரக்கப்பட்டு ஆறுதலாக ஒரு வார்த்தை கூட பேசவில்லை. மனிதாபிமானம் பற்றி அவருக்கு ஒரு கண்தான் இருந்தது; அது முஸ்லிம் மனிதாபிமானம்.

'தேசத் தந்தை' என்று காந்தியை அழைக்கிறார்கள். அது உண்மையானால் அவர் ஒரு தந்தைக்குரிய கடமையிலிருந்து தவறி விட்டார். பிரிவினைக்கு ஒப்புதல் தெரிவித்ததன் மூலம் இந்தத் தேசத்துக்கு அவர் நம்பிக்கைத் துரோகமிழைத்து விட்டார். எனவே, இந்தியாவின் தந்தை அல்ல; பாகிஸ்தானின் தேசத் தந்தை.

பாகிஸ்தான் பிரிவினைக்கு இணங்கிரா விட்டால் நமக்குச் சுதந்திரம் கிடைத்திருக்காது என்று சிலர் கூறுவது தவறான கருத்து. தலைவர்கள் எடுத்த தவறான முடிவுக்கு அது வெறும் சாக்குப் போக்குதான்.

பட்டப்பகலில் சுமார் நானூறு பேர் கூடியிருந்த கூட்டத்தில் காந்தியை நான் சுட்டேன்; அது உண்மை.

இந்த மனிதருக்கு இயற்கையான மரணம் கிடைக்கக் கூடாது என்கிற வெறி என் நெஞ்சில் எழுந்தது. நாட்டின் ஒரு தீவிரவாதப் பிரிவினருக்கு அநீதியான, தேச விரோதமான, ஆபத்தான சலுகை காட்டியதற்கு உரிய தண்டனையை அவர் பெற வேண்டியிருந்தது என்பதை உலகம் உணர வேண்டும். அதற்காக காந்தியைச் சுட்டுக் கொன்றேன்.

சுட்ட பிறகு நான் தப்பி ஓடுவதற்கு முயற்சிக்கவில்லை; அந்த எண்ணமும் எனக்கு இல்லை; என்னைச் சுட்டுக் கொண்டு தற்கொலை செய்யவும் முயலவில்லை.

கொலைக்கு நானே பொறுப்பு. என்னோடு பலர் குற்றம் சாட்டப்பட்டு இருக்கிறார்கள். கொலைக்குச் சதி செய்ததாக அவர்கள் மீது வழக்கு உள்ளது. நான் முன்பே கூறியபடி என் செயலுக்குக் கூட்டாளிகள் யாரும் கிடையாது; என் செயலுக்கு நானே முழுப் பொறுப்பு.

மானிட வர்க்கத்தின் நலனுக்காகவே இந்தக் கொலையைச் செய்தேன். இந்தச் செயல் முற்றிலும் இந்து தர்மம், பகவத் கீதையை அடிப்படையாகக் கொண்டதுதான்.

நம் நாடு 'இந்துஸ்தான்' என்ற பெயரில் இனி அழைக்கப்படட்டும். இந்தியா மீண்டும் ஒரே நாடாக வேண்டும். இந்திய வரலாற்றை எவ்விதப் பாரபட்சமும் இன்றி நேர்மையாக எழுதக் கூடிய வரலாற்று ஆசிரியர்கள் எதிர்காலத்தில் உருவானால், அவர்கள் என் செயலை மிகச் சரியாக ஆராய்ந்து, அதிலுள்ள உண்மையை உணர்ந்து, உலகறியச் செய்வார்கள் என்ற நம்பிக்கை எனக்கு இருக்கிறது. அகண்ட பாரத் அமர் ரஹே! வந்தே மாதரம்!"

இவ்வாறு சிறப்பு நீதிமன்றத்தில் நாதுராம் விநாயக் கோட்சே அளித்த ஒப்புதல் வாக்குமூலம் அறிக்கையை வெளியிட தடை விதிக்கப்பட்டது. எனினும் 1960-களில் இந்திய மொழிகளில் கோட்சே வாக்குமூலம் மொழியாக்கம் செய்யப்பட்டு வெளிவரத் தொடங்கியது.

1977இல் நாதுராம் விநாயக் கோட்சேவின் தம்பி கோபால் கோட்சே, மூல ஆங்கிலப் பிரதியைத் 'தங்களை இது மகிழ்விக்கலாம் நீதிபதி அவர்களே!' (May it please your honour) என்கிற எச்சரிக்கை மிகுந்த தலைப்பில் வெளியிட்டான். பிறகு கொஞ்சம் துணிவு பெற்றவனாக, 1993இல் 'நான் ஏன் மகாத்மா காந்தியைக் கொன்றேன்?' (Why I assassinated Mahatma Gandhi?) என்று தலைப்பில் மாற்றி வெளியிட்டான்.

காந்திஜி தேசத் துரோகியா?

நாதுராம் விநாயக் கோட்சே, காந்திஜி நாட்டிற்குத் துரோகம் செய்து விட்டதாக குற்றம்சாட்டி வாக்குமூலம் அளித்ததற்கு அவன் சுட்டிக்காட்டிய ஆதாரங்கள் என்ன தெரியுமா?

தேசிய மொழியாக இந்தியை எடுத்துச் சொல்லி வந்த காந்தி, முஸ்லிம்களின் மனங்களைக் குளிரச் செய்ய இந்துஸ்தானியை முன்மொழிய ஆரம்பித்து விட்டார்;

அதே காரணத்திற்காக வந்தே மாதரம் பாடுவதையும் அவர் விரும்பவில்லை;

பசுப் பாதுகாப்பு குறித்து வாயளவில்தான் காந்தி பேசினாரே தவிர அதற்காக உருப்படியான நடவடிக்கை ஏதும் நடக்கவில்லை; அவருடைய உண்ணாவிரதம் எல்லாம் இந்துக்களை மிரட்டி முஸ்லிம்களுக்குச் சாதகம் செய்யவே.

இன்றைக்கும் மகாத்மா காந்தி மீது இந்துத்துவா சனாதனக் கும்பல் நாதுராம் விநாயக் கோட்சே கூறிய குற்றச்சாட்டைக் கூறி வருகின்றது என்பதையும் மறந்து விட முடியாது.

நாட்டுக்கு விடுதலை பெற்றுத் தரப் போராடிய காந்திஜியின் பங்களிப்பை சங் பரிவாரம் இப்போதும் ஒப்புக் கொள்வது இல்லை; அதையே தன் வாக்குமூலத்திலும் கோட்சே குறிப்பிடுகின்றான்.

"விடுதலை பெற்றுத் தந்ததில் காந்தியின் பங்களிப்பு பொருட்படுத்தக் கூடியதே அல்ல என்று நான் கருதுகிறேன். மறைந்த லோக்மான்ய திலகர், என்.சி.கேல்கர், சி.ஆர்.தாஸ், மதிப்புக்குரிய சர்தார் படேலின் சகோதரர் விதல்பாய் படேல், பண்டிட் மாளவியா, பாய் பரமானந்தர் மற்றும் கடந்த பத்து ஆண்டுகளாக முக்கிய இந்து மகா சபாத் தலைவர்கள் ஆகியோர் பொதுவாகப் பிரதிநிதித்துவப்படுத்தும் பகுதியினருக்கே அதற்கானப் பெருமை செல்ல வேண்டும்."

காந்திஜி, நேரு, நேதாஜி போன்றவர்களையே ஒதுக்கி விட்டு 'இந்துத்துவ'க் கருத்தியலை ஏற்ற தலைவர்களைப் பட்டியல் போட்டு அவர்கள்தான் விடுதலைக்குப் போராடிய பெருமைக்கு உரியவர்கள் என்கிறான் நாதுராம் கோட்சே. அதிலும் 'மதிப்புக்குரிய சர்தார் படேலின் சகோதரர்' என்று விதல்பாய் படேலைக் குறிப்பிடுகிறான். சர்தார் வல்லபபாய் படேல் மீது கோட்சே இந்த அளவு மதிப்பு கொண்டு இருந்தது ஏன்?

இப்போது புரியும் நரேந்திர மோடி சர்தார் படேலுக்குப் பிரம்மாண்ட சிலை அமைத்தது ஏன் என்று!

காந்திஜியைச் சுட்டுக் கொன்றுவிட்டு, சாத்தான் வேதம் ஓதியது போல, கசாப்புக் கடைக்காரன் ஜீவகாருண்ய சொற்பொழிவு நிகழ்த்தியது போல நாதுராம் விநாயக் கோட்சே காந்திஜியைத் தேசத் துரோகி; முஸ்லிம்கள் தீவிரவாதிகள் என்று வாக்குமூலத்தில் குறிப்பிட்டு இருப்பது இந்துத்துவ மதவெறியை வெளிச்சம் போட்டுக் காட்டுகிறது.

மகாத்மா காந்தி மீது இந்துத்துவவாதிகள் கொண்டிருந்த வெறுப்பும் வன்மமும் எத்தகையது என்பதற்குச் சான்றாக கோட்சேவின் வாக்குமூலம் அமைந்திருக்கிறது.

28

கோட்சேவுக்கு மரண தண்டனை: சாவர்க்கர் விடுதலை

மகாத்மா காந்தி கொலை வழக்கு விசாரணையின்போது, நீதிபதி ஆத்மசரண் முன்பு நாதுராம் கோட்சே வாக்குமூலம் கொடுத்தபோது, மிகுந்த கவனமாக, இந்தக் கொலை வழக்கில் குற்றவாளிப் பட்டியலில் 7 ஆவதாகச் சேர்க்கப்பட்டிருக்கும் சாவர்க்கரை காப்பாற்றுவதற்குப் பச்சை பொய்யை 'சாட்சியமாக' அளித்தான்.

"நாங்கள் எங்கள் எதிர்காலத் திட்டங்களைச் சாவர்க்கர் உட்பட யாருக்கும் தெரியப்படுத்துவதில்லை என்று தீர்மானித்துக் கொண்டோம். நான் மீண்டும் வலியுறுத்தி சொல்லிட விரும்புகிறேன். காந்திஜியை சுடுவது வரை நான் மேற்கொண்ட நடவடிக்கைகள் எதுவும் சாவர்க்கருக்குத் தெரியாது."

நாதுராம் கோட்சேவின் சாட்சியம் பொய் என்பதைத் திகம்பர ராம்சந்திர பாட்கே, (அப்ரூவர்) வாக்குமூலம் தெளிவுபடுத்தியது.

நாதுராம் கோட்சேவும், நாராயண் ஆப்தேவும் தன்னை அடிக்கடி சந்தித்து வந்த நிலையில், அவர்களோடு நெருங்கிய தொடர்பு எதுவும் இல்லை என்று சாவர்க்கர் நீதிமன்ற விசாரணையில் மறுத்தார். பாட்கே வாக்குமூலத்தில் கோட்சே, ஆப்தே சாவர்க்கரை அவரது மாளிகையில் சந்தித்துப் பேசியதை அரசுத் தரப்பில் முன் வைத்த போது, சாவர்க்கரும் பச்சை பொய்யை அள்ளி வீசினார்.

சாவர்க்கர், தான் சதிகாரர்களைச் சந்தித்ததே இல்லை என்றும் அப்படிச் சந்தித்து இருந்தால் அது சதிக்காக இல்லை என்றும் கூறினார். தான் தனது மாளிகையின் முதல் தளத்தின் மாடிப்படியை விட்டு கீழே இறங்கி வந்ததே இல்லை என்றும், அப்படி வந்திருந்து 'வெற்றியுடன் திரும்பி வாருங்கள்' என்று கூறியிருந்தால் அது வேறு ஏதேனும் ஒரு விடயத்திற்காக இருக்குமே தவிரக் கொலைச்சதியுடன் தொடர்புடையதாக இருக்காது.

'இந்து ராஷ்டிரா' பத்திரிகையின் பங்கு விற்பனை தொடர்பாகவோ, அல்லது ஹைதராபாத் நிஜாமின் அரசை எதிர்த்த மக்கள் போராட்டம் பற்றியோ அல்லது இது போன்ற நூற்றுக்கணக்கான சட்டப் படியான போராட்டங்கள் பற்றியதாகவோ இருந்திருக்கலாம்.

இப்படிச் சாவர்க்கர் சொன்ன ஒவ்வொரு வாதமும் சட்டப்படியாக யோசித்துத் தனக்கும், கொலைச் சதிக்கும் எந்தச் சம்பந்தமும் இல்லை என்று சாதிப்பதாகவே இருந்தன.

'நள்ளிரவில் சுதந்திரம்' (*Freedom at Midnight*) நூலை எழுதிய வரலாற்று ஆசிரியர்கள் காலின்ஸ் மற்றும் லாப்பியர் (*Collins and Lapierre*) இருவரும், காந்திஜி கொலை வழக்கு ஆவணங்களை காவல்துறையிடம் இருந்ததை படித்துப் பார்த்து தங்கள் நூலில் பதிவு செய்திருக்கின்றனர். அதில் காவல்துறை எழுதியிருக்கும் குறிப்புகளில், "மிக மிகச் சிலரே இந்து ராஷ்டிரா தளத்தின் சர்வாதிகாரியாக விளங்கிய சாவர்க்கரின் அந்தத் தனிப்பட்ட அறைக்குச் செல்ல முடியும். அப்படிப்பட்டவர்களில் கோட்சேவும், நாராயண் ஆப்தேயும் முக்கியமானவர்கள்" என்று குறிப்பிட்டுள்ளனர்.

ஆனால் சாவர்க்கர், தனக்கு அவர்களை இந்து சங்காதன அமைப்பின் தொண்டர்கள் என்ற அடிப்படையில் மட்டும் தெரியும். அவர்களுடன் வேறு தொடர்புகள் இல்லை என்று மறுத்தார்.

சாவர்க்கர் எனும் சுயநலவாதி

காந்திஜி கொலை வழக்கில் இருந்து தப்பிக்க சாவர்க்கர் நீதிமன்றத்தில் பொய் மூட்டைகளை அவிழ்த்துவிட்டது மட்டு மின்றி, அதை நீதிபதியும் மற்றவர்களும் நம்ப வேண்டும் என்று வழக்கு விசாரணையின்போது, பல நாடகங்களை அரங்கேற்றினார்.

சாவர்க்கர் மீது பற்று கொண்டவரும் மற்ற குற்றவாளிகளான மருத்துவர் தத்தாத்ரேய சதாசிவ பார்சூருக்காகவும், கோபால் கோட் சேவுக்காவும் கீழமை நீதிமன்றத்திலும், பின்னர் மேல்முறையீட்டினால் உயர்நீதி மன்றத்திலும் வாதாடியவர் வழக்கறிஞர் பி.எல். இனாம்தார். இவர்தான் பார்ச்சூர் விடுதலை பெற வாதங்களை முன்வைத்து வெற்றி கண்டவர்.

காந்திஜி கொலை வழக்கு விசாரணை பற்றி அவர் எழுதி உள்ள நினைவுக் குறிப்புகள் 'சாவர்க்கர்' எப்படிப்பட்ட ஆள் என்பதை படம் பிடித்துக் காட்டுகிறது.

"குற்றவாளிகளுடன் நீதிமன்றத்தில் அமர வைக்கப்பட்ட சாவர்க்கர், வழக்கு விசாரணை முழுவதும் தன்னுடைய பார்வையை நாதுராம் பக்கம் திருப்பவே இல்லை; இத்தனைக்கும் கோட்சே சாவர்க்கருக்குப் பக்கத்து இருக்கையில்தான் அமர்ந்திருப்பான்.

சாவர்க்கர் பேசவே மாட்டார்; மற்ற குற்றம் சாட்டப்பட்டவர்கள் எல்லாம் ஒருவருக்கு ஒருவர் பேசிக் கொண்டு கருத்துகளைப் பரிமாறிக் கொள்வர். ஆனால் சாவர்க்கர் மட்டும் ஏதோ சிலை

போல் அமைதியாக அமர்ந்திருப்பார். பக்கத்தில் இருந்த யாரையும் அவர் கண்டு கொள்வதில்லை; ஏதோ கட்டுப்பாடு மிக்கவர் போல - குற்றமற்றவர் போல இருப்பார்.

ஏதோ ஒரு முறை தவிர வேறு எந்த நேரத்திலும், என்னை நன்றாக அறிந்திருந்த சாவர்க்கர் என்னிடம் பேசியதே இல்லை.

சாவர்க்கர் நீதிமன்றத்தில் 'நடிப்பது' என்று திட்டமிட்டு செயல்பட்டார் என்று நான் நினைக்கிறேன். தான் யாருடனும் சேர்ந்து திட்டமிடவில்லை என்பதை நீதி மன்றத்திலேயே வழக்கறிஞர்களுக்கும் உணர்த்துவது என்ற திட்டத்தின் அடிப்படையில் இப்படி திட்டமிட்டு நடித்திருப்பார் என்று கருதுகிறேன்.

நான் நாதுராமுடன், பல நேரங்களில் பேசிய போது, சாவர்க்கரின் இந்தத் திட்டமிட்ட நடவடிக்கைகள் தன் மனதைப் புண்படுத்துவதாகக் குறிப்பிட்டு இருக்கிறான். நீதிமன்ற வழக்கு விசாரணையின் போதும் சரி, செங்கோட்டை சிறையில் இருந்த போதும் சரி, செங்கோட்டை வழக்கு விசாரணையின் போதும் சரி, சாவர்க்கர் தன்னிடம் பேசாததை வருத்தமுடன் கோட்சே கூறினான்.

சாவர்க்கரின் ஆதரவான ஒரு தொடுதலுக்காக... ஒரு ஆறுதலான வார்த்தைக்காக... இதெல்லாம் கூட வேண்டாம்... குறைந்தபட்சம் ஒரு அனுதாபத்திற்காக கோட்சே சிறையில் தனியாக இருந்தபோது ஏங்கினான் கோட்சே, தன்னுடைய இந்தப் புண்பட்ட உணர்வுகளை நான் அவனுடன் சிம்லா உயர்நீதிமன்றத்தில் கடைசி முறையாக சந்தித்துப் பேசியபோது கூட குறிப்பிட்டான்.

(P.L.Inamdar, the Story of the Red Fort Trial 1948-49, popular prakashan, Mumbai, 1979, page 141)

சாவர்க்கர் தன்னைப் பாதுகாத்துக் கொள்வதற்காக எழுத்துப்பூர்வமான வாக்குமூலங்களை எழுதி எடுத்து வந்தார். அதனுடன் பத்திரிகைகளில் வந்த செய்திகளை இணைத்துக் கொண்டு அவற்றை எல்லாம் நீதிமன்றத்தில் ஒன்றும் தெரியாத, குற்றமே புரியாத, அப்பாவி போல படித்து நாடகமாடினார்.

தீர்ப்பு

காந்திஜி கொலை வழக்கு விசாரணையை முடித்துக் கொண்ட சிறப்பு நீதிபதி ஆத்மசரண் பிப்ரவரி 10, 1949இல் தீர்ப்பை வாசித்தார்.

தீர்ப்பில் நாதுராம் விநாயக் கோட்சேவுக்கும், நாராயண் ஆப்தேவுக்கும் தூக்குத் தண்டனை விதிக்கப்பட்டது.

விஷ்ணு கார்கரே, மதன்லால்பாவா, கோபால் கோட்சே, சங்கர் கிஸ்தய்யா, டாக்டர் பார்ச்சூரே ஆகியோருக்கு ஆயுள் தண்டனை கொடுக்கப்பட்டது.

இந்த வழக்கில் அப்ரூவர் ஆன திகம்பர ராம்சந்திர பாட்கே விடுதலை செய்யப்பட்டான்.

காந்திஜி கொலை வழக்கில் மற்றவர்களுடன் கூடவே சாவர்க்கர் மீதும், ஐ.பி.சி. 120பி (சதி) கீழ் காந்திஜியை கொலை செய்வதற்காகச் சதி தீட்டிய குற்றமும், பிரிவு 302-ன் கீழ் கொலைக் குற்றமும் சாட்டப்பட்டன.

ஆனால் சிறப்பு நீதிபதி, சாவர்க்கருக்கு விடுதலை அளித்துவிட்டார் (?). அதற்கு நீதிபதி கூறிய காரணம், "அப்ரூவரின் சாட்சியை வைத்து மட்டும் சாவர்க்கர் மீது குற்றம் சுமத்தப்பட்டுள்ளது. அதை வைத்து முடிவு கட்டுவது பாதுகாப்பானது அல்ல" அப்ரூவரின் சாட்சியம் பொய்யானது என்று குற்றவாளிகளின் தரப்பு வக்கீல் நிருபிக்கவில்லை. அந்தச் சாட்சியம் மெய்யானதே. ஆனால் அதை வைத்து மட்டும் முடிவுக்கு வரமுடியவில்லை."

சாவர்க்கர், "சதி என்று ஏதேனும் இருந்தால் அதில் தான் சம்பந்தப்படவில்லை என்றும், நாதுராம் கோட்சே மற்றும் நாராயண் ஆப்தே மீது தனக்கு எவ்விதக் கட்டுப்பாடும் கிடையாது என்றும் தன்னுடைய வாக்குமூலத்தில் கூறி இருக்கிறார். எனவே சாவர்க்கர் இந்த கொலை வழக்கில் இருந்து விடுவிக்கப்படுகிறார்" என்று நீதிபதி ஆத்மசரண் தீர்ப்பளித்தார்.

இதில் வேடிக்கை என்னவெனில், சாவர்க்கருக்கு விடுதலை என்றதுமே நடந்தது என்ன என்பதை டி. கீர் எழுதிய 'வீர் சாவர்க்கர்' எனும் அவரின் புகழ்பாடும் வரலாற்று நூலில் கூறப்பட்டு இருப்பது, "தீர்ப்பை வாசித்து முடித்து நீதிபதி எழத் துவங்கியதுமே அனைத்து கைதிகளும் சாவர்க்கரின் காலடியில் விழுந்து வணங்கினார்கள். 'அகண்ட இந்துஸ்தான் அமர் ரஹே! இந்து - இந்தி - இந்துஸ்தான். கபி நா ஹோகா பாகிஸ்தான்' என்று முழங்கினார்கள்."

எவ்வளவு பெரிய பச்சைப் பொய் கூறி இருக்கிறார் சாவர்க்கர் என்பது இதிலிருந்தே தெரிகிறது. கொலையாளி மீது தனக்கு கட்டுப்பாடு இல்லை என்று அவர் கூறியது துளி அளவும் உண்மையில்லை; தவறாக தீர்ப்பு அளித்துவிட்டோம் என்று நீதிபதி ஆத்மசரண் நினைத்திருப்பார்.

கோட்சே, ஆப்தே தூக்குத் தண்டனை நிறைவேற்றம்

மேல்முறையீட்டு மனுக்கள் அனைத்தும் நிராகரிக்கப்பட்ட நிலையில் நாதுராம் விநாயக் கோட்சே, நாராயண் ஆப்தே இருவரும் 1949, நவம்பர் 15ஆம் தேதி 'அம்பாலா' சிறையில் தூக்கிலிடப்பட்டனர்.

ஆனால் ஆர்.எஸ்.எஸ். இன்றும் சொல்கிறது, காந்திஜியை கொன்ற கொலைகாரன் கோட்சே ஆர்.எஸ்.எஸ். -ஐ சேர்ந்தவன் இல்லை என்று;

1964, அக்டோபர் 12இல் கோபால் கோட்சே, விஷ்ணு கார்கரே, மதன்லால் பாவா ஆகியோர் ஆயுள்தண்டனை முடிந்து சிறையில் இருந்து விடுதலை செய்யப்பட்டனர்.

காந்திஜி கொலை வழக்கில் இன்னும் விடுபடாத புதிர்கள் இருக்கின்றன! ஏனெனில் இந்த வழக்கில் இருந்து சாவர்க்கரை விடுதலை செய்து சிறப்பு நீதிபதி அளித்தத் தீர்ப்பை எதிர்த்து அரசுத் தரப்பில் மேல்முறையீடு செய்யப்படவில்லை. என்ன காரணம் என்பதை காந்திஜி கொலை செய்யப்பட்டு 70 ஆண்டுகள் உருண்டோடி விட்டபோதும், இன்னும் நம்மால் விளங்கிக் கொள்ள முடியவில்லை.

ஆனால் ஆர்.எஸ்.எஸ்., பாஜகவுக்கு நன்றாக விளங்கிவிட்டது; அதனால்தான் சர்தார் வல்லபபாய் படேலுக்கு உலகிலேயே உயரமான சிலை எழுப்பி இருக்கின்றனர்.

காந்திஜி கொலையில் சாவர்க்கருக்கு தொடர்பு?

மகாத்மா காந்திஜி கொலை வழக்கில் இருந்து சாவர்க்கர் விடுதலை செய்யப்பட்டதாலேயே அவருக்கு இந்த கொலையில் தொடர்பு இல்லை என்று உறுதியாக எவராலும் கூற முடியாது. ஏனெனில் காந்திஜி கொல்லப்பட்ட பிறகு 20 ஆண்டுகள் கழித்து, உச்சநீதிமன்ற முன்னாள் நீதிபதி ஜீவன்லால் கபூர் தலைமையில் ஒரு விசாரணை ஆணையம் அமைக்கப்பட்டது. இந்த ஆணையம் காந்திஜி கொலைப் பற்றிய சதி அம்சங்களை விசாரித்தது.

1966, பிப்ரவரி 26இல் சாவர்க்கர் இயற்கை மரணம் அடைந்துவிட்டார். நீதிபதி ஜீவன்லால் கபூர் விசாரணை ஆணையம், காந்திஜி கொலைச் சதி பின்னணி பற்றி விசாரணை நடத்தி தனது அறிக்கையை 1969, செப்டம்பர் 30ஆம் நாள் அளித்தது.

கபூர் விசாரணை ஆணையத்தின் அறிக்கை, சாவர்க்கருக்கு காந்திஜி கொலையாளிகளுடன் இருந்த தொடர்பை வெட்ட வெளிச்சம் ஆக்கியது.

நீதிபதி ஜீவன்லால் கபூர் தனது விசாரணை ஆணையத்தில் மிக முக்கிய இரு நபர்களை விசாரித்து வாக்குமூலங்களைப் பதிவு செய்தார். அதில் ஒருவர் ஏ.ஆர்.காசர்; இவர் சாவர்க்கரின் மெய்க்காப்பாளர்; இன்னொருவர் ஜி.வி.டாம்லே, சாவர்க்கரின் தனிச் செயலாளர்.

இனி கபூர் விசாரணை ஆணையம் தனது அறிக்கையில் என்ன குறிப்பிட்டு இருந்தது என்பதைப் பார்க்கலாம்!

"வி.டி. சாவர்க்கரின் மெய்க்காப்பாளர் 04.03.1948இல் பம்பாய் காவல்துறையிடம் கொடுத்த வாக்குமூலத்தில் 1946இல் கூட ஆப்தேயும், கோட்சேயும் சாவர்க்கரை அடிக்கடி வந்து பார்த்தனர் என்றும், கார்கரே கூட சில சமயம் வந்ததாகவும் கூறி இருக்கிறார்.

ஆகஸ்ட் 1947இல் சாவர்க்கர் புனேவிற்கு ஒரு கூட்டத்திற்குச் சென்றபோதும் கூட கோட்சேயும், ஆப்தேயும் சாவர்க்கரின் கூடவே இருந்தனர். இந்து மகாசபாவின் எதிர்காலத் திட்டங்கள் எப்படி இருக்க வேண்டும் என்று விவாதித்தனர். சாவர்க்கர் தனக்கு வயதாகிவிட்டதாகவும், எனவே நீங்கள்தான் பணிகளைத் தொடர்ந்து செய்ய வேண்டும் என்றும் கூறினார்.

1947, ஆகஸ்ட் 5, 6 தேதிகளில் அகில இந்திய இந்து மாநாடு ஒன்று டெல்லியில் நடைபெற்றது. அதற்கு சாவர்க்கர், கோட்சே, ஆப்தே மூவரும் ஒன்றாக விமானம் மூலம் சென்றனர்.

அந்த மாநாட்டில் காங்கிரசின் கொள்கைகள் கடுமையாக விமர்சிக்கப்பட்டன. ஆகஸ்ட் 11இல் சாவர்க்கர், கோட்சே, ஆப்தே மூவரும் ஒன்றாக பம்பாய்க்கு விமானம் மூலம் திரும்பினர்.

1948, ஜனவரி 13 அல்லது 14 வாக்கில் கார்கரே சாவர்க்கரிடம் ஒரு பஞ்சாபி இளைஞனுடன் (மதன்லால் பாவா) வந்திருந்தார். இருவரும் சாவர்க்கருடன் 15 லிருந்து 20 நிமிடங்கள் வரை விவாதித்தனர்.

ஜனவரி 15 அல்லது 16இல் ஆப்தேயும், கோட்சேயும் சாவர்க்கருடன் இரவு 9. 30 மணிக்கு வந்து பேசிக் கொண்டிருந்தனர். அதன்பின் ஒருவாரம் கழித்து ஜனவரி 23 அல்லது 24இல் மீண்டும் சாவர்க்கரை சந்தித்து இருவரும் இரவு 10 அல்லது 10.30 மணிக்கு வந்து அரை மணி நேரம் பேசிக் கொண்டிருந்தனர்.

சாவர்க்கருடைய தனிச் செயலாளர் கஜானன் விஷ்ணு டாம்லேயும் 04. 03. 1948இல் பம்பாய் காவல்துறையினரால் விசாரிக்கப்பட்டார். இவர் தனக்கு 'அக்ரானி' பத்திரிகையின் என். டி. ஆப்தேவைக் கடந்த நான்கு வருடங்களாகத் தெரியும் என்று கூறினார்.

ஆப்தே அகமது நகரில் ஒரு துப்பாக்கி சுடுவோர் மன்றம் (Riffle Club) ஆரம்பித்திருந்தான். போர்க்காலத்தில் போருக்கு ஆள் எடுக்கும் கௌரவ அதிகாரியாகவும் அவன் செயல்பட்டான்.

ஆப்தே அடிக்கடி சாவர்க்கர் வீட்டிற்கு வருவான். சில நேரங்களில் கோட்சேயும் அவனுடன் கூட வருவான். 'அக்ரானி' பத்திரிகைக்காக ஈட்டுத்தொகை கேட்கப் பட்டபோது ஆப்தேயுக்கும், கோட்சேயுக்கும் சாவர்க்கர் ரூ 15 ஆயிரம் கொடுத்தார். 'அக்ரானி' நிறுத்தப்பட்டு பின்பு 'ஹிந்து ராஷ்ட்ரா' என்ற புதிய பத்திரிகை தொடங்கப்பட்டது. சாவர்க்கர் அப்பத்திரிகையின் நிர்வாகக்குழுவில் ஒரு இயக்குனராகவும், ஆப்தே, கோட்சே இருவரும் மேலாண்மை முகவர்களாகவும் இருந்தனர்.

வி.ஆர்.கார்கரேயை (விஷ்ணு கார்கரே) நன்றாகத் தெரியும். அகமது நகரில் இந்து மகாசபா ஊழியராக மூன்று ஆண்டுகளாக பணியாற்றி வருகிறான். இவன் எப்போதாவது சாவர்க்கரைப் பார்க்க வருவான். பாட்கேவையும் (திகம்பர ராம்சந்திர பாட்கே) கடந்த மூன்றாண்டுகளாக கார்கரேவுக்கு தெரியும். அவனும் சாவர்க்கரைப் பார்க்க வருவானாம்.

1948 ஜனவரி முதல் வாரத்தில் கார்கரேயும், ஒரு பஞ்சாபி அகதி இளைஞனும் (மதன்லால் பாவா) சாவர்க்கரைப் பார்த்து அவருடன் 30-45 நிமிடங்கள் பேசிக் கொண்டிருந்தனர். இவர்கள் மறுபடி சாவர்க்கரைப் பார்க்க வந்ததில்லை. ஆப்தேயும், கோட்சேயும் ஜனவரி, 1948 மத்தியில் பின்னிரவில் வந்து சந்தித்தனர்.

மேற்கண்ட இந்தச் சாட்சிகளின் (ஏ.ஆர்.காசர், ஜி.வி.டாம்லே) வாக்குமூலங்களும் ஆப்தேயும், கோட்சேயும் சாவர்க்கரை அடிக்கடி பம்பாயிலும், மாநாடுகளிலும் சந்தித்திருக்கிறார்கள். சாவர்க்கருடன் கூடவே பலமுறை இருந்திருக்கிறார்கள் என்று தெரிவிக்கின்றன.

விஷ்ணு கார்கரேவுக்கு சாவர்க்கரை வெகு நன்றாகத் தெரியும் என்றும் அவனும் சாவர்க்கரை அடிக்கடி பார்த்திருக்கிறான் என்றும் இந்தச் சாட்சிகள் தெரிவிக்கின்றன.

பாட்கேவும், டாக்டர் பார்ச்சூரும் வந்து சாவர்க்கரைப் பார்த்திருப்பதும் சாட்சியங்களின் மூலம் உறுதியாகிறது.

இவை அனைத்தும் ஒரு விஷயத்தைத் தெளிவுபடுத்துகின்றன. பின்னாளில் காந்தி கொலையில் சம்பந்தப்பட்டு இருந்த அனைவரும் ஒன்றாகச் செயல்பட்டனர் என்பதும், இவர்கள் சாவர்க்கர் சதனில் ஒரு முறையே, பல முறையோ சந்தித்துள்ளனர் என்பதும் சாவர்க்கருடன் கூடிப்பேசி இருக்கின்றனர் என்பதும் தெளிவாகிறது.

இங்கே இன்னும் வலியுறுத்திக் கூற வேண்டியது என்னவெனில் கார்கரேயும், மதன்லாலும் டெல்லிக்குச் செல்லும் முன்னர் சாவர்க்கரைப் பார்த்துவிட்டுச் சென்றிருக்கின்றனர். ஆப்தேயும், கோட்சேயும் குண்டெறியச் செல்வதற்கு முன்பாக சாவர்க்கரைப் பார்த்துவிட்டே சென்றனர். அதேபோல காந்தியைக் கொல்வதற்கு செல்லும் முன்பும் இவர்கள் சாவர்க்கருடன் விவாதித்துவிட்டே சென்றிருக்கின்றனர்.

இன்னும் குறிப்பாக கவனிக்க வேண்டியது என்னவெனில் கோட்சேயும், ஆப்தேயும் பல பொதுக்கூட்டங்களில் பல்வேறு இடங்களில் 1946, 47, 48இல் சாவர்க்கருடன் கூட இருந்திருக்கின்றனர்.

இந்த இரண்டு சாட்சிகளும் நீதிமன்றத்தில் குறுக்கு விசாரணைக்கு உட்படுத்தப் பட்டிருந்தால் நிச்சயம் சாவர்க்கர் தண்டிக்கப்பட்டு இருப்பார். கோட்சேயும், ஆப்தேயும் 1948, ஜனவரி 14, 17 தேதிகளில் சாவர்க்கரைப் பார்க்க வந்தனர் என்பதில் எந்த மாற்றுக் கருத்தும் இல்லை.

சாவர்க்கரின் மெய்க்காப்பாளர் ஏ.ஆர். காசர் கபூர் விசாரணை ஆணையத்திடம் சொன்ன வாக்குமூலத்தில் ஜனவரி 23 அல்லது 24 தேதிகளில் கோட்சேயும், ஆப்தேயும் சாவர்க்கரைப் பார்க்க வந்ததாகக் கூறினர். இந்தப் பயணம் டெல்லியில் நடைபெற்ற குண்டுவெடிப்பு (ஜனவரி 20, 1948) சம்பவத்திற்குப் பிந்திய பயணம் ஆகும்.

சாவர்க்கரின் தனிச்செயலாளர் ஜி.வி. டாம்லே கபூர் ஆணையத்திடம் கூறியபோது ஜனவரி மத்தியில் கோட்சேயும், ஆப்தேயும் சாவர்க்கரை வந்து பார்த்ததாகவும், இவர்கள் எல்லோரும் சாவர்க்கரின் தோட்டத்தில் அமர்ந்திருந்ததாகவும் கூறினார்.

நீதிபதி ஜீவன்லால் கபூர் தனது விசாரணை அறிக்கையின் முடிவாக, "எல்லா தகவல்களையும் ஒன்று சேர்த்துப் பார்த்தால் மற்றெல்லா ஊகங்களும் அடிபட்டுப் போகும்;

சாவர்க்கரும் அவரது குழுவும்தான் காந்தியைக் கொலை செய்யச் சதி தீட்டியவர்கள் என்பது தெளிவாகும்;" என்று உறுதிபட கூறியிருக்கிறார்.

கபூர் விசாரணை ஆணையம் காந்திஜி கொலை வழக்கில் சாவர்க்கர் பின்னணியில் இருந்தார்; சதியில் அவருக்கு தொடர்பு இருந்தது என்று கண்டறிந்தபோது, சாவர்க்கர் உயிரோடு இல்லை.

மகாத்மா காந்திஜி கொலைச் சதிக்கு திட்டம் வகுத்துக் கொடுத்த சாவர்க்கருக்கு நாடாளுமன்றத்தில் படம் திறக்கப்பட்டதும், அந்தமான்

விமான நிலையத்துக்கு சாவர்க்கர் பெயர் சூட்டப்பட்டிருப்பதும் 'ஒரு தேசிய அவமானம்' ஆகும்.

வரலாற்றில் எவ்வளவுதான் மறைக்க முயன்றாலும், எத்தனை ஆண்டுகள் ஆனாலும் இந்துத்துவா சனாதனக் கும்பலின் முகத்திரை கிழிந்து தொங்கிக் கொண்டேதான் இருக்கும்.

29
காந்தி கொலை:
அபுல்கலாம் ஆசாத் வெளியிட்ட உண்மைகள்

மகாத்மா காந்தி கொலை வழக்கு விசாரணை நடந்து கொண்டிருந்தபோதே, பிரதமர் பண்டித நேருவுக்கு இந்துத்துவத் தலைவர்கள் கடும் நெருக்கடி தந்தனர். 'காந்திஜி கொலை வழக்கில் குற்றவாளிக் கூண்டில் 7-ஆவது குற்றவாளியாக நிறுத்தப்பட்டு இருந்த சாவர்க்கரை விடுவிக்க வேண்டும்' என்று நேரு அமைச்சரவையில் இடம் பெற்றிருந்த இந்து மகா சபை தலைவர் சியாம பிரசாத் முகர்ஜி பெருமுயற்சி மேற்கொண்டார். பண்டித நேரு, தாம் அமைத்த முதல் அமைச்சரவையில் காங்கிரஸ் கட்சியைச் சாராத மேலும் சிலரையும் அமைச்சர்களாக இணைத்துக் கொண்டார். அதில் டாக்டர் அம்பேத்கர் முக்கியமானவர். அவரைப் போல இந்து மகா சபைத் தலைவர்களில் ஒருவரான சியாம பிரசாத் முகர்ஜியையும் சேர்த்துக் கொண்டார். அவர் 1948 மே 4இல் உள்துறை அமைச்சர் சர்தார் படேலுக்கு, 'சாவர்க்கரை காந்தி கொலை வழக்கில் சேர்க்கக் கூடாது' என்று எழுதிய கடிதத்தை முன்பே வேறொரு அத்தியாயத்தில் (26ஆம் அத்தியாயம்) பார்த்தோம்.

காந்திஜி கொலை வழக்கு நடந்த விதம் பற்றி படேலுக்கு காங்கிரஸ் தலைவர் டாக்டர் இராஜேந்திர பிரசாத் 1948, அக்டோபர் 13இல் அதிருப்தி தெரிவித்து கடிதம் எழுதினார். அதில்,

"மகாத்மா காந்தி கொலை வழக்கில் குற்றவாளிகள் தரப்பில் வைக்கப்படுகிற வாதங்கள் என்னை வெகுவாகப் புண் படுத்தியுள்ளன. குற்றவாளித் தரப்பு வாதங்கள் அவை என்பதை விட குற்ற வாளிகளிலிருந்து ஒரு வீர நாயகனை (?) உருவாக்கும் முயற்சி நடந்து வருகிறது; நிதி திரட்டப்படுகிறது; குற்றவாளிகளுக்கு ஆதரவாக வாதாடுவதற்கு பிரபலமான வழக்கறிஞர்கள் அழைக்கப்படு கிறார்கள்" என்று வேதனையுடன் குறிப்பிட்டிருந்தார்.

படேலின் பொறுப்பில் இருந்த உள்துறை அமைச்சகம் இவற்றையெல்லாம் வேடிக்கை பார்த்துக் கொண்டிருந்தது.

ஆர்.எஸ்.எஸ். பற்றி டாக்டர் இராஜேந்திர பிரசாத்

மகாத்மா காந்தி கொலைக்குப் பின் ஆர்.எஸ்.எஸ்., தடை செய்யப்பட்டிருந்தது. ஆனால், டில்லியைப் பொறுத்தவரையில் அது தொடர்ந்து தீவிரமாக இயங்கி வருகின்றது என்கிற கவலை டாக்டர் இராஜேந்திர பிரசாத்துக்கு இருந்தது.

1948, மே 14இல் உள்துறை அமைச்சர் சர்தார் படேலுக்கு எழுதிய கடிதத்தில் டாக்டர் இராஜேந்திர பிரசாத், பின்வருமாறு குறிப்பிட்டிருந்தார்.

“கலகத்தை உருவாக்க ஆர்.எஸ்.எஸ்.காரர்கள் திட்டம் தீட்டியிருப்பதாக என்னிடம் சொல்லப்படுகிறது. முஸ்லிம்கள் போல தோற்றம் தருகிற ஆடை அணிவிக்கப்பட்ட பலரை அவர்கள் தயார்படுத்தி இருக்கிறார்கள்.

இந்துக்களைத் தாக்கி அவர்களைத் தூண்டி விடும் கலகம் செய்விக்கப் போகிறார்கள். இதேபோல முஸ்லிம்களையும் சில இந்துக்களை விட்டு தாக்க வைத்து, முஸ்லிம்களைத் தூண்டிவிடப் போகிறார்கள். இந்து, முஸ்லிம்களிடையே கலகத்தைத் தூண்டி விடுவதன் நோக்கம் ஒரு ஊழித் தீயை ஏற்படுத்துவதே.”

ஆர்.எஸ்.எஸ். -இன் சதி வேலைகள் பற்றி 1948இல் டாக்டர் இராஜேந்திர பிரசாத் கூறியது 70 ஆண்டுகள் கடந்தாலும் இன்றும் அதே நிலைதான் தொடருகிறது.

இதே கருத்தைத்தான் காந்திஜி கொலைக்கு முன்னர் 1947, டிசம்பரில் பிரதமர் ஜவஹர்லால் நேரு, மாநில முதல்வர்களுக்கு எழுதிய கடிதத்தில் குறிப்பிட்டிருந்தார்.

“தனி இராணுவப் படை என்கிற குணத்தோடுதான் ஆர்.எஸ்.எஸ். இயங்கி வருகிறது என்பதற்கு நம்மிடம் நிறைய ஆதாரங்கள் உள்ளன. கறாரான நாஜிப் பாதையை அவர்கள் பின்பற்றுகிறார்கள்; அந்த அமைப்பின் வழிமுறைகளைக் கடைப் பிடிக்கிறார்கள்,” என்று நேரு மிகச் சரியாக ஆர்.எஸ்.எஸ். -ஐக் கணித்திருந்தார்.

படேல் மீது அதிருப்தி அடைந்த ஆசாத்

மகாத்மா காந்தி கொலையும், ஆர்.எஸ்.எஸ். சனாதனச் சக்திகள் பெற்று வந்த செல்வாக்கும் எந்த அளவுக்கு இந்தியாவில் தாக்கத்தை ஏற்படுத்தும் என்பதை காங்கிரஸ் கட்சியின் மூத்தத் தலைவரும் நேரு அமைச்சரவையில் கல்வி அமைச்சராகப் பொறுப்பு வகித்தவருமான மௌலானா அபுல் கலாம் ஆசாத், தன்னுடைய ‘இந்திய விடுதலை வெற்றி’ (India Wins Freedom) என்ற நூலில் பதிவு செய்திருக்கிறார்.

(இந்நூல் 1958இல் வெளிவந்தது.) அதில் சில பகுதிகள் 30 ஆண்டுகள் கழித்துதான் வெளியிட வேண்டும் என்று புதுடெல்லி ஆவணக் காப்பகத்தில் முத்திரையிடப்பட்டு பாதுகாக்கப்பட்டிருந்தன.

அதன்படி 1988 செப்டம்பரில்தான் ஆசாத் எழுதிய நூலின் மறைக்கப்பட்ட பக்கங்கள் வெளி உலகிற்குத் தெரிய வந்தன. அதில் தான் காந்திஜி கொலை தொடர்பாகவும், அரசு நிர்வாகத்தின் அலட்சியப் போக்குகள் குறித்தும், படேலின் நடவடிக்கைகள் பற்றியும் மௌலானா அபுல் கலாம் ஆசாத் உண்மைகளைப் போட்டு உடைத்து இருக்கிறார்.

இனி 'இந்திய விடுதலை வெற்றி' நூலில் ஆசாத் கூறி இருப்பதைக் காண்போம்.

"காந்தியின் கொலை ஒரு சகாப்தத்தின் முடிவைக் குறிக்கிறது. நவீன இந்தியாவின் மகத்தான புதல்வரது உயிரைக் காப்பாற்ற நாம் எவ்வளவு பரிதாபகரமாகத் தவறி விட்டோம் என்பதை இன்று கூட என்னால் மறக்க முடியவில்லை.

வெடிகுண்டு வீசப்பட்ட நிகழ்ச்சிக்குப் பிறகு டெல்லி காவல்துறையும், இரகசியக் காவலர்களும் அவரது பாதுகாப்புக்குச் சிறப்பு முன்னேற்பாடுகளைச் செய்திருப்பர் என்று எதிர்பார்ப்பது மனித இயல்பே. ஒரு சாதாரண மனிதனது உயிரைக் கவர முயற்சி நடைபெற்றாலும் காவல்துறையினர் சிறப்பு அக்கறை எடுத்துக் கொள்வார்கள்.

மிரட்டல் கடிதங்கள் அல்லது வெளியீடுகள் கிடைத்தால் கூட இம்மாதிரி செய்கிறார்கள். காந்திஜி விஷயத்தில் கடிதங்கள், வெளியீடுகள், பகிரங்கமான மிரட்டல்கள் இருந்தமையுடன் ஒரு வெடி குண்டு வீசப்பட்டிருந்தது. மேலும் இது நமது காலத்து இந்தியாவின் மாபெரும் மனிதரின் வாழ்வைப் பற்றிய விஷயம். எனினும் பயனுள்ள நடவடிக்கைகள் எவையும் மேற்கொள்ளப்படவில்லை. அவற்றைச் செய்வதில் சிரமம் இருந்திருக்க முடியாது.

பிரார்த்தனைக் கூட்டங்கள் திறந்த வெளியில் நடத்தப்படவில்லை. பிர்லா மாளிகையின் புல்வெளியில்தான் நடைபெற்றன. நாற்புறமும் சுவர்கள் உள்ள இடம் அது. வாயில் வழியாகத்தான் அதற்குள் எவரும் நுழைய முடியும். உள்ளே வரும் பொழுதோ அல்லது வெளியே போகும் பொழுதோ மக்களைக் கவனித்துக் கொள்வது காவல்துறைக்குச் சுலபமாக இருந்திருக்க வேண்டும்.

கொலை செய்தவன் மிகச் சந்தேகப்படும்படியான வகையில்தான் உள்ளே நுழைந்தான் என்று பார்த்துக் கொண்டிருந்தவர்கள்

கொலைக்குப் பின்னால் கொடுத்த சாட்சியத்திலிருந்து தெளிவாகிறது. அவனது போக்கும் பேச்சும் இருந்த வகையினிலிருந்து சி.ஐ.டி. இலாகாவினர் தமது பார்வையில் அவனை வைத்திருக்க வேண்டும்; வைத்திருக்க முடியும். ஏதாவது நடவடிக்கையைக் காவல்துறை மேற் கொண்டிருந்தால் அவனைக் கண்டுபிடித்து ஆயுதத்தைப் பறித்து இருக்கலாம்.

தடையேதுமின்றி கைத்துப்பாக்கியுடன் அவன் வந்தான். பிரார்த்தனைக் கூட்டத்தை காந்திஜி அடைந்தவுடன் அவன் எழுந்து நின்று காந்திஜியை நோக்கி, "இன்று நீங்கள் தாமதித்து வந்திருக்கிறீர்கள்," என்று சொன்னான். "ஆமாம்!" என்று பதில் அளித்தார் காந்திஜி. இரண்டாவது சொல் அவரது வாயிலிருந்து வருவதற்கு முன் மூன்று ரவைகள் சுடப்பட்டன. மதிப்புயர்ந்த உயிரை அவை குடித்து விட்டன."

சர்தார் படேல் காந்திஜிக்கு எதிராகத் திரும்பி விட்டார் என்பதுதான் இந்த விஷயங்கள் அனைத்தின் வாயிலாகவும் மிகவும் கண் கூடாகத் தெரிந்தது. முஸ்லிம்களின் பாதுகாப்புக்காக காந்திஜி உண்ணாநோன்பு இருந்தபோது படேல் அலட்சியமாகவே இருந்தார். இந்த உண்ணாநோன்பு தமக்கு எதிரானது என்று படேல் கருதினார். காந்திஜி உண்ணா நோன்பு இருந்தபோது அவரை பம்பாய்க்குச் செல்ல வேண்டாம் என்று நான் கேட்டபோதும் அவர் தங்க மறுத்ததற்கும் இதுதான் காரணம். அவரது நடத்தைப் பாங்கு உள்ளூர்க் காவல்துறையிடம் மிகவும் துரதிருஷ்டமான விளைவை ஏற்படுத்தியது.

உள்ளூர் அதிகாரிகள் சர்தார் படேலை நோக்கினர். அவர் காந்திஜியின் பாதுகாப்புக்கென எவ்விதத் தனித்த ஆணைகளும் இடாமல் போனதால், அவர்களும் சிறப்பு நடவடிக்கைகள் எதுவும் எடுக்கத் தேவை இல்லை எனக் கருதி விட்டனர்.

காந்திஜியின் இறப்பிற்கு முன் படேலின் அசட்டைத் தன்மை பொதுமக்கள் பலரும் கவனிக்கும் அளவு வெளிப்படையாகத் தெரிந்தது. இந்தச் சோக நாடகம் நிகழ்ந்ததும் கோபம் மேலிட்டு நிற்பது இயற்கையே.

சர்தார் படேல் திறமையற்றவர் என்று சில பேர் வெளிப்படையாகக் குற்றம் சாட்டினர். மிகுந்த துணிச்சலுடன் இந்தப் பிரச்சினையை ஜெயப்பிரகாஷ் நாராயண் கிளப்பினார். காந்திஜியின் மரணத்தைக் குறித்து தமது அதிர்ச்சியையும் துக்கத்தையும் தெரிவிப்பதற்காக நடைபெற்ற கூட்டத்தில், இந்தக் கொலைக்கான பொறுப்பிலிருந்து

இந்திய அரசின் உள்துறை அமைச்சர் படேல் தப்ப இயலாதென்று ஜெயப்பிரகாஷ் நாராயண் தெளிவாகச் சொன்னார்.

காந்திஜியைக் கொலை செய்யுமாறு மக்களுக்கு ஆத்திரமூட்டும் வெளிப்படையான பிரச்சாரம் நடந்து, அவரை நோக்கி ஒரு குண்டும் வீசப்பட்டிருக்கையில் ஏன் சிறப்பு ஏற்பாடுகளை அவரது பாதுகாப்புக்காக மேற்கொள்ளவில்லை என்பதற்கு சர்தார் படேல் நாட்டுக்குப் பதில் சொல்லக் கடமைப்பட்டவர் என ஜெயப் பிரகாஷ் நாராயண் தெரிவித்தார்.

காந்திஜி உயிரை ஏன் காப்பாற்றவில்லை?

கல்கத்தாவைச் சேர்ந்த பிரபுல்ல கோஷ், காந்திஜியின் உயிரைக் காப்பாற்றத் தவறி விட்டதற்கு இந்திய அரசை அவர் கண்டித்தார். சர்தார் படேல், உறுதியும் திறனும் பெற்ற உள்துறை அமைச்சர் என்ற புகழ் படைத்தவராயிற்றே என்று அவர் எடுத்துக் காட்டினார்.

காந்திஜியின் உயிரைக் காப்பாற்ற ஏன் முயற்சி செய்யப்படவில்லை என்பதற்கு அவர் சொல்லும் பதில் என்ன என்று கேட்டார்.

இந்தக் குற்றச்சாட்டுகளுக்குத் தமக்கே உரிய வகையில் படேல் பதிலளித்தார். சந்தேகமற அவரும் பேரதிர்ச்சிக்கு உள்ளாகி இருந்தார். வெளிப்படையாக மக்கள் தம்மீது குற்றம் சாட்டும் விதத்தை அவர் வெறுத்தார்.

காங்கிரஸ் நாடாளுமன்றக் கட்சிக் கூட்டத்தில் பேசிய படேல், இந்தக் குற்றச் சாட்டுகளைத் தமக்கு எதிராகச் செய்து காங்கிரசைப் பிளப்பதற்கு அதன் எதிரிகள் முயற்சி செய்வதாகக் கூறினார்.

காந்திஜியிடம் தமக்குள்ள விசுவாசத்தை மீண்டும் எடுத்துரைத்து, இந்தக் குற்றச்சாட்டுக்களால் மனம் தளராமல், காந்திஜியின் மரணம் தோற்றுவித்திருக்கும் அபாயகரமான நிலையில் உறுதியுடனும் ஒற்றுமையுடனும் கட்சி இருக்க வேண்டும் என்றார்.

அவருடைய வேண்டுகோளுக்குப் பலன் கிடைக்காமல் இல்லை. அவரை ஆதரித்து நிற்பதாகக் காங்கிரஸ் கட்சி உறுப்பினர்கள் உறுதி கூறினர்.

பரவும் வகுப்புவாத விஷம்

வகுப்புவாதம் சமீபகாலத்தில் எவ்வளவு அதிகரித்துவிட்டிருந்தது என்பதை தேசத்தின் பல பகுதிகளில் இங்கும் அங்குமாக நடந்த நிகழ்ச்சிகள் புலப்படுத்தின. காந்திஜி கொலை நிகழ்வு நாடு முழு வதையும் பெரிய துக்கத்தில் ஆழ்த்தி விட்டது. ஆனால், சில

நகரங்களில் மக்களுக்கு இனிப்பு வழங்கப்பட்டிருக்கிறது. ஆங்காங்கு மகிழ்ச்சிகரமான கொண்டாட்டங்கள் நடைபெற்றன.

குவாலியர், உஜ்ஜெயின் நகரங்களைக் குறித்து இவ்வாறு பேசப்பட்டது. இவ்விரண்டு நகரங்களிலும் வெளிப்படையாக மகிழ்ச்சியைத் தெரிவித்துக் கொள்ளும் அளவுக்குத் துணிச்சல் இருந்தது. ஆயினும் அவர்களின் மகிழ்ச்சி நீடிக்கவில்லை. தேசம் முழுவதுமே துக்கத்தில் ஆழ்ந்திருந்தது.

காந்திஜியின் பகைவர்கள் என்று கருதப்பட்ட எல்லோருக்கும் எதிராக மக்கள் ஆத்திர மடைந்தனர். இந்தச் சோக நிகழ்ச்சிக்குப் பின் இரண்டு, மூன்று வாரங்கள் இந்து மகா சபை, ஆர்.எஸ்.எஸ்., தலைவர்கள் வெளியே பொதுமக்கள் முன்னிலையில் வர முடியாதபடி இருந்தனர்.

டாக்டர் சியாம பிரசாத் முகர்ஜி அப்போது இந்து மகா சபையின் தலைவர்; மத்திய அமைச்சர். அவர் வீட்டை விட்டு வெளிவர அஞ்சினார். சிறிது காலத்துக்குப் பிறகு மகா சபையிலிருந்து இராஜினாமா செய்தார். மெதுவாக நிலைமை திரும்பியது. சிறிது காலத்திற்குப் பின் மக்கள் இயல்பு நிலைக்குத் திரும்பினர்.

கொலை செய்த கோட்சே மீது வழக்கு தொடுக்கப்பட்டது. ஆனால், அவனுக்கு எதிராக வழக்கை உருப்படுத்துவதற்கு நீண்ட காலம் ஆயிற்று.

காந்தியைக் கொலை செய்வதற்கு விரிவான ஒரு சதி இருந்ததாகத் தோன்றவே காவல்துறை மாதக் கணக்கில் புலன் விசாரணையை நடத்தியது.

இந்திய மக்களை வகுப்புவாத விஷம் எவ்வாறு பாதித்து இருந்தது என்பதற்கு கோட்சேயைக் கைது செய்தபோது நடவடிக்கையில் ஏற்பட்ட மாறுதலே ஓர் எடுத்துக்காட்டு. இந்தியர்களில் பெரும் பாலோர் கோட்சேவைக் கண்டனம் செய்தனர்; அவனை ஜூடாசுடன் ஒப்பிட்டுப் பேசினர். காந்திஜியைக் கொலை செய்த வனைத் தூக்கிலிடக் கூடாது; ஏனெனில் அகிம்சையில் நம்பிக்கை கொண்ட காந்திஜியின் கொள்கைக்கு எதிரானது என்று சிலர் ஜவஹர்லாலுக்கும் எனக்கும் தந்திகள் அனுப்பினர். ஆனால், சட்டம் தன் கடமையைச் செய்தது.

காந்திஜி காலமாகி இரண்டு மாதங்கள் கழித்து சர்தார் படேலை இதய நோய் தாக்கியது. இது அவருக்கு ஏற்பட்டிருந்த அதிர்ச்சியின் விளைவு என்று நான் கருதுகிறேன். காந்திஜி உயிருடன் இருந்த வரையில் அவர் விஷயத்தில் படேலுக்குக் கோபம் இருந்தது. ஆனால்

காந்திஜி கொலை செய்யப்பட்டு, தமக்கு எதிராக அலட்சியம், திறமையின்மை என்ற குற்றச்சாட்டுக்களை மக்கள் பகிரங்கமாக முன்வைத்தபோது அவர் அதிக அதிர்ச்சியும் அவமானமும் அடைந்தார். மேலும், காந்திஜிதான் தம்மை அப்பதவிக்குக் கொணர்ந்தவர் என்பதை அவரால் மறக்க இயலவில்லை. படேலிடம் காந்திஜி வைத்திருந்த மாறாத அன்பும் மதிப்பும் அவரது நிலைமையை அதிக வேதனையுள்ளதாக்கி இருந்தது.

இவையெல்லாம் சேர்ந்து அவருடைய மனதைப் பாதித்து உலுக்கி இருக்க வேண்டும். இரத்தக் குழாயின் அடைப்பு இதன் விளைவாக வந்தது. பிறகு அவர் நான்கு ஆண்டுகள்தான் வாழ்ந்தார். ஆனால், முந்தைய ஆரோக்கிய உடல் நலத்தை மறுபடியும் அவர் பெறவே இல்லை."

காங்கிரஸ் கட்சியின் தலைவராகப் பதவி வகித்த மௌலானா அபுல் கலாம் ஆசாத் அவர்களின் சுயசரிதை நூலான 'இந்திய விடுதலை வெற்றி' - மகாத்மா காந்தி கொலை மற்றும் கொலைக்குக் காரணமான சனாதன சக்திகளின் சதிவலைப் பின்னல் குறித்து ஆசாத் வெளியிட்ட உண்மையினை மக்கள் மன்றத்தின் முன் விரிவாக எடுத்து இயம்புகிறது.

ஆர்.எஸ்.எஸ். தடை நீக்கம்; கோல்வால்கர் விடுதலை!

காந்திஜி கொலைக்குப் பின்னர் கைது செய்யப்பட்டு தடுப்புக் காவலில் வைக்கப்பட்ட ஆர்.எஸ்.எஸ். தலைவர் குருஜி கோல்வால்கர் 1948, ஆகஸ்டில் விடுதலை செய்யப்பட்டார். விடுதலை ஆன உடனேயே அவர் பிரதமர் நேருவுக்குக் கடிதம் எழுதி, ஆர்.எஸ்.எஸ். மீதான தடையை நீக்க வேண்டும் என்று கேட்டுக் கொண்டார்.

பொதுவுடைமை இயக்கம் தடை செய்யப்பட்டிருந்த அந்த காலகட்டத்தில், ஆர்.எஸ்.எஸ். தடையை நீக்கினால் கம்யூனிச எதிர்ப்பில் அரசுக்குத் துணை நிற்போம் என்று கோல்வால்கர் நேருவுக்கு தூது அனுப்பினார். ஆனால், நேரு இதனைப் பொருட்படுத்தவில்லை. ஒரு மதவெறி அமைப்பு என்ற முறையில் ஆர்.எஸ்.எஸ். 'தேச விரோத அமைப்பு' என்று நேரு பதில் கூறி விட்டார்.

உடனே கோல்வால்கர் சர்தார் படேலுக்கு எழுதினார். அதற்கு உள்துறை அமைச்சர் படேல் எழுதிய கடிதம் விசித்திரமானது. "ஆர். எஸ்.எஸ். உறுப்பினர்கள் காங்கிரசில் சேருவதன் மூலம் அவர்கள் தங்களது தேசபக்த முயற்சியைக் காட்ட வேண்டும்," என்று செப்டம்பர் 11, 1948இல் எழுதிய கடிதத்தில் படேல் ஆர்.எஸ்.எஸ். அமைப்புக்கு ஆலோசனை வழங்கி இருந்தார்.

காந்திஜி கொலையை வரவேற்றவர்கள் என்று ஆர்.எஸ்.எஸ். -ஐக் குற்றம் சாட்டிய அதே படேல்தான், "காங்கிரசில் சேருங்கள்; தேசபக்தியை நிரூபிக்க தகுந்த இடம் காங்கிரஸ்," என்று அழைப்பு விடுத்தார்.

ஆனால் படேலின் அழைப்பை ஆர்.எஸ்.எஸ். ஏற்கவில்லை. உடனே வேறொரு ஆலோசனை வழங்கினார் படேல். "எழுத்துப் பூர்வமான அமைப்புச் சட்டம் ஒன்றை ஆர்.எஸ்.எஸ். உருவாக்கிக் கொள்ள வேண்டும். அப்போதுதான் தடையை நீக்க முடியும்," என்று தெரிவித்தார். அது வரையில் ஆர்.எஸ்.எஸ். அமைப்புக்கு எழுத்துப்பூர்வமான அமைப்புச் சட்டம், கொள்கைப் பிரகடனம், உறுப்பினர்கள் என்று எதுவுமே இல்லை.

ஆர்.எஸ்.எஸ். அமைப்புச் சட்டத்தை உருவாக்கி அதை அரசுக்கு 1949, ஜூனில் அனுப்பி வைத்தது. உள்துறை அமைச்சகம் அதனை ஆய்வு செய்தது. பின்னர் அதையே காரணமாகக் காட்டி 1949, ஜூலை 11இல் ஆர்.எஸ்.எஸ். மீதான தடையை நீக்கி உத்தரவு போட்டார் சர்தார் படேல்.

உடனே ஜூலை 13, 1949இல் குருஜி கோல்வால்கர் "ஆர்.எஸ்.எஸ். தனது தனித் தன்மை எதையும் இழக்கவில்லை," என்று அறிவித்து பெருமைப்பட்டுக் கொண்டார்.

காந்திஜி கொலை வழக்கிலிருந்து 'நயவஞ்சகமான' முறையில் தப்பிவிட்ட சாவர்க்கர் ஆர்.எஸ்.எஸ். மீதான தடை நீக்கப்பட்டதற்கு வாழ்த்து கூறி குருஜி கோல்வால்கருக்குத் தந்தி அனுப்பி மகிழ்ச்சியைப் பரிமாறிக் கொண்டார்.

"இந்து ராஜ்யத்தின் வீரஞ்செறிந்த நாயகனாகிய சங் நீடூழி வாழ்க!" வாழ்த்துத் தந்தியில் சாவர்க்கர் குறிப்பிட்டு இருந்தார்.

1952 மே மாதத்தில் விடுதலைப் போராட்டத்தில் ஈடுபட்ட புரட்சியாளர்களின் நினைவைப் போற்றும் நிகழ்வு என்ற பெயரில் விழா ஒன்றை சாவர்க்கர் ஏற்பாடு செய்தார். அதில் உரையாற்றிய அவர்,

"நாட்டில் நான்கில் மூன்று பகுதி மட்டுமே விடுதலை ஆகி இருக்கிறது. வேதங்கள் எந்தக் கரைகளில் எழுதப்பட்டதோ அந்த சிந்து நதி இன்னும் விடுவிக்கப்படாமல் இருக்கிறது. சிந்து இல்லாமல் இந்துக்கள் இல்லை.

ஓ! சிந்து! கடவுளர்களின் நதியே! எப்படி எங்களால் மறக்க முடியும்? மற்றவர்கள் மறந்தாலும் மராட்டியர்கள் எழுவார்கள்; உன்னை விடுவிப்பார்கள்!" என்று கவிதை பாடினார்.

இந்த விழாவில் கலந்து கொண்ட ஆர்.எஸ்.எஸ். தலைவர் கோல்வால்கர், 'புரட்சியாளர்களின்' உணர்வோடும் தியாகத்தோடும் பாடுபடுமாறு இளைஞர்களை அழைத்தார்.

இவர்களது அகராதியில் 'புரட்சியாளர்கள்' என்றால் நாதுராம் விநாயக் கோட்சேக்களே என்பதை வரலாறு நெடுகப் பார்க்கிறோம்.

30
ஆர்.எஸ்.எஸ். அரசியல் வடிவம் ஜனசங்கம்

1948 ஜனவரி 30ஆம் நாள் மகாத்மா காந்தி சுட்டுக்கொல்லப்பட்டப் பிறகு, பிப்ரவரி 4ஆம் நாள் ஆர்.எஸ்.எஸ். தடை செய்யப்பட்டது. அந்தத் தடை உத்தரவில்,

"ஆர்.எஸ்.எஸ். அமைப்பின் ஆட்சேபனைக்குரிய தீய நடவடிக்கைகள் தடையின்றித் தொடர்ந்தன. இந்த நடவடிக்கைகளால் தூண்டிவிடப்பட்ட வன்முறைக் கலாச்சாரத்திற்குப் பலரும் பலியாகி விட்டார்கள். அண்மையில் காந்திஜி எனும் அபூர்வமான உயிரே பலியாகி விட்டது" என்று குறிப்பிடப்பட்டு இருந்தது.

ஆனால் ஆர்.எஸ்.எஸ். காந்திஜி கொலைக்கு நாங்கள் காரணம் அல்ல, எங்களுக்கு எந்தத் தொடர்பும் இல்லை என்று பச்சைப் பொய் மூட்டையை அவிழ்த்து விட்டுக்கொண்டிருந்தது. ஏன் காந்திஜி கொல்லப்பட்டு, 70 ஆண்டுகள் ஆன பின்னரும், இன்னும் ஆர்.எஸ்.எஸ்., சங் பரிவாரங்கள் காந்திஜி கொலைக்கும் தங்களுக்கும் எள்ளளவும் தொடர்பு இல்லை என்று கூசாமல் பேசி வருகின்றன.

நாதுராம் கோட்சே, ஆர்.எஸ்.எஸ். அமைப்பில் உறுப்பினராக இருந்தது இல்லை என்று 'இவர்கள்' இன்றும் கூறி வருவதன் மர்மம் என்ன? ஆர்.எஸ்.எஸ். எந்தக் காலத்திலும் உறுப்பினர் அட்டை கொடுத்தது கிடையாது.

நாதுராம் விநாயக் கோட்சே ஆர்.எஸ்.எஸ். அமைப்பினால் தயாரிக்கப்பட்டவன் என்பதற்கு ஏராளமான ஆவணங்கள், ஆதாரங்கள் இருக்கின்றன.

சாவர்க்கர் வரலாற்றை எழுதிய தனஞ்செய் கீர், "தனது இளம் வயதில் கோட்சே ஆர்.எஸ்.எஸ். தொண்டனாக இருந்தான். பின்னர் இந்துமகா சபையின் அகில இந்தியக் குழுவின் பிரபலமான உறுப்பினராக இருந்தான். 'அக்ரானி' என்ற பத்திரிகைக்குப் பின்னர் இதன் பெயர் 'ஹிந்து ராஷ்டிரா' என்று மாற்றப்பட்டு ஆசிரியராக இருந்தான்" என்று குறிப்பிட்டு இருக்கிறார்.

எந்த மராட்டியத்தில் ஆர்.எஸ்.எஸ். கருக் கொண்டதோ, அந்த மாநில முதல்வராக இருந்து பின்னர் இந்தியப் பிரதமராக பதவி வகித்த மொரார்ஜி தேசாய், தனது சுயசரிதையில், "காந்தியைச்

சுட்டுக் கொன்ற நாதுராம் கோட்சே, பூனாவில் ஆர்.எஸ்.எஸ். ஊழியனாக பணியாற்றியவன்" என்று எழுதி உள்ளார்.

கோட்சே பற்றி அமெரிக்கர் ஆய்வு

ஆர்.எஸ்.எஸ்., கம்யூனிஸ்ட் எதிர்ப்பு இயக்கம் என்பதால் இந்தியாவில் கம்யூனிஸ்ட் இயக்கத்தின் வளர்ச்சிக்கு எதிராக அதனைப் பயன்படுத்தவும், ஆய்வு நடத்தவும் அமெரிக்க சி.ஐ.ஏ. நிறுவனம், ஜே.ஏ.குரான் (*J.A.Curran*) என்பவரை இந்தியாவுக்கு அனுப்பியது.

அவர் இந்தியாவுக்கு வருகை தந்து ஆர்.எஸ்.எஸ். பற்றி ஆழமாக ஆய்வு செய்து, அதன் அடிப்படையில் 'இந்திய அரசியலில் இந்து தீவிரவாதம்' (*Militant Hinduism in Indian Politics*) என்ற நூலை எழுதி உள்ளார். அதில் காந்திஜி கொலை பற்றியும், கோட்சே பற்றியும் குறிப்பிட்டுள்ளார்.

"ஆர்.எஸ்.எஸ். -ஐ பல நகரங்களில் ஏற்படுத்த ஹெட்கேவர் சுற்றுப்பயணம் மேற்கொண்டிருந்தார். அந்த சுற்றுப் பயணங்களில் ஹெட்கேவரின் ஆலோசகராக இருந்தவன் நாதுராம் கோட்சே. அந்த கோட்சேதான் அதற்கு 16 ஆண்டுகளுக்குப் பிறகு காந்தியைச் சுட்டுக் கொன்றவன். கோட்சே 1930இல் ஆர்.எஸ்.எஸ்.சில் சேர்ந்தான். நல்ல பேச்சாளன். அமைப்புகளை உருவாக்குவதில் வல்லவன் என்ற முறையில் அவனுக்கு மிகுந்த முக்கியத்துவம் தரப்பட்டது"

என்று அமெரிக்கரான ஜே.ஏ.குரான் பதிவு செய்திருக்கிறார். இதையெல்லாம் மறைத்து விட்டு, ஆர்.எஸ்.எஸ். அமைப்பில் இருந்து பாரதிய ஜனசங்கத்திற்கு அனுப்பப்பட்டு, பின்னர் பாரதிய ஜனதா கட்சித் தலைவராகவும், இந்திய துணைப் பிரதமராகவும் பதவி வகித்த எல். கே. அத்வானி போன்றவர்களே, கோட்சே ஆர்.எஸ். எஸ். -இல் இருந்தவன் அல்ல என்று அள்ளித் தெளித்து வரலாற்றைக் குழிதோண்டிப் புதைத்து விட நினைக்கின்றனர்.

இதுபற்றிக் கேள்வி ஒன்றை 'டைம்ஸ் ஆப் இந்தியா' ஆங்கில ஏடு (*Times of India, 22, November 1993*) எல்.கே. அத்வானியிடம் எழுப்பியபோது, "நாதுராம் கோட்சே ஆர்.எஸ்.எஸ். ஐ கடுமையாகக் கண்டனம் செய்து வந்தவன். ஆர்.எஸ்.எஸ். தான் இந்துக்களை வீரியமற்றவர்கள் ஆக்கியது எனக் குற்றம் சாட்டி வந்தவன். கோட்சேவுடன் எங்களுக்கு ஒட்டும் இல்லை, உறவும் இல்லை. எங்கள் மீது குற்றம் கூற, வேறு எதுவும் கிடைக்காத போதெல்லாம் காங்கிரஸ் இக் குற்றச்சாட்டை எங்கள் மீது புதுப்பித்து வருகிறது" என்று அவரும் தன் பங்குக்குப் புளுகினார்.

கோபால் கோட்சே சொன்னது என்ன?

காந்திஜி கொலை வழக்கில் ஆயுள் தண்டனைப் பெற்ற நாதுராம் கோட்சேயின் தம்பி கோபால் கோட்சே 1964 அக்டோபர் 12இல் விடுதலை ஆனான்.

ஆத்ம சரண் விசாரணை நீதிமன்றத்தில் காந்தி கொலை வழக்கு நடந்தபோது, நாதுராம் கோட்சே அளித்த வாக்குமூலத்தை 1977இல் "தங்களை இது மகிழ்விக்கலாம் நீதிபதி அவர்களே, *(May it please your Honour)* என்ற தலைப்பில் நூலாக வெளியிட்டான் கோபால் கோட்சே. பின்னர் அதே நூலை 1993இல் 'நான் ஏன் மகாத்மா காந்தியைக் கொன்றேன்?' *(Why I assassinated Mahatma Gandhi)*" என்ற தலைப்பில் வெளியிட்டான். இந்த நூல் தடை செய்யப்பட்டது. அதில் நாதுராம் கோட்சே ஆர்.எஸ்.எஸ். அமைப்பில் தீவிரமாக இயங்கியது பற்றி ஆவணப்படுத்தப்பட்டிருக்கிறது.

இன்னும் துல்லியமாக கோபால் கோட்சே விவரிக்கிறான். "ஆர்.எஸ். எஸ்.-ஐ விட்டு வெளியேறிவிட்டதாக நாதுராம் தனது வாக்குமூலத்தில் குறிப்பிட்டது உண்மைதான். காந்தியின் கொலைக்குப் பின் ஆர்.எஸ். எஸ். மற்றும் குருகோல்வால்கரும் கடுமையான சிக்கலில் மாட்டிக் கொண்டதால் அப்படிக் கூறினான். ஆனால் அவன் ஆர்.எஸ்.எஸ். -ஐ விட்டு வெளியேறவே இல்லை" என்று அந்த நூலில் கோபால் கோட்சே கூறினான்.

"எல்.கே. அத்வானி, நாதுராம் கோட்சே ஆர்.எஸ்.எஸ். உறுப்பினர் அல்ல என்று மறுப்புத் தெரிவித்தது ஒரு கோழைத்தனம்" என்றும் கோபால் கோட்சே சாடினான்.

பின்னர் கோபால் கோட்சே ஒரு ஆங்கில இதழுக்கு *(Front Line, 28 January 1994)* அதன் செய்தியாளர் அரிவிந்த் ராஜ கோபாலுக்கு அளித்த நேர்காணலில் ஆர்.எஸ்.எஸ். அமைப்புடன் தனக்கும் அண்ணன் நாதுராம் கோட்சேவுக்கும் உள்ள தொடர்புகளை பகிரங்கப்படுத்தினான்.

'பிரண்ட் லைன்' நேர்காணல் வருமாறு:

கேள்வி: ஆர்.எஸ்.எஸ். உறுப்பினராக நீ இருந்தது உண்மையா?

கோபால் கோட்சே: நாங்கள் சகோதரர்கள் அனைவரும் நாதுராம், தத்தாத்ரேயா, நான், கோவிந்த் ஆர்.எஸ்.எஸ். -இல் தான் இருந்தோம். நாங்கள் எங்கள் இல்லத்தில் அல்ல, ஆர்.எஸ்.எஸ். இல் தான் வளர்க்கப் பட்டோம். அதுவே எங்களது குடும்பம் போலானது.

கேள்வி: நாதுராம் ஆர்.எஸ்.எஸ். ஐவிட்டு வெளியேறவில்லை. ஆர்.எஸ்.எஸ். -இல்தான் தொடர்ந்து இருந்தாரா?

கோபால் கோட்சே: நாதுராம் ஒரு பௌதிக்காரியவா அதாவது அறிவாளி (Intellecutal) என்ற அந்தஸ்தைப் பெற்று இருந்தான். அவன் தனது வாக்குமூலத்தில் ஆர்.எஸ்.எஸ்.-ஐ விட்டு வெளியேறிவிட்டதாகக் கூறியிருந்தான்.

காந்தியின் கொலைக்குப் பின் குருகோல்வால்கரும் ஆர்.எஸ்.எஸ்.-ம் கடுமையான சிக்கலில் மாட்டிக் கொண்டிருந்ததால் தான் அப்பபடிச் சொன்னான். ஆனால் அவன் ஆர்.எஸ்.எஸ்.-ஐ விட்டு வெளியேறவே இல்லை.

கேள்வி: அண்மையில் அத்வானி நாதுராமுக்கு ஆர்.எஸ்.எஸ். தொடர்பே கிடையாது என்று கூறியுள்ளாரே?

கோபால் கோட்சே: இது ஒரு கோழைத்தனம் என்று கூறி நான் மறுத்து உள்ளேன். "காந்தியைக் கொலை செய்துவிடு" என்று ஆர்.எஸ்.எஸ். தீர்மானம் போடவில்லை தான். ஆனால் நாதுராமை மறுதலித்துக் கைவிட வேண்டியதில்லை. இந்து மகா சபை அப்படிக் கைவிடவில்லை. ஆர்.எஸ்.எஸ். இன் பௌதிக்காரியவா என்று இருந்தபோதுதான் இந்து மகாசபா பணிகளை 1934இல் துவக்கினான்.

1962 ஏப்ரல் மாதம் ஆர்.எஸ்.எஸ். -ஐ தொடங்கிய ஹெட்கேவாரின் நினைவாகத் திறப்பு விழா நடந்தது. இதில் பங்கேற்க சாவர்க்கருக்கு கோல்வாகர் அழைப்பு விடுத்தார். அதில் அவர்கள் ஆசியுடன் ஹெட்கேவர் ஆர்.எஸ்.எஸ்.-ஐ தொடங்கியதை நினைவுபடுத்தி இருந்தார். உடல்நிலை குன்றியதால், அந்த விழாவில் பங்கேற்காவிட்டாலும், சாவர்க்கர் வாழ்த்துச் செய்தி அனுப்பினார்.

1963இல் சாவர்க்கரின் 80 ஆவது பிறந்த நாள் விழா, பம்பாயில் கொண்டாடப் பட்டது. இதற்கு பிரதமர் நேருவை அழைத்திருந்தார்கள். பண்டித நேரு அந்த அழைப்பை நிராகரித்துவிட்டார். ஆர்.எஸ். எஸ். தலைவர் கோல்வால்கர் அந்த விழாவில் கலந்து கொண்டு சாவர்க்கருக்கு புகழாரம் சூட்டி மகிழ்ந்தார்.

"சாவர்க்கரின் மகத்தான நூலாகிய 'இந்துத்துவா'வில் தேசியம் என்பதன் கோட்பாடுகள் விஞ்ஞானப்பூர்வமாக விளக்கப்பட்டிருந்தன. எனக்கு இது ஒரு பாடப்புத்தகம், விஞ்ஞானப் புத்தகம்" என்று கோல்வால்கர் பாராட்டினார்.

இதிலிருந்து என்ன தெரிகிறது? ஆர்.எஸ்.எஸ். உருவாகவும், அதன் கொள்கை கோட்பாடுகளுக்கும் அடிப்படையாக இருந்தது சாவர்க்கர்தான் எனபது மறுக்க முடியாத உண்மை ஆகும்.

1966 பிப்ரவரி 26இல் சாவர்க்கர் மரணமடைந்தார். ஆயிரக்கணக்கான ஆர்.எஸ்.எஸ். தொண்டர்கள் அவரது இறுதி ஊர்வலத்தில் கலந்துகொண்டனர்.

மராட்டிய மாகாண அமைச்சர்களோ, மத்திய அரசின் அமைச்சர்களோ 'விடுதலைப் போராட்ட வீரர்(?) சாவர்க்கர், இறுதி ஊர்வலத்தில் பங்கேற்காததை ஆர்.எஸ்.எஸ். கடுமையாக விமர்சனம் செய்தது.'

ஆனால் இன்றைய நிலை என்ன?

சாவர்க்கரை தேசிய வீரராய், தியாகியாய் சித்தரிக்கிறது சனாதனக் கும்பல். பெயர் சூட்டுதல், சிலை வைத்தல் என்று அரசு அங்கீகாரம் கொடுக்கப்படுகிறது. மறைந்த சிவசேனா தலைவர் பால் தாக்கரே ஆதரவுடன் 'பிரதீப் தால்வி' என்பவர் கோட்சே புகழ்பாடும் 'நாதுராம் கோட்சே போல்த்தாஸ்' என்று மும்பையில் நாடகம் காட்டவும் துணிந்தனர்.

ஆர்.எஸ்.எஸ். -இன் அரசியல் வடிவம் ஜனசங்கம்

காந்திஜியின் படுகொலைக்குப் பின்னணியில் ஆர்.எஸ்.எஸ். இருப்பதை நாட்டு மக்கள் நன்கு உணர்ந்தனர். ஆர்.எஸ்.எஸ். தனிமைப்படுத்தப்படும் நிலை உருவானது. இதனை ஆர்.எஸ்.எஸ். தலைவராக இருந்த 'பாபாசாகேப் தேவரஸ்' ஒப்புக்கொண்டார்.

"1948இல் காந்திஜி கொலை செய்யப்பட்டதும் சங் தடை செய்யப்பட்டது. இது நியாயமற்றது என்ற போதிலும் ஒரு எம்.பி. கூட, ஒரு எம்.எல்.ஏ. கூட அதை எதிர்க்கவில்லை. பிறகு நாம் சத்யாகிரகம் செய்தோம். ஒரு இலட்சம் சுயம் சேவக்குகள் கைதாகினர். அப்போதும் எந்தவொரு அரசியல் தலைவரும் வாய் திறக்கவில்லை. இப்படித் தனிமைப் பட்டது நல்லதல்ல என்றும், ஏதேனும் செய்தாக வேண்டும் என்றும் கருத்தலைப்பட்டோம்" என்று கூறினார்.

இதன் பின்னணியில்தான் ஆர்.எஸ்.எஸ். அரசியலில் தீவிரமாக இறங்க முடிவெடுத்தது. சமூகத்துறையில் மட்டுமின்றி, அரசியலிலும் மதவெறியைப் பரப்ப ஒரு அமைப்பைத் தொடங்க முடிவு செய்தது.

இதுகுறித்தும் தேவரஸ் பின்வருமாறு கூறி உள்ளார். "ஆர்.எஸ்.எஸ். அரசியலில் இல்லை என்றாலும், அரசியலில் ஆர்வமுள்ள ஆர்.எஸ். எஸ். காரர்கள் இதில் இறங்க வேண்டும் என்று சிலர் கூறினர். இந்தக் கருத்தையே பண்டித தீனதயாள் உபாத்தியாயா கொண்டிருந்தார்.

1951இல் டாக்டர் சியாம பிரசாத் முகர்ஜி பாரதிய ஜனசங்கத்தைத் தொடங்கினார். அதில் ஆர்.எஸ்.எஸ். அமைப்பினர் சேர்ந்தனர். அதுல்பெகாரி வாஜ்பாய், லால்கிஷன் அத்வானி, சுந்தர்சிங் பண்டாரி

போன்றவர்கள் ஆர்.எஸ்.எஸ். அமைப்பில் இருந்து ஜனசங்கத்திற்கு அனுப்பி வைக்கப்பட்டனர். சியாம பிரசாத் முகர்ஜி இரண்டு ஆண்டுகளுக்குள் மரணம் அடைந்துவிட்டதால், ஜனசங்கத்தை ஒரு பொறுப்புமிக்க அரசியல் கட்சியாகக் கட்டி வளர்க்கிற கடமை ஆர்.எஸ்.எஸ்.-இன் தோள்களின் மீது வந்து சேர்ந்தது."

இதிலிருந்து தெரிவது என்ன? பாரதிய ஜனசங்கத்தை உருவாக்கி வளர்த்துத் தாலாட்டி சீராட்டியது ஆர்.எஸ்.எஸ். தான் என்பதும், தற்போதைய பாரதிய ஜனதா கட்சியின் 'தாய்' அதுதான் என்பதும் வரலாற்று உண்மை ஆகும்.

31

ஆர்.எஸ்.எஸ். - சங்பரிவார்

காந்திஜி கொலைக்குப் பின்னர் தடைக்கு உள்ளான ஆர்.எஸ்.எஸ். அதிலிருந்து மீண்டு எழுவதற்கு பெரும் முயற்சி செய்தது. அரசியல் நடவடிக்கைகளில் ஈடுபடுவதில்லை; சமூகப்பணி (?) ஆற்றுவோம் என்று எழுத்துப்பூர்வமாக அரசுக்கு எழுதிக் கொடுத்துவிட்டு, உள்துறை அமைச்சர் சர்தார் வல்லபபாய் படேல் ஆதரவுடன் ஆர். எஸ்.எஸ். 'தடையிலிருந்து' மீண்டது.

நாடு முழுவதும் ஆர்.எஸ்.எஸ். மீது எழுந்த மக்களின் கோபமும், அமைப்பின் மீது இந்திய அரசு விதித்திருந்த தடையும் ஒருவித நெருக்கடியை தோற்றுவித்து இருப்பதாக ஆர்.எஸ்.எஸ். தலைவர் கோல்வால்கர் உணர்ந்தார். இதனால் சித்தாந்த ரீதியிலும், அமைப்பு ரீதியிலும் பல மாற்றங்களை ஏற்படுத்த வேண்டிய தேவை எழுந்தது.

இதன் பிறகுதான் ஆர்.எஸ்.எஸ். அமைப்பு 'பல முகங்களாக' கட்டி எழுப்பப்பட்டது.

*1948*இல் 'அகில பாரதிய வித்யார்த்தி பரிஷத்' (*ABVP*) எனும் அமைப்பைத் தொடங்கி பள்ளி, கல்லூரி மாணவர்களிடம் மத உணர்வை விதைக்கும் பணியில் அது ஈடுபடுத்தப்பட்டது. பள்ளி கல்லூரி ஆசிரியர்களும் ஆர்.எஸ்.எஸ். அமைப்பில் இருந்து பணியாற்ற 'ஏபிவிபி' ஒரு 'தொடர்பு' அமைப்பாக செயல்பட்டது.

*1950*இல் 'சிசு மந்திர்' என்னும் பெயரில் தொடக்கக் கல்வி அளிக்கும் அமைப்பை ஆர்.எஸ்.எஸ். ஏற்படுத்தியது. இது பின்னாட்களில் 'வித்யா பாரதி' என்ற ஆர்.எஸ்.எஸ். - இன் கல்வித்துறை தலைமைப் பீடமாக மாற்றப்பட்டது.

*1953*இல் ஆர்.எஸ்.எஸ். - இன் அரசியல் முகமாக பாரதிய ஜனசங்கம் தொடங்கப்பட்டது. 'ஜன சங்'கின் அரசியல் பாத்திரம் எத்தகையது என்பதை பின்னர் விரிவாகக் காண்போம்.

*1955*இல் தொழிலாளர்களை அணி திரட்டுவதற்கு பாரதிய மஸ்தூர் சங் (*BMS*) என்ற தொழிலாளர் பிரிவை ஆர்.எஸ்.எஸ். ஏற்படுத்தியது.

*1964*இல் ஆர்.எஸ்.எஸ். -இன் தீவிர இந்துத்துவா குண்டர் படையாக விஸ்வ ஹிந்து பரிஷத் (*VHP*) உருவாக்கப்பட்டது.

1971இல் ரயத்து சங்கமும், 1979இல் கிஸான் சங்கமும் விவசாயிகளை அணி திரட்டுவதற்கு ஆர்.எஸ்.எஸ். ஏற்படுத்தியது.

'சங் பரிவார்'

'1984'ஆம் ஆண்டு 'இந்து' சாமியார்கள் ஒன்று கூடி 'நாடாளுமன்றம்' ஒன்றை உருவாக்கிக் கொண்டு அதற்கு 'தர்மாசன் சாத்' என்று பெயரிட்டுக் கொண்டு, அயோத்தியில் ராமன் பிறந்ததாகக் கூறப்படும் (?) இடத்தைக் கைப்பற்றி 'இராமர் ஆலயம்' எழுப்பப்போவதாக பிரகடனம் செய்தனர்.

ராமன் கோயில் கட்டும் திட்டத்திற்கு செயல்வடிவம் கொடுப்பதற்கு 1984இல் 'பஜ்ரங்தள்' எனும் 'அனுமார் சேவை'யை ஆர்.எஸ்.எஸ். உருவாக்கியது. இதுபோலவே இன்னொரு 'குண்டர் படை'யாக 'துர்கா வாஹினி' அமைக்கப்பட்டது.

ஆர்.எஸ்.எஸ். -இன் நீண்டகால செயல் திட்டமான 'இந்து ராஷ்டிரா' அமைப்பதற்கு சமூகத்தின் பல படிநிலைகளில் இயங்குவதற்கு உருவான இவற்றுக்கு 'சங் பரிவார்' என்று பெயரிடப்பட்டது.

'பரிவார்' என்றால் 'குடும்பம்' என்று பெயர். இந்த 'ஆர்.எஸ். எஸ். பரிவார்'கள்தான் நாட்டில் மதக்கலவரங்களும் வன்முறை களும் திட்டமிட்டு நடத்துவதற்கு முன்னோடி படைகளாக நிறுத்தப்பட்டன.

இவற்றுக்கெல்லாம் முன்னோடியாக 1936ஆம் ஆண்டிலேயே 'ராஷ்டிர சேவிகா சமிதி' என்ற பெயரில் பெண்கள் அமைப்பை ஆர்.எஸ்.எஸ். நிறுவியது. இதுதான் 'சங் பரிவாரின்' முதல் அமைப்பு எனலாம். இதில் திருமணம் செய்து கொள்ளாத பெண்கள் 'பிரச்சாரினிகளாக' முழு நேர ஊழியர்களாக சேவையாற்றுகின்றனர். இவர்களுக்கு 'ராஷ்டிர சேவிகைகள்' என்று பெயரிட்டு அழைக்கின்றனர்.

இந்த அமைப்பில் இளம் வயதில் இணைந்து பின்னர் பாரதிய ஜனதா கட்சியில் உயர் அரசு அதிகாரத்திற்கு வந்தவர்கள்தான் சாத்வி ரிதம்பரா, உமாபாரதி போன்றோர் ஆவர்.

ஆர்.எஸ்.எஸ். - இன் கட்டமைப்பில் 'சங் பரிவார்' சிலவற்றின் முக்கியமான செயல்பாடுகள், திட்டங்கள், நாட்டில் அவை ஏற்படுத்திய தாக்கங்கள் குறித்து சுருக்கமாகக் காணலாம்.

ஏபிவிபி மற்றும் வித்யா பாரதி

ஆர்.எஸ்.எஸ். எப்போதும் படித்த மத்திய வர்க்கத்தினிடம் வரவேற்பைப் பெற்று வளர்ச்சி பெறுவதற்கு அதன் அகில பாரதிய வித்யார்த்தி பரிஷத் அடித்தளமாக இருந்து வருகிறது.

ஆசிரியர், மாணவர்கள் மற்றும் கல்லூரி நிர்வாகங்களுக்கு இடையில்தான் உறவுகளைக் குடும்பம் போன்று திருத்தி அமைப்பதுதான் இதன் நோக்கம் ஆகும். கல்வி நிலைய நிர்வாகிகளும், ஆசிரியர்களும் அதில் உறுப்பினர்களாக சேர்த்துக் கொள்ளப்படுகிறார்கள். மாணவர்கள், ஆசிரியர்களுக்கு மரியாதை செய்கின்ற 'வியாஸ பூஜை' கொண்டாடப்படுகிறது.

கல்லூரி மாணவர் மன்றத் தேர்தல்களில் போட்டியிடுதல் மாணவர்கள் கோரிக்கைகளுக்காகப் போராடுதல், அரசியல் கருத்துகளுக்கு பாசறை கருத்தரங்குகள் நடத்துதல் போன்றவை 'ஏபிவிபி'யின் முக்கிய செயல்பாடுகள் ஆகும்.

கல்லூரி மாணவர்களை, ஆர்.எஸ்.எஸ். தொண்டர்களாக மாற்றும் பணிக்கு 'ஏ.பி.வி.பி.' உறுதுணையாக செயற்பட்டு வருகிறது.

பள்ளிகளுக்குள் ஊடுருவதற்கு ஆர்.எஸ்.எஸ். தொடர்ச்சியாக செய்த முயற்சிகள் மிகவும் முக்கியமானவை. ஆர்.எஸ்.எஸ். முழுமைக்கும் கல்வியே மையமாகும். முதல் 'சிசு மந்திர்' 1950களில் உத்தரபிரதேச மாநிலம் 'கோரக்பூரில்' தொடங்கி வைக்கப்பட்டது. தற்போது 'வித்யா பாரதி'த் திட்டத்தின் கீழ் அப்படிப்பட்ட 'ஐந்தாயிரம்' நிறுவனங்கள் செயல்படுகின்றன. இவை உயர்நிலைப் பள்ளிகள் என்றாலும் சில கல்லூரிகளும் ஆகும்.

இவற்றை ஒருங்கிணைத்து இயக்குவதற்காகவே 1977இல் 'வித்யா பாரதி' எனும் அமைப்பை ஆர்.எஸ்.எஸ். உருவாக்கியது.

'சிசு மந்திர்கள்' தொடக்கக் கல்வியைப் போதிக்கின்றன. 'பால மந்திர்கள்' உயர் நிலைக் கல்வியைப் போதிக்கின்றன. 'சம்ஸ்கார் கேந்திரா' எனும் அமைப்புகள் நகரங்களில் உள்ள சேரிகள், வனப் பிரதேசங்கள், தொலைதூரக் கிராமங்கள் ஆகியவற்றைச் சேர்ந்த குழந்தைகளுக்கு முறைசாராக் கல்வி கற்பிக்கின்றன.

'சிசு மந்திர்', 'பால மந்திர்' மத்திய வர்க்கக் குழந்தைகளுக்கு அதிக கட்டணத்துடன் கல்வி போதிக்கின்றன.

ஆசிரியர்கள் பெரும்பாலும் நன்கு தெரிந்தவர்கள் மத்தியில் இருந்து தேர்ந்தெடுக்கப் படுகிறார்கள். தெரிந்த வட்டாரங்களுக்கு வெளியே இருந்து வரும் ஆசிரியர்கள் கறாராக மேற்பார்வையிடுகின்றனர். ஆசிரியர் பயிற்சி முகாம்களில் அவர்களுக்குத் தொடர்ச்சியான பயிற்சி அளிக்கப்படுகிறது.

இக்கல்வி நிலையங்களில் 'பெயரளவுக்கு' அரசு பாடத்திட்டம் பின்பற்றப்பட்டாலும், மதத்துக்காக உயிரைத் தியாகம் செய்ய

வேண்டிய அவசியத்தைப்பற்றி அடிக்கடி சொற்பொழிவுகள் நடத்தப்படுகின்றன.

காலையில் நடைபெறும் பேரவையிலும் மதிய உணவுக்கு முன்பு நடைபெறும் பிரார்த்தனைக் கூட்டத்திலும் இதே கருத்துகள் இடம்பெறுகின்றன. தேசபக்தி மற்றும் பக்திப் பாடல்கள் ஒலிபரப்பப்படுகின்றன.

ஆயுதம் ஏந்திய ராமர் படங்கள், அயோத்தியில் எதிர்காலத்தில் கட்டப்படவிருக்கும் ஆலயம், முஸ்லிம்களை எதிர்த்துப் போர் செய்கின்ற இந்து வீரர்கள் ஆகிய படங்கள் எங்கும் காணப்படுகின்றன. அவை இளம் உள்ளங்களில் இந்து மதப்பற்றை அல்லது வெறியை முனைப்புடன் புகுத்துகின்றன.

இந்துக் கலாச்சாரத்தைப் பற்றி ஒவ்வொரு வகுப்புக்கும், சிறப்பாக தயாரிக்கப்பட்ட புத்தகங்கள் வழங்கப்பட்டு, மாணவர்களை படிக்கச் செய்கின்றனர். அதில் ஆண்டு தோறும் தேர்வு நடைபெறுகிறது. இப் புத்தகம் வினா-விடை வடிவத்தில் எழுதப்பட்டு இருக்கும். அவற்றில் இந்து வீரர்கள் (குறிப்பாக முஸ்லிம்களை எதிர்த்துப் போர் செய்தவர்கள்), இந்து புராணத் தலைவர்கள், வேத புத்தகங்களின் பெயர்கள், முக்கிய நிகழ்வுகள் மற்றும் அவை நடைபெற்ற இடங்கள், இராமாயணம் மற்றும் பகவத் கீதையைப் பற்றி, சித்திரங்கள் ஆகியவை இடம்பெற்றுள்ளன.

'இந்திய கலாச்சாரத்தைப் பற்றி எழுதப்பட்டு உள்ள இப்புத்தகங்களில் முஸ்லிம் அல்லது கிறிஸ்தவர்களுடைய பெயர்கள் கிடையாது. பாரதிய ஜனதா கட்சி ஆட்சி செய்த மாநிலங்களில் பள்ளிக்கூட பாடத் திட்டத்தை திருத்தி அமைத்தது ஆர்.எஸ்.எஸ். - இன் 'வித்யா பாரதி'தான்.

எட்டாம் வகுப்புக்குப் பின் வழக்கமான பாடத்திட்டங்கள் பின்பற்றப்படுகின்றன. எனினும் சமஸ்கிருதம், நன்னெறிக்கல்வி, யோகா முறைகள், தேசியம் ஆகியவை பற்றிய பாடங்கள் கூடுதலாகக் கற்பிக்கப்படுகின்றன.

உத்திரபிரதேசம், மத்தியப்பிரதேசம், தில்லி, ஹரியானா, மராட்டிய, குஜராத், ராஜஸ்தான், உத்தரகண்ட், சத்தீஸ்கர் போன்ற மாநிலங்களில் சிசு மந்திர், பால மந்திர், பாலிகா மந்திர் ஆகியவை அதிகமான எண்ணிக்கையில் இருக்கின்றன. குழந்தைப் பருவத்திலிருந்தே ஆர்.எஸ்.எஸ். ஊழியர்கள் இந்த மாநிலங்களில் உருவாகி வந்ததால்தான் 50 ஆண்டுகளில் இந்த மாநிலங்களில் ஆர்.எஸ்.எஸ்., பாரதிய ஜனதா கட்சி விசுவரூப வளர்ச்சி பெற்று உள்ளன.

தற்போது இவை ஆந்திரபிரதேசம் தெலுங்கானா, கர்நாடகம் போன்ற மாநிலங்களிலும் வளர்ந்து வருகின்றன.

பாரதிய மஸ்தூர் சங்

ஆர்.எஸ்.எஸ். - இன் தொழிலாளர் பிரிவான பாரதிய மஸ்தூர் சங்கம் 1955இல் நிறுவப்பட்டது. இதுதான் ஆர்.எஸ்.எஸ்.- இன் துணை அமைப்பாக முதன் முதலில் அமைக்கப்பட்டதும் ஆகும்.

தொழிலாளர்கள் மத்தியில் பொதுவுடைமை வர்க்கப் போராட்டக் கருத்துகளின் செல்வாக்கைக் குறைப்பதற்கு 'பி.எம்.எஸ்.' உருவாக்கப்பட்டது.

'இந்து தேசியத்தை' கட்டியெழுப்ப முயன்று வரும் ஆர்.எஸ்.எஸ். தொடக்கம் முதலே பொதுவுடைமைக் கருத்துகளுக்கு எதிராக செயல்பட்டு வந்திருக்கிறது. மதவெறி போலவே கம்யூனிச எதிர்ப்பு வெறியும் ஆர்.எஸ்.எஸ். அமைப்பில் அதன் தலைவர் கோல்வால்கரால் ஊட்டி வளர்க்கப்பட்டது.

ஆர்.எஸ்.எஸ். தடையை நீக்குவதற்கு 1948, செப்டம்பர் 24இல் அன்றைய பிரதமர் பண்டித ஜவஹர்லால் நேருவுக்கு எழுதிய கடிதத்தில் கோல்வால்கர் பின்வருமாறு குறிப்பிடுகிறார்.

"நாட்டிலே கம்யூனிஸ்ட் கட்சிகளின் அபாயம் இருக்கிறது; பல இளைஞர்கள் கம்யூனிஸ்ட் கட்சியை நோக்கி போய்க் கொண்டிருக்கிறார்கள். கம்யூனிஸ்ட் கட்சியின் வளர்ச்சி பற்றித் திடுக்கிடும் செய்திகள் வந்து கொண்டிருக்கின்றன. எனவே ஆர்.எஸ். எஸ். மீதான தடை நீக்கப்பட்டால் அரசாங்கத்தோடு ஒத்துழைத்து கம்யூனிஸ்டுகளை எதிர்த்து கலாச்சார ரீதியாக ஆர்.எஸ்.எஸ். போராடும்"

இதே போன்று, உள்துறை அமைச்சர் சர்தார் படேலுக்கும் ஒரு மடலை எழுதினார் கோவால்கர். அதில்,

"உங்களிடம் ஆட்சி அதிகார சக்தி இருக்கிறது. எங்களிடம் அமைப்பு ரீதியிலான கலாச்சார சக்தி இருக்கிறது. நமது இந்த இரண்டு சக்திகளும் ஒன்று சேர்ந்தால் வளர்ந்து வரும் இந்திய கம்யூனிச பேரபாயத்தை நாம் முறியடித்துக் காட்ட முடியும்" என்று குறிப்பிட்டுள்ளார்.

ஆர்.எஸ்.எஸ். - இன் சோசலிச எதிர்ப்பை இன்னும் விரிவாக குருஜி கோல்வால்கர், விளக்கி உள்ளார்.

"சோசலிசத்தின் பேரால் என்ன நடந்திருக்கிறது? சீனாவில் என்ன நடந்ததோ அதுதான் இந்தியாவிலும் நடக்கும். நிலப்பிரபுக்கள்

ஒழிக்கப்பட்டனர். சொத்துக்களை நட்ட ஈடு கொடுக்காமலே எடுத்துக் கொள்ள நீதிமன்றங்களுக்கு உரிமை உண்டு.

கூட்டுப் பண்ணை விவசாயமும், வங்கிகள் தேசியமயமாவதும் நடக்கும். இப்படியெல்லாம் நாம் அடிமைகள் ஆக்கப்படுவோம். இது கல்லில் செதுக்கப்பட்ட உண்மை. சோசலிசத்திடம் எச்சரிக்கையாக இருங்கள். சோசலிசம் என்பது வர்க்க மோதல் தத்துவத்தை அடிப்படையாகக் கொண்டதாகும். அதனால் மக்களுக்கு எந்த நன்மையும் இல்லை. ரஷ்யாவில் எந்த நன்மையும் மக்களுக்கு ஏற்படவில்லை."

இவ்வாறு கம்யூனிசக் கோட்பாட்டின் மீது வெறுப்பை உமிழ்ந்த கோல்வால்கர் 'சோசலிசம் அல்ல, இந்து ராஷ்டிரமே தேவை' (Not Socialism But Hindu Rashtra) என்ற நூலே எழுதி இருக்கின்றார்.

இதன் பின்னணியில்தான் வர்க்கப் போராட்டத்தை நிராகரிக்கும் தொழிலாளர் அமைப்பாக 'பாரதிய மஸ்தூர் சங்' உருவாக்கப் பட்டது.

முதலாளித்துவம் கம்யூனிசமும் மேற்கத்திய பொருள் முதல் வாதக் கருத்துக்கள் என்று நிராகரிக்கின்றன. அது தொழில் நிறுவனங்களை தொழில் குடும்பங்களாக மாற்றும் இலட்சியத்தை முன்வைக்கிறது. இதற்கு இந்திய அல்லது இந்து மாற்று வழி என்று 'பிஎம்எஸ்' கூறுகிறது.

தொழிலாளர்களை நிர்வாகத்தில் பங்கெடுப்பதற்கு அழைக்க வேண்டும்; அதற்குப் பதிலாக அவர்கள் முதலாளிகளுடன் ஒத் திசைவான உறவுகளை வளர்க்க வேண்டும். சமரச முயற்சிகள் தோல்வி அடைந்த பிறகு மட்டுமே கடைசி வழியாக வேலைநிறுத்தம் செய்யலாம்.

"தொழில்துறையைத் தொழிலாளர் மயமாக்கு; நாட்டைத் தொழில் மயமாக்கு; தொழிலாளர்களை தேசிய மயமாக்கு" என்பதுதான் பாரதிய மஸ்தூர் சங்கத்தின் குறிக்கோள் ஆகும்.

பி.எம்.எஸ் 'மே தினத்தை' தொழிலாளர் தினமாகக் கொண்டாடுவது இல்லை; ஆயுத பூஜை, விஸ்வகர்மா பூஜையைக் கொண்டாடுகின்றது.

பாரதிய தொழிலாளர் சங்கம் என்ற பி.எம்.எஸ்., 'சர்வதேச தொழிலாளர் ஒற்றுமை' என்பதையே முற்றிலும் நிராகரிக்கிறது.

'விஸ்வ ஹிந்து பரிஷத்'

ஆர்.எஸ்.எஸ். சார்பில் கோல்வால்கர் 1964இல் சில மத நிறுவனங்களின் தலைவர்களையும், சாமியார்களையும் அழைத்து

கூட்டம் நடத்தினார். அப்பொழுதுதான் இந்து மதத்தின் அனைத்துப் பிரிவுகளையும் ஒன்று சேர்த்து ஒரு புதிய இயக்கத்தை அமைப்பதற்கு அடித்தளம் அமைக்கப்பட்டது.

அதற்கு விஸ்வ ஹிந்து பரிஷத் என்று பெயரிடப்பட்டது. அதன் மூன்று முக்கிய குறிக்கோள்கள் நிர்ணயிக்கப்பட்டன.

1. இந்து சமுதாய ஒற்றுமையை திடப்படுத்துதல்.

2. இந்து மதிப்புகள், அற நெறிகள், ஆன்மீகம் ஆகியவற்றை இன்றைய சமுதாயத்திற்கு பொருத்துவது.

3. பல வெளிநாடுகளில் வாழும் இந்துக்களிடையில் உறவை ஏற்படுத்தி வலுப்படுத்துவது.

இந்த நோக்கங்களுக்காக அமைக்கப்பட்ட 'விஸ்வ ஹிந்து பரிஷத்' அமைப்புக்கு ஆர்.எஸ்.எஸ். பிரச்சாரக் சிவராம் சங்கர் ஆப்தே என்பவர் முதல் பொதுச்செயலாளர் நியமிக்கப்பட்டது.

ஆர்.எஸ்.எஸ். - இன் பரிவார்களில் மிகவும் வலிமையான அமைப்பாகவும், மத வன்முறைகளில் இரத்த ஆறு பெருக்கெடுத்து ஓடுவதற்கு காரணமானதுமான விஸ்வ ஹிந்து பரிஷத்தின், செயல்பாடுகள், 55 ஆண்டுகளாக நிகழ்த்தி உள்ள மதக் கலவரங்கள் பற்றி விரிவாக ஆராய்வோம்.

32
விஸ்வ ஹிந்து பரிஷத் - எனும் தொண்டர் (குண்டர்) படை

விஸ்வ ஹிந்து பரிஷத் 1964இல் தொடங்கப்பட்டபோது, ஆர்.எஸ்.எஸ். தலைவர் கோல்வால்கர், இந்து மதத்தின் அனைத்துப் பிரிவுகளையும் ஒன்று சேர்த்து ஒரு புதிய இயக்கம் உருவாகிறது என்று கூறினார். விஸ்வ ஹிந்து பரிஷத் தொடங்கப்பட்ட முதல் பத்து ஆண்டுகளில் பெரும்பாலும் வடகிழக்கு மாகாணங்களில் மட்டுமே இயங்கியது.

அங்கே கிறிஸ்தவ மதமாற்றம் நடப்பதாகக் கூறி, பாதிரியார்களை எதிர்த்து வி.எச்.பி., செயல்பட்டுக் கொண்டிருந்தது. 1981இல் தமிழகத்தில் மீனாட்சிபுரம் மத மாற்றம் நிகழ்ந்தபோது, தாழ்த்தப் பட்ட மக்கள் இஸ்லாத்தை தழுவியதால் வி.எச்.பி., இஸ்லாமியர்களை எதிர்த்து கிளம்பியது.

நாடு முழுவதும் உள்ள மதத் தலைவர்களை ஒருங்கிணைத்து தன் தொடர்புகளை விரிவுபடுத்திக் கொண்ட வி.எச்.பி., இரண்டு உயர் அமைப்புகளை தோற்றுவித்தது. மார்க் தர்ஷக் மண்டல் (வழி காட்டும் அமைப்பு) தர்ம ஸன்ஸாத் (அறநெறி இயக்கம்) ஆகியவை, மதத் தலைவர்களை ஒன்று சேர்ப்பதற்காக உருவாக்கப்பட்டது. அவர்கள் மட்டுமே இவற்றில் பங்கேற்க முடியும்.

மார்க் தர்ஷக் மண்டல், (வழி காட்டும் அமைப்பு) ஆண்டுக்கு ஒரு முறை அல்லது இருமுறை கூடும்; தர்ம ஸன்ஸாத் (அறநெறி இயக்கம்) தேவை ஏற்படும் பொழுது மட்டும் கூடி கலந்து ஆலோசிக்கும். இவற்றில் முக்கியமாக, சங்கராச்சாரியார்களுக்கு முகாமையான பாத்திரம் அளிக்கப்பட்டது. அவர்கள் வி.எச்.பி. நடவடிக்கைகளில் நெருக்கமாக இணைந்து செயல்பட்டார்கள்.

வி.எச்.பி. அமைப்பு முறை

சாமியார்கள், மதத் தலைவர்களுடன் இணைப்புப் பாலமாக இருந்து வி.எச்.பி. செயல்பட்டதற்குக் காரணம் அப்பொழுதுதான் இந்து மதத்தின் நீண்ட வரலாற்றின் ஒரு பகுதியாக இந்துத்துவா கருதப்படும்; இந்து அடையாளத்தையும் அரசையும் அமைக்கின்ற

'இந்துத்துவம்' விருப்பத்தைச் செயல்படுத்துகின்ற கருவியாக சாமியார்கள் செயல்பட்டனர்.

அயோத்திதான் 'இராமர்' பிறந்த இடம் இராமஜென்மபூமி; 'மதுரா' 'கிருஷ்ணர்' பிறந்த பூமி; 'காசி' விசுவநாதர் பூமி. எனவே இந்த மூன்று ஜென்ம பூமிகளில் எழுப்பப்பட்டுள்ள மசூதிகளைத் தகர்த்துவிட்டு கோவில்கள் கட்ட வேண்டும் என்று மூன்று ஜென்ம பூமிகளை 'விடுவிக்கின்ற' (?) இயக்கத்தை வி.எச்.பி. தொடங்கியது.

1984 மற்றும் 1985ஆம் ஆண்டுகளில் 'மூன்று' ஜென்ம பூமிகளை மீட்கும் இயக்கத்தை, மதத் தலைவர்களும், சாமியார்களும் இடம்பெற்றிருந்த வி.எச்.பி. யின் 'தர்ம ஸன்ஸாத்' தொடங்கியது என்பதை இங்கு முக்கியமாகக் கவனிக்க வேண்டும்.

ஆர்.எஸ்.எஸ். பின்னணியில் உருவான விஸ்வ ஹிந்து பரிஷத், மதவெறி நெருப்பை சிறு பொறியாக அயோத்தியில் 'இராம ஜென்மபூமி' என்பதாகக் கிளப்பி விட்டு, பின்னர் 'பெரு நெருப்பாக' மதவெறி 'காட்டுத் தீ'யாக பரவக் காரணம் ஆயிற்று.

ஆலய நிர்வாகங்களை அரசின் பிடியில் இருந்து விடுவிக்க வேண்டும் என்று கோரிக்கையை வி.எச்.பி. 'தர்ம ஸன்ஸாத்' மூலம் முன் வைத்தது.

வி.எச்.பி. சட்ட ரீதியாக நூறு உறுப்பினர்களைக் கொண்ட தர்மகர்த்தா சபை மற்றும் 51 உறுப்பினர்களைக் கொண்ட நிர்வாக சபையைக் கொண்டு இருக்கும். நிர்வாக சபையில் தொடக்கத்தில் சுவாமி சின்மயானந்தா ஒருவர்தான் சாமியார். இறுதியாக முடிவெடுக்கும் அதிகாரம் மதத் தலைவர்களிடம் இல்லை; ஆர்.எஸ்.எஸ். நிர்வாகத்திடம்தான் இருக்கிறது என்பதை நிர்வாகச் சபை சுட்டிக்காட்டும்.

வி.எச்.பி. ஒரு அறக்கட்டளைப் போன்றதால் நேரடியாக அதில் உறுப்பினர்களை சேர்க்க முடியாது. ஆகவே வி.எச்.பி. செயல்வீரர்கள் 'நலத்தை நாடுபவர்கள்' என்று அழைக்கப்படுகின்றனர்.

வி.எச்.பி. அறக்கட்டளை காலப் போக்கில் 18 பிரிவுகளைக் கொண்டதாக வளர்ச்சி பெற செய்யப்பட்டது. அவை ஒவ்வொன்றின் நோக்கம், செயல்பாடுகள் பற்றி அறிந்தால் வி.எச்.பி. எப்படிப் பட்டது என்பதைப் புரிந்து கொள்ளலாம்.

'தர்ம அனுஷ்டானப் பிரிவு' ஆலயங்களில் பஜனைகளை ஏற்பாடு செய்கிறது.

'தர்ம பிரச்சாரப் பிரிவு' கிறிஸ்தவர்கள் மற்றும் முஸ்லிம்களை 'மறுபடியும் மதமாற்றம்' செய்து இந்து மதத்திற்கு அழைத்து வரும் பணியைச் செய்கிறது.

'குருமார்களின் பிரிவு' (ஆச்சார்ய லிபாக்) ஆலயங்களில் பணி செய்வதற்கு பூசாரிகளுக்கு பயிற்சி அளிக்கிறது.

'பார்வாசாமானாயியா' என்பது இந்து மதத்துக்கு வெளியே உள்ள ஆரிய சமாஜ், சீக்கிய சங்கங்கள், தாழ்த்தப்பட்டோர் குழுக்களை ஒருங்கிணைத்து வி.எச்.பி அமைப்பின் கீழ் கொண்டுவர உருவாக்கப்பட்டது ஆகும்.

திருவிழாக்கள் நடத்தும் முறைகளை வகுக்கும் பிரிவு வி.எச்.பி. அமைப்பால் நிர்வகிக்கப்படாத ஆலயக் குழூக்களுடன் பொதுத் திருவிழாக்களை ஒருங்கிணைக்கிறது.

சனாதனிகள், ஆர்ய சமாஜ், சீக்கியர் சங்கங்கள், பல பௌத்த மற்றும் ஜைனர் சங்கங்கள், தாழ்த்தப்பட்டோர் நடத்தும் வால்மீகி ஆலயக்குழுக்கள் உட்பட டில்லியில் 72 துணை அமைப்புகளின் பெயர்களை வி.எச்.பி. வெளியிட்டு இருக்கும் பிரசுரம் ஒன்றில் பட்டியல் இடப்பட்டு இருக்கிறது.

இஸ்லாமிய வெறுப்பு

பூசாரிகள் மத்தியில் தன் செல்வாக்கை விரிவுபடுத்திக் கொண்டும், புதிய ஆலயங்களை நிறுவியும் அல்லது பழைய ஆலயங்களின் நிர்வாகப் பொறுப்பை மேற்கொண்டும் ஒரே தெய்வங்கள், சடங்குமுறைகள், திருவிழாக்களை அமைப்பதற்கு வி.எச்.பி. பாடுபடுகிறது.

'இந்து ராஷ்டிரத்தின்' முக்கிய குறிக்கோளான இஸ்லாமியர்களை எதிர்க்கும் பொதுப் போராட்டத்தை ஆரம்பிக்க எல்லா ஆலயங் களையும் வி.எச்.பி. தன் கட்டுப்பாட்டுக்குள் கொண்டு வரும் முயற்சியை மேற்கொள்கிறது.

டில்லி இராமகிருஷ்ணபுரத்தில் உள்ள வி.எச்.பி. வளாகத்தில் பழைய அனுமார் கோவில் ஒன்று இருந்தது. வி.எச்.பி. நிறுவப்படுவதற்கு முன்பிருந்தே அந்தக் கோவில் அங்கு இருக்கிறது. அக்கோவில் பூசாரியை வி.எச்.பி. யில் சேர்த்து விட்டதாக அறிவித்தனர். அங்கே காலியாக இருந்த இடத்தில் 'பாரத மாதா'வை முக்கிய தெய்வமாகக் கொண்ட மாபெரும் ஆலயம் எழுப்ப ஏற்பாடுகள் தொடங்கப்பட்டன.

இதுபோல பல்வேறு மடங்களுக்கு இடையில் நடவடிக்கைகளை ஒருங்கிணைப்பதற்கு ஒரு பிரிவு இருக்கிறது. ஒரு பிரிவு சமஸ்கிருத மொழியைப் போதனை செய்கிறது.

இப்பிரிவு பத்து நாட்களில் சமஸ்கிருதத்தை எழுதுவதற்கும், பேசுவதற்கும் பயிற்சி அளிக்கிறது. ஏனெனில் இந்து சமயத்தின் முக்கிய சடங்கு முறைகளை எடுத்துக் கூறும் நூல்கள் சமஸ்கிருதத்தில் எழுதப்பட்டிருப்பதால் அந்த மொழியை மீண்டும் உயிர்ப்பிப்பதற்குப் பாடுபடப் போவதாக வி.எச்.பி. அறிவிப்பு செய்தது. சமஸ்கிருத காவியங்கள் அல்லது தத்துவ நூல்களைப் பயில்வது வி.எச்.பி. யின் நோக்கமல்ல.

சடங்கு முறைகளைக் கற்பிக்கும் நூல்கள்தான் முக்கியம். ஏனெனில் மனுஸ்மிருதியும் அர்த்தசாஸ்திரமும் இந்து ராஷ்டிரத்துக்கு முக்கியமானவையாகக் கருதப்படுகின்றன.

மனுஸ்மிருதி வர்ணாஸ்ரம சாதி முறையை கடைப்பிடிக்கக் கட்டளையிடுகிறது. அர்த்த சாஸ்திரம் ஒரு எதேச்சாதிகாரமான மன்னரின் கீழ் அரசின் கட்டுப்பாடு இருக்க வேண்டும் என்று போதிக்கிறது. இவற்றைத்தான் 'இந்து ராஷ்டிரா' அமைப்பதற்கு கடைப்பிடிக்க வேண்டிய ஜீவனுள்ள மரபுகள் என்று வி.எச்.பி. வரையறுத்து உள்ளது.

உயர்சாதிப் பிரிவுகளைச் சேர்ந்த சமய விற்பன்னர்களுக்குப் பயிற்சி கொடுத்துத் திரட்டுகின்ற திட்டம் தவிர, முதன்மையாக தாழ்த்தப் பட்டோர் மற்றும் பழங்குடியினர் மத்தியில் சேவை செய்கின்ற பிரிவும் இருக்கிறது.

ஆர்.எஸ்.எஸ். மிகவும் குறைந்த எண்ணிக்கையில் இப்படி சில நிறுவனங்களை நடத்தியது. அவற்றை அடிப்படையாகக் கொண்டு வி.எச்.பி. 1960களிலும், 1970களிலும் முதன்மையாக வடகிழக்குப் பகுதியில் உள்ள கிறிஸ்தவப் பழங்குடியினர் மத்தியில் சேவை செய்தது.

பிறகு உத்திரப்பிரதேசம், தில்லி, கர்நாடகம், ஒரிசா, ஆந்திரா, மத்தியப் பிரதேசம், மராட்டியம், கேரளா ஆகிய மாநிலங்களுக்கு விரிவாக்கப்பட்டது. தமிழ் நாட்டிலும் இந்தப் 'பணியை' வி.எச்.பி. மேற்கொள்ளத் தொடங்கியது.

தமிழகத்தில் 'மீனாட்சிபுரம்' மதமாற்ற நிகழ்வுகளுக்குப் பிறகு 'இந்து மயமாக்குதல்' நாடு முழுவதும் தனது முக்கிய கடமையாக வி.எச்.பி.யால் கருதப்பட்டது.

உத்திரப்பிரதேசம் மற்றும் பீகார் மாநிலங்களில் பின்தங்கிய பிரிவுகளைச் சேர்ந்த விவசாயிகள் மத்தியில் வேலை செய்வதற்கு முக்கியத்துவம் கொடுத்து திட்டங்கள் தயாரிக்கப்பட்டன. ஆனால் இதுவரை, காடுகளில் வசிக்கின்ற பழங்குடியினர் மத்தியில் வேலை செய்வதற்குத்தான் தொடக்கத்தில் திட்டங்கள் மேற்கொள்ளப்பட்டன.

அந்தப் பழங்குடியினர் காடுகளில் ஒதுங்கி வாழ்கிறார்கள். கெட்டித் தட்டிப்போன சாதி முறை அவர்களுக்கு அந்நியமானது. காடு களில் வசிக்கின்ற 'கோல்' பழங்குடி இனக்குழுவினருடன் வி.எச். பி. தொடர்ச்சியாகத் தொடர்பு வைத்துக் கொண்டு ஆர்.எஸ்.எஸ். போலவே கல்வி கற்பித்தல், நூலகங்கள், யோகா ஆசிரமங்கள், குழந்தைகள், காப்பகங்கள், மாணவர் விடுதிகள் ஆகியவற்றை அமைத்தல் போன்றவற்றைத் 'திட்டமிட்டு' செய்து வருகின்றது.

மேலும், இந்து சமய நூல்களையும் இந்து தேசிய வீரர்களையும் பற்றிக் கற்பிக்கும் கேந்திரங்கள் நடத்துதல் ஆகிய பணிகள் நிறை வேற்றப்படுகின்றன. சிறு அளவில் தொழிற்பயிற்சி அளிப்பதற்கும் திட்டம் உண்டு. இவையெல்லாம் எதற்கு? பழங்குடியினர் மற்றும் தாழ்த்தப்பட்டோரிடம் இந்து வழிபாட்டு முறைகளைப் பரப்பு வதற்கும் அந்த மக்களுக்கு மத வெறியூட்டிப் பயன்படுத்து வதற்கும்தான்; ஆனால் இதை வெளிப்படையாக வி.எச்.பி. கூறுவது இல்லை; ஏதோ பழங்குடியினருக்கு தொண்டு செய்வது போன்ற தோற்றத்தை உருவாக்குவார்கள்.

உயர்சாதியைச் சேர்ந்த ஆர்.எஸ்.எஸ். இளைஞர்கள் பழங்குடியினரையும், தாழ்த்தப்பட்டோரையும் 'அழுக்குப் பிடித்தவர்கள்' முட்டாள்கள் என்று வர்ணித்தவர்கள். ஆனால் இந்து சமூகம் இராமர் ஆலயம் கட்டுவதற்கு பாடுபட வாருங்கள் என்று 'மதவெறி'யூட்டி அழைக்கின்றனர்.

வி.எச்.பி. பழங்குடிகளுக்கு தொண்டாற்றுகிறதா?

வி.எச்.பி. தொண்டர்கள் 'கோல்' பழங்குடியினருக்கு இராமர் சிலைகளை அன்பளிப்பாகக் கொடுத்தார்கள்.

"காடுகளில் வசிப்பவர்கள், மலைகளில் வசிப்பவர்கள், தாழ்த்தப் பட்டோர்" ஆகியோர் மத்தியில் 'முக்கியமான இந்து மதச் சடங்கு முறைகளை'ப் பரப்ப வேண்டும் என்னும் கருத்து ரகுநந்தன் பிரசாத் சர்மா எழுதிய 'வி.எச்.பி: நோக்கங்கள் - நடவடிக்கைகள் - சாதனைகள்' நூலில் இடம் பெற்றுள்ளது.

பழங்குடியினத்தவர் இந்து மதத்தைச் சார்ந்தவர்கள் அல்ல. அவர்களுக்கு என்று தனித்துவமான பண்பாட்டு அடையாளங்கள், பழக்க வழக்கங்கள், வழிபாட்டு முறைகள் இருக்கின்றன. ஆனால் இவற்றையெல்லாம் அறவே நீக்கிவிட்டு மதச் சடங்குகள் மற்றும் இந்து மத நம்பிக்கைகளை அவர்கள் மீது புகுத்தி இந்துத்துவ மத சித்தாந்தத்தை பொதுமைப்படுத்த வேண்டும் என்பதுதான் வி.எச்.பி. யின் உண்மையான நோக்கமாகும்.

பழங்குடியினர், காடுகளில் வசிக்கும் மக்கள், இஸ்லாம் மற்றும் கிறிஸ்துவ மார்க்கங்களில் சேருவதைத் தடுக்க வேண்டும் என்பதுதான் வி.எச்.பி.யின் முக்கியமான திட்டம் ஆகும்.

ஆர்.எஸ்.எஸ். திட்டமிடும் மத ரீதியிலான போராட்டங்களை நேரடியாக நடத்தும் முன்னோடிப் படையாக இருப்பது வி.எச்.பி. அமைப்புதான்; பசு பாதுகாப்பு எனும் பெயரால் கேரளம், மேற்கு வங்காளத்தில் மாட்டிறைச்சி விற்பனை செய்வதற்கு அனுமதி வழங்கும் சட்டத்தை எதிர்த்து கிளர்ச்சியைத் தொடங்கியது வி.எச்.பி.

வி.எச்.பி.யின் துணை பரிவாரங்கள்

வி.எச்.பி. யின் பஜ்ரங்தள் பிரிவு இளைஞர்களுக்குப் பயிற்சி தருகிறது. நாட்டின் வெவ்வேறு பகுதிகளில் அது வெவ்வேறுப் பெயர்களைக் கொண்டிருக்கிறது. வங்காளத்தில் அதற்கு 'விவேகானந்த சேனை' என்று பெயர்.

பெண்கள் பிரிவுக்கு 'துர்க்கைச் சேனை' என்று பெயர். உத்திரப் பிரதேசத்தில் சின்னஞ்சிறு நகரங்களில் கூட இந்த இரண்டு 'சேனை'களும் செல்வாக்கு பெற்றுள்ளன. போதிய ஓய்வு நேரம், ஓரளவு பண வசதி படைத்த இளைஞர்கள் இவற்றில் சேருகின்றனர்.

ஆர்.எஸ்.எஸ். சகாக்களைப் போல அவர்கள் நாள்தோறும் பயிற்சி செய்வதில்லை. அவர்கள் ஆண்டு தோறும் 7 நாள் முகாம்களில் கலந்து கொள்கிறார்கள். அவர்களின் வாராந்திரக் கூட்டங்கள் அனுமார் ஆலயங்களில் நடைபெறுகின்றன.

ஆர்.எஸ்.எஸ். போன்று முறைப்படியாக சித்தாந்தப் பயிற்சி, உடற்பயிற்சி இவர்களுக்கு தரப்படுவதில்லை. காரணம் கிளர்ச்சிகளின்போது பயன்படும் தொண்டர் (குண்டர்) படையாக இவர்கள் இருப்பதால் ஆர்.எஸ்.எஸ். போலவே பயிற்சி தர தேவை இல்லை என்று கருதி விட்டனர்.

'இது இந்துக்களைப் பாதுகாக்கும் பிரிவு' என்று கூறிக் கொள்கிறார்கள். அதாவது முஸ்லிம்களுடன் மோதல் ஏற்படும் போது அவர்கள் களத்தில் குதிக்கிறார்கள்.

1992இல் அயோத்தியில் 'கர சேவை' (?) நடந்தபோது அதில் பங்கெடுப்பதற்கு நகர இளைஞர்களைத் திரட்டியதில் 'விவேகானந்த சேனை' போன்ற அமைப்புகளுக்கு பெரும் பங்கு உண்டு.

அந்தக் கட்டத்தில் பெண் தொண்டர்களுக்கு சண்டைப் பயிற்சி கொடுத்தோம் என்று 'ராஷ்டிர சேவிகா' அமைப்பில் உள்ளோர் பின்னர் வெளிப்படையாகவே பத்திரிகையாளர்களிடம் பெருமைப்பட்டுக் கொண்டனர்.

ஆர்.எஸ்.எஸ். அமைப்பின் செயல்பாடுகளில் இருந்து வேறுபட்டு விஸ்வ ஹிந்து பரிஷத், திட்டமிட்டு 'இந்துக்களை' அணி திரட்டுவதற்கு பலவிதமான செயல்முறைகளில் இறங்கியது என்பதை 'சங்பரிவாரின் சதி வரலாறு' என்ற நூலில் விடுதலை க. இராசேந்திரன் விரிவாக விளக்குகிறார்.

"முஸ்லிம், கிறிஸ்தவர் அல்லாத பிரிவினர் அனைவரையும் இந்து என்ற கட்டமைப்புக்குள் திணித்து 'இந்து தேசியத்தை' நோக்கிய பயணத்துக்காக உருவாக்கப்பட்ட விஸ்வ ஹிந்து பரிஷத்தின் தலைவர்களாக இருந்தவர்கள் எல்லாம் பார்ப்பனர்கள்தான்.

முதல் தலைவர் சிவராம் சங்கர் ஆப்தே என்னும் மராட்டியப் பார்ப்பனர். ஆர்.எஸ்.எஸ். அமைப்பில் நீண்ட நாள் பயிற்சி பெற்று, வழக்கறிஞராகவும், பத்திரிகையாளராகவும் பணியாற்றியவர். கோல்வால்கரோடு நெருக்கமாக இருந்த இவர் - முதன் முதலாக ஆர்.எஸ்.எஸ். இன் முழு நேரப் பணிக்காக தமிழ் நாட்டுக்குத்தான் அனுப்பப்பட்டார்.

கிறிஸ்தவர், முஸ்லிம் அல்லாத அனைத்துப் பிரிவினரையும் ஒரே குடையின் கீழ் இந்துக்களாக அணி திரட்ட வேண்டும் என்று தொடர்ந்து கட்டுரைகளை எழுதி வந்தவர், விஸ்வ ஹிந்து பரிஷத்தின் முன்னோடிகளில் மற்றொருவர் சின்மயானந்தா என்ற கேரளப் பார்ப்பனர். சரளமாக ஆங்கிலத்தில் பேசும் இவர் - 'நவீனகுரு'வாக உலா வந்தவர் என்று கூறலாம். படித்த நடுத்தர வர்க்கத்தினரை ஈர்க்கும் நோக்கத்தோடு அவர் பேசினார்.

குழந்தைகளுக்கும், ஆசிரியர்களுக்கும் மதப்பயிற்சி தருவதற்கு இவர் உருவாக்கிய அமைப்புதான் 'சின்மயா மிஷன்' ஆகும். கிறிஸ்தவத் தொண்டு நிறுவனங்களைப் போல், இந்து மத அமைப்பும் மாற்றப்பட வேண்டும் என்ற நோக்கத்தோடு, உருவாக்கப்பட்டதுதான் இந்த 'மிஷன்'.

'சின்மயா மிஷன்' அமைப்புதான் - 1963இல் தமிழ்நாட்டில் விவேகானந்தா நினைவு மண்டபத்தை, கடலின் நடுவில் அமைத்தது.

ஆங்கிலச் சொற்பொழிவுகள் மூலம் ஆன்மீகத்தைப் பரப்ப முயன்ற இவர், 'குரு - சீடர்' என்ற பார்ப்பனிய கலாச்சாரம் காலத்துக்குப் பொருந்தாதது என்று உதறிவிட்டு, சீடர்களைப் பார்வையாளர்களாக்கி மேடைகளில் அமர்ந்து பேச ஆரம்பித்தார்.

இந்த மாற்றங்களைத் தொடர்ந்து 'உலக இந்துக்களின் மாநாடு' ஒன்றை நடத்தும் யோசனையை அவர் முன் வைத்தார். அதனை ஏற்றுதான் விஸ்வ ஹிந்து பரிஷத், 150 பிரதிநிதிகளை உலகம் முழுவதிலும் இருந்தும் திரட்டி முதல் உலக இந்து மாநாட்டை அலகாபாத்தில் 1966இல் நடத்தியது.

இந்துக்கள் கடல் தாண்டிப் பயணம் செய்யக் கூடாது என்ற மதச் சடங்குகளை எல்லாம் 'கடலில்' போட்டுவிட்டு, எல்லா சங்கராச் சாரிகளும் இந்த மாநாட்டில் பங்கேற்றது மிகப்பெரும் வெற்றியாகக் கருதப்பட்டது. ஆனாலும் பத்ரிநாத், சிருங்கேரி மடங்களின் சங்கராச்சாரிகள் இந்த மாநாட்டுக்கு வரவில்லை.

உலக இந்து மாநாட்டின் நோக்கங்களை ஆர். எஸ். எஸ் கொள்கையைப் பிரகடனப்படுத்தி வந்த 'ஆர்கனைசர்' ஏடு (1967, ஜூன் 11) வெளியிட்ட தகவல்கள் மூலம் புரிந்து கொள்ள முடியும்.

இத்தனை முயற்சிகளும், இந்து அரசியலுக்கான அணி திரட்டும் முயற்சிகளே ஆகும். இதற்காக வேத மதமான இந்து பார்ப்பனிய மத கடுமையான சடங்குகளையும் கைவிடத் தயாரானார்கள்.

இந்த மாநாட்டில் விஸ்வ ஹிந்து பரிஷத் இந்துக்களின் சடங்குகளை மிகவும் எளிமையாக்க முடிவு செய்தது. ஒருவர் தன்னை இந்து என்று அடையாளப்படுத்திக் கொள்ள, காலையில் குளிப்பது (பிரதஷ்னம்), கடவுளை நினைத் திருப்பது (ஈஸ்வர்ஸ்மாரன்) என்ற இரண்டையும் பின்பற்றினாலே போதும் என்று இந்த மாநாடு பிரகடனம் செய்தது.

7ஆம் நூற்றாண்டில் ஹர்ஷர் ஆட்சிக் காலத்துக்குப் பிறகு எல்லாப் பிரிவுகளையும் இணைத்து நடத்தப்பட்ட முதல் இந்து மாநாடு இதுதான் என்றும் 'ஆர்கனைசர்' ஏடு பெருமையுடன் எழுதியது.

33

விஸ்வ ஹிந்து பரிஷத் உருவாக்கும் ஹிந்துத்துவா எழுச்சி மாயை

ஆர்.எஸ்.எஸ். அமைப்புக்கும் விஸ்வ ஹிந்து பரிஷத் அமைப்புக்கும் இடையே ஒரு முக்கியமான வேறுபாடு திட்டமிட்டு உருவாக்கப்பட்டது. ஆர்.எஸ்.எஸ்., அமைப்பு ரீதியாக ஒன்று திரட்டிப் பயிற்றுவிக்கப்பட்ட அணிகளை மட்டுமே கொண்டிருந்தது. அனால் வி.எச்.பி., ஒரு பெரும் மக்கள் கூட்டத்தை வகுப்புவாத சக்தியாக மாற்றுவதற்காக பல துணை அமைப்புகளைக் கொண்டிருந்தது.

இந்து மதப் பிரிவுகளின் கீழ் வராத சீக்கிய, புத்த மதங்களையும், பல்வேறு சிறு இனக் குழுக்களையும், பழங்குடிப் பிரிவினரையும் ஒருங்கிணைத்து முஸ்லிம்களும், கிறிஸ்தவர்களுமே எதிரிகள் என்று 'வெறுப்பை' விதைத்தது வி.எச்.பி.

புதிய, புதிய பிரிவுகளை உருவாக்கி, துணை அமைப்புகளாக அறிவித்து அவற்றுக்கு பயிற்சி பெற்ற ஊழியர்களை அனுப்பியது வி.எச்.பி. ராமஜென்ம பூமி இயக்கத்தின் போது, ஒவ்வொரு அமைப்பும் ஒவ்வொரு பிரிவில் (பெண்கள், இளைஞர்கள், சாமியார்கள்) வேலை செய்தது.

அந்த இயக்கம் ஈடுபடாத பிரிவே இல்லை என்ற நிலையை ஏற்படுத்தியது. இப்படித் திட்டமிட்டு எல்லா பிரிவினர் இடையேயும் ஊடுருவிப் பிரச்சாரம் செய்து அவர்களை 'இராமஜென்ம பூமி' இயக்கத்தில் அணி திரட்டியது வி.எச்.பி.

ஆனால் வெளியில் செய்யப்பட்ட பிரச்சாரம் இந்தச் சமூகம் தன்னெழுச்சியாக கிளர்ந்து எழுந்து, இராமர் கோயில் எழுப்ப குரல் கொடுக்கிறது என்று கூறப்பட்டது.

வி.எச்.பி. தன்னை இந்துக்கள் அனைவருக்குமான பிரதிநிதியாகக் காட்டிக் கொள்வதில் குறியாக இருந்ததால், அதற்குரிய சின்னங்கள் இந்து உலகம் முழுவதும் விளம்பரம் செய்யப்பட வேண்டும் என்று திட்டமிட்டது. ஆகவே அது அரசியல் களத்திலிருந்து மக்களின் அன்றாட வாழ்க்கைக்குள் நுழைகிறது.

ஸ்டிக்கர்கள், வீடுகளில் ஒட்டப்படும் முழக்கங்களுக்காக தயாரிக்கப்பட்டன. காவிக் கொடி விநியோகம் செய்யப்பட்டது, 'கரசேவை' இயக்கத்தின்போது எல்லா இந்து வீடுகளிலும் 'காவிக்கொடி' பறக்கவிட வேண்டும் என்று வி.எச்.பி. இந்த ஏற்பாட்டைச் செய்தது. குறிப்பாக, உத்திரப்பிரதேசத்தின் நகரங்களிலும், கிராமங்களிலும் சிற்றூர்களிலும் வீடுகளில் காவிக் கொடிகள் பறக்க ஏற்பாடு செய்தது. இராமர், இராமர் ஆலயம் அல்லது இரண்டையும் சித்தரிக்கின்ற ஸ்டிக்கர்கள் பல வண்ணங்களில் அழகான முறையில் தயாரிக்கப்பட்டன. அவற்றை வண்டிகள், வீடுகள், அலுவலகங்கள், பள்ளிக்கூடக் கரும்பலகைகளில் கூட ஒட்டப்பட்டன. இவை சுவரொட்டிகள், சுவர் எழுத்துகளை விட அதிகமாக ஊடுருவிச் சென்று எங்கும் காணப்பட்டன. இவற்றின் மூலம் இந்துத்துவ எழுச்சி அங்கிங்கெனாதபடி எங்கெங்கும் ஏற்பட்டு வருவதைப் போன்ற தோற்றத்தை 'விஸ்வ ஹிந்து பரிஷத்' உருவாக்கியது.

வி.எச்.பி. உருவாக்கும் இந்து எழுச்சி மாயை

இந்து மக்களின் பக்தியின் சுயமான வெளிப்பாடு போன்று தெரிய வேண்டும் என்பதால், வி.எச்.பி. அதற்கான திட்டமிடல்களைச் செய்து வருகிறது.

ஏ. சங்கர் என்பவர் எழுதிய 'எச்சரிக்கை இந்தியாவுக்கு ஆபத்து' என்னும் பிரசுரத்தை வி.எச்.பி. வெளியிட்டது. இது சிறிய இராமர் விக்கிரகங்கள் சந்தைக்கு வருவதற்கு ஆறு மாதங்களுக்கு முன்பே பரப்பப்பட்டது. ஒவ்வொரு வாசகரும் அதை ஒளிப்பட முறையால் நகல் எடுத்து குறைந்தபட்சம் 20 நபர்களுக்கு விநியோகம் செய்ய வேண்டும் என்று கேட்டுக் கொள்ளப்பட்டது.

இந்துக் கோட்பாடுகளை முக்கியமான இடங்களில் எழுதி விளம்பரம் செய்ய வேண்டும், காவிக் கொடிகள் பறக்க வேண்டும், வீட்டுக் கதவுகள் மற்றும் வண்டிகள் மீது 'ஓம்' சின்னம் வரையப்பட வேண்டும், பெண்கள் 'ஓம்' டாலர் உள்ள ஆரங்களை அணிய வேண்டும் என்று அந்த வெளியீடு வலியுறுத்தியது.

இந்துத்துவா சின்னங்கள் எங்கும் காணப்பட்டது முக்கியமல்ல, அவை எல்லாமே வி.எச்.பி. யினால் தயாரிக்கப்பட்டன என்பது தான் முக்கியம். மற்ற அரசியல் இயக்கங்கள் தமது விளம்பரங்களில் அமைப்பின் பெயர்களைச் சேர்த்து வெளியிடுகின்றன. ஆனால், வி.எச்.பி. யின் பெயர் இவற்றில் கிடையாது.

இராமர் படத்தையும், இனிமேல் கட்டப் போகின்ற இராமர் கோவிலையும் படங்களில் பார்க்கும்போது வி.எச்.பி. தான் நினைவுக்கு வரும். அதே சமயத்தில் இந்துக்களின் பற்றுதல் மற்றும்

சுய அடையாளம் 'கட்சி சார்பில்லாத' முறையில் வெளிப்படுகிறது. ஒன்றுக்கொன்று உதவி புரிகின்ற பல அமைப்புகள் மூலம், 'இந்துத்துவா' இயங்குகிறது. ஓரளவு நீண்டகால அளவில் மாறிக் கொண்டிருக்கும் அரசியல் நிலைமைகளுக்குத் தகுந்தவாறு அது தன்னை மாற்றிக் கொள்கிறது. எடுத்துக்காட்டாக வி.எச்.பி. அமைப்பு 'இராமர்' படங்களை முழுவதும் ஒட்டுகிறது.

தேர்தல் வந்தவுடன், பாஜக 'இராமருக்கு ஆலயம் அமைப்போம்' என்னும் கருத்தை வளர்த்து, 'இராம ராஜ்யம் அமைப்போம்' என்று அறைகூவல் விடுக்கிறது.

"இராம ராஜ்யத்தை நோக்கிப் புறப்படுவோம்', பாஜகவுடன் இணைந்து முன்னேறுவோம்" என்னும் முழக்கம் 1991 தேர்தலில் அதிகமாகப் பயன்படுத்தப்பட்டது.

வி.எச்.பி. மத்தியதர வர்க்கத்தின் விருப்பங்களுடன் தன் பிம்பங்களை ஒருங்கிணைக்கிறது. அயோத்தி ஆலயத்தைப் பற்றி ஒரு சுவரொட்டி மிகவும் அதிகமான எண்ணிக்கையில் வெளியிடப்பட்டது. சுவரொட்டியின் இடது மூலையில் ஆயுதம் ஏந்திய இராமர் படம் இருக்கிறது. இனிமேல் கட்டப்படப் போகின்ற ஆலயத்தின் புகைப் படம் மத்தியில் இருக்கிறது. தென்னிந்திய ஆலய அமைப்புக்குப் பதிலாக வட இந்திய நகரி முறை பின்பற்றப்பட்டது (சோம்நாத் ஆலயத்தைப் புனரமைத்த சிற்பியின் வாரிசு அந்த வரைபடத்தைத் தயாரித்ததாக வி.எச்.பி. சாமியார் கிரிராஜ் கிஷோர் பின்னாளில் கூறினார்)

எதிர்காலத்தில் கட்டப்பட வேண்டிய ஆலயம் ஏற்கனவே கட்டப்பட்டுவிட்டதாக சுவரொட்டியில் காட்டப்படுகிறது. கீழே வலது மூலையில் நீல நிற மாருதி கார் காணப்படுகிறது. அது பக்தர்களுக்குக் குறியீடாக இருக்கிறது. இந்துத்துவாவின் 21ஆம் நூற்றாண்டு நுகர்வு கலாச்சாரத்தின் பிரதிபலிப்பு இது. பக்தி இங்கே வியாபாரப் பொருளாக மாற்றப்பட்டிருக்கிறது.

அடிப்படையான சில குறியீடுகள் மூலம் வி.எச்.பி., இந்துத்துவா செய்தியை வெற்றிகரமாகப் பரப்புகிறது. குழந்தை இராமர், போர் செய்யப் புறப்படும் இராமர், இராமர் ஆலயம், ஓம் சின்னம், காவிக்கொடி ஆகியவை இக்குறியீடுகள் இவை பழமையான சின்னங்கள். இவை வேறு அர்த்தங்களையும் கொண்டிருக்கின்றன.

வி.எச்.பி. கருத்துகள் இதுபோன்ற சின்னங்கள் மூலம் பரப்பப்படுகின்றன. மேலும், இச்சின்னங்கள் (கார் மீது ஒட்டப்பட்டு இருக்கும் 'ஓம்' சின்னம் அல்லது பேருந்து நிலையத்தில் ஒட்டப்பட்டிருக்கும் இராமர் படம்) வழிபாட்டுச் சின்னங்கள்

என்ற நிலையிலிருந்து இந்துவின் அடையாளச் சின்னமாக மாற்றி இருப்பதுதான் வி.எச்.பி.யின் சாதனை.

இராமன் ஏத்தனை இராமன்?

ஒரே கருத்தை வெவ்வேறு முறைகளில் வெளியிடுவதை விஸ்வ ஹிந்து பரிஷத் கவனமாக ஒழுங்குபடுத்துகிறது. எடுத்துக் காட்டாக, இராமர் படம் இரண்டு தோற்றங்களில் வெளியிடப்படுகின்றன. ஒரு படத்தில் பழுப்பு நிறத்தில் வானத்தின் பின்னணியில் இராமர் நிற்கிறார். அவருடைய மார்பும், கால்களும் உடையின்றித் தெரிகின்றன. தலைமுடியும் இடையில் அணிந்துள்ள துணியும் புயற் காற்றில் பறந்து கொண்டிருக்கின்றன. சூழ்ச்சியினால் உரிமை பறிக்கப்பட்ட இராமரின் சீற்றத்தைச் சித்தரிக்கும் ஓவியம் இது.

அடுத்தப் படத்தில் பொன்மயமான ஆலயத்துக்கு முன்பாக இராமர் நின்று கொண்டிருக்கிறார். பின்புறத்தில் நீல வானத்தில் 'ஓம்' சுடர் விடுகிறது. அவருடைய சிரித்த முகத்தில் பெண்மையின் இனிமை இருக்கிறது. அவர் உடல் முழுவதும் ஆபரணங்களை அணிந்திருக்கிறார். உரிமைகளுக்காகப் போர் செய்கின்ற கோதண்டராமன், இந்து கலாச்சாரத்தின் பொற்காலத்தைச் சித்தரிக்கின்ற ஸ்ரீராமச்சந்திர மூர்த்தி இரண்டு ஓவியங்களில் எதை வேண்டுமானாலும் எடுத்துக்கொள்ளலாம்.

இரண்டு ஓவியங்களிலும் பொதுவான அம்சங்கள் உள்ளன. இராமரின் ஆயுதங்கள், இராமர் தன்னந்தனியாக நிற்பது ஆகியவை அதில் பொது அம்சங்களாகும். இராமர் பல குணங்களை உடையவர் எனினும் எல்லாவற்றுக்கும் மேலாக, போர்த்திறமை மிக்கவர், முடிதுறந்து, வனவாசம் செய்கின்ற பொழுதும் இறைமாட்சியிலும் ஆயுதங்களே அவருக்குத் துணை.

சத்திரிய அரச குலத்தைச் சேர்ந்த இராமரை வீர அவதாரப் புருஷராகக் காட்டுவது மட்டும் இதன் நோக்கம் அல்ல. இராமர் ஏந்தியுள்ள ஆயுதங்கள் முஸ்லிம்களை அழிக்கப் போகின்றன என்பதை மறைமுகமாக உணர்த்தப்பட வேண்டும் என்பதே 'இராமர்' சித்தரிப்பின் நோக்கம் ஆகும்.

வி.எச்.பி. ஒரே சமயத்தில் பல வடிவங்களில் இந்தப் பிரச்சாரத்தைச் செய்கிறது. இதை வெளிப்படையாக் கூறாவிட்டாலும், அதன் பிரச்சாரச் சின்னங்களில் இது மறை பொருளாக இருக்கிறது.

1980களின் தொடக்கத்தில் வட இந்தியாவில் வி.எச்.பி. செல்வாக்குப் பெறத் தொடங்கி இருந்தது. இந்து இந்தியாவின் ஒவ்வொரு மூலை மற்றும் ஒவ்வொரு நபரைத் தொடக்கூடிய அரசியல் சடங்குகளை(!) வரிசையாக உருவாக்கியது.

1983இல் ஏக்மாதா யக்ஞம், 1984இல் நீகுராம் ஜானகி ஜன்மபூமியாத்ரா, 1985-89ஆம் ஆண்டுகளில் பல ரத யாத்திரைகள், 1989இல் அயோத்தியில் 'ஷிலா பூஜா மற்றும் ஷிலா நியாஸ்' விழாக்கள் முடிவில் 1990இல் அத்வானியின் ரத யாத்திரைகள் - இவை எல்லாம் இந்துத்துவா எழுச்சிக்காக விஸ்வ ஹிந்து பரிஷத் உருவாக்கிய 'கலவர' யாத்திரைகள் என்றே கூறலாம்.

சில பயணங்கள் மக்களில் பிரக்ஞையை தட்டி எழுப்ப நடைபெற்றன. மக்கள் ஒரு செங்கல், ஒரு ரூபாய் தர வேண்டும். அல்லது ஒவ்வொரு கிராமரும் ஒரு பாட்டில் கங்கைப் புனித நீர் வாங்க வேண்டும்.

ஒவ்வொருவரும் ஏதாவது ஒரு வகையில் உதவ வேண்டும் என்பது சுற்றுப் பயணங்களின் நோக்கமாக இருந்தது. நாம் அனைவரும் ஒன்று என்று எடுத்துக்காட்ட அல்லது அந்த உணர்ச்சியை உருவாக்க வி.எச்.பி. இந்த முயற்சியைச் செய்தது.

பக்தர் ஒரு செங்கல்லில் அல்லது ஒரு ரூபாயில் அல்லது அவர் வாங்கிய ஒரு பாட்டில் புனித நீரில் உள்ள முகாமையானது என்னவெனில், பக்தி பணமாக மாற்றப்படுகிறது. அத்துடன் இச்சடங்குகள் பல மாதங்கள் நடைபெறுகின்றன. புதிய முறைகள் தொடர்ச்சியாக உருவாக்கப்படுகின்றன.

அவற்றின் மூலம் இராமர் இக்கால நவீன பக்தர்களுக்காக 'மறு அவதாரம்' எடுக்கிறார். அவருடைய ரதம் டி. சி. எம். டொயோட்டோ வேனாக இருப்பதும் ஒன்றாகப் பொருந்துகிறது.

இந்து பண்டிகைகளின் புதிய வருடாந்தர அட்டவணையை வி.எச்.பி. தயாரிக்கிறது. தாழ்த்தப்பட்டவர்கள் கொண்டாடுகின்ற சில பண்டிகைகளும் (குறிப்பாக வால்மீகி மற்றும் இரவிதாஸ் பூஜைகள்) சீக்கியர்கள் மற்றும் பௌத்தர்களின் திருவிழாக்களும் இவற்றில் சேகரிக்கப்படுகின்றன. இந்துக்களின் எல்லா விழாக்களும் இந்த அட்டவணையில் அடக்கம்.

இங்கே ஒற்றுமை என்பது ஒரே தன்மையாக, ஒரே கொள்கை மற்றும் செயல்முறையைப் பின்பற்றுகின்ற அடிப்படைவாதமாக முன் வைக்கப்படவில்லை.

ஒற்றை அமைப்பு பல புனித விழாக்களை அனுமதித்தது. ஆனால் அவற்றை ஒழுங்குபடுத்துவதன் மூலம், கட்டுப்படுத்தப்பட்ட பன்மைவாதத்தின் மூலம் இதைச் சாதிக்கிறது.

சிறிய சின்னங்களும், புதிய சடங்குகளும் நுழைந்தபிறகு இதுவரை இந்துக்கள் பின்பற்றிய எல்லா சடங்குமுறைகள் மற்றும் சின்னங்களுக்குப் பதிலாக இராமரும் அவருடைய ஆலயமும் இடம்பெற்று விட்டன.

புராணக் கதையான இராமாயணத்தில் இராமருடைய எதிரி இராவணன். ஆனால் இப்பொழுது இராமருடைய எதிரி பாபரும், முஸ்லிம் ஆட்சியும், புதிய வரலாற்றுக் கதைகள் தொடர்பு உணர்ச்சி மூலம் இந்த மாற்றத்தை மிகவும் அமைதியாக, வெற்றி கரமாக நிறைவேற்றி விட்டதில் ஆர்.எஸ்.எஸ். -ஐ விட வி.எச்.பி. யின் பங்கு அதிகம் என்றே கூறலாம்.

இராமருடைய திருமுகத்தைக் காட்டி, அவருடைய வாழ்க்கையை விவரித்தவுடன், சங்கிலி வரிசையாக வருகின்ற தொடர்புகள் பழைய காவியக் கதையை ஒதுக்கிவிட்டு, இந்தியாவின் மத்திய கால வரலாறு பற்றிய கட்டுக் கதைகளை அரங்கேற்றுகின்றன.

உலகத்திலுள்ள இந்துக்கள் அனைவரும் ஒரே சமூகம் என்பதை பிரச்சாரம் செய்வதற்கு வெளிநாட்டு ஒருங்கிணைப்புக் குழுவின் நோக்கமாக ஆக்கப்பட்டது. இது உலகத்தில் உள்ள இந்துக்களுடன் தொடக்கத்தில் '30' கிளைகள் மூலம் தொடர்பு வைத்திருந்தது. இப்போது பல்கிப் பெருகி இருக்கிறது.

நிதி, கொள்கை வெளியீடுகள், நிர்வாகம் போன்றவற்றைக் கவனிப்பதற்கு தனிப் பிரிவுகள் இருக்கின்றன. பிரசார இலாகாவும் இராமஜென்ம பூமி இலாவாகவும் இப்பொழுது அதிக முக்கியத்துவம் அடைந்து உள்ளன.

இவ்வாறு இந்திய சமூகத்தில் அங்குலம் அங்குலமாக இந்துத்துவக் கருத்தியலை வளர்ப்பதற்கு ஆர்.எஸ்.எஸ். அமைப்புக்கு பக்க பலமாக இருந்து மத உணர்ச்சியை ஊட்டி, அதன் மூலம் மத வன்முறைகள் தலையெடுக்கவும் விஸ்வ ஹிந்து பரிஷத், முன்னோடி படையாக வளர்ச்சி பெற்றது.

இந்து மடாதிபதிகள், சாமியார்களை முன்னிலைப்படுத்தியதன் மூலம் வி.எச்.பி. மக்களிடம் இராமஜென்ம பூமி இயக்கத்திற்கு ஆதரவாக 'சாமியார்கள்' கிளர்ந்து எழுந்து விட்டார்கள் என்ற பிம்பத்தை உருவாக்கியது. இதற்கு ஆர்.எஸ்.எஸ்., வி.எச்.பி. போன்றவை பின்னணியில் இல்லாமல் தானே உருவானது போன்ற தோற்றத்தையும் ஏற்படுத்தியது.

முஸ்லிம்களைத் தாக்குவது, சாமியார்களுக்கு விதிக்கப்பட்டுள்ள புனிதமான கடமை என்று ஆயிற்று.

"பசுக்களைக் கொல்பவர்களைக் கொலை செய்வது இந்துக்களின் கட்டாயமான மதக் கடமை" என்னும் வாசகம் 1990 அக்டோபரில் அயோத்தியிலும், ஃபைசாபாத்திலும் வீடுகள் மற்றும் கோவில் சுவர்களிலும் எழுதப்பட்டிருந்தது. இதனுடைய நீட்சிதான் 2019இல்

இன்று பல மாநிலங்களில் இந்துத்துவாக் கும்பல் பசு பாதுகாவலர்கள் என்ற போர்வையில் முஸ்லிம்கள், தலித்துகள் மீது கொலை வெறித் தாக்குதல் நடத்துவதும், பச்சைப் படுகொலைகள் நடத்துவதும் அரங்கேறிக் கொண்டு இருக்கின்றது.

வி.எச்.பி. கட்டி எழுப்பும் சித்தாந்த கோட்பாடு

மகாத்மா காந்தியும், பண்டித ஜவஹர்லால் நேருவும் இந்தியாவுக்கு சமூக முன்னேற்றம், கலாச்சாரப் பன்மைவாதம் ஆகியவற்றை அடிப்படையாகக் கொண்ட ஜனநாயக அரசைச் சொத்தாக விட்டுச் சென்றனர்.

ஆனால் சித்தாந்த ரீதியிலும் தேர்தல் அரசியலிலும் இன்று 'இந்துத்துவா' இந்தியாவை ஆக்கிரமித்துக் கொண்டது. ஆர்.எஸ். எஸ். - விஸ்வ ஹிந்து பரிஷத் ஏற்படுத்திய கட்டமைப்புகளால் இன்று 'இந்துத்துவா' வெற்றிக் கனியை ருசித்துக் கொண்டிருக்கிறது. உலக நிகழ்ச்சிகள்கூட அதற்கு உதவி செய்யக்கூடியதாக அமைந்து விட்டன.

'சோசலிச உலகம்' வேகமாகத் தகர்ந்து விட்டது. சோசலிசத் தத்துவமும் நெருக்கடியில் சிக்கி இருக்கிறது.

முதலாளித்துவம் அல்லாத அமைப்புகள் தகர்ந்துவிடும் என்று ஆர். எஸ்.எஸ்., வி.எச்.பி. அமைப்புகள் பல ஆண்டுகளாகப் பிரச்சாரம் செய்து வந்தன.

சோசலிசத்தை எதிர்ப்பது இந்துத்துவாவின் இரகசியத் திட்டம் என்பதை அது எழுதிக் காட்டியது. இந்துத்துவா தத்துவம் என்ற அளவில் இஸ்லாமைக் காட்டிலும், சோசலிசத்தைப் பற்றியே அதிகமாக பயப்படுகிறது. ஏனெனில் அதன் உலகக் கண்ணோட்டம் சமூக மோதலை விளக்குவதற்குத் தகுதி அற்றது.

சோசலிசத் தத்துவம் ஏற்றத்தாழ்வு மற்றும் சுரண்டலைப் பற்றி அடிப்படையான கேள்விகளை எழுப்புகிறது. சமூக, பொருளாதாரத் துறையில் மாற்றுத் திட்டம் இல்லாத இந்துத்துவா அந்தக் கேள்விகளுக்குப் பதில் அளிக்க முடியாது.

சோசலிச உலகம் தகர்ந்துவிட்டது என்பது இந்துத்துவா அமைப்புகளுக்கு புதிய சக்தியைக் கொடுத்திருக்கிறது.

ஜெர்மனியில் 'தேசிய சோசலிசம்' என்று கூறிக்கொண்ட நாஜிகள், கம்யூனிசத்தையும், முதலாளித்துவத்தையும் ஒதுக்கி விட்டு, மூன்றாவது பாதையை முன் வைத்தது.

இந்தியாவில் இந்துத்துவா அமைப்புகள் நாஜிகளின் மூன்றாவது பாதையை நினைவுபடுத்தும் வகையில்தான் இன்றும் நடை போடுகின்றன.

34
சங்பரிவாரும் காஷ்மீரமும்

இந்துத்துவ சனாதன அமைப்புகளான இந்து மகா சபை, ஆர்.எஸ்.எஸ்., விஸ்வ ஹிந்து பரிஷத் போன்றவற்றின் தொடக்கம்; வளர்ச்சி; நோக்கம் குறித்து இத்தொடரில் விரிவாக ஆராய்ந்து வருகிறோம். இந்நிலையில் 2019, மே மாதம் நரேந்திர மோடி தலைமையில் இந்தியாவை ஆளும் பொறுப்பிற்கு இரண்டாவது முறையாக வந்திருக்கின்ற பழைய ஜனசங்கத்தின் பரிணாமமான பாரதிய ஜனதா கட்சி, தமது ஆர்.எஸ்.எஸ். சங்பரிவாரங்களின் மிக முக்கியமான கொள்கைக்கு செயல் வடிவம் தந்திருக்கிறது.

காஷ்மீர் மாநிலத்திற்கு வழங்கப்பட்டு வரும் சிறப்பு உரிமைச் சட்டமான 370 மற்றும் 35 ஏ சட்டப்பிரிவு இரண்டையும் பாஜக அரசு அதிரடியாக நீக்கி இருக்கிறது.

காஷ்மீரில் தீவிரவாத அச்சுறுத்தல் இருப்பதாகக் கூறி ஆகஸ்ட் 2, 2019 அன்று அமர்நாத் யாத்திரை இரத்து செய்யப்பட்டது. அமர்நாத் யாத்திரை பக்தர்களும், சுற்றுலாப் பயணிகளும் உடனடியாக காஷ்மீரை விட்டு வெளியேறுமாறு காஷ்மீர் மாநில ஆளுநர் அரசு உத்தரவிட்டது. சுமார் 50 ஆயிரம் இராணுவத் துருப்புக்கள் காஷ்மீரில் குவிக்கப்பட்டன. ஏற்கனவே அங்கே இரண்டு இலட்சம் இராணுவத்தினரின் பிடியில்தான் ஜம்மு-காஷ்மீர் இருக்கிறது என்பது குறிப்பிடத்தக்கது.

ஊரடங்கு உத்தரவு பிறப்பிக்கப்பட்டது. தகவல் தொடர்புகள், சமூக வலைதளங்கள், இணையதள சேவைகள் முடக்கப்பட்டன. இவ்வளவு பதற்ற நிலைமையை திட்டமிட்டு உருவாக்கிவிட்டு, ஆகஸ்ட் 5ஆம் தேதி மத்திய உள்துறை அமைச்சர் அமித்ஷா, காஷ்மீர் மாநிலத்திற்கு சிறப்புரிமை அளிக்கும் சட்டப்பிரிவுகள் 370, 35 ஏ ஆகியவற்றை ரத்து செய்யும் சட்டமுன் வடிவை மாநிலங்களவையில் தாக்கல் செய்தார்.

மேலும் காஷ்மீர் மாநிலத்தை இரண்டு யூனியன் பிரதேசங்களாகப் பிரிக்கும் சட்டமுன் வடிவும் தாக்கல் செய்யப்பட்டது. அதன்படி சட்டப்பேரவையுடன் கூடிய யூனியன் பிரதேசமாக ஜம்மு-காஷ்மீர், சட்டப்பேரவை இல்லாத யூனியன் பிரதேசமாக 'லடாக்' பகுதியும் செயல்படும் என்று மத்திய அரசு பிரகடனம் செய்தது. இச்சட்ட முன்வடிவு ஆகஸ்ட் 5ஆம் தேதி மாநிலங்களவையில் 125 எம்.பி. க்கள்

ஆதரவுடன் நிறைவேறியது; வெறும் 61 பேர் மட்டுமே எதிர்த்து வாக்களித்தனர்.

ஆகஸ்ட் 6ஆம் தேதி இச்சட்ட முன்வடிவுகள் மக்களவையில் 351 எம்.பி.க்கள் ஆதரவுடன் நிறைவேற்றப்பட்டது. இதற்கு எதிராக வெறும் 72 எம்.பி.க்கள் மட்டுமே வாக்களித்தனர்.

நாடாளுமன்றத்தில் அறுதிப் பெரும்பான்மை பலம் பெற்றுள்ள பாரதிய ஜனதா கட்சி, 1948ஆம் ஆண்டில் இருந்து தங்கள் 'முன்னோடிகள்' எதிர்த்து வந்த காஷ்மீருக்காக சிறப்பு சட்டம் 370-ஐ தருணம் பார்த்து சட்டப்பூர்வமாக இரத்து செய்திருக்கிறது. ஆர்.எஸ்.எஸ். சங்பரிவார் கூட்டம் 'ஜம்மு-காஷ்மீர்' மாநிலத்திற்கு சிறப்புரிமை வழங்கப்பட்ட காலத்தில் இருந்து 70 ஆண்டுகளாக எதிர்ப்பு தெரிவித்து வந்தது. தற்போது ஆட்சி அதிகார வாய்ப்பு கிட்டியதும், தனது செயல்திட்டத்தை நிறைவேற்றிவிட்டனர்.

காஷ்மீர் - தொடக்கப் புள்ளி

பிரிட்டன் - காங்கிரஸ் கட்சி - முஸ்லிம் லீக் ஆகியவற்றுக்கு இடையே ஏற்பட்ட முத்தரப்பு ஒப்பந்த அடிப்படையில் 1947, ஆகஸ்ட் மாதம் இந்தியா - பாகிஸ்தான் பிரிவினை ஏற்பட்டது.

இந்துக்கள் பெரும்பான்மையாக வாழும் தொடர்ந்த நிலப்பகுதிகள் இந்தியாவுடனும், அதேபோன்று முஸ்லிம்கள் பெரும்பான்மையாக வாழும் நிலத்தொடர்புடைய பகுதிகள் பாகிஸ்தானுடனும் இணைந்தன. மன்னர் சமஸ்தானங்கள் இந்தியாவுடனோ, பாகிஸ்தானுடனோ இணையலாம் அல்லது சுயேச்சையாகவும் இருக்கலாம் என்ற வாய்ப்பு அளிக்கப்பட்டது.

இந்துக்கள் பெரும்பான்மையாக இருந்த சமஸ்தானங்கள் இந்தியாவுடனும், முஸ்லிம்கள் பெரும்பான்மையாக இருந்த சமஸ்தானங்கள் பாகிஸ்தானுடனும் இணைந்தன. காஷ்மீர், ஜூனாகாட் (Junagad), ஹைதராபாத் ஆகிய மூன்று சமஸ்தானங்கள் மட்டும் இந்தியாவுடனோ அல்லது பாகிஸ் தானுடனோ இணையாமல் இருந்தன.

முஸ்லிம்கள் பெரும்பான்மையாக இருந்தாலும் வடமேற்கு எல்லைப்புற மாகாண மக்கள் (North Western Province) பெரும்பான்மையினர் இந்தியாவுடன்தான் இணைய விரும்புகின்றனர் என்று காங்கிரஸ் வலுவாக உரிமை கோரியது. ஆனால் வைஸ்ராய் மௌண்ட்பேட்டன் அங்கு ஒரு பொதுவாக்கெடுப்பு நடத்த ஏற்பாடு செய்தார். அதில் பெரும்பான்மையான மக்கள் பாகிஸ்தானுடன் இணைவதற்கு வாக்களித்தனர். எனவே வடமேற்கு எல்லைப்புற மாகாணங்கள்

பாகிஸ்தானுடன் இணைக்கப்பட்டு, சுமூகமான முறையில் பிரச்சனை தீர்க்கப்பட்டது.

ஆனால் ஜுனாகாட், காஷ்மீர், ஹைதராபாத் சமஸ்தானங்கள் மட்டும் குழப்பத்தில் ஆழ்ந்தன. இதில் ஜுனாகாட் ஒரு சிறிய சமஸ்தானம்; அதை ஆட்சி செய்தவர் ஒரு முஸ்லிம் மன்னர். ஆனால் அங்கு இந்துக்கள்தான் பெரும்பான்மையினர். அது இந்திய எல்லைக்கு உட்பட்டும், பாகிஸ்தானுடன் எந்த பொது எல்லையும் இல்லாமலும் இருந்த நிலப்பகுதி, பாகிஸ்தானுடன் இணைவது அல்லது சுதந்திர நாடாக இருப்பது என்று மன்னர் முடிவெடுத்தார். அவர் எடுத்த முடிவு தார்மீக ரீதியாகவும், பூகோள ரீதியாகவும் மிக தவறானது; எனவே அங்கு இராணுவத்தை அனுப்ப இந்திய அரசு முடிவெடுத்தது.

இந்திய இராணுவம் ஜீஜுனாகாட் சமஸ்தானத்தில் நுழைந்து அதனைக் கைப்பற்றியது. நவாப் மற்றும் அவரின் குடும்பம் பத்திரமாக பாகிஸ்தானுக்குத் தப்பியோட வழிவகை செய்தது. பின்னர், 1948 ஜனவரியில் 'ஜுனாகாட்' மக்களிடம் நடந்த பொதுவாக்கெடுப்பு மூலம் அந்த சமஸ்தானம் இந்தியாவுடன் இணைக்கப்பட்டது.

ஹைதராபாத் சமஸ்தானம் மற்றவற்றைவிட மிகப்பெரியது; அதிக மக்கள் தொகையைக் கொண்டது. இன்னும் சொல்வதென்றால் இந்தியாவின் வயிற்றுப் பகுதிபோல் சுற்றிலும் நிலத்தால் சூழப்பட்டது. அங்கு இந்துக்களே அதிகம்; ஆனால் ஒரு முஸ்லிம் நிஜாம்தான் அதை ஆண்டு வந்தார். அராபியர்களோடு தொடர்பு வைத்திருந்த அவருடைய ஆட்சி, மிகவும் பகட்டான இஸ்லாமிய ஆட்சியாக இருந்தது. உலகிலேயே மிகப்பெரிய பணக்காரராக இருந்தாலும், அவர் ஒரு மகா கருமி; அவர் பிரிட்டீஷ் அரசாங்கத்தின் நம்பிக்கைக்குப் பாத்திரமான உண்மையான நண்பனாக இருந்தார்.

பிரிட்டீஷ் அரசின் 21 பீரங்கிகளுடன் தரப்படும் மிக உயர்ந்த மரியாதையைப் பெற்றவராக ஹைதராபாத் நிஜாம் விளங்கினார். மேலும் அவருக்கு 'உயர்ந்த மேன்மையான மரியாதைக்கு உரியவர்' *(Exalted Highness)* என்ற பட்டமும் வழங்கப்பட்டது. இந்தப் பட்டம் வேறு எந்த சமஸ்தான மன்னருக்கும் வழங்கப்படவில்லை. அவரைச் சுற்றி ஒரு முஸ்லிம் மதவெறிக் கூட்டம் இருந்தது. அதனால் அவர் இந்தியாவுடன் ஒரு உடன்படிக்கை ஏற்படுத்துவதற்கு மௌண்ட்பேட்டன் பிரபு எடுத்த அனைத்து முயற்சிகளையும் அவர் நிராகரித்தார். மாறாக, தன்னுடைய சமஸ்தானத்தை ஒரு சுதந்திர நாடாக அங்கீகரிக்க வேண்டும் என்று பிரிட்டனை வற்புறுத்தினார். ஆனால் பிரிட்டன் ஏற்காததால் அவருடைய முயற்சி தோல்வி அடைந்தது.

நிஜாமின் முடிவை மக்கள் ஏற்கவில்லை; கிளர்ச்சி வெடித்தது. மக்களை அடக்கி ஒடுக்க தன்னுடைய ரஸாக்கர் (Razakar) என்னும் தனிப்படையை ஏவிவிட்டார். எங்கும் குழப்பமும் வன்முறையும் வெடித்தன. தெலுங்கானாவில் கம்யூனிஸ்டுகளால் வழி நடத்தப்பட்ட விவசாயிகள் ஆயுதக் கிளர்ச்சியில் ஈடுபட்டு மூன்றாயிரம் கிராமங்களை விடுவித்தனர். மக்கள் இந்தியாவின் உதவியை எதிர்பார்த்தனர்.

மௌண்ட்பேட்டன் பிரபு, இந்தியாவை விட்டு வெளியேறிய பிறகு, 1948 செப்டம்பர் 13ஆம் தேதி இந்தியா தனது இராணுவத்தை அனுப்பி ஹைதராபாத் சமஸ்தானத்தைத் தன் கட்டுப்பாட்டுக்குள் கொண்டு வந்தது. பின்னர் 1949 முற்பகுதியில் இணைப்பு ஒப்பந்தத்தில் 'துப்பாக்கி முனையில்' ஹைதராபாத் நிஜாமிடம் இந்திய அரசு கையொப்பம் பெற்றது.

காஷ்மீர் சிக்கல்

ஜம்மு-காஷ்மீரில் முஸ்லிம் மக்கள் பெரும்பான்மையினராக, 75 விழுக்காடு இருந்தனர். பாகிஸ்தான் நாட்டின் நீண்ட பொது எல்லையை பெற்றிருந்த காஷ்மீரை ஆட்சி செய்தவர் இந்து அரசரான ஹரிசிங்; அவர் பாகிஸ்தானுடன் காஷ்மீரை இணைக்க விரும்பவில்லை. இந்தியாவுடனும் இணைய விரும்பாமல் சுதந்திர இறையாண்மை நாடு காஷ்மீர் என்று அவர் பிரகடனப்படுத்தத் தயார் ஆனார்.

இந்நிலையில் பிரிட்டீஷ் அரசின் கடைசி வைஸ்ராய் மௌண்ட்பேட்டன், காஷ்மீர் சிக்கலுக்கு முடிவு எடுக்காமல் விட்டு விட்டுச் சென்றார் - இதனால் இரு அண்டை நாடுகளுடன் உறவு சீர்கேடு அடைந்து இன்னும் தீராத தலைவலியாக மாறிப் போனது.

பாகிஸ்தான் தனி நாட்டுக்கான கோரிக்கை எழுப்பப்பட்டபோது அதில் எப்போதும் காஷ்மீரை உள்ளடக்கியதாகவே இருந்தது குறிப்பிடத்தக்கது. பஞ்சாப், வடமேற்கு எல்லைப் பகுதி, சிந்து, பலுசிஸ்தான் போன்ற முஸ்லிம்கள் பெரும்பான்மையினராக வாழ்ந்த பகுதிகள் போன்று, காஷ்மீரும் பாகிஸ்தானை ஒட்டிய நிலப் பரப்பளவைக் கொண்டிருந்தது; முஸ்லிம்கள் பெரும்பான்மையினராக இருந்தனர்.

பாகிஸ்தான் நாடு மலர்ந்ததும், முகமது அலி ஜின்னா, காஷ்மீரில் இருவார காலம் ஓய்வு எடுக்க விரும்பினார். அதற்குத் தேவையான ஏற்பாடுகளைச் செய்ய ஒரு ஆங்கிலேய அதிகாரியை அங்கு அனுப்பி வைத்தார். திரும்பி வந்த அவர், "நீங்கள் வருவதற்கு மகாராஜா அனுமதிக்கவில்லை" என்றார். கொதித்துப்போன ஜின்னா ஒரு

இரகசிய உளவாளியை அனுப்பி உண்மை நிலைமையை அறிந்து வரச் சொன்னார்.

திரும்பி வந்த அவரும் "மன்னர் ஹரிசிங் பாகிஸ்தானோடு இணைகிற நோக்கத்தில் இல்லை" என்றார். ஜின்னாவுக்கு ஏமாற்றம்; அதிருப்தி; குழப்பம் எல்லாம் ஒன்று சேர்ந்து உணர்ச்சிவயப்பட்டார். காஷ்மீரத்தின் எழில் கொஞ்சும் வனப்பும், இஸ்லாமியரின் சூஃபி *(Sufi)* பக்தி இயக்கமும் ஜின்னாவின் உள்ளத்தைக் கொள்ளை கொண்டிருந்தன.

காஷ்மீர் பிரச்சனை குறித்து தங்களது 'நள்ளிரவில் சுதந்திரம்' எனும் நூலில் பதிவு செய்துள்ள டொமினிக் லேபியர், லேரி காலின்சு இருவரும் பாகிஸ்தான் பிரதமர் லியாகத் அலிகான், மன்னர் ஹரிசிங்கை வழிக்குக் கொண்டு வர ஒரு இரகசியக் கூட்டத்தைக் கூட்டினார் என்று குறிப்பிட்டுள்ளனர். என்ன முடிவு எடுக்கப்பட்டது?

காஷ்மீரத்திற்குள், எதற்கும் துணிந்த மலைவாழ் மக்களான பட்டாணியர் கூட்டத்தை ஸ்ரீநகருக்குள் அனுப்பி வைப்பது; ஸ்ரீநகரில் பீதியை உருவாக்க அங்கு கொள்ளையிடுவது; சொத்துக்களை சூறையாடுவது; என்று முடிவெடுக்கப்பட்டு இருந்தது. எல்லா நடவடிக்கைகளையும் மிக மிக இரகசியமாகத் திட்டமிட்டு, அதே போல் செயல்படுத்த வேண்டும் என்று லியாகத் அலிகான் திட்டவட்டமாக ஆணையிட்டார்.

பட்டாணியர்களுக்குத் தேவையான பணமும், ஆயுதங்களும் வழங்கப்பட்டன. அப்போது பாகிஸ்தான் இராணுவத்திலும், நிர்வாக அமைப்பிலும் பல ஆங்கிலேய அதிகாரிகள் பணியில் இருந்தனர். ஆகவே எந்த ஒரு இராணுவ நிர்வாக அதிகாரிக்கும் தெரியாமல் மிக, மிக இரகசியமாக இத் திட்டம் ஏற்படுத்தப்பட்டது.

இந்து அரசர் மீது 'புனிதப்போர்' தொடுத்து தமது இஸ்லாமிய சகோதரர்களை விடுதலை செய்யலாம் என்பதிலும், விருப்பம்போல் கொள்ளை அடிக்கலாம் என்னும் வாக்குறுதியிலும் பழங்குடி பட்டாணியரின் ஆர்வம் அதிகரித்தது; 'சிறிது சிறிதாக ஆட்களும், ஆயுதங்களும் உணவுப் பொருட்களும் இரகசிய இடங்களில் குவியத் தொடங்கின.

ஜூனாகாட்லும், ஹைதராபாத்திலும் இந்தியா செய்ததைப் போல் ஜின்னாவும் காஷ்மீர் மீது நேரடியாக இராணுவ நடவடிக்கையை மேற்கொண்டிருக்கலாம். ஆனால், இதில் அவருக்கு ஒரு குழப்பம் ஏற்பட்டது. பாகிஸ்தானின் இராணுவ தளபதியும் மூத்த அதிகாரிகளும் ஆங்கிலேயர்கள்; அதே போல இந்தியாவிலும் இராணுவ தளபதி

ஆங்கிலேயரே; இந்த இரண்டு இராணுவத் தளபதிகளுக்கும் கூட்டுத் தலைமைப் பொறுப்பில் இருந்தவர் ஃபீல்டு மார்ஷல் ஆசின்லெக் என்னும் ஆங்கிலேயர். மேலும் காஷ்மீருக்கு இந்தியாவுடனும், பாகிஸ்தானுடனும் நீண்ட பொது எல்லை இருக்கிறது.

பாகிஸ்தான் படை நுழைந்தது

1947, அக்டோபர் 22ஆம் தேதி இரவு ஏராளமான இராணுவ வாகனங்கள் ஜீலம் நதியில் அமைந்திருந்த பாலத்தில் பாகிஸ் தான் பகுதியில் சாரை சாரையாக அணி வகுத்து நின்றன. பாலத்தின் எதிர்முனையில் காஷ்மீர் மன்னர் ஹரிசிங் படையில் இருந்த முஸ்லிம் வீரர்கள் கலகத்தில் ஈடுபட்டனர். தங்கள் இந்து அதிகாரிகள் மீது தாக்குதல் தொடுத்துக் கொன்றனர். ஸ்ரீநகருக்குச் செல்லும் தொலைபேசிக் கம்பிகளைத் துண்டித்தனர். பாலத்தின் எதிர்முனையில் பட்டாணியர்களுக்காகக் காத்திருந்தனர்.

ஆகவே, பட்டாணியர் கூட்டம் ஜீலம் ஆற்றின் பாலத்தை மிக எளிதாகக் கடந்தது. இரவோடு இரவாக எவ்வித எதிர்ப்பும் இன்றி ஸ்ரீநகர் சாலையில் 210 கி. மீ. முன்னேறி விட்டனர். காஷ்மீர் யுத்தம் தொடங்கி விட்டது.

1947, அக்டோபர் 23ஆம் தேதி அமைதியாக விடிந்தது; ஆனால் 'அல்லா ஹூ அக்பர்' முழக்கம் அமைதியைக் கிழித்துக் கொண்டு எதிரொலித்தது. ஸ்ரீநகருக்குள் நுழைந்து மன்னர் ஹரிசிங்கை சிறைபிடிப்பதற்கு அவர்கள் இன்னும் முன்னேற வேண்டிய தூரம் 100 கி.மீ. தான்; பட்டாணியர் ஜீலம் பாலத்தைக் கடந்து, 48 மணி நேரம் கழித்துதான், புதுடெல்லிக்கு 'ஊடுருவல்' தகவல் தெரிய வந்தது. அதுவும் மன்னர் மூலமாக அல்ல.

பாகிஸ்தானின் ராணுவத் தளபதி மேஜர் ஜெனரல் டக்ளஸ் கிரேஸி *(Doughlous Gracy)* தொலைபேசி மூலம் இந்திய ராணுவத் தளபதியும், தன்னுடைய நெருங்கிய நண்பரும், சேண்ட் ஹர்ஸ்ட் *(Sand Hurst)* இல் வகுப்புத் தோழருமான லெப்டினன்ட் ஜெனரல் சர் ராபர்ட் லாக் ஹார்ட்க்கு *(Sir Robert Lockhort)* தகவல் தெரிவித்தார். மௌண்ட்பேட்டன் தான் இந்தச் செய்தியை பிரதமர் நேருவிடம் தெரிவித்தார்.

பண்டித நேரு கோபத்தின் உச்சிக்கே போய்விட்டார். ஏனெனில் காஷ்மீரைத் தாய் பூமியாகக் கொண்ட நேரு குடும்பம் தாங்கள் உணர்வுப்பூர்வமாக நேசித்த மண்ணான காஷ்மீர் பறிபோகிறதே என்று துடித்தார். இங்கு ஒன்றை கூர்ந்து கவனிக்க வேண்டும்; மற்ற சமஸ்தானங்கள் போல காஷ்மீரத்திற்கும் தனது தலை விதியைத் தானே தீர்மானிக்க உரிமை உண்டு என்று மௌண்ட்பேட்டன்

கருதியதால் இராணுவத்தை அனுப்ப அவர் ஒப்புதல் தரவில்லை; இன்னும் சொன்னால் பாகிஸ்தானின் தார்மீக உரிமை நியாயமானது என்றும் அவர் கருதினார்.

ஆனால் இராணுவத் தளபதி ஆசின் லெக்கோ விமானப்படை ஒன்றை உடனே அனுப்பி, ஸ்ரீநகரில் வாழும் நூற்றுக்கணக்கான ஆங்கிலேய அதிகாரிகளைக் காப்பாற்றி மீட்டுவர விரும்பினார். மௌண்ட்பேட்டன் இதற்கும் கூட ஒப்புதல் அளிக்க மறுத்து விட்டார்.

ஏனெனில் மன்னர் ஹரிசிங், இந்தியாவுடன் இணைவதற்கான முடிவையும் எடுத்திருக்கவில்லை. மௌண்ட்பேட்டன் நவம்பர் 7ஆம் தேதி தன் மாமன் மகனான மாமன்னர் ஜார்ஜுக்கு எழுதிய கடிதத்தில் 'இவ்வளவு அதிக விகிதாச்சாரம் உள்ள மக்கள் தொகை பாகிஸ்தானுடன் இணைவதற்கே வாக்களிக்கும்' என்று குறிப்பிட்டிருந்தார். இதுதான் காஷ்மீர் சிக்கலின் மையப்புள்ளி ஆகும்.

1947, அக்டோபர் 26ஆம் தேதி காஷ்மீர் மன்னர் ஹரிசிங் மற்றும் அவர் குடும்பத்தினர் சாலை வழியாக 17 மணி நேரம் பயணித்து, ஜம்முவில் உள்ள தமது குளிர்கால அரண்மனைக்குத் தப்பி ஓடினர். அதே நேரம், ஊடுருவல் படை ஸ்ரீநகருக்கு 55 கி.மீ. அளவில் அருகில் வந்துவிட்டனர். இன்னும் சில மணி நேரம்தான் விமான நிலையத்தைப் பிடித்துவிட முடியும் என்ற நிலை இருந்தது.

இந்திய விமானப்படை தரை இறங்குவதற்கு இந்த ஒரே விமான நிலையம்தான் இருந்தது. இந்தியா அவசரமாக வி.பி. மேனன் என்ற அதிகாரியை ஜம்முவிற்கு அனுப்பி, அவர் மூலம் இந்தியாவுடன் இணைவதற்கான ஒப்பந்தத்தில் மன்னரைக் கையெழுத்திட வற்புறுத்தியது.

வி.பி. மேனன் புதுடெல்லிக்கு விரைந்து திரும்பினார்; பின்னர்தான் மௌண்ட் பேட்டன் இராணுவத்தை விமானம் மூலம் ஸ்ரீநகருக்கு அனுப்பி பாகிஸ்தான் ஊடுருவல் படையைத் தடுத்து நிறுத்த உத்தரவிட்டார்.

அடுத்தநாள் அதிகாலையில் இந்திய வீரர்கள் காஷ்மீரத்திற்குள் நுழைந்தனர். மீதமிருக்கும் காஷ்மீர் பகுதியை இந்தியா தன் வசப்படுத்திக் கொண்டது. அதே நேரம், பட்டாணியர்கள் ஸ்ரீநகரில் இருந்து 45 கி.மீ. தொலைவில் உள்ள பாரமுல்லாவில் நுழைந்து கொள்ளை, சூறையாடல், பாலியல் வன்கொடுமைகளில் இறங்கினர். இதனால் ஏற்பட்ட தாமதத்தினால்தான் ஸ்ரீநகர் விமான நிலையத்தை அவர்களால் கைப்பற்ற முடியவில்லை.

இந்தியாவின் இராணுவ நடவடிக்கையால் வெகுண்டெழுந்த ஜின்னா தளபதியை மீறி பட்டாணியர்கள் போல் மாறு வேடத்தில் இராணுவவீரர்களை அனுப்பி வைத்தார்.

இவ்வாறுதான் காஷ்மீர் பிரச்சனை உருவெடுத்தது. அடுத்த கட்டமாக இப் பிரச்சனை ஐ.நா. சபைக்குச் சென்றது; போர் நிறுத்தம் ஏற்பட்டு பொது வாக்கெடுப்புக்கு ஒத்துக் கொண்டனர்.

1949 ஜனவரி 1ஆம் தேதி போர் நிறுத்தம் நடைமுறைக்கு வந்தது. மன்னர் ஹரிசிங், நிர்ப்பந்தத்தின் பேரில் 1949, மே மாதம் முடிதுறந்தார். போர் நிறுத்த எல்லை, 'கட்டுப்பாட்டு எல்லைக் கோடு' என்று அழைக்கப்பட்டது.

காஷ்மீர் இரண்டாகப் பிளவு பட்டதிலிருந்து சிறு சிறு மோதல்களும் சண்டைகளும், பயங்கர வன்முறைகளும் வெடித்துக் கொண்டிருந்தன.

ஷேக் அப்துல்லா

மன்னர் ஹரிசிங் நிர்ப்பந்தத்தால் இணைப்புக்கு ஒப்புக் கொண்ட காலத்தில் அவரின் சர்வாதிகாரத்தை எதிர்த்து ஷேக் அப்துல்லா தலைமையிலான 'காஷ்மீர் முஸ்லிம் தேசிய முற்போக்கு இயக்கம்' தீவிரமாகச் செயல்பட்டு வந்தது.

காஷ்மீர் மக்களின் ஆதரவும் ஷேக் அப்துல்லாவின் இயக்கத்திற்கு இருந்தது. மதச்சார்பற்ற, சோசலிச சார்பாளரான நேருவின் தலைமையிலான ஒரு பிரிவினர் ஏற்கனவே 'முஸ்லிம் மாநாடு' என்று அழைக்கப்பட்ட ஷேக் அப்துல்லாவின் 'தேசிய மாநாடு' கட்சியை ஆதரித்தனர்.

ஆர்.எஸ்.எஸ். இந்து மகா சபையால் ஆதரிக்கப்பட்ட ஜம்முவின் இந்து வகுப்பு வாத இயக்கங்கள் இந்து மகாராஜாவான ஹரிசிங்கையும் அவருடைய 'சுதந்திர பிரகடன' முடிவையும் ஆதரித்தன.

போர் நிறுத்தத்திற்குப் பிறகு ஷேக் அப்துல்லா தலைமையின் கீழ் ஒரு மக்கள் அரசு ஏற்படுத்தப்பட்டது. பாதுகாப்பு, வெளியுறவு, தகவல் தொடர்பு ஆகிய துறைகள் நீங்கலாக மற்ற துறைகளை நிர்வகிக்கும் அரசாங்கத்தை உருவாக்குவதற்கான அரசியல் நிர்ணய சபையும், பெரிய அளவில் மாநில சுயாட்சி வழங்குவதற்கான ஒப்பந்தம் ஒன்றும் இந்திய அரசாங்கத்துடன் போடப்பட்டன.

ஜம்மு-காஷ்மீர் மாநிலத்திற்கும் இந்திய அரசாங்கத்திற்கும் ஏற்பட்ட இந்த இணைப்பு ஒப்பந்தம் இந்திய அரசாங்கத்திற்கு அளிக்கும் அதிகாரத்தோடு வேறு என்னென்ன அதிகாரங்கள் அளிக்கலாம்

என்று முடிவெடுக்கும் அதிகாரமும் ஜம்மு-காஷ்மீர் அரசியல் நிர்ணய சபைக்கு உண்டு.

இந்திய அரசியல் சட்டத்தில் காஷ்மீருக்கு சிறப்புரிமை அளிக்கும் 370 ஆவது பிரிவை உருவாக்கிய மத்திய அமைச்சர் என். கோபால்சாமி ஐயங்கார், "மாநில அரசியல் நிர்ணய சபை, மாநிலத்தின் அரசியல் சட்டத்தையும், மாநிலத்தின் நீதி நிர்வாகத்தையும் தீர்மானிக்கும்" என்றார்.

பலசுற்றுப் பேச்சுவார்த்தைக்குப் பின்னர், ஷேக் அப்துல்லாவுக்கும் பண்டித நேருவுக்கும் இடையே 1952, ஜூலையில் ஓர் ஒப்பந்தம் கையெழுத்து ஆனது. இந்த ஒப்பந்தப்படிதான், சிறப்புரிமையோடு காஷ்மீர் இந்தியாவுடன் முறையாக இணைந்தது. அதன்படி முதலமைச்சர், ஆளுநர் ஆகிய பதவிகள் முறையே பிரதம மந்திரி, சதார்-எ-ரியாசட் என்று அழைக்கப்படும். இதில் இரண்டாவது பதவியை இந்திய ஜனாதிபதி நியமனம் செய்வதற்குப் பதிலாக மாநில சட்டசபையே தேர்ந்தெடுக்கும். காஷ்மீருக்கென்று தனிக்கொடியும், தனி அரசியல் நிர்ணய சபையும் இருக்கும் என்று தீர்மானிக்கப்பட்டது.

ஜம்மு-காஷ்மீர் பிரதமராக ஷேக் அப்துல்லா 18 மாத காலம் ஆட்சிப் பொறுப்பில் இருந்தார். ஆனால் இந்திய அரசுக்கும், அவருக்கும் இடையிலான உறவு சீர்குலைந்து, இடைவெளி அதிகரித்துக் கொண்டே வந்தது. இதனால் காஷ்மீர் அடுத்த சிக்கலை நோக்கி நகர்ந்தது.

35

காவிகளின் கண்ணை உறுத்திய காஷ்மீர்

காஷ்மீர் பிரதமர் ஷேக் அப்துல்லா பதவி ஏற்று 18 மாதங்களில் அவருக்கும் புதுடெல்லியில் உள்ள அரசியல் தலைமைக்கும் உள்ளூர அவ நம்பிக்கையே மேலோங்கி வந்தது. நாளுக்கு நாள் இது அதிகரித்தது. பண்டித நேருவைப் போலவே, ஷேக் அப்துல்லாவும் உறுதியான மதச்சார்பற்றவர்தான்; அவருக்கு நேருவின் மீது நல்ல மதிப்பும் நெருங்கிய நட்பும் இருந்தது. ஆனால் நேருவின் மீது இருந்த நம்பிக்கை காங்கிரஸ் கட்சி மீதும், அதன் இந்து வகுப்புவாதிகள் மீதும் இல்லை.

1952, ஏப்ரல் 10ஆம் தேதி ஒரு நிகழ்ச்சியில் உரையாற்றிய ஷேக் அப்துல்லா, "வகுப்புவாதம் முற்றாகக் குழிதோண்டி புதைக்கப்பட்ட பின்னரே காஷ்மீர் மக்கள் இந்திய அரசியல் சட்டத்தை முழுமையாக ஏற்றுக் கொள்வார்கள்" என்று உறுதிபடக் கூறினார்.

நேருவையும் மீறி இந்திய அதிகார மட்டத்தில் அதிகரித்து வந்த வகுப்புவாத ஆதிக்கச் சக்திகளைக் கண்டு ஷேக் அப்துல்லா விரக்தியுற்றார்.

இத்தகைய சூழலில் 1952ஆம் ஆண்டின் முற்பகுதியில் இந்துத்துவ இயக்கமான பிரஜா பரிஷத், வகுப்புவாத தாக்குதலை தொடங்கி வைத்தது. ஜம்முவில் இருந்த ஆர்.எஸ்.எஸ். அமைப்பின் இன்னொரு கிளையாக 'பிரஜா பரிஷத்' வடிவம் கொண்டிருந்தது. இந்து தோக்ரா (Dogra) மன்னரிடமிருந்து தேசிய மாநாட்டுக் கட்சியின் முஸ்லிம் தலைமைக்கு அதிகாரத்தை மாற்றியதை 'பிரஜா பரிஷத்' எதிர்த்தது.

காஷ்மீர் வன்முறை முதலில் தூபம் போட்ட பிரஜா பரிஷத்

ஷேக் அப்துல்லா கொண்டு வந்த நிலச்சீர்திருத்த நடவடிக்கைகள் இந்துக்களுக்கு எதிரானது என்று பிரஜா பரிஷத் பரப்புரை செய்தது. முன்பு நடந்த போராட்டங்களின் போது மகாராஜாவிற்கு வல்லபபாய் படேலின் ஆதரவு இருந்தது போல் தோன்றியது. நேருவும் கூட படேலுக்கு எழுதிய கடிதத்தில் அரசுக்கு அனுப்பிய ஆயுதங்கள் எப்படி ஆர்.எஸ்.எஸ். கைக்குச் சென்றன என்று கேள்வி எழுப்பினார்.

ஷேக் அப்துல்லாவும் 1948, அக்டோபர் 7ஆம் தேதி எழுதிய தனது கடிதத்தில், ஜம்முவில் நிகழ்ந்த முஸ்லிம்கள் படுகொலைகளுக்கு எவ்வாறு மகாராஜா தலைமை தாங்கினார் என்பதை விளக்கினார்.

1952இல் பிரஜா பரிஷத்தின் இரண்டாம் போராட்டத்தின் போது 'அரசியல் சட்டத்தின் 370 ஆவது பிரிவை' நீக்க வேண்டும்; காஷ்மீரை இந்தியாவுடன் இணைக்க வேண்டும்; இந்திய அரசியல் சட்டம் முழுமையும் காஷ்மீரத்திலும் நடைமுறைப்படுத்த வேண்டும்; இந்திய குடிமகனுக்கும், காஷ்மீர் குடிமகனுக்கும் இடையேயுள்ள வேறுபாடுகள் களையப்பட வேண்டும்; உச்சநீதிமன்றத்தின் நீதி நிர்வாகத்தில் காஷ்மீரையும் உட்படுத்த வேண்டும்; சுங்கவரி கட்டுப்பாடுகள் நீக்கப்பட வேண்டும்; போன்ற கோரிக்கைகள் எழுப்பப்பட்டன.

காஷ்மீரத்தின் பள்ளத்தாக்கு பெரும்பான்மை முஸ்லிம்களின் அதிகாரத்தை இந்துக்களின் புதுடெல்லிக்கு மாற்றுவதன் மூலம், ஜம்முவில் முப்பது விழுக்காடாக உள்ள முஸ்லிம் சிறுபான்மையினர் ஜம்முவின் மேல் கொண்டுள்ள அதிகாரத்தைத் தடுத்து நிறுத்த முடியும் என்று அவர்கள் நம்பினார்கள்.

பாரதிய ஜனசங்கம், இந்து மகா சபா, ராம் ராஜ்ஜிய பரிஷத் மற்றும் சில அகாலி தலைவர்கள் இப் போராட்டங்களை ஆதரித்தனர். நேருவின் கொள்கையுடன் ஒத்துப்போனவர்கள், மற்றும் கம்யூனிஸ்டுகள் தவிர மற்ற சக்தி வாய்ந்த உயர்ஜாதி இந்து வகுப்பினரும், மேல்தட்டு வர்க்கமும் காங்கிரஸ் தலைமையின் ஆதிக்கச் சக்திகளும் இந்துத்துவ வாதிகளின் கருத்தை ஆதரித்தனர்.

ஷேக் அப்துல்லா நிர்வாகம் கொண்டு வந்த தீவிர நிலச்சீர்திருத்த நடவடிக்கைகளால் பரிஷத்தின் ஆதரவுத் தளமாக விளங்கிய இந்து நிலக்கிழார்கள், ஜகிர்தார்கள், ஷௌக்கார்கள் (கந்து வட்டிக்காரர்கள்) ஈவிரக்கமற்ற வியாபாரிகள் ஆகியோர் ஆட்டம் கண்டனர். அவர்கள் சமூக, அரசியல் ஆதரவை இழந்தனர். விவசாயிகள் ஷேக் அப்துல்லாவிற்கு ஆதரவாகத் திரண்டனர்.

ஷேக் அப்துல்லா 'காஷ்மீரத்து சிங்கம்' என்று மக்களால் கொண்டாடப்பட்டார். இது இந்திய அரசாங்கத்தின் மேல் கணிசமான செல்வாக்கு செலுத்திய இந்து சக்திகளுக்கு கோபத்தை அதிகரிக்கச் செய்தது.

இதுபோன்ற விரும்பத்தகாத அனுபவங்களால், ஷேக் அப்துல்லா மாற்று வழியைப் பற்றிச் சிந்திக்க ஆரம்பித்தார். உண்மையில் இதுபோன்ற நிகழ்ச்சிகளும் படிப்படியாக அதிகாரங்களைக் குறைத்து

முழுமையாக இந்தியாவுடன் இணைப்பதற்கு அடிக்கடி இந்தியா மேற்கொண்ட முயற்சிகளும் அவரை வெகுவாகப் பாதித்தன.

இதன் விளைவாக 'இணைப்பு ஒப்பந்தத்தையே' மறுபரிசீலனை செய்ய வேண்டிய நிலைக்கு 'ஷேக் அப்துல்லா' தள்ளப்பட்டார்.

வரலாற்று ஆசிரியர் ராமச்சந்திர குஹா, இதுபற்றி விரிவாகத் தனது நூலில் குறிப்பிட்டுள்ளார்.

"ஷேக் அப்துல்லா, பாகிஸ்தானுடன் இணைவதில்லை என்பதில் தெளிவாக இருந்தார். அதே சமயம், 'சுவிட்சர்லாந்து' போன்ற தனிநாடு நம்பிக்கையும் கொண்டிருந்தார். ஒருபுறம் முழு சுதந்திரத்தை அவர் யோசித்திருந்த வேளையில், காங்கிரஸ் கட்சிக்குள் இருந்த சக்தி வாய்ந்த வலதுசாரிகள் ஆதரவுடன் இந்தியாவின் வலதுசாரிக் கட்சிகள் காஷ்மீர் மக்களுக்கு அளிக்கப்பட்ட அனைத்து சிறப்புரிமைகளையும் இரத்து செய்ய வேண்டும் என்றும், காஷ்மீரை, இந்தியாவுடன் முழுமையாக இணைக்க வேண்டும் என்றும் கோரினர்."

ஷேக் அப்துல்லாவுக்கு சிறை

காஷ்மீர் நிலவரங்களால் குழப்பத்தில் ஆழ்ந்த பிரதமர் நேரு, 1953 ஆகஸ்ட் 8ஆம் தேதி ஷேக் அப்துல்லாவை பிரதமர் பதவியில் இருந்து நீக்கினார். ஒரு வாரத்திற்கு பிறகு நள்ளிரவில் அதிரடியாக கைது செய்யப்பட்டு சிறையில் அடைக்கப்பட்டார். ஊழல் பேர்வழியான பக்ஷி குலாம் முகமது, காஷ்மீர் பிரதம மந்திரி பொறுப்பில் உட்கார வைக்கப்பட்டார்.

1953, செப்டம்பர் 29ஆம் தேதி காஷ்மீரத்தின் புதிய பிரதமர் பக்ஷி குலாம் முகமது, "இந்தியாவின் கரங்களில் காஷ்மீர் மக்களின் எதிர்காலம் பாதுகாப்பாக இருக்கும்" என்றார்.

இதுபற்றி குறிப்பிட்டுள்ள வரலாற்று ஆசிரியர் ராமசந்திர குஹா, "இந்திய அரசியல்வாதிகளின் தரத்தின்படி பார்த்தாலும் கூட, இது எந்தப் பின் விளைவுகளைப் பற்றியும் கவலைப்படாத மிக ஆபத்தான ஆருடம் ஆகும்" என்றார்.

ஆனால், காஷ்மீர் மக்கள் வேதனையால் கொந்தளித்தனர். அவர்களுடைய அன்புக்கு பாத்திரமான 'காஷ்மீர் சிங்கம்' சிறையில் அடைக்கப்பட்டு ஒரு துரோகி பதவியில் அமர்ந்துவிட்டார். அவர்களின் எதிர்காலம் இருண்டு கேள்விக்குறி ஆகிவிட்டது" அவர்கள் தாம் அந்நியர் ஆக்கப்பட்டோம் என்று உணர்ந்தனர்.

ஜம்மு-காஷ்மீர் இணைப்பினால் பாகிஸ்தானுடன் ஏற்பட்ட பிரச்சினையோடு காஷ்மீர் மக்களுக்கும் இந்தியாவுக்கும் இடையே ஏற்பட்ட பிரச்சினை அடிப்படையானது. இது சுமூகமாகத் தீர்க்கப்பட்டு விட்டால் பாகிஸ்தானுக்குப் பேசுவதற்கு எந்தப் பிரச்சினையும் இல்லை; அது தனிமைப்பட்டுவிடும். மக்கள் ஆதரவு பெற்ற தலைவரை சிறையில் அடைத்துவிட்டு, 'ஒப்புதலோடு' முழுமையான இணைப்புக்கான வேலைகள் முனைப்பாக நடக்கத் தொடங்கின.

இது ஒரு இந்திய ஏகாதிபத்திய அதிரடி நடவடிக்கையாகத் தோன்றவில்லையா? சிறப்புரிமை வழங்கும் உன்னதமான ஒப்பந்தத்தின் புனிதம் காற்றில் பறக்கவிடப்பட்டது. நிர்வாக ரீதியாகவோ, தார்மீக ரீதியாகவோ நியாயமற்ற இந்த நடவடிக்கைகளால் காஷ்மீர் மக்கள் கோபமுற்று அந்நியமாயினர்.

நேருவுக்குப் பிறகு 1964-65இல் மாநிலத்தின் அதிகாரங்கள் பெருமளவில் குறைக்கப்பட்டன. 1964 டிசம்பர் மாதத்தில், இந்திய அரசியல் சடத்தின் அவசர நிலை சட்டப்பிரிவுகள் 356 மற்றும் 357 காஷ்மீருக்கும் நீடிக்கப்பட்டன. 1965 ஏப்ரலில் அரசின் தலைமைப் பதவிகளான காஷ்மீர் பிரதம மந்திரி, முதலமைச்சர் என்றும், சதார்-எ. ரியாஸட் என்பது 'ஆளுநர்' என்றும் மாற்றப்பட்டன. ஆளுநரைத் தேர்ந்தெடுக்கும் காஷ்மீர் சட்ட சபையின் அதிகாரம் பறிக்கப்பட்டு, அந்த அதிகாரம் இந்திய குடியரசுத் தலைவருக்கு மாற்றப்பட்டது.

இதனிடையே, தேசிய மாநாட்டுக் கட்சி, காங்கிரஸ் கட்சி பங்கேற்ற காஷ்மீர் சட்டசபைத் தேர்தல், இந்திய நாடாளுமன்றத் தேர்தல்கள் தில்லு முல்லுகள் நிறைந்த நேர்மையற்றதாகவே இருந்தன.

1970 ஜூனில் சட்ட விரோத நடவடிக்கைகள் சட்டம் 1967, ஜம்மு-காஷ்மீருக்கு நீடிக்கப்பட்டு அடக்கு முறைகள் தீவிரமாக்கப்பட்டன.

இதுபோன்ற ஒடுக்குமுறைகள் தங்களது அடையாளத்தை அழித்து, இந்து இந்தியா தங்களை 'இந்தியத்தன்மை' (Indianination) ஆக்கும் முயற்சி எனறு காஷ்மீர் மக்கள் கருதினர்.

காஷ்மீருக்கு உள்ளேயும் வெளியேயும் இருந்த முஸ்லிம்கள் இதை 'இந்து மேலாண்மை' அல்லது 'இந்து மயமாக்கல்' என்று கருதினர்; இது நியாயமான அச்சம்; இதன் விளைவு காஷ்மீரில் வரலாறு காணாத கோப அலை வீசத் தொடங்கியது.

காவிகளின் கண்ணை உறுத்திய காஷ்மீர்

காஷ்மீர் மாநிலத்திற்கு தனி உரிமை வழங்கப்பட்டதில் இருந்து ஆர்.எஸ்.எஸ். சனாதன சக்திகள் அதனை தொடர்ந்து எதிர்த்து வந்திருக்கின்றன.

ஜம்மு-காஷ்மீர் தொடர்பான முதல் தீர்மானம் 1952இல் ஆர்.எஸ்.எஸ். நடத்திய 'கேந்திரி காரிய கரி மண்டல்' கூட்டத்தில் நிறைவேற்றப்பட்டது. இந்தியாவும் - காஷ்மீர் தலைவர் ஷேக் அப்துல்லாவும் போட்ட ஒப்பந்தம் என்பது 'அமெரிக்கா - பாகிஸ்தான்' ஒப்பந்தம் போன்றது என்றும், இது காஷ்மீரத்தின் மீதான தாக்குதல் என்று ஆர்.எஸ்.எஸ். தீர்மானம் கூறியது.

ஜம்மு-காஷ்மீரத்திற்கு சிறப்புரிமை அளிக்கும் அரசியல் சட்டப்பிரிவு 370 நடைமுறைப் படுத்தப்பட்டவுடன் 1953இல் ஆர்.எஸ்.எஸ். மற்றும் அன்றைய பாரதிய ஜன சங்கம், ஆகியவை 370 ஆவது பிரிவை இரத்து செய்யக்கோரி நாடு முழுதும் பேரணிகளை நடத்தின. பாரதிய ஜன சங்கத்தை உருவாக்கிய டாக்டர் சியாம பிரசாத் முகர்ஜி 370 ஆவது பிரிவை நீக்கக்கோரி காஷ்மீர் சென்று போராட்டம் நடத்துவேன் என்று அறிவித்து, 1953 மே மாதம் புறப்பட்டார். ஆனால் அவர் ஜம்மு-காஷ்மீர் மாநிலத்திற்குள் நுழைந்ததும் கைது செய்யப்பட்டு, தடுப்புக் காவலில் வைக்கப்பட்டார். சிறையிலே அவருக்கு மாரடைப்பு ஏற்பட்டு 1953, டிசம்பர் 11இல் உயிர் நீத்தார். அவருடைய இயற்கை மரணத்தையும் சர்ச்சை ஆக்கிய ஆர்.எஸ்.எஸ். சியாம பிரசாத் முகர்ஜி மர்மமான முறையில் இறந்து போனார் என்று 'ஒப்பாரி' வைத்தது.

1964இல் ஆர்.எஸ்.எஸ். அமைப்பின் உயர்நிலைக்குழுவான 'அகில பாரதிய பிரிதிநிதி சபா', நிறைவேற்றிய தீர்மானத்திற்கு 'பாரதத்தின் காஷ்மீர் கொள்கை' என்று பெயரிடப்பட்டு இருந்தது. அந்தத் தீர்மானத்தில், "370 ஆவது பிரிவு என்பது தற்காலிகமாக அரசியல் சட்டத்தில் இணைக்கப்படுவதாக கூறப்பட்டது. எனவே உடனடியாக அதனை நீக்கி, காஷ்மீரின் சிறப்புரிமைகளை இரத்து செய்ய வேண்டும். பிற மாநிலங்களைப் போலவே காஷ்மீர் ஆக்கப்பட வேண்டும்" என்று ஆர்.எஸ்.எஸ். வலியுறுத்தியது.

1982ஆம் ஆண்டிலும் ஆர்.எஸ்.எஸ். நடத்திய 'அகில பாரதீய காரியகரி மண்டல்' கூட்டத்திலும், 370-ஆவது பிரிவை எதிர்த்து தீர்மானம் போட்டது. ஜம்மு-காஷ்மீர் மத்திய அரசு பாகிஸ்தான் ஆக்கிரமிப்பு காஷ்மீரில் உள்ள முஸ்லிம்களும், பிரிவினையின்போது வெளியேறிய முஸ்லிம்களும் இந்தியாவிற்கு திரும்பி இந்தியக்

குடியுரிமை பெற வேண்டும் என்று அழைப்பு விடுத்ததை ஆர்.எஸ்.எஸ். கடுமையாக எதிர்த்தது.

1984, 1986 ஆகிய ஆண்டுகளிலும் ஆர்.எஸ்.எஸ். "ஜம்மு-காஷ்மீர் மாநில அரசு 370-ஆவது சட்டப்பிரிவைத் தவறாகப் பயன்படுத்துகிறது. இதனால் அங்கு தனி நாட்டுச் சிந்தனைக்கும், மத அடிப்படை உணர்வுகளுக்கும் தூபம் போடுகிறது," என்று தீர்மானங்களை நிறைவேற்றியது.

ஏக்தா யாத்திரை

1991 டிசம்பர் 11இல் பாரதிய ஜனதா கட்சித் தலைவர் டாக்டர் முரளி மனோகர் ஜோஷி கன்னியாகுமரியிலிருந்து காஷ்மீர் வரை செல்ல 'ஏக்தா யாத்ரா' என்ற ரத ஊர்வலப் பயணத்தைத் தொடங்கினார். கன்னியாகுமரியில் நடந்த தொடக்க விழாவில் எல். கே. அத்வானி, 'துக்ளக்' சோ மற்றும் இந்து சனாதன மதத் தீவிரவாதிகள் பங்கேற்றனர். ஐம்பது மணி நேரம் வேள்வி மேற்கொண்ட பின்னர் வைதீக பார்ப்பனர்களின் மந்திரங்கள் ஓத முரளி மனோகர் ஜோஷி தனது இரத யாத்திரையைத் தொடங்கினார்.

ஏக்தா யாத்திரையின் நோக்கம், 'காஷ்மீரத்துக்கு அளிக்கப்பட்டுள்ள சிறப்புரிமை சட்டப் பிரிவு 370-ஆவது பிரிவை நீக்கி விட்டு, இந்திய ஒருமைப்பாட்டைக் காப்பாற்ற வேண்டும்' என்பதுதான் என்று பாஜக அறிவித்தது. பிரதமர் பி.வி. நரசிம்மராவுக்குக் கடிதம் எழுதிய முரளி மனோகர் ஜோஷி, காஷ்மீர் தலைநகர் ஸ்ரீநகரில் ஏக்தா யாத்திரை நிறைவடையும்போது, 1992, ஜனவரி 26 குடியரசு நாளின்போது தாம் தேசியக் கொடியை ஏற்றப்போவதாகக் குறிப்பிட்டு இருந்தார்.

இராமர் கோவில் எழுப்ப எல்.கே. அத்வானி நடத்திய இரத யாத்திரை போன்று காஷ்மீர் பிரச்சினையைக் கிளப்பி அரசியல் ஆதாயம் பெறுவதற்காக பாஜக ஏக்தா யாத்திரையைத் தொடங்கியது. ஏக்தா யாத்திரையை முரளி மனோகர் ஜோஷி தொடங்கிய நாள் டிசம்பர் 11, 1991.

இந்திய ஒற்றுமைப் பயணம் (ஏக்தா யாத்திரை?) டிசம்பர் 11இல் தொடங்கக் காரணம், அதேநாளில்தான் 1953இல் சியாம பிரசாத் முகர்ஜி உயிர் நீத்தார். காஷ்மீருக்குச் சிறப்புரிமை அளிக்கும் 370-ஆவது சட்டப் பிரிவை நீக்கக் கோரி போராட்டம் நடத்த ஸ்ரீநகர் சென்ற முகர்ஜி, அங்கேயே சிறையில் உயிரிழந்தார். எனவே, அந்த நாளைப் பாஜக தேர்ந்தெடுத்தது.

முகலாய மன்னன் ஔரங்கசீப், காஷ்மீர் பண்டிதர்களான பார்ப்பனர்களை முஸ்லிம்களாக மதமாற்றம் செய்ததை எதிர்த்த

சீக்கியர்களின் ஒன்பதாவது குருவான 'தேஜ் பகதூர்' ஔரங்கசீப் அரசால் கொல்லப்பட்ட நாள் டிசம்பர் 11 என்று ஆர்.எஸ்.எஸ்., கூறி வருகிற நாளில் பாஜக, அதே நாளை ஏக்தா யாத்திரைக்காகத் தெரிவு செய்தது.

பாரதிய ஜனசங்கத்தின் நிறுவனரான டாக்டர் சியாம பிரசாத் முகர்ஜி 1952இல் ஜனசங்கத்தின் சார்பில் முதல் நாடாளுமன்ற உறுப்பினர் ஆனவர்; பண்டித நேருவின் அமைச்சரவையிலும் சேர்த்துக் கொள்ளப்பட்டவர்.

காஷ்மீர் இஸ்லாமியர்களுக்கான மாநிலமாக இருக்கிறது; 370-ஆவது பிரிவு இயற்றப்பட்டது அம்மாநில இந்துக்களுக்குச் செய்யப்பட்ட துரோகம் என்று கடுமையான எதிர்ப்பை நாடாளுமன்றத்தில் முன்வைத்தவர் சியாம பிரசாத் முகர்ஜி. எனவே, அவருடைய நினைவுகளை மீள் கட்டமைப்பதன் மூலம், காஷ்மீர் பிரச்சினையில் எரிகிற நெருப்பில் எண்ணெய் ஊற்றலாம் என்று பாஜக முகர்ஜியை முன்னிறுத்தி ஏக்தா யாத்திரையைத் தொடங்கியது.

1991, டிசம்பர் 11இல் கன்னியாகுமரி முதல் காஷ்மீர் வரை 15,000 கி.மீ. பயணம் தொடங்கப்பட்டு, உதம்பூரில் இரதம் திடீரென நிறுத்தப்பட்டது. டாக்டர் முரளி மனோகர் ஜோஷியும், ஏக்தா யாத்திரையில் பங்கேற்ற பலரும் மைய அரசின் பாதுகாப்பின் கீழ் கொண்டு வரப்பட்டனர். பாஜகவினர் மறுப்பு தெரிவிக்கவில்லை.

45 நாட்களாகப் பயணம் செய்த இரதம் ஸ்ரீநகரில் ஜனவரி 26இல் அதாவது 'லால் சௌக்' என்னுமிடத்தில் தேசியக் கொடியை ஏற்ற அடைய வேண்டும். அதற்கு இரண்டாயிரம் வாகனங்களும், 20 ஆயிரம் தொண்டர்களும் செல்ல திட்டமிட்டு இருந்தது என்று பாஜக கூறியது. ஆனால், லால் சௌக்கில் ஜனவரி 26, 1992 அன்று ஜோஷி கொடியேற்றும் நிகழ்வில் மக்கள் நூற்றுக்கும் குறைவாகவே கூடினர். பாஜகவினரும் சொற்ப எண்ணிக்கையில் தான் வந்திருந்தனர்.

உதம்பூரில் இரதம் நின்றதும் அங்கிருந்து ஜம்முவிற்கு இந்தியன் ஏர்லைன்ஸ் விமானத்திலும் பின்னர் ஜம்மு நகரிலிருந்து ஹெலிகாப்டர் மூலமும் ஸ்ரீநகருக்கு முரளி மனோகர் ஜோஷி நரசிம்மராவ் அரசால் அழைத்துச் செல்லப்பட்டார். (நரசிம்மராவ் ஆர்.எஸ்.எஸ்-இன் ஸ்லீப்பர் செல்? பின்னர் பாபர் மசூதி இடிக்கப்பட்டபோதும் இது வெளிப்பட்டது!)

ஸ்ரீநகரில் ஜனவரி 23ஆம் தேதியே முக்கிய பாஜக தலைவர்களுக்கு எல்லைப் பாதுகாப்புப் படையின் பாதுகாப்பு அளிக்கப் பட்டிருந்தது. இதில் பாஜகவின் தீவிர இந்துத்துவவாதி எனப்பட்ட உமாபாரதியும் அடங்குவார். இதில் வேடிக்கை என்ன வென்றால்,

கன்னியாகுமரியிலிருந்து மிகவும் புனிதமானது என்று கூறி கொண்டு வரப்பட்ட தேசியக் கொடியை முரளி மனோகர் ஜோஷி, உதம்பூரிலேயே இரத்தில் விட்டுவிட்டு விமானம் ஏறி விட்டார். 26ஆம் தேதி ஜோஷி ஸ்ரீநகர் லால் சௌக்கில் தேசியக் கொடி ஏற்றுவதற்கு பாதுகாப்புப் படைதான் தேசியக் கொடியை ஏற்பாடு செய்தது. காங்கிரஸ் கட்சிக்கும் பாஜகவுக்கும் இடையே மறைமுகமாக இருந்து வரும் ஒற்றுமையை 'ஏக்தா யாத்ரா' வெளிப்படுத்தியது.

அ) ஏக்தா யாத்திரா பஞ்சாப், ஜம்மு-காஷ்மீர் வழியாகப் பயணம் செய்யக் கூடாது என்று காங்கிரஸ் கட்சி விடுத்த எச்சரிக்கையை பாஜக ஏற்றுக் கொண்டது.

ஆ) காங்கிரஸ் கட்சியும் பாஜ கட்சியும் காஷ்மீர் விவகாரத்தில் வெளிப்படையாக முரண்பாடுகளைக் காட்டினாலும் அடிப் படையில் இரு கட்சிகளும் ஒற்றுமையுடன் செயல்பட்டன என்பதை அறியலாம். ஜோஷியை தேசியக் கொடி ஏற்ற அனுமதிக்க வேண்டும் என்பதில் பாஜகவை விட காங்கிரஸ் கட்சி அதிகக் கவனத்துடன் செயல்பட்டது. ஒரே நாணயத்தின் இரண்டு பக்கங்கள்தான் காங்கிரசும் பாஜகவும் என்பதை மறைக்க முடியாது.

1992, ஜனவரி 25ஆம் தேதி இரவு முழுவதும் ஸ்ரீநகர், உதம்பூர் வழிகளில் காஷ்மீர விடுதலைப் போராளிகள் ராக்கெட்டுகளை ஏவிய வண்ணமும் சுட்டுக் கொண்டும் இருந்தனர். ஜனவரி 26 காலை 8.35 மணிக்கு விழா தொடங்கும்போது கூட லால் சௌக்கில் இரண்டு ராக்கெட்டுகள் வீசினர். ராக்கெட் தீ, பிஸ்கோ பள்ளியை நாசப்படுத்தியது.

விழா முடிந்ததும் பயத்தால் நடுங்கிப் போயிருந்த மாவீரன் ஜோஷி இந்தியன் ஏர்லைன்ஸ் விமானத்தில் ஜம்முவிற்கு இந்திய அரசின் பாதுகாப்பில் சென்று விட்டார். ஸ்ரீநகருக்கு இந்தப் பயந்தாங் கொள்ளிகளை இந்திய விமானப் படையினர் பாதுகாப்பாகக் கொண்டு வந்திருந்தனர். இதில் பாஜகவின் பாதுகாப்புப் படையான 'கேசரி வாஹினி தொண்டர் படை' என்ற குண்டர் படையும் அடங்கும். இருபதுக்கும் மேற்பட்ட ராக்கெட் ஏவப்பட்டதும் குலை நடுங்கிய பாஜகவின் தொண்டர்கள் பாதியிலேயே கழன்றனர்.

உதம்பூரில் ரதம் நின்றதும் மேலும் தொடர்வதற்கு பாஜக பயந்துவிட்டது. பல பாஜக தலைவர்கள் விமானத்தில் ஸ்ரீநகர் சென்று விட்டனர். ஆனால், குஜராத்திலிருந்து ஏக்தா யாத்திரையில் கலந்து கொண்ட பாஜக தலைவர் நரேந்திர மோடி, இரத ஊர்வலத்தைத் தொடர விரும்பினார். ஆனால், இந்தியப் பாதுகாப்புப் படை அதிகாரிகள் அனுமதிக்க மறுத்து விட்டனர்.

27 ஆண்டுகளுக்கு முன்பு, காஷ்மீருக்கான 370-ஆவது பிரிவை நீக்கக் கோரி நடந்த பாஜகவின் ஏக்தா யாத்திரையை உதம்பூரிலிருந்து தொடர விரும்பிய நரேந்திர மோடி தான், 2019இல் இந்தியப் பிரதமராக இரண்டாவது முறை பதவி ஏற்ற பின்பு *'சியாம பிரசாத் முகர்ஜி'* விரும்பியவாறு காஷ்மீரத்திற்கான 370-ஆவது பிரிவை இரத்து செய்திருக்கிறார். இது இன்னும் இரத்தம் தோய்ந்த வரலாறாக முடிவின்றித் தொடரப் போகிறது.

36

அரசியலில் ஆர்.எஸ்.எஸ்.

1950-களின் தொடக்கத்திலிருந்து ஆர்.எஸ்.எஸ். -இல் ஏற்பட்ட தீவிரமான செயல்பாட்டின் விளைவாகப் பல துணை அமைப்புகள் (குடும்ப நிறுவனங்கள்) நிறுவப்பட்டன. ஆர்.எஸ்.எஸ். செயல் பாடுகளுக்கு அப்பால் வேறுபட்டிருந்த இயக்கங்களிலும் ஆர். எஸ்.எஸ். இடையிடையே பங்கெடுத்தது. இதற்கு எடுத்துக்காட்டு பூமிதான இயக்கத் தலைவர் வினோபா பாவேயுடன் இணைந்து பணிபுரியுமாறு ஆர்.எஸ்.எஸ். பிரசாரக்குகள் சிலரை கோல்வால்கர் அனுப்பி வைத்தார். கம்யூனிஸ்டுகள் தெலுங்கானாவில் ஆயுதமேந்திய போராட்டம் நடத்திய சூழலில் பூமிதான இயக்கம் தோன்றியது இதற்குக் காரணமாக இருக்கலாம்.

1954இல் இந்தியாவிலிருந்த போர்ச்சுகீசியப் பகுதிகளை டட்ரா மற்றும் நகர் ஹவேலியை விடுவிப்பதற்காக நடந்த சத்தியாக்கிரக இயக்கத்திலும் ஆர்.எஸ்.எஸ். தொண்டர்கள் சேர்ந்தார்கள்.

1952இல் பசுவதையை எதிர்த்து ஆர்.எஸ்.எஸ். இயக்கம் நடத்தியது.

இந்திய வரலாற்றில் முதன்முறையாக காலனி ஆதிக்க எதிர்ப்புப் போராட்டத்தில் ஆர்.எஸ்.எஸ். ஈடுபட்டது அப்போதுதான் என்று கூறலாம். இதிலும் கம்யூனிஸ்டுகள் ஆதிக்கம் செலுத்தக் கூடும் என்ற அச்சம் ஏற்பட்டு, அதன் காரணமாக, ஆர்.எஸ்.எஸ்., போர்ச்சுகீசிய அரசு எதிர்ப்புப் போராட்டத்தில் பங்கேற்றது.

1960ஆம் ஆண்டில் அஸ்ஸாம் பூகம்பத்தில் பாதிக்கப்பட்ட மக்களுக்குப் பேரிடர் உதவி புரிவதற்காக ஆர்.எஸ்.எஸ். தொண்டர்கள் அனுப்பி வைக்கப்பட்டனர்.

பாரதிய ஜனசங்கம்

ஆர்.எஸ்.எஸ். அமைப்பின் பல அதிகாரிகளும் சங்க நடவடிக்கைகளைப் பல பரிமாணங்களிலும் விரிவுபடுத்த வேண்டிய அவசியத்தைப் பற்றி சிந்தித்தனர். குறிப்பாக அரசியல் துறையில் நாடாளுமன்றம், சட்டமன்றங்களில் இடம் பெற்று ஆர்.எஸ்.எஸ். மக்கள் செல்வாக்கைப் பெற வேண்டும் என்று விரும்பியது. அது மட்டுமல்ல; இந்தியாவின் ஆட்சிப் பொறுப்பை ஏற்று, நாட்டை வழிநடத்திச் செல்லவும் 'இந்து ராஷ்டிர'க் கனவு நனவாகிடவும் செயல்திட்டம் தேவை என்று

கருதியது. அதற்காக ஓர் அரசியல் கட்சியைத் தொடங்குவது என்றும் தீர்மானித்தது.

ஆர்.எஸ்.எஸ். தனது அரசியல் கனவை ஈடேற்ற தொடங்கப் போகும் அமைப்புக்கு டாக்டர் சியாம பிரசாத் முகர்ஜிதான் தகுதியானவர் என்று அடையாளம் கண்டது.

வங்காளப் பார்ப்பனரான டாக்டர் சியாம பிரசாத் முகர்ஜி 'அரசியல் கட்சி' உருவாக்கத்திற்கான அடிப்படைப் பணிகளைத் தொடங்கினார். கல்கத்தா ஆர்.எஸ்.எஸ். சங்க அலுவலகத்தில் டாக்டர் சியாம பிரசாத் முகர்ஜி, ஆர்.எஸ்.எஸ். தலைவர் (சர்சங் சாலக்) குருஜி கோல்வால்கர் இருவரும் சந்தித்துப் பேசினர். புதிய அரசியல் கட்சியின் அமைப்புப் பணிகளுக்காக ஆர்.எஸ்.எஸ். -இலிருந்து சில தலைவர்களை (கார்ய கர்த்தாக்கள்) ஒப்படைப்பது என்று தீர்மானித்தனர்.

அவர்களில் பண்டித தீனதயாள் உபாத்தியாயா, அதுல் பெகாரி வாஜ்பாய், லால் கிஷண் அத்வானி, நானாஜி தேஷ்முக், பாய் மகாவீர், சுந்தர் சிங் பண்டாரி, ஜெகன்னாத் ராவ் ஜோஷி, குஷாபாவ் தாக்ரே ஆகியோர் முக்கியமானவர்கள் ஆவர்.

1951, அக்டோபர் 21ஆம் தேதி பாரதிய ஜனசங்கம் நிறுவப்பட்டது. இதன் தொடக்க மாநாடு டில்லியில் நடை பெற்றது. இதன் நிறுவனத் தலைவராக டாக்டர் சியாம பிரசாத் முகர்ஜி தேர்ந்தெடுக்கப்பட்டார். பண்டித தீனதயாள் உபாத்தியாயா பொதுச் செயலாளராகத் தேர்வு செய்யப்பட்டார். இன்னும் சில ஆர்.எஸ்.எஸ். தலைவர்கள் பாரதிய ஜனசங்கத்தின் நிர்வாகிகளாகப் பொறுப்பு ஏற்றனர்.

முதல் பொதுத் தேர்தலில் ஜனசங்கம்

இந்திய அரசியலமைப்புச் சட்டம் நடைமுறைக்கு வந்த பின்னர், வயது வந்தோர் அனைவருக்கும் வாக்குரிமை என்ற அடிப்படையில் 1952இல் முதலாவது பொதுத் தேர்தல் நடைபெற்றது. இத்தேர்தலில் பாரதிய ஜனசங்கத்தின் சார்பில் டாக்டர் சியாம பிரசாத் முகர்ஜி உள்ளிட்ட மூன்று பேர் நாடாளுமன்ற உறுப்பினர்களாகத் தேர்வு செய்யப்பட்டனர். பாரதிய ஜனசங்கம் முதல் தேர்தலில் பெற்ற வாக்குகளின் அடிப்படையில் அங்கீகரிக்கப்பட்ட அரசியல் கட்சியானது.

நாடாளுமன்றத்தில் மூன்று உறுப்பினர்களைப் பெற்றிருந்தாலும், டாக்டர் சியாம பிரசாத் முகர்ஜி சிறு சிறு அரசியல் கட்சிகளையும் ஒருங்கிணைத்து அதற்கு 'தேசிய ஜனநாயக அணி' என்ற பெயரில் 32 உறுப்பினர்களைக் கொண்ட எதிர்க்கட்சியாக அந்த

அணி செயல்பட்டது. பாரதிய ஜனசங்கம் நிறுவப்பட்ட சில மாதங்களிலேயே நாடாளுமன்றத் தேர்தலில் போட்டியிட்டு டாக்டர் சியாம பிரசாத் உள்ளிட்ட மூவர் வெற்றி பெற்று, அவரது தலைமையில் 'தேசிய ஜனநாயக அணி' உருவாகி, நாட்டின் முதல் நாடாளுமன்றத்தின் எதிர்க்கட்சித் தலைவராகவும் முகர்ஜி பொறுப்பு ஏற்றுக் கொண்டார். இடைக்கால அரசில் பண்டித நேரு அமைச்சரவையில் இணைத்துக் கொள்ளப்பட்ட சியாம பிரசாத் முகர்ஜி, பின்னர் அமைச்சரவையிலிருந்து வெளியேறினார் என்பதை முன்பே குறிப்பிட்டு இருக்கிறோம்.

ஆர்.எஸ்.எஸ். தமது நோக்கத்தை நிறைவேற்றும் வகையில் பாரதிய ஜனசங்கம் நாடாளுமன்றத்தில் டாக்டர் சியாம பிரசாத் முகர்ஜி தலைமையில் இயங்கத் தொடங்கியது.

காஷ்மீர் மாநிலத்திற்கு 370-ஆவது சட்டப் பிரிவின் கீழ் தனி உரிமை கொடுக்கப் பட்டதை சியாம பிரசாத் முகர்ஜி மிகக் கடுமையாக நாடாளுமன்றத்தில் எதிர்த்து குரல் எழுப்பினார் ஏன்பதையும் முன்பே பார்த்தோம்.

1952 டிசம்பர் 29 முதல் 1953 ஜனவரி 2 வரையில் பாரதிய ஜனசங்கத்தின் முதலாவது மாநாடு கான்பூரில் நடந்தது. அதில் டாக்டர் சியாம பிரசாத் முகர்ஜி மீண்டும் தலைவராகத் தேர்ந்தெடுக்கப் பட்டார். பண்டித தீனதயாள் உபாத்தியாயா பொதுச் செயலாளர் ஆனார்.

இந்த மாநாட்டில் ஜம்மு-காஷ்மீர் இணைப்பு பற்றிய தீர்மானம் நிறை வேற்றப்பட்டு, அதற்கான கிளர்ச்சி நடத்தத் தீர்மானிக்கப்பட்டது. அதன்படி ஜம்மு-காஷ்மீர் மாநிலத்தில் செயற்பட்டு வந்த பிரஜா பரிஷத், ஜனசங்கத்துடன் இணைக்கப்பட்டு, அங்கு மக்கள் கிளர்ச்சி தொடங்கப்பட்டது. காஷ்மீர் மாநிலத்திற்கு சிறப்பு உரிமை வழங்கும் சட்டப் பிரிவு 370-யைத் திரும்பப் பெற வேண்டும்; ஜம்மு-காஷ்மீர் மாநிலத்தை இந்தியாவுடன் இணைக்க வேண்டும்; பாகிஸ்தான் ஆக்கிரமித்துள்ள காஷ்மீரையும் மீட்க வேண்டும் எனக் கோரி நடத்தப்பட்ட போராட்டத்திற்கு ஆதரவு தெரிவிப்பதற்காக, டாக்டர் சியாம பிரசாத் முகர்ஜி காஷ்மீர் சென்றார். தடுப்புக் காவலில் வைக்கப்பட்ட முகர்ஜி 1953 ஜூன் 23ஆம் தேதி மரணமுற்றார். அவரது மரணத்தில் மர்மம் இருப்பதாக இன்றுவரையில் ஆர்.எஸ். எஸ். கூறி வருகிறது.

டாக்டர் சியாம பிரசாத் முகர்ஜி மரண மடைந்த பின்னர் பாரதிய ஜனசங்கத்தை பண்டித தீனதயாள் உபாத்தியாயா, அதுல் பெகாரி வாஜ்பாய் இருவரும் தலைமைப் பொறுப்பு ஏற்று வழி நடத்தினார்கள்.

இந்துத்துவ சிந்தனை கொண்ட பலர் காங்கிரஸ் கட்சியில் இருந்தனர். அவர்களையும் ஜனசங்கத்துடன் இணைப்பதற்கான முயற்சிகள் மேற்கொள்ளப்பட்டன.

ராஜ ரிஷி பாபு புருசோத்தம தாஸ் தண்டன் காங்கிரஸ் கட்சியில் இருந்த பிரபலமான தலைவர். அவர் நேருவின் சோசலிச கருத்துக்களில் உடன்படாதவராக இருந்தார். ஆனால், ஜனசங்கத்தின் சித்தாந்தம் அவருக்கு ஏற்புடையாக இருந்தது. அவர் ஜனசங்கம், இந்து மகாசபை, ராம ராஜ்ய பரிஷத் ஆகிய மூன்றையும் இணைத்து தனது தலைமையில் புதிய அரசியல் கட்சி தொடங்கலாம் என்று கருதி முன் முயற்சி எடுத்தார். ஆர்.எஸ்.எஸ். தனது 'அரசியல் அமைப்பு' எதன் பொருட்டும் தனித்தன்மை இழப்பதை விரும்ப வில்லை என்று மறுத்து விட்டது.

ராம ராஜ்ய பரிஷத் என்னும் கட்சி ஸ்ரீகர் பார்ட்கி தலைமையில் இயங்கி வந்தது. அதற்கும் நாடாளுமன்றத்தில் இரு உறுப்பினர்கள் இருந்தனர். சியாம பிரசாத் முகர்ஜி தலைமையிலான தேசிய ஜனநாயக அணியிலும் 'ராம ராஜ்ய பரிஷத்' ஓர் உறுப்புக் கட்சியாக இருந்தது.

ராம ராஜ்ய பரிஷத்தை ஜனசங்கத்துடன் இணைப்பதற்கு ஆர்.எஸ். எஸ். முன் முயற்சி எடுத்தது. அதற்கு அக்கட்சியின் தலைவர் ஸ்ரீகர் பார்ட்கி இரண்டு நிபந்தனைகளை முன் வைத்தார்.

ஒன்று, இந்து மத நூல்களில் ஒன்றைப் புனித நூலாக ஏற்க வேண்டும்; அதற்கு இராமாயணம், பகவத்கீதை இரண்டையும் எடுத்துக் கொள்ள வேண்டும். மற்றொன்று, மேல் சாதியினருக்கு ஈடாக, கீழ்சாதியினருக்குச் சம உரிமை, சம மரியாதை கொடுக்கக் கூடாது என்பதே.

மனுதருமசாஸ்திரத்தின் மூலத்திலிருந்து கிளைத்து எழுந்தது ஆர். எஸ்.எஸ். என்பதால்தான் ராம ராஜ்ய பரிஷத், மேற்கண்ட இரு நிபந்தனைகளையும் முன் வைத்தது.

அதேபோன்று இந்து மகாசபையும், ஜனசங்கம் என்பது 'இந்துக்களுக்கான கட்சி' என்பதைப் பிரகடனம் செய்ய வேண்டும் என்று நிபந்தனை விதித்தது.

காங்கிரஸ் கட்சியிலிருந்து வெளியேறிய அல்லது வெளியேற்றப்பட்ட ராஜாஜி, சுதந்திரா கட்சியைத் தொடங்கி நடத்தி வந்தார். அவரும் தனது சுதந்திரா கட்சியை பாரதிய ஜனசங்கம் கட்சியுடன் இணைப்பதற்கு விரும்பினார். தென் மாநிலங்களில் ஜனசங்கத்தின் பொறுப்புக்களை ஏற்பதாகவும் ராஜாஜி கூறினார். ஆனால்,

சுதந்திரா கட்சியின் 'சுதந்திரப் பொருளாதாரம்' மற்றும் 'அமெரிக்க ஆதரவு நிலை' ஜனசங்கத்துடன் சேர முடியாமல் தடுப்பு வேலியாக இருப்பதாக தீனதயாள் உபாத்தியாயா கூறினார்.

ராம ராஜ்ய பரிஷத், இந்து மகாசபை, சுதந்திராக் கட்சி ஆகியவை ஜனசங்கத்துடன் இணைவதற்கு ஆர்.எஸ்.எஸ். வெளிப்படையாக நிபந்தனை களை ஏற்காதது போல் நடந்து கொண்டது. ஆனால், நடை முறையில் பாரதிய ஜனசங்கம் செயல்பட்ட விதமும், இன்று பாரதிய ஜனதா கட்சி செயல்படும் விதமும் எப்படிப்பட்டது என்பதை வரலாறு தெளிவாகக் காட்டிக் கொடுத்துக் கொண்டே இருக்கிறது.

பொதுத் தளத்தில் ஆர்.எஸ்.எஸ்.

1962இல் இந்தியா மீது சீனா எடுத்த படையெடுப்பு இந்திய அரசியலில் மாபெரும் மாற்றங்களுக்குத் தொடக்கப் புள்ளியாக அமைந்தது. 'வலதுசாரி' சக்திகள் தொடர்ச்சியாக வலிமை பெறத் தொடங்கின. சீனா குறித்து 'மென்மையான' கொள்கையைக் கடைப்பிடித்ததாக இடதுசாரி மற்றும் மத்திய நிலையைப் பின்பற்றிய பரந்த அணி மீது (நேருவும் சில சமயங்களில் அதில் இருந்தார்.) குற்றம் சாட்டப்பட்டது.

1963ஆம் ஆண்டில் நடைபெற்ற குடியரசு நாள் அணிவகுப்பின்போது ஆர்.எஸ்.எஸ். தனிப் பிரிவாக அதில் பங்கெடுப்பதற்கு அனுமதி தரப்பட்டதிலிருந்து அதற்குப் புதிதாக ஏற்பட்டு இருந்த கவுரவத்தைப் புரிந்து கொள்ள முடியும். 1965இல் இந்தியாவுக்கும் பாகிஸ்தானுக்கும் இடையே போர் மூண்டபோது முஸ்லிம்களைப் பற்றி சந்தேக விதைகளைத் தூவுவதற்கு ஆர்.எஸ்.எஸ்.-ம், ஜனசங்கமும் அந்தப் போரைப் பயன்படுத்திக் கொண்டன.

எங்கெல்லாம் இடதுசாரி மாற்று பலவீனமாக இருந்ததோ அல்லது அறவே இல்லாமல் இருந்ததோ (உதாரணமாக இந்தி மொழி பேசும் மக்கள் வசித்த பகுதிகள்) அங்கெல்லாம் காங்கிரஸ் மீது வளர்ந்து கொண்டிருந்த அதிருப்தியை இவை பயன்படுத்திக் கொண்டன.

ஆர்.எஸ்.எஸ். தனது 'குடும்ப' அமைப்புகள் மூலம் தீவிரமான செயல்பாட்டில் இறங்கியபோது, ஆர்.எஸ்.எஸ். தலைமையில் பாலா சாஹிப் தேவரஸ் வேகமாக உயர்ந்தார்.

அவர், 1965இல் பொதுச் செயலாளர் ஆனார். 1973இல் குருஜி கோல்வால்கருக்குப் பிறகு சர்சங் சாலக் ஆனார். இதனிடையில் விஸ்வ ஹிந்து பரிஷத், ஆர்.எஸ்.எஸ். பதியத்திலிருந்து புதிதாக முளைத்து எழுந்தது. 1967இல் பசுவதையை எதிர்த்து நடைபெற்ற

இரண்டாவது கிளர்ச்சி - அது முந்தியதைக் காட்டிலும் பெரிய கிளர்ச்சியாகவும் வன்முறையானதாகவும் இருந்தது - அதனை விபரமாக அடுத்து வரும் அத்தியாயங்களில் காண்போம்.

பாரதிய ஜனசங்கம், 1967க்குப் பிறகு பல்வேறு போராட்ட முறைகளைக் கடைப் பிடித்தது. அதே ஆண்டில் நடைபெற்ற ஜனசங்க மாநாட்டில் அதன் தலைவர் பண்டித தீனதயாள் உபாத்தியாயா, தனது தலைமை உரையில் ஜனசங்கப் போராட்டங்களை நியாயப்படுத்திப் பேசினார்.

காங்கிரஸ் எதிர்ப்பு அணி

காங்கிரசை எதிர்க்கும் நோக்கத்துடன் பரந்த கூட்டணிகளை அமைப்பதற்கு பாடுபடுவது என்று பாரதிய ஜனசங்கம் முடிவு எடுத்ததற்குப் பின்னணியில் ஆர்.எஸ்.எஸ். இருந்தது. இக்கொள்கையை வடிவமைத்த ஆர்.எஸ்.எஸ். தான் அன்று பாரதிய ஜனசங்கத்தையும், தற்போது பாரதிய ஜனதா கட்சியையும் அரசியல் அணித் திரட்டலுக்கு வழிகாட்டியாக இருக்கிறது.

1967இல் பீகாரிலும் உத்திரபிரதேசத்திலும் குறுகிய காலம் ஆட்சி செய்த காங்கிரஸ் அல்லாத அரசாங்கத்தில் ஜனசங்கமும், கம்யூனிஸ்டுகளும் இடம் பெற்றிருந்தனர். இக்கொள்கையை வன்மையாக எதிர்த்த பால்ராஜ் மதோக் சிறிது காலத்துக்குப் பிறகு ஜனசங்கத்திலிருந்து வெளியேற்றப்பட்டார். 1967இல் 9 மாநிலங்களில் காங்கிரஸ் தோல்வி அடைந்தது. பீகார், உ.பி., பஞ்சாப் ஆகிய மாநிலங்களில் ஜனசங்கம், கம்யூனிஸ்டுகள் மற்ற கட்சிகளை இணைத்து ஆட்சி அமைத்தனர்.

1967 பொதுத் தேர்தலில் காங்கிரஸ் கட்சி 9 மாநிலங்களில் ஆட்சியை இழந்த நிலையில், உத்திரபிரதேசம், மத்தியப் பிரதேசம், ஹரியானா, பீகார் போன்ற மாநிலங்களில் காங்கிரஸ் ஆட்சி அமைக்கப்பட்டு, அதிருப்தியால் கட்சி மாறியவர்களால் கவிழ்க்கப்பட்டது.

இது குறித்து வரலாற்று ஆசிரியர் இராமச்சந்திர குஹா தனது ‘இந்திய வரலாறு - காந்திக்குப் பிறகு’ எனும் நூலில் பின்வருமாறு குறிப்பிடுகிறார்.

“அரசியல் அகராதியில் ஏற்கனவே இருந்த, முதல் எழுத்துக்களைச் சேர்த்து அமைந்த எண்ணற்ற கட்சிகள் பட்டியலில் எஸ்.வி.டி. (S.V.D.) என்ற ‘ஸம்யுக்த விதாயக் தளம்’ அதாவது ஐக்கிய சட்ட மன்ற உறுப்பினர் கட்சி என்பதும் சேர்ந்து கொண்டது. அந்தப் பெயர் குறிப்பிடுவது போலவே, இடது - வலது - மய்யம் என அனைத்துக் கொள்கைப் பின்னணியில் இருந்தும் வந்து சேர்ந்து பதவி ஒன்றைக் கைப்பற்றுவதற்காகவே உருவான ஒரு கட்சியாக இது இருந்தது.

இந்த எஸ். வி. டி. யில் ஜனசங்கம், சோஷலிஸ்ட், சுதந்திரா, உள்ளூர்க் கட்சிகள், காங்கிரஸ் கட்சிமாறிகள் எனப் பலரும் ஒன்றிணைந்தனர். இதில் கடைசியாகக் குறிப்பிட்ட முக்கியமானவர்களால்தான் பெரும்பான்மை எண்ணிக்கை சாத்தியமாயிற்று."

இராமச்சந்திர குஹா குறிப்பிட்டு எழுதி இருப்பதிலிருந்து ஆர். எஸ்.எஸ். வகுப்புவாதப் பின்னணியில் உருவான பாரதிய ஜனசங்கத்துடன், கம்யூனிஸ்டுகளும் கூட்டணி வைத்து 1967இல் சில மாநிலங்களில் ஆட்சியில் இடம் பெற்றிருந்தனர் என்பதையும் வரலாறு பதிவு செய்திருப்பதை அறியலாம்.

1970-களின் தொடக்கத்தில் பாரதிய ஜனசங்கம் தன் கிளைகளைத் தொகுதி வாரியாக மாற்றி அமைத்தது. இது தேர்தல் அரசியலுக்கு அது அளித்த முக்கியத்துவத்தை எடுத்துக் காட்டுகிறது. சட்டமன்றத் தேர்தல்களில் மட்டுமின்றி, தொழிற்சங்கங்கள், மாணவர் சங்கங்கள் மற்றும் கலாச்சாரச் சங்கங்களுக்கு நடைபெறும் தேர்தல்களில் ஆர். எஸ்.எஸ். ஷாகாக்கள் இப்பொழுது நேரிடையாக ஈடுபட்டனர். 1973இல் தில்லி பல்கலைக் கழகத்தில மாணவர்கள் சங்கம் மற்றும் ஆசிரியர் சங்கத் தேர்தல்களில் ஆர்.எஸ்.எஸ். ஷாகாக்கள் தீவிரமாக ஈடுபட்டனர்.

1974-75ஆம் ஆண்டுகளில் ஜெயப்பிரகாஷ் நாராயணன் நாடு முழுவதிலும் இந்திரா அரசாங்கத்தை எதிர்த்து நடத்திய இயக்கம் ஆர்.எஸ்.எஸ். மற்றும் ஜனசங்க கட்சியின் காங்கிரஸ் எதிர்ப்புப் போராட்ட அரசியலின் உச்சக்கட்டமாக இருந்தது.

ஆர்.எஸ்.எஸ்., ஜெயப்பிரகாஷ் நாராயணனுடன் நெருக்க மான தொடர்புகளை ஏற்படுத்திக் கொண்டது. ஆர்.எஸ்.எஸ். தலைவர் தேவரஸ் 1974 டிசம்பரில் ஒரு நிகழ்ச்சி நடந்தபோது ஜே.பி.யைப் 'புனிதர்' என்று போற்றினார்.

ஜனசங்கம், பாசிஸ்ட் முறைகளில் நம்பிக்கை வைத்திருக்கும் கட்சி அல்ல என்று ஜெயப்பிரகாஷ் நாராயணன் 1975 மார்ச்சில் நற்சான்றிதழ் அளித்தார். ஆர்.எஸ்.எஸ். - ஜனசங்கத்திடம் ஜே. பி. அவர்களே ஏமாந்து போனார் எனில் அவற்றின் நடவடிக்கைகள் அந்த அளவுக்குத் திட்டமிடப்பட்டு இருந்தன என்பதுதான் உண்மை.

இந்திரா காந்தி அரசு நாட்டில் அவசர நிலைப் பிரகடனத்தை அறிவித்ததற்கு சில நாட்களுக்கு முன்பு, அதாவது 1975, ஜூன் 25ஆம் நாளுக்கு முன்னர் அமைக்கப்பட்ட லோக் சங்கார்ஷ் சமிதிக்கு ஆர்.எஸ்.எஸ். இன் முன்னாள் பிரச்சாரக், ஜனசங்கத்தின் முக்கியமான தலைவர் நானாஜி தேஷ்முக், பொதுச் செயலாளராகத் தேர்ந்தெடுக்கப்பட்டார்.

ஆர்.எஸ்.எஸ்-க்கு மீண்டும் தடை

1948-49ஆம் ஆண்டுகளில் நடை பெற்றதைப் போல இப்பொழுதும் ஆர்.எஸ்.எஸ்.இன் செயல்பாட்டில் விசித்திரமான இரட்டைத் தன்மை இருந்தது. நெருக்கடி நிலைப் பிரகடனம் செய்யப்பட்டவுடன் ஆர்.எஸ்.எஸ். மீது தடை விதிக்கப்பட்டது. ஆனால், ஆர்.எஸ்.எஸ். குடும்ப அமைப்புகள் மீது தடை இல்லை. தேவரஸ் கைது செய்யப் பட்டார்; ஆர்.எஸ்.எஸ். ஊழியர்கள் கைது செய்யப்பட்டனர்.

1975 நவம்பர் மற்றும் 1976 ஜனவரிக்கு இடையில் எதிர்ப்பு சத்தியாகிரகம் நடத்த ஆர்.எஸ்.எஸ். சில இரகசிய நடவடிக்கை களில் ஈடுபட்டது. 1977 பொதுத் தேர்தலுக்கு முன்பு ஜனதா கட்சிக் கூட்டணியை அமைப்பதற்கும் உதவி செய்தது.

சிறையிலிருந்த தேவரஸ் 1948-49களில் குருஜி கோல்வால்கர் செய்ததைப் போலவே, வேகமாக அரசாங்கத்திற்குக் கடிதங்கள் எழுதத் தொடங்கினார்.

“ஆர்.எஸ்.எஸ். மீதான தடையை நீக்குங்கள்; ஒத்துழைப்பு தருகிறோம்” என்று பிரதமர் இந்திரா காந்திக்கு 1975 ஆகஸ்டிலும், நவம்பரிலும் தேவரஸ் மிகவும் இனிமை கலந்து மடல்கள் தீட்டினார். ஆர்.எஸ்.எஸ். -க்கும் மத்திய அரசுக்கும் இடையே சமரசத்தை ஏற்படுத்திக் கொள்ள வினோபா பாவே உதவியையும் நாடினார். அது மட்டுமல்ல; இந்திரா காந்தியின் இளைய மகன், நெருக்கடி காலகட்டத்தில் அதிகாரத்தைக் கையில் எடுத்துக் கொண்டிருந்த சஞ்சய் காந்தியையும் பயன்படுத்திக் கொள்ள தேவரஸ் முயன்றார்.

அவசர நிலையின் கடைசி மற்றும் அதன் பிறகான காலகட்டத்தின் போது இந்திரா காந்தியும், ஆர்.எஸ்.எஸ். உடன் வெற்றி பெறாத நேச முயற்சிகளைச் செய்தார். காங்கிரஸ் கட்சிக்கும் இந்து வகுப்புவாதத்துக்கும் (பகுதி அளவிலான) சமரசம் ஏற்படக்கூடும் என்பதை ஆர்.எஸ்.எஸ். முன்கூட்டி அறிவித்தது. 1980-களில் அது வெளிப்படையாகத் தெரிந்தது.

ஆனாலும், 1977 பொதுத் தேர்தலின்போது ஆர்.எஸ்.எஸ். - ஜனசங்கம் இந்திரா காந்தி எதிர்ப்பு அலையில் சேர்ந்து ‘ஜனதா கட்சி’ உருவாக்கத்திற்கும் பின்னணியில் செயல்பட்டது. இந்திய வரலாற்றில் முதன் முறையாக ஆர்.எஸ்.எஸ். உருவாக்கிய இரு தலைவர்கள் ஜனதா கட்சி அரசில் அதிகாரத்தில் அமர்ந்தனர். யார் அவர்கள்?

37
பாஜக அரசியல் அடித்தளம் ஆர்.எஸ்.எஸ்.

இந்திய அரசியலில் ஆர்.எஸ்.எஸ்.-இன் நுழைவு குறித்து கடந்த அத்தியாயத்தில் விரிவாகக் கண்டோம். 1977இல் பாரதிய ஜன சங்கம் 'ஜனதா' கட்சியின் ஒரு அங்கமாக இணைந்தது. இந்திராகாந்தியின் நெருக்கடி நிலை நாட்டில் ஏற்படுத்தி இருந்த சர்வாதிகார ஆட்சியின் தாக்கம், மக்களிடையே 'ஜனதா' கட்சி உருவாகிட பாதை அமைத்துக் கொடுத்தது.

1977 ஜனவரியில், நெருக்கடி நிலை விலக்கிக் கொள்ளப்பட்டு நாடாளுமன்றத் தேர்தல் குறித்த அறிவிப்பை பிரதமர் இந்திராகாந்தி அறிவித்தார். சிறையில் 18 மாத காலம் அடைக்கப்பட்டிருந்த எதிர்க் கட்சித் தலைவர்கள் விடுதலை செய்யப் பட்டனர்.

இந்நிலையில்தான் 1977, ஜனவரி 19 அன்று மொரார்ஜி தேசாய் இல்லத்தில் எதிர்க்கட்சித் தலைவர்கள் கூட்டம் நடந்தது. இதில் பாரதிய ஜனசங்கம், பாரதிய லோக் தளம் (சரண்சிங் தலைமையிலான பெரும்பாலும் விவசாயிகள் சார்ந்த கட்சி) சோசலிஸ்ட் கட்சி, மொரார்ஜி தேசாய் உருவாக்கியிருந்த காங்கிரஸ் (3) ஆகிய கட்சிகள் நாடாளுமன்றத் தேர்தலில் ஒரே கட்சியின் பெயரில், ஒரே சின்னத்தில் போட்டியிட முடிவு செய்தன. இதனை மொரார்ஜி தேசாய் பத்திரிகைகளுக்கு மறுநாள் அறிவித்தார்.

பின்னர் முறைப்படி இக்கட்சிகள் இணைந்து 1977 ஜனவரி 23 அன்று ஜெயப்பிரகாஷ் நாராயணன் பங்கேற்று வழி நடத்திய மாநாட்டில், 'ஜனதா கட்சி (மக்கள் கட்சி)' என்றும் புதிய கட்சி பிரகடனம் செய்யப்பட்டது. 1977 மார்ச் மூன்றாவது வாரம் நாடாளுமன்றத் தேர்தல் அறிவிக்கப்பட்டுவிட்டது.

1977 மார்ச் 6இல் புது டெல்லி ராம்லீலா மைதானத்தில் 'ஜனதா கட்சி' பிரச்சாரப் பொதுக்கூட்டம், பேரணி நடந்தது. ஜெயப் பிரகாஷ் நாராயணன் மற்றும் எதிர்க்கட்சித் தலைவர்கள் பங்கேற்ற இக்கூட்டத்தில் பத்து இலட்சம் மக்கள் திரண்டனர். இந்திரா காங்கிரஸ் கட்சியிலிருந்து விலகி முன்னாள் மத்திய அமைச்சர் பாபு ஜெகஜீவன்ராம் ஜனநாயக காங்கிரஸ் (சி.எப்.டி) என்ற புதிய கட்சியைத் தொடங்கினார். அவரும் ராம்லீலா மைதானக் கூட்டத்தில் ஜே.பி.யுடன் கலந்துகொண்டார்.

ஜனதா அமைச்சரவையில் வாஜ்பாய், அத்வானி

1977 நாடாளுமன்றத் தேர்தலில் இந்திரா காந்தி அம்மையாரின் சர்வாதிகார ஆட்சிக்கு எதிராக மக்கள் கிளர்ந்து எழுந்தனர். 'ஜனதா கட்சி' ஆதரவு அலை நாடெங்கும் வீசியது.

'ஜனதா கட்சி' சரண்சிங்கின் 'லோக்தளம்' கட்சி சின்னமான 'ஏர் உழவன்' சின்னத்தில் 405 இடங்களில் போட்டியிட்டது. இதில் 295 இடங்களில் மாபெரும் வெற்றி பெற்று ஜனதா கட்சி, நாடாளுமன்றத்தில் அறுதி பெரும்பான்மையைப் பெற்றது. இந்திரா காங்கிரஸ் கட்சி மோசமான தோல்வியைச் சந்தித்தது.

உத்திரப்பிரதேச மாநிலம் 'ரேபரேலி' தொகுதியில் போட்டியிட்ட பிரதமர் இந்திரா காந்தி, ராஜ்நாராயணனிடம் தோற்றுப் போனார். உ.பி. யின் 85 தொகுதிகளிலும் காங்கிரஸ் கட்சி தோற்றுப்போனது.

ஜனதா கட்சி மாபெரும் வெற்றி பெற்றதை அடுத்து புதிய பிரதமரை தேர்வு செய்யும் கடமையை ஜே.பி., கிருபளானி ஆகிய மூத்த தலைவர்கள் மேற்கொண்டனர்.

ஜனதா கட்சி சார்பில் மொரார்ஜி அமைச்சரவையில் ஜனசங்கத்தின் தலைவர்களான அதுல் பெகாரி வாஜ்பாய் வெளியுறவுத்துறை அமைச்சராகவும், எல்.கே.அத்வானி தகவல் ஒளிபரப்புத்துறை அமைச்சராகவும் பொறுப்பேற்றனர்.

இந்தத் தேர்தலில் ஜனசங்கத்தைச் சேர்ந்தவர்கள் 98 பேர் ஜனதா கட்சி சார்பில் நாடாளுமன்ற உறுப்பினர்களாக தேர்வு செய்யப்பட்டிருந்தனர்.

ஆர்.எஸ்.எஸ். உருவாகி 52 ஆண்டு காலத்தில் இந்திய நாடாளுமன்றத்தில் அதன் அரசியல் கிளையான 'பாரதிய ஜனசங்கம்', 'ஜனதா கட்சியில்' தன்னை இணைத்துக் கொண்டு (?) 98 பேரை நாடாளுமன்ற உறுப்பினர்களாக்கியது. இது ஆர். எஸ்.எஸ்.இன் அரசியல் வெற்றியைக் குறிக்கிறது என்பதைக் காட்டிலும், தமது சிந்தாந்தப் பாதையைச் செப்பனிட சூழலைப் பயன்படுத்திக்கொண்டது.

'ஜனதா கட்சி'யில் தாமரை இலை தண்ணீர் போன்று இருந்த பாரதிய ஜனசங்கம், ஆர்.எஸ்.எஸ். அடிப்படை இலட்சியங்களுக்கு ஆட்சி அதிகாரத்தைப் பயன்படுத்தும் முயற்சியில் இறங்கியது. ஜனதாவில் ஐக்கியமாகி இருந்த ஜனசங்கத்தின் உறுப்பினர் ஓ.பி. திவாரி என்பவர் நாடாளுமன்றத்தில் 'மத சுதந்திர மசோதா' என்ற தனிநபர் மசோதாவைக் கொண்டு வந்தார். இதனை ஜனதா கட்சியில் இருந்த சோசலிஸ்டுகளும், இதர கட்சியினரும் கடுமையாக

எதிர்த்தனர். 'ஜனசங்க' உறுப்பினர்கள் ஜனதா கட்சிக்குள் மோதலைத் தொடங்கிவிட்டனர்.

ஆர்.எஸ்.எஸ். பின்னணியில் உருவான ஜனசங்கத்தை சேர்ந்தவர்களை வெளி நாட்டுத் தூதுவர்களாகவோ, ஆளுநராகவோ நியமிக்க பிரதமர் மொரார்ஜி தேசாய் மறுத்து விட்டார். இது ஜனதா கட்சிக்குள் புகைச்சலை அதிகரிக்கச் செய்தது.

ஜனதா கட்சியில் இணைந்துவிட்ட பாரதிய ஜனசங்க உறுப்பினர்கள் எவரும் இனி ஆர்.எஸ்.எஸ். -இல் உறுப்பினராக இருக்கக் கூடாது என்று 'ஜனதா கட்சி' அறிவித்தது. ஆனால் ஜனங்கமும் ஆர்.எஸ்.எஸ். அமைப்பும் ஒரு நாணயத்தின் இரண்டு பக்கங்களைப் போன்றது என்று ஜனசங்கத் தலைவர்களில் ஒருவரான டாக்டர் ஹரே கிருஷ்ண மெக்கால் கூறினார்.

ஜனதா அரசு, ஒவ்வொரு பிரச்சினையிலும் ஆர்.எஸ்.எஸ். தலைவர் பாலாசாகிப் தேவரஸ் ஆலோசனையைக் கேட்க வேண்டும் என்று 'ஜனசங்கம்' கோரிக்கை வைத்தது. ஆனால் பிரதமர் மொரார்ஜி தேசாய் இக்கோரிக்கையைப் புறந்தள்ளினார்.

உள்துறை அமைச்சர் சரண்சிங், ஆட்சியில், நிர்வாகத்தில் ஆர்.எஸ். எஸ். தலையிடுகிறது என்று கூறி, மொரார்ஜி தேசாய் தலைமையிலான அரசைக் கவிழ்க்கும் முயற்சியில் இறங்கினார்.

'ஜனதா கட்சி' சிதறுண்டு போனது. 1980இல் நடந்த நாடாளுமன்றத் தேர்தலில் மீண்டும் இந்திராகாந்தி ஆட்சி அதிகாரத்தைக் கைப்பற்றினார்.

பாரதிய ஜனதா கட்சி உதயம்

மொரார்ஜி தேசாய் அமைச்சரவை கவிழ்ந்ததும், ஜனதாகட்சி பிளவுபட்டு, 1980 நாடாளுமன்றத் தேர்தலில் இந்திரா காந்தி அம்மையார் மீண்டும் ஆட்சிப் பொறுப்பு ஏற்றதும், ஆர்.எஸ். எஸ். தமது அரசியல் பயணத்தின் அடுத்த கட்ட திட்டங்களை வரையறுத்தது.

நாடு முழுவதிலிருந்தும் ஜனசங்க உறுப்பினர்கள் ஆர்.எஸ்.எஸ். ஊழியர்கள் புது டெல்லி 'கோட்லா'மைதானத்தில் 1980 ஏப்ரல் 3, 4 தேதிகளில் வந்து குவிந்தனர். ஜனதா கட்சியிலிருந்து ஜனசங்கம் வெளியேறுவது என்று முடிவு எடுக்கப்பட்டது.

1980 ஏப்ரல் 6ஆம் தேதி கோட்லா மைதானத்தில் நடந்த செயல்வீரர்கள் கூட்டத்தில், 'ஜன சங்கம்' ஜனதா கட்சியிலிருந்து வெளியேறியது என்று அறிவிக்கப்பட்டது. புதிய கட்சிக்கு 'பாரதிய

ஜனதா கட்சி' என்று பெயர் சூட்டுவதாக அறிவிப்பு வெளியானது. புதிய பாரதிய ஜனதா கட்சிக்கு (பாஜக) தலைவராக 'அதுல் பெகாரி வாஜ்பாய்', பொதுச்செயலாளர் பொறுப்புக்கு 'லால்கிஷன் அத்வானி' ஆகிய இருவரும் தேர்ந்தெடுக்கப்பட்டனர்.

1980 நாடாளுமன்றத் தேர்தலில் ஜனதா கட்சியின் சார்பில் வெற்றி பெற்ற 31 நாடாளுமன்ற உறுப்பினர்களில் 15 பேர் ஜனசங்கத்தைச் சேர்ந்தவர்கள். எனவே 'பாரதிய ஜனதா கட்சி' உருவான பொழுதில் நாடாளுமன்றத்தில் அதற்கு 15 எம்.பி.க்கள் இருந்தனர் என்பது குறிப்பிடத்தக்கது.

1980 டிசம்பரில் பாரதிய ஜனதா கட்சியின் முதல் தேசிய மாநாடு பம்பாயில் நடைபெற்றது. இந்த மாநாட்டில் அதுல் பெகாரி வாஜ்பாய் முறைப்படி கட்சித் தலைவராக பொறுப்பை ஏற்றுக்கொண்டு உரையாற்றினார். கட்சி அமைப்பு பற்றிய ஆவணம் மாநாட்டில் ஒப்புதலுக்காகத் தாக்கல் செய்யப்பட்டது.

பாரதிய ஜனதா கட்சியின் கொள்கை பிரகடனத்தில் தேசிய ஒற்றுமை, ஜனநாயகம் எல்லா மதங்களுக்கும் மதிப்பளித்தல், நாணயமான அரசியல் என்பவை குறிப்பிடப்பட்டிருந்தன. உள்நாட்டில் சுயசார்பு பொருளாதாரம், சர்வதேச சந்தைப் பிரச்சினைகளில் தாராளமான அணுகு முறை, நாட்டில் அரசியல் அதிகாரப் பரவலாக்கல் ஆகிய கோட்பாடுகளும் ஒப்புக் கொள்ளப்பட்டன.

வாஜ்பாய் தனது தலைமை உரையில் பாரதிய ஜனதா கட்சி என்பது ஜனசங்கத்தின் ஒரு புதிய பெயர் மட்டுமல்ல, சிறந்த சிந்தனையாளர்களான பண்டிட் தீனதயாள் உபாத்யாயா, ஜெயப்பிரகாஷ் நாராயணன் ஆகியோர் வகுத்த கோட்பாடுகளைப் பின்பற்றும் இயக்கமாகும் என்று குறிப்பிட்டார்.

பாரதிய ஜனதா கட்சி தொடங்கப்பட்டபோது, அறிவித்த கொள்கைகள் இன்று நடை முறைப்படுத்தப்படுகிறதா? ஆர்.எஸ்.எஸ். வகுத்துக் கொடுத்த 'மறைமுக'த் திட்டங்கள் எப்படி இந்த 39 ஆண்டுகளில் பாஜகவின் செயல்திட்டங்களாக மாறின என்பதையெல்லாம் வரும் அத்தியாயங்களில் விரிவாகக் காண்போம்.

இந்திய அரசியலில் ஆர்.எஸ்.எஸ். ஒரு தீர்க்கமான பார்வையுடன் திட்டங்களை முன்னெடுத்துச் சென்று, இந்திரா காங்கிரஸ் கட்சிக்கு மாற்றாக முன்னிறுத்தப்பட்ட 'ஜனதா கட்சி' நெல்லிக்காய் மூட்டை போல சிதறுண்டு போனவுடன், நாட்டில் காங்கிரஸ் கட்சிக்கு மாற்று தேவைப்படுகிறது என்பதைக் காலம் உணர்த்திக்கொண்டு இருந்தது.

ஆர்.எஸ்.எஸ். சங் பரிவாரங்கள் காலத்தைத் தங்கள் கனவு காணும் இந்தியாவை உருவாக்கிட பயன்படுத்த முனைந்தன.

1980 டிசம்பரில் பம்பாயில் நடந்த பாரதிய ஜனதா கட்சி முதல் மாநாட்டில், பிரபல சட்ட நிபுணரும், முன்னாள் வெளியுறவுத்துறை அமைச்சருமான முகமது கரீம் சாக்ளா, ஒரு பார்வையாளராக கலந்து கொண்டார். இவர்தான் பண்டித நேருவின் அரசில் வெளியுறவுத்துறை அமைச்சராக இருந்தவர். காஷ்மீரில் பொது வாக்கெடுப்பு நடத்துவோம் என்று ஐ.நா. மன்றத்தில் இந்திய அரசு கொடுத்த வாக்குறுதியை நிறைவேற்ற வேண்டும் என்று கோரிக்கைகள் எழுந்தபோது, காஷ்மீரில் நடந்த பொதுத் தேர்தல்கள்தான் 'பொதுவாக்கெடுப்பு' ஆகும் என்று பதில் கூறியவர்.

எம்.சி.சாக்ளா, பாஜகவின் முதல் மாநாட்டில் பங்கேற்று உரையாற்றும்போது, இந்த நாட்டில் காங்கிரஸ் கட்சிக்கு மாற்றாக வேறு ஒரு அரசியல் கட்சி இல்லையென்று யார் கூறியது? இதோ எனக்கு முன்பாக அந்த மாற்று பாஜக வடிவில் கண்ணுக்குத் தெரிகிறது என்று பேசினார்.

எம்.சி. சாக்ளா குறிப்பிட்டதைப் போலவே காங்கிரஸ் கட்சிக்கு மாற்றாக ஒரு தேசிய கட்சியாக பாரதிய ஜனதா கட்சியை வளர்த்தெடுக்க ஆர். எஸ்.எஸ்., சங் பரிவாரங்கள் திட்டமிட்டுப் பணியாற்றின. அதற்கு ஏற்ப கொள்கைத் திட்டங்கள் வடிவமைக்கப்பட்டன.

இந்திரா காந்தி மறைவு

1980இல் உருவான பாரதிய ஜனதா கட்சி மாற்று அரசியல் பார்வை, இந்துத்துவா தேசியவாதம், சுதேசிப் பொருளாதாரக் கொள்கை இவற்றை மையமாகக் கொண்டு வட இந்தியாவில் அரசியல் தளத்தைக் கட்டமைத்துக் கொண்டிருந்த நேரத்தில் பிரதமர் இந்திராகாந்தி அவர்கள் 1984 அக்டோபர் 31இல் தனது பாதுகாவலர்களால் சுட்டுக்கொல்லப்பட்ட துயர நிகழ்வு நடந்தது.

இந்திராகாந்தியின் மறைவு இந்திய அரசியலில் பல்வேறு மாற்றங்களுக்கு வித்திட்டது போலவே, இந்துத்துவ கருத்தியலைக் கைக்கொண்ட பாஜக தனது வேர்களை ஆழப் பதிவதற்கும் இடம் கொடுத்து விட்டது. பாஜக சித்தாந்த வழித் தடத்தில் இந்துத்துவ தேசிய வாதத்தை வேகமாக முன்னிறுத்தத் தொடங்கியது.

இந்திரா காந்தி மறைவுக்குப் பிறகு நடந்த நாடாளுமன்றத் தேர்தலில் அவரது மகன் ராஜீவ்காந்தி தலைமையில் இந்திரா காங்கிரஸ் பலமான பெரும்பான்மையுடன் அதாவது 401 இடங்களைக்

கைப்பற்றி ஆட்சிப் பொறுப்பு ஏற்றது. இந்தத் தேர்தலில் பாரதிய ஜனதா கட்சி இரண்டு இடங்களில் மட்டுமே வெற்றி பெற்றது.

ராஜீவ் காந்தி அரசின் மீது எழுந்த போபர்ஸ் பீரங்கி பேர ஊழல் நாடெங்கும் ஏற்படுத்திய எதிர்ப்பு அலை 1989 நாடாளுமன்றத் தேர்தலில் இந்திரா காங்கிரஸ் கட்சிக்கு படுதோல்வியை அளித்தது. காங்கிரஸ் கட்சியிலிருந்து வெளியேறிய வி.பி. சிங், எதிர்க்கட்சிகளின் சார்பில் இத்தேர்தலில் முன்னிறுத்தப்பட்டார்.

1989 பொதுத் தேர்தலில் காங்கிரஸ் கட்சி 197 தொகுதிகளில் மட்டுமே வெற்றி பெற்றது. பாரதிய ஜனதா கட்சி 86 இடங்களிலும், வி.பி. சிங் தலைமையிலான ஜனதா தளம் 142 இடங்களிலும் வெற்றி பெற்றன. எதிர்க்கட்சிகள் ஆதரவுடன் 'தேசிய முன்னணி' அமைக்கப்பட்டு, வி.பி. சிங் தலைமையில் மத்திய அரசு அமைந்தபோது, பாரதிய ஜனதா கட்சி வி.பி. சிங் அரசுக்கு ஆதரவு அளித்தது. பாஜக ஆதரவு கொடுத்து அமைந்த வி.பி. சிங் அரசுக்கு மார்க்சிஸ்டு கம்யூனிஸ்டு கட்சி வெளியில் இருந்து ஆதரவு அளித்தது என்பதும் இங்கு குறிப்பிடத்தக்கது.

பிரதமர் வி.பி. சிங், 1990 ஆகஸ்டு 7ஆம் தேதி பிற்படுத்தப்பட்ட சமூகத்திற்கு கல்வி, வேலைவாய்ப்புகளில் இட ஒதுக்கீடு அளிக்க மண்டல் குழு பரிந்துரை செய்த 27 விழுக்காடு இட ஒதுக்கீடு நடைமுறைப்படுத்தப்படும் என்று நாடாளுமன்றத்தில் பிரகடனம் செய்தார். சமூக நீதியை நிலை நாட்டும் வகையில் மண்டல் குழு அறிக்கையை செயல்படுத்த வி.பி. சிங் அரசு அரசு ஆணை பிறப்பித்தவுடன், பாரதிய ஜனதா கட்சி அயோத்தியில் இராமர் கோவில் கட்டப்போவதாகக் கூறி, எல்.கே. அத்வானி இரத யாத்திரையைத் தொடங்கினார். ஆர்.எஸ்.எஸ்., சங் பரிவாரங்கள் வட இந்தியாவில் மண்டல் குழு பரிந்துரைகள் நடைமுறைப்படுத்தப்படுவதை எதிர்த்து கலவரங்களைத் தூண்டி விட்டன. இது குறித்து பின்வரும் அத்தியாயங்களில் விரிவாகக் காண்போம்.

சமூக நீதியைப் பிரகடனம் செய்த வி.பி. சிங் அரசுக்கு கொடுத்துவந்த ஆதரவை பாஜக திரும்பப் பெற்றது. எனவே, வி.பி. சிங் அரசு நீடிக்க வழியின்றிக் கவிழ்ந்தது.

1977இல் மொரார்ஜி தேசாய் அரசைக் கவிழ்ப்பதில் பெரும்பங்காற்றிய பாரதிய ஜன சங்கம், 1990இல் பாரதிய ஜனதா கட்சியாக மாறி, வி.பி. சிங் அரசையும் கவிழ்த்தது. தங்கள் அரசியல் ஆதாயத்துக்காக பாஜக, ஆர்.எஸ்.எஸ்., சங் பரிவாரங்கள் இதுபோன்ற கவிழ்ப்பு

வேலைகளில் கை தேர்ந்து விளங்குகிறது என்பதைப் பலமுறை நாடு பார்த்துவிட்டது.

வி.பி.சிங் அரசை பாஜக கவிழ்த்தவுடன், 1991இல் மீண்டும் நாடாளுமன்றத்திற்குப் பொதுத்தேர்தல் வந்தது. நாடாளுமன்றத் தேர்தல் நேரத்தில் முன்னாள் பிரதமர் இராஜீவ்காந்தி காந்தி திரும்பெரும்புதூரில் கொலை செய்யப்படும் துயரம் நிகழ்ந்தது. ஆனாலும் இத்தேர்தலில் பெரும்பான்மை பெறமுடியவில்லை. காங்கிரஸ் 224 தொகுதிகளில் வெற்றி பெற்று பி.வி. நரசிம்ம ராவ் தலைமையில் ஆட்சி அமைத்தது.

1991 நாடாளுமன்றத் தேர்தலில் பாரதிய ஜனதா கட்சி தனித்துப் போட்டியிட்டு 120 இடங்களைக் கைப்பற்றியது. 1984 தேர்தலில் வெறும் 2 இடங்களில் வென்ற பாஜக 7.7 விழுக்காடு வாக்குகளைப் பெற்றிருந்தது. ஆனால் 7 ஆண்டுகளில் நடந்த 1991 பொதுத் தேர்தலில் 20. 1 விழுக்காடு வாக்குகளைப் பெற்றது.

1991 பொதுத் தேர்தலில் பாஜக 20.1 விழுக்காடு வாக்குகள் பெற்று நாடாளு மன்றத்தில் 120 இடங்களை கைப்பற்றியதற்கு பாபர் மசூதி பிரச்சினையை எடுத்துக் கொண்டு அயோத்தியில் ராமர் ஆலயம் எழுப்ப பரப்புரை செய்ததும் காரணம் என்று ஆர். எஸ்.எஸ்., சங் பரிவாரங்கள் நினைத்தன. எனவே அதே வழியில் இன்னும் தீவிரமாகச் செல்வது என்றும் அரசியல் களத்தில் ‘மத உணர்வை’த் தூண்டி வாக்குகளை அறுவடை செய்ய வேண்டும் என்று முடிவெடுத்து அக்கொள்கையை முன்னிலும் தீவிரமாகக் கொண்டு சென்றனர்.

வாஜ்பாய் பிரதமர் ஆனார்

1996 பொதுத் தேர்தலில் காங்கிரஸ் தோல்வி அடைந்தவுடன், பெரும்பான்மை இல்லாததால், ஆட்சி அமைக்க முடியவில்லை. இத்தேர்தலில் பாஜக 165 உறுப்பினர்களுடன் தனிப்பெரும் கட்சியாக உருவெடுத்தது. பாஜக ஆட்சி அமைக்க எந்தக் கட்சியும் ஆதரவு அளிக்க முன்வராத போதும், பாஜக ஆட்சி அமைக்க உரிமை கோரியது. இத்தேர்தலில் பாஜக வாக்குகள் 20.3% ஆக அதிகரித்தது.

1996 மே 16ஆம் தேதி பாஜக அரசு அதுல் பெகாரி வாஜ்பாய் தலைமையில் பொறுப்பேற்றது. ஆனால் நாடாளுமன்றத்தில் பெரும்பான்மையை நிலைநாட்ட முடியாததால், 13 நாட்களிலேயே வாஜ்பாய் அரசு பதவி விலகியது. இதன்பிறகு தேவகவுடா, பின்னர் ஐ.கே. குஜ்ரால் தலைமையில் ஐக்கிய முன்னணி (UF) ஆட்சி அமைந்தது. அந்த அரசும் முழு பதவிக் காலத்தை நிறைவு செய்ய

முடியாமல் ஐ.கே. குஜ்ரால் பதவியை விட்டு விலகினார். இதனால் 1997 செப்டம்பர் 14இல் மக்களவை கலைக்கப்பட்டது.

1998 பிப்ரவரி மாதம் 12 ஆவது மக்களவைத் தேர்தல் நடந்தது. இத்தேர்தலில் பாஜக 182 இடங்களில் வெற்றி பெற்றது. ஆனால் வாஜ்பாய் தலைமையில் பல கட்சிகள் ஒன்றிணைந்து உருவான தேசிய ஜனநாயகக் கூட்டணி (NDA) 264 இடங்களைப் பெற்றதால் வாஜ்பாய் தலைமையில் தேசிய ஜனநாயகக் கூட்டணி ஆட்சி அமைத்தது. இத்தேர்தலில் பாஜக 25.6% வாக்குகளைப் பெற்றது குறிப்பிடத்தக்கது.

1998 மார்ச் 15ஆம் தேதி வாஜ்பாய் தலைமையில் அமைந்த தேசிய ஜனநாயகக் கூட்டணி அரசு ஒரு ஆண்டுதான் (சுமார் 13 மாதங்கள்) நீடித்தது. வாஜ்பாய் அரசுக்கு அளித்த ஆதரவைத் திரும்பப் பெறுவதாக அதிமுக பொதுச்செயலாளர் ஜெயலலிதா அறிவித்தார்.

1999 ஏப்ரல் 17ஆம் தேதி நாடாளுமன்றத்தில் வாஜ்பாய் அரசு தாக்கல் செய்த நம்பிக்கைத் தீர்மானம் ஒரே ஓட்டில் தோல்வி அடைந்ததால், வாஜ்பாய் அரசு பதவி விலகியது. நாடாளுமன்றம் கலைக்கப்பட்டு, தேர்தல் அறிவிப்பு வெளியிடப்பட்டது. வாஜ்பாய் அரசு காபந்து அரசாக நீடித்தது.

1999 அக்டோபர், நவம்பரில் நடந்த 13 ஆவது மக்களவைத் தேர்தலில் பாஜக 182 இடங்களில் (முன்பு 1992இல் வெற்றி பெற்ற அதே எண்ணிக்கை) வெற்றி பெற்றது. தேசிய ஜனநாயகக் கூட்டணிக்கு 305 இடங்கள் வெற்றி கிட்டியதால், வாஜ்பாய் மீண்டும் பிரதமர் பொறுப்பு ஏற்றார்.

2004இல் நடந்த 14 ஆவது மக்களவைத் தேர்தலில் காங்கிரஸ் தலைமையிலான ஐக்கிய முற்போக்குக் கூட்டணி (UPA) மன்மோகன்சிங் தலைமையில் ஆட்சி அமைத்தது. பாரதிய ஜனதா கட்சி 182 இடங்களில் மட்டுமே வெற்றி பெற்றது. 23.75% வாக்குகள் பெற்றது.

2009இல் நடந்த 15 ஆவது மக்களவைத் தேர்தலில் மீண்டும் காங்கிரஸ் தலைமையில் ஐ.மு. கூட்டணி அரசு டாக்டர் மன்மோகன்சிங் தலைமையில் அமைந்தது. பாரதிய ஜனதா கட்சி எல்.கே. அத்வானியைப் பிரதமர் வேட்பாளராக அறிவித்து, தேர்தலைச் சந்தித்த இத்தேர்தலில் வெறும் 116 இடங்களில் மட்டுமே வெற்றி பெற்றது. 21.36% ஆக பாஜக வாக்கு விகிதம் குறைந்தது.

2004 - 2009 பத்து ஆண்டுகள் ஆட்சியை இழந்திருந்த பாஜக மீண்டும் ஆட்சியைக் கைப்பற்ற ஆர்.எஸ்.எஸ்., மதவாதக் கொள்கையை

கூர்தீட்ட முடிவு செய்தது. குஜராத் முதல்வராக இருந்த நரேந்திர மோடி 2014, 16 ஆவது மக்களவைத் தேர்தலில் பாஜக பிரதமர் வேட்பாளராக முன்னிறுத்தப்பட்டார். இத்தேர்தலில் 282 இடங்களில் வெற்றிபெற்ற பாஜக, நரேந்திர மோடி தலைமையில் ஆட்சி அமைத்தது. பாஜக 31.3% வாக்குகளைப் பெற்றது.

2019இல் நடந்த 17 ஆவது மக்களவைத் தேர்தலில் பாரதிய ஜனதா கட்சி 303 இடங்களில் வெற்றி பெற்று மிகப் பெரும்பான்மை பலம் பெற்றது. நரேந்திர மோடி இரண்டாவது முறையாக பிரதமர் ஆனார். இத்தேர்தலில் பாஜக 37. 36% வாக்குகளைப் பெற்றது.

1952இல் ‘ஜனசங்கம்’ என்ற பெயரில் இந்திய அரசியலில் ஆர்.எஸ். எஸ். சங் பரிவாரம் களம் இறங்கியது. பல நிலைகளில் இந்துத்துவா சனாதன கருத்தியலை அடை காத்து எடுத்துச் சென்ற ஆர்.எஸ். எஸ். சுமார் 67 ஆண்டுகளில் 2019இல் பலம் பொருந்திய அரசியல் கட்சியாக பாரதிய ஜனதா கட்சியை உருவாக்கி இருக்கின்றன. நாடாளுமன்றத்தில் பெற்றிருக்கும் பலத்தைப் பயன்படுத்தி இந்துத்துவா செயல் திட்டங்களை ஒவ்வொன்றாக நடைமுறைப்படுத்த ஆர்.எஸ்.எஸ். பின்னணியில் பாஜக செயல்பட்டு வருகிறது.

38

ஆர்.எஸ்.எஸ். - பாஜக: நாணயத்தின் இரு பக்கங்கள்

ஆர்.எஸ்.எஸ். தொடக்க காலம் முதல் இன்று வரை இந்தியாவின் அரசியலில் பின்னணியில் இருந்தவாறு செயல்பட்டது எவ்வாறு என்பதைக் கடந்த அத்தியாயங்களில் பார்த்தோம். இன்னொரு உண்மை யையும் தெரிந்து கொள்ள வேண்டும்.

1948, ஜனவரி 30 அன்று மகாத்மா காந்தி படுகொலை செய்யப்பட்ட பின்னர், ஆர்.எஸ்.எஸ். அமைப்பு தடை செய்யப்பட்டது. அப்போது தடையை நீக்குமாறு உள்துறை அமைச்சர் சர்தார் வல்லபபாய் படேலுக்கு ஆர்.எஸ்.எஸ். தலைவர் கோல்வால்கர் மடல் தீட்டினார். அதற்கு படேல், ஆர்.எஸ்.எஸ். தனது அரசியல் செயல்பாடுகளைக் கைவிட்டு சமூக (?) பணியில் கவனம் செலுத்த வேண்டும் என்று கேட்டுக் கொண்டார். அதன் விபரங்களை இத்தொடரில் முன்பே கண்டோம்.

நாட்டின் முதலாவது உள்துறை அமைச்சரான சர்தார் வல்லபபாய் படேலுக்குக் கொடுத்த வாக்குறுதிபடி, ஆர்.எஸ்.எஸ். இயக்கம், தனக்கு அரசியல் அல்லாத கடமைதான் பணிகள் என்று 1949இல் வகுத்துக் கொண்டது; ஆனால் பாரதிய ஜனசங்கம் என்ற அரசியல் கட்சியையும், ஆர்.எஸ்.எஸ். தான் உருவாக்கியது. முதல் முறையாக 2013இல் அரசியல் நடவடிக்கையில் நேரிடையாகத் தலையிட்டு, பாஜக என்ற அரசியல் கட்சி, ஆர்.எஸ்.எஸ். -இன் கட்டுப்பாட்டுக்குள்தான் இருக்கிறது என்பதை பறைசாற்றியது.

2014இல் நடைபெற்ற நாடாளுமன்றத் தேர்தலின்போது பாஜக தனது பிரதமர் வேட்பாளர் அறிவிப்பதில் கட்சிக்குள்ளேயே கருத்து மோதல்கள் எழுந்தன. நரேந்திரமோடி பிரதமர் வேட்பாளர் என்று பாஜக 2013இல் அறிவித்தபோது கட்சியில் இருந்தே வெளிப்படையான எதிர்ப்புகள் வந்தன. ஆனால் அவற்றை யெல்லாம் ஆர்.எஸ்.எஸ்.-இன் தலைமை அடங்கிப்போக வைத்து, 'மோடிதான் பிரதமர் வேட்பாளர்' என்பதை நிலை நிறுத்திக் காட்டியது.

பாரதிய ஜனசங்கம் உருவான காலகட்டத்தில் இருந்தும் பின்னர் அது பாரதிய ஜனதா கட்சியாக 'மறு அவதாரம்' எடுத்த போதும், ஆர்.எஸ்.எஸ். அமைப்புதான் வழிகாட்டியாக, ஆலோசனைக் கூறும் ஞான குருவாகச் செயல்பட்டு வருகின்றது. ஆர்.எஸ்.எஸ். -இன் கருத்துகளையோ பரிந்துரைகளையோ ஏற்க முடியாது என்று சொல்லுகிற நிலைமை பாஜகவில் இல்லை.

ஏனெனில் ஜனசங்கக் காலத்தில் இருந்து, அரசியல் அமைப்புக்கு முழு நேரப் பணிக்கு ஊழியர்களை அனுப்பி தலைமைப் பொறுப்புக்கு கொண்டு வரும் கடமையை ஆர்.எஸ்.எஸ். தான் செய்து கொண்டு இருக்கிறது.

பாஜகவின் இதயம் ஆர்.எஸ்.எஸ்.

கட்சியின் நிர்வாகப் பொறுப்புக்கு யார் யார் நியமிக்கப்படுவது என்பதையும் தீர்மானிப்பது ஆர்.எஸ்.எஸ். தான். ஜனசங்கம் ஆகட்டும், பாரதிய ஜனதா கட்சி ஆகட்டும், ஆர்.எஸ்.எஸ். பின்னணி இல்லாத எவரும் இதுவரையில் கட்சியின் தலைமைப் பொறுப்புக்கு வந்தது இல்லை; வரவும் அனுமதி இல்லை.

கட்சியின் இதயமாகவும், மூளையாகவும் ஆர்.எஸ்.எஸ். -இன் தீவிரத் தொண்டர்களே செயல்படுவதால் அதன் ஆலோசனைகளும், கட்டளைகளும் சிந்தனைகளும்தான் கட்சியில் முக்கியத்துவம் பெறுகின்றன.

அதுல் பெகாரி வாஜ்பாய், லால் கிஷன் அத்வானி முதல் நரேந்திர மோடி வரை அனைத்து முக்கியத் தலைவர்களும் ஆர்.எஸ். எஸ். 'இதய'த்தில் இருந்து கட்சியின் நிர்வாகத்துக்கு நேரடியாக வந்தவர்களே. அப்படி வரும் அவர்கள் கட்சியின் கொள்கைகளையும், திட்டங்களையும் முடிவு செய்ய நாகபுரியில் உள்ள ஆர்.எஸ். எஸ். தலைமையகத்துக்கும், டில்லியில் உள்ள அதன் தலைமை அலுவலகத்திற்கும் அடிக்கடி 'தீர்த்த யாத்திரை' மேற்கொண்டே ஆக வேண்டும்.

பாஜக - ஆர்.எஸ்.எஸ். இடையே புரிந்து கொள்ள முடியாத ஒரு விடயம் என்ன வெனில், ஆர்.எஸ்.எஸ். தலைமைப் பொறுப்பில் இருக்கும் 'சர்சங்சாலக்' என்ன நினைக்கிறார்? என்ன செய்ய வேண்டும்? என்று கட்சியிடம் எதிர்பார்க்கிறார் என்று எவருக்கும் தெரியாது.

ஆர்.எஸ்.எஸ். -இன் மதவாத சனாதனக் கொள்கைகளால் ஏற்படும் அரசியல் எதிர்ப்புணர்வு காரணமாக திரைமறைவிலேயே அது இயங்குவது போல காட்டிக் கொள்கிறது.

நேரடி அரசியலில் ஆர்.எஸ்.எஸ்.

2014இல் நாடாளுமன்றத் தேர்தலை நாடு எதிர்நோக்கிக் கொண்டிருந்த காலகட்டத்தில், 2013 லிருந்து ஆர்.எஸ்.எஸ்., வெளிப்படையாகவே பாஜக சார்பில் நரேந்திர மோடிதான் வேட்பாளர் என்பதை தனது நடவடிக்கைகளின் மூலம் பிரகடனம் செய்தது. ஆர்.எஸ்.எஸ். -இன் 'சர்சங்சாலக்' மோகன் பகவத் பேச்சுகள், பாஜகவுக்கு கட்டளையிடும் தொனியில் இருந்தன.

2005ஆம் ஆண்டிலேயே கட்சியின் பொறுப்புகளை நேரடியாகக் கையில் எடுத்துக் கொள்ள ஆர்.எஸ்.எஸ். தயாராகி விட்டது. அப்போது பாகிஸ்தானுக்குச் சென்ற எல்.கே.அத்வானி, முகமது அலி ஜின்னா நினைவிடத்துக்குச் சென்றார். ஜின்னாவைப் புகழ்ந்து தள்ளினார் அத்வானி.

உடனே கோபத்தில் கொதித்தெழுந்த ஆர்.எஸ்.எஸ். தலைமை, அத்வானியைக் கட்சிப் பதவியில் இருந்து கீழிறக்கியது.

2009 மக்களவை பொதுத்தேர்தலின்போது கூட்டணியின் பிரதமர் பதவிக்கான வேட்பாளராக அத்வானி அறிவிக்கப்பட்ட போதிலும் ஆர்.எஸ்.எஸ். அவருக்கு அளித்திருந்த இடத்தில் இருந்து அவரை இறக்கியதில் எந்த மாற்றமும் ஏற்படவில்லை. அதன் தொடர் விளைவுதான் இன்று மோடி - அமித்ஷா இரட்டையர்கள் அத்வானியைப் புறக்கணித்து தனிமைப்படுத்திவிட்டனர்.

2005இல் ஆர்.எஸ்.எஸ். பதவி இறக்கிய அத்வானி 2005 செப்டம்பரில் சென்னையில் நடந்த கட்சியின் தேசிய செயற்குழுக் கூட்டத்தில் பேசுகையில், 'ஆர்.எஸ்.எஸ். -இன் ஆலோசனையைக் கேட்காமல் கட்சியில் எந்தவித முக்கிய முடிவையும் எடுக்க முடியாது என்ற எண்ணம் ஏற்பட்டுவிட்டது. இப்படி மற்றவர்கள் நினைப்பது கட்சிக்கோ - ஆர்.எஸ்.எஸ். அமைப்புக்கோ நன்மையைத் தராது'.

'நல்ல மனிதர்களையும் தேசத்தையும் உருவாக்க வேண்டும் என்ற ஆர்.எஸ்.எஸ். இயக்கம் சுருங்கிவிட இது வழி வகுக்கும். இந்த எண்ணம் மறைய ஆர்.எஸ்.எஸ்., பாரதிய ஜனதா இரண்டுமே அதனதன் வழியில் செயல்பட வேண்டும்' என்று தனது வேதனையை வெளிப்படுத்தினார்.

எல். கே. அத்வானியின் பேச்சு விரக்தியின் வெளிப்பாடு என்று கருதப்பட்டதே தவிர, கட்சியிலோ, சங்கத்திலோ எவரும் அதைப் பொருட்படுத்தவில்லை.

அத்வானியைப் போல பலர் ஆர்.எஸ்.எஸ். அமைப்புடன் மோதினார்கள்; மூக்கு உடைபட்டார்கள். ஆனால், அத்வானி

ஒரு காலத்தில் ஆர்.எஸ்.எஸ்.-இன் செல்லப் பிள்ளை அல்லவா? ஜனசங்கத்தை வளர்க்கும் பணிக்காக சங்கத் தலைமையில் தேர்வு செய்யப்பட்டு அனுப்பப்பட்டவர் அல்லவா? ஆர்.எஸ்.எஸ்.-இன் அரசியல் இயக்கமான பாரதிய ஜனதா கட்சியை ஆட்சி பீடத்தில் ஏற்றுவதற்கு, பாபர் மசூதி இடிக்கப்பட்டதற்கு, அத்வானியின் இரத யாத்திரை என்ற இரத்த யாத்திரையும் ஒரு காரணம் ஆயிற்றே.

அப்படிப்பட்ட அத்வானி, ஆர்.எஸ்.எஸ். - பாஜகவை கட்டுப்படுத்துகிறது என்பதை ஏற்க முடியாமல் பொறிந்து தள்ளிவிட்டார். அத்வானி போன்ற மூத்த தலைவரை, நெடிய அரசியல் அனுபவம் மிக்கவரை கட்சியின் முக்கியப் பொறுப்பில் இருந்து விலக்கியதின் மூலம் ஆர்.எஸ்.எஸ். சொல்லி வருகிற செய்தி, தனி மனித ஆளுமைகளை விட இயக்கத்தின் கொள்கைதான் முக்கியம் என்பதுதான்.

2005இல் எல்.கே. அத்வானிக்கு எதிராக வாள் சுழற்றிய ஆர்.எஸ்.எஸ்., 2013இல் கட்சியின் உள்விவகாரத்தில் நேரடியாகத் தலையிட்டது.

மோடியைத் தேர்வு செய்த ஆர்.எஸ்.எஸ்.

2013 ஜூனில் பாரதிய ஜனதா தேர்தல் பிரச்சாரக்குழுத் தலைவராக நரேந்திர மோடி தேர்வு செய்யப்பட்டார். 2013 செப்டம்பரில் பிரதமர் வேட்பாளராக அறிவிக்கப்பட்டுவிட்டார்.

2009இல் அத்வானி பிரதமர் வேட்பாளர் என்பதை ஆர்.எஸ்.எஸ். வெளிப்படையாகக் கூறவில்லை. ஆனால் இப்போதோ மோடி தான் எங்களுடைய பிரதமர் வேட்பாளர் என்று பகிரங்கமாக அறிவிப்பு செய்தது.

அத்வானி போர்க்கொடி

பாஜகவின் தேர்தல் பிரச்சாரக்குழுத் தலைவராக மோடி நியமிக்கப் பட்டதை எதிர்த்து கட்சிப் பதவிகளில் இருந்து விலகுவதாக எல். கே.அத்வானி வெளிப்படையாகவே அறிவிப்பு செய்தார். ஆனால் அந்தோ! பாவம் அத்வானி தன்னந்தனியராக போர்க்கொடி உயர்த்த வேண்டிய நிலைதான் இருந்தது. கட்சியில் எவரும் அவருக்கு ஆதரவுக் கரம் நீட்டவில்லை.

ஆர்.எஸ்.எஸ். தலைமையின் கட்டளையை ஏற்று தனது பதவி விலகலைத் திரும்பப் பெற்றார் அத்வானி. இதைக் கட்சியின் தலைவர் ராஜ்நாத்சிங் வெளிப்படையாகவே தெரிவித்தார். ஆர்.எஸ். எஸ். - பாஜக வரலாற்றில் இப்படி நடப்பது இதுவே முதல் முறை.

‘ஆர்.எஸ்.எஸ். தலைவர் மோகன் பகவத்’ அத்வானியுடன் பேசினார். பாரதிய ஜனதா ஆட்சிமன்றக்குழு எடுத்த முடிவை மதியுங்கள்; தேசிய நலனில் அக்கறை கொண்டு கட்சியைத் தொடர்ந்து வழி நடத்துங்கள் என்று கோரினார்’ என்று ராஜ்நாத்சிங் 2013, ஜூன் 11ஆம் தேதி பத்திரிகைகளுக்கு அறிக்கை மூலம் தெரிவித்தார்.

கட்சியின் ஆட்சிமன்றக்குழு அத்வானிக்கு ‘வேண்டுகோள்தான்’ விடுத்தது. ஆர்.எஸ்.எஸ். தலைவரோ ‘கட்டளை’யே பிறப்பித்தார். வார்த்தைகள் நளினமாக இருந்தன. ஆனால் அவற்றில் இருந்த கண்டிப்பு அப்படிப்பட்டதல்ல.

பாஜகவின் தலைமைப் பொறுப்பை ஆர்.எஸ்.எஸ். ஏற்பது 2005இல் தொடங்கி 2013 செப்டம்பரில் நிறைவுற்றது. பிரச்சாரக் குழுத் தலைவராக மோடியை முன் நிறுத்தக் கூடாது என்று அத்வானி 2013, ஜூனில் எதிர்த்தார். ஆனால் எடுபடவில்லை. கட்சிக்குள் மோடிக்கு எதிராக இருந்த எதிர்ப்பாளர்களை ஆர்.எஸ்.எஸ். தன் வழிக்குக் கொண்டு வந்துவிட்டது. பின்னர் 2014 நாடாளுமன்றத் தேர்தலில் நரேந்திர மோடிதான் பாஜகவின் பிரதமர் வேட்பாளர் என்று ஆர்.எஸ்.எஸ். பிரகடனம் செய்து, அதில் வெற்றியும் கண்டது.

பாஜக லகான் ஆர்.எஸ்.எஸ். கையில்

பாரதிய ஜனதா கட்சி ஆட்சியை நடத்துகிறது. ஆனால் அதிகார ‘லகான்’ ஆர்.எஸ்.எஸ். கையில்தான் இருக்கிறது. அதுல் பெகாரி வாஜ்பாய் தலைமையில் தேசிய ஜனநாயகக் கூட்டணி ஆட்சி நடந்த போது 1999, மே 11, 13 ஆகிய இரு நாட்களில், வாஜ்பாய் அரசு இராஜஸ்தான் மாநிலம் பொக்ரான் பாலைவனத்தில் அணுகுண்டுகளை வெடித்துச் சோதனை செய்தது. மத்திய அரசின் மிக முக்கியமான இந்நடவடிக்கை மிகவும் இரகசியமாக வைக்கப்பட்டு இருந்தது. குடியரசுத் தலைவருக்குக் கூட முதல் நாள் மட்டுமே தெரிவிக்கப்பட்டது.

ஆனால் அதே நாளில் ஆர்.எஸ்.எஸ். -இன் அதிகாரப்பூர்வ ஏடான ஆர்கனைசர் ‘அணு ஆயுத இந்தியா’ என்ற தலைப்பில் ஒரு சிறப்பு இதழ் வெளியிட்டது. பரம இரகசியமாக நடத்தப்பட்ட பொக்ரான் அணுவெடி சோதனை, முன்கூட்டியே ஆர்.எஸ்.எஸ். அமைப்பிற்கு தெரிந்து இருக்கிறது.

இதே காலகட்டத்தில்தான் வாஜ்பாய் ஆட்சியின் போது, தீபா மேத்தாவின் ‘வாட்டர்’ இந்தி மொழி படப்பிடிப்பு நிறுத்தப்பட்டது. அந்தப் படத்தின் கதை வசனத்தின் நகல், மத்திய அரசின் செய்தி ஒலிபரப்புத்துறைக்கு அனுப்பி வைக்கப்பட்டு இருந்தது. அந்த நகல் அப்போதைய ஆர்.எஸ்.எஸ். தலைவர் சுதர்சன் பார்வைக்கு

அனுப்பப்பட்டது. அதன் அடிப்படையில்தான் ஆர்.எஸ்.எஸ். எதிர்ப்பு தெரிவித்ததால் ‘வாட்டர்’ திரைப்பட படப்பிடிப்பு நிறுத்தப் பட்டது.

2014இல் நரேந்திர மோடியை ஆர்.எஸ்.எஸ். பிரதமர் வேட்பாளராக்கியதுடன், பாஜகவின் நாடாளுமன்றத் தேர்தல் அறிக்கையையும் அதுவே தயாரித்து அளித்தது. அந்த அறிக்கையில் காஷ்மீருக்கான 370 ஆவது பிரிவு நீக்கம், அயோத்தியில் இராமர் கோவில் எழுப்புதல், பொது சிவில் சட்டம் போன்ற ‘இந்துத்துவ’ கொள்கைகள் இடம்பெற்றிருந்தன என்பது குறிப்பிடத்தக்கது.

2014, மே மாதம் மோடி தலைமையில் பாஜக அரசு அமைந்த பிறகு 2015 செப்டம்பர் 2 முதல் 4ஆம் தேதி வரை ஆர்.எஸ்.எஸ். - சங் பரிவாரங்கள் இணைந்து ஒரு கூட்டம் நடத்தப்பட்டது. இந்தக் கூட்டத்தில் மத்திய அமைச்சர்கள் ராஜ்நாத்சிங், அருண்ஜேட்லி, சுஷ்மா ஸ்வராஜ், ஜே.பி. நட்டா, வெங்கையா நாயுடு, மனோகர் பாரிக்கர், ஆனந்தகுமார் மற்றும் பிரதமர் நரேந்திர மோடி உள்ளிட்டோர் கலந்து கொண்டனர்.

இந்தக் கூட்டத்தில் மோடி அரசின் பொருளாதாரக் கொள்கைகள், பாதுகாப்பு, கல்வி போன்ற துறைகளின் செயல்பாடுகள் பற்றி விவாதிக்கப்பட்டன. அமைச்சர்கள் அனைவரும் தங்கள் துறை சார்ந்து எழுப்பப்பட்ட கேள்விகளுக்கும் பதில் அளித்தனர்.

ஆர்.எஸ்.எஸ். த்லைவர் மோகன் பகவத் தலைமையில் நடந்த இக்கூட்டத்தில் பாஜக தலைவர் அமித்ஷா மற்றும் அமைச்சர்கள், நாடாளுமன்ற உறுப்பினர்கள் என 95 பேர்கள் கலந்து கொண்டனர். மத்திய அமைச்சர்கள் தங்கள் பதவி ஏற்பின்போது செய்த இரகசிய காப்புப் பிரமாணத்தை மீறி, ஆர்.எஸ்.எஸ். அமைப்பின் தலைமையில் நடந்த கூட்டத்தில் அரசு விவகாரங்களை வெளிப்படுத்துவது என்பது அரசியல் அமைப்புச் சட்டத்திற்கு எதிரானது ஆகும்.

மக்களால் தேர்ந்தெடுக்கப்பட்ட ஓர் அரசாங்கம் சடத்துக்கும், மக்களின் உணர்வுகளுக்கும்தான் அடிபணிய வேண்டுமே தவிர, மதவெறி வகுப்புவாதக் கொள்கையைக் கடைப்பிடிக்கும் ஆர். எஸ்.எஸ். சங்பரிவாரங்களுக்கு அடிபணிந்து போவது மிகவும் ஆபத்தானது. ஆனால் மோடி அரசின் தொடக்கக் காலத்தில் இருந்தே 2014 இலிருந்து இதுதான் நடக்கிறது.

2015, செப்டம்பர் 7ஆம் தேதி, அப்போதைய உள்துறை அமைச்சர் ராஜ்நாத் சிங்கிடம், பாஜகவை ஆர்.எஸ்.எஸ். தான் வழி நடத்துகிறது என்பது உண்மையா? என ஊடகங்கள் கேள்வி எழுப்பின. அதற்கு அவர், ‘மத்திய அரசை ஆர்.எஸ்.எஸ். அமைப்பு பின்னணியில்

இருந்து இயக்குவதாக கூறப்படுவது தவறு; அந்தக் குற்றச்சாட்டில் உண்மை இல்லை. நானும் பிரதமரும் ஆர்.எஸ்.எஸ். தொண்டர்கள். அதனால் யாருக்கும் எந்த பிரச்சனையும் இல்லை. டெல்லியில் நடந்த ஆர்.எஸ்.எஸ். மாநாட்டில் மத்திய அமைச்சர்கள் பங்கேற்றது, பதவி ஏற்பின் போது எடுத்துக்கொண்ட ரகசியக் காப்புப் பிரமாணத்தை மீறுவதாக ஆகாது' என்று பதில் கூறினார்.

2015, மே மாதம் 28ஆம் தேதி டெல்லியில் காங்கிரஸ் கட்சியின் மாணவர் பிரிவுக் கூட்டத்தில் பேசிய அக்கட்சித் தலைவர் ராகுல்காந்தி, 'இந்தியாவை பாரதிய ஜனதா கட்சி, அதன் தாய் அமைப்பான ஆர்.எஸ்.எஸ். -இன் பயிற்சி முகாம்களான ஷாகாக்கள் போன்று நடத்த நினைக்கிறது.

ஆர்.எஸ்.எஸ். அமைப்பைப் பொறுத்தவரையில் விவாதங்களையோ, கலந்தாலோசனைகளையோ அது அனுமதிப்பது இல்லை; ஒருவர் பேச மற்ற அனைவரும் கேட்க வேண்டும் என்பது ஆர்.எஸ்.எஸ். -இன் வழிமுறை. இத்தகைய கொள்கைகள் இந்தியாவை நாசம் செய்து வருகின்றன' என்று குறிப்பிட்டார்.

பாஜக கட்சியையும், ஆட்சியையும் இயக்கிக் கொண்டிருக்கும் ஆர்.எஸ்.எஸ். இந்தியாவை நாசப்படுத்தி வருவது மட்டும் அல்ல; இந்தியாவை 'ரத்தச் சேற்றில்' மூழ்கடித்ததற்கும் காரணமாக இருக்கிறது என்ற வரலாற்று உண்மைகளையும் நாம் பார்க்க வேண்டும்.

39
வகுப்புக் கலவரங்களின் மூலவேர் ஆர்.எஸ்.எஸ்.

இந்தியாவில் ஆர்.எஸ்.எஸ். 1925 விஜயதசமி நாளில் உருவான காலத்திலிருந்து வகுப்புவாதக் கலவரங்களுக்கான விதைகள் ஆழமாக ஊன்றப்பட்டுவிட்டன. 1927 ஏப்ரல் - ஜூன் மாதங்களில் முதன் முதலில் 20 சுயம் சேவக்குகளுக்கு (தொண்டர்கள்) ஒரு பயிற்சி முகாமை ஆர்.எஸ்.எஸ். நாக்பூரில் நடத்தியது. நீண்ட கம்பு, வாள், ஈட்டி மற்றும் குத்துவாளைப் பயன்படுத்துவதற்குப் பயிற்சி அளிக்கப்பட்டது.

இந்து மதத்தின் பெயரால் அணி திரட்டப்பட்ட இளைஞர்களிடம் மதவெறி ஊட்டி, இந்துக்கள் போர்க்குணத்தை, பலத்தை வளர்த்துக்கொள்வது அவசியம். அதற்கு ஆர்.எஸ்.எஸ். இன்றியமையாதது என்று அவர்களிடம் வலியுறுத்தப்பட்டது.

முதல் பயிற்சி முகாம் நடத்தப்பட்ட 1927ஆம் ஆண்டு செப்டம்பரில் நாக்பூரில் முஸ்லிம்கள் மீது ஆர்.எஸ்.எஸ். தாக்குதலைத் தொடங்கி வைத்தது. 1927 செப்டம்பர் 4ஆம் தேதி, மகாலட்சுமி பூஜையைக் கொண்டாடிக் கொண்டிருந்த போது, முஸ்லிம்கள் ஊர்வலம் போனார்கள் என்பதற்காகத் திட்டமிட்டு அவர்கள் மீது வன்முறையை ஏவியது ஆர்.எஸ்.எஸ்.

நாக்பூரில் இஸ்லாமியர்கள் மீது நடத்தப்பட்ட தாக்குதல் குறித்து ஆர்.எஸ்.எஸ். காரரான சி.பி. பிஷிகார் என்பவர் எழுதிய நூலில் (கேஷவ் சங்நிர்மாதா, புனே 1979 -சி.பி. பிஷிகார்) பெருமையோடு குறிப்பிடுகிறார்.

"The Hindu Society showed a unity and militancy- இந்து சமூகம் இந்தக் கலவரத்தில் தனது ஒற்றுமையையும், இராணுவத் தன்மையையும் காட்டியது" என்று.

வகுப்புக் கலவரத்தைப் பற்றி குறிப்பிடும் போதெல்லாம் ஆர்.எஸ். எஸ். தலைவர் ஹெட்கேவர் அதை இந்து முஸ்லிம் கலவரம் என்று எழுத மாட்டார். முஸ்லிம்கள் கலவரம் என்றுதான் குறிப்பிடுவார்.

அதைப் போலவே அவருக்கு அடுத்து பொறுப்புக்கு வந்த கோல்வால்கர் வகுப்புக் கலவரங்களுக்கான காரணங்கள் எவை எவை என்று பட்டியலிட்டார்.

முஸ்லிம்கள் இந்தியாவோடும் இந்தியக் கலாச்சாரத்தோடும் தங்களை ஒன்றுபடுத்திக் கொள்ள விரும்பவில்லை.

பாகிஸ்தான் பிரிவினையை அவர்கள் வலுவாக ஆதரித்ததால் இந்துக்களின் சந்தேகத்திற்கு உரியவர்களாகிவிட்டனர்.

முஸ்லிம்கள் வெளிநாடுகளுக்குத்தான் விசுவாசமாக இருப்பார்கள்.

- இந்த மூன்று காரணங்களால்தான் வகுப்புக் கலவரங்கள் எழுகின்றன என்றார் கோல்வால்கர்.

இதற்கு என்ன தீர்வு? அதற்கும் பதில் கூறி இருக்கிறார். "முஸ்லிம்கள், ராமனைத் தங்களின் தலைவராக ஏற்றுக்கொள்ளட்டும். வகுப்புவாதப் பிரச்சினையே முடிந்துவிடும்."

"Let Muslims look up on Rama as their hero, and the communal problems will be all over."

இது ஆர்.எஸ்.எஸ்.இன் அதிகாரப்பூர்வ ஏடான ஆர்கனைசர் ஜூன் 20, 1971இல் வெளியிட்டது. இந்தியாவில் ஆர்.எஸ்.எஸ். இந்துத்துவா மதவாதக் கூட்டம் நடத்திய வகுப்புக் கலவரங்களுக்கு அடிப்படையாக இருப்பது என்ன என்பதை ஹெட்கேவர், கோல்வால்கர் கூற்றுகளிலிருந்து அறியலாம்.

வகுப்புக் கலவரங்களின் மூல வேர் ஆர்.எஸ்.எஸ்.

இந்து மகாசபை, ஆர்.எஸ்.எஸ்., இந்து சங்காதன் போன்ற சனாதன மதவாத அமைப்புகள் போட்ட விதைகள்தான் விஷ விருட்சமாக வளர்ந்து, 1946 களில் வகுப்புக் கலவரங்கள் ஏற்படவும், பாகிஸ்தான் பிரிவினையின் போது இலட்சக்கணக்கான மக்கள் படுகொலை செய்யப்பட்டு, இரத்த ஆறு பெருக்கெடுத்து ஓடவும் காரணம் ஆயிற்று.

நாட்டுப் பிரிவினையின்போது இந்துக்களும், இஸ்லாமியர்களும் வெறுப்பு உணர்வுடன் ஒருவரை ஒருவர் வெட்டிக் கொன்று படுகொலைகள் நிகழ்த்தப்பட்டதை டொமினிக் லேபியர் மற்றும் லேரி காலின்ஸ் ஆகியோர் எழுதிய 'நள்ளிரவில் சுதந்திரம்' நூலில் மிக விரிவாக பதிவு செய்துள்ளனர்.

ஆர்.எஸ்.எஸ். - இந்துமகா சபை பின்புலத்தோடு மகாத்மா காந்திஜி சுட்டுக் கொல்லப்பட்ட துயர நிகழ்வுகளை முன்பே இத்தொடரில் விரிவாகப் பார்த்தோம்.

காந்தி படுகொலைக்குப் பிறகு ஆர்.எஸ்.எஸ். தடை செய்யப்பட்டதால் சிறிது காலம் பதுங்கிக் கிடந்தனர்.

ஆனால் 1962, 1964இல் ஜபல்பூரில் மதக் கலவரங்கள் ஆர்.எஸ்.எஸ். தயவால் தூண்டிவிடப்பட்டன. இந்தக் கலவரங்களுக்குப் பின்னர்தான் பிரதமர் ஜவஹர்லால் நேரு, தேசிய ஒருமைப்பாட்டுக் குழுவை ஏற்படுத்தினார். வகுப்புக் கலவரங்களைத் தடுக்க வேண்டும் என்பதுதான் அதன் நோக்கமாக இருந்தது.

ஜபல்பூர் கலவரத்திற்குப் பிறகு ஜாம்ஷெட்பூர், ரூர்கேலாவில் மத வன்முறைகள் கட்டவிழ்த்துவிடப்பட்டன. 60 களில் நடந்த மத வன்முறை இரத்தக் களரிகளில் ராஞ்சி - பீகார் (1962) அகமதாபாத் - குஜராத் (1969) கலவரங்கள் சிறுபான்மை மக்கள் சர்வசாதாரணமாக படுகொலைக்கு உள்ளாக்கப்பட்டனர்.

ஆர்.எஸ்.எஸ். பின்னணியில் 1964இல் உருவாக்கப்பட்ட விஸ்வ ஹிந்து பரிஷத், வெளிப்படையாகவே மதவெறி பிரச்சாரங்களைச் செய்தது மட்டுமின்றி, வலியப் போய் இஸ்லாமியர்களை வம்புக்கு இழுத்து, கலவரங்களைத் தூண்டியது. ஆர்.எஸ்.எஸ். -இன் அடியாள் படையில் முன்னணியில் நின்றது விஸ்வ ஹிந்து பரிஷத்.

70 களிலும் மதக் கலவரங்கள் தொடர்ந்தன. 1976இல் காவல்துறை - ஆர்.எஸ்.எஸ். இன் தூண்டுதலால் துர்கமான் கேட் படுகொலைகள் நடந்தன.

மொராதாபாத் (1980) நெல்லி, நவாகாவ்ன் - (அசாம் 1983) பிவாண்டி (1984) மற்றும் மீரட் (1987) ஆகிய இடங்களில் நடந்த கலவரங்களில் மட்டும் ஆயிரத்துக்கும் மேற்பட்டோர் உயிரிழந்தனர்.

1980 களில் நடந்த பகல்பூர், அய்தராபாத், அலிகார் கலவரங்கள்தான் நாட்டை உலுக்கியதாக வரலாறு. அதுவரை கூறிக் கொண்டு இருந்ததை, 1989இல் எல். கே. அத்வானி மேற்கொண்ட 'ராமஜென்ம பூமி' பிரச்சார ரத யாத்திரை முறியடித்தது. அத்வானியின் 'இரத்த' யாத்திரையால் ஆயிரத்திற்கும் அதிகமானோர் படுகொலை செய்யப்பட்டனர்.

பாபர் மசூதி இடிப்புக்குப் பின்னர் நடந்த கலவரங்களில் நாடு சந்தித்திராத பேரவலங்கள் தலைவிரித்து ஆடின. மசூதி இடிப்புக்குப் பின்னர் மும்பை, சூரத், போபால் நகரங்கள் கலவர பூமிகளாக மாறின.

உத்திரப்பிரதேசம், குஜராத், ராஜஸ்தான், பீகார், மத்தியப் பிரதேசம், ஆந்திரா ஆகிய மாநிலங்களில்தான் மிக அதிக அளவிலான மத வன்முறைகள் நிகழ்ந்தன. அதுவரை நகரங்களில் மட்டுமே நடந்த கலவரங்கள் சிற்றூர்கள், கிராமங்கள் நோக்கியும் சென்றன.

ஆர்.எஸ்.எஸ். சங் பரிவாரங்களில் உச்சபட்ச மதக் கலவரம் குஜராத்தில் 2002இல் நடத்தப்பட்டது. ஆயிரக்கணக்கான இஸ்லாமியர்கள் கொன்று குவிக்கப்பட்டனர். உலக நாடுகள் இந்தியாவைக் கண்டிக்கும் அளவுக்கு குஜராத் மாநிலத்தில் சிறுபான்மை மக்கள் இரத்தச் சேற்றில் மூழ்கடிக்கப்பட்டனர். குஜராத் கலவரம் பற்றிய முழுமையான பின்னணியை அடுத்து வரும் அத்தியாயங்களில் காண்போம்.

குற்றவாளிக் கூண்டில் ஆர்.எஸ்.எஸ்.

இந்தியாவில் நடத்தப்பட்டு வரும் மதக் கலவரங்களைத் தூண்டி விடுவது யார்? பச்சைப் படுகொலைகளை நடத்துவது யார்? இதுவரை நடந்த வகுப்புக் கலவரங்களுக்கு யார் பொறுப்பு? இதை எல்லாம் ஆய்வு செய்வதற்கு அவ்வப்போது நடந்த கலவரங்களை விசாரிப்பதற்கு அமைக்கப்பட்ட விசாரணை ஆணையங்கள் பதில் கூறுகின்றன. அவற்றில் சிலவற்றைக் காண்போம்.

1969 - ஜஸ்டிஸ் ஜக்மோகன் விசாரணை ஆணையம். - அகமதாபாத் மதக் கலவரம் பற்றி விசாரிக்க அமைக்கப்பட்டது.

1970 - ஜஸ்டிஸ் டி. பி. மதன் ஆணையம் - பிவாண்டி கலவரம் பற்றி

1971 - ஜஸ்டிஸ் ஜோசப் விலாயதில் ஆணையம் - தலச்சேரி கலவரம் பற்றி

1979 - ஜஸ்டிஸ் ஜிதேந்திரா நாராயணன் ஆணையம் - ஜாம்ஷெட்பூர் கலவரம் பற்றிய விசாரணை

1982 - ஜஸ்டிஸ் வேணுகோபால்ஆணையம் - மண்டைக்காடு கலவரம் பற்றி

1989 - பகல்பூர் கலவரம் பற்றிய விசாரணை ஆணையம்.

மதக் கலவரங்கள் தொடர்பாக அமைக்கப்பட்ட விசாரணை ஆணையங்கள் அனைத்தும் ஆர்.எஸ்.எஸ். தான் குற்றவாளிக் கூண்டில் நிறுத்தப்பட வேண்டிய அமைப்பு என்பதை அறுதியிட்டுக் கூறின. ஆனால் அரசு எந்த நடவடிக்கையும் எடுக்கவில்லை. காங்கிரஸ் அரசும் இதில் மௌனமாக இருந்ததும் கசப்பான உண்மை.

1981இல் தேசிய காவல் ஆணைய அறிக்கை “காவல்துறையினரும் கலவரக்காரர்களுடன் சேர்ந்துகொண்டு ஒரு சமூகத்தினராகத் தாக்கினர். வன்முறை, அராஜகம் ஆகியவற்றை ஒடுக்கி, அமைதி காக்க வேண்டிய கடமையில் உள்ள காவல்துறையே துணை போனது” என்று வெளிப்படையாகக் கூறுகிறது.

விசாரணை ஆணையங்களின் முடிவுகள் என்ன கூறுகின்றன?

ஜக்மோகன் ஆணையம் - அகமதாபாத் *(1969)*

"உளவுத்துறை கடமை தவறியது மட்டுமல்ல, உண்மையை மறைக்கும் சதியும் வன்முறையை அடக்கத் தவறியதும் காரணமாகிறது. ஆர்.எஸ். எஸ். ஜனசங்கத்தின் வன்முறைச் செயல்பாடுகள் வேண்டுமென்றே விசாரணை ஆணையத்திடம் மறைக்கப்பட்டு பொய் கூறப்பட்டது.

ஆறுக்கும் மேற்பட்ட முஸ்லிம் வழிபாட்டுத் தலங்கள் தாக்கப்பட்டன. அவற்றின் அருகிலேயே காவல் நிலையங்கள் இருந்த போதிலும் வன்முறை தடுக்கப்படவில்லை. பல்வேறு இடங்களில் நடத்தப்பட்ட கலவரங்களை அடக்க அனைத்துக் காவலர்களும் சென்றுவிட்டனர் என்று காரணம் கூறுகின்றனர். அவர்களின் விளக்கம் ஏற்கக் கூடியதாக இல்லை. ஆனால் காவல் நிலையத்தின் அருகில் இருந்த எந்த இந்து கோவிலும் தாக்கப்படவில்லை."

இதுதான் ஜக்மோகன் விசாரணை ஆணையத்தின் அறிக்கை. குஜராத் மாநிலத்தில் அப்போது ஆட்சி நடத்தியது காங்கிரஸ் என்பதும் குறிப்பிடத்தக்கது.

ஜஸ்டிஸ் டி.பி. மதன் ஆணையம் *(1970)*

பிவாண்டி, ஜால்காவ்ன், மகாத் மதக்கலவரங்கள் பற்றி விசாரணை நடத்தியது. அதன் அறிக்கையில் குறிப்பிடப்பட்டவை வருமாறு:-

"சிறப்புப் புலனாய்வு படை மதக்கலவரம் குறித்து ஆய்வு செய்ய அமைக்கப்பட்டது. இதனுடைய வேலைமுறை வகுப்பு வாத பாகுபாட்டிற்கு ஒரு பாடம் ஆகும். இப்படையின் அதிகாரிகள் தனித்த முறையில் திட்டமிட்டு பல முஸ்லிம்களைக் குற்றவாளிகளாகவும், அதே எண்ணிக்கையில் பல இந்துக்களை அவர்கள் குற்றம் இழைத்தவர்கள் என்று அறிந்திருந்தும் நிரபராதிகள் என முடிவு செய்தனர்.

சிவசேனா, ராஷ்டிரிய உத்சவ் மண்டல் என்னும் ஜனசங்கத்தின் அமைப்பும் 'ஏ' பிரிவில் தவறாகச் சேர்க்கப்பட்டன. சரியான விசாரணை நடத்தப்படவில்லை, முஸ்லிம்கள் தாக்கப்பட்டதும், சொத்துக்கள் அழிக்கப்பட்டதும் சரியாக விசாரிக்கப்படவில்லை.

இந்து மதவாதிகளின் செயல்பாடுகள் குறித்து விரிவான விசாரணைகள் முறையாக நடத்தப்படவில்லை.

காவல்துறைக் கண்காணிப்பாளர் எஸ்.பி. சராஃப் பல இந்துத் தலைவர்களுடன் தனியாகக் கலந்து பேசினார். இதில் முஸ்லிம்களைத்

தாக்கியவர்களும், கொலை செய்தவர்களும் அடங்குவர்" என்று நீதிபதி டி.பி. மதன் ஆணையம் குற்றம் சாட்டியது.

1969இல் சிவசேனா தலைவர் பால்தாக்கரே ஒரு பொதுக்கூட்டத்தில் "பிவாண்டி மற்றொரு பாகிஸ்தானாகிவிடக்கூடாது. முஸ்லிம்கள் அவமானகரமான, பெண்கள் முன் சொல்லத்தகாத கேவலமான குற்றங்களைச் செய்தனர்" என்று குற்றம் சாட்டிப் பேசினார்.

ஆனால் பிவாண்டியில் நடந்த வன்முறைகளுக்கு ராஷ்டிரிய உத்சவ் மண்டலே காரணம். இதன் தலைவர்கள் பெரும்பாலும் ஜனசங்கத்தைச் சேர்ந்தவர்கள். சிவசேனாவும் கலவரத்தில் முன்னின்றது என்று மதன் விசாரணை ஆணையம் மதவாதிகளின் தோலுரித்தது.

அதுமட்டுமல்ல, "இந்து கலகக்காரர்கள் வன்முறையிலும், அராஜகத்திலும் ஈடுபட்டபோது, காவல்துறையினர் அருகில் இருந்தபோதும் பாதுகாக்கவில்லை என்றும், தவறு செய்த இந்துக்கள் மீது குற்றப்பத்திரிகை பதிவு செய்யாமல், முஸ்லிம்கள் மீது மட்டும் பதிவு செய்தனர் என்றும் பல புகார்கள் ஆணையத்தின் முன்பு கூறப்பட்டன. சில உயர் அதிகாரிகள் கூட மத உணர்வுடன் செயல்பட்டனர் என்பதும், இந்து கலகக்காரர்களுக்கு தீ வைத்தல், கொள்ளையடித்தல் ஆகியவற்றிற்கு காவல்துறையினர் உதவினர் என்பதும் உண்மை" என்று மதன் ஆணையம் சுட்டிக்காட்டியது.

ஜஸ்டிஸ் ஜோசப் விலாயத்தில் ஆணையம் - 1971 கேரளா தலச்சேரி கலவரம்

தலச்சேரி காவல் துணைக் கண்காணிப்பாளர் சாட்சியத்தில், "தான் காவல் சுற்று சென்றபோது, அவரது காவலர்கள் கலவரத்தைக் கட்டுப்படுத்தாமல், முஸ்லிம்களுடன் மோதியதற்காக அவர்களைக் கண்டித்தார். முஸ்லிம்களைத் துரத்திய காவல்துறையினர் அவர்களை 'பாகிஸ்தானுக்கு ஓடுங்கள்' என்று கத்தியதாக துணை ஆட்சியர் கூறினார்.

மட்டதரம் என்னுமிடத்தில் இரண்டு முஸ்லிம்கள் மசூதிக்குள் ஓடி ஒளிந்தனர். உஸ்மான் குட்டி ஹாஜி என்பவர் மதிப்புமிக்க மனிதர், அவரைக் காவல்துறையினர் அடித்ததுடன் மசூதியின் விளக்குகளை உடைத்தனர்" என்றும் துணை ஆட்சியர் தனது சாட்சியத்தில் கூறினார்.

தலைச்சேரியில் இந்துக்களும், முஸ்லிம்களும் சகோதரர்களாகப் பல நூற்றாண்டுகளாக வாழ்ந்து வருகின்றனர். ஆர்.எஸ்.எஸ்., ஜனசங்கம் நுழைந்தபின்பு சுமூகமான வாழ்வுச் சூழல் முற்றிலும் சிதையத்

தொடங்கியது. அவர்களின் முஸ்லிம்களுக்கு எதிரான பிரச்சாரமும், அதற்கு முஸ்லிம்களின் எதிர்ப் பிரச்சாரமும் மத மோதல் சூழலை வளர்த்தது.

முஸ்லிம்கள் வீட்டைத் தாக்கியவர்கள், நீங்கள் உயிருடன் தப்ப வேண்டுமானால் 'ராமா ராமா' என்று சொல்லிக்கொண்டு வீட்டைச் சுற்றிவர வேண்டும் என்றனர். இதனால்தான் முஸ்லிம்கள் தமது தீவிரவாத அமைப்பின் உதவியை நாட நிர்ப்பந்தப்படுத்தப்பட்டனர் என்று தலச்சேரி கலவர விசாரணை ஆணையம் தனது அறிக்கையில் குறிப்பிட்டது.

ஜாம்ஷெட்பூர் கலவரம் -1979

அங்கு நடைபெறவிருந்த தேர்தலுக்கு முன்பு உளவுத்துறை மதவாத பதற்றம் குறித்து தயாரித்த அறிக்கையில், அந்தப் பகுதியில் நடைபெறப் போகிற ஆர்.எஸ்.எஸ். -இன் வட்டார மாநாடு குறித்து சிறப்பு கவனத்துடன் எச்சரிக்கப்பட்டிருந்தது. அதில் ஆர்.எஸ்.எஸ். -இன் 'சர்சங்கலக்' (தலைவர்) கலந்துகொண்டார். (மார்ச் 31, ஏப்ரல் 1, 1979) ஊர்வலத்தின் பாதை குறித்த சர்ச்சை தொடர்ந்தது. சம்யுக்த பஜ்ரங் பலி அகாரா சமிதியின் உறுப்பினர்களாகத் தங்களைக் கூறிக்கொண்ட சில நபர்கள் மதவாத பதற்றத்தை ஏற்படுத்தும் வகையில் துண்டறிக்கைகளை அங்கு விநியோகித்தனர். அவர்கள் ஆர்.எஸ்.எஸ். உடன் தொடர்புடையவர்கள். அதிகாரிகள் ஊர்வலப் பாதைக்கு அனுமதி மறுத்தபோது, அதனை மீறப் போவதாக அவர்கள் மிரட்டினார்கள்.

ஜஸ்டிஸ் வேணுகோபால் ஆணையம் - மண்டைக்காடு 1982

"ஆர்.எஸ்.எஸ். தங்களை இந்துக்களின் காவலர் என்றும், இந்துக்களின் உரிமைகளைக் காப்பவர் என்றும் காட்டிக் கொள்ள வன்முறையில் ஈடுபட்டது. சிறுபான்மைக் கிறிஸ்தவர்களுக்கு 'இந்து இந்தியாவில்' (?) எவ்வாறு நடந்துகொள்ள வேண்டும் என்பதைக் கற்றுத் தர வேண்டும் என்றனர். மத வெறியையும், மத மோதலையும் உண்டாக்க ஆர்.எஸ்.எஸ். கையாளும் யுக்திகள் வருமாறு:-

இந்துக்களிடம் மதவெறியை வளர்ப்பது, கிறிஸ்தவர்கள் நாட்டுக்கு உண்மையானவர்கள் அல்ல என்ற கருத்தைப் பரப்புவது, சிறுபான்மையினர் குடும்பக் கட்டுப்பாடு மேற்கொள்ளாததால் விரைவில் பெருகி இந்துக்களைவிட அதிகமாகி விடுவர் என்ற அச்சத்தை வளர்ப்பது, அரசுத் துறைகளில் காவல்துறையில் ஊடுருவி அவர்களை மதவெறியுடன் செயல்படத் தூண்டி விடுவது.

இந்து இளைஞர்களுக்கு ஆயுதப் பயிற்சி தருவது, எல்லா நிகழ்வுகளுக்கும் மதச்சாயம் பூசி மதங்களிடையே மோதலையும், பகையையும் வளர்ப்பது."

இவ்வாறு நீதிபதி வேணுகோபால் விசாரணை ஆணையம் தனது அறிக்கையில் கூறியது.

ஜஸ்டிஸ் பி.என். கிருஷ்ணா விசாரணை ஆணையம் -மும்பை 1993

சிவசேனாவினர் மத மோதலையும், வன்முறைகளையும் தூண்டிவிட்டனர் என்பதைக் கண் கூடாகக் கண்ட பின்பும் அவர்கள் மீது நடவடிக்கை எடுக்கவில்லை. அப்படி ஏதாவது நடவடிக்கை எடுத்தால், நிலைமை மோசமாகிவிடும் என்று சாக்குப்போக்குச் சொல்லி அவர்களுக்கு ஆதரவாகச் செயல்பட்டனர்.

முதல்வர் சுதாகர் ராவ் நாயக், சிவசேனை மீது நடவடிக்கை எடுத்தால் மும்பையே எரிந்துவிடும் என்று வெளிப்படையாகவே கூறினார். ஆனால் மும்பை அன்று எரிந்துகொண்டுதான் இருந்தது.

"ஆதரவின்றித் தாக்கப்படும் முஸ்லிம்கள் மீது காவல்துறை காட்டும் அக்கறை அவமானகரமானது. இப்போது உள்ள இடத்தைவிட்டு விட்டுச் செல்ல முடியாது என்று காரணம் காட்டி, முஸ்லிம்கள் தாக்கப்படும் இடத்திற்குச் செல்வதில்லை.

ஒரு முஸ்லிம் கொல்லப்பட்டார், முஸ்லிம் மக்கள் எண்ணிக்கை ஒன்று குறைந்தது என்று கருதினர். காவல்துறை அதிகாரிகளில் பலர் முஸ்லிம்கள் மீது வெறுப்பும், அலட்சியமும் கொண்டவர்களாக, இந்துக்களுக்கு ஆதரவாகச் செயல்பட்டனர்."

ஜஸ்டிஸ் பி.என். கிருஷ்ணா விசாரணை ஆணையம் மும்பை வகுப்புவாதக் கலவரங்களுக்குக் காரணமானவர்களை அடையாளம் காட்டியும், மராட்டிய காங்கிரஸ் அரசு எந்த நடவடிக்கையும் எடுக்கவில்லை.

1969 லிருந்து மத வன்முறைகள் தொடர்பாக அமைக்கப்பட்ட விசாரணை ஆணையங்களின் மீது எந்தவித நடவடிக்கையும் எடுக்காமல் அலட்சியப்படுத்தியதின் விளைவை இன்று இந்தியா சந்தித்துக்கொண்டிருக்கிறது.

40

மதக்கலவரங்களில் உயிர்ப்பலிகள்

இந்தியாவில் மதக் கலவரங்களுக்கு அடிப்படையாக இருப்பது ஆர்.எஸ்.எஸ்., இந்துத்துவா, சங் பரிவாரங்கள்தான் என்பதை பல ஆய்வுகள் தோலுரித்துக் காட்டி இருக்கின்றன. தேசிய காவல்துறை அகாதமியின் ஆய்வாளர் வி.என். ராய், 1968 மற்றும் 1980 மதக் கலவரங்கள் குறித்து ஆய்வு செய்து, அக்கலவரங்களை முஸ்லிம்கள் தொடங்கவில்லை என்பதை ஆதாரப்பூர்வமாக வெளியிட்டார். இந்தக் கலவரங்களில் மட்டும் அரசுப் புள்ளி விவரங்களின்படி 3,949 வன்முறை நிகழ்வுகளில் 2,289 பேர் பலியானார்கள். அதில் 530 பேர் இந்துக்கள், 1,598 பேர் முஸ்லிம்கள்.

இந்திய மக்கள் தொகையில் வெறும் 12 சதவீதம்தான் இஸ்லாமியர்கள். ஆனால் மதக் கலவரங்களில் 65 சதவீதம் முஸ்லிம்கள்தான் பலியாகிறார்கள். காவல்துறை இந்துக்களுக்கு ஆதரவாக செயல்படுகிறது. முஸ்லிம்களுக்கு எதிராகவே காவல்துறை இயந்திரம் இயங்குகிறது. எப்போதுமே மதக் கலவரத்தின் வேலைகள் நீண்டகாலமாக நடைபெறும். ஆனால், ஒரு சிறு பொறிதான் பெரும் கலவரத்திற்கு தொடக்கப் புள்ளி ஆகும் என்றெல்லாம் ஆய்வறிக்கை கூறுகிறது.

வி. என். ராய் போன்று இன்னும் சில ஆய்வுகள் நடத்தப்பட்டு அறிக்கைகள் வந்து உள்ளன. சில நூல்களும் விரிவாக எடுத்து இயம்புகின்றன.

இனக் களையெடுப்பு

1961ஆம் ஆண்டு முதல் இந்தியாவில் நடைபெற்ற மதக் கலவரங்களை கூர்மையாக ஆய்வு செய்து, 'கூட்டு வன்முறையின் வடிவங்கள்' (Forms of Collective Violence) என்ற நூலை அமெரிக்கச் சமூகவியலாளர் டாக்டர் பால் ஆர்.ப்ராஸ் (Dr Paul R. Brass) என்பவர் எழுதி ஆவணப்படுத்தி இருக்கிறார்.

இன வன்முறைகளுக்கு உள்ளான இடங்களில் தங்கி, அனைத்துத் தரப்பினரையும் சந்தித்து உரையாடி, காரணங்களையும், விளைவுகளையும் ஆய்வு செய்து நூலாக்கம் செய்துள்ளார்.

அந்நூலில் ப்ராஸ் குறிப்பிட்டுள்ள உண்மைகள் இந்துத்துவ சனாதனக் கூட்டத்தின் வன்முறை வெறியாட்டங்களைப் படம் பிடித்துக் காட்டுகின்றன.

"இந்தக் கலவரங்கள் ஏதோ எதேச்சையானவை அல்ல. ஆனால், அவை இயல்பாகத் தொடர்ந்து நடப்பவை. இந்துத் தீவிரவாத அமைப்புகள் வலிமைப் பெறத் துவங்கியபின், வன்முறைகளும், அராஜகங்களும் அதிகரித்தன. அதன் பின் ஊடகங்களும் வன்முறை நிகழ்வுகளுக்கு அதிக முக்கியத்துவம் அளிக்கத் தொடங்கின."

"நான் அந்தக் கலவரப் பகுதிகளில் ஆய்வு முடித்து வந்த பின்பு அக்கலவரங்கள் தானாக எழுவது அல்ல என்பதை உணர்ந்தேன். அல்லது அது இந்து-முஸ்லிம் குழுக்களுக்கு இடையிலான அடித்தள மோதலா அல்லது அதைத் தாண்டிய காரணங்கள் உண்டா என்பதையும் ஆய்வு செய்தேன். அந்த அம்சம் சிறிதளவு இருந்தபோதிலும், பல குற்றங்களில் நிறுவனப்படுத்தப்பட்ட *(Institutionalised)* கலவர அமைப்புகள் இருந்தன என்பது மறுக்க முடியாத உண்மை. மேலும் அவை தனித்த வடிவமைப்பும், செயல்பாட்டுத் தெளிவும் கொண்டவை. இவை இந்து தீவிரவாத அமைப்பான ஆர்.எஸ்.எஸ். -இலிருந்து கிளைத்து வருவன. இவற்றுக்கு இணையான இஸ்லாமிய நிறுவனங்கள் இல்லை எனலாம்," என்று தனது முடிவைப் பதிவு செய்திருக்கிறார்.

"நாம் இந்தியாவில் இந்து-முஸ்லிம் கலவரம் என்று பல பத்து ஆண்டுகளாகக் கூறி வருவதே தவறு; அந்தக் கலவரங்கள் அத்தகைய தீவிரத்துடன் பல்வேறு இடங்களில் தொடர்ந்து திரும்பத் திரும்ப நடைபெற காவல்துறையின் ஒத்துழைப்பும் அரசியல் கட்சிகளின் தோல்வியும், அரசின் கட்டுப்பாடின்மையும், மாவட்ட நிர்வாகத் திறன் இன்மையும், கலவரங்களை அடக்கும் வலிமையும், ஈடுபாடும், இயலாமையும் தான் காரணம் ஆகும்.

இந்து-முஸ்லிம் கலவரங்கள் என இந்தியாவில் அழைக்கப்படுவது எல்லாம் திட்டமிட்ட தாக்குதல்களே. குஜராத்திலும் பிற இடங்களிலும் நிகழ்ந்தவை தானாக உணர்ச்சி வசப்பட்டு உண்டான கலவரங்கள் அல்ல என்பது தெளிவு. அவை திட்டமிட்ட இனப் படுகொலைகள் மற்றும் இனக் களையெடுப்பாகும். ஆழமாகப் புகைந்து கொண்டிருந்த எரிமலைகளின் சீற்றம் எனலாம்," என்கிறார் பேராசிரியர் டாக்டர் பால் ஆர். ப்ராஸ்.

இன்னொன்றையும் அவர் இதில் சுட்டிக் காட்டுகிறார்:

"கலவரங்கள் நடந்த பிறகு, அதை நடத்திய உண்மையான குற்றவாளிகள், அரசு அதிகாரிகள், காவல்துறையினர் உட்பட

தாங்கள், குற்றமிழைத்தவர் என்ற பழிச் சொல் தங்கள் மீது விழாதவாறு அதை மற்றவர்கள் மீது சுமத்தும் வகையில், கலவரம் குறித்துச் செய்திகளைக் கட்டமைப்பதில், ஊடகங்கள் மற்றும் அரசியல்வாதிகள் ஆற்றும் முக்கிய பங்கு பாத்திரத்தின் மீது உண்மையாகவே யாரும் கவனத்தில் அக்கறை காட்டுவதில்லை."

"ஆர்.எஸ்.எஸ். இயக்கத்தில் தங்களை நேரிடையாக இணைத்துக் கொள்ளாவிடினும் அரசு அதிகாரிகளில், காவல் துறையில், துணை இராணுவப் படைகளில், ஏன் இராணுவத்திலும், அதில் பணிபுரிவோரில் பெரும்பான்மையோர் ஆர்.எஸ்.எஸ். அமைப்புக்கு வெளிப்படையான மற்றும் மறைமுகமான ஆதரவாளர்களாக இருக்கின்றனர். எந்த நிலையிலும் ஆர்.எஸ்.எஸ். -இன் முஸ்லிம் எதிர்ப்புக் கொள்கைதான் எங்கும் நிறைந்திருக்கிறது என்பதோடு, நீதித்துறையின் பெரும்பகுதி உட்பட இத்தேசம் முழுவதும் அது தாக்கத்தினை ஏற்படுத்தி இருக்கிறது."

மீரட்டில் தொடர்ச்சியாக பல ஆண்டுகளாக அதாவது 1961, 1963, 1973, 1982, 1986, 1990 மற்றும் 1991 ஆகிய ஆண்டுகளில் நடைபெற்ற கலவரங்கள் குறித்து ஆழமாக ஆராய்ந்த டாக்டர் ப்ராஸ், "கலவரங்கள் ஒரு குறிப்பிட்ட இடத்தில் மட்டும் அடிக்கடி நடக்கிறது என்பது மட்டுமே என்னுடைய அறிவிற்கு, கலவரங்களை உற்பத்தி செய்கிற ஓர் அமைப்பு இருக்கிறது என்ற அனுமானத்தை உறுதி செய்வதற்குரிய அதிகாரப்பூர்வ ஆதாரமாக அமைகிறது."

"1982ஆம் ஆண்டில் முஸ்லிம் சமூகத்தைச் சேர்ந்த ஆண்கள், பெண்கள், குழந்தைகள் உள்பட 29 பேர் மிக இழிவான, கொடூரமான முறையில் மாகாண ஆயுதக் காவல்படையினரால் ஃபெரோஸ் கட்டிடத்தில் வைத்து படுகொலை செய்யப்பட்ட மீரட் கலவரம், மலியானா மற்றும் ஹாஷிம்பூரில் 1987ஆம் ஆண்டில் நடந்தேறிய படுகொலைகளுக்கான ஒத்திகையாக இருந்தது," என்று கூறும் ப்ராஸ், "அன்றைய நாளில் பணியில் இருந்த மாகாண ஆயுதக் காவல்படையினர் அனைவரும் முஸ்லிம் அல்லாதவர்கள்; இந்துக்களின் மனதில் பதிந்து போயிருக்கும் முஸ்லிம்களின் மீதான பொதுவான சீற்றத்தை இந்தியாவில் அதன்பின் நிகழ்ந்த பல்வேறு கலவரங்களைப் போலவே, இந்த இடத்திலும் வெளிப்படுத்தினார்கள்," என்றார்.

மேலும், "இந்தக் கலவரங்கள் (1982, 1987, 1992 மற்றும் 1993, 2002இல் குஜராத்) அனைத்திலும் ஓர் அமைப்பின் இருப்பை உறுதிப்படுத்துவதோடு, அமைப்பு ரீதியாக இயங்கும் கலவர மையங்களையே சாரும். இவற்றைத் தேவையான நேரத்தில் தூண்டி விட்டால், உடனடியாகச் செயல்படும் தன்மையும் கொண்டிருந்தன,"

என்று தனது நூலில் டாக்டர் பால் ஆர். ப்ராஸ் அறுதியிட்டுக் கூறுகிறார்.

ஆர்.எஸ்.எஸ். சங் பரிவாரங்கள் தூண்டிய மதக் கலவரங்கள்

இந்தியாவில் எந்தெந்தப் பகுதிகளில் பாஜக வளர்கிறதோ அங்கெல்லாம் பெருமளவில் மதக் கலவரங்கள், வன்முறைகள் 'சூல் கொண்டு' பின்னர் அவை வெடிக்கின்றன. பாஜக காலூன்றுவதற்கு இக்கலவரங்களை ஆர்.எஸ்.எஸ். பயன்படுத்திக் கொள்கிறது.

1961-இலிருந்து தொடர்ந்து மதக் கலவர பூமியாக மீரட் இருந்து வந்திருக்கிறது. 1967-க்குப் பிறகு அகமதாபாத்தில் ஐந்து மிகப் பெரிய கலவரங்கள் வெடித்துள்ளன. 1990-களில்தான் மிக அதிக அளவிலான மதக் கலவரங்கள் வெடித்துள்ளன. அதாவது 23 கலவரங்கள் நடந்துள்ளன. 1970-களில் 7, 1980-களில் 14, 2000-ஆண்டுகளில் 13 கலவரங்கள் நடந்து உள்ளன. இந்தக் கலவரங்களில் உயிர்ப் பலிகள் 12,848 என்று புள்ளி விவரங்கள் கூறுகின்றன. இந்தப் பட்டியலில் ஐந்து நபர்களுக்குக் குறைவாகக் கொல்லப்பட்ட நிகழ்வுகள் கணக்கில் சேர்க்கப்படவில்லை; வகுப்பு வாதம் சார்ந்த குண்டு வெடிப்புகளும் இதில் சேர்க்கப்படவில்லை.

1967ஆம் ஆண்டுக்குப் பிறகு நடைபெற்ற மதக் கலவரங்களில் நூற்றுக்கும் அதிகமானவர்கள் இறந்த பட்டியல் வருமாறு:

(Sengupta, Economic and Political Weekly, May 14, 2015)

வ. எண்	வருடம்	இடம்	உயிரிழப்பு
1	1967	ஹாதியா - ராஞ்சி	183
2	1969	அகமதாபாத்	512
3	1970	ஜல்காவ்ன்	100
4	1979	ஜாம்ஷெட்பூர்	120
5	1980	மொராதாபாத்	1,500
6	1963	நெலே, அஸ்ஸாம்	1,819
7	1984	பிவந்தி	146
8	1985	அகமதாபாத்	300
9	1989	பகல்பூர்	1,161
10	1990	டில்லி	100
11	1990	ஹைதராபாத்	365
12	1990	அலிகார்	150
13	1992	வரத்	152

14	1992	கான்பூர்	254
15	1992	போபால்	143
16	1993	மும்பை	872
17	2002	குஜராத்	1,267

1950 முதல் 1964இல் பிரதமர் நேரு மறைந்த காலகட்டம் வரையில் சிறிதும் பெரிதுமாக 243 கலவரங்கள் 16 மாநிலங்களில் நடைபெற்றுள்ளன.

அதன் பின்னர் இந்திரா காந்தி அம்மையார் ஆட்சிக் காலத்தில் 15 மாநிலங்களில் 337 கலவரங்கள் நடைபெற்றுள்ளன.

இராஜீவ் காந்தி ஆட்சியில் 16 மாநிலங்களில் 291 கலவரங்கள் நடந்துள்ளன.

1950-இலிருந்து 1995 வரை 1,194 மத வன்முறை நிகழ்வுகள் நடந்துள்ளன. இவற்றில் பெரும்பாலானவற்றை ஆர்.எஸ்.எஸ்., சங் பரிவாரங்கள் நடத்தி இருக்கின்றன.

1990 முதல் 1995 வரை 5 ஆண்டுகளில் மட்டும் குஜராத் மாநிலத்தில் 245 கலவரங்கள் நடைபெற்றுள்ளன.

நரேந்திர மோடி குஜராத் மாநிலத்தில் முதல்வர் பொறுப்பு ஏற்ற பின்னர் 2002இல் நடந்த இஸ்லாமியர் இனப் படுகொலை இந்திய வரலாற்றில் பிரிவினைக்குப் பின்னர் நடந்த மாபெரும் இன ஒழிப்பு ஆகும். இதில் மட்டும் அரசு புள்ளிவிவரங்களின்படி 1,267 பேர் இஸ்லாமியர்கள் படுகொலை செய்யப்பட்டனர் என்று கூறப்படுகிறது. ஆனால், உண்மையில் குஜராத் இஸ்லாமியர் படுகொலை மூன்று ஆயிரத்தைத் தாண்டும்.

இந்தியாவில் பாகிஸ்தான் பிரிவினைக்குப் பின்னர் வகுப்புக் கலவரங்களில் இரத்த ஆறு பெருக்கெடுத்து ஓடவும், ஆயிரக்கணக்கான சிறுபான்மை மக்கள் படுகொலை செய்யப்படுவதற்குமான சில முக்கிய நிகழ்வுகளை விரிவாக ஆராய்வோம். அதில் வரலாற்றில் இரத்த எழுத்துக்களால் பொறிக்கப்பட்டு இருப்பது 1983 அஸ்ஸாம் நெலே கலவரம் மற்றும் 2002 குஜராத் கலவரம். இவற்றை நிகழ்த்திய ஆர்.எஸ்.எஸ்., சங் பரிவாரங்களின் திட்டமிட்ட வன்முறைகளை ஆய்வு செய்வோம்.

41
அஸ்ஸாம் 'நெல்லி' படுகொலைகள்

இந்தியா-பாகிஸ்தான் பிரிவினைக்குப் பின்னர் அஸ்ஸாம் மாநிலத்தில் மதத்தின் பெயரால் இரத்த ஆறு பெருக்கெடுத்து ஓடியது வரலாற்றில் மறைக்கப்பட முடியாத இரத்த வாடை வீசும் அத்தியாயம் ஆகும்.

1983, பிப்ரவரி 18ஆம் தேதி அஸ்ஸாமின் மத்தியப் பகுதியான 'நெல்லி' என்ற இடத்தில் கொலைவெறிக் கூட்டம் கொலைக் கருவிகள், பெட்ரோலுடன் நுழைந்து அங்கிருந்த இஸ்லாமிய மக்கள் மூவாயிரத்துக்கும் அதிகமானவர்களைக் கொடூரமாகப் படுகொலை செய்தது. அரசு தரப்பில் கொடுக்கப்பட்ட அறிக்கை உயிரிழந்தவர்கள் 1819 பேர் என்று தெரிவிக்கிறது.

1970-களின் இறுதியில், அஸ்ஸாம் மாநிலத்தில் 'அந்நியர்கள்' ஆக்கிரமித்து விட்டார்கள் என்று கிளம்பிய முழக்கம், அனைத்து அஸ்ஸாம் மாணவர் இயக்கம் "அந்நியர்களே வெளியேறுங்கள்! அஸ்ஸாம் எங்களுக்குச் சொந்தம்!" என்று தொடங்கியப் போராட்டம், அது இறுதியில் இனப்படுகொலையில் போய் முடிந்தது.

கிழக்கு பாகிஸ்தானாக இருந்து பின்னர் 'வங்காள தேசம்' எனும் தனி நாடாக உருவான அந்நாட்டிலிருந்து பெருமளவில் இஸ்லாமியர்கள் அஸ்ஸாமில் வந்து குடியேறி விட்டனர். 'இந்து தேசத்தில் வங்காள தேசத்தின் முஸ்லிம்களுக்கு என்ன வேலை? அவர்கள் வெளியேற்றப்பட வேண்டும்' என்று ஆர்.எஸ்.எஸ்., சங் பரிவாரங்கள் போட்ட விதைதான் நச்சு விருட்சமாகக் கிளைத்து வளர்ந்தது. அஸ்ஸாம் மாணவர் இயக்கத்திற்கும் அடித்தளமாக அமைந்தது.

1979ஆம் ஆண்டு போராட்டங்கள் தொடங்கப்பட்டு, 1985ஆம் ஆண்டு வரையில் நடத்தப்பட்டன. அஸ்ஸாம் மாணவர் ஒன்றியம் (Assam All Students Union), முதலில் வங்க மொழி பேசுவோர் அனைவரும் வெளியேற வேண்டும் என்று குரல் எழுப்பியது. பிறகு அஸ்ஸாமியர்களான முஸ்லிம்கள் வங்காளிகள்; அவர்கள் வெளியேற்றப்பட வேண்டும் என்று மாற்றியது.

அஸ்ஸாம் மாணவர்களைத் தூண்டிய ஆர்.எஸ்.எஸ்

அஸ்ஸாமின் மண்ணின் மைந்தர்கள் என்றும், இந்துக்கள் என்றும் மதவெறியை ஊட்டி வளர்த்த ஆர்.எஸ்.எஸ்., முஸ்லிம்களுக்கு எதிரான கலவரங்களைக் கட்டவிழ்த்துவிட பாதை அமைத்துக் கொடுத்தது. அஸ்ஸாம் மாணவர் இயக்கம், வங்காள மொழி பேசும் இந்துக்களை வெளியேறக் கோரவில்லை. ஆனால், முஸ்லிம்கள் அந்நியர்கள் என்று போராட்டத்தைத் தொடங்கியது. திவா, கோச் உள்ளிட்ட பழங்குடியினர் மத்தியில் குடியேற்றக்காரர்கள் என்று கட்டமைக்கப்பட்ட முஸ்லிம்களுக்கு எதிரான மனோநிலையை ஆர்.எஸ்.எஸ். வளர்த்தது.

மொழி மற்றும் பண்பாட்டு அடிப்படையில் மாறுபட்டிருந்த அஸ்ஸாம் இனத்தவர்கள் இயல்பாகவே இதனால் கிளர்ந்து எழுந்தனர். அஸ்ஸாம் மொழி உரிமைக்காக ஆங்கிலேயர் ஆட்சியிலேயே போராட்டங்கள் நடத்தப்பட்டு இருக்கின்றன.

1983இல் நீதிமன்றங்களில் அஸ்ஸாம் மொழி அலுவல் மொழி என்பது கட்டாயம் ஆக்கப்பட்டது. பள்ளிக்கூடங்களிலும் 'அஸ்ஸாமி' மொழி பயிற்று மொழி என்று அரசாணை பிறப்பிக்கப்பட்டது.

கிழக்கு பாகிஸ்தானாக இருந்த வங்க தேசத்தில் உயர்சாதி நிலக்கிழார்களின் சமூக அவலங்களையும், கொடுமைகளையும் சகிக்க முடியாமல் அஸ்ஸாம் மாநிலத்தில் ஏராளமான மக்கள் குடியேறினர். அவர்களில் பெரும்பான்மையினர் முஸ்லிம் மதத்தவர்கள். அஸ்ஸாமிற்கு வாழ்வைத் தேடி வந்த அந்த மக்கள்தான், தங்கள் உழைப்பால் உபயோகமற்ற நிலங்களைச் சீர்திருத்தி வளம் கொழிக்கும் வேளாண் நிலமாக மாற்றினார்கள். அதற்கு எதிர்ப்பு எழுந்தபோது ஆங்கிலேய அரசு அஸ்ஸாமிகளுக்கும் வங்காளிகளுக்கும் நிலப் பகுதிகளை ஒதுக்கீடு செய்து உத்தரவு போட்டது.

இந்து - முஸ்லிம் மோதல்

விடுதலைப் போராட்டக் காலத்தில் இந்திய தேசிய காங்கிரசும், முஸ்லிம் லீக்கும் 1930-களில் அஸ்ஸாம் பகுதியில் செல்வாக்குடன் திகழ்ந்தன. இந்துக்கள் காங்கிரஸ் கட்சியிலும், இஸ்லாமியர்கள் முஸ்லிம் லீக் அமைப்பிலும் இணைந்து, விடுதலைப் போராட்டக் களத்தில் பங்கேற்றனர். இதன் மூலம் சமூகப் பிளவும் வலுவடைந்து வந்தது.

1946இல் இப்பிரிவினை பெரும் மோதலுக்கு வழி அமைத்தது. அமைச்சரவைக் குழு (Cabinet Mission) இங்கிலாந்தில் இருந்து வந்தபோது

அஸ்ஸாம் பகுதி கிழக்கு வங்காளத்துடன் இணைக்கப்பட வேண்டும் என்று ஆங்கிலேய அரசுக்குக் கோரிக்கை முன்வைக்கப்பட்டது. இதனால் 1947இல் மக்களின் விருப்ப வாக்கெடுப்பின் மூலம் 'சில்ஹட்' பகுதி கிழக்கு பாகிஸ்தானுடன் இணைக்கப்பட்டது.

விடுதலைக்குப் பிறகு, வங்காளிகள் - உள்ளூர் அஸ்ஸாமிகள் என்ற வேறுபாடு மெல்ல மெல்ல மறைந்தது. வங்காளிகளுக்கு அஸ்ஸாமிய மொழியும் எளிதில் கைவரப் பெற்றது.

கிழக்கு பாகிஸ்தானிலிருந்து அஸ்ஸாமில் குடியேறியவர்களில் இந்துக்களும் முஸ்லிம்களும் அதிகம் இருந்தனர் என்பதுதான் உண்மையாகும்.

1960-களில் அஸ்ஸாமி மொழியை அதிகாரப்பூர்வ மொழியாக்க மேற் கொண்ட நடவடிக்கைகள் பழங்குடியினர் மற்றும் வங்காளிகளுக்கு இடையே பெரும் கொந்தளிப்பை ஏற்படுத்தியது. அப்போது அஸ்ஸாமி மொழிக்காகப் போராடிய அஸ்ஸாம் இலக்கிய அவையின் தலைவர்களுக்கு வங்காள இந்துக்கள்தான் முக்கிய எதிரிகளாக இருந்தனர்.

அஸ்ஸாம் மொழி உரிமைப் போராட்டம்தான் பின்னர் பழங்குடியினர் செல்வாக்கு பெற்ற மேகாலயா போன்ற மாநிலங்கள் உருவாகக் காரணமாகும்.

1970-களின் இறுதியில் மொழி மற்றும் புவியியல் சார்ந்த போராட்டம் மத ரீதியான பிரிவினையாக திசை மாறியது. இதற்கு முக்கிய காரணமானவர்கள், வடகிழக்குப் பகுதிகளை மையமாகக் கொண்டு செயல்பட்ட ஆர்.எஸ்.எஸ். இயக்கத்தினர்தான்.

அஸ்ஸாம் பழங்குடியினரிடையே ஆர்.எஸ்.எஸ். "வனவாசி கல்யாண் ஆசிரமம்" போன்றவற்றை நிறுவி அவர்களுக்கு இந்துமதப் போதையை ஊட்டியது. பழங்குடி இளைஞர்களைத் தேர்ந்தெடுத்து மராட்டிய மாநிலத்தின் பல்வேறு முகாம்களுக்கு அனுப்பி அவர்களுக்குப் பயிற்சி அளித்து வந்தது. இது தொடர்பாக ஆர். எஸ்.எஸ். தலைவர் குருஜி எம்.எஸ். கோல்வால்கர் தனது 'சிந்தனைக் கொத்து' (Bunch of Thoughts) என்ற நூலில் குறிப்பிட்டுள்ளார்.

வெளிநாட்டிலிருந்து குடியேறிய அந்நியர்கள் என்ற பிரச்சினையை அஸ்ஸாம் மாணவர் இயக்கம் எழுப்பியபோது, அது மதவாதத் 'தீயை கொழுந்துவிட்டு எரியச் செய்தது.

தொப்பி, தாடி மற்றும் லுங்கி அணியும் முஸ்லிம்கள் வங்கதேச அந்நியர்கள் என்று அடையாளப்படுத்தப்பட்டனர்.

1962இல் சீனா இந்தியா மீது போர் தொடுத்தபோது 'வங்கதேசக் குடியேற்ற மக்கள்' சீன இராணுவத்தை வரவேற்கக் காத்து இருந்தனர் என்று அஸ்ஸாம் மாணவர் அமைப்பு குற்றச்சாட்டுகளை முஸ்லிம்கள் மீது அள்ளி வீசியது.

அஸ்ஸாம் மாணவர் இயக்கத்திலும் பின்னர் அரசியல் கட்சியாக அஸ்ஸாம் கண பரிஷத்தும் உருவானபோது அவற்றில் உயர் சாதியினரின் ஆதிக்கம் கொடிகட்டிப் பறந்தது.

அவர்கள்தான் தங்களது பிரிவினை அரசியல் நடவடிக்கைகளுக்குப் பழங்குடியினரையும் பங்காளிகளாக்க நிலப்பிரச்சினையைக் கிளப்பினர். விவசாயிகளில் பெரும்பாலோர் வங்காள முஸ்லிம்கள் என்பதால் அவர்கள் கைவசமிருந்த நிலங்கள் பழங்குடி இன மக்களுடையது என்று பரப்புரை செய்து 'வெறுப்பை' விதைத்தனர். பின்னர் அரசியல் ரீதியாகப் 'பலனை' அறுவடையும் செய்தனர்.

அஸ்ஸாம் பள்ளத்தாக்கில் போடோ மக்களும் திவா மக்களும் இந்தத் தீய நோக்கமுடைய பரப்புரைக்குப் பலியானார்கள். இதுதான் மதவாத பாசிசத்தின் திட்டம் ஆகும்.

தனித்துவமான பண்பாட்டைக் கடைப்பிடிக்கும் போடோக்கள் மற்றும் திவாக்களின் 'பிதாமஹ' பூஜையும், அதனோடு இணைந்த சடங்குகளையும் இந்துமயமாக்கும் முயற்சிகளை 'வனவாசி கல்யாண் ஆசிரமம்' மேற்கொண்டு அதில் வெற்றியும் பெற்றது.

பழங்குடியினரின் வழிபாட்டு முறைகளையும் இந்துமதச் சடங்குகளாக மாற்றப்படுவதற்கு இந்துத்துவ சனாதன சக்திகள் காரணமாக இருந்தன.

வெறுப்பு விதைகள் ஊன்றப்பட்டன

1983இல் அஸ்ஸாம் மாணவர் ஒன்றியம் வெளியிட்ட ஒரு துண்டறிக்கை, பழங் குடியின மக்கள் அழிவின் விளிம்பில் இருப்பதற்குக் காரணம், அவர்கள் தங்கள் நிலங்களை அந்நியர்களான வங்கதேச முஸ்லிம்களிடம் இழந்ததே என்று குற்றம் சாட்டியது.

ஆனால், ஜி.சி. சர்மா தாக்கூர் என்ற ஆய்வாளர் எழுதிய கட்டுரையில் (Land Alienation and Indebtedness in the I T D P areas of Assam TRI Assam - Guwahati 1936), பழங்குடியினர் தங்களது நிலங்களை இழந்ததற்கு முக்கிய காரணம் கொடிய வட்டியும் கடன் கொடுத்த 'மார்வாடி' பணக்காரர்களுமே என்று சுட்டிக் காட்டுகிறார்.

அஸ்ஸாம் வம்சாவழியினருக்கும், வங்காள முஸ்லிம்களுக்கும் இடையே நீடித்த நல்லுறவு 1977ஆம் ஆண்டு வரையில்தான் இருந்தது. அஸ்ஸாம் மாணவர் இயக்கம், வங்கதேச முஸ்லிம்கள் அந்நியர்கள் என்ற பிரச்சினையைக் கிளப்பிய பிறகு இந்த நல்லுறவு தகர்ந்து விட்டது என்று அமெரிக்க அரசியல் அறிவியலாளர் மைரோன் வெய்னர், தனது 'மண்ணின் மைந்தர்கள்' என்ற நூலில் (*Myron Weiner: Sons of Soil, Princeton, New Jersey 1978*) குறிப்பிட்டுள்ளார்.

அதே நேரத்தில் வங்கதேச இந்துக்கள் தங்கள் 'இந்து வங்காளி' என்ற அடையாளத்தையும் வங்காள மொழியையும் கைவிடத் தயங்கியதை சங் பரிவாரங்கள் பெரிதாக எடுத்துக் கொள்ளவில்லை. ஏனெனில் அவர்கள் இந்து மதத்தைச் சேர்ந்தவர்கள் என்பதால். ஆனால், நில உடமையாளர்களான முஸ்லிம்களுக்கு எதிராக வங்கதேச இந்துக்கள் மதவாத அமைப்புகளால் அணி திரட்டப்பட்டனர்.

சோட்டா நாக்பூர் பகுதியில் இருந்து வந்த தோட்டத் தொழிலாளர்களும், இந்தி பேசும் நேபாளிகளும் இருந்த போதிலும் அந்நியர்கள் என்ற பரப்புரையால் பாதிக்கப்பட்டனர். ஆனால், அதிகம் பாதிக்கப்பட்டவர்கள் முஸ்லிம் வங்காளிகள் ஆவர்.

வங்காள வம்சாவழியைச் சார்ந்த மக்கள் தொகை நிபுணர் சுசாந்தா கிருஷ்ணதாஸ் 1951ஆம் ஆண்டுக்குப் பிறகு அஸ்ஸாம் மாநிலத்தில் மக்கள் தொகை பெருக மூன்று காரணங்களைச் சுட்டிக்காட்டி இருப்பதை அமெரிக்க அரசியல் அறிவியலாளர் மைரோன் வெய்னர் தனது நூலில் குறிப் பிட்டுள்ளார். அவை 1. இயல்பான வளர்ச்சி; 2. கிழக்கு பாகிஸ்தானிலிருந்து இந்துக்களின் குடியேற்றம்; 3. இந்தியாவின் மற்ற பகுதிகளிலிருந்து குடியேற்றம் என்பனவே ஆகும். முஸ்லிம்கள் பெருமளவில் அஸ்ஸாமை ஆக்கிரமிப்பு செய்து விட்டனர் என்ற பொய்க் கூற்றைப் புள்ளிவிவரங்கள் மறுப்பதாக சுசாந்தா கிருஷ்ணதாஸ் உறுதியாக நிறுவுகிறார்.

மற்றொரு வங்காள எழுத்தாளர் அமலேந்து குஹா, அந்நியர்கள் என்று அழைக்கப்படும் மக்கள் 18 இலட்சத்தைத் தாண்ட மாட்டார்கள் என்று சுட்டிக் காட்டுகிறார். (*Amalendu Guha: Planter Raj to Swaraj - Freedom Struggle and Electoral Politics in Assam, ICNC, New Delhi 1977*). மேலும் அஸ்ஸாம் கலாச்சாரத்தோடு கலந்து வாழ்வதில் முன்னணியில் இருப்பவர்கள் முஸ்லிம்கள் என்றும் அமலேந்து குஹா தெளிவுபடுத்துகிறார்.

ஆனால், அஸ்ஸாம் இனவாதிகளாக இருக்கும் மதவாத சனாதன சக்திகள் 45 இலட்சம் மக்கள் அந்நியர்கள் என்று பரப்புரை

செய்கின்றனர்; அவர்களை வெளியேற்றுவதில் இன்றும் குறியாக இருக்கின்றனர்.

தேர்தல் மூட்டிய 'தீ'

1983ஆம் ஆண்டின் முற்பகுதியில் அஸ்ஸாம் சட்டப் பேரவை, நாடாளுமன்றத் தேர்தல்கள் அறிவிப்பு, அஸ்ஸாம் கிளர்ச்சிக் காரர்களுக்கு மிகப் பெரிய தூண்டுகோலாக ஆனது.

1983 ஜனவரியில் போராட்டத்திற்குத் தலைமை வகித்த பிரஃபுல்ல குமார் மஹந்தாவும் பிறகு புகானும் கைது செய்யப்பட்டனர். பொதுத் தேர்தலைப் புறக்கணிக்க வேண்டும் என்று அஸ்ஸாம் மாணவர் அமைப்பு அழைப்பு விடுத்தது.

இதனைத் தொடர்ந்து, ஏராளமான வன்முறை நிகழ்வுகள் அரங்கேறின. குண்டு வெடிப்புகள், ஆட்கடத்தல், தொடர் சாலை மறியல், அறப்போராட்டங்கள் நடந்ததாக 'நெல்லி' கூட்டுப் படுகொலையைக் குறித்து விசாரணை நடத்திய 'திவாரி ஆணையம்' தனது அறிக்கையில் பதிவு செய்துள்ளது. திவாரி விசாரணை ஆணையத்தின் முழு அறிக்கையை அரசு இதுவரை வெளியிடவில்லை என்பதும் குறிப்பிடத்தக்கது.

அஸ்ஸாம் தலைநகர் குவஹாத்தியிலிருந்து 70 கி.மீ. தொலைவில் உள்ள 'நெல்லி' உள்ளிட்ட பகுதிகளில் பெரும்பாலானவை விவசாயம் சார்ந்த கிராமங்கள் ஆகும். அங்கு ஆளிவிதையும், நெல்லும் முக்கிய வேளாண் விளைப்பொருட்கள் ஆகும். அந்த கிராமங்களில் வசிப்போர் பெரும்பாலோர் முஸ்லிம்கள் ஆவர். எனினும் திவா, கோச் பழங்குடியினரும், அஸ்ஸாம் இந்துக்களும் கணிசமாக உள்ளனர். இந்துக்களில் பெரும்பான்மையினர் 'தலித்' மக்கள் ஆவர்.

தேசிய நெடுஞ்சாலைக்கு அருகில் உள்ள கிராமத்தில் நடைபெறும் வாரச் சந்தையில் விவசாய விளைபொருட்கள் விற்பனையாகும். அருகில் உள்ள மலைக்குன்று பகுதிகளிலிருந்து திவா பழங்குடியினர் வாரச் சந்தையில் பொருட்கள் பரிவர்த்தனைக்காகக் கூடுவார்கள். நெல்லியிலிருந்து 10 கி.மீ. வடக்கே உள்ள முஸ்லிம் வசிப்பிடங்களில்தான் படு கொலைகள் நடந்தன.

1983, பிப்ரவரி 18 வெள்ளிக்கிழமை மிகவும் திட்டமிட்டே கூட்டுப் படுகொலைகள் நடத்தப்பட்டன. வெளியில் உள்ள முகவாண்மை தலையீடு மூலமாக இனப் படுகொலை கட்டமைக்கப்பட்ட முறையில் நடந்தேறியது.

வன்முறைக் கும்பல் கிராமங்களைச் சுற்றி வளைத்து முதலில் வீடுகளைத் தீ வைத்துக் கொளுத்தியது. கிராமவாசிகளான முஸ்லிம்கள் அபயம் தேட வழியின்றி சிக்கித் தவித்த போது, கொலைவெறியர்கள் அம்பு, வில், கோடாரிகள் போன்ற ஆயுதங்களைக் கொண்டு மூன்று ஆயிரத்துக்கும் அதிகமானவர்களைத் துடிக்கத் துடிக்கக் கொன்று குவித்தனர்.

அஸ்ஸாம் மாணவர் ஒன்றியத்தின் தூண்டுதலே கூட்டுப் படுகொலைகளுக்குக் காரணம் என்று 1983, ஏப்ரல் 10ஆம் தேதி அன்றைய அஸ்ஸாம் முதல்வர் ஹிதேஷ்வர் சைக்கியா சில ஆவணங்களை வெளியிட்டிருந்தார். சிறுபான்மை சமூகத்தைக் குறித்த காங்கிரசின் நிலைப்பாடு குறித்து தெளிவுபடுத்தும் நோக்கத்துடன் முதல்வர் சைக்கியா இந்த ஆவணங்களை வெளியிட்டார்.

நெல்லிப் படுகொலைகள்; பின்னணியில் ஆர்.எஸ்.எஸ்.

பத்திரிகையாளரான பார்த்தா பானர்ஜி அஸ்ஸாம் மாணவர் ஒன்றியத்தின் தலைவர் ஜெய்நாத் சர்மாவுக்கு ஆர்.எஸ்.எஸ். உடனான நெருக்கமான தொடர்புகள் குறித்து பல தகவல்களை அம்பலப்படுத்தினார். சிவஜாருக்கு அருகே முஸ்லிம்களைத் தாக்குவதற்கு அஸ்ஸாம் வம்சாவழியினருக்குத் தலைமை வகித்தவர் ஜெய்நாத்தின் சகோதரர் தயா சர்மா ஆவார் என்று பார்த்தா பானர்ஜி ஆதாரப்பூர்வமாகக் குறிப்பிட்டார். (இந்தியா டுடே, மார்ச் 31, 1983)

தாக்குதல் நடத்துவதற்கு முன்பாக முஸ்லிம் மக்களின் கிராமங்கள் பற்றிய வரைபடங்கள் தயாரிப்பதில் பின்னணியில் இருந்தது சங் பரிவாரங்கள். இதுபோன்ற திட்டமிட்ட வன்முறைக் கலவரங்களை நடத்துவதற்கு ஆர்.எஸ்.எஸ். நன்கு பயிற்சி பெற்றிருந்த கும்பல்களைத் தயாரித்து வைத்திருந்தது.

6 மணி நேரத்தில் மூன்று ஆயிரம் பேர் படுகொலை செய்யப்பட்டனர். இந்தியன் எக்ஸ்பிரஸ் ஆசிரியர் சேகர் குப்தா, நெல்லிப் படுகொலைகள் பற்றி எழுதிய செய்திகள் நெஞ்சைப் பதறச் செய்கின்றன.

ஒரு துண்டு துணியில் மார்புகளை மறைத்திருந்த ஒரு பெண்மணி விடாமல் அழுது கொண்டிருந்தார். அவருடைய மார்பகங்களில் ஆழமான காயங்கள். ஆறு மாதக் கர்ப்பிணியாக இருந்த அவருடைய மறைவான பகுதிகளில் அக்கிரமக்காரர்கள் ஈட்டியால் குத்தி கடுமையாகக் காயப்படுத்திவிட்டு அகன்றனர். இரண்டே வயதான தனது குழந்தையை அந்தக் கொலைக்கும்பல் கண்டதுண்டமாக வெட்டியதால் அவர் துயரத்தில் துவண்டு போயிருந்தார்.

நேரடி சாட்சியான ஹனானி, “அவர்கள் குழந்தையின் கால்களை இழுத்து எறிந்தனர். ஏன் அவர்கள் மரணிக்கவில்லை?” என்று கேட்கிறார். (*Shekkar Gupta : Assam : A Valley Divided, Vikas, New Delhi, 1984*).

கல்லில் பொறித்தது போன்ற முகமது தமிமுதீனின் நினைவுகள்: பிப்ரவரி 18 காலை 8 மணிக்கும், மாலை 3 மணிக்கும் கோடாரிகள், நாட்டுத் துப்பாக்கிகள், லத்தி, ஈட்டிகள் சகிதமாக அவர்கள் எங்களைச் சுற்றி வளைத்தார்கள்.

முதலில் அவர்கள் குடிசைகளுக்குத் தீ வைத்தார்கள். பின்னர் திட்டமிட்டவாறு கொலை செய்யத் தொடங்கினர். எனது கிராமமான பசுந்தரியில் மட்டும் 1819 பேர் கொல்லப்பட்டனர். நானும், எனது சகோதரர் நூர்தீனும் ஒரு குளத்தில் ஒளிந்திருந்தோம். எனது குடும்பத்தில் 26 பேர் கொல்லப்பட்டனர்.

ராபிஆ பேகம், வீட்டுத் திண்ணையில் 17 மாதமே ஆன குழந்தைக்குப் பாலூட்டிக் கொண்டிருக்கும்போது கொலைகாரர்கள் வந்தனர். குழந்தைகள் முற்றத்தில் விளையாடிக் கொண்டிருந்தனர். கணவர் சாந்த் அலி, வீட்டுக்குப் பின்னால் ஏதோ வேலையில் ஈடுபட்டிருந்தார். திடீரென்று குழந்தைகள் பயந்தவாறு ஓடி வந்து அம்மாவைச் சுற்றி நின்றனர். அவர்கள் முன்பாக கத்தி, பெட்ரோல், திரிசூலம் மற்றும் வாளுடன் ஒரு கும்பல் நின்று கொண்டிருந்தது. அவர்கள் திடீரென்று மூன்று குழுக்களாகப் பிரிந்தனர்.

ஒரு கும்பல் சாந்த் அலியை நோக்கி ஓடியது. இன்னொரு கும்பல் வீட்டை தீவைத்துக் கொளுத்தியது; மூன்றாவது கும்பல் தாயையும் குழந்தைகளையும் சரமாரியாக வெட்டிக் கொன்றது. சாந்த் அலியின் முதுகில் திரிசூலத்தை எறிந்து கொலை செய்தனர். (*Diganta Sharma, Nellie, 1983 Jorhat, 2007*).

இதைப் போன்றே 6 மணி நேரத்தில் நெல்லியில் முஸ்லிம் கிராமங்களில் மதவாத வெறியூட்டப்பட்ட கும்பல் நரவேட்டை ஆடியதில் மூன்று ஆயிரம் முஸ்லிம்கள் கொன்று வீசப்பட்டனர்.

1983, பிப்ரவரி 18, அஸ்ஸாம் ‘நெல்லி’ படுகொலைகளின் பின்னணியில் மதவாத சனாதனக் கூட்டம் இருந்ததை வரலாற்றில் மறைக்க முடியுமா?

42

பாபர் மசூதியா? இராமர் ஜென்ம பூமியா?

1992 டிசம்பர் 6, அயோத்தியில் 464 ஆண்டுகள் பழமை வாய்ந்த பாபர் மசூதி இடித்துத் தரைமட்டமாக்கப்பட்டது. ஆர்.எஸ்.எஸ்., விஸ்வ ஹிந்து பரிஷத், பஜ்ரங் தள் உள்ளிட்ட சங் பரிவாரங்களுடன் பாரதிய ஜனதா கட்சியும், இந்தக் 'கரசேவை'யில் கலந்து கொண்டன.

விடுதலைக்குப் பின்னர் நாட்டில் இன்னொரு பயங்கர மதக் கலவரங்களுக்கு 'பாபர் மசூதி இடிப்பு' பாதை அமைத்துக் கொடுத்தது.

மதச் சார்பின்மைக்கு எதிரான வகுப்புவாத, பாசிச இந்துத்துவக் கும்பலின் திட்டமிடப்பட்ட செயல் திட்டத்தால் மிகத் திறமையான முறையில் பாபர் மசூதி ஒரே நாளில் தகர்க்கப்பட்டது.

பாபர் மசூதி இடிக்கப்பட்டவுடன், கட்டடத்தின் இடிபாடுகள் உடனடியாக அகற்றப்பட்டு, அங்கு உடனடியாக இராமர் சிலை நிறுவப்பட்டது. மதவாத சனாதனக் கும்பலின் ஆயிரக்கணக்கான தொண்டர்கள் பாபர் மசூதியை முற்றுகையிட்டுத் தகர்த்துத் தரைமட்டம் ஆக்கியதை பாஜக தலைவர்களான எல். கே. அத்வானி, முரளி மனோகர் ஜோஷி உள்ளிட்டவர்கள் மேற்பார்வை செய்தனர்.

அன்றைய பிரதமர் பி.வி. நரசிம்மராவ் அரசு, வாய்மூடி மௌனியாகக் கிடந்தது. காவல்துறையும், மற்ற பாதுகாப்புப் படை அணிகளும் பாபர் மசூதி இடிப்புக்குக் காவல் காத்த கொடுமையும் நிகழ்ந்தது.

பாபர் மசூதி இடிப்பு: மூன்று நோக்கங்கள்

அயோத்தியில் பாபர் மசூதி இடிப்பு தற்செயலான ஒரு நிகழ்வு அல்ல. முன் கூட்டியே நன்கு திட்டமிட்டு மசூதி இடிக்கப்பட்டது. 6000 சதுர அடி கட்டடத்தைத் திட்டமிடாமல் ஒரு சில மணி நேரங்களில் இடித்துவிட முடியாது. பாபர் மசூதி இடிப்பிற்கு பின்னணியில் இந்துத்துவ கும்பலுக்கு மூன்று நோக்கங்கள் இருந்தன. ஒன்று இராமருக்கு கோவில் எழுப்புகின்றோம் என்று சாதாரண மக்களை அணி திரட்டுவது;

இரண்டாவதாக இராமரின் பெயரால் இந்துக்களிடையே மத உணர்ச்சியைத் 'தீ'யாக மூட்டுவது.

மூன்றாவதாக 'போலி மதச்சார்பின்மை' என்று திரும்பத் திரும்ப பிரச்சாரம் செய்து சிறுபான்மையினர் மீது வெறுப்பை வளர்ப்பது.

இந்த மூன்று வகையான முயற்சிகளுக்கும் போலி ஆதாரங்களையும், தவறான வாதங்களையும் மக்களிடையே பரப்புவது.

"இராமன் ஒரு வரலாற்றுப் புருஷன். அயோத்தியில் பாபர் மசூதி இருந்த அதே இடத்தில்தான் இராமர் இந்தப் புவியில் அவதரித்தார். அந்த இடத்தில்தான் இராமர் ஆலயம் இருந்தது. அந்த ஆலயம் 1528இல் இடிக்கப்பட்டு, பாபர் மசூதி எழுப்பப்பட்டது." - இதுதான் இந்துத்துவ மதவாத சங் பரிவாரங்கள் முன் வைத்து வரும் ஆதாரம், அடிப்படை ஏதுமற்ற பொய்ப் பிரச்சாரம் ஆகும்.

இராமர் ஒரு புராண பாத்திரமேயன்றி, வரலாற்றுப் பாத்திரம் அல்ல. அப்படி இருந்தாலும் தற்காலத்தில் அயோத்தி என்று கூறப்படும் இடத்தில்தான் இராமன் காலத்து அயோத்தி இருந்ததா? என்பது கேள்விக்குரியது.

ஏனெனில் சந்திரகுப்த விக்கிரமாதித்தன் காலத்தில் பழைய 'சாகேதம்' என்ற நகரம் அயோத்தி என்று பெயரிடப்பட்டது.

புராணத்தில் வரும் அயோத்தி எங்குள்ளது என்ற பிரச்சினை எழுந்ததால்தான் இராமர் இருக்கும் இடம்தான் அயோத்தி என்று சொற்றொடர் வந்தது. ஆனால் சங் பரிவாரமோ, அயோத்தி இருக்கும் இடத்தில்தான் இராமர் பிறந்தார் என்று தலைகீழாக நிற்கிறது.

அந்த பாபர் மசூதி இருந்த இடம்தான் இராமனின் பிறப்பிடம் (ஜென்மஸ்தான்) என்று சங் பரிவாரம் கூறுகிறது. இதற்கும் எந்த ஆதாரமும் இல்லை. சந்திரசேகர் பிரதமராக (1991இல்) இருந்த போது, விஸ்வ ஹிந்து பரிஷத் "அயோத்தி மகாத்மியம்" என்ற 14ஆம் நூற்றாண்டு ஆவணத்தை எடுத்துக்காட்டி, பாபர் மசூதி இருக்கும் இடம்தான் 'இராம ஜென்ம பூமி' என்று சாதித்தது.

ஆனால் அதில் குறிப்பிடப்பட்டுள்ள இடம் பாபர் மசூதிக்குத் தொலைவில் உள்ள ஓர் இடம். மசூதி இருந்த இடம் அல்ல. மேலும் கி.பி. 1575இல் துளசிதாசர் எழுதிய 'ராம் சரித் மானஸ்' என்னும் இராமர் புராணத்தில், இராமர் கோவில் இடிக்கப்பட்டு, மசூதி எழுப்பப்பட்டதாக எந்தவிதமான குறிப்பும் இல்லை. இது உண்மையாக இருந்தால், இராம பக்தரான துளசிதாசர் அதைப் பற்றி எழுதாமல் இருந்திருப்பாரா? என்ற கேள்வி எழுகிறது.

1855இல் நடைபெற்ற இந்து - முஸ்லிம் மோதலின்போதுகூட பாபர் மசூதியை இந்துக்கள் இராம ஜென்ம பூமி என்று கோரவில்லை.

1855இல் நடைபெற்ற வழக்கில் "மசூதிக்கு அடுத்து இருக்கும் சபுத்ராவில் (மேடையில்) கோவில் கட்ட அனுமதித்தால் இரத்த ஆறு ஓடும்; எனவே கோவில் கட்டுவதற்கு என்னால் அனுமதி வழங்க முடியாது" என இந்து மதத்தைச் சேர்ந்த நீதிபதி ஒருவர் தம்முடைய தீர்ப்பில் கூறி இருக்கிறார்.

அதற்கும் பிறகு 63 ஆண்டுகள் - 1949 வரை அமைதி நிலவியது. இராமர் பிறப்பிடத்தைப் பற்றிப் பேச்சே எழவில்லை. மகாத்மா காந்தி கொலைக்குப் பிறகு இந்துத்துவ சங் பரிவாரங்கள் இராம ஜென்ம பூமி பஜனையை மீண்டும் தொடங்கிவிட்டனர்.

1949இல் 9 நாட்கள் இடைவிடாமல் இராமர் பற்றிய பஜனை பாடினார்கள். அதற்கு முந்தைய ஆண்டுதான் ஆர்.எஸ்.எஸ்., தடை செய்யப்பட்டது. தங்களுடைய பலப்பரீட்சையாக பாபர் மசூதிக்குள் சிலைகளை இரவோடு இரவாகக் கொண்டு வந்து திருட்டுத்தனமாக வைத்தனர்.

1955இல் முஸ்லிம்கள் மசூதிக்குள் செல்வது தடுக்கப்பட்டது; இந்துக்கள் பூஜை செய்ய அனுமதிக்கப்பட்டது. அதற்கு அடுத்த 29 ஆண்டுகளில் மீண்டும் எதுவும் நிகழவில்லை.

வி.எச்.பி. கிளம்பியது!

1964இல் ஆர்.எஸ்.எஸ். -இன் அடியாள் படையாக விஸ்வ ஹிந்து பரிஷத் உருவாக்கப்பட்ட பிறகு அயோத்தியில் பாபர் மசூதி உள்ள இடம்தான் இராமர் பிறந்த பூமி. எனவே பாபர் மசூதியை அகற்றிவிட்டு, இராமர் கோவில் எழுப்பியாக வேண்டும் என்று வி.எச்.பி. கிளம்பியது; அல்லது ஆர்.எஸ்.எஸ். மூலம் கிளப்பி விடப் பட்டது.

1980-களில் மசூதியை மீட்க வேண்டும் என்பதை வி.எச்.பி. மற்றும் சங் பரிவாரங்கள் ஒரு வேலைத் திட்டமாக அறிவித்து பிரச்சாரம் செய்தன.

1986இல் பிரதமர் இராஜீவ் காந்திக்கும் விஸ்வ ஹிந்து பரிஷத்துக்கும் இடையே ஏற்பட்ட ரகசிய உடன்பாட்டின்படி, அடிக்கல் பூஜை (ஷிலான்யாஸ்) நடத்த அனுமதி அளிக்கப்பட்டது. பின்னர் 1990இல் அத்வானியின் இரத யாத்திரை திட்டமிட்டு நடத்தப்பட்டது.

ஏசு கிறிஸ்து பெத்லஹேமில் பிறந்தவர் என்று எப்படி கிறிஸ்தவர்களிடையே நம்பிக்கை உள்ளதோ, அது போல இராமர் அவதரித்த இடம் அயோத்தி என்று இந்துக்கள் பல நூற்றாண்டுகளாக நம்புகிறார்கள் என்று சங் பரிவாரம் வாதாடுகிறது.

இவை எல்லாம் உண்மையா? இந்துத்துவாக் கூட்டம் முன்னெடுக்கும் இராமஜென்ம பூமி பற்றி ஆதாரங்கள் வரலாற்றுப் பூர்வமானது என்பதை நிரூபிக்க முடியுமா?

இராமஜென்ம பூமி உண்மையா?

"450 ஆண்டுகளுக்கு முன்பு ஒரு வரலாற்றுத் தவறு இந்துச் சமூகத்திற்கு இழைக்கப்பட்டுள்ளது. இராமபிரான் அவதரித்த இடத்தில் பாபர் மசூதி 1528-29இல் கட்டப்பட்டுள்ளது. அந்தத் தவறு சரி செய்யப்பட வேண்டும். எனவே மசூதி அகற்றப்பட்டு, இராமருக்கு மிகப் பெரிய ஆலயம் ஒன்று அயோத்தியில் எழுப்பப்பட வேண்டும்."

வி.எச்.பி., ஆர்.எஸ்.எஸ்., உள்ளிட்ட சங் பரிவாரங்கள் இத்தகைய முழக்கத்தை மூர்க்கத்தனமாக எழுப்பிதான் 1992 டிசம்பர் 6இல் பாபர் மசூதியை இடித்துத் தள்ளின.

சங் பரிவாரங்கள் இராம ஜென்ம பூமி குறித்து எழுப்பிய அத்தனையும் 'கட்டுக் கதைகள்' என்பதை நான்கு ஆய்வாளர்கள் தங்கள் ஆய்வின் மூலம் நிறுவி உள்ளனர்.

புதுடெல்லி அலிகர் மற்றும் குருசேத்திரா பல்கலைக் கழகத்தைச் சேர்ந்த ஆர்.எஸ். சர்மா, அதர் அலி, டி.என். ஜா மற்றும் சூரஜ்கான் ஆகிய நான்கு வரலாற்று ஆய்வாளர்கள் பல்வேறு ஆராய்ச்சிகளை மேற்கொண்டு ஒரு வரலாற்று அறிக்கையை வெளியிட்டுள்ளனர்.

'A Historian's Report to the Nation' என்ற இந்த ஆய்வறிக்கை, நியூ செஞ்சுரி புத்தக நிறுவனத்தால் எம்.ஏ. பழனியப்பன் என்பவரால் மொழிபெயர்க்கப்பட்டு, 2001இல் வெளியிடப்பட்டு இருக்கிறது.

இந்நூலில் பாபர், இராமர் கோவிலை இடித்து விட்டு மசூதி எழுப்பினார் என்பதற்கு எந்த விதமான வரலாற்றுச் சான்றுகளும் இல்லை என்று தெளிவுபடுத்தி இருக்கிறார்கள்.

இராமர் ஜென்ம பூமி - பாபர் மசூதி பற்றிய வரலாற்று ஆய்வறிக்கையில் ஆய்வாளர்கள் கூறுவது என்ன என்பதை விரிவாக காண்போம்.

"பாபர் மசூதி - இராமர் ஜென்ம பூமி குறித்த வழக்கு அலகாபாத் உயர் நீதிமன்றத்தின் முன் வந்தபோது, வரலாற்றுத் தீர்ப்பின்படி அவ்வழக்கு நிராகரிக்கப்பட வேண்டும் என்று விஸ்வ ஹிந்து பரிஷத் கூறியது.

இந்தச் சூழ்நிலையில், இந்திய அரசு, விஸ்வ ஹிந்து பரிஷத், பாபர் மசூதி நடவடிக்கைக் குழு ஆகிய அமைப்புகளுடன் வரலாறு,

சட்ட ரீதியிலான அம்சங்கள் குறித்துப் பரிசீலனை செய்ய பேச்சுவார்த்தைகளைத் தொடங்கியது.

வரலாற்று உண்மைகளுக்கு அப்பாற்பட்ட இந்தத் தகராறு சட்ட உரிமைகளின் வாயிலாக வழக்காடி, தீர்வு காணப்பட வேண்டும் என்ற நிலைமைக்கு வந்துள்ளது. அரசு ஏதோ நடுவராக இருப்பதும், வரலாற்று ஆசிரியர்களைக் கொண்ட சுதந்திரமான ஒரு அமைப்பின் மூலம் தீர்வு காணப்படவில்லை என்பதுமான நிலைமை, வரலாற்று ஆசிரியர்களாகிய எங்களுக்கும் ஆரோக்கியமற்ற நடவடிக்கையாகவே தோன்றியது.

வரலாற்று ரீதியிலான உண்மைகளின் அடிப்படையில் ஒரு தீர்ப்பினை பெற வரலாற்று ஆசிரியர்களாகிய எங்களையும் சேர்த்துக் கொள்ள வேண்டும் என்றும், எழுத்துப் பூர்வமான (சான்று) தொல்பொருள் சான்றுகளை ஏற்றுக்கொள்ளும்படியும் இந்திய அரசை அணுகி அனுமதி கேட்போம்.

இது தொடர்பாக இந்திய அரசு பெரிய மௌனம் சாதித்தது என்பதை வருத்தத்துடன் கூறிக் கொள்கிறோம்.

வரலாற்று ஆசிரியர் குழுவின் முடிவுகளைத் தாங்கள் ஒப்புக் கொள்வதாக பாபர் மசூதி நடவடிக்கைக்குழு அறிவித்தது. ஆனால் விஸ்வ ஹிந்து பரிஷத் ஏற்கவில்லை.

எப்படியிருந்த போதிலும், இத்தனை இடையூறுகளுக்கு மத்தியிலும் பாரபட்ச மற்ற நடுநிலை விசாரணை தேவை என்றும் மக்கள் வரலாற்று உண்மைகள் பற்றிய தெளிவு பெற வேண்டும் என்றும் நாங்கள் நினைத்தோம்.

விஸ்வ ஹிந்து பரிஷத் மற்றும் பாபர் மசூதி நடவடிக்கைக்குழு அரசுக்குச் சமர்ப்பித்துள்ள ஆதாரங்கள் அனைத்தையும் மிகக் கவனமாகப் பரிசீலனை செய்தோம். வரலாற்று ஆதாரங்கள் சிலவற்றைச் சொந்தப் பொறுப்பில் சேகரித்தோம். எங்களில் இருவர் அயோத்திக்குச் சென்று, குறிப்பிட்ட அந்த இடம் மற்றும் பாபர் மசூதி கட்டமைப்பு பற்றி விசாரித்தோம்.”

அவற்றை ஆய்வு செய்தோம்; பேராசிரியர் ஏ.கே. நாராயண் அவர்களின் அயோத்தி நில அகழ்வாய்வு குறித்த தொல்பொருள் சான்றுகளையும் பரிசீலனை செய்தோம். அவை இப்போது காசி இந்துப் பல்கலைக் கழகத்தில் பாதுகாக்கப்பட்டு வருகின்றன.

பேராசிரியர் பி.பி. லால் அவர்களின் அயோத்தி குறித்த நில அகழ்வாய்வுக் குறிப்புகளை முழுமையாக எங்களால் பரிசீலனை செய்யப் முடியவில்லை. இது எங்களுக்கு வருத்தம்தான்.

வெளியிடப்பட்ட அறிக்கைகளை மட்டுமே பரிசீலனைக்கு எடுத்துக் கொண்டோம்.

வி.எச்.பி. கூறுவது என்ன?

வி.எச்.பி. அமைப்பின் வழக்கு, கீழ்க்காணும் நான்கு முக்கிய கோரிக்கைகளில் அடங்கி உள்ளது.

1. அயோத்தியில் பாபர் மசூதி கட்டப்படுவதற்கு வெகு காலத்திற்கு முன்பாகவே அங்குள்ள ஒரு புனிதமான இடத்தில் இராமர் பிறந்ததாக இந்துக்கள் உறுதியாக நம்பி வருகின்றனர்.

2. அந்தப் புனிதமான இடம், இப்போது பாபர் மசூதி அமைந்துள்ள பகுதியாகும்.

3. பாபர் மசூதி கட்டப்படாத காலத்துக்கு முன்பே அந்தப் புனிதமான இடத்தில் இராம பிரானுக்கு ஒரு கோவில் கட்டப்பட்டு இருந்தது.

4. பாபர் மசூதி கட்டப்படுவதற்காக அந்தப் புனிதமான இடத்தில் இருந்த கோவில் இடித்துத் தள்ளப்பட்டது.

இந்த நான்கு அம்சங்களை ஒவ்வொன்றாக ஆராய்வோம்.

அயோத்தியில் இராமர் பிறந்த இடம் உள்ளது என்பதற்கு எந்த ஒரு பண்டைக்கால சமஸ்கிருத நூல் ஆதாரங்களையும் வி.எச்.பி. யால் காண்பிக்க முடியவில்லை.

அப்படியொரு பலமான நம்பிக்கை இருந்தது உண்மையெனில் பக்தர்களை அந்த இடம் நோக்கிச் செல்லுமாறு தூண்டக்கூடிய வைணவ நூல்கள் ஏராளமாக இருந்திருக்க வேண்டும்.

அப்படிப்பட்ட சான்றுகள் இல்லாதது இராமர் பிறந்த இடம் குறித்த நம்பிக்கையைச் சந்தேகிக்க வைக்கிறது. 18ஆம் நூற்றாண்டுக்கு முன்பாகவே இவ்வித நம்பிக்கை இருந்ததா என்னும் ஐயமும் தோன்றுகிறது.

விஸ்வ ஹிந்து பரிஷத் தனது கோரிக்கைக்கு ஆதரவாக ஸ்கந்த புராணம் என்னும் பண்டை சமஸ்கிருத நூலைச் சான்று ஆவணமாகக் காட்டுகிறது. ஸ்கந்த புராணத்தில் சொல்லப்பட்டுள்ள 'அயோத்தி விஜயம்' (அயோத்தி மகாத்மியம்) என்ற பகுதியை அவர்கள் சுட்டிக் காட்டுகின்றனர்.

இராமர் பிறந்த இடத்தை நம்பிக்கையின் அடிப்படையில் முடிவு செய்ய வேண்டும் என்றும், அதனை வெறும் திசைக்காட்டி மூலம் தீர்மானிக்கக் கூடாதென்றும் விஷ்வ ஹிந்து பரிஷத் அமைப்பின் மேதைகள் வாதம் செய்கின்றனர். ஸ்கந்த புராண அடிப்படையில்

பார்த்தாலுங்கூட ராமர் பிறந்த இடம் பாபர் மசூதி அமைந்துள்ள இடத்தில் இருந்திருக்க முடியாது.

அயோத்தியா மகாத்மியத்தில் சொல்லப்பட்டுள்ள பல விஷயங்கள் 18ஆம் நூற்றாண்டு மற்றும் 19ஆம் நூற்றாண்டின் தொடக்கத்தில் தயாரிக்கப்பட்டுள்ளதாகவே தோன்றுகின்றன. என்றாலுங்கூட, இராமர் பிறந்த இடம் முக்கியமானது என்று காண்பிக்கப்படவில்லை. அயோத்தியா மகாத்மியத்தில் சொல்லப்பட்டுள்ள தீர்த்தங்கள் பற்றிய விளக்கம், ஜன்மபூமியைக் காட்டிலும் சொர்க்கத்துவார தீர்த்தமே முக்கியமானது என்று யாத்திரிகர்கள் கருதியதாகத் தொகுப்பாளர்களின் பார்வையில் படுகிறது. இந்தத் தீர்த்தத்திலிருந்து தான் இராமர் சொர்க்கம் ஏகினார் என்றும் அதனால் இதுவே ஜன்ம பூமியைக் காட்டிலும் புனிதமானது என்றும் நம்பப்படுகிறது. அயோத்தியில் உள்ள இரண்டு சொர்க்கத்துவார தீர்த்தங்கள் பற்றி ஸ்கந்த புராணம் கூறுகிறது. இட அமைவு எப்படியிருந்த போதிலும், இதர யாத்திரை ஸ்தலங்களை விட அந்த இடத்திற்கு விஜயம் செய்வது மேலானது-புனிதமானது என்ற நம்பிக்கை இருந்ததில் சந்தேகம் இல்லை. சரயு மற்றும் சஹரா நதிகள் சங்கமிக்கும் இடத்தில் வசுதேவனை வணங்குதல் பற்றிய குறிப்பு ஒன்று காணப்படுகிறது. இந்தக் குறிப்பு 11ஆம் நூற்றாண்டைச் சேர்ந்த 'கஹதவலா' கல்வெட்டில் காணப்படுகிறது. வசுதேவ வணக்கம் சொல்லப்படுகிறதேயொழிய எந்த ஒரு கோயிலைப் பற்றிய செய்தியும் இதில் இல்லை.

ஸ்கந்த புராணத்தில் நூற்றுக்கு மேற்பட்ட செய்யுள்கள் சொர்க்கத்துவார தீர்த்தங்கள் பற்றியே அதிகம் பேசுகின்றன. (112-211) ஜன்மஸ்தானம் பற்றிய விளக்கம் எட்டு செய்யுள்களில் மட்டுமே உள்ளது. (10-18-25)

11ஆம் நூற்றாண்டு குறிப்புகளிலோ அல்லது அதன் பிறகு நூற்றாண்டுகள் வரையிலோ இராமர் பிறந்த இடத்திற்கும் இன்றைய அயோத்திக்கும் தொடர்பு இருந்ததாகத் தெரியவில்லை.

இராமர் பிறந்த இடத்துடன் இணைக்கப்பட்டு உள்ள பகுதி, 18-ம் நூற்றாண்டின் இறுதியில் இடைச் செருகல் ஆகியிருப்பது சாத்தியம். அதற்கும், இப்போது பாபர் மசூதி உள்ள இடத்திற்கும் பொருத்தம் இல்லை. இந்து மத நம்பிக்கை அடிப்படையில், இப்போது பாபர் மசூதி அமைந்துள்ள இடத்தில், இராமர் கோயில் கட்டப்பட்டிருந்தது என்று கூறுவது முழுக்க முழுக்கத் தவறு என்றே தோன்றுகிறது.

ஹேமராஜா பதிப்பு, பம்பாய், 1910, விருந்தாவன் ஆராய்ச்சி இன்ஸ்டிட்யூட், ஆக்ஸ்போர்டு பாட்லெயன் நூலகம் - ஆகியவற்றில்

இருக்கும் ஸ்கந்த புராணத்தின் அச்சுப்படிகளையும், இரண்டு கையெழுத்து ஏடுகளையும் ஆய்வுக்காக நாங்கள் பயன்படுத்தி உள்ளோம். இந்த நூல்கள் அண்மைக்காலப் படைப்புகளாகும்.

அச்சிடப்பட்டுள்ள ஸ்கந்த புராணத்தில் அயோத்யா மகாத்மிய இடைச் செருகல்கள் 18ஆம் நூற்றாண்டு வரைக்கும் தொடர்ந்து நடைபெற்று வந்ததாகத் தோன்றுகிறது.

16ஆம் நூற்றாண்டின் முற்பகுதியில் இறந்து போன வித்யாபதியைப் பற்றிச் சொல்லும் மையப் பகுதி உட்பட ஸ்கந்த புராணத்தின் உள்ளடக்கம், இந்தப் புராணம் முழுவதும் 16ஆம் நூற்றாண்டுக்கு முன்பு கொடுக்கப்படவில்லை என்பதை நிரூபிக்கிறது.

அச்சிடப்பட்டுள்ள 'அயோத்யா மகாத்மியம்' பகுதி ஒரு நபரால் திரட்டப்படவில்லை. எடுத்துக்காட்டாக, தீர்த்தங்களைப் பற்றி விளக்கும் இந்தப் பகுதி இடையில் தடைப்பட்டு, திடீரென்று அயோத்தியைப் பற்றிய வர்ணனையும் புகழுரையும் தோன்று கின்றன.

சரயு நதியில் குளித்தலின் புனிதம் பற்றி இரண்டு இடங்களில் சொல்லப்படுகிறது. மற்றபடி சரயு நதியைப் பற்றிய குறிப்புக்கும் பிற பகுதிகளுக்கும் எவ்விதத் தொடர்பும் இல்லை. ஆகவே, இது இடைச்செருகல் என்பது தெளிவாகிறது.

'இராமஜென்ம ஸ்தானம்' பற்றிய விளக்கம் கடைசிப் பகுதியாக 'அயோத்யா மகாத்மியம்' பகுதியில் உள்ளது. நூலின் கடைசிப் பகுதியில் இடைச் செருகல் செய்வது என்பது மிகவும் எளிது அல்லவா?

புண்ணியத் தீர்த்தங்களைப் பற்றிப் பேசுகையில் அகஸ்தியர் வாக்காகத் தொடங்கும் பகுதியில் திடீரென்று வசிஷ்டர் வாக்கு வருகிறது. மீண்டும் அகஸ்தியர் வாக்கு தோன்றுகிறது.

இத்தனை முரண்பாடுகள் இருந்தபோதிலும் கூட 'அயோத்யா மகாத்மிய'த்தில் சொல்லி உள்ளபடி இராமர் பிறந்த இடத்தை ஒப்புக் கொண்டாலும், அது பாபர் மசூதி உள்ள இடத்துடன் பொருந்துவதாக இல்லை.

இராமர் பிறந்த இடம் குறித்து 'ஜன்ம ஸ்தானம்' 'ஜன்ம பூமி' என்ற இரு பதங்கள் பயன்படுத்தப்பட்டுள்ளன.

இவை இரண்டும் ஒன்றே என்று எடுத்துக் கொண்டாலும், 'அயோத்யா மகாத்மிய'த்தில் சொல்லப்பட்டுள்ள இராமர் பிறந்த

இடத்துக்கும், பாபர் மசூதி அமைந்துள்ள இடத்துக்கும் தொடர்பு இருப்பதாக நம்மால் ஏற்க முடியவில்லை.

பிருந்தாவனம் மற்றும் போக்லியன் பதிப்புகளில் 'மகாத்மியம்' பற்றி கூறும் பகுதியானது, இராமர் பிறந்த இடம், மசூதி அமைந்துள்ள இடத்திலிருந்து கொஞ்சம் தள்ளி அமைந்துள்ளதாகவே கூறுகிறது. 21-24 செய்யுள்களில் சொல்லப்பட்டுள்ளபடி, வெளமாஸிலிருந்து மேற்கு 500 தானாஸ் (910 மீட்டர்) மற்றும் விக்னேஸ்வராவிலிருந்து கிழக்கே 1009 தானாஸ் (1835 மீட்டர்) இதற்கு உட்பட்ட பரப்பில் இராமர் பிறந்த இடம் உள்ளதாகக் கூறுகிறது.

வெளமாஸ் அல்லது லோமாஸின் இடம் என்பது ஸ்தலத்தில் உள்ள இந்து மத நம்பிக்கையின்படி 'ரிமோச்சனக் குன்று' என்பதுடன் பொருந்துவது ஆகும்.

இந்த அடிப்படையில் பார்த்தால், இராமர் பிறந்த இடமான இராம ஜென்ம பூமி என்பது மேற்கு பகுதியில் பிரமகுண்டத்திற்கு அருகே சரயு நதிக்கரையில் இருக்க வேண்டும்.

மகாத்மிய ரினமோச்சன பர்வதம் அல்லது லோமாஸ் மேலும் 700 தானாஸ் (1274 மீட்டர்) பிரமகுண்டத்திற்கு வடகிழக்கே உள்ளது. இட அமைப்பும், தொலைதூரமும் பெரும்பாலும் சரியானதென்று எங்களால் கண்டுபிடிக்கப்பட்டுள்ளது.

மேலும் ஜென்ம ஸ்தானம் கிகேஸிக்கு வட கிழக்கில் உள்ளதென்று சொல்லப்படுகிறது. 'ரினமோச்சன' பர்வதத்திற்கு தென்மேற்கில் உள்ள ஒரு தூணை அடையாளமாகக் கொண்டு விக்னேஷின் இடம் குறிக்கப்படுகிறது.

சரயு நதிக்கரையில் பிரமகுண்டம், ரின மோச்சனத்திற்கு இடையில் ஏதாவது ஒரு இடத்தில் இராமர் பிறந்த இடம் உள்ளது என்று கூறலாம். ஸ்கந்த புராணத்தில் சொல்லப்பட்டுள்ள அயோத்யா மகாத்மியம் மற்றும் இந்துமத நம்பிக்கை அடிப்படையில் பார்த்தால், இராமர் பிறந்த இடம் மசூதி வளாகத்திற்குள் இருக்க முடியாது என்று தெரிகிறது.

43
இராமர் ஜென்ம பூமி: கற்பிதங்கள்

இந்துத்துவ சனாதன சங்பரிவாரங்களின் இந்து ராஷ்டிரா அமைக்கும் கனவு, ஆட்சி அதிகாரத்தில் மிகப் பெரும்பான்மை பலத்துடன் இருக்கும் இந்த காலத்தில் நனவாகிவிட வேண்டும் என முயற்சித்து வருகின்றனர். கடந்த அத்தியாயத்தில் பாபர் மசூதி - இராமர் ஜென்ம பூமி சிக்கல் எழுந்த வரலாற்றின் தொடக்கப் புள்ளியைப் பார்த்தோம்.

இந்த நேரத்தில் உச்சநீதிமன்றம் பாபர் மசூதி பிரச்சினையில் 'முற்றுப்புள்ளி' வைத்து இருப்பதாக கருதி நவம்பர் 9ஆம் தேதி ஒரு 'தீர்ப்பை' அளித்து இருக்கின்றது. உச்சநீதிமன்றத்தின் தலைமை நீதிபதி ரஞ்சன் கோகோய் மற்றும் எஸ்.ஏ. பாப்டே, டி. ஒய். சந்திரசூட், அசோக்பூஷண், எஸ். அப்துல் நசீர் ஆகிய ஐந்து நீதிபதிகள் கொண்ட அரசியல் சாசன அமர்வு தீர்ப்பு வழங்கி இருக்கிறது.

அத்தீர்ப்பில், "அயோத்தியில் சர்ச்சைக்கு உரிய 2.77 ஏக்கர் நிலத்தை மத்திய அரசு கட்டுப்பாட்டில் வைத்துக் கொண்டு ஒரு அறக்கட்டளையை உருவாக்க வேண்டும். அந்த அறக்கட்டளை இராமர் கோவில் கட்டுவதற்கான பணிகளைத் தொடங்க வேண்டும். மூன்று மாதத்தில் பணிகளைத் தொடங்க வேண்டும். இஸ்லாமியர்களுக்கு 5 ஏக்கர் மாற்று நிலம் வழங்க வேண்டும். அவர்கள் அங்கு மசூதியைக் கட்டிக் கொள்ளலாம்" என்று உச்சநீதிமன்றம் தீர்ப்பு அளித்துவிட்டது. இத்தீர்ப்பின் மூலம் இராமர் ஆலயம் அயோத்தியில் அதுவும் பாபர் மசூதி இருந்த இடத்தில்தான் எழுப்பப்பட வேண்டும் என்ற சனாதன சங்பரிவாரங்களின் நீண்ட கால செயல்திட்டம் நடைமுறைக்கு வரப் போகிறது.

சட்டத்தின் அடிப்படையிலோ, வரலாற்று ஆதாரங்கள், ஆவணங்களின் அடிப்படையிலோ உச்சநீதிமன்றம் இந்த வழக்கினை ஆராய்ந்து தீர்ப்பு அளித்துவிட்டதாக கருத முடியாது. முழுக்க முழுக்க மதநம்பிக்கை அடிப்படையில் பிரச்சினைக்கு 'தீர்வு' கண்டு விட்டதாக உச்சநீதிமன்ற அரசியல் சாசன அமர்வு கூறுகிறது.

உச்சநீதிமன்றம் வழங்கி இருக்கும் தீர்ப்பை ஆராய்வது இந்தத் தொடருக்கு வெளியே இருக்கும் பொருள். ஆகவே, மதவாத இந்துத்துவ சக்திகள் பாபர் மசூதியை இடித்துத் தள்ளியதின்

மூலம் இந்திய மதச்சார்பற்ற தன்மையை, அரசியல் சட்டத்தின் விழுமியத்தை எப்படி காலில் போட்டு மிதித்தன என்பதையும் அதற்காக அவர்கள் உருவாக்கிய 'கற்பிதங்களையும்' காண வேண்டியது மட்டும் முகாமையானது ஆகும்.

பாபர் மசூதி - இராமர் ஜென்ம பூமி குறித்து வரலாற்று ஆய்வாளர்கள் ஆர்.எஸ்.சர்மா, அதர் அலி, டி.என்.ஜா, சூரஜ்கான் ஆகியோர் வெளியிட்ட ஆய்வு அறிக்கையின் தொடர்ச்சியைக் காண்போம்;

நம்பிக்கை அடிப்படையில் முடிவா?

இராமர் பிறந்த இடத்தை நம்பிக்கையின் அடிப்படையில் முடிவு செய்ய வேண்டும் என்றும் அதனை வெறும் திசைக்காட்டி மூலம் தீர்மானிக்கக் கூடாது என்றும் விஸ்வ ஹிந்து பரிஷத் அமைப்பின் மேதைகள் வாதிடுகின்றனர். ஸ்கந்த புராண அடிப்படையில் பார்த்தாலும் கூட, இராமர் பிறந்த இடம் பாபர் மசூதி அமைந்துள்ள இடத்தில் இருந்திருக்க முடியாது.

அயோத்தியா மகாத்மியத்தில் சொல்லப்பட்டுள்ள பல விஷயங்கள் 18ஆம் நூற்றாண்டு மற்றும் 19ஆம் நூற்றாண்டின் தொடக்கத்தில் தயாரிக்கப்பட்டு உள்ளதாகவே தோன்றுகின்றன. என்றாலும் கூட, இராமர் பிறந்த இடம் முக்கியமானது என்று காண்பிக்கப்படவில்லை. அயோத்தியா மகாத்மியத்தில் சொல்லப்பட்டுள்ள தீர்த்தங்கள் பற்றிய விளக்கம் ஜென்ம பூமியைக் காட்டிலும் சொர்க்கத் துவார தீர்த்தமே முக்கியமானது என்று யாத்திரிகர்கள் கருதியதாகத் தொகுப்பாளர்களின் பார்வையில் படுகிறது. இந்தத் தீர்த்தத்தில் இருந்துதான் இராமர் சொர்க்கம் ஏறினார் என்றும் அதனால் இதுவே ஜென்ம பூமியைக் காட்டிலும் புனிதமானது என்றும் நம்பப்படுகிறது.

அயோத்தியில் உள்ள இரண்டு சொர்க்கத் துவாரத் தீர்த்தங்கள் பற்றி ஸ்கந்த புராணம் கூறுகிறது. இட அமைவு எப்படியிருந்த போதிலும் இதர யாத்திரை ஸ்தலங்களை விட அந்த இடத்திற்கு ஆன்மீகப் பயணம் போவது மேலானது - புனிதமானது என்ற நம்பிக்கை இருந்ததில் சந்தேகம் இல்லை.

சரயு மற்றும் சஹரா நதிகள் சங்கமிக்கும் இடத்தில் வசுதேவனை வணங்குதல் பற்றிய குறிப்பு ஒன்று காணப்படுகிறது. இந்தக் குறிப்பு 11ஆம் நூற்றாண்டைச் சேர்ந்த 'கஹதவலா' கல்வெட்டில் காணப் படுகிறது. வசுதேவ வணக்கம் சொல்லப் படுகிறதே ஒழிய எந்த ஒரு கோயிலைப் பற்றிய செய்தியும் இதில் இல்லை.

ஸ்கந்தபுராணத்தில் நூற்றுக்கு மேற்பட்ட செய்யுள்கள் சொர்க்கத்துவார தீர்த்தங்கள் பற்றியே அதிகம் பேசுகின்றன. (112-211) ஜன்மஸ்தானம் பற்றிய விளக்கம் எட்டு செய்யுள்களில் மட்டுமே உள்ளது. (10-18-25)

11ஆம் நூற்றாண்டு குறிப்புகளிலோ அல்லது அதன் பிறகு நூற்றாண்டுகள் வரையிலோ இராமர் பிறந்த இடத்திற்கும் இன்றைய அயோத்திக்கும் தொடர்பு இருந்ததாகத் தெரியவில்லை.

இராமர் பிறந்த இடத்துடன் இணைக்கப்பட்டு உள்ள பகுதி, 18ஆம் நூற்றாண்டின் இறுதியில் இடைச் செருகல் ஆகியிருப்பது சாத்தியம். அதற்கும், இப்போது பாபர் மசூதி உள்ள இடத்திற்கும் பொருத்தம் இல்லை. இந்து மத நம்பிக்கை அடிப்படையில், இப்போது பாபர் மசூதி அமைந்துள்ள இடத்தில் இராமர் கோயில் கட்டப்பட்டிருந்தது என்று கூறுவது முழுக்க முழுக்கத் தவறு என்றே தோன்றுகிறது.

அயோத்தியில் இராமர் பிறந்த இடத்தைச் சுட்டிக் காட்டுவதற்கான பண்டைய ஆதாரங்கள் இல்லாதபோது, பாபர் மசூதி அமைந்துள்ள இடத்தில் இராமர் கோயில் இருந்ததாக விஷ்வ ஹிந்து பரிஷத் கூறுகிறது. இதற்காக இரு வாதங்களை முன் வைக்கிறது.

(அ.) பாபர் மசூதியில் கறுப்பு நிறக் கற்களால் ஆன தூண்கள் பதினான்கு உள்ளன. இவைகளில் இஸ்லாமியக் கலைப் பண்புக்கூறுகள் இல்லை. எனவே, அழித்தொழிக்கப்பட்ட கோயிலின் கட்டமைப்பின் பகுதியாக இவை இருந்திருக்க வேண்டும்.

(ஆ.) பாபர் மசூதிக்கு அருகே நில அகழ்வாய்வு நடத்திய பேராசிரியர் பி.பி. லால் அவர்களின் நில அகழ்வாய்வுக் குறிப்புகள், தூண்களைக் கொண்ட அமைப்புகள், பழைய கோயிலின் ஒரு பகுதியாக உள்ளன என்று தெரிவிக்கின்றன.

கறுப்பு நிறக் கற்களால் ஆன தூண்களைப் பொறுத்தவரை அவை ஒரே கட்டமைப்புக்கு உட்பட்ட சர்ச்சைக்குரிய இடத்தில் இருந்து வந்துள்ளனவா என்று ஆராய வேண்டி உள்ளது. மசூதிக்கு முக்கால் கிலோ மீட்டர் தூரத்தில் கல்லறை வெளியில் இரு தூண்கள் கண்டுபிடிக்கப்பட்டு உள்ளன.

திருவாளர்கள் என்.பி. ஜோஷி, ஆர்.பி. சர்மா உட்பட கலைத்துறை வரலாற்றாசிரியர்கள் பலருடன் இதுகுறித்து நாங்கள் ஆலோசனை செய்திருக்கிறோம். இதன் விளைவாக ஏற்பட்ட பொதுக்கருத்து என்னவெனில், தூண்களில் காணப்பட்ட அடையாளங்கள் சில 9 மற்றும் 10ஆம் நூற்றாண்டு காலத்தையும் தெரிவிப்பனவாக உள்ளன.

ஆகையால் ஒரே கட்டமைப்புக்கு இந்தத் தூண்கள் பொருந்தியிருக்க முடியாது என்பது நிரூபணமாகிறது.

தூண்களில் காணப்படும் சிற்ப வடிவங்கள் கிழக்கிந்தியாவில் உள்ள தூண்களில் காணப்படும் வடிவங்கள் சிலவற்றை ஒத்துள்ளன என்று தோன்றுகிறது. புவியியல் அடிப்படையில் அத்தூண்கள் பரிசோதிக்கப்பட்டு உள்ளன. கறுப்பு நிற திண்ணிய நிக்கலால் அத்தூண்கள் செய்யப்பட்டுள்ளன என்பதில் சந்தேகம் இல்லை. இத்தகைய தூண்கள் ராஜ்மஹால், மற்றும் மீர்ஜாபூர் ஆகிய இடங்களில் கண்டுபிடிக்கப்பட்டு இருக்கின்றன. இந்தியாவில் தொழில் வளர்ச்சி ஏற்படுவதற்கு முன்பு கட்டட நிர்மாண வேலைகளுக்கு கட்டட பொருள்கள் ஓரிடத்தில் இருந்து மற்றோர் இடத்துக்குக் கொண்டு செல்லப்பட்டதற்கான சான்றுகள் பல நம்முன் உள்ளன.

அசோகர் கல்தூண்கள் சுனார் என்ற இடத்தில் செதுக்கப்பட்டு நாட்டின் பல்வேறு பகுதிகளுக்கு அனுப்பி வைக்கப்பட்டன. பிருஷ்ஷா துக்ளக்கின் ஆட்சிக் காலத்தில், மீரத் மற்றும் தோப்ரா ஆகிய பகுதிகளில் இருந்து அசோகர் கல்தூண்கள் டெல்லிக்குக் கொண்டு வரப்பட்டுள்ளன. தஞ்சைப் பிரகதீஸ்வரர் கோயிலில் உள்ள கல்வெட்டுகளில் அதன் தூண்கள், கர்நாடக மாநிலத்தின் ‘ரொலம்பா’ கோயிலில் இருந்து கொண்டு வரப்பட்டவை என்கிற செய்தி காணப்படுகிறது.

பன்னிரண்டாம் நூற்றாண்டின் மத்தியில், அதிகாரத்தில் இருந்து வீழ்த்தப்பட்ட மேற்கத்திய சாளுக்கியர்களின் தலைநகரான ‘கல்யாணி’யில் இருந்து, கும்பகோணத்திற்கு அருகில் தாராசுரத்தில் அமைந்துள்ள ராஜராஜேஸ்வரம் கோயிலுக்கு, ராஜாதி ராஜ சோழர் ஆட்சியின்போது கட்டடப் பொருள்கள் கொண்டு வரப்பட்டுள்ளன. பல மசூதிகள் கட்டப்படவும், அலங்கரிக்கப்படவும் தேவையான பொருள்கள் குறிப்பிட்ட தொலைவில் இருந்து கொண்டு வரப்பட்டுள்ளன என்பதை நாம் அறிவோம்.

இவ்வாறு 17ஆம் நூற்றாண்டுக்கு முன்பே பாட்னா நகரத்தில் உள்ள குஜ்ரிமொகல்லா மசூதியின் கதவு சட்டங்கள் கறுப்பு நிற திண்ணிய நிக்கல் கற்களினால் செய்யப்பட்டவை ஆகும். இவைகளை ‘பாலா’ தூண்கள் என்பர். இவ்வகைக் கற்கள் பாட்னா நகரிலோ, சற்று தொலைவிலோ காணப்படவில்லை. ஆகையால், பாபர் மசூதியின் அலங்கார வேலைப்பாடுகளுக்குப் பயன்படுத்தப்பட்டுள்ள தூண்கள், வெளியில் இருந்து கொண்டுவரப்பட்டவை என்று புலப்படுகிறது.

விஷ்வ ஹிந்து பரிஷத் அமைப்பின் வல்லுநர்கள், கல்தூண்களில் செதுக்கப்பட்டுள்ள வடிவங்கள், வைஷ்ணவத்தைச் சுட்டுவதாகக் கூறுகின்றனர். இக்கூற்று உண்மைக்கு அப்பாற்பட்டது. வைஷ்ணவ சின்னங்களான 'சங்கு' 'சக்கரன்' 'கதை' 'தாமரை' போன்ற அடையாளங்கள் இல்லாத வைஷ்ணவ சார்பை எவரும் ஒப்புக் கொள்ள இயலாது. ஏனெனில் இவை விஷ்ணுவின் பிரிக்க முடியாத முத்திரைகளாகும். மலர் மாலைகளை வைஷ்ணவச் சின்னங் களாக மட்டுமே உறுதி செய்ய முடியாது. ஏனெனில் அவை பிற தெய்வங்களுக்கும் பயன்படுத்தப்படுகின்றன.

தூண்களின் உயரம் ஐந்தரை அடிக்கும் சற்று அதிகமாக உள்ளது. அத்தூண்கள் மசூதியின் பெரிய சுவர்களின் வளைவு நுழைவாயிலில் அமைக்கப்பட்டுள்ளன. அலங்காரத்திற்காக அமைக்கப்பட்டுள்ள தூண்கள் என்பது தெளிவாகத் தெரிகிறது. அவை கட்டடத்தின் பளுவைத் தாங்கும் தூண்கள் அல்ல. பளுவைத் தாங்குகின்ற தூண்களாக இருப்பின், அவை குறைந்தபட்சம் ஏழு அடி உயரம் இருக்கும். அதன் அடிப்பாகம் நிலத்தின் மீது பதிந்தபடி அமைக்கப்பட்டிருக்கும்.

மேலும் இந்தத் தூண்கள் அதன் அசல் தன்மையில் இல்லை. அத்தூண்கள் வெளியில் இருந்து கொண்டு வரப்பட்டவையாகும். ஆகையால், இத் தூண்கள் ஆரம்பத்தில் கட்டப்பட்டிருந்த கோயிலின் ஒரு பகுதி என்பதும், அதன் மீது பின்னர் மசூதி கட்டப்பட்டது என்று கூறுவதும் தவறு. மேலும், அங்கு ஒரு வளைவில் மட்டுமே ஒரே மாதிரியான நான்கு தூண்கள் கண்டுபிடிக்கப்பட்டு உள்ளன. மற்ற வளைவுகளில் உள்ள தூண்கள் வித்தியாசமாக இருப்பது கண்டுபிடிக்கப்பட்டு உள்ளது. அத்தூண்கள் வெளியில் இருந்து கொண்டுவரப்பட்டு உள்ளன என்பதை இத்தகைய அம்சங்கள் உறுதி செய்கின்றன.

பாபர் மசூதி அருகே செங்கற்கள் கண்டுபிடிக்கப்பட்டு உள்ளதாகவும், அவை வெகு காலத்துக்கு முற்பட்டவை என்றும், அவை பாபர் மசூதியின் தென் பகுதியில் இருந்ததாகவும், அவை கோயில் கட்டமைப்பின் ஒரு பகுதியாக இருக்கலாமென்றும் கூறுகின்ற பேராசிரியர் பி. பி. லால் அவர்களின் தகவலை அடிப்படையாகக் கொண்டு விஸ்வ ஹிந்து பரிஷத் அமைப்பின் இரண்டாவது வாதம் அமைகிறது. பதினோரு ஆண்டுகளுக்கு முன்பு அவர் நில அகழ்வாய்வு நடத்தினார். இந்த ஆய்வு பல பத்திரிகைகளில் பிரசுரம் செய்யப்பட்டது. ஆனால் இந்த அகழ்வாய்வு குறித்து 1990 இறுதியில்தான் அவர் தேர்ந்தெடுத்தார். இந்தத் தாமதம் உண்மையிலேயே ஆச்சரியம் தருகிறது. தூண்களில் உள்ள

அடையாளங்கள் மற்றும் இடம் குறித்து நிகழ்வாய்வுக் குறிப்புகள் ஆகியவற்றைப் பரிசோதனை செய்து எங்களது கருத்துகளை உறுதி செய்து கொள்ள விரும்பினோம்.

பி.பி. லால் அவர்கள் அயோத்தியா குறித்து நில அகழ்வாய்வு நடத்தியதில் கிடைத்த பொருள்கள், வரைபடங்கள் மற்றும் புகைப்படங்கள் ஆகியவற்றைப் பார்க்க விரும்பினோம். இந்திய அரசுக்கு இது குறித்து இரண்டு கடிதங்களை நாங்கள் எழுதினோம். தேவைப்படுகின்ற கைவசம் உள்ள ஆவணங்களை எங்களுக்குக் கிடைக்கச் செய்யும்படி இந்திய அரசின் உள்துறை அமைச்சரை வேண்டினோம்.

திரும்பத் திரும்ப எங்களால் விடுக்கப்பட்ட வேண்டுகோள்கள் கணக்கில்கூட எடுத்துக் கொள்ளப்படவில்லை. எங்களது கடிதங்கள் பொருட்படுத்தப்படவில்லை. தேவைப்படுகின்ற ஆவணங்களைத் தயாரிப்பதில் உள்ள தோல்வி, தொல்பொருள் ஆய்வில் இனப்பிரச்சனை குறித்த கேள்வியை எழுப்புகிறது என்பது மட்டுமின்றி பேராசிரியர் பி.பி. லால் அவர்களின் புதிய கண்டுபிடிப்பானது. மிகச்சரியான ஆவணங்களை அடிப்படையாகக் கொண்டு செய்யப்பட்டுள்ளதுதானா என்கிற சந்தேகத்தையும் எழுப்புகிறது.

விஷ்வ ஹிந்து பரிஷத் அமைப்பு சமர்ப்பித்துள்ள துணைக் குறிப்பில் குறிப்பிட்டு உள்ளதாவது: பேராசிரியர் பி.பி. லால், 1976-77 மற்றும் 1979-80இல் தொல் பொருள் ஆய்வு சர்வே குறிப்பில் தூண்கள் குறித்து எதுவும் சொல்லவில்லை. ஆனால், சுண்ணாம்பினால் அமைக்கப்பட்ட தரையைப் பற்றிச் சொல்லியுள்ளார். ஆனால் அறிக்கையின் முக்கிய பகுதி விடப்பட்டு இருக்கிறது. முக்கிய பகுதி இவ்வாறு உள்ளது:

"மத்திய காலத்துக்குப் பிறகு சுண்ணாம்பு கலந்து கட்டப்பட்ட தரைகள் பற்றிய விவரங்கள் கொடுக்கப்பட்டுள்ளன. ஏதோ ஒரு தனிப்பட்ட விசேஷ நலன் கருதி, பிற்காலம் பற்றிய விவரம் முழுவதும் தவிர்க்கப்பட்டுள்ளது. 'பிற்காலம்' என்பதை 17-18ஆம் நூற்றாண்டு என்று இந்தியத் தொல்பொருள் ஆய்வு சர்வே கூறுகிறது. 17-18ஆம் நூற்றாண்டுக்கு உரியதாக உள்ள கட்டமைப்பின் ஒரு பகுதி மசூதிக்கு வெளியே கண்டுபிடிக்கப்பட்டு இருந்தால், அந்தக் கோயில் 11ஆம் நூற்றாண்டில் கட்டப்பட்டதென்றும், 16ஆம் நூற்றாண்டுக்கு முன்பு இடிக்கப்பட்டதென்றும் எவ்வாறு நிரூபிப்பது?

மேலும் தூண்களை மட்டுமே வைத்து, அங்கு ஒரு கோயில் இருந்தது என்பதை நிரூபிக்க முடியாது. செங்கல் தூண்கள்

கண்டுபிடிக்கப்பட்ட இடத்தில், கல் தூண்களோ, வளைவுகளோ, கூரைக்கான பொருள்களோ கண்டுபிடிக்கப்படவில்லை. செங்கல் தூண்களை அடிப்படையாகக் கொண்டு அமைக்கப்பட்டிருந்த கோயில் 1528-29ஆம் ஆண்டுகளில் தகர்க்கப்பட்டு, அந்த இடத்தில் மசூதி கட்டப்பட்டு உள்ளதென விஸ்வ ஹிந்து பரிஷத் வாதம் செய்கிறது. இது அடிப்படையற்ற அனுமானம் என்று தோன்றுகிறது. மண் பாண்டத்தினால் செய்யப்பட்ட பொருள்கள் ஒருபோதும் இந்துக் கோயில்களில் பயன்படுத்தப்படுவதில்லை. அவை இஸ்லாமியத் தொழுகை இடங்களில் காணப்படுபவை.

இத்தகைய பொருள்கள் செங்கல் தூண்கள் அமைக்கப்பட்டுள்ள இடத்திலும், பாபர் மசூதியின் சுவர் அருகிலும் இருக்கின்றன. செங்கல் தூண் அமைப்பு ஏற்கனவே தகர்ந்து விட்டதென்பதும், பதின்மூன்றாம் நூற்றாண்டினைச் சேர்ந்த அயோத்தியின் சுற்றுப் பகுதிகளில் வாழ்ந்த முஸ்லிம்கள் அதனைப் பயன்படுத்தி உள்ளனர் என்பதும், அந்தப் பொருள்கள் நில அகழ்வாய்வு மூலம் கண்டுபிடிக்கப்பட்டு உள்ளன என்பதையும் ஏ.கே. நாராயண் அவர்களின் நில அகழ்வாய்வு முடிவுகள் காட்டுகின்றன.

"மசூதி கட்டுவதற்காக இராமர் கோயிலை பாபர் காலத்திய ஆட்சியாளர்கள் வேண்டு மென்றே இடித்துவிட்டனர். அதற்கான அவசியம் அப்போது இல்லை. ஏனென்றால் முஸ்லிம் ஜனத்தொகை அயோத்தியில் அன்றைக்கு இல்லை" என்ற வாதத்தை இது தகர்க்கிறது. ஏ. கே. நாராயண் மற்றும் பி.பி. லால் ஆகியோர் நடத்திய நில அகழ்வாய்வு மற்றும் பிற ஆய்வுகளால் கண்டுபிடிக்கப்பட்டுள்ள இஸ்லாமிய அடையாளப் பொருள்கள் ஆகியவற்றில் இருந்து 13ஆம் நூற்றாண்டில் இருந்து முஸ்லிம்கள் அயோத்தியில் வாழ்ந்து வந்தனர் என்பதும், அவர்களது தொழுகைக்கு ஒரு மசூதி தேவைப்பட்டு இருக்கலாம் என்பதும் தெளிவாகிறது.

மசூதியின் தெற்குப் பகுதியில் கண்டுபிடிக்கப்பட்டுள்ள செங்கல் தூண்களும், மசூதியின் நான்கு வளைவுகளுக்கும் பயன்படுத்தப்பட்டுள்ள, புதைகுழியில் காணப்படுகின்ற கறுப்பு நிறக் கற்களால் ஆன தூண்களும் ஒரே கட்டட அமைப்பைச் சேர்ந்தவையாகும் என்று விஷ்வ ஹிந்து பரிஷத் அமைப்பினால் வாதம் செய்யப்படுகிறது. தூண்களின் மாறுபட்ட சுற்றளவு மற்றும் மிக முக்கியமாக உள்ள அவற்றின் அடுக்குத் தொடர்புக் கோர்வைகள் ஆகியன இந்த வாதத்தை முற்றிலும் நிராகரித்து விடுகின்றன. இந்தத் தூண்களின் அடிப்படை மற்றும் அடுக்குத் தொடர்புகள் வேறுபட்டுள்ளன. வெவ்வேறு இடங்களில் கண்டுபிடிக்கப்பட்டு

உள்ளன. மேலும் சொல்லப்படுகின்ற சூழ்நிலைக்குப் பொருந்தாமல் உள்ளன.

நில அகழ்வாய்வு செய்பவர், கோயில் ஒன்று இருந்ததற்கான அடிப்படையை நிலை நிறுத்த முடியாது. என்றாலும், பேராசிரியர் பி.பி. லால், மசூதியின் அடிப்பகுதியில் தோண்டுவதற்கான ஆலோசனையைத் தெரிவித்துள்ளார்.

எந்த மாதிரியான அடையாளங்களும் இல்லாதபோது, இந்தப் பரிசோதனையானது கோயிலின் எந்தக் கட்டமைப்பு குறித்த பரிசோதனையையும் அம்பலமாக்கிவிடும். கண்டுபிடிக்கப்பட்டு உள்ள தூண்கள் மதங்களின் கூட்டு அடையாளமாக இல்லை. விஷ்வ ஹிந்து பரிஷத் அமைப்பினர். 1989ஆம் ஆண்டு, 'ஷிலன்யாஸ்' விழாவின்போது, பாபர் மசூதிக்கு முன்புறம் 7' x 7' x 8' அளவுக்கு நிலத்தைத் தோண்டி ஆய்வு நடத்தி உள்ளனர். அப்போது மதத்துடன் தொடர்புடைய, தொல்பழமையான எதுவும் கண்டுபிடிக்கப்படவில்லை. பி.பி. லால் மற்றும் விஷ்வ ஹிந்து பரிஷத் அமைப்பினரும் அண்மையில் இந்த அகழ்வாய்வை நடத்தியுள்ளதில் கோயிலைக் கண்டுபிடிக்கின்ற நம்பிக்கையில் மசூதிக்கு அடியில் தோண்டிப் பார்ப்பதென்பது எந்த அடிப்படையில்?

இறுதியாக, பாபர் மசூதிக்கு தெற்கே 60 அடி தொலைவில் உள்ள தூண்களும், பாபர் மசூதி கட்டப் பயன்படுத்தப்பட்ட தூண்களும் ஒரே மாதிரியானவை என்று காட்டுவதற்கான எந்த ஆதாரமும் இல்லை. தூண்கள் அமைப்புக் கொண்ட இடம் எந்த முக்கியத்துவம் வாய்ந்ததாக இல்லை. தங்குவதற்கும், கால்நடைகளைக் கட்டி வைத்து வளர்ப்பதற்குமான ஒரு 'வராந்தா'வாகவே அது இருக்க முடியும். இத்தகைய அமைப்புக் கொண்ட இடங்கள் இன்று கூட அந்தப் பகுதியில் காணப்படுகின்றன.

44
அத்வானியின் இரத யாத்திரை

பாபர் மசூதி, இராமர் ஜென்ம பூமி பற்றிய வரலாற்று ஆய்வறிக்கையை முழுமையாகப் பார்க்கும்போதுதான் அடிப்படை உண்மைகள் எவ்வாறு புதைக்கப்பட்டு இருக்கின்றன என்பதை அறிய முடியும்.

பேராசிரியர்கள் ஆர்.எஸ். சர்மா, அதர்அலி, டி.என்.ஆர். சூரஜ்கான் ஆகியோரின் 'A Historian's Report to the Nation' வரலாற்று அறிக்கையின் நிறைவுப் பகுதி வருமாறு :

அயோத்தியில் இராமர் பிறந்த இடத்தினைக் குறிப்பாகவோ, பண்டைக்கால அல்லது மத்தியகால இந்தியாவில் யாத்திரீகர்களால் அவ்வாறு அங்கீகரிக்கப்பட்ட இடம் பற்றியோ எந்த ஒரு ஆதாரத்தையும் சமர்ப்பிப்பதற்கு இயலாத நிலையில் விஸ்வ ஹிந்து பரிஷத் உள்ளது.

அதனுடைய தொல்பொருள் ஆராய்ச்சியில், இராமர் கோவில் இருந்ததற்கான ஆவண ஆதாரங்கள் மிகவும் பலவீனமாகவும், சந்தேகத்திற்கு உரியதாகவும் உள்ளன. தொல்பொருள் ஆராய்ச்சியானது 13ஆம் நூற்றாண்டிலிருந்து முஸ்லிம்கள் மசூதிக்கு வந்துள்ளனர் என்பதைத் தெரிவிக்கிறது.

அப்படியானால் பதிவு செய்யப்பட்டுள்ள ஆதாரங்கள் யாவை? பாபர் கால ஆட்சியாளர்கள் கோவிலை இடித்து விட்டனர் என்ற கூற்றினால் அவை நமக்குத் தெரி விப்பது என்ன?

1528-29இல் கட்டப்பட்ட பாபர் மசூதியின் கட்டமைப்பு பாரசீக அடையாளங்களைக் கொண்டுள்ளதாகப் பல வரலாற்று ஆசிரியர் களின் எழுத்துபூர்வ சான்றாதாரங்கள் கூறுகின்றன. கல்வெட்டு அடையாளங்கள் சில அச்சிடப்பட்டுள்ளன.

இவற்றில் ஏ.எஸ். பெவரிஜ் என்பவரின் 'பாபரது நினைவுக் குறிப்புகள்' என்ற மொழிபெயர்ப்பும் அடக்கம். ஆனால், உண்மையில் அசல் கல்வெட்டில் 14 பகுதிகள் உள்ளன. கல்வெட்டைச் செதுக்கியவர் கையொப்பமும் உள்ளது. வழிபாட்டுத் தொடக்க வாசகமும் இவற்றில் அடங்கி உள்ளது.

கல்வெட்டு கூறுவது என்ன?

கல்வெட்டுக்களின் நீண்ட வாசகங்கள் பாபர் மசூதி 1528-29இல் கட்டி முடிக்கப்பட்டுள்ளது என்பதைக் காட்டுகின்றன. ஆனால், கோவிலை இடித்துத் தகர்த்து விட்டோ, கோவில் உள்ள இடத்திலோ இது கட்டப்பட்டது என்று கருத குறிப்புகள் எங்கும் இல்லை. குறிப்பிட்ட அந்த இடத்தில் கோவில் இருந்ததாகவும், அதனை இடித்து விட்டு, அங்கே மசூதியை மீர்கான் பாஹி கட்டியதாகவும் வாதத்திற்காக ஒப்புக் கொண்டாலும் அடித்தளம் எழுப்பியது பற்றிய கல்வெட்டுக்களில் இது குறித்த சான்றுகள் முழுவதும் ஏன் தவிர்க்கப்பட வேண்டும் என்று நாம் பதிலளிக்க வேண்டியுள்ளது. மசூதியைக் கட்டுவதற்காக, மீர்கான் பாஹி கோவிலை இடித்துள்ளார் என்று கூறுவது சரியன்று. அப்படிப்பட்ட செயலில் அவர் ஈடுபடவில்லை என்பதை நாம் அறிய முடிகிறது.

16, 17ஆம் நூற்றாண்டுகளில் கிடைத்து உள்ள விவரங்களில், பாபர் மசூதி அல்லது வேறெந்த மசூதியும் இராமர் பிறந்த இடத்தில் கட்டப்படவில்லை என்பதற்குச் சான்றுகள் உள்ளன.

அப்துல் ஃபாசில் என்பவர் ‘அயினி அக்பரி’ என்ற நூலை கி.பி. 1598இல் எழுதி முடித்தார். இந்தியாவில் உள்ள யாத்திரைத் தலங்கள் உட்பட அயோத்தி குறித்தும் அந்நூலில் கூறி உள்ளார்.

புனிதமான அந்த இடம் கிழக்கில் 40 Kos*; வடக்கிலிருந்து தெற்காக 20 Kos என்ற அளவில் விரிவடைந்து நின்றதாகவும், அது ஒரு நகரமாக இல்லை என்றும் அவர் கூறுகிறார். இராம நவமி விழா அங்கே நடப்பது குறித்தே அந்நூல் கூறுகிறது.

அயோத்தி போன்ற பாரம்பரியமிக்க ஒரு நகரத்தைப் பற்றி ‘அவாத்ராஜ்’ என்ற பகுதியில் அந்நூலில் குறிப்பிடுகிறார்:

“பண்டைக்காலத்தில் பிரசித்தி பெற்ற அந்த இடம் 148 Kos நீளத்திலும், 36 Kos அகலத்திலும் சுற்றி வளைக்கப்பட்டிருந்தது. அது தெய்வ வழிபாட்டுக்குப் புனித இடமாகச் சொல்லப்பட்டு இருக்கிறது,” என்றும் அயோத்தி என்பது திரேதாயுகத்தில் இராமச்சந்திரனின் இருப்பிடமாக இருந்தது என்றும் அப்துல் ஃபாசில் சொல்கிறார்.

இப்போதுள்ள அயோத்தி இராமர் பிறந்த இடம் என்பதைப் பாரம்பரியம் உறுதி செய்யவில்லை என்பது தெளிவாகிறது. அப்படிப்பட்ட பாரம்பரியம் இருக்குமானால் அதுகுறித்து அப்துல் ஃபாசில் கூறி இருப்பார். ஏனெனில், அயோத்தியில் யூத

★ Kos: A unit of land distance os various lengths from 1 to 3 miles (1.6 to 4.8 Km)

தீர்க்கதரிசிகள் இருவர் அடக்கம் செய்யப்பட்டுள்ளது பற்றிக் கூறுகிறார்.

“நகருக்கு அருகே, முறையே ஆறு, ஏழு கஜ தூரத்தில் இரண்டு கல்லறைகள் அமைக்கப்பட்டுள்ளன.” இவ்வாறெல்லாம் கூறும் அவர், இராமர் பிறந்த இடம் பற்றிய தகவல் மற்றும் அவ்விடத்தில் கோவிலை இடித்து மசூதி கட்டப்பட்டதற்கான ஆதாரம் ஆகியவற்றைச் சொல்லாமல் இருந்திருக்க முடியாது.

கி.பி. 1608-11 காலத்தில் இந்தியாவில் தங்கியிருந்து அயோத்திக்கு வருகை த்ந்த ‘வில்லியம் ஃபின்ச்’ எழுதி உள்ள குறிப்புகள்; ஸுசன்ராம் பண்டாரி என்பவர் ‘குலசத்து-தி-தவரிக்’ என்ற நூலை 1695-96இல் எழுதி உள்ளார். அதில் இடம் பெற்றிருக்கும் அயோத்தி பற்றிய செய்திகள்; கி.பி. 1759-60இல் ராஜ்துர்மன் என்பவர் இந்தியாவில் புவியியல் விவரங்கள் அடங்கிய ‘சாஹர் குல்ஷான்’ என்ற நூல் அச்சாக்கம் பெறவில்லை. ஆனால், ‘அவுரங்கசீப்பின் இந்தியா’ என்ற அவரது நூலை ‘சர்கார்’ என்பவர் மொழிபெயர்த்து வெளியிட்டபோது அதில் புள்ளிவிவரங்கள் கொடுக்கப்பட்டுள்ளன. இதிலும் அயோத்தி பற்றிய குறிப்புகள் உள்ளன.

பாபர் மசூதி கட்டப்பட்ட 220 ஆண்டுகளுக்குப் பிறகு சமகாலத்தில் மசூதியின் நீண்ட கல்வெட்டுக்களிலோ, இந்து முஸ்லிம் நூல்களிலோ அல்லது ஐரோப்பிய பார்வையாளர்கள் விட்டுச் சென்றுள்ள பதிவுக் குறிப்புகள் மற்றும் எழுத்துக்களிலோ அயோத்தி பற்றிக் கூறும் விளக்கங்களில் இராமர் பிறந்த இடம் குறித்தோ, கோவில் இடிக்கப்பட்டு மசூதி கட்டப்பட்டது குறித்தோ எந்தக் கருத்தும் இல்லை.

ஆய்வறிக்கையின் முடிவு

வரலாற்று ஆசிரியர்கள் இறுதியில் தங்கள் ஆய்வறிக்கையின் முடிவாகக் கீழ்க்கண்டவற்றைத் தொகுத்துக் கூறி, அயோத்தியில் இராம ஜென்ம பூமி குறித்து திட்டவட்டமான, உறுதியான மற்றும் ஆதாரப்பூர்வமான உண்மைகளை வெளிப்படுத்தினர்.

1. 16ஆம் நூற்றாண்டுக்கு முன்பு (உண்மையில் 18ஆம் நூற்றாண்டுக்கு முன்பு) அயோத்தியில் இராமர் பிறந்த இடம் இருந்தது என்பதற்கான தொல்பொருள் சான்றுகள் எதுவும் இல்லை.

2. 1528-29இல் பாபர் மசூதி கட்டப்பட்டுள்ள இடத்தில் இராமர் கோவிலோ அல்லது வேறொரு கோவிலோ இருந்தது என்று ஊகிப்பதற்கான அடிப்படை இல்லை. தொல்பொருள் ஆதாரங்கள்

மற்றும் மசூதியில் கண்டுள்ள கல்வெட்டு அடையாளங்கள் ஆகியவற்றின் அடிப்படையில் இந்த முடிவு செய்யப்பட்டுள்ளது.

3. இராமர் பிறந்த இடம், மசூதியால் ஆக்கிரமிக்கப்பட்டுள்ளது என்ற பிரச்சினை 18ஆம் நூற்றாண்டு வரையிலும் எழவில்லை. கோவில் இடிக்கப்பட்டு மசூதி கட்டப்பட்டது என்ற பிரச்சினையும் 19ஆம் நூற்றாண்டின் தொடக்கம் வரை கிளப்பப்படவில்லை.

4. இராமர் கோவிலைக் கட்ட மசூதி இடிக்கப்பட்டது என்ற பிரச்சினை காலங்கடந்த ஒன்று இப்போது 'படிப்படியாக' கற்பனை அடிப்படையில் புனையப்பட்ட வரலாறு நம்பிக்கை ஒன்றை மட்டுமே அடிப்படையாகக் கொண்டு எழுந்து நிற்கிறது.

1891இல் ஏ.எஃப். ரூரர் என்பவர் தென் மேற்கு மாகாணங்களில் இருந்த நினைவுச் சின்னங்கள் மற்றும் தொன்மை வாய்ந்த கல்வெட்டுக்கள் ஆகியவை பற்றிய விளக்கத்தை எடுத்துரைத்தபோது, பாபர் மசூதியை அந்நினைவுச் சின்னங்களில் இரண்டாவது இடத்தில் வைக்கிறார்.

இதுகுறித்து அவர் விளக்கம் அளிக்கும்போது, "இந்நினைவுச் சின்னம், சுவர் வெடிப்பு மற்றும் சுவர்களில் ஏற்படும் நீர்க் கசிவினால் சிதைந்து போகாமல் பாதுகாப்பது அவசியமாகும்," என்று கூறுகிறார்.

பாபர் மசூதி ஒரு நினைவுச் சின்னம் என்ற முறையில் 'பண்டைக்கால நினைவுச் சின்னங்கள் - 1904, திருத்தச் சட்டம் (1958)' சட்டப்படி முற்றிலும் பாதுகாக்கப்பட்ட நினைவுச் சின்னமாக அதனைப் பாவித்துப் பாதுகாத்து வர வேண்டும்.

உலகில் உள்ள நாகரிக நாடு எதுவும், அதன் 16ஆம் நூற்றாண்டு காலக் கட்டடத்தை இடிக்கவோ, சிதைக்கவோ அனுமதிக்காது என்பதை வரலாற்று ஆசிரியர்களாகிய நாங்கள் வெளிப்படுத்துவது எங்களது கடமையாகும்.

வரலாற்று உண்மைகளை நாம் கூர்ந்து கவனிப்பதாக இருந்தால், நீதியை உயர்த்திப் பிடிக்க நாம் விரும்புவதாக இருந்தால் நமது சொந்த கலாச்சார, பாரம்பரியத்தை நாம் நேசிப்பதாக இருந்தால் பாபர் மசூதியை நாம் பாதுகாக்க வேண்டும். தனது கடந்த காலத்தை எவ்வாறு மதிக்கிறது என்பதிலிருந்து ஒரு நாடு தீர்மானிக்கப்படுகிறது...

வரலாற்று ஆய்வாளர்களின் ஆய்வறிக்கை மட்டுமல்ல; சட்டநெறிகளும் நீதிமன்ற உத்தரவுகளும் இந்துத்துவ மதவாதக் கூட்டத்தால் காலில் போட்டு மிதிக்கப்பட்டன. பாபர் மசூதி தகர்ப்பு என்ற ஒற்றைத் திட்டத்தை, அரசியல் அணி திரட்டுவதற்கான எளிய

வழி என்று ஆர்.எஸ்.எஸ். சங் பரிவாரங்கள் கருதின; அதற்கான காலமும் அவர்களுக்குக் கனிந்து வந்தது.

‘மண்டலை’ எதிர்த்து ‘மந்திர்’

1989இல் வி.பி. சிங் தலைமையில் தேசிய முன்னணி ஆட்சி அமைந்தபோது அந்த அரசுக்கு பாரதிய ஜனதா கட்சி வெளியில் இருந்து (?) ஆதரவு கொடுத்தது. இடது சாரிகளும் வி.பி. சிங் அரசுக்கு ஆதரவு வழங்கினர். தி.மு.க., ஜனதா தளம் உள்ளிட்ட கட்சிகள் வி.பி. சிங் அரசில் இடம் பெற்றிருந்தன.

1990, ஆகஸ்டு 7ஆம் நாள் இந்திய வரலாற்றில் மிக முக்கியமான நாள். அன்று தான் மத்திய அரசின் பணிகள், வேலை வாய்ப்புகளில் பிற்படுத்தப்பட்டோருக்கு 27 விழுக்காடு இட ஒதுக்கீட்டை வழங்குவதற்குப் பரிந்துரை செய்த மண்டல் குழு அறிக்கையைச் செயல்படுத்துவோம் என்று பிரதமர் வி.பி. சிங் பிரகடனம் செய்த நாள் ஆகும்.

கோடானுகோடி பிற்படுத்தப்பட்ட சமூக மக்கள் தந்தை பெரியார், அண்ணல் அம்பேத்கரின் சமூகநீதிக் கொள்கை வெற்றி பெற்று இருக்கிறது என்று வி.பி. சிங் அரசைக் கொண்டாடினார்கள். தமிழகம் சமூகநீதியைப் பாதுகாத்த மண் என்பதால் வி.பி. சிங் அவர்களுக்கு மிகப் பெரிய வரவேற்பைத் தந்து மகிழ்ந்தது.

ஆனால், பிற்படுத்தப்பட்டோருக்கு 27% இட ஒதுக்கீடா? தகுதி, திறமை என்ன ஆவது? என்று வடபுலத்தில் உயர் சாதியினர் தெருவுக்கு வந்து வெறிக் கூச்சலிட்டனர். மண்டல் குழு அறிக்கையைத் திரும்பப் பெற வேண்டும்; அதைச் செயல்படுத்தக் கூடாது என்று ‘உயர் தட்டு’ இளைஞர்களைத் தூண்டிவிட்டு, போராட்டங்கள் திட்டமிட்டு நடத்தப்பட்டன. உயர்சாதி பார்ப்பனர்களும் ‘இந்தியன் எக்ஸ்பிரஸ்’ உள்ளிட்ட பார்ப்பன ஏடுகளும் நச்சுப் பரப்புரையைப் பரப்பி வந்தனர்.

மண்டல் பரிந்துரைகளுக்கு எதிராக ஆர்.எஸ்.எஸ். - சங் பரிவார் கூட்டங்கள் நடத்திய திட்டமிட்ட போராட்டங்கள், ஆட்சியைக் கவிழ்த்து, பிரதமர் வி.பி. சிங் மீது அவதூறுகளை அள்ளி வீசிய சனாதனக் கூட்டத்தின் சதிகள், பாஜக தலைவர் எல்.கே. அத்வானி நடத்திய இரத யாத்திரை இவற்றை விடுதலை க. இராசேந்திரன் தனது ‘சங் பரிவாரின் சதி வரலாறு’ என்னும் நூலில் விரிவாகக் குறிப்பிட்டுள்ளார்.

ராஜாவின் (வி.பி.சிங்) 'சாதிய யுத்தம்' என்ற தலைப்பில் ஆர்.எஸ்.எஸ். -இன் அதிகாரப்பூர்வ ஏடு 'ஆர்கனைசர்' 1990 ஆகஸ்டு 26இல் எழுதிய கட்டுரை வருமாறு:

"பிரிட்டீஷாரின் 150 ஆண்டுகால அந்நியர் ஆட்சியில் செய்ய முடியாத ஒன்றை வி.பி. சிங் தனது ஓராண்டு ஆட்சியிலேயே செய்து முடிக்கப் போவதாய் அச்சுறுத்திக் கொண்டு இருக்கிறார். இது சமூகத்தை ஒற்றுமைப்படுத்துவதற்குக் காலம் காலமாக நடைபெற்றுக் கொண்டிருக்கும் தீவிரமான முயற்சிகளை இவர் சிதைக்கப் பார்க்கிறார்.

விவேகானந்தர், தயானந்த சரசுவதி, மகாத்மா காந்தி, டாக்டர் ஹெட்கேவர் போன்ற தலைவர்கள் எல்லாம் தொடர்ந்து மேற்கொண்ட இந்து சமுதாய ஒற்றுமை முயற்சிக்கு இது எதிரானது. வி.பி. சிங் சமூகத்தை மண்டல் மயமாக்குவதன் நோக்கமே, சமூகத்தை முன்னேறியவர், பிற்படுத்தப்பட்டவர், 'அரிஜன்' என்று கூறு போடுவதுதான்,"

சமூகத்தை நான்கு வருண அடிப்படையில் கூறு போட்டு நியாயப்படுத்தும் மனு தர்மம், வேதங்கள், பகவத் கீதை இவை எல்லாம் இவர்களுக்குப் புனிதமானவை; ஆனால், சமூக ஏற்றத் தாழ்வுகளைக் களைந்து சமன்படுத்துவதற்கு வி.பி. சிங் பிறப்பித்த ஆணை, சமுதாயத்தைப் பிளவுபடுத்தும் உத்தரவு என்றனர்.

பார்ப்பனர்களின் இந்த எதிர்ப்பைப் பிற்படுத்தப்பட்ட சமூகம் உணரத் தொடங்கியது. வட மாநிலங்களில் தாழ்த்தப்பட்ட, பிற்படுத்தப்பட்ட சமூகங்கள், பார்ப்பனியத்தின் கோர முகத்தை அடையாளம் காணத் தொடங்கியவுடன் ஆர்.எஸ்.எஸ். சனாதனக் கூட்டம் அதிர்ச்சி கண்டது.

உடனே, 'மண்டலை' எதிர்க்க 'மந்திர்' (கோவில்) பிரச்சினையைக் கையில் எடுத்து விட்டனர். எல்.கே. அத்வானி இராமர் கோவிலுக்கான யாத்திரையைத் தொடங்கி விட்டார்.

அத்வானியின் இரத யாத்திரை

நாட்டின் 52 விழுக்காடு பிற்படுத்தப்பட்ட மக்களுக்கு ஆதரவான ஒரு ஆணையை வி.பி. சிங் அரசு பிறப்பித்தவுடன் பாஜக அதனை வெளிப்படையாக எதிர்த்தால் பிற்படுத்தப்பட்ட மக்களின் வெறுப்பைச் சுமக்க நேரிடும்; ஆதரித்தால் பாஜகவின் வலிமையான அடித்தளமாக இருக்கும் உயர் சாதியினரின் ஆதரவை இழக்க வேண்டியது வரும் என்பதால் "இட ஒதுக்கீடு தேவைதான்; ஆனால், அது சாதி அடிப்படையில் கூடாது; பொருளாதார அடிப்படையில்

இருக்க வேண்டும்," என்று எல். கே. அத்வானி கூறினார். (இந்துஸ்தான் டைம்ஸ், 23, செப்டம்பர் 1990)

மண்டல் ஆணையைச் செயல்படுத்த உத்தரவிட்ட வி.பி. சிங் ஆட்சியைக் கவிழ்க்க 'கமண்டலத்தை' ஏந்தி இராமர் கோவில் எழுப்பும் கோரிக்கைக்காக இரத யாத்திரையைத் தொடங்கினார் எல். கே. அத்வானி.

1990, செப்டம்பர் 25 அன்று எல்.கே. அத்வானியின் 'டொயோட்டா' இரத யாத்திரை புறப்படுவதற்கு அவரே காரணத்தைக் கூறி இருக்கிறார்.

"மண்டல் பிரச்சினை எனக்கு நெருக்கடியைக் கொடுத்தது என்பது உண்மை தான். குறிப்பாக என்னுடைய டெல்லி நாடாளுமன்றத் தொகுதியில் தீக்குளிப்புச் சம்பவங்கள் நடந்துள்ளன. பெற்றோர்கள் ஒவ்வொரு நாளும் என்னைச் சந்தித்து, இன்னும் ஏன் வி.பி. சிங் ஆட்சியை ஆதரித்துக் கொண்டிருக்கிறீர்கள்? என்று கேட்கிறார்கள். மண்டல் பிரச்சினையைக் காரணம் காட்டி வி.பி. சிங் ஆட்சிக்குத் தரும் ஆதரவை நாங்கள் திரும்பப் பெற்றால் அது இந்த ஆட்சிக்குப் பெரும் இலாபமாகி விடும் என்று நான் கருதுகிறேன். எனவே நான் சொன்னேன்: 'ஆமாம்! இந்த அரசாங்கம் மிக மோசமாக நடந்து கொண்டு வருகிறது என்பது உண்மைதான். இதை வீழ்த்துவதற்கு என்ன நடவடிக்கை என்பதைச் சரியான நேரத்தில் எடுப்பேன்,' என்று என்னைச் சந்தித்தவர்களிடம் சொன்னேன்." (இந்துஸ்தான் டைம்ஸ், 21, செப்டம்பர் 1990)

இரத யாத்திரையின் உள்நோக்கம் அத்வானி வாயாலேயே வெளிவந்து விட்டது.

இரத யாத்திரை புறப்படும் இடம், முடிவடையும் இடத்தைக் கூட கவனமாகத் தேர்வு செய்தார்கள். அத்வானி இரத யாத்திரை புறப்பட்ட இடம் குஜராத்தில் இருக்கும் சோம்நாத்; முடிவடையும் இடம் அயோத்தி.

"இந்துக்களே! இராமர் கோவில் கட்ட வாருங்கள்; இந்துக்களுக்கு ஆபத்து வந்து விட்டது," என்ற முழக்கங்கள் ஒலித்தன.

சோமநாதபுரத்திலிருந்து அத்வானி இரத ஊர்வலம் தொடங்குவதற்கு என்ன காரணம்? முஸ்லிம்களை எதிரிகளாகச் சித்தரித்து அவர்களைப் பகைவர்களாக வெளிப்படுத்தும் ஓர் ஆழமான சதித்திட்டம்தான் இதில் அடங்கி உள்ளது.

சோம்நாத் கோவில், முஸ்லிம் மன்னன் கஜினி முகமதுவால் 11ஆம் நூற்றாண்டில் தொடர்ச்சியாகப் படையெடுத்து கொள்ளை

அடிக்கப்பட்டது என்பது வரலாறு. கஜினி முகமது படையெடுப்பின் நோக்கம், இந்துக் கோவில்களை அழிக்க வேண்டும் என்பது அல்ல; மன்னர்கள் ஆட்சியில் நடந்த பல படையெடுப்புகளுக்குக் காரணம் செல்வத்தைக் கொள்ளை அடிப்பதுதான்; அதற்குக் காரணம் உண்டு.

இந்தியாவில் கோவில்கள் வழிபாட்டுத் தலங்களாக மட்டும் இருக்கவில்லை; கோட்டைகளாகவும், நிதிக் கருவூலங்களாகவும் பாதுகாக்கப்பட்டு வந்தன. கஜனி முகமதுவின் தொடர் படையெடுப்பும் நிதிக் கருவூலத்தைக் கொள்ளை அடிக்கவே நிகழ்ந்தது. எந்த இஸ்லாமிய மன்னரும் தமது எல்லைக்குள் இருந்த இந்துக் கோவில் களை இடித்ததாக வரலாறு இல்லை.

இந்தியா விடுதலை பெற்றபோது 'ஜூனாகாத்' என்னும் நவாப் சமஸ்தானத்தின் கீழ் சோம்நாத் இருந்தது.

ஜூனாகாத் சமஸ்தான நவாப் தமது சமஸ்தானத்தை பாகிஸ்தானுடன் இணைத்துக் கொள்ள விரும்பினார். ஆனால், உள்துறை அமைச்சர் சர்தார் படேல் உத்தரவின் பேரில் 1947 நவம்பரில் இராணுவம் அனுப்பப்பட்டு ஜூனாகாத் இந்திய அரசுடன் இணைக்கப் பட்டது. பின்னர் அங்கு பொது வாக்கெடுப்பு ஒன்றும் நடத்தப்பட்டது.

படேலுக்குத் துணையாக இருந்து ஜூனாகாத் இந்தியாவுடன் இணைய வழி கண்டவர் மத்திய உணவுப்பொருள் வழங்கல் துறை அமைச்சராக இருந்த குஜராத் பார்ப்பனர் கே. எம். முன்ஷி. இன்று நாடு முழுவதும் உள்ள 'பாரதிய வித்யா பவன்' எனும் நிறுவனங்களை 1938ஆம் ஆண்டிலேயே தொடங்கியவர்தான் முன்ஷி.

இந்தியாவின் கட்டுப்பாட்டின்கீழ் சோம்நாத் வந்தவுடன் சோம்நாத் ஆலயம் புதுப்பிக்கப்பட்டு, குடமுழுக்கு நடத்தப்பட்டது. பார்ப்பனர்களால் நடத்தப்பட்ட அந்த மத விழாவில் அன்றைய குடியரசுத் தலைவராக இருந்த இராஜேந்திர பிரசாத் பங்கேற்றார்.

இஸ்லாமிய எதிர்ப்பு உணர்வோடு திட்டமிட்டு நடத்தப்பட்ட இந்தக் குடமுழுக்கு மதத் திருவிழாவில், மதச்சார்பற்ற நாட்டின் குடியரசுத் தலைவர் இராஜேந்திர பிரசாத் பங்கேற்பதைப் பிரதமர் நேருவே எதிர்த்தார். ஆனால், மதவாத சனாதனக் குட்டையில் காங்கிரஸ் தலைவர்களும் மூழ்கிக் கிடந்தார்கள் என்பதற்கு படேல், முன்ஷி, பிரசாத் போன்றோர் வரலாற்றில் எடுத்துக்காட்டுகளாக உள்ளனர்.

ஆர்.எஸ்.எஸ். - வி.எச்.பி. உள்ளிட்ட சங் பரிவாரங்கள் அத்வானி இரத யாத்திரை தொடங்க சோம்நாத்தைத் தேர்வு செய்ததற்கு இதுதான் காரணம்.

சோம்நாத் கோவிலைப் புதுப்பித்ததன் மூலம் தேசிய உணர்விற்குப் புத்துயிர் ஊட்டியவர் சர்தார் வல்லபபாய் படேல் என்று எல்.கே. அத்வானி தனது இரத யாத்திரைக் கூட்டங்களில் எல்லாம் புகழ்ந்தார்.

இரத யாத்திரை தொடக்க நிகழ்வு குறித்து ஆர்.எஸ்.எஸ். ஏடான 'ஆர்கனைசர்' அக்டோபர் 14, 1990இல் கீழ்க்கண்டவாறு வர்ணித்தது:

"1990 செப்டம்பர் 25ஆம் தேதி காலை கடலின் சீற்றம், வேத மந்திரங்களின் ஒலியோடு அத்வானி ஒரு வில்லைத் தூக்கினார். அதன் அம்பு அயோத்தியை நோக்கியது. அந்த அம்பை அம்பாஜி பழங்குடி மக்கள் வழங்கினார்கள். சோம்நாத் கோவில் அர்ச்சகர் 'தர்மத்வஜா' எனும் காவிக் கொடியை அவரிடம் அளித்தார். துவாரகாவின் மீனவர்கள் தந்த சங்கு முழங்கப்பட்டது. கோகுல் சமாஜ் என்ற சத்திரியர்களின் அமைப்பு அத்வானியிடம் ஒரு வாளைக் கொடுத்தது. பாஜகவின் தர்மயுத்தம் தொடங்கியது. அக்காட்சியைக் காணப் பெருங்கூட்டம் திரண்டது."

45
கரசேவைக்குத் தயாரான வி.எச்.பி.

மண்டலை எதிர்த்து 'மந்திர்' (இராமர் கோவில்) பிரச்சினையை முன் வைத்து எல். கே. அத்வானி இரத யாத்திரை தொடங்குவதற்கு முன்னோட்டமாக, விஸ்வ ஹிந்து பரிஷத் 'ராம ஜோதி யாத்திரை' என்ற பெயரில் ஒரு யாத்திரையை அறிவித்தது. 1990, செப்டம்பர் 24ஆம் தேதியில் இருந்து தீப்பந்தங்களை ஏற்றும் ஊர்வலத்தை இராம பக்தர்களிடம் எழுச்சி ஊட்டுவதற்காக நடத்தியது. அயோத்தி இராமர் கோவில், தீபத்திலிருந்து பெறப்பட்ட ஒளி என்று பிரச்சாரம் செய்தார்கள்.

ஒவ்வொரு இல்லத்திலும் இராமர் ஜோதியை ஏற்றி வைத்து தீபாவளிப் பண்டிகையோடு இணைத்துக் கொண்டாடுமாறு அறிவித் தார்கள். அயோத்தியின் இரத யாத்திரைக்கு மேலும் வலிமை சேர்க்கும் வகையில் இத்திட்டம் அறிவிக்கப்பட்டது.

உத்திரப்பிரதேச மாநிலத்தில் பல மாவட்டங்களில் பதற்றத்தை உருவாக்கிய இந்து இராம ஜோதி யாத்திரைக்குக் காவல்துறை தடை விதித்தது. பல பகுதிகளில் கலவரம் வெடித்தது. கலவரத்தில் இறந்தவர்களின் எண்ணிக்கை 100 (பிரண்ட்லைன், அக் 27, 1990) முஸ்லிம்கள் வாழும் பகுதிகளில் இராமர் ஜோதி யாத்திரைக் கும்பல் தாக்குதலை நடத்தியது.

பெங்களூர் அருகே சன்னபட்ண என்ற பகுதியில் இந்த யாத்திரை, பலத்த காவலுடன் நடத்தி முடிக்கப்பட்டது. அதற்கு அடுத்த 5 நாட்களில் இதே பகுதியில் முஸ்லிம்கள் நடத்திய ஊர்வலத்தில் தாக்குதல் நடத்திய மதவாதக் கும்பல் 17 பேரைக் கொன்றது. இதில் 13 பேர் முஸ்லிம்கள். கருநாடகத்தில் தாவணகரே என்னும் பகுதியில் 'இராம ஜோதி யாத்திரை' முடிந்தவுடன் முஸ்லிம்கள் குடியிருப்புகளை நோக்கி 10 ஆயிரம் பேர் கொண்ட கும்பல் நுழைந்து கலவரத்தில் இறங்கியது. அத்வானியின் இரத யாத்திரை இந்து-முஸ்லிம் கலவர விதைகளைத் தூவிக் கொண்டிருந்தபோது, 1990, அக்டோபர் 18, 19 ஆகிய தேதிகளில் மேற்கு வங்க முதல்வர் ஜோதிபாசு, தெலுங்கு தேசம் கட்சித் தலைவர் என். டி. இராமாராவ், பீகார் முதல்வர் லல்லு பிரசாத் யாதவ் ஆகியோர் அத்வானியை

நேரில் சந்தித்து இரத யாத்திரையைக் கைவிடுமாறு கோரினர். ஆனால், அத்வானி அதற்கு இசையவில்லை.

வி.பி. சிங் ஆட்சி கவிழ்ப்பு

எல். கே. அத்வானியின் இரத யாத்திரையை அனுமதிக்க வேண்டும். இராமர் கோவில் எழுப்புவதற்கு அனுமதி தரவேண்டும் என்ற கோரிக்கைகளை முன் வைத்து பாஜக வி.பி. சிங் அரசுக்கு நெருக்கடி கொடுத்தது.

அக்டோபர் 17, 1990 அன்று அதுல் பெகாரி வாஜ்பாய் தலைமையில் பாஜக தூதுக்குழுவினர் குடியரசுத் தலைவரைச் சந்தித்து வி.பி. சிங் அரசுக்கு அளித்து வந்த ஆதரவை விலக்கிக் கொள்வதாக அறிவித்தனர்.

பாஜகவின் மிரட்டலுக்கு அடிபணியாத பிரதமர் வி.பி. சிங், அக்டோபர் 22, 1990 அன்று இரவு தொலைக்காட்சியில் ஆற்றிய உரையில், "இந்த நிமிடம் முதல் நான் நாட்டின் ஒற்றுமையைக் காக்க அரசியல் சட்டப்படி நடவடிக்கை எடுக்க முடிவு செய்து விட்டேன். அதற்காக எந்தத் தியாகமும் செய்யத் தயார்" என்று அறிவித்தார்.

மறுநாள் அக்டோபர் 23, 1990 பீகாரில் எல்.கே. அத்வானியின் இரத யாத்திரையை தடுத்து நிறுத்தி, அவரைக் கைது செய்யுமாறு வி.பி. சிங் பிறப்பித்த உத்தரவைப் பீகார் முதல்வர் லாலு பிரசாத் யாதவ் செயற்படுத்தினார்.

பீகார் மாநிலம் சமஸ்திப்பூரில் அத்வானி இரத யாத்திரை தடுக்கப்பட்டு, அவரைக் கைது செய்து காவலில் வைத்தது லாலு பிரசாத் அரசு. அத்வானியின் கைது, கலவரத் தீயை இன்னும் நெய் ஊற்றி வளர்த்தது.

நாடு முழுவதும் 'பாரத் பந்த்' என்று முழு அடைப்புப் போராட்டத்தை பாஜக அறிவித்தது. நாடே வகுப்புவாதக் கலவரத்தில் மூழ்கியபோது ராஜஸ்தான், மேற்குவங்கம், கர்நாடகம், ஆந்திரா உள்ளிட்ட மாநிலங்களில் நூற்றுக்கணக்கானோர் கொல்லப்பட்டனர்.

விஸ்வ ஹிந்து பரிஷத், ஆர்.எஸ்.எஸ். மதவாத அமைப்புகள் அயோத்தியில் திட்டமிட்டவாறு அக்டோபர் 30ஆம் தேதி கரசேவை நடக்கும் என்று பகிரங்கமாகவே அறிவித்தன.

1990, அக்டோபர் 30ஆம் தேதி 'கர சேவை'க்காக இந்துத்துவ தீவிரவாதக் கும்பல் அயோத்திக்குள் ஊடுருவியது. அக்டோபர் மாதத்தின் நடுவில் இருந்தே இந்து தீவிரவாதிகள் உ.பி. யில் பல

கிராமங்களில் ஊடுருவி விட்டனர். எல்லைப் பாது காப்புப்படை காவிப் படைக்கு ஆதரவாகவே செயல்பட்டது.

விஸ்வ ஹிந்து பரிஷத் தலைவர் அசோக் சிங்கால், துணைத் தலைவர் எஸ். சி. தீட்சித் ஆகியோர் அயோத்தி பாபர் மசூதி வளாகத்திற்குள் பரிவாரங்களுடன் நுழைந்தனர். இதில் எஸ்.சி. தீட்சித் உ.பி. மாநிலத்தின் காவல்துறை தலைமை இயக்குநராகப் பணியாற்றியவர். எனவே காவல்துறையில் அவருக்கு நல்ல செல்வாக்கு இருந்தது. ஒரு சாது, காவல் துறையின் பேருந்தைப் பறித்துத் தடுப்புச் சுவர் அருகே நிறுத்தி இருந்தார். சுமார் 40 ஆயிரம் பேர் கொண்ட வெறிபிடித்த கூட்டம் திரண்டு நின்றது.

தடுப்புச் சுவரை உடைத்து 'கர சேவை'க்காக உள்ளே நுழைந்த கூட்டம், மசூதியைத் தாக்கத் தொடங்கியது. மசூதியின் ஒரு மாடத்தை (DOME) உடைத்து, வெறிக் கூச்சலுடன் அதில் காவிக் கொடியை ஏற்றினர். காவல்துறை செயலிழந்து நின்றது. கலவரத்தை அடக்கும் பொறுப்பை ஏற்றுக் கொண்டிருந்த எல்லைப் பாதுகாப்புப் படை கலவரக் கும்பலை விரட்டி அடித்தது. துப்பாக்கிச் சூட்டில் 6 பேர் இறந்தனர். மதவெறிக் கூட்டம் அயோத்தி நகருக்குள் நுழைந்து காவல் நிலையங்கள் மீது தாக்குதல் தொடுத்தது. 15 பேர் துப்பாக்கிச் சூட்டில் இறந்தனர்.

சில இந்தி நாளேடுகள் 100 கர சேவகர்கள் இறந்து விட்டனர் என்று பொய்ச் செய்தி வெளியிட்டு கலவரத்தைத் தூண்டி விட்டன. அப்போது உ.பி. முதல்வராக இருந்தவர் ஜனதா தளத்தைச் சேர்ந்த முலாயம் சிங் யாதவ்; அக்டோபர் 23இல் எல்.கே. அத்வானி கைது செய்யப்பட்ட பின்னர் அக்டோபர் 30இல் பாபர் மசூதிக்குள் நுழைந்து அதனை சேதமாக்கி, அதில் காவிக் கொடியையும் ஏற்றியது மதவாத சங் பரிவாரக் கும்பல்.

பாபர் மசூதியை இடிப்பதற்கான ஒத்திகை தான் கர சேவை என்ற பெயரால் அரங்கேற்றப்பட்டது. 6 மாநிலங்களில் அத்வானி நடத்திய இரத யாத்திரை இரத்த யாத்திரையாக மாறியது.

இராமர் கோவிலைக் கட்டுவோம் என்று தொடங்கிய அத்வானியின் இரத யாத்திரை, அக்டோபர் 30 கர சேவையுடன் வி.பி. சிங் ஆட்சியை கவிழ்க்கும் திட்டத்தையும் நிறைவேற்றுவதற்குப் பயன்பட்டது.

பாஜக அடைந்த அரசியல் லாபம்

1989ஆம் ஆண்டு நவம்பரில் அயோத்தியில் இராமர் கோவில் அடிக்கல் நாட்டு விழா என்று உருவெடுத்த இப்பிரச்சினையை,

அரசியல் களத்துக்கு நகர்த்தி, பின்னர் வி.பி. சிங் ஆட்சியை கவிழ்க்கவும், இராமர் கோவில் பிரச்சினை மூலம் வடநாட்டில் மதவாத உணர்வைக் கிளர்ந்து எழச் செய்யவும் அத்வானி இரத யாத்திரையை நடத்தியதின் மூலம் நாடாளுமன்றத் தேர்தலில் பாஜக பெரும் அரசியல் லாபம் அடைந்தது.

86 எம்.பி.யாக இருந்த நிலையில் இருந்து அதன் பலம் நாடாளுமன்றத்தில் 119 ஆக உயர்ந்துவிட்டது. இராமர் அரசியல் பாஜகவுக்கு தேர்தலில் கை கொடுத்து விட்டது.

1991, மே 21இல் ராஜீவ்காந்தி தமிழ்நாட்டில் திருபெரும்புதூரில் கொல்லப்பட்டு, அதன் பின்னர் நடந்த நாடாளுமன்றத் தேர்தலில் பி.வி. நரசிம்மராவ் தலைமையில் காங்கிரஸ் ஆட்சி உருவானது.

உத்திரப்பிரதேசத்தில் முலாயம் சிங் ஆட்சியை இழந்தார். பாஜக வெற்றி பெற்று பிற்படுத்தப்பட்ட சமூகத்தைச் சேர்ந்த கல்யாண்சிங், 49 அமைச்சர்களுடன் ஜூன் 21, 1991 அன்று முதல்வர் பதவி ஏற்றார். பாஜக அரசு அமைந்ததும் செய்த முதல் வேலை, முதல்வர் உட்பட அனைவரும் அயோத்தியில் பாபர் மசூதி வளாகத்தில் உள்ள 'இராம் லல்லா' (குழந்தை இராமர்) சிலையைக் கண்டு தரிசிக்கச் சென்றனர்.

அப்போது உ.பி. முதல்வர் கல்யாண்சிங், பாபர் மசூதி இருக்கும் இடத்திலேயே இராமர் கோவில் கட்டப்படும் என்று அயோத்தியில் அறிவித்தார்.

கல்யாண்சிங் அறிவிப்பு சங்பரிவாரங்களுக்கு மகிழ்ச்சியை அளித்தது. ஆனால் பாபர் மசூதி செயற்குழு ஒரு எச்சரிக்கையை விடுத்தது. உ.பி. அரசு அயோத்தியில் சர்ச்சைக்குரிய இடத்தை பழுதுபடுத்தியோ அல்லது அழித்தோ அந்த இடத்தில் இராமர் கோவில் கட்ட முனைந்தால் அதை நாங்கள் முழு மூச்சுடன் எதிர்ப்போம். இப்பிரச்சனை தேசிய, சர்வதேச பிரச்சனையாக மாறும்.

இதுகுறித்து சமாஜ்வதி ஜனதா அமைச்சரவையில் அக்கட்சியின் அமைச்சராக இருந்த சபிகுல்ரஹ்மான், "உ.பி. அரசின் செயல்களைக் கண்டு கொள்ளாமல், மைய காங்கிரஸ் அரசு இருக்குமானால் ஏற்படும் விளைவுகளுக்கு அவர்களே பொறுப்பாவார். இரத்தக்களரி ஏற்பட்டால் அதன் முழுப் பொறுப்பும் மைய அரசையே சார்ந்ததாகும்" என்று கடுமையாக எச்சரித்தார்.

காங்கிரஸ் கட்சி தனது தேர்தல் அறிக்கையில் கூறியதைப் போல் ஆகஸ்ட் 15, 1947இல் உள்ள நிலைமைகளிலேயே அனைத்து மதச்சின்னங்களும் பாதுகாக்கப்படும் என்பதைக் கூட

மறந்துவிட்டனர். ஆனால் பாபர் மசூதி வழக்கு நீதிமன்றத்தில் இருப்பதால் விதிவிலக்கு அளிக்கப்பட்டது.

அயோத்தி சென்ற முதல்வர் கல்யாண்சிங், விஸ்வ ஹிந்து பரிஷத் அமைப்பின் சாமியார்களை சந்தித்து உரையாடியபோது, அவர்கள் இரண்டு முக்கிய கோரிக்கைகளை முன் வைத்தனர்.

1. இராமர் கோயில் கட்டும் பணியை உடனே நிறைவேற்ற வேண்டும்.

2. பசுக்கொலை தடைச் சட்டம் கொண்டுவர வேண்டும்.

உ.பி. யில் பாஜக ஆட்சி ஏற்பட்டுவிட்டதால் இராமர் கோயில் கட்டும்பணி துரிதப்படுத்தப்படும் என்று வி.எச்.பி. உள்ளிட்ட சங்பரிவாரங்கள் நம்பிக்கையுடன் இருந்தன.

உ.பி. பாஜக அரசுக்கு நெருக்கடி தரும் விதத்தில் விஸ்வ ஹிந்து பரிஷத், 1991, நவம்பர் 9ஆம் தேதி வரை கெடு கொடுப்பதாகவும், அதற்குள் பாபர் மசூதியை இடித்து விட்டு அந்த இடத்தில் இராமர் கோவிலைக் கட்ட வேண்டும் என்றும் அறிவித்தது.

வி.எச்.பி. மற்றும் சங்பரிவாரங்களைச் சமாதானப்படுத்த, பாபர் மசூதி வளாகத்தில் சர்ச்சைக்குரிய 2.77 ஏக்கர் நிலத்தை கையகப்படுத்தப் போவதாக உ.பி. முதல்வர் கல்யாண்சிங் அறிவித்தார்.

மாநில பஜ்ரங்தள் தலைவரும், பாஜகவின் பைசாபாத் எம்.பி. யுமான வினய்கட்டியார் தலைமையில் வி.எச்.பி. தொண்டர்கள் சர்ச்சைக்குரிய வளாகத்திற்குள் புகுந்து சில பழைய கோவில்களை உள்ளடக்கிய ஐந்து அறைகளை இடித்துத் தள்ளினார்கள். கோயில் கட்டும் பணிக்கு தடையில்லாமல் இருப்பதற்காகவே, பாஜக அரசு நிலத்தைக் கைப்பற்றியதாக முதல்வர் கல்யாண்சிங் கூறினார்.

இராமர் ஜென்ம பூமி முக்தி சமிதி செயலர் மகேஷ் நாராயண்சிங் நிலம் எங்களிடம் ஒப்படைக்கப்பட வேண்டும் என எதிர்பார்க்கிறோம் என்றார்.

பாபர் மசூதி செயற்குழு, உயர்நீதிமன்றத்தில் உ.பி. மாநில பாஜக அரசு அறிவித்த நிலம் கையகப்படுத்தும் அறிவிப்பை எதிர்த்து வழக்கு தொடர்ந்தது. உயர்நீதிமன்றம், கையகப்படுத்திய நிலத்தைத் தனியாருக்கோ அரசுக்கோ மாற்றக்கூடாது என்று தடை விதித்து இடைக்கால தீர்ப்பாணையைப் பிறப்பித்தது.

புதிதாக அதில் நிரந்தரக் கட்டுமானம் எதையும் ஏற்படுத்தக் கூடாது என்றும், உ.பி. அலகாபாத் நீதிமன்றம் தீர்ப்பில் கூறியது. இத்தீர்ப்பு இந்துமதத் தலைவர்களுக்கு பெரும் அதிர்ச்சியைத் தந்தது.

வி.எச்.பி. தூண்டிய கர சேவை

விஸ்வ ஹிந்து பரிஷத் துணைத் தலைவர் ஆச்சாரிய கிரிராஜ் கிஷோர், பைசாபாத் பாஜக எம்.பி. வினாய் கட்டியார், இராம ஜென்ம பூமி சமாதி தலைவர் மகந்த் அவையத்தியநாத் போன்றவர்கள் ஒரு அறிக்கையை வெளியிட்டு அக்டோபர் 30ஆம் தேதி 'சௌர்யத்திவஸ்' நிகழ்வின் போது கட்டுப்பாட்டைக் கடைப்பிடிக்கும்படி அதில் கேட்டுக் கொண்டனர். உண்மையில் இந்த அறிக்கை கர சேவைக்கான 'சமிக்ஞை' என்பதைக் கர சேவகர்கள் புரிந்து கொண்டனர். பாபர் மசூதி வளாகத்தில் இருந்த 500 கர சேவகர்கள், வெளியேற மறுத்தனர்.

பாபர் மசூதி மீது காவிக் கொடியை ஏற்றினர். சுற்றுச்சுவரை இடித்துத் தள்ளினர். நிலைமை கட்டுக்கடங்காமல் போனதும் உ.பி. அரசு 300 கர சேவகர்களைக் கைது செய்தது.

இதனிடையே உ.பி. அரசிற்கு அயோத்தியில் சர்ச்சைக்குரிய இடத்தைச் சுற்றி உள்ள நிலத்தைக் கையகப்படுத்த உயர்நீதிமன்றம் அனுமதி கொடுத்தது. ஆனால் அதில் நிரந்தரக் கட்டடம் கட்ட நீதிமன்றம் தடை விதித்துள்ளது. இத்தடை உத்தரவு 1991, அக்டோபர் 21ஆம் தேதி வெளிவந்தது. உ.பி. அரசு நான்கு மனைகளை (மனை எண்கள் 159, 160, 171, 172 ஆகியவை) கையகப்படுத்த நீதிமன்றம் அனுமதி அளித்தது. இதனால் கோவிலின் வெளிச்சுவருக்கு உள்ளே இருக்கும் இடம் மட்டும் சர்ச்சைக்குரிய இடம் என்று சுருங்கிவிட்டது எனலாம்.

இராமர் ஜென்ம பூமி - பாபர் மசூதி விவகாரம் குறித்து மூன்று நீதிபதிகள் கொண்ட உயர்நீதிமன்ற சிறப்பு அமர்வு, 1989 ஆகஸ்டில், மாறுதல் எதுவும் செய்யக் கூடாது என்று பிறப்பித்த உத்தரவுக்குப் பின் கோவிலைச் சுற்றியுள்ள வேலியிடப்பட்ட 3. 5 ஏக்கர் நிலம் முழுவதும் சர்ச்சைக்கு உரியதாக கருதப்பட்டது. இப்பகுதி விஸ்வ ஹிந்து பரிஷத் அடிக்கல் நாட்டிய இடம் உள்பட 23 ரெவின்யூ மனைகளைக் கொண்டதாகும்.

இந்த முறை நீதிமன்றத்தில் கடும் விவாதம், சட்டப் போராட்டம் நடந்தது. மாநில அட்வகேட் ஜெனரல் வீரேந்திரகுமார் சௌத்திரி மற்றும் பாபர் மசூதி கமிட்டியைச் சேர்ந்த சன்னி வக்ப்போர்டு வழக்கறிஞர்கள் அப்துல் மன்னான், ஜாபர்பாப் ஜிலானி ஆகியோர் போராடினர்.

உ.பி. மாநில அரசு, சுற்றுலா மேம்பாட்டிற்காக நிலத்தை கையகப்படுத்துவதாகக் கூறியது. இஸ்லாமியர்களுடைய

எதிர்ப்பினால் நீதிமன்றம், உ.பி. அரசு கையகப்படுத்திய நிலத்தில் நிரந்தர கட்டடத்தை நிறுவக் கூடாது என்று தீர்ப்பு அளித்தது.

இதற்கிடையே பாபர் மசூதி செயற்குழு, உச்சநீதிமன்றத்தை நாடியவுடன், உச்சநீதிமன்றம் பதில் தருமாறு உ.பி. மாநில அரசுக்கு ஆணை பிறப்பித்தது.

1991, நவம்பர் 2ஆம் தேதி நடந்த கூட்டத்தில் இராமர் ஜென்ம பூமி நிவாஸ் தலைவர் மகந்த் பரமஹம்ஸ், "எங்களுக்குப் பொறுமை போய்விட்டது. ஆதரவான அரசே கர சேவகர்களைக் கைது செய்துவிட்டது. அவர்கள் ஏற்றிய கொடியையும் கழற்றி விட்டது. நாங்கள் பொறுத்துக் கொள்ள முடியாது. மீண்டும் காவிக்கொடி ஏற்றுவோம்" என்று தெரிவித்தார்.

1991, நவம்பர் 3ஆம் தேதி கல்கத்தாவில் ஆர்.எஸ்.எஸ். -இன் தேசிய செயற்குழு கூடியது. ஆர்.எஸ்.எஸ். தலைவர் பாலா சாகேப் தேவரஸ் நீண்ட காலமாக உடல் நலமின்றி நாகபுரியிலேயே இருந்தவர், இப்போதுதான் வெளியே வருகிறார். இக்கூட்டத்தில் ஆர்.எஸ். எஸ். பொதுச் செயலர் எச்.வி. சேஷாத்ரி, பாஜக தலைவர் முரளி மனோகர் ஜோஷி, மற்றும் துணைத் தலைவர் சுந்தர்சிங் பண்டாரி, வி.எச்.பி. தலைவர் அசோக் சிங்கால் உள்ளிட்ட தலைவர்கள் பங்கேற்றனர்.

இவர்கள் அனைவரும், "மக்களின் நம்பிக்கையை நீதிமன்றத்தின் மூலம் மாற்றவோ தீர்மானிக்கவோ முடியாது" என்று ஒரே குரலில் முழங்கினார்கள்.

பாபர் மசூதியின் ஒரு செங்கல்லையும் விட்டு வைக்காமல் பெயர்த்திடுவோம் என்று பாஜக எம்.பி., செல்வி பார்த்தி அக்டோபர் 31, 1991இல் அயோத்தியில் பேசினார்.

மத்திய அரசு கூட்டிய தேசிய ஒருமைப் பாட்டுக்குழுக் கூட்டம் 1991, நவம்பர் 2ஆம் தேதி டில்லியில் நடந்தது. இதில் பேசிய உ.பி. முதல்வர் கல்யாண்சிங், நீதிமன்றத் தீர்ப்பை உ.பி. அரசு மீறாது" என்று உறுதி அளித்தார்.

ஆனால் வாக்குறுதியை மீறி, பாபர் மசூதி வளாகத்திற்குள் அரசு கையகப்படுத்திய நிலத்தில் இருந்த சில கட்டடங்கள் இடித்துத் தள்ளப்பட்டன. உ.பி. மாநில பாஜக அரசின் நடவடிக்கையில் அனைத்து நீதிமன்றங்களின் தீர்ப்புகளும் கேலிக் கூத்தாகி விட்டன.

1992, ஏப்ரல் 7ஆம் தேதி நாடாளுமன்ற தேசிய ஒருமைப்பாட்டுக்குழு உறுப்பினர்கள், ஜனதாதள தலைவர் எஸ்.ஆர்.பொம்மை தலைமையில் அயோத்திக்குச் சென்றனர். இந்திய அரசு இக்குழுவை

அனுப்பி வைத்தது. இதன் நோக்கம், நீதிமன்றத்தின் தீர்ப்பை உ.பி. அரசு மீறிவிட்டதா என்பதைக் கண்டறிவதுதான். இக்குழுவிடம் உ.பி. மாநில பாஜக அரசின் எரிசக்திதுறை அமைச்சர் லால்ஜி டான்டன், "உ.பி. அரசு 2.77 ஏக்கர் நிலத்தைக் கையகப்படுத்தியது. அந்த நிலத்தை சமன்படுத்தி சீர் செய்துள்ளது. பிரச்சினைக்குரிய பாபர் மசூதி - இராமர் ஜென்ம பூமி கட்டட அமைப்புகள் சேதப்படுத்தப்படவில்லை. இப்பொழுது மேற்கொள்ளப்பட்ட நடவடிக்கைகள் சுற்றுலா வரும் பக்தர்களுக்கு வசதிகள் செய்து கொடுக்கவே ஆகும்" என்று விளக்கம் அளித்தார்.

உ.பி. அரசு தான் கையகப்படுத்திய நிலத்தில் உள்ள கட்டடங்களை ஏன் இடித்துத் தள்ளியது? அந்த இடத்தில் புதிய கட்டடங்கள் கட்டப்படுமா? போன்ற வினாக்களுக்கு உ.பி. அரசு பதில் கூறவில்லை.

லால்ஜி டான்டன் தேவையற்ற கட்டடங்களைத்தான் இடித்து அப்புறப்படுத்தி விட்டோம். மேலும் கையகப்படுத்தப்பட்ட நிலத்தைச் சுற்றி சுற்றுச்சுவர் எடுக்க மாநில அரசுக்கு அதிகாரம் உண்டு. அதன்படி அரசு செயல்பட்டது என்றார்.

இப்பொழுது எழுந்துள்ள கேள்வி, உ.பி. பாஜக அரசு நீதிமன்ற உத்தரவை மீறிவிட்டதா? இல்லையா? என்பதே 1989, ஆகஸ்டு 14இல் அலகாபாத் உயர்நீதிமன்றம் அளித்த ஒரு இடைக்காலத் தீர்ப்பில், "இந்த வழக்கில் தொடர்புடைய வாதி, பிரதிவாதிகள் சர்ச்சைக்குரிய சொத்தின் அமைப்பில் எவ்வித மாற்றத்தையும் செய்யாமல் இருக்கும் நிலையை நிர்வகிக்க வேண்டும்" என்று உத்தரவிட்டது.

1989, நவம்பர் 7இல் உச்சநீதிமன்றம் அளித்த உத்தரவில், 23ஆம் எண்ணுடைய நிலம் முழுவதும் பாபர் மசூதி வளாகத்தைச் சுற்றிய பகுதிகள் அனைத்தும் ஐயமின்றி சர்ச்சைக்குரிய இடமாகும். இந்த உத்தரவு பின்னர் உ.பி. அரசு கையகப்படுத்திய நிலங்களையும் உள்ளடக்கியதாகும்.

பின்னர் 1992, பிப்ரவரி 5இல் அலகாபாத் உயர்நீதிமன்றம் முன்னர் அளித்த 'இடைக் காலத் தடை உத்தரவை' நீக்கிக் கொள்ள மறுத்துவிட்டது.

1991, செப்டம்பர் - அக்டோபர் மாதங்களில் உ.பி. அரசு 2.77 ஏக்கர் நிலத்தை கையகப்படுத்தக் கேட்டபோது, நீதிமன்றம் அக்கோரிக்கையை ஏற்றுக் கொண்டது. ஆனால் நிலத்தையும், அதன் சுற்றுப் பகுதிகளையும் இருக்கும் நிலையிலேயே பாதுகாக்க வேண்டும் என்பதையும், எந்த ஒரு நிரந்தர கட்டடம் கட்டவும் அங்கு அனுமதி இல்லை என்பதையும், அலகாபாத் உயர்நீதிமன்றம் தனது தீர்ப்பில் தெளிவுபட சுட்டிக் காட்டியது.

ஆனால் நீதிமன்ற உத்தரவை மீறிய உ.பி. மாநில அரசு 1992 மார்ச் கடைசி வாரத்திலும், ஏப்ரல் முதல் வாரத்திலும் தான் கையகப்படுத்திய நிலத்திலிருந்து 9 கட்டடங்களை இடித்து அகற்றிவிட்டது.

உ.பி. மாநில பாஜக அரசு, நீதிமன்ற உத்தரவுகளை அலட்சியப்படுத்தி செயல்பட்டுக் கொண்டிருந்த நேரத்தில், விஸ்வ ஹிந்து பரிஷத் தனது இறுதித் திட்டத்திற்கு (பாபர் மசூதி இடிப்பு?) தயாராகிக் கொண்டிருந்தது.

இருபது மாநிலங்களில் இருந்து தேர்ந்தெடுக்கப்பட்ட தீவிர தொண்டர்களுக்கு ஆமதாபாத்தை அடுத்துள்ள சர்கேஜ் கிராமத்தில் நான்கு வார உடற்பயிற்சி, ஆயுதப் பயிற்சி அளிக்கும் சிறப்பு முகாமை விஸ்வ ஹிந்து பரிஷத் நடத்தியது. 1991 அக்டோபர் 6ஆம் தேதி முடிவடைந்த இந்தப் பயிற்சி முகாமில் பெரும்பாலும் பஜ்ரங் தளத்திலிருந்தும் துர்கா வாஹினியிலிருந்தும் தேர்ந்தெடுக்கப்பட்ட 100 பேர் கலந்து கொண்டனர். பயிற்சி பெற்ற இவர்கள் அவரவர் மாநிலங்களுக்குச் சென்று கர சேவகர்களாக (?) தீவிர கீழ்நிலைத் தொண்டர்களுக்கு பயிற்சி அளிக்க வேண்டும்.

இந்தப் பயிற்சி, சிறப்பாக வடிவமைக்கப்பட்ட இரண்டு ஏக்கர் மனை ஒன்றில் நடத்தப்பட்டது. இங்கே கமாண்டோ பாணி பயிற்சி, கயிறு ஏற்றம், தரையை விட்டு சற்று உயரத்தில் இருக்கும் மரச்சட்டத்தில் நடப்பது ஆகியவற்றிற்கு வசதிகள் இருந்தன. பிளாக்பெல்ட் வாங்கிய ஜூடோகா ஒருவர் கராத்தே கற்றுக் கொடுத்தார். பாதுகாப்பு வளையம் மற்றும் காவல்துறை போடும் தடுப்புக்களைத் தகர்த்து தாண்டுவது எப்படி என்றும் அவர்களுக்கு சொல்லித் தரப்பட்டதாக வி.எச்.பி. வட்டாரங்கள் தெரிவித்தன என்று, இந்தப் பயிற்சி முகாமை பார்வையிட்ட 'இந்தியா டுடே' இதழின் செய்தியாளர்கள், பாபர் மசூதி இடிப்புக்குப் பின்னர், இந்த தகவல்களைப் பகிரங்கப்படுத்தினர். (இந்தியா டுடே, டிசம்பர் 21, 1992).

பாபர் மசூதி இடிப்புக்கு வி.எச்.பி., ஆர்.எஸ்.எஸ். பரிவாரங்கள் தயாராகிவிட்டன. அதற்கு நாளும் குறித்துவிட்டன.

46

1992, டிசம்பர் 6

பாபர் மசூதி வழக்கு நீதிமன்றங்களில் (அலகாபாத் உயர்நீதிமன்றம், உச்சநீதிமன்றம்) நிலுவையில் இருக்கும்போதே, வகுப்புவாத சனாதன சங்பரிவாரங்களின் தலைவர்கள், மசூதி இடித்துத் தள்ளப்படும் என்று வெளிப்படையாகவே கூறி வந்தனர்.

'ராம ஜென்ம பூமி நியாஸ்' எனும் இராமர் கோயில் கட்டும் குழுவின் தலைவரான ராம்சந்திர பரமஹன்சர் 1991, நவம்பர் 2ஆம் தேதி ஒரு பேட்டியில், "மசூதியின் ஒரு பகுதியை முஸ்லிம்கள் இந்துக்களுக்குத் தராவிட்டால் இரத்த ஆறு ஓடும்" என்று மிரட்டல் விடுத்தார். ('பிரண்ட்லைன்' அக் 28, 1992)

1992, ஜூலை 25ஆம் தேதி விஸ்வ ஹிந்து பரிஷத் தலைவர் அசோக் சிங்கால் "இந்தப் பிரச்சினையில் நீதிமன்றத்தின் தீர்ப்புகள் - அரசாங்கத்தைத்தான் கட்டுப்படுத்துமே தவிர எங்களைக் கட்டுப்படுத்தாது. பாபர் மசூதி இருக்கும் இடம் இராம ஜென்ம பூமி தான். அதுமட்டுமே உண்மை.

இந்துக்களுக்கு எதிராக நீதிமன்றம் தீர்ப்பளித்தால் - அதைச் சந்திக்க மக்கள் தயாராக இருக்கிறார்கள். மற்ற மதக்காரர்கள் இந்த நாட்டில் நீண்டகாலமாக எந்த முறையைப் பின்பற்றினார்களோ அதே முறையை நாங்களும் பின்பற்றி, நீதிமன்றத்தின் தீர்ப்பை சந்திப்போம்" என்று அறைகூவல் விடுத்தார். ('பிரண்ட்லைன்', ஆக 28, 1992)

உ.பி. பாஜக முதல்வர் கல்யாண்சிங், "நான் திட்டவட்டமாகக் கூறுகிறேன், இராம ஜென்ம பூமி பிரச்சனை நீதிமன்றத்துக்கு அப்பாற்பட்டது" என்று பிரகடனம் செய்தார். ('சண்டே' வார இதழ், மார்ச் 29, 1992)

பஜ்ரங்தள் தலைவரும், பாஜக எம்.பி. யுமான வினாய் கட்டியார் அளித்த பேட்டியில், "பலம்தான் எனக்குத் தெரிந்த ஒரே சட்டம்; பலம் மேலோங்கும்போது சட்டம் அமைதியாகிவிடும்" என்று கூறினார். ('பிரண்ட்லைன்' ஏப்ரல் 24, 1992)

கரசேவை அறிவிப்பு

1992 அக்டோபரில் 'விஸ்வ ஹிந்து பரிஷத்' அமைப்பின் 'தரம் சங்சாத்' (சாமியார்கள் நாடாளுமன்றம்) 'டிசம்பர் 6ஆம் தேதி கரசேவை தொடங்குவோம்' என்று அறிவித்துவிட்டது.

வி.எச்.பி. தலைவர் அசோக்சிங்கால், மகந்த் அவய்த்யநாத், பஜ்ரங்தள் தலைவர் வினாய் கட்டியார் எம்.பி. அக்டோபர், 1992, நவம்பர் 29ஆம் தேதி, "இனி எந்தப் பேச்சுவார்த்தைக்கும் இடம் இல்லை; கரசேவை நடக்கும்; அது வெறும் பஜனையாக மட்டும் இருக்காது" என்று கூட்டாக அறிவித்தனர்.

பாஜக தலைவர்களான எல்.கே. அத்வானி, முரளி மனோகர் ஜோஷி தாங்களும் கரசேவையில் கலந்து கொள்ளப் போவதாக அறிவித்தார்கள்.

உத்தரபிரதேசத்தில் பாஜக ஆட்சி நடைபெறும் போதே இராமர் ஆலயம் கட்டும் பணியைத் தொடங்கிவிட வேண்டும் என்று சங்பரிவார் கும்பல் முடிவு செய்தது.

அதற்காக 1992, டிசம்பர் 6ஆம் தேதி அன்று கரசேவை செய்வதற்கான (பாபர் மசூதியை இடிப்பதற்கான) நாளாக விஸ்வ ஹிந்து பரிஷத் மற்றும் சாமியார்கள் சங்கம் வெளிப்படையாகவே அறிவித்துவிட்டனர்.

'கரசேவை' என்று அறிவித்து இருப்பதின் நோக்கம் மசூதியைத் தகர்ப்பதே என்று பாபர் மசூதி நிர்வாக அமைப்பினர் அஞ்சியதால் உச்சநீதிமன்றத்தில் மனு செய்தனர். சட்டம் ஒழுங்கு மாநில அரசின் அதிகாரத்துக்கு உட்பட்டது என்பதால் உச்சநீதிமன்றம் உ.பி. அரசிடம் கருத்துக் கேட்டது.

பாபர் மசூதிக்கு முழுமையான பாதுகாப்பு தரப்படும் என்று முதல்வர் கல்யாண்சிங் உச்சநீதிமன்றத்திற்கு உறுதியளித்தார்.

அந்த வாக்குறுதியைக் காப்பாற்ற முதல்வர் கல்யாண்சிங் எந்த நடவடிக்கையிலும் இறங்கவில்லை. அவர்தான் முன்பே, இது நீதிமன்றத்திற்கு அப்பாற்பட்ட பிரச்சனை என்று கூறிவிட்டாரே!

விஸ்வ ஹிந்து பரிஷத் அறிவித்தவாறு கரசேவை செய்வதற்கு அயோத்தியில் இந்துத்துவ சங்பரிவாரங்களின் தொண்டர்கள் குவியத் தொடங்கினர்.

1992, டிசம்பர் 5ஆம் தேதியில் இருந்து அயோத்தியில் பதற்ற நிலை பற்றிக் கொண்டது.

1992, டிசம்பர் 6 கருப்பு நாள்

1992 டிசம்பர் 5ஆம் தேதி காலையில் இருந்து ஆயிரக்கணக்கான கரசேவை தொண்டர்கள் (குண்டர்கள்?) அயோத்திக்கு அணிவகுத்து வந்தபடியே இருந்தனர்.

அயோத்தியில் நடந்தது என்ன? நிமிடத்துக்கு நிமிடம் நடந்தவற்றைப் பார்ப்போம்;

1992, டிசம்பர் 5: காலை 11 மணி:

சாமியார்களையும், மகந்துக்களையும் கொண்ட 'மார்சு தர்ஷத் மண்டல்' எனும் அமைப்பு, திட்டமிட்டபடி 'கரசேவையை' நடத்த முடிவு செய்தது; 'கரசேவை'யில் என்ன செய்யப் போகிறார்கள் என்பதைத் திட்டவட்டமாகத் தெரிவிக்கவில்லை.

நண்பகல் 12.30 மணி:

பிரச்சனைக்குரிய பகுதிக்கு அருகே ஒலிபெருக்கியில் ஒரு அறிவிப்பு வெளியிடப் பட்டது. "ஒவ்வொரு பிரதிநிதிகள் குழுவில் இருந்தும் இரண்டு பேர் மட்டும் வாருங்கள்.

கடந்த 2 மாதங்களாக உங்களுக்குத் தரப்பட்ட ஒத்திகை பயிற்சியை இப்போது செய்துகாட்ட வேண்டும்; குழுவின் தலைவர்களுக்கு - பயிற்சி பெற்ற தொண்டர்கள் யார் என்பதும், என்ன பயிற்சி (?) தரப்பட்டது என்பதும் தெரியும்" என்று அந்த அறிவிப்புக் கூறியது.

மதியம் 2 மணி:

விஸ்வ ஹிந்து பரிஷத் சார்பாக - பத்திரிகையாளர்களிடம் பேசிய ராம்சங்கர் அக்னிஹோத்ரி, 'கரசேவை'யின் முதல் கட்டமாக இராமர் கோயிலுக்காக கட்டப்பட்ட மேடையைச் சுத்தம் செய்து, சரயுநதி நீர் தெளிக்கப்படும் என்றார்.

மதியம் 2.30 மணியில் இருந்து 5.30 மணி வரை:

அருகே இருந்த ராம் கதாகுஞ்சு எனும் மலைப்பகுதியில் 500 கரசேவைத் தொண்டர்கள் பயிற்சி ஒத்திகை எடுத்தனர். மசூதியில் எப்படி ஏறுவது, பிறகு கயிறு மூலம், மசூதிக் கோபுரத்தை இடித்து எப்படிக் கீழே தள்ளுவதற்கான ஒத்திகையும் நடந்தது.

மாலை 5 மணி:

விஸ்வ ஹிந்து பரிஷத் பொதுச்செயலாளர் அசோக்சிங்கால், கரசேவகர்களின் முகாம்களை சுற்றிப் பார்த்து சில பிரமுகர்களுடன் பேசினார். தேவைப்பட்டால் ஒரு வேளை, மசூதியை இடிக்காமல்

சுத்தப்படுத்தும் வேலையோடு நிறுத்திக் கொள்ள வேண்டியிருக்கும் என்றார்; கரசேவகர்களின் உணர்வு எப்படி இருக்கிறது என்று 'ஆழம்' பார்த்தார்? அவர் எதிர்பார்த்தப்படியே கரசேவகர்கள் ஆத்திரமுற்றனர்.

இரவு 7 மணி:

லக்னோவில் இருந்த எல்.கே. அத்வானிக்கு அன்று இரவே அயோத்திக்கு வருமாறு, இரண்டாவது அழைப்பு விடுக்கப்பட்டது. டிசம்பர் 6ஆம் தேதி பகல் ஒரு மணிக்கு அயோத்திக்கு வருவதாகவே அத்வானி முன் கூட்டித் திட்டமிட்டு இருந்தார்.

இரவு 11 மணி:

அத்வானி அயோத்திக்கு வருகை தந்தார். இரவு தலைவர்களுடன் ஆலோசனை நடத்தினார்.

1992, டிசம்பர் 6, காலை 8 மணி:

சிவசேனா நாடாளுமன்றக்குழுத் தலைவர் மோரீஷ்வர் சேவே, பஜ்ரங்தள் தலைவர் வினாய் கட்டியார் எம்.பி., எல்.கே. அத்வானி மூவரும் கட்டியார் இல்லத்தில் ஆலோசனை நடத்தினார்கள்.

காலை 8.15 மணி:

2.77 ஏக்கர் நிலத்தைச் சுற்றி எல்லையை நிர்ணயிக்க நடப்பட்டிருந்த இரும்புக் குழாய்களை, ஆர்.எஸ்.எஸ். தொண்டர்கள் பிடுங்கி, மசூதிக்கு அருகே கொண்டு போய் நாட்டினார்கள். இதன் மூலம் பிரச்சனைக்குரிய இடம் சுற்றி வளைக்கப்பட்டு எல்லை நிர்ணயிக்கப்பட்டது.

காலை 9 மணி:

இதன் மூலம் வெளியே 2.77 ஏக்கர் நிலத்தின் பெரும்பகுதி திறந்துவிடப்பட்டதால் - மேலும், ஏராளமான ஆர்.எஸ்.எஸ். காரர்கள், அங்கே வந்து குழுமினார்கள். கூடவே மத்திய ரிசர்வ் காவல் படையினரும் வந்தார்கள்; அந்தப் பகுதியைச் சுற்றி வட்டமிட்டு நின்றார்கள்.

காலை 10.15 மணி:

கூட்டத்தினர் - வளையத்தை உடைத்துக் கொண்டு மசூதிக்குள் நுழைவதற்கு 20 நிமிடமாக முயற்சித்துக் கொண்டிருந்தனர். அத்வானி, முரளி மனோகர் ஜோஷி ஆகிய இருவரும் சம்பவம் நடக்கும் இடத்துக்கு வந்தனர். பலர், வளையத்தை உடைத்து, மசூதிக்குள் நுழைய முன்னேறிக் கொண்டு இருப்பதை இந்தத் தலைவர்கள் பார்த்தனர்.

காலை 10.30 மணி முதல் 11.30 மணி வரை:

கரசேவகர்கள், மசூதியை சுற்றிப் போடப்பட்டு இருந்த வளையத்தைத் தகர்த்து விட்டனர்.

நண்பகல் 11.35 மணி:

2.77 ஏக்கர் நிலத்தில் கரசேவைக்கான பூஜைகள் தொடங்கின.

நண்பகல் 11.35 மணி முதல் 11.50 மணி வரை:

சர்ச்சைக்குரிய 2.77 ஏக்கர் நிலத்துக்கு வெளியே திரண்டிருந்த கரசேவகர்கள், ரிசர்வ் காவல்படை மீது கல்வீசித் தாக்கி, அப்பகுதிக்குள் நுழைந்தனர். மசூதிக்குள் நுழையவும் ஒரு கூட்டம் முயற்சித்தது.

11.50 மணி:

மசூதியின் வலதுபுறக் கோபுரத்தின் மீது ஒரு ஆள் ஏறிவிட்டான். கூடியிருந்த கூட்டம் 'ஜெய்ஸ்ரீராம்' என்று வெறிக்கூச்சலிட்டது.

மதியம் 11.51 மணி:

அங்கே இருந்த நூறு மத்திய ரிசர்வ் காவல்படையினர் மீது கரசேவைக் கும்பல், மோசமாக கற்களை எடுத்து வீசி, அவர்களை ஓடச் செய்தது; மேலும் ஒரு கும்பல் மசூதியின் மீது ஏறியது.

11.55 மணி:

ஆயிரக்கணக்கான கரசேவகர்கள் - மசூதிக்குள் நுழைந்து, சுற்றிப் போடப்பட்டு இருந்த பாதுகாப்பு வேலியையே மசூதி சுவற்றில் ஏணியாக வைத்து கோபுரத்துக்கு ஏறினார்கள். எல்லாப் பக்கங்களில் இருந்தும் மசூதியை உடைக்கத் தொடங்கினார்கள்.

மதியம் 1.30 மணி:

பைசாபாத்தில் இருந்து அதிரடிப்படையின் நான்கு பிரிவு - வழியில் இருந்த தடைகளை எல்லாம் அகற்றிக் கொண்டு அயோத்திக்கு 2 கிலோ மீட்டர் தொலைவில் உள்ள சகேத் கல்லூரிக்கு அருகே வந்து கொண்டிருந்தது.

பிற்பகல் 2 மணி:

பைசாபாத் மாவட்ட நீதிபதி ரவீந்திரநாத் ஸ்ரீவத்சவா, நிலைமை கட்டுக்குள் வந்துவிட்டது என்றும், மத்திய ரிசர்வ் காவல்படை வரத் தேவையில்லை என்று ஒயர்லஸ் மூலம் தகவல் கொடுத்தார்.

உங்களைப் பாதுகாத்துக் கொள்ள வேண்டுமானால், உடனே பைசாபாத் திரும்பிவிடுங்கள் என்று கூறினார்.

பிற்பகல் 2.55 மணி:

பாபர் மசூதி இடிப்பு வேலை - மிகவும் திட்டமிட்ட முறையில் நடந்து கொண்டிருந்தது. இடதுபக்கக் கோபுரம் அப்போது காணப்பட வில்லை;

மாலை 3.05 மணி : வலதுபக்கக் கோபுரமும் வீழ்ந்தது.

மாலை 3.15 மணி:

எல்.கே.அத்வானி ஒலிபெருக்கியில் அயோத்தியாவுக்குள் இராணுவம் நுழையாமல், நுழைவாயில்களில் தடைகளை ஏற்படுத்து மாறும், இல்லாவிட்டால் இராணுவத்தினர் எல்லாவற்றையும் தடுத்துவிடுவார்கள் என்றும் வேண்டுகோள் விடுத்தார்.

மாலை 4.50 மணி : பாபர் மசூதியின் நடுக் கோபுரமும் இடித்துத் தள்ளப்பட்டது.

மாலை 6.10 மணி: மசூதி இருந்த பகுதி தரைமட்டமாக்கப்பட்டு இடிபாடுகள் மட்டுமே காணப்பட்டது.

முன் இரவு 6.35 மணி:

ஏற்கனவே வெளியே எடுத்துச் சென்ற மசூதிக்குள் இருந்த இராமர் சிலையை மீண்டும் கொண்டு வந்து அந்த சிலை இருந்த இடத்திலேயே நிறுவினர்.

இரவு 7 மணி முதல் 11 மணி வரை:

இடிபாடுகள் அகற்றப்பட்டன. தண்ணீர் டாங்குகள் வந்தன. அந்தப் பகுதி சுத்தம் செய்யப்பட்டது. அதே நேரத்தில் அயோத்தியில் இருந்த முஸ்லிம்களின் வீடுகள், கடைகள் மீது தாக்குதல்கள் நடந்து கொண்டிருந்தன.

நள்ளிரவு 1 மணி: வேத மந்திரங்களுடன் இராமர் சிலை பாபர் மசூதி இருந்த இடத்தில் 'பிரதிஷ்டை' செய்யப்பட்டது. சுற்றிலும் காவித்துணிக் கட்டப்பட்டது. அசோக் சிங்கால், வினாய் கட்டியார், ஆச்சாரியா தர்மேந்திரா, ஆச்சாரியா ராம்தேவ் ஆகியோர் இந்த நிகழ்ச்சியை மேற்பார்வையிட்டனர்.

1992, டிசம்பர் 7

காலையில் இருந்து மாலை வரை - இராமர் சிலையைச் சுற்றி சுவர் எழுப்பும் வேலைகள் நடந்தன. அதே நேரத்தில் முஸ்லிம்களுக்கு எதிரான தாக்குதல்களும் மதவெறியர்களால் நடந்து கொண்டிருந்தன. சுமார் 100 முஸ்லிம் வீடுகளுக்கு 'தீ' வைக்கப்பட்டது.

150 முஸ்லிம்கள் 'இராம ஜென்ம பூமி' காவல் நிலையத்தில் உயிருக்கு அஞ்சி அடைக்கலம் புகுந்தனர். குடிப்பதற்குத் தண்ணீரோ, உணவோ இல்லாமல் ஒரு நாள் முழுவதும் முஸ்லிம் பெரியோர்கள், பெண்கள், குழந்தைகள் அங்கேயே பட்டினியாகக் கிடந்தனர்.

மாலை 5 மணி:

இராமர் சிலையைச் சுற்றி, 5 அடி உயர சுவர் எழுப்பப்பட்டது. அசோக் சிங்கால், ஒலிபெருக்கி மூலம் - "நாளை விடியற் காலையில் ராணுவம் வரக்கூடும்; யாரும் இராணுவத்தை எதிர்க்க வேண்டாம்; அமைதியாக திரும்பிச் செல்லுங்கள்" என்று வேண்டுகோள் விடுத்தார். கரசேவகர்கள் சிறப்பு இரயில்களில் ஊர் திரும்பிக் கொண்டு இருந்தனர்.

நள்ளிரவு : கரசேவகர்களை அப்புறப்படுத்துமாறு மத்திய ரிசர்வ் காவல்படைக்கு உத்தரவு வந்தது.

1992 டிசம்பர் 8, அதிகாலை 03.30 மணி:

ரிசர்வ் காவல்படையின் நான்கு பிரிவு அயோத்திக்குள் பிரச்சனைக்குரிய பகுதியை முற்றுகையிட்டது. அப்போது குறைவான எண்ணிக்கையில் இருந்த கரசேவகர்கள் அவர்கள் மீது கல் வீசினார்கள்.

இராணுவம் கண்ணீர் புகைக்குண்டுகளை வீசியது; சிலருக்கு காயம்; பெரும்பான்மை கரசேவகர்கள் வந்த வேலை முடிந்தது (?) அதாவது "பாபர் மசூதி இடிப்பு கரசேவை" முடிந்தது என்று வெளியேறிவிட்டனர்.

காலை 4.15 மணி: இராணுவம் அந்தப் பகுதியைத் தனது கட்டுப்பாட்டுக்குள் கொண்டு வந்தது.

பகல் 11.30 மணி: விஸ்வ ஹிந்து பரிஷத் தலைவர் அசோக் சிங்கால், வினாய் கட்டியார் ஆகிய இருவரும் அயோத்தியில் கைது செய்யப்பட்டு, ஆக்ரா சிறைக்குக் கொண்டு போகப்பட்டனர்.

மௌனம் காத்த நரசிம்மராவ்

அயோத்தியில் பாபர் மசூதி இடித்து தரை மட்டம் ஆக்கப்படும் வரையில் பிரதமர் பி.வி. நரசிம்மராவ், அசாத்திய மௌனம் கடைப்பிடித்தார். அயோத்தியில் நடந்தது என் கவனத்துக்கு வரவில்லை என்று 'பொய்யை' அள்ளி வீசினார்.

1992, டிசம்பர் 24இல் மாநிலங்களவையில் அன்றைக்கு திமுக உறுப்பினராக இருந்த வைகோ அவர்கள், பாபர் மசூதி இடிக்கப்பட்டதை வேடிக்கைப் பார்த்துக் கொண்டிருந்த பிரதமர் பி.வி. நரசிம்ம ராவுக்கு கடும் கண்டனம் தெரிவித்தார்.

வைகோ எம்.பி. உரையின் ஒரு பகுதி வருமாறு :

"அயோத்தியில் நடந்தது திடீரென்று வெடித்துவிட்ட சம்பவம் அல்ல. முன்கூட்டியே திட்டமிட்டு, ஒத்திகை பார்க்கப்பட்டு, நடத்தப்பட்ட தாக்குதலாகும். நவம்பர் மாதம் (1992) மூன்றாவது வாரத்தில் இருந்தே மசூதியை உடைப்பதற்கான அனைத்து ஏற்பாடுகளும் ஆயத்தங்களும் செய்யப்பட்டன. கரசேவை என்ற பெயரால் மசூதியை இடிப்பதற்கு மதவெறியின் கோர நர்த்தனத்திற்கு பல்லாயிரக்கணக்கானோர் தயார் ஆனார்கள்.

இவற்றைத் தடுத்து நிறுத்தத் தவறிய பெருங்குற்றத்திற்கு பிரதம அமைச்சரும், உள்துறை அமைச்சரும், மத்திய அரசும் பொறுப்பேற்க வேண்டும்"...

"தேசிய ஒருமைப்பாட்டுக்குழு, பிரதமருக்கு ஆதரவு தெரிவித்து வெளிப்படுத்திய நம்பிக்கை நாசமானதற்கு பிரதமர் தானே காரணம். பாரதிய ஜனதா துரோகம் செய்ததாக பிரதமர் சொல்கிறார். மதச்சார்பின்மைக்கும், சிறுபான்மை மக்களுக்கும் பிரதமர் நரசிம்மராவ் துரோகம் செய்துவிட்டார் என்று குற்றம் சாட்டுகிறேன்.

உள்துறை அமைச்சர் அவர்களே! உங்கள் உளவு நிறுவனங்கள் செயலிழந்து விட்டனவா? முடங்கிவிட்டனவா? மசூதிக்கு ஆபத்து நேரிடும் என்று உளவுத் துறையினர் தகவல் தந்தார்களா? இல்லையா? தகவல் தரவில்லையெனில், உள்துறை இலாகாவே டிசம்பர் முதல் வாரத்தில் காற்றில் கலந்து மறைந்து விட்டது என்று அர்த்தம். ஆட்சி நடத்த உங்களுக்கு எந்த யோக்கியதையும் இல்லை என்று அர்த்தம்.

உளவுத்துறையினர் அறிக்கை தந்தும், அவற்றை நீங்கள் குப்பைத் தொட்டியில் போட்டிருந்தால் இந்த நாட்டுக்கும், ஜனநாயகத்துக்கும் உங்கள் அரசு துரோகம் செய்தது என்று அர்த்தம்.

தான் தப்புக் கணக்கு போட்டுவிட்டதாகவும், தனது கணிப்பு தவறாகப் போய் விட்டது என்றும் நரசிம்மராவ் கூறுகிறார். நெடுஞ் சாலையில் நாலு பேர் மீது காரை ஏற்றிக் கொன்றுவிட்டு தனது கணிப்பு தவறாகப் போனதால் விபத்து ஏற்பட்டுவிட்டது என்று அந்த கார் டிரைவர் காரணம் சொல்லிக் குற்றத்தில் இருந்து தப்பித்துக் கொள்ள முடியுமா? முடியாது. அதுபோல பிரதமரும் தனது பொறுப்பில் இருந்து தப்ப முடியாது; மாதக்கணக்கிலே மதவெறி சாமியார்களுடன் நரசிம்மராவ் குலாவி குலாவி பேசினார். பாரதிய ஜனதாவுடன் திரைமறைவில் ஒப்பந்தம் செய்து கொண்டார்.

"காலை 1 மணிக்கெல்லாம் மசூதியை ஆபத்து வளைத்தது. பிற்பகல் 2.40க்கு முதல் விதானம் இடிந்தது. 3 மணிக்கு இரண்டாவது விதானம் இடிந்தது. 4.40க்குள் மூன்றாவது விதானமும் இடிந்தது. மாலை 6 மணிக்குள் எல்லாம் தரைமட்டமாகிவிட்டன.

இந்த 7 மணி நேரமும் டெல்லியில் மத்திய சர்க்காரில் எந்த அசைவும் இல்லை. மசூதி அடியோடு அழிக்கப்பட்ட தகவலுக்காக பிரதமர் காத்து இருந்தாரா? அதனால்தான் அஸ்தமனத்திற்குப் பிறகு மத்திய மந்திரி சபைக் கூட்டத்தை நடத்தினரா?...

அயோத்தியில் மத்திய அரசு பாதுகாப்புப் படையினரைப் பயன்படுத்தி, மசூதியைக் காப்பாற்றி இருக்க வேண்டும். ஆனால் மன்னிக்க முடியாத மாபெரும் தவறு இழைக்கவிட்டது. அயோத்தியில் வீசிய மதவெறிப்புயல் இந்தியாவின் ஒற்றுமையையும், ஒருமைப் பாட்டையும் நிர்மூலமாக்கும் அபாயம் இந்நாட்டை அச்சுறுத்திக் கொண்டு இருக்கிறது"

நாடாளுமன்றத்தில் 1992, டிசம்பர் 24ஆம் நாள் வைகோ எச்சரிக்கை செய்தது போன்று இன்று மதவெறி நாட்டை அச்சுறுத்திக் கொண்டிருப்பதைப் பார்க்கிறோம்.

47
பாபர் மசூதி இடிப்பு: மதச்சார்பின்மைக்கு அறைகூவல்

இந்தியாவின் வரலாற்றில் அரசியலில் ஆதிக்கம் செலுத்தத் தொடங்கிய 'மதம்' என்பதை பாபர் மசூதி இடிப்புக்கு முன்பு - பாபர் மசூதி இடிப்புக்கு பின்பு என்று பிரித்துப் பார்க்க வேண்டும். பாபர் மசூதி இடிக்கப்பட்டதற்கு பின்னர் மதவாத இந்துத்துவ சனாதனச் சக்திகள் முன்னிலும் வேகமாக வளர்ச்சி பெற தொடங்கின.

இராமர் கோவில், மதத்தை முன்னிறுத்தி ஆர்.எஸ்.எஸ். சங்பரிவாரங்கள் அரசியல் களத்தை சூடேற்றிக் கொண்டு இருந்ததால் பாரதிய ஜனதா கட்சி அரசியல் ஆதாயங்களை பெற்றுக் கொண்டே இருந்தது. ஆனால் அதே சமயம் இந்தியாவின் ஒற்றுமைக்கும் ஒருமைப்பாட்டுக்கும் அடித்தளமாக இருக்கும் 'மதச்சார்பின்மை' கோட்பாடு சிறிது சிறிதாக செல்லரிக்கத் தொடங்கி விட்டது.

மதச்சார்பற்ற முற்போக்கு ஜனநாயக சக்திகள் இந்திய அரசியலில் பல்வேறு முரண்பாடுகளுடன் பிளவுபட்டு கிடப்பதால், மதவாத அரசியலை அடையாளமாகக் கொண்டு இந்துத்துவ அரசியலில் மக்களை அணி திரட்டும் முயற்சியில் சங்பரிவாரங்கள், பாஜக வெற்றி பெற்று வருகின்றன.

பாபர் மசூதி இடிப்புக்கு பின்னர்தான் இந்தியாவில் சிறுபான்மை மக்களுக்கு எதிரான வன்முறைகளும், கொலைகளும் அதிகரிக்கத் தொடங்கியது மட்டுமல்ல, சித்தாந்த ரீதியில் மதவாத அமைப்புகள் மூலம் இந்தியா 'இந்துக்களுக்கு' மட்டுமே உரிய நாடு. கிறிஸ்தவர்கள், இஸ்லாமியர்கள் அந்நியர்கள் என்ற நச்சுவிதைகள் தூவப்பட்டு வளர்ந்து மரம் ஆனது.

லிபரான் விசாரணை ஆணையம்

பாபர் மசூதி இடிப்பைத் தொடர்ந்து நாட்டில் எழுந்த கொந்தளிப்பை உணர்ந்த பிரதமர் நரசிம்மராவ், அது தொடர்பாக விசாரணை நடத்துவதற்கு நீதிபதி மன்மோகன்சிங் லிபரான் தலைமையில் விசாரணை ஆணையம் ஒன்றை அமைத்து 1992, டிசம்பர் 16ஆம் தேதி உத்தரவு பிறப்பித்தார்.

1992 டிசம்பர் 6ஆம் தேதி பாபர் மசூதி இடிப்பு தொடர்பாக இரு வழக்குகள் (வழக்கு எண்கள் 197, 198) தொடரப்பட்டன.

அடையாளம் தெரியாத இலட்சக்கணக்கானவர்களுக்கு எதிராக ஒரு வழக்கும் (197) பெயர்கள் குறிப்பிட்டு சிலருக்கு எதிராக இரண்டாவது வழக்கும் (198) பதிவு செய்யப்பட்டன.

இரண்டாவது வழக்கு 198-ன் கீழ், எல். கே. அத்வானி, முரளி மனோகர் ஜோஷி, உமா பாரதி, சாத்வி ரிதம்பரா, அசோக் சிங்கால், கிரிராஜ் கிஷோர், வினய் கட்டியார், ஹரி டால்மியா உள்ளிட்ட எட்டு தலைவர்கள் மீது குற்றப்பத்திரிகைத் தாக்கல் செய்யப்பட்டது.

இந்த இரு வழக்குகள் தவிர, செய்தியாளர்களுக்கு எதிரான கொள்ளை மற்றும் வன்முறை குறித்து 47 வழக்குகளும் பதிவு செய்யப்பட்டன.

பின்னர் 1993இல் அனைத்து வழக்குகளின் விசாரணையும் மத்திய புலனாய்வுத் துறையிடம் ஒப்படைக்கப்பட்டன. இரு வழக்குகளிலும் சேர்த்து கூட்டாக குற்றப் பத்திரிகையை சிபிஐ தாக்கல் செய்தது.

இந்த வழக்குகளை விசாரிக்க அலகாபாத் உயர்நீதிமன்ற ஆலோசனையின் பேரில் லக்னோவில் சிறப்பு நீதிமன்றம் உருவாக்கப்பட்டது. ஆனால் அதன் அறிவிக்கையில் இரண்டாவது வழக்கு பற்றி குறிப்பிடப்படவில்லை.

2001ஆம் ஆண்டு மே மாதம் அத்வானி மற்றும் முரளி மனோகர் ஜோஷி மீதான குற்றப்பிரிவுகளை சிறப்பு நீதிமன்றம் நீக்கியது. அப்போது அவர்கள் இருவருமே வாஜ்பாய் தலைமையிலான தேசிய ஜனநாயகக் கூட்டணி அரசில் மத்திய அமைச்சர்களாக பொறுப்பு வகித்தனர் என்பது குறிப்பிடத்தக்கது.

நீதிபதி மன்மோகன்சிங் லிபரான் சிங் ஆணையம் மூன்று மாதத்திற்குள் விசாரணையை முடித்து அரசுக்கு அறிக்கை தர வேண்டும் என்று மத்திய அரசு கோரி இருந்தது.

ஆனால் லிபரான் ஆணையத்தின் விசாரணை 17 ஆண்டுகளாக தொடர்ந்தது; 48 முறை விசாரணை ஆணையத்தின் கால வரம்பு நீடிக்கப்பட்டது.

2009, ஜூன் 30ஆம் தேதி நீதிபதி லிபரான் விசாரணை ஆணையம் பாபர் மசூதி இடிப்பு தொடர்பாக தனது அறிக்கையை அப்போதைய உள்துறை அமைச்சர் ப. சிதம்பரத்திடம் ஒப்படைத்தது. 17 ஆண்டுகாலம் தாமதத்திற்கு காரணம், சிலர் வழக்கு விசாரணைக்கு

ஒத்துழைக்கவில்லை என்று நீதிபதி லிபரான் தெரிவித்தார். யார் அந்தச் சிலர்? என்ற விபரத்தை வெளியிடவில்லை;

பாபர் மசூதி இடிப்பு தொடர்பாக நீதிபதி மன்மோகன்சிங் லிபரான் ஆணையம் கொடுத்த விசாரணை அறிக்கையின் அடிப்படையில், நடவடிக்கை மேற்கொள்ள காங்கிரஸ் தலைமையிலான ஐக்கிய முற்போக்குக் கூட்டணி அரசு 2014ஆம் ஆண்டு வரை எந்த முயற்சியும் எடுக்கவில்லை;

தற்போது, உச்சநீதிமன்றம் அயோத்தியில் சர்ச்சைக்குரிய நிலம் தொடர்பான வழக்கில் இராமர் கோவில் கட்டுவதற்கு ஆதரவாக நவம்பர் 9, 2019 அன்று உச்சநீதிமன்றம் தீர்ப்பு அளித்தப் பின்னர் நீதிபதி மன்மோகன்சிங் லிபரான் கூறும்போது, "பாபர் மசூதி இடிப்பு வழக்கில் இது தாக்கத்தை ஏற்படுத்தும்" என்று தெரிவித்து இருக்கிறார்.

மேலும் உச்சநீதிமன்றத்தின் இந்தத் தீர்ப்பை அடுத்து, பாபர் மசூதி இடிப்பு சரியானது என்று நீதிமன்றத்தில் வாதம் முன் வைக்கப்படலாம் என்றும் குறிப்பிட்டுள்ள நீதிபதி லிபரான், இந்த சர்ச்சையில் நில உரிமையை முடிவு செய்வதற்கு உச்ச நீதிமன்ற விசாரணையில் இருந்த அதே வேகம், மசூதி இடிப்புக்கான குற்ற வழக்கிலும் காட்டப்பட வேண்டும். பாபர் மசூதி இடிப்பு வழக்கிலும் உச்சநீதிமன்றம் நியாயம் வழங்கும் என்று நம்பிக்கை தெரிவித்துள்ளார்.

பாபர் மசூதி இடிப்பு குற்ற வழக்குகள் 27 ஆண்டுகளாக நீதிமன்றத்தில் நிலுவையில் உள்ளன. அந்த வழக்குகளின் 'கதி' என்ன ஆகும் என்பதை நம்மால் 'யூகிக்க' முடிகிறது.

சிறுபான்மை மக்கள் படுகொலை

பாபர் மசூதி இடிப்புக்கு பின்னர் நாட்டில் இரத்த ஆறு ஓடியதையும், சுமார் இரண்டாயிரம் மக்கள் படுகொலை செய்யப்பட்டதையும், வரலாறு ஒருபோதும் மன்னிக்கவே மன்னிக்காது.

பாபர் மசூதி இடிக்கப்பட்டதை கண்டித்து கொந்தளித்த மன உணர்வுடன் இஸ்லாமியர்கள் தங்களது வேதனையை வெளிப்படுத்த பல நகரங்களில் ஊர்வலங்கள் சென்றனர். ஊர்வலத்தினர் மீது சங்பரிவாரக் கும்பல் கொலைவெறித் தாக்குதல் நடத்தியதால் நூற்றுக்கணக்கான சிறுபான்மை முஸ்லிம்கள் படுகொலை செய்யப்பட்டனர். மும்பையில் ஊர்வலத்தினர் மீது காவல்துறையினர் துப்பாக்கிச் சூடு நடத்தினர்.

1993, மார்ச் மாதம் மும்பையில் நடை பெற்ற தொடர் குண்டுவெடிப்பில் நூற்றுக்கணக்கானோர் மாண்டனர். இந்த கலவரத்தைப் பயன்படுத்தி மும்பையில் சங்பரிவாரங்கள் - சிவசேனா கும்பல் முஸ்லிம் மக்களின் சொத்துகளை கொள்ளை அடித்தனர். முன்னூற்றுக்கும் மேற்பட்ட இஸ்லாமியர்கள் கொன்று குவிக்கப்பட்டனர்.

மும்பை வகுப்புவாத கலவரங்கள் குறித்து விசாரணை நடத்திய ஸ்ரீகிருஷ்ணா ஆணையம், வகுப்புவாத சக்திகளுக்கு காவல்துறையும், அரசு நிர்வாகமும் உறுதுணையாக இருந்ததைக் கண்டித்தது.

குற்றவாளிகளின் பட்டியலையும் வெளியிட்டு அரசு நடவடிக்கை எடுக்க வேண்டும் என்று வலியுறுத்தியது. குற்றவாளிகளின் பட்டியலில் முதல் பெயர் மும்பை தாதா பால்தாக்கரே என்பது குறிப்பிடத்தக்கது.

கல்யாண்சிங் வாக்குமூலம்

பாபர் மசூதி இடிக்கப்பட்டபோது உ.பி. முதல்வராக இருந்த கல்யாண்சிங் "இது கடவுளின் சித்தம்" என்று கூறினார். அப்போது அவர் பாஜகவில் இருந்தார். பின்னர் கட்சியில் இருந்து நீக்கப்பட்டார். பாஜகவில் இருந்து நீக்கப்பட்டவுடன் கல்யாண்சிங், பாபர் மசூதியை இடிக்க வாஜ்பாய், அத்வானி, முரளி மனோகர் ஜோஷி ஆகியோர் தூண்டிவிட்டதாகக் கூறினார்.

அதோடன்றி பத்திரிகை ஒன்றில் கல்யாண் சிங் அளித்த பேட்டி, பல உண்மைகளை வெளிச்சத்திற்கு கொண்டு வந்தது.

"நான் முதல்வராக இருந்த போதும், பாபர் மசூதி விஷயத்தில் பலவற்றைக் கட்சித் தலைவர்கள் மறைத்துவிட்டனர். அவர்கள் சொல்கிற இடத்தில் என்னைக் கையெழுத்திட வைத்தனர்.

பாஜக மற்றும் ஆர்.எஸ்.எஸ். மூத்த தலைவர்கள் வாக்குறுதி அளித்ததின் பேரில், மசூதி காப்பாற்றப்படும் என்று உறுதி கூறி உச்சநீதிமன்றத்தில் நான் மனு தாக்கல் செய்தேன். ஆனால் அவர்கள் என்னை ஏமாற்றிவிட்டனர்.

பாஜக மற்றும் ஆர்.எஸ்.எஸ். தலைவர்களைக் காப்பாற்ற அவர்கள் திட்டமிட்டு சதி செய்தனர். மசூதி இடிக்கப்பட்டதற்கு எனது தலைமையிலான மாநில அரசும், பி. வி. நரசிம்மராவ் தலைமையிலான மத்திய அரசும்தான் காரணம் என்று பாஜக வழக்கறிஞர் லாலாராம் குப்தா பொய்யான மனுவை நீதிபதி லிபரான் கமிஷனில் தாக்கல் செய்துள்ளார்.

மசூதி இடிக்கப்படுவதற்கு முன்பு ஆர்.எஸ்.எஸ். மத்திய அலுவலகத்தில் நடந்த கூட்டத்தில் அத்வானி, முரளி மனோகர் ஜோஷி, ஆர்.எஸ்.எஸ். முன்னாள் தலைவர் ராஜூபய்யா, மூத்த ஆர்.எஸ்.எஸ். தலைவர் கே. எஸ். சுதர்சன், விஸ்வ ஹிந்து பரிஷத் தலைவர்கள் அசோக் சிங்கால், கிரிராஜ் கிஷோர் ஆகியோர் கலந்து கொண்டனர். நானும் அக்கூட்டத்தில் கலந்து கொண்டேன்.

தற்போதைய உள்துறை இணை அமைச்சர் (பாஜக) சுவாமி சின்மயானந்த், ராஜமாதா விஜய் ராஜ சிந்தியா ஆகியோர் ஒரு கடிதத்தைத் தயார் செய்தனர்.

கரசேவை என்பது ஒரு அடையாளத்துக்காக செய்யப்படுவது; பிரச்சனைக்குரிய மசூதி கட்டடத்தை அரசு காக்கும் என்று அந்தக் கடிதத்தில் கூறப்பட்டிருந்தது.

அக்கடிதம் உச்சநீதிமன்றத்துக்கு அனுப்பப்பட்டது. அதன் அடிப்படையில் அயோத்தியில் கரசேவை நடத்த உச்சநீதிமன்றம் அனுமதி அளித்தது.

1992, டிசம்பர் 6ஆம் தேதி மசூதி இடிக்கப்பட்டபோது அத்வானி, ஜோஷி உள்ளிட்ட பாஜகவின் அனைத்து மூத்த தலைவர்களும், விஸ்வ ஹிந்து பரிஷத் தலைவர்கள் கிரிராஜ் கிஷோர், அசோக் சிங்கால் உள்ளிட்ட பலரும் கரசேவகபுரத்தில் இருந்தனர்.

மசூதியை இடிக்கப் பயன்படுத்தப்பட்ட கோடாரிகள், ஷவல்கள் மற்றும் இதர கருவிகளை இத்தலைவர்கள் பார்வையிட்டதாக கரசேவகர்களே கூறியுள்ளனர்.

இத்தலைவர்கள்தான் முதலில் ஆவேசமாகப் பேசி, கரசேவகர்களைத் தூண்டினர். பின்னர் மசூதியை இடிக்க அனுமதித்தனர். கரசேவகர்களைத் தடுத்து நிறுத்த மத்திய காவல்படை மசூதி இருந்த இடத்தில் இருந்து 8 கிலோ மீட்டர் தூரத்தில் நிறுத்தப்பட்டு இருந்தது.

மசூதிக்கு அருகே மத்திய காவல்படை நெருங்காமல் பாஜக மற்றும் ஆர்.எஸ்.எஸ். தொண்டர்கள் தடுத்துவிட்டனர். அப்போது காவல்துறையினர் துப்பாக்கிச் சூட்டில் ஈடுபட்டிருந்தால் ஏராளமானோர் இறந்திருப்பர்.

மசூதி இடிக்கப்பட்டதற்கு பொறுப்பேற்று முதல்வர் பதவியை நான் ராஜினாமா செய்தேன்; அதற்காக சிறைக்குச் சென்றேன்.

மசூதி இடிக்கப்பட்டதைக் கொண்டாடிய பாஜக தலைவர்கள் எனது தலைமையிலான அரசு மசூதியைக் காக்கத் தவறிவிட்டது என்று இப்போது குறை கூறுகின்றனர்.

நான் மசூதியைக் காக்கத் தவறினேன் என்றால், என்னை டிஸ்மிஸ் செய்ததற்காக, ஆளுநரை அப்போது ஏன் அத்வானி குறை கூறினார். பாபர் மசூதி இடிக்கப்பட்டதன் பின்னணியில் நடந்த உண்மைகளை மக்களிடம் பாஜக வெளியிட வேண்டும்"

இவ்வாறு "பாபர் மசூதி இடிப்புக்கும் - ஆர்.எஸ்.எஸ். - பாஜக - விஸ்வ ஹிந்து பரிஷத்" ஆகிய சங்பரிவாரங்களுக்கும் இருந்த தொடர்பை கல்யாண்சிங் ஒப்புதல் வாக்குமூலம் அளித்தார்.

ஆனால் அவரைப் பின்னர் பாஜக மீண்டும் கட்சியில் சேர்த்துக் கொண்டது.

பாபர் மசூதி இடிக்கப்பட்ட பிறகு நடைபெற்ற வன்முறைகள், குறிப்பாக இஸ்லாமியர்கள் படுகொலை, சொத்துக்கள் சூறையாடல், மும்பையில் நடந்த தொடர் குண்டுவெடிப்புகள், மதவாத சக்திகளின் எழுச்சி போன்றவற்றைப் பொருளாதார மேதையும், நோபல் பரிசு பெற்றவருமான, தத்துவவாதி அமார்த்தியா சென், 1993இல் 'நியூயார்க் ரிவ்யூ' இதழில் எழுதிய கட்டுரையில் விவரித்து இருந்தார்.

பாபர் மசூதி - இராம ஜென்ம பூமி பிரச்சனை இந்தியாவின் எதிர்கால அரசியலை எப்படி இந்துத்துவ சக்திகள் தீர்மானிக்கும் என்பதை அக்கட்டுரையில் அமார்த்தியா சென் அனுமானித்திருந்தார். அவர் கணித்த படிதான் 2019இல் இந்தியாவின் நிலை இருக்கிறது என்பதைக் கண்கூடாகப் பார்க்கிறோம்.

அமார்த்தியா சென் கட்டுரையின் ஒரு பகுதி வருமாறு:

"மதச்சார்பில்லாத ஓர் இந்தியா என்ற கருத்து பல்வேறு மதங்களையும் (எவ்வித மதத்தையும் நம்பாத மக்கள் உள்ளிட்ட) பொறுத்துக் கொள்ளக்கூடிய ஓர் இந்தியா என்ற கருத்து நாடு சுதந்திரம் பெற்றதில் இருந்தே பரவலாக ஒப்புக் கொள்ளப்பட்டு இருந்த ஒன்றாகும். அத்தகைய கருத்து தீவிரவாத இந்து அரசியல் குழுக்களால் பெரும் சேதத்துக்கு உள்ளாக்கப்பட்டு இருக்கிறது.

வட இந்தியாவில் உள்ள ஒரு நகரமான அயோத்தியில் இருந்த 16ஆம் நூற்றாண்டில் கட்டப்பட்ட பாபர் மசூதி என்ற கட்டடத்தை டிசம்பர் 6ஆம் தேதி (1992) இடித்து தகர்த்ததிலிருந்து இந் நிகழ்ச்சித் தொடர் துவங்கியது.

இக்கட்டடம் அரசியல் ரீதியாக ஒன்று திரட்டப்பட்ட இந்து தீவிரவாதிகளின் கூட்டத்தில் இடித்துத் தரைமட்டமாக்கப்பட்டது. அவர்கள் அந்த குறிப்பிட்ட இடத்திலேயே இராமருக்கு ஒரு கோயிலைக் கட்ட விரும்பினர். கொந்தளிக்கச் செய்யும் அந்நிகழ்ச்சியைத் தொடர்ந்து நாடு முழுவதிலும் வகுப்பு வாத வெறியாட்டங்களும், கலவரங்களும் நிகழ்ந்தேறின. அவற்றில் இரண்டாயிரத்துக்கும் மேற்பட்டோர் உயிரிழந்தனர். இந்துக்கள் - முஸ்லிம்கள் என்று இரு தரப்பினருமே இதில் உயிரிழந்த போதிலும், இந்துக்களை விட முஸ்லிம்களே அதிகமான எண்ணிக்கையில் பாதிக்கப்பட்டனர்.

இச்சம்பவங்களில் மோசமானவை மும்பையில் நிகழ்ந்தேறின. இந்தியாவின் மிக முக்கியமான நகரமாகக் கருதப்படும் மும்பையில் மிகக் குறைந்த எண்ணிக்கையிலேயே உள்ள - எனினும் முற்றிலும் முறைப்படுத்தப்பட்ட தீவிரவாத இந்துக்கள் குழு தொடர்ந்து தாக்குதல்களைத் தொடுத்தன.

தாக்குதல்களுக்கு ஆளான முஸ்லிம் மக்களைப் பாதுகாக்க காவல்துறை தொடர்ந்து தவறியது. அதைப் போலவே தடியடிப் பிரயோகத்தில் இந்துக்களை விட முஸ்லிம்களின் மீதான காவல்துறை தாக்குதல் கடுமையாக இருந்தது.

தற்போதைய குழப்பத்தைப் பரப்பி உள்ள தீவிரவாத இந்து அரசியல் இயக்கமானது இந்திய மதச்சார்பின்மைக்கு அதிகாரப் பூர்வமாக முடிவு காணப்பட வேண்டும் என்றும், அதனிடத்தில் இந்தியா ஒரு இந்து நாடு என்ற அங்கீகாரம் அளிக்கப்பட வேண்டும் என்றும் கோரியுள்ளது.

இந்தக் கோரிக்கை ஏற்றுக்கொள்ளப் பட்டால், இந்திய அரசியல் அமைப்புச் சட்டத்தின் அடிப்படைக் குறிக்கோள்களில் ஒன்றை பெருமளவிற்கு மாற்றியமைக்க வேண்டியிருக்கும் என்பதோடு, இந்திய தேசிய இயக்கத்தின் மையக் கருத்தாக விளங்கிய, பலதரப்பட்ட சகிப்புத்தன்மை கொண்ட மதச்சார்பற்ற இந்தியா என்ற கருத்தோட்டத்தில் இருந்து தீவிரமான முறையில் விலகிப் போவதாகவும் இருக்கும்.

இந்தக் கருத்தோட்டம் சுதந்திர இந்தியாவின் சட்டம் மற்றும் அரசியல் கட்டமைப்பில் பிரதிபலிக்கக்கூடிய ஒன்றாகும். இந்த கருத்து மற்றும் அது சந்திக்கக் கூடிய சவால்கள் ஆகியவைதான் எதிர்கால இந்தியா சந்திக்கப் போவதாக இருக்கும்.

நவீன இந்தியா என்ற கருத்தோட்டத்தின் மையமான கருத்தாக மதச்சார்பின்மையைப் போன்ற பெருமளவிற்கு செயலாக்கமற்ற

ஒரு கருத்து இருக்கும் என்று விசித்திரமானதாக தோன்றக்கூடும். மதச்சார்பின்மை என்பது உண்மையிலேயே முக்கியமான விஷயமா? அல்லது வெறும் சடங்கு சம்பிரதாயமான ஒரு முழக்கமா?

பிரிட்டீஷ் இந்தியா பிளவுபடுத்தப்பட்ட போது பாகிஸ்தான் ஒரு இஸ்லாமிய குடியரசாக இருக்க தீர்மானித்தது. அதே நேரத்தில் இந்தியா மதச்சார்பற்றதொரு அரசியலமைப்புச் சட்டத்தை ஏற்றுக் கொண்டது. இது உண்மையிலேயே வேறுபட்ட தன்மை கொண்டதா என்ன?

இந்த வேறுபாடானது சட்ட ரீதியான பார்வையில் இருந்து பார்க்கையில் குறிப்பிடத்தக்க வகையில் முக்கியமானதாகும்.

அதன் அரசியல் ரீதியான தாக்கங்களும் கூட விரிவானதாகும். அரசியல் மற்றும் சமூக ரீதியாக ஏற்பாடுகளின் பல்வேறு மட்டங்களிலும் பொருத்திப் பார்க்கும் போது, அது குடியரசுத் தலைவர் பதவி வரை செல்கிறது.

உதாரணமாக, பாகிஸ்தானைப் போல் அரசின் தலைவர் ஒரு முஸ்லிமாக இருக்க வேண்டும் என்று நிபந்தனை விதிக்கின்ற அதன் அரசியல் அமைப்புச் சட்டத்தைப் போல் அல்லது, இந்தியா அதுபோன்ற நிபந்தனை எதையும் விதிக்கவில்லை.

(முஸ்லிம்கள், சீக்கியர்கள் உள்ளிட்ட) இந்துக்கள் அல்லாதோரும் குடியரசுத் தலைவராக மட்டுமின்றி அரசின் இதர பொறுப்பு வாய்ந்த முக்கியமான பதவிகளிலும் இருந்துள்ளனர்.

எனினும், மதச்சார்பின்மை என்பது உண்மையில் மிகவும் விரிவடைந்ததொரு கருத்தின் ஒரு பகுதியே ஆகும். அதாவது கட்டமைப்பு ரீதியாகவே பல்வகைப்பட்ட இந்தியா பல்வேறு வகையான மத நம்பிக்கை வேறுபட்ட மொழிக்குழுக்கள், மாறுபட்ட சமூக பழக்க வழக்கங்கள் ஆகியவற்றைக் கொண்டதாகும்.

பல்வேறு வகைப்பட்ட தனித்தன்மை என்ற பெரும் கருத்தினை அங்கீகரிக்கும்படியான ஒரு அம்சம்தான். அதிலும் மிக முக்கியமான ஒன்றுதான் - மதச்சார்பின்மை என்பதாகும்.

இந்திய மதச்சார்பின்மையை உடைத்து நொறுக்க விழையும் பிரிவினை சக்திகள், இந்தியாவில் உள்ள பல கோடிக்கணக்கான முஸ்லிம்களின் இருப்பை, அவர்களின் உரிமைகளை மட்டுமே எதிர்க்க முடியாது. அவர்கள் இந்தியாவின் பிரதேச வாரியான, சமூக ரீதியான, கலாச்சார ரீதியான பல வகைப்பட்ட தன்மையையும் எதிர்க்க வேண்டி வரும்.

இந்திய மக்கள் தொகையில் முஸ்லிம்கள் மிகக் குறைவாகவா இருக்கிறார்கள்? இந்தியாவில் ஐந்தில் நான்கு பேர் பொதுவாக இந்து என கருதப்பட்ட போதிலும், நாட்டில் சுமார் 10 கோடிக்கும் மேற்பட்ட முஸ்லிம்கள் இருக்கிறார்கள். அதாவது பாகிஸ்தானைவிட மிகக் குறைவான எண்ணிக்கை என்று கூற முடியாவிட்டாலும் பங்களாதேஷைவிட அதிகமான எண்ணிக்கையில் அவர்கள் இந்நாட்டில் வாழ்கிறார்கள்.

உண்மையில் இக்கண்ணோட்டத்தில் பார்த்தோமெனில் உலகத்திலேயே பெரும் எண்ணிக்கையில் முஸ்லிம்கள் வாழும் நாடுகளில் இந்தியா மூன்றாவது இடத்தை வகிக்கிறது. இந்த உண்மையை மட்டுமே வைத்துக் கொண்டு பார்த்தால்கூட இந்தியாவை வெறுமனே ஒரு இந்துக்களின் நாடு என்று கூறுவது பொருத்தமற்றதாக ஆகிவிடும்.

இதில் இந்துக்கள் மற்றும் முஸ்லிம்களுக்கிடையே நாட்டின் சமூக மற்றும் கலாச்சார வாழ்வில் ஏற்பட்டுள்ள பரஸ்பர சேர்க்கை என்ற உண்மையையும் நாம் கவனத்தில் எடுத்துக் கொள்ள வேண்டும்.

48
குஜராத் இனப்படுகொலை

1992 டிசம்பர் 6 பாபர் மசூதி இடிப்புக்குப் பின்னர் மதவாத வன்முறைகள் அதிகரித்தன. மும்பை தொடர் குண்டு வெடிப்புகள் ஆயிரக்கணக்கான சிறுபான்மை மக்கள் படுகொலைகள் என்று இந்தக் கொடூர நிகழ்வுகள் தொடர்ந்து கொண்டிருந்தது. பத்து ஆண்டுகளில் 2002இல் குஜராத் மாநிலத்தில், நாட்டையே உலுக்கிய இனப்படுகொலைகள் நடந்தன.

குஜராத் இனப்படுகொலையில் இஸ்லாமியர்கள் கொன்று குவிக்கப்படுவதற்கும் தொடக்கப் புள்ளியாக இருந்தது அயோத்தியில் இராமர் கோயில் கரசேவை இயக்கமே!

2002 பிப்ரவரி 27, குஜராத் மாநிலம் கோத்ரா தொடர் வண்டி நிலையத்தில் சபர்மதி விரைவுத் தொடரி அயோத்தியிலிருந்து அதிகாலை 2 மணிக்கு வரவேண்டியது. 5 மணி நேர தாமதத்திற்குப் பிறகு காலை 7.50 மணி அளவில் வந்து சேர்ந்தது. கோத்ராவிலிருந்து பைசாபாத் - அயோத்தியாவுக்குச் செல்லும் தொடரி இது.

அயோத்தியிலிருந்து வந்த சபர்மதி விரைவு தொடரியில் இராமர் ஆலயம் கட்டுவதற்கு பணி செய்கின்ற கரசேவை பக்தர்கள் பயணம் செய்து திரும்பி இருந்தனர்.

அன்று காலை 7.50 மணிக்கு கோத்ரா தொடரி நிலையத்தில் வந்து நின்று கொண்டிருந்த சபர்மதி விரைவு வண்டியின் எஸ்.-6 பெட்டி திடீரென்று தீப்பற்றியது. கண் இமைக்கும் நேரத்தில் தீ மளமளவென்று பற்றி எரியத் தொடங்குகிறது. தொடரியில் எஸ்-6 பெட்டியில் இருந்த பயணிகள் பெரும்பாலானவர்கள் கரசேவகர்கள். அவர்கள் வெளியேற முடியாமல் தவித்தனர். தொடரியிலிருந்து வெளிப்பட்ட புகை மண்டலம் என்ன நடக்கிறது என்பதையே யூகிக்க முடியாமல் ஆக்கியது.

பிப்ரவரி 27, காலை 7.50 மணி முதல் 8.20 மணி வரையில் சபர்மதி தொடரியில் பற்றி எழுந்த நெருப்பில் சிக்கி 59 பேர் கரிக் கட்டைகளாக விழுந்தனர்.

கோத்ரா 'தீ' குஜராத்தில் பரவியது

கோத்ரா தொடரி நிலையத்தில் நடந்த இந்த துயர நிகழ்வு, குஜராத் மாநிலம் முழுவதும் காட்டுத் தீயாகப் பரவியது. அயோத்தியிலிருந்து திரும்பிய கரசேவகர்கள் இருந்த பெட்டியின் உள்ளே சில முஸ்லிம் தீவிரவாதிகள் பெட்ரோல் குண்டு வீசி நெருப்பு வைத்துவிட்டனர். அதனால் அதில் சிக்கிய 59 இந்துக்கள் பலியாகி விட்டனர். இந்த செய்திதான் குஜராத் மாநிலத்தில் வேகமாக பரப்பப்பட்டது. தொலைக்காட்சிகள் இந்நிகழ்வை நொடிக்கு நொடி ஒளிபரப்பி, எரிகின்ற நெருப்பில் எண்ணெய் வார்த்தனர்.

இந்துத்துவ மதவாத சங்பரிவாரங்கள் இதற்காகவே காத்திருந்தது போல ஆயுதங்களுடன் புறப்பட்டுவிட்டனர். ஆர்.எஸ்.எஸ். சங் பரிவாரங்களைத் தூண்டி விடுவதற்கான வேலையை குஜராத் மாநில பாஜக. அரசு மிகச் சரியாக செய்தது. நரேந்திர மோடிதான் அப்போது குஜராத் முதலமைச்சர்.

தொடரியில் நெருப்புக்கு இரையாகிக் கிடந்த உடல்கள் தொடரி நிலையத்தின் வளாகத்திலேயே கொண்டு வந்து வைக்கப்பட்டன. திறந்த வெளியில் மக்கள் வேடிக்கை பார்க்கும் விதத்தில் உடற் கூறு ஆய்வு மேற்கொள்ளப்பட்டது. குஜராத் மோடி அரசின் சுகாதாரத்துறை அமைச்சர் அசோக்பட் முன்னிலையில் தீயில் பலியானவர்களின் உடல்களுக்கு உடற்கூறு ஆய்வு செய்யப்பட்டது.

இறந்தவர்களின் உடற்கூறு பரிசோதனை நடத்துவதற்கு என உள்ள வழிகாட்டு நெறிமுறைகள் மீறப்பட்டன. திறந்த வெளியில் பொதுமக்கள் பார்வையில் உடற்கூறு ஆய்வு செய்யப்பட்டதின் நோக்கம் குஜராத்தில் மத வன்முறையைத் தூண்டுவதற்குத்தான் என்பதில் ஐயம் இல்லை.

இதைவிடக் கொடுமை இன்னொன்றும் நடந்தது. இறந்தவர்களின் உடல்கள் விஸ்வ இந்து பரிஷத் மாநிலப் பொதுச்செயலாளர் ஜெய்தீப் படேலிடம் ஒப்படைக்கப்பட்டது. அதற்கு முன்பு கோத்ரா மாவட்ட ஆட்சியர் நடத்திய கூட்டத்தில் அடுத்தக்கட்ட நடவடிக்கை பற்றி ஆலோசிக்கப்பட்டது. இதில் வி.எச்.பி. பொதுச் செயலாளர் ஜெய்தீப் படேல் அனுமதிக்கப்பட்டார்.

இறந்த 'இந்துக்களின்' அடையாளம் தெரிந்த உடல்களை இரு மோட்டார் வாகனத்தில் ஏற்றி ஊர்வலமாக அகமதாபாத் கொண்டு செல்லப்பட வேண்டும் என்று 'குஜராத் அரசு' உத்தரவு போட்டிருந்தது.

இதன்படி உடல்கள் தாங்கிய வாகன அணிவகுப்பு செல்லும்போது, சங் பரிவாரங்கள் திட்டமிட்டபடி மக்களின் கோபாவேச அலை முஸ்லிம் சமூகத்தின் மீது பாயத் தொடங்கியது. உணர்ச்சிவசப்பட்ட அல்லது தூண்டி விடப்பட்ட ஆர்.எஸ்.எஸ். ஆண்களும், பெண் களும் வெறிகொண்ட கும்பல்களாக அகமதாபாத் நகரில் கோரத்தாண்டவம் ஆடினர்.

'ஆசார்ய' கிரிராஜ் கிஷோர், இந்த ஊர்வலங்கள் நடந்த இடத்திற்குச் செல்ல காவல்துறை சிறப்புப் பாதுகாப்பு வழங்கியது.

குஜராத் படுகொலைகள் தொடங்கின

2002 பிப்ரவரி 28ஆம் தேதி அகமதாபாத் நகரம் குறி வைக்கப்பட்டது. நூற்றுக்கு மேற்பட்ட இடங்களில் ஆர்.எஸ்.எஸ். - வி.எச்.பி. மத வெறியர்கள் கொலைக் கருவிகளுடன் பார்க்கும் இடமெல்லாம் முஸ்லிம் சமூகத்தினரைக் கொன்று குவித்தனர்.

அகமதாபாத்தில் நரோடா பாட்டியா, குல்பார்க் சொசைட்டி அமைந்திருந்த சமன்புரா, கோபதிபூர் உள்ளிட்ட பல பகுதிகளில் வன்முறைக் கும்பல் முஸ்லிம் மக்களை வேட்டையாடியது.

மறுநாள் மார்ச்-1ஆம் தேதி வெள்ளிக்கிழமை கிராமப் புறங்களில் தாக்குதல்கள் உச்சக்கட்டத்தை அடைந்தன. ஜும்மா நமாஸ் எனப்படும் வெள்ளிக் கிழமை தொழுகைக்குப் பிறகு வன்முறையாளர்கள் முஸ்லிம்களைக் குறிவைத்துத் தாக்கிப் படுகொலை செய்தனர்.

இத்தகைய தாக்குதல்கள் பந்தர்வாடா, சபர்கந்தா, பனஸ்கந்தா, மெஹ்சானா, ஆனந்த், தகோத், பதான், அகமதாபாத் ஊரக மாவட்டங்களில் இருந்த கிராமங்களில் திட்டமிட்டு நடத்தப்பட்டன.

அனைத்து இடங்களிலும் ஒரே மாதிரி வன்முறைகள் நிகழ்த்தப்பட்டன. மோட்டார் சைக்கிளில் வந்தவர்களால் வன்முறைக் கும்பல்கள் வழிநடத்தப்பட்டன. உள்ளூர் காவல்துறையினர் வன்முறைகளைத் தடுக்க ஆர்வம் காட்டவில்லை. கிராமங்களில் இஸ்லாமியர்கள் வீடுகளைத் தகர்க்கவும், அம்மக்களை உயிரோடு கொளுத்தவும் எரிவாயு உருளைகளை மதவெறிக் கும்பல் பயன்படுத்தியது.

அச்சம் தரும் வகையில் மாநிலத்தின் 14, 15 மாவட்டங்களை உள்ளடக்கிய பகுதிகளை ஆயுதம் தாங்கிய மதவெறி காவிக் கும்பல் தங்கள் கட்டுப்பாட்டின் கீழ் வைத்துக்கொண்டு படுகொலைகள் நிகழ்த்தியது.

ஒப்பீட்டளவில் முஸ்லிம்கள் சிறுபான்மையினராக இருந்த பகுதிகள் திட்டமிடப்பட்ட இலக்குகளாக இருந்தன.

தீஸ்தா செதல்வாட்

குஜராத் மாநிலத்தில் கோத்ரா நிகழ்வுக்குப் பின்பு இஸ்லாமியர்கள் மீது நடத்தப்பட்ட தாக்குதல்கள், வன்முறை கோரக் கொலைகள், முஸ்லிம் பெண்கள் மீது நடத்தப்பட்ட பாலியல் வன்கொடுமைகள் குறித்து சமூக ஆர்வலரும், குஜராத் இனப்படுகொலைக்கு நீதி கேட்டு போராடி வருபவருமான தீஸ்தா செதல்வாட் 'இன - அழிப்பு - குஜராத் 2002 (Genocide Gujarat 2002)' என்ற ஆவணம் மூலம் வெளிஉலகிற்கு அம்பலப்படுத்தி இருக்கிறார். தன்னுடைய கம்யூனலிஸம் கம்பாட் இதழிலும் விரிவாக எழுதி இருக்கிறார். அவையெல்லாம் தொகுக்கப்பட்டு, 'தீஸ்தா செதல்வாட்: நிாஜவோடை - அரசமைப்புச் சட்டத்தின் காலாட்படை வீரர் (*Teesta setanvad Foot Soldier of the Constitution - A Memorir*)' என்ற நூலாக பாரதி புத்தகாலயம் வெளியிட்டுள்ளது.

தீஸ்தா செதல்வாட், மதவாத கும்பலால் முஸ்லிம் மக்கள் கொடூரமாகக் கொன்று குவிக்கப்பட்ட இடங்களுக்கு நேரிடையாகச் சென்று ஆய்வு நடத்தி உள்ளார்.

இந்துத்துவா மதவாதக் கும்பலின் கோரத் தாக்குதலில் தப்பி உயிர் பிழைத்தவர்களை நேரில் கண்டு அவர்களின் மரண வலிகளை ஆவணமாகப் பதிவு செய்திருக்கிறார். அந்நூலில் அவரது பதிவுகளைப் படிக்கின்ற போதே கண்கள் குளமாகிறது. குஜராத் மாநிலம் மதவெறியர்களின் கூடாரமாக ஆகி, முஸ்லிம்கள் கொல்லப்பட்டது, ஜெர்மானிய யூதர்கள் கொடியவன் இட்லரால் கொல்லப்பட்டதை நினைவு கூறுகின்றன.

தீஸ்தா செதல்வாட் வடித்த துயர நிகழ்வுகளின் தொகுப்பு வருமாறு:-

"2002 மார்ச் 4ஆம் தேதி ஒரு நிவாரண முகாமில் அகமதாபாத் ஷா ஆலம் முகாமில் இருந்தேன். நரோடா பாட்டியா பகுதியைச் சேர்ந்த முஸ்லிம் பெண்களை அங்கு சந்தித்த நினைவு எனக்கு இருக் கிறது. அவர்கள் எவ்வாறு தர்காவைச் சென்றடைந்தார்கள் என விவரித்தார்கள்.

காப்பாற்றப்பட்டபோது அந்தப் பெண்கள் உடைகள் எதுவும் அணிந்திருக்கவில்லை. அந்த அவமானத்தைத் திரும்பச் சொல்வது எளிதானது. ஆனால் புரிந்து கொள்வது கடினம். ஏறத்தாழ 12-13 மணி நேரத்தில் பெரும்பகுதி உடல் ரீதியில் துன்புறுத்தப்பட்டது மட்டுமின்றி, அவர்களின் ஆடைகளும், கண்ணியமும்

களையப்பட்டன. அவர்கள் அந்த நிலையிலேயே காவல்நிலையத்தில் அமர்ந்திருந்தனர். அவர்கள் உடல் முழுவதும் சிராய்ப்புகளுடன் இரத்தம் சொட்டச் சொட்ட நிர்வாணமாகவே முகாமுக்கு அழைத்து வரப்பட்டனர்.

ஆர்.எஸ்.எஸ். - வி.எச்.பி. பாஜகவின் 'புனிதப்போர்'. கங்கோத்ரி, கோமதி குடியிருப்பு சங்கங்களிலிருந்த வீடுகள் மீது கட்டவிழ்த்துவிடப்பட்டது. இந்த குடியிருப்புப் பகுதிகள் சனாதன இந்துக்களின் கங்கா மாதாவின் பெயரைத் தாங்கி இருந்தன.

இருப்பினும் அவையும் விட்டு வைக்கப்படவில்லை. பிப்ரவரி 28ஆம் தேதி கலவரக்காரர்கள், தினசரி கூலி ஈட்டும் பெண்கள், அவர்களது மகள், தாய் மீது வன்முறையை கட்டவிழ்த்துவிட்டனர்.

அப்பாவி முஸ்லிம் இளம் பெண்கள் இரும்புக் கம்பிகளாலும், பிற கூரிய ஆயுதங்களாலும் துண்டு துண்டாக வெட்டப்படும் 'காட்சியை' அந்தக் குடியிருப்புப் பகுதிகளிலிருந்த பெண்களும், ஆண்களும் பார்த்துக் கொண்டு இருந்தனர்.

இந்து தர்மத்தின் குலைநடுங்கச் செய்யக் கூடிய கொடூரமான ராணுவமயப்படுத்தப்பட்ட நயவஞ்சகமான முகம் அங்கு வெளிப்பட்டது. 1992-1993இல் மும்பை சாலைகளில் நான் பார்த்ததைவிட இது ஆயிரம் மடங்கு மோசமானதாக இருந்தது. இது போன்று ஒழுங்கமைக்கப்பட்ட பயங்கரம், அவமானம், குற்றச் செயலும் ஒவ்வொன்றாகப் பெருகப் பெருக இந்து ராஷ்டிரத்தின் வடிவமும் கூடுதல் துலக்கத்துடன் வரையப்பட்டது.

தனது மனைவி பாலியல் வன்புணர்வுக்கு உட்படுத்தப்பட்டதை நேரில் பார்த்த அந்தக் கடைக்காரர், வன்முறைக்கு இலக்காகி உயிர் பிழைத்திருந்த அரிதானவர்களில் அவரும் ஒருவர். இது போன்ற கொடூரத்திற்கு ஆளாக்கப்பட்ட பெரும்பாலானோர் கொலை செய்யப்படடனர்.

தனக்கு நடந்த கொடூரத்தை மனைவி நீதிமன்றத்தில் பதிவு செய்த போதும், அந்தக் கடைக்காரர் அருகில் இருந்தார். இளம் பெண்கள் வன்புணர்வுக் கொடூரத்திற்கு உட்படுத்தப்பட்டதை நேரில் பார்த்த அந்தப் பெண்ணை நான் சந்தித்தேன்.

அந்த விளக்கங்கள், வார்த்தைகள் ஒரே விதமான விவரங்கள் பயங்கரமானவையாக இருந்தன. இத்தகைய வன்புணர்வுக் கொடுமைக்கு ஆளான ஒருவர் மீண்டும் மீண்டும் அந்தச் சம்பவத்தைக் கூறுவதற்கு எவ்வளவு மனவலியைத் தாங்கியிருப்பார்?

குல்பர்க் சொசைட்டி வன்முறையில் உயிர் பிழைத்தவர்களைத் தரியகான் கும்பட் முகாமில் சந்தித்தேன்.

நகரின் ஒரு பகுதி முழுவதுமே, ஏழெட்டு மணி நேரம், படுகொலைகள் நடந்ததை அனுபவித்து ரசித்துக் கொண்டிருந்தது என்பது குலை நடுங்கச் செய்கிறது.

பட்டப் பகலில் மகளிர், இளம் பெண்கள் வன்புணர்வுக் கொடுமைகளுக்கு ஆளானதாகவும், இடைவிடாமல் வேட்டையாடி, கொலைகள் செய்யப்பட்டதையும், பெண்களும், ஆண்களும் கொண்டாடுவது என்பது இரக்கமற்ற வன்முறைக்கு முன்பும், பிறகும் பொதுவெளியின் நிலைமை எவ்வாறு இருந்தது என்பதையும் பிரதிபலிக்கிறது.

இத்தகைய வன்முறை அந்தப் பகுதியில் உள்ள பொதுவெளியை தரத்திலும் பாதிக்கிறது. ரூபாபென் மோடி, சாய்ராபென் ஆகியோருக்கு தங்களது அன்புக்குரிய மகன்களை வன்முறையில் இழந்தது ஆறாத வடுவாக இருப்பது போலவே தங்களது விலைமதிப்பற்ற குல்பர்க் சொசைட், பிப்ரவரி 28ஆம் தேதி பல மணி நேரத்திற்கு இரத்த வேட்டையையும், பட்டப் பகலில் நிகழ்த்தப்பட்ட வன்புணர்வுக் கொடுமைகளை அனுமதித்ததும் மறக்க முடியாத வேதனை அளித்தது.

பேசவோ, எழுதவோ இயலாத அளவு அது வலியைத் தந்தது. நரோடா பாட்டியா பகுதியில் பிப்ரவரி 28ஆம் தேதி 126 பேர் கொல்லப்பட்டனர்.

நரோடா பாட்டியா, குல்பர்க் சொசைட்டி ஆகிய இடங்களுக்கு முதன் முதலாக நான் சென்றபோது கண்டவை எளிதில் தோன்றி மறையும் காட்சிகளாக நினைவில் உள்ளன. இவை இரண்டும் வெறியாட்டம் தொடங்கிய முதல் நாளில் மிக மோசமான படுகொலைகள் நிகழ்ந்த பகுதிகள்.

சொசைட்டி பகுதி, ஒரு ஏக்கர் பரப்பு உள்ள மனையாகும். அதில் ஈசன் ஜாஃப்ரி சாப் (முன்னாள் எம்.பி. குல்பர்க் சொசைட்டியில் வன்முறைக் கும்பலால் வெட்டிக் கொல்லப்பட்டவர்) அன்பைக் குழைத்து ஒரு குடியிருப்பை உருவாக்கி இருந்தவர். அது இப்போது இடிபாடுகளாகக் காட்சி அளிக்கிறது. உடைத்து நொறுக்கப் பட்ட ஆயிரக்கணக்கான பாட்டில்களின் சிதறல்கள் அங்கு பரவி சிதறிக் கிடக்கின்றன. தீயில் கருகியவற்றின் துர்நாற்றம் தாங்க முடியாததாக இருக்கிறது. சாய்ராபென், ரூபா பென், பிரோஸ்பார், ஈசன்சாப் ஆகியோரது வீடுகள் முழுமையாக எரிந்து, அந்த வீடுகளின் சுவர்களில் மின் இணைப்புகள் சென்ற இடங்களில் எல்லாம்

சிமெண்ட் உடைந்து விழுந்திருந்தது. மின் விசிறியின் கரடுமுரடான முகம் கொண்ட மந்திரவாதியின் விரல்களைப் போல வளைந்து நெளிந்திருந்தன.

அகமதாபாத்திற்கு சற்று வெளியே இருந்த பாட்வாவிலிருந்த வீடுகளின் நிலையும் இதுதான். கலவரங்களில் இது போன்று முழுமையான அழிவை இதுவரை நான் பார்த்தது இல்லை. மனித உடல்களில் அது சதையை விட்டு வைக்கவில்லை. உயிரற்ற பொருட்களில் அவற்றின் சுவடுகள் மட்டும் இருந்தன."

நரோடா பாடடியாவின் ஹுசைன் நகரில் வசித்த ஆமினா ஆபா, முகாமிலிருந்த போது என்னிடம் கூறினார், "எங்கள் மக்கள் தீயில் வாட்டப்பட்ட இறைச்சிகளாக மாற்றப்பட்டனர். இமைக்கும் வேளையில் எல்லாம் முடிந்து விட்டது."

நாங்கள் வெள்ளை வேதியியல் பொருள் ஒன்றின் எச்சத்தை வன்முறை நடந்த இடங்களில் பார்த்தோம். அது வன்முறையாளர்கள் பயன்படுத்தப்பட்டது என பின்னர் அறிந்து கொண்டோம். நான் அந்தப் பொடியின் பல பொட்டலங்களைச் சேகரித்தேன். அதில் லட்சுமி இன்டஸ்ட்ரீஸ் ஹைதராபாத் என்ற முகவரி இருந்தது. இந்த ஆதாரம் பின்னர் சிறப்பு புலனாய்வுப் பிரிவிடம் அளிக்கப்பட்டபோதும் அது குறித்து விசாரணை நடத்தப்படவில்லை.

அகமதாபாத்தில் பிப்ரவரி 28ஆம் தேதி குறிவைக்கப்பட்ட மிக மோசமான வன்முறைக்கு ஆளான பகுதிகளில் அதற்கு இரு வார காலம் முன்பிலிருந்து சமையல் எரிவாயுத் தட்டுப்பாடு ஏன் நிலவியது என்பதும் விசாரிக்கப்படவில்லை. நரோடா பாட்டியா, குல்பர்க் சொசைட்டி ஆகிய இடங்களில் வன்முறையாளர்களுக்கு எரிவாயு உருளைகளே விருப்பம் மிகுந்த ஆயுதங்களாக விளங்கின.

வன்முறைத் தாக்குதல்களின் போது நடத்தப்பெற்ற வன்புணர்வுக் கொடுமைகள் குறித்தும் முறையான விசாரணை நடைபெறவில்லை. மகளிர் அமைப்புகள் இத்தகைய வன்முறைச் சம்பவங்களை 300 முதல் 400 வரை கணக்கிட்டுள்ளன.

ஆனால் குஜராத் அரசு 200 வன்புணர்வுக் குற்றங்கள் மட்டுமே நடந்ததாக ஒப்புக்கொண்டுள்ளது. இதில் மூன்று வழக்குகளில் மட்டும் பில்கிஸ், ஏரல், நரோடா பாட்டியா நீதித்துறையின் ஏற்பு கிடைத்துள்ளது.

நகரங்களும், கிராமங்களும் பாலியல் வன்முறைக்கு இலக்கானது குறித்த சாட்சியங்கள் ஆவணப்படுத்தப்பட்டிருந்தாலும், அது பொது நினைவிலிருந்து அகற்றப்பட்டுள்ளது. ஒரு சமுதாயம் முழுவதையும்

அவமானப்படுத்தி, ஒடுக்குவதற்கான அறிவிப்பை வழங்கும் வகையில் வன்முறை வடிவமைக்கப்பட்ட அதே வேளையில் திட்டமிடப்பட்ட நினைவு அழிப்பு அத்தகைய ஒடுக்கு முறையை முழுமையாக்கி இருக்கிறது.

2002 மார்ச் 2, 3 தேதிகளில் நரோடா, குல்பர்க் படுகொலைகளில் உயிரிழந்தவர்களின் சிதிலமடைந்த உடல்களின் ஒட்டுமொத்த அடக்கம் ஒரு கபர்ஸ்தானில் நடைபெற்றது.

அந்த வன்முறையை நேரில் கண்டு உயிர் பிழைத்திருந்த முஸ்லிம் இளைஞர்கள், உருண்டோடிய சினத்தின் கண்ணீர்த் துளிகளுடன் இறுதிச் சடங்குகளைச் செய்தனர்."

தீஸ்தா செதல்வாட் நினைவுக் குறிப்புகளிலிருந்து குஜராத்தில் திட்டமிட்டு நடத்தப்பட்ட முஸ்லிம் மக்கள் படுகொலையின் கட்டமைக்கப்பட்ட வன்முறைகள் வெள்ளிடை மலையாகத் தெரிகின்றது.

குஜராத் படுகொலைகளில் இரத்தத்தை உறைய வைக்கும் கொடூரங்கள் பற்றிய ஆவணங்களை நாம் படிக்கும்போது நமது நெஞ்சம் எரிமலையாக வெடித்துவிடும்.

49
குஜராத் கொலைக்களம்: இரத்தச் சாட்சியங்கள்

2002, பிப்ரவரி 27 கோத்ரா தொடரி நிலையத்தில் சபர்மதி விரைவுத் தொடர் வண்டி தீ வைக்கப்பட்ட பின்பு, குஜராத் மாநிலம் முழுவதும் இஸ்லாமியர்களுக்கு எதிரான 'நெருப்பு' திட்டமிட்டு பற்ற வைக்கப்பட்டது. அந்த மதவாத நெருப்பைப் பற்ற வைத்த ஆர்.எஸ். எஸ்., சங் பரிவாரங்கள், விஸ்வ ஹிந்து பரிஷத் மற்றும் அப்போதும் ஆளும் கட்சியாக இருந்த பாரதிய ஜனதா கட்சி போன்றவற்றின் 'குண்டர்' பட்டாளம் இஸ்லாமிய மக்களை ஈவு இரக்கமின்றிக் கொன்று குவித்தன.

காந்தி மகானை உலகுக்குத் தந்த குஜராத் மாநிலத்தில் 17 ஆண்டுகளுக்கு முன்பு இஸ்லாமிய மக்கள் கண்டந் துண்டமாக வெட்டிச் சாய்க்கப்பட்ட கொடுஞ்செயல்கள் பற்றிய ஆவணங்களை, இப்போது இந்தத் தொடருக்காக எடுத்துப் படிக்கின்றபோது என் கண்கள் குளமாகின்றன.

2002, பிப்ரவரி 27 முதல் மார்ச்சு முதல் வாரம் வரை நடந்த குஜராத் கோரக் கொலைகள் பற்றிய நேரடிச் சாட்சியங்களின் வாக்குமூலங்களைப் படிக்கின்றபோது அவற்றை எழுதுவதற்கு என் கைகள் நடுங்குகின்றன.

மதவாதக் கொடுங்கோலர்கள் கையில் சிக்கி சீரழிக்கப்பட்டு, சிதைக்கப்பட்ட இஸ்லாமியப் பெண்களின் துயரங்களைப் பற்றி 'அகதிகள்' முகாம்களில் இருந்தவர்கள் கூறியதைச் செய்திகளில் படிக் கின்றபோது நெஞ்சம் பிளக்கிறது.

அவை எல்லாவற்றையும் இந்தத் தொடரில் நான் எழுதப் போவது இல்லை. ஆனால், நம் காலத்தில் நடந்த கொடூர இனப் படுகொலைகளை அரங்கேற்றியவர்கள் இன்று எப்படி இருக்கிறார்கள்?

இந்நாட்டின் அதிகாரப் பீடத்தை 'அவர்கள்' அலங்கரித்துக் கொண்டிருக்கின்ற 'அவல' நிலையை அல்லவா 'மக்களாட்சி' உருவாக்கி விட்டிருக்கிறது?

குஜராத் 'கொலைக் களம்' இந்தியா முழுவதும் வியாபித்து விடும் நிலை உருவாகி விடுமோ என்ற கவலையினால் சில நிகழ்வுகளை முன் வைக்கிறேன்.

குஜராத் முஸ்லிம் மக்கள் படுகொலைகளை ஆதாரப்பூர்வமாக வெளி உலகிற்கு அம்பலப்படுத்திய 'நீதி - அமைதிக்கான குடிமக்கள்' (Citizens for Justice and Peace) என்ற தொண்டு நிறுவனத்தின் தலைவரும், வீரப் பெண்மணியுமான தீஸ்தா செதல்வாத், நடத்தி வந்த 'கம்யூனலிசம் காம்பேட்' இதழில் வெளி வந்த கட்டுரைகள் அனைத்தையும் "குஜராத் இனப் படுகொலைகள் - 2002" என்று 'சவுத் விஷன்' 2002, ஜூன் மாதம் ஆவணமாக 'தமிழில்' வெளியிட்டுள்ளது. அவற்றிலிருந்து நெஞ்சம் பதறுகின்ற கொடிய நிகழ்வுகள் சிலவற்றை வாசகர்கள் பார்வைக்கு வைக்கிறேன்.

இனப்படுகொலை ஆவணங்கள்

குஜராத்தின் 24 மாவட்டங்களில் 16இல் மிகக் கவனமாகத் திட்டமிடப்பட்ட பயிற்சி பெற்ற வன்முறைக் கும்பல்களின் தாக்குதல்கள் 2002, பிப்ரவரி 28, மார்ச் 1, 2 ஆகிய தேதிகளில் நடைபெற்றன. கலவரத்தில் ஈடுபட்ட வன்முறைக் கும்பல்கள் மார்ச்சு மத்திய காலம் வரை மிகவும் சுதந்திரமாக மாநிலம் முழுவதும் வலம் வந்தன.

குறைந்த பட்சம் இரண்டாயிரத்து ஐநூறு முதல் மூன்றாயிரம் பேரும், பெரும் பாலான இடங்களில் அதிக அளவில் ஐந்தாயிரம் முதல் பத்தாயிரம் பேர் வரையிலும் இத்தாக்குதலில் ஈடுபட்டனர். கைகளில் சூலாயுதம், வாள், வேளாண் கருவிகள் உள்ளிட்டவற்றை எடுத்துச் செல்லும் இவர்களது சூறையாடல், தீ வைப்பு, கலகம், தூக்கிலிடுவது, உயிரோடு எரிப்பது என மாநிலம் முழுவதும் ஒரே மாதிரியான உறைய வைக்கும் நிகழ்வுகளைத் திட்டமிட்டு அரங்கேற்றினர்.

மிகக் கவனமாகத் திட்டமிடப்பட்ட பயிற்சி பெற்ற ஊழியர்கள் மட்டுமே செய்வது போன்று ஒரே மாதிரியான செயல்கள் மாநிலம் முழுவதும் 72 மணி நேரத்திற்குள் செய்து முடித்த பின்பே, முதல்வர் நரேந்திர மோடி, நிலைமை கட்டுக்குள் வந்ததாக அறிவித்தார்.

அதையே பெருமையாக "மாநிலத்தில் நான் 72 மணி நேரத்தில் அமைதியை நிலை நாட்டினேன்" என்று குஜராத் முதல்வர் நரேந்திர மோடி கூறிக் கொண்டார். (The Indian Express, 2002, March 6)

மோடி குஜராத்தில் நிலைநாட்டியது 'மயான அமைதி' என்பதை 'வசதியாக' மறந்து விட்டார்.

அகமதாபாத் படுகொலைகள்

அகமதாபாத் நகரிலிருந்து சுமார் 15 கிலோ மீட்டர் தொலைவிலுள்ள பகுதி நரோடா காவ்ன் மற்றும் நரோடா பாட்டியா. இது ஆயிரத்திற்கும் மேற்பட்ட முஸ்லிம் தினக்கூலித் தொழிலாளர்கள் வசித்து வந்த பகுதி. கர்நாடகா, மராட்டிய மாநிலங்களிலிருந்து புலம் பெயர்ந்து, உடல் உழைப்பை மட்டுமே மூலதனமாகக் கொண்டு வாழும் எளிய முஸ்லிம் மக்களான இவர்களின் குடியிருப்புகள் ஆள் அரவமற்ற நெடுஞ்சாலைப் பகுதியில் ஊருக்கு வெளியே அமைந்துள்ளது.

விஸ்வ ஹிந்து பரிஷத், சங் பரிவாரக் கும்பல் நரோடா காவ்ன், நரோடா பாட்டியா பகுதிகளில் அடிக்கடித் தாக்குதல் நடத்துவது விருப்பமான பொழுதுபோக்கு ஆகும். 1999இல் இப்பகுதியிலிருந்த முஸ்லிம் தர்கா சிதைக்கப்பட்டு அங்கு இந்துக் கடவுள் சிலை ஒன்று வைக்கப்பட்டது. அப்போது காவல்துறை பாரபட்சமின்றி நடவடிக்கை எடுக்க முயற்சித்தபோது, வி.எச்.பி. உள்ளூர் தலைவர் டாக்டர் ஜெய்தீப் படேல், பாஜகவைச் சேர்ந்தவரும் பின்னாளில் குஜராத் மோடி அமைச்சரவையில் இடம் பெற்றிருந்த பெண்மணியுமான மாயா கோட்தானி உள்ளிட்டோர் மற்றும் வி.எச். பி. குண்டர்களை வழக்கிலிருந்து விடுவித்திட மாநில உள்துறை அமைச்சர் ஹரேன் பான்ட்டியா முயற்சித்தார். காவல்துறை அதை முறியடித்ததோடு தர்காவையும் சீரமைத்துத் தந்தது. சட்டத்தை வளைக்க நினைத்தோர் பின் வாங்கினர்.

நரோடா பாட்டியா, நூரானி மசூதியில் நடந்த மதவெறியர்களின் கொலை வெறித் தாக்குதல் குறித்து, சன்ஃபிளவர் பள்ளியின் முதல்வர் நசீர்கான் ரஹீம்கான் பதான் என்பவர் ஷா ஆலம் நிவாரண முகாமில், ‘கம்யூனலிசம் காம்பேட்’ இதழுக்கு நேர்காணல் அளித்தார்.

நம் இரத்தத்தை உறைய வைக்கும் படுகொலைகளின் நேரடி சாட்சியின் வாக்குமூலம் வருமாறு :

“நான் ஒன்பதாவது, பத்தாவது பயிலும் மாணவர்களுக்கு ஆங்கிலமும் கணிதமும் போதித்து வருகிறேன். எங்களது பள்ளியில் இந்து, முஸ்லிம் மாணவர்கள் ஒரே பெஞ்சில் அமர்ந்து படித்து வரும் நல்ல நிலைதான் உள்ளது. குஜராத் பந்த் அறிவிக்கப்பட்ட நாளான பிப்ரவரி 28ஆம் தேதி சுமார் பத்தாயிரம் பேர் கொண்ட வன்முறைக் கும்பல் காக்கி அரைக்கால் சட்டையும், காவிப் பனியனும் அணிந்து வந்தது. கைகளில் வாள்கள், ஈட்டிகள், அமில மற்றும் பெட்ரோல்

குண்டுகள் வைத்திருந்தனர்; காஸ் சிலிண்டர்களையும் தூக்கி வந்தனர்.

முதலில் காலை 10.30 மணி அளவில் நூரானி மசூதியை முற்றிலுமாகத் தகர்த்தனர். பின்பு ஷபீர், குர்ஷீத் மற்றும் மெஹ்முத் அகமது ஆகிய மூன்று பேரைக் குடும்பத்தோடு மிகக் கொடூரமான முறையில் உயிரோடு எரித்தனர்.

பின்பு ஹூசைன் நகர் மற்றும் ஜவஹர் நகர் பகுதிகளில் தாக்குதலைத் தொடர்ந்தனர்.

மெஹ்ருக் பானு என்பவரின் மகள் கைருன்னிசா என்பவரது வெட்கப்படக் கூடிய பாலியல் பலாத்காரத்துக்கு நான் கண்கண்ட சாட்சியாய் உள்ளேன்.

அவளை 11 பேர் கொண்ட காட்டு மிராண்டிக் கும்பல் பாலியல் பலாத்காரம் செய்தது. அதன்பிறகு அந்தக் குடும்பத்தில் உள்ளோரை ஒருவர் பின் ஒருவராக உயிருடனேயே எரித்தது. கைருன்னிசாவின் தாயார் - குடும்பத் தலைவி - தலை வெட்டப்பட்டார். பெட்ரோலில் சிலவகை கரைப்பான்கள் கலந்ததை நான் கண்ணுற்றேன். பிறகு சடலங்கள் மிகவும் பயங்கரமான நிலையில் இருந்தன.

ஆறு வயது ‘இம்ரான்’ என்ற சிறுவனின் வாயில் பெட்ரோலை ஊற்றி, தீக்குச்சி ஒன்றைக் கொளுத்தி அவனது வாயில் போட்டு, அவன் உயிரோடு வெடித்துச் சிதறியதை என் கண்களால் நேரடியாகப் பார்த்தேன்.

குறைந்தது 80 பேர் வரை உயிரோடு கொளுத்தப்பட்டு கிணற்றில் வீசப்பட்டதும் நடந்து கொண்டிருந்தது. அரசுக்குச் சொந்தமான எஸ்.டி. ஒர்க்ஷாப், கங்கோத்ரி மற்றும் கோபி பார்க் அருகில் உள்ள திஸ்ராக்வான் என்ற இடத்தில் இது நடந்தது.

தர்கஷ் பீபீ அப்துல்கனி என்ற 70 வயது கிழவியைக் கூட வகுப்பு வெறியர்கள் விடுவதாக இல்லை. அவரையும் உயிரோடு கொளுத்தினார்கள்.

காவல்துறை தலையிடாமல் வேடிக்கை பார்த்தது மட்டுமின்றி, ‘முஸ்லிம்களை உயிரோடு எரியுங்கள்’ என்று வகுப்பு வெறியர்களுக்கு உற்சாகமும் ஊக்கமும் தந்தனர்.

அரசுப் பொறுப்பில் இருந்த கிடங்கில் இருந்து வன்முறையாளர்களுக்கு பெட்ரோல், டீசல் ‘சப்ளை’ செய்யப்பட்டது.

என் கண் முன்பே சுமார் 120 பேர் வரை உயிரோடு எரித்து படுகொலை செய்யப்பட்டதைக் கண்டேன். நான்கு பாலியல்

வன்முறைகளை நேரடியாகப் பார்த்தேன். இது மட்டுமின்றி சுமார் 10 இளம் பெண்களை (மாணவிகள்) எங்கு தூக்கிச் சென்றார்களோ, கடவுள்தான் அறிவார்.

நான் உதவியற்று இருந்தேன். கழிப்பிடத்தில் பதுங்கியிருந்தேன். எங்களில் பலர் இதுபோன்ற கொடூரமான காட்சிகளைக் கண்டவாறே ஆங்காங்கு உயிருக்காகப் பதுங்கியிருந்தனர்."

ஹுசைன் நகர், நரோடா பாட்டியா

முகாமில் அடைக்கலமாயிருந்த பெண்மணி அமீனா ஆப்பா அளித்த நேர் காணல் வருமாறு :

"பிப்ரவரி 28 (2002) காலை 9-10 மணி இருக்கலாம். நான் வீட்டில் டீ போட்டுக் கொண்டிருந்தேன். திடீரென்று பெரும் சத்தத்துடன் தங்கள் வீடுகளை விட்டுப் பெண்கள் அலறி அடித்துக் கொண்டு வெளியே ஓடி வந்ததை அறிந்தேன்.

பரபரப்பான அச்சூழலில், பஜ்ரங் தள் ஆட்கள் வருவதாகக் கூச்சலிட்டுக் கொண்டே ஓடினர். நானும் எனது வீட்டை விட்டு வெளியே வந்தேன்.

கலுப்பூர் ஸ்டேஷனுக்கும் நரோடா பாட்டியாவிற்கும் எங்கு பார்த்தாலும் மனிதத் தலைகள்தான் தெரிந்தது. சுமார் 15 ஆயிரம் பேர் வரை இருக்கும்; எங்கு பார்த்தாலும் அவர்கள்தான். அவர்கள் பஜ்ரங் தள், வி.எச்.பி. ஆட்கள் என்பது பார்த்தாலே தெரிந்தது.

தலையில் காவித் துணி, கைகளில் பயங்கர ஆயுதங்கள், அவர்களுடன் எங்கள் பகுதியின் 'சாரா' சமூகத்தைச் சேர்ந்தவர்களும் வந்தனர்.

கிருஷ்ணா நகரிலிருந்து பல்லாயிரக்கணக்கில் வந்திருந்தனர். மீதம் உள்ளோர் மத்திய அரசு ஓர்க்ஷாப் தொழிலாளர்கள். அன்று மத்திய அரசு இடங்கள் கூட சித்ரவதைக் கூடங்களாக, கொலைக்களமாக மாறியது. முஸ்லிம் ஊழியர்களுக்கு மட்டும் முன்பே விடுப்பு கொடுத்து அனுப்பி விட்டு இந்துக்கள் மட்டும் ஓர்க்ஷாப்பில் இருந்தனர்.

எங்களது வீடுகளை எரிப்பதற்கும், எங்களது சமூகத்தைச் சேர்ந்தவர்களை உயிரோடு எரிக்கவும் மத்திய அரசு ஓர்க்ஷாப்பிலிருந்து பெட்ரோல் விநியோகம் செய்யப்படுவதை நேரடியாகக் கண்டேன்.

முதலில் நூரானி மசூதியை சுமார் 100 பேர் தாக்கி சிதைத்தனர். பின்பு ஷஃபிக் என்ற 18 வயது இளைஞன் சுட்டுக் கொல்லப்பட்டான்.

இச்சமயம் நாங்கள் நூற்றுக்கணக்கான முறை காவல்துறை கமிஷனர், ஐ.ஜி., நரோடா காவல் நிலையம் இவற்றிற்குக் காலையிலிருந்து இரவு 9 மணி வரை தொடர்ந்து போன் செய்தோம். பலன் இல்லை.

இன்ஸ்பெக்டர் மைசூர்வாலாதான் இப்படுகொலைகளுக்குப் பொறுப்பு. கலவரக்காரர்களிடமிருந்து தப்பி பாதுகாப்புக் கோரி வந்த எங்கள் மீது தாக்குதல் நடத்தி, கண்ணீர் குண்டையும் போட்டார். நாங்கள் முறையிட்டதற்கு 'ஓடுங்கள், எனக்கு மேலிடத்திலிருந்து உத்தரவு வந்துள்ளது,' என்றார்.

கமிஷனர், ஐ. ஜி., இன்ஸ்பெக்டர் மைசூர் வாலா ஆகிய மூவரும்தான் மேற்சொன்ன சம்பவங்களுக்கும் பொறுப்பேற்க வேண்டும். அவர்கள்தான் என் மக்களைக் கொன்ற கொலையாளிகள்."

சூறையாடப்பட்ட பெண்கள் - உயிரோடு எரிப்பு

"எங்கள் சமூகத்தைச் சேர்ந்த மிக அழகான இளம்பெண்கள் பகிரங்கமாகப் பாலியல் பலாத்காரம் செய்யப்பட்டதையும், பின்பு கண்டதுண்டமாக பல கூறுகளாக வெட்டப்பட்டு எரிக்கப்பட்டதையும் எனது இரு கண்களால் நேரடியாகப் பார்த்தேன்.

GJ-61418, GJ-1-B-1593, GJ-1-3631 ஆகிய எண்களைக் கொண்ட மூன்று வெள்ளை நிற மாருதி வாகனங்களில் இருந்தவர்கள்தான் இவை அனைத்தையும் வழி நடத்தியவர்கள் என்பதையும் நேரடியாகக் கண்டோம்.

அக்கொடூரமான நாளில், நான் என் வீட்டுக் கூரையில் பதுங்கியிருந்தேன். எனது உயிர்த் தோழி கௌசர் பானு (பிரோஜ் நகரைச் சார்ந்தவர், நூரானி மசூதிக்கு எதிரே இருந்தவர்) என் கண்ணெதிரே பாலியல் பலாத்காரம் செய்யப்பட்டதையும், இன்னமும் பிறக்காத அவரது குழந்தை நிறைமாத வயிற்றில் இருந்து கீறி எடுக்கப்பட்டு, வெளியே உயிருடன் நெருப்பில் வாட்டி அக்குழந்தை கொல்லப்பட்டக் கொடுமையையும் கண்டேன். பின்பு அவளும் துண்டு துண்டுகளாக வெட்டப்பட்டு எரிக்கப்பட்டாள். 9 மாதக் கர்ப்பிணியான அவளுக்கு நேர்ந்த கொடுமை அதிர்ச்சியாக இருந்தது.

ஹுசைன் நகர் பகுதியில் ஒரு பெண் கூட விடுபடவில்லை. அனைவரும் பாலியல் வல்லுறவுக்கு உள்ளாக்கப்பட்டு, துண்டு துண்டாக வெட்டப்பட்டு கொளுத்தப்பட்டனர். எங்களது பெண்களும், குழந்தைகளும் இவ்வாறு படுகொலை செய்யப்பட்டது

மாத்திரம் அல்ல; சரியான முறையில் அவர்களது உடல்களைப் புதைக்கக் கூட அனுமதி இல்லை.

நான் கேட்கிறேன். இந்நாட்டின் விடுதலைப் போராட்டத்தில் முஸ்லிம்களுக்குப் பங்கு இல்லையா? சில நொடிகளில் எங்களது கேஸ் சிலிண்டர்களை வைத்து எங்கள் பெண்களையே வெடித்துச் சிதற வைத்துப் படுகொலை செய்திருக்கிறார்கள்.

எங்களில் சிலர் மட்டும் கூரைகளிலும் இன்னும் சில இடங்களிலும் பதுங்கி இருந்ததால் தப்ப முடிந்தது. இந்நாட்டில் முஸ்லிமாகப் பிறந்தது பாவமா?"

குஜராத் முஸ்லிம் பெண்மணி அமீனா ஆப்பா கேட்ட கேள்வி, "இந்நாட்டில் முஸ்லிமாகப் பிறந்தது பாவமா?" இது வரையிலும் பதில் கூற முடியாத கேள்வி ஆகும்.

தரியாகான் கும்பத் நிவாரண முகாம்

தாவூத்பாய் காடியாவி, முகாம் ஊழியர் அளித்த சாட்சியம் :

"பிப்ரவரி 28இல் நடந்த பயங்கரமான கலவரங்களின் பின்பு மார்ச் 3ஆம் தேதி தான் நாங்கள் உள்ளூர் அரசு மருத்துவமனை அதிகாரிகளின் அழைப்புப் பெற்றோம்.

நான் பலத்த போலீஸ் பாதுகாப்புடன் அங்கு அழைத்துச் செல்லப்பட்டேன். அங்கிருந்த மருத்துவ அலுவலர் முஸ்லிம் முறைப்படி இறுதிச் சடங்குகளைச் செய்ய, இறந்த உடல்களை என்னிடம் ஒப்படைப்பதாகச் சொன்னார்.

படுமோசமான நிலை எதுவெனில், இவ்வளவு கொடூரமான சிதைந்த நிலையிலிருந்த உடல்களை நான் கண்டது கூட கிடையாது. உடல்களில் எது ஆண், எது பெண் என பாலின வேறுபாடு கூட காண இயலாத அளவில் அவை சிதைந்து போயிருந்தன. மொத்தமாக புதைக்கும் நிகழ்வில் நான் மிக வேதனையுடன் ஈடுபட்டேன். இன்னமும் கூட அந்த உடல்களை நினைத்தால் தூக்கம் வருவது இல்லை. சுமார் 400 உடல்கள் வரை மருத்துவமனையில் இருந்தன.

அப்பணியில் ஈடுபட்ட அனைவருக்கும் இரும்பு இதயம்; கைகளில் உறை; டெட்டால், அத்தர் தெளிப்பு - இங்ஙனமே ஈடுபட்டனர்.

16 நாட்களில் 192 உடல்களை மாத்திரமே புதைத்தோம்; மீதமுள்ளவற்றின் நிலை என்னவாயிற்று எனத் தெரியவில்லை."

ஷாஹிபாக் நிவாரண முகாம்

11 வயது சிறுவன் ராஜாபுண்டு பாய் அளித்த சாட்சியம் :

"நாங்கள் மீதம் உள்ளோர் எங்கள் குடும்பத்தில் ஒரு சகோதரன், ஒரு சகோதரி எனது வயதான தந்தை மட்டுமே! எனது தாய் ஜெரினா மற்றும் இன்னொரு சகோதரி நஸ்ரீன் கத்தியால் குத்தப்பட்டு உயிரோடு எரித்துக் கொல்லப்பட்டனர். நான் இவை எல்லா வற்றையும் கண்ணெதிரே பார்த்துக் கொண்டிருந்தேன்.

எனது சகோதரி இன்னும் அழுவதை நிறுத்தவில்லை; எனது தந்தைக்கோ பேச்சே வரவில்லை. எனக்குத் தெரிந்தது, இந்துக்கள் முஸ்லிம்களைத் தாக்குகிறார்கள் என்பதுதான்! நான் இவற்றை நேரில் பார்த்தேன்.

அதற்கு முதல்நாள் ஏதோ நடக்கப் போவதாகச் சிலர் கூறினர். அந்த நாள் இரவு எதுவும் நடக்காததால், நாங்கள் வதந்தியென நம்பினோம்! எதுவும் நடக்காது என நினைத்தோம். மறுநாள் காலை, கும்பல் ஒன்று கற்களை வீசி தாக்குதலைத் தொடங்கியது.

நாங்கள் கங்கோத்ரி, கோபிநாத் குடியிருப்புகளை நோக்கி ஓடினோம். ஆனால், அப் பகுதிகளில் வசிப்பவர்கள்தான் கும்பலாகக் கூடி இருந்தனர்.

நான் ஒரு சுவரின் மீது ஏறி நின்ற போதுதான் என் தாயும், சகோதரியும் கத்திக்குத்துப் பட்டதைக் கண்டேன். பின்னர் மண்ணெண்ணெய் அவர்கள் மீது ஊற்றப்பட்டு எரிக்கப்படுவதைக் கண்டேன். நான் அதிர்ச்சியில் கீழே விழுந்தேன். நான் எழ முயன்றபோது, ஒருவர் ஓடிவந்து என் மார்பிலும், வயிற்றிலும் அடித்தார். இப்போது கூட அவர்கள் 'அவன் தலையை வெட்டு' எனக் கூச்சலிட்டனர். ஆனால் அக் கூட்டத்தில் இருந்த பெரியவர் ஒருவர் "குழந்தையைக் கொல்லாதீர்கள்" என்றார். மற்றவர்கள் அவரோடு வாதிடத் துவங்கிய சமயம், அவர் என்னிடம் "ஓடிவிடு மகனே!" என்றார். நான் ஓடி வந்து ஒரு பெண்மணியுடன் ஒரு சிறிய ஷெட்டில் ஒளிந்திருந்து அவர்கள் கொலைகள் செய்வதைப் பார்த்தேன்."

இராமனின் பெயரால்... ?

நூரானி மசூதியின் பேஷ் இமாமாக இருந்தவர் அப்துல் சலாம் சம்சுதீன் ஷேக். அவர் ஷா ஆலம் முகாமில் அளித்த சாட்சியம் :

"ஓ முல்லா! சொல், ஜெய் ஸ்ரீராம்! சொல்! இல்லை உங்கள் எல்லோரையும் கொன்று விடுவோம்," இதுதான் நரேந்திர மோடி

கட்டவிழ்த்து விட்ட வெறிச்செயல் கும்பலின் கூச்சல். குஜராத் முழுவதும் முஸ்லிம்கள் மீது ஏவி விடப்பட்ட பயங்கரவாதம் இது!

பிப்ரவரி 28 காலை 9.15 மணி இருக்கும். தலையில் காவி ரிப்பனுடன் ஏராளமானோர் மசூதியில் புகுந்து தரைவிரிப்புகளைக் கொளுத்தியும், குர் ஆனை உதைத்தும் கிழித்தும் துவம்சம் செய்யத் துவங்கினர். நான் பலமுறைக் கெஞ்சியும் 'ஜெய் ஸ்ரீராம்' எனக் கூச்சலிட்டவாறே ஒரு காஸ் சிலிண்டரைத் தூக்கிப் போட்டு வெடிக்கச் செய்தனர்.

புனிதப் புத்தகங்கள் உட்பட அனைத்தும் தீக்கிரையாயின. நாங்கள் நெடுஞ்சாலை வழியாகத் தப்பி வரும் வழியில் வெட்கக் கேடான சம்பவங்களை நேரடியாகப் பார்க்க நேரிட்டது.

இந்தியப் பாரம்பரியத்தை, கலாச்சாரத்தைப் பாதுகாப்பதாகச் சொல்லிக் கொள்வோர், நட்ட நடுவீதியில், வெட்ட வெளியில் முஸ்லிம் இளம்பெண்களைப் பாலியல் வல்லுறவு செய்து எரியும் தீயில் போட்டு எரித்துக் கொன்றனர்.

இவையெல்லாம், ஏகபத்தினி விரதன், மகா புருஷன் இராமரின் பெயராலே நடந்தன.

இந்தியாவின் மனச்சாட்சி விழித்துக் கொள்ளுமா? வருங்காலத்திலாவது சுதந்திரப் போராட்டத்தின்போது சமமாகப் போராடிய முஸ்லிம் மக்களுக்கு எதிரான இந்து மதவெறி, அடிப்படை வாதம் சாய்க்கப்படுமா?

நூரானி மசூதி இமாம் 17 ஆண்டுகளுக்கு முன்பு கேட்டதை 2019-லும் கேட்க வேண்டிய நிலையைப் பாரதிய ஜனதா கட்சி அரசு இந்தியா முழுவதும் ஏற்படுத்தி வருகிறது.

குஜராத்தில் இந்துத்துவ மதவெறியர்கள் நடத்திய 'இரத்தக் குளியல்' இன்னமும் அடங்கவில்லையே!

50
குஜராத் கொலையாளிகள் வாக்குமூலம் – 1

இந்திய வரலாற்றில் இரத்தம் தோய்ந்த அத்தியாயங்களாக பதிவு செய்யப்பட்டிருக்கும் 'குஜராத் இனப்படுகொலை -2002' பற்றிய பல ஆவணங்கள் காணக் கிடைக்கின்றன. ஒரு பானை சோற்றுக்கு ஒரு சோறு பதம் என்பது போன்று ஓரிரு ஆவணங்களை நம் மனக்கண்களின் முன்பு நிழலாடச் செய்ய வேண்டிய நிலைமை, இன்றைய இந்திய – இந்துராஷ்டிர கனவில் மிதக்கும் ஆர்.எஸ்.எஸ். – பாஜக ஆளும் இந்தியாவில் இருக்கின்றது.

புலனாய்வு ஊடகத்துறையில் மிகவும் பரபரப்பாக இயங்கி வந்த இணைய இதழ் 'தெகல்கா' என்பது நாடறிந்த ஒன்று. 'தெகல்கா' காட்சி ஊடகம் வாயிலாக அரசியலில் ஊழல்வாதிகள், ஆட்சியாளர்களின் ஏதேச்சதிகார செயல்கள் உள்ளிட்ட ஏனையவற்றை அம்பலப்படுத்தி இருக்கிறது.

2002 பிப்ரவரி 27இல் கோத்ரா தொடர் வண்டி எரிப்புக்குப் பிறகு நடந்த படுகொலைகள் பற்றி குஜராத்தில் நேரடியாக 'தெகல்கா' புலனாய்வு செய்தது.

முஸ்லிம் படுகொலைகளை நடத்திய இந்துத்துவ மதவெறியர்களை நேரடியாகச் சந்தித்து அவர்கள் செய்த கொடூரங்கள் குறித்து நேர்காணல் நடத்திய 'தெகல்கா' அவற்றை 2007 அக்டோபர் 25, 26 தேதிகளில் காட்சி ஊடகங்கள் வாயிலாக இணையத்திலும், தொலைக்காட்சியிலும் ஒளிபரப்பியது.

இஸ்லாமியர்களைக் கொன்று குவித்த கொலைகாரர்கள் தங்கள் செயலை இந்து தர்மத்தை நிலைநாட்டச் செய்த 'புண்ணிய காரியம்' என்று பெருமைப்பட எடுத்துக்கூறினார்.

இரத்தத்தை உறைய வைக்கும் படு கொலைகள் அரங்கேற்றியவர்களின் நேர்காணல்களை 'தெகல்கா' இணைய இதழிலிருந்து தமிழில் அ. முத்துக் கிருஷ்ணன் மொழியாக்கம் செய்து 'வாசல்', 'தலித் முரசு' 'தெகல்கா புலனாய்வு முழு தொகுப்பு' 'குஜராத் 2002 இனப்படுகொலை' என்று ஆவணமாக வெளியிட்டுள்ளது.

கொலையாளிகள் வாக்குமூலம்

இனி 'தெகல்கா' இணைய இதழிலிருந்து...

கோத்ராவுக்குப் பிறகு நிகழ்ந்த சம்பவங்கள் எதுவும் தன்னியல்பாக நடந்தவை அல்ல. சதியின்றி இது நிகழ வாய்ப்பு இல்லை. திட்டமிடப்படாத, தூண்டப்படாத மதக் கலவரமும் அல்ல. இது ஒரு படுகொலை. ஆம், ஒரு இனப் படுகொலை.

மிகுந்த ஆணவமாக போர்த்திறத்துடன், நகர்புறங்களிலும், கிராமப்புறங்களிலும் வசிக்கும் முஸ்லிம்கள் இலக்கானார்கள். இந்துக்களின் ஒரு பெரும் பகுதி, ஒற்றை நோக்கத்துடன் அணி திரட்டப்பட்டது. அது முஸ்லிம்களைக் கொல்ல வேண்டும் என்பதாகும். எங்கும் எந்த வழிமுறையிலிருந்து முதலில் கத்தியால் குத்துவது, முடமாக்குவது, பின்பு தீயிட்டுக் கொளுத்துவது - செத்த பிறகோ, உயிருடனோ முஸ்லிம்களை தீ வைத்து எரிப்பது என்று கொடூரங்கள் அரங்கேறின.

பிப்ரவரி 27 சபர்மதி எக்ஸ்பிரஸ் கோத்ராவில் கொளுத்தப்பட்ட பிறகு, அடுத்த மூன்று நாட்கள், அந்த மாநிலத்தில் அரசு இயந்திரம் 'திட்டமிட்டு' முடக்கப்பட்டது.

இந்து அமைப்புகளின் அர்ப்பணிப்பு மிகுந்த உறுப்பினர்களைக் கொண்ட தாக்குதல் படைகள் உருவாக்கப்பட்டன. விஸ்வ ஹிந்து பரிஷத், பஜ்ரங்தள், கிசான்சங், அகில இந்திய மாணவர் பேரவை மற்றும் பாரதிய ஜனதா கட்சி அதிக முக்கியப் பங்காற்றின.

குஜராத் முழுவதும் மசூதிகள், தர்காக்கள் தரைமட்டம் ஆக்கப்பட்டன. 78 முஸ்லிம் வழிபாட்டுத் தலங்கள் அகமதாபாத்தில் மட்டும் கொளுத்தப்பட்டன.

சபர்காந்தாவில் 55, வதோராவில் 22, குஜராத்தில் இந்த அவலங்களை நிகழ்த்தியவர்களை இரு பிரிவுகளாகக் கொள்ளலாம்.

திரைக்குப் பின்னால் மறைந்திருந்து இதனை இயக்கிய ஆணவமான போர்த் திறம் வாய்ந்தவர்கள், சதிகாரர்கள் ஒன்று, அடுத்த பிரிவினர் களத்தில் இருந்த காவிப் படையைச் சேர்ந்தவர்கள்.

தங்களை வன்மம் நிறைந்த இந்துத்துவாவிற்கு ஒப்புக் கொடுத்த இவர்கள் கொலை, கொள்ளை, பாலியல் வன்முறையில் ஈடுபட்டனர். சில நேரங்களில் திட்டமிடுபவர்களும் படுகொலைகளில் பங்கேற்றனர்.

நரோடா பாட்டியா

குஜராத் கலகத்தின் பயங்கர படுகொலைகள், அகமதாபாத் நகரத்தின் நரோடா கிராமத்திலும் நரோடா பாட்டியாவின் குடியிருப்புகளிலும் நிகழ்ந்தது. அதில் பஜ்ரங்தளத்தைச் சேர்ந்த உள்ளூர் தலைவர் பாபு பஜ்ரங்கி தான் முக்கிய சதிகாரர். சபர்மதி சம்பவம் நிகழ்ந்த சில கணங்களிலேயே அவர் படுகொலையின் திட்டத்தை வகுக்கத் தொடங்கினார்.

பிப்ரவரி 27 மாலையிலேயே ஆயுதங்கள், எரிபொருட்கள், சேகரிக்கப்பட்டன. வி.எச்.பி., பஜ்ரங்தள் மற்றும் 'சாரா' சமூகத்தைச் சேர்ந்தவர்களைக் கொண்ட ஒரு குழுவை உருவாக்கினார் பாபு பஜ்ரங்கி.

இந்தக் குழுவைச் சேர்ந்த சுரேஷ் ரிச்சர்ட் மற்றும் பிரகாஷ் ராத்தோடு ஆகிய இருவரிடமும் 'தெகல்கா' உரையாடியது. இருவரும் முஸ்லிம்களைக் கொல்வதன் மூலம் இந்துத்துவத்தின் மேன்மைக்கு சேவை செய்ய இயலும் என நம்பினார்கள், நம்ப வைக்கப்பட்டார்கள். பிப்ரவரி 2002 அன்று கொலைகாரப் படையுடன் பஜ்ரங்கி, நரோடா பாட்டியா, நரோடா காவ்ன் ஆகிய பகுதிகளுக்கு விரைந்தார். அந்தப் பகுதி பாஜக எம்.எல்.ஏ. வான மாயாபேன் கோட்னானியும் இந்தப் படையை வழிநடத்தினார்.

ரிச்சர்ட் மற்றும் ராத்தோட் ஆகிய இருவரும் 'தெகல்கா'வின் பதிவுகளில் அந்த நாள் முழுவதும் எம்.எல்.ஏ. கோட்னானிதான் தங்களை வழி நடத்தியதாக விவரிக்கிறார்கள். அவர் முஸ்லிம்களை பார்த்த இடத்திலேயே வேட்டையாட உத்தரவிட்டாராம். கோட்னானியின் நம்பிக்கைக்குரிய தளபதியான பாஜக உறுப்பினர் பிபின் பஞ்சல், தன் சிறிய படையுடன் ஆயுதம் ஏந்தி சுறுசுறுப்பாய் செயல்பட்டார். கொன்று குவிப்பது நிகழ்ந்து முடியும் வரை பஜ்ரங்கியும், வி.எச்.பி. மாநிலச் செயலர் ஜெய்தீப் படேலும் தொடர்ந்து தொலைபேசியில் உரையாடிய வண்ணம் இருந்தனர். ஆனால், அவர் தனது உரையாடலில் எங்குமே பஜ்ரங்கி மற்றும் படேலின் பங்களிப்பைப் பற்றிக் குறிப்பிடவில்லை. இருப்பினும் அவர் படேலிடம் மரணங்களை எண்ணிக்கையைத் தெரிவித்ததாகச் சொல்கிறார். நரோடா கிராமத்தில் உயிர் தப்பிய பலரும் நரோடா வந்த கலவரக்காரர்களை வழி நடத்தியது படேல்தான் எனத் தீர்க்கமாகக் கூறுகிறார்கள். அன்றைய அஸ்தமனத்தில் மொத்த எண்ணிக்கை - அதாவது பஜ்ரங்கி திட்டமிட்ட முஸ்லிம் உயிர்கள் நரோடாவில் மட்டும் அது 200அய் தாண்டியது. இந்த எண்ணிக்கையை அரசாங்கம் ஏற்கவில்லை. அதிகாரப்பூர்வ

மாக நரோடா பாட்டியா மற்றும் நரோடா கிராமத்தில் 105 பேர் கொல்லப்பட்டதாக அரசு தெரிவிக்கிறது.

அகமதாபாத் நகரத்தில் கலவர வெப்பம் அதிகப்படியாகப் பயணித்தது என்றால், அது மயானக் கறையாக மாறிய நரோடாவில்தான். சில கிலோ மீட்டர் தொலைவில் உள்ள மேகானி நகரில் வி.எச்.பி. தலைவர் மற்றொரு கொலைப் படையை வழிநடத்திக்கொண்டிருந்தார். அங்கு அவர்களின் இலக்கு ஒரு குல்பர்க் கூட்டுறவுக் குடியிருப்பு. அது முஸ்லிம்கள் அடர்த்தியாக வசிக்கும் பகுதி. 'தெகல்கா' இந்தப் படுகொலையில் பங்கேற்ற மூன்று நபர்களைச் சந்தித்தது - மங்கிலால் ஜெயின், பிரகலாத் ராஜூ மற்றும் மதன் சாவல். இம்மூவரும் இந்தப் பகுதியில் சிறு வியாபாரங்கள் செய்பவர்கள். மூவரின் மீதும் கலவரம் தொடர்புடைய வழக்குகள் பதிவாகியுள்ளன. வி.எச்.பி. தலைவர்கள் அதுல் வாய்த் மற்றும் பதத்தேவிதான் இவர்களையும் வேறு சில குழுக்களையும் வழிநடத்தினார்களாம். இந்த இருவரின் மீதும் முதல் தகவல் அறிக்கை குற்றம் சாட்டுகிறது. ஆனால் காவல்துறை குற்றப் பத்திரிகை தாக்கல் செய்யும்போது, இவர்கள் மீதான குற்றங்கள் தள்ளுபடி செய்யப்பட்டிருந்தன.

காங்கிரஸ் எம்.பி. இஷான் ஜாப்ரியை எவ்வாறு கை, கால்களை வெட்டி பின்பு அவரது உடலின் உறுப்புகளைக் குவியலாக்கித் தீயிட்டார்கள் என்பதை சவால் மிகுந்த விவரணைகளுடன் கூறுகிறார். குல்பர்க் படுகொலையில் அரசு அறிவித்த எண்ணிக்கை 29. ஆனால், 'தெகல்கா'விடம் தெரிவிக்கப்பட்ட விபரங்களின் படி அது பெரும் எண்ணிக்கை.

அகமதாபாத்தின் மதவாத பதட்டமிக்க பகுதிகளைக் காலுபூர் மற்றும் தரியாபூர் ஆகிய பகுதிகளில் வேட்டைகளை வழிநடத்திய வி.எச்.பி. தலைவர்களான ராஜேந்திர வியாஸ் மற்றும் ரமேஷ் தாவே ஆகிய இருவரையும் சந்தித்து 'தெகல்கா' உரையாடியது. வி.எச்.பி.யின் அகமதாபாத் தலைவரான ராஜேந்திர வியாஸ்தான் சபர்மதி எக்ஸ்பிரசுக்கும் பொறுப்பாளர். அவர் இரயில் கொளுத்தப்பட்டு, 59 கர சேவகர்கள் இறந்த அன்று வி.எச்.பி. தொண்டர்களிடம் இவ்வாறு கூறியுள்ளார்: "இந்த ஒரு நாள் போட்டியில் முஸ்லிம்கள் நமக்கு 60 ஒட்டகங்கள் என இலக்கை நிர்ணயித்திருக்கிறார்கள்.

ஆனால் நாம் இப்போது டெஸ்ட் போட்டி விளையாடி பதிலளிப்போம். 600அய் எட்டும் வரை ஓயமாட்டோம்." காலுப்பூரில் வசிக்கும் வியாஸ் 'தெகல்கா' பதிவில் அவர் அய்ந்து முஸ்லிம்களைச் சுட்டுக் கொன்றதாகவும், ஒன்பது முஸ்லிம் வீடுகளை எரித்ததாகவும் கூறுகிறார், தரியாபூரில் வி.எச்.பி.யின் பொறுப்பாளர் ரமேஷ் தவே. அவர் 20 ஆண்டுகளாக அவருக்கு எதிர்பட்ட அனைத்து

முஸ்லிம்களையும் கொன்று குவிப்பதாக தன் கூட்டாளிகளுடன் இலக்கு நிர்ணயித்ததாக விளக்குகிறார். "இந்த முறை ஒவ்வொருவராய் தேர்வு செய்து கொன்றாராம்." தவே தன் நண்பர்களுடன் இணைந்து 10 சிறிய துப்பாக்கிகளை ஏற்பாடு செய்ததையும் கூறுகிறார்.

பஜ்ரங்கி: எனது பங்களிப்பு இவ்வாறாக இருந்தது. நான்தான் நரோடா பாட்டிவில் நடவடிக்கையை முதலில் தொடங்கினேன். நாங்களும் அந்தப் பகுதியில் வசிப்பவர்களும் ஒன்று கூடினோம். என் வீட்டிலிருந்து பாட்டியா அரை கிலோ மீட்டர் தூரம்தான். அந்தச் சம்பவம் நிகழ்ந்தபோது நான் கோத்ரா சென்றிருந்தேன். அங்கு பார்த்ததை என்னால் சகித்துக் கொள்ள முடியவில்லை. அடுத்த நாள் நாங்கள் அவர்களுக்கு தக்க பதிலடி கொடுத்தோம்.

தெகல்கா: கோத்ராவில் எதை உங்களால் சகித்துக்கொள்ள முடியவில்லை?

பஜ்ரங்கி: கோத்ரா படுகொலையைப் பார்த்த எவருக்கும் அப்படித்தான் தோன்றி இருக்கும். உடனே அவர்களை வெட்டி துண்டாட வேண்டும். அப்படித்தான் அது இருந்தது.

தெகல்கா: நீங்கள் அங்கு இருந்தீர்களா?

பஜ்ரங்கி: ஆமாம்... ஆமாம்... நான் அவர்களோடு இருந்தேன். கோத்ரா படுகொலை நிகழ்ந்தது. நான் அதைப் பார்த்தேன். திரும்பி வந்ததும் பதிலடி கொடுத்தோம்.

தெகல்கா: எப்படி இத்தனை குறைந்த நேரத்தில் இத்தனையையும் ஒருங்கிணைத்தீர்கள்?

பஜ்ரங்கி: சிறிது நேரமே... நாங்கள் அனைத்தையும் அன்று இரவே ஒருங்கிணைத்து விட்டோம். 29 - 30 பேர் கொண்ட குழுவை உருவாக்கினோம். துப்பாக்கி வைத்திருந்தவர்கள் அனைவரின் வீடுகளுக்கும் அன்று இரவு சென்று, அவைகளை எங்களிடம் ஒப்படைக்கும்படி கேட்டுக்கொண்டோம். அப்படி யாராவது தர மறுத்தால் அடுத்த நாள் சுட்டுவிடுவதாக மிரட்டினேன். அவர்கள் இந்துவாக இருந்தாலும். அதனால் பலரும் தங்களிடம் இருந்த துப்பாக்கிகள் மற்றும் தோட்டாக்களைக் கொடுத்தார்கள். இப்படியாக 23 துப்பாக்கிகள் கிடைத்தன. ஆனால் எவரும் குண்டடிபட்டுச் சாகவில்லை. நடந்தது இதுதான். நாங்கள் அவர்களை ஒரு பெரும் குழியை நோக்கித் துரத்தினோம். அங்கு அவர்களைச் சுற்றி வளைத்துக் கொன்றோம். பின்பு 7 மணி அளவில் அறிவித்தோம்.

தெகல்கா: இது பாட்டியாவில் நிகழ்ந்ததா? அப்படித்தான் அது அழைக்கப்படுகிறது இல்லையா?

பஜ்ரங்கி: ஆமாம்... ஆமாம்... பாட்டியா தான்.

தெகல்கா: அந்தப் பாட்டியா பகுதியைக் கொஞ்சம் விவரியுங்கள்.

பஜ்ரங்கி: பாட்டியாவில் அரசு போக்கு வரத்து பணிமனை உள்ளது. அதன் மதில் சுவர் நீண்டு உயர்ந்து செல்கிறது. அதன் அருகிலிருந்து பாட்டியா தொடங்குகிறது. பாட்டியாவுக்கு எதிரில் ஒரு மசூதி உள்ளது. அதன் பக்கத்தில் பெரும் பள்ளம் இருக்கிறது. அங்குதான் எல்லோரையும் கொன்று குவித்தோம். 7 மணி அளவில் நான் உள்துறை அமைச்சரையும், ஜெய்தீப் படேலை (வி.எச்.பி. பொதுச்செயலாளர்)யும் அழைத்து எத்தனை நபர்கள் கொல்லப்பட்டார்கள் எனத் தெரிவித்தேன். இனி எல்லாம் உங்கள் கைகளில்தான் உள்ளது இருப்பினும் அவர்கள் என்ன செய்தார்கள் என்று எனக்குத் தெரிய வில்லை. அதிகாலை 2.30 மணிக்கு என் மீது முதல் தகவல் அறிக்கை பதிவு செய்யப்பட்டது. நான் அங்கு இருந்ததாக முதல் தகவல் அறிக்கை கூறியது. காவல்துறை ஆணையர் என்னைப் பார்த்த இடத்தில் சுடும்படி ஆணை பிறப்பித்தார்.

தெகல்கா: யார், நரேந்திர மோடியா?

பஜ்ரங்கி: ஆணையர் உத்தரவிட்டார். நாங்கள் 'சரஸ்' சமூகத்துடன் இணைந்து பாட்டியா கொலைகளை நிகழ்த்தினோம். அதன் பிறகு நாங்கள் அனைவரும் சிறைச்சாலைகளுக்குச் சென்றோம். நாங்கள் சிறையில் அடைக்கப்பட்டவுடன், மக்கள் எங்களுக்கு ஏராளமாக பணம் கொடுத்தார்கள். நான் பணக்காரன் என்பதால் எனக்கு கவலை இல்லை. ஆனால், விஷ்வ இந்து பரிஷத்தின் தலைவர்கள் ஏழைகளைப் பற்றிக் கவலைப்படவில்லை. அவர்கள் கையில் சல்லிக் காசுகூட இல்லை. நான் சிறையிலிருந்து தொடர்ந்து ஏழைகளுக்கு உதவும்படி கேட்டுக்கொண்டேன். தண்டிக்கப்பட்டவர்களுக்கு உதவுங்கள், ஏதாவது செய்யுங்கள். அவர்கள் அய்ந்து ஆறு மாதங்கள் உதவிசெய்துவிட்டு நிறுத்துக் கொண்டார்கள்.

எங்கள் மீதான வழக்குகளை நீதிமன்றத்தில் வாதிடுவதாக வாக்குறுதி அளித்தார்கள். ஆனால், இன்றுவரை யாரும் துரும்பைக்கூட அசைக்கவில்லை. பிரவீன் தொகாடியா (வி.எச்.பி. யின் அகில உலக செயலர்) வெளிப்படையாகவே வாக்குறுதி அளித்தார். அப்படி வீடுகளுக்கு வேறு ஏதுவும் வழிகளில் சேதங்கள் ஏற்பட்டால்தான் அந்த இழப்பை ஈடு கட்டுவதாக வாக்குக் கொடுத்தார். ஆனால் அவர்கள் சேகரித்த அவ்வளவு பணத்தையும் என்ன செய்தார்கள் என்று தெரியவில்லை. யாருக்கும் பணம் எதுவும் கொடுக்கப்படவில்லை. அய்ந்து ஆறு மாதங்கள் ரேஷன் கொடுத்தார்கள். அதைத் தவிர வேறு எதுவும் இல்லை.

தெகல்கா: நீங்கள் ஜெய்தீப்புடன் மட்டும் தான் தொடர்பில் இருந்தீர்களா?

பஜ்ரங்கி: வி.எச்.பி.யிலிருந்து அவர் மட்டும் தான் என்னுடன் உரையாடினார்.

தெகல்கா: முஸ்லிம்கள் கொல்லப்பட்ட அன்று...

பஜ்ரங்கி: நான் 11-12 முறை ஜெய்தீப் பாயிடம் பேசினேன். எங்கள் விருப்பப்படி கொன்று அந்த இடத்தைச் சுடுகாடாக மாற்றி விட்டோம். நான் அதற்காகப் பெருமைப்படுகிறேன். மீண்டும் ஒரு வாய்ப்புக் கிடைத்தால் இன்னும் நிறைய பேரைக் கொல்வேன்.

தெகல்கா: அப்போது ஜெய்தீப் எங்கு தங்கியிருந்தார்?

பஜ்ரங்கி: பிரவீன் பாயின் மருத்துவமனையான தன்வந்திரியில்தான் ஜெய்தீப் அமர்ந்திருந்தார். அது பாபு நகரில் உள்ளது. அவர் அங்குதான் இருந்தார். இருப்பினும் நாங்கள் செய்யப்போவதை நான் அவரிடம் கூறவில்லை. நரோடாவிலும் நரோடா பாட்டியாவிலும் நாங்கள் ஒரு முஸ்லிம் கடையைக்கூட விட்டு வைக்கவில்லை. நாங்கள் தீயிட்டுக் கொளுத்தினோம். அவர்களைக் கொன்றோம். இதுதான் நாங்கள் செய்தது. அதுவரையிலும் அவர்களுக்கு என்ன நிகழ்கிறது என்று தெரியாது. ஆனால் எண்ணிக்கையைக் கேட்டவுடன் அவர்கள் பயந்துபோனார்கள்.

பஜ்ரங்கி: நரோடா மற்றும் நரோடா கிராமம் அரை கிலோ மீட்டர் தூரத்தில் உள்ளது. அந்த இரு இடங்களிலும் நாங்கள் நிறையவே செய்தோம். ஏறக் குறைய கசாப்பு செய்துவிட்டோம். பின்பு அந்தப் பிணங்களை கிணற்றுக்குள் தள்ளினோம். முதலில் அவர் பேசவில்லை என்று நினைக்கிறேன் (இது தெகல்கா அவரைச் சந்திக்கும் நான்காவது முறை) பத்திரிகையாளர்கள் மற்றும் பலரும் என்னிடம் வந்து பாட்டியா சம்பவம் நிகழ்ந்தபோது நீங்கள் எங்கிருந்தீர்கள் என்று கேட்பார்கள். நான் அதில் ஈடுபட வில்லை என்று கூறுவேன். நான் எங்கோ வெகு தொலைவில் ஒரு மருத்துவமனையில் அனுமதிக்கப்பட்டு இருந்தேன்.

தெகல்கா: உங்களுக்குத் தெரியும் கோர்தான் சபாடியா எல்லாவற்றையும் குழப்பி விட்டார் இல்லையா? பாட்டியா கொலையின்போது அவர் உங்களிடம் என்ன உரையாடினார்?

பஜ்ரங்கி: நான் கோர்தான் சபாடியாவிடம் பேசினேன். அவரிடம் நான் நடந்த அனைத்தையும் கூறினேன். அவர் உடனே என்னை குஜராத்தைவிட்டு வெளியேறி தலைமறைவாகச் சொன்னார். அவர் என்னதான் சொல்கிறார் என்று கேட்டேன். ஆனால் அவர் உடனே

ஓடிவிடும்படி கூறி, எங்கும் எந்தச் சந்தர்ப்பத்திலும் நமக்குள் நிகழ்ந்த உரையாடலைச் சொல்ல வேண்டாம் என்றார்.

தெகல்கா: எல்லாம் எப்படி நிகழ்த்தப்பட்டது என்று கூறுங்கள்... துப்பாக்கிகள்... சிலிண்டர்கள்...

பஜ்ரங்கி: அது அவர்களுடைய (முஸ்லிம்கள்) சிலிண்டர்கள்தான். எந்த வீடுகளுக்குள் எல்லாம் நாங்கள் நுழைந்தோமோ உடனே அங்கிருக்கும் சிலிண்டரைக் கைப்பற்றி அதை எரித்தோம். பின்பு அது திடும் என வெடித்தது... எல்லா சந்தர்ப்பத்திலும் எங்கள் வசம் துப்பாக்கிகள் இருந்தன. அது எவ்வளவு இனிமையான நேரம் என என்னால் கூற இயலாது. இருப்பிலும் எங்கள் சகாக்கள் நால்வர் அதில் உயிரிழந்தனர். இதில்கூட எந்த விசாரணையும் நிகழவில்லை.

தெகல்கா: நீங்கள் அந்த மசூதியின் மீது ஏறி பன்றியை கட்டித் தொங்கவிட்டீர்களா?

பஜ்ரங்கி: நாங்கள் ஒரு முழு டேங்கர் லாரியை அந்தக் கட்டடத்துக்குள் நுழைத்தோம். அது முழுவதும் நிறைந்திருந்தது.

தெகல்கா: அது பெட்ரோல் டேங்கர், இல்லையா?

பஜ்ரங்கி: இல்லை. அது டீசல். அந்த வாகனத்தை மசூதியின் உட்பகுதிக்கு செலுத்தி பின்பு தீயிட்டோம்.

தெகல்கா: அப்படியென்றால், பாட்டியாவில் பற்றிய நெருப்பிற்கு, இந்த டேங்கர் வெடிப்புதான் காரணம் இல்லையா?

பஜ்ரங்கி: மசூதியில்தானே?

தெகல்கா: மசூதியில்தான்.

பஜ்ரங்கி: அந்த நேரம் எல்லாவற்றுக்கும் நான்தான் பொறுப்பாளராக இருந்தேன். நான் செய்ய நினைத்ததை எல்லாம் செய்து முடித்தேன்.

தெகல்கா: அந்தக் குழியில் இருந்தது எண்ணெய்... அங்கு மக்கள் கூடியிருந்தார்கள்.

பஜ்ரங்கி: அது ஒரு பெரிய குழி. நீங்கள் ஒருபுறமிருந்து உள்ளே இறங்கி மறுமுனையில் வெளியேற முடியாது. அவர்கள் அனைவரும் ஒன்று கூடி இருந்தனர். ஒருவரையொருவர் பற்றத் தொடங்கினர். அவர்கள் சாகும் தருவாயில்கூட 'நீயும் சாகவேண்டியதுதானே? நீ இருந்து என்ன செய்யப்போகிறாய்? நீ பிழைத்து என்ன என்ன ஆகப்போகிறது?' என அவர்களுக்குள் பேசிக்கொண்டனர். அதனால்தான் மரண எண்ணிக்கை கூடியது.

தெகல்கா: பின்பு மக்கள் எண்ணெய்யை உள்ளே ஊற்றினார்கள்.

பஜ்ரங்கி: எண்ணெய் மற்றும் எரியும் டயர்கள்.

தெகல்கா: எண்ணெய் எங்கிருந்து வந்தது?

பஜ்ரங்கி: அதுவா... எங்களிடம் நிறைய தளவாடங்கள் இருந்தன. நாங்கள் கேன்களில் ஏற்கனவே எண்ணெய் ஊற்றி வைத்திருந்தோம். முதல்நாள் இரவே பெட்ரோல் பம்பில் அவை நிறைக்கப்பட்டன. பெட்ரோல் பங்க் உரிமையாளர்கள் எங்களுக்கு பெட்ரோலையும், டீசலையும் இலவசமாகக் கொடுத்தார்கள்.

தெகல்கா: முஸ்லிம்கள் துண்டு துண்டாக வெட்டப்பட்டார்கள்?

பஜ்ரங்கி: துண்டாடப்பட்டார்கள்; எரிக்கப்பட்டார்கள். பல மாதிரியாக நிகழ்ந்தது. நாங்கள் இவர்களைக் கொளுத்துவதைத் தான் விரும்புகிறோம். ஏனெனில் இந்த 'தேவடியா மகன்'கள் இறந்த பின்னர் எரிக்கப்படுவதை விரும்புவதில்லை. அவர்களுக்கு அதில் பயம். தங்களுக்கு இது நடந்துவிடும், அது நடந்துவிடும் என்று கூறுகிறார்கள்.

எனக்கு ஒரே விருப்பம்தான்... ஒரே கடைசி ஆசை... நான் சிறையில் அடைய விரும்பவில்லை. தூக்கிலிடப்படுவது குறித்து கவலைப்படவில்லை. என்னை தூக்கிலிடுவதற்கு முன் இரண்டு நாட்கள் அவகாசம் கொடுங்கள். நான் ஜுஹாபூரா வரை சென்று வருகிறேன். (அது முஸ்லிம்கள் அடர்ந்து வசிக்கும் பகுதி) அங்கு 7-8 இலட்சம் முஸ்லிம்கள் வசிக்கிறார்கள். நான் அவர்களை முடித்துவிடுவேன். இன்னும் சிலர் கட்டாயம் சாக வேண்டும். 25 ஆயிரம் அல்லது 50 ஆயிரம் பேராவது சாக வேண்டும்.

தெகல்கா: உங்களுக்கு எதிராக எத்தனை பேர் சாட்சியம் அளித்துள்ளார்கள்?

பஜ்ரங்கி: பதினான்கு முஸ்லிம்கள் மற்றும் 15 போலீசார். அந்த 14 முஸ்லிம்களில் பலர் ஜுஹாபூரா சென்று விட்டார்கள். அவர்களுக்கு பணம் கிடைத்தது. தலைக்கு 7 இலட்ச ரூபாய். நரேந்திர மோடி அவர்களுக்கு எவ்வளவு வழங்கப்படும் என்று எப்பொழுதுமே கூறவில்லை. அவர் நிவாரணங்களை அறிவித்தார். பின்பு 20,000 ரூபாய்க்கான காசோலைகளைக் கொடுத்தார். பின்பு அதுவும் முடங்கிப் போனது. அதன் பிறகு அவர் யாருக்கும் எதுவும் கொடுக்கவில்லை. ஆனால் மத்திய அரசு அவர்களுக்கு ஆதரவளித்தது.

தெகல்கா: வேறு வார்த்தைகளில் சொல்வதானால் நீங்கள் கொலை செய்யப் பயன்படுத்திய வழிமுறைகள் வரலாற்றில் எழுதப்படும்.

பஜ்ரங்கி: அட! எங்க முதல் தகவல் அறிக்கையிலேயே அது எழுதப்பட்டு உள்ளது. அந்தக் கர்ப்பிணிப் பெண்ணை நான் வகுந்தேன். கொ... ளி... அது என்னவென்று காண்பித்தேன். எங்கள் ஆட்கள் கொல்லப்பட்டால் எப்படிப் பழி தீர்ப்போம் என்று காட்டினேன். நான் ஒன்றும் சோறு தின்பவன் கிடையாது. ஒருவனையும் விடவில்லை. அவர்களை நாம் இனப்பெருக்கம் செய்யக்கூட அனுமதிக்கக்கூடாது. நான் அதை இன்றும் கூறுகிறேன். அவர்கள் யாராக இருப்பினும் பெண்கள், குழந்தைகள் யாராகினும் அவர்களை நாம் எதுவும் செய்யக்கூடாது, துண்டாடுவதைத் தவிர. குப்பையில் எரியுங்கள், அடியுங்கள், கொளுத்துங்கள் 'விபச்சாரிகளின் மகன்'களை. இந்துக்கள் மோசமாக இருக்கலாம். நான் ஏன் இதைச் சொல்கிறேன். ஏனென்றால் நான் பார்த்திருக்கிறேன். பிறரைப் போலவே இந்துக்களும் மூர்க்கமானவர்கள்... பலரும் கொள்ளையடிப்பதில் நேரத்தை வீணடித்து விட்டார்கள். டேய்... அவர்களை உயிரோட விடாதிங்கடா. அந்தப் பொருட்கள் எல்லாம் நம்முடையதே.

தெகல்கா: சிலர் வன்புணர்வும் செய்தார்களா?

பஜ்ரங்கி: இல்லை. அங்கு வன்புணர்வு நிகழவில்லை.

தெகல்கா: ஒன்றிரண்டு சரஸ் ஆகக்கூட இருக்கலாம்.

பஜ்ரங்கி: சில 'சரஸ்' சமூகத்தினர் பெண்களை எடுத்துக்கொண்டார்கள் என்றால், அது வேறு விஷயம். நாங்கள் குழுவாகப் படையெடுத்துச் செல்கிறோம். அது வன்புணர்வுக்கான இடமே இல்லை. எல்லோரும் கொலைவெறியுடன் அலைந்தோம். நாங்கள் கொன்று குவித்துக் கொண்டிருந்தோம். சிறிய சந்துகளில் முஸ்லிம்களை எதிர்கொள்ள வேண்டியிருந்தது. அங்கு வாக்குவாதம் தகராறு நடக்கும். அவர்கள் முடிந்தவரை பலம்கொண்டு எதிர்த்தார்கள். நாங்கள் சிலரைக் கொன்ற கணத்தில் அடுத்த இடம் நோக்கிச் செல்வோம்.

இந்தக் களேபரத்தில் பெண்கள் சிலர் தப்பிச் செல்ல முயன்று, அதைச் 'சாரா'க்கள் சிலர் பிடித்திருந்தால் அது வேறு கதை. அன்று நிகழ்ந்தது பாகிஸ்தானுக்கும், இந்தியாவுக்கும் இடையே நிகழ்ந்தது போலிருந்தது. எங்கு பார்த்தாலும் பிணங்கள். அது நாம் காண வேண்டிய காட்சி. ஆனால் படம் பிடிக்க வேண்டியது அல்ல. அது யார் கையிலாவது சிக்கிவிட்டால்... அங்கு சில வீடியோக்காரர்கள், ஊடகக்காரர்கள் இருந்தார்கள். அவர்களையும் நாங்கள் தீயிட்டுக் கொளுத்தினோம். எங்களைப் பல மீடியாக்கள் ஏமாற்றவும்

செய்தார்கள். அவர்கள் ஜெய் மாதா ஜி என கூறிவிட்டுத் தப்பிச் சென்றுவிடுவார்கள். அதுவும் நடந்தது. நெற்றியில் சிவப்புத் திலகமிட்டு ஜெய் சிறீராம், ஜெய் மாதா ஜி என முழக்கமிடுவார்கள்.

தெகல்கா: எப்படி மாநில ரிசர்வ் காவல் படையினர் மக்களைக் காப்பாற்றினார்கள் என்று கூறுங்கள்?

பஜ்ரங்கி: ஒரு முஸ்லிம் மட்டும்தான் இருந்தான். அவன் பெயர் சயீத். அவன் பெரும் பதவியில் இருந்தவன்.

தெகல்கா: அவர் ஒரு அதிகாரி.

பஜ்ரங்கி: ஆம். அவன் ஒரு அதிகாரிதான். அந்தக் கேம்பிற்குப் பின்னால்தான் வெட்டுவது நிகழ்த்தப்பட்டது. அந்தக் குழியில் விழாதவர்கள் காவல்துறை வளாகத்திற்குள் நுழைந்தனர். அங்கிருந்த ரிசர்வ் படையினர் உள்ளே நுழைந்தவர்களை விரட்டியடித்தார்கள். ஆனால் அந்த அதிகாரி வாகனத்தில் வந்திறங்கியதும், அனைவரையும் உள்ளே அனுமதிக்கும்படிக் கேட்டுக் கொண்டார். அவர் உத்தரவு பிறப்பிக்கும் உரிமை படைத்தவர். ஒரு உயர் அதிகாரி. அதனால்தான் பலர் காப்பாற்றப்பட்டார்கள். குறைந்தது 500 பேர் இல்லையெனில் அவர்களும் மேலே சென்றிருப்பார்கள். அந்த அதிகாரி மீதும் சுடப்பட்டது. அவர் எனக்கு எதிரான சாட்சியாகவும் உள்ளார்.

தெகல்கா: ஆனால் நரேந்திர மோடி அவருக்குப் பதவி உயர்வு அளித்து உள்ளாரே...

பஜ்ரங்கி: அது அவனை சத்தம் இல்லாமல் இருக்கச் செய்ய... அதனால் பாட்டியாவில் நல்ல வேலைகள் நடந்தது. இன்றும் நான் முஸ்லிம்களுக்கு எதிராகப் போராடி வருகிறேன். போராடிக்கொண்டே இருப்பேன். எனக்கும் அரசியலுக்கும் எந்தச் சம்பந்தமும் இல்லை. நான் சொல்வது என்ன வென்றால், வி.எச்.பி. ஒரு அமைப்பு... இந்து அமைப்பு... நம் அரசியல் என்பது முஸ்லிம்களைக் கொல்வது, அடிப்பது, எரிப்பது மட்டுமே.

தெகல்கா: முஸ்லிம்களைக் கொன்று குவித்ததற்குப் பிறகு எவ்வாறு உணர்ந்தீர்கள்?

பஜ்ரங்கி: மகிழ்ச்சியாக இருக்கிறது அல்லவா... நான் அவர்களை எல்லாம் கொன்றுவிட்டு வீடு திரும்பினேன். உள்துறை அமைச்சருடன் உரையாடி விட்டு உறங்கச் சென்றேன். நான் ராணா பிரதாப்பைப் போல உணர்ந்தேன். மகாராண பிரதாப்பைப் போல ஏதோ செய்து விட்டதாக... அவரைப் பற்றிய கதைகளைக் கேட்டிருக்கிறேன். ஆனால் அவர் அன்று செய்ததை நானே செய்தேன்.

51
குஜராத் கொலையாளிகள் வாக்குமூலம் - 2

கொலையாளி ராஜேந்திர வியாஸ் பேட்டி

வியாஸ்: நான்தான் கோத்ராவிலிருந்த இரயில் தொடர்புடைய விஷயங்களுக்கு பொறுப்பாளர்.

தெகல்கா: ஜெய்தீப் இதை என்னிடம் கூறினார்...

வியாஸ்: அந்த நேரம் 'ஆஜ்தெக்' -அய் சேர்ந்தவர்கள் என்னிடம் வந்தார்கள். அவர்களிடமும் நான் இதைத்தான் கூறினேன். பொறுங்கள். என் தோள்கள் 59 உடல்களைத் தூக்கிச் சுமக்கும் அளவிற்கு பலம் பொருந்தியவை அல்ல. மிகுந்த மன வேதனையுடன் கூற வேண்டி உள்ளது. நம்முடன் வந்தவர்களை நாம் விட்டுவிடுவோம். நம்முடன் 300 பெண்கள் இருக்கிறார்கள். அதனால்தான் நாம் இத்துடன் நிறுத்திக் கொள்கிறோம். இல்லையெனில் மொத்த கோத்ராவும் இன்னொரு புறம் எரிக்கப்பட்டிருக்கும்.

...நாம் வளையல் அணிந்து கொண்டு இருக்கவில்லை. இந்துவாக தங்களைக் கருதுபவர்கள், என்னுடன் வந்துள்ள இளைஞர்கள் மற்றும் இந்த உலகின் எந்த மூலையில் வசிப்பவராக இருப்பினும், எல்லோரும் எங்கள் குரலை செவி மடுத்துக் கேட்க வேண்டும். முஸ்லிம்கள் எங்களுடன் ஒரு நாள் போட்டி விளையாடி 60 ஓட்டங்கள் என்ற இலக்கைத் தீர்மானித்திருக்கிறார்கள். நாம் என்ன விலை கொடுத்தாகிலும் இந்தப் பந்தயத்தில் விளையாட வேண்டும். 600 ஓட்டங்களை எட்டும் வரை யாரும் விளையாட்டை நிறுத்திவிடாதீர்கள்... அப்போது பஞ்ச் மகாலின் ரேன்ஜ் ஆபீசர் பீபக் ஸ்வரூப் என்னுடன் இருந்தார். அவர் என்னிடம் நான் செய்வது சரியானதல்ல என்று கூறினார். அதற்குக் கொடுமையான விளைவுகள் நிகழும் என்றார். நான் முஸ்லிம்கள் பயன்படுத்தும் மொழியில் எவ்வளவோ எடுத்துரைத்தேன். அதாவது நான் மோசமான வார்த்தைகளை உதிர்த்தேன். நம் முதல்வர் நரேந்தி மோடி உரக்கச் சிரிக்கத் தொடங்கினார். எவனை எப்படி வெட்டியிருக்கிறார்கள் என்று பாருங்கள். ஏனென்றால் அவன் அந்தப் பகுதியைச் சேர்ந்த முஸ்லிம். நான் முஸ்லிம் பகுதியில்தான் குடியிருக்கிறேன். இந்த வீடு, இந்தச் சுவர்கூட ஒரு முஸ்லிமுக்குச் சொந்தமானது. அப்படித்தான் இருக்கிறது. இந்தக் காலனியே முஸ்லிம்களுடையதுதான். இந்த

இரண்டடி கதவு மட்டுமே இந்துவுக்குச் சொந்தமானது. நான் இங்கே என் தாட்டியத்தால், பலத்தால்தான் வாழ்கிறேன்.

தெகல்கா: எனக்கு ஒன்றைச் சொல்லுங்கள். கோத்ராவில் இரயில் எரிந்தபோது, நீங்கள் நரேந்திர மோடியுடன் இருந்தீர்கள். முதல் எதிர்வினை என்னவாக இருந்தது?

வியாஸ்: முதலமைச்சராக இருப்பதால் நரேந்திர மோடியால் வெளிப்படையாக "முஸ்லிகள் அனைவரையும் கொல்லுங்கள்" என்று கூற முடியவில்லை. என்னால் அதை வெளிப்படையாகக் கூற முடிந்தது. ஏனென்றால் நான் விஷ்வ இந்து பரிஷத்-ஐச் சார்ந்தவன். பிரவீன் தொகடியாவால் இதைக் கூற முடியும். ஆனால் அவரால் (நரேந்திர மோடி) சொல்ல முடியாது. அது எப்படி என்றால், எங்கள் குஜராத்தியில் நாங்கள் சொல்வோம், "குருட்டுக் கண்ணால் பார்ப்பது. அதாவது முஸ்லிம்களால் ஏற்கனவே மனம் நொந்து போயிருந்தால், எதை வேண்டுமானாலும் செய்யுங்கள்" என முழு சுதந்திரம் கொடுத்தார்.

காவல்துறை எங்களுடன்தான் இருந்தது. அதாவது நான் சொல்வதைப் புரிந்து கொள்ளுங்கள். காவல்துறை எங்களுக்கு எல்லா ஒத்தாசையும் வழங்கியது. அது போலத்தான் மொத்த இந்து சமூகமும். நரேந்திர மோடி அண்ணன் அதில் மிகவும் கறாராக இருந்தார். இல்லையேல் காவல் துறை எதிர் தரப்பில் இருந்திருக்கும்.

தெகல்கா: ஆமாம். காங்கிரஸ் அரசாக இருந்திருந்தால்.

வியாஸ்: இல்லை நான் சொல்வது என்னவென்றால், காவல்துறை எதிர் துருவமாக செயல்பட்டிருக்கும். அதனால்தான் நானாவதியின் ஆட்கள்... என்னை மூன்று முறை குறுக்கு விசாரணை செய்தார்கள். என் வாக்குமூலத்தைப் பதிவு செய்தார்கள். இந்தக் கலவரங்கள் என்னால்தான் நிகழ்ந்தது என்பதை நிரூபிக்க முயன்றார்கள். ஏனெனில் நான்தானே இவற்றுக்கு எல்லாம் பொறுப்பாளர். நான் இதுக்கெல்லாம் பயந்தவன் இல்லை. அவர்கள் என்ன வேண்டுமானாலும் செய்து கொள்ளட்டும்.

தெகல்கா: கோத்ரா நிகழ்ந்தபோது எவ்வாறு இந்துக்கள் ஒன்றிணைந்தார்கள்?

வியாஸ்: என் சொந்த விஷயத்தை எடுத்துக் கொள்ளுங்களேன். என் மகள் மூர்க்கமாகத் தாக்கப்பட்டார். அவர் மீது திராவகம் வீசப்பட்டது. அவர் முகம் முழுவதும் கருகிப் போனது. 15 நாட்கள் அவர் மருத்துவமனையில் அனுமதிக்கப்பட்டிருந்தார். என் வீட்டின் நிலையைப் பாருங்கள். இரும்பு கிராதியைப் பாருங்கள்.

முற்றிலுமாக என் வீட்டைத் தீக்கிரையாக்கப் பார்த்தார்கள். ஆனால் நாங்கள் சும்மா விடவில்லை. அவர்களின் ஒன்பது வீடுகளைக் கொளுத்தினோம்... எத்தனை?

தெகல்கா: ஒன்பது?

வியாஸ்: பிறகு நாலு பேரைக் கொன்றோம். அப்படித்தான் அவர்களை அடக்கினோம். எனக்கு எந்தக் குற்ற உணர்வும் இல்லை. போலிஸ்தான் முதலில் சுட்டது என நான் நிருபித்தேன். போலிஸ் சுட்டது. ஆனால் நாங்கள்தான் தொடங்கினோம்.

தெகல்கா: இது இப்போது உங்கள் ஏரியாவாக மாறிவிட்டது.

வியாஸ்: இது நிகழ்ந்துள்ளது. ஏனென்றால் நான் எதற்கும் பயம்கொள்பவன் அல்ல.

வியாஸ்: 85இல் காங்கிரஸ் சோலங்கியின் தலைமையில் ஆட்சியிலிருந்தபோது, இந்துக்கள் பரவலாக பல தாக்குதல்களுக்கும் வசைகளுக்கும் ஆளானார்கள். தொடர்ந்து இரண்டு ஆண்டுகள் மதக் கலவரங்கள் நடந்தது. அப்போது ரிமோட் கன்ட்ரோல் முஸ்லிம்களின் கைகளில் இருந்தது. முஸ்லிம்களின் வீடுகளில் பணம் புழங்கியபோதெல்லாம் மதக் கலவரங்கள் நடந்தது. ஆனால் அது மாதத்தின் 10 முதல் 20 தேதிக்குள் நடக்காது. அவர்களுக்கு சம்பளம் 10ஆம் தேதிதான் பட்டுவாடா செய்யப்படும். அதனால்தான் அந்தத் தேதியிலிருந்து கலவரம் இப்படித்தான். அது இடை விடாமல் நடந்தது. இதை நீங்கள் யாரிடம் வேண்டுமானாலும் கேளுங்கள்.

வியாஸ்: நாங்கள் இங்கிருந்து கிளம்பிய போது, எங்களுடன் 1800 பேர் இருந்தனர். அதில் 300 பெண்கள் அடக்கம். ஆனால் பயணச் சீட்டு 50 பேருக்கு மட்டுமே எடுக்கப்பட்டது. மற்றவர்கள் இராமரின் பெயரால் பயணித்தார்கள். இதைத்தான் லாலு பிரசாத் யாதவ் சுட்டிக்காட்டினார். இவர்கள் இத்தனை பேரும் பயணித்ததற்கான ஆதாரம் என்னவென்று அந்த 50 பணச்சீட்டுகளை வாங்கியதே ஏதாவது பரிசோதகர் வந்தால், அல்லது பிரச்சனை எழுந்தால் இதோ எங்களிடம் பயணச்சீட்டு உள்ளது என்பதைக் காண்பிப் பதற்காகத்தான்.

இரயில் அயோத்தியிலிருந்து திரும்பி வந்த போது, அங்கே அரை மணி நேரம் நிற்கும். அப்போது அது பைசியாபாத்திலிருந்து வரும். அந்நேரம் பெண்கள் எல்லோரும் தங்கள் தலைவர்கள் இவ்வாறு பொறுப்பில்லாது நடப்பதாகத் தங்களுக்குள் பேசிக் கொண்டார்கள். அவர்கள் நடைமேடையில் சுதந்திரமாக உலவினார்கள். பெண்கள் பெரும் நெரிசலில் இடிபட வேண்டி இருந்தது. அதனால்தான்

கூறினேன், பெண்கள் முன்பதிவு செய்யப்பட்ட இருக்கையில் அமரட்டும். நாம் அனைவரும் முன்பதிவு இல்லாத பெட்டியில் ஏறிக்கொள்வோம் என்று. நாங்கள் முன்பதிவு இல்லாத பொதுப் பெட்டிக்குச் சென்றோம். பாவம் அந்த அப்பாவிகள்தான் இறந்துபோனார்கள். அதாவது எஸ். 6இல் பயணித்தவர்கள் சென்ற பெட்டிதான் கொளுத்தப்பட்டது. முன்பதிவு இருக்கைகளைப் பெற்றிருந்தவர்கள்.

வியாஸ்: நாங்கள் அங்கும் சண்டையிட்டோம். (கோத்ராவில்) பெண்களை இரயிலிலிருந்து இறக்கினோம். அவர்களைச் சுற்றி பாதுகாப்பு வளையம் அமைத்தோம். அதன்பின் எதற்காகப் பொறுத்து நிற்கிறீர்கள்? போய் அனைவரையும் கொல்லுங்கள் என்றேன். பிறகு மசூதியை முற்றாகக் கொளுத்தினோம்.

தெகல்கா: கோத்ராவில்தானே?

வியாஸ்: அங்கேயே மூன்று பேரைக் குத்திக் கொன்றோம். பின்பு எங்களுக்குக் கொடுக்கப்பட்ட கேரேஜைக் கொளுத்தினோம். பின்பு டயர்களில் தீப்பற்றி அதுவும் எரிந்தது. அது வெடிகுண்டைப் போல ஓசை எழுப்பியது. அது பரோடாவிலிருந்து தீபக் ஸ்வரூப் இராணுவப் போலிசை அழைத்திருந்த நேரம். நிலைமை கட்டுக் கடங்காமல் போய் விட்டது என்பதை அவர் தெரிந்து கொண்டார். நாங்கள் தவறு இழைப்பதாக அவர் கூறினார்.

குஜராத் இனப்படுகொலைகளில் இஸ்லாமியர்களைக் கொன்று குவித்த இந்துத்துவ ஆர்.எஸ்.எஸ். குண்டர்களின் நேர்காணல் 'தெகல்கா' இணைய தளத்தில் ஒளிபரப்பப்பட்டதைக் கண்டவர்களும் அதைத் தொலைக்காட்சி ஊடகங்களில் பார்த்தவர்களும் அதிர்ச்சி அடைந்தனர். கொடூரக் கொலைகளை அரங்கேற்றிய கொலையாளிகளின் சில வாக்குமூலங்களை, 'தெகல்கா' இதழ் வெளியிட்டுள்ளதைப் பார்ப்போம். அப்போதுதான் 2002 - குஜராத் இனப் படுகொலைகளின் கோரம் முழுமையாகத் தெரியும்.

***

குல்பர்க்கைச் சேர்ந்த சாவல் என்ற கொலைக் குற்றவாளி காங்கிரஸ் எம்.பி. இஷான் ஜாப்ரியை தரையில் எட்டி உதைத்து, பின்பு கொலை செய்த கொடூரத்தை விளக்குகிறான்.

சாவல்: நான் அன்று அங்கிருந்தேன். நான் எல்லாம் அங்கும் இங்கும் ஓடித் திரிந்தேன். அவர்கள் ஜாப்ரி சாகிப்பைக் கூப்பிட்டு வந்தபோது, நான் அவர்களுடன் இருந்தேன். அவரை தரையில் போட்டு எட்டி

உதைத்தார்கள். முதுகில் மிதித்தார்கள். அவரை வெட்டிக் கூறுபோட வேண்டும் என்றார்கள்.

தெகல்கா: கொஞ்சம் விபரமாக விவரியுங்கள். அது எங்கு தொடங்கியது?

சாவல்: 8.30 மணி இருக்கும். நான் என் கடமையிலிருந்தபோது வி.எச்.பி. யினர் வந்தார்கள். கடையை அடைக்கச் சொன்னார்கள். 9 -9.30 மணிக்கு என் முன்னால் ஒரு கடை கொளுத்தப்பட்டது. அப்போதுதான் எல்லாம் தொடங்கிவிட்டதாக உணர்ந்தேன்.

தெகல்கா: அது முஸ்லிம்களின் கடையா?

சாவல்: ஆமாம். அது நடந்ததும் மக்கள் திக்கு தெரியாமல் ஓடத் தொடங்கினார்கள். அப்பா என்னைக் கடையை அடைத்து விடும்படிக் கூறினார். அது எங்கள் பகுதிதான். நான் கடையைத் திறந்து வைத்திருந்தாலும் யாரும் எதுவும் செய்ய இயலாது. இருப்பினும் அது நன்றாக இருக்காது என்பதால், அடைத்தேன். இது மதம் தொடர்புடைய பிரச்சனை என்பதால் எல்லா கடைகளும் அடைத்திருப்பதுதான் நல்லது. அப்பாவின் விருப்பமும் அதுவே. வாருங்கள் எல்லோரும் வீட்டுக்குச் செல்லலாம். பிறகு 10.30 - 11 மணி போல் நான் வெளியே கிளம்பினேன். வெளியே வந்ததும் கலவரக் கும்பலுடன் சங்கமித்தேன். கலவரம் நடந்தபோது நான் அவர்களுடன் இருந்தேன். அது 2-2.30 மணி நேரம் நடந்தது.

தெகல்கா: யார் அந்த வன்முறைக் கும்பலில் இணைந்திருந்தனர். கடை கொளுத்தப்பட்டவுடன், எல்லோரும் ஓடத் தொடங்கினார்களா? அந்தக் கும்பலில் வி.எச்.பி. யினரும் இருந்தனரா?

சாவல்: அனைவரும் வி.எச்.பி. யினர்தான். அப்போது எனக்கு அதில் யார் தலைவர் என்று தெரியாது. நான் தொழில் செய்பவன் என்பதால், இதில் எனக்கு பல தகவல்கள் தெரிந்திருக்கவில்லை. அதன்பிறகுதான் இந்தத் தொடர்புகள். பின்பு அதுல் அண்ணனைச் சந்தித்தபோது தான் இவரும் அன்று இருந்தார் என்பதை நினைவு கூர்கிறேன். அதுல் இருந்தார். பாரத் இருந்தார். அவர்கள்தான் என்னை விடுவிக்க சிறைச்சாலைக்கு வந்தார்கள். இந்தப் பையன்களும் அங்கு சிறைச் சாலைக்கு வந்தார்கள். அங்குதான் இவர்களைச் சந்தித்தேன். அவர்கள் மத்திய சிறைச்சாலைக்கு வராதபோதும் என்னை நன்றாகக் கவனித்தார்கள். காவல் நிலையத்திற்கு நான் வரும்போது என்னை வந்து சந்திப்பார்கள். அப்போது தான் இவர்களைப் பற்றி உணரத் தொடங்கினேன். என்னை ஏன் கைது செய்தார்கள். அவர்களின் பெயர்கள் ஏன் விடுவிக்கப்பட்டன என நான் யோசிக்கத் தொடங்கினேன். ஏன் அதுல் வாய்த், பரத்

தேவியாய் பெயர்கள் இடம்பெறவில்லை? நான் இதற்கு பெரும் முக்கியத்துவம் கொடுக்கவில்லை. ஏனென்றால் இவர்கள் என்னை வெளிக்கொணர உதவக்கூடும். அதனால் நான் வார்த்தைகளை உதிர்க்கவில்லை. என்னுடன் இருந்த 40 பையன்களும் இது பற்றி ஒரு வார்த்தைகூட பேசவில்லை.

தெகல்கா: ஆனால் அனைவருக்கும் தெரிந்திருந்தது.

சாவல்: எல்லோருக்கும் தெரியும். ஆனால் எங்களுக்குள் நடந்த சம்பவம் பற்றி கூட பேசிக்கொள்வதில்லை. எங்களுக்கு எதுவும் தெரியாது என்பதை மட்டும் கூறி வந்தோம். இல்லையேல் நாங்கள் மாட்டிக் கொள்வோம். முதல் குற்றப் பத்திரிகையில் மண்ணெண்ணை பயன்படுத்தப்பட்டதாக பதிவு செய்யப்பட்டது. அந்தக் குற்றப் பத்திரிகையின் படி நான் 5.30 -6.00 மணி வாக்கில் சுடப்பட்டிருந்தேன். எர்டா சாகிப் இருந்தபோது... .

தெகல்கா: யார் உங்களைச் சுட்டது?

சாவல்: எர்டா சாகிப்தான் அப்படிக் கூறினார். அந்தப் பகுதி முழுவதும் நான் உங்களுக்கு ஓரிடத்தைக் காண்பித்தேன் அல்லவா?

தெகல்கா: ஆமாம்.

சாவல்: நான் அங்கு ஓரமாக நின்று கொண்டிருந்தேன். அவருக்கு அருகில் 8 - 15 பேர் நின்றிருந்தார்கள். நாங்கள் அவரிடம் கேட்டோம். ஏன் இவர்களைக் காப்பாற்றுகிறீர்கள் என்று?

தெகல்கா: நீங்கள் இதனை எர்டாவிடம் சொன்னீர்களா?

சாவல்: மக்கள்... நாங்கள் 8-15 பேர் எல்லோரும் இதனைக் கேட்டார்கள். "என்ன செய்து கொண்டிருக்கிறீர்கள்?"

தெகல்கா: முஸ்லிம்களை எங்கு அழைத்துச் செல்கிறீர்? என்று கேட்டார்கள்.

சாவல்: நாங்கள் எங்கு அழைத்துச் செல்கிறீர்கள்? என்று கேட்டோம். அவர் என்ன செய்கிறார் என்பதைச் சொன்னார்.

தெகல்கா: அவர் என்ன சொன்னார்?

சாவல்: அவர் இதைச் செய்யுங்கள் என்று சொன்னார். முஸ்லிம்களை ஏற்றிக்கொண்டு செல்லும் வாகனம் இங்கு வரும்போது கான்ஸ்டபிள் ஓடி விடுவார். உடனே வாகனத்தைக் கொளுத்த வேண்டும். இங்கே எல்லாம் நிகழ்ந்து முடிந்து விடும். யார் மீதும் வழக்கிற்கான காரணமே இருக்காது. படம் இங்கே முடிந்துவிடும். இதை அவர் கூறுகிறபோது பகரீ சமூகத்தைச் சார்ந்தவர்கள், சாட்சியம் சொல்லக்

கூடியவர்களைத் தான் அழைத்துச் செல்கிறார்கள் எனப் புரிந்து, நாளை அவர்களையும் பிடித்துச் செல்லக்கூடும் எனக் கருதி எர்டா மீது கற்களை வீசத் தொடங்கினார்கள். அவரை ஒரு கல் தாக்கியது. நான் அங்கிருந்து ஓடிவிட்டேன். அவன் உடனே துப்பாக்கியை எடுத்து என்னை நோக்கி ஓடாதே என எச்சரித்தார். நான் என் மச்சானுடன் ஓட முற்படும்போது அவர் என் மீது சுட்டார்.

தெகல்கா: எர்டா சாகிப் உங்களைச் சுட்டாரா? அல்லது தவறாகவா...?

சாவல்: அது தவறாக சுடப்பட்டதுதான். அது என் கையில் பட்டது. பெரும் காயம் ஏற்பட்டது. ஆனால் மருத்துவமனைகள் எதுவும் திறந்திருக்கவில்லை. எல்லாம் மூடிக் கிடந்தது. உடனே அரசு மருத்துவமனைக்குச் சென்றேன். இது போல் எந்த நிகழ்வின் பகுதியாகவும் நான் செயல்பட்டதில்லை என்பதால் எனக்கு எதுவுமே புரியவில்லை. அன்று என் உண்மையான பெயர் அரசு மருத்துவமனை ஆவணங்களில் பதிவு பெற்றது.

தெகல்கா: பின்பு அன்று காலை ஜாப்ரியை எப்படிக் கொன்றீர்கள்?

சாவல்: ஜாப்ரியா... இவர்கள் எல்லோரும் அவரைப் பிடித்தார்கள். தரையில் போட்டு மிதித்தார்கள். தரதரவென்று இழுத்துச் சென்றார்கள்.

தெகல்கா: நீங்கள் ஜாப்ரியை மிதித்தீர்களா?

சாவல்: மிதித்தேன்.

தெகல்கா: அவர் கீழே சரிந்தாரா?

சாவல்: கீழே விழுந்தான். அது இல்லை. அவனது கையைப் பிடித்து இழுத்துச் சென்றார்கள். அய்ந்து ஆறு பேர் அவனைப் பிடித்துக் கொண்டார்கள். பிறகு ஒருவன் பெரிய வாளால் அவரை வெட்டினான். அவரது கை, கால், உடல் உறுப்புகள் எல்லாம் துண்டாக்கப்பட்டது. பின்பு அவனது உடல் மீது விறகு வைத்து உயிருடன் கொளுத்தப்பட்டார்.

தெகல்கா: ஜாப்ரியை நீங்கள் துண்டு துண்டாய் வெட்டும்போது, எர்டா வந்து காப்பாற்றவில்லையா?

சாவல்: யாரும் எதுவும் செய்யவில்லை. எர்டா அப்போது அங்கில்லை. அவரது வாகனத்தில் அவர் மேகானி நகர் சென்று இருந்தார். அதனால் அவருக்கு ஜாப்ரி கசாப்பு செய்யப்பட்டது தெரியாது. எல்லாம் 1 - 1.30 க்குள் நடந்து முடிந்தது.

தெகல்கா: ஆனால் ஜாப்ரியின் குடும்பத்தினர் எப்படியோ தப்பி விட்டனர் அல்லவா?

சாவல்: இல்லை. தப்பவில்லை. அவர் மனைவி மட்டுமே தப்பினார். தன்னை ஓர் இந்துவாகப் பாவித்து அவர் தப்பிவிட்டார்.

தெகல்கா: அவரது மகள் ஒருவர்கூட தப்பி விட்டாரரோ?

சாவல்: அவரது குடும்பத்தில் வேறு யாரும் தப்பவில்லை. அங்கு அப்போது இல்லாதவர்கள் மட்டுமே தப்பினார்கள். அவரது மனைவிகூட் தான் ஓர் இந்து, தான் வீட்டு வேலை செய்பவர். படேர்வாலி குடியிருப்பில் வசிப்பவர், ஏன் என்னை நீங்கள் கொல்ல வேண்டும். நான் ஒரு வேலைக்காரிதானே என்றார். அவர் இந்துவைப் போல் நன்றாக உடை உடுத்தி இருந்தார். நல்ல முறையில் உடுத்தி இருந்தார்.

தெகல்கா: அடையாளம் காண முடியாததால், அவர் தப்பி விட்டார் இல்லையா?

சாவல்: அவர்களை எனக்கு எந்த வகையிலும் பழக்கம் இல்லை. அதனால் அவர்களை எனக்குத் தெரியவில்லை.

தெகல்கா: குல்பர்க் சொசைட்டி எவ்வளவு பெரியது? அங்கே எவ்வளவு பேர் வசிக்கிறார்கள்?

சாவல்: நிறையபேர் வசிக்கிறார்கள்!

தெகல்கா: இப்போது மீண்டும் மக்கள் அங்கு வந்து வசிக்கத் தொடங்கியுள்ளார்களா?

சாவல்: யாரும் திரும்பி வரவில்லை. அது மூடிக் கிடக்கிறது. அது ஒரு சிறைச் சாலையைப் போல் உள்ளது. எவரும் எட்டிக் கூடப் பார்க்கவில்லை.

தெகல்கா: ஆனால் அன்று மாலை அங்கு சிலர் தப்பினார்களா?

சாவல்: 40 பேர் ஓடிவிட்டார்கள். சிலர் முன்பே கிளம்பிவிட்டார்கள்.

தெகல்கா: நீங்கள் எப்படி குல்பர்கில் நுழைந்தீர்கள்?

சாவல்: வீடுகளில் இருந்த சமையல் எரிவாயு சிலிண்டர்கள் சேகரிக்கப்பட்டன. அதைச் சொசைட்டியின் சுற்றுச் சுவர் அருகில் வைத்தார்கள். பின்பு பேக்கரியில் இருந்து குழாய் போன்ற சாதனங்களை எடுத்து வந்து சிலிண்டரைத் திறந்தார்கள். பின்பு தொலைவாகச் சென்ற தீப்பந்தம் போல் துணியால் செய்து சிலிண்டரைக் கவரின் மீது எறிந்தார்கள். பின்பு நாங்கள் உள்ளே நுழைந்தோம்.

தெகல்கா: அது மிகவும் உயரமாக இருந்ததா?

சாவல்: நல்ல உயரம். அது இரண்டு அடி அகலச் சுவர். எப்படியும் 15 - 20 அடி உயரம் இருக்கும். அதன் மீது முள் வேலி போடப் பட்டிருந்தது.

தெகல்கா: ஒன்று இரண்டு சிலிண்டர்களால் சுவர் உடைந்ததா?

சாவல்: ஒன்றை அவர் அருகே வைத்து, ஒன்றை எறிந்தார்கள், சிலிண்டர்களால் சுவர் உடைந்துவிடும் சக்தி வாய்ந்தவை.

தெகல்கா: அதனால் உள்ளே இருந்த வீடுகளிலும் தீப்பற்றியது.

சாவல்: அங்கு குடியிருந்தவர்களின் வீட்டுப் பொருட்களைக் கொண்டே வீடுகளைக் கொளுத்தினார்கள். எதுவும் வெளியில் இருந்து கொண்டு செல்லும் அவசியம் ஏற்படவில்லை. அவர்களின் பொருட்களாலேயே அவர்களின் வீடுகளைச் சாம்பலாக்கினோம். பாட்டியாலுவிலும் இதேதான் நிகழ்ந்தது.

***

கொலையாளி ராஜூ பேட்டி

குல்பர்க் வழக்கில் குற்றம்சாட்டப்பட்ட ராஜூ ஆறு மாதங்கள் சிறையில் கழித்தார். இதோ அவனது நேர்காணல்: (செப்டம்பர் 6, 2007)

தெகல்கா: எத்தனை மாதங்கள் சிறையில் கழித்தீர்கள்?

ராஜூ: நான் சிறையில் ஆறரை மாதங்கள் இருந்தேன்.

தெகல்கா: அந்தக் காலத்தில் என்ன விதமான உதவிகளை வி.எச்.பி. யினர் செய்தார்கள்?

ராஜூ: பொருட்களை எல்லாம் வீட்டுக்கே சென்று கொடுத்துவிடுவார்கள்.

தெகல்கா: என்ன ரேஷன் சாமானா?

ராஜூ: எனக்கு இரண்டு குழந்தைகள் இருக்கின்றன. அவர்கள் படிக்கிறார்கள். வாய்தா தேதிகளில் வி.எச்.பி. யினர் நீதிமன்றத்திற்கு வருவார்கள். அவர்கள் என்னிடம் நீ குழந்தைகளுக்கு பள்ளிக் கட்டணம் கட்ட வேண்டியது இல்லை என்றும், பள்ளி நிர்வாகத்திடம் பேசிவிட்டதாகவும் தெரிவித்தார்கள். அவர்கள் பள்ளிக்கூடத்திற்குச் சென்றார்கள். ஆனால் கட்டணத்தைச் செலுத்தவில்லை. வெளியில்

வந்தபிறகு நானே அந்த மொத்தக் கட்டணத்தையும் ஒரே தவணையில் செலுத்த வேண்டியதாகி விட்டது.

தெகல்கா: அவர்கள் பள்ளிக் கட்டணத்தை கட்டிவிடுவதாக உங்களிடம் கூறியிருந்தார்களா?

ராஜூ: ஆமாம். அவர்கள் பள்ளிக்குச் சென்றார்கள். பாரத் தேவி அங்கு சென்றார். ஆனால் எந்தப் பயனும் இல்லை.

தெகல்கா: குல்பர்க் சம்பவம் நடந்தபோது வி.எச்.பி. யினர் உங்களுடன் இருந்தார்களா?

ராஜூ: அவர்கள் இருந்தார்கள். 8.30 மணி அளவில் அவர்கள் மேகனி நகரில் இருந்து புறப்பட்டார்கள். கடைகளை அடைக்கும் படிச் சொன்னார்கள். நான் 7.30 மணி அளவில் அவர்களுடன் இணைந்தேன். அதுல் பாயுடன் நானும் குற்றம் சாட்டப்பட்டேன்.

தெகல்கா: அதுல்வாய்த்?

ராஜூ: ஆமாம். அவர்தான் அனைவரும் ஒன்றாய் செல்ல வேண்டும் என்றார்.

தெகல்கா: எங்கே?

ராஜூ: கூட்டம் அதிகமாகிக் கொண்டே சென்றது.

தெகல்கா: குல்பர்க் சென்றவுடன் என்ன நடந்தது?

ராஜூ: கல்லெறிதல் தொடங்கியது. எதிர் திசையிலிருந்து சுடத் தொடங்கினார்கள். நாங்கள் உடனே வீடுகள் நோக்கிச் சென்று விட்டோம். நான் முஸ்லிம் பகுதியில் குடியிருப்பதால், அங்கிருந்து என் குழந்தைகளை அப்புறப்படுத்தினேன்.

தெகல்கா: குழந்தைகளுடன் வீட்டைவிட்டுக் கிளம்பி வீட்டீர்களா?

ராஜூ: குல்பர்க்கிலிருந்து என் வீட்டிற்கு அதே வழியில்தான். நாங்கள் பின் வழியாகச் சென்றோம். இரயில்வே தண்டவாளங்கள் உள்ள வழியாக அங்கே என் காலில் அடிபட்டது.

தெகல்கா: உங்கள் காலில் வந்து அடித்ததா?

ராஜூ: சிறிய குண்டு.

தெகல்கா: பின்பு நீங்கள் குழந்தைகளை வீட்டில் விட்டீர்களா?

ராஜூ: குழந்தைகளை விட்ட பிறகு மருத்துவமனைக்குச் சென்றேன்.

தெகல்கா: அங்கிருந்து மருத்துவமனைக்குச் சென்றீர்களா?

ராஜு: அந்த இடத்திலிருந்து ஒரு மணிக்குக் கிளம்பிவிட்டேன்.

தெகல்கா: மருத்துவமனையிலிருந்தா?

ராஜு: இல்லை. அந்தப் பகுதியிலிருந்தே... அதாவது குல்பர்க்கிலிருநது நான் சிவில் மருத்துவமனையிலிருந்து அய்ந்து மணிக்கு வந்தேன். அந்த நேரம் அனைவரையும் அப்புறப்படுத்திக்கொண்டிருந்தார்கள்.

தெகல்கா: பிணங்களையா?

ராஜு: இல்லை. உயிர் பிழைத்தவர்களை.

தெகல்கா: அவர்களை எடுத்துச் சென்றார்களா?

ராஜு: பிணங்களை இரவில் எடுத்துச் சென்றார்கள். முதலில் இரவு 11 மணிக்கு இரண்டாவது விடிந்ததும்.

தெகல்கா: அந்த நேரம் நீங்கள் எதுவும் செய்யவில்லையா?

ராஜு: அந்நேரம் அங்கு கல் எறிவது மட்டும்தான் நிகழ்ந்தது.

தெகல்கா: நீங்கள் கல் எறிதல் நடந்தபோது மட்டும்தான் இருந்தீர்களா?

ராஜு: என்னால் உள்ளே செல்ல முடியவில்லை.

தெகல்கா: பின்பு குல்பர்க்கிற்குள் யார்தான் நுழைந்தது?

ராஜு: உள்ளே யார் இருந்தார்கள் என்று எனக்குத் தெரியாது. ஆனால் அவர்கள் உள்ளூர்க்காரர்கள் அல்ல.

தெகல்கா: அவர்கள் வெளியூரிலிருந்து வரவழைக்கப்பட்டவர்கள். ஆனால் அதில் வி.எச்.பி. யினர் இருந்தார்களா?

ராஜு: ஆமாம். இருந்தார்கள்.

தெகல்கா: ஆர்.எஸ்.எஸ். காரர்கள் யாரும் அங்கு இருநதார்களா?

ராஜு: பஜ்ரங்தளத்தினர் திரிசூலத்தைச் சுமந்து சென்றார்கள்.

தெகல்கா: உள்ளே சென்றவர்கள் பஜ்ரங் தளத்தினர்தான் இல்லையா?

ராஜு: (ஆமாம். என்பதற்கு ஒப்புதலாக தலையசைக்கிறார்.)

தெகல்கா: அனைவரும் கையில் திரிசூலம் வைத்திருந்தார்களா?

ராஜு: ஆமாம் திரிசூலம் ஏந்தியிருந்தார்கள்.

தெகல்கா: அப்ப... உங்களைக் காவல் துறை எங்கு பிடித்தது?

ராஜூ: என் பெயரும் அதிலிருந்தது.

தெகல்கா: உங்களை இரண்டாவது நாள் பிடித்தார்களா?

ராஜூ: அவர்கள் என்னைப் பிடிக்கவில்லை. விசாரணை நடைபெற்றதும் நாங்கள் அந்த இடத்தை விட்டுக் கிளம்பினோம். பின்ப சேதன்பாய் ஷாவை சந்தித்தோம். (அரசு வழக்கறிஞர்) அவர் மூன்று நான்கு மாதங்கள் எங்காவது சென்று விடும்படி அறிவுறுத்தினார். தயாராக இருக்கச் சொன்னார். வீட்டை விட்டு ஒரு மாதமாவது தலைமறைவு ஆகிவிடும்படி சொன்னார். நான் அதைச் செய்தேன். இருப்பினும் கிரைம் பிரிவு என்னை துன்புறுத்தத் தொடங்கியது. அதன் பிறகு நானே சரணடைந்தேன். அவர்கள் என்னை நன்றாக நடத்தினார்கள்.

தெகல்கா: கிரைம் பிரிவினரா? (குற்றப் பிரிவு)

ராஜூ: அவர்கள் என்னுடன் இணக்கமாக நடந்து கொண்டார்கள். வீட்டில் இருப்பது போலவே இருந்தது. என் குடும்பத்தினர் என்னைப் பார்க்க வருவதுண்டு.

தெகல்கா: பிணையில் வெளிவர உங்கள் சொந்தப் பணத்தைச் செலவழித்தீர்களா?

ராஜூ: இல்லை. அதை வி.எச்.பி. யினர் பார்த்துக்கொண்டார்கள்.

ராஜூ: (ஆம் என்பதாக தலை அசைக்கிறார்.) பத்தொன்பது பேர் ஒன்றாக வெளியே வந்தார்கள்.

52
குஜராத் படுகொலைகள்:
ஹர்ஷ் மந்தர் ஐ.ஏ.எஸ். சாட்சியம்

இந்தியா - பாகிஸ்தான் நாட்டுப் பிரிவினைக்குப் பின்னர் நடந்த படுகொலைகள் போன்று குஜராத்தில் 2002இல் நடந்த முஸ்லிம் மக்கள் படுகொலை இந்திய வரலாற்றில் இரத்தம் தோய்ந்த அத்தியாயங்களாகக் காட்சி அளிக்கின்றன.

குஜராத் இனப்படுகொலைகளை நடத்திய இந்துத்துவ மதவாத சனாதன சக்திகள் எவ்வளவு கொடூரமான பின்னணி கொண்டவர்கள் என்பதை ஒரு சில சான்று ஆவணங்களுடன் கண்டோம்.

குஜராத் இனப்படுகொலைக் குற்றவாளிகள் கொடுத்த ஒப்புதல் வாக்கு மூலங்களை பதிவு செய்து தெகல்கா இணையம் ஒளிபரப்பியதை இந்திய தொலைக்காட்சிகள் காட்டின. அதையே 'தெகல்கா இணைய இதழ்' வெளியிட்டதை இத்தொடரின் மூலம் சிலவற்றைப் பார்த்தோம்.

குஜராத் இனப்படுகொலை குறித்த ஆவணங்களைத் தொடர்ந்து பார்த்தால் இக்கட்டுரையின் நீண்ட தொடராகவே அது ஆகிவிடும்.

கொடூர இனப்படுகொலைகளை அரங்கேற்றிய ஆர்.எஸ்.எஸ். சங்பரிவாரங்களின் 'அடியாட்கள்' வாக்குமூலங்களை இது வரையில் கண்டோம்.

குஜராத் இரத்தத் தடாகத்தில் மிதந்தபோது, அங்கு ஐ.ஏ.எஸ். அதிகாரியாக பணியாற்றிய ஒருவரின் வாக்குமூலம் அப்போது குஜராத் முதலமைச்சராக பதவி வகித்த நரேந்திர மோடி, நாட்டை ஆளும் பிரதமராக வந்த பிறகும் அஞ்சாமல் அந்த அதிகாரி அளித்துள்ள வாக்குமூலம் என்ன சொல்கிறது என்பதையும் காண்போம்.

ஹர்ஷ் மந்தர் ஐ.ஏ.எஸ். சாட்சியம்

குஜராத் மாநிலத்தில் பணிபுரிந்த இந்திய ஆட்சிப்பணி அதிகாரி ஹர்ஷ் மந்தர் நேர்மையானவர் என்று பெயர் எடுத்தவர். 22 ஆண்டுகள் ஐ.ஏ.எஸ். அதிகாரியாக பணியாற்றிய அவர், தனது பணிக்காலத்தில் 18 முறை இடமாற்றம் செய்யப்பட்டவர்.

மத்தியப் பிரதேசம் மற்றும் சத்தீஸ்கர் மாநிலங்களிலும் ஹர்ஷ் மந்தர் பணியாற்றி இருக்கிறார்.

அரசுப் பணியிலிருந்து வெளியேறிய பின், கலவரங்களில் அனாதைகள் ஆக்கப்பட்ட முஸ்லிம், தலித் மற்றும் பழங்குடியினருக்காகவும், மனநலக் காப்பகங்களில், பிள்ளைகளாலும் உறவினர்களாலும் கைவிடப்பட்ட மனநோய் பாதித்தவர்களைக் காப்பகக் கொடுமைகளிலிருந்து மீட்டு அவர்களுக்கு மறுவாழ்வு அளித்து வரும் மனிதநேயப் பணியை மேற்கொண்டு வருகிறார்.

'உணவு எனது உரிமை' என்ற பெயரில் அமைப்பு ஒன்றை நடத்தி வரும் ஹர்ஷ் மந்தர், டெல்லி ஜே.என்.யூ. பல்கலைக் கழகம், ஜாமியா மிலியா பல்கலைக் கழகம் மற்றும் அமெரிக்க கலிபோர்னியா இன்ஸ்டியூட் ஆப் இன்டக்ரல் ஸ்டடீஸ், போஸ்டன், ஆஸ்டின் மற்றும் நியூயார்க் பல்கலைக் கழகங்கள், இங்கிலாந்தின் சஸக்ஸ் பல்கலைக் கழகம், ஸ்டான்போர்டு கல்லூரி, ஐதராபாத் நல்சார் சட்டப் பல்கலைக் கழகம் ஆகிய உயரிய பல்கலைக் கழகங்களில் சிறப்புப் பேராசிரியராக அவ்வப்போது அங்கு பயிலும் மாணவர் களுக்கு வகுப்பு எடுப்பதுடன் சிறப்பு சொற்பொழிவுகளும் நிகழ்த்தி வருகிறார்.

மனித உரிமை ஆணையத்திலும் அவர் பணியாற்றியதால் இந்தியாவில் நிகழ்ந்த அத்தனை மனித உரிமை மீறல் கொடுமை கள் பற்றிய விபரங்கள் அவர் விரல் நுனியில் இருக்கின்றன என்றே கூறலாம்.

ஒருவேளை உணவிற்குக் கூட வழி இல்லாத இந்திய சிறுபான்மையினர் கலவரங்களில் கூட்டுப் பாலியல் மூலம் பாதிக்கப்பட்டவர்கள், வன்முறைகளில் வீடுகளை இழந்தவர்களுக்கான உரிமைகள் மீட்புக் குழுக்களில் இடம் பெற்று, அவர்களுக்கு நட்ட ஈடுகள் கிடைப்பதற்காகப் போராடி வருவதையே வாழ்நாள் குறிக்கோளாகக் கொண்டவர்.

2010ஆம் ஆண்டு நேஷனல் அட்வைசரி கவுன்சிலில் பணியாற்றிய சிறந்த சிந்தனையாளர்.

தற்போது இந்தியாவில் கொந்தளிப்பை ஏற்படுத்தி உள்ள மத்திய பாஜக அரசின் குடிஉரிமை திருத்தச் சட்டத்திற்கு எதிராக வலுவான குரல் எழுப்பி வரும் ஹர்ஷ் மந்தர், டெல்லிப் பல்கலைக்கழக மாணவர்களிடையே ஆற்றிய உரை மிகுந்த ஆவேசமானது.

"குடியுரிமை திருத்தச் சட்டத்தால் முஸ்லிம்கள் சொந்த நாட்டிலேயே அனாதைகளாகவும் அகதிகளாகவும் ஆக்கப்படுவார்கள். ஒரு முஸ்லிம் பாதிக்கப்பட்டாலும், நான் முஸ்லிமாக மாறுவேன்.

நான் இந்தியக் குடியுரிமை பெற்றவன் என்ற எந்த ஆதாரத்தையும் அரசிடம் சமர்ப்பிக்க மாட்டேன். யாராவது ஒரு முஸ்லிம் வஞ்சிக்கப்பட்டு அகதி என்ற பெயரில் சிறையில் அடைக்கப்பட்டால் நானும் அவருடன் சேர்ந்து சிறைக்குச் செல்வேன்," என்று ஹர்ஷ் மந்தர் முழங்கினார்.

ஹர்ஷ் மந்தர் எழுதிய கட்டுரை

குஜராத் படுகொலைகள் கொடூரம் குறித்து ஹர்ஷ் மந்தர் கடந்த 2018இல் 'டைம்ஸ் ஆஃப் இந்தியா' ஆங்கில நாளேட்டில் ஹர்ஷ் மந்தர் எழுதிய கட்டுரையில்தான், 2002ஆம் ஆண்டின் இனப்படுகொலைகளைக் கண்முன் நிறுத்தி உள்ளார்.

இனி அந்தக் கட்டுரையின் சுருக்கப்பட்ட மொழியாக்கம்:-

பயங்கரமும் படுகொலையும் தாண்டவம் ஆடிய குஜராத்திலிருந்து வருகிறேன்.

வெறுப்பாலும் அச்சத்தாலும் நான் மரத்துப் போய்விட்டேன். என் இதயம் நோயுற்று ஆன்மா நைந்து விட்டது. குற்ற உணர்வையும் அவமானத்தையும் சுமக்கும் வலிமையின்றி என் தோள்கள் வலிக்கின்றன.

அகமதாபாத் கலவரத்தில் தப்பிப் பிழைத்த அகதிகள் சுமார் 53 ஆயிரம் பேர், சாக்குக் கூரைகளின் கீழே ஒண்டிக் கொண்டிருக்கும் ஆண்கள், பெண்கள், குழந்தைகள்... அவர்களது முகத்தில் ததும்பும் துயரம்... இப்படியொரு துக்கத்தை நான் இதுவரை கண்டதில்லை.

வறண்டு போன கண்கள், நிவாரணப் பொருட்களை இறுகப் பற்றிய அவர்களது கைகள், இனி இந்த உலகத்தில் இது மட்டும்தான் அவர்களின் எஞ்சி இருக்கும் உடைமை.

அச்சம் படர்ந்த தணிந்த குரலில் சிலர் பேசிக் கொள்கிறார்கள். சமையல் வேலை, பிள்ளைகளுக்குப் பால், காயம் பட்டவர்களுக்கு மருந்து என்று ஆக வேண்டிய வேலைகளைக் கவனிக்கின்றார்கள் மற்றவர்கள். ஆனால் ஏதாவது ஒரு முகாமில் நீங்கள் உட்கார்ந்தால் உடனே அவர்கள் பேசத் தொடங்குகிறார்கள்.

புரையோடிய புண்ணிலிருந்து பீய்ச்சி அடிக்கும் சீழ் போல் சொற்கள் நம் முகத்தில் பட்டுத் தெறிக்கின்றன.

அந்தக் கோரங்களை எழுதவே என் பேனா தடுமாறுகிறது. இருப்பினும் கண்டவை கேட்டவைகளில் ஒரு சிறு துளியாவது நான் எழுத நினைக்கின்றேன்.

ஏனென்றால் நாம் அனைவரும் இதைத் தெரிந்து கொண்டாக வேண்டும். எனக்கு யாரிடமாவது சுமையைக் கொஞ்சம் இறக்கி வைக்க வேண்டும்.

ஒரு எட்டு மாதக் கர்ப்பிணிப் பெண் தன்னை விட்டு விடுமாறு கதறியிருக்கிறாள். அவளுடைய வயிற்றைக் கீறி அந்தக் குழந்தையை வெளியிலெடுத்து, அவள் கண்ணெதிரிலேயே கண்டந்துண்டமாக வெட்டிக் கொன்றிருக்கிறார்கள்.

இதற்கென்ன சொல்கிறீர்கள்?

19 பேர் கொண்ட ஒரு குடும்பம், அந்த வீட்டிற்குள் தண்ணீரைப் பீய்ச்சியடித்து, பிறகு உயர் அழுத்த மின் கம்பியை உள்ளே தூக்கிப் போட்டு அத்தனை பேரையும் கொன்றிருக்கிறார்கள். என்ன சொல்கிறீர்கள்?

தன்னுடைய அம்மாவும், அக்காள்கள், அண்ணன்கள், ஆறு பேரும் தன் கண் முன்னால் அடித்தே கொல்லப்பட்டதை விவரிக்கிறான் ஜுஹோபரா முகாமில் இருக்கும் ஒரு ஆறு வயதுச் சிறுவன். அடித்த அடியில் அந்தப் பையன் செத்துவிட்டதாக நினைத்துவிட்டிருக்கிறார்கள்.

மிக மோசமாகத் தாக்கப்பட்ட நரோடா பாட்டியா பகுதியிலிருந்து ஒரு குடும்பம் தப்பி ஓடியிருக்கிறது. மூன்று மாதம் கைக் குழந்தையுடன் இருந்த மகளால் ஓட முடியவில்லை.

“எந்தப் பக்கம் போனால் தப்பிக்கலாம்?” என்று அங்கிருந்த காவலர்களிடம் அவள் வழி கேட்டாள். அவர்கள் காட்டிய திசையில் நம்பிக்கையோடு சென்றாள். அங்கே தயாராக காத்திருந்த கும்பல் அவளையும், குழந்தையையும் மண்ணெண்ணெய் ஊற்றிக் கொளுத்தியது.

பாலியல் கொடூரங்கள்

பெண்களின் மீதான பாலியல் வன்முறை வேறு எந்தக் கலவரங்களின் போதும் இவ்வளவு கொடூரமாக நடந்ததில்லை. குடும்ப உறுப்பினர்கள், சிறுவர், சிறுமிகளின் கண் முன்னே பெண்களைக் கும்பல் கும்பலாகக் கற்பழித்திருக்கிறார்கள்.

கற்பழிப்பு முடிந்தவுடன் அந்தப் பெண்களை எரித்துக் கொன்றிருக்கிறார்கள். சுத்தியலால் மண்டையில் அடித்தே கொன்று

இருக்கிறார்கள். ஒரு இடத்தில் ஸ்குரூ டிரைவரால் குத்தியே கொன்று இருக்கிறார்கள்.

அமன் சௌக் முகாமிலிருந்த பெண்கள் கூறியவற்றைக் கேட்கவே குலை நடுங்குகிறது.

திடீரென வீடு புகுந்த கும்பல், பெண்களின் முன்னே தங்கள் ஆடைகளை ஒவ்வொன்றாகக் களைந்துவிட்டு கையில் பயங்கரமான ஆயுதங்களுடன் நிர்வாணமாக நின்று கொண்டு, பெண்களை நடுங்கச் செய்து பணிய வைத்திருக்கிறது.

அகமதாபாத்தில் நான் சந்தித்த பத்திரிகையாளர்கள், சமூக சேவகர்கள், உயிர் பிழைத்த மக்கள் ஆகிய அனைவரும் கூறுவது இதுதான், "குஜராத்தில் நடந்தது கலவரம் அல்ல; ஒரு பயங்கரவாதத் தாக்குதல். திட்டமிட்ட இனப்படுகொலை." ஒரு இராணுவத் தாக்குதலைப் போல எல்லாமே திட்டமிட்டு நடத்தப்பட்டிருக்கிறது.

வெறியூட்டும்படியான முழக்கங்களை ஒலிபரப்பியபடியே முதலில் ஒரு லாரி வரும். பின்னாலேயே வரிசை வரிசையாக வரும் லாரிகள் காக்கி டவுசரும், நெற்றியில் காவித் துணியும் கட்டிய ஆட்களைக் கும்பல் கும்பலாக இறக்கி விடும்.

வெடிபொருட்கள், திரிசூலம், கோடாரி போன்ற ஆயுதங்களுடன் களைப்பைப் போக்கிக் கொள்ள தண்ணீர் பாட்டில்களையும் அவர்கள் கையில் கொண்டு வந்திருக்கிறார்கள்.

ஒவ்வொரு கும்பலின் தலைவன் கையிலும் செல்போன்... உத்தரவுகள் போனில் வந்து கொண்டிருந்தன...

கைகளில் முஸ்லிம் குடும்பங்களின் பெயர்கள், சொத்து விவரம் அடங்கிய கம்ப்யூட்டர் காகிதங்களை அவர்கள் வைத்து இருந்தார்கள்.

இந்து - முஸ்லிம் கலப்பு மணம் செய்து கொண்டவர்கள் யார்? அவர்கள் யாரைத் தாக்க வேண்டும் என்பது வரை துல்லியமான விவரங்கள் அவர்கள் கையில் இருந்தன.

வசதியான முஸ்லிம்கள், கடைகள் முதலில் சூறையாடப்பட்டன. பிறகு லாரிகளில் கொண்டு வந்த கேஸ் சிலிண்டர்களைக் கட்டடத்திற்குள் வைத்துத் திறந்து விடுவார்கள். பிறகு பயிற்சி பெற்ற ஒரு நபர் நெருப்பைக் கொளுத்திப் போடுவான், கட்டடம் தீப்பிடித்து எரியும்.

மசூதிகளும், தர்காக்களும் இடித்துத் தள்ளப்பட்டு அங்கே அனுமார் சிலையும், காவிக் கொடியும் நட்டு வைக்கப்பட்டன.

அகமதாபாத் நகரின் சாலை சந்திப்புகளிலிருந்த சில பிரபலமான தர்காக்கள் ஒரே இரவில் இடிக்கப்பட்டு, அதன் மீது சாலையும் போடப்பட்டுவிட்டது.

அதற்கு முன் அந்த இடத்தில் ஒரு தர்கா இருந்ததில்லை என்பது போல அந்தப் புதிய சாலை மீது இப்போது வாகனங்கள் ஓடிக்கொண்டிருக்கின்றன.

காவல்துறை மற்றும் அரசு எந்திரத்தின் பழிக்கு அஞ்சாத அலட்சியத்தையும், நேரடியான கூட்டுக் களவாணித்தனத்தையும் எல்லோரும் குற்றம் சாட்டுகிறார்கள்.

பெண்கள், குழந்தைகளின் கதறலுக்குக் கூட அவர்கள் மனம் இரங்கவில்லை. கொலை, கொள்ளை, கற்பழிப்புக்குத் தான் அவர்கள் பாதுகாப்புக் கொடுத்திருக்கிறார்கள்.

யார் கலவரக் கும்பலின் தாக்குதலுக்குப் பலியானர்களோ அந்த முஸ்லிம் மக்கள் மீதுதான் போலிசும் துப்பாக்கிச் சூடு நடத்தி இருக்கிறது.

பல செய்திகள் இதைத்தான் கூறுகின்றன. கைது செய்யப்பட்டவர்களில் பெரும்பான்மையினரும் முஸ்லிம்கள்தான்.

இருபது ஆண்டுகளாக ஐ.ஏ.எஸ். அதிகாரிகளாகப் பணியாற்றிக் கொண்டிருப்பவன் என்ற முறையில் என்னுடைய சகாக்களின் ஐ.ஏ.எஸ்., ஐ.பி.எஸ். அதிகாரிகள் தங்கள் கடமைக்கு இழைத்த துரோகத்தை எண்ணி நான் வெட்கப்படுகிறேன்.

அரசியல்வாதிகளின் உத்தரவுக்குக் காத்து இருக்க வேண்டும் என்று எந்தச் சட்டமும் அவர்களைக் கட்டுப்படுத்தவில்லை.

சுயேச்சையாகவும், நடுநிலையாகவும் அச்சமின்றியும் செயல்பட வேண்டும் என்றுதான் சட்டம் அவர்களைக் கோருகிறது.

கடமை தவறிய அதிகாரிகள்

அகமதாபாத்தில் ஒரே ஒரு அதிகாரியாவது நேர்மையாக நடந்து கொண்டிருந்தால்... இராணுவத்தை அழைத்து வன்முறையை நிறுத்தியிருக்க முடியும். உள்ளூர் காவல் துறை மற்றும் அதிகாரிகளின் உதவி இல்லாமல் எந்த ஒரு கலவரமும் சில மணி நேரத்திற்கு மேல் நீடிக்க முடியாது.

கொலையுண்ட ஆயிரக்கணக்கான அப்பாவி மக்களின் இரத்தம் குஜராத் அதிகாரிகளின் கைகளில் படிந்திருக்கிறது.

அவர்கள் மட்டுமல்ல, இதைக் கண்டும் காணாதது போல் சதிகாரத்தனமாக மவுனம் சாதிக்கும் இந்த நாட்டின் உயர் அதிகாரிகள் அனைவரும் இந்தப் படுகொலையின் குற்றவாளிகள்தான்.

இனப்படுகொலை உச்சத்திலிருந்தபோது சொத்துக்களைப் பாதுகாத்துக் கொள்வதற்காக சபர்மதி - ஆசிரமத்தின் வாயிற் கதவுகள் மூடப்பட்டிருந்ததாக பத்திரிகைச் செய்திகள் தெரிவித்தன.

அந்த ஆசிரமம் அல்லவா மக்களுக்கு முதல் புகலிடமாக இருந்திருக்க வேண்டும். கொலைக் கும்பல்களைத் தடுத்து நிறுத்த எந்தக் காந்தியவாதி தன் உயிரைப் பணயம் வைத்துக் களத்தில் நின்றார்?

இந்த நாட்டின் குடிமக்கள் என்ற முறையில் ஏற்கனவே நாம் பல அவமானங்களைச் சுமக்க முடியாமல் சுமந்து கொண்டு இருக்கிறோம்.

இதோ... இன்னொரு பெருத்த அவமானம்! பாதிக்கப்பட்ட முஸ்லிம் மக்களுக்காக அகமதாபாத் நகரில் நடத்தப்படும் அகதி முகாம்கள் எல்லாம் இஸ்லாமிய அமைப்புகளால்தான் நடத்தப்படுகின்றன.

"முஸ்லிம் மக்கள் அனுபவித்த துன்பம், இழப்புகள், துரோகம், அநீதி ஆகியவை பற்றியெல்லாம் சக முஸ்லிம்கள்தான் கவலைப்பட வேண்டும். அவர்களுக்கு ஆறுதல் அளிக்கவும், அவர்களுடைய வாழ்க்கையைப் புனரமைத்துத் தரவும் நமக்கு எவ்வித பொறுப்பும் இல்லை" என்று சொல்வது போல இருக்கிறது இந்த அணுகுமுறை.

குஜராத்தின் கொலைகாரக் கும்பல் எதையெல்லாமோ என்னிடமிருந்து திருடிச் சென்றுவிட்டது.

அவற்றில் ஒன்று இந்தப் பாடல்... நான் பெருமிதத்துடனும் நம்பிக்கையுடனும் பாடி வந்த பாடல்... அந்தப் பாடலின் சொற்கள் இவை.

"சாரே ஜஹா ஹே அச்சா
இந்துஸ்தான் ஹமாரா"

இந்தப் பாடலை இனி ஒருபோதும் என்னால் பாட முடியாது.

குஜராத் 2002 முஸ்லிம் மக்கள் மீதான இனப்படுகொலை நடந்து 16 ஆண்டுகள் முடிந்துவிட்டன.

கோத்ரா இரயில் எரிப்பு வழக்கில் சில அப்பாவி முஸ்லிம்கள் தண்டிக்கப்பட்டு உள்ளனரே அன்றி பலநூறு கொலை, கற்பழிப்பு, வன்முறை செய்த இந்து மத வெறியர்கள் யாரும் இதுவரை தண்டிக்கப்படவில்லை.

முஸ்லிம் என்பதற்காகவே இங்கு ஒருவர் கொலை செய்யப்பட்டாலும் அதைத் தட்டிக் கேட்க நாதி இல்லை என்பதற்கு இந்தியக் குடிமகன் என்று அழைத்துக் கொள்ளும் ஒவ்வொருவரும் வெட்கப்பட வேண்டும்; வேதனைப்பட வேண்டும்.

மறந்து கொண்டிருப்பது மக்களின் இயல்பு; நினைவு படுத்திக்கொண்டிருப்பது நமது கடமை!

குஜராத் இனப்படுகொலைகளை நெஞ்சில் இரத்தம் வழிய வழிய ஹர்ஷ் மந்தர் ஐ.ஏ.எஸ். அதிகாரி சாட்சியமாக டைம்ஸ் ஆப் இந்தியா நாளேட்டில் (நவம்பர் 12, 2018) தீட்டி உள்ள கட்டுரை அசைக்க முடியாத ஆவணமாகும்.

இந்துத்துவ மதவாதக் கும்பலின் கோர முகத்தை கிழித்துக் காட்டும் இக்கட்டுரை, குஜராத் படுகொலைகள் 2002ஐ அவ்வளவு எளிதில் கடந்துபோக முடியாது என்பதை ஐயம் திரிபுற எடுத்துக் காட்டுகிறது.

53
ஆர்.எஸ்.எஸ். -இன் அடுத்த இலக்கு 'கிறிஸ்தவர்கள்'

இந்துத்துவ மதவாத சனாதனவாதிகள் இஸ்லாமியர் மீது கொண்டிருக்கும் வெறுப்பு, அதன் பின்னணி, சிறுபான்மை முஸ்லிம் மக்கள் மீது ஏவப்பட்டு வரும் வன்முறைகள், திட்டமிட்டு நடத்தப்பட்ட இனப் படுகொலைகள் ஆகியவற்றை விவரித்துக் கொண்டே போகலாம். ஆனால், இந்தக் கட்டுரைத் தொடரில் முடியாது.

இஸ்லாமியர்களுக்கு அடுத்து இந்து மதவெறிக் கும்பலின் இலக்கு 'கிறிஸ்தவர்கள்.' இந்தியாவின் மக்கள் தொகையில் மிக மிக சொற்பமாக, சுமார் 2.5 விழுக்காடு மட்டுமே வாழும் கிறிஸ்தவர்களும் ஆர்.எஸ்.எஸ். சங் பரிவாரங்களின் கொடூரத் தாக்குதல்களுக்கும் படுகொலைகளுக்கும் தொடர்ந்து ஆளாகி வருகின்றனர்.

கிறிஸ்தவம் மீது இந்துத்துவம் கொண்ட பகை நீண்ட வரலாறு உடையது. இதனை வரலாற்று ஆய்வாளரும் மனித உரிமைப் போராளியுமான பேராசிரியர் அ. மார்க்ஸ் அவர்கள் தனது கட்டுரைகளைத் தொகுத்து வெளியிட்டுள்ள 'கிறிஸ்தவர்கள் மீது தாக்குதல்' எனும் நூலில் வரலாற்று உண்மைகளைப் படம் பிடித்துக் காட்டி உள்ளார்.

கிறிஸ்தவ மிஷனரிகளின் மதம் பரப்பும் பணிகளை, மிக்க ஐயத்துடனும், வெறுப்புடனும் 19ஆம் நூற்றாண்டு இந்து மதச் சீர்திருத்தவாதிகள் எல்லோரும் பார்த்தனர். காலனியம் இங்கே அறிமுகப்படுத்திய நவீனத்துவச் செயற்பாடுகள் பல்வேறு அடையாள விகசிப்புகளுக்கும் உணர்வுகளுக்கும் காரணமாயின. சமூக அடையாளங்கள், எல்லைகள் ஆகியன இறுக்கமாக வரையறுக்கப்பட்டன.

மதமாற்றங்கள் குறித்து விரிவாக ஆய்ந்த ரிச்சர்ட் ஈட்டன் போன்ற ஆய்வாளர்கள் கூறியுள்ளபடி அதற்கு முன் சில சமூகங்கள்தான் இந்துவா, முஸ்லிமா என்கிற உணர்வின்றி இரு மத அடையாளங்களையும் சுமந்து வாழ்ந்திருந்தன. இந்துப் பெயர் வைத்திருப்பார்கள்; தர்காவை வணங்குவார்கள்; பன்றிக்கறி சாப்பிட மாட்டார்கள்; தீபாவளி கொண்டாடுவார்கள்... இப்படி. எனினும் பிரிட்டிஷ்காரர்கள் அறிமுகப்படுத்திய சென்சஸ் (1870), நீதிமன்றம் தேச வழமைச் சட்டங்கள், குடும்பச் சட்டங்கள், அச்சு ஊடகம்

முதலியன இந்தத் திறந்த எல்லைகளை (*Porous Boundries*) மூடி இறுக்கமாக்கின.

இந்துவா, முஸ்லிமா, கிறிஸ்தவரா என ஒற்றைச் சொல்லில் அவர்கள் கணக்கெடுப்பாளரின் (*Enumerator*) முன் பதில் சொல்ல வேண்டியிருந்தது. அச்சு முதலான தொடர்புச் சாதனங்கள் தொடர்புகளை அதிகப்படுத்திய அதே நேரத்தில் சமூகங்களுக்கு இடையேயான உள் இறுக்கங்களை அதிகமாக்கவும் உதவின. பல்வேறு வகையான அடையாளங்கள், மொழி, சாதி, வர்க்கம், இனம், மதம் என இவ்வாறு உருவாயின.

இந்தியாவில் கிறிஸ்தவம்

மக்கள் தொகைக் கணக்கீடு ஒவ்வொரு சமூகத்தினரின் மத்தியிலும் தம் எண்ணிக்கை குறித்த பிரக்ஞையை ஏற்படுத்தியது. அந்நிய மதங்கள் பரப்புகிற மதங்களாக உள்ளன; தம்முடையதோ பிறவி அடிப்படையிலானது. எனவே தம்முடையது எண்ணிக்கையில் சிறுத்து விடுமோ என்கிற எண்ணம் இந்துத் தலைவர்கள் மத்தியில் ஏற்பட்டது. கிட்டத்தட்ட ஒரே அளவில் இரு சமூகங்களும் உள்ள இடங்களில் இந்த அச்சம் சற்றுக் கூடுதலாகவே ஏற்பட்டது.

கிறிஸ்தவம் தனது சேவைப் பணிகளின் மூலம் மிக எளிதாக அடித்தள மக்கள் மத்தியில் பரவத் தொடங்கியது. எனினும் வடக்கே ஸ்காடிஷ் மிஷனரி அலெக்ஸாண்டர் டஃப் போன்றவர்களும், தெற்கே ராபர்ட் டி நொபிலி போன்றவர்களும் மேல்தட்டு மக்களைக் கிறிஸ்தவர்களாக மதம் மாற்றுவதற்கான முயற்சிகளை மேற் கொண்டனர். இந்த அடிப்படையில் கல்விப் பணிகளை அவர்கள் விரிவாக்கினர்.

மதுசூதன தத், கிருஷ்ணமோகன் பானர்ஜி, உமேஷ் சந்திர சர்க்கார் மற்றும் அவரது மனைவி முதலான மேல்தட்டினர் சிலர் இவ்வாறு மதம் மாறியபோது இந்துச் சமூகத் தலைவர்கள் பெரும் அதிர்ச்சிக்கு உள்ளாகினர். தனி நபர்கள் இவ்வாறு மதம் மாறுவது இந்துக் குடும்பங்களைச் சிதைக்கும் செயலாகவும் கருதப்பட்டது.

மாற்றுக் கல்வி நிறுவனங்கள், மத விளக்க இதழ்கள், இந்து அடையாளத்துடன் கூடிய அமைப்புகள் உருவாக்கப்பட்டன. மதம் மாறினாலும் சொத்து உரிமை உண்டு என 1850இல் சட்டம் நிறைவேற்றப்பட்டபோது இந்து மதத் தலைவர்களின் கோபம் அதிகமாகியது. மிஷனரிகளுக்கு எதிரான பிரச்சாரமாக இது வடிவு கொண்டது.

'பாம்பே பேக் பே' கடற்கரையில் 1857 ஜனவரி முதல் மே வரை விஷ்ணுபாலா பிரம்மச்சாரி, மிஷனரிகளுக்கு எதிராகத் தொடர் உரையாற்றினார். கிறிஸ்தவ மதக் கோட்பாடுகள் இந்து சனாதனவாதிகளால் கேள்விக்குள்ளாக்கப்பட்டன.

ஏற்கனவே, கிறிஸ்தவக் கோட்பாடாகிய இறைமையின் மும்மைத்துவத்தை (Trinity), பிரம்ம சமாஜத்தைத் தோற்றுவித்த ராஜாராம் மோகன்ராய் கேள்விக்கு உள்ளாக்கியிருந்தார். ஆர்ய சமாஜத்தைத் தோற்றுவித்த தயானந்த சரஸ்வதி தனது "சத்யார்த்த பிரகாஷ்" எனும் நூலில் மிஷனரி நடவடிக்கைகளைக் கடுமையாக விமர்சித்தார்.

"கருத்தரிக்க நேர்ந்த எந்தப் பெண்ணும், கடவுள்தான் என் குழந்தைக்குத் தகப்பன் எனச் சொல்லிவிடலாமே" என்று கிறிஸ்தவத்தின் கன்னிமைக் கருத்தாக்கத்தைத் தாக்கினார்.

ஏசுவை முன்னிட்டுத் தனயர்கள் தந்தை யாருக்கு எதிராகக் கலகம் செய்வது குறித்த மத்தேயுவின் நற்செய்தி வாசகங்கள் மற்றும் "ஊசிமுனைக் காதுக்குள் ஒட்டகம் நுழைந்தபோதும் சொர்க்கத்தின் வாயிலில் பணக்காரன் நுழைய முடியாது" என்ற புகழ் பெற்ற வசனம் எல்லாம் கடும் எரிச்சலை அவருக்கு ஊட்டின.

"ஏசு ஒரு தச்சனின் மகன். காட்டில் வாழ்ந்தவர். ஏழை... அதனால்தான் இப்படிச் சொன்னார். ஆனால், அது தப்பு. பணக்காரன், ஏழை எல்லோர் மத்தியிலும் நல்லவர்களும் உள்ளனர்; கெட்டவர்களும் உள்ளனர். யார் நல்லது செய்தாலும் அவர்களுக்கு நற்பயன் கிட்டும்; தீயவர்கள் தீய பலன்களை அடைவர்," என்றார் தயானந்தர்.

மத மாற்றங்களின் அடிப்படை

அடித்தள மக்கள் மத்தியில் கிறிஸ்தவப் பரவல் வேறு பல சிக்கல்களுக்குக் காரணமாயிற்று. வங்கத்திலும், சோட்டா நாக்பூரிலும் இயற்றப்பட்ட குத்தகைதாரர்களுக்குச் சாதகமான பல சட்டங்களில் (Bengal Tenancy Amendment Act, 1859) மிஷனரிகளின் பங்கு குறிப்பிடத் தக்கதாக இருந்தது. சக வெள்ளை முதலாளிகளின் அவுரிச் சாகுபடிச் சுரண்டலை எதிர்த்து ரெவரண்ட் ஜேம்ஸ் லாஸ் போன்றோர் கடுமையாகப் போராடியதோடு சிறை ஏகவும் தயங்கவில்லை.

தமிழகத்திலும் கூட 1890-களின் தொடக்கத்தில் வட ஆற்காடு மற்றும் செங்கற்பட்டு மாவட்டங்களில் ஸ்காட்லாந்து மிஷனரிகள் (மெதாடிஸ்ட் மற்றும் ஃப்ரி சர்ச்) அடித்தள விவசாயிகள் மற்றும் தாழ்த்தப்பட்ட மக்கள் மத்தியில் செய்த பணிகள், தமிழக நில

உடைமையாளர்களுக்கு எதிராக அவர்கள் கிளர்ந்து எழுவதற்குக் காரணமாயிருந்தன.

மேலும் தாழ்த்தப்பட்டவர்கள் மற்றும் அடித்தளச் சாதியினர் மத்தியில் கிறிஸ்தவம் ஏற்படுத்திய விழிப்புணர்வு பல்வேறு சமூக எதிர்ப்புகளுக்கும் காரணமாயின. எடுத்துக்காட்டாக தமிழகத்தில் தென் மாவட்டங்களில் ஏற்பட்ட தோள் சீலைப் போராட்டத்தைக் குறிப்பிடலாம். இதனால் இந்துச் சமூக ஒழுங்குகள் குலைவதாக இந்துத்துவவாதிகள் கூச்சல் எழுப்பினர்.

விவேகானந்தர் கூட தென்னிந்தியா வந்து சென்ற பின்புதான் தாழ்த்தப்பட்டவர்களை மேம்படுத்துதல் குறித்து அதிகம் பேசினார். இல்லாவிட்டால் அவர்கள் கிறிஸ்தவத்திற்கு மதம் மாறி விடுவார்கள் எனவும் எச்சரித்தார்.

இந்தியாவில் ஏற்பட்ட மத மாற்றங்களின் சில கூறுகள் கவனிக்கத் தக்கன.

1. பெரிய அளவில் மதமாற்றங்கள் ஏற்பட்ட இடங்களில் எல்லாம் முஸ்லிம் ஆட்சிகள் நடைபெற்றன என்றோ அல்லது கிறிஸ்தவ மிஷனரிகள் தீவிரமாகச் செயல்பட்டனர் என்றோ சொல்ல இயலாது. இந்தியாவிலேயே மிகப்பெரிய அளவில் முஸ்லிம் மதமாற்றம் நடைபெற்ற மேற்கு பஞ்சாப் (இன்றைய பாகிஸ்தான்), கிழக்கு வங்கம் (இன்றைய வங்கதேசம்) இரண்டும் எந்த நாளிலும் முஸ்லிம் அரசியல் மற்றும் அதிகார மையங்களாக விளங்கியதில்லை. அதேபோன்று மிகப் பெரிய அளவில் கிறிஸ்தவ மதமாற்றம் நிகழ்ந்த நாகாலாந்தையும் கிறிஸ்தவ மிஷனரிகள் தீவிரமாகச் செயல்பட்ட இடமாகக் கருத முடியாது என்பதையும் ரிச்சர்ட் ஈட்டன் சுட்டிக் காட்டுவார்.

சுதந்திரத்திற்குப் பின்பே நாகாலாந்தில் கிறிஸ்தவ மதமாற்றம் தீவிரமாகியது. 1871இல் வெறும் 17.9 விழுக்காடாக இருந்த கிறிஸ்தவர்களின் பங்கு 1971இல் 66.7 விழுக்காடானது. (?)

2. 19ஆம் நூற்றாண்டின் பிற்பகுதியில்தான் பெரிய அளவிலான கிறிஸ்தவ மத மாற்றங்கள் நிகழ்ந்தன. எடுத்துக்காட்டாக சென்னை மாகாணத்தில் புரோடஸ்டண்ட் கிறிஸ்தவர்களின் எண்ணிக்கை 75 ஆயிரத்திலிருந்து (1851) மூன்று இலட்சம் (1891) ஆனது. அதேபோல மதுரை சேசுசபைப் பாதிரியார்களால் (*Madurai Jesuit Mission*) மதம் மாற்றப்பட்டவர்களின் எண்ணிக்கை 1 இலட்சத்து 69 ஆயிரத்திலிருந்து (1851) 2 இலட்சத்து அறுபதாயிரம் (1901) ஆகியது. கல்வி, மருத்துவச் சேவைகள் மற்றும் இக்கால கட்டத்தில் ஏற்பட்ட

தொடர்ந்த பஞ்சங்கள் ஆகியன தவிர வேறெந்த குறிப்பான காரணங்களையும் சொல்லத் தோன்றவில்லை.

1910இல் வெளியிடப்பட்ட மக்கள் தொகைக் கணக்கெடுப்பிற்கான கெய்ட் சுற்றறிக்கை மதவாரியாகவும் தாழ்த்தப்பட்டவர்களைத் தனியாகவும் கணக்கெடுப்பு நிகழ்த்தப் போவதை அறிவித்தபோது இந்தியத் துணைக்கண்டம் ஒன்றாக இருந்த அக்கால கட்டத்தில் இந்துத் தலைவர்கள் மத்தியில் தாம் சிறுபான்மை ஆகிவிடுவோமோ என்கிற அச்சம் உச்சமானது.

இந்த அச்சம் இரு எதிர்வினைகளை ஏற்படுத்தியது. ஒரு பக்கம் ஆரிய சமாஜம் முதலான இந்துத்துவ முன்னோடி அமைப்புகள் 'சுத்தி' இயக்கத்தைத் (சுத்தி சங்காதன்) தோற்றுவித்து மதம் மாறியிருந்த விளிம்புநிலை மக்களை மீண்டும் இந்து மதத்திற்கு மாற்றத் தொடங்கின.

யு.என். முகர்ஜியின் 'Hindus: A Dying Race' என்கிற நூல் இந்துமதம் அழியப் போகிற ஆபத்தைப் பூதாகாரப்படுத்தியது (1900). சுவாமி சிரத்தானந்தரின் 'Hindu Sangathan : The Savior of the Dying Race - 1926' எனும் நூல் இந்த அழிவிற்கான காரணமாக மத மாற்றத்தைச் சுட்டிக் காட்டியது. இந்நூலில் முஸ்லிம்களுடன் கிறிஸ்தவர்களும் சம அளவில் குற்றம் சாட்டப்பட்டனர்.

இன்னொரு பக்கம் சாவர்க்கர் போன்றோர் இந்து ஒற்றுமை என்கிற கோட்பாட்டை முன்வைத்து இந்து தேசியக் கோட்பாட்டிற்குக் கால்கோள் இட்டனர். 1923இல் வெளியிடப்பட்ட அவரது புகழ் பெற்ற நூல் 'பித்ரு பூமி'யாக மட்டுமின்றிப் 'புண்ய பூமி'யாகவும் பாரதத்தை யார் கொண்டு உள்ளனரோ அவர்களே இந்துக்கள் என வரையறுத்தது. 1925இல் ஆர்.எஸ்.எஸ். உருவாகியது.

தமிழ்நாட்டில் மிஷனரிகளில் பலர் மத மாற்றங்களுக்காகத் தண்டிக்கப்பட்ட வரலாறு உண்டு. காரைக்குடிக்கு அருகில் உள்ள ஓரியூரில் அடக்கமாகியுள்ள அருளானந்தர் (எ) ஜான் டி பிரிட்டோ என்னும் ஏசு சபைப் பாதிரியார் இராஜா உதயதேவரால் மரண தண்டனைக்கு உள்ளாக்கப்பட்டார். ஜோஸப் கார்வெல் ஹோ, மைக்கேல் பெட்ரோடி என்ற இரு பாதிரிகளைத் தஞ்சை மராட்டிய மன்னர் ஷாஜி சிறை வைத்தார். கார்வெல் ஹோ சிறையிலேயே மரணம் அடைந்தார்.

'புதிய கிறிஸ்தவர்கள்' என அழைக்கப்பட்ட மதம் மாறிய கிறிஸ்தவர்கள் கட்டாய உழைப்பு செய்யுமாறு உயர் சாதியினரால் நிர்ப்பந்திக்கப்பட்டனர். சில இடங்களில் இவர்கள் கட்டாயப்படுத்தப்பட்டு இந்துக் கோவில் திருவிழாச் சடங்குகளில்

பங்கேற்க வைக்கப்பட்டனர். மரமேறிகளிடமிருந்து பனைமரங்கள் பறிக்கப்பட்டதையும், குத்தகை நிலங்களிலிருந்து புதிய கிறிஸ்தவர்கள் விரட்டப்பட்டதையும் ராபர்ட் ஃப்ரைகன் பர்க் பதிவு செய்கிறார்.

மத மாற்றத்திறகு எதிராக 'விபூதி சங்கம்' என்றொரு எதிர்ப்பு இயக்கமும் தமிழகத்தில் உருவாக்கப்பட்டது. பழைய மதத்திற்கு விசுவாசமாக இருப்பதாக உறுதி எடுத்துக் கொண்ட இவர்கள் மதம் மாறியவர்களைக் கட்டாயமாகத் திருச்செந்தூர் அழைத்துச் சென்று நெற்றியில் விபூதி பூசி இழிவு செய்தனர்; கிறிஸ்தவ கிராமங்களைத் தாக்கினர்; கூரை வேயப்பட்ட கிறிஸ்தவ ஆலயங்களைத் தாக்கினர்.

சென்னையில் இதற்கு இணையாக உருவாகி இருந்த 'சதுர்வேத சித்தாந்த சபா' இரு பணியாளர்களை இவர்களின் உதவிக்காக அனுப்பியது. 1845இல் நடைபெற்ற நல்லூர் கலவரத்தில் 14 கிறிஸ்தவ கிராமங்கள் சூறையாடப்பட்டன; 150 வீடுகள் அழிக்கப்பட்டன. 1858 டிசம்பர் 10இல் ரேனியஸ் அய்யரால் மதம் மாற்றப்பட்ட ஒரு கைக்கோளரின் பிணத்தை புதுத் தெரு வழியாகத் தூக்கிச் செல்ல விடாமல் உயர் சாதியினர் தடுத்து நிறுத்தினர். சப்-கலெக்டர் ஆம்ஸ் உயர் சாதியினருக்கே ஆதரவாக இருந்ததால் இரண்டு நாட்கள் கழித்து அருகில் உள்ள பள்ளி நிலம் ஒன்றில்தான் அவர்களால் புதைக்க முடிந்தது.

அரசியல் சட்ட அவை விவாதத்தின்போது மதச் சுதந்திரம் குறித்த 25ஆம் பிரிவு உருவாக்கத்தில் 'பரப்புதல்' (propagate) என்கிற உரிமையைச் சேர்க்கக் கூடாது என புருஷோத்தம தாஸ் டாண்டன் போன்றோர் கடுமையாக வாதிட்டனர். கிறிஸ்தவ மிஷனரிகளைக் கடுமையாகத் தாக்கிப் பேசிய அல்குரய் சாஸ்திரி, "பங்கிகளையும் சமர்களையும் அவர்கள் (கிறிஸ்தவ மிஷனரிகள்) தம் நோக்கத்திற்காகப் பயன்படுத்துகின்றனர்," என்றார்.

"சமர்கள் மற்றும் துப்புரவாளர்கள் போன்ற சாதியினருக்கும் நிலப்பிரபுக்கள் மற்றும் செல்வாக்குள்ள பிற மக்களுக்குமிடையே ஏற்படும் சாதிச் சிக்கல்களைப் பயன்படுத்தி கசப்புணர்வைத் தூண்டி விடுகின்றனர்," எனவும் மிஷனரிப் பணிகளைச் சாடினார்.

கிறிஸ்தவர்களுக்கு எதிராக சங் பரிவார்

காந்தி கொலையினால் ஏற்பட்ட அவப் பெயரை அடுத்து சற்றே அடங்கி இருந்த இந்துத்துவம் 1950-களில் மீண்டும் தலையெடுக்கத் தொடங்கியபோது 'பாரதிய ஜனசங்கம்' (இன்றைய பாஜக) என்ற அரசியல் கட்சியை உருவாக்கிய கதை நாம் அறிந்ததே.

1954இல் ஜனசங்கம் மத்தியப் பிரதேசத்தில் 'மிஷனரி எதிர்ப்பு வாரம்' ஒன்றை நடத்தியது.

வடகிழக்கு மாநிலங்களில் நடைபெறும் தேசிய இனப் போராட்டங்கள் அனைத்திற்கும் மிஷனரிமார்கள் குற்றம் சாட்டப்பட்டனர். குறிப்பாக அன்றைய நாகா போராட்டம் அவ்வாறு குற்றம் சாட்டப்பட்டது.

காலங்காலமாகத் தம்மைச் சுரண்டி வந்த சமவெளி ஆதிக்க சக்திகளுக்கு எதிராக சுதந்திரத்திற்குப் பின்பு இங்கே உருவான பழங்குடி விழிப்புணர்வு இயல்பில் சில அடிப்படை நியாயங்களைக் கொண்டிருந்தது. இதைக் கிறிஸ்தவத்தின் சதியாகச் சித்தரிப்பது அபத்தம்.

அஸ்ஸாமில் போராடும் 'உல்ஃபா' அமைப்போ, மணிப்பூரில் போராடும் 'மெய்தி'களோ கிறிஸ்தவர்கள் அல்லர். பழங்குடியினர் கிளர்ச்சி குறித்து மத்திய அரசால் ஆய்வு செய்ய திரிபுரா அனுப்பப்பட்ட தினேஷ் சிங் குழு கிறிஸ்தவ மிஷனரிகளின் பங்கை மறுத்தது குறிப்பிடத்தக்கது. (ஸ்டேட்ஸ்மன், ஆக. 18, 1980)

காங்கிரஸ் கட்சி இந்துத்துவத்தின் மையமாக விளங்கும் வட மாநிலங்களில் சில நேரங்களில் தாம் இந்துத்துவ அமைப்புகளைக் காட்டிலும் அதிக இந்து உணர்வுடன் செயல்படுவதாகக் காட்டிக் கொள்வது வழக்கம்.

திக் விஜய் சிங், அசோக் கெலோட் போன்ற எவரும் இந்த அம்சங்களில் சளைத்தவர்கள் அல்ல.

இந்தப் பின்னணியில்தான் மத்தியப் பிரதேசத்தில் கிறிஸ்தவ மிஷனரிகளின் செயல்பாடுகளை ஆராய்வதற்காக நியோகி ஆணையம் உருவாக்கப்பட்டது. நிறைய வெளிநாட்டுப் பணம் வருவதாகக் கூறிய நியோகி ஆணையம் மதமாற்றத் தடைச் சட்டம் ஒன்றையும் பரிந்துரைத்தது. 1967இல் ஒரிசாவும், தொடர்ந்து மத்தியப் பிரதேசமும் மதமாற்றத் தடைச் சட்டங்களை இயற்றின.

நெருக்கடி நிலைக்குப் பிறகு வந்த மொரார்ஜி தேசாய் தலைமையிலான ஜனதா கட்சி அரசில் ஜனசங்கமும் இடம் பெற்றிருந்தது. அப்போது மத்திய ஒன்றிய மாநிலமாக இருந்த அருணாசலப் பிரதேசத்தில் கிறிஸ்தவ ஆலயங்கள் உடைக்கப்பட்டன. இதைச் சாக்காக வைத்து இனி அரசு அனுமதி பெற்ற பிறகே வழிபாட்டுத் தலங்களைக் கட்ட வேண்டும் என்கிற சட்டம் 1978இல் இயற்றப்பட்டது. அதே ஆண்டு இறுதியில் மதமாற்றத் தடைச்சட்டம் கொண்டு வர ஜனசங்கம் நாடாளுமன்றத்தில் பெரு முயற்சி எடுத்துக் கொண்டது. ஆனால், கடும் எதிர்ப்பால் அந்த முடிவு கைவிடப்பட்டது.

54

ஒடிசாவில் இந்துத்துவ வன்முறைகள்

1964இல் விஸ்வ ஹிந்து பரிஷத் தொடங்கப்பட்ட காலத்திலிருந்தே அது மத மாற்றங்களுக்கு எதிர்ப்பு தெரிவித்து வந்தது. 1968இல் வி.எச்.பி. உருவாக்கிய 'அசரா சம்ஹிதா' மீண்டும் 'சுத்தி' (அதாவது தாய் மதம் திரும்புதல்) பற்றி பரப்புரை செய்து நடவடிக்கையில் இறங்கியது.

'பரிவர்த்தன்' எனும் பெயரில் மிகப் பெரிய அளவில் அடித்தள மக்கள் மற்றும் பழங்குடியினக் கிறிஸ்தவ மக்களை மீண்டும் இந்துக்களாக்கும் முயற்சி நாடெங்கும் மேற்கொள்ளப்பட்டது.

ஆரிய சமாஜம் முன்னின்று நடத்திய முந்தைய 'சுத்தி' இயக்கத்திற்கும் வி.எச்.பி. நடத்திய 'பரிவர்த்தன்' இயக்கத்திற்கும் வேறுபாடு இருக்கிறது என்பதைச் சுட்டிக் காட்டியுள்ளார் சுமித் சர்க்கார். முந்தைய சுத்தி இயக்கம் தீண்டாமை முதலான சமூகத் தீமைகளை ஒழித்து இந்து மதத்தைச் சீர்திருத்தும் கூறையும் கொண்டிருந்தது. ஆனால், 'பரிவர்த்தன்' இயக்கம் என்பது 'அன்னிய மதங்களிலிருந்து' இந்துக்களை மீட்டெடுப்பதற்காக மட்டுமே நடத்தப் பட்டது. தீண்டாமை ஒழிப்பு அதன் நோக்கமாக இருக்கவில்லை.

வனவாசி ஆசிரமங்கள்

இந்தப் பின்னணியில்தான் 1969இல் இலட்சுமணானந்த சரஸ்வதி என்பவரை சங் பரிவாரங்கள் 'தயாரித்து' ஒரிசாவின் 'கந்தமாலுக்கு' அனுப்பி வைத்தன. சத்தீஸ்கர், மத்தியப் பிரதேசம், ஒரிசா முதலான மாநிலங்களில் 'வனவாசி கல்யாண் ஆசிரமங்கள்' அமைக்கப்பட்டு கிறிஸ்தவ எதிர்ப்புப் பிரச்சாரங்கள் தீவிரமாக மேற்கொள்ளப்பட்டன.

மத்தியப் பிரதேசத்தில் ஜகல்பூர் மன்னரது மகனும், பின்னாளில் (1992) ஆர்.எஸ்.எஸ். -இன் முழுநேர ஊழியராக மாறியவருமான திலீப் சிங் ஜூடியா மற்றும் பழைய ஆர்.எஸ்.எஸ். காரரும் பெரு வணிகருமான லக்கிராம் அகர்வால் போன்றோர் இந்த முயற்சிகளுக்குப் பின்புலமாக இருந்ததை ஜேஃப்ரியோ போன்றோர் சுட்டிக்காட்டி உள்ளனர்.

1990-களில் இவர்களது செயல்பாடுகள் தீவிரமாயின. 1992-1997 காலகட்டத்தில் மட்டும் பாதிரியார்கள் மற்றும் போதகர்கள் மீது 17 தாக்குதல்கள் மற்றும் கொலை முயற்சிகள் மேற்கொள்ளப்பட்டதாக 'டைம்ஸ் ஆஃப் இந்தியா' (செப். 2, 1997) பட்டியலிட்டது. காவல்துறை உயர் அதிகாரி ஒருவரின் கண்முன் 'தும்கா' மிஷனரி பள்ளித் தலைமை ஆசிரியர் நிர்வாணமாக்கப்பட்டார். ஹஸாரிபா காடுகளில் பாதிரியார் ஒருவரின் தலையைத் துண்டித்து வீசியது போன்ற கொடூரங்கள் அந்தப் பட்டியலில் வெளியிடப்பட்டன.

1964 முதல் 1996 வரை இந்தியா முழுவதும் பதிவான கிறிஸ்தவர்கள் மீதான தாக்குதல் வழக்குகள் 38. 1995-க்குப் பின்னர் கிறிஸ்தவர்களின் மீதான தாக்குதல்கள் அதிகமாயின.

1997இல் 15, 1998இல் 90. அன்றிலிருந்து 2019 வரையில் நாடு முழுவதும் கிறிஸ்தவர்கள் மீதான தாக்குதல்கள் தொடர்ந்து கொண்டிருக்கின்றன. கிறிஸ்தவர்களின் வழிபாட்டுத் தலங்கள் சங் பரிவாரங்களின் சூறையாடலுக்கு உள்ளாக்கப்படும் நிகழ்வுகள் நடக்கின்றன. 90-களில் நாடெங்கும் அதிர்வலைகளை உருவாக்கிய கிறிஸ்தவர்கள் மீதான தாக்குதல் சிலவற்றைப் பார்ப்போம்.

1995 நவம்பர்: மும்பையில் தாழ்த்தப்பட்ட கிறிஸ்தவர்களுக்கு இட ஒதுக்கீடு கோரி நடந்த உண்ணாவிரதப் போராட்ட அரங்கில் நுழைந்து பஜ்ரங்தளம் வெறியாட்டம். தேலாஸ் மாவட்டத்தில் கேரளாவைச் சேர்ந்த இராணி மேரி என்னும் பெண் துறவி கத்தியால் குத்தி கொலை.

1997 செப்டம்பர் : தும்கா (பீகார்) பாதிரியார் கிறிஸ்துதாஸ் அடித்து நிர்வாணமாக ஊர்வலம் விடப்பட்டார்.

1997 அக்டோபர் : லூதியானா (பஞ்சாப்) பிரார்த்தனைக் கூட்டம் ஒன்றில் புகுந்து விஸ்வ ஹிந்து பரிஷத் தாக்குதல் பீகாரில் பாதிரியார் ஏ.டி. தாமஸ் படுகொலை.

1998 செப்டம்பர் : ஜாபுவா (ம.பி.) நவபாரா கிறிஸ்தவ மிஷன் தாக்கப்பட்டு நான்கு கன்னிமார்கள் வன்புணர்ச்சிக் கொடுமைக்கு உள்ளாக்கப்பட்டனர்.

1998 டிசம்பர் : டாங்கல் (குஜராத்) கிறிஸ்துமஸ் விழாவில் இந்து ஜாக்ரன் மஜீச் தாக்குதல்; ஏராளமான கிறிஸ்தவக் கோவில்களும் தீப் தர்ஷன், நவ்ஜாதி முதலான பள்ளிகளும் தாக்கப்பட்டன. முன்னதாகக் கிறிஸ்தவத்தைத் தாக்கியும் கிறிஸ்தவக் கன்னியரைக் கொச்சைப்படுத்தியும் துண்டு அறிக்கைகள் விநியோகிக்கப்பட்டன.

1999 ஜனவரி : பொருளாதார அறிஞர் அமார்திய சென்னுக்கு நோபல் பரிசு வழங்கியதை கிறிஸ்துவச் சதி என்று விஸ்வ ஹிந்து பரிஷத் கண்டனம் செய்தது.

ஒரிசாவில் தொழுநோயாளிகள் மத்தியில் சேவை செய்து வந்த பாதிரியார் கிரஹாம் ஸ்டூவர்ட் ஸ்டெய்ன்ஸ் மற்றும் அவரது இரு குழந்தைகள் பிலிப்ஸ், டிமோதி ஆகியோர் உயிருடன் எரியூட்டிக் கொல்லப்பட்டனர். 1998 டிசம்பர் மாதம் ஜெய்ப்பூரில் வி.எச். பி. நடத்திய அமைப்புக் கூட்டத்தில் அதன் ஊழியர்களுக்கு 'பரிச்சய மாலா' என்கிற நூல் தொகுப்பு அளிக்கப்பட்டது. அதில் குறிப்பிட்டுள்ளவை வி.எச்.பி., கிறிஸ்துவ மக்கள் மீது கொண்டிருந்த வெறுப்புக்கு ஆதாரமாக உள்ளன.

இதுவரை 1.8 இலட்சம் மத மாற்றங்களை வி.எச்.பி. செய்துள்ளதாகவும், மேலும் 50 ஆயிரம் கிராமங்கள் தேர்வு செய்யப்பட்டு, அவற்றில் கிறிஸ்தவர்களை மதம் மாற்றுவதற்காக ரூ. 5 கோடி ஒதுக்கப்பட்டு உள்ளதாகவும் இந்நூலில் பதிவு செய்யப்பட்டுள்ளன. வன்முறை உள்ளிட்ட அனைத்து வழிமுறைகளையும் பயன்படுத்த அந்த நூல்கள் அறிவுரைத்தது குறிப்பிடத்தக்கது.

வன்முறையின் மூலம் கிறிஸ்தவர்களை அஞ்சி ஓடச் செய்ததற்கான சில நிகழ்வுகளும் அந்நூலில் சுட்டிக் காட்டப்பட்டு இருந்தன.

ம. பி. மாநிலம் ஜாபுவாவில் நான்கு கன்னிமார்கள் வன்புணர்ச்சி செய்யப்பட்டது குறித்து வி.எச்.பி. தலைவரும், பாஜகவின் முன்னாள் எம்.பி. யுமான வி.எல். சர்மா, "தேச விரோதிகளுக்கு எதிரான தேச பக்தியுள்ள இளைஞர்களின் கோபம்", "கிறிஸ்தவ மத மாற்றங்களின் நேரடி விளைவு" என்றார். இதே கருத்தைத்தான் எல். கே. அத்வானி வேறுவிதமாகக் கூறினார். அன்றைய பிரதமர் வாஜ்பாய், "மத மாற்றம் குறித்து தேசிய அளவில் விவாதம் நடத்த வேண்டும்," என்று கூறினார். "மத மாற்றமே வன்முறைகளுக்குக் காரணம்" என்று உள்துறை அமைச்சர் அத்வானி மிகச் சாதாரண நிகழ்வு போல குறிப்பிட்டார்.

"பஹ்லே கசாய்... பிற் ஈசாய்" என்பது இந்துத்துவ முழக்கங்களில் ஒன்று ஆகும். முதலில் கசாப்புக் கடைக்காரன் (அதாவது முஸ்லிம்கள்). பிறகு ஏசுவைக் கும்பிடுவோர் என்று வெளிப்படையாகவே அறிவித்து கிறிஸ்தவர்கள் தாக்கப்பட்ட வரலாறும் பின்புலமும் இதுதான்.

1996-க்குப் பிறகு குஜராத் முதல் ஒரிசா வரையில் கிறிஸ்தவர்கள் மீதான தாக்குதல்கள் தீவிரப்படுத்தப்பட்டன.

ஒரிசா வன்முறைகள்

கிறிஸ்தவர்கள் மீதான தாக்குதல்களுக்கு ஒரிசா மாநிலம் ஆர். எஸ்.எஸ்., சங் பரிவாரங்களின் முதல் இலக்காக இருந்ததின் பின்னணியைப் பார்ப்போம்:

பிரிட்டீஷ், பிரெஞ்சு, டச்சு மற்றும் போர்த்துகீசிய வணிகர்கள் கடலோர ஒரிசாவையும் தமது வணிக மையங்களில் ஒன்றாக ஆக்கியபோது 18ஆம் நூற்றாண்டு தொடங்கி கிறிஸ்துவ மிஷனரிகள் ஒரிசா பக்கம் கவனம் கொண்டனர். ஜாலேஸ்வரில் ஒரு கத்தோலிக்க ஆலயமும், கஞ்சத்தில் ஒரு வெசிலியன் ஆலயமும் உருவானது. வங்கத்தின் புகழ்பெற்ற செராம்பூர் மிஷனரிகள் 'புதிய ஏற்பாட்டை' ஒரிய மொழியில் மொழி பெயர்த்தனர்.

1822இல் முதல் கிறிஸ்தவ மிஷன் உருவாக்கப்பட்டது. 1827இல் எருண் சேனாதிபதி என்ற நெசவாளர் திருமுழுக்கு செய்யப்பட்டார். சிலை வணக்கத்தை எதிர்த்து சீர்திருத்த இயக்கம் நடத்திய இந்துத் துறவியான சாது சுந்தர்தாசின் சீடர்களின் ஒருவரான கங்காதர் சாரங்கி என்னும் பார்ப்பனரும் கிறிஸ்துவத்திற்கு மாறினார். இவ்வாறு அங்கொன்றும் இங்கொன்றுமாக உயர் சாதியினர் சிலர் மதம் மாறினர். தவிர பெரிய அளவில் மத மாற்றம் நடைபெறவில்லை.

பின்னாளில் மிஷனரிகளின் கவனம் மலைப் பகுதிகளிலும் பிற இடங்களிலும் இருந்த ஒடுக்கப்பட்ட மக்களை நோக்கித் திரும்பியபோதே அவர்களுக்கு ஓரளவு பயன் கிட்டியது.

உருவ வணக்கம், பெண் சிசுக் கொலை, நரபலி ஆகியவற்றுக்கு எதிரான பரப்புரை ஒரு பக்கம்; கல்வி மற்றும் மருத்துவப் பணிகள், ஆதரவற்றவர்களுக்கு ஆதரவு இன்னொரு புறம் என்பதாக மிஷனரிகளின் பணி தொடர்ந்தது.

குறிப்பாக வறுமை மிக்க ஒரிசாவை வாட்டிய பஞ்ச காலங்களில் அவர்களின் சேவை குறிப்பிடத்தக்கதாக இருந்தது. ஒரிசாவின் இலக்கிய விழிப்புணர்வுக்கும் கிறிஸ்தவ மிஷனரிகள் கால்கோளிட்டனர்.

ஒரியா-ஆங்கில இலக்கண நூல் ஒன்றையும், ஒரிய மொழி அகராதி ஒன்றையும் ஆக்கிய ரெவரண்ட் சட்டன் அவர்கள், கீத கோவிந்தம், அமரமகோசம், பத்ரிஷ் சிங்காசனம் ஆகியவற்றை ஒரியா மொழியிலிருந்து ஆங்கிலத்திற்கு மொழிபெயர்க்கவும் செய்தார். ஒரியா கெஸட்டையும் அவரே தொகுத்தார். ஒரிய இலக்கண நூல் ஒன்றை டபிள்யூ. சி. லேசியும், ஒரிசாவின் புவியியலை ஜே. பிலிப்பும் உருவாக்கினார்கள்.

பழங்குடிப் பகுதிகளில் கல்வி, மருத்துவ நிலையங்களைப் பெரிய அளவில் தொடங்கவும் செய்தனர். அவ்வப்போது ஏற்பட்ட சிறு சிறு உரசல்கள் தவிர இக்காலங்களில் இந்து-முஸ்லிம், இந்து-கிறிஸ்தவ ஒற்றுமை எள்ளளவும் சிதைந்ததில்லை. இந்து மதம் அழிந்து விடுமோ என்று அச்சம் கொள்ளும் அளவுக்கு ஒரிசாவில் பெரிய அளவு மதமாற்றம் எந்தக் காலத்திலும் நடந்ததில்லை.

ஒரிசாவில் கிறிஸ்தவம்

பிராமணர், சத்திரியர், வைசியர் (பட்நாயக், மொஹந்தி) ஆகிய உயர் வருணத்தவர் ஒரிசா மக்கள் தொகையில் சுமார் 15 முதல் 20 விழுக்காடு வரை உள்ளனர். தலித்துகள், பழங்குடியினர் மற்றும் பிற்படுத்தப்பட்ட சாதியினர் 70 முதல் 75 விழுக்காடு வரை உள்ளனர். முஸ்லிம்கள், கிறிஸ்தவர்கள், மற்றவர்கள் 5 விழுக்காடு என்பது சுமாரான ஒரு கணக்கு.

வடநாட்டில் பகுஜன் என்கிற கருத்தாக்கம் எளிதில் வெற்றியடையக் கூடிய சூழல் தமிழ்நாட்டைக் காட்டிலும் அதிகம் உள்ளதன் பின்னணியில் இத்தகைய சாதி, மத ரீதியிலான மக்கள் தொகை விரவல் உள்ளது. பார்ப்பன, சத்திரிய, வைசிய மற்றும் ஆதிக்கம் செலுத்தக் கூடிய பிற்படுத்தப்பட்ட சாதிகள் ஆகியோரை 'ஒடியா' (ஒரியா) என மற்றவர்கள் குறிப்பிடுகின்றனர்.

ஆக ஒரியா என்கிற தேசிய அடையாளம் பொதுப்புத்தியில் எத்தகைய சாதி அடையாளங்களுடன் இணைந்துள்ளது என்பதும் குறிப்பிடத்தக்கது.

இந்துத்துவத்தின் இருப்பு 1920-கள் முதலே ஒரிசாவில் உணரப்பட்டபோதும் 1940-களிலேயே ஆர்.எஸ்.எஸ்., ஒரிசாவின் மீது அழுத்தமாகத் தன் கவனத்தைக் குவிக்கத் தொடங்கியது.

தொடக்கத்தில் ஒரிசாவிற்கெனத் தனிப் 'பிரச்சாரக்'குகளை ஆர்.எஸ்.எஸ். நியமிக்கவில்லை. ஆந்திரம், ம.பி., மற்றும் பீகார் மாநிலங்களைச் சேர்ந்த, ஒரிசாவை ஒட்டிய எல்லைப் பகுதிகளில் பணியாற்றிய 'பிரச்சாரக்'குகளே ஒரிசாவையும் கவனித்துக் கொள்ள நியமிக்கப்பட்டனர்.

மேற்கு ஒரிசாவின் சம்பல்பூரில் அனந்தலால் ஸ்ரீவத்சாவும், தெற்கு ஒரிசாவின் கஞ்சம் பகுதியில் பூர்ணானந்தா சாமியும், ஆர்.எஸ்.எஸ். நிறுவனர்களில் ஒருவரும் இத்தாலி 'பாசிஸ்ட்' ஆட்சியாளர் முசோலினியைச் சந்தித்து வந்தவருமான பி.எஸ்.

மூஞ்சேவின் மருமகன் முகுந்தராக்

மூஞ்சே 'கட்டாக்'கிலும் முதல் ஆர்.எஸ்.எஸ். 'சாகாக்களை' உருவாக்கினர். இவை அனைத்தும் 1940-களில் நடந்தது.

காந்தியடிகளின் கொலையை ஒட்டி ஆர்.எஸ்.எஸ். அமைப்பிற்கு ஏற்பட்ட பின்னடைவு ஒரிசாவிலும் எதிரொலித்தது. 1949இல் ஆர். எஸ்.எஸ். மீதான தடை நீக்கப்பட்டபோது பாபுராவ் பல்திகார் என்பவர் 'ஒரிசாவின் முதன்மைப் பிரச்சரக்'காக கோல்வால்கரால் நியமிக்கப்பட்டார். ஒரிசாவின் முக்கிய அரசியல் மற்றும் வணிக மையமான கட்டாக்கில் இருந்து கொண்டு தன் பணியைத் தொடங்கினார் பல்திகார்.

அவருக்குச் சில வெளி மாநிலத்திலிருந்து அங்கு வந்து தொழில் செய்கிற பெரு வணிகர்கள், மார்வாரிகள் ஆகியோரை முகுந்தராக் மூஞ்சே அறிமுகம் செய்து வைத்தார். மாணிக்கோஷ் பஸாக் பகுதியிலிருந்த மார்வாரி கிளப் மைதானத்தில் ஆர்.எஸ்.எஸ். 'சாகா'க்கள் நடக்கத் தொடங்கின.

மக்கள் மத்தியில் பூரி ஜெகந்நாதருக்கு இருந்த பிடிப்பையும், ஒரிசாவில் நிலவிய பக்திப் பண்பாட்டையும் தனக்குச் சாதக மாகப் பயன்படுத்தக் கூடிய ஒரு போர்த் தந்திரத்தை ஆர்.எஸ்.எஸ். வடிவமைத்து ஒரியப் பண்பாட்டை அது 'ஜெகந்நாத சங்க்ருதி' என்று வரையறுத்தது.

ஜெகந்நாதரை ஒரு வனவாசிக் கடவுள் எனவும் ஒரிசாவை ஒரு வனவாசி மண்டலம் எனவும் ஆர்.எஸ்.எஸ். முன்னிறுத்தியது. "ஜெகந்நாதர் எல்லாவற்றையும் உள்ளடக்கும் ஒரு பிரபஞ்சம் தழுவிய இறைவன். பேராலயம் (படாடியூலா) ஒன்றில் உறைபவன்; பெரு வெளியில் (படா தண்டா) அலைபவன்; பேராழியில் (மஹோதஷி) மூழ்கி எழுபவன்; மகா பிரசாதத்தை உண்பவன்; எளியவர்கள், புறக்கணிக்கப்பட்டவர்கள் எல்லோரையும் அணைத்துக் கொள்பவன் (பதிபர்வன்); அவன் திருமுன் படைத்த பிரசாதம் என்றும் தூய்மை இழப்பது இல்லை; தீண்டத் தகாதவர்களின் கரங்களிலும் கூட அது தன் தூய்மையை இழப்பது இல்லை," என்றெல்லாம் ஆர்.எஸ்.எஸ். கட்டமைத்து 'மதவாத அரசியலை' விதைத்தது.

ஒரிய மக்களின் பக்திப் பண்பாட்டை தேசபக்திப் பண்பாடாக, அதாவது இந்து ராஷ்டிரப் பக்திப் பண்பாடாக மாற்றுவது எளிது என்பதையும் இந்துத்துவம் கண்டு கொண்டது. பூஜை, பஜனை, உபவாசம் முதலான தனிநபர் சார்ந்த பக்தி ஆற்றலையும், ஜெகந்நாதரின் மேல் உள்ள பரம பிரேமத்தையும் அது இந்து ராஷ் டிரத்தை நோக்கி மடைதிறப்புவதில் வெற்றி கண்டது.

காந்தியடிகளின் அகிம்சைப் பாதையை இந்துத்துவ சனாதானிகள் கேலி செய்தனர். 'அகில உத்கல் இந்து மகாசபை' இந்து இளைஞர்கள் படையில் சேர வேண்டும் எனவும் அரசின் போர் முயற்சிக்கு ஆதரவு அளிக்க வேண்டும் எனவும் முழங்கியது.

1941 செப்டம்பர் 15 அன்று இந்து மகாசபை நடத்திய கூட்டம் ஒன்றில் வங்கத்திலிருந்து வந்த மன்மோகன் சவுத்திரி, "இளைஞர்களைக் காப்பாற்றுவதற்கு ராம சேனை, மகா வீர சேனை முதலிய தேசிய இராணுவ அமைப்புகள் மாவட்டந்தோறும் உருவாக்கப்பட வேண்டும்," என்றார்.

ஒரிசா மாநில முக்கிய நபர்கள் பலரை நேரில் சந்தித்து ஆதரவு வேண்டினார் பல்திகார். முன்னாள் சட்டமன்ற உறுப்பினர்கள், அமைச்சர்கள் எல்லோரையும் சந்தித்தார்.

நீலகண்ட தாஸ், கோதாவரி மிஸ்ரா, ஜாதுபாலி மங்கராஜ், இலட்சுமி நாராயண சாஹூ முதலானவர்கள் ஆர்.எஸ்.எஸ். விரித்த வலையில் விழுந்தனர்.

காந்தியடிகள் கொலையால் ஏற்பட்டுள்ள கெட்ட பெயரை முன்னிட்டு இவர்கள் நெருங்கி வருவதில் தயக்கம் காட்டுவார்களோ என்ற அச்சம் பல்திகாருக்கு நீங்கியது.

நாதுராம் கோட்சேவை (odse) 'காட்' சே (God-se) என்று மங்கராஜ் பாராட்டியது பல்திகாருக்குத் தெம்பூட்டியது.

நீலகண்டரும் கோதாவரியும் பூரி சக்தி கோபாலர்கள் எனப்படும் அதிகாரமிக்க ஒரு பார்ப்பனப் பிரிவைச் சேர்ந்தவர்கள்; மங்கராஜ் ஒரு சத்திரியர் (கந்தாயர்); சாஹூ ஒரு வைசியர். இவர்கள் காந்தியிடமும் காங்கிரஸ் இயக்கத்திடமும் அதிருப்தி கொண்டவர்கள்.

காந்திஜியின் இந்து-முஸ்லிம் மற்றும் அகிம்சைக் கோட்பாடுகளுக்கு எதிராகப் பிரச்சாரம் செய்தவர் நீலகண்டர். இவர் 1947இல் காங்கிரஸ் கட்சியிலிருந்து வெளியேற்றப்பட்டவர். இவர்களின் வலிமையால் ஆர்.எஸ்.எஸ். ஒரிசாவில் வலுவாகக் கால் ஊன்றியது.

55
ஆஸ்திரேலிய பாதிரியார் எரிப்பு

மகாத்மா காந்தியின் கோட்பாடுகளை எதிர்த்து வந்த காங்கிரஸ் பிரமுகர் நீலகண்டர், காங்கிரஸ் கட்சியிலிருந்து வெளியேற்றப்பட்டவுடன், ஆர்.எஸ்.எஸ். இரு கரம் நீட்டி அவரை வரவேற்றது. 1950இல் இந்த நீலகண்டருக்கு நாக்பூரில் ஆண்டுதோறும் நடைபெறும் விஜயதசமி விழாவுக்குத் தலைமை தாங்கும் வாய்ப்பு அளிக்கப்பட்டது. கோல்வால்கரே நேரடியாக இரயில் நிலையம் சென்று அவரை வரவேற்று அழைத்துச் சென்றார். காந்திஜி கொலையால் பின்னடைவைச் சந்தித்த ஆர்.எஸ்.எஸ்., இத்தகைய முன்னாள் காங்கிரஸ்காரர்களின் வருகையை தேவை என்று கருதியது.

ஒரிய விஞ்ஞானி பிரண கிஷ்ண பரிஜா முதலான அறிவுஜீவிகள் கூட ஆர்.எஸ்.எஸ். பக்கம் சாய்ந்தனர். மார்வாரி வணிகர்களின் ஆதரவும் ஒரிசாவில் ஆர்.எஸ்.எஸ். அமைப்பின் வளர்ச்சிக்கு உதவியது.

கோல்வால்கரின் 51ஆம் பிறந்த நாளில் (1950) 51 நாள் விழா (ஜன் சம்பராகி) நடத்தப்பட்டதுடன், இதைப் பயன்படுத்தி நிதியைத் திரட்டிக் குவித்தது ஆர்.எஸ்.எஸ்.

ஒரிசாவில் 1966ஆம் ஆண்டு ‘கோரக்ஷ அந்தோலன்’ நடந்தபோது பசுவதைக்கு எதிராக 2 கோடி கையெழுத்துகள் பெற இயக்கம் நடத்தப்பட்டது. 1960இல் பசுவதைத் தடுப்புச் சட்டமும், 1967இல் மதமாற்றத் தடைச் சட்டமும் இயற்றப்பட்டன. 1964இல் பண்டித தீனதயாள் உபாத்யாயா நேரடியாக ஒரிசா வருகை தந்து ‘பாரதிய ஜனசங்கத்தை’த் தொடங்கி வைத்தார். ஸ்ரீதர் ஆசாரியா என்கிற ஆர்.எஸ்.எஸ். காரர் தலைவரானார். ‘ரஷ்டிர தீபா’ எனும் ஒரிய மொழி வார இதழ் ஒன்றும் தொடங்கப்பட்டது. 1967இல் அகில பாரத வித்யார்த்தி பரிஷத் அங்கே உருவானது. 1968இல் சந்திரிகாவில் விஸ்வ இந்து பரிஷத்தின் முதல் மாநில மாநாடு நடத்தப்பட்டது.

வகுப்புக் கலவர விதை போட்ட ஆர்.எஸ்.எஸ்.

ஒரிசாவில் 1964இல் வகுப்புக் கலவரத்துக்கான முதல் விதையை ஊன்றியது ஆர்.எஸ்.எஸ். மேற்கு வங்காளத்திலிருந்து கிழக்கு பாகிஸ்தானின் (இன்றைய வங்க தேசம்) ‘இந்து’ அகதிகளை

ஏற்றி வந்த இரயில்கள் ரூர்கோலாவில் நிற்கும். அப்போது இந்து அகதிகளுக்கு ஆர்.எஸ்.எஸ். உணவு வழங்கியது. மார்ச் 11, 1964இல் இந்தச் சூழலை சாதகமாக்கிக் கொண்டு ஆர்.எஸ்.எஸ். சங்க பரிவாரங்கள் இரயில் நிலையத்தில் ஒலிபெருக்கி வைத்துக் கொண்டு பாகிஸ்தானையும், முஸ்லிம்களையும் தாராளமாகத் தாக்கிப் பேசினர். இதன் தொடர்ச்சியாக மார்ச் 20, 1964 அன்று இந்து அடையாளத்துடன் திரட்டப்பட்ட பஞ்சாப், பீகார், வங்கம் ஆகிய மாநிலங்களைச் சேர்ந்த சிலர், ஒடியாக்கள், பழங்குடிகள் அடங்கிய ஒரு கும்பல் முஸ்லிம் மக்களைத் தாக்கத் தொடங்கியது.

இந்தக் கலவரத்தில் 72 பேர் கொல்லப்பட்டனர். அடுத்தக் கலவரம் கட்டாக்கில் 1968இல் நிகழ்த்தப்பட்டது. ஜெய்ப்பூர் வட்டத்திலுள்ள நூவாகோன் என்னும் கிராமத்தில் மசூதி ஒன்றின் முன் ஊர்வலம், முழக்கங்களுடன் இந்துத் திருவிழா ஒன்றை நடத்துவதற்கு உச்சநீதிமன்றம் அனுமதி அளித்தது.

முன்னதாக 1931இல் ஏற்பட்ட ஒப்பந்தப்படி இந்த ஊர்வலம் நிறுத்தப்பட்டிருந்தது. அது ஆங்கிலேயர் ஆட்சி விடுதலை பெற்ற பின்பு உச்சநீதிமன்றம் அனுமதி வழங்கியதால் மீண்டும் இதுபோன்ற ஊர்வலம் நடத்தப்பட்டது. இதன் காரணமாக 1968 நவம்பர் 25இல் தொடங்கிய கலவரத்தில் ஏராளமாக இஸ்லாமியர் வீடுகள் தீ வைத்துக் கொளுத்தப்பட்டன. சொத்துக்கள் சூறையாடப்பட்டன.

இதுபோன்ற வகுப்புக் கலவரங்களுக்குப் பின் ஒரிசாவில் ஆர். எஸ்.எஸ். பலம் பெருகத் தொடங்கியது. ஒரிய மாநிலத்தில் அந்த மக்களிடையே செல்வாக்குப் பெற்றதும், ஆர்.எஸ்.எஸ். -இன் அடுத்தக் குறியாக பழங்குடிகள் அதிகமாக வசிக்கும் புல்பானி மாவட்டத்தில் (இன்றைய கந்தமால்) கவனம் செலுத்த விஸ்வ ஹிந்து பரிஷத் தீர்மானித்து, அதற்குக் காரணம் பழங்குடியினர் கிறிஸ்தவ சமயத்தைத் தழுவி இருந்தனர்.

புல்பானியில் ‘இந்துத்துவ’ச் செயல் திட்டத்தை நிறைவேற்ற பிற்படுத்தப்பட்ட சாதியைச் சேர்ந்த லக்ஷ்மணானந்த சரஸ்வதி என்பவரும், தாழ்த்தப்பட்டவரும் ஆர்.எஸ்.எஸ். பிரச்சாரக்மான ரகுநாத் சேத்தி என்பவரும் அமைப்பால் ஒரிசாவுக்கு அனுப்பி வைக்கப்பட்டனர்.

லக்ஷ்மணானந்த சரஸ்வதி தன்னைப் பார்ப்பனர்களின் எதிரிகளை வேரோடழித்த பரசுராம அவதாரமாகச் சொல்லிக் கொண்டு, கிறிஸ்தவர்களைப் பூண்டோடு அழிக்கப் போவதாகப் பிரகடனம் செய்து வேலைகளைத் தொடங்கினார்.

கிறிஸ்தவ பாதிரியார் உயிரோடு எரிப்பு

ஒரிசாவில் ஆர்.எஸ்.எஸ். சங் பரிவாரங்கள் விஸ்வ ஹிந்து பரிஷத் வலுப்பெறத் தொடங்கியதும் சங்கிலித் தொடர் போன்ற பல இந்துத்துவ அமைப்புகள் பரவின.

1986, 1991 ஆகிய ஆண்டுகளில் பத்ரக்கிலும், 1991இல் கோரோவிலும் 1991இல் மீண்டும் ஒருமுறை கட்டாக்கிலும் கலவரங்கள் நடந்தன.

1990 களின் இறுதியில் இந்தியாவின் பல மாநிலங்களில் கிறிஸ்தவர்கள் மீது இந்துத்துவம் வெறிகொண்டு தாக்குதல் நடத்தத் தொடங்கியது. ஒரிசா மாநிலத்தில்தான் கிறிஸ்தவ மக்கள் மீதும், கிறிஸ்தவ சமய வழிபாட்டுத் தலங்கள் மீதும் சங் பரிவாரங்கள் மிக அதிக அளவில் வன்முறையை ஏவிவிட்டன.

டிசம்பர் 1998: டிசம்பர் தொடக்கத்தில் கஜபதி மாவட்டத்தில் ஆர். உதயகிரி கிராமத்தில் 5000 சங் பரிவாரக் கும்பல் கிறிஸ்தவக் குடியிருப்புகளைத் தாக்கினர். 92 வீடுகள், ஒரு கிறிஸ்தவ ஆலயம், ஒரு காவல் நிலையம் மற்றும் சில அரசு வாகனங்கள் தாக்கப்பட்டன. அன்று காலை உள்ளூர் சிறை ஒன்றில் நுழைந்து இரு கிறிஸ்தவக் கைதிகள் எரித்துக் கொல்லப்பட்டனர் (தி டைம்ஸ், டிச 10,1998)

ஜனவரி 1999: ஆஸ்திரேலியாவில் பாதிரியார் கிரஹாம் ஸ்டெய்ன்ஸ் (58) மற்றும் அவரது டிமோதி, பிலிப்ஸ் என்கிற இரு மகன்கள் (10 மற்றும் 6 வயது) ஆகிய இருவரும் கியோஞ்சர் மாவட்டம், மனோகர்பூர் கிராமத்தில் எரித்துக் கொல்லப் பட்டனர்.

நீதிபதி டி.பி. வாத்வா தலைமையில் அமைக்கப்பட்ட விசாரணை ஆணையம் சங் பரிவாரப் பின்புலத்தைச் சுட்டிக்காட்டவில்லை என்றாலும், பஜ்ரங் தளத்தின் தீவிரத் தொண்டர் (குண்டர்?) தாரா சிங் என்கிற ரவீந்திரபால் சிங்கை குற்றம் சாட்டியது. செப்டம்பர் 2003இல் கோர்தா செஷன்ஸ் நீதிமன்றம் தாராசிங்குக்கு மரண தண்டனை விதித்தது.

மே 2005இல் இத்தண்டனை ஆயுள் தண்டனையாகக் குறைக்கப்பட்டது. இவ்வழக்கில் ஆயுள் தண்டனை விதிக்கப் பட்ட 11 பேர் பின்னர் விடுவிக்கப்பட்டனர். ஆகஸ்ட் 2005இல் தண்டனைக் குறைப்பை எதிர்த்து சி.பி.ஐ. சிறப்பு விடுப்பு மனு ஒன்றைத் தாக்கல் செய்தது. அதே மாதத்தில் தாராசிங்கும் இதைத் தள்ளுபடி செய்ய வழக்குத் தொடர்ந்தான்.

தாராசிங்குக்கு மரண தண்டனை விதிப்பதே சரி என்கிற கோரிக்கையுடன் சி.பி.ஐ. உச்சநீதிமன்றத்தை அணுகியது. இந்த

மனுக்களை உச்சநீதிமன்றம் 2005 அக்டோபரில் விசாரணைக்கு அனுமதித்தது.

2012 ஜனவரி 21இல் உச்சநீதிமன்ற நீதிபதிகள் பி. சதாசிவம், பி.எஸ். செக்கான் ஆகியோர் அடங்கிய அமர்வு, தாராசிங்குக்கு ஓரிசா உயர்நீதிமன்றம் விதித்த ஆயுள் தண்டனையை உறுதி செய்து தீர்ப்பு அளித்தது.

பிப்ரவரி 1999: மயூர்பஞ்ச் மாவட்டத்தில் ஜேக்குலின் மேரி என்னும் கத்தோலிக்கப் பெண்-துறவி-கூட்டு வன்புணர்ச்சி செய்யப்பட்டார்.

மார்ச் 1999: பனவாய் கிராமத்தில் 157 கிறிஸ்தவ வீடுகள் தீக்கிரையாக்கப்பட்டன. 12 பேர் காயமடைந்தனர். மூவருக்கு துப்பாக்கிக் குண்டுக் காயங்கள் ஏற்பட்டன. இந்துத்துவ அமைப்புகளைச் சேர்ந்த சுமார் நூறு பழங்குடி இளைஞர்கள் துப்பாக்கி உள்ளிட்ட ஆயுதங்களுடன் இந்தத் தாக்குதலை மேற்கொண்டனர். பாரத் பால்க் என்கிற பாஜக தலைவர், கிறிஸ்தவர்கள் தாமே தங்கள் வீடுகளைக் கொளுத்திக் கொண்டதாக 'கொளுத்தி'ப் போட்டார்.

செப்டம்பர் 1999: புல்பானி மாவட்டத்தில் கிறிஸ்தவ ஆலயங்கள் தாக்கப்பட்டன. மயூர்பஞ்ச் மாவட்டம் ஜமாபானி கிராமத்தில் அருள்தாஸ் என்னும் கத்தோலிக்கப் பாதிரியார் கொலை செய்யப்பட்டார்.

டிசம்பர் 2000: ஜர்லாவில் உள்ளூர் கிறிஸ்தவர்கள் ஏசுவின் சிலை ஒன்றை நிறுவும் நிகழ்வு தடை செய்யப்பட்டது. அதே நேரத்தில் பானசூர் மற்றும் மயூர்கஞ்ச் மாவட்டத்திலுள்ள 8 கிராமங்களைச் சேர்ந்த 4000 பேர் 'கிறிஸ்தவத்திற்கு மதம் மாறுவதை அனுமதிக்க மாட்டோம்' என அறிவிப்புச் செய்தனர்.

ஜூன், ஜூலை 2001: கேந்திரபாரா மாவட்டத்திலுள்ள கொருவா கிராமத்தில் 18 தலித்துகள் கிறிஸ்தவத்தில் இணைந்தனர். சங் பரிவார அமைப்புகள் இதை எதிர்த்தன. மதம் மாறிய 18 தலித்துகள் மற்றும் அவர்களை மதம் மாற்றும் பாஸ்டர் ஆகியோரை ஜூலை 8 அன்று காவல் துறையினர் கைது செய்தனர். ஓரிசா மதச் சுதந்திரச் சட்டம் (OFRA) பயன்படுத்தப் பட்டது.

மதமாற்றம் சுய விருப்பத்தின் அடிப்படையிலேயே நடந்ததைக் காவல்துறை அறிக்கைகள் உறுதி செய்த போதும், மதமாற்ற நிகழ்வுக்கு முன் அனுமதி பெறவில்லை என்று 22 வழக்குகள் போடப் பட்டன.

2001 ஜூலை 26 அன்று மதம் மாறிய 18 கிறிஸ்தவர்களில் 15 பேர் இந்து மதத்திற்குத் திரும்பி வந்தனர். இந்துத்துவவாதிகள் இதை முன்னின்று நடத்தினர்.

ஜூன் 2002: கந்தகார் மாவட்டத்திலுள்ள டெய்ன்சர் கிராமத்தில் 46 பழங்குடியினக் குடும்பங்களைச் சேர்ந்த 143 பழங்குடியின கிறிஸ்தவர்களை விஸ்வ ஹிந்து பரிஷத், இந்து மதத்திற்கு மாற்றியது.

ஜனவரி - டிசம்பர் 2002: ஒரே ஆண்டில் 5000 பேரை இந்துத்துவத்திற்கு மாற்றியதாக 'வி.எச்.பி.' பகிரங்கமாக அறிவித்தது.

டிசம்பர் 2003: புவனேஸ்வரத்தில் "வனவாசி கல்யாண் ஆஸ்ரமம் 15 ஆயிரம் உறுப்பினர்கள் கொண்ட பேரணி ஒன்றை நடத்தியது. கிறிஸ்தவத்திற்கு மாறிய பழங்குடிகளுக்கு இட ஒதுக்கீடு அளிக்கக்கூடாது" என்று அந்த அமைப்பின் தலைவர் 'ஜகதேவ் ராம் ஓரம்' கூறினார். எஸ்.சி. / எஸ்.டி. ஆணையத்தின் அன்றைய தலைவர் திலீப் சிங் பூரியா பாஜகவை அதன் 'பழங்குடி' ஆதரவுக் கொள்கைகளுக்காகப் பாராட்டினார்.

பிப்ரவரி 2004: ஜகத்சிங் பூர் மாவட்டத்தில் உள்ள கிலிபாவில் ஏழு கிறிஸ்தவப் பெண்களும், ஒரு போதகரும் மொட்டை அடிக்கப் பட்டனர். அவர்கள் மீது சமூக மற்றும் பொருளாதார தடை விதிக்கப்பட்டன.

மார்ச் 2004: ஜர்சு குடா மாவட்டத்தில் விஸ்வ ஹிந்து பரிஷத்தும், வனவாசி கல்யாண் ஆஸ்ரமமும் 212 பழங்குடி கிறிஸ்தவர்களை இந்து மதத்திற்கு மாற்றின. பாஜக தலைவரும் முன்னாள் மத்திய அமைச்சருமான திலீப் சிங் ஜூடியோ முன்னிலையில்தான் இது நடந்தது.

ஆகஸ்டு 2004: 26ஆம் தேதி புல்பானி மாவட்டத்தில் உள்ள ராய்கியாவில் கிறிஸ்தவச் சமூகத்தினர் தாக்கப்பட்டனர். தரும அன்னை ஆலயம் (Our Lady of Charity Church) எனும் கத்தோலிக்க ஆலயம் தாக்கப்பட்டு, "மாதா மற்றும் ஏசுவின் திருஉருக்கள்" சிதைக்கப்பட்டன.

இந்து வகுப்புவாரி ஒருவராலும், அவரது ஆட்களாலும் தொடர்ந்து துன்புறுத்தலுக்கும் சமூக ஒதுக்கலுக்கும் உள்ளாக்கப்பட்ட கிறிஸ்தவர்கள் பொதுச் சந்தையைப் பயன்படுத்த இயலாமல் தமக்கென தனிச் சந்தை ஒன்றையும் நிறுவினர்.

பழங்குடி சமூகத்திற்குள் ஊடுருவியுள்ள இந்துத்துவ சக்திகள் கிறிஸ்தவர்களுக்கு எதிராக அவர்களைத் திருப்பிவிடுவதாக உள்ளூர் மக்கள் கூறினர்.

செப்டம்பர் 2014: மயூர்பஞ்ச் மாவட்டத்தில் உள்ள சரத் கிராமத்தில் 75 பழங்குடியினக் கிறிஸ்தவர்கள் இந்து மதத்திற்கு மாற்றப்பட்டனர்.

அக்டோபர் 2004: சுந்தர்கார் மாவட்டத்தில் உள்ள கிராமங்களைச் சேர்ந்த 80 குடும்பங்களின் 336 பழங்குடி கிறிஸ்தவர்கள் இந்து மதத்திற்கு மாற்றப்பட்டனர்.

பிப்ரவரி 2005: 'இந்தியா மிஷனை'ச் சேர்ந்த 'பாப்டிஸ்ட்' போதகர் ஒருவர் கொலை செய்யப்பட்டார். கொலை செய்யப்படுவதற்கு முன் அவருக்கு மொட்டை அடித்து உள்ளனர்.

பிப்ரவரி 2005: கோல்டியா மாவட்டத்தில் உள்ள பெருனியா கிராமத்தில் திலீப் தயலாய் (22) என்கிற பெந்தகோஸ்தே போதகர் கத்தியால் குத்திக் கொல்லப்பட்டார்.

மே 2005: பர்கர்ஹ் மாவட்டத்தில் 'வி.எச்.பி' 567 கிறிஸ்தவர்களை இந்து மதத்திற்கு மாற்றியதாக அறிவித்தது.

ஜூன் 2005: இந்துத்துவக் கும்பலின் தூண்டுதலின் பேரில் கஜபதி மாவட்டத்திலுள்ள 19 கிராமங்களைச் சேர்ந்த 268 பேர் ஒரு பொதுநல வழக்கைத் தாக்கல் செய்தனர். இப்பகுதியில் கிறிஸ்தவ மதத்தை மிஷனரியினர் கட்டாயமாகத் திணிப்பதாக அந்த மனுவில் கூறப்பட்டது.

குற்றப்பத்திரிகைத் தாக்கல் செய்து உடனடியாக வழக்குப் பதிவு செய்யுமாறு ஒரிசா உயர்நீதிமன்றம் உத்தரவிட்டது.

ஒஃப்ரா சட்டத்தின் 3, 4, 5 பிரிவுகளைப் பயன்படுத்தி கடும் நடவடிக்கை எடுக்குமாறு மாவட்ட நீதிபதிகளுக்குத் தலைமை நீதிபதியின் அமர்வு உத்தரவிட்டது.

அக்டோபர் 2005: மல்கனிகிரி மாவட்டத்தில் 200 பழங்குடியின கிறிஸ்தவர்கள் இந்து மதத்திற்கு மாற்றப்பட்டனர்.

நவம்பர் 2005: கஜபதி மாவட்டத்தில் கண்டஹதி கிராமத்தைச் சேர்ந்த 15 கிறிஸ்தவ வீடுகளை இந்துத்துவவாதிகள் எரித்துச் சாம்பல் ஆக்கினர். 6 பேர்களுக்கு ஆபத்தான தீப்புண்கள் ஏற்பட்டன. மற்றவர்கள் வீடுகளை இழந்தனர். வன்முறையைத் தூண்டிவிட்டதாக 8 கிறிஸ்தவர்கள் கைது செய்யப்பட்டனர்.

நவம்பர் 2005: சுந்தர்கார் மாவட்டத்திலுள்ள தரணிதர்பூர் கிராமத்தைச் சேர்ந்த 58 பழங்குடியினக் கிறிஸ்தவர்களை வி.எச்.பி. இந்து மதத்திற்கு மாற்றியது.

டிசம்பர் 2005: சுந்தர்கார் மாவட்டத்தில் உள்ள ஜமுல்தர், அபடா தங்கரஷி கிராமங்களைச் சேர்ந்த 18 கிறிஸ்தவர்கள் இந்து மதத்திற்கு மாற்றப்பட்டனர். தய்ந்தா கிராமத்தில் நடைபெற்ற நிகழ்ச்சியை பஜ்ரங்தளமும், வி.எச்.பி. யும் முன்னின்று நடத்தின. தல நிர்வாகத்திற்குத் தகவல் அளிக்கப்பட்டது. மேற்கு ஓரிசாவில் மட்டும் 2005இல் 161 குடும்பங்களைச் சேர்ந்த 733 பேர் இந்து மதத்திற்கு மாற்றப்பட்டுள்ளதாக பஜ்ரங்தளத் தலைவர் சுபாஷ் சவ்ஹான் அறிவித்தார்.

ஜனவரி 2006: ஜெய்ப்பூர் மாவட்டத்தில் உள்ள மடியாபாடா கிராமத்தைச் சேர்ந்த குல்மானி மாலிக் என்கிற போதகர், அக் கிராமத்தின் பாஜக தலைவரால் தாக்கப்பட்டார். அவரது வீடும், அருகில் இருந்த ஏழு கிறிஸ்தவர் வீடுகளும் தீக்கிரை ஆக்கப்பட்டன. முதல் தகவல் அறிக்கையில் பாஜக தலைவரின் பெயரை நீக்குமாறு காவல்துறை அறிவுறுத்தியது. ‘ஓஃப்ரா’ சட்டத்தின் கீழ் இந்த கிறிஸ்தவர்களின் விசாரணை செய்யப்பட்டனர்.

ஜனவரி 2006: மங்கள் நதி மாவட்டத்தைச் சேர்ந்த கெய்கண்டா கிராமத்திலுள்ள ஒரு இல்லத்தில் ‘இந்திய ஈவாங்கலிக்ல் டீம்’ எனும் ஒரு குழுவைச் சேர்ந்த மிஷனரிகள் 14 கிறிஸ்தவக் குடும்பங்களைக் கூட்டிப் பேசிக் கொண்டிருந்தபோது, 500 ஆர்.எஸ்.எஸ். அமைப்பினர் தாக்கினர்.

ரூர்கோலோ மாவட்டத்திலுள்ள தும்பே கிராமத்தில் நடந்த ஒரு நிகழ்ச்சியில் தும்பே, கோடாலிகோலா, பன்கதி கிராமங்களைச் சேர்ந்த 136 பழங்குடியின கிறிஸ்தவர்களை வி.எச்.பி., பஜ்ரங்தளத்தினர் மதம் மாற்றினர்.

மார்ச் 2006: கோலிவுட் மாவட்டத்திலுள்ள நந்தபூர் கிராம கிறிஸ்தவ ஆலயம் தீ வைத்துக் கொளுத்தப்பட்டது. சோனேபூர் மாவட்டத்தைச் சேர்ந்த கந்த முண்டா கிராமத்தில் சோனேபூர், பர்கரி மற்றும் பாலாங்கீர் கிராமங்களில் உள்ள 150 குடும்பங்களைச் சேர்ந்த 913 கிறிஸ்தவர்கள் மதம் மாற்றப்பட்டனர்.

ஏப்ரல் 2006: புல்பானி மாவட்டம் சக்க பேடாவில் ஏப்ரல் 8-10 தேதிகளில் ஆர்.எஸ்.எஸ்., வி.எச்.பி. ஏற்பாடு செய்து இருந்த இரத யாத்திரை மற்றும் மாநாட்டில் 74 குடும்பங்களைச் சேர்ந்த 342 கிறிஸ்தவர்கள் மதம் மாற்றப்பட்டனர்.

இந்த மாநாட்டில் லஷ்மணானந்தா சரஸ்வதி, ஆர்.எஸ்.எஸ். தலைவர் கே. எஸ். சுதர்சன், விஸ்வ ஹிந்து பரிசத் தலைவர் அசோக் சிங்கால் பங்கேற்றனர்.

சுதர்சன் பேசும்போது, "இந்து வாக்கு வங்கி ஒன்றை உருவாக்குவதே நமது குறிக்கோள். எந்த அரசியல் கட்சியும் இந்துக்களைப் புறக்கணித்துவிடக் கூடாது" என்றார். அசோக் சிங்கால், மாவோயிஸ்ட்டுகளை தேசவிரோதிகள் எனவும், பொதுவுடைமைத் தத்துவத்தை இந்தியக் கலாச்சாரத்திற்கு எதிரானது எனவும் கடுமையாகத் தாக்கிப் பேசினார்.

மதமாற்றத்திற்கும், பசு வதைக்கும் எதிராக உள்ள சட்டங்களை இறுக்கமாகப் பயன்படுத்த வேண்டும் என அசோக் சிங்கால் முதலமைச்சர் நவீன் பட்நாயக்கிற்கு அறிவுறுத்தினார்.

இந்நிகழ்ச்சியில் கூடுதல் மாவட்ட மாஜிஸ்திரேட் தலைமையின் கீழ் சுமார் 12 நிர்வாக மாஜிஸ்திரேட்டுகள் சட்டம் ஒழுங்கை நிலைநாட்ட நியமிக்கப்பட்டிருந்தனர். இவர்கள் முன்னிலையிலேயே 342 கிறிஸ்தவர்கள் அன்று மதம் மாற்றப்பட்டனர்.

இந்தியாவில் ஆர்.எஸ்.எஸ். சங்பரிவாரங்கள் இஸ்லாமியர்களை வேட்டையாட 'குஜராத் மாடலை' உருவாக்கியது போன்றல்லாமல், ஒரிசாவில் கிறிஸ்தவர்களை வேட்டையாட புதுவகையான செயல் திட்டங்களை வகுத்துச் செயல்பட்டன. 'முடிந்த அளவு கிறிஸ்தவர்களை மீண்டும் இந்து மதத்திற்கு மாற்றுவது, இல்லையேல் அறவே ஒழிப்பது.' இதுதான் ஆர்.எஸ்.எஸ். இன் 'ஒரிசா மாடல்'.

56

அகதிகளாக்கப்பட்ட ‘கிறிஸ்தவர்கள்’

இந்திய வரலாற்றில் 2007ஆம் ஆண்டு டிசம்பர் தொடங்கி, 2008ஆம் ஆண்டு வரை கிறிஸ்தவர்கள் மீது தொடுக்கப்பட்ட கொடூர வன்முறைகள், படுகொலைகள் அனைத்தும் இந்துத்துவ கும்பலால் திட்டமிட்டு நடத்தப்பட்டவை ஆகும். ஒரிசாவில் டிசம்பர் வன்முறையை ஆர்.எஸ்.எஸ். சங் பரிவாரங்களும், விஸ்வ இந்து பரிஷத்தும் தொடங்கி வைத்ததற்கு அடிப்படையாக இருந்தது பழங்குடி மக்களுக்கான ‘இடஒதுக்கீடு’ உரிமையாகும்.

ஒரிசாவில் தாழ்த்தப்பட்டோராக இருக்கும் ‘பாணோ’க்கள் சமவெளிகளிலும், மலைப் பகுதிகளிலும் வாழ்ந்து வருகின்றனர். சமவெளிப் பகுதிகளில் தலைவிரித்தாடிய சாதிக் கொடுமைகள் மற்றும் பொருளாதாரக் காரணங்களால் பல நூற்றாண்டுகளுக்கு முன்பே ‘பாணோ’க்கள் கந்தமாலா மாவட்டத்திலுள்ள மலைப்பகுதிகளுக்குக் குடியேறினர்

‘கந்தா’க்கள் எனப்படும் பழங்குடியினர் இப்பகுதியின் பூர்வகுடிகள் ஆவர். குடியேறிய பாணோக்கள் தங்களது ஒரிய மொழி, பண்பாடு எல்லாவற்றையும் கைவிட்டு ‘கோந்த்’ எனப்படும் ‘கந்தா’க்களின் ‘குய்’ மொழியையும், பண்பாட்டையும் வரித்துக் கொண்டனர். பழங்குடியின கந்தாக்களைப் போலவே கிறிஸ்தவ மதத்தைத் தழுவிய தாழ்த்தப் பட்ட பாணோக்கள் தம்மைப் பழங்குடியினத்தைச் சார்ந்தவர்களாகவே பதிவு செய்து கொள்கின்றனர்.

2002இல் மத்திய அரசு வெளியிட்ட பழங்குடியின மக்கள் பட்டியலில் ‘குய்’ மொழி பேசுவோர் அனைவரும் பழங்குடியினராக குறிப்பிடப்பட்டிருந்தது. ‘பாணோ’க்களும் ‘குய்’மொழியையே பேசுவதால், ஒரிசா மாநில அரசு அவர்களையும் பழங்குடியினராகக் கருத வேண்டும் என்று ஒரு தொண்டு நிறுவனம் வழக்குத் தொடர்ந்தது.

ஒரிசா உயர்நீதிமன்றம், இக்கோரிக்கையைப் பரிசீலிக்குமாறு அரசுக்கு அறிவுறுத்தியது. ஒரிசா அரசு, உயர்நீதிமன்றத்தின் தீர்ப்பைச் செயல்படுத்த முனைந்த நேரத்தில், சங் பரிவாரங்கள், பழங்குடி இனத்தில் இணைந்த தாழ்த்தப்பட்ட ‘பாணோ’க்களுக்கு இடஒதுக்கீடு அளிக்கக்கூடாது என்று போராட்டத்தில் குதித்தனர்.

இடஒதுக்கீட்டை எதிர்த்து வன்முறை

கிறிஸ்தவ பாணோக்களுக்கு இட ஒதுக்கீடு அளிக்கக்கூடாது என்று 2007 டிசம்பர் 26, 27 ஆகிய தேதிகளில் வி.எச்.பி. மற்றும் சங் பரிவாரங்கள் ஒரிசாவில் முழு அடைப்புக்கு அழைப்பு விடுத்தன. கிறிஸ்தவ மக்களுக்கு புனித நாட்களில் திட்டமிட்டே கலவரங்கள் நிகழ்த்தப்பட்டு 4 பேர் கொல்லப்பட்டனர்.

500 கிறிஸ்தவ வீடுகள் அழிக்கப்பட்டன. சுமார் 60 தேவாலயங்கள், கிறிஸ்தவப் பள்ளிகள், மருத்துவமனைகளுக்கு இந்துத்துவ மதவெறிக் கும்பல் தீ வைத்தன. சுமார் ஐந்தாயிரம் கிறிஸ்தவ மக்கள் அகதி களாயினர். காவல்துறையும் அரசு இயந்திரமும் கைகட்டி வேடிக்கைப் பார்த்துக் கொண்டிருந்தன.

கிறிஸ்தவ மக்கள் மீது நடத்தப்பட்ட இந்த வன்முறைகளுக்குப் பின்னணியில் இருந்தவர் விஸ்வ இந்து பரிஷத் தலைவர்களில் ஒருவரும், 1969இல் கந்தமாலாவில் குடியேறிய பழங்குடியினர் பகுதியில் ‘வனவாசி கல்யாண்’ ஆசிரமம் நடத்தி வந்தவருமான சுவாமி லட்சுமணானந்த சரஸ்வதி ஆவார்.

2007 டிசம்பர் 23 அன்று கிறிஸ்தவ பாணோக்களின் ‘அம்பேத்கர் வணிக சங்கம்’ பிராமினிகேயோனில் கிறிஸ்துமஸ் விழாக்களுக்காக பந்தல் முதலில் அலங்காரங்கள் அமைப்பதற்காக அனுமதி பெற்றனர். காவல்துறை ஆய்வாளரும், துணைக் கோட்ட அலுவலரும் (SDO) நேரடியாக வந்து பார்த்து அனுமதி அளிக்கப்பட்டிருந்தபோதும், இந்துத்துவ அமைப்பினர் பந்தல் அலங்காரங்கள் செய்யக் கூடாது என்று தடுத்தனர். கிறிஸ்தவர்கள் அரசு அனுமதியைக் காட்டி பந்தல் அலங்காரங்களைச் செய்தனர்.

டிசம்பர் 24 காலை இந்துத்துவக் கும்பல் ஒன்று கடைகளை மூடுமாறு மிரட்டியது. கிறிஸ்தவ வணிகர்கள் இதை எதிர்த்ததால் பெரும் தாக்குதல் நடத்தப்பட்டது. பந்தல் அழிக்கப்பட்டது. கடைகள் சூறையாடப்பட்டன. இருவருக்கு குண்டு காயங்கள் ஏற்பட்டன.

இதே நேரத்தில்தான் லட்சுமணானந்த சரஸ்வதி தனது பரிவாரங்களை ஏற்றிக் கொண்டு வாகனத்தில் பிராமினிகேயோனை நோக்கி வந்து கொண்டிருந்தார்.

‘இந்துச் சமூகத்தை(?)’ விழிப்படையச் செய்வதற்காக அவர் தன் ஆசிரமம் அமைந்திருந்த ஜாலேஸ்பேடாவிலிருந்து இந்த ‘யாத்திரையை’த் தொடங்கியதாகச் சொல்லப்பட்டது.

இந்துத்துவக் கூட்டத்தின் யாத்திரை என்றாலே அது ‘இரத்த யாத்திரைக்கான’ முன்னோட்டம் தானே!

தாரிங்கபாடி என்ற இடத்தில் பள்ளி அருகே வாகன யாத்திரை வந்தபோது, சாலையில் பழுதடைந்த ஒரு பேருந்து நின்றதால் அவர்களின் பயணம் தடைபட்டது. பேருந்து ஓட்டுநரை இழுத்துப் போட்டு 'சுவாமி'யின் சீடர்கள் தாக்கத் தொடங்கினர்.

அந்த இடத்தின் அருகில் கிறிஸ்தவ இளைஞர்கள் சிலர் தேவாலயத்தின் கிறிஸ்துமஸ் விழாக் கொண்டாட்டங்களுக்கு ஏற்பாடு செய்து கொண்டிருந்தனர். அப்போது அவற்றைப் போய் நிறுத்துமாறு லட்சுமணானந்தா, தன் சீடர்களுக்குக் கட்டளையிட்டார்.

உடனே சீறிப் பாய்ந்த சங் பரிவாரக் கூட்டம், பந்தலைப் பறித்தும், இசைக் கருவிகளைத் தூக்கிப் போட்டு உடைத்தும் தங்கள் பராக்கிரமத்தைக் காட்டினர். கிறிஸ்தவப் பழங்குடி இளைஞர்கள் விடுவார்களா? பதிலுக்கு இந்தச் சங் பரிவார் கும்பல் மீது தாக்குதல் நடத்தி நையப் புடைத்தனர்.

காயமடைந்த தனது சீடர்களை, பஜ்ரங் தளத்தைச் சேர்ந்தவரும், தாரிங்கபாடி சமுதாய நல மையத்தின் மருத்துவருமான டாக்டர் பிரதான் என்பவரிடம் சிகிச்சை பெறச் செய்த லட்சுமணானந்தா, அடுத்த இரு நாட்கள் பிரதான் அலுவலகத்திலேயே தங்கினார்.

வதந்தி 'தீ'யாகப் பரப்பப்பட்டது

மதியம் 2 மணி அளவில் தாரிங்கபாடியில் லட்சுமணானந்தா சரஸ்வதி தாக்கப்பட்டதாக கந்தகார் மாவட்டம் முழுவதும் வதந்திகள் பரப்பப்பட்டன. மாலையில் 7.00 மணி அளவில் பலிகுடாவில் கையில் துப்பாக்கி, கத்தி, கோடாரி முதலான ஆயுதங்களைத் தூக்கிக்கொண்டு நெற்றியில் குங்குமம் தரித்த 500 பேர் கொண்ட சங் பரிவார் கும்பல் 'ஜெய் ஸ்ரீராம்' என்று கூச்சல் எழுப்பிக் கொண்டு 'வெறிநாய்'களைப் போன்று புறப்பட்டது.

கிறிஸ்துமஸ் விழாக்களுக்குத் தயாராகிக் கொண்டிருந்த தேவாலயம் ஒன்று தாக்கப்பட்டது. "கிறிஸ்தவர்களைக் கொல்லு; ஆலயத்தைக் கொளுத்து" என்று வெறிக் கும்பல் கூச்சலிட்டு வந்ததைக் கண்ட பாதிரிமார், சகோதரிகள், இளைஞர்கள் எல்லோரும் ஓடி அருகிலிருந்த காடுகளில் தஞ்சமடைந்தனர். பரம காமாவிலும் இதே போன்ற தாக்குதல்கள் நடந்தன.

2007 டிசம்பர் 25 கிறிஸ்துமஸ் நாளில் உச்சகட்டமாகப் பல்வேறு இடங்களில் தாக்குதல்கள் மேற்கொள்ளப்பட்டன.

ஒரிசா மாநிலத்தில் பிராமினிகேயோன், பொடாங்கா, பொபிகன், குல்படா, குப்பகியா, சிரிடிகுடா, பிரிங்கியா, சிரசானந்தா, ருதுங்கியா, கலிங்கியா, டிகாபாலி, நுலாகேயான், தலகேயோன்,

கிரிபிடோ ஆகிய பகுதிகளிலும், மறுநாள் 26ஆம் தேதி கிருதும்கார், படங்கி, சங்கரகோல் போன்ற இடங்களிலும் மீண்டும் 27ஆம் தேதி பிராமினிகேயோன் பகுதியிலும் கிறிஸ்தவ வழிபாட்டுத் தலங்கள், வீடுகள், நிறுவனங்கள் தாக்கப்பட்டன.

அகதிகள் ஆன கிறிஸ்தவர்கள்

இந்துத்துவ சனாதனக் கூட்டம் நடத்திய வன்முறைத் தாக்குதலில் 4 பேர் கொல்லப்பட்டனர். மொத்தம் 5 பங்கு ஆலயங்கள், 48 கிராம ஜெப ஆலயங்கள், 5 கான்வென்ட்கள், 4 கோயில் மனைகள், 7 விடுதிகள், ஒரு தொழிற்பயிற்சி மையம், ஒரு தொழுநோய் இல்லம் முதலிய கிறிஸ்தவ நிறுவனங்கள் தாக்குதலுக்கு உள்ளாக்கப்பட்டன. கொள்ளையடிக்கப்பட்டு எரியூட்டப்பட்டன.

மேலும் 500 கிறிஸ்தவ வீடுகள், 126 கடைகள், நூற்றுக்கணக்கான வாகனங்கள் எரியூட்டப்பட்டு அழிக்கப்பட்டன. பலிகுடா கான்வெண்டில் இந்த 'பசு ரட்சர்களால்' ஒரு 'பசு மாடும்' நெருப்பில் சிக்கி உயிரிழந்தது. ஏனெனில் அது கிறிஸ்தவர்கள் 'தொழுவத்தில்' கட்டப்பட்டு இருந்ததால்...

சுமார் ஐந்தாயிரம் கிறிஸ்தவ மக்கள் இந்திய வரலாற்றில் முதன் முறையாக கிறிஸ்துமஸ் திருநாளில் அகதிகள் ஆக்கப்பட்டு, முகாமில் அடைந்து கிடந்தனர்.

இந்தத் தாக்குதலின்போது, இந்துத்துவா மதவெறிக் கூட்டம் 2000 மரங்களை வெட்டிச் சாய்த்துப் போட்டு சாலைப் போக்குவரத்தைத் தடை செய்தது. காவல்துறை இயங்குவதைத் தடுக்கவும், மறுநாள் பாணோ சமூகத்தைச் சேர்ந்த ஆளும் கட்சி அமைச்சர் பத்மனாப பெஹரா புவனேஸ்வரத்தில் நடத்த இருந்த பேரணிக்குச் செல்பவர்களைத் தடுக்கவும் மரங்கள் சாய்க்கப்பட்டு போக்குவரத்துக்கு இடையூறு செய்யப்பட்டன. பின்னர் அமைச்சர் பெஹரா, கிறிஸ்தவ மக்கள் மீதான தாக்குதலைக் கண்டித்துப் பதவியைத் துறந்தார்.

திட்டமிடப்பட்ட தாக்குதல்

ஒரிசாவில் நடத்தப்பட்ட கிறிஸ்தவர்கள் மீதான தாக்குதல்கள் நன்கு திட்டமிடப்பட்டன என்பதை பல ஆய்வறிக்கைகள் சுட்டிக் காட்டுகின்றன.

டிசம்பர் 9, 2007 லட்சுமணானந்த சரஸ்வதி பிராமினிகேயோன் வந்து இரகசியக் கூட்டம் ஒன்றை நடத்தியுள்ளார். டிசம்பர் 21 முதல் 23 வரை புவனேஸ்வரத்தில் 'ஆரிய சமாஜம்' யோகா பயிற்சிக்கு கந்தமாலில் இருந்து சுமார் 30 பேருந்துகளில் ஆட்கள் அழைத்துச்

செல்லப்பட்டு உள்ளனர். பெயருக்கு யோகா பயிற்சி. ஆனால் அவர்களுக்கு 'தாக்குதல்' நடத்துவதற்கான பயிற்சி அளிக்கப்பட்டது.

டிசம்பர் 22ஆம் தேதி கந்தமால் மாவட்டத்தில் உள்ள ஆர்.எஸ்.எஸ். பஞ்சாயத்துத் தலைவர்கள் இரகசியக் கூட்டம் நடத்தி, திட்டங்களைத் தீட்டி உள்ளனர்.

டிசம்பர் 22ஆம் தேதி கிறிஸ்தவத் தலைவர்களும், மத குருமார்களும், வணிக சங்கத்தினரும் கிறிஸ்துமஸ் கொண்டாட்டங்களை ஒட்டிக் கலவரம் செய்யத் திட்டமிட்டுள்ளனர் என்று துணை ஆட்சியரிடம் புகார் அளித்தனர். கடை அடைப்பை கிறிஸ்துமஸ் நாளில் நடத்த வேண்டாம். வேறு நாளில் நடத்திக் கொள்ளுங்கள் என்று மாவட்ட ஆட்சியர் கூறினார். அதையும் இந்துத்துவவாதிகள் பொருட்படுத்தவில்லை.

டிசம்பர் 24 அன்று பஞ்சாயத்துத் தலைவர்கள் ஆறுபேர் ஒன்றாகச் சேர்ந்து கடைகளைத் திறக்க ஏற்பாடு செய்யுமாறு வேண்டிக் கொண்டும், காவல்துறை தரப்பில் எந்த 'அசைவும் இல்லை'.

தாரிங்கபாடியில் டாக்டர் பிரதான இருப்பிடத்தில் தங்கியிருந்த லட்சுமணானந்த சரஸ்வதியை பாஜக முக்கியப் பிரமுகர்களான தர்மேந்திர பிரதான் (இவர் தற்போது மோடி அமைச்சரவையில் பெட்ரோலியத் துறை அமைச்சராக உள்ளார்) சுரேந்திர சாஹா ஆகியோர் சந்தித்து, அன்று நடைபெற்ற நிகழ்ச்சிக்காக வருத்தம் தெரிவித்து அமைதிக் கூட்டம் ஒன்று நடத்தலாம் என்று கேட்டுக்கொண்டனர். அதை ஏற்க மறுத்த லட்சுமணானந்தா, 'புரட்சி இல்லாமல் அமைதி கிடையாது' என்று கூறிவிட்டார்.

கிறிஸ்தவர்கள் மீது இந்துத்துவக் கும்பல் கொண்டிருக்கும் வன்மம் எத்தகையது என்பதற்கு ஆர்.எஸ்.எஸ்.-இன் 'ஆர்கனைசர்' ஏட்டுக்கு லட்சுமணானந்த சரஸ்வதி அளித்துள்ள நேர்காணல் சான்றாக இருக்கிறது.

"இந்திய கிறிஸ்தவர்கள் ஒன்றைப் புரிந்து கொள்ள வேண்டும். மதச் சுதந்திரம் மற்றும் மனித உரிமைகள் என்ற பெயரில் இந்து மதத்திற்கு எதிரான விஷ அறிக்கை ஆண்டு தோறும் வெளியிடுவதன் மூலம் அமெரிக்க அரசு அவர்களைக் காப்பாற்றிவிட முடியாது. யாருடைய மத்தியில் அவர்கள் வாழ நேர்ந்துள்ளதோ, அந்தப் பெரும்பான்மை இந்துக்களின் நல்லெண்ணம் மட்டுமே அவர்களைப் பாதுகாக்க முடியும்."

காலம் காலமாக இந்துத்துவ சனாதனவாதிகள் இந்திய இஸ்லாமியர்களுக்கும், கிறிஸ்தவர்களுக்கும் வழங்கி வரும்

இலவச ஆலோசனை 'இந்துக்களை' அனுசரித்துப் போய் விடுங்கள்... அப்போதுதான் நிம்மதியாக வாழ முடியும்... இதையே லட்சுமணானந்தாவும் கூறினார்.

கிறிஸ்தவர்களைத் தேசத் துரோகிகள் என்றும், ஒழித்துக்கட்டப்பட வேண்டியவர்கள் என்றும் அவர் தொடர்ந்து ஆதிவாசிகள் மத்தியில் பேசி வந்தார். கிறிஸ்தவத்திற்கு எவர் மாறினாலும், அவன் என் எதிரி; சகித்துக் கொள்ள மாட்டேன் என்கிற அவரது வாசகங்களைத் தொலைக்காட்சிகளில் திரும்பத் திரும்ப ஒளிபரப்பப்பட்டன. வன்முறையைத் தூண்டும் அவரது பேச்சுக்கள் கண்காணிக்கப்பட வேண்டும் எனவும், இந்த வன்முறைகள் குறித்து ஆய்வு செய்த அனைவரும் குறிப்பிட்டுள்ளனர்.

தேசிய சிறுபான்மையோர் ஆணையமும் அரசுக்கு எச்சரிக்கை வழங்கியிருந்தது. ஒரிசாவில் கட்டாய மதமாற்றம் குறித்து ஏதும் வழக்குகள் பதிவு செய்யப்பட்டுள்ளதா என்று ஆணையம் கேட்டபோது, ஒரு வழக்குகூட இல்லை என்று அரசுத் தரப்பில் பதில் கூறப்பட்டது. லட்சுமணானந்தாவின் மதமாற்ற எதிர்ப்புப் பிரச்சாரத்திற்கு எந்தத் தேவையும் இருந்திருக்கவில்லை என்பதையும் ஆணையம் சுட்டிக் காட்டியது.

கிறிஸ்தவர்கள் மீது மதமாற்றப் பழிபோட்டு, வன்முறை தாக்குதல் நடத்தவே லட்சுமணானந்தா தொடர்ந்து சதித் திட்டமிட்டிருந்தார் என்பதும் புலனாகிறது.

அதே நேரத்தில் கிறிஸ்தவ சமயத்தைத் தழுவிய பழங்குடியினரை மிரட்டி, அச்சுறுத்தி மீண்டும் இந்து மதத்திற்கு அழைத்து வரும் 'புனிதப் பணியை' (?) மிகுந்த ஆர்ப்பரிப்புடன் விஸ்வ ஹிந்து பரிஷத்தும், சங் பரிவாரங்களும் தொடர்ந்து செய்து வந்தன. அதற்கு ஊக்கமளித்து வந்தவர் லட்சுமணானந்த சரஸ்வதி ஆவார்.

கிறிஸ்தவர்கள் மீண்டும் 'இந்துக்களாக' மதமாற்றும் சடங்குகளை மிகக் கொடூரமாகச் செய்தன இந்துத்துவக் கும்பல்.

முதலில் அவர்கள் விஸ்வ ஹிந்து பரிஷத் வழங்குகிற ஒரு விண்ணப்பப் படிவத்தில் கையெழுத்திட வேண்டும். மதம் மாற விருப்பம் தெரிவிப்பதுடன், எக்காரணம் கொண்டும் கிறிஸ்தவ மதக் கடவுளை வணங்குவதில்லை, கிறிஸ்தவப் பண்டிகைகளைக் கொண்டாடுவதில்லை, இந்துக் கடவுகள் படங்கள் மட்டுமே வீட்டில் வைக்கப்படும் என்பன போன்ற உறுதிமொழிகளில் அவர்கள் கையெழுத்திட வேண்டும்.

பின்னர் குறிப்பிட்ட நாளன்று அவர்கள் ஒவ்வொருவரும் ஒரு ஒரிய மொழி விவிலியம், ஒரு தேங்காய், குங்குமம், கையில் கட்டுவதற்கு சிவப்புக் கயிறு சகிதம் வர வேண்டும். முதலில் அங்கே உருவாக்கப் பட்டுள்ள ஒரு நெருப்புக் குண்டத்தில் ஒவ்வொருவரும் தம் கையாலேயே விவிலியத்தைக் கிழித்துப் போட்டு, அது எரிவதைப் பார்க்க வேண்டும்.

பின்பு அனைவரும் தேங்காய்கள் சகிதம் வட்டமாக உட்கார வைக்கப்படுவர். ஒவ்வொருவராக எழுந்து, "இன்று முதல் நான் இந்துவாகிறேன் என்று சத்தியம் செய்கிறேன். இனி நான் எப்போதாவது கிறிஸ்துவத்தைத் தழுவினால் என் வம்சம் அழியும்," எனக் கூறி தேங்காயை அங்குள்ள கல்லில் அடித்து உடைக்க வேண்டும்."

இந்தத் தேங்காய் உடைப்பு அவர்களுக்குள் உள்ள கிறிஸ்தவத்தை உடைத்துக் கொள்வதற்கான ஒரு குறியீடு, இந்த உறுதி மொழியைச் சிலர் சத்தமாகச் சொல்கிறார்கள். சிலர் முணுமுணுக்கிறார்கள்.

பின்பு ஒரு இந்துச் சாமியார் அவர்களின் நெற்றியில் குங்குமம் பூசுவார். பிறகு 'ஓம்' உச்சரிக்கப்படும். அதன் பிறகு 'காயத்ரி மந்திரம்' இறுதியில் 'பாரத் மாதாகி ஜெய்', 'கங்கா மாதாகி ஜெய், கோ மாதாகி ஜெய்' என முழக்கமிட வேண்டும்.

இதோடு இந்து மதத்திற்கு 'மாற்றும்' சடங்கு முடிவடைவது இல்லை. சில மாதங்களுக்குப் பின் இவ்வாறு கிறிஸ்தவ மதத்திலிருந்து இந்து மதத்திற்கு மாற்றப்பட்டவர்கள் யாகம் ஒன்றில் பங்கு பெற வேண்டும். அங்கே அவர்களுக்குக் காவி உடை, பூணூல் அணிவித்து மொட்டை அடிக்கப்படும். பசு கோமியமும், துளசி நீரும் அவர்கள் வாயில் ஊற்றப்படும். கோழி, ஆடு, அரிசி முதலியவற்றை அவர்கள் கொண்டுவர வேண்டும். ஆடு, கோழிகள் பலியிடப்பட்டு விருந்து படைக்கப்படும்.

இப்போது அவர்கள் முழுமையாக இந்துக்கள் ஆகிவிட்டனர். இனி அவர்கள் வீடுகளில் துளசிச் செடி வளர்க்க வேண்டும். இந்துக் கடவுளரை வணங்க வேண்டும். இந்துப் பண்டிதர்களைக் கொண்டாட வேண்டும். மீண்டும் தப்பித் தவறி பழக்க எச்சத்தில் கிறிஸ்தவ ஆலயத்துக்குச் செல்ல நேர்ந்தால் அவர்கள் கடுமையாகக் கண்காணிக்கப்படுவார்கள்.

இந்துவாக மதம் மாறினால் மட்டும் போதாது. தமது விசுவாசத்தைக் காட்ட இந்துத்துவக் கும்பலுடன் சேர்ந்து பிற கிறிஸ்தவர்கள் மீது அவர்கள் தாக்குதல் நடத்தவும் வேண்டும். அப்போதுதான் நீங்கள் முழுமையாக நம்பப்படுவீர்கள்.

டிக்காவாலி வட்டத்தைச் சேர்ந்த டாக்பதர் கிராமத்தைச் சேர்ந்த சுக்தேவ் டிகால், தனது குடும்பமே இந்து மதத்துக்கு மாறத் தயாராக இருக்கிறது என்று இந்துத்துவாதிகளிடம் நெருக்கடி தாங்க முடியாமல் ஒப்புதல் அளித்திருந்தார். ஆனால் அவர் தனது ஊரைவிட்டு வெளியேறாமலேயே இருந்துள்ளார்.

2008 செப்டம்பர் 26 அன்று சுக்தேவ் தனது இரு சகோதரர்களுடன் அருகில் உள்ள கிராமத்திற்குச் சென்று கிறிஸ்தவ அகதிகளுக்கான உதவிப் பொருட்களை வாங்கி வரச் சென்றார். திரும்பி வருகையில் இருட்டிவிட்டதால் ஒரு வீட்டில் தங்கி உள்ளார். அந்த நள்ளிரவில் ஆயுதங்களுடன் வந்த இந்துத்துவ வெறிக் கும்பல் சுக்தேவின் கண் முன்பே அவரது இரு தம்பியரையும் கண்டந்துண்டமாக வெட்டிக் கொன்றது. சுக்தேவ் மட்டும் இரவில் காட்டுக்குள் ஓடி ஒளிந்து தப்பித்து உள்ளார். (ஃபிரண்ட்லைன், நவம்பர் 7, 2008)

பழங்குடியின மக்களை கிறிஸ்தவ மதத்திலிருந்து இந்து மதத்திற்கு கட்டாயமாக மதமாற்றம் செய்த விஸ்வஹிந்து பரிஷத், கிறிஸ்தவர்கள் மதமாற்றம் செய்கிறார்கள் என்று விஷமப் பிரச்சாரம் செய்து அவர்கள் மீது தாக்குதல் நடத்தியது. இதற்கு பின்னணியில் இருந்து செயல்பட்ட லட்சுமணானந்தா சரஸ்வதி சுவாமி 2008 ஆகஸ்டு 23ஆம் தேதி கொல்லப்பட்டார். அவரைக் கொன்றவர்கள் யார்?

57
மாவோயிஸ்டுகளின் அறிக்கை

2008 ஆகஸ்டு 23ஆம் தேதி இரவு லட்சுமணானந்த சரஸ்வதி மற்றும் நால்வரையும் வாகனம் ஒன்றில் வந்து இறங்கிய முகமூடி தரித்த மாவோயிஸ்டுகள் சுட்டுக்கொன்றனர்.

"லட்சுமணானந்த சரஸ்வதியை ஏன் சுட்டுக் கொன்றோம்?" என்று மாவோயிஸ்டுகள் வெளிப்படையாகவே அறிக்கை வெளியிட்டனர். ஆனால், கிறிஸ்தவர்கள் அவரைக் கொன்றதாக இந்துத்துவ வெறிக் கூட்டம் பிரச்சாரம் செய்து, ஒரிசா மாநிலம் முழுவதும் கிறிஸ்தவர்களுக்கு எதிரான தாக்குதல்களுக்குத் தூபமிட்டது.

வி.எச்.பி. தலைவர்கள் பிரவீன் தொகாடியாவும், அசோக் சிங்காலும், கிறிஸ்தவர்கள் மீது வீண்பழி சுமத்தி பேசி வந்தனர்.

லட்சுமணானந்தா ஜாலேஸ்பேட் ஆசிரமத்தில் கொல்லப்பட்ட போதும் 150 கிலோ மீட்டர் தொலைவிலுள்ள சக்கஸ் பேடா ஆசிரமத்திற்கு அவரது உடலை ஊர்வலமாகக் கொண்டு சென்று அடக்கம் செய்யவும் அனுமதிக்கப்பட்டது. நேர் வழியாக செல்லாமல், எல்லா கிறிஸ்தவக் கிராமங்கள் வழியாக 250 கி.மீ. தொலைவு ஊர்வலமாக அவரது உடல் எடுத்துச் செல்லப்பட்டது.

அவர்கள் எதிர்பார்த்தபடியே ஆகஸ்டு 25, 2008 முதல் கலவரம் வெடித்தது. மாதா கோவில்கள், கிறிஸ்தவர்கள் வீடுகள், பள்ளிகள், மருத்துவமனைகள் எரிக்கப்பட்டன. அகப்பட்டவர்கள் எரியூட்டிக் கொல்லவும்பட்டனர். அடுத்த பத்து நாட்களில் 27 ஆயிரம் பேர் அகதிகளாக்கப்பட்டனர்.

மாவோயிஸ்டுகளின் அறிக்கை

லட்சுணானந்தா மற்றும் நால்வரையும் சுட்டுக்கொன்ற மாவோயிஸ்டுகள் வெளியிட்ட அறிக்கை இந்தியாவில் ஆரியம் எத்தகைய விளைவுகளை ஏற்படுத்தியது என்பதையும் தெளிவுபடுத்துகிறது.

மக்களுக்கு ஓர் அழைப்பு

(மாவோயிஸ்டுகளின் அறிக்கை)

* மதத்தின் பெயரால் வகுப்புப் பூசலை உருவாக்குவோர் லட்சுமணானந்தாவைப் போலத் தண்டிக்கப்படுவார்கள்!

* வகுப்புவாத அயோக்கியர்களுக்கும் அடிப்படைவாதத்திற்கும் எதிராக ஒன்றிணைவீர்!

* ஓர் மதச்சார்பற்ற புதிய ஜனநாயக அரசுக்கான போராட்டத்தைத் தொடர்வீர்!

அன்பார்ந்த நண்பர்களே,

நம்பிக்கையுடைய பொதுமக்களைப் பொருத்தமட்டில் இது ரொம்பவும் உணர்ச்சிகரமான ஒரு பிரச்சினை என்பதை நாம் அறிவோம். இருந்தபோதிலும் எமது இந்திய கம்யூனிஸ்ட் கட்சி (மாவோயிஸ்ட்) சாது எனச் சொல்லப்படும் லட்சுமணானந்தாவிற்கும் அவரது நான்கு கூட்டாளிகளுக்கும் மரண தண்டனையை நிறைவேற்றியுள்ளது. பாபர் மசூதியை இடித்ததற்குக் காரண மானவர்கள், நாடெங்கிலும் வகுப்புப் பூசலை உருவாக்குவோர், ஒரிசாவில் கிரஹாம் ஸ்டெயினை எரித்துக் கொன்றோர், கந்தமாலில் குலை நடுக்கத்தை விளைவித்து ரத்தக் குளியல் நடத்திக் கொண்டிருப்போர் மற்றும் பாஜக + வி.இ.ப. + ஆர்.எஸ்.எஸ். + பஜ்ரங்தள அயோக்கியக் கும்பலுக்கு இது ஒரு எச்சரிக்கை. எனினும் இன்றைய சுரண்டல் அமைப்பின் பாதுகாவலர்கள், பார்ப்பனிய ஆதரவாளர்கள் மற்றும் வெகுசன ஊடகத்தினர் இந்தக் கொலையைக் கண்டித்து உள்ளனர். பசுவதை மற்றும் மதமாற்றத்திற்கு எதிராக அமைதியாகப் பிரச்சாரம் செய்து கொண்டிருந்த ஒரு இந்துமத போதகர் என்று சாது என சொல்லப்படும் லட்சுமணானந்தாவை இவர்கள் கூறுகின்றனர்.

பழங்குடியினர் இந்துக்களா?

முதலில் குய், சாரா, கோயா மற்றும் எந்தப் பழங்குடியினரும் இந்துக்களல்லர். ஒவ்வொரு ஆதிவாசிப் பிரிவினரும் தங்களுக்கேயான மதம், நம்பிக்கை, மொழி ஆகியவற்றைக் கொண்டுள்ளனர். உண்மையில், உற்பத்தியோடு இணைந்த இயற்கையை வணங்குவதே அவர்களின் மதம் எனலாம். தமது பல்வேறு இறை உருவங்களுக்கும் அவர்கள் பசு, எருமை, ஆடு, புறா, முட்டை ஆகியவற்றைப் பலியிட்டு அவற்றின் மாமிசத்தைப் புசிப்பார்கள். இந்த உண்மையை மிகவும் தந்திரமாகத் திரித்து அவர்களை இந்துக்கள் என்கின்றனர். நீர்க் கடவுளை அவர்கள் வணங்கினால் கங்கையைக் கும்பிடுவதாகச்

சொல்வார்கள். குய் மக்களை 'கந்தா' என்பார்கள். இதனால் அப்பகுதியும் கந்தமால் எனப்படுகிறது. பழங்குடியினரைப் பொருத்தமட்டில் இது ஒரு அவமானப் பெயர்.

சாதி அமைப்பும் பார்ப்பனியமும்

நமது நாட்டில் இன்றைய வடிவில் இந்து மதம் என்றும் இருந்தது கிடையாது. சுமார் 3700 ஆண்டுகட்கு முன்னர் அதாவது கி. மு. 1700 வாக்கில் ஆரிய இனம் இந்திய மண்ணில் ஊடுருவியது. அவர்களின் முக்கியத் தொழில் கால்நடை வளர்ப்பு. அது ஒரு ஆணாதிக்கச் சமூக அமைப்பு. வேத மதத்தை அவர்கள் வழிபட்டனர். பல்வேறுபட்ட பழங்குடியினரும் திராவிடர்களுமே இம் மண்ணின் மக்கள். அவர்கள் இயற்கையை வழிபட்டனர். அது ஒரு தாய்வழிச் சமூக அமைப்பு. அதில் சுரண்டல் இல்லை. இந்த மண்ணின் மக்களை ஆரியர்கள் வென்று அவர்களின் நிலங்களையும் கால்நடை வளத்தையும் வசப்படுத்திக் கொண்டார்கள். இந்த ஆரியத் திருடர்கள் தமது முதலாவது அரசை மகதத்தில் நிறுவினார்கள். இது சுமார் 3600 ஆண்டுகளுக்கு முன்னர் நடந்தது. இவ்வாறு இந்த மண்ணின் மக்களின் கால்நடை வளத்தையும் இதர சொத்துக்களையும் கொள்ளை கொண்டு இங்கே ஒரு தந்தைவழி நிலப்பிரபுத்துவ சமூக அமைப்பு உருவானது.

இறுதியில் இவ்வாறு தோற்கடிக்கப்பட்ட பூர்வீகக் குடியினர் ஆரியர்களுக்கு ஊழியம் செய்பவர்களாக்கப்பட்டனர். அவர்களின் பூர்வீக மதம், வேத மதத்தால் விழுங்கப்பட்டு புதிய இந்து மதம் வடிவெடுத்தது. சமூக அமைப்பின் மேல்மட்டத்தில் பார்ப்பனர் மற்றும் சத்ரியர்களாக ஆரியர் இடம் பிடித்துக் கொண்டனர். இம்மண்ணின் மக்கள் வைசியர் எனவும் சூத்திரர் எனவும் அழைக்கப்பட்டனர். இத்தகைய சாதி அமைப்பின் மேல் கீழ் பிளவுகள் மதக் கதையாடல்கள் மூலம் நியாயப்படுத்தப்பட்டன. பல ஊழி காலத்திற்கு முன்பிருந்து வழிவழியாக வந்து கொண்டிருக்கும் கணப் பிரிவுகள் என இவை கூறப்பட்டன. பிரம்மனின் வாயிலிருந்து பார்ப்பனர்களும், தோளில் இருந்து சத்ரியர்களும் உருவானதாக அவர்கள் கதை கட்டினர்.

எனவே ஆரியர்கள் மட்டுமே பூசகர்களாகவும், நிர்வாகிகளாகவும் தகுதி உடையவர்களானார்கள். மேலும் வைசியர்கள் பிரம்மனின் தொடையில் இருந்தும், சூத்திரர்கள் காலிலிருந்தும் தோன்றிய தாகவும் கூறினார்கள். எனவே தான் ஆரியரல்லாதவர்கள் விவசாயம், நெசவு, முடிதிருத்தம், சலவை, மேய்ச்சல், சுமை தூக்குதல் முதலான

பணிகளுக்கு உரியவர்களாக்கப்பட்டனர். இவ்வாறு விவசாயி, நெசவாளர், வண்ணார், பரியாரி, இடையர், ஹாதி, காசி முதலான உபசாதிகள் உருவாயின. சாதிகளுக்கிடையே அகமணம், சமபந்தி உணவு முதலியவை தடைசெய்யப்பட்டன. கீழேயுள்ள சாதியர் தீண்டத்தகாதவர்களாக்கப்பட்டனர். கீழ் சாதிகளுக்குள்ளும் கூட ஒன்று இன்னொன்றை விட மேலானதாக வரையறுக்கப்பட்டது. இவ்வாறு உழைக்கும் வர்க்கம் உள்ளுக்குள்ளேயே மேலும் மேலும் பிரிக்கப்பட்டது. சாதிச் சுரண்டலின் அடிப்படையில் மனிதர்கள் மனிதர்களை வெறுப்பவர்களானார்கள்.

இத்தகைய வெறுக்கத்தக்க சாதி அமைப்பு, இந்து மதம் பெரும்பான்மையாக உள்ள இந்தியா மற்றும் நேபாளத்தில் பரவலாக விளங்கியது. வரலாறு என்ன சொன்ன போதிலும் 'இந்து' என்பது இன்னொரு மதம். ஆனால் சாதியம், தீண்டாமை, மேல்/கீழ் வெறுப்புகள், பார்ப்பனியம் ஆகியன எல்லோராலும் ஒதுக்கப்பட வேண்டியவையாக உள்ளன.

மக்கள் இயக்கங்களின் விளைவாக பார்ப்பனியம் பலவீனமடைந்திருந்த நிலையில் தாராளவாதம் என்கிற பெயரில் காங்கிரஸ் கட்சியும் இதர ஆளும் வர்க்கங்களும் பார்ப்பனியத்தை முந்தைய காலங்களில் காப்பாற்ற முனைந்தன. இப்போதோ, தமது திட்டமிட்ட தாக்குதல்களாலும், கடும் பிரச்சாரங்களாலும் பாஜக, ஆர்.எஸ்.எஸ்., வி.இ.ப., கும்பல் சாதியத்தைத் தாங்கிப் பிடிக்கின்றன.

சங்கப் பரிவாரத்தின் பிரச்சாரங்களும்

மாட்டுக்கறி (பசு மாமிசம்) உண்பது குறித்து பெரும் பிரச்சினை இன்று உருவாக்கப்பட்டு உள்ளது. ஒருவேளை இந்தப் பிரச்சினையைக் கிளப்புபவர்கள் ஒரு காலத்தில் பார்ப்பனர்கள் இளங்கன்றுகளின் கறியைப் புசித்து வந்ததை அறிந்திருக்க மாட்டார்கள். பல இந்து ஆண், பெண் தெய்வ பலிபீடங்களில் மாடுகள் பலியிடப்பட்டன. இது விவசாயத்திற்குக் கேடானபோது பசுக்கொலை தடை செய்யப் பட்டது. எனினும் ஆரியர்களுக்கு அடிமையாக்கப்பட்ட தலித் மக்கள் பலர் பசு மாமிசத்தைச் சாப்பிட்டனர். இன்னும் அது தொடர்கிறது. அவர்களும் இன்று இந்துக்களாகவே கூறப்படுகின்றனர்; சாதி முறையினூடாகச் சுரண்டப்படுகின்றனர்.

தலித்துகளைக் கொண்டு செத்த மாடுகளின் தோல்கள் உரிக்கப்பட்டு பறைகள் உருவாக்கப்பட்டன. இந்துமதத் திருவிழாக்களில் இந்தப் பறைகள் முழங்கப்பட்டன. வடகிழக்கிலும் ஏன் கிட்டத்தட்ட நாடு முழுவதிலும் பழங்குடியினர் பசுமாமிசம் உண்கின்றனர். வயதான, விவசாயத்திற்குத் தகுதியற்ற கால்நடைகள் மாமிசத்திற்காகக்

கொல்லப்படுகின்றன. இன்று பார்ப்பனர் உள்ளிட்ட எல்லா இந்துக்களும் பசு மாமிசத்தின் ஒரு பகுதியான கோரோசனையை மருந்தென உண்ணத்தான் செய்கின்றனர். ஆனாலும் பெரும்பாலான இந்துக்கள் பசு மாமிசத்தைச் சாப்பிடுவதை ஏற்காதவர்களாக உள்ளனர். இந்து மதம் வராஹ (பன்றி) அவதாரம், மத்ஸ்ய (மீன்) அவதாரம் ஆகியன பற்றிப் பேசுகிறது. எனினும் எல்லா இந்துக்களும் பன்றிக் கறியையும், மீனையும் உண்ணவே செய்கின்றனர். முஸ்லிம்கள் மாட்டுக்கறி (பசு மாமிசம்) உண்டபோதிலும் அவர்கள் தாக்கப்படுவதில்லை. பாஜக தலைவர்களில் ஒருவரான மேனகா காந்தி பசுவின் இரத்தம் திரிந்தே பசும்பால் உருவாகிறது என்கிறார். இருப்பினும் எல்லா இந்துக்களும் பாலருந்துகின்றனர். மகாதேவருக்குப் பசும் பாலாபிஷேகம் நடந்து கொண்டுதான் இருக்கிறது. உணவுப் பழக்கம் மனிதர்க்கு மனிதர், மதத்திற்கு மதம் வேறுபடுகிறது. அது ஒவ்வொருவரின் உணவு விருப்பைப் பொருத்தது. அவற்றை முரண்பாட்டிற்கு உரிய ஒரு பிரச்சினையாக்கக் கூடாது. அதேபோல ஒரு குறிப்பான மாமிசத்தைத் தின்ன வேண்டுமென யாரும் யாரையும் வற்புறுத்தவும் கூடாது. இந்தப் பின்னணியைக் கருத்தில் கொண்டு பசுவதைத் தடைச் சட்டம் ஒழிக்கப்படுவது அவசியம்.

மதமாற்றம்

நாகரிக வளர்ச்சி, புதிய உற்பத்தி முறைகளின் தோற்றம் ஆகியவற்றினூடாகப் பழங்குடியினரின் மத நம்பிக்கை மாற்ற மடைய இயலாமல் போயிற்று. ஆனால் அது கொஞ்சம் கொஞ்சமாக அழிக்கப்பட்டது. இதை வாய்ப்பாகப் பயன்படுத்தி இந்து மதத்தினர் பழங்குடியினரை மதம் மாற வற்புறுத்தினர். இந்து மதத்திற்கு அவர்களை மாற்றினார்கள். பசு மாமிசம் உண்ணும் பழக்கத்தைக் கைவிடச் செய்தனர். இன்னும்கூட பழங்குடிப் பகுதிகளில் ஊடுருவியுள்ள சௌகார்கள் மற்றும் பார்ப்பனர்களின் செல்வாக்கின் கீழ் மேற்கொள்ளப்படும் அரசுப் பிரச்சாரத்தினூடாகப் பழங்குடியினர் இந்து மதத்திற்கு மாற்றப்படுகின்றனர். இத்தோடு லட்சுமணானந்தா மற்றும் அவரது வி.ஹி.ப., ஆர்.எஸ்.எஸ்., மற்றும் வகுப்பு வாத சக்திகளின் ஆசைகாட்டுதலும் மிரட்டுதலும் சேர்ந்து கொள்கின்றன. இவர்கள் ஆதிவாசிகளை இந்து மதத்திற்கு மாறச் சொல்லி வற்புறுத்துகின்றனர். பிரிட்டிஷ் ஆட்சிக்காலத்தில் இருந்தது போலவே இன்றும்கூட கிறிஸ்தவ மிஷனரிகளும்கூட பழங்குடியினரையும் தலித்களையும் கிறிஸ்துவமதத்திற்கு மாற்றிக் கொண்டுள்ளனர். இந்து மதத்தின் வெறுக்கத்தக்க சாதியமைப்பே தலித்கள் பவுத்தத்திற்கும் சமணத்திற்கும் மாறுவதற்கு காரணமாயிருந்தது. சிலர் ‘மஹிமா’ மதத்தையும் நாடுகின்றனர்.

கிறிஸ்தவ, முஸ்லிம் மதங்களையையும் கூட அவர்கள் தழுவியுள்ளனர். இவை 'மத மாற்றங்கள்' எனப்படுகின்றன. இத்தகைய சூழலில் ஒவ்வொருவரும் தமக்கு விருப்பமான மதத்தைத் தேர்வு செய்து கொள்வதற்கும், விரும்பாத மதத்தைத் துறப்பதற்கும் உரிமை அளிக்கப்பட வேண்டும். கிறிஸ்தவ மிஷனரிகளானாலும் சரி, வி.ஹி.ப., ஆனாலும் சரி தமது மதமாற்றப் பிரச்சாரத்தை அந்நிய நிதி உதவியைக் கொண்டே செய்து வருகின்றனர்.

லட்சுமணானந்தா மற்றும் விசுவ ஹிந்து பரிசத்தின் ஒன்பது கருப்புக் கோட்பாடுகள்:

1. பழங்குடியினருக்கு பூணூல் அணிவித்து பார்ப்பனர்கள் ஆகிவிட்டதாகச் சொல்லி வி. ஹி. ப. வும் சங்கப் பரிவார வில்லன்களும் நாடகம் போடுகின்றனர். ஆனால் பார்ப்பனர்களுடனோ அல்லது பிற உயர் சாதியினருடனோ அவர்கள் சமமாக அமர்ந்து உண்ணவோ இல்லை. அவர்களுடன் திருமண உறவு வைத்துக் கொள்ளவோ எந்தச் சந்தர்ப்பத்திலும் அவர்கள் அனுமதிக்கப்பட்டதில்லை. மாறாக இவ்வாறு பூணூல் அணிவிக்கப்பட்ட 'பார்ப்பனரல்லாதவர்களை' லட்சுமணானந்தாவின் காலைக் கழுவிக் குடிக்க வைப்பதைத்தான் செய்கிறார்கள். எப்போதாவது அவர்கள் பிற சாதியினருடன் அமர்ந்துண்ணவோ, மற்ற சாதியினரைத் திருமணம் செய்து கொள்ளவோ நேர்ந்தால் அவர்களை மொட்டையடித்து சாணிப் பாலைக் குடிக்க வைக்கிறார்கள்.

2. பசு மாமிசம் உண்ணக் கூடியவர்களான பழங்குடியினர் உயர்சாதி இந்துக்களால் தாக்கி வேட்டையாடப்படுகின்றனர். வயது முதிர்ந்த கால்நடைகள் பயனற்றுப் போகும்போது அவற்றைக் கொன்று சாப்பிடுவதற்காக தலித்களிடம் விற்கவும் செய்கின்றனர். இவ்வாறு தலித்களைத் தாக்கும்போதோ, தங்களது கோமாதாக்களை அடித்துச் சாப்பிடுவதற்காக தலித்களிடம் விற்கும்போதோ லட்சுமணானந்தாவோ அவர்களது ஆதரவாளர்களோ உயர் சாதியினரைக் கண்டிப்பதில்லை.

3. லட்சுமணானந்தாவும் அவரைப் பின்பற்றுகிறவர்களும் கிறிஸ்துவத்திற்கு மதம் மாறியவர்களை மீண்டும் இந்து மதத்திற்கு கட்டாயப்படுத்தி மதம் மாற்றுகின்றனர். ஆனால் அவர்களாகவே 'மனம் திருந்தி வீடு திரும்பியது' என்பது போல தானாகவே மதம் மாறுவதற்காக ஊடகங்களில் செய்திகளை வெளியிடுகின்றனர். தமது அரசியல் மற்றும் பொருளாதார நலன்களுக்கு ஏற்ப நடுத்தர வர்க்க இந்துக்களைத் தூண்டி வகுப்பு வன்முறைக்கு அவர்களை உயர் சாதிச் சுரண்டல் சக்திகள் பயன்படுத்திக் கொள்கின்றன. சென்ற 2008 டிசம்பர் 25 கிறிஸ்துமஸ் கொண்டாட்டங்களின்போது

கிறிஸ்துவ சமூகம் தமக்குத் தேவையான பொருட்களை வாங்க விடாமல் செய்யும் நோக்கத்துடன் உயர்சாதி வணிகர்களைக் கடையை அடைக்கச் சொன்னார்கள். தவிரவும் சில பொய்யான காரணங்களைச் சொல்லி வகுப்பு வன்முறையையும் உசுப்பி விட்டார்கள். நூற்றுக்கணக்கான கிறிஸ்துவ ஆலயங்களும், ஜெபவீடுகளும் எரித்துச் சாம்பலாக்கப்பட்டன; சொத்துக்கள் கொள்ளையடிக்கப்பட்டன; பள்ளிகள், மருத்துவமனைகள் தாக்கப்பட்டன; பெண்களிடம் அத்துமீறல்கள் நடந்தன. இந்த நாட்டின் மதச்சார்பற்ற தன்மைக்கு எதிராக உள்ள இவர்களே உண்மையான ஃபாசிஸ்டுகள். தமது வெறிகொண்ட அடிப்படைவாத நிகழ்ச்சி நிரலை நிறைவேற்றுவதே இவர்களின் நோக்கம்.

4. கடற்கரையோரப் பகுதிகளிலிருந்து வந்த கந்தமாலில் வணிகம் செய்கிற கருப்புச் சந்தைப் பேர்வழிகளும் ஊழல் வியாபாரிகளும் வி.இ.ப. வுக்கும் இதர வகுப்புவாத சக்திகளுக்கும் நிதி உதவி செய்கின்றனர். உயர்சாதி இந்துக்கள் பொருளாதார நலன்கள் உடையவர்களாக உள்ளனர். தலித் சமுதாயத்தைச் சேர்ந்த சிறுவணிகர்கள், ஒப்பந்தக்காரர்கள் ஆகியோரை அவர்கள் ஒடுக்க முனைகிறார்கள்.

5. வரும் தேர்தலை ஒட்டி பிஜூ ஜனதா தளத்துடன் இணைந்து இந்துப் பெரும்பான்மை வாக்குவங்கி ஒன்றை உருவாக்க விரும்பிய பாஜக, இதர விஷ்வ ஹிந்து பரிசத், பஜ்ரங் தளம் முதலான முன்னணி இந்து அமைப்புக்களுடன் சேர்ந்து சதித் திட்டம் ஒன்றைத் தீட்டியது. இதன் விளைவாகவே மாநில அரசு மற்றும் காவல்துறையின் முழு ஆதரவுடன் இந்த் வகுப்புவாதக் கலவரம் இங்கே உருவாக்கப்பட்டது.

6. சாதுக்கள் எனச் சொல்லப்படும் இவர்கள் பழங்குடிப் பெண்களிடம் மேற்கொண்ட பாலியல் தொந்தரவுகளையும் மக்கள் தெரிந்து கொள்ள வேண்டும்.

7. தலித்களும் ஆதிவாசிகளும் கிறிஸ்துவத்திற்கு மாறுவதன் மூலம் பொருளாதார ரீதியாக எந்தப் பயனையும் அடைவதில்லை. அவர்களின் பொருளாதார நிலை என்றும் மாறுவதில்லை. எனவே கிறிஸ்தவப் பழங்குடியினரை அடையாளங்கண்டு தலித்களுக்கும் பழங்குடியினருக்கும் அளிக்கப்படுகிற சலுகைகள் அவர்களுக்கும் கொடுக்கப்பட வேண்டும். ஆனால் லட்சுமணானந்தாவும் அவரது வி.ஹி.ப. ஆதரவாளர்களும் தலித் மற்றும் பழங்குடிக் கிறிஸ்தவர்களுக்கு அரசுச் சலுகைகள் மற்றும் உதவிகள் கிடைக்காத வண்ணம் செய்து வந்துள்ளனர். நியாய விலையில் அரிசி, மண்ணெண்ணெய் ஆகியவைகளுங்கூட அவர்களுக்கு மறுக்கப்பட்டன.

8. மக்களுக்குத் தொண்டு செய்கிறோம் என்கிற பெயரில் வணிக நோக்கில் அவர்கள் பள்ளிகளையும் திறந்தார்கள். அங்கு பணியாற்றும் ஆசிரியர்களுக்கு வழக்கமான ஊதியம் வழங்கப்படுவதில்லை. மற்ற மதங்களுக்கு எதிரான கருத்துக்கள் மாணவர்களுக்குப் போதிக்கப்படுகின்றன. வகுப்புவாத வன்முறையை நோக்கி அவர்கள் தூண்டப்படுகின்றனர்.

9. டிசம்பர் (2007) வகுப்பு வன்முறையை அவர்களே தூண்டி விட்டனர். வகுப்பு வெறியைத் தூண்டும் நோக்கில் ஆர்.எஸ்.எஸ்., வி.ஹி.ப., உறுப்பினர்களே இந்துக்களுக்குச் சொந்தமான வீடுகளை எரித்தார்கள்; இந்துக் கோவில்களைத் தகர்த்தார்கள். ஆக வி.ஹி.ப., ஆர்.எஸ்.எஸ்., சதிகாரர்களே உண்மைக் குற்றவாளிகள்.

லட்சுமணானந்தாவையும், அவரது ஆதரவாளர்களையும் இத்தகைய நடவடிக்கைகளைக் கைவிடுமாறு எச்சரித்திருந்தோம். ஆனால் அவர்கள் திருந்துவதாயில்லை. மாறாக எதிர்த்தாக்குதலுக்குத் திட்ட மிட்டனர். எனவே அவர்களுக்கு மரண தண்டனை விதிக்கப்பட்டு நிறைவேற்றப் பட்டது.

மதச்சுதந்திரம், விருப்பத்திற்குரிய உணவை உண்ணும் சுதந்திரம், இந்த நாட்டில் இருந்து சாதியை ஒழித்தல் ஆகிய நோக்கங்களுக்காக ஒன்றாக இணைந்து போராடுமாறு மக்களுக்கு நாங்கள் அழைப்பு விடுக்கிறோம். மதவாத மற்றும் அடிப்படைவாத சக்திகளுக்கு எதிராக எழுமின்.

15.09.08
சுனில்
CPI (மாவோயிஸ்ட்)
ஒரிசா மாநில மாவோயிஸ்ட்
(ஆங்கிலத்திலிருந்து தமிழாக்கப்பட்டது.)

58

மத மாற்றங்கள் பற்றிய உண்மைகள்

பாஜக கூட்டணி கட்சி பிஜூ ஜனதா தளம் ஆட்சி செய்கின்ற ஒடிசா மாநிலத்தில் 2007ஆம் ஆண்டு டிசம்பரிலும், 2008ஆம் ஆண்டிலும் கிறிஸ்தவர்களுக்கு எதிரான கொலை வெறித் தாண்டவம் ஆர்.எஸ்.எஸ். + வி.எச்.பி. சங் பரிவாரங்களால் நிகழ்த்தப்பட்டது. அதற்கு சற்றும் குறைவில்லாமல் கர்நாடகா மாநிலத்தில் பாஜக எடியூரப்பா ஆட்சியிலும் கிறிஸ்தவர்களுக்கு எதிராக வன்முறைகள், காலித்தனம் சங் பரிவாரங்களால் ஏவிவிடப்பட்டன. ஒடிசா மாநிலத்திற்கு அடுத்து கிறிஸ்தவர்கள் அதிகம் பாதிக்கப்பட்டது கர்நாடக மாநிலத்தில்தான் என்றே கூறலாம்.

2008 ஆகஸ்டு - செப்டம்பர் மாதங்களில் கர்நாடக மாநிலத்தின் தாவண்கிரே, உடுப்பி, மங்களூர், சிக்மகளூரு போன்ற இடங்களில் மிகப் பெரிய அளவில் கிறிஸ்தவ வழிபாட்டுத் தலங்கள், நிறுவனங்கள் தாக்கப்பட்டன. அரசு வெளியிட்ட புள்ளி விவரப்படியே 55 தாக்குதல்கள் நிகழ்ந்துள்ளன.

பச்சநாடி, தாவண்கிரே முதலிய பகுதிகளில்தான் முதல் தாக்குதலை சங் பரிவாரங்கள் தொடங்கி வைத்தன. பச்சநாடி என்பது மங்களூருக்கு அருகில் உள்ள ஒரு மலைப்பகுதி. அதன் மீது அங்குள்ள கிறிஸ்தவ மக்கள் சிலுவைப் பாதை ஒன்றை அமைத்து கடந்த 60 ஆண்டுகளாக வணங்கி வருகின்றனர்.

இயேசுநாதர் சிலுவையில் அறையப்படும் முன் சிலுவையைச் சுமந்துகொண்டு தள்ளாடிச் செல்லும் காட்சிகளைக் குறிப்பதே சிலுவைப் பாதை. 2004இல் அங்கிருந்த மரச் சிலுவைகள் உடைக்கப் பட்டன. எனினும் கிறிஸ்தவர்கள் அதைச் சீர் செய்து வழிபாட்டைத் தொடர்ந்து உள்ளனர்.

ஒவ்வொரு ஆண்டும் செப்டம்பர் 8ஆம் நாள் கத்தோலிக்க ஆயர் அங்கு சென்று வழிபடுவது வழக்கம்.

2008 ஆகஸ்டில் ஒரு நாள் அங்கிருந்த மேரிமாதா சிலை அகற்றப்பட்டிருந்தது. காவிக் கொடிகள் பறக்கவிடப்பட்டு இருந்தன.

காவிக் கும்பலின் காலித்தனத்தை காவல் துறையின் கவனத்துக்குக் கிறிஸ்தவர்கள் கொண்டு சென்றனர். ஆனால் பாஜக அரசின்

ஏவல்துறை, “இரு தரப்புமே பச்சநாடி செல்லக் கூடாது” என்று உத்தரவிட்டது. கிறிஸ்தவர்களின் வழிபாட்டுத்தளம் மீது காவிக் கூட்டம் உரிமை பாராட்டுவதற்கு காவல்துறையே வழி அமைத்துக் கொடுத்தது.

மங்களூரில் செயல்பட்டு வரும் மிகப் பெரிய கிறிஸ்தவ மருத்துவமனை ஃபாதர் முல்லர் ஹாஸ்பிடலில் 2008, ஆகஸ்டில் அங்கு பணியாற்றும் ஒரு பெண் தற்கொலை செய்து கொண்டார். அதை அடுத்து அந்த மருத்துவமனைக்குள் நுழைந்து, சங் பரிவார ஆட்கள் சூறையாடினர். கிறிஸ்தவ மருத்துவமனையைத் தாக்கி சீர்குலைக்கும் அவர்கள் நோக்கத்தை நிறைவேற்றிக் கொண்டனர்.

கிறிஸ்தவ வழிபாட்டுத் தலங்கள் சூறை

ஒரிசாவில் நடைபெற்ற தாக்குதல்களைக் கண்டித்து, நாடு முழுவதும் உள்ள கிறிஸ்தவ கல்வி நிறுவனங்கள் 2008, ஆகஸ்டு 29 ஒரு நாள் மட்டும் மூடப்பட்டன. அடுத்த நாள் பஜ்ரங்தளத்தைச் சேர்ந்த தொ(கு)ண்டர்கள் கர்நாடகத்தில் உள்ள கிறிஸ்தவக் கல்லூரிகளின் முன்பு கூடி நின்று வழி மறித்துள்ளனர். ஆயர் இல்லத்திற்குள்ளும் நுழைந்து தாக்குதல் நடத்தினர். அரசு இயந்திரம் வேடிக்கை பார்த்தது.

29ஆம் தேதி கல்வி நிறுவனங்களை மூடியது ஏன் என்று கர்நாடகக் கல்வித் துறை, அனைத்துக் கிறிஸ்தவக் கல்வி நிறுவனங்களிடமும் விளக்கம் கேட்டது.

தாவண்கரேயில், ‘இந்து ஜக்ரண வேதிக, ஸ்ரீராம் சேனை உள்ளிட்ட இந்துத்துவ அமைப்புகள் கிறிஸ்தவ தேவாலயங்கள் மீது தாக்குதல் நடத்தின. புகார் அளிக்கச் சென்ற கிறிஸ்தவ பாதிரிமார்களிடம், ‘நீங்கள் ஏன் இதற்குப் போய் புகார் செய்கிறீர்கள். இன்னொரு கன்னத்தையும் திருப்பிக் காட்ட வேண்டியதுதானே, உங்கள் கிறிஸ்து அப்படித்தானே சொல்லி உள்ளார்’ என்று காவல்துறை அதிகாரி கேலி செய்துள்ளார்.

மாவட்ட ஆணையர், நகரசபை ஆணையர், வட்டாட்சியர் காவல்துறையினர் என அனைவருமே இந்துத்துவ சக்திகளுக்கு ஆதரவாக இருந்து, சில நாட்கள் வரை கிறிஸ்தவ ஆலயங்களையும் அவற்றைச் சார்ந்த மற்ற நிறுவனங்களையும் மூடி வைத்தனர்.

தாவண்கரே பகுதியில் தாக்குதல் நடந்தவுடன், நடவடிக்கை எடுப்பதற்குப் பதிலாக அப்பகுதியில் எத்தனை கிறிஸ்தவ நிறுவனங்கள் செயல்படுகின்றன? அரசு அனுமதி பெற்றுச்

செயல்படுகின்றனவா? முதலிய கணக்கெடுப்புகளைச் செய்ய மத்திய பாஜக அரசு உத்தரவிட்டது.

இந்நிலையில்தான், செப்டம்பர் 14 (2008) காலை 10.18 மணிக்கு மங்களூரை அடுத்த மிலாகிரஸ் என்னும் இடத்தில் இருக்கும் கிறிஸ்தவக் கன்னிமாரின் தொழுகை ஆலயம் ஒன்று தாக்கப் பட்டது.

செப்டம்பர் 14 என்பது கிறிஸ்தவர்களின் புனித நாட்களில் ஒன்று, 'யூகரிடஸ்' எனப்படும் புனிதச் சிலுவை நாளில் புனிதச் சிலுவையினுள் இயேசு நாதர் உறைவதாக அவர்களுக்கு ஒரு நம்பிக்கை; சிலுவையில் தொங்கும் இயேசுவின் திருஉருவம் ஒன்றை உடைத்து புனிதச் சிலுவையையும் கீழே எறிந்துவிட்டுச் சென்றது ஒரு கும்பல்.

மங்களூரில் 17 கிறிஸ்தவ ஆலயங்கள் திட்டமிட்டுத் தாக்கப்பட்டன. கிறிஸ்தவ ஆலயங்களைச் சேர்ந்தவர்கள் காவல் நிலையத்தில் புகார் அளித்தனர்.

புகாரை விசாரிக்க வந்த காவல்துறை அதிகாரி இதுகுறித்து எவரிடமும் குறிப்பாக ஊடகத்தினருடன் பேச வேண்டாம் எனவும், யாரையும் படம் எடுக்க அனுமதிக்க வேண்டாம் எனவும் மிலாகிரஸ் சகோதரியரை மிரட்டினார். சீருடை அணியாத இன்னொரு நபர் தன்னை உளவுத்துறை அதிகாரி என்று கூறிக்கொண்டு தன் பங்கிற்கு சகோதரியரைச் சீண்டி உள்ளார். (உங்களிடம் உரிமை உள்ளதா? நீங்கள் எந்த நாட்டு அமைப்பைச் சேர்ந்தவர்கள்? உள்நாடா? வெளிநாடா? என்றெல்லாம் கிண்டல் செய்துள்ளனர்.)

144 தடை உத்தரவு

புனித நாளில் புனிதச் சிலுவை தாக்கப்பட்டதைக் கண்டு ஆத்திரமுற்ற கிறிஸ்தவ இளைஞர்கள் 14ஆம் தேதி மாலையில் மிலாகிராசிலும், 15ஆம் தேதி காலை பெரமனூரில் செபஸ்த்தியார் ஆலயம் குலசேகரத்திலுள்ள புனித சிலுவை ஆலயம், வாமஞ்சூரில் உள்ள தொழிலாளி புனித சூசையர் ஆலயம் முதலியவற்றில் குழுமினர்.

இதனிடையே செப்டம்பர் 14 அன்று மாலை பத்திரிகையாளர் சந்திப்பு நடத்திய பஜ்ரங்தள் அமைப்பின் மாநிலத் தலைவர் மகேந்திரகுமார் பிலாகிரஸ் தாக்குதலுக்குத் தாங்கள் பொறுப்பு எனவும், மேலும் தாக்குதல்கள் தொடரும் எனவும், பகிரங்கமாக அறிவித்தான். இதனைத் தொலைக்காட்சிகள் அனைத்தும் ஒளிபரப்பின. ஆனாலும் கர்நாடக பாஜக அரசு, அவனைக் கைது செய்யத் தயாராக இல்லை.

கர்நாடகாவில் தேவாலயங்களில் குழுமிய இளைஞர்களைப் பாதிரியார்கள் அமைதிப்படுத்திக் கொண்டிருந்தபோதே, காவல்துறை குவிக்கப்பட்டு, சுற்றி வளைக்கப்பட்டனர். 144 தடை உத்தரவு போடப்பட்டு இருப்பதாகவும், உடனே கலைந்து செல்லுமாறும் கூறப்பட்டது.

144 தடை உத்தரவு என்பது வீதிகள் முதலான பொது இடங்களுக்கு மட்டுமே, வழிபாட்டுத் தலங்களுக்குப் பொருந்தாது. எனவே கிறிஸ்தவ இளைஞர்கள் கலைந்து செல்ல மறுத்தனர். உடனே காவல்துறையினர் தங்கள் மீது அந்த இளைஞர்கள் கல்லெறிந்தனர் என்று பழி போட்டு, எவ்வித முன்னெச்சரிக்கையும் இன்றி, தேவாலயத்தில் நுழைந்து கிறிஸ்தவ இளைஞர்கள் மீது கடுமையாகத் தாக்கினர்.

தடி அடி நடத்தப்பட்டு, கண்ணீர் புகைக் குண்டுகள் வீசப்பட்டன. பெண்கள், குழந்தைகள் என்றும் பாராமல், எடியூரப்பா அரசின் காவல்துறை கொடூரமாகத் தடியடி நடத்தியது. பலரது எலும்புகள் முறிக்கப்பட்டன.

சீருடை அணிந்த காவல்துறையினருடன் சேர்ந்து கொண்டு பஜ்ரங்தள் மற்றும் ஸ்ரீராம் சேனா கும்பலைச் சேர்ந்தவர்களும் தாக்குதலில் ஈடுபட்டனர்.

தேவாலயங்களில் நுழைந்து தாக்குதல் நடத்திய காவல்துறையின் அத்துமீறல்களைப் பத்திரிகையாளர்கள் சிலர் ஒளிப்பதிவு செய்தனர். அதில் கைகளை உயர்த்திச் சரணடைந்த இளைஞர்களை ஆலயத்திற்குள் குத்துக்காலிட்டு அமரச் செய்து "இப்ப கும்பிடுங்கள்" என்று கன்னடத்தில் சொல்லிக்கொண்டு காவல் துறை ரவுடிகள் லத்தியால் அடிக்கும் காட்சி, தொலைக்காட்சி ஊடகங்களில் ஒளிபரப்பப்பட்டன.

கிறிஸ்தவ மக்கள் மீதான தாக்குதல் தேவாலயங்கள் சூறையாடல் பற்றி எல்லாம் கேள்வி எழுப்பினால் முதல் அமைச்சர் எடியூரப்பா, "கிறிஸ்தவர்கள் மதம் மாற்றுகின்றனர், அதன் எதிர் வினைதான் இவையெல்லாம்" என்று கூறுவதையே வழக்கமாகக் கொண்டு இருக்கிறார்.

2008 அக்டோபரில் உண்மை அறியும் குழு ஒன்று கர்நாடகாவிற்குச் சென்றது. தாக்கப்பட்ட பிரபலமான தேவாலயங்களை அக்குழு பார்வையிட்டது. மிலாகிராஸ் தேவாலயம். (செயின்ட் செபாஸ்டியன் தேவாலயம் (பெரமனூர்), சி.எஸ்.ஐ. தேவாலயம் (கொடிக்கல்), புனித சிலுவை சர்ச் (குலசேகரா). செயின்ட் பீட்டர் சர்ச் (வாமஞ்சூர்) ஆகிய தாக்குதலுக்குள்ளான தேவாலயங்களை பார்வையிட்ட

உண்மை அறியும் குழுவினர் பாதிக்கப்பட்ட மக்களிடம் பேசி, அவர்களுடைய குலை நடுங்கும் அனுபவங்களைக் கேட்டறிந்தனர்.

இதுபோன்ற இடங்களுக்குத் திடீரென்று முகமூடி அணிந்த 30, 40 பேர் மோட்டார் சைக்கிளில் வருபவர்கள் தேவாலயங்களில் அமைதியாக வழிபடுவோரைத் தாக்குவார்கள். 'பாரத மாதாவுக்கு ஜே' 'ஸ்ரீ நாராயணனுக்கு ஜே' என்று கூச்சல் எழுப்புவார்கள்.

காவல்துறை நிதானமாக காலம் தாழ்த்தி வரும். பல இடங்களில் காவல்துறையினரே 'காவி' குண்டர்களாக மாறி தாக்குதல்களில் ஈடுபடுவதும் உண்டு. கண்ணீர்ப் புகைக் குண்டுகளையும் வீசி இருக்கிறார்கள். கன்னியாஸ்திரிகளே அவர்களின் முக்கிய இலக்கு. அவர்களை மிகக் கேவலமான வார்த்தைகளில் திட்டுவார்கள்.

பாஜக ஆட்சிக்கு வந்த மாநிலங்களில் எல்லாம் சிறுபான்மை இஸ்லாமியர், கிறிஸ்தவர்களுக்கு எதிரான வன்முறைகள் ஆர்.எஸ்.எஸ்., சங் பரிவாரங்களால் திட்டமிட்டு நடத்தப்படுவது இன்றும் தொடர்கிறது. 2014இல் நரேந்திர மோடி தலைமையில் பாஜக அரசு மத்தியில் பதவிக்கு வந்ததும், இன்னும் கூடுதல் உற்சாகத்துடன் மத போதையில் விழுந்திருக்கும் 'காவிக் கும்பல்' அதிகாரம் இருக்கிறது என்ற துணிச்சலில் இஸ்லாமியர்களை, கிறிஸ்தவர்களைத் துடைத்து எறிய வேண்டும் என்று வெறி கொண்டு அலைகிறது.

இந்துத்துவ சக்திகள் சிறுபான்மையினர் மீது தாக்குதல் நடத்துவதை பொது வெளியில் பார்க்கும்போது இதற்கு அடிப்படைக் காரணமாக இருப்பது, 'மதமாற்றம்' என்று திட்டமிட்டப் பிரச்சாரம் மேற்கொள்ளப்படுகிறது. பெரும்பான்மையான இந்துக்களிடம் இக்கருத்து வலிந்து திணிக்கும் வகையில் காவிக் கூட்டம் செயல்படுகிறது.

ஆனால் உண்மை நிலைமை என்ன? இந்தியாவில் மதமாற்றத் தடைச் சட்டங்கள், காங்கிரஸ்காரர்களாலேயே கொண்டு வரப்பெற்றது. பாஜக ஆட்சி செய்த மாநிலங்களில் அச் சட்டம் பல்வேறு திருத்தங்களுக்கு உட்படுத்தப்பட்டு, தீவிரமாகவே நடைமுறைப் படுத்தப்பட்டது.

மதமாற்ற வரலாறு என்ன சொல்கிறது?

மதமாற்றத் தடைச் சட்டம்

பல மாநிலங்களில் இயற்றப்பட்ட 'மதமாற்றத் தடைச் சட்டங்கள்' குறிப்பாக 1967இல் ஒரிசாவிலும், 1968இல் மத்தியப் பிரதேசத்திலும். 2005இல் ராஜஸ்தானிலும். 2006இல் ஹிமாச்சலப் பிரதேசத்திலும்

கடுமையாக நடைமுறைப் படுத்தப்பட்டு தண்டனைகளும் கொடுமை நிறைந்ததாக அறிவிக்கப்பட்டது.

வலுக்கட்டாய மதமாற்றத்தை அச்சட்டம் தடை செய்தது. ஆனால் அந்தச் சட்டம் நடைமுறைப்படுத்தப்பட்ட விதம், அந்தந்த மாநிலங்களின் ஆளும் கட்சிகள் பெரும்பாலும் தவறாகவே பயன் படுத்தின. நீதிமன்றங்கள் அப்போது இருக்கும் சட்டங்களைத்தானே உயர்த்திப் பிடிக்க வேண்டும். ஆனால், மாநில அரசுகள், ஆதிக்க அரசியல் கட்சிகள், தத்துவார்த்தப் போக்குகள் ஆகியவை ஏற்படுத்திய பொதுக் கருத்து, கற்றறிந்த நீதியரசர்கள், வழக்குரைஞர்கள் மீதும் வெகுவாக தாக்கத்தை ஏற்படுத்துகின்றன.

பன்னாட்டு சிவில் மற்றும் அரசியல் உரிமைகள் மற்றும் நியதிகள் சுதந்திரமாக ஒரு மதத்தைப் பின்பற்றி, அதைப் பரப்புவதை மட்டுமின்றி, மத மாற்றத்தையும் அங்கீகரிக்கிறது.

இஸ்லாம், கிறிஸ்தவம் அல்லது வேறு எந்த ஒரு மதத்தையும் பின்பற்றி நடப்பது என்பது அம்மதத்திற்கு மற்றவர்களை மாற்றுவது என்னும் நம்பிக்கையையும் உள்ளடக்கியது ஆகும்.

1979 மற்றும் 1996இல் நடைபெற்ற சர்வதேச மதப்பரப்பு நியதிகளை (International convention on Religious Propagation Rights) இந்தியாவும் அங்கீகரித்து ஏற்றுக் கொண்டது. அதன் அடிப்படையில் ஐ.நா. மனித உரிமைகள் ஆணையம் மதமாற்றத்தின் முக்கியத்துவத்தை கீழ்க்கண்டவாறு வரையறை செய்கிறது.

"சில மதங்களைப் பொறுத்தவரையில் மதமாற்றம் என்பது அவைகளின் முக்கியமான கோட்பாடுகளாகும்."

ICRPR 18 (a) ஒரே ஒரு நிபந்தனையைத்தான் விதிக்கிறது. அது என்னவெனில், மதமாற்றம், சமூகப் பாதுகாப்பையும், ஒழுக்கத்தையும் பிற மதங்களின் அடிப்படை உரிமைகளையும், சுதந்திரத்தையும் எந்தவிதத்திலும் பாதிக்கக்கூடாது என்பது தான்.

இந்திய அரசியலமைப்புச் சட்டம் 25(1) பிரிவின்படி அதிகாரம் பெற்றுள்ள இந்தியத் தண்டனைச் சட்டம் 1973 காவல்துறை சட்டம் 1861 மூலம் அப்படிப்பட்ட விதிகளை மீறுவோர் மீது சட்டப்படி நடவடிக்கை எடுக்க முடியும். கட்டாயப்படுத்தியோ, தூண்டுதல் மூலமாகவே, ஆசை காட்டுதல் மூலமாகவோ, மத மாற்றம் செய்தால் இ.பி.கோ. 251ஏ மற்றும் 298 இன் படி வழக்குப் பதிவு செய்து நீதிமன்றங்களின் மூலம் தண்டிக்க முடியும்.

மாநிலங்களின் மதச் சுதந்திரச் சட்டங்களில் ஒரிசாவின் 1967ஆம் ஆண்டு சட்டத்தை ஆராய்வோம்; இச்சட்டப் பிரிவு 2(B)

மதமாற்றம் கடவுளுக்கு எதிரானது. தண்டனைக்கு உரியது என்று கூறுகிறது. பிரிவு 2(d) இன் படி தூண்டுதல் என்பது பணமாகவோ, பொருளாகவோ, பரிசாகவோ, பொருளேதும் இல்லாத பலனாகவோ இருக்கலாம் என்று கூறப்பட்டுள்ளது.

இதன் சட்டப் பிரிவு 7, நடைமுறைப்படுத்தத் தேவையான விதிகளை இயற்றும் அதிகாரத்தை மாநில அரசுக்கு வழங்குகிறது. அதன்படிதான் 1989இல் ஒரிசா அரசு சில விதிகளை இயற்றியது.

விதி 1: மதப் பிரச்சாரத்தில் ஈடுபடும் தனிநபர்கள், மத நிறுவனங்கள் பற்றிய பட்டியலை மாவட்ட நீதிபதிகள் வைத்து இருக்க வேண்டும்.

விதி 2: அத்தகைய நிறுவனங்களிடம் தொடர்புகொண்ட நபர்களிடம் இருந்து பணம் பெறும் நிறுவனங்கள் மற்றும் தனிநபர்கள் பட்டியலையும் பெற்றிருக்க வேண்டும்.

விதி 3: மதம் மாற விருப்பம் உள்ளவர்கள், தங்கள் சுய விருப்பத்தின் அடிப்படையில் தான் மதம் மாறுகிறோம் என்று முதல் வகுப்பு நீதிபதியிடம் எழுத்துப்பூர்வமாக தெரிவிக்க வேண்டும்.

விதி 4: 15 நாட்களுக்கு முன் மாவட்ட நீதிமன்ற நீதிபதியிடம் மதம் மாறும் நாள், நேரம், சடங்கை நடத்துவோர் மற்றும் யார், யாரெல்லாம் மதம் மாறுகிறார்கள் என்கின்ற விபரங்களைத் தெரிவிக்க வேண்டும்.

விதி 5(1): சடங்கை நடத்தும் புரோகிதர் படிவம் A-ஐ நேரிலோ, பதிவுத் தபால் மூலமாகவோ மாவட்ட நிதிமன்ற நீதிபதியிடம் சமர்ப்பிக்க வேண்டும்.

விதி 5(2): இந்த விபரங்களை மாவட்ட நீதிமன்றம் நிதி சம்மந்தப்பட்ட காவல் துறை கண்காணிப்பாளருக்குத் தெரிவிக்க வேண்டும். அவர் அந்தப் பகுதி காவல் நிலையத்துக்கு அனுப்ப வேண்டும். நிலையப் பொறுப்பாளர் தீவிர விசாரணை செய்து, இந்த மத மாற்றத்தில் யாருக்காவது ஆட்சேபனை இருக்கின்றதா? என்ற அறிக்கையை மாவட்ட நீதிபதிக்கு அனுப்பிட வேண்டும்.

விதி 6: மாவட்ட நீதிமன்ற நீதிபதி இந்த அறிக்கை கிடைக்கப் பெற்ற நாள், நேரம் ஆகியவற்றை படிவம் B -இல் பதிவு செய்ய வேண்டும்.

விதி 7: மதம் மாறினோர் பற்றிய விபரங்கள் அடங்கிய பதிவுப் புத்தகத்தில் படிவம் C-இல் மதமாற்றம் பற்றிய விவரங்களையும் பதிவு செய்ய வேண்டும்.

விதி 8: வித 5 மற்றும் 6ஐ மீறுவோருக்கு ஐந்தாயிரம் ரூபாய் வரை அபராதம் விதிக்க வேண்டும்.

விதி 9: ஒவ்வொரு மாதம் 10ஆம் தேதிக்குள் அனைத்து விவரங்களையும் படிவம் D-இல் அரசுக்கு நீதிபதி தெரிவிக்க வேண்டும்.

ஒரிசா அரசின் மதச் சுதந்திரச் சட்டத்தில் இவ்வளவு விதிகள் இருக்கின்றன. இதனை எளிதில் மீறி, கிறிஸ்தவர்கள் மதமாற்றம் செய்கிறார்கள் என்று ஒரிசாவிலும், கர்நாடகாவிலும் ஆர்.எஸ்.எஸ். சங் பரிவாரங்கள் குதிப்பதற்கு சிறுபான்மையினர் மீதான வன்மம்தான் காரணம்.

எந்த ஒரு மதத்தைப் பின்பற்றுவதற்கும் பரப்புவதற்கும் இந்தியாவில் உள்ளது போன்ற சட்ட ரீதியிலான தடங்கல்களும் அதைக் கண்காணிப்பதற்கு நீதித்துறை மற்றும் காவல்துறைக்கும் இருப்பதைப் போன்ற அதிகாரங்களும் உலகில் எந்த ஜனநாயக நாட்டிலும் இருக்குமா? என்பது ஐயம்தான்.

தனிநபர் உரிமையிலும், அவனுடைய மதச் சுதந்திரத்திலும் காவல், நீதித் துறைகள் தலையிடுவது என்பது மதச் சார்பற்ற அரசியலமைப்புச் சட்டம் இருந்த போதிலும் இந்திய நாடு, இந்து நாடாக யதார்த்தத்தில் மாறிவிட்டது என்று எண்ணத் தோன்றுகிறது.

இதுபோன்ற கொடிய சட்டங்களும், கடந்த சில பத்தாண்டுகளாக பயங்கரவாத இந்துத்துவா அமைப்புகளும் அவர்கள் சார்ந்த வலிமையான அரசியல் கட்சிகளும் கட்டவிழ்த்துவிட்ட வன் முறைகளும் மறைமுகமான மதவாத ஆட்சிக்கு (Theocracy) உட்பட்ட நாடாக இந்தியாவை மாற்றி வருகின்றன. பாஜக ஆட்சியில் இது மேலும் நீடித்து வருகின்றது.

59
அம்பேத்கருக்கு காவி வண்ணம் பூசும் ஆர்.எஸ்.எஸ்.

இஸ்லாமியர்கள், கிறிஸ்தவர்கள் போன்ற சிறுபான்மையின மக்கள் மீது ஆர்.எஸ்.எஸ். சங்பரிவார் கூட்டம் வன்முறையைக் கட்டவிழ்த்து விட்டதையும், மாநிலங்களில் ஆட்சிப் பொறுப்பில் இருந்த பாஜக ஆட்சியாளர்கள் துணை போனதையும் கடந்த அத்தியாயங்களில் விரிவாக பார்த்தோம். சிறுபான்மை இனத்தைச் சேர்ந்தவர்கள் மீது இந்துத்துவ கும்பல் ஏவிவிடும் ஒடுக்குமுறைகள் அனைத்தும் பட்டியல் இன மக்கள் மீதும் ஏவிவிடப்படுகிறது.

தலித் மக்கள், வர்ணாசிரமக் கோட்பாட்டின் படி சமுதாய அடுக்கில் கீழே வைக்கப்பட்டு இருக்கிறார்கள் என்பதை ஆர்.எஸ்.எஸ். பரிவாரங்கள் தங்கள் செயல்பாடுகள் மூலமாக அவ்வப்போது காட்டிக் கொண்டே இருக்கிறார்கள். ஆனால் ஆர்.எஸ்.எஸ். -இன் அரசியல் பிரிவான பாஜக, தங்களை தாழ்த்தப்பட்டோருக்கு பாதுகாவலனாக சித்தரித்துக் கொண்டு திட்டமிட்டு விளம்பரப்படுத்திக் கொண்டு இருக்கிறது.

காலம் முழுவதும் இந்துத்துவ சனாதனக் கொள்கைகளையும், மனுதருமத்தையும் கடுமையாக எதிர்த்து கருத்துப் போரிட்டார் டாக்டர் அம்பேத்கர். தொடக்க காலத்தில் இந்துத்துவவாதிகள் அண்ணல் அம்பேத்கரை கடும் விமர்சனம் செய்து வந்தனர்.

ஆர்.எஸ்.எஸ். சிந்தனையாளர் குழுவில் இருந்த பத்திரிகையாளர் அருண்சோரி, அம்பேத்கரை சகட்டு மேனிக்கு விமர்சனம் செய்து ஒரு நூல் எழுதினார். (*Worshipping False Gods - Ambedkar, and the facts which have been Erased*) அருண்சோரியின் இந்த நூலுக்கு நாடு முழுவதும் கடும் எதிர்ப்புகள் வந்த போது, இப்புத்தகத்திற்கு தடை வந்து விடுமோ என்று கருதிய ஆர்.எஸ்.எஸ் அடிப்பொடிகள், அருண்சோரி நூலை தடை செய்யக்கூடாது என்று போராட்டம் நடத்தினார்கள்.

அம்பேத்கர் வைசிராயின் நிர்வாகக் குழுவில் (Executive Council) உறுப்பினராக இருந்தார். எனவே அவர் வெள்ளையர் களுக்கு ஆதரவாளர்; தேசப்பற்று இல்லாதவர்; அவர் விடுதலைப் போராட்டத்தில் ஈடுபடவில்லை என்று எல்லாம் அருண்சோரி எழுதி இருக்கிறார்.

அம்பேத்கர் போலவே ஆங்கிலேய வைசிராயின் நிர்வாகக் குழுவில் உறுப்பினர்களாக இந்து மகாசபையைச் சேர்ந்த எம். எஸ். ஆனே, மற்றும் ஜோகித்சிங் மோடி, சர். சி. பி. இராமசாமி அய்யர் போன்றோர் இருந்தார்கள். அவர்கள் எல்லாம் தேசப்பற்று உடையவர்களா? என்று அருண்சோரியிடம் கேள்வி எழுப்பப்பட்டது.

அதற்கு பதில் கூறிய அருண்சோரி, 'இந்து மகா சபையைச் சேர்ந்த எம். எஸ். ஆனே, ஜோகித்சிங் மோடி, சர். சி.பி. இராமசாமி அய்யர் போன்ற சாதாரணமானவர்களைப் பற்றியெல்லாம் எழுதாமல் அம்பேத்கரைப் பற்றி எழுதியதற்குக் காரணம், அவர் 'சாதி சார்ந்த அழிவு அரசியலை' நடத்தினார் என்று தெரிவித்தார்.

அம்பேத்கர் மீது ஆர்.எஸ்.எஸ். கொண்டு இருந்த வெறுப்புதான் அருண்சோரி பேனா முனையில் இருந்து வழிந்தது. ஏன் சனாதனக் கும்பல் அம்பேத்கர் மீது வெறுப்பை உமிழ்ந்தது?

அம்பேத்கர் சாதி ஒழிய வேண்டும் என்றார். அதற்காகவே சாதி ஒழிப்பு (Annihilation of Caste) என்ற நூலை எழுதினார். சாதியை பாதுகாக்கும் மனுஸ்மிருதியை தீ வைத்துக் கொளுத்தினார். சமூக நீதிக்காக வலுவாக குரல் எழுப்பினார்.

1936ஆம் ஆண்டு மே மாதம் நடக்க இருந்த லாகூர், 'ஜாத்பட் தோடக் மண்டல்' அமைப்பின் மாநாட்டிற்கு டாக்டர் அம்பேத்கர் அவர்களால் ஆங்கிலத்தில் தயாரிக்கப்பட்ட உரைதான் 'சாதி ஒழிப்பு' என்ற நூலாக வெளிவந்தது.

இந்த உரையை டாக்டர் அம்பேத்கரிடம் இருந்து பெற்ற தந்தை பெரியார், அவரது ஒப்புதலோடு தமிழில் மொழிபெயர்க்கப்பட்டு 'சாதியை ஒழிக்க வழி' என்று நூலாக குடி அரசு பதிப்பகம் மூலம் 1936, நவம்பர் மாதம் வெளியிட்டார்.

அம்பேத்கரின் புகழ்பெற்ற இன்னொரு நூல், 'காங்கிரசும், காந்தியும் தலித் மக்களுக்குச் செய்தது என்ன?' (What Congress and Gandhi have done to untouchables)

தீண்டாமை

அம்பேத்கர் தனது நூலில் கீழ்க்கண்டவாறு குறிப்பிடுகிறார்.

> "இந்து மதமானது ஒற்றுமையைக் காட்டிலும் பிரிவினையே அதிகம் போதிக்கிறது. இந்துவாக இருப்பதென்பதன் பொருளே யாரோடும் ஒன்றுபடக்கூடாது; எல்லாவற்றிலும் பிரிந்து இருக்க வேண்டும் என்பதுதான். பொதுவாக இந்து மதம் உபயோகிக்கும் மொழியானது இத்தகைய பிரிவினையை வெளியே புலப்படாதபடி

மறைத்து வைத்துள்ளது. இந்து மதத்தின் அடிப்படையே பிரித்து வைப்பதுதான். இது சந்தேகத்துக்கு இடமில்லாத ஒரு உண்மை. சாதியும் தீண்டாமையும் பின் எதற்காக இருக்கின்றன? பிரித்து வைப்பதற்காகத்தான். சாதி என்பது பிரிவினைக்கு மற்றொரு பெயர். தீண்டாமை என்பது பிரிவினையின் மிக மோசமான வடிவத்தைக் கட்டமைத்து ஒரு சமூகத்தை மற்றொன்றில் இருந்து பிரித்து வைக்கிறது.

இறப்புக்குப்பின் ஆன்மாவின் நிலைமையைப் பற்றி முன் வைக்கப்படும் கோட்பாடுகளைவிட மிகவும் மோசமான கோட்பாடுகள் சாதியும், தீண்டாமையும் என்பதும் கூட விவாதத்துக்கு இடமின்றி நிரூபணமான ஒன்றுதான்.

ஒவ்வொரு இந்துவும் இந்தப் பூமியில் வாழ்கின்ற காலம் வரை கடைப்பிடிக்க வேண்டிய ஒழுங்கு நியதிகளின் ஒரு பகுதியாக அது முன் வைக்கப்படுகிறது. சாதியும், தீண்டாமையும் சாதாரணக் கோட்பாடுகளாக மட்டுமின்றி முக்கியமாகக் கடைப்பிடித்தே தீர வேண்டிய விசயங்களாக இந்து மதத்தால் விதிக்கப்பட்டுள்ளன.

ஒரு இந்துவானவன் சாதியையும், தீண்டாமையையும் கருத்தால் ஏற்றுக் கொண்டால் மட்டும் போதாது. அவன் அன்றாட வாழ்க்கையில் அதைக் கட்டாயம் கடைப்பிடித்தும் ஆக வேண்டும்."

இவ்வாறு தாழ்த்தப்பட்டவர்கள் மீது தீண்டாமைக் கொடுமையைப் புகுத்தும் 'இந்து மதம்' குறித்து விரிவாக விமர்சனத்துக்கு உட்படுத்தியவர் டாக்டர் அம்பேத்கர். ஆகவேதான் சங்பரிவார் கும்பல் அம்பேத்கரை எதிர்த்தது.

அம்பேத்கர் மீது ஆர்.எஸ்.எஸ். சனாதனக் கும்பல் கொண்டிருந்த வன்மம்தான் அவர்களை அம்பேத்கர் எழுதிய 'ராமனும் கிருஷ்ணனும் ஓர் புதிர்' எனும் நூலைத் தடை செய்யக்கோரி தீக்கிரையாக்கச் செய்தது.

மராத் வாடா பல்கலைக் கழகத்திற்கு டாக்டர் அம்பேத்கர் பெயர் சூட்டியதை எதிர்த்து சிவசேனாவும், ஆர்.எஸ்.எஸ். கூட்டமும் 1994இல் மராட்டியத்தில் பெரும் கலவரங்களை நடத்தினார்கள். தாழ்த்தப்பட்ட மக்கள் பலர் கொல்லப்பட்டனர். அவர்கள் வாழுமிடங்களில் வீடுகளுக்கு தீ வைக்கப்பட்டது. அம்பேத்கரின் திரு உருவச் சிலைக்கு செருப்பு மாலை அணிவித்து ஆனந்தக் கூத்தாடியது சங்பரிவார் கும்பல்.

மராட்டியத்தில் சனாதனக் கூட்டம் நடத்திய வன்முறைகளைக் கண்டித்து அறவழிப் போராட்டம் நடத்திய தாழ்த்தப்பட்ட மக்கள் மீது மராட்டிய மாநில காங்கிரஸ் அரசு துப்பாக்கிச் சூடு நடத்தி 13 பேரை பலிவாங்கியது.

மராத் வாடா பல்கலைக் கழகத்திற்கு அம்பேத்கர் பெயர் சூட்டப்படாததைக் கண்டித்து தலித் இளைஞர்கள் கவுதப் வாத்மேரே, நந்தத் மற்றும் 18 வயது இளம் பெண் சுபாசினி, பிரதீபா ஆகியோர் தீக்குளித்து உயிர்த் தியாகம் செய்தனர்.

தீயில் உடல் வெந்து கொண்டிருந்த போதும், 'அம்பேத்கர் பெயர் சூட்டு' என்று ஓங்கி முழங்கியவாறு அந்த இளைஞர்கள் மடிந்தனர்.

குஜராத்தில் 1980இல் இடஒதுக்கீட்டுக்கு எதிராக உயர்சாதியினர் போராட்டம் நடத்தியபோதும், அம்பேத்கர் சிலைகள் சேதப்படுத்தப்பட்டன. தாழ்த்தப்பட்டோர் மீது தாக்குதல் நடத்தப்பட்டன.

அண்ணல் அம்பேத்கர் கருத்துகள், சனாதனக் கூட்டத்திற்கு ஆத்திரம் ஊட்டியதால் ஆர்.எஸ்.எஸ். தாழ்த்தப்பட்டோரைத் தாக்கி, அம்பேத்கரை அவமரியாதை செய்தது.

ஆர்.எஸ்.எஸ். திட்டம்

அம்பேத்கரை எதிர்க்கும் ஆர்.எஸ்.எஸ். தாழ்த்தப்பட்டோருக்கு "இந்து அடையாளத்துடன்" அணி திரட்ட பல வழிகளில் முயற்சித்து வருகிறது. தாழ்த்தப்பட்ட மக்களை ஈர்ப்பதற்கு 'சமாஜின் சமரசதா மஞ்ச்' (சமூக சமத்துவப் பேரவை) என்ற பெயரில் ஒரு துணை அமைப்பை ஆர்.எஸ்.எஸ். தொடங்கியது.

ஒரு கட்டத்தில் தலித் மக்களால் தனிப் பெரும் தலைவராக கொண்டாடப்படும் அம்பேத்கரை தம் வசப்படுத்திக் கொண்டால்தான், ஒடுக்கப்பட்ட மக்களை ஒன்றிணைக்கும் முயற்சியில் வெற்றி பெறலாம் என்ற கனவுடன் அம்பேத்கருக்கு காவி வண்ணம் பூசும் கபடத் திட்டத்தை ஆர்.எஸ்.எஸ். சங்பரிவாரக் கும்பல் கையில் எடுத்தது.

இதற்காக ஆர்.எஸ்.எஸ். நிறுவனத் தலைவரான டாக்டர் ஹெட்கேவரையும், டாக்டர் அம்பேத்கரையும் சமதட்டில் வைத்து, 'இரண்டு டாக்டர்கள்' என்று சங் பரிவாரங்கள் கொண்டாடத் தொடங்கின.

ஹெட்கேவர் பள்ளிப் படிப்பை முடிந்த பின், மருத்துவம் செய்வதற்கான சான்றிதழ் படிப்பைப் படித்தார். ஆனால்

அம்பேத்கர், உலகப் புகழ்பெற்ற இரண்டு பல்கலைக் கழகங்களில் இரண்டு முனைவர் பட்டங்களைப் பெற்றவர். கல்வித் தகுதியில் அம்பேத்கருக்கு ஒப்பிடவே முடியாத ஹெட்கேவரை இரண்டு டாக்டர்கள் என்று ஒப்பிட்டுக் காட்டி மோசடி செய்கிறது ஆர். எஸ்.எஸ்.

சுதந்திரம், சமத்துவம், சகோதரத்துவம் ஆகிய மூன்றும் ஒருசேர அமையப் பெற்ற சமுதாயத்தை உருவாக்க வேண்டும் என்பதே அம்பேத்கர் வாழ்நாள் முழுவதும் கொண்டிருந்த இலட்சியம் ஆகும். இந்தக் கொள்கை ஈடேற சாதி ஒழிப்பையும், வர்க்க வேறுபாடு ஒழிப்பையும் முதலில் முன்னெடுக்க வேண்டும் என்றார்.

ஆனால் அம்பேத்கரின் இக்கொள்கைக்கு முற்றிலும் எதிர்நிலையில் ஆர்.எஸ்.எஸ்.இன் கொள்கைகள் இருக்கின்றன.

சங்பரிவாரம் அம்பேத்கரை ஒரு தேசிய வாதியாகவே கட்டமைக்கிறது. ஆனால், அம்பேத்கர், சாதி உணர்ச்சி மட்டுமே சமூகத்தில் மேலோங்கி நிற்பதால், இந்துக்கள் ஒருபோதும் தங்களை ஒரு தேசமாகக் கட்டமைத்துக் கொள்ள முடியாது என்று உறுதிபடக் கூறினார்.

இந்து தேசம் என்கிற கோட்பாடு பெருந் தீங்கு விளைவிக்கும் என்று எச்சரித்த அம்பேத்கர், “நான் ஒரு இந்துவாகச் சாக மாட்டேன்.” என்று பிரகடனம் செய்து, பௌத்த சமயத்தைத் தழுவினார். இதையும் ஆர்.எஸ்.எஸ். கும்பல், பௌத்த சமயம் இந்து மதத்தின் ஒரு பிரிவுதான் என்று கதை அளந்து, வேத மரபை எதிர்த்த பௌத்தத்தின் நெடிய வரலாற்றையே குழிதோண்டிப் புதைக்க முயற்சிக்கிறது.

ஆர்.எஸ்.எஸ். கும்பலின் கோயபல்ஸ் பாணி பரப்புரை மூலம் அம்பேத்கரை இந்துத்துவ ஆதரவாளராக இக்கூட்டம் சித்தரிக்கிறது. அம்பேத்கர் சமஸ்கிருத்தை தேசிய மொழியாக்கப்பட விரும்பினார். ஆர்.எஸ்.எஸ்.-இன் காவிக் கொடியைத் தேசியக் கொடியாக ஏற்க வேண்டும் என்றார். ஆர்.எஸ்.எஸ். பணிகளை சிறப்பான தேசத் தொண்டு என்று பாராட்டினார். மற்ற மதங்களுக்கு மாறியவர்களை தாய் மதமான இந்து மதத்திற்குத் திருப்புவதை ஆதரித்தார் என்றெல்லாம் கதையளக்கிறது சங்பரி வாரக் கூட்டம்.

இன்னும் ஒரு படி மேலாக அம்பேத்கர் இஸ்லாமியர்களுக்கு எதிரானவர் என்று இடைவிடாது கூறி வருகின்றனர். இதற்கு ஆதரவாக ‘பாகிஸ்தான் பற்றிய எண்ணங்கள்’ (*Thoughts of Pakistan*) என்று அம்பேத்கர் எழுதிய நூலின் கருத்துகளைத் திரித்து முன் வைக்கின்றனர்.

ஆனால் பாகிஸ்தான் பிரிவதை எதிர்த்துக் குரல்கள் ஓங்கி ஒலித்த காலகட்டத்தில், பாகிஸ்தான் தனி நாடாகப் பிரிவதை ஆதரித்து ஆணித்தரமான வாதங்களை முன்வைத்தார் அம்பேத்கர்.

1936இல் மதம் மாறுவதற்கு ஏற்ற மதங்களில் ஒன்றாக 'இஸ்லாமிய மதம்' இருப்பதாகக் கூறியிருக்கிறார்.

வரலாற்றை மூடி மறைத்துவிட்டு, அம்பேத்கரை விழுங்கி ஏப்பமிடத் துடிக்கிறது ஆர்.எஸ்.எஸ். சங் பரிவாரங்கள்.

2014இல் பாஜக அரசு மோடி தலைமையில் அமைந்தவுடன், அதற்கான வேலைகள் தொடங்கிவிட்டன.

1920இல் இலண்டன் நகரில் அம்பேத்கர் மாணவராக இருந்தபோது, தங்கிப் படித்த வீட்டை 44 கோடி ரூபாய் செலவில் வாங்கி, 'அம்பேத்கர் இல்லம்' என்று இந்திய அரசு பராமரிக்க 2015ஆம் ஆண்டு ஏற்பாடு செய்துள்ளது.

மும்பையில் முன்பு இந்து ஆலை இயங்கிய இடத்தில் அம்பேத்கருக்கு நினைவு மண்டபம், டில்லியில் அம்பேத்கர் பெயரில் மிகப்பெரிய பன்னாட்டு ஆய்வு நடுவம் அமைந்திட முயற்சி போன்றவற்றில் பாஜக அரசு முனைப்புடன் உள்ளது. பாஜக அரசு, அம்பேத்கர் 125 ஆவது பிறந்த நாளை ஆண்டு முழுவதும் கொண்டாடுவோம் என்று அறிவித்தது.

அம்பேத்கரைப் பற்றிய தொடர் கட்டுரைகளை ஆர்.எஸ்.எஸ். தனது 'ஆர்கனைசர்' ஏட்டில் எழுதி, அவரை இந்துத்துவ சார்பினராக அடையாளப்படுத்த முயன்றது.

ஆண்டுதோறும் 'அம்பேத்கர் ஜெயந்தி' கொண்டாடுவோம் என்று ஆர்.எஸ்.எஸ். அறிவித்தது.

ரொக்கமில்லாப் பரிமாற்றத்துக்காக இந்திய தேசியப் பணக்கொடுப்புக் குழுமத்தால் உருவாக்கப்பட்டு, அம்பேத்கர் பெயரிடப்பட்ட அலைபேசி செயலி 'பாரத் பணப் பரிமுக' (Bharath Interface for Money -BHIM) தொடங்கியது பாஜக அரசு.

இதனை 2016 டிசம்பரில் பிரதமர் மோடி தொடங்கி வைத்தார்.

அண்ணல் அம்பேத்கரை உயர்த்திப் பிடிக்கும் ஆர்.எஸ்.எஸ். சனாதனக் கூட்டம், உண்மையில் ஒடுக்கப்பட்ட பட்டியல் இன மக்களை எவ்வாறு நடத்துகிறது? சனாதன சக்திகளின் உண்மை முகம் எப்படிப்பட்டது? முகத்திரையைக் கிழித்துப் பார்ப்போம்!

60
ஒடுக்கப்பட்டோர் உரிமை:
ஆர்.எஸ்.எஸ். உண்மை முகம்

இந்தியாவின் ஈடு சொல்ல முடியாத தலைவர், புரட்சியாளர் டாக்டர் அம்பேத்கரை இந்துத்துவவாதிகள் தங்களுக்கு நெருக்கமானவராகக் காட்டுவதற்கு, அம்பேத்கர் தங்களது தலைவர்களுடன் நெருக்கமாக இருந்ததைப் போன்ற பொய்க் கதைகளைக் கட்டவிழ்த்து விடுகின்றனர்.

தீண்டாமைக் கொடுமைக்கு முழு முதற்காரணம், இந்து மதம்தான் என்பதை அழுத்தம் திருத்தமாக வரலாற்றுச் சான்றுகளுடன் மக்கள் மனதில் பதியச் செய்த அண்ணல் அம்பேத்கரை ஆர்.எஸ்.எஸ்., சங் பரிவாரக் கூட்டம் சொந்தம் கொண்டாடுவதும், அம்பேத்கர் பிறந்த நாளில் ஏப்ரல் 14 அன்று அணிவகுப்பு நடத்தி அவருக்கு விழா எடுப்பதும் வரலாற்றில் நகைமுரண்.

சனாதனக் கும்பலின் பொய் மூட்டைகளை உடைத்து நொறுக்கி தெளிவுபடுத்தி வரும் மனித உரிமைச் செயல்பாட்டாளர், மதச் சார்பின்மை கோட்பாட்டிற்காக தொடர் பரப்புரை செய்து வரும் மும்பை இந்தியத் தொழில்நுட்பக் கழகத்தின் முன்னாள் பேராசிரியர் ராம் புண்யானி, தக்க பதிலடி தந்து வருகிறார். அவரது நூலில் இருந்து தாழ்த்தப்பட்ட மக்கள் மீது சங்பரிவாருக்கு இருக்கும் அக்கறை எப்படிப்பட்டது என்பதைக் காணலாம், Fasism of Sangh Parivar, communalism; Facts and Myths நூலிலிருந்து இந்துத்துவவாதிகளுக்கு பதிலடி வருமாறு:

அம்பேத்கர் மற்றும் ஆர்.எஸ்.எஸ்.-இன் சித்தாந்தங்கள் எதிரெதிரானவை, அம்பேத்கர், இந்திய தேசியம், மதச் சார்பின்மை மற்றும் சமூக நீதிக்காகப் போராடியவர். ஆனால் ஆர்.எஸ்.எஸ். சித்தாந்தம் என்பது பார்ப்பனியத்தன்மை வாய்ந்த இந்துமதக் கருதுகோள். இந்து ராஷ்டிரம் என்ற இரு தூண்கள் மீது நிற்கிறது.

இந்து மதத்தின் சித்தாந்தம் பற்றிய அம்பேத்கரின் கருத்து என்ன- அவர் இந்து மதத்தைப் பார்ப்பனிய இறையியல் என்கிறார். தாழ்த்தப்பட்ட மக்களுக்குக் கொடும் துன்பத்தை அளிக்கின்ற சாதி அமைப்புதான் தற்போது நிலவும் இந்து மதம் என்பதன் சாரம் என்கிறார் அவர்.

தொடக்க காலத்தில், இந்து மதத்தினுள் இருந்தவாறே சாதிய அமைப்பின் தளைகளை உடைக்க அம்பேத்கர் முயற்சி செய்தார். சவதார் தலாப் இயக்கம் (தலித் மக்கள் பொதுக் குடிநீரைப் பயன்படுத்தும் உரிமை). கலராம்மந்திர் போராட்டம் (கோயில் நுழைவுப் போராட்டம்) போன்றவற்றை முன்னெடுத்தார்.

மனுஸ்மிருதி எரிப்பு

பார்ப்பனியம், சாதிய, பாலின படிநிலை ஆதிக்கத்தின் அடையாளமான மனுஸ்மிருதியை மராட் மக்கள் 'மகத்' எனும் இடத்தில் எரித்தனர். இந்து மதம், பார்ப்பனியத்தின் மீதான அம்பேத்கரின் விமர்சனங்கள் கடுமையாக இருந்தன.

'இந்து மதத்தின் புதிர்கள்' (மராட்டிய மாநில அரசால் 1987இல் வெளியிடப்பட்ட நூல்) என்ற நூலில் இந்துமதத்தைப் பற்றிய அவரின் புரிதல்களை, குறிப்பாக அதன் பார்ப்பனியத் தன்மைகளை விளக்குகிறார். அதில் குறிப்பிடுகிறார், "இந்த நூலில் அம்பலப்படுத்தும் நம்பிக்கைகளை நாம் பார்ப்பனிய இறையியல் என்று அழைக்கலாம். இந்து மதம் என்பது காலத்தால் அழியாதது அல்ல என்பதை நான் மக்களுக்குப் புரிய வைக்க விரும்புகிறேன். பார்ப்பனர்களால் எவ்வாறு ஏமாற்றப்படுகிறோம் என்பது குறித்து சுயமாகச் சிந்தித்துப் புரிந்து கொள்ள மக்களுக்கு உதவுவதும், அவ்வாறு ஏமாற்றுவதற்கும் பார்ப்பனர்கள் பயன்படுத்தும் உத்திகளின்பால் மக்களின் கவனத்தை ஈர்ப்பதுமே இந்த நூலை எழுதுவதற்கான இரண்டாவது நோக்கம்" என்று தெரிவிக்கின்றார்.

1935களில் தான் ஒரு இந்துவாக இறக்கப் போவதில்லை என்று வெளிப்படையாக அறிவித்த காலத்திலிருந்தே அம்பேத்கர் இந்து மதத்திலிருந்து விலக ஆரம்பித்தார்.

1936இல் லாகூரில் நடந்த 'ஜாத் பட் தோடக் மண்டல்' என்னும் சாதி ஒழிப்பு இயக்க மாநாட்டில் பேசுவதற்காக தயாரிக்கப்பட்ட, ஆனால் பேசுவதற்கு மறுக்கப்பட்ட தலைமை உரையில் டாக்டர் அம்பேத்கர் இந்து மதத்தை விட்டுவிட இருக்கும் தனது முடிவை எழுதியிருந்தார்.

இராமனை இந்திய கலாச்சாரத் தேசியத்தின் அடையாளம் என்று ஆர்.எஸ்.எஸ். முன் நிறுத்துகிறது. ஆனால் அம்பேத்கர் கடும் விமர்சனங்களை முன் வைக்கின்றார்.

சாதி ஒழிப்பு என்பது அம்பேத்கர் இலட்சியத்தின் ஆணிவேராக இருக்கிறது. ஆனால் ஆர்.எஸ்.எஸ்., மனு தருமத்தை உயர்த்திப் பிடிக்கும். அதே வேளையில், பல்வேறு சாதிகளுக்கிடையே

நல்லிணக்கம் என்பதை வலியுறுத்துகிறது. ரமாஜிக் சமஸ்தா மன்ச் (சமூக நல்லிணக்க மன்றம்) என்ற அமைப்பையும் நடத்துகிறது.

சமூகப் பிரச்சினைகளில் அம்பேத்கர் சிந்தனைகளுக்கு நேர் எதிரானப் பாதையில் பயணிக்கும் ஆர்.எஸ்.எஸ்., அம்பேத்கரை தங்களுடையவர் என்று கொண்டாடுவது விந்தையாக இருக்கிறது. அம்பேத்கரின் அரசியல் கோட்பாடு என்பது வேறு; ஆர். எஸ். எஸ்-இன் பாசிச கோட்பாடு என்பது வேறு.

ஆர்.எஸ்.எஸ். கொள்கை என்பது இந்துத்துவம் அல்லது இந்திய தேசியம் என்பதை அடிப்படையாகக் கொண்டு இருக்கிறது. ஆனால் அண்ணல் அம்பேத்கர் ‘பாகிஸ்தான் குறித்த கருத்துகள்’ என்னும் தனது நூலில், இந்து தேசம் என்ற ஆர்.எஸ்.எஸ். கருத்தாக்கத்தின் மூலவரான சாவர்க்கர் மற்றும் முஸ்லிம் தேசியம் என்ற கருதுகோள்களின் மூலவரும் பாகிஸ்தான் கோரியவருமான முகமது அலி ஜின்னா ஆகியோரின் கருத்துகளை விமர்சனத்திற்கு உட்படுத்தினார்.

இது கொஞ்சம் விசித்திரமாகத் தோன்றலாம். ஆனால் ஒரு தேசமோ, இரு தேசங்களோ என்ற பிரச்சினையில் சாவர்க்கரும், ஜின்னாவும் எதிர் நிலையை எடுக்கவில்லை. இருவரும் முழுவதுமாக உடன்படுகிறார்கள். உடன்படுவது மட்டுமல்ல, ஒரு முஸ்லிம் தேசம், ஒரு இந்து தேசம் என்று இரண்டு தேசங்கள் இருப்பதாக இருவருமே வலியுறுத்தினார்கள்.

எத்தகைய நிபந்தனைகளின் அடிப்படையில் இரண்டு நாடுகளும் உருவாக்கப்பட வேண்டும் என்பதில் மட்டும்தான் இருவரும் வேறுபடுகிறார்கள்.

ஜின்னா - சாவர்க்கர் கருத்துகளுக்கு எதிர் நிலையில்...

இரு நாடு கோட்பாட்டில் ஜின்னா - சாவர்க்கர் ஒத்துப் போகின்றனர். ஆனால் அம்பேத்கர் ஒருங்கிணைந்த இந்தியாவை முன்மொழிந்தார்.

“1920 முதல் 1937 வரையில் மாண்டேகு - செம்ஸ்போர்டு சீர்திருத்தத்தின் கீழ் இந்தியாவின் பெரும்பான்மையான பிரதேசங்களில் இஸ்லாமியர் களும், பார்ப்பனர் அல்லாதவர்களும் மற்றும் ஒடுக்கப்பட்ட வர்க்கத்தினரும் ஒரே குழுவாக ஒன்றுபட்டு, சீர்திருத்தத்துக்காகப் பணியாற்ற வில்லையா? இந்து, முஸ்லிம் சமூகத்தினரிடையே நலலிணக்கத்தை ஏற்படுத்தவும், ‘இந்து ராஜ்ஜியம்’ என்ற அபாயத்தை ஒழிக்கவுமான பயனுள்ள வழி இதில் இருக்கிறது. ஒரு ஜின்னா எளிதாக இந்தப் பாதைக்கு வந்திருக்கலாம். இதில் வெற்றி பெறுவது

என்பது அவருக்குக் கடினமாக இருந்திருக்காது" என்று பாகிஸ்தான் மீதான கருத்துகள் நூலில் அம்பேத்கர் குறிப்பிடுகிறார்.

இந்து ராஷ்டிரம் என்ற கருத்தை அம்பேத்கர் முழுமையாக எதிர்த்தார். பாகிஸ்தான் அவசியமா? என்ற அத்தியாயத்தில் அவர் கீழ்க்கண்டவாறு கூறுகிறார். "இந்து ராஷ்டிரம் என்பது வரும் பட்சத்தில் அது இந்நாட்டிற்கு ஆகப் பெரும் பேரழிவாக இருக்கும் என்பதில் ஐயமில்லை. இந்துக்கள் என்னதான் சொன்னாலும், இந்து மதம் என்பது சுதந்திரம், சமத்துவ மற்றும் சகோதரத்துவத்திற்கு எதிரான மிகப்பெரிய அச்சுறுத்தலாகத்தான் இருக்கும். இதன் காரணமாக அது ஜனநாயகத்துடன் பொருந்தி வரவே முடியாது. இந்து ராஷ்டிரத்தை எப்பாடுபட்டாவது தடுத்து நிறுத்தியே ஆக வேண்டும்."

மதவெறி சனாதனக் கருத்தியலை இறுதி மூச்சுவரை எதிர்த்து நின்ற அண்ணல் அம்பேத்கரைச் சங் பரிவாரங்கள் கொண்டாடுவது 'பச்சை அரசியல்' என்பது வெள்ளிடை மலை.

விஸ்வ ஹிந்து பரிஷத் விடுத்த மிரட்டல்

இஸ்லாமியர்கள் கொன்று குவிக்கப்பட்ட குஜராத்தில் ஒடுக்கப்பட்டோரை இந்துத்துவக் கூட்டம் வெளிப்படையாகவே மிரட்டி வரும் நிகழ்வுகள் இன்றும் தொடருகின்றன.

குஜராத்தில் உள்ள தலித் அமைப்புகளுக்கு விஸ்வ ஹிந்து பரிஷத், இந்துத்துவ கருத்தியலைப் பின்பற்றுமாறு மிரட்டல் கடிதம் ஒன்றை அனுப்பியது. அகமதாபாத்தில் உள்ள பாலடியிலிருந்து வி.எச்.பி. அமைப்பு 'பனாஸ்கந்தா தலித் சங்காதன்' என்னும் தலித் அமைப்புக்கு அனுப்பிய கடிதம் பின்வருமாறு இருந்தது.

"இந்துத்துவக் கருத்தியலை ஏற்காத அம்பேத்கரிய தலித்துகள் இதன் மூலம் புரிந்து கொள்ளட்டும். நாங்கள் உங்களை எந்த வகையிலும் இந்த மண்ணுடன் உறவாட அனுமதிக்க மாட்டோம். இந்துத்துவா உண்மையான இந்துக்களின் கருத்தியல். அது எவ்வகையிலும் தலித்துக்களை ஏற்காது. அம்பேத்கரிய தலித்துகள், பங்கிகள், பழங்குடிகள், தீண்டத்தகாத சூத்திரர்கள் என அம்பேத்கரை ஏற்கும் எவருக்கும் இந்தியாவில் இந்துத்துவத்தை விமர்சித்துப் பேசவும், எழுதவும் உரிமை இல்லை.

இப்பொழுது இந்துத்துவா தெளிவடைந்து விட்டது. இது அம்பேத்கரின் தொண்டர்களுக்கும், தீண்டத்தகாத தலித்துகளுக்கும் பாடம் கற்பிக்க வேண்டிய தருணம். அவர்களின் உதவிக்கு முஸ்லிம்கள் கூட வர முடியாது."

இவ்வாறு வி.எச்.பி. வெளிப்படையான மிரட்டல் விடுத்தது. சங்பரிவாரங்களின் துணை அமைப்பாக, வி.எச்.பி. நிலைப்பாட்டை ஏற்கத்தக்க வகையில் தலித்துகள் மாறிவிட வேண்டும் என்பதே அதன் நோக்கம்.

உத்திரப்பிரதேசத்தில் பாரதிய ஜனதாவுடன் பகுஜன் சமாஜ் கட்சி கூட்டணி வைத்திருந்த காலத்தில், மாயாவதி, நரேந்திர மோடியை ஆதரித்து குஜராத் சட்டமன்றத் தேர்தலில் பரப்புரை மேற்கொண்டதை கவனத்தில் கொள்ள வேண்டும்.

குஜராத்தில் தலித் அமைப்புகளின் தலைமை அப்போது பிளவுண்டு கிடந்ததால், ஆர்.எஸ்.எஸ்., சங் பரிவாரங்கள் மிரட்டல் விடுத்தன. தற்போது அதே குஜராத் மாநிலத்தில் ஜிக்னேஷ் மேவானி தலித்துகளின் இளம் தலைவராக எழுச்சி பெற்றுள்ளார். அது தொடர்பான செய்திகளையும் குஜராத் தலித்துகள் தற்போது எவ்வாறு இந்துத்துவ சனாதன சக்திகளுக்கு எதிராக திரும்பிவிட்டனர் என்பதையும் இத்தொடர் அத்தியாயங்களில் விரிவாகக் காணப் போகிறோம்.

தலித் மக்களுக்கு அரசியலமைப்புச் சட்டம் அளித்துள்ள சமூக நீதி, இடஒதுக்கீடு உரிமைக்கு எதிராக 1980 மற்றும் 1985ஆம் ஆண்டுகளில் குஜராத்தில் சங் பரிவாரங்கள் நடத்திய வன்முறையால் தலித்துகள் தாக்கப்பட்டனர். இந்த வன்முறைகளுக்குப் பிறகு சங் பரிவார் தனது நிலைப்பாடுகளில் உத்தியை மாற்றிக்கொண்டு, தலித்துகளை முஸ்லிம்களுக்கு எதிரான கலவரங்களில் ஈடுபடுத்த முடிவு செய்தது.

ஆனால் தலித்துகளை இந்துமயமாக்குவது அவ்வளவு எளிதானது அல்ல என்பதும் ஆர்.எஸ்.எஸ்.-க்கு புரிந்தது. சமூகப் படி நிலையை சாதிய சமன்பாடுகளைச் சிதைக்காமல் இந்துக்கள் மத்தியில் ஒற்றுமையை ஏற்படுத்துவதுதான் அவர்களின் நோக்கம்.

'சாமாஜிக் சாம்ராஸ்தரா மஞ்ச்' என்கிற அமைப்பையும் உருவாக்கி, இந்துக்களை ஒன்றுபடுத்துகிறோம் என்று சங் பரிவாரங் கள் குஜராத்தில் தலித்துகளை நோக்கிச் சென்றன. அதுவும் தோல்வியாகத்தான் முடிந்தது.

தலித்துகள் எழுச்சி

19ஆம் நூற்றாண்டின் இடையிலிருந்து மெல்ல மெல்ல தலித் எழுச்சித் தொடங்கியது. கல்வி, தொழிற்சாலை எனப் பொது வெளிக்குள் நுழையத் தொடங்கியது. ஆதிக்கச் சாதியினர் மத்தியில் பெரும் எரிச்சலை ஏற்படுத்தியது. தாழ்த்தப்பட்டோர் எழுச்சிக்கு வித்திட்ட ஜோதிராவ் புலே, சனாதனக் கும்பலால் தாக்குதலுக்கு உள்ளானார்.

அதன் பின்னணியில்தான் இந்து மகா சபை மற்றும் ஆர்.எஸ்.எஸ். போன்ற இந்து ராஷ்டிரத்தை நோக்கமாகக் கொண்ட இயக்கங்கள் உருவாயின.

நிலப்பிரபுத்துவ பார்ப்பனர்களின் மேலாதிக்கத்தைக் காப்பது மற்றும் சாதிய சமன்பாட்டை மாறவிடாமல் அப்படியே வைத்திருப்பதுதான் இவர்களின் முதன்மை நோக்கமாக இருந்தது.

நாம் அனைவரும் இந்துக்கள், அதனால் நம்முன் உள்ள பிரச்சினைகளை இப்போது விவாதத்துக்கு உட்படுத்த வேண்டாம். முதலில் நம் எதிரிகளான முஸ்லிம்களையும், கிறிஸ்தவர்களையும் ஒழித்துக் கட்டுவோம் என்பதுதான் அவர்களது திட்டமிடப்பட்ட செயல்முறை.

இந்தக் காலகட்டத்தில்தான் ஒருபுறம் அம்பேத்கரின் எழுச்சியும், மனுஸ்மிருதியின் எரிப்பும் நடைபெறுகிறது. மறுபுறம் இந்துத்துவ சித்தாந்தமும் எழுச்சி பெறுகிறது. இந்து ராஷ்டிரத்தை அடையும் இலக்கை விடுதலைப் போராட்டத்திற்கு இணையாக அவர்கள் முன் வைத்தனர். இதற்காகவே தலித்துகளை அணிதிரட்டும் முயற்சியைத் தொடர்ந்து நடத்தி வருகின்றனர். சங்பரிவார் சதிவலையில் சில தலித்திய அமைப்புகள் விழுந்துவிட்டதை அண்மைக்கால அரசியலில் நேரடியாகவே பார்க்கிறோம்.

அம்பேத்கர் பற்றிய ஆர்.எஸ்.எஸ். -இன் பார்வை இன்னும் எப்படி உள்ளது என்பதற்கு ஆர்.எஸ்.எஸ். தலைவர் சுதர்சன், அந்தப் பதவியில் அமர்ந்தபோது, தெரிவித்த கருத்திலிருந்து புரிந்துகொள்ளலாம்.

"இந்திய அரசியல் அமைப்புச் சட்டம் இந்துக்களுக்கு எதிரானது. மேற்கத்திய விழுமியங்களின் அடிப்படையில் அது உருவாக்கப்பட்டது. ஆகையால், நாம் அதைப் புறந்தள்ளிவிட்டு, புதிய அரசியல் அமைப்புச் சட்டத்தை உருவாக்க வேண்டும். அது இந்து மத நூல்களின் அடிப்படையில் அமைய வேண்டும்" என்றார் சுதர்சன்.

மனுதருமசாஸ்திரத்தை அரசியல் சட்டமாக்க வேண்டும் என்று கூச்சல் போட்டவை தான் இந்துத்துவ சனாதன அமைப்புகள் என்பதையும் மறுக்க முடியாது.

இந்தியாவின் அரசியல் அதிகாரத்தை மிருக பலத்துடன் கைப்பற்றிக் கொண்ட பின்னர் அரசியல் சட்டத்தைச் சங்பரிவாரங்கள் விரும்பியது போல மாற்றி அமைக்கும் திட்டத்துடன்தான் நரேந்திர மோடி தலைமையிலான அரசு பயணித்துக் கொண்டு இருக்கிறது.

61
கோமாதா அரசியல்!

இந்துத்துவ சனாதன சக்திகளின் 'கோமாதா அரசியல்' இந்தியாவில் ஆங்கிலேயர்கள் காலத்தில் இருந்தே உருவாக்கப்பட்டு இஸ்லாமியர்கள், ஒடுக்கப்பட்ட மக்கள் மீது வன்கொடுமையைக் கட்டவிழ்த்து விடுவதற்கு அதையும் ஒரு காரணியாகப் பயன்படுத்திக் கொண்டன.

பசுவைப் புனிதமாக்கி அதை இந்துமத நம்பிக்கைகளுடன் இணைத்து இந்துத்துவவாதிகள் கட்டமைத்த 'பசு பாதுகாப்பு' என்பதை ஒரு ஆயுதமாக ஏந்தி அப்பாவி மக்கள் மீது போரிட்டு வருகின்றனர். இந்து மதத்தின் அடையாளத்தோடு பசுவின் புனிதத்தைக் கட்டிக் காப்பாற்ற சனாதனக் கூட்டம் இந்தியாவில் நடத்திய அட்டூழியங்கள், படுகொலைகள் இன்னமும் தொடருகின்றன.

வேதகால ஆரியர்கள் பசுவுக்கு ஒரு பெரும் முக்கியத்துவம் கொடுத்து இந்துக்களின் சமூக அடையாளத்தைக் காட்டும் குறியீடாக 'புனிதப் பசு' கருதப்படும் நிலையை அவர்கள் திட்டமிட்டே உருவாக்கினார்கள். இதனால் மாட்டிறைச்சி உண்பவர்கள் என்று கருதப்படும் முஸ்லிம்களால் இந்துக்களின் பண்பாட்டு மரபு அச்சுறுத்தப்படுவதாக அடிக்கடி கூச்சல் எழுப்பி வருகின்றனர்.

பசுவின் புனிதம் குறித்த பிரச்சாரம் ஆரவார முழக்கத்தோடு முன்னெடுக்கப்பட்டு வருகிறது. அனைத்து அறிவுகளின் ஊற்றாக உருவகம் செய்யப்பட்ட வேத காலத்திலேயே பசு புனிதமாகக் கருதப்பட்டதாக கடந்த காலத்தைப் பற்றிய தவறான சித்திரம் தீட்டப்பட்டு வருகிறது.

இன்னும் சொல்வதானால் பசுக்கள் உயிர்ப் பலி தரப்பட்டும், அதன் இறைச்சி உணவாக உண்ணப்பட்டும் வந்த காலத்திலேயே பசு புனிதமாக மதிக்கப்பட்ட காலமாகக் காட்டும் அளவுக்கு இங்கே சனாதன சக்திகள் முயற்சி செய்கின்றன.

காலப்போக்கில் ஆட்சியாளர்கள் கைகளில் பசு ஒரு அரசியல் ஆயுதமாக மாறி இருக்கிறது என்பதையும் முக்கியமாகக் கவனிக்க வேண்டும்.

திட்டமிட்ட அணி திரட்டல்

பசுப் புனிதம் என்பதை முன் வைத்து இந்துத்துவ சக்திகள் மக்களைத் திட்டமிட்டு அணி திரட்டுவதற்கு அள்ளி வீசிய புரட்டுக் கதைகள் ஏராளம்.

சமணர்கள் அல்லது பார்ப்பனர்களின் உணர்வுகளுக்கு மதிப்புத்தரும் வகையிலும், பசுக்கள் மீது கொண்ட மரியாதையின் காரணமாகவும் பாபர், அக்பர், ஜஹாங்கீர், ஔரங்கசீப் போன்ற மொகாலயப் பேரரசர்கள் பசு வதைக்குத் தடை விதித்ததாகச் சொல்லப்படுகிறது.

பசுக்களையும், பார்ப்பனர்களையும் காப்பாற்றுவதற்காகவே பூமியில் தோன்றிய கடவுளின் அவதாரமாக சித்தரிக்கப்பட்ட மராட்டிய சிவாஜி "நாம் இந்துக்கள். இந்தத் தேசத்தை ஆள்வதற்கு உரிமை உள்ளவர்கள் பசுக்கள் கொல்லப்படுவதையும், பார்ப்பனர்கள் துன்புறுத்தப்படுவதையும் மௌனமாகப் பார்த்துக் கொண்டு இருப்பது அழகல்ல."

இவ்வாறு பலவாறாக பசு பாதுகாப்புப் புராணங்கள் அவிழ்த்துவிடப்பட்டன. 1870 வாக்கில் பஞ்சாபில் குகா அல்லது நாம்தாரி என்ற சீக்கிய மதப் பிரிவினரின் ஆதரவோடு இந்து பசு பாதுகாப்பு இயக்கம் என்ற அமைப்பைத் தொடங்கியதில் இருந்துதான் மக்களை அரசியல் ரீதியாக அணிதிரட்டும் ஒரு கருவியாக பசு மாற்றம் பெற்றது.

1882இல் தயானந்த சரஸ்வதி தொடங்கிய 'கோரஷ்ஷினி சபை' மூலம் இன்னும் இந்த அணி திரட்டல் வலுப்படுத்தப்பட்டது. விரிவான மக்கள் திரளை ஒன்று திரட்டுவதற்கான குறியீடாக (பாவம்!) பசு இவர்களுக்குப் பயன்பட்டது.

இறைச்சிக்காகப் பசுக்களை வதை செய்கிறார்கள் என்று முஸ்லிம்களின் உணவுப் பழக்கத்திற்கு எதிராக இந்து சமூகத்தினரைத் தூண்டி, 1880களிலும், 1890களிலும் தொடர்ச்சியான வகுப்புக் கலவரங்கள் தூண்டிவிடப்பட்டன.

1888இல் வடமேற்கு மாகாணங்களின் உயர்நீதிமன்றம் 'பசு ஒரு புனிதமான பொருளல்ல' என்று தீர்ப்பு அளித்தவுடன் பசு பாதுகாப்பு இயக்கம் 'திடீர் தீவிரம்' பெறத் தொடங்கியது.

வகுப்புக் கலவரங்கள்

இதன் காரணமாக 'பசுவதை' பின்னணியில் இந்து - முஸ்லிம் வகுப்புக் கலவரங்களுக்கான விதைகள் தூவப்பட்டன. இத்தகைய கலவரங்களால் ஆஜாம்கார்க் மாவட்டம் கடுமையாகப் பாதிக்கப்பட்டது.

1883இல் ஏற்பட்ட மதக்கலவரங்களில் நாடெங்கும் நூற்றுக்கணக்கானோர் கொல்லப்பட்டனர். அதைப் போலவே 1912 - 13இல் அயோத்தியில் வன்முறைக் கலவரம் மூண்டது. சில ஆண்டுகள் கழித்து 1917இல் ஷாகாபாத் ஒரு மோசமான வகுப்புக் கலவரத்தைச் சந்தித்தது.

இந்தியாவில் இந்து முஸ்லிம் கலவரங்களின் தொடக்க ஆண்டாக 1893இல் பம்பாய் நகரத்தில் நடந்த வகுப்புக் கலவரத்தைச் சுட்டுவார்கள். அதற்கும் அடிப்படைக் காரணமாக இருந்தது பசு மாட்டு அரசியல்தான்.

1893 ஜூலையில் பிரயாஸ் பத்தன் என்ற இடத்தில்தான் கலவரம் தொடங்கியது. பசு பாதுகாப்பு என்ற பெயரில் மதவெறி அமைப்புகள் ஏற்படுத்திய மோசமான சூழ்நிலையே இதற்கு அடிப்படையாக அமைந்தது.

1891 ஜனவரியில் பம்பாய் பகுதியில் இந்து மதவெறி அமைப்புகளால் வெளியிடப்பட்ட ஒரு சுவரொட்டியால் பதற்றம் அதிகரித்தது. அந்தச் சுவரொட்டியில் ஒரு சாதுவான பசு நிற்பதாகவும், அதில் ஒரு பார்ப்பனப் பெண் பால் கறப்பது போலவும், அருகில் ஒரு குழந்தை விளையாடுவது போலவும் சித்தரிக்கப்பட்ட படம் அதில் இடம்பெற்று இருந்தது.

அதில் ஒருபுறம் ஒரு பார்ப்பனர் அந்தப் பசுவை வணங்குகிற நிலையில், கைகளைத் தொழுதபடி நிற்கிறார். மறுபுறம் குரூரமான உடல் அமைப்புடன் ஒரு இஸ்லாமியர், பட்டாக் கத்தியைத் தீட்டியபடி அந்தப் பசுவை முறைத்துக் கொண்டு இருக்கிறார். இந்தச் சுவரொட்டி ஆயிரக்கணக்கில் அச்சிட்டு வெளியிடப்பட்டது. இதற்காக அனைத்துப் பெரு நகரங்களிலும் கட்டாய நன்கொடை வசூலிக்கப்பட்டது.

பம்பாய் செம்பூர் பகுதியில் 83 ஆயிரம் சதுர அடி நிலம் வாங்கப்பட்டு பசுக்களை அடைத்து வைக்கும் மிகப் பெரிய கொட்டில் கட்டப்பட்டது.

பசு பாதுகாப்புக்காக பல்வேறு பெயர்களில் இயக்கங்கள் உருவாக்கப்பட்டன. மத வெறியைத் தூண்டிவிடும் விதத்தில் “கலவரம் உண்டாக்கினால் இந்துக்கள் பக்கம் சேர்ந்து கொள்ளுங்கள்” என்பது போன்ற அறிவிப்புகள் வெளிப்படையாகவே செய்யப்பட்டன.

இந்தப் பின்னணியில்தான் 1893 ஜூலையில் மொகரம் பண்டிகையின்போது ‘பசு மாட்டிறைச்சி’க்காக புனிதப் பசுக்கள் கொல்லப்படுவதாக முஸ்லிம்கள் மீது கொலைவெறித் தாக்குதல்கள் நடத்தப்பட்டன.

விடுதலைக்குப் பின்னர்...

நாட்டின் விடுதலைக்குப் பின்னர் பல மாநிலங்கள் பசுவதைக்குத் தடை விதித்து இருந்தும்கூட 'பசுக்களையும், அதன் கன்றுகளையும் பால் தருகின்ற, சுமைகளை இழுக்கப் பயன்படுகின்ற மற்ற விலங்குகளையும் கொல்வதைத் தடுக்க வேண்டும்' என்று அரசியல் அமைப்புச் சட்டத்தின் வழிகாட்டு நெறிமுறைகள் மத்திய அரசுக்குக் கட்டளையிட்டு இருந்தும்கூட, கால்நடைகள் வதை செய்யப்படுவது என்ற பிரச்சனை இந்திய அரசியல் வானில் மீண்டும், மீண்டும் ஒரு எரியும் பிரச்சினையாகவே உருவெடுத்து வளர்ந்து வந்தது.

மகாத்மா காந்தியடிகள், பசு வதை என்பது இந்து - முஸ்லிம் கலவரங்களுக்கு வித்திடுவதாக உணர்ந்தபோது 1909இல் அவர் எழுதிய 'இந்திய சுயராஜ்யம்' என்ற நூலில் இந்துக்களுக்கும், முஸ்லிம்களுக்கும் ஒரு வேண்டுகோளை முன் வைத்தார்.

"நான் பசுவுக்கு மதிப்பு அளிப்பதைப் போலவே என் நாட்டில் உள்ள சகோதரர்களுக்கும் மதிப்பு அளிக்கிறேன். ஒருவர் இந்துவானாலும் சரி, முஸ்லிமாக இருந்தாலும் சரி பசுவைப் போன்றே மனிதனுக்குப் பயன் உள்ளவரே. அப்படி இருக்கும் போது, ஒரு பசுவைப் பாதுகாப்பதற்காக ஒரு முஸ்லிமுடன் சண்டையிடுவதோ அல்லது அவரைக் கொல்லுவதோ சரியா? அப்படிச் செய்வதானால் ஒரு முஸ்லிமுக்கும் ஒரு பசுவுக்கும் விரோதியாவேன். ஆகையால் பசுவைப் பாதுகாப்பதற்கு எனக்குத் தெரிந்த ஒரே வழி நாட்டின் நன்மையை முன்னிட்டு அதைப் பாதுகாப்பதற்கு என்னுடன் ஒத்துழைக்குமாறு என் முஸ்லிம் சகோதரர்களைக் கேட்டுக் கொள்வதே ஆகும்."

ஒரு பாமர இந்துவுக்கு பசு மீதுள்ள பாசம் காந்தியடிகளுக்கும் இருந்து இருக்கிறது. ஆனால் பசு வதை பாவம் என்றால், அதன் பேரில் நடத்தப்படும் மனித வதையும் பாவமே என்றார். பசுவைப் பாதுகாக்க காந்திஜி இஸ்லாமியர்களின் ஒத்துழைப்பையும் நாடி இருக்கிறார்.

"இந்துக்கள் இந்தியாவில் விரும்புவது சுயராஜ்ஜியமே இன்றி இந்து ராஜ்ஜியம் அல்ல. இந்து ராஜ்ஜியமாய் இருந்த போதிலும் சகிப்புத்தன்மை அதன் அம்சமாக இருந்தால் அதிலே முஸ்லிம்களுக்கும், கிறிஸ்தவர்களுக்கும் இடம் உண்டு. பலவந்தத்தினால் பசு வதையை நிறுத்தாமல் முஸ்லிம்களும் பிறரும் தாங்களாகவே பசு வதையை நிறுத்தினால் அது இந்து மதத்தின் பெருமைக்குச் சான்றாக விளங்கும். ஆகையால், இந்து ராஜ்ஜியத்தைப் பற்றிக் கனவு காண்பது கூடத் தேசத்துரோகம் என்று நான் கூறுவேன்."

இவ்வாறு 1924இல் மகாத்மா காந்தி எழுதினார். பசுவதைத் தடைக் கோரிக்கையில் முஸ்லிம் எதிர்ப்பும், இந்து ராஷ்டிரக் கனவும் கலந்து இருப்பதை அன்றைக்கே காந்தியடிகள் உணர்ந்துதான் சுட்டிக்காட்டி இருக்கிறார். அப்படி 'இந்து ராஜ்ஜியம்' என்று கனவு காண்பது கூடத் தேசத்துரோகம் என்று அறுதியிட்டு கூறுகிறார்.

ஆனால் இந்து மகா சபை, ஆர்.எஸ்.எஸ். போன்ற சனாதன அமைப்புகள் காந்தியடிகளின் கருத்துக்கு நேர்மாறான கோட்பாட்டையும் செயல்பாட்டையும் கொண்டு இருந்தன.

பாமர இந்து மக்களிடம் நெடுங்காலமாக கட்டமைக்கப்பட்டு இருக்கிற 'கோமாதா துதி', கேட்டதெல்லாம் கொடுக்கும் 'காமதேனு' என்னும் கற்பிதம் ஆகியவற்றைத் தங்களது முஸ்லிம் - கிறிஸ்தவ வெறுப்பு அரசியலுக்குப் பயன்படுத்தி வந்தார்கள். அதனுடன் கூடவே வருணாசிரமப் பாதுகாப்புக்கும் இதைப் பயன்படுத்திக் கொண்டார்கள். 'மாட்டுக்கறி உண்பவர்கள்' என்று தாழ்த்தப்பட்ட மக்கள் மீது அருவருப்பு உணர்வை வளர்த்து அவர்களை ஐந்தாம் தர மக்களாகவே இருத்தி வைக்க முனைந்தது ஆரியம் என்பதே உண்மை.

அரசியல் சாசனம் உருவான நேரத்தில்...

விடுதலைக்குப் பிறகு அரசியலமைப்புச் சட்டம் உருவான போதே இந்த பசு பாதுகாப்பு என்பதும் பெரிதாக கிளப்பிவிடப் பட்டது. இந்திய அரசு 'மதச்சார்பற்ற அரசாக இருக்கும்' என்று கூறப்பட்டாலும், அதற்குள்ளும் பசுவதையைத் தடை செய்ய வேண்டும் என்று இந்துத்துவ சக்திகளின் ஓங்காரக் கூச்சல் கேட்டது. அதற்குக் காங்கிரஸ் கட்சியும் துணை போனது.

'ஜவஹர்லால் நேரு - வாழ்க்கை வரலாறு' நூலில் அதன் ஆசிரியர் சர்வபள்ளி கோபால் கூறுகிறார்,

"காந்தியைப் போன்று நேருவும் பசுவதைத் தடையை இந்துப் பழமைவாத நடவடிக்கையாகக் கருதிய போதிலும் அரசியல் அமைப்புச் சட்டத்தில் அரசுக் கொள்கையின் வழிகாட்டும் நெறிமுறைகளில் ஒன்றாக அது குறிக்கப்பட்டதை நேரு அவர்களால் தடுக்க முடியவில்லை."

இதில் இருக்கின்ற வரலாற்று முரண் அண்ணல் அம்பேத்கரை கொண்டே இதனை எழுதச் செய்துவிட்டனர் இந்துத்துவவாதிகள். ஆனாலும் பண்டித ஜவஹர்லால் நேரு மீது ஆர்.எஸ்.எஸ். சங் பரிவாரங்கள் பாய்ந்து கொண்டு இருந்தன.

1952 பொதுத்தேர்தலின் போது, "நேரு பசுவதைத் தடைச் சட்டம் இயற்றுவதற்கு விரும்பவில்லை; காரணம் அவர் 'மாட்டுக்கறி' சாப்பிடுபவர்" என்று பாரதிய ஜனசங்கம் பிரச்சாரம் செய்தது. அதே ஆண்டின் இறுதியில் பசுவதைத் தடைக்காக ஆர்.எஸ்.எஸ். கையெழுத்து இயக்கத்தைத் தொடங்கியது.

கையெழுத்துப் பெறப்பட்ட காகிதக் கட்டுக்களை மாட்டுவண்டியில் ஏற்றி நாக்பூரிலும், டில்லியிலும் அரசிடம் ஒப்படைக்கப்பட்டன.

முன்னாள் இந்து மகா சபைக்காரரான டாக்டர் சம்பூர்ணானந்த் உத்திரப்பிரதேச மாநிலத்தின் முதல் அமைச்சராக இருந்த போது 1955ஆம் ஆண்டில் அந்த மாநிலத்தில் பசுவதைத் தடைச் சட்டத்தைக் கொண்டு வந்தார்.

அரசியல் சாசனப்படி அதற்காகச் சட்டம் இயற்றும் உரிமை மாநில அரசுகளுக்கு உண்டு என்பதை ஒப்புக்கொண்ட பிரதமர் நேரு, எனினும் 'இது ஒரு தவறான நடவடிக்கை' என்று வெளிப்படையாகக் கூறினார். ஆனால் உ.பி. முதல்வர் சம்பூர்ணானந்த் இதைப் பொருட்படுத்தவில்லை. உ.பி. மாநிலம் காட்டிய வழியில் பீகார், ராஜஸ்தான் மற்றும் மத்தியப் பிரதேச மாநிலங்களில் ஆட்சியில் இருந்த காங்கிரஸ் அரசுகளும் பசுவதைத் தடைச் சட்டத்தை இயற்றின.

'ஆரிய வர்த்தம்' எனப்படும் இந்திப் பிரதேசப் பகுதிகளில் இந்துத்துவவாதிகளின் கை ஓங்கி, காங்கிரஸ் ஆட்சியாளர்களும் இந்து சனாதன சக்திகளின் வலையில் விழுந்தாலும், கேரளா, வடகிழக்குப் பகுதி மாநிலங்கள் போன்றவை பசுவதைத் தடைச் சட்டம் போடவில்லை. ஏனெனில் இந்த மாநிலங்களில் அதிக அளவில் வாழும் சிறுபான்மை மக்களின் வழமையான உணவு மாட்டிறைச்சி ஆகும்.

இந்நிலையில்தான் 1958இல் உச்சநீதி மன்றம் ஒரு தீர்ப்புத் தந்தது. அதன்படி பசு வதைத் தடைச் சட்டங்கள் கறவை மாடுகளுக்குத்தான் பொருந்துமே தவிர, மடிவற்றிய மாடுகளுக்கு அல்ல என்று கூறியது.

இந்தத் தீர்ப்பு ஆர்.எஸ்.எஸ். சங்பரிவாரங்களுக்கு கடும் கோபத்தை கொடுத்தது. விதி விலக்கு இல்லாத நாடு முழுவதும் பொருந்துகிற ஒரு சட்டம் மத்திய அரசால் கொண்டுவரப்பட வேண்டும் என்று குரல் எழுப்பத் தொடங்கினார்கள். அதில் இருந்து பசுவதைத் தடைச் சட்டம் வேண்டும் என்ற கோரிக்கையை இந்துக்களை மேலும் ஒன்றுதிரட்டும் ஆயுதமாக கைக் கொண்டனர். வன்முறை பயணம் 'பசுவின்' பெயரால் தொடங்கப்பட்டது.

62

காமராஜரைக் கொலை செய்ய முயற்சி

1962 பொதுத்தேர்தலின் போது ஆர்.எஸ்.எஸ். சங்பரிவாரங்களின் 'பசு அரசியல்' தேர்தல் பரப்புரைகளில் அதிகம் இடம்பெற்றது. மத்தியப் பிரதேசத்தில் காங்கிரஸ் கட்சியின் சார்பில் முதல்வராக கைலாஷ்நாத் கட்சு என்பவர், 1962 சட்டமன்றத் தேர்தலில் தனது தொகுதியான 'ஜாவோரா'வில் போட்டியிட்டார். அவரை தோற்கடிக்கக் கருதிய ஜனசங்கம் தேர்தல் பரப்புரைக்காக வெளியிட்ட துண்டு அறிக்கையில், பசுவைக் கொல்ல பிரதமர் நேரு கொடுவாளோடு நிற்பது போன்ற படத்தை போட்டிருந்தது. மேலும் 'ஜனசங்கத்திற்கு போடும் வாக்கு பசுவைக் காக்கும் வாக்கு' என்று தேர்தல் முழக்கத்தையும் எழுப்பியது.

தேர்தல் முடிவுகள் வெளிவந்த போது முதல்வர் கைலாஷ்நாத் கட்சு தோற்றுப் போனார். அவரை எதிர்த்துப் போட்டியிட்ட லட்சுமி நாராயண் பாண்டே என்னும் ஆர்.எஸ்.எஸ். காரர், ஜனசங்கத்தின் சார்பில் தேர்தலில் வெற்றி பெற்றார்.

இத்தேர்தலின் போது கிடைத்த வெற்றி ஆர்.எஸ்.எஸ்., சங் பரிவாரங்களுக்கு 'மாட்டு அரசியலை' விடாப்பிடியாக பிடித்துக் கொள்ள உத்வேகம் அளித்தது. தேர்தலில் ஆதாயம் அடைந்தவுடன் இன்னும் வேகமாகச் செயல்படத் தொடங்கியது சங் பரிவாரம்.

டெல்லியைத் தலைமையிடமாகக் கொண்டு 'பாரத் கோ சேவக் சமாஜ்' என்ற அமைப்பை உருவாக்கினார்கள். இதன் புரவலராக இந்தியப் பெரு முதலாளி வர்க்கத்தின் முதல் வரிசையில் இருக்கும் ஜெய்தயாள் டால்மியா, நியமனம் செய்யப்பட்டார்.

இந்த அமைப்பின் சார்பில் 1964 ஆகஸ்டில் மாநாடு ஒன்று டெல்லியில் நடத்தப்பட்டது. மாநாட்டை ஆர்.எஸ்.எஸ். தலைவர் குருஜி கோல்வால்கர் தொடங்கி வைத்திட, ஜனசங்கத்தின் தலைவர் தீனதயாள் உபாத்யாயா, சிறப்புரை ஆற்றினார். மாநாடு நடந்த அதே தேதியில்தான் ஆர்.எஸ்.எஸ். -இன் இன்னொரு பரிணாமமாக விஸ்வ ஹிந்து பரிஷத் தொடங்கப்பட்டது.

1966, நவம்பர் 7 வன்முறை பேரணி

நாடு பொதுத் தேர்தலை 1967இல் சந்திக்கத் தயார் ஆகிக் கொண்டிருந்த நிலையில் 1966 ஆகஸ்டில் நாடாளுமன்றத்தில் பாரதிய ஜனசங்கத்தின் எம்.பி. க்கள், மத்திய அரசு பசுவதைத் தடைச் சட்டம் கொண்டு வர வேண்டுமென வற்புறுத்தினார்கள்.

நாடாளுமன்றத்தில் சுவாமி ராமேஷ் வரானந்த் என்கிற ஜனசங்க எம்.பி., 'கோமாதாவுக்கு ஜே!' என்று விடாமல் முழக்கமிட்டுக் கொண்டு இருந்தார். அவரை அவைத் தலைவர் பத்து நாட்களுக்கு சபை நடவடிக்கைகளில் கலந்து கொள்ளக் கூடாது என்று தடை விதித்தார். நாடாளுமன்றத்திற்கு வெளியே ஆர்.எஸ்.எஸ். ஆர்ப்பாட்டம் நடத்திக் கொண்டு இருந்தது.

அப்போது உள்துறை அமைச்சராக இருந்த குல்சாரிலால் நந்தா ஒரு பழமைவாதி; பசு பாதுகாப்பை ஆதரித்துக் கொண்டு இருந்தவர். சேத் கோவிந்ததாஸ் எனும் காங்கிரஸ்காரர் தலைமையில் ஒரு குழு அவரை செப்டம்பர் 5, 1966இல் சந்தித்து மனு கொடுத்தது.

நாடாளுமன்றத்தை முற்றுகையிட்டு ஆர்.எஸ்.எஸ்., சங்பரிவாரங்கள் நடத்திய போராட்டத்தில், பூரி சங்கராச்சாரியார் உள்ளிட்ட சில சாமியார்கள் 1966 நவம்பர் 20 முதல் காலவரையற்ற உண்ணாவிரதம் இருப்பார்கள் என்று அறிவிக்கப்பட்டது.

இதற்காகவே 'சர்வதாலிய கோரக்ஷ மகா அபியான் சமிதி' என்கிற இன்னும் விரிந்த குழு அமைக்கப்பட்டது. இக்குழு, பசு வதைத் தடைச் சட்டம் கொண்டுவர எடுக்கும் அனைத்து நடவடிக்கைகளுக்கும் முழு ஆதரவைத் தருவதாக நவம்பர் 3இல் கூடிய ஜனசங்க நிர்வாகக்குழு தீர்மானம் போட்டது.

பசுவதைத் தடைச் சட்டம் கொண்டுவர வேண்டுமென்று வலியுறுத்தி 1966, நவம்பர் 7 அன்று ஆர்.எஸ்.எஸ்., சங் பரிவாரங்கள் டில்லியில் பிரம்மாண்ட பேரணி நடத்தின. இதில் ஜனசங்கத்தின் தலைவர்களும் கலந்து கொண்டனர். பேரணியின் முடிவில் நாடாளுமன்றம் அருகே பொதுக்கூட்டமும் நடத்தப்பட்டது. இக்கூட்டத்தில் குருஜி கோல்வால்கர், சேத் கோவிந்ததாஸ், அடல் பிகாரி வாஜ்பாய், சுவாமி ராமேஷ்வரானந்த் ஆகியோர் உரை ஆற்றினர்.

நாடாளுமன்றத்தில் இருந்து வெளியேற்றப்பட்டு இருந்த சுவாமி ராமேஷ்வரானந்த் பத்து நாட்களுக்குப் பிறகு மீண்டும் நாடாளு மன்றத்திற்குள் சென்று கலகம் செய்ததால், அந்தக் கூட்டத் தொடர் முழுவதும் சபை நடவடிக்கையில் பங்கேற்கக் கூடாது என்று வெளியேற்றப்பட்டார். அவர் அந்தப் பொதுக் கூட்டத்தில்

வந்து பங்கேற்று, மிகுந்த கோபாவேசத்தோடு, ஆர்ப்பாட்டத்தில் பங்கேற்ற ஆயிரக்கணக்கானவர்களைத் தூண்டிவிட்டு, கலவரத்தில் ஈடுபடுங்கள்; நாடாளுமன்றத்தைக் கைப்பற்றுங்கள் என்று அறைகூவல் விடுத்தார்.

பலத்த கட்டுக்காவல் போடப்பட்டு இருந்த நாடாளுமன்றத்திற்குள் ஆர்.எஸ்.எஸ்., சங்பரிவாரங்களுடன், நிர்வாண சாமியார்களும் இணைந்து கொண்டு நுழைய முயன்றனர். காவல்துறை இக் கூட்டத்தை தடுத்து நிறுத்தியவுடன், திட்டமிட்டவாறு பெரும் வன்முறையில் இறங்கினார்கள். அரசுக் கட்டடங்கள் தீ வைத்துக் கொளுத்தப்பட்டன. வாகனங்கள் எரிக்கப்பட்டன. கண்ணில் பட்டதெல்லாம் தீ வைத்துக் கொளுத்தப்பட்டன. ஒரு காவலர் உள்ளிட்ட எட்டு பேர் இந்த வன்முறையில் உயிரிழந்தனர்.

டெல்லியில் நடந்த பசு பாதுகாப்புப் பேரணியின் உச்சக்கட்டமாக காங்கிரஸ் அகில இந்திய தலைவரும், தமிழக முன்னாள் முதல்வருமான 'பெருந்தலைவர் காமராஜர்' அவர்கள் இல்லத்தின் மீது சங்பரிவார் குண்டர்கள் தாக்குதல் நடத்தினர்.

பெருந்தலைவர் காமராஜரைக் கொலை செய்ய முயற்சி

டெல்லியில் நவம்பர் 7, 1966இல் இந்துத்துவ பாசிச குண்டர்கள் நடத்திய வன்முறை வெறியாட்டம் குறித்து ஆங்கில ஏடு 'லிங்க்' (Link, 13.11.1966) விரிவாக பதிவு செய்து இருப்பதை, "காமராஜர் கொலை முயற்சி சரித்திரம்" எனும் ஆவண நூலில் கி.வீரமணி அவர்கள் தொகுத்து அளித்துள்ளார்.

இதோ லிங்க், ஏட்டின் உண்மைத் தகவல்கள் வருமாறு:

"கடந்த 7.11.66 அன்று நாட்டின் தலைநகரில் இந்திய பாசிசம் அதன் நச்சுப் பற்களைப் பதித்துக் காட்டிவிட்டது.

நாடாளுமன்றத்தை முற்றுகையிடவும் போதிய பாதுகாப்பின்றி இருந்த வானொலி நிலையத்தைத் தகர்க்கவும் வன்முறைகள் மூலம், விசித்திரமான அரசியல் கோரிக்கைகளுக்கு அரசைப் பணியவைத்து விடலாம் என்ற திட்டமிட்டதொரு ஏற்பாடு செய்யப்பட்டது.

பசு வதைத் தடுப்பு பற்றியும், அதற்குப் பண உதவி செய்தவர்கள் அதற்குப் பொறுப்பாளிகள், அயல்நாட்டு ஏஜென்சிகளுடன் அவர்கள் கொண்டுள்ள தொடர்பு - இவை அத்தனையும் பற்றி ஆராய்ந்து உண்மைகளைக் கண்டறிய வேண்டியது அரசின் கடமை என்ற போதிலுங்கூட, அன்று டில்லியில் நடைபெற்ற நிகழ்ச்சிகள் என்றோ, அல்லது சில சமூக விரோதிகளின் விஷமச் செயல்கள் என்றோ ஒதுக்கித் தள்ளிவிட முடியாது.

என்ன நடைபெறும் என்பதற்குப் போதுமான எச்சரிக்கைகள் முன்பே அங்கு இருந்தன. இப்புயல் ஏற்படுவதற்கு ஒரு வார காலத்திற்கு முன் டில்லி கார்ப்பரேசனில் ஜனசங்கக் கவுன்சிலரான விஜயகுமார் மல்ஹோத்ரா என்பவர், "அரசாங்கம் பசுவதையைத் தடை செய்யாத பட்சத்தில் டில்லியில், வரும் நவம்பர் 7ஆம் தேதி அன்று ஒரு பெரும் புரட்சி ஏற்படும்" என்று பேசினார்.

காங்கிரஸ் கட்சியைச் சார்ந்த பலம் வாய்ந்த ஒருவர், "இன்னும் நான்கு நாட்களில் அரசாங்கத்தில் ஒரு பெரும் மாறுதல் ஏற்படப் போகிறது" என்று பயமுறுத்திக் கொண்டிருந்தார்.

மிகவும் முரட்டுத்தனமாக நடப்பவர்களாகிய நாகர் சாதுக்கள் வந்து கலந்து கொள்ள இருப்பதால் பலாத்காரம் தலைதூக்கக் கூடும் என்று டில்லி காவல்துறையினரும் நிர்வாகத்திற்கு எச்சரிக்கை விடுத்து இருந்தனர்.

திட்டமிட்டக் கலவரம்

நவம்பர் 7 அன்று நாடாளுமன்றத் தெருவில் நிகழ்ந்த எவையும் திடீரென்று நடந்தவை அல்ல.

திங்களன்று அதிகாலையிலேயே யூனிஃபாரம் அணிந்த ஆர்.எஸ்.எஸ். தொண்டர்கள் ஊர்வலம் செல்லவிருக்கும் பாதையில் பொறுப்புக்களை மேற்கொண்டனர். அவர்களது சகாக்களான இளைஞர்கள் பலரை நகர் முழுவதும் அனுப்பி கடைகள், பெரும் தொழில் நிறுவனங்கள் ஆகியவற்றை மூடச் சொன்னதுடன், அலுவலகங்களுக்குச் செல்பவர்களையும் போக வேண்டாம் என்று கேட்டுக் கொண்டனர்.

தமக்குத் தாமே நியமித்துக் கொண்ட இந்த கலாச்சாரக் காவலர்கள் சுமார் 11.30 மணிக்கு வன்முறைக்குத் திரும்ப ஆரம்பித்தனர். அவர்களது பலாத்கார செயல்களுக்கு முதல்பலி இர்வின் மருத்துவமனை ஆகும். மருத்துவமனை ஊழியர்கள், நோயாளி களைச் சென்று கவனிக்காதிருக்கும் பொருட்டு அக்கட்டடத்தை நோக்கி சரமாரியாகக் கற்கள் வீசப்பட்டன.

இதனால் வயதான முதியவர்களும், நோயாளிகளும் பாதுகாப்புக்காக பல இடங்களுக்கு ஓடி ஒளிய வேண்டியதாயிற்று.

சில நிமிடங்களுக்குப் பின் ஆர்.எஸ்.எஸ். தொண்டர்கள் (குண்டர்கள்) ஆசஃப் அலி சாலையில் திரண்டு பல கடைகளில் ஜன்னல்களை அடித்து நொறுக்கினர். சப்ஜிமண்டி, சதர்பசார் ஆகிய இடங்களில் திறந்திருந்த பல கடைகள் தாக்கப்பட்டன.

பெரும்பாலும் நடுத்தர வர்க்கத்தினர் வசிக்கும் பகுதியான சக்தி நகரில் பல்வேறு கடைகள் அடித்து நொறுக்கப்பட்டதால், பெரும் பீதி மக்களிடையே நிலவியது.

தீ வைப்புகள்

இரண்டு மின்சார நிலையங்களும், மத்திய அரசின் அச்சுக் கூடமும் கல்வீச்சுக்கு இலக்கானதோடு, தக்க நேரத்தில் காவல் துறையினர் வராமலிருந்தால் அவை அடியோடு நாசம் செய்யப்பட்டிருக்கும். 11.40 மணிக்கு நகரப் பேருந்து ஒன்று இர்வின் மருத்துவமனை அருகில் தீ வைத்துக் கொளுத்தப்பட்டது.

நண்பகல் 1 மணிக்கு நாடாளுமன்றம் போகும் சாலை ஆர்ப்பாட்டக்காரர்களால் நிரம்பியது. எதிர்புறத்தில் பேரக்ஸ்மேல் உள்ள மொட்டை மாடிகளில் கூட ஆர்.எஸ்.எஸ். காரர்கள் ஏறி நின்று கொண்டனர்.

திடீரென்று வெறிகொண்ட ஒரு காட்டுக் கூச்சல் விண்ணைப் பிளந்தது. மக்களவை அரை மணி நேரத்திற்கு மேல் நடைபெறவிடாதபடி தடுத்து பிறகு வெளியேற்றப்பட்ட ஜனசங்க எம்.பி.யான சுவாமி ராமேஷ்வர ஆனந்த் மேடை மீது ஏறி, ஒலிபெருக்கி முன் வந்து நின்று, “நான் சபையிலிருந்து வெளியே தள்ளப்பட்டு விட்டேன். வேகமாக அணிவகுத்து முன்னேறுங்கள். பாராளுமன்றத்தைச் சுற்றி வளையுங்கள். ஒரு அமைச்சர்கூட கட்டடத்தை விட்டு வெளியே போக அனுமதிக்கக் கூடாது” என்று வெறித்தனமாகக் குரல் கொடுத்தார்.

ஒரு பயங்கர கர்ச்சனை ‘சுவாமி’யின் அழைப்பை வரவேற்று முழங்கியது. அவர் தனது பேச்சை முடிக்கவில்லை. அவர் பேசிக் கொண்டிருக்கும்போது, (மேடையில உள்ள சிலரால் அவர் ஒலி பெருக்கிக்கு அப்பால் தள்ளப்பட்டார்.) சுமார் நூறு நிர்வாண சாமியார்கள் அப்படியே மேடை மீது துள்ளிக் குதித்து காவல்துறையினரின் வளையத்தை உடைத்துச் சென்று நாடாளு மன்றத்தின் வாசற்கதவுக்கு முன் தங்களது போர் நடனத்தைத் தொடங்கினர்.

சில நிமிடங்களில் ஆயுதம் ஏதுமின்றி சிறு காவல்துறையினர் குழுவினராய் காக்கப்பட்டு வந்த வாசல் கதவுகளை அடித்து நொறுக்க முனைந்தனர்.

ஒரு பெண் உள்பட சாதுக்கள் அக்கதவுகளின் மீது எகிறி குதித்து ஓடி உள்ளே நுழைய ஆரம்பித்தபோது, அவர்களைத் தடுத்து நிறுத்தி

திரும்பிப் போங்கள் என்று அவர்களை நோக்கிக் கூறி காவலர்கள் இருகரம் கூப்பி கும்பிடு போட்டனர்.

இரண்டொரு நிமிடங்களுக்குப் பிறகு மேடை மீது இருந்த ஒருவர் அதோ ஒரு மகாத்மா அடிபடுகிறார். அவர் வாயிலிருந்து இரத்தம் வருகிறது என்று குரல் கொடுத்தார். ஆர்ப்பாட்டக்காரர்களின் அந்த வெறி கொண்ட ஓங்காரச் சத்தத்தில் ஒலிபெருக்கி ஓசை எடுபடவில்லை. உடனே நேரடிப் போரே தொடங்கிவிட்டது.

நிர்வாண சாதுக்கள் தங்களிடம் உள்ள திரிசூலங்கள், ஈட்டிகள் சகிதமாக 'கோமாதாக்கி ஜே!' என்று முழங்கிக் கொண்டே நாடாளுமன்றக் கட்டடத்தை நோக்கிப் பாய்ந்து ஓடத் தொடங்கினர். மேடையின் பின்புறம் இருந்த காவல்துறையின் வளையம் உடைக்கப்பட்டது. பக்கத்து வீட்டு மாடியிலிருந்த ஆர்ப்பாட்டக்காரர்களும் பின்னே சென்று துரத்தியவாறு கற்களை வீசிக்கொண்டே வந்தனர்.

இரும்புத் தொப்பி காவலர் ஒருவர் அடித்து வீழ்த்தப்பட்டார். ஒரு அதிகாரியை குறி வைத்து திரிசூலம் எறியப்பட்டது. அந்த வெறிகொண்ட கூட்டம் காவலர் பட்டாளத்தை விரட்டி அடித்துவிட்டு நாடாளுமன்றத்தை எங்கே முற்றுகையிட்டு விடக் கூடுமோ என்று தோன்றியது.

கண்ணீர்ப் புகை

சரியாக 1.40 மணி முதல் கண்ணீர்ப் புகைக் குண்டு வெடிக்கப்பட்டது. எவ்விதப் பயனும் அதனால் கூட்டத்தில் ஏற்படவில்லை. இன்னும் ஏராளமான கண்ணீர்ப் புகைக் குண்டுகள் வெடிக்கப்பட்டன. நாடாளுமன்றத்தில் இருந்தவர்கள் கூட தங்கள் கைக்குட்டைகளை எடுத்து கண்ணில் ஒற்றிக் கொண்டு தண்ணீர் தேடி ஓடினர்.

15 நிமிடங்களுக்குப் பிறகு ஒரு மாபெரும் புகைப் படலம் எழுந்து வானொலி நிலையம் டிரான்ஸ் போர்ட் பவனம், ஷிராம்சக்தி பவனம் இன்னும் பல இடங்களில் தீ வைத்ததனால் கிளம்பியதே அப்புகைப்படலம்.

முதல் கண்ணீர்ப் புகை வெடித்த சில நிமிடத்திற்கெல்லாம் கேந்திரமான முக்கிய இடங்களில் நிறுத்தப்பட்டிருந்த தொண்டர்கள் குழுக்கள் செயலில் இறங்கத் தொடங்கின.

பெட்ரோல் தீப்பந்தங்கள், பஞ்சு உருண்டைகள், அக்கினி திராவக வெடிகள் சகிதமாக இருந்த அவர்கள் உடனே பாய்ந்துச் சென்று டிரான்ஸ் போர்ட் பவனம், ஷிராம்சக்தி பவனம் முதலியவற்றிலுள் நுழைந்து அங்கிருந்த இரு சக்கர வாகனங்கள், மிதி

வண்டிகள், மகிழுந்துகள் மற்றும் எவை கண்ணில் தென்பட்டனவோ அவைகளுக்கெல்லாம் நெருப்பு வைத்தனர்.

ஆகாஷ்வாணி பவன் மற்றும் வானொலி ஒலிபரப்பு நிலையம் ஆகியவற்றின் கதவுகளை அவர்கள் முற்றுகையிட்டதுடன் கார்டு ரூம்களுக்கும் நெருப்பு வைத்தனர்.

இரண்டு காம்பவுண்டுகளிலும் நிறுத்தப்பட்டிருந்த கார்கள் சேதப்படுத்தப்பட்டு, தீ வைக்கப்பட்டன. பி.டி.ஐ. என்ற பத்திரிகை செய்தி நிறுவனக் கட்டடத்தின் மீது அவர்கள் கற்களை வீசியதோடு, நிறுத்திக் கொண்டனர். ஆர்ப்பாட்டத்தில் கலந்து கொண்ட பெண் தொண்டர்கள் அந்த காம்பவுண்டினைப் புகலிடமாகக் கொண்டு உள்ளனர் என்பதை அறிந்து கொண்டதால், அந்தக் கட்டடத்தை விட்டு வைத்தனர். இல்லையெனில் அதற்கு நெருப்பு வைத்திருப்பார்கள்.

வெடிகள் வைத்திருந்த ஒரு கும்பல் மிகவும் துணிச்சலுடன் தகவல் ஒலிபரப்பு கட்டடத்திற்குள் நுழைந்து, அலுவலக முகப்புகள், மேசை, நாற்காலிகள், டைப்ரைட்டர்கள் இவைகளைச் சேதப்படுத்தியதுடன், முக்கிய இயந்திரங்கள் பொருத்தப்பட்டிருந்த எஞ்சினியரிங் அறை நோக்கியும் நகர்ந்தனர். தக்க சமயத்தில் அங்கிருந்த ஊழியர்கள் தடுத்திராவிட்டால் அந்த அறையும் சேதப்படுத்தப்பட்டிருக்கும்.

ஊழியர்கள் அந்தக் கூட்டத்தினை மடக்கியவுடன், ஆர்.எஸ்.எஸ். கும்பல், அவர்களது தலைவரான ஒரு சாமியாரை விட்டு விட்டு ஓடிவிட்டனர். அந்தச் சாது நையப்புடைக்கப்பட்டு, பிறகு காவல் துறையிடம் ஒப்படைக்கப்பட்டான்.

வெறிபிடித்த இக்கூட்டம், அரசு வங்கிகளையும், இந்தியன் ஆயில் கம்பெனி உள்ளிட்ட அரசுத் துறைக் கட்டடங்களையும் சேதப்படுத்தியது. ஆனால் தனியார் பெட்ரோல் நிலையத்தை மட்டும் விட்டு வைத்தது. சூப்பர் மார்க்கெட்டைத் தாக்கி, அதன் கண்ணாடி ஜன்னல்களை உடைத்து நொறுக்கினர். கோல் பகுதி தபால் அலுவலகத்திற்கு நெருப்பு வைக்க முயற்சித்த கும்பல், அங்கிருந்த தபால் வேன் ஒன்றுக்கும் தீ வைத்துக் கொளுத்தியது.

காமராசர் வீட்டு முன்பு காலித்தனம்

ஆர்ப்பாட்டக்காரர்களில் 25 முதல் 30 பேர்களான நல்ல குண்டர் வாலிபர்களைப் பொறுக்கி, இரண்டு குழுக்களாகப் பிரித்து, அகில இந்திய காங்கிரஸ் கட்சி அலுவலகத்துக்கு முன்பும், காங்கிரஸ் தலைவர் காமராசர் வீட்டு முன்பும், அவர்களை ஏற்கனவே நிறுத்தி வைத்திருந்தனர்.

சுமார் மதியம் 3 மணி அளவில் காமராசர் வீட்டைத் தாக்கிய வன்முறை காவிக் கும்பல், அசோகா சாலையில் உள்ள மற்றொரு வீட்டின் முன்பு உட்கார்ந்திருந்ததைப் பலர் பார்த்திருக்கின்றனர்.

அந்தக் கூட்டத்துடன் கையில் பெட்ரோல் டின்களுடனும், பஞ்சு உருண்டைகளுடனும் ஆயத்தமாக வந்திருந்த மற்றொரு கும்பல், ஜந்தர் மந்தர் சாலை, அசோகா சாலை ஆகிய இரு சாலைகளும் சந்திக்கும் இடத்தில் வந்து இணைந்து கொண்டது.

கையில் கடப்பாறையைச் சுழற்றிக் கொண்டிருந்த ஆர்.எஸ்.எஸ். தளகர்த்தர் ஒருவர், அவர்களிடம் ஏதோ ஒரு சில வார்த்தைகள் சொல்லிவிட்டு, முன்னே சென்றார். ஒரு கூட்டம் அமைச்சர் ரகுராமாவின் வீட்டினைத் தாக்கியது. மற்றொன்று காங்கிரஸ் தலைவர் வீட்டைத் தாக்கியது.

காமராசர் வீட்டில் தனியே இருந்த காவலாளி கூட்டத்தை உள்ளே விடாமல், தடுக்க முயற்சித்து துப்பாக்கியால் வானத்தை நோக்கிச் சுட்டார். அவரது துப்பாக்கியில் மேற்கொண்டு தோட்டாக்கள் இல்லாததால், அவர் மீது பாய்ந்து கீழே தள்ளிவிட்டு, அக்கூட்டத்தினரால் காங்கிரஸ் தலைவரின் வீட்டிற்கு நெருப்பு வைக்கப்பட்டது.

காமராசரைக் கொல்ல முயற்சி

காமராசர் வீட்டில் நுழைந்த கும்பல், ஒவ்வொரு அறையாகச் சென்று பெட்ரோலை ஊற்றி தீ வைத்துக் கொளுத்தினார்கள். காமராஜர் தூங்கிக் கொண்டிருந்த படுக்கை அறையையும் உடைத்து உள்ளே நுழைய அக்கூட்டம் முனைந்தது.

காமராஜர் அங்கே இருந்த பணியாளர்களால் பாதுகாப்பாக விடுதிக்கு அழைத்துச் செல்லப்பட்டார்.

கோழைத்தனமான இந்தத் தாக்குதல் நடைபெற்றுக்கொண்டு இருக்கும்போது பல்வேறு கும்பல்களும் இவர்களோடு சேர்ந்து முன்னூறுக்கும் மேற்பட்டோர் காமராசர் வீட்டினுள் வெறிக் கூச்சல் எழுப்பியவாறு நுழைந்துவிட்டனர்.

காங்கிரஸ் தலைவர் காமராசர் இந்தக் கூட்டத்தை நேரிடையாக சந்தித்துப் பேசி விடுகிறேன் என்று ஆயத்தம் ஆனார். வன்முறைக் கும்பல் ஆயுதங்களுடன் கூச்சலிட்டுக்கொண்டும், தீப்பந்தம் ஏந்தியும் வெறிகொண்டு அலையும்போது, நேரிடையாகச் சென்று காமராசர் அவர்களிடம் பேச முயற்சிப்பது பெரும் ஆபத்து என்பதால், பணியாளர்கள் அவரை அருகில் இருந்த விதல்பாய்படேல் விடுதிக்கு அழைத்துச் சென்றுவிட்டனர்.

துப்பாக்கிச் சூடு

நாடாளுமன்ற வீதியையே நெருப்பு வைத்துக் கொளுத்தி சாம்பலாக்கிட முயன்ற வன்முறைக் காவிக் கும்பல் மீது காவல்துறைத் துப்பாக்கிச் சூடு நடத்தியது.

வானொலி நிலையம், ரிசர்வ் வங்கி மற்றும் அரசு அலுவலகங்கள் ஆகியவற்றைக் காப்பாற்றுவதற்காக காவல்துறை சுமார் '209' ரவுண்டுகள் சுட வேண்டியதாயிற்று. துப்பாக்கிச் சூட்டில் 8 பேர் உயிரிழந்தனர்.

டில்லியின் காவல்துறையினர் 4500 பேர் வன்முறைக் கூட்டத்தைக் கட்டுப்படுத்த முடியாமல், திணறியதால், மாலைப் பொழுதில்தான் இராணுவம் வரவழைக்கப்பட்டு, நிலைமை கட்டுப்பாட்டுக்குள் கொண்டுவரப்பட்டது.

63

காமராஜர் கொலை முயற்சி: பெரியார் கண்டனம்

பெருந்தலைவர் காமராஜர் அவர்களின் வீடு டெல்லியில் தாக்கப்பட்டதை நேரில் சென்று கண்டு, நடந்த வன்முறைகள் குறித்து 'இந்தியன் எக்ஸ்பிரஸ்' நாளேட்டின் செய்தியாளர் ரெங்கராஜன், குமுதம் (01.12.1966) இதழில் எழுதியதிலிருந்து பெருந்தலைவர் நூலிழையில் உயிர் தப்பியது அதிர்ச்சி தரும் செய்தியாக உள்ளது.

இதழாளர் ரெங்கராஜன் எழுதுகிறார்:-

"பார்லிமெண்டிலிருந்து வழக்கம்போல் இடைவெளியின்போது காமராஜ் அவர்களின் இல்லமான ஜந்தர் மந்தர் ரோடு நாலாம் எண் பங்களாவிற்கு வந்தேன். பார்லிமெண்ட் வீதியிலிருந்து ஒரு பர்லாங் தூரமே காமராஜ் இல்லம். மணி ஒன்றரை இருக்கும். இந்தச் சமயத்தில்தான் காமராஜ் அவர்களைச் சாவகாசமாகப் பார்க்கவும் பேசவும் முடியும்.

பார்லிமெண்டுக்கு முன்புறம் பெருத்தக் கூட்டம் கோஷங்கள் செய்து கொண்டு இருந்தது. சமீபகாலத்தில் இது சாதாரண நிகழ்ச்சியாகி விட்ட விஷயம்.

காமராஜ் அவர்களுடன் பகல் உணவு அருந்தி விட்டுச் சிறிது நேரம் பேசிக் கொண்டிருந்தேன். அவர் ஓய்வெடுக்கச் சென்றதும், என் மனைவிக்குப் போன் செய்தேன். அவள்தான் எனக்கு முதலில் செய்தி தெரிவித்தாள்.

"பார்லிமெண்ட் வீதியில் ஏக ரகளையாமே. பி.டி.ஐ. ஆபீஸ், ஆகாஷ்வாணி பவன் எல்லாவற்றிலுமே நெருப்பு வைத்து விட்டார்களாம்," என்று அவள் கூறிக் கொண்டிருக்கும்போதே வீட்டு வாசலில் ஒரு சிறு கூட்டம் தென்பட்டது. உடனே என் மனைவியிடம், "ரகளை இங்கேயே வந்து விட்டது போலிருக்கிறது," என்று போனில் கூறி விட்டு வெளியே வந்தேன்.

'ஓ... .'வென்று இரைச்சலுடன் கூட்டம் காமராஜர் வீட்டுக்குள் வர முயல, காமராஜரின் உதவியாளர் நிரஞ்சன் லாலும், பாதுகாவலர் பகதூர் சிங்கும் அவர்களை எதிர்த்தனர். வெறிகொண்ட கூட்டத்தை

அவர்களால் சமாளிக்க முடியவில்லை. கூட்டம் உள்ளே நுழைந்து விட்டது.

நான் போலீசுக்குப் போன் செய்தேன். அதே சமயத்தில் பார்லிமெண்ட் வீதியில் துப்பாக்கிப் பிரயோகம்; ஆகவே போலீஸ் போன் கிடைக்கவில்லை.

உதவியாளர் நிரஞ்சன் லால் மீது தாக்குதல் :

காம்பவுண்ட் கதவைத் தாண்டி வந்த கூட்டத்தைத் தனியாளாக நிரஞ்சன் எதிர்க்க, பகதூர் சிங் ஆகாயத்தை நோக்கிச் சுட்டார். கூட்டம் கற்களை வீச, பதிலுக்கு நிரஞ்சனும் கற்களை வீசினார். துப்பாக்கியில் ரவை தீர்ந்து விட்டது. நிரஞ்சனுக்கும் நல்ல அடிபட்டு விட்டது. பார்லிமெண்ட் வீதியிலிருந்து ஓடி வந்த கூட்டம் இங்கே சேர்ந்து கொண்டது.

பகதூர் சிங் வேறு வழியின்றி முன் அறையில் புகுந்து தாளிட்டுக் கொண்டார்.

காமராஜ் அவர்களுக்கு நான் விஷயத்தைச் சொல்லி நிரஞ்சனுடன் உள் அறை ஒன்றில் தாளிட்டுக் கொண்டோம்.

கூட்டம் வீட்டின் நாலாபுறமும் சூழ்ந்து கொண்டது. கற்கள் சரமாரியாகப் பொழிந்தன. ஜன்னல் கண்ணாடிகள் நொறுங்கின. உள்பக்கம் வலைக் கதவுகள் இருந்ததால் கற்கள் உள்ளே வரவில்லை.

இப்படி ஓர் ஆபத்தான நிலையில் இருப்பதை வெளியில் தெரிவித்து உதவிக்கு வழிதேடக் கூட முடியாத இக்கட்டான நிலை.

வெளியில் ஒரே கூச்சல்; வாக்குவாதம்; ஏதோ எரிவது போன்ற நாற்றம். அம்பியின் குரல் கேட்டது.

அம்பி எனும் வரதராஜன் காமராஜரின் உதவியாளர். சமையல் முதல் எல்லாக் காரியங்களையும் கவனித்துக் கொள்ளும் இளைஞர். மெட்ரிக்குலேஷன் படித்துள்ள அம்பி கூறுவதைக் கேளுங்கள்:

"என்ன விஷயம்" என்று பார்க்கச் சமையல் அறையிலிருந்து வந்த எனக்குத் தூக்கி வாரிப் போட்டது. வரவேற்பு அறையில் ஒரே அமர்க்களம். "காமராஜ் எங்கே?" என்று என்னைக் கேட்டார்கள். "வீட்டில் இல்லை," என்றேன்.

"சுடும்படி நீ தானே சொன்னாய்?" என்று கூறி என்னை அடித்தார்கள். நானோ நோஞ்சான். ஆனால், இந்தச் சமயத்தில் அடிக்குப் பயந்தால் பயனில்லை என்று நானும் பதிலுக்குக் கொடுத்தேன். ரௌடிகள் என்னைப் பிடித்துக் கொண்டார்கள். தலை, முகம், மூக்கு, தோள்

என்று பார்க்காமல் 'பொட்' 'பொட்' என்று அடிகள் போட்டனர். இரத்தம் வழிந்தது.

கொன்று விடுங்கள்

ஒரு வெறியன் பெட்ரோல் தோய்ந்த துணியை என் மேல் போட்டான். யாரோ நெருப்பு வைக்க வந்தார்கள். சடசடவென்று சட்டை, பனியனைக் கழற்றி எறிந்தேன்.

நான் வயிற்றுவலிக்காகப் பல ஆபரேஷன்கள் செய்து கொண்டிருக்கிறேன். அந்த ஆபரேஷன் தழும்புகளைக் காட்டி, "ஏற்கனவே நான் அரை உயிர் ஆசாமி; என்னைக் கொல்வதனால் முழுதாகக் கொன்று விடுங்கள். தலைவர் வீட்டில் இல்லை. தயவு செய்து நம்புங்கள்," என்று கத்தினேன். பெட்ரோல் டின்னுடன் ஒருவன் வந்தான். ஆனால், வேறு ஒருவன் அவனைத் தடுத்தான். விழுந்த அடிகளும், கிலியும் என்னை மயக்கடையச் செய்தன."

சமையல் உதவியாளர் வரதராஜன் கூறியதை எழுதிவிட்டு ரங்கராஜன் மேலும் கூறுகிறார் :

"உள்ளே நுழைந்த வெறியர்கள், கொளுத்தல் படலத்தைத் துவங்கினார்கள். ஏர்கண்டிஷன் கருவி உடைபடுவதையும் பல பொருட்கள் எரிவதையும் அறிந்தேன்.

காமராசர் என்னிடம், "வெளியே போய் அவர்களுக்குச் சமாதானம் கூறுகிறேன்!" என்றார். நான், "கூடவே கூடாது. வெறி பிடித்த நேரத்தில் நிதானத்துடன் கேட்க மாட்டார்கள்," என்று தடுத்தேன்.

வீட்டிலிருந்து எழுந்த புகை, பின்னால் இருந்த ஐந்து அடுக்கு வித்தல்பாய் ஹவுசில் இருந்தவர்களின் கவனத்தைக் கவர்ந்தது. அவர்கள் போலீசுக்கு விஷயம் தெரிவிக்க, ஒரு பெரிய படை வந்தது; போராட்டக்காரர்களை விரட்டி அடித்தது.

வெளியே வந்த காமராஜர் சரசரவென்று காரியத்தில் இறங்கினார். எரியும் பொருட் களின் மீது அவரே மணலை அள்ளி வீசினார். அந்த நேரத்திலும் அவரது கடமையுணர்வு என்னைச் சிலிர்க்கச் செய்தது. நண்பர்களின் வற்புறுத்தலின்பேரில் பின்னர் பங்களாவில் இருந்து சென்று ஓய்வெடுத்துக் கொண்டார்.

எத்தனையோ பெரிய கலவரங்களை நான் பார்த்துள்ளேன். எத்தனையோ கலகங்களுக்கு மத்தியில் அகப்பட்டுக் கொண்டு இருக்கிறேன். அப்போதெல்லாம் கலவரம் அடையாத நான், அன்று அந்த அறையில் காமராஜர் அவர்களுடன் இருந்தபோது கலங்கிப் போனேன்.

ஒரு பெரும் தலைவரின் உயிர் அல்லவா அப்போது ஆபத்தில் இருந்தது?"

பெருந்தலைவர் காமராஜர் இல்லத்தில் பசுவதைத் தடைக் குண்டர்கள் நடத்திய கொலைவெறித் தாக்குதல் குறித்து நடந்தவற்றைப் பத்திரிகையாளர் ரெங்கராஜன் எழுதியிருப்பதைப் பார்த்தால், எவ்வளவு பெரிய ஆபத்திலிருந்து காமராசர் தப்பி இருக்கிறார் என்று உணர முடிகிறது.

காமராஜரைக் குறி வைத்தது ஏன்?

1966, நவம்பர் 7ஆம் தேதி டெல்லியில், பசுவதைத் தடைச்சட்டம் இயற்றக் கோரி ஆர்.எஸ்.எஸ்., சங் பரிவாரங்கள் நடத்திய வன்முறை - காலித்தனம் - பெருந்தலைவர் காமராஜர் வீட்டைச் சூழ்ந்து நடத்திய தாக்குதல் - இவற்றிற்கெல்லாம் பின்னணி என்ன என்பதை 'மித்திரன்' ஏட்டின் சிறப்புச் செய்தியாளர் விளக்கி இருக்கிறார். (மித்திரன் 14. 11. 1966)

மித்திரனில் வெளிவந்த செய்தியை அதே மொழிநடையில் தருகிறோம் :

டில்லியில் பசுவதைத் தடை ஆர்ப்பாட்டக்காரர்கள் காங்கிரஸ் அக்கிராசனர் காமராஜ் வீட்டை ஏன் தாக்கினார்கள்? ஏன் தீ வைத்தார்கள்? தெய்வாதீனமாக அவர் தப்பிக்காவிட்டால் என்ன ஆகியிருக்கும்? காவி உடைச் சாமியார்கள் (சாதுக்கள்) இந்தக் கொலைப் பாதகச் செயல்களைச் செய்திருப்பார்களா? மோட்டார் கார்களையும், ஸ்கூட்டர்களையும் சாதுக்களா கொளுத்தி இருக்கிறார்கள்? மந்திரி வீடுகளையும் சர்க்கார் கட்டடங்களையும் அவர்களா தாக்கி இருப்பார்கள்? கண்டிப்பாக இல்லை. இந்த வன்முறைச் செயல்களுக்குப் பின்னே ஒரு பெரிய சூழ்ச்சித் திட்டம் உருவாகிக் கொண்டிருக்கிறது. அந்த ஸ்தாபனமோ இந்த வெறியாட்டத்தைப் பின்னின்று நடத்துகிறது. ஆர்ப்பாட்டக் காரர்கள் போலீஸ் சுட்டவுடன் ஓடும்போது சமூக சேமநல இலாகா உதவி மந்திரி ரகுராமய்யாவின் வீட்டுக்குத் தவறுதலாகத் தீ வைத்து விட்டார்கள். யாரோ ஒருவர் - அவர்தான் இந்தக் காலிக் கும்பலின் தலைவராக இருக்க வேண்டும் - உத்தரவு போடுகிறார்.

"நான் ஒரு வீட்டைக் கொளுத்தச் சொன்னால் நீங்கள் ஒரு வீட்டைக் கொளுத்துகிறீர்களே! மந்திரி ரகு ராமய்யாவின் வீட்டுக்கு எதிரே உள்ள காமராஜ் வீட்டை அல்லவா கொளுத்தச் சொன்னேன்!"

அவ்வளவுதான். தலைவன் உத்தரவு போட்டவுடன் காலிக்கும்பல் காமராஜ் வீட்டின் மீது பாய்ந்து விட்டது. எல்லாம் 15 நிமிடம்தான். காமராஜ் தப்பிவிட்டால்?

ஆர்.எஸ்.எஸ்.-க்கு காமராஜர் எதிர்ப்பு

காமராஜரின் வீட்டைக் குறிவைத்துத் தாக்கியது ஏன்? பின்னுக்குச் செல்வோம். நவம்பர் 2ஆம் தேதி காங்கிரஸ் காரியக் கமிட்டிக் கூட்டம் நடந்தது. பசுவதைத் தடைக் கிளர்ச்சியை வன்மையாகக் காமராஜர் கண்டித்தார். அப்படி இந்தக் கிளர்ச்சியை நடத்துவதாக இருந்தால் நடத்த வேண்டிய இடம் புதுடில்லியல்ல - சென்னை என்றார் காமராஜர்.

பசுவதைத் தடைப் பற்றி காரியக் கமிட்டி எந்தவிதமான தீர்மானமும் நிறைவேற்றுவதற்கு காமராஜர் சம்மதிக்கவில்லை. காமராஜர் வெளியிட்ட இந்த உறுதியான கருத்து, பசுவதைத் தடைக் கிளர்ச்சித் தலைவர்களுக்கு ஆத்திரத்தைத் தூண்டி விட்டிருக்கிறது.

காமராஜ் வீடு தாக்கப்பட்டதையும் அவர் காரியக் கமிட்டியில் வெளியிட்ட கருத்தையும் இணைத்துப் பார்த்தால் ஒரு பயங்கர உண்மை வெளியாகிறது.

காரியக் கமிட்டிக் கூட்டம் இரகசியமாக நடந்தது. காமராஜ் வெளியிட்ட கருத்து எப்படி பசுவதைத் தடைக் கிளர்ச்சிக்காரர் களுக்கு எட்டியது? காரியக் கமிட்டியின் எந்த மெம்பர் இந்த இரகசியத்தை வெளியிட்டு இருக்கிறார்? பசுவதைத் தடைக் கிளர்ச்சியின்போது வன்முறைச் செயல்களில் இறங்குவது என்பது முன்கூட்டியே திட்டமிட்ட செய்கையா? இல்லையா? என்பதுதான் முக்கியப் பிரச்சினை.

பலாத்காரச் சம்பவங்கள் நடக்கும் என்று புலனாய்வுத்துறை தகவல்களிலிருந்து தெரியவில்லை என்று உள்துறை இலாகாவும், டில்லி அதிகாரிகளும் ஒரேயடியாக அடித்துக் கூறி விட்டார்கள். இது உண்மையானால் மேலிடத்திலிருந்து நிர்ப்பந்தம் ஏதும் இல்லை என்பதனால் நந்தா மட்டுமல்ல; (குல்சாரிலால் நந்தா - உள்துறை அமைச்சர்) புலனாய்வுத் துறைக்குப் பொறுப்பான மற்றும் சிலரும் இதற்குப் பிராயச்சித்தம் செய்யத்தான் வேண்டும்.

காமராஜ் சொன்னது போல யார் உள்துறை அமைச்சராகிறார் என்பது முக்கியப் பிரச்சினை அல்ல. நாட்டை எதிர்நோக்கி உள்ள அபாய நிலைமைகளைச் சமாளிக்க என்ன கொள்கையைக் கடைப்பிடிக்கப் போகிறோம் என்பதுதான் முக்கியம்.

வன்முறைக்குக் காரணம் ஆர்.எஸ்.எஸ்.

7ஆம் தேதி நடந்த கிளர்ச்சிக்கு ராஷ்டிரீய சுயம்சேவா சங்கமும் (ஆர்.எஸ்.எஸ்.) தான் காரணம் என்று அதிகாரப்பூர்வமாகக் கூறப் படுகிறது. ஜனசங்கமும் அரசியல் கட்சியாக இருக்கலாம். ஆனால், ஆர்.எஸ்.எஸ். -இன் மீது நாசவேலையில் ஈடுபடும் ஸ்தாபனம் என்று முத்திரை பதிந்திருக்கிறது.

காந்திஜி கொலைக்குப் பின் சர்தார் பட்டேல் உள்துறை அமைச்சராக இருந்த பொழுது, ஆர்.எஸ்.எஸ். தன் நடவடிக்கைகளை விஸ்தரிக்க ஆரம்பித்தது.

பிறகு 14 வருடங்களாக இந்த ஸ்தாபனம் உறங்கிக் கிடந்தது. லால்பகதூர் சாஸ்திரி பிரதமரானதும், ஆர்.எஸ்.எஸ். வளருவதற்கு அனுகூலமான சூழ்நிலை உருவாகியது. சாது சமாஜ் போன்ற ஸ்தாபனங்களின் அரசியல் ஆதரவாளர்கள் ஜனசங்கமும், ஆர்.எஸ். எஸ். -ம் தான்.

எனவே, ஆர்.எஸ்.எஸ். விஷயத்தில் மத்திய சர்க்கார் என்ன கொள்கையைக் கடைப் பிடிக்கப் போகிறது? இதற்கு முன்பு அரசாங்க வேலைக்கு ஆள் எடுப்பதானால் அவன் கம்யூனிஸ்டு சார்புடையவனா என்று பார்த்துதான் வேலை கொடுப்பது வழக்கம். இதே போல ஆர்.எஸ்.எஸ். சார்புடையவர்களையும் அரசாங்கம் கவனித்து வடிகட்டுமா?"

தந்தை பெரியார் கடும் கண்டனம்

பெருந்தலைவர் காமராஜர் அவர்களின் வீட்டுக்குத் தீ வைத்து அவரையும் கொல்ல முயற்சி நடந்ததை தந்தை பெரியார் கடுமையாகக் கண்டனம் செய்து 'விடுதலை' நாளேட்டில் (14.11.1966) எழுதினார்:

"டில்லியில் 7ஆம் தேதி நடந்த காமராசர் வீட்டுக்குத் தீ வைத்த நிகழ்ச்சி, ஒவ்வொரு தமிழனுக்கும் நெஞ்சம் பதைக்கும் நிகழ்ச்சி ஆகும். ஒரு நிமிடம் கூட மறக்க முடியாத நிகழ்ச்சியாக மனதை உறுத்திக் கொண்டே இருக்கின்ற செய்தியாகும்.

இந்த நிகழ்ச்சி வேறு நாடாக இருந்து, சூத்திர சாதியைத் தவிர வேறு சாதி மக்களைக் கொண்ட நாடாக இருக்குமானால் என்ன நடந்திருக்கும்?

பாகிஸ்தானில் இருக்கும் இந்துக் கூட்டம் பாகிஸ்தான் அதிபர் அயூப்கான் இருக்கும் வீட்டிற்கு அவர் உள்ளே தூங்கும்போது வீட்டைச் சுற்றி வளைத்துக் கொண்டு மூன்று புறமும் தீ வைத்துக்

கொளுத்தி இருந்தால் அந்த இந்துக் கும்பல்கள், வீடு வாசல்கள் கதி என்ன ஆகி இருக்கும்?

மானம், ரோஷம், சூடு, சொரணை அற்ற இந்தியா என்னும் இந்த நாட்டில், இந்த விஷயங்களைக் கூட சரிவர பிரசுரிப்பதற்குத் தமிழனுக்குப் பிறந்த தமிழன் பத்திரிகைகளில் ஒன்று கூட முன் வரவில்லையே!

பார்ப்பனர்களுக்குப் பத்திரிகை ஆதரவும், பாதுகாப்பும் இமயமலை சுற்றி வளைத்துக் காப்பாற்றினால் எப்படி இருக்குமோ அது போல இருக்கின்றது.

ஆனால், பார்ப்பனர் அல்லாத பத்திரிகைகளும் பார்ப்பனர்களின் வைப்பாட்டிப் பிள்ளை போலவே நடந்து கொள்வதுடன் பார்ப்பான் சாப்பிட்டு வெளியில் எறிந்த எச்சிலையில் பருக்கையைப் பொறுக்குவது போல எது செய்தும், எதைக் கொடுத்தும் பணம் சம்பாதிப்பதிலேயே கருத்தாய் இருக்கின்றன. என்றைக்குத்தான் தமிழர்களுக்கு மானம், ரோஷம் வந்து சுதந்திரப் பிறவிகளாக ஆகி, இந்தப் பத்திரிகைகளைத் தீ இட்டுக் கொளுத்தி மானம் பெறப் போகின்றார்களோ தெரியவில்லை.

நிற்க; பார்ப்பனர்களுக்கு எவ்வளவு தைரியமும், துணிச்சலும் இருந்திருந்தால் நாட்டில் உள்ள பார்ப்பனத் தலைவர்களான சங்கராச்சாரியார்கள் காமராசர் இருக்கும் படியான டில்லிக்குச் சென்று, அவர் இருக்கும் வீட்டுக்கு நெருப்பு வைக்க ஏற்பாடு செய்து இருக்க வேண்டும்.

இது திட்டமிட்டுச் செய்த காரியம் என்று டில்லி சர்க்கார் வெளியிட்டு இருப்பதுடன், இரகசிய போலீசார் எல்லாம் இந்தப் பார்ப்பன சங்கராச்சாரிகள், சாமியார்கள், ஆனந்தாக்கள் மற்ற பார்ப்பனக் குண்டர்களுக்கு ஆதரவாக உள் ஆளாக இருந்து இருக்கிறார்கள் என்று வெளிப்படுத்தி இருக்கிறது.

இந்த வெளியீடு டில்லி சர்க்காராலேயே வெளிப்படுத்தப்பட்ட செய்தி என்றால், பார்ப்பனர்களின் துணிவிற்கும், அவர்களது அட்டூழியங்களுக்கும் எல்லை எங்கே? என்று கேட்கிறேன்.

இந்த நிகழ்ச்சிக்கு வெட்கப்பட்டாவது தமிழர்கள், தமிழனுக்குப் பிறந்தவர்கள் இனி சங்கராச்சாரிகளைத் தமிழ்நாட்டில் எந்த நகரம், கிராமங்களுக்கும் வரவிடாமல், உலவ விடாமல் - கருப்புக் கொடியும், ஒழிப்புக் குரலும் எழுப்பித் திருப்பி அனுப்ப வேண்டியது கடமையாகும்.

காமராசர் இருப்பிடத்துக்கு நெருப்பு வைத்த இந்த சண்டாளக் கொலைபாதகர்கள் - இனிச் செய்ய வேண்டிய பாதகச் செயல் வேறு என்ன இருக்கிறது? நான் எதிர்பார்த்தபடியே நடந்து விட்டது.

எந்த அதருமமான காரியம் செய்தாவது இந்த ஆட்சியை ஒழித்துக் கட்ட வேண்டியது தருமமாகும் என்று வெளியிட்ட இராஜாஜி கட்டளையை நூற்றுக்கு நூறு இந்த சங்கராச்சாரிகள் நிறைவேற்றியிருக்கிறார்கள் என்பதோடு, தண்டப்பிரயோகம் செய்தாவது தருமத்தைக் காப்பாற்றிக் கொள்ள வேண்டும் என்று சங்கராச்சாரி விட்ட ஸ்ரீமுகத்தை பார்ப்பனக் கூட்டமும், சன்னியாசிகள், சாமியார்கள் கூட்டமும் நூற்றுக்கு நூறு நிறைவேற்றி இருக்கிறார்கள் என்றுதான் சொல்ல வேண்டி இருக்கின்றது."

"இனி இது தேசத் தலைநகரில் மட்டும் அல்லாமல், மாகாணங்கள் முழுவதிலும் - இக்கொலை, நெருப்பு வைத்தல் முதலிய காரியங்கள் பரவும் என்பதிலும் ஆட்சேபனை இல்லை.

இன்று பல மாகாண ஆட்சித் தலைவர்கள் பார்ப்பன அடிமைகள், வருணாசிரமக் காவலர்கள், சமதரும விரோதிகள் என்று சொல்லும்படியாகவே அமைந்து விட்டார்கள். ஆதலால், இந்த மாடல் டில்லிக் காலித்தனங்கள் இனி எல்லா மாகாணங்களிலும் ஏற்பட்டே தீரும்; பலவற்றில் ஏற்பட்டே விட்டதே!

அதாவது பார்ப்பன எதிரிகள், பார்ப்பனிய எதிர்க்கட்சித் தலைவர்கள் என்பவர்களைக் கொல்லவும், அவர்கள் வீட்டையும் நெருப்பு வைத்துக் கொளுத்துவதற்கான நிலை வரலாம். அவற்றிற்கு அரசாங்கப் பாதுகாப்பும், அதற்கு ஏற்ற அளவில்தான் இருந்து வரும். எதிர்க்கட்சிக்காரர்கள் இப்போதே அடிக்கல் நாட்டிக் கொண்டு விட்டார்கள். அதுதான் அண்ணாதுரையைத் தாக்கினார்கள் என்பது போன்ற கற்பனையாகும்.

என்னைப் பற்றிக் கவலை இல்லை; எனக்கு ஒரு கால் நாட்டிலும் ஒரு கால் காட்டிலும் என்ற பருவத்தில் இருக்கின்றேன். ஆதலால் என்னைப் பற்றி கவலை இல்லை!

காமராஜர் இன்று இந்த நாட்டிற்கு இரட்சகராக இருக்கிறார். அதனால்தான் பார்ப்பனர்களும், பார்ப்பன அடிமைகளும் காமராசர் மீது கண் வைத்து இருக்கிறார்கள். அவர் வசித்த வீட்டைக் கொளுத்தினார்கள்.

காமராசருக்கு ஏதாவது ஏற்பட்டால் அவருக்கு ஒன்றும் நஷ்டம் இல்லை. அவருடைய தாயார் மயக்கம் வரும் வரை அழுவார்கள்; அவ்வளவுதான்; பிறகு நம் நாடு வருணாசிரம தரும நாடாகி விடும்."

64

புனிதப் பசுவின் புனை கதை

பசுவதைத் தடைச் சட்டம் இயற்றக் கோரி 1966 நவம்பர் 7இல் டில்லியில் கலவரத்தை நடத்திக் காலித்தனம் செய்த ஆர்.எஸ்.எஸ்., சங்பரிவாரங்கள், தாங்கள் அறிவித்தவாறே சங்கராச்சாரி உண்ணா விரதப் போராட்டத்திற்கு ஏற்பாடு செய்தன.

நவம்பர் 20, 1966 அன்று பூரி சங்கராச்சாரியாரும், பிரபுதத் பிரம்மச்சாரி என்பவரும் உண்ணாவிரதப் போராட்டத்தைத் தொடங்கினார்கள். தலைநகரில் மீண்டும் வன்முறைத் தாண்டவம் ஆடுவதை வேடிக்கைப் பார்க்க முடியாது என்பதால் சங்கராச்சாரியைக் கைது செய்ய உத்தரவிட்டது மத்திய அரசு. ஆனாலும் பின்னர் விடுதலை செய்யப்பட்டார்.

விடுதலையான பிறகும் சங்கராச்சாரியார் பசுவதைத் தடைச் சட்டம் வரும் வரை உண்ணாவிரதத்தைத் தொடருகிறார் என்று ஆர்.எஸ்.எஸ். அறிவித்தது. பல மாநிலங்களில் ஜனசங்கமும் இணைந்து உண்ணாவிரதப் போராட்டத்தைத் தொடங்கியது. சங்கராச்சாரி உண்ணாவிரதத்தின் பேரால் வன்முறையைத் தூண்டி, கலகம் விளைவிக்க வேண்டும் என்பதுதான் அவர்களின் நோக்கம்.

ஆர்.எஸ்.எஸ். சங் பரிவாரின் வன்முறை வெறியாட்டங்களை ஒடுக்கத் தவறிய மத்திய உள்துறை அமைச்சர் குல்சாரிலால் நந்தாவை பிரதமர் இந்திராகாந்தி பதவி நீக்கம் செய்தார். நந்தா பதவி நீக்கம் செய்யப்பட்ட பிறகு அவர் வெளியிட்ட கருத்து, பிரதமர் இந்திரா அம்மையார் எடுத்தது சரியான நடவடிக்கை என்பதை உணர்த்தியது.

பசுவதைத் தடைச் சட்டத்தை மத்திய அரசே கொண்டுவர வேண்டும் என்று நந்தா கருத்துக் கூறினார். இவரைப் போன்ற 'ஆர்.எஸ்.எஸ். -இன் பாதுகாவலர்கள்' அமைச்சரவையில் இருந்ததால்தான் சங் பரிவாரங்கள் துள்ளிக் குதித்தன.

பண்டித நேரு அமைச்சரவையில் இரண்டாம் இடத்தில் இருந்த சர்தார் படேல் போன்று, சாஸ்திரி, இந்திராகாந்தி, மொரார்ஜிதேசாய், வி.பி. சிங், சந்திரசேகர், பி.வி. நரசிம்மராவ் மற்றும் மன்மோகன்சிங் அமைச்சரவையிலும் 'ஆர்.எஸ்.எஸ். புரவலர்கள்' காலந்தோறும் இடம்பெற்று இருந்தார்கள் என்பது வரலாற்று உண்மை.

இல்லையெனில் மத்திய அமைச்சராகவும், மறைந்த குடியரசுத் தலைவராகவும் பதவி வகித்த காங்கிரஸ்காரரான பிரணாப் முகர்ஜி பதவிக் காலம் முடிந்தவுடன் ஆர்.எஸ்.எஸ். அழைப்பை ஏற்று 'நாக்பூர்' சென்று சங்பரிவாரத்தின் விழாவில் பங்கேற்பாரா?

இந்திராகாந்தி அரசின் உறுதி

நந்தாவை நீக்கிய பிறகு புதிய உள்துறை அமைச்சராக ஒய். பி. சவாண் இந்திரா அமைச்சரவையில் நியமிக்கப்பட்டார். பிரதமரும், உள்துறை அமைச்சரும் ஆர்.எஸ்.எஸ். நெருக்குதல் - உண்ணாவிரதப் 'பூச்சாண்டி' எதையும் சட்டை செய்யவில்லை. காலவரையற்ற உண்ணாவிரதத்தைப் பூரி சங்கராச்சாரி தொடருவார் என்று ஆர். எஸ்.எஸ். அறிவித்தது.

நாடு முழுவதும் பெரும் கலவரத்திற்குத் தூபமிட இந்த வாய்ப்பைப் பயன்படுத்திக் கொள்ள சனாதன சங்பரிவார் தயாராக உள்ளது என்பதை 'இந்தியன் எக்ஸ்பிரஸ்' நாளேடு (02.01.1967) வெளியிட்ட செய்தி உறுதிப்படுத்தியது.

அகில பாரத இந்து மகாசபைத் தலைவர் எம்.என். பானர்ஜி வெளியிட்ட அறிக்கையில், "மிகவும் மதிக்கத் தக்க சங்கராச்சாரியார் உயிருக்கு ஏதேனும் ஆபத்து ஏற்பட்டால் 1857, 1942 ஆண்டுகளில் ஏற்பட்டப் போரைவிட தீவிரமான கலவரங்கள் வெடிக்கும் என அரசாங்கத்தை எச்சரிக்கைச் செய்கிறேன்" என்று மிரட்டி இருந்தார்.

இந்து மகாசபையின் முன்னாள் தலைவர் வி.ஜி. தேஷ்பாண்டே கல்கத்தாவில் அளித்த பேட்டியில், "நாடு முழுவதிலும் தீவிரமான முறையில் ஒத்துழையாமை இயக்கத்தை துவக்குவதற்குப் 'பசு பாதுகாப்பு' இயக்கக் கமிட்டி திட்டம் தீட்டி வருகிறது" என்று குறிப்பிட்டார்.

மத்திய அமைச்சர் எஸ். கே. பாட்டீல், "பசுக்கள் கொல்லப்படுவதைத் தடை செய்வதற்கு நான் எப்பொழுதுமே ஆதரவு தந்து வந்திருக்கிறேன்" என்று தெரிவித்துள்ளார். மொரார்ஜி தேசாய், தேபர் ஆகியோரும் சங்கராச்சாரியாரின் கோரிக்கைக்கு ஆதரவு தெரிவித்து வருகின்றனர்.

பத்ரிநாத் ஜியோதிர் மட சங்கராச்சாரியும் அரசாங்கத்தை மிரட்டும் வகையில் ஜனவரி 3ஆம் தேதியிலிருந்து உண்ணாவிரதம் இருக்கப் போவதாக அறிவித்து அறிக்கை வெளியிட்டுள்ளார்.

மதுராவிலிருந்து டில்லி நோக்கி ஊர்வலம் செல்லப் போவதாக அகமதாபாத்தில் துவாரகா பீட சங்கராச்சாரி அறிவித்ததால் அவரும் இன்று டெல்லி வருகிறார்.

சிருங்கேரி சங்கராச்சாரியும் இங்கு தங்கி இருந்துகொண்டு பசுவதைத் தடையை ஆதரித்து, பூரி சங்கராச்சாரியார் நிலை பற்றிப் பெரிதுபடுத்திக்கொண்டு வருகிறார்.

சங்கராச்சாரிகளின் உண்ணாவிரதப் போராட்டத்தை இந்திராகாந்தி அரசு கண்டு கொள்ளக் கூடாது; அடிபணியக்கூடாது என்று தந்தை பெரியார் அழுத்தம் திருத்தமாக அறிக்கை வெளியிட்டார்.

சங்கராச்சாரி உண்ணாவிரதம்;
பெரியார் பதிலடி

"சங்கராச்சாரி கைது செய்யப்பட்டதைப் பெரிதாக்கி, மக்களைக் கிளப்பிவிட்டு மற்றொரு டில்லி 7ஆம் தேதி காலித்தனத்தை உண்டாக்கலாம் என்றே பார்ப்பனர்களும், அவர்களது கூலிகளும் பத்திரிகையாளர்களும், காங்கிரஸ் எதிரிகளும், ஓட்டு வேட்டைக்காரர்களும் கருதுகிறார்கள்.

இந்தச் சங்கராச்சாரிகள் யார்? ஒரு சாதாரண மனிதன் பள்ளிக் கூடத்துப் பையனால், சாதாரண பரம்பரையில் வெகு சாதாரண குடும்பத்து பிள்ளைகள் சிலர் மனிதராகி பிழைப்புக்குத் திண்டாடிய சிலர் ஒரு பரீட்சையுமில்லாமல் திடீரென்று பட்டம் சூட்டப்பட்டவர்கள், சங்கராச்சாரிகள்! பிறகு மக்களுக்குப் பூச்சாண்டி காட்டுவது போல் சங்கராச்சாரி ஆக்கி, சங்கராச்சாரி சுவாமிகள் ஆக்கி விடுகிறார்கள்."

சட்டம் மீறுதலும், உண்ணாவிரதம் முதலிய காரியங்களில் நேரிடையாக ஈடுபடுவதும், வீட்டுக்கு நெருப்பு வைக்கின்ற காலித் தனங்களுக்கு குண்டாயிசத்துக்கு எல்லாம் பங்கு பெறுவதும் ஆன காரியத்தில் ஈடுபட்ட பிறகும் சங்கராச்சாரியார் சுவாமிகள் என்று அந்த மனிதனை அழைப்பது என்றால், இது ஏமாற்று வித்தையில்லாமல் இதில் உண்மையோ யோக்கியமோ என்ன இருக்க முடியும்?

மற்றும் எனக்குத் தெரிந்த உண்மை அனுபவத்தைச் சொல்லுகிறேன். சேலத்தில் சைக்கிள் திருடி தண்டனையடைந்த ஒரு பார்ப்பனர் வடநாடு சென்று இதுபோலவே "சங்கராச்சாரி சுவாமிகள்" ஆகிவிட்டான்!

'குடியரசு' பத்திரிகையைப் பார்த்தால் இந்த 'சங்கராச்சாரி சுவாமிகள்' யார்? என்ற பெயர் சகிதம் விளக்கம் தெரியும்.

இந்த 'சங்கராச்சாரி சுவாமிகள்' என்கிற இப்போது கைது ஆக்கப்பட்ட பார்ப்பனரும், சங்கராச்சாரியாக ஆவதற்கு முன்பு

சந்திர சேகர திவேதி என்னும் பார்ப்பனராக இருந்து, பத்திரிகை ஆசிரியராய் இருந்து பிழைப்பு நடத்தி வந்து, பிறகு காசியில் ஒரு பத்திரிகைக்கு 3 ஆண்டுகள் ஆசிரியராய் இருந்து வந்தவர். எப்படியோ சங்கராச்சாரி ஆகிவிட்டார். இவர் இதற்கு முன்பும் ஒருமுறை கைது செய்யப்பட்டார்.

இப்படிப்பட்ட இவர் சட்டம் மீறினால் என்ன நடக்கும்? என்பதை அறியாதவர் என்று சொல்ல முடியாது.

மீறிவிட்டு அதுவும் தாம் பட்டினி கிடந்து, செத்தால் என்ன கேடு ஏற்பட்டு விடும் என்பது தெரியாதவரா? தான் பட்டினி கிடப்பது மூலம் மக்களுக்கு ஒரு வெறியை உண்டாக்கி, அந்த வெறி மூலம் அரசாங்கத்திற்குத் தொல்லை ஏற்படுத்தலாம் என்கிற எண்ணத்தைத் தவிர மற்றபடி இவர் பட்டினிக்கு வேறு என்ன யோக்கியமான காரணம் இருக்க முடியும்?

இவர் பட்டினிக்காக அரசாங்கம் இணங்கி விட்டால் பிறகு இந்த ஆட்சி எப்படி 45 கோடி மக்களை அடக்கி ஆள முடியும்?

சத்தியமூர்த்தி ஐயர் மிரட்டல்

அரசாங்கத்தின் சட்டத்தை மீறி அரசாங்கத்திற்குத் தொல்லை கொடுப்பதானால், அதாவது அரசாங்கத்திற்குத் தொல்லை கொடுப்பதற்காகவே அதுவும் அரசாங்கத்தைக் கவிழ்ப்பதற்காகவே இப்படிப்பட்ட கீழ்த்தரமான காரியங்களை யார் செய்வ தானாலும் ஒரு காலத்தில் அதாவது ஆச்சாரியார் புகுத்திய கட்டாய இந்திக்கு எதிர்ப்பு நடத்தியபோது, சத்தியமூர்த்தி அய்யர், இந்தி எதிர்ப்பாளர்களைக் குறிப்பாக என்னையே ட்ரீஸன் (Treason) என்னும் குற்றம்சாட்டி, சுட்டுக் கொல்ல வேண்டும் என்று சொன்னது போல், அரசாங்கம் காரியம் செய்ய வேண்டும் என்று கூறுகிறார்களா?

அதுவும் என்னுடைய உயிரையும் தூசாக நினைத்துச் சொல்லத் தோன்றுகிறது.

இந்த மாதிரி பார்ப்பனர் விளம்பரம் மூலமாய் அல்லாமல், வேறு ஒரு தனி யோக்கியதை இல்லாமல் தனது விளம்பரத்தைப் பயன் படுத்தியே ஒரு அரசாங்கத்தை, அதுவும் ஜனநாயக ஆட்சியை காலித்தனங்களின் மூலம் குண்டாயிசத்தின் மூலம் கவிழ்த்து விட்டு, இப்படிப்பட்ட காலிகள் கைக்கே ஆட்சியைச் செலுத்துவதா?

காந்தியை இந்தக் கூட்டம்தானே கொன்று தீர்த்தது. அந்த துணிச்சலில்தானே காமராசரைக் கொல்வதற்கு அவர் தூங்கும் போது அவரது வீட்டிற்கு நெருப்பு வைத்தது. நெருப்பு வைத்த

கொலைகாரத்தனத்தை மறைக்க மக்களின் ஆத்திரத்தை வேறு வழியில் திருப்புவதற்காக இந்த 'உண்ணா விரத' (பட்டினி) வித்தை காட்டப்பட்டு இக்கிறது என்பதல்லாமல் இதில் யோக்கியமான காரணம் எதுவும் காண முடியவில்லை.

இந்தக் கூட்டத்தினர் மற்றும் வேறு பல வழிகளில் எத்தனைதான் பித்தலாட்டங்கள் செய்தபோதிலும் அவை காமராசரைக் கொலை செய்ய முயற்சித்ததை மறைக்கத் தக்க காரியமாக ஆக முடியுமா? இந்தக் கொலை முயற்சிக்கு 100 சங்கராச்சாரி, 1000 சாதுக்கள், 1000 பார்ப்பனர்கள் பட்டினி கிடந்து செத்தாலும் மறைக்கத்தக்கதான முயற்சி ஆகப்போவதில்லை. இது காந்தி கொலையைப் போல் எளிதில் மறைத்து விடக்கூடியதல்ல.

தந்தை பெரியார் கூறியது போல, இந்திரா காந்தி அரசு சங்பரிவாரங்களுக்கு அடிபணியவில்லை. வேறு வழியின்றி சங்கராச்சாரியார் உண்ணா விரதப் போராட்டத்தைக் கைவிட்டார்.

மாட்டு அரசியல் பின்னணி

ஆர்.எஸ்.எஸ். -இன் மாட்டு அரசியல் பின்னணி குறித்து ஆராய ஆர்.எஸ்.எஸ். தலைவராக 33 ஆண்டுகள் பதவி வகித்த குருஜி கோல்வால்கர் 'பசுவதைப் பற்றி'க் கூறியதைப் பார்ப்போம்.

"வெளிநாட்டு ஊடுருவல்காரர்களால் தொடங்கி வைக்கப்பட்டது. மக்களை அடிமைகளாக்கச் சிறந்த வழி எதுவென்று யோசித்து, இந்துக்களின் சுயமரியாதை அடையாளங்கள் அனைத்தையும் அழிப்பது என்கிற அளவுக்கு வந்தார்கள். மதமாற்றம், கோவில்கள் மற்றும் மடங்களை இடிப்பது போன்ற பல காட்டுமிராண்டி வேலைகளில் இறங்கினார்கள். அந்த வகையில் பசுவதையும் துவங்கியது."

இந்த பசுவதை நமது நாட்டில் எப்படி ஆரம்பம் ஆனது? என்ற கேள்விக்கு கோல்வால்கர் அளித்த பதில், "இந்தியாவுக்குள் முஸ்லிம்கள் வந்த பிறகே பசுவதைத் தொடங்கியதாகவும், அதற்கு கால்கோள் விழாச் செய்தவர்கள் அவர்கள்தான்" என்றும் கூறுகிறார்.

இன்னொரு கேள்விக்கு பதில் அளிக்கும் போதும், "முகம்மதியர்கள் இதைத் துவக்கி வைத்தார்கள். பிரிட்டிஷ்காரர்கள் இதைத் தொடர்கிறார்கள்" என்று குறிப்பிட்டுள்ளார்.

இவையெல்லாம் ஆர்.எஸ்.எஸ். -இன் வேத புத்தகமாகக் கருதப்படுகின்ற கோல்வால்கரின் 'சிந்தனைக் கொத்து' நூலில் இடம் பெற்றிருக்கின்றன.

பசுவின் புனிதம்

வரலாற்று ஆய்வறிஞர் டி.என். ஜா, 2001இல் 'இந்தியாவில் பசுவின் புனிதம் (Holy Cow in India)' என்ற நூலை வெளியிட்டார். புது தில்லியில் வெளியிடப்பட்ட இந்த நூல் ஆர்.எஸ்.எஸ். சனாதன சங்பரிவாரங்களின் எதிர்ப்பால் இந்தியாவில் தடை செய்யப் பட்டது.

மீண்டும் 2002இல் 'புனிதப் பசுவின் புனை கதை (The Myths of the Holy Cow)' என்ற பெயரில் லண்டனில் அதே நூலை வெளியிட்டார். இந்த நூலை வெளியிடக் கூடாது என்று எழுந்த அச்சுறுத்தல்கள் பற்றி முன்னுரையில் எழுதி உள்ள நூலாசிரியர் டி. என். ஜா, இந்தப் புத்தகத்தை எரித்துச் சாம்பலாக்க வேண்டும் என்று இந்திய அரசு கருதியது என்று சுட்டிக்காட்டி இருக்கிறார்.

இந்த நூலை இந்தியா தடை செய்திருந்த கால கட்டத்தில், சிங்கப்பூர் சென்றிருந்த திராவிடர் கழகத் தலைவர் ஆசிரியர் கி. வீரமணி அவர்கள் 19.11.2002இல் அங்கு இதனை வாங்கி திராவிடர் இயக்க வெளியீடாக டாக்டர் ப. காளிமுத்து அவர்கள் மூலம் மொழிபெயர்த்து 'மதவெறியும் மாட்டுக்கறியும்' என்ற நூலாக 2015இல் வெளியிட்டு இருக்கிறார்.

"மாட்டிறைச்சியை உண்ணக் கூடாது. பசு புனிதமானது. அதைக் காப்பாற்ற வேண்டும்" என்று இந்துத்துவவாதிகள் இஸ்லாமியர்கள், தலித் மக்கள் மீது தொடர்ந்து தாக்குதல் நடத்தி வரும் இந்த நேரத்தில் 'புனிதப் பசுவின் புனைக் கதை' பற்றியும் தெரிந்துகொள்ள திராவிடர் இயக்க வெளியீடு உதவியாக இருக்கிறது.

இனி டி.என். ஜா நூலிலிருந்து சில பகுதிகள்:-

முன்னுரை:

ஒரு நூற்றாண்டுக்கும் மேலாக இந்துத்துவவாதிகள் 'இந்தியப் பசுவைப் புனிதமானதென வாதிட்டு வருகின்றனர். அரசியல் அரங்கிலும் இக்கருத்தை வலிந்து திணித்து வருகின்றனர். தங்களின் முன்னோர்களாகிய 'வேதகாலத்து இந்தியர்கள்' (ஆரியப் பார்ப்பனர்கள்) பசுவின் இறைச்சியை உண்ணவில்லையே? என்றும் அவர்கள் கூறி வருகின்றனர். முஸ்லிம்கள் இந்தியாவுக்குள் நுழைந்தபோதுதான் மாட்டிறைச்சி உண்ணும் பழக்கம் வந்தது என்றும், இஸ்லாமியர்களை அடையாளப் படுத்துவதே மாட்டிறைச்சிப் பழக்கம்தான் என்றும் அவர்கள் வாதிட்டு வருகின்றனர். இந்தப் புத்தகம் இக்கருத்தை மறுக்கிறது.

பசு புனிதமானது எனும் கருத்தே ஒரு புனைந்துரை; தொன்மைக் காலத்து இந்தியர்கள் உணவு முறையில் பசுவின் இறைச்சி தலையாய இடம் பெற்றிருந்தது என்பதை இந்து மத நூல்களே எடுத்துக் கூறுகின்றன.

வேதகால ஆரியர்கள்

வேதகால ஆரியர்கள் கி.மு. இரண்டாயிரம் ஆண்டுகளுக்கு முன்னர் இந்தியாவுக்குள் நுழைந்தார்கள். அவர்கள் வரும்போதே அவர்களுடன் ஆடு, மாடுகள், மத நம்பிக்கைகள், கால்நடைகளைப் பலி இடுதல் (இது அவர்களுடைய உணவுப் பழக்கத்துடன் தொடர்புடையது) முதலான பழக்க வழக்கங்களோடுதான் வந்தார்கள்.

வேதப் புத்தகங்கள், கால்நடைகள், குதிரைகள், செம்மறியாடுகள், வெள்ளாடுகள், பன்றிகள் முதலான விலங்குகளை ஆரியர்கள் பலியிட்டனர் என்று பல்வேறு இடங்களில் திரும்பத் திரும்பக் கூறுகின்றன. கடவுளர்களுக்குப் பலியிடப்பட்ட விலங்குகளின் இறைச்சியையே அவர்கள் விரும்பி உண்டனர்.

வேதக் கடவுள்களில் பெரியவனான இந்திரன், "அவர்கள் எனக்கு 35 காளைகளைக் கொன்று சமைத்துப் போட்டார்கள்" என்று ஓரிடத்தில் கூறுகிறான். பிற இடங்களில் காளைகள் 100, எருமைகள் அல்லது 300 எருமைகள் அல்லது ஆயிரம் எருமைகளை நெருப்பில் பொறித்து அவனுக்குப் படைத்தாக ரிக் வேதம் கூறுகிறது.

கால்நடைகளின் இறைச்சியை இந்திரன் வெறுத்ததாக ரிக் வேதத்தில் எந்தக் குறிப்பும் இல்லை. அதே நேரத்தில் இந்திரன் குதிரைகள், மாடுகள், காளைகள், கன்று ஈனாத பசுக்கள், செம்மறி ஆடுகள் இவற்றின் இறைச்சியை விரும்பி உண்டதாக ரிக் வேதம் கூறுகிறது. இவற்றுடன் அவன் 'சோம பானம்' சுவைத்துக் குடித்தான்.

வேதக் கடவுளரின் உணவுப் பழக்கத்தில் பெரிய மாறுதல் ஏதும் இல்லை. பால், வெண்ணெய், பார்லி, காளைகள், வெள்ளாடுகள், செம்மறியாடுகள் ஆகியவையே அவர்களின் முறையான உணவுப் பழக்கமாக இருந்தது என்று ரிக் வேதம் கூறுகிறது.

திருமண விழாக்களின் போதும் பசுமாடுகள் பலியிடப்பட்டன என்று ஆள்வோர் அல்லது மதிப்புக்குரியோர் எவரேனும் வந்தால் மக்கள் அவர்களுக்கு மாட்டிறைச்சி, பசுவின் இறைச்சி விருந்தளிப்பார்கள் என்று கூறுகிறது.

மிகவும் மதித்துப் போற்றப்பட்ட ரிஷிகளான 'மிதிலா, யக்ஞவல்கியா ஆகியோருக்கு மிகவும் பிடித்தமான உணவு மாட்டிறைச்சி ஆகும்.

மாட்டிறைச்சி மென்மையாக இருக்கும் வரை அதனைத் தொடர்ந்து விடாமல் நான் உண்பேன்' என்று யக்ஞயவல்கியா கூறுகிறார்.

வேதகாலத்து ஆரியர்கள் புனிதமானது எனப் பலியிடப்பட்ட மாட்டிறைச்சியை உண்டார்களா? இல்லையா? என்பதைவிட, இதன் மையக் கருத்து என்னவெனில் கால்நடைகள், குறிப்பாகப் பசு மாடுகள் வேத காலத்திலும் அதற்கு முந்திய நூற்றாண்டு களிலும் புனிதமானவையாக ஒருபோதும் கருதப்படவில்லை என்பதுதான் பசு மாடுகள் புனிதமானவையல்ல என்பதோடு, அவை கொல்லப்படும்போது மக்களுக்கும், புரோகிதர்களுக்கும் உணவாகப் பயன்பட்டன.

'சாதபாதா பிரமணா' என்ற ஆரியரின் தரும நூல் 'மாட்டிறைச்சியே மிகச் சிறந்த உணவு' என்று தெளிவாகக் கூறுகிறது.

தொல்லியல் சான்றுகள்

பசு மாடுகள் உள்ளிட்ட கால்நடைகளைக் கொன்ற பழக்கம் தொன்மைக் காலத்தில் இருந்ததைத் தொல்லியல் துறை அறிஞர்கள் உறுதி செய்கின்றனர்.

எச்.டி. சங்காலியா எனும் அறிஞர் பத்தாயிரம் ஆண்டுகளுக்கு முற்பட்ட பசுமாடுகளின் - காளைகளின் எலும்புகள் அதிக அளவில் ஆற்றுப்படுகைகளில் கண்டு எடுக்கப்பட்டுள்ளன என்றும், வேறு எவ்வகை விலங்கின எலும்புகள் இவ்வளவு கிடைக்கவில்லை என்றும் கூறுகிறார்.

தொன்மைக்கால மனிதன் உணவுக்காக இவற்றை வேட்டையாடினான். அரப்பா நாகரிக மக்களும் கால்நடைகளின் இறைச்சியை உண்டதற்கான சான்றுகள் அகழ்வாய்வில் கிடைத்துள்ளன. ஆரியக் குடியிருப்புகள் அமைந்திருந்த கங்கைச் சமவெளிகளில் எருமை, செம்மறி ஆடுகள், வெள்ளாடுகள், பன்றிகள், யானைகள், பசுமாடுகள் முதலியவற்றின் எலும்புகள் நிறையக் கிடைத்துள்ளன. இவற்றில் வெட்டப்பட்ட அடையாளங்கள் இருக்கின்றன.

மாட்டிறைச்சி உண்ணும் பழக்கம் வேத காலத்து இடங்களான வட இந்தியாவில் உத்திரப்பிரதேசத்தின் மேற்குப் பகுதி, அரியானா, பஞ்சாப், ராஜஸ்தான் ஆகிய இடங்களில் இருந்துள்ளது என்பதற்குத் தொல்லியல் துறையின் ஆய்வுகள் சான்று அளிக்கின்றன. இதனால் வேதங்களில் சொல்லப்பட்ட செய்திகளும் தொல்லியல் துறையின் அகழ்வு ஆய்வுச் சான்றுகளும் ஒத்துப் போகின்றன என்பது தெளிவாகிறது.

இதனால் மாட்டு இறைச்சியை ஆரியர்கள் உணவுப் பழக்கமாகக் கொண்டிருந்தனர் என்பது உண்மை என நிறுவப்பட்டுள்ளது.

65
பௌத்தத்தை அழித்த பார்ப்பனீயம்

டாக்டர் அம்பேத்கர் 1948இல் எழுதிய நூல் 'தீண்டப்படாதார் (The Untouchables)' யார் அவர்கள்? எப்படி அவர்கள் தீண்டப்படாதார் ஆனார்கள்? என்று ஆய்வு செய்து எழுதிய அந்நூலில் மாட்டுக்கறி உணவுக்கும், தீண்டாமைக்கும் இடையில் வலிந்து செய்யப்பட்ட உறவை வரலாற்று ஆவணங்களுடன் விளக்குகிறார்.

அண்ணல் அம்பேத்கரின் பார்வையில் தீண்டாமைக்கு மூல காரணங்கள் இரண்டு. ஒன்று தீண்டப்படாதார் எனப்பட்டோர் வெற்றி கொள்ளப்பட்டு, சிதறடிக்கப்பட்டிருந்த (Broken Men) ஆதிவாசி குழு மக்கள், அவர்கள் பௌத்தர்களாகவும் இருந்தது. இது வடநாட்டு நிலைமை.

தென்னாட்டில் சமணர்களே அதிகம். எனவே, அவர்கள் பௌத்தர்கள் - சமணர்களாக இருந்தார்கள் என்று நாம் கொள்ளலாம்.

இரண்டாவதாக அம்பேத்கர் கூறுவது, தீண்டப்படாதார் மாட்டுக்கறி புசிப்பவர்களாக இருந்தார்கள்.

இந்த இரு காரணங்களைக் கொண்டே தீண்டாமையை அவர்களின்பால் திணித்தார்கள். வெற்றி கொண்ட ஆதிவாசி குழு மக்கள் என்றார் அம்பேத்கர்.

இதைத் தொடர்ந்து வேறு சில கேள்விகளை அவர் எழுப்புகிறார். இந்துக்கள் மாட்டுக்கறி சாப்பிட்டதே இல்லையா? பிராமணரல்லாதார் ஏன் அதை நிறுத்தினார்கள்? பிராமணர்கள் ஏன் அதை நிறுத்தினார்கள்?

மாட்டுக்கறி சாப்பிடுகிறவர்கள் ஏன் தீண்டப்படாதார் என ஆக்கப்பட்டார்கள்? இவற்றிற்கு அம்பேத்கர் கூறியுள்ள பதில்கள் ஆழமானவை.

தர்ம சாஸ்திரங்கள் எனப்பட்ட தொன்மையான நூல்களிலிருந்து அந்தக் காலத்தில் வேத மதத்தவர் மாட்டுக்கறி புசிக்கும் வழக்கம் கொண்டிருந்ததை ஆதாரப்பூர்வமாக எடுத்துக் காட்டி இருக்கிறார் அம்பேத்கர்.

இனி தீண்டப்படாதார் நூலிலிருந்து அம்பேத்கர் கருத்துகளைப் பார்ப்போம்.

வேதகால ஆரியர்கள்

ஆரியர்கள் ஒருபுறம் பசுவை வணங்கினாலும், இன்னொருபுறம் உணவுக்காகப் பசுவைக் கொல்வதற்கு அவர்கள் எப்போதும் தயங்கியதில்லை. அதுவும் பசு புனிதமானது என்பதற்காகவே அது கொல்லப்பட்டது என்பதில் ஐயமில்லை. இதைப்பற்றி அறிஞர் கானே பின்வருமாறு கூறுகிறார்.

"வேத காலத்தில் பசு புனிதமானதாகவே கருதப்பட்டு வந்தது. பசுவின் இந்தப் புனிதத் தன்மை காரணமாகவே அதன் இறைச்சியை உண்ண வேண்டும் என்று வாஜசனேயி சம்கிதையில் வற்புறுத்தப் பட்டுள்ளது."

ரிக் வேத கால ஆரியர்கள் உணவுக்காகப் பசுக்களைக் கொன்றார்கள். அவற்றின் இறைச்சியை அவர்கள் விரும்பி உண்டார்கள் என்பதை ரிக் வேதம் நமக்குத் தெளிவாகத் தெரிவிக்கிறது. ரிக் வேதத்தில் (X86.14) இந்திரன் கூறுகிறான், "அவர்கள் மொத்தம் பதினைந்து பசுமாடுகளையும், இருபது காளைமாடுகளையும் சமையல் செய்தார்கள்.

அக்னிக்காகக் குதிரைகளும், எருதுகளும், காளைகளும், கன்று ஈனாப் பசுக்களும் ஆட்டுக் கிடாய்களும் பலியிடப்பட்டன" என்று ரிக் வேதம் (X91.14) கூறுகிறது. வாள் அல்லது கோடாரிகளைக் கொண்டு பசுவை வெட்டிக் கொன்றதாக ரிக் வேதம் (X72.6) கூறுகிறது.

இறந்தவரின் உடலை அடக்கம் செய்யும் வினை முறைகளைப் பற்றி ஆரியரின் தர்ம சாஸ்திரம் கூறுவது வருமாறு:-

"பசுவின் இரைப்பை, குடல் ஆகியவற்றை வெளியே எடுத்து இறந்துபோனவரின் தலையையும், வாயையும் அவற்றைக் கொண்டு மூட வேண்டும். அப்போது பசுக்களிடமிருந்து தோன்றும் அக்னியிடம் இருந்து உன்னைக் காக்கும் கவசமாக இது விளங்கட்டும்." (ரிக் வேதம் X16.7) என்று சொல்ல வேண்டும்.

பௌத்த இலக்கியங்கள்

வேதகாலத்தில் பசுக்கொலை மிகப் பயங்கரமான நிலையை எட்டியிருந்தது. மதத்தின் பெயரால் பார்ப்பனர் எத்தனை ஆயிரம் பசுமாடுகளைக் கொன்று குவித்தார்கள் என்பதற்கு கணக்கே இல்லை. இந்தக் கொலை எந்த அளவுக்கு நடைபெற்றிருக்கிறது

என்பதைப் பௌத்த இலக்கியங்களில் காணப்படுகின்ற திகிலூட்டும் விளக்கங்களில் இருந்து தெரிந்து கொள்ளலாம்.

“குததாந்தா” என்ற பார்ப்பனருக்கு விலங்குகள் பலியிடப்படும் கோரக் கொலையைக் ‘குததாந்தர்’ சூத்திரம் மூலம் புத்தர் உள்ளம் உருக எடுத்து உரைக்கிறார்.

தன்னைத் திருத்தி நல்வழிக்கே கொண்டு வந்தமைக்காக ‘குததாந்தா’ புத்தருக்கு நன்றி தெரிவித்துவிட்டுப் பார்ப்பனர் நடத்தும் வேள்விகளில் விலங்குகள் எவ்வளவு கொடுமையான முறையில் பெரும் எண்ணிக்கையில் பலியிடப்படுகின்றன என்பதை விளக்கிய பிறகு பின் வருமாறு கூறுகிறார்:

“வணங்குதற்குரிய புத்தரையும், அவரது கோட்பாட்டையும், கட்டளைகளையும் என் வழிகாட்டியாக ஏற்கிறேன். அவர் என்னைத் தம் சீடராக ஏற்றுக் கொண்டால் என் இறுதி நாள் வரை அவரை என் ஆசானாகப் பின்பற்றுவேன்.”

“ஓ! கவுதமரே! நான் 700 காளைகளையும், 700 விதையடிக்கப்பட்ட எருதுகளையும், 700 இளம் பசுக்களையும், 700 வெள்ளாடுகளையும், 700 செம்மறி ஆடுகளையும் விடுவிப்பேன். அவற்றிற்கு உயிர்ப்பிச்சை அளிப்பேன். அவை பசும் புல்லை மேயட்டும், தெளிந்த நீரைப் பருகட்டும்!”

“கோசலை மன்னர் பசனதி என்பவன் நடத்திய ஒரு வேள்வியில் 500 காளைகளையும், 500 கன்றுக் குட்டிகளையும், எண்ணில் அடங்கா கன்று ஈனாத இளம் பசுக்களையும், வெள்ளாடுகளையும், செம்மறி ஆடுகளையும் அந்த மன்னர் பலி கொடுத்ததாக ‘சம்யுத நிகத்தில்’ (111.19) கூறப்படுகின்றது.

இந்துக்கள் - பார்ப்பனர்களாயினும், பார்ப்பனரல்லாதவர் ஆகினும் சரி, ஒரு காலத்தில் புலால் உண்பவர்களாக - அதிலும் மாட்டிறைச்சி உண்பவர்களாக இருந்து வந்தனர் என்பது தெளிவு,” என்று டாக்டர் அம்பேத்கர் தெளிவாக எடுத்து உரைத்துள்ளார். அப்படியானால், பார்ப்பனரல்லாதோர் மாட்டிறைச்சி உண்பதை ஏன் கைவிட்டார்கள்? என்பதற்கும் அம்பேத்கர் தனது நூலில் விளக்கம் அளிக்கிறார்.

“இதற்கு ஏதேனும் ஒரு காரணம் இருந்தாக வேண்டும். இதில் பார்ப்பனர்களைப் பின்பற்ற வேண்டும் என்ற ஆர்வமே மாட்டிறைச்சி உண்பதைப் பார்ப்பனரல்லாதோர் கைவிட்டதற்கும் காரணம் என எனக்குத் தோன்றுகிறது.

பிரெஞ்சு ஆசிரியர் காபிரியேல் டார்டே குறிப்பிடுவதைப் போல், மேல்தட்டு வகுப்பினரின் பழக்க வழக்கங்களைக் கீழ்த்தட்டு வகுப்பினர் பிறபற்றுவதன் மூலமே ஒரு சமுதாயத்தில் பண்பாடு பரவுகிறது. கீழே உள்ள வகுப்பினர் எப்போதுமே மேலே உள்ள வகுப்பினரைப் பின்பற்றுவது மிக இயற்கையான ஒன்றுதான்.

தங்களைவிட உயர்ந்தவர்கள் எனக் கருதும் பார்ப்பனரைப் பல வழிகளில் பின்பற்றும் பார்ப்பனரல்லாதோரின் பழக்கமே பசு வழிபாடு பரவுவதற்கும், மாட்டிறைச்சி உண்பதை அவர்கள் விட்டதற்கும் காரணமாக இருந்திருப்பதைக் காண்கிறோம்.

மாட்டிறைச்சி உண்பவர்களாக இருந்த பார்ப்பனர்கள் அதனைக் கைவிட்டதும், காய்கறி உண்பர்களாக மாறியதும் புரட்சி தான் வியப்பிற்கு உரியது."

மனுதருமம் கூறுவது என்ன?

மனுதருமத்தை உயர்த்திப் பிடிக்கும் சனாதன சங்பரிவாரங்கள் மாட்டிறைச்சி உண்ணுவது இந்து மதத்திற்கு எதிரானது என்று கட்டமைக்கிறார்கள்! அவர்கள் முகத்தில் அறைவது போல டாக்டர் அம்பேத்கர் மனுதருமம் பசுவை எப்படி பாவிக்கிறது? என்பதையும் எடுத்துரைக்கிறார்.

"தெய்வங்களுக்கோ, முன்னோர்களின் ஆவிகளுக்கோ படையல் இட்டு வழிபாடு செய்யும்போது, விலங்கைத் தானே கொன்றோ அல்லது மற்றவர்களிடமிருந்து பரிசாகப் பெற்றோ அந்த விலங்கின் இறைச்சியை உண்பது தவறில்லை." *(மனு: V.32)*

"வேதத்தின் உண்மையான பொருளை அறிந்தவனாகிய இரு பிறப்பாளன் (பிராமணர்) இந்த நோக்கங்களுக்காக ஒரு விலங்கைக் கொன்றால், அவனும் அந்த விலங்கும் நற்கதி அடைவார்கள்" *(மனு: V.42)*

மனு இத்துடன் நிற்கவில்லை. மேலும் ஒரு படி மேலே சென்று புலால் உண்பதைக் கட்டாயப்படுத்துகிறார்.

"ஒரு புனிதச் சடங்கில் உரிய முறையில் ஈடுபட்டிருப்பவன். அதாவது அதை முன்னின்று நடத்துபவன் அல்லது அந்தச் சடங்கில் விருந்துண்பவன், இறைச்சி உண்ண மறுத்தால் 21 பிறவிகளில் ஒரு விலங்காகவே அவன் இருந்து வருவான்." *(மனு V.25)*

இதனால் புலால் உண்பதை மனு தடை செய்யவில்லை என்பது தெளிவு. அது மட்டுமல்ல, பசுவதையையும் மனு ஸ்மிருதி தடை செய்யவில்லை. மேலும் பசுவை ஒரு புனிதமான விலங்காக மனு

கருதவில்லை. மாறாக பசுவை அவர் தூய்மையற்ற விலங்காகவே கருதினார். அதனைத் தொட்டால் தீட்டு ஏற்பட்டுவிடும் என்றும் மனு கூறுகிறார்.

மாட்டிறைச்சி உண்பதை மனு எவ்விடத்திலும் தடை செய்யவில்லை என்பதைக் காட்டும் பல சூத்திரங்கள் மனு தருமத்தில் இருக்கின்றன. சான்றாக, இயல் 111.3 ஐக் குறிப்பிடலாம். மேலும், பசுவதையை மனு ஒரு குற்றமாகக் கருதவில்லை.

இவ்வாறு மனுதருமம் மாட்டிறைச்சி பற்றி கூறுவதை மறுக்க முடியாத தருக்கவாதமாக அம்பேத்கர் முன் வைக்கிறார். மனு தருமத்தை மீறி ஆரியர்கள் மாட்டிறைச்சி புசிப்பதை ஏன் கைவிட்டார்கள் என்பதற்கும் அம்பேத்கர் காரணங்களைப் பட்டியலிடுகிறார்.

பார்ப்பனர் தந்திரம்

ஒரு தந்திரோபாயமாகவே பார்ப்பனர் மாட்டிறைச்சி உண்பதைக் கைவிட்டுப் பசுவை வழிபடத் தொடங்குகிறார்கள் என்று என் மனதிற்குப் படுகிறது.

பார்ப்பனர்கள் ஏன் திடீரென்று பசுவை வணங்கத் தொடங்கினார்கள்? என்ற புதிருக்கான விடையைப் புத்த மதத்திற்கும் பார்ப்பனியத்திற்கும் இடையே நடைபெற்ற போராட்டத்தில் காணலாம்.

புத்த மதத்தின் மீது தனது மேலாதிக்கத்தை நிலைநாட்டும் ஒரு சாதனமாகவே பார்ப்பனியம் பசு வழிபாட்டை மேற் கொண்டது எனலாம், பௌத்தத்திற்கும் பார்ப்பனியத்திற்கும் இடையே நடைபெற்ற போராட்டம் இந்திய வரலாற்றில் குறிப்பிடத்தக்க ஒரு திருப்புமுனையாகும், இந்த உண்மையைப் புரிந்து கொள்ளாமல் இந்திய வரலாற்று மாணவர்கள் தவறவிட்டு விட்டனர்.

பார்ப்பனியமும் பௌத்தமும் தத்தமது மேலாதிக்கத்தை நிலைநாட்டுவதற்கு நடத்தி வந்த போராட்டத்தையும் ஏறக்குறைய 400 ஆண்டுக்காலம் நீடித்த இந்தப் போராட்டம் இந்தியாவின் மதத்திலும் சமுதாயத்திலும் அரசியலிலும் அழிக்க முடியாத முத்திரைகளைப் பதித்ததையும் இவர்கள் அறியத் தவறி விட்டார்கள் என்றே சொல்ல வேண்டும்.

புத்தமதம் ஒரு காலத்தில் இந்திய மக்களில் பெரும்பான்மையினரின் மதமாக இருந்து வந்தது. பல நூற்றாண்டுக் காலம் மக்களின் மதமாக அது தொடர்ந்து நீடித்து வந்தது. வேறு எந்த மதமும் இதற்கு முன்னர் செய்திராத வகையில் பௌத்தம் பார்ப்பனியத்தை எல்லாப் பக்கங்களிலும் தாக்கி வந்தது, அதனால் அக்காலத்தில் பார்ப்பனியம் தேய்ந்து வந்தது,

அவ்வாறு அது இறங்கு முகத்தில் இல்லை யென்றாலும் தன்னைத் தற்காத்துக் கொள்ள வேண்டிய நிலையில் இருந்தது. புத்த மதம் மிக விரைவாகப் பரவி வந்ததன் விளைவாகப் பார்ப்பனர்கள் அரசவையிலும் மக்களிடையிலும் தங்கள் அதிகாரத்தையும் செல்வாக்கையும் இழந்து வந்தனர். புத்த மதத்திடம் தாங்கள் அடைந்த தோல்வியால் பார்ப்பனர் உள்ளுக்குள் கனன்று கொண்டு இருந்தனர்; பொருமிக் கொண்டிருந்தனர்.

தாங்கள் இழந்த அதிகாரத்தையும் செல்வாக்கையும் மீட்பதற்குப் பார்ப்பனர்கள் அனைத்து முயற்சிகளையும் மேற்கொண்டனர். புத்த மதம் மக்கள் மனதில் ஆழமான தாக்கத்தை ஏற்படுத்தி அவர் களிடம் மிகுந்த செல்வாக்கு பெற்றிருந்தது.

இந்த நிலையில் பௌத்தர்களின் வழி முறைகளைக் கைகொள்ளும் பௌத்தக் கோட்பாடுகளைத் தீவிரமாகப் பின்பற்றியும் பௌத்தர்களை எதிர்த்துப் போராடுவதைத் தவிர பார்ப்பனர்களுக்கு வேறு வழி ஏதும் இருக்கவில்லை.

புத்தரின் மறைவுக்குப் பின். அவரைப் பின்பற்றியவர்கள் அவருக்குச் சிலை வைப்பதிலும், தூண்கள் நிறுவுவதிலும் தீவிரமாக ஈடுபட்டனர். பார்ப்பனர்களும் அவர்களைப் பின்பற்றிப் பல கோவில்களைக் கட்டினர். அவற்றில் சிவன், விஷ்ணு. இராமன், கிருஷ்ணன் போன்ற சிலைகளை வைத்தனர். புத்தரின் உருவ வழிபாட்டால் ஈர்க்கப்பட்ட பெருந்திரளான மக்களைத் தங்கள் பக்கம் இழுப்பதற்காகவே இவற்றையெல்லாம் பார்ப்பனர்கள் செய்தனர்.

பார்ப்பனியத்தில் இதற்கு முன்னர் இடம் பெற்றிருந்த கோவில்களும் சிலைகளும் இவ்வாறுதான் இந்து மதத்தில் நுழைந்தன.

வேள்விகளையும் விலங்குகளைப் பலியிடுதலையும் குறிப்பாகப் பசு மாடுகளைப் பலியிடுதலையும் கொண்ட பார்ப்பனிய மதக் கோட்பாடுகளைப் பௌத்தர்கள் ஏற்க மறுத்துப் புறந்தள்ளினர்.

பசுவதையைப் பௌத்தர்கள் கண்டித்தது மக்களைப் பெரிதும் கவர்ந்தது. அதிலும் குறிப்பாக அவர்கள் வேளாண் குடிமக்களாக இருந்ததும். அவர்களுக்குப் பசு மிகவும் பயனுள்ள விலங்காக இருந்ததும் இதற்குச் சிறப்பான காரணமாக அமைந்தது.

அக்காலத்தில் பார்ப்பனர் வீட்டிற்கு யாரேனும் விருந்தினர் வந்தால் பசுவைக் கொன்று பார்ப்பனர் அவருக்கு விருந்து வைத்தனர். இதனால் ‘பசுக்களைக் கொல்பவர்கள் பார்ப்பனர்கள்’ என்று மக்கள் பார்ப்பனரை வெறுத்து வந்தனர்.

இத்தகைய இக்கட்டான நிலையில் பௌத்தர்களுக்கு எதிராகத் தங்கள் நிலைமையை மேம்படுத்திக் கொள்ள பார்ப்பனர்களுக்கு வேறு வழி இல்லாமல் போகவே 'யக்ஞத்தை' நிறுத்தினார்கள்; பசுவைக் கொல்வதை முற்றிலும் கை விட்டனர்.

மாட்டிறைச்சி உண்பதைப் பார்ப்பனர் நிறுத்தியதன் நோக்கம் பௌத்த பிட்சுக்களிடமிருந்து மேலாதிக்கத்தைக் கைப்பற்றுவதே என்பது பார்ப்பனர் சைவ உணவுக்கு மாறியதிலிருந்து தெளிவாகத் தெரிகிறது. பார்ப்பனர் சைவ உணவுக்கு மாறவில்லையென்றால், தங்களுடைய எதிராளிகளிடமிருந்து அதாவது புத்த மதத்திடமிருந்து தாங்கள் இழந்த செல்வாக்கை மீட்க முடியாது.

புத்த மதத்துடன் ஒப்பிடும்போது பார்ப்பனியம் பொது மக்களின் நன்மதிப்பை இழக்கக் காரணமாக இருந்த செயல் பார்ப்பனர் விலங்குகளைப் பலியிட்டமையே ஆகும்.

விலங்குகளைப் பலியிட்டு உண்பது பார்ப்பனியத்தின் அடிப்படைக் கொள்கையாக இருக்கிறது. அதே நேரத்தில் புத்த மதம் இதைக் கடுமையாக எதிர்த்தது.

எனவே வேளாண்மையை அடிப்படைத் தொழிலாகக் கொண்ட பெரும்பான்மை மக்களிடையே புத்த மதம் மதிப்புப் பெற்று இருந்ததும், பசுக்கள், எருதுகள் உள்பட விலங்குகளைக் கொன்று குவிக்கும் பார்ப்பனியத்திடம் அவர்கள் வெறுப்பைக் காட்டியதும் முற்றிலும் இயல்பே.

இத்தகைய நிலைமையில் பார்ப்பனர் தாங்கள் இழந்த செல்வாக்கை எவ்வாறு மீட்க முடியும்? இறைச்சி உண்பதைக் கைவிடுவதன் மூலமும் மரக்கறி உணவு உண்பவர்களாக மாறுவதன் மூலம்தான் இதைச் சாதிக்க முடியும்.

பார்ப்பனர்கள் சைவ உணவுக்கு மாறியதன் நோக்கமே இதுதான்.

பௌத்த பிட்சுகளின் மேலாதிக்கத்திற்கு முடிவு கட்டும் பொருட்டுப் பார்ப்பனர்கள் தங்களது வேத மதத்தின் கட்டளையை மீற வேண்டியதாயிற்று.

புத்த மதத்திற்கும் பார்ப்பனியத்திற்கும் இடையே நடைபெற்ற போராட்டத்தின் விளைவே 'பசு வழிபாடு' என்ற முடிவிற்கு நாம் வர வேண்டியதாக இருக்கிறது.

பார்ப்பனர் தாங்கள் இழந்துவிட்ட செல்வாக்கை மீண்டும் பெறுவதற்கு மேற்கொண்ட வழிதான் இது! அதாவது பசுவைப் புனிதமாக்கி அதனை வழிபடும் முறையைப் பார்ப்பனர் நுழைத்தனர்.

மாட்டிறைச்சி உண்பதை முற்றிலும் மதச் சார்பற்ற நிகழ்வாகக் கருதுவதற்குப் பதிலாக அதனை மதத்தோடு பிணைத்துப் பசுவை ஒரு புனிதமான விலங்காகப் பார்ப்பனியம் மாற்றிவிட்டது.

புனிதமான விலங்காகப் போற்றப்பட்ட பசுவின் இறைச்சியை உண்ணக் கூடாது என்று விதிக்கப்பட்டிருந்த தடைகளை மீறியதன் விளைவாகவே தீண்டாமை தோன்றிற்று.

நாம் ஏற்கனவே குறிப்பிட்டதைப் போல, பசுவை ஒரு புனித விலங்கு ஆக்கினர் பார்ப்பனர். அவர்களது நோக்கம், பசு உயிரோடு இருந்தாலும், இறந்து போனாலும் புனிதமானதுதான்.

டாக்டர் அம்பேத்கர் குறிப்பிட்டிருப்பதைப் போல பார்ப்பனர்கள் பசு காவலர்களாக தங்களைக் காட்டிக் கொண்டு, பசுவதைக்கு எதிராகப் பேச முற்பட்டது மட்டுமல்ல, மாட்டை முன்வைத்து மனித வேட்டைக்குத் தயாராகிவிட்டனர்.

66

இந்தியா ஒரே தேசமா?

இந்தியா எனும் வரைபடத்தை உருவாக்கி அதனை ஒரே நிலப்பரப்பாக காட்டி, துப்பாக்கி முனையில் இந்நாட்டைக் கட்டி ஆண்டவர்கள் ஆங்கிலேயர்கள். இந்தியா வரலாற்றில் ஒருபோதும் ஒரே நாடாக என்றைக்கும் இருந்தது இல்லை என்பதுதான் நிலைநிறுத்தப்பட்டு இருக்கின்றது. இந்தியாவுக்கு என்று தேசிய அடையாளம் (National Identity) என்று ஏதாவது இருக்கிறதா? எப்போதும் இருந்தது இல்லை; இனி எப்போதும் அத்தகைய அடையாளத்தை உருவாக்கவும் முடியாது; ஏனெனில், நாடாளுமன்றத்தில் பேரறிஞர் அண்ணா 1962இல் முழங்கியது போல, இந்தியா பல்வேறு தேசிய இனங்களைக் கொண்ட ஒரு துணைக் கண்டம்.

தேசிய அடையாளம் என்றால் என்ன? எப்படி இருக்க வேண்டும் என்பதற்கு மார்க்சிய சிந்தனைகளின் அடிச்சுவட்டில் ஆய்வாளர் எஸ்.வி. ராஜதுரை தரும் கண்ணோட்டத்தைப் பார்ப்போம்.

“மொழி, பண்பாடு, மரபினம், மரபாக வாழ்ந்து வரும் நிலப்பரப்பு, மதம் வரலாற்று அனுபவம், பொதுவான பொருளாதாரம் முதலியன சமூக மெய்நிலைமையின் பல்வேறு கூறுகளாகும். இவைதான் தேசிய அடையாளத்தை உருவாக்கும் மூலப்பொருட்களாகக் கருதப்படுகின்றன. ஆயினும் இவை தம்மளவில் ‘தேசியத் தன்மை’ பெற்றுவிடுவதில்லை. குறிப்பிட்ட தனி நபர்கள் அல்லது சமூகக் குழுவினரின் அகநிலை விருப்பம், பார்வை, புரிதல் ஆகியவற்றின் வழியாகவே அவை ‘தேசியத்தன்மை’ பெறுகின்றன; தேசமாக உருவாகின்றன.

தேசம், தேசியம் பற்றிய மரபான மார்க்சிய ஆய்வு இந்த அடிப்படையான உண்மையைத்தான் பார்க்கத் தவறி விட்டது. தேசிய அடையாளம், தேசிய உணர்வு, தேசியம் ஆகியவற்றை உருவாக்கும் பொருண்மை அடிப்படையான தேசத்தின் புறநிலையான பண்புக் கூறுகளை வரையறுக்க முயற்சி செய்தவர்களான காவுத்ஸ்கி, பௌர், ஜோசப் ஸ்டாலின் ஆகிய மூவரும் செல்வியல் மார்க்சிய மரபில் *(Classical Marxist tradition)* மிகவும் செல்வாக்குப் பெற்று இருந்தவர்கள் ஆவர்.

முதலாளிய உள்நாட்டுச் சந்தையும் பூர்ஷ்வா தேச அரசும் தோன்றுவதற்கான இயற்கையான ஊடகமாக இருப்பது ஒரு பொது மொழி ஆகும் என்பது காவுத்ஸ்கியின் கருத்து. பொது மொழி, பண்பாடு, வரலாற்று அனுபவம் ஆகியவை இணைந்து தேசியத்தை உருவாக்குவதாக பௌள் கருதினார். மிகவும் இறுக்கமான 'கறாரான' வரையறையை வழங்கியவர் ஜோசப் ஸ்டாலின்தான்.

தேசம் பற்றிய ஸ்டாலின் கருத்து

"ஒரு தேசம் என்பது, ஒரு பொதுவான மொழி, புவிப்பரப்பு, பொருளாதார வாழ்வு, பொதுப்பண்பாட்டில் வெளியாகும் பொதுவான மன இயல்பு ஆகியவற்றை அடிப்படையாகக் கொண்டு வரலாற்று வகையில் உருவான நிலையான மக்கள் சமூகம் ஆகும்." அது மட்டுமல்ல; ஸ்டாலின் கருத்துப்படி 'இந்தக் கூறுகளில் ஏதேனும் ஒன்று இல்லாமல் போனாலும் தேசம் தேசமாக இருக்காது.'

இத்தகைய 'புறநிலையான' வரையறைகள் எல்லாவற்றிலும் உள்ள பொதுவான குறைபாடு என்னவெனில் வரலாற்று அனுபவத்திற்கு முன் அவற்றால் தாக்குப் பிடித்து நிற்க முடியாது என்பதுதான்.

பொதுமொழி ஏதும் இல்லாத தேசங்கள் தோன்றி உள்ளமை பற்றியோ, (எடுத்துக்காட்டாக சுவிட்சர்லாந்து) பொது மொழி இல்லாத தேசிய இனம், தேசிய இயக்கம் தன்னை உறுதிப் படுத்திக் கொள்வது குறித்தோ (எடுத்துக்காட்டாக 'நாகா' இயக்கம்) பொதுவான நிலப்பரப்போ அல்லது பொதுவான பொருளாதார வாழ்வோ இல்லாத மக்களிடையே தேசிய இயக்கங்கள் நிலவுவது குறித்தோ இவ் வரையறைகளால் எந்த விளக்கமும் சொல்ல முடியாது. இந்திய தேசியம் என்ற கருத்தாக்கத்தையும் இந்தியா என்ற ஒரே தேசம் என்ற கருத்தையும் உருவாக்கி அதைப் பரப்பி வந்தவர்களில் முக்கியமானவர்கள் வங்காளத்தைச் சேர்ந்த பார்ப்பனர்களும் பத்ரலோக் என்று அழைக்கப்படும் படித்த மத்திய தர வர்க்கத்தினரும் ஆவர்.

1866இல் வங்காளத்தில் நிறுவப்பட்ட பிரம்ம சமாஜத்தின் செயலாளரான கேசவ சந்திரசென் ஒன்றுபட்ட இந்தியாவை உருவாக்குமாறும், இந்திய ஒற்றுமையைச் சாதிக்குமாறும் மேனாட்டுக் கல்வி பயின்ற படித்த வர்க்கத்தினருக்கு அறைகூவல் விடுத்தார். இந்து மிஷனரிகளாக, சென்னை மாநிலத்தில் சுற்றுப்பயணம் செய்த (குறிப்பாக 1876 - 1878 - பஞ்சகாலத்தின் போது) வங்காளப் பார்ப்பனர்களும் பத்ர லோக் ஆட்களும் இந்திய தேசியத்தைப் பிரச்சாரம் செய்தனர்.

பிரம்ம சமாஜத்தைச் சேர்ந்த சிலர் 1875இல் இந்திய சங்கத்தை (Indian Association) நிறுவனர் அதன் உறுப்பினர்கள் என்ற முறையில் தென் இந்தியாவுக்கு வருகை புரிந்த அவர்கள், இந்தியாவிலுள்ள எல்லா இன மக்களையும் பொதுவான அரசியல் நலன்கள், விருப்பங்கள் ஆகியவற்றின் அடிப்படையில் ஒன்றுபடுத்த வேண்டும் என மிக உற்சாகமாக வாதாடினர். பெங்களூர் செல்லும் வழியில் சென்னைக்கு வந்து ஒரு கூட்டத்தில் பேசிய விபின் சந்திரபால், 'இந்தியா' கடந்த காலத்தில் ஒரு புவியியல் பரப்பாகவே இருந்தது என்ற போதிலும், இப்போது அது ஒன்றுபட்ட ஒரே சீரான தேசமாக மாறும் என்று கூறினார்.

இந்திய தேசியம் உருவாக்கம்

வங்காள பத்ரலோக் சிந்தனையை ஏற்றுக் கொண்ட அனந்தாசார்லு என்பவர் சென்னை மகாஜன சபையின் நிர்வாக உறுப்பினர் ஆவார். ஓர் அனைத்திந்திய அமைப்பு உருவாக்கப்பட வேண்டும் என்பதை அவர் வலியுறுத்தினார். இக் கருத்தை ஆதரித்த என் சிவசாமி ஐயர் என்னும் வழக்கறிஞர் அத்தகைய அமைப்புக்கு தேசிய காங்கிரஸ் என்றோ, 'இந்து மகாஜன சபை' என்றோ பெயர் வைக்கலாம் என்று ஆலோசனை கூறினார். பார்ப்பனர்களின் நலன் காக்கும் 'இந்து' ஏடு - 1883 ஜூலையில் எழுதிய தலையங்கம் ஒன்றில் அரைகுறை நடவடிக்கைகளுக்கும் அரைமனத்தோடு செய்யப்படும் காரியங் களுக்குமான காலம் போய்விட்டது. இருபத்தைந்து கோடி மக்கள் ஒன்றுபடும் காலம் வந்து விட்டது என்று கூறியது.

இந்தியத் தேசியக் காங்கிரசின் தந்தை எனக் கருதப்படுவர் ஹிய்யூம் என்ற வெள்ளைக்காரர் என்பது நாம் யாவரும் அறிந்ததே. இந்திய மக்களிடையே அதிருப்தி வளர்ந்து பிரிட்டிஷ் ஆட்சிக்குக் குந்தகம் ஏற்பட்டுவிடுமோ என்ற அச்சத்தில் அந்த அதிருப்தியைத் தனித்து மென்மையானதாக்கும் பொருட்டு, அவர் உருவாக்கிய அமைப்புத்தான் இந்திய-தேசியக் காங்கிரஸ். அவர் பிரம்ம ஞான சபையில் சிறிது காலம் உறுப்பினராக இருந்தவர்.

1884இல் நிறுவப்பட்ட சென்னை மகாஜன சபை இந்தியத் தேசியக் காங்கிரசை உருவாக்குவதில் முக்கியப் பங்காற்றியது; அதன் முதல் மாநாட்டுக்குப் பிரதிநிதிகளை அனுப்பி வைத்தது.

இந்து - இந்துத்துவம் - இந்திய தேசியம், இந்திய நாகரிகம் போன்ற கருத்தாக்கங்களின் மூலவர்களாக இருந்த ஐரோப்பியர்களில் முக்கியமானவர்கள், 1875இல் அமெரிக்காவில் தியோசபிகல் சொசைட்டி (பிரம்ம ஞான சபை) என்ற அமைப்பை நிறுவிய கர்னல் ஒல்காட், ப்ளாவிட்ஸ்கி அம்மையார் ஆகியோராவர்.

பார்ப்பனியப் பண்பாட்டைக் கொண்டும் இந்தியா முழுவதற்கும் சமஸ்கிருதத்தைப் பொதுமொழியாக ஆக்குவதன் மூலமும் இந்திய தேசியத் தன்மையை, தேசிய உணர்வை உருவாக்கவும் ஊக்குவிக்கவும் அவர்கள் முயன்றனர் - 1879இல் இச் சபையின் தலைமையகம் பம்பாய் நகருக்கு மாற்றப்பட்டது.

அன்றைய சென்னை மாநிலத்திற்கு வருகை தந்த ஒல்காட், பார்ப்பனர்களிடமும் பார்ப்பனரல்லாத உயர்சாதியினரிடமும் இருந்த தாழ்வு மனப்பான்மையைப் போக்குவதும் 'தாம் ஆரியவர்த்தத்தைச் சேர்ந்தவர்கள்' என்ற பெருமித உணர்வை அவர்களிடையே தோற்றுவிப்பதுமே தனது தலையாய நோக்கம் என்று கூறினார்.

மனுஸ்மிருதியை ஆங்கிலத்தில் மொழி ஆக்கம் செய்த சர்வில்லியம் ஜோன்ஸை ஒல்காட் வெகுவாகப் புகழ்ந்தார். இந்து சமுதாயத்தின் நுட்பங்களை வெளி உலகுக்கு எடுத்துக் காட்டினார் ஜோன்ஸ் என்று புகழ்ந்தார்.

மாக்ஸ் முல்லெர் போன்றோர் ஐரோப்பிய நாகரிகத்தின் தொட்டிலாக விளங்கியது ஆரிய வர்த்தமான இந்தியாதான் என்றும் மேனாட்டுச் சமயங்கள் தத்துவங்கள் ஆகிய அனைத்திற்கும் ஊற்றுக்கண்ணாக விளங்கியவை ஆரியர்களின் வேதங்களும் இதிகாசங்களும்தான் என்றும் கூறினார்கள் என்பதற்காகவே அவர்கள் ஒல்காட்டின் பாராட்டுதல்களைப் பெற்றனர்.

இத்தகைய ஆரிய தேசம் பிளவுபட்டு இருக்கலாமோ என்ற கேள்வியை எழுப்பி அதனை ஒன்றுபடுத்துமாறு பார்ப்பனர் களுக்கும், உயர்சாதியினருக்கும் அறை கூவல் விடுத்தார் ஒல்காட். வேதங்களை அடிப்படையாகக் கொண்ட ஓர் இந்திய நாகரிகம் இருப்பதாகப் பறைசாற்றிய அவர், அன்றைய பிரிட்டிஷ் ஆட்சியின் கீழ் இருந்த மூன்று மாகாணங்களும், சமஸ்தானப் பகுதிகளும் ஒன்றிணைக்கப்பட வேண்டும் என்று கூறினார்.

சிண்டிகேட் இந்துயிசம்

இன்று இந்தியத் துணைக் கண்டத்தில் இந்துக்கள், இந்து சமூகத்தினர் என்று அழைக்கப்படும் மக்கள் ஆங்கிலேயரின் வருகைக்கு முன் அவ்வாறு தம்மை அழைத்துக் கொள்ளவில்லை. அவர்கள் பல்வேறு அடையாளங்களுடன் பல்வேறு சமூகங்களாக (Communities) வாழ்ந்தனர்.

அவர்கள் வாழ்ந்த இடங்கள், பேசிய மொழிகள், அவர்களது சாதிகள், தொழில்கள், சமய நெறிகள், அவர்கள் சார்ந்திருந்த சமயக் குழுக்கள் முதலியவைதான் அவர்களது அடையாளங்

களை வரையறுத்தனவே இன்றி, அவர்கள் அனைவரையும் ஒரே திணைக்குள் கொண்டு வருகிற 'இந்துக்கள்' என்ற சொல் அல்ல. பார்ப்பனிய தர்மசாத்திரத்திலும் கூட இந்து சமூகம் என்பது ஏதும் குறிப்பிடப்படுவதில்லை.

இது தொடர்பாக காஞ்சி காமகோடி பீடாதிபதியின் கூற்றொன்றைக் காண்போம்:

"அவன் (வெள்ளைக்காரன்) மட்டும் இந்து என்று பெயர் வைத்து இருக்காவிட்டால் ஒவ்வொரு ஊரிலும் சைவர், வைணவர், சாக்தர், முருக பக்தர், எல்லை அம்மனைக் கும்பிடுபவர் என்று நம்மைப் பிரித்துக் கொண்டு தனித்தனி மதமாக நினைத்துக் கொண்டு இருப்போம். சைவர்களுக்கும் வைணவர்களுக்கும் ஒரே சாமி இருக்கிறாரா? இல்லை.

வைணவர்களுக்கு சிவன் சாமியே அல்ல; சைவர்களிலும் தீவிரவாதிகள் விட்டுணா சாமியே அல்ல; சிவன்தான் சாமி, விட்டுணா சிவனுக்குப் பக்தன் என்று சொல்லுகிறார்கள். இவர்கள் இரண்டு பேரையும் எப்படி ஒரு மதம் என்று சொல்லுவது? வெள்ளைக்காரன் நமக்கு இந்துக்கள் என்று பொதுப்பெயர் வைத்ததாலே நாம் பிழைத்தோம். அவன் வைத்த பெயர் நம்மைக் காப்பாற்றியது" இந்து வரலாற்றை ஆராயும்போது 'இந்து' என்ற சொல் ஒரு குறிப்பிட்ட புவியியல் பகுதியை மட்டும் குறிக்கக் கூடியதாக இருந்தது. அக்கேமீனிட் பேரரசுக்கால (கிரேக்க) கல்வெட்டுகளில் சிந்துநதிக் கரையோரமாக இருந்த எல்லைப் பகுதிகளைக் குறிப்பிடும் 'ஹிந்துஷ்' என்ற சொல் காணப்படுகிறது.

பல நூற்றாண்டுகளுக்குப் பிறகு வந்த அரேபியர்கள், சிந்து நதிக்கு அப்பால் இந்தியத் துணைக் கண்டப் பகுதியில் வாழ்பவர்களைக் குறிக்க 'அல்-ஹிந்த்' என்ற சொல்லைப் பயன்படுத்தினர். அப்போதும் கூட அச்சொல் ஒரு மதத்தையோ, பண்பாட்டையோ குறிக்கப் பயன்படுத்தப்படவில்லை. இந்தியத் துணைக் கண்டத்திற்குப் புதிதாக வந்த அரேபியர் போன்றோர் இங்கு வாழ்ந்து கொண்டிருந்த மற்றவர்கள் அனைவரையும் குறிக்க 'இந்துக்கள்' என்ற சொல்லைப் பயன்படுத்தினர்.

பல நூற்றாண்டுகளுக்குப் பிறகு 'இந்து' என்ற சொல் இத்துணைக் கண்டத்தில் வாழ்ந்தவர்களை மட்டுமில்லாது இஸ்லாம், கிறிஸ்துவம் ஆகியன அல்லாத சமயத்தைப் பின்பற்றுவோரையும் குறிக்கத் தொடங்கியது. பார்ப்பன தர்மத்திற்கு நேர்மாறான முறையில் பார்ப்பனர்கள், கீழ்ச்சாதியினர் ஆகிய இருசாராரையும் உள்ளடக்கக் கூடிய ஒரு சொல்லாக மாறியது.

67
ஆர்.எஸ்.எஸ். -இன் கோட்பாடு: ஒற்றை ஆட்சி

இந்தியா பல்வேறு தேசிய இனங்களின் தொகுப்பு; பல மொழிகள் - பல பண்பாடுகள் - பல்வேறு பழக்க வழக்கங்களைக் கொண்ட மக்கள் வாழும் நாடு என்பதை ஆர்.எஸ்.எஸ்., எந்தக் காலத்திலும் ஏற்றுக் கொண்டது இல்லை.

பூகோள ரீதியான தேசியம் (Territorial Nationalism) என்கிற இயல்பான கோட்பாட்டை நிராகரித்து 'கலாச்சார தேசியம்' அதாவது 'இந்து தேசியம்' (Cultural Nationalism) என்பதை உருவாக்க வேண்டும் என்பதே இந்துத்துவ சனாதனக் கூட்டத்தின் நோக்கமாக இருந்து வருகிறது.

ஆர்.எஸ்.எஸ்.,-இன் தத்துவ ஆசிரியர் என அவர்கள் கொண்டாடும் குருஜி கோல்வால்கரின் 'சிந்தனைக் கொத்து'-இன் (Bunch of Thoughts) மூலம் சங் பரிவாரங்கள் இந்தியாவை எப்படி கட்டி அமைக்க வேண்டும் என்று கருதுகின்றன என்பதைப் பார்க்கலாம்.

"இங்கு முன்னமேயே முழு வளர்ச்சி பெற்றிருந்த தொன்மை வாய்ந்த இந்து தேசிய இனம் இருந்து வந்துள்ளதை அவர்கள் மறந்து விட்டார்கள். இங்கு பிற சமூகப் பிரிவுகள், விருந்தாளிகளான யூதர்கள், பார்சிகள், படையெடுத்து வந்தவர்களான முஸ்லிம்கள், கிறிஸ்தவர்கள் இவர்களும் வாழ்ந்து வந்துள்ளனர். பலதரப்பட்ட இவர்களையெல்லாம் இம் மண்ணின் மைந்தர்கள் என்று எப்படி அழைக்க முடியும்?" என்று கேட்கிறார் கோல்வால்கர்.

கோல்வால்கரின் இன்னொரு நூலான 'சோசலிசம் அல்ல; ஆனால் இந்து ராஷ்டிரா' பின்வருமாறு குறிப்பிடுகிறது:

"இந்துஸ்தானத்தில் இந்து தேசிய இனம் இருக்கின்றது; இருக்க வேண்டும். இந்து தேசிய இனம் (Hindu Nation) தவிர வேறு எவரும் இருப்பதற்கில்லை. இந்து இனம் (Hindu Race) இந்து மதம், இந்து கலாச்சாரம், இந்து மொழி இவைகள் அல்லாதோர் இயற்கையாகவே உண்மையான தேசிய வாழ்க்கையின் எல்லைக்கு வெளியில் தள்ளப்படுகின்றனர்."

"இந்துஸ்தானத்திலுள்ள அந்நிய இனங்கள் இந்து கலாச்சாரத்தையும் மொழியையும் தங்களுடையதாக ஏற்றுக் கொண்டு நடைமுறைப்படுத்த வேண்டும். இந்து மதத்திற்கு மரியாதை கொடுக்கவும், மிகப் புனிதமானதாகக் கருதவும் கற்றுக்கொள்ள வேண்டும்; இந்து மதத்தையும் கலாச்சாரத்தையும் அதாவது இந்து தேசிய இனத்தைப் பெருமையூட்டிப் புகழ்பாடுவதைத் தவிர வேறு எந்தக் கருத்துக்கும் இடம் கொடுக்கக் கூடாது. தங்களது தனித்த வாழ்க்கை முறைகளைக் கைவிட்டு விட்டு இந்து இனத்துடன் இணைந்து விட வேண்டும். அல்லது தங்களுக்கென எந்தச் சலுகைக்கும், முன்னுரிமைக்கும், குடிமக்கள் உரிமைக்கும்கூட உரிமை கொண்டாடாமல் இந்து தேசியத்திற்கு முழுமையாகக் கீழ்ப்படிந்து இந்த நாட்டில் வாழலாம்."

கோல்வால்கரின் மிரட்டல்

இது முஸ்லிம்கள், கிறிஸ்தவர்கள், பார்சிகளுக்கு கோல்வால்கர் விடுக்கும் மிரட்டல் மட்டும் அல்ல; தனித்தனித் தேசிய இன அடையாளங்களைக் கொண்டு இருக்கும் அனைத்து தேசிய இன மக்களுக்கும் விடுக்கப்பட்ட மிரட்டல். இந்த அடிப்படையில்தான் ஆட்சிப் பொறுப்புக்கு வந்த பிறகு சங் பரிவாரங்கள் "ஒரே நாடு; ஒரே மொழி; ஒரே மதம்; ஒரே பண்பாடு" என்று கூப்பாடு எழுப்பிக் கொண்டு இருக்கின்றன.

தேசியவாதிகள் என்றால் யார்? தேச பக்தர்கள் என்றால் யார்? துரோகிகள் என்பது யார்?

அதற்கும் குருஜி கோல்வால்கர் இலக்கணம் கூறுகிறார்:

"இந்து இனம், இந்து தேசிய இனம் (Hindu Race or Nation) இவைகளுக்குப் புகழஞ்சலி செலுத்துபவர்கள் மட்டும்தான் தேசியவாதிகள், தேச பக்தர்கள் ஆவர். தேச பக்தர்களாக வேடம் தரித்துக் கொண்டு, வேண்டுமென்றே இந்து தேசிய இனத்திற்குப் பாதகம் விளைவிக்கும் செயல்பாடுகளில் ஈடுபடுகிறவர்கள் நமது நாட்டிற்குத் துரோகிகள், எதிரிகள் ஆவர். அல்லது தாராளக் கண்ணோட்டத்தில் பார்த்தால் அவர்கள் விருப்பமில்லாமலோ அல்லது வேண்டும் என்றல்லாமலோ இவ்விதச் செயல்களில் ஈடுபடுபவர்கள் என்று கொண்டால் அவர்கள் வெறும் அப்பாவிகள்; தவறாக வழி நடத்தப்படுபவர்கள்; ஒன்றும் அறியாத முட்டாள்கள்."

"இந்தியாவில் உள்ள தேசிய இனங்களின் அடையாளங்களை 'இந்து இனம்' என்று காட்டுவது மட்டுமல்ல; "அகண்ட இந்துஸ்தான்" என்ற எல்லையை வரையறுத்து ஆப்கானிஸ்தான், பர்மா, நேபாளம், ஏன் ஈரான் கூட ஒரே நாடுதான்; ஆரிய இனம்தான் கோலோச்சுகிறது,"

என்று 'நாம், நமது தேசியம் - வரையறுப்பு' எனும் நூலில் கோல்வால்கர் குறிப்பிடுகிறார்.

"நமது இதிகாசங்களும், புராணங்களும் நமது தாய்நாட்டின் மிக விரிவுபட்ட தோற்றத்தை நமக்கு அளித்துள்ளன. ஆப்கானிஸ்தான் நமது புராதீன பாகம்; மகாபாரதத்தின் சல்லியன் அங்கிருந்து வந்தவர். நவீனகால காபூலும் கந்தகாரும் காந்தாரமாகும்; அங்கிருந்துதான் கௌரவர்களின் தாயார் காந்தாரி வந்தார்;

ஈரான் கூட அசல் ஆரிய பூமியாகும்; கிழக்கில் பர்மா நமது புராதீன ப்ரம்ம தேசமாக இருந்தது. இராவத் பள்ளத்தாக்கு அந்த மகாபாரதப் போரில் ஈடுபட்டிருந்தது. இலங்கை நமது பரப்பிலிருந்து வேறுபட்டதாக எப்பொழுதுமே கருதப்பட்டது கிடையாது;

நமது சக்திவாய்ந்த அரசியல் சாம்ராஜ்யம் தென்கிழக்கு ஆசியப் பகுதிக்கெல்லாம் பரவி (கம்போடியா, மலேசியா, சியாம், இந்தோனீசியா) 1400 ஆண்டுகள் தொடர்ந்தது."

புராண, இதிகாசங்களின் அடிப்படையை 'வரலாறாக' மாற்றி அகண்ட இந்துஸ்தானத்தை உருவாக்கக் கனவு காண்கிறார் கோல்வால்கர்.

அதுமட்டுமல்ல; 'இந்தியா முழுவதும் ஆரியர்கள்தான் வாழ்ந்தார்கள்,' என்று 'வரலாற்றுப் புரட்டராகவும்' மாறுகிறார்.

"தென்னகத்திலுள்ள மக்களும் எப்பொழுதுமே ஆரியர்களாகத்தான் கருதப்பட்டார்கள். வடபுலத்தில் உள்ள மக்கள் எவ்வளவு ஆரியர்களோ அவ்வளவு ஆரியர்களாவர் தென்னகத்து மக்களும். நமது நாட்டில் ஆரியர் என்ற பதம் ஒரு இனத்தினுடைய பெயர் அல்ல; எப்பொழுதுமே ஒரு கலாச்சாரத்தின் சின்னமாக இருந்துள்ளது."

இவ்வாறு முழுப் பூசணிக்காயைச் சோற்றில் மறைக்கும் வேலையைச் செய்துள்ளார் கோல்வால்கர். இது 'வரலாற்றுப் புரட்டு' என்பதை அறிந்தே செய்திருக்கிறார்.

மேலும், "ஆரிய திராவிடர் சர்ச்சை அண்மைக் காலத்தில் செயற்கையாகத் துவக்கப்பட்ட ஒன்று. அரசியல் அதிகாரத்தை நாடுகின்ற நெறியற்றவர்களால் சிரத்தையுடன் வளர்த்து விடப்பட்ட ஒரு மூட நம்பிக்கை ஆகும். இரண்டாயிரம் ஆண்டுகளாக இந்த நாடு பஞ்ச கௌடா என்றும், பஞ்ச திராவிடா என்றும் இருந்தது. தெற்கில் பஞ்ச திராவிடா, இது இனப்பிரிவு அல்ல; நிலப்பரப்பின் பிரிவுதான்" என்கிறார் கோல்வால்கர்.

பல தேசிய இனங்களையும், இந்தத் தேசிய இனங்களின் தாயகங்களையும் இணைக்கின்ற ஒன்றியமே இந்தியா. பல மதங்கள், பல மொழிகள், பல கலாச்சாரங்கள், பல வரலாறுகள், பல வாழ்க்கை முறைகள் கொண்ட தேசிய இனங்கள் (Nations or Nationalities) சேர்ந்த கூட்டரசுதான் இந்திய அரசு.

தமிழ்த் தேசிய இனம்

தமிழ்த் தேசிய இனத்திற்குத் தாயகம் தமிழ்நாடு. சுமார் 7-1/2 கோடி மக்கள் தமிழர்களாக - இனம், மொழி, வரலாறு, கலாச்சாரம், வாழ்க்கை முறை, கலை, இலக்கியம் அனைத்திலும் தனித் தன்மையை, தமிழ்த் தன்மையைக் கொண்ட முழுமையான தேசிய இனமாக வாழ்கிறோம்.

இதுபோன்றே வங்கம், ஆந்திரம், கேரளம், மராட்டியம், ஒடிசா, அஸ்ஸாம், நாகாலாந்து, மணிப்பூர், காஷ்மீரம் என்ற அந்தந்த தேசிய இனங்களின் தாயக நாடுகளுக்கும் வரலாறு, பெருமை, மொழி, பண்பாடு, எல்லை போன்ற அனைத்துக் கூறுகளும் இருக்கின்றன.

இந்திய தேசிய இனம் என்று ஒன்று கிடையாது; எப்பொழுதும் இருந்தது இல்லை; இந்து மொழி அல்லது ஒற்றை இந்திய மொழி என்று ஒரே மொழி கிடையாது; எப்பொழுதும் இருந்தது இல்லை. இனியும் இருக்கப் போவதும் இல்லை.

ஆனால், இந்தியா என்ற ஒரு நாட்டை அரசியல் நிர்வாக ரீதியாக வடிவமைத்து இருக்கின்றோமே தவிர, இந்தியர் என்ற ஒரு தேசிய இனத்தினரின் (Nationality) நாட்டை உருவாக்கவில்லை. காரணம் அப்படி ஒரு தேசிய இனம் வரலாற்றின் எந்தக் காலத்திலும் இருந்தது இல்லை.

மொகலாய மன்னர்களின் வருகைக்கு முன்பு இந்தியா 56 தேசங்களாகத்தான் இருந்தது. அப்பொழுது இந்து மதம் என்ற ஒற்றை மதம் இருக்கவில்லை; இந்தியா என்ற ஓர் அரசும் இருக்கவில்லை. சைவம், வைணவம், சாக்தம், காபாலிகம், பௌத்தம் மற்றும் சமணம் போன்ற மதங்களும் சேர, சோழ, பாண்டிய நாடுகளும் தான் இருந்தன.

இந்தியா என்ற ஒற்றை இந்திய அரசை உருவாக்கும் முயற்சி போன்றுதான் இந்து மதம் என்ற ஒற்றை மதத்தை உருவாக்கும் முயற்சியும் பின்னாளைய நிகழ்வுதான்.

மொழிவாரி மாநிலங்கள்

ஆதலால்தான் இந்திய விடுதலைக்குப் பின் தேசிய இனங்களின் தாயகங்கள் மொழிவாரி மாநிலங்களாகப் புனரமைக்கப்பட்டது.

மொழிவழி மாநிலங்களை அமைப்பதற்காக 'மாநிலங்கள் மறுசீரமைப்புக் குழு' 1953, டிசம்பரில் பசல் அலி தலைமையில் கே. எம். பணிக்கர், கே. என். குன்ஸ்ரு ஆகியோரை உறுப்பினர்களாகக் கொண்ட மூவர் குழு அமைக்கப்பட்டது. இக்குழுவின் பரிந்துரையின்படி மாநில மறுசீரமைப்புச் சட்டம் 1956இல் நிறைவேற்றப்பட்டது.

அரசியல் சட்டத்தின் 7-ஆவது திருத்தம் கொண்டு வரப்பட்டு 1956 மற்றும் மாநில மறுசீரமைப்புச் சட்டம் 1956-இன்கீழ் அப்போது 14 மாநிலங்களும், 6 யூனியன் பிரதேசங்களும் நவம்பர் 1, 1956இல் உருவாக்கப்பட்டன.

பசல் அலி தலைமையிலான 'மாநிலங்கள் மறுசீரமைப்புக் குழு'வின் பரிந்துரை அறிக்கையை ஆர்.எஸ்.எஸ்., மிகக் கடுமையாக எதிர்த்தது. குருஜி கோல்வால்கர் மொழிவாரி மாநிலங்கள் அமைக்கப்படுவதைக் கடுமையாக விமர்சனம் செய்தார்.

"அரசியல் சாசனத்தை உருவாக்கிய காலத்தில் ஒற்றை ஆட்சி முறையை (Unitary State) ஒரே நாடு; ஒரே சட்ட மன்றம்; நாடு முழுமையின் நிர்வாகத்தைக் கவனிக்கின்ற ஒரே நிர்வாக மையம் என்கிற ஒற்றை ஆட்சி முறையைக் கொண்டு வருவதற்கு நல்ல சூழல் இருந்தது. ஆனால், தலைவர்களின் மனதும் அறிவும் 'மாநிலங்களின் கூட்டாட்சி' என்கின்ற, அங்கே தனி மொழி மற்றும் கலாச்சாரத்தை உடைய 'ஒரே மக்கள்' விரிந்த சுயாட்சியை அனுபவிப்பார்கள் என்ற மாயையில் சிக்கி இருந்தது."

மொழிவழி தேசிய இனங்கள் என்பது எல்லாம் வெறும் மாயை என்றார். அரசியல் சாசனத்தை எழுதும்போதே ஒற்றை ஆட்சிமுறையைக் கொண்டு வந்திருக்க வேண்டும் என்றார்.

இப்போது போன்று மாநிலங்களுக்கு என்று தனித்தனி சட்டமன்றங்கள், தனித்தனி நிர்வாக அமைப்புகள் கூடாது என்றார். அதாவது "மாநில அரசுகளே கூடாது. மேலே டில்லியில் மத்திய அரசு; கீழே கிராமப் பஞ்சாயத்து; அவ்வளவுதான். இடையில் ஏதும் கூடாது," இதுதான் அவர் முன் வைக்கின்ற ஒற்றை ஆட்சிமுறை.

இதுதான் ஆர்.எஸ்.எஸ்., சங் பரிவாரத்தின் தொலைநோக்கு இலட்சியங்களில் ஒன்று.

1962இல் தேசிய ஒருங்கிணைப்புக் குழுவுக்கு கோல்வால்கர் அனுப்பிய அறிக்கையில் இன்னும் தெளிவாகக் குறிப்பிடுகிறார்:

"எந்தச் சாதியாக இருந்தாலும், எந்தப் பிரிவாக இருந்தாலும் பாரதத்தின் இந்து தேசியம் என்கிற உண்மையைத் தயக்கமின்றி

ஏற்றுக் கொள்ள வேண்டியது பாரதத்தின் அனைத்து மக்களின் கடமை என்பது ஒவ்வொருவருக்கும் போதிக்கப்பட வேண்டும்."

'பாரதத்தின் இந்து தேசியம்' என்பதன் பொருள் இந்த நாடு பல தேசிய இனங்களின் கூட்டமைப்பு என்கிற அடிவேரையே வெட்டிச் சாய்ப்பதாகும். இங்கே பல மொழி பேசுவோர், பல மதங்களைப் பின்பற்றுவோர் இணைந்து வாழ்கிறார்கள். வேற்றுமையில் ஒற்றுமை காண்கிறார்கள் என்ற எதார்த்தத்தையே மறுக்கின்ற கொடுமை ஆகும்.

இன்னும் கோல்வால்கர் 'இந்தியா ஒற்றை தேசம்' என்பதற்கு விளக்கம் தருகிறார்:

"வாழ்வு பற்றிய மதிப்பீடுகளையும், பல மதத்தவரின் அபிலாசைகளையும், நலன்களையும் கொண்ட மக்கள் தொகுதியாகிய நாமெல்லாம் ஒரே நாடு; ஒரே சமூகம்; ஒரே தேசம். எனவே, தேசத்தின் விவகாரங்கள் ஒற்றை ஆட்சிமுறையின் மூலம் நடத்தப்படுவதே இயல்பானது ஆகும்.

தற்போதைய கூட்டாட்சி முறையானது பிரிவினை உணர்வுகளை உருவாக்கு கின்றது; வளர்க்கின்றது; ஒரு வகையில் இது ஒரே தேசியம் என்கிற உண்மையை மறுக்கிறது; இயல்பிலேயே பிளவுத்தன்மை உடையதாக உள்ளது. எனவே இது சரிசெய்யப்பட வேண்டும். அரசியல் சாசனத்தைத் திருத்த வேண்டும். ஒற்றை ஆட்சிமுறையை அமைப்பதற்கு வழிவகை காண வேண்டும்."

ஆர்.எஸ்.எஸ். தத்துவ ஆசிரியரும், ஹெட்கேவருக்குப் பிறகு தலைவராக இருந்தவருமான குருஜி கோல்வால்கர் காட்டிய வழியில்தான் பாரதிய ஜனதா கட்சி சென்று கொண்டு இருக்கிறது.

நரேந்திர மோடி தலைமையில் பாஜக ஆட்சிக்கு வந்தவுடன் இந்தியாவை ஒற்றை ஆட்சிமுறைக்குத் தள்ளி கூட்டாட்சிக் கோட்பாட்டைச் சிதைக்கும் செயல்பாடுகள் வேகம் எடுத்துள்ளன. அதற்கான மூல வேர், பின்னணி ஆர்.எஸ்.எஸ்., வகுத்துள்ள இந்து தேசியக் கோட்பாடும் ஒற்றை ஆட்சி முறையும் ஆகும்.

ஒரே நாடு என்ற ஆர்.எஸ்.எஸ்.-இன் சித்தாந்தத்தைச் செயல்வடிவில் நிறைவேற்ற காத்திருந்தார்கள். அதிகாரத்தைக் கைப்பற்றியவுடன் பாஜகவை ஆர்.எஸ்.எஸ். ஆட்டிப் படைக்கிறது. எனவேதான் ஒற்றை ஆட்சிமுறையை நோக்கி இந்தியாவை நரேந்திர மோடி அரசு நகர்த்திக் கொண்டு வருகிறது.

இந்த விஷ விருட்சம் வெட்டிச் சாய்க்கப்பட வேண்டுமா? வேண்டாமா? இந்தியாவில் உள்ள பன்முகத் தேசிய இனங்கள் கிளர்ந்து எழ வேண்டிய தருணம் வந்து விட்டது.

68
ஆர்.எஸ்.எஸ். - சமஸ்கிருதம்

இந்தியாவின் பன்முகத் தன்மையை ஏற்றுக் கொள்ளாத ஆர்.எஸ்.எஸ்., இந்து ராஷ்டிரத்தின் அடையாளமாக சமஸ்கிருத மொழியைத் தூக்கி வைத்துக் கொண்டு கொண்டாடுவது என்பது அதன் தொடக்க காலத்திலிருந்தே இருந்து வருகிறது. சமஸ்கிருதம் ஆரிய மேன்மைகளில் ஒன்றாகக் கட்டமைக்கப்பட்டதற்கு நீண்ட பின்னணி இருக்கிறது.

இதுகுறித்து வரலாற்று ஆய்வாளர், மார்க்சிய அறிஞர் எஸ்.வி. ராஜதுரை தனது 'இந்து - இந்தி - இந்தியா' எனும் ஆய்வு நூலில் மிகத் தெளிவாகக் குறிப்பிட்டு இருக்கிறார்.

18ஆம் நூற்றாண்டில் ஐரோப்பாவில் தோன்றிய புதிய அறிவுத் துறைகளில் ஒன்றான மொழியியல் துறைக்கும் (Philology) இந்து - இந்தி - இந்தியத் தேசியத்துக்கும் நெருக்கமான தொடர்பு உள்ளது என்று கூறுகிறார்.

ஐரோப்பாவில் பண்டைய கிரேக்கக் காலம் தொட்டு 18ஆம் நூற்றாண்டு வரை மொழி பற்றிய கருத்து என்பது, புற உலகைப் புரிந்து கொள்ளவும், அதை சித்தரிக்கவும் மானுடருக்குக் கடவுளால் வழங்கப்பட்ட கருவி ஆகும் என்றே கருதினார்.

ஆனால் 18ஆம் நூற்றாண்டில் ஹெர்டெர் (Herdor) என்ற ஜெர்மானியத் தத்துவ அறிஞர், "மொழி என்பது மானுடர்க்கே உரிய அம்சம்; அது அவர்களால் உருவாக்கப்பட்டது," என்று கூறினார்.

இத்தகைய கருத்து ஓரிரு நூற்றாண்டுகளுக்கு முன்பே இத்தாலியச் சிந்தனையாளரான விக்கோ என்பவரால் கூறப்பட்டது.

"மானுடர்கள் தம்மைப் பற்றியும், தமது சமுதாயம், வரலாறு ஆகியன பற்றியும் புரிந்து கொள்ள மொழியின் வளர்ச்சி, வரலாற்றின் ஒவ்வொரு கட்டத்திலும் மொழி மாற்றமடைந்து வந்த விதம் ஆகியன பற்றியும் அறிந்து கொள்வது இன்றியமையாதது," என்று ஹெர்டெர் கூறினார்.

இக்கருத்துகளை அடியொற்றித் தனது வாதங்களை முன்வைத்த வில்ஹெம் ஃபான் ஹூம்போல்ட் (Wilhelm Von Humbolt) என்ற

அறிஞர், “ஒரு மொழியின் தன்மை, அதன் இலக்கணம் ஆகியவற்றைக் கொண்டு அம்மொழி வழங்கி வரும் சமுதாயம், பண்பாடு, தேசம் ஆகியனவற்றின் தன்மையையும் வரலாற்றையும் அறிந்து கொள்ள முடியும்,” என்றார். மொழியின் இரு அம்சங்கள் என அவர் கருதியவை

1) புற அம்சம் - இது ஒலிகளால் ஆனது; பல்வேறு மொழிகளுக்கான அடிப்படை இந்த ஒலிகள்தாம்.

2) அக அம்சம் - ஒரு குறிப்பிட்ட மொழியின் வடிவம் அல்லது இலக்கணம் - இது ஒலிகளை ஒரு குறிப்பிட்ட கட்டமைப்புக்குள் கொண்டு வருகிறது.

இவ்வாறு கூறிய ஹம்போல்ட், மொழியை ஒரு செயல்பாடு (activtiy) என்று வரையறுத்தார்.

ஒருவரது பேச்சு மட்டுமே மொழியாக அமைந்து விடாது. மாறாக அந்தப் பேச்சை சாத்தியப்படுத்தும் விதிகள் - அதாவது இலக்கணம்தான் மொழியின் அடிப்படை என்று கூறினார். மக்களின் சிந்தனை, அறிவாற்றல் ஆகியவற்றைப் பற்றிய உண்மையான சித்திரம் மொழிதான் என்று கூறிய அவரைப் பொறுத்தவரை மொழியின் ஆற்றலும் பண்பாட்டின் ஆற்றலும் ஒன்றுக்கொன்று தொடர்பு உடையவை. மானுட அறிவாற்றலின் மிக உன்னத வெளிப்பாடு வெவ்வேறு இலக்கணங்களைச் சார்ந்ததுதான். சரியான இலக்கணத்தைக் கொண்டு இயல்பாகவும் எளிதாகவும் சரியாகச் சிந்திக்க முடியும். சரியான இலக்கணங்கள் இல்லாமல் போனால், அதனால் ஏற்படக் கூடிய பிரச்சனைகளைச் சமாளிக்க வேண்டி வரும். ஒரு குறிப்பிட்ட மொழிக்கும் ஒரு குறிப்பிட்ட தேசத்தின் அறிவாற்றலுக்கும் இடையே இருக்கக் கூடிய பரஸ்பரத் தொடர்புகளை இலக்கண அமைப்பின் மூலம் புரிந்து கொள்வதுதான் மொழியியலின் செயல்பாடாகும் என்றார் ஹம்போல்ட்.

அவரது கருத்துகள் 19ஆம் நூற்றாண்டு ஐரோப்பிய மொழியியலாளர்கள் பலர் மீது பெரும் தாக்கத்தை ஏற்படுத்தின. (ஐரோப்பாவில் தேசங்களின் உருவாக்கம் இக்காலகட்டத்தில்தான் தொடங்கியது.) ஜெர்மானிய மொழி பேசப்பட்டு வந்த பகுதிகளில் இருந்த சிந்தனையாளர்கள் ஒரு அருவமான தேசத்தைப் பற்றி அதாவது, ‘தூய ஜெர்மானிய தேசம்’ பற்றிப் பேசி வந்த காலகட்டம்தான் அது. அதே காலகட்டத்தில்தான் மொழியியல் ஆய்வுகளின் அடிப்படையில் குறிப்பிட்ட பண்புகளைக் கொண்ட மொழிக் குடும்பங்கள் பற்றிய ஆய்வுகளும் மேற்கொள்ளப்பட்டு வந்தன. குறிப்பிட்ட மொழிக் குடும்பங்கள், குறிப்பிட்ட மரபினங்கள்,

குறிப்பிட்ட தேசங்கள் ஆகியவற்றை ஒன்றுடன் ஒன்று தொடர்பு படுத்திப் பார்க்கும் சிந்தனைப் போக்குகளும் தோன்றின. அவை மட்டுமின்றி, அக்காலத்தில் விவிலியத்தைப் (*Bible*) பற்றிய ஆராய்ச்சியை மேற்கொண்டு இருந்தவர்கள் மானுட குலத்தவர் அனைவருக்கும் பொதுவானதாக இருந்த மூல மொழி எது என்று தேடிக் கண்டுபிடிப்பதில் ஈடுபட்டிருந்தனர். மொழியியல் ஆய்வுகளின் மூலம் அந்த மூலமொழியைக் கண்டுபிடித்துவிட முடியும் என்று அவர்கள் கருதினர். அதே சமயம் அந்த மூலமொழி கடவுளால் தேர்ந்து எடுக்கப்பட்டவர்களாகத் தம்மைக் கருதிக் கொண்ட யூதர்களின் மொழி அல்ல என்று நிரூபிக்கவும் அவர்கள் முயன்றனர். (யூத விரோத மனப்பான்மை ஜெர்மனியிலும், பொதுவாக ஐரோப்பாவிலும் அன்றே வேரூன்றி இருந்தது என்பதைத்தான் இது காட்டுகிறது.)

ஐரோப்பாவில் 16ஆம் நூற்றாண்டில் இருந்தே ஏசு சபையினர் (*Jesuits*) சில சொற்கள் கிரேக்கம், இலத்தீன், சமஸ்கிருதம் ஆகிய மொழிகள் மூன்றுக்கும் பொதுவானவையாக இருப்பதாகக் கூறி வந்தனர். 18ஆம் நூற்றாண்டு ஆங்கிலேயச் சிந்தனையாளர் சர் வில்லியம் ஜோன்ஸ் (*Sir William Jones*) என்பார் இந்தியாவில் தாம் மேற்கொண்ட சமஸ்கிருத மொழி ஆய்வின் அடிப்படையில், மேற்காணும் மூன்று மொழிகளுக்கும் மூலமொழியொன்று இருந்திருக்க வேண்டும் என்ற கருத்தைக் கூறினார். ஜோன்ஸ் முன்வைத்த கருத்துகளின் அடிப்படையில் இம்மூன்று மொழிகளும் இந்தோ-ஜெர்மானிய மொழிக் குடும்பத்தைச் சேர்ந்தவை என்றும் சமஸ்கிருத வேரிலிருந்து பிறந்தவை என்றும் ஹூம்போல்ட் கூறினார். ஜோன்சின் ஆய்வுகளுக்குரிய ஒரு கோட்பாட்டினை வகுத்த அவர், உலக மொழிகளை அவற்றின் இலக்கண அடிப்படைகள் மூலம் மூன்று குடும்பங்களாகப் பிரித்தார்: (1) சமஸ்கிருதம், கிரேக்கம், இலத்தீன் ஆகியன இந்தோ-ஜெர்மானிய மொழிக் குடும்பத்தைச் சேர்ந்தவை; (2) சீனம் போன்றவை மற்றொரு மொழிக் குடும்பம்; (3) தமிழ் போன்றவை பிறிதொரு மொழிக் குடும்பம். இவற்றில் இந்தோ-ஜெர்மானிய மொழிக் குடும்பம்தான் பரிபூரணமானது, குறையற்றது என்றும் அதற்குக் காரணம் சமஸ்கிருத இலக்கணம் மிகச் சிறப்பாக அமைந்து இருப்பதும் மாற்றமே இல்லாமல் பாதுகாக்கப்பட்டு வந்து இருப்பதும் ஆகும் என்றார். இந்த இலக்கணச் சிறப்புதான் சமஸ்கிருதப் பண்பாட்டின் உன்னதத்திற்கான சான்றாக அமைந்துள்ளது என்றும் கூறினார். அதாவது, இந்தியாவில் காலங்காலமாகப் பார்ப்பனர்கள் கூறி வந்த கருத்தைத்தான் ஹூம்போல்ட் உலகறியக் கூறினார். சமஸ்கிருதம் உலகிலுள்ள பல மொழிகளில் ஒரு மொழி மட்டுமல்ல, மாறாக உன்னதமான ஆரியரைப் பிறரிடமிருந்து பிரித்துக் காட்டவும்

ஆரியரின் சாஸ்திர, சடங்குகளைப் பாதுகாக்கவும் உதவிய மொழியே சமஸ்கிருதம் என்பதுதான் பார்ப்பனர்களின் கருத்து. மேலும், ஆரிய தர்மம், அதன் தூய்மை, அதன் நிலைத்த தன்மை, பண்பு தவறாநிலை ஆகிய அனைத்துமே சமஸ்கிருத மொழியின் தூய்மையையே சார்ந்திருக்கின்றன என்பது அவர்களது வாதம்.

சமஸ்கிருத மொழியும் சமஸ்கிருதப் பண்பாடும் வாழ்க்கையின் மிக உயர்ந்த நெறியை வெளிப்படுத்துவதாக ஹூம் போல்ட் கருதினார். உலகின் பிற மொழிகளின் தன்மையையும் தரத்தையும் சமஸ்கிருதம் என்ற உரைகல்லைக் கொண்டே தீர்மானிக்க முடியும் என்று கருதினார். இந்தக் கருத்தின் அடிப்படையில் ஒப்பியல் ஆய்வு முறைகள் ஐரோப்பாவில் உருவாக்கப்பட்டன. அவை மொழிகளை மட்டுமல்லாது மதங்கள், புராணங்கள், பண்பாடுகள், நீதி நெறிகள், அரசியல், இலக்கணங்கள் ஆகியவற்றுக்கும் விரிவு படுத்தப்பட்டன. இத்தகைய ஒப்பியல் ஆய்வு முறைகளைக் கொண்டு உயர்ந்த மொழி - தாழ்ந்த மொழி, உயர்ந்த பண்பாடு - தாழ்ந்த பண்பாடு என்பன போன்ற பாகுபாடுகள் செய்யப்பட்டன.

18ஆம் நூற்றாண்டு ஜெர்மானிய ரொமாண்டிக் சிந்தனையாளர்கள் (ஐரோப்பாவில் தொழில் நாகரிகமும் துவக்கக்கால முதலாளித்துவமும் ஏற்படுத்திய சமூக - பண்பாட்டுச் சீரழிவு, அறிவின் ஆதிக்கம் ஆகிய வற்றுக்கு எதிர்ப்புத் தெரிவித்து 'என்றோ இருந்த' ஒரு பொற்காலத்தை நினைத்துக் கொண்டு இருந்தவர்கள்) இந்தியாவின் பொற்காலம், ஆன்மீக மரபு ஆகியன பற்றியும் பேசி வந்தனர். உண்மையில், 15ஆம் நூற்றாண்டு தொட்டே ஐரோப்பியக் கிறிஸ்துவ மத போதகர்கள் பார்ப்பனிய சமுதாயம், அச்சமுதாயத்துக்கு மட்டுமே உரிய புனித மொழியான சமஸ்கிருதம், அம்மொழியில் படைக்கப்பட்டிருந்த இலக்கியங்கள் ஆகியன பற்றிக் கேள்விப்பட்டிருந்தனர். ஆனால் அவற்றிடம் அவர்களால் நெருங்க முடியவில்லை.

18ஆம் நூற்றாண்டில் சர் வில்லியம் ஜோன்ஸ் போன்றவர்களின் முயற்சிக்குப் பின்னரே ஐரோப்பியர்களால் சமஸ்கிருத மொழி, பண்பாடு ஆகியவற்றிடம் நெருங்க முடிந்தது. வில்லியம் ஜோன்சுக்கும் அவரைப் போன்றவர்களுக்கும் ஐரோப்பாவுக்கு வெளியே உள்ள நாகரிகம், பண்பாடு ஆகியவற்றில் அக்கறை தோன்றக் காரணம் அவர்களது சமகால ஐரோப்பியப் பண்பாடு அவர்களிடையே ஏற்படுத்தி இருந்த கசப்புணர்வுதான். ஐரோப்பாவின் ஆன்மீக வறட்சியில் இருந்து மீள ஒரே வழி இந்தியாவின் 'புனிதமான' ஆன்மீக மரபுகளைத் தேடிச் செல்வதுதான் என்று அவர்கள் கருதினர். அதாவது, ஐரோப்பாவின் குழந்தைப் பருவத்தை நினைவு கூர்வதுதான் அவர்களது முயற்சியாகும். சமஸ்கிருதமும் சமஸ்கிருதப்

பண்பாடும் மிக உயர்ந்தவை என்று ஜோன்ஸ் முதலில் கூறினாலும் பின்னர் பழைய ஆரிய நாகரிகத்தின் முழு நிறைவான, குறையற்ற வடிவம் ஐரோப்பிய மொழிகளும் ஐரோப்பியப் பண்பாடுகளும் தாம் என்று வாதிட்டார். இந்தியாவிலுள்ள ஆரியர்கள் வீழ்ச்சி அடைந்துவிட்டனர் என்றும் இந்தியப் பண்பாடு என்பது ஐரோப்பியப் பண்பாட்டின் குழந்தைப் பருவம் என்றும் அவர் கூறினார்.

வில்லியம் ஜோன்சும் ஐரோப்பிய ரொமாண்டிக் சிந்தனையாளர்களும் அக்கறை காட்டியது பழங்கால சமஸ்கிருதப் பண்பாடு, இலக்கியம் ஆகியவற்றின் மீதேயன்றி அவர்களது சமகால இந்தியா, இந்திய சமுதாயம் ஆகியவற்றின் மீதல்ல. இந்தியாவில் வாழ்ந்த வில்லியம் ஜோன்சுக்கும் கூட அந்தப் பெருமை வாய்ந்த பண்பாடு பற்றி முழுமையாகத் தெரியாது என்றே கூறலாம். 1785இல் அவரால் நிறுவப்பட்ட ஏசியாடிக் சொசைட்டியால் ஒரு சில சமஸ்கிருத நூல்களை மட்டுமே (பகவத் கீதை, இதோபதேசம், சாகுந்தலம், மனுஸ்மிருதி, கீதகோவிந்தம்) ஆங்கிலத்தில் மொழியாக்கம் செய்ய முடிந்தது. அவற்றைத்தான் அவர் சமஸ்கிருதப் பண்பாடு, இந்தியப் பண்பாடு என வரையறுத்தார். ஆனால் அவரது முயற்சிகளும் அவர் உருவாக்கிய எண்ணங்களும் பாரதூரமான விளைவுகளை ஏற்படுத்தின. அவரது காலத்துக்குப் பின் மாக்ஸ் முல்லெர் போன்றவர்களின் ஆய்வுகளுக்கான முன்னோடியாக அமைந்தன.

ஜோன்ஸ், ஹம்போல்ட் மாக்ஸ் முல்லெர் போன்றோரின் ஆய்வுகள், ஆரிய இனம், ஆரியப் பண்பாடு என்ற கருத்தாக்கங்களை உருவாக்கின. சமஸ்கிருத மொழி அறிவுடையவர்களை சமஸ்கிருத மரபினத்தவர் (*Sanskritic Race*) என ஹம்போல்ட் முதலில் வரையறுத்தார். பின்னர் ஆரிய இனத்தவர் (*Aryan Race*) என்று மாற்றம் செய்தார். இந்த ஆரியர்கள் யார் என்ற கேள்வியை எழுப்பி, நவீன ஐரோப்பியர்கள், இந்தியப் பார்ப்பனர்கள் ஆகிய இருவருக்கும் அவர்கள்தாம் மூதாதையர்கள் என்று ஜெர்மானிய ரொமாண்டிக் சிந்தனையாளர்கள் விடை வழங்கினர். அந்த ஆரிய இனத்தவரும் அவர்கள் பேசிய இந்தோ - ஜெர்மானிய மொழிகளும் உலக இனங்கள், மொழிகள் ஆகியவற்றில் மிகச் சிறு பகுதியே என்றாலும் ஆரிய இனத்தின் மேலாண்மைக்குக் காரணம் உலகின் அரசியல், இலக்கிய வரலாற்றின் மீது இந்தோ - ஜெர்மானிய மொழிகளும் பண்பாடும் மாபெரும் தாக்கம் ஏற்படுத்தியதுதான் என்று அவர்கள் கூறினர்.

ஆரியப் பண்பாட்டின் ஆணிவேர் வேதங்கள்தாம் என்றும் இந்தோ - ஜெர்மானிய இனத்தவரால் படைக்கப்பட்ட வேறெந்த

இலக்கியமும் அவற்றுக்கு நிகராகாது என்றும் அந்த ஜெர்மானியச் சிந்தனையாளர்கள் கருதினர். வேதங்கள், கிரேக்க இலக்கியங்களை விடப் பழமையானவை என்றும் அவை ஐரோப்பிய வரலாறு, பண்பாடுகள், மொழிகள் ஆகியவற்றை அறிந்து கொள்ள உதவக் கூடிய மிகப் பழமையான ஆவணங்கள் என்றும் கருதப்பட்டன. மேலும், இந்தியப் பார்ப்பனர்கள், ஐரோப்பியர்கள் என்று இருபிரிவாக உள்ள ஆரிய இனத்தவர்களிடையே இருந்த உறவுகளைப் பதிவு செய்துள்ளன இந்த வேதங்கள் என்றும் கூறப்பட்டது. மாக்ஸ் முல்லெர், இந்த வேதங்களை இந்திய ஆவணங்கள் என்று கூறுவதைவிட இந்தோ - ஐரோப்பிய ஆவணங்கள் என்று கூறுவது தான் சரியானது என்றும் வேதங்கள் கண்டுபிடிக்கப்பட்டதால் ஆரிய மொழிகள் மீண்டும் ஒன்று சேர்ந்துவிட்டன என்றும் கருதினார். இந்தியர்களை (பார்ப்பனர்களை) கறுப்பர்கள் என்றும் சிலைகளை வழிபடுபவர்கள் என்றும் கூறிய காலம் போய், அவர்களை ஐரோப்பியர்களுடன் உறவுடையோராகப் பார்க்கும் காலம் வந்தது. பார்ப்பனர்களை மாக்ஸ் முல்லெர் கீழ்க்கண்டவாறு வர்ணித்தார்: “இன்றும் தமது சொந்த மொழி, இலக்கியம், மதம் ஆகியவற்றின் தாக்கத்திற்கு உட்பட்டு இருக்கும் அந்த உன்னத இந்துக்கள்”; “சமஸ்கிருதத்தில் இருந்து பிறந்த அல்லது வலுவான சமஸ்கிருதத் தாக்கம் பெற்ற மொழிகளைப் பேசுபவர்கள்.”

ஜெர்மானிய ரொமாண்டிக் சிந்தனையாளர்களைப் பொறுத்த வரை ஆரியத்தூய்மை என்பது பார்ப்பனியத் தூய்மையும் பார்ப்பனிய சந்நியாசமும்தான். ஆனால் ஜோன்ஸ் போன்ற ஆங்கிலேயச் சிந்தனையாளர்களோ, பார்ப்பனர்கள் பண்டைய ஆரியப் பெருமையில் இருந்து வீழ்ச்சி அடைந்துவிட்டனர் என்று கருதினர். அதற்குக் காரணம் அப்போது இந்தியாவின் மீது ஆட்சி செலுத்தி வந்தவர்களாக ஆங்கிலேயர் இருந்ததுதான். இந்தக் கருத்து நிலைபெற்று விட ஒரு முக்கியக் காரணம், ஐரோப்பியர்கள் மொழியாக்கம் செய்ய விரும்பிய நூல்களையும் பிற ஆவணங்களையும் தெரிவு செய்தவர்களும் மொழியாக்கம் செய்து தந்தவர்களும் ஐரோப்பியர்களுக்கு சமஸ்கிருதம் கற்றுக் கொடுத்தவர்களும் பார்ப்பனர்களாக இருந்ததுதான். அவர்கள் மொழியாக்கம் செய்து கொடுத்த படைப்புகளில் சொல்லப்பட்டு இருந்த விஷயங்கள் என்ன? பார்ப்பனர்கள் தாம் மேன்மையானவர்கள், தூய்மையானவர்கள், பார்ப்பனியம்தான் இந்திய மரபின் கருவாக அமைந்துள்ளது என்பனவாகும்.

69
வந்தேறிகளின் சமஸ்கிருதம்

நீதிபதி பி.எஸ். சிவசாமி ஐயர், மயிலாப்பூரைச் சேர்ந்தவர்; சர் பட்டம் பெற்றவர்; சென்னைப் பல்கலைக்கழகத் துணை வேந்தராகவும் பொறுப்பு வகித்தவர். அவர் சென்னைப் பல்கலைக் கழகத்தில் 1914இல் உரையாற்றும்போது, "இந்தோ-ஆரிய நாகரிக உயர் கொள்கைகளை சமஸ்கிருதம் மேம்படுத்துகிறது. இந்த மொழிதான் தத்துவ, மத விடயங்களில் இந்து மனப்பான்மையைத் தெளிவாகக் காட்டுகிறது. இந்த மொழியிலிருந்துதான் நாட்டில் பேச்சு வழக்கில் உள்ள மொழிகள் எல்லாம் உயிர்ப்பைப் பெற்றுள்ளன. மக்களின் சமூக வாழ்க்கையை நெறிப்படுத்தும் ஒழுக்க சட்டமுறைகள் இம் மொழியில்தான் உள்ளன என்பதால் இன்றைய சட்டங்கள் அவற்றின் அடிப்படையிலேயே எழுதப்பட்டுள்ளன. எனவே ஒவ்வொரு இந்துவுக்கும் சமஸ்கிருத மொழி அறிவு இருக்க வேண்டியது முக்கியம்," (நியூ இந்தியா - 19. 11. 1914) என்று சமஸ்கிருத மொழியின் பெருமைகளைப் பற்றி பேசினார்.

நீதிபதி பி.எஸ். சிவசாமி ஐயர் 106 ஆண்டுகளுக்கு முன்பு சொல்லிய அதே கருத்தை இப்பொழுதும் ஆர்.எஸ்.எஸ். இந்துத்துவ சனாதனக் கும்பல் கூறிக் கொண்டு வருகிறது.

ஆரியர்களால் 'சமஸ்கிருதம்' 'தேவ பாஷை'யாகக் கொண்டாடப்படுவதும் தமிழ் உள்ளிட்ட மற்ற மொழிகளை எல்லாம் 'நீச பாஷை' என்று இழிவுபடுத்துவதும் இன்றைக்கும் நடப்பதைப் பார்க்கின்றோம்.

ஆர்.எஸ்.எஸ். தத்துவ ஆசிரியர் குருஜி கோல்வால்கர், சமஸ்கிருத மொழிதான் இந்திய மொழிகளுக்கு எல்லாம் தாய் என்று பெருமிதத்துடன் குறிப்பிட்டுள்ளார்.

மத்திய ஆசியாவிலிருந்து கைபர்-போலன் கணவாய் வழியாக மேய்ச்சல் இடங்களை நாடி ஆடு மாடுகளை ஓட்டி வந்து இந்தியாவிற்குள் நுழைந்த கூட்டம், இந்திய மொழிகள் அனைத்தும் சமஸ்கிருதத்தில் இருந்தே கிளைத்தன எனவும், அது தேவ பாஷை எனவும் மற்றவை நீச பாஷை எனவும் சொல்லி அதையே வரலாறாகப் பதிவு செய்து, ஆயிரக்கணக்கான ஆண்டுகளாக நிலைநிறுத்துவதில் குறியாக இருக்கிறது.

இந்த வரலாற்றை உடைக்கும் வகையில்தான் சென்ற நூற்றாண்டுகளில் முன் வைக்கப்பட்ட இருமொழி இயற் கண்டுபிடிப்புகள் இருந்ததை மார்க்சிய பெரியாரிய ஆய்வாளர் எஸ்.வி. இராஜதுரை கருத்துகளைச் சென்ற அத்தியாயத்தில் பார்த்தோம்.

சமஸ்கிருதம் மொழிகளின் தாயா?

சர். வில்லியம் ஜோன்ஸ், ஃப்ரான்சிஸ் ஒயிட் எல்லிஸ், பிஷப் கால்டுவெல் ஆகியோரின் மொழி இயல் ஆய்வுகள் பார்ப்பனர்களின் 'சமஸ்கிருத' மேலாண்மையைக் கிழித்து எறிந்தன. சமஸ்கிருத மொழியின் தோற்றத்தை இந்திய மண்ணைக் காட்டிலும் இந்தியாவுக்கு வெளியில்தான் காண வேண்டும் என்று நிறுவினார் ஜோன்ஸ் (1786).

ஐரோப்பிய மொழிகளான கோதிக், செல்டிக், இத்தாலி, பிரெஞ்சு முதலான மொழிகளுடனேயே அதைத் தொடர்புபடுத்திப் பார்க்க வேண்டும். பூர்வ சமஸ்கிருதம் 'இந்தோ ஐரோப்பிய' மொழிக் குடும்பத்தைச் சார்ந்தது.

இன்று இந்தியத் துணைக் கண்டத்தில் பயிலப்படும் மொழிகளில் எல்லோரும் அறிந்த முக்கிய மொழிகள் எல்லாமும் ஒன்றுக்கொன்று தொடர்பில்லாத இரு வேறு மொழிக் குடும்பங்களைச் சார்ந்தவை.

சமஸ்கிருதம், இந்தி, பாலி, பிராகிருதம் முதலான மொழிகள் 'இந்தோ ஆரிய' மொழிக் குடும்பத்தைச் சார்ந்தவை. அவற்றிற்கும் இந்தியாவில் நிலவும் இன்னொரு மொழிக் குடும்பமான திராவிட மொழிகளுக்கும் எந்தத் தொடர்பும் கிடையாது.

ஆரியத்திலிருந்து முற்றிலும் வேறுபட்ட தமிழ், மலையாளம், தெலுங்கு, கன்னடம், துளு முதலான மொழிகளுக்கிடையேயான ஒப்புமையை முதன்முதலில் ஆய்வுரையாகத் தந்தவர் சென்னைக் கோட்டையில் பணியாற்றிய ஃப்ரான்சிஸ் ஒயிட் எல்லிஸ் எனும் ஆங்கில அதிகாரி (1816). பின்பு அதை ராபர்ட் கால்டுவெல் (1856) விரிவாக்கினார்.

இவை இன்று மொழியியல் ரீதியாக நிறுவப்பட்ட உண்மைகள்; உலக அளவில் ஏற்றுக் கொள்ளப்பட்டவை. ஆக சமஸ்கிருதம் எந்த வகையிலும் 'மொழிகளின் தாய்' அல்லது குறைந்தபட்சம் 'இந்திய மொழிகளின் தாய்' என அழைக்கப்படுவதற்குத் தகுதி உடையதல்ல; அவ்வாறு சொல்வது உண்மைக்குப் புறம்பானது மட்டுமல்ல; தமிழ் போன்ற தனித்துவமும், நீண்ட வரலாறும், ஏராளமான இலக்கியச் செல்வங்களும் உள்ள மொழிகளை இழிவு செய்வதும் ஆகும்.

சமஸ்கிருத மொழியைப் பார்ப்பனர்கள் உயர்த்திப் பிடிப்பது ஏன் என்பதை தந்தை பெரியார் தெளிவாகவும் திட்பமாகவும் எடுத்து இயம்பி உள்ளார்.

"ஆரியர்கள் உலகின் பல பாகங்களில் நாடோடிகளாய்த் திரிந்தவர்கள். ஆங்காங்கே பேசப்படும் பலப்பல மொழிகளை எடுத்துக் கொள்வார்கள்; இன்று தங்களின் மொழி என்று அவர்கள் கூறிக் கொள்ளும் சமஸ்கிருத மொழி உண்மையில் உலகின் பல பகுதிகளில், பல காலகட்டங்களில் பேசப்பட்ட, மொழிகளின், பேச்சு வழக்குகளின் ஒரு கலவையே ஆகும். சமஸ்கிருத மொழியில் எந்தச் சிறப்புமே இல்லை. அது ஆதி மொழியும் அல்ல. தங்களை உயர்ந்தவர்கள் என்று காட்டிக் கொள்ளவும், மற்ற மொழிகளை இழிவுபடுத்தவுமே சமஸ்கிருத மொழியைப் பற்றி பார்ப்பனர்கள் உயர்வாகப் பேசுகின்றனர்."

பெரியாரின் இக்கருத்து சர் வில்லியம் ஜோன்ஸ், ஃப்ரான்சிஸ் ஒயிட் எல்லிஸ், பிஷப் கால்டுவெல் ஆகியோரின் மொழி இயல் ஆய்வுகளைத்தான் பிரதிபலிக்கிறது.

சமஸ்கிருத மொழி அநாதிகால மொழி என்றும், இம்மொழியில் இருந்துதான் இந்தியாவின் பழங்கால மொழிகள் அனைத்தும் உற்பத்தி ஆயிற்று எனவும் சொல்வது ஆதாரமற்றது. ஏனெனில் சமஸ்கிருதம் கி. மு. 1500-க்குப் பின் உருவானது என்று மொழியியல் அறிஞர்கள் உறுதி செய்துள்ளதை தந்தை பெரியார் எடுத்துக்காட்டி உள்ளார்.

தமிழே மூல மொழி

உலகின் மொழிகள் பலவும் தமிழிலிருந்தே வந்தவை. தமிழே மூல மொழி. மிகப் பிற்காலத்தில் உருவாக்கப்பட்டது சமஸ்கிருதம். அதற்கும் தமிழே மூலம். நீண்ட நெடுங்காலம் பேச்சு வழக்கில்லாத மொழி சமஸ்கிருதம். அதற்கென எழுத்தில்லை. சமஸ்கிருத எழுத்து வடிவம் மிகப் பிற்காலத்தில் உருவாக்கப்பட்டது என்பது மொழியியல் ஆய்வாளர்கள் உறுதி செய்த உண்மை.

அண்ணல் அம்பேத்கரின் கூற்றும் இதையே உறுதி செய்கிறது. "இந்தியா முழுமையும் பேசப்பட்ட மொழி தமிழ். அதன்பின் ஆரியர் அயல்நாட்டிலிருந்து வந்து கலக்கவே, அவர்களின் பேச்சு மொழியான சமஸ்கிருதம் வட இந்தியாவில் பரவுகிறது. ஆனால், தென்னிந்தியாவில் சமஸ்கிருதம் அதிகம் கலக்கவில்லை," என்று அம்பேத்கர் சொல்கிறார்.

தமிழ் அல்லது திராவிடம் என்பது தென்னிந்தியாவின் மொழி மட்டுமன்று; ஆரியர்கள் வருகைக்கு முன்பாக தமிழ் மொழி இந்தியா முழுவதும் பேசப்பட்டது. தமிழ், காஷ்மீரத்திலிருந்து கன்னியாகுமரி வரை பேசப்பட்ட மொழி.

தமிழ் மொழி உண்மையில் இந்தியா முழுவதும் நாகர்களால் (திராவிடர்களால்) பேசப்பட்ட மொழியாகும். நாகர்கள் மீதும் அவர்கள் மொழியின் மீதும் ஆரியர்கள் ஏற்படுத்திய தாக்கம், வட இந்தியாவில் வாழ்ந்த நாகர்கள் தங்கள் தாய்மொழியை விட்டு அதற்குப் பதிலாக சமஸ்கிருதத்தோடு கலக்கக் காரணமாயிற்று.

தென்னிந்தியாவில் இருந்த நாகர்கள் தமிழைத் தங்களின் தாய்மொழி ஆக்கிக் கொண்டனர். அவர்கள் ஆரியர்களின் சமஸ்கிருத மொழியை ஏற்கவில்லை. அதனால், தென்னிந்திய மக்களுக்கு மட்டும் திராவிடர் என்னும் பெயர் நின்றது.

நாகர்களும் திராவிடர்களும் ஒரே இனம் என்பதை மறந்துவிடக் கூடாது. நாகர் என்பது இனம்; திராவிடர் என்பது அவர்களின் மொழியைக் குறிப்பது. "இந்தியாவில் உள்ள இனங்கள் இரண்டுதான். ஒன்று ஆரியர்கள்; மற்றொன்று நாகர்கள்," என்கிறார் அம்பேத்கர்.

அசோகருடைய கல்வெட்டுகளில் பிராகிருதமும், பிராமி எழுத்துக்களுமே காணப்படுகின்றன. அப்போது ஆரிய மொழியான சமஸ்கிருதம் மக்களால் பேசப்படவே இல்லை.

வடமொழிப் பேராசிரியர் டாக்டர் கே. கைலாசநாத குருக்கள், "வேதங்கள் சமஸ்கிருத நூல் அல்ல. வேதங்கள் பின்னாளின் பாணினியால் திருத்தம் செய்யப்பட்டு உருவாக்கப்பட்டவையே. சமஸ்கிருத நூல்கள் இராமாயணமும் மகாபாரதமும் எழுதப்பட்ட காலத்தில் சமஸ்கிருதமே உருவாகவில்லை," என்கிறார்.

கணிட்ராக்டர் என்னும் அறிஞர், சமஸ்கிருதம் அந்தந்தப் பகுதிகளில் வழங்கிய மொழி எழுத்துக்களாலே எழுதப்பட்டது. திராவிடர் எழுத்துக்களில் மாற்றம் செய்தே சமஸ்கிருத எழுத்தை உருவாக்கினர் என்று பல ஆய்வாளர்கள் உறுதி செய்துள்ளனர்.

எச்.ஜி. வெல்ஸ் என்னும் அறிஞர், "ஆரியர்கள் நாகரிகம் அடைந்த மக்களுடன் தொடர்பு கொள்ளும் வரை அவர்களுக்கு என்று எழுத்து முறை இல்லை," என்று கூறுகிறார்.

பல்லவர்களின் கல்வெட்டுகள் பிராகிருதத்திலும் சமஸ்கிருதத்திலும் உள்ளன. அக் கல்வெட்டுகளில் சமஸ்கிருதம் வளர்ச்சி பெறாத மொழியாகவே உள்ளது. பிராகிருதமே சமஸ்கிருதமாக மாறிக் கொண்டிருந்ததை அது உணர்த்துகின்றது.

சமஸ்கிருதம் கி.மு. முதல் நூற்றாண்டு முதல் பிராகிருத மொழியால் எழுதப்பட்டு கி.பி. 850-க்குப் பின்பு பிராகிருத இலக்கியத்தை மொழி பெயர்த்து வளர்ந்தது. இந்த மொழிபெயர்ப்பு காலத்தில்தான், இந்திய மரபுப் புராணங்களும், இராமாயணம், மகாபாரதம் போன்ற இதிகாசக் காப்பியங்களும் திருத்தி சமஸ்கிருதத்தில் வெளியிடப்பட்டன. (ஆதாரம்: இந்திய வரலாற்றுத் தொகுதி 162-3. பாரதீய வித்யாபவன் வெளியீடு - ஜார்ஜ் எல். ஹார்ட்டின் - ஆரிய மொழி - திராவிட மொழிகளின் ஒப்பாய்வு நூல்) சமஸ்கிருத நூல்கள் பலவும் மொழிபெயர்ப்பு நூல்களே. எனவே, சமஸ்கிருதம் சொந்த இலக்கிய வளம் கொண்டதல்ல.

சமஸ்கிருத நூல்கள்?

கி.பி. 4ஆம் நூற்றாண்டு முதல் கி.பி. 6ஆம் நூற்றாண்டு வரை தமிழகத்தைச் சேர்ந்த அறிஞர்களே பல நூல்களைச் சமஸ்கிருதத்தில் மொழிபெயர்த்துள்ளனர்.

எடுத்துக்காட்டாக கி.பி. 4ஆம் நூற்றாண்டின் நடுப்பகுதியில் சிம்மசூரி முனிவரின் 'உலோக வியாபகம்' என்னும் பிராகிருத மொழி நூல், கடலூர் திருப்பாதிரி புலியூர் சர்வந்தி என்பவரால் 'கதசப்தசாயி' என்னும் பெயரில் சமஸ்கிருதத்தில் மொழி மாற்றம் செய்யப்பட்டது.

மேலும் சமஸ்கிருதத்தின் தோற்றம், அமைப்பு பற்றி ஆய்வு செய்த கால்வின் கெபர்ட் (Colvin Kephort) என்பவர், சமஸ்கிருதம் இந்திய மொழி எதற்கும் தாயல்ல; அது பழைய இந்திய மொழிகளின் கலப்பால் பிற்காலத்தில் உருவானது என்கிறார்.

இந்திய மொழிகளைப் பற்றி ஆய்வு செய்த அறிஞர் கிரியர்சன், சமஸ்கிருதம் இந்திய மொழியின் மாறுதலுக்கு உட்பட்ட மொழியே என்றும், செம்மைப்படுத்தப்பட்டு, இலக்கணம் பிற்காலத்தில் உருவாக்கப்பட்டதால் சமஸ்கிருதம் (செம்மைப்படுத்தப்பட்டது) என்று அழைக்கப்பட்டது என்றும் கூறுகிறார்.

டாக்டர் மக்ளீன் என்னும் அறிஞர் திராவிட மொழிகள் சமஸ்கிருதத்தை விட மூத்த மொழிகள் என்பதில் சந்தேகமில்லை என்கிறார்.

டாக்டர் டைலர், சமஸ்கிருதம் உள்பட பேசப்படும் மொழிகள் அனைத்தும் இலக்கியத் தமிழால் வளர்ந்தவை என்கிறார்.

பஞ்சாப், சிந்துவெளிப் பகுதிகளில் கிடைத்த குறியீடுகளை ஆராய்ந்த பி.டி. சீனிவாச ஐயங்கார் அவை அனைத்தும் மூலத் தமிழ் என்கிறார். இந்தோ-ஆரிய மொழிகள் அனைத்தும் தமிழ் மூலத்தில் இருந்து கிளைத்தவையே என்கிறார்.

டி..ஆர். சேஷ ஐயங்காரும் இதே கருத்தை ஏற்கிறார்.

ஜார்ஜ் கெர்ட் (George Hart - Tamil Heroic Poems) தனது நூலில் தமிழ் இலக்கியங்கள், பிராகிருத மொழி மூலம் சமஸ்கிருதத்திற்குச் சென்றதை ஆதாரங்களோடு விளக்குகிறார்.

அமெரிக்க தமிழறிஞரான எம்.பி. மெனோ என்பவர் சமஸ்கிருத இலக்கிய இலக்கணங்கள் தமிழிலிருந்து கடனாகப் பெறப்பட்டவை என்கிறார்.

70
மோடி அரசின் சமஸ்கிருதமயமாக்கல்

ஆர்.எஸ்.எஸ். -இன் தத்துவ வழிகாட்டி குருஜி கோல்வால்கர் 'சமஸ்கிருத' மொழியின் மேன்மை குறித்தும், இந்துக்களின் மொழி என அடையாளப் படுத்தியதையும் பாஜக ஆட்சிக்கு வந்த பின்னர் செயல் திட்டங்களாக நடைமுறைப்படுத்த முயன்றது.

1998இல் அதுல் பிகாரி வாஜ்பாய் தலைமையில் தேசிய ஜனநாயகக் கூட்டணி அரசு அமைந்தபோது, பெரும்பான்மை இல்லாமல், மாநிலக் கட்சிகளின் ஆதரவுடன் ஆட்சி நடத்தியபோதும் ஆர். எஸ்.எஸ். -இன் அழுத்தம் இருந்ததால் தங்கள் அடிப்படையான இலட்சியங்களை நிறைவேற்ற முனைந்தது பாஜக ஆனால், குறைந்தபட்ச செயல்திட்டத்தை முன்வைத்து தேசிய ஜனநாயகக் கூட்டணி ஆட்சிச் சக்கரம் சுழன்றதால், சனாதன சக்திகள் நினைத்ததையெல்லாம் செயல்படுத்த முடியவில்லை.

இருப்பினும் சமஸ்கிருதத்தின் மேன்மையை (?) நிலைநாட்ட சில முயற்சிகளில் இறங்கியது வாஜ்பாய் அரசு. அப்போதைய மனிதவள மேம்பாட்டுத்துறை அமைச்சர் முரளி மனோகர் ஜோஷி, ஆர்.எஸ். எஸ். சித்தாந்தத்தில் ஊறித் திளைத்தவர் என்பதால் இதில் அதீத அக்கறை காட்டினார்.

1998, அக்டோபர் 20ஆம் நாள் டெல்லியில் அனைத்து மாநிலக் கல்வி அமைச்சர்கள் மாநாட்டை மத்திய அரசு கூட்டியது. மத்திய மனிதவள மேம்பாட்டுத் துறை அமைச்சகம் ஏற்பாடு செய்த இந்த மாநாட்டைப் பிரதமர் வாஜ்பாய் தொடங்கி வைத்தார்.

இந்த மாநாட்டிற்கு வழக்கத்தில் இல்லாத முறையில் சில அதிகாரப்பூர்வமற்ற கல்வி அமைப்புகளைச் சேர்ந்தவர்களும் அழைக்கப்பட்டு இருந்தனர். அவர்கள் சில கல்வித் திட்டங்களை அங்கே விவரிக்கவும், முடிவு எடுக்க உதவும் வகையிலும் ஆலோசனை வழங்குவார்கள் என மத்திய அரசின் தரப்பில் அறிவிக்கப்பட்டது.

'வித்யா பாரதி' எனும் கல்வி அமைப்பும் இந்த மாநாட்டில் பங்கேற்க அழைப்பு விடுக்கப்பட்டது. 'வித்யா பாரதி' என்பது ஆர்.எஸ்.எஸ். நிறுவிய கல்வி அமைப்பு ஆகும். இதன் சார்பில் மாநாட்டிற்கு அழைக்கப்பட்டவர் 'சிட்லாஞ்சியா' எனும் பெரும் தொழிலதிபர்.

547

இவர் ஆர்.எஸ்.எஸ். -இன் கல்விக் கூடங்களை நடத்தி வருபவர். அக்கல்விக் கூடங்களில் ஆர்.எஸ்.எஸ். -இன் கொள்கைகளைக் கற்பித்து வருபவர்.

ஆர்.எஸ்.எஸ். -இன் துணை அமைப்பான 'வித்யா பாரதி அகில பாரதீய சிக்ஷாசன்ஸ் தான்' 1998, ஆகஸ்டில் அளித்த பரிந்துரைகளை அதிகாரப்பூர்வமான விவாதப் பட்டியலில் மனிதவள மேம்பாட்டுத்துறை அமைச்சகம் இணைத்திருந்தது. மாநாட்டு அழைப்பிதழுடன் 14 பக்கங்கள் கொண்ட கொள்கைக் குறிப்பும் அனுப்பப்பட்டது.

வித்யா பாரதி பரிந்துரைகள்

'இந்துத்துவா'வைப் பற்றி குழந்தைகளுக்கு விளக்கிடும் வகையில் வேதங்களையும், உபநிடதங்களையும் பாடத் திட்டத்தில் சேர்த்தல்;

மூன்றாம் வகுப்பு முதல் பத்தாம் வகுப்பு வரை சமஸ்கிருத மொழி கற்பிப்பதை அனைத்து மாணவர்களுக்கும் கட்டாயமாக்குதல்;

சரஸ்வதிக்கு நன்றி என்று நாள்தோறும் 'சரஸ்வதி வந்தனம்' (சரஸ்வதி படத்திற்குப் பூஜை) செய்தல்;

இந்திய மயம், தேசிய மயம், ஆன்மீக மயம் என்று சொல்லத்தக்க வகையில் கல்வித் திட்டத்தில் சீர்திருத்தங்களை மேற்கொள்ளுதல்;

தொடக்கப்பள்ளி முதல் கல்லூரிகள் வரை படிப்புக்கான காலத்தில் 10 முதல் 25 விழுக்காடு வரை இந்தியப் பண்பாட்டைக் கற்றுக் கொள்வதற்காக ஒதுக்கப்பட வேண்டும்;

சமஸ்கிருதப் பல்கலைக் கழகங்கள் நிறுவுதல்;

அனைத்துப் பள்ளிகளிலும் எல்லா வகுப்புகளிலும் நீதி போதனை, ஆன்மீகக் கல்வியை அறிமுகம் செய்தல்;

உயர் கல்வியின் அனைத்துப் படிப்புகளிலும் "இந்தியத் தத்துவம்" என்னும் பாடத்தை இடம்பெறச் செய்தல்;

'வீட்டைப் பராமரித்தல்' என்பது எல்லாப் பெண்களுக்கும் கட்டாயப் பாடமாக்குதல்;

- 'வித்யா பாரதி' தயாரித்து அளித்த இந்தப் பரிந்துரைகள் மனிதவள மேம்பாட்டுத் துறை அமைச்சகம் மாநிலக் கல்வி அமைச்சர்கள் மாநாட்டிற்கு வழங்கிய குறிப்பு ஏட்டில் மேற்கண்ட அனைத்திலும் இடம்பெற்று இருந்தன. அவை குறித்து விவாதம் நடத்தப்பட நிகழ்ச்சி நிரலில் சேர்க்கப்பட்டு இருந்தது.

கல்வி அமைச்சர்கள் மாநாட்டில் பங்கேற்ற தமிழக கல்வி அமைச்சரும், திராவிட இயக்கத்தின் முதுபெரும் தலைவர்களில் ஒருவருமான பேராசிரியர் க. அன்பழகன் அவர்கள் கொள்கைக் குறிப்பில் ஆர்.எஸ்.எஸ். கருத்தியலைச் சேர்த்ததைக் கண்டித்து மாநாட்டிலிருந்து வெளியேறினார்.

தேசிய ஜனநாயகக் கூட்டணியில் இடம் பெற்று இருந்த மறுமலர்ச்சி திராவிட முன்னேற்றக் கழகம், கல்வி அமைச்சர்கள் மாநாட்டில் ஆர்.எஸ்.எஸ். துணை அமைப்பான 'வித்யா பாரதி' அழைக்கப்பட்டதற்குக் கடும் எதிர்ப்பு தெரிவித்தது. நாடாளுமன்ற உறுப்பினரும், மறுமலர்ச்சி திராவிட முன்னேற்றக் கழகத்தின் பொதுச் செயலாளருமான வைகோ அவர்கள் கல்வி அமைச்சர்கள் மாநாட்டின் நிகழ்ச்சி நிரலில் குறைந்தபட்ச செயல் திட்டத்தை மீறி, ஆர்.எஸ்.எஸ். -இன் கல்வி அமைப்பான 'வித்யா பாரதி'யின் பரிந்துரைகள் கொள்கைக் குறிப்பில் சேர்க்கப்பட்டமைக்குக் கடும் கண்டனத்தை, தேசிய ஜனநாயகக் கூட்டணித் தலைவர்கள் கூட்டத்தில் பதிவு செய்தார்.

தமிழக முதலமைச்சர் டாக்டர் கலைஞர், மேற்கு வங்க முதல்வர் ஜோதிபாசு (சி.பி.எம்.), மத்தியப் பிரதேச முதல்வர் திக்விஜய் சிங் (காங்கிரஸ்) மற்றும் ஆந்திரம், பஞ்சாப், ஒரிசா, திரிபுரா, கேரளா, புதுச்சேரி மாநில முதலமைச்சர்களும் மத்திய பாஜக அரசு, ஆர்.எஸ். எஸ். கோட்பாட்டைச் செயல்படுத்த முனைவதற்குக் கடும் எதிர்ப்பு தெரிவித்தனர்.

தேசிய ஜனநாயகக் கூட்டணித் தலைவர்களின் கடும் எதிர்ப்பால் மத்திய அரசு பின்வாங்கியது. 1998 முதல் 2004ஆம் ஆண்டு வரையில் 6 ஆண்டுகள் வாஜ்பாய் தலைமையிலான அரசு, பெரும்பான்மை பலம் பெற்றிராமல் ஆட்சி நடத்தியதாலும், மாநிலக் கட்சிகளின் தலைவர்கள் இடம் பெற்றிருந்த தேசிய ஜனநாயகக் கூட்டணி கலகலத்துப் போகும் என்பதாலும் ஆர்.எஸ்.எஸ். -இன் கோட்பாட்டு ரீதியிலான செயல் நடவடிக்கைகள் முழுமையாக நிறைவேற வழி இல்லாமல் ஆனது.

2014ஆம் ஆண்டு நரேந்திர மோடி தலைமையில் பாஜக ஆட்சிப் பொறுப்பை ஏற்றவுடன் மீண்டும் அவர்கள் ஆர்.எஸ்.எஸ். செயல்திட்டங்களைக் கையில் எடுத்தார்கள். 'செத்துப் போன' சமஸ்கிருதத்தைத் தூக்கி வைத்துக் கொண்டு மோடி அரசு கடந்த ஆறு ஆண்டுகளாக ஆடுகிற ஆட்டம், ஆர்.எஸ்.எஸ்., - சங் பரிவாரங்களுக்குக் கொண்டாட்டமாக ஆகி விட்டது.

இந்தியாவை இந்துமயம் ஆக்கவும், இந்து ராஷ்டிராவைக் கட்டி எழுப்பவும், நாட்டையே சமஸ்கிருத மயமாக்கவும் மோடி அரசில்

மூர்க்கத்தனமாக மேற்கொள்ளப் பட்டுவரும் செயல் திட்டங்களைக் காணும் போது, ஆர்.எஸ்.எஸ். சனாதன சக்திகள் எந்த அளவுக்கு இந்தியாவில் ஆட்சி நிர்வாக 'லகானை'க் கையில் இறுக்கமாகப் பற்றி இருக்கிறார்கள் என்பது விளங்கும்.

சமஸ்கிருத வாரம்

2014, மே மாதம் நரேந்திர மோடி அரசு பொறுப்பேற்றவுடன் 'சமஸ்கிருத தேவ பாஷை'யை அரியணை ஏற்றுவதற்கான நடவடிக்கைகள் தொடங்கி விட்டன. மனிதவள மேம்பாட்டுத் துறை அமைச்சகத்தின் உத்தரவின் பேரில் மத்திய இடை நிலைக் கல்வி வாரியத்தின் (சி.பி.எஸ்.சி.) பள்ளிகளில் 2014ஆம் ஆண்டு ஆகஸ்டு 7ஆம் நாள் முதல் 13ஆம் நாள் வரை சமஸ்கிருத வாரம் கொண்டாடுமாறு சி.பி.எஸ்.சி. இயக்குநர் நாடெங்கும் உள்ள சி.பி. எஸ்.சி. பள்ளிகளுக்குச் சுற்றறிக்கை அனுப்பினார்.

அந்தச் சுற்றறிக்கையும் சமஸ்கிருதத்தை எல்லா (உலக) மொழிகளுக்கும் தாய் என்று குறிப்பிட்டதுடன், அது இந்தியப் பண்பாட்டுடன் பின்னிப் பிணைந்த மொழி என்றும், இந்தியாவின் ஆகப் பெரும் பான்மையான அறிவுச் செல்வங்கள் சமஸ்கிருதத்தில்தான் இருப்பதாகவும் கூறியது.

இந்தியப் பண்பாட்டுப் பாரம்பரியத்துக்கு மட்டுமின்றி, எல்லா இந்திய மொழிகளுக்கும் சமஸ்கிருதத்துடன் உள்ள உறவு குறித்து பிரபலப்படுத்த வேண்டும் என்றும் இச்சுற்றறிக்கை கோரியது.

சமஸ்கிருத மொழியை அன்றாட வாழ்வுடன் இணைப்பது எப்படி என்பது குறித்து மாணவர்கள் சமஸ்கிருதப் பண்டிதர்களுடன் கலந்து பேச வேண்டும் என்றும், சமஸ்கிருதச் சொற்களைக் கற்றுக் கொள்ளும் விதமான கணினி விளையாட்டுகளை உருவாக்குவது என்றும், சமஸ்கிருத மொழித் திரைப்படங்களான ஆதிசங்கரர், பகவத் கீதை போன்றவற்றைத் திரையிடுதல் போன்ற வழிமுறைகளில் இது கொண்டாடப்பட வேண்டும் என்றும் மோடி அரசு கூறியிருந்தது.

சுற்றறிக்கையில் காணப்படும் விவரங்களில் இருந்தே மொழியின் பெயரால் பார்ப்பன இந்து மதத்தைத் திணிக்கும் மோடி அரசின் நோக்கத்தை நாம் புரிந்து கொள்ள முடியும்.

சமஸ்கிருதம் இந்தியப் பண்பாட்டுடன் பின்னிப் பிணைந்த மொழி என்று இந்த அறிக்கை கூறும்போது, அது பார்ப்பன இந்துப் பண்பாட்டை மட்டுமே அர்த்தப் படுத்துகிறது. ஏனென்றால் சமண, பௌத்த சமயங்கள் உள்ளிட்ட பிற மதங்களின் இலக்கியங்கள் சமஸ்கிருதத்தில் இல்லை.

மேலும், ஆதிசங்கரர் படத்தைத் திரையிடுதல், சுலோகம் ஒப்பித்தல் போட்டி போன்றவை அப்பட்டமான பார்ப்பனியத் திணிப்பு நடவடிக்கைகள் ஆகும்.

எல்லா இந்திய மொழிகளுக்கும் சமஸ்கிருதத்துக்குமான 'உறவு' குறித்து மக்களிடையே பிரபலப்படுத்த வேண்டும் என்று கூறுவதன் மூலம் 'சமஸ்கிருதம்தான் தமிழ் உள்ளிட்ட எல்லா மொழிகளுக்கும் தாய்' என்று பார்ப்பனப் புரட்டை நிலை நாட்டவே மோடி அரசு முயற்சிக்கிறது.

மத்திய மனிதவள மேம்பாட்டுத்துறை அமைச்சர் ஸ்மிருதி இராணி, 2016-17 கல்வியாண்டு முதல் சி.பி.எஸ்.சி. பள்ளிகளில் மூன்றாவது மொழிப்பாடமாக சமஸ்கிருதத்தைக் கட்டாயம் படிக்க வேண்டும் என்று 2016, ஜூன் மாதம் அறிவிப்பு வெளியிட்டார்.

மேலும், பள்ளிகளில் சமஸ்கிருத மொழி கற்றுக் கொடுக்கவும் சமஸ்கிருத வேதங்களை ஒரு பாடமாக வைக்கவும் 'வேதக் கல்வி வாரியம்' (வேதிக் போர்டு) தொடங்கப்படும் என்றும் ஸ்மிருதி இராணி அறிவித்தார்.

வேதக் கல்வி வாரியம்

சமஸ்கிருதத்தை முதன்மையான மொழியாக முன்னிறுத்துவதற்காக மத்திய மனிதவள மேம்பாட்டு அமைச்சகம், பணி ஓய்வு பெற்ற தலைமைத் தேர்தல் ஆணையர் என். கோபால்சாமி தலைமையில் 13 பேர் கொண்ட குழு ஒன்றை அமைத்தது.

இக்குழு தனது அறிக்கையை 2016, பிப்ரவரி 17இல் மத்திய அரசிடம் அளித்தது.

சமஸ்கிருத வளர்ச்சிக்கான நோக்கு மற்றும் திட்ட வரைவு - பத்தாண்டு கால முன்னோக்குத் திட்டம் (Vision and Roadmap for the Development of Sanskrit - Ten years Perspective Plan) என்ற தலைப்பில் அளிக்கப்பட்ட பரிந்துரை அறிக்கையில் சமஸ்கிருதத்தையும், வேதங்களையும் வளர்ப்பதற்கும், அவற்றைப் பயன்பாட்டிற்குக் கொண்டு வருவதற்கு மான வழிமுறைகளையும் திட்டங்களையும் தொகுத்து அளித்துள்ளது.

மோடி அரசு நியமித்த கோபால்சாமி குழுவின் நோக்கம் பின்வருமாறு குறிப்பிடப்பட்டு இருந்தன.

1. தற்போது நடைமுறையில் உள்ள சமஸ்கிருத மற்றும் வேதக் கல்வியை ஆய்வு செய்வது.

2. பள்ளிக் கல்வியிலும் உயர் கல்வியிலும் பயிற்றுவிக்கப்படும் சமஸ்கிருதப் பாடத்தின் தன்மையில் என்னென்ன வழிகளில் மாற்றத்தைக் கொண்டு வருவது என்று ஆராய்வது.

3. அடுத்த பத்து ஆண்டுகளுக்குள் (அதாவது 2025ஆம் ஆண்டுக்குள்) சமஸ்கிருத மொழி வளர்ச்சி அடைவதற்கான தொலைநோக்குத் திட்டம் மற்றும் செயல் திட்டங்களைப் பரிந்துரைப்பது.

4. நவீன தொழில்நுட்பம் மற்றும் வழிகளின் துணையோடு சமஸ்கிருதக் கல்வியைப் பரப்புவதற்கான வழிகளைப் பரிந்துரை செய்வது.

மத்திய அரசு நியமித்த குழுவில் இடம் பெற்றோர் பற்றிய விவரங்களைப் பார்த்தாலே இக்குழு அமைக்கப்பட்டு இருப்பதன் நோக்கம் தெளிவாகப் புலப்படும்.

1. என். கோபால்சாமி :

இவர் முன்னாள் தலைமைத் தேர்தல் ஆணையர்; 1992-2004 காலகட்டத்தில் கலாச்சாரத் துறைச் செயலாளராகவும் பணியாற்றி உள்ளார்.

கன்னியாகுமரியில் உள்ள விவேகானந்தா கேந்திராவின் உறுப்பான விவேகானந்தா கல்விச் சங்கத்தின் (Vision and Roadmap for the Development of Sanskrit - Ten years Perspective Plan) தலைவராகவும் உள்ளார். விவேகானந்தா கல்விச் சங்கம் சென்னையைச் சுற்றியுள்ள பகுதிகளில் சுமார் 20 பள்ளிகளை நடத்தி வருகிறது. இது ஆர்.எஸ்.எஸ். -இன் கல்விப் பிரிவான 'வித்யா பாரதி'யின் கட்டுப்பாட்டின்கீழ் உள்ள அமைப்பாகும்.

மேலும் இவர் ராஷ்ட்ரிய சமஸ்கிருத வித்யா பீடம் என்னும் நிகர்நிலைப் பல்கலைக் கழகத்தின் வேந்தராகவும் உள்ளார். சமஸ்கிருதம் மற்றும் வேத கலாச்சாரத்தைப் பரப்புவதே அல்லது வெளிக்கொணர்வதே இந்த நிறுவனத்தின் நோக்கமாகும்.

சமஸ்கிருத வளர்ச்சி அறக்கட்டளையின் (Sanskrit Promotion Foundation) அறங்காவலர் (Trustee). வேதங்கள் மற்றும் பழைய இந்து இலக்கியத்தைப் பாதுகாப்பதற்கான ஐக்கிய நாடுகள் கல்வி, அறிவியல் மற்றும் கலாச்சார அமைப்பு (யுனெஸ்கோ) 50 மில்லியன் டாலர் (ரூ. 300 கோடி) தொகையை வழங்கியது. உதவித் தொகை பெறுவதில் இவர் முக்கியப் பங்காற்றி உள்ளார்.

2. வ. குடும்ப சாஸ்திரி :

இவர் சோம்நாத் சமஸ்கிருதப் பல்கலைக் கழகத்தின் துணைவேந்தர்.

சமஸ்கிருத ஆய்வுகளுக்கான சர்வதேச சங்கம் (*International Association of Sanskrit Studies*) அமைப்பின் தலைவராக உள்ளார்.

தேசிய சமஸ்கிருத நிறுவனம் (ராஷ்ட்ரிய சமஸ்கிருத சன்ஸ்தான்) என்ற அமைப்பின் முன்னாள் துணை வேந்தர்.

3. இராமதுரை :

தேசிய திறன் மேம்பாட்டுக் கழகம் (*National Skill Development Corporation - NSDC*) மற்றும் தேசிய திறன் மேம்பாட்டு முகமை (*National Skill Development Agency - NSDA*) ஆகியவற்றின் தலைவர்.

டி.சி.எஸ். (*Tata Consultancy Services*) என்ற ஐ.டி. நிறுவனத்தின் துணைத் தலைவர்.

4. முனைவர் பிபேக் தேப்ராய் :

நிதி ஆயோக் (*NITI AAYOG*) அமைப்பின் உறுப்பினர்.

விவேகானந்தா சர்வதேச அறக்கட்டளை (*Vivekanandha International Foundation - VIF*) பொருளாதார ஆய்வு மையத்தின் (*Centre for Economic Studies*) புலத் தலைவர் (*Dean*).

5. நாகேந்திரா :

பிரதமர் மோடியின் யோகா குரு நாகேந்திரா என்பவரின் மாமா. கர்நாடக மாநில ஆர்.எஸ்.எஸ். தலைவர்களில் ஒருவர்.

சுவாமி விவேகானந்தா யோக அனுசந்தான சமஸ்தான் (*Swami Vivekananda Yoga Anusandhana Samsthaan - SVYASA*) நிகர்நிலைப் பல்கலைக் கழகத்தின் வேந்தர்.

வியாஸா (*VYASA*) என்பது விவேகானந்தா யோக அனுசந்தான சமஸ்தான் என்ற பெயரில் தமிழ்நாட்டில் நாகர்கோவிலில் பதிவு பெற்ற ஒரு தொண்டு நிறுவனம் ஆகும். வியாஸாவின் அலுவலகங்கள் பெங்களூருவில் உள்ளது. (*Eknath Bhavan in Bengaluru City*) தங்கும் விடுதியுடன் கூடிய கல்வி வளாகம். பெங்களூருவிலிருந்து 35 கி.மீ. தொலைவில் உள்ளது. இந்தப் பல்கலைக் கழகம் விவேகானந்தா கேந்திரத்துடன் நெருங்கிய தொடர்பு உடையது.

6. சாமு கிருஷ்ண சாஸ்திரி :

மனிதவள மேம்பாட்டு அமைச்சகத்தின் மொழி ஆலோசகர். சமஸ்கிருத பாரதி அமைப்பின் பொதுச் செயலாளர். இவர் மனிதவள மேம்பாட்டு அமைச்சகத்தின் மானிய மற்றும் உதவிக்குழு (Grant and Aid Committee) உறுப்பினராக இருந்து உள்ளார். மத்திய இடைநிலைக் கல்வி வாரியம் - சி.பி.எஸ்.சி., ஆராய்ச்சி மற்றும் பயிற்சிக்கான தேசிய கவுன்சில் (NCERT) மற்றும் மாநிலக் கல்விக் குழுக்களிலும் சமஸ்கிருதக் கல்வி தொடர்பாக முக்கியப் பங்காற்றி உள்ளார்.

7. பேராசிரியர் வேத் பிரகாஷ் :

பல்கலைக் கழக மானியங்கள் ஆணைக்குழு (UGC)த் தலைவர்

8. முனைவர் அனில் சகஸ்ரபுத்தே :

அகில இந்திய தொழில்நுட்பக் கல்விக் குழுவின் (AICTE) தலைவர்.

சமஸ்கிருத வளர்ச்சி அறக்கட்டளை என்ற அமைப்பில் பொறுப்பு வகிப்பவர்கள்தான் இக்குழுவின் அறிக்கை தயாரிப்பிலும் முக்கிய இடம் பெற்று இருந்தனர்.

கோபால்சாமி குழுவின் சமஸ்கிருத மற்றும் வேதக்கல்வி வளர்ச்சிக்கான பரிந்துரை அறிக்கையில் என்ன கூறப்பட்டுள்ளது?

71
சமஸ்கிருத - வேதக்கல்வி வாரியம்

செத்துப் போன சமஸ்கிருதத்தை உயிர்ப்பிப்பதற்காக மோடி அரசு அமைத்த கோபால்சாமி குழு, அரசுக்கு அளித்த அறிக்கையின் தொடக்கமே கீழ்க்கண்டவாறு அமைந்துள்ளது.

"சமஸ்கிருதம் இந்தியாவின் ஆன்மா மற்றும் அறிவு; இந்திய அறிவுப் பாரம்பரியத்தின் வெளிப்பாடு; சமஸ்கிருத மொழி மற்றும் அதன் இலக்கியங்கள், அறிவியல் தொழில் நுட்பம், கட்டடக் கலை, மருத்துவம், கணிதவியல், மேலாண்மை, விவசாயம், வாணிபம், வானியல் என அனைத்துத் துறைகளின் அறிவையும் உள்ளடக்கிய அறிவுத் தொகுப்பாகும்."

அறிக்கையின் தொடக்கமே இவ்வாறு இருந்தால் அந்தக் குழு அளித்த பரிந்துரைகள் எப்படி இருக்கும்?

சமஸ்கிருத மொழியை வலிந்து திணிப்பதற்கு வழி கூறியது கோபால்சாமி குழு அளித்த பரிந்துரைகள்.

சமஸ்கிருத மேம்பாட்டிற்கான திட்டங்கள் மற்றும் வழிமுறைகளாக பள்ளிக்கல்வி, பட்டயப் படிப்பு, தொழில் கல்வி, அறிவியல் மற்றும் சமூகவியல் ஆராய்ச்சி என அனைத்து நிலைகளிலும் சமஸ்கிருதத்தைப் பாடமாக்குவது; குறிப்பாக 12ஆம் வகுப்பு வரை அனைவருக்கும் சமஸ்கிருதத்தைக் கட்டாயப் பாடமாக்குவது; பள்ளிகளிலும், கல்லூரிகளிலும் சமஸ்கிருத ஆசிரியரை நியமிப்பது, அவர்களுக்கு மற்ற ஆசிரியர்களுக்கு இணையான ஊதியம் அளிப்பது;

ஐ.ஐ.டி. *(Indian Institute of Technology - IIT)*, ஐ.ஐ.எஸ்.இ.ஆர். *(Indian Institute of Scientific Education Research - IISER)*, மத்திய பல்கலைக் கழகங்கள், என்.ஐ.டி. *(National Institute of Technology - NIT)*, அகில இந்திய தொழில்நுட்பக் கல்விக்குழு *(AICTE)* அங்கீகரிக்கப்பட்ட தொழில்நுட்பக் கல்லூரிகள் ஆகியவற்றில் சமஸ்கிருதத்திற்கான தனிப் பிரிவுகள் துவக்குவது;

பல்கலைக் கழக மானியங்கள் ஆணைக் குழு, அகில இந்திய தொழில் நுட்பக் கல்விக்குழு, இந்தியத் தத்துவஞான ஆராய்ச்சிக் கழகம் *(ICPR)*, இந்திய வரலாற்று ஆராய்ச்சிக் கழகம் *(ICHR)*, இந்திய

சமூக அறிவியல் ஆய்வுக் கழகம் (ICSSR), இந்திரா காந்தி தேசிய திறந்த நிலைப் பல்கலைக் கழகம் (IGNOU) போன்ற உயர்கல்வி நிறுவனங்களில் சமஸ்கிருதத்திற்கான தனிப் பிரிவை உருவாக்கி, அதன் மூலம் சமஸ்கிருதத்தை வளர்ப்பது; அதற்காக நிதி ஒதுக்குவது; இந்தியா முழுமைக்கும் உள்ள சமஸ்கிருத மற்றும் வேதக் கல்வியை நிர்வகிப்பது; சான்றிதழ்கள் வழங்குவது; பாடத்திட்டத்தைத் தயாரிப்பது என மத்திய இடைநிலைக் கல்வி வாரியம் (சி.பி.எஸ்.இ. - CBSE) போன்ற ஒரு நிறுவனத்தை 'வேத மற்றும் சமஸ்கிருத இடைநிலைக் கல்விக்கான மத்திய கல்வி வாரியம்' (Central Board of Veda and Sanskrit Secondary Education) ஒன்றை உருவாக்குவது; சமஸ்கிருத மற்றும் வேதப் பள்ளி, கல்லூரிகளுக்கு அங்கீகாரம் வழங்குவது; தேர்வு நடத்துவதற்கு உஜ்ஜைனியில் உள்ள மகரிஷி சந்திபனி ராஷ்டிரிய வேத சமஸ்கிருத வித்யா பரிஷத் நிறுவனத்திற்கு முழு அதிகாரம் வழங்குவது;

சமஸ்கிருதப் பல்கலைக் கழகங்கள் அமைப்பது; சமஸ்கிருதப் பாடங்களை அனைவரும் புரிந்து கொள்ளும் வண்ணம் (என்.ஜி. ஒக்களுடன் சேர்ந்து) நவீன முறைகளைக் கொண்டு எளிமையாக்குவது; பாடங்களை மின்னணு வடிவில் மாற்றுவது; பாரிய இணையவெளி திறந்தநிலை கல்வி (Massive Online Open Courses - MOOCS) வாயிலாக சமஸ்கிருதக் கல்வியை வழங்குவது; குருகுல முறையைக் கடை பிடிப்பது; குரு-சிஷ்ய உறவுகளைச் சொல்லிக் கொடுப்பது; பி.எட்., (B. Ed.,) மற்றும் எம்.எட்., (M.Ed.,) பட்டயப் படிப்புகளைச் சமஸ்கிருதத்தில் வழங்குவது என ஏராளமான பரிந்துரைகளை வழங்கி உள்ளது.

பரிந்துரைகள் - செயல்படுத்த திட்டங்கள்

சமஸ்கிருத வளர்ச்சிக்கு கோபால்சாமி குழு அளித்த பரிந்துரைகளைச் செயல்படுத்துவதற்கு பாஜக அரசு உடனடியாக திட்டமிட்டு உத்தரவுகளை இடத் தொடங்கியது.

பிப்ரவரி - 2016இல் பரிந்துரைகள் வந்தவுடன், ஏப்ரல் மாதம் முதல் வாரத்தில் மனிதவள மேம்பாட்டு ஆணையம் அனைத்துத் தொழில்நுட்ப நிறுவனங்களுக்கும் (ஐ.ஐ.டி.) ஒரு சுற்றறிக்கை அனுப்பியது.

அனைத்து ஐ.ஐ.டி. நிறுவனங்களிலும் சமஸ்கிருதத்தை ஒரு விருப்பப் பாடமாக மாணவர்களுக்கு வழங்க வேண்டும். அதற்கான ஆசிரியர்களை உடனே நியமிக்க வேண்டும் என்று அந்த அறிக்கை கூறுகிறது.

ஐ.ஐ.டி.யில் சமஸ்கிருதப் பாடம் படிப்பதற்கான காரணமாக "சமஸ்கிருத நூல்களில் உள்ள அறிவியல் மற்றும் தொழில்நுட்பம்

சார்ந்த விடயங்களை அறிந்து கொள்ள இது உதவியாக இருக்கும்," என்று அப்போதைய மனிதவள மேம்பாட்டுத் துறை அமைச்சர் ஸ்மிருதி இராணி கூறியது இங்கே குறிப்பிடத்தக்கது. மேற்கண்ட பரிந்துரை கோபால்சாமி குழு அறிக்கையில் பக்கம் 15இல் உள்ளது.

"2016-17 கல்வி ஆண்டு முதல் மத்திய அரசின் கீழ்வரும் அனைத்துக் கல்வி நிலையங்களிலும் கட்டாயப் பாடமாக சமஸ்கிருதம் முன்னிலைப் படுத்தப்படும்; மேலும், வரும் ஆண்டுகளில் 8ஆம் வகுப்பிற்கு மேல் 12ஆம் வகுப்பு வரை சமஸ்கிருதக் கல்வியைக் கொண்டுவர முடிவு செய்துள்ளோம்," என்று ஏற்கனவே ஸ்மிருதி இராணி கூறி இருக்கிறார். இதே கருத்துதான் கோபால்சாமி குழு பரிந்துரை அறிக்கை பக்கம் 10-11இல் இடம் பெற்றுள்ளது.

வேதக் கல்வி வாரியம்

வேதக் கல்வி வாரியம் (Vedic Education Board) போன்ற அமைப்பைத் தாம் உருவாக்க பாபா ராம்தேவ், 2016ஆம் ஆண்டு மார்ச் மாதம் ஓர் அறிக்கையை மத்திய அரசிடம் வழங்கி இருந்தார்; அதற்கான அனுமதியும் கேட்டிருந்தார்.

ஏப்ரல் மாதம் பிரதமர் மோடி தலைமையில் நடைபெற்ற ஆலோசனைக் கூட்டத்தில் தனியார் தொடங்குவதற்குப் பதிலாக அரசே வேதக் கல்வி வாரியம் நடத்துவது என்று தீர்மானிக்கப் பட்டது. மே மாதம் இறுதியில் இதற்கான அறிவிப்பை வெளியிட்ட மத்திய மனிதவள மேம்பாட்டு அமைச்சகம், இந்த வாரியம் சி.பி. எஸ்.இ., போன்றே இயங்கும் என்று கூறியது.

வேதக் கல்வி வாரியம் தொடர்பான பரிந்துரை கோபால்சாமி குழு அறிக்கையில் பக்கம் 21இல் இடம் பெற்று உள்ளது.

சமஸ்கிருதம் - வேதக் கலாச்சாரம் - புதிய கல்விக் கொள்கை

கோபால்சாமி குழு பரிந்துரைகளை முழுமையாகச் செயல்படுத்தும் வகையில் அவற்றை பாஜக அரசு புதிய கல்விக் கொள்கை-2019 லும் புகுத்தி இருக்கிறது. கஸ்தூரி ரெங்கன் குழு பரிந்துரைத்து உள்ள 'தேசிய கல்விக் கொள்கை'யில் சமஸ்கிருத மேம்பாட்டிற்கு கோபால்சாமி குழு அளித்த செயல்திட்டங்கள் அப்படியே இடம் பெற்று உள்ளன.

மக்களின் வாழ்க்கை, சடங்குகள், விசேடங்கள் மற்றும் பண்டிகைகளில் பிரிக்க இயலாவண்ணம் சமஸ்கிருத மொழி இணைந்துள்ளது. இந்தியாவின் வளமான கலாச்சார, தத்துவ, கலை மற்றும் அறிவியல் மரபுகளை அறிந்து கொள்ளும் ஒரு சாதனமாக சமஸ்கிருதம் உள்ளது;

ஆகையால் சமஸ்கிருதக் கல்வியை மிக அழுத்தமாக வலியுறுத்த வேண்டியுள்ளது.

"பிற இந்திய மொழிகளின் வளர்ச்சியிலும், மேம்பாட்டிலும் சமஸ்கிருதத்திற்கு உரிய சிறப்பு முக்கியத்துவத்தையும், நாட்டின் கலாச்சார ஒற்றுமைக்கு சமஸ்கிருதம் ஆற்றியுள்ள தனிச் சிறப்பான பங்கினையும் கருத்தில் கொண்டு, பள்ளி - கல்லூரிகளில் சமஸ்கிருதம் கற்பித்தலுக்கான வசதிகள் மிகவும் தாராளமாக வழங்கப்படும்.

சில மாநிலங்களில் சமஸ்கிருதம் 6ஆம் வகுப்பு முதல் 8ஆம் வகுப்பு வரையில் ஏற்கனவே கட்டாயப் பாடமாகக் கற்றுத் தரப்படுகிறது. தொடக்க அல்லது மேல் நிலைப் பள்ளிகளில் பொருத்தமான கட்டத்தில் சமஸ்கிருதத்தை ஒரு தனிப் பாடமாக அறிமுகப்படுத்தலாம். சமஸ்கிருதத்தை இடைநிலைக் கல்வியில் கூடுதல் விருப்பப் பாடமாகவும், மேல்நிலைக் கல்வி அளவில் பொருத்தமான தேர்வுப் பாடமாகவும், விருப்பப்படும் மாணவர்கள் கற்றுக் கொள்ள வழிவகை செய்ய வேண்டும். அனைத்து வயதினருக்கும் ஏற்ற வகையில் திறந்தநிலைப் பாடமாகவும் சமஸ்கிருதக் கல்வி வடிவமைக்கப்பட வேண்டும்," என்று தேசியக் கல்விக் கொள்கை கூறுகிறது.

மத்திய அரசுப் பள்ளிகளில்...

2017, அக்டோபரில் மத்திய இடைநிலைக் கல்வி வாரியம் (சி.பி.எஸ்.இ.) பள்ளிகளுக்கு அனுப்பிய சுற்றறிக்கையில், "2018ஆம் ஆண்டிலிருந்து சி.பி.எஸ்.இ., பள்ளிகளில் ஜெர்மன், பிரெஞ்சு போன்ற அயல் மொழிகளை மூன்றாவது மொழியாக அனுமதிக்கக் கூடாது; மாணவர்கள் விரும்பினால் அந்நிய மொழிகளை நான் காவது, ஐந்தாவது மொழியாகக் கற்றுக் கொள்ளட்டும்; புதிய தேசிய கல்விக் கொள்கையின்படி சி.பி.எஸ்.இ., பள்ளிகளில் மும்மொழிப் பாடத் திட்டம் நடைமுறைப் படுத்தப்படும்போது, இந்தி, ஆங்கிலம் மற்றும் எட்டாவது அட்டவணையில் உள்ள இன்னொரு மொழியைத்தான் தேர்வு செய்ய வேண்டும்; அந்நிய மொழிகளுக்கு இடம் இல்லை; இது அரசின் கொள்கை முடிவு," என்று அறிவுறுத்தியது.

அந்நிய மொழிக்கு இடம் அளிக்கக் கூடாது என்ற பெயரால் சமஸ்கிருத மொழியை வலிந்து திணிப்பதற்கான நடவடிக்கைதான் இது என்பது அப்பட்டமாகத் தெளிவாகிறது.

சி.பி.எஸ்.இ., நிர்வாகத்தின் கீழ் இயங்கும் 18 ஆயிரம் பள்ளிகளில் தற்போது இந்தி, ஆங்கிலம் ஆகியவற்றுடன் எட்டாம் வகுப்பு வரை ஜெர்மன் மொழி கற்றுத் தரப்படுகிறது.

ஜெர்மன், பிரெஞ்சு மொழிகளை அந்நிய மொழிகள் என்று அகற்றி, சமஸ்கிருதத்தை நேரடியாகவே திணிக்கும் முயற்சி இது.

அண்ணா பல்கலைக் கழகத்தில்...

அகில இந்திய தொழில்நுட்பக் கல்வி கவுன்சில் அறிவுறுத்தலின்படி சென்னை அண்ணா பல்கலைக் கழகம் பொறியியல் படிப்புகளுக்கான பாடத்திட்டத்தை 2019ஆம் ஆண்டிற்காக மாற்றி அமைத்தது. இந்திய வரலாறு, அரசியலமைப்புச் சட்டம், சுற்றுச்சூழல் மேலாண்மை, தத்துவங்கள் ஆகிய பாடங்களும் புதிதாகச் சேர்க்கப்பட்டன. இதன் காரணமாக பொறியியல் மாணவர்களுக்கு மூன்றாம் பருவத்தில் வரும் தத்துவ இயல் பாடத்தில் பகவத் கீதை சேர்க்கப்பட்டது.

அண்ணா பல்கலைக் கழகத்தின் (MIT, CEG, ACT, SAP) வளாகத்தில் உள்ள பொறியியல் மாணவர்களுக்கு பகவத் கீதையும் சமஸ்கிருதமும் பாடமாகச் சேர்க்கப்படும். அந்தத் தத்துவப் பாடத்தில் ஆறு வேதமும் இடம்பெறும். முதுநிலைப் பொறியியல் படிப்புகளிலும் இரண்டாம் ஆண்டில் தத்துவப் பாடத்தில் புராணங்கள், உபநிடதங்கள் இடம் பெற்று உள்ளன.

நிதி ஒதுக்கீடு

செம்மொழிகளின் மேம்பாட்டுக்கான நிதி ஒதுக்கீடு எவ்வளவு என்று நாடாளுமன்றத்தில் சிவசேனா எம்.பி.க்கள் மூவரும், பாஜக எம்.பி.க்கள் இருவரும் கேள்வி எழுப்பி இருந்தனர். அதில், செம்மொழி சிறப்பு வழங்கப்பட்ட இந்திய மொழிகளின் விவரங்கள், செம்மொழியின் பல்வேறு திட்டங்களுக்கு நிதி உதவி வழங்கவும் அரசாங்கம் ஏதேனும் திட்டங்களைச் செயல்படுத்தி உள்ளதா? கடந்த மூன்று ஆண்டுகளில் ஒவ்வொரு செம்மொழிக்கும் வழங்கப்பட்ட நிதி எவ்வளவு? கடந்த மூன்று ஆண்டுகளில் செம்மொழித் திட்டங்கள் தொடர்பாக அரசுக்கு ஏதேனும் முன்மொழிவு கிடைத்ததா? என்பது குறித்து தெரிவிக்க வேண்டும் என்று கோரப்பட்டு இருந்தது.

அதற்கு 2020 பிப்ரவரி மாதம் பதிலளித்த மத்திய சுற்றுலா மற்றும் பண்பாட்டுத் துறை அமைச்சர் பிரகலாத் சிங் படேல், "தமிழ், சமஸ்கிருதம், தெலுங்கு, கன்னடம், மலையாளம், ஒடியா ஆகிய 6 மொழிகள் செம்மொழி சிறப்பைப் பெற்றுள்ளன. சமஸ்கிருத மொழியின் மேம்பாட்டுக்காக 'ராஷ்டிரிய சமஸ்கிருத சன்ஸ்தான்' எனும் அமைப்பை மத்திய மனிதவள மேம்பாட்டு அமைச்சகம் டெல்லியில் உருவாக்கி உள்ளது. தமிழ்மொழிக்காக சென்னையில் செம்மொழித் தமிழ் ஆய்வு மத்திய நிறுவனம், கன்னடம், தெலுங்கு மொழிகளுக்கு 2011ஆம் ஆண்டில் மைசூருவில் இந்திய மொழிகளின்

மத்திய நிறுவனம் உள்ளிட்டவை மத்திய மனிதவள மேம்பாட்டு அமைச்சகத்தால் அமைக்கப்பட்டுள்ளன.

மேலும், ஹைதராபாத் பல்கலைக் கழகத்தில் தெலுங்கு மொழிக்கான மையம் மற்றும் கர்நாடக மத்திய பல்கலைக் கழகத்தில் கன்னட மொழிக்கான மையங்களை அமைக்க பல்கலைக் கழக மானியக் குழு ஒப்புதல் அளித்துள்ளது. ஒடியா, மலையாள மொழிகளுக்கான மையங்களை அமைக்க பரிசீலிக்கப்பட்டு வருகிறது," எனத் தெரிவித்தார்.

சமஸ்கிருத மொழியின் வளர்ச்சிக்கு 2017-18ஆம் ஆண்டில் ரூ. 198.31 கோடி, 2018-19ஆம் ஆண்டில் ரூ. 214.38 கோடி, 2019-20ஆம் ஆண்டில் ரூ. 231.15 கோடி என கடந்த மூன்று ஆண்டுகளில் மொத்தம் ரூ. 643.84 கோடி நிதி ஒதுக்கப்பட்டு உள்ளதாகவும் மத்திய அமைச்சர் தனது பதிலில் தெரிவித்து உள்ளார்.

இந்தத் தொகை தமிழ் உள்ளிட்ட மற்ற மொழிகளுக்கு ஒதுக்கப்பட்டதை விட 22 மடங்கு அதிகம் ஆகும்.

மற்ற மொழிகளுக்கு மத்திய அரசு மூன்று ஆண்டுகளில் ஒதுக்கீடு செய்த நிதி வருமாறு:

தமிழ் மொழிக்கு 2017-18ஆம் ஆண்டில் ரூ. 10.59 கோடி; 2018-19ஆம் ஆண்டில் ரூ. 4.65 கோடி; 2019-20ஆம் ஆண்டில் ரூ. 7.7 கோடி ஆக மொத்தம் ரூ. 22.94 கோடி மட்டுமே ஒதுக்கப்பட்டு உள்ளது.

தெலுங்கு, கன்னட மொழிகளுக்கு 2017-18ஆம் ஆண்டில் தலா ரூ. 1 கோடி; 2018-19ஆம் ஆண்டில் தலா ரூ. 99 இலட்சம்; 2019-20ஆம் ஆண்டில் தலா ரூ. 1.07 கோடி மட்டுமே நிதி ஒதுக்கப்பட்டு உள்ளது.

சமஸ்கிருத பல்கலைக் கழகம்

மத்திய சமஸ்கிருத பல்கலைக் கழகங்கள் சட்ட முன்வரைவு மக்களவையில் 2019, டிசம்பர் 11ஆம் தேதி மத்திய மனிதவள மேம்பாட்டுத் துறை அமைச்சர் ரமேஷ் பொக்ரியால் தாக்கல் செய்து நிறைவேற்றப்பட்டது.

இந்தியா முழுவதும் 45 மத்திய பல்கலைக் கழகங்கள் இயங்கி வருகின்றன. அவற்றில் 40 பல்கலைக் கழகங்கள் மனிதவள மேம்பாட்டுத் துறை அமைச்சகத்தின்கீழ் செயல்படுகின்றன.

இதனிடையே நிகர்நிலைப் பல்கலைக் கழகங்களாக தற்போது இயங்கி வரும் மூன்று சமஸ்கிருதப் பல்கலைக் கழகங்களை மத்தியப் பல்கலைக் கழகங்களாக மாற்ற பாஜக அரசு முடிவு செய்தது.

இதன் அடிப்படையில் டெல்லியில் 1970இல் உருவாக்கப்பட்ட ராஷ்டிரிய சமஸ்கிருத சன்ஸ்தான், 1962இல் தோற்றுவிக்கப்பட்ட லால்பகதூர் சாஸ்திரி ராஷ்ட்ரிய சமஸ்கிருத வித்யாபீடம், 1961இல் திருப்பதியில் அமைக்கப்பட்ட ராஷ்ட்ரிய சமஸ்கிருத வித்யாபீடம் ஆகிய நிகர்நிலைப் பல்கலைக் கழகங்களை மத்தியப் பல்கலைக் கழகங்களாக மாற்ற சட்ட முன்வரைவு தாக்கல் செய்யப்பட்டது. இதனை நாடாளுமன்றத்தில் தாக்கல் செய்து பேசிய மத்திய மனிதவள மேம்பாட்டுத் துறை அமைச்சர் ரமேஷ் பொக்ரியால், “சமஸ்கிருத அறிஞர்கள் மற்றும் கல்வியாளர்களின் நீண்டகால வேண்டுகோளை நிறைவேற்றி உள்ளோம்; சமஸ்கிருதம்தான் இந்திய மொழிகளுக்கு எல்லாம் தாய்,” என்று குறிப்பிட்டார்.

சமஸ்கிருத மத்திய பல்கலைக் கழகங்களின் பணி என்ன?

1) சமஸ்கிருதம் மொழி மேம்படுத்துவதற்கான அறிவைப் பரப்புதல் மற்றும் மேம்படுத்துதல்.

2) மனிதநேயம், சமூக அறிவியல், அறிவியல் ஆகியவற்றில் ஒருங்கிணைந்த சமஸ்கிருதப் படிப்புகளுக்குச் சிறப்பு ஏற்பாடுகளைச் செய்தல்.

3) சமஸ்கிருதம் மற்றும் அதனுடன் தொடர்புடைய பாடங்களைப் பாதுகாப்பதற்காகவும், மேம்படுத்துவதற்காகவும் மனித வளத்தை மேம்படுத்துதல்.

4) படிப்புக்கான பாடத் திட்டங்களைப் பரிந்துரைத்தல், பயிற்சித் திட்டங்களை நடத்துதல்.

5) பட்டங்கள், பட்டயம் மற்றும் சான்று இதழ்கள் வழங்குதல்.

6) ஒரு கல்லூரி அல்லது ஒரு உயர் கல்வி நிறுவனத்திற்குத் தன்னாட்சி அதிகாரம் வழங்குதல்.

7) சமஸ்கிருத தொலைதூரக் கல்வி முறைக்கான வசதிகளை வழங்குதல்.

8) சமஸ்கிருதக் கல்விக்கான வழிமுறைகளை அளித்தல்.

மக்களவையில் நிறைவேற்றப்பட்ட சமஸ்கிருதப் பல்கலைக் கழக சட்ட முன்வரைவு, மாநிலங்களவையில் 2020, மார்ச் 2இல் முன்மொழியப்பட்டு நிறைவேற்றப்பட்டது. குடியரசுத் தலைவர் அனுமதியோடு இச்சட்ட முன்வரைவு சட்டமாக்கப்பட்டு, சமஸ்கிருத மத்தியப் பல்கலைக் கழகங்கள் தோற்றுவிக்கப்பட்டு உள்ளன.

நாடாளுமன்ற மக்களவையில் சமஸ்கிருதப் பல்கலைக் கழகம் அமைப்பது தொடர்பான சட்ட முன்வரைவு விவாதத்தில் பங்கேற்று பாஜக எம்.பி., கணேஷ் சிங் பேசியபோது, "உலகில் 97 விழுக்காடு மொழிகள் உட்பட சில இஸ்லாமிய மொழிகளுக்கும் கூட அடிப்படை சமஸ்கிருதம்தான். நாள்தோறும் சமஸ்கிருதம் பேசுபவர்களுக்கு சர்க்கரை நோய், கொழுப்பு படிவது தொடர்பான பிரச்சினைகள் ஏற்படாது என்று அமெரிக்க கல்வி நிறுவனம் ஒன்று நடத்திய ஆய்வில் தெரிவித்து உள்ளது.

சமஸ்கிருதம் பேசும் போது அது நம்முடைய நரம்பு மண்டலத்தில் அதிர்வுகளை ஏற்படுத்தி நோயின்றி வாழ துணை செய்கிறது எனக் கண்ட்டறியப்பட்டு உள்ளது. கம்ப்யூட்டர் ப்ரோகிராம் மொழியாக சமஸ்கிருதத்தைக் கொண்டு வந்தால் அது சிறந்ததாக இருக்கும் என நாசா கூறி உள்ளது. சமஸ்கிருதம் நெளிவு சுளிவு நிறைந்த மொழி," என்று குறிப்பிட்டார்.

ஆர்.எஸ்.எஸ். கொழுப்பு படிந்துள்ளதைத்தான் பாஜக எம்.பி கணேஷ் சிங் பேச்சு காட்டுகிறது.

சமஸ்கிருத செய்தி அறிக்கை

நவம்பர் 2020இல் மத்திய செய்தி தகவல் தொடர்புத் துறை அமைச்சகத்தின் அறிவுறுத்தலால் நாள்தோறும் தமிழில் நிகழ்ச்சிகள் ஒளிபரப்பாகும் பொதிகைத் தொலைக்காட்சியிலும், பிற மாநில மொழித் தொலைக்காட்சிகளிலும் நாள்தோறும் சமஸ்கிருத செய்தித் தொகுப்பை ஒளிபரப்ப வேண்டும் என்று மண்டல தொலைக்காட்சி (தூர்தர்ஷன்) நிலைய அதிகாரிகளுக்கு உத்தரவிடப்பட்டது.

வாரந்தோறும் ஒரு சமஸ்கிருத செய்தித் தொகுப்பையும் மாநில மொழித் தொலைக்காட்சியில் ஒளிபரப்ப மத்திய அரசின் பிரசார்பாரதி நிறுவனத்தின்கீழ் செயல்படும் தூர்தர்ஷன் தலைமை அலுவலகத்திலிருந்து அனைத்து மண்டலத் தொலைக்காட்சி நிலைய அதிகாரிகளுக்கும் சுற்றறிக்கை அனுப்பப்பட்டு உள்ளது.

ஒவ்வொரு நாளும் காலை 7.15 முதல் 7.30 மணி வரை டெல்லி தூர்தர்ஷன் ஒளிபரப்பும் 15 நிமிட சமஸ்கிருதச் செய்தி அறிக்கையை அதே நேரத்திலோ அல்லது அடுத்த அரை மணி நேரத்திலோ மாநில மொழி அலைவரிசைகளிலும் ஒளிபரப்ப வேண்டும் என்கிறது இந்தச் சுற்றறிக்கை.

மேலும், வாரந்தோறும் சனிக்கிழமைகளில் மாலை 6 மணிக்கு ஒளிபரப்பாகும் வாராந்திரச் செய்தித் தொகுப்பையும் மாநில

மொழித் தொலைக்காட்சிகளில் ஒளிபரப்ப வேண்டும் என இந்தச் சுற்றறிக்கை வலியுறுத்துகிறது.

தமிழ் மற்றும் பிற மாநில மொழிகளுக்கான தூர்தர்ஷன் அலைவரிசையில் அந்தந்த மாநிலச் செய்திகள் அம்மாநில மக்களின் தாய்மொழியில் ஒளிபரப்பாகின்றன; தேசிய அளவிலான செய்திகள் ஆங்கிலத்தில் விரிவாக ஒளிபரப்பாகின்றன.

இந்தியாவில் வெறும் 15 ஆயிரம் பேர் மட்டுமே பேசும் சமஸ்கிருத மொழிக்கு கோடிக்கணக்கில் பணத்தைக் கொட்டி, தூக்கி நிறுத்த பாஜக அரசு தொடர்ந்து திட்டமிட்டு வருவது 'ஆரிய பண்பாட்டு மொழி சமஸ்கிருதத்தை' வலிந்து திணிப்பதற்கு ஆர்.எஸ்.எஸ்., சங் பரிவாரங்களின் உத்தரவுதான் காரணம் ஆகும். சமஸ்கிருத மேன்மை பற்றிய கோல்வால்கரின் கூற்றை நரேந்திர மோடி அரசு செயல்படுத்தி வருகிறது.

72

இந்தி 'இந்தியா' உருவான வரலாறு

ஆர்.எஸ்.எஸ். -இன் செயல்திட்டங்களில் ஒன்று இந்தியாவை இந்து ராஷ்டிரமாக்கி, சமஸ்கிருத மயமாக்க வேண்டும் என்பது. அதனை நடைமுறைப்படுத்தவே பாஜக அரசு முனைந்திருக்கிறது. புதிய கல்விக் கொள்கை வரைவு அறிக்கை 2019, ஜூனில் வெளியிட்டபோது இந்தி, சமஸ்கிருத மொழிகள் திணிப்புக்கும், ஆதிக்கத்திற்கும் இக்கல்விக் கொள்கை வாசலைத் திறந்து விட்டிருக்கிறது என்று தமிழகம் உள்ளிட்ட பல மாநிலங்களிலிருந்தும் எதிர்க்குரல் எழுந்தது.

உடனே ஆர்.எஸ்.எஸ்.-இன் துணை அமைப்பான பாரதிய சிக்ஷன் மண்டல் மத்திய பாஜக அரசுக்கு வைத்த கோரிக்கை வருமாறு: "மும்மொழிக் கொள்கையால் சமஸ்கிருதம் அதிகம் பாதிக்கப்படுகிறது. பள்ளிகளில் ஆங்கிலம் மற்றும் மாநில மொழி கட்டாயமாக உள்ளது. அத்துடன் இந்தி பேசாத மாநிலங்களில், மூன்றாவது மொழியாகப் பெரும்பாலானோர் இந்தியைத் தேர்வு செய்கின்றனர். வெகு சிலரே சமஸ்கிருதத்தைத் தேர்வு செய்கின்றனர். அதனால் மும்மொழித் திட்டத்துடன் சமஸ்கிருதத்தைக் கட்டாயப் பாடமாக்க வேண்டும்."

ஆர்.எஸ்.எஸ். -இன் இன்னொரு துணை அமைப்பான சமஸ்கிருதத்தைப் பரப்பும் சமஸ்கிருத பாரதி அமைப்பின் தலைவர் தினேஷ் காமத், "மும்மொழிக் கல்வித் திட்டத்தில் இந்தி மற்றும் தாய்மொழியுடன் மூன்றாவது மொழியாக சமஸ்கிருதத்தைக் கட்டாயப் பாடம் ஆக்க வேண்டும்," என்றார்.

மத்திய மனிதவள மேம்பாட்டுத் துறையின் அமைச்சராக உள்ள ரமேஷ் பொக்ரியால், உத்தரகாண்ட் முதல்வராக இருந்தபோது, 'பந்தோலா' என்னும் சமஸ்கிருதம் பேசும் கிராமத்தையே உருவாக்கினார். அதே திட்டத்தை, சமஸ்கிருதத்தைப் பேசும் மொழியாக உள்ள கிராமங்களை உருவாக்க மனிதவள மேம்பாட்டு அமைச்சகம் திட்டமிட்டு வருகிறது.

ஆர்.எஸ்.எஸ்., சங்பரிவாரங்களைப் பொருத்தவரையில் இந்தியும், சமஸ்கிருதமும் ஆரியப் பண்பாட்டு மொழிகள். அவற்றை அவர்கள்

காண விரும்பும் 'இந்து ராஷ்டிரத்தில்' (?) நிலைநாட்டுவதில் ஆட்சி அதிகாரத்தைக் கைப்பற்றியவுடன் உறுதியாகச் செயல்படுகின்றனர்.

சமஸ்கிருதம், இந்தி பற்றி கோல்வால்கர்

ஆர்.எஸ்.எஸ். தலைவராகவும், தத்துவ வழிகாட்டியாகவும் திகழ்ந்த குருஜி கோல்வால்கர் கருத்துகள் தொகுக்கப்பட்ட நூலான 'ஞான கங்கை' (பக்கம் 33-34)-இல் குறிப்பிட்டுள்ளதைக் காண்போம்.

"இந்து ராஷ்டிரத்தைப் பற்றி நாம் கொண்டிருக்கும் கற்பனையின்படி, அது வெறும் அரசியல் மற்றும் பொருளாதார உரிமைகளைச் சேர்த்துக் கட்டிய ஒரு வெறும் மூட்டையல்ல. பண்பாடுதான் அதன் சாரமான தத்துவம்; நமது தொன்மையான மாண்புயர்ந்த பண்பாட்டு மூலங்கள் அதன் மூச்சுக் காற்றாகும்."

இவ்வாறு கூறியுள்ள கோல்வால்கர் சமஸ்கிருதம், இந்தி மொழி வளர்ச்சி பற்றியும், அதன் நோக்கம் பற்றியும் தெரிவித்து இருக்கும் கருத்து வருமாறு:

"நமது தேசிய மொழிப் பிரச்சினைக்கு வழிகாணும் முறையில், சமஸ்கிருதம் அந்த இடத்தைப் பெறும் வரையில், சவுகரியத்தை ஒட்டி, இந்தி மொழிக்கு அந்த இடத்தை நாம் தர வேண்டியிருக்கும். இந்தி மொழியில் எந்தவிதமான அமைப்பு உடைய இந்தியைக் கைக்கொள்ள வேண்டும்? எந்த இந்தி அமைப்பு மற்ற பாரதீய மொழிகளைப் போல சமஸ்கிருதத்திலிருந்து தோன்றியுள்ளதோ, வளர்ச்சி பெற்றுள்ளதோ அதைத்தான் இயற்கையாக நாம் விரும்புகிறோம்." ('ஞான கங்கை' நூல் பக்கம் 171)

இந்திய அரசியல் சட்டத்தின் எட்டாவது அட்டவணையில் 22 மொழிகள் இடம் பெற்று இருந்தாலும் சமஸ்கிருதம், இந்தி மொழிகளை ஆர்.எஸ்.எஸ்.-சங் பரிவாரங்கள் தூக்கிச் சுமப்பதற்கு இதுதான் காரணமாகும்.

இந்தியாவின் 136 கோடி மக்கள் தொகையில் இந்தியைத் தாய்மொழியாகக் குறிப்பிட்டு இருப்போர் 32.22 கோடி பேர் மட்டுமே; சமஸ்கிருதத்தைத் தாய்மொழியாகக் கொண்டவர்கள் வெறும் 24 ஆயிரத்து 821 பேர் மட்டுமே. இந்தியாவின் மொத்த மக்கள் தொகையில் மிக மிகச் சொற்ப அளவில் உள்ள மக்கள் சமஸ்கிருதம் தெரிந்தவர்களாக இருக்கும்போது, சமஸ்கிருத மொழி நாட்டையே ஆள வேண்டும் என்றும் அதுவரையில் 'இந்தி' அந்த இடத்தில் இருக்க வேண்டும் என்றும் கோல்வால்கர் கூறுவதற்கு என்ன காரணம்? 'இந்தி' ஆதிக்கம் உருவான வரலாற்றையும் ஆராய்வோம்.

தேசிய மொழியாக இந்தி

இந்தி தேசிய மொழியாக உருவெடுத்ததையும், அதற்கு அளிக்கப்பட்ட சித்தாந்த விளக்கத்தையும் 'இந்து-இந்தி-இந்தியா' நூலில் மார்க்சிய அறிஞரும் வரலாற்று ஆய்வாளருமான எஸ்.வி. இராஜதுரை விளக்குகிறார்.

"இந்தி மொழியை ஒரு அரசியல், சித்தாந்தக் கருவியாகப் பயன்படுத்தும் முயற்சி வட இந்தியாவில் - குறிப்பாக உத்திரப்பிரதேச மாநிலத்தில் 1920ஆம் ஆண்டில் இருந்தே தொடங்கியது.

இந்தியையும், உருது மொழியையும் வேறுபடுத்திப் பார்க்கும் போக்கு பல ஆண்டுகளாகவே இருந்தது. எனினும் 1930இல்தான் அப்போக்கு திட்டவட்டமான வடிவம் பெறலாயிற்று. இந்திய அரசியல் துறையிலும், பத்திரிகைத் துறையிலும் இந்தி - உருதுப் போராட்டம் தொடங்கியது.

1927இல் உத்திரப்பிரதேசத்தில் கல்லூரி இடைநிலை வகுப்பில் இந்தி மொழிப் பாடம் புகுத்தப்பட்டது. அலகாபாத், காசி பல்கலைக் கழகங்களில் இந்தி இலக்கியப் படிப்பு சேர்க்கப்பட்டது. அதன் பிறகு இந்தி மொழி, அன்று வளர்ச்சி அடைந்து கொண்டிருந்த இந்து மேட்டுக்குடியினரின் ஆர்வங்களையும், அவர்கள் தமக்கென உருவாக்கிக் கொள்ள விரும்பிய அடையாளத்தையும் வெளிப்படுத்துகிற ஒரு குறியீடாக விளங்கத் தொடங்கியது.

அந்த மேட்டுக்குடியினர் பெரும்பாலும் உயர்சாதி இந்துக்கள்தாம்; (நிலவுடைமையாளர்கள், வர்த்தகர்கள், மாத ஊதியம் வாங்கும் அரசு அலுவலர்கள், அதிகாரிகள், ஆசிரியர்கள், வழக்கறிஞர்கள் முதலானோர்) அவர்கள் உயர்சாதிகளைச் சேர்ந்த இந்தி மொழி அறிவாளிகளின் ஆதரவாளர்களாகவும், அவர்களுக்குப் பொருளாதார உதவி வழங்கியவர்களாகவும் இருந்தார்கள்.

இந்த மேட்டுக்குடியினரின் பண்பாட்டு, அரசியல் நடவடிக்கைகளுக்கு ஊக்கமும் சித்தாந்த வழிகாட்டுதலும் வழங்கிய அமைப்புகள் ஆரிய சமாஜம், இந்து மகாசபை மற்றும் ஆர்.எஸ்.எஸ். ஆகியவனவாகும்.

இந்த அமைப்புகளைப் பொறுத்தவரை இந்தி மொழி என்பது குறிப்பிட்ட சில இலட்சியங்களையும் விழுமியங்களையும் மக்களிடையே பரப்புவதற்கான ஒரு ஊடகம் மட்டுமன்று; அவர்களுக்கு இந்தி மொழி என்பதே ஒரு இலட்சியம்தான். அது அவர்கள் உருவாக்க விரும்பிய பண்பாட்டின் அடித்தளம். எனவே, அவர்கள் ஒரு சித்தாந்த வகைப்பட்ட வேலைத்திட்டத்தின் அடிப்படையில் இந்தி மொழியை வளர்க்க நினைத்தனர்.

அவர்கள் மக்கள் பேசும் இந்தி மொழியை, உயிருள்ள அந்தப் பேச்சுமொழி மரபை, அதில் உள்ள சொற்றொடர்களை நிராகரித்தனர். புதியதொரு மொழியைச் செயற்கையாகச் செதுக்கி எடுக்க விரும்பினர். உயிரோட்டமுள்ள, பேச்சு வழக்கில் உள்ள மொழியை 'இந்துஸ்தானி' என்று அழைத்ததுடன், அது உயர்நிலைக் கல்விக்கும் பயன்படாது என்றுரைத்தனர்."

அவர்கள் உருவாக்க முனைந்த இந்தி மொழி இந்துஸ்தானியிலிருந்து இருவகைகளில் வேறுபட்டதாகும். முதலாவதாக அது பாரசீக, அராபிய மொழிகளிலிருந்து வந்த சொற்களையும் சொற்றொடர்களையும் களைந்தெறிந்த மொழி ஆகும். இரண்டாவதாக தனது சொற்களஞ்சியத்தை வளப்படுத்துவதற்கு சமஸ்கிருதத்தை மட்டுமே முதன்மையான மூல ஆதாரமாகக் கொண்டு இருக்கும் மொழியாகும்.

இதற்கு அவர்கள் காட்டிய காரணங்கள் - 'அராபிய, பாரசீகச் சொற்கள் ஒரு அந்நிய மரபைச் சேர்ந்தவை; இந்துஸ்தானத்தின் மீது படையெடுத்து அதை ஆக்கிரமித்துக் கொண்டிருந்தவர்களின் மொழிகளைச் சேர்ந்தவை; சமஸ்கிருதம்தான் இந்தியாவின் உண்மையான ஆன்மாவைப் பிரதிநிதித்துவம் செய்கிறது. ஏனெனில், சமஸ்கிருதத்தில்தான் நமது சமய நூல்கள் எழுதப்பட்டுள்ளன' என்பனவாகும்.

'இந்து' இந்தியா

இத்தகையதொரு இந்தி மொழிக்காக வழக்காடியவர்கள் இந்து மீட்புவாத அமைப்பை மட்டும் சேர்ந்தவர்கள் அல்லர். அத்தகையவர்கள் காங்கிரஸ் கட்சிக்குள்ளும் கணிசமான அளவில் இருந்தனர். இந்தி மரபு, உருது மரபு ஆகிய இரண்டையும் தக்க வைத்துக்கொள்ள வேண்டும் என்ற காந்திஜியின் கோரிக்கையை நிராகரித்து விடும் அளவுக்கு அக்கட்சிக்குள் செல்வாக்கு செலுத்தியவர்கள் அவர்கள்.

இந்தியா என்பது இந்து - இந்தியாதான் (அதாவது பார்ப்பன இந்து - இந்தியா தான்) என்ற அவர்களது கோட்பாட்டிற்குப் பொருத்தமானதாகவே இருந்தது சமஸ்கிருத மயமாக்கப்பட்ட இந்தி.

இந்தியா என்பது என்றென்றுமே ஒரு தேசமாக இருந்து வந்தது என்றும், ஆனால் அது முஸ்லிம்களால் ஆக்கிரமிக்கப்பட்டு பலவீனமடைந்தது என்றும் கூறிய அவர்களது பிற கருத்துக்கள் :

"இந்தியா புத்தெழுச்சி பெற வேண்டுமானால், முஸ்லிம்களின் ஆட்சிக்கு முந்தைய இந்தியாவின் கடந்த காலம் பற்றிய மக்களின் கூட்டு நினைவுகளைத் தட்டி எழுப்ப வேண்டும்; இந்தியா ஒரு

மாபெரும் தேசமாக விளங்க வேண்டும் என்பது வரலாற்று விதி; இது நிறைவேறும் பொருட்டு கடந்தகாலம் பற்றிய நினைவுகள் ஒரு தூண்டு சக்தியை, ஒரு பண்பாட்டுச் சின்னத்தை வழங்கும்."

முஸ்லிம் ஆட்சிக்கு முந்தைய இந்தியாவின் 'பண்பாட்டுச் சாதனை'களின் குறியீடாக விளங்கியது சமஸ்கிருத மொழிதான்; எனவே, சமஸ்கிருதத்தைப் பயன்படுத்துதல் என்பது இந்திய தேசம் மற்றும் அதன் எதிர்காலம் ஆகியன பற்றிய இந்துமத மீட்புவாதிகளின் கண்ணோட்டத்தில் மிக முக்கிய பங்கு வகித்தது.

இந்தியாவின் பொற்காலம் பற்றிய - அப்பொற்கால 'ஆரியவர்த்தம்' பற்றிய ஒரு சித்திரத்தை அவர்கள் தீட்டிக் காட்டுவதற்கு சமஸ்கிருதம் உதவியது. அந்தப் பொற்காலத்தைச் சிதைத்த (?) பொது எதிரியான முஸ்லிம்களை வேறுபடுத்திக் காட்டவும், பொற்காலத்தை மீண்டும் உருவாக்குவதற்குமான ஒரு உறுதிப்பாட்டை மேற்கொள்ளவும் சமஸ்கிருதம் உதவியது. சமஸ்கிருதம் பேச்சு வழக்கற்ற மொழியாதலால், இந்தியை சமஸ்கிருதத்தின் நவீன வடிவமாக ஆக்குவதற்கு முயற்சி செய்யப்பட்டது. அவர்களுக்கு நல்லதொரு களமாக அமைந்தது கல்வித்துறை.

சமஸ்கிருத மயமாக்கப்பட்ட இந்தியில் எழுதப்பட்ட பள்ளி, கல்லூரிப் பாடப் புத்தகங்களில் முஸ்லிம் அரசர்களை எதிர்த்தவர்களான இராணா பிரதாப் சிங், சிவாஜி போன்றோரின் வரலாறுகள், இமயமலை, கங்கை, விந்தியம் போன்ற புவியியல் பகுதிகள் முதலியன இந்துப் பண்பாட்டின் குறியீடாகவும் எடுத்துக்காட்டுகளாகவும் சித்தரிக்கப்பட்டன. இதன் மூலம் இந்தி மொழி பேசும் பகுதிகளில் உள்ள உயர்சாதி இந்துக்களிடையே ஒரு இந்து இந்திய தேசிய அடையாளத்தைப் பரப்ப முடிந்தது.

காலனி ஆதிக்கத்தையும், ஆங்கில ஆதிக்கத்தையும் எதிர்த்துப் போராடுவதற்கான கருவியே இந்தி மொழி என்று இந்துமத மீட்பாளர்கள் கூறினாலும், பார்ப்பன - பனியா இந்தியாவை உருவாக்குவதற்கான பண்பாட்டுக் கருவியாகவே அதனைப் பயன்படுத்தினர். பார்ப்பன - பனியா மேலாண்மையின் கீழ் இருந்த இந்திய அரசியலமைப்புச் சபை, சமஸ்கிருத மயமாக்கப்பட்ட இந்தியை இந்திய ஒன்றியத்தின் ஆட்சிமொழி ஆக்குவதில் வெற்றி பெற்று விட்டது.

முதல் உலகப்போருக்குப் பிறகு, காந்தி இந்திய அரசியலில் - காங்கிரஸ் கட்சியில் - தீவிரப் பங்கேற்கத் தொடங்கும் வரை காங்கிரஸ் கட்சியின் நடவடிக்கைகள் யாவும் ஆங்கிலத்திலேயே நடைபெற்று வந்தன.

காங்கிரசை மக்கள்திரள் இயக்கமாக மாற்றுவதற்கு காந்தி கையாண்ட முறைகளில் ஒன்றுதான் இந்திய மொழிகளில் ஒன்றைக் காங்கிரஸ் கட்சியின் நடவடிக்கைகளுக்குப் பயன்படுத்துவதும், இந்தியாவின் பொது மொழியாக அதனை ஆக்க முயற்சி செய்வதும் ஆகும்.

ஆனால், அவர் பரிந்துரைத்த மொழி இந்துஸ்தானி ஆகும். இந்தி, உருது ஆகிய இரண்டு மொழிகளின் கலப்பாக விளங்கிய இந்துஸ்தானி இப்போது ஆட்சிமொழியாகப் பயன்படுத்தப்பட்டு வரும் இந்தியைப் போல அவ்வளவு சமஸ்கிருத மயமானது அல்ல. மேலும், இந்தி மொழி பேசும் இந்துக்கள், உருது மொழி பேசும் முஸ்லிம்கள் ஆகிய இரு சாரர்களாலும் எளிதில் பேசவும் புரிந்து கொள்ளவும்படக் கூடிய மொழியாகும்.

இந்து-முஸ்லிம் ஒற்றுமை என காந்தி கூறிவந்த கருத்துக்கு இணையானதாக இந்துஸ்தானி மீது அவர் காட்டிய விருப்பம் இருந்தது. மொழி அடிப்படையில் மாநிலங்கள் பிரிக்கப்பட வேண்டும் என்பதையும், அந்த மாநிலங்களில் ஆட்சிமொழியாகவும், பயிற்று மொழியாகவும் அந்தந்த மாநில (தாய்) மொழிகளே இருக்க வேண்டும் என்பதையும் ஒப்புக் கொண்ட காந்தி, கூடவே இந்தியாவுக்கு ஒரு 'ராஷ்ட்ர பாஷை' (ஆட்சி / அரசு மொழி) இருக்க வேண்டும் என்பதையும் வலியுறுத்தினார்.

எண்ணற்ற மொழிகள் பேசப்படும் இந்தியாவில் ஒன்றுக்கும் மேற்பட்ட மொழிகள் ஆட்சி மொழிகளாக இருக்கலாம் என்பதை அவராலும் கூட கருத்தளவில் கூட ஏற்றுக் கொள்ள முடியவில்லை.

1925ஆம் ஆண்டில் காங்கிரஸ் கட்சியின் சட்ட திட்டத்தில் செய்யப்பட்ட திருத்தத்தின்படி கூடியவரை கட்சியின் நடவடிக்கைகள் இந்துஸ்தானியிலேயே நடைபெற வேண்டும் என்றும், அம்மொழி தெரியாதவர்களின் பொருட்டோ அல்லது வேறு தேவைகளின் காரணமாகவோ ஆங்கிலமும் வட்டார மொழிகளும் பயன் படுத்தலாம் என்றும் முடிவு செய்யப்பட்டது.

ஆங்கிலம்

காலனி ஆட்சியின் விளைவாக இந்திய மக்கள் வெளி உலகத்தைப் பார்ப்பதற்கான ஒரு சாளரமாக ஆங்கிலம் அமைந்து விட்டது. அறிவியல், தொழில்நுட்ப அறிவு, தொழில்துறை ஆகியவற்றின் வளர்ச்சி, பிறநாடுகளுடனான தொடர்பு ஆகியவற்றுக்கு ஆங்கிலம் இன்றியமையாததாக இருந்தது. ஆங்கில மொழியின் அளவுக்கு நவீன அறிவை எதிரொலிக்கும் சொற்களஞ்சியமோ, அறிவியல் முதலிய துறைகள் சார்ந்த நூல்களோ உள்ள இந்திய மொழி ஏதும்

இல்லை. அதே வேளையில் ஆங்கிலமோ காலனி ஆட்சியாளர்களின் மொழியாகவும், ஆதிக்க மொழியாகவும் இருந்தது.

எனவே, இங்கு அதனைத் தொடர்ந்து நீடிக்கச் செய்வது காலனி ஆட்சியையும் அதன் எச்சங்களையும் நீக்குவதற்குப் பெரும் தடையாக இருப்பதுடன் இந்திய மொழிகளின் வளர்ச்சிக்கு இடையூறாக இருக்கும் என்ற எண்ணம் மக்களிடையே பரவலாக விதைக்கப்பட்டது.

இந்தக் காரணத்தைக் காட்டிதான் ஆங்கிலத்தின் இடத்தை இந்திக்கு வழங்குவதற்கான முயற்சி மேற்கொள்ளப்பட்டது.

வங்காள மொழிதான் இந்தியாவின் ஆட்சி மொழியாக இருக்க வேண்டும் என்று இரவீந்திநாத் தாகூர் தனது இறுதிக் காலத்தில் வலியுறுத்தி வந்தார். ஆனால், இந்தி மொழியை ஒரு தேசிய மொழியாக, தகவல் தொடர்பு ஊடகமாக வளர்க்கும் போக்கு 1947-க்கு முன்பே - ஆங்கிலேயர் எதிர்ப்புப் போராட்டக் காலத்திலேயே தொடங்கி விட்டது.

காங்கிரஸ் தலைவர்களும் கட்சி நடத்தும் பேரணிகளிலும், கூட்டங்களிலும் இந்தியிலேயே சொற்பொழிவாற்றத் தொடங்கினர்.

இந்தி பிரச்சார சபை நடவடிக்கைகள் நாடெங்கிலும் முடுக்கி விடப்பட்டன. நேதாஜி சுபாஷ் சந்திரபோஸ் இந்திய தேசிய இராணுவத்திலும் இந்தியைப் பயன்படுத்தினார்.

விடுதலைக்கு முன்னரே இந்தியை இந்துக்களுடனும், உருதுவையும் இந்துஸ்தானியையும் முஸ்லிம்களுடனும் தொடர்புபடுத்திப் பார்க்கும் போக்கு வளர்ந்திருந்தது.

இந்திதான் ஆட்சி மொழி என்று வழக்காடியவர்கள் முன் வைத்த காரணங்கள் வருமாறு:

1. இந்தியாவில் இந்தி மொழி பேசுபவர்களின் எண்ணிக்கைதான் அதிகம். வட இந்தியா முழுவதிலும் இந்தி முனைப்போடு பரவி உள்ளது.

2. இந்தி மொழி சமஸ்கிருதத்தை அடிப்படையாகக் கொண்டிருப்பதால் தொடர்பு மொழியாக விளங்க அதற்குத்தான் பிற எந்த மொழியைக் காட்டிலும் அதிகத் தகுதி உள்ளது.

3. இந்தி மொழி எந்தவொரு குறிப்பிட்ட மாநிலத்திற்கு மட்டும் உரிய மொழியன்று; பிற எல்லா மொழிகளுமே அந்தந்த மாநிலங்களின் எல்லைகளுக்குள்ளேயே சுருங்கிப் போய் நிற்பவை.

நவீன இந்திய அரசியல் நெடுங்காலமாக வங்காளிகளின் ஆதிக்கத்திலேயே இருந்தது. பிரிட்டிஷார் மட்டுமின்றி இந்தியாவில் உள்ள பிறமொழி பேசும் மக்களும் கூட ஆங்கிலேயரின் வெளியேற்றத்திற்குப் பின்னர் வங்காள மொழிதான் இந்தியாவின் ஆட்சிமொழி ஆகிவிடும் என்று அஞ்சிய காலமும் இருந்தது.

ஆனால், 1920-களிலிருந்தே இந்திய அரசியலில் வங்காளிகளின் ஆதிக்கம் குறையத் தொடங்கி, 1940-களில் இந்தி பேசும் மாநிலங்களைச் சேர்ந்தவர்களின் ஆதிக்கம் நிலைபெற்று விட்டது. அதன் விளைவு என்ன?

73
மோடி அரசின் இந்தித் திணிப்பு

இந்தியாவில் இருந்த மாகாணங்களில் மிகப் பெரியவை ஐக்கிய மாகாணம், பீகார், மத்திய மாகாணம் ஆகியவை ஆகும். இவற்றிலிருந்து வந்த காங்கிரஸ் பிரதிநிதிகள் மட்டுமல்லாது இரு மொழி பேசப்பட்டு வந்த பகுதிகளைச் சேர்ந்த (இன்றைய பஞ்சாப், ஹரியானா, இமாச்சலப் பிரதேசம் போன்றவை) இந்துமத தீவிரவாத காங்கிரஸ்காரர்களும் ஆரிய சமாஜத்தைச் சேர்ந்தவர்களும் இந்தி மொழியை ஆட்சிமொழியாக்க வேண்டும் என்ற கோரிக்கை விடுத்தனர். இவ்வாறு இந்தி ஆதரவாளர்கள் பல்வேறு வட மாநிலங்களைச் சேர்ந்தவர்களாகவும், பலதரப்பட்டவர்களாகவும் இருந்ததால் அவர்கள் ஒரு குறிப்பிட்ட மாநில அல்லது வட்டார மொழியை இந்தியா முழுவதற்குமான ஆட்சிமொழியாக்க விரும்பும் அக்குறிப்பிட்ட மாநிலத்தவர் அல்லது வட்டாரத்தைச் சேர்ந்தவர்கள் என்ற தோற்றம் உருவாவதைத் தவிர்த்துக் கொள்ள முடிந்தது.

ஆனால், அவர்கள் இந்து - இந்திக் கண்ணோட்டத்தைப் பகிர்ந்து கொண்டவர்கள்; பார்ப்பன, பனியா, பிற உயர்சாதி இந்துக்கள்; பூர்ஷ்வா நிலப்பிரபுத்துவ நலன்களைப் பிரதிநிதித்துவம் செய்தவர்கள்; மாகாண, மத்திய அரசாங்கங்களிலும் அரசியலமைப்பு அவையிலும் மிக அதிக எண்ணிக்கையினராக அமர்ந்தவர்கள். எனவே, அவர்களால் ஆட்சிமொழிப் பிரச்சினையில் தமக்குச் சார்பான தீர்வை உருவாக்கிக் கொள்ள முடிந்தது.

ஆட்சிமொழி பற்றிய பிரச்சினை கடும் விவாதத்துக்குள்ளாகியபோது இந்தி வெறியர்களின் தன்மை அங்கு தெளிவாக வெளிப்பட்டது. சபையின் நடைமுறைகளை இந்துஸ்தானியில்தான் எழுத வேண்டும் என்றும் அம்மொழியைத் தெரியாதவர்கள் இந்தியாவில் இருக்கவோ அரசமைப்பு உறுப்பினர்களாக இருக்கவோ தகுதி அற்றவர்கள் என்றும் ஆ. வி. துளேகர் என்ற உறுப்பினர் வாதாடினார். மற்றொரு இந்தி வெறியரும் காங்கிரஸ்காரருமான சேத் கோவிந்ததாஸ், தமிழர்களுக்கு மிரட்டலே விடுத்தார்.

"மகாத்மா காந்தியின் இருபத்து ஐந்து ஆண்டுக்கால முயற்சிக்குப் பிறகும் கூடத் தென்னகத்தைச் சார்ந்தவர்கள் இந்துஸ்தானியைப் புரிந்து கொள்ள முடியாதவர்களாக இருந்தால் அது அவர்கள் குற்றம்

தான் என்பதை நான் தென்னகத்தைச் சார்ந்தவர்களுக்குச் சொல்ல விரும்புகிறேன். சென்னையைச் சார்ந்த சிலருக்கு இந்துஸ்தானி தெரியாத காரணத்தால் விடுதலை பெற்ற இந்தியாவிற்குரிய ஓர் அரசமைப்பை உருவாக்குவதற்குக் கூடி இருக்கும் இறைமை பொருந்திய அரசமைப்புச் சபையில் ஆங்கிலம்தான் கோலோச்சுவது என்று சொன்னால் அது எங்கள் பொறுமையைச் சோதிக்கிறது."

ஆட்சிமொழி விவாதம்

ஆட்சிமொழிப் பிரச்சினையைப் பொறுத்தவரை திருத்தங்களும், எதிர்த் திருத்தங்களும் கொண்டு வந்தவர்கள் அனைவருமே இந்தியை ஆட்சிமொழியாக ஏற்றுக் கொண்டவர்கள்தான். ஆங்கிலம் ஆட்சிமொழியாக எத்தனை காலம் நீடிக்க வேண்டும் என்பதில்தான் பிரச்சினை இருந்தது. தென்னிந்திய உறுப்பினர்களின் குரலுக்கு அரசமைப்பில் எவரும் செவி சாய்க்கவும் இல்லை.

1949, ஆகஸ்டு 5இல் காங்கிரஸ் காரியக் கமிட்டி நிறைவேற்றிய ஒரு தீர்மானத்தில் மத்திய அரசின் ஆட்சிமொழி இந்தியே என்பதை மறைமுகமாகக் குறிப்பிட்டு, 'அந்த மொழி ஆங்கிலத்தின் இடத்தைப் பெறும் வரையில் 15 ஆண்டுக் காலத்திற்கு ஆங்கிலமும் தொடர்ந்து பயன்படுத்தப்படலாம்' என்று கூறியது.

1949 செப்டம்பர் 12, 13 மற்றும் 14 ஆகிய நாட்களில் அரசியல் நிர்ணய சபையில் ஆட்சிமொழி பற்றிய விவாதங்கள் நடைபெற்றன. கடைசி நாளன்று வாக்கெடுப்பு நடைபெறுவதாக இருந்தது. மாலை 6 மணிக்கு மீண்டும் கூட்டம் நடந்தபோது இந்தி வேண்டும் என்பவர்களுக்கும், ஆங்கிலம் நீடிக்க வேண்டும் என்பவர்களுக்கும் இடையே சமரசம் ஏற்பட்டு இந்தியை ஆட்சிமொழி ஆக்கவும், 1965 வரை ஆங்கிலத்தைத் தொடர்ந்து பயன்படுத்தவும் வகை செய்யும் அரசியல் சட்டப் பிரிவு நிறைவேற்றப்பட்டது.

1961ஆம் ஆண்டு மக்கள் தொகைப் புள்ளிவிவரக் கணக்கு எடுப்பின்படி இந்தியையும் இந்தி சார்ந்த மொழிகளையும் பேசுவோர் எண்ணிக்கை இந்தியாவின் மக்கள் தொகையில் 27 விழுக்காடு மட்டுமே; அப்படி இருந்தும் இந்தி பெரும்பான்மை மக்கள் மீது திணிக்கப்பட்டு விட்டது.

அரசியல் நிர்ணய சபையில் சுமார் மூன்றில் ஒரு பகுதியினர் மன்னர் ஆட்சிப் பகுதிகளைச் சேர்ந்தவர்கள்; இந்தி ஆதரவு மாநிலங்களைச் சேர்ந்தவர்கள். அவர்கள் இந்தி பேசாத மாநிலங்களைச் சேர்ந்த உறுப்பினர்களை விட எண்ணிக்கையில் அதிகம் இருந்தனர். தேர்ந்தெடுக்கப்பட்ட அனைத்து உறுப்பினர்களும் சேர்த்து 14 விழுக்காடு மக்களையே பிரதிநிதித்துவம் செய்தவர்கள். இத்தகைய

அரசமைப்புச் சபை இந்தியப் பெரு முதலாளிகள் - நிலப்பிரபுக்களின் கட்சியான காங்கிரசின் ஆட்சிமொழிக் கொள்கையை ஏற்றுக் கொண்டதில் வியப்பு இல்லை. இந்தி ஆட்சிமொழித் தீர்மானமும் மேற்கூறிய காரணங்களினால் ஒரு பெரும் மோசடியே என்பதைச் சொல்லத் தேவை இல்லை.

இந்தியாவில் இருந்த மாகாணங்களில் மிகப் பெரியவை ஐக்கிய மாகாணம், பீகார், மத்திய மாகாணம் ஆகியவை ஆகும். இவற்றிலிருந்து வந்த காங்கிரஸ் பிரதிநிதிகள் மட்டுமல்லாது இரு மொழி பேசப்பட்டு வந்த பகுதிகளைச் சேர்ந்த (இன்றைய பஞ்சாப், ஹரியானா, இமாச்சலப் பிரதேசம் போன்றவை) இந்துமத தீவிரவாத காங்கிரஸ்காரர்களும் ஆரிய சமாஜத்தைச் சேர்ந்தவர்களும் இந்தி மொழியை ஆட்சிமொழியாக்க வேண்டும் என்ற கோரிக்கை விடுத்தனர். இவ்வாறு இந்தி ஆதரவாளர்கள் பல்வேறு வட மாநிலங்களைச் சேர்ந்தவர்களாகவும், பலதரப்பட்டவர்களாகவும் இருந்ததால் அவர்கள் ஒரு குறிப்பிட்ட மாநில அல்லது வட்டார மொழியை இந்தியா முழுவதற்குமான ஆட்சிமொழியாக்க விரும்பும் அக்குறிப்பிட்ட மாநிலத்தவர் அல்லது வட்டாரத்தைச் சேர்ந்தவர்கள் என்ற தோற்றம் உருவாவதைத் தவிர்த்துக் கொள்ள முடிந்தது.

ஆனால், அவர்கள் இந்து - இந்திக் கண்ணோட்டத்தைப் பகிர்ந்து கொண்டவர்கள்; பார்ப்பன, பனியா, பிற உயர்சாதி இந்துக்கள்; பூர்ஷ்வா நிலப்பிரபுத்துவ நலன்களைப் பிரதிநிதித்துவம் செய்தவர்கள்; மாகாண, மத்திய அரசாங்கங்களிலும் அரசியலமைப்பு அவையிலும் மிக அதிக எண்ணிக்கையினராக அமர்ந்தவர்கள். எனவே, அவர்களால் ஆட்சிமொழிப் பிரச்சினையில் தமக்குச் சார்பான தீர்வை உருவாக்கிக் கொள்ள முடிந்தது.

ஆட்சிமொழி பற்றிய பிரச்சினை கடும் விவாதத்துக்குள்ளாகியபோது இந்தி வெறியர்களின் தன்மை அங்கு தெளிவாக வெளிப்பட்டது. சபையின் நடைமுறைகளை இந்துஸ்தானியில்தான் எழுத வேண்டும் என்றும் அம்மொழியைத் தெரியாதவர்கள் இந்தியாவில் இருக்கவோ அரசமைப்பு உறுப்பினர்களாக இருக்கவோ தகுதி அற்றவர்கள் என்றும் ஆ.வி. துளேகர் என்ற உறுப்பினர் வாதாடினார். மற்றொரு இந்தி வெறியரும் காங்கிரஸ்காரருமான சேத் கோவிந்ததாஸ், தமிழர்களுக்கு மிரட்டலே விடுத்தார்.

“மகாத்மா காந்தியின் இருபத்து ஐந்து ஆண்டுக்கால முயற்சிக்குப் பிறகும் கூடத் தென்னகத்தைச் சார்ந்தவர்கள் இந்துஸ்தானியைப் புரிந்து கொள்ள முடியாதவர்களாக இருந்தால் அது அவர்கள் குற்றம் தான் என்பதை நான் தென்னகத்தைச் சார்ந்தவர்களுக்குச் சொல்ல விரும்புகிறேன். சென்னையைச் சார்ந்த சிலருக்கு இந்துஸ்தானி

தெரியாத காரணத்தால் விடுதலை பெற்ற இந்தியாவிற்குரிய ஓர் அரசமைப்பை உருவாக்குவதற்குக் கூடி இருக்கும் இறைமை பொருந்திய அரசமைப்புச் சபையில் ஆங்கிலம்தான் கோலோச்சுவது என்று சொன்னால் அது எங்கள் பொறுமையைச் சோதிக்கிறது."

ஆட்சிமொழி விவாதம்

ஆட்சிமொழிப் பிரச்சினையைப் பொறுத்தவரை திருத்தங்களும், எதிர்த் திருத்தங்களும் கொண்டு வந்தவர்கள் அனைவருமே இந்தியை ஆட்சிமொழியாக ஏற்றுக் கொண்டவர்கள்தான். ஆங்கிலம் ஆட்சிமொழியாக எத்தனை காலம் நீடிக்க வேண்டும் என்பதில்தான் பிரச்சினை இருந்தது. தென்னிந்திய உறுப்பினர்களின் குரலுக்கு அரசமைப்பில் எவரும் செவி சாய்க்கவும் இல்லை.

1949, ஆகஸ்டு 5இல் காங்கிரஸ் காரியக் கமிட்டி நிறைவேற்றிய ஒரு தீர்மானத்தில் மத்திய அரசின் ஆட்சிமொழி இந்தியே என்பதை மறைமுகமாகக் குறிப்பிட்டு, 'அந்த மொழி ஆங்கிலத்தின் இடத்தைப் பெறும் வரையில் 15 ஆண்டுக் காலத்திற்கு ஆங்கிலமும் தொடர்ந்து பயன்படுத்தப்படலாம்' என்று கூறியது.

1949 செப்டம்பர் 12, 13 மற்றும் 14 ஆகிய நாட்களில் அரசியல் நிர்ணய சபையில் ஆட்சிமொழி பற்றிய விவாதங்கள் நடைபெற்றன. கடைசி நாளன்று வாக்கெடுப்பு நடைபெறுவதாக இருந்தது. மாலை 6 மணிக்கு மீண்டும் கூட்டம் நடந்தபோது இந்தி வேண்டும் என்பவர்களுக்கும், ஆங்கிலம் நீடிக்க வேண்டும் என்பவர்களுக்கும் இடையே சமரசம் ஏற்பட்டு இந்தியை ஆட்சிமொழி ஆக்கவும், 1965 வரை ஆங்கிலத்தைத் தொடர்ந்து பயன்படுத்தவும் வகை செய்யும் அரசியல் சட்டப் பிரிவு நிறைவேற்றப்பட்டது.

1961ஆம் ஆண்டு மக்கள் தொகைப் புள்ளிவிவரக் கணக்கு எடுப்பின்படி இந்தியையும் இந்தி சார்ந்த மொழிகளையும் பேசுவோர் எண்ணிக்கை இந்தியாவின் மக்கள் தொகையில் 27 விழுக்காடு மட்டுமே; அப்படி இருந்தும் இந்தி பெரும்பான்மை மக்கள் மீது திணிக்கப்பட்டு விட்டது.

அரசியல் நிர்ணய சபையில் சுமார் மூன்றில் ஒரு பகுதியினர் மன்னர் ஆட்சிப் பகுதிகளைச் சேர்ந்தவர்கள்; இந்தி ஆதரவு மாநிலங்களைச் சேர்ந்தவர்கள். அவர்கள் இந்தி பேசாத மாநிலங்களைச் சேர்ந்த உறுப்பினர்களை விட எண்ணிக்கையில் அதிகம் இருந்தனர். தேர்ந்தெடுக்கப்பட்ட அனைத்து உறுப்பினர்களும் சேர்த்து 14 விழுக்காடு மக்களையே பிரதிநிதித்துவம் செய்தவர்கள். இத்தகைய அரசமைப்புச் சபை இந்தியப் பெரு முதலாளிகள் - நிலப்பிரபுக்களின் கட்சியான காங்கிரசின் ஆட்சிமொழிக் கொள்கையை ஏற்றுக்

கொண்டதில் வியப்பு இல்லை. இந்தி ஆட்சிமொழித் தீர்மானமும் மேற்கூறிய காரணங்களினால் ஒரு பெரும் மோசடியே என்பதைச் சொல்லத் தேவை இல்லை.

இந்திதான் ஆட்சிமொழி

இந்தியாவில் உள்ள மாநிலங்களுக்கு இடையிலும் மாநிலங்களுக்கும் மத்திய அரசுக்கும் இடையே இணைப்பு மொழி இந்திதான் என்பதை அரசியலமைப்பில் நிலைநிறுத்தி விட்டார்கள். அரசியலமைப்பு விதி 34-இன்படி தேவநாகரி எழுத்தில் எழுதப்படும் இந்திதான் இத்தகைய இணைப்பு மொழி ஆகும். இந்தியைப் படிப்படியாக தேசிய மொழியாக மாற்றும் நோக்கத்தை அரசியலமைப்பு விதி 351 புலப்படுத்துகிறது.

"இந்தி மொழியைப் பரப்புவதை ஊக்குவிப்பதும், இந்தியக் கூட்டுப் பண்பாட்டின் எல்லாக் கூறுகளும் தம்மை வெளிப்படுத்திக் கொள்வதற்கான ஒரு ஊடகமாக அம் மொழியை வளர்ப்பதும், இந்தி மொழியின் தனித்தன்மைக்குக் கேடு ஏற்படா வண்ணம் அதனைச் செழுமைப்படுத்தும் பொருட்டு எட்டாவது அட்டவணையில் குறிப்பிடப்பட்டுள்ள எல்லா இந்திய மொழிகளில் இருந்தும் இந்துஸ்தானியில் இருந்தும் வடிவங்கள், பாணிகள், சொற்றொடர்கள் ஆகியவற்றை உட்கிரகித்துக் கொள்வதும், அதன் சொற்களஞ்சியத்தை வளப்படுத்தும் பொருட்டு தேவை ஏற்படும் போதும் விருப்பத்துக்கு ஏற்பவும் முதன்மையாக சமஸ்கிருதத்தில் இருந்தும் இரண்டாவதாகப் பிற மொழிகளில் இருந்தும் சொற்களை எடுத்துக் கொள்வதும் இந்திய ஒன்றியத்தின் கடமையாகும்."

மேற்கண்ட விதியில் இந்துஸ்தானி குறிப்பிடப்படுகிறது. ஆனால், அது எட்டாவது அட்டவணையில் இல்லை. 1500-க்கும் மேற்பட்ட மொழிகள் பேச்சு மொழிகளாக உள்ள ஒரு நாட்டில் ஒரே ஒரு மொழி மட்டும் தேசிய மொழி ஆக்கப்படுகிறது. இந்தியாவின் "கூட்டுப் பண்பாட்டின் எல்லாக் கூறுகளும் தம்மை வெளிப்படுத்திக் கொள்வதற்கான ஊடகம் இந்தி" என்று கூறப்பட்டாலும் அதன் சொற்களஞ்சியத்தின் வளர்ச்சிக்கு முதன்மையான ஆதாரம் சமஸ்கிருதம்தான் என்று அவ்விதி சொல்கிறது.

இந்துஸ்தானியை தேசிய மொழியாக வளர்க்க வேண்டியிருந்தால் அரபு, பாரசீக மொழிகளையும் சமஸ்கிருதத்தின் அளவிற்குப் பயன்படுத்த வேண்டி இருக்கும். ஆனால், இந்தியை ஆளும் வர்க்கம் சமஸ்கிருதத்தை 'சுதேசி' மொழியாகவும், அரபு - பாரசீக மொழிகளை 'விதேசி' (அயல்) மொழிகளாகவும் ஏற்கனவே முடிவு செய்துவிட்டது. 1951ஆம் ஆண்டிலிருந்து மத்திய அரசால் வளர்க்கப்பட்டு வரும்

இந்தி, இந்தியாவின் கூட்டுப் பண்பாட்டையல்ல - சமஸ்கிருதப் பண்பாட்டை மட்டுமே வெளிப்படுத்தி வருகிறது என்பதுதான் உண்மை நிலை.

இந்தியா விடுதலை பெற்ற பின்னர் இந்நாட்டை 'பார்ப்பனிய இந்து, சமஸ்கிருத மயமாக்கப்பட்ட இந்தி' ஆகிய அடையாளங்களுடன் 'இந்தியா' எனும் நாட்டைக் கட்டி எழுப்பியதற்கு இந்துத்துவ மனோபாவம் கொண்ட காங்கிரஸ்காரர்களும் ஒரு காரணம் என்பது வரலாற்று உண்மை. அதனை அப்படியே இன்னும் தீவிரமாக்கி கடைப்பிடித்து வரும் வேலையைத்தான் ஆர்.எஸ்.எஸ்., சங் பரிவாரக் கூட்டம் செய்து வருகிறது.

மோடி ஆட்சியில்...

1998-2004 வாஜ்பாய் தலைமையிலான தேசிய ஜனநாயகக் கூட்டணி அரசில் 23 கட்சிகள் இடம் பெற்றிருந்தன. ஆட்சியை நடத்துவதற்குக் குறைந்தபட்ச செயல்திட்டம் ஒன்று வகுக்கப்பட்டு இருந்தது. எனவே, ஆர்.எஸ்.எஸ்., சங் பரிவாரங்கள் நினைத்ததை எல்லாம் செயல்படுத்த முடியவில்லை. கூட்டணிக் கட்சிகளை மீறி பிரதமர் வாஜ்பாய் செயல்பட முடியாத நிலை இருந்தது. ஆனால், 2014 மே மாதம் நரேந்திர மோடி தலைமையில் பாஜக தனித்து ஆட்சிப் பீடத்திலிருந்து அதிகாரம் செலுத்தும் நிலைக்கு வந்தது. 2019இல் நடந்த 17-ஆவது நாடாளுமன்றத் தேர்தலில் 'மிருகத்தனமான' பெரும்பான்மை பலத்தைப் பெற்று மோடி தலைமையிலான அரசு இரண்டாவது முறையாகத் தொடருகிறது.

அதிகாரம் முழுவதையும் கைப்பிடிக்குள் வைத்திருப்பதால் ஆர். எஸ்.எஸ்., தத்துவ வழிகாட்டி கோல்வால்கர் அறிவுரை(?)யின்படி சமஸ்கிருதம், இந்தியைத் திணித்து அவர்கள் விரும்புகின்ற இந்து ராஷ்டிரக் கனவை நனவாக்கத் துடிக்கின்றனர் 2014ஆம் ஆண்டிலிருந்து சமஸ்கிருதம் போலவே இந்தி மொழியையும் மூர்க்கத் தனமாகத் திணித்து வருகிறது மோடியின் அரசு.

மோடி அரசு முதன்முதலில் பொறுப்பு ஏற்றவுடன் போட்ட உத்தரவு - 'வெளியுறவுத் துறையில் ஆங்கில மொழியை இனிப் பயன் படுத்தக் கூடாது; எல்லா நடவடிக்கையும் இனி இந்திமொழியில் தான் நடைபெற வேண்டும்' என்பதாகும்.

2014, மே 27ஆம் தேதி உள்துறை அமைச்சகம் வெளியிட்ட அறிவிப்பு ஆணையில், "பொதுத்துறை நிறுவனங்கள், வங்கிகள், வெளியுறவுத்துறை உள்ளிட்ட அனைத்து அமைச்சகங்களின் அதிகாரிகள் துவங்கி அலுவலர்கள் வரை சமூக வலைத் தளங்களில்

அனைத்தையும் இந்தியில்தான் எழுத வேண்டும்," என்று உத்தரவு போட்டது.

மோடி அரசின் இந்த உத்தரவைத் திரும்பப் பெற வேண்டும் என்று தி.மு.க. தலைவர் கலைஞர், மறுமலர்ச்சி திராவிட முன்னேற்றக் கழகப் பொதுச் செயலாளர் வைகோ, தமிழக முதல்வர் ஜெயலலிதா, காஷ்மீர் முன்னாள் முதல்வர் டாக்டர் ஃபரூக் அப்துல்லா, உ.பி. முன்னாள் முதல்வர் மாயாவதி, ஒடிசா முதல்வர் நவீன் பட்நாயக் ஆகிய தலைவர்கள் வலியுறுத்தினர்.

நாடு முழுவதும் எதிர்ப்புக் குரல் 'இந்தி'த் திணிப்புக்கு எதிராக கிளர்ந்தெழத் தொடங்கியதும் 'இந்தச் சுற்றறிக்கை இந்தி பேசும் மாநிலங்களுக்கு மட்டுமே' என்று பாஜக அரசு விளக்கம் அளித்தது.

ஆனால், நரேந்திர மோடி அமைச்சரவையில் இடம் பெற்றிருக்கும் அமைச்சர்கள் இந்தி, சமஸ்கிருத மொழிகளுக்கு 'ஆதரவாக'ப் பேசுவதும், தமது அமைச்சகங்களில் திணிப்பதும் தொடர்ந்து கொண்டே இருக்கிறது.

மோடியின் அமைச்சர்கள் நான்கு பேர் சமஸ்கிருதத்தில் பதவி ஏற்பு உறுதிமொழி எடுத்துக் கொண்டதும், உள்துறை இணை அமைச்சர் கிரண் ரிஜ்ஜூ, "இந்திதான் தேசிய மொழி; மற்றவை பிராந்திய மொழிகள்தான்," என்று திமிராகப் பேசுவதும், மனிதவள மேம்பாட்டுத்துறை அமைச்சர் ஸ்மிருதி இராணி, பள்ளிப் பாடத் திட்டத்தில் வேதம், உபநிடதங்களைச் சேர்க்க வேண்டும் என்று கூறி இருப்பதும், பாஜக அரசு ஆர்.எஸ்.எஸ். -இன் மொழிக் கொள்கையைச் செயல்படுத்தத் தொடங்கியதை உள்ளங்கை நெல்லிக்கனி போன்று காட்டுகிறது.

தொடரும் நாடாளுமன்றக் குழு பரிந்துரைகளில் இந்தி

மன்மோகன் சிங் அரசில் மத்திய நிதி அமைச்சராக இருந்த ப. சிதம்பரம் தலைமையில் ஆட்சிமொழி குறித்து ஆய்வு செய்ய அமைக்கப்பட்ட நாடாளுமன்ற நிலைக்குழு அளித்த பரிந்துரைகளைக் குடியரசுத் தலைவர் பிரணாப் முகர்ஜி ஏற்றுக் கொண்டு அவற்றைச் செயல்படுத்த 2017 ஏப்ரலில் ஒப்புதல் அளித்தார். மத்திய பாஜக அரசின் பரிந்துரையின்பேரில் ஆட்சி மொழி 'இந்தி'யை வளப்படுத்திட நாடாளுமன்றக் குழு அறிக்கைக்குக் குடியரசுத் தலைவர் அனுமதி அளித்திருக்கிறார் என்றுதான் நினைவில் கொள்ள வேண்டும்.

நாடாளுமன்றக் குழு மொத்தம் 117 பரிந்துரைகளை இந்தி மொழியின் வளர்ச்சிக்காக அளித்தது. மத்திய அரசின் அலுவல்

மொழி தொடர்பான சட்டத்தின்கீழ் இந்தியை ஊக்குவிப்பதற்காக அமைக்கப்பட்ட நாடாளுமன்றக் குழு அளித்துள்ள ஒன்பதாவது பரிந்துரை அறிக்கை இது என்பதும் குறிப்பிடத்தக்கது.

இந்தியைத் திணிப்பதில் காங்கிரஸ் அரசு எட்டடி பாய்ந்தால் பாஜக அரசு பதினாறு அடி பாய்கிறது. மேலும் நாடாளுமன்றத்தில் பெரும்பான்மை பலம் இருப்பதால் இந்தியைத் திணிக்கும் கயமைத்தனங்களைப் பதவி ஏற்றவுடனேயே தொடங்கி விட்டது மோடி அரசு.

மத்திய அரசு அதிகாரிகள் தமது அதிகாரப்பூர்வ சமூக வலைத்தளங்களில் இந்தி மொழியை மட்டுமே பயன்படுத்த வேண்டும். மத்திய அரசின் கோப்புகள் ஆங்கிலத்தில் மட்டுமின்றி, இந்தியிலும் தயாரிக்கப்பட வேண்டும் என அடுத்தடுத்து உத்தரவுகளை இட்ட பாஜக அரசு, மத்திய அரசின் பல்வேறு அமைச்சகங்களில் இந்திப் பயன்பாட்டை அதிகரிப்பதற்கான குழுக்களை அமைத்தது.

தேசிய நெடுஞ்சாலை மைல் கற்களில் ஆங்கிலத்திற்குப் பதிலாக இந்தியில்தான் எழுத வேண்டும் என்று உத்தரவிட்டது. அதன் தொடர்ச்சியாக நாடாளுமன்ற நிலைக்குழு அளித்த 117 பரிந்துரைகளில் 110-ஐ ஏற்றுக் கொண்டு இந்தி மொழியை வலுக்கட்டாயமாகத் திணிப்பதற்கு முனைந்தது. இந்தி ஆதிக்கத்திற்கு மோடி அரசு செயல்படுத்த முனைந்துள்ள நாடாளுமன்றக்குழுவின் சில பரிந்துரைகள் வருமாறு :

1) இந்தி மொழியைப் பாடத் திட்டங்களில் கட்டாயமாக்குவது தொடர்பாக மனித வள மேம்பாட்டு அமைச்சகம் தீவிரமான முயற்சிகளை மேற்கொள்ள வேண்டும்; இதன் முதல் கட்டமாக மத்திய இடை நிலைக் கல்வி வாரியத்தின் கீழ் (சி.பி.எஸ்.இ) இயங்கும் பள்ளிகள் மற்றும் மத்திய அரசு நேரடியாக நடத்தி வரும் கேந்திரிய வித்யாலயா பள்ளிகள் அனைத்திலும் 10ஆம் வகுப்பு வரை இந்தி மொழி பயில்வதைக் கட்டாயமாக்க வேண்டும்.

2) அனைத்திந்திய அளவில் இந்தியைக் கட்டாய மொழிப் பாடம் ஆக்குவது தொடர்பாக நாடாளுமன்றத்தில் திட்டங்கள் முன் வைக்கப்பட வேண்டும்.

3) மாநில அரசுகள் நடத்தும் பள்ளிகளில் இந்தியைக் கட்டாய மொழிப் பாடமாக்குவது தொடர்பாக மாநில அரசுகளோடு மத்திய அரசு கலந்து ஆலோசிக்க வேண்டும்.

4) பல்கலைக் கழகங்கள் மற்றும் உயர் கல்வி நிறுவனங்களில் ஆங்கிலம் மட்டுமே பயிற்று மொழியாக இருந்து வருகிறது.

இந்நிலையில், இந்தி வழி வகுப்புகளைத் தொடங்குவதற்கான செயல் திட்டத்தை வகுப்பதோடு, அதற்கேற்ப நாடாளுமன்றத்தின் இரு அவைகளிலும் ஒரு சட்டத்தைக் கொண்டு வருவதற்கான முயற்சி மேற்கொள்ளப்பட வேண்டும்.

5) இந்தி பேசாத மாநிலங்களில் அமைந்து உள்ள பல்கலைக் கழகங்கள் மற்றும் உயர் கல்வி நிறுவனங்களில் இந்தி மொழியில் தேர்வு எழுதவும், நேர்முகத் தேர்வுகளை நடத்தவும் ஏற்பாடு செய்ய வேண்டும்.

6) மத்திய அரசு நிறுவனங்கள் வெளியிடும் விளம்பரங்களில் 50 விழுக்காடு இந்தி மொழியிலும் மீதமுள்ள 50 விழுக்காடு ஆங்கிலம் அல்லது மாநில மொழிகளிலும் இருக்க வேண்டும்.

7) இந்தி மொழி விளம்பரங்களைச் செய்தித் தாள்களின் முதல் பக்கத்தில் வெளியிட வேண்டும்; ஆங்கில மொழி விளம்பரங்களை உட்பக்கங்களில் வெளியிட வேண்டும்.

8) குடியரசுத் தலைவர், பிரதமர், அமைச்சர்கள் ஆகியோர் இந்தி மொழியைப் படிக்கவும், பேசவும் அறிந்திருக்கும் பட்சத்தில், அவர்கள் இந்தி மொழியில் மட்டுமே பேசவும், இந்தி மொழியில் மட்டுமே அறிக்கைகள் வெளியிடவும் வேண்டும்.

இவை தவிர, மத்திய அரசின் இரயில்வேத் துறை, விமான போக்குவரத்துத் துறை, வெளியுறவுத் துறை ஆகியவற்றில் இந்தி பயன்படுத்தப்படுவதை அதிகரிப்பதற்குப் பல பரிந்துரைகள் அளிக்கப்பட்டு உள்ளன.

நாடாளுமன்ற நிலைக்குழு அளித்த 117 பரிந்துரைகளில் 110 பரிந்துரைகளைச் செயல்படுத்த ஒப்புதல் வழங்கிய குடியரசுத் தலைவர் பிரணாப் முகர்ஜி மீதி 7 பரிந்துரைகளை அவரே நிராகரித்து விட்டார்.

அவை என்ன தெரியுமா?

நாடாளுமன்றத்தில் ஆங்கில மொழிப் பயன்பாட்டை அறவே நீக்க வேண்டும் என்ற நோக்கத்தைச் சதித்தனமான முறையில் முன்வைக்கும் பரிந்துரை ஒன்று; மற்றொன்று, நாடெங்கும் இந்திவழிக் கல்விக் கூடங்கள் தொடங்கப்படுவதை ஊக்குவிக்கும் நோக்கில் மாநில மொழிகளுக்கோ, இந்தி மொழிக்கோ முன்னுரிமை அளிக்காத ஆங்கில வழிப் பள்ளிக் கூடங்களுக்கு அங்கீகாரம் அளிக்கக் கூடாது என்கிறது. வேறொன்று, இந்தி மொழியைப் பயன்படுத்தாத மத்திய அரசு ஊழியர்களுக்குத் தண்டனை கொடுக்க வேண்டும் என்கிறது.

மேற்கண்டவை உள்ளிட்ட ஏழு பரிந்துரைகள் குடியரசுத் தலைவர் பிரணாப் முகர்ஜியால் ஏற்றுக் கொள்ளப்படவில்லை.

இங்கு இன்னொன்றையும் குறிப்பிட்டாக வேண்டும். நாடாளுமன்ற நிலைக்குழுவின் பரிந்துரைகளைச் செயல்படுத்த உத்தரவிட்ட குடியரசுத் தலைவராக இருந்த பிரணாப் முகர்ஜி, தனது அரசியல் வாழ்க்கையில் பிரதமர் பதவிக்கு வர முடியாமல் போனதற்குக் காரணம் தன்னை 'வங்காளி' என்று இந்திக்காரர்கள் நிராகரித்து விட்டார்கள் என்று தெரிவித்து இருந்தார்.

2017, அக்டோபர் 14ஆம் தேதி பிரணாப் முகர்ஜி தனது வாழ்க்கை வரலாறு புத்தகத்தின் மூன்றாவது தொகுதி வெளியீட்டு விழாவில் உரையாற்றியபோது, "2004இல் ஐக்கிய முற்போக்குக் கூட்டணி அரசின் பிரதமர் பொறுப்புக்கு டாக்டர் மன்மோகன் சிங் காங்கிரஸ் கட்சித் தலைமையால் தேர்வு செய்யப்பட்டபோது நான் அதிர்ச்சியுற்றேன்," என்றார். ஏனெனில் பல ஆண்டுகள் மத்திய அமைச்சராக அவர் பணியாற்றியவர்; காங்கிரசின் மூத்த தலைவராக இருந்தவர்.

"நான் பிரதமர் பதவிக்குப் போக முடியாததற்குக் காரணம் நாடாளுமன்றத்தில் மாநிலங்களவையில் நீண்டகாலம் இடம் பெற்றிருந்து விட்டு 2004இல் மட்டுமே மக்களவைத் தேர்தலில் போட்டியிட்டு வெற்றி கண்டது முதல் காரணம்.

இரண்டாவது காரணம், நான் இந்தி பேசாத மாநிலத்திலிருந்து டெல்லிக்கு வந்தவன்; வங்க மொழியைத் தாய்மொழியாகக் கொண்டவன்; எனக்கு இந்தி தெரியாது என்பதால் பிரதமர் பதவிக்கு நிராகரிக்கப்பட்டேன்," என்று பிரணாப் முகர்ஜி வருத்தப்பட்டார்.

காங்கிரஸ் கட்சியே இந்தி ஆதிக்கவாதிகளின் பிடியில் இருந்தது என்றால், பாரதிய ஜனதா கட்சி, இந்தி மொழியை சமஸ்கிருதத்தின் சாயலில் உள்ள இந்து பண்பாட்டு மொழி என்று ஆர்.எஸ்.எஸ்., சங் பரிவாரங்கள் வழியில் எங்கும் எதிலும் இந்திதான் என்பதை நிலைநாட்ட ஆட்சி அதிகாரத்தைப் பயன்படுத்தி வருகிறது.

74

இந்தி ஏகாதிபத்தியம்

இந்துப் பெரும்பான்மைவாதம் பேசுகின்ற பாரதிய ஜனதா கட்சிக்கு நாடாளுமன்றத்திலும் பெரும்பான்மை பலம் கிட்டியவுடன் 'ஒரே நாடு - ஒரே மொழி' என்பதை நிலைநிறுத்த தொடர்ச்சியாக முயன்று வருகிறது. இந்தியாவைத் தங்கள் ஆட்சிக்காலத்தில் 'இந்தி'யாவாக மாற்றிவிட வேண்டும் என ஆர்.எஸ்.எஸ்., சங் பரிவாரங்கள் துடிக்கின்றன. அதற்கு ஏற்ற வகையில் திட்டமிட்டு இந்தித் திணிப்பு வேலையை மோடி அரசு மேற்கொண்டு வருகிறது.

நாடாளுமன்றத்தில் பாஜக பெரும் பான்மை உறுப்பினர்களைப் பெற்று இருக்கலாம். ஆனால், மொத்த நாடாளுமன்ற உறுப்பினர்கள் 552 பேரில் 305 எம்.பி. க்கள் இந்தி பேசாத மாநிலங்களிலிருந்து தேர்வு செய்யப்பட்டு மக்களவைக்கு வருகிறார்கள்.

மேற்கு வங்கம் - 42; தமிழ்நாடு - 39; கர்நாடகம் - 28; ஆந்திரா - 25; ஒடிசா - 21; கேரளா - 20; தெலுங்கானா - 17; அஸ்ஸாம் 14; அருணாசலப் பிரதேசம் - 2; மணிப்பூர் - 2; மேகாலயா - 2; திரிபுரா - 2; மிஜோரம் - 1; நாகாலாந்து - 1; சிக்கிம் - 1; புதுச்சேரி - 1; மராட்டியம் - 48; குஜராத் - 26; பஞ்சாப் - 3 ஆக மொத்தம் 305 எம். பி. க்கள் இந்தியைத் தாய்மொழியாகக் கொண்டவர்கள் அல்ல. இது மொத்த நாடாளுமன்ற உறுப்பினர்களில் 55.25 விழுக்காடு ஆகும். ஆனால், டெல்லி ஆட்சிப் பொறுப்பில் இருந்த காங்கிரஸ் கட்சி ஆனாலும், பாரதிய ஜனதா அரசாக இருந்தாலும் இந்தித் திணிப்புக் கொள்கையில் ஒரு நாணயத்தின் இரண்டு பக்கங்களைப் போன்றே இருக்கின்றன என்பதும் மறுக்க முடியாததாகும்.

எனவேதான் எவர் ஆட்சிக்கு வந்தாலும் இந்தித் திணிப்பு என்பது மத்திய அரசின் முதன்மையான கடமையாகக் கருதப்படுகிறது. நரேந்திர மோடி தலைமையிலான அரசு 2014ஆம் ஆண்டு மே மாதம் பொறுப்பேற்றது முதல் இந்தித் திணிப்பு என்பது தொடர் நடவடிக்கையாக ஆக்கப்பட்டு விட்டது.

ஐ.நா.வில் இந்தி

2019ஆம் ஆண்டு பிப்ரவரியில் தாக்கல் செய்யப்பட்ட மத்திய அரசின் வரவு-செலவுத் திட்டத்தில் மத்திய அரசு இந்தி பேசாத

மாநிலங்களில் இந்தி ஆசிரியர்களை நியமனம் செய்து இந்தியைக் கற்றுக் கொடுக்க ரூ. 50 கோடி நிதி ஒதுக்கீடு செய்தது.

2019, ஜூலை மாதம் மாநிலங்களவையில் எழுப்பப்பட்ட கேள்வி ஒன்றுக்கு பதில் அளித்த மத்திய வெளியுறவுத்துறை இணை அமைச்சர் வி. முரளீதரன், ஐ.நா. மன்றத்தில் இந்தியை அலுவல் மொழி ஆக்கிட மேற்கொள்ளப்பட்டு வரும் அரசின் நடவடிக்கைகளை விளக்கினார்.

"இந்தி மொழியை ஐக்கிய நாடுகள் மன்றத்தின் அலுவல் மொழியாகக் கொண்டு வர மத்திய அரசு தீவிர முயற்சி எடுத்து வருகிறது. அந்த வகையில் இந்தி மொழியை வெளிநாடுகளில் பரப்பவும், பிரபலப்படுத்தவும் கடந்த ஐந்து ஆண்டுகளில் ரூ. 43 கோடியே 48 இலட்சம் செலவிடப்பட்டு உள்ளது. 2018ஆம் ஆண்டு மார்ச்சு மாதத்தில் ஐ.நா. கருத்தாக்கங்களை இந்தியில் வெளியிட இரண்டு ஆண்டுகளுக்கு இந்தியா ஒப்பந்தம் செய்துள்ளது.

ஐ. நா. வின் ட்விட்டர், பேஸ்புக் மற்றும் இன்ஸ்டாகிராம் பக்கங்களும் இந்தி மொழியில் பிரத்யோகமாகத் தொடங்கப்பட்டு உள்ளது. ஐ.நா. அவையில் மூன்றில் இரண்டு பங்கு நாடுகளின் ஆதரவு இருந்தால் ஒரு மொழியை அலுவல் மொழியாகக் கொண்டு வர முடியும்." இந்தியாவில் மட்டுமல்ல; ஐ.நா. மன்றத்திலும் இந்திதான் இந்தியாவின் ஒற்றைத் தேசிய மொழி என்பதனை நிலை நிறுத்த மோடி அரசு 'இந்தி'யைப் பரவலாக்க நிதியை வாரி இறைப்பது மத்திய அமைச்சரின் பதிலுரை மூலம் விளங்குகிறது.

இரயில்வே துறையில்...

தென்னக இரயில்வேயின் சார்பில் ஜூன் 12, 2019இல் அனுப்பப்பட்ட சுற்றறிக்கையில், இரயில்வே கட்டுப்பாட்டு அலுவலர்கள் மற்றும் இரயில் நிலைய அதிகாரிகள் தகவல் பரிமாற்றங்களை ஆங்கிலம் மற்றும் இந்தி மொழியில்தான் மேற்கொள்ள வேண்டும்; இரயில்வே தொடர்பான பணிகள், இரயில்கள் இயக்கம் போன்ற அலுவல் சார்ந்த உரையாடல்கள் இந்தி, ஆங்கிலம் இரண்டைத் தவிர தமிழ் உள்ளிட்ட மாநில மொழிகளில் தொடர்பு வைத்துக் கொள்ளக் கூடாது என உத்திரவிடப்பட்டது.

மதுரையை அடுத்த திருமங்கலத்தில் கடந்த 2019, மே 9ஆம் தேதி மதுரை-செங்கோட்டைக்கு இடையே இயக்கப்படும் இரண்டு இரயில்கள் ஒரே பாதையில் எதிர் எதிரே வந்தன. அதிகாரிகள் உடனடியாகத் தலையிட்டு அந்த வண்டிகளைத் தடுத்து நிறுத்தியதால் பெரும் விபத்து தவிர்க்கப்பட்டது. இரு இரயில் நிலைய அதிகாரி களுக்கும் இடையே தகவல் தொடர்பில் மொழிப் பிரச்சினை காரணமாக ஏற்பட்ட குழப்பம்தான் அனைத்துக்கும் காரணம்

என்று கூறி தொடர்புடைய இரயில் நிலைய அதிகாரிகள் இருவரும் பணியிடை நீக்கம் செய்யப்பட்டனர்.

இதுபோன்ற குழப்பங்கள் மீண்டும் ஏற்பட்டு விடக்கூடாது; ஒருவர் பேசுவது மற்றவருக்குத் தெளிவாகப் புரிய வேண்டும் என்ற கருத்தில்தான் அனைத்து உரையாடல்களும் இந்தி அல்லது ஆங்கிலத்தில் இருக்க வேண்டும் என ஆணையிட்டதாக தெற்கு இரயில்வே விளக்கம் அளித்தது. இரயில்வே துறையில் இந்தி திணிக்கப் படுவது மட்டு மின்றி இந்திக்காரர்களின் ஆதிக்கமும் மேலோங்கி விட்டது. தெற்கு இரயில்வே, குறிப்பாக தமிழ்நாட்டில் உள்ள இரயில் நிலையங்களில் இந்தி பேசும் வடஇந்தியப் பணியாளர்களைக் கொண்டு வந்து நிரந்த ஊழியர்களாகக் குவிக்கப் படுகின்றனர்.

மதுரை திருமங்கலத்தில் ஏற்பட்ட பிரச்சினைக்கும் இதுதான் காரணமாகும். அங்கு கள்ளிக்குடி இரயில்நிலைய அதிகாரி பீம்சிங் மீனா, இந்தியில் தெரிவித்த தகவல் திருமங்கலம் இரயில் நிலைய அதிகாரி ஜெயக்குமாருக்குப் புரியாததுதான் விபத்துக்குக் காரணம் என்று கூறப்பட்டது.

இதற்கு இந்திக்காரர்களை இரயில்வே பணியில் இங்கு நியமிக்கும் நிலையைத்தான் ஒழிக்க வேண்டுமே தவிர, அதற்காக இந்தி மொழியைத் திணிக்கக்கூடாது.

ஆனால் இரயில்வே துறையில் இந்தியைப் பல்வேறு வகைகளில் புகுத்தும் முயற்சியில் தான் மத்திய பாஜக அரசு தொடர்ந்து ஈடுபட்டு வருகிறது. 2019 செப்டம்பரில் "இரயில்வே துறையில் பணிபுரியும் ஊழியர்களுக்கு நடத்தப்படும் 'துறை சார்ந்த பொதுப் போட்டித் தேர்வை'த் (General Departmental Competitive Examination) தமிழ் உள்ளிட்ட மாநில மொழிகளில் நடத்தத் தேவை இல்லை; ஆங்கிலத்திலும் இந்தியிலும் மட்டுமே நடத்தினால் போதும்" என்று இரயில்வே வாரியம் ஆணையிட்டது.

நூறு விழுக்காடு 'அப்ஜெக்டிவ்' கேள்விகள் கொண்ட இந்தத் தேர்வை மாநில மொழிகளில் நடத்த வேண்டுமா என்று தெற்கு மத்திய இரயில்வே எழுப்பிய கேள்விக்குப் பதிலளித்த இரயில்வே வாரியம், "இந்தத் தேர்வின் கேள்வித்தாள்கள் மாநில மொழிகளில் இருக்க வேண்டும் என்று எந்த உரிமையும் கோர முடியாது," என்று அலட்சியமாகவும், ஆணவமாகவும் கூறுவதற்கு மத்திய பாஜக அரசின் இந்தி மொழித் திணிப்புதான் பின்னணி ஆகும்.

அதேபோல் 'குரூப் சி பணி இடங்களுக்கான தேர்வுகள்' தொடர்பாக தென்மேற்கு இரயில்வே சார்பில், "ஆங்கிலத்தில் தேர்வு எழுத

விருப்பம் தெரிவித்தவர், இந்தி மொழியில் சில கேள்விகளுக்குத் தேர்வு எழுதியிருந்தால் அந்தத் தேர்வுத் தாளைத் திருத்தலாமா? அப்படி திருத்தலாம் என்றால் எவ்வளவு மதிப்பெண்கள் வழங்க வேண்டும்? ஏற்கனவே விருப்பம் தெரிவித்த ஆங்கிலத்தில் எழுதியுள்ள கேள்விகளுக்கு மட்டும் மதிப்பெண்கள் போட வேண்டுமா? அல்லது இந்தியில் பதில் அளித்துள்ள கேள்விகளுக்கும் சேர்த்து அனைத்துக் கேள்விகளுக்கும் மதிப்பெண்கள் போட வேண்டுமா?" என்று கேள்விகள் எழுப்பியதற்கு இரயில்வே வாரியம், "ஆங்கிலம் தவிர வேறு மொழிகளில் கேள்விகளுக்கு பதில் எழுதி இருந்தால் அந்தக் கேள்விகளுக்கு மதிப்பெண் போட வேண்டியதில்லை," என்று பதில் அளித்திருக்கிறது.

ஆனால், அடுத்த வரியில், "இந்தியில் எழுத விருப்பம் தெரிவித்து விட்டு சில கேள்விகளுக்கு ஆங்கிலத்தில் பதில் எழுதி இருந்தால் அதற்கு மதிப்பெண்கள் போட வேண்டும்," என்று கூறியிருப்பது, 'ஒரு கண்ணில் வெண்ணெய்; இன்னொரு கண்ணில் சுண்ணாம்பு' என்று இரயில்வே வாரியம் வஞ்சக எண்ணத்துடன் செயல்படுகிறது என்பது தெளிவாகிறது.

குறிப்பாக, தமிழிலோ, மலையாளத்திலோ கன்னடத்திலோ தேர்வு எழுத விருப்பம் தெரிவித்துவிட்டு, சில கேள்விகளுக்கு ஆங்கிலத்தில் பதில் அளித்திருந்தால் அதற்கு மதிப்பெண் கிடையாது என்று இரயில்வே வாரியம் அறிவித்தது, அரசியல் சட்டம் அங்கீகரித்துள்ள மாநில மொழிகளுக்கு அப்பட்டமாகச் செய்யும் பச்சைத் துரோகம் ஆகும்.

தமிழகத்தில் இந்தி மொழியைத் திணிப்பதை ஊக்கப்படுத்தும் வகையில், இந்தியைச் சிறப்பாகப் பயன்படுத்தியதற்காக திருச்சி இரயில்வே கோட்டத்திற்கு மத்திய அரசு விருது வழங்கியது. இதன்மூலம் திருச்சி இரயில்வே கோட்டம் மீண்டும் மீண்டும் இந்தியைத் திணிப்பதற்கு நடவடிக்கை மேற்கொண்டு வருகிறது.

இரயில்வே துறையில் வழக்கமாக இந்தி மற்றும் ஆங்கிலம் அலுவல் மொழியாக இருந்தாலும்கூட, பயணிகளின் வசதிக்காக மாநில மொழிகளுக்கு முன்னுரிமை கொடுக்கப்பட்டு வந்தது. இதன் அடிப் படையில்தான் தென்னக இரயில்வே துறையிலுள்ள அறிவிப்புப் பலகை, ஊர் பெயர் மற்றும் இரயில் அறிவிப்புகள், பயணி களுக்கான முன்பதிவுப் படிவம் உள்ளிட்டவற்றில் ஆங்கிலம், இந்தி மட்டுமின்றி தமிழும் இடம் பெற்றிருக்கும்.

இந்நிலையில் 2019, நவம்பரில் திருச்சி மத்திய இரயில்வே நிலையத்தில் வழங்கப்படும் இரயில் முன்பதிவு விண்ணப்பங்களில் தமிழ்மொழி

இடம் பெறவில்லை. இந்தி, ஆங்கிலம் இரண்டு மட்டுமே முன் பக்க விண்ணப்பங்களில் இருந்தன. அது போலவே 'தென்னக இரயில்வேயில் பயணச் சீட்டை இணைய வழியாக முன் பதிவு செய்திருப்போருக்கு இந்தியில் குறுஞ்செய்தி அனுப்பப்பட்டு வருகிறது' என்று பயணிகள் நலச் சங்கம் புகார் கூறியது.

தொலைக்காட்சி, அஞ்சல் துறையில் இந்தித் திணிப்பு

தொலைக்காட்சிகள் ஒளிபரப்பும் நாடகம், திரைப்படம் உள்ளிட்டவற்றில் இடம் பெறும் காட்சிகளின் உரையாடல்கள் இந்தி மொழியில் வாக்கியங்களாக (Sub Title) திரையில் இடம்பெற ஏற்பாடு செய்ய வேண்டும் என்று மத்திய தகவல் ஒலி பரப்புத்துறை உத்திரவிட்டது. இதுகுறித்து மத்திய அமைச்சர் பிரகாஷ் ஜவடேகர் கூறுகையில் 'இந்திய மொழியான இந்தியைத் தொலைக்காட்சிகள் அனைத்து மாநிலங்களிலும் பயன்படுத்த வேண்டும்' என்று உத்திரவிடப்பட்டு இருப்பதாகத் தெரிவித்தார். (The Hindu, 15.06.2019)

இந்திய அஞ்சல் துறையில் உள்ள காலிப் பணியிடங்களை நிரப்புவதற்கான அறிவிப்பாணையை இந்தியத் தபால் துறை வெளியிட்டு இருந்தது. கிளை போஸ்ட் மாஸ்டர், உதவி கிளை போஸ்ட் மாஸ்டர், தபால் டெலிவரி செய்பவர்கள் உள்பட பல்வேறு பணிகளுக்கு அறிவிப்பு வெளியிடப்பட்டு இருந்தது. இதற்கான கல்வித் தகுதி 10ஆம் வகுப்பு மற்றும் பிளஸ் 2 வகுப்பு தேர்ச்சி பெற்றிருக்க வேண்டும். அத்துடன் அடிப்படைக் கல்வி அறிவாக கணினி தொடர்பான கல்வித் தகுதியைப் பெற்றிருக்க வேண்டும். இந்த வாய்ப்புகளைத் தமிழக இளைஞர்கள் பயன்படுத்திக் கொள்ள வேண்டும் என்றும் அஞ்சல் துறை அறிவித்திருக்கிறது.

அதன்படி இந்தத் தேர்வுக்குத் தமிழகத்திலிருந்து ஆயிரக்கணக்கானோர் விண்ணப்பித்து இருந்தனர். ஜூலை 14, 2019 அன்று தேர்வு நடைபெறும் என்று அறிவிப்பாணை வெளியிடப்பட்டு இருந்தது.

நாடு முழுவதும் நடத்தப்பட்டு வந்த அஞ்சல் துறையில் தேர்வுகளில் வினாத் தாள்கள் அந்தந்த மாநில மொழிகளிலும் வழங்கப்பட்டு வந்தன. இந்நிலையில் தேர்வு நடைபெறுவதாக அறிவிக்கப்பட்டு இருந்த நாளுக்கு மூன்று நாட்கள் முன்பாக ஜூன் 11, 2019 அன்று பல ஆண்டுகளாக இருந்த நடைமுறையை மாற்றி மோடி அரசு புதிதாக அறிவிப்பு வெளியிட்டது. அதில் அஞ்சல் துறைத் தேர்வு வினாத்தாள்கள் இனி இந்தி மற்றும் ஆங்கிலத்தில் மட்டுமே வழங்கப்படும் என தெரிவிக்கப்பட்டது.

வினாத்தாள்கள் அந்தந்த மாநில மொழிகள் மற்றும் இந்தி, ஆங்கிலம் ஆகிய மூன்று மொழிகளில் வழங்கப்படும் நிலை இருந்த போதே,

2015ஆம் ஆண்டில் வடமாநில மாணவர்கள் தமிழ்த் தேர்வுகளில் அதிக மதிப்பெண்கள் எடுத்து தேர்ச்சி பெற்றதாக அஞ்சல் துறை மோசடியான அறிவிப்பை வெளியிட்டது. பின்னர் எழுந்த கடும் எதிர்ப்பால் நான்கு ஆண்டுகளாக அஞ்சல் துறைகளுக்கான தேர்வுகள் ஏதும் நடத்தப்படாமல் நிறுத்தி வைக்கப்பட்டது. இந்நிலையில் தமிழ்நாட்டில் காலியாக உள்ள கிராமிய அஞ்சல் பணியிடங்களுக்கான தேர்வுகளில் இந்தி, ஆங்கிலம் மொழிகளில் மட்டுமே வினாத்தாள்கள் இருக்கும் என்று வெளியிடப்பட்ட அறிவிப்பு இந்தித் திணிப்பின் உச்சம் ஆகும்.

புதிய கல்விக் கொள்கையில் இந்தி

பாரதிய ஜனதா கட்சி 2014இல் நரேந்திர மோடி தலைமையில் ஆட்சி அமைத்ததும், புதிய கல்விக் கொள்கையை வடிவமைத்திட மத்திய மனிதவள மேம்பாட்டுத் துறை அமைச்சகத்தின் சார்பில், மத்திய அரசின் முன்னாள் செயலாளர் டி.எஸ்.ஆர். சுப்பிரமணியன் தலைமையில் குழு ஒன்று அமைக்கப்பட்டது. இக்குழு 2016இல் தனது வரைவு அறிக்கையை மத்திய அரசுக்கு அளித்தது. இதன்படி தேசிய கல்விக் கொள்கையில் பல மாற்றங்களைப் புகுத்துவதற்கான பரிந்துரைகள் செய்யப்பட்டன. பல்கலைக் கழகக் கட்டுமானங்களில் மாற்றம் செய்தல், பல்கலைக் கழக ஆட்சி மன்றங்களில் கார்ப்பரேட் நிறுவனங்களின் பிரதிநிதிகள் இடம் பெறச் செய்தல், உயர் கல்வி பாடத் திட்டங்களைக் கல்வியாளர்கள் தீர்மானிப்பதை நிறுத்தி விட்டு சந்தைக்கு ஏற்ப கல்விமுறை என்ற வகையில் தனியாரிடம் ஒப்படைத்தல் போன்ற திருத்தங்களைச் செயல்படுத்த வேண்டும்.

மேலும், கல்லூரிகளுக்குத் தன்னாட்சி அதிகாரம் வழங்குவது என்ற பெயரில் குறைந்த கட்டணத்தில் கல்வி அளிப்பதைத் தடுத்து, அவற்றை வணிகமயமாக்கி கல்லூரிகள் தமக்குத் தேவையான நிதி ஆதாரங்களுக்கு கார்ப்பரேட் நிறுவனங்களைச் சார்ந்து நிற்பது போன்ற பரிந்துரைகள் மூலம் உயர் கல்விச் சூழலை முற்றிலுமாக தனியார் மயமாக்குவதற்கு டி.எஸ்.ஆர். சுப்பிரமணியன் குழு திட்டம் வகுத்தது. மும்மொழித் திட்டத்தை மழலையர் வகுப்பு முதல் செயல்படுத்தவும் பரிந்துரை அளித்தது.

டி.எஸ்.ஆர். சுப்பிரமணியன் குழு அளித்த புதிய கல்விக் கொள்கை வரைவு அறிக்கை வெளியாகி கடும் எதிர்ப்புகள் வந்தவுடன் 2017, ஜூன் 26இல் இஸ்ரோ முன்னாள் தலைவர் கஸ்தூரி ரங்கன் தலைமையில் ஒன்பது பேர் கொண்ட இன்னொரு குழு அமைக்கப்பட்டது.

2018, டிசம்பர் 15ஆம் தேதி மத்திய மனிதவள மேம்பாட்டுத் துறை அமைச்சர் பிரகாஷ் ஜவடேகர், "கஸ்தூரி ரங்கன் குழுவின் தேசிய கல்விக் கொள்கை வரைவு அறிக்கை தயாராகி விட்டது; எந்த நேரத்திலும் வெளியிடப்படலாம்," என்று அறிவித்தார்.

2019ஆம் ஆண்டு மீண்டும் தேர்தல் நடைபெற்று இரண்டாவது முறையாக மோடி அரசு பொறுப்பேற்றதும் மத்திய மனிதவள மேம்பாட்டுத் துறை அமைச்சரிடம் கஸ்தூரி ரங்கன் குழு மே 31, 2019 அன்று வரைவு தேசிய அறிக்கையை ஒப்படைத்தது. இதிலும் இந்தித் திணிப்புக்கான பரிந்துரைகள் இடம் பெற்றன.

"இந்தி மொழி பேசாத மாநிலங்களில் இந்தியைப் பயிற்றுவிக்க வேண்டும்; அதற்காக மும்மொழிக் கொள்கையைக் கட்டாயமாக்க வேண்டும்; இந்தி பேசாத மாநிலங்களில் அந்தந்த மாநிலத் தாய் மொழி, ஆங்கிலம் தவிர இந்தி மொழியைக் கட்டாயம் பாடம் ஆக்க வேண்டும்; ஆறாம் வகுப்பிலிருந்து இந்தி மொழியைக் கட்டாய மாகப் பயிற்றுவிக்க வேண்டும்," என்று கஸ்தூரி ரங்கன் குழு பரிந்துரைத்தது.

கஸ்தூரி ரங்கன் குழுவின் வரைவு அறிக்கை பற்றி நாடாளுமன்றத்தில் முழுமையான விவாதம் நடத்தாமலும், நாடாளுமன்ற நிலைக்குழுக்களின் ஆய்வுக்கு உட்படுத்தாமலும் அப்படியே நடைமுறைப்படுத்துவதற்கு மோடி அரசு செயல் திட்டங்களை வகுத்தது.

கொரோனா பெருந்தொற்றால் உலக நாடுகள் அச்சத்தால் உறைந்து கிடந்த நேரத்தில், இந்தியாவில் மார்ச்சு 22, 2020 முதல் பொது முடக்கம் அறிவிக்கப்பட்டு கல்வி நிறுவனங்கள் உள்ளிட்ட அனைத்தும் மூடிக் கிடந்த நேரத்தில் ஜூலை 29, 2020இல் மத்திய அமைச்சரவை கூடி தேசிய கல்விக் கொள்கை 2020-க்கு ஒப்புதல் அளித்தது.

மும்மொழிக் கொள்கை என்ற பெயரால் இந்தக் கல்விக் கொள்கை வெளிப்படையாகவே இந்தியைத் திணிக்கிறது. இதனை எதிர்த்து தமிழ்நாட்டில் அனைத்துக் கட்சிகளும், கல்வியாளர்களும் கடும் கண்டனக் குரல் எழுப்பியவுடன், கர்நாடகம், மேற்கு வங்கம் போன்ற மாநிலங்களும் எதிர்த்தன. இதனால் கல்விக் கொள்கை பிரிவு 4.5(1)இல் ஒரு திருத்தத்தை முன் வைத்து மத்திய அரசு நாடகத்தை அரங்கேற்றியது.

மூன்றாம் வகுப்பிலிருந்து மூன்றாவது மொழி ஒன்றை விருப்பப் பாடமாக எடுப்பதும், ஆறாம் வகுப்பிலிருந்து மூன்றாவது மொழி

ஒன்றைக் கட்டாயமாகக் கற்பதுமாகத் திருத்தப்பட்ட புதிய கல்விக் கொள்கை வரைவில் இடம் பெற்றது.

மேலும், இந்தி பேசும் இனத்தவர் இந்திய மக்கள் தொகையில் 54 விழுக்காடு என்று தேசிய கல்விக் கொள்கை - 2020 கூறுகிறது. ஆனால், 2011 மக்கள் தொகைக் கணக்கெடுப்பின்படி இந்தி பேசும் இனத்தவர் 43 விழுக்காட்டினர் என்று அறிவிக்கப்பட்டு இருந்தது. இதிலும் அனைவரும் இந்தியைத் தாய்மொழியாகக் கொண்டவர்கள் இல்லை. 5 கோடி பேருக்கு மேல் போஜ்புரியைத் தாய்மொழியாகக் கொண்டோராக இருக்கின்றனர். அதுபோல மைத்திலி, அவத்தி, மகந்தி, ராஜஸ்தானி போன்ற சுமார் 80 மொழிகளைத் தாய் மொழியாகக் கொண்டோர் பல கோடி பேர் இருக்கின்றனர். இவர்களையும் சேர்த்து தான் இந்தி மொழி பேசும் மக்கள் தொகை 43 விழுக்காடு என்று 2011 மக்கள் தொகைக் கணக்கெடுப்பு கூறுகிறது. ஆனால், உண்மையில் இந்தி மொழியைத் தாய்மொழியாகக் கொண்டோர் வெறும் 23 விழுக்காடு மட்டுமே.

மும்மொழித் திட்டம் என்ற பெயரால் இந்தி மொழித் திணிக்கப்படுவது வெறும் மொழித் திணிப்பு அல்ல; இந்தி பேசும் இனத்தவரின் ஆதிக்கத்தை உறுதி செய்யும் இன ஆதிக்க முயற்சியாகும். தமிழினத்தையும் இந்தியை ஏற்காத பிற தேசிய இனங்களையும் நிரந்தர அடிமைகளாக ஆக்குவதற்கான செயல் திட்டம்தான், தேசிய கல்விக் கொள்கை - 2020 என்பது வெள்ளிடை மலை.

அமித்ஷா ஆர்ப்பரிப்பு

இந்திய அரசியல் நிர்ணய சபையில் 1949, செப்டம்பர் 14ஆம் தேதி இந்திதான் இந்தியாவின் ஆட்சிமொழி; அலுவல் மொழி என்று தீர்மானம் நிறைவேற்றப்பட்டது. எனவே, ஆண்டுதோறும் செப்டம்பர் 14ஆம் தேதி 'இந்தி நாள்' என்று மத்திய அரசு விழா எடுத்துக் கொண்டாடுகிறது. இதனையொட்டி மத்திய உள்துறை அமைச்சர் அமித்ஷா 'டுவிட்டர்' மூலம் 14.09.2019 அன்று வாழ்த்துச் செய்தி வெளியிட்டு இருந்தார்.

அதில் "ஒட்டுமொத்த நாட்டுக்கும் பொதுவாக ஒரு மொழி நிச்சயம் தேவை; அது தான் சர்வதேச அளவில் இந்தியாவின் அடையாளமாக இருக்கும். அப்படி இந்தியாவை இணைக்க 'இந்தி' மொழியால் மட்டுமே முடியும்," என்று கூறினார்.

அதேநாளில் நடந்த விழாவில் பேசும் போதும் இதனையே மேலும் ஆர்ப்பரிப்புடன் கூறினார். "உள்துறை அமைச்சகப் பொறுப்புகளை நான் ஏற்றுக் கொண்டபோது முதல் 10 நாட்களில் இந்தி மொழிக் குறிப்புடன் கூடிய ஒரு கோப்பு கூட என்னிடம் வரவில்லை.

ஆனால், தற்போது 60 விழுக்காடு கோப்புகள் இந்திக் குறிப்புகளுடன் வருகின்றன.

நீதித்துறை, மருத்துவம், மருத்துவ அறிவியல் உள்ளிட்ட அனைத்துத் துறைகளிலும் இந்தி மொழியின் பயன்பாடு அதிகரிக்க அரசு நடவடிக்கை எடுக்கும்; இந்தி தின நிகழ்ச்சிகள் நாடு முழுவதும் நடத்தப்படும்; 2024ஆம் ஆண்டு நாடாளுமன்றத் தேர்தலுக்கு முன் இந்தி மொழி மிகப் பெரிய உச்சத்தை அடைந்து விடும்."

உள்துறை அமைச்சர் அமித்ஷாவின் கருத்துதான் ஆர்.எஸ்.எஸ்., சங் பரிவாரங்களின் செயல் திட்டங்களில் முக்கியமான தாகும். இந்தியாவில் 'இந்து - இந்தி - இந்தியா' என்கிற ஒற்றை அடையாளத்தைக் கொண்டு வர ஆட்சி அதிகாரத்தைப் பயன்படுத்தி வரும் பாஜக அரசை வீழ்த்துவது தான் ஒவ்வொரு தேசிய இனத்தின் கடமை ஆகும். இல்லையெனில் அவை இந்துத்துவ சனாதனக் கூட்டத்தின் கொத்தடிமைகளாக மொழி உணர்வு, இன உணர்வு, பண்பாட்டு உணர்வு அனைத்தையும் இழக்கும் நிலைக்குத் தள்ளப்படும் சூழல் உருவாகி விடும்; இந்தி ஏகாதிபத்தியம் வலுப்பெற்று விடும்.

75

சமூக நீதிக்கு எதிரான சங் பரிவார்கள்

வருணாசிரமக் கோட்பாட்டை அடித்தளமாகக் கொண்டு இருக்கின்ற இந்துத்துவம் சமூக சமநீதித் தத்துவத்தை ஒருபோதும் ஏற்றுக் கொண்டது இல்லை. நால்வருண மனுநீதிதான் சனாதனத்தின் ஆணிவேர். எனவே மனித சமத்துவத்தை ஆர்.எஸ்.எஸ்., சங் பரிவாரங்கள் ஒப்புக் கொள்வது எந்தக் காலத்திலும் நடைபெறாது. அதனால் தான் ஆயிரம் ஆயிரம் ஆண்டுகளாக அழுத்தப்பட்டுக் கிடந்த மக்களுக்கு சமூக நீதியை வழங்க முற்பட்டபோது தொடக்கம் முதலே எதிர்த்தார்கள்.

இந்திய அரசியலமைப்புச் சட்டம் நடைமுறைக்கு வருவதற்கு முன்பே, ஆங்கிலேயர் ஆட்சிக்காலத்திலேயே கல்வி, வேலைவாய்ப்பில் இடஒதுக்கீடு அளிக்கப்படுவதற்கு இந்துத்துவவாதிகள் எதிர்ப்பு தெரிவித்து வந்தனர். சென்னை மாகாணத்தில் வகுப்புவாரிப் பிரதி நிதித்துவ உத்திரவை நீதிக்கட்சி அரசு 16.09.1921இல் பிறப்பித்தது. 15.08.1922 மற்றும் 06.02.1924-இலும் இடஒதுக்கீடு வழங்க வகுப்புரிமை ஆணை பிறப்பிக்கப்பட்டபோதும் சனாதனப் பார்ப்பனர்களின் கடும் எதிர்ப்பால் அது நடைமுறைக்கு வரவில்லை.

1926இல் சென்னை மாகாணத் தேர்தலில் நீதிக்கட்சி தோல்வி அடைந்தாலும், அதன் ஆதரவுடன் டாக்டர் பி. சுப்பராயன் தலைமையில் ஆட்சி அமைந்தது. இந்த அரசில்தான் வருவாய்த் துறை அமைச்சர் சி. முத்தைய்ய முதலியார் 04.11.1927இல் முதன்முதலாக இடஒதுக்கீடு ஆணையைப் பிறப்பித்தார். (ஆணை: எம்எஸ்.எண். 1071)

இது சென்னை மாகாண அரசு வேலையிலும், கல்வியிலும் 100 இடங்களையும், பார்ப்பனர், பார்ப்பனரல்லாத இந்துக்கள், முஸ்லிம்கள், ஆங்கிலோ இந்தியர், இந்தியக் கிறிஸ்தவர், ஆதி திராவிடர் என்னும் 5 வகுப்புகளுக்குப் (Communities) பிரித்து அளித்தது.

இதன் தொடர்ச்சியாக துறைவாரியாக 02.07.1929 முதல் 11.11.1929-க்குள் 11 ஆணைகள் வெளியிடப்பட்டு எல்லாத் துறைகளிலும் 5 வகுப்புகளுக்கும் 100 இடங்களும் பிரித்து அளிக்கப்பட்டன.

வகுப்புரிமை - சமூக நீதி வரலாறு

1934இல் பொருளியல் மேதை கோவை ஆர்.கே. சண்முகம் செட்டியார் கொச்சி சுதேச அரசில் திவானாக அமர்த்தப்பட்டார். கொச்சி அரசுப் பணிகளில் 100 இடங்களையும் பிரித்து 9 வகுப்புகளுக்கு அளிக்கின்ற மாபெரும் சாதனையை அவர் புரிந்தார். பார்ப்பனர்கள் இதைக் கடுமையாக எதிர்த்தனர். ஆனால், தந்தை பெரியாரும் நீதிக்கட்சித் தலைவர்களும் ஆர்.கே.சண்முகம் செட்டியாரை உயர்த்திப் பிடித்தனர்.

சென்னை மாகாணத்தில் அளிக்கப்பட்ட இட ஒதுக்கீட்டிலும் 5 தொகுப்புகளிலும் உள்ள மக்களுக்கு மக்கள் தொகை விகிதாச்சாரத்திற்கு ஏற்ப இடங்கள் அளிக்கப்படவில்லை.

பார்ப்பனர், இஸ்லாமியர், ஆங்கிலோ இந்தியர்-இந்தியக் கிறிஸ்தவர் ஆகிய மூன்று பிரிவினருக்கும் மக்கள் தொகையை விட அதிக விகிதத்தில்தான் இட ஒதுக்கீடு வழங்கப்பட்டது. அன்று அவர்களின் ஆதிக்கத்தை எதிர்க்க முடியாமல் ஒரு சமரச ஏற்பாடாகவே வகுப்புரிமை ஆணை வெளியிடப்பட்டது. பார்ப்பனரல்லாதார், ஆதி திராவிடர் ஆகிய இரு பிரிவினருக்கும் குறைந்த அளவு விழுக்காடே ஒதுக்கீடு செய்யப்பட்டது.

இட ஒதுக்கீடு விவரம் (1927)

1. பார்ப்பனர் - 16%
2. பார்ப்பனரல்லாத இந்துக்கள் - 44%
3. இஸ்லாமியர் - 16%
4. ஆங்கிலோ இந்தியர்-இந்தியக் கிறிஸ்தவர் - 16%
5. ஆதி திராவிடர் - 8%
   மொத்தம் - 100%

ஆதி திராவிடர்களுக்குக் குறைவாக அளிக்கப்பட்ட இட ஒதுக்கீட்டை தந்தை பெரியார் கடுமையாக எதிர்த்தார். 1934 முதல் மிகக் கடுமையாக எதிர்த்துப் போராடினார்.

சென்னை மாகாணம் தவிர பம்பாய் மாகாணத்திலும், பீரார் (Berar) மாகாணத்திலும் 1920-களில் பார்ப்பனரல்லாதார் ஆட்சி நடந்ததால் அங்கு மட்டும் இட ஒதுக்கீடு அளிக்கப்பட்டது. மற்ற மாகாணங்களில் தரப்படவில்லை. ஏனெனில் அங்கு இதற்கான வலிமையான இயக்கங்கள் இல்லை.

மத்திய அரசுப் பணிகளில் முதன் முதலில் இட ஒதுக்கீடு

இந்தியாவின் மத்திய அரசுப் பணிகளில் முதன் முதலாக 1934இல் மூன்று வகுப்பினர்க்கு விகிதாச்சார இட ஒதுக்கீடு வழங்கப்பட்டது. *(Home Department Establishment No. F 14/17-B/33 dated 4.7.1934)*

இஸ்லாமியருக்கு 25 விழுக்காடு; ஆங்கிலோ இந்தியர்-இந்தியக் கிறிஸ்தவர் மற்றும் பார்சி, சீக்கியர் ஆகிய மூன்று பிரிவினருக்கும் மொத்தத்தில் 8.33 விழுக்காடு; இது விகிதாச்சார இட ஒதுக்கீடாக வழங்கப்பட்டது. இது 1935இல் நடப்புக்கு வந்தது.

சென்னை மாகாணத்தில் பொப்பிலி அரசர் தலைமையில் நீதிக் கட்சி ஆட்சியின்போது 1934இல் இஸ்லாமியர்க்கும் மற்ற சிறுபான்மை மதத்தினர்க்கும் மத்திய அரசு வேலைகளில் விகிதாச்சார இட ஒதுக்கீடு தரப்பட்டு விட்டது.

எனவே, சென்னை மாகாண எல்லைக்குள் இருக்கிற எல்லா மத்திய அரசுத் துறை அலுவலகங்களிலும் பார்ப்பனர் அல்லாதார்க்கும், ஆதி திராவிடர்க்கும் தனித்தனி இட ஒதுக்கீடு தர வேண்டும் என மத்திய அரசிடம் பொப்பிலி அரசர் கோரினார். தந்தை பெரியார் இதற்கு மிகவும் தூண்டுதலாகச் செயல்பட்டார். சர்.ஏ. இராமசாமி முதலியாரும், டாக்டர் ஏ. கிருஷ்ணசாமியும் சென்னை மாகாண அரசின் சார்பாக இந்திய அரசினரிடம் வாதாடி இதில் வெற்றி பெற்றனர்.

அதன் விளைவாக, "பட்டியல் வகுப்பினர் உள்ளிட்ட சென்னை மாகாணப் பார்ப்பனர் அல்லாதார்க்கு மத்திய அரசு வேலைகளில் தனி இட ஒதுக்கீடு" என்கிற பெயரிலான *(Home Department - Establishment - Special Order No. F 14.6.1934 dated 15.3.1935)* ஆணை வெளியிடப்பட்டது.

இந்த ஆணை 1936இல் சென்னை மாகாண எல்லைக்குள் இருந்த தனியார் இரயில்வே கம்பெனி உள்ளிட்ட எல்லா மத்திய அரசு அலுவலகங்களிலும் நடைமுறைக்கு வந்தது. இதன்படி இங்கு எல்லா மத்திய அரசுத் துறை வேலைகளும் பின்வருமாறு பிரித்து அளிக்கப்பட்டன.

1. பார்ப்பனர் - 16%
2. பார்ப்பனரல்லாத இந்துக்கள் - 44%
3. ஆதி திராவிடர் - 16%
4. இஸ்லாமியர் - 8%
5. ஆங்கிலோ இந்தியர்-ஐரோப்பியர் - 8%

6. மற்ற சிறுபான்மையினர்   – 8%

மொத்தம்   – 100%

மத்திய அரசுப் பணிகளில் அனைத்து வகுப்பினர்க்கும் 100 இடங்களையும் பங்கீடு செய்து அளிக்கிற இந்த ஆணை சென்னை மாகாணத்தில் மட்டுமே நீதிக்கட்சி ஆட்சியினரால் பெற்றுத் தரப்பட்டது. இது விகிதாச்சார ஒதுக்கீடாக இல்லை.

ஆனால், வேறு எந்த மாகாணத்திலும் இப்படிப்பட்ட ஓர் ஆணை கூடப் பெற்றுத் தரப்படவில்லை. இதுதான் உண்மை வரலாறு.

இட ஒதுக்கீட்டை ஒழித்த காங்கிரஸ்

பார்ப்பனரல்லாதார் ஆட்சி பெற்றுத் தந்த இந்த வகுப்புவாரி உரிமை ஆணையும், 1945இல் தென் மராட்டா இரயில்வே துறையில் பெற்றுத் தரப்பட்ட இட ஒதுக்கீடு ஆணையும் வெள்ளையன் வெளியேறியவுடன் காங்கிரஸ் பார்ப்பனர் ஆட்சியினரால் 30. 09. 1947 நாளிட்ட ஆணையின் மூலம் அடியோடு இரத்து செய்யப்பட்டன.

இவ்வாறு இரத்து செய்யப்பட்ட ஆணைகளை மீண்டும் செயல்படுத்தக் கோரி இந்திய அரசை வலியுறுத்தி 1948, மே 8 மற்றும் 9 ஆகிய நாட்களில் தூத்துக்குடியில் நடந்த மாநாட்டில் தந்தை பெரியார் தீர்மானம் நிறைவேற்றினார்.

பட்டியல் இனத்தவருக்கு ஒதுக்கீடு

டாக்டர் அம்பேத்கர் வைஸ்ராய் நிர்வாகக்குழு உறுப்பினராக அதாவது மத்திய அமைச்சர் போன்ற பொறுப்பில் இருந்தபோது 11.08.1943இல் வெளியிடப்பட்ட ஆணை மூலம் மத்திய அரசு வேலைகளில் மட்டும் (மாகாண அரசுகளில் இல்லை) பட்டியல் இனத்தவருக்கு 8.33 விழுக்காடு இட ஒதுக்கீடு பெற்றுத் தந்தார். (Home Department Establishment Special Order No. 23/5/42 dated 11.08.1943)

ஆனால் சென்னை மாகாணத்தில் மட்டும் நீதிக்கட்சியின் முன்முயற்சியால் பட்டியல் இனத்தவர்க்கு 1927 முதல் இட ஒதுக்கீடு அளிக்கப்பட்டது குறிப்பிடத்தக்கது ஆகும்.

டாக்டர் அம்பேத்கர் ஏற்பாட்டால்தான் பட்டியல் இனத்தவர் மத்திய அரசுப் பணிகளில் இட ஒதுக்கீடு பெற முடிந்தது. சென்னை மாகாணம் தவிர்த்த மற்ற மாகாணங்களில் மாகாண அரசு வேலைகளில் பட்டியல் இனத்தினர்க்கும் பழங்குடியினர்க்கும் தனி இட ஒதுக்கீடு 1950இல் தான் முதன் முதலாக வழங்கப்பட்டது.

கல்வியில் இட ஒதுக்கீடு

சென்னை மாகாணத்தில் 1927-லேயே கல்வியில் இட ஒதுக்கீடு வழங்கப்பட்டுவிட்டது. ஆயினும் 1940இல் திருவாரூரில் நடைபெற்ற பார்ப்பனரல்லாதார் மாநாட்டில் தந்தை பெரியார் அவர்கள் பிற்படுத்தப்பட்டோருக்கும், பட்டியல் வகுப்பினருக்கும் மத்திய அரசு மற்றும் மாநில அரசின் கல்வித் துறையிலும், வேலைவாய்ப்பிலும் விகிதாச்சார இட ஒதுக்கீடு தந்தே ஆக வேண்டும் என வலியுறுத்திய பிறகுதான் உயர் கல்வியிலும், தொழிற்கல்வியிலும் வகுப்புவாரியாக இட ஒதுக்கீடு நடைமுறைக்கு வந்தது.

பிற்படுத்தப்பட்டோருக்குத் தனி இட ஒதுக்கீடு

'இந்து பிற்படுத்தப்பட்டோர் லீக் மாநாடு' 1944 டிசம்பர் 29இல் உத்திரப் பிரதேச மாநிலம் கான்பூரில் நடந்தது. தந்தை பெரியார் இந்த மாநாட்டில் பங்கேற்று வட நாட்டில் இட ஒதுக்கீடு கொள்கைக்கான வித்து ஊன்றினார். அந்த மாநாட்டில் தந்தை பெரியார் அவர்கள் அகில இந்திய பிற்படுத்தப்பட்டோர் பேரவைத் தலைவராகவும் தேர்ந்தெடுக்கப்பட்டார்.

சென்னை மாகாணத்தில் தந்தை பெரியார் வகுப்புரிமைக் கோரிக்கைக்காகப் போராடியதன் விளைவாகவே, இந்து பார்ப்பனரல்லாத பிற்படுத்தப்பட்டோருக்கு 14 விழுக்காடு தனி ஒதுக்கீடு, விடுதலைக்குப் பின்னர் அமைந்த ஓமந்தூர் பி. இராமசாமி ரெட்டியார் தலைமையிலான அரசில் 21.11.1947 அன்று முதன் முதலாகப் பிறப்பிக்கப்பட்ட ஆணையின் மூலம் உறுதி செய்யப்பட்டது. (Public Department No. Ms 3447 dt. 21.11.1947)

நாட்டு விடுதலைக்குப் பின்னர் இந்திய அரசியல் அமைப்புச் சட்டம் உருவாக்கப்பட்டு 1949, நவம்பர் 26இல் அரசியல் நிர்ணய சபையில் நிறைவேற்றப்பட்டு, 1950, ஜனவரி 26இல் நடைமுறைக்கு வந்தது.

அதே நாளில்தான் அரசுப் பணிகளில் விகிதாச்சார இட ஒதுக்கீடு உரிமைக்கும் விடை கொடுக்கப்பட்டுவிட்டது. ஆனால், டாக்டர் அம்பேத்கர் முயற்சியால் பட்டியல் இனத்தவர் - பழங்குடியினருக்கு இட ஒதுக்கீடு உறுதி செய்யப்பட்டு விட்டது.

கல்வியில் இட ஒதுக்கீடு தருவதற்கு எந்தச் சட்டப் பாதுகாப்பும் 1950இல் நடைமுறைக்கு வந்த அரசமைப்புச் சட்டத்தில் இடம் பெற்றிருக்கவில்லை.

வேலையில் இட ஒதுக்கீடு

அரசமைப்புச் சட்டப் பிரிவு 16 (4) அரசுப் பணிகளில் இட ஒதுக்கீடு வழங்க வகை செய்கிறது. இதில் 'எந்த வகுப்புக் குடிமக்களுக்கும் அரசு இட ஒதுக்கீடு அளிக்கலாம்' என்றுதான் 1949, பிப்ரவரியில் இறுதி செய்யப்பட்ட அரசியல் சட்ட முதலாவது வரைவு அறிக்கையில் (First Draft) எழுதப்பட்டு இருக்கிறது. அதன் பின்னணியில் உயர் வகுப்பைச் சேர்ந்தவர்கள் இருந்தனர். இதனைக் கண்டு உணர்ந்த பாபா சாகேப் டாக்டர் அம்பேத்கர் அவர்கள்தான் 'எந்தப் பிற்படுத்தப்பட்ட வகுப்புக் குடிமக்களுக்கும் அரசு வேலையில் இட ஒதுக்கீடு அளிக்கலாம்' என்று இறுதி வரைவு அறிக்கையில் சேர்த்தார். இதனால் தான் பிற்படுத்தப்பட்டோர், பட்டியல் இனத்தவர் மற்றும் பழங்குடியினர் அரசு வேலையில் இட ஒதுக்கீடு கிடைக்க வழி ஏற்பட்டது.

அரசியல் சட்டத்தில் முதல் திருத்தம்

சென்னை மாகாணத்தில் 1946 வரையில் 5 வகுப்புகளுக்கு மட்டும் இருந்த இட ஒதுக்கீடு, தந்தை பெரியாரின் முயற்சியால் 1947, நவம்பர் மாதம் 6 வகுப்புகளுக்கு என்று வழங்கப்பட்டது. 6-ஆவது வகுப்பு 'பிற்படுத்தப்பட்டோர்' என்று சேர்க்கப் பட்டது. பெரியாரின் கோரிக்கையை ஏற்று காங்கிரஸ் முதலமைச்சர் ஓமந்தூர் பி. இராமசாமி ரெட்டியார், பிற்படுத்தப்பட்டோருக்கு என்று தனி இட ஒதுக்கீடு அளிக்கும் உத்தரவைப் பிறப்பித்தார். 14 விழுக்காடு பிற்படுத்தப்பட்டோருக்குத் தனி இட ஒதுக்கீடு அளிக்கப்பட்டது.

இதனைப் பொறுத்துக் கொள்ள முடியாத தமிழ்நாட்டுப் பார்ப்பனர்கள் மகாத்மா காந்தி கடலூர் வந்தபோது அவரைச் சந்தித்து ஓமந்தூரரார் மீது கடும் சினம் கொண்டு முறையிட்டனர். ஓமந்தூராரை 'தாடி இல்லாத இராமசாமி' என்று பார்ப்பனர்கள் திட்டித் தீர்த்தனர்.

ஆனால் காந்தியடிகளோ, "தருமப்படி உங்களுக்கு விதிக்கப்பட்டுள்ள தொழில் வேதம் ஓதுவது. அதைப் போய்ப் பாருங்கள்," என்று கூறி விட்டார். இப்படி கூறிய காந்தியை அடுத்த 30 நாட்களில் மராட்டிய சித்பவன் பார்ப்பனரும், ஆர்.எஸ்.எஸ். - இந்து மகா சபைத் தொண்டருமான நாதுராம் விநாயக கோட்சே சுட்டுக் கொன்றார்.

சென்னை மாகாணத்தில் இருந்த இட ஒதுக்கீட்டு முறைக்கு எதிராக பார்ப்பனர்கள் உயர் நீதிமன்றத்தில் செண்பகம் துரைராஜன் என்ற பெண் மூலம் வழக்கு தொடுத்தனர். இந்த வழக்கில் அரசியல் நிர்ணய சபையில் வரைவுக் குழு உறுப்பினராக அம்பேத்கருடன் இணைந்து அரசமைப்புச் சட்டத்தை உருவாக்கிய சர். அல்லாடி

கிருஷ்ணசாமி ஐயங்கார், தாம் உருவாக்கிய அரசியல் சட்டப் பிரிவை எதிர்த்து, இட ஒதுக்கீடு கல்வியில் கூடாது என்று தாமே வாதாடினார் என்பதும் குறிப்பிடத்தக்கது.

சென்னை உயர் நீதிமன்றம், கல்வியில் இட ஒதுக்கீடு செல்லாது என்று தீர்ப்பளித்தது. உச்ச நீதிமன்றமும் இதையே உறுதி செய்தது. அதன் பிறகுதான் இட ஒதுக்கீடு உரிமையை நிலைநாட்ட அரசியல் சட்டத்தில் திருத்தம் கொண்டுவரக் கோரி தந்தை பெரியார் கிளர்ச்சி நடத்தினார்.

பெரியாரது போராட்டத்தின் நோக்கத்தை சர்.ஏ. இராமசாமி முதலியார் மூலம் உள்துறை அமைச்சர் சர்தார் வல்லபபாய் படேல் அறிந்து கொண்டு பிரதமர் நேருவின் கவனத்திற்குக் கொண்டு சென்றார். ஆனால், 1950 டிசம்பரில் படேல் காலமானார். பெருந்தலைவர் காமராஜரின் முயற்சியால் பிரதமர் ஜவஹர்லால் நேரு, அரசியல் சட்டத்தை திருத்துவதற்கு முடிவு செய்தார்.

நாடாளுமன்றத்தில் பிரதமர் நேரு, 29.05.1951இல் அரசியல் சட்டப் பிரிவு 15 (4) என்பதைச் சேர்த்திட ஒரு சட்ட முன் வரைவை முன்மொழிந்தார். அதில்தான், “சமூகத்திலும் கல்வியிலும் பின்தங்கிய பிற்படுத்தப்பட்ட வகுப்பினர்க்கும், பட்டியல் இனம் மற்றும் பழங்குடியினர்க்கும்” என்று சேர்க்கப்பட்டது. பிரிவு 15 (4) என்பது 02.06.1951இல் அரசியல் சட்டத்தில் இடம் பெற்றது. இதுதான் அரசியல் சட்டத்தில் மேற்கொள்ளப்பட்ட முதல் திருத்தம் ஆகும். இதனால்தான் பிற்படுத்தப்பட்டோர், பட்டியல் இனத்தவர் மற்றும் பழங்குடி இனத்தவர்களுக்குக் கல்வியில் இட ஒதுக்கீடு கிடைக்க வழிவகை காணப்பட்டது.

அரசியல் சட்டத்தில் 15 (4) விதியைச் சேர்க்க நாடாளுமன்றத்தில் தாக்கல் செய்யப் பட்ட முன்வரைவில் ‘சமூகத்திலும், கல்வியிலும் பின்தங்கிய’ என்பதற்கு மாறாக, ‘சமூகத்திலும், கல்வியிலும், பொருளாதாரத்திலும் பின்தங்கிய’ என சேர்க்க வேண்டும் என்று இந்து மகா சபை உறுப்பினர் சியாம பிரசாத் முகர்ஜி மற்றும் சர்தார் உக்ம் சிங் ஆகியோர் ஒரு திருத்தத்தை முன்மொழிந்தனர்.

பொருளாதார இட ஒதுக்கீடு இந்து மகா சபை கோரிக்கை

பிரதமர் பண்டித நேருவும், சட்ட அமைச்சர் டாக்டர் அம்பேத்கரும் இந்தத் திருத்தத்தை நிராகரித்தனர். ஆனால், அனைவரின் வாக்கெடுப்பு நடத்த வேண்டும் என்று சியாம பிரசாத் முகர்ஜி கோரினார். எனவே, நாடாளுமன்றத்தில் 01.06.1951இல் வாக்கெடுப்பு நடத்தப்பட்டது. பிரதமர் நேரு முன்மொழிந்த சட்ட முன்வரைவுக்கு

ஆதரவாக 243 வாக்குகளும், சியாம பிரசாத் முகர்ஜியின் திருத்தத்திற்கு ஆதரவாக 5 வாக்குகளும் கிடைத்தன.

பொருளாதார இட ஒதுக்கீடு அளிக்க வேண்டும் என்று இந்துத்துவ சனாதன சங் பரிவாரங்கள் 1951இல் கோரின; அப்போது தோற்கடிக்கப்பட்டது. 68 ஆண்டுகளுக்குப் பிறகு டெல்லி அதிகாரம் அவர்களது கைப்பிடிக்குள் வந்தபோது, இட ஒதுக்கீட்டில் பொருளாதார அளவு கோலைத் திணித்து விட்டனர். 70 ஆண்டுகளுக்கு முன்பு சமூக நீதியை நிர்மூலமாக்க சங் பரிவாரங்கள் எடுத்த முயற்சி 2019இல் நடைமுறைக்கு வந்து, பொருளாதாரத்தில் பின்தங்கிய உயர்சாதி ஏழைகளுக்கு 10 விழுக்காடு இட ஒதுக்கீடு கல்வி, வேலை வாய்ப்பில் அளிப்பதற்கு அரசியல் சட்டத்தில் திருத்தம் செய்து விட்டனர்.

இட ஒதுக்கீடு பற்றி கோல்வால்கர்

அரசியலமைப்புச் சட்டத்தில் டாக்டர் அம்பேத்கர் தாழ்த்தப்பட்ட மக்களுக்கான இட ஒதுக்கீட்டை உறுதி செய்ததைப் பற்றி ஆர்.எஸ். எஸ். தலைவர் குருஜி கோல்வால்கர் என்ன கூறினார் தெரியுமா?

"1950இல் குடியரசு ஆன தேதியிலிருந்து இந்தியாவில் பத்து ஆண்டுகளுக்கு மட்டுமே பட்டியல் இனத்தவர்களுக்கு (தாழ்த்தப்பட்டோர்) சிறப்புச் சலுகைகள் இருக்கும் என்று டாக்டர் அம்பேத்கர் கருதினார். ஆனால், அது தொடர்ந்து நீட்டிக்கப்படுகிறது. சாதியை மட்டும் அடிப்படையாகக் கொண்ட சிறப்புச் சலுகைகள் தொடர்வது அவர்களிடம் தனித்து இருக்க வேண்டும் என்ற சுயநல விருப்பத்தை உருவாக்கி விடும்."

பல நூறு ஆண்டுகளாக ஒடுக்கப்பட்ட மக்களை அடக்கி ஆண்டது போதாது என்று இட ஒதுக்கீடு பத்து ஆண்டுகள் போதும் என்று அம்பேத்கரைத் துணைக்கு அழைத்துக் கொண்டு, அவர் கூறாத ஒன்றைத் துணிந்து பொய் உரைத்தவர் கோல்வால்கர்.

"சிறப்புச் சலுகைகள் மக்களின் பொருளாதார நிலைமைகளையே அடிப்படையாகக் கொண்டிருக்க வேண்டும்; அது நிலைமை களைச் சீர்திருத்தும். அரிசனங்கள் எனப் பட்டவர்கள் மட்டுமே சலுகைகளை அனுபவிக்கிறார்கள் என்று மற்ற சாதியினர்களுக்கு ஏற்படும் உறுத்தல்கள் பறந்து விடும்."

எவ்வளவு நஞ்சு தோய்ந்த கருத்தைக் கூறுகிறார் கோல்வால்கர்! இட ஒதுக்கீட்டை எதிர்த்து தொடக்க காலம் முதலே செயல் பட்டு வந்தவர்கள் ஆர்.எஸ்.எஸ்., இந்து மகா சபை உள்ளிட்ட சங் பரிவாரங்கள். சமூக அநீதி இழைக்கும் சனாதனக் கூட்டம் இன்றும் அதே பாதையில்தான் சென்று கொண்டு இருக்கிறது.

76
மண்டல் குழு பரிந்துரைகள்

சமூக நீதியை நிலைநாட்ட இட ஒதுக்கீட்டு முறையைச் செயல்படுத்த வேண்டும் என்று அரசியல் சட்டத்தில் முதல் திருத்தம் 1951இல் கொண்டு வரப்பட்டபோது ஆர்.எஸ்.எஸ்., இந்து மகா சபை, அதன் பின்னர் சியாம பிரசாத் முகர்ஜி உருவாக்கிய பாரதிய ஜனசங்கம் போன்றவை இட ஒதுக்கீடு முறையால் இந்து சமூகம் பிளவுப்படுத்தப்பட்டு விடும் என்று புலம்பினர். குருஜி கோல்வால்கர் வெளிப்படையாகவே எதிர்ப்பு தெரிவித்து விட்டு, பிறகு டாக்டர் அம்பேத்கர் பத்து ஆண்டுகளுக்குத்தான் இட ஒதுக்கீடு என்று கூறியதாகக் கதையளந்தார்.

அதன் பிறகு பிற்படுத்தப்பட்டோருக்கு இட ஒதுக்கீடு கோரிக்கை இந்திய அளவில் தமிழகம் தவிர்த்த பிற மாநிலங்களில் எழுந்தபோது பிரதமர் ஜவஹர்லால் நேரு அதனைச் செயல்படுத்த முனைந்தார். அரசியல் சட்டப் பிரிவு 340, சமூகம் மற்றும் கல்வி ரீதியாகப் பிற்படுத்தப்பட்டவர்களை மேம்படுத்துவதற்கு உரிய பரிந்துரைகளை வழங்குமாறு ஒரு ஆணையத்தை அமைத்து குடியரசுத் தலைவர் ஆணை யிடலாம் என்று கூறுகிறது.

இந்த விதியின்படி முதன் முதலாக 1953, ஜனவரி 29 அன்று காகா கலேல்கர் தலைமையில் ஒரு ஆணையம் அமைக்கப்பட்டது.

காகா கலேல்கர் குழு

காகா கலேல்கர் பிராமண வகுப்பைச் சேர்ந்தவர். அவர் தலைமையில் பிற்படுத்தப்பட்டோர் நிலை குறித்து ஆராய ஒரு குழுவை பிரதமர் நேரு அமைத்தார். அக்குழு 1955, மார்ச்சு 30இல் தனது பரிந்துரையை அளித்தது.

அந்த அறிக்கையில், 'ஏழையாக உள்ள பார்ப்பன உயர்சாதிப் பிரிவு எதுவும் பிற்படுத்தப்பட்டோர் பட்டியலில் சேர்க்கப்பட்டு உள்ளதா?' என அறிந்திட நேரு ஆர்வம் காட்டினார். "அப்படி சேர்க்கப்படவில்லை; அது முடியாது - தவறு" என்று காகா கலேல்கர் நேருவிடம் நேரில் தெரிவித்து விட்டார்.

நேரு, காகா கலேல்கரைக் கடிந்து கொண்டு, பரிந்துரை அறிக்கையை மாற்றுமாறு பணித்தார். இதனால் வேறு வழியின்றி

‘சாதி அடிப்படையில் இட ஒதுக்கீடு கூடாது; பொருளாதார அடிப்படையில்தான் ஒதுக்கீடு தர வேண்டும்’ என்று புதிய தோர் பரிந்துரை அறிக்கையை கலேல்கர் அளித்தார். ஆனாலும் ‘பிற்படுத்தப்பட்டோர் குழு அறிக்கை’யை பிரதமர் நேரு நாடாளுமன்றத்தில் தாக்கல் செய்ய முன்வரவில்லை.

1951இல் பொருளாதார அளவுகோலை அடிப்படையாகக் கொண்டு இட ஒதுக்கீடு அளிக்கக்கூடாது என்பதில் உறுதியாக இருந்த நேரு, 1961இல் அனைத்து மாநில முதல்வர்களுக்கும் ஒரு மறைமுக மடல் ஒன்றை (Demi Official Letter) எழுதினார். அதில், “பிற்படுத்தப்பட்டோருக்கு மத்திய அரசில் இட ஒதுக்கீடு அளிக்கின்ற சிந்தனை எதுவும் இந்திய அரசுக்கு இல்லை; மாநில அரசுகள் இவர்களுக்கு இட ஒதுக்கீடு தருவதானால் பொருளாதார - ஏழ்மை அளவுகோலின்படிதான் அளிக்க வேண்டும்,” என்று குறிப்பிட்டார். (‘விகிதாசார இட ஒதுக்கீடு செய்!’ நூல் வெளியீடு: மார்க்சியப் பெரியாரியப் பொது உடைமைக் கட்சி; ஆசிரியர் வே. ஆனைமுத்து)

சமூக நீதிப் போராளிகள் மறைவு

ஒடுக்கப்பட்ட மக்களின் விடிவெள்ளியாகத் தோன்றி உரிமைக்குப் போராடிய பாபா சாகேப் அம்பேத்கர் 1956இல் மறைந்தார்.

வடநாட்டில் பிற்படுத்தப்பட்டோர் இட ஒதுக்கீட்டு உரிமைக்குக் களம் கண்ட ராம் மனோகர் லோகியா 1967இல் மறைந்தார்.

ஒடுக்கப்பட்ட, பிற்படுத்தப்பட்ட மக்களுக்கு உரிமை வாழ்வை உறுதி செய்வதற்கு 95 வயது வரையில் தளராது பாடுபட்ட தந்தை பெரியார் 1973இல் மறைந்தார்.

இத்தகைய சூழலில்தான் சமூக நீதிக்கு எதிராக சனாதன சக்திகளின் கருத்து மேலோங்கி நின்றது. ஆனாலும், பிற்படுத்தப்பட்டோருக்கு இட ஒதுக்கீடு உரிமை கிடைக்க வேண்டும் என்பதற்கான கிளர்ச்சிகள் நீறு பூத்த நெருப்பாகக் கனன்று கொண்டே இருந்தது.

நெருக்கடி நிலை காலத்திற்குப் பின்னர், உத்திரப் பிரதேசம், பீகார் உள்ளிட்ட வட மாநிலங்களில் பிற்படுத்தப்பட்டோர் இட ஒதுக்கீடு உரிமை முழக்கம் ஓங்கியது. அதன் காரணமாகவே அப்போதைய ஜனதா கட்சி அரசின் பிரதமர் மொரார்ஜி தேசாய், 20.12.1978இல் இரண்டாவது பிற்படுத்தப்பட்டோர் குழுவை அமைத்திட அறிவிப்பு செய்தார்.

மண்டல் குழு அமைப்பு

மொரார்ஜி தேசாய் அரசின் அறிவிப்பின்படி 01.01.1979இல் பிந்தேஸ்வரி பிரசாத் மண்டல் தலைமையில் பிற்படுத்தப் பட்டோர் ஆணைக்குழு அமைக்கப்பட்டது. இதில் உறுப்பினர்களாக எஸ்.எஸ்.கில், திவான் மோகன்லால், ஆர்.ஆர்.போலே, எல்.ஆர். நாயக் ஆகியோரும், உறுப்பினர் செயலாளராக கே. சுப்பிரமணியன் அவர்களும் நியமனம் செய்யப்பட்டனர். இக்குழுவில் எல்.ஆர். நாயக் பட்டியல் இனத்தைச் சேர்ந்தவர். மற்றவர்கள் அனைவரும் பிற்படுத்தப்பட்ட வகுப்பினர் ஆவர்.

மண்டல் குழு அமைத்து மொரார்ஜி தேசாய் அறிவிப்பு வெளியிட்டபோதே, ஜனதா கட்சி அரசுக்கு ஆதரவு அளித்து வந்த ஜனசங்கம் முட்டுக்கட்டை போட முயன்றது. ஆனாலும், வடபுலத்தில் எழுந்த பிற்படுத்தப்பட்டோரின் எழுச்சி மொரார்ஜி தேசாய்க்கு நெருக்கடியை ஏற்படுத்தாமல் தடுத்தது.

ஜனதா கட்சி அரசு சிதறு தேங்காய் போல உடைந்த பின்னர் 1980இல் நடந்த நாடாளுமன்றத் தேர்தலில் இந்திரா காந்தி வெற்றி பெற்று பிரதமரானார்.

1980, டிசம்பர் 31 அன்று பி.பி. மண்டல் குழு தனது பரிந்துரை அறிக்கையைக் குடியரசுத் தலைவர் நீலம் சஞ்சீவி ரெட்டியிடம் அளித்தது.

மண்டல் குழுவில் எல்.ஆர். நாயக் மட்டும் தனிக் கருத்துரை வழங்கினார். மற்ற அனைவரும் ஒருமித்து பரிந்துரை வழங்கினர். மண்டல் குழுவின் வாத முறை அற்புதமானது. பெரு முயற்சி எடுத்து கூடியவரை இந்தியா முழுவதும் ஆதரவாகவும் மற்றும் எதிர்ப்பாகவும் முன்வைக்கப்பட்ட கருத்துகளைத் திரட்டியது. இதற்காக ஆய்வு மையங்களின் உதவியையும் நாடியது.

மண்டல் குழு தனது பரிந்துரை, பின்னிணைப்பு, ஆய்வு மையங்களின் கருத்துச் சுருக்கம் என அனைத்தையும் சேர்த்து மொத்தம் 406 பக்கங்கள் கொண்ட அறிக்கையை மத்திய அரசிடம் அளித்தது.

காகா கலேல்கர் குழுவின் அறிக்கையைப் பண்டித நேரு கிடப்பில் போட்டதைப் போன்று அவரது புதல்வி இந்திரா காந்தி அம்மையாரும் மண்டல் குழுவின் பரிந்துரை அறிக்கையைப் பரணில் ஏற்றி விட்டார்.

இந்திரா காந்தி மறைவுக்குப் பிறகு, 1984ஆம் ஆண்டு இறுதியில் பிரதமர் பொறுப்புக்கு வந்த இராஜீவ் காந்தி ஆட்சியிலும் மண்டல் குழுவின் பரிந்துரைகள் செயல்பாட்டுக்கு வரவில்லை.

இராஜீவ் காந்தி அரசு போஃபர்ஸ் பீரங்கி பேர ஊழலில் சிக்கிய பின்னர் நடந்த நாடாளுமன்றத் தேர்தலில் 1989, நவம்பரில் வி.பி. சிங் தலைமையில் தேசிய முன்னணி அரசு பொறுப்பேற்றது. காங் கிரஸ் எதிர்ப்பு என்ற புள்ளியில் இணைந்த தி.மு.க., தெலுங்கு தேசம், அசாம் கண பரிசத் உள்ளிட்ட மாநிலக் கட்சிகளும், பாரதிய ஜனதா கட்சியும் வி.பி. சிங் தலைமையிலான தேசிய முன்னணி அரசுக்கு ஆதரவு அளித்தன. பாரதிய ஜனதா கட்சி, வி.பி.சிங் அரசுக்கு வெளியிலிருந்து ஆதரவு அளித்தது.

வி.பி. சிங் வரலாற்றுப் பிரகடனம்

1990, ஆகஸ்டு 7ஆம் நாள் இந்திய வரலாற்றில் ஒரு பொன்னாள்; அன்று தான் பிரதமர் வி.பி. சிங் அவர்கள் நாடாளுமன்றத்தில் "மண்டல் குழுவின் பரிந்துரை அறிக்கையைச் செயல்படுத்துவோம்," என்ற அறிவிப்பை வெளியிட்டார்.

"பிற்படுத்தப்பட்டோர் நலனுக்காக அமைக்கப்பட்ட மண்டல் குழு பரிந்துரையின்படி பிற்படுத்தப்பட்டோருக்கு மத்திய அரசுப் பணிகளில் 27 விழுக்காடு இட ஒதுக்கீடு அளிக்கப்படும்" என்று 13.08.1990இல் பிரதமர் வி.பி. சிங் அவர்கள் ஆணை வெளியிட்டு புதிய வரலாற்றைப் படைத்தார்.

மண்டல் குழுவின் பரிந்துரைகளைச் செயல்படுத்த வி.பி. சிங் அரசு வெளியிட்ட ஆணையை எதிர்த்து, உயர்சாதிப் பார்ப்பனர்கள், ஆர்.எஸ்.எஸ்., விஸ்வ இந்து பரிஷத், ஜனசங்கம் ஆகிய சனாதனக் கூட்டம் நடத்திய கலவரங்கள், உயிர்க் கொலைகள், தீ வைப்பு - இந்திய வரலாற்றின் கருப்பு அத்தியாயங்கள் ஆகும். இவற்றை விவரிக்கும் முன்பு மண்டல் பரிந்துரைகளைக் காண்போம்.

மண்டல் குழு பரிந்துரைகள்

இந்திய மக்களில் குறிப்பிட்ட பிரிவினர் சமுதாய ரீதியிலும், கல்வி ரீதியிலும் பிற்படுத்தப்பட்ட நிலையில் இருப்பதற்கு அடிப்படைக் காரணம் இந்து சாதி முறையா? அல்லது ஏழ்மைப்பட்ட பொருளாதார நிலையா? என்ற கேள்விக்கு மண்டல் குழு 'சாதி அமைப்பு முறைதான்' என்று உறுதியான முடிவுக்கு வந்தது.

இந்திய சமூக வரலாறு குறித்து மண்டல் குழு முன்வைத்த ஆய்வுக் கருத்துகள் வருமாறு :

1. இந்து சமுதாயக் கட்டுமானம் பிறப்பின் அடிப்படையில் மக்களை எண்ணற்றப் பிரிவினராகப் பிரித்து உயர் மட்டத்தில் இருந்து அடிமட்டம் வரை செங்கற்கள் போல் அடுக்கடுக்காக புனிதமான

ஆதிக்க மரபு மட்டங்களை (heirachical order) அமைத்து இந்து சமுதாய உணர்வுகளைச் சிதற அடித்துள்ளது.

2. சாதி முறையின் உண்மையான வெற்றி பிராமண மேலாதிக்கத்தை உயர்த்திப் பிடித்ததில் அல்ல. ஆனால், கீழ் சாதியினர் தங்களின் தாழ்ந்த சமூக நிலை இயல்பானதுதான் என்றும் அது ஒரு புனித சடங்கு முறை என்றும் ஏற்றுக் கொள்கின்ற வகையில் தங்களது உணர்வுகளை அமைத்துக் கொண்டதில் தான் அடங்கி உள்ளது.

3. ஒரு விரிவான சிக்கலான, நயமான திட்டத்தை வேதங்கள், புராணங்கள், சடங்கு ஆசாரங்கள் மூலமாகக் கொடுத்ததிலும் பெரும்பான்மை மக்களின்பால் சமத்துவ மின்மையையும், பாகுபாடு களையும் உருவாக்கி இதற்கு ஒரு அறநெறி மற்றும் தெய்வீக ஆணையத்தை ஏற்படுத்தியதிலும் பிராமணீயம் வெற்றி கண்டது. இந்த முறையை மிகத் தீவிரமான சமூக சீர்திருத்தவாதிகள் கூட சவால்விட்டு எதிர்க்க முடியவில்லை.

4. உயர்மட்ட, அறிவுத்துறையின் தனித்த பாதுகாவலர்களான பிராமணர்கள் கல்வி, அறிவியல், கலாச்சாரத் துறைகளில் மிக உயர்நிலைப் பயிற்சி பெற்றவர்களாக வளர்ச்சி பெற முடிந்தது.

5. மதம் மக்களுக்கு அபின் என்ற போதைப் பொருளாக எங்காவது பயன்படுத்தப் பட்டது என்றால் அது இந்தியாவில்தான் நடந்துள்ளது.

இங்குதான் ஒரு சிறிய குருகுலப் பிரிவினர் (Preist Class) மிகப் பெரும்பான்மையான மக்களைத் தன்வயப்படுத்தும் வசீகர மந்திர ஜாலத்தின் மூலம் மயக்கமூட்டி (Hypnotized) தங்களது அடிமை மனப்பான்மையை அடக்க ஒடுக்கத்துடன் ஏற்றுக் கொள்ளச் செய்தனர்.

கூலிகளாகவும், வேலைக்காரர்களாகவும், பண்ணையாட் களாகவும், விவசாயத் தொழிலாளர்களாகவும், சூத்திரர்களாகவும் பிரிக்கப்பட்ட மக்கள்தான் இந்தியாவின் மகத்தான நாகரிகத்தின் உயிரூட்டும் குருதியாகும். இருந்தபோதிலும் இவர்களது வாழ்க்கை எந்தவித நம்பிக்கையும் அற்றதாக, சாதி அந்தஸ்து இல்லாதவர்களாக (Out Castes) நடத்தப்பட்டனர்.

6. இறுதியில், இந்து மதத்தைப் போன்று அல்லாமல் இஸ்லாமும், கிறிஸ்தவமும் சமத்துவ அடிப்படைக் கொண்ட மதங்கள்; ஆயினும் இந்து விதி முறையினால் சுற்றி வளைக்கப்பட்டு இருந்ததால் இவர்களும் பற்பல அளவுகளில் சாதியால் பீடிக்கப்பட்டு உள்ளனர். ஆனால் இந்தியாவில் உள்ள முஸ்லிம்கள், கிறிஸ்தவர்கள் மத்தியில் சமூக ரீதியிலும், கல்வி ரீதியிலும் பின்தங்கிய பகுதிகளைச்

சாதி அடிப்படையை மட்டும் வைத்துப் பார்க்காமல் வேறு அளவுகோல்களையும் உருவாக்க வேண்டும்.

மண்டல் குழுவின் பரிந்துரையில் வெறும் பிற்படுத்தப்பட்டோர் இட ஒதுக்கீடு பற்றி மட்டும் குறிப்பிடாமல், இந்தியாவில் உள்ள மனு தரும சாதி முறையின் கட்டுமானம் குறித்து ஆய்வு செய்து கருத்துகள் முன்வைக்கப்பட்டன.

வருணாசிரமக் கோட்பாட்டின் அடித்தளத்தை நொறுக்கும் வகையில் மண்டல் குழு கேள்விகளை எழுப்பி அவற்றுக்கான விடைகளையும் தந்தது.

விடுவார்களா ஆதிக்கபுரியினர்? வி.பி. சிங் ஆட்சியின் மீது போர் தொடுக்க ஆயத்தமானார்கள். அதற்கு ஆயுதமாக 'அயோத்தி' இராமனை ஏந்தினார்கள்; அரசைக் கவிழ்த்து விட்டு ஆனந்தக் கூத்தாடினார்கள்.

77
மண்டல் எதிர்ப்பு வன்முறைகள்

மண்டல் குழு பிற்படுத்தப்பட்டோருக்கு இட ஒதுக்கீடு அளிப்பதற்கு இந்தியாவில் உள்ள சமூக அமைப்பு முறை, வருணாசிரம தருமமுறை குறித்து ஆய்வு செய்து அடுக்கடுக்கான காரணங்களைப் பட்டியல் இட்டிருந்ததைச் சென்ற வாரம் பார்த்தோம்.

இனி மண்டல் குழுவின் முக்கியமான பரிந்துரைகள் குறித்து காண்போம்:

பிரிவு 13.11 : இந்து மற்றும் இந்து அல்லாத மக்களிடையே பிற்படுத்தப்பட்டவர்களின் எண்ணிக்கை 52%. எனவே, பிற்படுத்தப்பட்டவர்களுக்கு 52% இட ஒதுக்கீடு செய்ய வேண்டும். இப்படிச் செய்தால், இட ஒதுக்கீடு மொத்தத்தில் 50%-க்கு கீழே இருக்க வேண்டும் என்ற உச்சநீதிமன்றத் தீர்ப்புகளுக்கு எதிராகப் போய்விடும். தாழ்த்தப்பட்ட மற்றும் பழங்குடி மக்களுக்கு ஏற்கனவே 22.5% இட ஒதுக்கீடு இருப்பதைக் கணக்கில் கொண்டு, பிற்படுத்தப்பட்டவர்களுக்கு 27% இட ஒதுக்கீடு வழங்க வேண்டும் என்று ஆணைக்குழு பரிந்துரைக்கிறது.

பிரிவு 13.12 : பிற்படுத்தப்பட்டவர்களுக்கு 27%-க்கு மேல் இட ஒதுக்கீடு வழங்கப்படும் மாநிலங்களில் இந்தப் பரிந்துரையால் பழைய இட ஒதுக்கீடு பாதிக்காது; மாறாக நீடிக்கும்.

பிரிவு 13.13 : (1) பொதுப் போட்டியில் தகுதி அடிப்படையில் தேர்ந்தெடுக்கப்பட்ட பிற்படுத்தப்பட்டவர்களின் எண்ணிக்கையை இட ஒதுக்கீட்டுக்கான 27 விழுக்காடுகளை சேர்த்துக் கொள்ளக் கூடாது.

(2) மேற்கண்ட இட ஒதுக்கீடு எல்லா மட்டத்திலும் நடக்கும் பதவி உயர்வுகளுக்கும் பொருந்தும்.

(3) இட ஒதுக்கீட்டுக் கோட்டாவில் பூர்த்தியாகாமல் மீதியுள்ள இடங்களை ஒதுக்கீட்டு முறையில் பூர்த்தி செய்ய மூன்று ஆண்டுகள் வரை அந்த இடங்களைக் காலியாக வைத்து முயற்சிக்க வேண்டும். மூன்றாண்டுகள் வரை பிற்படுத்தப்பட்டவரைக் கொண்டு பூர்த்தி செய்ய முடியவில்லை எனில் அதன் பிறகு அந்தக் காலி இடங்களைப் பொதுப் போட்டியின் மூலம் நிரப்பலாம்.

(4) வேலையில் சேர்த்துக் கொள்வதற்கு உரிய வயது வரம்பில் தாழ்த்தப்பட்ட மற்றும் பழங்குடி இனத்தவர்களுக்கு அளிக்கப்படும் தளர்வை பிற்படுத்தப்பட்டவர்களுக்கும் அளிக்க வேண்டும்.

(5) பட்டியல் இன மற்றும் பழங்குடியினர்க்கு இருப்பது போல் பிற்படுத்தப்பட்டவர்களுக்கும் ஒவ்வொரு வகைப் பதவிக்கும் பணிவரன் பதிவேடு (Roster System) வைக்க வேண்டும்.

பிரிவு 13.14 : மேற்கண்ட இட ஒதுக்கீட்டு முறை, மத்திய - மாநில அரசுகளின் கீழ் உள்ள எல்லாப் பொதுத்துறை நிறுவனங்களுக்கும், தேசியமயமாக்கப்பட்ட வங்கிகளுக்கும் வேலை சேர்ப்பில் பொருந்தும்.

பிரிவு 13.15 : ஏதோ ஒரு வகையில் அரசின் நிதி உதவி பெறுகின்ற தனியார் துறை நிறுவனங்களுக்கும் மேற்கண்ட இட ஒதுக்கீடு பொருந்தும்.

பிரிவு 13.16 : அனைத்துப் பல்கலைக் கழகங்களுக்கும், அவற்றுடன் இணைக்கப்பட்ட கல்லூரிகளுக்கும் மேற்கண்ட இட ஒதுக்கீடு பொருந்தும்.

பிரிவு 13.17 : இப்பரிந்துரைகளை முறையாக அமல்படுத்துவதற்கு முரண்பாடாக உள்ள சட்டங்கள், விதிகள் அனைத்தையும் திருத்தி நடைமுறைப்படுத்த வேண்டும்.

பிரிவு 13.32 : பிற்படுத்தப்பட்ட நிலையை நீக்குவதற்குப் பிரச்சினையின் வேரிலிருந்து நடவடிக்கையைத் தொடங்கா விட்டால் இட ஒதுக்கீடு, நிதி உதவி என்பதெல்லாம் தற்காலிக வலி நிவாரணியாக இருக்குமே தவிர நோயைக் குணப்படுத்துபவை ஆகா.

பிரிவு 13.34: தற்போதுள்ள உற்பத்தி உறவுகளில் தீவிரமான மாற்றத்தைக் கொண்டு வருவதுதான் பிற்படுத்தப்பட்ட எல்லா வகுப்புகளின் நலனுக்கும் உயர்வுக்கும் எடுக்க வேண்டிய மிக மிக முக்கியமான ஒரே நடவடிக்கையாகும் என்பது ஆணைக்குழுவின் உறுதியான நம்பிக்கை. பல்வேறு காரணங்களால் தொழில்துறையில் இந்நடவடிக்கை எடுக்க முடியாவிட்டாலும், விவசாயத் துறையில் இந்நடவடிக்கை எடுப்பது சாத்தியமானது மட்டுமல்ல; காலங்கடந்ததாகவும் இருக்கிறது.

பிரிவு 13.35 : கிராமப்புறங்களில் இன்றுள்ள உற்பத்தி உறவுகளின் கட்டமைப்பில் அடிப்படைக் கட்டமைப்பு மாற்றத்தை உண்டாக்கத்தக்க நிலச் சட்டங்களை இயற்றி செயல்படுத்துமாறு மாநில அரசுகளை இயக்க வேண்டும்.

பிரிவு 13.36 : நிலச் சீர்திருத்தச் சட்டங்களின் மூலம் எடுக்கப்பட்ட உபரி நிலங்களைத் தாழ்த்தப்பட்ட மற்றும் பழங்குடியின மக்களுக்கு வழங்குவதைப் போல் பிற்படுத்தப்பட்ட வகுப்பில் உள்ள நிலமற்ற ஏழைகளுக்கும் வழங்க வேண்டும்.

பிரிவு 13.37 : (2) பிற்படுத்தப்பட்ட வகுப்பினர் வளர்ச்சி வாரியங்களை மத்திய, மாநில அரசுகள் உருவாக்க வேண்டும். (3) மத்திய, மாநில அரசுகளில் பிற்படுத்தப்பட்ட வகுப்பினர்க்கான அமைச்சரகம் அல்லது துறை இருக்க வேண்டும்.

பிரிவு 13.39 : தாழ்த்தப்பட்ட மற்றும் பழங்குடி மக்களின் மேம்பாட்டுக்காக மத்திய அரசு மாநிலங்களுக்கு நிதி தருவதைப் போல் பிற்படுத்தப்பட்டவர்களின் மேம்பாட்டுக்கான மாநில அரசின் சிறப்புத் திட்டங்களுக்கும் மத்திய அரசு நிதி அளிக்க வேண்டும்.

பிரிவு 13.40 : இந்த ஆணைக் குழுவின் பரிந்துரைகளை இருபது ஆண்டுகள் செயல்படுத்த வேண்டும். அதன் பிறகு இத்திட்டத்தை முழுமையாக மறு ஆய்வு செய்ய வேண்டும்.

வி.பி. சிங் அரசின் ஆணை

வி.பி. சிங் அரசு மண்டல் குழு பரிந்துரைகளில் இடம் பெற்றிருந்த பலவற்றில் மத்திய அரசுப் பணிகளில் 27 விழுக்காடு இட ஒதுக்கீடு பிற்படுத்தப்பட்டோருக்கு அளிக்கப்பட வேண்டும் என்பதை மட்டும் ஏற்றுக் கொண்டு ஆணை பிறப்பித்தது.

இதனையே ஏற்றுக் கொள்ள முடியாமல் வட இந்தியாவில் இந்துத்துவ சனாதன சக்திகள் காங்கிரஸ் கட்சியிலும் பாஜகவிலும் உள்ளவர்கள் கலவர விதைகளைத் தூவத் தொடங்கினர்.

வி.பி. சிங் அரசுக்கு வெளியிலிருந்து ஆதரவு கொடுத்து வந்த பாரதிய ஜனதா கட்சிக்கு ஆர்.எஸ்.எஸ். நெருக்கடி கொடுத்து, அரசைக் கவிழ்க்க ஆணையிட்டது.

பிரதமர் வி.பி. சிங் அவர்கள், மண்டல் குழுவின் பரிந் துரையை நடைமுறைப்படுத்தும் அறிவிப்பை 07.08.1990 அன்று வெளியிட்டவுடன், புது டெல்லி ஆர்.எஸ்.எஸ். தலைமையகத்தில் ஒரு கூட்டம் நடந்தது. அதில் பாஜக பொதுச் செயலாளர் முரளி மனோகர் ஜோஷி கலந்து கொண்டார். அக்கூட்டத்தில் பாஜக, தேசிய முன்னணி அரசுக்குக் கொடுக்கும் ஆதரவை உடனே விலக்கிக் கொள்ள வேண்டும் என்று வற்புறுத்தப்பட்டது.

ஆனால், பாஜக தலைவர்களான அடல் பிகாரி வாஜ்பாய், எல். கே. அத்வானி போன்றோர் நேரடியாக மண்டல் குழுவின் பரிந்துரைகளுக்கு எதிராகக் கொடி பிடித்து வி.பி. சிங் ஆட்சியைக் கவிழ்க்கக் கூடாது என்று கவனமாகக் காய் நகர்த்தினர். ஏனெனில் அக்கட்சியின் மக்களவை உறுப்பினர்கள் மொத்தம் 86 பேரில் 38 பேர் பிற்படுத்தப்பட்டோர்; 12 பேர் தாழ்த்தப்பட்டோர் ஆவர்.

அவசரப்பட்டு வி.பி. சிங் அரசைக் கவிழ்த்தால் பாஜக ஆளும் மத்தியப் பிரதேசம், இமாசலப் பிரதேசம், இராஜஸ்தான் ஆகிய மாநிலங்களில் ஆட்சி கவிழும் நிலை ஏற்படும். குஜராத்தில் பாஜக ஆதரவுடன் உள்ள ஜனதாதள ஆட்சியும் கவிழக் கூடும். இவ்வாறு சங்கிலித் தொடர்போல் பல விளைவுகள் ஏற்படக் கூடும் என்று கருதி பாஜக தயங்கியது.

அதே நேரத்தில், அவர்கள் வி.பி. சிங் தங்களுக்குத் துரோகம் இழைத்து விட்டார் என்று ஓலமிட்டனர். எனவே, வி.பி. சிங் அரசைப் பழிவாங்கத் திட்டம் தீட்டினார்கள்.

வன்முறைகள்

மண்டலை நேரடியாக எதிர்க்காமல் மறைமுகமாக எதிர்க்க வேண்டி, மாணவர்களைத் தூண்டி விட்டனர். இவர்களுடன் காங்கிரஸ் மற்றும் பிற கட்சிகளின் பார்ப்பனர்களும் சேர்ந்து கொண்டனர். இதிலிருந்து மண்டல் எதிர்ப்பு என்பது பார்ப்பன உயர் சாதியினரால் நடத்தப்படும் போராட்டம் என்பது உண்மையாகி விட்டது. தீக்குளிப்பும், பேருந்து மற்றும் வாகனங்கள் எரிப்பும் இந்தியாவின் வட மாநிலங்களில் பெரிய அளவில் நடத்தப்பட்டன.

பெங்களூரில் கூடிய பார்ப்பனர் சங்கம் 'மண்டல் குழு பரிந்துரை' செயலாக்கம் இந்து மதத்தை சாதி அடிப்படையில் பிரித்து விடும். எனவே அதை நடைமுறைப்படுத்தக் கூடாது என்று தீர்மானம் நிறைவேற்றியது.

இந்தியா முழுவதும் உள்ள பார்ப்பனர்கள் அனைவரும் இதே பல்லவியைப் பாடினர். இதேபோல் பார்ப்பன, பனியா பத்திரிகைகளும் மண்டல் குழு பரிந்துரைகளுக்கு எதிராக கருத்தியல் யுத்தத்தைத் தொடுத்தன. சிறு கிளர்ச்சியைக் கூட பெரிய பிரளயம் போல் அறிவித்தன.

பிரதமர் வி.பி. சிங் இந்த மிரட்டல்களைப் பொருட்படுத்தவில்லை. அதே நேரத்தில் சிலவற்றில் பின்வாங்கினார். அதாவது மாநில அரசுகள் மண்டலை நிறைவேற்றுவதற்கு எந்தவிதக் கட்டாயமும் இல்லை என்றார். அணு ஆராய்ச்சி, பாதுகாப்பு, ஆய்வு போன்ற

பல துறைகளுக்கு இட ஒதுக்கீடு பொருந்தாது என்றார். மேலும் 27 விழுக்காடு என்பது பதவி உயர்வுக்குப் பொருந்தாது என்றார். மண்டலின் பரிந்துரைகள் ஆர்.எஸ்.எஸ்., பார்ப்பன எதிர்ப்பால் இவ்விதம் சிதைக்கப்பட்டது என்பதுதான் உண்மை.

இந்தச் சூழலில்தான் மண்டல் குழு பரிந்துரைகளின் முதற்கட்டமாக 27 விழுக்காடு இட ஒதுக்கீடு செயல் படுத்தப்படும்; இரண்டாவது கட்டத்தில் இட ஒதுக்கீடு அனைத்துத் துறைகளுக்கும், பதவி உயர்விலும், கல்விக்கும் விரிவுபடுத்தப்படும் என்று வி.பி. சிங் அறிவித்தார்.

ஆனாலும் உயர் சாதிப் பார்ப்பனர்கள் வி.பி. சிங் அரசுக்கு எதிராகத் திரண்டு நின்றார்கள். மத்திய அரசுத் துறைகளில் பல்லாண்டுகளாக வேரோடிப் போயிருந்த பார்ப்பன ஆதிக்கம் ஆட்டம் காணத் தொடங்கி விடும் என்பதால் துடித்துப் போனார்கள்.

பாஜக சதித்திட்டம்

பாரதிய ஜனதா கட்சியின் தேசிய செயற்குழுக் கூட்டம், 1990 செப்டம்பர் 14 மற்றும் 16 ஆகிய தேதிகளில் போபாலில் கூடியது. விஸ்வ இந்து பரிஷத் பொதுச்செயலாளர் அசோக் சிங்கால் இக்கூட்டத்தில் சிறப்பு விருந்தினராகப் பங்கேற்றார்.

இக்கூட்டத்தில்தான் மண்டல் குழு பரிந்துரையைச் செயல் படுத்த அறிவிப்பு வெளியிட்ட வி.பி. சிங் அரசை எதிர்த்து நேரடியாகக் களத்துக்குச் செல்லாமல், அயோத்தியில் இராமர் கோவிலை எழுப்புவதற்கு 'இந்துக்களை'த் திரட்ட இரத யாத்திரை ஏற்பாடுகளைக் கவனிக்கும் பொறுப்பு அசோக் சிங்காலிடம் ஒப்படைக்கப்பட்டது. ஏனெனில் அவருக்கு இதில் கடந்தகால அனுபவம் இருந்தது.

இதனிடையே ஆர்.எஸ்.எஸ்., சங் பரிவாரங்கள் மண்டல் எதிர்ப்பைத் தீவிரப்படுத்தின. வி.பி. சிங் தாமாகப் பதவி விலகச் செய்வதற்கான அனைத்து முயற்சிகளையும் செய்தன.

பாஜக, வி.பி. சிங் ஆட்சியைக் கவிழ்க்க பழியை ஏற்கத் தயங்கி மாணவர் போராட்டத்தைத் தூண்டி தீவிரப்படுத்தி வேறு வழியில் தனது நோக்கத்தை அடைய முயன்றது.

டெல்லிப் பல்கலைக் கழகப் பார்ப்பன மாணவர்கள் மண்டல் எதிர்ப்புப் போராட்டத்திற்குத் தலைமை ஏற்றனர். 'ராஜீவ் கோஸ்வாமி' எனும் மாணவரைத் தீக்குளிக்கச் செய்தனர். (இதனை 'இந்தியா டுடே' அக்டோபர் 6-20, 1990 சரியாக அம்பலப்படுத்தியது.)

மேலும் பல பள்ளி மாணவ, மாணவியரை வற்புறுத்தித் தீக்குளிக்கச் செய்தனர். இவர்களில் பலர் கொளுத்தப்பட்டனர் என்று ஏடுகள் அம்பலப்படுத்தின.

புது டெல்லி, ஆர்.கே. புரத்தில் வகுப்பை விட்டு, தண்ணீர் குடிக்க வந்த 'பிரவீனா' என்ற மாணவியை இரண்டு 'பிளஸ் டூ' மாணவர்கள் மண்ணெண்ணெய் ஊற்றிப் பற்ற வைத்துக் கொலை செய்தனர். இவர் சீக்கியப் பெண் என்பது முக்கியமானது.

மண்டல் எதிர்ப்பு பார்ப்பனக் கும்பல் பல மதத்தவரையும், சாதியினரையும் இதில் வலுக்கட்டாயமாகவும், தந்திரமாகவும் ஈடுபடச் செய்தது. மண்டலை அனைவரும் சாதி மத பேதமின்றி எதிர்க்கின்றனர் என்று காட்டுவதற்காக இந்த யுக்தியைப் பயன்படுத்தியது.

கான்பூர் கல்லூரியில் விரிவுரையாளர் டாக்டர் என்.என். பால் என்பவர் மண்டல் எதிர்ப்பில் முன்னணித் தலைவராக முக்கியப் பங்கு வகித்தார். இவர் பிற்பட்ட வகுப்பைச் சார்ந்தவர் என்பது குறிப்பிடத்தக்கது.

மண்டல் எதிர்ப்புப் போராட்டத்தில் பீகார், உத்திரப் பிரதேசம், மத்திய பிரதேசம், ஒரிசா ஆகிய மாநிலங்களில் இறந்த 25 மாணவர்களும், இராஜஸ்தான், அரியானா ஆகிய மாநிலங்களில் இறந்த 7 மாணவர்களும் பிற்பட்ட வகுப்பைச் சார்ந்தவர்கள் என்பது குறிப்பிடத்தக்கது. அதைப் போன்று, பீகாரில் நடந்த துப்பாக்கிச் சூட்டில் இறந்த 6 மாணவர்களும் பிற்பட்டோர் ஆவர். காயம் அடைந்து மருத்துவமனையில் சேர்க்கப்பட்ட 40 மாணவர்களில் 23 பேர் பிற்படுத்தப்பட்டோர் ஆவர்.

1990, ஆகஸ்டு மாதம் 24ஆம் தேதி நாடாளுமன்றத்திற்கு முன்னால் நடந்த பேரணியில் சுடப்பட்டு இறந்த மாணவர் திரு. பாரூக் ஒரு முஸ்லிம் ஆவார். பின்னர், செப்டம்பர் 24ஆம் தேதி நடந்த துப்பாக்கிச் சூட்டில் ஆசப் அலி என்ற முஸ்லிம் இறந்தார்.

சிறுபான்மையினரான உயர்சாதிப் பார்ப்பனர்கள் தங்களுக்கு ஆபத்து வரும் போதெல்லாம் தந்திர சாகசம் புரிந்து பெருவாரியான பிற்படுத்தப்பட்ட, தாழ்த்தப்பட்ட மக்களைச் சாதகமாகப் பயன்படுத்தி, அவர்களது நலன்களுக்கு எதிராக அவர்களையே திருப்பி விட்டனர்.

78
மனு - மண்டல் - மந்திர்

மண்டல் குழு பரிந்துரைகளை நடைமுறைப்படுத்த பிரதமர் வி.பி. சிங் 7.8.1990இல் நாடாளுமன்றத்தில் அறிவித்ததும், தேசிய முன்னணி அரசுக்கு ஆதரவு கொடுத்து வந்த பாரதிய ஜனதா கட்சி, வி.பி. சிங் அரசைக் கவிழ்ப்பதற்கு தீவிரமாக முனைந்தது. மண்டலை முன் வைத்து ஆட்சியை கவிழ்த்தால் அரசியல் ரீதியாக பிற்படுத்தப்பட்டோரின் எதிர்ப்புக்கு உள்ளாக நேரிடும் என்பதால், 'மண்டலுக்கு' பதில் 'மந்திர்' அதாவது இராமர் கோவில் பிரச்சினையைக் கிளப்புவது என்று முடிவு செய்தது.

அயோத்தியில் இராமர் கோவில் கட்ட வேண்டும் என்பதை முன்வைத்து இரத யாத்திரை நடத்திட ஆர்.எஸ்.எஸ்., விஸ்வ இந்து பரிஷத் போன்றவை பாஜகவுக்கு வழிகாட்டின.

மண்டல் பரிந்துரைகளை அமல்படுத்துவதால் பாஜக வெகுவாகப் பாதிக்கப்படும் என்பதால், சாதி அடிப்படையில் இந்துக்கள் பிளவுபடுவார்கள் என்று பாஜகவும், சங்பரிவாரங்களும் திசை திருப்பின. எனவே தான் மண்டலை ஒழிக்க 'இராமர் மந்திர்' என்ற சதித் திட்டத்தை அரங்கேற்றின.

பாஜக, விஸ்வ ஹிந்து பரிஷத், ஆர்.எஸ்.எஸ். போன்ற பார்ப்பன அமைப்புகள் 'இராமர் கோவில்' கட்டுவதை 1991 ஜனவரி வரை ஒத்திப் போட்டிருந்தன. ஆனால் 1990 ஆகஸ்டு 7இல் மண்டல் குழு பரிந்துரையை நடைமுறைப்படுத்துவதாக வி.பி. சிங் அரசு அறிவித்ததும், இராமர் கோவில் எழுப்ப வேண்டும் என்று கிளம்பி விட்டனர்.

இதற்கு அடிப்படைக் காரணம் பி.பி. மண்டல், பிற்படுத்தப்பட்ட, தாழ்த்தப்பட்ட மக்களை இந்து மதம் போர்வையில் சுரண்டி வந்த பார்ப்பன மேல் சாதிகளுக்கு பாதகமான முறையில், இந்து சமயத்தவரே சாதி அடிப்படையில் பிரியும்படி செய்துவிட்டார். இவ்வாறு செய்ததில் பார்ப்பனர்களுக்கு அடக்க முடியாத கோபம் என்பது வெளிப்படையாகத் தெரிந்தது.

தாங்கள் நடத்தி வந்த பிழைப்புத் தொழில் இரகசியத்தை மண்டலும் வி.பி. சிங்கும் அம்பலப்படுத்தி விட்டதால்தான் அவர்கள் துள்ளிக்

குதித்தனர். பார்ப்பனர்கள் மற்றவர்களைச் சாதி அடிப்படையில் பிரித்தாள்வதில் வல்லவர்கள். ஆனால், மற்றவர்கள் அதைச் செய்தால் பெருங்கூச்சல் போட்டு கலகம் செய்வார்கள்.

பார்ப்பனர் நலனுக்கு ஆபத்து வந்தால் இந்து மதத்துக்கே ஆபத்து என்று கூப்பாடு போடுவார்கள் என்பது நிதர்சனம். 'மனு' காலத்தில் இந்துக்களைப் பிரித்ததால், பார்ப்பனர்களுக்கு ஆதாயம்; 'மண்டல்' காலத்தில் இந்துக்களை ஒன்றுபடுத்தினால் பார்ப்பனர்களுக்கு இலாபம், பிரித்தால் நட்டம். முஸ்லிம்களை எதிரிகளாகக் காட்டி, பிற்படுத்தப்பட்ட, தாழ்த்தப்பட்ட உழைக்கும் மக்களைச் சுரண்டிப் பிழைக்க இராமர் கோயில் இவர்களுக்குத் தேவைப்பட்டது.

வி.பி. சிங் அரசு கவிழ்ப்பு

பாரதிய ஜனதா கட்சி தனது விருப்பத்திற்கும், நலனுக்கும் எதிராக சென்றுவிட்ட வி.பி. சிங் அரசைக் கவிழ்க்க முடிவு செய்தது.

1990 அக்டோபர் 18இல் டெல்லியில் கூடிய பாஜக செயற்குழு, எல்.கே. அத்வானி திட்டமிட்டிருக்கும் இரத யாத்திரையை அனுமதிக்க வேண்டும், அயோத்தியில் பாபர் மசூதி உள்ள இடத்தில் இராமர் கோவில் எழுப்ப வேண்டும். இவற்றை செய்யத் தவறினால் வி.பி. சிங் அரசுக்கு பாஜக கொடுத்து வரும் ஆதரவை விலக்கிக் கொள்வோம் என்று திட்டவட்டமாக அறிவித்து தீர்மானம் நிறைவேற்றியது.

'மண்டலுக்குப் பதில் மந்திர்' என்பதே அதன் உட்பொருளாகும். மண்டல் குழு பரிந்துரையை நேரடியாக எதிர்க்காமல், இதனால்தான் வி.பி. சிங் அரசுக்கு ஆதரவு தரவில்லை என்ற பழியைச் சுமக்காமல், சுற்றி வளைத்து, இரத யாத்திரை நடத்தவும், இராமர் கோவில் கட்டவும் அனுமதித்தால் தான் எங்களது ஆதரவை விலக்கிக் கொள்வோம் என்று மக்களிடம் கூறவே இந்த 'மந்திர்' பிரச்சினையை மக்கள் முன் வைத்தனர். ஆட்சி பறிபோவதைப் பற்றி அலட்டிக் கொள்ளாத பிரதமர் வி.பி. சிங், பாஜகவின் இரத யாத்திரைக்கு அனுமதி இல்லை என்று அறிவித்துவிட்டார்.

அத்வானியின் இரத யாத்திரை

1990 செப்டம்பர் 25ஆம் நாள் குஜராத்தில் சோமநாத் ஆலயத்திலிருந்து லால் கிஷன் அத்வானி தனது 'இரத யாத்திரை'யைத் தொடங்கினார். அத்வானியின் இரத யாத்திரையின் மூலம் இந்து - முஸ்லிம் கலவரங்களுக்கு விதைகள் தூவப்படும் நிலைமை உருவானது.

எனவே 1990 அக்டோபர் 18, 19 ஆகிய தேதிகளில் மேற்கு வங்க முதல்வர் ஜோதிபாசு, தெலுங்கு தேசத் தலைவர் என்.டி. இராமராவ், பீகார் முதல்வர் லல்லுபிரசாத் யாதவ் ஆகியோர்

அத்வானியை நேரில் சந்தித்து, இரத யாத்திரையைக் கைவிடுமாறு கோரினர். ஆனால் எல்.கே. அத்வானி தனது இரத யாத்திரையைத் திட்டமிட்டவாறு தொடர்வது என்பதில் உறுதியாக இருந்தார்.

அத்வானியின் இரதயாத்திரை பீகார் மாநிலத்திற்குள் நுழைந்ததும், தடுத்து நிறுத்தப்பட்டது. பீகார் முதல்வர் லல்லு பிரசாத் யாதவ், எல். கே. அத்வானியைக் கைது செய்து, இரத யாத்திரையை நிறுத்தினார்.

சமூக நீதியை நிலைநாட்டுவதற்கு தொடக்கப் புள்ளியாக மண்டல் குழு பரிந்துரைகளைச் செயல்படுத்த வி.பி. சிங் அரசு முயன்றதும், அதனை எதிர்கொண்டு முறியடிப்பதற்கு இராமர் கோவில் பிரச்சினையைக் கிளப்பியது பாஜக அத்வானியின் இரதயாத்திரை பீகாரில் தடுத்து நிறுத்தப்பட்டவுடன், வி.பி. சிங் அரசுக்குக் கொடுத்த ஆதரவைத் திரும்பப் பெற்றது.

தேசிய முன்னணி அரசின் பிரதமர் வி.பி. சிங், நவம்பர் 7, 1990இல் பதவி விலகினார். தேசிய முன்னணி அரசு, மண்டல் குழு பரிந்துரைகளை நடைமுறைப்படுத்த முனைந்ததால் ஆர்.எஸ்.எஸ். சங் பரிவாரங் களின் பின்னணியில் பாஜக ஆதரவை விலக்கிக் கொண்டதால் கவிழ்ந்தது.

இந்தியா மதச்சார்பற்ற தன்மையிலிருந்து விலகிச் செல்ல அனுமதிக்க முடியாது என்று திட்டவட்டமாக அறிவித்த வி.பி. சிங், பாஜகவின் மதவாத அரசியலுக்கு துணை போக முடியாது என்பதில் உறுதியாக இருந்ததால், தமது ஆட்சியையே தியாகம் செய்துவிட்டார்.

பொருளாதார இடஒதுக்கீடு

1990இல் வி.பி. சிங் அரசு மண்டல் குழு பரிந்துரைகளைச் செயல்படுத்த அறிவிப்பு வெளியிட்டதும், ஆட்சியை கவிழ்க்க 'மனு - மண்டல் - மந்திர்' திட்டத்தைத் தீட்டிய பாஜக, வி.பி. சிங் ஆட்சி கவிழ்க்கப்பட்ட பின்னர் இடஒதுக்கீட்டு கொள்கையையே நீர்த்துப் போகச் செய்ய என்னவெல்லாம் உண்டோ அவை அனைத்தையும் செய்தது.

2014இல் தனிப் பெரும்பான்மையுடன் பாஜக அரசு நரேந்திர மோடி தலைமையில் அமைந்தவுடன், இடஒதுக்கீட்டுக் கோட் பாட்டையே புதைகுழிக்குள் அனுப்பும் செயலில் இறங்கியது.

காலம் காலமாக கல்வி மறுக்கப்பட்ட பட்டியல் இன, பிற்படுத்தப்பட்ட மற்றும் பழங்குடியினச் சமூகங்களை உயர்த்துவதற்கு கொண்டுவரப்பட்ட இடஒதுக்கீட்டு முறையை மாற்றி, அதில் பொருளாதார அளவுகோலைத் திணிக்க வேண்டும் என்று 1951ஆம் ஆண்டிலிருந்தே ஆர்.எஸ்.எஸ். சங் பரிவாரங்கள் வற்புறுத்தி வந்தன.

1950இல் அரசியல் சட்டம் நடைமுறைக்கு வந்த பின்னர் சென்னை உயர்நீதிமன்றத்தில் செண்பகம் துரைராஜன் என்ற பார்ப்பன பெண்மணி "இடஒதுக்கீட்டு முறையால் எனக்கு மருத்துவக் கல்லூரியில் இடம் கிடைக்கவில்லை" என்று மனு போடுகிறார்.

இன்னொரு பார்ப்பனர் சீனுவாசன் என்பவர் எனக்கு பொறியியல் கல்லூரியில் இடம் கிடைக்கவில்லை என்று வழக்கு தொடுக்கிறார்.

அரசியல் சட்டத்தில் இடம் பெற்றிருந்த இடஒதுக்கீடு முறைக்கு எதிராக சென்னை உயர்நீதிமன்றத்தில் வழக்கு தொடுக்கப் பட்டபோது, மனுதாரர்களுக்காக ஆஜரானவர் அல்லாடி கிருஷ்ணசாமி ஐயர். இவர் அரசியலமைப்புச் சட்ட வரைவுக்குழு டாக்டர் அம்பேத்கர் தலைமையில் அமைக்கப்பட்டபோது உறுப்பினராக இருந்தவர்.

அரசியலமைப்புச் சட்ட வரைவுக் குழுவில் டாக்டர் பி.ஆர். அம்பேத்கர், என். கோபால் சாமி ஐயங்கார், அல்லாடி கிருஷ்ணசாமி ஐயர். கே.எம். முன்ஷி, சையது முகமது சதுல்லா, என். மாதவராவ் மற்றும் டி.டி. கிருஷ்ணமாச்சாரி ஆகிய ஏழு பேர் இருந்தனர்.

அரசியலமைப்புச் சட்ட வரைவுக் குழுவில் உறுப்பினராக இருந்து தாமும் இணைந்து எழுதிய அரசியல் சட்டத்தை எதிர்த்து சர். அல்லாடி கிருஷ்ணசாமி ஐயர், சென்னை உயர்நீதிமன்றத்தில் வழக்கறிஞராக மனுதாரர்களுக்கு இலவசமாக வாதாடினார்.

இட ஒதுக்கீட்டால் பார்ப்பனர்கள் பாதிக்கப்படுவார்கள் என்பதால், தான் ஆடா விட்டாலும் தன் தசை ஆடும் என்பதைப் போல கிருஷ்ணசாமி ஐயர், இட ஒதுக்கீட்டை எதிர்த்து வாதம் புரிந்தார். அரசியல் சட்டத்தில் இடஒதுக்கீடு சாதியின் பெயரால் வழங்கப்படுவதை ஏற்க முடியாது. இது அரசியல் சட்டத்தின் கீழ் அனைவருக்கும் சமம் என்ற கோட்பாட்டிற்கு எதிரானது என்று சென்னை உயர்நீதிமன்றம் தீர்ப்பு அளித்தது. சென்னை மாநில அரசு உச்சநீதிமன்றத்தில் மேல் முறையீடு செய்தது.

உச்சநீதிமன்றமும் சென்னை உயர்நீதி மன்றம், வகுப்புவாரி உரிமை அளிக்கும் சட்டப் பிரிவு செல்லாது என்று அளித்தத் தீர்ப்பை உறுதி செய்தது.

முதல் சட்டத் திருத்தம்

அதன் பின்னர்தான் தந்தை பெரியார் அரசியல் சட்டத்தில் சமூக நீதியை உறுதி செய்வதற்கு பாதுகாப்புத் தேவை என்று போராட்டத்தைத் தொடங்குகிறார். திராவிட முன்னேற்றக் கழகமும், பேரறிஞர் அண்ணா தலைமையில் சமூக நீதிக்கான

கிளர்ச்சியில் ஈடுபடுகிறது. காங்கிரஸ் தலைவர் காமராஜ், பெரியாரின் போராட்டத்தின் நியாயத்தை பிரதமர் நேருவுக்கு உணர்த்துகிறார்.

அப்போதுதான் 1951 மே 29இல் பிரதமர் நேரு, அரசியல் சட்டத்தில் முதன் முதலாக திருத்தம் செய்வதற்கு முன்வருகிறார். சட்ட அமைச்சர் டாக்டர் அம்பேத்கர், அரசியல் சட்டத்தில் பிரிவு 15(4) என்பதைச் சேர்த்து, கல்வியில் இடஒதுக்கீடு அளிப்பதற்கான சட்டத் திருத்தத்தை முன்மொழிகிறார். நாடாளுமன்றத்தில், அரசியல் சட்டத்தின் முதல் திருத்தம் முன்மொழியப்பட்டபோது, பிரதமர் ஜவஹர்லால் நேரு குறிப்பிட்டார்,

“சென்னையில் நடைபெற்ற போராட்டங்கள் தான் எங்களை இந்த முதல் அரசியல் சட்டத் திருத்தத்தை மேற்கொள்ளும் நிலையை உருவாக்கி இருக்கிறது. சென்னையில் நடந்த போராட்டத்திற்காக இந்தியா முழுவதற்கும் உள்ள அரசியல் சட்டத்தை எதற்காக திருத்த வேண்டும் என்று நினைக்கிறீர்களா? நாளைக்கு இதுதான் இந்தியா முழுவதற்கும் வரக்கூடிய சூழல் ஏற்படும். அதை எதிர்ப்பதுதான் பின்னாளில் இத்தகைய போராட்டத்திற்கு இடம் கொடுக்கக் கூடாது என்பதை நினைத்து இந்த அரசியல் சட்டத் திருத்தத்தைச் செய்கிறோம்” என்று குறிப்பிட்டார்.

அரசியல் சட்டப் பிரிவு 15இல் (4) என்ற பிரிவைச் சேர்த்து, கல்வி ரீதியாக (Educationally) சமூக ரீதியாக (Socially) பின்தங்கி உள்ள சமூகத்திற்கு கல்வியில் இடஒதுக்கீடு அளிக்கப்பட வேண்டும் என்று சட்டத்தில் திருத்தம் மேற்கொள்ளப்பட்டது.

இன்றைய பாஜகவின் ‘தாய்’ அமைப்பான பாரதிய ஜனசங்கத்தை உருவாக்கிய சியாம பிரசாத் முகர்ஜி, 1951இல் நாடாளுமன்றத்தில் இந்து மகாசபை உறுப்பினராக இருந்தார். நேரு அமைச்சரவையிலும் அமைச்சராக பொறுப்பு ஏற்றிருந்தார். அவர் ஒரு திருத்தத்தை முன்மொழிந்தார்.

கல்வி ரீதியாகவும், சமூக ரீதியாகவும் பின்தங்கி உள்ள மக்கள் என்று இடம் பெற்றுள்ள சொற்றொடரில் பொருளாதார ரீதியாக (Economically) என்ற வார்த்தையும் சேர்க்கப்பட வேண்டும் என்று கூறுகிறார். ஆனால் சியாம பிரசாத் முகர்ஜியின் கருத்தை நேருவும், அம்பேத்கரும் ஏற்கவில்லை. முதல் சட்டத் திருத்தம் குறித்து பிரதமர் ஜவஹர்லால் நேரு அவையில் பேசுகையில், சமூக ரீதியாக (Socially) என்ற சொல் ஆழம் நிறைந்தது என்று குறிப் பிட்டார்.

“My difficulty is this that when we chose those particualr words there for the advancement of any socially and educationally backword classes.” We chose them because they occur in Article 340 and We wanted to bring them

bodily from them. Otherwise I would have had not the slightest objection to add 'economically'. But if I added 'economically'. I would at the same time not make it a kind of cumulative thing but would say that a person who is lacking in any of these things should be helpful.

'Socially' is a much wider word including many things/ (Parliamentary Debates 1951 - Third Session Part II. Volume XII, Columns 9814, 9820. 9822)"

முதல் சட்டத் திருத்தம் சமூக நீதிக்காக முன்மொழியப்பட்டபோதே அதில் பொருளாதார ரீதியாக பின்தங்கிய மக்களுக்கு இடஒதுக்கீடு அளிக்க வேண்டும் என்று பின்னணியில் பாரதிய ஜனசங்கத்தை நிறுவியவரான சியாம பிரசாத் முகர்ஜி வலியுறுத்தினார்.

ஆனால், பண்டித நேரு அக்கருத்தை ஏற்கவில்லை. ஆர்.எஸ்.எஸ். சங் பரிவார், பாஜக 68 ஆண்டுகள் கழித்து, சியாம பிரசாத் முகர்ஜி நாடாளுமன்றத்தில் முன்மொழிந்த திருத்தத்தை அதிக பெரும்பான்மை பலத்துடன் ஆட்சியில் அமர்ந்ததும் நிறைவேற்றி விட்டனர். அதிகாரம் கைக்கு வரும் வரை காத்திருந்த கூட்டம், அதனைத் திட்டமிட்டு செயல்படுத்திவிட்டது.

79
பாசிசத்தின் வலைப்பின்னல்

உயர்சாதி ஏழைகளுக்கு இடஒதுக்கீடு

நரேந்திர மோடி தலைமையிலான பாஜக அரசு, தனது ஐந்தாவது ஆண்டில் அடியெடுத்து வைக்கத் தொடங்கியபோது, 2019 ஜனவரி 18ஆம் தேதி நாடாளுமன்றத்தில் ஒரு அரசியலமைப்புச் சட்டத் திருத்த முன் வரைவைக் கொணர்ந்தது.

அந்தத் திருத்தம் அரசியலமைப்புச் சட்டத்தின் பிரிவு 15 மற்றும் 16இல் மேற்கொள்ளப்படும் திருத்தம் ஆகும். சமூக நீதித்துறை சார்பாகக் கொண்டு வரப்பட்ட 124 ஆவது அரசியலமைப்புச் சட்டத் திருத்த முன் வரைவு அது.

பிரிவு 15 இன் அடிப்படை, அரசமைப்புச் சட்டத்தின் முன்னால், எந்தக் குடிமக்களும் இன, சாதி, மதம். பாலினம் மற்றும் பிறப்பிடம் சார்ந்து வேறுபடுத்தப்படக் கூடாது என்பதே. ஆனால் அதில் அரசு சமூக மற்றும் கல்வி ரீதியாகப் பிற்படுத்தப்பட்ட மற்றும் தாழ்த்தப்பட்ட, பழங்குடி இனத்தவரின் மேம்பாட்டிற்காக சிறப்புச் சலுகைகள் அளிக்க இந்த பிரிவைத் தளர்த்தலாம் என்ற விதிவிலக்கு ஏற்கனவே உள்ளது.

அதுதான் 'சமூகநீதி'க் கோட்பாட்டின் ஆணி வேராகும். பாஜக அரசு கொண்டு வந்த 124 ஆவது சட்டத் திருத்தம் இச் சட்டத்தை மேலும் திருத்தி, கூடுதலாகப் பொருளாதார ரீதியாக நலிவடைந்தோரை மேம்படுத்தவும், இந்தப் பிரிவைத் தளர்த்தலாம் என்று குறிப்பிடுகிறது.

அதாவது ஏற்கனவே இருக்கும் எஸ்.சி., எஸ்.டி. பிரிவினருக்கான 22.5 விழுக்காடு ஒதுக்கீடு மற்றும் இதர பிற்படுத்தப்பட்டோருக்கான 27 விழுக்காடு ஒதுக்கீடு தவிர்த்து, மேலும் பொருளாதார ரீதியாக நலிவுற்றோருக்கு 10 விழுக்காடு ஒதுக்கீடு வழங்க முன்மொழிந்தது.

கூடுதலாக இச்சட்டத் திருத்தம், பிரிவு 16இல் கண்டுள்ள அரசு வேலை வாய்ப்பில் குடிமக்களிடையே பாரபட்சம் கூடாது என்ற இந்த விதியின் கீழ், ஏற்கனவே எஸ்.சி., எஸ்.டி., ஓ.பி.சி. பிரிவினருக்கு விலக்கு வழங்குவதைப் போன்று பொருளாதார ரீதியாக நலிவுற்றோருக்கும் விலக்கு வழங்க முனைந்தது.

ஆனால் இந்த விதியின் அடிப்படையான கூறு, ஏற்கனவே அவர்கள் விகிதாச்சார அளவிற்கு அல்லது போதுமான அளவிற்கு வேலைவாய்ப்புப் பெறாத நிலையில்தான் இந்தச் சலுகை வழங்கலாம் என்பதாகும்.

124 ஆவது சட்டத் திருத்தம், இந்த 10 விழுக்காடு இடஒதுக்கீடு ஏற்கனவே நடை முறையில் இருக்கும் இடஒதுக்கீடுகளுக்கும் கூடுதலாக வழங்கப்படும் ஒன்று என்றும், பொருளாதார ரீதியாக நலிவுற்ற பிரிவினர் யார் என்பதை அரசு தனியாக ஒரு விளக்க ஆணையின் மூலம் அறிவிக்கும் என்று குறிப்பிட்டது.

இங்குதான் பாஜக அரசின் சமூக நீதிக்கு எதிரான சதித் திட்டம் முளைக்கிறது.

பொருளாதார ரீதியாக நலிவுற்றோர் எனும் விதி, பிரிவு 15இல் கண்ட திருத்தம் ஏதோ ஒட்டுமொத்த பொருளாதார ரீதியான மக்கள் தொகுப்புக்கு ஆனது என்பது போன்ற பொருளைப் பொதிந்துள்ளது.

ஆனால் அசலாக அந்த சட்டப் பிரிவு திருத்தம் செய்த ஏமாற்று என்னவெனில், எஸ்.சி., எஸ்.டி. பிரிவினருக்கு இடஒதுக்கீடு பெற பொருளாதாரக் கட்டுப்பாடு வரையறை கிடைக்காது என்பதையும், ஓ.பி.சி. பிரிவினருக்கு உச்சபட்ச வருவாய் 8 இலட்ச ரூபாய்க்கு மிகக் கூடாது என்பது உள்ளது என்பதை ஒளித்ததே.

இதை ஏன் ரகசியமான நயவஞ்சக வேலை எனக் கருத வேண்டியுள்ளது எனில், அந்தத் திருத்தமே பொதுவானது என்ற பொய்மையை உள்ளடக்கியது என்பது தான்.

ஏமாற்று வேலை

'பொருளாதார ரீதியாக பின்தங்கிய உயர் சாதியினருக்கு' என வெளிப்படையாக கூறப்பட்டிருப்பதால், சட்டத் திருத்தம் நீதிமன்றங்களின் பரிசீலனையில் அடிபட்டுப் போக வாய்ப்புள்ளது என்பது தான்.

இந்தச் சட்ட முன்வரைவு ஐந்தே நாட்களில் மக்களவை, மாநிலங் களவையில் வரலாறு காணாத வேகத்தில் நிறைவேற்றப்பட்டு, குடியரசுத் தலைவர் ஒப்புதலையும் பெற்றது.

நாடாளுமன்றத்தில் உள்ள அரசியல் கட்சிகளில், மாநிலங்கள் அவையில் திமுக, மதிமுக கட்சிகள் மட்டுமே இச்சட்டத் திருத்தத்தை எதிர்த்து வாக்களித்தது. அ.இ.அ.தி.மு.க. வாக்கெடுப்பில் நடுநிலை வகித்து துரோகம் இழைத்தது.

2019 பிப்ரவரி முதல் நாள் 124 ஆவது சட்டத் திருத்தம் சட்ட வடிவம் பெற்று, குடியரசுத் தலைவர் ஒப்புதலைப் பெற்றது. உடனடியாக பிப்ரவரி மாதம் முதல் வாரத்தில் வெளியான அனைத்து மத்திய அரசு வேலைவாய்ப்பு அறிவிப்புகளில், பொருளாதாரத்தில் நலிவுற்ற உயர்சாதி ஏழைகளுக்கு 10 விழுக்காடு இடஒதுக்கீடு அளிப்பதற்கு ஆணை பிறப்பிக்கப்பட்டது.

அதிலும் குறிப்பாக யு.பி.எஸ்.சி. எனப்படும் மத்திய அரசு முதல்நிலை பணிகளுக்கான தேர்வாணையக் குழுவின் அதாவது, ஐ.ஏ.எஸ்., ஐ.பி. எஸ்., ஐ.ஆர்.எஸ். உள்ளிட்ட மிக முக்கியமான மாநில மற்றும் மத்திய அரசுப் பணிகளுக்கான தேர்வு அறிவிப்பில் இந்த 10 விழுக்காடு இடஒதுக்கீடு உறுதி செய்யப்பட்டது.

ஆம், இந்திய அரசியலமைப்புச் சட்டம் இதுவரை 124 முறை திருத்தங்களைக் கண்டிருக்கிறது. அந்தத் திருத்தங்களில் ஒன்றுகூட இவ்வளவு அதிவேகத்தில், பத்தே நாட்களில் சட்ட வடிவம் பெற்று நடைமுறைக்கு வரவில்லை.

இந்துத்துவ சனாதனக் கூட்டம், நாடாளுமன்றத்தின் பெரும்பான்மையைப் பயன்படுத்தி நிறைவேற்றி உள்ள 124 ஆவது சட்டத் திருத்தம், பிரிவு 15(4), 16(4)இல் ‘பொருளாதார ரீதியாகப் பின்தங்கியவர்கள்’ என்ற காரணியைப் பொதிந்துள்ளது. இதுதான் பாஜக அரசின் நயவஞ்சக ‘நரி’ வேலை.

இதுதான் சமூகநீதி எனும் கோட் பாட்டைத் தகர்க்கும் சதியாகும். இட ஒதுக்கீடுக் கொள்கையை ‘சமூக நீதி (Social Justice)’ என்கிறோம். ஆனால் பாஜக அரசு அதனை ‘பொருளாதார நீதி (Economic Justice)’ என்று மாற்றி விட்டது.

சமூகத்தில் நிலவிய சாதிய ரீதியான ஏற்றத் தாழ்வுகளால் உருப்பெற்ற சமனற்ற சமூக நிலையை நேர் செய்யும் நேர்மறை நடவடிக்கை (affirmative action) இது உறுதியாக பொருளாதார ஏற்றத்தாழ்வை சமன் செய்யும் ஏற்பாடு அல்ல. இது வறுமை ஒழிப்பு ஏற்பாடும் அல்ல (not a poverty alleviation programme).

எனவே பொருளாதாரக் காரணியைத் திணிக்கும் ஏற்பாடு சமூக நீதிக் கொள்கையைத் தகர்த்து தவிடு பொடியாக்கும் சதித் திட்டத்தின் முதல் படி ஆகும். இந்த 124 ஆவது சட்டத் திருத்தம் ஒரு மோசமான சதியை அரங்கேற்றியுள்ளது.

இடஒதுக்கீடுக் கொள்கையில் ‘முற்படுத்தப்பட்ட சாதிகளின் வறியவர்கள்’ என்ற தொகுப்பிற்கும், ‘இதரப் பிற்படுத்தப்பட்டோர்’ என்ற பிரிவிற்குமான எந்த வேறுபாடுகளும் இல்லாமல் ஆக்கி

விட்டிருக்கிறது. எப்படியெனில், ஏற்கனவே உள்ள இதர பிற்படுத்தப்பட்டோரை வகைப்படுத்த பட்டியல் ஒன்று உள்ளது. அது மத்திய அரசு அங்கீகரித்த சாதிகள் மட்டுமே அங்கு பிற்படுத்தப்பட்டோர்.

அந்தப் பட்டியலில் மாநிலப் பட்டியலில் உள்ள அனைத்துப் பிற்படுத்தப்பட்ட சாதிகளும் இல்லை. குறிப்பாக தமிழ்நாட்டில் பிற்படுத்தப்பட்டோர் பட்டியலில் காணப்படும் சிறுபான்மை இஸ்லாமிய, கிறிஸ்தவ சாதிப் பிரிவுகள் பெரும்பாலும் இல்லை என்பதே நிலை. ஆனால் அந்தப் பிற்படுத்தப்பட்டோரை (வளமான பிரிவினர் (Creamy layer) என்று வடிகட்டி விடுகிறது மத்திய அரசு. அந்த வடிகட்டும் வரையறை 8 இலட்சம் ரூபாய் வருட வருவாய் என்பதே.

அதே 8 இலட்ச ரூபாய் வரையறைதான் பொருளாதாரத்தில் நலிவுற்ற உயர்சாதி ஏழைகள் மாதம் 65 ஆயிரம் ரூபாய் வரை வருவாய் கொண்டவர்கள். 10 விழுக்காடு இடஒதுக்கீட்டிற்கு உரிமை உள்ளவர்கள் என்று பாஜக அரசு வகுத்திருக்கிறது.

இதன் பொருள் என்ன? எட்டு இலட்சம் ரூபாய் வருவாய் மட்டுமே அடிப்படை. அதற்கு மேல் வருவாய் உள்ள பட்டியலில் உள்ள பிற்படுத்தப்பட்ட சாதியினருக்கு 27% ஒதுக்கீடு இல்லை, பட்டியலே இல்லாத உயர்சாதி ஏழைகளுக்கு 10% ஒதுக்கீடு, அவ்வளவுதான்.

சமூக ரீதியான, கல்வி ரீதியான என்பதும், பொருளாதார ரீதியாக என்பதும் ஒன்று தான். இனி இடஒதுக்கீடு தாழ்த்தப்பட்ட மற்றும் பழங்குடிகள் அல்லாதோருக்கான ஒதுக்கீடு ஒரே அடிப்படையில் எட்டு இலட்ச ரூபாய்க்கு மிகாத வருவாய்.

இதன் விளைவு என்ன? தமிழ்நாடு போன்ற மாநிலங்களில் பிற்படுத்தப் பட்டோருக்கான ஒதுக்கீடும் 27% தான். ஆனால் மக்கள் தொகை (ஓ.பி.சி. 75%, அதாவது 75% பேருக்கு 27% ஒதுக்கீடு.

மூன்றிலிருந்து ஆறு விழுக்காடு பேருக்கு (உயர்சாதியினர்) 10% ஒதுக்கீடு.

இது எங்கே போய் முடியும்? ஸ்டேட் பேங்க் ஆப் இந்தியாவின் எழுத்தர் தேர்வில் தகுதி பெற உயர்சாதியினருக்கான தகுதி மதிப்பெண் 28.5 ஆகவும், எஸ். டி. பிரிவினருக்கு 53.5 ஆகவும், ஓ.பி.சி. மற்றும் பொதுத் தொகுதியினருக்கு 61.5 மதிப்பெண் என்றும் மத்திய அரசின் வங்கிப் பணியாளர் தேர்வு நிறுவனம் (Institute of Banking Personnel Selection – IBPS) அறிவித்தது. இது சமூக அநீதி அல்லவா?

இனி மோடியின் பாஜக இரண்டாவது ஆட்சியில் சமூகநீதி சவக்குழிக்குள் தள்ளப்படுவதற்கான முன்மொழிவுகள் தொடங்கிவிட்டன. சுமார் 80 விழுக்காடு மக்கள் தொகையில் இட ஒதுக்கீட்டிற்கான தகுதியோடு பொருளாதார ரீதியாக ஒரே தளத்தில் நிறுத்தப்பட்டுவிட்டது. (அதாவது 8 இலட்சம் ரூபாய் ஆண்டு வருவாய் என்ற கட் ஆப்) மிச்சமிருக்கும் தொகுப்பிற்கும் இதை நகர்த்த வெகுகாலம் ஆகாது.

மொத்த ஒதுக்கீடு 50 விழுக்காட்டைத் தாண்டிவிட்டது. எனவே இனி இதை உயர்த்துவதில் பெரும் தடை ஏதும் இல்லை.

எட்டு இலட்ச ரூபாய்க்கும் கீழே வருவாய் உள்ளோருக்கு 60% ஒதுக்கீடு என இடஒதுக்கீட்டைப் பொதுவாக்கி விட்டால் சமூகநீதி என்பதே ஒழிந்து விடும்.

ஒரு நூற்றாண்டு காலம் நடத்தப்பட்ட சமூகநீதிப் போரில், வீழ்த்தப்பட்ட சனாதனம் இன்று துளிர்த்து எழுந்து, சமூக நீதி தத்துவத்தையே விழுங்கி செரிக்கக் காத்திருக்கிறது. இதை அனுமதிக்கப் போகிறோமா? ஆதிக்கத்தை ஆழக் குழி தோண்டிப் புதைக்கப் போகிறோமா? இதுதான் நம்முன் உள்ள கேள்வி.

***

சமூக நீதிக்கு எதிராக ஆர்.எஸ்.எஸ்., சங் பரிவாரங்கள் தொடர்ச்சியாக மேற்கொண்டு வரும் அழிவு வேலைகளைக் கடந்த அத்தியாயங்களில் படம் பிடித்துக் காட்டினோம். முழுப் பெரும்பான்மையுடன் நரேந்திர மோடி தலைமையில் பாஜக ஆட்சிக்கு வந்த பின்னர், அரசு அதிகாரத்தில் ஆர்.எஸ்.எஸ். ‘ஆட்கள்’ நுழைந்து விட்டனர். அரசின் நிர்வாக இயந்திரம், இராணுவம், நீதித்துறை என்று எதையும் விட்டு வைக்கவில்லை; இப்படி நுழைந்து விட்ட ஆர்.எஸ்.எஸ். சித்தாந்தவாதிகள், தாங்கள் வகிக்கும் அரசுப் பொறுப்பைக் கூட பொருட்படுத்தாமல் வெளிப்படையாகவே தங்களைச் ‘சங்கிகளாக’க் காட்டிக் கொள்வதில் பெருமிதம் அடைந்து வருகின்றனர்.

கேரளாவில் கொச்சி நகரில் 2019ஆம் ஆண்டு ஜூலை 19 முதல் 21ஆம் தேதி வரை ‘தமிழ் பிராமணர்களின் உலக மாநாடு’ (Tamil Brahmins Global Meet) என்ற பெயரில் ஒரு மாநாடு நடைபெற்றது. தமிழ்நாட்டில் இந்த மாநாட்டை நடத்தாமல் ‘கொச்சி’யில் நடத்தி உள்ளனர். இந்த மாநாட்டில் சென்னை உயர் நீதிமன்ற நீதிபதி அனிதா சுமந்த், கேரள உயர் நீதிமன்ற நீதிபதி சிதம்பரேஷ் ஆகியோரும், நெதர்லாந்து நாட்டுக்கான இந்தியத் தூதர் வேணு ராஜமோனி என்கிற பார்ப்பனரும் பங்கேற்று உரையாற்றினர்.

கொச்சி பிராமணர் மாநாட்டில் உரையாற்றிய கேரள உயர்நீதிமன்ற நீதிபதி சிதம்பரரேஷ், பார்ப்பனர்களின் பெருமையை உயர்த்திப் பேசினார். அதோடு விட்டிருந்தால் கூட கடந்து விடலாம். ஆனால் நீதிபதியின் உரை சமூக நீதிக்கு எதிராகவும் ஒலித்தது.

“பிராமணர்களாகிய நாம் இரு பிறப்பாளர்கள். நாம் எப்போதும் தலைமைப் பொறுப்பில்தான் இருக்க வேண்டும். ‘பிராமணர்கள்’ சுத்தமான பழக்க வழக்கங்கள், உயர்ந்த சிந்தனை, சைவ உணவு, கருநாடக இசைப் பற்று என்று உயர்ந்த பண்புகளைக் கொண்டவர்கள். அந்த வகையில் ‘பிராமணர்கள்’ வாழும் ‘அக்ரஹாரம்’ புனிதமானது. அது பாதுகாக்கப்பட வேண்டும். அங்கேதான் சிறந்த கலாச்சாரப் பாரம்பரியம் உள்ளது. பிராமணர்களைத் தவிர வேறு எவரையும் அங்கே குடியமர்த்தக் கூடாது,” என்று ‘பிராமண’ குலப் பெருமையைப் பேசிய நீதிபதி சிதம்பரேஷ், “ஜாதி அடிப்படையில் இட ஒதுக்கீடுகள் இருக்கக் கூடாது; அது தேவையற்றது; ‘பிராமணர்கள்’ இதை எதிர்த்துப் போராட வேண்டும்,” என்றும் ஆணவத்துடன் பேசினார்.

பார்ப்பனர் மாநாட்டில் பார்ப்பன நீதிபதிகள் பங்கேற்பது அவர்கள் ஏற்றுக் கொண்ட பதவி ஏற்பு உறுதிமொழிக்கு எதிரானது. இவர்கள் வழங்கக் கூடிய நீதி எப்படி சட்டம் சார்ந்து இருக்க முடியும்? ‘பிராமணர்கள்’ இரு பிறப்பாளர்கள் என்பது மனுதரும சாஸ்திரத்தின் கருத்தாகும். அதையும் பெருமிதம் பொங்க நீதிபதி சிதம்பரேஷ் குறிப்பிட்டுள்ளார்.

“அரசியல் அமைப்புச் சட்டம் உறுதி செய்திருக்கின்ற ‘இட ஒதுக்கீடு’ சாதி அடிப்படையில் கூடவே கூடாது; இதைப் பிராமணர்கள் எதிர்க்க வேண்டும்” என்று ஒரு நீதிபதியே சட்டத்தை மதிக்காமல் இவ்வாறு பேசுவது எதைக் காட்டுகிறது? எந்தத் துணிச்சலில் நீதிபதி வெளிப்படையாக இந்தக் கருத்துகளைப் பேசுகிறார்?

ஆர்.எஸ்.எஸ். பின்னணியில் இயங்கும் பாரதிய ஜனதா கட்சி ஆட்சியை நடத்துகிறது. எனவே, எந்தச் சட்டத்திற்கும் மேலானவர்கள் நாங்கள் என்ற நினைப்பைத் தவிர வேறு என்ன காரணம் இருக்க முடியும்?

பாசிச வலைப் பின்னல்

இந்துத்துவக் கருத்தியலை இந்தியா முழுவதும் பரப்புவதற்கு ஆர்.எஸ். எஸ். மிகப் பெரிய கட்டமைப்பை உருவாக்கி வைத்துள்ளது. அதன் பாசிச வலைப் பின்னல் சங்கிலித் தொடர் போன்று மேலிருந்து கீழ் வரை இயங்குகிறது. அங்கே இருந்துதான் சனாதனக் கருத்துகள் பல்வேறு வடிவங்களில் செயல்படுத்தப் படுகின்றன.

தொடக்கத்தில் இந்து மகா சபையிலிருந்து, அதே பாதையில் கருக்கொண்ட ஆர்.எஸ்.எஸ். வளர்ச்சி பெற்று உருக்கொண்டபோது பற்பல அமைப்புகளை ஏற்படுத்தியது.

நன்கு திட்டமிட்டு சமூகத்தின் எல்லாத் தரப்பினரையும் சென்று அடைவதற்காகவே ஆர்.எஸ்.எஸ்., உருவாக்கிய அமைப்புகள் சில வெளிப்படையாகவும், சில கண்களுக்குப் புலப்படாமல் கமுக்கமாகவும் *(Slipper Cell)* இயங்கி வருகின்றன.

ஆர்.எஸ்.எஸ். தலைமையின் கீழ் இயங்கி வரும் பல்வேறு அமைப்புகளின் பட்டியல் வருமாறு :

1) அகில பாரதீய வித்தியார்த்தி பரிஷத் (மாணவர் அமைப்பு)

2) வித்யா பாரதி (கல்வி)

3) பாரதிய ஜனதா கட்சி (அரசியல்)

4) விஸ்வ ஹிந்து பரிஷத்

5) பஜ்ரங் தள்

6) துர்காவாகினி

7) தரம்சன்சட்

8) அகில பாரதீய வன்வாசி கல்யாண் ஆஷ்ரம் (பழங்குடி)

9) பாரதீய மஸ்தூர் சங்கம் (BMS - தொழிற்சங்கம்)

10) பாரதீய விவசாய சங்கம்

11) ராஷ்டிரிய சேவிகா குழு (தேசிய மகளிர் அமைப்பு)

12) சேவ பாரதி மற்றும் டாட் சம் (சமூக சேவை அமைப்பு)

13) விஸ்வ விபாக் (வெளியுறவுத் துறை அமைப்பு)

14) அகில பாரதீய ராஷ்டிரிய சேக்சிக் மகா சங்கம் (ஆசிரியர் அமைப்பு)

15) பாரதீய சிக்சா மண்டல் (கல்வி)

16) ராஷ்டிரிய சீக்கிய சங்கட் (சீக்கியர்களிடம் இந்துத்துவாவை பரப்பும் அமைப்பு)

17) சுதேசி ஜாக்ரன் மன்ச் (பிரச்சார அமைப்பு - கோடிக்கணக்கில் அரசாங்கத்திடம் இருந்து பெற்று தங்கள் செயல்பாடுகளை நடத்தி வருகின்றன.)

18) தீன்தயாள் சோத் சன்ஸ்தான் (ஆராய்ச்சி அமைப்பு)

19) பாரத் விகால் பரிஷத் (வளர்ச்சிச் செயல்பாடுகள்)

20) பாரதீய இதியாஸ் சன்லோன் யோஜ்னா (வரலாறு)

21) சமஸ்கிருத பாரதி (சமஸ்கிருத மொழி வளர்ச்சிக்கான அமைப்பு)

22) சன்ஸ்கார் பாரதி (இந்து கலாச்சாரத்தை வளர்க்கும் அமைப்பு)

23) அகில பாரதீய ஆதிவக்தா பரிஷத் (வழக்கறிஞர்கள்)

24) இந்து ஜாகரன் மன்ஞ்ச் (சிறுபான்மையாக உள்ள முஸ்லிம்கள், கிறித்தவர்களுக்கு எதிரான அமைப்பு)

25) சமஜீக் சம்ராஷ்டா மன்ஞ்ச் (இட ஒதுக்கீடு எதிர்ப்பு முன்னணி)

26) அகில பாரதீய சாஹித்ய பரிஷத் (வரலாறு)

27) பிரக்யா பாரதி (மதம்)

28) விஜயன் பாரதி (அறிவியல்)

29) லகுயுத்யக் பாரதி (சிறுதொழில் நிறுவனங்கள்)

30) அகில பாரதீய கிரஹாக் பஞ்சாயத் (நுகர்வோர்)

31) ஷேகர் பாரதி (கூட்டுறவு, அதிக அரசு நிதி பெறும் அமைப்பு)

32) பூர்வ சைனிக் சேபா பரிஷத் (முன்னாள் இராணுவத்தினர்)

33) பாரத் பிரகாஷன் (வெளியீட்டு நிறுவனம்)

34) சுருச்சி பிரகாஷன், டெல்லி

35) கியான் கங்கா பிரகாஷன், ஜெய்ப்பூர்

36) லோகிட் பிரகாஷன், லக்னோ

37) அச்சனா பிரகாஷன், போபால்

38) ஆகாஷ்வாணி பிரகாஷன், ஜலந்தர்

39) பாரதீய விசார் சாதனா, நாக்பூர்

40) சாதனா பிரகாஷன், குஜராத் மற்றும் இந்தியாவில் உள்ள 10 வெளியீட்டகங்கள்

41) இந்து முன்னணி (தமிழ்நாடு)

42) பிராமணர் சங்கம் (தமிழ்நாடு)

43) தர்ஷக மண்டல் (மதத் தலைவர்கள் அமைப்பு)

44) முக்தியக்ஞ சமிதி

45) ராம ஜென்ம பூமி நியாஸ் மன்ச் (அறக்கட்டளை)

46) கிராமப் பூசாரிகள் சங்கம் (தமிழ்நாடு)

47) சிசு மந்திர்

மேற்கண்ட 47 அமைப்புகள் மட்டுமின்றி இன்னும் பல்வேறு துணை அமைப்புகளை இந்தியா முழுவதும் ஆர்.எஸ்.எஸ். நிறுவி இருக்கின்றது. இத்தகைய 600-க்கும் மேற்பட்ட அமைப்புகள் மூலம் 'இந்துத்துவா' கோட்பாட்டை நிலைநிறுத்த, மக்களிடையே ஆர்.எஸ்.எஸ். ஒரு சங்கிலித் தொடர் வலைப் பின்னலை ஏற்படுத்தி வைத்திருக்கிறது. இந்தியாவில் வேறு எந்த இயக்கத்திற்கும் ஆர்.எஸ்.

எஸ்., சங் பரிவாரங்கள் போன்று நூற்றுக்கணக்கான அமைப்புகள் இல்லை.

சங் பரிவாரங்கள் நடத்தும் ஏடுகள்

நூற்றுக்கணக்கான துணை அமைப்புகளைப் போன்றே மக்கள் தொடர்புக்கு ஏடுகளையும், தொலைக்காட்சிகளையும் ஆர்.எஸ்.எஸ்., சங் பரிவாரங்கள் நடத்தி வருகின்றன. இவற்றின் மூலம் 'இந்துத்துவ' மத வெறி, சிறுபான்மை இன மக்களுக்கு எதிரான கருத்துகள், 'இந்து தேசம்' பற்றிய கற்பிதம் பரப்பப்பட்டு வருகின்றது.

ஆர்.எஸ்.எஸ். -இன் ஏடுகள் :

1) ஆர்கனைசர் - ஆங்கில வார இதழ், டெல்லி.

2) பாரத் - மராத்தி நாளிதழ், புனே

3) ஏக்தா (ஒற்றுமை) - மராத்தி வார இதழ், புனே

4) விவேக் (சிந்தனை) - மராத்தி வார இதழ், மும்பை

5) ராஷ்டிர சக்தி (தேசிய சக்தி)- மராத்தி வார இதழ், நாக்பூர்

6) யுக தர்மா - இந்தி வார இதழ், டெல்லி

7) பன்ஞ்சன்யா- இந்தி வார இதழ், லக்னோ

8) சுவஸ்திகா - பெங்காளி வார இதழ், கொல்கத்தா

9) விஜயபாரதம் - தமிழ் வார இதழ், சென்னை

10) ஒரே நாடு - தமிழ் வார இதழ், சென்னை

11) தாம்பிராஸ் - தமிழ் மாதம் இருமுறை, சென்னை

12) கேசரி - மராத்தி நாளிதழ் - மும்பை

13) ஆஜ் - பரேலி பதிப்பு

14) ஆஜ் - ராஞ்சி பதிப்பு

15) ஆஜ் - பாட்னா பதிப்பு

16) ஆஜ் - கான்பூர் பதிப்பு

17) ஜாக்ரிதி - மகளிர் இதழ்

இதுபோன்று நூற்றுக்கும் மேற்பட்ட தினசரி, வார, மாத ஏடுகள் நடத்தப்படுகின்றன. 1970இல் 'இந்துஸ்தான் சமாச்சார் நியூஸ் ஏஜென்சி' என்ற செய்தி நிறுவனமும் தொடங்கப்பட்டது.

ஆர்.எஸ்.எஸ். -இன் தொலைக்காட்சிகள் :

1) மகரிஷி வேதா விஷன்

2) மன்ஸ்கார்

3) ஆஸ்தா

4) சாதனா

5) கேன்ஸ் கிரிட்டி

இவை மட்டுமின்றி தற்போது தொலைக்காட்சி ஊடக அதிபர்களை அதிகாரத்தின் துணைகொண்டு அடிபணியச் செய்தோ அல்லது அணைத்துக் கொண்டோ, இந்துத்துவ சனாதனக் கூட்டம் தங்களின் கருத்தியலைத் தொலைக்காட்சிகளில் திணித்து வருகின்றன.

ஜனநாயகத்தைத் தாங்கிக் கொண்டிருக்கும் நான்காவது தூண்களான பத்திரிகை, ஊடகங்கள், ஆளும் பாஜக அரசின் அடக்கு முறைக்குப் பயந்து நடுங்கி அரசு சார்பு நிறுவனங்களாகவே செயல்பட்டு வருகின்றன. கருத்துரிமை தனி மனிதர்களிடமிருந்து மட்டுமின்றி பத்திரிகைகள், ஊடகங்களிடமிருந்தும் பறிக்கப்பட்டு இருக்கின்றன.

சமூக ஊடகங்களான முகநூல் (Facebook), சுட்டுரை (Twitter), வாட்ஸ் அப், you tube, instagram போன்றவை பயன்பாட்டுக்கு வந்தவுடனேயே ஆர்.எஸ்.எஸ்., சங் பரிவாரங்கள் தகவல் தொழில்நுட்பப் பிரிவைத் தொடங்கி, பல்வேறு தளங்களில் இணையத்தில் 'இந்துத்துவா' பரப்புரையைச் செய்து வருகின்றன.

2020, ஆகஸ்டு 16இல் காங்கிரஸ் கட்சியின் முன்னணித் தலைவர் ராகுல் காந்தி தனது டிவிட்டர் பக்கத்தில் பாஜக மற்றும் ஆர்.எஸ். எஸ். போன்றவை சமூக ஊடகங்களை எப்படிக் கையாள்கின்றன என்பதைப் பதிவு செய்து இருந்தார்.

இதுபற்றி அவர் வெளியிட்டுள்ள டிவிட்டர் செய்தியில் இந்தியாவில் முகநூல் மற்றும் வாட்ஸ் அப் ஆகியவற்றை பாஜக மற்றும் ஆர்.எஸ். எஸ். கட்டுப்படுத்தி வைத்திருக்கிறது என்ற குற்றச்சாட்டை முன் வைத்திருந்தார்.

"அவர்கள் போலியான செய்திகளைப் பரப்பி, அதன் வழியே வெறுப்புணர்வைத் தூண்டுகிறார்கள். தேர்தலில் அதனைப் பயன்படுத்தி செல்வாக்கு பெற முயற்சிக்கின்றனர். அமெரிக்க ஊடகம் முகநூலின் உண்மை பற்றி வெளிச்சத்திற்கு கொண்டு வந்துள்ளது," என்று குறிப்பிட்டுள்ள ராகுல் காந்தி, "சமூக ஊடகங்களில் வெளியிடும் செய்திகளைத் திரித்துக் கூறும் வேலைகளில் பாஜக ஈடுபடுகிறது என்ற காங்கிரஸ் கட்சியின் குற்றச்சாட்டுக்குச் சான்றாக, அமெரிக்காவிலிருந்து வெளிவரும் 'தி வால் ஸ்டிரீட் ஜர்னல்' என்ற செய்தி நிறுவனம் வெளியிட்ட செய்தியைக் கவனியுங்கள்," என்று பதிவு செய்துள்ளார். "அந்த செய்தியில், வெறுப்புப் பேச்சுகளுக்கான முகநூல் விதிகள்

இந்திய அரசியலில் வேறுபடுகிறது என்ற வகையில் தகவல்கள் குறிப்பிடப்பட்டு உள்ளன. ஆளும் பாஜகவின் தலைவர்கள் மற்றும் தொண்டர்களின் வெறுப்பு பேச்சுகள் மற்றும் மறுப்புக்கு உரிய பதிவுகளை நீக்குவதில் முகநூல் பாரபட்சம் காட்டுகிறது.

முகநூல் நிறுவனத்தின் செயல் அதிகாரி ஒருவர், சர்ச்சைக்குரிய அரசியல்வாதிக்குத் தடை விதிக்கும் நடவடிக்கைக்கு எதிர்ப்பு தெரிவித்துள்ளார். பாஜக தொண்டர்களின் அத்துமீறல்களைத் தண்டிப்பது, இந்தியாவின் முகநூல் நிறுவனத்தின் வர்த்தக நலனில் பாதிப்பு ஏற்படுத்தும் எனக் கூறி உள்ளார் என்று அமெரிக்க ஊடகம் தகவல் தெரிவிக்கின்றது.

இதேபோன்று, அந்நிறுவனத்தின் நடப்பு மற்றும் முன்னாள் பணியாளர்களைக் குறிப்பிட்டு, பாஜகவுக்கு ஆதரவு முறையிலான அம்சங்களை முகநூல் நிறுவனம் கொண்டு உள்ளது என்றும் தெரிவித்துள்ளது."

இவ்வாறு ராகுல் காந்தி பதிவு செய்து இருக்கும் தகவல் மூலம் இந்தியாவில் சமூக ஊடகங்களும் ஆர்.எஸ்.எஸ்., சங் பரிவாரங்களுக்கு அடிபணிந்து கிடப்பதை உணர முடிகிறது.

மேற்கு வங்க முதலமைச்சர் மம்தா பானர்ஜியும் ஒருமுறை குறிப்பிட்டார் 'நாட்டில் உள்ள அனைத்துப் பத்திரிகைகள், ஊடகங்களை மோடி தலைமையிலான மத்திய அரசு அடக்கி ஆள்கிறது' என்று. அதுவும் மறுக்க முடியாத உண்மை. இவை தான் பாசிசத்தின் பன்முகப் பரிமாணங்கள்.

80

இந்துத்துவ பயங்கரவாதிகள் நடத்திய குண்டுவெடிப்புகள்

ஆர்.எஸ்.எஸ். -இன் கொடி பாக்வா. அதாவது மராட்டியத்தை ஆண்ட பிராமணப் பரம்பரையான பேஷ்வாக்களின் ஆட்சிக்கொடிதான் அது. இந்த அமைப்புக்கு அமைப்பு விதிகள் கிடையாது; உறுப்பினர் பதிவு ஏடுகள் இல்லை; வரவு-செலவுக் கணக்குகள் எதுவும் இல்லை. இதன் செயல்படும் முறை கமுக்கமானது. தலைவருக்கே அனைத்து அதிகாரங்களும் வழங்கப்பட்டு உள்ளன. தேர்தல் நடத்தி தலைவரைத் தேர்வு செய்வது இல்லை. தலைவர் உயிருடன் இருக்கும்போதே அடுத்த வாரிசை அடையாளம் காட்டி விடுவார்.

இவற்றை எல்லாம் இத்தாலிய சர்வாதிகாரி முசோலினி அமைத்த ஃபாசிஸ்ட் கட்சியிடமிருந்துதான் ‘கவர்ந்து’ கொண்டனர்.

ஆர்.எஸ்.எஸ். மராத்திய மொழியில் வெளியிட்டு வந்த ‘கேசரி’ என்ற இதழில் 1924-35ஆம் ஆண்டுகளில் தொடர்ந்து இத்தாலியைப் பற்றியும், முசோலினியின் கொள்கைகள் மற்றும் அவரது ஃபாசிஸ்ட் கட்சியைப் பற்றியும் ஏராளமான கட்டுரைகள், தலையங்கங்கள், சிறப்பு உரைகள் வெளியிடப்பட்டு வந்தன. குறிப்பாக முசோலினியின் சீர்திருத்தங்கள் நாடாளுமன்றத்திற்குப் பதிலாக ‘மகத்தான ஃபாசிஸ்ட் கவுன்சில்’ அமைத்தது பற்றி எல்லாம் பாராட்டி எழுதி வந்தனர்.

‘ஒரு தலைவனுக்குக் கட்டுப்படும் கட்சி’, ‘ஒரு தலைவனுக்குக் கீழ்ப்படியும் கட்டுப்பாடு’ இவற்றை முன்னுதாரணமான கோட்பாடாகப் புகழ்ந்தனர். இளைய தலைமுறை இந்துக்கள் இந்த முறைகளில் ஆர்.எஸ்.எஸ். மூலம் பயிற்சி பெறுதல் வேண்டும் என்று உத்வேகம் மூட்டினர். ‘கேசரி’ ஏட்டின் இலண்டன் செய்தியாளரான டி.வி. தமன்கர், ‘முசோலினியும் ஃபாசிசமும்’ என்ற தனது நூலில் (1927) ஃபாசிஸ்ட் அரசு அமைப்பு, ஃபாசிஸ்ட் கட்சி அமைப்பு, ஃபாசிஸ்ட் சமூக அமைப்பு முறை, ஃபாசிச சித்தாந்தம் - இவற்றைப் பற்றி விரிவாக விவரித்துள்ளார்.

பி.எஸ். மூஞ்சே

ஆர்.எஸ்.எஸ். அமைப்பை நிறுவிய ஹெட்கேவரின் குருநாதர் டாக்டர் பி.எஸ். மூஞ்சே இந்துத்துவா இயக்கத்தின் மிக முக்கிய தலைவர். இவரும் சித்பவன் பிராமணர்தான். இவர் பிரிட்டிஷ் இந்திய இராணுவத்தில் பணிபுரிந்தவர் என்பதும் குறிப்பிடத்தக்கது ஆகும். இவரது 'டைரி' குறிப்பு இன்றும் நேரு மியூசிய நூலகத்தில் உள்ளது. இவர் 1931இல் ரோமாபுரிக்குச் சென்று முசோலினியைச் சந்தித்தது பற்றி 13 பக்கங்கள் குறிப்பு எழுதி வைத்துள்ளார்.

இவர்தான் இத்தாலியின் இராணுவக் கல்லூரி, மத்திய இராணுவ உடற்பயிற்சிப் பள்ளி மற்றும் ஃபாசிஸ்ட் கட்சியின் முக்கிய அலுவலகங்கள் ஆகியவற்றை நேரில் பார்வையிட்டு விவரங்களைச் சேகரித்துக் கொண்டு இந்தியா வந்தார். 6 வயதிலிருந்து 18 வயது வரை சிறுவர்கள் பயிற்சி, இளைஞர்கள் கூட்டம் நடத்தி உடற்பயிற்சி மற்றும் சில இராணுவ ரீதியான பயிற்சி, அணிவகுப்பு, டிரில்கள் என்பன எல்லாம் புரிந்து தெரிந்து இதே பாணியில் ஆர்.எஸ்.எஸ். பயிற்சி முறைகளையும் உருவாக்கினார் மூஞ்சே.

"இந்து இந்தியாவின் ஒற்றுமைக்கும், இந்துக்களின் இராணுவ மறுமலர்ச்சிக்கும் ஃபாசிசம் தெளிவான வழி முறை கோட்பாடுகளைக் காட்டுகின்றது. ஹெட்கேவர் தலைமையில் உள்ள ஆர்.எஸ். எஸ். இது போன்ற நிறுவன மாகும். ஹெட்கேவரின் அமைப்பை விரிவுபடுத்தவும் மற்ற மாநிலங்களுக்குப் பரப்பவும் எனது எஞ்சியுள்ள வாழ் நாட்களைப் பயன்படுத்துவேன்," என்று எழுதினார் மூஞ்சே.

இந்தியா திரும்பிய பின், இத்தாலியின் ஃபாசிஸ்ட் கட்சியைப் போன்று இங்கு அமைப்பைக் கட்டமைக்க முற்பட்டார்.

"நான் நேரில் கண்டவை என்னை மிகவும் கவர்ந்தன. ஜெர்மனியின் இளைஞர் அமைப்பு மற்றும் இத்தாலியின் பலிலா ஃபாசிஸ்ட் கட்சி அமைப்பு இவற்றை முன்னுதாரணமாக நாமும் பின்பற்ற வேண்டும்," என்று கூறிய பி.எஸ். மூஞ்சே, "இந்துக்களை இராணுவ மயமாக்க வேண்டும்," என்று முழங்கினார்.

இதையேதான் வி.டி. சாவர்க்கர் "இந்தியாவை இராணுவ மயமாக்கு; இராணுவத்தை இந்து மயமாக்கு," என்று கூப்பாடு போட்டார்.

பி.எஸ். மூஞ்சேவும், வி.டி. சாவர்க்கரும் விரும்பியதைப் போன்று ஆர்.எஸ்.எஸ். இந்திய இராணுவத்தை இந்து மயமாக்கும் முயற்சியில் இறங்கியது; அதில் வெற்றியும் கண்டது.

இந்திய இராணுவத்தில் ஊடுருவல்

இந்திய இராணுவத்தில் ஆர்.எஸ்.எஸ். ஊடுருவல் திட்டமிட்டு நடந்து வருவதற்கு ஏராளமான ஆதாரங்கள் வெளிவந்துள்ளன. 'அவுட்லுக்' (Outlook - 1998, April 27) ஆங்கில இதழுக்கு இந்திய கப்பல்படையின் முன்னாள் அட்மிரல் ஜே.ஜே. நட்கர்னி அளித்த நேர்காணலில், "நாம் சந்தேகித்ததற்கு அதிகமாகவே இந்துத்துவா ஆதரவு உணர்வு, உயர் அதிகாரிகள் மத்தியில் உள்ளது," என்கிறார்.

பெரும்பாலான இராணுவ அதிகாரிகளை ஆர்.எஸ்.எஸ். -இன் கட்டுப்பாடு என்ற அம்சம் கவர்ந்து விடுகிறது. காக்கி அரைக் காற்சட்டை, கறுப்புத் தொப்பி, கையில் தடி என அணிவகுக்கும் ஆர்.எஸ்.எஸ்., அவர்களை ஈர்க்கிறது. பாஜக, ஆர்.எஸ்.எஸ்., இரண்டும் ஒரு நாணயத்தின் இரண்டு பக்கங்கள் என்பதால் பலர் பாஜக அனுதாபிகள் ஆயினர்.

1998இல் மட்டும் 25 பணி ஓய்வு பெற்ற உயர்மட்ட இராணுவ அதிகாரிகள் பாஜகவில் சேர்ந்தனர்.

பாஜக 1993இல் தொடங்கிய முன்னாள் இராணுவத்தினர் சேவா சங்கத்தில் 30 இலட்சம் உறுப்பினர்கள் சேர்க்கப்பட்டனர். வேறு எந்தக் கட்சியும் இது பற்றி சிந்தித்தது இல்லை. 1998இல் வாஜ்பாய் தலைமையிலான அரசு பொறுப்பு ஏற்றவுடன் இச்சங்கத்திற்கு ஒரு கோடி ரூபாய் நன்கொடை வழங்கப்பட்டது.

பணி ஓய்வு பெற்ற இராணுவ வீரர்கள் சங்கம் என்ற ஒன்று அரசால் நடத்தப்பட்டு வருகிறது. பாஜக சங்கத்தின் செயலாளர் விங் கமேண்டர் நாக்பால், "இது இராணுவம்-ஆர்.எஸ்.எஸ். கலப்பு அமைப்பு" என்று கூறினார். இதற்கான பயிற்சி மையம் ஆர்.எஸ்.எஸ். தலைமையிடத்தின் உள்ளே அமைந்துள்ளது.

இந்து இளைஞர்களை இராணுவப் பயிற்சி பெற்றவர்களாக ஆக்குவதற்கு ஆர்.எஸ்.எஸ். சார்பில் போன்சாலா இராணுவப் பள்ளி (Bonsala Military School) முதலில் பூனாவிலும், பின்னர் நாசிக்கிலும் நடத்தப்பட்டது.

இராணுவத்தில் அதிகாரிகளாகப் பணியாற்றும் தகுதியைப் பெறும் வகையில் இந்துக்களுக்கு இந்தப் பள்ளியில் பயிற்சி தரப்பட்டு வந்தது. இந்தப் பயிற்சியுடன் பாசிச இந்துத்துவக் கொள்கைகளும் போதிக்கப்பட்டன.

பயிற்சி முகாம்கள்

ஆர்.எஸ்.எஸ்., பஜ்ரங் தள் 2001இல் போன்சாலா இராணுவப் பள்ளியில் 40 நாட்கள் இராணுவப் பயிற்சி முகாம் நடத்தின. இந்தப் பயிற்சி முகாமில் 115 தொண்டர்கள் பயிற்சி பெற்றனர். இவர்களுக்குப் பல வகையான ஆயுதங்களைக் கையாளுவது பற்றியும், குண்டுகள் செய்வது, வெடிப்பது பற்றியும், இதர இராணுவப் பயிற்சியும் அளிக்கப்பட்டன. இராணுவத்தில் பணியில் இருக்கும் சில அதிகாரிகளும், ஓய்வு பெற்ற இராணுவ அதிகாரிகளும், ஓய்வு பெற்ற புலனாய்வுத் துறை அதிகாரிகளும்தான் பயிற்சியாளர்களாக இருந்து பயிற்சி தந்தனர்.

‘நான் டெட்’ மற்றும் ‘மலேகாவ்ன்’ குண்டுவெடிப்பு புலன் விசாரணையில் இவை வெளிவந்து விட்டன என்று மகாராஷ்டிராவில் பணியாற்றி ஓய்வு பெற்ற இன்ஸ்பெக்டர் ஜெனரல் எஸ். எம். முஷ்ரிப் (S. M. Mushrif) அவர்கள் ‘கர்கரேயைக் கொன்றது யார்?’ என்ற நூலில் பதிவு செய்து உள்ளார். இந்நூலில் உளவுத்துறையில் ஆர்.எஸ்.எஸ். -இன் செல்வாக்கு பற்றி விரிவாக விளக்கியுள்ளார்.

உத்திரப்பிரதேசத்தில் தேசிய அளவில் இருந்து 70 இளம் பெண்களை வரவழைத்து பெண்களுக்கான தனி இராணுவப் பயிற்சி அளித்தனர். இத்தகைய பயிற்சிகள் 2003, மே மாதம் 25ஆம் தேதியிலிருந்து 6 மாவட்டங்களில் நடத்தப்பட்டன. ஓய்வு பெற்ற இராணுவ அதிகாரிகள், துப்பாக்கியைக் கையாள்வது, சுடுவது பற்றி எல்லாம் பயிற்சி அளித்தனர். நாடு முழுவதும் 73 நகரங்களில் இந்தப் பயிற்சி முகாம்கள் நடத்தப்பட்டதாக ‘புனே சண்டே எக்ஸ்பிரஸ்’ (ஜூன் 1, 2003) ஏடு செய்தி வெளியிட்டது.

இந்துத்துவ பயங்கரவாதிகளின் தலைநகரமான புனேயைச் சார்ந்த சித்பவன் பிராமணரான கர்னல் (ஓய்வு) ஜெயந்த் சிதாலே, ‘மகாராஷ்ட்ரா மிலிட்டரி பவுண்டேஷன்’ என்ற அமைப்பைத் தனது பங்களாவிலேயே அமைத்து நடத்தி வந்தார். இவருடைய முகாமில் தற்கொலைப் படை பயிற்சியும் கொடுக்கப்பட்டு வந்தது.

‘அவுட்லுக்’ வார இதழில்தான் “பயிற்சி அளிக்கப்பட்ட சுமார் ஆயிரம் இளைஞர்கள் இந்திய முப்படையிலும் பணியில் உள்ளனர். அவர்கள் எல்லாம் எனது பள்ளியில் மூளைச் சலவை செய்யப்பட்டவர்கள்தான். இவர்கள் இந்த தேசத்திற்காக எதுவும் செய்வார்கள்,” என்று கர்னல் (ஓய்வு) ஜெயந்த் சிதாலே பெருமைப்பட்டுக் கொண்டதாக செய்தி வந்தது. ஆர்.எஸ்.எஸ்., இராணுவப் பயிற்சிப் பள்ளி நடத்துவது எதற்காக?

திட்டமிட்ட வன்முறைகள்

இந்தியாவில் இஸ்லாமிய தீவிரவாதம் பரவி விட்டது; பயங்கரவாதம் தலைவிரித்து ஆடுகிறது என்று ஆர்.எஸ்.எஸ். செய்து வரும் பரப்புரையை மக்கள் நம்புவதற்காக நாட்டில் சில இடங்களில் குண்டு வெடிப்பு போன்ற பயங்கரவாத நிகழ்வுகள் அரங்கேற்றப்பட்டன.

அதன் உண்மை அறியும் முயற்சிகளில் மிகப் பெரும் திடுக்கிடும் திருப்பம் 2006இல்தான் ஏற்பட்டது. அதுவரை நடந்த அனைத்து குண்டு வெடிப்புகளிலும் முஸ்லிம் குழுக்களே குற்றவாளிகள் என்று கண்டு பிடித்ததாக (?) காவல்துறை அறிக்கைகள் வெளியிடுவதும், இஸ்லாமியர்களைத் தொடர்புபடுத்த அவர்கள் மீது வழக்கு புனைந்து கைது செய்வதும், சிறையில் தள்ளிக் கொடுமைப்படுத்துவதும், நீதி மன்றத்தில் இஸ்லாமியர்களைக் குற்றக் கூண்டில் நிறுத்துவதும் வழக்கமான நடை முறையாகப் போய்விட்டது. இதில் ஒரு திடீர் திருப்பமாக மராட்டிய மாநிலத்தின் மலேகாவ்ன் குண்டுவெடிப்பு நிகழ்வில் பல உண்மைகள் வெளிச்சத்துக்கு வந்தன.

மலேகாவ்ன் குண்டுவெடிப்பு பயங்கரவாத நடவடிக்கையின் பின்னணியில் இருந்தது ஆர்.எஸ்.எஸ்., சங் பரிவார் கும்பல்தான் என்பதைப் புலனாய்வு செய்து, திடுக்கிடும் பல தகவல்களைப் பொது வெளிக்குக் கொணர்ந்தவர் மராட்டிய பயங்கரவாத எதிர்ப்புக் குழுவின் தலைமை அதிகாரியான ஹேமந்த் கர்கரே. இவர் ஒரு நேர்மையான, தூய்மையான, மதச் சார்பற்ற தன்மையைக் காப்பாற்ற விரும்பிய காவல்துறை அதிகாரி ஆவார். இவர் கண்டுபிடித்து வெளியிட்ட பல புலனாய்வுச் செய்திகள் இந்துத்துவ மதவெறிக் கும்பலின் உண்மை முகத்தை உலகறியச் செய்தன.

புலனாய்வுத் துறையில் அதிகாரிகள் பெரும்பாலும் மேல் சாதியினராகவும், பார்ப்பனராகவும் இருப்பதால் இவர்களுக்கும் ஆர்.எஸ்.எஸ்., அமைப்புக்கும் நெருங்கிய தொடர்பு எப்போதும் இருந்து வந்தது. எனவே, இவர்கள் பொதுவாக ஒவ்வொரு குண்டு வெடிப்பிலும் குற்றவாளிகளை முஸ்லிம்கள் மத்தியில் தேடிப் பிடிப்பார்கள். தடயங்கள் கிடைத்தாலும் ஆர்.எஸ்.எஸ். துணை அமைப்புகள் மீது அவர்கள் பொதுவாக சந்தேகப்பட மாட்டார்கள்.

ஆனால், ஹேமந்த் கர்கரே இதற்கு ஒரு விதிவிலக்கு; உண்மையைத் தேடினார்; தேடிக் கொண்டே இருந்தார். அதனால் புதிய புதிய திடுக்கிடும் தகவல்கள் அவருக்குக் கிடைத்தன. இரண்டாவது முறையாக நவம்பர் 2008இல் அதே மலேகாவ்னில் மற்றொரு குண்டு வெடிப்பும் நடைபெற்றது. கர்கரே பயங்கரவாத

எதிர்ப்புப் புலனாய்வுத் துறையின் தலைமைப் பொறுப்பை 2008, ஜனவரியில்தான் ஏற்றார்.

இதற்கு முன்பு வெளிநாடுகளில் உளவு பார்க்கும் ‘ரா’ வில் (Research and Analaysis Wing - RAW) ஏழு ஆண்டுகள் பணிபுரிந்து நுட்பமான அனுபவம் பெற்றிருந்தார். அவர் பொறுப்பேற்ற பின்பு 2006, செப்டம்பர் 29 அன்று நடைபெற்ற மலேகாவ்ன் முதல் குண்டு வெடிப்பு வழக்கைப் புலனாய்வு செய்வதைத் துரிதப்படுத்தினார்.

மலேகாவ்ன் குண்டு வெடிப்புகள் (2006 மற்றும் 2008) மட்டுமின்றி ஜால்னா (2004), பர்பானி (2003), நான்டெட் (2006), மெக்கா மஸ்ஜித், ஹைதராபாத் (2007), கான்பூர் (ஆகஸ்டு 24, 2008), பூர்னா (2004) ஆகிய இடங்களில் நடைபெற்ற குண்டு வெடிப்புகளைப் பற்றி எல்லாம் புலனாய்வு செய்த பொழுது எல்லாமே இந்துத்துவப் பயங்கரவாதிகள் அமைப்பின் வலைப் பின்னலுக்குள் வருவதாக உள்ளன என்றெல்லாம் தெரியவந்து உள்ளன.

இந்துத்துவத் தீவிரவாதிகள், நமது நாட்டில் மிகச் சுதந்திரமாகவே இயங்கி வருகின்றனர். வெடிகுண்டுகள் செய்வதற்கும், தாங்கள் தேர்ந்தெடுத்த மசூதியின் மீது அது வழிபாட்டு நேரமாயிருந்தாலும் வெடிகுண்டு வீசுவதற்கும் சுதந்திரம் உண்டு என்ற நிலையில் அவர்கள் இருந்தபோதும் சந்தேக ஊசியின் முனை எப்போதும் முஸ்லிம்களையே குறி வைத்துக் காட்டுகின்றது. இஸ்லாமியர்கள் சந்தேகத்தின் பேரில் கைது செய்யப்படுவதும், சித்திரவதை செய்யப்பட்டு வருவதும் தொடர் கதை ஆகி விட்டது.

சீக்கியர்களின் கடைசி குருவான, குரு கோவிந்த் சிங் தனது இறுதி நாட்களைக் கழித்த மராட்டிய நகரான நான்டெட், இந்துத் தீவிரவாதத்தின் முக்கியமான மையமாக உருமாறியது. ஒன்பது மாத இடைவெளிக்குள் (ஏப்ரல் 2006 - பிப்ரவரி 2007) ஆர்.எஸ்.எஸ்., - பஜ்ரங் தள் இயக்கத்தைச் சேர்ந்தவர்களின் வீடுகளில் இரண்டு குண்டு வெடிப்புகள் நடந்து விட்டன.

மத்தியப் பிரதேசத்தின் முன்னாள் முதலமைச்சர் திக்விஜயசிங், இத்தகைய செயல்பாடுகள் ஆர்.எஸ்.எஸ். அமைப்பால் அம்மாநிலத்திலும் நடத்தப்பட்டதாகக் கூறினார். கைது செய்யப்பட்ட ஆர்.எஸ்.எஸ். தொண்டர்கள், போபாலில் நிகழ்ச்சி ஒன்றில் வெடிகுண்டு வைத்ததை வெளிப்படையாக ஒப்புக் கொண்டதையும் அவர் குறிப்பிட்டார். அது மட்டுமின்றி, 1993ஆம் ஆண்டில், நீமச்சிலிருந்த சேவா பாரதி அலுவலகத்தில் வெடிகுண்டு தயாரித்துக் கொண்டிருந்தபோது அது வெடித்த சம்பவத்தைப் பற்றியும் குறிப்பிட்டார்.

"இந்து தீவிரவாதம் என்ற சொற்றொடர் பெரிய அளவிற்குப் பயன்படுத்தப்படாத ஒன்றாகவே இருக்கிறது," என்று மராட்டிய மாநிலத்தின் அரசியல் விமர்சகர் சுபாஷ் காட்டேசே ஒருமுறை கூறினார்.

"தெகல்ஹா வசம் உள்ள நார்கோ ஆய்வுகள் மற்றும் மூளைச் சோதனை அறிக்கைகள், நான்டெட் குண்டு வெடிப்பில் குற்றம் சாட்டப்பட்டவர்கள் மத்திய மராட்டியத்தின் பர்பானி, ஜால்னா மற்றும் பூர்னா மசூதிகளில் குண்டு வெடிப்புகளை நிகழ்த்துவதற்கு மாநில வி.ஹெச்.பி. மற்றும் பஜ்ரங் தள் பொறுப்பாளர்களின் உதவியைப் பெற்று இருக்கிறார்கள் என்பதை வெளிக் கொணர்ந்தன," என்றார் காட்டேசே. ஷஸ்வத் குப்தா ராய் எனும் ஆய்வாளர், "நான்டெட் குண்டு வெடிப்பு; இந்து தீவிரவாதத்தின் செயல்" என்று அறிக்கை தந்தார்.

நான்டெட் குண்டு வெடிப்பு

2006, ஏப்ரல் 6ஆம் தேதி, நான்டெட் நகரத்தில் ஆர்.எஸ்.எஸ். அமைப்பைச் சேர்ந்த இலட்சுமண் ராஜ்கொண்ட்வார் என்பவருக்குச் சொந்தமான வீட்டில் வெடிகுண்டு தயாரிக்கும்போது விபத்து நிகழ்ந்தது. இந்த விபத்தில் இலட்சுமணனின் சகோதரர் நரேஷ் ராஜ் கொண்டவார் மற்றும் ஹிமான் சுபன்சே ஆகிய இருவர் பலி ஆனார்கள். இந்த இருவருமே ஆர்.எஸ்.எஸ். அமைப்பைச் சேர்ந்தவர்கள். மேலும் ஆர்.எஸ்.எஸ். காரர்களான ராகுல் பாண்டே, யோகேஷ் தேஷ்பாண்டே, மாருதிவாக் மற்றும் குருராஜ் துப்தேவார் ஆகிய நால்வரும் படுகாயம் அடைந்தனர்.

விபத்தில் இறந்தவர்களின் வீட்டில் நடத்தப்பட்ட தேடுதல் வேட்டையில் அந்தப் பகுதி முஸ்லிம்கள் சாதாரணமாக அணியும் உடைகள், தலையில் அணியும் தொப்பி மற்றும் அருகில் உள்ள மசூதிகளின் வரைபடங்கள் கிடைத்தன.

குற்றம் சாட்டப்பட்டவர்களில் ஒருவரான ராகுல், தான் முன்னர் வெடிகுண்டுகள் செய்வதில் ஈடுபட்டிருந்ததை ஒப்புக் கொண்டார். முஸ்லிம்களின் பெயருக்குக் களங்கம் ஏற்படுத்த வேண்டும் என்பதற்காக, அந்த உடைகளை அணிந்து கொண்டு மசூதிகள், கோவில்கள், குருத்வாராக்களில் வெடிகுண்டுகளை வீசி, வகுப்புவாத மோதல்களை உண்டாக்குவதே அவர்களது திட்டம். தாங்கள் யாரென்று தெரிந்துவிடக் கூடாது என்பதற்காக ஆர்.எஸ்.எஸ். இயக்கத்தின் கயவர்கள் சிலர் 'சுன்னத்' செய்து கொண்டதும் விசாரணையில் தெரிய வந்தது.

2004ஆம் ஆண்டில், பர்பானி மசூதியில் வெள்ளிக்கிழமை தொழுகையின்போது திரண்டிருந்த மிகப் பெரிய கூட்டத்தின் மீது மோட்டார் சைக்கிளில் வந்த கயவர்கள் வெடிகுண்டுகளை வீசி விட்டு கண்ணிமைக்கும் நேரத்தில் மறைந்து விட்டனர். ஆனால், காவல்துறையும், ஊடகங்களும் சந்தேகத்திற்குரிய அந்த நபர்கள் முஸ்லிம்களே என்று எளிதாக பழிபோட்டன. ஆனால், நான்டேட் வெடி விபத்தை ஒட்டி நடத்தப்பட்ட நார்கோ சோதனை, பர்பானிக் குற்றத்தைப் புரிந்தவர்கள் இந்துத்துவ பயங்கரவாதிகள் என்று நிரூபித்தது.

2007 ஜனவரியில், ஜல்கானில் சோமேஸ்வர் சோமானி என்பவர் வீட்டில் நடத்தப்பட்ட தேடுதல் வேட்டையில், மராட்டிய காவல்துறையினர் 26 பைகளில் நிரப்பப்பட்ட அம்மோனியம் நைட்ரேட், 500 வெடிப்பான்கள், 13 செண்ட்ரிபூஜ்கள் போன்றவற்றை 30.01.2007 அன்று பறிமுதல் செய்தனர்.

28 வயதான பாண்டுரங் அமீல்காந்த்வார் என்பவன் எடுத்துச் சென்ற ‘பிஸ்கெட் பெட்டி’ பிப்ரவரி 10, 2007இல் வெடித்து, அவன் அந்த இடத்திலேயே இறந்தான். அவனுடன் சென்ற உறவினர் தானேஷ்வார் மாணிக்வார் 72 விழுக்காடு தீக்காயங்களுடன் ஜேஜே மருத்துவமனையில் அனுமதிக்கப்பட்டு பின்பு இறந்தான்.

அமீல்காந்த்வார் சிவசேனை அமைப்பின் முன்னாள் ‘ஷாகா பிரமுக்’ ஆகவும், பஜ்ரங் தள் அமைப்பிலும் இருந்தவன். காவல் துறை இதனை ஒரு விபத்து என்று பதிவு செய்தது. ஆனால், தடயவியல் நிபுணரின் உதவியுடன் நீதிபதி கோல்சே பட்டீல் நடத்திய ‘மக்கள் விசாரணை’யில் அது வெடி குண்டு வெடிப்புதான் என்று நிரூபணம் ஆனது.

81

காவி பயங்கரவாதம்

மராட்டிய மாநிலத்தின் நான்டெட் ஏப்ரல் 4, 2006 குண்டு வெடிப்பு 2001 மற்றும் 2002இல் அவுரங்காபாத்தில் நடந்த குண்டு வெடிப்பு, நாகேஷ்வர் அருகில் கணபதி கோவில் பகுதியில் மே 18, 2001இல் நடந்த குண்டு வெடிப்பு, 2002 நவம்பர் 17இல் நிர்மலா மார்க்கெட்டில் உள்ள வி.ஹெச்.பி. அலுவலகத்தின் அருகில் நடந்த குண்டு வெடிப்பு, அதனைத் தொடர்ந்து கல்கேஷ்வர் மாதாக் கோவில் அருகில் நடந்த குண்டு வெடிப்பு ஆகிய அனைத்துக் குண்டு வெடிப்புகளிலும் பயன்படுத்தப்பட்ட பைப் குண்டுகள், பஜ்ரங்தள் இயக்கத்தைச் சேர்ந்த நான்டெட் நகரில் லெட்சுமன்ராஜ் கொன்வாரின் வீட்டில்தான் தயாரிக்கப்பட்டன என்பதற்கான முக்கிய ஆதாரங்கள் கிடைத்தன.

சங் பரிவாரங்களின் பங்கு இதில் இருக்கின்றன என்ற தகவல் பிரதமருக்கு தெரிவிக்கப்பட்டது. காவல் துறையினர், சங்கர் ஷெல்கே என்பவரின் கிடங்கிலிருந்து, வெடிகுண்டு ஷெல்களையும், 195 கிலோ வெடிமருந்தையும் கைப்பற்றினர். அடுத்த நாளே இறந்த நிலையில் அவர் உடல் கண்டுபிடிக்கப்பட்டது. அவரது வேலையாள் தலைமறைவானதாகக் கூறப்பட்டது.

இதைப் போன்றே, அவுரங்காபாத் அருகில் உள்ள கிராமம் ஒன்றின் சர்பஞ்ச் வீட்டில் 300 கிலோ அமோனியம் நைட்ரேட்டும், டைமர்களும், ஃபியூஸ்களும் கைப்பற்றப்பட்டன. இவையனைத்தும் கண்டுகொள்ளாமல் விடப்பட்டன என்பது மட்டுமல்ல, இந்தக் குற்றங்கள் குறித்து சாதாரண அறிக்கைகூட காவல்துறை விடவில்லை; யாரும் கைது செய்யப்படவும் இல்லை.

மாநில காங்கிரஸ் அரசே, இவர்களை இப்படிப் பாதுகாப்பதால்தான், இந்துத்துவ தீவிரவாதிகளின் பல்வேறு செயல்பாடுகளின் பின்னணியில் இருக்கும் உண்மைகளை இந்த தேசம் அறிந்துகொள்ள இயலாமல் போய்விடுகிறது என்று மராட்டியத்தின் அரசியல் ஆய்வாளர் சுபாஷ் காட்டேசே, மெயின் ஸ்ட்ரீம் ஏட்டுக்கு அளித்த நேர்காணலில் (ஜனவரி 25-31, 2008) தெரிவித்திருந்தார். இவை அனைத்தும் 2008ஆம் ஆண்டுதான் வெளிச்சத்துக்கு வந்தன.

ஆர்.எஸ்.எஸ். தீவிரவாத அமைப்பு

இராஜஸ்தான் மாநிலம் ஆரோவில், திட்டமிட்டுச் சரியாக நடத்தப்பட்ட தாக்குதலில் 25 முஸ்லிம் குடும்பத்தினரின் வீடுகள் சின்னாபின்னமாக்கப்பட்டு, தீ வைக்கப்பட்டு, அனைவரும் அங்கு இருந்து துரத்தப்பட்டனர். பஜ்ரங்தள் இயக்கத்தினரின் இந்தச் செயல் 'மிஷ்ரோலி' என்ற உண்மையான இந்துக் கிராமம் அமைந்திட நடத்தப்பட்டது. இந்தக் கிராமத்தை அவர்கள் முஸ்லிம்களிடமிருந்து விடுவித்து விட்டதாக அறிவித்தனர். (இந்தியன் எக்ஸ்பிரஸ், செப். 29, 2003) மத்திய, மாநில அரசுகள் எதுவும் இதில் தலையிடவில்லை.

தொலைதூரத்தில் இருக்கும் அமெரிக்காவின் ஜெர்ஜினியாவைச் சேர்ந்த பயங்கரவாத ஆய்வு மையம்தான், ஆர்.எஸ்.எஸ். அமைப்பை ஒரு தீவிரவாத அமைப்பாக 2006ஆம் ஆண்டு முதன்முதலாக அறிவித்தது. ஆனால் இந்திய அரசுக்கு அந்த துணிச்சல் இல்லை. எனினும் பயங்கரவாத அமைப்புக்களான லஷ்கர். இ. தொய்பா, ஜெய்சி. இ. முகமது போன்றவற்றுடன் பாகிஸ்தான் அரசு தொடர்பு கொண்டு இருக்கிறது என்று மட்டும் இந்தியா குற்றஞ்சாட்டுகிறது. ஆனால் இங்கு இந்தியாவில் இந்துத்துவ தீவிரவாத அமைப்புகளுடன் அரசு இயந்திரங்கள் கொண்டிருக்கும் இரகசியத் தொடர்புகள் குறித்து இந்திய அரசு கண்டுகொள்ளவில்லை.

இஸ்ரேலின் உளவு அமைப்பான 'மொசாத்' இயக்கத்தினருடன் பாஜக அரசின் உள்துறை அமைச்சர் எல்.கே. அத்வானி தனியாக 2003இல் பேச்சு நடத்தினார்.

மே 2012இல் ஆர்.எஸ்.எஸ். -இன் முக்கிய பிரமுகராகவும், பாஜக தலைவராகவும் இருந்த நிதின் கட்கரி இஸ்ரேல் சென்று அந்நாட்டு அரசுடன் இரகசியப் பேச்சு வார்த்தை நடத்திவிட்டு வந்தபிறகு இஸ்ரேல் போல் சிறந்த நாடு வேறில்லை; இந்தியா அதைப் பின்பற்ற வேண்டும் என்றார்.

அரபு முஸ்லிம் நாட்டையும், குடியிருப்புகளையும் கைப்பற்றிக் கொண்டு குண்டு போட்டு அழித்தது இஸ்ரேல் அல்லவா? அதனால்தான் ஆர்.எஸ்.எஸ்., பாஜகவின் இஸ்ரேல் பாசம் பொங்கி வழிகிறது.

இந்துத்துவத் தீவிரவாத அமைப்புகளின் இணையதளங்களும் (பஜ்ரங்தள்) யூத தீவிரவாத அமைப்புகளின் இணைய தளங்களும் ஒன்றோடொன்று நெருக்கமான தொடர்புகள் கொண்டிருக்கின்றன. இரண்டு யூத தீவிரவாத அமைப்புகளால் இயக்கப்படும் நான்கு இணையதளங்களும் இந்துத் தீவிரவாத அமைப்புகளின் (ஆர். எஸ்.எஸ்., வி.ஹெச்.பி., பஜ்ரங்தள்) இணையதளங்களும் மிக

நெருக்கமான உறவுகளோடு தங்களுக்குள் தகவல்களைப் பரிமாறிக் கொள்கின்றன. இவை அனைத்தும் கவனிக்கப்பட்டு, அமெரிக்க அரசின் ஆவணங்களில் பதிவு செய்யப்பட்டுவிட்டன.

பைனான்ஷியல் டைம்ஸ் ஏடு வெளியிட்ட ஆதாரங்கள்

இலண்டனிலிருந்து வெளிவரும் பைனான்ஷியல் டைம்ஸ் ஏடு (*Financial Times* - பிப்ரவரி 24, 2003) புலனாய்வு செய்து வெளிக்கொணர்ந்த அதிர்ச்சியூட்டும் தகவல்களைப் பார்ப்போம்.

“இந்துத்துவ தீவிரவாத அமைப்புகள் அதிக அளவிலான நிதி உதவியை வெளி நாடு வாழ் இந்தியர்களிடமிருந்து பெறுகின்றன. வரிவிலக்கிற்கு உட்பட்ட தரும செயல்களுக்கான நன்கொடை என்ற போர்வையில், அமெரிக்கா மற்றும் பிரிட்டனில் இருக்கும் இந்த அமைப்புகளின் கிளைகள் மூலம் நிதி திரட்டப்படுகின்றது. நன்கொடை திரட்டப்படும் செயல்கள் தொடர்ந்து கண்காணிக்கப்படுகின்றன. அதனால் அவை இந்தக் குழுக்களுக்கும் இந்தியாவில் ஆளும் பாஜக அரசுக்கும் உள்ள தொடர்புகள் தெரிய வருகின்றன” என்று தெரிவிக்கின்றது.

அந்த அறிக்கை மேலும் தொடர்கிறது. இந்த வி.ஹெச்.பி. மற்றும் பஜ்ரங்தள் இயக்கங்களுக்குப் பக்கபலமாக, துணை இராணுவம் போன்று ஆர்.எஸ்.எஸ். அமைப்பு இருக்கின்றது. பாசிசத்தின் இந்திய வடிவம் என்று முன்னாள் பிரதமர் ஜவஹர்லால் நேரு அவர்களால் விவரிக்கப்பட்ட இந்து மதத்தைப் புத்தெழுச்சி பெற்றதாக்கிட வந்திருக்கும் பாஜக-வின் தாய் அமைப்பான இந்த ஆர்.எஸ். எஸ்., பல்வேறு முன்னணி இயக்கங்களின் அமைப்பு வரிசையின் மய்யமாகச் செயல்படுகிறது. ஆயுதங்கள் சேமிப்பு மற்றும் நிதித் திரட்டலுக்கு இந்தக் கட்டுமானம் உதவிகரமாக இருக்கின்றது.

இவற்றிலிருந்து ஒரு உண்மை புலப்படுகிறது. பாகிஸ்தானில் முஸ்லிம் போராளிக் குழுக்கள் பரவி இருப்பது போல, இந்து மக்களிடம் இந்துத்துவ தீவிரவாத இயக்கங்கள் ஆழமாக வேரோடி இருக்கின்றன. இவை பரவலான அங்கீகாரத்தைப் பெறுவதுடன், பாகிஸ்தானின் முஸ்லிம் தீவிரவாதக் குழுக்கள் போல், இந்தியா முழுமையும் தாங்கள் சுதந்திரமாக இயங்கும் தளமாக ஆக்கிக் கொண்டனர்.

மராட்டிய மாநில காவல்துறையில் இருந்த நாட்டின் மீதும், மதச்சார்பற்ற கோட்பாட்டின் மீதும் நம்பிக்கை கொண்டிருந்த சில அதிகாரிகளின் முயற்சிகளால், இந்துத்துவ பயங்கரவாதச் செயல்களில் சில வெட்ட வெளிச்சமாக்கப்பட்டன. நாடு முழுவதும் பரவி இருக்கும் இந்துத்துவ தீவிரவாத அமைப்பு வலையில் ஆண் துறவி ஒருவர், பெண் துறவி உள்பட இராணுவத்தின் உயர்

அதிகாரியும், பணி ஓய்வு பெற்ற இராணுவ அதிகாரிகளும் உள்ளனர் என்கிற அதிர்ச்சிகரமான தகவல்கள் வெளிவந்தன.

மராட்டிய மாநில காவல்துறையில் உள்ள பயங்கரவாத எதிர்ப்புப் படை (*Anti Terroirst Squard-ATS*) நவம்பர் *2006*இல் வெளியிட்ட அறிக்கைகளை, முஸ்லிம்கள் அறுவர் கொல்லப்பட்ட மாலேகாவ்ன் குண்டு வெடிப்பின் புலன் விசாரணை இந்தப் பயங்கரவாத சாம்ராஜ்யத்தின் பக்கங்களைத் திறந்து காட்டி இருக்கின்றது.

தீவிரவாத நடவடிக்கைகளில் தொடர்பு உடையோர் என்று கைது செய்யப்பட்டவர்களில், குஜராத்தின் இந்து பெண் துறவி சாத்வி பிரக்ஙயா சிங் தாக்கூர், வாரணாசி இந்து மடத்தின் ஜம்மு கிளையின் தலைவரான துறவி ஒருவர், ஜம்முவின் சாரதா சர்வக்யா பீடத்தின் பீடாதிபதி மகான் அமிர்தானந்த என்ற சுதாகர் திவேதி எனும் தயானந்த பாந்தே ஆகியோர் அடங்குவர்.

தேடுதல் வலையில் சிக்கிய இராணுவத்தில் பணிபுரியும் உயர் அதிகாரியான லெப். கர்னல் பிரசாத் ஸ்ரீகாந்த் மற்றும் ஓய்வுபெற்ற மேஜர் ரமேஷ் உபாத்யாய லெப்டினல் கர்னல் ஜெயந்த்சித்தாலே ஆகியோர் கைது செய்யப்பட்டனர்.

தமிழ்நாட்டில் குண்டு வெடிப்பு

தமிழகத்தில் தென்காசி ஆர்.எஸ்.எஸ். அலுவலகத்தில் குண்டு வெடிப்பு ஒன்று தற்செயலாக நிகழ்ந்தது. அதன் உறுப்பினர்கள் குமார், நாராயண சர்மா மற்றும் ரவிபாண்டியன் ஆகியோரின் கைவேலை இது. இதனையடுத்து தென்காசி பேருந்து நிலையத்தில் நடந்த குண்டு வெடிப்புக்காக ஆர்.எஸ்.எஸ். உறுப்பினர்கள் பாலமுருகன், மாசாணன், வேல்முருகன் மற்றும் முருகன் ஆகியோர் கைது செய்யப்பட்டனர்.

திருநெல்வேலி சரகத்தின் டி.ஐ.ஜி., இந்து - முஸ்லிம் மக்களிடையே கொந்தளிப்பான சூழலை உருவாக்கி, மதக் கலவரங்களைத் தூண்டுவதும், அடுத்த நாடாளுமன்றத் தேர்தலுக்கு சாதகமானக் களத்தை தயார்படுத்துவதுதான், ஆர்.எஸ்.எஸ். பயங்கரவாதச் செயல்களின் உள்நோக்கம் என்று குற்றம் சாட்டினார். அடுத்து வந்த தேர்தலில் பாஜக இதே தொகுதியில் போட்டியிட்டு கணிசமான வாக்குகளைப் பெற்றது என்பது குறிப்பிடத்தக்கது.

*2008*ஆம் ஆண்டு ஏப்ரல் *17*ஆம் தேதி, நோய்க் கூறு ஆய்வுக் கூட்டம் (*Pathalogy Lab*) ஒன்றில் தேடுதல் சோதனை நடத்திய மாலேகாவ்ன் காவல்துறையினர் அங்கு துப்பாக்கி ஒன்றையும், ஆர்.டி.எக்ஸ். வெடி, ஆயிரம் ரூபாய் கள்ள நோட்டுகள் ஆகியவற்றையும் கண்டுபிடித்தார்.

அதன் உரிமையாளர் ஜிதேந்திர கேரா மற்றும் மூன்று பேரையும் கைது செய்தனர். அவர்கள் அனைவரும் ஆர்.எஸ்.எஸ். அமைப்பைச் சேர்ந்தவர்கள் ஆவர்.

அதே 2008 ஜூன் 16ஆம் தேதி ஆடிட்டோரியம் ஒன்றில் நாட்டு வெடி குண்டுகளை வைத்ததற்காகவும், அதற்கு முன் மசூதி ஒன்றைத் தகர்த்ததற்காகவும் ஆர். எஸ். கத்காரி மற்றும் எம்.டி. நிகாம் ஆகிய இருவரைற பயங்கரவாத எதிர்ப்பு காவல் படை ஏ.டி.எஸ். கைது செய்தது.

குண்டுவெடிப்புகளின் பின்னணியில் ஆர்.எஸ்.எஸ்.

ஹைதராபாத் மெக்கா மசூதியில் நடந்த குண்டுவெடிப்பில் அதிக எண்ணிக்கையில் முஸ்லிம்கள் கொல்லப்பட்டிருந்தும், காவல் துறையினர் முஸ்லிம்களைத்தான் சந்தேகப்பட்டனர். ஆனால், விநோதமாக பாதிக்கப்பட்ட ஒரு இந்துவின் செயற்கைத்தாடி கீழே விழுந்தது. அந்த சமயத்தில் அது புலனாய்வுத் துறையின் கவனத்தை ஈர்க்கவில்லை. ஆனால், அதன் பின்னர் இந்து பயங்கரவாதத்தின் அமைப்பு வலை அதன் பதுங்கு குழிகளிலிருந்து வியப்பூட்டும் வகையில் வெளியில் இழுத்து வரப்பட்டிருக்கிறது. அதன் விளைவாக அந்த அமைப்பின் உண்மையான தெளிவான உருவம் தெரியத் தொடங்கியது.

செப்டம்பர் 2006இல் நடைபெற்ற மாலேகாவ்ன் குண்டு வெடிப்பில் கைது செய்யப்பட்டவர்களில் அஜய் ரகிர்கார் (39) ஜக்தீஷ்மாத்ரே (40), தத்தாராம் டாவ்டே (42), சமீர் குல்கர்னி மற்றும் ரமேஷ் உபாத்யாயா ஆகிய ஐந்து பேர்களிடம் நடத்தப்பட்ட குறுக்கு விசாரணை அழுத்தமான முக்கியமான ஆதாரங்கள் வெளிவரக் காரணமாயிற்று.

அரசு வழக்குரைஞர் அஜய் மிஸர் கூற்றுப்படி, ரகிர்கார் 1,95,000 ரூபாயை குர்கர்னிக்கும், 85 ஆயிரம் ரூபாயை உபாத்யாயாவிற்கும், 50 ஆயிரம் ரூபாயை லெப். கர்னல் புரோகித் யாரிடம் கொடுக்கச் சொன்னாரோ அவர்களிடமும் கொடுத்ததாகத் தகவல் கிடைத்த தாம். அது மட்டுமின்றி, ஹவாலா வழியில் 10,73,000 ரூபாய் முக்கியமானவர்களுக்கு மாற்றி இருக்கின்றனர். ரகிர்காரின் வீட்டைச் சோதனையிட்ட பயங்கரவாத எதிர்ப்பு காவல் படையினர் கணக்குப் புத்தகங்களையும், ஸ்டாம்புகள், டாக்குமெண்டுகள், ஒரு டைரி மற்றும் அபினவ் பாரத் ட்ரஸ்டின் ஒரிஜினல் பத்திரம் ஆகியவற்றையும் கைப்பற்றினர். அபினவ் பாரத் ட்ரஸ்ட் என்பது லெப். க்ர்னல் புரோகித் உருவாக்கிய போலி ட்ரஸ்ட். திரை மறைவு வேலைகளை மறைப்பதற்காக ஏற்படுத்தப்பட்டது ஆகும்.

செய்தியாளர்களிடம் பேசிய மராட்டிய பயங்கரவாத எதிர்ப்புக் காவல் படை (*ATS*) தலைவர் மறைந்த ஹேமந்த் கர்க்கரே, "நிதிப் பொறுப்பாளராக ரகிர்கார் இருந்தார். அவர்தான் ஆயுதங்கள் வாங்குவதற்காக டாவ்டேயிடம் பணம் கொடுத்தது, லூஜர், வெப்லி, ஸ்கார் *0.32* பிஸ்டல் இறக்குமதி செய்யப்பட்ட ஸ்மித் அண்ட் வெஸ்ஸன் வகை துப்பாக்கிகள், *180* ரவுண்ட் ரவைகளை ஏடி. எஸ். காவல் படையினர் கைப்பற்றினர். ஒரு டைமரும் அங்கிருந்து கைப்பற்றப்பட்டது" என்றார். இதற்கெல்லாம் சூத்ரதாரியாக சாத்வி பிரக்ங்யா சிங் தாகூர் இருந்தார் என்பது விசாரணையின்போது தெரிய வந்தது.

மாலேகாவ்ன் குண்டு வெடிப்புக்குப் பின்பு, அந்நிகழ்வைப் பற்றி சாத்வியிடம், "எனக்கு இடப்பட்ட பணியை முடித்து விட்டேன்" என்று அக்குண்டு வெடிப்பின் முதன்மைக் குற்றவாளி என பின்பு அறியப்பட்ட ராம்ஜி தொலைபேசியில் கூறியபோது, ஏன் இவ்வளவு குறைந்த சாவு? என்று அந்த நபரை கோபத்துடன் கடிந்து கொண்ட சாத்வி, நீண்ட நேரம் அவரோடு தொலைபேசியில் பேசி இருக்கிறார். குண்டு வைக்கச் செல்வதற்கு ராம்ஜியைப் பயன்படுத்தி இருக்கிறார்.

குஜராத் இந்துத்துவ அமைப்பு வட்டங்களில் கனல் தெறிக்கப் பேசும் பேச்சாளரான சாத்வி பிரக்ங்யா சிங் தாகூர், மத்தியப் பிரதேசத்தில் பிறந்தவர். இந்து பெண் துறவியான சாத்வி பிரக்ங்யா சிங் கடந்த *2019* நாடாளுமன்றத் தேர்தலில் போபால் தொகுதியில் பாஜக வேட் பாளராக போட்டியிட்டு வெற்றி பெற்றார். மத்தியப் பிரதேச மாநிலத்தின் முன்னாள் முதலமைச்சர் திக்விஜய்சிங் இவரிடம் தோற்றுப்போனார்.

ஆர்.எஸ்.எஸ். கூடாரத்தில் உருவாக்கப்பட்ட சாத்வி, ஆவேசமாக இந்துத்துவ மதவெறியைத் தூண்டிப் பேசக் கூடியவர். பேச்சு மட்டுமல்ல, செயலிலும் பயங்கரவாத நடவடிக்கையைச் செய்து காட்டியவர் என்பது மாலேகாவ்ன் குண்டு வெடிப்பு வழக்கு விசாரணையில் பல உண்மைகள் வெளிவந்தன. அவரைத்தான் பாரதிய ஜனதா கட்சி போபால் தொகுதியில் வேட்பாளராக நிறுத்தி வெற்றிபெறச் செய்தது.

சாத்வி போன்று ஆர்.எஸ்.எஸ். உருவாக்கிய வன்முறை சித்தாந்தவாதிகள் காவி ஆடைக்குள் ஒளிந்து கொண்டு பாஜகவில் எம்.பி.க்கள் ஆகி, நாடாளுமன்றத்தில் வலம் வருகிறார்கள் என்பதுதான் வரலாற்றுச் சோதனை.

82

இராணுவத்தில் ஆர்.எஸ்.எஸ். ஊடுருவல்

மாலேகாவ்ன் குண்டு வெடிப்பு வழக்கில் கைது செய்யப்பட்ட தத்தாராம் டாவ்டே மராட்டியத்தின் ஜால்னா, பாலான் மற்றும் நான்டெட் ஆகிய இடங்களில் நடந்த குண்டு வெடிப்புகளிலும் தொடர்புடைய நபர் என்று அரசு வழக்குரைஞர் மிஸர் கூறினார். ஆயுதங்களைக் கையாள்வதில் டாவ்டே நிபுணர் என்பதால், பூனாவில் அவன் ஒரு பயிற்சி மையத்தை நடத்தினான். ஏ.டி.எஸ். குழுவினரிடம் இதில் பயிற்சி பெற்ற ஆர்.எஸ்.எஸ். உறுப்பினர்களின் 54 பேரின் பட்டியலும் இருக்கிறது. அவர்களிடம் இராணுவத்தில் பயன்படுத்தப்படும் தரத்திற்கு இணையான க்ரேனடுகள் இருந்தன என்பதும் கண்டறியப்பட்டது.

மகந்த அமிர்தானந்த்தன், லெப். கர்னல் புரோகித்திடம் ஆர்.டி.எக்ஸ் வெடி வாங்கச் சொன்னார் என்று அரசு வழக்குரைஞர் மிஸர் கூறினார். சந்தேகத்தின் அடிப்படையில் கைது செய்யப்பட்டவர்களுடன் இந்துத்துவ கூட்டத்திற்கு நெருங்கிய தொடர்பு இருந்தது.

ஏ. டி. எஸ்-இன் தலைவர் ஹேமந்த் கார்கரே தெரிவித்த கருத்தின்படி, சதித் திட்டங்கள் தீட்டுவதற்குக்குரிய இவர்களது இரகசியக் கூட்டங்கள் இந்தூர், தியோலாலி, போபால் மற்றும் நாசிக் போன்ற வெவ்வேறு இடங்களில் நடந்திருக்கின்றன.

2007 பிப்ரவரியில் இந்திய - பாகிஸ்தான் சம்ஜ்சவ்தா எக்ஸ்பிரஸ் இரயிலின் இரண்டு பெட்டிகளை சிதறடித்த சூட்கேஸ் வெடிகுண்டுகள் இந்தூரில்தான் செய்யப்பட்டன என்பது நிரூபிக்கப்பட்டு இருக்கிறது. சாத்வி மற்றும் லெப். கர்னல் புரோகித் ஆகியோருக்கும் இதில் தொடர்பு இருக்கலாம் என்று ஹரியானா இரயில்வே காவல்துறையினர் கண்டுபிடித்தனர். எங்களது விசாரணைகள் இந்தூரை நோக்கி அழைத்துச் செல்கின்றன என்று சண்டிகரில் இரயில்வே காவல்படையின் ஐஜி கே.கே. மிஸ்ரா "சமஜ்சவ்தா இரயில் தகர்ப்பில் பயன்படுத்தப்பட்ட சூட்கேஸ் மற்றும் அதில் காணப்பட்ட தையல் முறைகளை ஆராய்ந்த போது அவை இந்தூரில் வாங்கப்பட்டு இருக்கலாம் எனத் தெரிகிறது" என்று கூறினார். ஆனால் முன்னதாக காவல்துறையும் ஒட்டுமொத்த ஊடகங்களும்

முஸ்லிம் தீவிரவாத அமைப்புகளின் மீது இந்தக் குற்றத்தை அள்ளி வீசின.

அரசு வழக்குரைஞர் மிஜர் மேலும் சில அதிர்ச்சிகர தகவல்களையும் வெளியிட்டார்.

"லெப். கர்னல் புரோகித் முக்கியமான பாத்திரம் வகித்து இருக்கிறார். இரகசியக் கூட்டங்களில் கலந்து கொண்டது மட்டுமின்றி, சாத்வி பிரக்ங்யா மற்றும் மகந்த அமார்தானந்தோடு அவர் எப்போதும் தொடர்பில் இருந்திருக்கிறார்."

இராணுவத்தில் ஊடுருவல்

நிதிப் பொறுப்பாளரான சுஜய் ரகிர்கர்ர, டிசம்பர் 2001இல் கர்னல் புரோகித்தின் வங்கிக் கணக்கிற்கு மிகப் பெரும் தொகையை 3,98,000 ரூபாயை மாற்றி இருக்கிறார். பின்னர் ஒரு முறை ஹவாலா பரிவர்த்தனை மூலம் 10 இலட்சம் ரூபாய் மாற்றி உள்ளார். ஜூலை 2006இல் ராஜ்காரிலும், ஜூன் 2008இல் ஜபல்பூரியிலும் நடந்த இரகசியக் கூட்டங்களில் கலந்துகொண்ட புரோகித், மத்தியப் பிரதேசம் பச்மாரியில் 2006ஆம் ஆண்டு அக்டோபர் 16 முதல் 21ஆம் தேதி வரை பயிற்சி முகாம் ஒன்றையும் நடத்தி இருக்கிறார்.

இவை அனைத்தையும் இராணுவத்தில் உயர் அதிகாரி பொறுப்பில் இருக்கும்போதே அவர் செய்திருக்கிறார். பணியில் உள்ள ஒரு லெப்டினண்ட் கர்னல் மற்றும் ஓய்வு பெற்ற மேஜர் ஆகியோரின் இந்தச் செயல்பாடுகள், இந்துத்துவ தீவிரவாதிகள் பெருமளவில் இராணுவத்தில் ஊடுருவி இருப்பதை உறுதி செய்கின்றன.

ஆர்.எஸ்.எஸ். அமைப்பைத் தோற்றுவித்த கே.பி. ஹெட்கேவரின் வழிகாட்டியான டாக்டர் பி.எஸ். மூஞ்சே 1933ஆம் ஆண்டில் இத்தாலி சென்று பாசிச ஆட்சியாளர் முசோலினியைச் சந்தித்த பிறகு, அங்கு இருப்பதைப் போன்று இந்தியாவிலும் ஒரு இராணுவப் பள்ளியைத் தொடங்கினார் என்பதை முன்பே குறிப்பிட்டு இருந்தோம். டாக்டர் பி.எஸ். மூஞ்சே, இந்து இளைஞர்களை இராணுவப் பயிற்சி கொடுத்து தயாரிப்பதற்காகவே போன்சாலா இராணுவப் பயிற்சிப் பள்ளியைத் தொடங்கினார். இது போன்று புனே, நாசிக் ஆகிய இடங்களில் ஏராளமான இளைஞர்கள் பின்னர் இந்திய இராணுவத்தில் சேர்ந்தனர். இன்னும் உயர் அதிகாரிகளாகவும் விளங்கி உள்ளனர்.

இது எத்தகைய ஆபத்தான ஊடுருவல்? அதனால்தான் இராணுவத்தில் பணியாற்றி ஓய்வு பெற்றவர்கள் தங்களை ஆர்.எஸ்.எஸ். வழி வந்தவர்கள் என்று வெளிப்படையாக அறிவித்துவிட்டு, பாரதிய

ஜனதா கட்சியிலும் உடனடியாகச் சேர்ந்து இருக்கின்றார்கள். அந்தப் பட்டியலை அடுத்த அத்தியாயத்தில் விரிவாகக் காண்போம்.

இந்துத்துவ ‘போன்சாலா’ இராணுவப் பயிற்சிப் பள்ளியில் பயிற்சி பெற்றவர்தான் புரோகித். பின்னர் இந்திய இராணுவத்தில் சேர்ந்து, லெப். கர்னல் அளவுக்கு உயர்ந்தார்.

ஜம்மு - காஷ்மீர் மாநிலத்தில் தீவிரவாத எதிர்ப்புப் பிரிவில் பணியாற்றியபின், இராணுவத்தின் உளவுப் பிரிவுக்கான இயக்குநர் அலுவலகத்தில் சேர்ந்தார். (இராணுவ உளவுப் பிரிவு இயக்குநர் அலுவலகத்தில் ஆர்.எஸ்.எஸ். உளவாளி?...)

இந்திய இராணுவத்தில், இராணுவ உளவுப் பிரிவு ஒன்றின் தலைவராக பதவி வகித்து ஓய்வு பெற்றபின்பு, போன்சாலா இராணுவப் பள்ளியின் கமாண்டராகப் பணியாற்றிய கர்னல் எஸ். எஸ். ராய்கர்தான் கர்னல் புரோகித்தை உருவாக்கியவர். இதன் பிறகுதான் இந்து-முஸ்லிம் கலவரங்களுக்கு வித்திடுவதற்கு இரகசிய உதவிகள் செய்யும் வகையில் ‘அவினவ் பாரத் ட்ரஸ்ட்’ என்ற அறக்கட்டளையை புரோகித் தொடங்கினார்.

ஜிகாத் பயங்கரவாதிகளுக்கு எதிராக நடத்தப்பட்ட சாகசங்களைக் கதை கதையாக அவ்வப்போது புதிது புதிதாக கூறுவார் என்று புரோகித் பற்றி புலன் விசாரணைக் குழுவினர் ஊடகத்தினரிடம் தெரிவித்தனர்.

தனது சகாக்களான இராணுவ அதிகாரிகளிடம் உரையாடும் போது, லெப். கர்னல் புரோகித், இந்த அரசால் இந்துக்களைப் பாதுகாக்க முடியவில்லை என்று வெளிப்படையாகவே, அடிக்கடி விமர்சனம் செய்பவராக இருந்திருக்கிறார். தனது அரசியல் மற்றும் இந்துத்துவா சார்ந்த கருத்துகளை அவர் மறைத்தது இல்லை.

புரோகித் கைது

பயங்கரவாத செயல்களுக்குப் பின்னணியில் இருந்ததாக காவல்துறை கர்னல் புரோகித்தைக் கைது செய்தது. ஆனால் அவர் பயன்படுத்திய மடிக் கணினியைக் காணவில்லை.

ஒருவேளை அக்கணினியில் இந்துத்துவ பயங்கரவாத செயல்கள் பற்றிய விவரங்களும், முப்படைகளிலும் உள்ள தொடர்புகள் மற்றும் முக்கியமான தொடர்பாளர்கள் குறித்த தகவல்களும் இருக்கலாம்.

இராணுவச் சேவைகளுக்கும், உளவுப் பிரிவிற்கும் முஸ்லிம் இனத்தைச் சேர்ந்தவர்களைச் சேர்ப்பது விரும்பத்தகாத ஒன்றாக ஏறக்குறைய எழுதப்படாத விதியாக ஆகி விட்டது. இதனை

வெளிப்படையாகவே தனது ஆய்வு அறிக்கையில் வெளியிட்டார் நீதிபதி சச்சார். முஸ்லிம்களின் சமூக, பொருளாதார நிலை குறித்து ஆய்வு நடத்த அமைத்த நீதிபதி சச்சார் ஆணையம், இந்திய அரசிடம் விபரம் கேட்டபோதும்கூட, இராணுவத்தில் முஸ்லிம்களின் உண்மையான எண்ணிக்கையை வெளியிட இந்திய அரசு மறுத்துவிட்டது.

மராட்டிய மாநில நான்டெட்டில் வெடி குண்டு தயாரிக்கும் போது, நடந்த விபத்து பொதுப்பணித்துறையின் செயல் பொறியாளர் லட்சுமணன் ராஜ்கோண்ட்வார் என்பவரின் இல்லத்தில் நடந்தது. அவரது சகோதரர் நரேஷ் ராஜ் கோண்ட்வார் மற்றும் பஜ்ரங்தள் தலைவர் ஹிமான்சு பன்சே ஆகிய இருவரும் அந்த விபத்தில் இறந்தனர். ஆர்.எஸ்.எஸ். மற்றும் பாஜகவின் தலைவ ராக இருந்த பன்சே போன்சாலா இராணுவப் பள்ளியில் பயிற்சி முகாம் ஒன்றை ஏற்பாடு செய்தார்.

நாற்பது நாள் நடைபெற்ற அந்த முகாமில் ஹிமான்சு பான்சேவும் கலந்து கொண்டதோடு, மூன்றுவிதமான வெடி குண்டுகளைச் செய்யும் முறையையும் கற்றுக் கொண்டார். மே 20, 2008இல் நடை பெற்ற இந்த முகாமில் நாடு முழுவதிலிருந்து 100 - 115 பேர் கலந்து கொண்டனர். இராணுவத்தில் இருந்து ஓய்வு பெற்ற மற்றும் உளவுத் துறை அதிகாரிகள் துப்பாக்கிகளைக் கையாள்வதிலும் உளவு முறைகள் குறித்தும் பயிற்சி அளித்தனர்.

பயங்கரவாத எதிர்ப்பு காவல் படை புலன் விசாரணைக் குழுவினர், இந்த இந்துத்துவ பயங்கரவாதிகளுக்கும், தானே நகரின் கட்காரி, ரங்கயதான் தியேட்டரின் மீது, மகாபாரதத்தை நகைச்சுவையாகச் சித்தரித்து எழுதப்பட்ட நாடகத்தை எதிர்த்து நடத்தப்பட்ட குண்டு வெடிப்பிற்கும் தொடர்பு இருப்பதாகக் கண்டறிந்தனர். இந்த விசாரணையின் போது கைது செய்யப்பட்டவர்களில் ஒருவரான மங்கேஷ் நிகாம், கிறிஸ்தவ மதத்திற்கு மாற்றியதற்காக இரத்னகிரி குடும்பத்தினரின் வீட்டின் மீது குண்டு வீசியதாக குற்றம் சாட்டப்பட்ட நபர் என்று குறிப்பிடப்பட்டிருந்தது.

2008 அக்டோபரில் வெடிகுண்டு தயாரிப்பின் போது, கான்பூரில் நடந்த ஒரு விபத்தில் பஜ்ரங்தள் உறுப்பினர்களான ராஜீவ் மிஸ்ரா மற்றும் பூபந்தர்சிங் ஆகியோர் கொல்லப்பட்டனர். 2006 செப்டம்பரில் அகமது நகரிலிருந்த பழைய இரும்புக் கடை ஒன்றில் நடத்தப்பட்ட சோதனையில், 195 கிலோ அளவில் இராணுவத்தில் பயன்படுத்தப்படும் பலவித வெடிமருந்துகள் அடங்கிய பெட்டிகளைக் கைப்பற்றினர். கடையின் உரிமையாளரான ஷங்கர் ஷெல்கே இந்தப் பொருட்கள் இந்திய இராணுவத்தின்

தளவாடக் கிடங்கினால் விற்பனை செய்யப்பட்டவை என்றார். இத்தகைய உயர்தர வெடிமருந்துகளுக்கு பெரிய அளவிலான கள்ளச் சந்தை ஒன்று இருப்பதாக புலன் விசாரணை குழுவினரின் அறிக்கை சுட்டிக்காட்டி உள்ளது.

லெப். கர்னல் புரோகித்திற்கு உத்திரப் பிரதேசம் பெரும்புள்ளிகள் பலரோடும் இருக்கும் தொடர்புகள் குறித்து விசாரணை நடத்திய ஏ. டி. எஸ். குழு 68 பயணிகளை பலி கொண்ட 2007இல் நடந்த சம்ஜ்வ்தா விரைவு இரயிலில் நடந்த இரட்டைக் குண்டு வெடிப்புகளோடு இவர்களுக்குத் தொடர்பு இருப்பதை ஆதாரங்களுடன் கண்டுபிடித்த பிறகு, அவரைக் கைது செய்தனர்.

பாஜக தலைவர் இராஜ்நாத் சிங், சாத்வி பிரக்ங்யா சிங் தாகூர் மற்றும் மத்தியப் பிரதேச முதலமைச்சரோடு காட்சி தரும் புகைப்படம் ஒன்றைச் செய்தி ஏடுகள் வெளியிட்டன.

மோட்டார் பைக் ஓட்டுவதில் பெரு விருப்பம் கொண்ட நெஞ்சுரமிக்க, இந்துத்துவ வெறி கொண்ட சாத்வி பிரக்ங்யாவுக்கு சாத்வி உமாபாரதி, சாத்வி ரிதம்பரா மற்றும் சிலரைப் போன்று பெரிய மனிதர்களுடன் தொடர்பு இருந்தது.

நன்கு கட்டமைக்கப்பட்டு, மிகத் திறமையாக திட்டம் தீட்டப்பட்டு, 2008ஆம் ஆண்டில் மட்டுமே டில்லி, வாரணாசி, மும்பை, ஹைதராபாத், எஸ்ப்பூர், பெங்களூர் மற்றும் அகமதாபாத் ஆகிய நகரங்களில் குண்டு வெடிப்புகள் நடத்தப்பட்டன.

இந்த நிகழ்வுகள் அனைத்திலும் சம்ஜுசவ்தா எக்ஸ்பிரஸ் வெடிப்பு உட்பட காவல்துறையின் உடனடியான எதிர் வினை, முஸ்லிம் பயங்கரவாத குழுக்களான இந்தியன் முஜாஹதீன், பாகிஸ்தான் உளவுத்துறையான ஐ.எஸ்.ஐ. போன்றவற்றின் மீது குற்றம் சாட்டுவதாகவே இருந்தது.

முஸ்லிம் தீவிரவாதிகள் குறித்து ஊடகங்கள் கொடுத்த ஏராளமான புள்ளி விபரத் தகவல்கள் இந்தியாவை அழிக்க நினைத்திருக்கும் இதயமற்ற, கொடூரமான முஸ்லிம் தீவிரவாதிகளைப் பற்றிய வெறுப்பூட்டும் உருவத்தை உண்டாக்க உதவின. அந்த ஒட்டுமொத்த சமூகமும் தீவிரவாத செயலுக்குத் துணை போகிறவர்கள் என்று பெயர் சூட்டப்பட்டனர்.

இது உண்மைக்கு மாறான, முஸ்லிம்கள் மீது சுமத்தப்பட்ட அவதூறு என்பது போகப் போகப் புரிந்தது.

ஆனால் உண்மை நிலை என்னவெனில். இந்தியாவில் பயங்கரவாதத்திற்கு மூலாதாரமாக இருப்பது இந்துத்துவ பாசிசம்தான்.

இதற்கு எதிர்வினையாகவும், பழிவாங்கும் செயலாகவும் கோபம் கொண்ட சில முஸ்லிம்கள், இளைஞர்கள், தவிர்க்க இயலாமல் தீவிரவாத செயல்களில் இறங்கி விடுகிறார்கள்.

இந்துத்துவ பயங்கரவாத வலைப்பின்னல் போல இந்திய இஸ்லாமியர்களிடம் இல்லை என்று அமெரிக்க பேராசிரியர் பால் ஆர். பிராஸின் ஆய்வு அறிக்கை அறுதியிட்டுக் கூறுகிறது.

தங்களது அமைப்புக்கு களங்கம் வரக் கூடாது என்று நன்றாகப் பயிற்சி பெற்ற இந்த ஆர்.எஸ்.எஸ். உறுப்பினர்கள் இந்து ஜஸ்ரான் சமிதி, ஸநாதன் ஸ்னஸ்தான், ஹிந்து ஜக்ரான் மஞ்ச், ஜெய் வங்கதே மாதரம், ஜன கல்யான் சமிதி, இராமர் சேனை, ஹனுமன் சேனை, சிவசேனை, இந்து இராஷ்டி சேனை போன்ற புதிய பெயர்களில் அமைப்புகளைக் காளான்கள் போல் ஆங்காங்கே புதிது புதிதாக அமைத்துக் கொள்கின்றனர். இந்தப் பட்டியலில் மிக நீளமானது. இவையனைத்தும் ஆர்.எஸ்.எஸ். என்ற குடையின் கீழ் இயங்குபவை. அவர்களது பல்வேறு நிதி மையங்களில் அபிநவ் பாரத் ட்ரைட்டும் ஒன்று.

இராஜஸ்தான் ஏ.டி.எஸ். -இன் தலைவர் கார்க். ஏப்ரல் 14, 2009இல் என்.டி.டி. விக்கு அளித்த பேட்டியில், “அபிநவ் பாரத்தின் நடவடிக்கைகள் இப்போது கண்காணிப்பில் உள்ளன” என்றார். ராஜஸ்தான் காவல் துறையின் சிறப்புப் பிரிவு ஒன்று இத் தாக்குதல்களின் முக்கிய மூளையாகச் செயல்பட்ட லெப். கர்னல் புரோகித்திற்கும், மற்றொருவருக்கும் நடத்தப்பட்ட நார்கோ - சோதனை மற்றும் மூளைச் சோதனைகள் மூலம் கிடைத்திருக்கும் தகவல்களையும் சேகரித்து வைத்துள்ளனர்.

ஆஜ்மீர் க்வாஜா மொய்னுதீன் கிஸ்டி என்கிற சூஃபி துறவியின் தர்கா மீது. அக்டோபர் 11, 2007இல் நடத்தப்பட்ட குண்டு வெடிப்பு களைத் திட்டமிட்டதாகக் குற்றம் சாட்டப்பட்டவர்களில் ஒருவர் மகந்த் அமிர்தானந்த் என்கிற தயானந்த் பாந்தே என்பதை இந்தச் சோதனைகள்தான் வெளிக் கொணர்ந்தன என்று காவல்துறையினர் கூறினர், அதில் இருவர் கொல்லப்பட்டனர். தொழுகை நடத்த அங்கு வந்திருந்த நூற்றுக்கணக்கானோர் காயமடைந்தனர்.

இறந்தவர்களில் ஒருவர், அந்தத் தர்காவிற்கு அருகில் அலங்காரப் பொருட்கள் விற்பனை மையம் ஒன்றை நடத்தி வந்த 42 வயதான செயத் சலீம். இவர் ஆண்டிற்கு ஓரிரண்டு முறைகள்தான் ஹைதராபாத்தில் இருக்கும் தன் மனைவி மக்களைப் பார்ப்பதற்குச் சென்று வருவார்.

சூஃபி துறவி கிஷ்டியின் மீது கொண்டிருந்த பக்தியில் தனது வியாபாரத்தை ஆஜ்மீருக்கு மாற்றிக் கொண்டவர்.

மாநில அரசின் காவல்துறை (பாஜக ஆட்சிதான் நடந்து கொண்டு இருந்தது) அந்தத் தாக்குதலுக்குப் பிறகுப் பின்னர் சையத் சலீம் இருப்பதாக முடிவுக்கு வந்தது. மெக்கா மசூதி மற்றும் ஆஜ்மீர் தர்கா குண்டு வெடிப்புகளில் இருந்த ஒரே தன்மையைப் பார்த்த காவல்துறையினர் ஹைதராபாத் சென்றனர். இரண்டு வங்கதேசத்தவர் உட்பட ஆறு பேரை விசாரணைக்காகக் கைது செய்தனர்.

மத்திய அரசின் உள்துறை அமைச்சர் சிவராஜ் பாட்டீல்கூட, இந்தக் குண்டு வெடிப்பிற்கும், எல்லைக்கு அப்பால் உள்ளவர்களுக்கும் தொடர்பு இருப்பதாக நாடாளுமன்றத்தில் கூறினார்.

வங்கதேசத்தில் தோன்றியதாகக் கூறப்படும் 'ஹஜ்ஜி' என்ற இஸ்லாமிய அமைப்பின் மீது குற்றம் சாட்டப்பட்டது. காவல்துறையினரால் அவிழ்த்து விடப்பட்ட 'திடுக்கிடும்' விவரங்களோடு கூடிய இத்தகைய கட்டுக் கதைகள், (காங்கிரஸ் அமைச்சர்) பொய்க் குற்றச்சாட்டுக்களை நாடாளுமன்றத்தில் வெளியிட்டார்.

ஆனால் காவல்துறையின் இரண்டாவது புலன் விசாரணைக் குழு ஆஜ்மீர் தர்காவின் மீது நடந்த குண்டு வெடிப்பு இந்துத்துவ வெறியர்களின் குழுவான அபிநவ் பாரத்தின் கைவேலை என்ற முடிவுக்கு வந்தது.

83
காவல்துறைத் தலைவர் ஹேமந்த் கர்க்கரே கொலை

மெக்கா மசூதி மற்றும் ஆஜ்மீர் தர்கா குண்டு வெடிப்புகளை மிகத் தீவிரமாக விசாரணை செய்த பயங்கரவாத எதிர்ப்புக் காவல்துறை அவ்வப்போது விசாரணை நிலை குறித்து அறிக்கை வெளியிட்டது. மெக்கா மசூதி குண்டு வெடிப்புப் பற்றி புள்ளி விவரங்களுடன் விவரித்தும், வங்கதேசத்தில் உள்ள 'ஹஜ்ஜி' தீவிரவாத இயக்கத்தைச் சேர்ந்தவர்களின் பெயர்களைக் குறிப்பிட்டும், காவல்துறை விவரமான அறிக்கையை வெளியிட்டிருந்தது.

தீவிரவாதிகள் ஹைதராபாத் நகருக்கு வெடிமருந்தினைக் கடத்தி வந்ததைப் பற்றியும், மராட்டியத்திலுள்ள எல். இ. டி. இயக்கத்தினரின் கூட்டுறவோடு மேம்படுத்தப்பட்ட வெடிகுண்டுக் கருவிகளைத் தயாரித்தது பற்றியும் கூறினர்.

ஷேக் அப்துல் நஸீன் (எல்.இ.டி), அபு ஹமா, அப்துல் முகமது ஷாகித் ஆகியோரின் பெயர்களை தங்களது சொந்த மதத்தினரான முஸ்லிம்களைக் கொல்வதற்கு திட்டம் வகுத்துத் தந்த வெளிநாட்டைச் சேர்ந்த ஹஜ்ஜி இயக்கத்தின் காஜா போன்ற அனைவரின் பெயர் களையும் நம்பக்கூடிய விதத்தில் வெளியிட்டனர்.

சௌத்ரி என்பவர் மெக்கா மசூதி குண்டு வெடிப்பை அறிந்தவுடன் அனைவருக்கும் ஐஸ்க்ரீம் விநியோகித்தான் என்பது உட்பட மேலும் பல விவரங்கள் அதில் இருந்தன. அந்த முஸ்லிம்களிடமிருந்து ஒப்புதல் வாக்குமூலம் வாங்குவதற்காக ஆந்திர காவல்துறை மனிதத் தன்மையற்ற சித்திரவதைகளைச் செய்தது. ஆந்திர மாநிலத்தில் அப்போது காங்கிரஸ் கட்சிதான் ஆட்சிப் பொறுப்பில் இருந்தது. ஹைதராபாத்தின் 21 முஸ்லிம் இளைஞர்கள் கொடூர சித்ரவதைக்கு உள்ளாக்கப்பட்டனர்.

இவையெல்லாம் பத்திரிகை ஊடகங்களில் கண், காது, மூக்கு வைத்து இஸ்லாமியர்கள் மீது வன்மமான முறையில் கட்டுக் கதைகள் அவிழ்த்து விடப்பட்டன. ஆனால் உண்மை முகிலைக் கிழித்து வெளியே வரும் வெண்ணிலா போல சிறப்பு புலனாய்வு விசாரணையில் வந்துவிட்டது.

உண்மைக் குற்றவாளிகள்

இராஜஸ்தான் மாநிலத்தில் அமைக்கப்பட்ட பயங்கரவாத எதிர்ப்பு காவல்படை விசாரணையில் பல அதிர்ச்சிகரமான தகவல்கள் அம்பலமாயின, ஆஜ்மீர் தர்கா குண்டு வெடிப்பு, மெக்கா மசூதியில் நடந்த குண்டு வெடிப்பு ஆகியவற்றைத் திட்டமிட்டுச் செய்தது இந்துத்துவ பயங்கரவாத குழுவான 'அபிநவ் பாரத்' என்பது வெட்ட வெளிச்சமானது.

மலேகாவ்ன் குண்டு வெடிப்பிற்காக சந்தேகத்தின் அடிப்படையில் கைது செய்யப்பட்ட மூன்று இந்துத்துவத் தீவிரவாதிகளின் கைதுதான் மெக்கா மற்றும் ஆஜ்மீர் குண்டு வெடிப்புகளில் தொடர்புடையவர்கள் யார் என்பதைக் கண்டறிவதற்கான திறவுகோலாக அமைந்தது.

ஏ.டி.எஸ். காவல்துறை மூத்த அதிகாரி ஒருவர், 'அவிநவ் பாரத்' அமைப்புடன் தொடர்புடைய அந்த நபர்கள்தான் இந்த மூன்று குண்டு வெடிப்புகளையும் நிகழ்த்தினர் என்பதற்கான ஆதாரங்கள் எங்களிடம் இருக்கின்றன என்றார். அந்த மூன்று குற்றவாளிகளான ஷிவ் நாராயணன், கல்சங்கரா, சமீர் டாங்கே ஆகியோர் கர்நாடகாவின் ப்ரவீன் முத்தலிக்குடன் தொடர்புடையவர்கள்.

மலேகாவ்ன் குண்டு வெடிப்பில் தொடர்புடையவர்கள் என்று கைது செய்யப்பட்ட புரோகித் மற்றும் தயானந்த் பாந்தே ஆகியோரிடையே நடந்த தொலைபேசி உரையாடல், வேறு சில குண்டு வெடிப்புகளிலும் அவர்கள் ஈடுபட்டவர்கள் என்பதை வெளிப்படுத்தியது. ஹைதராபாத் குண்டு வெடிப்பினை பாகிஸ்தானின் ஐ.எஸ்.ஐ. செய்யவில்லை. இந்துத்துவ தீவிரவாதிகள்தான் செய்தனர் என்பதை பாந்தே ஒப்புக்கொண்டான்.

மலேகாவ்ன் போன்று தொடர்ச்சியாக வெற்றிகரமான இரண்டு குண்டு வெடிப்புகளைத்தான் நிகழ்த்தியதாக புரோகித் அந்த தொலைபேசி உரையாடலில் பெருமையாகப் பேசியதை ஏ. டி. எஸ். காவல்துறை துல்லியமாக ஆராய்ந்தது.

இந்த விசாரணையின்போது வெளியான உண்மைகளை இந்துத்துவ உணர்வு பீடிக்கப்பட்ட முக்கிய ஊடகங்களால் மூடி மறைக்கப்பட்டது. ஏனெனில் உள்துறை அமைச்சர் பொறுப்பை வகித்த 'எல்.கே. அத்வானி' ஒருமுறை கூறினார், "அனைத்து முஸ்லிம்களும் தீவிரவாதிகள் அல்ல. ஆனால், தீவிரவாதிகள் அனைவரும் முஸ்லிம்களே" இந்த முழு பொய், காங்கிரஸ் ஆட்சிக் காலத்திலும் செல்வாக்கு செலுத்தியது என்பதை மறுப்பதற்கு இல்லை.

ஹேமந்த் கார்க்கரே

இந்துத்துவ மதவாத அமைப்புகளின் திரை மறைவு நடவடிக்கைகளை வெளிக்கொணர்ந்து, பயங்கரவாத வலைப் பின்னலை அறுத்தவர் மராட்டிய மாநிலத்தின் பயங்கரவாத எதிர்ப்புக் காவல் படை தலைவர் ஹேமந்த் கார்க்கரே.

மதச்சார்பற்ற நேர்மையான அதிகாரியான இவர்தான் மும்பையில் தீவிரவாதிகள் நடத்திய 26/11 தாக்குதலில் முன்னணியில் இருந்தபோது ஐயத்திற்கிடமான முறையில் சுட்டுக் கொல்லப்பட்டார். ஆர்.எஸ். எஸ்., பாஜக சங்பரி வாரங்கள் ஹேமந்த் கார்க்கரே கொல்லப்பட்டதை அறிந்து கொண்டாடினர்.

தீவிரவாதிகள் ஊடுருவலை எதிர்த்துத் துப்பாக்கிச் சண்டை நடந்து கொண்டிருந்த அந்த இடத்திற்கு அவர் ஏன் அனுப்பப்பட்டார்?

எப்படி அவர் நெஞ்சில் குறிபார்த்து குண்டு பாய்ந்தது? இதன் பின்னணியில் யார் உள்ளனர்? என்ற அவிழ்க்கப்படாத புதிரை விடுவிக்கக் கோரினார் அப்போதைய மத்திய அமைச்சரான ஏ.ஆர். அந்துலே. இதே கேள்விக்கு விடை காணத் துடித்தார் ஹேமந்த் கார்க்கரே மனைவி. ஆனால் வெளிப்படையாக கேள்வி எழுப்பியதற்காக ஏ.ஆர். அந்துலே பதவி இழந்ததுதான் மிச்சம்.

சி.என்.என். தொலைக்காட்சி ஊடகம் (CNN-IBN) மலேகாவ்ன் குண்டு வெடிப்பு விசாரணையின் அதிர்ச்சி ஊட்டும் திருப்பமாக அபிநவ் பாரத் அறக்கட்டளைக்கு (?) நிதி திரட்டியதும், அதனைத் தொடங்குவதற்கு தொடக்க காலத்தில் ஓரளவில் நிதி தந்ததும் வி.எஹச். பி. பொதுச்செயலாளர் ப்ரவீன் தொகாடியா என்று லெப். கர்னல் ஸ்ரீகாந்த் பிரசாத் புரோகித் கூறுகிறார்" என்று செய்தி வெளியிட்டது. அவரை சிபிஐ விசாரித்தபோது இதனைக் கூறியதாக அந்த தொலைக்காட்சிச் செய்தியில் (நவம்பர் 24, 2008, 12.30) ஒளிபரப்பானது.

ஹேமந்த் கார்க்கரே கொல்லப்பட்டபின் இந்த விசாரணை அப்படியே நிறுத்தப்பட்டுவிட்டது. அவரது மரணத்திற்குப் பிறகு அனைத்தும் அமைதியாக்கப்பட்டுவிட்டன. இன்னமும் ஹேமந்த் கார்க்கரே கொல்லப்பட்டதற்கான முழுப் பின்னணியும் வெளிவரவில்லை.

மற்ற குண்டு வெடிப்புகள்

ஆகஸ்ட் 2007இல் நடந்த கான்பூர் குண்டு வெடிப்பில் இறந்த ஆர். எஸ்.எஸ். - பஜ்ரங்தள் இயக்கத்தின் ராஜீவ் மிஸ்ரா மற்றும் பூபேந்திர அரோரா ஆகியோரின் மரணம் மறந்துவிட முடியாதது ஆகும்.

கான்பூரில் குண்டு வெடிப்பு நடந்த இடத்தில் கைப்பற்றப்பட்ட வெடி மருந்துகள் அந்த நகரத்தின் பாதி அளவை அழித்துவிடும் சக்தி கொண்டவை என்று கான்பூர் காவல் துறையினர் கூறினர். இறந்தவர் ஒருவரின் வீட்டில் ஃபரோசாபாத்தில் முஸ்லிம் மக்கள் அதிகமாக வாழும் பகுதிகளின் வரைபடங்கள் கண்டெடுக்கப்பட்டதாகக் காவல்துறை கூறியது. ஆனால் ஐயத்தின் பேரில் கைது செய்யப்பட்ட வேறு இருவரின் மீது நடத்தப்பட்ட நார்கோ சோதனையின்போது வெளி வந்த பெயர்களுக்குச் சொந்தக்காரர்களான இரு முக்கியத் தொடர்பாளர்களின் காவல்துறை விசாரணை செய்யப்படவில்லை. அதில் ஒருவர் கான்பூரின் ஐ.ஐ.டி. பேராசிரியர் மற்றொருவர் வி.ஹச். பி. யின் முக்கியமான உள்ளூர் தலைவர்.

கர்நாடகாவின் ஹுப்ளி மாவட்ட நீதிமன்றத்தில் மே -10, 2008இல் நடந்த குண்டு வெடிப்பு பற்றிய செய்திகள் விரிவாக செய்யப்பட்டிருந்தன. சிமி (இஸ்லாமிய மாணவர் அமைப்பு) அமைப்பின் தலைவர்களான சஃப்தி நகோதி மற்றும் பலருக்கு எதிரான வழக்கின் விசாரணை நடைபெறவிருந்த நீதிமன்றத்தில் அந்த குண்டு வெடிப்பு நிகழ்ந்தது. அப்போதுதான் கர்நாடக சட்டப்பேரவையின் முதற்கட்டத் தேர்தலின் வாக்குப்பதிவு நடைபெற இருந்தது. அதிகாரத்தைக் கைப்பற்றுவதில் பாஜக தீவிரமாகக் களம் இறங்கி இருந்த நேரம் இது.

இந்தக் குண்டுவெடிப்பு பாஜகவுக்கு உகந்த சூழலை ஏற்படுத்தியதால் கணிசமான வாக்குகளையும் பெற்றது. எப்போதும் போல இப்போதும் இந்தக் குண்டுவெடிப்பு முஸ்லிம்கள் மீது சுமத்தப்பட்டது. அப்பாவி முஸ்லிம்கள் பலிகடா ஆக்கப்பட்டனர்.

கைது செய்யப்பட்டு, காவல்துறையின் கொடூர சித்ரவதையை அனுபவித்தனர். குண்டு வெடிப்பில் அவர்களின் பங்கு நீக்கப்பட்டதாகவும், எல்.இ.டி. மற்றும் சிமி அமைப்பைச் சேர்ந்தவர்கள் இதன் பின்னணியில் உள்ளதாகவும் காவல்துறையும், ஊடகங்களும் கதை அளந்தன. தீவிரவாதம் குறித்த விடயங்களில் மென்மையான அணுகு முறையைக் காங்கிரஸ் கட்சியும், மத்தியில் ஆட்சியில் இருந்த ஐக்கிய முற்போக்குக் கூட்டணி அரசும் கடைப்பிடிப்பதாக எல்.கே. அத்வானி குற்றம் சாட்டினார்.

ஹுப்ளி வழக்கறிஞர் சங்கமும், வேறு பல வழக்கறிஞர் சங்கங்களும் தீவிரவாதிகளை நாங்கள் ஒருபோதும் ஆதரிக்க மாட்டோம் என்று ஒருமனதாகத் தீர்மானம் நிறைவேற்றினர். முன்னணி வழக்கறிஞரான ஒருவர் விசாரணைக் கைதிகளான இப்ராகீம், ஜஹாங்கீர் ஆகிய இருவருக்கும் ஆதரவாக பிணை மனுக்களைத் தாக்கல் செய்தபோது,

அவரது அலுவலகம் தாக்கப்பட்டது. இந்துத்துவ குண்டர்களால் அவரும், அவரது உதவியாளர்களும் மோசமாகத் தாக்கப்பட்டனர்.

தேர்தலில் வென்று கர்நாடகாவில் பாஜக ஆட்சியைக் கைப்பற்றியபிறகு, குற்றச்சாட்டுக்கு உள்ளான அப்பாவி முஸ்லிம்கள் பல மாதங்கள் சிறையில் வாடிய பின்னர் உண்மை வெளியில் வந்தது.

வட கர்நாடகத்தின் ஐ.ஜி.பி. இராகவேந்திர அவ்ரத்கர், ஜனவரி 2009இல் நடத்திய செய்தியாளர்கள் கூட்டத்தில், ஹூப்ளி நீதிமன்ற குண்டுவெடிப்பும், அதற்கு முன்னதாக பெல்காம் - ஹூப்ளி விரைவுச் சாலையில் குண்டு வைத்ததும் நாகராஜ் ஜம்பாகி தலைமையில் நடந்த குற்றச் செயல்கள் என்று கூறினார். அந்தக் கூட்டத்தினர் இந்து வலதுசாரிகள் புரட்சிகரக் குழுவோடு தங்களுக்குத் தொடர்பு இருப்பதாக ஒப்புக் கொண்டனர் என்று இந்தியன் எக்ஸ்பிரஸ் செய்தியில் தெரிவித்து இருந்தது.

தி மெயில் டுடே, ஏடு (ஜனவரி 13, 2009) காவல்துறையினர் செல்வாக்கு உள்ள பாகல்காட் தொழிலதிபர் ஒருவரின் கொலை வழக்கை விசாரித்துக் கொண்டிருந்தபோது, எதிர்பாராத விதமாக இந்தக் கும்பலின் மேல் அவர்களின் கவனம் திரும்பியதால், அவர்களில் ஒன்பது பேரைக் கைது செய்தனர் என்று தகவல் வெளியிட்டது.

அவர்களுக்கு இருக்கும் தொடர்புகளைக் காவல்துறையினர் வெளியிடவில்லை என்றாலும், ஹூப்ளி தார்வார் பகுதியில் பெரும்பான்மையான மக்களுக்கு அவர்களின் அரசியல் சார்பும், அவர்களது செயல்பாடுகளும் தெரியும். இந்துத்துவ சங் பரிவாரின் ஒரு அமைப்பான ஸ்ரீராம் சேனையோடு தொடர்புடையவர்கள் அவர்கள்.

‘இந்துக்களை ஆயுதம் தரிக்கச் செய்வோம்’ என்று பிரவின் தொகாடியாவின் வெறிக் கூச்சலில் ஈர்க்கப்பட்டு, இந்து இளைஞர்களை திரட்டியவன் ஸ்ரீராம் சேனாவின் தலைவர் பிரமோத் முத்தலிக்குடன் மிக நெருங்கிய தொடர்பானவன் என்பதும் அனைவரும் அறிந்ததே.

‘கர்நாடகாவின் தொகாடியா’ என்று கருதப்படும் ஸ்ரீராம் சேனாவின் தலைவரின் வலதுகரமாக இருப்பவன் ‘ஜம்பாகி’ என்று தி மெயின் டுடே ஏடு அம்பலப்படுத்தியது.

பிரமோத் முத்தலிக், தென்னிந்தியாவின் வி.ஹச்.பி. மற்றும் பஜ்ரங்தள் அமைப்பின் முன்னாள் ஒருங்கிணைப்பாளர். அவரது ஆட்கள் ஆயுதப் பயிற்சி பெற்றவர்கள். கூடலலாசங்கமா என்ற இடத்தில் நடைபெற்ற ஐந்து நாள் முகாமில் குழுக்கள் பல கலந்துகொண்டதாக தி மெயில் டுடே ஏடு கூறியது.

ஹனுமந்த் சைன்சகாலி என்ற 22 வயது டிப்ளமோ படித்த மாணவனிடமிருந்து மராட்டிய எல்லையருகில் உள்ள இடத்தில் வைத்து ஜம்பாகி வெடிகுண்டுகள் வாங்கியதாக இந்தியன் எக்ஸ்பிரஸ் நாளேடு கூறியது. மே 18, 2007இல் மெக்கா மசூதி குண்டு வெடிப்பில் பயன்படுத்தப்பட்ட வெடிகுண்டுகளும் இவையும் ஒன்றே என்று புலன் விசாரணையில் தெரிந்தது.

பிரமோத் முத்தலிக்

மலேகாவ்ன் குண்டு வெடிப்பால் மூவரில் ஒருவராக முத்தாலிக் இருக்கலாம் என்று டைம்ஸ் ஆப் இந்தியா நாளேடு (ஜனவரி 18, 2008) செய்தி வெளியிட்டது. கர்நாடகாவில் முகாமிட்டு புலன் விசாரணை மேற்கொண்ட மராட்டிய ஏ.டி.எஸ். காவல்துறையினர் மலேகாவ்ன் குண்டு வெடிப்பு நடந்த அன்று குற்றம் சாட்டப்பட்டுள்ள ராம்ஜி கலங்கசாரா மற்றும் சந்தீப் டாங்கே ஆகியோருடன் முத்தலிக்கும் அங்கு இருந்திருக்கிறார் என்று அச்செய்தி ஆதாரங்களுடன் கூறியது.

நாடு முழுவதும் பரந்து விரிந்திருக்கும் இந்துத்துவ அமைப்பு வகையின் செயல்பாடுகள்தான் இவை, இதைப் போன்ற இஸ்லாமியர்களின் அமைப்பு வலையை இந்தியாவில் கற்பனை செய்து பார்ப்பது என்பதை இயலாத ஒன்று. அமெரிக்க அறிஞர் டாக்டர் பால ஆப். ப்ராஸ் கூறியது போன்று சமூக ரீதியாகவோ அல்லது மனித சக்தியாலோ இயலாத ஒன்று இது.

ஸ்ரீராம் சேனாவின் தலைவரான இந்த பிரமோத் முத்தலிக், ஜனவரி 17, 2009 அன்று உடுப்பியில் இந்து தர்ம ஐக்குருதி சபா கூட்டத்தில், “எதிர்காலத்தில் நடக்கவிருக்கும் இதைப் போன்ற நிகழ்வுகளுக்கு. மலேகாவ்ன் குண்டு வெடிப்பு ஒரு துவக்கமே” என்று எச்சரித்தது போன்றே பின்னாளில் பல நிகழ்வுகள் நடந்தன.

இந்தக் கூட்டம் நடந்த இடம் அனைவரும் மதிக்கும் இடமாகத் திகழும் எம்.ஜி.எம். கல்லூரி வளாகத்தில் இருக்கும் ராவ் ஸ்டேடியம் என்று இந்து நாளேடு சுட்டிக்காட்டியது. பிரமோத் முத்தலிக் உரையின் காணொளி காட்சிப் பதிவு இந்து நாளேட்டின் வசம் இருப்பதாகக் கூறியது.

குண்டு வெடிப்பு வழக்கில் குற்றம் சாட்டப்பட்ட சாத்வி பிரக்யாசிங் தாக்கூரைப் புகழ்ந்து பேசிய பிரமோத் முத்தலிக், “விரைவில் அனைத்து இந்து இல்லங்களிலும் ஒரு பிரக்யா” முழக்கங்களுக்கிடையே வெடிகுண்டிற்காக நம் குடும்பத்துப் பெண்கள் அனைவரும் சமையல் அறையை விட்டு வெளியே வந்தால் நாம் எவ்வளவு சாதிக்க முடியும் என்பதைக் கற்பனை செய்து பாருங்கள்” என்ற கூட்டத்தினைப் பார்த்து அவர் கேள்வி எழுப்பினார்.

மங்களூர் நேரு மைதானத்தில். அதே சமிதியினால் மார்ச் 4, 2008இல் ஏற்பாடு செய்யப்பட்ட நிகழ்ச்சியில், அதன் உறுப்பினர்கள் அனைவரும் இராணுவத்தினர் அணிவது போன்ற உடைகள் அணிந்திருந்ததை 'தி இந்து' செய்தித்தாளின் நிருபர் கண்டார்.

பெயர்களைப் பதிவு செய்வதற்காக அமைக்கப்பட்டிருந்த கவுண்டர்களில் கத்திகள், வாள்கள் மற்றும் ஏர்-ரைபிள்கள் காட்சிக்கு வைக்கப்பட்டிருந்தன. ஒரு கவுண்டரில் இருந்தவர் இந்து நிருபரிடம், "எந்தவொரு இந்துவும் இராணுவத்தில் சேர்வதற்காக இங்கு பதிவு செய்து கொள்ளலாம். ஆயுதப் பயிற்சி அவர்களுக்கு இலவசமாக அளிக்கப்படும்" என்று கொள்ளலாம்.

நிகழ்ச்சி நடந்த அந்த இடம் முழுவதும் தீவிரவாதத் தாக்குதல்களால் பாதிக்கப்பட்டவர்களின் குருதி சிந்துவது போன்ற சுவரொட்டிகள் ஒட்டப்பட்டிருந்தன. உள்ளூர் பாஜக எம்.எல்.ஏ. யோகேஷ் பட், உடுப்பியில் இருக்கும் பெஜாவர் மடத்தின் தலைவர் விவேஹா தீர்த்தர் உட்பட இரண்டாயிரத்துக்கும் மேற்பட்டவர்கள் அந் நிகழ்வில் கலந்து கொண்டனர்.

தனது உறுதியான மனசாட்சி அடிப்படையில் நடத்திய புலன் விசாரணையின் காரணமாக காஷ்மீர், இந்தூர், போபால், கான்பூர், மராட்டியம், ஹைதராபாத், கர்நாடகம் என்று நாடு முழுவதும் பரவியிருந்த இந்துத்துவ பயங்கரவாத அமைப்பு வலையை வெளிக்கொண்டு வந்ததற்காக ஹேமந்த் கார்க்கரே இந்துத்துவக் குழுக்களின் கடுமையான நிந்தனைக்கு உள்ளாக்கப்பட்டார். இவையெல்லாம் பனிப் பாறையின் ஒரு முனை மட்டுமே.

சுட்டுக்கொல்லப்பட்ட காவல்துறை உயர் அதிகாரி ஹேமந்த் கார்க்கரே மனைவி கவிதா மும்பைக் கல்லூரி ஒன்றில் பேராசிரியையாக பணியாற்றி வந்தார். அவர் தனது கணவரை இழந்தபோது கூறினார், "நாடாளுமன்றத்தின் மீது தாக்குதலை நடத்தியவர்கள் யார் என்பதைக்கூட இவர்களால் இன்னும் கண்டுபிடிக்க முடியவில்லை. நான் எனக்கான நீதியை எங்கே பெறுவேன்? 'நான் கேட்கும் கேள்விகளுக்கு எனக்கு பதில் கிடைக்காது என்று எனக்குத் தெரியும்.'

பேராசிரியை கவிதாவின் கண்ணீருக்குக் காரணமான ஹேமந்த் கார்க்கரே ஐயத்திற்கு இடமான வகையில் சுடப்பட்டு உயிரிழந்த நிகழ்வு, பின்னாளில் அச்சு ஊடகங்கள், காட்சி ஊடகங்களின் விவாதப் பொருள் ஆயின. அதிலும் அதிர்ச்சிகரமான செய்திகள் ஆதாரப்பூர்வமாக வெளியிடப்பட்டன.

84

அசீமானந்தா யார்?

இந்துத்துவ பங்கரவாதிகள் நடத்திய குண்டு வெடிப்புகளில் மிகுந்த கோரமான நிகழ்வு 2007, பிப்ரவரி மாதம் 18ஆம் தேதி நள்ளிரவில் நடத்தப்பட்ட குண்டு வெடிப்பு ஆகும். இந்தியா - பாகிஸ்தான் நல்லெண்ணச் சின்னமாக டெல்லியிலிருந்து பாகிஸ்தானில் லாகூர் வரை சம்செளதா விரைவு இரயில் விடப்பட்டது.

டெல்லியிலிருந்து புறப்பட்ட சம்செளதா விரைவு இரயில் 2007, பிப்ரவரி 18 நள்ளிரவில் ஹரியானா மாநிலம் பானிபட் அருகில் திவானா என்ற ஊரைக் கடந்த சில நொடிகளில் பயங்கரமாக இரு வெடிகுண்டுகள் வெடித்தன. இந்தக் கோரத் தாக்குதலில் 68 இரயில் பயணிகள் உடல்கள் நார்நாராகக் கிழிக்கப்பட்டு மாண்டனர். உயிரிழந்தவர்களில் 16 பேர் குழந்தைகள். மேலும் 42 பேர் பாகிஸ்தானைச் சேர்ந்தவர்கள் என்பதும் குறிப்பிடத்தக்கது.

சம்செளதா இரயில் குண்டு வெடிப்புக்குப் பின்னர் இரண்டு நாட்களில் பிப்ரவரி 21, 2007இல் பாகிஸ்தான் அமைச்சர் குர்ஷித் கசூரி டெல்லி வந்து, இந்திய அரசுடன் பேச்சுவார்த்தை நடத்துவதாகத் திட்டமிட்டுப் பின்னர் இரத்து செய்யப்பட்டது.

அதற்குக் காரணம், இந்தியாவின் காவல்துறை, மத்தியப் புலனாய்வுக் குழு, பாகிஸ்தானில் செயல்படும் பயங்கரவாத அமைப்பு ஒன்று பாகிஸ்தான் அரசாங்க உதவியுடன் இந்தப் பயங்கர வெடிகுண்டு தாக்குதலை நடத்தியதாகக் குற்றம் சாட்டியது. பாகிஸ்தான் இந்தியாவிடமிருந்து விவரங்கள் கேட்டது. இரு வாரங்கள் கழித்து இந்தியப் பயங்கரவாத எதிர்ப்புத் துறையின் கூட்டுக் குழுக் கூட்டம் மார்ச் 6, 2007இல் கூடியது.

நிரூபிக்கக்கூடிய எந்தத் தடயங்களும் கிடைக்கப்பெறவில்லை. பாகிஸ்தான் குடிமகன் ஒருவருடைய நிழல்படம் ஒன்றை மட்டும் வெளியிட்டு, இந்த நபர்தான் குண்டு வைத்தவர் என்று கூறிய இந்தியா, அவரை உடனடியாக இந்தியாவிடம் ஒப்படைக்க வேண்டும் என்று கோரியது. இதைப் பாகிஸ்தான் அர்த்தமற்றது என்று நிராகரித்தது மட்டுமின்றி, மிகக் கடுமையான உண்மையான,

நேர்மையான புலனாய்வை இந்தியா மேற்கொள்ள வேண்டும் என்று கோரியது.

சம்செளதா இரயில் குண்டு வெடிப்பு வழக்கின் புலனாய்வில் எந்த முன்னேற்றமும் ஏற்படாததால் மூன்று ஆண்டுகளுக்குப் பின்னர் தேசிய புலனாய்வு முகமையிடம் (*National Investigation Agency -NIA*) ஜூலை 2010இல் ஒப்படைக்கப்பட்டது. என்.ஐ.ஏ. உருவாக்கப்பட்டவுடன் இந்த வழக்கு விசாரணையை ஏற்றுக்கொண்டது.

அதுவரையில் ஹரியானா காவல்துறை புலனாய்வு, மத்தியப் பிரதேசம் இந்தூரில் உள்ள தையல்காரர், வெடிகுண்டுகள் வைக்கப்பட்ட ஒரு பெட்டிக்கு உறை தைத்துக் கொடுத்தது மட்டும் தெரிய வந்தது.

துப்புத் துலக்கியது

ராஜஸ்தான் மாநில பயங்கரவாத எதிர்ப்பு இயக்கப் படை ஆஜ்மீர் தர்கா குண்டு வெடிப்பு பற்றி புலன் விசாரணை மேற்கொண்டபோது. மாலேவ்கான், மெக்கா மஸ்ஜீத், சம்செளதா விரைவு இரயில் குண்டு வெடிப்புகள் பற்றி திடுக்கிடும் தகவல்கள் பற்றி துப்பு கிடைத்தது.

ஆனால் மத்திய காங்கிரஸ் அரசு இதற்கு முன்பு பாகிஸ்தான் மீது போலிக் குற்றச்சாட்டை அவசரக் கோலத்தில் வெளியிட்டதை மூடி மறைப்பதற்காகவே விரும்பியது. அப்போதைய மத்திய உள்துறை அமைச்சர் சிவ்ராஜ் பாட்டீல், தேசியப் புலனாய்வு ஆலோசகர் எம். கே. நாராயணன் இருவரும் இந்தியாவின் கௌரவத்தைக் காப்பாற்ற முயற்சித்தனர்.

மராட்டிய மாநில ஏ.டி.எஸ். தலைவர் ஹேந்த் கார்க்கரே மற்றும் ராஜஸ்தான் ஏ.டி.எஸ். புலன் விசாரணைகளின் மூலம் தொடர் குண்டு வெடிப்புகளின் மூலவேர் எங்கிருந்து கிளம்பியது என்பது தெரியவந்தது.

சம்செளதா விரைவு இரயில் குண்டு வெடிப்பின் புலன் விசாரணையில் இரண்டு சூட்கேசுகள் வெடிகுண்டுகள் நிரப்பப்பட்டு வெடிக்காமல் கைப்பற்றப்பட்டன. இவை இந்தூர் கோத்தாரி மார்கெட் அபிநனந்தன் கடையில் வாங்கப்பட்டவை. இதற்கு உறை தைத்துக் கொடுத்த தையல்காரரைத்தான் ஹரியானா காவல்துறை அடையாளம் கண்டது.

அந்தக் குண்டுகள் வைத்திட வாங்கப்பட்ட பை, பிளாஸ்டிக் பெட்டிகள், வெடி மருந்து எல்லாம் இந்தூரிலேயே வாங்கப் பட்டதும் உறுதி செய்யப்பட்டது. இவ்வளவு தடயங்கள் இருந்தும் மத்தியப் பிரதேச பாஜக அரசு ஒத்துழைப்புத் தரவில்லை. எனவே

புலன் விசாரணையை சி.பி.ஐ. வசம் ஒப்படைக்கலாம் என்று ஹரியானா அரசு கூறியது.

ஆனால் ஐக்கிய முற்போக்குக் கூட்டணி அரசு சி.பி.ஐ.யிடம் ஒப்படைப்பதில் ஆர்வம் காட்டவில்லை. ஆனால் மராட்டிய மாநில ஏ.டி.எஸ். தலைவர் ஹேமந்த் கார்க்கரே தொடர்ந்து புலன் விசாரணையை சரியான திசையில் நகர்த்தினார்.

இரண்டாவது முறையாக செப்டம்பர் 8, 2008இல் மாலேகாவ்னில் நடந்த குண்டு வெடிப்பின் பின்னணியில் இருந்த அபிநவ் பாரத் அமைப்பின் நிறுவனர் கர்னல் ஸ்ரீராம் பிரசாத் புரோகித் கைது செய்யப்பட்டு விசாரிக்கப்பட்டார். அந்த விசாரணையில் பல துப்புகள் கிடைத்தன. மராட்டிய மாநில ஏ.டி.எஸ்.-இன் சிறப்பு அரசு வழக்கறிஞர் (Special Public Prosecutor) அஜாய் மாசார், நாசிக் நீதி மன்றத்தில் கர்னல் புரோகித்தின் பிணை மனுவை எதிர்த்து வாதிடும்போது சில உண்மைகளை முதன் முதலில் வெளியிட்டார்.

“கர்னல் புரோகித் தியோயாலி இராணுவ முகாமில் அலுவல் பணியாக ஜம்மு - காஷ்மீர் சென்றிருந்தார். அங்கிருந்து 60 கிலோகிராம் ஆர்.டி.எக்ஸ். வெடிமருந்தைக் கொண்டு வந்து அதில் ஒரு பகுதியை பகவான் என்றழைக்கப்பட்ட சுவாமி அசீமானந்தா என்பவரிடம் கொடுத்திருக்கிறார். இந்த வெடி மருந்துதான் சம்சௌதா விரைவு இரயிலின் பெட்டியில் கொண்டு சென்று வைத்து வெடிக்கப்பட்டது.

மற்றொரு சாட்சி ஜம்மு - காஷ்மீரிலிருந்து கொண்டு வந்த ஆர். டி. எக்ஸ் வெடி மருந்து இரண்டு பைகள் நிறைய கர்னல் புரோகித் என்னிடம் காண்பித்தார்” என்று கூறியுள்ளார். மேலும் சில குண்டு வெடிப்புகளிலும் இதே போன்று தரமான மருந்துகள் அடங்கிய குண்டுகள்தான் வெடிக்கப்பட்டன என்ற தகவல் எங்களிடம் உள்ளன. ஆதலால் புரோகித்திற்கு பிணை வழங்கக் கூடாது என்று வாதாடினார். இதனை ஏற்றுக் கொண்ட நீதிமன்றம் புரோகித் பிணை மனுவை நிராகரித்தது.

இதன் பின்னர் ஹரியானா இரயில்வே ஐ.ஜி.கே.கே. மிஸ்ரா நவம்பர் 13, 2008இல் பத்திரிகையாளர்களிடம். “இந்தூருடன் உள்ள தொடர்புகளுடன் தீவிர புலன் விசாரணை செய்து கொண்டு வருகிறோம். சந்தேகத்தின் ஊசி முனை இந்துத்துவ அமைப்புகளின் திசையில்தான் திரும்பி உள்ளது” என்று கூறினார்.

அவுட்லுக் (Outlook) ஆங்கில வார இதழ். “சம்சௌதா விரைவு இரயில் குண்டு வெடிப்பிற்கும், இதர அனைத்து வெடிப்புகளுக்கும் பாகிஸ்தான் மற்றும் அதன் பயங்கரவாதக் குழுக்களும்தான்

பொறுப்பேற்க வேண்டும் என்பது இந்திய அரசாங்கத்தின் கொள்கை நிலையாக இருக்கும் பொழுது இவற்றிற்கு இந்துத்துவவாதிகள்தான் பொறுப்பு என்று நிரூபிக்கப்பட்ட பிறகும்கூட இதை ஒப்புக்கொள்வது இந்தியாவின் நம்பகத்தன்மையை (*Crediblitiy*) பாதிக்கும் அல்லவா?" என்று எழுதியது.

"இந்திய முஜாஹிதீன், சிமி போன்ற இஸ்லாமியக் குழுக்களுக்கு தொடர்பு இருப்பதற்கான எந்தத் தடயமும் கிடைக்கவில்லை. இதற்கிடையில் ஹரியானா காவல் துறையே எல்லா புலன் விசாரணைகளும் இந்து அடைப்படைவாதிகள் மீதே அடையாளப்படுத்துகின்றன என்று சொன்ன பிறகு, சி.பி.ஐ. க்கு வேறு கதைகளைக் கூறுவதற்கு வழியில்லை. பல காவல்துறை அதிகாரிகள் 'அவுட் லுக்'கிடம் தேசிய பாதுகாப்பு ஆலோசகர் நாராயணன் அலுவலகமே அரசல் புரசலாக காவல்துறையிடம் இந்துத்துவ பயங்கரவாதிகளுடன் தொடர்புகள் பற்றி புலன் விசாரணை செய்யத் தேவை இல்லை என்று செய்திகள் வாய்மொழி மூலம் அனுப்பியதாகக் கூறினார்கள்" என்று அவுட்லுக் விரிவாக எழுதியது.

ஹரியானா மற்றும் ராஜஸ்தான் காவல்துறையின் தகவல்கள் ஏடுகளில் வெளிவந்தன. இதன்பிறகுதான் என்.ஐ.ஏ. அதன் வட பகுதிக் கூட்டம் ஒன்றை ஆகஸ்ட் 2009இல் 'பன்ச்குவா' என்ற இடத்தில் நடத்தியது, மாநில காவல்துறையினர் புலனாய்வு அதிகாரிகள் இதில் கலந்து கொண்டனர். மீண்டும் டெல்லியில் சி. பி. ஐ. தலைமையகத்தில் கூடி ஆலோசனை நடத்தலாம் என்ற முடிவு செய்தது என்.ஐ.ஏ. பின்பு இக்கூட்டம் நடைபெறவே இல்லை.

ஆனால் இதற்கிடையில் ராஜஸ்தான் காவல்துறை ஆஜ்மீர் மசூதி மற்றும் சம்செளதா விரைவு இரயில் குண்டு வெடிப்புகளைப் பற்றி பல தடயங்களை சேகரித்துவிட்டது. மத்தியப் பிரதேசத்தில் ஐயத்திற்கிடமான பத்து நபர்களை விசாரணை செய்ததில் சில நம்பகமானத் துப்புகள் கிடைத்தன.

பாரதிய ஜனதா யுவமோர்ச்சாவின் இந்தூர் பிரிவு தலைவர் பிணராய் மண்டல் கடும் விசாரணைக்கு உட்படுத்தப் பட்டார். ம.பி. யின் பல நகரங்களிலிருந்து (இந்தூர், தெவாய், மோவ், பீதாப்பூர், ஷாஜாப்பூர்) பலர் விசாரணை வளையத்தின் கீழ் கொண்டுவரப்பட்டனர்.

ராஜஸ்தான் ஏ.டி.எஸ். மேற்கு மத்தியப் பிரதேசத்திலேயே தங்கியிருந்து புலனாய்வு செய்து பல உண்மைகளை வெளிக் கொணர்ந்தனர். முதல் முறையாக இந்துத்துவா பயங்கரவாதிகள் ஆஜ்மீர், மெக்கா மஸ்ஜித், மாலேகாவ்ன் குண்டு வெடிப்புகளில் மட்டுமின்றி, சம்செளதா எக்ஸ்பிரஸ், டெல்லி ஜமா-மஸ்ஜித்களிலும்

வெடிகுண்டு வைக்கத் திட்டமிட்டது தெளிவாகிவிட்டதாக அதிகாரப்பூர்வ அறிவிப்பு வெளியிடப்பட்டது.

ராஜஸ்தான் ஏ.டி.எஸ். 806 பக்க குற்றப் பத்திரிகை தயாரித்து முன் வைத்தது. இந்த ஐந்து குண்டு வெடிப்பிற்கும் திட்டமிட்டவர்கள் சாத்வி பிரக்யாக்சிங் தாகூர், சுவாமி அசீமானந்தா, ராம் ஜிகல் சங்ரா, சத்பிட்டாங்கே, சுனில் ஜோஷி ஆகியோர் என்று அடையாளம் காணப்பட்டனர்.

சதித்திட்டம் உருவானது குஜராத்தில்

இவர்கள் குஜராத்தில் பல நாட்கள் சந்தித்துத் திட்டமிட்டு உள்ளனர். 2006 பிப்ரவரி மாதம் 11ஆம் தேதி முதல் 13ஆம் தேதி வரையில் அசீமானந்தா நடத்திய 'ஷப்ரிகும்ப்' என்ற கும்பமேளா விழா நிகழ்ச்சியில் கலந்து கொண்ட பிறகு ஐந்து இலக்குகளைத் தாக்க (சம்செளதா விரைவு இரயில், மெக்கா மசூதி, மாலேகாவ்ன், ஆஜ்மீர் தர்கா. ஜாமாமஸ்ஜீத்) விவரமான திட்டங்களைத் தயாரித்து பொறுப்புகளைப் பகிர்ந்து கொண்டனர்.

ஆஜ்மீர் ஷெரீப் குண்டு வெடிப்பில் கைதான குற்றவாளி லோகேஷ் வர்மா, சதித் திட்டங்களைக் காவல்துறையிடம் கக்கிவிட்டான். சம்செளதா விரைவு இரயிலில் வெடித்த குண்டுகள் இந்தூரில் தயாரிக்கப்பட்டவை என உறுதி படுத்தப்பட்டது.

இந்த விவரங்களை எல்லாம் விரல்நுனியில் வைத்திருந்தவர் ஆர்.எஸ்.எஸ். -இன் மூத்த பிரச்சாரகர் சுனில் ஜோஷி, சுவாமி அசீமானந்தாவுக்கு வலதுகரமாக செயல்பட்டு குண்டு வெடிப்புத் திட்டங்களை மிகச் சரியாக நிறைவேற்றிய நபர் இவர்தான்.

அசீமானந்தா யார்?

அசீமானந்தா 1951இன் பிற்பகுதியில் மேற்கு வங்கத்தில் உள்ள ஹூக்ளி மாவட்டத்தில், விடுதலைப்போராட்ட வீரரான பிபூதிபூஷன் சர்க்காரின் ஏழு மகன்களில் இரண்டாவது மகனாகப் பிறந்தார். இவருக்கு பெற்றோர் இட்ட பெயர் 'நாபாகுமார் சர்க்கார்'. இவரது தந்தை பியூதி பூஷன் காந்திதான் எனது கடவுள் எனத் தனது குழந்தைகளிடம் கூறிய காந்தியவாதி ஆவார்.

அவர்கள் வாழ்ந்த காமர்பூர்தான் 19ஆம் நூற்றாண்டின் ஞானிகளில் ஒருவர் என்று போற்றப்பட்ட இராமகிருஷ்ண பரமஹம்சரின் புகழ் பெற்ற சீடரான சுவாமி விவேகானந்தர் 1877இல் 'இராம கிருஷ்ணா மிஷன்' எனும் சமயத் தொண்டு நிறுவனத்தை நிறுவினார்.

இராமகிருஷ்ண பரமஹம்சர் பக்தர்களின் புனிதத்தலமாக விளங்கிய அந்த மடத்தின் உள்ளூர் கிளை அருகில் மாலை நேரங்களில் சாமியார்களின் பக்திப் பாடல்களைக் கேட்டு வளர்ந்தார் நாபாகுமார் சர்க்கார்.

பிபூதிபூஷன் சர்க்காரும் அவரது மனைவி பிரமிளாவும் பல்வேறு வங்காள பக்திக் குடும்பங்களின் பெருமைக்கு உரியதாக விளங்கிய இராமகிருஷ்ண மடத்தின் புனிதப் பணிகளில் தங்கள் மகன் சேர வேண்டும் என்று விரும்பினார்கள்.

ஆனால் நாபாகுமார் சர்க்காரும், அவரது சகோதரர்களும் எம். எஸ். கோல்வார்கரின் தலைமையில் வேகமாகப் பரவி வந்த ஆர்.எஸ்.எஸ். அமைப்பால் ஈர்க்கப்பட்டார்கள்.

"நான் அவர்களது கொள்கைகளின்பால் ஈர்க்கப்பட்டு, இளமைக் காலத்தில் ஆர்.எஸ்.எஸ். செயல்பாடுகளில் என்னை ஈடுபடுத்திக் கொண்டேன்" என்று பின்னாளில் 'அசீமானந்தா'வாக மாறிய நாபாகுமார் சர்க்கார் கூறினார்.

அசீமானந்தாவின் இருபது வயதில், ஆர்.எஸ்.எஸ். -இன் மூத்த ஊழியரான பிஜோய் அடியா, அவருக்கு வழிகாட்டியாக விளங்கினார். தீவிர இந்துத்துவா அடிப்படைவாத கருத்தியலை அசீமானந்தா பிஜோய் அடியாவிடமிருந்துதான் கற்றுக்கொண்டார்.

பிஜோய் அடியா, ஆர்.எஸ்.எஸ். -இன் வங்க மொழி வார இதழான 'ஸ்வஸ்திகா'வின் ஆசிரியராக இருந்தவர். 1976இல்தான் முதன் முதலில் அசீமானந்தா பிஜோய் அடியாவைச் சந்தித்தார். அப்போது அசீமானந்தா உள்ளூர் பல்கலைக் கழகத்தில் இயற்பியலில் இளங்கலை பட்டப் படிப்புப் படித்து வந்தார். தொடர்ந்து முதுகலைப் பட்டமும் பெற்றார். அவரது பெற்றோர் அசீமானந்தாவைத் தங்களது மற்ற பிள்ளைகளிலிருந்து முற்றிலும் வேறுபட்டவர் என்பதை உணர்ந்தே இருந்தனர்.

சர்க்கார் வீட்டு நூலகத்திலிருந்த புத்தகங்களில் ஒன்று 'இந்து தேசத்திற்காக ஒரு துயிலெழுப்பும் குரல்' என்ற விவேகானந்தரின் எழுத்து மற்றும் உரைகளின் தொகுப்பு. இந்துத்துவா இயக்கத்தின் மிக முக்கியமான ஒருவராகத் திகழ்ந்த ஏகநாத் ராணடே தொகுத்திருந்த நூல்.

இவர் காந்தியடிகள் படுகொலைக்குப் பின் தடை செய்யப்பட்ட ஆர்.எஸ்.எஸ்.-இன் தலைவராகச் செயல்பட்டவர். அவருடன் இருந்தவர்களால் 'தலைமறைவு சர்சங்சாலக்' என்ற புனைப் பெயரில் அழைக்கப்பட்டவர்.

இந்நூலுக்கு விவேகானந்தர் விடுத்த அழைப்பான "எழுமின்! விழிமின்!! இலக்கை அடையும் வரை நிறுத்தாதன்மின்!!" என்ற அழைப்புக்கு மிகுந்த அழுத்தம் கொடுத்தது இந்தப் புத்தகம்.

'இராமகிருஷ்ணா மடம் அரசு நிதியைப் பெறுவதற்காக விவேகாந்தரை மதச்சார்பற்றவர்' என்று ஆக்கினர்.

"ராணடேவின் மூலவாக்கியங்களை ஏற்று அதைத் திருத்திக் கொண்டது" என்று பிஜோய் அடியா கூறினார்.

ஆர்.எஸ்.எஸ். கட்டளையை ஏற்று குருஜி கோல்வாக்கரின் வழிகாட்டுதலின்படி தென் குமரி முனையில் முக்கடல் சங்கமிக்கும் குமரிக் கடலில் நிறுவப்பட்ட விவேகானந்தர் நினைவுப் பாறையின் கட்டுமானப் பணிகளை ஏகநாத் ராணடேதான் மேற்பார்வையாளராக இருந்து கவனித்தார்.

ரூ. 1.35 கோடி செலவில் 1970இல் விவேகானந்தர் நினைவுப் பாறையின் கட்டுமானப் பணிகள் நிறைவு பெற்றது. இத்தகைய முக்கியத்துவம் பெற்ற ராணடே தொகுத்து அளித்த 'இந்து தேசத்திற்காக ஒரு துயியலெழுப்பும் குரல்' புத்தகத்தைக் கொடுத்து அசீமானந்தாவைப் படிக்குமாறு பிஜோய் அடியா உற்சாகப்படுத்தினார்.

'இராமகிருஷ்ணா மடத்தின் கொள்கைப்படி எல்லா மதங்களும் சமமானவையே. அவர்கள் கிருஸ்துமஸ், ஈத் பண்டிகைகளையும் கொண்டாடினார்கள். நானும் அதையே பின்பற்றினேன். விவேகானந்தர் போதித்தது இதுவல்ல என்று அடியா கூறியபோது, அதை நான் நம்பவில்லை என்று அசீமானந்தா ஒரு நேர்காணலில் கூறியிருந்தார்.

பின்னர் ராணடேயின் மூலவாக்கியத்தை எடுத்துப் படித்தார் அடியா. அதிலிருந்த விவேகானந்தரின் ஒற்றைவரி என்னை உலுக்கியது. "இந்து மதத்தைவிட்டு ஒவ்வொரு மனிதனும் விலகிச் செல்லும்போது, ஒரு மனிதன் குறைகிறான் என்பதல்ல பொருள். ஒரு எதிரி அதிகமாகிறான் என்பதே.

நான் இதைப் படித்தவுடன், பேரதிர்ச்சி அடைந்தேன். தொடர்ந்து பல நாட்கள் நான் இதைப்பற்றியே சிந்தித்தேன். அதன்பிறகு இராமகிருஷ்ண மடத்திற்கு செல்வதைத் தவிர்த்து விட்டேன். ஆர்.எஸ்.எஸ்.-தான் என்னை தன்வசமாக்கிக் கொண்டது" என்றும் அசீமானந்தா இதழ் ஒன்றுக்கு அளித்த நேர்காணலில் குறிப்பிட்டிருந்தார்.

நாக்பூரில் ஆர்.எஸ்.எஸ். பட்டறையில் வளர்ந்து, முக்கிய ஊழியராகத் திகழ்ந்த துறவி பசந்த்ராவ் பட், 1956இல் நாக்பூரிலிருந்து கல்கத்தா

வந்து, ராணடேவின் கீழ் பணியாற்றினார். பட், ஆர்.எஸ்.எஸ். கொள்கைகளில் மூர்க்கத்தனமான பற்றுக் கொண்டு தன்னையே ஒப்படைத்துக் கொண்டவர். ஆனால், மென்மையானவர், வசீகரத்தன்மை கொண்டவர்.

மேற்கு வங்காளத்தில் ஆர்.எஸ்.எஸ். இன் தலைவராக உயர்ந்தார் பசந்த்ராவ்பட். ஆர்.எஸ்.எஸ். இன் கோட்பாடுகளை இராமகிருஷ்ணா மடத்தின் துறவிகள் மேற்கொண்டு வரும் மதச் சேவைகளோடு இணைப்பதில் பசந்த்ராவ் பட் முன்மாதிரியாக இருப்பதை அசீமானந்தா கண்டார்.

1975இல் பிரதமர் இந்திராகாந்தி நெருக்கடி நிலையைப் பிரகடனம் செய்து, ஆர்.எஸ்.எஸ். அமைப்பைத் தடை செய்தார். அதன் உறுப்பினர்கள் கைது செய்யப்பட்டு, சிறையில் அடைக்கப்பட்டனர். அசீமானந்தா உட்பட ஆயிரக்கணக்கான சங் ஊழியர்கள் சிறையில் தள்ளப்பட்டனர்.

பட் தனது குருவான ‘ஏக்நாத் ராணடே’வைப் பின்பற்றித் தலைமறைவாக இருந்து வேலை செய்ததுடன், சிறையில் அடைக்கப்பட்டவர்களின் குடும்பத்தினருக்குத் தேவையானவற்றை அளித்து வந்தார்.

நெருக்கடி நிலையின் முடிவில் தடை நீக்கப்பட்டபோது, வங்கத்திலும், வடகிழக்குப் பகுதிகளிலும் தங்கள் வேலைகளைச் செய்ய ‘வனவாசி கல்யாண் அஷ்ரம்’ என்ற ஒரு புதிய பிரிவை பட் தொடங்கினார்.

அசீமானந்தா அவரோடு சேர்ந்து அந்த அமைப்புக்குள் முழுநேர ஊழியரானார். 1978இல் அவர்கள் நாட்டின் வடகிழக்குப் பகுதியான மேற்கு வங்கத்தின் புரூலியா அருகில் உள்ள பாக்முந்தி காடுகளில் தங்களது முதல் வனவாசி கல்யாண் ஆசிரமத்தைத் தொடங்கினார்கள்.

85

பழங்குடி கிறிஸ்தவர் மீது தாக்குதல்

அசீமானந்தா தனது குருநாதர் பசந்த்ராவ்பட் வழிகாட்டுதலின்கீழ், பழங்குடியினரின் பகுதிகளில் வன்வாசி கல்யாண் ஆசிரமத்தைப் பரவலாக்கும் பணியில் தன்னை முழுமையாக ஈடுபடுத்திக் கொண்டார். அதைப் போன்று சத்தீஸ்கரில் உள்ள ஜாஷ்பூரில் ஆர்.எஸ்.எஸ். தலைவர் பாலசாஹேப் தேஷ்பாண்டே 12 ஓரோன் பழங்குடிக் குழந்தைகளுடன் ஆசிரமத்தைத் தொடங்கினார். இந்த அமைப்பு கிறிஸ்தவ மெஷினரிகளின் செல்வாக்கையும், பழங்குடியினரை மதமாற்றம் செய்வதையும் எதிர்த்துக் கடுமையான முயற்சிகளை மேற்கொண்டது.

'வடகிழக்குப் பகுதியில் உள்ள பிரிவினை வாத இயக்கங்களைப் போல தேசத்தின் ஒருங்கிணைப்புக்கு கிறிஸ்தவம் ஆபத்தானது' என்று சங் பரிவாரங்கள் பரப்புரை செய்து வந்தன. கிறிஸ்தவ நிறுவனங்கள் பழங்குடியின மக்களுக்காக தோற்றுவித்ததைப் போல ஆரம்ப, நடுநிலைப் பள்ளிகள், விடுதிகள், மருத்துவ சேவைகள், மற்றும் விளையாட்டுக் குழுக்கள் வன்வாசி கல்யாண் ஆசிரமம் உருவாக்கியது. இவை மத மாற்றத்திற்கான விதைகளைத் தூவும் வேலையிலும் இறங்கின.

பழங்குடியின மக்கள் கிறிஸ்தவ மெஷினரிகளின் சேவைகளால் ஈர்க்கப்பட்டு கிறிஸ்தவ மதத்தில் ஈடுபாடு கொண்டு அதில் முழுமையாகத் தங்களை ஒப்படைத்துக் கொண்டதை மாற்றி இந்துத்துவா கருத்தியலை அவர்களிடையே வளர்த்து, ஆர்.எஸ்.எஸ். -இன் கலாச்சாரத்தைத் திணிக்க வேண்டும் என்பதே இத்தகைய ஆசிரமங்களின் நோக்கமாக இருந்தது.

இதன் பின்னணியில்தான் அசீமானந்தா அடுத்த பத்து ஆண்டுகளில் மேற்கு வங்கத்தின் புரூலியாவில் பழங்குடி மக்களிடம் இந்துத்துவ பணிகளைச் செய்ய தனது 31-ஆவது வயதில் 'சந்நியாசம்' ஏற்க தீர்மானித்தார். இந்த முடிவோடு புரூலியாவிலிருந்த வங்காள குழு பரமானந்தாவின் ஆசிரமத்திற்கு சென்றார். இந்துயிசத்தைப் பரப்புவதில் முனைப்புடன் செயல்பட்ட பரமானந்தா நாபாகுமார் சர்க்காருக்கு சந்நியாசப் பிரமாணம் செய்து வைத்து, அவரது

பெயரையும் 'அசீமானந்தா' என்று மாற்றியது. 'அசீமானந்தா' என்றால் 'எல்லையற்ற ஆனந்தம்' என்று பொருள்.

பழங்குடியினர் மதமாற்றம்

சந்நியாசத்தை ஏற்றுக் கொண்ட பின் அசீமானந்தா பழங்குடியினரிடையே வேலை செய்வதற்காக புரூலியா திரும்பினார். அவரது வாழ்க்கை வன்வாசி கல்யாண் ஆசிரம உயர்மட்டத் தலைவர்களுடன், குறிப்பாக தனது வாழ்நாளின் பெரும் பகுதியை கேரள ஆர்.எஸ்.எஸ். தலைவராகவும் வன்வாசி கல்யாண் ஆசிரமத்தின் அகில இந்திய அமைப்புச் செயலாளராகவும் இருந்த கே. எஸ். பாஸ்கர ராவ் உள்ளிட்டோருடன் தொடர்ந்தது. இன்று பிற மாநிலங்களை விட அதிகமாக 4000-க்கும் மேற்பட்ட ஆர்.எஸ்.எஸ். சாகாக்கள் கேரளாவில் உருவாவதற்கு பாஸ்கர ராவ் காரணமாவார்.

அசீமானந்தாவின் செயல்பாடுகளால் ஈர்க்கப்பட்ட பாஸ்கர ராவ் மற்றும் வன்வாசி கல்யாண் ஆசிரமத் தலைவர் ஜெகதேவ்ராம் ஓரோன் இருவரும் அவரை அந்தமானுக்கு அனுப்ப முடிவு செய்தனர்.

காலனி ஆட்சிக் காலங்களிலிருந்து அந்தமான்-நிக்கோபாரில் இருந்த ஐநூற்றுக்கும் மேற்பட்ட தீவுகளில் தாய்நாட்டிலிருந்த இந்தியர்கள்தான் குடியமர்த்தப்பட்டு இருந்தனர். அவர்களுக்காக நகரியங்களை உருவாக்க சத்தீஸ்கரிலிருந்து பழங்குடியினர் கப்பல்களில் அனுப்பப்பட்டார்கள்.

அந்தமானுக்கு இடம் பெயர்ந்த பழங்குடியினர் கிறிஸ்தவ மெஷினரிகளால் கவரப்பட்டு இந்துக்களுக்கும், இந்துத்து வாவுக்கும் எதிரிகளாக வளர்ந்து விடுவார்கள் என 1970-களில் சங் பரிவாரங்கள் அஞ்சின. அதனாலேயே அங்கு அசீமானந்தா, ஆர்.எஸ்.எஸ். -இன் காலடியைப் பதிக்க அனுப்பப்பட்டார்.

அந்தமானில் பழங்குடியினரிடம் வன்முறை அச்சத்தை ஏற்படுத்தி வலுக்கட்டாயமாக அவர்களை இந்துயிசத்தைத் தழுவச் செய்தார் என்று அசீமானந்தா மீது குற்றச் சாட்டு உண்டு. அதற்காகத்தானே ஆர்.எஸ்.எஸ். அவரை அந்தமானுக்கு அனுப்பி வைத்தது? பழங்குடியினர் கிறிஸ்தவ சமயத்திலிருந்து மதமாற்றம் செய்து இந்து மதத்திற்குத் திரும்புவதைக் 'கர் வாபஸி' அதாவது 'வீடு திரும்புதல்' என்று சங் பரிவாரங்கள் கொண்டாடின.

பழங்குடி மக்களின் மூத்தவர்களிடம் நல்லெண்ணத்தை வளர்த்துக் கொண்ட அசீமானந்தா, ஆறு பழங்குடி இளம் பெண்களை ஆசிரம வேலைகளுக்காக அமர்த்திக் கொண்டார். பின்னர் அவர்களைக்

கன்னியாகுமரியில் உள்ள விவேகானந்தா கேந்திரத்துக்கு அனுப்பி பக்தி பஜனைகளைக் கற்றுக் கொள்ளவும், அனுமன் மீது நம்பிக்கை கொள்ள வைக்கவும் அனுப்பினார்.

பின்னர் அவர்களை ஜாஷ்பூரில் உள்ள வன்வாசி கல்யாண் ஆசிரமத்தின் தலைமையிடத்துக்கு அழைத்துச் சென்றார். அங்கே அவர்கள் இந்து கலாச்சாரம் பற்றி மூன்று மாதங்கள் படித்தார்கள். அதன் பின் அசீமானந்தாவும், அந்தப் பெண்களும் வீதி நிகழ்ச்சிகளை நடத்தி, அந்தமானில் உள்ள எல்லா ஊர்களிலும் பஜனைகளை நடத்தவும் ஏற்பாடு செய்யப்பட்டது. மேலும் 8 வயதில் உள்ள பழங்குடியினக் குழந்தைகளைச் சேர்த்து ஆசிரமத்தில் பயிற்சி அளிக்கப்பட்டது.

1990-களின் துவக்கம் வரை அசீமானந்தா அந்தமானிலேயே முழு நேரம் பழங்குடியினரை இந்துத்துவ மயமாக்கும் பணிகளில் ஈடுபட்டிருந்தார். அதன் விளைவாக 1999ஆம் ஆண்டு நாடாளுமன்றத் தேர்தலில் பாஜக சார்பில் முதன்முறையாக விஷ்ணு பாத ரே என்பவர் வெற்றி பெற்று எம்.பி., ஆனார்.

தலைநகர் போர்ட்பிளேயர் நகர மன்றத் தலைவராக, 2007இல் ஆர்.எஸ்.எஸ். தலைவர் தாமோதரன் என்பவர் போட்டியின்றி தேர்ந்தெடுக்கப்பட்டார்.

அந்தமானில் சங் பரிவாரத்தின் அடித்தளத்தைப் பலப்படுத்திய பிறகு அங்கு இருந்து அசீமானந்தா குஜராத் சென்ற பிறகும் அடிக்கடி அங்கு சென்று வந்தார். இயற்கைச் சீற்றங்கள் வந்தபோது உணவு மற்றும் மருந்துப் பொருட்களை ஒப்படைக்கவும் வந்தார். ஆனால், ‘அவரது நிவாரண உதவிகளை யார் யாரெல்லாம் தங்களை ‘இந்துக்கள்’ என்று அறிவித்துக் கொண்டார்களோ அவர்களுக்கு மட்டுமே அளிக்க வேண்டும்’ என்பதில் உறுதியாக இருந்தார்.

2004இல் சுனாமி தாக்கியபோது ‘ஒரு கிறிஸ்தவப் பெண் தனது குழந்தைக்குப் பால் வேண்டும்’ என்று கேட்டு ஆசிரமத்தின் முகாமுக்கு வந்தார். ஆசிரமத்தின் பணியாளர்கள் ‘இல்லை’ என்று கூறி விட்டனர். அந்தக் குழந்தைக்கு மூன்று நாட்களாக எந்த உணவும் கிடைக்கவில்லை. “கொஞ்சம் பாலாவது தரா விட்டால் குழந்தை இறந்து விடும்,” என்று கூறி அந்தப் பெண் கண்ணீர் விட்டு கதறினாள். பணியாளர்கள் “சுவாமிஜியிடம் போய்க் கேள்,” என்றனர். அந்தப் பெண் கையேந்தி நின்றபோது அசீமானந்தா, “அவர்கள் என்ன செய்கிறார்களோ அதுதான் சரி; உனக்கு இங்கே பால் கிடைக் காது,” என்று திட்டவட்டமாகக் கூறி விட்டார். ஏனெனில் அவர் கிறிஸ்தவப் பெண் என்பதாலும் அசீமானந்தாவுக்கு இந்துத்துவ

மதவெறி தலைக்கேறியதாலும் மாந்தநேயம் மரித்து விட்டது. இதைப் போகிற இடம் எல்லாம் அசீமானந்தா பெருமையாகக் கூறிக் கொண்டார்.

அடுத்த இலக்கு டேங்க்ஸ்

குஜராத் மாநிலத்தின் தெற்கே வால் பகுதியில், மராட்டியத்தைக் கிழக்கிலும் மேற்கிலும் எல்லைகளாகக் கொண்ட மிகச் சிறிய மாவட்டம் டேங்க்ஸ். இது சுமார் மூன்று இலட்சம் மக்கள் வாழும் பகுதியாகும். இதில் 75 விழுக்காடு மக்கள் வறுமைக்கோட்டுக்குக் கீழே வாழும் மக்கள்; இவர்களில் 93 விழுக்காடு மக்கள் தொல் பழங்குடியினர் ஆவர்.

வளமான வனப் பகுதி நிறைந்த டேங்க்ஸ் பகுதியை ஆங்கிலேயர்கள் தங்களது ஆட்சியில் பழங்குடியினத் தலைவர்களை மிரட்டி 1830இல் பறித்துக் கொண்டு, தேக்கு மரங்கள் உள்ளிட்ட வன வளங் களைச் சுரண்டினர்.

அங்கு வாழ்ந்த பழங்குடியினர் கிறிஸ்தவ மெஷினரிகளின் சமூகநலத் திட்டங்களால் பயன்பெறுவது ஆங்கிலேயர் காலத்தில் அதிகரித்தது. கிறிஸ்தவ மெஷினரிப் பள்ளி 1905இல் அங்கு தொடங்கப்பட்டது.

கிறிஸ்தவப் பாதிரியார்கள் மிகத் தீவிரமாக டேங்க்ஸ் மாவட்டம் முழுமையும் ஆற்றிய அரும்பணிகள் அங்கு கிறிஸ்தவம் தழைத் தோங்க காரணமாயிற்று. இதனால்தான் அசீமானந்தா ஒரு நேர் காணலில் "டேங்க்ஸ் பகுதி 'மேற்கு நாகாலாந்து' ஆக உருவாகி வருகிறது. வடகிழக்கில் உள்ளது போலவே இந்த அச்சுறுத்தல் மிகவும் பெரியது," என்று வர்ணித்தார்.

வன்வாசி கல்யாண் ஆசிரமம் சார்பில் நாடு முழுவதும் சுற்றுப்பயணம் மேற் கொண்டிருந்தபோது 1996இல் முதன் முதலாக அசீமானந்தா 'டேங்க்ஸ்'க்கு வந்தார்.

இந்தியாவில் பழங்குடி மக்களை மதமாற்றம் செய்யும் பணிக்காக ஆர்.எஸ்.எஸ்.-இன் வழிகாட்டுதலின்படி இன்னொரு துணை அமைப்பான 'ஸ்ரத்தா ஜாக்ரண் விபாக்' (அதாவது 'நம்பிக்கையை மீட்டெடுக்கும் அமைப்பு') உருவானது. அசீமானந்தா அதன் தலைவராக ஆக்கப்பட்டார்.

ஆனால், அசீமானந்தா நாடு முழுவதும் பரந்த அளவில் இந்த அமைப்பின் சார்பில் பணியாற்றுவதை விட 'டேங்க்ஸ்' போன்ற ஒரு பகுதியில் பழங்குடி மக்களைக் கிறிஸ்தவ மதத்திலிருந்து விடுவிக்க (?) வேலை செய்ய வேண்டும் என்று விரும்பினார்.

டேங்க்ஸ் பழங்குடியினரிடையே வன்வாசி கல்யாண் ஆசிரமம் வேலை செய்யத் தொடங்கிய காலகட்டத்தில் அவர்களுக்குள் மதமாற்றம் தொடர்பான வேறுபாடுகள் முளைவிடத் தொடங்கின. இந்து மதத்திற்குத் திரும்பியவர்கள் (?) மணவிழா மற்றும் குடும்ப நிகழ்வுகள், பெற்றோர்களுக்குச் செய்யும் இறுதிச் சடங்குகள் ஆகியவற்றை மேற்கொள்ளும்போது பழங்குடிச் சமூகத்தின் உறவுகள் ஒருவருக்கு ஒருவர் மோதிக் கொண்டனர்.

ஆர்.எஸ்.எஸ்.-இன் பிரித்தாளும் சூழ்ச்சி வலையில் டேங்க்ஸ் பழங்குடி மக்கள் வசமாக சிக்கிக் கொண்டனர். அதன் விளைவாக கிறிஸ்தவப் பழங்குடியினர் மீது தாக்குதல்கள் தொடங்கி விட்டன.

பழங்குடிச் சிறுவர்களைத் திரட்டி இலவச உணவு, தங்குமிடம் அளித்து வன்வாசி கல்யாண் ஆசிரமத்தில் பயிற்சி அளிக்கத் தொடங்கினர். ஆர்.எஸ்.எஸ். வழக்கம் போல 'சாகா' பயிற்சி கொடுத்தது. அரசுப் பள்ளிகளில் பழங்குடி இனத்தைச் சேர்ந்த சிறுவர்கள் சேர்க்கப்பட்டாலும், அவர்களுக்கு ஆர்.எஸ்.எஸ். போதனைகள் ஆசிரமத்தின் மூலம் கற்பிக்கப்பட்டன.

இதன் நீட்சியாக பழங்குடியினரிடம் இந்து மதத்தின் பெருமைகளைக் (!) கொண்டு சேர்த்தனர். அதற்காகவே பஜனைப் பாடல்கள், அனுமன் பக்தி ஊக்குவிக்கப்பட்டது. கிறிஸ்தவ மதத்திலிருந்து இந்து மதத்திற்கு மாறுபவர்கள் பட்டியல் தயாரிக்கப்பட்டு மதமாற்ற திருவிழாக்கள் நடத்தப்பட்டன. கிறிஸ்தவ மத நிறுவனங்களுக்கு எதிரான பரப்புரையை அசீமானந்தா தொடர்ச்சியாக நடத்தி வந்தார்.

1998 ஜூனில் ஒரு மாபெரும் பேரணிக்கு அழைப்பு விடுக்கப்பட்டது. அந்தப் பேரணியில் சென்ற வாகனங்களின் முகப்பில் "இந்துக்களே! வாருங்கள்; திருடர்கள் எச்சரிக்கை!" என்ற கடுமையான வாசகங்கள் இடம் பெற்றிருந்தன. "டேங்க்ஸ் மாவட்டத்தின் மிக முக்கியமான பிரச்சினையே கிறிஸ்தவப் பாதிரியார்களால் நடத்தப்படும் நிறுவனங்கள்தான். சேவை எனும் முகமூடியை அணிந்து கொண்டு இந்தச் சாத்தான்கள் பழங்குடி மக்களைச் சுரண்டுகிறார்கள். பொய்யும் புரட்டுமே இவர்கள் மதம்," என்று பேரணியில் துண்டறிக்கைகள் விநியோகிக்கப்பட்டன.

கிறிஸ்தவ மக்கள் மீது தாக்குதல்கள்

அசீமானந்தா நடத்திய பேரணியின் மூலம் கிறிஸ்தவ பழங்குடி மக்களுக்கு எதிரான 'அணி திரட்டல்கள்' தொடங்கி அடுத்த கட்டமாக தாக்குதலுக்குத் தயாரானார்கள்.

1998 டிசம்பர் 25, கிறிஸ்துமஸ் நாளன்று மாலை 'ஆவா' எனும் இடத்திலிருந்த 'தீப்தர்ஷன் உயர்நிலைப் பள்ளி' வன்வாசி கல்யாண் ஆசிரமத்தால் ஒருங்கிணைக்கப்பட்ட விஸ்வ ஹிந்து பரிஷத், பஜ்ரங் தள், இந்து ஜாக்ரன் மஞ்ச் ஆகிய அமைப்புகளின் தொண்டர்களால் (குண்டர்களால்) தாக்கப்பட்டது.

அப்பள்ளியை நடத்தி வந்த கார்மல் கன்னியாஸ்திரிகளில் ஒருவரான அருட் சகோதரி லில்லி, "நூற்றுக்கு மேற்பட்டவர்கள் கைகளில் கற்களை ஏந்தி வந்து இந்தக் கொடூரமான தாக்குதலை நடத்தினார்கள். ஜன்னல்களை உடைத்து, பழங்குடியின மாணவர்களின் விடுதிக் கூரைகளை அழித்து கொடூரமான வன்முறைத் தாக்குதல்களை நிகழ்த்தினார்கள்," என்று 'தி கேரவன்' ஆங்கில இதழுக்கு அளித்த நேர்காணலில் கூறினார்.

ஆவாவிலிருந்து 30 கி. மீ. தொலைவில் உள்ள 'அமீர்' என்ற சிற்றூரில் உள்ள கிறிஸ்தவ நிறுவனம் நடத்திய பள்ளியும் தாக்குதலுக்கு இரையானது. அங்கிருந்த தானியக் கிடங்கு கொள்ளையடிக்கப்பட்டு தீயில் எரிக்கப்பட்டது. 'காத்லி' எனும் ஊரில் 200-க்கும் மேற்பட்ட குண்டர்கள் கும்பலாகச் சென்று உள்ளூர் தேவாலயத்தை இடித்து தரைமட்டமாக்கி தீ வைத்துக் கொளுத்தினர். அடுத்த நாள் 'வாசி' என்ற இடத்தில் இருந்த கிறிஸ்தவ வழிபாட்டுத் தலம் நொறுக்கப்பட்டது. இந்தத் தாக்குதலுக்கு வனத்துறையைச் சார்ந்த வாகனம் பயன்படுத்தப்பட்டது.

அதற்கு அடுத்தநாள் டேங்க்ஸ் மாவட்டத்தின் ஆறு ஊர்களில் இருந்த தேவாலயங்கள் அழிக்கப்பட்டன; கிறிஸ்தவப் பழங்குடியினரின் வீடுகளில் கற்கள் வீசப்பட்டன; குடிசைகள் கொளுத்தப்பட்டன; கிறிஸ்தவர்கள் மற்றும் இஸ்லாமியர்களின் வணிக நிறுவனங்கள் அழிக்கப்பட்டன.

இத்தகைய அழித்தொழிப்பு வன்முறைகள் தொடர்ந்து பத்து நாட்கள் நடத்தப்பட்டன. அப்போது குஜராத் மாநிலத்தில் கேசுபாய் படேல் தலைமையிலான பாரதிய ஜனதா கட்சியின் அரசு இருந்தது என்பது குறிப்பிடத்தக்கது.

பாஜக அரசு துணையுடன் வன்முறை

டேங்க்ஸ் மாவட்டத்தில் கிறிஸ்தவப் பழங்குடி மக்கள் மீது கட்டவிழ்த்து விடப்பட்ட வன்முறைகளை குஜராத் மாநில பாஜக அரசு கண்டு கொள்ளவில்லை.

டேங்க்ஸ் பகுதி பாஜகவின் பொதுச் செயலாளர் தசரத் பவார் அசீமானந்தா நடத்திய பேரணியில் கலந்து கொண்டார்.

திரிசூலங்களையும், குண்டாந்தடிகளையும் ஏந்திய ஆர்.எஸ்.எஸ். குண்டர்கள் 3500 பேர் ஆவாவில் 1998ஆம் ஆண்டு கிறிஸ்துமஸ் நாளில் நடத்திய ஊர்வலத்தில் கிறிஸ்தவர்களுக்கு எதிரான வெறிக் கூச்சலுடன் சென்றனர். நகரின் முக்கிய வீதிகளில் காவிப் பதாகைகள் தொங்க விடப்பட்டன.

உள்ளூர் கிறிஸ்தவ நிறுவனங்களின் பாதிரியார்கள் மாவட்ட ஆட்சியர் பரத் ஜோஷியைத் தலையிடுமாறு மன்றாடினர். ஆனால், மாவட்ட ஆட்சியரோ வன்முறையாளர்கள் மீது நடவடிக்கை எடுத்து நிலைமையைக் கட்டுக்குள் கொண்டு வருவதற்குப் பதிலாக, 'ஆவா' பேரணியில், அசீமானந்தாவுடன் மேடை ஏறி வாழ்த்திப் பேசினார். கிறிஸ்தவப் பழங்குடியினருக்கு மிரட்டல் விடுத்து அசீமானந்தா ஆவேசமாக முழங்கியபோது மாவட்ட ஆட்சியர் அந்த மேடையில் அதனைக் கேட்டுக் கொண்டிருந்தார். பேரணியில் பேசிய அசீமானந்தா, "மத மாற்றத்தைத் தடுப்பது ஒரு எளிதான வேலை; மதவெறியைப் பயன்படுத்துங்கள்; இந்துக்களை வெறியர்கள் ஆக்குங்கள்; மீதி வேலைகளை அவர்கள் பார்த்துக் கொள்வார்கள்!" என்று வெறியூட்டினார்.

கிறிஸ்தவப் பழங்குடி மக்கள் மீதான தாக்குதலை நடத்துவதற்காகவும் மத மாற்றம் செய்யவும் 'ஹிந்து ஜாக்ரன் மஞ்ச்' (ஹெச்.ஜே.எம்.) என்ற அமைப்பை அசீமானந்தா உருவாக்கி இருந்தார். பழங்குடி மக்களின் முன்னணித் தலைவரான 'ஜானாபாய்' என்பவரே ஹெச்.ஜே.எம். தலைவராக்கப்பட்டார். அவர் பெயருக்குத்தான் வெளிப்படையான தலைவர். ஆனால், வன்வாசி கல்யாண் ஆசிரமம்தான் எல்லா வற்றுக்கும் பின்புலமாக இருந்தது.

இதுகுறித்து 'தி கேரவன்' இதழின் செய்தியாளருக்கு அசீமானந்தா கூறுகையில் "ஜானாபாய்க்கு ஒன்றும் தெரியாது; என்ன செயல் திட்டம் எடுத்துக் கொள்ளப்படுகிறது? துண்டறிக்கைகளில் எதை அச்சிடுவது? என்ற எல்லா முடிவுகளையும் நாங்கள்தான் எடுப்போம்; அவரை முக அடையாளமாக வைத்துக் கொண்டு சங் அமைப்புதான் அனைத்தையும் செய்து முடித்தது," என்று பெருமைப்பட்டுக் கொண்டார்.

மதமாற்ற விழாக்கள்

அசீமானந்தா முன்னெடுத்த 'வீடு திரும்புதல் நிகழ்ச்சி' பழங்குடியின மக்களின் மனங்களைத் தூண்டுவதாலோ அல்லது அச்சுறுத்தல்கள் மூலமாகவோ டேங்க்ஸ் மாவட்டம் முழுவதும் பிரபலமானது. அடுத்த மூன்று முதல் நான்கு ஆண்டுகளில் எப்போதெல்லாம் 50 முதல் 100 பழங்குடியினர் மதமாற்றம் செய்யப்பட்டார்களோ

அவர்களைத் திறந்த வாகனங்களில் ஊர்வலமாக அழைத்துச் சென்று சூரத்தில் உள்ள 'உனாய்' கோவிலில் உள்ள வெந்நீர் ஊற்றுக்களில் குளிக்க வைத்தனர். பின்னர் திலக பூஜை நடத்தி பழங்குடியினரை 'இந்துக்கள்' என்று பிரகடனம் செய்தார்கள்.

அவர்கள் மீண்டும் வாகனத்தில் ஏற்றப்பட்டு அனுமன் படமும், அனுமன் கதைப் பிரசுரங்களும் அவர்களது கைகளில் தரப்பட்டு திருப்பி அனுப்பப்பட்டார்கள். திரும்பும் வழியெங்கும் பஜனைகள் நடத்தப்பட்டன. வாஹாய் ஆசிரமத்தில் அவர்களுக்கு அசீமானந்தா விருந்து அளித்து மகிழ்வித்தார்.

1998 டிசம்பர் மத்தியிலிருந்து 1999 ஜனவரி வரை 40 ஆயிரம் கிறிஸ்தவர்கள் இந்து மதத்திற்கு மாற்றப்பட்டார்கள். "நாங்கள் 30 தேவாலயங்களை இடித்துத் தகர்த்துவிட்டு இந்துக் கோவில்களைக் கட்டினோம்," என்று அவர் 'தி கேரவன்' இதழுக்கு அளித்த நேர்காணலில் தன்னைத்தானே புகழ்ந்து கொண்டார்.

"பழங்குடியின மக்களின் வறுமையை அகற்றுவதிலோ, வளர்ச்சிப் பணிகளை மேற்கொள்வதிலோ நாங்கள் அக்கறை செலுத்துவதில்லை. நாங்கள் பழங்குடியினரின் மத உணர்வுகளை மேம்படுத்தவே முயற்சிக்கிறோம்," என்று அசீமானந்தா கூறிக் கொண்டார்.

அசீமானந்தா டேங்க்ஸ் மாவட்டத்தில் நடத்திய கிறிஸ்தவப் பழங்குடியினர் மீதான வன்முறைகள், கட்டாய மதமாற்றங்கள் குஜராத்தைக் கடந்து இந்தியா முழுவதும் எதிரொலிக்கத் தொடங்கியது. பாஜக அரசுக்குத் தலைமை வகித்த அடல் பிகாரி வாஜ்பாய் அவர்கள் பதில் கூற வேண்டிய நிலைமைக்கு உள்ளானார்.

86

அசீமானந்தாவின் வாக்குமூலம்

குஜராத் டேங்க்ஸ் மாவட்டத்தில் பழங்குடி கிறித்தவர்கள் மீதான வன்முறைத் தாக்குதல்கள் அசீமானந்தா ஏற்பாட்டில் நடத்தப்பட்டபோது, குஜராத் மாநிலத்தில் கேசுபாய் படேல் தலைமையில் பாஜக ஆட்சி நடைபெற்றுக் கொண்டிருந்தது. டெல்லியில் வாஜ்பாய் தலைமையில் தேசிய ஜனநாயகக் கூட்டணி அரசு 1998 மார்ச் மாதம் பதவி ஏற்றிருந்தது.

டேங்க்ஸ் மாவட்டத்தில் நடந்த கலவரங்கள் கிறித்தவ மக்கள் மீதான வன்முறைகளை நேரில் காணவும், பாதிக்கப்பட்டோருக்கு ஆறுதல் கூறவும் காங்கிரஸ் கட்சித் தலைவர் சோனியாகாந்தி ‘ஆவா’ பகுதிக்கு விரைந்தார். டேங்க்ஸ் மாவட்டத்தில் நடந்த வன்முறைகள் சங்பரிவார் அமைப்புகளால் நடத்தப்பட்டவை. பாஜக அரசு அதற்கு துணை போனது என்று சோனியா குற்றஞ்சாட்டினார்.

இத்தகைய வன்முறை வெறியாட்டங்கள் தேசிய அளவிலும், உலக அரங்கிலும் இந்தியாவுக்கு எதிரான கடும் விமர்சனங்களை ஏற்படுத்தின. இதனால் மத்திய உள்துறை அமைச்சர் எல். கே. அத்வானியிடம் பிரதமர் வாஜ்பாய், குஜராத் கலவரங்களை அடக்குமாறும், கேசுபாய் படேலிடம் உறுதிபட கூறுமாறும் பணித்தார். ஆனால் அசீமானந்தாவின் செயல்பாடுகள் குஜராத் முதல்வர் கேசுபாய் படேலிடன் கட்டுப்பாட்டைத் தாண்டிவிட்டன. கையறு நிலையில் இருந்தார் அவர்.

அந்தச் சூழலில்தான் குஜராத் பாஜகவில் நரேந்திர மோடி வளர்ந்து வந்தார். அடுத்த கட்டமாக முதலமைச்சர் பதவியை நோக்கி மோடி மெல்ல நகர்ந்து கொண்டிருந்தார். அசீமானந்தா போன்ற சங்பரிவாரங்களின் முக்கிய முன்னோடிகள் மோடிக்கு வெண்சாமரம் வீசினர். திட்டமிட்டபடியே 2001 அக்டோபர் மாதத்தில் நரேந்திர மோடி குஜராத் முதல்வர் பதவியில் அமர்ந்தார். 2002 பிப்ரவரியில் கோத்ரா இரயில் எரிப்பு மற்றும் அதைத் தொடர்ந்து நடந்த முஸ்லிம்களுக்கு எதிரான கலவரங்களில் டேங்க்ஸ்-ன் வடபகுதியான பஞ்சமால் போன்ற பகுதிகளில் இஸ்லாமியருக்கு எதிரான கொலைவெறித் தாக்குதல்களில் அசீமானந்தா முன்னணியில் இருந்தார்.

குஜராத் முதல்வர் மோடியை டேங்க்ஸ்க்கு அழைத்த அசீமானந்தா ஆசிரமம் சார்பில் கோவில் நிறுவி இராமர் சிலையை நிறுவ மிகப்பெரிய விழாவை நடத்தினார். அந்த நேரத்தில்தான் 2002 ஜூலையில் மோடி அரசு கலைக்கப்பட்டு, மீண்டும் தேர்தல் அறிவிக்கப்பட்டிருந்தது. தேர்தல் பரப்புரைக்கு மத்தியில் டேங்க்ஸ் வந்திருந்த நரேந்திர மோடி, இராமர் சிலையை நிர்மாணிக்க நிதி திரட்டும் வகையில் அசீமானந்தா ஏற்பாடு செய்த இராமாயண கதாகலாட்சேபம் நிகழ்ச்சியில் கலந்துகொண்டார்.

கிறித்தவ பழங்குடியினரை இந்து மதத்திற்கு மாற்றும் 'வீடு திரும்புதல்' விழாவை நடத்திக் கொண்டிருந்த அசீமானந்தாவுக்கு மீண்டும் குஜராத்தில் ஆட்சிக்கு வந்த 'மோடி அரசு' ஒரு அங்கீகாரத்தை அளித்தது. குஜராத் மதமாற்றச் சட்டத்தை நிறைவேற்றி, அனைத்து மதமாற்றங்களும் மாவட்ட நீதிபதியால் ஒப்புதல் அளிக்கப்பட்டிருக்க வேண்டும் என்று சட்டவிதிகள் உருவாக்கப்பட்டன.

சபரி கும்பமேளா

குஜராத் முதலமைச்சராக மீண்டும் பதவியேற்றார் நரேந்திர மோடி, கோத்ரா இரயில் எரிப்புக்குப் பிறகு குஜராத்தில் இஸ்லாமியர்கள் ஆயிரக்கணக்கில் கொன்று குவிக்கப்பட்ட கொடுமைகள் நடந்த பின்னும் மோடி குஜராத் முதல்வர் ஆனதுதான் வரலாற்றுச் சோகம். இதனால் உத்வேகமுற்ற அசீமானந்தா, பழங்குடியினரை அச்சுறுத்தி இந்து மதத்திற்கு மாற்றும் திருப்பணி(?)யை தீவிரப்படுத்தினார். 2006 பிப்ரவரி மாதத்தில் அசீமானந்தா, சபரிதாமில் உள்ள ஆசிரமத்திற்கு அருகில் இருந்த சபீர் எனப்படும் வனப் பகுதி ஊரில் 'கும்பமேளா'வை நடத்தினார். முந்தைய நிகழ்வுகளைப் போலவே பழங்குடியின கிறித்தவர்கள் இந்து மத்திற்கு மாறும் திருவிழா நடத்தப்பட்டது. ஆயிரக்கணக்கானோர் அணி திரட்டப்பட்டனர். மதம் மாறும் கிறிஸ்தவ பழங்குடியினர் ஆற்றில் புனித நீராடப்பட்டு, 'இந்து மத்தில்' சேர்க்கப்பட்டனர். இந்தக் 'கும்பமேளா' நிகழ்ச்சிக்காக குஜராத்தின் மோடி அரசு கோடிக்கணக்கில் வாரி இறைத்தது. வெகு விமரிசையாக மூன்று நாட்கள் நடந்த திருவிழாவில் ஆர்.எஸ்.எஸ். சங் பரிவாரின் முக்கியத் தலைவர்கள் கலந்து கொண்டனர்.

சாத்விரிதாம்பரா, ஜெயேந்திர சரஸ்வதி சங்கராச்சாரியார், ஆஷ்ரம் பாபு, மொராரி பாபு போன்ற சாமியார் வகையறாக் களும், சங்பரிவாரின் தீவிரவாதியாக விளங்கிய இந்திரேஷ் குமார், விஸ்வ ஹிந்து பரிஷத்தின் தலைவர்களான அசோக் சிங்கால், பிரவீன்தொகாடியா, பாஜகவைச் சேர்ந்த மத்தியப் பிரதேச முதல்வர் சிவராஜ்சிங் சௌகான் உள்ளிட்டவர்களும் ஆயிரக்கணக்கான ஆர். எஸ்.எஸ். சங்பரிவார் ஊழியர்களும் கலந்துகொண்டனர்.

இதிலிருந்து தெளிவாகின்ற ஒன்று அசீமானந்தாவின் இந்துத்துவ மதவாத வெறியாட்டங்கள் சங்பரிவாரங்கள் மற்றும் பாஜகவிற்கு பெருமிதம் கொள்ளச் செய்திருக்கின்றன. கும்பமேளா முதல் நாளின் தொடக்க விழாவில் பேசிய முதல்வர் நரேந்திர மோடி, "பழங்குடி மக்களை இராமபிரானிடமிருந்து பிரிக்கும் ஒவ்வொரு முயற்சியும் தோல்வியிலேயே முடியும்" என்று சங்கநாதம் செய்தார்.

அதேபோல ஆர்.எஸ்.எஸ். தலைவர் கே.எஸ். சுதர்சன் "முஸ்லிம் மற்றும் கிறித்தவ அடிப்படைவாதிகளை ஒரு போதும் அனுமதிக்க முடியாது. அதிகாரத்தின் துணை கொண்டு நசுக்கி விடுவோம்" என்று மிரட்டல் விடுத்தார். ஆர்.எஸ்.எஸ். துணைத் தலைவராக அப்போது பொறுப்பில் இருந்த மோகன் பகவத் (தற்போதைய ஆர்.எஸ்.எஸ். தலைவர்) "நம்மை (அதாவது இந்துத்துவவாதிகளை) எதிர்ப்பவர்களை நொறுக்க வேண்டும்" என்று வெறியூட்டிப் பேசினார்.

விரியும் தொடர்புகள்

ஆர்.எஸ்.எஸ்., சங் பரிவாரங்கள், பாஜக என அனைத்துத் தலைவர்களிடமும் நெருங்கிய அசீமானந்தா, அந்தமானிலும், டேங்க்சிலும் நிகழ்த்தியது போன்று சிறுபான்மை இசுலாமியர்கள், கிறித்தவர்கள் மீது வன்முறைத் தாக்குதல் தொடுப்பதற்கான திட்டங்களைத் தீட்டினார். ஆர்.எஸ்.எஸ். தீவிரவாத எண்ணம் கொண்டோரிடையே இது தொடர்பான கருத்துப் பரிமாற்றங்கள் நடத்தப்பட்டன. அப்படி அசீமானந்தாவுக்கு அறிமுகம் ஆனவர்களில் ஒருவர்தான் மத்தியப் பிரதேசத்தைச் சேர்ந்தவரும், ஏ.பி.வி.பி. யின் செயற்குழு உறுப்பினருமான சாத்வி பிரக்யாசிங்தாக்கூர். மற்றொருவர் இந்தூர் ஆர்.எஸ்.எஸ். முன்னாள் தலைவர் சுனில் ஜோஷி. பிரக்யாசிங் தாகூர், சுனில் ஜோஷி இருவருமே அசீமானந்தாவின் தீவிரவாத கண்ணோட்டத்திற்கு ஆதரவாக இருந்தனர்.

மத்தியப் பிரதேசத்தில் பழங்குடி இனத்தைச் சேர்ந்த காங்கிரஸ் தலைவரையும் இன்னொரு காங்கிரஸ்காரர் மகளையும், கொலை செய்துவிட்டு தப்பியவர் சுனில் ஜோஷி, காவல் துறையால் தேடப்பட்டு வந்த கொலைக் குற்றவாளி. அவர் டேங்க்ஸ் வனப்பகுதியில் அசீமானந்தா ஆசிரமத்தில் வந்து தங்கி அவருடன் கைகோர்த்தார். இவர்களுடன் கனடாவில் தனது வேலையை உதறிவிட்டு, டேங்க்ஸ் வந்து அசீமானந்தாவுடன் தங்கிய தீவிர இந்துத்துவா கருத்துடைய பரத் ரத்தேஷ்வர் என்பவரும் சேர்ந்து கொண்டார்.

இந்தக் குழுவினருடன்தான் 'அசீமானந்தா' முஸ்லிம்களுக்கு பாடம் புகட்ட இலக்குகளை குறிபார்க்க ஆலோசனை நடத்தினார்.

குண்டு வெடிப்பு சதி நிறைவேற்றம்

அசீமானந்தா நடத்திய கும்பமேளாவுக்குப் பிறகு ஒரு மாதத்தில் வாரணாசியில் இரண்டு குண்டுகள் வெடித்தன. 38 பேர் கொல்லப்பட்டனர். நூற்றுக்கணக்கானவர்கள் காயமுற்றனர். வெடிகுண்டுகளில் ஒன்று இந்துக் கோவிலின் நுழைவாயிலில் வைக்கப்பட்டது.

குண்டு வெடிப்பு வழக்குகளில் துப்புத் துலக்கப்பட்டு, அசீமானந்தா கைது செய்யப்பட்டவுடன், காவல்துறையிடம் கொடுத்த ஒப்புதல் வாக்குமூலத்தில் குண்டுகள் எப்படி வந்தன? என்பதைத் தெரிவித்தார். சுனில் ஜோஷி, ரத்தேஷ் குமார் இருவரும் ஜார்கண்ட் சென்று துப்பாக்கிகளையும், டெட்டர்னேட்டர்களில் பயன்படுத்த சிம்கார்டுகளையும் வாங்கி வந்தனர். அதற்குத் தேவையான தொகையை அசீமானந்தாதான் கொடுத்தார்.

ஜார்கண்ட் சென்ற சுனில் ஜோஷி, தனது நண்பரும் ஜமதா மாவட்ட ஆர்.எஸ்.எஸ். தலைவருமான தேவேந்தர் குப்தாவைத் தொடர்பு கொண்டு சிம்கார்டுகளை வாங்குவதற்குப் போலி ஓட்டுநர் உரிமங்களைப் பெற்றார். 2006 ஜூன் 26இல் ரத்தேஷ்வர் வீட்டில் தீவிரவாதக்குழு கூடியது. சுனில் ஜோஷி, பிரக்யாசிங் உள்ளிட்டவர்களுடன் மேலும் நால்வர் சதி ஆலோசனையில் கலந்து கொண்டனர்.

சந்தீப் டாங்கே, ராம்சந்திர கல்சங்கரா, லோகேஷ் சர்மா மற்றும் அமீத் ஆகியோர்தான் புதிதாக குழுவில் இணைந்தவர்கள் ஆவர். இதில் சந்தீப் டாங்கே. மத்தியப் பிரதேசம் சஜாபூர் மாவட்ட ஆர்.எஸ்.எஸ். அமைப்பாளர். ராம்சந்திர கல்சங்கரா இந்தூரில் ஆர்.எஸ்.எஸ். அமைப்பாளர் சுனில் ஜோஷி குண்டுகளை வெடிக்கச் செய்வதற்கு மூன்று குழுக்களை அமைத்தார்.

ஒரு குழு குண்டுகளை வைக்க, அவர்களால் நியமிக்கப்படும் இளைஞர்களுக்கு உற்சாகமூட்டுவதும் என்றும், இன்னொரு குழு பாதுகாப்பான இடங்களைக் கண்டறிவது என்றும், மூன்றாவது குழு குண்டுகளை ஒருங்கிணைந்துத் தயாரிப்பது என்றும் வேலைப் பிரிவினைகள் செய்யப்பட்டன. இம்மூன்று குழுக்களுக்கும் சுனில் ஜோஷிதான் ஒருங்கிணைப்பாளர்.

இசுலாமியர்களை அதிக அளவில் கொல்ல வேண்டும். அதற்கு பாகிஸ்தான் செல்லும் சம்செளதா விரைவு இரயிலுக்கு குண்டு வைக்க வேண்டும் என்று சுனில் ஜோஷி திட்டம் தயாரித்தார். மாலேகாவ்ன், ஹைதராபாத் மசூதி, ஆஜ்மீர் மசூதி மற்றும் அலிகார் பல்கலைக் கழகம் போன்ற இலக்குகளை அசீமானந்தா தனது திட்டத்தில் சேர்த்துக்கொண்டார்.

இதற்குப் பிறகுதான் தொடர்ச்சியாக குண்டு வெடிப்புகள் நிகழ்த்தப்பட்டன. மாலேகாவ்ன், ஆஜ்மீர் தர்கா, சம்செளதா விரைவு இரயில். மெக்கா மசூதி போன்ற குண்டுவெடிப்புகள் நிகழ்ந்த விபரங்களை முந்தைய அத்தியாயங்களில் விரிவாகப் பார்த்தோம்.

காவி பயங்கரவாத குழு நடத்திய இந்தக் குண்டுவெடிப்புகள் அனைத்திற்கும் அசீமானந்தா சூத்ரதாரியாக இருந்தார். அவருக்குத் துணையாக சுனில் ஜோஷி, இந்திரேஷ்குமார், சாத்விரிதம்பரா, பிரக்யாசிங் தாக்கூர், ரத்தேஷ்வர் குமார் போன்றோர் இருந்தனர். பின்னாளில் காவல்துறையின் குற்றப் பத்திரிகையில் குண்டு வெடிப்பின் முழு விபரங்களும் நீதிமன்றத்தில் தாக்கல் செய்யப்பட்டன.

2007 பிப்ரவரி 18 நள்ளிரவில் நிகழ்த்தப்பட்ட குண்டு வெடிப்பில் சம்செளதா விரைவு இரயில் தகர்க்கப்பட்டதில் 68 பயணிகள் பலி. அதே 2007ஆம் ஆண்டில் ஹைதராபாத் மெக்கா மசூதி குண்டு வெடிப்பில் 11 பேர் பலி. ராஜஸ்தான் மாநிலம் ஆஜ்மீர் தர்கா குண்டு வெடிப்பில் 3 பேர் பலி. 2006 செப்டம்பர் மற்றும் 2008 செப்டம்பரில் மராட்டியத்தில் மாலேகாவ்ன் குண்டு வெடிப்புகளில் 37 பேர் உயிரிழப்பு.

மேற்கண்ட குண்டு வெடிப்பு வழக்குகள் அனைத்தையும் மும்பை தீவிரவாத எதிர்ப்புக்குழு (ஏ.டி.எஸ்.), ராஜஸ்தான் தீவிரவாதிகள் எதிர்ப்புக்குழு, மத்தியப் புலனாய்வுக்குழு (சிபிஐ), மற்றும் தேசிய புலனாய்வு முகமை (என்.ஐ.ஏ.) உள்ளிட்ட புலனாய்வு குழுக்கள் தீவிரமாக விசாரணை செய்தன. விசாரணையின் முடிவில் தாக்கல் செய்யப்பட்ட குற்றக் குறிப்புகளில் 31பேர் இடம் பெற்றிருந்தனர். இவர்கள் அனைவருமே ஆர்.எஸ்.எஸ். சங்பரிவாரங்களைச் சேர்ந்த தீவிர மத வெறியர்கள்.

காவி பயங்கரவாதக்குழு அசீமானந்தாவை மையமாகக் கொண்டு இயங்கி உள்ளது. சாத்விரிதம்பரா பிரக்யாசிங் தாகூர், சுனில்ஜோஷி உள்ளிட்டவர்கள் முக்கியப் பங்கு வகித்துள்ளனர் என்பதை விசாரணைக் குழுக்கள் நடத்திய புலன் விசாரணையின் முடிவில் உறுதியாயின.

அசீமானந்தா கைது

புலன் விசாரணையின் முடிவில் அசீமானந்தா 2010ஆம் ஆண்டில் கைது செய்யப்பட்டார். ஒட்டுமொத்தமாக அவர் மீது 5 குண்டு வெடிப்புகளில் 119 பேரைக் கொன்றதற்கான ஆதாரங்களுடன் குற்றப்பத்திரிகை நீதிமன்றத்தில் தாக்கல் செய்யப்பட்டது. குண்டு வெடிப்புகளில் ஆர்.எஸ்.எஸ். முக்கிய ஊழியர்கள் கைது செய்யப்படுவது தொடர்ச்சியாக நடந்தபோது, ஆர்.எஸ்.எஸ். தலைவர்

மோகன் பகவத் ஜனவரி 10, 2011இல் வெளியிட்ட அறிக்கையில் 'பல குண்டுவெடிப்பு வழக்குகளில் கைது செய்யப்பட்டு குற்றம் சாட்டப்பெற்ற அனைவருமே ஆர்.எஸ்.எஸ். அமைப்பை விட்டு முன்பே வெளியேறியவர்கள் அல்லது வெளியேற்றப்பட்டவர்கள்' என்று முழு பூசணியைச் சோற்றில் மறைத்தார். ஆனால் அசீமானந்தா கைதானதும் தனது குற்றங்களை ஒப்புக் கொண்டு நீதிமன்றத்தில் அவர் அளித்த 164 (Statement) வாக்குமூலத்தில் எல்லா உண்மைகளும் வெளிவந்து விட்டன.

அசீமானந்தா கைது செய்யப்பட்டு டெல்லி நீதிமன்றத்தில் நிறுத்தப்பட்டபோது டிசம்பர் 18, 2010இல் அவர் அளித்த ஒப்புதல் வாக்குமூலத்தில் குண்டுவெடிப்புகளில் தொடர்புடையவர்களை அடையாளம் காட்டிவிட்டார். அசீமானந்தாவின் ஒப்புதல் வாக்குமூலத்தின் மூலம் கீழ்க்கண்ட உண்மைகள் வெளிச்சத்துக்கு வந்தன. மாலேகாவ்னில் இரண்டு முறை குண்டு வெடிப்புகள், ஆஜ்மீர் தர்கா, சம்செளதா விரைவு இரயில் குண்டு வெடிப்பு, மெக்கா மசூதியில் குண்டு வெடிப்பு போன்ற அனைத்திலும் ஆர். எஸ்.எஸ். ஊழியர்கள் பங்கேற்றனர்.

இந்தக் குண்டு வெடிப்புகளை திட்டமிட்டு இயக்கியவர் ஆர்.எஸ். எஸ்.-இன் தேசிய நிர்வாகக்குழு உறுப்பினர் இந்திரேஷ்குமார், இவர்தான் நிதி ஏற்பாடுகளை செய்தவர். மேலும் சுனில் ஜோஷியை களத்தில் இறக்கிவிட்டு எல்லாத் தாக்குதல்களையும் வெற்றிகரமாக நிறைவேற்ற துணை நின்றவர். சுனில் ஜோஷியின் உயிருக்கு இந்திரேஷ்குமார் மூலம் ஆபத்து ஏற்படும் என்று நினைத்தேன். அதுபோலவே நடந்துவிட்டது.

டெல்லியைப் போலவே ஹரியானாவின் பன்ஞ்குலா நீதிமன்றத்தில் மாஜிஸ்ட்ரேட் முன்பு ஜனவரி 15, 2011இல் சி.ஆர்.பி.சி. 164 பிரிவின் கீழ் தனியாக ஒப்புதல் வாக்குமூலத்தை அசீமானந்தா அளித்தார். வாக்குமூலத்தைப் பற்றி ஆழமாகச் சிந்தித்துப் பார்த்துவிட்டு வர இருநாள் அவகாசம் அசீமானந்திற்கு நீதிபதி அளித்திருந்தார். இரண்டு நாட்கள் கழித்து நீதிமன்றத்திற்கு வந்த அசீமானந் தனது ஒப்புதல் வாக்குமூலம் உண்மையானது தான். மாற்றம் ஏதும் இல்லை என்று உறுதி செய்தார். இதன் பிறகுதான் அதைச் சாட்சியமாக மாஜிஸ்ட்ரேட் ஏற்றுக் கொண்டார்.

ஆர்.எஸ்.எஸ்.-இன் பொய் தகவல்

அசீமானந்தாவின் ஒப்புதல் வாக்குமூலத்தின் மூலம் ஆர்.எஸ். எஸ். பிரச்சாரப் பயங்கரவாதிகளின் பரவலான வலைப்பின்னல் (Network) காவல்துறையினராலேயே அம்பலமாகிவிட்டது. மராட்டிய

பயங்கரவாத எதிர்ப்புக் குழுவின் (ஏ.டி.எஸ்.) தலைவர் ஹேமந்த் கர்க்கரே தொடங்கி வைத்த புலனாய்வு, காவிப் பயங்கரவாதிகள் முகத்திரையைk கிழித்தெறியப் பயன்பட்டது. எனவேதான் இவர் மர்மமான முறையில் மும்பைத் தாக்குதலில் கொல்லப்பட்டார்.

அசீமானந்தா பயந்ததுபோலவே குண்டு வெடிப்புகளை வெற்றிகரமாக செய்து முடித்த சுனில் ஜோஷியும் இந்தக் கும்பலால் கொலை செய்யப்பட்டுவிட்டார். ஆர்.எஸ்.எஸ். முதலில் ஒப்புதல் வாக்குமூலம் காவல்துறை சித்திரவதை மூலம் பெறப்பட்டது என்று கூறியது. ஆனால் மாஜிஸ்ட்ரேட் இக்குற்றம் சுமத்தப்படுவதற்கு வாய்ப்பே இல்லாமல் எச்சரிக்கையாக ஏற்பாடு செய்தது தெரிய வந்தபிறகு மௌனமானார்கள்.

ஆர்.எஸ்.எஸ். செய்தித் தொடர்பாளர் ராம் மாதவ், 2011, பிப்ரவரியில் டெல்லி செய்தியாளர்களிடம் அசீமானந்தா 2006ஆம் ஆண்டே ஆர்.எஸ்.எஸ். யை விட்டு வெளியேறி விட்டார் என்று கதை அவிழ்த்துவிட்டார். சில மாதங்களுக்கு பின் அசீமானந்தா மட்டுமின்றி ஆஜ்மீர், மெக்கா மசூதி குண்டு வெடிப்புகளில் ஈடுபட்டக் குழுவைச் சேர்ந்த தேவேந்திர குப்தா, லோகேஷ் வர்மா, ராம்ஜி கல்சங்கரா, சந்தீப் டாங்கே மற்றும் சிலர் ஈடுபட்டது வெளியானது. தலைமறைவாகிவிட்ட கல்சங்கரா, டாங்கே தவிர மற்றவர்கள் கைது செய்யப்பட்டனர். இந்த இருவர் பற்றி தகவல் அளிப்பவர்களுக்கு தக்க பரிசளிக்கப்படும் என்று காவல்துறை பகிரங்கமாகவும் அறிவித்தது.

இதன் பின்னரும் செய்தியாளர்களைச் சந்தித்த ராம் மாதவ், ‘இவர்கள் அனைவருமே நீண்ட காலத்திற்கு முன்பே ஆர்.எஸ்.எஸ். -ஐ விட்டு வெளியேறியவர்கள்’ என்று கதையளந்தார்.

மகாத்மா காந்தி கொலையில் நேரடியாக ஈடுபட்ட நாதுராம் விநாயக் கோட்சே ஆர்.எஸ்.எஸ். -இன் உறுப்பினர் இல்லை என்று கூறியதை இங்கு நினைவு கூற வேண்டும். ஏனெனில் அந்த ஆர்.எஸ்.எஸ். -இன் ‘தயாரிப்புகளை’ (?) எப்படி ஒப்புக் கொள்வார்கள்?

2006 லேயே ஆர்.எஸ்.எஸ். -லிருந்து வெளியேறிவிட்ட அசீமானந்தா, பாஜக உயர்நிலைத் தலைவர்கள், குஜராத் முதல்வர், நரேந்திர மோடி, மத்தியப் பிரதேச முதல்வர் சிவராஜ்சிங் சௌகான், ஆர்.எஸ்.எஸ். தலைவர்கள் கே.எஸ். சுதர்சன், மோகன் பகவத் ஆகியோருடன் நெருக்கமாக எவ்வாறு இருக்க முடியும்?

87

சுனில் ஜோஷி கொலை

அசீமானந்தா தனது ஒப்புதல் வாக்குமூலத்தில் கூறி இருந்தவாறு சுனில் ஜோஷியின் கொலை நடந்தேறி விட்டது. மெக்கா மசூதி குண்டு வெடிப்பு (மே, 2007), ஆஜ்மீர் தர்கா குண்டு வெடிப்பிலும் (அக்டோபர், 2007) தொடர்புடையவர் என்று அடையாளம் காணப்பட்ட சுனில் ஜோஷி, ஆர்.எஸ்.எஸ். பிரச்சாரகராக மோவ் பகுதியில் பணியாற்றிக் கொண்டிருந்தவர். மத்தியப் பிரதேசத்தின் மால்வா பகுதி இந்துத்துவா அமைப்புகளுக்கு வலுவான தளம். இங்குதான் சுனில் ஜோஷி ஆற்றிய பணிகள் மூலம் மக்களிடம் அவருக்கு பயம் கலந்த மரியாதை எற்பட்டு இருந்தது.

ஆர்.எஸ்.எஸ்., பாஜக உயர்நிலைத் தலைவர்களுடன் சுனில் ஜோஷிக்கு நல்ல தொடர்பு ஏற்பட்டு, அவர்களின் மதிப்பைப் பெற்றார். டெல்லியில் உள்ள ஆர்.எஸ்.எஸ். தலைமையகமான ஜன்டேவாலாவில் இவர் எப்போது சென்றாலும் தங்கிக் கொள்ள அனுமதி வழங்கப்பட்டிருந்தது. இந்தூர் மாநகரத்திற்கு அருகில் 35 கி. மீ. தொலைவிலுள்ள தேவாஸ் நகரில் டிசம்பர் 29, 2007இல் சுனில் ஜோஷி அடையாளம் தெரியாத மர்ம நபர்களால் சுட்டுக்கொல்லப் பட்டார். வழக்கம்போல் இது இஸ்லாமிய தீவிரவாதிகள் கைவரிசை என்று பரப்பப்பட்டது. உடனே ஆக்ரா - மும்பை சாலையில் மறியல் தொடங்கப்பட்டது. மறுநாள் முழு அடைப்புக்கு சங்பரிவாரங்கள் அழைப்பு விடுத்திருந்தன.

காவிகளின் காலித்தனம்

முழு அடைப்பு நாளன்று அப்பாவி இஸ்லாமியர்கள் மீது குறி வைத்துத் தாக்குதல் நடத்தப்பட்டது. அப்துல் ரஷீத் என்பவரும், அவரது குடும்பத்தைச் சேர்ந்த மூவரும் சுடப்பட்டனர். இதில் ஒருவர் இறந்துபோனார். மூவர் படுகாயமடைந்தனர். ஆனால் சுனில் ஜோஷி குடும்பத்தினரோ, இவருடன் சேர்ந்து ஆஜ்மீர் தர்கா, மெக்கா மசூதி குண்டு வெடிப்பில் ஈடுபட்ட அவரது குழுவைச் சேர்ந்தவர்களே சுனிலைக் கொலை செய்துவிட்டனர் என்று கூறினர். ஏடுகள் இச் செய்தியைப் பெரிய அளவில் வெளியிட்டன. சுனில் ஜோஷியின் தாய்மாமன் மதன் மோகன் மோடி என்பவர்,

மத்தியப் பிரதேச காவல்துறை, சுனில் ஜோஷி கொலையை மூடி மறைக்க முயற்சிக்கிறது என்று குற்றம் சாட்டினார்.

"மத்தியப் பிரதேச பாஜக அரசு, காவல்துறை உடனடியாக தங்கள் புலனாய்வைத் தொடங்கியிருந்தால், கொலைகாரர்கள் பிடிபட்டு இருப்பார்கள்" என்றும், மதன்மோகன் மோடி கூறினார். ஆனால் காவல்துறை இயக்குநர் பவன் ஜெய், "எங்களைப் பொறுத்த வரையில் சுனில் ஜோஷி கொலை வழக்கை முடித்துவிட்டோம்" என்றார். ஆனால் பத்திரிகைகள் "மத்தியப் புலனாய்வுத் துறை சுனில் ஜோஷியின் கொலைக்கும், அவருடன் சேர்ந்த கூட்டாளிகளுக்கும் தொடர்புள்ளது. நான்கு ஆண்டுகளுக்கு முன்பு போபாலில் ஒரு இஸ்லாமியர் தொழுகைக் கூட்டத்தில் சுனில் வைத்த குண்டும் ஆஜ்மீர், மெக்கா குண்டுகளும் ஒரே ரகத்தைச் சேர்ந்தவை என்று புலனாய்வு கண்டுபிடித்துவிட்டது" என்று தெரிவித்த உடனேயே சுனில் ஜோஷி கொல்லப்பட்டார். அவர் மூலம் கிடைக்கவிருந்த முக்கிய தடயங்கள் இக்கொலை மூலம் மறைக்கப்பட்டன" என்று ஹிந்துஸ்தான் டைம்ஸ் ஆங்கில நாளேடு செய்தி வெளியிட்டது.

சுனில் ஜோஷி கொலைச் செய்தி

முதற்கட்ட விசாரணையில் சில உண்மைகள் தென்பட்டன. ஒரு மாருதி காரிலும், ஒரு இருசக்கர வண்டியிலும் வந்தவர்கள் சுனில் தனது வீட்டுக்கு ஒரு கி.மீ. தூரத்தில் இருக்கும்போது மூன்று முறைச் சுட்டுக் கொன்றுவிட்டு, அவருடைய கைபேசிகளையும், சிம் கார்டுகளையும் எடுத்துக் கொண்டு போய்விட்டனராம்.

சுனில் ஜோஷி கொல்லப்பட்ட சில நிமிடங்களில் அவருடன் வீட்டு அறையில் தங்கியிருந்த நால்வர், மோகன், ராஜ், உஸ்நாத், கன்ஷியாம் தலைமறைவாகிவிட்டனராம். இவர்களைத் தேடுவதற்கு உடனே எந்த நடவடிக்கையையும் காவல்துறை எடுக்கவில்லை. இவர்களுடைய பெயர்கள் தெரிந்தபோதும், இவர்களுடைய உருவ வரைபடம் வெளியிடப்படவில்லை. ஒருவருடைய புனைப்பெயர் ராஜ். ஆனால் உண்மையான பெயர் ஹர்ஷத் சோலங்கி என்பதும், குஜராத் கலவரத்தின்போது வதோத்ரா பெஸ்ட் பேக்கரியில் (மார்ச் 1, 2002) 14 பேர் உயிருடன் எரிக்கப்பட்ட வழக்கில் குற்றவாளிகளில் ஒருவர் எனத் தேடி வரப்படும் விவரங்கள் பாஸ்கர் நாளிதழில் (நவம்பர் 9, 2010) வெளிவந்தன.

அவர் கொலை செய்யப்பட்ட டிசம்பர் 29, 2007 அன்று சுனில் அவரது தாயார் வீட்டிலிருக்கும்போது யாரோ ஒருவர் கை பேசியில் கூப்பிட்டாராம், உடனே வெளியில் வந்து காரசாரமாகப் பேசிக் கொண்டே சுமார் 2 கி.மீ. தொலைவில் உள்ள தன்

இல்லத்திற்கு நடந்தாராம். இங்குதான் அந்த நால்வரும் இவருடன் தங்கி இருந்தனராம். இவர் நடந்து போகிற வழியில் மக்கள் நடமாட்டமில்லாத இடத்தில்தான் சுட்டுக் கொல்லப்பட்டுள்ளார்.

மத்தியப் பிரதேச பாஜக அரசு, சுனில் ஜோஷி கொலையை மூடி மறைக்க முயன்றபோது, தற்செயலாக ஆஜ்மீர் தர்கா குண்டு வெடிப்புப் பற்றிய புலனாய்வை ராஜஸ்தான் மாநில காவல்துறை ஏ.டி.எஸ். தீவிரமாக மேற்கொண்டபோது, சுனில் கொலை பற்றிய துப்பும் துலங்கியது.

மே 2020இல் ராஜஸ்தான் ஏ.டி.எஸ். -க்கு தடயங்கள் கிடைத்தது. ஆஜ்மீர் தர்கா குண்டு வெடிப்பில் சுனிலுடன் ஈடுபட்ட ஆர்.எஸ். எஸ். பிரச்சாரர்களான தேவேந்திர குப்தாவையும், சந்திரசேகர் படிதாரையும் கைது செய்தன. இந்த விசாரணையில் மூன்று குண்டு வெடிப்புகளில் மாலேகாவ்ன் (7.9.2008) ஆஜ்மீர் தர்கா (01.10.2007), மெக்கா மசூதி (8.5.2007) இந்த பயங்கரவாதக் குழு ஈடுபட்டிருந்தது தெரியவந்தது. இவர்கள் சில பயங்கரவாதிகளுக்கும் பயிற்சி அளித்ததற்கும் 2001இல் மோவில் குண்டு வெடித்ததற்கும் தடயங்கள் கிடைத்தன. இந்த விவரங்களை ஜாக்ரான் ராஷ்டிரியா நாளிதழ் (15.5.2010) வெளியிட்டது.

மர்மச் செயல்கள்

சுனில் ஜோஷியும் அவரது குழுவும் பல குண்டு வெடிப்புகளில் ஈடுபட்டு வந்தவர்கள் என்பதைப் பற்றிய பல உண்மைகள் வெளியிட்டன. மாலேவ்கானில் (2008) சுனில் ஜோஷி பயன்படுத்திய மோட்டார் சைக்கிள், பெண் சந்நியாசி சாத்விபிரக்யாசிங் தாகூருக்கு சொந்தமானது. சுனில் கொல்லப்பட்ட பிறகு அந்த இருசக்கர வாகனத்தை மே 2010இல் கைது செய்யப்பட்ட ராம் நாராயண கல்சங்கரா பயன்படுத்தி வந்தான். கர்னல் ஸ்ரீகாந்த் புரோகித் வழக்கின் புலனாய்வில் சுனில் ஜோஷிதான் சம்சௌதா விரைவு இரயில் குண்டு வெடிப்பு சதித் திட்டத்திற்கு பெறுப்பேற்றிருந்தவர் என்று ஒப்புக் கொண்டான்.

சுனில் ஜோஷியின் அலுவலகம் இந்தூரில்தான் செயல்பட்டது. இங்குதான் இவர்களின் இந்துத்துவப் பயங்கர வாதிகள் குழு அடிக்கடி சந்தித்துத் திட்டங்கள் தீட்டுவார்கள். சம்சௌதா விரைவு இரயில் குண்டு வெடிப்பு வழக்கைப் புலனாய்வு செய்து வந்த ஹரியானா காவல்துறை அதிகாரிகள் இந்தூர் சென்று விசாரணை மேற்கொண்ட போது, பாஜக மத்தியப் பிரதேச காவல்துறை ஒத்துழைப்புத் தரவில்லை என்று புகார் செய்தனர். ஆனால் மராட்டிய காவல்துறை புலனாய்வில்தான் தென் குஜராத்தில்

பணியாற்றிக் கொண்டிருந்த சுவாமி அசீமானந்தா இவர்கள் அனைவருடன் தொடர்பில் இருந்தது தெரியவந்தது. தனது ஒப்புதல் வாக்குமூலத்திலும் இதை அசீமானந்தா ஒப்புக் கொண்டார். இக்குழுவைச் சேர்ந்த லோகேஷ் சர்மா, இந்தூரைச் சேர்ந்தவரை ராஜஸ்தான் காவல்துறையின் ஏ.டி.எஸ். பிரிவு கைது செய்தது.

சுனில் ஜோஷியைக் கொல்ல வந்த சதித் திட்டம் பற்றி காவல் துறை 432 பக்க குற்றப் பத்திரிகையைத் தாக்கல் செய்தது. சாத்வி பிரக்யாசிங் தாகூர்தான் சுனில் ஜோஷியைக் கொல்ல மிக நுட்பமாகத் திட்டம் தீட்டி வழங்கினாராம். பெஸ்ட் பேக்கரி வழக்கில் குற்வாளியான சோலன்தான் சுட்டானாம். இவன் ஆர்.எஸ்.எஸ். தொண்டன். இவர்கள் தப்பித்துக் கொள்ளவும் உதவினானாம். பிரக்யாசிங் தாக்கூரின் நம்பிக்கைக்குப் பாத்திரமான ஆனந்த் ராஜகடாரியா இவர்களைப் பாதுகாக்க தனது இல்லத்திற்குக் காரில் ஓட்டிச் சென்றானாம்.

பாஜக நகராட்சிக் கவுன்சிலர் ராமச்சந்திரன் படேல்தான் சுனில் ஜோஷியின் உடலிலிருந்து கைபேசியைக் கைப்பற்றி உள்ளான். ஆர். எஸ்.எஸ். இரகசியத் திட்டங்களுக்கு செயல் வடிவம் கொடுத்து, குண்டு வெடிப்பு பயங்கரவாத சதிகளை திட்டமிட்டவாறு நிறைவேற்றிய சுனில் ஜோஷி கொல்லப்படுவதற்கு என்ன காரணம்?

சுனில் ஜோஷி இன்னொரு கொலை வழக்கில் சரணடையப் போவதாக ஒரு தகவல் கசிந்தது. மேலும் அனைத்துக் குண்டு வெடிப்புகளிலும் சுனில் ஜோஷிக்கு தொடர்பு இருந்தது. அவர் சரணடைந்தால் எல்லா உண்மைகளையும் கூறி விடுவார் என்று இந்துத்துவா பயங்கரவாதிகள் நினைத்தனர். எனவே சுனில் ஜோஷி உயிரோடிருப்பது காவி பயங்கரவாதக் குழுவில் உள்ள அனைவருக்கும் பெரும் ஆபத்து.

இரண்டாவதாக, இந்துத்துவா ஆதரவாளர்களிடம் நிதி திரட்டி, அதனைத் தன் பொறுப்பில் வைத்திருந்தவர் சுனில். இந்நிதியைப் பயன்படுத்தி வர்த்தகத்திலும் ஈடுபட்டுள்ளார். இந்தூரில் ஒரு கூரியர் சர்வீஸ் தொடங்கி, அதை தனது மகன் மெகூல் வசம் கொடுத்து நடத்தி வந்துள்ளார்.

மதுக்கடை ஒன்றையும் நடத்தி வந்துள்ளார். இதையெல்லாம் அறிந்த சாத்வி பிரக்யாசிங், சுனில் ஜோஷியை இனி உயிரோடு விட்டு வைக்கக் கூடாது என்று முடிவு செய்திருக்கிறார். திட்டமிட்டவாறு சுனில் ஜோஷி கொலையை முடித்துவிட்டனர். இதைத்தான் அமெரிக்கப் பேராசிரியர் பால் ஆர். பிராஸ் தனது ஆய்வின் முடிவில் அமைப்பு ரீதியான பயங்கர வலைப்பின்னல் (Institutional Terror Network)

ஆர்.எஸ்.எஸ். அமைப்பால் நாடு முழுவதும் இயக்கப்படுகிறது என்று தெரிவித்து இருந்ததற்கு இந்துத்துவ தீவிரவாதிகள் நடத்திய குண்டு வெடிப்புகள் சான்று கூறுகின்றன.

வழக்கு விசாரணைக்கு தடைகள்

இந்துத்துவா தீவிரவாதிகளின் குண்டு வெடிப்பு வழக்கு களை விசாரணை செய்துவரும் என்.ஐ.ஏ. எனும் தேசிய புலனாய்வு நிறுவனத்தின் கண்காணிப்பு அதிகாரி (SP) விஷால் கார்க், 'கேரவன்' ஏட்டின் செய்தியாளருக்கு அளித்த நேர்காணலில், "இந்த வழக்குகளில் இதுவரை நடைபெற்ற பணப் பரிமாற்றத்தை எங்களால் கண்டறிய முடியவில்லை. ஏனெனில் வங்கி மூலமாக பணப் பரிமாற்றங்களோ அல்லது எழுத்து மூலமானதாகவோ இல்லை. அசீமானந்தா, சுனில் ஜோஷியிடம் பணம் கொடுத்தார் என்று எங்களுக்குத் தெரிகிறது. ஆனால் எவ்வளவு என்பது தெரியவில்லை" என்று கூறியிருந்தார். அவ்வளவு நுட்பமாக அசீமானந்தா பணப் பரிமாற்றங்களைச் செய்திருக்கிறார்.

குண்டு வெடிப்புகளை என்.ஐ.ஏ. விசாரணை செய்ய முயன்றபோது, பல தடைகள் வந்தன. 2012 ஜூலையில் சுனில் ஜோஷி கொலையில் பிரக்யாசிங் தாகூரை என்.ஐ.ஏ. குறுக்கு விசாரணை செய்வதை உச்சநீதிமன்றத்தில் தொடுத்த வழக்கின் மூலம் தடை செய்துவிட்டனர். அதற்கு கூறப்பட்ட காரணம், இந்த வழக்கின் முதல் தகவல் அறிக்கை, என்.ஐ.ஏ. அமைப்பு உருவானதற்கு முன்பே தாக்கல் செய்யப்பட்டது. எனவே என்.ஐ.ஏ. விசாரிக்கக் கூடாது என்று சங்பரிவாரங்கள் வழக்குத் தொடுத்ததுதான்.

அதைப் போலவே குற்றம் சாட்டப்பட்ட இன்னொருவரான லெப்டினன்ட் கர்னல் ஸ்ரீகாந்த் புரோகித் மீதான விசாரணைக்கும் உச்சநீதிமன்றம் தடை செய்தது. என்.ஐ.ஏ. வின் வழக்கறிஞர், எல்லா வழக்குகளையும் ஒன்றாகச் சேர்த்து, ஒரே நீதிமன்றத்தில் விசாரணை செய்யலாம் என்று உச்சநீதிமன்றத்தில் கோரிக்கை வைத்தார். அதையும் உச்சநீதிமன்றம் ஏற்கவில்லை.

ஆர்.எஸ்.எஸ். -இன் முக்கியப் பொறுப்பில் இருந்த இந்திரேஷ்குமாருக்கு எதிரான வலுவான ஆதாரங்கள் இருந்தும், என்.ஐ.ஏ. அவரை விசாரிக்கவில்லை என்பதையும் குறிப்பிட வேண்டும்.

சாத்வி பிரக்யாசிங் 2008இல் மலேகாவ்ன் வழக்கில் கைது செய்யப்பட்ட பின்பு மத்திய அமைச்சர் ப. சிதம்பரம், திக்விஜய்சிங் போன்ற காங்கிரஸ் தலைவர்கள், 'காவி பயங்கர வாதம்' என்ற சொல்லாடலைப் பயன்படுத்தத் தொடங்கினார்கள்.

சாத்வி பிரக்யாசிங் கைது செய்யப்பட்டதும் ஆர்.எஸ்.எஸ்., பாஜக தலைவர்கள் அவரைக் கை கழுவ முடிவு செய்தனர். உடனே பாஜக மூத்த தலைவர்களில் ஒருவரும் ம.பி. முன்னாள் முதல்வருமான உமாபாரதி, "நான் அதிர்ச்சி அடைந்தேன். பிரக்யாசிங்குக்கும் தங்களுக்கும் தொடர்பு இல்லை என்று பாஜகவும், அதனுடைய பிற எல்லா அமைப்புகளும் விலகிச் செல்வது வெட்கக்கேடானது. அவர்களுக்குத் தேவைப்பட்டபோது பிரக்யாசிங் தாகூரைப் பயன்படுத்திக் கொண்டார்கள்" என்று தன் சொந்தக் கட்சியினரையே சாடினார்.

இதனை மறுத்து பாஜகவின் செய்தித் தொடர்பாளர் ரவி சங்கர் பிரசாத், "அவரைச் சொந்தம் கொண்டாடுவது அல்லது விலக்குவது என்ற பேச்சுக்கே இடமில்லை. ஏனெனில் பிரக்யாசிங் ஏ.பி.வி.பி. யைவிட்டு 1995ஆம் ஆண்டிலேயே வெளியேறிவிட்டார்" என்று கதை அளந்தார்.

ஆனால் பிரக்யாசிங் பாஜக தலைவர் ராஜ்நாத்சிங், மற்றும் ம.பி. முதல்வர் சிவராஜ்சிங் சௌகான் ஆகியோருடன் இருந்த புகைப்படங்கள் வெளியாகி பாஜகவின் பொய்யை அம்பலம் ஆக்கியது. அதைவிட இன்னொரு ஆதாரம், குஜராத் கலவரங்களுக்குப் பின் நடைபெற்ற சட்டமன்றத் தேர்தல் பிரச்சாரக் கூட்டத்தில் நரேந்திர மோடியுடன் பிரக்யாசிங் மேடையில் வீற்றிருக்கும் படமும் வெளியானது.

மாலேகாவ்ன் குண்டுவெடிப்பு வழக்கில் கைது செய்யப்பட்ட சாத்வி பிரக்யாசிங், காவல்துறையின் சித்திரவதைக்கு உள்ளானார் என்ற புகார் எழுந்ததும், பாஜகவின் நிலைப்பாடும் மாறிவிட்டது.

எல்.கே.அத்வானி, "பிரக்யாசிங் மீது நடைபெற்ற காட்டு மிராண்டித்தனமான நடவடிக்கை" என்று கண்டனம் செய்தார். அரசியலால் ஏவிவிடப்பட்ட புலனாய்வு நிறுவனம், தொழில் நெறி சாராத வகையில் செயல்படுவது கண்டனத்திற்கு உரியது என்றார்.

2010 நவம்பரில் அசீமானந்தா கைது செய்யப்படுவதற்கு ஒன்றரை வாரத்திற்கு முன் இந்த வழக்கில் இந்திரேஷ்குமார் பெயர் ஏடுகளில் இடம் பெற்றபோது, ஆர்.எஸ்.எஸ். கடும் எதிர்ப்பைக் காட்டியது. மத்திய அரசையும், என்.ஐ.ஏ. விசாரணையைக் கண்டித்தும் நாடு தழுவிய அளவில் கண்டன ஆர்ப்பாட்டத்தை ஆர்.எஸ்.எஸ். சங் பரிவாரங்கள் நடத்தின. ஆர்.எஸ்.எஸ்.-இன் 'ஆர்கனைசர்' இந்த ஆர்ப்பாட்டங்கள் இந்தியா முழுவதும் 700 இடங்களில் நடந்தது. 10 இலட்சத்திற்கும் மேற்பட்டோர் இதில் கலந்து கொண்டனர் என்றும் செய்தி வெளியிட்டது.

பேரணி மேடையில் ஆர்.எஸ்.எஸ்., வி.எச்.பி. தலைவர்கள் ஒன்றாகக் காணப்பட்டனர். லக்னோவில் நடந்த ஆர்ப்பாட்டத்தில் மோகன்பகவத், இந்திரேஷ்குமாரைப் பாதுகாக்கத் தாமே நேரடியாகக் களத்திற்கு வருவேன் என்று முழங்கினார்.

“ஆர்.எஸ்.எஸ். வரலாற்றில் முதல் முறையாக சர்சங்சாலக் (தலைவர்) ஆர்ப்பாட்டங்களில் கலந்து கொள்வதும், கூட்டங்களில் பேசுவதும், ஆர்.எஸ்.எஸ். அமைப்போடு பயங்கரவாதத்தை இணைக்கும் இரகசியத் திட்டத்தை முறியடிக்கவே” என்று விளக்கம் அளித்தார்.

மேலும், “ஹிந்து சமாஜ், காவி நிறம் மற்றும் ராஷ்ட்ரிய சுயம்சேவக் சங் என்ற எல்லாச் சொற்களும் ‘பயங்கரவாதம்’ என்ற சொல்லுக்கு எதிரான பொருள் கொண்டவை” என்றார். ஆனால் சிபிஐ மற்றும் என்.ஐ.ஏ. விசாரணைக் குழுக்கள் குண்டு வெடிப்புகளில் இந்திரேஷ்குமாரின் தொடர்புகளைத் தெளிவாக சுட்டிக்காட்டும் ஆதாரங்களையும், சான்றுகளையும் வெளியிட்டன.

என்.ஐ.ஏ. குற்றப் பத்திரிகை, இரகசிய சதி செயலில் ஈடுபட்ட முக்கியமானவர்கள் பலருக்கும் குறிப்பாக சுனில் ஜோஷிக்கு நம்பிக்கைக்குரிய ஆலோசகராக இந்திரேஷ் குமார்தான் இருந்தார் என்று குறிப்பிட்டது.

2011 ஜூலை மாதத்தில் சிபிஐ இந்திரேஷ்குமாரை குறுக்கு விசாரணை செய்தது. என்.ஐ.ஏ.வும் அவரை விசாரணை வளையத்துக்குள் கொண்டுவர முனைந்தது. ஆனால் இந்திரேஷ்குமார் என்.ஐ.ஏ. வை குற்றம் சாட்டிக் கொண்டிருந்தார்.

“பயங்கரவாதச் செயல்களில் எனக்கு எதிராக வலுவான ஆதாரங்கள் இருந்தால் என்.ஐ.ஏ. ஏன் என்னை கைது செய்யவில்லை?” என்றார்.

சாத்வி பிரக்யாசிங் தாகூர், அசீமானந்தா இருவருடனும் தன்னை தொடர்புபடுத்தப் பட்டுள்ளதை மறுத்தார். ஆர்.எஸ்.எஸ்., பாஜக இரண்டும் காவி பயங்கரவாத நடவடிக்கை விசாரணையின் முள் தங்களை நோக்கிச் சாய்வதற்கு காங்கிரஸ் அரசுதான் காரணம் என்று குற்றம் சாட்டின. இதனால் என்.ஐ.ஏ., சிபிஐ விசாரணையும் ஆமை வேகத்தில் சென்றன.

2011 ஜனவரி 24இல் ஹரியானா மாநிலம் பஞ்ச்குளாவில் உள்ள என்.ஐ.ஏ. சிறப்பு நீதிமன்றத்தில் சம்சௌதா விரைவு இரயில் குண்டு வெடிப்பு வழக்கில் அசீமானந்தா மீது குற்றச் சாட்டுகள் முன் வைக்கப்பட்டன. அம்பாலா சிறையில் மூன்று ஆண்டுகள் காவலில் வைக்கப்பட்டு, 31 மாதங்கள் சட்ட விசாரணைக்குப் பின் ஜெய்ப்பூரில் உள்ள என்.ஐ.ஏ. நீதிமன்றத்திற்கு வழக்கு சென்றது.

2013 செப்டம்பர் முதல் ஆஜ்மீர் தர்கா குண்டு வெடிப்பு வழக்கில் விசாரணையில் இருந்த அசீமானந்தா மீது ஹைதராபாத் மெக்கா மசூதி வழக்கிலும் விசாரணைத் தொடங்கியது.

அதேபோன்று 2008 மாலேகாவ்ன் குண்டு வெடிப்பு வழக்கில் கைது செய்யப்பட்ட முதல் குற்றவாளியான பிரக்யாசிங் மும்பை உயர்நீதிமன்றத்தில் என்.ஐ.ஏ. மீது வழக்குத் தொடுத்தார். தான் புற்று நோயால் அவதிப்படுவதாகவும், போபாலில் உள்ள ஆயுர்வேத மருத்துவமனையில் சிகிட்சை பெற்று வருவதாகவும், பிணை மனு தாக்கல் செய்திருந்தார். அதனை என்.ஐ.ஏ. எதிர்த்தது.

விசாரணை முடிவடைவதற்குள் 2014 மே மாதம் நரேந்திர மோடி தலைமையில் பாஜக ஆட்சி அமைந்துவிட்டது. அதன்பிறகு ஆர். எஸ்.எஸ்., சங்பரிவாரங்கள் துள்ளி எழத் தொடங்கின. அசீமானந்தா, சாத்வி பிரக்யாசிங் வழக்குகளின் கதி என்ன ஆனது என்பதை அடுத்த இதழில் பார்ப்போம்.

88

காவி பயங்கரவாதிகள் விடுதலை

காவி பயங்கரவாதம் நடத்திய குண்டு வெடிப்புகள் பற்றிய வழக்குகள் குறித்து கடந்த அத்தியாயங்களில் பார்த்தோம். 2014 மே மாதம் மோடி தலைமையில் பாஜக அரசு அமைந்த பிறகு இந்த வழக்குகளின் கதி என்ன என்பதையும் காண்போம்.

ராஜஸ்தான் மாநிலம் ஆஜ்மீரில் மிகவும் பழமைவாய்ந்த தர்காவான ஆஜ்மீர் தர்காவில் அக்டோபர் 11, 2007 அன்று மாலை நேரத்தில் ரம்ஜான் நோன்பு முடித்து, இஃப்தார் விருந்தில் ஐந்தாயிரம் பேர் கலந்துகொண்டனர். திடீரென்று அங்கு சக்திவாய்ந்த குண்டு வெடித்தது. இதில் 3 பேர் பலியானார்கள். 17 பேர் படுகாயமுற்றனர்.

இது நடந்தவுடனேயே இஸ்லாமியத் தீவிரவாதிகள்தான் குண்டு வைத்தனர் என்று வழக்கம்போல் கதையளந்து உடனடியாக சுற்றுவட்டாரப் பகுதிகளிலிருந்த முஸ்லிம்களைக் கைது செய்து சிறைப்படுத்தியது ராஜஸ்தான் மாநிலக் காவல்துறை.

இதே காலகட்டத்தில் நடைபெற்ற மாலேகாவ்ன் குண்டு வெடிப்பில் குண்டு வைக்கப் பயன்படுத்தப்பட்ட வாகனத்தை வைத்து பெண் சாமியார் சாத்வி பிரக்யாசிங் தாக்கூரையும், இராணுவ அதிகாரி புரோகித்தையும் கைது செய்து பயங்கரவாத தடுப்பு காவல்படை (ஏ.டி.எஸ்.) விசாரணை செய்தது.

அதில் கிடைத்த துப்புகளின் அடிப்படையில் மாலேகாவ்ன் குண்டுவெடிப்பு, ஆஜ்மீர் தர்கா குண்டுவெடிப்பு ஆகியவற்றின் முக்கியக் குற்றவாளியான அசீமானந்தாவை 2010ஆம் ஆண்டு இறுதியில் கைது செய்தது சிபிஐ.

சிறையில் அடைக்கப்பட்டிருந்த அசீமானந்தா அதே ஆண்டு டிசம்பர் 16ஆம்தேதி நீதிமன்றத்தில் நேர் நிறுத்தப்பட்டபோது, தாம் ஒப்புதல் வாக்குமூலம் கொடுக்க விரும்புவதாகத் தெரிவித்தார். அவரை இரண்டு நாட்கள் காவல்துறை தலையீடு இல்லாமல் நீதிமன்றக் காவலில் வைத்துவிட்டு பின்னர் மீண்டும் நீதிமன்றத்தில் நேர்நிறுத்த உத்தரவிட்டது டில்லி 'தீஸ்ஹசாரி' நீதிமன்றம்.

டிசம்பர் 18 அன்று நீதிமன்றத்தில் நேர்நிறுத்தப்பட்ட அசீமானந்தா, மலேகாவ்னில் 2006, 2008இல் நடைபெற்ற குண்டு வெடிப்புகள்,

சம்செளதா விரைவு இரயில் குண்டு வெடிப்பு, ஆஜ்மீர் தர்கா குண்டு வெடிப்பு, மெக்கா மசூதி குண்டு வெடிப்பு ஆகியவற்றில் தமது பங்கையும், பின்னணியிலே இயக்கிய ஆர்.எஸ்.எஸ். சதிக்கும்பல் பற்றியும் ஒப்புதல் வாக்குமூலம் அளித்தார்.

குறிப்பாக ஆஜ்மீர் தர்கா குண்டு வெடிப்பு சதித் திட்டத்தை ஆர். எஸ்.எஸ். இன் தேசிய செயற்குழு உறுப்பினர் இந்திரேஷ் குமாருடன் இணைந்து செய்து முடிக்குமாறு மோகன் பகவத் நேரடியாகத் தம்மைச் சந்தித்துக் கூறியது குறித்தும் வாக்குமூலம் அளித்தார். அதன் பிறகு டிசம்பர் 24 அன்று இவ்வழக்கு தேசியப் புலனாய்வு முகமை (என்.ஐ.ஏ)க்கு மாற்றப்பட்டது.

வழக்கில் தலையீடு

இந்த வழக்கில் மிக முக்கியப் பங்காற்றி இருக்கிறது தேசிய புலனாய்வு முகமை (என்.ஐ.ஏ) அசீமானந்தாவுடன் இணைந்து சதித் திட்டம் தீட்டிய ஆர்.எஸ்.எஸ்.-இன் செயற்குழு உறுப்பினர் இந்திரேஷ்குமாரை வெறும் விசாரணை மட்டும் செய்துவிட்டு, வழக்கிலிருந்து என்.ஐ.ஏ. விடுவித்துவிட்டது. மோகன் பகவத்தை விசாரணைக்கு அழைக்கவே இல்லை. இப்படிப்பட்ட என்.ஐ.ஏ. தான் மலேகாவ்ன் குண்டு வெடிப்பு வழக்கு விசாரணையையும் விசாரித்தது.

இந்த வழக்கில் (மலேகாவ்ன் குண்டு வெடிப்பு) முக்கியக் குற்றவாளி என்று கண்டறியப்பட்டு கைதான சாத்வி பிரக்யாசிங் தாக்கூருக்கு எதிராக அரசுத் தரப்பு வழக்கறிஞராக வாதாடியவர் மூத்த வழக்கறிஞர் ரோகினி சாலியன். வழக்கை நடத்திய தேசிய புலனாய்வு முகமையின் அதிகாரி சுஹாஸ்வார்கே இவ்வழக்கில் சாத்விக்கு தண்டனை கிடைக்காதபடி அரசுத் தரப்பிலிருந்து கொண்டே வாதிடுமாறு தம்மைக் கேட்டுக் கொண்டதாகவும், அதற்குத் தாம் எதிர்ப்புத் தெரிவித்து மறுத்துவிட்டதாகவும், ரோகினி சாலியன் பகிரங்கமாக செய்தியாளர்களிடம் கூறினார். அந்த அளவுக்கு இந்துத்துவா அனுதாபிகளால் நிரம்பி வழிகிறது ‘தேசியப் புலனாய்வு முகமை (என்.ஐ.ஏ).’

ஆஜ்மீர் தர்கா குண்டு வெடிப்பு வழக்கில் அரசுத் தரப்பில் வாதாடி வரும் வழக்கறிஞர் அஸ்வினிகுமார் சர்மாவும், 2015ஆம் ஆண்டு ஏடுகளுக்கு அளித்துள்ள பேட்டியில் என்.ஐ.ஏ. மீது இத்தகைய குற்றச்சாட்டை வைத்துள்ளார். மேலும் எதிர்த் தரப்பு வழக்கறிஞர்கள் அரசுத் தரப்பு சாட்சிகளை நேரடியாகத் தொடர்பு கொண்டு பிறழ்சாட்சி அளிக்கப் பேரம் பேசுவதாகவும், அரசுத் தரப்பு சாட்சிகளை நீதிமன்றத்தில் நேர் நிறுத்துவதற்கு முந்தைய

நாள் இரவு ஆடம்பர விடுதியில் தங்க வைக்கப்பட்டு எதிர்த்தரப்பு வழக்கறிஞர்களால் நீதிமன்றத்திற்கு அழைத்து வரப்படுவதாகவும் தெரிவித்தார்.

தேசியப் புலனாய்வு முகமை நினைத்திருந்தால், அரசுத் தரப்பில் பிறழ் சாட்சி சொன்னவர்களின் அலைபேசி எண்களில் பேசியவர்களின் பட்டியலை வைத்து, எதிர்த் தரப்பின் (ஆர்.எஸ்.எஸ்.) பேரத்திற்குப் படிந்து, அவர்கள் பிறழ்சாட்சி சொல்லி இருக்கிறார்கள் என்று நிரூபித்திருக்க முடியும் என்றும் அஸ்வினிகுமார் சர்மா கூறியுள்ளார். ஆனால் தேசியப் புலனாய்வு முகமை அவ்வாறு செய்யப்பட வில்லை. அந்த அளவுக்கு தேசியப் புலனாய்வு முகமை ஆர்.எஸ். எஸ். பரிவார அமைப்புகளின் ஒன்றாகிவிட்டது.

காவல்துறையின் சிறைக் கொட்டடியில் தாம் கொடுக்கும் வாக்குமூலத்தை, ஒரு சாட்சி மறுதலித்துப் பேசும் போது, அதனை நீதிமன்றம் ஏற்றுக்கொள்ளலாம். ஆனால், இந்திய தண்டனைச் சட்டப் பிரிவு 164ன் படி நீதிபதிக்கு முன்னால் அளிக்கப்படும் வாக்குமூலத்தை சாட்சி மறுதலித்தால் அது குறித்த பின்னணியை விசாரிக்கவும், அதன் பிறழ் சாட்சியத்தை ஏற்காமல் புறக்கணிக்கவும் நீதிமன்றத்துக்கு உரிமை உண்டு.

ஆனால் நடக்க முடியாத குதிரைக்கு சறுக்கியதுதான் சாக்கு என்பதுபோல, சிறப்புக் குடுமி நீதிமன்றம் தனது இந்துத்துவ சேவையைச் சாட்சிகள் வழுவியதைக் காரணமாக வைத்து (சந்தேகத்தின் பலனை குற்றவாளிக்கு சாதகமாக்கி) அசீமானந்தாவை வழக்கிலிருந்து விடுதலை செய்தது நீதிமன்றம்.

இந்தச் சாட்சியங்கள் எல்லாம் 2011ஆம் ஆண்டு நீதிமன்றத்தில் சாட்சி சொல்ல நீதிமன்றத்திற்கு வரக்கூடாது என தங்களுக்கு அலைபேசியில் மிரட்டல் வருவதாகக் கூறியுள்ளனர். ஆனால் 2014இல் மோடி பிரதமராக பதவி ஏற்ற பின்னர் வழக்கு விசாரணைத் தேசிய புலனாய்வு முகமையின் கீழ் வேகமாக நடத்தப்படுகிறது. ஏனெனில் அவசர அவசரமாக வழக்கை ஊத்தி மூடுவதற்கு முகாந் திரங்கள் உருவாக்கப்படுகின்றன.

2014 க்குப் பின்னர் நிலைமை மாறுகிறது (அ) மாற்றப்படுகிறது. சாட்சிகள் ஒவ்வொருவராக பிறழ்சாட்சிகளாக மாறத் தொடங்கினர். இத்தனைக்கும் நீதிபதியின் முன்னிலையில் இவர்களால் கொடுக்கப்பட்ட வாக்குமூலத்தைத்தான் இவர்கள் மறுதலித்துக் கூறி இருக்கிறார்கள். நீதிமன்றம் இதனை ஒரு பொருட்டாகவே எடுத்துக் கொள்ளவில்லை.

புதுடெல்லி 'தீஸ் ஹசாரி' நீதிமன்ற நீதிபதியின் முன்பு டிசம்பர் 18, 2010 அன்று பல்வேறு குண்டு வெடிப்புச் சம்பவங்களில் தனது பங்கையும், ஆர்.எஸ்.எஸ். பின்னணியையும் விரிவாக, 5 மணி நேரம் பதிவு செய்த அசீமானந்தா ஒப்புதல் வாக்குமூலம் அளித்திருந்தார். இது பற்றி கூறிய அவர், "எனக்கு மரண தண்டனை அளிக்கப் படலாம் என்பதை அறிந்திருந்தும் நான் எனது ஒப்புதல் வாக்குமூலத்தைப் பதிவு செய்ய விரும்புகிறேன்" என்றார். அசீமானந்தா கொடுத்த வாக்குமூலம் இந்தியா முழுவதும் அதிர்வலைகளை ஏற்படுத்தியது.

ஆனால் வழக்கின் தீர்ப்பு?

2017 மார்ச் 8ஆம் தேதி ஜெய்ப்பூரில் உள்ள தேசியப் புலனாய்வு முகமை சிறப்பு நீதிமன்றம் ராஜஸ்தான் ஆஜ்மீர் தர்கா குண்டு வெடிப்பு வழக்கில் குற்றம் சாட்டப்பட்டிருந்த 13 பேரில் மூன்று பேர் மீது மட்டும் குற்றம் உறுதி செய்யப்பட்டதாக தீர்ப்பு அளித்தது.

குற்றம் சுமத்தப்பட்டவர்களில் மூவர் தலைமறைவு ஆகி விட்டனர். பவேஷ்படேல், தேவேந்திர குப்தா, சுனில் ஜோஷி ஆகியோரை குற்றவாளிகள் என்று சிறப்பு நீதிமன்றம் அறிவித்தது. இதில் சுனில் ஜோஷி 2007இல் இந்துத்துவா தீவிரவாதிகளால் பயன்படுத்திக் கொள்ளப்பட்டு, சுட்டுக் கொல்லப்பட்டார்.

மற்ற 7 குற்றவாளிகளான லோகேஷ், சந்திரசேகர், சுவாமி அசீமானந்தா, ஹர்ஷத் சோலங்கி, கேகுல்குமார், முகேஷ் வசானி, பாரத்பாய் ஆகியோர் மீது போதிய சாட்சியங்கள் இல்லை என்று ஆஜ்மீர் தர்கா குண்டு வெடிப்பு வழக்கிலிருந்து சிறப்பு நீதிமன்றம் விடுதலை செய்தது.

மெக்கா மசூதி குண்டுவெடிப்பு வழக்கு

ஹைதராபாத் சார்மினாருக்கு அருகில் உள்ள மெக்கா மசூதியில் 2007 மே 18ஆம் தேதி வெள்ளிக்கிழமை தொழுகையில் சுமார் பத்தாயிரம் இஸ்லாமியர்கள் பங்கேற்று இருந்தபோது, சக்தி வாய்ந்த வெடிகுண்டு வெடித்தது. இதில் 9 பேர் உயிரிழந்தனர். 58 பேர் காயமடைந்தனர். மேலும் 2 குண்டுகள் வெடிக்காத நிலையில் கண்டெடுக்கப்பட்டன.

அதே நேரத்தில் மசூதிக்கு வெளியே ஏற்பட்ட கலவரச் சூழலை எதிர்கொள்ள காவல்துறை நிகழ்த்திய துப்பாக்கிச் சூட்டிலும் 5 பேர் பலி ஆனார்கள்.

இந்த வழக்கையும் தேசியப் புலனாய்வு முகமைதான் விசாரணை செய்தது. இந்துத்துவா அமைப்பைச் சேர்ந்த அசீமானந்தா தேவேந்திர குப்தா, லோகேஷ்சர்மா, பாரத்பாய், ராஜேந்தர் சௌத்ரி உள்ளிட்ட 8 பேர் இந்தக் குண்டு வெடிப்பில் தொடர்புடையவர்கள்

என்று என்.ஐ.ஏ. குற்றம் சாட்டியது. இவர்களில் சுனில் ஜோஷி கொல்லப்பட்டு விட்டார். சந்தீர் வி. டங்கே, முன்னாள் ஆர்.எஸ்.எஸ். பிரச்சாரகர் மத்தியப் பிரதேசத்தைச் சேர்ந்த ராமச்சந்திர கல்சங்கரா இருவரும் தலைமறைவானார்கள்.

என்.ஐ.ஏ. தாக்கல் செய்த குற்றப்பத்திரிகையில் இந்துக் கோயில்கள் மற்றும் இந்துக்கள் மீதான தொடர் தீவிரவாதத் தாக்குதலுக்குப் பதிலடியாக முஸ்லிம் மக்களின் வழிபாட்டுத் தலம் குறி வைக்கப்பட்டதாகத் தெரிவிக்கப்பட்டு இருந்தது.

மெக்கா மசூதி குண்டு வெடிப்பு தொடர்பாக தொடக்கத்தில் வழக்கம் போலவே, இஸ்லாமிய இளைஞர்கள் நூற்றுக்கணக்கானவர்களிடம் காவல்துறை விசாரணை நடத்தியது. சிறப்பு விசாரணைக் குழு இஸ்லாமிய இளைஞர்கள் 26 பேர் கூட்டுச் சதியில் ஈடுபட்டதாகவும், அவர்களுக்கும் குண்டு வெடிப்பில் தொடர்பு இருக்கலாம் என்று கைதுசெய்தது. பின்னர் குற்றத்தை நிரூபிக்கப் போதிய ஆதாரம் இல்லாததால், அவர்கள் விடுவிக்கப்பட்டனர்.

இஸ்லாமிய இளைஞர்கள் கைது செய்யப்பட்டதை எதிர்த்துப் போராட்டங்கள் வெடித்த நிலையில், வழக்கு சி.பி.ஐ.க்கு மாற்றப்பட்டது. சிபிஐ விசாரணையிலேயே, குண்டு வெடிப்பில் இந்து அமைப்புகளுக்குத் தொடர்பு இருப்பது கண்டறியப்பட்டு, தேவேந்திர குப்தா மற்றும் லோகேஷ் சர்மா 2010இல் கைது செய்யப்பட்டனர். இதன் பிறகே விசாரணையின் போக்கும் மாறியது.

என்.ஐ.ஏ. ஏப்ரல் 2011இல் இந்த வழக்கை கையில் எடுத்தது. 2011 மற்றும் 2013இல் நடந்த குண்டு வெடிப்புகள் தொடர்பாக மூன்று குற்றப் பத்திரிகைகளைத் தாக்கல் செய்தது. சுமார் 11 ஆண்டுகள் நடந்த இந்த வழக்கு விசாரணையில் 200 சாட்சிகள் விசாரிக்கப்பட்டனர்.

இந்நிலையில்தான் 2018 ஏப்ரல் 16ஆம் தேதி தேசிய புலனாய்வு முகமையின் சிறப்பு நீதிமன்ற நீதிபதி ரவீந்தர் ரெட்டி தனது தீர்ப்பை வழங்கினார். போதிய ஆதாரங்கள் இல்லாததால் குற்றம் சாட்டப்பட்ட அசீமானந்தா, சந்திரகுப்தா, லோகேஷ் ஷர்மா, பரத் மோகன்லால் மற்றும் ராஜேந்திர சௌத்ரி ஆகியோரை விடுதலை செய்வதாக சிறப்பு நீதிமன்ற நீதிபதி தீர்ப்பு அளித்தார்.

இத்தீர்ப்பை வழங்கிய நீதிபதி ரவீந்தர் ரெட்டி, உடனே பதவியைவிட்டு வெளியேறினார். அவரது முடிவுக்கான காரணம் இரகசியமாகவே இருக்கிறது.

ஒப்புதல் வாக்குமூலம் தந்த அசீமானந்தாவும் விடுதலை செய்யப்பட்டார். இதிலேயிருந்து தெரிவது என்ன? 2014 க்குப் பிறகு

தேசியப் புலனாய்வு முகமை எந்தத் திசையில் விசாரணையை நடத்தி இருக்கிறது என்பது வெட்ட வெளிச்சம் ஆகிவிட்டது. மற்ற வழக்குகளின் இலட்சணத்தையும் பார்ப்போம்.

சம்ஜௌதா இரயில் குண்டுவெடிப்பு வழக்கு

2007 பிப்ரவரி 18ஆம் தேதி அரியானாவில் பானிபட் அருகே டெல்லி - லாகூர் சம்ஜௌதா விரைவு இரயில் குண்டு வைத்து தகர்க்கப்பட்டது. இந்தக் குண்டு வெடிப்பில் பாகிஸ்தானைச் சேர்ந்த 42 பேர் உள்பட பயணிகள் 68 பேர் கொல்லப்பட்டனர். இந்த பயங்கரவாதத் தாக்குதலில் இந்தூரை மையமாகக் கொண்டிருந்த காவிக் கும்பல்தான் நடத்தியது.

இந்த வழக்கில் அபினவ் பாரத் அமைப்பின் மூளையாகச் செயல்பட்ட சுவாமி அசீமானந்தாவுக்கு முக்கியப் பங்கு இருப்பது தெரிய வந்தது. லோகேஷ் சர்மா, கமல் சவுகான், ராஜேந்தர் சௌத்ரி ஆகியோர் மீதும் வழக்குப் பதிவு செய்யப்பட்டிருந்தது.

இந்த வழக்கை முதலில் ஹரியானா காவல்துறை விசாரித்தது. பின்னர் 2010இல் தேசியப் புலனாய்வு முகமைக்கு இவ்வழக்கு மாற்றப்பட்டது.

இந்த வழக்கில் 2011 ஜூன் மாதத்தில் குற்றப்பத்திரிகை 8 பேருக்கு எதிராக தாக்கல் செய்யப்பட்டது. ஹரியானா மாநிலம் பஞ்குளா நீதிமன்றத்தில் நடந்த இந்த வழக்கு தேசியப் புலனாய்வு முகமையால் கையாளப்பட்டது.

என்.ஐ.ஏ. சிறப்பு நீதிமன்ற நீதிபதி ஜக்தீப் சிங் மார்ச் 20, 2019இல் தீர்ப்பளித்தார்.

குற்றஞ்சாட்டப்பட்ட ஆர்.எஸ்.எஸ். தொடர்புடைய அசீமானந்தா, லோகேஷ் சர்மா, கமல் சவுகான், ராஜேந்திர சௌத்ரி ஆகியோருக்கு எதிரான குற்றச் சாட்டுகளை என்.ஐ.ஏ. நிரூபிக்கத் தவறிவிட்டதாகக் கூறி, சிறப்பு நீதிபதி ஜக்தீப் சிங் குற்றவாளிகளை விடுதலை செய்துவிட்டார்.

ஆஜ்மீர் தர்கா, மெக்கா மசூதி வழக்குகளைப் போலவே சம்ஜௌதா விரைவு இரயில் குண்டு வெடிப்பு வழக்கும் என்.ஐ.ஏ. விசாரணை செய்து, குற்றப் பத்திரிகையைத் தாக்கல் செய்தது. ஆனால் நீதிமன்றங்கள் என்.ஐ.ஏ. குற்றவாளிகள் தான் குற்றங்களை நிரூபிக்கப் போதிய ஆதாரங்கள் தேசியப் புலனாய்வு முகமையால் தாக்கல் செய்யப்படவில்லை என்று கூறிதான் அசீமானந்தா உள்ளிட்டோரை விடுதலை செய்தது.

பாதிக்கப்பட்டோரின் வலி

சம்செளதா விரைவு இரயில் குண்டு வெடிப்பு வழக்கில் இருந்து அசீமானந்தா உள்ளிட்டோர் விடுதலை செய்யப்பட்ட போது, குண்டு வெடிப்பில் பாதிக்கப்பட்டோரின் கொந்தளிப்பு பல ஏடுகளில் செய்தியாக வந்தது.

சம்செளதா விரைவு இரயில் குண்டு வெடிப்பில் தனது சகோதரன் மற்றும் அவரது குடும்பத்தினரை இழந்த மொகமது ஜாவீத், 12 ஆண்டுகளாகக் காத்திருந்தும் நியாயம் கிடைக்கவில்லை என்று பொங்கினார்.

"எங்களுக்கு நியாயம் கிடைக்கவில்லை. உண்மைக் குற்றவாளிகள் இன்னமும் வெளியேதான் இருக்கிறார்கள். இது சரியான தீர்ப்பு அல்ல" என்று ஆதங்கப்பட்டனர்.

குண்டு வெடிப்பு நிகழ்வை நினைவு கூறும் ஜாவீத், சம்செளதா விரைவு ரயிலில் இரவு நேரத்தில் குண்டு வெடித்தது. ஆனால் எங்களுக்குக் காலையில்தான் தெரிய வந்தது.

எனது சகோதரன் குழந்தையாக இருக்கும்போதே பாகிஸ்தானில் உள்ள எங்களது உறவினருடன் அவரை அனுப்பி விட்டோம்.

அங்கேயே வளர்ந்து திருமணம் செய்துகொண்ட அவர் இந்தியா வந்து குடும்பத்தோடு இருக்க விரும்பினார். கடைசியாக எனது தந்தை மறைவுக்குத்தான் குடும்பத்தோடு வந்து தங்கி இருந்தார். ஒரு சில மாதம் எனது தாய் மற்றும் குடும்பத்தோடு தங்கியிருந்துவிட்டு, பாகிஸ்தான் உறவினர்களுடன் அந்நாட்டிற்கு திரும்பிச் செல்லும் போதுதான் குண்டு வெடிப்பில் அவரும், குடும்பத்தினரும் உயிரிழந்துவிட்டனர்.

இது மட்டுமல்லாமல், எங்கள் குடும்பத்துக்கு அறிவிக்கப்பட்ட ரூ. 10 இலட்சம் இழப்பீடும் கிடைக்கவில்லை. அவரது மரபணுவுடன் எனது மரபணு ஒத்துப்போகவில்லை என்று கூறி இழப்பீடு நிராகரிக்கப்பட்டுள்ளது. உச்சநீதிமன்றம் முதல் இரயில்வே தீர்ப்பாயம் வரை எங்கு சென்றும் நியாயம் கிடைக்கவில்லை என்று தெரிவித்தார்.

இப்படி எத்தனையோ அப்பாவி மக்களின் கண்ணீருக்குக் காரணமான காவி பயங்கரவாதிகள், 2014க்குப் பிறகு குண்டு வெடிப்பு வழக்குகளில் இருந்து ஒவ்வொன்றில் இருந்தும் விடுதலை செய்யப்பட்டனர்.

நாங்கள்தான் இத்தனை குண்டு வெடிப்புகளுக்கும் பின்னணியில் திட்டம் தீட்டிச் செயலாற்றினோம் என்று 2010இல் ஒப்புதல் வாக்குமூலம் தந்த அசீமானந்தா, 2014இல் பாஜக ஆட்சிக்கு வந்ததற்குப் பிறகு தன்னை மிரட்டி ஒப்புதல் வாக்குமூலம் பெற்றனர் என்றார். சாட்சிகள் பிறழ்சாட்சிகள் ஆக்கப்பட்டனர். இறுதியில் 137 உயிர்கள் பலியாவதற்குக் காரணமான ஆர்.எஸ்.எஸ். முகமூடி அசீமானந்தா விடுதலையாகிவிட்டார். இதுதான் பாஜக அரசின் நீதி.

மலேகாவ்ன் குண்டு வெடிப்பில் குற்றம் சாட்டப்பட்ட சாத்வி பிரக்யாசிங் தாக்கூர், பிணையில் வந்து 2019இல் போபால் தொகுதியில் பாஜக வேட்பாளராகப் போட்டியிட்டு நாடாளுமன்ற உறுப்பினராகிவிட்டார்.

ஆர்.எஸ்.எஸ். சங் பரிவாரங்களின் ஆட்சிதானே நடக்கிறது. நீதி தேவதையின் கண்கள் கட்டப்படுவதில்லை. காவிகள் ஏந்தியிருக்கும் திரிசூலத்தால் குத்திக் குருடாக்கப்படுவது தான் தொடரும்.

89

கரும்பச்சையுடன் கலந்த காவிகள்

காவி பயங்கரவாதிகள் சட்டத்தின் சந்து பொந்துகளின் வழியாகத் தப்பித்து விட்டனர். அதற்கு ஆட்சி அதிகாரம் துணை போய்க் கொண்டிருக்கிறது. இவ்வளவு தீவிரவாத வலைப்பின்னல் திரைக்குப் பின்னால் ஆர்.எஸ்.எஸ்., சங் பரிவாரங்களால் கட்டமைக்கப்பட்டு இருக்கிறது. ஆர்.எஸ்.எஸ். ஊழியர்களுக்கு இராணுவப் பயிற்சி அளிக்கப்படுவதை முந்தைய அத்தியாயங்களில் குறிப்பிட்டு இருந்தோம். போன்சாலா இராணுவப் பள்ளியை இதற்காகவே ஆர்.எஸ்.எஸ்., உருவாக்கி இருக்கிறது. இங்கிருந்து உருவாக்கப் பட்டவர்கள் இந்திய இராணுவத்தில் நுழைந்திருக்கிறார்கள் என்பதுதான் ஆபத்தான போக்கு.

ஏனெனில் குண்டு வெடிப்பு நிகழ்வுகளில் தொடர்புடையவர் என ஏ.டி.எஸ். கைது செய்த ‘அபினவ் பாரத்’ என்ற அமைப்பின் நிறுவனர் லெப்டினன்ட் கர்னல் ஸ்ரீகாந்த் பிரசாத் புரோகித், ஓய்வு பெற்ற மேஜர் ரமேஷ் உபாத்யாயா, லெப்டினன்ட் கர்னல் ஜயந்த் சித்தாலே ஆகியோர் இராணுவ உடையில் இருந்த காவிகள் என்பது வெட்ட வெளிச்சம் ஆகிவிட்டது.

இந்துத்துவப் பயங்கரவாதிகளின் தலைநகரமான புனேயைச் சார்ந்த லெப்டினன்ட் கர்னல் (ஓய்வு) ஜயந்த் சித்தாலே ஒரு சித்பவன் பிராமணர். இவர் ‘மகாராஷ்டிரா மிலிட்டரி பௌண்டேஷன்’ என்ற அமைப்பைத் தனது மாளிகையிலேயே அமைத்து நடத்தி வந்தார். இவருடைய முகாமில் தற்கொலைப் படை பயிற்சியும் கொடுக்கப்பட்டு வந்தது.

‘அவுட் லுக்’ வார இதழில் ஜயந்த் சித்தாலே கொடுத்த நேர்காணலில், “பயிற்சி அளிக்கப்பட்ட சுமார் ஆயிரம் இளைஞர்கள் இந்திய முப்படையிலும் பணியில் உள்ளனர். அவர்கள் அனைவரும் எனது பள்ளியில் மூளைச் சலவை செய்யப்பட்டவர்கள்தான். இவர்கள் இந்தத் தேசத்திற்காக எதுவும் செய்வார்கள்,” என்று கூறி இருந்தது ஆர்.எஸ்.எஸ்.-இன் ஊடுருவல் இராணுவத்தில் இருப்பதை உறுதி செய்கிறது.

லெப். கர்னல் ஸ்ரீகாந்த் புரோகித் போன்சாலா இராணுவப் பள்ளி (நாசிக்)யில் பயின்றவர். கர்னல் சித்தாலே தன்னிடம் பயிற்சி

பெற்றவர்கள் பட்டியலை வைத்துள்ளார். 1993, பிப்ரவரி 20-ம் தேதி பதிவு செய்யப்பட்டவர் ஸ்ரீகாந்த் பிரசாத் புரோகித், சட்டக்கல்லூரி, புனே என்று உள்ளதாம்.

ஜயந்த் சித்தாலே, புரோகித், கர்னல் எஸ். எஸ். ராய்கர் (போன்சாலா இராணுவப் பள்ளியின் தலைமைத் தளபதி) இவர்கள் அனைவருமே சித்பவன் பிராமணர்கள் என்பதையும் ஆழ்ந்து கவனிக்க வேண்டும்.

ஏனெனில் வி.டி. சாவர்க்கர், பி.எஸ். மூஞ்சே, ஹெட்கேவர், குருஜி கோல்வால்கர், தேவராஸ் மற்றும் தற்போதைய ஆர்.எஸ். எஸ். தலைவர் மோகன் பகவத் இவர்கள் அனைவருமே சித்பவன் பிராமணர்கள் ஆவர். ஆர்.எஸ்.எஸ். நிறுவனத் தலைவர்கள் அனைவரும் சித்பவன் பிராமணர்களே. இவர்கள் தங்களைப் 'பேஷ்வாக்களின் ஆண்ட பரம்பரை' என்று பெருமைப்பட்டுக் கொள்வர்.

பயங்கரவாதிகளின் சங்கிலித் தொடர்புகள்

கர்னல் புரோகித் தொடங்கிய 'அபினவ் பாரத்' என்ற அமைப்பின் நோக்கம் 'இஸ்லாமியப் பயங்கரவாத மாடலில்' (?) அதை எதிர்ப்பது எனப்படுகிறது என்று எக்னாமிக், பொலிடிக்கல் வீக்லி (செப். 4, 2010) கட்டுரை ஒன்றில் குறிப்பிட்டிருக்கிறது.

இதனுடைய மகத்தான திட்டம் 'ஆர்யவர்தா இந்து ராஷ்டிரா' புரோகித்தின் மூத்த வழிகாட்டியான ஓய்வு பெற்ற மேஜர் ரமேஷ் உபாத்யாயா, புரோகித் இராணுவ உளவுப் பிரிவில் பல ஆண்டுகள் பணியாற்றும்போது மற்ற இராணுவ அதிகாரிகள் சிலரையும், பொதுமக்களையும் இணைத்துச் செயல்பட வாய்ப்பாக அமைந்தது; தனி முகாம்கள் நடத்தவும் உதவியாக இருந்தது.

ஜனவரி, 2008இல் பரிதாபாத்தில் இவர்கள் கூடினார்கள். பணியில் இருந்த கர்னல் ஆதித்யதர் (காஷ்மீர் பிராமணர்) இக்கூட்டத்தில் கலந்து கொண்டார். இவர் இராணுவ பாராசூட் படைப் பிரிவைச் சேர்ந்தவர். இவருடன் புரோகித் பணியாற்றியுள்ளார். இவரைத் தவிர வேறு மூன்று இராணுவ அதிகாரிகளை இக்கூட்டத்தில் புரோகித் அறிமுகம் செய்தார்.

'மேஜர் பாராக் மோதக்' என்பவரை அபினவ் பாரத்தின் சர்வதேசப் பிரிவின் பொறுப்பாளர் என்று அறிமுகப்படுத்தினார். இந்தத் தகவல்களை 'மெயில் டுடே' ஏடு (ஜூலை 18, 2010) வெளியிட்டது.

இங்கு நடந்த உரையாடல்கள் எல்லாம் சுவாமி தயானந்த் பாண்டே என்பவரால் ஒலிநாடாவில் பதிவு செய்யப்பட்டது. இந்த ஒலிநாடா

பின்னால் காவல்துறையினரால் கைப்பற்றப்பட்டு, தயானந்த் பாண்டேவும் கைது செய்யப்பட்டார்.

இந்த ஒலிநாடாவில் நாட்டின் பாதுகாப்புக்கு அச்சுறுத்தலான உரையாடல்கள் இருந்தன. இந்த தயானந்த் பாண்டேயிடம் இஸ்ரேலின் உளவு அமைப்பான மொசாத் ஏற்படுத்திக் கொண்ட தொடர்புகளும் தெரிய வந்தன. அப்போது நேபாள நாட்டின் மன்னர் இயானேந்திராவுடன் தொடர்பு கொண்டு ஆயுத உதவிக்கும், இராணுவப் பயிற்சிக்கும் ஏற்பாடுகள் செய்யப்பட்ட விவரங்களும் வெளியாயின. ஏனெனில் இயானேந்திரா, இந்துத்துவக் கொள்கையில் நம்பிக்கை கொண்டவர்; நேபாள இந்து நாட்டின் மன்னர் அல்லவா?

இக்கூட்டத்தில் புரோகித் ஒவ்வொரு மாநிலத்திலும் இராணுவப் பயிற்சிப் பள்ளிகள் தொடங்கத் திட்டமிட்டு இருப்பதாகவும், சில மாநிலக் காவல்துறையினர் நடவடிக்கை எடுக்க முயன்றால், இப்பள்ளி வளாகங்களில் பாதுகாப்பு அளிக்கலாம் என்று கூறியதும் பதிவாகி உள்ளது.

பிரிட்டனில் உள்ள ஒரு முஸ்லிம் எதிர்ப்பு, கம்யூனிஸ்டு எதிர்ப்பு தீவிரவாத அமைப்பின் தலைவர் டேவிட் கவுஸ் உடன் தொடர்பு ஏற்படுத்தி இருப்பதாகவும், இந்த அமைப்பு பிரான்ஸ், ஜெர்மனி, இங்கிலாந்து, அமெரிக்கா போன்ற நாடுகளில் வேகமாக வளர்ந்து வருவதாகவும் ஒலிநாடா பதிவு வெளிப்படுத்துகின்றது.

கடற்படையில் பணியாற்றி ஓய்வு பெற்ற அதிகாரி ரகோத்தால் பாடே என்பவர் ஏ.டி.எஸ். விசாரணையில் ஓர் உண்மையை ஒப்புக் கொண்டார். புனே நகரின் பஜ்ரங் தள் தலைவர் மிலிண்ட் பாரேடே என்பவர் தனக்கு ஏப்ரல் 2000இல் ஒருநாள் தொலைபேசியில் தொடர்பு கொண்டு தனக்கு ஜெலட்டின் குச்சிகளைப் பயன்படுத்த பயிற்சி அளித்ததாகவும், மேலும் அவரும் அவருடைய சக அதிகாரிகள் மூவரும் போன்சாலா இராணுவப் பள்ளிக்குச் சென்று சுமார் 300 ஜெலட்டின் குச்சிகளைக் கொண்டு போய் பலருக்குக் கற்றுக் கொடுத்தனராம்.

முன்பு இராணுவ உளவுத் துறையில் பணியாற்றிய கர்னல் எஸ். எஸ். ராய்கர் இந்த இராணுவப் பள்ளியின் தளபதி.

தேசியப் பாதுகாப்புக் கலாசாலை (National Defence Acadamy - NDA) மற்றும் இந்திய மிலிட்டரி கலாசாலை (Indian Mlitiary Academy - IMA) ஆகியவற்றின் அதிகாரிகள் பயிற்சிக் கூடங்களில் சேர்த்துவிட மேல் சாதி மேட்டுக்குடிக் குடும்பங்களைச் சார்ந்த இளைஞர்களுக்குப் பல ஆண்டுகளாக பயிற்சி அளித்து வருகின்றனர். இதுபோன்று வேறு

எந்தப் பிரிவினரும் இப்படி இராணுவப் பள்ளிகள் நடத்துவதாக தகவல் இதுவரை இல்லை.

அரசாங்கத்தை மீறி வேறு எவரும் இப்படிப்பட்ட இராணுவப் பள்ளிகளை நடத்த முடியுமா? இஸ்லாமியர்கள், கிறிஸ்தவர்கள், சீக்கியர்கள் என மத அடிப்படைவாதிகள் இராணுவப் பள்ளிகளைத் தொடங்க முடியுமா? அவற்றுக்கு நிதி ஆதாரங்கள், பயிற்சியாளர்கள், ஆயுதங்கள், இட வசதி, மேல்மட்ட இராணுவ அதிகாரிகள் தொடர்பு, இராணுவ உளவுப் பிரிவினர் தொடர்பு போன்றவை ஆர்.எஸ்.எஸ்., சங் பரிவாரங்களைப் போல இவர்களுக்குக் கிடைக்குமா? அப்படியே கிடைத்து விட்டாலும் இதுபோன்ற இராணுவப் பள்ளிகள் பயங்கரவாதப் பயிற்சி தருவதாகக் கடும் நடவடிக்கை எடுக்கப்பட்டு விடும்.

ஆனால், ஆர்.எஸ்.எஸ். மட்டும் போன்சாலா இராணுவப் பயிற்சிப் பள்ளிகள் நடத்த முடிவது எப்படி?

இராணுவம் இந்துத்துவ மயமாகி விட்டதா?

இராணுவம் மற்றும் கடற்படை, விமானப் படைப் பிரிவுகளில் ஆயிரக்கணக்கில் இந்துத்துவப் பயிற்சி பெற்றவர்கள் அதிகாரிகளாக இருந்து வருவதை மறுக்க முடியாது.

மராட்டிய மாநில பயங்கரவாத எதிர்ப்புக் காவல்படை, ஏ.டி.எஸ். கர்னல் புரோகித்துடன் இராணுவத்தில் நெருக்கமாக இருந்தவர்கள் பற்றியும் கண்டுபிடித்தது. புரோகித் ஒரு போலி இராணுவ அடையாள அட்டையை சுதாகர் சௌத்ரி என்பவருக்கு எப்படி பெற முடிந்தது? யார் யார் இதற்கு உதவினார்கள்? எப்படி ஆயுத தளவாட முகவராக சௌத்ரி உரிமம் பெற்றான்?

இந்தக் கேள்விகளுக்கு விளக்கம் தேவை என்று கேட்டபோது பாதுகாப்பு அமைச்சகம் பதில் கூற மறுத்தது. புலனாய்வு விசாரணைக்கு இராணுவம் ஒத்துழைக்கவில்லை என்று ‘அவுட் லுக்’ (டிசம்பர் 1, 2018) ஏடு செய்தி வெளியிட்டது.

இந்திய இராணுவம் பயன்படுத்தும் வெடிமருந்தும், ஆயுதங்களும் இந்துத்துவப் பயங்கரவாதக் குழுக்களுக்கு கர்னல் புரோகித் மூலம் எப்படி கிடைத்தது? புரோகித்துடன் நடத்திய விசாரணையின் முடிவில் பணியில் உள்ள மூன்று இராணுவ அதிகாரிகளின் பட்டியலைக் கொடுத்து புலனாய்வுக்கு அனுமதி கேட்டது ஏ.டி.எஸ். புரோகித் ஜம்மு-காஷ்மீரிலும், பிறகு நாசிக் தியோலாலியிலும் பணியில் இருந்தபோது அவருடன் நெருக்கமாக இருந்த இராணுவ அதிகாரிகள் பட்டியலையும் கொடுத்து, புலனாய்வுக்குத் தகவல்கள்

கேட்கப்பட்டது; இவை எதற்கும் பாதுகாப்பு அமைச்சகம் பதில் கூறவில்லை.

காங்கிரஸ் கட்சியின் தலைமையில் ஐக்கிய முற்போக்குக் கூட்டணி ஆட்சியில் ஏ.கே. அந்தோணி பாதுகாப்பு அமைச்சராக இருந்தபோதே இதுதான் நிலை; ஆர்.எஸ்.எஸ். -இன் செல்வாக்கு அப்படி.

'டெக்கான் ஹெரால்டு' ஏடு (அக்டோபர் 31, 2009) ஓர் அதிர்ச்சி செய்தியை வெளியிட்டிருந்தது. "கோவாவில் சனாதன் சன்ஸ்தா எனும் தீவிர இந்துத்துவா அமைப்பில் கடற்படை அதிகாரி சீன் மைக்கேல் கிளார்க் என்பவர் மூன்று ஆண்டுகள் உறுப்பினராக இருந்தாராம். சானதன் ராம் நதி ஆசிரமத்தில் டிசம்பர் 2006-இலிருந்து தங்கிய அவர், விருப்ப ஓய்வு பெற்று ஆஸ்திரேலியால் குடி உரிமை பெற்று விட்டாராம்," என்று தெரிவித்த அந்த ஏடு, கடற்படை முன்னாள் அதிகாரிகளின் சனாதன் சன்ஸ்தா தொடர்புகள் பற்றி பாதுகாப்பு அமைச்சகம் விசாரணை நடத்தவில்லை என்றும் சுட்டிக்காட்டியது.

பாஜக ஆட்சியிலிருந்த 1998-2004 காலகட்டத்தில் கடற்படைத் தளபதி பொறுப்பில் இருந்த அட்மிரல் விஷ்ணு பகவத் தனது அனுபவம் பற்றிக் கூறுகையில், "இராணுவத்தில் பெரும்பான்மை சமூகப் பார்வையின் (இந்துத்துவா?) செல்வாக்கு மிகத் தெளிவாக உள்ளது. முப்படைகளிலும் உளவுத் துறையிலும், அதிகார வர்க்கத் துறையிலும் ஊடுருவுவது ஆர்.எஸ்.எஸ். -இன் குறிக்கோளாக எப்பொழுதுமே இருந்து வந்துள்ளது," என்று 'அவுட் லுக்' ஏட்டின் (நவம்பர் 24, 2008) நேர்காணலில் குறிப்பிட்டு இருப்பதைக் கவனிக்க வேண்டும்.

பாஜகவில் இராணுவ அதிகாரிகள்

இராணுவப் பொறுப்பிலிருந்து ஓய்வு பெற்ற பிறகு உயர் நிலை இராணுவ அதிகாரிகள் பலர் பாரதிய ஜனதா கட்சியில் சேருவது கடந்த 25 ஆண்டுகளாகத் தொடர்கிறது. தற்போது நரேந்திர மோடி 2014இல் பிரதமர் பதவிக்கு வந்ததும் இன்னும் அதிகமாகி இருக்கிறது.

1998-2004 காலகட்டத்தில் ஜெனரல் எஸ்.பி. சின்ஹா, லெப். ஜெனரல் கே.பி. சந்தேஷ், லெப். ஜெனரல் ஜே.எஃப்.ஆர். ஜேகப் ஆகியோர் பாஜகவில் சேர்ந்தனர். இவர்கள் ஓய்வு பெற்ற பிறகு இந்துத்துவக் கொள்கைகளை ஏற்றவர்களா எனக் கேட்டால் இல்லை என்றே சொல்ல வேண்டும். இவர்கள் பணியில் உள்ள போதே இந்துத்துவவாதிகளாக இருந்தவர்கள்.

இராணுவத்தின் உயர்மட்ட பொறுப்பில் இருந்து பாஜகவில் சேர்ந்த முக்கியமானவர்கள் சிலரின் விவரங்களைக் காண்போம்.

ஜஸ்வந்த் சிங்

இந்திய இராணுவத்தில் அதிகாரியாக 1960-களில் பணி ஆற்றினார். பின்னர் பாஜகவில் 1980இல் இணைந்தார். 1998இல் மாநிலங்களவை உறுப்பினராகவும், வாஜ்பாய் அரசில் நிதித்துறை, வெளியுறவுத்துறை, பாதுகாப்புத் துறை போன்ற முக்கிய துறைகளின் அமைச்சராகவும் இருந்தார்.

லெப். ஜெனரல் குன்கிராமன் பாலத் கண்டீத்

இவர் மூன்று நட்சத்திர ஜெனரலாக இராணுவத்தில் பதவி வகித்தவர். 1971 இந்தோ பாகிஸ்தான் போரில் பங்கேற்றவர். 1990-களில் பாஜகவில் தன்னை இணைத்துக் கொண்டார்.

பி.சி. கந்தூரி

மேஜர் ஜெனரல் பி.சி. கந்தூரி (Bhuwan Chandra Khanduri) 1954இல் இராணுவத்தில் பொறியியல் படைப் பிரிவில் சேர்ந்து 36 ஆண்டுகள் பணியாற்றினார். 1971 இந்தோ-பாகிஸ்தான் போரில் கமாண்டராக இருந்தார். 1991இல் பாஜக சார்பில் உத்தரகாண்ட் மாநிலத்திலிருந்து மக்களவைக்குத் தேர்வு செய்யப்பட்டார். வாஜ்பாய் அமைச்சரவையில் தரைவழி போக்குவரத்து மற்றும் நெடுஞ்சாலைத் துறை அமைச்சராகப் பொறுப்பு வகித்தார்.

ஜே.எஃப்.ஆர். ஜேகப்

இராணுவத்தில் மேஜர் ஜெனரலாகப் பதவி வகித்தவர்; பிரிட்டீஷ் இந்திய இராணுவத்தில் விடுதலைக்கு முன்பே 1942இல் பணியில் சேர்ந்தவர். 1965 இந்தோ-பாகிஸ்தான் போரில் ஈடுபட்டவர். பணி ஓய்வுக்குப் பிறகு பாஜகவில் இணைந்தார். இவர், இஸ்ரேலுடன் இந்தியா நல்லுறவுடன் இருக்க வேண்டும் என்று இந்துத்துவவாதிகளிடம் கூறி வந்தவர்.

ஜக்பீர் சிங் ட்ரோனா

உ.பி.யைச் சேர்ந்த இவர் இராணுவத்தில் கேப்டனாக இருந்து பணி ஓய்வு பெற்றதும் 1990இல் பாஜகவில் சேர்ந்தார். இவர் நாடாளுமன்ற உறுப்பினராகவும், கான்பூர் மாநகராட்சி மேயராகவும் பொறுப்பு வகித்தவர்.

ஆர். எஸ். ரத்தோர்

ராஜ்யவர்தன் சிங் ரத்தோர், இராணுவத்தில் கர்னலாகப் பணியாற்றியபோது, துப்பாக்கிச் சுடும் போட்டிகளில் பன்னாட்டு அளவில் பங்கேற்று தங்கம் வென்றவர். இராணுவத்திலிருந்து விடுவித்துக் கொண்டு 2013இல் பாஜகவில் சேர்ந்தார். 2014இல் ஜெய்ப்பூர் நாடாளுமன்ற உறுப்பினரானார். மோடி அமைச்சரவையில் செய்தி ஒலிபரப்புத் துறை இணை அமைச்சராகப் பொறுப்பு வகித்தார்.

விஜய்குமார் சிங்

ஜெனரல் வி.கே. சிங் 1970இல் இராணுவத்தில் சேர்ந்து, 2010ஆம் ஆண்டில் இராணுவத்தின் 24ஆவது தளபதியாக உயர்ந்தார். பாஜக வில் 2014 மார்ச்சு மாதம் சேர்ந்தார். காசியாபாத் மக்களவை உறுப்பினராக தேர்ந்தெடுக்கப்பட்டார். மோடி அமைச்சரவையில் வெளிஉறவுத்துறை இணை அமைச்சரானார். 2014இல் நரேந்திர மோடி தலைமையிலான பாஜக அரசு பதவிக்கு வந்த பின்னர் பாஜகவில் கடந்த 7 ஆண்டுகளில் இணைந்த ஓய்வு பெற்ற இராணுவ அதிகாரிகள் வருமாறு:-

லெப்டிணன்ட் ஜெனரல் ஏ.எஸ். ராவத், கர்னல் சி.எஸ். ராவத், லெப்டிணன்ட் ஜெனரல் ஜே.பி.எஸ். பாதல், லெப். ஜெனரல் எஸ். கே. பாட்யால், லெப். ஜெனரல் ஆர்.என்.சிங், லெப். ஜெனரல் சுனித்குமார், லெப். ஜெனரல் நிதிக்கோகிலி, கர்னல் ஆர்.கே. திருப்பதி, கமாண்டர் நவீத் மெக்கான், லெப். ஜெனரல் சரத் சந்த், லெப். ஜெனரல் சுபத்ரா சாகா, லெப். ஜெனரல் எச்.எஸ். கன்வார், ஜெனரல் சுரீந்தர் பிரதாப் சிங் தன்வார், பிரிகேடியர் பாவான் சௌத்ரி, கடற்படை அதிகாரி மதன் ஷர்மா.

கடற்படை தளபதியாக இருந்து ஓய்வு பெற்ற அட்மிரல் விஷ்ணு பகவத் தனது பேட்டியில் (Outlook, 24.11.2008) கூறியதாவது, முப்படையிலும் ஊடுருவுவது ஆர்.எஸ்.எஸ். -இன் குறிக்கோளாக எப்பொழுதும் இருந்து வருகிறது என்பதற்கான ஆதாரங்கள்தான் ஓய்வு பெற்ற இராணுவ அதிகாரிகள் பாரதிய ஜனதா கட்சியில் சேருவது. இந்தப பட்டியல் மிக நீளமானது.

‘இராணுவத்தை இந்துமயமாக்கு’ என்று வி. டி. சாவர்க்கர் கூறியதை, சங்பரிவாரங்கள் ஆட்சி அதிகாரத்தில் செயல்படுத்தி வருகின்றன.

90

அரசு நிர்வாகத்தில் புகுந்த ஆர்.எஸ்.எஸ்.

இராணுவத்தை 'இந்துமயமாக்கு' என்று அறைகூவல் விடுத்த இந்து மகாசபைத் தலைவர் வி.டி. சாவர்க்கரின் நோக்கத்தை எப்படி ஆர்.எஸ்.எஸ்., சங் பரிவாரங்கள் நிறைவேற்றியதோ, அதைப்போலவே டெல்லி ஆட்சி அதிகாரங்களின் நிர்வாக இயந்திரம் முழுமையாக ஆர்.எஸ்.எஸ். வசம் ஆக்கப்பட்டு வருகிறது.

1998இல் வாஜ்பாய் தலைமையில் தேசிய ஜனநாயகக் கூட்டணி அரசு பொறுப்புக்கு வந்த பிறகு அரசு நிர்வாகத்தில் ஆர்.எஸ்.எஸ். ஆட்கள் அங்கொன்றும் இங்கொன்றுமாக நுழையத் தொடங்கினர். முழு வீச்சுடன் அதிகார இயந்திரத்தை கைப்பற்றக் கூட்டணிக் கட்சிகள் தடையாக இருந்தன. ஆனால் மத்திய அமைச்சர்களாகவும், மாநில ஆளுநர்களாகவும் ஆர்.எஸ்.எஸ். அமைப்பில் இயங்கியவர்கள் பதவி ஏற்றனர்.

ஆர்.எஸ்.எஸ். -இன் முக்கியப் பொறுப்புகளில் நீண்ட நாட்கள் பணியாற்றியவர்களான கைலாபதி மிஸ்ரா, சுந்தர்சிங் பண்டாரி, விஷ்ணுகாந்த் சாஸ்திரி, பாய் மகாவீர், கே.ஆர். மல்கானி, சூரஸ்பன், ராம்பிரகாஷ் குப்தா, விஜய் கபூர், மதன்லால் குரானா ஆகியோர் மாநில ஆளுநர்களாக நியமிக்கப்பட்டனர்.

'பைரோன்சிங் ஷெகாவத்' எனும் ஆர்.எஸ்.எஸ். -இன் முக்கியப் புள்ளி குடியரசுத் துணைத் தலைவர் பதவிக்கு தேர்ந்தெடுக்கப்பட்டார்.

பிரதமர் வாஜ்பாய், எல்.கே. அத்வானி, முரளிமனோகர் ஜோஷி, உமாபாரதி, வெங்கையா நாயுடு உள்ளிட்ட பாஜக தலைவர்கள் மத்திய அமைச்சரவையில் இடம் பெற்று இருந்த அனைவருமே ஆர்.எஸ்.எஸ். -இன் பட்டறையில் உருவானவர்களே.

மனம் நிறைய ஆர்.எஸ்.எஸ். சிந்தாந்தக் கோட்பாடுகளை ஏற்றுக்கொண்ட இவர்கள், அவற்றைச் செயல்படுத்தும் வாய்ப்பாக மத்திய அமைச்சர்களாக பதவி வகிக்கும் வாய்ப்பு அவர்களுக்கு வந்தது.

அதனால்தான் மத்திய அரசின் துறைகளில் முடிந்த அளவு 1998 - 2004 ஆறு ஆண்டுகளில் ஆர்.எஸ்.எஸ். காரர்களைத் திணித்தார்கள்.

பிரசாத் பாரதியின் தலைவராக எம்.வி. காமத் என்பவர் நியமிக்கப்பட்டார். இவர் ஆர்.எஸ்.எஸ். -இன் முக்கியப் பொறுப்பில் இருந்தவர்.

இந்தியாவிலிருந்து இஸ்லாமியர்களையும், கிறிஸ்தவர்களையும் வெளியேற்றுவது எப்படி என்று புத்தகம் எழுதியவர் எம்.வி. காமத்.

தொழிலாளர்களுக்கான இரண்டாவது தொழிலாளர் ஆணையம் உச்சநீதிமன்ற நீதிபதி தலைமையில் அமைக்காமல், சங் பரிவாரக் கும்பலைச் சேர்ந்த ரவீந்திர வர்மா என்பவர் தலைமையில் அமைக்கப்பட்டது.

நரேந்திர மோடி ஆட்சியில்...

ஆர்.எஸ்.எஸ். நினைத்ததையெல்லாம் வாஜ்பாய் காலத்தில் (1998-2004) நிறைவேற்ற முடியவில்லை. ஏனெனில் குறைந்தபட்ச செயல் திட்டம் உருவாக்கப்பட்டு, 23 கட்சிகளின் ஆதரவுடன் தேசிய ஜனநாயகக் கூட்டணி வாஜ்பாய் தலைமையில் ஆட்சியிலிருந்தது.

ஆனால் 2014இல் நரேந்திர மோடி தலைமையில் பாஜக அறுதிப் பெரும்பான்மை பலத்துடன் ஆட்சி அமைந்தவுடன், ஆர்.எஸ். எஸ். தனது அரசியல் பிரிவான பாஜகவையும், பாஜக அரசையும் கட்டுக்குள் கொண்டு வருவதில் வெற்றிகண்டது.

2014, மே 26இல் மோடி பிரதமர் ஆனார். அதே ஆண்டில் செப்டம்பர் விஜயதசமி நாளில், ஆர்.எஸ்.எஸ். உருவான நாளில் அதன் தலைவர் மோகன் பகவத் நாக்பூரில் நடந்த விழாவில் ஆற்றிய உரையை இந்திய அரசின் தொலைக் காட்சி நேரலை செய்தது.

2015 செப்டம்பர் 3, 4 ஆகிய தேதிகளில் டெல்லி வசந்த் குஞ்ச் பகுதியில் அமைந்துள்ள மத்தியப் பிரதேச மாநிலத்திற்குச் சொந்தமான மத்தியாஞ்சல் பவனில் ஆர்.எஸ்.எஸ். தலைவர்களும், பாஜக தலைவர்களும் பங்கேற்ற கலந்தாய்வுக் கூட்டம் நடந்தது.

இதில் மத்திய அமைச்சர்கள் ராஜ்நாத்சிங், அருண் ஜெட்லி, நிதின் கட்கரி, சுஷ்மா சுவராஜ், நிர்மலா சீதாராமன், மகேஷ் சர்மா, ஸ்மிருதி இராணி, ஜே.பி. நட்டா, அனந்த குமார், கெலாட் போன்ற பல அமைச்சர்களும், கட்சித் தலைவர் அமித்ஷாவும், பிரதமர் நரேந்திர மோடியும் கலந்து கொண்டனர்.

ஆர்.எஸ்.எஸ். - பாஜக இடையே ஒருங்கிணைப்பாளராக செயல்பட்ட கிருஷ்ண கோபால் என்பவர் மூலம்தான் இந்த ஒருங்கிணைப்புக் கூட்டம் நடந்தது. ஆர்.எஸ்.எஸ். தலைவர் மோகன் பகவத் மற்றும் சுரேஷ் பையாஜி ஜோசி, சுரேஷ் சோனி, தத்தாத்ரேயா

ஹொசபலே போன்றவர்களுடன் 15 சங்பரிவார் அமைப்புகளைச் சேர்ந்த பொறுப்பாளர்களும் பங்கேற்றனர். இவர்கள் மத்திய அரசு நிறைவேற்ற வேண்டிய பணிகளைப் பட்டியலிட்டனர்.

ஆர்.எஸ்.எஸ். நாடாளுமன்றத்திற்கும், அரசமைப்புச் சட்டத்திற்கும் அப்பாற்பட்ட அமைப்பு. நாடாளுமன்றத்திற்குப் பொறுப்பேற்று மக்கள் பிரதிநிதிகளின் கேள்விகளுக்குப் பதில் அளிக்கத் தேவை இல்லாத அமைப்பு. இந்தக் கூட்டத்தில் மத்திய அமைச்சர்கள் கலந்துகொண்டது வெறும் மரியாதை நிமித்தமானது என்று தள்ளிவிட முடியாது. இக்கூட்டத்தில் மத்திய அரசின் பொருளாதாரக் கொள்கைகள், பாதுகாப்புத் துறை, கல்வி போன்றவற்றின் அரசு செயல்பாடுகள் பற்றி பேசப்பட்டன. அமைச்சர்கள் தங்கள் துறைகளைப் பற்றி அறிக்கைகள் அளித்ததோடு, ஆர்.எஸ்.எஸ். தலைவர்கள் கூட்டத்தில் கேட்ட கேள்விகளுக்கும் பதில் அளித்தனர்.

ஆர்.எஸ்.எஸ். சார்பில் மத்திய அரசுக்கு பல கோரிக்கைகள் முன்வைக்கப்பட்டன (கட்டளையிடப்பட்டன?). மக்கள் நகர்ப்புறங்களுக்கு குடிபெயர்வதைத் தடுக்க வேண்டும். கிராமங்களில் கல்வி, சுகாதார வசதிகளைப் பெருக்க வேண்டும்.

மனிதவள மேம்பாட்டுத்துறை அமைச்சர் ஸ்மிருதி இராணி மீது ஆர்.எஸ்.எஸ். புகார் பட்டியல் வாசித்தது. ஆட்சிக்கு வந்து ஒன்றரை ஆண்டுகளாகியும், கல்வி நிறுவனங்களில் காங்கிரஸ், இடதுசாரிகள் தொடர்ந்து பதவிகளில் நீடித்து வருவதை எப்படி அனுமதித்தீர்கள்? குறிப்பாக மத்திய பல்கலைக் கழகங்களின் துணைவேந்தர்களின் இடத்துக்கு ஆர்.எஸ்.எஸ். சிந்தனையாளர்களை நியமிக்க வேண்டும்.

ஆர்.எஸ்.எஸ். -இல் கல்வித் துறையை நிர்வகிக்கும் மற்றொரு அமைப்பான சரஸ்வதி சிசுமந்திர், தலைவர் தீனநாத் பாத்ரா கல்வித் துறையில் மாற்றங்களைப் புகுத்த ஆலோசனை வழங்கினார்.

'புதிய கல்விக் கொள்கை' வரைவு அறிக்கையை விரைவில் பெற்று, ஆர்.எஸ்.எஸ். -இன் ஒப்புதலைப் பெறுகிறேன் என்று மத்திய கல்வி அமைச்சர் ஸ்மிருதி இராணி ஆர்.எஸ்.எஸ். தலைவர்களிடம் உறுதி கூறினார். இதற்கு சங் தலைவர்கள் "கல்வியை நவீனப்படுத்த வேண்டும். அதே நேரத்தில் அதன் அடிப்படையாக இந்துத்துவா கருத்தியல் இருக்க வேண்டும்" என்று ஸ்மிருதி இராணிக்கு உத்தர விட்டனர்.

மத்திய அரசுக்கு ஆர்.எஸ்.எஸ். கட்டளைகள்

வெளியுறவுக் கொள்கைகள் குறித்தும், ஆர்.எஸ்.எஸ். உத்தரவு போட்டது. எல்லைப் பகுதியில் குறிப்பாக வங்க தேச மக்கள் எல்லை

தாண்டி இந்தியப் பகுதிக்குள் வந்து குடியேறுவதைத் தடுக்கவும், அங்கு மக்கள் தொகைக் கணக்கெடுப்பை நடத்தி, குடிபெயர்வைத் தடுப்பது போன்ற நடவடிக்கை மேற்கொள்ள வேண்டும்.

பாகிஸ்தான் குறித்துப் பேசும்போது, "பாகிஸ்தானை எந்தக் காரணம் கொண்டும் நம்ப வேண்டாம். அமெரிக்கா வற்புறுத்தலால் இந்திய அரசு பேச்சுவார்த்தை நடத்துவதால் பலன் இல்லை. பாகிஸ்தான் எல்லையில் தாக்குதல் நடத்துவதை தொடருகிறது. எல்லையில் பஞ்சாப் வழியாக தீவிரவாதிகளையும் ஊடுருவச் செய்கிறது. அவர்கள் ஒருபோதும் திருந்தமாட்டார்கள். எனவே பாகிஸ்தான் மீது எப்போதும் கவனமாக இருக்க வேண்டும்" என்று பாதுகாப்புத் துறை அமைச்சருக்கும், உள்துறை அமைச்சருக்கும் ஆர்.எஸ்.எஸ். கட்டளையிட்டது.

மத்திய அமைச்சர்களுடன் ஆர்.எஸ்.எஸ். தலைவர்கள் கலந்தாய்வு செய்து, துறைவாரியாக விவாதித்தது குறித்த தகவல்கள் கசிந்தவுடன், காங்கிரஸ், இடதுசாரிகள் கொதித்தெழுந்தன.

"ஆர்.எஸ்.எஸ். தான் மத்திய பாஜக ஆட்சியின் லகானைக் கையில் வைத்திருக்கிறது. மத்திய அமைச்சர்கள் இரகசியக் காப்பு பிரமாணத்தை மீறி, ஆர்.எஸ்.எஸ். சங் பரிவாரங்களுடன் அரசின் செயல்பாடுகளை, திட்டங்களை விவாதித்து இருப்பது அரசமைப்புச் சட்டத்தைக் காலில் போட்டு மிதிப்பதாகும். நாட்டை ஆள்வது டெல்லி அல்ல, நாக்பூர் (ஆர்.எஸ்.எஸ். தலைமையகம்)" என்று கண்டனம் செய்தன.

ஆனால் ஆர்.எஸ்.எஸ். வெளிப்படையாகவே மத்திய அமைச்சர்களுடன் தாங்கள் கலந்தாய்வு செய்வதைப் பெருமிதத்துடன் அறிவித்தது. ஆர்.எஸ்.எஸ். பொதுச்செயலாளர் தத்தாத்ரேய ஹொசபலே விமர்சனங்களுக்கு கீழ்வருமாறு பதில் அளித்தார்.

"நாங்கள் ஒன்றும் சட்ட விரோத அமைப்பு அல்ல. எங்களோடு பேசுவது, விவாதிப்பது தவறு அல்ல. ராஷ்டிரிய சுயம்சேவக் சங் என்பது 90 வருட அமைப்பு. மூன்று முறை மத்திய அரசால் தடைசெய்யப்பட்ட இயக்கம். நாட்டிலுள்ள மற்ற அரசியல் கட்சிகளுக்கு என்னென்ன பிரச்சினைகள் உண்டோ, அதுமாதிரிதான் ஆர்.எஸ்.எஸ். இயக்கத்திற்கும் இருக்கிறது.

ஆனால் ஆர்.எஸ்.எஸ். அரசியல் கட்சியாகப் பதிவு செய்யப்படவில்லை. அவர்கள் தேர்தலில் போட்டியிட்டு வெற்றி பெற ஜனசங்கம் கட்சி உருவாகி, பின்னர் பாரதிய ஜனதா கட்சி ஆனது. இதனால் ஆர்.எஸ்.எஸ். தவிர்க்க முடியாத அமைப்பாகவும்

உருவாகி உள்ளது. நாடு தழுவிய தொழிலாளர்கள் அமைப்பைக் கொண்டது பாரதிய மஸ்தூர் சங்கம் என்ற பி.எம்.எஸ்.

இது தொழில்கள் தொடர்பானவர்களுக்கு லகு உத்யோக் பாரதி, பொருளாதார நடவடிக்கைகளுக்கு சுதேசி ஜாக்ரன் மன்ச், சுமார் 25 ஆயிரம் பள்ளிகளை நிர்வகிக்கும் அமைப்பான வித்யா பாரதி, விவசாயிகளுக்காக பாரதிய கிசான் சங்க் பழங்குடி இன மக்களுக்கான வன்வாசி கல்யாண் ஆசிரமம், மாணவர்களுக்காக ஏ.பி.வி.பி., சமூகப் பணிகளுக்கு சேவா பாரதி, கோவில்களை எழுப்பவும், பசு பாதுகாப்புக்கும் வி.ஹெச்.பி. இஸ்லாமியர்களுக்குரிய பயிற்சிக்கு முஸ்லிம் ராஷ்டிரிய மஞ்ச், அதிரடி தொண்டர் படையான பஜ்ரங்தள் என்று அனைத்துப் பிரிவுகளையும் கொண்டு ஆர்.எஸ்.எஸ். இயங்கி வருகிறது. எனவே மத்திய அரசை வழிநடத்திச் செல்வதிலிருந்து ஆர்.எஸ்.எஸ். ஒருபோதும் பின்வாங்கப் போவதில்லை.”

ஆர்.எஸ்.எஸ். பொதுச்செயலாளர் இவ்வாறு கூறியதின் மூலம் நரேந்திர மோடி அரசை இயக்குவது ஆர்.எஸ்.எஸ். சங்பரிவாரங்கள்தான் என்பது உறுதி செய்யப்பட்டுவிட்டது.

ஆர்.எஸ்.எஸ். தான் பாஜக அரசை கட்டுப்படுத்துகிறது என்று எழுகின்ற விமர்சனங்களை பாஜக வெகுமதியாகக் கருதுகிறதே தவிர, அதற்காகச் சிறிதும் பின்வாங்கவில்லை. இன்னும் கூட நாங்கள் ஆர்.எஸ்.எஸ். அமைப்பால் வழி நடத்தப்படுகிறோம் என்பதை நாடாளு மன்றத்திலேயே வெளிப்படையாக பெருமை பொங்க மத்திய அமைச்சர்கள் கூறியதை மறந்துவிட முடியாது. இதன் விளைவு என்ன?

ஆர்.எஸ்.எஸ். காரர்கள் நியமனங்கள்

கல்வி மற்றும் வரலாற்று ஆய்வுத் துறைகளில் ஆர்.எஸ்.எஸ். ஆதிக்கம் கொடி கட்டிப் பறக்கத் தொடங்கியது.

நாளந்தா பல்கலைக் கழகத்தின் ‘வேந்தர்’ பதவியிலிருந்து பொருளாதாரத்திற்கான நோபல் பரிசு பெற்ற அமர்த்தியசென் விலகியபோது, தான் அப்பதவியில் இருந்து வலுக்கட்டாயமாக வெளியேற்றப்பட்டது போல் உணர்வதாகக் கூறினார். புனேவில் உள்ள இந்திய திரைப்படம் மற்றும் தொலைக்காட்சி கல்வி நிறுவனத்தின் இயக்குநராக கஜேந்திர சௌகான் என்பவர் நியமிக்கப்பட்டதும், அதற்கு மாணவர்கள் மற்றும் திரைப்பட இயக்குநர்களிடமிருந்து கடும் எதிர்ப்புக் கிளம்பியது.

ஆர்.எஸ்.எஸ். தொடர்பு இருப்பதால், ஒரு 'நாலாம்தர' நடிகரை (அதாவது டைம்ஸ் நவ் தொலைக்காட்சியில், இந்தி நடிகர் அனுபம்கெர் கேஜந்திர சௌகான் - ஒரு *Born Actor*) என்று குறிப்பிட்டார்.

திரைப்படம் மற்றும் தொலைக்காட்சி கல்வி நிறுவனத் தலைவராக நியமித்ததை எதிர்த்தும், மாணவர்களின் போராட்டத்திற்கு ஆதரவு தெரிவித்தும், திபாகர் பானர்ஜி, பரேஷ்காம்தார் உள்ளிட்ட புகழ் பெற்ற திரைப்பட இயக்குநர்கள் 10 பேர் தாங்கள் பெற்ற தேசிய விருதுகளைத் திருப்பி அளித்தனர்.

இதுகுறித்து இயக்குநர் திபாகர் பானர்ஜி கூறும்போது, "தேசிய விருதுகளைத் திருப்பி அளிப்பதைத் தவிர வேறு வழி எங்களுக்குத் தெரியவில்லை. ஏனெனில் எங்களிடம் உள்ளது இது ஒன்றுதான்" என்றார்.

தேசிய விருதைத் திருப்பி அளித்த ஆனந்த் பத்வர்தன கூறும்போது, "நாட்டில் சில சம்பவங்கள் நடைபெற்று வருகின்றன. அதனை சிலபேரால் சகிக்க முடிகிறது. சிலரால் முடியவில்லை. அதனால் விருதுகளைத் திருப்பி அளித்து வருகின்றனர்" என்றார்.

ஷ்யாம் பெனகல், குல்ஜார் போன்ற திறமை வாய்ந்த திரைப்படக் கலைஞர்களை ஒதுக்கிவிட்டு பாஜக அபிமானி சௌகானை நியமித்தாலும், ஆர்.எஸ்.எஸ். அபிமானிகளை திரைப்படம் மற்றும் தொலைக்காட்சி நிறுவனத்தின் பல்வேறுக் குழுக்களுக்கும் நியமித்ததை எதிர்த்து சந்தோஷ்சிவன் போன்ற நிர்வாகக் குழு உறுப்பினர்கள் பதவி விலகினர்.

இதனையடுத்து நாட்டின் முன்னணிக் கல்வி நிறுவனங்களான 'இந்திய தொழில் நுட்பக் கழகம் *(IIT)*' நிர்வாகக் கல்வி நிறுவனங்கள் *(IIM)* போன்றவற்றின் தன்னாட்சியை குலைக்கும் முயற்சிகள் நடந்தன. ஆர்.எஸ்.எஸ். தலைவர்கள், மனிதவள மேம்பாட்டுத்துறை அமைச்சர் ஸ்மிருதி இராணியைச் சந்தித்து, "உயர் கல்வியில் மாற்றங்களைக் கொண்டுவர வேண்டும்" என்று வலியுறுத்தி வந்தனர்.

உயர் கல்வி நிறுவனங்களில் ஏற்கனவே பொறுப்பில் இருந்தவர்களைப் பொய்யான காரணங்களைக் காட்டி பதவி விலகச் செய்வதும், தங்களுக்கு வேண்டியவர்களை நியமிக்கும் போக்கும் தலை தூக்கியது.

இதற்கு ஓர் எடுத்துக்காட்டு "கல்வி மற்றும் ஆசிரியப் பயிற்சியின் தேசிய மைய *(NCERT)*" இயக்குநராகப் பணி ஆற்றியவர் பர்வீன் ஸிங்க்ளேர். இவர் உயர்கல்வியில் பல்வேறு மாற்றங்களை

மேற்கொள்ள பல திட்டங்களை அறிமுகம் செய்யும் முயற்சியில் ஈடுபட்டார்.

இவர் மீது பொய்யான புகார்களைக் கூறி பதவி விலகச் செய்தனர்.

இந்திய வரலாற்று ஆராய்ச்சி மையத்தின் தலைவராக (ICHR) நியமிக்கப்பட்ட சுதர்சன்ராவ், ஆர்.எஸ்.எஸ். முகாமிலிருந்து வந்தவர். இவர் தெலுங்கானா காகதீய பல்கலைக் கழகத்தின் துணைத் தலைவராகப் பணியாற்றியவர்.

சுதர்சன்ராவ் யார்?

இந்திய வரலாற்று ஆராய்ச்சி மையத்தின் (Indian Council of Historical Research -ICHR) தலைவராக 28.6.2014இல் சுதர்சன்ராவ் பொறுப்பேற்றார். அதாவது மோடி தலைமையிலான அரசு அமைந்து ஒரே மாதத்தில் இவருக்கு அப்பொறுப்பு வழங்கப்பட்டது. அப்படி என்ன சாதித்தார்?

மோடி குஜராத் முதல்வராக இருந்தபோது, குஜராத் பள்ளிப் பாடத்திட்டத்தில் இவரது நூலில் உள்ள பல கதைகள் அறிவியல் பாடத்திட்டத்தில் சேர்க்கப்பட்டது. அரியானாவில் உள்ள சமஸ்கிருதப் பல்கலைக் கழகத்துடன் இணைந்து இராமபிரான் வயதைக்(!) கண்டுபிடித்து வெளியிட்டார் என்பதற்காக இவருக்கு முனைவர் பட்டத்திற்கு இணையான சிறப்புப் பட்டமும் வழங்கப்பட்டது.

சுதர்சன்ராவ் அளித்த கதைகளைப் பார்ப்போம்:-

“மேற்கத்திய ஆய்வாளர்கள் வரலாற்று ஆய்வில் சான்று ஆதாரங்களை முதன்மைப்படுத்தியே முடிவுக்கு வருகிறார்கள். இந்தியா போன்ற தொன்மையின் நாகரீகமும், கலாச்சாரமும் கொண்ட பகுதியில் வாய்வழிக் கதைகளையும், தகவல்களையும் சான்றுகளாகக் கொள்வது தவிர்க்க இயலாதது ஆகும்.

சனாதன வருணாசிரம தருமங்கள் (மனுநீதி) இந்திய சமூகத்தில் அமைதியையும், ஒழுங்கையும் நிலைநாட்டியது. அவரவர் கடமையை அவரவர் செய்வதே வருணாசிரம தருமம் ஆகும். இது மதங்கள் தோன்றுவதற்கு முன்பே இந்தியாவில் இருந்து வருகிறது” என்று மனுதருமத்தை ஏற்றிப் போற்றியவர் சுதர்சன்ராவ்.

2015ஆம் ஆண்டு ஜனவரியில் பெங்களூருவில் நடந்த இந்திய அறிவியல் பேராயத்தில், இந்திய பல்கலைக் கழகங்களின் சமஸ்கிருதத் துறைப் பேராசிரியர்கள் பங்கேற்றனர். ‘சமஸ்கிருதத்தின் வழி வேத அறிவியல் என்ற பொருளில் அமர்வு நடந்தது. அதில்

கலந்து கொண்ட சுதர்சனராவ், “வேத காலத்திலேயே விமானத் தொழில்நுட்பம் (வைமானிக சாஸ்திரம்), உறுப்பு மாற்று அறுவை சிகிச்சை, குவாண்டம் இயற்பியல், அணு இயற்பியல் போன்றவை இந்தியாவில் இருந்தது. அவற்றை அறிந்து கொள்ள சமஸ்கிருத மொழியை அனைவரும் கற்றுக் கொள்ள வேண்டும். மேற்கண்ட அறிவியல் அனைத்தும் இஸ்லாமிய படையெடுப்பினாலும், காலனி ஆட்சியாளர்களாலும் அழிக்கப்பட்டது” என்று தனது ஆய்வுப் புலமையை(!) வெளியிட்டார்.

மேலும் அவரது ஆராய்ச்சி கருத்துகள் கீழ்வருமாறு தெறித்து விழுந்தன:-

“ஸ்டெம்செல் கண்டுபிடித்தது அமெரிக்கர்கள் அல்ல. மகாபாரதத்தில் காந்தாரிக்குக் குழந்தை பிறக்காமலிருந்தபோது, வசிஷ்டர் நூறு கௌரவர்களை ஸ்டெம்செல் முறை கொண்டுதான் உருவாக்கினார்(?).

தொலைக்காட்சி, யோகவித்யா, யோகக் கலை, விதயதிருஷ்டி, ஞானக்கண் போன்ற முறைகள் நம்மிடையே இருந்தது. அதில் தான் பாரதப் போரை அஸ்தினாபுரம் அரண்மனையில் இருந்து சஞ்ஜையா என்ற ஒருவன் மூலம் கண் தெரியாத திருதராஷ்டிரன் அறிந்து கொண்டார். ஆகவே தொலைக்காட்சி என்பது நம்மிடையே முன்னரே இருந்தது.

அனஸ்வரத் என்ற பெயரில் இயந்திர மோட்டார்கள் நம்மிடையே இருந்தது. புஷ்பக விமானம் என்று முன்னரே நாம் விமானங்கள் இயக்கி இருக்கிறோம். உறுப்பு மாற்று அறுவைச் சிகிச்சையை விநாயகருக்கு நாம் முன்னரே செய்து இருக்கிறோம்.”

சுதர்சன் ராவின் மேற்கண்ட ‘ஆராய்ச்சி கதைகள்?’ அனைத்தும் குஜராத் மாநில பாடத்திட்டத்தில் சேர்க்கப்பட்டுள்ளன.

சுதர்சன் ராவை ஆர்.எஸ்.எஸ். சங் பரிவாரங்கள் கொண்டாடியதற்குக் காரணம், அவர் இராமர், பரதன், பஞ்சபாண்டவர்கள் வாழ்ந்த (?) இடங்களைத் தொடர்ந்து ‘ஆய்வு(!)’ செய்தவர்.

மகாபாரதத்தில் உள்ள அணு அறிவியல் என்று பல நூல்களை எழுதியுள்ளார். இவருடைய நூல்கள் குஜராத் முதல்வராக இருந்த நரேந்திர மோடியை ஈர்த்ததால், அவற்றைப் பாடத்திட்டத்தில் சேர்க்க உத்தரவிட்டார்.

மேலும் சுதர்சனராவின் வரலாற்று அறிவு (?) மோடியின் நெஞ்சத்தில் பதிந்து போனதால்தான் அவர் பிரதமர் பதவி ஏற்ற பிறகு 25.10.2014 அன்று மும்பையில் ரிலையன்ஸ் அறக்கட்டளை மருத்துவமனை ஆராய்ச்சி மையத்தைத் திறந்து வைத்து, நாட்டின்

முன்னணி மருத்துவர்கள் முன்னிலையில் ஆற்றிய உரையில், "தொல் பழங்கால இந்தியாவில் உறுப்பு மாற்று அறுவைச் சிகிச்சையை நாம் செய்திருக்கிறோம். யானை தலையுடன் விநாயகர் இருப்பதன் மூலம் ஆதி காலத்திலேயே பிளாஸ்டிக் சர்ஜரி முறையைப் பின்பற்றி இருக்கின்றனர்" என்று குறிப்பிட்டார்.

இந்திய வரலாற்று ஆய்வு மையத்தின் 80ஆம் ஆண்டு விழா டெல்லி ஜவஹர்லால் நேரு பல்கலைக் கழகத்தில் நடந்தது. இதில் வரலாற்று அறிஞர்கள் ஆய்வாளர்கள் என 10 ஆயிரத்துக்கும் மேற்பட்டோர் பங்கேற்றனர். குடியரசுத் துணைத் தலைவராக இருந்த அமீத் அன்சாரி இதில் தொடக்க உரையாற்றினார். இந்த விழாவில் முக்கிய தீர்மானம் ஒன்று நிறைவேற்றப்பட்டது.

"வரலாற்றில் அறிவியல் அணுகுமுறையைச் சிதைக்கும் முறையில் புராதன புராணங்களின் அடிப்படையில் வரலாற்றை மாற்றி எழுதக் கூடாது. பிரதமர் மோடி ஆதி காலத்திலேயே இந்தியர்கள் பிளாஸ்டிக் சர்ஜரி போன்ற அறுவைச் சிகிச்சைகளை அறிந்திருக்கிறார்கள் என்றும், பின்னர் மறந்துவிட்டார்கள் என்றும் கூறி இருக்கிறார்.

பல்வேறு வெறித்தனமான அணுகுமுறையுடன் வரலாற்றைத் திருத்தி எழுதக் கூடாது. அவ்வாறு வரலாற்றைச் சிதைப்பதிலிருந்து இந்திய வரலாற்றைப் பாதுகாத்து, இந்தியாவின் பெருமையை மீண்டும் நிலை நாட்ட வேண்டும்."

இவ்வாறு அந்தத் தீர்மானம் கூறுகிறது.

இந்திய வரலாற்று ஆராய்ச்சி மையத்தின் தலைவராக புராணக் கதைகளை வரலாறாக கற்பிதம் செய்து கட்டுக் கதைகளை அவிழ்த்துவிட்ட சுதர்சன்ராவ் நியமிக்கப்பட்டதே வரலாற்றைப் 'புனைவதற்காகத் தான்'.

91
ஆர்.எஸ்.எஸ். பிடியில் அதிகார வர்க்கம்

டெல்லி அதிகார பீடத்தில் ஆர்.எஸ்.எஸ். செலுத்தி வரும் செல்வாக்கு 2014, மே மாதம் நரேந்திர மோடி பிரதமர் ஆனதும் அதிகரித்து வருவதைப் பற்றி கூறியிருந்தோம்.

முழு பெரும்பான்மை பலம் பெற்று 2014இல் பாஜக ஆட்சி அமைந்தவுடன், ஆர்.எஸ்.எஸ். அமைப்பு சில வழிகாட்டுதல்களை மோடி அரசுக்கு அளித்தது. ஆர்.எஸ்.எஸ். செயல் திட்டங்களைச் செயல்படுத்தவும், கண்காணிக்கவும் ஆர்.எஸ்.எஸ். தரப்பிலிருந்து சிலர் அரசுக்கு பாலமாக இருந்து இயங்குவதற்கு ஒரு குழு நியமனம் செய்யப்பட்டது. ஆர்.எஸ்.எஸ். தரப்பிலிருந்து சுனில் பையா ஜோஷி, சுரேஷ் சோனி, தத்தராய்யா ஹோஸ்பேல். கிருஷ்ணகோபால் ராம் மாதவ் ஆகியோரும், ஆளும் பாஜக சார்பில் அமைச்சர் ராஜ்நாத்சிங், நிதின் கட்காரி, அமித்ஷா ஆகியோரும் குழுவில் நியமிக்கப்பட்டனர்.

ஆர்.எஸ்.எஸ். - பாஜக அரசுக்கு ஒருங்கிணைப்பாளராக கிருஷ்ணகோபால் நியமிக்கப்பட்டார். பல முக்கியமான அமைச்சகங்களில் குறைந்தபட்சம் ஒரு ஆர்.எஸ்.எஸ். உறுப்பினர் இணைக்கப்பட்டுள்ளார். இந்த ஏற்பாடுகள் மூலம் ஆர்.எஸ்.எஸ். தனது ஆளுமையை அரசு இயந்திரத்தில் நிலைநாட்டி வருகிறது.

இந்திய அரசின் நிர்வாகத்தையே தம் பிடியில் கொண்டுவர ஆர்.எஸ்.எஸ். பல வழிகளில் செயல்படுத்தத் தொடங்கியது. அதன் ஒரு பகுதியாக தனியார் நிறுவனங்களில் பணிபுரிந்தவர்களை ஆர்.எஸ்.எஸ். தொடர்புடைய நபர்கள் 9 பேரைத் தேர்வு செய்து மத்திய அரசின் பல்வேறு அமைச்சகங்களில் ஐ.ஏ.எஸ். அதிகாரிகளுக்கு இணையான அதிகாரத்தில் இணைச் செயலாளர்களாக நியமித்து 2019 செப்டம்பரில் மோடி அரசு உத்தரவிட்டது.

ஐ.ஏ.எஸ்., ஐ.பி.எஸ்., ஐ.எஃப்.எஸ்., ஐ.ஆர்.எஸ். உள்ளிட்ட குடிமைப் பணிகளுக்கு மத்திய அரசுப் பணியாளர் தேர்வாணையம் நடத்தும் தேர்வில் வெற்றி பெறுவோர் மட்டுமே தகுதி அடிப்படையில் மத்திய அரசின் செயலாளர்கள், இணைச் செயலாளர்கள் மற்றும் கூடுதல் செயலாளர்கள் பதவிகளில் நியமிக்கப்படுவதுதான் வழக்கமான நடைமுறை ஆகும். அனுபவத்தின் அடிப்படையில்

(Lateral Entry) இந்த நியமனங்கள் இருந்தாலும், தனியார் துறைகளைச் சேர்ந்தவர்கள் நியமிக்கப்பட மாட்டார்கள்.

வருமான வரித்துறை, சுங்கத்துறை, இரயில்வே, தொலைத் தொடர்பு, அஞ்சலகம் மற்றும் வணிகம் உட்பட 37 அரசுத் துறைகளில் பணியாற்றிய அனுபவம் கொண்டவர்களுக்கே தகுதி உயர்வு வழங்கப்பட்டு, அரசின் செயலாளர்களாக நியமிக்கப்படுவார்கள். ஆனால் மோடி அரசு, தனியார் பெரு நிறுவனங்களில் பணியாற்றியவர்களை மத்திய அரசின் இணைச் செயலாளர்களாக நியமித்தது.

இதற்காக நிதி ஆயோக் பரிந்துரை என்ற பெயரில் யு.பி.எஸ்.சி. (UPSC) மூலம் தனியாரை நியமிப்பதற்கு, 40 வயதுக்கும் மேற்பட்ட குறைந்தது 15 ஆண்டுகள் தனியார் நிறுவனங்களில் பணியாற்றி, துறை சார்ந்த அனுபவம் பெற்றவர்கள், ஐ.ஏ.எஸ். தகுதி நிலையிலான மத்திய அரசின் இணைச் செயலாளர் பதவிகளுக்கு விண்ணப்பிக்கலாம் என்று அறிவிக்கை வெளியிடப்பட்டது.

குடிமைப் பணியில் ஆர்.எஸ்.எஸ். காரர்கள்

ஆர்.எஸ்.எஸ். சித்தாந்தவாதிகளை, பாஜகவுக்கு வேண்டியவர்களை, அனுபவசாலிகளை அறிவாளிகள் என்று கூறி, அவர்களையும் கொல்லைப்புற வழியாக அரசின் உயர் பதவிகளில் உட்கார வைக்கும் இத்திட்டத்திற்கு அரசியல் கட்சிகள் மட்டுமின்றி, அரசு உயர் அதிகாரிகளும் எதிர்ப்புத் தெரிவித்தனர். ஆனால் மோடி அரசு எதைப் பற்றியும் கவலையின்றி ஆர்.எஸ்.எஸ். விருப்பப்படியே, அரசு நிர்வாகத்தில் தனியார் துறையிலிருந்து 9 பேரை பொறுக்கி எடுத்து உயர் பதவிகளில் அமரச் செய்தது.

இந்திய அரசின் வேளாண் துறையில் ககோலிகோஷ், விமானப் போக்குவரத்துத் துறையில் அமர்துபே, வணிகத் துறையில் அருண் கோயல், பொருளாதார விவகாரத் துறையில் ராஜீவ் சக்சேனா, சுற்றுச் சூழல் மற்றும் வனத் துறையில் சுஜித்குமார் பாஜ்பாய், நிதிச் சேவைத் துறையில் சவுரவ் மிஸ்ரா, புதுப்பிக்கத்தக்க சக்தித் துறையில் தினேஷ் தயானந்த் ஜகதலே, சாலைப் போக்குவரத்து மற்றும் நெடுஞ் சாலைத் துறையில் சுமன் பிரசாத் சிங், கப்பல் போக்குவரத்துத் துறையில் பூஜன்குமார் ஆகியோரை மத்திய அரசு செயலாளர்களாக நியமித்து பாஜக அரசு உத்தரவிட்டது.

இவர்களில் பெரும்பாலானோர் பார்ப்பன உயர்சாதியினர் என்பதும், ஆர்.எஸ்.எஸ். தொடர்புடையவர்கள் என்பதும் குறிப்பிடத்தக்கது.

இதன் தொடர்ச்சியாக மத்திய அரசில் 1300 இயக்குநர்கள் மற்றும் உதவிச் செயலர் பணியிடங்கள் உள்ளன. இதில் காலியாக உள்ள 400 பணியிடங்களையும் நிரப்புவதற்கு மத்திய அரசு பணி விதிகளில் மாற்றம் செய்யப்பட்டது. அதன்படி மேலும் 38 பேர் இயக்குநர்கள் மற்றும் உதவிச் செயலாளர்களாக நியமிக்கப்பட்டனர்.

மத்திய அரசின் உயர் பதவிகளில் இத்தகைய நியமனங்களை தொடர்ச்சியாகச் செய்வதற்கு, மோடி அரசு 2018 லிருந்து ஒவ்வொரு ஆண்டும் அறிவிக்கை வெளியிட்டு வருகிறது.

மத்திய அரசின் பணியாளர் மற்றும் பயிற்சித்துறை (Department of Personnel &Training) சார்பில், பிப்ரவரி 5, 2021இல் மத்திய பொதுப்பணித் தேர்வாணையம் (UPSC) ஒரு குறிப்பாணையை வெளியிட்டது. அதில், மத்திய அரசின் மூன்று இணைச் செயலாளர்கள் (Joint Secretary) மற்றும் 27 இயக்குநர் பதவிகளுக்கு முறையே 15 வருடங்கள் மற்றும் 10 வருடங்கள் தனியார் நிறுவனங்களில் பணியாற்றிய அனுபவம் பெற்றவர்கள் விண்ணப்பிக்கலாம் என்று தெரிவிக்கப்பட்டிருந்தது.

இந்திய அரசின் வணிகம் மற்றும் தொழில்துறை அமைச்சகம், வருவாய்த்ஹ் துறை மற்றும் மத்திய நிதித்துறை, வேளாண்மைத் துறை அமைச்சகம், சட்டம் மற்றும் நீதித்துறை, பள்ளிக் கல்வித் துறை, உணவு மற்றும் பொதுவழங்கல் துறை, மக்கள் நல்வாழ்வு மற்றும் குடும்பநலத் துறை, தரை வழிப் போக்குவரத்து மற்றும் நெடுஞ்சாலைத் துறை, நீர்வளத்துறை, வான்ஊர்திப் போக்குவரத்துத் துறை அமைச்சகங்களில் இணைச் செயலாளர்கள் மற்றும் இயக்குநர்களாக தேர்வு செய்யப்படுவர் என்று மத்திய அரசு சார்பில் கூறப்பட்டது. மத்திய பாஜக அரசின் இத்தகைய நேரடி நியமனங்கள் சமூக நீதிக்கு முடிவு கட்டுவது மட்டுமின்றி, அரசமைப்புச் சட்டத்திற்கும் எதிரானதாகும்.

அரசமைப்புச் சட்டத்திற்கு எதிரான நியமனங்கள்

அரசமைப்புச் சட்டப் பிரிவு 315 இன் படி பொதுப்பணித் தேர்வு ஆணையம் (Public Service Commission) அமைக்கப்பட்டு, அதன் மூலமாகவே பொறுப்புகளில் முக்கியப் பணி இடங்கள் எழுத்துத் தேர்வு மற்றும் நேர்காணல் மூலம் தேர்ந்தெடுக்க வேண்டும்.

அதன்படிதான் இந்திய ஆட்சிப் பணி (IAS), இந்திய காவல் பணி (IPS), இந்திய வருவாய் பணி (IRS) போன்ற முதன்மைப் பணிகளுக்கு அந்தந்தத் தேர்வு ஆணையங்கள் தனியே தேர்வு மற்றும் நேர்காணல் நடத்தி, அதன் பின்னர் பயிற்சி அளித்து மத்திய அரசுப் பணிகளுக்குச் சேர்க்கப்படுவர். பின்னர் மத்திய அரசின் துணைச் செயலாளர்கள் தொடங்கி, பல அரசுத் துறைச்

செயலாளர்கள் என பதவி உயர்வு பெறுவர். மத்திய பொதுப்பணித் தேர்வாணையத்தின் பணி நியமனங்களில் இடஒதுக்கீடு அளித்து, சமூக நீதி பின்பற்றப்படுகின்றது.

இதனால் மத்திய அரசின் இணைச் செயலாளர்கள், துணைச் செயலாளர்கள், செயலகப் பணியிடங்களில் பட்டியலின மற்றும் பழங்குடியினருக்கு 23 விழுக்காடு, பிற்படுத்தப் பட்டோருக்கு 27 விழுக்காடு இடங்கள் ஒதுக்கீடு செய்யப்படுகின்றன. மத்திய பாஜக அரசு, சமூக நீதிக்கு முடிவு கட்டும் வகையில், அரசமைப்புச் சட்டம் அளிக்கும் இடஒதுக்கீடு உரிமையைப் பறிக்கும் உத்தரவுகளைத் தொடர்ச்சியாகப் பிறப்பித்து வருகிறது.

மத்திய அரசின் மேலாண்மை பொறுப்புகளில் ஆர்.எஸ்.எஸ். ஸைச் சேர்ந்தவர்களை குறுக்கு வழியில் நியமனம் செய்திட பாஜக அரசு முழு மூச்சுடன் செயல்பட்டு வருகிறது. இதிலிருந்து மத்திய அரசின் நிர்வாக இயந்திரம் முழுக்க முழுக்க ஆர்.எஸ்.எஸ்., சங் பரிவாரங்களால் சிறிது சிறிதாக ஆக்கிரமிக்கப்பட்டு வருவது வெட்ட வெளிச்சம் ஆகி விட்டது.

இந்தியக் குடிமைப் பணிகளுக்கு தனியார் துறையினரைச் சேர்க்கிறோம் என்ற போர்வையில் ஆர்.எஸ்.எஸ். குழாமைச் சேர்ந்தவர்களைத் தேர்வு செய்வது மட்டுமல்ல, குடிமைப் பணித் தேர்வு முறையையே மோடி அரசு மாற்றி அமைத்து விட்டது. இதுவும் சங் பரிவாரின் சதிகளில் ஒன்றுதான். என்ன மாற்றம் என்பதை அறிந்தால் அதிர்ந்துபோவோம்.

92

வரலாற்றுத் திரிபுகள்

குடிமைப் பணித் தேர்வு முறைகளில் மாற்றம்

மத்திய அரசின் 24 வகையான முதல்நிலைப் பணிகள் (Group-A) உள்ளன. இந்த அரசுப் பணிகள், குடிமைப் பணிகள் என்று அழைக்கப்படுகின்றன. இப் பணியிடங்கள் மத்திய அரசுப் பணியாளர் தேர்வாணையம் நடத்தும் தேர்வு மூலம் நிரப்பப்படுகின்றன. ஆண்டுதோறும் 600 முதல் 1000 வரையில் இப்பணிகளில் ஏற்படும் காலி இடங்களுக்கான தேர்வு நடத்தப்படுகிறது. தொடக்க நிலைத் தேர்வு, முதன்மைத் தேர்வு, நேர்முகத் தேர்வு என்று மூன்று கட்டங்களாக இத்தேர்வு நடைபெறுகிறது. ஆண்டுதோறும் 10 இலட்சம் பேர் இத்தேர்வை எழுதுகின்றனர்.

தொடக்க நிலைத் தேர்வில் தேர்ச்சி பெற்றவர்கள் மட்டுமே முதன்மைத் தேர்வை எழுத முடியும். முதன்மைத் தேர்விலும், நேர்முகத் தேர்விலும் பெற்ற மொத்த மதிப்பெண் அடிப்படையில் ஐ.ஏ.எஸ்., ஐ.பி.எஸ்., ஐ.எப்.எஸ் என்கிற பணிப் பிரிவு ஒதுக்கப்படுகிறது. பணிப் பிரிவு ஒதுக்கீடு செய்யப்படும் போது தேர்வாளர் அவருடைய விண்ணப்பத்தில் பணிப் பிரிவு குறித்து தெரிவித்திருந்த விருப்பமும் கருத்தில் கொள்ளப்படுகிறது.

குடிமைப் பணித் தேர்வில் அரசியல் தலையீடோ, உயர் அதிகாரிகளின் தலையீடோ இருப்பது இல்லை. முதன்மைத் தேர்வுத்தாளைத் திருத்துபவருக்கு அத்தேர்வாளர் யார் என்று தெரியாது.

நேர்முகத் தேர்வை நடத்துபவருக்கு ஒரு மணி நேரத்திற்கு முன்னர்தான் தேர்வாளரின் பெயரே தெரிய வரும். மத்திய அரசுப் பணியாளர் தேர்வாணையம் நடத்தும் குடிமைப் பணித் தேர்வு முறை குறித்து எந்தக் குற்றச்சாட்டும் இதற்கு முன்னர் எழுந்ததில்லை.

இந்தியாவின் குடிமைப் பணித் தேர்வு, உலகின் மிகக் கடினமான தேர்வுகளில் ஒன்றாகக் கருதப்படுகிறது. குடிமைப் பணித் தேர்வின் மதிப்பெண் அடிப்படையில் மட்டுமே பணிப் பிரிவு ஒதுக்கப்படுகிறது. அப்போதே எந்த மாநிலத்தில் பணியாற்ற வேண்டும் என்பதும் தீர்மானிக்கப் பட்டுவிடும். இதில் சமூகநீதி இடஒதுக்கீடும் முறையாகப் பின்பற்றப்படுகிறது. பிற்படுத்தப்

பட்டோருக்கு 27 விழுக்காடு, பட்டியல் இனத்திற்கு 15 விழுக்காடு, பழங்குடியினருக்ககு 7.5 விழுக்காடு இடஒதுக்கீடு அளிக்கப் படுகிறது.

அதன்பின்னர் தேர்வாளர்களுக்கு 'மிசௌரி'யில் உள்ள லால் பகதூர் சாஸ்திரி தேசிய நிர்வாக இயல் பயிற்சி நிறுவனத்தில் 15 வாரங்கள் பயிற்சி அளிக்கப்படுகிறது. இது ஆதாரப் பயிற்சி (Foundation Course) எனப்படுகிறது. நீண்ட காலமாக இந்த நடைமுறைதான் பின்பற்றப்படுகிறது.

இந்த நடைமுறையைத்தான் மோடி அரசு மாற்றி அமைத்து உள்ளது. மத்திய அரசின் பணியாளர் மற்றும் பயிற்சித் துறை 17.05.2018 அன்று அனைத்து அமைச்சகங்களுக்கும் ஒரு சுற்றறிக்கை அனுப்பியது. அதில்,

"பிரதமர் அலுவலகம் குடிமைப்பணித் தேர்வின் மதிப்பெண் மற்றும் ஆதாரப் பயிற்சியின் மதிப்பெண் ஆகியவற்றின் கூட்டு மதிப்பெண் அடிப்படையில் தேர்வாளர்களுக்கு பணி ஒதுக்கீடும், மாநில ஒதுக்கீடும் செய்ய வேண்டும் என்று விரும்புகிறது. இதுகுறித்து உங்கள் கருத்தை ஒருவாரத்திற்குள் தெரிவிக்க வேண்டும். இந்த ஆண்டு முதல் இப்புதிய திட்டத்தை நடைமுறைப்படுத்த வேண்டும் என்று பிரதமர் அலுவலகம் விரும்புகிறது" என்று கூறப்பட்டு இருந்தது.

பிரதமர் அலுவலகம் முன்மொழிந்துள்ள இத்திட்டம், அரசியலமைப்புச் சட்டத்திற்கும், ஜனநாயக நெறிமுறைக்கும் உண்மையான திறமை உள்ளவர்களைக் கண்டு அறிவதற்கும், சமூக நீதிக்கும் எதிரானது.

இந்துத்துவ சிந்தனை கொண்டவர்களை - ஆர்.எஸ்.எஸ். இயக்கத்தோடு தொடர்புடையவர்களை இந்திய ஆட்சிப் பணி, இந்திய காவல் பணி போன்ற அதிகாரம் கொண்ட பணிப் பிரிவுகளில் அமர்த்தவும், பிற்படுத்தப்பட்ட, பட்டியல் இன, பழங்குடி இன இளைஞர்களுக்கு முதல் நிலைப் பணிகளில் (Group-A) அதிகாரம் இல்லாத அல்லது அதிகாரம் குறைவான பணிகளை ஒதுக்கவும் இத் திட்டத்தை நரேந்திர மோடி அரசு தீட்டியுள்ளது.

அரசமைப்புச் சட்டப் பிரிவு 315 முதல் 323 வரை மத்திய மற்றும் மாநிலங்களுக்கான அரசுப் பணியாளர் தேர்வாணையம் பற்றி வரையறுத்துள்ளன. மத்திய மற்றும் மாநிலங்களுக்கான பணிகளுக்குத் தேர்வு நடத்துவது என்பது, தொடர்புடைய மத்திய அல்லது மாநிலங்களுக்கான அரசுப் பணியாளர் தேர்வாணையத்தின் கடமை என்று அரசமைப்புச் சட்டப் பிரிவு 320(1) திட்டவட்டமாகக் கூறுகிறது.

எனவே குடிமைப் பணிக்கான தேர்வு நடத்தும் பொறுப்பு முற்றிலும் தேர்வாணையத்தைச் சார்ந்ததாகும். பிரதமர் அலுவலக முன்மொழிவில் குடிமைப் பணித் தேர்ச்சிக்கு ஆதாரப் பயிற்சி நிறுவனத் தேர்வின் மதிப்பெண்ணையும் சேர்த்திருப்பது பிரிவு 320(1) க்கு எதிரானது ஆகும்.

தேர்வாணையத்தின் தலைவரும், உறுப்பினர்களும், அரசமைப்புச் சட்டப்படி (Constitutional Posts) நியமிக்கப்படுகின்றனர். சட்டப் பிரிவு 316 அவர்களுக்குப் பணி பாதுகாப்பு வழங்குகிறது. பிரதமரே நினைத்தாலும் அவர்களின் பணிக்காலம் முடிவதற்கு முன்பாக அவர்களைப் பணியிலிருந்து நீக்க முடியாது. அவர்கள் பணிக்காலம் முடிந்தபின், எந்தவொரு அரசுப் பதவியையும் வகிக்கக்கூடாது என்று 319ஆவது சட்டப் பிரிவு கூறுகிறது.

இந்தச் சட்டப் பிரிவுகளின் நோக்கம், தேர்வாணையத்தின் தலைவரும், உறுப்பினர்களும் எத்தகைய அரசியல் தலையீட்டையும் புறக்கணித்துவிட்டு இறையாண்மையுடன் செயல்பட வேண்டும் என்பதற்காகவே ஆகும்.

மிசௌரியில் உள்ள ஆதாரப் பயிற்சி நிறுவனத்தின் (லால்பகதூர் சாஸ்திரி அகாதமி) இயக்குநரும், பயிற்சி அளிப்பவர்களும் தேர்வாணையத்தினரைப் போல் அரசமைப்புச் சட்டத்தின் கீழ் பணி நியமனம் பெற்றவர்கள் அல்லர். இவர்கள் அயல்பணி முறையில் (Deputation) அரசுப் பணியிலிருக்கும் ஐ.ஏ.எஸ்., ஐ.பி.எஸ். அதிகாரிகள் மற்றும் பல்கலைக் கழகங்களில் பணியாற்றும் கல்வியாளர்கள் ஆவர்.

ஆதாரப் பயிற்சி நிறுவனத்தில் அயல்பணி முறையிலிருக்கும் இவர்களை மத்திய அரசு நினைத்தபோதில் பணிமாற்றம் செய்ய முடியும். இவர்கள் ஆட்சியாளர்கள், அரசியல்வாதிகள், உயர் அதிகாரிகள் பரிந்துரைகளை ஏற்று, பயிற்சி பெறும் குடிமைப் பணித் தேர்வாளர்களுக்குத் தேர்வில் கூடுதல் மதிப்பெண் வழங்குவதற்கான வாய்ப்பு இருக்கிறது.

ஆதாரப் பயிற்சி நிறுவனத்தில் பணியாற்றியபிறகு பதவி உயர்வு, அதிகாரமிக்க பதவி அளிக்கப்படும் என்கிற உறுதிப்பாட்டின் அடிப்படையில் குறிப்பிட்ட பயிற்சியாளர்களுக்குக் கூடுதல் மதிப்பெண் அளிப்பார்கள். பெருந்தொகையாக கையூட்டுப் பெற்றுக் கொண்டு கூடுதல் மதிப்பெண் வழங்கக் கூடும்.

தேர்வாளர்கள் 15 வார ஆதாரப் பயிற்சிக்குச் செல்வதற்கு முன்பே தேர்வாணையம் நடத்திய தேர்வில் பெற்ற மதிப்பெண் அடிப்படையில் பணிப் பிரிவு ஒதுக்கீடு செய்யப்படுகிறது. பிற்படுத்தப்பட்டோர், பட்டியல் இனத்தவர், பழங்குடியினர்

ஆகியோருக்கான மொத்த இட ஒதுக்கீடு 49.5 விழுக்காடு போக மீதியுள்ள பொதுப்பிரிவினருக்கான 50.5 விழுக்காடு இடங்கள் மதிப்பெண் தர வரிசை அடிப்படையில் ஒதுக்கப்படுகின்றன. அந்நிலையில் அதிக மதிப்பெண் பெற்ற பிற்படுத்தப்பட்ட - பட்டியல் இன - பழங்குடி இனத்தவர்களுக்குப் பொதுப்பிரிவில் (Open Competition) ஐ.ஏ.எஸ்., ஐ.பி.எஸ். போன்ற பணிப் பிரிவுகள் கிடைக்கும்.

ஆனால் ஆதாரப் பயிற்சித் தேர்வின் மதிப்பெண்ணையும் சேர்த்த பின்னரே பணி ஒதுக்கீடு செய்ய வேண்டும் என்கிற பிரதமர் அலுவலக முன்மொழிவு முறைப்படுத்தப்பட்டு, இட ஒதுக்கீடு பிரிவினர் பொதுப்பிரிவில் ஐ.ஏ.எஸ்., ஐ.பி.எஸ். போன்ற பணிப் பிரிவுகளைப் பெற முடியாதவாறு பயிற்சித் தேர்வில் அவர்களுக்குக் குறைந்த மதிப்பெண் வழங்கப்படும்.

மேலும் பார்ப்பன - மேல்சாதியில் தேர்வான தேர்வாளர்களுக்குக் கூடுதல் மதிப்பெண் வழங்குவதன் மூலம் பொதுப் பிரிவில் உள்ள 50.5 விழுக்காடு இடங்களையும் இவர்களே கைப்பற்றிக் கொள்ளும் நிலை ஏற்படும், பொதுப்பிரிவில் உரிமை மறுக்கப்பட்டு, இட ஒதுக்கீட்டுப் பிரிவுக்குள் மட்டுமே முடக்கப்படும் நிலையை ஏற்படுத்திவிட்டனர். இதனால் குடிமைப் பணிகளில் சமூக நீதி என்பது அடியோடு சாய்க்கப்படுகிறது. ஆர்.எஸ்.எஸ்.-இன் பிடியில் அதிகார வர்க்கம் போய்க் கொண்டிருப்பது பாசிசத்திற்குதான் பாதை அமைக்கும்.

ஆர்.எஸ்.எஸ். -இன் அரசியல் பிரிவான பாரதிய ஜனதா கட்சி ஆட்சிக்கு வந்தவுடனேயே இந்திய வரலாற்றையே திருத்தி எழுதும் 'திருட்டு'ப் பணியைத் தொடங்கி விட்டனர். அதற்கு ஏற்ப தங்கள் ஆட்களைப் பதவிகளில் உட்கார வைத்தனர்.

இந்திய வரலாற்று ஆய்வு நிறுவனம் (Indian Council for Historical Research - ICHR) முற்றிலும் இந்திய காவி நிறுவனமாக மாற்றப்பட்டது. ஆர்.எஸ்.எஸ். சிந்தனையாளர்கள் 18 பேர் புதிதாக நியமிக்கப்பட்டனர். அவர்கள் கே.எஸ்.லால், பி.பி. லால், பி.பி. சின்ஹா ஆகியோர் மிக முக்கியமானவர்கள். இவர்கள் அனைவரும் ஆர்.எஸ்.எஸ். ஆசியுடன் பதவிக்கு வந்ததற்குக் காரணம், பாபர் மசூதி இருந்த இடத்தில் அதற்கு முன் இராமர் கோவில் அங்கு இருந்தது என்று அடித்துச் சொன்னவர்கள். எனவே ஆர்.எஸ்.எஸ். இவர்களைத் திணிக்கச் செய்தது.

இந்திய வரலாற்றை முறையாக ஆய்வு செய்தவர்களும், நடுநிலையுடன் உண்மையாக அணுகியவர்களுமான பேராசிரியர் அமித் சர்க்கார், பேராசிரியர் கே.எம். பணிக்கர், உறுப்பினர் செயலாளர் டி.கே.வி.

சுப்பிரமணியம் உள்ளிட்ட புகழ்பெற்ற வரலாற்று ஆய்வாளர்கள் இந்திய வரலாற்று ஆய்வு நிறுவனத்திலிருந்து வெளியேற்றப்பட்டனர்.

பாபர் மசூதி இருந்த இடத்தில் இராமர் கோயில் இருந்தது எனப் பொய்யான ஆதாரத்தைத் தந்த வரலாற்று ஆய்வாளர்(?) பி.ஆர். குரோன், இந்திய வரலாற்று ஆய்வு நிறுவனத்தின் தலைவராக நியமிக்கப்பட்டார். இந்திய சமூக விஞ்ஞான ஆய்வு நிறுவனம் (I.C.S.S.R) தலைவராக பாஜகவின் முன்னாள் டில்லி நாடாளுமன்ற உறுப்பினர் எம். சோந்தி நியமிக்கப்பட்டார்.

வரலாற்றிலும், தொல்பொருள் ஆய்விலும் பாஜகவின் பொய்யான கண்டுபிடிப்புகளைத் தகர்த்து உண்மையானவற்றைப் பேசிய புகழ்பெற்ற வரலாறு மற்றும் தொல்பொருள் ஆய்வாளரான பேராசிரியர் சுரஜீபான் கல்வி ஆலோசனைக் குழுத் தலைவர் பொறுப்பிலிருந்து நீக்கப்பட்டார். ஒரு இந்துத்துவா தீவிர மனப்பான்மையுடைய ஒரு நபர் அந்தப் பதவிக்கு தேர்வு செய்யப்பட்டார்.

கல்வித் திட்டமிடும் தேசியக் குழுவின் (N.C.E.P.A) இயக்குநரை நியமிப்பதற்கான தேர்வுக்குழு மாற்றி அமைக்கப்பட்டது. இந்தப் பதவிக்கு சங் பரிவாரங்களின் ஆதரவு பெற்ற ஒருவரை நியமிப்பதற்காக மாற்றப்பட்டது. தேசிய கல்வி ஆராய்ச்சி மற்றும் பயிற்சிக் குழுவின் பேராசிரியர்களையும், விரிவுரையாளர்களையும் தேர்வு செய்வதற்கான குழுவில் டாக்டர் கே.ஜி.ராஸ்தோகி நியமிக்கப்பட்டார்.

இவர் ஆர்.எஸ்.எஸ். பிரச்சாரகராக இருந்தவர். 1947இல் நடைபெற்ற மதக் கலவரத்தில் ஈடுபட்டவர்.

கே. ஜி. ரஸ்தோகி தனது ஆப் பிட்டி (Aap biti) என்ற தன் வரலாற்றில், கீழ்க்காணுமாறு எழுதினார்.

"அந்த இடத்தில் ஒரு விநோதமான நிகழ்ச்சி நடந்தது. தாக்குவதற்காகச் சென்றவர்கள் (இந்துக்கள்) கொலை நடந்த வீட்டில் காணப்பட்ட ஒரு அழகான பெண் (முஸ்லிம் பெண்) தொடர்பாகத் தங்களுக்குள்ளேயே ஒருவரோடு ஒருவர் சண்டையிட்டுக் கொண்டனர். தாக்கச் சென்றவர்கள் தங்கள் நோக்கத்தை மறந்து அப்பெண்ணை உரிமை கொண்டாட போட்டியிட்டார்கள். நான் அவர்களை மிரட்டினேன். பின் மனதுக்குள் ஒரு தீர்வு வந்தது. நான் அந்தப் பெண்ணைச் (இஸ்லாமிய பெண்மணி) சுட்டுக் கொன்றேன்" என்று ஒப்புதல் வாக்குமூலம் அளித்துள்ளார்.

இப்படிப்பட்ட நபர்தான் இந்தியாவின் முதன்மையான கல்வி நிறுவனத்தில் கல்வியாளர்களைத் தேர்வு செய்யும் குழுவில் நியமிக்கப்பட்டார். அவருடைய தேர்வு என்னவாக இருக்கும்? ஆர்.எஸ்.எஸ்., சங் பரிவாரங்களின் வளர்ப்பு ஒருவராகத்தான் இருக்கும்.

உச்சநீதிமன்றத்தின் முன்னாள் தலைமை நீதிபதி ஜே.எஸ். வர்மாவின் தலைமையில் பாடத்திட்டத்தை மறு ஆய்வு செய்யும் குழுவை மனிதவள மேம்பாட்டுத் துறை அமைச்சகம் அமைத்தது. அவர் எப்படிப்பட்டவர் தெரியுமா?

"'இந்துத்துவா' என்பது ஒரு மதம் அல்ல. அது ஒரு வாழ்க்கை முறை" என்று ஒரு வழக்கின் தீர்ப்பின் மூலம் பாஜகவின் மதச்சார்பு நிலைக்கு சட்டப்பூர்வ அங்கீகாரம் அளித்தவர்.

பாஜக அரசின் இன்னொரு காவி நியமனம், பல்கலைக் கழக நல்கைக் குழு செயலாளராக பாஜக தொடர்புடைய ஹரிகவுதம் என்பவரின் தேர்வு ஆகும்.

'ஸ்டேட்ஸ் மென்' ஏடு (6.11.1999) எழுதிய தலையங்கத்தில், "டாக்டர் கே.ஜி.ரஸ்தோகி பதவிக் காலம் முடிவதற்குள் இந்திய வரலாறு முற்றிலும் மாற்றி எழுதப்படும். இந்துக்கள் தேச பக்தர்கள் எனவும், அனைத்து சிறுபான்மையினரும் மதவாத ஆக்கிரமிப்பாளர்கள் என்றும் நாட்டின் அனைத்துக் குழந்தைகளுக்கும் கற்றுக் கொடுக்கப்படும்" என்று ஆர்.எஸ்.எஸ். சிந்தனைவாதிகள் நியமனங்களால் நடக்கப் போவதை முன்னறிவித்தது.

வரலாற்றுத் திரிபுகள்

ஆர்.எஸ்.எஸ்., சங் பரிவார பட்டறையில் தயாரானவர்களைக் கல்வியாளர்கள்(?), அறிஞர்கள்(?) என்று சொல்லி நாட்டின் முகாமையான பொறுப்புகளில் அமர்த்தியவுடன் அவர்கள் செய்த முதல் வேலை, மணலைக் கயிறாகத் திரிப்பது போல, இந்திய வரலாற்றைத் திரிக்க முற்பட்டார்கள்.

அதற்கு இந்தக் கூட்டம் முதலில் கை வைத்தது கல்வித் துறையில்தான். ஏனெனில் பள்ளிக்கூட பாடத்திட்டங்களில் தான் வரலாற்றைத் திரித்து எழுதி, புனைந்துரைத்து பிஞ்சு உள்ளங்களில் இந்துத்துவ நஞ்சைக் கலந்து விடலாம் என்று திட்டமிட்டனர்.

1992இல் உத்திரப்பிரதேசத்தில் பாஜக ஆட்சிக்கு வந்தவுடனே, திட்டமிட்டுக் கல்வித் துறையை காவிமயமாக்கினர். 50 வரலாற்றுப் பேராசிரியர்கள் அப்பொழுதே அதனைக் கண்டித்து அறிக்கை வெளியிட்டனர்.

“பாபரின் தளபதி மீர்பாசி; அவன் அயோத்தியிலும், அதேரியிலும் இருந்த இந்துக் கோயில்களை இடித்துத் தரை மட்டமாக்கிவிட்டு, அந்த இடங்களில் மசூதியைக் கட்டினான். பாபரின் மதக் கொள்கை இதுதான்.

ஆரியர்கள் வெளிநாட்டிலிருந்து வந்து இந்தியாவை ஆக்கிரமித்தார்கள். இந்தியாவின் பூர்வீகக் குடிமக்களான திராவிடர்களைத் தென்பகுதிக்கு விரட்டி விட்டார்கள் என்பது பொய். ஆரியர்கள் இந்தியாவின் பூர்வீகக் குடிகள்.” இவையெல்லாம் உ.பி. பள்ளிப் பாடங்களில் இடம்பெற்ற வரலாற்றுப் பொய்கள்.

இவற்றைக் கண்டித்து டெல்லி ஜவஹர்லால் நேரு பல்கலைக் கழகம், ஜமியாமிலியா மற்றும் டில்லி பல்கலைக் கழகங்களைச் சேர்ந்த 50 வரலாற்றுப் பேராசிரியர்கள் கூட்டறிக்கை வெளியிட்டனர்.

மத்தியப் பிரதேச மாநிலத்தில் ஆட்சிக்கு வந்தபோதும் பாஜக உ.பி. யில் செய்ததையே இங்கும் கடைப்பிடித்தது. அதற்கு கடும் எதிர்ப்புக் குரல் கிளம்பியபோது, அம்மாநிலக் கல்வி அமைச்சராக இருந்த விக்ரம் வர்மா, வரலாற்றுத் திரிபுகளை நியாயப்படுத்தினார்.

வரலாற்றை எழுதும்போது, “அக்கால சமூக, பொருளாதார அமைப்புகளை அடிப்படையாகக் கொள்ள வேண்டுமே தவிர, ஆளுகிற மனிதர் எந்த மதத்தைச் சேர்ந்தவர் என்பதை அடிப்படையாகக் கொண்டு கருத்தை உருவாக்கக் கூடாது என்ற கருத்தை ஏற்க முடியாது. இந்தக் கண்ணோட்டத்தில் வரலாற்றை எழுதுவது இந்திய வரலாற்றுக்குப் பெருமை சேர்ப்பது ஆகாது. ஒரு இந்து அரசரை மக்களுக்கு எதிராக நடந்தார் என்றோ, ஒடுக்குமுறைகாரர் என்றோ குறை சொல்லக் கூடாது” என்று விளக்கமளித்தார்.

மேலும், “காந்தியடிகளும், அலி சகோதரர்களும் இணைந்து அறிவித்த கிலாபத் இயக்கத்தை விடுதலைப் போராட்டம் என்று கூறுவதே தவறு. இது பெருமைக்குரியதல்ல, பாகிஸ்தான் பிரிவினைக்கு வித்திட்டதே அந்தக் கிலாபத் இயக்கம்தான்” என்று விடுதலை இயக்க வரலாற்றையே திரித்து கதை அளந்தார்.

வாஜ்பாய் பிரதமராக இருந்தபோது, டில்லியில் நடந்த கல்வி அமைச்சர்கள் மாநாட்டில், ஆர்.எஸ்.எஸ். அமைப்பைச் சேர்ந்த சிட்டியங்லா என்பவரைக் கல்வி நிபுணர் என்று அடையாளப்படுத்தி ஒரு கல்வித் திட்டத்தை அந்த மாநாட்டில் முன்வைக்க ஏற்பாடு நடந்தது. அத் திட்டத்தில் இந்தி மயமாக்குதல், தேசிய மயமாக்குதல், ஆன்மிக மயமாக்குதல் என்று கல்வித் துறையில் காவிச் சாயம் பூசப்பட்டிருந்ததால் கடும் எதிர்ப்புக்குப் பின்னர் கைவிடப் பட்டது.

ஆர்.எஸ்.எஸ். -இன் வலைப் பின்னலில் இருக்கும் சரஸ்வதி, சிசுமந்திர் என்னும் பெயரிலும், வித்யாபாரதி என்றும் உருவாக்கப்படும் கல்வி நிலையங்களில் பாடத்திட்டத்தில் இருப்பவை அனைத்தும் நச்சுக் கருத்துகளே.

இந்தப் பள்ளிகளில் அரசு உத்தரவுப்படி நவம்பர்-14இல் நேரு பிறந்தநாளை குழந்தைகள் தினமாகக் கொண்டாடுவதில்லை, மாறாக கோகுலாஷ்டமி (அதாவது கடவுள் கிருஷ்ணன் பிறந்த நாள்(!)) குழந்தைகள் தினமாக வெகு சிறப்பாக கொண்டாடப்படுகிறது.

டாக்டர் இராதாகிருஷ்ணன் பிறந்த நாளான செப்டம்பர் 5ஆம் தேதி, ஆசிரியர் தினமாக அரசு அறிவித்து கடைப்பிடிக்கப்படுகிறது. ஆனால், சங்பரிவாரங்கள் நடத்தும் பள்ளிகளில் வேதகால முனிவரான வியாசரின் பிறந்த நாளை (?) ஆசிரியர் தினமாகக் கொண்டாடப்பட்டு வருகிறது.

உத்திரப்பிரதேசத்தில் ஆர்.எஸ்.எஸ். -இன் சரஸ்வதி சிசுமந்திர் பள்ளிகளில் 7ஆம் வகுப்பு பாடத்தில் இடம் பெற்று இருந்தவை வருமாறு:-

> "முலாயம் சிங் யாதவ் இக்கால இராவணன் என்று ஏன் அழைக்கப்படுகிறார்?"
>
> "10 கரசேவகர்கள் சேர்ந்து பாபர் மசூதியை இடித்தால் எத்தனை நாளாகும். 20 கரசேவகர்கள் இடித்தால் எத்தனை நாளாகும்?"
>
> "இயேசுநாதர் இமயமலைக்கு வந்து இந்து சாமியர்களிடம் உபதேசம் பெற்றுதான் பைபிள் எழுதினார்."
>
> "மெக்காவில் பச்சை துணி போட்டு மூடப்பட்டு இருப்பது சிவலிங்கம்தான்."

இவ்வாறு பாஜக, ஆர்.எஸ்.எஸ். நடத்தும் பள்ளிகளில் இடம் பெற்ற பாடத்திட்டங்களை ஆய்வு செய்த பார்வதி மேனன், டி. கே. ராஜலட்சுமி ஆகியோர் ஃபிரண்ட் லைன் ஏட்டில் (Front Line, 20.11.1998) எழுதி இருப்பது இப்போதைய மோடி தலைமையிலான பாஜக அரசுக்கும் பொருந்தும்.

"இத்தகைய கருத்துகளைக் கொண்ட நூல்கள் பள்ளிகளிலும், கல்லூரிகளிலும் பயிற்றுவிக்கப்பட்டால் நம் நாட்டின் எதிர்காலம் சீர்குலைந்துவிடும். நாடு பேரழிவைச் சந்திக்க நேரிடும்."

93

12 ஆயிரம் ஆண்டுகளுக்கு முந்தைய இந்தியா!

வரலாற்றைத் திரித்து எழுதுவது என்பது ஆர்.எஸ்.எஸ்., இந்துத்துவவாதிகளுக்குக் கைவந்த கலை. இதைத் தொடக்கக் காலம் முதல் சங் பரிவாரங்கள் செய்து வருகின்றன. இந்தியாவின் ஆட்சிப் பொறுப்பை ஏற்றவுடன், அதுவும் தனிப் பெரும்பான்மை பலம் பெற்று 2014இல் நரேந்திர மோடி தலைமையில் பாஜக ஆட்சி அமைந்ததும், ஆர்.எஸ்.எஸ்., தனது திரிபு வேலைகளுக்கு அகரம் எழுதத் தொடங்கிவிட்டது.

2017ஆம் ஆண்டு ஜனவரியில் டெல்லியில் வரலாற்று ஆசிரியர்களின் கூட்டத்தைப் பாஜகவின் மத்திய அமைச்சர் மகேஷ் சர்மா கூட்டினார். இந்தக் கூட்டத்தின் நோக்கம், "இந்திய வரலாற்றைத் திருத்தி எழுதுவது" என்றே அறிவித்தார். ஏனெனில் அவர் தன்னை 'ஆர். எஸ். எஸ்-இன் அர்ப்பணிப்பு மிக்க ஊழியர்' எனப் பெருமையுடன் கூறிக் கொள்பவர்; "ஆர்.எஸ்.எஸ். வழிகாட்டுதலின்படிதான் நாங்கள் செயல்படுகிறோம்," என்று மார்தட்டியவர்.

ஆர்.எஸ்.எஸ். செய்தித் தொடர்பாளர் மோகன் வைத்யா, "இந்திய வரலாற்றின் உண்மையான வண்ணம் காவிதான். இதனை நிலைநாட்ட கலாச்சார மாற்றம் உருவாக்க வேண்டி உள்ளது. இதற்கு இந்திய வரலாற்றைத் திருத்தி எழுதுவது அவசியம்," என்று கூறினார். இதனை வேத வாக்காக எடுத்துக் கொண்டு மோடி அரசு 14 பேர் கொண்ட குழு ஒன்றை கே.என். தீட்சித் என்பவர் தலைமையில் அமைத்தது. இவர் தொல்லியல் துறையின் முன்னாள் தலைவர் ஆவார்.

இந்தக் குழு 'வரலாற்று அறிஞர்கள் குழு' என்று அழைக்கப்பட்டது. இக்குழுவின் தலைவர் கே.என். தீட்சித், 'ராய்ட்டர்ஸ்' என்னும் செய்தி நிறுவனத்திற்கு அளித்த பேட்டியில், "பண்டைய வரலாற்றின் சில அம்சங்களை மாற்றி எழுத அரசுக்கு உதவக் கூடிய அறிக்கை ஒன்றைச் சமர்ப்பிக்குமாறு அரசு என்னைக் கேட்டுக் கொண்டுள்ளது," என்று 'உண்மை'யைக் கூறினார்.

இந்தியாவின் வரலாற்றை மாற்றி எழுதுவதற்கான பரந்து பட்டத் திட்டத்தின் ஒரு பகுதிதான் இந்தக் குழு என்று குழுவை

உருவாக்கிய மத்திய கலாச்சாரத்துறை அமைச்சர் மகேஷ் சர்மா உறுதிப்படுத்தினார்.

14 நபர்களைக் கொண்ட இந்தக் குழுவின் உறுப்பினர்களிடமும், மத்திய அரசின் அமைச்சர்களிடமும் நடத்திய நேர்காணல்கள் இந்து தேசியவாதிகளின் பெரும் குறிக்கோளைப் புலப்படுத்து கின்றன.

இந்தியா இந்துக்களின், இந்துக்களுக்கான நாடு என்ற வடிவத்தைக் கொடுக்க அவர்கள் விரும்புகின்றனர். இந்திய மக்களின் 172 மில்லியன் இஸ்லாமியர்கள் உள்ளிட்ட அத்தனை பேரின் முன்னோர்களும் அடிப்படையில் இந்துக்கள்தான் என்று ஆர்.எஸ்.எஸ். கூறுகிறது. எனவே, அத்தனை பேரும் பாரத மாதா அல்லது இந்திய அன்னை என்ற தத்துவத்தை ஏற்க வேண்டும் என்று கூறுகிறது.

ஆர்.எஸ்.எஸ்.-இன் வரலாற்று ஆராய்ச்சிக் குழுவின் தலைவர் பால் முகுந்து பாண்டே, தான் கலாச்சார அமைச்சர் சர்மாவை அடிக்கடி சந்தித்து வருவதாகக் கூறினார். இந்து புனித நூல்கள் வெறும் கட்டுக்கதைகள் அல்ல; அவை வரலாற்று உண்மைகள் என்பதை நிறுவுவதன் மூலம் இந்தியாவின் கடந்த காலப் பெருமைகளை மீட்டெடுக்க வேண்டும் என்று கூறினார். 'இந்தக் குழுவின் கண்டுபிடிப்புகள் பள்ளிப் பாடங்களிலும், உயர்மட்டக் கல்வி ஆராய்ச்சிகளிலும் இடம் பெற வேண்டும் என தான் எதிர்பார்ப்பதாக' சர்மா கூறினார்.

"12 ஆயிரம் ஆண்டுகளுக்கு முன்பில் இருந்து இந்தியக் கலாச்சாரத்தின் தோற்றம், வளர்ச்சி மற்றும் உலகின் மற்ற கலாச்சாரங்களுடனான அதன் தொடர்பு குறித்த வரலாற்று ஆராய்ச்சிக் குழு" என்று இந்தக் குழு பற்றி அரசு ஆவணங்களில் குறிப்பிடப்பட்டுள்ளது.

மத்திய ஆசியாவிலிருந்து சிலர் வெறும் 3000, 4000 ஆண்டுகளுக்கு முன் இந்தியாவுக்கு வந்து இங்குள்ள மக்களை மாற்றினர் என்று நீண்ட காலமாகப் பள்ளிகளில் போதிக்கப்பட்டு வருகிறது என்றும், ஆனால் இந்தியாவில் முதலில் இருந்தவர்கள் இந்துக்கள் என்பது இந்தியப் பள்ளிகளின் வரலாற்றுப் பாடங்களில் சேர்க்கப்படும் என்றும் சர்மா கூறினார். மத்திய ஆசியாவிலிருந்து 3000, 4000 ஆண்டுகளுக்கு முன்னால் மக்கள் இங்கு வந்து குடியேறினர் என்ற கோட்பாடு பிரிட்டிஷ் ஆட்சிக்காலத்தில் உருவானது.

இந்து தேசியவாதிகளும், பாஜக மூத்தத் தலைவர்களும் இந்தியா மிகப் பெரிய அளவிலான இடப் பெயர்ச்சியால் உருவானது என்ற கருத்தை நிராகரிக்கின்றனர்.

வரலாற்றின் ஆய்வின் நோக்கம்

வரலாற்று அறிஞர்களின் (?) குழுவின் முதல் கூட்டத்தில் அதன் தலைவர் கே.என். தீட்சித் பேசும்போது, "பண்டைய இந்து புனித நூல்களுக்கும் இந்திய நாகரிகம் பல ஆண்டுகளுக்கு முன்பாகவே இருந்ததற்கான சான்றுக்கும் இடையே தொடர்பு ஏற்படுத்துவது முக்கியம். இவ்வாறு செய்வது, இந்து புனித நூல்கள் உண்மையானது; மற்றும் இன்றைய இந்துக்கள் பண்டையகால மக்களின் வம்சா வளியினர் என்று குழு நிறுவ விரும்பும் முடிவுக்கும் உதவிகரமாக இருக்கும்," என்றார்.

இந்து புனித நூல்கள் உண்மையானவை என்று நிறுவ விரும்புவதாகக் கலாச்சார அமைச்சர் மகேஷ் சர்மா ராய்ட்டர்ஸுக்கு அளித்த பேட்டியில் கூறினார். மேலும், "நான் இராமாயணத்தை வழிபடுகிறேன்; அது ஒரு வரலாற்று ஆவணம் என்றே நான் கருதுகிறேன்; அதைப் புனைக் கதை என்று நினைத்தால் அது முற்றிலும் தவறு," என்றார்.

வேதங்களில் குறிப்பிடப்பட்டுள்ள மாய நதியான சரஸ்வதியின் இருப்பைத் தொல் பொருள் ஆராய்ச்சி மூலம் நிரூபிப்பதற்கும் முன்னுரிமை வழங்கப்பட்டுள்ளது என்று கூறிய சர்மா, "வேதங்கள், புராணங்களில் இடம் பெற்றுள்ள நிகழ்ச்சிகள், யுத்த களங்கள் ஆகியவற்றை உண்மையானவை என நிரூபிக்கும் தொல்பொருள் ஆராய்ச்சிக்கான திட்டங்களும் இதில் அடங்கும். பைபிள், குர் ஆனில் இடம் பெற்றுள்ளவை வரலாற்றின் பகுதியாகக் கருதப்படும்போது, இந்து மத நூல்கள் இந்திய வரலாறாக ஏற்றுக் கொள்ளப்படுவதில் என்ன பிரச்சினை?" என்று கேள்வி எழுப்பினார்.

'ராய்ட்டர்ஸ்' நேர்காணலில் வரலாற்று அறிஞர்களின் குழுவில் இடம் பெற்றுள்ள 12 பேரில் 9 பேர், 'பண்டைய இந்திய, வேத, புராண நூல்களில் உள்ள தரவுகளை உண்மை என்பதற்கான சான்றுகளைக் கண்டறியுமாறு அல்லது இந்திய நாகரிகம் பரவலாக அறிந்ததைவிட மிகவும் பழமை வாய்ந்தது என்பதை நிரூபிக்கும் சான்றுகளை நிறுவ வேண்டும்' என்று தங்களிடம் தெரிவிக்கப்பட்டுள்ளதாகக் கூறினார்.

கலாச்சாரத் துறை அமைத்துள்ள குழுவில் புவியியலாளர், தொல்லியலாளர்கள், சமஸ்கிருத அறிஞர்கள் மற்றும் அலுவலர்கள் இடம் பெற்றிருந்தனர்.

'நமது பெருமைமிகு கடந்த காலத்தின் புகழை நிரூபிக்க' கடந்த மூன்று ஆண்டுகளில் நாடு முழுவதிலும் நூற்றுக்கணக்கான கருத்தரங்குகள், பயிலரங்குகளைத் தனது அமைச்சரகம் ஏற்பாடு செய்திருப்பதாகக் கூறிய சர்மா, "நமது மகத்தான கடந்த காலத் தின் வரலாற்றில் உண்மைகளில் கவனம் செலுத்தும் காலம் வந்து விட்டது" என்றார்.

இந்துத்துவவாதிகளின் வரலாற்றுத் திரிபுகளுக்கு எது அடிப்படையானது என்பதை, வரலாற்று ஆய்வாளரும், டெல்லி ஜவஹர்லால் நேரு பல்கலைக் கழகத்தின் பேராசிரியராகவும் இருந்த ரொமிலா தாபர் விளக்கம் அளித்துள்ளார்.

"ஒரு இந்து ராஷ்டிரத்தில் முதன்மை குடிமக்களாக இருப்பதற்கு அந்த தேசத்தின் அடிப்படை மதம் இறக்குமதி செய்யப்பட்ட ஒன்றாக இருக்க முடியாது. இந்த முதன்மைத் தன்மையைப் பெற தேசிய வாதிகள், இந்து மதத்தைப் பின்பற்றுவோர், உள்ளூர் மதத்தைச் சேர்ந்த மூதாதையர்களின் வழி வந்தவர்கள் என்று கூறிக் கொள்வது முகாமையானது." இவர் கூறியதை செயல்படுத்தவே பாஜக அரசு முனைப்பாக இருக்கிறது.

கே. என். தீட்சித் தலைமையில் அமைக்கப்பட்ட குழுவின் அறிக்கை வெளியிடும் முன்பே நரேந்திர மோடியின் முதல் ஆட்சிக் காலம் 2014-19 முடிவடைந்தது. மீண்டும் 2019, மே மாதம் இரண்டாவது முறையாக பாஜக ஆட்சிக்கு வந்ததும், மீண்டும் 'கலாச்சார பூதம்' கிளம்பி விட்டது.

2020, செப்டம்பரில் மீண்டும் ஒரு குழு அமைக்க மோடி அரசு அறிவிப்பு வெளியிட்டது. 12 ஆயிரம் ஆண்டுகளுக்கு முந்தைய இந்தியக் கலாச்சாரத்தின் தொடக்கம் முதல் மற்றும் பரிணாம வளர்ச்சி குறித்து ஆய்வு செய்ய ஒரு குழுவை பாஜக அரசு அமைத்தது. இந்தக் குழுவில் பெண்கள் இல்லை; சிறுபான்மையினர் இல்லை; தலித்துகள் இல்லை; வடகிழக்குப் பிரதிநிதிகள் இல்லை என்று எதிர்ப்புகள் எழுப்பப்பட்டன.

எது இந்தியக் கலாச்சாரம்?

இந்தியக் கலாச்சாரம் பற்றி ஆய்வு செய்யப் போகிறோம் என்று கூறும் பாஜக அரசு, மேற்கண்ட பிரதிநிதிகள் எல்லாம் இல்லாமல் எப்படி இந்தியக் கலாச்சாரத்தை ஆய்வு செய்வது? என்று கேள்விகள் எழுந்தன.

இந்தியாவில் பல்வேறு தேசிய இனங்கள் இருக்கின்றன. ஒவ்வொரு தேசிய இனத்துக்கும் மொழிவழி பண்பாடு, கலாச்சாரம் தனித்துவ அடையாளமாக இருக்கிறது. ஒவ்வொரு மாநில மக்களுக்கும் வேறுபட்ட, மாறுபட்ட பண்பாட்டு விழுமியங்கள் உள்ளன. மொழிவழித் தேசியம் என்றால் 8-ஆவது அட்டவணையில் உள்ள 22 மொழிகளை மட்டுமே எடுத்துக் கொண்டாலும் அவை அனைத்திற்கும் தனித் தனி பண்பாட்டு அடையாளங்கள் இருக்கின்றன.

எட்டாவது அட்டவணையில் அசாமிஸ், வங்காளி, போடோ, தோக்ரி, குஜராத்தி, இந்தி, கன்னடம், காஷ்மீரி, கொங்கணி, மலையாளம், மராத்தி, மணிப்பூரி, மைதிலி, நேபாளி, ஒரியா, பஞ்சாபி, சமஸ்கிருதம், சந்தாலி, சிந்தி, தமிழ், தெலுங்கு, உருது ஆகிய 22 மொழிகள் இருக்கின்றன.

இவற்றில் சமஸ்கிருதத்தைத் தவிர பிற 21 மொழிகளையும் இலட்சக்கணக்கானோர் பேசிக் கொண்டு இருக்கிறார்கள். மொழிவழிப் பண்பாடுகளில் எதை இந்தியப் பண்பாடு என்று பாஜக அரசு ஆராயப் போகிறது?

இது மட்டுமின்றி இந்தியாவில் பல்வேறு மதங்கள் உள்ளன. ஒவ்வொரு மதத்திற்கும் ஒவ்வொரு விதமான பழக்க வழக்கம், கலாச்சாரம் இருக்கிறது. அதில் எதை இந்தியக் கலாச்சாரம் என்பது?

முதலில் இந்தியக் கலாச்சாரம் என்று ஆய்வு செய்யப் போகிறோம் என்று சொல்வதே அபத்தமானது. இல்லாத ஒன்றை எப்படி ஆய்வு செய்ய முடியும்?

இந்தியா என்பது ஒரு நிலப்பரப்பு. அவ்வளவுதான். இந்த நிலப்பரப்புக்குள் பல்வேறு விதமான பண்பாடுகள் உள்ளன. ஒரு பண்பாட்டுக்கும் மற்றொரு பண்பாட்டுக்கும் நிறைய வேறுபாடுகள் இருக்கின்றன. ஆனால், பாஜக அரசின் நோக்கம் ஆர்.எஸ்.எஸ்.-இன் கோட்பாடான ஒரே நாடு; ஒரே மதம்; ஒரே மொழி; ஒரே பண்பாடு என்பதை நிலைநாட்ட வரலாற்றை மாற்றி எழுதுவதுதான்.

இக்குழுவில் இடம் பெற்றிருக்கும் 16 பேரும் இந்துத்துவக் கருத்தாளர்கள்; ஆர்.எஸ்.எஸ்., பட்டறையிலிருந்து வந்தவர்கள். இவர்களில் மூன்று பேர் தொல்பொருள் ஆய்வுத் துறையைச் சேர்ந்தவர்கள்.

1. கே.என். தீட்சித், தலைவர், இந்தியத் தொல்பொருள் ஆய்வு அமைப்பு, புதுடெல்லி.

2. ஆர்.எஸ். பிஷ்ட், முன்னாள் இணைப் பொது இயக்குநர், இந்தியத் தொல் பொருள் ஆய்வு அமைப்பு.

3. பி.ஆர். மணி, பொது இயக்குநர், தேசிய அருங்காட்சியகம், புதுடெல்லி; முன்னாள் கூடுதல் பொது இயக்குநர், இந்தியத் தொல் பொருள் ஆய்வு அமைப்பு.

4. பேராசிரியர் மக்கன்லால், இயக்குநர், டெல்லி பாரம்பரிய மேலாண்மைப் பயிலகம், விவேகானந்தா சர்வதேச அறக் கட்டளை, புதுடெல்லி. புவியியல் துறையைச் சேர்ந்த ஒருவர்.

5. டாக்டர் ஜி.என். ஜீவத்ஸவா, முன்னாள் கூடுதல் இயக்குநர், இந்தியப் புவியியல் ஆய்வு மையம். மொழியியல் துறையைச் சேர்ந்த ஒருவர்.

6. பேராசிரியர் ஆர்.சி. சர்மா, தலைவர், மொழியியல் துறை, டெல்லிப் பல்கலைக் கழகம். மானுடவியலாளர் ஒருவர்

7. பேராசிரியர் கே.கே. மிஸ்ரா, தலைவர், மானுடவியலாளர் துறை, ஹைதராபாத் பல்கலைக் கழகம், இந்திய மானுடவியல் ஆய்வு மையம்.

8, 9. கலாச்சாரத் துறை அமைச்சகத்தில் இருந்தும் இந்தியத் தொல்பொருள் ஆய்வு மையத்திலிருந்தும் தலா ஒரு பிரதிநிதி.

10. பேராசிரியர் அசாத் கௌஷிக், விஞ்ஞானி, சர்வதேச சிந்தனையாளர், கனடா.

சமஸ்கிருத வல்லுநர்கள் மட்டும் ஐவர் இக்குழுவில் சேர்க்கப் பட்டிருந்தனர்.

1. டாக்டர் ரமேஷ்குமார் பாண்டே, துணை வேந்தர், நீலால் பகதூர் சாஸ்திரி ராஷ்ட்ரிய சமஸ்கிருத வித்யாபீடம், புதுடெல்லி.

2. நீதிபதி டாக்டர் முகுந்தகம் சர்மா, வேந்தர், லால்பகதூர் சாஸ்திரி சமஸ்கிருத வித்யாபீடம், டெல்லி மற்றும் உச்ச நீதி மன்ற முன்னாள் நீதிபதி.

3. பேராசிரியர் பி.எஸ். சாஸ்த்ரி, துணை வேந்தர், ராஷ்ட்ரிய சமஸ்கிருத ஷன்ஸ்தன், புதுடெல்லி.

4. டாக்டர் பல்ராம் சுக்லா, சமஸ்கிருதத் துறை, டெல்லிப் பல்கலைக் கழகம்.

5. பேராசிரியர் சந்தோஷ் சர்மா, ஜவஹர்லால் நேரு பல்கலைக் கழகம், டெல்லி.

இந்த ஐந்து பேரில் மத்திய அரசு வெளியிட்ட செய்திக் குறிப்பில் கடைசியாக உள்ள சந்தோஷ் சுக்லாவை வெறும் பேராசிரியர் என்றுதான் குறிப்பிட்டு இருக்கிறார்கள். ஆனால், அவரும் சமஸ்கிருதப் பேராசிரியர் தான். இந்தப் பதினைந்து பேர் அல்லாமல் இன்னொரு முக்கியமான நபரும் இக்குழுவில் 16-ஆவதாகச் சேர்க்கப்பட்டு உள்ளார். அவர் எம்.ஆர். சர்மா, தலைவர், சங்மார்க் உலக பிராமண கூட்டமைப்பு, இந்தியா, புதுடெல்லி. இவரையும் சேர்த்தால் மொத்தமுள்ள 16 பேரில் சமஸ்கிருத மொழிக்கு மட்டுமே 6 பேர்.

மீதமுள்ள 10 பேரில் இருவர் அரசுப் பிரதிநிதிகள். மற்ற 8 பேரில் ஒருவர் வெளிநாட்டவர். மீதமுள்ள 7 பேரில் புவியியல், தொல்பொருள், மானுடவியல் ஆய்வாளர்கள் இருப்பதால் அவர்கள் ஓரளவுக்கு ஆராய்ச்சி செய்ய முடியும் என்று நம்பலாம். ஆனால், அவர்களும் என்ன ஆராய்ச்சியைச் செய்வார்கள்? வரலாற்று ஆய்வாளர் ஒருவர் கூட இல்லாமல் ஆராய்ச்சி முழுமை பெற முடியாது.

12 ஆயிரம் ஆண்டுகளுக்கு முன்பு இந்தியா எப்படி இருந்தது என்று ஆராய்ச்சி செய்தால் என்ன மிஞ்சும்? 12 ஆயிரம் ஆண்டுகளுக்கு முன்பு இப்போதிருக்கும் இந்தியாவே இல்லை; அதில் என்ன இந்தியக் கலாச்சாரம் இருந்திருக்கும்?

என்ன இருந்தால் என்ன? இல்லாவிட்டால் என்ன? அவர்கள் எதை இந்தியக் கலாச்சாரம் என்று சொல்லப் போகிறார்கள் என்று அவர்கள் அமைத்துள்ள சர்மாக்களையும், சாஸ்திரிகளையும், சமஸ்கிருதப் பண்டிதர்களையும் பார்த்தவுடனேயே தெரிந்து விட்டதே! இதற்கு ஏன் இந்த ஆராய்ச்சி எல்லாம்?

'Early Indians' என்ற நூலின் ஆசிரியர் டோனி ஜோசப், "இந்திய அரசு அமைத்திருக்கும் இந்தக் குழுவில் உள்ள ஒருவர் இந்தியாவின் கலாச்சாரம் இலட்சக்கணக்கான ஆண்டுகளுக்கு முந்தையது என்றெல்லாம் சொல்கிறார். நவீன மனிதனின் எலும்புக் கூடுகளைப் பொறுத்தவரை இதுவரை கண்டுபிடிக்கப் பட்டதிலேயே மிகப் பழமையான எலும்புக் கூடே மூன்று இலட்சம் வருடங்கள் பழையது," என்று கருத்து கூறியுள்ளார்.

மேலும், "வரலாற்றுக்கு முந்தைய காலத்தில் நடந்த பல்வேறு மனித இடப் பெயர்வுகளால் தான் நாம் ஒரு தனித்துவமிக்க நாகரிகத்தை உருவாக்கி இருக்கிறோம். சமீபகாலத்தில் மேற்கொள்ளப்பட்ட மரபு அணு ஆய்வுகள் இதனை உறுதி செய்திருக்கின்றன. நம்முடைய நாகரிகத்தை ஒற்றைத் தன்மை உடையதாக மாற்ற முயலும் எந்தவொரு நடவடிக்கையும் இழப்பாகவும், துயரமாகவும் தான் முடியும்," என்று டோனி ஜோசப் கூறி இருக்கிறார்.

94
ஆர்.எஸ்.எஸ். -இன் வரலாற்றுக் கண்ணோட்டம்

பாஜக அரசு 2017இல் அமைத்த வரலாற்று ஆய்வுக்குழு என்ன ஆய்வு மேற்கொண்டது என்றே அறிவிக்கப்படவில்லை. அதற்குள் மோடி அரசின் முதல் ஐந்தாண்டு பதவிக்காலம் முடிவுற்றது. 2019, மே மாதம் நரேந்திர மோடி அரசு இரண்டாம் முறையாக பொறுப்பேற்றது. மீண்டும் செப்டம்பர் 14, 2020இல் ஒரு அறிவிப்பு நாடாளுமன்றத்தில் ஒன்றிய கலாச்சாரத்துறை அமைச்சர் பிரகலாத் படேல் மூலம் வெளியிடப்பட்டது.

'இந்தியக் கலாச்சார' தோற்றுவாய் குறித்து 12 ஆயிரம் ஆண்டுகள் வரை பின்னோக்கிச் சென்று ஆய்வு செய்ய இருப்பதாகவும், அதற்கென தனியாக ஒரு நிபுணர் குழு அமைத்து இருப்பதாகவும் அமைச்சர் படேல் நாடாளுமன்றத்தில் அறிவித்தார்.

இந்தியா என்ற வரையறையுடன் கூடிய ஒரு நிலப்பரப்பு ஒரு நாடாக குறிப்பிடப்படுவது கடந்த 200 - 300 ஆண்டுகளுக்கு உள்ளாகத்தான் என்பதுதான் வரலாறு. அதற்கு முன்னர் அது தனித்தனி நாடுகளாக இருந்தது; இன்றும் பல்வேறு மொழி, இன மற்றும் கலாச்சாரங்களைக் கொண்ட கூட்டமைப்பாகவே இந்தியா இருக்கிறது.

இதில் எதை 'இந்தியக் கலாச்சாரமாக' எடுத்துக் கொண்டு ஆராயப் போகிறது மோடி அரசு?

12 ஆயிரம் ஆண்டுகளுக்குப் பின்னோக்கிச் சென்று இந்தியக் கலாச்சாரத்தை ஆராயப் போகிறார்களாம்;

உலகளவில் மிகவும் பழமை வாய்ந்ததாக தொல்லியல் மற்றும் மானுடவியல் அறிஞர்களால் அங்கீகரிக்கப்பட்ட நாகரிகங்களே அதிகபட்சமாக 5500 ஆண்டுகளுக்குள் இருந்தவையே. ஆனால் 'இந்தியா' என்று அழைக்கப்படும் நிலப்பகுதியில், 12 ஆயிரம் ஆண்டுகளுக்கு முன்னர் - அதாவது நாகரிகங்கள் தோன்றுவதற்கும் முன்னர் - ஒரு கலாச்சாரமோ அல்லது அதற்கான தோற்றுவாயோ இருந்ததாகவும், அதைக் கண்டறியத்தான் ஆய்வுக்குழு அமைத்து இருப்பதாகவும் மோடி அரசு கூறி இருக்கிறது.

12 ஆயிரம் ஆண்டுகளுக்கு முந்தைய நாகரிகங்கள் குறித்த எந்த ஒரு ஆதாரமும் இல்லாத சூழலில், பிரிட்டிஷாரால் 'இந்தியா'

என்று அடையாளப்படுத்தப்பட்ட ஒரு நிலப் பரப்பில் 'ஒற்றை' நாகரிகத்தைத் தேடி ஆய்வு செய்யும் திறமை சங்பரிவாரக் கும்பலுக்கு மட்டும்தான் உண்டு.

சரசுவதி நதி?

மோடி அரசு பொறுப்பேற்றதும், இல்லாத சரசுவதி நதியைக் கண்டுபிடிக்க இந்திய அரசு மற்றும் ராஜஸ்தான், அரியானா மாநில பாஜக அரசுகள் நூற்றுக்கணக்கான கோடிகளைச் செலவழித்தன. கடந்த 2015ஆம் ஆண்டு இந்திய அரசின் பத்மபூஷன் விருது பெற்ற கே.எஸ். வால்தியா, 2016ஆம் ஆண்டு அக்டோபர் மாதத்தில் 'சரசுவதி நதி' குறித்து கருத்து தெரிவித்தார்.

சரசுவதி நதி இருந்ததற்கான சாத்தியக் கூறுகள் இருப்பதாகவும், அந்த நதி சுமார் 4000 கிலோ மீட்டர் தூரத்திற்கு பாய்ந்ததாகவும், அதில் 1000 கிலோ மீட்டர் பாகிஸ்தானில் இருந்ததாகவும், 3000 கிலோ மீட்டர் இந்தியாவில் பாய்ந்ததாகவும் குறிப்பிட்டார்.

'இக்கருத்தை யாராலும் மறுக்க முடியாது' என அப்போதைய நீர் வளத்துறை அமைச்சர் உமாபாரதி தெரிவித்தார். இந்தக் கட்டுக் கதைகளை அறிவியல் பூர்வமாக பல ஆராய்ச்சியாளர்கள் மறுத்துள்ளனர்.

சரசுவதி நதி எனும் வேத கால புராணப் 'பொய்' எப்படி வால்தியா குழுவால் வரலாறாக புனையப்பட்டதோ, அதே போலத்தான் புராணக் குப்பைகளை 12000 ஆண்டுகளுக்கு முந்தைய கலாச்சாரமாக, வரலாறாக மாற்றுவதற்கு ஆர்.எஸ்.எஸ். கும்பல் துடிக்கிறது.

சங்பரிவாரங்கள் நிறுவ விரும்பும் 'வரலாற்றிற்கு' (?) தொல்பொருள் ஆய்வுகளும், ஆதாரங்களும் அவசியம் இல்லை. பாஜக மற்றும் ஆர். எஸ்.எஸ்., சங்பரிவாரக் கும்பல் நிறுவத் துடிக்கும் வரலாறு, 'இந்து - சமஸ்கிருதம் - இந்தியா' என்பதுதான். இதற்கு ஆதாரம் கிடைக்கப் போவது இல்லை. அதனால்தான் தக்காண பீடபூமியைத் தாண்டி யாரும் அந்த ஆய்வுக் குழுவில் இணைக்கப்படவில்லை.

பாஜக அரசு அமைத்திருக்கும் குழுவில் இடம்பெற்று இருந்தவர்கள் பற்றிய விபரங்களை முந்தைய அத்தியாயத்தில் பார்த்தோம்.

வரலாற்று திரிபுகளுக்கு உகந்த வகையில் தேர்வு செய்யப்பட்டு இருக்கும் கலாச்சார ஆய்வுக் குழுவை கலைக்க வேண்டும் என்று பல்வேறு மாநிலங்களைச் சேர்ந்த 32 எம்.பி.க்கள், குடியரசுத் தலைவர் ராம்நாத் கோவிந்துக்கு கடிதம் எழுதி உள்ளனர்.

கலாச்சார ஆய்வின் நோக்கம்?

ஒன்றிய உள்துறை அமைச்சர் அமித்ஷா 17.10.2019 அன்று வாரணாசியில் உள்ள 'பனாரஸ் இந்துப் பல்கலைக் கழகத்தில்' ஐந்தாம் நூற்றாண்டைச் சேர்ந்த ஸ்கந்த குப்தா விக்ரமாதித்ய மன்னனைப் பற்றிய இருநாள் கருத்தரங்கைத் தொடங்கி வைத்துப் பேசினார். அப்போது அமித்ஷா, 'இந்தியாவின் வரலாறு ஒரு இந்தியனின் நோக்கு நிலையில் இருந்து புதிதாக எழுதப்பட வேண்டும். இப்படிப்பட்ட வரலாற்றை எழுதுவதில் வி.டி. சாவர்க்கர் எடுத்துக்காட்டு மனிதராகத் திகழ்கிறார்' என்று குறிப்பிட்டார்.

அந்தக் கருத்தரங்கத்தின் தலைப்பு : 'குப்தவன் ஷக் வீர், ஸ்கந்த குப்த விக்ரமாதித்யா', 'குப்தவன்ஷக் வீர்' என்றால் 'குப்த வம்சத்தின் வீரமிக்க உறுப்பினர்' என்பதாகும்.

அமித்ஷா பேசுகையில், 'ஆங்கிலேய, முஸ்லிம், இடதுசாரி வரலாற்று ஆசிரியர்கள் இதுவரை இந்திய வரலாற்றைத் திரிபுபடுத்தி எழுதி இருப்பதால், இந்திய வரலாற்றை இந்திய மக்களிடையே 'பிரபலப்படுத்தும்' வகையில் எழுத வேண்டும். மகாபாரதக் காலத்திற்குப் பிறகு இந்தியாவில் பொற்காலம் என்பது குப்த மன்னர்களின் ஆட்சியின் கீழ்தான் இருந்தது. இந்தியா இழந்துபோன புகழ் இப்போது மோடியின் ஆட்சியின் கீழ் மீட்டெடுக்கப்பட்டு வருகிறது' என்று குறிப்பிட்டார்.

புராணங்களையும், கட்டுக் கதைகளையும், வரலாறாகவும், அறிவியலாகவும் முன்னிறுத்தி வரும் சங்பரிவாரத்தைச் சேர்ந்த அமித்ஷா இப்படி பேசியிருப்பது வியப்பு இல்லை; குப்தர்களின் காலம் 'பொற்காலம்' என்று அமித்ஷா மட்டுமல்ல; இந்திய விடுதலைக்கு முன்பும் அதற்குப் பின்பும் தொடர்ந்து பள்ளிப்பாடப் புத்தகங்களிலும் குப்த வம்ச அரசாட்சி 'பொற்காலம்' என்றே குறிப்பிடப்பட்டு வருகிறது.

குப்தர்களின் ஆட்சிக் காலத்தில் பல்வேறு கலைகள் ஊக்குவிக்கப் பட்டன. நுண்கலை மரபுகளும் உத்திகளும் உருவாக்கப்பட்டன. உயர்கல்வி நிலையங்கள் திறக்கப்பட்டன. அதுமட்டுமல்ல அவர்களது ஆட்சிக்காலத்தில்தான் மகாபாரதமும் இராமாயணமும் முறைப்படித் தொகுக்கப்பட்டன; புராணங்கள் எழுதப்பட்டன.

இதுகுறித்து இந்திய வரலாற்று அறிஞர் டி.டி. கோசாம்பி, அமெரிக்க வரலாற்று அறிஞர் 'அய்ன்ஸ்லி எம்ப்ரீ' இருவரும் ஆய்வேட்டில் எடுத்துக் காட்டி உள்ளனர்.

அதில், குப்தர்கள் ஆட்சிக் காலத்தில்தான் அரசர்கள் மீது பார்ப்பனர்கள் செலுத்திய செல்வாக்கும், சமுதாயத்தில் அவர்களுக்கு இருந்த மேலாண்மையும் பாதுகாக்கப்பட்டன. மௌரிய வம்ச மன்னர்களின் ஆட்சிக் காலத்தில் பௌத்தம் உயர்த்திப் பிடிக்கப்பட்ட போதிலும், பார்ப்பனர்களின் கருத்து நிலை ஆதிக்கம் சமுதாயத்தில் தொடர்ந்து நீடித்து வந்தன என்று குறிப்பிட்டு உள்ளனர்.

மௌரிய மன்னர்கள் பௌத்த மதத்தை ஆதரித்து வந்ததால் சங்பரிவாரங்கள் குப்த வம்ச அரசைத் தூக்கிப் பிடிக்கின்றன.

வரலாற்றுக் கண்ணோட்டம்

இந்தியாவில், இந்தி பேசும் பகுதிகளில் கூட வரலாறு ஒரே மாதிரியாக இருக்கவில்லை; பல்வேறு நாகரிகங்கள், பல்வேறு காலகட்டங்களில், பல்வேறு ஆட்சிகளின் கீழ் தோற்றுவிக்கப்பட்டன. குப்தர்களின் காலத்துக்கு முன்பே இந்தியாவில் சிந்து சமவெளி நாகரிகம், கீழடி நாகரிகம் போன்ற நகர நாகரிகங்கள் இருந்தன. இவற்றை மறுக்கின்ற முயற்சிதான் அமித்ஷாவின் உரை என்பது தெளிவாகிறது.

இந்தியாவில் உள்ள பல்கலைக் கழகங்கள் நீண்ட காலமாகவே இடது சாரிகள் மற்றும் முஸ்லிம்களின் கண்ணோட்டத்தில் இருந்து எழுதப்பட்ட வரலாற்று நூல்களையே கற்பித்து வந்தன என்றும், அவற்றை முற்றிலுமாக அகற்றிவிட்டு இந்தியாவில் இருந்த இஸ்லாமியர்களின் ஆட்சிகள் அனைத்தும் பிற்போக்கானவை என்று நிலவும் வகையிலும், முஸ்லிம் படையெடுப்பாளர்களையும், ஆட்சியாளர்களையும் எதிர்த்துப் போரிட்ட பிரித்விராஜ் சௌஹான், மகாராணா பிரதாப்சிங் போன்ற மன்னர்களைப் புகழ்ந்தும் வரலாற்று நூல்களை எழுத வேண்டும்.

பண்டைக்கால இந்துக்களின் அறிவையும், விவேகத்தையும் போற்ற வேண்டும் என்றும் சங்பரிவாரங்கள் நீண்டகாலமாகவே கூறி வருகின்றன.

வாஜ்பாய் ஆட்சிக் காலத்திலேயே இப்படிப்பட்ட 'வரலாற்று நூல்கள்' எழுதும்பணி தொடங்கப்பட்டன.

முஸ்லிம் மன்னர்களைப் பற்றிய எதிர்மறையான குறிப்புகளைத் தவிர வேறு ஏதும் வரலாற்று நூல்களில் இடம் பெறக் கூடாது என்ற சங்பரிவாரங்களின் கொள்கையை செயல்படுத்தியது கர்நாடகத்தில் எடியூரப்பா தலைமையிலான பாஜக அரசு.

கர்நாடகத்தில் பாஜக அரசு பொறுப்பு ஏற்றவுடன் பிறப்பித்த முதல் ஆணைகளில் ஒன்று, திப்புசுல்தானுக்கு எடுக்கப்பட்டு வந்த அரசு விழாவைத் தடை செய்து பிறப்பிக்கப்பட்ட ஆணை; திப்புசுல்தான்

பெயரே கர்நாடக மாநிலத்தில் எங்கும் இருக்கக் கூடாது என்று பாஜக அரசு துடைத்து எறிய முயற்சிக்கிறது.

இராஜஸ்தான் மாநிலத்தில் 10ஆம் வகுப்பு பாடநூலில் 'ஹால்திகாட்' போர்க்களத்தில் மகாராணா பிரதாப் சிங் படைகளும், பேரரசர் அக்பர் படைகளும் மோதிய போரில் ராணா பிரதாப் சிங் வெற்றி பெற்றதாக கூறப்பட்டுள்ளது; உண்மையில் அந்தப் போரில் ராணா பிரதாப் சிங் தோல்வியைத் தழுவினார் என்பதுதான் வரலாறு;

'ஓர் இந்தியனின் நோக்கில் இருந்து' எழுதுவது என்று அமித்ஷா கூறுவது இதைத்தான்.

பனாரஸ் இந்துப் பல்கலைக் கழகத்தில் நடந்த கருத்தரங்கின் தொடக்க உரையில் அமித்ஷா, 'வீர் சாவர்க்கர் மட்டும் இல்லாதிருந்தால் 1857ஆம் ஆண்டுக் கிளர்ச்சி நமது வரலாற்றின் பகுதியாக இருந்திருக்கிறது என்றும், அதை இந்தியாவின் முதல் விடுதலைப் போர் என்று எழுதியவர் அவர்தான் என்றும், அவர் அப்படி எழுதாமல் இருந்திருந்தால் நாம் இன்றும் கூட அதைச் சிப்பாய் கலகம் என்றே வர்ணித்த பிரிட்டீஷ் வரலாற்று ஆசிரியர்களின் கண் கொண்டே பார்த்து வருவோம்' என்றும் கூறினார்.

அமித்ஷாவின் இக்கூற்று உண்மையா? இல்லையா? என்பதற்கு டாக்டர் அம்பேத்கர் கருத்துக்களை மேற்கோள் காட்டி மார்க்சிய பேரறிஞர் எஸ்.வி. ராஜதுரை எழுதியுள்ள பதிலடியைக் காண்போம்.

எஸ்.வி.ஆர். கேட்கிறார், 'வி.டி. சாவர்க்கரைப் போலவே மகாராஷ்டிர மண்ணில் பிறந்த அண்ணல் அம்பேத்கர் எழுதிய 'இந்தியாவில் புரட்சியும் எதிர்ப்புரட்சியும்' என்ற நூல் 'ஓர் இந்தியனின் நோக்கு நிலையில் இருந்து எழுதப்பட்ட வரலாற்று நூல்' என்று சங்பரிவாரமும், அமித்ஷாவும் ஒப்புக் கொள்வார்களா?

95
மூன்று இந்தியர்கள்

இந்துத்துவவாதிகளும் சங்பரிவாரங்களின் சிந்தனையாளர்களும் "நினைவுக்கு எட்டாத காலத்திலிருந்தே இந்தியத் துணைக் கண்டம் இந்து நாடாகவே, 'இந்து ராஷ்டிரமாகவே' இருந்து வந்துள்ளது; முஸ்லிம்களின் படையெடுப்புக்குப் பின்னர்தான் அதன் மாண்பும், புகழும் சீர்குலைந்து வந்தன" என்று வரலாற்றுத் திரிபுவாதங்களை அடுக்கி வருவதற்கு டாக்டர் அம்பேத்கர் தனது 'இந்தியாவில் புரட்சியும் எதிர்ப் புரட்சியும்' என்ற நூலில் பதிலடி தந்திருக்கிறார்.

இஸ்லாமியர்களின் படையெடுப்புக்கு முன் மூன்று இந்தியாக்கள் இருந்ததாக அம்பேத்கர் அந்த நூலில் குறிப்பிடுகிறார்.

1. பார்ப்பன இந்தியா : இது வேதகால இந்தியா. ஆரிய சமுதாயக் காலம். உண்மையில் இது நாகரிகமும் பண்பாடும் முதிர்ந்திராத காலம்.

2. பௌத்த இந்தியா : இது மகதப் பேரரசு, மௌரியப் பேரரசுக் கால இந்தியா. பௌத்தப் புரட்சி உண்டான காலம்; புதிய நாகரிகம் தோன்றி மானுட சமத்துவத்தை உயர்த்திப் பிடித்த காலகட்டம்.

3. இந்து இந்தியா : பார்ப்பனியம் பௌத்த மதத்திற்கு எதிராக எதிர்ப் புரட்சி நடத்திய காலம் இது; புஷ்யமித்ர குப்தப் பேரரசன் வட இந்தியாவில் ஆதிக்கம் செலுத்திய காலம் இது; மனு சாத்திரங்களின் தோற்றம், சாதிய அமைப்பு தன்னை உறுதிப்படுத்திக் கொண்ட நிலை; பெண்களும், சூத்திரர்களும் அடிமைப்படுத்தப்பட்ட நிலை ஆகியவற்றுடன் இந்தக் காலகட்டத்தைத் தொடர்பு படுத்திப் பார்க்க வேண்டும்.

"இந்தியாவுக்கு முஸ்லிம்கள் மட்டும் படையெடுத்து வரவில்லை; இந்து இந்தியாவின் மீது முஸ்லிம்கள் படையெடுத்து வந்தது போல பௌத்த இந்தியா மீது பார்ப்பனர்கள் படையெடுத்து வந்தனர்," என்று அம்பேத்கர் கூறுகிறார்.

மகாபாரதக் காலம்

குப்த வம்ச அரசன் பாலாதித்யனின் ஆட்சிக்காலத்தில்தான் பகவத் கீதை தொகுக்கப்பட்டது என்று டி.டி. கோஸம்பியின் தந்தையும்

பன்மொழி அறிஞருமான தர்மானந்த கோஸம்பி கூறியதை ஏற்றுக் கொள்ளும் அம்பேத்கர், 'மகாபாரதம்' எழுதப்பட்ட காலம் எது என்பதற்குத் திட்டவட்டமான விடை காண்பது இயலாது என்றாலும், தாம் நேரடியாகக் கற்றவை, பேராசிரியர்கள் ஹாப்கின்ஸ், தர்மானந்த கோஸம்பி ஆகியோரின் ஆராய்ச்சி நூல்களிலிருந்து கற்றவை ஆகியவற்றின் துணையோடு பின்வரும் கருத்தைக் கூற முடியும் என்கிறார்.

"மகாபாரதம் கி.பி. 1220 வரை எழுதி முடிக்கப்படவில்லை. மகாபாரதத்தின் பெரும் பகுதியும் எழுதி முடிக்கப்பட்ட பிறகுதான் இராமாயணத்தின் பெரும் பகுதியும் எழுதி முடிக்கப்பட்டிருக்க வேண்டும் என்பதில் ஐயமில்லை."

இந்துக்கள் அனைவருக்குமான 'புனித நூல்' என்று சங் பரிவாரத்தினரால் தூக்கிப் பிடிக்கப்படும் 'பகவத் கீதை'யில் ஒன்றுக்கொன்று துல்லியமாக வேறுபடும் நான்கு தனித் தனிப் பகுதிகள் இருப்பதை எடுத்துக் காட்டுகிறார் அம்பேத்கர்.

அர்ஜுனனுக்குத் தன் ஒன்றுவிட்ட சகோதரர்களுடன் போர் புரிய விருப்பமின்மை இருந்ததையும், போர் புரியுமாறு அவனை கிருஷ்ணன் வற்புறுத்தியதையும், அதற்கு இறுதியில் அர்ஜுனன் இசைந்ததையும் கூறும் வீர காவியப் பாடலாகத்தான் 'மூல கீதை' இருந்தது என்றும், பின்னர் கிருஷ்ணனை ஈஸ்வரனாகச் சித்தரிக்கும் பகுதி 'மூல கீதை'யில் செய்யப்பட்ட முதல் ஒட்டு வேலை அல்லது இடைச்செருகல் என்றும், ஜைனமியின் பூர்வீக மீமாம்சைத் தத்துவத்தில் அடங்கியுள்ள எதிர்ப் புரட்சிக் கருத்துகளுக்குக் கவசமாக விளங்கிடும் வகையில் சாங்கிய, வேதாந்தத் தத்துவக் கருத்துகளை 'மூல கீதை'யில் நுழைத்திருப்பது இரண்டாவது இடைச்செருகல் என்றும் கூறும் அம்பேத்கர், நால்வர்ணக் கோட்பாட்டை வலுவாக ஆதரிப்பதன் மூலம் எதிர்ப் புரட்சி இன்றுவரை அழியாமல் இருப்பதற்கு உத்தரவாதம் தருவதே கீதை என்றும் கூறுகிறார்.

இந்தியரான டாக்டர் அம்பேத்கர், இந்திய நோக்கு நிலையிலிருந்து எழுதிய இக்கருத்தை அமித்ஷா ஏற்றுக் கொள்ள வேண்டும் என்று மார்க்சிய அறிஞர் எஸ்.வி.ஆர். கூறுகிறார்.

அமித்ஷா கொஞ்சம் முயற்சி செய்திருந்தால் 1857ஆம் ஆண்டில் தொடங்கி சுமார் ஓராண்டு காலம் பிரிட்டீஷ் இராணுவத்தையும், பிரிட்டீஷ் ஆட்சியாளர்களையும் மட்டு மின்றி, இந்தியாவிலிருந்த ஆங்கிலேயர்கள் அனைவருக்கும் எதிராக, பிரிட்டீஷ் இந்திய இராணுவத்திலிருந்த இந்தியச் சிப்பாய்கள் நடத்திய கிளர்ச்சியை,

இந்தியாவில் பிரிட்டீஷ் ஆட்சியைத் தூக்கி எறிவதற்கான கிளர்ச்சி, எழுச்சி என்று முதன்முதலில் கூறியவர்கள் இரு ஆங்கிலேயர்களும் இங்கிலாந்தில் அகதியாக வாழ்ந்து வந்த ஒரு ஜெர்மானியரும்தான் என்பதை அறிந்திருப்பார்.

அவர்கள் அதை 'இந்தியாவின் முதல் விடுதலைப் போர்' என்று அழைக்கவில்லை என்பது உண்மைதான்.

1857-ம், மார்க்சும்

மார்க்சும், ஏங்கெல்சும் இந்தக் கிளர்ச்சிகளைப் பற்றி எழுதிய கட்டுரைகளின் தொகுப்பை மாஸ்கோவிலிருந்த பதிப்பகம் (முன்னேற்றப் பதிப்பகம் - *Progress Publishers) 1959*இல் முதன்முதலாக வெளியிட்டபோது அத்தொகுப்புக்குத் தரப்பட்டிருந்த - பெயர்தான் *Marx Engels : First Indian War of Independence - 1857-59* என்னும் 'சிப்பாய் கலகம்' *(Sepoy Mutiny)* என்று ஆங்கிலேய ஆட்சியாளர்களும் ஆங்கில ஏடுகளும் அழைத்து வந்ததற்கு மாறாக 'இந்தியக் கிளர்ச்சி'; 'இந்தியாவில் கிளர்ச்சி'; 'இந்திய எழுச்சி' *(Indian Revolt; Revolt in India; Indian Rebellion)* என்றே அவர்கள் அழைத்தனர்.

அப்படி அழைத்தவர்களில் இன்னொருவர் இங்கிலாந்து தொழிலாளர் இயக்கத் தலைவர்களில் ஒருவராகவும் 'பீப்பிள்ஸ் பேப்பர்' என்ற ஏட்டின் ஆசிரியருமாக இருந்த எர்னஸ்ட் ஜோன்ஸ் என்பவர் ஆவார். அவரும் அவரது ஏட்டில் எழுதி வந்த கார்ல் மார்க்சும் நண்பர்கள்; ஒரே வயதினர்.

'பீப்பிள்ஸ் பேப்பரில்' 1853 மே மாதம் ஜோன்ஸ் அடுத்தடுத்து எழுதிய கட்டுரைகள், இந்தியாவில் நடக்கும் பிரிட்டீஷ் ஆட்சி, அந்த நாட்டு சுதேசி மக்களை நேரடியாகக் கொள்ளை அடிப்பதற்கான சட்ட ரீதியிலான வடிவம் என்று சாடின. இந்தியாவைக் 'கீழ்த்திசை அயர்லாந்து' என்றும், பல பத்தாண்டுகளாக அங்கு நிகழ்ந்து வரும் 'பிரிட்டீஷ் காட்டு மிராண்டித்தனம்' அந்த நாட்டுக்கு முன்னேற்றத்தை அல்ல - கொடிய துன்பத்தையே விளைவித்துள்ளது என்றும் அவர் எழுதினார்.

அதாவது கிழக்கு நாடுகளைப் பற்றிய ஏகாதிபத்தியச் சொல்லாடல்களில் அந்த நாடுகளில் இருப்பதாகச் சொல்லப் படும் 'காட்டுமிராண்டித்தனம்' என்பதைப் பிரிட்டிஷ் ஏகாதி பத்தியத்துக்கு ஏற்றிச் சொல்லும் ஜோன்ஸ், ஓரடி முன் சென்று இந்திய விடுதலையை ஆதரித்து எழுதினார்.

இந்தியாவின் சுதேசிப் போர் வீரர்கள் - சிப்பாய்கள் - பிரிட்டீஷ் ஆட்சியாளர்களுக்கு எதிராகத் திரும்பி தேசிய விடுதலைப்

போராட்டத்தைத் தொடங்க வேண்டும் என்ற விருப்பத்தைத் தெரிவித்தார்.

1853ஆம் ஆண்டில் இன்னொரு கட்டுரையில், பிரிட்டீஷ் தொழிலாளர்கள் மீது நடத்தப்படும் சுரண்டலை இந்திய மக்கள் மீது நடத்தப்படும் காலனிய ஒடுக்குமுறையுடன் இணைத்துப் பார்த்த அவர், இங்கிலாந்தில் வர்க்கப் போராட்டம் நடத்துவதற்கு இந்தியா விடுதலை அடைவது முக்கியமானது என்று கூறினார்.

ஆங்கிலேய மற்றும் பிற மேற்கு வரலாற்று ஆய்வாளர்கள் மானுடவியலாளர்கள், மேலை நாட்டு ஏடுகள் ஆகியவற்றில் இருந்தும் இந்தியா பற்றி பிரிட்டீஷ் நாடாளுமன்றத்தில் நடைபெற்ற விவாதங்களில் இருந்தும்தான் கார்ல் மார்க்சினால் இந்தியா பற்றிய தகவல்களைத் திரட்ட முடிந்தது.

இந்திய நிலவரங்களைப் பற்றி ஓர் இந்திய நோக்கு நிலையிலிருந்து ஆங்கிலத்தில் எழுதக் கூடிய இந்தியர்கள் அன்று யாரும் இருக்கவில்லை. எனினும் கிடைத்த தகவல்களின் அடிப்படையில் 'நியூயார்க் டெய்லி ட்ரிப்யூன்' ஏட்டிற்கு அவர் எழுதிய கட்டுரைகள் பிரிட்டீஷார் நடத்திய சுரண்டலைப் பற்றியவை மட்டுமல்ல; அவரும் ஏங்கெல்சும் சிப்பாய்களின் எழுச்சி பற்றி 1857 செப்டம்பர் 1 முதல் 1858 செப்டம்பர் 18 வரை சுமார் ஓராண்டுக் காலம் தொடர்ச்சியாக எழுதியவை ஆகும்.

அந்த எழுச்சி பற்றி மார்க்ஸ் எழுதினார்: "மனித குல வரலாற்றில் பழி தீர்த்தல் என்பது போன்ற ஏதோ ஒன்று இருக்கிறது; வரலாற்று ரீதியான பழி தீர்ப்பின் விதி ஒன்றின்படி, அந்தப் பழி தீர்ப்புக்கான கருவி துன்புறுத்தப்படுவோர்களால் அல்ல; துன்புறுத்துவோர்களால்தான் வார்த்தெடுக்கப்படுகிறது.

பிரெஞ்சு முடிமன்னர் மீது விழுந்த முதல் அடி உழவர்களிடமிருந்து அல்ல; மேற்குடியினரிடமிருந்தே வந்தது.

இந்தியக் கிளர்ச்சி இரயத்துகளிடம் இருந்து, சித்திரவதை செய்யப் பட்டவர்களிடம் இருந்து, பிரிட்டீஷாரால் அவமானப்படுத்தப்பட்டு நிர்வாணம் ஆக்கப்பட்டவர்களிடம் இருந்து தொடங்கவில்லை; மாறாக பிரிட்டீஷாரின் ஆடை அணிவிக்கப்பட்டு, உணர்வூட்டப்பட்டு, தட்டிக் கொடுக்கப்பட்டு, கொழுக்க வைக்கப்பட்டு, செல்லம் கொடுக்கப்பட்ட சிப்பாய்களிடமிருந்தே தொடங்கியது. இந்தியா நமக்கு ஒரு வலுவான கூட்டாளி," என்று ஏங்கெல்சுக்கு மார்க்ஸ் எழுதினார். அந்த அளவுக்கு அந்த எழுச்சியை வரவேற்றார்.

சிப்பாய் கிளர்ச்சியை 'இந்தியாவின் முதல் விடுதலைப் போர்' என்று 1909இல் எழுதியவர் இந்துத்துவ தத்துவத்தின் பிதாமகன் வி.டி. சாவர்க்கர்தான்.

இதைத்தான் உள்துறை அமைச்சர் அமித்ஷா, வாரணாசி பனாரஸ் இந்துப் பல்கலைக் கழகத்தில் பேசும்போது, "இந்திய வரலாறு, இந்திய நோக்கு நிலையிலிருந்து எழுதப்பட வேண்டும்," என்று குறிப்பிட்டு இருக்கிறார்.

பாடத்திட்டம் திருத்தம்

வரலாற்றை மாற்றி எழுதுவது மட்டும் அல்ல; பாட நூல்களிலும் மாற்றி திருத்தி எழுதுவதில் இந்துத்துவவாதிகள் குறிப்பாக இருக்கின்றனர்.

தீனநாத் பத்ரா என்பவர் ஆர்.எஸ்.எஸ். -இன் முக்கியப் புள்ளிகளில் ஒருவர். வாஜ்பாய் ஆட்சியின்போது பாடநூல்களைத் திருத்துவதில் முக்கிய சதி வேலைகள் செய்தவர் என்பதை முந்தைய அத்தியாயத்தில் பார்த்தோம்.

மோடி ஆட்சியில் பத்ரா மீண்டும் சுறுசுறுப்பாக அந்தப் பணியைச் செய்ய முனைந்தார். பள்ளிக் கல்வியின் அனைத்துப் பாடப் புத்தகங்களிலும் முதல் பாடம் பல்வேறு துறைகளில் இந்தியாவின் பங்களிப்பைக் கூறுவதாக மாற்றி எழுத வேண்டும் என்றார்.

கணிதம், வானியல் ஆய்வு, நீர் மேலாண்மை என பல துறைகளில் இந்தியர்கள் ஆயிரம் ஆண்டுகளுக்கு முன்பே முன்னோடியாக விளங்கியதை மாணவர்களுக்குக் கற்பிக்க வேண்டும் என்று தீனநாத் பத்ரா கூறி இருப்பார் என நாம் தப்புக் கணக்கு போட்டு விடக்கூடாது.

அவரைப் பொறுத்தவரை சீதையை வான் வழியாகக் கடத்திச் செல்ல இராவணன் புஷ்பக விமானத்தைப் பயன்படுத்தியதாக இராமாயணம் கூறும் கற்பனை அறிவியல் உண்மை! இதைக் கூறி, "பார்த்தீர்களா, இந்தியர்கள் வேத காலத்திலேயே ஆகாய விமானத் தொழில்நுட்பத்தை நன்கு அறிந்து இருந்தனர்," என 'நகைச்சுவை' செய்தார்.

அதேபோல, குந்தி கருவுறாமல் குழந்தை பெற்றதாக மகாபாரதக் கற்பனை கூறுவதால் அன்றே இந்தியர்கள் 'ஸ்டெம் செல்' தொழில் நுட்பம் மற்றும் 'டெஸ்ட் டியூப்' பற்றி எல்லாம் அறிந்திருந்தனர் என்றார்.

மேலும் சஞ்சயன் தனது யோக ஞானத்தால் வெகு தொலைவில் நடக்கும் நிகழ்ச்சிகளைப் பார்த்தான் அல்லவா? அவன்தான் தொலைக்காட்சித் தொழில்நுட்பத்தை முதலில் உருவாக்கியவன் என்றார். இன்னும் இதுபோன்ற பல நகைச்சுவை சரவெடிகளைக் கொளுத்திப் போட்டவர் தீனநாத் பத்ரா. வருங்காலத்தைக் கணிக்கும் சோதிடம் கணித அறிவியல் என்கிறார்.

இதைத்தான் பாடப் புத்தகங்களில் சேர்க்க வேண்டும்; அதற்காக என்.சி.ஈ.ஆர்.டி. பாடப் புத்தகங்களை மாற்ற வேண்டும் என்றார். இதற்காக என்.சி.ஈ.ஆர்.டி. பாடத் திட்டங்களில் 70 திருத்தங்களைக் கூறினார்.

அதன்படி லோகமான்ய பாலகங்காதர திலகர், விபின் சந்திரபாலர், அரவிந்தர், பகத்சிங் போன்ற தீரர்கள் தீவிரவாத அரசியலில் ஈடுபடவில்லை; அதேபோல, இந்திய ஆரியர்கள் ஆதி காலத்தில் மாட்டிறைச்சி உண்டார்கள் என்பதெல்லாம் தவறு; இவற்றை எல்லாம் பாடங்களிலிருந்து நீக்க வேண்டும் என்றார்.

ஆரியர்கள் மாட்டிறைச்சி உண்டார்கள் என்பதை வேண்டுமானால் பாடப் புத்தகத்திலிருந்து நீக்கலாம். மூவாயிரத்து ஐந்நூறு ஆண்டுகளுக்கு முன்னரே ரிக் வேதத்தில் இவை பற்றி எழுதப்பட்டுள்ளன. அவற்றை எப்படி நீக்க முடியும்?

குஜராத்தில் இவர் எழுதிய புத்தகங்கள்தான் குழந்தைகளுக்குக் கட்டாயமாக்கப்பட்டு உள்ளன. மேலும், இந்திப் பாடங்களில் பாரசீக மொழியில் எழுதப்பட்ட கவிதைகள் இடம் பெற்றிருப்பதும் அவரை உறுத்தியது போலும். பள்ளி மாணவர்களுக்கான பாடப் புத்தகங்களில் பாரசீக மொழிச் சொற்கள் இடம் பெறவே கூடாது என்றார்.

இதற்காக ஒரு பட்டியலும் தயாரித்தார். அதில் எச்சரிக்கை (கபர்தார்), நண்பன் (தோஸ்த்) போன்ற சொற்களை நீக்கிவிட்டு சமஸ்கிருதச் சொற்களைச் சேர்க்க வேண்டும் என்றார்.

இஸ்லாமியர்கள் இந்தியாவுக்கு வழங்கிய கலாச்சாரமும், உணவும், உடையும், கலைகளும், மொழியும், நிர்வாகமும் கொடைகள். இதனால் உருவான சொல்லாடல்கள் அனைத்து இந்திய மொழிகளிலும் இரண்டறக் கலந்து உள்ளன.

அடித்தட்டு மக்கள் முதல் நிர்வாக இயந்திரம் வரை இச்சொற்கள் பயன்படுத்தப்படுகின்றன. இவற்றை அடுத்த தலைமுறைக்குத் தெரியாமல் மறைத்து விட இந்துத்துவ சக்திகள் முனைகின்றன.

தீனநாத் பத்ராவின் அறிவியல் சிந்தனை (?) பிரதமர் நரேந்திர மோடியையும் பாதித்து உள்ளதால், மும்பையில் பேசும்போது, "மனித உடலுடன் யானைத் தலையை ஒட்டி பிள்ளையாரை உருவாக்கியதால் அன்றே 'பிளாஸ்டிக் சர்ஜரி' பற்றி இந்தியர்கள் அறிந்திருந்தனர்," என்றார்.

சமுதாயத்தின் அன்றாட வாழ்க்கையில் பிற மதங்கள் மீது வெறுப்பை விதைத்து வந்து இந்துத்துவா சக்திகள் கல்வியிலும் அதைத் திணிக்க முயல்கின்றன.

பாட நூல்களில் பிரபல ஓவியர் எம்.எஃப். உசேன், கவிஞர் அவ்தார் சிங் பாஷ் பெயர்கள் இடம் பெறக் கூடாது என்று பத்ரா கூறுகிறார். வர்க்கப் போராட்டம், தீண்டாமை, சமூகத்தில் நிலவும் ஏற்றத் தாழ்வுகள் குறித்த படைப்புகளை இவர்கள் உருவாக்கியதால், அவர்களைப் பற்றிய பாடங்கள் இடம் பெறக் கூடாது என்றார்.

இதன் நீட்சியாக விடுதலை வரலாற்றில் மகாத்மா காந்தி, பண்டித ஜவஹர்லால் நேரு போன்றோரையும் இருட்டடிப்பு செய்யும் முயற்சியிலும் பாஜக அரசு இறங்கி உள்ளது.

96
கீழடி அகழாய்வு: அஞ்சும் சனாதனக் கூட்டம்

வரலாற்றைத் திரிப்பதும், உண்மை வரலாறுகளை மறுப்பதும், மறைப்பதும் இந்துத்துவ கூட்டத்தின் வழக்கம் என்பதற்கான சான்றுகளை கடந்த அத்தியாயங்களில் பார்த்தோம். அதே வழியில்தான் தமிழ்நாட்டில் கீழடியில் நடக்கும் அகழாய்வு, தமிழினத்தின் தொன்மை நாகரிகத்தின் தொட்டில் என்பதை மெய்ப்பிப்பதற்கான சான்று ஆதாரங்கள் ஏராளமாக உள்ளன என்பதை உலகிற்கு வெளிச்சம் போட்டுக் காட்டி இருக்கின்றது.

இதனை ஏற்கவோ பொறுத்துக்கொள்ளவோ சனாதனக் கூட்டம் தயாராக இல்லை. அதனால்தான் கீழடியை 'மீண்டும்' மண்ணில் புதைத்துவிடலாம் என்று 'டெல்லி ஆட்சி பீடம்' சதிச் செயல்களை அரங்கேற்றியது. அது பற்றிய விவரங்களைக் காண்போம்.

இந்தியா வேதங்களின் நாடு என்றும், வேதக் கலாச்சாரம்தான் இந்தியக் கலாச்சாரம் என்றும் கூறிக்கொண்டு ஆட்சியில் உள்ள இந்துத்துவ சனாதன கும்பல், ஆரியம் பார்ப்பனியக் கலாச்சாரத்தை திணித்து வருகிறது. ஆனால், ஆரியர்களுக்கு முன்பே, அவர்களை விட சமூக அமைப்பிலும், கலாச்சாரத்திலும், கலை இலக்கியத்திலும் முன்னேறிய இனமாக திராவிட இனம் விளங்கியது என்பது கால்டுவெல் போன்றவர்களின் மொழி ஆய்வுகள் மூலமாகவும், சங்க இலக்கிய ஆய்வுகள் மூலமாகவும், சிந்து சமவெளி அகழ் வாராய்ச்சியின் மூலமாகவும் ஏற்கனவே நிரூபிக்கப்பட்டு உள்ளது.

கீழடி அகழாய்வு

ஆரிய கலாச்சாரத்திற்கு முந்தைய, அதற்குச் சற்றும் தொடர்பே இல்லாத, சங்க இலக்கியங்கள் சுட்டிக் காட்டும் வகையில் அமைந்த ஒரு நவநாகரிக சமூக அமைப்பு தமிழ்நாட்டில் இருந்திருக்கிறது என்பதை உறுதி செய்யும் வரலாற்றுச் சான்றுகள் கீழடி அகழ்வாய்வின் மூலம் தற்போது கிடைத்திருக்கின்றன.

இந்துத்துவ கும்பலின் ஆரிய மோசடிகளுக்கு எதிரான மிக முக்கியமான இந்தக் கண்டுபிடிப்பை இருட்டடிப்புச் செய்து, கீழடி ஆய்வைத் தொடரவிடாமல் முட்டுக் கட்டை போடும் வேலையிலும் பாஜக அரசு இறங்கியது. பாஜக அரசின் இருட்டடிப்பு

இரண்டகத்திற்கு எதிராக தமிழ்நாட்டின் அறிவுத் துறையினர், அரசியல் கட்சிகள், வரலாற்று ஆய்வாளர்கள் எனப் பல்துறையினரும் கண்டனங்கள் எழுப்பிய பிறகு, கீழடி ஆய்வுகள் தொடரும் என்று அறிவித்துத் தற்காலிகமாகப் பின் வாங்கியது இந்துத்துவ மதவெறிக் கும்பல்.

கீழடி அகழாய்வு குறித்து பல உண்மைகளை வெளிச்சத்திற்கு கொண்டு வந்தவர், சாகித்ய அகாதமி விருதுபெற்ற எழுத்தாளரும், தற்போதைய மதுரை மக்களவை உறுப்பினருமான தோழர் சு. வெங்கடேசன். அவர் இந்து தமிழ் திசை ஏட்டிலும் (4.01.2017), தீக்கதிர் (11.1.2017) நாளேட்டிலும் தெரிவித்த கருத்துகளிலிருந்து கீழடி அகழாய்வு விபரங்களைக் காண்போம்.

"மத்திய தொல்லியல் துறையினர் 2013-14ஆம் ஆண்டு களில் வைகை நதிப் படுகையில் உருவான நாகரிகத்தைப் பற்றி ஆய்வு செய்ய ஒரு விரிவான கள ஆய்வை நடத்தினர். வைகை நதி தொடங்கும் இடத்திலிருந்து அது கடலில் கலக்கும் இடம் வரை நதியின் இரண்டு பக்கமும், மூன்று கிலோ மீட்டர் தொலைவு வரை உள்ள அனைத்துக் கிராமங்களையும் அவர்கள் தொல்லியல் ஆய்வுக்கு உட்படுத்தினர். அதில் சுமார் 293 ஊர்கள் தொல்லியல் முக்கியத்துவம் வாய்ந்தவைகளாக அக்குழுவினரால் கண்டறியப்பட்டுள்ளன.

அந்த 293 ஊர்களில், வரலாற்று முக்கியத்துவம் வாய்ந்த தடயங்களும், தொல்லியல் எச்சங்களும் மிக அதிகமாக அடையாளம் காணப்பட்ட ஊர் கீழடி; இது மதுரையில் இருந்து 15 கிலோ மீட்டர் தூரத்தில், சிவகங்கை மாவட்ட எல்லையில் உள்ளது.

சங்ககாலத் தமிழகத்தில் ஒரு நகர நாகரிகம் இருந்ததற்கான தொல்லியல் ஆதாரங்கள் எதுவும் இதுவரைக் கண்டறியப்படவில்லை; முதன் முறையாக ஒரு நகர நாகரிகம் இருந்ததற்கான முழுமையான அடையாளங்கள் கீழடியில்தான் கண்டறியப்பட்டுள்ளன.

சுமார் 2000 ஆண்டுகளுக்கு முற்பட்ட, வளர்ச்சி பெற்ற முழுமையான ஒரு நகரம் இப்போது கீழடியில் கண்டறியப் பட்டுள்ளது. இக்கண்டுபிடிப்பு தமிழக வரலாற்றை, வரலாற்றுக் காலத்தை புதிய மறு ஆய்வுக்கு உட்படுத்துகிறது. அதுமட்டுமல்ல, தமிழகத்தின் இலக்கியத்துக்கும் வரலாற்றிற்கும் அறிவியல் பூர்வமான ஒளி பாய்ச்சும் இடமாக கீழடி இருக்கிறது.

இந்தியாவின் புகழ்பெற்ற வரலாற்று ஆய்வாளர்கள் பலரும் பழந்தமிழகத்தை ஓர் இனக்குழு சமூகமாகத்தான் வரையறுத்தார்கள்; சிந்துவெளி நாகரிகத்தைப் போல, ஒரு நகர நாகரிகம் இங்கு இல்லை என்பது அவர்கள் கருத்தின் அடிப்படை; இலக்கிய வர்ணனைகளை

மட்டும் வரலாற்று ஆதாரமாக எடுத்துக் கொள்ள முடியாது; எனவே இலக்கியத்தைக் கடந்த ஆதாரங்கள் கண்டறியப்படாத நிலையில் அவர்களது கருத்துக்கு உயிர் இருந்தது;

ஆனால், இன்று கீழடியில் கண்டறியப்பட்டு இருக்கும் தரவுகள் அந்தக் கருத்தியலைத் தகர்த்து இருக்கின்றன. சங்க காலத்தில் நகர நாகரிகம் செழிப்புற்று இருந்ததை மெய்ப்பிக்கின்றன.

ரொமிலா தாப்பர் கருத்து

நான்கு ஆண்டுகளுக்கு ஒருமுறை நடக்கும் இந்திய வரலாற்றுப் பேரவையின் (ICHR) மாநாடு 2016, டிசம்பர் 29, 30 தேதிகளில் திருவனந்தபுரத்தில் நடைபெற்றது. அதில் கீழடி ஆய்வுகள் முன்மொழியப்பட்டன. அந்த அமர்வுக்குத் தலைமை வகித்த வரலாற்று அறிஞர் பேராசிரியர் ரொமிலா தாப்பர், 'தமிழகத்தில் கிடைத்துள்ள மிக முக்கியமான கண்டுபிடிப்புகள் இவை. இவற்றின் மூலம் தமிழக வரலாற்றை மறு ஆய்வுக்கு உட்படுத்த வேண்டிய கட்டாயத்தில் நாம் இருக்கிறோம்' என்று கூறினார்.

சிவகங்கை மாவட்டம், திருப்புவனத்திற்கு அருகில் உள்ள கீழடியில் மத்திய தொல்லியல் துறை 2015-2016 இரண்டு ஆண்டுகளில் இரண்டு பிரிவுகளாக அகழாய்வை நடத்தியது.

வைகை ஆற்று நாகரிகம் என ஆய்வாளர்களால் அழைக்கப்படும் கீழடி பள்ளிச் சந்தைத் திடலில் காணப்படும் தொல்லியல் மேடு 110 ஏக்கர் பரப்பளவு கொண்டது. இதில் முதலில் வெறும் 50 சென்ட் நிலப்பரப்பில் மட்டுமே நடந்த அகழாய்வு மூலம் சுமார் கி. மு. 1000இல் தென்னகத்தில் வாழ்ந்த மக்களின் வாழ்க்கை முறை, பண்பாட்டுச் சுவடுகள் போன்றவற்றை நிரூபிப்பதற்கான சான்றுகள் கிடைத்துள்ளன.

கீழடியில் கிடைத்துள்ள தரவுகள் அனைத்தும், வெறும் 50 சென்ட் நிலத்தில் முதன் முதலாக நடத்தப்பட்ட அகழாய்வில் கிடைத்தவை; மொத்தமாக உள்ள 110 ஏக்கர் நிலத்திலும் அகழாய்வு செய்தால், அது தமிழக வரலாற்றை மீள் ஆய்வு செய்யக் கூடியதாக அமையும்.

கீழடி தரவுகள்

வேத காலத்திற்கு இந்தியாவை அழைத்துச் செல்லத் துடிக்கின்ற ஆரிய பார்ப்பனிய இந்துத்துவக் கூட்டத்திற்கு 'கிலியை' உருவாக்கும் வகையில் கீழடி அகழாய்வில் அப்படி என்னதான் கிடைத்தது?

மேம்பட்ட நகர நாகரிகம் இருந்ததற்கான தரவுகள் கீழடியில் கிடைத்து இருக்கின்றன. வரிசை வரிசையாகக் கால்வாய்கள்; அதன்

முகப்பிலே பெரும் தொட்டிகள்; தொட்டிக்குள் தண்ணீர் உள் செல்லவும் வெளிவருவதற்குமான அமைப்புகள்; கால்வாய் தடத்தை ஒட்டிச் சிறியதும் பெரியதுமான ஆறு உலைகள்; கால்வாயின் ஆரம்பப் பகுதியில் வட்டக்கிணறுகள்; மூடிய வடிகால்கள், திறந்த வடிகால்கள், சுடுமண் குழாய்களினால் ஆன வடிகால்கள் என மூன்று விதமான வடிகால் அமைப்புகள் இருந்ததை உறுதி செய்யும் சான்றுகள், தென்னிந்தியாவில் முதன் முறையாகக் கீழடியில்தான் கிடைத்து இருக்கிறது.

பத்திற்கும் மேற்பட்ட வீடுகள் அல்லது கட்டிடங்கள் சுட்ட செங்கற்களால் கட்டப்பட்டு, அதன் மேற்கூரைகள் ஓடுகளால் வேயப்பட்டு இருந்திருக்கலாம் எனவும், வீடுகளின் அருகே பட்டினப்பாலையில் குறிப்பிடப்படும் சுடுமண் உறை கேணிகளும் இருந்திருக்கலாம் எனவும் இங்கு கிடைத்துள்ள சான்றுகள் மூலம் அறிய முடிகிறது.

மேலும் ஆப்கானிஸ்தானப் பகுதியைச் சேர்ந்த சூது பவளத்தினாலான மணிகளும், ரோமாபுரியைச் சேர்ந்த மட்பாண்டங்களும் வட இந்திய பிராகிருத பெயர்கள் தாங்கிய எழுத்துகளும் கிடைத்துள்ளன. பானை ஓடுகளில் இதுவரை 73 பிராமி எழுத்துகள் கண்டறியப்பட்டுள்ளன. தமிழ் பிராமி எழுத்துகள் பொறிக்கப்பட்ட கருப்பு, சிவப்பு நிறங்களிலான சுமார் 1000 கிலோ கிராம் எடை அளவுக்கு மண் ஓடுகளும் அகழாய்வில் கிடைத்து இருக்கின்றன.

சிந்துசமவெளி நாகரிகத்தில் கூட மட்பாண்டகள் வெளிப்புறத்தில் சுடப்பட்டதைக் குறிக்கும் வகையில், அவற்றின் வெளிப்புறம் கருநிறத்தில் இருந்தன. ஆனால், கீழடியில் கிடைத்த மட்பாண்டங்கள் உட்புறத்தில் இருந்து சுடப்பட்டதைக் குறிக்கும் விதமாக அவற்றின் உட்புறம் கருநிறத்தில் இருக்கிறது.

கீழடியில் வாழ்ந்த சமூகம் தொழில்நுட்பத்திறனில் முன்னேறிய சமூகமாக இருந்திருப்பது இதன் மூலம் தெரிய வந்துள்ளன. கீழடியில் தொழிற்பட்டறைகள் இருந்ததற்கான அடையாளங்களும், நெசவுக்குரிய தக்கையில் தொடங்கி எண்ணற்ற எளிய தொழில்நுட்பக் கருவிகள் கண்டறியப்பட்டுள்ளன.

மேலும் தலை அலங்காரத்திற்கான யானை தந்தத்தினால் ஆன சீப்பு, ஒரு குண்டூசியில் தலையளவே கொண்ட பாசிமணி, அதில் நூலினைக் கோர்த்தெடுக்கும் வகையில் நுண்ணிய துவாரம், யானை தந்தத்திலான தாயக் கட்டைகள், கலை நுணுக்கத்துடன் கூடிய பானை ஓடுகளில் வரையப்பட்டுள்ள ஓவியங்கள், பானை மீது

பூசப்பட்ட கருப்பு வண்ணம், உள்பூச்சில் சிவப்பு வண்ணம் என பார்ப்போரை வியப்பில் ஆழ்த்துகின்றன.

எழுத்தறிவு பெற்ற தமிழ்ச் சமூகம்

கீழடியில் கிடைக்கப்பெற்ற எளிய மக்கள் பயன்படுத்தும் பானை ஓடுகளில் தெளிவான முறையில் தமிழ் எழுத்துக்களால் எழுதப்பட்ட பானைகள் கிடைத்துள்ளன. வேந்தன், முயன், ஆதன், பேரையன், மாடச்சி, சுரமா போன்ற பெயர்களைத் தாங்கிய பானைகள் கிடைத்துள்ளன.

இவை சாமானிய மக்களும் கூட கல்வி அறிவு பெற்றவர்களாக தமிழ் இனத்தில் இருந்ததைக் கீழடி மெய்ப்பிக்கிறது.

கீழடியில் கண்டறியப்பட்ட சுமார் 5800க்கும் மேற்பட்ட பொருட்களில் வணிகம், கலை, தொழில்நுட்பம், எழுத் தறிவு ஆகியவற்றின் சான்றுகளைக் காண முடிகிறது. மொத்தத்தில் ஒரு மேம்பட்ட நாகரிகத்தைக் கொண்ட சமூக அமைப்பாக கீழடி இருந்து உள்ளது.

மனிதகுல வரலாற்றை காவிரி நதிக்கரையில் இருந்துதான் தொடங்க வேண்டும் என்று மனோன்மணியம் சுந்தரனார் உட்பட பல்வேறு காலகட்டத்தில் தமிழ் அறிஞர்கள் பலர் வற்புறுத்தி வந்திருக்கின்றனர்.

இந்தியாவின் வரலாற்றை காவிரிக் கரையில் இருந்துதான் தொடங்க வேண்டுமே தவிர கங்கைச் சமவெளியில் அல்ல என்று பேரறிஞர் அண்ணா குறிப்பிட்டு இருக்கின்றார்.

1970ஆம் ஆண்டில் பூம்புகார் பகுதியில் நடந்த விரிவான ஆய்வுக்குப்பின், தற்போது தான் கீழடியில் 2013இல் அகழாய்வு தொடங்கப்பட்டது. சுமார் 40 ஆண்டுகளுக்கு பிறகுதான் மத்திய அரசின் தொல்லியல்துறை கீழடியில் அகழாய்வுப் பணியை தொடர்ந்தது.

இந்திய தொல்லியல் துறையின் கண்காணிப்பாளர் அமர்நாத் ராமகிருஷ்ணன், கீழடி அகழாய்வு நடத்துவதற்கு பெரு முயற்சி மேற்கொண்டார். இந்தியாவின் பல்வேறு இடங்களில் நடத்தப்பட்ட அகழாய்வு முடிவுகளைவிட கீழடி அகழாய்வு எந்த விதத்தில் மாறுபட்டது என்பதை அமர்நாத் ராமகிருஷ்ணன் ஒரு நேர்காணலில் விளக்கி உள்ளார்.

"இந்தியாவில் இதற்கு முன்பு நடைபெற்ற அகழாய்வு முடிவுகளை எல்லாம் பின்னுக்குத் தள்ளுகிற வகையில், ஒரு தொன்மை வாய்ந்த நகர நாகரிகம், வைகை நதிக்கரையில் இருந்ததற்கான ஆதாரம்

கிடைத்திருக்கிறது. இரண்டு கட்ட ஆய்வுகளில் 5800 பழமை வாய்ந்த பொருட்கள் கிடைத்துள்ளன.

பஞ்சிலிருந்து நூலாக்கும் கருவியான தக்கிளி என்கிற ஊசி கிடைத்திருக்கிறது. இங்கு கிடைத்த பொருட்களை அமெரிக்காவில் உள்ள ஆய்வகத்திற்கு கார்பன் டேட் எனப்படும் கரிம பரிசோதனைக்கு அனுப்பியதால், குறைந்த பட்சம் 2300 ஆண்டுகளுக்கு முற்பட்டப் பொருட்கள் இவை என்பதை முடிவுகள் தெரியவந்தது.

சந்தேகமே இல்லாமல் கீழடி பகுதி சங்க காலத் தமிழர்கள் வாழ்ந்த பகுதிதான் என்பதற்கு தமிழ் எழுத்துக்களைக் கொண்ட பானை ஓடுகள் கிடைத்தன.

வட இந்தியப் பகுதிகளில் கிடைக்கின்ற எழுத்துக்கள் எல்லாமே, அரசனால் வைக்கப்பட்ட கல்வெட்டுக்கள்தான் பெரும்பாலும் கிடைக்கும்.

அசோக மன்னரின் காலத்து கல்வெட்டுக்களும் பெரும்பாலும் மன்னர் நினைத்ததை எழுதி வைத்ததுதான். ஆனால் கீழடியில் சாதாரண மனிதர்கள் பயன்படுத்தும் பானை ஓடுகளில் தன் பெயரை எழுதும் அளவிற்கு சாமானியர்கள் கல்வி அறிவுடன் வாழ்ந்து இருக்கிறார்கள். எனவேதான் ஒரு செல்வச் செழிப்பு உள்ள ஒரு இனம் இப்பகுதியில் வாழ்ந்திருக்கிறது என்பது புலனாகிறது.

அகழாய்வு நடைபெறுகிற இடங்களில் கிடைக்கிற எல்லா பொருட்களையும் சேகரிப்போம்; குறிப்பிட்ட இடத்தில் கிடைக்கும் எரிந்துபோன கரித்துண்டு கிடைக்கிறதா என்று பார்ப்போம். அப்படி கிடைக்கின்ற கரித்துண்டுகளை ஆய்வுகளுக்கு உட்படுத்தினால் அந்த கரித்துண்டு எரிந்துபோன காலத்தின் அளவினை மிகத் துல்லியமாக இன்றைய நவீன கருவிகளின் உதவியுடன் பரிசோதனைக்கு உட்படுத்துவதுதான் 'கார்பன் டேட்' ஆய்வு; ஒரு கரித்துண்டின் வாழ்நாள் காலம் என்பது 5600 ஆண்டுகள் வரையில் கணித்துச் சொல்லலாம்.

கீழடி அகழாய்வில் கிடைத்த தொன்மை வாய்ந்த பொருட் களை வைத்துக் கொண்டு பார்க்கையில் இதன் காலம் என்பது 2300 ஆண்டுகளுக்கு முற்பட்டது. அந்த கால கட்டத்தில் முன்னோர் வழிபாடு, இயற்கை வழிபாடு அதோடு மிகப்பெரும் வீரர்களின் நினைவினைப் போற்றுகின்ற வழிபட்டு முறைகள்தான் இருந்திருக்கிறது.

பக்தியும், மதம் சார்ந்த வழிபாடுகள் எல்லாமே கி.பி. நான்காம் நூற்றாண்டில்தான் தொடங்குகிறது. இது வரையில் உலகத்தில்

பல்வேறு இடங்களில் கிடைத்த அகழாய்வு தகவல்கள் எல்லாமே, ஐந்தாம் நூற்றாண்டிற்குப் பிறகுதான் பக்தியும், வழிபாடுகளும் தோன்றி இருக்கிறது என்பதைத்தான் சொல்கின்றன. எனவே அதற்கு முன் தோன்றிய சங்ககால தமிழர் வாழ்க்கையில் மதம் சார்ந்த வழிபாடுகள் இருக்க வாய்ப்பில்லை."

இவ்வாறு தொல்லியல்துறை கண்காணிப்பாளர் அமர்நாத் ராமகிருஷ்னன் தெளிவுபடுத்தி இருக்கின்றார்.

கீழடி அகழ்வு ஆய்வில் கிடைத்த பொருட்கள் மூலம் அறிவது என்ன? கரிம ஆய்வு முடிவுகள் என்ன கூறுகின்றன. கீழடி அகழ்வு ஆய்வை முடக்க ஆர்.எஸ்.எஸ். சங்பரிவாரங்களும் இந்துத்துவ சக்திகளும் முனைந்தது ஏன்? மத்திய பாஜக அரசு கீழடி ஆய்வை இடையிலே நிறுத்தத் திட்டமிட்டது ஏன்? ஆராய்வோம்;

97
கீழடி தமிழினத்தின் முதல் காலடி

கீழடி அகழாய்வுக்கு எதிராக இந்துத்துவ சனாதனக் கூட்டம் கச்சைக் கட்டிக் கொண்டு நிற்பது ஏன்?

கீழடியில் இதுவரை கிடைத்துள்ள பொருட்களை ஆய்வு செய்யும்போது ஒன்றில் கூட மதம் தொடர்பான அடையாளங்கள் இல்லை என்பது குறிப்பிடத்தக்கதாகும். ஏனெனில் பழந்தமிழர்களின் பண்பாடு, மூத்தோர் வழிபாடு மற்றும் நடுகல் வழிபாடு சார்ந்த பண்பாடு ஆகும். பிற்காலத்தில்தான் மதங்கள் தோன்றி இருக்கின்றன. சங்க இலக்கியங்கள் கூறுகின்ற மதங்கள் தோன்றுவதற்கு முந்தைய நாகரிகத்தின் அடையாளம்தான் கீழடி.

'தமிழ் மொழியை ஒரு சமயச் சார்பற்ற மொழி' என்று மதிப்பீடு செய்த மொழியியல் அறிஞர் கால்டுவெல் கருத்துக்குச் சான்றாகவும், வலு சேர்க்கும் வகையிலும் கீழடி நாகரிகம் இருப்பதை இந்த ஆய்வுகள் உறுதி செய்கின்றன. பெருந் தெய்வங்கள் மற்றும் மதமற்ற சமூகம் இந்தியாவில், அதுவும் தமிழ்நாட்டில் இருந்துள்ளது என்பதை கீழடி ஆய்வு நிறுவி இருக்கிறது.

இந்தியச் சமூகமே வேத - வைதீக மரபுடையது என்று பிதற்றிக் கொண்டு இருக்கும் காவிக் கூட்டத்தால், தமிழர்கள் மதம் சார்ந்தவர்களாக இல்லை என்பதை உறுதிப்படுத்தும் ஆய்வுகளை ஏற்றுக் கொள்ள முடியவில்லை. எனவேதான் கீழடி ஆய்வைத் தொடக்க நிலையிலேயே நிறுத்தி விட காவிக் கூட்டம் முனைந்தது. ஒன்றிய பாஜக அரசு அதற்கான வேலையை முழு மூச்சாகச் செய்தது.

கீழடி ஆய்வை முடக்குவதற்கு முதல் கட்டமாகத் தொல்லியல் துறைக் கண்காணிப்பாளர் அமர்நாத் இராமகிருஷ்ணனைப் பணியிட மாற்றம் செய்தது. ஏனெனில் அவர் தான் வைகை நதிக்கரை நாகரிகத்தின் சுவடுகளைத் தேடிச் சென்று கீழடியில் புதையுண்டுக் கிடக்கும் பழங்காலத் தமிழர்களின் பண்பாட்டு எச்சங்களைப் பாருக்கு வெளிச்சம் போட்டுக் காட்டியவர்.

அமர்நாத் இராமகிருஷ்ணன்

அமர்நாத் இராமகிருஷ்ணன் தமிழர்; பழனியில் பிறந்தவர். அவரது தந்தை கிருஷ்ணமூர்த்தி விலங்கியல் துறைப் பேராசிரியராக

இராமநாதபுரம் அரசுக் கலைக் கல்லூரியில் பணியில் சேர்ந்து, சென்னை மாநிலக் கல்லூரியில் இருந்து பணி நிறைவு பெற்றவர். இவரது தாயார் தினமணி அம்மாள் பழனி ஆண்டவர் கலைக் கல்லூரியில் தமிழ்த்துறைப் பேராசிரியையாகப் பணி புரிந்தவர்.

அமர்நாத் இராமகிருஷ்ணன் மேல்நிலைக் கல்வி வரையில் பழனியில்தான் படித்தார். இவரும் இவரது இரு சகோதரர்களும் அரசுப் பள்ளியில் தமிழ்வழி கற்றலில்தான் படித்து பட்டம் பெற்றனர். அவரது தாயாரின் தமிழ் ஆர்வம்தான் தமிழ்வழிக் கல்வி பெறுவதற்கு அடித்தளமாக இருந்தது.

மயிலாப்பூர் விவேகானந்தா கல்லூரியில் இளங்கலை வரலாறு பிரிவில் பட்டப்படிப்பை முடித்தவுடன் சென்னைப் பல்கலைக் கழகத்தில் முதுகலைப் பட்டமும், அதன் பின்னர் டெல்லியில் உள்ள இந்திய அரசு தொல்லியல் துறை பயிற்சி நிறுவனத்தில் சேர்ந்து அகழாய்வுப் பிரிவில் பட்டயப் படிப்பினை இரண்டு வருடங்கள் கற்று தேர்ச்சி பெற்றார் அமர்நாத் இராமகிருஷ்ணன்.

இந்த அகழாய்வு பட்டயப் படிப்பில் ஆண்டுதோறும் 15 பேர்தான் பயில முடியும். இந்தியா முழுமைக்கும் சென்று அகழாய்வு நடத்துவதற்கான செயல்முறை கற்றல் தான் இரண்டு வருட பட்டயப் படிப்பு. சுருக்கமாகக் கூறுவது என்றால் குறிப்பிட்ட பகுதிகளில் உள்ள நிலப் பரப்புகளைத் தேர்வு செய்து உடற்கூறு ஆய்வு செய்வது போல் நுணுக்கமான முறையில் நிலத்தைக் கிளறி உண்மைகளை ஆதாரத்துடன் வெளியே கொண்டு வருவதுதான் இந்தப் பட்டயப் படிப்பின் நோக்கமாகும்.

அமர்நாத் இராமகிருஷ்ணன் தனது பயிற்சிக் காலங்களில் புத்தர் அதிசயங்கள் நிகழ்த்தியதாகச் சொல்லப்படுகின்ற நேபாள எல்லையில் இருக்கும் சரவர்த்தி என்னும் இடத்திலும், அரியானாவில் உள்ள ராக்கிகிரி, ஆந்திராவில் உள்ள கொண்டாபூர், செங்கல்பட்டு அருகில் உள்ள பாலூர் போன்ற இடங்களில் எல்லாம் ஆய்வு செய்திருக் கின்றார்.

2013இல் தொல்லியல் துறையின் கண்காணிப்பாளர் என்னும் பதவி உயர்வு பெற்றார். இப்பதவியின் மூலம் அகழாய்வு இடத்தைச் சுயேட்சையாகத் தேர்வு செய்து ஆய்வு நடத்தலாம் என்பது உயர்ந்த பொறுப்பாகும். அமர்நாத் இராமகிருஷ்ணன் தொல்லியல் துறை கண் காணிப்பாளராகப் பதவி உயர்வு பெற்றதும் நடத்திய முதல் ஆய்வே கீழடியில்தான் தொடங்கியது.

வைகை நதியின் பிறப்பிடமான வருசநாட்டுப் பகுதியில் உள்ள வெள்ளிமலை தொடங்கி வைகை நதி நிறைவு பெறும் பகுதியான

அழகன்குளம் வரையிலும் ஆற்றின் இரண்டு பக்கக் கரைகளில் 8 கி. மீ. அகலத்தில், இப் பகுதியில் உள்ள ஒவ்வொரு கிராமத்திற்கும் சென்று தொல்லியல் துறையினர் அமர்நாத் இராமகிருஷ்ணன் மேற் பார்வையில் ஆய்வு நடத்தினர். இதில் 217 கிராமங்கள் மிகவும் தொன்மை வாய்ந்த பகுதிகளாக இருப்பது தெரிய வந்தது. இதில் நூற்றுக்கும் மேற்பட்ட இடங்களில் ஆய்வு நடத்தலாம் என்கிற அளவிற்கு இக்குழுவினரின் ஆய்வு முடிவுகள் தெரிவித்தன.

காலம் காலமாக இருந்த மணல்மேடுகள் நிறைந்த இடத்தில்தான் தொல்லியல் துறையினர் அகழாய்வினைத் தொடங்குவர். அதன்படியே கீழடிப் பள்ளிச் சந்தையில் அகழாய்வுப் பணிகள் தொடங்கப்பட்டு, இந்தியாவில் இதற்கு முன்பு நடைபெற்ற அகழாய்வு முடிவுகளை எல்லாம் பின்னுக்குத் தள்ளுகின்ற வகையில், ஒரு தொன்மை வாய்ந்த நகர நாகரிகம், வைகை நதிக் கரையில் இருந்ததற்கான ஆதாரங்கள் அடுக்கடுக்காக கிடைத்திருக்கின்றன. இரண்டு கட்ட ஆய்வுகளில் சுமார் 5800 பழமை வாய்ந்த பொருட்கள் கிடைத்திருக்கின்றன.

பணியிட மாற்றம்

இந்தியாவில் தமிழர்களின் தொன்மையான நகர நாகரிகம் 2500 ஆண்டுகளுக்கு முன்பே செழித்தோங்கி இருந்தது என்பதை கீழடி அகழாய்வு மெய்ப்பித்தவுடன், வேதகாலத்தைத் தலையில் வைத்துக் கொண்டாடும் சங் பரிவாரங்களுக்குத் தலையில் நெருப்பைக் கொட்டியது போல் இருந்தது. உடனே தடை எனும் பாணத்தை ஏவினால் குட்டு வெளிப்பட்டு விடும் என்பதால், இரண்டு கட்ட ஆய்வுகளை முடித்து மூன்றாம் கட்ட ஆய்வுக்குத் தயாரான நிலையில் அமர்நாத் இராமகிருஷ்ணன் அஸ்ஸாம் மாநிலத்திற்குப் பணி இட மாற்றம் செய்யப் பட்டார். கீழடி அகழாய்வுக்கான தொல்லியல் துறைக் கண்காணிப்பாளராக 'பி.எஸ். ஸ்ரீராமன்' என்பவர் நியமிக்கப்பட்டார்.

இரண்டாம் கட்ட அகழாய்வு முடிந்தவுடன் அமர்நாத் இராமகிருஷ்ணன் வெளியிட்ட அறிக்கையில், கீழடியின் காலகட்டம் கி.மு. 4ஆம் நூற்றாண்டுக்கும் கி.மு. 2ஆம் நூற்றாண்டுக்கும் இடைப்பட்டது என்று தெரிவித்தார். வேதகால நாகரிகமாகச் சொல்லப்படும் கங்கைச் சமவெளி நாகரிகத்தின் காலகட்டம் கி.மு. 5ஆம் நூற்றாண்டு ஆகும்.

இந்தியத் துணைக் கண்டத்துக்கே நாகரிகம் வழங்கியதாகச் சொல்லப்பட்ட நாகரிகத்தின் காலத்துக்கும் முந்தைய நாகரிகம் 1924இல் சிந்துவெளியில் கண்டுபிடிக்கப்பட்டிருந்த நிலையில்,

கங்கைச் சமவெளி காலத்தையே எட்டும் நாகரிகம் கீழடியில் இருந்தது.

கீழடி ஆய்வின் மூலம் வேதகால நாகரிகம் பற்றிய புரட்டுக்களை அமர்நாத் கிருஷ்ணன் முனைந்து மேற்கொண்ட அகழாய்வின் மூலம் தகர்த்து விட்டார். அவரைப் பணியிட மாற்றம் செய்து அஸ்ஸாம் மாநிலத்திற்குத் தூக்கி அடித்தது பாஜக அரசு.

மோடி அரசின் நோக்கம்

அமர்நாத் இராமகிருஷ்ணனின் பணியிட மாற்றத்துக்கு எதிராக மதுரை உயர் நீதிமன்றத்தில் வழக்கு தொடுக்கப் பட்டது. "கீழடி அகழாய்வு என்பது வரலாற்றின் ஒரு பகுதி. கீழடி அகழாய்வு சிறப்பாக நடத்த வேண்டும். நல்ல அதிகாரி இருக்க வேண்டும் என்பதில் நீதிமன்றத்துக்கும் அக்கறை உண்டு. ஏன் அவரே கீழடியில் பணியைத் தொடரக் கூடாது?" என நீதிபதிகள் கேட்டனர்.

அதற்குப் பதிலளித்த ஒன்றிய அரசு, பணியிட மாற்றம் என்பது வழக்கமான நடைமுறைதான் என்று தெரிவித்தது.

ஆனால், பணியிட மாற்றம் மத்திய அரசின் திட்டமிட்ட நடவடிக்கை என்பதை அடுத்தடுத்த நிகழ்வுகள் வெளிப் படுத்தின. அமெரிக்க தமிழ்ச் சங்கங்கள் நடத்திய நிகழ்ச்சி ஒன்றுக்கு அமர்நாத் இராமகிருஷ்ணன் சிறப்பு அழைப்பாளராக அழைக்கப்பட்டார். ஆனால், அவர் அமெரிக்கா செல்ல ஒன்றிய அரசு அனுமதி அளிக்கவில்லை.

மூன்றாம் கட்ட அகழாய்வு மத்தியஅரசு அனுப்பிய பி.எஸ். ஸ்ரீராமன் கண்காணிப்பில் நடந்தது. அகழாய்வை முடித்து விட்டு "குறிப்பிடத் தகுந்த தரவுகள் எதுவும் கண்டுபிடிக்கப்படவில்லை," என்று அறிவித்தார் பி.எஸ். ஸ்ரீராமன்.

மேலும், "சிந்து சமவெளிக்கும் கீழடிக்கும் தொடர்பு எதுவும் இல்லை; அங்கு கண்டெடுக்கப்பட்ட பொருட்களைக் கொண்டு அங்கு வணிகம் இருந்ததாகப் புரிந்து கொள்ள முடியாது," என்று ஊடகங்களிடம் தெரிவித்தார். இந்துத்துவ சனாதனக் கும்பல் நினைத்ததை பி.எஸ். ஸ்ரீராமன் அறிவித்து விட்டார்.

ஆனால், அமர்நாத் இராமகிருஷ்ணன் தனது பணியிட மாற்றம் தவறு என்று மத்திய தீர்ப்பாயத்தில் முறையிட்டார். ஏனெனில் இந்த அகழாய்வுத் துறை இந்தியாவில் 1861ஆம் ஆண்டில் அலெக்சாண்டர் கன்னிங்ஹாம் என்பவரால் தொடங்கப்பட்டது. தொடங்கிய காலம் முதல், இத்துறையில் செப்டம்பர் 2016 வரையில் இடமாற்றம் என்பது கிடையாது. சட்டம்-ஒழுங்கு மற்றும் வருவாய்த்

துறை போன்றவற்றில்தான் கட்டாய இட மாற்றம் குறிப்பிட்ட கால இடைவெளியில் செய்வார்கள். அகழாய்வு போன்ற ஆய்வுத் துறைகளில் இதுபோன்ற இடமாற்றம் கிடையாது. 2016 செப்டம்பரில் மத்திய அரசின் ஒரு சட்டத்திருத்தம் மூலமாகத்தான் இடமாற்றம் என்கிற முறையினை மத்திய அரசு நடைமுறைப் படுத்தி உள்ளது.

ஒரு குறிப்பிட்ட பகுதிக்குள் அகழாய்வு நடைபெறுகின்றது என்றால் அதன் இறுதிகட்ட முடிவுகள் வருகிற வரையில் அகழாய்வின் கண்காணிப்பாளரை இடமாற்றம் செய்ய மாட்டார்கள்.

ஆந்திராவில் நாகார்ஜுன கொண்டா பகுதியில் சுப்ரமணியன் என்பவரும், அதே போல கர்நாடகாவில் உள்ள ஹம்பி பகுதியில் பூனாச்சாரி என்பவரும், இராஜஸ்தானில் உள்ள காளிபங்கன் என்கிற பகுதியில் பி.பி. லால் என்பவரும் 10 ஆண்டுகளாக அந்தப் பகுதிகளில்தான் ஆய்வினை நடத்தினர்.

இதனால்தான் மத்திய தீர்ப்பாயம், அமர்நாத் இராமகிருஷ்ணன் பணியிட மாற்றத்தை இரத்து செய்து உத்திரவிட்டது.

பின்னர் கோவாவுக்கு மாற்றப்பட்ட அமர்நாத் இராமகிருஷ்ணன் 2021 செப்டம்பரில் மீண்டும் சென்னைக்கு தென்னிந்திய தொல்லியல் கோவில்களின் கண்காணிப்பாளராக நியமிக்கப்பட்டார்.

கீழடிக்குத் தடை

குஜராத் மாநிலத்தில் உள்ள ‘வாட்’ நகரில் (பிரதமர் நரேந்திர மோடியின் சொந்த ஊர்) மத்திய தொல்லியல் துறையின்கீழ் 2017ஆம் ஆண்டுக்கான அகழாய்வுப் பணிகளின் தொடக்க விழா நடந்தது. நவம்பர் 10ஆம் தேதி நடந்த இந்த விழாவில் குஜராத் மாநில முதல்வரும் மத்திய கலாச்சாரத் துறை அமைச்சரும் பங்கேற்றனர்.

இதேபோன்று 2016இல் இராஜஸ்தான் மாநிலத்தில் ‘ஜீர்’ என்னுமிடத்தில் அகழாய்வு தொடங்கி நடத்தப்பட்டது. 2017 ஜனவரி 1ஆம் தேதி மீண்டும் அகழாய்வுப் பணிகள் விழா நடத்தி தொடங்கப்பட்டன. பீகாரில் உள்ள ‘உரைன்’ என்ற இடத்தில் அகழாய்வுப் பணி 2017, டிசம்பரில் தொடங்கப்பட்டு விட்டது.

ஆனால், 2014இல் தொடங்கி இரண்டு ஆண்டுகள் நடந்த கீழடி அகழாய்வுப் பணிகள் 2017இல் தொடர்வதற்கு மத்திய தொல்லியல் துறை அனுமதி மறுத்து உள்ளது.

கீழடியோடு அகழாய்வுப் பணிகள் தொடங்கப்பட்ட வட இந்தியப் பகுதிகளைச் சேர்ந்த பிற இடங்களுக்கு அனுமதி வழங்கி விட்டு

தென்னிந்தியாவில் அகழாய்வு நடந்த ஒரே இடத்துக்கும் அனுமதி மறுக்கப்பட்டது எதனால்?

புதியதாகவும் அதிக எண்ணிக்கையிலும் தொல்லியல் பொருட்கள் கிடைத்திருப்பது கீழடியில்தான். அதன் தொடர்ச்சியாக அகழாய்வை விரிவுபடுத்தும் முன்னுரிமை கீழடிக்குத்தான் வழங்கப்பட்டிருக்க வேண்டும். ஆனால், எந்தக் காரணத்தையும் வெளிப்படையாகக் கூறாமல் கிடப்பில் போடும் 'திருப்பணி'யைச் செய்தது மத்திய தொல்லியல் துறை.

குஜராத்தில் உள்ள தொழவீராவில் 13 ஆண்டுகள் அகழாய்வு நடந்தது. ஆந்திராவில் உள்ள நாகார்ஜுன கொண்டாவில் 10 ஆண்டுகள் அகழாய்வுப் பணிகள் தொடர்ந்தன. அகிசித்ராவில் 6 ஆண்டுகளும், குஜராத்தில் உள்ள லோத்தலில் 5 ஆண்டுகளும் அகழாய்வுகள் நடத்தப்பட்டன. ஆனால், கீழடி ஆராய்ச்சியை மட்டும் இரண்டே ஆண்டுகளில் முடிவுக்குக் கொண்டு வர முனைந்ததன் பின்னணி என்ன?

இங்குதான் ஆர்.எஸ்.எஸ்., சங்பரிவாரங்களின் 'கை வேலை' தொடங்கியது.

கீழடியில் உள்ள தொல்லியல் மேடு 110 ஏக்கர். இதில் முதல் இரண்டு ஆண்டுகளில் நடந்த அகழாய்வின் பரப்பளவு வெறும் 50 செண்ட் மட்டும்தான். அதாவது ஒரு விழுக்காடு நிலப்பரப்பு கூட ஆய்வுக்கு உட்படுத்தப்படவில்லை. அதற்குள் ஆய்வை நிறுத்தியது பாஜக அரசு.

கரிமப் பகுப்பாய்வு

அகழாய்வில் கிடைக்கும் கரிம மூலப் பொருட்களின் மாதிரியை வேதிப்பொருள் ஆய்வகங்களுக்கு அனுப்பி "கார்பன்-14 பகுப்பாய்வு" எனும் முறையில் ஆய்வு செய்து, அப்பொருளின் காலத்தை நிர்ணயிக்கின்றனர். அமெரிக்காவின் புளோரிடாவில் உள்ள பீட்டா அனலைசிஸ் ஆய்வு நிறுவனத்திற்கு இவை ஆய்வுக்காக அனுப்பப்படுகின்றன.

அகழாய்வில் கண்டறியப்பட்ட பொருட்களில் எத்தனை பொருட்களின் மூலக்கூறு மாதிரிகளைக் கார்பன்-14 பகுப்பாய்வுக்கு அனுப்ப வேண்டும் என்பதை மத்திய தொல்லியல் துறைதான் முடிவு செய்கிறது.

இராஜஸ்தானில் உள்ள காளிபங்கனில் நடத்தப்பட்ட அகழாய்வில் கிடைத்தவற்றில் 28 பொருட்களின் மாதிரியை ஆய்வுக்கு அனுப்பி வைத்துள்ளது தொல்லியல் துறை.

குஜராத் மாநிலம் தொழவீராவிலிருந்து 20 பொருட்களின் மாதிரிகள் ஆய்வுக்கு அனுப்பப்பட்டன. கிரிசாராவிலிருந்து 15 பொருட்கள் அனுப்பப்பட்டன.

குறைந்தபட்சம் 10 பொருட்களின் மாதிரியையாவது ஆய்வுக்கு அனுப்ப வேண்டும் என்பது தொல்லியலாளர்களின் கருத்து ஆகும். ஆனால், கீழடியில் கண்டறியப்பட்ட மூலப் பொருட்களின் மாதிரியில் இரண்டே இரண்டை மட்டும் தான் கார்பன்-14 பகுப்பாய்வுக்கு அனுப்ப மத்திய அரசின் தொல்லியல் துறை அனுமதி வழங்கி உள்ளது.

இரும்புக் காலம் தொடங்கி, வரலாற்றுக் காலம் வரை தொடர்ச்சியான ஆதாரங்கள் கிடைக்கும் இடம் கீழடி. எனவே இந்த ஆதாரங்களை அறிவியல்பூர்வமாக நிறுவுவதற்கு கரிமப் பகுப்பாய்வு மிக முக்கிய மானது ஆகும்.

ஒன்றிய பாஜக அரசின் தடைகள் தகர்க்கப்பட்டு கீழடி அகழாய்வு அடுத்தடுத்த காலகட்டத்தில் தொடர்ந்து நடத்தப்பட்டு, தமிழரின் தொன்மை வரலாறு கீழடி சான்றுகள் மூலம் மெய்ப்பிக்கப்பட்டு இருக்கிறது. கீழடி தமிழினத்தின் முதல் காலடி என்பதும் நிலைநிறுத்தப்பட்டது.

98

அறிவியலும் ஆர்.எஸ்.எஸ். இயக்கமும்

ஜனவரி - 25, 2019 அன்று சென்னை பெரியார் திடல், அன்னை மணியம்மையார் அரங்கத்தில் பொதுக்கல்விக்கான ஒருங்கிணைப்புக் குழு (CCCE) சார்பில், 'புராணக் குப்பைகள் அறிவியல் ஆகுமா? உயர்சாதி இடஒதுக்கீடு சமூக நீதியா?' என்ற தலைப்பில் கருத்தரங்கம் நடந்தது.

இதில் பங்கேற்று, 'இந்திய அறிவியல் மாநாட்டில் போலி அறிவியல்' என்ற தலைப்பில், தமிழ்நாடு அறிவியல் இயக்கத்தைச் சேர்ந்தவரும், சென்னை விவேகானந்தா கல்லூரியின் மேனாள் இயற்பியல் துறைத் தலைவருமான பேராசிரியர் முருகன் உரையாற்றினார். தேசிய அறிவியல் பேராயம் (National Science congress) தற்போது ஆர்.எஸ்.எஸ். சங் பரிவாரங்களின் பிடியில் படாதபாடு படுவதை ஆதாரங்களுடன் பேராசிரியர் முருகன் எடுத்துரைத்தார்.

நேஷனல் சயின்ஸ் காங்கிரஸ் சுமார் 100 வருடங்களுக்கு முன்பிருந்து நடைபெற்று வருகிறது. இது 106ஆவது காங்கிரஸ், இந்திய விஞ்ஞானிகளுக்கு நல்ல தளமாக இருந்தது. சிறுவர்களுக்கு அறிவியல் மனப்பான்மையை உருவாக்கும் பொருட்டு சிறுவர்களுக்கான சயின்ஸ் காங்கிரஸ் 25 ஆண்டுகளாக நடத்திக் கொண்டு இருக்கிறார்கள்.

சிறுவர்களையும், பள்ளி ஆசிரியர்களையும் இலக்கு வைத்து இந்த நிகழ்ச்சிக்கு ஏற்பாடு செய்திருக்கிறார்கள். விஞ்ஞானிகளுடன் சந்திப்பு என்ற உரையாடல் நிகழ்வில் பெரும்பாலும் மாணவர்கள் கேள்வி கேட்பார்கள். விஞ்ஞானிகள் அதற்கு பதிலுரைப்பார்கள்; ஜெகதாகிருஷ்ணன், நாகேஸ்வர ராவ் போன்றோர் (விஞ்ஞானிகள் பெயரில் வந்த ஆர்.எஸ்.எஸ். காரர்கள்) ஆளுக்கு ஒரு மணி நேரம் பேசினார்கள். இது 'மீட் த சயின்டிஸ்ட்' நிகழ்ச்சியே அல்ல, அவர்கள் அவர்களுடைய ஆர்.எஸ்.எஸ். சிந்தாந்தத்தைப் பரப்புவதற்கான தளமாக பயன்படுத்தி இருக்கிறார்கள்."

இவ்வாறு குறிப்பிட்டிருந்த பேராசிரியர் முருகன் இந்திய அறிவியல் மாநாட்டில் எவ்வாறு போலி அறிவியலை ஆர்.எஸ்.எஸ். ஊடுருவச் செய்தது என்பதை விளக்கினார். வரலாற்றை மறைப்பதும், திரிப்பதும், இருட்டடிப்புச் செய்வது மட்டுமல்ல, அறிவியலுக்கு

புறம்பானவற்றைப் பரப்புரைச் செய்து, மக்களை மதச் சேற்றில் தள்ளிவிடும் பணியை ஆர்.எஸ்.எஸ். சங்பரிவாரம் செய்து வருகிறது.

ஆர்.எஸ்.எஸ். கும்பலும் அறிவியலும்

ஆர்.எஸ்.எஸ். கும்பலிடம் அறிவியல் படும்பாட்டை பட்டியலிட்டுக் கொண்டே போகலாம். அவற்றுள் சிலவற்றை மட்டும் பார்ப்போம். ஒவ்வொரு மேற்கத்திய அறிவியல் கண்டுபிடிப்புகளும் ஏற்கனவே வேதங்களிலோ அல்லது மகாபாரதத்திலோ இருப்பதாக வலியுறுத்தும் தலைவர்கள் பாஜகவின் முக்கியமானவர்களாக வலம் வருகிறார்கள். இவர்களை இரு பிரிவினராகப் பிரிக்கலாம்.

முதல் வகையினர், காரண - காரியங்களை பரவவிடாமல் தடுப்பவர் களையும் அனைத்து அறிவியலையும் கைவிடுபவர்களையும் இருக்கின்றனர் அல்லது அனைத்து அறிவியல் கண்டுபிடிப்புகளும், அறிவும் ஏற்கனவே மகாபாரதத்திலும், வேதங்களிலும் அல்லது பண்டைய இந்தியாவில் அறியப்பட்டவை, நடைமுறைப்படுத்தப்பட்டவை என்று கூறுவார்கள்.

இரண்டாவது வகையினர், தொடர்ந்து பசுக்களையும், அவற்றின் சிறுநீரையும், சாணியையும் வியந்து புகழ்ந்து கொண்டு இருப்பவர்கள். இவர்களைப் பற்றி டெலிகிராப் இந்தியா (Telegraph India.com) 2020இல் ஒரு பட்டியலை வெளியிட்டிருந்தது.

ஜக்தீப் தன்கர் (மேற்கு வங்க ஆளுநர்)

இவர் ஜனவரி 14, 2020 அன்று 45ஆவது கிழக்கு இந்திய அறிவியல் கண்காட்சியில், ‘இராமாயண காலத்தில் பறக்கும் இயந்திரங்கள் இருந்ததாகவும், அர்ஜுனன் பயன்படுத்திய அம்புகள் அணுசக்தி கொண்டவையாக இருந்தன என்றும் கூறி பார்வையாளர்களை திடுக்கிடச் செய்தார்.

வானூர்திகள் 1910 அல்லது 1911ஆம் ஆண்டில்தான் கண்டுபிடிக்கப் பட்டதாகக் கூறப்படுகிறது. நாம் நமது இலக்கியங்களுள் நுழைந்தால் இராமாயாணத்திலேயே நாம் விமானங்களைக் காணலாம். மகாபாரதத்தில் அர்ஜுனன் பயன்படுத்திய அம்புகள் அணுசக்தி கொண்டவையாக இருந்தன.”

பிப்லப் குமார் தேப் (திரிபுரா முதல்வர்)

2018ஆம் ஆண்டு மார்ச் மாதம் மகா பாரதத்தைப் பற்றி பேசிய திரிபுரா முதல்வர், “பாரதப் போர் நடந்தபோது அங்கு நடப்பவை அனைத்தும் உடனுக்குடன் கண் இல்லாத மன்னனான திருதராஷ்டிரனுக்கு தெரிய வந்தது. இது அந்தக் காலத்திலேயே செயற்கைக்கோள்

தொலைதொடர்பும், இணையமும் இருந்ததைக் காட்டுகிறது" என்று கூறியிருந்தார்.

மற்றொரு சமயத்தில் சிவில் (குடிமையியல்)சேவகர்களாவதற்கு இயந்திரப் பொறியாளர் மாணவர்களைவிட சிவில் (கட்டடக் கலை) பொறியாளர் மாணவர்களே பொருத்தமானவர்கள் என்று தனது அறிவின் ஆழத்தை (?) வெளிப்படுத்தினார்.

ஆனந்த்குமார் ஹெக்டே (திறன் மேம்பாட்டுத்துறை முன்னாள் அமைச்சர்)

சமஸ்கிருதத்தின் தீவிர விசிறியான இவர் நாடாளுமன்றத்தில் சமஸ்கிருத மொழியில் தான் உறுதிமொழி ஏற்றுக்கொண்டவர் என்பது குறிப்பிடத்தக்கது. கடந்த 2018ஆம் ஆண்டு ஜூன் 21 அன்று சமஸ்கிருத மொழியே வருங்காலத்தைய சூப்பர் கம்யூட்டர்களின் மொழியாக இருக்கும் என்ற பார்வைக்கு உலகம் முழுவதும் பல அறிஞர்கள் வந்தடைந்துள்ளனர் என்று கூறி தனது மேதமையை (!) வெளிப்படுத்தினர்.

திரிவேந்திரசிங் ராவத் (உத்தரகாண்ட் முதலமைச்சர்)

கடந்த 2019ஆம் ஆண்டு ஜூலை 27 அன்று உலகிலுள்ள விலங்குகள் சாம்ராஜ்ஜியத்தில், ஆக்சிஜனை உள்ளிழுத்து ஆக்சிஜனையே வெளியே விடும் ஒரே விலங்கினம் பசு மட்டுமே என்று புதிய திருப்பு முனைக் கண்டுபிடிப்பை வெளியிட்டார்.

மேலும் பசுவுக்கு அருகில் வாழ்ந்து வருவது காசநோயைக் குணப்படுத்தும் என்றும் கூறினார். மற்றொரு நிகழ்வில் பேசிய இவர், "கர்ப்பிணிப் பெண்கள் அறுவைச் சிகிச்சை மகப்பேறைத் தடுக்க பகேஷ்வர் மாவட்டத்தில் உள்ள கருட கங்கா-வில் இருந்து வரும் குடிநீரைக் குடிக்க வேண்டும்" என்று 'மருத்துவ' கண்டுபிடிப்பாக பறைசாற்றினார்.

ரஞ்சித் ஸ்ரீவத்சவா (உ.பி. மாநில பாஜக தலைவர்)

பசுக்கள் அனைத்தும் இந்துக்கள் என்றும், அவை இறந்ததும் அவற்றைப் புதைக்கக் கூடாது; புதைத்தல் என்பது முஸ்லிம்களின் பண்பாடு. பசுக்கள் இறந்தால் அதன் உடலை வெந்நிறத் துணிகளால் சுற்றி, இந்து முறைப்படி தீயிட்டு எரிக்க வேண்டும் அல்லது மின் தகன மேடையிலிட்டு எரிக்கப்பட வேண்டும். அதற்காகத் தனியாக மயானங்கள் கட்டப்படும் என்று குறிப்பிட்டார்.

சத்யபால் சிங் (உயர் கல்வி அமைச்சர்)

மும்பையின் முன்னாள் காவல்துறை ஆணையரான சத்யபால் சிங் டார்வின் பரிணாமக் கொள்கையைக் கடந்த 2018, 2019ஆம் ஆண்டுகளில் பலமுறை கையில் எடுத்திருக்கிறார். நாடாளுமன்றத்தில் அவர் பேசுகையில், "நமது கலாச்சாரம் நம்மை ரிஷிகளின் குழந்தைகள் எனக் கூறுகிறது. நான், நாம் குரங்குகளின் குழந்தைகள் என நம்புபவர்களை புண்படுத்த விரும்பவில்லை. ஆனால் நமது கலாச்சாரத்தின்படி நாம் ரிஷிகளின் குழந்தைகள்" என்றார்.

இவரது பேச்சுக்கு நாடாளுமன்றத்தில் திமுக எம்.பி. கனிமொழி பதிலடி கொடுத்தார். தான் ஒரு 'ஹேமோசேப்பியன்' என்று தமது பெற்றோர்கள் 'சூத்திரர்கள்' என்றும் குறிப்பிட்டார்.

ஆனால் நாடாளுமன்றத்தில் சத்யபால் சிங்கின் படையினர் பரிணாமக் கொள்கை பாடப்புத்தகங்களில் இருந்து நீக்கப்பட வேண்டும் என்றனர். அவரது முத்தாய்ப்பான வாதம், குரங்கு மனிதனாக மாறியதற்கு எந்த ஒரு நேரடியான சாட்சியும் இல்லை.

பிரக்யாசிங் தாக்கூர் (போபால் எம்.பி.)

"நான் பசுவின் சிறுநீர், பஞ்ச கவ்யம் மற்றும் ஆயுர்வேத மூலிகைகள் ஆகியவற்றை உட்கொண்டதன் மூலம்தான் புற்று நோயிலிருந்து தானாக குணமடைந்தேன்." ஹர்ஷ்வர்தன் (அறிவியல் மற்றும் தொழில் நுட்பத்துறை அமைச்சர்)

2015 ஜனவரியில் இவர், "அல்ஜிப்ரா மற்றும் பித்தகோரஸ் தேற்றத்தையும் இந்தியாதான் கண்டுபிடித்தது என்றும், பின்னர் பிறர் அதை தங்களது கண்டு பிடிப்பாக அறிவித்துக் கொள்ள தாராளமாக அனுமதித்துவிட்டது என்றும் கூறியிருந்தார்.

நமது அறிவியலாளர்கள் பித்தகோரஸ் தேற்றத்தைக் கண்டுபிடித்தனர். நாம் அந்த பெருமையை கிரேக்கர்களுக்குக் கொடுத்து விட்டோம். அதே போல, அல்ஜிப்ரா கண்டுபிடிப்பின் பெருமையை அரேபியர்களுக்குக் கொடுத்துவிட்டோம்" என்றார்.

2018ஆம் ஆண்டு மார்ச் மாதம், ஸ்டீபன் ஹாக்கிங் இறந்த பின்னர் களத்தில் இறங்கிய ஹர்ஷ்வர்தன் ஐன்ஸ்டீனின் ரிலேட்டிவிட்டி தியரியை விட சக்தி வாய்ந்த அறிவு வேதங்களில் பொதிந்திருக்கும் என்று ஸ்டீபன் ஹாக்கிங் தெரிவித்துள்ளதாகக் கூறி இருந்தார்.

இது குறித்த விவரங்களைத் தருமாறு பத்திரிகை ஊடகவியலாளர்கள் கேட்ட போது, அதைக் கண்டுபிடிப்பது உங்கள் பணி என்று கூசாமல் கூறிவிட்டார். இந்தக் கண்டுபிடிப்பு குறித்து ஹர்ஷ்வர்தன்

உரையாற்றியது இந்திய அறிவியல் மாநாட்டில் என்பதுதான் கொடுமை.

நாகேஷ்வரராவ்

ஆந்திர பல்கலைக் கழகத்தின் முன்னாள் துணை வேந்தரான இவர் இந்திய அறிவியல் மாநாட்டில் பேசும்போது, "மகாபாரதத்தில் நூறு கௌரவர்கள் உருவானது ஸ்டெம் செல் மற்றும் டெஸ்ட் டியூப் தொழில்நுட்பத்தால் தான்" என்றும், 'பகவான் விஷ்ணு ஏவுகணைகளைத் தனது விஷ்ணு சக்கரத்தின் மூலம் வழிநடத்தினார்' என்று குறிப்பிட்டார்.

அறிவியல் கருத்துகளை மறுத்து வேதங்களுடன் இணைத்து அவற்றையே நிலை நாட்டத் துடிக்கும் ஆர்.எஸ்.எஸ்., சங் பரிவாரங்கள் பாடத் திட்டங்களில் இந்துத்துவா கொள்கைகளைத் துணிந்து திணித்து வருகிறது.

கடந்த செப்டம்பரில் கேரளாவில் உள்ள கண்ணூர் பல்கலைக் கழகத்தில் ஆட்சி மற்றும் அரசியல் என்ற முதுகலை பாடத் திட்டத்தில் இந்துத்துவ சிந்தனையாளர்களான சாவர்க்கர், குருஜி கோல்வால்கர், தீனதயாள் உபாத்யாயா, மாதோக் ஆகியோரின் நூல்களைச் சேர்த்துள்ளனர். இதற்கு எதிராக மாணவர்கள் போராட்டம் நடத்தியதைத் தொடர்ந்து அந்த நூல்களை பாடத்திட்டத்தில் இருந்து நீக்குவதாக அறிவித்திருக்கிறது பல்கலைக்கழகம்.

கண்ணூர் பல்கலைக் கழகத்தின் துணை வேந்தரான ரவீந்திரன், இந்திய அரசியல் சிந்தனையின் பல்வேறு போக்குகளைப் பற்றி மாணவர்களிடையே ஒரு விமர்சனப் புரிதலை வளர்ப்பதற்காகத்தான் மூன்றாம் பருவ பாடத்தின் முக்கிய தலைப்பில் இந்துத்துவ தலைவர்களின் எழுத்துக்கள் சேர்க்கப்பட்டுள்ளதாக விளக்கம் அறித்தார்.

இப்பாடத்திட்டம் முதுகலை மாணவர்களுக்கானது; அவர்கள் குழந்தைகள் அல்ல என்றும், ஜவஹர்லால் நேரு பல்கலைக் கழகம், டெல்லி பல்கலைக் கழகம், இந்த நூல்களை தங்கள் பாடத்திட்டத்தில் சேர்த்து உள்ளன. சாவர்க்கர், கோல்வால்கர் போன்றோரின் நூல்களைப் படிக்காவிட்டால் சமகால அரசியலைப் புரிந்துகொள்வது கடினம் என்றும் கூறினார்.

பாடத்திட்டத்தில் மார்க்சின் மூலதனம் நூலைச் சேர்ப்பது பல்கலைக் கழகத்தில் ஆசிரியர்களையும், மாணவர்களையும் மார்க் சிஸ்டுகளாக மாற்றாதது போல, சாவர்க்கர், கோல்வால்கரின் நூல்கள்

'காவிமயமாக்கல்' என்று கூறுவது பொருத்தமற்றது என்கிறார் துணைவேந்தர் ரவீந்திரன்.

பாடத்திட்டத்தில் சாவர்க்கரின் 'யார் இந்து?', 'நாம் அல்லது நமது தேசியம்?' ஆகிய நூல்களும் தீனதயாள் உபாத்யாயாவின் 'ஒன்றிணைந்த மனிதம்' மற்றும் பால்ராஜ் மாதோக்-இன் இந்தியமயமாக்கம் என்ன? ஏன்? மற்றும் எப்படி? எனப் பல்வேறு இந்துத்துவ நூல்கள் சேர்க்கப்பட்டுள்ளன.

பல்கலைக் கழக துணைவேந்தர் ரவீந்திரன் கூறுவதைப் பார்க்கும்போது ஜனநாயகப் பூர்வமானதாகத்தான் தோன்றும். ஆனால் இந்துத்துவ என்பது ஏதோ முதலாளித்துவம், கம்யூனிசம் போன்ற நிகழ்கால எதிர்கால சமூகத்துக்கான அரசியல் பொருளாதாரக் கோட்பாடு அல்ல. அது ஒரு பாசிசக் கோட்பாடு. மக்களின் மனதில் சக மனிதர்கள் மேல் வெறுப்பையும் வன்முறையையும் வளர்க்கும் கோட்பாடு.

இத்தகைய வகுப்புவாதக் கருத்துகள் ஏற்கனவே சமூக எதார்த்தமாக மக்கள் மனதில் பதியச் செய்திருக்கும் நிலையில், பள்ளி - கல்லூரி பாடங்களில் அவற்றைக் கொண்டு வருவது என்பது மோசமான ஒரு புறச் சூழலில் மொத்த சமூகத்தையும் வன்முறை நிறைந்த ஒரு போர்க்களத்தில் கொண்டு போய் நிறுத்தும். இதற்கு 1947ஆம் ஆண்டு இந்திய - பாகிஸ்தான் பிரிவினையின்போது நடந்த வன்முறைகளே சாட்சி.

பாடத்திட்டங்களில் நீக்கம்

பாடத்திட்டங்களில் இந்துத்துவ கருத்துகளை வலிந்து திணிக்கும் பாஜக அரசு, முற்போக்கு, ஜனநாயக சிந்தனைகள், கருத்துகளை பாடத்திட்டங்களிலிருந்து நீக்கம் செய்யவும் துடித்துக் கொண்டிருக் கிறது.

கடந்த ஆகஸ்ட்-26, 2021 அன்று டெல்லிப் பல்கலைக் கழகப் பாடத்திட்டத்திலிருந்து சுகிர்தராணி, பாமா, மகாஸ்வேதா ஆகிய தலித் எழுத்தாளர்களின் படைப்புகள் பல்லைக் கழக மேற்பார்வைக் குழுவிலுள்ள சங் பரிவார கும்பலால் நீக்கப்பட்டுள்ளன. அதற்குப் பதிலாக ஆதிக்க சாதியைச் சேர்ந்த ரமாபாய் மற்றும் சுல்தானின் படைப்புகள் சேர்க்கப்பட்டுள்ளன.

மலம் அள்ளும் தொழிலாளர்களின் வாழ்க்கையைப் பேசும் சுகிர்தராணியின் 'கைம்மாறு' என்ற கவிதையும், ஒரு தலித் பெண்ணின் துயரத்தைச் சித்தரிக்கும் மகாஸ்வேதாவின் 'திரௌபதி' என்ற சிறுகதையும்தான் நீக்கப்பட்ட அந்த படைப்புகள்.

"நாம் எல்லோரும் இந்து" என்று பரப்புரை செய்ய ஆர்.எஸ்.எஸ். காவிக் கும்பலுக்கு பன்னெடுங்காலமாக பார்ப்பன இந்து மதம் தலித்துகளையும் ஆதிவாசிகளையும் கொடுமைக்குள்ளாக்கிய வரலாற்றின் பதிவுகள் அக்கவிதையிலும் சிறுகதையிலும் தொணிப்பது அவர்களை அச்சுறுத்துகிறது. அவர்கள் கட்டி அமைக்க முயலும் 'இந்து' ஒற்றுமைக்கு வேட்டு வைக்கிறது. ஆகவே தான் அதை நீக்கி உள்ளது காவிக்கும்பல்.

இதே போல், கடந்த ஆண்டு மனோன்மணியம் சுந்தரனார் பல்கலைக் கழகப் பாடத்திலிருந்து எழுத்தாளர் அருந்ததி ராயின் 'தோழர்களுடன் ஒரு பயணம்' என்ற நூல் நீக்கப்பட்டது.

ஆர்.எஸ்.எஸ். மாணவர் அமைப்பான ஏ.பி.வி.பி. எதிர்ப்புத் தெரிவித்ததன் காரணமாகவே அருந்ததிராயின் நூல் நீக்கப்பட்டது என்று மனோன்மணியம் சுந்தரனார் பல்கலைக் கழகத் துணைவேந்தர் கூறினார்.

டெல்லியில் பல்கலைக் கழக மேற்பார்வைக் குழுவில் உள்ள தனது 'ஆட்களை' வைத்து ஆர்.எஸ்.எஸ். இதைச் செய்துள்ளது. இவ்வாறு பல்வேறு வகைகளில் பாசிச சித்தாந்தத்திற்கு எதிராக உள்ள அனைத்துப் பாடங்களையும் நீக்கவும், எதிர்காலத்தில் தாங்கள் கட்டியமைக்க முயலும் இந்து ராஷ்டிரத்திற்கு ஏற்ற வகையிலான வரலாற்றை உருவாக்கும் முயற்சியிலும் ஆர்.எஸ்.எஸ்., சங்பரிவாரங்கள் தீவிரமாக இறங்கி உள்ளது.

மத்தியப் பிரதேசத்தின் உயர் கல்வித்துறை அமைச்சர் மோகன் யாதவ், "பொறியியல் மாணவர்கள் இனி இராமர் பாலம் பற்றி படிப்பார்கள்" என்று கூறி இருப்பது எதைக் காட்டுகிறது? ஆர்.எஸ்.எஸ்.-இன் அப்பட்டமான நோக்கத்தையே வெளிப்படுத்துகிறது.

மாப்ளா போராளிகள் பெயர் நீக்கம்

இந்திய விடுதலைப் போராட்டத் தியாகிகளின் அகராதியிலிருந்து (Dictionary of Martyrs: India's Freedom Struggle 1857-1947) மாப்ளா போராளிகள் 387 பேரின் பெயரை நீக்க வேண்டுமென இந்திய வரலாற்று ஆய்வுக் குழுவால் நியமிக்கப்பட்ட மூவர் குழு பரிந்துரைத்துள்ளது. இது அப் போராளிகளின் தியாகத்திற்கு இழைக்கப்பட்ட மிகப்பெரிய அநீதி.

ஆர்.எஸ்.எஸ். சங்பரிவாரங்களின் வரலாற்று அநீதிகளைத் தொடர்ந்து கவனிப்போம்.

99
மறைக்கப்படும் மாப்ளா கிளர்ச்சி

இந்திய விடுதலைப் போராட்ட வரலாற்றிலிருந்து மாப்ளா போராளிகளின் பெயர்களை நீக்குவதற்கு இந்திய வரலாற்று ஆய்வுக் குழுவால் நியமிக்கப்பட்ட மூவர் குழு பரிந்துரை அளித்திருப்பது வரலாற்று அநீதி. ஆர்.எஸ்.எஸ்., இந்துத்துவக் குழுக்களின் கைப்பொம்மையாக இந்திய வரலாற்று ஆய்வு மையம் மாற்றப்பட்டு இருப்பதற்கு இதுவே ஓர் எடுத்துக் காட்டு ஆகும்.

2021 ஆகஸ்ட் 19ஆம் நாள் ஆர்.எஸ்.எஸ்., தலைவர் ராம் மாதவ் என்பவர், 1921ஆம் ஆண்டு நடைபெற்ற மாப்ளா கிளர்ச்சியானது, இந்தியாவில் அறிவிக்கப்பட்ட முதல் 'தாலிபான் சிந்தனை' என்று பேசினார். கேரளாவின் இடதுசாரி அரசு இதை மறைத்து அக்கிளர்ச்சியை கம்யூனிஸ்ட் புரட்சியாக சித்தரிக்க முயல்கின்றது என்றும் பேசினார்.

இதன்பின்னர்தான் இந்திய வரலாற்று ஆய்வு மையம் நியமித்த குழுவின் உறுப்பினர்களில் ஒருவரான சி.ஐ. ஐசக் என்பவர், "மாப்ளாக்களின் நடவடிக்கைகள் ஏறத்தாழ அனைத்துமே மத அடிப் படையிலானவை; அவர்கள் இந்து மதத்தினருக்கு எதிரானவர்கள். அவர்களின் செயல்பாடுகள் மதச் சகிப்பின்மையின் அடிப்படையிலானவை. இரயில் பெட்டி நிகழ்வில் இறந்தவர்களில் பலர் கிலாபத் கொடியேற்றியவர்கள்; கிலாபத் நீதிமன்றம் அமைத்தவர்கள்; கிலாபத் அரசை நிறுவியவர்கள். உயிரிழந்த பல மாப்ளாக்கள், விசாரணைக் கைதிகளாக இருந்தபோது காலரா போன்ற நோய்களாலும் இயற்கையாகவும் இறந்தவர்கள் என்பதால் அவர்களை தியாகிகள் என்று அங்கீகரிக்க முடியாது," என்று கூறுகிறார்.

ஆர்.எஸ்.எஸ்., என்ன செய்ய வேண்டும் என்று உத்தரவிட்டதோ, அதனை வரலாற்று ஆய்வுக் குழு செய்து முடித்திருக்கின்றது.

மாப்ளா கிளர்ச்சி இந்துத்துவ கும்பலின் எரிச்சலுக்கு வழிவகுத்திருப்பது ஏன்? அது பற்றிய வரலாற்றைக் காண்போம்.

ஒரு ஆங்கிலேய வரலாற்று ஆய்வாளர் *(Conrod wood)* மாப்ளா புரட்சி பற்றி ஆய்வு செய்து நூல் வெளியிட்டார். *(The moplah rebellion and it's Genesis)*

இந்நூலின் மொழிபெயர்ப்பை 2007இல் அலைகள் வெளியீட்டகம், 'மாப்ளா கிளர்ச்சியும் அதன் தோற்றுவாயும்' என்று தமிழில் நூலாக வெளியிட்டுள்ளது. அதில் இடம் பெற்றிருக்கும் உண்மை வரலாறு என்ன சொல்கிறது?

மாப்ளா கிளர்ச்சி

இது 1836ஆம் ஆண்டு தொடங்கி, 1921 வரை 85 ஆண்டுகள் நீடித்த கிளர்ச்சியாகும். இறுதியாக 1921 ஆகஸ்ட் மாதத்தில் 22 வட்டாரங்களில் சுமார் 10 இலட்சம் மக்கள் பங்கேற்ற மாபெரும் கிளர்ச்சியால் சுமார் 10 ஆயிரம் பேர் உயிர் நீத்தனர்; கொடிய அந்தமான் சிறையில் மட்டும் மூன்றாயிரம் பேர் கொல்லப்பட்டனர்; 42 பேருக்கு பிரிட்டிஷ் அரசு ஆயுள் தண்டனை விதித்தது. இத்தகைய மாபெரும் வரலாற்று நிகழ்வை இருட்டடிப்புc செய்ய முயல்கிறது பாஜக அரசு.

நூற்றாண்டு கடந்திருக்கின்ற மாப்ளா கிளர்ச்சி என்பது பிரிட்டீஷார் மற்றும் ஜென்மிகள் எனப்படும் இந்து மத உயர்சாதி நிலப்பிரப்புக்கள் என்ற அதிகாரக் கெடுபிடி கூட்டணிக்கு எதிராக மாப்ளா முஸ்லிம்கள் நடத்திய நீண்ட போராட்டமாகும்.

கான்ராட் உட் தன் நூலின் முடிவுரையில் விளக்குகிறார்:

"1921 -22 மாப்ளா கிளர்ச்சி, தெற்கு மலபார் மாப்ளா சமூக மக்களின் வரலாற்றில் ஒரு மிகப்பெரும் திருப்புமுனை எனலாம்.

1792இல் கிழக்கு இந்திய கம்பெனி வடிவில் முதன் முதலில் பிரிட்டீஷ் நிர்வாகம் நிறுவப்பட்ட நாள் தொடங்கி, பிரிட்டீஷ் ஆட்சிக்கு எதிராகவும், அதன் ஆதரவோடு வளர்ந்த ஜென்மி ஆதிக்க சக்திகளுக்கு எதிராகவும் மாப்ளா சமூக மக்கள் தொடர்ந்து நீண்ட பல ஆண்டுகளாகத் தமது எதிர்ப்பைக் கலகங்கள் மூலம் அறிவித்தபடியே இருந்து உள்ளார்கள். தொடர்ந்த போராட்டங்களின் இறுதி வடிவமாகவே தீவிர மண்டலத்தை தம் ஆட்சியின்கீழ் கொண்டு வரும் முயற்சியாகவே 1921-22 மாப்ளா ஆயுதம் தாங்கிய போராட்டம் வெடித்தது. ஒட்டு மொத்தமாகச் சொல்ல வேண்டும் எனில், தெற்கு மலபாரின் பாதிக்கப்பட்ட இசுலாமிய சமூகத்தின் எழுச்சியாகத்தான் 1921-22ஆம் ஆண்டில் நடந்த மாப்ளா கிளர்ச்சியை வரையறுக்க முடியும்."

இரயில் எண் 77, சரக்குப் பெட்டி எண்: 1711

கோழிக்கோட்டிலிருந்துப் புறப்பட்ட இரயில் அது. கிளர்ச்சியின் மையமாக இருந்த திரூருக்கு 1921 நவம்பர் 19ஆம் தேதி யன்று மாலை 6.45 மணிக்கு இரயில் வந்து சேர்கின்றது. மூடப்பட்ட சரக்கு இரயில் பெட்டி ஒன்றில் நூற்றுக்கும் மேற்பட்ட மாப்ளா முஸ்லிம்களும், 3 இந்துக்களும் அடைக்கப்பட்டார்கள். வெளிப்புறம் தாழிடப்பட்டு அந்த இரயிலுடன் இணைக்கப்பட்டது.

ஆடு, மாடுகளைக் கொண்டு செல்வதற்கான பெட்டி அது. மேலும் புதிதாக வண்ணம் பூசப்பட்டிருந்ததால் சிறு துவாரங்களும் அடைக்கப்பட்டு, காற்று புகாத பெட்டியாக இருந்தது. இவர்கள் கிளர்ச்சியில் ஈடுபட்டவர்கள்; வழக்குப் பதிவு செய்யப்பட்டவர்கள். தலைமைக் காவலர் ஓ.கோபாலன் நாயரும் ஐந்து காவலர்களும் அடுத்த பெட்டியில் பயணிக்க, சார்ஜெண்ட் ஏ.ஹெச். ஆண்ட்ரூஸ் என்பவர் இரயில் இயந்திரத்திற்கு அடுத்து இருந்த இரண்டாவது வகுப்புப் பெட்டியில் பயணிக்கின்றார்.

வழி நெடுகிலும் உள்ளே இருந்தவர்கள், மூச்சுக் காற்று அடைத்து கதறி கூச்சல் இட்டுள்ளனர்; பெட்டியின் கதவைத் தட்டித் திறக்க போராடியுள்ளார்கள். சோரனூர் என்ற இடத்தில் அரை மணி நேரமும், ஓலவகோட்டில் 15 நிமிடங்களும் இரயில் நின்றிருந்தபோது, அவர்களின் கதறல் காவலர்களுக்குக் கேட்கவே செய்தது. பின்னர் நடத்தப்பட்ட விசாரணையின் போது சாட்சியமளித்த பொதுமக்கள் பலர், இரயில் சென்ற வழி நெடுக உள்ளே அடைக்கப்பட்டவர்களின் கூச்சலையும், கதறலையும் கேட்டதாகச் சொன்னார்கள்.

முக்கியமாக இரவு 12.30 மணிக்கு போத்தனூருக்கு இரயில் வந்து சேர்ந்த போது, அதே ரயிலில் பயணித்த மஞ்சேரி ராம ஐயர் என்பவர், இறங்கி வந்து சத்தம் போட்டு பெட்டியின் கதவை திறக்கச் செய்தார். கதவு திறக்கப்பட்டது. உள்ளே அடைக்கப்பட்டவர்கள் அனைவரும் மயக்கமுற்றுக் கிடந்தார்கள். 56 பேர் ஏற்கனவே இறந்து போனார்கள். உடனடியாக இறந்தவர்கள் 6 பேர்; 13 பேரை கோயம்புத்தூர் மருத்துவமனைக்கு எடுத்துச் சென்றார்கள். 25 பேரை மத்திய சிறை மருத்துவமனைக்குக் கொண்டு சென்றனர். 13 பேரில் 8 பேர் பின்னர் இறந்தனர். ஆக மொத்தம் 70 பேர் இறந்தார்கள். கோயம்புத்தூர் மருத்துவமனையில் டி. இராமன் என்ற மருத்துவர் சிகிச்சை அளித்தார்.

சென்னை மாகாண அரசு இதற்காக ஒரு விசாரணை ஆணையத்தை அமைத்தது. பிரிட்டீஷ் ஆளுநர் அமைத்த விசாரணைக் குழுவின்

விசாரணை முடிவுற்றபின் 30.8.1922இல் இந்திய பிரிட்டீஷ் அரசு, சென்னை மாகாண அரசுக்குக் கீழ்வரும் உத்தரவைப் பிறப்பித்தது.

"கைதிகளைக் கொண்டு செல்லும் அவசரத் தேவைக்காக ஒரு சரக்குப் பெட்டியைப் பயன்படுத்தியதைத் தவறு என்று சொல்ல முடியாது; மனிதாபிமானமற்ற செயல் என்று கூற முடியாது. சார்ஜெண்ட் ஆண்டரூஸ், ஐந்து காவலர்கள் ஆகியோர் மீது விசாரணை நடத்த வேண்டும்.

இந்த ஆணையின் அடிப்படையில் விசாரணை நடத்தப்பட்டு, முடிவில் அனைவரும் குற்றமற்றவர்கள் என விடுவிக்கப்பட்டனர். உயிரிழந்த 70 பேர் குடும்பத்தினருக்கு தலா ரூ. 300 கருணைத் தொகை சென்னை மாகாண அரசால் வழங்கப்பட்டது."

வரலாற்றை அழிக்கும் இழி செயல்

இரயில் பெட்டி கொடூரமான நிகழ்வின் 93ஆவது நினைவு நாள் மலப்புரத்தில் திரூருக்கு அருகில் உள்ள ஒரு ஊரில் 2014 நவம்பர் 20ஆம் தேதி கடைப்பிடிக்கப்பட்டது, குறுவம்பலம் என்பது அந்த ஊரின் பெயர், இரயில் பெட்டியில் அடைக்கப்பட்டு இறந்தவர்களில் 41 பேர் இக்கிராமத்தைச் சேர்ந்தவர்கள்; இவர்களில் பெரும்பாலோர் திருமணம் ஆகாத இளைஞர்கள்.

"கிளர்ச்சியின்போது, இக்கிராமத்தின் இளைஞர்கள் மிகப்பெரும் பங்காற்றியதாக முதியவர்கள் கூறுகின்றனர்," என்று இந்த ஊரைச் சேர்ந்த சலீம் என்பவர் தெரிவித்தார். இவர் 2014இல் மலப்புரம் மாவட்டப் பஞ்சாயத்து உறுப்பினராக இருந்தவர். குறுவம்பலம் கிராமத்தில் இரயில் பெட்டி தியாகிகளுக்கு நினைவுச் சின்னம் அமைப்பதில் முன்நின்றவர்.

வரலாற்று அறிஞர் கே.கே.என். குரூப், "இரயில் பெட்டி கொடூர நிகழ்வு குறித்தும் மலபாரில் கிளர்ச்சியின்போது நிகழ்ந்த அனைத்தையும் அரசு முற்றாக ஆய்வு செய்ய வேண்டும்," என்றார்.

இன்னொரு வரலாற்று ஆய்வாளர் எம். கங்காதரன், "இரயில் பெட்டி கொடூர நிகழ்வுதான் மலபாரில் பிரிட்டிஷ் ஆட்சி நடத்திய மிகப் பெரிய கொடுமை என்று சொல்லிவிட முடியாது, சுமார் 200 மாப்ளா இளைஞர்களை அவர்கள் வீடுகளிலிருந்து தெருவுக்கு இழுத்து வந்து அவர்களின் குடும்பத்தினரின் கண்ணெதிரிலேயே பிரிட்டிஷார் சுட்டுக் கொன்றக் கொடூரம் 1921 அக்டோபரில் நடந்தது" என்று கூறுகிறார்.

1971இல் சி. அச்சுதமேனன் முதல்வராக இருந்தபோது, இடதுசாரி அரசு, மாப்ளா கிளர்ச்சியை இந்திய விடுதலைப் போராட்டத்தின்

ஒரு பகுதியாக அங்கீகாரம் செய்தது. கிளர்ச்சியில் பங்கு பெற்ற வாழ்ந்து வந்தவர்களுக்கும் குடும்பத்திற்கும் ஓய்வூதியம் வழங்கியது. மாப்ளா கிளர்ச்சி. பிரிட்டிஷ் அரசுக்கு எதிரான போராட்டம் என்று 1981இல் ஒன்றிய அரசும் அங்கீகாரம் அளித்தது. போராளிகளுக்கும் அவர் தம் குடும்ப வாரிசுகளுக்கும் பல உதவிகளை அறிவித்தது.

திரூர் இரயில் நிலையத்தின் சுவற்றில் இரயில் பெட்டி கொடூரத்தில் மரணமுற்ற தியாகிகளை நினைவூட்டும் சித்திரம் இரயில்வே நிர்வாகத்தால் வரையப்பட்டிருந்தது. குட்டி புரம் என்ற ஊரைச் சேர்ந்த ஓவியர் பிரேமன் சித்திரத்தை வரைந்தார். 2018 நவம்பரில் உள்ளூர் பாஜக, ஆர்.எஸ்.எஸ்., கும்பல் இச்சித்திரத்தை அழிக்க வேண்டும் என்று நிர்வாகத்தை மிரட்டி அழிக்கச் செய்தனர்.

மாப்ளா தியாகிகள் வரலாறு இருட்டடிப்பு

இந்திய வரலாற்று ஆய்வுக் கழகம், ஆகஸ்டு 2021இல் வெளியிட்டு உள்ள அறிவிப்பில், 1857-1947 இந்திய விடுதலைப் போராட்ட தியாகிகள் அகராதியில் இடம் பெற்றுள்ள போராளிகள் பட்டியலிலிருந்து 387 மாப்ளா தியாகிகளின் பெயர்கள் நீக்கப்படுகிறது என்று தெரிவிக்கப்பட்டுள்ளது.

மலபார் புரட்சி, மாப்ளா கிளர்ச்சி எனப்படும் இந்தக் கிளர்ச்சி காலனி ஆதிக்க பிரிட்டிஷ் அரசுக்கு எதிராக நடந்த எழுச்சிக்கரமான போராட்டம் என்பதை இந்துத்துவ சனாதனக் கூட்டம் ஏற்றுக் கொள்ளாமல். மாப்ளா கிளர்ச்சி இஸ்லாமிய அரசை இந்தியாவில் நிறுவுவதையே இலக்காகக் கொண்டிருந்தது என்று பல ஆண்டுகளாக கூச்சலிட்டு வந்தது. அதற்கு ஒத்திசைவாக இந்திய வரலாற்று ஆய்வுக் கழகம் தாளம் போடுகிறது.

1921ஆம் ஆண்டு ஏற்பட்ட கிளர்ச்சியில் மதமும் பங்கு கொண்டதாக இருந்தது உண்மைதான் எனினும், மாப்ளா கிளர்ச்சிக்கான காரணங்கள் (1849 மற்றும் 1921-க்கு இடையில் 35 தீவிரமான கிளர்ச்சிகள் ஏற்பட்டிருந்தன) முக்கியமாக விவசாயம் சார்ந்து ஆழத் தடம் பதித்தவையாகவே இருந்திருக்கின்றன. உண்மையில் அந்த இயக்கம் நிலப்பிரபுத்துவ பிரபுக்கள் பிரிட்டிஷ் காலனித்துவ அரசால் மேற்கொள்ளப்பட்ட ஒடுக்குமுறைகள் மற்றும் சுரண்டல் நடவடிக்கைகளுக்கு எதிராக கிராமப்புற ஏழைகள் தங்களுடைய எதிர்ப்பைப் பதிவு செய்யும் வகையிலேயே நடந்துள்ளது.

அதனாலேயே தொகுக்கப்பட்ட தியாகிகள் அகராதியில் மாப்ளா கிளர்ச்சியில் ஈடுபட்டிருந்த 387 தியாகிகள் முதலில் சேர்க்கப்பட்டனர். இப்போது பாஜக அரசு அந்தப் பட்டியலிலிருந்து 387 மாப்ளா தியாகிகள் பெயரை நீக்குவதாக வெளியிட்டுள்ள அறிவிப்பு,

பிரிட்டிஷ் அரசுக்கு எதிரான எழுச்சியை 'பெருமளவில் நடந்த வகுப்புக் கலவரம்' என்று சிறுமைப்படுத்தும் முயற்சி மட்டுமல்ல; இழி செயலும் ஆகும்.

2020 செப்டம்பரில் மாப்ளா கிளர்ச்சியை வழிநடத்திய முக்கியமான தலைவரான வரியங்குன்னத்து குஞ்சமுகம்மது ஹாஜி குறித்து மலையாளத் திரைப்படம் எடுப்பது பற்றி அறிவிப்பை திரைத்துறையினர் வெளியிட்டனர். உடனே கேரளாவில் உள்ள சனாதனக் கும்பல் "ஹாஜிகளையும், மாப்ளா கிளர்ச்சியையும் போற்றிப் புகழ்வதற்கான முயற்சிகளை எதிர்க்கின்ற வகையிலும் மாப்ளா கிளர்ச்சியின் 'இந்து விரோத' அம்சங்களை எடுத்துச் சொல்லும் வகையிலும் ஓராண்டு காலம் பரப்புரைப் பயணம் மேற்கொள்வோம்" என்று அறிவித்தது.

'இந்து ஐக்கிய வேதி' என்ற அமைப்பு (கேரளாவைத் தளமாகக் கொண்டு இயங்கி வரும் அமைப்பு) உள்ளிட்ட இந்துத்துவ அமைப்புகள் 2021 ஆகஸ்டில் மலபார் கிளர்ச்சியின் நோக்கம், "இஸ்லாமிய அரசை நிறுவுவதற்காக இருக்கிறது என்று குற்றம் சாட்டி, அந்தக் கிளர்ச்சியின் தலைவர்களாக இருந்த வரியங்குன்னத்து குஞ்சமுகம்மது ஹாஜி, அலி முஸ்லியார் ஆகியோர் தியாகிகள் அகராதியிலிருந்து திரும்பப் பெற வேண்டும்," என்பதை வலியுறுத்தின.

அதன் பிறகு தியாகிகளின் அகராதி ஐந்தாம் தொகுதியை ஒன்றிய அரசின் கலாச்சாரத் துறை அமைச்சகம் திரும்பப் பெற்றுக் கொண்டது.

வரியங்குன்னத்து ஹாஜியை கேரளத் தலிபான்களின் முதல் தலைவர் என்றும். 1921ஆம் ஆண்டு காலனி ஆட்சிக்கு எதிராக நடைபெற்ற மாப்ளா கிளர்ச்சியை, 'மாப்ளா படுகொலைகள்' என்றும் பாரதிய ஜனதா கட்சியின் தேசியத் துணைத் தலைவரான ஏ.பி. அப்துல்லா குட்டி குறிப்பிட்டுப் பேசினார்.

மாப்ளா கிளர்ச்சி ஆயிரக்கணக்கான இந்துக்களைப் படுகொலை செய்த ஜிஹாத்திற்கான பிரச்சாரமாகவே இருந்தது என்றும், கிளர்ச்சியில் ஈடுபட்டவர்கள் இந்துப் பெண்களைப் பாலியல் வன்முறைக்கு உள்ளாக்கினர் என்றும், இந்துக் கோவில்களை இழிவுபடுத்தினர் என்றும் பாஜக முன்னாள் மாநிலத் தலைவர் கும்மனம் ராஜசேகரன் விமர்சனம் செய்தார்.

இந்திய விடுதலைப் போராட்ட வரலாற்றில் 1921இல் நடந்த ஒத்துழையாமை இயக்கம், கிலாபத் இயக்கங்கள் போன்று மாப்ளா கிளர்ச்சியும் விடுதலைப் போராட்ட எழுச்சிதான் என்று கான்ராட் உட், ராபர்ட் ஹார்ட்கிரேவ், டி.என். தனகரே, ரணாஜித் குஹா,

கே.என். பணிக்கர், கங்காதர மேனன், என்.டி. அன்சாரி போன்ற வரலாற்று அறிஞர்கள், அறிவுஜீவிகள் வரலாற்றைப் பதிவு செய்துள்ளனர்.

ஆனால், ஆர்.எஸ்.எஸ்., சங்பரிவாரங்களுக்கும், இந்துத்துவ மதவெறிக் கூட்டத்திற்கும் மாப்ளா கிளர்ச்சி எனும் மலபார் புரட்சி வகுப்புவாதக் கலவரமாகத் தெரிகிறது.

அதற்கு பாஜக அரசு வரலாற்றைத் திரிக்கவும், இருட்டடிப்புச் செய்யவும் அரசு அதிகாரத்தைப் பயன்படுத்துகிறது.

100

காந்தியத்தை அழிக்கத் துடிக்கும் சனாதனக் கூட்டம்

வரலாற்றையே பொய்யும் புரட்டுமாக மாற்றத் துடிக்கும் இந்துத்துவ சனாதனக் கூட்டம் மகாத்மா காந்தியை மட்டும் விட்டு வைக்குமா? காந்தியின் மீது ஆர்.எஸ்.எஸ்., சங்பரிவாரங்கள் கொண்டிருந்த வெறுப்பு இறுதியில் அவரை கொடியவன் கோட்சே கொலைச் செய்யும் அளவுக்குக் கொண்டு சென்றது. மகாத்மா காந்தியின் மீது இந்துத்துவாவாதிகள் வன்மம் கொண்டது ஏன்? மத நல்லிணக்கத்திற்காகப் பாடுபட்ட நல்ல நல்லிதயத்தை கொடியவர்கள் துப்பாக்கித் தோட்டாவால் துளைத்ததற்கு என்ன காரணம்? என்பதை எல்லாம் இத்தொடரின் முந்தைய அத்தியாயங்களில் விரிவாகக் கண்டோம்.

தற்போது 2014இல் ஆட்சி அதிகாரத்தைக் கைப்பற்றியவுடன் ஆர்.எஸ்.எஸ்., சனாதனக் கூட்டம் காந்தியத்தின் சுவடுகளையே வரலாற்றில் இருக்கக் கூடாது என்று அழிக்க முற்படுகின்றது. கோடானு கோடி இந்திய மக்களின் நெஞ்சங்களில் கல்வெட்டாய் பதிந்து போன காந்தியின் பெயரை இருட்டடிப்புச் செய்து, புதிய வரலாற்றை எழுதி விடலாம் என்று மனப்பால் குடிக்கின்றது இந்துத்துவாக் கூட்டம். 2014, மே மாதம் மோடி தலைமையில் பாஜக அரசு அமைந்ததும் இவர்கள் செய்த முதல் வேலை, காந்தியின் பிறந்தநாள் அக்டோபர் 2ஆம் நாளை தூய்மை இந்தியா நாளாக கடைப்பிடிக்க வேண்டும் என்று ஆணையிட்டதுதான்.

2014, அக்டோபர் 2இல் பிரதமர் மோடி தொடங்கி வைத்த தூய்மை இந்தியா திட்டம் முதலில் கிராமப்புறங்களில் வீடு களில் கழிப்பறைகளைக் கட்டுவதையும், பின்னர் திறந்தவெளி கழிப்பிடமில்லா கிராமப்புறங்களை உருவாக்குவதையும் நோக்கமாகக் கொண்டிருக்கிறது என்று அறிவிக்கப்பட்டது.

‘ஸ்வச் பாரத்’ என்ற பெயரில் மோடி அறிவித்த தூய்மை இந்தியா என்ற இந்தத் திட்டம், அக்டோபர் 2 மகாத்மா காந்தியின் பிறந்தநாளை இருட்டடிப்புச் செய்யும் வகையில் திட்டமிட்டு உருவாக்கப்பட்டது.

காந்தி தேசத் தந்தையா?

இந்துத்துவ சனாதனக் கும்பல் காந்தியடிகளை 'தேசத் தந்தை'யாக ஒருபோதும் ஒப்புக் கொண்டது இல்லை. காந்தியம் என்பது மதநல்லிணக்கத்தை பேணிக் காப்பது; ஆனால் ஆர்.எஸ்.எஸ்., சங் பரிவாரங்கள் மதவெறியை மூலதனமாகக் கொண்டு இந்துத்துவக் கோட்பாட்டை விதைப்பது என்பதுதான் முக்கியக் குறிக்கோள். எனவேதான் ஹெட்கேவர் தொடங்கி, குருஜி கோல்வால்கர் முதல் இன்றைய ஆர்.எஸ்.எஸ். தலைவர் மோகன் பகவத் வரை அனைவரும் காந்தியை தேசத் தந்தை என்பதை ஏற்பது இல்லை.

2021 அக்டோபர் 12ஆம் தேதி டெல்லியில் சாவர்க்கரின் வாழ்க்கை வரலாறு புத்தக வெளியீட்டு விழா நடந்தது. இந்த விழாவில் இந்திய அரசின் பாதுகாப்புத் துறை அமைச்சர் ராஜ்நாத் சிங் பங்கேற்றுப் பேசும்போது, "கடந்த 1911ஆம் ஆண்டுதான் முதன் முதலில் சாவர்க்கர் சிறைக்குச் சென்று 6 மாதங்களுக்குப் பின் முதல் மனுவை எழுதினார். அதன்பின் மகாத்மா காந்தி அறிவுரையின்படி அடுத்த கருணை மனுவை எழுதினார் என்று வரலாறு கூறுகிறது" என்று குறிப்பிட்டார்.

அந்தமான் சிறையில் அடைக்கப்பட்டிருந்த சாவர்க்கர் சரணாகதிப் படலம் பற்றி முந்தைய அத்தியாயங்களில் விரிவாகப் பார்த்தோம். பிரிட்டிஷ் அரசுக்கு மன்னிப்பு மடல் எழுதிக் கொடுத்துவிட்டு சிறை மீண்ட 'புரட்சியாளர்'(?) சாவர்க்கரின் உண்மை வரலாற்றை மறைத்து, காந்தி சொல்லிதான் அவர் கருணை மனு போட்டார் என்று மத்திய அமைச்சர் ராஜ்நாத் சிங் 'அள்ளி' விட்டிருக்கிறார்.

ராஜ்நாத் சிங் வரலாற்று அறிவு எப்படி இருக்கிறது என்பதற்கு இது ஓர் எடுத்துக் காட்டு. 1911இல் சாவர்க்கர் அந்தமான் சிறையிலிருந்து மன்னிப்புக் கடிதம் எழுதிய நேரத்தில் மகாத்மா காந்தி தென்னாப் பிரிக்காவில் நிறவெறிக்கு எதிராகப் போராடிக் கொண்டிருந்தார். 1914ஆம் ஆண்டில்தான் இந்தியாவுக்குத் திரும்பி, விடுதலைப் போராட்டத்தில் ஈடுபட்டார் என்பதுதான் வரலாறு. ஆனால் பாதுகாப்புத் துறை அமைச்சர் ராஜ்நாத் சிங் வரலாற்றையே மாற்றிப் பேசுகிறார்.

வரலாற்றைத் திரித்து எழுத முயலும் பாஜக, சங் பரிவாரங்களுக்கு நாடு முழுவதும் கண்டனங்கள் எழுந்தன. ஏஐஎம்ஐ கட்சித் தலைவர் அசாருதீன் ஒவைசி, "பாஜகவினர் வரலாற்றைச் சிதைப்பதைத் தொடர்ந்து செய்து வருகிறார்கள், மகாத்மா காந்தியை நீக்கி விட்டு சாவர்க்கரை தேசத் தந்தை ஆக்கி விடுவார்கள்," என்று சாடினார். இந்நிலையில் சாவர்க்கரின் பேரன் ரஞ்சித் சாவர்க்கர் அளித்துள்ள

ஒரு பேட்டியில், "இந்தியா போன்ற நாடுகளில் தேசப்பிதா என ஒருவர் மட்டும் இருக்க முடியாது. ஆயிரக்கணக்கான தலைவர்கள் காலப்போக்கில் மறக்கடிக்கப்பட்டு விட்டார்கள். ஆதலால் இந்த தேசத்தின் தந்தை மகாத்மா காந்திதான் என்று நான் நினைக்கவில்லை. இந்தியா போன்ற நாட்டுக்கு ஒரு தலைவர் மட்டும் இருக்க முடியாது. என்னைப் பொறுத்தவரை தேசத் தந்தை என்ற கருத்துருவையே ஏற்க முடியாது. அதற்கு நான் ஒப்புக்கொள்ள மாட்டேன்" என்று கூறினார்.

1920-களில் சாவர்க்கர் கூறிய கருத்தையே நூறு ஆண்டுகளுக்குப் பிறகு அவரது பேரனும் தெரிவித்து இருக்கிறார். இதில் வியப்பு ஏதும் இல்லை.

காந்தி 'பாகிஸ்தானின் தந்தை'

இந்தியாவின் தலைசிறந்த கல்வி நிறுவனங்களில் ஒன்றான ஐ.ஐ.எம்.சி (Indian Institute of Mass Communication - IIMC) இதழியல் மற்றும் மாஸ் கம்யூனிகேஷன் கல்வியை வழங்கும் கல்வி நிறுவனத்தின் பேராசிரியர் பதவிக்கு மத்தியப் பிரதேச மாநிலத்தின் பாஜக ஊடகப் பிரிவுத் தலைவர் அனில்குமார் சவுமித்ரா கடந்த 2020, அக்டோபரில் நியமிக்கப்பட்டார்.

சுமார் 60-க்கும் மேற்பட்டோர் பங்கேற்ற நேர்காணலில் சவுமித்ரா தேர்வு செய்யப்பட்டதாக அறிவிக்கப்பட்டது.

அப்படி என்ன சாதனை நிகழ்த்தினார் சவுமித்ரா? 2020 மே மாதம் அனில்குமார் சவுமித்ரா தனது முகநூல் பக்கத்தில் காந்தியைப் பற்றி பதிவு செய்திருந்தார்.

"காந்தி தேசத்தின் தலைவர்தான்; ஆனால் இந்திய தேசத்திற்கு அல்ல; பாகிஸ்தான் தேசத்திற்குத் தலைவர். இந்த நாட்டில் அவரைப் போன்று கோடிக்கணக் கானவர்கள் இருக்கிறார்கள். சிலர் மதிப்பு உடையவர்கள்; சிலர் மதிப்பற்றவர்கள்" என்று தனது பதிவில் குறிப்பிட்டிருந்தார்.

மத்தியப் பிரதேசத்தில் பாஜகவின் அதிகாரப் பூர்வ நாளேடான 'சரைவேதி (Charaiveti)' யின் ஆசிரியராக இருந்தவர் அனில்குமார் சவுமித்ரா. இவரை ஐ.ஐ.எம்.சி. கல்வி நிறுவனத்தின் பேராசிரியராக பாஜக அரசு நியமனம் செய்திருப்பது ஏன்?

காந்தியை இழிவுபடுத்தி அவர், 'பாகிஸ்தான் தேசத் தந்தை' என்று வர்ணித்ததற்கு வெகுமதி பெற்று இருக்கிறார். இந்தப் பதவிக்கு வேறு எவருக்கும் தகுதி இல்லை என்ற முடிவுக்கு பாஜக அரசு வந்ததற்கு

என்ன காரணம்? இவர்களில் சவுமித்ராவை விட இந்துத்துவவாதிகள் எவரும் இல்லை என்பதுதான்.

மீண்டும் சுடப்பட்டார் மகாத்மா காந்தி

கடந்த 2019 ஜனவரி 30ஆம் நாள் ஆர்.எஸ்.எஸ்., காவி தீவிரவாதிகளால் சுட்டுக் கொல்லப்பட்ட காந்தியின் நினைவுநாள் அனுசரிக்கப்பட்டது. சமூக ஊடகங்களில் காந்தியின் கருத்துகளில் விமர்சனங்களும், முரண்பாடும் கொண்டவர்களும்கூட காவிகளின் ஆட்சியில் அவரை நினைத்துப் பார்ப்பதாகப் பதிவிட்டனர்.

ஆனால் இந்து மகாசபை காந்தி சுட்டுக் கொல்லப்பட்ட நாளான ஜனவரி 30ஆம் தேதியை, ‘சவுரிய திவாஸ் (வீர தினம்)’ என்ற பெயரில் அவரைச் சுட்டுக்கொன்ற கோட்சேவைக் கொண்டாடுகிறது. காந்தியடிகளின் 77-ஆவது நினைவுநாளில் 30.1.2019 அன்று இந்து மகாசபா தேசிய செயலாளர் புஜாசகுன் பாண்டே எனும் பெண்மணி, காந்தியின் உருவத்தைத் துப்பாக்கியால் சுட்டு விழாவாகக் கொண்டாடினார். இது ஒளிப்பதிவு செய்யப்பட்டு சமூக ஊடகங்களிலும் பகிரப்பட்டது.

காவி தீவிரவாதி புஜா சுட்டவுடன், காந்தியின் உருவ பொம்மையிலிருந்து இரத்தம் வெளியேறுவது போன்ற அமைப்பு செய்யப்பட்டு இருந்தது. வெளியேறிய இரத்தத்தைப் பார்த்து குதூகலம் அடைந்த இந்த வெறியர் கூட்டம், அதன்பின் இனிப்பு வழங்கியும் கொண்டாடி இருக்கிறார்கள்.

“தசரா விழாவின் போது அரக்கனான இராவணனை எரிப்பது போல, இனிமேல் காந்தி கொல்லப்பட்டதை ஒவ்வொரு வருடமும் இப்படித்தான் சுட்டுக் கொண்டாடப் போகிறோம்,” என பகிரங்கமாக ஊடகங்களில் தெரிவித்தார் புஜா பாண்டே.

1915இல் பண்டித மதன்மோகன் மாளவியா தொடங்கிய இந்து மகாசபாவில் நாதுராம் கோட்சே உறுப்பினராக இருந்தவர். இதில் செயல்பட்டவர்தான் சாவர்க்கர். பின்னாளில் ஆர்.எஸ்.எஸ்., அமைப்பில் இணைந்து விட்டார்கள்.

இந்த ஆண்டு அக்டோபர் 2, 2021 மகாத்மா காந்தியின் 152ஆவது பிறந்தநாளின்போது, இந்து மகாசபையின் குவாலியர் மாவட்டப் பிரிவு, ‘காந்தி மற்றும் தியாகிகள் கோட்சே, நாராயண் ஆப்தே’ என்ற தலைப்பில் கருத்தரங்கை ஏற்பாடு செய்தது.

இந்தக் கருத்தரங்கில் மகாத்மா காந்தியைக் கொலை செய்த நாதுராம் விநாயக் கேட்சே மற்றும் நாராயண் ஆப்தே ஆகியோரின் படங்கள் மாலைகள் அணிவிக்கப்பட்டு வைக்கப்பட்டிருந்தன.

கருத்தரங்கிற்குப் பிறகு செய்தியாளர்களிடம் பேசிய இந்து மகாசபையின் தேசியத் துணைத் தலைவர் ஜெய்வீர் பரத்வாஜ் "காந்தியுடன் எங்களுக்கு பகை எதுவும் இல்லை. ஆனால் காந்தியும், முகமது அலி ஜின்னாவும்தான் நாட்டின் பிரிவினைக்குக் காரணமாக இருந்தனர். இந்தியப் பிரிவினை மிகப் பெரிய இனப் படுகொலைக்கு வழி வகுத்தது. இந்துக்கள் பலர் கொல்லப்பட்டனர்," என்று கூறினார்.

மேலும், "நாதுராம் கோட்சே மற்றும் நாராயண் ஆப்தே இருவரும் காந்தியையும், ஜின்னாவையும் கொலை செய்ய முடிவு செய்தனர் என்றும், காந்தியைக் கொன்றால்தான் அவர்களால் பாகிஸ்தானை உருவாக்கிய ஜின்னாவை நெருங்க முடியும்," என்றும் தெரிவித்துள்ளார்.

இந்த விழாவில், "பண்டிட் நாதுராம் கோட்சே வாழ்க; நாராயண் ஆப்தே வாழ்க" என்று முழக்கமிட்டுள்ளனர்.

மத்தியப் பிரதேச மாநிலம் குவாலியர் மாவட்ட இந்து மகாசபை அலுவலகத்தில் தான் 2017இல் கோட்சேவின் மார்பளவு சிலை நிறுவப்பட்டது என்பதும் இங்கு குறிப்பிடத்தக்கது.

கோட்சே பெயரில் கல்வி நிலையம்

2021 ஜனவரி 10ஆம் தேதி குவாலியர் மாவட்டத்தில் நாதுராம் கோட்சேவின் பெயரில் நூலகத்துடன் கூடிய கல்வி நிலையத்தை மத்தியப் பிரதேச மாநில இந்து மகாசபை தொடங்கியுள்ளது.

இதுகுறித்து, இந்து மகா சபையின் செயல்பாட்டாளர் ஒருவர், "இந்தியா - பாகிஸ்தான் பிரிவினை குறித்து இளைஞர்களுக்குக் கல்வி கற்பிப்பதும், விழிப்புணர்வை பரப்புவதுமே இதன் அடிப்படை நோக்கமாகும். இங்கு கற்பிக்கப்படும் கல்வியின் வழியாக குரு கோவிந்த சிங், சத்ரபதி சிவாஜி மகராஜ், மகா ராணா பிரதாப் மற்றும் இந்து மகாசபையின் தேசிய துணைத் தலைவர் ஜெயவீர் பரத்வாஜ் போன்ற தலைவர்களின் வரலாறு கற்பிக்கப்படும்.

1947ஆம் ஆண்டு இந்தியா, பாகிஸ்தான் பிரிவினைக்குப் பின்னால் இருந்தது காங்கிரஸ் கட்சிதான் என்பதை நாம் மறந்து விட முடியாது. ஆகவே, வரும் தலைமுறையினருக்கு இந்தியா - பாகிஸ்தான் பிரிவினை குறித்து முழுமையான வரலாறு தெரியும்படி செய்ய வேண்டும். அந்த வகையில், 'நாதுராம் கோட்சே கியான்ஷாலா' கல்வி நிலையம் இந்தியப் பிரிவினையின் பல்வேறு அம்சங்களைப் பற்றி இன்றைய இளம் தலைமுறையினருக்குக் கற்பிக்கும். அதற்கான நூலகமாகவும் இந்நிலையம் விளங்கும்," என்று கூறி உள்ளார்.

ஆந்திர மாநில பாஜக தலைவர் ரமேஷ் நாயுடு, தனது ட்விட்டரில், கோட்சேவின் படத்தைப் பதிவிட்டு, "நாதுராம் கோட்சேவின் நினைவு நாளன்று அவருக்கு நன்றி செலுத்தி தலை வணங்குகிறேன். பாரத நாட்டில் பிறந்த உண்மையான மற்றும் மிகச் சிறந்த தேச பக்தர் இவர்," என்று தெரிவித்திருந்தார். நவம்பர் 15தான் கோட்சே தூக்கிலிடப்பட்ட நாள் ஆகும்.

கோட்சேவுக்குச் சிலை

கோட்சேவின் நினைவு நாளான நவம்பர் 15, 2021 அன்று மத்தியப் பிரதேச மாநில குவாலியரில் இந்து மகாசபையின் தேசிய துணைத் தலைவர் டாக்டர் ஜெய்வீர் பரத்வாஜ் செய்தியாளர்களிடம் பேசும் போது, "நாதுராம் கோட்சே மற்றும் நாராயண் ஆப்தே ஆகியோர் தூக்கிலிடப்பட்ட அரியானா மாநிலம் அம்பாலா சிறையில் இருந்து கடந்த வாரம் இந்து மகாசபா ஆர்வலர்கள் மண்ணைக் கொண்டு வந்தனர். இந்த மண்ணில் கோட்சே மற்றும் ஆப்தே சிலைகள் தயாரிக்கப்படும். மேலும் அச்சிலைகள் குவாலியரில் உள்ள மகாசபா அலுவலகத்தில் நிறுவப்படும்" என்று தெரிவித்துள்ளார்.

மேலும், "இந்து மகா சபை தொண்டர்கள், கோட்சே மற்றும் ஆப்தே ஆகியோரின் சிலைகளை உத்திரப்பிரதேசம் மீரட்டில் உள்ள தியாகிகள் மேடையில் நவம்பர் 15ஆம் தேதி நிறுவினர். ஒவ்வொரு மாநிலத்திலும் இதுபோன்ற தியாகிகள் மேடைகளை நாங்கள் கட்டுவோம்" என்றும் கூறியிருக்கிறார்.

காந்தியைக் கொன்ற ஆர்.எஸ்.எஸ்., அதைக் கொண்டாடும் இந்து மகாசபை எந்த அளவுக்கு பாஜக ஆட்சிக்கு வந்த பின்னர் காந்தியின் மீது இன்னமும் வன்மத்துடன் இருக்கின்றன என்பதற்கு இவையெல்லாம் எடுத்துக்காட்டுகள் ஆகும்.

ஆர்.எஸ்.எஸ்., இந்து மகாசபை போன்றவை காந்தியை மறுபடியும் மறுபடியும் கொன்று வரும் கொலைவெறியின் உச்சத்தில் இருக்கும்போது, ஆர்.எஸ்.எஸ். தலைவர் மோகன் பகவத், மகாத்மா காந்தியையும் 'இந்து தீவிரவாதியாக' ஆக்க முயல்கிறார்.

கடந்த 2020 பிப்ரவரியில் டெல்லியில், கல்வி ஆராய்ச்சி மற்றும் பயிற்சியின் தேசிய கவுன்சிலின் முன்னாள் இயக்குநர் ராஜ்புத் எழுதிய, 'மகாத்மா காந்தியின் பொருத்தம்' என்னும் புத்தகத்தை ஆர்.எஸ்.எஸ். தலைவர் மோகன் பகவத் விழாவில் பங்கேற்று வெளியீட்டு விழாவில் பங்கேற்றார். அதில் பேசும்போது, "காந்தி, இந்தியாவைப் புரிந்து கொள்ள பயணம் மேற்கொண்டு, மக்களின் விருப்பங்களையும் துன்பங்களையும் நேரில் கண்டார். அதனால்தான் அவர் இந்துத்துவாக இருப்பதற்கு ஒரு போதும் வெட்கப்படவில்லை.

தான் ஒரு தீவிர இந்து என அவர் கூறினார். மற்ற மதங்களை மதிக்கவும் கற்றுக் கொடுத்தார். காந்தி கனவு கண்ட இந்தியா இன்னும் உருவாக்கப்படவில்லை" என்று குறிப்பிட்டார்.

காந்தியையும், 'தீவிர இந்து' என்று இந்துத்துவ குட்டைக்குள் மூழ்கடிக்க ஆர்.எஸ்.எஸ். முனைகிறது என்பதை மோகன்பகவத் பேச்சிலிருந்து தெரிகிறது.

சபர்மதி ஆசிரமத்தைச் சீர்குலைக்க முயற்சி

தென்னாப்பிரிக்காவில் இருந்து காந்தி இந்தியா திரும்பிய பிறகு அவர் 1915ஆம் ஆண்டு மே 25ஆம் நாள் அகமதாபாத் நகரின் கோச்ராப் பகுதியில் ஆசிரமம் ஒன்றை நிறுவினார்.

பின்னர் இந்த ஆசிரமம் 1917 ஜூன் 17ஆம் தேதி சபர்மதி ஆற்றங்கரையில் உள்ள ஒரு திறந்தவெளி நிலத்திற்கு மாற்றப்பட்டது. அதனாலேயே இது 'சபர்மதி ஆசிரமம்' என்று வழங்கப்பட்டது.

மகாத்மா காந்தி தனது வாழ்வில் சில பரிசோதனைகளை மேற்கொள்ள சபர்மதி ஆசிரமத்தை ஒரு தளமாகப் பயன்படுத்தினார். அதாவது விவசாயம், கால்நடை வளர்ப்பு, பசு வளர்ப்பு தொடர்புடைய ஆக்கப்பூர்வமான நடவடிக்கைகளுக்காக அவர் இந்த வகையான தரிசு நிலத்தைத் தேடிக் கொண்டிருந்தார்.

சபர்மதி ஆசிரமத்தில்தான் மகாத்மா காந்தி 1917ஆம் ஆண்டு முதல் 1930ஆம் ஆண்டு வரையில் சுமார் 13 ஆண்டுகள் தங்கியிருந்து விடுதலைப் போராட்டத்தில் ஈடுபட்டார்.

விடுதலைப் போராட்டத்திற்கு வித்திட்ட தண்டி யாத்திரை எனப்படும் உப்பு சத்தியாகிரகம் சபர்மதி ஆசிரமத்திலிருந்து தான் தொடங்கியது. இங்குதான் இந்திய விடுதலைப் போராட்டத்தின்போது பல்வேறு முடிவுகளை மகாத்மா காந்தி மேற் கொண்டார். எனவே. சபர்மதி ஆசிரமம்தான் விடுதலைப் போராட்டத்தின் மையமாகத் திகழ்ந்தது.

மகாத்மா காந்தியைப் பெரும் சக்தி வாய்ந்த தலைவராக வடித்தெடுத்த பெருமை சபர்மதி ஆசிரமத்திற்குத்தான் உண்டு, இங்கேதான் காந்தியடிகள் கைமுறை உழைப்பு. விவசாயம் மற்றும் கல்வி அறிவு ஆகியவற்றை மையமாகக் கொண்ட ஒரு பள்ளியை உருவாக்கினார்.

1930ஆம் ஆண்டு மார்ச்சு 12ஆம் தேதி உப்பு சத்தியாகிரகத்தை இங்கிருந்துதான் தொடங்கினார். அப்போதுதான் இந்தியா விடுதலை பெறும் வரையில் ஆசிரமத்திற்குத் திரும்பப் போவதில்லை என்று சபதம் பூண்டார்.

1933ஆம் ஆண்டு ஜூலை 22ஆம் நாள். சபர்மதி ஆசிரமத்தைக் கலைக்க காந்தி முடிவு செய்திருந்தார். பல விடுதலைப் போராளிகள் தடுத்து வைத்த பின்னர் உறுதிப்படுத்தப்பட்ட இடமாக அது மாறியது. பின்னர் உள்ளூர் மக்கள் ஆசிரமத்தைப் பாதுகாத்து வந்தனர்.

1947, ஆகஸ்டு 15இல் இந்தியா விடுதலை பெற்றது. விடுதலைக்குப் பிறகும் மகாத்மா காந்தி சபர்மதி ஆசிரமம் திரும்ப முடியாத நிலை உருவானது. பிரிவினையால் ஏற்பட்ட மத வன்முறைகள். படுகொலைகள் காந்தியடிகளை நிலைகுலையச் செய்தன. கல்கத்தா - நவகாளியில் அமைதியை நிலை நாட்ட யாத்திரை கிளம்பி விட்டார்.

அதன் பின்னர் 1948, ஜனவரி 30ஆம் நாள் மகாத்மா காந்தி படுகொலை செய்யப்பட்டார்.

பல ஆண்டுகளாக சபர்மதி ஆசிரமம் இந்திய விடுதலைப் போரின் மையமாக - காந்திய சித்தாந்தத்தின் தாயகமாக விளங்கியது. குஜராத் மாநிலத்தில் ‘போர்பந்தர்’ காந்தி பிறந்த மண் தொட்டில் பூமியாக இருக்கிறது என்றால் சபர்மதி ஆசிரமம் அவரைப் பட்டை தீட்டிய வைரமாக ஒளிவீசச் செய்தது.

மகாத்மா காந்தியின் போற்றுதலுக்குரிய நினைவுச் சின்னமான சபர்மதி ஆசிரமத்தைப் பார்வையிட அயல்நாட்டு அதிபர்கள், பிரதமர்கள், உலகத் தலைவர்கள் பலர் பயணம் மேற்கொண்டு இருக்கின்றனர்.

மகாத்மா காந்தி புனே எரவாடா சிறையில் இருந்தபோது பயன்படுத்திய கைராட்டை, சபர்மதி ஆசிரமத்தில் இருப்பது சிறப்பு வாய்ந்தது. காந்தி பயன்படுத்திய பொருட்கள், அவர் வாழ்ந்த எளிய வாழ்க்கை இவற்றை உலகத் தலைவர்களான சீன அதிபர் ஷி ஜின்பிங், ஜப்பான் பிரதமர் ஷின்ஜோ அபே, இஸ்ரேல் பிரதமர் பென்ஞமின் நெதன்யாகு, கனடா பிரதமர் ஜஸ்டின் ட்ரூடோ, அமெரிக்க அதிபர் ரொனால்டு ட்ரம்ப் உள்ளிட்டோர் கண்டு வியந்திருக்கின்றனர்.

இந்திய விடுதலை வரலாற்றின் ஒரு நினைவுச் சின்னமாகக் கருதப்படும் மகாத்மா காந்தியின் சபர்மதி ஆசிரமத்தை ஒழிக்க ஒன்றிய பாஜக அரசும், குஜராத் மாநில பாஜக அரசும் சதித் திட்டம் தீட்டின.

மகாத்மாவின் 150-ஆவது பிறந்தநாளான 2019, அக்டோபர் 2ஆம் நாள் கொண்டாடப்பட்டபோது சபர்மதி ஆசிரமத்தையே முகவரியாகக் கொண்ட 2500 பேர் வீதிகளில் இறங்கிப் போராடினர்.

சபர்மதி ஆசிரமம் மறுசீரமைப்பு என்ற பெயரில் காந்தி தொடர்புடைய இடங்களைக் கைப்பற்றி அவற்றைச் சர்வதேச அளவிலான நினைவுச் சின்னமாக மேம்படுத்துவதற்கு குஜராத் மாநில பாஜக அரசும், மோடியின் தலைமையிலான ஒன்றிய அரசும் சபர்மதி ஆசிரம நிர்வாகத்திற்கு அறிவிக்கை அனுப்பி வைத்துள்ளன.

சபர்மதி ஆசிரமம் உலகத் தரம் வாய்ந்த சுற்றுலாத் தலமாக மேம்படுத்தப்படும்; ஆசிரமத்தின் அருகில் உள்ள 48 பாரம்பரிய சொத்துக்கள் ஒன்றிணைக்கப்படும்; இதற்காக 1200 கோடி ரூபாய் மதிப்பீட்டில் திட்ட அறிக்கை, காந்தி ஆசிரம நினைவு மற்றும் சுற்றுப்புற மேம்பாட்டுத் திட்டம் என்ற பெயரில் தயாரிக்கப்பட்டு இருக்கிறது. இதன் மூலம் சபர்மதி ஆசிரமத்தின் அருகில் 5 ஏக்கரிலிருந்து 55 ஏக்கர் வரை வசிக்கும் மக்கள் வேறு இடங்களுக்கு மாற்றப்படுவார்கள்.

விடுதலைப் போராட்டத்தின் நினைவுச் சின்னமாகத் திகழும் சபர்மதி ஆசிரமத்தை வணிக சுற்றுலாத் தலமாக மாற்றுவதற்கு இந்த மறுசீரமைப்புத் திட்டம் வழிவகுக்கிறது. சபர்மதி ஆசிரமத்தைத் தற்போது அறக்கட்டளை நிர்வகித்து வரும் நிலையில் அதைத் தனியாருடன் இணைந்து அரசு நிர்வகிக்க மறுசீரமைப்புத் திட்டம் வழிவகை செய்கிறது.

பாஜக அரசின் சபர்மதி ஆசிரம மறுசீரமைப்புத் திட்டத்திற்குக் கடும் எதிர்ப்பு தெரிவித்திருக்கும் காந்தியின் கொள்ளுப் பேரன் துஷார் காந்தி, இதனை எதிர்த்து குஜராத் உயர் நீதிமன்றத்தில் 2021, அக்டோபர் மாதம் வழக்கு தொடர்ந்து இருக்கிறார்.

"அரசின் மறுசீரமைப்புத் திட்டம், விடுதலைப் போராட்டத்தின் புனிதத்தலம் மற்றும் நினைவுச் சின்னத்திற்கு வரும் தேசிய மற்றும் சர்வதேசப் பார்வையாளர்களின் எண்ணிக்கை குறைக்கப்பட்டு, இதை ஒரு வணிக சுற்றுலாத் தலமாக மாற்றி, பின்னர் தனியாருக்கு அடகு வைத்து விடும்."

"அரசின் திட்டம் தடுத்து நிறுத்தப்படவோ தடை செய்யப்படவோ இல்லையென்றால், முழு வளாகமும் இடிக்கப்பட்டு வணிகப் பொழுதுபோக்கு வளாகமாக மாற்றப்பட்டு விடும்," என்று துஷார் காந்தி தனது மனுவில் கூறி இருக்கிறார்.

பஞ்சாபில் ஜாலியன் வாலாபாக் படுகொலை நினைவிடத்தைச் சீரமைத்து அழகுபடுத்தியது ஒன்றிய பாஜக அரசு; இரவு நேரங்களில் கண்கவர் வண்ண விளக்குகளால் ஒளிரும் வண்ணம் அந்த இடம் மாற்றப்பட்டது. இதற்குக் கடும் எதிர்ப்பு எழுந்தது. வரலாற்று நிகழ்வுகள் நடைபெற்ற இடத்துக்குச் சென்றால் அது அந்தக் கால

வரலாற்று நிகழ்வைப் பார்வையாளர்களுக்கு உணர்த்தும் வண்ணம் இருக்க வேண்டும். ஆனால் தற்போது ஜாலியன் வாலாபாக் தியாகிகள் நினைவிடத்தைக் கொண்டாட்டத்திற்கும் கேளிக்கைக்கும் உரிய இடமாக மாற்றி விட்டதாக வரலாற்று அறிஞர்கள் குற்றம் சாட்டினர்.

தற்போது மோடி அரசின் சபர்மதி ஆசிரமம் மறுசீரமைப்புத் திட்டமும் ஜாலியன் வாலாபாக் போன்று மாற்றிடும் நோக்கமாகக் கொண்டிருக்கிறது.

மகாத்மா காந்தியை வரலாற்றின் பக்கங்களிலிருந்து நீக்கி விடலாம் என்று பகல் கனவு காணும் ஆர்.எஸ்.எஸ்., சங்பரிவாரங்களின் திட்டம் இன்னும் ஆயிரம் ஆண்டுகள் ஆனாலும் தோற்றுப் போய்விடும். கோடானு கோடி மக்களின் மூச்சுக்காற்றுடன் காந்தி கலந்திருக்கிறார்; இந்துத்துவ சக்திகள் படுகேவலமாக தோல்வியையே சந்திக்கும்.

101
நேரு மரபை அழிக்கச் சதி

உலகம் முழுவதும் காந்தியத்தின் அகிம்சை கொள்கை பரவி இருக்கின்றது. இந்திய வரலாற்றில் மட்டுமல்ல, உலக வரலாற்றிலும் மகாத்மா காந்தியின் பெயர் எத்தனை யுகங்கள் ஆனாலும் அழிக்கவே முடியாத இடத்தைப் பெற்றிருக்கிறது. ஆனால், ஆட்சிப் பீடத்தில் ஏறி ஆணவ ஆதிக்க தர்பார் நடத்துகின்ற ஆர்.எஸ்.எஸ். - பாஜக, மகாத்மா காந்தியை வரலாற்றின் பக்கங்களிலிருந்து நீக்கிவிட முடியும் என்று பகல் கனவு காணுகின்றன. அது மட்டுமல்ல, இந்திய விடுதலைப் போராட்டத்தில் நெடிய சிறைவாசம் அனுபவித்தவரும், மகாத்மா காந்தியுடன் தோளோடு தோள் நின்று விடுதலைப் போராட்டத்தை நடத்திய வருமான பண்டித ஜவஹர்லால் நேருவின் பெயரையும், வரலாற்று ஏட்டின் பக்கங்களில் இருந்து துடைத்து எறிந்துவிட முடியும் என்று ஆர்.எஸ்.எஸ்., சங்பரிவாரங்களும், சனாதனக் கும்பலும் கருதுகின்றன.

இந்தியாவின் முதல் பிரதமர்; வளர்முக நாடாக இருந்த இந்நாட்டை 1947 விடுதலைக்குப் பிறகு கட்டி எழுப்புவதற்கு அரும்பணி ஆற்றியவர்; மனிதருள் மாணிக்கம்; ஆசியாவின் ஜோதி என்று போற்றப்பட்டவர் பண்டித ஜவஹர்லால் நேரு.

பேரறிஞர் அண்ணா நேருவைப் பற்றிக் கூறும்போது அவர் கட்டி முடிக்கப்பட்ட கோபுரம்; நான் கொட்டிக் கிடக்கின்ற செங்கல் என்று அடக்கத்தோடு குறிப்பிட்டார்.

உலகத் தலைவர்கள் வரிசையில் சீனாவின் மாவோ, வியட்நாமின் ஹோசிமின், கியூபாவின் பிடல் காஸ்ட்ரோ, எகிப்து நாசர், யூகோஸ்லேவியா மார்ஷல் டிட்டோ, சிங்கப்பூர் லீ குவான் யூ, அயர்லாந்தின் டிவேலரா என்று வரலாற்றின் அத்தியாயங்களில் புகழ் குவித்தவர்களுள் ஒருவர் இந்தியாவின் ஜவஹர்லால் நேரு.

அப்படிப்பட்ட புகழ் வாய்ந்த மாபெரும் தலைவர் ஜவஹர்லால் நேருவை இழிவுபடுத்தி, அவரைச் சிறுமைப்படுத்தி, அதில் குரூர இன்பம் காணுகின்ற அற்பப் புத்தி கொண்டவர்களாக இந்துத்துவ சனாதன ஆட்சியாளர்கள் இருப்பது இந்திய வரலாற்றின் சாபக்கேடு ஆகும்.

விடுதலைப் போரில் நேரு இருட்டடிப்பு

இந்தியா விடுதலையடைந்து 75-ஆவது விடுதலை நாள் இந்த ஆண்டு 2021 ஆகஸ்டு 15இல் ஒன்றிய அரசின் சார்பில் அம்ரித் மஹோத்சவம்(?) என்ற நாமகிரணம்(!) சூட்டிக் கொண்டாடப் படுகிறது. இதற்காக 75-ஆவது விடுதலை நாளைக் கொண்டாடும் டிஜிட்டல் போஸ்டர் வெளியிடப்பட்டு உள்ளது. அந்தப் போஸ்டரில், மகாத்மா காந்தி, அம்பேத்கர், சுபாஷ் சந்திரபோஸ், சர்தார் வல்லபபாய் படேல் உள்ளிட்டோரின் படங்கள் பொறிக்கப்பட்டு இருக்கின்றன. ஆனால், விடுதலைப் போராட்டக் களத்தில் பங்காற்றிய ஜவஹர்லால் நேருவின் படம் அதில் இடம்பெறவில்லை.

இந்திய வரலாற்று ஆராய்ச்சிக் கவுன்சில் வெளியிட்டுள்ள சுவரொட்டியில் நேருவின் படம் திட்டமிட்டு நீக்கப்பட்டு இருக்கிறது.

நாட்டு விடுதலைக்காக 9 ஆண்டுகள் வெள்ளை அரசாங்கத்தின் கொடுஞ் சிறையில் வாடியவர் நேரு. ஆனால் கொலைக் குற்றத்திற்காக அந்தமான் சிறையில் அடைக்கப்பட்டு, பின்னர் மன்னிப்பு மடல் எழுதிக் கொடுத்துவிட்டு வந்தவர் இந்துத்துவா தத்துவத்தின் பிதாமகன் சாவர்க்கர். மகாத்மா காந்தி கொலை வழக்கில் சாவர்க்கர் மீதும் குற்றம் சாட்டப்பட்டது. அவரது சீடன் நாதுராம் விநாயக் கோட்சேதான் காந்தியைச் சுட்டுக் கொன்ற கொலைகாரன். அந்த சாவர்க்கர் படம் போஸ்டரில் உள்ளது. மோடி அரசின் சார்பில் கொண்டாடப்படும் விடுதலையின் 75-ஆவது கொண்டாட்டமான ‘அம்ரித் மஹோத்சவம்’ குழுவுக்குத் தலைவராக இருப்பவர் உள்துறை அமைச்சர் அமித்ஷா.

அவரது தலைமையில்தான் அல்லது மேற் பார்வையில்தான் இந்திய வரலாற்று ஆராய்ச்சிக் கவுன்சில் டிஜிட்டல் போஸ்டர் வெளியிட்டுள்ளது. அதில் காந்தியுடன் சாவர்க்கர் படமும் இடம்பெற்று இருக்கிறது. ஆனால் ஜவஹர்லால் நேருவின் படம் நீக்கப்பட்டுள்ளது.

சிறுமதியாளர்களின் இத்தகைய கீழ்மையான செயல்களால் நேருவின் புகழை அழித்து விட முடியாது; வரலாற்றிலிருந்து துடைத்து எறிந்துவிடவும் முடியாது. நேருவின் இடத்தை எட்டிப் பிடிப்பதற்கு இந்தியாவில் இன்னொருவர் பிறந்துதான் வரவேண்டும்.

திட்டக் குழு கலைப்பு

பாரதிய ஜனதா கட்சி, 2014இல் நரேந்திர மோடி தலைமையில் ஆட்சிக்கு வந்தவுடனேயே நேருவின் மரபை, அரசு இயந்திரத்திலிருந்து அழிப்பது என்பதை ஒற்றைக் குறிக்கோளுடன் திட்டமிட்டது. நேரு

மரபை (Nehru Legacy) அழிப்பதற்கு முதற் குறியாக நேரு ஆட்சிக் காலத்தில் உருவாக்கப்பட்ட திட்டக் குழுவை (Planning Commission) கலைப்பதற்கு 2014 ஆகஸ்டு 15 விடுதலை நாளில் அறிவிப்பு வெளியிட்டார் பிரதமர் மோடி.

நாட்டின் 68-ஆவது விடுதலை நாள் விழாவையொட்டி, டில்லி செங்கோட்டையில் முதன் முறையாக பிரதமர் மோடி தேசியக் கொடியை உயர்த்தி வைத்து உரையாற்றினார்.

குண்டு துளைக்காத மேடையில் நின்று கொண்டு, எழுதிக்கொண்டு வரப்படாத உரையை பிரதமர் மோடி சுமார் 85 நிமிடங்கள் பேசியதை அப்போது ஏடுகளும், ஊடகங்களும் புகழ்ந்து தள்ளின. பிரதமரான மூன்றாவது மாதத்திலேயே தேசியக் கொடி ஏற்றி வைத்துப் பேசுகிறார். "நான் இந்த மேடையில் நாட்டின் பிரதமராகப் பேசவில்லை. பிரதம சேவகனாகப் பேசுகிறேன்" என்று தொடங்கி மோடி ஆற்றிய உரையில், "1950-களில் மத்தியத் திட்டக்குழு உருவாக்கப்பட்டது. அப்போது அத்தகைய அமைப்புக்கு ஒரு தேவை இருந்தது. அதன்பிறகு நம் நாட்டிலும், உலக அளவிலும் ஏராளமான மாற்றங்கள் நிகழ்ந்துள்ளன. எனவே இனி நமக்கு மத்தியத் திட்டக்குழுவே தேவை இல்லை. அதற்குப் பதிலாக புதிய அமைப்பு உருவாக்கப்படும்" என்று குறிப்பிட்டார்.

இதுதான் நேருவின் மரபை உடைக்க பாஜக அரசு எடுத்து வைத்த முதல் அடியாகும்.

திட்டக் குழுவின் வரலாறு

1938இல் காங்கிரஸ் கட்சித் தலைவராக இருந்த நேதாஜி சுபாஷ் சந்திரபோஸ், நாடு விடுதலை அடைந்தவுடன் என்ன செய்ய வேண்டும் என்ற திட்டமிடலை அப்போதே தொடங்கி வைத்தார்.

'மேகநாத் சாஹா' என்ற அறிவியலாளர் நேதாஜியின் கட்டளையை ஏற்று, இந்தியாவின் வளர்ச்சிக்கானத் திட்டங்களைத் தீட்டினார்.

முதலாளித்துவம் - கம்யூனிசம் என்ற இரண்டு முரண்பட்ட கோட்பாடுகளுக்கு இடைப்பட்ட பாதையாக ஜனநாயக சோசலிசத்தையும், கலப்புப் பொருளாதார முறையையும் நாட்டின் முதல் பிரதமர் நேரு தேர்ந்தெடுத்தார்.

சோசலிச யூனியனின் விரைவான பொருளாதார வளர்ச்சிக்குக் காரணமாகத் திகழ்ந்த ஐந்தாண்டுத் திட்டங்களை இந்தியாவிலும் பயன்படுத்தத் தீர்மானித்தார். அதற்காகவே மத்திய அரசின் தீர்மானம் இயற்றி, 1950ஆம் ஆண்டு மார்ச் 15ஆம் நாள் திட்டக் குழுவை அமைத்து அறிவிப்பை வெளியிட்டார்.

இந்தியாவுக்கும், சோவியத் யூனியனுக்கும் ஆட்சி அமைப்பு முறையில் வேறுபாடு இருக்கின்றது. அவர்களது சேமிப்பு 30 விழுக்காடு. நமது சேமிப்பு 5 விழுக்காட்டிற்கும் குறைவானது. அவர்களால் அதிக முதலீட்டைத் திரட்ட முடியும். நம் நாட்டில் முதலீடுகளை அதிகம் திரட்டுவது கடினம் என்றெல்லாம் சக அமைச்சர்களும், பொருளாதார நிபுணர்களும் கருத்துக் கூறினர். இருப்பினும் நாட்டில் சீரான, முறையான வளர்ச்சிக்கு திட்டமிடுதல் முகாமையானது; திட்டக் குழுவும் தேவையானது என்று நேரு முடிவெடுத்தார்.

திட்டக்குழு உருவானபோதே, ஒரு சிக்கலும் எழுந்தது. "நிதி திரட்டுவதையும், ஒதுக்குவதையும் நிதி அமைச்சகமும், பிற அமைச்சகங்களும் பார்த்துக்கொள்ள முடியும்; திட்டக்குழு தேவை இல்லை; அது நிதி அமைச்சகத்தின் முக்கியத்துவத்தைக் குறைத்து விடும்," என்று எதிர்ப்பு தெரிவித்து. தனது பதவியையே துறந்தார் அன்றைய நிதி அமைச்சர் ஜான் மத்தாய்.

முதல் திட்டக்குழுவில் இடம் பெற்றவர்கள் நேரு, குல்சாரிலால் நந்தா, டி.டி. கிருஷ்ணமாச்சாரி, ஜி.எல். மேத்தா ஆகியோர் மட்டுமே. அவர்கள் எந்தெந்த துறைகளுக்கு முன்னுரிமை *(priority Sectors)*, பொதுவான இலக்குகள் என்ன என்பதை *(parameters)* நிர்ணயம் செய்தார்கள்.

ஜெ.ஜெ. அஞ்சாரியா, டாக்டர் கே.எஸ். கிருஷ்ணசாமி, டாக்டர் எல்.எஸ். குல்ஹாதி, கே.என். ராஜ், தர்லோக் சிங் போன்ற முதிர்ந்த பொருளாதார நிபுணர்களும் மூத்த அரசு அலுவலர்களும் இணைந்து திட்ட ஆவணத்தைத் தயாரித்தார்கள். அவர்கள் அலுவலகத்திற்கு ஒதுக்கப்பட்டிருந்த இடமோ குடியரசுத் தலைவர் மாளிகையின் ஒரு சிறிய பகுதி ஆகும்.

சிறப்பு அழைப்பாளராக வந்திருந்து பங்கேற்ற பொருளாதார மேதை அசோக் மேத்தா, "உங்கள் ஆவணத்தில் வேலை வாய்ப்பைப் பற்றி எதுவும் சொல்லவில்லையே," என்ற கேள்வியை எழுப்பினார். அதன் பின்னர்தான் வேலை வாய்ப்பை உருவாக்குவதற்கான விவரமான பகுதியும் சேர்க்கப்பட்டது.

முதல் ஐந்தாண்டுத் திட்டத்திற்கான ஆவணம் தீட்டப்பட்டு விட்டது. தீட்டிய திட்டங்களைச் செயல்படுத்துவதில் நேரு காட்டிய ஆர்வமும், அர்ப்பணிப்பு உணர்வும் அளப்பரியது. தன் அமைச்சரவையின் கூட்டத்தைக் கூட்டுவார். அவர்களிடம் திட்டங்களின் முக்கியப் பகுதிகளை எடுத்து விளக்குவார். அதன்பின் அவர்களைப் பார்த்து எல்லாம் முடிந்ததா? ஏதாவது ஐயம் உண்டா?

என்று வினவி பள்ளி மாணவர்களுக்கு ஆசிரியர் பாடம் எடுப்பது போல் கேட்பார்.

திட்டங்கள் செயல்படும் விதத்தையும், வேகத்தையும் அடிக்கடி தானே ஆய்வு செய்வார். அரசு இயந்திரத்தை முடுக்கி விட்டதோடு, அறிஞர் பெருமக்களின் ஆலோசனைகளும், ஒத்துழைப்பும் திட்டக் குழுவுக்குக் கிடைப்பதை உறுதி செய்தார்.

அவ்வாறு ஒத்துழைத்து உதவிய மேதைகளின் பட்டியலில், புள்ளியல் நிபுணர் மகனலோபிஸ், பொருளாதார மேதை பி. எஸ். லோகநாதன், வேளாண் விஞ்ஞானி எம்.எஸ். சுவாமிநாதன், பொருளாதார நிபுணர் பிதாம்பர் பட் ஆகியோர் அடங்குவர்.

அதேபோல், மேல் நாட்டு அறிஞர்கள் சுமார் 15 பேர் இந்தியாவுக்கு வந்து, தங்கி திட்டக்குழுவுக்கு வழிகாட்டி இருக்கிறார்கள். ‘இவையெல்லாம் அவசியமா?’ என்று சிலர் கேட்டபோது, “நான் வெளிநாட்டுப் பொருட்களை இறக்குமதி செய்ய விரும்பவில்லை. மாறாக, வெளிநாட்டிலிருந்து சிறந்த நவீன சிந்தனைகளை இறக்குமதி செய்ய விரும்புகிறேன்,” என்றார் நேரு.

திட்டக்குழுவைக் கலைப்பதற்கு பாஜக அரசு கூறியது, திட்டக்குழுவின் செயல்பாட்டில் குறை இருக்கிறது என்பதாகும். திட்டங்கள் மேலே வகுக்கப்பட்டு கீழே திணிக்கப்படுகிறது. மாறாக, கீழே இருந்து திட்டங்கள் உருவாகி மேலே செல்ல வேண்டும் என்பதாகும்.

திட்டக்குழு செயல்பட்ட விதம்

வேளாண்மை, கல்வி, மக்கள் நல்வாழ்வு மற்றும் மருத்துவம் உள்ளிட்ட துறைகளில் உள்ள மாவட்ட அளவிலான அரசு அலுவலகங்கள் களத் தேவைகளை அறிந்து, கலந்து பேசி, திட்டங்களைத் தனது துறையின் மாநிலத் தலைவருக்கு அனுப்பும்.

முறையான ஆய்வுக்குப் பிறகு துறைத் தலைவர்கள் மாநிலத் திட்டக்குழுவுக்கு அனுப்பி, அது முதல்வர் தலைமையில் இயங்கும் நிரந்தர நிதிக் குழுவின் முன் சமர்ப்பிக்கப்பட்டு முழு வடிவம் பெறுகிறது. அதன் பிறகு மத்தியத் திட்டக்குழுவுக்கு அனுப்பப்பட்டு, விவாதத்திற்குப் பின்பு ஒப்புதல் தரப்படுகிறது.

எனவே, திட்டக்குழு செயல்பாட்டில் இருந்த போதுதான் உண்மையான கீழிருந்து மேலே செல்லும் நடைமுறை இருந்தது. ஒதுக்கப்படும் நிதிதான் மேலிருந்து கீழே வருகிறது.

இன்னொரு குற்றச்சாட்டு மாநிலங்களுக்கு நிதி ஒதுக்கீடு செய்வதில் பாரபட்சம் காட்டப்படுகிறது என்பது ஆகும். இதில் ஓரளவு

உண்மை இருந்தாலும் திட்டங்கள் மற்றும் அதற்கான நிதி ஒதுக்கீடு எவ்வாறு இருந்தன என்பதையும் பார்க்க வேண்டும்.

அவை மூன்று வகைகளாகப் பிரிக்கப்பட்டு இருந்தன.

1) திட்டம் சார்ந்த செலவுகள் (Plan Schemes):

இவைதான் மத்திய திட்டக்குழுவின் ஒப்புதல் பெற வேண்டியவை ஆகும். இதற்குரிய செலவை மத்திய, மாநில அரசுகள் ஒரு விகிதாச்சாரத்தில் பகிர்ந்து கொள்கின்றன.

2) மத்திய அரசு பரிந்துரைத்த திட்டங்கள் (Centrally Sponsored Schemes):

இத்திட்டங்களின் செலவை மத்திய, மாநில, நகராட்சி ஊராட்சிகள் ஒரு குறிப்பிட்ட விகிதாச்சாரத்தில் பகிர்ந்து கொள்ள வேண்டும். அதில் மத்திய அரசின் பங்களிப்பு அதிகம் இருக்கும்.

3) திட்டம் சாரா செலவுகள் (Non-plan Schemes):

இவை மாநில அரசின் திட்டங்கள். இவற்றிற்கான செலவை மாநில அரசே தன் வரி வருவாய் மூலம் ஏற்க வேண்டும்.

ஆகவே, முதல் இரண்டு வகையான திட்டங்களுக்கு நிதி ஒதுக்கீடு என்பது சில அடிப்படை விதிகளின்படி விகிதாச்சார முறைப்படிதான் அனைத்து மாநிலங்களுக்கும் ஒதுக்கப்படுகிறது.

இந்தியாவின் பொருளாதார வளர்ச்சி விகிதம் முதல் 5 ஆண்டுத் திட்டக் காலத்தில் (1951-1956) 3.5 விழுக்காடு மட்டுமே. அது 6-ஆவது திட்டக் காலத்தில் 5.5 விழுக்காடாக அதிகரித்தது; 10-ஆவது திட்டக் காலத்தில் 7.6 விழுக்காடாகவும், 11-ஆவது திட்டக் காலத்தில் (2012-2017) 7.9 விழுக்காடாகவும் உயர்ந்தது.

12-ஆவது திட்டக் காலத்தில் (2012-2017) இந்த வளர்ச்சி விகிதம் 8 விழுக்காடு அளவு உயர வேண்டும் என்பதே திட்டக்குழுவின் இலக்காக இருந்தது. ஆனால், 12-ஆவது திட்டக் காலம் நிறைவுறும் காலம் வரை காத்திராமல், மோடி அரசு திட்டக் குழுவை 2014இல் ஆட்சிக்கு வந்தவுடனேயே கலைத்து விட்டது.

நிதி ஆயோக்

ஜனவரி 1, 2015இல் திட்டக்குழுவுக்கு மாற்றாக 'நிதி ஆயோக்' என்ற பெயரில் அதாவது "இந்தியாவை மாற்றுவதற்கான தேசிய நிறுவனம்" (National Institution for Transforming India - NITI) என்னும் புதிய அமைப்பை ஏற்படுத்துவதாக மோடி அரசு அறிவித்தது.

நிதி ஆயோக் (NITI Aayog) இந்தியையும் ஆங்கிலமும் கலந்த 'கலப்படச்' சொல். இந்த அமைப்புக்கு இந்தியப் பிரதமர் தலைவராக இருப்பார். ஒரு துணைத் தலைவர், ஒரு தலைமைச் செயல் அலுவலர் ஆகியோர் இருப்பர். இவர்களைப் பிரதமரே நியமிப்பார். இந்திய அரசின் நிதித் துறை, தொழில் துறை உள்ளிட்ட 4 துறைகளின் அமைச்சர்கள் இதில் நிரந்தர உறுப்பினர்களாக இருப்பார்கள். மேலும் பல பகுதி நேர உறுப்பினர்களையும் பிரதமரே நியமனம் செய்வார். அனைத்து மாநில முதலமைச்சர்களும் இந்நிறுவனத்தில் நிர்வாக மன்ற உறுப்பினர்களாக இருப்பார்கள்.

2014 ஆகஸ்டு விடுதலை நாள் விழாவில் உரையாற்றிய பிரதமர் நரேந்திர மோடி, மாநிலங்களும் பங்கேற்கும் கூட்டுறவு கூட்டாட்சி முறைமை நிலை நிறுத்தப்படும் என்று குறிப்பிட்டார். ஆனால், நிதி ஆயோக் அமைக்கப்பட்டபோது அது கைவிடப்பட்டது. ஏற்கனவே இருந்த தேசிய வளர்ச்சி மன்றம் சட்ட வகையிலாவது திட்டங்களை இறுதி செய்யும் மன்றமாக அதிகாரம் பெற்றிருந்தது. ஆனால், இப்போதைய புதிய அமைப்பில் மாநில முதலமைச்சர்கள் கருத்து கூறும் நிலையில் மட்டுமே வைக்கப்பட்டார்கள்.

அரசு இனிமேல் மக்களுக்குத் திட்டங்களை 'வழங்குபவராக' (Provider) இருக்க முடியாது; 'செயல் ஊக்குநராக' (Enabler) மட்டுமே இருக்க முடியும் என்று 'நிதி ஆயோக்' பற்றிய அறிவிப்பில் கூறப்பட்டது.

உற்பத்தித் துறை மற்றும் சேவைத் துறையில் இனி அரசு செயல்படுபவராக (Player) இருக்க முடியாது; மாறாக கொள்கை வகுப்பாளராக மட்டுமே இருக்க முடியும் என்று கூறுகிறது. இதிலிருந்து அரசுத் துறை என்ற ஒன்றே இருக்காது என்பதையே அறிவிப்பு கூறுகிறது.

"அரசு, நிர்வாகத்தை நடத்துவதும் அதற்கான உத்தி வகுப்பதும் முற்றிலும் பிரிக்கப்பட வேண்டும்," என்றும் "இதுவரை இருந்தது போல திட்டமிடுதலில் செயல்பட்டு வந்த திட்டக்குழு இனிமேல் கொள்கை வகுக்கும் அமைப்பாக மட்டுமே இருக்கலாம்; திட்டமிடும் நிர்வாக நடவடிக்கையில் ஈடுபடாது; அதுதான் நிதி ஆயோக்," என்றும் கூறப்பட்டது.

'நிதி ஆயோக்' அரசுக்கு ஆலோசனை வழங்கும் 'அறிவாளர் மன்றமாக' (Think Tank) செயல்படும். உலக வளத்தில் இந்தியாவின் தேவைகள் உயர்ந்துள்ளன. அவற்றைப் பெறும் வகையிலும் இந்த அமைப்பு இயங்கும். வெளிநாடு வாழ் இந்தியர்கள் இதில் பகுதி நேர உறுப்பினர்களாகச் செயல்படுவர்; இந்திய அளவிலும் பன்னாட்டு அளவிலும் புகழ் பெற்ற வல்லுநர் அமைப்புகளுடன் நிதி ஆயோக்

இணைந்து செயல்படும்; தனியார் நிறுவனங்களைச் சேர்ந்தோரும் பகுதிநேர உறுப்பினர்களாக இணைத்துக் கொள்ளப்படுவார்கள்.

இவையெல்லாம் 'நிதி ஆயோக்' பற்றிய மோடி அரசின் அறிவிப்புகள் ஆகும். 2015 முதல் 2021 வரை கடந்த 6 ஆண்டு காலத்தில் 'நிதி ஆயோக்' மோடி அரசுக்கு வழங்கிவரும் பரிந்துரைகள் அனைத்தும் மாநில உரிமைகளை ஒவ்வொன்றாகப் பறித்து வருகின்றன. 'நிதி ஆயோக்' அரசுத் துறை நிறுவனத்தில் தனியார் நிறுவனத்தைச் சேர்ந்தோரும் இணைந்து செயல்படுவதன் மூலம் கொள்கை வகுப்பின்போது, மாநில முதல்வர்கள் புறந்தள்ளப்பட்டு தனியார் நிறுவனத்தைச் சேர்ந்தவர்கள் முக்கியப் பங்காற்றி வருகின்றனர்.

இது கூட்டாட்சி முறைக்கு வைக்கப்பட்டு இருக்கும் பெரிய வேட்டு. மாநில வேறுபாடுகள் ஏதும் இன்றி ஒட்டு மொத்தமாக இந்தியாவை ஒற்றைச் சந்தையாக மாற்றுவது; அரசின் தலையீடு என்ற ஒன்றே இல்லாமல் ஆக்குவது என்ற நோக்கங்கள் நிறைவேறி வருகின்றன. உள்ளாட்சி அமைப்புகள் மாநில அரசுகளின் கட்டுப்பாட்டிலிருந்து மத்திய அரசின் கட்டுப்பாட்டுக்குக் கொண்டு வரப்பட்டு கூட்டாட்சி முறைமை சிதைக்கப்பட்டு வருகிறது.

'நிதி ஆயோக்' அமைப்பில் இறுதி அதிகாரம் பிரதமருக்கே உள்ளது; இதன் மூலம் 'பிரதமர்' என்பவருக்கு இந்திய மாநிலங்களை ஆட்டிப் படைக்கும் ஏகபோக அதிகாரம் குவிக்கப்பட்டு இருக்கிறது.

பண்டித ஜவஹர்லால் நேருவின் திட்டக் குழுவைக் கலைத்துவிட்டு 'நிதி ஆயோக்' அமைக்கப்பட்டதின் மூலம் 'நேரு மரபை'த் தகர்த்து விட்டோம் என்று பாஜக அரசு கொண்டாடிக் கொண்டிருக்கிறது; இதனால் எல்லாம் நேருவின் புகழை அழித்து விட முடியாது. கோழி முட்டி கோபுரங்கள் சாய்ந்து விடாது.

102

துண்டாடப்பட்ட 'நேரு'வின் காஷ்மீர்

உலகத் தலைவர்களில் ஒருவராக ஒளி வீசிய பண்டித ஜவஹர்லால் நேருவின் புகழை அழிக்கவும், வரலாற்றின் பக்கங்களில் இருந்து அவரது பெயரை துடைத்து எறியவும் டெல்லி அதிகார பீடத்தில் கோலோச்சும் ஆர்.எஸ்.எஸ்., சங்பரிவாரங்கள் துடிக்கின்றன. நரேந்திர மோடி அரசு இந்துத்துவா கூட்டத்தின் செயல் திட்டங்களை ஒவ்வொன்றாக நிறைவேற்றி வருகிறது.

பண்டித நேரு வாழ்ந்த 'தீன்மூர்த்தி பவன்' அவரது நினைவு இல்லமாக திகழ் கிறது. இதனை சீர்குலைக்க மோடி அரசு முயன்றபோது, மறுமலர்ச்சி திராவிட முன்னேற்றக் கழக பொதுச்செயலாளர் வைகோ, நவம்பர் 11, 2018இல் தனது கடும் கண்டனத்தை அறிக்கையின் மூலமாக தெரிவித்து இருந்தார்.

வைகோ அறிக்கை வருமாறு:

கடந்த 2014 நாடாளுமன்றத் தேர்தல் பரப்புரையில் இந்தியாவின் வளர்ச்சியை முன்நிறுத்தி மிகப் பெரும்பான்மை இடங்களைக் கைப்பற்றிய பாரதிய ஜனதா கட்சி, நரேந்திர மோடி அவர்கள் தலைமையில் ஆட்சிப் பீடத்துக்கு வந்தது.

நான்கரை ஆண்டுகால மோடி ஆட்சியில் இந்தியப் பொருளாதாரம் அதலபாதாள வீழ்ச்சிக்கு தள்ளப்பட்டு இருக்கிறது. இந்திய ரூபாயின் மதிப்பு தொடர்ந்து சரிந்து கொண்டே இருக்கிறது. பெட்ரோல், டீசல் விலை உயர்வு கட்டுக்கு அடங்காமல் சென்றது மட்டுமல்ல, அதற்கான வரி நிர்ணயங்களின் மூலம் 11 இலட்சம் கோடி ரூபாய் மக்களிடமிருந்து பறிக்கப்பட்டு மத்திய அரசின் கருவூலத்துக்குச் சென்றிருக்கிறது.

மத்தியில் பாஜக ஆட்சிக்கு வந்த பின்னர் ஆர்.எஸ்.எஸ்., சங் பரிவார் அமைப்புகளின் இந்து ராஷ்டிரா கனவை செயல்படுத்து வதற்கு மோடி அரசு நாட்டின் பன்முகத் தன்மையைச் சீர்குலைத்து வருகிறது.

குஜராத் மாநிலம் நர்மதை ஆற்றங்கரையில் சர்தார் வல்லபபாய் படேலுக்கு மூன்றாயிரம் கோடி ரூபாய் செலவில் 597 அடி உயரத்தில்

உலகிலேயே மிகப் பெரிய சிலையை பிரதமர் மோடி எழுப்பி இருக்கிறார்.

ஆர்.எஸ்.எஸ்., இந்துத்துவா கூட்டத்தின் செயல்பாடுகளுக்கு இணக்கமான அணுகுமுறை கொண்டிருந்தார் படேல் என்பதை மறக்க முடியாது. அதனால்தான் பாஜக படேல் அவர்களைக் கொண்டாடுகிறது.

வல்லபபாய் படேலுக்கு எழுப்பப்பட்டுள்ள சிலை ஆர்.எஸ். எஸ்., பாஜக பரிவாரங்களின் உண்மையான நோக்கத்தை பிரதி பலிப்பதாகவும் இருக்கிறது.

மகாத்மா காந்தி பிறந்த குஜராத் மாநிலம் என்பதை மாற்றி, "படேல் பூமி" என்று சித்தரிப்பதன் மூலம் தேசப்பிதா காந்தி அடிகளின் புகழைத் திரையிட்டு மறைக்கலாம் என்று சங்பரிவார் கும்பல் மனப்பால் குடிக்கிறது. இமயம் நிகர்த்த புகழ் ஈட்டிய காந்தி அடிகள், கோடானு கோடி மக்களின் நெஞ்சில் வாழ்கிறார். உலகம் முழுவதும் காந்தியத்தின் வேர்கள் பரவி இருக்கின்றன.

நாட்டு விடுதலைப் போராட்டத்தில் பல ஆண்டுகள் சிறைவாசத்தை ஏற்று, உன்னதமான தியாகத்தைச் செய்து உலகத் தலைவர்களின் வரிசையில் இடம்பெற்ற பண்டித ஜவஹர்லால் நேரு அவர்களின் கீர்த்தியையும் புகழையும் அழிப்பதற்கு ஆர்.எஸ்.எஸ்., பாஜக, சங் பரிவாரங்கள் முனைந்து நிற்கின்றன.

நவீன இந்தியாவைக் கட்டி அமைத்த நேரு உருவாக்கிய 'திட்டக் குழு'வை ஒழித்துக் கட்டி, 'நிதி ஆயோக்' எனும் ஒற்றை அதிகார அமைப்பை பாஜக, ஆட்சிக்கு வந்த உடனேயே அமைத்தது.

'ஆசியாவின் ஜோதி' என்று கொண்டாடப்பட்ட ஜவஹர்லால் நேரு நாட்டின் முதல் பிரதமராக 17 ஆண்டு காலம் பொறுப்பில் இருந்தபோது, வசித்த 'தீன் மூர்த்தி பவனின்' அடையாளத்தை அழிக்கும் முயற்சியில், நேரு அருங்காட்சியகம் மற்றும் நூலகம் அமைந்துள்ள தீன் மூர்த்தி பவன் வளாகத்தை அனைத்துப் பிரதமர்களுக்கான நினைவு இல்லமாக மாற்ற மோடி அரசு திட்டமிட்டு வருவது கடும் கண்டனத்துக்கு உரியது.

ஓய்வு பெற்ற ஐ.ஏ.எஸ். அதிகாரியும், ஆர்.எஸ்.எஸ். அமைப்பில் செயல்பட்டவருமான சக்தி சின்காவை நேரு அருங்காட்சியகத்தின் நிர்வாக இயக்குநராகவும், ஆர்.எஸ்.எஸ்., பாஜக, ஊதுகுழலாக தொலைக்காட்சி நடத்தி வரும் அர்னாப் கோஸ்வாமியை நிர்வாகக்குழு உறுப்பினராகவும் நியமனம் செய்து தனது நோக்கத்தை செயல்படுத்த பாஜக, அரசு துடிக்கிறது.

ஜவஹர்லால் நேருவின் புகழை அழிக்கத் துடிக்கும் பாஜக அரசு, தீன்மூர்த்தி பவன் அடையாளத்தை அழிக்கும் முயற்சி, நாட்டு மக்களின் நெஞ்சில் நெருப்பைக் கொட்டும் எதேச்சாதிகார நடவடிக்கை ஆகும். எக்காரணம் கொண்டும் நேரு நினைவு இல்லமான தீன்மூர்த்தி பவனில் மாற்றங்கள் செய்யக்கூடாது."

இவ்வாறு வைகோ கண்டனம் தெரிவித்து இருந்தார்.

சிதைக்கப்பட்ட காஷ்மீர்

காஷ்மீர் நேரு குடும்பத்தினரின் பூர்வீக பூமி; காஷ்மீர் மக்களின் மீது பண்டித நேருவுக்கு இருந்த பாசப்பிணைப்பு மதங்களை தாண்டிய உணர்ச்சிப் பெருக்கோடுதான் இருந்தது.

காஷ்மீர், இந்தியாவின் விடுதலைக்குப் பிறகு இந்தியாவிடன் இணைக்கப்படுவதற்கு ஜவஹர்லால் நேரு மேற்கொண்ட முயற்சி களும், அவரது அணுகுமுறையும் காஷ்மீர் இந்தியாவின் ஒரு பகுதியாக விளங்கு வதற்கு வழி வகுத்தது.

காஷ்மீர் சிக்கல் குறித்த விவாதங்கள் எழுந்த போது பிரதமர் நேரு, நாடாளுமன்றத்தில் ஜூன் 21, 1952இல் ஆற்றிய உரை இங்கு குறிப்பிடத்தக்கதாகும்.

"உத்திரப் பிரதேசம், பீகார் அல்லது குஜராத் போன்ற ஒரு பகுதியைக் கையாள்வது போல காஷ்மீரையும் அணுகலாம் என நினைக்காதீர்கள். வரலாற்று ரீதியாக மட்டுமின்றி புவியியல் ரீதியாகவும் இன்னும் எல்லா வகைகளிலும் ஒரு குறிப்பாக பின்னணியுள்ள பகுதி அது. நமது பகுதிக்குப் (Local) பொருத்தமான கருத்துக்கள் மற்றும் முன் அனுமானங்களை (Prejudices) எல்லாப் பகுதிகளுக்கும் நாம் கொண்டு செல்ல முயன்றால் நாம் எந்தக் காலத்திலும் ஒருமைப்பாட்டை உருவாக்க (Consolidate) முடியாது.

எல்லோரையும் ஒருங்கிணைப்பதில் நாம் உண்மையாக இருந்தால் விசாலமான மனதுடன் உண்மைகளை ஏற்றுக் கொள்ளும் பக்குவம் உடையவர்களாக நாம் இருக்க வேண்டும். உண்மையான ஒருங்கிணைப்பு என்பது உளரீதியாகவும், இதயபூர்வமாகவும் நிகழ வேண்டும். ஏதேனும் உங்களின் ஒரு சட்டப்பிரிவை பிற மக்கள் மீது திணிப்பதால் அது சாத்தியப்படப் போவதில்லை."

பண்டித நேரு கூறிய வார்த்தைகள் இன்று பிரதமர் மோடி, உள்துறை அமைச்சர் அமித்ஷா இருவரையும் நோக்கி கூறுவதைப் போலவே இருக்கின்றது.

முதல் பிரதமர் நேருவின் சரித்திரத்திலும் இந்திய சரித்திரத்திலும் காஷ்மீர் பிரிக்க முடியாத கூறாக விளங்குகிறது. காஷ்மீரை நினைக்கும்போது பண்டித ஜவஹர்லால் நேருவும் நினைவுக்கு வருகிறார். நேருவின் பங்களிப்பு நினைவுக்கு வருகிறது. எனவே தான் ஆர்.எஸ்.எஸ். சங்பரிவாரங்கள் காஷ்மீர் பிரச்சினைக்கு நேருதான் காரணம் என்று இன்னமும் பேசிக் கொண்டு வருகிறார்கள்.

பண்டித நேரு கட்டி அமைத்த காஷ்மீரை துண்டாடுவதன் மூலம் இந்திய வரலாற்றில் காஷ்மீரத்தையும் நேருவையும் புறந்தள்ளி விடலாம் என்று இந்துத்துவ சனாதனக் கூட்டம் கருதின. அதற்காகவே காஷ்மீர் பள்ளத்தாக்கு சிதைக்கப்பட்டது.

2019, ஆகஸ்ட் மாதம் காஷ்மீர் மாநிலம் ஆர்.எஸ்.எஸ். சங்பரிவாரங்களின் விருப்பத்தின்படி, ஜம்மு காஷ்மீர் மற்றும் லடாக் என இரண்டாகத் துண்டாடப்பட்டு, மத்திய அரசின் அதிகாரத்திற்குள் (Union Territories) கொண்டு செல்லப்பட்டன.

காஷ்மீரை இவ்வாறு இரண்டாக அல்ல; மூன்றாக அதாவது ஜம்மு, காஷ்மீர் பள்ளத்தாக்கு, லடாக் எனப் பிரிக்க வேண்டும் என்பதுதான் ஆர்.எஸ்.எஸ். - ஜனசங்கத்தின் நோக்கமாக இருந்தது. இதை அந்த அமைப்புகள் வெளிப்படையாகவே கோரி வந்தன.

ஆர்.எஸ்.எஸ். பின்னணியுடன் செயல்பட்ட பால்ராஜ் மதோக் தலைமையிலான 'பிரஜா பரிஷத்' அமைப்பு இக்கருத்தை முன் வைத்தது. அதற்காக இயக்கம் நடத்தியது.

இன்னொன்றையும் நாம் இங்கு நினைவில் கொள்ள வேண்டும். இந்திய விடுதலைக்குப் போராடிய காங்கிரஸ் இயக்கத்தின் உள்ளே, இந்துத்துவ சிந்தனைப் போக்கு கொண்ட தலைவர்களும் இருந்தார்கள்.

வல்லபபாய் படேல், சியாம பிரசாத் முகர்ஜி, குல்சாரிலால் நந்தா, லால் பகதூர் சாஸ்திரி எனப் பலரும் நேரடியாக இந்து மகா சபையில் இல்லாவிடினும் இந்துத்துவக் கருத்தோட்டம் உடையவர்களாக இருந்தனர். மகாத்மா காந்தியும், நேருவும் வெள்ளையர்களை எதிர்த்து மட்டுமல்ல, இவர்களையும் எதிர்த்துதான் செயல்பட வேண்டிய நிலையே அன்று இருந்தது.

மகாத்மா காந்தி கொலைக்குப் பின்தான் இந்து மகா சபை மற்றும் ஆர்.எஸ்.எஸ். அமைப்புகளில் உள்ளோர் காங்கிரசுக்குள் இருக்க இயலாது என்று முடிவு எடுக்கப்பட்டது. அதன் பின்னர்தான் சியாம பிரசாத் முகர்ஜி 'பாரதிய ஜனசங்க'த்தைத் தோற்றுவிக்கிறார்.

நேருவின் அணுகுமுறை

காஷ்மீரை மூன்றாகப் பிரிக்க வேண்டும் என்று ஆர்.எஸ்.எஸ். சங்பரிவாரங்கள் கூப்பாடு போட்டு வந்ததை நேரு ஏற்கவில்லை. இன்றைய பிரதமர் மோடியும், அமித்ஷாவும் வெறிக்கொண்டு பள்ளத்தாக்கு முஸ்லிம் மக்களை கொடுஞ் சிறைக்குள் முடக்கி அவர்களை அடக்கி ஒடுக்க முயற்சிப்பதைப் போல நேரு நினைக்கவில்லை.

காஷ்மீர் குறித்த நேருவின் நிலைப்பாடு குறித்து சட்ட நிபுணர் ஏ.ஜி. நூரானி 'Frontline' ஆங்கில வார ஏட்டில் விரிவாகவே கட்டுரை தீட்டி உள்ளார்.

காஷ்மீரத்து சிங்கம் சேக் அப்துல்லாவின் முன்னிலையில் நேருவும் மன்னர் ஹரிசிங்கும் செய்து கொண்ட இணைப்பு ஒப்பந்தத்திற்கு (Instrument of Accession, 1949, Act-31) பின்னர் பாகிஸ்தானுடன் இந்தியா செய்து கொண்ட அசையாநிலை ஒப்பந்தத்தை (Stand Still Agreement - 1947, October, 26) இடையில்தான் நேரு தலைமையிலான இந்திய அரசு ஐ.நா. மன்றத்தில் இருமுறை இந்த ஒப்பந்தங்களை முன்வைத்து இது ஒரு தீர்க்கப்பட வேண்டிய சிக்கல் என்பதை ஐ.நா. ஏற்றுக் கொண்டது.

அதன் மூலம் ஐ.நா. மன்றத்தின் மேற்பார்வைக்கு ஒரு வரலாற்று பூர்வமான ஆதாரத்தையும் பதிவு செய்தது என்பதை எல்லாம் மறந்துவிட முடியாது.

நேருவுக்குப் பின்னர் தலைமை அமைச்சர் பொறுப்புக்கு வந்தவர்கள் இது மூன்றாவது முகமை ஏதும் தலையிட முடியாத உள்நாட்டுச் சிக்கல் என்று சொல்வதற்கு நேருவின் இந்த நடவடிக்கைகள்தான் இன்றளவும் ஒரு தடையாக உள்ளது என்பதையும் கவனத்தில் கொள்ள வேண்டும்.

நேரு காலத்திலேயே ஒப்பந்தம் மீறப்பட்டது. நேருவும் காஷ்மீரை விட்டுவிடத் தயாராக இல்லை. ஆனால் நேருவின் அணுகுமுறை காஷ்மீர் மக்களின் அனைத்து உரிமைகளும் பாதுகாக்கப்படுவதன் மூலம் அவர்களிடையே நம்பிக்கையூட்டி ஒரு ஒப்புதலை அவர்களிடம் உருவாக்க வேண்டும் என்பதாக இருந்தது.

எக்காரணம் கொண்டும் அவர்களின் உரிமைகளைப் பறிப்பதோ, இராணுவத்தைக் கொண்டு அவர்களை அடக்குவதோ, நேருவுக்கு உடன்பாடானதாக இல்லை;

1952, ஜனவரி 1இல் கல்கத்தாவில் பிரதமர் நேரு பேரணி ஒன்றில் ஆற்றிய உரையில் பின்வருமாறு குறிப்பிட்டார்.

“காஷ்மீரத்து மக்களை நம்மை நோக்கி ஈர்ப்பதற்கு நமது மதச்சார்பற்ற அணுகுமுறை மற்றும் நமது அரசியல் சட்டம் ஆகியவற்றைக் காட்டிலும் வேறென்ன சான்றுகள் இருக்க முடியும்? ஜனசங்கம் அல்லது வேறு ஏதும் ஒரு மதவாதக் கட்சி மேலுக்கு வரும் ஒரு சூழ்நிலையில் என்ன ஆகும் என ஒரு கணம் கற்பனை செய்து பாருங்கள்; கணந்தோறும் ஜனசங்கம் அல்லது ஆர்.எஸ். எஸ். தம்மைப் பிறாண்டித் தொல்லை செய்யும் நாட்டின் ஏன் அவர்கள் (காஷ்மீரிகள்) இருக்க வேண்டும்? அவர்கள் வேறு எங்கு வேண்டுமானாலும் போவார்கள்; நம்மோடு இருக்க மாட்டார்கள்”

நேரு 1952இல் எச்சரித்தது போலவே மதவாதக் கட்சி வலுப்பெற்று, மதவெறியும் வலுப்பெற்று, இன்று காஷ்மீர் சிதைக்கப் பட்டுவிட்டது. நாடாளுமன்றத்தில் பேசிய போதும் நேரு இதையே குறிப்பிட்டார்.

“நமது அரசியல் சட்டத்தின் மீதான எல்லா மரியாதைகளுடனும் சொல்கிறேன். உங்கள் அரசியல் சட்டம் என்ன சொல்கிறது என்பது பெரிதல்ல, காஷ்மீர் மக்கள் அது வேண்டாம் என்றால் அது அங்கே செயல் படுத்தப்படாது; ஏனெனில் அவர்கள் ஏற்காத பட்சத்தில் பிறகென்ன மாற்றாக இருக்க முடியும்? அவர்கள் அதை ஏற்கவில்லை என்பதாகக் கொண்டு கட்டாயமாக அவர்கள் மீது திணிப்பதும் வற்புறுத்துவதும்தானே? அப்படி நாம் அவர்களை வற்புறுத்தப் போகிறோமா? அதன் மூலம் தவறாக வழி நடத்தப்பட்ட சிலர் வெளிநாடுகளில் இருந்து கொண்டு நமக்கு எதிராகப் பரப்பும் குற்றச்சாட்டை நியாயப்படுத்தப் போகிறோமா?” (ஜூன் 26, 1952, நாடாளுமன்றத்தில் நேரு உரை)

நேரு செய்த எச்சரிக்கை

காஷ்மீர் துண்டாடப்படுவதை ஷேக் அப்துல்லாவும் பின்னாளில் டாக்டர் ஃபரூக் அப்துல்லாவும் கடுமையாக எதிர்த்தனர். பெரும்பான்மை முஸ்லிம்களாக இருக்கும் ஒரு பகுதியில் தாம் சிறுபான்மையாக இருக்க இந்துத்துவ மதவெறியர்கள் விரும்ப வில்லை; மகுடம் இழந்த மன்னர் கரன்சிங்கும் இதை ஆதரித்தார். ஜம்முவுக்கு மட்டுமாவது தான் தொடர்ந்து தலைவராக இருக்கலாம் என்கிற விருப்பம் அவருக்கு;

ஆனால் இப்படிப்பட்ட முயற்சி, இந்துக்கள் பெரும்பான்மையாக உள்ள ஒரு இரண்டரை மாவட்டம் போக மீதமுள்ள முஸ்லிம்கள் பெரும்பான்மையாக உள்ள காஷ்மீர் முழுவதையும் வெள்ளித் தட்டில் வைத்து பாகிஸ்தானுக்கு தாரை வார்ப்பதிலேயே இது முடியும் என்று ஷேக் அப்துல்லா தரப்பில் எச்சரிக்கை விடப்பட்டது.

அன்றைய உள்துறை அமைச்சராக இருந்த வல்லபபாய் படேலிடமும் நேரு இதுகுறித்து எச்சரித்தார்.

ஆர்.எஸ்.எஸ். ஆதரவுடன் பால்ராஜ் மதோக்கின் பிரஜா பரிஷத் இயக்கம் ஜம்மு காஷ்மீரை மூன்றாகப் பிரிப்பதற்கானப் போராட்டத்தைத் தொடங்கியபோது ஜவஹர்லால் நேரு, தனது நண்பரும் அப்போதைய மேற்கு வங்காள முதலமைச்சருமான பி.சி. ராய்க்கு கடிதம் எழுதினார் (ஜூன் 29, 1953)

"இந்து வகுப்புவாதிகள் இப்படியான ஒரு இயக்கத்தை ஜம்முவில் தொடங்கினால் முஸ்லிம் வகுப்புவாதிகள் காஷ்மீரில் ஏன் செயல்படக்கூடாது? இன்றைய நிலை என்னவெனில் இப்போது நாம் கருத்துக் கணிப்பை நடத்தினால் காஷ்மீரில் உள்ள பெரும்பான்மை முஸ்லிம்கள் நமக்கு எதிராகவே வாக்களிப்பார்கள். சிறிய அளவில் சில வன்முறைகளும் கூட நிகழலாம்; எனவே காஷ்மீர் மாநிலத்தை இந்தியாவுடன் இணைப்பதற்கான பிரஜா பரிஷத்தின் இந்த இயக்கம் நேர்மாறான விளைவைத்தான் ஏற்படுத்திக் கொண்டு உள்ளது.

ஜம்மு பகுதியைப் பொருத்தமட்டில் பெரும்பான்மையான இந்துக்கள் (இந்தியாவுடனான) நெருக்கமான இணைப்பையே தாம் விரும்புகிறோம் என்பதை வெளிப்படுத்தி உள்ளனர். என்ன நடந்தாலும் ஜம்மு இந்தியாவை விட்டுப் போகாது. யாருக்கும் அதில் ஐயம் ஏதுமில்லை; காஷ்மீர் பள்ளத்தாக்கில்தான் நாம் பெரிய அளவில் பிரச்சினைகளை எதிர்கொள்ளப் போகிறோம்; பிரஜா பரிஷத் இயக்கத்தின் விளைவாக அதை இன்று நாம் இழக்கும் நிலையில் உள்ளோம். உளவியல் மட்டத்தில் நாம் அதை ஏற்கனவே இழந்து விட்டோம்.

பழைய நிலையைத் திரும்ப அடைவது இப்போது கடினமாகிவிட்டது. காஷ்மீரில் வாழும் மக்களின் நம்பிக்கையை வென்றால் தான் நாம் காஷ்மீரை வெல்ல முடியும். இறுதி ஆய்வில் நாம் வந்தடைவது இதுதான். மக்கள் நம்மை விரும்பவில்லை என்பது தெளிவானால் துப்பாக்கி முனையில் அதை நாம் வைத்திருக்க முடியாது என்பது தெளிவு.

முதல் முறையாக காஷ்மீரில் இப்போது 'இந்தியப் படைகளே வெளியேறு' எனும் மக்கள் குரல் ஒலிக்கிறது. நேருவின் எச்சரிக்கை பின் வந்த ஆண்டுகளில் உண்மையாக தெரிய ஆரம்பித்தது.

வழக்கறிஞர் ஏ.ஜி. நூரானி தனது கட்டுரையில் (*Kashmir : Murder of Insaniyat, Frontline, Aug 30, 2019*) பின்வருமாறு பதிவு செய்திருக்கிறார்.

"நேருவுக்குப் பின் வந்த மத்திய அரசுகள் எல்லாம் காஷ்மீர் மக்களை வெளிப்படையாக உதாசீனம் செய்தன. இந்தியாவுடனான இணைப்பை காஷ்மீர் மக்கள் தொடக்கம் முதலாகவே விரும்பவில்லை; பாகிஸ்தானில் இருந்து வந்த ஆயுதம் தாங்கிய குழுக்களின் நடவடிக்கைகள்தான் ஷேக் சாகிபின் (ஷேக் அப்துல்லா) கைகளை அழுத்தி இந்தியாவுடனான இணைப்பு ஒப்பந்தத்தில் கையொப்பமிட வைத்தன.

பிரிவினைக் கலவரத்தின்போது பாக்கிலிருந்து இரு திசைகளில் வந்த இரண்டு தனியார் படையினரின் தாக்குதலில் இருந்து தற்காலிகமான ஒரு பாதுகாப்பிற்காக தன் விருப்பத்தை மீறி ஷேக் அப்துல்லா இணைப்பு ஒப்பந்தத்தில் கையொப்பமிட்டார் என்பது இதன் பொருள்.

பேட்ரிக் கார்டன் வாக்கர் எனும் பிரிட்டீஷ் அமைச்சர் ஒருவரிடம் நேரு, காஷ்மீர் மாநிலத்தை ஒரு நாடுகளுடனும் இணைப்பது என்றொரு கருத்தை முன் வைத்தார் எனவும் நூரானி குறிப்பிடுகிறார்.

இணைப்பிற்கு முன்னதாக 1947, அக்டோபர் 25 அன்று நடந்த அமைச்சரவைப் பாதுகாப்புக்குழு (Defence Committee of the Cabinet) ஆலோசனைக் கூட்டக் குறிப்பு (Minutes of the Meeting) சொல்லும் முக்கியமான ஒன்று, காஷ்மீரை இந்தியாவுடன் கட்டாயமாக இணைத்துக் கொண்டவராக இன்று கருதப்படும் நேரு சொன்னார்:

"கேள்வி என்னவெனில் இந்தத் தற்காலிக இணைப்பு என்பது பொதுவில் காஷ்மீர் மக்களை இந்தியாவுக்கு ஆதரவாக இட்டுச் செல்லுமா? இல்லை அது ஒரு எரிச்சலூட்டும் அனுபவமாகத்தான் அவர்களுக்கு அமையுமா? என்பதுதான்."

ஏன் நேரு அப்படிச் சொன்னார்? ஏனெனில் மக்கள் அப்போது இந்தியாவுடன் இணையத் தயாராக இல்லை. இன்று உள்ள மனநிலையில்தான், அதாவது இந்தியாவுடன் இணைந்திருப்பது சாத்தியமில்லை எனும் மனநிலையில்தான் அப்போதும் காஷ்மீர் மக்கள் இருந்தனர்.

ஜம்மு-காஷ்மீர் முன்னாள் திவானும் தற்போது குப்பைக் கூடையில் தூக்கி எறியப்பட்ட 370ஆவது அரசியல் சட்டப் பிரிவை வடிவமைத்தவருமான கோபால்சாமி ஐயங்கார் இந்த அமைச்சரவைக் கூட்டம் நடந்த அடுத்த நாள், "இந்தியாவுடனான உடனடியான இணைப்பு மேலும் அதிக எதிர்ப்பிற்குத்தான் வழிவகுக்கும்" என்று கூறியது குறிப்பிடத்தக்கது.

பிரிவினையை ஒட்டி இங்கு மேலெழுந்த முஸ்லிம் வெறுப்பு அரசியல், காந்தியின் படுகொலை, வலதுசாரி இந்துத்துவ அமைப்புகளின் திரட்சி ஆகியன காஷ்மீர் முஸ்லிம்களை நம்பிக்கை இழக்க செய்தன.

தொடக்கத்தில் இருந்த இந்த மனநிலை பிரஜா பரிஷத் மற்றும் ஆர்.எஸ்.எஸ். அமைப்புகளின் நடவடிக்கைகளால் போகப் போக இன்னும் அதிக இந்திய வெறுப்பாக மாறியது என்பதற்கு நூரானி பல வரலாற்று ஆதாரங்களை முன் வைக்கிறார்.

கருத்துக்கணிப்பு வாக்கெடுப்பு நடத்தினால் ஷேக் அப்துல்லா வெல்வார் எனத் தொடக்கத்தில் நம்பப்பட்டது. அன்று ஷேக் அப்துல்லா வெல்வார் என்றால் ஜம்மு - காஷ்மீர் இந்தியாவுடன் இணையும் என்பது பொருள். மே 14, 1948 அன்று இந்திரா காந்தி அவரது தந்தைக்கு எழுதிய கடிதத்திலும் ஷேக் அப்துல்லா வெல்வார் எனும் நம்பிக்கையையே காண்கிறோம்.

ஆனால் ஐந்தாண்டுகளில் நிலைமை மாறியது. ஜூலை 14, 1953 அன்று குடியரசுத் தலைவர் ராஜேந்திர பிரசாத், ஷேக் அப்துல்லா நம்பிக்கை இழந்துவிட்டதாக நேருவிடம் குறிப்பிட்டார்.

"95 விழுக்காடு காஷ்மீர் மக்கள் இந்தியாவுடன் இருக்க விரும்பவில்லை" என நேருவுக்கு எழுதிய கடிதம் ஒன்றில் (மே 1, 1956) ஜெயப்பிரகாஷ் நாராயணனும் பதிவு செய்கிறார்.

இடையில் இப்படி காஷ்மீரத்து மக்களிடம் இந்திய வெறுப்பு உருவானதில் ஆர்.எஸ்.எஸ். வழிகாட்டலில் 'பிரஜா பரிஷத்' மேற் கொண்ட வெறுப்பு நடவடிக்கைகள் முக்கிய பங்கு வகித்தன. இவர்களின் செயல்பாடுகள் இந்த நிலைக்குத்தான் கொண்டு செல்லும் என்பதை நேருவும் உணர்ந்து இருந்தார். தனது எழுத்துக்களிலும், உரைகளிலும் அதை அவர் பதிவு செய்து கொண்டே இருந்தார்.

1952, புத்தாண்டு நாளில் (ஜனவரி 1) கல்கத்தா பேரணியில் உரையாற்றும் போதும் நேரு உறுதிபட கூறினார்:

"நாளை ஷேக் அப்துல்லா காஷ்மீர், பாகிஸ்தானுடன்தான் சேர வேண்டும் என விருப்பம் தெரிவித்தால் நானோ, இல்லை நமது படைகள் அனைத்துமோ ஒன்றும் செய்ய இயலாது; அவர்களின் தலைவர் அப்படித் தீர்மானித்தால் அதுவே நடக்கும்; ஜனசங்கம் மற்றும் ராஷ்டீரிய சுயம் சேவக் ஆகியவற்றின் நடவடிக்கைகள் அனைத்தும் இந்த அம்சத்தில் பாகிஸ்தானின் கைப்பாவையாகச் செயல்படுவதாகவே அமைகின்றன. இவர்களின் வகுப்புவாத நடவடிக்கைகளால் தாம் வெறுத்துப் போயுள்ளோம் என காஷ்மீர் மக்கள் கூறுகின்றனர்.

ஜனசங்கம் மற்றும் ஆர்.எஸ்.எஸ். அமைப்பினால் தாம் தொடர்ந்து முற்றுகை இடப்படும் ஒரு நாட்டில் அவர்கள் ஏன் இருக்க வேண்டும்? அவர்கள் வேறு எங்கு வேண்டுமானாலும் போவார்கள், நம்மோடு இருக்க மாட்டார்கள்."

பிரதமர் நேரு காஷ்மீர் முழுமையாகச் சிதையாமல் இந்தியாவுடன் இருக்க வேண்டும் என எல்லோரையும் போலவே விரும்பினார்.

ஆனால் ஆர்.எஸ்.எஸ்., சங்பரிவாரங்கள் காஷ்மீரத்தை துண்டாடுவதற்கான தருணத்தை எதிர்நோக்கி 1951இல் இருந்து காத்து இருந்தார்கள்; 68 ஆண்டுகள் காத்திருப்புக்குப் பிறகு, இந்தியாவின் ஆட்சி அதிகாரம் அவர்கள் காலடியில் கிடக்கும் நிலை வந்தவுடன் 2019இல் காஷ்மீரத்தின் எழிலைச் சிதைத்தார்கள்.

காஷ்மீரம் சிதைக்கப்படும் போது பண்டித ஜவஹர்லால் நேருவையும் சிதைத்து விட்டோம் என்ற அற்ப புத்தி ஆர்.எஸ்.எஸ். சனாதனக் கும்பலைக் கொண்டாட வைத்து இருக்கிறது; பண்டித நேரு இமயத்தின் சிகரம்; அதன் அடியில் கிடக்கும் கூழாங்கற்கள் கூத்தாடுவதால் நேருவின் புகழைச் சாய்க்க முடியாது.

103

வரலாற்றில் திணிக்கப்படும் இந்துத்துவத் தலைவர்கள்

இந்திய வரலாற்றின் நாயகர்களான மகாத்மா காந்தி, பண்டித ஜவஹர்லால் நேரு உள்ளிட்ட தலைவர்களை இருட்டடிப்பு செய்து விடலாம்; அவர்களின் புகழை அழித்துவிடலாம் என்று துடித்துக் கொண்டு இருக்கிற இந்துத்துவ சனாதன சக்திகள், இந்துத்துவவாதிகளைச் சரித்திரத்தில் நிலைநிறுத்த ஆட்சி அதிகாரத்தைப் பயன்படுத்தி வருகிறது.

மகாத்மா காந்தி கொலை வழக்கில் குற்றவாளி என்று நீதிமன்றத்தில் நிறுத்தப்பட்ட சாவர்க்கரை மாவீரராக சித்தரித்து இந்திய விடுதலைப் போராட்டத்தில் சிறை சென்றவர் என்று கதை அளக்கிறது ஆர்.எஸ்.எஸ். இந்து ராஷ்டிர கனவை விதைத்தவர் அல்லவா சாவர்க்கர்? எனவே, அவரைக் கொண்டாடுகிறது பாஜக அரசு. வரலாற்று உண்மைகளை மறைத்தும், திரித்தும் சாவர்க்கரைப் 'புரட்சியாளராக'க் காட்ட முனைகிறது.

விடுதலைப் போராட்டத்தில் ஈடுபட்டு கைதானாரா சாவர்க்கர்?

1909ஆம் ஆண்டு இலண்டனில் சர் கர்சல் வைலி என்ற ஆங்கில அதிகாரியைச் சுட்டுக் கொல்ல மதன்லால் திங்ரா என்ற இளைஞனுக்குத் தடம் காட்டியவர் சாவர்க்கர்.

அதே ஆண்டு இறுதியில் நாசிக் கலெக்டர் எ.எம்.டி. ஜாக்சன் சுட்டுக் கொல்லப்படுவதற்கும் சாவர்க்கர்தான் காரணம். அவர்தான் கொலையாளிக்கு துப்பாக்கி ஏற்பாடு செய்து தந்தார் என்பது குற்றச்சாட்டு.

அறிவியல் மனப்பான்மை உடையவரான ஜாக்சன் மூடப் பழக்க வழக்கங்களைக் கடுமையாகச் சாடியவர். அவற்றுக்கு எதிராக சட்டம் கொண்டு வர முனைந்தார். எனவே, அவரைத் தீர்த்துக்கட்ட திட்டம் தீட்டியவர் சாவர்க்கர் என்று பிரிட்டிஷ் அரசு தீர்மானித்தது.

சாவர்க்கரின் அண்ணனைக் கைது செய்து அந்தமான் சிறையில் அடைத்த பிரிட்டீஷ் அரசு, பாரீசில் இருந்த சாவர்க்கரையும் கைது செய்ய தேடியது.

1910ஆம் ஆண்டு கொலைக் குற்றமும், தேசத் துரோகக் குற்றமும் சாட்டப்பட்டு இலண்டன் விக்டோரியா இரயில் நிலையத்தில் கைது செய்யப்பட்டார் சாவர்க்கர்.

மன்னிப்பு கோரிய சாவர்க்கர்

சாவர்க்கரை இந்தியாவுக்கு அழைத்து வந்த கப்பல் பிரான்ஸ் நாட்டின் மார்ஸெ நகரில் நின்றபோது, கப்பலின் ஜன்னல் வழியாக தப்பித்தார். ஆனால், பிரெஞ்சு நாட்டில் மீண்டும் கைது செய்யப்பட்டு இந்தியா கொண்டு வரப்பட்டார். பிரிட்டீஷ் அரசு அவர் மீது சுமத்திய இரண்டு குற்றங்களுக்காக 50 ஆண்டுகள் சிறைத் தண்டனை விதித்து அந்தமான் சிறையில் 04.07.1911 அன்று அடைத்தது.

சிறையில் அடைக்கப்பட்ட 6 மாதத்திலேயே பிரிட்டீஷ் அரசுக்கு கருணை மனு போட்டார் சாவர்க்கர்; ஆனால், ஆங்கிலேயர்கள் கருணை காட்டவில்லை.

24.11.1913இல் அப்போதைய கவர்னர் ஜெனரலின் நிர்வாகத்தில் உள்துறை பொறுப்பில் இருந்த ரெனினால்ட் கிராட் டோஜ் என்பவருக்கு மண்டியிட்டு மன்றாடி இரண்டாவது கருணை மனு போட்டார் சாவர்க்கர்.

அந்த மன்னிப்பு மடலில் சாவர்க்கர் எழுதியிருந்ததைப் பார்த்தால் அவர் எந்த அளவுக்கு பிரிட்டீஷ் அரசிடம் மன்றாடினார் என்பது புரியும்.

"1906-1907இல் நிலவிய கொந்தளிப்பான, நம்பிக்கையற்ற சூழ்நிலை எங்களை அமைதி முன்னேற்றம் என்ற பாதையில் செல்ல முடியாமல் வஞ்சித்து விட்டது. இந்தியாவிலும் மனித குலத்தின் நன்மையை மனதில் கொண்டுள்ள எந்த மனிதரும் குருட்டுத்தனமாக அந்தப் பாதையில் இனி அடியெடுத்து வைக்கமாட்டார்கள். எனவே, பல்வகையிலும் நல்லெண்ணமும் கருணையும் கொண்ட அரசாங்கம் என்னை விடுதலை செய்யுமானால், அரசியல் சட்ட வகையான முன்னேற்றத்திற்கும் ஆங்கிலேய அரசாங்க விசுவாசத்திற்கும் மிக உறுதியான ஆதரவாளனாக மட்டுமே இருப்பேன்;

மேலும், அரசியல் சட்ட வகையான மார்க்கத்திற்கு நான் மாறி வந்திருப்பது இந்தியாவிலும், வெளிநாடுகளிலும் ஒரு காலத்தில் என்னைத் தங்களது வழி காட்டியாகப் பார்த்து வந்த, வழி தவறிப் போன இளைஞர்களை மீட்டுக் கொண்டு வரும்;

எந்த வகையில் நான் அரசாங்கத்திற்குப் பணிபுரிய வேண்டும் என்று அது விரும்புகிறதோ அதற்குத் தகுந்தபடி நான் பணிபுரிவேன். ஏனெனில் எனது மனமாற்றம் எப்படி உணர்வுபூர்வமானதாக உள்ளதோ அதைப் போலவே எனது எதிர்கால நடத்தையும் இருக்கும் என்று நம்புகிறேன்.

என்னைச் சிறையில் வைத்திருப்பதன்மூலம் பெறப்படுவது, வெளியில் விடுவதனால் கிடைப்பதை ஒப்பிடுகையில் ஒன்றுமே இல்லை.

வலிமை உடையோரே கருணை உடையவராக இருக்க முடியும். எனவே பாதை தவறிப்போன மகன், அரசாங்கம் எனும் பெற்றோர்களின் கதவுகளுக்குத் திரும்பி வராமல் வேறு எங்கு செல்வான்? இந்த விடயங்களை மாண்புமிக்க தாங்கள் அன்புடன் கருத்தில் கொள்வீர்கள் என நம்புகிறேன்."

இவ்வாறு மன்னிப்புக் கடிதம் எழுதி கொடுத்தவரைத்தான் 'வீர சாவர்க்கர்' என்று கொண்டாடுகிறது இந்துத்துவ சனாதனக் கும்பல்.

இந்துத்துவ சித்தாந்தத்தின் பிதாமகன் சாவர்க்கர் என்பதால் ஆட்சிப் பீடத்தில் இருக்கும்போது அவரைச் சரித்திர நாயகனாகச் சித்தரிக்க முயன்றது பாஜக.

2003இல் வாஜ்பாய் ஆட்சியில் சாவர்க்கருக்கு நாடாளுமன்றத்தில் உருவப்படம் திறக்கப்பட்டது. அந்தமான் போர்ட் பிளேர் விமான நிலையத்தின் பெயர் மாற்றப்பட்டு சாவர்க்கர் பெயர் சூட்டப்பட்டது.

இந்துத்துவ அமைப்பின் இன்னொரு பரிணாமமான மராட்டியத்தின் சிவசேனா, சாவர்க்கருக்கு 'பாரத ரத்னா' விருது வழங்க வேண்டும் என்று 2015இல் கோரிக்கை வைத்தது.

2019இல் டெல்லி பல்கலைக் கழகத்தின் மாணவர் சங்கத் தேர்தல் நடைபெற இருந்த நிலையில் ஆர்.எஸ்.எஸ்.-இன் மாணவர் பிரிவான ஏ.பி.வி.பி. அங்கு உள்ள தூணில் சாவர்க்கரின் மார்பளவு சிலையை வைத்தது. பல்கலைக் கழகத்தின் அனுமதி பெறாமல், ஏ.பி.வி.பி. அமைப்பு சாவர்க்கர் சிலையை நிறுவியது.

சாவர்க்கர் சிலைக்கு அருகில் நேதாஜி சுபாஷ் சந்திரபோஸ், பகத் சிங் சிலைகளும் வைக்கப்பட்டன.

சாவர்க்கரையும், பகத் சிங்கையும் சமன்படுத்த ஆர்.எஸ்.எஸ். முயல்வதை இடதுசாரி மாணவர் அமைப்பும், காங்கிரஸ் மாணவர் அணியும் கண்டித்தன. இது குறித்து பேசிய ஏ.பி.வி.பி. தலைவர்

சக்தி சிங், சுபாஷ் சந்திரபோஸ், சாவர்க்கர் ஆகியோர் விடுதலைப் போராட்டத்தில் பங்கேற்றதால் மாணவர்களுக்கு முன் மாதிரியாக இருப்பார்கள் என்று சிலைகள் நிறுவப்பட்டதாகக் குறிப்பிட்டார்.

இதன் நோக்கம் சாவர்க்கரை விடுதலை வீரராக வரலாற்றில் நிலைநிறுத்துவதும், சுபாஷ் சந்திரபோஸ், பகத் சிங் போன்ற மாவீரர்களுக்கு இணையானவர் சாவர்க்கர் என்று பதிவு செய்வதும்தான் ஆர்.எஸ்.எஸ்.-இன் நோக்கம்.

பண்டிட் தீன்தயாள் உபாத்யாயா

மோடி தலைமையிலான பாஜக அரசு பொறுப்பேற்றவுடன் 2014இல் மத்திய அரசின் சார்பில் வேலைவாய்ப்பற்ற இளைஞர்களுக்கு வேலைவாய்ப்பு முகாம் நடத்துவதற்கு 'தீன்தயாள் உபாத்யாயா-கிராமின் கௌசல்யா யோஜனா' என்ற பெயரில் முகாம் நடத்தப்பட்டது.

மத்திய அரசின் பல்வேறு பொது நிறுவனங்களுக்கு தீன்தயாள் உபாத்யாயா பெயர் சூட்டப்பட்டு இருக்கிறது. புதுடெல்லியில் ஒரு சாலைக்கு 'தீன்தயாள் மார்க்' என்று பெயர் சூட்டப்பட்டது. உத்திரப்பிரதேசம் முகல்சராய் இரயில்வே நிலையத்திற்கு தீன் தயாள் உபாத்யாயா பெயர் சூட்டப்பட்டது.

மத்திய அரசின் பொதுத்துறை நிறுவனங்கள் என நெய்வேலி பழுப்பு நிலக்கரி நிறுவனம் போன்றவற்றில் தீன்தயாள் உபாத்யாயா நூற்றாண்டு விழா கொண்டாடப்பட வேண்டும் என்று ஒன்றிய அரசு உத்திரவிட்டது.

தீன்தயாள் உபாத்யாயா யார்?

பாரதீய ஜனசங்கத்தை நிறுவிய சியாம பிரசாத் முகர்ஜி, "இவரைப் போல இன்னும் கூடுதலாக இரண்டு தீன்தயாள் உபாத்யாயாக்கள் இருந்திருந்தால் இந்தியாவின் அரசியல் முகம் வேறு மாதிரி தோற்றம் அடைந்திருக்கும்," என்று பாராட்டி உள்ளார். ஆர்.எஸ்.எஸ்., சங் பரிவாரங்கள் உயர்த்திப் பிடிக்கும் முக்கியமான இந்துத்துவ ஆளுமை தீன்தயாள் உபாத்யாயா.

இவர் உத்திரப்பிரதேச மாநிலம், மதுரா மாவட்டத்தின் நகலா சந்திரபான் எனும் ஊரில் செப்டம்பர் 25, 1916இல் பிறந்தார். கான்பூர் எஸ்.டி. கல்லூரியில் சேர்ந்தபோது, பின்னாளில் ஆர்.எஸ்.எஸ். அமைப்பின் முக்கியமானவர்களாக விளங்கிய சுந்தர்சிங் பண்டாரி, பல்வந்த் மஹாசிங்கே போன்ற மாணவர்களைச் சந்தித்தார். ஆர்.எஸ்.எஸ். ஈடுபாடு அவருக்கு அப்போதுதான் ஏற்பட்டது.

1939இல் பட்டம் பெற்றவர், தன் சொந்த வாழ்க்கையில் ஏற்பட்ட துயரங்களால் முதுகலைப் படிப்பைத் தொடர முடியவில்லை.

வேட்டி, குர்தா, தலையில் தொப்பி சகிதம் அரசு வேலைக்கான தேர்வு எழுதப் போன சமயத்தில் இவரைப் பார்த்து சிலர் 'பண்டிட்ஜி' என்று கிண்டலாக அழைத்தனர். ஆனால், அதுவே பின்னாளில் இவரது பெயருடன் ஒட்டிக் கொண்டது.

இந்தி, ஆங்கிலம் என இரண்டு மொழிகளிலும் திறம்பட எழுதக் கூடியவர்; இந்தியில் மிகவும் பிரபலமான 'சந்திரகுப்த மவுரியா' என்ற நாடகத்தை ஒரே மூச்சில் எழுதி விட்டார்.

தேசிய விழிப்புணர்வை (அதாவது 'இந்து' தேசியம்!) மக்களிடையே உருவாக்க 'ராஷ்ட்ர தர்ம' (இந்து ராஷ்ட்ர தர்மம்?) என்ற மாத இதழை 1940இல் லக்னோவில் தொடங்கினார்.

பின்னர் 'பாஞ்சஜன்யா' என்ற வார இதழை இவர்தான் தொடங்கினார். ஆர்.எஸ்.எஸ்.-இன் பிரச்சார ஏடாக இன்றும் 'பாஞ்சஜன்யா' வெளிவருகிறது. பின்னர் 'சுதேசி' என்ற நாளிதழையும் தொடங்கி நடத்தினார்.

ஆர்.எஸ்.எஸ்.-இன் முழு நேர ஊழியராகத் தன்னை ஒப்படைத்துக் கொண்டு, அதன் சித்தாந்தங்களை நிலைநிறுத்த ஏராளமான நூல்களை எழுதினார்.

"ஏகாத்மா மானவ் வாத், லோகமான்ய திலக் கீ ராஜநீதி; ஜனசங்கா சித்தாந்த் அவுர் நீதி; ஜீவன் காத்யேய; ராஷ்ட்டிர ஜீவன் கீ சமஸ்யாயே" போன்ற இவரின் நூல்கள் புகழ் பெற்றவை. இவற்றில் சிலவற்றை மோடி அரசு சி.பி.எஸ்.சி., பாட நூல்களிலும் இடம் பெறச் செய்திருக்கிறது.

தீன்தயாள் உபாத்யாயா எழுதிய 'அரசியல் குறிப்புகள்' (Political Diary) ஆர்.எஸ்.எஸ்., பாஜகவின் வழிகாட்டி நூலாக இன்றும் கருதப்படுகிறது.

1951இல் சியாம பிரசாத் முகர்ஜி பாரதீய ஜனசங்க கட்சியைத் தொடங்கியபோது, அதன் முதல் பொதுச் செயலாளர் ஆனார். சியாம பிரசாத் முகர்ஜி மறைவுக்குப் பின்னர் ஜனசங்கத்தின் தலைவராகவும் பொறுப்பேற்றார்.

பீகார் மாநிலத்தில் உள்ள மொகல்சாராய் இரயில் நிலையத்தில் 1968, பிப்ரவரி 11ஆம் தேதி தீன்தயாள் உபாத்யாயா உடல் கிடந்தது. அவர் மர்மமான முறையில் கொலை செய்யப்பட்டார். அவர் மர்மமான முறையில் அரசியல் எதிரிகளால் கொல்லப்பட்டு விட்டார் என்று

இன்றளவும் ஆர்.எஸ்.எஸ்., சங் பரிவாரங்கள் கூறி வருகின்றன. இன்னும் உண்மை வெளிப்படவில்லை.

இந்துத்துவ சிந்தனையை வளர்த்த தீன்தயாள் உபாத்யாயா, 'அடிப்படை சிந்தனைகளும் கொள்கைகளும்' என்ற தலைப்பில் 1965 ஜனவரியில் விஜய வாடாவில் நடைபெற்ற கட்சியின் அகில இந்தியக் கூட்டத்தில் இவர் ஆற்றிய உரை பாஜகவின் அடிப்படை சித்தாந்தமாக இன்றும் போற்றப்படுகிறது.

'ஒரே நாடு; ஒரே மதம்; ஒரே பண்பாடு; இங்குள்ள அனைவரும் ஓரினம்' என்பதை வலியுறுத்தி 'ஏகாத்ம மானவ வாதம்' (எல்லோரும் ஓர் இனம்) என்ற கருத்தைப் பரப்புரை செய்தவர் தீன்தயாள் உபாத்யாயா.

2016இல் அவரது நூற்றாண்டில் மோடி அரசு தீன்தயாள் உபாத்யாயா நினைவாக பல திட்டங்களுக்கு அவரது பெயரைச் சூட்டியது; அரசின் சார்பில் நூற்றாண்டு விழா கொண்டாடப்பட்டது.

நெய்வேலி பழுப்பு நிலக்கரி நிறுவனம் (NLC) தீன்தயாள் உபாத்யாயா நூற்றாண்டு நினைவாக தனது அதிகாரப்பூர்வ கடிதங்களிலும் அறிவிப்புகளிலும் அவரது உருவப் படத்தைப் பொறித்திருந்தது.

ஆர்.எஸ்.எஸ்., சங்பரிவாரங்கள் 'இந்துத்துவ சிந்தனையாளர்களை' - தங்கள் வழிகாட்டிகளை வரலாற்றில் பதிய வைக்க பாஜக அரசைப் பயன்படுத்திக் கொண்டதற்கு சாவர்க்கர், பண்டிட் தீன்தயாள் உபாத்யாயா போன்றோர் எடுத்துக்காட்டுகள் ஆவர்.

நானாஜி தேஷ்முக்

ஜனவரி 26, 2019 அன்று நாட்டின் 70-ஆவது குடியரசு நாள் விழா கொண்டாடப்பட்டதை அடுத்து பத்ம விருதுகளும், 4 ஆண்டுகளுக்குப் பிறகு பாரத் ரத்னா விருதும் ஒன்றிய அரசால் அறிவிக்கப்பட்டன. முன்னாள் குடியரசுத் தலைவர் பிரணாப் முகர்ஜி, ஆர்.எஸ்.எஸ். தலைவர்களுள் ஒருவரான நானாஜி தேஷ்முக் மற்றும் இசைக்கலைஞர் பூபன் ஹசாரிகா ஆகியோருக்கு பாரத் ரத்னா விருதுகள் அறிவிக்கப்பட்டன.

காலமெல்லாம் காங்கிரஸ் கட்சியில் கழித்த பிரணாப் முகர்ஜி தன் கடைசி காலத்தில் நாக்பூரில் ஆர்.எஸ்.எஸ். நடத்திய விழாவில் பங்கேற்று, தானும் 'சங்பரிவாரத்தை'ச் சேர்ந்தவன் என்பதைச் சொல்லாமல் சொல்லி விட்டார். ஒரு காலத்தில் காங்கிரஸ் கட்சிக்குள் கல்லுக்குள் தேரையாய், பாலில் படுநெய்யாய், பூவுக்குள் வாசமாய் ஆர்.எஸ்.எஸ். காரர்கள் இருந்திருக்கிறார்கள்; இப்போதும்

இருக்கிறார்கள் என்பதைக் காங்கிரஸ் தலைவர் ராகுல் காந்தி போட்டு உடைத்து விட்டார்.

"ஆர்.எஸ்.எஸ்., ஆதரவாளர்கள் கட்சியை விட்டு வெளியேறட்டும்" என்று பகிரங்கமாக ராகுல் கூறினார். அப்படிப்பட்டவர்கள் பட்டியலில் பிரணாப் முகர்ஜியும் இருந்ததால் பாஜக அவரை உச்சி முகர்ந்து 'பாரத் ரத்னா' விருதும் வழங்கியது.

நானாஜி தேஷ்முக் நாட்டிற்கு ஆற்றிய பணி என்ன? எதற்காக அவருக்கு பாரத் ரத்னா? அவர் ஆர்.எஸ்.எஸ். -இன் சக்தி வாய்ந்த பிரச்சாரகர்; இந்துத்துவ சிந்தனையாளர். எனவே அவருக்கு மோடி அரசு பாரத் ரத்னா விருது வழங்கியது.

பாரதீய ஜனசங்கம் எனும் அரசியல் கட்சியை ஆர்.எஸ்.எஸ்., தொடங்கியபோது அதை மக்களிடம் பரப்புவதில் முக்கியப் பங்காற்றியவர் நானாஜி தேஷ்முக். இந்திய நாட்டின் கல்வியை சனாதனமயப்படுத்த வேண்டும் என்பது ஆர்.எஸ்.எஸ். -இன் நோக்கங்களில் ஒன்று. அதைச் செயல்படுத்தும் விதத்தில் 1952இல் 'சரஸ்வதி சிசு மந்திர்' என்னும் பள்ளி கல்விமுறையைத் தொடங்கியவர் நானாஜி தேஷ்முக். அங்கு ஆன்மீக கல்வி என்ற முறையில் சனாதனக் கொள்கைகளே கற்பிக்கப்படுகின்றன.

ஆர்.எஸ்.எஸ்., நடத்திய ராஷ்ட்ர தர்மா, பாஞ்சஜன்யா மற்றும் சுதேசி ஏடுகளின் நிர்வாக இயக்குநராக இருந்தவர் நானாஜி தேஷ்முக். உத்திரப்பிரதேச மாநிலத்தில் பாரதிய ஜனதா கட்சி இன்று வேர் விட்டு விஷ விருட்சமாக வளர்ந்து இருப்பதற்கும் நானாஜி தேஷ்முக்தான் அடித்தளம் அமைத்துக் கொடுத்தார். பாரதீய ஜனசங்கம் தொடங்கப்பட்டபோது உத்திரப்பிரதேச பாரதீய ஜனசங்கம் செயலாளர் பொறுப்பை ஏற்றுக் கொள்ளுமாறு நானாஜியை ஆர்.எஸ்.எஸ். தலைவர் கோல்வால்கர் கேட்டுக் கொண்டார். உ.பி. யில் கிராமம் கிராமமாகச் சென்று ஆர்.எஸ்.எஸ்., பிரச்சாரத்தை மேற்கொண்டிருந்த நானாஜி தேஷ்முக், ஜனசங்கம் வளர்ச்சி பெறுவதற்கு தன் அனுபவங்களைப் பயன்படுத்திக் கொண்டார். பாரதிய ஜனதா கட்சியாக ஜனசங்கம் பரிணாமம் பெற்று உத்திரப்பிரதேசத்தில் வலிமை பெற்று இருப்பதற்கு நானாஜி தேஷ்முக் தலைமை ஏற்று செயல்பட்டதுதான் காரணம் ஆகும்.

பண்டிட் தீன்தயாள் உபாத்யாயா, தனது கருத்துகளை ஏகாத்ம மானவ வாதம் எனத் தொகுத்துரைத்தார். இது ஒருங்கிணைந்த மனித நேயத்தின் சாராம்சமாகும். இந்தத் தத்துவத்தைப் பரப்பும் நோக்கத்துடன் நானாஜி தேஷ்முக், தீன்தயாள்ஜி ஆய்வு மையத்தைத்

தொடங்கி நடத்தி வந்தார். ஜனசங்கம், பாஜக, சார்பில் மக்களவை யிலும், மாநிலங்களவையிலும் இடம் பெற்று இருந்தார்.

நானாஜி தேஷ்முக் உருவாக்கிய தீன்தயாள்ஜி ஆய்வு மையம் புராதன காலத்தில் இருந்ததைப் போல குருகுலங்களை உருவாக்கி உள்ளது. குருகுலக் கல்வி முறையைக் கொண்டுவர பாஜக அரசு புதிய கல்விக் கொள்கையில் வழி வகை செய்தது கூட நானாஜி தேஷ்முக் கருத்துகளின் தாக்கம்தான்.

1984இல் சீக்கியர்கள் இரத்தவெள்ளத்தில் மூழ்கடிக்கப்பட்டபோதும், 2002இல் குஜராத்தில் முஸ்லிம்கள் கொன்று குவிக்கப்பட்டபோதும் அவற்றை நியாயப்படுத்தியவர் நானாஜி தேஷ்முக். அவரை நாட்டின் 'வரலாற்று மனிதராக'க் காட்டி 'புனிதம்' ஏற்ற பாரத் ரத்னா விருது அளித்தது மோடி அரசு.

சியாம பிரசாத் முகர்ஜி

இந்து மகாசபைத் தலைவராக இருந்த சியாம பிரசாத் முகர்ஜி (எஸ்.பி. முகர்ஜி) வங்காளத்தைச் சேர்ந்தவர். அரசியல் நிர்ணய சபையில் உறுப்பினராக இருந்த காங்கிரஸ் அல்லாத இருவரில் எஸ்.பி. முகர்ஜி ஒருவர். மற்றொருவர் டாக்டர் அம்பேத்கர். பண்டித நேரு முதல் அமைச்சரவையை அமைத்தபோது, மகாத்மா காந்தியின் அறிவுறுத்தலால் நேரு அமைச்சரவையில் சேர்த்துக் கொள்ளப்பட்ட சியாம பிரசாத் முகர்ஜி நாட்டின் முதல் வணிக, தொழில்துறை அமைச்சராகப் பொறுப்பு வகித்தார். பிரதமர் நேரு, பாகிஸ்தான் தலைவர் லியாகத் அலிகானுடன் அமைதி ஒப்பந்தம் செய்து கொண்டபோது அதை எதிர்த்து பதவி விலகிய முதல் மத்திய அமைச்சர் எஸ்.பி. முகர்ஜி தான்.

அக்டோபர் 21, 1951இல் 'பாரதீய ஜனசங்கம்' எனும் புதிய அரசியல் கட்சியை சியாம பிரசாத் முகர்ஜி தொடங்கினார். முதல் பொதுத் தேர்தலில் மூன்று நாடாளுமன்ற உறுப்பினர்கள் ஜனசங்கத்தின் சார்பில் வெற்றி பெற்றனர். இன்று ஜனசங்கத்தின் இன்னொரு புதிய வடிவமான பாரதிய ஜனதா கட்சி பிரம்மாண்டமான வளர்ச்சி பெற்று நாட்டை ஆளுகின்ற வலிமை மிக்க கட்சியாக உருப்பெற்று இருப்பதற்கு அடித்தளம் அமைத்தவர் சியாம பிரசாத் முகர்ஜி.

"ஒரே நாடு; ஒரே சட்டம்" என்ற முழக்கத்தை முன்வைத்தவர் எஸ்.பி. முகர்ஜி. இன்று அதுதான் இந்துத்துவவாதிகளின் தாரக மந்திரமாக ஒலிக்கிறது. காஷ்மீர் மாநிலத்திற்குத் தனி சிறப்பு அளிக்கக் கூடாது; அரசியல் சட்டப் பிரிவு 370-இன்படி தனி அரசியல் சட்டம், தனிக் கொடி, தனிப் பிரதமர் என்பது இந்திய நாட்டிற்குள்ளே ஒரு நாடாக

காஷ்மீர் உருவாக்கப்பட்டு இருப்பதாக முகர்ஜி கடும் எதிர்ப்பு தெரிவித்தார்.

காஷ்மீருக்குத் தனிச் சிறப்புத் தகுதி வழங்கப்பட்டதை இரத்து செய்யுமாறு 1953, மே 8ஆம் நாள் ஜம்மு நோக்கி பேரணி நடத்தினார். தடையை மீறியதால் எஸ்.பி. முகர்ஜி கைது செய்யப்பட்டு சிறையில் அடைக்கப்பட்டார். 1953, ஜூன் 23இல் உடல்நலக் குறைவால் சிறையிலேயே உயிர் துறந்தார். அவரது மரணத்தில் மர்மம் இருப்பதாக ஆர்.எஸ்.எஸ்., சங்பரிவாரங்கள் இன்றும் கூறி வருகின்றன.

1953இல் சியாம பிரசாத் முகர்ஜி காஷ்மீருக்குத் தனிச் சிறப்புத் தகுதி கூடாது என்று போராடினார். 66 ஆண்டு காலம் கழிந்து 2019இல் அவருடைய விருப்பத்தை நிறைவேற்றியது மோடி அரசு. அதன் சிறப்புத் தகுதி ஒழிக்கப்பட்டு காஷ்மீர் துண்டாடப்பட்டது.

அதேபோல 1951இல் இந்தியாவின் அரசியல் சட்டம் முதன் முதலில் இட ஒதுக்கீட்டு உரிமையை நிலைநிறுத்த தந்தை பெரியார் நடத்திய போராட்டத்தின் விளைவாக திருத்தம் செய்யப்பட்டது. பிரதமர் பண்டித நேரு, சட்ட அமைச்சர் டாக்டர் அம்பேத்கர் முன்மொழிந்த முதல் அரசியல் சட்டத் திருத்தத்தில் இட ஒதுக்கீடு பொருளாதார அடிப்படையிலும் வழங்க வேண்டும் என்று நாடாளுமன்றத்தில் சியாம பிரசாத் முகர்ஜி திருத்தம் கொண்டு வந்தார்; ஆனால், வாக்கெடுப்பில் அது தோற்கடிக்கப்பட்டது. 68 ஆண்டுகள் கழித்து சியாம பிரசாத் முகர்ஜி விரும்பியவாறு பொருளாதாரக் கூறு அடிப்படையில் உயர் சாதி ஏழைகளுக்கு (?) 10 விழுக்காடு இட ஒதுக்கீடு சட்டத்தை நிறைவேற்றியது பாஜக அரசு.

பாஜக அரசு தொடரும் வரையில் ஆர்.எஸ்.எஸ்., இந்துத்துவ சிந்தனையாளர்கள் கொண்டாடப்படுவதும் தொடரும்.

104

கீதா பிரஸ் கட்டி எழுப்பிய இந்துத்துவக் கோட்டை

இந்தியாவின் பன்முகத் தன்மையை அழித்துவிட்டு புதியதோர் 'இந்து தேசத்தை' கட்டி எழுப்புவதற்கு இந்துத்துவ சனாதன சக்திகள் நூற்றாண்டு காலமாக அந்த சிந்தனையை, 'இந்து ராஷ்டிர கரு'வைக் கலைந்துவிடாமல் பாதுகாத்துக் கொண்டு இருக்கிறார்கள். ஆர்.எஸ்.எஸ். சங்பரிவாரங்களின் கருத்தியலை இந்து மகா சபை உள்ளிட்ட அமைப்புகளின் நோக்கத்தை கடும் விமர்சனத்திற்கு உள்ளாக்கிய எழுத்தாளர்கள், சிந்தனையாளர்கள், மனித உரிமைப் போராளிகளின் பட்டியல் ஏராளமானது.

இந்துத்துவ கோட்பாட்டினை அடித்தளமாகக் கொண்டு இருக்கும் ஆர்.எஸ்.எஸ். -இன் அரசியல் பிரிவு பாரதிய ஜனதா கட்சி 2014இல் டெல்லி ஆட்சிப் பொறுப்பை ஏற்ற பிறகு, 'இந்துராஷ்டிரா' 'பஜனை' அதிகரித்துவிட்டது. அதைப் போல இந்துத்துவ சனாதனக் கூட்டத்திற்கு எதிர்ப்பும் வரலாறு காணாத வகையில் அதிகரித்துப் பரவலாகி வருகிறது.

நரேந்திர மோடி பிரதமர் பதவி ஏற்ற பின்னர் ஓராண்டு கழித்து 2015இல் 'டைம்ஸ் ஆஃப் இந்தியா' ஏட்டின் மூத்த பத்திரிகையாளரும், ஆராய்ச்சியாளருமான, அக்ஷய முகுல் எழுதிய 'கீதா பிரஸ்ஸும், இந்து இந்தியாவின் உருவாக்கமும்' (Gita Press and The Making of Hindu India - By Akshaya Mukul) என்ற நூல் இந்துத்துவவாதிகளின் தொலைநோக்குச் சதித்திட்டங்களை விரிவாக விளக்குகிறது.

பாசிஸ்டுகள் ஆயிரம் ஆண்டுகளுக்குத் திட்டமிடுகின்றனர் என்றார், ஜெர்மனியில் நாஜிகளுக்கு எதிராகப் போராடிய அறிஞர் வால்டர் பெஞ்சமின், அதாவது நாஜிகள் தொலைநோக்கு கொண்ட, நீண்டகால நலன்களை உள்ளடக்கிய திட்டத்தைக் கொண்டு இருந்தனர் என்பதுதான் இதன் பொருள்.

இந்துத்துவ பாசிஸ்டுகளும் நீண்டகாலத் திட்டத்தை உருவாக்கி, அதை எவ்வாறு செயற்படுத்த முனைகின்றனர்; அதற்காக அவர்கள் கட்டமைத்து வரும் பிம்பங்கள்; அதிகார வர்க்கத்தினுள் ஊடுருவி மேற்கொண்டு வரும் திரைமறைவு வேலைகள்; எதிர்ப்புச் சக்திகளை வீழ்த்துவதற்கு செய்து வரும் முயற்சிகள்; ஆட்சி அதிகாரத்தைப் பயன்படுத்தி 'இந்து ராஷ்டிரத்தை' நோக்கி

நகருவதற்கும் படிப்படியாக வளர்ச்சி பெறுவதற்கும் திட்டமிட்டு இயங்கிவரும் முறைகள்; இவை அனைத்தையும் இந் நூலில் அக்ஷய முகுல் விரிவாக விளக்குகிறார்.

மோடியைத் தவிர்த்த முகுல்

'இந்தியன் எக்ஸ்பிரஸ்' ஏட்டின் நிறுவனம் சார்பில் ஒவ்வொரு ஆண்டும் சிறந்த பத்திரிகையாளருக்கு 'ராம்நாத் கோயங்கா' விருது வழங்கப்பட்டு வருகிறது. 2016ஆம் ஆண்டு பத்திரிகையாளர் அக்ஷய முகுல், இந்த விருதினைப் பெற தேர்வு செய்யப் பட்டார். விருது வழங்கும் விழாவில் பிரதமர் நரேந்திர மோடி சிறப்பு விருந்தினராக பங்கேற்று விருது வழங்குவார் என அறிவிக்கப்பட்டது.

ஆனால் விருது பெறும் நாளில் (02.11.2016) அக்ஷய முகுல் விழாவில் பங்கேற்கவில்லை; பிரதமரின் கையால் 'ராம்நாத் கோயங்கா' விருதைப் பெற மறுத்து விட்டார் அக்ஷய முகுல்;

பின்னர் இது குறித்து விளக்கம் அளித்த அவர், "ராம்நாத் கோயன்கா பெயரிலான விருதைப் பெறுவதில் மிகவும் மகிழ்ச்சி அடைகிறேன். ஆனால் அதனை மோடியின் கரங்களால் பெறுவது என்பது, எனது புத்தகம் மற்றும் அதனை எழுதிய என் மீதும் திணிக்கப்படும் நகை முரணாக இருக்கும். அதனால்தான், அவர் கையினால் விருதினைப் பெற்றுக் கொள்வதை நிராகரித்தேன்" என்றார்.

அக்ஷய முகுல் தனது ஆய்வு நூலுக்காக எடுத்துக் கொண்ட 'கீதா பிரஸ்' பதிப்பகம், உத்திரப் பிரதேச மாநிலம், கோரக்பூரில் 1923ஆம் ஆண்டு தொடங்கப்பட்டது. ஜெயதயால் கோயந்த்கா மற்றும் ஹனுமன் பிரசாத் போதார் எனும் இரு மார்வாடி வணிகர்கள்தான் 'கீதா பிரஸ்' உரிமையாளர்கள் ஆவர்.

மேற்குலக நாகரிகத்தின் தாக்கத்தால் மார்வாடி - அகர்வால் சமுதாயம் 'சீரழிந்து' கொண்டிருப்பதைத் தடுக்கும் பொருட்டும், சனாதன தருமத்தையும் அதன் விழுமியங்களையும் மீண்டும் வலுப்பெறச் செய்யும் நோக்கத்திலும் - பார்ப்பன இந்து மத புனித நூல்களைப் பெரும் எண்ணிக்கையில் அச்சிட்டுப் பரப்புவதற்கான ஒரு மதப் பிரசுர நிறுவனமாகவே இது தொடங்கப்பட்டது.

சனாதனக் கோட்பாட்டையும் இலக்கிய, தத்துவ, அரசியல் கோட்பாடுகளையும் லட்சக்கணக்கான மக்களின் உள்ளங்களில் திணிப்பதற்கு சுமார் ஒரு நூற்றாண்டு காலத்துக்கும் மேலாக 'கீதா பிரஸ்' வெளியீட்டகம் அயராது பாடுபட்டு வந்துள்ளது.

அது வெளியிட்டு வருகின்ற ஏடுகள், வெளியீடுகள் ஆகியன பற்றிய, நம்மை மலைக்கச் செய்கிற உண்மைகளையும் நூற்றுக்கணக்கான தரவுகளையும் தனது நூலில் விவரித்துள்ளார் அக்ஷய முகுல்.

'கீதா பிரஸ்' - இந்துத்துவ வெளியீட்டகம்

வட இந்தியாவின் பெரும்பாலான மாநிலங்களில் இந்து மதப்பற்று மிக்க குடும்பங்களில் மட்டுமல்லாது, அவ்வளவு பக்தி சிரத்தை காட்டாத குடும்பங்களிலும் கூட விரும்பப்பெறும் இந்தி மொழியில் வெளியாகும் மாத ஏடு 'கல்யாண்'. 1926ஆம் ஆண்டு முதல் இந்த 'கல்யாண்' ஏட்டை அச்சிட்டுத் தருவதும் 1923இல் கோரக்பூரில் தொடங்கப்பட்ட 'கீதா பிரஸ்'தான்.

'கல்யாண்' இந்தி ஏடு இரண்டு லட்சம் பிரதிகளும், 'கல்யாண் - கல்பதரு' எனும் ஆங்கில ஏடு ஒரு லட்சம் பிரதிகளும் விற்பனை ஆகின்றன.

கீதா பிரஸ் வெளியீடுகளை 06.02.2014 வரையில் அக்ஷய முகுல் தனது நூலில் பட்டியலிட்டு இருக்கிறார். ஆனால் இந்த விவரங்களை 'கீதா பிரஸ்' வலைத்தளத்தில் பார்த்தால் இன்னும் அதிக அளவில் இருக்கின்றன.

பகவத் கீதை : 11.4 கோடி பிரதிகள்.

ராம்சரித்மனாஸ், துளசிதாசரின் ஆக்கங்கள் : 9.2 கோடி பிரதிகள்.

புராணங்கள், உபநிடதங்கள், ஏனைய பண்டைக்கால புனித நூல்கள் - 2.2 கோடி பிரதிகள்.

பெண்கள், சிறுவர்களுக்கான குறு நூல்கள் - 10.5 கோடி பிரதிகள்.

பக்தி கதைகள், பஜனைப் பாடல்கள் : 12.4 கோடி பிரதிகள்.

மற்ற வெளியீடுகள் : 12.3 கோடி பிரதிகள்.

என 2016 வரை மொத்தம் 58 கோடியே 25 இலட்சம் பிரதிகளை அச்சிட்டு 'இந்து' மக்களிடம் கொண்டு சேர்த்திருக்கிறது 'கீதா பிரஸ்', இந்தி, சமஸ்கிருத மொழிகளில்தான் இந்த நூல்கள் அச்சிடப்பட்டுள்ளன.

மேலும் குஜராத்தி, தெலுங்கு, ஒரியா, ஆங்கிலம், வங்காளம், மராத்தி, தமிழ், கன்னடம், அஸ்ஸாம், மலையாளம், நேபாளி, உருது, பஞ்சாபி போன்ற மொழிகளிலும் கணிசமான வெளியீடுகளைப் பதிப்பித்து மலிவு விலையில் விற்பனை செய்திருக்கிறது.

இப்பொழுது நமக்குப் புரிகிறது; 'இந்தி' மாநிலங்கள் ஏன் இந்துத்துவ சனாதனிகளின் வேட்டைக்காடாக ஆகி இருக்கிறது என்பது;

இவ்வளவு வெளியீடுகளை மலிவுப் பதிப்பாக இந்துக்களிடம் (!) கொண்டு போய் சேர்த்த 'கீதா பிரஸ்' நான்கு வேதங்களை மட்டும் அச்சிட்டு வெளியிடவில்லையே ஏன்? கீழ்சாதியினர் வேத சுலோகங்களைக் கேட்கத் துணிந்தால், அவர்களின் காதுகளில் பழுக்கக் காய்ச்சிய ஈயத்தை ஊற்றுவதுதான் அதற்குரிய தண்டனை என்று இவர்களின் 'வர்ணாசிரம தருமம்' போதிக்கிறது. எனவே வேதங்களை அச்சிட்டு தருவதில்லை.

இந்தியாவை 'இந்து' இந்தியாவாக ஆக்கி, தம்முடைய ஆதிக்கத்தை நிலைநிறுத்த முயற்சித்து வரும் பார்ப்பன ஆர்.எஸ்.எஸ். வகையறாக்களின் அச்சு அவதாரம்தான் கீதா பிரஸ்.

இந்து மகா சபை, விஸ்வ இந்து பரிஷத், ஆர்.எஸ்.எஸ்., ஜனசங்கம், பாஜக என பல வண்ண முகமூடிகளை அணிந்து அணிவகுத்து வந்த இந்துத்துவ சக்திகள் செய்துவரும் வெறுப்புப் பிரச்சாரங்கள் அனைத்தையும் படித்த நடுத்தர 'இந்து' மக்களின் வீடுகள் வரை கொண்டு சேர்த்து, நாடு முழுவதும் ஒரு 'இந்து மனசாட்சியை' வெற்றிகரமாக கட்டியெழுப்பியது கீதா பிரஸ் என்பதை அக்ஷய முகுல் இந்நூலில் விவரிக்கிறார்.

'இந்து' அடையாளம்

எண்ணிக்கையில் மிகச் சிறுபான்மையான பார்ப்பன - பனியாக் கூட்டம் பெருந்திரளான சூத்திர, அவர்ண மக்களை நயவஞ்சகமாக 'இந்து' எனும் ஒற்றை அடையாளத்திற்குள் அடைத்து, போலியான பெரும்பான்மையை உருவாக்கி, முஸ்லிம்களை எதிரிகளாகக் காட்டி, 'இந்து மனசாட்சி' என்ற ஒன்றை செயற்கையாகக் கட்டி அமைத்து, நாட்டின் மீதான தனது மேலாதிக்கத்தை எவ்வாறு சரிந்துவிடாமல் பாதுகாத்தும் வளர்த்தும் வந்திருக்கிறது எனும் வரலாற்றை கீதா பிரஸ் எனும் சாளரத்தின் வழியாக படம் பிடித்துக் காட்டி இருக்கிறார் அக்ஷய முகுல்.

பிரிட்டீஷ் காலனியத்தின் கீழ் மார்வாடி பனியா சமுதாயம் வணிகத்தில் வெற்றிகரமாகத் திகழ்ந்தாலும் கூட சாதி அடுக்கு முறையிலும், சமூக அந்தஸ்திலும் போதிய அங்கீகாரம் பெற முடியாததை எண்ணி வருந்தி வந்தது. பிறகு படிப்படியாக மேலேறி 'பார்ப்பனர் - சத்திரியர்' என்றிருந்த உயர் அடுக்கினை 'பார்ப்பனர் - வைசியர்' என மாற்றி அமைத்தது என்பதை முகுல் இந்நூலின் முன்னுரையில் சுட்டிக்காட்டுகிறார்.

சனாதன இந்து தருமத்தை பாதுகாக்கும் முயற்சிகளுக்கு மிகத் தாராளமாக செலவழிப்பதன் மூலம் கொஞ்சம் கொஞ்சமாகத் தாம் விரும்பிய சமூக அந்தஸ்தை அது பெற்றுக் கொண்டது பற்றிய சித்திரம் இதிலிருந்து தெளிவாகிறது.

இப்பின்னணியில் இருந்தே, கீதா பிரஸ்ஸின் உருவாக்கத்தையும், வளர்ச்சியையும் நாம் பார்க்க வேண்டும். இன்று நாட்டை சூறையாடி வரும் 'பார்ப்பன - கார்ப்பரேட்' நச்சுக் கூட்டணியின் வேர் எங்கிருக்கிறது என்பதை இதன் மூலம் அறிய முடிகிறது.

கீதா பிரஸ்ஸை நிறுவியது ஜெயதயால் கோயந்த்கா எனும் மார்வாடி வணிகர். சிலகாலம் கழித்து ஹனுமன் பிரசாத் போதார் என்ற மற்றொரு மார்வாடி வணிகர் அவருடன் வந்து இணைகிறார். அவர் பிரம்மாண்டமானதொரு இந்துத்துவ வலைய அமைப்பையும், அச்சு சாம்ராஜ்யத்தையும் எப்படி உருவாக்கினார்? இந்தியாவின் முக்கிய ஆளுமைகள் அனைவரையும் ஈர்த்து, இந்து தேசியத்தின் நோக்கங்களை எவ்வாறு சாதித்துக் கொண்டார்? என்பதையெல்லாம் முகுல் ஆராய்ந்து இருக்கிறார்.

கீதா பிரஸ்ஸின் செல்வாக்குப் புலத்துக்கு வெளியே அதிகம் அறியப்படாத ஹனுமன் பிரசாத் போதாரை, அக்ஷய முகுல், 'இருபதாம் நூற்றாண்டின் மாபெரும் இந்து மிஷனரி' என்று அடைமொழியிட்டு அழைப்பதற்குக் காரணங்கள் நூலில் ஆவணமாக உள்ளன.

பார்ப்பன பயங்கரவாதிகளால் உருவாக்கப்பட்டு, இன்று நாட்டில் கொழுந்துவிட்டு எரியும் எல்லாப் பிரச்சினைகளிலும் கீதா பிரஸ், ஹனுமன் போதார் ஆகியோரின் சுவடு வலுவாகப் பதிந்திருப்பதை நம்மால் அறிய முடிகிறது.

இந்தி - இந்து - இந்து ராஷ்டிரம்; வர்ணாசிரம அமைப்பு, பசு பாதுகாப்பு, இராமஜென்ம பூமி, கிருஷ்ண ஜென்ம பூமி, இந்தியாவில் முஸ்லிம்களின் நிலை, கர்வாப்ஸி (தாய் மதம் திரும்புதல்) என நாட்டின் பாதுகாப்பையும் சமூகங்களுக்கு இடையிலான நல்லிணக் கத்தையும் அச்சுறுத்தி வரும் எல்லா சிக்கல்களிலும் கீதா பிரஸ் 'சங்பரிவாரங்களின் காலாட்படையாகவே' செயல்பட்டு வந்து இருக்கிறது.

அயோத்தியில் உள்ள பாபர் மசூதியின் உள்ளே 1949, டிசம்பர் மாதம் 22ஆம் தேதி இரவில் திடீரென முளைத்த இராமர் சிலை விவகாரம் தொடர்பாக பிரபல இந்தி பத்திரிகையாளரும், ஆர். எஸ். எஸ் அமைப்பைச் சேர்ந்தவருமான ராம் பகதூர் ராய், ஆர்.எஸ்.எஸ்.

தலைவர் நானாஜி தேஷ்முக் தன்னிடம் கூறியதாக ‘அதிர்ச்சியூட்டும்’ உண்மையை வெளிப்படுத்தினார்.

அதாவது அந்தச் சிலையை கள்ளத்தனமாக சுவர் ஏறிக் குதித்து பள்ளி வாசலுக்குள் கொண்டு போய் வைப்பதற்கு முன்பாக ‘சரயூ’ நதியில் அதனைப் புனித நீராட்டியது இந்து மகா சபை கும்பல்.

அந்தப் புண்ணிய காரியத்துக்கு தலைமையேற்று நடத்திக் கொடுத்தது வேறு யாருமல்ல, கீதா பிரஸ்ஸின் உரிமையாளர்களில் ஒருவரான ஹனுமான் பிரசாத் போதார்தான்.

திருட்டுத்தனமாக இதனை அரங்கேற்றி விட்டு, ‘சுயம்புவாகத் தோன்றிய இராமர் சிலையை அகற்ற முனையக்கூடாது’ என்பதை வலியுறுத்தி நாட்டின் பிரபலங்கள் பலருக்கு மடல் தீட்டினார் போதார்.

அவ்வாறு அகற்றினால், முஸ்லிம்கள் ஆக்கிரமித்துள்ள கோயில்களை மீட்பது சாத்தியமில்லாமல் போய்விடும் என்று இவர் கொளுத்திப் போட்ட நெருப்பு, இன்றும் நாட்டை எரித்துப் பொசுக்கிக் கொண்டு இருக்கிறது.

கீதா பிரஸ் உருவாக்கிய வலையம்

கீதா பிரஸ்ஸின் பின்னணி, தொடர்புகள், கூட்டாளிகள், ஆசிரியர்க்குழு நிலைப்பாடுகள் ஆகியவற்றை ஆய்வுக்கு உட்படுத்துவதன் மூலமாக அக்ஷய முகுல் இந்த வரலாற்று ஆய்வு நூலை, இந்துத்துவ அரசியலில் பங்காற்றும் சமூக, கலாச்சார, பொருளாதார, தனிமனித சக்திகள் பற்றிய நுட்பமான ஆய்வு நூலாக உருவாக்கி இருக்கிறார்.

பனியா மூலதனத்தால் முட்டுக் கொடுக்கப்படும் பார்ப்பன மேலாதிக்க செயல் திட்டத்துக்கு ஒரு எடுத்துக்காட்டுதான் கீதா பிரஸ்ஸின் பிறப்பும் வளர்ச்சியும்.

இச்செயற் திட்டத்தில் டால்மியாக்கள், திவேதிகள், கோயங்காக்கள், குப்தாக்கள், பிர்லாக்கள், ஜெயின்கள், சதுர்வேதிகள், முகர்ஜிக்கள் என ஒவ்வொருவரும் அவரவருக்கு விதிக்கப்பட்ட பாத்திரத்தை எப்படி மிகச் சரியாக நிறைவேற்றுகிறார்கள் என்பது படம் பிடித்துக் காட்டப்படுகிறது.

கல்யாண் மற்றும் கல்யாண் - கல்பதரு இதழ்களில் கட்டுரைகள் எழுதாத முக்கிய ஆளுமைகள் எவரும் இல்லை என்று சொல்லும் அளவு மிகப் பிரம்மாண்டமானதொரு வலையமைப்பை போதார் கட்டி எழுப்பினார்.

காந்தி, மதன்மோகன் மாளவியா, எஸ். சத்தியமூர்த்தி, இராஜாஜி, எஸ். இராதா கிருஷ்ணன், பட்டாபி சீதாராமையா, சம்பூராணந்த், கைலாஷ்நாத் கட்ஜூ, புருஷோத்தம்தாஸ், தாக்கூர்தாஸ், ரபீந்திர நாத் தாகூர், எம். எஸ். கோல்வால்கர், டாக்டர் ராஜேந்திரபிரசாத், சியாம பிரசாத் முகர்ஜி, ஸ்வாமி கர்பத்ரி மஹராஜ், பிரபுதத் பட்டாச்சார்ஜி, அன்னிபெசன்ட், வினோபா பாவே, காகாகலேல்கர், ஷிதிமோகன்சென் என்று முடிவின்றி நீளும் பட்டியலைத் தனி அத்தியாயமாகவே முகுல் அளித்துள்ளார்.

'கீதா பிரஸ்ஸின் கல்யாண் மற்றும் கல்யாண் - கல்பதரு ஏடுகளில் எழுத மறுத்தவர் பண்டித ஜவஹர்லால் நேரு. எனவேதான் இன்றும் இந்துத்துவக் கும்பல் நேருவை அவதூறு செய்கிறது. அதைப்போல டாக்டர் அம்பேத்கர் புறம் தள்ளினார்.

கீதா பிரஸ்ஸின் இதழ்களுக்காக கட்டுரைகள் எழுதிய அனைவரும் அதன் இந்துத்துவ நிகழ்ச்சி நிரலுடன் கருத்து உடன்பாடு கொண்டோர் என்று கூறிவிட முடியாது. எனினும், கீதா பிரஸ்ஸின் திசைவழி சனாதன தர்மத்தை நிலைநிறுத்துகின்ற, பார்ப்பன மேலாதிக்கத்தையும் அதன் குறியீடுகளையும் வலுப்படுத்துகின்ற தடத்திலேயே திடமாக நடைபோட்டு வந்து உள்ளது என்பதை இங்கு கவனிக்க வேண்டும்.

கீதா பிரஸ் வெளியிட்ட நூல்கள், இதழ்களை மட்டுமின்றி அது ஆண்டுதோறும் வெளியிட்டு வந்துள்ள சிறப்பிதழ்களையும் முகுல் விரிவாக பகுப்பாய்வுக்கு உட்படுத்தி உள்ளார்.

இன்றைய இந்துத்துவ செயற்திட்டத்தை அவை எப்படி காலந்தோறும் வலுப்படுத்தி வந்துள்ளன என்பதைச் சிறப்பாக படம் பிடித்துக் காட்டுகிறார்.

மனாஸ் ஆங்க் (சிந்தனை), கௌ ஆங்க் (பசு), நாரி ஆங் (பெண்கள்), இந்து சன்ஸ் கிரிதி ஆங்க் (இந்துக் கலாச்சாரம்), பாலக் ஆங்க் (சிறுவர்), சிக்ஷா ஆங்க் (கல்வி), பக்தி ஆங்க் (பக்தி), உபாசனா ஆங்க் (வழிபாடு), தர்மா ஆங்க் (மதம்), பர்லோக் ஆவர் புனர்ஜன்மா ஆங் (பரலோகமும் புனர் ஜென்மமும்), சதச்சார் ஆங்க் (நல்லொழுக்கம்), மாளவியா ஆங்க் (மதன்மோகன் மாளவியா) என அவற்றின் பட்டியல் நீளுகிறது.

சனாதன பக்தியோடு கலந்து பார்ப்பன மேலாதிக்க அரசியலை மக்களின் மனங்களில் திணிப்பதில் இவை ஆற்றிய பங்கு குறைவானதல்ல.

இந்துத்துவ முகாமை பிரதிநிதித்துவப் படுத்தும் கீதா பிரஸ், 'இந்துக்கள்' அனைவரையும் ஒரு குடையின் கீழ் ஒருங்கிணைக்க வேண்டும் என்று தொடர்ந்து முழங்கி வருகின்றது. அது அனைவருக்கும் சுயமரியாதையுடன் கூடிய சமத்துவத்தை உறுதி செய்யும் வகையிலான ஒருங்கிணைவு அல்ல; மாறாக, வர்ணாசிரம சாதிப் படிநிலையமைப்பில் பார்ப்பன - பனியா கூட்டணி ஒதுக்கித் தரும் இடத்தை, அது போட்டுத் தரும் நிபந்தனைகளின் பேரில் மற்றெல்லோரும் தாள் பணிந்து ஏற்றுக் கொள்வதையே அது வலியுறுத்துகிறது.

இந்துத்துவவாதிகள் காண விரும்பும் இந்தியா

நாட்டின் விடுதலைக்குப் பின்னர் இந்தியாவுக்கு என்று ஹனுமன் பிரசாத் போதார் முன்வைத்த திட்டவரைவில் இடம் பெற்ற சில 'சமூக நல்லிணக்க கருத்துக்கள் (?)' வருமாறு:

'இராணுவத்தில் இந்துக்கள் மட்டுமே சேர்க்கப்பட வேண்டும்; உயர் பதவிகள் எதிலும் முஸ்லிம்கள் நியமிக்கப்படக் கூடாது' அரசுக் கொள்கை என்ற அளவிலேயே பசுக் கொலை முற்றாகத் தடை செய்யப்பட வேண்டும்;

காவிக் கொடியே தேசியக் கொடியாக அறிவிக்கப்பட வேண்டும்; தேவனாகிரி வரி வடிவம் கொண்ட கலப்பற்ற இந்தி மொழியே தேசிய மொழியாக ஆக்கப்பட வேண்டும்; இந்துக் கலாச்சாரத்தின் அடிப்படையில் ஒருங்கிணைக்கப்படும் கலப்பற்ற இந்து தேசமாகவே இந்தியா இருக்க வேண்டும்;

கீதா பிரஸ் பிரதிநிதித்துவப்படுத்தும் இந்து ராஷ்டிரத்தில் பெண்களுக்கு என்ன இடம் தெரியுமா?

மரணம் அமைந்துவிட்ட கணவனோடு சேர்த்து மனைவியை உடன்கட்டை ஏறச் செய்தல் (சதி) அவசியமானது; கல்யாண் இதழின் ஆசிரியரான ராதேஷ்யாம் கேம்கா, சதி எனும் சம்பிரதாயத்தின் சிறப்புகளை விரிவாகப் பட்டியலிடுவது மட்டுமின்றி, பண்டைய காலங்களில் கணவனை இழந்த மிக இளம் பெண்கள் கூட மனமுவந்து தம்மை எரியூட்டிக் கொண்டார்கள் என்று பெருமிதம் பொங்கச் சொல்கிறார். 2011ஆம் ஆண்டு வழங்கிய நேர்காணலில் அவர் மேலும் கூறுவதைப் பார்ப்போம்.

'இந்தக் காலத்தில் அது (உடன்கட்டை ஏறுதல்) சாத்தியமில்லை. எனவே விதவையானவர் சாஸ்திரங்களில் கூறப்பட்டு உள்ளதற்கு இணங்க ஒரு சந்நியாசியைப் போல் தனது எஞ்சிய வாழ்வை கழிக்க வேண்டும். விதவை மறுமணம் என்பது சாஸ்திரங்களில்

அனுமதிக்கப்பட்ட ஒன்றல்ல. காரணம் என்ன வெனில், ஒரு பெண் தனது பூர்வ ஜென்ம பாவங்களில் இருந்து விமோசனம் பெற முடியும். சாஸ்திரங்களின் தீர்ப்புகளுக்கு எதிராக ஒரு விதவை மறுமணம் செய்து கொள்வாரெனில், ஏற்கனவே செய்த பாவங்கள் கழிவதற்கு முன்பே புதிய பாவம் ஒன்று அவளுடைய கணக்கில் சேர்ந்து கொள்கிறது. எதிர்காலத்தில் அவர் அதற்கும் சேர்த்து விலை கொடுக்க வேண்டி வரும்."

105
இந்துத்துவமும் தீண்டாமையும்

'டைம்ஸ் ஆஃப் இந்தியா' ஏட்டின் மூத்த பத்திரிகையாளரும் ஆய்வாளருமான அக்ஷய முகுல் எழுதிய நூலான *"The Gita Press and the making of Hindu India"* கோவை விடியல் பதிப்பகத்தாரால் *"இந்து இந்தியா கீதா பிரஸ்: அச்சும் மதமும்"* என்ற தலைப்பில் மொழியாக்கம் செய்யப்பட்டு வெளியிடப்பட்டது. இந்நூல் பற்றிய திறனாய்வு எழுதியுள்ள மார்க்சிய-பெரியாரிய சிந்தனையாளரும் வரலாற்று ஆய்வாளருமான எஸ்.வி. இராஜதுரை இன்னும் பல விரிவான தகவல்களைத் தருகிறார். அவற்றையும் கருத்தூன்றிக் கவனிப்போம்.

கீதா பிரஸ் வெளியீடுகளும் ஏடுகளும் தோன்றுவதற்கான சமூக, பண்பாட்டு வரலாற்றுப் பின்னணிகளை விளக்குகிறார் அக்ஷய முகுல்.

1) 19ஆம் நூற்றாண்டில் இந்தி மொழி தான் இந்துக்களின் மொழி என்பதைத் திட்டவட்டமாக அறிவித்து தொடங்கப்பட்ட இயக்கங்கள்.

2) மார்வாடிகளால் தொடங்கப்பட்டாலும், அந்த வணிக வர்க்கத்தின் இலாப வேட்டையைப் பின்னுக்குத் தள்ளி, இந்து சனாதன தர்மத்தையும் வர்ண-சாதி அமைப்பையும் காக்க வேண்டும் என்ற நோக்கத்தை கீதா பிரஸ்ஸும் 'கல்யாண்' ஏடும் முன் நிறுத்தியமை.

3) 1920-களில் இந்துக்களுக்கும் முஸ்லிம்களுக்கும் நடந்த அரசியல் போட்டிகளும் மதக் கலவரங்களும்.

'கல்யாண்' ஏடு தொடங்கப்படுவதற்கு முன்பும் அது தொடங்கியபோதும் வெளிவந்து கொண்டிருந்த பல இந்தி ஏடுகள் பற்றியும், அவற்றில் பெரும்பாலானவை இந்துத்துவ சார்புடையவையாக இருந்தது பற்றியும் நூலாசிரியர் ஏராளமான தகவல்களைத் தருகிறார்.

எனினும், மற்ற எல்லா ஏடுகளையும் வெளியீடுகளையும் புறந்தள்ளி கீதா பிரஸ்ஸும் 'கல்யாண்' ஏடும் அடைந்த வெற்றிகளுக்கு மூளையாகச் செயல்பட்டவர் ஹனுமன் பிரசாத் போத்தார்தான். அதற்குக் காரணம், காங்கிரஸ் கட்சிக்குள் இருந்த இந்து வலதுசாரி

சக்திகள்; இந்து மகா சபை, ஆர்.எஸ்.எஸ்., ராமராஜ்ய பரிஷத், ஜனசங்கம், விஷ்வ ஹிந்து பரிஷத் போன்ற இந்துமதவாத அமைப்புகள், நிர்வாண சாமியார்கள், கல்வியாளர்கள், பணக்கொடை அளிப்போர் ஆகியோரை ஒரே குடையின்கீழ் கொண்டு வந்ததுடன் இந்த வட்டாரங்களுக்கு அப்பாலும் சென்று மதச் சார்பற்றவர்களாகவோ வேறு மதத்தைச் சார்ந்தவர்களாகவோ இருந்த இந்திய அறிஞர்கள், வெளிநாட்டு அறிஞர்கள், எழுத்தாளர்கள் ஆகியோரையும், காந்தி, இரவீந்திரநாத் தாகூர், இந்தி எழுத்தாளர் பிரேம்சந்த், சோசலிஸ்ட் கட்சித் தலைவர் நரேந்திர தேவ் போன்றோர் ‘கல்யாண்’ ஏட்டில் எழுதச் செய்வதில் போத்தாருக்கு இருந்த மதிநுட்பம், சூழ்ச்சித் திறன் ஆகியவையும்தான்.

இந்த ஏட்டில் எழுத மறுத்த முக்கிய காங்கிரஸ் தலைவர் ஜவஹர்லால் நேரு ஒருவர் மட்டுமே.

காங்கிரசின் இந்துத்துவம்

காங்கிரஸ் கட்சியைச் சேர்ந்த முக்கிய தலைவர்களான மதன் மோகன் மாளவியா, கே. எம். முன்ஷி, இராஜேந்திர பிரசாத், சேத் கோவிந்த தாஸ், கமலாபதி திருபாதி, சம்பூர்ணானந்த், வினோபா பாவே, ‘இந்தியன் எக்ஸ்பிரஸ்’ ஏட்டை நிறுவிய ராம்நாத் கோயங்கா, கோவிந்த வல்லபபந்த் (இவர் உத்திரப்பிரதேச முதல்வராக இருந்தபோதுதான் பாபர் மசூதியில் திருட்டுத்தனமாக இராமர் சிலை வைக்கப்பட்டது.) ஆகியோர் அப்பட்டமான இந்து தேசியவாதிகளாகவும், சனாதன தர்மத்தை ஆதரித்தவர்களாகவும் இருந்ததைக் ‘கல்யாண்’ ஏட்டில் அவர்கள் எழுதியவை, வெவ்வேறு இடங்களில் அவர்கள் பேசியவை முதலியவற்றின் மூலம் எடுத்து வைக்கிறார் அக்ஷய முகுல்.

காங்கிரசுக்கும் இந்துத்துவத்துக்கும் இருந்த தொடர்பு பற்றி அவர் எழுதுகிறார்: “1891இல் நாக்பூர் காங்கிரஸ் மாநாட்டின்போது கௌரட்சணி (பசு பாதுகாப்பு) மாநாடு நடந்தது. 1922இல் இருந்து காங்கிரசின் ஆண்டு மாநாடு நடக்கும்போதெல்லாம் இந்து மகா சபையும் கூட்டங்களை நடத்தி வந்தது. இது காங்கிரஸ் - இந்து மகா சபை உறவு முடிவுக்கு வந்த 1937ஆம் ஆண்டு வரையிலும் தொடர்ந்தது.”

இந்தியாவின் முதல் குடியரசுத் தலைவர் இராஜேந்திர பிரசாத்தின் இந்துமத வெறியைப் பற்றிச் சொல்லவே வேண்டாம். 1954இல் கோரக்பூர் கீதா பிரஸ்ஸில் இரண்டு ஓவியக் கலைக்கூடங்களைத் திறந்து வைத்து, “பிற மதங்கள் ஒன்றுக்கொன்று வேறுபட்டு நிற்க, பகவத் கீதை மட்டுமே ஒருமைப்பாட்டுக்கு எடுத்துக்காட்டாக

இருக்கிறது. சனாதன இந்து தர்மத்தின் கனவுகளைத் தங்களது சிறப்புப் பணிகள் வழியாக மெய்ப்படுத்தி வரும் கீதா பிரஸ் போன்ற நிறுவனங்கள் மீது நான் மிகவும் மதிப்பு வைத்திருக்கிறேன்," என்று அவர் திருவாய் மலர்ந்தருளி இருக்கிறார்.

எனினும் காங்கிரஸ் கட்சியைப் பொறுத்தவரை காந்தியின் நன்மதிப்பையும் அன்பையும் பெற்றிருந்தவரும், ஒரே சமயத்தில் காங்கிரசிலும் இந்து மகா சபையிலும் உறுப்பினராக இருந்தவருமான பண்டித மதன் மோகன் மாளவியாவுக்குத்தான் 'கல்யாண்' பிற எல்லா காங்கிரஸ் வலதுசாரிகளைக் காட்டிலும் கூடுதலான மதிப்பு வைத்திருந்ததற்கான காரணங்களில் ஒன்று, இறப்பதற்கு முன் மாளவியா விடுத்திருந்த அறிக்கைதான். அதை வெளியிடும் "பேறு" போத்தாரின் 'கல்யாண்' இதழுக்கே கிடைத்தது.

"இஸ்லாமியர்களுக்கு எதிரான வன்முறையை இந்துக்கள் கட்டவிழ்த்து விட வேண்டும்" என்று மறைமுகமாக அறை கூவல் விடுக்கும் அந்த அறிக்கையில் உள்ள முக்கிய பகுதிகளை அக்ஷய முகுல் தனது நூலில் விவரித்திருக்கிறார். மாளவியா மறைந்தவுடன் அவரது நினைவாக ஒரு சிறப்பிதழையும் வெளியிட்டது 'கல்யாண்.'

வருணாசிரம தருமமும் தீண்டாமையும்

மாளவியாவால் உயர்த்திப் பிடிக்கப்பட்ட பார்ப்பனிய வருண தர்மத்தைப் பின்பற்றிய ஹனுமன் பிரசாத் போத்தார், தீண்டாமை நிலைத்து நிற்க வேண்டும் என்பதில் உறுதியாக இருந்தார். அதன் பொருட்டு அவருடன் நெருக்கமாக இருந்த காந்தியைக் கூட கடுஞ் சொற்களால் விமர்சிக்கவும் அவர் தயங்கவில்லை. தாழ்த்தப்பட்ட மக்கள் 'இந்து' சமுதாயத்திலிருந்து விலகிச் சென்று விடக் கூடாது என்பதற்காகக் காந்தி பரிந்துரைத்த மெல்லிய சீர்திருத்தங்களைக் கூட போத்தாரால் ஏற்றுக் கொள்ள முடியவில்லை.

அம்பேத்கர் கோரிய 'இரட்டை வாக்காளர் தொகுதி' முறையை ஒழித்துக் கட்டிய புனே ஒப்பந்தத்துக்குப் பிறகு காந்தியின் ஆசியுடன் தாழ்த்தப்பட்டோர் கோவில்களில் நுழைவதற்காக, 'ஹரிஜன் சேவக் சங்' மேற்கொண்ட நடவடிக்கைகளைக் கூட ஏற்றுக் கொள்ள மறுத்த போத்தார் காந்திக்கு இவ்வாறு எழுதினார்: "இந்து நாடு முழுவதும் தலித்துகள் கிளர்ச்சியில் ஈடுபட்டு வருகின்றனர். அது உங்கள் உண்ணாநோன்புக்குப் பிறகு தீவிரமாகி விட்டது. பல இடங்களில் வருண சாதியினர் தலித்துகளோடு அமர்ந்து உணவருந்துகிறார்கள் அவர்களோடு சம பந்தியில் உட்காருவதால் அவர்கள் நம்மோடு சமம் ஆகி விடுவார்கள் என நான் கருதவில்லை."

தொடக்கம் முதலே இத்தகைய கருத்துகளோடு இஸ்லாமியர்களுக்கு எதிரான வெறுப்பு அரசியலை உமிழ்ந்து வந்த போத்தாரிடம் தனிப்பட்ட முறையில் அன்பு செலுத்தி வந்ததோடு, அந்த ஏட்டை வாழ்த்தவும் செய்திருக்கிறார் காந்தி. "கல்யாண் மற்றும் கீதா பிரஸ் வழியாக நீ செய்து கொண்டிருப்பது இறைவனுக்குச் செய்யும் மிகப் பெரிய பணி," என்று 1935இல் போத்தாருக்கு எழுதிய கடிதத்தில் காந்தி கூறினார்.

காந்திக்கும் போத்தாருக்கும் இருந்த உறவில் நெருக்கமும் உரசலும் இருந்து வந்ததற்கு சாதி பற்றிய காந்தியின் இரட்டை நிலைப்பாடே என்பதைச் சுட்டிக்காட்டும் நூலாசிரியர், காந்தியை மடக்குவதற்காக போத்தார் ஒரு முறை 'நவஜீவன்' ஏட்டில் காந்தி சாதியையும் சனாதன தர்மத்தையும் ஆதரித்து எழுதிய கட்டுரைகளை அவரிடமே எடுத்துக் காட்டியிருக்கிறார்.

பசு பாதுகாப்புச் சங்கத்தை காந்தி தோற்றுவித்தபோது அவரைப் புகழ்ந்த போத்தாரின் 'கல்யாண்', தாழ்த்தப்பட்டவர்கள் கோவிலில் நுழைவதற்காகத் தொடங்கப்பட்ட இயக்கத்திற்கு காந்தி ஆதரவு அளித்தமை, பாகிஸ்தான் பிரிவினை தொடர்பான காந்தியின் நிலைப்பாடு, மதக் கலவரங்களின்போது காந்தி எவர் சார்பாகவும் நிற்காமல், மதங்களுக்கு இடையேயான இணக்கம் பற்றிப் பேசியமை முதலியவற்றின் காரணமாக அவரைத் தனிப்பட்ட முறையில் இகழ்ந்து எழுதி இருக்கிறது.

1956-இன் பிற்பகுதியிலும் கூட போத்தார் தீண்டாமை பற்றிய தனது கருத்துகளை மாற்றிக் கொள்ளவில்லை. "தீண்டாமையைக் கடைப்பிடிப்பதன் பொருள் ஒருவரை வெறுக்கிறோம் என்பது அல்ல; மேலும் தீண்டாமை அறிவியல் சார்ந்தது; சாஸ்திரங்கள், தீண்டாமையை அனுமதிக்கின்றன." மேல் சாதியினர் தீண்டாதோரைத் தொடாமலே அவர்கள் மீது அன்பு காட்ட முடியும் வந்தார். "நமது மதிப்பிற்குரிய அன்னை, நமது அன்புக்குரிய மனைவி ஆகியோரை அவர்களது மாதவிலக்கு நாட்களில் தீண்டா திருப்பதைப் போன்று" என்று குறிப்பிடுகிறார்.

இதே போன்ற குதர்க்க வாதத்தை போத்தார் 'கல்யாண்' இதழில் இன்னொரு நேரம் முன் வைத்தார். "ஹரிஜனங்களை வெறுப்பது பாவச் செயல்; பிராமணனுக்கும் ஹரிஜனுக்கும் வேறுபாடே இல்லை; கற்றறிந்த பிராமணன், சண்டாளன், பசு, யானை, நாய் ஆகிய அனைவரிடமும் உள்ள ஆன்மா ஒருவனே; எனவே கற்றறிந்த மனிதன் அவர்களை அதே கண்களால் பார்க்கிறான். ஆனால் (இதன் பொருள்) அனைவரிடமுமான அவனுடைய நடத்தை ஒரே தரப்பட்டதாகவே இருக்க வேண்டும் என்பது அல்ல. பிறர்

செய்வதற்கானது என்று ஒதுக்கப்பட்ட பணியை ஒரு ஹரிஜன் செய்வதற்கு உரிமை இல்லை."

அவர் இன்னொரு கட்டுரையில் "தீண்டத்தகாதவர்களுக்கு விடுதலை என்று அழைப்பு விடுத்ததன் வாயிலாக அம்பேத்கர் வளர்வதற்கு வழிவகுத்தோம்," என்று கூறினார்.

மதன கோபால் சிங்கால் என்பவர் கீதா பிரஸ்ஸின் கல்யாண் ஏட்டில் எழுதிய கட்டுரையில் "தீண்டத்தகாதவர்கள் இயற்கைக் கடவுள்களாகிய சூரியன், சந்திரன், நெருப்பு, பூமி, கங்கை, ஆலமரம் போன்றவற்றை வழிபடுவதற்கு உரிமை உடையவர்கள். கடவுள்களின் வேறு வடிவங்களை, அதாவது வேத மந்திரங்களை ஓதி உயிர் கொடுக்கப்பட்ட 'கல்' உருவங்களை இரு பிறப்பாளர் மட்டுமே வழிபட முடியும். தீண்டத் தகாதவர்களுக்கென தனி ஆலயம் கட்டிக் கொள்ளலாம்," எனக் குறிப்பிட்டுள்ளார்.

தீண்டாமைக்கான 'அறிவியல்' காரணங்களையும் அந்தக் கட்டுரை கூறியது. "தலைமுறை தலைமுறையாக ஒரு பங்கி (துப்புரவுப் பணியாளர்) செய்ய வேண்டிய வேலையைச் செய்து வருவதன் காரணமாக அவர்களின் உடலில் தொற்றுநோய்க் கிருமிகள் உண்டாகின்றன என்பது மகரிஷிகளின் கூரிய நோக்குடைய கண்களின் வழியாகக் கண்டறியப்பட்டுள்ளது; எனவே தீண்டாமை நடைமுறையைத் தொடர்வதற்கான தேவை உள்ளது."

இந்துப் பண்பாடு பற்றி 'கல்யாண்'

இந்துப் பண்பாடு பற்றி 1950இல் 'கல்யாண்' கொண்டு வந்த சிறப்பிதழில் 'வருணாசிரம சுயராஜ்ய சங்கம்' எழுதிய கட்டுரையில் பின்வருமாறு கூறப்பட்டு இருந்தது.

"மாண்புடைய செயல்களைச் செய்தவர்கள் பிராமணர்களாகவும் சத்திரியர்களாகவும் பிறந்திருக்கிறார்கள். தீய செயல்களைச் செய்தவர்கள் சண்டாளர்களாகவும் பிறந்துள்ளனர். பாவம் செய்யும் மனிதனின் உடல் தூய்மையற்றது; துய்மையற்றதை அவன் அடுத்த பிறவிக்கும் கொண்டு செல்கிறான். தீண்டத்தகாதவர்கள் முற்பிறவியில் செய்த தீய செயல்களின் விளைவாகவே ஆலயங்களில் நுழைய முடியாதவாறு தடை செய்யப்பட்டு இருக்கிறார்கள் என்பதை ஏற்றுக் கொள்ள வேண்டும்; அந்தத் தீய செயல்களுக்காக வருந்தினால் ஆலயங்களுள் நுழைவதிலும் மேலான தூய்மை அடைவார்கள்."

அதாவது தீண்டத்தகாதோர் முற்பிறவியில் செய்த தீய செயல்களுக்கு வருந்தினாலும் கூட அவர்களுக்கு கோவிலில் நுழையும் உரிமை இல்லை என்பதைத்தான் இந்தக் கட்டுரை கூறுகிறது.

மனு ஸ்மிருதி மனிதர்களிடையே பாகுபாட்டைக் காண்பதில்லை என்பதை நிறுவுவதற்காக மேற்சொன்ன கட்டுரை ஒரு குதர்க்க வாதத்தை முன் வைத்தது.

"சண்டாளன் ஒருவனைத் தீண்டினால் நீராட வேண்டும் எனக் கூறும் மனு ஸ்மிருதி, மாதவிடாயான அல்லது குழந்தைக்குப் பால் ஊட்டும் பெண்ணைத் தீண்டினாலும் அவள் ஒருவனின் தாயாக, உடன் பிறந்தவளாக இருப்பினும் நீராட வேண்டும் என்று விதிக்கிறது."

இது மட்டுமல்ல; மேல் சாதி இந்துக்களை இரக்க குணம் படைத்தவர்களாகவும் காட்டியது இக்கட்டுரை. "தீண்டத்தகாதவர்களை உயர்சாதியினர் கொடுமைப்படுத்தி இருந்தால் அவர்களுக்கு அமெரிக்காவிலும் ஆஸ்திரேலியாவிலும் மண்ணின் மைந்தர்களான பழங்குடியினருக்கு ஏற்பட்ட முடிவே ஏற்பட்டிருக்கும். கோடிக்கணக்கான தீண்டத்தகாதவர்கள் உயிரிழந்திருப்பர்."

கீதா பிரஸ்ஸும் வருண-சாதி அடிப்படையிலேயே இயங்கி வந்தது. "வருண அமைப்பை கீதா பிரஸ் கட்டுமான அமைப்பிலிருந்தும் கூட பிரிக்க முடியாத ஒரு பகுதியாகவே பதிப்பகத்தை நிர்வகிக்கும் அறக்கட்டளையான 'கோவிந்த் பவன் காரியாலயம்' கட்டுவித்திருக்கிறது. அங்கு உறுப்பினராவதற்கு பிராமண, சத்திரிய, வைசிய சாதிகளைச் சேர்ந்த எந்தவொரு சனாதன தர்ம இந்துவுக்கும் உரிமை உண்டு. ஆனால் இரு பிறப்பாளர் அல்லாத, நான்காவது வருணத்தாரான சூத்திரர் மற்றும் தீண்டத்தகாதவர்கள், பழங்குடியினர் ஆகியோருக்கு உரிமை இல்லை."

அம்பேத்கர் மீதான தாக்குதல்

தீண்டப்படாதவர்களும் சமூகத்தில் சமமாக நடத்தப்பட வேண்டும் என்ற கோரிக்கையை முன்வைத்ததற்காக தொடக்கத்திலிருந்தே அம்பேத்கரை கடுமையான சொற்களால் இழிவுபடுத்தி வந்த 'கல்யாண்', இந்திய அரசமைப்பு அவையில் இந்து சட்ட மசோதாவைக் கொண்டு வந்ததற்காக அவரது சாதிப் பெயரைச் சுட்டிக்காட்டி அவர் மீது கொடுஞ்சொற்களைப் பொழிந்தது.

"அம்பேத்கர் அறிமுகப்படுத்தியுள்ள இந்து சட்ட மசோதா, இந்து தர்மத்தை அழிப்பதற்கான அவரது சதித் திட்டத்தின் ஒரு முக்கியமான பகுதி என்பது இப்போது உறுதியாகிறது. அவரைப் போன்ற ஒரு மனிதர் இந்துக்களின் சட்ட அமைச்சராக இருப்பது அவர்களை இழிவுபடுத்துவதாகவும், நாணமுறச் செய்வதாகவும் இருப்பதோடு இந்து தர்மத்தில் ஒரு கரும்புள்ளியாகவும் உள்ளது. அவரைப் பதவி நீக்கம் செய்யுமாறும், இந்து சட்ட மசோதாவைத்

திரும்பப் பெறுமாறும் அரசுக்கு நாம் அமைதியான ஆனால் உறுதியான முறையில் நெருக்குதல் தர வேண்டும்.”

அம்பேத்கரின் இந்து சட்ட மசோதாவை முறியடிக்க ‘கல்யாண்’ ஏடும் போத்தாரும் தொடர்ந்து மேற்கொண்ட பல்வேறு நடவடிக்கைகளைத் தொகுத்துக் கூறுகிறார் அக்ஷய முகுல். ஒரு சாமியார் கண்ட கனவு என்ற பெயரில் ‘கல்யாண்’ ஒரு கட்டுரையை வெளியிட்டது. ஒரு பார்ப்பனப் பெண்ணை ஏமாற்றி அவளின் தந்தையிடமிருந்து பணம் பறித்துக் கொண்ட ஒரு சாமர் (தாழ்த்தப்பட்ட) சாதியைச் சேர்ந்தவனுக்கு ஆதரவாக அம்பேத்கர் வழக்காடுவதாகவும், அந்த வழக்கை விசாரணை செய்த நீதிபதி அந்தப் பார்ப்பனப் பெண்ணுக்கு ஆதரவாகத் தீர்ப்பு கூறியதால் அவரைப் பதவி நீக்கம் செய்வதாக அம்பேத்கர் அச்சுறுத்துவதாகவும் அந்தச் சாமியார் கனவு கண்டதாக அக்கட்டுரை கூறியது.

1952ஆம் ஆண்டு நாடாளுமன்றத் தேர்தலில் வடக்கு பம்பாய் தனித் தொகுதியில் இருந்து போட்டியிட்ட அம்பேத்கர் தோல்வியுற்றதிலும் போத்தாருக்குப் பங்கு இருந்தது. இந்து சட்ட மசோதாவைக் கொண்டு வந்த அவரை ‘முழு வலிமையோடு’ எதிர்க்குமாறு வாக்காளர்களைப் போத்தார் கேட்டுக்கொண்டார்.

காங்கிரஸ் பழமைவாதிகளும் இந்துத்துவ வாதிகளும்

மகாத்மா காந்தி இறந்து மூன்றாண்டுகளுக்குப் பின்னர் 1951இல் குடியரசுத் தலைவர் இராஜேந்திர பிரசாத்தைத் தலைவராகக் கொண்டதும், காங்கிரஸ் தலைவர்களைச் செயற்குழுவில் முதல் நிலைப்படுத்தியதுமான இந்தியப் பண்பாட்டுக் கழகத்தின் சார்பில் நடத்தப்பட்ட மாநாட்டில் ‘இந்தியப் பண்பாட்டுக்குப் பங்களித்தவர்’ என்ற முறையில் போத்தார் அழைக்கப்பட்டிருந்தார். அச்சமயம் அவர் பசு பாதுகாப்பு, இந்து சட்டத் தொகுப்பு மசோதாவுக்கு எதிர்ப்பு, இராமன், கிருஷ்ணன் பிறப்பிடங்கள் மீட்பு ஆகியவற்றுடன் தம்மை நெருக்கமாகப் பிணைத்துக் கொண்டிருந்தார்.

1950ஆம் ஆண்டுகளின் முற்பகுதியில் அவர் ‘பாரதிய சதுர்நாம் வேத பவன் நிவாஸ்’ (அனைத்திந்திய நான்கு புனிதத் தலங்களின் வேத பவனம் அறக்கட்டளை) அமைப்பின் செயற்குழு உறுப்பினராக்கப் பட்டார்.

பத்ரிநாத், ஜகனாத் பூரி, இராமேஸ்வரம், துவாரகை ஆகியவற்றில் வேத பவனங்களைக் கட்டுதல், வேத நாகரிகத்தைப் பரப்புதல், வேத மந்திரங்களையும் சடங்குகளையும் ஓதுதல், வேதங்களையும் அவை தொடர்பான இலக்கியங்களையும் கற்பித்தல் போன்ற பணிகளுக்காக நிறுவப்பட்ட அந்த நிறுவனத்தின் உறுப்பினர்களாக

இருந்தவர்கள் காங்கிரஸ் கட்சிக்குள் இருந்த பழமைவாதிகள், இந்து மகா சபையினர் மற்றும் தொழிலதிபர்கள் ஆகியோர் ஆவர்.

ஒரு மதம் சார்ந்த நடவடிக்கைகளில் அரசாங்கப் பதவிகளில் இருப்போர் பங்கு பெறுவது அரசமைப்புச் சட்டத்திற்கு எதிரானது என்றபோதிலும் அச்சட்டத்தைக் காக்க வேண்டிய பொறுப்பு கொண்டிருந்த மூன்று மாநில ஆளுநர்களுடன் (காங்கிரஸ் கட்சியினர்) - உத்திரப்பிரதேச ஆளுநர் விஸ்வநாத் தாஸ், பீகார் ஆளுநர் அனந்தசயனம் ஐயங்கார், இராஜஸ்தான் ஆளுநர் சம்பூர்ணானந்த், காங்கிரஸ் கட்சியைச் சேர்ந்த சென்னை மாகாண முன்னாள் ஆளுநர் ஸ்ரீபிரகாசாவும், 'இந்தியன் எக்ஸ்பிரஸ்' நிறுவனர் ராம்நாத் கோயங்காவும் (நீண்டகாலம் காங்கிரசில் இருந்த அவர், 1970-களில் ஜனசங்கத்தில் சேர்ந்து நாடாளுமன்ற உறுப்பினராகவும் ஆனார்.) இந்த அமைப்பில் உறுப்பினர்களாக இருந்தார்கள்.

காங்கிரசில் இந்து வலதுசாரிப் பழைமைவாதிகளுக்கு இருந்த பிடிப்புக்கான இன்னொரு எடுத்துக்காட்டாக இருப்பவர் கீதையைப் பரப்புவதிலும் இந்துத்துவத் திட்டங்களை மக்கள் மீது திணிப்பதிலும் கடைசி வரை வெறித்தனமாகச் செயல்பட்ட பாபா ராகவா தாஸ் என்ற மராத்தியப் பார்ப்பனர். இவர் தலைவராக இருந்த 'கீதை சங்கத்தில்' உறுப்பினர்களாக இருந்தவர்கள் 1940இல் வைசிராயின் ஆலோசனைக் குழு உறுப்பினர்களாக நியமிக்கப்பட்ட வி.டி. சாவர்க்கரால் பிரிட்டீஷ் இந்திய அரசாங்கத்துக்குப் பரிந்துரைக்கப்பட்ட சியாம பிரசாத் முகர்ஜி, பி.எஸ். மூஞ்சே ஆகிய இந்து மகா சபைத் தலைவர்களும் அடங்குவர்.

1952 பொதுத் தேர்தலில் பைசாபாத் நாடாளுமன்றத் தொகுதியில் காங்கிரஸ் வேட்பாளராக நிறுத்தப்பட்டு, சோசலிஸ்ட் தலைவரும் விடுதலைப் போராட்ட வீரருமான நரேந்திர தேவ்வைத் தோற்கடித்தவர்தான் இந்த பாபா இராகவ தாஸ்.

கீதையின் பெருமை பற்றி 'கல்யாண்' இதழில் எழுதுமாறு இந்தியாவிலும் வெளிநாடுகளிலும் உள்ள பல அறிஞர்களுக்கும் இறையியலாளர்களுக்கும் வேண்டுகோள் விடுத்தார் போத்தார்.

அதற்குப் பதிலளித்தவர்களில் ஒருவரும் நியூயார்க் ஹண்டர் கல்லூரியைச் சேர்ந்தவருமான எர்னஸ்ட் பி. ஹார்விட்ஸ், "கீதையில் அத்வைதத்தை உறுதியுடன் காத்து நின்ற சத்திரியர்கள் காட்டிய வீரமிக்க செயல்பாடுகள் நாஜிக்களின் சிந்தனையில் எவ்வளவு ஆழமாகப் பதிந்து இருக்கின்றன," என்று வியந்து கூறினார்.

106

இந்து குரல்

1950இல் 'கல்யாண்' வெளியிட்ட இந்து பண்பாட்டுச் சிறப்பிதழில் அப்போது கவர்னர் ஜெனரலாக இருந்த சி. ராஜகோபாலாச்சாரியும் இந்துப் பண்பாடு என்பது இந்தியப் பண்பாடு மட்டுமல்ல, உலகப் பண்பாடும் ஆகும் என்று கட்டுரை தீட்டினார். காந்தியவாதியான வினோபா பாவே, 'வருண அமைப்பில் நம்பிக்கை கொண்டவன் இந்து' என்று கட்டுரை எழுதினார்.

இந்திய தேசிய விடுதலைப் போராட்டத்துக்கு வங்காளம்தான் வழிகாட்டியாக இருந்தது என்று நமக்கு எப்போதும் சொல்லப்படுகிறது. ஆனால், இந்திய தேசியம் என்பதை இந்து தேசியமாகவேதான் வங்காள தேசியவாதிகள் பலருடன், நீதிபதிகள், வரலாற்று ஆய்வாளர்கள் எனப் பலதரப்பட்ட வங்காளி அறிவாளிகள் கருதியும் அவ்வாறே செயல்பட்டும் வந்தனர் என்பதை அக்ஷய முகுல் நூல் எடுத்துரைக்கிறது. இந்து மகா சபைத் தலைவர் சியாம பிரசாத் முகர்ஜி, ஆர்.எஸ்.எஸ். தலைவர் கோல்வால்கர் ஆகியோரின் கருத்துகளைப் பரப்புவதில் 'கல்யாண்' ஏடு தீவிரமாகச் செயல்பட்டது. விஸ்வ ஹிந்து பரிஷத்தை உருவாக்குவதில் முக்கிய பங்கு வகித்த போத்தாரின் கீதா பிரஸ்தான் இதற்கான வெள்ளோட்டமாக இந்துத்துவப் பார்ப்பனியக் கருத்துகளை வெளிநாடு வாழ் இந்துக்களிடம் பரப்புவதற்காக 1934இல் 'கல்யாண் - கல்பதரு' என்னும் ஆங்கில ஏட்டைத் தொடங்கியது. ஆங்கிலேயர்களிடம் இருந்து கற்றுக் கொண்ட வண்ண அச்சுத் தொழில் நுட்பத்தைப் பயன்படுத்தி, இந்துக்களின் பல்வேறு கடவுள்களின் படங்களை அச்சிட்டு நாடெங்கிலும் விற்பனை செய்தது கீதா பிரஸ்.

இந்து கடவுள்களுக்கென்று இருபதாம் நூற்றாண்டு வரையில் சிலைகள் மட்டுமே இருந்த நிலையில் பல்வேறு ஓவியர்களை - இதில் ஓரிரு முஸ்லிம்களும் அடங்குவர் - ஊதியத்துக்கு அமர்த்தி, அவரவர் கற்பனைத் திறன்களுக்கு ஏற்ப இந்து ஆண், பெண் கடவுள்களின் ஓவியங்களை வரையச் செய்து அவற்றை அச்சுக்குக் கொண்டு வந்ததன் மூலம் கீதா பிரஸ், கடவுள்களின் சிலைகளைத் தொடுவதற்கு உரிமை இல்லாத சூத்திர, தலித் சாதிகளைச் சேர்ந்தவர்களின் வீடுகளிலும் கூட படங்கள் மூலமாக கடவுள்களை வைத்துக் கொள்ளும் 'மகத்தான' காரியத்தைச் செய்தது. ஆயினும்,

'பார்ப்பன மேலாதிக்கத்தைக் காட்டும் வகையில்தான் ஓவியங்கள் அமைந்து இருந்தன'. எடுத்துக்காட்டாக, 'ஒரு பார்ப்பனர் கடவுளைத் தரிசனம் செய்து கொண்டு இருக்கும் ஒரு படத்தின் கீழ்ப்பகுதியில் சண்டாளன் ஒருவன் திகிலுடன் நடுங்கிக் கொண்டு இருப்பதாகவும் காட்டப்பட்டு இருந்தது'.

காந்தி, நேரு மீது வெறுப்பு

நேரு மீது கடும் வெறுப்பைக் கக்கிய போத்தாரின் 'கல்யாண்' ஏடு, அவர் இறந்த போது இரங்கல் கட்டுரையை வெளியிட்டதற்குக் காரணம், நேரு இந்தியாவின் முதல் பிரதமராக இருந்தவர் என்பதும், மக்களிடையே செல்வாக்குப் படைத்த தலைவராக இருந்தவர் என்பதும்தான்;

இந்திரா காந்தி கொலையுண்டபோது 'கல்யாண்' இரங்கல் கட்டுரைகள் வெளி வந்ததற்குக் காரணம், 'இஸ்லாமிய' பாகிஸ்தான் இராணுவத்தைத் தோற்கடித்து, 'பங்களாதேஷ்' உருவாகக் காரணமாக இருந்த அவரை இந்துத்துவவாதிகள் 'துர்க்கை'யுடன் ஒப்பிட்டுப் பேசியதுதான்; ஆனால், இந்திரா காந்தி 'அவசர நிலையை'ப் பிரகடனப்படுத்தியபோது, வாயை மூடிக் கொண்டிருந்தது 'கல்யாண்' ஏடு.

அதுமட்டுமல்ல, காந்தியின் இறப்புச் செய்தியையோ, இரங்கல் குறிப்பையோ வெளியிடாத ஒரே பத்திரிகையாகவும் அது இருந்திருக்கிறது. காந்தி கொலை தொடர்பாகக் கைது செய்யப்பட்டு பின்னர் விடுவிக்கப்பட்டவர்களில் 'போத்தாரும்' ஒருவர் என்பதும் குறிப்பிடத்தக்கது. இன்று ஆர்.எஸ்.எஸ்., சங்பரிவாரங்கள் 'பசு பாதுகாப்பு' என்ற பெயரில் சிறுபான்மை மக்கள் மீதும், தலித்துகள் மீதும் வன்முறைத் தாக்குதல் நடத்துவதற்கு பாதை அமைத்துக் கொடுத்ததிலும் கீதா பிரஸ் உரிமையாளர் விஷ்ணு பிரசாத் போத்தார் பங்கும் இருக்கிறது. அவரின் 'கல்யாண்' ஏடு கௌசங்க்' என்ற 633 பக்கங்கள் கொண்ட சிறப்பிதழைக் கொண்டு வந்தது. அவர் கேட்டுக் கொண்டதற்கு இணங்க, கட்டுரைகள் எழுதிய உயர் கல்வியாளர்களும், ஆராய்ச்சியாளர்களும், இந்தியவியலாளர்களும், பழங்கால இந்தியாவில் பசுவைப் பலியிடுவதும், அதன் இறைச்சியை உண்பதுமான வழக்கம் அனைவராலும் ஏற்றுக் கொள்ளப்பட்ட பொது நடைமுறையாக இருந்தது என்பதைச் சுட்டிக்காட்டிய போதிலும் போத்தார் அதை ஏற்றுக் கொள்ள மறுத்தார்.

காங்கிரசில் இருந்த 'பழமைவாதி'களான இராஜேந்திர பிரசாத், கோவிந்த வல்லப பந்த், மதன் மோகன் மாளவியா போன்றோரின் கட்டுரைகளும் 'பசுபாதுகாப்பு' சிறப்பிதழில் இடம்பெற்று இருந்தன.

காங்கிரஸ் தலைவர் பட்டாபி சீதாராமையா, 'கோமாதா, பூமி மாதா, கங்கா மாதா' ஆகிய மூன்று மாதாக்களால் இந்துஸ்தான் வணங்கப்பட்டது' என்று எழுதினார். சங்கராச்சாரி மற்றும் இந்து மதத் துறவிகளின் கட்டுரைகளும் இடம்பெற்றன.

பசுவும் - அறிவியலும்

காஞ்சி சங்கராச்சாரியார், சந்திரசேகரர் தனது கட்டுரையில் இரண்டாம் உலகப்போரின் பின் விளைவாக ஏற்பட்ட பொருளாதார நெருக்கடிக்கு பசுவும், அது வெளியேற்றும் கழிவுகளும் தீர்வாகும் என்றும், பாலில் உள்ள மருத்துவத் திறன் அந்தப் போருக்குப் பின் பரவிய கொள்ளை நோய்களைக் குணப்படுத்தப் பயன்படும் என்றும் கூறி தமது பொருளாதார, அறிவியல் 'அறிவை' வெளிக்காட்டினார். பசு பாதுகாப்பிற்காக சில முஸ்லிம் அறிஞர்களின் உதவியையும் 'கல்யாண்' பெற்றுக் கொண்டது. பசுவை வெட்டுவதற்கு ஆதரவான கருத்தை குரானோ, முகமது நபியோ ஒருபோதும் கூறியதில்லை என்று அவர்கள் கூறும்படி செய்தார் போத்தார்.

ஆர்.எஸ்.எஸ். இந்து சனாதனவாதிகள் பசு பாதுகாப்புக்காக ஒன்றிய அரசு ஒரு சட்டத்தை இயற்ற வேண்டும் என்று கூப்பாடு போட்டபோது, முடியாது என்பதில் கடைசிவரை உறுதியாக இருந்தவர் பிரதமர் பண்டித ஜவஹர்லால் நேரு; ஆனால் அவர் மறைந்ததற்குப் பின்னர் தற்காலிகமாகப் பிரதமர் பொறுப்பை வகித்த குல்சாரிலால் நந்தா, பிரதமர் பொறுப்பை ஏற்றுக் கொண்ட லால்பகதூர் சாஸ்திரி ஆகியோர் பதவி வகித்தபோது, பசு பாதுகாப்புக்காக ஒரு சட்டத்தை நிறைவேற்றி அதை இந்தியாவில் உள்ள அனைத்து மாநிலங்களிலும் திணிப்பதற்கான போராட்டத்தை ஆர்.எஸ்.எஸ். ராம் ராஜ்ய பரிஷத், இந்து மகா சபை போன்ற தீவிர வலதுசாரி அமைப்புகள் தொடங்கின.

டில்லியில் இந்த அமைப்புகள் ஒன்று சேர்ந்து 1966இல் நூற்றுக்கணக்கான நிர்வாணச் சாமியார்களையும் திரட்டி, நாடாளுமன்றம் முன்பாக ஆர்ப்பாட்டம் நடத்துவதற்கு எல்லா ஏற்பாடுகளையும் செய்தார் 'போத்தார்'. ஜனசங்கத்தின் நாடாளுமன்ற உறுப்பினர் ராமேஷ்வர ஆனந்த் என்பவரின் வெறிப்பேச்சால் தூண்டப்பட்ட ஆர்ப்பாட்டக்காரர்கள் நாடாளுமன்றத்தின் மீது பெரும் தாக்குதல் நடத்தினர்.

காமராஜர் வீட்டுக்கு தீ வைப்பு

அப்போது அனைத்திந்திய காங்கிரஸ் தலைவராக இருந்த காமராசரின் வீட்டைத் தாக்கி அங்கிருந்த இல்லப் பணியாளர்களைத் தாக்கிக் காயப்படுத்தினர். அக்ஷய முகுல் குறிப்பிடாத செய்தி

என்னவெனில், அந்த கொலைவெறிக் கூட்டத்தைச் சேர்ந்தவர்கள் காமராசர் வீட்டுக்குத் தீ வைத்தனர். அந்த நேரத்தில் காமராசர் உயிர் பிழைத்தது என்பது அரிதானது ஆகும். அந்தக் கலவரத்தில் எட்டு பேர் உயிர் இழந்தனர். பலர் கைது செய்யப்பட்டு சிறையில் அடைக்கப்பட்டனர். ஏராளமான மோட்டார் வாகனங்கள் எரிக்கப்பட்டன. இந்த வன்முறைகளைக் கண்டு வருந்துவதாக நீலிக் கண்ணீர் வடித்த போத்தார், சிறையில் இருந்த இந்து மத வெறியர்களுக்கு உதவி செய்து வந்தார்.

சோசலிச எதிர்ப்பு

பொதுவுடைமை, சோசலிசக் கருத்துகளுக்கு எதிரான பிரச்சாரத்தையும் போத்தாரும் அவரது கல்யாண் ஏடும் தொடர்ந்து நடத்தினர். சோவியத் யூனியனில் இருந்த கூட்டுறவு சங்கங்களை போன்றவைதான் இந்தியாவில் உள்ள கூட்டுக் குடும்பங்கள் என்றும், பகவத் கீதையே பொதுவுடைமைக் கொள்கையைப் பறைசாற்றும் நூல் என்றும் கூறும் கட்டுரைகளை 'கல்யாண்' வெளியிட்டது.

தனிச் சொத்துடைமை என்பதை ஒழிக்க முடியாது என்றும் இந்து வருண அமைப்பு, கூட்டுறவுத் தத்துவத்தின் அடிப்படையிலேயே இயங்கி வருகிறது என்றும் 'கல்யாண்' கட்டுரைகள் கூறின. 'கல்யாண்' ஏட்டின் போற்றுதலுக்குரிய கற்பத்திரி என்ற இந்து மத வெறியரான சாமியார், கம்யூனிசம் என்பது பெண்களையும், பொதுவுடைமையாக்கும் தத்துவம் என்று எழுதினார்.

அதே போன்று இந்திய அரசின் மதச்சார்பற்ற கொள்கைகளையும் 'கல்யாண்' ஏடு தொடர்ந்து எதிர்த்து வந்தது. இந்தியாவிலுள்ள எல்லா இந்துக்களுக்கும் காலங்காலமாக ஒரே வழிபாட்டு முறை, ஒரே விதமான சடங்குகள், ஒரே விதமான ஒழுக்க நெறிகள் இருந்து வந்தன என்று கூறுவதற்காக உபநிடதங்கள், புராணங்கள், மத நூல்கள் ஆகியவற்றிலுள்ள கருத்துகளைத் திரித்துக் கூறும் லட்சக்கணக்கான குறும்பதிப்புகளையும் கட்டுரைகளையும் கீதா பிரஸ்ஸும், 'கல்யாண்' ஏடும் வெளியிட்டு வந்தன.

இந்துப் பெண்களுக்கும் குழந்தைகளுக்கும் போத்தாரும் 'கல்யாண்' ஏடும் கூறிவந்த அறிவுரைகள், அவர்களை மத்திய காலத்துக்கு அழைத்துச் செல்லக் கூடியவை. அவரது அறிவுரையைப் பின்பற்றினால் ஆர்.எஸ்.எஸ். அமைப்பில் உள்ள குடும்பப் பெண்கள் 'சல்வார்கமிஸ்' உடையைக் கூட அணிய முடியாது. ஆணாதிக்கத்தையும், பெண்ணடிமைத்தனத்தையும் போற்றுதலுக்குரிய நெறிகளாக ஆக்கினார் போத்தார்.

ஆரிய வர்த்தம்

இந்தியா விடுதலை பெறும் தருணத்தில் போத்தார், காங்கிரஸ், இந்து மகாசபை, சமணர்கள், சீக்கியர்கள் ஆகியோருக்கு விடுத்த வேண்டுகோளில் இருந்த அம்சங்களில் ஒன்றிரண்டை மட்டும் இங்கு குறிப்பிட வேண்டும்.

1. இந்தியாவை இந்துஸ்தான் அல்லது ஆரியவர்த்தா என்று பெயரிட்டு அழைக்க வேண்டும்.

2. அது தூய இந்து நாடாகவும் முற்றிலும் இந்துப் பண்பாடு அடிப்படையில் அமைந்ததாகவும் இருக்க வேண்டும். தேசியக்கொடி காவி நிறத்திலும், வந்தே மாதரம் நாட்டுப் பண் ஆகவும் இருக்க வேண்டும்.

3. அடிப்படைக் கோட்பாடு என்ற வகையில் பசுவதை தடை செய்யப்பட வேண்டும்.

4. உயர் பதவிகளில் இஸ்லாமியர்களை அமர்த்தக் கூடாது.

5. சமூக சீர்திருத்தம் என்ற பெயரில் எந்த மதத்தின் மீதும் சட்டம் இயற்றக் கூடாது.

தன்னை மனிதநேயராகக் காட்டிக் கொள்ள இந்த வேண்டுகோளில் கீழ்க்கண்டவற்றையும் சேர்த்துக் கொண்டார் போத்தார். *'இந்தியாவில் இஸ்லாமியர் மற்றும் பிற சிறுபான்மையினருக்கு போதுமான வசதிகள் செய்து தரப்பட வேண்டும். அவர்களது வாழ்வும் மாண்பும் பாதுகாக்கப்பட வேண்டும்.'* போத்தாரின் வாழ்க்கையில் நிறைந்திருந்த கபடத்தனம், மற்றவர்களுக்கு ஒழுக்கம் போதித்த அவர் தன் வாழ்க்கையில் கடைப்பிடித்த ஒழுக்கக் கேடுகள், உலகியல் வாழ்க்கையை 'வெறுத்த' அவர், பனியா முதலாளிகளின் ஊழல்களை மூடி மறைக்கவும், அவர்களது குடும்ப, சொத்துத் தகராறுகளைத் தீர்த்து வைக்கவும் மேற்கொண்ட செயல்பாடுகள் ஆகியவற்றையும் அக்ஷய முகுல் எடுத்துக் கூறுகிறார்.

சங்பரிவார பார்ப்பனிய பாசிசத்துக்கு வேண்டிய கருத்து சாதனங்களைத் தயாரித்து வழங்கியதில் சாவர்க்கர், கோல் வால்கர் போன்றவர்களையும் விஞ்சக் கூடியவராக இருந்தவர் போத்தார் என்பதை அக்ஷய முகுல் தனது நூலில் அடுக்கடுக்கான ஆதாரங்களுடன் விளக்கி உள்ளார்.

இந்து குரல் (Hindu Voice)

ஒரு நூற்றாண்டுக்கு முன்பு கீதா பிரஸ் இந்துத்துவக் கோட்பாட்டை பரப்புவதில் முன்னோடியாக இருந்தது என்பது அக்ஷய முகுல்

எழுதிய நூலின் மூலம் அறிந்தோம். இப்போதும் அதைப் போன்ற நிறுவனங்கள் அச்சு ஊடகங்கள், மின்னணு ஊடகங்கள், காட்சி ஊடகங்கள் மூலம் இன்னும் வேகமாக ஆர்.எஸ்.எஸ். கொள்கைகளைப் பரப்பி வருகின்றன. தகவல் தொழில்நுட்ப வளர்ச்சியை மிகச் சரியாகப் பயன்படுத்தி வருகின்றனர்.

எடுத்துக்காட்டாக 'இந்து குரல்' எனும் ஆங்கில மாத இதழ், நரேந்திர மோடி 2014இல் பிரதமர் பதவி ஏற்ற பிறகு நாட்டில் என்னென்ன மாறுதல்களைச் செய்ய வேண்டும் என்று அவருக்கு பகிரங்க கடிதம் எழுதியது. இந்த ஏட்டின் ஆசிரியர் பி. தெய்வமுத்து பிரதமர் மோடிக்கு எழுதிய கடிதத்தை 2014, ஜூன் மாத ஏட்டில் வெளியிட்டு இருந்தனர்.

'இந்து வாய்ஸ் ஆங்கிலத்திலும், இந்தியிலும் வருகிறது. இவ்விதழ் நீங்கள் அறியாதது அல்ல. குஜராத் அரசின் செய்தி இயக்குநரகம் இதன் வாழ்நாள் உறுப்பினர். உங்களுக்கும் நேரடியாக இந்த இதழ்கள் அனுப்பப்படுகின்றன. 2003, மார்ச் 7ஆம் நாளிட்டு நீங்கள் கூட இந்து வாய்சுக்கு வாழ்த்து மடல் அனுப்பி இருந்தீர்கள்' என்ற அறிமுகத்துடன் தொடங்குகிறது இந்த மடல்; 2014இல் பிரதமர் பதவி ஏற்ற மோடிக்கு 'இந்து வாய்ஸ்' முன்வைத்த கோரிக்கைகள்:

1. இந்தியாவை இந்து தேசம் என்று அறிவிக்க வேண்டும். 'இந்தியா' என்ற பெயரை நீக்கிவிட்டுப் 'பாரதம்' என்று மட்டும் அழைக்க வேண்டும்.

2. ரூபாய்த் தாள்களிலும், நாணயங்களிலும் காந்தி படத்தை நீக்கிவிட்டு மாதா லட்சுமி படத்தைப் பொறிக்க வேண்டும்.

3. இந்துவோ, கிறித்துவரோ, இஸ்லாமியரோ யாராக இருந்தாலும் 'பாரத மாதாவுக்கு ஜே' என்று முழங்க வேண்டும். இதைக் கட்டாயம் கடைப்பிடித்திட சட்டம் இயற்ற வேண்டும்.

4. இந்தியாவின் நாட்டுப் பண் (ஜன கன மன) பாடி முடித்ததும் 'பாரத் மாதா கீ ஜே' 'வந்தே மாதரம்' என்று முழங்குவதைச் சட்டம் போட்டு கட்டாயமாக்க வேண்டும்.

5. தலைமை அமைச்சர், குடியரசுத் தலைவர், எல்லா மாநில முதலமைச்சர்கள், அமைச்சர்கள், சட்டமன்ற, நாடாளுமன்ற உறுப்பினர்கள் அனைவரும் 'பாரத் மாதா கீ ஜே' 'வந்தே மாதரம்' என்று கூறித்தான் பதவி உறுதிமொழி எடுக்க வேண்டும். இவ்வாறு முழங்க மறுப்போரைத் தகுதி நீக்கம் செய்ய வேண்டும்.

6. 'சிறுபான்மை' என்ற சொல்லைத் தடை செய்ய வேண்டும். இவ்வாறு செய்தால் 'தேசிய சிறுபான்மையினர் ஆணையச் சட்டம் – 1992' போன்றவை தானாகவே செல்லாததாகிவிடும்.

7. சனாதன இந்து தர்மம், இந்து நாகரிகம், இந்து நடைமுறைகள், இந்து நம்பிக்கைகள், இந்துப் புனித நூல்கள் ஆகியவற்றைக் காப்பாற்ற 'அழிந்து வரும் நாகரிகப் பாதுகாப்புச் சட்டம்' ஒன்று (Endangered Civilization Protection Act) கொண்டுவர வேண்டும்.

8. மாவோயிஸ்ட்டுகளிடம் இருந்து கிராம மக்களைக் காப்பாற்ற 'சல்வா ஜூடும்' என்ற குடிமக்கள் படை சத்தீஸ்கரில் உருவாக்கப்பட்டது போல, இந்து தர்மம், இந்துப் பண்பாடு, இந்துப் புனித நூல்கள், இந்துப் பாரம்பரியம், இந்து நம்பிக்கை போன்றவற்றைக் காப்பாற்ற இந்து அமைப்புகளுக்குக் காவல்துறை அதிகாரங்கள் வழங்கப்பட வேண்டும்.

9. அரசு நிகழ்ச்சி எல்லாவற்றிலும் 'குத்து விளக்கு' ஏற்றுவதைக் கட்டாயமாக்க வேண்டும். அரசு அலுவலகங்களில் ஆண்டுக்கு ஒரு முறை சத்தியநாராயணா பூசை நடத்த வேண்டும்.

10. பாரத் மாதா கீ ஜே, வந்தே மாதரம் என்று சொல்ல மறுப்பவர்கள், பாகிஸ்தான் வாழ்க என்போர், இந்தியத் தேசியக் கொடியை எரிப்போர், மனித உரிமை என்ற பெயரில் பயங்கரவாதிகளுக்கு உதவுவோர் முதலியவர்களின் வாக்குரிமையை நிரந்தரமாகப் பறித்துவிட வேண்டும். அவர்கள் உயிர் வாழ மட்டுமே அனுமதிக்க வேண்டும்.

11. சமஸ்கிருதம், வேதம் ஆகியவற்றைக் கற்போருக்கு உதவித் தொகை வழங்க வேண்டும்.

12. குடும்ப வன்முறைத் தடுப்புச் சட்டத்தை நீக்க வேண்டும். 'பெண்களுக்கு அதிகாரம்' என்ற பெயரில் பழைமையிலிருந்து பெண்கள் விலகிச் செல்ல அனுமதிக்கக் கூடாது.

13. இந்துக் கோயில்களை அரசுக் கட்டுப்பாட்டில் இருந்து விடுவிக்க வேண்டும்.

'இந்து வாய்ஸ்' ஏடு 2014இல் அனுப்பிய கோரிக்கைகளுக்கு ஏழாவது ஆண்டாக தொடரும் நரேந்திர மோடி தலைமையிலான பாஜக அரசு செயற்வடிவம் தரும் பல்வேறு நடவடிக்கைகளை எடுத்து வருகிறது. 'கீதா பிரஸ்' தொடங்கி 'இந்து வாய்ஸ்' வரை இதுபோன்ற ஏராளமான அச்சு ஊடகங்களும், காட்சி ஊடகங்களும் 'இந்து ராஷ்டிரம்' அமைப்பதற்கான அடித்தளத்தை உருவாக்கி வளர்த்துக் கொண்டு வருகின்றன. இவற்றுக்குத் துணையாக ஆர்.எஸ்.எஸ். -இன் அரசியல் பிரிவான பாரதிய ஜனதா கட்சி, ஆட்சி அதிகாரத்தைப் பயன்படுத்திக் கொண்டு வருகிறது. இதை எவ்வாறு சந்திக்கப் போகிறது நாடு?

107
இந்துத்துவ அரசியலும் பெயர் மாற்றமும்

இந்தியாவின் வரலாற்றையே மாற்றி எழுதிக் கொண்டிருக்கும் ஆர்.எஸ்.எஸ். - பாஜக சனாதனக் கூட்டம், புகழ் பெற்ற ஆளுமையானத் தலைவர்களை இருட்டடிப்பு செய்து வருவதைக் கடந்த அத்தியாயங்களில் பார்த்தோம். இந்து மதப் பழமைவாதம் பேசும் இக்கூட்டம் காலம் காலமாக வழங்கி வரும் ஊர்கள், நகரங்களின் பெயர்களையும் மாற்றி வருகிறது. இவ்வாறு பெயர் மாற்றத்தைத் தொடங்கி வைத்த புண்ணியவான் பாஜகவின் 'இன்னொரு மோடி'யாக ஆர்.எஸ்.எஸ். சில ஆண்டுகளாக முன்னிறுத்தி வரும் உத்திரப்பிரதேச முதலமைச்சர் யோகி ஆதித்யநாத் ஆவார்.

2014இல் பாஜக டெல்லி ஆட்சிப்பீடம் ஏறிய பிறகு, இந்து கலாச்சாரத்தை நிலை நாட்டுவது என்ற பெயரால் நகரங்கள், சாலைகள் பெயர் மாற்றம் குறித்த கோரிக்கைகள் எழத் தொடங்கின.

டில்லியில் உள்ள முதன்மையான சாலை 'பேரரசர் அக்பர்' பெயரைத் தாங்கி உள்ளது. இதனை 'மகாராணா பிரதாப் சிங் சாலை' என்று பெயர் மாற்றப்பட வேண்டும் என அரியானா முதல்வர் மனோகர்லால் கட்டாரியா கோரினார். 2016ஆம் ஆண்டு முதல் அரியானா மாநிலத்தில் ஆட்சி நடத்தி வரும் பாஜக முதல்வர் மனோகர்லால், அரியானாவில் உள்ள குர்காஷன் நகரம், பண்டைய காலத்தில் பாண்டவர்களால் குரு துரோணாச்சார்யாவுக்குப் பரிசளிக்கப் பட்டது என்றும், அதனால் அந்த இடம் குரு கிராமம் என்று அழைக்கப்பட்டதாகவும், பின்னர் அப்பெயர் மருவி, 'குர்காவ்ன்' ஆனதாகவும் தெரிவித்தார். எனவே அந்நகரத்தை 'குருகிராம்' என்று பெயரை மாற்றி அரசாணை பிறப்பித்தார்.

1996இல் பாஜக -சிவசேனை ஆட்சியில் இருந்தபோது 'பாம்பே' எனும் பெயரைத் தங்களுடைய உள்ளூர் பெண் கடவுளான மும்பை தேவியின் நினைவாக 'மும்பை' என்று மாற்றினர்,

ஆர்.எஸ்.எஸ். அமைப்பினர் ஒரு ஊரின் பெயர் அதன் கலாச்சாரம் மற்றும் வரலாற்றைப் பிரதிபலிப்பதாக இருக்க வேண்டும்; எனவேதான், நம் நாட்டின் மீது படை எடுத்தவர்களால் (இஸ்லாமியர் களால்) மாற்றப்பட்டு / பெயரிடப்பட்டு தற்போது புழக்கத்தில்

இருக்கும் பெயர்களை விட வரலாற்றுப் பெயர்களையே நாங்கள் பயன்படுத்தி வருகின்றோம் என்கின்றனர்.

இந்தப் பின்னணியில்தான் ஆர்.எஸ்.எஸ்., குஜராத்தில் உள்ள 'அகமதாபாத்' பெயரை 'கர்ணாவதி' என்றும், 'அவுரங்காபாத்'தை 'சத்திரபதி சாம்பாஜி' என்றும், தெலுங்கானாவின் 'ஹைதராபாத்'தை 'கடவுள் பாக்யலட்சுமி' பெயரிலும் மாற்ற வேண்டும் என்று தொடர்ந்து கோரி வந்தது.

குஜராத் மாநிலத்தின் அகமதாபாத் ஒரு காலத்தில் அந்தப் பகுதியை ஆண்ட கரந்தேவ் அரசரின் பெயரில் 'கர்ணாவதி' என்று அழைக்கப்பட்டு வந்தது. ஆனால், அதன் பிறகு முகலாயர்கள் படையெடுப்பின் போது அதனை ஆண்ட முதலாம் அகமது ஷா அவர்களால் அவரின் மத போதகர்கள் ஷேய்க் அகமது கட்டு, காஷி அகமது, மாலிக் அகமது மற்றும் தன் பெயரின் நினைவாக 'அகமதாபாத்' என்று பெயரிடப்பட்டது என்று ஆர்.எஸ்.எஸ்., சங் பரிவாரங்கள் கொடி பிடித்தன.

அலகாபாத் பெயர் மாற்றம்

உத்திரப்பிரதேசத்தில் யோகி ஆதித்யநாத் தலைமையிலான பாஜக அரசு 2017இல் பொறுப்பேற்றதும் இந்தப் பெயர் மாற்றங்கள் வேகம் எடுத்தன.

2018, அக்டோபர் 14ஆம் தேதி செய்தியாளர்களிடம் பேசிய உத்திரப்பிரதேச மாநில முதல்வர் யோகி ஆதித்யநாத், "அலகாபாத் நகரத்தின் பெயரை மாற்ற வேண்டும் என்பது சாதுக்களின் நீண்ட நாள் கோரிக்கை. அடுத்த ஆண்டு (2019) கும்பமேளாவுக்குள் பெயரை மாற்ற வேண்டும் என்று கோரிக்கை வைக்கப் பட்டது. இதற்கு ஆளுநர் ராம்நாயக் ஒப்புதல் அளித்து விட்டார். இதனால் விரைவில் அலகாபாத் பெயர் 'பிரயாக்ராஜ்' என்று மாற்றப்படும்," எனத் தெரிவித்தார்.

அலகாபாத்தின் பழங்காலப் பெயர் பிரயாக். 16ஆம் நூற்றாண்டில் முகலாயப் பேரரசர் அக்பர் இந்தப் பகுதியின் பெயரை 'இலஹாபாத்' என்று மாற்றினார் என ஆர்.எஸ்.எஸ்., - சங் பரிவாரங்கள் சொன்னதையே ஆர்.எஸ்.எஸ்-யினால் ஊட்டி வளர்க்கப்பட்ட யோகி ஆதித்யநாத் செயல்படுத்தியது வியப்புக்குரியது அல்ல.

அலகாபாத் நகரம் கங்கை, யமுனை மற்றும் சரஸ்வதி (?) ஆகிய மூன்று நதிகள் சங்கமிக்கும் 'திரிவேணி சங்கமத்'திற்கு அருகில் அமைந்துள்ளது. எனவே, அலகாபாத் நகரம் திரிவேணி சங்கமம் என்றும் அழைக்கப்பட்டது.

பழங்காலத்தில் இந்நகரம் ‘பிரயாக்ராஜ்’ என்று வழங்கப்பட்டது. ‘பிராகா’ என்ற வார்த்தை ‘நதிகளின் சங்கமம்’ என்று பொருள்படும். பிரயாக்ராஜ் எனும் சமஸ்கிருத வார்த்தை அதாவது ‘ஐந்து பிரயாக்காக்களில் ராஜா’ இந்தச் சங்கமம் இந்தியாவின் ஐந்து புனிதமான சங்கமங்களில் முதன்மையானது.

முகலாயப் பேரரசர் அக்பர் 1575ஆம் ஆண்டு இப்பகுதிக்கு வந்தபோது இங்கு ஒரு கோட்டை கட்ட உத்திரவிட்டதாகவும், அதன்படி 1584இல் கோட்டை கட்டப் பட்டு, அந்த இடம் ‘இலகாபாத்’ அதாவது ‘கடவுளின் உறைவிடம்’ என்ற பெயரில் அழைக்கப்பட்டதாகவும், பின்னர் ஷாஜகான் காலத்தில் ‘அலகாபாத்’ என்று வழக்கில் ஆனதாகவும் சங்பரிவாரங்கள் கூறின.

உத்திரப் பிரதேச மாநில முதல்வர் யோகி ஆதித்யநாத் அறிவித்தவாறு 2019, ஜனவரி 15இல் அலகாபாத்தில் கும்பமேளா தொடங்குவதற்கு முன்பு 2018, அக்டோபரில் ‘அலகாபாத்’ என்ற பெயரை ‘பிரயாக்ராஜ்’ என்று மாற்றி உத்திரப் பிரதேச மாநில அரசு அறிவிப்பு வெளியிட்டது. இதுகுறித்து செய்தியாளர்களிடம் பேசிய உத்திரப் பிரதேச மாநில சுகாதாரத்துறை அமைச்சர் சித்தார்த்நாத சிங், “சுமார் 5000 வருடங்களுக்கு முன்பிருந்தே அலகாபாத் நகரானது ‘பிரயாக்ராஜ்’ என்ற பெயரில்தான் அழைக்கப்பட்டு வந்தது; பிரயாக்ராஜ் என்றால் மூன்று நதிகள் சங்கமிக்கும் இடம் என்று பொருளாகும். ரிக் வேதம் உள்ளிட்ட பல்வேறு இந்து மத நூல்களிலும் இது குறிப்பிடப்பட்டு உள்ளது,” என்று தெரிவித்தார்.

அக்பர் காலத்து ‘அலகாபாத்’ பெயரை ஆதித்யநாத் காலத்தில் ‘பிரயாக்ராஜ்’ என்று மாற்றி விட்டோம் என்ற அற்ப மகிழ்ச்சியில் துள்ளிக் குதிக்கின்றன சங்பரிவாரங்கள்.

பைசாபாத் பெயர் மாற்றம்

2018, நவம்பர் 6ஆம் நாள் உத்திரப் பிரதேச மாநிலம் அயோத்தியில், தென் கொரிய அதிபர் மூன் ஜே இன் மனைவி கிம் ஜூங் சூக் அவர்களுக்கு வரவேற்பு அளித்து கூட்டம் நடந்தது. தீபாவளிப் பண்டிகையை ஒட்டி நவம்பர் 7, 2018இல் அயோத்தியில் 3 இலட்சம் பேர் பங்கேற்கும் பிரமாண்ட தீப உற்சவம் நடைபெற இருந்ததால் அதில் பங்கேற்க தென் கொரிய அதிபரின் மனைவி வந்திருந்தார்.

அயோத்தியில் கொரிய நாட்டு மன்னரைத் திருமணம் செய்து கொண்ட அயோத்தி இளவரசிக்கு நினைவகம் அமைக்கப்பட்டு உள்ளது. இதை தென் கொரிய அதிபரின் மனைவி கிம் ஜூங் சூக் மற்றும் உத்திரப் பிரதேச மாநில முதல்வர் யோகி ஆதித்யநாத் திறந்து வைத்தனர்.

பின்னர் இராமன் பிறந்ததாகக் கூறப்படும் (!) அயோத்தியில் உத்திரப்பிரதேச அரசின் சார்பில் மாநில ஆளுநர் ராம்நாயக் தலைமையில் இராமாயண வரலாற்றை விளக்கும் பண்பாடு நிகழ்ச்சி ராம் கதா பூங்காவில் நடைபெற்றது. இந்த விழாவில் முதல்வர் யோகி ஆதித்யநாத் மற்றும் அமைச்சர்கள் பங்கேற்றனர். சிறப்பு விருந்தினரான தென் கொரிய அதிபரின் மனைவி கிம் ஜூங் சூக் அவர்களும் கலந்து கொண்டார்.

அவரை வரவேற்று உரை நிகழ்த்திய முதல்வர் யோகி ஆதித்யநாத், "தென் கொரியாவுடன் 2 ஆயிரம் ஆண்டுகள் பழமை வாய்ந்த கலாச்சாரத் தொடர்பை இந்தியா கொண்டுள்ளது. நீண்ட நாட்களுக்குப் பின்னர் கடவுள் இராமரைக் கொண்டாட இங்கு வந்துள்ளோம். நமது பெருமை மற்றும் பாரம்பரியத்தின் குறியீடாக அயோத்தி உள்ளது. முன்னர் அயோத்தி பெயரைச் சொல்லவே மக்கள் பயந்தனர். கடந்த காலங்களில் எந்த முதல்வரும் அயோத்திக்கு வந்தது இல்லை. அயோத்தி நகரம், நமது கவுரவம் மற்றும் பெருமையின் சின்னமாக விளங்குகிறது. இராமபிரான் என்றவுடன், எல்லோருக்கும் அயோத்தி நினைவுக்கு வரும். அதனால், அயோத்தி அமைந்துள்ள பைசாபாத் மாவட்டம் இனி 'அயோத்தி மாவட்டம்' எனப் பெயர் மாற்றப்படும்.

அயோத்திக்கு எந்தச் சக்தியும் அநீதி இழைக்க முடியாது. அதற்கு யாரையும் அனுமதிக்க மாட்டேன். அயோத்தி வளர்ச்சிக்குப் பிரதமர் மோடி ஏராளமான திட்டங்களை அறிவித்து உள்ளார். அயோத்தியில், இராமரின் தந்தை தசரத ராஜா பெயரில் மருத்துவக் கல்லூரியும், இராமர் பெயரில் புதிய விமான நிலையமும் அமைக்கப்படும்," என்று தெரிவித்தார்.

முதல்வர் யோகி ஆதித்யநாத் அறிவிப்புக்கு இணங்க பைசாபாத் மாவட்டம் 'அயோத்தி மாவட்டம்' என்று மாற்றி அரசாணை வெளியிடப்பட்டது. அலகாபாத், பிரயாக்ராஜ் என்று மாற்றப்பட்ட வுடன் 2018, டிசம்பரில் அலகாபாத் பல்கலைக் கழகமும் 'பிரயாக்ராஜ் மாநிலப் பல்கலைக் கழகம்' என்று பெயர் மாற்றம் செய்யப்பட்டது.

சிம்லா 'ஷியாமளா' ஆகிறது!

உத்திரப்பிரதேசத்தில் முகலாயர்கள் காலத்தில் சூட்டப் பெற்ற பெயர்கள் மாற்றப் பட்டவுடன், இமாச்சலப் பிரதேசத்தில் பாஜக ஆட்சி நடைபெறுவதால் அங்கும் பெயர் மாற்றக் கூத்துக்கள் அரங்கேற விஸ்வ இந்து பரிஷத் கோரிக்கை வைத்தது.

"பிரிட்டிஷ் இந்தியாவில் ஆங்கிலேயர்கள் சூட்டிய பெயர்கள் இப்போதும் நீடிக்கக் கூடாது. எனவே, இமாச்சலப் பிரதேசத்தின்

தலைநகரான ‘சிம்லா’ பெயரை ‘ஷியாமளா’ என்று மாற்ற வேண்டும்,” என வி.எச்.பி. கோரியது.

“பிரிட்டீஷ்காரர்களால் ‘ஷியாமளா’ என்ற பெயரை உச்சரிக்க முடியவில்லை என்பதாலேயே அவர்களது வசதிக்கு ஏற்ப ‘சிம்லா’ என்று பெயரை மாற்றிப் பயன்படுத்தினார்கள். எனவே, நமது பண்பாட்டு மரபைப் பாதுகாக்க ‘சிம்லா’ பெயரை மாற்ற வேண்டும்,” என்று விஸ்வ இந்து பரிஷத் மாநிலத் தலைவர் அமன்பூரி கூறினார்.

இமாச்சலப் பிரதேசத்தின் முதலமைச்சர் ஜெய்ராம் தாக்கூர் சிம்லாவில் உள்ள ஜக்கு கோவிலில் 2018, அக்டோபரில் நடந்த தசரா விழாவின்போது, “வி.எச்.பி. கோரிக்கையை பாஜக அரசு நிறைவேற்றும்,” என்று அறிவித்தார். ஏனெனில் ‘ஷியாமளா’ என்பது காளிதேவியின் அவதாரப் பெயராம்.

அகமதாபாத் ‘கர்ணாவதி’ ஆகிறது!

உத்திரப்பிரதேச மாநில முதல்வர் யோகி ஆதித்யநாத், முகலாயர் காலப் பெயர்களை மாற்றி அறிவிப்பு வெளியிட்டவுடன் குஜராத் மாநில பாஜக அரசும் பெயர்களை மாற்ற முடிவெடுத்தது.

2018, நவம்பரில் குஜராத் மாநிலத் துணை முதலமைச்சர் நிதின் படேல், அகமதாபாத் பெயரை நாங்கள் ‘கர்ணாவதி’ என்று மாற்றுவோம் என அறிவித்தார். 11ஆம் நூற்றாண்டில், ஆஷாவல் என்று அழைக்கப்பட்ட இந்தப் பகுதியை, சாளுக்கிய மன்னர் கர்ணா போரிட்டு வென்றார். பின்னர் சபர்மதி ஆற்றுப் பகுதியில் அமைந்த இந்த நகருக்கு ‘கர்ணாவதி’ எனப் பெயரிட்டு அதை உருவாக்கினார். பின்பு, இஸ்லாமியர்களின் ஆட்சிக்காலத்தில் இந்தப் பகுதியைக் கைப்பற்றிய சுல்தான் அகமது ஷா ‘அகமதாபாத்’ என்று மாற்றினார் என அவர் விளக்கம் அளித்தார்.

மேலும் அகமதாபாத் என்ற பெயர் அடிமைத்தனத்தைக் குறிப்பதாகவும், கர்ணாவதி என்ற பெயர் தங்களது பெருமை, சுயமரியாதை, கலாச்சாரம் மற்றும் சுயாட்சியைக் குறித்துக் காட்டும் என்றும் நிதின் படேல் தெரிவித்தார். 2019 நாடாளுமன்றத் தேர்தலுக்கு முன், அகமதாபாத் பெயரை ‘கர்ணாவதி’ என மாற்றிட ஆலோசிக்கப்பட்டு வருவதாக குஜராத் முதல்வர் விஜய் ரூபானி 2018, நவம்பர் 9இல் குறிப்பிட்டார்.

‘ஆக்ரா’ பெயரையும் மாற்றுங்கள்!

ஆக்ரா என்றவுடன் ‘தாஜ்மகால்’ நினைவுக்கு வருகிறது; அதனை கட்டி எழுப்பிய மன்னர் ஷாஜகான் நினைவுக்கு வருகிறார். எனவே,

'ஆக்ரா' பெயரையும் மாற்றி விடத் துடிக்கின்றன ஆர்.எஸ்.எஸ்., - சங்பரிவாரங்கள்.

தாஜ்மகால் அமைந்துள்ள ஆக்ரா நகரின் பெயரை 'அகரவால் அல்லது அகரவன்' என்று மாற்ற வேண்டும் என பாஜக எம்.எல்.ஏ. ஜெகன் பிரசாத் கார்க், உத்திரப் பிரதேச அரசுக்குக் கோரிக்கை வைத்தார்.

"அகர்வால் சமூக மக்கள் அதிகமாக வசிப்பதால் ஆக்ரா பெயரை 'அகரவால்' என மாற்றலாம்; அதுபோலவே அதிகமான வனப் பகுதிகளைக் கொண்ட இடம் என்பதால் 'அகரவன்' எனவும் மாற்றலாம். ஆக்ரா என்ற பெயருக்கு எந்த அர்த்தமும் இல்லை. ஏற்கனவே இருந்த பெயர்களை மாற்றியது முகலாய அரசர்கள்தான். அதனை மாற்றி மீண்டும் பழைய பெயர்களைச் சூட்டுவது தான் அந்த நகரின் வரலாற்றுக்குப் பெருமை சேர்க்கும்," என்று கார்க் தெரிவித்துள்ளார்.

"யோகி ஆதித்யநாத் அரசு 'ஆக்ரா'வையும் விட்டு வைக்காது. ஏனெனில் முகலாயர்கள் காலத்தில்தான் இந்த இடத்தின் பெயரை 'அக்பராபாத்' என்று மாற்றினார்கள். ஐந்தாயிரம் வருடங்களுக்கு முன் யமுனை ஆற்றின் கரையில் அமைந்திருந்த இந்த இடம் வனங்களால் சூழப்பட்டு 'அகரவன'மாக இருந்தது பற்றி மகாபாரதத் திலும் குறிப்பிடப்பட்டு இருக்கிறது," என்று விளக்கம் தருகிறார் ஜெகன் பிரசாத் கார்க்.

"மகாபாரதக் காலத்தில் அகரவனமாக இருந்த இடம், தற்போது அதிக அளவிலான 'அகர்வால்' சாதியினர் வாழும் இடமாக மாறி உள்ளது. அகரவனத்தை ஆண்ட 'அகரேசன்' என்ற மன்னர் வழி வந்தவர்கள் இவர்கள்," என ஆக்ராவின் பெயரை மாற்ற மேலும் ஒரு காரணம் சொல்கிறார் ஜெகன் பிரசாத் கார்க்.

அமித் ஷா பெயரை மாற்றுங்கள்!

இந்துத்துவவாதிகளின் பன்முகத் தன்மையை அழிக்கும் செயல்பாட்டை பலர் கண்டித்துள்ள நிலையில் வரலாற்று ஆசிரியர் இர்பான் ஹபீப், கடுமையான எதிர் வினையாற்றி உள்ளார். "பாஜக அனைத்தையும் மாற்ற முனையும் முன்பு அக்கட்சியின் தலைவர் 'அமித் ஷா' பெயரை மாற்ற வேண்டும். 'ஷா' என்பது பெர்சிய மூலத்திலிருந்து வந்தது; குஜராத்தி பெயர் அல்ல. கூடவே 'குஜராத்' என்பதும் கூட பெர்சிய மொழியில் இருந்து வந்ததே. 'குஜராட்டிரா' என அழைக்கப்பட்ட அம்மாநிலத்தின் பெயரை மாற்ற வேண்டும்," என்று சாட்டை அடி கொடுத்திருக்கிறார்.

"ஆர்.எஸ்.எஸ்., இந்துத்துவக் கொள்கைகளின் அடிப்படையில் பாஜக அரசுகள் பெயர் மாற்றும் நடவடிக்கைகளில் இறங்கி உள்ளன. அண்டை நாடான பாகிஸ்தானில் இசுலாமியப் பெயர்களைத் தவிர வேறு பெயர்கள் அழிக்கப்பட்டன. பாஜக மற்றும் வலது ஆதரவாளர்கள் இந்து அல்லாத, குறிப்பாக இசுலாமியப் பெயர்களை அழிக்க முயற்சிக்கின்றனர்," என்கிற ஹபீப், 'ஆக்ரா'வின் பெயரை மாற்ற வேண்டும் என்பதற்கு வைக்கப்படுகிற காரணங்கள் அடிப்படையற்றவை என்கிறார்.

அலிகர் முஸ்லிம் பல்கலைக் கழக ஓய்வு பெற்ற பேராசிரியரான இர்பான் ஹபீப், 'அகரவனத்தை அகர மகாராஜா ஆண்டார் என்பது ஒரு புராணக் கதை - கற்பனைக் கதை' என்கிறார். மேலும், 'அகர்வால் சாதியினர் ஹரியானாவில் உள்ள அக்ரோஹா என்ற இடத்தைப் பூர்வீகமாகக் கொண்டவர்கள். எனவே, ஆக்ரா பெயரை மாற்ற வேண்டும் என்பது அடிப்படையில்லாத கோரிக்கை' என்கிறார்.

"15ஆம் நூற்றாண்டில் சிக்கர் லோதி என்பவரின் ஆட்சியில்தான் 'ஆக்ரா' என்ற பெயர் பயன்படுத்தப்பட்டதாக அறிகிறோம். அதற்கு முன்பு இந்த இடம் கங்கைக்கும் யமுனைக்கும் இடைப்பட்ட பகுதி எனப் பொருள்படும் விதமாக 'டோஹப்' என அழைக்கப்பட்டது," என்கிற வரலாற்றுத் தகவலைப் பகிர்கிறார் ஹபீப்.

ஹைதராபாத், டெல்லி

தெலுங்கானா மாநில சட்டப் பேரவைத் தேர்தல் 2018, டிசம்பரில் நடைபெற்றபோது பாஜக தனித்துப் போட்டியிட்டது. இந்தத் தேர்தலில் ஹைதராபாத் கோஷ்மால் சட்டப் பேரவைத் தொகுதியில் பாஜக எம்.எல்.ஏ. ராஜா சிங் மீண்டும் போட்டியிட்டார். தேர்தல் பரப்புரையில் தெலுங்கானா மாநிலத்தில் பாஜக ஆட்சிக்கு வந்தால் ஹைதராபாத் நகரின் பெயரை 'பாக்ய நகர்' என மாற்றப் போவதாகக் கூறினார்.

"1590ஆம் ஆண்டு குதீப்ஷா ஆட்சிப் பொறுப்புக்கு வந்த பிறகே பாக்ய நகர் என்ற பெயரை ஹைதராபாத் என மாற்றினார்; தெலுங்கானா தேர்தலில் வெற்றி பெற்று பாஜக ஆட்சி அமைத்தால் ஹைதராபாத் பெயர் 'பாக்ய நகர்' என மாற்றப்படும்.

இதுபோலவே கரீம் நகர், செகந்திராபாத் நகரங்களின் பெயர்களையும் மாற்றுவோம்; முகலாய மன்னர்கள் மற்றும் நிஜாம் மன்னர்கள் தெலுங்கானாவில் உள்ள நகரங்களின் பழைய பெயர்களை மாற்றி உள்ளனர்," என்றார்.

பாஜக தெலுங்கானாவில் ஆட்சிக்கு வரும் என்பது பொய்த்துப் போனது. எனவே, 'ஹைதராபாத்' பெயர் மாற்றமும் பொய்த்துப் போனது.

இந்தியாவின் தலைநகர் டெல்லியின் பெயரை 'இந்திரப் பிரஸ்தா' என்று மாற்ற வேண்டும் என பாஜக மாநிலங்களவை உறுப்பினர் சுப்பிரமணிய சுவாமி, 2021 மே மாதம் ட்வீட்டரில் கருத்து பதிவு செய்திருந்தார். டெல்லியின் பெயரை இந்திரப் பிரஸ்தா என்று மாற்றாவிட்டால் நாடு இன்னும் மோசமான பிரச்சினைகளை எதிர் கொள்ளும் என முனிவர் ஒருவர் சொன்னார் என்றும் தெரிவித்தார்.

2021, ஆகஸ்டில் உத்திரப்பிரதேச மாநிலம் அலிகர் நகரில் புதிதாக அமைந்த மாவட்ட ஊராட்சியின் முதல் கூட்டம் நடைபெற்றது. இக்கூட்டத்தில் அலிகர் நகரின் பெயரை 'ஹரிகர்' எனவும், அதன் 'தனிபூர்' பகுதியை உ.பி. யின் முன்னாள் முதல்வர் கல்யாண் சிங் பெயரிலும் மாற்றும் தீர்மானம் நிறைவேற்றப்பட்டுள்ளது.

இஸ்லாமியர்கள் அதிகம் வாழும் அலிகர் நகரில்தான் புகழ் பெற்ற அலிகர் முஸ்லிம் பல்கலைக் கழகம் அமைந்திருக்கிறது. இந்நகரின் பெயரை 'ஹரிகர்' என்று மாற்ற வேண்டும் என பல ஆண்டுகளாக இந்துத்துவவாதிகள் கோரி வருகின்றனர். மதக் கலவரங்களால் அதிகம் பாதிக்கப்பட்டு வரும் அலிகர் நகரில் இரத்தக் களரியை ஏற்படுத்த பெயர் மாற்றத்தையும் ஒரு கருவியாக மதவெறிக் கும்பல் பயன்படுத்துகிறது. இதேநிலைதான் பாஜக ஆட்சி நடத்தும் மாநிலங்களிலும் தொடருகிறது.

108
இந்துத்துவ ரத்தவெறிக்குப் பலியான அறிவு ஜீவிகள்

இந்துத்துவ பாசிசக் கொள்கை கோட்பாடுகளை நிலைநாட்டுவதற்கு, ஆட்சி அதிகாரத்தைத் துணையாக வைத்துக் கொண்டு, 2014ஆம் ஆண்டில் இருந்து, ஆர்.எஸ்.எஸ்., சங் பரிவாரக் கும்பல் போடும் ஆட்டம் கொஞ்ச நஞ்சமல்ல. வரலாறைத் திரிப்பது, மறுப்பது, மறைப்பது, வரலாற்றுத் தலைவர்களை இருட்டடிப்புச் செய்வது, பழங்கால ஊர்ப்பெயர்களை மாற்றுவது என்று மதபோதை தலைக்கு ஏறி ஆடிக்கொண்டு இருந்த கூட்டம், இந்துத்துவ மதவெறியை எதிர்த்துக் குரல் கொடுப்பவர்களை அடியோடு ஒழித்துக் கட்ட முனைந்தது.

நாட்டின் ஆட்சி அதிகாரம் தங்கள் கையில் இருக்கின்றது; தங்கள் குறிக்கோளை நடைமுறைப்படுத்திட இதுதான் தக்க தருணம் என்று 'காவிக்கூட்டம்' கனவு காண்கின்றது. இந்தியாவின் பன்முகப் பண்பாடுகளையும், பரந்துபட்ட சமய நம்பிக்கைகள், பற்பல தேசிய இனங்களின் மொழி, இன அடையாளங்களையும் தகர்த்து விட்டு, 'இந்து நாடு' 'இந்து கலாச்சாரம்' இதுதான் இந்தியா என்பதை நிலைநாட்ட, ஆட்சி பீடத்தில் வீற்றிருக்கும் இந்தப் பொழுதை விட்டுவிட்டால், இனியொரு காலம் கிடைக்காது என்று, காவி வானரப் படைகள், ஒற்றைக்காலில் சபதம் பூண்டு நிற்கின்றன.

2014 நாடாளுமன்றத் தேர்தலின்போது, நரேந்திர மோடியை முன்னிறுத்தி, வளர்ச்சி பஜனை பாடிய பாஜக, ஆட்சிக்கு வந்த பிறகுதான் தெரிகின்றது இவர்களின் பின்னால் இருந்து தங்கள் இலக்கைக் குறி வைத்து ஆட்சிச் சக்கரத்தைச் சுழற்றுவது ஆர்எஸ்எஸ் என்பது. அவர்களின் வழி காட்டுதலில்தான் ஆட்சி நடைபெறு கின்றது எனபதை நாடாளுமன்றத்திலேயே பெருமிதத்துடன் மார்தட்டுகின்றார்கள் பாஜக அமைச்சர்கள். பற்றி எரியும் எந்தப் பிரச்சினைகளுக்கும் பதில் கூறக்கூடாது என்பதில், கைதேர்ந்தவராக இருக்கின்றார் பிரதமர் நரேந்திர மோடி. நாட்டில் நடக்கின்ற நிகழ்வுகள், ஏதோ வேறொரு கண்டத்தில் நடப்பதுபோல, அசாத்திய மௌனம் கடைப்பிடிக்கின்றார்.

விளம்பரப் பிரியராக, நாள்தோறும் காட்சி ஊடகங்களிலும், சமூக வலைதளங்களிலும் தனது பிம்பம் உயர்த்திப் பிடிக்கப்படுவதை தனக்குத்தானே விரும்புகின்றார்.

மோடி அரசின் வளர்ச்சி பிம்பம், அவர் ஆட்சிக்கு வந்த ஓராண்டிலேயே நொறுங்கத் தொடங்கி, உண்மை சொரூபம் வெட்டவெளிச்சம் ஆகி விட்டது.

அறச்சீற்றம்

பாஜக ஆட்சியாளர்களின் இந்துத்துவ முகத்திரையைக் கிழிப்பதற்கு முதலில் களத்தில் குதித்தவர்கள், அரசியல்வாதிகள் அல்ல. சிந்தனையாளர்கள், எழுத்தாளர்கள் மற்றும் அறிஞர்கள். அவர்கள்தான், மோடி அரசாங்கத்தின் வளர்ச்சித் திரைக்குள் பதுங்கி இருக்கின்ற வெறிக்கூட்டத்தின் நோக்கத்தை அம்பலப்படுத்தினார்கள். இந்தியாவின் பன்மொழி எழுத்தாளர்கள், சிந்தனையாளர்கள், நாட்டுக்குப் பெருமை சேர்த்தவர்கள், தங்கள் படைப்பு ஆற்றலுக்கு இலக்கிய வரலாற்றில் பெரும் அங்கீகாரமாக வழங்கப்பட்ட சாகித்ய அகாதமி விருதுகளைத் தூக்கி மோடி அரசின் முகத்தில் வீசி எறிந்து விட்டார்கள். பாஜக அரசின் இந்துத்துவ அரசியலைக் கண்டித்து வெகுண்டு எழுந்து இருக்கின்றார்கள். பேனா பிடித்த கையில், மோடி அரசின் நிழலில் இருந்து கொண்டு, மதவெறி நெருப்பைப் பற்ற வைக்கும் இந்துத்துவ சேனைகளுக்கு எதிராகப் போர்க்கொடி உயர்த்தினார்கள்.

பிரபல எழுத்தாளரும், பண்டித ஜவஹர்லால் நேருவின் தங்கை விஜயலட்சுமி பண்டிட் மகளுமான நயன்தாரா சேகல், 1986ஆம் ஆண்டு தனக்கு அளிக்கப்பட்ட சாகித்ய அகாதமி விருதைத் திருப்பிக் கொடுப்பதாக அறிவித்தார். அப்போது அவர் விடுத்த அறிக்கை ஒன்று போதும்; இந்திய எழுத்தாளர்கள் ஏன் எரிமலையெனப் பொங்கி வெடித்திருக்கின்றார்கள் என்பதற்கு.

இந்திய எழுத்தாளர்கள், சிந்தனையாளர்களின் மன ஓட்டம் முழுமைக்கும், நயன் தாரா சேகலின் அறிக்கையே சான்று. 2015ஆம் ஆண்டு அக்டோபர் 6ஆம் நாள், இந்தியன் கல்சுரல் ஃபோரம் என்ற இணையதளத்தில், இங்கிலாந்தில் வசிக்கும் நயன்தாரா சேகலின் அறிக்கை வெளியானது.

“இந்தியக் குடிஅரசின் துணைத்தலைவர் ஹமித் அன்சாரி, தன்னுடைய சொற்பொழிவில், அனைத்துக் குடிமகன்களுக்கும் கருத்து உரிமைகள், நம்பிக்கை, வழிபாடுகள் குறித்த உரிமைகள் இருப்பதை வலியுறுத்தினார். பணிய மறுப்பது அல்லது எதிர்ப்புத் தெரிவிப்பது, முரண்படுவதற்கான உரிமை என்பது நமது அரசியல்

சாசன உத்தரவாதத்தின் உள்ளார்ந்த, தவிர்க்க முடியாத அம்சம் ஆகும். அவர் ஏன் இதனை, வலியுறுத்தினார் என்றால், இந்தியாவின் பண்பாட்டுப் பன்முகத்தன்மை பல்வேறு தரப்புகளில் இருந்து தாக்குதலுக்கு உட்பட்டு வருகின்றது.

மூட நம்பிக்கையைக் கேள்விக்கு உட்படுத்தும் பகுத்தறிவுவாதிகள், இந்து மதத்தின் அசிங்கமான மற்றும் அபாயகரமான திரிபுகளாக அறியப்படும் இந்துத்துவாவை, அறிவார்ந்த புலத்திலும், கலை, இலக்கியப் புலத்திலும் கேள்விக்கு உட்படுத்துகின்றவர்கள், உணவுப் பழக்க வழக்க முறைகள் மற்றும் வாழ்க்கை முறை என்று எதிலும் கேள்வி கேட்பவர்கள் மற்றும் மாற்றுப் பண்பாடுகள் கொண்டு இருப்பவர்கள், விளிம்பு நிலைக்குத் தள்ளப்படுகின்றனர்; அச்சுறுத்தப்படுகின்றனர்; கொல்லப்படுகின்றனர்.

சாகித்ய அகாதமி விருது வென்ற கன்னட எழுத்தாளர் கல்புர்கி, மராட்டியத்தைச் சேர்ந்த நரேந்திர தபோல்கர் மற்றும் கோவிந்த் பன்சாரே ஆகிய மூட நம்பிக்கை எதிர்ப்புப் பகுத்தறிவுவாதிகள் கொல்லப்பட்டுள்ளனர். மேலும் சில எதிர்ப்பாளர்களுக்கு, அடுத்து இவர்கள்தான் என்ற வகையில், கொலை மிரட்டல் எச்சரிக்கை விடுக்கப்படுகின்றது.

சமீபத்தில், உத்தரப்பிரதேசம் பிசாரா கிராமத்தில் மாட்டு இறைச்சி சமைத்தார்கள் என்ற சந்தேகத்தின்பேரில், முகமது இக்லக், வீட்டில் இருந்து வெளியே இழுத்து வரப்பட்டு, மிகக் கொடூரமாகக் கல்லால் அடித்தே கொல்லப்பட்டுள்ளார்.

இந்த அனைத்து சம்பவங்களிலும் நீதி வழங்கப்படவில்லை. இந்து பயங்கரவாதத்தின் ஆட்சி பற்றி பிரதமர் மோடி மௌனம் சாதித்து வருகின்றார். அதாவது, அவரது கருத்து இயலை ஆதரிக்கும் தீமை செய்வோரை, அவர் முன்னிலைப்படுத்த விரும்பவில்லை என்று நாம் அனுமானிக்கவும் அவரது மவுனம் வழிவகுக்கின்றது.

சாகித்ய அகாதமியும் மவுனம் காக்கிறது என்பது வருத்தம் அளிக்கின்றது . அகாதமிகள் எதற்காக இருக்கின்றன? படைப்புகளின் கற்பனை வளத்தையும், கலை, இலக்கியம், இசை நாடகம் ஆகியவற்றின் நுட்பங்களையும் ஊக்குவிப்பதும், பாதுகாவலர்களாக செயல்படுவதும்தான் அகாதமிகளின் பணி.

கல்புர்கி கொலையை எதிர்த்து இந்தி எழுத்தாளர் உதய் பிரகாஷ் தனது சாகித்ய அகாதமி விருதைத் திருப்பி அளித்து விட்டார். அதே போல் கன்னட சாகித்ய பரிசத் விருதுகளை 6 எழுத்தாளர்கள் திரும்ப கொடுத்து விட்டனர்.

எனவே கொலை செய்யப்பட்ட அனைத்து இந்தியர்கள் நினைவாகவும், எதிர்ப்பதற்கான உரிமைகளை உயர்த்திப் பிடிக்கும் ஆதரவாளர்களுக்காகவும், அச்சத்துடனும், நிச்சயமின்மையுடனும் வாழும் அனைத்து எதிர்ப்பாளர்களுக்காகவும் நான் எனது சாகித்ய அகாதமி விருதைத் திருப்பிக் கொடுக்கின்றேன்"!

நயன்தாரா சேகலின் இந்த அறிக்கை, இந்து பாசிசவாதிகள் முகத்தில் வீசப்பட்ட அமிலவீச்சு என்று கூறலாம்.

நயன்தாரா தனது அறிக்கையில் இரண்டு முக்கிய நிகழ்வுகளைச் சுட்டிக்காட்டி இருக்கின்றார். இந்துத்துவவாதிகளால் கொல்லப்பட்ட மூன்று எழுத்தாளர்கள் பற்றி ஒன்று; மற்றொன்று, மாட்டு இறைச்சி அரசியல் நடத்தி படுகொலை செய்யும் மதவெறிக் கூட்டத்தின் கொடூரம்; இவை இரண்டும்தான் இந்திய எழுத்தாளர்கள், தங்கள் விருதுகளை வீசி எறியும் நிலைக்குத் தள்ளப்படுவதற்குக் காரணம் ஆகும்.

நரேந்திர தபோல்கர் படுகொலை

மராட்டிய மாநிலம் புனே நகரைச் சேர்ந்த நரேந்திர தபோல்கர் மருத்துவர், சிறந்த பகுத்தறிவாளர். இவர் புனே நகரத்தில், ஓம்காரேஸ்வர் மேம்பாலத்தில் நடைப் பயிற்சி செய்துகொண்டு இருந்தபோது, ஆகஸ்டு 20, 2013இல், மோட்டார் சைக்கிளில் வந்த இரண்டு பேரால் சுட்டுக் கொல்லப்பட்டார். தலையின் பின் பகுதியில் இரு குண்டுகள் பாய்ந்த நிலையில் சம்பவ இடத்திலேயே தபோல்கர் மரணம் அடைந்தார்.

'மராட்டிய அந்தா ஷிரத்தா நிர்மூலன் சமிதி' என்ற மூடநம்பிக்கை எதிர்ப்பு இயக்கத்தை, 1989இல் நிறுவிய தபோல்கர், இந்த இயக்கத்தின் மூலமாக, சமூகத்தைச் சீரழித்து வரும் போலிச் சாமியார்களை நார்நாராகக் கிழித்து எறிந்தார். வடநாட்டில் தான் போலிச் சாமியார்கள், பாபாக்கள், மந்திரவாதிகள் மக்களின் அறியாமையைப் பயன்படுத்திக் கொண்டு இன்னமும் சுரண்டிக் கொழுத்து வருகின்றனர். மக்களை முட்டாள்கள் ஆக்கும் சடங்குகளையும், மூட நம்பிக்கைகளையும் எதிர்த்துத் தொடர்ந்து போராடி வந்த நரேந்திர தபோல்கர், அடிப்படையில் ஒரு மருத்துவர் என்பதால், சமூகத்தை அறிவியல் மனப்பான்மையுடன் வளர்ப்பதில் அவரது நிர்மூலன் சமிதி முன்னிலையில் நின்றது. 'சாதனா' என்ற மூடநம்பிக்கை எதிர்ப்புப் பத்திரிகையையும் தபோல்கர் தொடர்ந்து நடத்தி வந்தார்.

மராட்டிய மாநிலத்தில்தான், இந்துத்துவ அமைப்புகளான 'இந்து மகா சபையும், 'ஆர்.எஸ்.எஸ்.' அமைப்பும் கருக்கொண்டன. வட இந்தியா முழுமையும் கிளை பரப்பி, நெருஞ்சி முள்ளைப் போல

பற்றிப் படர்ந்த சங்பரிவார்களுக்கு, மராட்டியம்தான் தொட்டில் பூமியாக இருக்கின்றது.

இந்துத்துவ மதவெறி உச்சத்தில் கோலோச்சிய அந்த மண்ணில், அதனை எதிர்ப்பதற்கு, மனத்துணிவும், எதையும் சாதிக்கக்கூடிய ஆற்றலும் நரேந்திர தபோல்கருக்கு இருந்தது.

மராட்டிய அரசு, போலிச்சாமியார்களுக்கு எதிரான ஒரு சட்டத்தைக் கொண்டு வர வேண்டும் என்று உரத்துக் குரல் எழுப்பினார் தபோல்கர். தெய்வங்களுக்குக் காணிக்கை என்ற பெயரில், செல்வத்தை, பொருளை நாசமாக்குவது மற்றும் தெய்வங்களை நீரில் கரைத்துப் பொதுப் பயன்பாட்டிற்கான தண்ணீரை மாசுபடுத்துவது போன்ற செயல்களுக்கு எதிராக, தபோல்கர் செய்த பிரச்சாரம் மக்களிடம் மாற்றத்தை ஏற்படுத்தியது. மதத்தின் பெயரால் மக்களைப் பிளவுபடுத்தும் இந்துத்துவக் கும்பலின் நடவடிக்கைகளை, தயவு தாட்சண்யம் இன்றி கடுமையான விமர்சனங்களுக்கு உட்படுத்தினார். மத ஆதிக்கம் மட்டும் அன்றி, சாதி ஆதிக்கத்தையும் ஒழிக்கப் போராடி வந்தார். நாசிக் போன்ற பகுதிகளில் இயங்கி வரும் ஆதிக்க சாதி பஞ்சாயத்துகள், சட்டத்தை மீறிச் செயல்படுவதையும், அநியாயமான தீர்ப்புகளை வழங்குவதையும் கடுமையாக எதிர்த்து வந்தார்.

சாதிப்பஞ்சாயத்துகள் மூலம் தீர்ப்புக் கூறப்பட்டு, கௌரவக் கொலைகள் நடந்து வருவதையும் தட்டிக் கேட்டது மட்டும் அன்றி, அரசின் கவனத்திற்குக் கொண்டு சென்றார். சாமியார்களால் பெண்கள் சீரழிக்கப்படுவதைத் தட்டிக் கேட்டார்.

நரேந்திர தபோல்கரின் புரட்சிகரமான சீர்திருத்தங்கள், மக்கள் இடையே பெரும் வரவேற்பைப் பெற்றன. பரிவர்த்தன் எனும் பெயரில், போதை அடிமைகளை மீட்கம் மையம் ஒன்றைத் தனது சொந்த ஊரான சதாராவில் நடத்தி வந்தார். இதனால் அந்தப் பகுதி மக்கள் மட்டும் அன்றி, மராட்டிய மாநிலம் முழுமையும் தபோல்கரின் சீர்திருத்த நடவடிக்கைகள் பரவின. மக்கள் ஆதரவு பெருகியது. விடுவார்களா மத வெறியர்கள்?

மத வெறியர்களைப் போலவே சாதி வெறியர்களும் தபோல்கரின் மீது எரிச்சல் அடைந்தனர். பார்ப்பனிய இந்து மத வெறியர்கள், தபோல்கரின் இந்துத்துவ எதிர்ப்பைக் கண்டு ஆத்திரமுற்றனர். அதன் விளைவாகத்தான் நரேந்திர தபோல்கர் அடையாளம் தெரியாத நபர்களால், திட்டமிட்டுச் சுட்டுக் கொல்லப்பட்டார்.

கோவிந்த் பன்சாரே படுகொலை

அதே மராட்டிய மாநிலம் கோலாப்பூரில், மற்றொரு பகுத்தறிவாளர் 2015 மார்ச் 16ஆம் நாள் சுடப்பட்டார். அவர், இந்திய கம்யூனிஸ்ட் கட்சியின் முதுபெரும் தலைவர், 82 வயது கோவிந்த் பன்சாரே. தபோல்கரைப் போலவே பன்சாரேவும், மனைவியுடன் காலையில் நடைப்பயிற்சி முடித்து வீடு திரும்பிக் கொண்டு இருந்த போது, அவரது வீட்டுக்கு அருகிலேயே சுடப்பட்டார். மருத்துவமனையில் சேர்க்கப்பட்டு உயிருக்குப் போராடிக் கொண்டு இருந்த நிலையில், பிப்ரவரி 20ஆம் நாள் உயிர் இழந்தார். அவரது மனைவி உமா, காயங்களுடன் உயிர் தப்பினார்.

நரேந்திர தபோல்கர் சுட்டுக் கொல்லப்பட்ட போது, பன்சாரேவுக்கு ஒரு கடிதம் வந்தது. அதில், 'அடுத்தது நீங்கள்?' என்று குறிப்பிடப்பட்டு இருந்தது. ஏனெனில், இந்துத்துவ வெறிக்கும்பலின் கொட்டங்களை அடக்குவதற்கு, பன்சாரே, தொடர்ந்து குரல் எழுப்பி வந்தார். அவர் கொல்லப்படுவதற்கு ஒரு மாதம் முன்பு, சிவாஜி பல்கலைக்கழகத்தில், காந்தியைக் கொன்ற கோட்சேவின் ஆர்எஸ்எஸ் பின்னணியைக் குறிப்பிட்டு, கோட்சேயைப் புகழும் மனநிலை ஆபத்தானது என்று எச்சரித்து இருந்தார்.

பாஜக, சிவசேனை, எம்.பி.க்கள், கோட்சே புகழ் பாடிக் கொண்டு இருந்த நேரம் அது. இந்து மதவெறிக் கும்பல் நடத்தும் 'சனாதன் சன்ஸ்தா' என்ற இந்துத்துவ பயங்கரவாத அமைப்பின் நடவடிக்கை களைக் கண்காணிக்க வேண்டும் என்று எழுதியதற்காக, பன்சாரே மதவெறியர்களால் மிரட்டப்பட்டார்.

மராட்டிய சிவாஜியை, இந்துத்துவ சக்திகள் தங்கள் ஆதர்சமாக நிலை நிறுத்திப் பரப்புரை செய்து வருவதை முறியடிக்க, கோவிந்த் பன்சாரே, 'சிவாஜி யார்?' எனும் நூலை எழுதியதால், ஆர்.எஸ்.எஸ்., சிவசேனையின் ஆத்திரத்திற்கு உள்ளானவர்.

உயிருக்கு அஞ்சாமல் இந்துத்துவக் கும்பலின் வெளித்தனங்களை எதிர்த்துப் போராடிய பன்சாரேவுக்கு மக்களின் ஆதரவு பெருகியது. சிவசேனை-பாஜக கூட்டணி, 1990இல் ஆட்சியைப் பிடித்தவுடன், சாலைகள் தனியார்மயத்தைப் பெருமளவுக்கு ஊக்குவித்தது. ஐ.ஆர். பி (Ideal Road Builders) என்ற நிறுவனம், மராட்டியம் முழுமையும் பல சாலைகளைப் போட்டு, சுங்கச்சாவடி அமைத்து, பெரும் வசூல் கொள்ளையில் இறங்கியது. அவர்களுக்கு எதிராக, தகவல் பெறும் உரிமைச் சட்டப்படி சில விவரங்களைக் கோரிய சதீஷ் ஷெட்டி என்பவர், 2010ஆம் ஆண்டு கொல்லப்பட்டார். அதன்பிறகு, கோவிந்த் பன்சாரே, ஐஆர்பிக்கு எதிராக உக்கிரமான போராட்டங்களை

முன்னெடுத்துச் சென்றார். இந்த நிலையில்தான், இந்துத்துவ மதவெறி அமைப்பான சனாதன் சன்ஸ்தா என்ற பயங்கரவாத அமைப்பால் சுட்டுக் கொல்லப்பட்டடார்.

இந்த அமைப்பைச் சேர்ந்த சமீர் கெய்க்வாட் என்பவனை, மராட்டியக் காவல்துறை கைது செய்து இருக்கின்றது. ஆனால், அந்த அமைப்பின் முக்கியத் தலைவர்களைக் கைது செய்யவோ, சனாதன் சன்ஸ்தா இந்து பயங்கரவாத அமைப்பைத் தடை செய்யவோ முன்வரவில்லை.

எம்.எம். கல்புர்கி படுகொலை

நரேந்திர தபோல்கர், கோவிந்த் பன்சாரே ஆகிய இருவரையும் தொடர்ந்து இந்துத்துவக் கொலைக்கும்பலின் இரத்த வெறிக்குப் பலியானவர், கன்னட மொழி ஆய்வாளரும், எழுத்தாளருமான எம். எம். கல்புர்கி. ஆகஸ்ட் 30, 2015இல், கர்நாடக மாநிலம் தார்வார் நகரத்தில் உள்ள அவரது வீட்டில் சுட்டுக்கொல்லப்பட்டார். 77 வயதான கல்புர்கியின் படுகொலைதான், கர்நாடக மாநிலத்தை மட்டும் அன்றி, ஒட்டு மொத்த நாட்டையே உலுக்கியது. கர்நாடக மாநிலத்தில், மதவெறியர்களை மட்டும் அன்றி, லிங்காயத் சாதி வெறியர்களையும் கல்புர்கி எதிர்த்து வந்ததால், தனது உயிரையே பலி கொடுத்து இருக்கின்றார்.

கல்புர்கி சுட்டுக்கொல்லப்பட்ட பின்னர், பந்த்வால் தாலுகாவின் பஜ்ரங்தள் நிர்வாகி புவித் ஷெட்டி என்பவன், தனது ட்விட்டர் பக்கத்தில், இந்து மதத்தை விமர்சித்தவர்கள் என்றால் நாயின் சாவை ருசியுங்கள் என்ற பதிவு செய்து இருக்கின்றான். அது மட்டும் அன்றி, அடுத்தது நீங்கள்தான் என்று இன்னொரு சிந்தனையாளரும், இந்துத்துவவாதிகளின் சிம்ம சொப்பனமாக இருப்பவருமான பேராசிரியர் கே.எஸ். பகவான் என்பவருக்கு மிரட்டல் விடுத்துள்ளான்.

கன்னட மொழி ஆய்வு அறிஞராக, இலக்கியத் துறையில் விற்பன்னராகத் திகழ்ந்த கல்புர்கி, பேராசிரியர் பணியைத் தொடங்கி, 1998இல், ஹம்பியில் உள்ள கன்னடப் பல்கலைக்கழகத்தின் துணை வேந்தர் பதவிக்கு உயர்ந்தார்.

கர்நாடக வரலாறு, கன்னட வரலாறு, கன்னட இலக்கியம், மொழி ஆகிய துறைகளில், ஆழ்ந்த புலமை பெற்ற கல்புர்கி, இத்துறைகளில் 600க்கும் மேற்பட்ட ஆராய்ச்சிக் கட்டுரைகளை எழுதி உள்ளார்.

கர்நாடகாவில் 12ஆம் நூற்றாண்டில் வாழ்ந்த பசவர் உருவாக்கிய வீர சைவம் அல்லது லிங்காயத் மதக் கொள்கைகள் மற்றும் வழிபாட்டு

முறைக்கு மாறான ஒன்று என்பதைத் தொடர்ந்து கல்புர்கி வலியுறுத்தி வந்தார். பவுத்தம், சமணம், சிரமணம், சார்வாகம் மற்றும் சீக்கியம் போன்று, பசவரின் வீர சைவமும், பார்ப்பனியத்தின் வேதங்களையும், சாதி அமைப்பையும் நிராகரித்தது.

பசவர், ஓர் இறைக்கோட்பாட்டைக் கொண்டவர். உருவ வழிபாட்டை நிராகரித்தவர். பசவரின் கொள்கைகளை ஏற்று, அவரது புது சமயத்தில் இணைந்தவர்களே லிங்காயத்துகள். பசவரின் கொள்கைகளால் ஈர்க்கப்பட்ட பார்ப்பனர்களும், தாழ்த்தப்பட்ட மக்களும் புது சமய நெறிகளைப் பின்பற்றத் தொடங்கியபோது, அவர்களுக்குள் திருமண உறவுகளும் ஏற்பட்டன. காலப்போக்கில், லிங்காயத்துகளை, பார்ப்பனியம் வழக்கம்போல விழுங்கிச் செரித்தது.

இந்து ராஷ்ட்ரிய மனு தருமக் கோட்பாட்டை லிங்காயத்துகள் உயர்த்திப் பிடித்து, தாழ்த்தப்பட்ட மக்களைத் தீண்டாமைக் கொடுமைக்கு உள்ளாக்கினர். கல்புர்கி, லிங்காயத்துகள் பார்ப்பனமயமாதலை எதிர்த்தார். லிங்காயத்துகள், சாதி ஆணவக் கொலைகளில் ஈடுபடுவதற்கு, இந்துத்துவ வெறியூட்டலே காரணம் என்று கல்புர்கி அம்பலப்படுத்தினார். ‘மார்க்கா’ எனும் தனது ஆய்வு நூலின் மூலம், மதவெறியர்களை அடையாளம் காட்டினார்.

கல்புர்கியின் நாத்திகக் கருத்துகள், சாதி வேறுபாடுகள் அற்ற சமுதாயம் காணக் கனவு கண்ட பசவண்ணரின் பெயரைச் சொல்லிக் கொண்டு பிழைப்பு நடத்தும் சாதியவாதிகளுக்கு எதிரான அணி திரட்டல், இந்துத்துவவாதிகளின் மதவெறி அரசியல் இவை அனைத்தையும் கண்ட இந்து மதவெறிக் கும்பலும், லிங்காயத்து சாதிவெறிக் கும்பலும் கைகோர்த்துக் கொண்டன. எம். எம். கல்புர்கி என்ற கன்னட அறிஞரைக் கொன்று ஒழிப்பதன் மூலம், இந்துத்துவ சக்திகளும், சாதி வெறியர்களும், தங்கள் முயற்சி வெற்றி அடையும் என்று திட்டமிட்டு, படுகொலைகளை அரங்கேற்றினர். ஆனால், கல்புர்கி படுகொலை, இந்தியாவைத் தட்டி எழுப்பி இருக்கின்றது.

109
இந்துத்துவ தோட்டாவுக்குப் பலியான கௌரி லங்கேஷ்

இந்துத்துவ மதவெறி கும்பலின் இரத்த வெறிக்குப் பலியான நரேந்திர தபோல்கர், கோவிந்த் பன்சாரே, எம்.எம். கல்புர்கி ஆகியோரைத் தொடர்ந்து பெங்களூருவில் 2017 செப்டம்பர் 5ஆம் நாள் பத்திரிகையாளர் கௌரி லங்கேஷ் சுட்டுக் கொல்லப்பட்டார்.

பெண் பத்திரிகையாளரும், சமூகப் போராளியுமான 55 வயது கௌரி லங்கேஷ் உடலில் பாய்ந்ததும் மதவெறிக் கூட்டத்தின் துப்பாக்கி குண்டுதான்.

2017 செப்டம்பர் 5ஆம் நாள் தனது பணிகளை முடித்துக் கொண்டு இரவு 7.45 மணி அளவில் தனது இல்லத்திற்கு வந்து காரிலிருந்து இறங்கி, காரை நிறுத்துவதற்காக முன் கதவைத் திறக்க முயற்சித்தபோது, கண் இமைக்கும் நேரத்தில் மோட்டார் பைக்கில் வந்த மூவரில், இரண்டு பேர் கௌரி லங்கேஷை நோக்கித் துப்பாக்கியால் சுட்டனர். மார்பு, வயிறு, கழுத்தில் குண்டுகள் பாய்ந்து அதே இடத்தில் இரத்த வெள்ளத்தில் பிணமாகி விழுந்தார் கௌரி லங்கேஷ். நடைப்பயிற்சி சென்றபோது தபோல்கர், பன்சாரே, கல்புர்கி சுட்டுக் கொல்லப்பட்ட அதே பாணியில்தான் கௌரியும் பலி ஆகி இருக்கிறார்.

கௌரி லங்கேஷின் தந்தை லங்கேஷ் ஒரு பத்திரிகையாளர், எழுத்தாளர், முற்போக்கு சிந்தனையாளர், அவர் நடத்தி வந்த கன்னட ஏடுதான் 'லங்கேஷ் பத்திரிகா' லங்கேஷ் என்ற கன்னடச் சொல் திராவிட மாவீரன் இராவணனைக் குறிப்பதாகும். கௌரியின் தந்தை லங்கேஷ், இந்துத்துவ மதவெறிக்கு எதிராகக் குரல் கொடுத்தவர். தந்தையின் மறைவுக்குப் பின்னர் 'லங்கேஷ் பத்திரிகா'வின் பொறுப்பை ஏற்றார் கௌரி.

மருத்துவக் கல்வி பயில வேண்டும் என்பது கௌரியின் கனவாக இருந்தது; ஆனால் நிறைவேறவில்லை. புதுடெல்லியில் உள்ள இந்தியத் தகவல் தொடர்புக் கல்விக்கான நிறுவனத்தில் படித்தார்.

'டைம்ஸ் ஆப் இந்தியா' நாளேட்டில் அதன் பெங்களூர் பதிப்பில் 1980ஆம் ஆண்டு பணியாற்றினார். அதிலிருந்து பின்னர் விலகி

‘சண்டே’ ஆங்கில வார ஏடு உள்ளிட்ட முன்னணிப் பத்திரிகைகளில் பணிபுரிந்தார்.

பிறகு தெலுங்கு தொலைக்காட்சி ஒன்றின் டெல்லிப் பிரிவிற்கு தலைமைப் பொறுப்பில் இருந்தார். பார்ப்பனப் பண்பாட்டு ஆதிக்கம் நிறைந்த இந்த ஊடகங்கள் அவரது கொள்கை உணர்வுக்குத் தடையாக இருந்ததால் அதிக ஊதியம் தரும் பதவிகளை உதறி எறிந்துவிட்டு தந்தை நடத்திய ‘லங்கேஷ் பத்திரிகா’வை முழுப் பொறுப்பேற்று நடத்தி வந்தார்.

அடக்குமுறைக்கு அஞ்சாதவர்

‘லங்கேஷ்’ ஏட்டில் அரசு விளம்பரங்கள், கார்ப்பரேட் விளம்பரங்கள் வெளியிடுவது இல்லை என்ற கொள்கையில் உறுதியாக இருந்தார். சமரசமின்றி துணிவோடு மத வெறிச் சக்திகளைத் தோலுரித்ததால் மத வெறிச் சக்திகளின் எதிர்ப்புகளைச் சந்தித்தார்.

திரைப்படத் துறையில் பணியாற்றிய தனது சகோதரர் இந்திரஜித் பொறுப்பில் தந்தை நடத்திய பத்திரிகை உரிமையை ஒப்படைத்துவிட்டு, 2005ஆம் ஆண்டு முதல் ‘கௌரி லங்கேஷ் பத்திரிகா’ என்ற பெயரில் பத்திரிகையைத் தொடங்கி நடத்தி வந்தார். புத்தகங்களைப் பதிப்பிக்கவும் நூல் வெளியீட்டகத்தை நடத்தி வந்தார்.

2016இல் பாஜக நாடாளுமன்ற உறுப்பினர் பிரகலாத் ஜோஷிக்கு எதிராக அவர் கட்டுரை எழுதியதால், பார்ப்பனர் ஜோஷி நீதிமன்றத்தில் அவமதிப்பு வழக்கு தொடர்ந்தார். ஹுப்பால்லி நீதி மன்றம் கௌரிக்கு ஆறுமாதம் சிறைத் தண்டனையும், 15 ஆயிரம் ரூபாய் தண்டமும் விதித்தது. அடக்குமுறைகளுக்கு அஞ்சாமல் எதிர்கொண்ட கௌரி தாம் கைது செய்யப்பட்ட பின்பு, வழக்கை மேல் முறையீடு செய்து பிணையில் வெளியே வந்தார்.

மார்க்சிய லெனினிய அறிஞரும் நக்சல்பாரி புரட்சியாளருமான சாஜ்தேத் ரஞ்சன் தலைமறைவாக இருந்தபோது, அவரைச் சந்தித்து, அவரது பேட்டியை தனது ஏட்டில் வெளியிட்டார். ரஞ்சன் பெங்களூருவை நோக்கி வந்தபோது, காவல்துறை அவரைச் சுட்டுக் கொன்றது. ரஞ்சனின் பூத உடல் வைக்கப்பட்ட இடத்துக்கு விரைந்தார் கௌரி. காவல்துறை விதித்த கெடுபிடிகள், கட்டுப்பாடுகளைத் தகர்த்துவிட்டு ரஞ்சன் உடல் எரியூட்டப்பட்ட இடம் வரை சென்று காவல்துறை உயர் அதிகாரிகளின் மனித விரோதப் போக்கை, போலி மோதல் கொலையை எதிர்த்து நேருக்கு நேர் வாதம் புரிந்தார். ஆயுதம் தாங்கிப் போராடும் குழுக்களிடம் நேரில் விவாதித்து, அரசின் நல்லெண்ணத் தூதராகச் செயல்பட்டு,

அவர்களைச் சமூகப் போராட்டக் களத்தில் கொண்டுவந்து சேர்த்தவர் கௌரி.

‘கோமு சவுத்தார்தா வேதிகா’ எனும் அமைப்பு, அடிப்படை மதவாத எதிர்ப்பாளர்கள், பகுத்தறிவாளர்கள், சாதி எதிர்ப்பாளர்களை அணிதிரட்டும் மைய அமைப்பாக உருவெடுத்தது. மதவெறிக் கலவரங்கள் உருவாகக் கூடிய பகுதிகளுக்குச் சென்று மக்களிடையே மதவாதத்துக்கு எதிராக விழிப்புணர்வு ஊட்டும் கடமையாற்றியது இந்த அமைப்பு.

2017 மார்ச் மாதம் ‘யோகேஷ் மாஸ்டர்’ என்ற முற்போக்கு எழுத்தாளர் எழுதிய ‘துந்தி’ என்ற கன்னட நாவலுக்கு இந்துத்துவ சக்திகளிடமிருந்து கடும் எதிர்ப்பு வந்தது. கௌரி ஏற்பாடு செய்த ஒரு புத்தக வெளியீட்டு விழா நிகழ்ச்சி ‘தேவநாகரே’ என்ற இடத்தில் நடந்தது. அவ்விழாவுக்கு சிறப்பு விருந்தினராக யோகேஷ் மாஸ்டரை அழைத்திருந்தார் கௌரி. மதவெறியர்கள், மாஸ்டர் முகத்தில் கருப்பு மையை வீசி அவமதித்தனர். இந்துத்துவவாதிகளை எதிர்த்து நின்றார் கௌரி. யோகேஷ் நாவலை உறுதியாக ஆதரித்தார். அதற்காக இந்துத்துவ சனாதனக் கூட்டம் கௌரி லங்கேஷ் மீது கடும் ஆத்திரமடைந்தன.

மதவாதத்திற்கு எதிரான யுத்தம்

இந்து மதவாதக் கும்பலுக்கு எதிரான கருத்தியல் யுத்தத்தில் களத்தில் தீரமுடன் நின்றவர் கௌரி. “இந்து மதத்தில் உள்ள சாதி அமைப்பைத் தொடர்ந்து எதிர்ப்பேன். மதவெறிக்கு எதிராகத் தொடர்ந்து முழங்குவேன்,” என்று கூறிவந்த கௌரி, குஜராத் மாநிலத்தில் நரேந்திர மோடி முதல்வராக இருந்தபோது, நடத்திய இஸ்லாமிய இனப் படுகொலைகளை ஆதாரங்களுடன் அம்பலப்படுத்தி, ‘ராணா ஐயூப்’ எழுதிய ‘குஜராத் கோப்புகள்’ என்னும் நூலைக் கன்னடத்தில் மொழிபெயர்த்தார்.

கௌரியின் தந்தை லங்கேஷ் பார்ப்பனியத்தையும், பார்ப்பன மடங்களையும் எதிர்த்து கவிதை நாடகங்கள் வழியாக சமுதாய சீர்திருத்தக் கருத்துகளைப் பரப்பியவர். அதே உணர்வுதான் கௌரிக்கும் இருந்தது.

பெங்களூருவில் பெரும்பாலான இளம் பத்திரிகையாளர்களின் நேசிப்புக்கும், ஈர்ப்புக்கும் உரியவர் கௌரி. பத்திரிகை மன்றத்தில் அவர் நுழைந்தால் திரும்பி காரில் ஏறும் வரை இளையோர் கூட்டம் அவரைச் சூழ்ந்து நிற்கும்.

பசுமை வேட்டை என்ற பெயரில் நக்சலைட்டுகள் அழிக்கப்பட்டபோது அப்பாவி மலைவாழ் மக்கள் காவல் துறையால் வேட்டையாடப்பட்டனர். கெடுபிடிகளை மீறி அப்பகுதிக்குச் சென்று நக்சல்பாரிகளைப் பேட்டி கண்டு காவல் துறையின் அடக்குமுறையை அம்பலப்படுத்தினார். பின்பு கர்நாடக அரசுடன் பேச்சுவார்த்தை நடத்தி நக்சலைட் மறுவாழ்வுத் திட்டத்தை உருவாக்கினார். அதற்குப் பின்னால்தான் மேற்கு தொடர்ச்சி மலையில் தோட்டாக்கள் வெடிக்கும் சத்தம் ஓய்ந்தது.

மூட நம்பிக்கை ஒழிப்பு

பார்ப்பன புரோகிதர்கள் சாப்பிட்டு வீசிய எச்சில் இலை மீது படுத்து உருண்டால் (அங்கப் பிரதட்சணம்?) நோய் நீங்கும் என்ற பார்ப்பனச் சடங்கு, அந்தரத்தில் முதுகில் அலகு குத்தித் தொங்குவது, நிர்வாணப் பூஜை, நரபலி போன்ற வைதீக முட்டாள்தனமான மூட நம்பிக்கைச் சடங்குகளுக்கு எதிராக மூட நம்பிக்கைச் சட்டம் கொண்டு வர கர்நாடக அரசிடம் வலியுறுத்தினார்.

எந்த நேரத்திலும் முதல்வர் சித்தராமய்யாவைச் சந்திக்கும் உரிமையைப் பெற்றிருந்தார். பார்ப்பன எச்சில் இலை மீது உருளும் சடங்கை முதல்வர் தடை செய்யக் காரணமாக இருந்தவர் கௌரி லங்கேஷ். பார்ப்பனர்கள் நீதிமன்றம் போனார்கள்; நீதிமன்றம் தடையை உறுதி செய்தது.

"தனது காரின் மீது காக்கை உட்கார்ந்ததால் ஆட்சிக்கு ஆபத்து ஏற்படும் என்று முதலமைச்சர் காரை மாற்றி விட்டார்," என்று ஊடகங்களில் செய்தி பரவியது. அடுத்த நாளே சித்தராமய்யா வீட்டுக்குச் சென்று, "மூட நம்பிக்கை ஒழிப்புச் சட்டம் கொண்டு வருவதாகக் கூறும் நீங்களே இப்படிச் செய்யலாமா?" என்று கேட்டார். "முதல்வர் சித்தராமய்யா அப்படியெல்லாம் காரை மாற்றவில்லை; காரணம் அவர் எடியூரப்பா இல்லை; எல்லாம் புரளி," என்று கட்டுரை தீட்டினார் கௌரி.

நரேந்திர தபோல்கர், கோவிந்த் பன்சாரே, கல்புர்கி ஆகியோர் சுட்டுக் கொல்லப்பட்ட போதும், கன்னட எழுத்தாளர் யு. ஆர். ஆனந்தமூர்த்தி கொலை மிரட்டலுக்கு உள்ளான போதும், 'மாதொருபாகன்' நாவல் எழுதிய தமிழ் எழுத்தாளர் பெருமாள் முருகன் மன்னிப்பு கேட்க வேண்டும் எனச் சாதி வெறியர்கள் துடித்தபோதும் வெகுண்டு எழுந்து குரல் கொடுத்தவர் கௌரி.

பிறப்பால் ஒரு கன்னடராக இருந்தாலும் காவிரி உரிமைப் பிரச்சினையில் தமிழர்கள் தாக்கப்பட்டபோது கன்னட அமைப்பு களைக் கண்டித்து தொலைக்காட்சி, ஊடகங்களில் பேசினார். நடிகர்

பிரகாஷ் ராஜுக்கு எதிராக கன்னட ஊடகங்கள் கொந்தளித்தபோது பிரகாஷ் ராஜ் பக்கம் நின்றார் கௌரி. அதனால்தான் கௌரி மரணமுற்ற செய்தி கேட்டவுடன் விரைந்த பிரகாஷ் ராஜ் இறுதி ஊர்வலம் வரை உடனிருந்தார் என்பது குறிப்பிடத்தக்கது.

உருவ வழிபாடு, வேத வழிபாடு எதிர்ப்பை உள்ளடக்கி சாதி, மதம், பெண்ணடிமைக்கு எதிராகக் கர்நாடகாவில் 12ஆம் நூற்றாண்டில் எழுச்சி பெற்ற ஒரே முற்போக்கு இயக்கமான பசவண்ணரின் லிங்காயத்து நெறி, இந்து மதத்தை முற்றிலும் நிராகரித்ததுடன், சாதியையும் புறந்தள்ளியது. பார்ப்பனர், தலித் உள்ளிட்ட பல்வேறு சாதிப் பிரிவினர் லிங்காயத்தில் இணைந்து தங்களுக்குள் சாதி கடந்த திருமண உறவுகளை உருவாக்கிக் கொண்டனர். பார்ப்பனியம் லிங்காயத்து நெறி இயக்கத்தையும் விழுங்கி ஜீரணித்து விட்டது.

பின்னர் விழித்தெழுந்த 'லிங்காயத்துக்கள்' நாங்கள் இந்துக்கள் அல்ல என்று அறிவித்தனர். அதை ஆதரித்துக் கட்டுரைகள் எழுதினார் கௌரி லங்கேஷ். இந்துத்துவ பார்ப்பனியத்துக்கு எதிராக வெடித்துக் கிளம்பிய டெல்லி 'ஜே.என்.யூ.' பல்கலைக் கழக மாணவர் கன்யாகுமார், குஜராத் உனா போராட்ட ஒருங்கிணைப்பாளர் ஜிக்னேஷ் மேவானி, ஜெய்பீம் ஆர்மி சந்திரசேகர் ஆகியோரைத் தனது சொந்த மகன்களாக அங்கீகரித்தார்.

சுதந்திரம், சமத்துவம், சகோதரத்துவத்தை முன்னெடுக்கும் 'ஜெய்பீம்' முழக்கமே இந்தியாவை மீட்டெடுக்கும் என முழங்கிக் கொண்டே இருந்தார்.

"காந்தியைப் போல், கல்புர்கியைப் போல் என்னைக் கொன்றாலும் எனது பணியை நிறுத்த மாட்டேன்; நாளை நடக்கக் கூடியது இன்றே நடக்கட்டும்; இங்கே யாரைக் கண்டு அச்சம்?" என்ற பசவண்ணரின் வசனத்தை அடிக்கடி கூறுவார்.

"கோழையே, உன்னிடம் தோட்டாக்கள்
என்னிடம் அழியா வார்த்தைகள்
எதற்கும் அஞ்ச மாட்டேன்
நான் கௌரி லங்கேஷ்"

இது கௌரி லங்கேஷ் அடிக்கடி எழுப்பிய முழக்கம். அவர் எதிர்பார்த்தபடியே சனாதனிகளின் துப்பாக்கிக் குண்டுகள் அவரைத் துளைத்து விட்டன.

கௌரி லங்கேஷ் கொலையைக் கொண்டாடிய கூட்டம்

கௌரி லங்கேஷ் சுட்டுக் கொல்லப்பட்டதை சமூக ஊடகங்களில் கொண்டாடி மகிழ்ந்தது இந்துத்துவ வெறிக் கும்பல்.

மதவெறிக்கு எதிராக கருத்தியல் களத்தில் தீவிரமாகச் செயல்பட்டவர் கௌரி லங்கேஷ்; அதே தளத்தில் பலன் அடைந்த இந்துத்துவக் கும்பல்தான் அவரது மறைவால் துள்ளிக் குதித்தது. தம்மால் பதிலளிக்க முடியாத கேள்விகளுக்கும் விவாதங்களுக்கும் தோட்டாக்களால் பதிலளித்த வரலாறும் இந்துத்துவக் கும்பலுக்கே உள்ளது.

கொலை நடந்தவுடன் அதுகுறித்து சமூக வலைத்தளங்களில் வெட்கமின்றிக் குதூகலித்த இந்துத்துவக் கூலிக் கும்பல், விசாரணை கூட துவங்காத நிலையில் கொலைக்கான பழியைக் கௌரியின் நண்பர்களின் மீதே சுமத்தத் துணிந்தது.

கர்நாடக மாநிலம் சிக்மகளூர் பகுதியில் செயல்பட்டு வந்த மாவோயிஸ்டுகள் சிலர் சரணடையும் முடிவை எடுத்ததில் கௌரியின் பங்கும் உண்டு என்பதால் மாவோயிஸ்டுகளே அவரைக் கொன்றிருக்க வாய்ப்பு உள்ளதா எனப் பத்திரிகையாளர்கள் கேட்ட கேள்விக்குப் பதில் கூறிய கர்நாடக உள்துறை அமைச்சர் ராமலிங்க ரெட்டி, "எதையும் விசாரணைக்குப் பிறகே உறுதியாகச் சொல்ல முடியும்," எனக் கூறி உள்ளார். இந்தப் பதிலை அப்படியே திருப்பிப் போட்ட ஆர்.எஸ்.எஸ்., அமைப்பின் செல்லப்பிள்ளை அர்னாபின் ரிபப்ளிக் தொலைக்காட்சி "மாவோயிஸ்டுகள் தொடர்பு குறித்து விசாரிக்கப்படும்," என அமைச்சர் அறிவித்ததாகச் செய்தி வெளியிட்டது.

இதற்காகவே காத்திருந்த பாஜகவின் இணையக் கூலிக் கும்பல் மாவோயிஸ்டுகளைக் குற்றவாளிகளாகவே அறிவித்துக் கொண்டாடினர். தமது பொய்ப் பிரச்சாரத்துக்கு ஆதரவாக ட்விட்டரில் கௌரி லங்கேஷ் "நண்பர்களுடன் ஏன் மோதிக் கொள்ள வேண்டும்?" எனக் கேட்டிருந்ததை ஆதாரமாக முன்வைத்தனர்.

உண்மையில் கௌரி கொலையுண்டதற்கு சில நாட்களுக்கு முன் லாலு பிரசாத்தின் பாட்னா பொதுக்கூட்டப் புகைப்படம் ஒன்றை கௌரி லங்கேஷ் வெளியிட்டு இருந்தார். அந்தப் புகைப்படம் லாலு கட்சியினரால் 'போட்டோஷாப்' மூலம் உருவாக்கப்பட்டது என்பதை அவரது நண்பர்கள் சுட்டிக்காட்டி, "நாமே பொய்ப் பிரச்சாரங்களுக்குப் பலியாகலாமா?" என வாதிட்டு வந்தனர். அந்த உரையாடலின் தொடர்ச்சியாகவே 'நண்பர்களுக்குள் மோதல் வேண்டாம்' என்று கௌரி தெரிவித்து இருந்தார்.

இதனிடையே பாரதிய ஜனதா கட்சியுடன் தொடர்பில் இருப்பவரும் திரைப்படத் துறையைச் சேர்ந்தவருமான கௌரி லங்கேஷ் சகோதரரைக் கொண்டே, நக்சல்பாரிகளால் தனது சகோதரிக்கு அச்சுறுத்தல் இருப்பதாக அறிவிக்கச் செய்தனர்.

அந்த அறிவிப்பைத் தூக்கிக் கொண்டு சமூக வலைத்தளங்களில் ஓரிரு நாட்கள் குறுக்கும் நெடுக்குமாக ஓடிய இந்துத்துவக் கும்பல், விசாரணையை முடித்து தூக்கு மேடையையே தயாரித்து விட்டது. எனினும், கௌரியின் சகோதரர் அவ்வாறு பேசியதற்கு இரண்டு நாட்கள் கழித்து நடந்த பத்திரிகையாளர் சந்திப்பில் அவரது சகோதரி மிகத் தெளிவாக கௌரிக்கு இடதுசாரிகளிடமிருந்து எந்த அச்சுறுத்தலும் எப்போதும் வந்தது இல்லை எனத் தெரிவித்தார். அதே பத்திரிகையாளர் சந்திப்பில் கௌரியின் சகோதரரும் அமைதியாக அமர்ந்திருந்தார். மேலும், தனது சகோதரன் தன்னுடைய கொள்கைக்கு விரோதமாக இந்துத்துவ முகாமுடன் குலாவிக் கொண்டிருப்பதை கௌரி தனிப்பட்ட முறையில் கண்டித்ததும், அவருடனான தொடர்பை முறித்துக் கொண்டதும் குறித்து அடுத்தடுத்து தகவல்கள் வெளியாயின.

கௌரியின் நண்பர்கள் மேல் கொலைப் பழியைச் சுமத்தும் முயற்சியில் மண்ணைக் கவ்விய இந்துத்துவக் கும்பல் அடுத்து அவரது நடத்தை மோசமானது எனச் சித்தரிக்கும் முயற்சியில் இறங்கியது. இந்துத்துவ சனாதன வெறிக் கும்பலுக்கு இதுபோன்ற அவதூறுகளை அள்ளி வீசுவது கைவந்த கலையாகும்.

2014இல் நரேந்திர மோடி ஆட்சிக்கு வந்த பின்னர் ஊக்கம் பெற்ற இந்துத்துவ வெறிக் கூட்டம் சர்வ சாதாரணமாக துப்பாக்கித் தோட்டாக்களைப் பாய்ச்சத் தொடங்கி விட்டது. இது தொடர்ந்து கொண்டே இருக்கிறது.

சமூக சிந்தனையாளர்களின் படுகொலைக்குப் பின்னணியில் இருக்கும் மதவெறிக் கூட்டம் தீட்டிய திட்டங்கள்; அவற்றைச் செயல்படுத்திய விதம் பற்றி ஆராய்வோம்.

110
சனாதன் சன்ஸ்தா என்னும் கொலைப் பாசறை

இந்துத்துவக் கருத்தியலை எதிர்த்த சிந்தனையாளர்களான நரேந்திர தபோல்கர், கோவிந்த் பன்சாரே, எம்.எம். கல்புர்கி மற்றும் கௌரி லங்கேஷ் ஆகியோர் சுட்டுக் கொல்லப்பட்டதற்கு பின்னணியில் இருந்த கும்பல் எது? விசாரணையில் வெளிவந்த உண்மைகள் என்ன?

கர்நாடக மாநிலம், தார்வட்டில் உள்ள தனது வீட்டில் முற்போக்கு எழுத்தாளரும், ஹம்பி பல்கலைக் கழக முன்னாள் துணைவேந்தருமான எம்.எம். கல்புர்கி, 2015 ஆகஸ்ட் 30ஆம் தேதி மர்ம நபர்களால் சுட்டுக் கொல்லப்பட்டார். கல்புர்கி சாகித்ய அகாதமி விருது பெற்ற எழுத்தாளரும்கூட. இதனால் அவரது கொலை பெரும் அதிர்வலைகளை ஏற்படுத்தியது.

கல்புர்கியின் மனைவி உமாதேவி, உச்ச நீதிமன்றத்தில் தனது கணவர் கொலை செய்யப்பட்டது குறித்து விசாரணை நடத்த மனு ஒன்றைத் தாக்கல் செய்தார். அதில், "கல்புர்கி கொலை செய்யப்படுவதற்கு முன்பு முற்போக்கு எழுத்தாளரும், சிந்தனையாளருமான நரேந்திர தபோல்கர், கோவிந்தராவ் பன்சாரே ஆகியோர் கொல்லப்பட்டனர். அதில், கொலையாளிகள் யார் என்று கண்டுபிடிக்கவில்லை.

இந்நிலையில், எனது கணவரும் கொல்லப்பட்டார். எனது கணவர் கொலை குறித்து கர்நாடக உள்துறை அமைச்சர் வெளியிட்ட அறிவிப்பில், தபோல்கர், பன்சாரே, கல்புர்கி ஆகிய மூன்று பேரின் கொலைகளுக்கும் தொடர்பு இருப்பதாக தெரிவித்து இருந்தார். கொலையாளிகளின் வரைபடங்களையும் காவல்துறை வெளியிட்டது. எனினும், வழக்கில் எந்தத் திருப்பமும் ஏற்படவில்லை. ஆதலால் கல்புர்கியின் கொலை குறித்து விசாரிக்க சிறப்புப் புலனாய்வுக் குழுவை அமைக்குமாறு உத்தரவிட வேண்டும்" எனக் கோரிக்கை விடுத்திருந்தார்.

இந்த மனு உச்சநீதிமன்றத்தில் 2018, ஜனவரி மாதம் தலைமை நீதிபதி தீபக் மிஸ்ரா, நீதிபதிகள் ஏ.எம். கான்வில்கர், டி.ஒய். சந்திரசூட் ஆகியோரைக் கொண்ட அமர்வு முன்பு விசாரணைக்கு வந்த போது, தேசியப் புலனாய்வு அமைப்பு, சி.பி.ஐ., மராட்டியம் மற்றும்

கர்நாடக மாநில அரசுகளுக்கு இந்த மனு குறித்து பதில் மனுத் தாக்கல் செய்யுமாறு உத்தரவிட்டனர்.

சனாதன் சன்ஸ்தா

கர்நாடக உளவுப் பிரிவு டிஜிபி டி.கே.சிங் தலைமையில் 21 பேர் கொண்ட சிறப்புப் புலனாய்வுப் படை அமைக்கப்பட்டு, கொலையாளிகளைத் தேடும் பணி முடுக்கி விடப்பட்டது. 2017 செப்டம்பரில் கௌரி லங்கேஷ் சுட்டுக்கொல்லப்பட்டார். இக் கொடூர நிகழ்வு நாட்டையே உலுக்கியதால். கர்நாடக மாநில அரசுக்கு கடும் நெருக்கடியை ஏற்படுத்தியதால். விசாரணை துரிதப்படுத்தப்பட்டது.

சிறப்புப் புலனாய்வுப் படை அதிகாரிகள் பெங்களூரு, மங்களூரு, ஹூப்ளி, புனே, கோலாப்பூர், மும்பை உள்ளிட்ட இடங்களில் தீவிர விசாரணை நடத்தினர். குறிப்பாக மராட்டியத்தில் உள்ள புனேயில் பகுத்தறிவாளர் நரேந்திர தபோல்கர் (20.08.2013) கோலாப்பூரில் முற்போக்குச் சிந்தனையாளர் கோவிந்த பன்சாரே (16.02.2014) சுட்டுக்கொல்லப்பட்ட வழக்குகளைத் தீவிரமாக ஆராய்ந்தனர். இதேபோல், கர்நாடகாவில் உள்ள ஹூப்ளியில் முற்போக்கு எழுத்தாளர் எம்.எம். கல்புர்கி (30.8.2015) சுட்டுக்கொல்லப்பட்ட வழக்கின் ஆவணங்களையும் அலசினர்.

சிபிஐ நடத்திய விசாரணையில் மராட்டியத்தில் இயங்கி வரும் இந்துத்துவ அமைப்பான சனாதன் சன்ஸ்தாவுக்கு தொடர்பு உள்ளது. இதன் நிர்வாகிகள் சிலருக்கு நேரடித் தொடர்பு இருப்பதாக சிபிஐ தெரிவித்தது.

இதனையடுத்து சிறப்புப் புலனாய்வுப் படை அதிகாரிகள் தபோல்கர். பன்சாரே. கல்புர்கி வழக்கை கௌரி லங்கேஷ் வழக்குடன் ஒப்பிட்டு விசாரித்தனர். அப்போது ஏற்கனவே கொல்லப்பட்ட மூவரின் வழக்கிற்கும், பெங்களூருவில் கொல்லப்பட்ட கௌரி லங்கேஷின் வழக்கிற்கும் நிறைய ஒற்றுமைகள் இருப்பது தெரிய வந்தது.

முற்போக்குச் சிந்தனையாளர்களான நால்வரும் இந்துத்துவ அமைப்புகளைக் கடுமையாக விமர்சித்தனர். நால்வரும் தனியாக இருந்த நேரத்தில் கவனித்து, ஒரே பாணியில் சுட்டுக்கொல்லப்பட்டனர்.

தபோல்கர், பன்சாரே, கல்புர்கியைப் போலவே கௌரி லங்கேஷையும் இரு சக்கர வாகனத்தில் ஹெல்மெட் அணிந்து வந்த மர்ம நபர்கள் சுட்டுக் கொன்றுவிட்டு தப்பியோடியுள்ளனர். நால்வர் கொலையிலும் ஒரே வகையான 7.65 மி. மீ. ரகத் துப்பாக்கி பயன்படுத்தப்பட்டுள்ளது. நால்வரையும் பழிவாங்க வேண்டும் என்ற வெறியுடன் மிகவும்

அருகில் இருந்து மார்பிலும், தலையிலும் மூன்றுக்கும் மேற்பட்ட முறை சுட்டுள்ளனர் என்று விசாரணையில் கண்டுபிடிக்கப்பட்டது.

இதையடுத்துச் சிறப்புப் புலனாய்வு படை அதிகாரிகள் பன்சாரே வழக்கில் கைதான சனாதன் சன்ஸ்தா அமைப்பைச் சேர்ந்த சமீர் கெய்க்வாட், வீரேந்திர தவாடே ஆகியோரிடம் இரகசிய விசாரணை நடத்தினர். மேலும் தேசியப் புலனாய்வு படை அதிகாரிகளின் கண்காணிப்பில் சிக்கிய இந்த அமைப்பினரின் மின்னஞ்சல், தொலைபேசி உரையாடல் ஆகியவற்றையும் ஆராய்ந்தனர். அப்போது 2009ஆம் ஆண்டு நடந்த கோவா குண்டு வெடிப்பு வழக்கில் தொடர்புடைய சனாதன் சன்ஸ்தா அமைப்பைச் சேர்ந்த சிலர் குறித்த முக்கிய தகவல்கள் கிடைத்தது.

இதே போல் பெங்களூரு, மங்களூரு, ஹூப்ளி, பெல்காம் உள்ளிட்ட இடங்களில் மேற்கொண்ட விசாரணையில் சிறப்புப் புலனாய்வுப் படை அதிகாரிகளுக்கு முக்கிய துப்பு கிடைத்தது. இந்தத் தகவல்களை ஆராய்ந்தபோது, சனாதன் சன்ஸ்தா அமைப்பைச் சேர்ந்த சிலருக்கு கௌரி லங்கேஷ் கொலைவழக்கில் நெருங்கிய தொடர்பு இருப்பது கண்டுபிடிக்கப்பட்டது.

எனவே சிறப்புப் புலனாய்வுப் படையின் தலைமை அதிகாரி பி. கே. சிங், சனாதன் சன்ஸ்தா தொடர்பான வழக்குகளை விசாரித்து வரும் சிபிஐ, தேசியப் புலனாய்வு அமைப்புகளின் அதிகாரிகளைச் சந்தித்து ஆலோசனை நடத்தினர்.

அப்போது சனாதன் சன்ஸ்தா அமைப்பைச் சேர்ந்த முக்கிய நிர்வாகிகளின் பட்டியலைப் பெற்றனர். அதில் கௌரி லங்கேஷ் வழக்கில் தொடர்புடைய 5 பேரின் அனைத்து தகவல்களையும் கோரினர்.

சனாதன் சன்ஸ்தா இந்துமதவெறி அமைப்பைச் சேர்ந்தோர் யார் என்ற அடையாளமும் தெரிந்தது. மராட்டியத்தில் உள்ள சங்கிலியைச் சேர்ந்த ருத்ரா பாட்டீல் (37), புனேயைச் சேர்ந்த பிரவீன் லிம்கர் (34), கோலாப்பூரைச் சேர்ந்த சாரங் (38), சதாராவைச் சேர்ந்த வினய் பவார் (32) மற்றும் மங்களூருவைச் சேர்ந்த ஜெயபிரகாஷ் (45) ஆகியோர், கோவா குண்டுவெடிப்பு வழக்கில் தொடர்புடைய அகோல்கர், சாராங் குல்கர்னி ஆகியோரின் சதித் திட்டங்களுக்கு செயல் வடிவம் தந்திருக்கின்றனர் என்று தெரிய வந்தது.

குற்றப்பத்திரிகை

சிறப்புப் புலனாய்வுக் குழு மே 30, 2018இல் நீதிமன்றத்தில் தாக்கல் செய்த தடயவியல் அறிக்கையில், கல்புர்கியைக் கொலை செய்வதற்கு

பயன்படுத்தப்பட்ட 7.65 மி.மீ. நாட்டுத் துப்பாக்கியைக் கொண்டே கௌரி லங்கேஷ் சுட்டுக்கொல்லப்பட்டு இருக்கிறார் என்று தெரிவித்திருந்தது.

அந்த அறிக்கைதான் இரண்டு (கல்புர்கி. கௌரி லங்கேஷ்) கொலைகளுக்கு இடையிலான தொடர்பை வெளிப்படுத்திய முதல் அறிக்கை ஆகும். இதிலிருந்து ஒரு பொதுவான குழுவைச் சேர்ந்த கொலைகாரர்கள்தான் இருவரையும் சுட்டுக் கொன்றனர் என்று சிறப்புப் புலனாய்வுப் படை கூறியது.

கௌரி லங்கேஷ் சுட்டுக்கொல்லப்பட்ட இடத்தில் கைப்பற்றப்பட்ட ரவைகள் மற்றும் தோட்டாக்களையும். கல்புர்கி கொல்லப்பட்ட இடத்தில் கைப்பற்றப்பட்டவற்றையும் பரிசோதித்த பூர்வாங்க தடயவியல் சோதனை அறிக்கைகள் இரண்டு கொலையிலும் ஒரே கைத்துப்பாக்கிதான் பயன்படுத்தப்பட்டது என்பதை அம்பலப்படுத்தின, இத் தகவலை இந்தியன் எக்ஸ்பிரஸ் இணைய தளம் 2017 செப்டம்பர் 14இல் வெளியிட்டு இருந்தது.

கௌரி லங்கேஷ் கொலையில் குற்றம் சாட்டப்பட்ட நவீன்குமாரின் மீதான குற்றப்பத்திரிகையில் இணைக்கப்பட்ட தடயவியல் அறிக்கையில், “இரண்டு கொலைகளிலும் பயன்படுத்தப்பட்ட ரவைகளும், தோட்டாக்களும் 7. 65 மி.மீ. குழல் வட்டம் கொண்ட தோட்டாக்களுக்காக செய்யப்பட்ட ஒரே உள்ளூர் கைத் துப்பாக்கியினுடையது” எனக் குறிப்பிடப்பட்டுள்ளது.

லங்கேஷ் படுகொலையைத் தொடர்ந்து அவரது உடலில் துளைத்த 3 ரவைகளையும், அவர் மீது படாமல் குறி தவறிய ஒரு ரவையையும், காலியான 4 தோட்டாக்களையும் கைப்பற்றியது காவல் துறை. அதனை கல்புர்கியின் கொலையில் கைப்பற்றப்பட்ட 2 ரவைகள் மற்றும் அவற்றின் தோட்டாக்களோடு ஒப்பிட்டுப் பார்த்து, அதனடிப்படையிலேயே அறிக்கை தயாரித்து சமர்ப்பித்திருக்கிறது காவல் துறை.

இந்த அறிக்கை மாநில தடயவியல் துறையின் துப்பாக்கி ஆயுதங்கள் பிரிவின் துணை இயக்குனர் கிரண்குமாரால், சிறப்புப் புலனாய்வுக் குழுவின் தலைமை விசாரணை அதிகாரி அனுசெத்திடம் ஒப் படைக்கப்பட்டுள்ளது. அறிக்கையில், இரண்டு கொலைகளிலும், தோட்டாக் கூடுகளின் மேல் உள்ள சுடுவிசையின் ‘வகை குணாதிசய’ குறியீடுகள் மற்றும் ‘தனிப்பட்ட குணாதிசய’ குறியீடுகளுக்கு இடையிலான ஒப்பீடுகள் ஒன்றோடு ஒன்று ஒத்துப்போகின்றன என்பது குறித்த விவரங்கள் குறிப்பிடப்பட்டுள்ளன. தோட்டாக்களின் மேலுள்ள தனிப்பட்ட குறியீடுகளின் பரிசீலனையிலிருந்து, அவை

ஒரே 7.65 மி.மீ. கைத்துப்பாக்கியிலிருந்து சுடப்பட்டவை என்பதை அந்த அறிக்கை உறுதி செய்கிறது.

கைப்பற்றப்பட்ட தோட்டாக்களின் மேலுள்ள நுண்ணிய சிராய்ப்புகள், ஒன்றொடொன்று ஒத்துப்போகின்றன என்பதையும் கல்புர்கி வழக்கில் சமர்ப்பிக்கப்பட்ட நுண்ணிய சிராய்ப்புகள் குறித்த அறிக்கையோடும் அவை ஒத்துப் போகின்றன என்பதையும் அந்த அறிக்கை குறிப்பிடுகிறது.

இக்கொலை வழக்கில் சனாதன் சன்ஸ்தா, ஹிந்து ஜன்ஜாக்ருதி சமிதி, ஹிந்து யுவ சேனா ஆகிய அமைப்புகளைச் சேர்ந்த ஐவர் கைது செய்யப்பட்டனர்.

கோவிந்த் பன்சாரேவையும் காயத்துடன் தப்பிய அவரது மனைவியையும் சுடுவதற்கு பயன்படுத்தப்பட்ட துப்பாக்கியில் ஒன்று தான் கல்புர்கியைக் கொல்வதற்குப் பயன்படுத்தப்பட்டது என்பது தடயவியல் ஆய்வில் தெரியவந்துள்ளது. கௌரி லங்கேஷ் கொலையிலும் அதே துப்பாக்கி தான் பயன்படுத்தப்பட்டது என்பதற்கான சான்று தற்போது வெளிவந்துள்ளது.

பன்சாரே கொலையில் பயன்படுத்தப்பட்ட இரண்டாவது துப்பாக்கிதான் அதற்கு முன்னர் நரேந்திர தபோல்கரைக் கொல்லப் பயன்படுத்தப்பட்டு உள்ளது என்பதும் தடயவியல் ஆய்வில் உறுதிப் படுத்தப்பட்டது.

ஹிந்து ஜன் ஜக்ருதி சமிதியும், அதன் தாய் அமைப்புமான சனாதன் சன்ஸ்தாவும்தான் படுகொலைகளை நிகழ்த்தியது என்பது கைது செய்யப்பட்ட கொலையாளிகளின் வாக்குமூலங்களில் இருந்து தெரிய வந்தது. நரேந்திர தபோல்கர் கொலை வழக்கில் சனாதன் சன்ஸ்தாவின் தலைவனான விரேந்திர சிங் தவாடே கைது செய்யப்பட்டதன் மூலம் உறுதி செய்யப்பட்டது.

கொலையாளிகளின் வாக்குமூலம்

எம்.எம். கல்புர்கி கொலை வழக்கை விசாரித்த கர்நாடக மாநில சிறப்புப் புலனாய்வுக் குழு அதிகாரிகள், 2019 மே மாதம் பிரவீன் பிரகாஷ் சதூர் (27) என்ற முக்கிய குற்றவாளியைக் கைது செய்தனர்.

விசாரணையின்போது, கல்புர்கி கொல்லப்படுவதற்கு முன் இறுதி பயிற்சி முகாம், மங்களூர் அருகே உள்ள ஒரு ரப்பர் தோட்டத்தில் நடந்ததாகவும் இந்தப் பயிற்சியை சனாதன் சன்ஸ்தா ஏற்பாடு செய்ததாகவும் சதூர் கூறினான்.

கல்புர்கியைச் சுட்டுக்கொல்ல கணேஷ் மிஷ்கின் (27) என்பவரை கல்புர்கியின் வீடு வரை இருசக்கர வாகனத்தில் அழைத்து வந்தது சதூர் என்பதும் காவல்துறை விசாரணையில் தெரியவந்துள்ளது. விசாரணையின் போது சதூர் தெரிவித்த ஆயுத பயிற்சி எடுக்கப்பட்ட ரப்பர் தோட்டம், மங்களூரைச் சேர்ந்த தொழிலதிபர் கே. ஆனந்த் காமத் என்பவருக்குச் சொந்தமானது. இவர் சனாதன் சன்ஸ்தாவின் துணை அமைப்பான ஜன்ஜக்ருதி சமிதியில் இயங்கி வருபவர் என்பதையும் காவல்துறை கண்டுபிடித்தது.

சனாதன் சன்ஸ்தா பயங்கரவாதிகளால் கொல்லப்பட்ட பத்திரிகையாளர் கௌரி லங்கேஷ் கொலை வழக்கிலும் இவருடைய தொடர்பு இருப்பதை சிறப்புப் புலனாய்வுக் குழு கண்டறிந்தது. கௌரியின் கொலைத் திட்டத்துக்கு வாகனங்களை அளித்து உதவியதாக இவர் மீது குற்றச்சாட்டு வைக்கப்பட்டவர்களும் ஆதாரங்கள் இல்லை எனக் கூறி இவர் மீது வழக்குப் பதியப்படவில்லை.

தர்மஸ்தலம் செல்லும் வழியில் 25 ஏக்கரில் அமைந்துள்ள ஆனந்தின் ரப்பர் தோட்டத்தில்தான் தங்களுக்குப் பயிற்சி அளிக்கப்பட்டதாக கௌரி லங்கேஷ் கொலையில் கைதான பலரும் வாக்குமூலம் அளித்துள்ளனர்.

“2015ஆம் ஆண்டு ஆகஸ்டு மாதம், மங்களூர் அருகே உள்ள பிலாத்பெட்டா ரப்பர் தோட்டத்தில் ஒரு பயிற்சி முகாம் ஏற்பாடு செய்யப்பட்டிருந்தது. பெல்காவியிலிருந்து நாங்கள் நால்வரும் தர்மஸ்தலா சென்றிருந்தோம். அமோல் காலே, மிதுன் என்கிற கணேஷ் மிஷ்கின், கோவிந்த், மெக்கானிக், சரத் கலாஸ்ரே, பெங்காலி மொழி பேசிய இருவர் அந்த முகாமில் எங்களுடன் பயிற்சி பெற்றனர்” என கௌரி லங்கேஷ் வழக்கில் ஒரு சாட்சி சொன்னதாக குற்றப்பத்திரிகை கூறுகிறது.

“முகாமின் இரண்டாம் நாள் எங்களுக்குத் துப்பாக்கியும், துப்பாக்கி சுடும் பயிற்சியும் தரப்பட்டது. ரப்பர் மரங்களைக் குறிவைத்து சுடும்படி எங்களுக்குப் பயிற்சி அளிக்கப்பட்டது” எனவும் சாட்சியத்தின் வாக்குமூலம் கூறுகிறது.

பெங்காலி மொழி பேசியவர்களில் ஒருவர், முகாமுக்கு வெடிகுண்டு செய்முறைப் பயிற்சியளிக்க வந்த பிரதாப் அஸ்ரய என்பவர் எனவும் பலர் சாட்சியளித்துள்ளனர். இன்னொருவர், மெக்கா மசூதி, மலேகாவ்ன் குண்டு வெடிப்புகளில் தொடர்புடையவர் என்றும் ஐயம் எழுந்தது.

கல்புர்கி கொலை வழக்கில் சதூர் கைது செய்யப்பட்டு, வாக்குமூலம் அளித்த நிலையில், பயங்கரவாத முகாமாகச் செயல்பட்ட ரப்பர்

தோட்டத்துக்கு காவல்துறை அவரை அழைத்துச் சென்றுள்ளது. ஆனால், ஆதாரங்கள் எதையும் அந்த இடத்திலிருந்து காவல்துறையால் கைப்பற்ற முடியவில்லை.

குற்றப்பத்திரிகை

2015 ஆகஸ்டு மாதம் சுட்டுக்கொல்லப்பட்ட கல்புர்கி கொலை வழக்கில் நான்கு ஆண்டுகள் கழித்து, ஹூப்ளி தார்வாட் மாவட்ட நீதிமன்றத்தில் சிறப்புப் புலனாய்வுக் குழு 2019 ஆகஸ்டில் குற்றப் பத்திரிகை தாக்கல் செய்தது. இந்தக் குற்றப்பத்திரிகையின் அமோல்காலே, பிரவீன் பிரகாஷ் சதூர், வாசுதேவ் பகவான், சூரியவம்சி, சரத் கலாங்கர், அமித் ராமச்சந் திராபாரதி ஆகியோர் மீதும் குற்றம் சாட்டியது சிறப்புப் புலனாய்வுக்குழு.

இந்து பயங்கரவாத அமைப்பான சனாதன் சன்ஸ்தாவின் ‘சாஸ்திர தர்மா சாதனா’ என்கிற நூலால் தூண்டுதல் பெற்று இந்தக் குழு படுகொலைகளை நிகழ்த்தியதாகவும் புலனாய்வுத் தகவல் தெரிவிக்கிறது.

கல்புர்கி 2014ஆம் ஆண்டு ஜூன் 9ஆம் தேதி பெங்களூரு விக்யான்பவனில், “மூடநம்பிக்கை இல்லா சமூகத்தை நோக்கி கர்நாடக மூடநம்பிக்கை தடுப்பு மசோதா - 2013 நடைமுறைப்படுத்துவது குறித்த ஒரு விவாதம்” என்ற தலைப்பில் உரையாற்றினார். இதுதான் இந்த இந்துத்துவப் பயங்கரவாதக் குழு கல்புர்கியை கொலை செய்யக் காரணமாக அமைந்தது எனவும் குற்றப்பத்திரிகை கூறுகிறது.

அவருடைய பேச்சின் அடிப்படையில் இந்தப் பயங்கரவாதிகள் அவரைச் ‘சாஸ்திர தர்மா சாதனா’வில் குறிப்பிட்டுள்ள ‘துர்ஜனம்’ (பிசாசின் அவதாரம்) எனச் சித்தரித்து இருக்கின்றனர்.

“இவர்கள் அனைவரும் ஒன்றாகச் சேர்ந்து கல்புர்கியைக் கொல்ல சதித் திட்டம் தீட்டினர். திட்டமிட்டபடி அவரைக் கொலை செய்து தங்களுடைய இலக்கையும் நிறைவேற்றினர்” எனச் சிறப்புப் புலனாய்வுக் குழு கூறி உள்ளது.

படுகொலைக்கு திட்டமிட்ட குழு, ஒரு பைக்கைத் திருடி. கல்புர்கியை உளவு பார்க்க பயன்படுத்தி இருக்கின்றனர். தட்சிண கன்னட மாவட்டத்தில் உள்ள பிலதபெட்டு என்ற ஊரில் இருந்த ரப்பர் தோட்டத்தில் துப்பாக்கிச் சுட பயிற்சியும் எடுத்துக்கொண்டனர்.

“பைக்கைத் திருடிக்கொண்டு பிரவீன் சதூர் மற்றும்; கணேஷ் மிஷ்கின் ஆகிய இருவரும், கல்புர்கியின் வீட்டுக்கு 2015ஆம் ஆண்டு ஆகஸ்டு 30ஆம் நாள் காலை 8.30 மணி அளவில் சென்றனர். வீட்டுக்குள் சென்ற கல்புர்கியைக் கணேஷ் மிஷ்கின் நெற்றியில்

இரண்டு முறை சுட்டு, அவரைக் கொன்றார்” எனச் சிறப்புப் புலனாய்வுக்குழு அறிக்கை கூறுகிறது.

இதே குழு இரண்டாண்டுகள் கழித்து, பத்திரிகையாளர் கௌரி லங்கேஷை 2017 செப்டம்பர் 5ஆம் தேதி மாலையில், அவருடைய வீட்டுக்கு வெளியே அவரைச் சுட்டுக் கொன்றது.

பகுத்தறிவுச் சிந்தனையாளர்களான பன்சாரே, தபோல்கர் ஆகியோர் சுட்டுக் கொல்லப்பட்ட அதே பாணியில், கர்நாடகத்தில் நிகழ்ந்த இந்தக் குழு படுகொலையையும் கண்டித்து தேசிய அளவில் போராட்டங்கள் வெடித்தன.

கௌரி லங்கேஷ் கொலை வழக்கில், கணேஷ் மிஷ்கின் பைக்கை ஓட்டிவர, பரசுராம் வாக்மோர் அவரைச் சுட்டுக் கொன்றார். கௌரியைக் கொன்ற அந்த தோட்டாக்கள், கல்புர்கி கொலையிலும் பயன்படுத்தப்பட்டு, நாட்டு ரக துப்பாக்கியைச் சுடப் பயன்படுத்தியதும், இந்தக் கொலைகளுக்குப் பின்னணியில் ஒரே பயங்கரவாத அமைப்பே காரணமாக இருந்தது என்பதையும் சிறப்புப் புலனாய்வுக்குழு கண்டறிந்தது.

கௌரி லங்கேஷ் கொலையை விசாரித்த அதே குழு, கல்புர்கி கொலையையும் விசாரிக்கும் என உச்சநீதிமன்றத்தில் 2019இல் தெரி விக்கப்பட்டு இருந்தது. அதன்படி விசாரித்து குற்றப் பத்திரிகையை தாக்கல் செய்தது சிறப்புப் புலனாய்வுக்குழு.

கொலைக்குப் பின்னணியாக இருந்த சித்தாந்தம், கொலைக்கான நோக்கம், கொலையைத் திட்டமிட்டது, பயிற்சி எடுத்தது, அதை செயல்படுத்தியது எனப் பயங்கரவாத அமைப்புக்கான அத்தனை கூறுகளோடு சனாதன் சன்ஸ்தா பயங்கரவாதிகளை வளர்த்துள்ளது. இன்னமும் சுதந்திரமாக வளர்ந்து கொண்டு உள்ளது.

தனி நபர்களைத் தீவிரவாதிகளாக கைது செய்து தண்டிக்கச் சட்டம் இயற்றும் பாஜக அரசு, சமூகத்தின் மதிப்புக்கு உரியவர்களைத் திட்டமிட்டுக் கொல்லும் ஒரு பயங்கரவாத அமைப்பைத் தடை செய்யவில்லை. ஆளும் அரசுக்கும், பயங்கரவாத இந்துத்துவ அமைப்புகளுக்கும் இடையே உள்ள சித்தாந்த உறவு அத்தகையது.

மகாத்மா காந்தி முதல் கௌரி லங்கேஷ் வரை சுட்டுக் கொல்லப்பட்டதற்கு காரணம் இந்துத்துவ சித்தாந்தம்தான் என்பதற்கு கௌரி லங்கேஷ் கொலையாளிகள் கொடுத்த வாக்குமூலம், நாதுராம் விநாயக் கோட்சே அளித்த வாக்குமூலம் போன்றே இருப்பதிலிருந்து உணர்ந்து கொள்ளலாம்.

111

‘இந்துத்துவ எதிர்ப்பாளர்களைக் கொல்வோம்’: சனாதன் சன்ஸ்தா

கௌரி லங்கேஷ் கொலை வழக்கு குறித்து 2017 அக்டோபர் மாதம் கர்நாடக உள்துறை அமைச்சர் ராமலிங்க ரெட்டி செய்தியாளர்களிடம் கூறுகையில், “கௌரி லங்கேஷ் கொலை தொடர்பாக சிறப்புப் புலனாய்வுக் குழுவுக்கு சில தகவல்கள் கிடைத்துள்ளன. மேலும், கொலையாளிகள் பற்றிய ஆதாரங்கள் திரட்டப்படுகின்றன என்றார். இவ்வாறு அமைச்சர் கூறிய சில நாட்களில் சனாதன் சன்ஸ்தா அமைப்புடன் தொடர்புடைய பிரவீன் லிம்கர், ஜெய் பிரகாஷ், சாரங்அகோல்கர், ருத்ரர் பாடீல், சங்கி, வினய்பவார் மற்றும் சதாரா ஆகியோர் கௌரி லங்கேஷ் கொலையில் சந்தேகிக்கப்படுவதாக காவல்துறை தரப்பில் தெரிவிக்கப்பட்டது.

இவர்களில் ருத்ரா பாடீல், சாரங் அகோல்கர், வினய்பவார் ஆகியோர் 2013 ஆகஸ்ட் 20ஆம் தேதி கொலை செய்யப்பட்ட பகுத் தறிவுச் சிந்தனையாளர் நரேந்திர தபோல்கர் கொலை வழக்கிலும், 2015 பிப்ரவரி 16ஆம் தேதி சுட்டுக் கொல்லப்பட்ட இடதுசாரி கருத்தியல்வாதி கோவிந்த் பன்சாரே கொலை வழக்கிலும், 2015 ஆகஸ்டு 30ஆம் தேதி கொலை செய்யப்பட்ட கன்னட அறிஞர் எம். எம். கல்புர்கி கொலை வழக்கிலும் குற்றம் சாட்டப்பட்டவர்கள் ஆவர்.

இதனையடுத்து 2018 மார்ச் மாதம் இந்த வழக்கில் இந்து யுவசேனா அமைப்பு நிறுவனர் கே.டி. நவீன்குமார் காவல் துறையால் கைது செய்யப்பட்டார். அவரிடமிருந்து 0.32 ரகத் துப்பாக்கித் தோட்டாக்கள் பறிமுதல் செய்யப்பட்டது. இவர் 2015ஆம் ஆண்டு சட்டவிரோதமாக துப்பாக்கிக் குண்டுகள் வைத்திருந்த காரணத்தால் கர்நாடக குற்றப் பிரிவு காவல்துறையால் கைது செய்யப்பட்டார்.”

2018 ஜூன் மாதம் பரசுராம் வாக்மோர், கௌரி லங்கேஷ் கொலை வழக்கில் கைது செய்யப்பட்டார். கொலையாளிகள் அனைவர் மீதும் குற்றப்பத்திரிகை தாக்கல் செய்தது சிறப்புப் புலனாய்வுக்குழு.

வாக்குமூலம்

கௌரி லங்கேஷ் கொலைவழக்கில் கைதான பரசுராம் வாக்மோர் கொடுத்திருந்த வாக்குமூலம் வருமாறு:-

"கடந்த 2017ஆம் ஆண்டு மே மாதம் எனக்கு ஒரு பணி வந்தது. அதில், நமது மதத்தைக் காக்க ஒருவரைக் கொலை செய்ய வேண்டும் என்று கூறினார்கள். நானும் அதை ஒப்புக் கொண்டேன். ஆனால் நான் கொலை செய்யப்போகும் நபர் யார் என்று எனக்குத் தெரியாது. தற்போது நான் ஒரு பெண்ணைக் கொலை செய்திருக்கக் கூடாது என்று நினைக்கிறேன்" என்று தெரிவித்த பரசுராம், கௌரி லங்கேஷ் கொலைத் திட்டம் எவ்வாறு நிறைவேறியது என்பதையும் விளக்கினார்.

"செப்டம்பர் 3ஆம் தேதி (2017) நான் பெங்களூரு அழைத்துவரப்பட்டு, 'ஏர்கன்' பயன்படுத்துவது குறித்து பெலகாவியில் பயிற்சி அளிக்கப்பட்டது. முதலில் எனக்கு ஒரு வீட்டை அழைத்துச் சென்று காட்டினார்கள். பிறகு 2 மணி நேரம் கழித்து நான் கொலை செய்ய வேண்டிய நபரை அடையாளம் காட்டினார்கள். என்னை ஒரே நபர் அழைத்துச் செல்லவில்லை. வேறு வேறு நபர்கள் ஒவ்வொரு இடத்துக்கும் கூட்டிச் சென்றனர்.

செப்டம்பர் 4ஆம் தேதியான மறுநாள் மாலை அதே வீட்டுக்கு அழைத்து வரப்பட்டேன். அன்றைய தினமே வேலையை முடிக்கும்படி கூறினார்கள். ஆனால் அன்று கௌரி பணி முடித்து முன்கூட்டியே வீட்டுக்குச் சென்றுவிட்டதால் கொலைத் திட்டத்தை நிறைவேற்ற முடியவில்லை.

மறுநாள் 5ஆம் தேதி மாலை 4 மணியளவில் துப்பாக்கியை என் கையில் ஒப்படைத்தார்கள். நாங்கள் வந்த சமயம் சரியான நேரமாக இருந்தது. அப்போதுதான் பணியிலிருந்து திரும்பிய கௌரி தனது காரை வாசலில் கேட் முன்பாக நிறுத்தி விட்டுக் கீழே இறங்கினார். நான் அவரது பின்னால் சென்று இருமினேன். இருமல் சத்தம் கேட்டு அவர் திரும்பி என்னைப் பார்க்கும்போது, நொடிப் பொழுதில் நான் துப்பாக்கியை இயக்கி அவர் மீது 4 தோட்டாக்களைப் பாய்ச்சினேன். உடனடியாக அறைக்குத் திரும்பி, அன்று இரவே பெங்களூருவிலிருந்து கிளம்பி தப்பித்துவிட்டேன்."

கௌரி லங்கேஷ் கொலை வழக்கில் கைது செய்யப்பட்ட பரசுராம் வாக்மோர் தந்த வாக்குமூலத்தை நோக்கினால் மகாத்மா காந்தியைச் சுட்டுக் கொன்ற நாதுராம் விநாயக் கோட்சே கொடுத்த வாக்குமூலம் போன்றே இருப்பதை உணரலாம்.

காந்தி முதல் கௌரி லங்கேஷ் வரை இந்துத்துவ மதவெறியர்களின் துப்பாக்கித் தோட்டாக்கள் இந்து மதத்தைக் காக்கவே பாய்ந்து இருக்கின்றன(?).

கொலைப் பாசறை

இந்துத்துவக் கருத்தியலை எதிர்த்துக் குரல் கொடுத்த சிந்தனையாளர்கள் சுட்டுக் கொல்லப்படுவதற்கு சதித் திட்டம் தீட்டி செயல்படுத்திய 'சனாதன் சன்ஸ்தா' கொலைப் பாசறை குறித்து சிறப்புப் புலனாய்வுக் குழுவின் மூத்த அதிகாரி ஒருவர் கூறியதாக ஏடுகளில் செய்திகள் வந்தன.

கௌரி லங்கேஷைக் கொலை செய்ய சதித் திட்டம் தீட்டிய சனாதன் சன்ஸ்தா 5 மாநிலங்களில் பரவியுள்ளது. இந்த அமைப்பில் குறைந்தது 60 தீவிர உறுப்பினர்கள் இருக்கிறார்கள். இந்த அமைப்புக்கு மத்தியப் பிரதேசம், குஜராத், மகாராஷ்டிரம், கோவா, கர்நாடகா ஆகிய மாநிலங்களில் உறுப்பினர்கள் இருப்பது உறுதியாகி உள்ளது.

சுஜித்குமார் (எ) பிரவீன் என்பவர்தான் சனாதன் சஸ்தாவுக்கு ஆட்களைத் தேர்வு செய்துள்ளார். அவரைக் கைது செய்த போதுதான் இந்த அமைப்பு குறித்த பல விபரங்கள் தெரியவந்தன.

கௌரி லங்கேஷ் கொலை கவனத்துடன் திட்டமிட்டு, செயல்படுத்தப்பட்டுள்ளது. கௌரி லங்கேஷை வேவு பார்ப்பது, அவரது பலவீனங்கள், கொலை செய்யப்பட்டது வரை 6 மாதங்கள் முதல் ஓராண்டு வரை அவகாசம் எடுத்துக் கொள்ளப்பட்டுள்ளது.

கன்னட எழுத்தாளரும், பகுத்தறிவாளருமான கே.எஸ். பகவானை கொலை செய்ய தீட்டப்பட்டிருந்த சதியின் கடைசிக் கட்டத்தில்தான் கௌரி லங்கேஷ் கொலைக்கும் இவர்களுக்கும் இருந்த தொடர்புகள் உறுதி செய்யப்பட்டது.

"கைது செய்யப்பட்டுள்ளோரிடமிருந்து அண்மையில் கைப்பற்றப்பட்ட நாட் குறிப்பில் யார் யாரைக் கொலை செய்வது என்ற பட்டியல் காணப்பட்டது. அதில் திரைப்பட நடிகர் கிரீஷ் கர்னார்ட் உள்ளிட்ட பலரின் பெயர்கள் இருந்தன" என்று சிறப்புப் புலனாய்வுக் குழு காவல்துறை அதிகாரி தெரிவித்திருந்தார்.

சனாதன் சன்ஸ்தா கொலைகார அமைப்பு பற்றிய விபரங்கள் எப்படி வெளிவந்தன? பகுத்தறிவுச் சிந்தனையாளர்களை வரிசையாக சுட்டுக் கொல்லத் திட்டம் தீட்டியது ஏன்? இந்த அமைப்பின் பின்னணி என்ன? போன்றவற்றையும் அலசிப்பார்ப்போம்.

மகாராஷ்டிரா மாநிலத்தில் மத மூட நம்பிக்கைகளுக்கு எதிராகப் போராடி வந்த மருத்துவரும், பகுத்தறிவாளருமான நரேந்திர தபோல்கர் 2013 ஆகஸ்ட் 20ஆம் தேதி காலை நடைப்பயிற்சி மேற்கொண்டு இருந்தபோது, சுட்டுக் கொல்லப்பட்டார். தபோல்கர் கொலை வழக்கில் மராட்டிய காவல்துறை ஆமை வேகத்தில் செயல்பட்டதையடுத்து, மூத்த பத்திரிகையாளர் கேதான் திரோட்கர் என்பவர் இவ்வழக்கை சி.பி.ஐ. விசாரிக்க வேண்டும் என்று 2014 மே மாதம் வழக்குத் தொடர்ந்தார். அதன் பின்னர்தான் சிபிஐ நரேந்திர தபோல்கர் கொலை வழக்கை விசாரிக்கத் தொடங்கியது.

இந்நிலையில், கோவிந்த் பன்சாரே படுகொலையில் சமீர் கெய்க்வாட் என்பவரை மராட்டிய காவல்துறை கைது செய்த போதுதான் 'சனாதன்' சன்ஸ்தா அமைப்புப் பற்றிய விபரங்கள் வெளிவரத் தொடங்கின.

காவல்துறை விசாரணையில் சமீர் கெய்க்வாட் கொடுத்த வாக்குமூலத்தின் அடிப்படையில், தபோல்கர், பன்சாரே மற்றும் கல்புர்கி ஆகியோரது படுகொலைகளில் சனாதன் சன்ஸ்தாவின் பங்கு உறுதி செய்யப்பட்டதோடு, சனாதன் சன்ஸ்தா மற்றும் இந்து ஜன்ஜாக்ருதி சமிதி ஆகிய அமைப்புகளில் தீவிரமாகச் செயல்பட்டு வந்த விரேந்திரசிங் தவாடே என்ற காது மருத்துவருக்கும் இப்படுகொலையில் பங்கு இருப்பதை அவரது மின்னஞ்சல்களையும், தொலைபேசி அழைப்புகளையும் புலனாய்வு செய்து சி.பி.ஐ. உறுதி செய்தது. மேலும் கோவா தேவாலயம் தொடர் குண்டு வெடிப்புகள் தொடர்பாக இண்டர்போல் காவல்துறையால் தேடப்பட்டு வரும் குற்றவாளியான சனாதன் சன்ஸ்தாவைச் சேர்ந்த சரங் அகோல்கர் என்பவருடன் இணைந்து தபோல்கர் கொலை குறித்துத் திட்டமிட்டதும், நாட்டுத் துப்பாக்கித் தயாரிப்பு மையம் ஒன்றை உருவாக்குவது குறித்தும், வெளிநாட்டுத் துப்பாக்கிகளை அசாமிலிருந்து வாங்குவது குறித்தும், அதற்கென நிதி உதவியைச் சட்ட ரீதியாகவோ, சட்ட விரோதமாகவோ திரட்டுவது குறித்தும் அகோல்கருடன் மின்னஞ்சல் மூலம் தவாடே திட்டமிட்டு வந்ததும் அம்பலம் ஆனது.

சனாதன் சன்ஸ்தா உருவான வரலாறு

இந்து ராஷ்டிரம் அமைப்பதை நோக்கமாகக் கொண்டு ஜெயந்த் பாலாஜி அதாவலே என்ற மனோவசியக்காரரால் புனேவில் 1999ஆம் ஆண்டு தொடங்கப்பட்ட அமைப்புதான் சனாதன் சன்ஸ்தா.

கலாச்சார, சமூக சேவை அமைப்பாகத் தன்னைக் கூறிக் கொள்ளும் ஆர்.எஸ்.எஸ்., கொலை, கலவரம் உள்ளிட்ட பல்வேறு சட்டவிரோத,

பயங்கரவாத நடவடிக்கைகளைச் செய்து முடிப்பதற்காக, தனக்குத் தொடர்பே இல்லாததுபோல் உருவாக்கி வைத்திருக்கும் விஸ்வ ஹிந்து பரிஷத், பஜ்ரங்தள், அபினவ் பாரத், இந்து தர்மசேனா போன்ற வரிசையில் சனாதன் சன்ஸ்தாவும் ஒன்று.

உயர்சாதி மற்றும் மேல்தட்டு வர்க்கத்தைச் சேர்ந்த மருத்துவர்கள், அரசு அதிகாரிகள் உள்ளிட்டோரைத் தங்களது புரவலர்களாகவும், இரகசிய உறுப்பினர்களாகவும் கொண்டிருக்கும் சனாதன் சன்ஸ்தாவின் வேலையே நாடெங்கும் சதிச் செயல்களைத் திட்டமிட்டு அரங்கேற்றுவதுதான்.

2008ஆம் ஆண்டு பன்வெல் மற்றும் தானேயில் மூன்று திரையரங்குகளில் நடத்தப்பட்ட குண்டு வெடிப்புகள், வெடி குண்டுகளை எடுத்துச் செல்லும்போது எதிர்பாராதவிதமாக அக்குண்டுகள் மலோகாவ்னில் வெடித்தது உள்ளிட்டப் பல்வேறு தீவிரவாதச் செயல்களில் சனாதன் சன்ஸ்தா ஈடுபட்டிருக்கிறது.

இதன் காரணமாக சனதன் சன்ஸ்தாவைத் தடை செய்யக் கோரி கோவா, மகாராஷ்டிரா மற்றும் கர்நாடகா மாநில அரசுகள் அப் போதைய காங்கிரஸ் கூட்டணித் தலைமையிலான மைய அரசுக்குக் கடிதம் எழுதின.

“தடை செய்யும் அளவுக்கு குறிப்பிடும்படியான சம்பவங்கள் எதையும் மாநில அரசுகள் முன் வைக்கவில்லை என்று கூறி சனாதன் சன்ஸ்தாவைத் தடை செய்ய மறுத்துவிட்டது காங்கிரஸ் தலைமையிலான ஐக்கிய முற்போக்குக் கூட்டணி அரசு.

விடுதலைப் புலிகள், ஈழப் போரில் தோற்கடிக்கப்பட்ட பிறகும், அதன் மீதான தடையை ஒவ்வொரு ஆண்டும் நீட்டிப்பதில் அதீத அக்கறை காட்டிய காங்கிரஸ் அரசு, முஸ்லிம் மாணவர் அமைப்பான ‘சிமி’ தொடங்கி, மாவோயிஸ்டுகள் வரையிலான இயக்கங்களைத் தடை செய்வதற்குத் தயங்காத மன்மோகன்சிங் அரசு, சனாதன் சன்ஸ்தாவிற்கு விலக்கு அளித்ததற்குக் காரணம், அதனின் மென்மையான இந்துத்துவா அரசியல்தான்.”

காங்கிரஸ் ஆட்சி போய், 2014இல் இருந்து வந்திருக்கும் பாஜக ஆட்சி பகிரங்கமான இந்துத்துவா அரசு. ஜனநாயக சக்திகளின் போராட்டங்களால் முந்தைய காங்கிரஸ் ஆட்சியில் இந்து பயங்கரவாதிகள் மீது எடுக்கப்பட்ட அரைகுறை நடவடிக்கைகள் கூட மோடி பதவியேற்ற பிறகு நீதிமன்றங்களின் துணையோடு இரத்து செய்யப்படுகின்றன.

மலேகாவ்ன் குண்டுவெடிப்பு வழக்கில் கைது செய்யப்பட்ட பிரக்யாசிங் தாக்கூர் மீதான குற்றச்சாட்டுகளுக்கு ஆதாரமில்லை என்று தேசியப் புலனாய்வு முகமை நீதிமன்றத்தில் தெரிவித்ததால், அவருக்குப் பிணை அளிக்கப்பட்டது. 2019இல் மத்தியப் பிரதேச மாநிலத்தின் போபால் தொகுதியிலிருந்து பாஜக நாடாளுமன்ற உறுப்பினராகவும் தேர்வு செய்யப்பட்டு விட்டார் பிரக்யாசிங். அதே வழக்கில் மற்றொரு குற்றவாளியான இராணுவ அதிகாரி புரோகித்தின் மீது மகாராஷ்டிராவின் திட்டமிட்ட குற்றச் செயல்கள் தடுப்புச் சட்டத்தின் கீழ் பதியப் பெற்ற குற்றச்சாட்டு இரத்து செய்யப்பட்டுவிட்டது.

குல்பர்க் சொசைட்டி படுகொலை வழக்கில் தீர்ப்பு வழங்கிய நீதிமன்றம், அது திட்டமிட்டு நடத்தப்பட்ட சதிச் செயல் அல்ல என்று குறிப்பிட்டிருப்பதோடு, முக்கிய குற்றவாளிகளை விடுதலை செய்து விட்டது.

சொரபுதீன் போலிமோதல் கொலை வழக்கில் முக்கியக் குற்றவாளியான குஜராத் காவல்துறை அதிகாரி பன்சாராவுக்குப் பிணை வழங்கப்பட்டுவிட்டது.

அதே வழக்கில் அமித்ஷாவை விடுதலை செய்த உச்சநீதிமன்ற முன்னாள் நீதிபதி சதாசிவம், கேரள மாநில ஆளுநராக நியமிக்கப்பட்டார். இது அவருக்கு மோடி அரசு அளித்த ‘ஜாக்பாட் பரிசு’(!) என்றால் மிகையாகாது.

தனக்கு எதிரான கருத்துகளை அறிவுப்பூர்வமாக விவாதிப்பதற்கு பார்ப்பனக் கும்பல் என்றுமே தயாராக இருந்தது இல்லை. பார்ப்பனியத்துக்கு எதிராகக் கருத்துக் கூறுபவர்களை, அதனை அம்பலப்படுத்துவர்களைக் கொலை செய்வதுதான் அதனின் வரலாறாக இருந்திருக்கிறது.

இந்தப் பார்ப்பன பயங்கரவாதத்திற்கு சார்வாகன் தொடங்கி, கௌரி லங்கேஷ் வரை பலியாகி இருப்பதற்கு வரலாறு நெடுகிலும் பல்வேறு ஆதாரங்கள் உள்ளன. இந்துத்துவாவிற்கு எதிரான கருத்துகளை முன்வைப்பதற்கு கொஞ்சநஞ்ச இடமிருப்பதையும் ஒழித்துக்கட்டி விட வேண்டும் என்று மோடி ஆட்சி கருதுவதைச் சென்னை ஐ.ஐ.டி. - பெரியார் படிப்பு வட்டம்தடை, ரோஹித் வெமுலா தற்கொலை, ஜவஹர்லால் நேரு பல்கலைக் கழகப் போராட்டங்கள், பீமாகோரோகான் வழக்கு, சமூகப் போராளிகள் கைது போன்ற நிகழ்வுகள் நிரூபிக்கின்றன. அதனால் பாஜக பாசிச கும்பலுக்கு சனாதன் சன்ஸ்தா போன்ற அமைப்புகள் தேவைப்படுகின்றன.

இந்தக் கொலைவெறி அமைப்பு இன்னும் இயங்கிக் கொண்டுதான் இருக்கிறது.

சங்பரிவாரங்களின் உண்மை முகம்

கௌரி லங்கேஷ் கொலை செய்யப்பட்ட பின்னர், ஆர்.எஸ்.எஸ்., சங் பரிவாரங்களின் கருத்துகள் அந்தக் கூட்டத்தின் உண்மை முகத்தைக் காட்டிவிட்டன.

கௌரி கொலையுண்ட இரு நாட்களில் கருத்துக் கூறிய கர்நாடக பாஜக எம்.எல்.ஏ., டி.என். ஜீவராஜ், "கௌரி லங்கேஷ் ஆர்.எஸ்.எஸ். மற்றும் பாஜகவிற்கு எதிராக எழுதாமலிருந்தால் உயிருடன் இருந் திருப்பார்" என்று தெரிவித்தார்.

2017 செப்டம்பர் 7ஆம் தேதி பாஜகவின் யுவ மோர்ச்சா பேரணியைத் தொடங்கி வைத்த அவர், லங்கேஷ் 'சட்டிகளா மரண ஹோமா' என்ற டிரவ்சர்களின் இறுதிச் சடங்கு கட்டுரைக்காகவே கொலை செய்யப்பட்டார் என்று கொக்கரித்தார்.

பாஜக எம்.எல்.ஏ. டி.என்.ஜீவராஜின் கருத்தைக் கண்டித்த அப்போதைய கர்நாடக முதல்வர் சித்தராமையா, "இந்தக் கருத்து மூலம் என்ன கூற விரும்புகிறீர்கள்? இது இந்தக் கொலையின் பின்னணியில் யார் உள்ளார் என்பதை விளக்குகிறதா?" என்று வினவினார்.

கௌரி லங்கேஷை நேருக்கு நேராகச் சுட்டுக் கொன்ற பரசுராம் வாக்மோர், ஸ்ரீராம் சேனா அமைப்பின் தலைவர் பிரமோத் முத்தாலிக் இருவரும் இணைந்து எடுத்துக்கொண்ட புகைப்படம் சமூக ஊடகங்களில் வெளியானது. அப்போது தனக்கு பரசுராம் வாக்மோர் யார் என்பதே தெரியாது என்று பிரமோத் முத்தாலிக் கூறிய நிலையில், அந்தக் கொலைக்கு ஸ்ரீராம் சேனா அமைப்பு அதன் முகநூல் பக்கத்தில் நிதி திரட்டியது. மேலும் ஸ்ரீராம் சேனா அமைப்பின் பெண்கள் பிரிவுத் தலைவியும், பாஜக யுவமோர்ச்சா அமைப்பின் உறுப்பினருமான மஞ்சலேஷ்வரி தொனஷ்யல், அவரது முகநூல் பக்கத்தில் இன்னும் மோசமான பதிவு ஒன்றை எழுதினார். அதில், "நாட்டில் இந்துத்துவாவின் அஸ்திவாரத்தை அசைக்க இந்து எதிர்ப்பு சக்திகள் முயற்சித்தால் ஒவ்வொரு வீட்டிலும் ஒரு பரசுராம் வாக்மோர் பிறப்பான்" என்று இந்துத்துவ மதவெறியைக் கொட்டியிருந்தார்.

கௌரி லங்கேஷ் கொலை வழக்கில் பல தீவிர வலதுசாரி இந்து அமைப்புகளைச் சேர்ந்தவர்களைக் காவல்துறை அடுத்தடுத்துக் கைது செய்துவந்த நிலையில், பாஜக எம்.எல்.ஏ. பாரான கவுடா

படீல் யத்னால் கார்கில் வெற்றிவிழா நிகழ்ச்சியில் பேசும்போது, “நம் நாடு வேறு எங்கிருந்தும் சந்திக்கும் ஆபத்துகளைவிட, அறிவு ஜீவிகளிடமிருந்து மதசார்பற்றவர்களிடமிருந்தும் சந்திக்கும் ஆபத்துதான் அதிகம். நான் உள்துறை அமைச்சராக இருந்தால், இவர்களைச் சுட்டுக் கொலை செய்ய உத்தரவிட்டு இருப்பேன்” என்று மதவெறி கொழுப்பேறி குறிப்பிட்டார்.

மேலும், “இந்த மதச்சார்பற்றவர்கள் நம் நாட்டில் வாழ்ந்து கொண்டு நமது காற்றைச் சுவாசித்துக் கொண்டு, நம் நீரைப் பருகிக் கொண்டு நாம் செலுத்தும் வரியில் அனைத்தையும் அனுபவித்துக் கொண்டு இந்திய இராணுவத்திற்கு எதிராக முழங்குகின்றனர்” என்றும் வெறியுடன் பேசினார்.

கௌரி லங்கேஷ் கொலை வழக்கில் கர்நாடக காவல்துறை நவம்பர் 23, 2018இல் 9235 பக்கங்களைக் கொண்ட குற்றப் பத்திரிகையைச் சிறப்பு நீதிமன்றத்தில் தாக்கல் செய்தது. இதில், சனாதன் சன்ஸ்தா இந்துத்துவ தீவிரவாத அமைப்புதான் கௌரியைத் திட்டமிட்டுக் கொன்றது. இந்த அமைப்பைச் சேர்ந்தோர் 18 பேர் மீது குற்றம் சாட்டப்பட்டுள்ளது.

கௌரி லங்கேஷ் படுகொலையில் சனாதன் சன்ஸ்தாவின் துணை அமைப்பான ஹிந்து ஜனஜக்ருதி சமிதியின் புனே பொறுப்பாளரான அமோல் காலே முக்கியக் குற்றவாளியாக குறிப்பிடப்பட்டுள்ளார். ‘ஸ்ரீராம் சேனா’ என்ற அமைப்பைச் சேர்ந்த பரசுராம் வாக்மோர் என்பவர்தான் இந்தக் கொலையைச் செய்ததாக குற்றப்பத்திரிகைத் தெரிவிக்கிறது.

சனாதன் சன்ஸ்தா அமைப்பின் பத்திரிகையான ‘சனாதன் பிரவாத்’இன் ஆசிரியராக இருந்த விரேந்திர தாவ்டே 2010-11ஆம் ஆண்டுகளில் படுகொலைக்கான சதித் திட்டம் தீட்டியதாகவும், தாவ்டே, நரேந்திர தபோல்கர் கொலை வழக்கில் கைதானவுடன் அந்த இடத்துக்கு அமோல் காலே வந்ததாகவும் குற்றப்பத்திரிகை கூறுகிறது. இவர்களே இந்தக் கொலையைச் செய்வதற்குத் தேவையான நிதி உதவியை அளித்ததாகவும் தெரிய வந்துள்ளது.

இந்துத்துவ அமைப்புகளின் துணையுடன் சனாதன் சன்ஸ்தா இப்படுகொலைகளைச் செய்ததாகவும், இதற்காக ஐந்தாண்டுக்ளாகத் திட்டம் தீட்டியதாகவும் அரசு தரப்பு வழக்கறிஞர் எஸ். பாலன் தெரிவித்தார்.

இந்துத்துவக் கொள்கையை விமர்சிப்பவர்களைக் கொல்ல வேண்டும் என்று சனாதன் சன்ஸ்தா ஒரு பட்டியல் தயாரித்துள்ளனர். அதில், கன்னட இயக்குநர் கிரீஷ் கர்னார்ட், பத்திரிகையாளர் சித்தார்த்

வரதராஜன், அந்தாரா தேவ்சென், ஜே என்ற பேராசிரியர் சமன்லால், பஞ்சாபி நாடக எழுத்தாளர் அடம்ஜித் சிங், தமிழ்நாட்டில் விடுதலை சிறுத்தைகள் கட்சிப் பொதுச்செயலாளர் இரவிக்குமார் உள்ளிட்ட 26 பேர் கொலை செய்யப்பட வேண்டியவர்கள் பட்டியலில் உள்ளதாகக் குற்றப்பத்திரிகைத் தெரிவிக்கிறது.

பகுத்தறிவாளர் நரேந்திர தபோல்கர் கொலை வழக்கை விசாரித்து வரும் சிபிஐ, சனாதன் சன்ஸ்தா காவி பயங்கரவாத அமைப்பின் வழக்கறிஞர் சஞ்சீவ் புனலேகர், விக்ரம் பவே ஆகிய இருவரையும் சாட்சியங்களை அழித்தக் குற்றச்சாட்டின் கீழ் கைது செய்தது.

ஐ.நா. மனித உரிமை ஆணையர் கண்டனம்

2017 செப்டம்பர் 12இல் ஐ.நா. மனித உரிமைக் கழகத்தின் 36 ஆவது கூட்டம் ஜெனிவாவில் நடந்தபோது, ஐக்கிய நாடுகள் மன்றத்தின் மனித உரிமைகள் அமைப்பின் ஆணையர் ஜெய்ஷ் ராஆத் அல் ஹூசைன், “இந்தியாவில் அதிகரித்து வரும் சிறுபான்மையினருக்கு எதிரான சகிப்பின்மை குறித்தும் கலக்கமுற்று உள்ளேன். தற்போது பசு பாதுகாப்பு என்கிற பெயரில் நடைபெறும் வன்முறைகள், அபாயகரமாக உள்ளது. அடிப்படை மனித உரிமை பேசும் நபர்கள் கூட அச்சுறுத்தப்படுகின்றனர். தொடர்ச்சியாக பிரிவினை வாதம் மற்றும் வெறுப்பு கருத்துகளுக்கு எதிராகப் பிரச்சாரம் செய்து வந்த கௌரி லங்கேஷ் படுகொலை செய்யப்பட்டுள்ளார்.

இந்தியாவில் கருத்துச் சுதந்திரத்திற்கு ஆதரவாக நடத்தப்படும் போராட்டங்கள் மற்றும் 12 நகரங்களின் கூட்டுப் படுகொலைகளுக்கு எதிராக நடைபெற்ற போராட்டங்களும் மனதிற்குத் திருப்தி அளிக்கின்றன. இந்தியாவின் பலவீனமான குழுக்களுக்கான பணியாற்றும் மனித உரிமை ஆர்வலர்களுக்கு பாதுகாப்பு மறுக்கப்பட்டு, அவர்கள் துன்புறுத்தப்படுகிறார்கள். மேலும் அவர்கள் மீது அரசு கிரிமினல் குற்றம் சாட்டி ஒடுக்குகிறது” என்று தனது உரையில் குறிப்பிட்டார்.

ஐ. நா. மனித உரிமை ஆணையரின் கருத்தை மறுத்த ஐ. நா. விற்கான இந்தியாவின் நிரந்தரப் பிரதிநிதி அஜித் குமார், இக்குற்றச்சாட்டுகள் செயற்கைத்தனமானவை என்று குறிப்பிட்டார்.

112

கொதித்து எழுந்த இலக்கிய உலகம்

இந்துத்துவா மதவெறிக் கூட்டம் கிடைக்கின்ற வாய்ப்புகளையெல்லாம் பயன்படுத்திக் கொண்டு இந்தியாவில் மத வன்முறைகளைத் தூண்டி விடுவதும், மதவாத மோதல்களை வளர்ப்பதன் மூலம் அரசியல் லாபம் அடைவதற்கு இந்து வாக்கு வங்கியை ஒன்றிணைப்பதற்கு சதித் திட்டம் வகுப்பதும் கடந்தகால வரலாற்றில் இருந்து தெளிவாக அறிய முடியும். அயோத்தியில் இராமருக்குக் கோவில் எழுப்புவதாகக் கூறி பாபர் மசூதியை இடித்துத் தரைமட்டமாக்கியதன் மூலம் கால் நூற்றாண்டு காலத்திற்கும் மேலாக இந்துத்துவா அரசியலின் மையப் புள்ளியாக இராமர் கோயில் இருந்தது.

அதையே எத்தனை காலம் சொல்லிக் கொண்டிருக்க முடியும்? மோடி ஆட்சிக்கு வந்தபின்னர் வலுப்பெற்ற இந்துத்துவா சக்திகள் இன்று பல முனைகளில் தங்கள் அடிப்படை சித்தாத்தங்களை நிறைவேற்ற முனைந்து நிற்கின்றன. அதில் ஒன்றுதான் பசுவதைத் தடைச் சட்டம் கொண்டுவர வேண்டும் என்று கொக்கரிப்பதும், மாட்டிறைச்சி உண்பதைத் தடை செய்ய வேண்டும் என்று வெறிக் கூச்சல் எழுப்புவதும் ஆகும்.

2015 செப்டம்பர் 28ஆம் தேதி உத்திரப்பிரதேச மாநிலம் கவுதம புத்தர் மாவட்டம், தாத்ரி வட்டம், பிசோதா என்ற கிராமத்தில் இந்துமத வெறியர்கள் நடத்திய படுகொலை தான் இன்று உலகம் முழுவதும் அதிர்ச்சி அலைகளை உருவாக்கியது.

பக்ரீத் பண்டிகையை முன்னிட்டு பசு மாட்டு இறைச்சி உட்கொண்டதாக பிசோதா கிராமத்தைச் சேர்ந்த முகமது இக்லக் என்பவரை வீடு புகுந்து இழுத்து வந்தது. இருநூறு பேர் கொண்ட இந்துமத வெறிக் கும்பல். டைபாய்டு காய்ச்சலால் படுத்தப் படுக்கையாக இருந்த முகமது இக்லாக்கை தெருவுக்கு இழுத்து வந்து அடித்தே கொன்றனர். அவரது இளைய மகன் தானிஷ் படுகாயம் அடைந்தார். இக்லாக்கின் தாயார் அஸ்கரி, சகோதரர் அப்சல், மகள் ஷாஹிஸ்தா ஆகியோர் உத்திரப் பிரதேச முதல்வர் அகிலேஷ் யாதவைச் சந்தித்து, நடந்த கொடூர சம்பவத்தை நேரில் விளக்கினார். முகமது இக்லக்கின் மூத்த மகன் முகமது சர்தாஜி விமானப் படையின் சென்னைப் பிரிவில் பணிபுரிந்து வருகிறார்.

ஐ.நா. தலையிட கோரிக்கை

உத்திரப் பிரதேச மாநிலம் மட்டுமின்றி, இந்தியாவையே உலுக்கிய இந்த தாத்ரி படுகொலை கொடூர நிகழ்வுதான் எழுத்தாளர்களையும், முற்போக்குச் சிந்தனையாளர்களையும் கொதித்து எழச் செய்து உள்ளது. முகமது இக்லக் மாட்டிறைச்சி உண்டதாகச் சொல்லப்பட்டது குறித்து உ.பி. மாநில சிறுபான்மையினர் நலத்துறை அமைச்சர் ஆசம்கான் ஐ. நா. பொதுச் செயலாளருக்கு கடிதம் எழுதி முறையிட்டார். அகிலேஷ் யாதவ் தலைமையிலான சமாஜ்வாதி கட்சி தான் அப்போது உ.பி. மாநிலத்தின் ஆட்சிப் பொறுப்பில் இருந்தது. 2015 அக்டோபர் 5ஆம் தேதி லக்னோவில் பத்திரிகையாளர்களிடம் தனது முறையீட்டுக் கடிதத்தை ஆசம்கான் வெளியிட்டார். அதன் விவரம் வருமாறு:-

“முஸ்லிம்களுக்கு எதிராக வெறுப்புணர்வைத் தூண்டிவிட்டு. சமூகத்தைப் பிளவுபடுத்த பாசிச சக்திகள் முயற்சிக்கின்றன, இதற்கு தாத்ரி சம்பவம் ஓர் உதாரணம். இந்தியாவில் இதற்கு முன்பு இன மற்றும் மதக் கலவரங்கள் நடந்து இருந்தாலும், சுதந்திரம் மற்றும் மதச் சார்பின்மைக்கு முன்னெப்போதும் இல்லாத வகையில் கடந்த ஒன்றரை ஆண்டுகளில் மிகப்பெரிய அச்சுறுத்தல் ஏற்பட்டுள்ளது. அரசியல் சாசனத்தைக் காப்பதாக புதிய அரசு பதவிப் பிரமாணம் எடுத்துக்கொண்டது. ஆனால் ஆர்.எஸ்.எஸ். வழிகாட்டுதலில் அரசு செயல்படுகிறது. புதிய அரசில் இடம் பெற்றுள்ள பெரும்பாலோர் ஆர்.எஸ்.எஸ். மற்றும் அதனால் அங்கீகரிக்கப்பட்ட அமைப்புகளில் நீண்ட காலம் பணியாற்றியவர்கள். இவர்கள் ஆர்.எஸ்.எஸ். அமைப்புக்கு கட்டுப்பட்டவர்களாகச் செயல்படுகின்றனர்.

சிறுபான்மையின மக்களிடையே பயத்தை ஏற்படுத்தும் வகையிலான திட்டங்களுக்கு மத்திய அரசு இரகசிய ஆதரவு அளிக்கிறது. எனவே இந்தியாவில் சிறுபான்மையினர் படும் துயரங்கள் தொடர்பாக ஐ. நா. தலையிட வேண்டும்.”

இந்தியாவின் உள்நாட்டின் பிரச்சினையில் ஐ.நா. மன்றம் தலையிட வேண்டும் என்று உ.பி. மாநில அமைச்சர் ஆசம்கான் முறையிட்டது சரியா? தவறா? என்று ஆராய்வதைக் காட்டிலும். ஐ.நா.வுக்கு முறையிடக்கூடிய நிலைமை இந்தியாவில் உருவாகி உள்ளதற்கு என்ன அடிப்படைக் காரணம் என்பதைத்தான் ஆய்வு செய்ய வேண்டும். ஏனெனில் விஸ்வ இந்து பரிஷத் சுரேந்திர ஜெயின், உ.பி. அமைச்சர் ஆசம்கான் மீது தேசத்துரோக வழக்கு தொடர வேண்டும் என்று கூறி உள்ளார்.

முகமது இக்லக் கொல்லப்பட்ட பிசோதா கிராமத்திற்குச் சென்று பாஜக எம்.எல்.ஏ., சங்கீத் சோம் என்பவர் இந்தப் படுகொலையை நியாயப்படுத்தி பேசி, எரிகிற நெருப்பில் எண்ணெய் ஊற்றினார். இவர்தான் முசாபர் நகரில் இஸ்லாமியர்களுக்கு எதிரான கலவரத்தைத் தூண்டியவர்.

காஷ்மீர் எம்.எல்.ஏ. மீது தாக்குதல்

ஜம்மு காஷ்மீர் மாநில உயர்நீதிமன்றம் 2015, செப்டம்பர் 9ஆம் தேதி ஒரு பொதுநல வழக்கில் அளித்தத் தீர்ப்பில், ஜம்மு காஷ்மீரில் பசுவதை மற்றும் மாட்டிறைச்சி விற்பனை தடைச் சட்டத்தைக் கடுமையாக நடைமுறைப்படுத்துமாறு காவல்துறைக்கு உத்தரவிட்டது. இந்தத் தீர்ப்பை உயர்நீதிமன்ற ஜம்மு அமர்வு வழங்கியது. ஆனால் இந்த உத்தரவை எதிர்த்து தாக்கல் செய்யப்பட்ட மனுவை விசாரித்த உயர்நீதிமன்றத்தின் ஸ்ரீநகர் அமர்வு, பதில் மனு தாக்கல் செய்யுமாறு மாநில அரசுக்கு உத்தரவிட்டது. இதையடுத்து காஷ்மீரில் ஆட்சிப் பொறுப்பிலிருந்த முப்தி முகமது சயீத் தலைமையிலான மக்கள் ஜனநாயகக் கட்சி மற்றும் பாரதிய ஜனதா கட்சி கூட்டணி அரசு உச்சநீதிமன்றத்தை நாடியது.

இந்த வழக்கை விசாரித்த உச்சநீதிமன்றம், மாட்டிறைச்சி விற்பனை மீதான தடையை இரண்டு மாதங்களுக்கு தற்காலிகமாக நிறுத்தி வைத்து, 2015 அக்டோபர் 5ஆம் தேதி உத்தரவிட்டது. மேலும் இந்த விவகாரத்திற்குத் தீர்வு காண 3 நீதிபதிகள் அடங்கிய அமர்வை அமைக்குமாறு ஜம்மு காஷ்மீர் மாநில உயர்நீதிமன்ற தலைமை நீதிபதிக்கு உத்தரவிட்டது. இந்நிலையில், மாட்டிறைச்சி தடைக்கு எதிரான மனுவை விசாரித்த நீதிபதிகள் முகமது மக்ரே, அட்டா அலி மற்றும் தஷிரப்ஸ்தான் ஆகிய மூவர் அடங்கிய அமர்வை நியமித்து உயர் நீதிமன்றம் உத்தரவிட்டது.

உச்சநீதிமன்றம் மாட்டிறைச்சி விற்பனைக்கு விதித்திருந்த தடையைத் தளர்த்தி, உத்தரவிட்டவுடன், காஷ்மீர் மாநிலத்தின் ரங்கோட் தொகுதி சுயேச்சை எம்.எல்.ஏ., அப்துல்ரஷீத் சட்டமன்ற உறுப்பினர் விடுதியில் 2015 அக்டோபர் 7ஆம் தேதி மாட்டிறைச்சி விருந்து வைத்தார்.

மறுநாள் காஷ்மீர் சட்டமன்றம் அக்டோபர் 8இல் கூடியபோது, மாட்டிறைச்சிக்குத் தடை விதிக்கும் மசோதா குறித்து விவாதம் நடத்த இருந்தது. அப்போது பாரதிய ஜனதா கட்சி எம்.எல்.ஏ. க்கள் அப்துல் ரஷீத்தைச் சூழ்ந்து கொண்டு சரமாரியாகத் தாக்கினார்கள். எதிர்க்கட்சி உறுப்பினர்கள் அப்துல் ரஷீத்தைக் காப்பாற்றினார்கள்.

பாஜக உறுப்பினர்களின் நடவடிக்கையைக் கண்டித்து தேசிய மாநாட்டுக் கட்சி, காங்கிரஸ் கட்சி உறுப்பினர்கள் அவையிலிருந்து வெளிநடப்பு செய்தனர். தேசிய மாநாட்டுக் கட்சித் தலைவர், முன்னாள் முதல்வருமான ஒமர் அப்துல்லா, சுயேட்சை எம். எல். ஏ. மீது நடத்தப்பட்ட தாக்குதலை வன்மையாகக் கண்டித்தார்.

“மாட்டிறைச்சி பிரச்சினையில் நமது உள்ளுணர்வும் அடங்கி உள்ளன. எங்கள் மதத்தை உங்கள் மீது நாங்கள் திணிக்க மாட்டோம்; மது அருந்துவது, பன்றி இறைச்சி உண்பதை என் மதம் தடை செய்துள்ளது. அதற்காக மது அருந்துபவர்களையும், பன்றி இறைச்சி உண்பவர்களையும் நான் அடித்து உதைக்க முடியுமா? எம்.எல்.ஏ. மீது நடந்த தாக்குதல் சம்பவம் குறித்து முதல்வர் அறிக்கை அளிக்க வேண்டும்” என்றும் ஒமர் அப்துல்லா வலியுறுத்தினார்.

ரஷீத் மீதான தாக்குதலை காஷ்மீர் முதல்வர் முப்தி முகமது சயீது வன்மையாகக் கண்டித்தார். கூட்டணிக் கட்சியான பாஜக தனது உறுப்பினர்களைக் கட்டுக்குள் வைத்திருக்க வேண்டும் என்றும் தனது கட்சி எம்.எம்.ஏ.க்கள் முறை தவறி நடந்ததற்காக மன்னிப்புக் கேட்குமாறு துணை முதல்வர் (பாஜக) நிர்மல் சிங்கை கேட்டுக் கொண்டதாக சயீது தெரிவித்தார்.

ஆனால், பாஜகவைச் சேர்ந்த துணை முதல்வர் நிர்மல் சிங், சட்டப் பேரவையில் நடந்த சம்பவத்தை நாங்கள் சரியென்று கூற மாட்டோம். அதே நேரத்தில் எம்.எல்.ஏ. விடுதியில் மாட்டிறைச்சி விருந்து அளித்ததும் தவறு என்று கூறினாரே தவிர, மன்னிப்புக் கேட்கவில்லை.

பாஜக எம்.எல்.ஏ ரவீந்திரா ரெய்னா என்பவர்தான் அப்துல் ரஷீத்தைத் தாக்கியவர். அவர் கூறும்போது, “இந்துக்களின் மத உணர்வுகளை ரஷீத் புண்படுத்திவிட்டார்” என்று தெரிவித்துள்ளார்.

இந்து நாடா இந்தியா?

உ.பி. யில் முகமது இக்லக் மாட்டிறைச்சி உண்டதால், மதவெறி கும்பலால் தாக்கிக் கொல்லப்பட்டதற்கும் முற்போக்குச் சிந்தனையாளர்கள் நரேந்திர தபோல்கர், கோவிந்த் பன்சாரே, எம். எம். கல்புர்கி போன்றோர் கொல்லப்பட்டதைக் கண்டித்தும் நாடு முழுவதும் பல்வேறு எழுத்தாளர்கள் தங்களது சாகித்ய அகாதமி விருதுகளை இந்திய அரசுக்குத் திருப்பி அனுப்பினர்.

இது தொடர்பாக விஸ்வ ஹிந்து பரிஷத் செய்தித் தொடர்பாளர் சுரேந்திர ஜெயின் கூறியுள்ள கருத்து, இந்துத்துவ மதவெறிக் கூட்டத்தின் மனப்பான்மையைப் படம் பிடித்துக் காட்டியது.

உத்திரப்பிரதேச மாநிலம் லக்னோவில் நடந்த வி.எச்.பி. கூட்டத்திற்கு வந்த சுரேந்திர ஜெயின், "விருதுகளைத் திருப்பித் தரும் எழுத்தாளர்களை ஒன்று கேட்கிறேன். நீங்கள் சவூதி அரேபியாவுக்குச் சென்றால் பன்றி இறைச்சி கேட்டு சாப்பிட முடியுமா? அப்படி கேட்டு உயிரோடு திரும்பி வந்தால் நானே உங்களை வரவேற்பேன். நாங்கள் கேட்பதெல்லாம் இந்தியாவில் மாட்டிறைச்சி உண்பதற்கு தடை விதிக்க வேண்டும் என்பதுதான். ஏனெனில் பசுக்களை தெய்வமாக வணங்குபவர்கள் இந்துக்கள்.

இது இந்துக்களின் மத உணர்வுகளோடு, நம்பிக்கையோடு தொடர்புடையது. பசுக்களை வதைக்கக் கூடாது. மற்ற மதத்தவர்களின் உணர்வுகளை எப்போதும் மதிப்பவர்கள் இந்துக்கள். அதே போல இந்துக்களின் மத உணர்வுகளுக்கும் மதிப்பு அளிக்க வேண்டும்" என்று பச்சை இந்துத்துவா வாதம் பேசினார். இது மிகவும் அபத்தம் நிறைந்தது. சவூதி அரேபியா என்பது முஸ்லிம்களின் நாடு. அங்கு முழுக்க முழுக்க இஸ்லாமிய சட்டம்தான் நடைமுறையில் உள்ளது. இந்தியா எப்போது இந்து நாடு ஆனது?

இங்கே மதச் சார்பின்மையை வலியுறுத்தும் அரசியல் சாசனம்தான் நாட்டை ஆட்சி செய்கிறதேயொழிய இந்துத்துவா சட்டம் அல்ல. ஆனால், ஆர்.எஸ்.எஸ்., வி.எச்.பி. உள்ளிட்ட சங் பரிவாரங்கள் பாஜக ஆட்சி அதிகாரத்தில் உள்ளபோது கிடைத்துள்ள இந்த வாய்ப்பைப் பயன்படுத்திக்கொண்டு இந்தியாவை 'இந்து ராஷ்டிரமாக' மாற்ற துடித்துக் கொண்டிருக்கின்றன.

டெல்லியிலும் தாக்குதல்

ஜம்மு காஷ்மீர் மாநிலத்தில் இந்துத்துவா மதவெறியர்கள் நடத்திய போராட்டத்தின் போது, லாரி ஓட்டுநர் ஜாஹித் என்பர் மீது 2015, அக்டோபர் 9ஆம் தேதி பெட்ரோல் குண்டு வீசி தாக்குதல் நடத்தப்பட்டது. அதில் தீக்காயமடைந்து டெல்லி மருத்துவ மனையில் சிகிச்சை பெற்றுவந்த அவர் அக்டோபர் 18, 2015இல் இறந்தார்.

இதனால் காஷ்மீர் மாநிலத்தில் போராட்டங்கள் தீவிரமடைந்தன. இந்தப் போராட்டத்தின் போது, இந்தச் சம்பவத்தை 'தாத்ரி 4' என காஷ்மீர் மாநில சுயேட்சை எம்.எல்.ஏ.வும், பொறியாளருமான ஷேக் அப்துல் ரஷீத் விமர்சித்தார்.

காஷ்மீர் சட்டமன்றத்தில் பாஜக சட்ட மன்ற உறுப்பினர்களால் தாக்கப்பட்ட அப்துல் ரஷீத், மத வெறியர்கள் வீசிய பெட்ரோல் குண்டால் தீக்காயமடைந்து, சிகிச்சை பலனின்றி இறந்துபோன ஓட்டுநர் ஜாஹித் குடும்பத்தைச் சேர்ந்த இருவருடன் டெல்லியில்

உள்ள பத்திரிகையாளர் மன்றத்தில் செய்தியாளர்களைச் சந்திக்க 2015, அக்டோபர் 9ஆம் தேதி வந்திருந்தார்.

செய்தியாளர்களைச் சந்தித்துவிட்டு வெளியே வந்த அவரை, பசு வதையை இந்தியா சகித்துக் கொள்ளாது என்று கூச்சலிட்டுக் கொண்டு வந்த மதவெறிக் கும்பல் ரஷீத் மீது கருப்பு மை வீசித் தாக்குதல் நடத்தியது. அப்போது அந்த கும்பலைத் தடுக்க முயன்றபோது, செய்தியாளர்கள் மற்றும் காவல் துறையினர் உள்ளிட்டோரின் மூலம் ஆடைகள் மீதும் கருப்பு மை தெளிக்கப்பட்டது. இந்தத் தாக்குதலை நாங்கள்தான் நடத்தினோம் என்று இந்துசேனா என்ற அமைப்பு வெளிப்படையாக அறிவித்தது.

இந்தத் தாக்குதல் பற்றி அப்துல் ரஷீத் கூறும் போது, "மும்பையில் பாகிஸ்தான் முன்னாள் அமைச்சரின் நூல் வெளியீட்டு விழாவுக்கு ஏற்பாடு செய்திருந்த சுதீந்திர குல்கர்னிக்கு நடந்த சம்பவம் இன்று எனக்கு நடந்துள்ளது. என் மீது மை வீசியவர்கள், மனநலம் பாதிக்கப்பட்டவர்கள் காஷ்மீர் மக்களின் குரல் எப்படி ஒடுக்கப்படுகிறது என்பதை இதன் மூலம் உலக மக்கள் புரிந்து கொள்ள வேண்டும்" என்று தெரிவித்தார்.

கொதித்தெழுந்த இலக்கிய உலகம்

நரேந்திர மோடி பிரதமர் பொறுப்பு ஏற்ற பின்னர், இந்தியாவின் பன்முகத் தன்மைக்கும், மதச்சார்பின்மைத் தத்துவத்துக்கும் ஏற்பட்டுள்ள அச்சுறுத்தலைக் கண்டித்து இந்திய இலக்கியவாதிகள் குமுறும் எரிமலை ஆயினர். இலக்கிய உலகில் தங்களின் பங்களிப்புக்காக இந்திய அரசால் வழங்கப்பட்டுள்ள மிக உயரிய விருதான 'சாகித்ய அகாதமி' விருதுகளைத் திருப்பி அனுப்பினர்.

இங்கிலாந்தில் வசிக்கும் எழுத்தாளரும், ஜவஹர்லால் நேருவின் தங்கை விஜய லட்சுமி பண்டிட் மகளுமாகிய 88 வயதான நயன்தாரா சேகல் தனக்கு வழங்கப்பட்டு இருந்த சாகித்ய அகாதமி விருதைத் திருப்பி அனுப்பினார். அவரைத் தொடர்ந்து 40க்கும் மேற்பட்ட இந்திய இலக்கியவாதிகள், படைப்பாளர்கள், தங்களின் சாகித்ய அகாதமி விருதுகளை இந்திய அரசுக்கு திருப்பி அனுப்புகிறோம் என்று பிரகடனம் செய்தனர்.

இந்தி கவிஞர் அசோக் வாஜ்பாய், உருது நாவலாசிரியர் ரகுமான் அப்பாஸ், மலையாள எழுத்தாளர் சாரா ஜோசப் ஆகியோர் சாகித்ய அகாதமி விருதுகளைத் திருப்பி அனுப்பினர். சாகித்ய அகாதமியின் செயற்குழு மற்றும் நிதிக்குழுப் பொறுப்புகளிலிருந்து விலகுவதாக மலையாள கவிஞர் சச்சிதானந்தன் அறிவித்தார். சாகித்ய அகாதமி

உறுப்பினருமான பொறுப்புகளிலிருந்து விலகுவதாக மலையாள எழுத்தாளர்கள் பரக்கதா, ரவிகுமார் ஆகியோர் அறிவித்தனர்.

சாகித்ய அகாதமி பொதுக்குழுவிலிருந்து கன்னட எழுத்தாளரும், ஆய்வாளருமான அரவிந்த் மல்கட்டி விலகினார். பஞ்சாபி எழுத்தாளர்கள் குர்பச்சன் புல்லர், அஜ்மீர் சிங் அவுலக், அடாம்ஜித்சிங், குஜராத்தி எழுத்தாளர் கணேஷ்தேவி ஆகியோரும் சாகித்ய அகாதமி விருதுகளைத் திருப்பி அனுப்பி விட்டனர்.

சாகித்ய அகாதமி குழுவிலிருந்து எழுத்தாளர் சசிதேஷ்பாண்டே, அரவிந்த் மாளகத்து ஆகியோர் விலகினார்கள். கன்னட எழுத்தாளரும், ஹம்பியில் உள்ள கன்னட பல்கலைக் கழக கன்னடத்துறை தலைவருமான ரஹமத் தரிகெரே தமது சாகித்ய அகாதமி விருதைத் திருப்பி அளித்ததுடன் ரூ. ஒரு இலட்சம் தொகைக்கான காசோலை, பொன்னாடை, நினைவுப் பரிசு ஆகியவற்றையும் சாகித்ய அகாதமியின் தலைவர் விஸ்வநாத் திரிவாரிக்கு அனுப்பி விட்டார். இது தொடர்பாக ரஹ்மத் தரிகெரே 2015 அக்டோபர் 13ஆம் தேதி பெல்லாரியில் செய்தியாளர்களிடம் கூறும் போது,

“கன்னட எழுத்தாளரும், அறிஞருமான எம்.எம். கல்புர்கி படுகொலை செய்யப்பட்டார். சாகித்ய அகாதமியின் வளர்ச்சிக்காக பல்வேறு வழிகளில் உதவிய கல்புர்கி படுகொலையைச் சாகித்ய அகாதமி கண்டிக்கவில்லை. நரேந்திர தபோல்கர், கோவிந்த் பன்சாரே, கல்புர்கி ஆகியோரின் படுகொலை கருத்துச் சுதந்திரத்திற்கு எதிரான மதவாதிகளின் வெறிச்செயல். இதே போல தாத்ரி கிராமத்தில் மாட்டிறைச்சி உண்ப தாக இஸ்லாமிய முதியவர் அடித்துக் கொல்லப் பட்டிருக்கிறார். இச்சூழலில் அறிவு ஜீவிகள் நிறைந்த ஜனநாயக அமைப்பான சாகித்ய அகாதமியின் மவுனம் மிகுந்த வேதனையைத் தருகிறது” என்று தெரிவித்தார்.

பிரபல பஞ்சாபி எழுத்தாளரும், பாட்டியாலாவில் உள்ள பஞ்சாபி பல்கலைக் கழகத்தின் ஓய்வுபெற்ற பேராசிரியருமான தாலிப் கவுர் திவானா தனக்கு இந்திய அரசு 2004ஆம் ஆண்டில் வழங்கிய பத்ம விருதைத் திருப்பி அளிக்கப் போவதாக அறிவித்தார்.

இந்தி மொழி எழுத்தாளர் உதய்பிரகாஷ் மற்றும் ஆறு கன்னட எழுத்தாளர்களும் சாகித்ய அகாதமி விருதுகளைத் திருப்பி அனுப்பினர். இவ்வாறு சாகித்ய அகாதமி விருதுகளை வீசி எறியும் எழுத்தாளர்கள், படைப்பாளிகளின் பட்டியல் நீண்டு கொண்டே போகிறது. பாஜக ஆட்சிக்கு முற்றுப்புள்ளி வரும்போதுதான் இதற்கும் முற்றுப்புள்ளி விழும்.

பசுவதை செய்தால் கொல்ல வேண்டும்

இந்திய இலக்கிய உலகமே கொதித்தபோதும் இந்துத்துவ கும்பல் அதுகுறித்து இலட்சியம் செய்யவில்லை. அதன் பின்னர்தான் பசுவதை - மாட்டிறைச்சி அரசியல் வன்முறைக்கு தூபம் இட்டனர். ஆர்.எஸ்.எஸ். பிரச்சார ஏடான பாஞ்சன்யா, பசுவதை செய்பவர்களைக் கொல்ல வேண்டும் என்று வேதங்கள் கூறுவதாக கட்டுரை வெளியிட்டுள்ளது.

"இந்து மதத்தில் பசுவதை என்பது மிகவும் பெரிய பிரச்சினை. எனவே பசுவதை செய்பவர்களைக் கொல்ல வேண்டும் என்று வேதங்கள் கூறுகின்றன. தாத்திரியில் மாட்டிறைச்சி சாப்பிட்டதாக முகமது இக்லக் கொல்லப்பட்டார். இதைக் கண்டித்து சில எழுத்தாளர்கள் தங்கள் விருதைத் திருப்பி வழங்கி வருகின்றனர். ஆனால், அவர்கள் இக்லாக் பசுவை வதைத்திருக்கிறார் என்பதை ஏன் கருத்தில் கொள்ள மறுக்கிறார்கள்? எந்த ஒரு செயலுக்கும் அதற்கு இணையான எதிர்ச் செயல் இருக்கும் என்ற நியூட்டனின் விதியை நினைவுகூற வேண்டியுள்ளது" என்று ஆர்.எஸ்.எஸ். ஏடு பாஞ்சன்யா, முகமது இக்லாக் கொல்லப் பட்டதை நியாயப்படுத்தி இருக்கின்றது.

அரியானா மாநில முதல்வர் மனோகர்லால் கத்தார், முஸ்லிம்கள் இந்தியாவில் வாழலாம். ஆனால் மாட்டிறைச்சி உண்பதை நிறுத்த வேண்டும் என்று உபதேசித்திருக்கிறார். மத்திய கலாச்சாரத் துறை அமைச்சர் மகேஷ் சர்மா, "தாத்ரி படுகொலை ஒரு விபத்து" என்று அலட்சியமாகக் கூறி இருக்கிறார். மத்திய அமைச்சர் சஞ்சீவ் பல்யான் மற்றும் பாஜக எம்.பி., சாக்ஷி மகராஜ் ஆகியோரும் தாத்ரி சம்பவத்தை நியாயப்படுத்தினார்.

உத்திரப் பிரதேச பாஜக சட்டமன்ற உறுப்பினர் சஞ்கீத் சாம், "தாத்ரி சம்பவத்தில் காவல்துறையினர் அப்பாவிகள் மீது வழக்குப் பதிவு செய்கின்றனர். தொடர்ந்து இதுபோல் நடந்தால், கடந்த 2013ஆம் ஆண்டு முசாபர் நகரில் ஏற்பட்ட கலவரம் போல திருப்பி பதிலடி தருவோம்" என்று மிரட்டி உள்ளார்.

உ.பி. மாநிலம் பாக்பட் மக்களவைத் தொகுதியில் பாஜக உறுப்பினர் சத்யபால் சிங், மும்பை மாநகர முன்னாள் காவல் ஆணையராவர். இவர் கூறும்போது, "தாத்ரியில் நடந்தது சிறிய சம்பவம்" என்று சிறுமைப்படுத்தியிருக்கிறார்.

இவ்வளவு நடக்கிறது நாட்டில், பிரதமர் மோடி எல்லாவற்றுக்கும் மவுனம் மட்டும் பதில் என்று நினைத்துக் கொண்டு இருக்கிறார்.

113

சகிப்பின்மைக்கு சவுக்கடி

பாரதிய ஜனதா கட்சி ஆட்சியில் அதிகரித்து வரும் இந்துத்துவா கும்பல் வன்முறைகளைக் கண்டித்து எழுத்தாளர்கள் தொடங்கி வைத்தப் போராட்டம், நாட்டின் விஞ்ஞானிகள், வரலாற்று ஆய்வாளர்கள் என்று தொடர்ந்து கொண்டிருக்கிறது. பிரபல விஞ்ஞானிகள் 130 பேர், நாட்டில் நடைபெற்றுவரும் மத ரீதியிலான வன்முறை நிகழ்வுகள் தொடர்பாக கவலை தெரிவித்து குடியரசுத் தலைவர் பிரணாப் முகர்ஜிக்கு அக்டோபர் 28, 2015இல் கடிதம் அனுப்பினர்.

சென்னை கணித அறிவியல் நிறுவனம், டெல்லி ஜவஹர்லால் நேரு பல்கலைக் கழகம் மற்றும் இந்திய தொழில்நுட்பக் கல்வி நிறுவனம் (IIT) உட்பட பல்வேறு நிறுவனங்களில் பணியாற்றும் அறிவியலாளர்கள், குடியரசுத் தலைவருக்கு அனுப்பிய மடலில் கையெழுத்திட்டனர். அக்கடிதத்தில் அவர்கள் கூறியுள்ளவை வருமாறு:

“மத அடிப்படையான வெறுப்புணர்வை வளர்த்து, மக்களைப் பிளவுபடுத்தும் நிகழ்வுகள் அண்மைக் காலங்களில் அதிகரித்து வருகின்றன. சகிப்புத் தன்மைக்கு எதிரான இந்த நிகழ்வுகள் காரணமாக அப்பாவிப் பொதுமக்களும், பகுத்தறிவாளர்களும் படுகொலை செய்யப்படும் சூழல் ஏற்பட்டுள்ளது. பன்முக சிறப்பும், பெருமையும் கொண்ட நமது நாடு, இதுபோன்ற நிகழ்வுகளால் பின்னோக்கித் தள்ளப்படும் அபாயம் ஏற்பட்டுள்ளது.

நமது நாட்டில் ஏராளமான சமூகங்கள், பழக்கவழக்கங்கள் இருந்தபோதிலும் அவற்றுக்கு உரிய இடமும், மதிப்பும் அளிக்கப்பட்டுள்ளது. இத்தனை வேறுபாடுகள் இருந்தாலும் மக்கள் பல நூற்றாண்டுகளாக ஒற்றுமையுடனும், அமைதியுடனும், நல்லிணக்கத்துடனும் வாழ்ந்து வருகின்றனர். எல்லா தரப்பு மக்களின் நம்பிக்கைகளையும் கொண்டாடும் திருவிழாக்களும், பண்டிகைகளும் மக்களால் உற்சாகமாகவும், மகிழ்ச்சியாகவும் கொண்டாடப்பட்டு வருகின்றன.

பல்வேறுபட்ட மக்களின் சமூக கலாச்சார இழைகள் பின்னிப் பிணைந்து உருவாக்கி உள்ள ஒற்றுமை உணர்வுதான், நமது நாட்டின்

நாகரிக சிறப்புக்கு பெரும் வலிமையைத் தந்து கொண்டிருக்கிறது. இந்தப் பெருமைகளுக்கும், சிறப்புகளுக்கும் சில மதவெறியர்கள் மற்றும் அடிப்படைவாதிகளால் தற்போது ஆபத்து ஏற்பட்டுள்ளது.

மக்களை மத அடிப்படையில் பிளவுபடுத்தும் முயற்சிகள் நடைபெறுகின்றன. மத அடிப்படையில் பிளவுபட்ட ஒரு சமூகம் என்பது அணுகுண்டை விடவும் நமது நாட்டுக்கு மிகவும் ஆபத்தானது.

மாட்டிறைச்சி உண்பவர்கள், மூட நம்பிக்கைகளை எதிர்ப்பவர்கள், தகவல் அறியும் உரிமைச் சட்ட ஆர்வலர்கள் மற்றும் அப்பாவி பொதுமக்கள் கொல்லப்படுவது தடுத்து நிறுத்தப்பட வேண்டும். இதற்கான துரிதமான நடவடிக்கைகளை அரசு மேற்கொள்ள வேண்டும். இந்தச் சூழலில் எல்லோரது நம்பிக்கைக்கும் மதிப்பளித்து சகிப்புத் தன்மையுடன் நடந்து கொள்ளுமாறு நாட்டு மக்களுக்கு நீங்கள் விடுத்த வேண்டுகோள் மத அடிப்படைவாதிகளால் பின்பற்றப்பட வேண்டும்."

இவ்வாறு விஞ்ஞானிகள் தங்கள் கடிதத்தில் பிரதமருக்கு வேண்டுகோள் விடுத்திருந்தனர்.

பத்ம விருதுகள் ஒப்படைப்பு

2015 அக்டோபர் 27ஆம் தேதி, பத்ம விருதுகள் பெற்றிருக்கும் பலர், நாட்டில் சகிப்புத்தன்மை குறைந்து வருவது தொடர்பாக கவலை தெரிவித்து இணைய தளத்தில் ஒரு அறிக்கை வெளியிட்டனர்.

பத்ம பூஷண் விருது பெற்றவர்களான பி.எம். பார்கவா, அசோக்சென், பி.பல்ராம், மதபுசி ரகுநாதன் மற்றும் பத்மஸ்ரீ விருது பெற்ற டி. பாலசுப்பிரமணியன் உள்ளிட்டோர் இந்த அறிக்கையில் கையெழுத்திட்டனர்.

பத்ம பூஷண் விருதை திருப்பி அனுப்புவதாக அறிவித்த புஷ்ப மித்ர பார்கவா, 87 வயது நிரம்பியவர். ஹைதராபாத்தில் செல் மற்றும் மூலக்கூறு உயிரியல் மையத்தை நிறுவிய பிரபலமான விஞ்ஞானி ஆவார். 29.10.2015 அன்று ஹைதராபத்தில் செய்தியாளர்களிடம் தனது முடிவை வெளியிட்ட பி.எம். பார்கவா கூறியது வருமாறு:-

"இப்போதுள்ள மத்திய அரசு ஜனநாயகப் பாதையிலிருந்து விலகிச் செல்கிறது. அதாவது பாகிஸ்தானைப் போல, இந்து மத ஏகாதிபத்திய நாடாக மாற்ற முயற்சி நடக்கிறது. இதை ஏற்க முடியாது. ஆர்.எஸ். எஸ். அமைப்பின் அரசியல் பிரிவு தான் பாஜக இதனால் ஆர்.எஸ். எஸ். எஜமானரைப் போல் நடந்துகொள்கிறது.

மேலும் சமீபத்தில் நடைபெற்ற அறிவியல் மற்றும் தொழில் ஆராய்ச்சிக் கவுன்சில் (சி. எஸ். ஐ. ஆர்) இயக்குநர்கள் மாநாட்டில் ஆர்.எஸ்.எஸ். தொண்டர்கள் சிலர் கலந்து கொண்டனர். சி.எஸ்.ஐ.ஆர். வரலாற்றில் இதுபோல ஒருபோதும் நடந்தது இல்லை. அதேபோல அறிவியல் தொழில் துறை ஆராய்ச்சிகளுக்கான நிதி ஒதுக்கீட்டைக் குறைப்பதாக மத்திய அரசு அறிவித்துள்ளது. மொத்தத்தில் பிரதமர் மோடி தலைமையிலான அரசு வாக்குறுதியைக் காப்பாற்றவில்லை.

எனவே கடந்த 1986ஆம் ஆண்டு எனக்கு வழங்கப்பட்ட பத்மபூஷண் விருதைத் திருப்பித் தர முடிவு செய்து உள்ளேன். இது தொடர்பாக உள்துறை அமைச்சகத்துக்கு கடிதம் அனுப்பி உள்ளேன். ஒரு விஞ்ஞானியாக என்னால் இதை மட்டுமே செய்ய முடியும்.

மேலும் அரசியல் காரணங்களுக்காக விருதைத் திருப்பித் தருவதாக என் மீது குற்றச்சாட்டு எழுந்துள்ளது. இதில் உண்மை இல்லை. முந்தைய ஐக்கிய முற்போக்குக் கூட்டணி அரசுக்கு எதிராகவும் ஒரு நூலை நான் எழுதி உள்ளேன்.

ஆனாலும் நாம் என்ன சாப்பிட வேண்டும்? எப்படி உடை உடுத்த வேண்டும்? எதைச் சிந்திக்க வேண்டும்? என்று அந்த ஆட்சியாளர்கள் கட்டளையிடவில்லை. ஆனால் இப்போதுள்ள அரசோ என்னால் ஏற்றுக் கொள்ள முடியாத அனைத்தையும் திணிக்கிறது.”

தன் இதயத்தில் இருந்து விஞ்ஞானி பார்க் கவி கூறியுள்ள வார்த்தைகள் ஜனநாயக உணர்வுகொண்ட ஒவ்வொருவரையும் உலுக்கிவிடும்.

வரலாற்று ஆய்வாளர்கள் எதிர்ப்பு

இந்திய திரைப்பட மற்றும் தொலைக்காட்சி நிறுவனத்தின் (எப்.டி.ஐ.ஐ.) தலைவராக ஆர்.எஸ்.எஸ். பற்றாளர் கஜேந்திர செளகான் நியமிக்கப்பட்டதை எதிர்த்து அதன் மாணவர்கள் 139 நாட்கள் போராட்டம் நடத்தி, 2015 அக்டோபர் 28ஆம் தேதி கைவிட்டனர். இந்நிலையில்தான், புகழ்பெற்ற திரைப்பட இயக்குநர்கள் தங்களுக்கு இந்திய அரசு வழங்கிய விருதுகளைத் திருப்பித் தர முடிவு செய்தனர்.

நாட்டில் மத சகிப்புத்தன்மை குறைந்து வரும் நிலையில், இதுகுறித்து பிரதமர் மோடி மவுனமாக இருப்பதைக் கண்டு வரலாற்று ஆசிரியர்களும் போராட்டத்தில் குதித்தனர். புகழ்பெற்ற வரலாற்று ஆய்வாளர்களான ரொமிலா தாப்பர், இர்பான் ஹபிப், கே.என். பணிக்கர் மற்றும் மருத்துவர் முகர்ஜி உள்ளிட்ட 53 முன்னாள் வரலாற்று ஆய்வாளர்கள் கூட்டறிக்கை விடுத்தனர்.

அதே அறிக்கையில், "கருத்து வேறுபாடுகளுக்கு வன்முறை மூலம் தீர்வு காணப்படுகிறது. ஒரு கருத்துக்கு எதிர்ப்பு எழுந்தால் அதை மாற்றுக் கருத்து மூலம் பதில் அளிப்பதை விடுத்து, துப்பாக்கிக் குண்டுகள் அல்லது வன்முறை மூலம் பதில் அளிக்கப்படுகிறது.

இதைக் கண்டித்து எழுத்தாளர்கள் உள்ளிட்ட பலர் தங்கள் விருதுகளைத் திருப்பித் தருகின்றனர். இந்த நிலையில், பிரதமர் கருத்து எதுவும் சொல்லாமல், மவுனமாக இருக்கிறார். இது கவலை அளிக்கிறது" எனக் கூறியுள்ளனர்.

அருண்ஜெட்லி விமர்சனம்

இந்தியாவில் பன்முக ஆளுமைகளான இலக்கியக் கர்த்தாக்கள், எழுத்தாளர்கள், விஞ்ஞானிகள் மற்றும் வரலாற்று ஆய்வாளர்களும் இந்துத்துவா வன்முறைகளுக்கு எதிராகப் பொங்கி எழுந்ததை மத்திய நிதி அமைச்சராக அப்போது பொறுப்பு வகித்த அருண் ஜெட்லி 'அரசியல் சாயம்' பூசி மெழுகிவிடலாம் என்று கருதினார். 2015 அக்டோபர் 29ஆம் தேதி பீகார் மாநில சட்டமன்றத் தேர்தல் பிரச்சாரத்துக்குச் சென்ற அருண் ஜெட்லி பாட்னாவில் செய்தியாளர்களிடம் பேசும்போது, "நாட்டில் சகிப்புத் தன்மை குறைந்துவிட்டதாகக் கூறி, விருதுகளைத் திருப்பித் தருவதும் ஒருவகை அரசியல் தான்.

இவ்வாறு விருதை திருப்பித் தருபவர்கள் பாஜகவின் எதிர்ப்பு சக்திகள் ஆவர். இவர்களின் ட்விட்டர் பதிவுகள், சமூக, அரசியல் பிரச்சினைகளில் அவர்களது நிலைப்பாடு ஆகியவற்றை அலசிப் பார்த்தால் அறிய முடியும். விருதைத் திருப்பித் தருபவர்கள் 'உருவாக்கப்பட்ட புரட்சியாளர்கள்' என்று நான் கூறியதில் உறுதியாக நிற்கிறேன்" என்றார்.

டெல்லியில் மாட்டுக்கறி சோதனை

மாட்டுக்கறியை முன்வைத்து இந்துத்துவ சனாதன சக்திகள் நடத்தி வரும் வன்முறைகளுக்கு எதிராக விஞ்ஞானிகள், படைப்பாளிகள், இலக்கியவாதிகள் பொங்கி எழுந்த நிலையில்கூட சங்பரிவாரங்கள் மாட்டுக்கறி அரசியலைக் கைவிடவில்லை; இன்னும் அதிகரித்தது.

டெல்லி ஜந்தர் மந்தர் பகுதியில் உள்ள உணவகத்தில் வெளியாட்களும் உணவருந்த வருவார்கள். இந்த உணவகத்தில் பசு இறைச்சி பரிமாறப்படுவதாக டெல்லி காவல்துறை கட்டுப்பாட்டு அறைக்கு அக்டோபர் 26ஆம் தேதி ஒரு புகார் வந்தது.

'இந்து சேனா' அமைப்பின் தலைவர் விஷ்ணு குப்தா என்பவர் இந்தப் புகாரை அளித்தார். டெல்லியில் இறைச்சிக்குத் தடை

இருக்கும் நிலையில், காவல்துறையைச் சேர்ந்த 20 பேர் கேரள இல்லம் சென்று அதிரடி சோதனை நடத்தினர். கேரள இல்லத்தில் பசு இறைச்சி பரிமாறப்பட்டதாக வெளியான தகவலைக் கேரள அரசு திட்டவட்டமாக மறுத்தது.

கேரள மாநில அரசின் தலைமைச் செயலாளர் ஜி.ஜி. தாமஸ் டெல்லியில் கூறும்போது, "கேரள இல்லத்தின் உணவகத்தில் பசு இறைச்சி பரிமாறப்படவில்லை. எருமை இறைச்சியே பரிமாறப்பட்டது. இதுவே 'மெனு' அட்டையில் மாட்டிறைச்சி என்று கூறப்பட்டுள்ளது. கேரள இல்லத்தில் உள்துறை ஆணையரின் அனுமதி இல்லாமல் சில அமைப்பினர் உள்ளே நுழைந்துள்ளனர்.

இதுபற்றி டெல்லி காவல்துறை ஆணையரிடம் புகார் அளித்துள்ளோம். டெல்லி காவல்துறையினர் அனுமதி பெற்று உள்ளே நுழைந்திருக்கலாம் என்றாலும், நடந்த நிகழ்வுகளைக் கருத்தில் கொண்டு மெனுவிலிருந்து மாட்டிறைச்சி தற்காலிகமாக நீக்கப்படுகிறது" என்று தெரிவித்தார்.

இந்நிலையில், டெல்லி காவல்துறையினர் கேரள இல்லத்தில் நடத்திய சோதனையைக் கண்டித்து கேரள முதல்வர் உம்மன்சாண்டி, பிரதமர் மோடிக்குக் கடிதம் எழுதினார்.

"கேரள இல்லத்தின் உணவகத்தில் டெல்லி காவல்துறையினர் சோதனை நடத்தியது மிகவும் ஆட்சேபனைக்குரியது. அவர்கள் அதிகார வரம்பை மீறி செயல்பட்டுள்ளனர். தவறான தகவல்கள் அடிப்படையில் புகார் அளிக்கப்பட்டுள்ளது. கேரள அரசின் அனுமதி பெறாமல் அல்லது முன் கூட்டியே தகவல் தெரிவிக்காமல் சோதனை நடத்தப்பட்டுள்ளது. இதற்குக் காரணமானவர்கள் மீது கடும் நடவடிக்கை எடுக்க வேண்டும் என்று உம்மன்சாண்டி வலியுறுத்தினார்.

கேரள இல்லத்தில் நடந்த சோதனை நடவடிக்கைக்கு டெல்லி முதல்வர் அர்விந்த் கெஜ்ரிவால் கண்டனம் தெரிவித்தார். "கேரள இல்லத்தில் டெல்லி காவல்துறை (மத்திய அரசின் உள்துறை அமைச்சகத்தின் நேரடி கட்டுப்பாட்டில் உள்ளது) சோதனை நடத்தியது கண்டிக்கத்தக்கது. கேரள இல்லம் ஒரு மாநில அரசுக்குச் சொந்தமானது. டெல்லி காவல்துறை கேரள இல்லத்துக்குள் நுழைய வேண்டிய தேவையே கிடையாது. இது இந்திய கூட்டாட்சி அமைப்பின் மீதான தாக்குதல் ஆகும். பாஜக தொண்டர்களைப் போல டெல்லி காவல்துறை நடந்து கொள்கிறது" என்று கெஜ்ரிவால் கூறினார்.

கேரள இல்லத்தில் 'மாட்டுக் கறி சோதனை' நடத்திய மத்திய பாஜக அரசுக்கு காங்கிரஸ் கட்சியான மூத்த தலைவர் ஏ.கே. அந்தோணி, மார்க்சிஸ்ட் கட்சித் தலைவர் பினராயி விஜயன் மேற்கு வங்க முதல்வர் மம்தா பானர்ஜி உள்ளிட்ட தலைவர்கள் கண்டனம் தெரிவித்தனர். ஆனால் விஸ்வ ஹிந்து பரிஷத் இணைப் பொதுச்செயலாளர் சுரேந்திர ஜெயின், "கேரளாவில் மாட்டிறைச்சிக்குத் தடை இல்லை. ஆனால் டெல்லியில் தடை இருப்பதால் டெல்லியிலுள்ள கேரள அரசின் விருந்தினர் இல்லத்தில் மாட்டிறைச்சி பரிமாறப்படுவதை அனுமதிக்கக் கூடாது. எனவே 'இந்து சேனா' அமைப்பு தனது கடமையைச் செய்து உள்ளது. கேரளா மற்றும் வடகிழக்கு மாநிலங்களில் மக்கள் மாட்டிறைச்சி சாப்பிடுவதற்கு எதிராக பரப்புரை மேற்கொள்ள வேண்டும். அசைவ உணவு விரும்புகிறவர்கள் மாட்டிறைச்சியைக் கைவிட்டு, வேறு வகை இறைச்சிகளை உண்ணுமாறு அறிவுறுத்த வேண்டும்" என்று கூறி இருக்கிறார். இதுதான் ஆர்.எஸ்.எஸ். சங்பரிவாரங்களின் நிலைப்பாடு என்பது தெளிவாகிறது. இந்தியாவின் மக்கள் என்ன உணவு உண்ண வேண்டும் என்பதைத் தீர்மானிப்பதற்கு இவர்கள் யார்? அதிகார ஆணவம் இப்படி ஆட்டம் போட வைக்கிறது.

இந்தி நடிகர் அமீர்கான் கருத்து

2015 நவம்பர் 23ஆம் தேதி டெல்லியில் பத்திரிகையாளர்களுக்கான ராம்நாத் கோயங்கா விருது வழங்கும் நிகழ்ச்சியில் பங்கேற்ற இந்தி நடிகர் அமீர்கான் தெரிவித்த கருத்து, விவாதப் பொருள் ஆக்கப்பட்டது.

"நாட்டில் பெருகி வரும் சகிப்பின்மை அச்சுறுத்துவதாக உள்ளது. அன்றாடம் நடைபெறும் சகிப்புத்தன்மை சார்ந்த நிகழ்வுகளை செய்தித்தாள்களில் வாசிக்கிறோம். தொலைக்காட்சிகளில் பார்க்கிறோம். இத்தகைய நிகழ்வுகளால் என் மனைவி கலக்கம் அடைந்துள்ளார். நானும் அச்சமடைந்துள்ளேன் என்பதை மறுப்பதற்கு இல்லை.

நாட்டில் பெருகி வரும் சகிப்பின்மை சார்ந்த நிகழ்வுகளால் பாதுகாப்பு இல்லாத உணர்வு மேலோங்குகிறது. குழந்தைகள் நலன் கருதி இந்தியாவை விட்டு வெளியேற வேண்டும் என என் மனைவி கூறுகிறார். பெருகிவரும் சகிப்பின்மைக்கு எதிர்ப்புத் தெரிவித்து நாட்டில் பல எழுத்தாளர்களும், சிந்தனையாளர்களும், திரைக் கலைஞர்களும் தங்கள் விருதுகளைத் திருப்பி அளித்துள்ளனர். இது சரியான முடிவே; தங்கள் எதிர்ப்பைச் சரியான முறையில் பதிவு செய்துள்ளனர். தாத்ரி சம்பவத்துக்குப் பின்னர் வெளியான சில அரசியல் தலைவர்களின் அறிக்கைகள் கண்டனத்துக்குரியது. வன்முறை எந்த வடிவில் வந்தாலும் அது கண்டனத்துக்கு உரியதே.

ஆட்சியில் யார் இருக்கிறார்கள் என்பது பற்றி கவலையில்லை. ஆனால் வன்முறை நடக்கக் கூடாது. தொலைக் காட்சி விவாதங்களில் பலர் பாஜகவைக் குற்றஞ்சாட்டினர். அதற்கு பாஜகவினர் 1984 சீக்கியர் மீதான வன்முறைகள் குறித்து கேள்வி எழுப்பினர். இது சரியான அணுகுமுறை அல்ல. அரசியல்வாதிகளிடம் இருந்து நம்பிக்கை அளிக்கும் அறிக்கைகளை மக்கள் எதிர்நோக்கி உள்ளனர்."

இவ்வாறு அமீர்கான் பேசியது, இந்தியாவில் நடந்துவரும் 'சகிப்பின்மை' செயல்களின் விளைவுதானேயொழிய, முஸ்லிம் என்பதால் அவர் பாஜக ஆட்சியை விமர்சனம் செய்யவில்லை.

ஆனால் 'இந்துத்துவா' சங்பரிவாரங்களின் கூட்டம் அமீர்கான் மீது பாய்ந்தது. அருண் ஜெட்லி போன்ற மத்திய அமைச்சர்கள் கூட, அமீர்கான் தனது கருத்தைத் திரும்பப் பெற வேண்டும். மன்னிப்புக் கேட்க வேண்டும் என்று கூறினர்.

மும்பை பாந்திராவில் உள்ள அமீர்கான் வீட்டை முற்றுகையிட்டு, இந்துசேனா அமைப்பினர் போராட்டம் நடத்தினர். அப்போது பாஜக எம்.பி.யாக இருந்த யோகி ஆதித்யநாத் (இப்போது உ.பி. முதல்வர்) "இந்தியாவிலிருந்து வெளியேற விரும்புகிறவர்கள் யாரையும் தடுத்து நிறுத்தக் கூடாது. அமீர்கான் தாராளமாக வெளியேறலாம்" என்று ஆணவமாகக் கூறினார்.

விஸ்வ ஹிந்து பரிஷத் தலைவர் சாத்வி பிராச்சியும் அமீர்கானைக் கடுமையாக விமர்சித்தவர். "பாகிஸ்தான், சிரியா, பாலஸ்தீனம், ஈரான், லெபனான், துருக்கி, இஸ்ரேல் என எந்த நாட்டுக்குப் போக வேண்டும் என்று அமீர்கான் தெரிவிக்க வேண்டும். அவர் விரும்பும் நாட்டுக்குச் செல்ல பயணச் சீட்டுக்கு நாங்கள் ஏற்பாடு செய்கிறோம்" என்றார்.

நடிகர் அமீர்கான் கருத்துக்கு தேசியவாத காங்கிரஸ் கட்சித் தலைவர் சரத்பவார் ஆதரவு தெரிவித்தார். "அமீர்கான் தெரிவித்த கருத்துகளுக்கு எதிராக தெரிவிக்கப்பட்டுள்ள விமர்சனங்கள் சகிப்புத்தன்மை குறித்த விவாதப் பொருளாக மாறி இருக்கிறது. அமீர்கானை நாட்டை விட்டு வெளியேறும்படி கூறுவது சகிப் பின்மையின் வெளிப்பாடுதான். அவரை வெளியேறச் சொல்ல இந்த நாடு யாருடைய தனிப்பட்ட சொத்தும் அல்ல" என்று சரத்பவார் பதிலடி கொடுத்தார்.

மேற்குவங்க முதலமைச்சர் மம்தா பானர்ஜியும், "நடிகர் அமீர்கான் இந்தியாவை விட்டு வெளியேற வேண்டிய தேவையில்லை. அவருடைய கருத்து நாட்டு மக்களின் உணர்வைத்தான் வெளிப்படுத்துகிறது" என்று தெரிவித்தார்.

நடிகர் அமீர்கான் தெரிவித்த கருத்துகளுக்கு எதிர்ப்புத் தெரிவித்த இந்துத்துவா கூட்டம், அஸ்ஸாம் மாநில ஆளுநர் பி.பி. ஆச்சார்யா, ஆர்.எஸ்.எஸ். கருத்தை அப்பட்டமாக வழிமொழிந்ததற்குப் பாராட்டுப் பத்திரம் வாசிக்கிறது.

அஸ்ஸாம் மாநிலம், குவாஹாத்தியில் நவம்பர் 21, 2015இல் நடந்த புத்தக வெளியீட்டு விழா ஒன்றில் பி.பி. ஆச்சார்யா பேசும்போது, "முஸ்லிம்கள் எங்கு வேண்டுமானாலும் செல்லலாம். நமது நாட்டுக்கு எப்போது வேண்டுமானாலும் வந்து நிரந்தரமாகக் குடியேறலாம்" என்று கூறினார்.

இதற்குக் கண்டனம் தெரிவித்த அஸ்ஸாம் மாநில முதல்வர் தருண்கோகோய், ஆளுநர் பி.பி. ஆச்சார்யா, ஆர்.எஸ்.எஸ். பிரச்சாரகர் போல செயல்படுகிறார் என்று குற்றம் சாட்டினார்.

2015 நவம்பர் 26ஆம் தேதி நாடாளுமன்றத்தின் குளிர்காலக் கூட்டத் தொடர் தொடங்கியது. நவம்பர் 30ஆம் தேதி மக்களவையில் சகிப்புத்தன்மை தொடர்பான விவாதம் எதிர்க்கட்சிகளின் வற்புறுத்தலால் நடந்தது.

மார்க்சிஸ்ட் கட்சி எம்.பி. முகமது சலீம், மோடி அரசின் மீது கடும் விமர்சனங்களை முன்வைத்தார். "சமீப காலமாக நாட்டில் நடைபெறும் நிகழ்வுகள் குறித்து அறிஞர்கள், எழுத்தாளர்கள் என்று பலரும் அதிருப்தி அடைந்துள்ளனர். இதை அலட்சியப்படுத்தி அரசாங்கம் அவர்களை அவமானப்படுத்தியது. வெளிநபர்கள்தான் என்றில்லை. சுசீந்திர குல்கர்ணி போன்ற தங்களின் விசுவாசிகளாக இருந்தாலும் அவர்களைப் பாஜகவினர் சகித்துக் கொள்வது இல்லை.

பிரதமர் மோடி ஒவ்வொரு மாதமும் வானொலி மூலம் நாட்டு மக்களுக்கு உரை நிகழ்த்துகிறார். இதுபோன்ற 'அவுட்கோயிங்' அழைப்புகளை மட்டுமே அவர் மேற்கொள்கிறார். 'இன்கம்மிங்' அழைப்புகளுக்கு அவர் வாய்ப்புத் தர வேண்டும். அப்போதுதான் உண்மை நிலவரங்கள் தெரியும்" என்று பாஜக அரசின் போக்கைக் கண்டித்தார்.

மாநிலங்களவை விவாதத்திற்கு பதில் அளித்த நாடாளுமன்ற விவகாரத்துறை அமைச்சர் வெங்கய்யா நாயுடு, (இப்போது குடியரசுத் துணைத் தலைவர்) நாட்டில் சகிப்புத்தன்மை நிகழ்வுகள் சில இடங்களில் நடந்து வருவது உண்மைதான் என்று ஒப்புக் கொண்டாரேயொழிய அதற்காக அரசின் கவலையை வெளிப்படுத்தவில்லை.

114

பேராசிரியர் சாய்பாபா கைது

நரேந்திர தபோல்கர், கோவிந்த் பன்சாரே, எம்.எம். கல்புர்கி, கௌரி லங்கேஷ் போன்ற சிந்தனையாளர்கள் இந்துத்துவ மத வெறியர்களின் துப்பாக்கிக் குண்டுகளுக்கு இரையானார்கள். இந்துத்துவ கருத்தியலை எதிர்க்கும் சமூகப் போராளிகள், மனித உரிமைச் செயல்பாட்டாளர்கள், புரட்சிகரச் சிந்தனையாளர்கள் மற்றும் ஒடுக்கப்பட்டோர் போன்றோரை கைது செய்து, சிறையில் வருடக்கணக்கில் அடைத்து வைத்து, ஒன்றிய பாஜக அரசும், மாநில அரசுகளும் சித்ரவதை செய்து வருகிறது.

பேராசிரியர் சாய்பாபா

2014 மே மாதம் நாடாளுமன்றத் தேர்தல் முடிவுகளுக்காக மக்கள் காந்திருந்த நேரம், மராட்டியத்தில் ஆளும் பாஜக அரசு, மனித உரிமைப் போராளியான பேராசிரியர் சாய்பாபா மீது அபாண்டமான குற்றச்சாட்டு சுமத்தி கைது செய்தது.

டெல்லி பல்கலைக் கழகத்தின் உறுப்புக் கல்லூரியில் ஆங்கிலத் துறை பேராசிரியரான 47 வயதான பேராசிரியர் ஜி.என். சாய்பாபா மாற்றுத் திறனாளியும் ஆவார். வளர்ச்சியின் பெயரால் ஆளும் வர்க்கங்கள் மக்கள் மீது தொடுத்துள்ள போரையும், மத்திய இந்தியாவில் அது நடத்தி வரும் பச்சை வேட்டையையும் தொடர்ந்து கண்டித்து வந்தவர் சாய்பாபா.

புரட்சிகர ஜனநாயக முன்னணி என்ற அமைப்பின் இணைச் செயலாளராகவும் உள்ள பேராசிரியர் சாய்பாபா, மே -9, 2014 அன்று டெல்லி பல்கலைக் கழகத்தைச் சேர்ந்த துலாக்ராம் கல்லூரியில் தனது பணியை முடித்து மதிய உணவுக்காக வீட்டிற்கு திரும்பிக் கொண்டிருந்த அவரை, மராட்டிய மாநில அரசின் நக்சல் தடுப்புப் பிரிவு காவல்துறையினர் கைது செய்தனர். ஜனநாயக முறைகள் எதுவும் பின்பற்றப்படாமல் எந்த ஒரு முன்னறிவிப்புமின்றி கைது செய்யப்பட்ட அவர் கடத்திச் செல்லப்பட்டார்.

குடும்பத்ினருக்கு தகவல் தெரிவிப்பது, வழக்குரைஞரைச் சந்திக்க அனுமதிப்பது, வழக்கு விபரங்களை அறிவிப்பது போன்ற

அரசியலமைப்புச் சட்டம் வழங்கும் அடிப்படை உரிமைகள் எதையும் பொருட்படுத்தாமல் சாய்பாபா கைது செய்யப்பட்டார்.

ஆட்கடத்தல் கிரிமினல் கும்பலைப் போல சாய்பாபாவின் காரை வழிமறித்து அவரையும் அவரது கார் ஓட்டுநரையும் கண்களைக் கட்டியுள்ளனர். சுமார் 3 மணி நேரத்திற்குப் பின் அவரை விமானம் மூலம் நாக்பூருக்குக் கொண்டு செல்லும் வழியில் அவரது குடும்பத்தினருக்கு தகவல் தெரிவிக்கப்பட்டது. அப்போதும் என்ன குற்றச்சாட்டு, என்ன பிரிவின் கீழ் கைது செய்யப்பட்டுள்ளார் போன்ற சட்டப்பூர்வ தகவல்கள் தெரிவிக்கப்படவில்லை.

பின்னர், சாய்பாபா தடை செய்யப்பட்ட மாவோயிஸ்டு கட்சியுடன் தொடர்பு வைத்து இருப்பதாகவும், அக்குழுவுக்கு ஆள் சேர்ப்பதாகவும் கூறியது மராட்டிய காவல்துறை.

சட்ட விரோத நடவடிக்கைகள் தடுப்புச் சட்டம் (UAPA) தேசிய பாதுகாப்புச் சட்டம் (NSA) போன்ற ஒடுக்குமுறைச் சட்டங்கள் இதுபோன்ற சட்டவிரோத ஆள் கடத்தல்களுக்கு சட்டப்பூர்வ அங்கீகாரம் வழங்குகின்றன.

சாய்பாபா மட்டுமின்றி, அவர் சார்ந்துள்ள புரட்சிகர ஜனநாயக முன்னணியும் தேர்தலைப் புறக்கணிக்கும் பரப்புரையில் ஈடுபட்டதாகவும், அவ்வமைப்பிற்கும் மாவோயிஸ்டுகளுடன் தொடர்பு இருப்பதாகவும் குற்றம் சுமத்தி உத்தராகண்ட் மாநில தலைவர் ஜீவன் சந்திரா என்பவரும் மே 5, 2014இல் இதே போன்று கைது செய்யப்பட்டனர்.

மாவோயிஸ்ட் முத்திரை

டெல்லி ஜவஹர்லால் நேரு பல்கலைக் கழக மாணவர் ஹேம் பிஸ்ரா, பத்திரிகையாளர் பிரசாந்த் ரஹி இருவரும் 2013 டிசம்பர் மாதம் மாவோயிஸ்டுகள் எனக் குற்றம் சாட்டப்பட்டு, கைது செய்யப்பட்டனர்.

இருவரும் பேராசிரியர் சாய்பாபாவுடன் தொடர்பில் இருந்ததால் 2013 செப்டம்பர் 12 அன்றும், 2014 ஜனவரி 7 அன்றும் திருட்டுப் போன பொருட்களை தேடுவதற்கான தேடுதல் ஆணை (Search Warrant) பெற்று சாய்பாபாவின் வீட்டை மராட்டிய காவல்துறையினர் சோதனை இட்டனர்.

அந்தச சோதனைக்கும், காவல்துறை விசாரணைக்கும் சாய்பாபாவும், அவரது குடும்பத்தினரும் ஒத்துழைத்ததுடன், காவல் துறையின் மாவோயிஸ்ட் முத்திரை குத்தும் குற்றச்சாட்டை உறுதியாக மறுத்து உள்ளனர்.

"இருநூற்றுக்கும் மேற்பட்ட இரகசிய புரிந்துணர்வு ஒப்பந்தங்களை கார்ப்பரேட் நிறுவனங்களுடன் போட்டுக்கொண்டுள்ள அரசுகள், அந்த ஒப்பந்தங்களை எதிர்க்கும் மக்களை துணை இராணுவத்தைக் கொண்டு ஒடுக்குவதும், கேள்விக்குட்படுத்தும் அறிவுத் துறையினரைத் தீவிரவாதிகள் என முத்திரை குத்தி காவல்துறையைக் கொண்டு ஒடுக்குவதும் தொடர்ந்து நடப்பதாக" இக்கைது நடவடிக்கையைக் கண்டித்துள்ள எழுத்தாளர் அருந்ததிராய் கூறினார்.

இச்சட்ட விரோத கைது நடவடிக்கையைக் கண்டித்த டெல்லி உயர்நீதிமன்ற முன்னாள் தலைமை நீதிபதி ராஜேந்திர சச்சார், பல்கலைக் கழக வளாகத்திலிருந்து சட்ட விரோதமாக சாய்பாபா கைது செய்யப்பட்டிருப்பதையும், பல்கலைக் கழக நிர்வாகம் அதைக் கண்டிக்காமல் கள்ள மவுனம் சாதிப்பதையும் கண்டித்தார்.

பேராசிரியர் சாய்பாபா, ஜீவன் சந்திரா கைதைக் கண்டித்தும், அவர்களை உடனடியாக விடுவிக்கக் கோரியும், இந்திய, உலக அளவில் மனித உரிமை அமைப்புகள் போராட்டத்தில் ஈடுபட்டன. டெல்லி மற்றும் ஜவஹர்லால் நேரு பல்கலைக்கழக மாணவர் அமைப்புகள் தங்களது பேராசிரியரின் கைதைக் கண்டித்து ஆர்ப்பாட்டங்கள் நடத்தின.

சிறைக் கொடுமை

மராட்டிய காவல்துறையால் கைது செய்யப்பட்ட பேராசிரியர் ஜி.என். சாய் பாபா, நாக்பூரில் உள்ள முட்டை வடிவிலான சிறப்புச் சிறையான குண்டா செல்லில் (தப்பிச் செல்லும் வாய்ப்பு உள்ள குற்றவாளிகளுக்கான சிறை) அடைக்கப்பட்டார்.

போலியோ தாக்கி 90 விழுக்காடு செயல்பட முடியாத மாற்றுத் திறனாளியான சாய்பாபா, நகரும் நாற்காலி உதவியால்தான் இயங்க முடியும்.

அரசியல் கைதியான சாய்பாபாவை சாதாரண கிரிமினல்களுடன் சிறையில் அடைத்த காவல்துறையினர், பிறர் உதவி இன்றி நகரக் கூட முடியாத அவரை ஓரிடத்திலிருந்து இன்னொரு இடத்திற்கு தரையில் தர தரவென இழுத்துச் சென்றுள்ளனர். ஏற்கனவே உடல் இயக்க குறைபாட்டுடன் சர்க்கரை நோய், இரத்த அழுத்தம் உள்ளிட்ட உபாதைகளோடு போராடி வந்த பேராசிரியர் சாய்பாபாவின் உடலின் மேல் காவல்துறையினர் கட்டவிழ்த்துவிட்ட குரூரமான சித்தரவதையின் விளைவால் அவரது இடது கை முடமானது.

நாக்பூர் சிறையில் அடைக்கப்பட்ட சாய்பாபா, 72 மணி நேரம் சிறை கழிப்பறையைப் பயன்படுத்த அனுமதி தரப்படவில்லை. இது அவரது உடல் நிலையை மேலும் பாதித்தது.

நாக்பூர் சிறையில் அடைக்கப்பட்டிருந்த மாற்றுத் திறனாளியான பேராசிரியர் ஜி.என். சாய்பாபாவின் உடல் நலன், 14 மாதங்களில் முற்றாக சீரழிந்தது. பல்வேறு உடல் உபாதைகளால் பாதிக்கப்பட்டிருந்த சாய்பாபா அனுபவித்து வரும் கொடுமைகள் பற்றி அவரது வழக்கறிஞர் இந்து ஆங்கில நாளேட்டில் பேட்டி அளித்திருந்தார். அதில், வெளிவந்த விவரங்களைச் சுட்டிக்காட்டி, மனிதாபிமான கண்ணோட்டத்துடன் நீதிமன்றம் பேராசிரியர் சாய்பாபாவுக்கு பிணை வழங்க வேண்டும் என்று சமூக ஆர்வலர் பூர்ணிமா உபாத்யாய மின்னஞ்சலை ஒரு மனுவாக மும்பை உயர்நீதிமன்றத் தலைமை நீதிபதி மோஹித்ஷாவுக்கு அனுப்பினார்.

அதில், “சாய்பாபாவின் உடல்நிலை மிகவும் மோசமாக உள்ளது. டில்லியில் சாய்பாபாவின் மனைவியும், சகோதரரும் உள்ளனர். அங்கிருந்து மும்பைக்கு அடிக்கடி வந்து சாய்பாபாவுக்கு தேவையான மருந்துகளை வழங்க முடியாமல் இருவரும் அவதிப்படுகின்றனர். விசாரணைக் கைதியாக இருக்கும் ஒருவர் தன் மீதான குற்றம் நிருபிக்கப்படாதிருந்த நிலையில், மருத்துவச் சிகிச்சை கூட பெற முடியாத அவலத்தைச் சந்திக்க வேண்டுமா?” என்று குறிப்பிட்டிருந்தார். மேலும் ஆங்கில நாளேட்டில் வெளியான செய்தியையும் அவர் இணைத்திருந்தார். இதையடுத்து, இந்த மின்னஞ்சலைப் பொது நல மனுவாகக் கருதி உயர்நீதிமன்றத் தலைமை நீதிபதி மோஹித் ஷா, நீதிபதி எஸ்.பி. சுக்ரோ ஆகியோர் அடங்கிய அமர்வு தன்னிச்சை யாக விசாரணைக்கு ஏற்றுக் கொண்டது.

பிணை வழங்கிய மும்பை நீதிமன்றம்

இதைத் தொடர்ந்து இந்த மனு மீது ஜூலை, 2015 அன்று உத்தரவிட்ட நீதிபதிகள், மருத்துவக் காரணங்களுக்காக சிகிச்சை தேவைப்படும் ஒருவருக்கு, அதற்கான வாய்ப்பை மறுப்பது, ஜனநாயகம் அவருக்கு வழங்க உள்ள அடிப்படை உரிமையை மீறுவதற்கு ஒப்பாகும்.

எனவே சிறைத்துறை நிர்வாகம் சாய்பாபாவை மூன்று மாதங்களுக்கு விடுதலை செய்ய உத்தரவிடுகிறோம். டில்லியில் உள்ள அவரது இல்லத்தில் அவர் தங்கி இருந்து சிகிச்சை பெறலாம். அவரது நடமாட்டம், செயல்பாடு போன்றவற்றைக் காவல்துறை கண்காணிப்புக்கு உட்படுத்தலாம் என்று குறிப்பிட்டனர்.

முன்னதாக, "சக்கர நாற்காலி உதவியின்றி சாய்பாபாவால் தன்னிச்சையாக இயங்க முடியாது. அவரது தோள் பட்டை சரிந்தும், முதுகுத்தண்டு பலவீனமாகவும் உள்ளது. சிறுநீரகக் கோளாறும் உள்ளது" என்று சாய்பாபா சார்பில் உயர்நீதிமன்றத்தில் பிரமாணப் பத்திரம் தாக்கல் செய்யப்பட்டு இருந்தது. அதைப் பரிசீலித்த உயர்நீதி மன்றம், "சாய்பாபாவை அவர் விரும்பும் தனியார் மருத்துவமனையில் சேர்த்து சிகிச்சை அளிக்க வேண்டும்" என்று சிறைத்துறைக்கு உத்தரவிட்டிருந்தது.

இந்நிலையில்தான் அவரை மூன்று மாதங்களுக்கு தற்காலிகப் பிணையில் விடுதலை செய்து மும்பை உயர்நீதிமன்றம் உத்தர விட்டது.

14 மாதங்கள் சிறையில் அடைக்கப்பட்டு இருந்த சாய்பாபா பிணை விடுதலை பெற்று 6 மாதங்கள் கூட ஆகாத நிலையில், மும்பை உயர்நீதிமன்றம் பிணை விடுதலையை டிசம்பர் 2015இல் இரத்து செய்தது. மீண்டும் கைது செய்யப்பட்டு, நாக்பூர் சிறையில் அடைக்கப்பட்டார்.

அருந்ததிராய் கண்டனம்

மும்பை உயர்நீதிமன்ற நாக்பூர் கிளை நீதிபதி அருண் சௌத்ரி சாய் பாபாவுக்கு ஏற்கனவே கொடுத்திருந்த இடைக்கால பிணையை இரத்து செய்து, அவர் உடனடியாக சிறைப்படுத்த உத்தரவிட்டார்.

சாய்பாபா கைது செய்யப்பட்ட ஓராண்டு கடந்த நிலையில், 2015 மே மாத அவுட் லுக் இதழில் எழுத்தாளர் அருந்ததி ராய் எழுதியிருந்த கட்டுரையில், அரசாங்கம் 90 விழுக்காடு மாற்றுத் திறனாளியான இந்த மனிதரைக் கண்டு பயப்படுகின்றது என்றும், கோழைத்தனமாக அவரை டெல்லியில் கைது செய்து, நாக்பூருக்கு காவல்துறை கடத்தி வந்தது என்றும் குறிப்பிட்டிருந்தார்.

மேலும் 2002 குஜராத்தில் நடந்த வன்முறையில் நரோடா பாட்டியாவில் 97 முஸ்லிம்கள் கொல்லப்பட்ட வழக்கில் குற்றவாளியான பாபு பஜிரங்கிக்கு பிணை கிடைக்கும் போதும், ஆயுள் தண்டனை பெற்ற குஜராத் முன்னாள் அமைச்சர் மாயா கொட்டானிக்கு உடல்நிலை மற்றும் மனநிலை கருத்தில் கொண்டு நீதிமன்றம் 2014 ஜூலை மாதம் பிணை வழங்கியதையும், போலி மோதல் வழக்கில் குற்றம் சாட்டப்பட்ட பாஜக தலைவர் அமித்ஷாவுக்கு பிணை கிடைக்கும் போது 90 விழுக்காடு உடல் செயல் இழந்த சாய்பாபாவுக்கு பிணை மறுக்கப்பட்டதை அவர் கேள்வி எழுப்பி இருந்தார்.

அந்தக் கட்டுரை நீதிமன்றத்தையும், காவல் துறையினரையும், அரசையும் விமர்சிப்பதாகவும், நீதிமன்றத்தின் நீதி நிர்வாகத்தில் தலையிடுவதாகவும் கூறி நீதிபதி ஏ.பி. சௌத்ரி என்பவர் எழுத்தாளர் அருந்ததிராய்க்கு எதிராக கிரிமினல் அவமதிப்பு வழக்கு தொடர்ந்தார்.

பொதுவாக நீதிமன்ற அவமதிப்புச் சட்டம் 1971இல், கடந்த 2006ஆம் ஆண்டு கொண்டுவரப்பட்ட சட்டத் திருத்தத்தின்படி, உண்மையைப் பேசுவதை நீதிமன்ற அவமதிப்பாக கருதக் கூடாது. பொதுநலன் கருதி வெளிப்படும் நேர்மையான விமர்சன கருத்துகளும் நீதிமன்ற அவமதிப்பாக கருதக்கூடாது என்பது விதி.

உச்சநீதிமன்ற முன்னாள் நீதிபதி மார்க் கண்டேய கட்சு, உடல்நிலை பாதிக்கப்பட்டு, உயிர் வாழப் போராடும் சாய்பாபாவை கைது செய்து சிறைப்படுத்தியதன் மூலம் அவரின் மனித உரிமைக்கு பாதிப்பு ஏற்பட்டு விட்டதாகவும், அவருக்கு அரசியல் அமைப்புச் சட்டம் வழங்கி உள்ள அடிப்படை உரிமைகள் மறுக்கப்பட்டு உள்ளதாகவும் தெரிவித்தார்.

ஆனால் பாஜக அரசு சாய்பாபாவின் பிணை விடுதலையை எதிர்த்ததால் அவர் சிறைக்கு அனுப்பப்பட்டு சித்ரவதையை அனுபவித்தார். பேராசிரியர் ஜி.என். சாய்பாபா பிணை விடுதலை கேட்டு உச்ச நீதிமன்றத்தை நாடினார்.

சாய்பாபாவின் பிணை மனுவை விசாரித்த நீதிபதிகள் ஜே.எஸ். கேஹர் மற்றும் சி. நாகப்பன் ஆகியோர் அடங்கிய அமர்வு, 2016 ஏப்ரலில் அவருக்கு பிணை வழங்கி உத்தரவிட்டது.

சர்க்கர நாற்காலியைப் பயன்படுத்தி வரும் மாற்றுத் திறனாளியான அவருக்கு பிணை வழங்க எதிர்ப்புத் தெரிவித்த மராட்டிய அரசு வழக்கறிஞருக்கு நீதிபதிகள் கண்டனம் தெரிவித்தனர்.

“குற்றம் சாட்டப்பட்ட நபரின் உடல் நிலையைக் கருத்தில் கொள்ளாமல், அவருக்கு பிணை வழங்க மராட்டிய மாநில அரசு எதிர்ப்புத் தெரிவிப்பது அநீதியான செயல். இந்த வழக்கில் முக்கியச் சாட்சிகளிடம் விசாரணை நடத்தப்பட்ட நிலையில், குற்றம் சாட்டப்பட்ட அந்த நபரை சிறையில் வைத்து இருப்பதில் அர்த்தமில்லை. தேவையில்லை. அவருக்கு தொல்லை கொடுக்காதீர்கள்” என்று நீதிபதிகள் கண்டித்தனர்.

என்னைக் கொல்ல சதி

உச்சநீதிமன்றத்தின் மூலம் பிணை விடுதலை பெற்ற பேராசிரியர் ஜி. என். சாய்பாபா, இந்து ஆங்கில நாளேட்டுக்கு அளித்த பேட்டியில்,

தான் சிறையில் அடைந்த துன்பங்களையும், அரசின் போக்கையும் வெளிப்படுத்தி வேதனை தெரிவித்திருந்தார்.

“என்னுடைய நோய்களின் மூலம் எனக்கு சிகிச்சை அளிக்க அனுமதி அளிக்காமல், அரசும் காவல்துறையும் என்னை மவுனமாகக் கொலை செய்யப் பார்த்தது. அவர்கள் என்னைச் சுட்டு வீழ்த்த வேண்டிய அவசியம் இல்லை. இப்படிச் செய்தாலே போதுமானது. இந்த வகையில் அவர்கள் என்னைக் கொலை செய்யப் பார்த்தனர் என்றே நான் கருத வேண்டி உள்ளது. இம்முறை எனக்கு எந்தவித சிகிச்சையும் அனுமதிக்கப்படவில்லை.

முட்டை வடிவ உயர் பாதுகாப்பு செல்லில் நான் தனிமைச் சிறையில் அடைக்கப்பட்டு இருந்தேன். முதல் தடவை சிறையில் அடைக்கப்பட்டபோது, 27 முறை சிகிச்சைக்காக என்னை மருத்துவமனைக்கு அழைத்துச் சென்றனர். ஆனால் இம்முறை சிறையில் உள்ள மருத்துவமனைக்குக்கூட என்னை அவர்கள் அனுமதிக்கவில்லை. இத்தனைக்கும் சிறை மருத்துவமனை அடுத்த தெருவில்தான்தான் உள்ளது. மேலும் எந்த மருந்துகளும் கொடுக்கப்பட வில்லை. உச்சநீதிமன்றத்தில் அவர்கள் கூறியதும் அப்பட்டமான பொய். என்னால் எனது இடது கையை இப்போது தூக்க முடிய வில்லை. பிறர் உதவியின்றி என்னால் ஒரு இடத்திலிருந்து மற்றொரு இடத்திற்குச் செல்ல முடியவில்லை.

மறு - கைது எனது சிகிச்சைக்கு முட்டுக் கட்டைப் போட்டது. இதனால் எனது உடல் நிலை மேலும் மோசமடைந்ததுதான் நடந்தது.

எனது செயல்பாடு அவர்களுக்கு அச்ச மூட்டியது. ஆதிவாசி மக்களிடையே நான் மேற்கொள்ளும் விழிப்புணர்வு பிரச்சாரத் தால் அரசாங்கத்திற்கு தர்ம சங்கடம் ஏற்பட்டுள்ளதாக என்னிடம் அவர்கள் மீண்டும் மீண்டும் தெரிவித்தனர். என்னைக் கைது செய்வதற்கு முன்னதாகவும் நிறைய முறை எச்சரிக்கப்பட்டேன். நான் எனது செயல்களை நிறுத்தவில்லை. கைது செய்வோம் என்று தெளிவாக அவர்கள் எச்சரித்திருந்தனர்.

எளிய மக்களுக்காகப் பேசும் அறிவு ஜீவிகளை அச்சுறுத்துவதற்காகவே அரசு இவ்வாறு செய்கிறது. என்னைப் போன்று சக்கர நாற்காலியில் வளைய வரும் ஒருவருக்கே அரசாங்கம் இவ்வாறு செய்ய முடியும் போது, மற்றவர்களுக்கும் இதே கதிதான் என்பதை அவர்கள் என்னை வைத்து அச்சுறுத்துகின்றனர்.

அடிமட்ட எதார்த்தங்களையும், தன்மைகளையும் பேசவிடாமல் செய்ய ஒரு பயங்கரமான சூழ்நிலையை உருவாக்கவே அரசு இப்படிச் செய்கிறது. இவர்களது ‘வளர்ச்சி’ பற்றிய கொள்கைகளை விமர்சித்து,

அடிப்படைக் கேள்விகளை எழுப்பும் ஒரு செயல்பாட்டாளர், அறிவு ஜீவி அல்லது யாராக இருந்தாலும் அவர்கள் 'மாவோயிஸ்ட்' என முத்திரைக் குத்தப்படுவதுதான் இப்போது நடக்கிறது."

இவ்வாறு தெரிவித்த சாய்பாபாவின் கைதுக்கு உண்மையான பின்னணி என்ன என்று பார்க்கலாம். மத்திய அரசின் வளர்ச்சித் திட்டங்களினால் கடும் துயரங்களை அனுபவித்து வரும் பழங்குடியின மக்களின் நலன்களுக்காகப் போராடியவர் ஜி.என். சாய்பாபா. மத்திய அரசின் வளர்ச்சித் திட்டங்களினால் பழங்குடி மக்களிடையே கொந்தளிப்பு ஏற்பட்டபோது, மத்திய அரசு மேற்கொண்ட நடவடிக்கைகளை இவர் கடுமையாக எதிர்த்துப் பிரச்சாரங்கள் மேற்கொண்டார்.

1990ஆம் ஆண்டுகளில் இட ஒதுக்கீட்டை ஆதரிக்கும் செயல்பாட்டாளராக இருந்த சாய்பாபா, 1990ஆம் ஆண்டுகளின் நடுப் பகுதிகளில் ஆந்திர காவல்துறையின் மோதல் கொலைகளை எதிர்த்துப் போராடினார். மோதல் கொலை என்ற பெயரில் ஆந்திரா காவல்துறை அப்பாவிகளையும், நக்சல்களையும் கொன்று குவித்தது என்பதே இவரது வாதம். 2000ஆம் ஆண்டு தொடக்கத்தில் பேராசிரியர் சாய் பாபா, டெல்லி பல்கலைக் கழகத்தைச் சேர்ந்த ராம்லால் ஆனந்த் கல்லூரியில் ஆங்கில பேராசிரியராகப் பணியில் சேர்ந்தார். செப்டம்பர் 2009இல் அன்றைய காங்கிரஸ் தலைமையிலான ஐக்கிய முற்போக்குக் கூட்டணி அரசு 'பசுமை வேட்டை' நடவடிக்கைகளைத் தொடங்கியது. அதாவது பழங்குடியினர் பகுதிகளிலிருந்த மாவோயிஸ்டுகளை அழித்தொழிக்கும் நடவடிக்கை அது. அப்போது அப்பாவி பழங்குடியினரும் இராணுவ வன்முறைக்கு இரையானபோது பழங்குடியினரின் ஓலக் குரல் சாய்பாபாவைக் கொதித்து எழச் செய்தது. அதன் பின்னர் ஆதிவாசிகளின் நலனுக்காக செயல்படத் தொடங்கினார் சாய்பாபா.

உடனே மாவோயிஸ்ட் முத்திரை குத்தப்பட்டு 2014 மே மாதம் முதல் வாரத்தில் கைது செய்யப்பட்டு கொடும் சிறை கொட்டடியில் தள்ளப்பட்டார். அவர் மீதான வழக்கு என்ன ஆனது?

115
சிறைக் கொடுமைகள்

மாவோயிஸ்டுகளுடன் தொடர்பு உடையவர், இந்திய அரசுக்கு எதிராக போர் தொடுத்தவர் என்று குற்றம் சாட்டப்பட்டு நாக்பூர் தனிமைச் சிறையில் அடைக்கப்பட்டு, சித்ரவதைக்கு உள்ளாக்கப்பட்டு வந்த பேராசிரியர் ஜி.என். சாய்பாபா மீதான வழக்கு கட்சிரோலி மாவட்ட நீதிமன்றத்தில் நடந்து வந்தது. விசாரணை முடிந்த நிலையில், மார்ச் 7, 2017 அன்று தீர்ப்பு அளிக்கப்பட்டது.

தடை செய்யப்பட்ட மாவோயிஸ்ட் அமைப்பில் உறுப்பினராக இருந்தார், அந்த அமைப்புக்கு ஆள் சேர்த்து விடுதல் மற்றும் தேவையான பொருட்களைச் சேகரித்துத் தருதல் போன்ற குற்றச் சாட்டுகள் சாய்பாபா மீது சுமத்தப்பட்டிருந்தது. இதே குற்றச்சாட்டின் கீழ் ஜவஹர்லால் நேரு பல்கலைக் கழக மாணவர்களை ஹெம் மிஸ்ரா, மகேஷ்திர்கே மற்றும் பாண்க நரோட்டி ஆகியோர் கட்சிரோலி மாவட்டம், அஹேரியில் 2013ஆம் ஆண்டு ஆகஸ்டில் கைது செய்யப்பட்டனர். இவர்கள் கொடுத்த தகவலின் பேரில் பிரசாந்த் ரஹி மற்றும் விஜய் திர்கே ஆகிய இருவரும் கொண்டியா மாவட்டம் தியோரியில் கைது செய்யப்பட்டனர்.

கட்சிரோலி நீதிமன்ற நீதிபதி, “இந்தியத் தண்டனைச் சட்டத்தின் 120பி மற்றும் சட்டவிரோத செயல் தடுப்புச் சட்டத்தின் 13, 18, 20, 38, 39 ஆகிய பிரிவுகளின் கீழ் இந்த 6 பேர் மீதும் சுமத்தப்பட்ட குற்றச் சாட்டுகள் நிரூபிக்கப்பட்டுள்ளன. எனவே இவர்கள் அனைவரும் குற்றவாளிகள் எனத் தீர்ப்பளிக்கிறேன்” என்று கூறி சாய்பாபா உட்பட 5 பேருக்கும் ஆயுள் தண்டனை விதித்தார். விஜய் திர்கேவுக்கு மட்டும் 6 ஆண்டு தண்டனை விதித்து நீதிபதி தீர்ப்பு அளித்தார்.

ஒருபுறம் நீதிமன்றத்தில் மராட்டிய அரசின் பொய் வழக்கை எதிர்த்துப் போராடி வந்த பேராசிரியர் சாய்பாபா, இன்னொருபுறம் தனது நோய்களுக்கு மனிதாபிமான அடிப்படையில் வழங்கப்பட்டிருக்க வேண்டிய குறைந்தபட்ச மருத்துவ வசதிகளுக்காகவும் போராடி வந்தார். நியாயமாக அவருக்குக் கிடைத்திருக்க வேண்டிய நோக்கத்தில் அரசு செயல்பட்டு வந்த நிலையில்தான் இந்தத் தீர்ப்பை நீதிமன்றம் அளித்தது.

சட்ட விரோதமாக காவல்துறையினர் திருடிச் சென்ற மடிக் கணினி மற்றும் பென் டிரைவ் போன்றவற்றை ஆதாரமாக ஏற்றுக் கொண்ட நீதிமன்றம், பேராசிரியர் சாய்பாபாவின் தரப்பில், காவல்துறையினர் திருடிச் சென்ற கணினியில் எந்த வகையான ஆதாரத்தையும் புகுத்தி வைக்க முடியும் என்று முன்வைத்த வாதங்களைக் கணக்கில் எடுத்துக்கொள்ள மறுத்துவிட்டது.

பென் டிரைவ் ஒன்றில் அபாயகரமான மின் ஆவணங்களைச் சேமித்து அதைக் கட்சிரோலி காட்டுப்பகுதியில் உள்ள நர்கதாக்கா எனும் மாவோயிஸ்டு பெண் தளபதியிடம் தனது தோழர்கள் மூலம் பேராசிரியர் சாய்பாபா கொடுத்தனுப்பினார் என அரசு தரப்பு வைத்த குற்றச்சாட்டை நீதிமன்றம் ஏற்றுக் கொண்டது. இதற்கு ஆதாரமாக பென் டிரைவ்களை நீதி மன்றத்தில் அரசுத் தரப்பில் தாக்கல் செய்து இருந்தனர்.

புனையப்பட்ட வழக்கு

அரசுத் தரப்பில் பேராசிரியர் சாய்பாபாவுக்கு எதிராக புனையப்பட்ட எந்த ஆதாரங்களையும் சந்தேகத்திற்கு இடமின்றி நிறுவ முடியாத நிலையில், குற்றம் சாட்டப்பட்ட அனைவருக்கும் எதிராகவும் தீர்ப்பளித்து உத்தரவிட்டுள்ளது நீதிமன்றம். இயற்கை வளங்களை கூறுபோட்டு விற்கும் அரசின் கொள்கைகளை எதிர்க்கும் எவருக்கு எதிராகவும் இதுபோல் ஆயிரக்கணக்கான பொய்யான குற்றச்சாட்டுகளைப் புனையும் ஆற்றல் காவல்துறைக்கு உள்ள நிலையில், எந்தவிதமான தர்க்க நியாயமும் சட்டவாத அடிப்படையின்றி தண்டனை வழங்க நீதிமன்றங்கள் தயாராக உள்ளன என்பதை இத்தீர்ப்பு எடுத்துக்காட்டுகிறது.

சாய்பாபா 90 விழுக்காடு இயங்க முடியாதவர் என்பதைக் கணக்கில் கொண்டு அவருக்குக் கருணை காட்ட முடியாது எனத் தீர்ப்பில் குறிப்பிட்டுள்ள நீதிமன்றம், அவர் உடல் ரீதியாக செயல்பட முடியாதவராக இருந்தாலும் சிந்தனை ரீதியாக உறுதியானவர் எனவும், அதற்காகவே தண்டனை பெற்றாக வேண்டும் எனவும் தெரிவித்து உள்ளது.

அதாவது, ஒருவர் அரசுக்கு எதிராக துப்பாக்கி ஏந்த வேண்டும் என்பதில்லை, சிந்தித்தாலே சிறைதான் எனக் கொக்கரிக்கிறது. இந்தத் தீர்ப்பில், ஒருவரின் மூளைக்குள் இன்னதுதான் இருக்கிறது என்பதை நிரூபிக்க காவல்துறையில் அளிக்கும் பென் டிரைவ்களும் அதில் அவர்களே நிரப்பிக் கொடுக்கும் ‘ஆதாரங்களும்’ போதுமானவை என்கிற கேலிக்கூத்தான முன்னுதாரணத்தை கட்சிரோலி மாவட்ட நீதிமன்றம் தொடங்கி வைத்துள்ளது.

இது எங்கோ கட்சிரோலியில் நடந்த அநீதியாகவோ, பேராசிரியர் சாய்பாபாவுக்கு நேர்ந்த 'கொடுமையாகவோ' கடந்து செல்ல முடியாது. நாடெங்கும் பன்னாட்டு பெருநிதி நிறுவனங்களுடனும், உள் நாட்டுத் தரகு முதலாளிகளுடனும் கை கோர்த்துக் கொண்டு இயற்கை வளங்களைச் சூறையாடும் அரசின் சட்டப்பூர்வ கொள்ளைகளுக்கு எதிராக மக்கள் போராடி வரும் நிலையில் இத்தீர்ப்பை ஜனநாயக சக்திகளுக்கு அரசு விடுத்துள்ள மிரட்டலாகவே எடுத்துக்கொள்ள வேண்டும்.

பெகாசஸ் மென்பொருள்

பேராசிரியர் ஜி.என். சாய்பாபாவுக்கு எதிராக காவல்துறை அவருடைய கணினி, பென் டிரைவ்கள் போன்றவற்றில் மாவோயிஸ்டுகளுக்கு ஆதரவாக சாய்பாபா செயல்பட்டார். முக்கிய தகவல் பரிமாற்றங்கள் நடந்தது என்றெல்லாம் நீதிமன்றத்தில் தாக்கல் செய்தனர். அவை அனைத்தும் இட்டுக் கட்டிய பொய் என்பதை 2021 ஜூலை மாதம் 'பெகாசஸ் மென்பொருள்' பற்றிய இரகசியங்கள் வெளியாகித் தோலுரித்து விட்டன.

இஸ்ரேலிய என்.எஸ்.ஓ. நிறுவனம் தயாரித்த பெகாசஸ் மென்பொருள் (பெகாசஸ் ஸ்பைவேர்) மூலம் இந்திய அரசு 2019ஆம் ஆண்டில் 121 செயல்பாட்டாளர்கள் மற்றும் ஊடகவியலாளர்களைக் கண்காணித்ததாக கலிபோர்னிய நீதிமன்றத்தில் ஒப்புதல் வாக்குமூலம் அளித்தது.

பீமா கோரேகான் வழக்கறிஞர் நிஹால்சிங் ரத்தோட், எல்கர் பரிசத் வழக்கில் குற்றம் சாட்டப்பட்ட ஆனந்த் தெல்தும்டே, மனித உரிமை வழக்கறிஞர் பேலா பாட்டியா, சிறையில் அடைக்கப்பட்ட செயல்பாட்டாளர் சுதா பரத்வாஜ் ஆகியோரின் செல்போன்களும் இந்த கண்காணிப்பு வளையத்தில் அடக்கம்.

2019இல் பேராசிரியரும், சமூகச் செயல்பாட்டாளருமான ஆனந்த் தெல்தும்டே, பெகாசஸ் எனும் உளவு மென்பொருள் மூலம் தமது கைப்பேசி உளவுபார்க்கப் பட்டதாக வாட்சப் நிறுவனம் தன்னை தொடர்பு கொண்டு தெரிவித்ததை வெளிப்படையாகக் கூறினார். அதேபோல பல்வேறு சமூகச் செயல்பாட்டாளர்களும் இதனைத் தெரிவித்தனர்.

இந்த பெகாசஸ் மென்பொருள் மூலம் கணினியில் ஊடுருவி, விரும்பும் ஆவணங்களை உட்செலுத்த முடியும்.

2017ஆம் ஆண்டு ஆயுள் ஆயுள் தண்டனை விதிக்கப்பெற்ற பேராசிரியர் சாய்பாபாவுக்கு எதிரான ஆவணங்கள் அவரிடமிருந்து

காவல்துறை பறித்த மடிக் கணினி, பென் டிரைவ் ஆகியவற்றில் உட்செலுத்தப்பட்டு, அதையே நீதிமன்றத்தில் தாக்கல் செய்து, குற்றவாளியாக்கி அவரைச் சிறையில் தள்ளியது பாஜக அரசு.

சிறைக் கொடுமை

90 விழுக்காடு செயல்பட முடியாத மாற்றுத் திறனாளியான பேராசிரியர் ஜி.என். சாய்பாபா, ஆயுள் தண்டனை விதிக்கப்பட்டு, சிறையில் அடைக்கப்பட்டார். அவர் அனுபவித்து வரும் சிறைக் கொடுமை பற்றி சாய்பாபாவின் மனைவி வசந்தா தனது முகநூல் பக்கத்தில் கண்ணீரோடு பதிவு செய்திருந்தார். இதோ அவரது பதிவு:-

"அன்புள்ள நண்பர்களே!

பேராசிரியர் ஜி.என். சாய்பாபாவின் உடல்நிலை குறித்து வழக்கறிஞர்கள் தந்த தகவலின் அடிப்படையில் அவரை நாக்பூர் சிறையிலிருந்து நாக்பூர் மருத்துவக் கல்லூரி மருத்துவமனைக்கு பரிசோதனை, சிகிச்சைக்காக அழைத்துச் செல்வது தொடர்பாக நாக்பூர் சிறைக்கு 2018 ஏப்ரல் 2ஆம் தேதி அன்று சென்றேன்.

பேரா. ஜி.என். சாய்பாபாவால் தன்னிச்சையாக பரிசோதனை களையோ, சிகிச்சையோ எடுத்துக் கொள்ள முடியாத நிலையில் அவரை அழைத்துச் செல்ல சிறை மேற்பார்வையாளரிடம் அனுமதி கோரினேன். சிறிது நேரம் கழித்து, ஜி.என். சாய்பாபா மருத்துவமனைக்குக் கொண்டு செல்லப்படுவார் என வாய்மொழியில் சொன்னார்கள். நான் சிறைச்சாலையின் வாசலில் காத்து இருந்தேன். அவர்கள் என்னுடைய அனுமதி கோரும் கடிதத்தை வாங்கிக் கொள்ளவில்லை. அவர்கள் எதையும் சொல்லவில்லை.

திடீரென்று பேரா. சாய்பாபாவை சிறையில் இருந்த ஒரு வாகனத்தில் அழைத்துச் சென்றார்கள். அவரைச் சந்திக்க என்னை அனுமதிக்கவில்லை. பதட்டமும் கவலையும் என்னை சூழ்ந்து கொண்டது. சாய்பாபாவை நாக்பூர் மருத்துவக் கல்லூரி மருத்துவமனைக்கு அழைத்துச் சென்றதைப் பிறகு அறிந்தேன். கடுமையான காவலுடன் அவர் சிறையிலிருந்து வெளியே செல்லும் போதுதான், அவர் சிறப்பு மருத்துவமனைக்கு அழைத்துச் செல்லப்படுவதை யூகத்தில் அறிந்தேன். நான் மருத்துவமனைக்குச் சென்றேன். பேராசிரியரைச் சந்திக்க அங்கேயும் அனுமதி மறுக்கப் பட்டது.

காவல்அதிகாரிகள், பெண் காவலர்கள், நுண்ணறிவுப் பிரிவினர் என மிகப்பெரிய அளவில் பாதுகாப்பு வளையம் அமைக்கப்பட்டிருந்தது.

சாய்பாபாவை அழைத்துச் சென்றிருந்த நுரையீரல் மருத்துவப் பிரிவின் வார்டில்கூட என்னை அனுமதிக்கவில்லை. அவர்களில் ஒருவர் சில பரிசோதனைகள் நடந்து கொண்டிருப்பதாக பிறகு சொன்னார்.

ஒரு காவல் அதிகாரி, அங்கிருந்த மருத்துவர்களுடன் தொடர்ந்து பேசிக்கொண்டு இருப்பதை என்னால் பார்க்க முடிந்தது. ஜி.என். சாய்பாபாவைச் சந்திப்பதற்கோ, அவருக்கு சிகிச்சை அளித்த மருத்துவரைச் சந்திப்பதற்கோ என்னை அனுமதிக்கவே இல்லை. அன்று மாலை சாய்பாபாவை மீண்டும் சிறைச்சாலைக்கு அழைத்துச் செல்லும்போதுகூட அவரிடம் பேச என்னை அனுமதிக்கவில்லை.

ஒரு பெண் காவலர் என்னை வெளியே தள்ளினார். நான் நாளை அவரைச் சிறையில் சந்திப்பதாக என்னால் முடிந்தமட்டும் குரலை உயர்த்திக் கத்தினேன்.

அடுத்தநாள், அதாவது ஏப்ரல் 3, 2018 அன்று காலை சிறைச்சாலைக்குச் சென்று அவரைச் சந்திப்பதற்காக பதிவு செய்து கொண்டேன். அவரிடம் நான் காத்து இருக்கிறேன் என்று அவர்கள் சொல்லவே இல்லை. சிறைக் கைதிகளை உறவினர்கள் சந்தித்து பேசக்கூடிய இடத்துக்கேகூட அவரை அழைத்து வரவில்லை. அவரை மருத்துவமனைக்கு அழைத்துச் செல்ல அவர்கள் திட்டமிட்டார்கள். சாய்பாபா, என்னைச் சந்தித்த பிறகே மருத்துவமனைக்கு வருவேன் என அவர்களிடம் உறுதியாக கூறிவிட்டார்.

இறுதியாக, மதியம் 12 மணி அளவில் அவரை என்னால் ஜன்னல் தடுப்பின் வழியாகச் சந்திக்க முடிந்தது. தன்னை மருத்துவமனையில் அனுமதிக்கப் போகிறார்களா? இல்லையா? என்பது பற்றி தனக்கு எதுவும் தெரியாது என்றார் அவர்.

தனக்கு எடுக்கப்பட்ட பரிசோதனை பற்றி சொன்னார். தன்னுடைய குடும்ப உறுப்பினரை அனுமதிக்க வேண்டும் அல்லது மருத்துவமனையின் துறைத் தலைவரிடம் பேசவாவது அனுமதிக்க வேண்டும் என அவர்களைக் கேட்டுக் கொண்டதைச் சொன்னார். எழுத்துப்பூர்வமாக எழுதியும் கொடுத்து இருக்கிறார். அதிகாரிகள் இரண்டு கோரிக்கைகளையும் நிராகரித்திருக்கிறார்கள்.

என்னுடைய உடல் நலம் முன்பைக் காட்டிலும் மோசமாக பாதிக்கப்பட்டு இருக்கிறது. சிறுநீர் கழிக்கும்போது கடுமையான வலியும் உள்ளது. ஆண்டி பயோடிக் மருந்துகள் குறிப்பிட்ட காலம் வரைக்கும் முழுமையாக எடுத்துக்கொண்ட பிறகும், வலி குறையவில்லை. மேலும் சிறுநீரகத்தில் துல்லியமான வலி

தொடங்கி உள்ளது. அரசு மருத்துவக் கல்லூரி மருத்துவமனையில் சிறுநீரகத்துறை போதிய கவனம் எடுத்து மருத்துவம் செய்யவில்லை.

மார்ச் 21, 2018ஆம் தேதி எடுக்கப்பட்ட சிறுநீர் பரிசோதனையில் குறைந்த அளவு தொற்று இருப்பதைக் கண்டுபிடித்தார்கள். அதன்பின் வலி கட்டுப்படுத்த முடியாத அளவுக்குச் சென்றுவிட்டது. மருத்துவமனைக்குச் செல்வது நரகத்துக்குச் செல்வது போல் உள்ளது. இது போன்று பயணிக்கும் நிலையில் நான் இல்லை" என என்னிடம் சொன்னார்.

மேலே நடந்த சம்பவங்களைச் சொல்லி, சாய்பாபாவுக்கு பரிசோதனை செய்யும் போது, என்னை (குடும்ப உறுப்பினர்) அவருக்கு உதவுவதற்காக அனுமதிக்கும்படி, எங்களுடைய வழக்கறிஞர்கள் மூலம் நாக்பூர் உயர்நீதிமன்ற அமர்வு முன் மனு ஒன்றைத் தாக்கல் செய்திருக்கிறேன்.

கடந்த ஆண்டு கடுமையான வலிக்குப் பின்னரும் அடிக்கடி மயங்கி விழுவது நடந்த போதும் பேரா. சாய்பாபாவுக்கு எவ்வித மருத்துவ உதவியும் அளிக்கப்படவில்லை. மருத்துவமனைக்கு அழைத்துச் செல்லவும் இல்லை. உயர்நீதிமன்ற அமர்வில் பிணைக்கு விண்ணப்பித்த பிறகு, காவல் அதிகாரிகள் பேரா. சாய்பாபாவை மருத்துவமனைக்கு அழைத்துச் சென்றதாக சில மருத்துவ ஆவணங்களைக் காட்டுகிறார்கள். ஆபத்தான நிலையில் உள்ள அவருடைய உடல் நிலையை நினைத்து நான் மிகவும் பயந்துபோய் இருக்கிறேன்"

- வசந்தா, 5.4.2018

கண்ணீரை வரவழைக்கும் பதிவு இது. இதற்குப் பிறகும் பேராசிரியர் சாய்பாபவுக்கு உரிய மருத்துவ சிகிச்சை அளிக்கப்பட்டதா?

2019 ஏப்ரல் 30ஆம் தேதி ஐ.நா. மனித உரிமைகள் ஆணையத்தின் (OHCHR) நிபுணர் குழு, சாய்பாபாவும் உடல்நலக் குறைவு ஏற்பட்டதால் உடனடியாக விடுவிப்பதற்கு இந்திய அரசாங்கம் முன்வர வேண்டும் என்று கடிதம் எழுதியது.

சாய்பாபா சக்கர நாற்காலி பயன்படுத்துபவர். அவர் 19 மருத்துவ வியாதிகளால் அவதிப்பட்டுக் கொண்டு இருந்தார். அவரது மூளையில் ஒரு நீர்க்கட்டி உள்ளது. இதன் காரணமாக அவர் மயக்கமும் அடைந்தார் என அவரது மனைவி வசந்தகுமாரியிடம் டெல்லியிலிருந்து அதிகாரிகள் தொலைபேசியில் தெரிவித்தனர்.

2019 மார்ச் 25 அன்று நாக்பூர் நீதிமன்றத்தால் நிராகரிக்கப்பட்ட சாய்பாபாவின் மருத்துவ பிணை மனு மும்பை உயர்நீதி மன்றத்திற்கு

வந்தது. சாய்பாபாவின் மனைவி வசந்தகுமாரி நீதிமன்றத்தில், "சீர்திருத்தம் செய்வதற்காக கணவருக்கு சிறைத் தண்டனை வழங்கப் பட்டது. ஆனால் அதிகாரிகள் அவரை சித்ரவதை செய்கின்றனர். அவருக்குப் பிணை வழங்க வேண்டும். இல்லையெனில் அவரை வேறு சிறைக்கு மாற்ற வேண்டும்" என்று கூறினார்.

"பிரக்யாசிங் தாக்கூர், குண்டு வெடிப்பில் குற்றம் சாட்டப்பட்டவர். அவர் தற்போது தேர்தலில் போட்டியிடுகிறார். ஆனால் சாய்பாபாவை வேறு சிறைக்குக்கூட மாற்றம் செய்ய முடியாதா?" என வசந்தகுமாரி கேள்வி எழுப்பினார்.

ஊபா (UAPA) சட்டம் என் தந்தையைk குற்றவாளி எனத் தவறாக சித்தரித்துவிட்டது. ஆதாரங்கள் இல்லாமல் ஒரு நபரைக் குற்றவாளி என்று எப்படி நிரூபிக்க முடியும்? என்று சாய்பாபாவின் மகள் 'மன்ஜூரா' கேட்டார்.

வசந்தகுமாரி, "சாய்பாபாவை ஏன் சித்ரவதை செய்கின்றனர் என்று எனக்குத் தெரியும். ஏனென்றால் அவர் தலித்துகள், ஆதிவாசிகள் மற்றும் பிற சிறுபான்மையினரின் உரிமைக்காக நின்றார். அவர் தனது சித்தாந்தத்திற்கு சிறையில் இருக்கிறார். இது ஜனநாயகம் இல்லை" என்று நீதிமன்ற வாசலில் நீதி கேட்டார்.

2019 மே மாதம் சாய்பாபாவின் சகோதரர் ஜி.ராம்தேவ், நாக்பூர் உயர்நீதிமன்ற அமர்வு மீண்டும் பிணை மறுத்துள்ள நிலையில், அவருக்கு வழங்கப்பட்ட குறைந்தபட்ச சலுகைகள் கூட மறுக்கப்படுகின்றன எனத் தெரிவித்தார்.

"சனிக்கிழமை (11.05.2019) அன்று என்னுடைய சகோதரர் ஜி.என். சாய்பாபாவை மருந்துகள் மற்றும் சில புத்தகங்களைக் கொடுக்க சிறையில் சந்தித்தேன். சிறையில் தடுப்புகளுக்கு இடையே அமைக்கப்பட்ட தொலைபேசிகள் வழியாக நாங்கள் பேசினோம். இதனால் அவருடைய உடல் நலம் குறித்து சரியாக விளக்கம் கேட்க முடியவில்லை. ஆனபோதும் அங்கு இருக்கும் நிலைமை குறித்து சுருக்கமான அறிக்கையை இங்கே பகிர்ந்து கொள்கிறேன்.

"நான் சந்தித்த அன்று நாக்பூரில் வெயிலின் தாக்கம் அதிகமாக இருந்தது. சாய்பாபா அடைக்கப்பட்டிருக்கும் உயர் பாதுகாப்புச் சிறையான அண்டா செல்லில் காலை 9 மணி முதல் மாலை 5 மணி வரை வெயில் நேரடியாகப் படும். அண்டா செல்லில் அத்தகைய வெயில் கொடுமையைத் தாங்க முடியவில்லை என்றால், அவர் குளிர்விப்பானை கேட்டிருந்தபோதும், அதை நிர்வாகம் மறுத்துவிட்டது என்றார்.

சிறை அதிகாரிகள், டாக்டர் சாய்பாபாவின் உதவிக்கு இருவரை நியமித்து இருப்பதாக தொடர்ச்சியாகக் கூறினர். அந்த இருவரும் சாய்பாபாவுடன் கைதாகி சிறையில் இருப்பவர்கள். அவர்கள் இருவரும் அப்பாவிகளோடு இருப்பதோடு, சிறை அதிகாரிகளின் அழுத்தத்துக்கு ஆளாவதாகவும், தங்களது குடும்பத்தை நினைத்து அச்சமடைவதாகவும் சாய்பாபா தெரிவித்து உள்ளார். இதனால் சாய்பாபாவுக்குப் போதிய உதவி கிடைப்பது இல்லை.

நாக்பூர் அரசு மருத்துவமனை மருத்துவர்கள், இதயப் பிரச்சினைகள் உள்ளதால் கோடை காலத்தில் அதிக வெப்பத் தாக்குதல் இல்லாமல் பார்த்துக்கொள்ள வேண்டும் என ஆலோசனை கூறி இருந்தனர். ஆனால் தொடர்ந்து வெயிலின் தாக்கத்தை எதிர்கொண்டு வருவதால், அவரால் சிறுநீர் கழிக்கவோ, மலம் கழிக்கவோ இயலவில்லை. இதனால் சிறுநீரகம் பாதிக்கப்பட்டு உள்ளது.

அவரால் உணவைக்கூட உண்ண முடியவில்லை. எந்த உணவை உண்டாலும் அது செரிமானம் ஆகாமல் வலியை உண்டாக்கு வதாகவும், வயிற்று எரிச்சல் அதிகமாக உள்ளதாகவும் சொன்னார். அதுபோல, தோலில் அரிப்பும் எரிச்சலும் உள்ளது.

அவருடைய இடது கை செயல்படாத நிலையில், வலது கையும் செயல்திறனை இழந்து வருகிறது. இரண்டு கைகளும் கடுமையாக நடுங்குகின்றன. கை நடுக்கம் காரணமாக ஸ்பூனில் உண்பதுகூட முடியாமல் போகிறது.

நாக்பூர் அரசு மருத்துவக் கல்லூரி மருத்துவர்கள், தினமும் பிசியோதெரபி பயிற்சிகள் தர வேண்டும் என சொல்லி இருந்தார்கள். ஆனால் பாதுகாப்புப் படையினர் இல்லாத நிலையில், தாமாக சக்கர நாற்காலியில் அமர்ந்து மருத்துவமனைக்குச் செல்வதும், அவருக்கு மிகக் கடுமையாக உள்ளது.

அதோடு மருத்துவர்கள் ஆறு தலையணைகளைப் பயன்படுத்தும் படியும், குளிர் மற்றும் வெப்ப ஒத்தடங்களைப் பயன்படுத்தும் படியும் அறிவுறுத்தியிருந்தனர். அதுவும் இதுநாள்வரை அளிக்கப்படவில்லை.

நாக்பூர் உயர்நீதிமன்ற அமர்வு, பிணையை மறுத்துள்ள நிலையில், முட்டை, பால் போன்ற சிறப்பு உணவுகளை வழங்குவதையும் சிறை நிர்வாகம் இரத்து செய்துவிட்டது. முன்னதாக, நாக்பூர் சிறையிலிருந்து ஹைதராபாத் மத்தியச் சிறைக்கு சாய் பாபாவை மாற்றக் கோரிய உறவினர்களின் வேண்டுகோளைச் சிறை அதிகாரிகள் மறுத்துவிட்டனர்.

நாளுக்கு நாள் அவருடைய உடல் நலம் மோசமாகி வருகிறது. இதனைக் கருத்தில் கொண்டு சாய்பாபாவை நாக்பூர் சிறையிலிருந்து ஹைதராபாத் மத்தியச் சிறைக்கு மாற்ற மராட்டிய அரசு அனுமதிக்க வேண்டும்.

ஹைதராபாத் அரசு மருத்துவமனையில் அவருடைய அனைவரது நோய்களுக்கும் சிகிச்சை அளிக்கும் வசதி உள்ளது. நானும் என் தாயாரும் ஹைதராபாத்தில் வசிப்பதால் தேவையான மருந்துகளையும் தார்மீக ஆதரவையும் எங்களால் தர முடியும்" என தன்னுடைய முகநூலில் எழுதியிருந்தார் பேராசிரியர் சாய்பாபாவின் சகோதரர் ஜி. ராம்தேவ்.

ஆனால் பாஜக அரசு எதுவும் செய்யவில்லை. சிறைக் கைதிகளின் சட்டப்படியான உரிமைகளும் அவருக்கு மறுக்கப்பட்டன. 2020இல் கொரோனா தொற்று பரவியபோது பேராசிரியர் சாய்பாபாவும் கொரோனா தொற்றுக்கு ஆளானார். அப்போதும் அவருக்கு மருத்துவப் பிணை வழங்கப்படவில்லை.

மக்களுக்காகப் போராடும் முற்போக்காளர்கள், சிந்தனையாளர்கள், சமூகப் போராளிகள், சிறுபான்மை மக்கள், ஒடுக்கப்பட்ட, பழங்குடியினர் உரிமைக்காகவே குரல் கொடுப்போர், இந்துத்துவ சனாதனக் கும்பலை எதிர்ப்போர், பொய் வழக்கு புனையப்பட்டு, கருப்புச் சட்டங்களால் சிறைக் கொட்டடியில் பூட்டப்பட்டு வரும் கொடூரம் தொடருகிறது, இன்னும் பல சாய்பாபாக்கள் சிறைக் கம்பிகளுக்கு உள்ளே தள்ளப்பட்டு இருக்கிறார்கள்.

116
மோடிக்கு பகிரங்க கடிதம்

நரேந்திர மோடி தலைமையிலான பாரதிய ஜனதா கட்சி அரசில் கருத்துரிமை நசுக்கப்படுகிறது. சிந்தனையாளர்களும், சமூகப் போராளிகளும் சிறைக் கொட்டடியில் தள்ளப்படுகிறார்கள். பேராசிரியர் ஜி.என். சாய்பாபா கொடுஞ்சிறையில் அடைக்கப்பட்டு இருக்கிறார். கடந்த அத்தியாயங்களில் இவற்றை எல்லாம் எழுதினோம். இன்னும் சிறையில் பூட்டப்பட்டிருக்கும் வழக்கறிஞர்கள், இந்துத்துவா எதிர்ப்பாளர்கள் பற்றி விரிவாகக் காண இருக்கிறோம்.

அதற்குள்ளாக ஏப்ரல் 27, 2022 இந்து ஆங்கில நாளேட்டில் வந்துள்ள மிக முக்கியச் செய்தியைப் பார்க்க வேண்டும். பாஜக அரசில் சிறுபான்மை மக்களுக்கு எதிராகவும், ஒடுக்கப்பட்ட, பழங்குடி மக்களுக்கு எதிராகவும், ஆர்.எஸ்.எஸ்., சங்பரிவாரங்கள் தொடுத்து வரும் தாக்குதல்கள் குறித்து, இந்தியாவில் முக்கிய அரசுப் பொறுப்பில் பணியாற்றிய அலுவலர்கள் பிரதமர் நரேந்திர மோடிக்கு பகிரங்க மடல் தீட்டி உள்ளனர். அதைத்தான் இந்து நாளேடு (*The Hindu 27. 4. 2022*) பக்கம் 12இல் வெளியிட்டு இருக்கிறது.

"In an open letter to Mr. Modi, 108 Signatories under the consititutional conduct group high lighted the recent Spate of communal tension and actions by the BJP ruled states against Muslims and other minorities.

The letter stated that violence against minorities, particularly Muslims, in the last few months and years in many BJP ruled states had become more frightening.

"What is alarming now is the subordination of the fandamental principles of our constitution and of the rule of law to the forces of majoritarianism, in which the state appears to be fully complicit.

The hate and malevolence directed against Muslims seems to have embedded itself deep in the recesses of the structures, Institutions and processes of governance in the states in which the BJP is in power" the letter noted.

The ex-bureaucrats -said the threat facing India today was unprecedented and not only was constitisnual morality and conduct at risk but, "the unique syncretic social fabric" was likely to be torn apart."

- The Hindu, April 27, 2022

மேலும் அந்த மடலில்,

"Prime Minister Narendra Modi to call for an end to 'politics of hate'. They said his silence in the face of this enormous societ threat, is deafeniting."

என்று இந்திய அரசின் முன்னாள் உயர் அதிகாரிகள் குறிப்பிட்டு உள்ளனர்.

மோடி மௌனம் கலையட்டும்

"நாட்டில் சமீபத்தில் நடைபெற்று வரும் வகுப்புவாத வன்முறைகளுக்கும், வெறுப்பு அரசியலுக்கும் உங்கள் மௌனத்தை கலைத்து முற்றுப்புள்ளி வைக்க வேண்டும்" என பிரதமர் நரேந்திர மோடிக்கு தேசிய முன்னாள் பாதுகாப்பு ஆலோசகர் சிவசங்கர் மேனன், வெளியுறவுத்துறை முன்னாள் செயலாளர் சுஜாதா சிங், உள்துறை முன்னாள் செயலாளர் ஜி. கே. பிள்ளை, டெல்லி முன்னாள் லெப்டினன்ட் கவர்னர் நஜீப் ஜங், முன்னாள் பிரதமர் மன்மோகன்சிங்கின் முதன்மைச் செயலாளர் டி.கே.ஏ. நாயர் உள்ளிட்ட 108 பேர் கையெழுத்திட்டு பிரதமர் மோடிக்கு கடிதம் அனுப்பி இருக்கின்றனர்.

இந்தியாவின் பல்வேறு பகுதிகளில் ராம நவமி ஊர்வலம், அனுமன் ஜெயந்தி ஊர்வலம் நடந்தது. இந்த ஊர்வலங்களில், பாஜக ஆளும் மாநிலங்களில் குறிப்பாக மத்தியப் பிரதேசம், ராஜஸ்தான், குஜராத், அசாம், ஜார்கண்ட் மற்றும் டெல்லி, மாநிலங்களில் ஆர்.எஸ். எஸ்., சங் பரிவாரங்கள் இஸ்லாமியர்கள் மீது தாக்குதல் நடத்தின. முஸ்லிம்களின் வீடுகள், கடைகள் டெல்லி ஜஹாங்கீர்புரி பகுதியில் இடிக்கப்பட்டன. இந்நிலையில்தான் இந்தியாவின் உயர் பதவிகளில் இருந்த 108 பேர் கையெழுத்திட்டு பிரதமருக்கு கடிதம் எழுதி உள்ளனர்.

அக்கடிதத்தில் கூறப்பட்டுள்ளது வருமாறு:

"இந்தியாவில் நாம் இதற்கு முன்பு இல்லாத அச்சுறுத்தலை எதிர்கொள்கிறோம். இதன் மூலம் அரசியலமைப்பு மட்டுமின்றி, இந்தியாவின் தனித்துவமான சமுதாயமும் ஆபத்தில் உள்ளது. தற்போதைய சூழலில் மிகப்பெரிய நாகரிகத்தின்படி அமைக்கப்பட்ட அரசியலமைப்புச் சட்டம் கிழிக்கப்பட வாய்ப்பு உள்ளது என நாங்கள் கருதுகிறோம். உங்கள் அமைதி, நாட்டின்

சமூக அச்சுறுத்தலை இன்னும் அதிகப்படுத்தி விடும். இதனால் மௌனம் கலைத்து நீங்கள் இதற்கு தீர்வு காண வேண்டும்.

உங்கள் கட்சியின் கட்டுப்பாட்டில் உள்ள மாநிலங்களில் மிகவும் ஆர்வத்துடன் வெறுப்பு அரசியல் முன்னெடுக்கப்பட்டு வருகிறது. இந்த வெறுப்பு அரசியலுக்கு முடிவு கட்ட வேண்டும். நாங்கள் ஒருபோதும் இத்தகைய கருத்துகளை வெளியிட விரும்புவது இல்லை. ஆனால் அரசியலமைப்பு நிறுவனங்களை அழிக்கும் நோக்கமான இடைவிடாத வேகம் எங்கள் கோபத்தையும், வேதனையையும் வெளிக் காட்ட வேண்டும் என கட்டாயப் படுத்தி உள்ளது.

கடந்த சில ஆண்டுகளாக அசாம், டெல்லி, குஜராத், அரியானா, கர்நாடகா, மத்தியப் பிரதேசம், உத்திரப்பிரதேசம், உத்தரகாண்ட் மாநிலங்களில் சிறுபான்மை சமூகங்கள், குறிப்பாக முஸ்லிம்கள் மீதான வெறுப்பு வன்முறைகள் அதிகரித்துள்ளன. பாஜக ஆட்சியில் உள்ள அனைத்து மாநிலங்களிலும், டெல்லியிலும் (டெல்லியில் காவல்துறை மத்திய அரசின் கட்டுப் பாட்டில் உள்ளது) இப்பிரச்சினைகள் புதிய பரிணாமத்தைப் பெற்றுள்ளன.

முஸ்லிம்களுக்கு எதிரான வெறுப்பும், தீங்கு செய்யும் மனப்பான்மையும் மாநிலங்களில் உள்ள கட்டமைப்புகள், நிறுவனங்கள், நிர்வாக செயல் முறைகளில் ஆழமாகப் பதிந்துள்ளது வருத்தமளிக்கிறது. பாஜக ஆட்சி என்பது சட்ட நிர்வாகம், அமைதி மற்றும் நல்லிணக்கத்தைப் பேணுவதற்கான கருவியாக இருப்பதற்குப் பதிலாக சிறுபான்மையினரை நிரந்தர அச்சத்தில் வைத்திருக்கும் வழிமுறையாக மாறி உள்ளது. இது கவலை அளிக்கிறது.

சிறுபான்மையினர், தலித்துகள் மற்றும் ஏழைகளை வெறுப்பின் இலக்குகளாக மாற்றி, அவர்களின் அடிப்படை உரிமைகளை தெரிந்தே பறிக்கும் ஒரு நாடாக நாம் மாறுவதற்கான சாத்தியக் கூறுகள் இதற்கு முன்பு இருந்ததைவிட தற்போது அச்சம் ஏற்படுத்தும் வகையில் அதிகரித்துள்ளன.

இதனால்தான் நிர்வாக அதிகாரத்தை நடைமுறைப்படுத்தும் உருவமாக புல்டோசர் அரசியல் முறை மாறி இருப்பது ஆச்சரியமளிக்கவில்லை. சரியான செயல்முறை, சட்டத்தின் ஆட்சி எனும் கருத்துகள் தகர்க்கப்பட்டதால்தான் டெல்லி ஜஹாங்கீர்புரியில் உச்சநீதிமன்ற உத்தரவை மீறியும் கட்டடங்கள் இடிக்கப்பட்டுவிட்டன.

இதுபோன்ற தருணங்களில் உங்கள் மவுனத்தைக் கலைத்து வெறுப்பு அரசியலுக்குத் தீர்வுகாண உங்கள் கட்சியினருக்கும் அறிவுரை வழங்க வேண்டும்.”

இந்திய அரசின் முக்கியப் பொறுப்புகளை வகித்த ஐ.ஏ.எஸ்., ஐ.எஃப். எஸ்., ஐ.பி.எஸ். உள்ளிட்ட பல்வேறு உயர் அலுவலர்கள் எழுதிய கடிதத்தைப் பிரதமர் மோடி ஒரு பொருட்டாகக் கருதுவாரா? ஒருபோதும் இல்லை. ஏனெனில் இதற்கு முன்பும் இதுபோன்ற கடிதங்கள் பிரதமருக்கு எழுதப்பட்டு இருக்கின்றன. அதைப் பற்றியெல்லாம் கவலைப்படாமல் பிரதமர் மோடி தனது மௌனத்தைத் தொடர்ந்து கொண்டுதான் இருக்கிறார்.

2019ஆம் ஆண்டு ஜூலை மாதம் திரை பிரபலங்கள் உள்ளிட்ட 49 பேர் பிரதமருக்கு ஒரு கடிதம் எழுதினார்கள்.

திரைக் கலைஞர்கள் உட்பட 49 பேர் எழுதிய கடிதம்

திரைப்பட இயக்குநர்கள் அடூர் கோபால கிருஷ்ணன், மணிரத்னம், நடிகை ரேவதி, நடிகையும் - இயக்குநருமான அபர்ணா சென் உள்ளிட்ட 49 பேர் கையெழுத்திட்டு பிரதமர் மோடிக்கு அனுப்பிய கடிதம் வருமாறு:-

அன்புள்ள பிரதமருக்கு,

அமைதியை நேசிக்கின்ற இந்தியர்கள் என்ற பெருமிதம் கொண்ட நாங்கள், அண்மைக்காலமாக நமது பெருமை வாய்ந்த நாட்டில் நடைபெறும் பல துன்பியல் நிகழ்வுகளை ஆழ்ந்த கவலையோடு பார்த்து வருகிறோம்.

நமது இந்தியா ஒரு மதச்சார்பற்ற சோசலிச ஜனநாயகக் குடியரசு என்று நமது அரசியல் சட்டம் விவரிக்கிறது. இங்கு வாழும் அனைத்து மத, இன, சாதி சார்ந்த குடிமக்கள் அனைவரும் சமம் என்றும் அது குறிக்கிறது.

எனவே, அரசியலமைப்புச் சட்டம் குடிமக்கள் ஒவ்வொருவருக்கும் வழங்கும் உரிமைகளை அவர்கள் அனுபவிப்பதை உறுதி செய்ய வேண்டி, இந்த வேண்டுகோளைச் சமர்ப்பிக்கின்றோம்.

முஸ்லிம்களும் - தலித்துகளும் - இன்னபிற சிறுபான்மை மக்களும் தாக்குதலுக்கு உள்ளாவதும் - படுகொலை செய்யப்படுவதும் உடனடியாக நிறுத்தப்பட வேண்டும். NCRB எனப்படும தேசிய குற்ற ஆவணப் பிரிவின் அறிக்கையிலிருந்து 2016ஆம் ஆண்டில் மட்டும் எண்ணிக்கையில் 840-க்கும் குறையாத வன்கொடுமைகள் தாழ்த்தப்பட்ட, ஒடுக்கப்பட்ட மக்கள் மீது நிகழ்த்தப்பட்டுள்ளன

என்றும், ஆனால் குற்றவாளிகளுக்கு வழங்கப்படுகிற தண்டனை விகிதம் குறைந்து இருக்கிறது என்றும் அறிந்து பெரும் அதிர்ச்சிக்கு ஆளாகி இருக்கிறோம்.

மேலும், 2018 அக்டோபர் 28 முதல் 2019 ஜனவரி 1 ஆகிய தேதிகளுக்கிடையே 254 மத வெறுப்பின் அடிப்படையிலான குற்றங்கள் நடந்தேறி இருக்கின்றன. அவற்றில் குறைந்தது 91 பேர் படுகொலை செய்யப்பட்டு இருக்கிறார்கள். 579 பேர் தாக்குதலுக்கு ஆளாகிப் படுகாயமுற்று இருக்கிறார்கள். (ஆதாரம்: Factchecker... in data base, October 30, 2018)

இந்திய மக்கள் தொகையில் 14 சதவீதம் இருக்கக்கூடிய முஸ்லிம்கள் 62 சதவீத சம்பவங்களிலும், 2 சதவீத மக்கள் தொகையுள்ள கிறிஸ்தவர்கள் 14 சதவீத சம்பவங்களிலும் பாதிக்கப்பட்டு இருக்கிறார்கள். இந்த வன்முறைச் சம்பவங்களில் 90 சதவீதம், 2014 மே மாதத்துக்குப் பிறகு உங்கள் அரசாங்கத்தின் அதிகாரம் நிலவிய காலங்களிலேயே நிகழ்ந்துள்ளன.

இந்த வன்முறை நிகழ்வுகளைப் பற்றி நீங்களே நாடாளுமன்றத்திலேயே குறிப்பிட்டு இருக்கிறீர்கள் பிரதமர் அவர்களே. ஆனால், அது போதாது. குற்றவாளிகளுக்கு எதிராக உண்மையில் என்ன நடவடிக்கைகள் எடுக்கப்பட்டன?

இந்தக் குற்றங்கள் பிணையில் வெளிவர முடியாக் குற்றங்களாக அறிவிக்கப்பட வேண்டும் என்றும், அதற்கான உரிய தண்டனைகள் விரைவாகவும், உறுதியாகவும் நிறைவேற்றப்பட வேண்டும் எனவும் உறுதியுடன் கருதுகிறோம்.

பரோலில் வர முடியாத ஆயுள்தண்டனை ஒரு கொலைக்கான தண்டனையாக வழங்கப்படும் போது, இந்தப் படுகொலைகளுக்கும் வழங்கினால் என்ன? அவை மட்டும் குற்றத்தில் இவற்றை விடக் கொடியவையா என்ன?

ஒரு குடிமகன் கூட தனது சொந்த நாட்டிலேயே அச்சத்துடன் வாழக் கூடாது.

வருத்தம் என்னவென்றால், 'ஜெய் ஸ்ரீராம்' என்கிற முழக்கம் கூட ஆத்திரமூட்டும் 'யுத்த ஓலமாக' இன்றைக்கு மாறி இருக்கிறது. இது சட்டம்-ஒழுங்கு பிரச்சினைகளுக்கு இட்டுச் செல்கிறது. பல கொலை வெறியாட்டங்கள் இந்த முழக்கத்தின்பேரில் அரங்கேறுகின்றன. முந்தைய மத்தியக் காலங்களில் கூட இவ்வாறு நடந்தது இல்லை. பல வன்முறைகள் மதத்தின் பெயரைச் சொல்லி நடந்தேறியிருப்பது அதிர்ச்சியைத் தருகிறது.

இந்தியாவின் பெரும்பான்மைப் பிரிவு மக்களிடையே இராமனின் பெயர் புனிதமான ஒன்றாகப் போற்றப்படுகிறது. நாட்டின் உயர்ந்த பதவியில் இருக்கிற நீங்கள், இராமனின் பெயர் இப்படி இழிவான செயல்களுக்குப் பயன்படுத்தப்படுவதை நிறுத்த வேண்டும்.

மாற்றுக் கருத்து இல்லாமல் ஜனநாயகம் இல்லை. அரசுக்கு எதிராக கருத்து சொல்லுகிறவர்களை எல்லாம் 'தேச விரோதிகள்' என்றும் 'நகர்ப்புற நக்சல்கள்' என்றும் முத்திரைகள் குத்துவதும், அவர்களைச் சிறையிலே தள்ளுவதும் ஒருபோதும் கூடவே கூடாது.

பேச்சுரிமையையும், கருத்துரிமையையும் பாதுகாப்பதாக அரசியல் சட்டத்தின் பிரிவு 19 ஒருங்கிணைந்து உறுதியளிப்பதைச் சுட்டிக் காட்டுகிறோம்.

ஆளும் கட்சியை விமர்சனம் செய்வது என்பது, தேசத்தை விமர்சிப்பதாகப் பொருள் இல்லை; அதிகாரத்தில் இருக்கும் போது நாட்டின் ஒட்டுமொத்தக் கருத்துக்கு ஒத்ததாக ஒரு ஆளும் கட்சியும் இருக்க இயலாது. நாட்டில் உள்ள அரசியல் கட்சிகளுள் ஒன்றாகத்தான் அதுவும் இருக்க முடியும். எனவே அரசுக்கு எதிராக கருத்துகளை தேசத்துக்கு எதிரான உணர்வுள்ள கருத்துகளோடு ஒப்பிடுவது கூடாது.

எங்கே மாற்றுக் கருத்துகள் நசுக்கி ஒடுக்கப்படாத சூழல் நிலவுகிறதோ அங்கேதான் வலிமையான ஒரு தேசத்தைக் கட்டி எழுப்ப முடியும்.

எங்கள் கருத்துகள் தேசத்தின்பால் உண்மையான நேயம் கொண்ட, அதன் தலைவிதி மீது அக்கறை கொண்ட இந்தியர்களின் கருத்துகள் என்கிற உண்மையான அர்த்தத்துடன் ஏற்றுக் கொள்ளப்படும் என்று நம்புகிறோம்."

பிரதமருக்கு எழுதிய இந்த மடலில் கையொப்பமிட்ட திரைக் கலைஞர்கள் மற்றும் சமூக ஆர்வலர்கள் வருமாறு:

அதிதி பாசு (சமூக ஆர்வலர்). அடூர் கோபாலகிருஷ்ணன் (திரைப்பட இயக்குநர்), அமித் சவுத்ரி (எழுத்தாளர்). அஞ்சன் தத் (நடிகர். இயக்குநர்). அனுபம்ராய் (இசை அமைப்பாளர் - பாடகர்), அனுராதா கபூர் (சமூக ஆர்வலர்), அனுராக் கஷ்யப் (திரைப்பட இயக்குநர்), அபர்ணா சென் (இயக்குநர், திரைக் கலைஞர்), ஆஷா அச்சிஜோசப் (கல்வியாளர், இயக்குநர்), அஷிஷ் நந்தி (சமூகவியலாளர், கல்வியாளர்), பைஸாகி கோஷ் (ஓவியர்), பினாயக்சென் (மருத்துவர், சமூகப் போராளி), போலன் காங்கோபாத்யாய் (பத்திரிகையாளர்). பொனானி கக்கர் (சூழலியாளர்), சித்ரா சிர்க்கார் (வடிவமைப்பாளர்). தர்ஷன் ஷா (நிறுவனர் Weovers Studio), தேபால் சென் (இதயநோய்

நிபுணர்), கௌதம் கோஷ் (திரைப்பட இயக்குநர்), இப்தேகர் அசன், ஜெயஸ்ரீ பர்மன் (திரைக் கலைஞர்), நோயா மித்ரா (சூழலியலாளர், எழுத்தாளர்), மணிரத்னம் (திரைப்பட இயக்குநர்), நாராயண் சின்ஹா (சிற்பி), நவீன் கிஷோர் (பதிப்பாளர்), பர்த்தா சட்டர்ஜி (வரலாற்று ஆசிரியர்), ரத்சனா போலிராய் (மனநல நிபுணர்), ரேவதி (திரைக் கலைஞர்), ரித்தி சென் (நடிகர்), ரூபம் இஸ்லாம் (இசைக் கலைஞர்), ஷியாம் பெனகர் (திரைப்பட இயக்குநர்), சவுமித்ரா சட்டர்ஜி (திரைக் கலைஞர்), சமித்சர்க்கார் (வரலாற்று ஆசிரியர்), தனிகார் சர்க்கார் (வரலாற்று ஆசிரியர்), தபஸ்ராய் சவுக்ரி (இதயநோய் நிபுணர்),

பிரதமர் மோடிக்கு இந்த 49 பேர் எழுதிய கடிதத்திற்கு பாஜக அரசின் எதிர்வினை என்ன தெரியுமா?

இவர்கள் மீது நாட்டின் நற்பெயருக்கு களங்கம் ஏற்படுத்துதல், பிரிவினைவாத போக்குகளுக்கு ஆதரவு அளித்தல், தேசத்துரோகம், மத உணர்வுகளை புண்படுத்துதல் உள்ளிட்ட பிரிவுகளில் பீகார் மாநிலத்தில் சர்தார் காவல் நிலையத்தில் வழக்குப் பதிவு செய்யப்பட்டது. தற்போது 2019இல் நடந்ததைப் போன்று 2022 ஏப்ரலில் பிரதமருக்கு இந்திய அரசின் உயர் அலுவலர்களாக இருந்தவர்கள் எழுதிய கடிதத்திற்கு பாஜகவின் எதிர்வினை இருக்கிறது.

பாஜக அரசுக்கு ஆதரவாக 8 முன்னாள் நீதிபதிகள், 97 முன்னாள் உயர் அதிகாரிகள், 92 முன்னாள் ராணுவ உயர் அதிகாரிகள் சேர்ந்து அக்கறையுள்ள குடிமகன்கள் என்ற பெயரில் பிரதமர் மோடியைப் பாராட்டி கடிதம் அனுப்பி உள்ளனர்.

பாஜக ஆட்சியில் நடந்து வரும் வெறுப்பு அரசியலை முடிவுக்குக் கொண்டுவர பிரதமரே விரும்பவில்லை என்பதைத்தான் இவை வெளிப்படுத்துகின்றன.

பிரதமர் மௌனமாக இருக்கலாம். ஆனால், காலம் வெறுமனே வேடிக்கை பார்க்காது. இவற்றுக்கெல்லாம் கணக்குத் தீர்க்கும்.

117
பீமா கொரேகான் வழக்கு

நரேந்திர மோடி தலைமையிலான பாஜக அரசில் நாட்டின் சகிப்புத்தன்மையும், மத நல்லிணக்க சீர்குலைவும், சிறுபான்மை தலித் மக்கள் மீதான வன்கொடுமையும் அதிகரித்துவிட்டன என்று நாட்டின் முக்கிய அரசுப் பொறுப்புகளில் இருந்த உயர் அலுவலர்கள், சிந்தனையாளர்கள், படைப்பாளிகள், சமூக ஆர்வலர்கள், திரைக் கலைஞர்கள் பிரதமருக்கு கடிதம் எழுதியதைக் கடந்த அத்தியாயங்களில் பார்த்தோம்.

பீமா கொரேகான் வழக்கில் சிறையில் தள்ளப்பட்டு இருக்கும் 16 சமூகப் போராளிகளை விடுதலை செய்ய வேண்டும் என்று உலகின் பல்வேறு நாடுகளைச் சேர்ந்த மனித உரிமை ஆர்வலர்கள், கவிஞர்கள், பேராசிரியர்கள் 2021ஆம் ஆண்டு ஜூன் மாதம் பிரதமர் மோடிக்குக் கடிதம் எழுதினர். அக்கடிதத்திற்கும் மோடியின் பதில் 'மௌனமே'.

பன்னாட்டு அறிஞர்கள்

பீமா கொரேகான் கலவர வழக்கில் கைது செய்யப்பட்ட அரசியல் கைதிகள் 16 பேரையும் உடனடியாக விடுதலை செய்யக் கோரி கல்வியாளர்கள், ஐரோப்பிய நாடாளுமன்ற உறுப்பினர்கள் நோபல் பரிசு பெற்றவர்கள் என மொத்தம் 57 பேர் பிரதமர் நரேந்திர மோடி, இந்திய தலைமை நீதிபதி, மராட்டிய மாநில முதல்வர் ஆகியோருக்கு கடிதம் எழுதினர்.

பீமா கொரேகான் வழக்கில் சுதிர்தவாலே, எழுத்தாளர் மற்றும் தலித் உரிமைச் செயல்பாட்டாளர் மகேஷ் ரவுத், செயல்பாட்டாளர் சோமா சென், நாக்பூர் பல்கலைக் கழகத்தின் ஆங்கில இலக்கியத் துறையின் தலைவர் அருண் ஃபரைய்ரா, வழக்கறிஞர் சுதா பரத்வாஜ், கவிஞர் வரவரராவ், செயல்பாட்டாளர் ரோனா வெல்சன், சுரேந்திர காட்லிங், ஸ்டேன் சுவாமி பாதிரியார், பேராசிரியர் ஹனி பாபு, செயல்பாட்டாளர் வழக்கறிஞர் கௌதம் நவ்லகா, பேராசிரியர் ஆனந்த் தெல்டும்ப்டே மற்றும் கபீர் கலா மஞ்ச் குழுவைச் சாகர் கோர்கே, ரமேஷ் கெய்சோர் மற்றும் ஜோதி ஜக்தாப் ஆகியோர் என மொத்தம் 16 பேர் கைது செய்யப்பட்டனர்.

இவர்கள் அனைவரையும் விடுதலை செய்ய வேண்டும் என்று கல்வியாளரும், மொழியியல் அறிஞருமான நோம் சோம்ஸ்கி, ஐக்கிய நாடுகள் பாதுகாப்பு அவையின் முன்னாள் தலைவர் ஜோஸ் அன்டோனியோ குவேரா, நோபல் பரிசு பெற்ற ஓல்கா டோகார்ஸுக் மற்றும் வோல் சோயின்கா, கொலம்பியா பல்கலைக் கழகத்தின் பேராசிரியர் பார்த்தா சட்டர்ஜி, பிரவுன் பல்கலைக் கழக பேராசிரியர் அசுதோஷ்வர்ஷன், மனித உரிமைச் செயல்பாட்டாளர் ஷாஹிதுல் ஆலம், தி கார்டியன் பத்திரிகையின் முன்னாள் ஆசிரியர் ஆலம் ரஸ்பிரிட்ஜர், ஊடகவியலாளர் நவோமி கிளீன் ஆகியோர் என மொத்தம் 57 பேர் அந்தக் கடிதத்தில் கையெழுத்திட்டுள்ளனர்.

கடிதத்தில்...

அந்தக் கடிதத்தில் கூறப்பட்டிருப்பதாவது: "இந்திய சிறைகளில் உள்ள மனித உரிமைச் செயல்பாட்டாளர்களை உட னடியாக விடுதலை செய்ய வேண்டும் எனக் கேட்டுக்கொள்கிறோம்.

உலக அளவில் கொரோனா தொற்றால் ஏற்படும் உயிரிழப்புகளில் இந்தியா மூன்றில் ஒரு பங்கைக் கொண்டிருக்கிறது. தற்போது இந்திய சிறைகளில் விசாரணைக்காக காத்திருக்கும் மனித உரிமைச் செயல்பாட்டாளர்கள் மிகக் கடுமையான சுகாதாரப் பிரச்சினைகளை எதிர்கொள்வதற்குக் கவலைப்படுகிறோம். சிறையில் நெரிசல், கவனிப்பாரற்ற தன்மை, சரியான மருத்துவ வசதிகள் இல்லாமல் உள்ளது.

தண்ணீர் மற்றும் மருத்துவ உபகரணங்களின் பற்றாக்குறையால் சிறையில் உள்ள அரசியல் கைதிகள் உடல் நலக்குறைவால் பாதிக்கப்பட வாய்ப்புள்ளது. அதேபோல், அவர்களுக்குக் கொரோனா தொற்று ஏற்படும் அபாயம் உள்ளது. ஏற்கனவே சிலருக்கு தொற்றால் பாதிப்பு ஏற்பட்டுள்ளது.

சமீபத்தில் அரசியல் கைதிகள் இருவர், அவர்களின் குடும்ப உறுப்பினர்களின் முயற்சியால் பன்நோக்கு சிறப்பு மருத்து வமனைக்கு சிகிச்சைக்காக மாற்றப்பட்டு உள்ளனர். முன் எப்போதும் இல்லாத அளவுக்கு நாடு மிக மோசமான சூழலை எதிர்கொண்டுள்ள நிலையில், மேலும் மிக மோசமான நெருக்கடியைத் தவிர்ப்பதற்காக, பீமா கொரேகான் வழக்கில் கைது செய்யப்பட்ட 16 பேரையும் விடுவிக்க அரசாங்கமும், நீதிமன்றமும் தீர்க்கமான முடிவை எடுக்க வேண்டும்" என்று கோரி உள்ளார்.

பீமா கொரேகான் வழக்கில் சிறையில் அடைபட்டுள்ள சமூகப் போராளிகள், வழக்கறிஞர்கள், செயல்பாட்டாளர்கள் ஆகியோரை விடுதலை செய்ய வேண்டும் என்று உலகின் பல பகுதிகளிலிருந்து

குரல் எழுப்புவதற்கு என்ன காரணம்? பீமா கொரேகான் வழக்கின் வரலாறு என்ன? அதையும் விரிவாகக் காண்போம்.

பீமா கொரேகான் வரலாறு

முனைவர் மு. இனியவன் எழுதிய 'பீமா கொரேகான் - பேஷ்வாக்களை வீழ்த்திய மகர்களின் வரலாறு' என்ற வரலாற்று நூல், ஆய்வு நூலாக வெளிவந்துள்ளது. அதிலிருந்து பீமா கொரேகான் பற்றிய வரலாற்றை அறியலாம்.

மராட்டிய மாநிலம் பூனா மாவட்டத்தில், பீமா எனும் ஆற்றின் கரையில் அமைந்துள்ளது கொரேகான் என்ற சிற்றூர். இந்த ஊர் பலரும் அறியாத பெயராகத்தான் இருந்தது. ஆனால் 2018இல் பீமா கொரேகானின் 200 ஆவது ஆண்டு நினைவு நாளன்று (01. 01. 2018) இலட்சக்கணக்கான தலித் மக்களும், இடதுசாரிகளும் முற்போக்குவாதிகளும் கொரேகானை நோக்கி அணி திரண்டனர். அதைத் தாங்கிக் கொள்ள முடியாத மதவெறியர்களான சங் பரிவாரங்கள் நடத்திய திட்டமிட்ட வன்முறையைக் காரணம் காட்டி, இடது சாரிகள், முற்போக்காளர்கள், மனித உரிமை ஆர்வலர்கள் என பலரின் மீதும் அரசின் தேசத்துரோக வழக்கு பாய்ந்த பின் 'கொரேகான்' எல்லோரும் அறிந்த பெயராக மாறியது மட்டுமல்ல, அதன் வரலாறு என்ன என்கிற தேடுதலும் அதிகரித்தது.

மராட்டிய மண்ணின் மைந்தர்களான தலித் மக்கள் மீது சித்பவன் பார்ப்பனர்களான பேஷ்வாக்கள் காலம் காலமாகத் தொடுத்த தீண்டாமைக் கொடுமைகள் கற்பனைக்கு எட்டாதது. இந்தியா முழுவதும் தீண்டாமை கொடுமைத் தாண்டவமாடினாலும், பேஷ்வாக்களின் தலைநகரான பூனாவில் அவர்களின் வாழ்வியலில் உளவியல் ரீதியாக கட்டவிழ்த்து விடப்பட்ட பெரும் அடக்குமுறைகள் உச்சத்தைத் தொட்டன.

பூனாவின் தெருக்களில் தீண்டத் தகாதவர்களான மக்கள் நடக்கும்போது, அவர்களது காலடிபட்ட இடத்தின் 'தீட்டை' பெருக்கிச் சுத்தப்படுத்த துடைப்பத்தை இடுப்பிலும், எச்சிலைத் துப்பக் குவளையைக் கழுத்திலும் மாட்டிக் கொண்டே செல்ல வேண்டும். தங்களை அடையாளப்படுத்திக் கொள்ள கையில் கருப்புச் சரடு அணிந்திருக்க வேண்டும். எல்லா நேரங்களிலும் அவர்கள் தெருக்களுக்குள் நுழைந்துவிட முடியாது.

காலையிலும், மாலையிலும் நீண்ட நிழல் ஏற்படும் நேரங்களில் அவர்கள் நடமாட முடியாது. ஏனெனில் அவர்களது நீண்ட நிழல்கள் தங்கள் மீது பட்டுத் தீட்டாகிவிடும். எனவே ஒரு குறிப்பிட்ட நேரத்தில் அவர்கள் நடமாட உரிமை இல்லை. புதிய

913

கோட்டைகள் கட்டுவதற்கு மகர்களை உயிரோடு நரபலி இட்டனர். சிறு தவறுக்கும் உயிரோடு கொளுத்தப்பட்டனர். இந்த அநீதிகளை எதிர்த்துக் குரல் கொடுப்பவர்களை தலை மட்டும் மண்ணில் தெரிய புதைத்து, யானையைக் கொண்டு தலையை மிதிக்கச் செய்யும் கொலைக்களமாக பேஷ்வாக்களின் அரண்மனை முற்றம் திகழ்ந்தது.

இவ்வாறாக காலம் காலமாக அடிமைப் பட்டுக் கிடந்து மண்ணின் பூர்வீகக் குடிகளான மகர்கள், வீறுகொண்டு எழுந்து பேஷ்வாக்களை பீமா கொரேகானில் நடந்த போரில் வெற்றி கொண்டு பழி தீர்த்தனர்.

1818இல் பீமா கொரேகானில் கிழக்கு இந்திய ஆங்கிலேய படைப் பிரிவான மகர் படைப்பிரிவுக்கும், மராட்டிய பார்ப்பன பேஷ்வா படைக்கும் நடைபெற்ற போரில் மகர் இராணுவ வீரர்கள் வெற்றி என்பது வரலாற்றில் மிக முக்கியமானதாகும். பேஷ்வாக்களால் இழிவும், அவமானமும் அடைந்து இருக்கிற தாழ்த்தப்பட்ட மக்களாகிய மகர்களை இந்தப் போர்க்களம் ஸ்பார்ட்டகஸ்களாக உரு மாற்றியது. ஒரு சிறிய படை பல மடங்கு பலமுடைய பேஷ்வாக்களை வென்று புதிய வரலாறு படைத்தது.

மகர் படையின் போர் வியூகம்

கொரேகான் அருகே பீமா ஆற்றங்கரையை கிழக்கு இந்தியக் கம்பெனியின் படை கடந்துவிட்டன. அது நேராக பூனா சென்று நகர பாதுகாப்புப் பணியில் தன்னை இணைத்துக் கொள்ளும். எனவே அதை தடுத்துத் தாக்கி ஆற்றைக் கடக்க விடாமல் அழிக்க வேண்டும் என்பதுதான் பேஷ்வாக்களின் திட்டமாக இருந்தது.

எனவே பேஷ்வா இரண்டாம் பாஜிராவ் தலைமையில் 20 ஆயிரம் குதிரைப் படை வீரர்களும், 8 ஆயிரம் காலாட்படையினரும் பீமா கொரேகானிலிருந்து 2 கி.மீ. தூரம் தள்ளியிருந்த மலைக்குன்றில் முகாமிட்டு இருந்தனர். மறுபுறத்தில் கிழக்கு இந்தியப் படையின் சுமார் 500 காலாட்படைப் பிரிவினரும், 300 குதிரைப்படை வீரர்களும் கேப்டன் ஸ்டாண்டன் தலைமையில் இருந்தனர். காலாட்படைப் பிரிவில் மகர்களே அதிக அளவில் இருந்தனர்.

போர் உச்சக் கட்டத்தை அடைந்தபோது பேஷ்வா படை வீரர்கள், அதிக அளவில் இருந்ததால், சுழற்சி முறையில் அவர்களால் ஓய்வு எடுக்க முடிந்தது. படைகளுக்கு முறையான உணவும், ஓய்வும் கிட்டியது. அதே வேலைக்கு ஆங்கிலேயப் படைப் பிரிவு எண்ணிக்கையில் மிகவும் குறைவாக இருந்தது. ஏற்கனவே ஒரு யுத்த களத்தில் வெற்றி பெற்று பூனாவை நோக்கி திருப்பிக் கொண்டிருந்ததால், உடலளவில் அது களைப்புற்றும் இருந்தது.

போர் உச்சத்தில் இருந்த நேரத்தில் ஓய்வின்றி களத்தில் நின்ற அவர்களுக்குப் போதுமான உணவும், நீரும் கிடைக்கவில்லை. தாகமும், பசியும், உயிரை வாட்ட தோல்வியின் விளிம்பில் நிற்கின்றனர்.

ஆங்கிலேயப் படையின் லெப்டினண்ட் சிஸ் ஹோம்மின் தலை பேஷ்வா படைகளால் துண்டிக்கப்பட்டவுடன், ஆங்கிலப் படையின் மனஉறுதி குலையத் தொடங்கியது. சரணடைந்து விடலாம் என்ற முடிவை எடுக்கச் சொல்லி சில ஆங்கிலேய வீரர்கள் கேப்டன் ஸ்டாண்டனிடம் கோரிக்கை வைக்க, ஸ்டாண்டனும் மகர் படை வீரனான சித்நாக்குக், "எதிரிகளின் கைகளில் சிக்கினால் தலை துண்டிக்கப்படுவது உறுதி. எனவே தாம் உயிர் வாழ வேண்டும் என்றால், சண்டையிட்டே தீர வேண்டும். நமது சக்தியை ஒன்று திரட்டி உயிர் உள்ளவரைப் போராடுவோம்; பேஷ்வா படையை வீழ்த்துவதே நமக்கு முக்கியம்" என்று அழுத்தமாக அவர்கள் ஆற்றிய உரை சோர்ந்திருந்த, நம்பிக்கை இழந்த கிடந்த மகர் படைப் பிரிவுகளுக்கு புத்துயிர் ஊட்டியது.

வீறுகொண்டு களத்தில் வீர தீரமுடன் நின்றனர். எதிரிகளான பேஷ்வாக்களின் படை சிதறியது. மகர் படைப் பிரிவு ஆங்கிலேயருக்கு வெற்றியைத் தேடித் தந்தது. மராத்தா சித்பவன் பார்ப்பன பேஷ்வாக்களை வீழ்த்தியதில் துணைபுரிந்து இறந்துபோன மகர் வீரர்களைப் பெருமைப்படுத்தும் விதமாக 1881ஆம் ஆண்டில் பீமா கொரேகான் கிராமத்தில் ஆங்கிலேயர்கள் ஒரு நினைவுச் சின்னமாக தூண் ஒன்றை எழுப்பினர்.

பீமா கொரேகான் நினைவுத் தூணில் இருக்கும் 49 வீரர்களின் பெயர்களில் 22 வீரர்கள் மகர் சமூகத்தைச் சேர்ந்தவர்கள்.

1818 ஜனவரி 1ஆம் நாள் பீமா கொரேகான் போரில் ஆங்கிலேய மகர் படை வெற்றி பெற்றது. மகர் இராணுவப் படை வீரர்களின் தியாகத்திற்கு வீரவணக்கம் செலுத்தும் வகையில் 1927 ஜனவரி முதல் நாள், பீமா கொரேகான் கிராமத்திற்கு வெளியே இருக்கும் நினைவுச்சின்னத்தின் அருகே புரட்சியாளர் அம்பேத்கர் பொதுக் கூட்டத்தில் உரையாற்றினார்.

பார்ப்பன பேஷ்வாக்களின் படையின் வலிமையைப் பற்றிக் கவலைப்படாமல், மன திட்பத்துடன் தலித் படையான மகர் வீரர்கள் போரில் ஈடுபட்டு பேஷ்வாக்களைத் தோற்கடித்த வரலாற்றை அம்பேத்கர் எடுத்துரைத்தார். அதன் பிறகு ஒவ்வொரு ஆண்டும் பீமா கொரேகானில் உள்ள நினைவுச் சின்னத்திற்கு

பல்லாயிரக்கணக்கான மக்கள் மலர் தூவி மரியாதை செலுத்தும் நிகழ்வு நடந்து வருகிறது.

200ஆவது ஆண்டு விழா

பீமா கொரேகான் போரில் மராத்திய பேஷ்வா அரச பரம்பரை வீழ்த்தப்பட்டு, 2018 ஜனவரி 1ஆம் நாள் அன்று 200 ஆண்டுகள் ஆனது. இதையொட்டி ஷானிவார் வாபாவில் நடைபெற்ற வீரவணக்க நாள் கூட்டத்தில் குஜராத் சட்டமன்ற உறுப்பினர், தலித் இளம் தலைவர் ஜிக்னேஷ் மேவானி மற்றும் ஜே.என்.யூ. மாணவர் பேரமைப்பு தலைவர் உமர் காலித், ஹைதராபாத் பல்கலைக் கழகத்தில் ஆர்.எஸ்.எஸ். மாணவர் அமைப்பான ஏ.பி.வி.பி. தாக்குதலால் தற்கொலை செய்துகொண்ட ஆராய்ச்சி மாணவர் ரோகித் வெமுலாவின் தாயார் இராதிகா வெமுலா ஆகியோர் பங்கேற்றனர்.

கபீர்கலா மஞ்ச், சம்பாஜி பிரிகேட், முஸ்லிம் முல்னிவாசி, இராஷ்டிர சேவாதள் உள்ளிட்ட 200க்கும் மேற்பட்ட தலித் மற்றும் சிறுபான்மையின அமைப்புகள் அதில் பங்கேற்றன.

ஆனால் அகில பாரதிய பிராமண மகாசபா, இராஷ்ட்ரிய ஏகாத்மடா, இராஷ்டிரிய அபியான் உள்ளிட்ட பல்வேறு இந்து மதவெறி அமைப்புகள் இந்நிகழ்ச்சியைத் தேசவிரோத செயல் என்றும், சாதிகளுக்கிடையே பாகுபாட்டை ஏற்படுத்துகிறது என்றும் குற்றம்சாட்டி தடைசெய்ய முயற்சி செய்தன.

இந்தியாவைக் கைப்பற்றுவதற்காக மகாராஷ்டிரா உட்பட அனைத்து மாநிலங்களின் அரசர்களுக்கு எதிராகவும், ஆங்கிலேயர்கள் போரிடத் தொடங்கினார்கள் என்பதை நாம் புரிந்துகொள்ள வேண்டும். மராட்டியத்தை வெல்வதற்காக அதற்கு தலைமையேற்றிருந்த பேஷ்வாக்களுக்கு எதிராக அவர்கள் சண்டையிட்டார்கள். ஆங்கிலேயர்கள் படையில் மகர், மராத்தா மற்றும் பிராமணர்கள் உட்பட அனைத்துச் சாதியினரும் இருந்தனர். பேஷ்வா படையிலும் மகர், மராத்தா உட்பட அனைத்துச் சாதியினரும் இருந்தனர். இது பிரிட்டீஷ் மற்றும் இந்திய ஆட்சியாளர்களுக்கு இடையேயான ஒரு போராகும். மாறாக மகர் மற்றும் பேஷ்வாவிற்கு இடையில் இல்லை என்று கூறப்படுகிறது. எனவே அவர்கள் எதைக் கொண்டாடுகிறார்கள்? மராத்தாவை வீழ்த்திய ஆங்கிலேயர்களின் வெற்றியையா? என்று அகில பாரதிய பிராமண மகாசபாவின் தலைவரான ஆனந்த் தேவ் கேட்டார்.

இதன் மூலம், சில அமைப்புகள் பேஷ்வாக்களைத் தாழ்த்தப்பட்ட மக்களை ஒடுக்கியவர்களாக அவதூறு செய்ய முயற்சிக்கின்றன. அவர்கள் வேண்டுமென்றே பேஷ்வாவின் அரண்மனையாக இருந்த

ஷானிவார்வாடாவில் ஒரு திட்டத்தை ஏற்பாடு செய்துள்ளனர். இதற்கு பாஜக அரசும் அனுமதியளித்து இருப்பதைக் கண்டு நாங்கள் ஏமாற்றடைகிறோம். குறைந்தபட்சம் சமூகத்தில் மேலும் பதற்றம் ஏற்படாமல் இருப்பதை உறுதி செய்ய புனேவின் காவல்துறை ஆணையாளரைக் கேட்டிருக்கிறோம் என்றும் அவர் கூறினார்.

"சாதி, மதத்தால் மக்களைப் பிரித்து நாட்டின் வளங்களைச் சில முதலாளிகளின் கைகளுக்கு பாஜக மற்றும் சங்பரிவாரங்கள் தாரை வார்க்கின்றன" என்று நினைவுநாள் நிகழ்ச்சியில் பேசிய ஜிக்னேஷ் மேவானி, அவர்களைப் 'புதிய பேஷ்வாக்கள்' என்று எல்கார் பரிஷத்தில் நடைபெற்ற அந்த கூட்டத்தில் குறிப்பிட்டிருந்தார்.

ஜனநாயகப்படி தேர்ந்தெடுக்கப்பட்ட பாஜக அரசை 'புதிய பேஷ்வாக்கள்' என்று அழைப்பது அரசியலமைப்புச் சட்டத்திற்கு புறம்பானது என்று புனே நகர் இந்து மகாசபா கூறி இருக்கிறது. எனவே இது ஒரு தேச விரோதச் செயல் என்றும் குற்றம் சாட்டியது.

இந்த ஒப்புதல் வாக்குமூலம் ஒரு வகையில் ஒடுக்கப்படும் மக்கள் அதற்கு எதிராக ஒன்று கூடுவதைக் கண்டு ஏற்படும் அச்சம்தான். உண்மையில் தலித்துகளையும் உள்ளடக்கி பார்ப்பன வரணாசிரம தரும அடிப்படையிலான ஒரு தேசியத்தைக் கட்டமைப்பதற்கு ஆர்.எஸ்.எஸ். கும்பல் கனவு காண்கிறது. ஆனால் பீமா கொரேகான் போரும், அதன் நினைவுச் சின்னமும் ஆர்.எஸ்.எஸ். கும்பல்களின் தொண்டையில் சிக்கிக் கொண்ட முள்ளாக 200 ஆண்டுகள் கழித்தும் இன்னும் உறுத்திக் கொண்டே இருக்கிறது.

அதன் வெளிப்பாடுதான் அகில பாரதிய பிராமண சங்கத்தின் எதிர்ப்பும், ஆர்.எஸ்.எஸ். வெறிக் கூச்சலும் என்பதை அறிய முடிகிறது.

அதனால்தான் 2018 ஜனவரி 1ஆம் நாள் நடந்த பீமா கொரேகான் 200ஆவது ஆண்டு நினைவு நாள் கொண்டாட்ட ஊர்வலத்தை சங்பரிவாரங்களின் குண்டர்கள் கல் எறிந்து தாக்குதலை முதலில் தொடங்கினார்கள். பின்னர் கலவரம் பெரிதாக வெடித்தது. ஆயிரக்கணக்கான தலித் மக்கள் அணி வகுத்த பேரணியை சீர்குலைக்க ஆர்.எஸ்.எஸ். ஏவிய குண்டர்கள் திட்டமிட்டு வன்முறையை ஏவினார்கள். அதன் விளைவு என்ன?

118
மனித உரிமைப் போராளிகள் கைது

1927 ஜனவரி 1 அன்று டாக்டர் அம்பேத்கர், பீமாகோரேகான் சென்று, பேஷ்வாக்களுடன் நடந்த போரில் ஆங்கிலேயர் படையில் போர்க் களத்தில் சமர் செய்து உயிரிழந்த மகர் (தலித்) இராணுவ வீரர்கள் நினைவிடத்தில் வீரவணக்கம் செலுத்தினார். அதிலிருந்து பீமா கோரேகான் ஒடுக்கப்பட்ட மக்களின் வணக்கத்துக்குரிய இடமாக மாறிவிட்டது.

ஆண்டுதோறும் இங்கு 20 இலட்சம் தலித் மக்கள் கூடுவதாக பீமாகோரேகான் பற்றிய ஆவணப் படம் ஒன்றை (The Battle of Bhima Koregaon: An unending Journey) தயாரித்த சோமநாத் வாக்மோரே கூறினார்.

பீமா கோரேகான் 200 ஆவது வெள்ளி விழா - வீரவணக்க நாள் நிகழ்வை 2018 சனவரி 1ஆம் நாள் வெகு சிறப்பாகக் கொண்டாடுவது என முடிவு எடுக்கப்பட்டு, அதற்காக குழுக்கள் அமைக்கப்பட்டன.

உச்சநீதிமன்றத்தின் ஓய்வுபெற்ற நீதிபதி பி.பி. சாவந்த், மராட்டிய மாநில உயர்நீதி மன்ற ஓய்வுபெற்ற நீதிபதி கொல்சே பாட்டில் உள்ளிட்டோரை முன்னிறுத்தி 250க்கும் மேற்பட்ட தலித் செயற்பாட்டு அமைப்புகள் ஒன்று சேர்ந்து விழாக்குழு அமைக்கப்பட்டது.

2017 டிசம்பர் 31 அன்று எல்கர் பரிஷத் எனும் பெயரில் இலட்சக்கணக்கான மக்கள் பங்கெடுக்கும் சிறப்பு நிகழ்வு ஒன்றை ஷனிவார்வாடா கோட்டை முன்பு நடத்துவது எனவும், மறுநாள் 2018 ஜனவரி 1 அன்று மாபெரும் பேரணியாக பீமா கோரேகான் நோக்கி அணிதிரண்டு செல்வது என்றும் திட்டமிடப்பட்டது.

பார்ப்பன பேஷ்வாக்களின் அதிகார கோட்டையான ஷனிவார்வாடாவில், தீண்டத்தகாதவர்கள் வெற்றி விழா கொண்டாட்டங்களை நடத்துவதா? என்று கொந்தளித்தனர். பேஷ்வாக்களின் வழித் தோன்றல்களில் ஒருவரான உதய்சிங் பேஷ்வா என்பவரும், அகில பாரத பிராமணர் மகா சங்க நிர்வாகிகளும் பீமா கோரேகான் 200 ஆவது வெற்றி விழாவுக்கு தடை விதிக்க வேண்டும் என்று புனே காவல் ஆணையரிடம் புகார் அளித்தனர்.

பேரணியில் வன்முறை

ஆனால் பீமா கோரேகான் பேரணிக்கும், வீரவணக்க நாள் நிகழ்வுக்கும் காவல்துறை தடை விதிக்க மறுத்துவிட்டது. இதனால் ஆத்திரமடைந்த சிவ்ஜாகர் பிரதிஸ்தான் இந்துஸ்தான் மற்றும் சமஸ்தா இந்து அஹாடி ஆகிய இந்துத்துவ அமைப்புகளின் சனாதனக் கும்பல், எல்கர் பரிஷத்தில் பங்கேற்க வந்தவர்களை வழிமறித்துத் தாக்கினர். வாகனங்களையும் அடித்து நொறுக்கி தீ வைத்தனர். இந்துத்துவ குண்டர்களின் வன்முறையில் ராகுல் ஃபதங்களே என்ற 28 வயது தலித் இளைஞர் கொல்லப்பட்டார்.

பீமா கோரேகான் வன்முறையைத் திட்டமிட்டு நடத்திய பார்ப்பன 'பேஷ்வா' மதவெறிக் கூட்டத்தின் மீது நடவடிக்கை எடுக்கக் கோரி தலித் அமைப்புகளும், இடதுசாரிகளும், அரசியல் இயக்கங்களும் மராட்டியத்தில் முழு அடைப்புக்கு அழைப்பு விடுத்தன.

மராட்டிய மாநில பாஜக அரசு ஷனிவார்வாடா தாக்குதல் குறித்து நீதி விசாரணை நடத்தப்படும் என்று அறிவித்தது. ஆனால் இந்த வன்முறையை திட்டமிட்டு செயல்படுத்திய சம்பாஜி பிடே, மிலிந்த் எக்போடே ஆகியோரைக் கைது செய்யவில்லை. உச்சநீதிமன்றத்தின் தலையீட்டுக்குப் பின்னர் மிலிந்த் எக்போடே மட்டும் கைது செய்யப்பட்டார். பிறகு விடுதலை செய்யப்பட்டார். மராட்டிய மாநிலம் முழுதும் பீமா கோரேகான் வன்முறை தலித் மக்களின் கொந்தளிப்புக்கு வழி வகுத்தது. இந்நிலையில், வன்முறை நிகழ்வுகளுக்கு நேரடி சாட்சியமாக இருந்த பூஜாசகத் என்கிற 19 வயது தலித் சமூக பெண் ஒரு கிணற்றில் பிணமாகக் கிடந்தார். உண்மை நிலையைக் கண்டறியாமல் காவல் துறை, அவரது கொலைக்குக் காரணமாகக் குற்றம் சுமத்தி அவளது சகோதரன் மற்றும் இன்னொரு சாட்சி ஜெய்தீப், இருவரையும் கைது செய்தது.

தலித் மக்களின் போராட்டம் மராட்டியத்தை உலுக்கிய நேரத்தில் பீமா கோரேகான் வீரவணக்கநாள் பேரணி, வெற்றி விழாவுக்கு ஏற்பாடு செய்தவர்கள் மீது மராட்டிய அரசு பாய்ந்தது. எல்கர் பரிஷத் நிகழ்வில் ஏற்பாட்டாளர்கள், பங்கேற்று உரை நிகழ்த்திய சிறப்புப் பேச்சாளர்கள், ஆதரவாக இயங்கியவர்கள் அனைவரையும் குறி வைத்து வேட்டையாடத் தொடங்கியது மராட்டிய பாஜக அரசு.

இதனால் 'புதிய பேஷ்வாக்களை' முறியடிப்போம் என்று எல்கர் பரிஷத்தில் எழுப்பப்பட்ட முழக்கம் புதிய வடிவம் கொண்டது. இந்நிலையில் இதில் ஆர்.எஸ்.எஸ்., சங்பரிவாரங்கள் புகுந்து எல்கர் பர்ஷத் வன்முறைக்குக் காரணமே அதில் ஊடுருவி உள்ள மாவோயிஸ்டு தீவிரவாதிகள் என்று கூப்பாடு போட்டனர்.

அதனை அப்படியே வழிமொழிந்த மராட்டிய அரசு, எல்கர் பர்ஷத்தை ஒருங்கிணைத்தவர்கள் தடைசெய்யப்பட்ட மாவோயிஸ்ட் அமைப்புகளைச் சேர்ந்த நகர்ப்புற நக்சல்கள் என்றும், சமூக அமைதியைக் கெடுத்து மோதலை உருவாக்கி, நாட்டின் நிலைத்தன்மையை சீர்குலைப்பதற்காகவே இந்த விழாவை அவர்கள் ஏற்பாடு செய்தனர். அவர்களே முழு அடைப்பின் போதும் வன்முறையை நிகழ்த்தினார்கள் என்றும் அறிவித்தது.

அதன் தொடர்ச்சியாகவே எல்கர் பரிஷத் ஏற்பாட்டாளர்கள் பங்கேற்று உரையாற்றிய சமூகச் சிந்தனையாளர்கள், மனித உரிமைப் போராளிகள், ஒடுக்கப்பட்ட மக்களுக்காக இயங்கி வரும் செயல்பாட்டாளர்கள் மற்றும் வழக்கறிஞர்கள் ஆகியோரைக் கைது செய்யும் முயற்சியில் இறங்கியது.

இந்த ஒடுக்குமுறைக்கு வலு சேர்க்க "இவர்கள் அனைவரும் பிரதமர் நரேந்திர மோடியைக் கொல்ல சதி செய்தனர்" என்கிற அப்பட்டமான பொய்யைப் புனைந்தது மராட்டிய பாஜக அரசு.

அடக்குமுறை - கொலைப்பழி

2018 ஜூன் முதல் வாரம் எல்கர் பரிஷத் ஏற்பாட்டாளர்களை வழக்கறிஞர் சுரேந்திர காட்லிங், தலித் உரிமைகளுக்கான போராளி சுதிர் தாவாலே, பிரதமரின் ஊரக வளர்ச்சித் திட்டத்தில் பணி செய்து, பின்னர் வெளியேறிய மகேஷ் ராவுத், நாக்பூர் பல்கலைக் கழகத்தின் பேராசிரியை சோமா சென் மற்றும் டெல்லியைச் சேர்ந்த ரோனா வில்சன் ஆகியோர் கைது செய்யப்பட்டனர்.

இதில் ரோனா வில்சன் இருப்பிடத்திலிருந்து மோடியைக் கொலை செய்யத் திட்டமிட்டதாக மாவோயிஸ்ட்டுகளின் துண்டு அறிக்கைகள் கைப்பற்றப்பட்டன. அதில், "ராஜீவ்காந்தியைக் கொலை செய்தது போலவே ஒரு திட்டத்தினைத் தீட்டி, மோடியைக் கொலை செய்யும் நோக்கிலான திட்டங்கள் குறித்தும் சில சமூகச் செயல்பாட்டாளர்களின் பெயர்களும் இடம் பெற்றுள்ளன" என்று காவல்துறை முன்னறிவிப்பு செய்தது.

இதன் அடிப்படையில் 2018 ஆகஸ்ட் 28ஆம் நாள் ராஞ்சி, மும்பை, டெல்லி, புனே மற்றும் கோவா, ஹைதராபாத் ஆகிய இடங்களை அடிப்படையாகக் கொண்டு செயல்படும் சமூக செயல்பாட்டாளர்களின் வீடுகள் மற்றும் அலுவலகங்கள் ஒரே நேரத்தில் சோதனையிடப்பட்டு, ஐந்து பேர் கைது செய்யப்பட்டனர்.

வழக்கறிஞர் சுதா பரத்வாஜ், கௌதம் நவ்லகா, கவிஞர் வரவரராவ், வழக்கறிஞர் அருண் ஃப்பரைரோ மற்றும் வெர்னோன் கோன்சல்வேஸ்

ஆகியோர் மராட்டிய மாநில அரசால் கைது செய்யப்பட்டனர். அவர்கள் மீதும் மாவோயிஸ்டுகளுடன் சேர்ந்து பிரதமர் மோடியைக் கொல்ல சதித் திட்டம் தீட்டினார்கள் என்று கொலைப்பழி சுமத்தியது பாஜக அரசு.

கைது செய்யப்பட்டோர் எவரும் தலைமறைவாக இயங்கி வரும் தீவிரவாத அமைப்பைச் சேர்ந்தோர் அல்ல. வெளிப்படையாக இயங்கி வரும் சமூகச் செயல்பாட்டாளர்கள், ஒடுக்கப்பட்ட, பழங்குடி மக்களுக்காகப் போராடி வருபவர்கள், அரசியலமைப்புச் சட்டத்திற்குட்பட்டு, உரிமைக் குரல் எழுப்பி வருகின்ற மனித உரிமைப் போராளிகள், அவர்கள் மீது சதித் திட்டம் தீட்டி, பிரதமர் மோடியைக் கொல்ல முயன்றார்கள் என்று பயங்கரவாத குற்றச்சாட்டை பாஜக அரசு சுமத்தியது. மத்திய பாஜக அரசும், மராட்டிய மாநில பாஜக அரசும் சேர்ந்து செய்த கூட்டுச் சதி. இதன் பின்னணி பற்றியும், அதன் விளைவுகள் குறித்தும் காண்போம். கைது செய்யப்பட்டவர்கள் யார்? யார்?

கைதான சமூகப் போராளிகள்

சுதா பரத்வாஜ்

அரியானாவைச் சேர்ந்த பெண் வழக்கறிஞர் சுதா பரத்வாஜ், வயது 57. இவர் டெல்லி தேசியச் சட்டப் பல்கலைக் கழகத்தில் பேராசிரியராக பணியாற்றி வந்தார். தொழிற் சங்கவாதியாக தொழிலாளர் நலனுக்காக பாடுபட்டு வருபவர். பழங்குடியினர் உரிமைகள், நிலம் கையகப்படுத்துதல் தொடர்பான சட்டங்கள் பற்றி மக்களிடையே விழிப்புணர்வினை ஏற்படுத்தி வருபவர்.

சத்தீஸ்கர் மாநிலத்தில் ராய்கர் பகுதியில் வசித்து வரும் வழக்கறிஞர் சுதா பரத்வாஜ், பழங்குடி மக்களுக்காகவே நீதிமன்றத்தில் சட்டப் போராட்டம் நடத்தி வருபவர்.

கௌதம் நவ்லகா

சமூகச் சிந்தனையாளரும், செயல்பாட்டாளருமான கௌதம் நவ்லகா மத்தியப்பிரதேசம், குவாலியரில் பிறந்தவர். மனித உரிமைகள் மற்றும் குடிஉரிமைகள் செயல்பாட்டாளர் ஆவார்.

காஷ்மீர் மாநில மக்களின் நலன் பற்றி தொடர்ந்து ஆய்வுகள் செய்து ஏடுகளில் எழுதி வருபவர். காஷ்மீர் பகுதியில் வாழும் குடிமக்கள் இராணுவத்தின் கொடுமைக்கும், சித்ரவதைக்கும் உள்ளாக்கப்படுவதை அம்பலப்படுத்தி வருபவர்.

கடந்த 40 ஆண்டுகளுக்கும் மேலாக பழங்குடி இன மக்கள், பட்டியல் இன மக்களுக்காகக் குரல் கொடுத்து வருபவர். பசுமை வேட்டையில் பாதிக்கப்பட்ட சத்தீஸ்கர் பழங்குடி மக்களுக்காகப் போராடி வருபவர்.

கவிஞர் வரவரராவ்

தெலுங்கானாவைச் சேர்ந்த எழுத்தாளரும், புரட்சிகர கவிஞருமான பெண்டியாலா வரவரராவ், இடதுசாரிச் சிந்தனையாளர்களை ஒருங்கிணைத்து 'விரசாம்' எனும் அமைப்பினை நிறுவியவர். அதில் புரட்சிகரமான கவிதைகள் மற்றும் இலக்கியங்களை வெளியிட்டு வருவது இந்த அமைப்பின் நோக்கமாகும்.

ஆந்திர மாநிலத்தில் மக்கள் யுத்தக் குழு தீவிரமாக இயங்கியபோது அரசாங்கம் கலகலத்துப் போனது. இந்த நேரத்தில் அரசுக்கும் மாவோயிஸ்டுகளுக்கும் பாலமாக இருந்து பேச்சுவார்த்தை நடத்தியவர். புரட்சிகர கவிதைகளை எழுதிக் குவித்த கவிஞர் வரவரராவின் 15 கவிதைத் தொகுப்புகள் 20 இந்திய மொழிகளில் மொழியாக்கம் செய்யப்பட்டு இருக்கிறது.

1974இல் செகந்திராபாத் புரட்சியின்போது ஆந்திர மாநில அரசு இவர் மீது வழக்குப் பதிவு செய்தது. பலமுறை உழைக்கும் மக்களுக்காகச் சிறை சென்றவர்.

அருண் ஃபரைரோ

மும்பை உயர்நீதிமன்ற வழக்கறிஞரான அருண் ஃபரைரோ பீமா கோரேகான் வழக்கில் சுதிர்தவாலே கைது செய்யப்பட்ட போது பலத்த எதிர்ப்பினைப் பதிவு செய்தவர் ஆவார். இவர் ஏற்கனவே சட்டவிரோதச் செயல்கள் தடுப்புப் பிரிவின் கீழ் குற்றவாளியாக்கப் பட்டு, 4 ஆண்டுகள் சிறையில் இருந்தவர். அக்காலகட்டத்தில் சிறையில் இருந்து இவர் எழுதிய கலர்ஸ் ஆஃப் த கேஜ்: ஏ ப்ரிசன் மேமோயர் என்ற நூல் பல்வேறு மொழிகளில் வெளியிடப்பட்டது.

வெர்னோன் கோன்சல்வேஸ்

இவர் மும்பையைச் சேர்ந்த பேராசிரியர் மற்றும் எழுத்தாளர். இவரும் ஏற்கனவே சட்டவிரோதச் செயல்கள் தடுப்புப் பிரிவின் கீழ் 2007ஆம் ஆண்டு கைது செய்யப்பட்டு, ஆறு ஆண்டுகள் சிறைவாசம் அடைந்தவர்.

மங்களூரில் கத்தோலிக்கக் குடும்பத்தில் பிறந்த இவருடைய இளமைக் காலம் தெற்கு மும்பையில் கழிந்தது. விதர்பா பகுதியில் இருக்கும் தொழிலாளர்களின் நலனுக்காகத் தொடர்ந்து பாடுபட்டு வருபவர்.

இவரது மனைவியும் மனித உரிமைச் செயல்பாட்டாளர் என்பது குறிப்பிடத்தக்கது.

பீமா கோரேகான் வழக்கில் கைது செய்யப்பட்ட எல்கார் பரிஷத் ஏற்பாட்டாளர்கள் ஐவர் மற்றும் சமூகச் செயல்பாட்டாளர்கள் ஐவர் குறித்தும் பத்திரிகை ஊடகங்களைச் சந்தித்து, மராட்டிய காவல்துறை கட்டுக் கதைகளை அவிழ்த்து விட்டது.

ஜனநாயகத்தைச் சீர்குலைக்கும் வகையிலும், பாசிச எதிர்ப்பு முன்னணியை நிறுவி, மோடி அரசைத் தூக்கி எறியவும் மாவோயிஸ்டுகள் திட்டமிடுவதாகவும், பிரதமர் மோடியைக் கொல்ல சதித் திட்டம் தீட்டியதாகவும், அதற்கு கைதான செயல்பாட்டாளர்களான 'நகர்ப்புற நக்சலைட்டுகள்' துணையாக இருப்பதாகவும் கூறியது.

இந்தக் கைதுகள் நடந்து ஓராண்டு காலம் கடந்தும், 2018 ஆகஸ்ட் மாதம் தாண்டியும் குற்றச்சாட்டுகளை நிரூபிக்க முடியாமல் காவல்துறை திண்டாடியது. கைது செய்யப்பட்டவர்களுக்கு பிணையும் வழங்காமல், புதுப்புது புனைவுகளை வெளியிட்டது.

பீமாகோரேகான் வன்முறை தொடர்பாக கைதானவர்களை விடுவிக்கக் கோரிய பன்னாட்டு பொது மன்னிப்புச் சபை (International Amnesty) மனித உரிமை அமைப்பு அதற்காக வெளியிட்ட செய்தியில் கீழ் காணுமாறு தெரிவித்திருந்தது:

"கைதானவர்கள் நாட்டிற்கு எதிராக செயல்பட்டதாக கூறுகிறது அரசு. ஆனால், கைதான செயல்பாட்டாளர்கள் பணியாற்றிய சமூகங்களில் அவர்கள் துணிச்சலாக பணியாற்றியதற்காகப் போற்றப்படுபவர்கள். தேசத்துக்கு எதிரானவர்கள் என்பதைக் காட்டிலும், அவர்கள் நாட்டின் கதாநாயகர்கள் என்பதே சரியாகும்.

மனித உரிமைச் செயல்பாட்டாளர்கள் கைது செய்யப்பட்டிருப்பது இந்தியாவில் மனித உரிமைக்கான செயல்பாட்டைத் தடுத்துத் தடம் மாற்றிவிடும் எனவும், 'ஆம்னஸ்டி' கவலை தெரிவித்தது.

"நாட்டின் ஒடுக்கப்பட்ட மக்களுக்காகப் போராடிய மக்களின் கதாநாயகர்களைத் தாக்குவது இந்தியாவின் விருப்பம் அல்ல என்பதை இந்தியப் பிரதமர் நரேந்திர மோடிக்கு எடுத்துச் சொல்லுங்கள்" என்று அறைகூவல்கள் விடுத்திருக்கும் ஆம்னஸ்டி அமைப்பு, "உலகம் உங்களை உற்று நோக்குகிறது என்பதைப் பிரதமருக்குச் சொல்லுங்கள்" என்கிற பெயரில் சமூக ஊடகங்கள் பரப்புரை செய்தது. ஆனாலும் மோடி அரசு இதைப் பற்றியெல்லாம் அலட்டிக் கொள்ளவில்லை.

119

புனையப்பட்ட பொய் வழக்கு

பீமா கோரேகான் வழக்கில் கைது செய்யப்பட்ட சமூக ஆர்வலர்களும் மனித உரிமைப் போராளிகளுமான கவிஞர் வரவர ராவ், அருண் ஃபெரைரோ, வெர்னோன் கோன்சல்வேஸ், சுதா பரத்வாஜ், கவுதம் நவ்லாகா ஆகியோர் மீது கருப்புச் சட்டமான 'உபா' (Unlawful Activities (Prevention) Act - UAPA) சட்டத்தின்கீழ் வழக்கு பதிவு செய்யப்பட்டது.

எவ்வித அடிப்படை ஆதாரமும் அற்ற இந்த வழக்கின் விவரங்களை ஆராயும்போது அரசு திட்டமிட்டு இவர்கள் அனைவர் மீதும் பொய் வழக்கு புனைந்து இருப்பதும், மோடி அரசு தனது இந்துத்துவ அரசியலுக்கு எதிரான அரசியல் பார்வை கொண்ட அறிஞர்களையும், சமூகத்தின் அடித்தட்டு மக்களுக்காகப் போராடும் சமூகப் போராளிகளையும் ஒடுக்கும் விதமாகவும் அவர்களை அச்சுறுத்தும் விதமாகவும் இந்த வழக்கினைப் பயன்படுத்தி உள்ளது தெரியவரும்.

பீமா கோரேகானில் ஜனவரி 1, 2018 அன்று நிகழ்ந்த வன்முறை தொடர்பாக முதன் முதலில் பதிவு செய்யப்பட்ட முதல் தகவல் அறிக்கை (FIR No. 2/2018) அனிதா சவாலே (Anitha R. Sawale) என்பவரால் புகார் கொடுக்கப்பட்டு பிம்ஃபிரி காவல் நிலையத்தில் ஜனவரி 2, 2018 அன்று பதிவு செய்யப்பட்டது. இந்த முதல் தகவல் அறிக்கையில், ஜனவரி 1, 2018 அன்று தலித்துகள் மீதான வன்முறையைப பீமா கோரேகானில் வாள், இரும்புக் கம்பிகள் மற்றும் ஆயுதங்களுடன் வந்த கூட்டம் கட்டவிழ்த்து விட்டதாகக் குறிப்பிடப்பட்டுள்ளது. இந்த நிகழ்வை நேரில் பார்த்த பொது மக்கள் அனைப் வரும் காவி கொடிகளுடன் வந்த கூட்டத் தினர் வன்முறையில் ஈடுபட்டதன் விளைவாகவே கலவரம் உருவானதாகத் தெரிவித்து உள்ளனர்.

மேலும் இக்கலவரத்திற்கான சதிச்செயல் செய்த குற்றவாளிகள் என இருவரின் பெயர்களை முதல் தகவல் அறிக்கையில் (FIR No. 2/2018) பதிவு செய்துள்ளனர். அவர்கள் யார்? ஒருவர் மிலிந்த் எக்போட் - தலைவர், இந்து பொது விழிப்புணர்வுக் குழு; இன்னொருவர் சம்பாஜி ஃபிடே - தலைவர், சிவாஜி நகர் அறக்கட்டளை.

இவ்வாறு திட்டமிட்டு கலவரத்தை ஏற்படுத்திய வலதுசாரி இந்துத்துவவாதிகள் மீது உபா (*UAPA*) சட்டப் பிரிவுகளின் கீழ் வழக்கு பதிவு செய்யப்படவில்லை. இவர்கள் இருவர் மீதும் இந்தியத் தண்டனைச் சட்டம், ஆயுதங்கள் சட்டம் மற்றும் பட்டியல் வகுப்பினர் மற்றும் பழங்குடியினர் மீதான வன்கொடுமைச் சட்டம் போன்ற சட்டப் பிரிவுகளின்கீழ் வழக்கு பதிவு செய்யப்பட்டது.

இதில் மிலிந்த் எக்போ கைது செய்யப்பட்ட ஒரு மாத காலத்திற்குள்ளாகவே பிணையில் விடுவிக்கப்பட்டார். சம்பாஜி ஃபிடே கைது செய்யப்படவில்லை. அவர் தலைமறைவாக உள்ளார் என்று காவல் துறை கூறியது.

புனையப்பட்ட பொய் வழக்குகள்

இவ்வாறு ஜனவரி 2, 2018 அன்றே பதிவு செய்யப்பட்ட முதல் தகவல் அறிக்கையில் (*FIR No. 2/2018*) குற்றம் சாட்டப்பட்ட வலதுசாரி இந்துத்துவவாதிகள் மீது நடவடிக்கை எடுப்பதற்குப் பதிலாக அன்றைய மராட்டிய பாஜக அரசு மற்றொரு பொய் வழக்கினைத தயார் செய்யும் பணியில் இறங்கியது. அதன்படி ஜனவரி 8, 2018 அன்று விசாரம் ஃபா காவல் நிலையத்தில் துசார் ரமேஷ் தம்குடே என்பவர் அளித்த புகாரின் பேரில் முதல் தகவல் அறிக்கை (*FIR No. 4/2018*) பதிவு செய்யப்பட்டது.

இந்த துசார் ரமேஷ் தம்குடே என்பவர் பீமா கோரேகான் வழக்கு தொடர்பாக ஏற்கனவே குற்றம் சாட்டப்பட்ட சம்பாஜி ஃபிடே என்பவரைப் பின்பற்றுபவரும் அவருடன் நெருக்கமான தொடர்புகளைக் கொண்டிருப்பவரும் ஆவார். இவ்வாறு குற்றம் சாட்டப்பட்டவருடன் நெருங்கிய தொடர்பில் இருந்தவர் கொடுத்த புகாரின் அடிப்படையிலேயே இந்த முதல் தகவல் அறிக்கை (*FIR No. 4/2018*) பதிவு செய்யப்பட்டது என்பது குறிப்பிடத்தக்கது ஆகும்.

இந்த துசார் ரமேஷ் தம்குடே கொடுத்த புகாரில் 1, ஜனவரி 2018 அன்று பீமா கோரேகானில் நடந்த வன்முறைக்குக் காரணம் அதற்கு முந்தைய நாள் அதாவது 31, டிசம்பர் 2017 அன்று புனேயில் ஷானிவார்வாடே என்னுமிடத்தில் எல்கர் பரிஷத் நடத்திய கருத்தரங்கம்தான் என்றும், அக்கருத்தரங்கில் கலந்து கொண்டவர்களின் வன்முறையைத் தூண்டும் விதமான பேச்சுக்களே வன்முறைக்குக் காரணம் என்றும் கூறப்பட்டது.

மேலும் இந்தக் கருத்தரங்கு இந்தியாவின் ஜனநாயகக் கட்டமைப்பைச் சிதைக்கும் நோக்கத்துடன் மாவோயிஸ்டுகளின் ஆதரவுடனும் அவர்களது நிதிப் பங்களிப்புடனும் நடத்தப்பட்டதாகக் குற்றம் சாட்டப்பட்டது.

இதில் கவனத்தில் கொள்ள வேண்டியது டிசம்பர் 31, 2017 அன்று புனேயில் நிகழ்ந்த எல்கர் பரிஷத் கருத்தரங்கை ஏற்பாடு செய்தவர்கள் ஓய்வு பெற்ற உச்ச நீதிமன்ற நீதிபதி பி.வி. சாவந்த் மற்றும் மும்பை உயர் நீதிமன்ற ஓய்வு பெற்ற நீதிபதி பி.ஜி. கோல்ஸ் பட்டீல் இருவரும் ஆவர். இந்த நிகழ்வுக்கான நிதி உதவி வேறு எங்கிருந்தும் பெறப்படவில்லை என்பதை அவர்களே தெளிவுபடுத்தி உள்ளனர். இந்தக் கருத்தரங்கின் நோக்கம் "இந்திய அரசியலமைப்புச் சட்டத்தையும் இந்தியாவையும் பாதுகாப்பது" என்றும் கூறி உள்ளனர்.

உண்மை நிலைமை இவ்வாறு இருக்க எல்கர் பரிஷத் நடத்திய கருத்தரங்கம் இந்தியாவின் ஜனநாயகக் கட்டமைப்பைச் சிதைக்கும் நோக்கத்துடனும் மாவோயிஸ்டுகளின் ஆதரவுடனும் அவர்களது நிதி உதவியுடனும் நடத்தப்பட்டதாகப் பொய்யான தகவலின் அடிப்படையிலேயே முதல் தகவல் அறிக்கை பதிவு செய்யப்பட்டது.

இந்தியாவைச் சிதைப்பவர்கள் யார்?

உண்மையிலேயே இந்தியாவின் ஜனநாயகக் கட்டமைப்பைச் சிதைப்பவர்கள் அதற்கு எதிரானவர்கள், பல்லாயிரக்கணக்கான மக்கள் அமைதியுடன் கலந்து கொண்ட பீமா கோரேகான் நிகழ்வில் ஆயுதங்களுடன் புகுந்து வன்முறையில் ஈடுபட்டு கலவரத்தைத் தூண்டிய இந்துத்துவப் பயங்கரவாதிகள் ஆவர்.

இன்னொரு முக்கியமானது பீமா கோரேகான் வழக்கில் தொடர்புடைய டிசம்பர் 31, 2017 அன்று புனேயில் நடைபெற்ற கருத் தரங்கிலோ அல்லது ஜனவரி 1, 2018 அன்று பீமாகோரேகான் வீரவணக்க நாள் ஒன்றுகூடல் நிகழ்வு மற்றும் கூட்டத்திலோ கவிஞர் வரவர ராவ், அருண் ஃபரைரோ, வெர்னோன் கான்சல்வ்ஸ், சுதா பரத்வாஜ், கவுதம் நவ்லகா ஆகியோர் யாருமே பங்கேற்கவில்லை என்பது குறிப்பிடத்தக்கது. மேலும் முதலில் போடப்பட்ட முதல் தகவல் அறிக்கையில் இவர்கள் ஐவரின் பெயர்களுமே இல்லை.

இவ்வாறு பீமா கோரேகான் தொடர்புடைய எந்த நிகழ்விலும் பங்கெடுக்காத, முதல் தகவல் அறிக்கையிலும் பெயர் இல்லாத நபர்களையே அரசியல் காழ்ப்புணர்ச்சியின் காரணமாகவும், இந்துத்துவ அரசுக்கு எதிரான தத்துவார்த்த எதிர்க் கருத்துகளை ஒடுக்கும் விதமாகவும் இவர்கள் மீது 'உபா' சட்டம் உள்ளிட்ட கருப்புச் சட்டங்களைப் பாய்ச்சி கொடுமைப்படுத்தி வருகிறது பாஜக அரசு.

பீமாகோரேகான் வழக்கில் கைது செய்யப்பட்டவர்களிடம் நடத்திய விசாரணை மற்றும் சோதனையில் கிடைத்த தகவல்களின்

அடிப்படையிலேயே மேற் குறிப்பிட்டுள்ள ஐந்து பேரும் கைது செய்யப்பட்டனர்; அவர்களது வீடுகள் சோதனையிடப்பட்டன. இந்தச் சோதனையில் கைப்பற்றப்பட்ட கணினி மற்றும் அதில் உள்ள மின் அஞ்சல் கடிதங்களின் அடிப்படையிலேயே இவர்கள் அனைவரும் மாவோயிஸ்டுகளுடன் சேர்ந்து பிரதமர் நரேந்திர மோடியைக் கொலைசெய்ய திட்டமிட்டு இருப்பதாகக் குற்றம் சாட்டப்பட்டு கைது செய்யப்பட்டனர்.

இது தொடர்பாக இவர்களின் கணினியில் இருந்து கைப்பற்றப் பட்டதாக 13 கடிதங்கள் மராட்டிய காவல்துறையால் முதலில் ஊடகங்களில் வெளியிடப்பட்டன. மராட்டிய காவல்துறையின் கூடுதல் தலைமை இயக்குநர் பரம்பீர் சிங் அவர்கள் செப்டம்பர் 1, 2018 அன்று தொலைக் காட்சி (NDTV) ஒன்றில் பேசும்போது, "இந்தக் கடிதங்களின் உண்மைத் தன்மையை இனிமேல்தான் உறுதிப்படுத்த வேண்டியுள்ளது," என்றார்.

உண்மைத் தன்மை உறுதிப்படுத்தப்படாத கடிதங்களை அடிப்படையாக வைத்தே இவர்கள் அனைவரும் மாவோயிஸ்டு களுடன் சேர்ந்து பிரதமர் மோடியைக் கொலை செய்யத் திட்டமிட்டுள்ளதாகவும், இவர்கள் மாவோயிஸ்டு தொடர்பாளர்கள் எனவும் திட்டமிட்ட பரப்புரை ஊடகங்களின் வழியே மராட்டிய காவல்துறை உயர் அதிகாரிகளாலேயே பரப்பப்பட்டது. உண்மைத் தன்மை உறுதிப்படுத்தப்படாத கடிதங்களை ஊடகங்களுக்கு வெளியிடப்பட்டு அரசின் பொய்ப் பிரச்சாரத்திற்குப் பயன்படுத்தப்பட்டன. மேலும், மின்னணு வடிவில் இருக்கும் எந்தக் கடிதத்திலும் கையொப்பமோ, தலைப்போ, மின் அஞ்சல் முகவரியோ கூட குறிப்பிடப்படவில்லை.

மேலும் ஊடகங்களில் காவல்துறையால் வெளியிடப்பட்ட 13 கடிதங்களில் 7 கடிதங்கள் காம்ரேட் பிரகாஷ் என்பவராலோ அல்லது அவருக்கோ எழுதப்பட்டுள்ளன. மார்ச் 7, 2017 அன்று மராட்டிய மாநிலத்தில் கட்சிரோலி அமர்வு நீதிமன்றம் செசன்ஸ் வழக்கு எண். 13/2014இல் வழங்கிய தீர்ப்பில் பேராசிரியர் ஜி.என். சாய்பாபா என்பவர்தான் அவர் எழுதிய கடிதங்களில் காம்ரேட் பிரகாஷ் என்ற புனைப் பெயரைப் பயன்படுத்தி எழுதியதாக குறிப்பிட்டு அந்த வழக்கில் அவருக்கு தண்டனை வழங்கி சிறையில் அடைத்துள்ளது. பேராசிரியர் ஜி. என். சாய்பாபா மார்ச்சு 7, 2017 முதல் நாக்பூர் மத்திய சிறைச்சாலையில் அடைக்கப்பட்டுள்ளார்.

எனவே, மீண்டும் 2018இல் மராட்டிய மாநிலக் காவல்துறை வெளியிட்டுள்ள காம்ரேட் பிரகாஷ் என்பவர் எழுதியதாகக் குறிப்பிட்டுள்ள கடிதங்கள் திட்டமிட்டு ஜோடிக்கப்பட்டவையே

என்பது இதன் மூலம் தெளிவாகிறது. இந்த விவரங்கள் அனைத்தையும் உச்ச நீதிமன்ற நீதிபதி டி.ஒய். சந்திரசூட் அவர்கள் கடந்த 2018ஆம் ஆண்டு, தான் வழங்கிய தீர்ப்பில் குறிப்பிட்டுள்ளார்.

பொய்க் கடிதங்கள்

2017இல் சிறை சென்றவர் எப்படி 2018இல் கடிதங்களை எழுதி இருக்க முடியும்? இக்கடிதங்கள் அரசு மற்றும் காவல் துறையால் திட்டமிட்டு போலியாகத் தயாரிக்கப்பட்டவை என்பதைக் காட்டுகின்றன.

இவ்வாறு பொய்யாகப் புனையப்பட்ட வழக்கின் அடிப்படையிலும், போலியாகத் தயாரிக்கப்பட்ட மின்அஞ்சல் கடிதங்களின் அடிப்படையிலுமே தலைசிறந்த இடதுசாரிச் சிந்தனையாளர்களும் சமூக செயற்பாட்டாளர்களும் கைது செய்யப்பட்டு கொடுஞ்சிறையில் தள்ளப்பட்டு உள்ளனர்.

இறுதியாக இந்த வழக்கின் குற்றப்பத்திரிகை நவம்பர் 2018 மற்றும் பிப்ரவரி 2019இல் புனே காவல் துறையினரால் நீதிமன்றத்தில் தாக்கல் செய்யப்பட்டது.

இந்தக் குற்றப்பத்திரிகையில் கவிஞர் வரவர ராவ், அருண் ஃபரைரோ, வெர்னோன் கான்சல்வ்ஸ், சுதா பரத்வாஜ், சுதிர தவாலே, ரோனா வில்சன், சுரேந்திர காட்லிங், மகேஷ் ராவுத், சோமா சென் உள்ளிட்ட இடதுசாரிச் செயற்பாட்டாளர்கள் மீதும் மற்றும் தலைமறைவு மாவோயிஸ்டு தலைவர்கள் உள்பட 23 பேர் மீது வழக்கு பதிவு செய்யப்பட்டுள்ளது.

இந்நிலையில்தான் 2019, நவம்பரில் நடந்த மராட்டிய சட்டமன்றத் தேர்தலுக்குப் பின்னர் தேவேந்திர பட்னாவிஸ் தலைமையிலான பாஜக அரசு பதவி விலகியது.

உத்தவ் தாக்கரே தலைமையிலான (சிவசேனா-தேசியவாத காங்கிரஸ்) கூட்டணி அரசு பதவி ஏற்றது. ஆனால் பீமா கோரேகான் வழக்கின் நிலை?

120

பேராசிரியர் ஆனந்த் தெல்தும்டே திறந்த மடல்

2019ஆம் ஆண்டு நவம்பரில் மராட்டிய மாநிலச் சட்டமன்றத் தேர்தலுக்குப் பிறகு, தேவேந்திர பட்னாவிஸ் தலைமையிலான பாஜக அரசு பதவி விலகியது; உத்தவ் தாக்கரே தலைமையிலான சிவசேனா - தேசியவாத காங்கிரஸ் கூட்டணி அரசு பதவியேற்றது. புதிய அரசு பதவி ஏற்றவுடன் பீமா கோரேகான் வழக்கு தொடர்பாகவும், அதில் காவல் துறையினரின் புலனாய்வு தொடர்பாகவும் பல்வேறு கேள்விகள் அரசுத் தரப்பில் இருந்து எழுப்பப்பட்டன. மேலும் இவ்வழக்கில் விசாரணை நடத்தப்பட்ட விதம் குறித்து ஆராயப் போவதாகவும் அறிவித்தது.

இதனால் பதறிப்போன ஒன்றிய பாஜக அரசு அவசர அவசரமாக ஜனவரி 24, 2020இல் பீமா கோரேகான் வழக்கை தேசியப் புலனாய்வு முகமை விசாரிக்க உத்தரவிட்டது. மோடி அரசின் இந்த உத்தரவை மராட்டிய மாநில அரசு ஏற்க மறுத்து எதிர்ப்புத் தெரிவித்த போதிலும், பின்னர் ஒன்றிய அரசின் அழுத்தம் காரணமாக ஒப்புதல் அளித்துவிட்டது.

தேசியப் புலனாய்வு முகமை விசாரணை என்பது முழுக்க முழுக்க ஒன்றிய பாஜக அரசின் கட்டுப்பாட்டின் கீழ்தான் நடை பெறுகிறது. ஒன்றிய அரசே என்.ஐ.ஏ. மூலம் வழக்கின் போக்கை கண்காணிக்கிறது என்பதே உண்மை நிலை.

இந்நிலையில் பீமா கோரேகான் வழக்கின் விசாரணையைத் தொடங்கிய தேசியப் புலனாய்வு முகமை, முதல் தகவல் அறிக்கை ஒன்றைப் பதிவு செய்தது. அதில் ஏற்கனவே சிறையில் அடைக்கப்பட்டுள்ள 9 பேர்களான, வரவர ராவ், அருண் ஃபரைரோ, வெர்னோன் கான்சல்வஸ், சுதா பரத்வாஜ், சுதிர்தவாலே, ரோணா வில்சன், சுரேந்திர காட்லிங், மகேஷ் ராவுத், சோமாசென் ஆகியோருடன் மேலும் இதழியலாளர் கவுதம் நவ்லாகா, பேராசிரியர் ஆனந்த் தெல்தும்டே ஆகிய இருவரின் பெயர்களும் சேர்க்கப்பட்டு மொத்தம் 11 பேர் மீது இந்திய தண்டனைச் சட்டப்பிரிவு மற்றும் சட்ட விரோத நடவடிக்கைகள் தடுப்புச் சட்டம் பிரிவுகளின் கீழ் வழக்கு பதிவு செய்யப்பட்டது.

கவுதம் நவ்லாகா, பேராசிரியர் ஆனந்த் தெல்தும்டே ஆகியோர் தவிர மேலும் இருவர் 2018இல் கைது செய்யப்பட்டு சிறையில் தள்ளப்பட்டு விட்டனர்.

கவுதம் நவ்லாகா

கவுதம் நவ்லாகா டெல்லியைச் சேர்ந்த பத்திரிகையாளர். சமூகச் செயற்பாட்டாளரான இவர், ஜனநாயக உரிமைகளுக்கான மக்கள் கூட்டமைப்பில் இணைந்து மனித உரிமைகளுக்காகப் போராடி வருபவர்; பல்வேறு பன்னாட்டு மனித உரிமை அமைப்புகள் மற்றும் செயற்பாட்டார்களுடன் இணைந்து செயல்படுபவர்; எகனாமிக் அண்டு பொலிட்டிக்கல் வீக்லி ஏட்டின் (Economic and Political Weekly - EPW) ஆசிரியர் குழுவிலும் இடம்பெற்றவர். உலக அளவில் மதிக்கப்படும் மனித உரிமை செயற்பாட்டாளர்.

ஜம்மு - காஷ்மீர் மக்கள் சந்திக்கும் வாழ்வுரிமைச் சிக்கல்களையும், மதஹ் தீவிரவாதிகளாலும், அரசுப் படைகளாலும் அச்சுறுத்தப்பட்டு வாழ்வைப் பறிகொடுத்த மக்களுக்காக நேரடியாக களத்தில் ஆய்வு செய்து பல உண்மைகளை வெளிக் கொணர்ந்தார். எனவேதான் 2011ஆம் ஆண்டிலிருந்து கவுதம் நவ்லாகா, காஷ்மீர் மாநிலத்திற்குள் நுழைய தடை விதிக்கப்பட்டு இருந்தது.

மாவோயிஸ்டு தாக்கம் நிறைந்த சத்தீஸ்கர் மாநிலத்தின் பல பகுதிகளில் மக்கள் அரசுப் படைகளால் சித்ரவதைகளுக்கு உள்ளாக்கப்படுவதை எதிர்த்து குரல் கொடுத்து வருகிறார்; ‘காஷ்மீர்: அமைதியின் வன்முறை’ எனும் நூலின் மூலம் காஷ்மீர மக்கள் - இராணுவம் மோதல் பற்றிய உண்மைகளை வெளியிட்டு இருந்தார். இவரையும் பீமா கோரேகான் வழக்கில் தேசியப் புலனாய்வு முகமை சேர்த்தது.

பேராசிரியர் ஆனந்த் தெல்தும்டே

பேராசிரியர் ஆனந்த் தெல்தும்டே, பாபா சாகிப் டாக்டர் அம்பேத்கரின் பேத்தியான ரமா தெல்தும்டே கணவர் ஆவார்.

தலித் இயக்கங்களுடன் தொடர்புடைய முன்னணிச் செயற்பாட்டாளரான ஆனந்த் தெல்தும்டே, அறிவு ஜீவி என போற்றப்படுவர்; மராட்டிய மாநிலம் யவட்மால் மாவட்டம் ரஜூர் கிராமத்தில் பிறந்தவர். நாக்பூரிலுள்ள விஸ்வேஸ்வரய்யா தேசியத் தொழில்நுட்பக் கல்வி நிலையத்தில் (ஐ.ஐ.டி.) பொறியியல் படித்தவர். ஆமதாபாத் ஐ.ஐ.டி. -யில் சேர்ந்து பல ஆராய்ச்சிகளை மேற்கொண்டார். பாரத் பெட்ரோலியம் கார்ப்பரேசன் லிமிடெட் செயல் தலைவராகவும், பெட்ரோநெட் இந்தியாவின்

நிர்வாக இயக்குநராகவும் இருந்துள்ளார். காரக்பூர் ஐ.ஐ.டி.-யில் பேராசிரியராகவும், கோவா மேலாண்மைக் கல்வி நிலையத்தில் பேராசிரியராகவும் பணியாற்றினார்.

இவர் பல செய்தி ஏடுகள் மற்றும் சஞ்சிகைகளில் ஆய்வுக் கட்டுரைகள் எழுதி வருபவர். வகுப்புவாரி பகுப்பாய்வு மற்றும் பொதுக் கொள்கையில் நிபுணராகவும் இவர் கருதப்படுகிறார். ஜனநாயக உரிமைகள் பாதுகாப்புக் குழுவின் (C.P.D.R.) பொதுச் செயலாளர், மற்றும் கல்விக்கான உரிமை குறித்த அகில இந்திய அமைப்பின் ஆட்சி மன்றக்குழு உறுப்பினர் ஆகிய பொறுப்புகளிலும் செயற்பட்டு வந்தார்.

ஆனந்த் தெல்தும்டே மீது என்.ஐ.ஏ. குற்றச்சாட்டு

2017, டிசம்பர் 31ஆம் தேதி ஏற்பாடு செய்யப்பட்ட எல்கர் பரிஷத் நிகழ்ச்சி மற்றும் ஒருநாள் கழித்து பீமா கோரேகானில் நடந்த வன்முறைகள் தொடர்பாக, 2018, ஜூன் 6 மற்றும் ஆகஸ்டு 28இல் அறிவு ஜீவிகள், சமூக செயற்பாட்டாளர்கள், வழக்கறிஞர்கள் உள்ளிட்ட 9 பேர் கைது செய்யப்பட்டனர். இவர்களின் வீடுகளைச் சோதனையிடப்பட்ட போது கைப்பற்றப்பட்ட ஆதாரங்களின் (?) அடிப்படையில் பேராசிரியர் ஆனந்த் தெல்தும்டே இல்லமும் சோதனையிடப்பட்டதாக காவல்துறை கூறியிருந்தது.

தாம் வீட்டில் இல்லாத நேரத்தில் 'வாரண்ட்' எதுவும் இல்லாமல் காவல்துறையினர் கோவாவில் உள்ள தமது வீட்டை சோதனை நடத்தியதை ஆனந்த் தெல்தும்டே எதிர்த்து குரல் எழுப்பினார். காவல்துறையினர் வீடியோ எடுத்துக் கொண்டு வீட்டைப் பூட்டி உள்ளனர். அப்போது ஆனந்த் தெல்தும்டே மும்பையில் இருந்தார். இதுபற்றி தகவல் அறிந்ததும் அவருடைய மனைவி கோவா சென்று காவல்துறையில் புகார் அளித்தார்.

2018, ஆகஸ்டு 31ஆம் தேதி, அப்போதைய காவல்துறை அதிகாரி பரம்வீர்சிங் புனேவில் செய்தியாளர் சந்திப்பை நடத்தினார். ஆனந்த் தெல்தும்டே மற்றும் கைது செய்யப்பட்டு உள்ளவர்களும் பீமாகோரேகான் வழக்கில் தொடர்புடையவர்கள் என்று ஒரு கடிதத்தை ஆதாரமாகக் காட்டினார். ஒரு 'தோழரால்' அக்கடிதம் எழுதப்பட்டு இருந்ததாகக் காவல்துறையினர் குறிப்பிட்டனர்.

"ஏப்ரல் 2018இல் பாரிஸில் ஒரு மாநாடு நடத்தப்பட்டது. அங்கு ஆனந்த் தெல்தும்டேவிடம் நேர்காணல் நடத்தப்பட்டது. அந்த மாநாட்டுக்கான செலவுகளை மாவோயிஸ்டுகள் செய்திருந்தனர். அவருடைய நேர்காணலுக்கும் அவர்கள்தான் ஏற்பாடு செய்திருந்தனர்" என்று காவல்துறை கூறியது.

இந்தக் குற்றச்சாட்டுக்களை மாநாட்டு ஏற்பாட்டாளர்கள் வன்மையாக மறுத்துள்ளதாக ஆனந்த் தெல்தும்டே கூறினார்.

காவல்துறையினர் கைப்பற்றிய (?) மின்னஞ்சல் கடிதங்களில் மாவோயிஸ்டுகளுடன் தொடர்புடைய 'காம்ரேட் ஆனந்த்' என்ற பெயர் குறிப்பிடப்பட்டு இருக்கிறது. அந்த தோழர் (!) 'பேராசிரியர் ஆனந்த் தெல்தும்டே' என்று என்.ஐ.ஏ. தனது முதல் தகவல் அறிக்கையில் குறிப்பிட்டது.

தங்கள் மீது தேசியப் புலனாய்வு முகமை தாக்கல் செய்துள்ள முதல் தகவல் அறிக்கையை இரத்து செய்யக் கோரி கவுதம் நவ்லாகா மற்றும் ஆனந்த் தெல்தும்டே இருவரும் பிப்ரவரி, 15 2020இல் மும்பை உயர் நீதிமன்றத்தில் மனுதாக்கல் செய்தனர்; அதில் முன் பிணை கேட்டும் விண்ணப்பித்து இருந்தனர். ஆனால் மும்பை உயர்நீதிமன்றம் அந்த மனுக்களை நிராகரித்தது. இதனால் மும்பை உயர்நீதிமன்ற உத்தரவை எதிர்த்து இருவரும் உச்ச நீதிமன்றத்தில் மேல்முறையீட்டு மனுதாக்கல் செய்தனர்.

உச்சநீதிமன்றத்தில் பிணை மனு தள்ளுபடி

முன் பிணை மனுக்களை விசாரித்த உச்சநீதிமன்ற நீதிபதிகளான அருண் மிஸ்ரா, முகேஷ் குமார், ரசிக்பாய் ஷா ஆகியோர் அடங்கிய அமர்வு, "நாங்கள் மார்ச் 16, 2020இல் இருந்து ஏப்ரல் 6ஆம் தேதி வரை (06.04.2020) இவ்விருவருக்கும் 3 வார கால அவகாசம் அளிக்கிறோம். அதன் பிறகு அவர்கள் சரணடைய வேண்டும். கைது செய்யப்படுவதில் இருந்து தங்களைத் தற்காத்துக் கொண்டு, ஜனவரி 2018 முதலாக சுமார் ஒன்றரை ஆண்டுகளை இவர்கள் மகிழ்வுடன் அனுபவித்துள்ளனர்," என்று கூறியது.

'தான் கைது செய்யப்பட்டு சிறையிடப்படுவதையும், அதன் மூலம் தான் விரும்பி செய்து வரும் மனித உரிமைப் பணிகளையும், எழுத்துப் பணியையும் செய்ய முடியாமல் போய்விடுமே என்பதை எண்ணி எண்ணி முனைவர் ஆனந்த் தெல்தும்டே பல நாட்கள் உறங்க முடியாத நிலையில் உள்ளார்' என்று அவரது மகள்களான ராஷ்மியும், ப்ராச்சியும் எழுதியுள்ள பகிரங்கக் கடிதமே இந்த வேதனையை உணர்த்துகிறது. ஆனால், உச்ச நீதிமன்ற நீதிபதிகளோ, அவர் ஒன்றரை ஆண்டுக் காலத்தை மகிழ்வுடன் அனுபவித்துள்ளார் என்கிறார்கள். இதை எப்படி பார்ப்பது?

"இது தனி நபர்களுக்கு எதிரான தாக்குதல் அல்ல; மாறாக நாட்டுக்கு எதிரான செயல். இதனாலேயே கைது செய்து விசாரணை மேற்கொள்ள வேண்டியுள்ளது," என்று இந்திய அரசின் சொலிசிட்டர் ஜெனரல் துஷார் மேத்தா உச்சநீதிமன்றத்தில்

வாதாடினார். உச்சநீதிமன்றம் ஏப்ரல் 14, 2020 அன்று கவுதம் நவ்லகா, பேராசிரியர் முனைவர் ஆனந்த் தெல்தும்டே இருவரும் சரணடைய வேண்டும் என்று உத்தரவிட்டது.

தாம் சிறைக்கு செல்ல வேண்டிய வேளை வந்துவிட்டது; அதற்கான ஓலையை உச்சநீதிமன்றம் வழங்கி விட்டது என்று தகவல் வெளியானவுடன் பேராசிரியர் ஆனந்த் தெல்தும்டே ஒரு பகிரங்கக் கடிதம் ஒன்றை வெளியிட்டார். அக்கடிதத்தில் அவர் முன்வைத்துள்ள கருத்துகளுக்கு - கேள்விகளுக்கு மக்களாட்சி நாடு எனக் கருதப்படும் இந்தியாவில் இன்றைய தேதி வரையில் (அதாவது இக்கட்டுரை எழுதப்படும் நாளான மே 29, 2022 வரை) விடை கிடைக்கவில்லை.

ஆனந்த் தெல்தும்டே திறந்த மடல்

சிறைக்குப் போவதற்கு முன்பாக ஆனந்த் தெல்தும்டே எழுதிய திறந்த மடல், "உங்கள் முறை வருவதற்கு முன் நீங்கள் பேசி விடுங்கள்" என்று வேண்டுகிறது; நெஞ்சை உலுக்கும் அந்த மடல் வருமாறு:

"எனக்கு நன்றாகத் தெரியும் பாஜக - ஆர்.எஸ்.எஸ். கூட்டு மற்றும் அவர்களது கோரிக்கைகளை எந்தக் கேள்வியும் எழுப்பாமல் ஏற்கும் ஊடகங்கள் - இவர் எழுப்பப் போகும் திட்டமிட்ட அருவருப்பான ஒலியில் எனது குரல் கேட்காமல் போகும்; இருந்த போதிலும் இப்போது பேசுவது தேவையான ஒன்று என்றே கருதுகிறேன்; ஏனெனில் எனக்கு மற்றொரு வாய்ப்பு கிடைக்குமா? என்று தெரியாது;

2018ஆம் ஆண்டு ஆகஸ்டு மாதம் கோவா மேலாண்மைக் கல்வி நிலைய வளாகத்தில் உள்ள என் வீட்டில் காவல்துறை சோதனை நடத்தியதில் இருந்தே எனது உலகம் தலை கீழாக மாறிவிட்டது. எனது மோசமான கனவுகளில் கூட, எனக்கு இப்படியெல்லாம் நடக்கும் என்று நான் நினைத்துப் பார்த்தது இல்லை;

பெரும்பாலும் பல்கலைக் கழகங்களில் நான் ஆற்றிய உரைக்கு ஏற்பாடு செய்த அமைப்பாளர்களிடம் என்னைப் பற்றி விசாரித்து காவல்துறை அச்சமூட்டியபோது, நான் கூட காவல்துறையினர் பல காலத்திற்கு முன்பு எங்கள் வீட்டை விட்டு வெளியேறிய என் சகோதரர் குறித்து விசாரிக்கிறார்கள். நான்தான் அவர் என தவறுதலாக நினைத்து விசாரிப்பதாகவே நினைத்தேன்.

நான் ஐ.ஐ.டி. கரக்பூரில் உரையாற்றிக் கொண்டு இருந்தபோது, பி.எஸ்.என்.எல். நிறுவனத்தைச் சேர்ந்த ஒரு ஊழியர் என்னைத் தொலைபேசியில் அழைத்தார்; எனது நலம் விரும்பி எனத்

தன்னை அறிமுகப்படுத்திக் கொண்ட அவர் எனது அலைபேசி உரையாடல்கள் கண்காணிக்கப் படுவதாகக் கூறினார்.

நான் அவருக்கு நன்றி தெரிவித்தேன். ஆனால், அதன் பின்பும் கூட என் சிம் கார்டை நான் மாற்றவில்லை. இது போன்ற கண்காணிப்புகளால் நான் தொல்லைகளுக்கு உள்ளாகி இருந்தாலும், என்னைக் கண்காணிப்பதன் மூலம் காவல்துறைக்கு உண்மை புரியும்... நான் சட்டத்துக்குப் புறம்பான எந்த நடவடிக்கைகளிலும் ஈடுபடவில்லை என என்னை நானே சமாதானம் செய்து கொண்டேன்.

காவல்துறையைக் கேள்வி கேட்பதால் அவர்கள் பெரும்பாலும் மனித உரிமைச் செயற்பாட்டாளர்களை வெறுப்பார்கள். நானும் அத்தகைய ஒருவன் என்பதால் காவல்துறை என்னைக் கண்காணிப்பதாக நினைத்தேன்.

ஆனால், என் பணி நிமித்தம் காரணமாக அவ்வாறான செயல்பாடுகளிலும் நான் ஈடுபடுவதில்லை என்பதை என்னைக் கண்காணிப்பதன் மூலம் காவல்துறையினர் உணர்வார்கள் என்று நினைத்தேன்.

ஆனால், ஒருநாள் அதிகாலை என்னை அழைத்த எனது கல்வி நிலையத்தின் இயக்குநர் அவர்கள், காவல்துறை எங்கள் கல்வி நிலையத்தைச் சோதனையிடுவதாகவும், நான் எங்கே என தேடுவதாகவும் கூறியபோது ஒரு சில விநாடிகள் வார்த்தையற்று போனேன்.

ஒரு அலுவலக வேலை காரணமாக சில மணி நேரங்களுக்கு முன்புதான் நான் மும்பைக்கு வந்திருந்தேன். என் மனைவி எனக்கு முன்பே வந்திருந்தார். மேலும் சில இடங்களில் சோதனை நடந்தது என்றும், அப்படி சோதனைக்கு உள்ளாக்கப் பட்டவர்கள் கைது செய்யப்பட்டார்கள் என்றும் நான் அறிந்தபோது, சில மணி நேரங்களுக்கு முன்பு அங்கிருந்து மும்பைக்குப் பயணித்ததால் தப்பித்தேன் என்ற நினைப்பே என்னை உலுக்கியது.

ஆனால், காவல்துறைக்கு நான் எங்கு இருக்கிறேன் எனத் தெரியும்; என்னைக் கைது செய்திருக்கலாம். ஆனால், ஏன் அவர்கள் அவ்வாறு செய்யவில்லை என்பது அவர்களுக்கே வெளிச்சம். எனது வீட்டுக் காவலரிடம் இருந்து காவல்துறையினர் பெற்ற டூப்ளிகேட் சாவியைக் கொண்டு வலுக்கட்டாயமாக எனது வீட்டைத் திறந்தார்கள்; வீட்டை வீடியோ பதிவு செய்தபின் மூடிவிட்டு சென்று விட்டார்கள்; ஆனால் எங்களது இன்னல்கள் அங்கிருந்துதான் தொடங்கியது.

எங்களது வழக்குரைஞர்களுடன் ஆலோசித்தபின் என் மனைவி அடுத்த விமானம் பிடித்து கோவா சென்றார்; பிகோலிம் காவல் நிலையத்தில் இது தொடர்பாக புகார் அளித்தார்.

அதாவது நாங்கள் இல்லாதபோது எங்கள் வீடு சோதனை செய்யப்பட்டு இருக்கிறது. வீட்டில் ஏதாவது பொருள் வைக்கப்பட்டு இருந்தால் நாங்கள் பொறுப்பு இல்லை என்பதுதான் அந்தப் புகார். இது தொடர்பாக எங்களை விசாரிப்பதற்காக எங்கள் தொலைபேசி எண்ணையும் காவல் நிலையத்தில் கொடுத்துவிட்டே வந்தார்.

ஆனால், அதன்பின் காவல்துறை பத்திரிகையாளர் சந்திப்புகளை ஏற்பாடு செய்து மாவோயிஸ்டு கதைகள் சொல்லும் காரியத்தில் இறங்கியது. எனக்கு எதிரான ஒரு முன் முடிவை மக்கள் மனதில் ஏற்படுத்த வேண்டும் என்பதுதான் அவர்களது நோக்கம். ஊடகத்தின் மூலம் அந்த சித்திரத்தை ஏற்படுத்தி என்னைக் கைது செய்யத் திட்டமிட்டார்கள்.

2018, ஆகஸ்டு மாதம் 31ஆம் தேதி நடந்த செய்தியாளர் சந்திப்பில், சோதனை செய்யப்பட்ட வீடுகளில் உள்ள கணினியில் இருந்து எடுக்கப்பட்ட கடிதம்தான் எனக்கு எதிரான ஆதாரம் எனக் கூறி அந்தக் கடிதத்தை வாசித்தார்கள்.

ஆனால், அந்தக் கடிதத்தில் எதுவுமே இல்லை; நான் கல்வி தொடர்பாகக் கலந்து கொண்ட மாநாடு தொடர்பான தகவல்கள் அது. அந்தத் தகவல்கள் அமெரிக்கன் யுனிவர்சிட்டி ஆஃப் பாரிஸ் இணையதளத்தில் இருக்கிறது.

முதலில் நான் சிரித்துக் கொண்டேன். ஆனால், அதன் பின் அந்த அதிகாரிகளுக்கு எதிராக அவதூறு வழக்குப் போட தீர்மானித்தேன். அனைத்தும் நடைமுறைகளின்படி நடக்க வேண்டும் என்பதற்காக இது தொடர்பாக ஒரு கடிதத்தை மராட்டிய அரசுக்கு அனுப்பினேன். ஆனால், இன்று வரை அவர்களிடம் இருந்து ஒரு பதிலும் வரவில்லை; உயர் நீதிமன்றம் கண்டித்த பின் பத்திரிகையாளர் சந்திப்புகள் ஒரு கட்டத்தில் நின்றது.

ஆர்.எஸ்.எஸ்.-இன் பின்னணி

இந்த வழக்கின் மொத்த பின்னணியிலும் ஆர்.எஸ்.எஸ். அமைப்பின் கை வெளிப்படையாக இருக்கிறது. ஆர்.எஸ்.எஸ். அமைப்பின் செயற்பாட்டாளர் ரமேஷ் படாங்கே, என்னைப் பற்றிய ஒரு கட்டுரை அவர்களது பிரச்சார இதழான 'பாஞ்சன்யா'வில் எழுதி இருப்பதாக எனது மராத்தி நண்பர் கூறினார்.

அந்தக் கட்டுரையில் நான் 'மாயாவி அம்பேத்கர்வாதி' என குறிப்பிடப்பட்டு இருந்தேன். அருந்ததிராய் மற்றும் கையில் ஓம்வெட் ஆகியோருடன் என்னை இணைத்து அந்தக் கட்டுரை புனையப்பட்டு இருந்தது. மாயாவி என்பது இந்து புராணங்களில் அழிவை உண்டாக்கும் துர்சக்தியைக் குறிக்கும் வார்த்தை.

எனது புனே இல்லத்தில் நான் சட்டப்படி கைது செய்யப்பட்டபோது இந்துத்துவவாதிகளின் இணைய கும்பல் என்னைக் குறித்து இணையத்தில் தாக்குதல் நடத்தியது. எனது விக்கிமீடியா பக்கம் அழிக்கப்பட்டு... அதில் பல பொய்யான தகவல்கள் சேர்க்கப் பட்டன. பல ஆண்டுக் காலமாக அந்த விக்கிமீடியா பக்கம் பப்ளிக் பேஜ் (*Public Page*) ஆகத்தான் இருந்திருக்கிறது. இது குறித்து எனக்கே தெரியாது.

அந்தp பக்கத்தில் உள்ள அனைத்துத் தகவல்களையும் அழித்து, "எனக்கு மாவோயிஸ்டு சகோதரர் இருக்கிறார்... அவர் வீடு காவல்துறையின் சோதனைக்கு உள்ளானது... மாவோயிஸ்டுகளுடன் தொடர்பு வைத்துள்ளதால் கைது செய்யப்பட்டு உள்ளார்," ஆகிய தகவல்களை அதில் சேர்த்தனர்.

அதனைத் திருத்த எனது மாணவர்கள் ஒவ்வொரு முறை முயற்சி செய்தபோதும் அந்தக் கும்பலால் மீண்டும், மீண்டும் இதே தகவல் சேர்க்கப்பட்டு இருக்கிறது. இதனை எனது மாணவர்கள் என்னிடம் கூறினர். இறுதியாக விக்கிமீடியா தலையிட்டு என் பக்கத்தை மீட்டது. அந்த இந்துத்துவ கும்பலின் கருத்தும் அதில் சேர்க்கப்பட்டது.

நக்சல் நிபுணர்களைக் கொண்டு ஆர்.எஸ்.எஸ். அமைப்பு ஊடகங்களில் பொய்யையும், புரட்டையும் கட்டவிழ்த்துவிட்டது. இது தொடர்பாக நான் ஊடக அமைப்புகளுக்கு, குறிப்பாக இந்தியா பராட் காஸ்டிங் ஃபவுண்டேசனுக்குப் புகார் அளித்தேன். ஆனால் எந்தப் பலனும் இல்லை. என் கைபேசியில் இஸ்ரேலி ஸ்பைவேர் பொருத்தப்பட்டு தகவல்கள் எடுக்கப்பட்டதாகவும் தகவல்கள் வெளிவந்தன. இதனை வைத்து எழுப்பப்பட்ட ஊடக சலசலப்புகளும் பின்பு மரணித்தன.

எளிய மனிதன்

நான் ஓர் எளிய மனிதன்; நியாயமாக உழைத்து உண்கிறேன்; எனது எழுத்தின் மூலமாக எனது அறிவை பகிர்ந்துகொண்டு பிறருக்கு உதவுகிறேன். ஆசிரியனாக, சிவில் சமூகச் செயற்பாட்டாளனாக, சமூக அறிவு ஜீவியாக கடந்த 50 ஆண்டுகாலமாக இந்த கார்ப்பரேட் உலகத்தில் எந்தக் களக்கமும் இல்லாமல் சேவையாற்றி இருக்கிறேன்.

எனது எழுத்துக்கள் 30 நூல்களாக, பல ஆராய்ச்சி கட்டுரைகளாக வெளிவந்திருக்கின்றன. பன்னாட்டு அளவில் என் கட்டுரைகளும், எனது நேர்காணல்களும் பிரசுரமாகி இருக்கின்றன.

ஆனால் என் வாழ்வின் இறுதி கால கட்டத்தில், கொடூரமான குற்றம் புரிந்ததாக சட்டத்திற்கு புறம்பாக செயல்படுபவர்களைத் தடுக்கும் கொடுமையான சட்டமான 'உபா' சட்டத்தில் கைது செய்யப்படுகிறேன்.

என்னைப் போன்ற தனிமனிதர்கள் அரசால் ஊக்கமூட்டப்பட்ட பிரச்சாரத்தை, அவர்களுக்குக் கீழ்படியும் ஊடகங்களை எதிர் கொள்ள முடியாது; இணையத்தில் இந்த வழக்கு தொடர்பாக அனைத்து தகவல்களும் கிடைக்கின்றன. அதைப் படிக்கும் அனைவருக்கும் இது புனையப்பட்ட வழக்கு எனப் புரிந்து கொள்ள முடியும்.

AIFRTE இணையத்தில் இது தொடர்பாக சுருக்கமான தகவல்கள் கிடைக்கின்றன. அதனை எளிதாகப் படிக்க முடியும். இருந்த போதிலும் உங்களுக்காக இந்த வழக்கின் சுருக்கத்தைத் தருகிறேன்.

இந்த வழக்கில் கைது செய்யப்பட்ட இருவரின் கணிப்பொறியில் கிடைத்த 13 கடிதங்களில் 5 கடிதங்களில் உள்ள தகவல்களின் அடிப்படையில் நான் இந்த வழக்கில் சேர்க்கப்பட்டு இருக்கிறேன். என்னிடம் இருந்து நேரடியாக எதுவும் மீட்கப்படவில்லை.

'ஆனந்த்' என சில கடிதங்களில் குறிப்பிடப்பட்டு இருக்கிறது. இந்தியாவில் பலருக்கு இருக்கும் பொதுவான பெயர் அது. ஆனால், காவல்துறையினர் எந்தக் கேள்வியும் இல்லாமல் என்னை அதனுடன் தொடர்புபடுத்துகிறார்கள்.

அந்தக் கடிதத்திலும் பெரிதாக எதுவும் இல்லை. பல வல்லுநர்கள், உச்ச நீதிமன்ற நீதிபதி உட்பட இந்த சாட்சியைப் புறந்தள்ளி இருக்கின்றனர். சாதாரண வழக்காகக் கூட பதியப்பட முடியாத கடிதத்தை சாட்சியாகக் கொண்டு கொடூரமான 'உபா' சட்டத்தில் கைது செய்து சிறையில் அடைக்கிறார்கள். நீங்கள் எளிமையாகப் புரிந்துகொள்ள இந்த வழக்கை பின்வருமாறு விவரிக்கிறேன்.

திடீரென ஒருநாள் காவல்துறை எந்த வாரண்டையும் காட்டாமல் உங்கள் வீட்டுக்குள் நுழைகிறது; உங்கள் வீட்டைச் சேதப்படுத்துகிறது; இறுதியில் உங்களை கைது செய்து சிறையில் தள்ளுகிறது. நீதிமன்றத்தில் ஏதேதோ சொல்கிறது; அதாவது ஒரு திருட்டுக் குற்றச்சாட்டை இந்தியாவில் ஏதோவொரு இடத்தில் விசாரிக்கும்போது, காவல்துறைக்கு ஒரு பென் டிரைவ்

கிடைத்ததாகவும், அதில் தடை செய்யப்பட்ட இயக்கத்தைச் சேர்ந்தவர்கள் என்று கருதப்படும் நபர்கள் கடிதம் எழுதியதாகவும், அதில் ஏதோவொரு பெயர் குறிப்பிடப்பட்டதாகவும், ஆனால் காவல் துறையைப் பொறுத்தவரை அது நீங்கள்தான் என்றும் கூறுகிறது.

ஆழமான சதித் திட்டத்தில் உங்களைச் சிக்க வைக்கிறார்கள்; உங்களது வாழ்க்கை திடீரென்று தலைகீழாக மாறுகிறது; உங்கள் வேலை பறிபோகிறது; உங்கள் குடும்பம் அனைத்தையும் இழக்கிறது; உங்களால் எதிர்கொள்ளவே முடியாத அளவுக்கு ஊடகங்கள் உங்களுக்கு எதிராக பரப்புரையில் இறங்குகின்றன.

காவல்துறையினர் மூடப்பட்ட உறையை நீதிபதிகளிடம் தருகிறார்கள். உங்களுக்கு எதிராக வழக்கு தொடுக்க முகாந்திரம் இருப்பதாகவும், உங்களைக் காவலில் எடுத்து விசாரிக்க வேண்டும் என்றும் கூறுகிறார்கள். நீதிமன்ற விசாரணை முடிந்த பின் உங்களைச் சிறைக்கு அனுப்புகிறார்கள். நீங்கள் பிணை கோருகிறீர்கள். ஆனால் நீதிமன்றம் மறுக்கிறது. கற்பனை செய்து பாருங்கள்... நீங்கள் என்ன செய்வீர்கள்?

இந்தியாவில் ஒருவர் குற்றமே செய்யவில்லை என இறுதியில் நீதிமன்றத்தில் நிரூபிக்கப்பட்டாலும் குற்றஞ்சாட்டப்பட்ட ஒருவர் விசாரணைக் கைதியாகச் சராசரியாக நான்கு முதல் பத்து ஆண்டுகள் வரை சிறையில் இருக்கிறார்.

தேசத்தின் பெயரால் கொடூரமான சட்டத்தைக் கொண்டு தனி நபர் சுதந்திரம் பறிக்கப்படுகிறது. தேசம்... தேசியம்... என்பதெல்லாம் எதிர்ப்புக் குரல்களை ஒடுக்க ஒரு கருவியாகப் பயன்படுத்தப்படுகிறது.

மக்களுக்குத் தன்னலமற்று சேவை செய்பவர்கள் தேசத் துரோகிகளாகவும், தேசத்தை அழிப்பவர்கள் தேச பக்தர்களாகவும் பொருட்பட தொடங்கிவிட்டனர். எனது இந்தியா சிதைக்கப்படுவதை நான் பார்க்கும் இந்த நேரத்தில், பலவீனமான நம்பிக்கையுடன் இந்தக் கடிதத்தைக் கடுமையான தருணத்தில் எழுதுகிறேன்.

சரி... என்.ஐ.ஏ. கட்டுப்பாட்டிற்குள் செல்கிறேன். உங்களுடன் மீண்டும் எப்போது பேச முடியும் என எனக்குத் தெரியாது. ஆனால் உங்கள் முறை வருவதற்கு முன் நீங்கள் பேசி விடுவீர்கள் என நம்புகிறேன்."

"If we fail now, we may have to fight for generations"

"நாம் இப்போது தோல்வி அடைந்து விட்டால், தலைமுறை தலைமுறையாகப் போராட வேண்டியது வரும்."

121

பாசிசம் பலிகொண்ட அருட்தந்தை ஸ்டேன் சுவாமி

பீமா கோரேகான் வழக்கில் சேர்க்கப்பட்டு, தேசியப் புலனாய்வு முகமை விசாரணைக்கு உட்படுத்தப்பட்ட பேராசிரியர் ஆனந்த் தெல்தும்டே மற்றும் கவுதம் நவ்லாகா இருவரின் பிணை மனுக்களை உச்சநீதிமன்றம் தள்ளுபடி செய்து மார்ச்சு 17, 2020 அன்று தீர்ப்பு அளித்தது. மேலும் அவர்கள் இருவரும் மூன்று வார காலத்திற்குள் சரணடைய வேண்டும் என்றும் உத்தரவிட்டது.

சிறை அழைக்கிறது என்பதை உணர்ந்தவுடனேயே ஆனந்த் தெல்தும்டே தன் மீதான குற்றச்சாட்டுக்கள் புனையப்பட்டவை என்று தெளிவுபடுத்தி ஒரு திறந்த மடலை ஊடகங்களுக்கும், சமூக ஊடகங்களுக்கும் அனுப்பினார். அதன் பின்னர் டாக்டர் அம்பேத்கர் பிறந்த நாளான ஏப்ரல் 14, 2020 அன்று ஆனந்த் தெல்தும்டே மும்பை என்.ஐ.ஏ. அலுவலகத்தில் சரண் அடைந்தார். பின்னர் அவரை என்.ஐ.ஏ. அதிகாரிகள் கைது செய்து சிறையில் அடைத்தனர்.

சமூகச் செயற்பாட்டாளர் கவுதம் நவ்லாகாவும் கைது செய்யப்பட்டு மும்பை தலோஜா சிறையில் தள்ளப்பட்டார்.

ஸ்டேன் சுவாமி கைது

பீமா கோரேகான் வழக்கில் தேசியப் புலனாய்வு முகமை அடுத்தக் கட்டமாக, அக்டோபர் 9, 2020இல் ஜார்கண்ட் மாநிலத்தில் பாதிரியார் ஸ்டேன் சுவாமியைக் கைது செய்தது. இவர் மீதும் தடை செய்யப்பட்ட மாவோயிஸ்டுகளுடன் தொடர்பில் இருந்தார். தீவிரவாதச் செயல்பாடுகளில் ஈடுபட்டார் என்று என்.ஐ.ஏ. குற்றம் சாட்டியது. சமூகத்தில் அழுத்தப்பட்டு கிடந்த பழங்குடி மக்களுக்காக வாழ்நாள் முழுதும் பாடுபட்டு வந்த ஸ்டேன் சுவாமி 83 வயதில், தீவிரவாதி என முத்திரைக் குத்தப்பட்டு நரேந்திர மோடி அரசால் கைது செய்யப்பட்டார்.

ஸ்டேன் சுவாமி தீவிரவாதியா? ஸ்டேன் சுவாமி எனும் ஸ்தனிஸ்லாஸ் லூர்துசாமி தமிழ்நாட்டில் அரியலூர் மாவட்டத்தில் உள்ள வரகனூர் கிராமத்தில் பிறந்தவர். இயேசு சபை என்னும் பன்னாட்டு கிறிஸ்தவ அமைப்பில் சேர்ந்து வடமாநிலங்களில் பணிபுரிய முன்வந்தவர்.

இளம் வயதில் இருந்தே சமூகப் பிரச்சனைகளில் கவனம் செலுத்திய அவர், அவற்றை ஆய்வு செய்து, அதற்கு தீர்வு காணுவது எப்படி என்று ஆர்வமுடன் செயல்பட்டார். இந்திய ஜனநாயகம், அரசியல் சாசனம், மனித உரிமைகள், தலைமைத்துவம் ஆகியவற்றில் பயிற்சி பெற்றார். அதன் பிறகு பல குழுக்களுக்கு அவரே பயிற்சி வகுப்புகள் நடத்தினார். ஆழமான சிந்தனையும், பயிற்சியும் ஆய்வும்தான் அவரை ஜார்க்கண்ட் மாநிலத்தில் பழங்குடியினரின் உரிமை களுக்காகப் பணியாற்ற உந்தித் தள்ளின.

பின்தங்கிய மாநிலமான ஜார்க்கண்டில் உள்ள பழங்குடியினரின் வாழ்வோடு ஒன்றி கலந்து, அவர்களின் வாழ்வியல் முறை, இயற்கையோடு அவர்கள் கொண்டு உள்ள உறவு, பண்பாடு, நம்பிக்கை, சடங்குகள் என அனைத்தையும் அறிந்தார். பழங்குடியினரின் மண் சார்ந்த உரிமைகளைப் பெற அவர்களோடு சேர்ந்து பல திட்டங்களைத் தீட்டினார்.

கிராமிய தன்னாட்சி என்பது பழங்குடி மக்களிடையே சிறப்பாகவும், வலுவாகவும் இருப்பதை ஸ்டேன் சுவாமி அறிந்து கொண்டார். அதன் பின்னணியில் இந்திய அரசமைப்புச் சட்டத்தின் 5 ஆவது அட்டவணையில் சொல்லப்பட்டு உள்ளது போல் பழங்குடியினரை உறுப்பினர்களாகக் கொண்ட ‘பழங்குடியினர் ஆலோசனைக் குழு’ அமைக்க வேண்டும் என்று ஸ்டேன் சுவாமி குரல் கொடுத்தார்.

மேலும் 1996இல் ஒன்றிய அரசால் கொண்டுவரப்பட்ட பழங்குடியினர் கிராமப் பஞ்சாயத்து விரிவாக்கச் சட்டம் (பெசா) ஏன் கிடப்பில் போடப்பட்டு இருக்கிறது? எனக் கேள்வி எழுப்பினார்.

பழங்குடியினர் நில உரிமை

1997இல் ‘சமத்தா’ வழக்கில் உச்சநீதிமன்றம் அளித்த தீர்ப்பு, பழங்குடியினரின் நிலங்களில் உள்ள கனிம வளங்களை எவரும் பறிக்க முடியாத அளவுக்குப் பாதுகாப்பு அளித்தது. இந்தத் தீர்ப்பை முழுமையாக செயல்படுத்தினால் பழங்குடியினர் பொருளாதார ரீதியாகத் தங்களைப் பலப்படுத்திக் கொள்ள முடியும். ஏனெனில், ‘நில உரிமையாளருக்கே அந்த நிலத்தில் உள்ள கனிம வளங்களும் சொந்தம்’ என்ற சிந்தனையை மக்கள் வலுவாகப் பெற்று இருந்தனர்.

நிலம் கையகப்படுத்தும் சட்டத்தில் ஜார்க்கண்ட் மாநில அரசு 2013இல் ஒரு திருத்தத்தைக் கொண்டு வந்தது. அதன்படி நல்ல விளைச்சலைத் தரும் பழங்குடியினரின் வளமான நிலங்களை, கனிம வளங்களைத் தோண்டி எடுக்க அரசே தனியார் நிறுவனங்களுக்குத் தாரை வார்த்தது. இதை எதிர்த்து மக்களின் பிரதிநிதியாக நின்று கேள்வி எழுப்பினார் ஸ்டேன் சுவாமி. ‘உரிமை உணர்வோடு

தலைவர்களாக எழுந்து வரும் பல பழங்குடியின இளைஞர்களுக்கு நக்சல்பாரிகளோடு தொடர்பு இருப்பதாக வழக்குகள் போடப்பட்டு, அவர்களை விசாரணைக் கைதிகளாகப் பல ஆண்டுகள் சிறையில் வைத்திருப்பது உள்நோக்கம் கொண்ட நடவடிக்கை என்று ஓங்கிக் குரல் எழுப்பினார்.

அதே போன்று, 2006இல் இந்திய அரசு கொண்டு வந்த வன உரிமைச் சட்டத்தின்படி பழங்குடியினருக்குப் பல உரிமைகளை வழங்கி இருக்க வேண்டும். ஏன் அரசு செய்யவில்லை என்றும் ஸ்டேன் சுவாமி கேள்வி எழுப்பினார். அந்தச் சட்டத்தின்படி, மக்கள் நாள்தோறும் காட்டுக்குள் சென்று உணவு சேகரித்தல், விறகு பொறுக்குதல், சிறுதானியங்கள் சேகரித்தல் போன்றவற்றைச் செய்ய அவர்களுக்கு உரிமை உள்ளது.

அங்குள்ள மரங்கள், விலங்குகளுக்கு பழங்குடியினர் எந்தத் தீங்கும் விளைவிப்பதில்லை. பழங்குடியினர் காட்டுக்குள் சென்று வந்தால்தான் அவர்களுக்கு வாழ்வாதாரம் கிடைக்கும். அதுமட்டு மல்லாமல் அவர்களின் உணர்வுகளோடு கலந்துவிட்டவை காடுகள். ஏனெனில் தங்கள் மூதாதையர்களும் குல தெய்வங்களும் அங்கு இருப்பதாக நம்புகிறார்கள்.

ஸ்டேன் சுவாமி 2020 அக்டோபர் 8ஆம் தேதி கைது செய்யப்பட்டார். அக்டோபர் 22ஆம் தேதி அவரது உடல்நிலையைக் கருத்தில் கொண்டு பிணை கோரிய வழக்கை சிறப்பு நீதிமன்றம் தள்ளுபடி செய்து விட்டது.

சிறைக் கொடுமை

நடுக்குவாத நோயால் பாதிக்கப்பட்ட ஸ்டேன் சுவாமி கேட்கும் திறனை இழந்து விட்டிருந்தார். சிறையிலும் பலமுறை கீழே விழுந்து இருக்கிறார். ஏற்கனவே இரண்டு முறை சிகிச்சை மேற்கொண்டிருப்பதால் அடிவயிற்றுப் பகுதியில் இதனால் அவருக்கு வலி ஏற்பட்டு இருக்கிறது.

அதைத் தொடர்ந்து நடுக்குவாத நோயினால் பாதிக்கப்பட்டு இருப்பதால் தன்னால் தண்ணீரை கூட கையால் பிடித்து குடிக்க முடியவில்லை என்றும், உறிஞ்சி குடிப்பதற்கு உறிஞ்சி (Stravo) மற்றும் சிப்பர் வேண்டும் என்று கேட்டு ஸ்டேன் சுவாமி விண்ணப்பித்து இருந்தார். இது குறித்து தேசியப் புலனாய்வு முகமை நீதிமன்றத்தில் தாக்கல் செய்த பதில் மனுவில், இது குறித்து முடிவெடுக்க 20 நாள் காலக்கெடு வேண்டும் என்று கேட்டு இருந்தது.

ஒரு உறிஞ்சி வழங்குவது குறித்து முடிவெடுக்க 20 நாட்கள் கேட்பது குறித்து துளியும் யோசிக்காமல், 83 வயது முதியவரின் உயிர் வாழ்வதற்கான உரிமையைக் கூட உறுதிபடுத்துவதைப் பற்றி யோசிக்காமல், அதற்கு அனுமதி அளித்தது நீதிமன்றம்.

இது குறித்துக் கூறிய சிறப்பு நீதிமன்ற நீதிபதி, “கொரோனா நோய் தொற்றுப் பரவலை முன்னிட்டு விசாரணைக் கைதிகளை விடுவிக்கலாம் என்று சட்டப்படி மாநில அளவில் அமைக்கப்பட்ட உயர்மட்ட குழுவின் பரிந்துரை, ‘ஊபா’வின் கீழ் கைது செய்யப்பட்டு இருக்கும் ஸ்டேன் சுவாமி பாதிரியாருக்கு பொருந்தாது” என்று தெரிவித்தார்.

“சிறையில் அளிக்கப்படும் சிகிச்சை சரியில்லை என்று அவரது விண்ணபத்தில் குறிப்பிடப்படவில்லை. மாறாக, அவருக்கு தேவையான வசதிகளைச் செய்து கொடுக்குமாறு சிறை அதிகாரிகளுக்கு வழிகாட்டுவதற்கான விண்ணப்பத்தையே கொடுத்து இருக்கிறார்” என நீதிமன்றம் வியாக்கியானம் செய்தது.

“விண்ணப்பதாரர் வயதானவர் என்ற காரணத்தால் சிறை மருத்துவமனையில் தனியறையில் தங்க வைக்கப்பட்டு உள்ளார். சிறைச்சாலையில் சிகிச்சை கிடைக்காத அளவுக்கு அப்படி என்ன நோயினால் விண்ணப்பதாரர் பாதிக்கப்பட்டு இருக்கிறார் என்பதை கற்பனையாகக் கூட விண்ணப்பத்தில் குறிப்பிடப்படவில்லை” என்றும் நீதிபதிமன்றம் எகத்தாளமாகக் கருத்து கூறியது.

ஸ்டேன் சுவாமி போலவே உடல் ரீதியிலான கடுமையான பிரச்சனைகளோடு போராடி வாழ்ந்துவரும் பேராசிரியர் ஜி.என். சாய்பாபா, கவிஞர் வரவர ராவ், கவுதம் நவ்லாகா உள்ளிட்ட வர்களுக்கும் முறையான சிகிச்சையையும் அடிப்படை வசதிகளையும் அரசு மறுத்துள்ளது. நீதிமன்றமும் உரிய சட்டப்படியான உரிமைகளை உறுதி செய்யுமாறு உத்தரவிடவில்லை.

சமூகச் செயற்பாட்டாளர்களையும், மனித உரிமைப் போராளி களையும் ஆதாரமற்ற வழக்குகளில் ‘ஊபா’ சட்டத்தின் கீழ் கைது செய்து, விசாரணைக் கைதிகளாகவே அவர்களை வாழ்நாள் முழுவதும் சிறையில் தள்ளி சித்ரவதை செய்வதையே செயற்பாட்டாளர்களை முடக்குவதற்கான உத்தியாகவும், பிற சமூகச் செயற்பாட்டாளர்களை மிரட்டவும் இதனைப் பாஜக அரசு செய்து வருகிறது.

கோவிட் தொற்று

பார்கின்சன் நோய் மற்றும் பல நோய்களால் பாதிக்கப்பட்ட ஸ்டேன் சுவாமி கடும் அலைக்கழிப்புகளுக்குப் பின்னர், நவி மும்பையில் உள்ள தலோஜா சிறையில் இருந்து 2021, மே 28 அன்று மும்பை உயர்நீதிமன்ற உத்தரவைத் தொடர்வது இங்குள்ள ஹோலி ஃபேமிலி மருத்துவமனைக்கு மாற்றப்பட்டார். அங்கு அவருக்கு நடத்தப்பட்ட மருத்துவ சோதனையில் அவருக்கு கொரோனா தொற்று உறுதி செய்யப்பட்டதாக அவரது வழக்கறிஞர் மிஹிர் தேசாய் கூறினார்.

தலோஜா சிறை நிர்வாகத்தின் 'கிரிமினல்தனமான அலட்சியம்' காரணமாக ஸ்டேன் சுவாமி, கோவிட் தொற்றுக்கு உள்ளானதாக அவர் குற்றம் சாட்டினார்.

அக்டோபர் 2020இல் பீமா கோரேகான் சதி வழக்கில் கைது செய்யப்பட்டதில் இருந்து சுவாமி தலோஜா சிறை மருத்துவமனையில் இருந்தார். சிகிச்சை மற்றும் மருத்துவ காரணங்களுக்காக சுவாமி பிணை மனு தாக்கல் செய்து இருந்தார். அதனைத் தள்ளுபடி செய்த நீதிமன்றம் ஸ்டேன் சுவாமியை மும்பையில் உள்ள அரசு ஜேஜே மருத்துவமனைக்கு மாற்றலாம் என பரிந்துரை செய்தது.

ஆனால் அங்கு ஏற்கனவே இரண்டு முறை இருந்ததாகவும், ஆனால் எந்த மருத்துவ சிகிச்சையும் கிடைக்கவில்லை என்பதால் ஜேஜே மருத்துவமனை செல்ல சுவாமி மறுத்துவிட்டார். கொரோனா தொற்று பார்கின்சன் நோய், வயது முதிர்வு இவை எதையும் கருத்தில் கொள்ளாத நீதிமன்றம் அவரது பிணை மனுக்களைத் தள்ளுபடி செய்து வந்தது.

மருத்துவமனையில் தனது சக கைதிகளும் கொரோனா தொற்றுக்கு தன்னால் ஆளாக நேரிடும் என்றும் சுவாமி கூறினார். ஆனால் என்.ஐ.ஏ. சார்பில் ஸ்டேன் சுவாமியின் இடைக்கால பிணை மனுவை ஏற்கக் கூடாது என்று கடுமையாக வாதாடப்பட்டது. சுவாமியின் வழக்கறிஞர் தேசாய், ஸ்டேன் சுவாமியைத் தனியார் மருத்துவமனையில் சேர்த்து சிகிச்சைகள் மேற்கொள்ள ஆகும் செலவை ஸ்டேன் சுவாமி தரப்பில் ஏற்றுக் கொள்ளப்படும் என்று தெரிவித்தார். அதனை ஏற்ற சிறப்பு நீதிமன்ற நீதிபதி எஸ். எஸ். ஹிண்டே தலைமையிலான அமர்வு சுவாமியை ஹோலி ஃபேமிலி மருத்துவமனைக்கு மாற்ற அனுமதி அளித்தது.

சிறையிலேயே மரணம்

ஸ்டேன் சுவாமியின் பிணை மனுவை மும்பை உயர்நீதிமன்றம் ஜூலை 5, 2021 அன்று விசாரித்துக் கொண்டிருந்த நேரத்தில் மும்பை

ஹோலி ஃபேமிலி மருத்துவமனையில் அனுமதிக்கப்பட்டு இருந்த ஸ்டேன் சுவாமி பிற்பகல் 1.30 மணிக்கு மரணம் அடைந்துவிட்டார் என்ற செய்தியை அவரது வழக்கறிஞர் நீதிமன்றத்தில் தெரிவித்தார்.

பீமா கோரேகான் சதி வழக்கில் குற்றம் சாட்டப்பட்டு சிறையில் தள்ளப்பட்ட 84 வயது ஸ்டேன் சுவாமி 2021, ஜூலை 5ஆம் நாள் மரணத்தைத் தழுவியது குறித்து இதே வழக்கில் கைது செய்யப்பட்டு சிறையில் உள்ள சமூக செயற்பாட்டாளரின் குடும்பங்களைச் சேர்ந்தோர் (பி.கே. 16 இன் குடும்ப உறுப்பினர்கள்) ஒரு அறிக்கையை வெளியிட்டனர். அந்த அறிக்கையின் மூலம் பாஜக அரசின் செயற்பாடுகள் தெள்ளத் தெளிவாக வெளிப்பட்டு இருக்கின்றது. இதோ அவர்கள் கொடுத்த அறிக்கை:

"பீமா கோரேகான் சதி வழக்கில் குற்றம் சாட்டப்பட்டுள்ளவர்களின் நண்பர்களும் குடும்ப உறுப்பினர்களுமான நாங்கள் அருட்தந்தை ஸ்டேன் சுவாமியின் இழப்பினால் உலுக்கப்பட்டு ஆழ்ந்த காயம் அடைந்து இருக்கிறோம்.

இது ஒரு இயற்கையான மரணமல்ல; ஒரு கனிவான ஆத்மாவிற்கு எதிராக ஒரு மனிதாபிமானம் இல்லாத அரசு நடத்திய நிறுவன ரீதியிலான கொலை.

வாழ்நாள் முழுவதிலும் ஜார்க்கண்ட் மாநிலத்தின் ஆதிவாசிகளிடையே இருந்து அவர்களுடைய வளங்கள், நிலங்கள் மீது அவர்களுக்கு இருந்த உரிமைக்காகப் போராடிய அருட்தந்தை ஸ்டேனுக்கு அவர் நேசித்த ஜார்க்கண்டிலிருந்து தொலை தூரத்தில், பழிவாங்கும் உணர்ச்சி மிகுந்த அரசினால் சிறை வைக்கப்பட்ட நிலையில் இப்படி மரணம் நேர்ந்திருக்கக் கூடாது.

பீமா கோரேகான் வழக்கில் தவறாகக் குற்றம் சாட்டப்பட்டு சிறையில் அடைக்கப்பட்ட 16 பேரில் கடைசியாகக் கைதானவர் அருட்தந்தை ஸ்டேன்தான். பார்கின்சன்ஸ் நோயால் பாதிக்கப்பட்ட 84 வயதான அவர்தான் கைது செய்யப்பட்டவர்களில் மூத்தவர்; அதிகம் நலிவடைந்தவர். உடல் நிலை மோசமாக இருந்த போதிலும், அவருடைய தார்மீக வலிமையிலும் அசைக்க முடியாத நேர்மையாலும் அனைவருக்கும் உத்வேகம் அளித்தார்.

சிறையில் அவருடைய உடல்நிலை மோசமடைந்து கொண்டிருந்த போதிலும் சக சிறைவாசிகள் குறித்தே அவருடைய எண்ணங்களும், பிரார்த்தனைகளும் இருந்தன. தன்னுடைய கடிதங்களில் பல்வேறு வழக்குகளில் போலியாக குற்றம் சாட்டப்பட்டு சிறையில் இருந்தவர்களைப் பற்றி எழுதிய அவர் சமுதாயத்தில் நிலவும் அநீதிகளைக் குறித்து வேதனையில் புழுங்கினார்.

அவருடைய கனிவையும், மனித நேயத்தையும், இரக்க உணர்வையும் நினைத்துப் பார்க்கும் நேரத்தில், அவர் சிறை வைக்கப்பட்டது எனும் மாபெரும் அநீதியை மறக்க முடியாது. அருட்தந்தை ஸ்டேன் போல் வயது முதிர்ந்த நோய்வாய்ப்பட்டிருந்த ஒருவர் சிறையில் அடைக்கப்படுவதே, அதுவும் கொரோனா பெருந்தொற்றுக் காலத்தில் நடப்பது, மனசாட்சிக்கு விரோதமானது.

அக்டோபர் 8, 2020ஆம் ஆண்டில் அவர் கைது செய்யப்பட்ட போதே அவருக்கு எதிரான விசாரணை முடிவுற்று இருந்தது. அவர் ஓடிப்போகும் அபாயம் இல்லை என்பதும் தெளிவு. அதைத் தொடர்ந்து அவர் கைது செய்யப்பட்டதும், நவி மும்பையில் இருந்தும் தலோஜா சிறையில் அடைக்கப்பட்டதுமே அவருக்கு கொடுக்கப்பட்ட மரண தண்டனை போன்றதுதான்.

அருட்தந்தை ஸ்டேன் கைது செய்யப்பட்ட நேரத்தில் மனதை உருக வைக்கும் ஒரு வீடியோ அறிக்கையை வெளியிட்டார். அவருடைய கணினியில் இருந்து எடுக்கப்பட்ட சில குறிப்பிட்ட ஆவணங்களின் அடிப்படையில் - அந்த ஆவணங்களை அவர் அதற்கு முன் பார்த்ததில்லை; தன் கணினியில் பதியவும் இல்லை என்ற போதிலும் அவர் ஒரு மாவோயிஸ்ட் சதியில் ஈடுபட்டதாக குற்றம் சாட்டப்படுகிறது என மென்மையான, ஆனால் தெளிவான குரலில் கூறினார்.

அந்த ஆவணங்கள் அவருடைய கணினியில் தொலை தூரத்தில் இருந்து திருட்டுத்தனமாக பதியப்பட்டன என்பதை 2021ஆம் ஆண்டு தொடக்கத்தில் ஆர்சனல் கன்சல்டிங் என்கிற நிறுவனமும், வாஷிங்டன் போஸ்ட் ஏடும் வெளியிட்ட நிலைகுலைய வைக்கும் உண்மைகள் உறுதிப்படுத்தின.

நெட்வைர் மால்வேர் என்கிற இணையக் கருவியைப் பயன்படுத்தி பீமா கோரேகான் பிரச்சினையில் குற்றம் சாட்டப்பட்டவர்களின் கணினிகளில் அவர்களைச் சதியில் தொடர்புபடுத்தும் ஆவணங்களை தொலைதூரத்தில் இருந்து பதிந்த முறையையும் அந்த இரு நிறுவனங்களும் விளக்கி இருந்தன.

இப்படி தீய நோக்கத்துடன் புனையப்பட்ட ஆதாரத்தின் அடிப்படையிலான குற்றச்சாட்டுக்கு விலையாக அருட்தந்தை ஸ்டேன் தன் உயிரைக் கொடுக்க நேர்ந்திருப்பதைக் கண்டு நாங்கள் கொதித்துப் போய் இருக்கிறோம்.

அருட்தந்தை ஸ்டேன் சிறையில் அடைக்கப்பட்ட பிறகும் கூட அவரது உடல்நிலையைக் குறித்து கவலை கொள்ளாத பொறுப்பற்ற போக்கு தொடர்ந்தது. சிறையில் ‘ஸ்ட்ரா’ வைத்து உறிஞ்சிக் குடிக்க

உதவும் கோப்பையைப் பயன்படுத்தக் கூட அவருக்கு அனுமதி கொடுக்கப்படவில்லை. அடிப்படையான இந்தத் தேவைக்காகக் கூட அவர் நீதிமன்றத்தை நாட வேண்டியிருந்தது. நீதிமன்றமும் விரக்தியடையச் செய்யும் வகையில் மெத்தனமாக நடந்து கொண்டது.

பின்னர் அவரது உடல்நிலை தொடர்ந்து சீரழிந்து வந்த போதிலும் மருத்துவக் காரணங்களின் அடிப்படையில் பிணையில் விடுவிக்குமாறு அவர் செய்த மனுவும் இதே குருட்டுத்தனமான உணர்ச்சிகள் அற்ற, சொரணையற்ற என்.ஐ.ஏ. நீதிமன்றத்தால் எந்திரத்தனமாக நிராகரிக்கப்பட்டது. அவருக்கு கோவிட் தொற்று இருக்கிறதா என்பதுகூட மருத்துவ ரீதியாகத் தீர்மானிக்கப்படவில்லை. உயர்நீதிமன்றத்தின் ஆணைப்படி அவர் மருத்துவமனைக்கு கொண்டு செல்லப்பட்டவுடன்தான் நோய்த்தொற்று உறுதி செய்யப்பட்டது.

மருத்துவக் காரணங்களுக்காக பிணை கோரி செய்த மனுவின் விசாரணையின்போது அவர், தன் மோசமாகி வரும் உடல்நிலை குறித்து நீதிமன்றத்தில் நிகழ்த்திய உருக வைக்கும், இதயத்தை உடையச் செய்யும் உரையை நாம் மறக்க முடியாது. தான் நீண்ட நாள் உயிரோடு இருப்பேன் என்று எதிர்பார்க்கவில்லை என்றும், ராஞ்சியில் இருக்கும் பகாய்ச்சவில் வாழும் தன் மக்கள் கூட்டத்துக்கு நடுவே இருந்து இறக்க விரும்புவதாகவும் அவர் பேசினார். இந்த எளிமையான வேண்டுகோளைக் கூட நம் நீதித்துறையினால் நிறைவேற்ற முடியவில்லை என்பது கேவலமானது.

அருட்தந்தை ஸ்டேனின் மறைவு குறித்து நாம் சோகமாய் இருக்கும் அதே நேரத்தில், அவரது துர் மரணத்துக்கு அலட்சியமான சிறைச்சாலைகளும் பொறுப்பற்ற நீதிமன்றங்களும், தீயநோக்கம் கொண்ட புலனாய்வு அமைப்புகளுமே பொறுப்பு என நாங்கள் உறுதிபடக் கூறுகிறோம்.

இதே சிறைகளில், இதே பொறுப்பேற்க மறுக்கும் அமைப்பின் கீழ், இதேபோன்ற அநீதிகளை எதிர்கொண்டிருக்கும் எங்களுடைய குடும்ப உறுப்பினர்கள் மற்றும் சகாக்களின் உடல்நிலை குறித்தும் உயிர் குறித்தும் அச்சம் கொண்டு இருக்கிறோம்.

அனைவரின் பாதுகாப்பையும் நாங்கள் விழிப்புணர்வுடன் தொடர்ந்து கண்காணிப்போம். “நாங்கள் அமைதியான பார்வையாளர்களாக இருக்க மாட்டோம். அதற்கான விலையைக் கொடுக்கத் தயாராக இருப்போம்.” இதைத்தான் அருட்தந்தை ஸ்டேனும் விரும்பியிருப்பார்.

இந்த அறிக்கையில் பீமா கோரேகான் வழக்கில் சிறையில் அடைக்கப் பட்டு இருக்கும் சமூக செயற்பாட்டாளர்களின் குடும்பத்தினர்களான மீனாள் காட்லிங்க், ராய்வில்சன், மோனாலிராவுத், கோயல்சென், ஹர்ஷாலி போட்தார், ஷரத்ர் கெய்க்வாட், மாய்ஷா சிங், ஓய் ஃபெரேரா, சூசன் ஆப்ரஹாம், ரொவீனா, சுரேகா கோர்க்கே, ப்ரனாவி பரப், ருபாலி ஜாதப் அருட்தந்தை ஜோ சேவியர் ஆகியோர் கையெழுத்திட்டு இருந்தனர்.

பீமா கோரேகான் வழக்கில் பாஜக, ஆர்.எஸ்.எஸ். சங்பரிவாரங்களின் பாசிசத்திற்கு அருட்தந்தை ஸ்டேன் சுவாமி பலியான பிறகும் ஒன்றிய பாஜக அரசு தனது போக்கை மாற்றிக் கொள்ளவில்லை.

122
இந்துத்துவ பாசிஸ்டுகளின் வேட்டை தொடர்கிறது

பீமா கோரேகான் வழக்கில் கைது செய்யப்பட்டவர்களில் இன்னொரு முக்கியமானவர் டெல்லி பல்கலைக் கழகப் பேராசிரியர் ஹனிபாபு ஆவார்.

டெல்லி பல்கலைக் கழகத்தில் ஆங்கிலத் துறைப் பேராசிரியராகப் பணியாற்றும் பேராசிரியர் ஹனிபாபு கைது செய்யப்படுவதற்கு முன்பு 10.09.2019 அன்று அவரது வீட்டை புனே காவல்துறையினர் சோதனை நடத்தினர். இதுகுறித்து விளக்கமளித்த ஹனிபாபு, "15-லிருந்து 20 பேர் காலை 6.30 மணியளவில் வீட்டிற்கு வந்தனர்; உ.பி. காவல்துறையினர் சீருடையிலும் புனே காவலர்கள் சாதாரண உடையிலும் வந்திருந்தனர். சோதனை செய்வதற்கு அவர்களுக்கு ஆணை எதுவும் தேவை இல்லை என ஒரு அதிகாரி சொன்னார். ஆசிரியர் பணியாற்றும் எனது மனைவி, பத்தாம் வகுப்பு படிக்கும் என்னுடைய மகள் வீட்டை விட்டு வெளியே செல்ல அனுமதிக்கவில்லை; எலக்ட்ரானிக் பொருட்களை உபயோகிக்கவும் நாங்கள் அனுமதிக்கப்படவில்லை; முக்கியமான இசைப் பயிற்சிக்குச் செல்ல வேண்டும் என எனது மகள் வலியுறுத்திக் கேட்டதால் அவரை மட்டும் வெளியே செல்ல அனுமதித்தனர். ஆனால், பள்ளிக்குச் செல்ல அனுமதிக்கவில்லை," எனத் தெரிவித்தார்.

தன் வீட்டில் இருந்த இரண்டு மடிக் கணினிகள், அலைபேசிகள், பென்-டிரைவ்கள், பேராசிரியர் சாய்பாபா ஆதரவுக் குழுவின் இரண்டு சிறு வெளியீடுகள், நக்சல்பாரி தலைவர் நவீன் பாபு எழுதிய *'From Varna to Jati - Political Economy of Caste in Indian Social Formation'* என்னும் எம்.ஃபில்., ஆய்வுக் கட்டுரை, என். வேணுகோபால் எழுதிய *'Understanding Maoists'* என்னும் நூல் ஆகியவற்றைக் காவல்துறையினர் கைப்பற்றியதாக ஹனிபாபு கூறினார்.

மேலும் 'தன்னுடைய மின்னஞ்சல் (Email) மற்றும் சமூக ஊடக கணக்குகளையும் தங்கள் கட்டுப்பாட்டில் புனே காவல்துறை எடுத்துக் கொண்டதாகவும், ஆதாரங்களைப் புனைவதற்கும் மிரட்டுவதற்கும் எதிர்க் குரல்களை நசுக்குவதற்கும் மேற்கொள்ள

ஒருங்கிணைந்த முயற்சி' என்றும் பேராசிரியர் ஹனிபாபு 'ட்விட்டர்' மூலம் தெரிவித்திருந்தார்.

மாவோயிஸ்டுகளுடன் தொடர்புபடுத்தி கைது செய்யப்பட்டு சிறையில் உள்ள பேராசிரியர் ஜி.என். சாய்பாபா ஆதரவாளர் குழுவின் ஒருங்கிணைப்பாளராக ஹனிபாபு செயல்பட்டார்.

சாய்பாபாவின் வழக்கறிஞர் சுரேந்திர கட்லிங், சாய்பாபா ஆதரவாளர் குழுவின் செய்தித் தொடர்பாளராக இருந்த ரோனா வில்சன் ஆகியோர் பீமா கோரேகான் வழக்கில் கைது செய்யப்பட்டு சிறையில் அடைக்கப்பட்டு உள்ளனர். எனவே, கடந்த ஒன்றரை ஆண்டுகளாக சாய்பாபா ஆதரவுக் குழுவின் எந்தச் செயல்பாட்டிலும் தான் பங்கேற்கவில்லை என்றும் எல்கர் பரிஷத் நிகழ்வில் தனக்கு எந்தவிதத் தொடர்பும் இல்லை என்றும் பேராசிரியர் ஹனிபாபு மறுத்தார்.

ஹனிபாபு கைது

ஆனாலும் தேசியப் புலனாய்வு முகமை (என்.ஐ.ஏ.) பேராசிரியர் ஹனிபாபுவைக் கைது செய்வதிலேயே குறியாக இருந்தது. பீமா கோரேகான் வழக்கில் கைது செய்யப்பட்ட 16 பேரில் 12-ஆவது நபராக போராசிரியர் ஹனிபாபு, 2020 ஜூலை 28ஆம் தேதி கைது செய்யப்பட்டார். ஹனிபாபு மொழியியல் அறிஞர். (EFLV, ஹைதராபாத் மற்றும் கொன்ஸ்டான்ஸ் பல்கலைக் கழகம், ஜெர்மானிய பி.எச்டி.,) அவர் ஒரு நேர்மையான கல்வியாளர் மற்றும் சமூக ஆர்வலர். தன்னை ஒரு அம்பேத்கரிஸ்டு என்று அடையாளப்படுத்திக் கொண்டு, சமூக நீதிக்கான சாதி எதிர்ப்புப் போராட்டங்களுக்காக தனது வாழ்க்கையையும் பணியையும் அர்ப்பணித்துள்ளார்.

அறிவு ஜீவி ஹனிபாபுவைக் கைது செய்த என்.ஐ.ஏ., மும்பையில் உள்ள நெரிசலான சிறையில் தள்ளியது.

பேராசிரியர் ஹனிபாபு செய்த ஒரே 'குற்றம்' சாதி எதிர்ப்புப் போராட்டம் மற்றும் சமூக நீதிக்கான அம்பேத்கரிய உறுதியான அர்ப்பணிப்பு என்பதில் ஐயம் இல்லை. ஏனெனில் டெல்லிப் பல்கலைக் கழகத்தில் ஓ.பி.சி. இட ஒதுக்கீடுகளை நடைமுறைப்படுத்தவும், பட்டியலின மற்றும் பழங்குடியினருக்கு எதிரான பாகுபாட்டை முடிவுக்குக் கொண்டு வரவும் இடைவிடாமல் தொடக்க காலத்தில் போராடிய வெகு சிலரில் அவரும் ஒருவர்.

90 விழுக்காடு மாற்றுத் திறனாளியான பேராசிரியர் ஜி.என். சாய்பாபாவின் சக மாணவராகவும், பின்னாளில் சக ஊழியராகவும்

இருந்த காரணத்தால் சாய்பாபா கைது செய்யப்பட்டு சிறையில் வைக்கப்பட்டபோது அவரின் விடுதலை கோரும் குழுவில் தீவிரமாகச் செயல்பட்டார்.

ஹனிபாபுவின் மடிக் கணினியைக் கைப்பற்றிய என்.ஐ.ஏ. அதில் உள்ள ஆதாரங்கள் (?) அவர் மாவோயிஸ்டு தொடர்பில் உள்ளவர் என்பதைக் காட்டுகின்றன என்று குற்றம் சுமத்தியது. பீமா கோரேகான் வழக்கில் கைது செய்யப்பட்டவர்கள் மீது பிரதமரைக் கொல்ல சதித் திட்டம் என்று புனையப்பட்டது போலவே ஹனிபாபு மீதும் என்.ஐ.ஏ. வழக்கு பதிவு செய்தது.

என்.ஐ.ஏ. குற்றப் பத்திரிகை

பீமா கோரேகான் வழக்கு தேசியப் புலனாய்வு முகமைக்கு 2020, ஜனவரி 24ஆம் தேதி ஒப்படைக்கப்பட்ட பின்னர், சமூகப் போராளிகள், அறிவு ஜீவிகள் மாவோயிஸ்டு ஆதரவாளர் என்று முத்திரை குத்தப்பட்டு கைது செய்யப்படுவது தொடர்ந்தது. அதன் பின்னர் 2020 அக்டோபர் மாதம் 10 ஆயிரம் பக்கங்கள் கொண்ட குற்றப் பத்திரிகையைச் சிறப்பு நீதிமன்றத்தில் என்.ஐ.ஏ. தாக்கல் செய்தது.

தேசியப் புலனாய்வு முகமை தாக்கல் செய்திருந்த குற்றப் பத்திரிகையில் இந்த வழக்கில் கைது செய்யப்பட்டவர்களில் பெரும்பாலோர் மீது பிரதமரைக் கொல்ல நடந்த சதியில் இவர்களுக்குத் தொடர்பு என்றுதான் புனையப்பட்டிருந்தது. குறிப்பாக சமூகப் போராளி கவுதம் நவ்லாகாவுக்கு காஷ்மீர் தீவிரவாதிகள், பாகிஸ்தான் உளவு அமைப்புகள் மற்றும் மாவோயிஸ்டு தீவிரவாதிகளுடன் தொடர்பு இருப்பதாகக் கூறப்பட்டது.

காஷ்மீர் அமெரிக்கன் கவுன்சிலில் உரை ஆற்ற 2010-11 காலகட்டத்தில் கவுதம் நவ்லாகா மூன்று முறை அமெரிக்கா சென்று இருக்கிறார் என்றும், 2011இல் குலாப் நபி ஃபாய் என்பவரை எஃப்.பி.ஐ. பிரிவினர் கைது செய்தபோது அவரது சார்பில் ஆஜரான வழக்கறிஞருக்கு நவ்லாகா கடிதம் எழுதி உள்ளார் என்றும் குற்றப் பத்திரிகையில் கூறப்பட்டுள்ளது.

பாகிஸ்தான் இராணுவத்தைச் சேர்ந்த சிலருடன் நவ்லாகாவுடன் ஃபாய் தொடர்பு ஏற்படுத்திக் கொடுத்தார் என்றும் குற்றப் பத்திரிகை கூறுகிறது.

இதற்கெல்லாம் என்ன ஆதாரம்? நவ்லாகாவிடம் இருந்து கைப்பற்றப்பட்ட டிஜிட்டல் சாதனங்களை ஆய்வு செய்ததில்

மாவோயிஸ்டுகள் மற்றும் ஐ.எஸ்.ஐ. உடன் அவருக்குத் தொடர்புகள் இருப்பது நிரூபணம் ஆகி உள்ளது என்றும் என்.ஐ.ஏ. கூறியுள்ளது.

டெல்லிப் பல்கலைக்கழகப் பேராசிரியர் ஹனிபாபு, தன் மாணவர்களை மாவோயிஸ்டு சித்தாந்தத்தின்பால் ஈர்ப்பதற்கு முயற்சித்தார்; கே.சி.எம். இராணுவ விவகாரங்கள் (எம்.சி.) தகவல் மற்றும் விளம்பரப் பிரிவுச் செயலாளர் பாய்கோம்பா மெட்டேய் உடன் ஹனிபாபுக்குத் தொடர்பு இருந்ததாக என்.ஐ.ஏ. கூறியுள்ளது. சிறையிலிருந்து விடுவிக்கப்பட்ட சி.பி.ஐ. (மாவோயிஸ்டு) தொண்டருக்கு அவர் நிதி வசூல் செய்ததாகவும் குறிப்பிடப்பட்டு உள்ளது.

ஹனிபாபுவின் இ-மெயில்களை ஆய்வு செய்ததில் இந்தப் பயங்கரமான தகவல்கள் கிடைத்தன என்றும், வெளிநாட்டுப் பத்திரிகையாளர்களுக்கும், மாவோயிஸ்டு உறுப்பினர்களுக்கும் இடையில் சந்திப்பு நடக்க ஹனிபாபு ஏற்பாடு செய்தார் என்றும் என்.ஐ.ஏ. கூறி உள்ளது. ஆந்திரா மற்றும் தெலுங்கானாவில் செயல்படும் தடை செய்யப்பட்ட புரட்சிகர ஜனநாயக முன்னணியுடன் இணைந்து ஹனிபாபு செயல்பட்டார் என்றும் குற்றப் பத்திரிகையில் என்.ஐ.ஏ. குறிப்பிட்டு இருந்தது.

கோர்க்கே, காய்ச்சர், ஜக்டப் ஆகியோர் மாவோயிஸ்டு பயிற்சி பெற்றவர்கள் என்றும், அவர்கள் கபீர்கலா மஞ்ச் அமைப்பில் உறுப்பினர்களாக இருப்பதாகவும் என்.ஐ.ஏ. குற்றப் பத்திரிகையில் குறிப்பிட்டு உள்ளது.

பீமா கோரேகான் சாவுரியா பிரேர்னா அபியான் ஒருங்கிணைப் பாளர்களில் போராசிரியர் ஆனந்த் தெல்தும்ப்டேவும் ஒருவர் என்றும், 2017, டிசம்பர் 31ஆம் தேதி 'ஷனிவார் வாடே' நிகழ்ச்சியில் அவரும் கலந்து கொண்டார் என்றும் குற்றம் சாட்டப்பட்டது.

சுதீர் தாவலே, ரோனா வில்சன், சுரேந்திர காட்லிங், சோமாசென், மகேஷ் ராவுத் ஆகியோருக்கு எதிரான குற்றப் பத்திரிகைகளில் 'தடை செய்யப்பட்ட மாவோயிஸ்டு அமைப்பினர் கபீர்கலா மஞ்ச் உறுப்பினரான சுதீர் தவாலே உடன் ரோனா வில்சன், சுரேந்திர காட்லிங் மூலமாகத் தொடர்பில் இருந்தனர்' எனக் கூறப்பட்டு உள்ளது. கபீர்கலா மஞ்ச் என்ற பெயரில் ஒரு நிகழ்ச்சிக்கு ஏற்பாடு செய்யுமாறு அவரை மாவோயிஸ்டுகள் கேட்டுக் கொண்டனர்.

'பீமா கோரேகான் போரின் 200-ஆவது ஆண்டு நினைவு நிகழ்ச்சியில் தலித் அமைப்பினரை ஒன்று திரட்டி, அரசுக்கு எதிராகத் தூண்டி விட வேண்டும் என்பதுதான் இந்த நிகழ்ச்சிக்கான பின்னணியாக இருந்தது' என்று என்.ஐ.ஏ. குற்றம் சாட்டியது.

இந்த வழக்கில் கைது செய்யப்பட்டவர்கள் வசமிருந்து கைப்பற்றப்பட்ட ஹார்டு டிஸ்க், பென்-டிரைவ்கள், மெமரி கார்டுகள், செல்போன்களில் உள்ள தகவல்களின் அடிப்படையில் குற்றப் பத்திரிகையை என்.ஐ.ஏ. மற்றும் புனே காவல்துறையினர் தயாரித்து சிறப்பு நீதிமன்றத்தில் தாக்கல் செய்தனர்.

"பீமா கோரேகான் வழக்கில் கைது செய்யப் பட்டவர்களிடமிருந்து கைப்பற்றப்பட்ட மடிக் கணினி மற்றும் அலைபேசித் தகவல்கள், மின்னஞ்சல் இவைதான் குற்றங்களுக்கு ஆதாரம் என்று தேசியப் புலனாய்வு முகமை, குற்றப் பத்திரிகையில் கூறி இருப்பதன் நம்பகத் தன்மை கேள்விக் குறியானது," என்று 'அவுட் லுக்' (Outlook - 19, Feb, 2021) ஆங்கில வார ஏட்டில் வெளிவந்த கட்டுரை விளக்குகிறது.

புனையப்பட்ட தடயங்கள்

அமெரிக்காவைத் தளமாகக் கொண்டு இயங்கி வருகின்ற டிஜிட்டல் தடயவியல் நிறுவனமான 'ஆர்செனல் கன்சல்டிங்' (Arsenal Consulting) வெளியிட்டதொரு அறிக்கையில் பீமாகோரேகான் வழக்கில் குற்றம் சாட்டப்பட்டவரும், செயல்பாட்டு ஆர்வலருமான ரோனா வில்சனின் கணினியில் அவருக்குத் தெரியாமல் ஆதாரங்கள் உட்செலுத்தப்பட்டு உள்ளன என்றும், வில்சனின் கணினியுடன் இருபத்து இரண்டு மாதங்களுக்கும் மேலாக ஒத்திசைவு ஏற்படுத்தப்பட்டு இருந்தது என்றும் தெரிவிக்கப்பட்டிருந்தது.

'அவுட்லுக்' இதழிற்கான மின்னஞ்சல் நேர் காணலில், தரவுகள் மற்றும் அந்த வழக்கு தொடர்பான சிக்கல்களைப் பகுப்பாய்வு செய்வதில் தாங்கள் கடைப்பிடித்த செயல்முறைகள் குறித்து ஆர்செனல் கன்சல்டிங்கின் தலைவர் மார்க் ஸ்பென்சர் விரிவாகக் கூறியிருக்கிறார்.

'நிறுவப்பட்ட சான்றுகள்' என்று எதுவும் இல்லை என்ற தேசியப் புலனாய்வு அமைப்பின் கூற்றையும் ஸ்பென்சர் மறுக்கிறார்.

ரோனா வில்சனின் மடிக் கணினியில் இருந்த இமெயில் கடிதங்களை வைத்தே அவர் பீமா கோரேகான் வழக்கில் கைது செய்யப்பட்டு இருந்த நிலையில், அந்தக் கடிதங்கள் அனைத்தும் அவருக்குத் தெரியாமலேயே அவரது கணிப் பொறியில் தீய மென்பொருட்களைக் கொண்டு பதிவேற்றம் செய்யப்பட்டு இருந்ததை 'ஆர்செனல் கன்சல்டிங்' தனது சைபர்-தடயவியல் பரிசோதனையில் அம்பலப் படுத்தியது.

கணினியில் வில்சனின் விசை அழுத்தங்கள், கடவுச் சொற்கள் மற்றும் உலாவல் செயல்பாடு பற்றிய பதிவுகளுக்கு இடையேயான

வித்தியாசங்களையும் அமெரிக்கத் தடயவியல் ஆய்வு நிறுவனம் கண்டுபிடித்துள்ளது. அதுமட்டுமல்லாமல், அந்த 10 கடிதங்களும் ரோனா வில்சனால் ஒருமுறை கூட திறந்து பார்க்கப்படவில்லை என்றும், முதன் முறையாக அந்தக் கடிதங்களைத் திறந்து பார்த்ததே காவல் துறையினர்தான் என்றும் கண்டறிந்து கூறி உள்ளது.

மேலும், இந்த சைபர் - தாக்குலை நடத்தியவர் ரோனா வில்சனுக்கு மட்டும் குறிவைக்கவில்லை. நான்கு வருட காலப் பகுதியில் பீமா கோரேகான் வழக்கில் குற்றம் சாட்டப்பட்ட மற்ற நபர்களையும் குறி வைத்து உள்ளார் என்பதற்கான சேவையகங்கள், ஐ.பி. முகவரிகளும் கண்டறியப்பட்டு உள்ளன.

அறிவு ஜீவிகள், மனித உரிமைச் செயல்பாட்டாளர்கள் மீதான ஒட்டுமொத்த வழக்குமே புனையப்பட்டவைதான் என்பதற்கு ‘ஆர்செனல் கன்சல்டிங்’ அமெரிக்க நிறுவனத்தின் தடயவியல் ஆய்வு அறிக்கை சான்றாக உள்ளது.

மேலும், டொரோன்டோ குடிமக்கள் ஆய்வகம் போன்ற இணையப் பாதுகாப்பிலும், எண்ணிய தடயவியலிலும் உள்ள பன்னாட்டு நிபுணர்களும் ஐ.ஐ.டி. மும்பையிலும், நிர்வாகத்திற்கான கோவா கல்வி நிறுவனத்திலுள்ள நிபுணர்களும், கணினி பயிற்றுவர்களும் பீமா கோரேகான் வழக்கில் குற்றம் சாட்டப்பட்டோரின் கணினியில் படைத்துறையில் பயன்படுத்தப்படும் உளவு மென் பொருளையும் தீம் பொருளையும் பயன்படுத்தி பொய்யான சான்றுகள் பதிவேற்றப் பட்டுள்ளதை ஐயத்திற்கு இடமின்றி வெளிக்கொணர்ந்துள்ளனர்.

உச்சநீதிமன்ற நீதிபதி டி.ஒய். சந்திரசூட் கருத்து

பீமா கோரேகான் வழக்கில் கைது செய்யப் பட்டவர்களான இடதுசாரி ஆதரவு செயல்பாட்டாளர்களான கவிஞர் வரவரராவ், வெர்னோன் கான்சல்வஸ், அருண் ஃபரைரோ, வழக்குரைஞர் சுதா பரத்வாஜ், கவுதம் நவ்லாகர் ஆகியோரை விடுதலை செய்யக்கோரி வரலாற்று ஆய்வாளர் ரொமிலா தாப்பர் உள்ளிட்டவர்கள் தாக்கல் செய்த மனு, உச்ச நீதிமன்றத்தில் 2018, செப்டம்பர் மாதத்தில் உச்ச நீதிமன்றத் தலைமை நீதிபதி தீபக் மிஸ்ரா, நீதிபதிகள் ஏ.எம். கான் வில்கர் மற்றும் டி.ஒய். சந்திரசூட் ஆகியோரைக் கொண்ட அமர்வில் விசாரணைக்கு வந்தது.

மூன்று நீதிபதிகளும் தங்கள் கருத்தை முன் வைத்தனர். மூன்றில் இரு நீதிபதிகளின் கருத்து தீர்ப்பாக இறுதி செய்யப்பட்டது. இதில் டி.ஒய். சந்திரசூட் மட்டும் தீபக் மிஸ்ரா, எ.எம். கான் வில்கர் வழங்கிய தீர்ப்புக்கு முரணான கருத்தைத் தனது தீர்ப்பில் குறிப்பிட்டிருந்தார்.

உச்சநீதிமன்ற நீதிபதியாக இருந்த டி.ஒய். சந்திரசூட் அவர்கள் ஆதார் வழக்கில் மத்திய அரசு செய்த பிழைகளைச் சுட்டிக்காட்டி கண்டனம் தெரிவித்தவர் ஆவார்.

தீபக் மிஸ்ரா மற்றும் தனது தீர்ப்பை வாசித்த நீதிபதி ஏ.எம். கான் வில்கர், "இந்த வழக்கில் கைது செய்யப்பட்ட ஐவரையும் காவலில் வைப்பதற்கான முகாந்திரம் இருக்கிறது எனும் வகையில் தீர்ப்பளித்து அவர்களது காவலைக் கூடுதலாக நான்கு வாரங்களுக்கு நீட்டித்தார்.

ஆனால், இதற்கு முரண்பட்ட தனது தீர்ப்பை வாசித்த டி.ஒய். சந்திரசூட், "அரசுக்கு எதிராக கருத்து கூறுபவர்களின் குரலை முடக்கும் வகையில் ஐவரின் கைது அமைந்திருக்கிறது. கருத்துச் சுதந்திரத்துக்கு எதிரான அடக்கு முறையாகவே இந்தக் கைதைப் பார்க்க முடிகிறது. அவர்களை விடுதலை செய்யக் கோரும் மனுதாரரின் கோரிக்கையை ஏற்கலாம்," என்று தெரிவித்தார்.

பொய் வழக்கு; புதிய ஆதாரங்கள்

பீமா கோரேகான் வழக்கில் குற்றம் சாட்டப்பட்டுள்ள சமூக ஆர்வலர் ரோனா வில்சன், கவிஞர் வரவரராவ், பேராசிரியர் ஹனிபாபு ஆகியோரின் மின்னஞ்சல் கணக்குகள் ஹேக் செய்யப்பட்டதில் புனே காவல்துறைக்குத் தொடர்பு இருக்கும் புதிய ஆதாரங்களைக் கண்டுபிடித்துள்ளதாகவும், அமெரிக்காவில் உள்ள பாதுகாப்பு ஆராய்ச்சியாளர்கள் தெரிவித்துள்ளனர்.

இந்த நபர்களைக் கைது செய்தவர்களுக்கும், ஆதாரங்களை வைத்த நபர்களுக்கும் இடையே ஒரு சாத்தியமான தொடர்பு உள்ளது என்று 'சென்டினெல் ஒன்'னின் பாதுகாப்பு ஆராய்ச்சியாளர் ஜுவான் ஆண்ட்ரெஸ் குரெரே சாடே, 2022 ஜுன் முதல் வாரத்தில் வெளியிட்ட ஆய்வு அறிக்கையில் கூறி உள்ளார்.

"இது நெறிமுறை ரீதியாக சமரசத்திற்கு அப்பாற்பட்டது; இது இரக்கமற்றது; எனவே பாதிக்கப்பட்டவர்களுக்கு உதவுவோம் என்ற நம்பிக்கையில் எங்களால் முடிந்த அளவு தரவுகளை முன்வைக்க நாங்கள் முயற்சிக்கிறோம்," என்று அவர் தெரிவித்து உள்ளார்.

'சென்டினெல் ஒன்'னின் புதிய கண்டுபிடிப்புகள் குறிப்பாக புனே காவல்துறையை 'மாற்றியமைக்கப்பட்ட யானை' என்று அழைக்கப்படும் நீண்டகால ஹேக்கிங் பிரச்சாரத்துடன் இணைக்கின்றன.

ரோனா வில்சனுக்கு அனுப்பப்பட்ட நூற்றுக்கும் மேற்பட்ட மின்னஞ்சல்களை ஆய்வு செய்த பின்னர், அவர் மீதான ஆரம்பகால

தாக்குதல் 2012ஆம் ஆண்டில் இருந்து தொடங்கியதாக 'சென்டினெல் ஒன்' கண்டறிந்துள்ளது.

2012ஆம் ஆண்டு தொடங்கப்பட்ட தாக்குதல்கள் 2014ஆம் ஆண்டில் தீவிரமடைந்து, குறைந்தபட்சம் 2016 வரை உச்சத்திற்கு சென்றதாக ஆய்வு அறிக்கை கூறுகிறது.

"ஹேக் செய்யப்பட்ட மின்னஞ்சல் கணக்குகளின் மீட்பு மின்னஞ்சல், தொலைபேசி எண் ஆகியவை பீமாகோரேகான் வழக்கில் தொடர்புடைய காவல்துறை அதிகாரிக்குச் சொந்தமானது.

மின்னஞ்சல் கணக்கு மற்றும் தொலைபேசி எண் புனே காவல்துறை அதிகாரிக்குச் சொந்தமானது என்பதை உறுதிப்படுத்த இணைய கண்காணிப்பு நிறுவனமான 'சிட்டிசன் லேப்' மற்றும் பிற நிறுவனங்களின் ஆராய்ச்சியாளர்கள் ஒத்துழைத்தனர்," என்று 'சென்டினெல் ஒன்' தெரிவித்துள்ளது.

"மீட்பு மின்னஞ்சல் மற்றும் தொலைபேசி எண், புனே பாதுகாப்பு அதிகாரிக்குச் சொந்தமானது என்பதை ட்ரூகாலர் செயலி மற்றும் ஆட்சேர்ப்பு இணையதளமான ஐஐஎம் ஜாப்ஸ். காம் என்பதிலிருந்து கசிந்த தகவல்களை வைத்து இணையப் பாதுகாப்பு ஆராய்ச்சியாளர் ஜெஷான் அஜீஸ் கண்டறிந்தார்," என்று 'சென்டினெல் ஒன்' தனது அறிக்கையில் குறிப்பிடப்பட்டு உள்ளது.

"ஹேக் செய்யப்பட்ட கணக்குடனான மீட்பு மின்னஞ்சலின் வாட்சப் சுயவிவரத்தில் காவல்துறை அதிகாரியின் புகைப்படம் இடம் பெற்றுள்ளது. அதே அதிகாரி காவல்துறையினரின் செய்தியாளர்கள் சந்திப்பு மற்றும் வரவரராவ் கைது செய்யப்பட்டபோது வெளியான செய்திகளில் இடம் பெற்று இருந்தார் என்பதை ஸ்காட்-ரெயில்டன் (சிட்டிசன் ஆய்வகம்) கண்டறிந்தார்," என்று அறிக்கையில் கூறப்பட்டு உள்ளது.

ரோனா வில்சன் மின்னஞ்சலுக்கு 2018ஆம் ஆண்டு அனுப்பப்பட்ட ஒரு மின்னஞ்சலைக் கொண்டு அது ஹேக் செய்யப்பட்டது என்றும், இந்த நேரத்தில் புனே அதிகாரியின் மின்னஞ்சல் மற்றும் செல்போன் எண் அதனுடன் இணைக்கப்பட்டு இருந்தது என்பதும் அறிக்கையில் தெரிவிக்கப்பட்டு இருக்கிறது.

'சென்டினெல் ஒன்' ஆய்வு அறிக்கையையும், அமெரிக்காவைச் சேர்ந்த ஆர்சனல் மின்னணு தடயவியல் நிறுவனத்தின் ஆய்வு அறிக்கையையும் தொடர்புபடுத்திப் பார்க்கும்போது, தேசியப் புலனாய்வு நிறுவனம் ஆதாரங்களைக் குற்றம் சாட்டப்பட்டவர்களின்

மின்னஞ்சல்களில் உட்புகுத்தி அவர்களைக் குற்றவாளி ஆக்கி இருப்பது தெளிவாகத் தெரிகிறது.

அமெரிக்க ஆர்சனல் தடயவியல் நிறுவனத்தின் பீமாகோரேகான் வழக்கின் ஆய்வு அறிக்கையை 'வாஷிங்டன் போஸ்ட்' ஏடு, 2021, பிப்ரவரி மாதம் வெளியிட்டு கட்டுரை தீட்டியது. அதில் ஆர்சனலின் முந்தைய பகுப்பாய்வு ஒன்றில் இந்தியப் பிரதமர் மோடியைக் கொலை செய்வதற்கான சதித் திட்டம் என்று கூறப்படுவதைப் பற்றிய ஒரு கடிதம் உட்பட 10 கடிதங்கள், ஒரு ஹேக்கரால் அந்த மடிக் கணினியில் சட்ட விரோதமாக வைக்கப்பட்டு உள்ளன என்று தெரியவந்தது. ஆர்சனல் அறிக்கையின்படி 22 ஆவணங்கள் அதே ஹேக்கரால் கணினிக்குள் செலுத்தப்பட்டு உள்ளன என்று கண்டறியப்பட்டு இருக்கிறது.

குற்றம் சாட்டப்பட்ட செயல்பாட்டாளர்களைத் தடை செய்யப்பட்ட மாவோயிஸ்டு அமைப்புடன் இணைந்து செயல்பட்டதற்கான ஆதாரங்களாக இந்த 32 ஆவணங்களைத்தான் தேசிய விசாரணை முகமை சிறப்பு நீதிமன்றத்தில் முன்வைத்து உள்ளது.

அமெரிக்க ஆய்வு நிறுவனத்தின் அறிக்கைகளைச் சுட்டிக்காட்டி தன் மீது உள்ள வழக்குகளை இரத்து செய்யக் கோரி மும்பை உயர் நீதிமன்றத்தில் ரோனா வில்சன் மனு தாக்கல் செய்தார். ஆனால், என்.ஐ.ஏ. 'அமெரிக்க நிறுவனத்தின் இந்த ஆய்வு அறிக்கையை ஏற்றுக்கொள்ளக் கூடாது; அதைத் தள்ளுபடி செய்ய வேண்டும்' என்று மும்பை உயர் நீதிமன்றத்தில் மனுத் தாக்கல் செய்தது.

பீமா கோரேகான் வழக்கில் கைது செய்யப்பட்டு சிறையில் அடைக்கப்பட்ட 16 பேரில் ஒருவரான ஸ்டேன் சுவாமி சிறையில் நடந்த கொடுமைகளால் உடல்நலன் மேலும் பாதிக்கப்பட்டு மருத்துவச் சிகிச்சை பலனின்றி மரணமுற்றார். மற்ற 15 பேர் மீதும் தேசியப் புலனாய்வு முகமை சுமத்தி உள்ள குற்றச்சாட்டுகள் அடிப்படையற்றது; ஆதாரம் அற்றது என்பது அம்பலமாகி உள்ளது. ஆனாலும், பாசிஸ்டுகள் அடுத்த அடுத்த வேட்டைக்குத் தாவிக் கொண்டு இருக்கிறார்கள்.

123

தீஸ்தா செதல்வாத் கைது

பீமா கோரேகான் வழக்கில் கைது செய்யப்பட்டு மூன்று ஆண்டுகளாக சிறைக் கொட்டடியில் கொடும் சித்ரவதைகளை அனுபவித்து வரும் மனித உரிமைப் போராளிகள், சிந்தனையாளர்கள், சமூக ஆர்வலர்கள், வழக்கறிஞர்கள் உள்ளிட்ட 16 பேரில், ஸ்டான் சுவாமி பாதிரியார் சிறைக் காவலிலேயே உயிரிழந்தார் என்பதையெல்லாம் கடந்த அத்தியாயங்களில் விரிவாகப் பார்த்தோம்.

அதன் தொடர்ச்சியாக ஒன்றிய பாஜக அரசு இன்னொரு மிக முக்கியமான மனித உரிமைப் போராளியைக் கைது செய்து, தேசிய புலனாய்வு முகமையின் விசாரணைக்கு உட்படுத்தி இருக்கிறது. யார் அவர்? தீஸ்தா செதல்வாத்;

2002ஆம் ஆண்டில் நிகழ்த்தப்பட்ட குஜராத் முஸ்லிம்கள் படுகொலைகள் பற்றி பேசப்படும் போதெல்லாம் 'தீஸ்தா செதல்வாத்' பெயரும் பேசுபொருளாக ஆகும்.

பத்திரிகையாளராக அறியப்பட்ட தீஸ்தா செதல்வாத், இந்தியாவின் முதல் அட்டர்னி ஜெனரல் எம்.சி. செதல்வாத்தின் பெயர்த்தி ஆவார். இவருடைய தந்தை அதுல் செதல்வாத் ஒரு வழக்கறிஞர். மும்பையில் தி டெல்லி, தி இந்தியன் எக்ஸ்பிரஸ், பிசினஸ் இந்தியா ஆகிய ஏடுகளில் பணிபுரிந்தார்.

1993ஆம் ஆண்டு இந்தியாவை உலுக்கிய மும்பை மதவெறிப் படுகொலைகள் நிகழ்ந்தபோது, ஒரு பத்திரிகையாளராக மும்பை வன்முறை நடந்த பகுதிகளைப் பார்வையிட்டபோது கலவரக் காட்சிகள், சிறுபான்மை மக்கள் படுகொலை செய்யப் பட்ட கொடூரங்கள் தீஸ்தா செதல்வாத்தை, மனித உரிமைச் செயல்பாட்டாளராக ஆக்கியது.

தீஸ்தா செதல்வாத் கணவர் ஜாவெத் ஆனந்தும் பத்திரிகையாளர்தான். மத அடிப்படைவாதச் சக்திகளுக்கு எதிராகவும், வெறுப்பு அரசியலை வேரறுக்கவும் மக்களிடையே விழிப்புணர்வை ஊட்ட 'மத அடிப்படைவாதத்திற்கு எதிரான போர்' எனும் பொருள் கொண்ட 'கம்யூனலிசம் காம்பாட்' (Communalism Combat) எனும் மாத இதழைக் கணவருடன் சேர்ந்து தொடங்கி நடத்தி வந்தார்.

குஜராத் முஸ்லிம்கள் படுகொலை

குஜராத் மாநிலத்தில் 2002, பிப்ரவரி 27இல் கோத்ரா இரயில் நிலையத்தில் இரயில் பெட்டி எரிக்கப்பட்டு 58 பயணிகள் கொடூரமாக எரித்து கரிக்கட்டையாக்கப்பட்ட பின்னர், குஜராத் முழுவதும் இஸ்லாமியர்கள் மீது கொலைவெறித் தாக்குதல்கள் நடத்தப்பட்டன. ஆயிரக்கணக்கான இஸ்லாமியர்கள் கொன்று குவிக்கப்பட்டனர். குஜராத் மாநிலம் முழுவதும் சென்று முஸ்லிம் மக்கள் படுகொலைகள் குறித்த தகவல்களைத் திரட்டி, அங்கு நடந்த மதவெறி கலவரங்களின் உண்மை நிலையைத் தனது 'கம்யூனலிசம் காம்பேட்' இதழின் மூலம் வெளிக் கொணர்ந்தவர் தீஸ்தா செதல்வாத்.

2006ஆம் ஆண்டு 'கம்யூனலிசம் காம்பேட்' இதழின் சார்பில் குஜராத் இனப்படுகொலைகள் - 2002 (Genocide - Gujarat - 2002) என்ற ஆவணத் தொகுப்பை தீஸ்தா செதல்வாத் வெளியிட்டார். அதில் 2002இல் குஜராத் மாநிலத்தில் முஸ்லிம்களுக்கு எதிராக கட்டவிழ்த்து விடப்பட்ட திட்டமிட்ட வன்முறைகள், கொடூர படு கொலைகள், இஸ்லாமிய பெண்கள் மீதான வன்கொடுமைகள், முஸ்லிம் மக்களின் சொத்துகள் அழிப்பு உள்ளிட்ட அனைத்தையும் ஆதாரப்பூர்வமாக வெளிக்கொணர்ந்தார்.

தீஸ்தா செதல்வாத், குஜராத் இனப்படுகொலைகள் எவ்வாறு தன்னைப் பாதித்தது என்பது பற்றி ஒரு நேர்காணலில் கீழ்க்காணுமாறு பதிவு செய்திருந்தார்.

"எனது தாயகம் குஜராத். 1998இல் இருந்து குஜராத் பற்றி நான் ஆராய்ச்சி செய்து வருகிறேன். அங்கு வழக்கத்திற்கு மாறாக வெறுப்புணர்வு விதைக்கப்பட்டு, வளர்த்து எடுக்கப்பட்டு உள்ளது. பிப்ரவரி 27 அன்று கோத்ராவில் இரயில் எரிந்தபோது, துயரம் நிரம்பிய நெருக்கடியான பல அழைப்புகள் எனக்கு வந்தன. நடந்ததை நேரில் அறிய குஜராத்தில் கால் பதித்த போது, நான் உடைந்து போனேன்; எல்லா நம்பிக்கைகளும் நொறுங்கிப் போய்விட்ட நிலையில் குறைந்தபட்ச நம்பிக்கையாவது உத்தரவாதப்படுத்த வேண்டிய தேவை எனக்கு இருந்தது."

இதன் காரணமாகவே குஜராத் இனப்படு கொலைகளை நிகழ்த்திய மதவெறிச் சக்திகளுக்கு எதிராக குரல் கொடுக்கவும், இனப் படுகொலைகளுக்கு நீதி கிடைக்கவும், நீதி மற்றும் அமைதிக்கான குடிமக்கள் (Citizens for justice and peace - CJP) என்ற தன்னார்வத் தொண்டு நிறுவனத்தைத் தொடங்கினார்.

"மதக் கலவரத்தில் நிகழ்த்தப்பட்ட வன்முறைப் படுகொலைகள், பாதிக்கப்பட்ட குடும்பத்தினர்களுக்கு இந்தியாவில் தீர்வே அளிக்கப்படுவதில்லை. குற்றம் இழைத்தவர்களுக்குத் தண்டனையும் கிடைப்பது இல்லை. அடுத்தடுத்த தேர்தல்களில் அவர்கள் மீண்டும் மீண்டும் வெற்றி பெற்று, மென்மேலும் வலுவடைகிறார்கள்.

இதுதான் 1984இல் டெல்லியிலும், 1992இல் மும்பையிலும் நடந்தது. மும்பைக் கலவரம் போல் இல்லாமல், குஜராத் வழக்குகளின் இறுதிவரை போராடுவது என்று நான் முடிவெடுத்தேன்" என தன் பேட்டியில் குறிப்பிட்டு இருந்தார் தீஸ்தா செதல்வாத்.

'தேசத்துரோகி' தீஸ்தா செதல்வாத்?

குஜராத் முஸ்லிம் படுகொலைகளுக்கு நீதி கிடைத்திட ஆவணங்களை ஆதாரங்களைத் திரட்டித் தந்தவர் செதல்வாத். நீதிமன்றத்தில் நிறுத்தப்பட்ட ஆர்.எஸ்.எஸ்., சங் பரிவாரங்களைச் சேர்ந்த 117 பேர் குற்றவாளிகள் என்று நீதித்துறையால் தண்டிக்கப்பட்டதிலும், நரோடா பாட்டியா எனுமிடத்தில் நடந்த முஸ்லிம் படுகொலை வழக்கில் குஜராத்தின் அன்றைய மோடி ஆட்சியில் அமைச்சராக இருந்த மாயா கோத்னானிக்கு 26 ஆண்டுகால சிறைத் தண்டனை அளிக்கப்பட்டதிலும் தீஸ்தா செதல்வாத் பங்கும் அவரது கடும் உழைப்பும் முக்கியமானவை.

2002 குஜராத் படுகொலைகளின் போது குல்பர்க் சொசைட்டி குடியிருப்பு வளாகத்தில் முஸ்லிம்களுக்கு அடைக்கலம் கொடுத்த காங்கிரஸ் கட்சியைச் சேர்ந்த முன்னாள் எம்.பி. இஷான் ஜாப்ரியோடு 68 பேரை உயிரோடு எரித்துக்கொன்ற இந்து வெறி பயங்கரவாதிகளுக்கு எதிரான வழக்கைத் தொடர்ந்து நடத்தியவர்தான் தீஸ்தா செதல்வாத்.

குஜராத் முதல்வராக இருந்த நரேந்திர மோடியின் தூண்டுதலின் பேரில்தான் இந்தப் படுகொலை நடந்தது என்று இஷான் ஜாப்ரி மனைவியும், குல்பர்க் சொசைட்டி படுகொலையை நேரில் கண்ட சாட்சியுமான ஜாகியா ஜாப்ரி உச்சநீதிமன்றத்தில் வழக்குத் தாக்கல் செய்தார். இதற்கு பேருதவி செய்து உச்சநீதிமன்றம் இந்த வழக்கை விசாரிப்பதற்கு ஜாகியா ஜாப்ரிக்கு உறுதுணையாக இருந்தது தீஸ்தா செதல்வாத்தின் நீதி மற்றும் அமைதிக்காக குடிமக்கள் அமைப்பு.

ஜாகியா வழக்கில் உச்சநீதிமன்றம் சிபிஐ முன்னாள் இயக்குநர் ஆர்.கே. ராகவன் தலைமையில் ஒரு விசாரணைக் குழுவை அமைத்தது. அக்குழு குல்பர்க் சொசைட்டி படுகொலைகள் குறித்து விசாரித்து, இதற்கும் குற்றம் சாட்டப்பட்டுள்ள நரேந்திர மோடி மற்றும் 59 பேருக்கும் தொடர்பு இல்லை என்று அறிக்கை அளித்தது.

இதனை ஏற்றுக் கொண்ட அகமதாபாத் மாஜிஸ்திரேட் நீதிமன்றம் ஏப்ரல் 10, 2012இல் வெளியிட்ட உத்தரவில், இது தொடர்பான அனைத்து ஆவணங்களையும் இஷான் ஜாப்ரியின் மனைவி ஜாகியா ஜாப்ரியிடம் 30 நாட்களுக்குள் அளிக்குமாறு கூறி இருந்தது. இதனை அடுத்து குஜராத் முதல்வர் மோடி இந்த வழக்கில் இருந்து விடுவிக்கப்பட்டார்.

ஆனால் இதை ஜாகியா ஏற்றுக் கொள்ளவில்லை. விசாரணை முறையாக நடக்கவில்லை என்று மீண்டும் விசாரிக்கக்கோரி உச்சநீதிமன்றத்தில் முறையீடு செய்தார். முதலில் இந்த வழக்கை விசாரித்த, அகமதாபாத் பெருநகர மாஜிஸ்திரேட் நீதிமன்றத்தில் மீண்டும் மனுத்தாக்கல் செய்ய உச்சநீதிமன்றம் ஜாப்ரிக்கு அனுமதி தந்தது.

இதைத் தொடர்ந்து கடந்த ஏப்ரல், 2013இல் ஜாகியா அகமதாபாத் நீதிமன்றத்தில் மனுத்தாக்கல் செய்தார். இந்த மனு மீது அகமதாபாத் நீதிமன்றத்தில் மாஜிஸ்திரேட் பி.ஜே.கனத்ரா விசாரணை நடத்தினார். இருதரப்பு வாதங்களையும் கேட்ட நீதிபதி 2013, டிசம்பர் 26இல் தீர்ப்பு அளித்தார்.

அத்தீர்ப்பில், குல்பர்க் சொசைட்டி படு கொலைகள் கலவரத்தில் மோடிக்கு தொடர்பு இருப்பதற்கான ஆதாரம் ஏதும் இல்லை என உச்சநீதிமன்றம் நியமித்த ஆர்.கே. ராகவன் தலைமையிலான சிறப்பு புலனாய்வுக்குழுவின் அறிக்கையை ஏற்றுக் கொள்வதாக தெரிவித்தது. இந்தத் தீர்ப்பு வந்தபோது, இந்திய நாடாளுமன்றத்திற்கு 2014இல் நடைபெறும் தேர்தலுக்கு பிரதமர் வேட்பாளராக பாரதிய ஜனதா கட்சி நரேந்திர மோடியை அறிவித்து இருந்தது.

குஜராத் முஸ்லிம்கள் படுகொலை எனும் இரத்தக்கறை தம் மீது இருந்ததைச் சிறப்பு புலனாய்வுக்குழு துடைத்துவிட்டதாலும், அகமதாபாத் நீதிமன்றம் அதனை உறுதி செய்ததாலும் பிரதமர் வேட்பாளர் என்று அறிவிக்கப்பட்டதாலும் நரேந்திர மோடி உற்சாகம் அடைந்தார்.

ஆனால் ஜாகியா ஜாப்ரி, தீஸ்தா செதல்வாத்தின் நீதி மற்றும் அமைதிக்கான குடிமக்கள் அமைப்பும் சேர்ந்து உச்சநீதிமன்றத்தில் மேல்முறையீடு செய்தனர். இதனால் தீஸ்தா செதல்வாத்தை ஆர்.எஸ்.எஸ்., விஸ்வ இந்து பரிசத், பஜ்ரங்தளம் உள்ளிட்ட இந்துத்துவ மதவெறி அமைப்புகள் 'தேசத்துரோகி' என்று குற்றம்சாட்டின.

தீஸ்தா செதல்வாத் மீது பாய்ந்த குஜராத் அரசு

நீதி மற்றும் அமைதிக்கான குடிமக்கள் அமைப்பு குஜராத் படுகொலைகள் நடந்தேறிய 2002ஆம் ஆண்டு ஏப்ரல் 1இல்

உருவாக்கப்பட்டது. பாதிக்கப்பட்ட மக்களுக்கு சட்ட உதவிகள் வழங்குவதை முதன்மை நோக்கமாகக் கொண்டது. இந்த அறக்கட்டளையை தீஸ்தா செதல்வாத் மற்றும் அவரது கணவர் ஜாவெத் ஆனந்த் ஆகியோர் இணைந்து நடத்தி வரு கிறார்கள். இதே போன்று 1993இல் 'சப்ரங்' கம்யூனிகேஷன்ஸ் (Sabrang Communications) எனும் தன்னார்வ அமைப்பை தொடங்கி, மனித உரிமைகளுக்காக போராடி வந்தனர்.

நீதி மற்றும் அமைதிக்கான குடிமக்கள் அமைப்பு மற்றும் சப்ரங் கம்யூனிகேஷன்ஸ் ஆகிய இரு அமைப்புகள் மீதும் 2008ஆம் ஆண்டு ஜனவரி மாதம் குஜராத் காவல் துறை ஒரு பொய் வழக்கைப் புனைந்தது.

குல்பர்க் சொசைட்டியில் கொல்லப்பட்ட 69 பேரை நினைவு கூரும் அருங்காட்சியகம் ஒன்றை நிறுவுவதற்காக பாதிக்கப்பட்ட மக்களிடம் 'சப்ரங்' சார்பில் திரட்டப்பட்ட பணத்தை தீஸ்தா செதல்வாத் மற்றும் அவரது கணவர் இருவரும் கையாடல் செய்தார்கள் என்று புகார் வந்ததாகவும் இந்தப் புகாரை குல்பர்க் சொசைட்டியின் 10 உறுப்பினர்கள் அளித்ததாகவும், எனவே இருவர் மீது வழக்கு பதிவு செய்து முதல் தகவல் அறிக்கையைப் பதிவு செய்ததாக குஜராத் காவல்துறை கூறியது.

அகமதாபாத்தில் அமைந்திருக்கும் குல்பர்க் சொசைட்டியைச் சுற்றிலும் இந்துக்கள் வாழ்வதால் அந்த அடுக்குமாடிக் குடியிருப்பில் முஸ்லிம்கள் 2002 படுகொலைகளுக்குப் பிறகு வாழத் தயங்கினர். நன்கொடைகள் மூலம் கிடைக்கும் தொகையைக் கொண்டு குல்பர்க் நிலப்பகுதிகளைச் சந்தை விலைக்கு வாங்கி ஒரு நினைவகம் எழுப்பலாம் என்று 'சப்ரங்' அறக்கட்டளை கருதியது. எனவே வேறு யாருக்கும் தங்கள் நிலங்களை விற்க வேண்டாம் என்று 'சப்ரங்' சார்பில் நில உரிமையாளர்கள் கேட்டுக் கொள்ளப்பட்டார்கள். ஆனால் திட்டமிட்டவாறு குறிப்பிட்ட காலத்திற்குள் 'சப்ரங்' அறக்கட்டளை மூலம் தொகையை வசூலிக்க இயலாமல் போனது.

நிலத்தை வாங்க 2012இல் 'சப்ரங்' தயாரானபோது அகமதாபாத் முழுவதுமே நிலத்தின் விலைகள் நான்கு மடங்கு உயர்ந்திருந்தது. எனவே கொல்லப்பட்ட மக்களுக்கு நினைவகம் எழுப்பும் திட்டத்தைக் கைவிட்டது 'சப்ரங்'; எனவே குல்பர்க் அருங்காட்சியகத்துக்கு வசூலிக்கப்பட்ட ரூ 4.5 லட்சம் பணம் நீதிமன்றத் தேவைக்காக திருப்பப்பட்டது. இதற்கு நன்கொடையாளர்களிடம் ஒப்புதலும் பெறப்பட்டது. இதனால் குல்பர்க் சொசைட்டி உறுப்பினர்களிடம் தாங்கள் விருப்பப்பட்டவர்களுக்கு தங்கள் சொத்துகளை விற்கலாம் என்று கூறப்பட்டது.

இவற்றையெல்லாம் கண்கொத்திப் பாம்பாக கவனித்துக் கொண்டிருந்த குஜராத் மோடி அரசு, குல்பர்க் மக்கள் தங்கள் நிலங்களைத் தங்களது விருப்பப்படி விற்பதற்கு தடை விதித்தது. இதன் மூலம் வன்முறையால் ஏற்கனவே குடும்ப உறுப்பினர்களைப் படுகொலைகளுக்கு பலி கொடுத்துவிட்டு துயரத்தில் தவித்த குல்பர்க் சொசைட்டி குடியிருப்பு மக்களை மேலும் நோகடித்தது பாஜக அரசு.

தீஸ்தா செதல்வாத் சப்ரங் மூலம் வெளி நாடுகளில் இருந்து நிதியைப் பெற்று முறைகேடு செய்தார் என்று மற்றொரு புகாரும் தீஸ்தா மீது சுமத்தப்பட்டது. நிதி பெற்றதை தீஸ்தா மறுக்கவில்லை. எனினும் அந்தப் பணத்தை சொந்த நோக்கங்களுக்கு பயன்படுத்தவில்லை என்பதை தீஸ்தா விளக்கம் அளித்ததைக் குஜராத் அரசு ஏற்கவில்லை. எனவேதான் இந்திய குற்றவியல் சட்டத்தின்படி தண்டிக்க எந்த தவறையும் செய்யவில்லை என்று தீஸ்தா வாதாடினார். குல்பர்க் அருங்காட்சியகத்துக்கு தன்னால் திரட்ட முடிந்த ரூ 4.5 லட்சம் தொகையில் 50 ஆயிரம் ரூபாய் மட்டுமே வெளிநாடுகளில் இருந்து நண்பர்கள் வழங்கினார்கள் என்பதை நீதி மன்றத்தில் தாக்கல் செய்த விளக்க மனுவில் தீஸ்தா செதல்வாத் குறிப்பிட்டார். இந்த வழக்கு தீஸ்தா மீது புனைவதில் குஜராத் மாநில மோடி அரசு ஏன் முனைப்புடன் செயலாற்றியது என்பதற்கான பின்னணியை அறிவது முக்கியமாகும்.

குஜராத் படுகொலை வழக்குகள்

2006ஆம் ஆண்டு குல்பர்க் சொசைட்டி படுகொலை வழக்கில் முதலமைச்சர் நரேந்திர மோடி உள்ளிட்டு குஜராத் அரசின் உயர் பொறுப்புகளில் இருந்த அனைவருக்கும் தொடர்பு இருப்பதை உச்சநீதி மன்றத்தில் 119 பக்க அறிக்கை தயாரித்து ஆதாரங்களுடன் ஒரு மனுவாக தாக்கல் செய்தார் தீஸ்தா செதல்வாத்.

இந்த மனுவை ஆராய்ந்த உச்சநீதிமன்றம் இரண்டு ஆண்டுகள் கழித்து சிறப்புப் புலனாய்வுக் குழு ஒன்றை, ஓய்வு பெற்ற சிபிஐ இயக்குநர் கே.டி. ராகவன் தலைமையில் அமைத்தது. 2012, டிசம்பரில் சிறப்புப் புலனாய்வுக்குழு (SIT) தனது இறுதி அறிக்கையை அளித்தது. சிறப்புப் புலனாய்வுக் குழுவின் அறிக்கை தன்னை குற்றம் அற்றவர் என்று கூறி இருப்பதாக முதலமைச்சர் மோடி கொண்டாடினார்.

சிறப்புப் புலனாய்வுக்குழு கண்டறிந்த உண்மைகளுக்கும் ராகவனின் தர்க்க முடிவுக்கும் இருந்த வேறுபாட்டையும், முரண்பாட்டையும் கண்ட மனித உரிமை ஆர்வலர்கள் உச்சநீதிமன்றத்தில் மேல் முறையீடு செய்தனர். இந்த கோரிக்கையைப் பரிசீலித்த உச்சநீதிமன்றம் மூத்த

வழக்கறிஞர் ராஜூ ராமச்சந்திரனை நீதி நடுநிலையாளராக (Amaicus curaie) நியமித்து, சிறப்பு புலனாய்வுக்குழுவின் அறிக்கையை மீளாய்வு செய்யக் கேட்டுக் கொண்டது.

ராஜூ ராமச்சந்திரன் வழங்கிய குறிப்பு உரையில், 'சிறப்பு புலனாய்வுக்குழு அறிக்கையில் குறிப்பிட்டு இருக்கும் அனைவர் மீதும் (மோடி உட்பட) குற்றத்துக்கு உட்படுத்தும் ஆதாரங்கள் இருப்பதை வெளிக்கொணர்ந்தார்.

இந்தக் காலகட்டத்தில்தான் 2013, மார்ச் மாதம் தீஸ்தா செதல்வாத்துக்கு எதிராக குல்பர்க் நினைவகம் தொடர்பான வழக்கு தொடுக்கப்பட்டது. எனினும் இந்த நிதி முறைகேடு வழக்கு தீஸ்தா சந்திக்கும் முதல் வழக்கு அல்ல. குஜராத் 2002 படுகொலை குற்றவாளிகளைத் தண்டிக்க அவர் முனைப்புடன் களம் இறங்கியதில் இருந்து பல வழக்குகள் அவர் மீது புனையப்பட்டன. அவைகள் அனைத்தும் குஜராத் அரசால் புனையப்பட்ட பொய் குற்றச்சாட்டுகள் என்பதை நீதிமன்றம் கண்டறிந்து தள்ளுபடி செய்து வந்தது.

பெஸ்ட் பேக்கரியில் 14 பேர் உயிரோடு எரித்து கொல்லப்பட்ட வழக்கில் குற்றவாளிகள் அனைவரும் முதலில் விடுவிக்கப்பட்டனர்; முக்கிய சாட்சியான ஜகீரா ஷேக் தான் மிரட்டப்பட்ட உண்மையை தேசிய மனித உரிமைகள் ஆணையத்திடம் தெரிவித்ததை அடுத்து, வழக்கை குஜராத்துக்கு வெளியே மராட்டியத்துக்கு மாற்றியது உச்சநீதிமன்றம். இந்த வழக்கில் குற்றம் சாட்டப்பட்ட 9 பேர் மீது குற்றம் நிரூபிக்கப்பட்டு ஆயுள் தண்டனை வழங்கப்பட்டது.

இந்த வழக்கில் குஜராத் மாநில அரசின் பின்னணியில் ஜகீரா ஷேக் திடீரென பின்வாங்கினார். தீஸ்தா தன்னைக் கடத்தி வைத்து இருப்பதாகவும், குற்றம் சாட்டப்பட்டவர்களுக்கு எதிராக பொய் சாட்சியமளிக்க கட்டாயப்படுத்துவதாகவும் வதோத ராவில் பத்திரிகையாளர்களைக் கூட்டி தெரிவித்தார்.

உச்சநீதிமன்றத்தை நாடிய தீஸ்தா செதல்வாத், ஜகீராவின் புகாரை விசாரிக்க உயர் மட்ட விசாரணையை கோரினார். ஜகீரா ஷேக்கின் குற்றச்சாட்டுகள் அடிப்படை அற்றவை என்று விசாரணையில் தெரிந்து கொண்ட உச்சநீதிமன்றம், ஜகீரா ஷேக்கிற்கு ஒரு ஆண்டு சிறைத் தண்டனையும், 50 ஆயிரம் ரூபாய் தண்டமும் விதித்து தீர்ப்பு அளித்தது. இதே போன்று சாட்சிகள் சார்பாக போலி அறிக்கைகளைத் தீஸ்தா செதல்வாத் தயாரிப்பதாக ரயீஸ்கான் என்பவர் மூலம் குஜராத் மோடி அரசு ஒரு வழக்கை புனையச் செய்தது. அந்த அவதூறு வழக்கும் செயலற்றுப் போனது.

குஜராத் இனப்படுகொலை - 2002 வழக்குகளில் பாதிக்கப்பட்ட மக்களுக்கு நீதி பெற்று தருவதில் தீஸ்தாவின் நீதி மற்றும் அமைதிக்கான குடிமக்கள் அமைப்பு (CJP) நீதிமன்றங்களில் போராடியது. 33 பேர் எரித்துக் கொல்லப்பட்ட சர்தபுரா வழக்கில் குற்றம் சாட்டப்பட்டவர்களில் 31 பேருக்கு ஆயுள் தண்டனை கிடைக்கk காரணமாக இருந்ததும், அனந்த் மாவட்டத்தின் ஓத் கிராமத்தில் 24 பேர் கூட்டமாக கொல்லப்பட்ட வழக்கில் 23 பேர் குற்றம் நிரூபிக்கப்பட்டு ஆயுள் தண்டனை வழங்கப்பட்டதற்கும் தீஸ்தா செதல்வாத்தின் சிஜேபி அமைப்புதான் காரணம்.

தீஸ்தா செதல்வாத்தின் தொடர் முயற்சியால்தான், 11 பேர் உயிருடன் எரிக்கப்பட்ட மேசானாவில் 22 பேர் ஆயுள் தண்டனை பெற்றார்கள். தாக்குதலை முன் நின்று நடத்திய பாஜக எம்.எல்.ஏ. பிரகலாத் கோசா, சில பிறழ் சாட்சிகள் காரணமாக ஒரு வருடம் சிறைத் தண்டனை பெற்றார்.

நரோடா பாட்டியா வன்முறையில் 97 பேர் கொல்லப்பட்டார்கள். இந்த வழக்கில் 32 பேருக்கு ஆயுள் தண்டனையும், மோடி அமைச்சரவையில் அமைச்சராக இருந்த பெண்மணி மாயா கோட்னானிக்கு 28 வருட சிறைத் தண்டனையும் கிடைத்தது. விஸ்வ ஹிந்து பரிசத்தின் முன்னணி கும்பல் தலைவர் பாபு பஜ்ரங்கி தனது கொலை பாதகச் செயலுக்கு சாகும் வரை சிறைவாசம் அனுபவிக்க உத்தரவிட்டது நீதிமன்றம்.

11 பேர் கொல்லப்பட்ட நரோடா காவ்ன் மற்றும் 69 பேர் படுகொலை செய்யப்பட குல்பர்க் சொசைட்டி வழக்குகளையும் உச்ச நீதிமன்றம் வரை கொண்டு சென்றதும் தீஸ்தா செதல்வாத்தின் நீதி மற்றும் அமைதிக்கான குடிமக்கள் அமைப்புதான்.

தீஸ்தா செதல்வாத் மற்றும் அவருடன் இணைந்து விருந்தா கரோவர் மற்றும் மறைந்த முகுல் சின்கா போன்ற மனித உரிமைப் போராளிகளின் நீதிக்கான இடைவிடாதப் போராட்டம்தான், குஜராத் இனப்படுகொலை நடத்திய ஆர்.எஸ்.எஸ்., சங்பரிவார் கும்பலை சிறு எண்ணிக்கையிலாவது தண்டிக்கப்பட்டு சிறையில் தள்ளக் காரணமாக இருந்தது.

எனவே தீஸ்தா செதல்வாத் குஜராத் மாநில பாஜக அரசு மோடி தலைமையில் இருந்தபோதும், தற்போது ஒன்றிய பாஜக அரசு பிரதமர் மோடி தலைமையில் இருக்கும் போதும் குறி வைக்கப்பட்டு இருப்பதற்கான காரணம் எளிதாகப் புரிகிறது. அதன் உச்சம் தான் தீஸ்தா செதல்வாத் தற்போது கைது செய்யப்பட்டு குஜராத் சிறைக் கொட்டடியில் தள்ளப்பட்டு இருக்கிறார்.

124
தேசத்துரோக வழக்குகள்

நீதி மற்றும் அமைதிக்கான குடிமக்கள் அமைப்பு மற்றும் சப்ரங் கம்யூனிகேஷன்ஸ், நிறுவனர், மனித உரிமைச் செயற்பாட்டாளர் தீஸ்தா செதல்வாத் கைது ஏன்?

குஜராத் படுகொலைகள் - 2002 குறித்து விசாரணை நடத்த உச்சநீதிமன்றம் நியமித்த சிபிஐ முன்னாள் இயக்குநர் ஆர்.கே. ராகவன் தலைமையிலான சிறப்பு விசாரணைக்குழு அப்போதைய குஜராத் முதல்வர் நரேந்திரமோடி உள்ளிட்ட 6 பேரை விடுவித்தது. இதனை எதிர்த்து உச்சநீதிமன்றத்தில் குல்பர்க் சொசைட்டி குடியிருப்பில் கண்ட துண்டமாக வெட்டிக் கொல்லப்பட்ட இஷான் ஜாப்ரி (காங்கிரஸ் முன்னாள் எம்.பி.) மனைவி ஜாகியா ஜாப்ரியுடன் இணைந்து தீஸ்தா செதல்வாத் மேல் முறையீடு வழக்கு தொடர்ந்து இருந்தார்.

இந்த வழக்கில்தான் உச்சநீதிமன்றம் 24. 06. 2022இல் தீர்ப்பு அளித்தது. மேல்முறையீட்டு வழக்கைத் தள்ளுபடி செய்த உச்சநீதிமன்ற நீதிபதி ஏ.எம். கால்வின்கர் தலைமையிலான அமர்வு, சிறப்பு விசாரணைக்குழு (SIT)வுக்கு எதிராக தாக்கல் செய்யப்பட்டுள்ள மனு விசாரணைக்கு தகுதி அற்றது என்று கூறியது. மேலும் குஜராத் இனப் படுகொலை வழக்கில் குற்றம் சாட்டப்பட்ட அப்போதைய முதல்வர் மோடி உள்ளிட்ட 68 பேரும் குற்றமற்றவர்கள் என்று தீர்ப்பில் கூறியது; அது மட்டுமல்ல குஜராத் கலவரம் தொடர்பாக குஜராத் அரசு மீது குளிர்பதன அறையில் அமர்ந்து கொண்டு குற்றம் சுமத்தி இருக்கிறார் (?) தீஸ்தா செதல்வாத் என்று நீதிபதிகள் ஏ.எம். கால்வின்கர், தினேஷ் மகேஸ்வரி மற்றும் டி.டி. ரவிகுமார் ஆகியோரைக் கொண்ட உச்சநீதிமன்ற அமர்வு கடுமையாகக் குற்றம் சாட்டியது. மேலும் ஐபிஎஸ் அதிகாரிகள் ஸ்ரீகுமார், சஞ்சீவ்பட் ஆகியோரையும் குறை கூறியது.

அமித் ஷா துள்ளல்

மோடி குற்றமற்றவர் என்று உச்சநீதிமன்றம் சான்று அளித்துவிட்டது என்று உள்துறை அமைச்சர் அமித் ஷா துள்ளிக் குதித்தார்.

"குஜராத் கலவரம் தொடர்பாக பிரதமர் மோடி மீது அரசியல் உள்நோக்கத்துடன் குற்றச்சாட்டுகள் சுமத்தப்பட்டன. எனினும் கடந்த 19 ஆண்டுகளில் அவர் எந்தக் கருத்தையும் தெரிவிக்கவில்லை. சிவ பெருமான் விசத்தை விழுங்கி தொண்டையில் நிறுத்தியது போன்று, பிரதமர் மோடி அனைத்து வேதனைகளையும் தனக்குள்ளேயே புதைத்துக் கொண்டார். ஒரு தொண்டு நிறுவனத்தின் கோரிக்கையை ஏற்று சிறப்பு புலனாய்வுக்குழு அமைக்கப்பட்டது. இதை குஜராத் அரசு எதிர்க்கவில்லை. இப்போது உச்சநீதிமன்றம் தீர்ப்பு வழங்கி உள்ளது.

இதன் மூலம் ஒரு போலீஸ் அதிகாரி, ஒரு தொண்டு நிறுவனம், ஒரு கட்சி ஆகியவை இணைந்து பொய்களைப் பரப்பியது தெரியவந்துள்ளது. அப்போதைய குஜராத் முதல்வர் மோடி, கலவரத்தை நிறுத்துமாறு வேண்டுகோள் விடுத்தார். உச்சநீதிமன்றத்தின் தீர்ப்பு மூலம் இந்த உண்மைகள் வெளிச்சத்துக்கு வந்துள்ளன.

கோத்ரா இரயில் எரிப்பில் 60 பேர் உடல் கருகி உயிர் இழந்தனர். தாயின் மடியில் அமர்ந்திருந்த 16 வயது சிறுமியும் தீயில் எரிந்து மடிந்தார். எனது கைகளால் அவர்களுக்கு இறுதிச் சடங்கு செய்தேன்.

வழக்கு தொடர்ந்த ஜாகியா ஜாப்ரி, யாரோ ஒருவரின் தூண்டுதலின் பேரில் செயல்படுகிறார் என்று உச்சநீதிமன்றமே கூறி உள்ளது. நரேந்திர மோடியின் நற்பெயருக்கு களங்கம் விளைவித்த தீஸ்தா செதல்வாத் தொண்டு நிறுவனத்திற்கு அப்போதைய காங்கிரஸ் அரசு பல்வேறு வகைகளில் உதவி செய்ததை யாராலும் மறுக்க முடியாது.

குஜராத் கலவர வழக்கில் பிரதமர் நரேந்திர மோடி குற்றமற்றவர் என்று உச்சநீதிமன்றம் தீர்ப்பளித்துள்ளது. இந்தத் தீர்ப்பின் மூலம் உண்மை, பொன்னை போன்று மின்னுகிறது. இது ஒவ்வொரு பாஜக தொண்டருக்கும் பெருமிதமான தருணம். பிரதமர் மோடிக்கு எதிராக குற்றம் சாட்டியவர்கள் மன்னிப்புக் கேட்க வேண்டும்" இவ்வாறு அமித் ஷா, உச்சநீதிமன்றத்தின் தீர்ப்பைக் கொண்டாடினார்.

அமித் ஷா, தீஸ்தா செதல்வாத் குறித்து விமர்சனம் செய்த சில மணி நேரங்களில் குஜராத் காவல்துறை, ஜூன் 25, 2022 அன்று மும்பையில் தீஸ்தா செதல்வாத்தைக் கைது செய்து குஜராத்தின் அகமதாபாத் நகருக்கு விசாரணைக்கு அழைத்துச் சென்றது.

தீஸ்தா மட்டுமின்றி குஜராத் முஸ்லிம் மக்கள் கொன்று குவிக்கப் பட்டதற்கு ஆர்.எஸ்.எஸ்., சங்பரிவார் மற்றும் அரசு இயந்திரம்தான் பின்னணியில் இருந்தது என்று துணிவாக கூறிய குஜராத் காவல்துறையின் உயர் அதிகாரியாக பணிபுரிந்து ஓய்வு பெற்ற ஸ்ரீகுமார் மற்றும் வேறு ஒரு புனையப்பட்ட வழக்கில் கைதாகி

சிறைத்தண்டனை பெற்றுள்ள சஞ்சீவ்பட் ஆகியோரையும் குஜராத் காவல்துறை கைது செய்தது.

குஜராத் இனப்படுகொலை - 2002இன் குற்றவாளிகள் தப்பிவிட்டனர். உண்மைகளை வெளிச்சத்துக்கு கொண்டு வந்த தீஸ்தா செதல்வாத் முன்னாள் காவல்துறை உயர் அதிகாரிகள் ஸ்ரீகுமார் மற்றும் சஞ்சீவ்பட் ஆகியோர் கைது செய்யப்பட்டு சிறையில் அடைக்கப்பட்டு உள்ளனர். அதற்குக் காரணம் குஜராத் இனப்படு கொலை வழக்கு விசாரணையில் போலி ஆதாரங்கள், போலி ஆவணங்கள், போலி சாட்சிகளைத் தயார் செய்தனர் என்று குஜராத் காவல்துறை வழக்கு பதிவு செய்தது.

இனி என்ன நடக்கும்? தேசியப் புலனாய்வு முகமை விசாரணைக்கு இந்த வழக்கு மாற்றப்படும். தீஸ்தா செதல்வாத் பீமா கோரேகான் வழக்கில் சிறையில் நான்கு ஆண்டுகளாக தள்ளப்பட்டுள்ள மனித உரிமைப் போராளிகள், சமூக ஆர்வலர்கள் போன்ற இருண்ட அறைகளில் நீதியை (?) எதிர்பார்த்து காத்துக் கிடக்க வேண்டிய நிலைதான்.

இவை எல்லாம் எதற்காக? ஆர்.எஸ்.எஸ்., சங்பரிவாரங்களின் இந்துத்துவ சனாதன மதவெறியை எதிர்ப்போர், பிரதமர் மோடியை விமர்சனம் செய்வோர், பாஜக மதவாத அரசியலை எதிர்த்து கேள்வி எழுப்புவோர் எவராக இருந்தாலும் பீமா கோரேகான் வழக்கு போல, தீஸ்தா செதல்வாத் போல, கொடுஞ் சிறையில் தள்ளப்படுவார்கள் என்பதை உணர்த்துகிறது பாசிச பாஜக அரசு.

தேசத்துரோக வழக்குகள்

பாஜக அரசில் இந்துத்துவ கருத்தியலுக்கு எதிராகக் கேள்வி எழுப்புவோர் மீது தேசத்துரோக வழக்கு 124 ஏ, பதிவு செய்வது மிக சாதாரண நிகழ்வாக ஆகி வருகிறது.

2019ஆம் ஆண்டு நாடாளுமன்றத் தேர்தல் முடிந்து, மே மாதம் 23ஆம் தேதி வாக்கு எண்ணிக்கை நடைபெறுவதற்கு முதல் நாள், மத்தியப்பிரதேச மாநிலம் செனாய் பகுதியில் பசுக்காவலர்கள் என்ற போர்வையில், சுபம்சிங் என்ற மதவெறியன் தலைமையில் ஒரு வன்முறைக் கும்பல், மாட்டுக்கறி வைத்து இருப்பதாகக் கூறி இஸ்லாமியப் பெண் உட்பட மூவரைக் கடுமையாகத் தாக்கினர். அவர்களை ஜெய் ஸ்ரீராம் என முழங்கும்படி மிரட்டி அடித்தனர். அந்தக் காட்சிகளை ஊடகங்கள் ஒளிபரப்பின.

நாடாளுமன்றத் தேர்தல் முடிவுகளில் பாஜக பெரும்பான்மை பலம் பெற்றதால் ஊக்கம் பெற்ற சங்பரிவாரங்கள், சிறுபான்மை, தலித்

மக்கள் மீது தொடர்ந்து கொலைவெறித் தாக்குதல்கள் நடத்தின. 2019, மே-26ஆம் தேதி, பீகாரின் பெகுசராய் மாவட்டத்தில் இந்துத்துவ அமைப்பைச் சேர்ந்த ராஜீவ் யாதவ் என்பவர் முகமது காசிம் என்ற முஸ்லிம் இளைஞரிடம், உனக்கு இங்கு என்ன வேலை? பாகிஸ்தானுக்குப் போ என்று மிரட்டித் துப்பாக்கியால் சுட்டார்.

பிரதமர் மோடி, உலக யோகா நாள் விழாவில் கலந்து கொள்ள 2019, ஜூன் 23ஆம் தேதி ஜார்க்கண்ட் மாநிலம் சென்றார். அதே நாளில் ஈத் பெருநாளுக்காக வெளியூரில் பணியாற்றும் தப்ரோஸ் அன்சாரி என்ற 24 வயது முஸ்லிம் இளைஞர், தனது சொந்த ஊருக்கு வந்துள்ளார். மதவெறிக் கும்பல், ஜெய் ஸ்ரீராம், ஜெய் ஹனுமான் என்று கூறச் சொல்லி, இரத்தம் சொட்டச் சொட்ட கொலைவெறித் தாக்குதல் நடத்தினர். 12 மணி நேரம் அந்த இளைஞர் மீது ஈவு இரக்கமின்றி நடத்திய கொடூரத் தாக்குதலைப் பதிவு செய்து, சமூக ஊடகங்களில் வெளியிட்டு மகிழ்ந்தது அந்தக் கும்பல். உயிருக்குப் போராடிய நிலையில், நான்கு நாட்களில் தப்ரோஸ் அன்சாரி மரணம் அடைந்தார்.

2019, ஜூன் 27ஆம் தேதி மும்பை தானே பகுதியில் இந்துத்துவக் கும்பல் ஒன்று, ஓலா வாடகை மகிழுந்து ஓட்டுநர், பைசல் உஸ்மான் எனும் 25 வயது முஸ்லிம் இளைஞரைப் பிடித்து, ஜெய் ஸ்ரீராம் கூறுமாறு தாக்கியது.

மேற்கு வங்க மாநிலம் வடக்கு தினாக்பூர் அருகே மீன்பிடித் தொழிலுக்குச் சென்ற முஸ்லிம் இளைஞர்கள் முகம்மது முக்தார், தில்பர் உசேன், நவுசார் அலி, என்தாமலி ஆகியோரை ஜெய் ஸ்ரீராம் கூறுமாறு தாக்கினர்.

அதே கொல்கத்தாவில், மதரசாவில் பணியாற்றும் ஹபீஸ் முகமது என்ற ஆசிரியரையும் ஜெய் ஸ்ரீராம் கூறும்படி வற்புறுத்தி தாக்கியது மட்டுமல்லாமல், இரயிலில் இருந்து வெளியே தள்ளிவிட்டனர்.

2019, ஜூன் 28ஆம் தேதி உத்திரப் பிரதேச மாநிலம் கான்பூர், அருகே பாரா பகுதியில் வசிக்கும் முகமது தாஜ் என்னும் 16 வயது முஸ்லிம் இளைஞர், பள்ளிவாசலில் தொழுகை நடத்திவிட்டுத் திரும்பியபோது, காவிக்குண்டர்கள் வழி மறித்து, ஜெய் ஸ்ரீராம் சொல்லும்படி தாக்கினார்கள்.

ஜூலை 19ஆம் தேதி பீகார் மாநிலம், சரண் மாவட்டத்தில் உள்ள பனியாபூர் என்ற ஊரில், அதிகாலை 4.30 மணிக்கு கால்நடைகளை ஏற்றிக் கொண்டு புறப்பட்ட மூன்று இஸ்லாமிய இளைஞர்களை, இந்துத்துவ வெறிக் கும்பல் அடித்தே கொன்றது.

ஜூலை 30ஆம் தேதி, உ.பி. மாநிலம் சந்தாலி மாவட்டத்தில் 15 வயது முஸ்லிம் இளைஞரை, ஜெய் ஸ்ரீராம் சொல்லுமாறு கூறி அடித்துத் துவைத்த கும்பல், அவரை உயிரோடு எரித்துக் கொன்றது.

இவ்வாறு இந்தியா முழுவதும் நாள்தோறும் சிறுபான்மை மக்கள் மீது தாக்குதல் நடத்தப்படுவதையும், கொல்லப்படுவதையும் பாஜக அரசும், பிரதமர் மோடியும் வேடிக்கை பார்த்துக் கொண்டு மௌனமாக இருக்கக் கூடாது என்று, எழுத்தாளர்கள், சிந்தனையாளர்கள், திரைப்பட இயக்குநர்கள், கலைஞர்கள் உள்ளிட்ட 49 பேர் பிரதமருக்கு வெளிப்படையாக மடல் எழுதினர்.

2019, ஜூன் 23ஆம் தேதி திரைப்பட இயக்குநர் அபர்ணா சென், வரலாற்று ஆசிரியர் இராமச்சந்திர குஹா, சமூக ஆர்வலர் ஆசிஷ் நந்தி, ஷியாம் பெனகல், அடூர் கோபாலகிருஷ்ணன், அனுராக் காஷ்யப், டாக்டர் பினாயக் சென், சோமி தோரா சட்டர்ஜி, கொங்கனா சென், சுபா முட்கல், அனுபம்ராய், தமிழ்நாட்டைச் சேர்ந்த இயக்குநர் மணிரத்னம் உள்ளிட்ட பல்துறை பெருமக்கள், பிரதமருக்கு அனுப்பிய மடலில் கையொப்பமிட்டு இருந்தனர்.

அக்கடிதத்தில், வட மாநிலங்களில் ஜெய் ஸ்ரீராம் என்ற முழக்கத்தின் பெயரால், சிறுபான்மை மக்கள் தொடர்ந்து தாக்கப் படுகிறார்கள். தலித் மக்கள் மிகவும் பாதிக்கப்பட்டு உள்ளனர்.

ஒரு ஜனநாயக நாட்டில், ஜெய் ஸ்ரீராம் என்ற முழக்கத்திற்காகவும், பசுவதை என்கிற பெயராலும் மனித உயிர்கள் பலியாகி வருவது மிகுந்த வேதனை தருகின்றது. தலித் மற்றும் சிறுபான்மையினரை தாக்குவோர் மீது, பிணையில் வெளிவர முடியாத பிரிவின் கீழ் கடும் நடவடிக்கை எடுக்க வேண்டும்.

ஆளும் கட்சி என்பது தேசத்துக்கு இணையானது என்று எந்தப் பொருளும் இல்லை. ஆளும் கட்சிக்கு எதிரான கருத்துகளை, தேசத்துக்கு எதிரானதாக கருதக் கூடாது. எதிர்ப்புக் கருத்துகளுக்கும் இடம் தருகின்ற நாடுதான் வலிமையானது.

பெரும்பாலான மக்கள் போற்றும் 'ஜெய் ஸ்ரீராம்' என்ற முழக்கத்தை, போர் ஆயுதமாகப் பயன்படுத்துவதைத் தடுக்க வேண்டும். மேற்கண்ட வன்முறைத் தாக்குதல்கள் குறித்து நீங்கள் நாடாளுமன்றத்தில் கண்டனத்தைப் பதிவு செய்தீர்கள். ஆனால், அது மட்டும் போதாது.

'ராம்' என்கின்ற பெயர் இந்தியாவில் இருக்கும் பெரும்பான்மை சமூகத்தினருக்கு மிகவும் புனிதமானது. அந்தப் பெயரை வன்முறைக்காகப் பயன்படுத்துவதைத் தடுக்க வேண்டும். அதற்கு

பிரதமர் நடவடிக்கை மேற்கொள்ள வேண்டும்' என வேண்டுகோள் விடுத்து இருந்தனர்.

பிரதமருக்கு இந்தக் கடிதம் எழுதிய திரைக் கலைஞர்கள், இயக்குநர்கள், சமூக ஆர்வலர்கள் 49 பேர் மீது புகார் கூறி சங்பரிவார் அமைப்பைச் சேர்ந்த ஒருவர் பீகார் மாநிலம் முசாபர்பூர் மாவட்ட சார்பு நீதிமன்றத்தில் மனுத் தாக்கல் செய்தார்.

இந்த மனு மீது நீதிமன்றம் அளித்த உத்தரவின் அடிப்படையில் பீகார் மாநில காவல் துறை பிரதமருக்கு மடல் தீட்டிய 49 பேர் மீதும் தேசத் துரோகம் பொதுத் தொல்லை, மத உணர்வுகளைப் புண்படுத்துதல் மற்றும் சமாதானத்தை மீறும் நோக்கத்துடன் அவமதிப்பது உள்ளிட்ட இந்திய தண்டனைச் சட்டத்தின் கீழ் வழக்கு பதிவு செய்தது.

பிரதமர் மோடிக்கு கடிதம் எழுதினாலே தேசத் துரோகம் என்று சித்தரிப்பதா?

பத்திரிகையாளர் வினோத் துவா மீது 124 ஏ

டெல்லி பத்திரிகையாளர் வினோத் துவா, அரசு தொலைக்காட்சி மற்றும் என்.டி.டி.வி. தனியார் தொலைக்காட்சியில் பணியாற்றியவர். பத்திரிகைத் துறை, ஊடகத்துறையில் அவர் ஆற்றிய பணிகளுக்காக ராம்நாத் கோயங்கா விருதைப் பெற்றவர். 2008ஆம் ஆண்டு இந்திய அரசின் பத்மஸ்ரீ விருது அவருக்கு வழங்கப்பட்டது.

2020ஆம் ஆண்டு கொரோனா பெருந் தொற்று காலத்தில் ஒன்றிய பாஜக அரசால், இலட்சக்கணக்கான புலம்பெயர்ந்த தொழிலாளர்கள் கைவிடப்பட்டதற்கு, பிரதமர் மோடியின் திட்டமிடப்படாத பொது ஊரடங்கு திடீரென்று அறிவிக்கப்பட்டதே காரணம் என்று ஒரு யூடியூப் சேனல் நிகழ்ச்சியில் கருத்து தெரிவித்து இருந்தார் வினோத் துவா. 2020 மார்ச் டெல்லி கலவரம் பற்றியும் கூறி இருந்தார்.

மேலும் பயங்கரவாத தாக்குதல்கள் மற்றும் மரணங்களைக் கூட பிரதமர் மோடி வாக்கு வங்கி அரசியலுக்குப் பயன்படுத்துகிறார் என்று துவா அந்நிகழ்ச்சியில் கூறி இருந்தார். இதற்காக பாஜகவை சேர்ந்த அஜய் ஷ்யாம் என்பவர் இமாசலப் பிரதேச காவல் துறையில் 2020, ஜூன் மாதம் புகார் தெரிவித்து இருந்தார். அங்கு பாஜக ஆட்சி நடைபெறுவதால் உடனடியாக காவல் துறை வினோத் துவா மீது தேசத் துரோகப் பிரிவு 124 ஏ உட்பட மொத்த 4 பிரிவுகளில் வழக்குப் பதிவு செய்தது.

இந்த வழக்கை இரத்துச் செய்யக்கோரி வினோத் துவா உச்சநீதிமன்றத்திற்கு சென்றதுடன், தன்னைக் கைது செய்வதற்கும் அவர் தடை கோரி இருந்தார்.

அதனை ஏற்றுக் கொண்டு வினோத் துவாவைக் கைது செய்ய, 2020, அக்டோபரில் உச்சநீதிமன்ற நீதிபதிகள் யு.யு. லலித், வினீத் சரண் ஆகியோரைக் கொண்ட அமர்வு இடைக்காலத் தடை விதித்தது.

இந்த வழக்கின் விசாரணை முடிந்து ஜூன் 3, 2021இல் உச்சநீதிமன்றம் இறுதி தீர்ப்பை அளித்தது. அதில் வினோத் துவா மீதான தேசத் துரோக வழக்கை அதிரடியாக உச்சநீதிமன்றம் இரத்து செய்தது.

தேசத்துக்கு எதிராக வன்முறையைத் தூண்டும் வகையிலான விமர்சனங்கள், வன்முறைக்கு ஆதரவு தெரிவிக்கும் கருத்துகள் ஆகியவைதான் தேசத்துரோகச் சட்டத்தின் கீழ் வரும். அப்படி எதுவும் இல்லாதவை தேசத்துரோகச் சட்டத்தின் கீழ் வராது என்று கூறிய நீதிபதிகள், அரசுகள் மீதான விமர்சனங்களே தேச விரோதக் குற்றங்கள் ஆகாது என்ற 1962ஆம் ஆண்டின் கேதார்நாத் சிங் வழக்கின் தீர்ப்பு அனைத்துப் பத்திரிகையாளர்களுக்கும் பொருந்தும் என்று தீர்ப்பில் சுட்டிக்காட்டினர்.

பத்திரிகையாளர் சித்திக் காப்பான் மீது பாய்ந்தது 124 ஏ

உத்திரப்பிரதேச மாநிலம் ஹத்ராத் பாலியல் வன்கொடுமை குறித்து உண்மை நிலையைக் கண்டறிய 2020, அக்டோபர் 5ஆம் தேதி அங்கு செல்ல முயன்ற டெல்லியின் மலையாள செய்தி இணைய தள செய்தியாளர் சித்திக் காப்பான், உ.பி. மாநில யோகி ஆதித்யநாத், பாஜக அரசால் கைது செய்யப்பட்டார். அவருடன் செய்தி சேகரிக்கச் சென்ற சுதிக் உர் ரஹ்மான், மசூத் அகமது, சூலம் ஆகியோரும் கைது செய்யப்பட்டனர். பத்திரிகையாளர் சித்திக் காப்பான் மீது 124 ஏ தேசத்துரோகச் சட்டப் பிரிவு மற்றும் சட்ட விரோதச் செயல்பாடுகள் தடுப்புச் சட்டம் ‘ஊபா’ ஆகியவற்றின் கீழ் யோகி ஆதித்யநாத் அரசு வழக்குப் பதிவு செய்து சிறையில் அடைத்தது.

உத்திரப்பிரதேசத்தில் ஒரு பெரிய சதித் திட்டத்தைச் செயல்படுத்த ‘பாப்புலர் ஃப்ரண்ட் ஆஃப் இந்தியா’ பின்னணியில் சித்திக் காப்பான் செயல்பட்டதாக அவர் மீது போடப்பட்ட வழக்கின் முதல் தகவல் அறிக்கையில் கூறியுள்ளது உ.பி. மாநில காவல்துறை.

மதுரா சிறையில் அடைக்கப்பட்டு இருந்த சித்திக் காப்பான், 2021, ஏப்ரல் 20ஆம் தேதி குளியல் அறையில் வழுக்கி விழுந்ததால் மதுராவில் உள்ள மருத்துவமனையில் சேர்க்கப்பட்டு இருந்தார்.

அவருக்கு கொரோனா தொற்று உறுதிசெய்யப்பட்ட நிலையில் அவரை அங்கு காவல்துறை சிறுநீர் கழிக்கக் கூட அனுமதிப்பது இல்லை. கையில் விலங்கிடப் பட்ட நிலையில், அவர் பாட்டிலிலேயே

சிறுநீர் கழித்து வருவதாக அவரது மனைவி ராய் ஹநாத் காப்பான் தெரிவித்தார். இது தொடர்பாக உச்சநீதிமன்றத் தலைமை நீதிபதி என். வி. ரமணாவுக்கு அவர் எழுதி உள்ள கடிதத்தில்,

“மருத்துவமனைக் கட்டிலில் ஒரு விலங்கைப் போல கட்டி வைக்கப்பட்டு உள்ளார். அவரால் எங்கும் நகர முடியவில்லை. கழிவறைக்குச் செல்லக் கூட அனுமதி இல்லை. அவர் மிகவும் கவலைக்கிடமான நிலையில் உள்ளார். அவருக்கு உரிய நேரத்தில் முறையான பரிசோதனை செய்யப்படாவிடில் அவர் மரணமடைய நேரிடும். உச்சநீதிமன்றம் தலையிட வேண்டும்” என்று கோரியிருந்தார்.

சித்திக் காப்பான் மீது உத்திரப் பிரதேச அரசு காவல்துறையில் ஒரு ஆதாரத்தைக் கூட தாக்கல் செய்ய முடியவில்லை என உச்சநீதிமன்ற வழக்கறிஞர் அபிலாஷ் கூறினார். சித்திக் ஒரு முஸ்லிம் என்பதால் உ.பி. அரசால் சித்ரவதை செய்யப்படுகிறார் என்றும் வழக்கறிஞர் அபிலாஷ் தெரிவித்தார்.

உத்திர பிரதேச முதல்வர் யோகி ஆதித்யநாத் உத்தரவின் பேரில்தான் மதுரா காவல்துறை சித்திக் காப்பான் மீது தேசத் துரோக சட்டப்பிரிவு மற்றும் ‘ஊபா’ சட்டப்பிரிவின் கீழ் வழக்குப் பதிவு செய்தது. சித்திக் காப்பான் மலையாள இணையதளமான ‘அழிமுகம்’ செய்தியாளர் என்பதால், கேரள மாநில முதல்வர் பினராயி விஜயன் உ.பி. முதல்வர் யோகி ஆதித்யநாத்க்கு கடிதம் எழுதினார்.

அந்தக் கடிதத்தில், “சித்திக் காப்பானுக்கு நீரிழிவு நோயும், இதயக் கோளாறுகளும் இருப்பதாகச் சொல்லப்படுகிறது. அவர் கொரோனா தொற்றுக்கு ஆளான பிறகு, மதுராவில் உள்ள மருத்துவமனையில் அனுமதிக்கப்பட்டு இருக்கிறார். அவரது உடல்நிலை மிக மோசமாக இருக்கும் நிலையிலும் கூட, அவர் கட்டிலுடன் சங்கிலியால் பிணைக்கப்பட்டு இருக்கிறார். அவரை உயிர் காக்கும் நவீன மருத்துவ வசதிகள் கொண்ட மருத்துவமனைக்கு மாற்ற வேண்டும்” என்று குறிப்பிட்டு இருந்தார்.

இது தொடர்பாக காங்கிரஸ் எம்.பி. ராகுல் காந்தி வெளியிட்டுள்ள ட்விட்டர் பதிவில், “சித்திக் காப்பானின் குடும்பத்திற்கு எனது ஆதரவை வழங்குகிறேன். அவருக்கு முழு பாதுகாப்பு மற்றும் மருத்துவ உதவி வழங்க வேண்டும். ஆர்.எஸ்.எஸ். - பாஜக கும்பல் அவரை ஒடுக்குவதன் மூலம் தங்களின் தைரியமின்மையைக் காட்டுகின்றன” என்று குறிப்பிட்டார்.

பாஜக அரசின் செயல்பாடுகளை விமர்சனம் செய்தால், பிரதமர் மோடிக்கு எதிராகக் கருத்து கூறினால் உடனே தேசத் துரோகச் சட்டம் பாய்கிறது.

125
கும்பல் கொலைகள்

2014இல் பாஜக ஆட்சிப் பொறுப்பேற்ற பிறகு சிறுபான்மையினர் மற்றும் தலித்துகள் மீதான 'கும்பல் வன்முறைகள்' கட்டுக்கடங்காமல் போய்க் கொண்டு இருக்கின்றன.

2015இல் உத்திரப்பிரதேச மாநிலம் தாத்ரி பகுதியில் உள்ள பிஸாரா கிராமத்தைச் சேர்ந்த முகமது அக்லக், தனது சொந்த ஊரில், தனது வீட்டின் எதிரிலேயே தனது மனைவி, தாய், மகள் ஆகியோரின் கண் முன்னாலேயே அதே கிராமத்தைச் சேர்ந்த அக்லக்கின் குடும்பத்தினருக்குத் தெரிந்த, அவர்களோடு பழகி வந்த இந்துக்களாலேயே அடித்துக் கொல்லப்பட்டார்.

அக்லக் கொல்லப்பட்ட நாளன்று, பசு மாட்டுக் கறியின் எச்சங்கள் வீதியில் கிடப்பதைப் போன்ற ஒரு காட்சி சமூக வலைதளங்கள் மூலமாக அக்கிராமத்தினரின் கைபேசிகளுக்கு திடீரென அனுப்பப்பட்டு இருக்கிறது. அன்றிரவு பத்துமணி அளவில், அக்கிராமத்தைச் சேர்ந்த பெரும்பாலோர் தூங்கப் போய்விட்ட நேரத்தில், அக்கிராமக் கோவிலில் ஒலி பெருக்கியில் அக்கோவில் பூசாரி, அக்லக் பசு மாட்டைக் கொன்று, அதன் மாமிசத்தைச் சாப்பிட்டுவிட்டு மீதிக் கறியை வீட்டில் வைத்திருப்பதாகவும், அதன் எச்சங்களை வீட்டிற்கு எதிரே எறிந்திருப்பதாகவும் அறிவிக்கிறார்.

இந்த அறிவிப்பைக் கேட்டவுடனேயே ஆயிரத்துக்கும் மேற்பட்ட கும்பல் கோவில் வாசலில் கூடுகிறது. அவர்களுள் ஒரு கும்பல் அக்லக்கின் வீட்டிற்குள் நுழைந்து, அவரது இளைய மகனை மயங்கி விழும் வரை அடித்துவிட்டு, அக்லக்கை வீதிக்கு இழுத்து வந்து செங்கற்களால் அடித்துக் கொல்கிறது.

சுமார் 15 ஆயிரம் பேர் வசிக்கும் பிஸாரா கிராமத்தில் முஸ்லிம்களின் எண்ணிக்கையே வெறும் 300 பேர்தான். அக்லக் குடும்பம் தாகூர் சமூகத்தினர் வசிக்கும் பகுதிக்கு அருகிலேயேதான் வசித்து வந்தது. மாட்டுக்கறி சாப்பிட்டதாகவும், மிச்சத்தை வீட்டில் வைத்திருந்ததாகவும் வதந்தியைப் பரப்பி, அக்லக்கை அடித்துக் கொன்றது இந்துத்துவ வெறிக் கும்பல்.

ஜம்மு காஷ்மீரிலுள்ள உதம்பூரைச் சேர்ந்த ஜாஹித் அகமது பட் என்ற 24 வயதான இஸ்லாமிய இளைஞர், பசு மாட்டைக் கொன்றார் என்று பழி சுமத்தப்பட்டு உயிரோடு எரித்துக் கொல்லப்பட்டார்.

இமாசலப் பிரதேசத்தைச் சேர்ந்த நோமன் அக்தர் எனும் 28 வயதான முஸ்லிம் வாலிபர், மாடுகளை இறைச்சிக்காகக் கடத்திச் செல்வதாக பழி போடப்பட்டு அடித்துக் கொல்லப்பட்டார்.

2016 ஜூலை மாதம் 11ஆம் தேதி குஜராத் மாநிலத்தின் உனா பகுதியில் மாட்டுத் தோலை உரித்ததற்காக இந்துத்துவ மத வெறிக் குண்டர்கள் பசு பாதுகாப்பு இயக்கம் என்ற பெயரால் நான்கு தலித் இளைஞர்களைக் கட்டி வைத்து அடித்தனர். பின்னர் அவர்களை ஊர்வலமாக இழுத்துச் சென்று காவல் நிலையத்தில் ஒப்படைத்தனர்.

மத்தியப் பிரதேச மாநிலம் மந்த்சோர் இரயில் நிலையத்தில் மாட்டிறைச்சி கொண்டு சென்றதாக இரண்டு முஸ்லிம் பெண்கள் மீது பஜ்ரங்தள் கும்பல் கொடூரமாகத் தாக்குதல் நடத்தியது.

2017இல் ஜார்க்கண்ட் மாநிலம் ஜாம்ஷெட் பூரில் ‘குழந்தைக் கடத்தல்காரர்கள்’ என்று கூறி இஸ்லாமியர்கள் நான்கு பேரை சங்பரிவார் கும்பல் ஒன்று அடித்தே கொன்றது. மரண பீதியுடன் கைகூப்பி உயிருக்காக மன்றாடிய ஷேக் சலீம் என்பவரை இரத்தம் வழிய வழிய அடித்துக் கொன்று அந்தக் காட்சியை சமூக ஊடகங் களில் பதிவிட்டது இக்கொடூர கும்பல். அதே ஜார்கண்டில் சிங்பம் மாவட்டத்திலும் மூன்று இஸ்லாமியர்களைக் குழந்தைக் கடத்தல் காரர்கள் என்று வதந்தி பரப்பி, அடித்துக் கொன்றது மதவெறிக் கும்பல். இதில் ஹலீம், கால்நடை விற்பனை தொழில் செய்து வந்தவர் என்பது குறிப்பிடத்தக்கது. பசு பாதுகாப்பு எனும் பெயரால் காவிக் குண்டர் கும்பல் நடத்திய படுகொலைதான் இவை.

ராஜஸ்தானில் அல்வர் மாவட்டத்தில் பசுக்களை வாகனத்தில் ஏற்றி வந்த பஹ்லுஹான் என்ற முதியவர் நெடுஞ்சாலையில் பொது மக்கள் கண்முன்னே அடித்தே கொல்லப்பட்டார்.

2019ஆம் ஆண்டு ஏப்ரல் 11 முதல் மே 19 வரை 17 ஆவது மக்களவைத் தேர்தல் நடைபெற்று முடிந்து, மே 23ஆம் தேதி வாக்குகள் எண்ணப்பட்டு, முடிவுகள் வந்து கொண்டிருந்தபோதே இந்துத்துவ சங்பரிவாரங்களின் ‘கும்பல்’ வன்முறைகள் தொடங்கிவிட்டன. இந்தத் தேர்தலில் பாரதிய ஜனதா கட்சி 303 இடங்களில் வெற்றி பெற்று, மிருகத்தனமான பெரும்பான்மையைப் பெற்றது. பாஜக தலைமையிலான தேசிய ஜனநாயகக் கூட்டணி மொத்தம் 352 நாடாளுமன்ற உறுப்பினர்களைப் பெற்றுவிட்டது.

இது போதாதா? 2014இல் நடந்த 16ஆவது மக்களவைத் தேர்தலில் கிடைத்த வெற்றியை விட அதிகப்படியான வெற்றியை காவிக் கூட்டம் 2019இல் அறுவடை செய்தவுடன், தலை, கால் தெரியாமல் ஆடத் தொடங்கிவிட்டது. சிறுபான்மை இஸ்லாமியர், தலித்துகள் மீதான தாக்குதல்கள் வேகம் எடுத்தன. ஆர்.எஸ்.எஸ்., சங் பரிவாரங்களின் கும்பல் வன்முறைகள் கட்டுக்கடங்காமல் போயின.

மத்தியப் பிரதேச மாநிலம் அசனார் பகுதியில் மே 22, 2019இல் பசு பாதுகாப்பு என்ற பெயரில் காவிக் குண்டர்கள், ஒரு பெண் உள்ளிட்ட மூவரை கடுமையாகத் தாக்கினர். மாட்டுக்கறி வைத்திருப்பதாக சந்தேகிப்பதாகக் கூறி சுபம் சிங் தலைமையிலான இந்துத்துவ கும்பல் இம்மூவரையும் கடுமையாகத் தாக்கியது. முதலில் ஒரு இளைஞரை இழுத்துப் பிடித்துக் கொண்டு சுற்றி நின்று தாக்கும் கும்பல், அடுத்ததாக அந்த இளைஞரை ஜெய்ஸ்ரீராம் எனச் சொல்லச் சொல்லி மிரட்டி, அவர் கையில் செருப்பைக் கொடுத்து அந்தப் பெண்மணியை அடிக்க வைத்து உள்ளது. இந்த சுபம்சிங், இந்துத்துவ பயங்கரவாதியாக, மாலேவ்கான் குண்டு வெடிப்பு வழக்கில் சிறை சென்ற போபால் தொகுதியில் எம்.பி.யாக வெற்றி பெற்ற பிரயாக்சிங் தாக்கூர் என்ற பெண் சாமியாரினிக்கு நெருக்கமானவர்.

குஜராத், வதோதரா மாவட்டத்தில் பட்ரா தாலுக்காவில் உள்ள மஹூவத் கிராமத்தைச் சேர்ந்த பிரவின்மாக்வான் என்பவர் தனது முகநூல் பதிவில், “உங்கள் பாஜக அரசு, வதோதரா மாவட்டத்தில் பட்ரா தாலுக்காவின் மஹூமத் கிராமத்தில் உள்ள ரான்சோதி கோவில் தலித் திருமணங்கள் நடத்த வாடகைக்கு இடம் கொடுக்க மறுக்கிறது” என்று பதிவிட்டு இருந்தார். இதனைத் தொடர்ந்து அங்கு குழுமிய இருநூற்றுக்கும் மேற்பட்ட ஆதிக்கவாதக் கும்பல் பிரவின் மாக்வான் மற்றும் அவரது மனைவியைக் கொடூரமாகத் தாக்கியது. இந்நிகழ்வு 20.05.2019 நடந்தது. ஆனால் 22.5.2019 அன்றுதான் தாக்குதலுக்கு ஆளான பிரவின் மாக்வான் மனைவி, தருலதா பென் தன்னையும் தனது கணவரையும் தாக்கிய குறிப்பாக 11 நபர்கள் மீதும், அவர்களுடன் வந்த கும்பல் மீதும் காவல் நிலையத்தில் புகார் அளித்தார்.

புகாரைப் பதிவு செய்த காவல்துறை இதுவரை யாரையும் கைது செய்யவில்லை. மாறாக ஆதிக்கச் சாதியினரின் ஆணைக்கிணங்க பாதிக்கப்பட்டவரின் முகநூல் பதிவை காரணம் காட்டி இரு சமூகங்களுக்கிடையே மோதலைத் தூண்ட முயன்றதாக வழக்குப் பதிவு செய்துள்ளது.

பீகாரின் பெருசராய் மாவட்டத்தில் கஞ்சன்பூர் பஞ்சாயத்தின் வார்டைச் சேர்ந்த அஹகுனா மியா என்பவரின் மகன் முகமது

காசிம். இவர் கும்பி கிராமத்தில் சலவை சோப்பு பவுடர் வியாபாரம் செய்து வருகிறார். இவர் 27.05.2019 அன்று தனது தொழில் சம்மந்தமாக இரு சக்கர வானத்தில் சென்றுள்ளார். அப்போது அவரை ராஜீவ் யாதவ் என்பவர் வழிமறித்து அவரது பெயரைக் கேட்டுள்ளார்.

காசிம் தனது பெயரைக் கூறியதும் ராஜீவ் யாதவ், 'பாகிஸ்தானுக்குப் போ' எனக் கூச்சலிட்டு தனது கைத்துப்பாக்கியைக் கொண்டு காசிமைச் சுட்டுள்ளார்.

குடி போதையில் இருந்த ராஜீவ் துப்பாக்கியில் மீண்டும் தோட்டாவை நிரப்பி சுட முற்பட்டுள்ளார். அந்த இடைவெளியில் காசிம் தப்பித்து ஓடியுள்ளார். அதன் பின்னர் செரிலா - பரைப்பூர் காவல் நிலையத்தில் இது குறித்து புகார் அளித்துள்ளார் காசிம். காவல்துறை குற்றவாளிகளைக் கைது செய்யவில்லை.

அரியானாவில் உள்ள குருகிராம் பகுதியில் இரவு 10 மணி அளவில் அங்குள்ள மசூதியில் தொழுகை முடித்து தனது கடைக்கு திரும்பிக் கொண்டிருந்த முகமது பர்கத் என்ற இளைஞரை ஆறுபேர் கொண்ட கும்பல் சூழ்ந்து கொண்டு அவரது குல்லாவைக் கழட்டச் சொல்லி கட்டாயப்படுத்தி உள்ளது.

அதோடு நில்லாமல். அவரை 'பாரத் மாதா கி ஜே; ஜெய் ஸ்ரீராம்' எனக் கூறச் சொல்லி உள்ளது அந்தக் கும்பல். மேலும் ஆபாச வார்த்தைகளில் திட்டிக்கொண்டே 'உன் வாயில் பன்றிக் கறியை திணிப்பேன்' என மிரட்டியிருக்கிறது அக்கும்பல்.

மேலும் சரமாரியாக பர்க்கத்தைத் தாக்கிய அக்கும்பலிடமிருந்து தப்பி ஓட முயன்ற பர்க்கத்தின் சட்டையைக் கிழித்து கட்டையைக் கொண்டு அடித்துள்ளது அக்கும்பல். பின்னர் அங்கிருந்த தங்களது பைக்குகளிலும், நடந்தும் சாவகாசமாகச் சென்றுள்ளது அந்த வன்முறைக் கும்பல். அதன்பின் அவரது உறவினர் முர்துஜ் அவரை மருத்துவமனைக்கு அழைத்துச் சென்றுள்ளார். பின்னர் காவல் நிலையத்தில் புகார் அளித்துள்ளார்.

உத்திரப்பிரதேசம் இந்துத்துவா சோதனைச் சாலை

இந்துத்தவா சோதனைக் கூடமாக ஆக்கப்பட்டிருக்கும் உத்திரப்பிரதேச மாநிலத்தில் யோகி ஆதித்யநாத் தலைமையிலான பாரதிய ஜனதா கட்சி ஆட்சியில் மதவெறிக் கும்பல் தாக்குதல்கள் தொடர்ச்சியாக நடந்து வருகின்றன.

உ.பி.யில் உள்ள காசியாபாத்தின் தஸ்னா தேவி கோயிலில் தாகத்துக்கு தண்ணீர் குடிப்பதற்காக நுழைந்த ஒரு முஸ்லிம் சிறுவனை

அடித்துத் துன்புறுத்தி அதை ஒளிப்பதிவு செய்து சமூக ஊடகத்தில் கொண்டாடிப் பகிர்ந்துள்ளது இந்ததுத்துவ வெறிக்கும்பல். 2021 மார்ச் 12ஆம் தேதி நடந்துள்ள இக்கொடூர நிகழ்வு குறித்த காணொளிக் காட்சியில் இந்து ராஷ்டிரத்தின் சோதனைச் சாலையில், தான் செய்த குற்றம் என்ன என்பதைக் கூட அறியாமல் விழிக்கும் அந்த சிறுவனை, அடித்து கீழே தள்ளி மிதிக்கிறான் ஒருவன், இந்து ஏக்தா சங்கம் எனப் பெயரிடப்பட்ட இந்துத்துவ வெறுப்புக் குற்றங்களை நடைமுறைப்படுத்தும் ஓர் அமைப்பைச் சேர்ந்த சிருங்கி யாதவ் என்பவனின் ட்விட்டர் கணக்கில் பெருமிதத்தோடு இந்த வீடியோ பகிரப்பட்டு வைரல் ஆனது.

ஒரு சிறுவனைத் தாக்குவதை வீரச் செயல் எனக் குறிப்பிட்டு பகிர்ந்துள்ள சிருங்கி யாதவ் சிறுவனின் பிறப்புறுப்பில் தாக்குவதை ஒரு முஸ்லிம் ஆண், ஆண்மை நீக்கம் செய்யப்பட்டான் எனக் கூறியதாக த வயர் இணையதளம் கூறுகிறது. இதே நபர், மற்றொரு வீடியோ ஒன்றில் கத்தி முனையில் ஒரு முஸ்லிம் சிறுவனிடம் இந்துக்களின் வாழ்வை அழிக்க வங்கதேசத்திலிருந்து வந்தவன் எனக் கூறியதையும் த வயர் இணையதளம் சுட்டிக் காட்டுகிறது.

இதுபோன்ற வெறுப்பு குற்றங்களின் பின்னணியில் தொடர்புடைய வன்முறையாளர்களின் சமூக ஊடக கணக்குகளை ஆய்வு செய்து பல தகவல்களை வெளிப்படுத்தி இருக்கிறது த வயர் இணையதளம்.

நீக்கப்பட்ட சிருங்கி யாதவின் சமூக ஊடகங்களின் கணக்கில் முஸ்லிம் சமூகத்துக்கு எதிரான குற்றங்கள் புகழ்ந்து பகிரப் பட்டிருக்கின்றன. ஒரு பதிவில் எதிரிகளின் இரத்த ஆறு என குறிப்பிட்டு நரசிங் ஆனந்த் சரஸ்வதி, முஸ்லிம்கள் தீவிரவாதிகள். இந்து ராஷ்டிரம் வாழ்க என் ஹேஷ்டேக் உடன டிவிட்டரில் பகிரப்பட்டுள்ளது.

மற்றொரு பதிவில், விருப்பம் உள்ள இந்து சகோதரர்களுக்கு ஆயுதமளிக்க தயார் என அறைகூவல் விடுக்கிறார், நாம் ஜெய் ஸ்ரீராம் என முழங்கக் கூட முடியவில்லை. முஸ்லிம்கள் உயிரோடு எரிக்கப்படும் வரை இது நடக்காது" என அந்தப் பதிவுக்கு தலைப் பிட்டுள்ளதாகவும் த வயர் கூறுகிறது.

முஸ்லிம்களுக்கு எதிரான கொலைக் குற்றத்தைத் தூண்டும் இத்தகைய பதிவுகளோடு, நரசிங் ஆனந்த் என்ற மேற்கு உத்திரப்பிரதேசத்தைச் சேர்ந்த கொலை வெறி சாமியார் ஒருவரின் படங்கள் வீடியோ பதிவுகள் போன்றவற்றையும் சிருங்கி பகிர்ந்துள்ளான்.

சிருங்கி போன்ற இந்துத்துவ வெறியர்களை உருவாக்குதல் நரசிங் ஆனந்த் சரஸ்வதி போன்ற இந்துமத வெறி சாமியார்களின் வேலையாகும். முஸ்லிம்களுக்கு எதிரான பல கலவரங்களுக்கு

பின்னணியில் இருந்த கபில் மிஸ்ரா போன்ற பாஜக தலைவர்களுடன் நரசிங் ஆனந்த் சரஸ்வதி நெருக்கமாக உள்ளவர்.

கோயிலுக்குள் நுழைந்த காரணத்தால் இஸ்லாமிய சிறுவன் அடித்து துன்புறுத்தப்பட்ட அதே கோயிலில் நரசிங் ஆனந்த் சரஸ்வதி தலைமை பூசாரியாக உள்ளார். முஸ்லிம்கள் அதிகம் வாழும் பகுதியில் அமைந்துள்ள இந்தக் கோயில் பல மதக் கலவரங்களை உருவாக்கியதில் இழிபுகழ் பெற்றது. இந்த நபர்தான் சிருங்கி போன்ற இந்துத்துவ அடியாட்களால் குரு என விவரிக்கப்படுகிறார்.

டெல்லியில் 2020ஆம் ஆண்டு பிப்ரவரியில் அரங்கேறிய கலவரத்தில் முஸ்லிம்களுக்கு எதிரான இனப்படுகொலைத் தொடர்ச்சியாக நரசிங் ஆனந்த் அழைப்பு விடுத்ததை த வயர் பகிரங்கப்படுத்தி உள்ளது.

டிசம்பர் 25, 2019ஆம் ஆண்டு ஜந்தர் மந்தரில் நிகழ்ந்த ஒரு நிகழ்ச்சியில் முஸ்லிம்களுக்கு எதிராக வன்முறையில் ஈடுபடுங்கள் என நரசிங் ஆனந்த் அழைப்பு விடுக்கிறார். இந்த வீடியோவை டெல்லி கலவரத்தில் தொடர்புடைய அங்கித் திவாரி என்ற ஆர்.எஸ். எஸ். அமைப்பைச் சேர்ந்த நபர் தனது முகநூலில் பகிர்ந்துள்ளார். அதே போல முஸ்லிம்களுக்கு எதிரான வெறுப்புப் பேச்சுகளிலும் கல் வீசி எறிந்து வைரலான வீடியோ ஒன்றிலும் உள்ள ராகினி திவாரி தனது குரு என நரசிங் ஆனந்த் சரஸ்வதியைக் குறிப்பிட்டுள்ளார்.

வெறுப்பு கக்கும் இந்த நரசிங் ஆனந்தின் பேச்சுக்கள் சமூக ஊடகங்களில் பரவி உள்ளன, மேலும், நியூஸ் நேஷன், சுதர்ஸன் டிவி, ஆஜ்தக் போன்ற இந்துத்துவ ஆதரவு ஊடகங்களில் தொடர்ச்சியாக இவருடைய வெறுப்புப் பேச்சுகள் விவாதம் என்ற பெயரில் ஒளிபரப்பப்படுகின்றன. இவருடைய பேச்சுகளை வெட்டி, ஒட்டி பல லட்சம் பேருக்குப் பரப்பும் பணியைப் பல இந்துத்துவ வெறும் குழுக்கள் யூ டியூபில் செய்து வருகின்றன.

குடியரசுத் தலைவராக இருந்த அப்துல் கலாமைக் கூட இந்த நபர் ஜிகாதிகள் என்கிறார். அனைத்து முஸ்லிம்களும் இவருக்கு ஜிகாதிகள்தானாம். இறைத் தூதர் முகமது நபியை 'முதல் முஸ்லிம் தீவிரவாதி' என்று இந்த நபர் பேசியதாக த வயர் இணையதளம் குறிப்பிட்டுள்ளது.

டெல்லி கலவரத்தின் பின்னணியை த வயர் இணையதளம் வெளிக் கொண்டு வந்த போது, நரசிங் ஆனந்த், த வயர் பணியாளர் களை ஜிகாதிகள் எனவும் வளைகுடா நாடுகளால் இணையதளத்துக்கு நிதி கிடைப்பதாகவும் வீடியோ ஒன்றை வெளியிட்டு இருந்தார்.

இதுபோன்ற முஸ்லிம்களுக்கு எதிரான இனப் படுகொலையை வெறுப்பைக் கக்கும் நபர்களின் காணொலியை ஒளிபரப்ப அனுமதிக்கக் கூடாது என மத்திய தகவல் தொழில்நுட்ப அமைச்சகத்துக்கும் மத்திய சிறுபான்மையினர் விவகாரத்துறை அமைச்சகத்துக்கும் நீதி மற்றும் அமைதிக்கான குடிமக்கள் அமைப்பு கடிதம் எழுதி இருந்தது.

ஆனால் நரசிங் ஆனந்த் சரஸ்வதி, சிருங்கி யாதவ் போன்றோரின் வெறுப்புக் குற்றங்களால் மீண்டும் ஆட்சியைக் கைப்பற்றிய மோடி அரசு, அவர்களைப் போன்றோர் மீது என்ன நடவடிக்கை எடுத்துவிடும்?

கும்பல் வன்முறைக்கு எதிராகச் சட்டம்

2019 மே மாதம் மோடி அரசு இரண்டாவது முறையாக ஆட்சிப் பொறுப்பேற்ற பிறகு அதிகரித்து வரும் முஸ்லிம்களுக்கு எதிரான கும்பல் வன்முறைகளுக்கு எதிராக சட்டம் இயற்றக்கோரி இலட்சத்துக்கும் அதிகமான முஸ்லிம்கள் மராட்டிய மாநிலம் மாலேகானில் போராட்டத்தில் ஈடுபட்டனர்.

ஆங்கிலேயர் ஆட்சியில் தூக்கிலிடப்பட்ட ஏழு விடுதலை வீரர்களின் 97ஆம் நினைவு நாள் 2019 ஜூலை 1ஆம் தேதி அனுசரிக்கப்பட்டது. இந்த நினைவு நாளில் ஒரு இலட்சத்துக்கும் அதிகமான இஸ்லாமிய மக்கள் கும்பல் வன்முறைக்கு எதிராகச் சட்டம் இயற்றக் கோரி தியாகிகளின் நினைவிடத்தில் ஒன்று கூடினர்.

ஜார்க்கண்ட் மாநிலத்தில் கும்பல் வன்முறையில் தப்ரேஸ் அன்சாரி கொல்லப் பட்டது, இறுதி எச்சரிக்கை என இந்தப் போராட்டத்தை முன்னெடுத்த ஜமியத் உலேமா அமைப்பு தெரிவித்துள்ளது.

அமைதியான வழியில் போராட்டத்தை முன்னெடுத்த இந்த அமைப்பு, அரசியலமைப்பு வழங்கியுள்ள உரிமைகளைப் பாதுகாக்க அரசுக்குக் கோரிக்கை விடுத்தது. “நாங்கள் பழிவாங்குதலைக் கோரவில்லை, மேலும் எங்களுக்கு வன்முறையில் நம்பிக்கை இல்லை. நாங்கள் சட்டத்தின் ஆட்சியை நம்புகிறோம்” என்கிறது அந்த அமைப்பு.

மாலேகான் கோட்டை அருகே பேரணியாக வந்தவர்கள் ஒன்றிணைந்து, தியாகிகளின் நினைவிடம் நோக்கிச் சென்றனர்.

அனைத்திந்திய முஸ்லிம் தனிநபர் சட்ட வாரியத்தின் செயலாளர் மவுலானா உம்ரைன் மஃபோஸ் ரஹ்மானி, “கும்பல் வன்முறைகள் எங்களுடைய இதயத்தை உருக்கி விட்டன. இதற்கு ஒரு முடிவில்லாமல் போய்விட்டது. ஏற்றுக் கொள்ள முடியாத கட்டத்துக்குப் போய் விட்டது. மற்ற சமூகங்களைப் போலத் தான் முஸ்லிம் சமூகங்களும் மற்ற சமூகங்கள் இப்படி தாக்குதலுக்கு ஆளானால் அவர்களும் உடனடியாக எதிர்வினையாற்ற வேண்டும்” என்கிறார்.

“நாங்கள் அவர்களை ஒன்றிணைக்கிறோம். அவர்களுக்கு நம்பிக்கை தருகிறோம். அவர்களோடு துதிக்கிறோம். ஆனால் இப்போதும் நாங்கள் பரிசோதனைக்கு ஆளாகிறோம். பஹ்லுஹான் வழக்கில் அரசு நடந்து கொண்ட விதம் எங்கள் இதயத்தை உடைப்பதாக உள்ளது.”

பல வழக்குகளில் முதல் தகவல் அறிக்கையே இருக்காது. எங்களுடைய சமூகத்தைச் சேர்ந்தவர்கள் கும்பல் வன்முறைக்கு ஆளாவது காணொளியாகவும், படங்களாகவும் இருக்கும் குற்றத்தைச் செய்த வர்கள் அமைச்சர்களால் மாலை போட்டு வரவேற்கப்படுவார்கள் என்றார் ரஹ்மானி.

போராட்டம் நடந்த இடத்தில் ரஹ்மானி அனல் பறக்கப் பேசினார். “இன்று வரலாற்று முக்கியத்துவம் வாய்ந்த இந்தப் பேரணி, ஒட்டுமொத்த நாட்டுக்கும் இனி நாங்கள் அடக்குமுறையை சகித்துக் கொள்ள மாட்டோம் என சொல்லியிருக்கும் நாங்கள் தெளிவாகச் சொல்கிறோம். கும்பல் வன்முறை, ஒரு அணி திரட்டப்பட்ட கொலை; இது திட்டமிட்ட வழியில் பரப்பப்படுகிறது.

இது பயங்கரவாத மாநிலம் அல்ல. அனைத்துக் குடிமக்களும் இணைந்து பயங்கரவாதத்தைத் தடுப்பது கடமை ஆகும். சீதையின் புனித நிலத்தில் ராவணனின் காலடித் தடங்களைக் கேட்க முடிகிறது. அதைத் தடுக்க வேண்டியது நம்முடைய கூட்டுப் பொறுப்பு ஆகும்.”

போராட்டத்தின் இறுதியில் மராட்டிய அரசிடம் வழங்கப்பட்ட கடிதத்தில், குடியரசுத் தலைவர் கும்பல் வன்முறைகளைத் தடுத்து நிறுத்த அனைத்து மாநிலங்களுக்கும் யூனியன் பிரதேசங்களுக்கும் வலியுறுத்த வேண்டும் என்றும், மாநில அரசுகள் அரசியலமைப்பு கடமைகளிலிருந்து தவறக் கூடாது என்றும் கேட்டுள்ளனர்.

மேலும் கும்பல் வன்முறையால் கொல்லப்பட்டவர்களின் குடும்பங்களுக்கு ரூ. 50 இலட்சம் இழப்பீடு வழங்கப்பட வேண்டும் எனவும் கோரிக்கை விடுத்துள்ளனர்.

“இன்று நாம் குறிவைக்கப்படுகிறோம் என்பதில் மற்றவர்கள் மகிழ்ச்சி கொள்ளக் கூடாது” என்ற கவிஞர் ஃபையாஷின் வரிகளை நினைவு கூர்ந்தார் மாலேஃகானின் முஃப்தி இஸ்மாயில்.

கும்பல் வன்முறைகளுக்கு எதிராக ஜூன் 26, 2019இல் டெல்லி ஜந்தர் மந்தரில் அனைத்துத் தரப்பினரும் கலந்துகொண்ட போராட்டம் நடந்தது. மதவேறுபாடு இல்லாமல் இளைஞர்கள் கலந்துகொண்டு முஸ்லிம் சமூகத்துக்கு தங்களுடைய ஆதரவைத் தெரிவித்தனர்.

19 வயதான ரித்விக் சிங் என்ற இளைஞர், “ஜெர்மனியில் என்ன நடந்ததோ, அது இப்போது இந்தியாவில் நடந்து கொண்டு இருக்கிறது.

சிறுபான்மையினருக்கு எதிராகப் பெரும்பான்மையினரை திரட்டிக் கொண்டு இருக்கிறார்கள். சிறுபான்மையினருக்கு ஆதரவாக நிற்கத் தயாராக இருக்கிறோம் என்பதை நிருபிக்கவே இங்கே வந்திருக்கிறோம்" என்றார்.

போராட்டத்தில் பங்கெடுத்த இன்னொரு இளைஞர், கோட்சே சித்தாந்தங்களைப் பிரச்சாரம் செய்வோர் வெளிப்படையாகவே அதைச் செய்கின்றனர். நாம் காந்தியின் கோட்பாடுகளை உயிரோடு வைத்திருக்க வேண்டியது அவசியம். மனுஸ்மிருதியை நாட்டின் அரசியலமைப்பாகக் கருதுகிறவர்கள் ஆட்சி அதிகாரத்தில் இருக் கிறவர்கள். அப்படியெனில் அரசியல் அமைப்பில் நம்பிக்கை உள்ளவர்கள் தங்களுடைய எதிர்ப்பு உணர்வை வெளிப்படுத்தி, அதைக் காக்க முன்வர வேண்டும்" என்றார்.

ராம நவமி நாளில் வன்முறைகள்

இந்த ஆண்டு 2022 ஏப்ரல் மாதத்தில் மத்தியப் பிரதேசம், குஜராத், டெல்லி, ராஜஸ்தான், ஜார்க்கண்ட், கர்நாடகா, மேற்கு வங்காளம், ஆந்திரப்பிரதேசம், பீகார் மற்றும் உத்தரகாண்ட் உள்ளிட்ட பல்வேறு மாநிலங்களில், இந்து புத்தாண்டு தினம், ராம நவமி, அனுமன் ஜெயந்தி, இந்து பண்டிகைகளை ஒட்டி முஸ்லிம் அதிகம் வசிக்கும் பகுதியில் மதவெறி ஊர்வலங்களை நடத்தி, திட்டமிட்ட வன்முறைக் கலவரங்களை நடத்தி வெறியாட்டம் போட்டன காவி பாசிசக் குண்டர் படைகள்.

மசூதிகளின் முன்பு ஊர்வலம் நடத்துவது, முஸ்லிம் வெறுப்பு முழக்கங்களை எழுப்புவது, ஒலிபெருக்கி மூலம் மக்களிடையே முஸ்லிம் எதிர்ப்பு பரப்புரை நடத்துவது, முஸ்லிம் எதிர்ப்புப் பாடல்களைப் பாடுவது என்று இந்து பண்டிகை நாட்களில் இந்துத்துவக் குண்டர்கள் வெறியாட்டம் போட்டனர்.

ஆயிரக்கணக்கான காவி குண்டர்கள், கைகளில் தடியுடனும், வாள்கள், கோடாரிகள், கைத்துப்பாக்கிகளை ஏந்திக் கொண்டும் மசூதிகள் இருக்கும் பகுதிகளிலும், இஸ்லாமியர் வாழும் இடங்களிலும் ஊர்வலம் சென்றனர். மசூதிகளின் மீது ஏறி காவிக் கொடி ஏற்றினர். இஸ்லாமிய வீடுகள், கடைகளுக்குத் தீ வைத்தனர். வாகனங்கள் எரிக்கப்பட்டன. கற்கள் வீசப்பட்டு, இஸ்லாமியர்கள் படுகாயப்படுத்தப்பட்டனர்.

இந்துத்துவ, ஆர்.எஸ்.எஸ்., சங் பரிவார பாசிசக் கும்பல் தொடங்கியுள்ள புதுவிதமான வன்முறைத் தாக்குதல்கள் இவை.

கருவிநூற் பட்டியல்

1. சங் பரிவாரின் சதி வரலாறு (விடுதலை இராசேந்திரன்)
2. ஆர்.எஸ்.எஸ். ஓர் அபாயம் (விடுதலை இராசேந்திரன்)
3. இந்து– இந்தி– இந்தியா (எஸ்.வி. ராசதுரை)
4. சவார்க்கரும் இந்துத்துவமும் மகாத்மா காந்தி படுகொலையும் (ஏ.ஜி. நூரணி)
5. காந்தியார் கொலை அதிர்ச்சியூட்டும் தகவல்கள் (கி. வீரமணி)
6. 1948,சனவரி–30 (திருவாரூர் அர. திருவிடம்)
7. கோட்சேவின் குருமார்கள் (அருணன்)
8. பட்டினி இந்தியாவில் பாபர் மசூதியும் இராமர் கோயிலும் (பேராசிரியர் கார்த்தி)
9. இந்துத்துவ ஃபாசிசம் (டி. ஞானையா)
10. இந்து மதவெறி முகமும் முகமூடிகளும் (அருணன்)
11. மதவெறி (ராம் புன்னியானி)
12. கிறிஸ்தவர்கள் மீது தாக்குதல் ஒரிசா– கர்நாடகம் (அ. மார்க்ஸ்)
13. மதம் பிடித்த மதவாதம் (எம்.ஆர். ரகுநாதன்)
14. இந்திய அரசியல் சட்டம் மதசார்பற்றதா? (புதிய கலாச்சாரம் வெளியீடு)
15. இந்துத்துவம் – ஒரு பன்முக ஆய்வு. (அ. மார்க்ஸ்)
16. கோமாதா அரசியல் (அருணன்)
17. மதவெறியும் மாட்டுக்கறியும் (திராவிடர் கழகம் வெளியீடு)
18. பசுவின் புனிதம் (டி.என். ஜா)
19. காந்தி முதல் கல்புர்கி வரை ஆர்.எஸ்.எஸ்–ன் காவி பயங்கரவாதம் (ஆர். ராஜா)
20. வகுப்புவாதமும் மதச்சார்பின்மைக்கான போராட்டமும் (சவுத் விஷன் வெளியீடு)
21. பாரதிய ஜனசங்கம் முதல் பாரதிய ஜனதா கட்சி வரை (தமிழக பாஜக வெளியீடு)
22. அயோத்தி தீர்ப்பு; சுப்ரீம் கர சேவை மன்றம் (புதிய கலாச்சாரம் வெளியீடு)
23. குஜராத் இனப்படுகொலைகள்–2002 (சவுத் விஷன் வெளியீடு)
24. குஜராத் 2002 இனப்படுகொலை வாகல்– தலித்முரசு– தெகல்கா புலனாய்வு முழு தொகுப்பு (அ. முத்துக்கிருஷ்ணன்)
25. சந்திர மோகன் (பேரறிஞர் அண்ணா)
26. மகாத்மா– மதச்சார்பின்மை– மதவெறி (பாரதி புத்தகாலயம் வெளியீடு)
27. இந்திய தேசப்பிரிவினை (நேஷனல் புக் டிரஸ்ட்)
28. இந்திய வரலாறு காந்திக்குப் பிறகு (ராமச்சந்திர குஹா)
29. இந்து இந்தியா கீதா பிரஸ்: அச்சும் மதமும் (அக்ஷய் முகுல்)
30. இந்தியா எதை நோக்கி? ஆர்.எஸ்.எஸ். – பி.ஜே.பி.– இந்துத்துவா. (செ. நடேசன்)
31. நாடாளுமன்றத்தில் வைகோ (மு. செந்திலதிபன்)
32. காமராஜர் கொலை முயற்சி சரித்திரம் (கி. வீரமணி)
33. Freedom at midnight (Dominique Lapierre– Larry collins)

34. Communalism and the writing of Indian History. (People's publishing House-New delhi.)
35. Front Line Magazine
36. EPW

இணைய தளங்கள்:
1. https:// thewire.in
2. https://www.epw.in
3. https://www.vinavu.com
4. https://keetru.com
5. https://theprint.in
6. https://scroll.in